ക്ലാവ് പിടിച്ച കാലം

സ്വെറ്റ്‌ലാന അലക്സിവിച്ച്

അനുഭവം

ക്ലാവ് പിടിച്ച കാലം

സ്വെറ്റ്‌ലാന അലക്സിവിച്ച്

വിവർത്തനം
രമാമേനോൻ

ഗ്രീൻ ബുക്സ്

green books private limited
gb building, civil lane road, ayyanthole,
thrissur- 680 003, kerala, ph: +91 487-2381066, 2381039
website: www. greenbooksindia. com
e-mail: info@greenbooksindia. com

original title
(russian)
time second hand

malayalam
clavu piticha kaalam
experience
by
svetlana alexivich

translated by
remamenon

first published october 2017

cover design : rajesh chalode
cover image : istockphoto

branches:
thrissur 0487-2422515
palakkad 0491-2546162
kannur 0497-2763038
thiruvananthapuram 8589095301

isbn : 978-93-87331-07-5

GBPL/970/2017

മുഖക്കുറി

“ക്ലാവ് പിടിച്ച കാലം” സോവിയറ്റ് യുഗത്തിന്റെ തകർച്ചയെ പ്രതിപാദിക്കുന്ന ബൃഹത്തായ കൃതിയാണ്. വളരെ വൈകാരികമായി എഴുതപ്പെട്ട കൃതിയാണിത്. ഈ പുസ്തകം ഓരോ മലയാളിയും പ്രത്യേകിച്ച് സോഷ്യലിസ്റ്റ് പ്രത്യയശാസ്ത്ര അവബോധമുള്ളവർ വായിച്ചിരിക്കേണ്ടതാണ്. പുതിയ കാലത്തേയും ചിന്തകളേയും രൂപപ്പെടുത്തുന്നതിൽ ഈ ഗ്രന്ഥത്തിന് വലിയ പ്രാധാന്യമുണ്ട്. അസാധാരണമായ വായനാനുഭവമാണ് “ക്ലാവ് പിടിച്ച കാലം”. മഹത്തായ ഈ വായനയിലേക്ക് ക്ഷണിക്കുന്നു.

കൃഷ്ണദാസ്
മാനേജിങ് എഡിറ്റർ

"Svetlana Alexievich
orchestrates a rich symphony of
Russian voices telling
their stories of love and death,
joy and sorrow, as they try to make sense
of the twentieth century,
so tragic for their country."

J.M. Coetzee

ഓർമ്മകളിലൂടെ ചരിത്രത്തെ പൂർത്തിയാക്കുന്ന ഒരാൾ

എൻ.ഇ. സുധീർ

"ഞാൻ വാക്കിന്റെ അടിമയാണ്. വാക്കുകളിൽ അടിയുറച്ച വിശ്വാസവുമുണ്ട്. വാക്കുകൾ, നമ്മുടെ വൈകാരിക ഭയങ്ങൾക്ക് ചെറിയൊരു പിന്തുണ മാത്രമേ ആകുന്നുള്ളൂ. നമ്മുടെ വികാരങ്ങളെ അവ പൂർണമായും പ്രതിഫലിപ്പിക്കുന്നില്ല."

- *സ്വെറ്റ്‌ലാന അലെക്സിവിച്ച്*

ഒക്ടോബർ 8, 2015: സ്വീഡനിലെ നോബൽ ഫൗണ്ടേഷൻ ആസ്ഥാനത്തുനിന്നുള്ള വാർത്തയ്ക്ക് വേണ്ടി ലോകമെമ്പാടുമുള്ള സാഹിത്യപ്രേമികളും മാധ്യമപ്രവർത്തകരും കാതോർത്തിരിക്കുകയായിരുന്നു. സാഹിത്യത്തിനുള്ള ആ വർഷത്തെ നോബൽ പുരസ്കാരം പ്രഖ്യാപിക്കുവാൻ ഏതാനും നിമിഷങ്ങൾ മാത്രം ബാക്കി. അവരുടെയെല്ലാം മനസ്സിൽ പല പേരുകളും ഉണ്ട്. ലോക സാഹിത്യ രംഗത്തെ വലിയ പേരുകൾ കുന്ദേര, ഫിലിപ്പ് റോത്ത്, അഡോണിസ്, മുറകാമി, ലോബോ അന്തൂണിസ് അങ്ങനെ അർഹരായ വലിയ വലിയ എഴുത്തുകാർ.

അവസാനം കാത്തിരുന്ന ആ നിമിഷം വന്നു ചേർന്നു. സ്വീഡിഷ് അക്കാഡമിയുടെ പെർമനൻറ് സെക്രട്ടറി സാറാ ഡാനിയൂസ് ആ പേര് വെളിപ്പെടുത്തി. ബോലോറഷ്യൻ പത്രപ്രവർത്തകയും എഴുത്തുകാരിയുമായ സ്വെറ്റ്‌ലാന അലക്സിവിച്ച്. സ്വെറ്റ്‌ലാനയുടെ എഴുത്തിനെ അവർ ഇങ്ങനെ വിശേഷിപ്പിച്ചു. "നമ്മുടെ കാലത്തിന്റെ പീഡാനുഭവങ്ങളുടെയും നിർഭയത്വത്തിന്റെയും ലിഖിതരേഖയായ സ്വെറ്റ്‌ലാനയുടെ ബഹുസ്വരമായ രചനാശൈലിക്ക്."

അതിശയത്തോടെയാണ് സാഹിത്യ ലോകം ആ വാർത്ത കേട്ടറിഞ്ഞത്. ഒരു പുതിയ എഴുത്തുകാരിയെയും ഒരു പുതിയ എഴുത്തുരീതിയെയും ലോകത്തിന്റെ മുന്നിലെത്തിക്കുകയായിരുന്നു

സ്വീഡിഷ് അക്കാദമി. അതിനു മുൻപ് ലോകം അവരെ അധിക മൊന്നും കേട്ടിരുന്നില്ല, വായിച്ചിരുന്നുമില്ല. വെറും അഞ്ചു കൃതി കൾ കൊണ്ടാണ് അവർ നൊബേലിന്റെ പടി കടന്നത്. ഒരു പത്ര പ്രവർത്തക ആദ്യമായി സാഹിത്യ നോബൽ പുരസ്കാരം കരസ്ഥ മാക്കി എന്ന പുതുമയും അതിനുണ്ട്. നോവൽ, കവിത, നാടകം തുടങ്ങിയ മൗലിക സാഹിത്യരൂപങ്ങൾ രചിച്ച പ്രതിഭകൾക്കാണ് നാളിതു വരെ ഈ പുരസ്കാരം കൊടുത്തിരുന്നത്. സ്വെറ്റ്ലാന അലക്സിവിച്ച് ഇത്തരം രചനകൾ ഒന്നും നടത്തിയിട്ടില്ല. ചില പ്രത്യേക വിഷയങ്ങളുമായി ബന്ധപ്പെട്ട വ്യക്തികളുമായി അവർ നടത്തിയ അഭിമുഖങ്ങളുടെ സമാഹാരങ്ങളാണ് അവരുടെ കൃതികൾ. ഇത് സാഹിത്യമാവുന്നതെങ്ങനെ എന്ന് പലരും പരി ഭവിച്ചു. എന്നാൽ ലോകത്തിലെ ഏറ്റവും വലിയ സാഹിത്യ പുര സ്കാര നിർണ്ണയ കമ്മറ്റി അവയെ ഉന്നതമായ സാഹിത്യമായി അംഗീകരിച്ചിരിക്കുന്നു. അങ്ങനെ സാഹിത്യ നൊബേലിന്റെ ചരിത്ര ത്തിലെ ഒരു ദിശാമാറ്റം അവിടെ കുറിക്കപ്പെട്ടു. പത്രപ്രവർത്തന രീതിയിലും, ചരിത്രത്തെ നോക്കി കാണുന്ന രീതിയിലും ഈ എഴുത്തുകാരി തിരഞ്ഞെടുത്ത വേറിട്ട വഴി അംഗീകരിക്കപ്പെടുക യായിരുന്നു. സ്വയം കണ്ടെത്തിയ വഴിയിലൂടെ സഞ്ചരിച്ച് അവർ പുതിയൊരു സാഹിത്യാനുഭവം സൃഷ്ടിക്കുകയായിരുന്നു.

അവർ നമ്മുടെ കാലഘട്ടത്തിന്റെ ചരിത്രം പറഞ്ഞു. പക്ഷേ, പതിവ് രീതിയിൽ ആയിരുന്നില്ല എന്നു മാത്രം. അവർ വ്യക്തി കളുടെ ഓർമ്മകളിലൂടെ ചരിത്രത്തെ കണ്ടെത്തി. ചരിത്രസംഭവ ങ്ങൾ മൂലം ജീവിതം മാറ്റി മറിക്കാൻ വിധിക്കപ്പെട്ട മനുഷ്യരുടെ ഓർമ്മകളിലൂടെ സംഭവങ്ങളെ പുനർനിർമ്മിക്കുന്ന ഒരു രീതിയാണ് അവർ സ്വീകരിച്ചത്. വിജയികളുടെ കഥകൾക്ക് അവിടെ സ്ഥാനം കിട്ടിയില്ല. പരാജയപ്പെട്ട ആയിരക്കണക്കിന് സാധാരണ മനുഷ്യ രുടെ കഥകൾ അവർ തന്നെ പറയുന്ന ഒരു രീതി. ഇത് യഥാർത്ഥ ചരിത്രത്തെ അവഗണിക്കുന്നില്ല. അതിനെ പൂർത്തിയാക്കുകയാണ് ചെയ്യുന്നത്. സോവിയറ്റു റഷ്യൻ അനുഭവങ്ങളെയാണ് വിഷയ മായി ഈ എഴുത്തുകാരി തിരഞ്ഞെടുത്തത്. യുദ്ധത്തിൽ നിന്നുള്ള സ്ത്രീ ശബ്ദമാണ് അവർ War's Unwomanly Face എന്ന കൃതി യിലൂടെ കേൾപ്പിച്ചത്. യുദ്ധത്തിന്റെ ഒരു സ്ത്രീപക്ഷ വായന യായി അത് പുതുമ സൃഷ്ടിച്ചു. ലോക യുദ്ധവുമായി ബന്ധപ്പെട്ട റഷ്യൻ വനിതകളാണ് ഈ പുസ്തകത്തിൽ സംസാരിച്ചത്. അഫ് ഗാനിസ്ഥാൻ യുദ്ധത്തിൽ നിന്നുള്ള കഥകൾ കൊണ്ട് Zinky Boys നിറച്ചു. ചെർണോബിൽ ആണവ ദുരന്തത്തിന്റെ ചിത്രമാണ് Voices from Chernobyl വരച്ചിട്ടത്. നോബൽ പുരസ്കാരലബ്ധിക്കു ശേഷം ഇംഗ്ലീഷിലേക്ക് മൊഴിമാറ്റം നടന്ന കൃതിയാണ് Second-hand Time: The Last of the Soviets. 2013ലാണ് റഷ്യൻ ഭാഷയിൽ

ഈ കൃതി പുറത്തു വന്നത്. മഹത്തായ ഒരു ചരിത്രാഖ്യായിക എന്ന് വേണം ഇതിനെ വിശേഷിപ്പിക്കാൻ.

"ചരിത്രം എപ്പോഴും വസ്തുതകളുമായി മാത്രം ബന്ധപ്പെട്ടു കിടക്കുന്നു. വികാരങ്ങൾ അതിന്റെ വ്യവഹാരമണ്ഡലത്തിന് പുറത്താണ്. വികാരങ്ങളെ ചരിത്രത്തിൽ ഉൾപ്പെടുത്തുന്നത് ശരികേടായി പോലും കരുതപ്പെടുന്നു. എന്നാൽ ഞാൻ ലോകത്തെ നോക്കി കാണുന്നത് ഒരു എഴുത്തുകാരിയായാണ്, ചരിത്രകാരിയായല്ല. വ്യക്തികളാണ് എന്നെ എന്നും ആകർഷിച്ചിട്ടുള്ളത്." ഈ നിലപാടിൽ നിന്നുകൊണ്ടാണ് സ്വെറ്റ്ലാന തന്റെ കൃതികളെ അവതരിപ്പിക്കുന്നത്. അവിടെ എഴുത്തുകാരിയുടെ മനസ്സാണ് ചരിത്രത്തെ നോക്കി കാണുന്നത്. അതോടൊപ്പം നടക്കാനാണ് തന്റെ കഥാപാത്രങ്ങളെയും/അനുഭവസ്ഥരെയും അറിഞ്ഞോ അറിയാതെയോ ഗ്രന്ഥകാരി/അഭിമുഖക്കാരി ശ്രമിക്കുന്നത്. ഇവിടെ യഥാർത്ഥ വസ്തുതകൾ മറച്ചു വെക്കപ്പെടാനും വികലമായ ധാരണകൾ പറയാനും സാധ്യതകൾ ഉണ്ട് എന്ന ഒരു വിമർശം നിലനിൽക്കുന്നു. എന്നാൽ ഏതൊരു ചരിത്രസംഭവവും സാധാരണ ജനതയുടെ ജീവിതത്തിൽ ഏതു രീതിയിലുള്ള ഇടപെടലുകൾക്കാണ് വഴിയൊരുക്കിയത്, ആ ജനത അതിനെ മനസ്സിലാക്കിയതെങ്ങനെ, അത് അവരുടെ ജീവിതത്തിൽ വരുത്തിയ മാറ്റങ്ങൾ എന്തൊക്കെ എന്നീ കാര്യങ്ങൾ അവരുടെതന്നെ വാക്കുകളിൽ അറിയുക എന്ന രീതിയാണ് സ്വെറ്റ്ലാന സ്വീകരിച്ചത്. ചരിത്രത്തിൽ എല്ലായ്പ്പോഴും നഷ്ടപ്പെട്ടു പോകുന്ന വൈകാരിക അനുഭവതലം ഇതോടെ കൂട്ടിച്ചേർക്കപ്പെടുകയാണ്. ഈ ഗ്രന്ഥകാരി അംഗീകരിക്കപ്പെടുന്നതിലൂടെ, ചരിത്രത്തെ അനുഭവസാക്ഷ്യങ്ങളിലൂടെ സ്വാംശീകരിക്കുക എന്ന നൂതന രീതിയാണ് അംഗീകരിക്കപ്പെടുന്നത്."

1917ൽ നടന്ന റഷ്യൻ വിപ്ലവം സമാനതകളില്ലാത്ത ഒരു ചരിത്ര സംഭവമായിരുന്നു. കമ്മ്യൂണിസത്തിന് വേണ്ടി ബോൾഷെവിക്കുകൾ വിപ്ലവത്തിലൂടെ റഷ്യയുടെ അധികാരം കൈക്കലാക്കി. സാർ ചക്രവർത്തി സ്ഥാനഭ്രഷ്ടനാക്കപ്പെട്ടു. വിപ്ലവപ്പാർട്ടിയുടെ പ്രമുഖ നേതാവ് വ്ലാഡിമിർ ലെനിൻ അന്ന് ജർമനിയിലായിരുന്നു. ഒരു രഹസ്യ തീവണ്ടിയാത്രയിലൂടെയാണ് ലെനിൻ റഷ്യയിലേക്ക് തിരിച്ചെത്തിയത്. തുടർന്ന് അദ്ദേഹത്തിന്റെ നേതൃത്വത്തിൽ കമ്മ്യൂണിസ്റ്റ് ഭരണം നിലവിൽ വന്നു. ലോകം മുഴുവൻ റഷ്യയിലേക്ക് ഉറ്റു നോക്കി. പുതിയ ഒരാവേശത്തിനു തുടക്കം കുറിക്കപ്പെട്ടു. യൂറോപ്പിലും ഏഷ്യയിലും ഇങ്ങ് കേരളത്തിലും അതിന്റെ അലയൊലി പടർന്നു. ലോകം വലിയൊരു സ്വപ്നലോകത്തിലേക്ക് കടക്കുകയായിരുന്നു. സമത്വ സുന്ദരമായ ഒരു സമൂഹം സൃഷ്ടിക്കുവാനായി കാറൽ മാർക്സ് കരുപ്പിടിപ്പിച്ച രാഷ്ട്രീയ ദർശനം

പ്രയോഗിക തലത്തിൽ ആദ്യമായി പരീക്ഷിക്കപ്പെടുകയായിരുന്നു. ലെനിനു ശേഷം സ്റ്റാലിനും ക്രൂഷ്ചേവും ബ്രഷ്നേവും ആന്ദ്രോപോവും ചേർൻകോവും കമ്മ്യൂണിസത്തിന്റെ പേരിൽ അധികാരം കയ്യാളി സോവിയറ്റ് യൂണിയനെ അടക്കി വാണു. 1985ൽ മിഖായേൽ ഗോർബച്ചേവ് അധികാരത്തിലെത്തിയതോടെ പുതിയൊരദ്ധ്യായത്തിനു തുടക്കം കുറിക്കപ്പെട്ടു. 1985 മുതൽ 1991 വരെ പെരിസ്ട്രോയിക്കയുടെയും ഗ്ലാസ്നോസ്റ്റിന്റെയും കുടക്കീഴിൽ വലിയ മാറ്റങ്ങൾക്കു പാതയൊരുക്കപ്പെട്ടു. അതോടെ പുരോഗമനാശയങ്ങളുടെ വെള്ളിവെളിച്ചം സോവിയറ്റു യൂണിയനിൽ പറന്നു തുടങ്ങി, എന്നാൽ കാര്യങ്ങൾ ഗോർബച്ചേവിന്റെ കൈയിൽ നിന്നില്ല. എല്ലാം കുഴഞ്ഞു മറിയുകയും ബോറിസ് യെത്സിന്റെ നേതൃത്വത്തിൽ പുതിയൊരു മുന്നേറ്റം ഉടലെടുക്കുകയും ചെയ്തു. തുടർന്ന് പല നാടകീയ സംഭവങ്ങളും അരങ്ങേറി. ഗോർബച്ചേവ് കമ്മ്യൂണിസ്റ്റ് പാർട്ടി ജനറൽ സെക്രട്ടറി സ്ഥാനം രാജിവെച്ചുകൊണ്ട് പാർട്ടി സെൻട്രൽ കമ്മിറ്റി പിരിച്ചു വിട്ടു. തുടർന്ന് ആഭ്യന്തര യുദ്ധങ്ങൾ ആരംഭിക്കുകയും സോവിയറ്റ് യൂണിയനിലെ രാജ്യങ്ങൾ ഓരോന്നായി സ്വയം സ്വാതന്ത്ര്യം പ്രഖ്യാപിച്ച് സോവിയറ്റ് യൂണിയൻ തന്നെ ഇല്ലാതാവുകയും ചെയ്തു. മഹത്തായത് എന്ന് വിശേഷിപ്പിക്കപ്പെട്ട ഒക്ടോബർ വിപ്ലവവും അതിന്റെ തുടർച്ചയായ കമ്മ്യൂണിസ്റ്റ് ഭരണകൂടവും ഒരിക്കലും ആവർത്തിക്കാനാവാത്ത വിധം തകർന്നടിയുകയും ചരിത്രത്തിന്റെ ഭാഗമാവുകയും ചെയ്തു. കമ്മ്യൂണിസത്തിന്റെ കരാളാലിംഗനത്തിൽ നിന്നും ആ സമൂഹം ചെന്നു പെട്ടത് രക്തദാഹിയായ മുതലാളിത്തത്തിന്റെ പിടിയിലേക്കാണ്. ഏഴ് പതിറ്റാണ്ട് നീണ്ടു നിന്ന ഈ പരീക്ഷണത്തിനിടയിൽ റഷ്യൻ സമൂഹം അനുഭവിച്ച ദുരന്തങ്ങൾ സമാനതകളില്ലാത്തവയാണ്. പല തലമുറകളുടെ ദൈനംദിന ജീവിതത്തെയും ചിന്താശേഷിയെയും സ്വപ്നങ്ങളെയും തകിടം മറിച്ച ദുരന്തപൂർണമായ ആ ജീവിതാനുഭവങ്ങളാണ് സ്വെറ്റ്‌ലാന അലക്സിവിച്ച് അവരുടെ കൃതിയിലൂടെ കാണിച്ചുതരുന്നത്.

സോവിയറ്റ് യൂണിയന്റെ പതനത്തെയും കമ്മ്യൂണിസം എന്ന വിഭ്രാന്തിയെയും പറ്റി പല ചിന്താഗതിക്കാർ പല വീക്ഷണ കോണിലൂടെ അതിനെ നോക്കിക്കണ്ട് പല പഠനങ്ങളും നടത്തിയിട്ടുണ്ട്. താത്ത്വിക വിലയിരുത്തലുകൾ ധാരാളം നടന്നുകഴിഞ്ഞു. അതിലേക്കു വഴിവെച്ച സാഹചര്യം, കാരണക്കാർ, പ്രത്യയശാസ്ത്ര പിഴവുകൾ, പ്രയോഗ വൈകല്യങ്ങൾ അങ്ങനെ പല പല കോണിലൂടെ ആ ചരിത്ര സംഭവത്തെ പുറമെയുള്ളവർ കിട്ടാവുന്ന വസ്തുതകളുടെ വെളിച്ചത്തിൽ സൂക്ഷ്മമായി പരിശോധിച്ചു വിധി പ്രഖ്യാപിക്കുകയും വിശദീകരിക്കുകയും ചെയ്തു കഴിഞ്ഞു. എന്നാൽ സോവിയറ്റ് യൂണിയൻ മുന്നോട്ടു വെച്ച

കമ്മ്യൂണിസമെന്ന ആശയത്തിന്റെ പ്രയോഗം നിത്യജീവിതത്തിൽ അനുഭവിച്ച ജനത അതിനെ എങ്ങനെ നോക്കിക്കാണുന്നു എന്നറിയുക ഏറെ പ്രാധാന്യമുള്ളതാണ്. അനുഭവതലത്തിലെ ആ അറിവാണ് സെക്കൻഡ് ഹാൻഡ് ടൈം എന്ന കൃതി ലോകത്തിന്റെ മുന്നിൽ വെച്ചത്. അതിൽ വേദനയുണ്ട്, വികാരമുണ്ട്, സ്വപ്നമുണ്ട്, നഷ്ടബോധമുണ്ട്, വിചാരവുമുണ്ട്. ഓരോരുത്തരും ഓരോ തലത്തിലാണ് ഈ തകർച്ചയെ നോക്കിക്കാണുന്നത്. ഇവയെല്ലാം ചരിത്രത്തിന് അവകാശപ്പെട്ടതാണ് എന്നു മാത്രമേ ഈ എഴുത്തുകാരി പറഞ്ഞു വെക്കുന്നുള്ളൂ.

പല പ്രായത്തിലുള്ളവർ ഇതിൽ കടന്നു വരുന്നുണ്ട്. അവർ വ്യത്യസ്ത കാഴ്ചകൾക്കാണ് വിധിക്കപ്പെട്ടിട്ടുള്ളത്. ഒക്ടോബർ വിപ്ലവം മുന്നോട്ടു വെച്ച സ്വപ്നങ്ങൾ അവരിൽ പല രീതിയിലാണ് നിലകൊള്ളുന്നത്. വിപ്ലവത്തോടൊപ്പം വളർന്നു വന്നവർ, പാതി വഴിയിൽ അതിനെ പിന്തുടർന്നവർ, വിപ്ലവാനന്തരം സോവിയറ്റു യൂണിയനിൽ വളർന്നവർ, ഒടുക്കം സോവിയറ്റ് യൂണിയന്റെ തകർച്ചയ്ക്ക് ശേഷം ജനിച്ചവർ. ഇവർക്കെല്ലാം കാഴ്ചപ്പാടുകൾ ഉണ്ട്. സ്വെറ്റ്ലാന പറയുന്നതുപോലെ ഇവരുടെയൊക്കെ ഭാഷയിൽ പോലും വലിയ വ്യത്യാസങ്ങൾ കാണാം. ഭാഷയുടെ പ്രയോഗം പോലും നിലപാടുകളുമായി ബന്ധപ്പെട്ടു കിടക്കുന്നു. വാമൊഴി ചരിത്രം ഒരുക്കുന്ന മഹാസാധ്യതകളിൽ മുഖ്യമായ ഒന്നാണ് ഇത്. ഒരു രാഷ്ട്രം കടന്നു വന്ന വഴികൾ അവിടുത്തെ ജനതയുടെ വികാരങ്ങളെ ബാധിക്കും. അവരുടെ ജീവിതവീക്ഷങ്ങളെ സ്വാധീനിക്കും. അത് തിരിച്ചറിയുവാൻ ഈ കൃതി അവസരമൊരുക്കുന്നു. ഒരിടത്തു ഒരാൾ നിസ്സഹായതയോടെ പറയുന്നു: “വളർന്നു വന്നത് കമ്മ്യൂണിസ്റ്റ് എന്ന നിലയിൽ, എന്നാൽ ജീവിക്കുന്നതോ മുതലാളിത്ത രീതിയിൽ.” ഇത് അത്ര എളുപ്പമുള്ള കാര്യമല്ല. ഇവിടെ മൂല്യങ്ങളുടെ കുഴമറിച്ചിൽ നടക്കുന്നു. ജീവിതബോധം വലിയ മാറ്റങ്ങൾക്കു വിധേയമാവുന്നു. ഇതൊക്കെ ചേർന്നുണ്ടാവുന്ന ഒരു അസ്വസ്ഥത ഇതിലെ ഓരോ കഥാപാത്രവും പങ്കുവെക്കുന്നു.

കമ്മ്യൂണിസത്തെക്കുറിച്ചുള്ള വിചാരങ്ങൾ, വികാരങ്ങൾ, വീണ്ടു വിചാരങ്ങൾ തുടങ്ങിയവയൊക്കെ പലേടത്തും കാണാം. അത് മറ്റു പുസ്തകങ്ങളിൽ നിന്നും നമ്മൾ വായിച്ചെടുത്ത അറിവുമായി വളരെ അകന്നു നിൽക്കുന്നു. അറിയുക, യാഥാർത്ഥ്യവുമായി അടുത്തു നിൽക്കുന്ന അറിവുകളാണിവ. ഇതിലെ മനുഷ്യർ സ്വയം, അല്ലെങ്കിൽ പരസ്പരം ചോദിക്കുന്ന ചോദ്യങ്ങൾ അലോസരപ്പെടുത്തുന്നവയാണ്. ഓൾഗ അമ്മായി എന്ന കഥാപാത്രം ചോദിക്കുന്നു “സ്റ്റാലിൻകാലഘട്ടത്തെ അതിജീവിച്ച സത്യസന്ധനായ ഒരാളെ നിനക്കു കാണിച്ചു തരാമോ?” ഈ ചോദ്യം ഒരു തിരിച്ചറിവിൽ നിന്നും ഉണ്ടായതാണ്. ചരിത്രം പല പേജുകളിലായി വസ്തുതകൾ

കൊണ്ട് ഈ കാര്യം പറഞ്ഞു വെക്കുമ്പോൾ ഒരു പാവം റഷ്യൻ സ്ത്രീ ഒറ്റ ചോദ്യത്തിൽ അതേ കാര്യം വ്യക്തമായി പറയുന്നു. ഇവിടെയാണ് സ്വെറ്റ്‌ലാനയുടെ സാഹിത്യത്തിന്റെ ശക്തി. സമൂഹം അതിന്റെ വഴിയിൽ ചലിക്കാതെ നിന്നുപോയി എന്നാണ് ഒരിടത്തു പറയുന്നത്. ഈ വാചകത്തിൽ വലിയ രാഷ്ട്രീയമുണ്ട്. രാഷ്ട്രീയത്തിന്റെ പരാജയമുണ്ട്. 'ക്രൂഷ്ചേവ് അടുക്കള' എന്ന പ്രയോഗം സോവിയറ്റ് റഷ്യയിലെ സാധാരണ ഒന്നാണ്. ഇതിന്റെ അർത്ഥതലം അതുമായി ചേർത്ത് പറയുന്ന കഥകളിൽ നിന്ന് വായിച്ചെടുക്കുമ്പോൾ വളരെ വിപുലമാവുന്നു.

കമ്മ്യൂണിസം മദ്യനിരോധനം പോലെയാണ്. കാര്യം പറഞ്ഞു കേൾക്കുമ്പോൾ വളരെ നല്ലത്. എന്നാൽ പ്രാവർത്തികമാക്കുക സാധ്യമല്ല. ഇത് തറപ്പിച്ചു പറയുവാൻ ഒരു റഷ്യക്കാരനെക്കാൾ മറ്റാർക്കാണ് അവകാശം?

സോവിയറ്റ് യൂണിയന്റെ തകർച്ചയ്ക്കു ശേഷം പ്രതീക്ഷിച്ചതൊന്നുമല്ല സംഭവിച്ചത്. പെരിസ്ട്രോയ്ക്ക കൊണ്ടുവന്നത് വലിയ പ്രതിസന്ധികളാണ്. വീണ്ടും പലതും തകർന്നു വീണു. ഗോർബച്ചേവ് നല്ല മനുഷ്യനായിരുന്നു. പക്ഷേ ഒരാൾക്കും ദീർഘദർശനം ചെയ്യാൻ സാധിക്കാത്ത കുരുക്കുകളാണ് അദ്ദേഹത്തിന് നേരിടേണ്ടി വന്നത്. മാറ്റങ്ങൾ വരണമെന്ന് അദ്ദേഹം ആത്മാർത്ഥമായി ആഗ്രഹിച്ചു. എന്നാൽ ആ മാറ്റങ്ങൾ എങ്ങനെ വരുത്തണമെന്ന് അദ്ദേഹത്തിന് നിശ്ചയമില്ലായിരുന്നു. അദ്ദേഹം നിസ്സഹായനായി മാറുന്നത് പുസ്തകത്തിൽ സംസാരിക്കുന്ന പലരും വിഷമത്തോടെ ഓർക്കുന്നുണ്ട്. ഒരു സമൂഹം നിരാശയിലേക്ക് കൂപ്പുകുത്തുകയായിരുന്നു. അവരുടെ ധർമ്മസങ്കടങ്ങൾ കേൾക്കുക: "പണമുണ്ടെങ്കിൽ നിങ്ങൾ ഒരാളാണ്. ഇല്ല എങ്കിൽ ആരുമല്ല. ഹെഗലിന്റെ പുസ്തകം വായിച്ചോ എന്നത് ആർക്കും ഒരു വിഷയമായിരുന്നില്ല. മാനവികത എന്നത് ഏതോ ഒരു രോഗത്തിന്റെ പേരു പോലെയായിരുന്നു. അതുവരെ ഏതോ ഒരു മായാലോകത്തിലാണ് ഞങ്ങൾ ജീവിച്ചിരുന്നത്. ഞങ്ങളുടെ പുസ്തകത്തിലും അടുക്കളയിലും ഞങ്ങൾ കണ്ട റഷ്യ. വാസ്തവത്തിൽ അങ്ങനെ ഒന്ന് ഉണ്ടായിരുന്നില്ല, എല്ലാം ഞങ്ങളുടെ ഭാവനയായിരുന്നു."

ആ സമൂഹം എത്രമാത്രം യാഥാർത്ഥ്യത്തിൽ നിന്നും അകന്നാണ് കഴിഞ്ഞത് എന്ന് ഞെട്ടലോടെ അവരോടൊപ്പം നമ്മൾ വായനക്കാരും തിരിച്ചറിയുന്നു. ഇവിടെ ചരിത്രം തോറ്റുപോവുന്നു. സമൂഹത്തിന്റെ വേദന ഒപ്പിയെടുക്കാൻ ചരിത്രം അശക്തമാണ് എന്ന് ഇതിലെ ഓരോ പേജുകളും ഓർമ്മിപ്പിക്കുന്നു. അവിടെയാണ് സ്വെറ്റ്‌ലാനയുടെ എഴുത്തിന്റെ കരുത്ത്.

സോവിയറ്റ് ജനതയും പുസ്തകങ്ങളും തമ്മിലുണ്ടായിരുന്ന ബന്ധം വിസ്മയിപ്പിക്കുന്നതാണ് . സോവിയറ്റ് ഭരണകാലത്ത്

ഇഷ്ടം പോലെ പുസ്തകങ്ങൾ വാങ്ങാം. എന്നാൽ വില കൂടിയ മറ്റൊന്നും വാങ്ങാൻ അനുവാദമില്ലായിരുന്നു. ജീവിതത്തിനു പകരം വെക്കാനുള്ളതായിരുന്നു പുസ്തകങ്ങൾ എന്നുവരെ ഒരാൾ പറഞ്ഞുവെക്കുന്നു. ഏതു തരം പുസ്തകങ്ങൾ എന്ന ചോദ്യം നമുക്ക് ചോദിക്കാതിരിക്കാം. ഒടുക്കം പുസ്തകങ്ങൾ അവരെ നിരാശപ്പെടുത്തി എന്നും അവർ കുറിക്കുന്നു. പുസ്തകങ്ങളുടെ അർത്ഥശൂന്യത അവർ തിരിച്ചറിഞ്ഞതുപോലെ. ജീവിതത്തിൽ എങ്ങനെ വിജയം നേടണമെന്ന് ഒരു റഷ്യൻ നോവലും പഠിപ്പിച്ചു തന്നില്ല എന്നും അവർ തിരിച്ചറിഞ്ഞു. ഒടുക്കം തൊണ്ണൂറുകളെ മനംമടുപ്പിക്കുന്ന കാലഘട്ടം എന്നവർ വിശേഷിപ്പിച്ചു. ഓരോ കാലത്തെയും അവർ കൃത്യമായി അടയാളപ്പെടുത്തി. അതിനെപ്പറ്റി പറയുവാൻ അവരുടെ ഭാഷ മിടുക്കു കാട്ടി. മനുഷ്യരെ മരപ്പാവകളെപ്പോലെയാണ് സോഷ്യലിസം കണ്ടത് എന്ന് പറയുമ്പോൾ അർത്ഥം പൂർണമാവുന്നു. ഗോർബച്ചേവിനെ പറ്റി ഇനിയും ഒരു തീരുമാനത്തിലെത്താനാവുന്നില്ല എന്ന് പറയുമ്പോൾ ആ മനുഷ്യന്റെ മുഖം മുന്നിൽ തെളിയുന്നു. അയാൾ ദുർബലനായിരുന്നു. കമ്മ്യൂണിസത്തിലാണ് തങ്ങളുടെ ഭാവി എന്ന് വിശ്വസിച്ച ജനത ആ വാക്കിനെ ഏറ്റവും അപഹാസ്യമായ വാക്കായി കരുതിയ ചിത്രവും ഈ കൃതിയിൽ കാണാം. ദൈവത്തിനു പകരം കമ്മ്യൂണിസത്തെ മനസ്സിൽ പ്രതിഷ്ഠിച്ച ജനതയുടെ മാറ്റം. സ്റ്റാലിന്റെ പേരിൽ സത്യമിട്ടിരുന്ന ഒരു തലമുറ. എപ്പോഴും സ്വയം അലങ്കരിച്ചു നടന്ന ബ്രെഷ്നേവിനെ ഓർമ്മിച്ചു ഞാൻ നാണിച്ചു എന്നാണ് ഒരാൾ പറഞ്ഞത്.

ഇതിൽ പലതും റഷ്യയിൽ മാത്രം സംഭവിക്കുന്ന കാര്യങ്ങളാണ് എന്ന കാര്യത്തിൽ സംശയമില്ല. എന്തൊരു സഹനമായിരുന്നു ആ ജനതയുടേത്. എന്നിട്ടോ നുണകളാൽ സൃഷ്ടിക്കപ്പെട്ട കുറെ ആശയങ്ങൾ അവരെ നിരന്തരം പരാജയപ്പെടുത്തികൊണ്ടിരുന്നു. ഇതിലെ ഓരോ വാക്കിന് പിറകിലും ഓരോ ജീവിതമുണ്ട്, കഠിനമായ ജീവിതം. റഷ്യയുടെ മനസ്സുണ്ട്. പല തലമുറകളുടെ ശാപമുണ്ട്. സമൂഹത്തെ തടവറയാക്കി മാറ്റിയ പ്രത്യയശാസ്ത്രത്തിനെതിരായ ശാപവാക്കുകൾ. എഴുത്തു കൊണ്ട് പകർത്താൻ പറ്റാത്തത്ര തീവ്രമായ, നിറവുള്ള ജീവിതം. ആ ജീവിതങ്ങളെ, അവയുടെ നിറവുകളെ പകർത്താൻ മാത്രമായാണ് സ്വെറ്റ്ലാന അലക്സിവിച്ച് അവരുടേതായ ഒരു വഴി കണ്ടെത്തിയത്. ആ വഴിയിൽ വിടർന്ന ഉജ്ജ്വല രചനയാണ് ക്ലാവ് പിടിച്ച കാലം. ഓർമ്മകളിലൂടെ ചരിത്രത്തെ പൂർത്തിയാക്കുന്ന ഒരാൾ എന്ന നിലയിൽ ചരിത്രം അവരെ അടയാളപ്പെടുത്തും. എഴുതപ്പെട്ട ചരിത്രത്തേക്കാൾ വ്യക്തതയോടെയും കൃത്യതയോടെയും അനുഭവസ്ഥരായ ആളുകളുടെ വാക്കുകളിലൂടെ ആ കാലത്തെയാണ് സ്വെറ്റ്ലാന അടയാളപ്പെടുത്തുന്നത്.

ഉള്ളടക്കം

I

ഒരു മഹാദുരന്തത്തിന്റെ സാന്ത്വനങ്ങൾ

ഉയരുന്ന തെരുവുശബ്ദങ്ങളും അടുക്കളവർത്തമാനങ്ങളും (1991–2001)

മണ്ടനായ ഇവാനുഷ്കയും സുവർണ മായാമത്സ്യവും

ഞാൻ എന്താണ് പഠിച്ചത്? ഒരു കാലഘട്ടത്തിലെ ധീരനായകന്മാർക്ക് അടുത്ത കാലഘട്ടത്തിൽ പ്രസക്തി ഉണ്ടാകുന്നില്ല. അതിനൊരപവാദമായിരുന്നു മണ്ടനായ ഇവാനുഷ്കയും എമില്യയും. രണ്ടുപേരും റഷ്യൻ നാടോടിക്കഥകളിൽ ഏറ്റവും ജനപ്രീതി സമ്പാദിച്ച നായകന്മാരായിരുന്നു. ഞങ്ങളുടെ കഥകൾ അധികവും നല്ലകാലങ്ങളുടേയും ആകസ്മികമായി കൈവരുന്ന ഭാഗ്യങ്ങളുടേതുമായിരുന്നു. ദൈവികമായ ഇടപെടലുകൾ. എല്ലാം വേണ്ട സ്ഥാനത്തു വന്നു ചേരുന്നു. നമ്മുടെ മടിത്തട്ടിലേക്കു വീഴുന്നു. അടുക്കളത്തിണ്ടത്തെ* മെത്തയിൽ നിന്നും എഴുന്നേല്ക്കുക കൂടി വേണ്ട. അടുപ്പിൽ സ്വർണ്ണമത്സ്യം പാകം ചെയ്യും. അതൊരു അദ്ഭുതമത്സ്യമാണ്. ആഗ്രഹങ്ങളൊക്കെ സാധിപ്പിച്ചുതരും. സ്ളൈരി എന്നാണതിനെ പറയുന്നത്. എനിക്കതു വേണം. ഇതുവേണം. സുന്ദരിയായ രാജകുമാരിയാവണം. പാലൊഴുകുന്ന നദീതീരമുള്ളതുമായ രാജ്യങ്ങളിൽ താമസിക്കണം. ആ നദിക്കരയിൽ നിറയെ ജാം കൂമ്പാരമായി കിടക്കുകയാണ്. ഞങ്ങളെല്ലാവരും നിരന്തരം സ്വപ്നം കാണുന്നവരാണ്. ഞങ്ങളുടെ മനസ്സ് ക്ലേശങ്ങളും യാതനകളുമനുഭവിക്കുന്നു. മനസ്സുകൊണ്ട് നന്നായി അദ്ധ്വാനിക്കുന്നു. പക്ഷേ, അതുകൊണ്ട് പ്രത്യേകിച്ച് പ്രയോജനമൊന്നുമില്ല. ചൂടുപിടിച്ച ഉത്സാഹവും ആവേശവും. അതു കഴിയുന്നതോടെ ശക്തിയൊക്കെ ചോർന്നുപോകും. നിഗൂഢമായ റഷ്യൻ മനസ്സ്... അതിനെക്കുറിച്ചറിയാൻ എല്ലാവരും ആഗ്രഹിക്കുന്നു. ദസ്തയെവിസ്കിയുടെ കൃതികൾ വായിക്കുന്നു. അവരുടെ മനസ്സിന്റെ അപ്പുറത്ത് എന്താണുള്ളത്? ഞാൻ പറയാം.... ഞങ്ങളുടെ മനസ്സിനപ്പുറത്ത് വേറെയും ഒരു മനസ്സ്. അടുക്കളപ്പുറത്തിരുന്ന് വർത്തമാനം പറയാൻ

---

* റഷ്യൻ ഗ്രാമങ്ങളിൽ ഇന്നും കണ്ടുവരുന്ന സംഗതിയാണ് വിശാലമായ അടുക്കളത്തട്ട്. ഭക്ഷണം പാകം ചെയ്യാനും തണുപ്പുകാലത്ത് ചൂടു കായാനും അതിനു ചുറ്റുമായി ചൂടേറ്റ് കിടന്നുറങ്ങാനും പാകത്തിൽ ഇഷ്ടികകൊണ്ട് പണിതുണ്ടാക്കിയിട്ടുള്ളതാണ്. ഓരോ വീട്ടിലേയും പ്രധാന ഇടവും ഇതുതന്നെ.

ഞങ്ങൾക്കിഷ്ടമാണ്. പുസ്തകം വായിക്കാനും. "വായിക്കുന്നവൻ..." അതൊരു പ്രധാനപ്പെട്ട തൊഴിലാണ്. അതുപോലെത്തന്നെയാണ് "നോക്കിക്കാണുക" എന്നതും. ഞങ്ങൾ ഒരു പ്രത്യേകവർഗ്ഗക്കാരാണ് എന്നാണ് എപ്പോഴും ഞങ്ങളുടെ വിചാരം. അതിനു പ്രത്യേകിച്ചു കാരണ മൊന്നുമില്ല. വേണമെങ്കിൽ പ്രകൃതിവാതകങ്ങളുടെയും എണ്ണയുടെയും കാര്യം എടുത്തു പറയാം. ഒരു വശത്തുനിന്നു നോക്കുമ്പോൾ ഈ ധാരണ ഞങ്ങളുടെ പുരോഗതിക്കൊരു തടസ്സമാണ്. എന്നാൽ മറു വശത്തു നിന്നു നോക്കുമ്പോൾ ജീവിതത്തിന് ഒരു ലക്ഷ്യബോധം നല്കു ന്നത് അതാണ്. റഷ്യ എപ്പോഴും പുതിയ എന്തോ ഒന്നിന്റെ വക്കത്ത് വന്നു നില്ക്കുന്നതുപോലെയാണ്. പ്രധാനപ്പെട്ട എന്തോ ഒന്ന് സംഭവി ക്കാനുള്ളതിന്റെ തുടക്കം. അല്ലെങ്കിൽ ലോകത്തിന് തികച്ചും അസാ ധാരണമായി തോന്നുന്ന എന്തോ ഒന്ന് പ്രകടമാക്കാനുള്ള പുറപ്പാട്. ഞങ്ങൾ റഷ്യക്കാർ, പ്രത്യേകം ഒരു നിയോഗത്തിനായി തിരഞ്ഞെടുക്ക പ്പെട്ടവരാണ് എന്നാണ് ഞങ്ങളുടെ വിശ്വാസം. റഷ്യയുടേതു മാത്രമായ ആ പ്രത്യേക പാത. ഞങ്ങളുടെ നാടു നിറയെ ഒബ്ളോമോവു*കളാണ്. സ്വന്തം വീട്ടിലെ കട്ടിലിൽ മലർന്നുകിടന്ന് അദ്ഭുതങ്ങൾ സംഭവിക്കാ നായി കാത്തിരിക്കുന്നവർ. അതിനിടയിൽ സ്റ്റോൾസുകൾ ഇല്ലേയില്ല. ബുദ്ധിയും അദ്ധ്വാനശീലവുമുള്ള സ്റ്റോൾസുകൾക്ക് ചീത്ത കേൾക്കാനേ നേരമുള്ളൂ. തോപ്പുകളിൽ വളരുന്ന പ്രിയപ്പെട്ട ബിർച്ചുകളും ചെറികളും വെട്ടിയിടുന്നത് അവരാണല്ലോ. അവർ ഫാക്ടറികൾ പണിയുന്നു. പണം സമ്പാദിക്കുന്നു. അവർ ഞങ്ങളെ സംബന്ധിച്ചിത്തോളം അന്യരാണ്... മറുനാട്ടുകാരാണ്...

റഷ്യയിലെ അടുക്കള... "ക്രൂഷ്ചേവ്" അടുക്കളയുടെ കാര്യം പരി താപകരമാണ്. (1950 കളിൽ ക്രൂഷ്ചേവിന്റെ കാലത്ത് പണിതുയർത്തിയ കോൺക്രീറ്റ് കെട്ടിടങ്ങൾ. ഇടുങ്ങിയതും നിലവാരം കുറഞ്ഞതുമായ വസതികൾ, ആയിരക്കണക്കിനാണ് ആ കാലത്ത് നിർമ്മിക്കപ്പെട്ടത്. പാർപ്പിട ദൗർലഭ്യത്തിന് അറുതി വരുത്താൻ ഈ ഫ്ളാറ്റുകൾ വളരെ യധികം സഹായിച്ചു.) ക്രൂഷ്ചേവിനു നന്ദി. അതിനു മുമ്പ് ഒരു സമൂഹ മായാണ് ഞങ്ങൾ താമസിച്ചിരുന്നത്. പൊതുവായി ഒരടുക്കള. അദ്ദേഹ ത്തിന്റെ കാലത്താണ് ആദ്യമായി ഓരോ കുടുംബത്തിനും സ്വന്തമായി ഒരടുക്കള ഉണ്ടായത്. അവിടെയിരുന്ന് ഞങ്ങൾക്ക് ഗവൺമെന്റിനെ വിമർശിക്കാമായിരുന്നു. അതിലുപരി പേടി കൂടാതെയിരിക്കാമായിരുന്നു. കാരണം സ്വന്തം അടുക്കളയിൽ എല്ലാവരും ചങ്ങാതിമാരോടൊപ്പ മാണല്ലോ. അവിടെ നിന്നാണ് പൊട്ടുപൊടികളിൽ നിന്നും പുതിയ ആശയങ്ങൾ രൂപപ്പെട്ടു വന്നത്. അദ്ഭുതകരമായ പദ്ധതികൾ രൂപകല്പന ചെയ്യപ്പെട്ടത്. ഞങ്ങൾ തമാശകൾ പറഞ്ഞു. അത് നേരമ്പോക്കുകളുടെ

---

* 1859ൽ പ്രകാശനം ചെയ്ത ഇവാൻ ഗോൻ ചരോവിന്റെ നോവലിലെ കഥാ പാത്രം. അങ്ങേയറ്റം ആലസ്യത്തിലാണ്ടു കഴിയുന്ന ഒരു കുലീന കുടുംബാംഗമായിരുന്നു ഒബ്ളോമോവ്. അയാളുടെ കൂട്ടുകാരൻ സ്റ്റോൾസ് ചുറുചുറുക്കുള്ള മിടുക്കനായ ഒരു യുവാവായിരുന്നു.

സുവർണ്ണകാലമായിരുന്നു. ഞങ്ങളുടെ ഒരു പതിവു ഫലിതം, "മാർക്സിന്റെ കൃതികൾ വായിച്ചിട്ടുള്ള ആളാണ് കമ്മ്യൂണിസ്റ്റ്, ആ കൃതികൾ മനസ്സിലാക്കിയിട്ടുള്ള ആൾ കമ്മ്യൂണിസ്റ്റ് വിരോധിയും." ഞങ്ങൾ അടുക്കളയിലാണ് വളർന്നത്. അതുപോലെത്തന്നെ ഞങ്ങളുടെ മക്കളും. അവരും ഞങ്ങളൊടൊപ്പമിരുന്ന് ഗാലിച്ചി*ന്റെയും ഒക്കുഷാവയുടെയും പാട്ടുകൾ കേട്ടു. ഞങ്ങൾ വ്ളാഡിമാർ വ്യാസോട്സ്കിയുടെ പാട്ടുകളും പിന്നേയും പിന്നേയും കേട്ടു. അനധികൃതമായി ബി.ബി.സി പ്രക്ഷേപണം ശ്രദ്ധിച്ചു. എല്ലാ വിഷയങ്ങളേയും കുറിച്ച് സംസാരിച്ചു. എല്ലാം എത്രത്തോളം അധഃപതിച്ചിരിക്കുന്നു. ജീവിതത്തിന്റെ അർത്ഥമെന്താണ്? എല്ലാവരും സന്തോഷത്തോടെ കഴിയുന്ന ഒരു കാലമുണ്ടാകുമോ? ഒരു തമാശക്കഥ ഓർമ്മ വരുന്നു. അന്ന് ഞങ്ങൾ പാതിരയായിട്ടും ഉറങ്ങിയിരുന്നില്ല. പന്ത്രണ്ടു വയസ്സായ മകളും ഞങ്ങളോടൊപ്പമുണ്ടായിരുന്നു. അവൾ അടുക്കളയിലെ ചെറിയ കട്ടിലിൽ കിടന്നു ഉറക്കമായിരുന്നു. ഏതോ ചൂടു പിടിച്ച ചർച്ചയിൽ ഞങ്ങൾ സ്വയം മറന്നു. പെട്ടെന്ന് ഉറക്കത്തിൽ നിന്ന് അവൾ ഞങ്ങളുടെ നേരെ ഒച്ച വെച്ചു. "മതിയാക്കൂ, നിങ്ങളുടെ രാഷ്ട്രീയം. സാകരോവും സോൾഷെലനിസ്റ്റിയും, സ്റ്റാലിനും... നിർത്തൂ..." ഞങ്ങൾ പൊട്ടിച്ചിരിച്ചു പോയി.

ചായയും കാപ്പിയും വോഡ്കയും... നിരന്തരം ഞങ്ങൾ കുടിച്ചു കൊണ്ടിരുന്നു. എഴുപതുകളിൽ ക്യൂബാ-റം കിട്ടിയിരുന്നു. എല്ലാവർക്കും ഫിഡൽ കാസ്ട്രോവിനോട് കടുത്ത പ്രേമമായിരുന്നു. അതുപോലെ ക്യൂബൻ വിപ്ലവത്തോടും തീവ്രമായ അനുഭാവം. പരന്ന വട്ടത്തൊപ്പി വെച്ച ചെ, ഒരു ഹോളിവുഡ് താരമായിരുന്നു. അവർ കാതോർക്കുന്നുണ്ടാകുമെന്നു കരുതി ഞങ്ങൾ നിർത്താതെ സംസാരിച്ചുകൊണ്ടിരുന്നു. അവർ ഞങ്ങൾ പറയുന്നത് ശ്രദ്ധിക്കുന്നുണ്ടെന്ന് ഞങ്ങൾ വിചാരിച്ചു. കൂട്ടത്തിൽ ആരെങ്കിലുമൊരാൾ പെട്ടെന്നു വർത്തമാനം നിർത്തും. തട്ടിന്മേലുള്ള വിളക്കിലേക്കോ മറ്റേതെങ്കിലും വെളിച്ചത്തിലേക്കോ വിരൽ ചൂണ്ടും. "സഖാവ് ലെഫ്റ്റനന്റ്, അതു കേട്ടോ?" ചെറിയ ഒരപായ സൂചന പോലെ തോന്നും. അങ്ങനെയൊരു കളി. അതുപോലെ രണ്ടുമട്ടിലുള്ള ജീവിതങ്ങൾ നയിക്കുന്നതിൽ നിന്നും ഞങ്ങൾക്കെന്തോ ഒരു സംതൃപ്തി ലഭിച്ചിരുന്നു. ഒരു പിടി ആളുകൾ പരസ്യമായി എതിർത്തിരുന്നു. എന്നാൽ അതിലും എത്രയോ പേർ ഞങ്ങളെപ്പോലെയായിരുന്നു. അടുക്കളയ്ക്ക് അകത്ത് പതുങ്ങിയിരുന്നു എതിർപ്പ് പ്രകടിപ്പിക്കുന്നവർ. വിരലുകൾ പിറകിൽ പിണച്ചുവെച്ച് ദൈനംദിന ജീവിതവുമായി മുന്നോട്ടുപോകുന്നവർ.

പണമില്ലാതിരിക്കുക, വ്യായാമം ചെയ്ത് ശരീരം ദൃഢമാക്കാതിരിക്കുക ഇക്കാലത്ത് അതൊക്കെ നാണക്കേടുണ്ടാക്കുന്ന കാര്യങ്ങളാണ്. മാറ്റങ്ങളുമായി ചേർന്നുപോകുന്നില്ല എന്നതിന്റെ അടയാളമാണത്.

---

* രണ്ടുപേരും വളരെ പ്രശസ്തരായ ഗായകരും ഗാനരചയിതാക്കളുമായിരുന്നു, 1960കളിൽ. വിശേഷിച്ചും സോവിയറ്റ് ബുദ്ധിജീവികൾക്കിടയിൽ ആ പാട്ടുകൾ വളരെ പ്രചാരം നേടി. സോവിയറ്റ് ഭരണകൂടത്തിനെതിരായുള്ള പിറുപിറുക്കലുകൾ കലർന്നതായിരുന്നു ആ പാട്ടുകൾ.

സുരക്ഷാഭടന്മാരുടേയും കാവൽക്കാരുടേയും ഒരു തലമുറയിൽ നിന്നാണ് ഞാൻ വരുന്നത്. ആ തരത്തിലുള്ള ഒരുദ്യോഗം. മാനസികമായ ഒരു കുടിയേറ്റമായിരുന്നു. തനിക്കു ചുറ്റും സംഭവിക്കുന്നതിലൊന്നും മനസ്സു വെക്കാതെ അവനവന്റെ ജീവിതം ജീവിക്കുക. ഒരു ജന്നലിൽ കൂടി പുറം ലോകത്തെ നോക്കിക്കാണുന്നതിനു സമം എന്റെ ഭാര്യയും ഞാനും തത്ത്വശാസ്ത്രത്തിലാണ് ബിരുദം നേടിയത്, സെന്റ് പീറ്റേഴ്സ് സർവ കലാശാലയിൽ നിന്ന്. ആ കാലത്ത് അത് ലെനിൻഗ്രാഡ് ആയിരുന്നു. അവൾക്ക് കാവൽക്കാരിയായി ജോലി കിട്ടി. ആവി യന്ത്രങ്ങൾക്ക് തീ കൊടുക്കുന്ന പണിയാണ് എനിക്ക് കിട്ടിയത്. ഇരുപത്തിനാലു മണിക്കൂർ നീണ്ടുനില്ക്കുന്ന ജോലി സമയം. അതു കഴിഞ്ഞാൽ രണ്ടു ദിവസം അവധി. ആ കാലത്ത് ഒരു എഞ്ചിനീയറുടെ ശമ്പളം മാസം 130 റൂബിൾ ആയിരുന്നു. ബോയ്‌ലർ മുറിയിൽ പണിയെടുക്കുന്നതിന് എനിക്കു കിട്ടിയിരുന്ന ശമ്പളം 90 റൂബിളായിരുന്നു. അതായത് മാസം 40 റൂബിൾ വേണ്ടെന്നു വെക്കാൻ തയ്യാറാണെങ്കിൽ പൂർണ്ണസ്വാതന്ത്ര്യം ആസ്വദിക്കാനാവുമെന്ന്. ഒരു ദിവസം പണി, രണ്ടു ദിവസം ഒഴിവ് എന്നായിരുന്നല്ലോ. ഞങ്ങൾ എണ്ണമറ്റ പുസ്തകങ്ങൾ വായിച്ചു. വേണ്ടുവോളം സംസാരിച്ചു. പുതിയ പുതിയ ആശയങ്ങൾ കണ്ടെത്തുകയാണെന്ന് വിചാരിച്ചു. വിപ്ലവം സ്വപ്നം കണ്ടു. അപ്പോഴും ഭയമുണ്ടായിരുന്നു, അതൊന്നും കാണാനായി ഞങ്ങൾ ജീവിച്ചിരിക്കില്ലെന്ന്. ഒരർത്ഥത്തിൽ ഞങ്ങൾ തികച്ചും സുരക്ഷിതരായിരുന്നു. പുറംലോകത്തിൽ എന്താണ് സംഭവിക്കുന്നത് എന്നതിനെക്കുറിച്ച് യാതൊരു രൂപവുമുണ്ടായിരുന്നില്ല. അകത്തളങ്ങളിൽ നട്ടുവളർത്തുന്ന ചെടികൾ പോലെ. എല്ലാം ഞങ്ങൾ സങ്കല്പിച്ചുണ്ടാക്കുകയായിരുന്നു. നാൾ ചെന്നപ്പോൾ അതങ്ങനെത്തന്നെയായിരുന്നു എന്ന് ബോദ്ധ്യപ്പെടുകയും ചെയ്തു. ഞങ്ങൾ മനസ്സിലാക്കിയിരുന്നു എന്നു വിചാരിച്ചതെല്ലാം ഞങ്ങളുടെ തന്നെ സങ്കല്പങ്ങളുടെ നുറുങ്ങുകളായിരുന്നു... പാശ്ചാത്യ രാജ്യങ്ങൾ, മുതലാളിത്തം, റഷ്യൻ ജനത... ഏതോ ഒരു മായാലോകത്തിലാണ് ഞങ്ങൾ ജീവിച്ചിരുന്നത്. ഞങ്ങളുടെ പുസ്തകത്തിലും അടുക്കളയിലും ഞങ്ങൾ കണ്ട റഷ്യ. വാസ്തവത്തിൽ അങ്ങനെ ഒന്നുണ്ടായിരുന്നില്ല. എല്ലം ഞങ്ങളുടെ ഭാവനയായിരുന്നു.

പെരിസ്ട്രോയ്ക്കയോടെ എല്ലാം തകർന്നു വീണു... മുതലാളിത്തം ഇറങ്ങിവന്നു... 90 റൂബിളുകൾ 10 ഡോളറായി. അതുകൊണ്ട് ജീവിച്ചുപോരുക സാദ്ധ്യമായിരുന്നില്ല. ഞങ്ങൾ തെരുവിലേക്കിറങ്ങിയപ്പോഴാണ് മനസ്സിലായത്, പുതിയ ആശയങ്ങളൊന്നും ഞങ്ങളുടെ പക്കലില്ലെന്ന്. അത്രയും കാലം ഞങ്ങൾ ചെയ്തതു വെറുതെ സംസാരിച്ചു കൂട്ടുക മാത്രമായിരുന്നു. തികച്ചും പുതിയ ആളുകളാണ് ഞങ്ങളുടെ മുമ്പിൽ പ്രത്യക്ഷപ്പെട്ടത്. ആ ചെറുപ്പക്കാരുടെ കാതിൽ സ്വർണ്ണവളയങ്ങളുണ്ടായിരുന്നു. അവർ നിറമുള്ള മേൽക്കുപ്പായങ്ങൾ ധരിച്ചിരുന്നു. പുതിയ വ്യവസ്ഥകൾ നിലവിൽവന്നിരുന്നു. പണമുണ്ടെങ്കിൽ നിങ്ങൾ ഒരാളാണ് അല്ല എങ്കിൽ ആരുമല്ല. നിങ്ങൾ ഹെഗെലിന്റെ പുസ്തകം

വായിച്ചോ എന്നത് ആർക്കും ഒരു വിഷയമായിരുന്നില്ല. മാനവികത എന്നത് ഏതോ രോഗത്തിന്റെ പേരുപോലെയായിരുന്നു. "നിങ്ങളെ കൊണ്ട് എന്താകും, മാൻസൽസ്റ്റാമിന്റെ* പുസ്തകങ്ങൾ ഏറ്റുക്കൊണ്ടു നടക്കാനല്ലാതെ? അതുവരെ അപരിചിതമായിരുന്ന പല പുതിയ ചക്രവാളങ്ങളും ഞങ്ങളുടെ മുമ്പിൽ തെളിഞ്ഞു വന്നു. വാരാന്ത്യങ്ങളിൽ ഞങ്ങളുടെ വീടിനടുത്തുള്ള പാർക്കിൽ ഹരേകൃഷ്ണ പ്രസ്ഥാനക്കാർ സൗജന്യമായി ഭക്ഷണം വിതരണം ചെയ്തിരുന്നു. സൂപ്പും രണ്ടാമതായി ലഘുവായി എന്തെങ്കിലും. അതിനുവേണ്ടി മാന്യന്മാരായ വൃദ്ധജനങ്ങളുടെ ഒരു നീണ്ടനിര കാത്തു നില്ക്കുമായിരുന്നു. അതിനെപ്പറ്റി ആലോചിക്കുമ്പോൾ തന്നെ എന്തോ ഉരുണ്ടുകൂടി നില്ക്കുന്നതുപോലെ തോന്നുന്നു. അവരിൽ ചിലർ മുഖം മറച്ചാണ് നിന്നിരുന്നത്. അപ്പോഴേക്കും ഞങ്ങൾക്ക് രണ്ടു കുട്ടികൾ പിറന്നിരുന്നു. ഏതാണ്ട് പട്ടിണി തന്നെയായിരുന്നു. എന്റെ ഭാര്യയും ഞാനും വഴിക്കച്ചവടക്കാരായി. ഫാക്ടറിയിൽ നിന്നും അഞ്ചാറു പെട്ടി ഐസ്ക്രീം വാങ്ങി. അങ്ങാടിയിൽ ഏറ്റവും തിരക്കുള്ള ഭാഗത്തേക്ക് സൈക്കിൾ ചവിട്ടും. ശീതീകരിച്ചു വെക്കാനുള്ള സംവിധാനമുണ്ടായിരുന്നില്ല. ഏതാനും മണിക്കൂറിനുള്ളിൽ തന്നെ ഐസ്ക്രീം മുഴുവൻ അലിയും. അത് ഞങ്ങൾ വിശക്കുന്ന കുട്ടികൾക്ക് നല്കും. അതു കിട്ടുമ്പോൾ അവരുടെ മുഖത്തു തെളിയുന്ന സന്തോഷം! വില്പന നടത്തിയിരുന്നത് എന്റെ ഭാര്യയായിരുന്നു. വാങ്ങിക്കൊണ്ടു വരലായിരുന്നു എന്റെ ജോലി. എന്തു ജോലി ചെയ്യാനും ഞാൻ തയ്യാറായിരുന്നു. എന്നാൽ യഥാർത്ഥത്തിലുള്ള വില്പന, എന്തുകൊണ്ടോ അതെന്നെക്കൊണ്ടാവാത്ത പണിയായിരുന്നു. വളരെക്കാലമായി ആ ജോലി എനിക്ക് മനസ്സോടെ ചെയ്യാനാവാറില്ല.

മുമ്പ്, ഇടയ്ക്കൊക്കെ ഞങ്ങളുടെ അടുക്കളദിവസങ്ങൾ ഞാൻ അയവിറക്കാറുണ്ടായിരുന്നു. അന്ന് വളരെയധികം സ്നേഹമുണ്ടായിരുന്നു. അന്നത്തെ സ്ത്രീകൾ! സമ്പന്നരെ അവർക്ക് വെറുപ്പായിരുന്നു. അവരെ വിലയ്ക്കു വാങ്ങാൻ കിട്ടുമായിരുന്നില്ല. ഇന്ന് സ്നേഹിക്കാൻ ആർക്കും സമയമില്ല. എല്ലാവരും പണം സമ്പാദിക്കുന്ന തിരക്കിലാണ്. പണം എന്ന വസ്തു, ഒരു ആറ്റംബോംബുപോലെ നമ്മുടെ നടുവിൽ വന്നുവീണിരിക്കുകയാണ്.

ഗോർബിയൻ കാലം:
പ്രണയവും പ്രണയനിരാസവും

ഗോർബച്ചേവ് കാലഘട്ടം... തെളിച്ചമുള്ള മുഖങ്ങളോടു കൂടിയ വലിയ ജനക്കൂട്ടങ്ങൾ. സ്വാതന്ത്ര്യം! ആ വായുവാണ് ഞങ്ങൾ ഉള്ളിലേക്കെടുത്തത്. ആർത്തിയോടെ ഓരോ ദിവസവും ഞങ്ങൾ വാർത്താ

* ഓസിപ് മാൻഡൽസ്റ്റാം പ്രസിദ്ധനായ ഒരു സോവിയറ്റ് കവിയും ഉപന്യാസകർത്താവുമായിരുന്നു. 1891–1938.

പത്രങ്ങൾ വായിച്ചു. മഹത്തായ പ്രതീക്ഷകൾ നിറഞ്ഞു നിന്നിരുന്ന ഒരു കാലമായിരുന്നു അത്. ഏതു നിമിഷവും ഞങ്ങൾ സ്വർഗ്ഗത്തിന്റെ പടിവാതിലുകൾ കടന്ന് അകത്തു പ്രവേശിക്കുമെന്ന പ്രതീക്ഷ. ജനാധിപത്യം ഒരു വിചിത്ര ജന്തുവായി ഞങ്ങളുടെ കൺമുമ്പിൽ. ഭ്രാന്തമായ ആവേശത്തോടെ ഏതു പ്രകടനങ്ങളിലേക്കും ഞങ്ങൾ ഓടിക്കയറുമായിരുന്നു. ഞങ്ങൾ സ്റ്റാലിനെക്കുറിച്ചും ഗുലാഗിനെക്കുറിച്ചുമുള്ള സത്യങ്ങൾ മനസ്സിലാക്കും. അനാറ്റോളി ബൊക്കോവിന്റെ നിരോധിക്കപ്പെട്ട പുസ്തകങ്ങളായ അറാബാണിലെ കുട്ടികളും മറ്റു പുസ്തകങ്ങളും വായിക്കും. ഒടുവിൽ ഞങ്ങളെല്ലാവരും ജനാധിപത്യവാദികളാകും. ആ കാര്യത്തിൽ എത്രമാത്രം ഞങ്ങൾക്കു തെറ്റുപറ്റി! എല്ലാ ഉച്ചഭാഷിണികളിൽ നിന്നും ഒരേ സന്ദേശം തന്നെയാണ് വീണ്ടും വീണ്ടും മുഴങ്ങിക്കേട്ടത്. "വേഗമാവട്ടെ... വേഗമാവട്ടെ... വായിക്കൂ... ശ്രദ്ധിച്ചു കേൾക്കൂ..." എല്ലാവരും അതിനു തയ്യാറായിരുന്നില്ല. അധികം പേരും സോവിയറ്റ് വിരോധികളായിരുന്നില്ല. സുഖമായി ജീവിക്കണം എന്ന ആഗ്രഹം മാത്രമേ അവർക്കുണ്ടായിരുന്നുള്ളൂ. ഏറ്റവും അധികം ആശിച്ചത് ജീൻസിനും വി.സി. ആറിനും വേണ്ടിയായിരുന്നു അതിലുമധികം കാറുകൾക്കായും.

നല്ല വസ്ത്രങ്ങളും നല്ല ഭക്ഷണവും ഓരോരുത്തരുടേയും മോഹമായിരുന്നു. ഒരു ദിവസം "ദിഗുലാഗ് ആർച്ചിപ്പിലാഗോ"വിന്റെ ഒരു കോപ്പിയുമായി ഞാൻ വീട്ടിൽ വന്നപ്പോൾ അമ്മ ഭയന്ന് വിളർത്തുപോയി. "ആ പുസ്തകം ഇപ്പോൾത്തന്നെ ഇവിടെ നിന്നു കൊണ്ടുപോകണം. അല്ലെങ്കിൽ നിന്നെ ഞാൻ വീട്ടിൽനിന്നു പുറത്താക്കും." യുദ്ധത്തിനു മുമ്പ് എന്റെ അപ്പൂപ്പനെ അവർ വെടിവെച്ചു കൊന്നിരുന്നു. അമ്മൂമ്മയുടെ രണ്ടാം ഭർത്താവായിരുന്നു വാസ്ക. ആ സംഭവത്തെക്കുറിച്ച് അമ്മൂമ്മ പറഞ്ഞത് "അതിലെനിക്കു ഖേദമില്ല. വാസ്കയെ തടവിലെടുത്തത് തെറ്റായിരുന്നില്ല... വേണ്ടതിലധികം വർത്തമാനം പറയുന്ന ആളായിരുന്നു."

"അമ്മൂമ്മേ, ആ കാര്യം എന്തേ നിങ്ങളെന്നോട് മുമ്പു പറഞ്ഞില്ല?"

"ഞാൻ വിചാരിച്ചു എന്റെ ജീവിതം എന്നോടുകൂടി അവസാനിക്കട്ടെ എന്ന്. അതിന്റെ അനന്തരഫലങ്ങളൊന്നും നിങ്ങളെ ബുദ്ധിമുട്ടിക്കാതിരിക്കണമെന്ന് ഞാനാഗ്രഹിച്ചു." അങ്ങനെയാണ് ഞങ്ങളുടെ അച്ഛനമ്മമാർ ജീവിച്ചിരുന്നത്. അതിനു മുമ്പ് അവരുടെ അച്ഛനമ്മമാരും. അതിനു ശേഷം അതെല്ലാം ഇടിച്ചു നിരപ്പാക്കപ്പെട്ടു. "പെരിസ്ട്രോയ്ക്ക" അത് ബഹുജനങ്ങളുടെ സൃഷ്ടിയായിരുന്നില്ല. ഒരേയൊരാളാണ് അത് സൃഷ്ടിച്ചത്: ഗോർബച്ചേവ്. അദ്ദേഹവും ഒരുപിടി ബുദ്ധിജീവികളും.

ഗോർബച്ചേവ് ഒരു അമേരിക്കൻ ചാരനാണ്. അദ്ദേഹം കമ്മ്യൂണിസത്തെ ഒറ്റിക്കൊടുത്തു. "എല്ലാ കമ്മ്യൂണിസ്റ്റുകളും ചവറ്റുകുട്ടയിലേക്ക്, എല്ലാ യുവജനസഖ്യങ്ങളിലെ അംഗങ്ങളും മുക്കിലേക്ക്." എന്റെ മാതൃഭൂമിയെ കവർന്നെടുത്തവനാണ് ഗോർബച്ചേവ്. അദ്ദേഹത്തെ ഞാൻ അങ്ങേയറ്റം വെറുക്കുന്നു. എന്റെ റഷ്യൻ പാസ്പോർട്ട് ഒരു നിധി പോലെ സൂക്ഷിക്കുന്നു. ജീവിതത്തിലെ ഏറ്റവും വിലപ്പെട്ട വസ്തുവാണത്. ശരിയാണ്, പഴകി നിറം മാറിത്തുടങ്ങിയ കോഴിക്കും അഴുകിയ

ഉരുളക്കിഴങ്ങിനും വേണ്ടി വരിയിൽ ഞങ്ങൾ ദീർഘനേരം കാത്തു നിന്നിട്ടുണ്ട്. എന്നാൽ അത് ഞങ്ങളുടെ രാജ്യമായിരുന്നു. ആ നാടിനെ ഞാൻ സ്നേഹിച്ചിരുന്നു. ഞങ്ങൾ ജീവിച്ചത് മിസൈലുകൾ കൈവശ മുള്ള ഒരു മൂന്നാം ലോക രാജ്യത്തിലാണ്. എന്നാൽ എന്നെ സംബന്ധി ച്ചിടത്തോളം അത് മഹത്തായ രാജ്യമായിരുന്നു.

പാശ്ചാത്യരാജ്യങ്ങൾ റഷ്യയെ എക്കാലത്തും ഒരു ശത്രുവായിട്ടാണ് കണ്ടിട്ടുള്ളത്. അവരുടെ മുന്നിൽ ഉയർന്നു നില്ക്കുന്ന ഒരു വമ്പൻ ഭീഷണി. അവരുടെ കാലിൽ തറച്ച മുള്ള്. ശക്തിയുള്ള ഒരു റഷ്യ... ആർക്കും വേണ്ട. കമ്മ്യൂണിസത്തോടു കൂടിയാണെങ്കിലും അല്ലെങ്കിലും റഷ്യ ശക്തി പ്രാപിക്കരുത്. ലോകം റഷ്യയെ കാണുന്നത് പ്രകൃതിവാതക ങ്ങളും എണ്ണയും തടിയും അടിസ്ഥാനലോഹങ്ങളും നിറയെയുള്ള ഒരു കലവറയായിട്ടാണ്. അതൊക്കെയും അവർക്ക് കൊള്ളയടിച്ചു കൈക്കലാ ക്കണം. അടിവസ്ത്രങ്ങൾ വാങ്ങാൻ വേണ്ടി ഞങ്ങൾ ഞങ്ങളുടെ എണ്ണ വില്ക്കുന്നു. എന്നാൽ ഒരു കാലത്ത് പഴന്തുണിക്കഷണങ്ങളും ചപ്പുചവറു കളുമില്ലാത്ത സംസ്കാരസമ്പന്നമായൊരു രാജ്യമായിരുന്നു റഷ്യ. സോവിയറ്റ് സംസ്കാരം! ആർക്കോ ഒരു ബുദ്ധി തോന്നി, അത് അവ സാനിപ്പിക്കണമെന്ന്... സി.ഐ.എ ഞങ്ങൾ അമേരിക്കക്കാരുടെ നിയ ന്ത്രണത്തിലായിക്കഴിഞ്ഞു. അവർ കനത്ത ഒരു തുക ഗോർബച്ചേവിന് കൊടുത്തിട്ടുണ്ടാകണം. ഇന്നല്ലെങ്കിൽ നാളെ അദ്ദേഹത്തിന് നീതിപീഠ ത്തിനു മുമ്പിൽ നില്ക്കേണ്ടിവരും. സംശയമില്ല. ഒന്നേ ഞാനാഗ്രഹിക്കു ന്നുള്ളൂ. നെറികെട്ട ആ യൂദാസ് ഒരു രാഷ്ട്രത്തിന്റെ മുഴുവൻ ശാപമേറ്റ് ചാമ്പലാവാനായി ജീവിച്ചിരിക്കുമെന്ന്. ബുട്ടോവ* വെടിവെപ്പ് പാളയത്തിൽ നിന്ന് ഗോർബച്ചേവിന്റെ ശവശരീരം ഞാൻ സന്തോഷത്തോടെ ഏറ്റു വാങ്ങും അല്ലെങ്കിൽ ഞാൻതന്നെ അദ്ദേഹത്തെ തലയ്ക്കു പിറകിലായി വെടിവെച്ചു കഥ കഴിക്കും.

അതുപറഞ്ഞ് അദ്ദേഹം മേശപ്പുറത്ത് ശക്തിയായി ഇടിച്ചു. ഇപ്പോൾ സന്തോഷമുണ്ട് ഇല്ലേ? കഴിക്കാൻ സലാമിയും വാഴപ്പഴവുമുണ്ട്. ഞങ്ങൾ വെളിയിൽ കിടന്നുരുളുന്നു. വിദേശത്തു നിന്നും വരുന്ന ഭക്ഷണം കഴിക്കുന്നു. ഞങ്ങൾ ഇന്ന് ജീവിക്കുന്നത് സ്വന്തം മാതൃരാജ്യത്തിലല്ല. വലിയൊരു സൂപ്പർമാർക്കറ്റിനകത്താണ്. ഇതാണോ സ്വാതന്ത്ര്യം? എങ്കിൽ എനിക്കിതു വേണ്ട. തുലഞ്ഞു പോകട്ടെ, ഈ സ്വാതന്ത്ര്യം. ഇതിപ്പോൾ അടിമകളുടെ രാജ്യമാണ്. എല്ലാവരും മുട്ടുകുത്തി നില്ക്കുന്നു. കമ്മ്യൂണിസത്തിന്റെ കാലത്ത്, ലെനിന്റെ ഭാഷയിൽ പറഞ്ഞാൽ നാടു ഭരിച്ചിരുന്നത് പാചകക്കാരാണ്. തൊഴിലാളികളും പാൽക്കാരികളുമാണ്. നേതൃനിരയിൽ നെയ്ത്തുകാരാണുണ്ടായിരുന്നത്. ഇന്നത്തെ ഞങ്ങളുടെ പാർലമെന്റ് കുറ്റവാളികളെക്കൊണ്ട് കോലംകെട്ടതാണ്. ഡോളർ കോടീശ്വരന്മാരാണ് അവരെല്ലാം. പെരിസ്ട്രോയ്ക്ക പോലും. അതും പറഞ്ഞ് അവർ ഞങ്ങളെ വഞ്ചിക്കുകയാണ് ചെയ്തത്.

---

* 1936നും 53നുമിടയ്ക്ക് ഇവിടെവെച്ച് ആയിരക്കണക്കിന് രാഷ്ട്രീയത്തടവു കാരെ സ്റ്റാലിന്റെ ഉത്തരവു പ്രകാരം വെടിവെച്ചു കൊന്നു. മോസ്കോ വിന് തൊട്ടു പുറത്തായാണ് ഈ പ്രദേശം.

ഞാൻ ജനിച്ചത് യു.എസ്.എസ്. ആറിലാണ്. എനിക്കേറ്റവും ഇഷ്ടപ്പെട്ട സ്ഥലം. എന്റെ അച്ഛൻ ഒരു കമ്മ്യൂണിസ്റ്റ് ആയിരുന്നു. അദ്ദേഹമാണ് "പ്രവ്ദ" വായിക്കുവാൻ എന്നെ പഠിപ്പിച്ചത്. ഒഴിവുകാലമായാൽ ഞങ്ങൾ പാരഡൈസിലേക്കു പോകും. ഞങ്ങളുടെ കണ്ണുകൾ നിറഞ്ഞിരിക്കും. ഞാൻ ഒരു യുവപയനീർ ആയിരുന്നു. കഴുത്തിനു ചുറ്റും എപ്പോഴും ചുവന്ന തൂവാല കെട്ടുമായിരുന്നു. പിന്നീട് ഗോർബച്ചേവ് വന്നു. യുവജന സഖ്യത്തിൽച്ചേരാൻ എനിക്കവസരം കിട്ടിയില്ല. അതിനെക്കുറിച്ചോർക്കുമ്പോൾ ഇപ്പോഴും സങ്കടം തോന്നാറുണ്ട്. ഞാൻ ഒരു സോവാക് ആണ്. എന്റെ അച്ഛനമ്മമാരും അപ്പൂപ്പനും അമ്മൂമ്മയുമൊക്കെ സോവാക്കുകളായിരുന്നു. 1941 ൽ മോസ്കോയെ രക്ഷിക്കാനുള്ള പോരാട്ടത്തിലാണ് എന്റെ സോവാക് അപ്പൂപ്പൻ കൊല്ലപ്പെട്ടത്. എന്റെ സോവാക് അമ്മൂമ്മ ഒളിപ്പോരാളികളുടെ സംഘത്തിൽചേർന്ന് യുദ്ധം ചെയ്തു. അവരുടെയൊക്കെ അദ്ധ്വാനത്തിന്റെ ഫലം നക്കിത്തിന്നുകയാണ് ഇന്നത്തെ സ്വതന്ത്ര തലമുറ.

ഞങ്ങളുടെ ചരിത്രം. ഒരു ഇരുളടഞ്ഞ കാലഘട്ടമായി ഞങ്ങൾ മനസ്സിലാക്കണം എന്ന് അവർ ശഠിക്കുന്നു. അവരോടെല്ലാം എനിക്ക് വെറുപ്പാണ് തോന്നുന്നത്. ഗോർബച്ചേവ്, ഷെവാറിഡ്നാഷേ, യാക്കോവ്ലീവ്[1]. ആ പേരുകളൊന്നും പറഞ്ഞ് മുതലെടുക്കാൻ നോക്കരുത്. അത്രയ്ക്കും ഞാൻ അവരെ വെറുക്കുന്നു. അമേരിക്കയിൽ താമസിക്കാൻ ഞാനാഗ്രഹിക്കുന്നില്ല. എനിക്ക് യു.എസ്.എസ്.ആറിൽ തന്നെ കഴിഞ്ഞാൽ മതി.

വിസ്മയകരമായൊരു കാലഘട്ടമായിരുന്നു അത്. കളങ്കമില്ലാത്ത നാളുകൾ. ഗോർബച്ചേവിനെ ഞങ്ങൾ അത്രയ്ക്കും വിശ്വസിച്ചിരുന്നു. ഇനിയൊരാളേയും അത്രത്തോളം വിശ്വസിക്കാൻ ഞങ്ങൾക്കാവില്ല. നിരവധി റഷ്യക്കാർ വിദേശത്തു നിന്ന് റഷ്യയിലേക്ക് മടങ്ങിവന്നുകൊണ്ടിരുന്നു. ഓരോരോ കാരണങ്ങളാൽ ഒരു കാലത്ത് കുടിയേറിപ്പോയവർ. എല്ലായിടത്തും സന്തോഷത്തിന്റെ അന്തരീക്ഷം. പഴയ പട്ടാളക്ക്യാമ്പുകൾ പൊളിച്ചു നീക്കി പുതിയതെന്തെങ്കിലും ആ സ്ഥാനത്ത് പണിതുയർത്തണമെന്ന് ഞങ്ങൾ ആഗ്രഹിച്ചു. മോസ്കോ സ്റ്റേറ്റ് യൂണിവേർസിറ്റിയിൽ നിന്നും ഭാഷാശാസ്ത്രത്തിൽ ഞാൻ ബിരുദം നേടിയിരുന്നു. അതിനു ശേഷം ബിരുദാനന്തര ബിരുദത്തിനു ചേർന്നു. വിദ്യാഭ്യാസ മേഖലയിൽ ഉദ്യോഗം നേടണമെന്നായിരുന്നു എന്റെ മോഹം. ആ കാലത്ത് ആവെറിൻസീവ്[2] ആയിരുന്നു എന്റെ ആരാധനാപാത്രം.

1. 1985 മുതൽ 1991 വരെ ഷെവാർഡ് നാഷേ വിദേശകാര്യമന്ത്രിയായിരുന്നു. ഗോർബച്ചേവിന്റെ നയതന്ത്രപരമായ പല തീരുമാനങ്ങൾക്കും അദ്ദേഹമായിരുന്നു ഉത്തരവാദി. അലക്സാണ്ടർ യാക്കോലീവ് പ്രശസ്തനായ രാഷ്ട്രീയപ്രവർത്തകനും ചരിത്രകാരനുമായിരുന്നു. ഗ്ലാഡ്നോസ്റ്റിന്റേയും പെരിസ്ട്രോയ്ക്കയുടേയും തലതൊട്ടപ്പനായാണ് അദ്ദേഹത്തെ റഷ്യ കാണുന്നത്.

2. തത്ത്വശാസ്ത്രജ്ഞനും സാംസ്കാരിക ചരിത്രകാരനും. 1937–2004. കവിയും വിവർത്തകനുമായിരുന്നു. റഷ്യൻ ആത്മീയ പാരമ്പര്യത്തെക്കുറിച്ച് പ്രഭാഷണങ്ങൾ നടത്തിയിരുന്നു.

അദ്ദേഹത്തിന്റെ പ്രഭാഷണങ്ങൾ കേൾക്കാൻ മോസ്കോയിലെ പ്രബുദ്ധ സമൂഹം മുഴുവൻ ഒന്നിച്ചു കൂടുമായിരുന്നു. ഞങ്ങൾ ഒരുമിച്ചു കൂടി-പരസ്പരം മിഥ്യാസങ്കല്പങ്ങളെ ഊതിവീർപ്പിച്ചു. താമസിയാതെ ഞങ്ങൾ തികച്ചും വ്യത്യസ്തമായ ഒരു നാട്ടിലായിരിക്കും. അതിനു വേണ്ടിയാണ് ഇപ്പോൾ പടപൊരുതുന്നത്. എന്റെ സഹപാഠികളിലൊരാൾ ഇസ്രയേലിലേക്ക് താമസം മാറ്റുന്നു എന്നു കേട്ടപ്പോൾ ശരിക്കും അമ്പരന്നു. "ഇതുപോലൊരു സമയത്ത് റഷ്യ വിട്ടു പോകുകയോ? നല്ല മാറ്റങ്ങൾ വന്നു തുടങ്ങിയ സമയം...!"

കൂടുതൽ ഉച്ചത്തിൽ വേഗത്തിൽ അവർ "സ്വാതന്ത്ര്യം... സ്വാതന്ത്ര്യം..." എന്ന് എഴുതുകയും വിളിച്ചു പറയുകയും ചെയ്തു. അതേ വേഗത്തിൽ കടകളിൽ നിന്നും ചീസും സലാമിയും മാത്രമല്ല, ഉപ്പും പഞ്ചസാരയും കൂടി അപ്രത്യക്ഷമായി. കടകളിലെ തട്ടുകൾ മിക്കവാറും ശൂന്യമായിക്കിടന്നു. ആകപ്പാടെ ഭയം തോന്നുന്ന ഒരു സാഹചര്യം. റേഷൻകാർഡുകളുണ്ടെങ്കിൽ മാത്രമേ എന്തെങ്കിലും വാങ്ങാനാവൂ എന്ന സ്ഥിതി, യുദ്ധകാലത്തെന്നപോലെ. അമ്മൂമ്മയാണ് ആ ദിവസങ്ങളിൽ ഞങ്ങളെ രക്ഷിച്ചത്. അവർ നഗരത്തിലെ റേഷൻകടകളിലൊക്കെ കയറിയിറങ്ങി. ഞങ്ങളുടെ കാർഡു പ്രകാരം കിട്ടാവുന്നതെല്ലാം വാങ്ങിച്ചു. ബാൽക്കണിയിൽ നിറയെ സോപ്പുപൊടിയുടെ പെട്ടികൾ. കിടപ്പുമുറി നിറയെ ഗോതമ്പും പഞ്ചസാരയും കെട്ടിവെച്ച ചാക്കുകൾ. അവസാനം അവർ സോക്സ് വാങ്ങാനുള്ള രശീതികൾ തന്നു. എന്റെ അച്ഛൻ അക്ഷരാർത്ഥത്തിൽ പൊട്ടിക്കരഞ്ഞു. "ഇത് യു.എസ്.എസ്.ആറിന്റെ അവസാനമാണ്" അതിനുള്ള സമയമടുത്തു എന്ന് അദ്ദേഹം മനസ്സിലാക്കി കഴിഞ്ഞിരുന്നു. ഒരു വെടിമരുന്നുശാലയിൽ, നിർമ്മാണവിഭാഗത്തിലാണ് അദ്ദേഹം ജോലി ചെയ്തിരുന്നത്. മിസൈൽ നിർമ്മാണത്തിലും അദ്ദേഹം ജോലി ചെയ്തിരുന്നു. സ്വന്തം തൊഴിലിനെ പ്രതി ഭ്രാന്തമായ ആവേശമുള്ള ഒരാൾ. രണ്ടു ബിരുദങ്ങളും അദ്ദേഹം കരസ്ഥമാക്കിയിരുന്നു. പെട്ടെന്ന് അവരുടെ ഫാക്ടറി മിസൈൽ നിർമ്മാണം നിർത്തലാക്കി. പകരം വാഷിങ് മെഷീനുകളും വാക്വം ക്ലീനറുകളും നിർമ്മിക്കാൻ തുടങ്ങി. അച്ഛനെ അവർ പിരിച്ചുവിട്ടു. അച്ഛനും അമ്മയും പെരിസ്ട്രോയ്ക്കയിൽ ആവേശപൂർവ്വം പങ്കുചേർന്നിരുന്നു. പോസ്റ്ററുകൾ തയ്യാറാക്കി. ലഘുലേഖകൾ വിതരണം ചെയ്തു. എന്നിട്ട് അവർക്ക് കിട്ടിയതോ? ഉള്ള ജോലിയും നഷ്ടമായി. തങ്ങൾ വിഭാവനം ചെയ്ത സ്വാതന്ത്ര്യം ഇതോ? അവർക്കു വിശ്വസിക്കാൻ സാധിച്ചില്ല. അതുമായി പൊരുത്തപ്പെട്ടു പോകാനും കഴിഞ്ഞില്ല. അപ്പോഴേക്കും തെരുവുകളിൽ പുതിയ മുദ്രാവാക്യം മുഴങ്ങി തുടങ്ങിയിരുന്നു... "ഗോർബച്ചേവിന് ഒരു സൂചിയുടെ വില പോലുമില്ല... യെത്സിൻ നീണാൾ വാഴട്ടെ..." ജനങ്ങൾ ബ്രെഷ്നേവിന്റേയും ഗോർബച്ചേവിന്റേയും ഛായാചിത്രങ്ങൾ ഒന്നിച്ചെടുത്ത് തെരുവിലേക്കിറങ്ങി. ബ്രെഷ്നേവിന്റെ ചിത്രത്തിൽ മെഡലുകൾ കോർത്ത മാല. ഗോർബച്ചേവിന്റെ ചിത്രത്തിൽ റേഷൻകാർഡുകളുടെ മാലയും. അത് യെത്സിൻ ഭരണകാലത്തിന്റെ

തുടക്കമായിരുന്നു. ഗൈഡറുടെ ഭരണപരിഷ്കാരങ്ങൾ* അവരുടെ വാങ്ങൽ – വിൽക്കൽ നയങ്ങൾ. ഒന്നും എനിക്കു സഹിക്കാനാവുന്നില്ല. ജീവിച്ചു പോരാൻ വേണ്ടി ഞാൻ പോളണ്ടിലേക്ക് പതിവായി യാത്ര ചെയ്യാൻ തുടങ്ങി. സഞ്ചി നിറയെ ബൾബുകളും കുട്ടികളുടെ കളിപ്പാട്ടങ്ങളും വണ്ടിയിൽ ടീച്ചർമാരുടേയും എൻജിനീയർമാരുടെയും ഡോക്ടർമാരുടേയും തിരക്ക്, അവരുടെ കൈയിലുമുണ്ടാകും ചാക്കുകളും സഞ്ചികളും. രാത്രി മുഴുവൻ ഞങ്ങൾ ഡോക്ടർ ഷിവാഗോവിനെ പറ്റിയും ഷാത്രോവിന്റെ നാടകങ്ങളെപറ്റിയും സംസാരിച്ചു കൊണ്ട് ഇരുന്ന് കഴിച്ചുകൂട്ടും. വെറുതെ ഒരു തോന്നൽ... ഞങ്ങൾ പഴയ മോസ്കോ അടുക്കളയിലാണെന്ന്.

മോസ്കോ യൂണിവേഴ്സിറ്റിയിലെ എന്റെ പഴയ സഹപാഠികളെക്കുറിച്ചോർക്കുമ്പോൾ... ഒരുമിച്ച് ഭാഷാശാസ്ത്രം പഠിച്ചവരാരും തന്നെ ആ നിലയ്ക്കുള്ള ഉദ്യോഗം നേടിയില്ല. മറ്റുപല തസ്തികകളിലുമാണ് അവർ ചെന്നെത്തിയത്. പലരും പരസ്യഏജൻസികളിൽ ഉയർന്ന ഉദ്യോഗം നേടി. ചിലർക്ക് നിയമനം ലഭിച്ചത് ബാങ്കുകളിൽ “ടെല്ലർ” മാരായിട്ടാണ്. വേറെ ചിലർ സാധാരണ കച്ചവടക്കാരായി. എനിക്ക് കിട്ടിയത് ഒരു റിയൽ എസ്റ്റേറ്റ് ഏജൻസിയിലായിരുന്നു. വസ്തുക്കൾ വാങ്ങുകയും വില്ക്കുകയും ചെയ്യുന്ന സ്ഥാപനം. അതിന്റെ ചുമതല നാട്ടിൻ പുറത്തു താമസിക്കുന്ന ഒരു സ്ത്രീക്കായിരുന്നു. പഴയകാല കമ്മ്യൂണിസ്റ്റ് യുവജനസഖ്യത്തിലെ പ്രവർത്തക. ഇന്നത്തെ വ്യവസായ പ്രമുഖർ ആരാണ്? സൈപ്രസ്സിലും മിയാമിയിലും മണിമന്ദിരങ്ങൾ സ്വന്തമായിട്ടുള്ളവർ ആരൊക്കെയാണ്? എല്ലാവരും പഴയ പാർട്ടി പ്രവർത്തകരാണ്. സോവിയറ്റ് ഗവൺമെന്റിലെ ഉന്നതോദ്യോഗസ്ഥന്മാർ. പാർട്ടി പണം എവിടെപ്പോയി എന്നു അന്വേഷിക്കുന്നവർ നോക്കേണ്ടത് അവരുടെ ഇടയിലാണ്. എന്നാൽ യഥാർത്ഥ നേതാക്കന്മാർ അറുപതുകളിൽ വിമതന്മാരായി. യുദ്ധകാലത്ത് രക്തത്തിന്റെ രുചി അറിഞ്ഞവരാണവർ. അവർ ശുദ്ധന്മാരായിരുന്നു, കൊച്ചുകുട്ടികളുടേതു പോലെ കറപുരളാത്ത മനസ്സ്. തെരുവുകളിലിറങ്ങി, കവലകളിൽ ഒന്നുചേർന്ന് രാവും പകലും നീതിക്കു വേണ്ടി ഞങ്ങൾ സമരം ചെയ്യണമായിരുന്നു. സി.പി.എസ്.യു. പ്രവർത്തകരെ ഒരു “ന്യൂറം ബെർഗ്” വിചാരണയ്ക്ക് വിധേയരാക്കണമായിരുന്നു. ഒന്നുമുണ്ടായില്ല. ഞങ്ങൾ നേരത്തെ പണി നിർത്തി വീടുകളിലേക്കു മടങ്ങി. പകരം സ്ഥാനമേറ്റത് കരിഞ്ചന്തക്കാരും കള്ളപ്പണക്കാരുമായിരുന്നു. മാർക്സിന്റെ പ്രവചനങ്ങൾക്കു വിപരീതമായി സോഷ്യലിസത്തിനെ തുടർന്ന് ഞങ്ങൾ കെട്ടിപ്പൊക്കിയത് മുതലാളിത്തമായിരുന്നു. (നിശ്ശബ്ദത) എന്നാലും എനിക്ക് നന്ദിയുണ്ട്. ആ കാലഘട്ടവും കടന്നു

* പ്രസിദ്ധനായ സാമ്പത്തിക ശാസ്ത്രജ്ഞൻ, സ്വകാര്യവത്കരണത്തെ പ്രോത്സാഹിപ്പിച്ചു. പല സോവിയറ്റ് സംരംഭങ്ങളും ഒരു കൂട്ടം റഷ്യക്കാരുടെ കൈപ്പിടിയിലായി. വലിയൊരു ജനവിഭാഗം, പുതിയ സാമ്പത്തിക പരിഷ്കാരങ്ങൾ മൂലം ദാരിദ്ര്യത്തിലാണ്ടു. കുറ്റകൃത്യങ്ങൾ വർദ്ധിച്ചു, ജീവിതനിലവാരം ഇടിഞ്ഞു.

പോന്നല്ലോ! കമ്മ്യൂണിസം നിലംപതിച്ചു. അത്രതന്നെ. അത് എന്നെന്നേക്കുമായി ഇല്ലാതായി. ഇന്നു ഞങ്ങൾ വേറൊരു ലോകത്തിലാണ് ജീവിക്കുന്നത്. വേറെ കണ്ണുകൾകൊണ്ട് നോക്കിക്കാണുന്നു. ആ പഴയ കാലത്ത് എത്ര സ്വതന്ത്രമായാണ് ഞങ്ങൾ വിശ്വസിച്ചിരുന്നത്! അതൊന്നും ഒരുകാലത്തും മറക്കാനാവില്ല.

ജാലകങ്ങൾക്കു താഴെ യുദ്ധടാങ്കുകളെ പ്രണയിച്ച കാലം

ഞാൻ പ്രണയത്തിലായിരുന്നു. മറ്റൊന്നിനെക്കുറിച്ചും എനിക്കു ചിന്തിക്കാൻ സാധിച്ചിരുന്നില്ല. എന്റെ ലോകം മുഴുവൻ അതിലൊതുങ്ങി. ആയിടയ്ക്കൊരു ദിവസം അമ്മ എന്നെ അതിരാവിലെ വിളിച്ചുണർത്തി. "നോക്ക് തെരുവിൽ ടാങ്കുകൾ കാണുന്നുണ്ട്... എവിടെയോ ഒരു വിപ്ലവം പൊട്ടിപ്പുറപ്പെട്ടിരിക്കുന്നു." പകുതി മയക്കത്തിൽ നിന്ന് ഞാൻ പിറുപിറുത്തു. "അമ്മേ... അത് വല്ല പരിശീലനത്തിന്റേയും ഭാഗമായിരിക്കും..." അത് അങ്ങനെയായിരുന്നില്ല. ഞങ്ങളുടെ ജന്നലയ്ക്ക് താഴെ ടാങ്കുകളുണ്ടായിരുന്നു. അത്ര അടുത്ത്. ഞാൻ മുമ്പ് ടാങ്കുകൾ കണ്ടിട്ടുണ്ടായിരുന്നില്ല. ടി.വി. യിൽ "സ്വാൻ ലേക്" എന്ന നൃത്തനാടകം സംപ്രേഷണം ചെയ്തു കൊണ്ടിരുന്നു. അമ്മയുടെ കൂട്ടുകാരി പെട്ടെന്ന് വീട്ടിലേക്കോടി വന്നു. ഏതാനും മാസങ്ങളായി പാർട്ടിക്കു കൊടുക്കേണ്ടുന്ന പതിവു തുക അവർ അടച്ചിരുന്നില്ല. അതിനെക്കുറിച്ചായിരുന്നു അവർക്ക് പരിഭ്രമം. അവരുടെ മറ്റൊരാശങ്ക... പഠിപ്പിക്കുന്ന സ്കൂളിലെ കലവറ മുറിയിൽ അവർ ലെനിന്റെ ഒരു ശില്പം രഹസ്യമായി സൂക്ഷിച്ചു വെച്ചിട്ടുണ്ട്. ഇനി ഇപ്പോൾ അതെന്തു ചെയ്യും? കൃത്യമായ അതിർവരമ്പുകൾ എല്ലാ കാര്യത്തിലുമുണ്ടായിരുന്നു. ഇന്നിന്നത് ചെയ്യാം, ഇന്നിന്നത് ചെയ്യരുത്. റേഡിയോവിൽ കൂടി നാട്ടിലെങ്ങും അടിയന്തിരാവസ്ഥ പ്രഖ്യാപിച്ചു. അമ്മയുടെ കൂട്ടുകാരി ഓരോ വാക്കു കേൾക്കുമ്പോഴും ഭയന്നു നിലവിളിച്ചു. "എന്റെ ദൈവമേ... എന്റെ ദൈവമേ..." എന്റെ അച്ഛൻ ടെലിവിഷനു നേരെ നോക്കി കാർക്കിച്ചു തുപ്പി.

ഞാൻ ഒലെഗിനെ വിളിച്ചു. "നമ്മൾ വൈറ്റ് ഹൗസി*ലേക്കു പോകുന്നുണ്ടോ?"

"നമുക്കു പോകാം" അവൾ പറഞ്ഞു. ഞാൻ എന്റെ ഗോർബച്ചേവ് ബാഡ്ജ് എടുത്തു കുത്തി, കുറച്ചു സാൻവിച്ചും തയ്യാറാക്കി കൈയിൽ കരുതി. മെട്രോ വണ്ടിയിൽ എല്ലാവരും നിശ്ശബ്ദരായിരുന്നു. സംഭവിക്കാൻ പോകുന്ന ഏതോ ദുരന്തത്തെക്കുറിച്ചുള്ള ആശങ്ക. നോക്കുന്നിടത്തെല്ലാം

* റഷ്യൻ വൈറ്റ്ഹൗസ് സർക്കാർ ഓഫീസുകളുടെ സിരാകേന്ദ്രമാണ്. മുമ്പ് "ഹൗസ് ഓഫ് ദി സോവിയറ്റ്സ്" എന്ന പേരിലാണ് അറിയപ്പെട്ടിരുന്നത്. റഷ്യൻ പ്രധാനമന്ത്രിയുടെ ഓഫീസ്. 1993ലെ ഭരണ പ്രതിസന്ധിക്കിടയിൽ ആ കെട്ടിടങ്ങൾ ആക്രമിക്കപ്പെട്ടു.

ടാങ്കുകൾ കാണപ്പെട്ടു. അതിലെ ഡ്രൈവർമാർ കൊലപാതകികളായി രുന്നില്ല. കുട്ടികളെപ്പോലെ പേടിച്ചരണ്ട മുഖങ്ങളായിരുന്നു അവരുടേത്. അവ്യക്തമായ ഒരു കുറ്റബോധത്തിന്റെ നിഴലിൽ ആ മുഖങ്ങൾ ഇരു ണ്ടിരുന്നു. വയസ്സായ ചില സ്ത്രീകൾ അവർക്ക് പുഴുങ്ങിയ മുട്ടയും ബ്ളൈനിയും കഴിക്കാൻ കൊടുത്തു. വൈറ്റ്ഹൗസിനു മുമ്പിൽ പതി നായിരക്കണക്കിനാളുകൾ തടിച്ചുകൂടിയിരിക്കുന്നതു കണ്ടപ്പോൾ ആശ്വാസം തോന്നി. എല്ലാവരും വലിയ ആവേശത്തിലായിരുന്നു. എന്തും ഏതും ചെയ്യാനുള്ള ആത്മവിശ്വാസം! ഞങ്ങൾ ആവേശത്തോടെ വിളിച്ചു പറഞ്ഞു, "യെത്സിൻ... യെത്സിൻ... യെത്സിൻ." പ്രതിരോധസേന അണിനിരന്നു കഴിഞ്ഞിരുന്നു. ചെറുപ്പക്കാരെ മാത്രമേ കൂട്ടത്തിൽ കൂട്ടി യുള്ളൂ. അത് പ്രായമായവരിൽ നീരസമുളവാക്കി. ഒരു വൃദ്ധൻ വളരെ വിഷമത്തോടെ പറയുന്നതു കേട്ടു. "കമ്മ്യൂണിസ്റ്റുകാർ എന്റെ ജീവിതം എന്നിൽ നിന്നും കവർന്നെടുത്തു... ഇപ്പോൾ നല്ലൊരു മരണത്തിനെങ്കിലും എനിക്കവസരമുണ്ടാകട്ടെ."

"അപ്പൂപ്പാ വഴി മാറൂ..." ആരോ ഇടയിൽ പറഞ്ഞു.

മുതലാളിത്തത്തിനു വേണ്ടി സമരം ചെയ്തു എന്നു പറഞ്ഞ് അവർ ഞങ്ങളെ ഇന്നു കുറ്റപ്പെടുത്തുന്നു. അത് ശരിയല്ല. ഞങ്ങൾ സോഷ്യ ലിസത്തെയാണ് രക്ഷിച്ചിരുന്നത്. എന്നാൽ അത് വേറൊരു തരത്തിലു ള്ളതായിരുന്നു. സോവിയറ്റ് രീതിയിലുള്ളതായിരുന്നില്ല. അതിനു വേണ്ടി യാണ് ഞാൻ നടുനിവർത്തി നിന്നത്. അല്ലെങ്കിൽ അങ്ങനെയാണ് ഞാൻ വിചാരിച്ചിരുന്നത്. ആ കാലത്ത് എല്ലാവരുടേയും ധാരണ അതായിരുന്നു. മൂന്നു ദിവസങ്ങൾ കഴിഞ്ഞ് ടാങ്കുചക്രങ്ങൾ പുറത്തേക്കുരുണ്ടു പോയി. അപ്പോൾ അവയുടെ ഭാവം വ്യത്യസ്തമായിരുന്നു... കൂടുതൽ സൗമ്യ മായിരുന്നു. വിജയം... വിജയം... ഞങ്ങൾ അന്യോന്യം ചുംബിച്ചു.

ഞാൻ മോസ്കോയിലാണിപ്പോൾ. എന്റെ കൂട്ടുകാരിയുടെ അടുക്കള യിൽ. ബന്ധുക്കളും മിത്രങ്ങളുമായി അനവധി പേരുണ്ട്. അധികവും ഗ്രാമങ്ങളിൽ നിന്നും വന്നെത്തിയവർ. നാളെ ആഗസ്റ്റ് പുഷ്കിന്റെ വാർഷികദിനമാണ് എന്ന് ഞങ്ങൾക്കോർമ്മയുണ്ട്.

നാളെ ഒഴിവു ദിവസമാണ്.

ആഘോഷിക്കാൻ തക്കവണ്ണം എന്തുണ്ട്? അതൊരു ദുരന്തമാണ്. ജനങ്ങളുടെ പരാജയം

അവർ സോവിയറ്റ്സമ്മിനെ കുഴിച്ചുമൂടി. ജയ്കോവസ്കിയുടെ വാദ്യ സംഗീതത്തോടെ. (Tchaikovsky)

ഞാൻ ആദ്യം ചെയ്തത്, ഉള്ളത് കൈയിലെടുത്ത് കടയിലേക്കോ ടുകയായിരുന്നു. എന്തൊക്കെ സംഭവിച്ചാലും നിത്യോപയോഗ സാധന ങ്ങളുടെ വില കുതിച്ചു കയറുമെന്ന് എനിക്കറിയാമായിരുന്നു.

ഞങ്ങൾ ആവേശഭരിതരായിരുന്നു. അവർ ഗോർക്കിയെ ചവിട്ടി പുറത്താക്കുകയാണ്. കാറ്റു നിറച്ച ആ മന്തൻ ബലൂൺ... ഞങ്ങൾക്ക പ്പോഴേക്കും മടുത്തു കഴിഞ്ഞിരുന്നു.

വിപ്ലവം... അത് വെറുമൊരു കെട്ടുകാഴ്ച മാത്രമായിരുന്നു. ജനങ്ങൾക്കായി കെട്ടിച്ചമച്ച ഒരു പ്രദർശനം. എനിക്കിപ്പോഴും ഓർമ്മയുണ്ട്. ഞാൻ സംസാരിച്ചവരുടെയെല്ലാം മുഖത്ത് തികഞ്ഞ നിസ്സംഗതയായിരുന്നു. 'അത് കഴിഞ്ഞു കിട്ടാൻ' എല്ലാവരും കാത്തിരിക്കുന്നതുപോലെ.

സുഖമില്ലെന്നു പറഞ്ഞ് ഞാൻ അവധിയെടുത്ത് ജോലിക്കു പോകാതെയിരുന്നു. വിപ്ലവം സംഭവിക്കാനായി പണിയെടുത്തു. വീട്ടിലെ കത്തികളെല്ലാം സംഭരിച്ചു. ഇത് യുദ്ധമാണ്. ആയുധങ്ങൾ വേണം. ഞാൻ കമ്മ്യൂണിസത്തെ പിൻതുണച്ചു. ഞങ്ങളുടെ കുടുംബത്തിലെ എല്ലാവരും കമ്മ്യൂണിസ്റ്റുകാരായിരുന്നു. ഞങ്ങൾ താരാട്ടുപാട്ടുകൾ കേട്ടല്ല ഉറങ്ങിയിരുന്നത്. ഞങ്ങളെ ഉറക്കാൻ അമ്മ പാടിയിരുന്നത് വിപ്ലവഗാനങ്ങളായിരുന്നു. ഇപ്പോൾ അതേ പാട്ടുകൾ തന്റെ പേരക്കുട്ടികൾക്കു വേണ്ടിയും അവർ പാടുന്നു.

"നിങ്ങളുടെ തല തിരിഞ്ഞു പോയോ?" ഞാൻ ചോദിച്ചു.

"വേറെ ഒരു പാട്ടും എനിക്കറിഞ്ഞു കൂടാ..." അതു ശരിയായിരുന്നു.

എന്റെ അപ്പൂപ്പനും അമ്മൂമ്മയും ബോൾഷെവിക്കുകളാ*യിരുന്നു.

നിങ്ങൾ ഇപ്പോൾ പറയുമായിരിക്കും കേൾക്കാൻ രസമുള്ളൊരു മുത്തശ്ശിക്കഥയാണ് കമ്മ്യൂണിസം എന്ന്. എന്റെ അച്ഛന്റെ അച്ഛനേയും അമ്മയേയും കാണാതായത് മൊർഡോവിയൻ ക്യാമ്പിൽ വെച്ചാണ്.

ഞാൻ എന്റെ അച്ഛനമ്മമാരോടൊപ്പം വൈറ്റ്ഹൗസിലേക്കു പോയി. "നമുക്കു പോകാം." അച്ഛൻ പറഞ്ഞു. "അല്ലെങ്കിൽ കഴിക്കാൻ സലാമിയും വായിക്കാൻ നല്ല പുസ്തകങ്ങളും കിട്ടില്ല." ഞങ്ങൾ റോഡിൽ വിരിച്ച കല്ലുകൾ ഇളക്കിയെടുത്ത് വഴി തടയാൻ തിണ്ടുകളുണ്ടാക്കി.

ഇപ്പോൾ ജനങ്ങൾക്ക് ബോധമുദിച്ചിരിക്കുന്നു. കമ്മ്യൂണിസ്റ്റുകളോടുള്ള മനോഭാവം മാറിവരുന്നു. അത് മറച്ചുവെക്കാൻ ശ്രമിക്കേണ്ടതില്ല. ഞാൻ കോംസോമോൾ ഡിസ്ട്രിക്റ്റ് കമ്മിറ്റിയിലാണ് ജോലി ചെയ്തിരുന്നത്. ആദ്യത്തെ ദിവസം കോംസോമോൾ അംഗത്വ കാർഡുകളെല്ലാം എടുത്തു. ഉപയോഗിക്കാത്ത കടലാസും പേനയും മഷിയും കൂട്ടിവെച്ചു. കൂട്ടത്തിൽ കുറേ ബാഡ്ജുകളും. എല്ലാം കൂടി എടുത്തുകൊണ്ടുവന്ന് വീട്ടിലെ നിലവറയിൽ ഒളിപ്പിച്ചു വെച്ചു. കുറേയധികം സാധനങ്ങൾ. പിന്നീട് ഉരുളക്കിഴങ്ങും മറ്റും സൂക്ഷിച്ചുവെക്കാൻ സ്ഥലമില്ലാതെ ഞങ്ങൾ കഷ്ടപ്പെട്ടു. ആ സാധനങ്ങളെല്ലാം എന്തിനുവേണ്ടിയാണ് ഞാൻ സൂക്ഷിച്ചുവെക്കുന്നതെന്ന് എനിക്കുതന്നെ രൂപമില്ലായിരുന്നു. എന്തോ ഒരു തോന്നൽ. അവർ വന്ന് അതെല്ലാം കണ്ടെടുത്തു നശിപ്പിച്ചു കളയുമെന്ന്. ഞങ്ങളുടെ ആപ്പീസും പൂട്ടിക്കളയുമെന്ന്. എന്നെ സംബന്ധിച്ചിടത്തോളം അതെല്ലാം ഒരു കാലഘട്ടത്തിന്റെ വിലപിടിപ്പുള്ള സ്മാരകങ്ങളായിരുന്നു.

---

* 1917ൽ റഷ്യയിൽ അധികാരം പിടിച്ചെടുത്ത റഷ്യൻ സോഷ്യോ ഡെമോക്രാറ്റിക് പാർട്ടി

ഞങ്ങൾ പരസ്പരം തല്ലിക്കൊന്നേനേ. ദൈവം തന്നെയാണ് അങ്ങനെയൊരു ദുരന്തത്തിൽ നിന്നും ഞങ്ങളെ രക്ഷിച്ചത്.

ഞങ്ങളുടെ മകളുടെ പ്രസവസമയമായിരുന്നു. ഞങ്ങൾ അവളെ കാണാൻ ചെന്നു. അവൾക്കറിയേണ്ടത് ഒരേയൊരു കാര്യം മാത്രമായിരുന്നു. "അമ്മേ, വീണ്ടും ഒരു വിപ്ലവം ഉണ്ടാകുമോ? ഒരു ആഭ്യന്തരയുദ്ധം പൊട്ടിപ്പുറപ്പെടുകയാണോ?"

ഞാൻ മിലിട്ടറി അക്കാഡമിയിൽ നിന്നും ബിരുദം നേടി, മോസ്കോയിലായിരുന്നു സേവനമനുഷ്ഠിച്ചത്. ആരെയെങ്കിലും തടവിലെടുക്കണമെന്ന് കല്പന കിട്ടിയാൽ, രണ്ടാമതൊന്നു ആലോചിക്കാതെ ഞങ്ങൾ അത് ചെയ്യുമായിരുന്നു. ഞങ്ങളിൽ പലർക്കും അങ്ങനെയുള്ള ആജ്ഞ പാലിക്കുക രസമുള്ള സംഗതിയായിരുന്നു. കലാപങ്ങളും കുഴപ്പങ്ങളും... ഞങ്ങൾക്കാകെ മടുത്തിരുന്നു. എല്ലാറ്റിനും കൃത്യമായ ചട്ടവട്ടങ്ങളുണ്ടായിരുന്നു. ഒരു കാര്യത്തിലും നീക്കുപോക്കുകളുണ്ടായിരുന്നില്ല. എല്ലാം ക്രമപ്രകാരം മാത്രം. പട്ടാളക്കാർക്ക് അങ്ങനെ ജീവിക്കാനാണ് ഇഷ്ടം. വാസ്തവം പറഞ്ഞാൽ ചിട്ടയൊത്തുള്ള ജീവിതം, എല്ലാവരും ആഗ്രഹിക്കുന്നത് അതാണ്.

എനിക്ക് സ്വാതന്ത്ര്യത്തെ ഭയമാണ്. ഏതെങ്കിലും ഒരു കള്ളുകുടിയൻ ചാടി വീണ് ഏതു നിമിഷവും എന്റെ പുര കത്തിച്ചു കളഞ്ഞേക്കാം എന്ന ആശങ്ക.

ആദർശങ്ങളെപ്പറ്റി തർക്കിച്ച് സമയം കളയുന്നത് എന്തിനാണ് കൂട്ടരേ? ജീവിതം ഹ്രസ്വമാണ്... നമുക്ക് മദ്യപിച്ചാനന്ദിക്കാം!

(2001 ആഗസ്റ്റ് 19-ാം തിയതി. ആഗസ്റ്റ് മുന്നേറ്റത്തിന്റെ പത്താം വാർഷികം. ഞാൻ സൈബീരിയയുടെ തലസ്ഥാനമായ ഇർകുട്സ്കിൽ ആണ് (Irkutsk). തെരുവിലിറങ്ങി സാധാരണക്കാരായ കുറെപേരെ കണ്ട് സംസാരിക്കുന്നു.)

അവർ ഒരു മഹാരാജ്യത്തെ നാശത്തിൽ നിന്നും രക്ഷിക്കുമായിരുന്നു.

ചൈനയെ നോക്കൂ... അവിടെ ഇപ്പോഴും അധികാരം കമ്മ്യൂണിസ്റ്റുകാരുടെ കൈയിലല്ലേ? സാമ്പത്തിക ശക്തിയിൽ ലോകത്തിലെ ഏറ്റവും വലിയ രണ്ടാമത്തെ രാജ്യമായി ചൈന വളർന്നിരിക്കുന്നു.

ഗോർബച്ചേവിനേയും യെത്സിനേയും വിചാരണയ്ക്ക് വിധേയരാക്കേണ്ടതായിരുന്നു. രണ്ടുപേരും മാതൃരാജ്യത്തെ ഒറ്റിക്കൊടുത്തു.

അവർ ഈ രാജ്യത്തെ രക്തത്തിൽ മുക്കിയേനേ. ക്യാമ്പുകൾ തടവുകാരെക്കൊണ്ട് കുത്തി നിറച്ചേനേ.

ചെച്ച്നിയയിൽ യുദ്ധമുണ്ടാവില്ലായിരുന്നു.

അവർ സോഷ്യലിസത്തെ വഞ്ചിക്കുമായിരുന്നില്ല. ധനികരും ദരിദ്രരും എന്ന രണ്ടു ചേരികളിൽ നമ്മൾ വേർതിരിക്കപ്പെടുമായിരുന്നില്ല.

അമേരിക്കക്കാർ ഹിറ്റ്ലറെ പരാജയപ്പെടുത്തിയെന്ന് ഒരാളും പറയുമായിരുന്നില്ല.

ഞാൻ വൈറ്റ്ഹൗസിന്റെ മുന്നിൽ ചെന്നു. സ്വയം വഞ്ചിക്കപ്പെട്ടതു പോലെ തോന്നി.

ആ സമരം വിജയിച്ചിരുന്നുവെങ്കിൽ എന്താണ് സംഭവിച്ചിട്ടുണ്ടാകുക? നിങ്ങൾ തന്നെ ആലോചിച്ചു നോക്കൂ... അവർ വിജയിക്കുകയല്ലേ ചെയ്തത്. അവർ ഫെലിക്സി[1]നെ താഴെയിറക്കിയിട്ടുണ്ടാകാം. പക്ഷേ, ലുബിയാൻക[2] അതിന്റെ പഴയ സ്ഥാനത്തു തന്നെ ഉണ്ടല്ലോ. ഇന്ന് നമ്മൾ കെ.ജി.ബി.യുടെ ആഭിമുഖ്യത്തിൽ മുതലാളിത്തം പടുത്തുയർത്തുകയാണ്.

എന്റെ ജീവിതത്തിൽ വലിയ വ്യത്യാസങ്ങളൊന്നും ഉണ്ടാകുമായിരുന്നില്ല.

വാക്കുകൾക്കും ആശയങ്ങൾക്കും മേലേ വസ്തുക്കൾക്ക് മൂല്യം വർധിച്ചപ്പോൾ

വർണ്ണപ്പകിട്ടുകളുള്ള ഒരായിരം തുണ്ടുകളായി ലോകം തകർന്നു വീണു. ഞങ്ങൾ വളരെയേറെ ആകാംക്ഷയോടെ കാത്തിരുന്നു ചാരനിറത്തിലുള്ള സോവിയറ്റ് നാട് നിറപ്പകിട്ടുള്ള അമേരിക്കൻ സിനിമയായി മാറാൻ! വൈറ്റ്ഹൗസിനു മുമ്പിൽ ഞങ്ങൾ അണിചേർന്നു നിന്ന നാളുകൾ അധികമാരും ഓർക്കുകയുണ്ടായില്ല. ആ മൂന്നു ദിവസങ്ങൾ, ലോകത്തെ പിടിച്ചു കുലുക്കിയിട്ടുണ്ടാവാം. എന്നാൽ ഞങ്ങളുടെ ജീവിതത്തിൽ കുലുക്കമൊന്നും ഉണ്ടായില്ല. രണ്ടായിരം പേർ തെരുവിലിറങ്ങി പ്രകടനം നടത്തി. അവരെ വെറും മണ്ടന്മാർ എന്ന ഭാവത്തിൽ നോക്കിക്കൊണ്ട് മറ്റുള്ളവർ അവരെ കടന്നുപോകും. ഞങ്ങൾ ഒരുപാടു മദ്യപിച്ചു. അല്ലെങ്കിലും ധാരാളം കുടിക്കുന്നവരായിരുന്നു ഞങ്ങൾ. എന്നാൽ ആ ദിവസങ്ങളിൽ പതിവിലധികം കുടിച്ചു. സമൂഹം അതിന്റെ വഴിയിൽ ചലിക്കാനാകാതെ നിന്നുപോയി. ഇനി എങ്ങോട്ട് എന്ന ചോദ്യം. ഇനി ഉണ്ടാവുക മുതലാളിത്ത വ്യവസ്ഥിതി ആയിരിക്കുമോ? ഒരുപക്ഷേ, നല്ലൊരു സോഷ്യലിസ്റ്റ് വ്യവസ്ഥിതി ആയിരിക്കുമോ? മുതലാളിമാർ സ്വതവേ തടിയന്മാരും ഭയം തോന്നിപ്പിക്കുന്നവരുമാണ്. കുട്ടിക്കാലം മുതലേ പറഞ്ഞു കേൾപ്പിച്ചിരിക്കുന്നത് അങ്ങനെയാണ്. (അവർ ചിരിച്ചു.)

---

1. സോവിയറ്റ് രഹസ്യ പൊലീസിന്റെ- ഇപ്പോൾ കെ.ജി.ബി.- സ്രഷ്ടാവായിരുന്നു ഫെലിക്സ് ഷെർഷെൻസ്കി. അദ്ദേഹത്തിന്റെ ഭീമാകാരമായ ഒരു പ്രതിമയാണ് "ഇരുമ്പ് ഫെലിക്സ്" മോസ്കോയിലെ ലുബിയാൻകാ ചത്വരത്തിൽ 1958 മുതൽ 1991 വരെ ഉണ്ടായിരുന്നു.

2. ലുബിയാൻക, മോസ്കോയിലെ കുപ്രസിദ്ധമായ ജയിലാണ്. സോവിയറ്റ് ഭരണകാലത്ത് രഹസ്യപൊലീസിന്റെ ആസ്ഥാനമായിരുന്നു. അതിഭീകരമായ മർദ്ദനമുറകൾക്കു പര്യായം. പ്രത്യേകിച്ചും സ്റ്റാൻലിന്റെ ശുദ്ധീകരണകാലത്ത്. ഇപ്പോൾ ഫെഡറൽ സെക്യൂരിറ്റി ബ്യൂറോയുടെ ആസ്ഥാന കാര്യാലയമാണ്.

പെട്ടെന്ന് ഞങ്ങളുടെ നാട്ടിൽ ബാങ്കുകളും പരസ്യപ്പലകകളും നിറഞ്ഞു. പുതിയതരം സാധനങ്ങൾ പ്രത്യക്ഷപ്പെടാൻ തുടങ്ങി. ഞങ്ങളുടെ പഴഞ്ചൻ മട്ടിലുള്ള ഭംഗിയില്ലാത്ത കുപ്പായങ്ങൾക്കും ഷൂസുകൾക്കും പകരം ഇത്രനാളും ഞങ്ങൾ സ്വപ്നത്തിൽ മാത്രം കണ്ടിരുന്ന സാധനങ്ങൾ കിട്ടാൻ തുടങ്ങി. നീല നിറത്തിലുള്ള ജീൻസ്, പലതരം കമ്പിളിക്കോട്ടുകൾ, ചന്തമുള്ള അടിയുടുപ്പുകൾ, കൗതുകമാർന്ന കുപ്പിപ്പാത്രങ്ങൾ.

എന്തെല്ലാം സാധനങ്ങൾ... ഓരോന്നിനും എന്തു ഭംഗി... പൊലിമ! ഞങ്ങളുടെ പഴയ സോവിയറ്റ് ചരക്കുകൾ മങ്ങിയ നിറത്തിലുള്ളതായിരുന്നു. സൗന്ദര്യത്തെക്കാൾ പ്രായോഗികതയ്ക്കായിരുന്നു മുൻതൂക്കം. യുദ്ധകാലാവശ്യങ്ങൾക്കുണ്ടാക്കിയതുപോലെയുള്ള പരുക്കൻ സാധനങ്ങൾ! വായനശാലകളും നാടകശാലകളും ആൾത്തിരക്കില്ലാതെ കിടന്നു. ആ സ്ഥാനത്തേക്ക് കട കമ്പോളങ്ങൾ കടന്നു കയറി. എല്ലാവർക്കും സന്തോഷിക്കണം. അതിപ്പോൾത്തന്നെ വേണം. ഒരു പുതിയ ലോകം കണ്ടെത്തിയ കുട്ടികളുടെ മട്ടിലായിരുന്നു ഞങ്ങൾ. ക്രമേണ സൂപ്പർമാർക്കറ്റുകൾക്കുള്ളിൽ ഞങ്ങൾ ബോധംകെട്ടു വീഴാതെയായി. ഞാനറിയുന്ന ഒരാൾ ബിസിനസ്സിലേക്കു കടന്നു. ആദ്യത്തെ തവണ ഒരായിരം ടിൻ ഇൻസ്റ്റന്റ് കാപ്പി അയാൾ ഇറക്കുമതി ചെയ്തു. അതെല്ലാം ദിവസങ്ങൾക്കകം വിറ്റഴിഞ്ഞു. അയാൾതന്നെയാണ് അതെന്നോട് പറഞ്ഞത്. അതിൽ നിന്നും കിട്ടിയ ലാഭം കൊണ്ട് അയാൾ നൂറ് വാക്വംക്ലീനറുകൾ വാങ്ങി. അതും വളരെ വേഗത്തിൽ വിറ്റുപോയി. തുടർന്ന് കോട്ടുകളും ജംബറുകളും അതും ഇതും. വില്ക്കാൻ സാധനമുണ്ടോ, വാങ്ങാനാളുമുണ്ട് എന്ന അവസ്ഥ. എല്ലാവരും അവനവന്റെ കെട്ടിലും മട്ടിലും മാറ്റം വരുത്തുന്ന തിരക്കിലായിരുന്നു. പ്രത്യേകിച്ചു പുത്തൻ പരിഷ്കാരത്തിലുള്ള വേഷഭൂഷകളും വീട്ടുസാമാനങ്ങളും ഗൃഹോപകരണങ്ങളും ആളുകൾ വാങ്ങിക്കൂട്ടി. പാർപ്പിടങ്ങൾ പുതുക്കിപ്പണിത് മോടികൂട്ടി. വീടിനു ചുറ്റും ഭംഗിയുള്ള വേലികൾ, അഴകുള്ള മേൽക്കൂരകൾ. ആ സാധനങ്ങളെയാകെ പറ്റി ഇന്നാലോചിക്കുമ്പോൾ എന്റെ കൂട്ടുകാരും ഞാനും പൊട്ടിച്ചിരിച്ചു പോകുന്നു. ഞങ്ങൾ തനി കാടന്മാരായിരുന്നു. കാശിനു വകയില്ലാത്ത കൂട്ടർ. ഒന്നുമില്ലായ്മയിൽ നിന്ന്, പൊട്ടിലും പൊടിയിലും നിന്ന് ഞങ്ങൾ തുടങ്ങുകയായിരുന്നു.

സോവിയറ്റ് ഭരണകാലത്ത് ഇഷ്ടം പോലെ പുസ്തകങ്ങൾ വാങ്ങാം. എന്നാൽ വിലകൂടിയ ഒരു വീടോ കാറോ വാങ്ങാൻ അനുവാദമില്ലായിരുന്നു. നല്ല വസ്ത്രം ധരിക്കാനും രുചിയുള്ള ഭക്ഷണം കഴിക്കാനും രാവിലെ പഴച്ചാറുകൾ കൂടിക്കാനും മധുരമുള്ള തൈരു നുണഞ്ഞിറക്കാനും ഞങ്ങൾ പുതുതായി പഠിച്ചു. മുമ്പ് പണത്തോട് എനിക്കു വെറുപ്പായിരുന്നു. അതെന്താണെന്നു തന്നെ എനിക്കറിയില്ലായിരുന്നു. വീട്ടിൽ പണത്തിനെക്കുറിച്ച് ആരും സംസാരിച്ചിരുന്നില്ല. അതൊരു നാണക്കേടായാണ് കരുതിയിരുന്നത്. പണം എന്നൊരു വസ്തു മിക്കവാറും ഇല്ല എന്ന് കരുതുന്ന ഒരു നാട്ടിലാണ് ഞങ്ങൾ വളർന്നത്. എല്ലാവർക്കും കിട്ടുന്നതുപോലെ മാസം 120 റൂബിൾ എനിക്കും

കിട്ടിയിരുന്നു. അത് എന്റെ ചെലവിന് മതിയായിരുന്നു. പെരിസ്ട്രോയ്ക്കയോടു കൂടിയാണ് പണത്തിനു പ്രചാരം സിദ്ധിച്ചത്. ഗൈഡർ, ശരിക്കുള്ള പണം പ്രത്യക്ഷമായി. 'കമ്മ്യൂണിസത്തിലാണ് എന്റെ ഭാവി' എന്ന പതിവു പരസ്യങ്ങൾക്കു പകരം, "ഇപ്പോൾ വാങ്ങൂ... ഇപ്പോൾ വാങ്ങൂ..." എന്ന പരസ്യങ്ങൾ എങ്ങും കാണാൻ തുടങ്ങി. ആഗ്രഹമുണ്ടെങ്കിൽ യാത്ര പോകാം. പാരീസ്... സ്പെയിൻ... ഫിയെസ്റ്റ... കാളപ്പോര്. ഹെമിങ്‌വേയുടെ പുസ്തകങ്ങളിൽ അതിനെക്കുറിച്ചെല്ലാം വായിച്ചപ്പോൾ ഞാൻ വിചാരിച്ചിരുന്നു, ഒരു കാലത്തും അതൊന്നും കാണാൻ എനിക്ക് അവസരമുണ്ടാവില്ലെന്ന്. അന്നൊക്കെ ജീവിതത്തിന് പകരം വെക്കാനുള്ളതായിരുന്നു പുസ്തകങ്ങൾ. അടുക്കളയിൽ ഉറക്കൊഴിച്ചിരിക്കാറുള്ള രാത്രികളുടെ അവസാനമായിരുന്നു അത്, കൂടുതൽ കൂടുതൽ പണം സമ്പാദിക്കാനുള്ള വഴികൾ കണ്ടെത്തുന്നതിന്റെ ആരംഭവും. ധനം സ്വാതന്ത്ര്യത്തിന്റെ പര്യായപദമായി മാറി. എല്ലാവരുടേയും ചിന്ത ധനസമ്പാദനം മാത്രമായി. കരുത്തും മത്സരവീര്യവുമുള്ളവർ കച്ചവടത്തിലേക്കു തിരിഞ്ഞു. ഞങ്ങൾ സ്റ്റാലിനേയും ലെനിനേയും മറന്നു. അതാണ് ഞങ്ങളെ ഒരു ആഭ്യന്തരയുദ്ധത്തിൽ നിന്നും രക്ഷിച്ചത്. ഒരു വശത്ത് വെളുപ്പും മറുവശത്ത് ചുകപ്പുമായി രണ്ടുചേരികൾ തിരിഞ്ഞുള്ള മത്സരം. ശത്രുക്കളും മിത്രങ്ങളും. രക്തത്തിനു പകരം പുതിയ ചരക്കുകൾ. ക്രമേണ അതായി ജീവിതം. ഞങ്ങൾ തിരഞ്ഞെടുത്തത് സുന്ദരമായ ജീവിതത്തെയാണ്. സുന്ദരമായൊരു മരണം... അങ്ങനെയൊന്ന് പഴയകാലത്തെപോലെ ആരും ആഗ്രഹിച്ചില്ല. ഭംഗിയായി ജീവിക്കാനാണ് ഓരോരുത്തരും ആഗ്രഹിച്ചത്. ഒരു പ്രശ്നം മാത്രമേ ഉണ്ടായിരുന്നുള്ളൂ. എല്ലാവർക്കും ഒരുപോലെ സുന്ദരമായി ജീവിക്കാൻ വേണ്ട വകയുണ്ടായിരുന്നില്ല.

സോവിയറ്റ് കാലത്ത് വാക്കിന് തനതായ ഒരു വിശുദ്ധിയും മാസ്മരികതയുമുണ്ടായിരുന്നു. ആലസ്യത്തിലാണ്ട ബുദ്ധിജീവികൾ ഇപ്പോഴും അടുക്കളയിലിരുന്ന് പാസ്റ്റർനാക്കിന്റെ കൃതികൾ ചർച്ച ചെയ്തു. അസ്താഫീവിന്റേയും ബൈക്കോവിന്റേയും[1] പുസ്തകങ്ങൾ താഴെ വെക്കാതെ അവർ സൂപ്പുണ്ടാക്കി. അതേ സമയം ജീവിതം വീണ്ടും വീണ്ടും തെളിയിച്ചുകൊണ്ടേയിരുന്നു, കലയ്ക്കും സാഹിത്യത്തിനുമൊന്നും ഇനി കാര്യമായ സ്ഥാനമില്ല എന്ന്. വാക്കുകൾക്ക് വിശേഷിച്ച് അർത്ഥമില്ലാതായി. 1991ൽ ഞങ്ങളുടെ അമ്മയ്ക്ക് കലശലായ ന്യൂമോണിയ ബാധിച്ചു. ആശുപത്രിയിൽ കിടത്തി ചികിത്സിക്കേണ്ടി വന്നു. അവർ തിരിച്ചുവന്നത് ഒരു കഥാനായികയുടെ പരിവേഷത്തോടെയായിരുന്നു. വാർഡിലുള്ള സമയം മുഴുവൻ അവർ മറ്റു രോഗികളോടു സംസാരിച്ചുകൊണ്ടിരുന്നു. സ്റ്റാലിനെക്കുറിച്ചും കിറോവ് ബുക്കാറിൻമാരു[2]ടെ വധത്തെക്കുറിച്ചുമൊക്കെയാണ് അവർ സംസാരിച്ചിരുന്നത്. വാർഡിലെ രോഗികൾ അമ്മ പറയുന്നതു കേൾക്കാൻ രാവും പകലും കൗതുകത്തോടെ കാതോർത്തു കിടന്നു.

---

1. രണ്ടു പ്രശസ്ത സോവിയറ്റ് നോവലിസ്റ്റുകൾ. യുദ്ധത്തെക്കുറിച്ചും സാമൂഹിക യാഥാർത്ഥ്യങ്ങളെക്കുറിച്ചും പച്ചയായി എഴുതി.
2. രണ്ടുപേരും ബോൾഷെവിക് നേതാക്കന്മാരായിരുന്നു. രണ്ടുപേരും സ്റ്റാലിന്റെ നിർദ്ദേശപ്രകാരം വധിക്കപ്പെട്ടു എന്നാണ് ജനസംസാരം.

ചികിത്സയ്ക്കു ശേഷം രോഗികൾ സുഖം പ്രാപിച്ചു വരുന്ന ഘട്ട മായിരുന്നു അത്. യാഥാർത്ഥ്യങ്ങളുടെ നേരെ ഞങ്ങളുടെ കണ്ണുകൾ തുറന്നു കിട്ടണമെന്ന് ജനം ആഗ്രഹിച്ചിരുന്ന കാലമായിരുന്നു അത്. ഈയിടെ വീണ്ടും സുഖമില്ലാതെ അമ്മയെ ആശുപത്രിയിൽ കിടത്തേണ്ടി വന്നു. പക്ഷേ ഇത്തവണ അവർ വായ തുറന്നതേയില്ല. അഞ്ചു വർഷ ത്തിനിടെ സംഗതികൾ ആകെ മാറിയിരുന്നു. ഇത്തവണ വാർഡിലെ താരം അമ്മയായിരുന്നില്ല. വലിയൊരു വ്യവസായ പ്രമുഖന്റെ ഭാര്യയായി രുന്നു. അവരുടെ കഥകൾ എല്ലാവരേയും മുഗ്ദ്ധരാക്കി. അവർ സംസാ രിച്ചു... മുന്നൂറു ചതുരശ്ര മീറ്റർ വലുപ്പമുള്ള അവരുടെ വീട്. വീട്ടുവേല ക്കാർ... പാചകക്കാരി, കുഞ്ഞുങ്ങളെ നോക്കാനുള്ള നാനി, കാർ ഡ്രൈവർ, തോട്ടക്കാരൻ, യൂറോപ്പിൽ ചെലവഴിക്കുന്ന ഒഴിവുകാലങ്ങൾ. അവിടെ കണ്ട ഗംഭീരമായ മ്യൂസിയങ്ങൾ... വസ്ത്രവില്പനശാലകൾ. ഈ മോതിരത്തിന്റെ തൂക്കം, ആ കൈ ചെയിനിന്റെ കാരറ്റ്, പതക്കങ്ങൾ, കമ്മലു കൾ. ആ കടകളിൽ നില്ക്കാൻ ഇടമില്ല. വിപ്ലവങ്ങളെക്കുറിച്ചോ, ജനകീയ മുന്നേറ്റങ്ങളെക്കുറിച്ചോ അവർക്കൊന്നും പറയാൻ ഉണ്ടായിരുന്നില്ല. അതൊക്കെ കഴിഞ്ഞുപോയ കാര്യങ്ങൾ... വയസ്സന്മാരുമായി തർക്കിക്കു ന്നതുകൊണ്ട് എന്തു പ്രയോജനം?

പതിവുശീലമെന്ന നിലയ്ക്ക് ഞാൻ ലൈബ്രറികളും പുസ്തകക്കട കളും സന്ദർശിക്കുമായിരുന്നു. അവിടെ ഇരുന്നൂറ് ഖണ്ഡങ്ങളായി ലോക ക്ലാസ്സിക്കുകളെല്ലാം ചേർത്തു വെച്ചിരുന്നു. അതുപോലെ ലൈബ്രറി ഓഫ് അഡ്വെൻഞ്ചേഴ്സും. അവയെല്ലാം ആരും എടുത്തുനോക്കാനി ല്ലാതെ അതതിടങ്ങളിൽ ഒതുങ്ങി കിടന്നിരുന്നു. ഒരു കാലത്ത് എന്നെ മത്തുപിടിപ്പിച്ചിരുന്ന ഓറഞ്ച് നിറത്തിലുള്ള കനത്ത ചട്ടയോടുകൂടിയ വലിയ പുസ്തകങ്ങൾ. ഞാനവയുടെ പുറംചട്ടകളിലേക്കു നോക്കി മിഴിച്ചു നില്ക്കും... അവയുടെ മണം, മൂക്കിലേക്ക് വലിച്ചു കയറ്റും. കുന്നു കുന്നായി പുസ്തകങ്ങൾ. നാട്ടിലെ ബുദ്ധിജീവികൾ അവരുടെ സ്വകാര്യ പുസ്തക ശേഖരങ്ങൾ വിറ്റൊഴിക്കുകയാണ്. ജനങ്ങൾ പൊതുവെ ദരിദ്ര രായിരിക്കുന്നു എന്നത് സത്യം. എന്നാൽ അവർ പുസ്തകങ്ങൾ വിറ്റിരു ന്നത് കുറച്ചു പണം കിട്ടാൻ വേണ്ടിയായിരുന്നില്ല. ഒടുവിൽ... പുസ്തക ങ്ങൾ അവരെ നിരാശപ്പെടുത്തിക്കളഞ്ഞു എന്നതുകൊണ്ടാണ്. പുസ്തക ങ്ങളുടെ അർത്ഥശൂന്യത അവർ മനസ്സിലാക്കിയതു കൊണ്ടാണ്.

“നിങ്ങളെന്താണ് വായിക്കുന്നത്?” എന്ന ചോദ്യം തന്നെ ഒരു മര്യാദ കേടായി മാറിയിരിക്കുന്നു. ഞങ്ങളുടെ ജീവിതത്തിൽ വളരെ സാരമായ മാറ്റങ്ങൾ സംഭവിച്ചിരുന്നു. അതിനെക്കുറിച്ചൊന്നും ആ പുസ്തകങ്ങളിൽ നിന്നും വായിച്ചു മനസ്സിലാക്കാൻ സാധിക്കുമായിരുന്നില്ല. ജീവിതത്തിൽ എങ്ങനെ വിജയം നേടാമെന്ന് ഒരു റഷ്യൻ നോവലും പഠിപ്പിച്ചു തരുന്നില്ല. എങ്ങനെ പണം സമ്പാദിക്കാം...? ഒസ്‌ലോമോവ് കട്ടിലിൽ അലസനായി കിടക്കുന്നു. ചെക്കോവിന്റെ കഥാനായകൻ ചായ മോന്തിക്കുടിച്ചു കൊണ്ട് അവരുടെ ജീവിതത്തെക്കുറിച്ച് ആവലാതികൾ പറയുന്നു. (അവർ തെല്ലു നേരം മൗനം പാലിച്ചു.) പ്രസിദ്ധമായ ഒരു ചൈനീസ് ശാപമുണ്ട്.

"രസകരമായൊരു കാലഘട്ടത്തിൽ നിങ്ങൾ ജീവിക്കുമാറാകട്ടെ." ഞങ്ങളിൽ വളരെ കുറച്ചുപേർക്കു മാത്രമേ മാറ്റമില്ലാതിരുന്നുള്ളൂ. നല്ല ആളുകളെല്ലാം അപ്രത്യക്ഷരായിരിക്കുന്നു. ഇപ്പോഴെല്ലായിടത്തും കാണുന്നത് പല്ലുകളും കൈമുട്ടുകളും മാത്രം.

തൊണ്ണൂറുകളെക്കുറിച്ച് സംസാരിക്കണമെന്നാണോ? സുന്ദരമായ ഒരു കാലഘട്ടം എന്നു ഞാൻ വിശേഷിപ്പിക്കില്ല. മനംമടുപ്പിക്കുന്നത് എന്നേ പറയാനാവൂ. ജനങ്ങളുടെ മനസ്സ് 180 ഡിഗ്രിയിലേക്കു തിരിഞ്ഞു. ചിലർക്ക് അത് കൈകാര്യം ചെയ്യാൻ സാധിച്ചില്ല. അവർക്ക് ഭ്രാന്ത് പിടിച്ചു. മാനസികരോഗികൾക്കുള്ള ആശുപത്രിവാർഡുകൾ നിറഞ്ഞു കവിയാൻ തുടങ്ങി. ചികിത്സയിലായിരുന്ന ഒരു സുഹൃത്തിനെ കാണാൻ അങ്ങനെയുള്ള ഒരു വാർഡ് ഞാൻ സന്ദർശിച്ചു. ഒരാൾ ഉച്ചത്തിൽ വിളിച്ചു പറയുന്നതു കേട്ടു, "ഞാൻ സ്റ്റാലിനാണ്... ഞാൻ സ്റ്റാലിനാണ്." മറ്റൊരാൾ ഒച്ച വെച്ചു. "ഞാൻ ബെറേസോവ്സ്കിയാണ്... ഞാൻ ബെറേസോവ്സ്കി*യാണ്..." ആ വാർഡിൽ മുഴുവൻ ഇതുപോലെയുള്ള സ്റ്റാലിൻമാരും ബെറോസ്വ്സ്കിമാരുമായിരുന്നു. പുറത്ത് തെരുവുകളിലെപ്പോഴും വെടിയൊച്ചകൾ മുഴങ്ങി. വളരെയധികം ജനങ്ങൾ കൊല്ലപ്പെട്ടു. വെടിവെപ്പുകൾ നിത്യസംഭവമായി. ഇനിയൊരാൾ തട്ടിയെടുക്കും മുമ്പേ അത് തനിക്കു സ്വന്തമാക്കണം. എങ്ങനെയെങ്കിലും അത് കൈക്കലാക്കുക. ചിലർക്ക് എല്ലാം നഷ്ടപ്പെട്ടു. വേറെ ചിലർ ജയിലിനകത്തായി. സിംഹാസനത്തിൽ നിന്നും അഴുക്കുചാലിലേക്ക് എന്നു പറയാം. അതേസമയം കൺമുമ്പിൽ നടക്കുന്നതെല്ലാം പലരും നിർവികാരതയോടെ നോക്കിക്കണ്ടു.

കച്ചവടസാദ്ധ്യതകൾ ആരാഞ്ഞുകൊണ്ട് ബാങ്കുകളുടെ മുമ്പിൽ ജനങ്ങൾ വരി നിന്നു. ചിലർക്ക് ബേക്കറികൾ തുടങ്ങണം. മറ്റു ചിലർക്ക് ഇല്ക്ട്രോണിക് സാധനങ്ങൾ വില്ക്കണം. ഞാനും അതിലൊരു വരിയിൽ ചെന്നു നിന്നു. അദ്ഭുതം തോന്നി, എന്നെപ്പോലെ എത്രയധികം പേരായിരുന്നു ആ കൂട്ടത്തിൽ! കമ്പിളിത്തൊപ്പിവെച്ച ഒരു സ്ത്രീ. ട്രാക്സ്യൂട്ട് ധരിച്ച ഒരാൺകുട്ടി. എന്റെ മുമ്പിൽ നിന്നിരുന്ന തടിയൻ ആയിടയ്ക്ക് ജയിലിൽ നിന്നിറങ്ങി വന്നതാണെന്നു തോന്നി. കഴിഞ്ഞ 70 കൊല്ലമായി അവർ ഞങ്ങളോടു പറഞ്ഞിരുന്നത്, പണം എന്നാൽ സന്തോഷം എന്നല്ല എന്നായിരുന്നു. ജീവിതത്തിലെ ഏറ്റവും നല്ല കാര്യങ്ങൾ നമുക്ക് സൗജന്യമായാണ് കിട്ടുന്നത്. ഉദാഹരണത്തിന് സ്നേഹം. എന്നാൽ ഏതോ വേദിയിൽ നിന്ന് ആരോ വിളിച്ചു പറഞ്ഞു, "വില്ക്കൂ... പണമുണ്ടാക്കൂ..." അതോടെ പഴയ ആശയങ്ങളെല്ലാം കാറ്റിൽ പറന്നു. എല്ലാവരും സോവിയറ്റ് പുസ്തകങ്ങൾ അപ്പാടെ മറന്നു. ഗിറ്റാറിന്റെ കമ്പികൾ മീട്ടി രാത്രി മുഴുവൻ എന്നോടൊപ്പം ഉറക്കമൊഴിച്ചിരുന്ന കൂട്ടുകാരെപ്പോലെയായിരുന്നില്ല പുതിയവരാരും. എനിക്ക് മൂന്നു കമ്പികൾ

* പ്യൂട്ടിനെ അധികാരത്തിൽ കൊണ്ടുവന്നു. പിന്നീട് അഴിമതിക്കുറ്റം ചുമത്തി. നാടുകടത്തപ്പെട്ടു, ലണ്ടനിലെത്തി. അവിടെ വെച്ച് ദുരൂഹസാഹചര്യത്തിൽ മരിച്ചു.

തികച്ചും അറിയുമായിരുന്നില്ല. അവരും ഞങ്ങളും തമ്മിൽ പൊതുവായുണ്ടായിരുന്ന കാര്യം, പരുക്കൻ തുണിയിൽ നിന്ന് ചുകന്ന കൊടികളോടും അതിനോടു ബന്ധപ്പെട്ട നിസ്സാര വസ്തുക്കളോടുമുള്ള വെറുപ്പായിരുന്നു. പാർട്ടി യോഗങ്ങൾ, രാഷ്ട്രീയ സാക്ഷരതാ ക്ലാസ്സുകൾ... മനുഷ്യരെ മരപ്പാവകളെന്നപോലെയാണ് സോഷ്യലിസം കണ്ടത്.

സ്വപ്നം കാണുക, അതെന്താണെന്ന് എനിക്ക് നല്ലവണ്ണമറിയാം. കുട്ടിക്കാലത്തു മുഴുവൻ ഒരു സൈക്കിളിനായി ഞാൻ കെഞ്ചിയിരുന്നു. അതെനിക്ക് കിട്ടുകയുണ്ടായില്ല. അത്രയ്ക്കും നിർദ്ധനരായിരുന്നു ഞങ്ങൾ. സ്കൂളിൽ ആരും അറിയാതെ നീല ജീൻസ് ഞാൻ വിറ്റിരുന്നു. യൂണിവേഴ്സിറ്റിയിലെത്തിയപ്പോൾ അത് സോവിയറ്റ് മിലിട്ടിറി യൂണിഫോമുകളായി. പിന്നെ ചില കൗതുകവസ്തുക്കളും. അതെല്ലാം വിദേശികൾക്ക് ഇഷ്ടമായിരുന്നു. ഏതാനും കള്ളക്കടത്ത് സാധനങ്ങൾ. സോവിയറ്റ് കാലത്ത്, അങ്ങനെയുള്ള സാധനങ്ങളുടെ വില്പനയ്ക്ക് ശിക്ഷിക്കപ്പെട്ടാൽ, മൂന്നു മുതൽ അഞ്ചു കൊല്ലം വരെ ജയിലിൽ കിടക്കണം. എന്റെ അച്ഛൻ ബെൽറ്റ് ആഞ്ഞു വീശി എന്നെ വീടിനു ചുറ്റും ഓടിക്കും... "കരിഞ്ചന്ത സാധനങ്ങൾ വിറ്റ് കള്ള ലാഭമുണ്ടാക്കുന്നോ? ഇതിനു വേണ്ടിയാണോ മോസ്കോയേ രക്ഷിക്കാനായി ഞാൻ രക്തമൊഴുക്കിയത്... ഈ മരമണ്ടനെ വളർത്തി വലുതാക്കാനോ?" അച്ഛന്റെ ശകാരം. ഇന്നലെ അതൊരു വലിയ കുറ്റമായിരുന്നു. ഇന്നത് ഒരു ലാഭക്കച്ചവടമായി. ഒരു ദിക്കിൽ നിന്നും ആണി വാങ്ങുക. ഇനിയൊരു ദിക്കിൽ നിന്നും ലാടം വാങ്ങുക. രണ്ടും കൂടി ഒരു സഞ്ചിയിലിട്ട് ഒരു സെറ്റായി പുതുതായ ഒരു സാധനം എന്ന പോലെ വില്ക്കുക. അങ്ങനെയാണ് വീട്ടിലേക്കാവശ്യമുള്ള ഇറച്ചി വാങ്ങാൻ കാശുണ്ടാക്കുന്നത്. വീട്ടിലെ ഫ്രിഡ്ജിനകത്ത് എപ്പോഴും വേണ്ടത്ര സാധനങ്ങളുണ്ടെന്ന് ഉറപ്പു വരുത്തിയിരുന്നു. അതേ സമയം എന്നെ അറസ്റ്റു ചെയ്യാൻ പൊലീസ് ഏതു നിമിഷവും എത്തുമെന്ന ആശങ്കയിലായിരുന്നു അച്ഛനും അമ്മയും. (അയാൾ തമാശയാണ് പറയുന്നതെന്ന മട്ടിൽ ചിരിച്ചു.) പ്രഷർ കുക്കർ, ആവി പാത്രങ്ങൾ മുതലായ ഗൃഹോപകരണങ്ങളും ഞാൻ വിറ്റിരുന്നു. ജർമ്മനിയിൽ പോയി ഒരു ട്രക്കു നിറയെ സാധനങ്ങൾ വാങ്ങിക്കൊണ്ടു വരുമായിരുന്നു. അതെല്ലാം എളുപ്പത്തിൽ വിറ്റു പോവുകയും ചെയ്തിരുന്നു. ഓഫീസിൽ ഒരു കമ്പ്യൂട്ടർ പെട്ടി നിറയെ പണം ഞാൻ സൂക്ഷിച്ചു വെക്കുമായിരുന്നു. എന്റെ കൈവശം പണമുണ്ടെന്നു സ്വയം ബാധ്യപ്പെടുത്താനുള്ള മാർഗ്ഗം. അതിൽ നിന്നും നോട്ടുകൾ എത്രയെടുത്താലും പിന്നെയും ബാക്കി ധാരാളമുണ്ടായിരുന്നു.

ഒരിടയ്ക്ക് ഒരു തോന്നൽ, ആഗ്രഹിച്ചതെല്ലാം വാങ്ങിക്കഴിഞ്ഞു എന്ന്. റോളക്സ് വാച്ച്, വണ്ടി, ഫ്ളാറ്റ്... മത്തുപിടിച്ച തോന്നലായിരുന്നു അപ്പോൾ. സ്വപ്നങ്ങളെല്ലാം സഫലമാക്കാൻ സാധിച്ചു എന്ന നിറവ്. ആരോടും പറയാതെ സൂക്ഷിച്ചിരുന്ന അതിമോഹങ്ങൾ കൂടി... ഞാൻ എന്നെക്കുറിച്ചു തന്നെ പലതും പഠിച്ചു. ആദ്യം പഠിച്ചത് എന്റെ മോഹങ്ങൾ... അഭിരുചികൾ തരംതാഴ്ന്നവയാണ് എന്നാണ്. രണ്ടാമത് എനിക്ക്

ഞരമ്പുരോഗമുണ്ട്. പണം കൈകാര്യം ചെയ്യാൻ എനിക്ക് മിടുക്കില്ല. വലിയ തുക ബിസിനസ്സിൽ ഇറക്കേണ്ടതാണെന്ന് അറിയില്ലായിരുന്നു. പണം വെറുതെ സൂക്ഷിച്ചു വെക്കുന്നത് ബുദ്ധിയല്ല. അത് പരീക്ഷിക്കാനുള്ളതാണ്. അധികാരത്തെ പോലെ, സ്നേഹത്തെ പോലെ. എനിക്കൊരു സ്വപ്നമുണ്ടായിരുന്നു. ഞാൻ മൊണാക്കോയിലേക്കു പോയി. മോൺടി കാർലോവിലെ ചൂതുകളി കേന്ദ്രത്തിൽ കളിച്ച് വലിയൊരു തുക നഷ്ടപ്പെടുത്തി. അത് കുറേ അധികമായിരുന്നു. എല്ലാം എന്റെ കൈയിൽ നിന്നും വഴുതി പോകുകയായിരുന്നു. ഞാനെന്റെ പണപ്പെട്ടിയുടെ അടിമയായി. അതിൽ പണമുണ്ടോ ഇല്ലയോ? ഉണ്ടെങ്കിൽ അതെത്ര? അതു മാത്രമായി ചിന്ത. ഇനിയും ഇനിയും സമ്പാദിക്കണം. മുമ്പ് താത്പര്യമുണ്ടായിരുന്ന ഒരു വിഷയത്തിലും പിന്നീട് താത്പര്യമില്ലാതായി. രാഷ്ട്രീയം... സമരങ്ങൾ. സാക്കരോവ് മരിച്ചു. ഞാൻ അന്ത്യോപചാരമർപ്പിക്കാൻ പോയി. അവിടെ പതിനായിരക്കണക്കിന് ആളുകൾ കൂടിയിരുന്നു. എല്ലാവരും കരയുകയായിരുന്നു. ഞാനും കരഞ്ഞു. കഴിഞ്ഞ ഒരു ദിവസം അദ്ദേഹത്തെക്കുറിച്ച് പത്രത്തിൽ വായിച്ചു. "മഹാനായ ഒരു റഷ്യൻ വിഡ്ഢി മരിച്ചു." ശരിയായ സമയത്തു തന്നെ അദ്ദേഹം മരിച്ചു എന്ന് തോന്നി. സോൾഷെനിത്സിൻ അമേരിക്കയിൽ നിന്നും തിരിച്ചു വന്നു. എല്ലാവരും അദ്ദേഹത്തിന്റെ കാൽക്കൽ വീണു. എന്നാൽ അദ്ദേഹത്തിന് ഞങ്ങളെ മനസ്സിലാക്കാൻ സാധിച്ചില്ല, ഞങ്ങൾക്ക് അദ്ദേഹത്തെയും. ഞങ്ങളെ സംബന്ധിച്ചിടത്തോളം അദ്ദേഹം ഒരു വിദേശീയനായിരുന്നു. അദ്ദേഹം മടങ്ങി വന്നത് റഷ്യയിലേക്കായിരുന്നു. എന്നാൽ മുന്നിൽ കണ്ടത് ഒരു ഷിക്കാഗോയും.

പെരിസ്ട്രോയ്ക്ക സംഭവിച്ചില്ലായിരുന്നുവെങ്കിൽ എന്താകുമായിരുന്നു എന്റെ ഗതി? നിസ്സാര ശമ്പളം വാങ്ങുന്ന ഒരു സാധാരണ എഞ്ചിനീയർ. (അയാൾ ചിരിക്കുന്നു.) ഇന്ന് ഞാനൊരു ഒപ്റ്റോമെട്രിസ്റ്റ് ആണ്. സ്വന്തമായൊരു ഓഫീസുണ്ട്. നിത്യവും എത്രയോ പേരുടെ കണ്ണുകൾ പരിശോധിച്ച് അവർക്കു വേണ്ട തരത്തിലുള്ള കണ്ണടകൾ തയ്യാറാക്കി കൊടുക്കുന്നു. പ്രായമായവരും ചെറുപ്പക്കാരും കുട്ടികളുമായി നൂറുക്കണക്കിനാളുകൾ എന്നെ ആശ്രയിക്കുന്നു. നിങ്ങൾ അവനവന്റെ ആഴങ്ങളിലേക്കു ഇറങ്ങിച്ചെല്ലുന്നു. അവനവന്റെ ജീവിതത്തെക്കുറിച്ച് ചിന്തിക്കുന്നു. എനിക്കാ പ്രശ്നമില്ല. ഞാൻ രാവും പകലും പണിയെടുക്കുന്നു. തൊഴിലിനാവശ്യമായ എല്ലാ ആധുനിക ഉപകരണങ്ങളും വാങ്ങി. എന്റെ ഡോക്ടേഴ്സ്മാരെ പരിശീലനത്തിനായി പാരീസിലേക്കയയ്ക്കുന്നു. വലിയ പരോപകാരിയൊന്നുമല്ല. ധാരാളം സമ്പാദിക്കുന്നു. സ്വന്തമായി പ്രയത്നിച്ചുണ്ടാക്കിയതാണെല്ലാം. കീശയിൽ വെറും മുന്നൂറു ഡോളറുമായാണ് ബിസിനസ്സിനിറങ്ങിയത്. കച്ചവടത്തിൽ ആദ്യത്തെ പങ്കുകാർ ആരാണെന്നറിഞ്ഞാൽ നിങ്ങൾ പേടിച്ച് ബോധംകെട്ടു പോകും. ഗോറില്ലകളായിരുന്നു. ഭീകരമായ നോട്ടം... ഇന്ന് അവരില്ല. ഡൈനോസറുകളെ പോലെ അവർക്കും വംശനാശം സംഭവിച്ചിരിക്കുന്നു. "ബുള്ളറ്റ്പ്രൂഫ്" മേൽക്കുപ്പായം ഇട്ടാണ് ഞാൻ ജോലി എടുത്തിരുന്നത്. ഒരിക്കൽ

വെടിയേല്ക്കുകയും ചെയ്തു. എന്നെക്കാൾ മോശപ്പെട്ട ആഹാരം കഴിക്കുന്നവർ ധാരാളം ഉണ്ടാകാം. അതെന്നെ ബാധിക്കുന്നില്ല. എല്ലാവരും ആഗ്രഹിക്കുന്നത് മുതലാളിത്തമാണ്... ധനം. നിങ്ങളത് സ്വപ്നം കണ്ടിരുന്നു. ആരോ നിങ്ങളെ നുണ പറഞ്ഞ് പറ്റിക്കുകയായിരുന്നുവെന്ന് ഇന്ന് കരഞ്ഞിട്ട് കാര്യമില്ല.

കൊലപാതകികൾക്കും ഇരകൾക്കുമിടയിൽ വളർന്ന കാലം

ഒരു രാത്രി ഞങ്ങൾ സിനിമ കണ്ട് മടങ്ങുകയായിരുന്നു. പെട്ടെന്ന് വഴിയിൽ ഒരാൾ കിടക്കുന്നു. ചുറ്റും രക്തം തളംകെട്ടി കിടന്നിരുന്നു. അയാളുടെ മേൽകോട്ടിൽ വെടിയുണ്ട തറച്ച തുള. അരികിലൊരു പൊലീസുകാരൻ കാവൽ നിന്നിരുന്നു. കൊല്ലപ്പെട്ടു കിടക്കുന്ന ഒരാളെ അന്നാണ് ഞാൻ ആദ്യമായി കണ്ടത്. അധികം താമസിച്ചില്ല. അതൊരു പതിവു കാഴ്ചയായി. ഞങ്ങൾ വളരെ വലിയ ഒരു കെട്ടിടത്തിലാണ് താമസിച്ചിരുന്നത്. അകത്തേക്കു കടക്കാൻ ഇരുമ്പു കവാടങ്ങൾ. ദിവസവും രാവിലെ മുറ്റത്തെവിടെയെങ്കിലും ഒരു ശവശരീരം കിടക്കുന്നതു കാണാം. പിന്നെപ്പിന്നെ അത് കണ്ട് ഞങ്ങൾ ഞെട്ടാതെയായി. യാഥാർത്ഥ മുതലാളിത്തം അവിടെ സ്ഥാനം ഉറപ്പിച്ചു കഴിഞ്ഞിരിക്കുന്നു... രക്തച്ചൊരിച്ചിലിലൂടെ. മനസ്സ് അസ്വസ്ഥമാകുമോ എന്ന് ആശങ്ക തോന്നി. ഒന്നുമുണ്ടായില്ല. സ്റ്റാലിന്റെ കാലശേഷം കൊലപാതകവുമായി ഞങ്ങൾക്കുള്ള ബന്ധം ഒന്നു വേറെയാണ്. മറന്നിട്ടില്ല, ഞങ്ങളുടെ ആളുകൾ സ്വന്തം ആളുകളെ എങ്ങനെയാണ് കൊന്നൊടുക്കിയതെന്ന്. കൂട്ടക്കൊല.

കൊല്ലപ്പെട്ടവർക്കറിയില്ലായിരുന്നു എന്തിനാണ് അവരെ കൊന്നതെന്ന്. അത് ഞങ്ങളുടെ മനസ്സിൽ നിന്നും മാഞ്ഞിട്ടില്ല. അത് ജീവിതത്തിന്റെ ഒരു ഭാഗമായി തീർന്നിരിക്കുന്നു. ഞങ്ങൾ വളർന്നു വന്നത്, ആരാച്ചാരന്മാരുടേയും അവരുടെ ഇരകളുടേയും ഇടയിലാണ്. ഞങ്ങളെ സംബന്ധിച്ചിടത്തോളം ഒരുമിച്ചു ജീവിക്കുക സ്വാഭാവികമായ സംഗതിയാണ്. യുദ്ധകാലം, സമാധാന കാലം. രണ്ടിനുമിടയിൽ വേർതിരിവുകളൊന്നും ഇല്ല. ഞങ്ങളെപ്പോഴും പോരാട്ടങ്ങൾക്ക് നടുവിലാണ്. ടി.വി. തുറന്നാൽ കേൾക്കാം. ഒരുമാതിരി ജയിൽ ഭാഷയിലാണ് എല്ലാവരും സംസാരിക്കുന്നത്. രാഷ്ട്രീയക്കാരും കച്ചവടക്കാരും എല്ലാം. പ്രസിഡന്റു പോലും... കൈക്കൂലി, പങ്കുപറ്റൽ, അഴിമതി, അടിച്ചു മാറ്റൽ. മനുഷ്യജീവൻ... ഒരു വിലയുമില്ല. ജയിലിലെന്ന പോലെ ആരെയും ഇല്ലാതാക്കാം... ഒരു കുപ്പി തുറക്കുന്ന ലാഘവത്തോടെ.

എന്തുകൊണ്ട് ഞങ്ങൾ സ്റ്റാലിനെ വിചാരണ ചെയ്തില്ല? എന്താണതിനു കാരണമെന്ന് ഞാൻ പറഞ്ഞുതരാം... സ്റ്റാലിന്റെ മേൽ കുറ്റം ചുമത്തപ്പെടുമ്പോൾ കൂട്ടത്തിൽ നിങ്ങളുടെ ബന്ധുക്കളും സുഹൃത്തുക്കളും കൂടി കുറ്റാരോപിതരാകും. നിങ്ങൾക്കേറ്റവും അടുപ്പമുള്ള ഒരു

പിടി പേർ. എന്റെ സ്വന്തം കുടുംബത്തിന്റെ കാര്യം ഞാൻ പറയാം. 1937ൽ എന്റെ അച്ഛൻ തടവുകാരനാക്കപ്പെട്ടു. ദൈവത്തിനു നന്ദി. പത്തു വർഷം തടങ്കൽ ക്യാമ്പുകളിൽ നരകിച്ചതിനു ശേഷം അദ്ദേഹം തിരിച്ചെത്തി. ജീവിക്കാനുള്ള തീവ്രമായ മോഹവുമായാണ് അച്ഛൻ മടങ്ങി വന്നത്. പത്തുവർഷക്കാലം ആ ക്യാമ്പുകളിൽ കഴിച്ചുകൂട്ടിയതിനു ശേഷവും ജീവിതത്തിനോട് ഇത്രത്തോളം ആസക്തിയോ? ആ കാലത്തു കണ്ട കാഴ്ചകൾ... സാമാന്യമായി പറഞ്ഞാൽ ഇതായിരുന്നില്ല എല്ലാവരുടേയും മനോഭാവം. തടങ്കൽ ക്യാമ്പിൽ നിന്നും മോചിക്കപ്പെട്ട അച്ഛന്മാർ അല്ലെങ്കിൽ യുദ്ധരംഗത്തു നിന്നും തിരിച്ചുവന്ന അച്ഛന്മാർ. അവരോടൊപ്പമാണ് എന്റെ തലമുറ വളർന്നു വലുതായത്. അക്രമത്തെക്കുറിച്ചു മാത്രമേ അവർക്കു ഞങ്ങളോടു പറയാനുണ്ടായിരുന്നുള്ളൂ. അവർ വളരെ അപൂർവ്വമായേ ചിരിച്ചിരുന്നുള്ളൂ. അധിക സമയവും നിശ്ശബ്ദരായി കഴിഞ്ഞു. വേണ്ടതിലധികം മദ്യപിച്ചു. അവസാനം കുടിച്ചു കുടിച്ചു മരിക്കുകയും ചെയ്തു.

മറ്റൊരു വശം കൂടി ഉണ്ടായിരുന്നു. കുറേപേർ ഒരിക്കലും തടവുകാരാക്കപ്പെട്ടില്ല. എന്നാൽ ഓരോ ദിവസവും അവർ കഴിച്ചു കൂട്ടുന്നത് ഏതു നിമിഷവും തങ്ങൾ അറസ്റ്റു ചെയ്യപ്പെട്ടേക്കാമെന്ന ആശങ്കയിലായിരുന്നു. ഇത് ഒന്നോ രണ്ടോ മാസങ്ങളുടെ കാര്യമായിരുന്നില്ല. വർഷങ്ങൾ നീണ്ടുനിന്ന പേടിയും പരിഭ്രമവുമായിരുന്നു. തടവിലാക്കപ്പെട്ട അവർ സ്വയം ചോദിച്ചു കൊണ്ടിരുന്നു, “എല്ലാവരേയും പിടിച്ചു കൊണ്ടു പോയവർ എന്നെ ഒഴിവാക്കിയതെന്തേ? ഞാനെന്തെങ്കിലും തെറ്റു ചെയ്തുവോ? ഒന്നുകിൽ അവർക്കെന്നെ തടവിലാക്കാം അല്ലെങ്കിൽ ഏതെങ്കിലും കഠിനാദ്ധ്വാന ക്യാമ്പിലേക്കയയ്ക്കാം.” പാർട്ടി നിശ്ചയിക്കുന്നു. പാർട്ടി നിർദ്ദേശിക്കുന്നു. തീരുമാനിക്കാൻ പ്രയാസമുള്ള സംഗതി. ഒട്ടും സുഖകരമല്ലാത്ത കാര്യം. എന്നാലും പലർക്കും അങ്ങനെയുള്ള തീരുമാനങ്ങൾ എടുക്കേണ്ടി വന്നു.

ആരാച്ചാരന്മാരുടെ കാര്യം. നിത്യത്തൊഴിലായുള്ളവർ. അവർ രാക്ഷസന്മാരല്ല. ഞങ്ങളുടെ അയൽക്കാരനായ യൂറി. എന്റെ അച്ഛനെ ഒറ്റിക്കൊടുത്തത് അദ്ദേഹമായിരുന്നു. പ്രത്യേകിച്ചൊന്നിനും വേണ്ടിയല്ല എന്ന് അമ്മ പറയാറുണ്ടായിരുന്നു. അന്നെനിക്ക് ഏഴു വയസ്സായിരുന്നു. യൂറി അദ്ദേഹത്തിന്റെ മക്കളേയും എന്നേയും മീൻപിടിക്കാനും കുതിര സവാരിക്കുമൊക്കെ കൊണ്ടുപോകുമായിരുന്നു. ഞങ്ങളുടെ പൊളിഞ്ഞ വേലി നേരെയാക്കിത്തരുന്നതും യൂറിയായിരുന്നു. ഒരു സാധാരണ നല്ല അയൽക്കാരൻ. അദ്ദേഹത്തെ ഒരു കൊലപാതകിയുടെ സ്ഥാനത്ത് എങ്ങനെ സങ്കല്പിക്കാൻ? മാന്യനായ ഒരു സാധാരണക്കാരനായിരുന്നു എന്നും യൂറി. അവർ എന്റെ അച്ഛനെ അറസ്റ്റു ചെയ്തു ഏതാനും മാസം കഴിഞ്ഞ് അച്ഛന്റെ സഹോദരനേയും. യെത്സിൻ അധികാരത്തിൽ വന്നപ്പോൾ എനിക്കു ചില ഔദ്യോഗിക രേഖകൾ കിട്ടി. അതിൽ പല ഒറ്റുകാരുടേയും അവർ നല്കിയ വിവരങ്ങളുടേയും വിശദാംശങ്ങളുണ്ടായിരുന്നു. അതിൽ ഒന്ന് എഴുതിയിരുന്നത് എന്റെ അച്ഛന്റെ സഹോദരന്റെ

മകൾ ഓൾഗയായിരുന്നു. സുന്ദരിയായ ഒരു പ്രസരിപ്പുകാരി. നല്ല പാട്ടുകാരി. ആ വിവരം ഞാൻ മനസ്സിലാക്കിയപ്പോഴേക്കും അവർക്ക് വയസ്സേറെയായിരുന്നു. എന്നിട്ടും ഞാൻ ചോദിച്ചു, 'ഓൾഗാ അമ്മായി, 1937കളെ കുറിച്ചു പറഞ്ഞു തരുമോ?"

അവർ പറഞ്ഞു, "അതെന്റെ ജീവിതത്തിലെ ഏറ്റവും സുന്ദരമായ കാലമായിരുന്നു. ഞാൻ പ്രണയത്തിലായിരുന്നു. എന്റെ അച്ഛന്റെ സഹോദരൻ ഒരിക്കലും ജയിലിൽ നിന്നും തിരിച്ചുവന്നില്ല, അപ്രത്യക്ഷനായി. ഇപ്പോഴും അറിയില്ല. അതു സംഭവിച്ചത് ജയിലിൽവെച്ചാണോ ക്യാമ്പിൽ വെച്ചാണോ എന്ന്. വളരെ നാളായി എന്നെ നീറ്റിക്കൊണ്ടിരുന്ന ഒരു ചോദ്യം... ഏറെ പ്രയാസപ്പെട്ടാണെങ്കിലും ഒടുവിൽ ഞാൻ അവരോട് ചോദിച്ചു, ഓൾഗാ അമ്മായി, എന്തുകൊണ്ടാണ് നിങ്ങളങ്ങനെ ചെയ്തത്?"

"സ്റ്റാലിൻ കാലഘട്ടത്തെ അതിജീവിച്ച സത്യസന്ധനായ ഒരാളെ നിനക്കു കാണിച്ചു തരാമോ?" ഒരു മറുചോദ്യമായിരുന്നു അവരുടെ മറുപടി.

(ഞങ്ങൾ കുറച്ചു നേരം മിണ്ടാതിരുന്നു.)

അതുപോലെ ഒരാളായിരുന്നു പാവെൻ അമ്മാവൻ. സൈബീരിയയിൽ എൻ.കെ.വി.സി.യിൽ ജോലി നോക്കിയിരുന്നു. നോക്കൂ, നൂറു ശതമാനവും ക്രൂരം എന്നു മുദ്രകുത്താവുന്ന ഒരു സംഗതിയില്ല. അങ്ങനെയുള്ള ക്രൂരതകൾ കാട്ടിയത് സ്റ്റാലിനും ബെറിയ*യും മാത്രമല്ല, ഞങ്ങളുടെ അയൽക്കാരനായ യൂറിയും സുന്ദരിയായ ഓൾഗാ അമ്മായിയും കൂടിയായിരുന്നു.

> മേയ് 1-ാം തീയതിയാണ്. ഈ ദിവസം ആയിരക്കണക്കിന് കമ്മ്യൂണിസ്റ്റുകാർ മോസ്കോ തെരുവുകളിലൂടെ അണിചേർന്നു നടക്കുന്നു. തലസ്ഥാന നഗരി ഒരിക്കൽ കൂടി ആകെ ചെമക്കുന്നു. ചുകന്ന കൊടികളും തോരണങ്ങളും ബലൂണുകളും അരിവാൾ-ചുറ്റികയുടെ മുദ്രയുള്ള ചുകന്ന ടീഷർട്ടുകൾ. ജനക്കൂട്ടങ്ങൾക്കു മീതെ ഉയർത്തിപ്പിടിച്ച ലെനിന്റേയും സ്റ്റാലിന്റേയും ഛായാചിത്രങ്ങൾ. ലെനിനെക്കാളും സ്റ്റാലിൻ ചിത്രങ്ങളാണ് എണ്ണത്തിൽ കൂടുതൽ. പലതരത്തിലുള്ള മുദ്രാവാക്യങ്ങൾ... "നിങ്ങളുടെ മുതലാളിത്തത്തെ ഞങ്ങൾ കൊന്നു കുഴിച്ചു മൂടും." ചെങ്കൊടികൾ ക്രൊമിനിലേക്ക് മുന്നേറുന്നു. ചുകന്ന മോസ്കോ തെരുവുകളിലൂടെ ഉരുണ്ടു നീങ്ങുമ്പോൾ സാധാരണ റഷ്യക്കാർ പാതയോരത്ത് നോക്കി നില്ക്കുന്നു.

---

* ബെറിയ രഹസ്യ പൊലീസ് ഉദ്യോഗസ്ഥനായിരുന്നു. വലിയ നാടുകടത്തലുകൾക്കും കൂട്ടക്കൊലകൾക്കും ഉത്തരവാദി. സോവിയറ്റ് ആറ്റംബോംബ് പദ്ധതിയുടെ മേൽനോട്ടം നിർവ്വഹിച്ചു. സ്റ്റാലിന്റെ മരണശേഷം വധശിക്ഷയ്ക്കു വിധേയനായി.

> അവിടവിടെ ചെറിയ സംഘർഷങ്ങൾ. ചിലത് കൈയേറ്റങ്ങളായി മാറുന്നു. കെട്ടുപിണഞ്ഞു കിടക്കുന്ന ഈ രണ്ടു മോസ്കോകളെ വേർതിരിച്ചു നിർത്താൻ പൊലീസിനു സാധിക്കുന്നില്ല. കേൾക്കുന്നതു മുഴുവൻ പകർത്തിയെഴുതാൻ എനിക്കു സമയം പോരാ...

ഒരുപചാരവും കൂടാതെ ലെനിനെ കുഴിച്ചുമൂടും. അമേരിക്കൻ കാലു നക്കികളെ, എന്തു വിലയ്ക്കാണ് നിങ്ങൾ നമ്മുടെ നാടിനെ അവർക്കു വിറ്റത്? യെത്സിനും അയാളുടെ കൂട്ടരും നമ്മളെ കണ്ണടച്ചു കട്ടുമുടിച്ചു. മദ്യപിക്കൂ... സമ്പന്നരാകൂ... ഒരു നാൾ എല്ലാം നിലംപതിക്കും. സഹോദരന്മാരെ, നിങ്ങൾ വിഡ്ഢികളാണ്. മുതലാളിത്തം പടുത്തുയർത്തുകയാണെന്ന് ജനങ്ങളുടെ നേരെ നോക്കി പറയാൻ അവർക്കു ഭയമുണ്ടോ? എല്ലാവരും തോക്കെടുക്കാൻ തയ്യാറാണ്, വീട്ടുകാര്യം നോക്കി കഴിയുന്ന എന്റെ അമ്മൂമ്മ പോലും. ഒരു തോക്കിൻ മുന കൊണ്ട് ഒട്ടേറെ കാര്യങ്ങൾ സാധിക്കാം. എന്നാൽ അതിന്റെ തുമ്പത്തിരിക്കുക ഒട്ടും സുഖകരമായ സംഗതിയല്ല. ആ "മാന്യന്മാരുടെ മേലേക്കൂടി ഒരു ടാങ്ക് ഓടിച്ചു കയറ്റാനാണ് എനിക്കാഗ്രഹം. മാർക്സ് എന്ന ആ ജൂതൻ കണ്ട ഒരു സ്വപ്നമായിരുന്നു കമ്മ്യൂണിസം. ഒരേയൊരാൾക്കു മാത്രമേ നമ്മളെ രക്ഷിക്കാനാവൂ, സഖാവ് സ്റ്റാലിൻ. രണ്ടു ദിവസത്തേക്ക് അദ്ദേഹത്തിന് തിരിച്ചു വരാൻ സാധിച്ചുവെങ്കിൽ... എല്ലാവരേയും വെടിവെച്ചു കൊന്നേനെ. പിന്നെ നമുക്ക് വീണ്ടും അദ്ദേഹത്തെ അടക്കം ചെയ്യാം.

ദൈവമേ, അവിടുത്തേക്കു സ്തുതി. ഞാൻ എല്ലാ പുണ്യാളന്മാരുടേയും മുമ്പിൽ തലകുനിച്ചോളാം. നിങ്ങൾ സ്റ്റാലിൻ അനുഭാവികളായ പട്ടികളാണ്. നിങ്ങളുടെ കൈയിൽ പുരണ്ടിട്ടുള്ള ചോരക്കറ ഇനിയും ഉണങ്ങിയിട്ടില്ല. എന്തിനുവേണ്ടിയാണ് നിങ്ങൾ ചക്രവർത്തിയുടെ കുടുംബത്തെ ഒന്നടങ്കം കൊല ചെയ്തത്? കുഞ്ഞുങ്ങളെപോലും വെറുതെ വിട്ടില്ലല്ലോ. മഹാനായ ഒരു സ്റ്റാലിനെ കൂടാതെ മഹാനായ ഒരു റഷ്യ പടുത്തുയർത്തുവാൻ നിങ്ങൾക്കു സാദ്ധ്യമല്ല. ജനങ്ങളുടെ തലയ്ക്കുള്ളിൽ നിങ്ങൾ കുത്തിനിറച്ചിരിക്കുന്നതു മുഴുവൻ മലമാണ്. ഞാനൊരു സാധാരണക്കാരനാണ്. എന്നെപ്പോലെയുള്ള സാധാരണക്കാരെ സ്റ്റാലിൻ തൊടുകയുണ്ടായില്ല! എന്റെ കുടുംബത്തിലാർക്കും ഒരു പദ്രവവുമുണ്ടായില്ല. എല്ലാവരും തൊഴിലാളികളായിരുന്നു. തെറിച്ചതു മുഴുവൻ യജമാനന്മാരുടെ തലകളാണ്. സാധാരണക്കാർ അന്നും സാധാരണമട്ടിൽ ജീവിച്ചു. നിങ്ങളൊക്കെ ചുകന്ന കെ.ജി.ബി. ഗുണ്ടകളാണ്. വൈകാതെ നിങ്ങൾ പറയും, ഇവിടെയുണ്ടായിരുന്ന ക്യാമ്പുകളത്രയും "യങ്ങ് പയനീർ ക്യാമ്പു"കൾ മാത്രമായിരുന്നുവെന്ന്. എന്റെ മുത്തച്ഛൻ ഒരു തെരുവുതൂപ്പുകാരനായിരുന്നു."

എന്റെ അപ്പൂപ്പന് ഭൂമി അളക്കലായിരുന്നു ജോലി.

എന്റെ അപ്പൂപ്പൻ എഞ്ചിൻ ഡ്രൈവറായിരുന്നു.

ബെല്ലോറസ്കി റെയിൽവേ സ്റ്റേഷനു മുമ്പിൽ നിന്നും ഒരു ഘോഷ യാത്ര തുടങ്ങുന്നു. ജനക്കൂട്ടം കൈകൊട്ടുന്നു, ആർത്തുവിളിക്കുന്നു. ഹുറേ... ഹുറേ... വിജയിക്കട്ടെ... വിജയിക്കട്ടെ. അതിന്റെ അവസാനം ജന ക്കൂട്ടം ഒരുമിച്ച് ആ റഷ്യൻ ദേശീയ ഗാനം പാടുന്നു... വാർസാവിയാൻകാ... പക്ഷേ, അതിലെ വരികൾ വ്യത്യസ്തമാണ്.

"ഉദാരതയുടെ ചങ്ങലകൾ ഞങ്ങൾ അഴിച്ചുമാറ്റും
കുറ്റവാളികളുടേതായ ഈ അക്രമഭരണം പൊളിച്ചുകളയും."

അതിനുശേഷം തങ്ങളുടെ ചുകന്ന കൊടികളെല്ലാം ഒതുക്കി ക്കെട്ടി കുറേപേർ മെട്രോവിന് നേരെ ഓടി. ചിലർ വഴി യോരക്കടകൾക്കു മുമ്പിൽ ബിയറിനും പേസ്ട്രിക്കുമായി വരി നിന്നു. അപ്പോഴാണ് യഥാർത്ഥത്തിൽ ആഘോഷം തുടങ്ങി യത്. ആട്ടവും പാട്ടും. ഒരാൾ എക്കോഡിയൻ വായിച്ചു പാടുന്നു. അയാൾക്കു ചുറ്റുമായി തലയിൽ ചുകന്ന തൂവാല കെട്ടിയ ഒരു വൃദ്ധ ചുവടു വെച്ചു കറങ്ങുന്നു. അയാൾ പാടി യിരുന്ന പാട്ട്: ഞങ്ങൾ ആഹ്ലാദപൂർവ്വം നൃത്തം ചെയ്യുന്നു, ഒരു വലിയ മരത്തിനു ചുറ്റും. ഞങ്ങൾ സ്വതന്ത്രരാണ്, സന്തു ഷ്ടരാണ്. ഞങ്ങൾ ആഹ്ലാദപൂർവ്വം നൃത്തം ചെയ്യുന്നു. ഞങ്ങൾ ഞങ്ങളുടെ പാട്ടു പാടുന്നു. സഖാവ് സ്റ്റാലിനു വേണ്ടി യാണ് ഞങ്ങൾ പാടുന്നത്." മെട്രോയുടെ കവാടത്തിൽ നില്ക്കുമ്പോഴും ലഹരി മൂത്തു പാടിത്തകർക്കുന്ന ആ നാടൻപാട്ടിന്റെ ശീലുകൾ എന്റെ കാതിൽ വന്നലയ്ക്കുന്നു. "എല്ലാ ചീത്തത്തരങ്ങളും തുലഞ്ഞു പോകട്ടെ... എല്ലാ നന്മ കളും കടന്നു വരട്ടെ."

മഹത്തായ ചരിത്രവും സാമാന്യമായ നിലനില്പും - ഏതുവേണം?

ബിയർ വില്ക്കുന്ന കടയുടെ മുമ്പിൽ എപ്പോഴും തിരക്കാണ്. എല്ലാതരത്തിൽപ്പെട്ട ആളുകളും അവിടെ വന്നുകൂടും. പ്രൊഫ സറും വിദ്യാർത്ഥിയും ഉദ്യോഗസ്ഥനും അഗതിയും ആ കൂട്ട ത്തിലുണ്ടാകും. അവർ ബിയർ മോന്തിക്കൊണ്ട് തത്ത്വവിചാരം നടത്തും. ചർച്ചയുടെ വിഷയം എപ്പോഴും ഒന്നുതന്നെ, റഷ്യ യുടെ ഭാവി. പിന്നെ കമ്മ്യൂണിസവും.

ഞാൻ സ്വതവേ മദ്യപിക്കുന്നയാളാണ്. എന്തിനു വേണ്ടിയാണ് ഞാൻ കുടിക്കുന്നത്? എന്റെ ജീവിതം എനിക്കിഷ്ടമല്ല. മദ്യത്തിന്റെ സഹായ ത്തോടെ ഞാനൊന്ന് തകിടം മറിയാൻ ആഗ്രഹിക്കുന്നു. അസാദ്ധ്യ മാണെന്നറിയാം, എന്നാലും. സുഖകരവും സുന്ദരവുമായ ഒരിടത്തിലേക്ക് എന്റെ ജീവിതം പറിച്ചു നടണം.

എന്റെ മുമ്പിൽ അതൊരു കനപ്പെട്ട ചോദ്യമാണ്. എവിടെയാണ് എനിക്കു ജീവിക്കേണ്ടത്? മഹത്തായ ഒരു രാജ്യത്തിലോ അതോ ഒരു സാധാരണ രാജ്യത്തിലോ?

ചക്രവർത്തിയുടെ രാജ്യം എനിക്കിഷ്ടമായിരുന്നു. അതിന്റെ പതനത്തോടെ എല്ലാം വിരസമായി. ക്ലേശകരമായി.

മഹത്തായ ഒരാദർശം സഫലമാക്കാൻ രക്തച്ചൊരിച്ചിൽ ആവശ്യമാണ്. ഇന്ന് ആർക്കും വീടുവിട്ടിറങ്ങണമെന്നില്ല. എവിടെയെങ്കിലും ചെന്ന് മരിക്കണമെന്നില്ല. വല്ലയിടത്തും പോയി പടവെട്ടി മരിക്കാൻ ഒരാളും ആഗ്രഹിക്കുന്നില്ല. ഒരു പാട്ടില്ലേ? അതുപോലെ. "പണം, പണം, പണം. എല്ലായിടത്തും പണം. മാന്യന്മാരേ, എല്ലായിടത്തും പണമാണ്." ജീവിതത്തിന് ഒരു ലക്ഷ്യം വേണം എന്ന് ശഠിക്കുകയാണെങ്കിൽ, എന്നാൽ വാസ്തവത്തിൽ അതെന്താണ്? എല്ലാവരും മെർസിഡസ് കാറുകളോടിക്കണമെന്നോ? ഒഴിവുകാലമാസ്വദിക്കാൻ മിയാമിയിലേക്കു പറക്കണമെന്നോ?

തങ്ങൾക്കു വിശ്വസിക്കാൻ പറ്റുന്ന എന്തെങ്കിലും റഷ്യക്കാർക്കുണ്ടാകണം... ഉജ്ജ്വലമായ ഉദാത്തമായ എന്തെങ്കിലും ചക്രവർത്തിഭരണവും. കമ്മ്യൂണിസവും ഞങ്ങളുടെ ഉള്ളിൽ പതിഞ്ഞു കിടക്കുന്നതാണ്. ധീരോദാത്തമായ ആദർശങ്ങൾ, അതാണ് ഞങ്ങൾ നേടുന്നത്.

സോഷ്യലിസത്തിന്റെ കാലത്ത്, ചരിത്രം നിർമ്മിക്കുന്നതിൽ ജനങ്ങൾ പങ്കാളികളായിരുന്നു. മഹത്തായ ഏതോ കാലഘട്ടത്തിലൂടെ അവർ ജീവിച്ചു വരികയായിരുന്നു.

ഒക്കെ തുലയട്ടെ. ഞങ്ങൾ വികാരനിർഭരരാണ്. ഒരു പ്രത്യേകവർഗ്ഗം.

ഒരു കാലത്തും ഞങ്ങൾക്ക് ജനാധിപത്യമുണ്ടായിട്ടില്ല. നിങ്ങളും ഞാനും... ഏതു തരത്തിലുള്ള ജനാധിപത്യവാദികളാകുമെന്നാണ് വിചാരിക്കുന്നത്?

ഞങ്ങളുടെ ജീവിതത്തിലെ അവസാനത്തെ മഹാസംഭവം... പെരിസ്ട്രോയ്ക്കയായിരുന്നു.

ഒന്നുകിൽ മഹത്തായ ഒരു രാഷ്ട്രമായി റഷ്യ നിലനില്ക്കും. അല്ലെങ്കിൽ റഷ്യ എന്നൊരു രാജ്യമേ ഉണ്ടാവില്ല. ഞങ്ങൾക്കാവശ്യം ശക്തമായ ഒരു സൈന്യമാണ്.

മഹത്തായ ഒരു രാഷ്ട്രം. അതുകൊണ്ട് ഞാനെന്തു നേടാൻ? ഡെന്മാർക്കുപോലുള്ള ഒരു ചെറിയ രാജ്യത്തു ജീവിക്കാനാണ് എനിക്കിഷ്ടം. ന്യൂക്ലിയർ ബോംബുകളില്ല. പെട്രോളും പ്രകൃതിവാതകങ്ങളുമില്ല. അതുകൊണ്ട് തോക്കെടുത്ത് ആരും എന്റെ തലയ്ക്കുനേരെ വെടിവെക്കില്ല. അങ്ങനെയാകുമ്പോൾ ഒരുപക്ഷേ ഞങ്ങളും ഞങ്ങളുടെ നടപ്പാതകൾ സോപ്പുവെള്ളം കൊണ്ടു കഴുകാൻ പഠിക്കും.

കമ്മ്യൂണിസം ആയാസകരമാണ്. അതിനായി കഠിനമായി അദ്ധ്വാനിക്കണം. ഭാരിച്ച ചുമതല. ഒന്നുകിൽ പുതിയ ഭരണഘടനയ്ക്കായി

ആവശ്യപ്പെടും. അല്ലെങ്കിൽ കഴിക്കാൻ കവിയറും (വിശിഷ്ടമായ ഒരു മീൻ വിഭവം) മുള്ളങ്കിയും വേണമെന്നു പറയും.

ഒരാദർശത്തിനു വേണ്ടി ജീവിക്കാൻ അവസരമുണ്ടായവർ. അവരെക്കുറിച്ച് എനിക്ക് അസൂയ തോന്നുന്നു. ഇന്ന് ഞങ്ങൾക്ക് ജീവിക്കാൻ അങ്ങനെയൊരു ആദർശമില്ല. ഞാൻ ആഗ്രഹിക്കുന്നത് മഹത്തായ ഒരു റഷ്യയാണ്. അതിനെക്കുറിച്ച് എനിക്കോർമ്മയില്ല. എന്നാൽ അങ്ങനെയൊന്ന് ഉണ്ടായിരുന്നുവെന്ന് എനിക്ക് തീർച്ചയുണ്ട്.

ഞങ്ങൾ മഹത്തായ ഒരു രാജ്യത്തിലാണ് ജീവിച്ചിരുന്നത്. അവിടെ ശൗചത്തിനുവേണ്ട കടലാസ്സിനായി ഞങ്ങൾ വരി നിന്നിരുന്നു. സോവിയറ്റ് കാലത്തെ കാപ്പിക്കടകളുടേയും പലചരക്കുകടകളുടേയും മണം ഇപ്പോഴും ഞാൻ ഓർക്കുന്നു.

റഷ്യ ഈ ലോകത്തെ രക്ഷിക്കും...അങ്ങനെ അത് സ്വയം രക്ഷപ്പെടും.

എന്റെ അച്ഛൻ 90 വയസ്സുവരെ ജീവിച്ചു. അദ്ദേഹം പറയാറുണ്ട്, തന്റെ ജീവിതത്തിൽ ഒരൊറ്റ നല്ല കാര്യവും സംഭവിച്ചിട്ടില്ല എന്ന്. അദ്ദേഹം എപ്പോഴും യുദ്ധരംഗത്തായിരുന്നു. അതിനു മാത്രമേ ഞങ്ങൾ കൊള്ളുമായിരുന്നുള്ളൂ.

ഞങ്ങളുടെ ഉള്ളിലെ അനന്തതയാണ് ദൈവം. സ്വന്തം രൂപഭാവങ്ങളിലാണ് അവിടുന്ന് നമ്മളെ സൃഷ്ടിച്ചിരിക്കുന്നത്.

എല്ലാറ്റിനേയും കുറിച്ച്

ഞാൻ 90% സോവിയറ്റുകാരനാണ്. എന്താണ് സംഭവിച്ചുകൊണ്ടിരിക്കുന്നതെന്ന് എനിക്ക് മനസ്സിലായില്ല. ടെലിവിഷനിൽ കണ്ട പരസ്യം ഓർക്കുന്നു. “വില്ക്കാൻ പഠിക്കൂ... കമ്പോളമാണ് നമ്മളെ രക്ഷിക്കുക...” ഒരു മൂലയിൽ നിന്നും ഒരു കുപ്പി മിനറൽ വാട്ടർ വാങ്ങി വേറൊരു മൂലയിൽ കൊണ്ടുപോയി വില്ക്കുക. അതാണ് കച്ചവടം. ആളുകൾ അതു ശ്രദ്ധയോടെ കേട്ടു. പരിഭ്രമിച്ചു. ഞാൻ വീട്ടിൽ വന്ന് മുറിയടച്ചിരുന്ന് കരയുമായിരുന്നു. ഈ മാതിരി വർത്തമാനങ്ങൾ കേട്ട് അമ്മ ആകെ ഭയന്നു. അവസാനം പക്ഷാഘാതം വന്ന് അവർ കിടപ്പിലായി. എന്നാൽ സ്വന്തം നാട്ടുകാരെ പ്രതി അവരുടെ മനസ്സിൽ അനുഭാവമുണ്ടായിരുന്നില്ല. തെരുവിൽ ഭിക്ഷ യാചിച്ചു നടക്കുന്ന വൃദ്ധരുടെ കൂട്ടങ്ങൾ. എനിക്ക് മറക്കാനാവുന്നില്ല. അവരുടെ കീറിയ തൊപ്പിയും പഴകിപ്പിന്നിയ കോട്ടും. എത്രയോ തവണ തുന്നികൂട്ടിയതാണാ കുപ്പായം. കണ്ണുകൾ അടച്ചുപിടിച്ചാണ് ജോലിക്കു പോയി വന്നിരുന്നത്. അവരെ കാണുമല്ലോ എന്ന പേടി. സുഗന്ധദ്രവ്യങ്ങൾ നിർമ്മിച്ചിരുന്ന ഒരു ഫാക്ടറിയിലായിരുന്നു ജോലി. പണത്തിനു പകരം അവർ ശമ്പളമായി തന്നിരുന്നത് സുഗന്ധദ്രവ്യങ്ങളും മേയ്ക്കപ്പ് സാധനങ്ങളുമായിരുന്നു.

എന്റെ ക്ലാസ്സിൽ ദരിദ്രയായ ഒരു പെൺകുട്ടി ഉണ്ടായിരുന്നു. അവളുടെ അച്ഛനമ്മമാർ ഒരു കാറപകടത്തിൽ മരിച്ചിരുന്നു. അവൾ താമസിച്ചിരുന്നത് മുത്തശ്ശന്റെയും മുത്തശ്ശിയുടെയും ഒപ്പമായിരുന്നു. കൊല്ലം മുഴുവൻ ഒരേ ഉടുപ്പിട്ടാണ് അവൾ സ്കൂളിൽ വന്നിരുന്നത്. ആർക്കും അവളെയോർത്ത് സങ്കടം തോന്നിയിരുന്നില്ല. അദ്ഭുതം തോന്നുന്നു, പണമില്ലാത്ത അവസ്ഥ എത്ര പെട്ടെന്നാണ് ഒരു നാണക്കേടായി മാറിയത്!

90കളെക്കുറിച്ചോർത്ത് പ്രത്യേകിച്ചൊരു ഖേദവും തോന്നുന്നില്ല. ആവേശവും ഒച്ചപ്പാടും നിറഞ്ഞ ഒരു കാലഘട്ടമായിരുന്നു അത്. രാഷ്ട്രീയത്തിൽ ലവലേശം താത്പര്യമുണ്ടായിരുന്നില്ല. വാർത്താപത്രങ്ങൾപോലും മറിച്ചുനോക്കിയിരുന്നില്ല. എന്നിട്ടും പാർലിമെന്റ് സ്ഥാനാർത്ഥിയായി തെരഞ്ഞെടുപ്പിനു നിന്നു. പെരിസ്ട്രോയ്ക്കയുടെ മുൻനിര നേതാക്കന്മാർ ആരായിരുന്നു? കവികളും കലാകാരന്മാരും എഴുത്തുകാരും. യു.എസ്.എസ്. ആറിലെ ജനപ്രതിനിധികളുടെ ആദ്യത്തെ സഭ പ്രശസ്തരായ എത്രപേരുടെ വേണമെങ്കിലും 'കൈയൊപ്പ്' ശേഖരിക്കാമായിരുന്നു. എന്റെ ഭർത്താവ് ഒരു സാമ്പത്തിക ശാസ്ത്രജ്ഞനാണ്. അദ്ദേഹം ആകെ അസ്വസ്ഥനായിരുന്നു. "കവികൾ തങ്ങളുടെ വാക്കുകൾ കൊണ്ട് ജനഹൃദയങ്ങളെ ഉത്തേജിപ്പിക്കും. ഇങ്ങനെ പോയാൽ ഇതവസാനിക്കുക ഒരു വിപ്ലവത്തിലായിരിക്കും. അതു കഴിഞ്ഞാലോ? എങ്ങനെയാണ് ജനാധിപത്യം കെട്ടിപ്പടുക്കാൻ പോകുന്നത്? ആരാണത് നിർവ്വഹിക്കുക? നിങ്ങളുടെ ശ്രമങ്ങളുടെ അവസാനം... ഇപ്പോഴേ എനിക്ക് കാണാനാവും" അദ്ദേഹം എന്നെ കളിയാക്കി. അത് കലാശിച്ചത് ഞങ്ങളുടെ വിവാഹമോചനത്തിലാണ്. പക്ഷേ... അദ്ദേഹം പറഞ്ഞതായിരുന്നു ശരി.

സംഗതികൾ ഭയാനകമായി തുടങ്ങി. ജനം പള്ളിയുടെ നേരെ തിരിഞ്ഞു. ആ കാലത്ത്... അപ്പോഴും ഞാൻ ഒരു കമ്മ്യൂണിസ്റ്റ് വിശ്വാസിയായിരുന്നു. അതുകൊണ്ട് എന്റെ ശ്രദ്ധ ആ വഴിക്കു തിരിഞ്ഞില്ല. എന്നേയും കൂട്ടി ഭാര്യ പള്ളിയിൽ കുർബാന കൈക്കൊള്ളുന്നു. പുരോഹിതൻ അവളെ "എന്റെ കുഞ്ഞിപ്രാവേ..." എന്നു വിളിക്കുന്നു. അതു കേൾക്കാൻ അവൾക്ക് വളരെ ഇഷ്ടമാണ്.

സത്യസന്ധനായ ഒരു കമ്മ്യൂണിസ്റ്റുകാരനായിരുന്നു അച്ഛൻ. കമ്മ്യൂണിസ്റ്റുകാരെ ഞാൻ കുറ്റപ്പെടുത്തുന്നില്ല. ഞാൻ കുറ്റപ്പെടുത്തുക കമ്മ്യൂണിസത്തെയാണ്. ഗോർബച്ചേവിനെ കുറിച്ച്... ഇനിയും എനിക്കൊരു തീരുമാനത്തിലെത്താനാവുന്നില്ല. യെത്സിനെ കുറിച്ചും അങ്ങനെത്തന്നെ. ഒഴിഞ്ഞു കിടക്കുന്ന കടകളും അറ്റമില്ലാതെ നീണ്ടുപോകുന്ന വരികളും വളരെ വേഗം നിങ്ങൾ മറക്കും. പാർലിമെന്റ് മന്ദിരത്തിലെ മുകളിൽ പറക്കുന്ന ചെങ്കൊടി അത്രവേഗം മറക്കില്ല.

ഞങ്ങൾ വിജയം വരിച്ചു... ആരുടെമേൽ? എന്തിനു വേണ്ടി? ടി.വി. തുറന്നു നോക്കൂ. ചുകപ്പ് വെളുപ്പിനെ തോല്പിക്കുന്ന സിനിമ കാണാം.

ചാനൽ മാറ്റൂ... വെളുപ്പ് ചുകപ്പിനെ പരാജയപ്പെടുത്തുന്ന പടം കാണാം. ശുദ്ധ ഭ്രാന്ത്!

എപ്പോഴും കഷ്ടപ്പാടുകളെക്കുറിച്ച് നമ്മൾ സംസാരിക്കുന്നു. നമ്മ കളെ സംബന്ധിച്ചിടത്തോളം അതാണ് വിവേകത്തിലേക്കുള്ള മാർഗം. പാശ്ചാത്യർ വിവരമില്ലാത്തവരാണെന്നാണ് നമ്മൾ വിചാരിക്കുന്നത്. കാരണം, അവർ നമ്മളെപ്പോലെ കഷ്ടപ്പാട് സഹിക്കുന്നില്ലല്ലോ. ഏറ്റവും ചെറിയ മുഖക്കുരുവിനും അവരുടെ കൈവശം പ്രത്യേകം മരുന്നുണ്ട്. നമ്മളാണ് ക്യാമ്പുകളിലേക്കു പോയത്. യുദ്ധകാലത്ത് ശവശരീരങ്ങൾ പെറുക്കി കൂമ്പാരം കൂട്ടിയത്. ചെർണോബിലിലെ ആണവാവശിഷ്ടങ്ങൾ വെറും കൈകൊണ്ട് വാരിമാറ്റിയത്. യുദ്ധത്തിന്റെ ബാക്കിപത്രമെന്ന നിലയിൽ സോഷ്യലിസത്തിന്റെ അവശിഷ്ടങ്ങൾക്കു മീതെ നമ്മൾ കയറി യിരിക്കുന്നു. നമ്മൾ ആകെ തളർന്നിരിക്കുന്നു, പരാജയപ്പെട്ടിരിക്കുന്നു. നമ്മുടെ ഭാവി... യാതനയുടെ ഭാഷയാണ്.

ഇതിനെക്കുറിച്ച് എന്റെ വിദ്യാർത്ഥികളോട് ഞാൻ സംസാരിക്കാൻ ശ്രമിച്ചു. എന്റെ മുഖത്തു നോക്കി അവർ ചിരിച്ചു. “കഷ്ടപ്പെടാൻ ഞങ്ങൾക്കാഗ്രഹമില്ല. അതിനുള്ളതല്ല ഞങ്ങളുടെ ജീവിതം.” നമ്മൾ ജീവിക്കുന്ന ലോകത്തെപ്പറ്റി നമ്മൾ ഒന്നും മനസ്സിലാക്കിയിട്ടില്ല. എന്നാലും നമുക്കറിയാം ഇതൊരു പുതിയ ലോകമാണെന്ന്. വലിയൊരു പൈതൃകം മുഴുവനായും ഈ ചവറുകൂനയ്ക്കിടയിൽ കിടന്ന് ജീർണ്ണി ക്കുകയാണ് എന്ന്.

ചുവന്ന അകത്തളങ്ങളിലെ
പത്ത് കഥകൾ

സ്വേച്ഛാധിപത്യത്തിന്റെ സൗന്ദര്യം; ചതച്ചരയ്ക്കപ്പെട്ട ചിത്രശലഭങ്ങളുടെ നിഗൂഢതയും

എലീന യുറീവ്നാ എസ്സ്

ഡിസ്ട്രിക്റ്റ് പാർട്ടി കമ്മിറ്റിയിൽ മൂന്നാം സെക്രട്ടറി.
49 വയസ്സ്

എന്നെ കാത്ത് അവർ രണ്ടുപേർ അവിടെ നിന്നിരുന്നു. എലീന യുറിവ്നയും അന്നാ എല്ലീയിൻവ്നയും. അവർ മോസ്കോയിൽ നിന്നും വന്നതായിരുന്നു. എലീന കാണാമെന്ന് നേരത്തേ സമ്മതിച്ചിരുന്നു. ഞങ്ങളുടെ സംസാരത്തിൽ ഒരു പരിചയക്കേടും കൂടാതെ അന്ന പെട്ടെന്നു ചേർന്നു. "കുറെ നാളായി ഞാൻ കാത്തിരിക്കുകയായിരുന്നു" അവർ പറഞ്ഞു. "എനിക്ക് എന്താണ് സംഭവിച്ചുകൊണ്ടിരിക്കുന്നത് എന്ന് വിശദമാക്കിത്തരാൻ പറ്റുന്ന ഒരാളിനായി." അവർ പറഞ്ഞ കാര്യങ്ങൾ ചില പേരുകളൊഴിച്ച് അതിൽ പൊതുവായി ഒന്നും ഉണ്ടായിരുന്നില്ല. ഗോർബച്ചോവ്, യെത്സിൻ തുടങ്ങിയ ഏതാനും വ്യക്തികളുടെ പേരുകൾ. പക്ഷേ രണ്ടുപേരുടേയും ഗോർബച്ചോവ് രണ്ടു തരത്തിലുള്ളതായിരുന്നു. അവർ വിവരിച്ച തൊണ്ണൂറുകളും വ്യത്യസ്തമായിരുന്നു. സ്വന്തം മനസ്സ് ഒപ്പിയെടുത്ത വ്യക്തിയും കാലവും...

എലീനാ യുറീവ്ന

സോഷ്യലിസത്തിന്റെ കഥ പറയാൻ ശരിക്കും കാലമായിരുന്നുവോ? ആരോടാണ് അതെല്ലാം പറയേണ്ടത് ഇപ്പോൾ ഇവിടെയുള്ളവരെല്ലാം അതിന്റെ ദൃക്സാക്ഷികളല്ലേ? സത്യം തുറന്നു പറയാം. എനിക്ക് അദ്ഭുതം തോന്നുന്നു. എന്നെ കാണാൻ വേണ്ടി മാത്രം നിങ്ങൾ ഈ വഴിയത്രയും യാത്ര ചെയ്തു വന്നുവെന്നോ? ഞാൻ ഒരു പഴയ കമ്മ്യൂണിസ്റ്റുകാരിയാണ്. ഞങ്ങൾ പറയുന്നതൊന്നും കേൾക്കാൻ ആർക്കും ഇപ്പോൾ താത്പര്യമില്ല. ഞങ്ങൾ വായടച്ചിരിക്കണമെന്നാണ് എല്ലാവരും ആഗ്രഹിക്കുന്നത്.

ലെനിൻ വലിയൊരു കൊള്ളത്തലവനായിരുന്നു. സ്റ്റാലിന്റെ പേര് പറയുക തന്നെ വേണ്ട. ഞങ്ങളെല്ലാവരും കുറ്റവാളികളാണ്. ഒരൊറ്റത്തുള്ളി രക്തം പോലും ഞങ്ങളുടെ കൈയിൽ പുരണ്ടിട്ടില്ല എന്നതാണ് സത്യം. എന്നിട്ടും ഞങ്ങൾക്കു ചാർത്തിക്കിട്ടിയിട്ടുള്ള പേരെന്താണ്? ഞങ്ങളുടെ കൂട്ടത്തിലെ അവസാനത്തെ ആളുപോലും ആ വിശേഷണത്തിൽ നിന്നും ഒഴിവായിട്ടില്ല.

ഒരുപക്ഷേ, അമ്പതോ നൂറോ കൊല്ലം കഴിഞ്ഞാൽ അവർക്ക് കൂടുതൽ വസ്തുനിഷ്ഠമായി എഴുതാൻ സാധിക്കുമായിരിക്കും. സോഷ്യലിസം എന്ന് ഞങ്ങൾ വിളിച്ചിരുന്ന വ്യവസ്ഥിതിയെ കുറിച്ച് കണ്ണുനീരും ശകാരങ്ങളുമില്ലാതെ പുരാതന ട്രോയ് നഗരത്തെ എന്ന പോലെ അവർ അതിനെ മണ്ണിനടിയിൽ നിന്നും കുഴിച്ചെടുക്കും... ഈയടുത്തകാലം വരെ സോഷ്യലിസത്തെക്കുറിച്ച് നല്ലതായി പറയാൻ ആർക്കും അനുവാദമുണ്ടായിരുന്നില്ല. സോവിയറ്റ് യൂണിയന്റെ പതനത്തിനു ശേഷം പാശ്ചാത്യർക്കു ബോധ്യമായി മാർക്സിസം യഥാർത്ഥത്തിൽ അവസാനിച്ചിട്ടില്ലെന്ന്. അതിനിയും വികസിപ്പിച്ചെടുക്കേണ്ടതായിട്ടുണ്ടെന്ന്. ആരാധനയല്ല അതിനാവശ്യം. നമ്മുടേതുപോലെ പാശ്ചാത്യർക്കൊരിക്കലും മാർക്സ് ഒരു ആരാധ്യ പുരുഷനായിരുന്നില്ല. ഒരു മഹാത്മാവ്... പുണ്യാളൻ. അങ്ങനെയാണ് ആദ്യം ഞങ്ങൾ അദ്ദേഹത്തെ ആരാധിച്ചത്. അതിനു ശേഷം ഞങ്ങൾ അദ്ദേഹത്തെ ശപിച്ചു. ചരിത്രത്തിൽ നിന്നും വെട്ടിമാറ്റി. പക്ഷേ, ശാസ്ത്രവും വലിയ പ്രയാസങ്ങൾക്കു കാരണമായിട്ടുണ്ട്. അതുകൊണ്ട് ശാസ്ത്രജ്ഞരെയെല്ലാം നമ്മൾ ഇല്ലാതാക്കണമോ? ആറ്റംബോംബ് കണ്ടുപിടിച്ചവരെ ശപിച്ചു കൊല്ലാം. അല്ലെങ്കിൽ വെടിമരുന്നു കണ്ടുപിടിച്ചവരിൽ നിന്ന് തുടങ്ങാം. അതേ, അവരിൽ നിന്നാരംഭിക്കാം. എന്താ ഞാൻ പറഞ്ഞത് തെറ്റായി എന്നു തോന്നുന്നുണ്ടോ? (ആ ചോദ്യത്തിനുത്തരം പറയാൻ അവരെനിക്ക് സാവകാശം തന്നില്ല.) നിങ്ങൾ മോസ്കോ വിട്ടു പോയത് നന്നായി. ശരിയായ റഷ്യയിൽ എത്തിച്ചേർന്നുവെന്ന് നിങ്ങൾക്കു പറയാം.

മോസ്കോവിൽ ചുറ്റി നടക്കുമ്പോൾ തോന്നുക, ഏതോ യൂറോപ്യൻ രാജ്യത്താണ് എന്നാണ്. ആഡംബരകാറുകളും റെസ്റ്റോറന്റുകളും, തിളങ്ങുന്ന സ്വർണ്ണ ഗോപുരങ്ങളും. എന്നാൽ ഉൾനാടുകളിൽ ചെന്ന് ജനങ്ങൾ എന്താണ് പറയുന്നത് എന്ന് കേൾക്കണം. മോസ്കോ അല്ല റഷ്യ. റഷ്യ സമാരയിലാണ്. ടേളിയാറ്റിയിലാണ്. ചെലിയാബിസവ്കിലാണ്... ബംബിൾപിൻസ്കിലാണ്. മോസ്കോയിലെ അടുക്കളയിലിരുന്ന് വർത്തമാനം പറഞ്ഞു കൊണ്ട് ശരിയായ റഷ്യയെക്കുറിച്ച് നിങ്ങൾ എന്തു പഠിക്കാനാണ്? വിരുന്നുകൾക്കു പോകാം. അതുമിതും പറയാം. മോസ്കോ മറ്റേതോ രാജ്യത്തിന്റെ തലസ്ഥാനമാണ്. റിങ്ങ് റോഡി*ന്റെ അപ്പുറത്തെ പ്രദേശങ്ങളുമായി അതിന് ബന്ധമില്ല. മോസ്കോ സഞ്ചാരികളുടെ സ്വർഗ്ഗമാണ്. മോസ്കോയെ വിശ്വസിക്കരുത്...

---

* പ്രധാന മോട്ടോർവേ. 1980 കൾ വരെ അതായിരുന്നു മോസ്കോ ഭരണ കേന്ദ്രത്തിന്റെ പരിധി.

നിങ്ങൾ ഇവിടെ വന്നതും മനസ്സിലാക്കിയിരിക്കുമല്ലോ "ഇതാണ് സോവോക് "എന്ന്. അത്രയും വ്യക്തമല്ലേ സംഗതികൾ? റഷ്യയുടെ നിലവാരം വെച്ചു നോക്കുമ്പോൾ പോലും, ഏറെ ദരിദ്രമാണ് ഇവിടുള്ള വരുടെ ജീവിതം. സമ്പന്നരായവരെ അവർ കുറ്റപ്പെടുത്തുന്നു. എല്ലാവരോടും അവർക്ക് പുച്ഛമാണ്. ഗവൺമെന്റിനേയും അവർ കുറ്റം പറയുന്നു. സർക്കാർ തങ്ങളെ നുണ പറഞ്ഞു പറ്റിച്ചു എന്ന് അവർ കരുതുന്നു. ഇനി വരാൻ പോകുന്ന മുതലാളിത്ത വ്യവസ്ഥിതി ആരും അവരെ അറിയിച്ചില്ല. കോട്ടങ്ങൾ തീർത്ത് സോഷ്യലിസം തന്നെ വീണ്ടും ഭദ്രമായി തുടർന്നു പോകുമെന്നാണ് അവർ കരുതിയിരുന്നത്. തങ്ങൾ ശീലിച്ചുപോന്ന ആ ജീവിതം, സോഷ്യലിസ്റ്റ് ജീവിതശൈലി ഇനിയും തുടർന്നു പോകാനാകുമെന്ന് അവർ വിചാരിച്ചു. തെരുവിലിറങ്ങി ശക്തി യായി പ്രകടനം നടത്തുന്നതിനിടയിൽ "യെത്സിൻ... യെത്സിൻ..." എന്ന് വിളിച്ചു കൂവുന്നതിനിടയിൽ അവർ കൊള്ളയടിക്കപ്പെട്ടു. അവരെ കൂടാതെ വ്യവസായശാലകളും ഫാക്ടറികളുമൊക്കെ പങ്കുവെക്കപ്പെട്ടു. ദൈവം കനിഞ്ഞു നല്കിയ - അങ്ങനെയാണ് പഴമക്കാർ പറയാറുള്ളത് - പ്രകൃതിവാതകങ്ങളും എണ്ണയുമടക്കം എല്ലാം അവർ വീതംവെച്ചെടുത്തു. ഇപ്പോഴേ എല്ലാവർക്കും വാസ്തവം മനസ്സിലായിട്ടുള്ളൂ. അന്ന് 1991ൽ ഞങ്ങളെല്ലാവരും ആ വിപ്ലവത്തിന്റെ ഭാഗമായിരുന്നു. വേലിക്കെട്ടുകൾ തകർത്ത് അവർ മുന്നേറി. അവർക്ക് വേണ്ടത് സ്വാതന്ത്ര്യമായിരുന്നു. എന്നിട്ട് കിട്ടിയതോ?

യെത്സിന്റെ കൊള്ളസംഘത്തിന്റെ വിപ്ലവം... എന്റെ സുഹൃത്തിന്റെ മകനെ അവന്റെ സോഷ്യലിസ്റ്റ് കാഴ്ചപ്പാടിന്റെ പേരിൽ അവർ ഏതാണ്ട് കൊന്നു. "കമ്മ്യൂണിസ്റ്റ്" എന്നുള്ളത് ഏറ്റവും അപഹാസ്യമായൊരു വാക്കായിത്തീർന്നു. വീട്ടുമുറ്റങ്ങളിൽ കൂട്ടം കൂടി നില്ക്കുന്ന ചെറുപ്പക്കാർ അവരിലൊരാളെ മിക്കവാറും കൊന്നു. അവരുടെ സുഹൃത്ത്. അവർ കൂട്ടം ചേർന്നിരുന്ന് ഗിറ്റാർ വായിച്ച് പാട്ടുപാടി. ആ ബെഞ്ചുകളിലിരുന്ന് അവർ സംസാരിച്ചു. താമസിയാതെ അവർ കമ്മ്യൂണിസ്റ്റുകളെ കീഴ്പ്പെടുത്തു മെന്നും വിളക്കുകാലുകളിൽ കെട്ടിത്തൂക്കുമെന്നും പറഞ്ഞു. മിഷ്ക നല്ല പഠിപ്പും വിവരവുമുള്ള ചെറുപ്പക്കാരനായിരുന്നു. അവന്റെ അച്ഛൻ പാർട്ടി യുടെ ഡിസ്ട്രിക്റ്റ് കമ്മിറ്റിയിൽ പ്രവർത്തിച്ചിരുന്നു. മിഷ്ക ജി.കെ. ചെസ്റ്റർടണെ ഉദ്ധരിച്ചു. "പൂർണ്ണതയെക്കുറിച്ച് എന്തെങ്കിലുമൊരു സ്വപ്ന മില്ലാത്തയാൾ മൂക്കില്ലാത്ത മനുഷ്യനെപ്പോലെ ഒരു ഭീകരസത്വമാണ്" അതു പറഞ്ഞതിനാണ് അവരെന്നെ മർദ്ദിച്ചത്. കനത്ത ബൂട്ടിട്ട കാലു കൊണ്ട് അവരെന്നെ ചവിട്ടി. "വിവരമില്ലാത്തവൻ... കുലദ്രോഹി... 1917ൽ വിപ്ലവം ഉണ്ടാക്കിയത് ആരാണ്?"

പെരിസ്ട്രോയ്ക്കയുടെ ആദ്യ കാലങ്ങളിൽ ജനങ്ങളുടെ കണ്ണിൽ കണ്ട പ്രകാശം എനിക്കോർമ്മയുണ്ട്. അത് ഞാനൊരിക്കലും മറക്കില്ല. കമ്മ്യൂണിസ്റ്റുകാരെ വെട്ടിവീഴ്ത്താൻ അവർ തയ്യാറായിരുന്നു. ഞങ്ങളെ ല്ലാവരേയും തടങ്കൽ ക്യാമ്പിലേക്കയയ്ക്കാൻ അവർ പദ്ധതിയിട്ടു. ഗോർക്കിയുടേയും മയക്കോവ്സ്കിയുടേയും കൃതികൾ ചവറുകൂനകളിൽ

നിറഞ്ഞു. കടലാസു പുനർനിർമ്മിത കേന്ദ്രങ്ങളിൽ ലെനിന്റെ സമ്പൂർണ്ണ കൃതികൾ ആളുകൾ കൊണ്ടുവന്നു ചൊരിഞ്ഞു. അതെല്ലാം ഞാൻ പെറുക്കി വീട്ടിൽ കൊണ്ടുവന്നു. സത്യമാണ് ഞാൻ പറയുന്നത്. മുമ്പ് പറഞ്ഞിട്ടുള്ളതൊന്നും ഇപ്പോൾ ഞാൻ ഖണ്ഡിക്കുകയില്ല. ഒന്നിനെ കുറിച്ചും ലജ്ജയും തോന്നുന്നില്ല. എന്റെ നിറങ്ങൾ മാറ്റാൻ ഒരുക്കമല്ല. എന്റെ ചുകപ്പു മാറ്റി ചാരനിറമടിക്കാൻ നിശ്ചയിച്ചിട്ടില്ല. അതെനിക്കു വേണ്ട. അങ്ങനെയുള്ളവരെ നിങ്ങൾ കണ്ടേക്കാം. അവർ ചുകപ്പാണ് അധികാരത്തിൽ വരുന്നതെങ്കിൽ ചുകപ്പിനെ സ്വാഗതം ചെയ്യും. വെള്ളയാണ് അധികാരസ്ഥാനത്തെത്തുന്നതെങ്കിൽ രണ്ടു കൈയുംനീട്ടി വെള്ളയെ ആലിംഗനം ചെയ്യും. ജനങ്ങൾ സ്വയം വരുത്തിക്കൂട്ടിയ മാറ്റങ്ങൾ... അവിശ്വസനീയമാണ്. ഇന്നലെ വരെ അവർ കമ്മ്യൂണിസ്റ്റു കളായിരുന്നു. ഇന്ന് അങ്ങേയറ്റം ജനാധിപത്യവാദികളും. എന്റെ കൺ മുമ്പിൽ വെച്ചുതന്നെ എത്രയോ കടുത്ത കമ്മ്യൂണിസ്റ്റുകാർ മതവിശ്വാസി കളായ സ്വതന്ത്രചിന്തകരായി മാറി! പക്ഷേ ഇപ്പോഴും എനിക്കേറ്റവും ഇഷ്ടം 'സഖാവ്' എന്ന ആ വാക്കുതന്നെയാണ്. ആ ഇഷ്ടത്തിന് ഒരു കാലത്തും കുറവ് സംഭവിക്കുകയുമില്ല. അത് നല്ലൊരു വാക്കാണ്... സോ വോക്... നാക്ക് കടിച്ചോളൂ... സോവിയറ്റുകാരൻ നല്ലൊരു വ്യക്തി യായിരുന്നു. യൂറൽ മലനിരകൾ താണ്ടി മരുഭൂമിയുടെ അങ്ങേയറ്റം വരെ യാത്ര ചെയ്യാൻ അവൻ ഒരുക്കമായിരുന്നു. എല്ലാം ആദർശങ്ങൾക്കു വേണ്ടി, ഡോളർ സമ്പാദിക്കാനല്ല. ഞങ്ങളാരും മറ്റാരുടേയും പച്ചനോട്ടു കൾക്കു പിറകെ പാഞ്ഞു പോയവരല്ല. THE DNIEPER ഹൈഡ്രോ ഇലക്ട്രിക് സ്റ്റേഷൻ, സ്റ്റാലിൻ ഗാർഡിന്റെ ഉപരോധം, ബഹിരാകാശ ത്തിലെത്തിയ ആദ്യ മനുഷ്യൻ... ഇതെല്ലാം ഞങ്ങളായിരുന്നു. ശക്തനായ സോവോക്! ഇപ്പോഴും പഴയ മട്ടിൽ യു.എസ്.എസ്.ആർ. എന്നെഴുതാൻ എനിക്ക് സന്തോഷം തോന്നുന്നു. അതാണ് എന്റെ രാജ്യം, ഇന്നു ഞാൻ ജീവിക്കുന്ന ഈ രാജ്യമല്ല. ഏതോ വിദേശരാജ്യത്തു ജീവിക്കുന്ന പ്രതീതി യാണ് ഇപ്പോഴെനിക്കുള്ളത്.

ഞാൻ ജനിച്ചത് സോവിയറ്റിലാണ്. അമ്മൂമ്മ ദൈവത്തിൽ വിശ്വസി ച്ചിരുന്നില്ല. പക്ഷേ കമ്മ്യൂണിസത്തിൽ വിശ്വസിച്ചിരുന്നു. അച്ഛൻ മരണം വരെ കാത്തിരുന്നു, സോഷ്യലിസത്തിന്റെ തിരിച്ചു വരവിനായി. ബർലിൻ മതിൽ നിലംപതിച്ചു കഴിഞ്ഞിരുന്നു. സോവിയറ്റ് യൂണിയനും തകർന്നു വീണുകൊണ്ടിരുന്നു. എന്നിട്ടും അദ്ദേഹം ആ പ്രതീക്ഷയിൽ അള്ളി പ്പിടിച്ചു നിന്നു. അച്ഛൻ തന്റെ ഉറ്റ സുഹൃത്തിനോട് സംസാരിക്കാതായി. കാരണം, അദ്ദേഹം ചെങ്കൊടിയെ ഒരു ചുകന്ന തുണിക്കഷണം എന്നു പറഞ്ഞു. ഞങ്ങളുടെ സ്വന്തം ചെങ്കൊടി! അതെങ്ങനെ വെറുമൊരു ചുകന്ന തുണിക്കഷണമാകും? അച്ഛൻ റഷ്യ-ഫിൻലാൻഡ് യുദ്ധത്തിൽ പങ്കെടുത്തിരുന്നു. എന്തിനുവേണ്ടിയാണ് താൻ യുദ്ധം ചെയ്യുന്നതെന്ന് അദ്ദേഹത്തിന് രൂപമില്ലായിരുന്നു. എന്നിട്ടും അദ്ദേഹം യുദ്ധം ചെയ്തു, അവർ ആവശ്യപ്പെട്ടതു കൊണ്ടു മാത്രം. അവർ ആ യുദ്ധത്തെപ്പറ്റി "യുദ്ധം എന്നല്ല പറഞ്ഞത്, ഫിന്നിഷ് പ്രചാരണ പ്രവർത്തനം എന്നായിരുന്നു."

പക്ഷേ അച്ഛൻ അതിനെക്കുറിച്ച് ഞങ്ങൾക്കു പറഞ്ഞു തന്നു. വീട്ടിൽ വെച്ച്, ശബ്ദം താഴ്ത്തി, അപൂർവ്വം ചില അവസരങ്ങളിൽ. പഴയകാലങ്ങളിലേക്കുള്ള ഒരു തിരിഞ്ഞുനോട്ടത്തിനിടയിൽ, മിക്കവാറും അത് സംഭവിക്കുക അച്ഛൻ "കുടിക്കു"ന്ന സമയത്തായിരിക്കും.

യുദ്ധം നടന്നത് ശൈത്യകാലത്തായിരുന്നു. കാട്ടിൽ ഒരു മീറ്ററോളം ഉയരത്തിൽ മഞ്ഞ് ഉറഞ്ഞു കിടന്നിരുന്നു. ഫിൻലാൻഡുകാർ മഞ്ഞിനു മുകളിലൂടെ തെന്നിപ്പായാൻ പറ്റുന്ന സ്കികൾ ഇട്ടിട്ടാണ് പടയ്ക്കിറങ്ങിയത്. വീതികുറഞ്ഞ നീളമുള്ള മരച്ചെരിപ്പുകൾ. മഞ്ഞിന്റെ പശ്ചാത്തലത്തിൽ മറഞ്ഞിരിക്കാനുതകുന്ന വെളുത്ത യൂണിഫോമുകളായിരുന്നു അവർ ധരിച്ചിരുന്നത്. എവിടെനിന്നെന്നറിയാതെ അവർ മുന്നിൽ ചാടിവീഴും. അതേ... മാലാഖമാരെ പോലെ. അച്ഛന്റെ വാക്കുകൾ. ഒരു രാത്രി കൊണ്ട് വലിയൊരു സേനാവിഭാഗത്തെ മുഴുവൻ അവർ നശിപ്പിച്ചിരുന്നു. തളം കെട്ടി കിടക്കുന്ന രക്തത്തിൽ മരിച്ചു കിടക്കുന്ന സൈനികർ. ഉറക്കത്തിൽ കൊല്ലപ്പെടുന്നവരുടെ ശരീരത്തിൽ നിന്നും കൂടുതലായി രക്തമൊഴുകുമെന്ന് അച്ഛൻ പറഞ്ഞു. എന്തുമാത്രം ചോരയായിരുന്നു! അച്ഛൻ നടുക്കത്തോടെ ഓർത്തു... ഒരു മീറ്റർ ഉയരത്തിൽ ഉറഞ്ഞു കിടക്കുന്ന മഞ്ഞിനടിയിലേക്കും അത് ഒഴുകിയിറങ്ങി. യുദ്ധം കഴിഞ്ഞതിനു ശേഷം, ഒരു കോഴിക്കുഞ്ഞിനെ കൊല്ലാൻ പോലും അച്ഛൻ തയ്യാറായിരുന്നില്ല. മുയലായാലും അങ്ങനെത്തന്നെ. ചത്തു കിടക്കുന്ന ജീവി... ചുടുചോരയുടെ മണം... ഒന്നും അച്ഛന് സഹിക്കാൻ സാധിച്ചിരുന്നില്ല. പടർന്നു പന്തലിച്ചു നില്ക്കുന്ന വൃക്ഷങ്ങൾ അച്ഛനെ വല്ലാതെ ഭയപ്പെടുത്തിയിരുന്നു. കാരണം, അങ്ങനെയുള്ള വൻവൃക്ഷങ്ങൾക്കിടയിലാണ് ഫിന്നിഷ് ഒളിപ്പോരാളികൾ മറഞ്ഞിരുന്നിരുന്നത്. അവർ സ്വയം കൊടുത്തിരുന്ന പേര് 'കുക്കുകൾ' എന്നായിരുന്നു. (അവർ ഏതാനും നിമിഷം മിണ്ടാതിരുന്നു.) ഒരു കാര്യം കൂടി പറയണമെന്നുണ്ട്.

ഇതെന്റെ അഭിപ്രായമാണ്. ആ യുദ്ധത്തിനു ശേഷം ഞങ്ങളുടെ കൊച്ചു പട്ടണം മുഴുവൻ പൂക്കൾകൊണ്ട് മൂടപ്പെട്ടു. ജനങ്ങൾക്ക് പൂക്കളോട് ഒരുതരം ഭ്രാന്ത്. പൂക്കളിൽ ഏറ്റവും പ്രധാനം ഡാലിയ ആയിരുന്നു. തണുപ്പുകാലം മുഴുവൻ അതിന്റെ കിഴങ്ങുകൾ കെട്ടുപോകാതെ സൂക്ഷിക്കണം. മഞ്ഞിൽ ഉറഞ്ഞു പോകുകയുമരുത്. ദൈവം തന്നെ കാക്കട്ടെ! കുഞ്ഞുകുട്ടികളെ എന്നപോലെ തുണിയിൽ കെട്ടിപ്പൊതിഞ്ഞാണ് ആളുകൾ ഡാലിയാ കിഴങ്ങുകൾ സൂക്ഷിച്ചിരുന്നത്. അവരുടെ വീട്ടുമുറ്റങ്ങളിൽ മുമ്പിലും പിമ്പിലും നിറയെ പൂക്കൾ വളർന്നു നിന്നു. വേലിക്കെട്ടിലും കിണറുകൾക്ക് ചുറ്റിലും അവർ പൂച്ചെടികൾ നട്ടു വളർത്തി. ജീവിതത്തിനോടുള്ള ആർത്തിയാണവർ കാണിച്ചിരുന്നത്. ഏറെക്കാലം ഭയപ്പെട്ടു ജീവിച്ചതിനു ശേഷം അവർ ജീവിതം ആഘോഷിക്കുകയായിരുന്നു. അതവരുടെ ഒരാവശ്യമായിരുന്നു. ക്രമേണ പൂക്കളെല്ലാം പട്ടണത്തിൽ നിന്നും അപ്രത്യക്ഷമായി. ഇപ്പോൾ അതിന്റെ ഒരടയാളവും ബാക്കിയില്ല. എന്നാലും ഓർക്കുന്നു... വെറുതെ ഓർക്കുന്നു.

(വീണ്ടും അവർ മൗനമവലംബിച്ചു) അച്ഛൻ ആറുമാസമേ യുദ്ധരംഗത്തുണ്ടായിരുന്നുള്ളൂ. അപ്പോഴേക്കും അവർ അദ്ദേഹത്തെ തടവുകാരനാക്കി. എങ്ങനെയാണ് പിടിക്കപ്പെട്ടതെന്നോ? തണുത്തുറച്ചു കിടക്കുന്ന ഒരു തടാകത്തിനു മേലേകൂടി അവർ മുന്നോട്ടു നടക്കുകയായിരുന്നു. ശത്രുക്കളുടെ പീരങ്കിപ്പട ആ ഊക്കൻ മഞ്ഞുകട്ടകൾക്കുമേൽ വെടിവെച്ചു. ഏതാനും പേർക്കു മാത്രമേ അക്കരെയെത്താനായുള്ളൂ. അവരാകട്ടെ അവസാനത്തെ ശക്തിയും ചെലവഴിച്ചാണ് മഞ്ഞുറഞ്ഞു കിടക്കുന്ന ആ തടാകത്തിലൂടെ നീന്തി കരപറ്റിയത്. അതിനിടയിൽ അവരുടെ ആയുധങ്ങളെല്ലാം നഷ്ടമായി. അർദ്ധനഗ്നരായാണ് അവർ കരയ്ക്കണഞ്ഞത്. കരയ്ക്കുനിന്നിരുന്ന ഫിൻലാൻഡുകാർ കൈനീട്ടി അവരെ കരയിലേക്കു വലിച്ചു കയറ്റി. പലരും ശത്രുവിന്റെ നീട്ടിയ കൈ എത്തിപ്പിടിക്കാൻ വിസമ്മതിച്ചു. അങ്ങനെയായിരുന്നു അവരെ ശീലിപ്പിച്ചിരുന്നത്. അച്ഛൻ ആരുടേയോ നീട്ടിയ കൈ എത്തിപ്പിടിച്ചു. അങ്ങനെയാണ് അന്ന് അദ്ദേഹം രക്ഷപ്പെട്ടത്. "അവർ എനിക്ക് ചൂടുള്ള വസ്ത്രങ്ങൾ തന്നു. കുടിക്കാൻ ചൂടുള്ള പാനീയവും" അതു പറയുമ്പോൾ അച്ഛന്റെ മുഖത്ത് കണ്ട അദ്ഭുതം ഇപ്പോഴും എനിക്കോർമ്മയുണ്ട്. "അവർ എന്റെ ചുമലിൽ തട്ടി. ചിരിച്ചു... അവസാനം നിങ്ങൾ രക്ഷപ്പെട്ടു... അല്ലേ ഇവാൻ?" ഇതിനു മുമ്പൊരിക്കലും അച്ഛൻ ശത്രുവിനെ മുഖാമുഖം കണ്ടിട്ടുണ്ടായിരുന്നില്ല. അവരെന്തിനാണിത്ര സന്തോഷിക്കുന്നത്? അച്ഛന് ഒരു പിടിയും കിട്ടിയില്ല....

ഫിൻലാൻഡ് വിരുദ്ധ പ്രവർത്തനം അവസാനിച്ചത് 1940ൽ ആണ്. സോവിയറ്റ് തടവുകാരും ഫിന്നിഷ് തടവുകാരും പരസ്പരം കൈമാറ്റം ചെയ്യപ്പെട്ടു. രണ്ടുകൂട്ടരേയും അഭിമുഖമായി നിർത്തി, മാർച്ചു ചെയ്യിക്കപ്പെട്ടു. അപ്പുറത്തേക്കെത്തിയ ഫിൻലാൻഡുകാരെ അവരുടെ കൂട്ടർ ഒച്ചയും വിളിയും കൈകൊടുക്കലും കെട്ടിപ്പിടിക്കലുമായി സ്വാഗതം ചെയ്തു. എന്നാൽ ഇപ്പുറത്തേക്കു മാർച്ചു ചെയ്തു വന്ന നമ്മുടെ ആൾക്കാരോട് ശത്രുക്കളോടെന്നപോലെയാണ് ഇവിടുള്ളവർ പെരുമാറിയത്. "സഹോദരന്മാരെ... സുഹൃത്തുക്കളെ..." പട്ടാളക്കാർ ആവേശത്തോടെ മുന്നോട്ടു വന്നു.

"നില്ക്കൂ... ഒരടി മുന്നോട്ടുവെച്ചാൽ ഞങ്ങൾ വെടിവെക്കും."

അവരെ പട്ടാളക്കാർ വലയം ചെയ്തു. ഒപ്പം ഉഗ്രൻ ജർമ്മൻ ഷെപ്പേഡ് നായ്ക്കളുമുണ്ടായിരുന്നു. മുൾവേലികൾ കൊണ്ടു വലയം ചെയ്തിട്ടുള്ള ഒരു സൈനിക പാളയത്തിലേക്കാണവരെ നയിച്ചത്. തടവുകാരായിരുന്ന സൈനികർക്കു വേണ്ടി പ്രത്യേകിച്ചൊരുക്കിയ ഒരിടം. അവിടെവെച്ച് അവർ ചോദ്യം ചെയ്യപ്പെടാൻ തുടങ്ങി.

"നിങ്ങളെങ്ങനെയാണ് തടവുകാരനാക്കപ്പെട്ടത്?" ചുമതലയുള്ള ഉദ്യോഗസ്ഥൻ അച്ഛനോട് ചോദിച്ചു.

"ഫിൻലൻഡുകാർ എന്നെ തടാകത്തിൽ നിന്നും വലിച്ചു കയറ്റുകയായിരുന്നു."

“ദേശദ്രോഹി” അയാൾ അലറി. “മാതൃഭൂമിയുടെ മാനം കാക്കുന്നതിനു പകരം സ്വന്തം ജീവൻ രക്ഷിച്ചു അല്ലേ?”

അച്ഛനും ആ കാര്യത്തിൽ കുറ്റബോധം തോന്നി. അങ്ങനെയാണ വരെ പറഞ്ഞു പഠിപ്പിച്ചിരുന്നത്. വിചാരണയൊന്നുമുണ്ടായിരുന്നില്ല. ആ കൂട്ടത്തിൽപ്പെട്ട എല്ലാവരേയും അവർ പുറത്തേക്കു കൊണ്ടുവന്നു. മുഴുവൻ സേനാവിഭാഗത്തിന്റേയും മുന്നിൽ വെച്ച് അവരുടെ ശിക്ഷാവിധി ഉറക്കെ വായിച്ചു. മാതൃഭൂമിയെ ഒറ്റിക്കൊടുത്തതിന് 6 വർഷത്തെ കഠിന തടവ്. അവിടെനിന്ന് അവരെ എല്ലാവരേയും വോർക്കൂട്ടായിലേക്ക് കപ്പൽ കയറ്റി. അവിടത്തെ മഞ്ഞുപാറകൾക്കു മുകളിൽക്കൂടി തീവണ്ടിപ്പാത പണിയാൻ. ദൈവമേ! അത് 1941 ആയിരുന്നു. ജർമ്മൻ പട്ടാളം മോസ്കോയുടെ നേരെ അതിവേഗം അടുക്കുകയായിരുന്നു. യുദ്ധം തുടങ്ങിയ വർത്തമാനം അച്ഛനേയും കൂട്ടരേയും ആരും അറിയിച്ചില്ല. അവർ രാജ്യത്തിന്റെ ശത്രുക്കളാണല്ലോ എന്ന ഭാവം. ആ വാർത്ത അവരെ സന്തോഷിപ്പിക്കുകയേയുള്ളൂ. നാസികൾ ബെലാറസ് കീഴടക്കി. അവർ സ്മോളെൻസ്ക്കും കൈക്കലാക്കി. ഒടുവിൽ അച്ഛന്റെ സംഘത്തിൽപ്പെട്ടവരുടെ കാതിൽ ആ വാർത്തയെത്തി. അവരെല്ലാവരും യുദ്ധരംഗത്തേക്കു പോകാൻ സന്നദ്ധത പ്രകടിപ്പിച്ചു കൊണ്ട് ക്യാമ്പ് മേധാവിക്ക്, സ്റ്റാലിന് കത്തെഴുതി. അതിന് അവർക്ക് ലഭിച്ച മറുപടി, “രാജ്യത്തിന്റെ വിജയത്തിനു വേണ്ടി അധ്വാനിക്കൂ. തന്തയ്ക്കു പിറക്കാത്തവരേ, നിങ്ങളെപ്പോലുള്ള രാജ്യദ്രോഹികളെ ഞങ്ങൾക്ക് പടക്കളത്തിൽ ആവശ്യമില്ല.”

“അന്ന്” അച്ഛൻ പറഞ്ഞു. “അവരെല്ലാവരും കരഞ്ഞു” (അവർ വീണ്ടും നിശ്ശബ്ദയായി) വാസ്തവത്തിൽ അവരോടൊക്കെയാണ് നിങ്ങൾ സംസാരിക്കേണ്ടത്. നിർഭാഗ്യവശാൽ... അച്ഛൻ മരിച്ചുപോയി. ആ ക്യാമ്പു ജീവിതമാണ് അച്ഛന്റെ ജീവിതം ഇത്ര പെട്ടെന്ന് അവസാനിപ്പിച്ചത്, കൂടെ ഈ പെരിസ്ട്രോയ്ക്കയും. അദ്ദേഹം വളരെയധികം വേദന അനുഭവിച്ചു. തനിക്ക് സംഭവിച്ചതെന്താണെന്ന് അച്ഛന് മനസ്സിലാക്കാൻ സാധിച്ചില്ല. രാജ്യത്തിനെന്തു സംഭവിച്ചു? ആറു വർഷം കുറ്റവാളികളുടെ ക്യാമ്പിൽ കഴിച്ചുകൂട്ടിയശേഷം ആപ്പിളും കാബേജും എന്താണെന്നു പോലും അച്ഛൻ മറന്നുപോയിരുന്നു. തലയിണയും വിശപ്പും പരിചയമില്ലാത്ത വസ്തുക്കളായി. ദിവസങ്ങളിൽ മൂന്നു നേരം നന്നേ നേർത്ത കഞ്ഞി കൊടുക്കും. ഇരുപത്തിയഞ്ചു പേർക്ക് പങ്കുവെച്ചു കഴിക്കാനായി ഒരു റൊട്ടി. തലയിണയ്ക്കു പകരം മരമുട്ടി. കിടക്കാനും ഒരു മരപ്പലക. അച്ഛൻ മറ്റുള്ളവരെ പോലെയായിരുന്നില്ല. പരമശുദ്ധൻ. ഒരു കുതിരയേയോ പശുവിനേയോ തല്ലാൻ കൈ പൊങ്ങില്ല. ഒരു നായയേപോലും ചവിട്ടാൻ കാലുയരില്ല. അച്ഛനെയോർത്ത് ഞാൻ കഠിനമായി ദുഃഖിച്ചിട്ടുണ്ട്. മറ്റുള്ളവരെല്ലാം അച്ഛനെ കളിയാക്കും. “നിങ്ങളൊരു പുരുഷനാണോ? എന്താ ഇങ്ങനെ... ഒരു പെൺകുട്ടിയെപോലെ?” എന്റെ അമ്മയ്ക്കുമുണ്ടായിരുന്നു ആ സങ്കടം. തന്റെ ഭർത്താവ് മറ്റു പുരുഷന്മാരെപ്പോലെയല്ല എന്ന്. ഒരു കാബേജോ തക്കാളിയോ കൈയിലെടുത്ത്

അതിൽത്തന്നെ വളരെനേരം നോക്കിയിരിക്കും. ക്യാമ്പിൽ നിന്ന് വന്ന യിടയ്ക്ക് അച്ഛൻ തികച്ചും നിശ്ശബ്ദനായിരുന്നു. ഞങ്ങളോടാരോടും ഒന്നും പറയില്ല. ഏതാണ്ട് പത്തു വർഷം കഴിഞ്ഞതിൽ പിന്നീടാണ് അച്ഛൻ കുറേശ്ശെ സംസാരിക്കാൻ തുടങ്ങിയത്. അതിനുമുമ്പ് ഒന്നും... അതെ, ഒരു പ്രത്യേകസന്ദർഭത്തിൽ, ക്യാമ്പിൽവെച്ച് അച്ഛന്റെ ജോലി ശവങ്ങൾ ചുമന്നുകൊണ്ടുപോകലായിരുന്നു. എല്ലാ ദിവസവുമുണ്ടാകും ചുമക്കാനായി പത്തോ പതിനഞ്ചോ മൃതദേഹങ്ങൾ. ജീവിച്ചിരിക്കുന്ന വർ ബാരക്കിലേക്ക് നടന്നുവന്നു. മരിച്ചവരെ ബ്ലെഡ്ജുകളിൽ കയറ്റി കൊണ്ടുപോയി. ശവങ്ങളിൽ നിന്ന് വസ്ത്രമെല്ലാം അഴിച്ചുമാറ്റണമെന്നാ യിരുന്നു ഉത്തരവ്. നഗ്നശരീരങ്ങൾ വേണം മറവു ചെയ്യുവാൻ. വണ്ടിയിൽ ജെർബോവകളെ (നീണ്ട പിൻകാലുകളുള്ള ചെറിയൊരു ജീവി.) പോലെ യാണ് അവർ കിടന്നിരുന്നത് എന്ന് അച്ഛൻ പറഞ്ഞു. എല്ലാം കുഴഞ്ഞു മറിഞ്ഞാണ് പുറത്തു വരുന്നത്. എന്റെ സങ്കടവും നിസ്സഹായതയും അതൊന്നും ഓർക്കാൻ വയ്യ. ക്യാമ്പിലെ ആദ്യത്തെ രണ്ടുവർഷങ്ങൾ. അവരിലൊരാളും കരുതിയില്ല, ജീവനോടെ പുറത്തേക്കു വരാനാകുമെന്ന്. അഞ്ചും ആറും കൊല്ലത്തെ തടവുശിക്ഷ വിധിക്കപ്പെട്ടവർ വീടിനേയും കുടുംബത്തേയും കുറിച്ചു സംസാരിക്കും. പത്തും പതിനഞ്ചും കൊല്ല ത്തേക്കു ശിക്ഷിക്കപ്പെട്ടവർ അങ്ങനെയൊരു കാര്യം മിണ്ടുകപോലുമില്ല. അവർ ആരെക്കുറിച്ചും സംസാരിച്ചില്ല. ഭാര്യയേയോ, മക്കളേയോ അച്ഛനമ്മമാരേയോ കുറിച്ച് ഓർക്കാൻ പോലും ധൈര്യപ്പെട്ടില്ല. പ്രിയ പ്പെട്ടവരെ കുറിച്ചോർക്കാൻ തുടങ്ങിയാൽ ജീവിച്ചിരിക്കാനാവില്ല, അച്ഛൻ പറഞ്ഞു. ഞങ്ങൾ അച്ഛനായി കാത്തിരുന്നു. "അച്ഛൻ ഒരു ദിവസം തിരിച്ചു വരും. പക്ഷേ എന്നെ തിരിച്ചറിയുകപോലുമില്ല." അച്ഛൻ... അച്ഛൻ... ആ വാക്ക് ഇടയ്ക്കിടയ്ക്കു പറയാൻ ഞാൻ അവസരം കണ്ടുപിടിക്കും. അങ്ങനെ ഒരു ദിവസം അദ്ദേഹം തിരിച്ചുവന്നു. അമ്മൂമ്മയാണ് കണ്ടത്. പട്ടാള യൂണിഫോം ധരിച്ച ഒരാൾ ഞങ്ങളുടെ പടിക്കൽ വന്നു നില്ക്കുന്നു.

"ആരെയാണ് നിങ്ങളന്വേഷിക്കുന്നത്, പട്ടാളക്കാരാ?"

"അമ്മേ, എന്നെ മനസ്സിലായില്ലേ?"

അതു കേട്ടതും അമ്മൂമ്മ അവിടെത്തന്നെ ബോധംകെട്ടു വീണു. അങ്ങനെയായിരുന്നു അച്ഛന്റെ തിരിച്ചു വരവ്. തണുത്തു വിറച്ച്... എല്ലു പോലും മരവിച്ച്... കൈയും കാലും ചൂടാക്കാൻ പോലും സാധിച്ചില്ല... അമ്മ പറയും അച്ഛൻ ക്യാമ്പിൽനിന്നും തിരിച്ചെത്തിയത് ഏറെ സൗമ്യ നായിട്ടാണെന്ന്. പക്ഷേ, അവർക്ക് ഉള്ളിൽ നല്ല ഭയമുണ്ടായിരുന്നു. അത്രയും ഭയാനകമായ കഥകളാണ് കേട്ടിരുന്നത്. ശിക്ഷ കഴിഞ്ഞ് തിരിച്ചു വരുന്നവരെക്കുറിച്ച്. ജീവിതം ആസ്വദിക്കണമെന്നാണ് അച്ഛൻ ആഗ്രഹി ച്ചിരുന്നത്. അദ്ദേഹത്തിന്റെ മുദ്രാവാക്യം തന്നെ "ധൈര്യമായിരിക്കൂ... ഇതിലും വലിയ ആപത്ത് വരാനിരിക്കുന്നതേയുള്ളൂ" എന്നായിരുന്നു.

ഞാൻ മറന്നുപോയി... എവിടെയാണത് സംഭവിച്ചതെന്ന് ഓർമ്മ വരുന്നില്ല. എവിടെയായിരുന്നു? ഇടക്ക്യാമ്പുകളിലെവിടെയെങ്കിലുമാണോ?

അവർ വലിയൊരു മൈതാനത്തിൽ പുല്ലു തിന്ന് തറയിൽ കൈകൾ കുത്തി മുട്ടുകാലിൽ ഇഴയുകയായിരുന്നു. പോഷകാഹാരത്തിന്റെ കുറവ് അവരെ കലശലായി ബാധിച്ചിരുന്നു. ത്വഗ് രോഗങ്ങൾ അവരെ അവശരാക്കിയിരുന്നു.

അച്ഛൻ അരികത്തുള്ളപ്പോൾ ഒന്നിനെക്കുറിച്ചും ആവലാതി പറയാനാവില്ലായിരുന്നു. അച്ഛനറിയാമായിരുന്നു ജീവൻ നിലനിർത്താൻ മൂന്നു സാധനങ്ങളേ ആവശ്യമുള്ളൂ. റൊട്ടി, ഉള്ളി, സൂപ്പ്. അതു മൂന്നും മാത്രം. അവരാരും ഇന്ന് ഞങ്ങളോടൊപ്പമില്ല. ഞങ്ങളുടെ അച്ഛനമ്മമാർ... അവരുടെ തലമുറ... അഥവാ അവരിലാരെങ്കിലും ജീവിച്ചിരിക്കുന്നുണ്ടെങ്കിൽ നിശ്ചയമായും അവരെ ഒരു മ്യൂസിയത്തിൽ സൂക്ഷിച്ചു വെക്കണം; ആരും തൊടാതെ ഒരു ചില്ലു പെട്ടിയിൽ. അത്രയധികം കഷ്ടപ്പാടുകൾ സഹിച്ചിട്ടുള്ളവരാണവർ. എന്റെ അച്ഛനെ അവർ പുനരധിവസിപ്പിച്ചു.* താൻ അനുഭവിച്ച യാതനകൾക്കൊക്കെയും പ്രതിഫലമായി അവർ അച്ഛനു കൊടുത്തത് രണ്ടുമാസത്തെ ശമ്പളമായിരുന്നു. സ്റ്റാലിന്റെ വലിയൊരു ഛായാചിത്രം വളരെക്കാലം ഞങ്ങളുടെ വീട്ടിൽ തൂങ്ങിക്കിടന്നിരുന്നു. കുറെ അധികം കാലം അതവിടെയുണ്ടായിരുന്നു. എനിക്ക് നല്ല ഓർമ്മയുണ്ട്. അച്ഛന് ആരോടും പ്രത്യേകിച്ച് പരിഭവമോ പരാതിയോ ഉണ്ടായിരുന്നില്ല. ഒക്കെ ആ കാലത്തിന്റെ ഒരു രീതി എന്നായിരുന്നു അദ്ദേഹത്തിന്റെ ഭാവം. വളരെയധികം ക്രൂരമായൊരു കാലമായിരുന്നു അത്. ശക്തിമത്തായ ഒരു രാഷ്ട്രം പടുത്തുയർത്തുന്ന തിരക്കിലായിരുന്നു. അവർ അങ്ങനെയൊന്ന് സൃഷ്ടിച്ചെടുക്കുകതന്നെ ചെയ്തു. ഒപ്പം ഹിറ്റ്ലറെ പരാജയപ്പെടുത്തുകയും ചെയ്തു. അങ്ങനെയാണ് അച്ഛൻ പറയാറുള്ളത്...

ഞാൻ ഗൗരവക്കാരിയായ പെൺകുട്ടിയായാണ് വളർന്നത്. ശരിയായ ഒരു യുവ പയനീർ! ഇന്നെല്ലാവരും ധരിച്ചുവെച്ചിരിക്കുന്നത്, ആ കാലത്ത് എല്ലാവരേയും നിർബന്ധിച്ചു പയനീർ ആക്കിയിരുന്നുവെന്നാണ്. അത് ശരിയല്ല. ഒരാളും ഒരാളേയും ഒന്നിനു വേണ്ടിയും നിർബന്ധിച്ചിരുന്നില്ല. പയനീർ ആവുക ഓരോ കുട്ടിയുടേയും സ്വപ്നമായിരുന്നു. കൊമ്പും കുഴലും ചെണ്ടയുമൊക്കെയായി മാർച്ചു ചെയ്തു പോവുക. അവരുടേതായ സംഘഗാനങ്ങൾ ആലപിക്കുക. "എന്റെ മാതൃഭൂമിയെ എക്കാലവും ഞാൻ സ്നേഹിക്കും. വേറെ എവിടെയാണ് അവളെപ്പോലെ ഒന്നിനെ കാണാനാവുക?" "കഴുകന്റേതായ ഈ രാജ്യത്തിൽ കോടിക്കണക്കിന് കുഞ്ഞുങ്ങളുണ്ട്. ഞങ്ങൾ ഞങ്ങളുടെ നാടിന്റെ അഭിമാനമാണ്."

ഞങ്ങളുടെ കുടുംബത്തിന് ഒരു ദുഷ്പേരുണ്ടായിരുന്നു. ആറുവർഷം തടങ്കൽ ക്യാമ്പിൽ കഴിഞ്ഞയാളല്ലേ അച്ഛൻ. അമ്മയ്ക്ക് പരിഭ്രമമുണ്ടായിരുന്നു. അവരെന്നെ പയനീർ ആയി സ്വീകരിച്ചില്ലെങ്കിലോ? എനിക്കാണെങ്കിൽ എല്ലാവരുടേയും കൂടെ ചേരണമെന്ന് വലിയ മോഹവും. അതു

* സ്റ്റാലിന്റെ മരണശേഷം മുമ്പത്തെ രാഷ്ട്രീയ കുറ്റവാളികളെ കുറ്റവിമുക്തരാക്കി പുനരധിവസിപ്പിക്കുകയുണ്ടായി

കൂടാതെ വയ്യ. ക്ലാസ്സിലെ ആൺകുട്ടികൾ എന്നോടു ചോദിക്കും, 'നീ ആരുടെ പക്ഷത്താണ്... സൂര്യന്റേയോ ചന്ദ്രന്റേയോ?" "ചന്ദ്രന്റെ പക്ഷം" ഉടനെ ഉത്തരം പറയണം. അതാണ് ശരി. സോവിയറ്റ് യൂണിയന്റെ പക്ഷം. അഥവാ "സൂര്യന്റെ" എന്നു പറഞ്ഞുപോയാൽ... കഴിഞ്ഞു. സൂര്യൻ എന്നു പറഞ്ഞാൽ "നശിച്ച ജപ്പാനാണ്."പിന്നെ കൂട്ടുകാർ കളിയാക്കി കൊല്ലും. ഞങ്ങൾ ശപഥം ചെയ്തിരുന്നത് "പയനീറിന്റെ മാനത്തിന്റെ" പേരിലാണ്. ഞങ്ങൾ വാക്കു കൊടുത്തിരുന്നത് 'ലെനി'ന്റെ നാമത്തിലാണ്. ഏറ്റവും പാവനമായ ശബ്ദം 'സ്റ്റാലിന്റെ' പേരിലുള്ളതായിരുന്നു. സ്റ്റാലിന്റെ പേരിൽ ഞാൻ എന്തെങ്കിലും പറഞ്ഞാൽ അത് കള്ളമാവില്ലെന്ന് അച്ഛനും അമ്മയ്ക്കും ഉറപ്പായിരുന്നു. ദൈവമേ! അത് സ്റ്റാലിനായിരുന്നില്ല, ഞങ്ങളുടെ ജീവിതം തന്നെയായിരുന്നു എന്ന് ഓർത്ത് പോകുന്നു. ഞാൻ ഒരു ക്ലബ്ബിൽ അംഗമായി ചേർന്നു. എക്കോഡിയൻ വായിക്കാൻ പഠിച്ചു. എന്റെ അമ്മയ്ക്ക് ഏറ്റവും നല്ല ഷോക്ക് വർക്കിനുള്ള പുരസ്കാരം കിട്ടി.*

അച്ഛന്റെ തടങ്കൽ ജീവിതം, യാതനകൾ മാത്രമായിരുന്നുവെന്നു പറയാനാവില്ല. വിദ്യാസമ്പന്നരായ ഒരുപാടുപേരുമായി അവിടെവെച്ച് അച്ഛൻ പരിചയത്തിലായി. ബുദ്ധിയും വിവരവും തന്റേടവുമുള്ളവർ. അങ്ങനെയുള്ളവരാരേയും അച്ഛൻ വേറൊരിടത്തും കണ്ടിരുന്നില്ല. അവരിൽ ചിലർ കവിതകളെഴുതി. അങ്ങനെയുള്ളവരാണ് ആ ദുരവസ്ഥ കൂടുതലായും അതിജീവിച്ചത്. പ്രാർത്ഥനയിൽ മുഴുകിക്കഴിയുന്ന പുരോഹിതന്മാരെപ്പോലെ. തന്റെ മക്കളെല്ലാം സർവകലാശാലയിൽ ചേർന്ന് ഉപരിപഠനം നടത്തണമെന്ന് അച്ഛൻ ആഗ്രഹിച്ചു. അത് അദ്ദേഹത്തിന്റെ ഒരു സ്വപ്നമായിരുന്നു. ഞങ്ങൾ നാലുപേരാണ്. എല്ലാവരും ബിരുദം സമ്പാദിച്ചു. എന്നാൽ നിലം ഉഴുവാനും പുല്ലുവെട്ടാനും കൂടി അച്ഛൻ ഞങ്ങളെ പഠിപ്പിച്ചിരുന്നു. എങ്ങനെയാണ് വണ്ടിയിൽ വൈക്കോൽ നിറച്ചു കൊണ്ടുപോകേണ്ടതെന്നും എങ്ങനെയാണ് വൈക്കോൽത്തുറു ഉണ്ടാക്കേണ്ടതെന്നും അച്ഛനാണ് പഠിപ്പിച്ചു തന്നത്. "എല്ലാ ജോലിയും പഠിച്ചിരിക്കണം" അച്ഛൻ പറയുമായിരുന്നു. "എപ്പോഴാണാവശ്യം വരികയെന്നു പറയാനാവില്ല." ആ പറഞ്ഞത് നൂറു ശതമാനവും ശരിയായിരുന്നു.

ഇപ്പോൾ... എനിക്കെല്ലാം ഓർക്കണമെന്നുണ്ട്. എങ്ങനെയൊക്കെയാണ് ഞാൻ ജീവിച്ചുപോന്നതെന്ന് ഇപ്പോഴെനിക്കു മനസ്സിലാക്കാൻ സാധിക്കുന്നുണ്ട്. എന്റെ മാത്രമല്ല, ഞങ്ങളുടെ എല്ലാവരുടേയും ജീവിതം... സോവിയറ്റ് ജീവിതം. മൊത്തത്തിലുള്ള ഞങ്ങളുടെ ജീവിതം. എന്റെ ആളുകളെക്കുറിച്ച് എനിക്ക് കാര്യമായ മതിപ്പില്ല. കമ്മ്യൂണിസ്റ്റുകാരുടെ കാര്യത്തിലും അങ്ങനെത്തന്നെ. കമ്മ്യൂണിസ്റ്റ് നേതാക്കളെക്കുറിച്ചും ഒന്നും പറയാനില്ല. പ്രത്യേകിച്ചും ഈ കാലത്തെ. എല്ലാവരും

---

* ഉത്പാദന മേഖലയിൽ സ്വന്തം ചുമതലകൾക്കപ്പുറത്തേക്കും കടന്നു പ്രവർത്തിച്ചവർക്കുള്ള പുരസ്കാരം. 1920 കളിലാണ് ഇത് തുടങ്ങിയത്.

സ്വാർത്ഥരും ധനമോഹികളുമായിരിക്കുന്നു. അലസമായ ആഡംബര ജീവിതത്തിനു പിറകെയാണ് എല്ലാവരും. കൂടുതൽ കൂടുതൽ ഉപഭോഗം. കിട്ടുന്നതെന്തും തട്ടിയെടുക്കുക. ഇന്നത്തെ കമ്മ്യൂണിസ്റ്റുകാർ പഴയ കാലത്തെ കമ്മ്യൂണിസ്റ്റുകാരല്ല. ഇന്നു നമ്മുടെ ഇടയിലുള്ള കമ്മ്യൂണി സ്റ്റുകാരിൽ അനവധിപേർ വർഷംതോറും പതിനായിരക്കണക്കിന് ഡോളർ സമ്പാദിക്കുന്നവരാണ്. കോടീശ്വരന്മാർ. ലണ്ടനിൽ ഫ്ളാറ്റ്. സൈപ്രസ്സിൽ ഒരു കൊട്ടാരം. എന്തുതരം കമ്മ്യൂണിസ്റ്റുകാരാണിവർ. എന്തിലാണ് അവർ വിശ്വസിക്കുന്നത്? അവരോടു ചോദിച്ചു നോക്കൂ... നിങ്ങളൊരു വിഡ്ഢിയാണെന്ന മട്ടിൽ അവർ തിരിച്ചു നോക്കും. 'പഴയ സോവിയറ്റ് പുരാണകഥയൊന്നും ഞങ്ങൾക്കു കേക്കണ്ട" എന്ന ഭാവം. "അല്ലാതെന്തെങ്കിലും പറയൂ, കേൾക്കാം." അവർ നശിപ്പിച്ചുകളഞ്ഞത് എത്ര മഹത്തായ ഒരു രാജ്യത്തെയാണ്! തുച്ഛവിലയ്ക്ക് അവർ എല്ലാം വിറ്റു തുലച്ചു. ...ഞങ്ങളുടെ മാതൃഭൂമി. എന്നിട്ടോ, കുറേപേർക്ക് മാർക്സിനെ തള്ളിപ്പറഞ്ഞും തരം താഴ്ത്തിയും യൂറോപ്പു മുഴുവൻ ചുറ്റി ക്കറങ്ങാൻ അവസരമുണ്ടായി. സ്റ്റാലിന്റെ ഭരണകാലത്തുണ്ടായിരുന്നതു പോലെ ഭയാനകമായ സ്ഥിതിവിശേഷമാണ് ഇപ്പോഴും. ഞാൻ പറയുന്ന തൊന്നും വെറുംവാക്കുകളല്ല. ഓരോ വാക്കിനു പിറകിലും ഞാനുണ്ട്, മുഴുവനായും. ഇതെല്ലാം നിങ്ങൾ എഴുതിവെക്കുമോ? എനിക്കത്ര വിശ്വാസമില്ല. (അത് സത്യമാണെന്ന് അവരുടെ മുഖത്തു നോക്കിയി രിക്കേ എനിക്കു ബോദ്ധ്യമായി.) പഴയതുപോലെ ഡിസ്ട്രിക്ട് പാർട്ടി കമ്മിറ്റിയും പ്രാദേശിക പാർട്ടി കമ്മിറ്റിയുമൊന്നും ഇന്നില്ല. അന്നത്തെ സോവിയറ്റ് ഭരണക്രമമൊക്കെ മണ്ണടിഞ്ഞു കഴിഞ്ഞു. അതിന്റെ സ്ഥാനത്ത് എന്താണ് ഇന്നുള്ളത്? പരസ്പരം പോരടിക്കാനുള്ള ഇടങ്ങൾ... കാടുകൾ.

രാജ്യം ഭരിക്കുന്നത് കള്ളന്മാരാണ്. അവർ നിർദാക്ഷിണ്യം തട്ടിപ്പറി ക്കൽ നടത്തുന്നു. ഏറ്റവും വലിയ തുണ്ടം കൈക്കലാക്കാനായി പരക്കം പായുന്നു. ദൈവമേ, ചുബയാസ്* പെരിസ്ട്രോയ്ക്കയുടെ മുന്നാശ്ശാരി. ഇപ്പോൾ അയാൾ ലോകം മുഴുവൻ പ്രസംഗിച്ചു കൊണ്ടു ചുറ്റി നടക്കുന്നു. "മറ്റു രാജ്യങ്ങൾ നൂറ്റാണ്ടുകളെടുത്താണ് മുതലാളിത്ത വ്യവസ്ഥിതി പടു ത്തുയർത്തിയത്. എന്നാൽ റഷ്യയിൽ മുന്നേമൂന്നു കൊല്ലം കൊണ്ടാണ് ഞങ്ങളതു സാധിച്ചത്." ഒരു ഡോക്ടർ ശസ്ത്രക്രിയ നടത്തുന്ന നൈപു ണ്യത്തോടെയാണ് അവർ അത് കൃത്യമായി വെട്ടിമുറിച്ച് പാകത്തി നാക്കിയെടുത്തത്. അക്കൂട്ടത്തിലെ കള്ളന്മാർ. ദൈവം തന്നെ തുണ യ്ക്കട്ടെ. അവരുടെ പേരക്കുട്ടികളെങ്കിലും മാന്യന്മാരായിത്തീരുമെന്ന് ആശിക്കാം. ഇവരാണു പോലും ജനാധിപത്യവാദികൾ.(നിശ്ശബ്ദത) അവർ അമേരിക്കൻ സ്യൂട്ടു ധരിച്ചു. അവരുടെ അങ്കിൾ സാമിന്റെ നിർദ്ദേശ ങ്ങൾ അനുസരിച്ചു. എന്നാൽ ആ അമേരിക്കൻ വസ്ത്രങ്ങൾ അവരുടെ

* റഷ്യയിലെ ഏറ്റവും സമ്പന്നരായ വ്യവസായികളിൽ പ്രമുഖൻ. യെത്സിൻ ഭരണകാലത്ത് സ്വകാര്യവത്കരണത്തിന്റെ ചുമതലക്കാരിൽ ഒരാൾ.

പാകത്തിനൊത്തതായിരുന്നില്ല. അതെല്ലാം വളഞ്ഞും ചെരിഞ്ഞും തൂങ്ങിയും കിടന്നു. അതങ്ങനെയാണ് സംഭവിക്കുക. അവർക്ക് വേണ്ടിയിരുന്നത് യഥാർത്ഥ സ്വാതന്ത്ര്യമായിരുന്നില്ല. നീല ജീൻസുകളുടേയും സൂപ്പർമാർക്കറ്റുകളുടേയും പിറകെയാണ് അവർ പോയത്. പൊതിഞ്ഞു കെട്ടിയ വർണ്ണക്കടലാസുകൾ കണ്ട് അവർ ഭ്രമിച്ചു പോയി. ഇപ്പോൾ ഞങ്ങളുടെ കടകൾ നിറയെ അത്തരത്തിലുള്ള സാമാനങ്ങളാണ്, അതും സമൃദ്ധിയായി. സലാമിയുടെ കൂമ്പാരം എത്ര വലുതാണെങ്കിലും അതുകൊണ്ടാർക്കും സന്തോഷം കിട്ടുകയില്ല. ഞങ്ങളുടെ അന്തസ്സ്....എത്ര മഹത്തായ ഒരു രാഷ്ട്രമായിരുന്നു റഷ്യ. ഇന്ന് ഞങ്ങൾ വെറും ചില്ലറ കച്ചവടക്കാരോ, കവർച്ചക്കാരോ ആണ്. ഗോതമ്പു വില്ക്കുന്നവരും മാനേജർമാരുമാണ്.

ഗോർബച്ചേവ് അധികാരത്തിലെത്തി. ലെനിൻ സിദ്ധാന്തങ്ങളുടെ തിരിച്ചുവരവിനെപ്പറ്റി അദ്ദേഹം പ്രസംഗിക്കാൻ തുടങ്ങി. നാട്ടിലെങ്ങും ആവേശത്തിരകളുയർന്നു. ജനങ്ങൾ ഒരു മാറ്റത്തിനായി കാത്തിരിക്കാൻ തുടങ്ങിയിട്ട് കാലമേറെയായിരുന്നു. പോയ കാലത്ത് അവർ ആൻഡ്രോപോവിൽ* വിശ്വാസമർപ്പിച്ചിരുന്നു. ശരിയാണ്. അദ്ദേഹമാണ് കെ.ജി.ബി.യുടെ തലപ്പത്തുണ്ടായിരുന്നത്. എന്നാൽ...എങ്ങനെയാണ് ഞാനത് പറഞ്ഞുതരേണ്ടത്? അപ്പോഴേക്കും ജനങ്ങൾ കമ്മ്യൂണിസ്റ്റ് പാർട്ടിയെ ഭയക്കാതായിരുന്നു. ബിയർ കടകളിലിരുന്ന് ആളുകൾ പ്രത്യേകിച്ച് കമ്മ്യൂണിസ്റ്റ് പാർട്ടിയെ ശപിക്കുമായിരുന്നു. എന്നാൽ കെ.ജി.ബി. യെ കുറിച്ച് ഒരക്ഷരം മറുത്തു പറയുകയില്ലായിരുന്നു. അതവർക്കാകാത്ത കാര്യമായിരുന്നു. അത്രയ്ക്കും ഭയം കെ.ജി.ബി.യുടെ കാര്യത്തിൽ അവരുടെ മനസ്സിൽ പതിഞ്ഞുപോയിരുന്നു. ആ ഇരുമ്പുമുഷ്ടിയും ഇരുമ്പുദണ്ഡും ചുട്ടുപഴുപ്പിച്ച ഇരുമ്പുചട്ടുകവും അവർക്കു മറക്കാനായില്ല. കെ.ജി.ബി.യുടെ ആളുകൾ അവരെ വരിയായി നിർത്തും...പറഞ്ഞതുതന്നെ വീണ്ടും വീണ്ടും പറയാൻ ഞാനുദ്ദേശിക്കുന്നില്ല. എന്തായാലും ഞങ്ങളുടെ രക്തത്തെ ചെങ്കിസ്ഖാൻ ദുഷിപ്പിച്ചിരുന്നു.

പഴയ അടിമത്ത പാരമ്പര്യവും അതിന്റേതായ പങ്കു വഹിച്ചു. എല്ലാവരേയും ചാട്ടകൊണ്ട് അടിച്ച് നിലയ്ക്ക് നിർത്തണം എന്ന ചിന്താഗതിയായിരുന്നു ഞങ്ങൾക്കു ശീലം. അടിച്ചു നിർത്തിയാലേ ജനങ്ങൾ വേണ്ടതുപോലെ പണിയെടുക്കൂ എന്നൊരു ധാരണ. അതായിരുന്നു ആൻഡ്രോപോവിന്റെ പ്രവർത്തനശൈലി. പിരിയാണികളെ മുറുക്കെ തിരുകി ഉറപ്പിക്കണം. ആ കാലം ആളുകൾ കരുതൽ കൂടാതെ ലാഘവത്തോടെ പെരുമാറാൻ തുടങ്ങിയിരുന്നു. സിനിമ കാണാൻ വേണ്ടി ജോലിക്കിടയിൽ നിന്നും ഒളിച്ചു പോയി. സ്നാനഗൃഹങ്ങളിലും കടകളിലും കയറിയിറങ്ങി. ജോലിസമയം ആർക്കും തടസ്സമായില്ല. അതിനിടയിലും ചായ കുടിച്ചു വെടി പറഞ്ഞു അപ്പോൾ പൊലീസ് കർശനമായ നിരീക്ഷണം

---

* 1967–'82 വരെ കെ.ജി.ബി. യുടെ തലവനായിരുന്നു. ബ്രെഷ്നോവിനു ശേഷം പാർട്ടി ജനറൽ സെക്രട്ടറിയായി. 1989 ൽ മരിച്ചു.

തുടങ്ങി. തെരുവുകളിൽ നിന്നും കാപ്പിക്കടകളിൽ നിന്നും“മുങ്ങലുകാരെ” അവർ തേടിപ്പിടിച്ചു. കടലാസുകൾ പരിശോധിച്ചു, ജോലിസ്ഥലങ്ങളിൽ വിവരം അറിയിച്ചു. അവർക്ക് പിഴയടയ്ക്കേണ്ടി വന്നു. ചിലരെ ജോലിയിൽ നിന്നും പിരിച്ചു വിടുകയും ചെയ്തു. ആൻന്ദ്രോപോവ് ആരെയും വിട്ടില്ല. എന്നാൽ അധികം കാലം അദ്ദേഹത്തിന് തുടരാനായില്ല. അധികാരത്തിലിരിക്കേത്തന്നെ മരിച്ചു. എന്തോ രോഗം ബാധിച്ചിരുന്നു. ഓരോരുത്തരുടേതായി ഞങ്ങൾ ശവമടക്കൽ നടത്തിക്കൊണ്ടിരുന്നു, ബ്രഷ്നോവ്, ആൻഡ്രപോവ്, ചെർനിക്കോ... ഗോർബച്ചേവ് അധികാരത്തിലെത്തും മുമ്പ് പ്രചാരത്തിലുണ്ടായിരുന്ന വലിയൊരു തമാശ പറയാം. ടാസ് വാർത്താ ഏജൻസിയിൽ നിന്നും അയച്ച ഒരു സന്ദേശം. നിങ്ങൾ ചിരിക്കാൻ പോവുകയാണ്. സി.പി.എസ്.യു വിന്റെ വേറൊരു ജനറൽ സെക്രട്ടറി കൂടി അന്തരിച്ചിരിക്കുന്നു. ഹാ...ഹാ...ഹാ..ജനങ്ങൾ അവരവരുടെ അടുക്കളയിലിരുന്ന് പൊട്ടിച്ചിരിച്ചു. ഞങ്ങൾ ഞങ്ങളുടെ അടുക്കളയിലും. സ്വാതന്ത്ര്യത്തിന്റെ ചെറിയൊരു ഇടവേളയിലുള്ള അടുക്കള വർത്തമാനം. അതിനിടയിൽ ഞങ്ങൾ പറയുന്നത് ആരും കേൾക്കാതിരിക്കാൻ ടി.വി.യും റേഡിയോയും ഉച്ചത്തിൽ വെക്കും. വളരെ സൂത്രത്തിലാണ് അത് ചെയ്തിരുന്നത്. കെ.ജി.ബി. ഏജന്റുമാർ ഞങ്ങളുടെ ടെലിഫോണുകൾ “ടേപ്പു” ചെയ്തിരുന്നു. അവിടെ നടക്കുന്നതെന്താണെന്ന് അവർക്കു മനസ്സിലാക്കാൻ സാധിക്കാത്തവിധം ചില “കരകൗശലങ്ങൾ” ഞങ്ങൾ പ്രയോഗിച്ചു. പഴയ ടെലിഫോണുകളിൽ നമ്പറുകൾ ചെറിയ കുഴികൾക്കുള്ളിലായിരുന്നു. ഡയൽ അറ്റം വരെ തിരിച്ച് ഒരു പെൻസിൽ തിരുകി വെക്കണം. അതോടെ ടെലിഫോൺ പ്രവർത്തിക്കാതാകും. വേണമെങ്കിൽ വിരലുകൊണ്ടും അമർത്തിപ്പിടിക്കാം. പക്ഷേ, കുറച്ചു കഴിയുമ്പോഴേക്കും വിരൽ നോവാൻ തുടങ്ങും. ഈ സൂത്രം ഒരുപക്ഷേ നിങ്ങൾക്കറിയുമായിരിക്കും. ഇല്ലേ? ഓർക്കുന്നുണ്ടോ?

ടെലിഫോണിലൂടെ എന്തെങ്കിലും രഹസ്യം പറയണമെന്നുണ്ടെങ്കിൽ റിസീവറിൽ നിന്ന് രണ്ടുമൂന്നടി അകലെ മാറി നില്ക്കണം. ടെലിഫോൺ സംഭാഷണം ചോർത്തലും സാധനങ്ങൾ തട്ടിയെടുക്കലും അന്ന് സർവ്വസാധാരണമായിരുന്നു. അടിതൊട്ടു മുടിവരെ പതിവുള്ള കാര്യം. ഡിസ്ട്രിക്ട് കമ്മിറ്റിയിൽ ഞങ്ങൾ ഊഹിച്ച് കണ്ടുപിടിക്കാൻ ശ്രമിക്കും. ഒറ്റിക്കൊടുത്തത് ആരാണെന്ന്. ഒരിക്കൽ, അവസാനമാണ് മനസ്സിലായത് ഞാൻ ശങ്കിച്ചത് തികച്ചും നിരപരാധിയായ ഒരാളെയായിരുന്നുവെന്ന്. മാത്രമല്ല വിവരം ചോർത്തിക്കൊടുത്തത് ഒരാളായിരുന്നില്ല. പലരും ചേർന്നായിരുന്നു. സാധാരണഗതിയിൽ അവരിൽ ഒരാളേയും ഞാൻ സംശയിക്കുമായിരുന്നില്ല. അതിലൊരാൾ ഒരു തൂപ്പുകാരിയായിരുന്നു. സ്നേഹമുള്ള സൗമ്യയായ ഒരു സ്ത്രീ. പക്ഷേ, ഭാഗ്യമില്ലാത്തവൾ. ഭർത്താവ് മുഴുത്ത മദ്യപാനിയായിരുന്നു.

ദൈവമേ....ഗോർബച്ചേവും ആ തരക്കാരനായിരുന്നു! സെൻട്രൽ കമ്മിറ്റിയുടെ ജനറൽ സെക്രട്ടറി. അദ്ദേഹവുമായുണ്ടായ ഒരഭിമുഖം വായിക്കുകയുണ്ടായി. ഓഫീസിൽ വെച്ച് രഹസ്യ ചർച്ചകൾ നടക്കുന്നതിനിടയിൽ അദ്ദേഹവും ചില സൂത്രങ്ങൾ പ്രയോഗിക്കാറുണ്ടത്രേ. ടി.വി.യും

റേഡിയോയും ഏറ്റവും ഉച്ചത്തിൽ വെക്കും. ഏറ്റവും പഴക്കമേറിയ സൂത്രം. ഗൗരവമേറിയ ചർച്ചകൾക്ക് ബന്ധപ്പെട്ടവരെ നാട്ടിൻപുറത്തുള്ള വസതിയിലേക്കു ക്ഷണിക്കും. അവരേയും കൊണ്ട് ചുറ്റുവട്ടത്തുള്ള കാടുകളിൽ നടക്കാൻ പോകും. അതിനിടയിൽ പറയാനുള്ളതൊക്കെ പറയുകയും ചെയ്യും. മരച്ചില്ലകളിൽ ചേക്കേറിയ കിളികൾ തന്നെ ഒറ്റുക്കൊടുക്കില്ലെന്ന് അദ്ദേഹത്തിനുറപ്പായിരുന്നു. എല്ലാവർക്കും ഉള്ളിൽ ഭയമുണ്ടായിരുന്നു. അവരുടേതായ ഭയങ്ങൾ. ഞാനും ഭയന്നാണ് കഴിഞ്ഞത്.

സോവിയറ്റ് യൂണിയന്റെ അവസാനവർഷങ്ങൾ....എന്തൊക്കെയാണ് എന്റെ ഓർമ്മയിലുള്ളത്. സദാ മനസ്സിലുണ്ടായിരുന്ന ഒരു നാണക്കേട്. കുപ്പായത്തിൽ നിറയെ മെഡലുകളും നക്ഷത്രങ്ങളും കുത്തി, എപ്പോഴും സ്വയം അലങ്കരിച്ചു നടക്കുന്ന ബ്രഷ്നേവിനെ ഓർത്ത് ഞാൻ നാണിച്ചു. ഉദ്യോഗത്തിൽ നിന്നും വിരമിക്കുന്നവർക്ക് സൗകര്യമായി താമസിക്കാൻ പറ്റിയ ഒരിടമായി ജനങ്ങൾ ക്രെംലിനെ കാണാൻ തുടങ്ങിയിരുന്നു. അതോർത്തും ലജ്ജ തോന്നി. ഓരോ കടയിലേയും ഒഴിഞ്ഞു കിടക്കുന്ന തട്ടുകൾ കാണുമ്പോൾ ഞാൻ ലജ്ജിച്ചിരുന്നു. ഞങ്ങൾ ഒത്തുചേർന്നു ശ്രമിച്ചിരുന്നു. ഉത്പാദനവും വർദ്ധിച്ചിരുന്നു. എന്നിട്ടും കടകൾ ശൂന്യമായിരുന്നു. ഞങ്ങളുടെ പാലും മാംസവും എവിടെപ്പോയി? അതെല്ലാം എവിടെ മറഞ്ഞുപോയി എന്ന് ഇപ്പോഴും രൂപമില്ല. കടകൾ തുറന്ന് ഒരു മണിക്കൂർ കഴിയുംമുമ്പേ പാലെല്ലാം തീർന്നുപോകും. ഉച്ചകഴിഞ്ഞാൽ എല്ലാ കടകളിലും വില്പനക്കാർ വെറുതെ നില്ക്കുന്നതു കാണാം. വില്ക്കാൻ സാധനങ്ങളൊന്നുമുണ്ടാവില്ല. ആകെ ആ തട്ടുകളിൽ കാണുക, സെർപ്പ്ചാറിന്റെ മൂന്നു ലിറ്റർ ഭരണിയും ഉപ്പിന്റെ പൊതികളും മാത്രമായിരിക്കും. ഉപ്പാണെങ്കിൽ എന്തുകൊണ്ടോ എപ്പോഴും നനഞ്ഞിരിക്കുന്നുണ്ടാകും. സ്പ്രാറ്റും സലാമിയുമൊക്കെ കടയിൽ എത്തിയാൽ നിമിഷങ്ങൾക്കകം വിറ്റഴിയും. ഹോട്ട്ഡോഗുകളും പെൻമേനിയും വളരെ രുചികരമായ വിഭവങ്ങളായിരുന്നു.

ഡിസ്ട്രിക്ട് കമ്മിറ്റിയിൽ ഉള്ളവർ പലപ്പോഴും തർക്കിക്കാറുണ്ടായിരുന്നു, ആ ഫാക്ടറിക്ക് പത്ത് റെഫ്രിജറേറ്ററും അഞ്ച് രോമക്കോട്ടുകളും കിട്ടി. മറ്റേ കൂട്ടുകൃഷി സംഘത്തിന് രണ്ട് യുഗോസ്ലാവ് ഫർണീച്ചർ സെറ്റുകളും പത്ത് പോളിഷ് പഴ്സുകളും കിട്ടി. പാത്രങ്ങളും അടിയുടുപ്പുകളുമൊക്കെ റേഷനായിട്ടാണ് വിതരണം ചെയ്തിരുന്നത്. ഭയം ഒന്നുമാത്രമാണ് സമൂഹത്തെ ഒന്നായി ചേർത്തു നിർത്തിയിരുന്നത്. കഴിയാവുന്നത്ര ആളുകളെ തടവിലാക്കുക അല്ലെങ്കിൽ വധശിക്ഷയ്ക്കു വിധേയരാക്കുക എന്നതായിരുന്നു നയം. സോലോവ്കിയുടേയും വൈറ്റ്സീ കനാൽ പദ്ധതി*യുടേയും സോഷ്യലിസം അവസാനിച്ചിരുന്നു.

* വൈറ്റ് സീയേയും ബാൾട്ടിക് സമുദ്രത്തേയും സന്ധിക്കുന്ന പദ്ധതി. സ്റ്റാലിന്റെ മഹത്തായ നേട്ടമായി എടുത്തു കാണിക്കുന്നു. 1931 മുതൽ 33 വരെ എണ്ണമറ്റ തടവുകാരെക്കൊണ്ട് നിർബന്ധപൂർവ്വം പണിയെടുപ്പിച്ചു. അതിനിടയിൽ 25000 പേർ മരണപ്പെട്ടതായാണ് കണക്ക്. നിർബന്ധമായി തൊഴിലെടുപ്പിച്ച് പൂർത്തിയാക്കിയ ഏറ്റവും വലിയ ആദ്യത്തെ പദ്ധതി.

പെരിസ്ട്രോയ്ക്ക... ജനങ്ങൾ ഞങ്ങളുടെ നേരെ വീണ്ടും തിരിയാൻ ഭാവിച്ച ഒരു നിമിഷമുണ്ടായിരുന്നു. ധാരാളം പേർ പാർട്ടിയിൽ ചേരാൻ തുടങ്ങി. എല്ലാവർക്കും പ്രതീക്ഷകളുണ്ടായിരുന്നു. ആ കാലത്ത് എല്ലാവരും ഏതാണ്ട് ശുദ്ധന്മാരായിരുന്നു. ഇടത്തായാലും വലത്തായാലും കമ്മ്യൂണിസ്റ്റ് ആയാലും കമ്മ്യൂണിസ്റ്റ് വിരുദ്ധരായാലും ഒരുപോലെ എല്ലാ മനസ്സുകളിലും മധുരസങ്കല്പങ്ങളുണ്ടായിരുന്നു. അന്നത്തെ ആ ശുദ്ധാത്മകതയോർത്ത് ഇന്ന് ലജ്ജിക്കുന്നു. ജനങ്ങൾ സോൾഷെനിറ്റ്സിനെ ആരാധിക്കുന്നു. വെർമോൺടിലെ വന്ദ്യവയോധികൻ. അദ്ദേഹം മാത്രമല്ല മറ്റുപലരും കൂടി ചൂണ്ടിക്കാട്ടിയിരുന്നു. ഈ അവസ്ഥയിൽ ഞങ്ങൾക്ക് ഏറെ ദൂരം മുന്നോട്ടു പോവാനാവില്ലെന്ന്. എണ്ണമറ്റ ഞങ്ങളുടെ ഒരു വലയിൽ കുടുങ്ങിക്കിടക്കുകയായിരുന്നു. കമ്മ്യൂണിസ്റ്റുകാർക്കും അതറിയാമായിരുന്നു. ഞാൻ പറയുന്നത് നിങ്ങൾ വിശ്വസിച്ചാലും ഇല്ലെങ്കിലും വാസ്തവവും അതായിരുന്നു. ഞങ്ങളാരും അന്ന് കാണാതിരുന്നില്ല. കമ്മ്യൂണിസ്റ്റുകാരുടെ ഇടയിലും മാന്യന്മാരും മര്യാദക്കാരുമായ നിരവധി പേരുണ്ടായിരുന്നു. ആത്മാർത്ഥതയുള്ളവർ. അധികം പേരും നഗരങ്ങൾക്കു പുറത്തുള്ളവരായിരുന്നു. അവരിൽ പലരേയും എനിക്കു നന്നായി അറിയാമായിരുന്നു. അച്ഛനെ പോലുള്ളവർ. പാർട്ടി അദ്ദേഹത്തെ അംഗീകരിച്ചിരുന്നില്ല. പാർട്ടിയുടെ കൈയിൽ നിന്നും യാതനകളേറ്റു വാങ്ങിയ ആളാണ് അച്ഛൻ. എന്നിട്ടും അദ്ദേഹം പാർട്ടിയെ വിശ്വസിച്ചു കൊണ്ടിരുന്നു. ഞങ്ങളുടെ രാജ്യത്തെ പ്രതിയുള്ള വിശ്വാസവും അദ്ദേഹത്തിനു നഷ്ടപ്പെട്ടില്ല.

"പ്രവ്ദ" വായിച്ചുകൊണ്ടാണ് അദ്ദേഹത്തിന്റെ ഓരോ ദിവസവും തുടങ്ങുക. ആദ്യാവസാനം വായിച്ചു തീർക്കും. പാർട്ടി മെമ്പർഷിപ്പ് കാർഡുകൾ ഇല്ലാത്ത കമ്മ്യൂണിസ്റ്റുകാരായിരുന്നു ഉള്ളവരേക്കാൾ കൂടുതലായി ഉണ്ടായിരുന്നത്. അവരെല്ലാവരും ഹൃദയം കൊണ്ട് കമ്മ്യൂണിസ്റ്റ് വിശ്വാസികളായിരുന്നു. "ജനങ്ങളും പാർട്ടിയും ഒന്നാണ്" എന്നെഴുതിയ കൊടികളുമേന്തി അവരെല്ലാവരും ഘോഷയാത്രകളിൽ അണിനിരന്നു. അവരെ സംബന്ധിച്ചിടത്തോളം അത് വെറും മോഹാക്ഷരങ്ങളായിരുന്നില്ല, സത്യമായിരുന്നു. ഒന്നിനെക്കുറിച്ചും ഞാൻ വിലപിച്ചിരുന്നില്ല. അന്നത്തെ സ്ഥിതിവിശേഷം യഥാർത്ഥത്തിൽ എങ്ങനെയായിരുന്നു എന്ന് വിശദമാക്കാൻ ശ്രമിക്കുക മാത്രമാണ്. എല്ലാവരും എല്ലാം മറന്നു കഴിഞ്ഞിരിക്കുന്നു. അധികമാളുകളും പാർട്ടിയിൽ ചേർന്നിരുന്നത് മനഃസാക്ഷിയുടെ പേരിലായിരുന്നു. തൊഴിൽ സാദ്ധ്യതകളോ മറ്റു പ്രായോഗിക നേട്ടങ്ങളോ അവർ പരിഗണിച്ചിരുന്നില്ല. "ഞാൻ പാർട്ടി അംഗമായിരിക്കേ മോഷ്ടിച്ചാൽ അവരെന്നെ പാർട്ടിയിൽ നിന്നും ആട്ടിപ്പുറത്താക്കുകയേയുള്ളൂ. പാർട്ടി അംഗമല്ലാത്ത ഞാൻ മോഷ്ടിച്ചാൽ ജയിലിലിടുമെന്ന് തീർച്ച" മാർക്സിസത്തെക്കുറിച്ച് ആളുകൾ പുച്ഛത്തോടെ സംസാരിക്കുന്നതു കേൾക്കുമ്പോൾ വല്ലാത്ത ദേഷ്യം തോന്നുന്നു. "ഞങ്ങൾക്കെല്ലാം അറിയാം" എന്നൊരു കള്ളച്ചിരിയും കാണാം അവരുടെ മുഖത്ത്. വേഗമാവട്ടെ, അതെല്ലാം കൊണ്ടുപോയി ചവറ്റുകൂനയിലേക്കെറിഞ്ഞോളൂ

അവർ പറയാതെ പറയുന്നു. എന്നാൽ മാർക്സിസം മഹത്തായ ഒരു സിദ്ധാന്തമാണ്. ഏതു പ്രതിസന്ധികളേയും അത് അതിജീവിക്കുമെന്ന താണ് വാസ്തവം. അതുപോലെത്തന്നെയാണ് ഞങ്ങളുടെ സോവിയറ്റ് യൂണിയന്റെ കാലക്കേടും. അതു ഉയിർത്തെഴുന്നേല്ക്കും. അതിനു കാരണങ്ങൾ പലതാണ്. സോഷ്യലിസമെന്നാൽ തൊഴിൽകാർഡുകളും, ഒറ്റുകൊടുപ്പുകാരും, ഇരുമ്പുമറയും മാത്രമല്ല, അത് ഉജ്ജ്വലമായ നീതിയും ന്യായവുമുള്ള ഒരു ലോകം കൂടിയാണ്. ഇവിടെ എല്ലാം പങ്കു വെക്കപ്പെടുന്നു. ദുർബലനെ സഹതാപത്തോടെ സമീപിക്കുന്നു. ഭരണം അനുകമ്പാപൂർവ്വമാണ്. എല്ലാം തട്ടിപ്പറിച്ച് സ്വന്തമാക്കുന്നതിനു പകരം അന്യരെക്കൂടി പരിഗണിക്കുന്നു. നിങ്ങൾക്കൊരു കാറില്ലല്ലോ എന്ന് അവ രെന്നോടു പറയുന്നു. അതിനെന്താ ആ കാലത്ത് ആർക്കും കാറുണ്ടായി രുന്നില്ലല്ലോ. ആരും വെർസാഡ് സ്യൂട്ടുകൾ ധരിച്ചിരുന്നില്ല. മിയാമിയിൽ വീടുകൾ വാങ്ങിച്ചിരുന്നില്ല. ആ കാലത്ത് സോവിയറ്റ് നേതാക്കന്മാർ ജീവി ച്ചിരുന്നത് ഇടത്തരം കച്ചവടക്കാരെ പ്പോലെയായിരുന്നു. ഇന്നത്തെപ്പോലെ ജനാധിപത്യ പ്രഭുക്കന്മാരായിട്ടല്ല. അവർ ഷാംപെയ്നിൽ കുളിച്ചിരുന്നില്ല. കേളീനൗകകൾ നിർമ്മിച്ച് സ്വന്തമാക്കിയിരുന്നില്ല. ആലോചിച്ചു നോക്കൂ, ഇന്ന് സാധാരണ കാണുന്ന ഒരു പരസ്യം. ചെമ്പുകൊണ്ടു നിർമ്മിച്ച "ബാത്ത് ടബ്ബുകൾ" വിലയോ? രണ്ടു കിടപ്പുമുറികളുള്ള ഒരു ഫ്ളാറ്റിനു തുല്യം. ഇതെല്ലാം ആർക്കുവേണ്ടി എന്നു പറഞ്ഞുതരാൻ സാധിക്കുമോ? സ്വർണ്ണം പൊതിഞ്ഞ വാതിൽപ്പടികൾ.... ഇതൊക്കെയാണൊ സ്വാതന്ത്ര്യം. ചെറിയ മനുഷ്യൻ, ആരുമില്ലാത്തവൻ, നിസ്സാരൻ.... വീപ്പ യുടെ ഏറ്റവും അടിയിലാണ് അവനെ കാണുക.

പത്രാധിപർക്കൊ, ഡിസ്ട്രിക്ട് പാർട്ടി ആസ്ഥാനത്തൊ അവന് നേരിട്ട് പരാതി ബോധിപ്പിക്കാൻ അവസരമുണ്ടായിരുന്നു. സ്വന്തം മേലുദ്യോഗ സ്ഥനെക്കുറിച്ച്, താമസസ്ഥലത്ത് വേണ്ടവിധത്തിൽ അറ്റകുറ്റപ്പണികൾ നടത്താത്തതിനെക്കുറിച്ച്, വിശ്വാസ വഞ്ചന കാട്ടുന്ന ഭർത്താവിനെ കുറിച്ച്. ആ സമ്പ്രദായത്തിൽ യുക്തിക്കു നിരക്കാത്ത പോരായ്മകൾ പലതു മുണ്ടായിരുന്നു. ഇല്ല എന്നു ഞാൻ ശഠിക്കുകയില്ല. എന്നാൽ ഇന്ന് സാധാ രണക്കാരനായ ഒരുവന്റെ ആവലാതി കേൾക്കാൻ ആരാണുള്ളത്? ആർക്കാണ് അവനെ ആവശ്യം? സോവിയറ്റ് കാലത്തെ സ്ഥലപ്പേരുകൾ ഓർത്തുനോക്കൂ. മെറ്റലർജിസ്റ്റ് അവന്യൂ, എൻത്യാസിയാസ്റ്റ് അവന്യൂ, ഫാക്ടറി സ്ട്രീറ്റ്, പ്രൊലിറ്റേറിയറ്റ് സ്ട്രീറ്റ്, സാധരണക്കാരനായിരുന്നു നാട്ടിലെ ഏറ്റവും പ്രധാനപ്പെട്ട ആൾ. നിങ്ങൾ പറയുമായിരിക്കും അതെല്ലാം വെറും പറച്ചിലും, പുറംപൂച്ചുമാണെന്ന്. അങ്ങനെയല്ല, ഇന്ന് സാധാരണക്കാരനെ എല്ലാവരും അവജ്ഞയോടെയാണ് നോക്കുന്നത്. അത് മറച്ചുവെയ്ക്കാൻ ആരും ശ്രമിക്കുന്നുമില്ല. "നിങ്ങൾ ആകെ തകർന്നോ? എന്നാൽ നരകത്തിൽ പോയി തുലയ്....സ്വന്തം കൂട്ടിൽപോയി കിടക്ക്..." അതാണിന്നത്തെ മനോഭാവം. അവർ തെരുവുകൾക്ക് പുതിയ പേരുകളിടുകയാണ്. മർച്ചന്റ് സ്ട്രീറ്റ്, മിഡിൽ ക്ലാസ്സ് സ്ട്രീറ്റ്, നോബിൾമാൻ സ്ട്രീറ്റ്....എന്നിങ്ങനെ. "പ്രിൻസസ് സലാമി സ്ട്രീറ്റും"

"ജനറൽസ് വൈൻ സ്ട്രീറ്റും" ഞാൻ കണ്ടിട്ടുണ്ട്. ധനവും വിജയവുമാണ് ഇപ്പോഴത്തെ ആരാധനാ മൂർത്തികൾ. അതായിരിക്കുന്നു പൊതുവേ എല്ലാവരുടേയും സമ്പ്രദായം. കൈയൂക്കുള്ളവനു മാത്രമേ പൊതുവേ പോകാനാവൂ എന്നായിരിക്കുന്നു സ്ഥിതി. എന്നാൽ എല്ലാവർക്കും അതിനാകുമോ? അന്യന്റെ വായിലിരിക്കുന്ന ഇറച്ചിക്കഷണം കടിച്ചുപറിച്ചു കൈക്കലാക്കാൻ എത്രപേർക്ക് സാധിക്കും? പലർക്കും അതവരുടെ പ്രകൃതമേയല്ല. ഒട്ടധികം പേർക്കും അങ്ങനെ ചിന്തിക്കുവാൻ പോലുമാകില്ല... അത്രയ്ക്കും നീചമാണാ പ്രവൃത്തി.

അവളുടെ കാര്യം.....(തന്റെ സ്നേഹിതയുടെ നേർക്ക് അവർ തല തിരിച്ചു.) ഞങ്ങൾ കലശലായി തർക്കിക്കും. അവളുടെ വാദം: യാഥാർത്ഥ സോഷ്യലിസത്തിനാവശ്യം കുറ്റമറ്റ ജനതയെയാണ്. അങ്ങനെയുള്ള ഒരു ജനത ഇന്നു നിലവിലില്ല. അത് ശുദ്ധഭ്രാന്താണ്...ഒരു മായാസങ്കല്പം. തങ്ങളുടെ കൈവശമുള്ള വിദേശ കറൻസിയും ഷെൻഗൻവിഡയോടു കൂടിയ പാസ്പോർട്ടും കൊടുത്ത് പഴയ സോവിയറ്റ് സോഷ്യലിസം തിരിച്ചു വാങ്ങാൻ ഒരാളും കൈനീട്ടില്ല. എന്തായാലും ഞാൻ വിശ്വസിക്കുന്ന സംഗതി അതല്ല. മാനവരാശിയുടെ പ്രയാണം സോഷ്യലിസത്തിനു നേരെയാണെന്നാണ് എന്റെ വിശ്വാസം. നീതിക്കും ന്യായത്തിനും നേരെ. അതല്ലാതെ വേറൊരു വഴിയില്ല. ജർമ്മനിയേയും ഫ്രാൻസിനേയും നോക്കൂ. സ്വീഡിഷ് മാതൃക കാണുന്നില്ലേ? റഷ്യൻ മുതലാളിത്തം ഏതു മൂല്യങ്ങളെയാണ് പിന്താങ്ങുന്നത്? താഴെക്കിടയിലുള്ളവരോട് പുച്ഛവും വെറുപ്പും. കോടികൾ സമ്പാദിക്കുന്നവർ. മെർസിഡസ് കാറുകൾ ഓടിച്ചു പോകാത്തവർ...ഒക്കെ വെറുക്കപ്പെടേണ്ടവരാണ്.

ചെങ്കൊടിക്കു പകരം ഉയർന്നു പറക്കുന്നത്, ക്രിസ്തു ഉയിർത്തെഴുന്നേറ്റിരിക്കുന്നു എന്ന കൊടിയാണ്. എവിടേയും ഉപഭോഗസംസ്കാരത്തിന്റെ വിളയാട്ടം. ഉദാത്തമായ ചിന്തകളുമായല്ല ഇന്നാരും ഉറങ്ങാൻ കിടക്കുന്നത്, മറിച്ച് ഇത് കിട്ടിയില്ലല്ലോ അതു വാങ്ങാനായില്ലല്ലോ എന്നൊക്കെയുള്ള മുറുമുറുക്കലോടു കൂടിയാണ്. നിങ്ങൾ വാസ്തവത്തിൽ വിചാരിക്കുന്നുണ്ടോ, ജനങ്ങൾ ഗുലാഗിനെ (രാഷ്ട്രീയ തടവുകാർക്കായുള്ള കഠിനാധ്വാന ക്യാമ്പുകൾ) കുറിച്ചുള്ള സത്യം മനസ്സിലാക്കിയതു കൊണ്ടാണ് സോവിയറ്റ് യൂണിയൻ തകർന്നുവീണതെന്ന്. സോവിയറ്റ് പതനത്തെക്കുറിച്ച് പുസ്തകം എഴുതുന്നവരുടെ ധാരണ അതാണ്. ജനങ്ങൾ....സാധാരണ ജനങ്ങൾ അവർ ചരിത്രത്തെ കണക്കിലെടുക്കുന്നില്ല. അവർക്ക് സാധാരണ കാര്യങ്ങളിലേ ശ്രദ്ധയുള്ളൂ. പ്രണയം, വിവാഹം, കുഞ്ഞുങ്ങൾ, സ്വന്തമായൊരു വീട്. സ്ത്രീകൾക്ക് ആവശ്യത്തിനുള്ള സൂട്ടുകൾ ഇല്ലാതിരുന്നതുകൊണ്ട്, വേണ്ടത്ര ടോയ്ലെറ്റ് പേപ്പറുകൾ കിട്ടാതിരുന്നതുകൊണ്ട്, മധുരനാരങ്ങകൾ ധാരാളമായി ലഭിക്കാതിരുന്നതു കൊണ്ട്...സോവിയറ്റ് യൂണിയന്റെ തകർച്ചയ്ക്കു കാരണം ഇതൊക്കെയായിരുന്നു. ആ നശിച്ച നീല ജീൻസുകൾ! ഇന്നത്തെ കടകൾ കണ്ടാൽ മ്യൂസിയമാണെന്നാണ് തോന്നുക. അല്ലെങ്കിൽ തിയേറ്ററുകൾ. വെറിസാസിൽ നിന്നും അർമേനിയായിൽ നിന്നുമുള്ള ആ തുണിത്തരങ്ങൾ.

ഒരാൾക്കു ജീവിക്കാൻ അത്രമാത്രം മതി എന്നു ഞാൻ വിശ്വസിക്കണമോ? പോരാ...അതുമാത്രം പോര. പ്രോമിസ്സറി നോട്ടുകളും പിരമിഡിന്റെ ഘടനയുമല്ല ജീവിതം. സ്വാതന്ത്ര്യം സമ്പത്താണ്. സമ്പത്താണ് സ്വാതന്ത്ര്യം. അങ്ങനെ പലതും പറയും. പക്ഷേ നമ്മുടെ ജീവിതത്തിന് ഒരു ചില്ലിക്കാശിന്റെ വിലയില്ല. അറിയാമോ...എങ്ങനെയാണ് പറയേണ്ടത്? എനിക്ക് വാക്കുകൾ കിട്ടുന്നില്ല. എന്റെ മകളുടെ ചെറിയ പെൺകുട്ടികളെയോർത്ത് വ്യസനിക്കുന്നു. അവരോട് സഹതാപം തോന്നുന്നു. ടി.വി. യിലൂടെ ദിവസേന അവരുടെ മനസ്സിൽ കടന്നുകൂടുന്നത് ഈ മാതിരി കാര്യങ്ങളാണല്ലോ! അതിനോടൊന്നും യോജിക്കാനാവില്ല. ഞാൻ ഒരു കമ്മ്യൂണിസ്റ്റ് ആയിരുന്നു. അങ്ങനെത്തന്നെ തുടരുകയും ചെയ്യും.

ഞങ്ങൾ ചെറിയ ഒരു ഇടവേളയിലേക്കു നീങ്ങി. പിന്നേയും പിന്നേയും ചായ. ഈ പ്രാവശ്യം ചായയുടെ കൂടെ എന്റെ ആതിഥേയ ഉണ്ടാക്കിയ ചെറിജാമും ഉണ്ടായിരുന്നു.

ആ കാലം 1989 ആയിരുന്നു. ഡിസ്ട്രിക്ട് പാർട്ടി കമ്മിറ്റിയിൽ ഞാൻ 3-ാം സെക്രട്ടറി ആയിരുന്നു. ഒരു സ്കൂളിൽ റഷ്യൻ ഭാഷയും സാഹിത്യവും പഠിപ്പിച്ചുകൊണ്ടിരിക്കേയാണ്, ഈ സ്ഥാനത്തേക്ക് അവരെന്നെ തെരഞ്ഞെടുക്കുന്നത്. ടോൾസ്റ്റോയിയും ചെക്കോവുമായിരുന്നു ഏറ്റവും പ്രിയപ്പെട്ട എഴുത്തുകാർ. ആ നിയമനം കിട്ടിയപ്പോൾ ആദ്യം തോന്നിയത് ഒരാശങ്കയായിരുന്നു. ഇത്രയും വലിയ ഉത്തരവാദിത്വം! എന്നാലും ഒരു നിമിഷം പോലും ശങ്കിച്ചു നിന്നില്ല. പാർട്ടിക്കു വേണ്ടി സേവനമനുഷ്ഠിക്കാൻ വളരെയധികം ആഗ്രഹിച്ചിരുന്നു. ആ വേനലവധിക്ക് എന്റെ നാട്ടിൽ പോയി. സാധാരണയായി ആഭരണങ്ങളൊന്നും അണിയാറില്ല. എന്നാലും വിലകുറഞ്ഞ ഒരു നെക്‌ലെസ് എനിക്കായി വാങ്ങിയിരുന്നു.

എന്നെ കണ്ടതും അമ്മ അദ്ഭുതത്തോടെ പറഞ്ഞു, "ഒരു രാജകുമാരിയെ പോലെയുണ്ടല്ലോ!" അമ്മയ്ക്ക് വളരെ സന്തോഷമായി...നെക്‌ലസ്സിന്റെ കാര്യത്തിലല്ല, എന്റെ പുതിയ പദവിയെക്കുറിച്ചായിരുന്നു ആ മതിപ്പ്. അച്ഛൻ പറഞ്ഞു. "ഞങ്ങളാരും ഒരു സഹായവും ആവശ്യപ്പെട്ട് നിന്റെ അടുത്തേക്ക് വരില്ല. തെളിഞ്ഞ മനഃസാക്ഷിയോടെ വേണം എപ്പോഴും ജനങ്ങളുടെ മുമ്പിൽ നില്ക്കാൻ." അച്ഛനും അമ്മയ്ക്കും എന്തൊരഭിമാനമായിരുന്നു! എന്റെ കാര്യം....വാസ്തവത്തിൽ എന്തായിരുന്നു എന്റെ മനസ്സിൽ? ഞാൻ പാർട്ടിയിൽ വിശ്വസിച്ചിരുന്നുവോ? സത്യമായും ഉവ്വ്. ഇപ്പോഴും വിശ്വാസത്തിന് ഒരു കുറവും വന്നിട്ടില്ല. എന്തെല്ലാം സംഭവിച്ചാലും പാർട്ടി അംഗത്വകാർഡ് വലിച്ചെറിയില്ല. ഞാൻ കമ്മ്യൂണിസത്തിൽ വിശ്വസിച്ചിരുന്നുവോ? സത്യസന്ധമായി പറയാം. നുണ പറയില്ല. സന്തോഷമായും സമാധാനമായും ജീവിക്കാനുള്ള സാദ്ധ്യതകൾ, അതിനുതകുന്നൊരു ഭരണവ്യവസ്ഥ... അതിൽ വിശ്വസിച്ചു. ഇന്നത്തെ കാര്യം... നേരത്തെ പറഞ്ഞല്ലോ. ഇപ്പോഴും അതിൽ വിശ്വസിക്കുന്നു. സോഷ്യലിസ്റ്റ് ഭരണകൂടത്തിനു കീഴിലുള്ള ജീവിതം എത്ര

അസഹനീയമായിരുന്നു എന്ന് പറയുന്നത് കേട്ട് കേട്ട് മടുത്തു. സോവിയറ്റ് കാലഘട്ടത്തെക്കുറിച്ച് തികഞ്ഞ അഭിമാനമാണുള്ളത്. അതൊരു "നല്ല ജീവിത"മാണെന്നു പറയില്ല. പക്ഷേ, അതിന് ക്രമവും കൃത്യതയുമുണ്ടായിരുന്നു. സ്നേഹവും സൗഹൃദവുമുണ്ടായിരുന്നു. ആവശ്യത്തിനുള്ള വസ്ത്രങ്ങളും ഷൂസുകളുമുണ്ടായിരുന്നു. എഴുത്തുകാരും അഭിനേതാക്കളും പറയുന്നത് കേൾക്കാൻ ജനങ്ങൾ അക്ഷമയോടെ കാത്തിരുന്നിരുന്നു. ഇപ്പോൾ അങ്ങനെയുള്ളവരാരും ഒന്നും പറയുന്നില്ല. അരങ്ങിൽ കവിതകൾ ചൊല്ലി സദസ്സിനെ കവികൾ മുഗ്ദ്ധരാക്കിയിരുന്നു. ഇന്ന് ആ സ്ഥാനത്ത് ഇന്ദ്രജാലക്കാരും ആത്മീയപുരുഷന്മാരുമാണ്. ആഫ്രിക്കയിലെന്ന പോലെ ഇവിടെയും ആളുകൾ മന്ത്രവാദത്തിൽ വിശ്വസിക്കുന്നു. ആ കാലത്തെ ഞങ്ങളുടെ സോവിയറ്റ് ജീവിതം.... പുതിയൊരു സംസ്കാരം സൃഷ്ടിച്ചെടുക്കാനുള്ള ശ്രമമായിരുന്നു. തെല്ലു നാടകീയമായ ഭാഷയിൽ പറഞ്ഞാൽ, ജനശക്തി! അതിനെ ഇനിയും സൗമ്യമാക്കാൻ എനിക്കാവില്ല...ജനങ്ങളുടെ അധികാരം. ഇന്ന് ഏതു നാട്ടിൽ ചെന്നാലാണ് പാൽക്കാരികൾക്കും, ലേത്ത് പണിക്കാർക്കും എൻജിൻ ഡ്രൈവർമാർക്കും വേണ്ടിയുള്ള മെട്രോ സ്റ്റേഷൻ കാണാൻ സാധിക്കുക. അങ്ങനെയുള്ളവരെ ഇന്ന് കാണാൻ കൂടിയില്ലല്ലോ. പത്രത്തിലോ ടി.വി.യിലോ കാണുന്നില്ല.

ക്രെംലിനിൽ പുരസ്കാരങ്ങളും മെഡലുകളുമൊക്കെ കൊടുക്കുന്ന ചടങ്ങുകളുടെ ചുറ്റുവട്ടത്തൊന്നും അങ്ങനെയുള്ളവരുണ്ടാകില്ല. എവിടെ നോക്കിയാലും കാണുക ആധുനിക സമൂഹത്തിലെ വീരനായകന്മാരേയാണ്. ബിസിനസ്സുകാർ, ബാങ്കർമാർ, മാനേജർമാർ, മോഡലുകൾ, വ്യഭിചാരിണികൾ...ചെറുപ്പക്കാർക്ക് പുതിയ ആശയങ്ങളും രീതികളുമായി എളുപ്പത്തിൽ ഇണങ്ങിച്ചേരാം. പ്രായമായവർക്കാണ് പ്രയാസം. അവർ അടഞ്ഞ വാതിലുകൾക്ക് പിറകിൽ നിശ്ശബ്ദം മരിച്ചുകൊണ്ടിരിക്കുന്നു. എല്ലാവരാലും മറയ്ക്കപ്പെട്ട് ദരിദ്രരായി മരിക്കുന്നു! മാസം 50 ഡോളറാണ് എനിക്ക് കിട്ടുന്ന പെൻഷൻ. (ചിരിക്കുന്നു) ഗോർബച്ചേവിന്റെ പെൻഷനും മാസം 50 ഡോളറായിരുന്നുവെന്ന് കേട്ടിട്ടുണ്ട്. കമ്മ്യൂണിസ്റ്റുകാർ മണിമാളികയിലാണ് താമസിച്ചിരുന്നത്. വിലയേറിയ വിഭവങ്ങൾ യഥേഷ്ടം കഴിച്ചിരുന്നു. ഇങ്ങനെയൊക്കെയാണ് ഇപ്പോൾ ഇവർ പറയുന്നത്. അവർ അവരുടെ ഇഷ്ടത്തിനൊത്ത കമ്മ്യൂണിസം പണിതുണ്ടാക്കി. എന്റെ "കൊട്ടാരം" നിങ്ങൾ കണ്ടുവല്ലോ. രണ്ടു കിടപ്പുമുറികളോടു കൂടിയ ഒരു സാധാരണ ഫ്ളാറ്റ്. 57 ചതുരശ്രമീറ്റർ വലിപ്പം. ഒന്നും തന്നെ നിങ്ങളിൽ നിന്നും ഒളിച്ചുവെച്ചിട്ടില്ല. എന്റെ സോവിയറ്റ് സ്ഫടികവും... സോവിയറ്റ് സ്വർണ്ണവുമൊക്കെ ഇതാ...നിങ്ങളുടെ മുമ്പിലുണ്ട്.

അപ്പോൾ...പ്രത്യേകം ക്ലിനിക്കുകളുടേയും ഭക്ഷണത്തിനുള്ള റേഷന്റേയും കാര്യം. പാർട്ടി ആരോഗ്യപരിപാലന കേന്ദ്രങ്ങൾ...സർക്കാർ വക സുഖവാസ മന്ദിരങ്ങൾ....ഫ്ളാറ്റുകൾക്കായുള്ള വേറിട്ട 'ക്യൂ' – വാസ്തവം തന്നെ. അതൊക്കെ തീർച്ചയായും നിലവിലുണ്ടായിരുന്നു. എന്നാൽ അതൊക്കെ അവിടെ മുകളിലായിരുന്നു. (മുകളിലേക്കവർ വിരൽ ചൂണ്ടി)

ഞാൻ താഴേത്തട്ടിലായിരുന്നു....ഏറ്റവും താഴെ. സാധാരണ ജനങ്ങളുടെ ഒപ്പം, താഴെ. എപ്പോഴും എല്ലാവരുടേയും കൺവെട്ടത്ത്. നിങ്ങൾ പറഞ്ഞ കാര്യങ്ങൾ, ചില ദിക്കിലൊക്കെയുണ്ടായിരുന്നു. ഇല്ലെന്ന് തർക്കിക്കുന്നില്ല. അതൊന്നും നിഷേധിക്കാനാവില്ല. നിങ്ങളെപ്പോലെത്തന്നെ ഞാനും അതൊക്കെ പത്രത്തിൽ വായിച്ചു, പെരിസ്ട്രോയ്ക്കയുടെ കാലത്ത്. സെൻട്രൽ കമ്മിറ്റിയിലെ സെക്രട്ടറിമാരുടെ മക്കൾ ആഫ്രിക്കയിലേക്ക് വന്യമൃഗങ്ങളെ വേട്ടയാടാൻ വിമാനയാത്ര നടത്തിയതിനെക്കുറിച്ച്... ആഫ്രിക്കയിൽ നിന്നും അവർ വൈരക്കല്ലുകൾ വാങ്ങിയതിനെക്കുറിച്ച്.... എന്നാലും ഇന്നത്തെ പുത്തൻ റഷ്യക്കാരുടെ ജീവിതശൈലിയുമായി താരതമ്യം ചെയ്യുമ്പോൾ അതൊന്നുമായിരുന്നില്ലെന്ന് പറയേണ്ടിവരും. ഇവരുടെ ആഡംബരകപ്പലുകളും കൊട്ടാരങ്ങളും മോസ്കോയിൽ പല യിടത്തുമായി തങ്ങൾക്കു പാർക്കാൻ വേണ്ടി അവർ പണിതുയർത്തിയി ട്ടുള്ള മാളികകളൊന്നു കണ്ടുനോക്കൂ. ഒക്കെയും കൊട്ടാരങ്ങളാണ്. രണ്ടു മീറ്റർ കനത്തിലാണ് ചുറ്റുമതിലുകൾ പണിതിരിക്കുന്നത്. അതിനുപുറമേ വൈദ്യുത വേലികളും സുരക്ഷാക്യാമറകളും ആയുധധാരികളായ കാവൽക്കാരും. അതീവ രഹസ്യ മിലിട്ടറി താവളങ്ങളോ, തടങ്കൽപാളയ ങ്ങളോ പോലെ. കമ്പ്യൂട്ടർ പ്രതിഭ ബിൽഗേറ്റ്സ് ആണൊ ഇവിടെ താമസി ക്കുന്നത്. അതോ ലോക ചെസ് ചാംപ്യൻ ഗാരി കാസ്പരോവ് ആണോ?

വൻകിട ജേതാക്കളാണ് ഈ മട്ടിൽ ജീവിക്കുക. ഔദ്യോഗികമായി, ഒരു ആഭ്യന്തരയുദ്ധം ഇവിടെ നടന്നിട്ടില്ല. എന്നിട്ടും ഇവിടെ ജേതാക്കളു ണ്ടായി. അവരാണ് ഈ കരിങ്കൽ ഭിത്തികൾക്കപ്പുറത്ത് താമസിക്കുന്നത്. ആരിൽ നിന്നാണവർ ഒളിച്ചു പാർക്കുന്നത്? ജനങ്ങളിൽ നിന്നോ? ജന ങ്ങൾ വിചാരിച്ചത്, അവർ കമ്മ്യൂണിസ്റ്റുകാരെ അട്ടിമറിച്ച് പുതുതായ ഒരു സുവർണ്ണയുഗത്തിനു ജന്മം നല്കി എന്നാണ്. സ്വർഗ്ഗതുല്യമായ ജീവിതം. സ്വതന്ത്രരായ ജനങ്ങൾക്കു പകരം ഇപ്പോൾ ഞങ്ങൾക്കുള്ളത് ഇതൊക്കെയാണ്. കോടികളും... ശതകോടികളുമായി കൊള്ളസംഘങ്ങൾ. നിറഞ്ഞ പകൽവെളിച്ചത്തിൽ അവർ പരസ്പരം വെടിവെച്ചു കൊല്ലുന്നു. ദാ അവിടെ....ഒരു ബിസിനസ്സുകാരന്റെ ബാൽക്കണി അവർ വെടിവെച്ചു തകർത്തു. അവർക്കാരേയും ഭയമില്ല. അവർ സ്വർണ്ണം പൊതിഞ്ഞ കക്കൂ സുള്ള സ്വകാര്യ വിമാനത്തിൽക്കയറി ലോകം ചുറ്റുന്നവരാണ്. അതി നെക്കുറിച്ച് വീമ്പു പറയുന്നവരാണ്. ടി.വി.യിൽ ഞാൻ കണ്ണുകൾകൊണ്ട് കണ്ടതാണ്. അവരിലൊരാൾ തന്റെ റിസ്റ്റ് വാച്ച് പ്രദർശിപ്പിക്കുന്നു. അതിന്റെ വില.... ഒരു ബോംബർജെറ്റോളം. ഇനിയൊരാൾ കാട്ടിയത് അയാളുടെ വൈരം പതിച്ച മൊബൈൽ ഫോണാണ്. ഒരാളും പുറ പ്പുറത്തു കയറി വിളിച്ചു പറയില്ല.....“ലജ്ജാവഹം” എന്ന്. വല്ലാതെ മനം മടുക്കുന്നു. ഞങ്ങൾക്ക് ഉവെൻസ്കിലും കോറോലെൻകോയു മുണ്ടായിരുന്നു (എഴുത്തുകാർ). കൃഷിക്കാരുടെ ഭാഗം ന്യായീകരിച്ചു കൊണ്ട് ഷൊലൊക്കോവ്* സ്റ്റാലിന് ഒരു കത്തെഴുതി. ഇന്ന് എനിക്കും

---

* മിഖായേൽ ഷൊളോക്കോവിന്റെ കൃതിയാണ് ‘ഡോൺ ശാന്തമായി ഒഴു കുന്നു.’ 1905–’84

അങ്ങനെയൊരു കത്തെഴുതാൻ തോന്നുന്നു. ഇത്രനേരവും നിങ്ങളാണ് ചോദ്യം ചോദിച്ചിരുന്നത്. ഇനി ഞാൻ അങ്ങോട്ടൊന്നു ചോദിക്കട്ടെ.... “എവിടെപ്പോയി യഥാർത്ഥത്തിലുള്ള ഇവിടത്തെ കുലീനവർഗം? എന്തു കൊണ്ടാണിപ്പോൾ ദിവസവും ബെറീഡോവ്സ്കിയുടേയും പൊട്ടാനിന്റേയും[1] അഭിപ്രായങ്ങൾ പത്രത്തിൽ വായിക്കുന്നത്. എല്ലാ വിഷയങ്ങളെക്കുറിച്ചും അവർ അഭിപ്രായങ്ങൾ പറയുന്നു. അതിനുപകരം എന്തു കൊണ്ട് ഒക്കുഷാവയേയും ഇസ്ക്കന്തറേയും പറ്റി വായിക്കാനാവുന്നില്ല? (ഇസ്ക്കന്തർ കവിയും എഴുത്തുകാരനുമായിരുന്നു) നിങ്ങളുടെ സ്ഥാനം അവർക്കൊഴിഞ്ഞു കൊടുക്കാൻ തക്കവണ്ണം എന്താണ് സംഭവിച്ചത്.

നിങ്ങളുടെ സർവ്വകലാശാലയിലെ വകുപ്പുകൾ. രാഷ്ട്രീയപ്രഭുക്കന്മാരുടെ ഊൺമേശയിൽ നിന്നും താഴെ വീഴുന്ന പൊട്ടും പൊടിയും പെറുക്കിയെടുക്കാൻ ആദ്യം ഓടിയവർ നിങ്ങളായിരുന്നല്ലോ. അവരെ സേവിക്കാനായി നിങ്ങളോടി. റഷ്യയിലെ ബുദ്ധിജീവികൾ സമ്പന്നരുടെ പാദസേവ ചെയ്യാൻ ഒരിക്കലും മുന്നോട്ടു വന്നിട്ടില്ല. അങ്ങനെയുള്ളവരാരും ഇന്ന് അവശേഷിക്കുന്നില്ല. ആത്മാവിനു വേണ്ടി സംസാരിക്കാൻ ഒരുപിടി പുരോഹിതന്മാരൊഴികെ ആരും തയ്യാറല്ല. ആദ്യകാലങ്ങളിൽ പെരിസ്ട്രോയ്ക്കയെ പിൻതാങ്ങിയിരുന്നവരൊക്കെ ഇന്നെവിടെപ്പോയി?

എന്റെ തലമുറയിലെ കമ്മ്യൂണിസ്റ്റുകാർക്കും പാവ്ക് കൊർഷജിനും[2] തമ്മിൽ പൊതുവായി ഒന്നുംതന്നെയില്ല എന്നു പറയാം. ബ്രീഫ്കേസുകളും റിവോൾവറുകളും കൈയിൽ പിടിച്ചു നടക്കുന്ന ആദ്യകാല ബോൾഷെവിക്കുകളെ പോലെയായിരുന്നില്ല അവർ. പൂർവ്വികന്മാരുടെ ബാക്കിയായി അവരിലുണ്ടായിരുന്നത് ആ “പട്ടാള” ഭാഷ മാത്രമായിരുന്നു.... ‘പാർട്ടി പടയാളികൾ....’ “തൊഴിലാളി മുന്നണി...” “കൊയ്ത്താനുള്ള പോരാട്ടം” പാർട്ടി പടയാളികളായൊന്നും ഞങ്ങൾക്ക് സ്വയം തോന്നിയില്ല. ഞങ്ങൾ പാർട്ടിയുടെ പൊതുപ്രവർത്തകരായിരുന്നു. ഗുമസ്തന്മാരായിരുന്നു. പാവനമായ ചില അവകാശങ്ങൾ ഞങ്ങൾക്ക് ഞങ്ങളുടേതായി ഉണ്ടായിരുന്നു. “ശോഭനമായ ഭാവി” യോഗം ചേരുന്ന ഹാളിൽ ലെനിന്റെ ഒരു ഛായാചിത്രം, മൂലയിലായി ഒരു ചുകന്നകൊടി. ഭവ്യമായ അവകാശങ്ങൾ, ചടങ്ങുകൾ.......എന്നാൽ പാർട്ടി പടയാളികളെക്കൊണ്ട് ആവശ്യങ്ങളൊന്നുമുണ്ടായിരുന്നില്ല. ഭരണകർത്താക്കളേയായിരുന്നു ഞങ്ങൾക്കാവശ്യം. “പോകൂ...പോകൂ....പോകൂ... അതല്ലെങ്കിൽ നിങ്ങളുടെ പാർട്ടി മെമ്പർഷിപ്പ് കാർഡ് ആ മേശപ്പുറത്ത് വെച്ചേക്കൂ.” അവർ എന്തെങ്കിലും ചെയ്യാൻ പറഞ്ഞാൽ നിങ്ങളത് ചെയ്തിരിക്കണം. അതിന്റെ റിപ്പോർട്ട് സമർപ്പിക്കണം. പാർട്ടി ഒരു സേനാവിഭാഗമല്ല. അതൊരു ഉപകരണമാണ്. ഒരു യന്ത്രം. ഭരണനിർവ്വഹണത്തിനുള്ള ഒരു യന്ത്രോപകരണം. മാനവിക ശാസ്ത്രം പഠിച്ചവരെ അവർ അപൂർവ്വമായേ തിരഞ്ഞെടുത്തുള്ളൂ. ലെനിന്റെ കാലം മുതൽ അങ്ങനെയുള്ളവരിൽ

1. അതിസമ്പന്നരായ രണ്ടു റഷ്യൻ വ്യവസായ പ്രമുഖർ.
2. ഒരു പ്രസിദ്ധ സോഷ്യലിസ്റ്റ് നോവലിലെ പ്രധാന കഥാപാത്രം.

പാർട്ടിക്കു വിശ്വാസം നഷ്ടപ്പെട്ടിരുന്നു. അദ്ദേഹം എഴുതി: "അവർ ഒരു രാഷ്ട്രത്തിന്റെ പ്രതിഭയല്ല, മലമാണ്" എന്നെപ്പോലെ വേറെ അധികം പേർ പാർട്ടിയിലുണ്ടായിരുന്നില്ല. ഭാഷാശാസ്ത്രത്തിലായിരുന്നല്ലോ ഞാൻ ബിരുദം നേടിയിരുന്നത്. പാർട്ടിയംഗങ്ങളിൽ വലിയൊരു വിഭാഗം സാങ്കേതിക വിദഗ്ദ്ധരും, മൃഗസംരക്ഷണത്തിൽ വൈദഗ്ദ്ധ്യം നേടിയവരുമായിരുന്നു. യന്ത്രവിദ്യ, മാംസ സംരക്ഷണം, ധാന്യോത്പാദനം...ഇതൊക്കെയായിരുന്നു സുപ്രധാന മേഖലകൾ.

മാനവികതയ്ക്ക് ഒട്ടും സ്ഥാനമുണ്ടായിരുന്നില്ല. കൃഷി പഠനകേന്ദ്രങ്ങളായിരുന്നു, പാർട്ടി അംഗങ്ങളെ വളർത്തിയെടുക്കാനുള്ള സ്ഥാപനങ്ങൾ. അവർക്കാവശ്യം തൊഴിലാളികളുടേയും കൃഷിക്കാരുടേയും മക്കളെയായിരുന്നു. സാധാരണക്കാരിൽ നിന്നുമുള്ള സാധാരണക്കാരെ. അത് യുക്തിക്കു നിരക്കാത്ത ഒരു നില വരെ എത്തി. ഒരു മൃഗസംരക്ഷണ വിദഗ്ദ്ധനായിരുന്നു പ്രമുഖ സ്ഥാനം. മനുഷ്യനെ ചികിത്സിക്കുന്ന ഡോക്ടറുടെ സ്ഥാനം പാർട്ടിയിൽ തീരെ താഴെയായിരുന്നു. പാർട്ടിയിൽ ഒരു കവിയേയോ ശാസ്ത്രജ്ഞനേയോ ഞാൻ കണ്ടിട്ടില്ല. പിന്നെ, പട്ടാളത്തിൽ എന്നെപ്പോലെ മേലധികാരികളോടുള്ള തികഞ്ഞ വിധേയത്വം. മുകളിലേക്കുള്ള കയറ്റം നന്നേ സാവധാനത്തിലായിരുന്നു. ഡിസ്ട്രിക്റ്റ് പാർട്ടി ഓഫീസിൽ ഒരു ലക്ചറർ ആയിട്ടാണ് തുടങ്ങുക. അതു കഴിഞ്ഞാൽ പാർട്ടി ഓഫീസിലെ ഭരണത്തലവൻ... ഇൻസ്ട്രക്ടർ....മൂന്നാം സെക്രട്ടറി.... രണ്ടാം സെക്രട്ടറി. ഏറ്റവും തലപ്പത്തെത്താൻ ഒരു പത്തു വർഷമെങ്കിലും വേണം. ഇന്നങ്ങനെയല്ല. രാജ്യം ഭരിക്കുന്നത് ജൂനിയർ റിസർച്ച് അസ്സോസിയേറ്റുകളും ലാബ് അഡ്മിനിസ്ട്രേറ്റർമാരുമാണ്. കൂട്ടുകൃഷി സംഘത്തിന്റെ ഡെപ്യൂട്ടിക്കും ഇലക്ട്രീഷ്യനും പ്രസിഡന്റാകാം. കൂട്ടുകൃഷിയുടെ സംഘനേതാവ് എന്ന സ്ഥാനത്തു നിന്നും നേരെ, രാഷ്ട്രത്തിന്റെ ഭരണച്ചുമതല! വിപ്ലവകാലങ്ങളിൽ മാത്രമേ ഇതുപോലെയുള്ള സംഗതികൾ സംഭവിക്കൂ....(അത് അവർ എന്നോടൊ അല്ലെങ്കിൽ തന്നോടുതന്നെയോ സംശയനിവൃത്തിക്കായി ചോദിക്കുന്നതുപോലെ തോന്നി.) 1991 ൽ സംഭവിച്ചത് ..എന്താണതിനെ വിളിക്കേണ്ടത്? എനിക്കറിയില്ല.

അത് വിപ്ലവമായിരുന്നുവോ, അതോ ഒരു പ്രതിവിപ്ലവമോ? ഏതുതരം രാജ്യത്തിലാണ് നമ്മളിപ്പോൾ ജീവിക്കുന്നത്. ഒരാളും പറഞ്ഞുതരാൻ ശ്രമിക്കുന്നില്ല. എന്തു രാഷ്ട്രീയ ആദർശമാണ് നമുക്കുള്ളത്? യഥാർത്ഥത്തിൽ എന്താണ് നമ്മൾ നിർമ്മിച്ചുകൊണ്ടിരിക്കുന്നത്? മുതലാളിത്തത്തിന്റെ വിജയത്തിനു നേർക്കല്ലേ നമ്മൾ നീങ്ങിക്കൊണ്ടിരിക്കുന്നത്? നൂറു വർഷത്തോളം മുതലാളിത്ത വ്യവസ്ഥിതിയെ ശപിച്ചു പുറന്തള്ളിയവരല്ലേ നമ്മൾ. അതൊരു ഭീകര സത്വമാണ്... രാക്ഷസനാണ്. ഇപ്പോൾ നമ്മൾ അഭിമാനം കൊള്ളുന്നു. നമ്മളും മറ്റുള്ളവരുടെ പോലെയായി എന്ന്. പക്ഷേ നമ്മൾ എല്ലാവരുടേയും പോലെയായാൽ, നമ്മുടെ കാര്യം ആരാണ് നോക്കുക? ദൈവവിശ്വാസികളായ ജനങ്ങൾ... പുരോഗമിച്ചുകൊണ്ടിരിക്കുന്ന മനുഷ്യരുടെ ഏക പ്രതീക്ഷ. (തികഞ്ഞ

പുച്ഛം) ഈ അടുത്തകാലം വരെ കമ്മ്യൂണിസത്തിൽ വിശ്വാസമർപ്പിച്ചിരുന്നതുപോലെയാണ് ഇപ്പോൾ എല്ലാവരും മുതലാളിത്തത്തെ മുറുകെ പിടിച്ചിരിക്കുന്നത്. അവരൊക്കെ സ്വപ്നം കാണുകയാണ്. അവർ മാർച്ചിനെ വിലയിരുത്തുന്നു. ന്യായാന്യായ വിചാരണ ചെയ്യുന്നു. ആദർശത്തെ കുറ്റപ്പെടുത്തുന്നു. മാരകമായ ഒരാദർശമാണത്രെ! അതിനു കുറ്റം പറയേണ്ടത് ആ കൊലയാളികളെയാണ്. നമ്മൾ അനുഭവിച്ചത് സ്റ്റാലിനിസമാണ്. കമ്മ്യൂണിസമായിരുന്നില്ല. ഇപ്പോഴുള്ളതോ സോഷ്യലിസവുമല്ല മുതലാളിത്തവുമല്ല. പൂർവ്വദേശത്തിലെ മാതൃകയല്ല പാശ്ചാത്യ നാടുകളിലേതുമല്ല. നമ്മുടേത് ഒരു സാമ്രാജ്യമല്ല. ജനാധിപത്യ രാഷ്ട്രവുമല്ല. നമ്മൾ ഇടയിൽ കിടന്നു ചാഞ്ചാടുകയാണ്, പറയാൻ മടിയുണ്ട് എന്നാലും സ്റ്റാലിനെ പോലെ. സ്റ്റാലിനെ അവർ കുഴിച്ചുമൂടിക്കഴിഞ്ഞു. അല്ലെങ്കിൽ അതിനായി ശ്രമിക്കുകയാണ്. എന്തൊക്കെയായാലും സ്റ്റാലിനെ ഭൂമിയുടെ ആഴങ്ങളിലേക്കകറ്റി കിടത്താൻ ആർക്കുമാവില്ല.

മോസ്കോയിലെങ്ങനെയാണെന്ന് എനിക്കറിഞ്ഞുകൂടാ. എന്നാൽ ഇവിടങ്ങളിൽ പലരും കാറിന്റെ ഡാഷ്ബോർഡിൽ സ്റ്റാലിന്റെ പടം കാര്യമായിവെച്ചിരിക്കുന്നതു കാണാം. ബസ്സുകളിൽ, ദീർഘദൂരം പോകുന്ന ട്രക്കുകളിൽ. എന്തുകൊണ്ടോ അവർക്കൊക്കെ സ്റ്റാലിനോട് വിശേഷിച്ചൊരു ഇഷ്ടമാണ്. പട്ടാള ജനറലിന്റെ യൂണിഫോം ധരിച്ചു നില്ക്കുന്ന സ്റ്റാലിൻ, സാമാന്യ ജനങ്ങൾ...അവരെക്കുറിച്ച് എന്തുപറയാൻ! അവരെ സംബന്ധിച്ചിടത്തോളം സ്റ്റാലിൻ ഒരു കുറുവടിയാണ്. വിഗ്രഹവുമാണ്. ഒരു കഷണം മരത്തടി. അതിൽ നിന്നു സങ്കല്പിക്കുന്നതെന്തും കൊത്തിയെടുക്കാം, അതുപോലെ സ്റ്റാലിൻ അവർക്കിതു രണ്ടുമാണ്. ഞങ്ങൾക്കു ജീവിതം പട്ടാള പാളയങ്ങൾക്കും ഭ്രാന്താശുപത്രികൾക്കുമിടയിൽ ചുറ്റിത്തിരിയുകയാണ്. തത്ക്കാലം സൂചി ഒത്ത നടുവിലാണെന്നു പറയാം. ഈ രാജ്യത്തിലെ പകുതിപേരും സ്റ്റാലിന്റെ ഒരു തിരിച്ചു വരവിനായി കാത്തിരിക്കുകയായിരുന്നു. നാട്ടിൽ വീണ്ടും ക്രമസമാധാനം പുലരുമെന്ന പ്രതീക്ഷ. ഡിസ്ട്രിക്ട് പാർട്ടി കമ്മിറ്റിയിൽ സ്റ്റാലിനെക്കുറിച്ച് ഞങ്ങളും ഞങ്ങളുടേതായ രീതിയിൽ ചർച്ച ചെയ്യാറുണ്ട്. പാർട്ടി ചരിത്രം...തലമുറകളിൽ നിന്ന് തലമുറകളിലേക്കു മാറികിട്ടിയതാണത്.

സ്റ്റാലിന്റെ- ഭരണകാലത്ത് എങ്ങനെയായിരുന്നു ഓരോ കാര്യവും നടന്നിരുന്നത്. അതൊക്കെ ഓർത്തുപറയാൻ എല്ലാവർക്കും ഇഷ്ടമാണ്. സ്റ്റാലിൻ യുഗം...അന്നത്തെ ആചാരങ്ങൾ, നടപടികൾ, ഉദാഹരണത്തിന്, സെൻട്രൽ കമ്മിറ്റി സെക്ടർ തലവന്മാർക്ക് ഇടനേരങ്ങളിൽ ചായയും സാൻവിച്ചുകളും കൊടുത്തിരുന്നു. അതേ സമയം ലക്ചറർമാർക്ക് കൊടുത്തിരുന്നത് ചായ മാത്രമായിരുന്നു. ആയിടയ്ക്ക് അവർ പുതിയ ഒരു തസ്തിക കൊണ്ടുവന്നു. ഡെപ്യൂട്ടി സെക്ടർ അഡ്മിനിസ്ട്രേറ്റർ. ഇനി എന്തുചെയ്യാൻ? അവർ തീരുമാനിച്ചു, സാൻവിച്ച് വേണ്ട, ചായ മാത്രം കൊടുത്താൽ മതി. കൂടെ വെള്ളനിറത്തിലുള്ള ഒരു നാപ്കിനും

വെക്കാം. ചെറിയ തോതിൽ ഒരു വേർതിരിവ്... ഒളിമ്പിസ് മലയുടെ മുകളിലെത്തിയ പ്രതീതി. തങ്ങൾ ദൈവങ്ങളുടേയും വീരയോദ്ധാക്കളുടേയും ഒപ്പമാണ്. ഇനി ഒന്നേ ബാക്കിയുള്ളൂ. "പുൽത്തൊട്ടി"യുടെ അടുത്തേക്ക് ഞെങ്ങിഞെരുങ്ങിയിട്ടാണെങ്കിലും ഏതു വിധേനയും എത്തിച്ചേരുക. അതെന്നും അങ്ങനെയായിരുന്നു. സീസറുടെ കാലം മുതൽ മഹാനായ പീറ്ററുടെ കാലം വരെ. ഒരു മാറ്റവുമില്ലാതെ തുടരുന്നു. തുടർന്നും അങ്ങനെത്തന്നെയായിരിക്കും.

നിങ്ങളുടെ പ്രിയപ്പെട്ട ജനകീയ നേതാക്കന്മാരുടെ നേരെ ഒന്നു ശ്രദ്ധിച്ചു നോക്കൂ. അവർ അധികാരം കൈക്കലാക്കി പാച്ചിൽ തുടങ്ങി. എങ്ങോട്ട്? ആ "പുൽത്തൊട്ടി"യുടെ അരികിലേക്ക്. സമ്പൽസമൃദ്ധിയുടെ കുട്ട. അവരുടേയും ലക്ഷ്യം അതുതന്നെയായിരുന്നു. ഒന്നിലധികം വിപ്ലവങ്ങൾ. "പുൽത്തൊട്ടി"യും തകിടം മറിഞ്ഞു. നമ്മുടെ കൺമുമ്പിൽ ത്തന്നെ. പ്രത്യേകം ആനുകൂല്യങ്ങൾ ചിലർക്ക് അനുവദിക്കുന്നതിനെതിരെ യെത്സിൻ പടവെട്ടി. സ്വയം ഒരു ജനാധിപത്യവാദിയാണെന്ന് വിളിച്ചു പറഞ്ഞു. എന്നാൽ ഇന്ന് അദ്ദേഹത്തിന് വളരെ സന്തോഷമാണ്. ചുറ്റുമുള്ളവർ സാർ ബോറിഡ് എന്നുവിളിച്ചാൽ, പഴയ റഷ്യയിലെ ചക്രവർത്തിയുടെ സ്ഥാനപ്പേരായിരുന്നുല്ലോ സർ. എല്ലാവരുടേയും തലതൊട്ടപ്പനായിരിക്കുന്നു ഇന്ന് യെത്സിൻ.

ഇവാൻ ബുനിന്റെ "ശപിക്കപ്പെട്ട ദിനങ്ങൾ" ഈയിടെ എന്റെ കൈയിൽ കിട്ടി. (അവർ ഷെൽഫിൽ നിന്നും പുസ്തകമെടുത്തു. അടയാളം വെച്ചിരുന്ന പേജ് നിവർത്തി അതിൽ നിന്നും വായിക്കാൻ തുടങ്ങി.) 'ഒഡീസാ ന്യൂസ് ബ്യൂറോ പ്രവർത്തിച്ചിരുന്ന കെട്ടിടത്തിന്റെ പടിവാതിലിനു മുമ്പിൽ പണിയെടുക്കാറുള്ള ആ വൃദ്ധനെ എനിക്കു നല്ല ഓർമ്മയുണ്ട്. ബോൾഷെവിക് വിപ്ലവത്തിന്റെ ആദ്യ ദിവസമായിരുന്നു അത്. ഒരു കൂട്ടം ആൺകുട്ടികൾ ആ പടിക്കലേക്ക് തിരക്കിട്ട് ഓടിവന്നു. അവരുടെ കൈയിൽ ഇഡ്വെസ്റ്റീയപത്രത്തിന്റെ വലിയ കെട്ടുകളുണ്ടായിരുന്നു. പത്രമാപ്പീസിൽ നിന്നും ചൂടാറാതെ വന്ന വാർത്താ പത്രം. അവർ ഉറക്കെ വിളിച്ചു പറഞ്ഞിരുന്നു. "ഒഡീസ ബൂർഷ്വാസികൾ 500 കോടി നഷ്ടപരിഹാരം കൊടുക്കേണ്ടതാണ്."പടിക്കൽ നിന്നിരുന്ന ആ തൊഴിലാളി വികാരഭരിതനായി. അയാളുടെ വാക്കുകൾ ചിതറി വീണു. "അതു പോരാ... അതുപോരാ.." ഒഡിസാ ന്യൂസിനേറ്റ ആ ആഘാതത്തിൽ അയാൾ സന്തോഷം പ്രകടിപ്പിച്ചു. "ഇത് കേൾക്കുമ്പോൾ എന്താണ് നിങ്ങൾക്ക് ഓർമ്മ വരുന്നത്? എനിക്കോർമ്മവരുന്നത് ഗോർബചേവ് വർഷങ്ങളാണ്...ആദ്യത്തെ കലാപങ്ങൾ.....പലപല ആവശ്യങ്ങൾ ഉന്നയിച്ചു കൊണ്ട് ജനങ്ങൾ തെരുവുകളിലേക്ക് ഒഴുകിയെത്തുകയായിരുന്നു. ഒരു ദിവസം റൊട്ടിക്കുവേണ്ടിയായിരുന്നു. അടുത്ത ദിവസം സ്വാതന്ത്ര്യത്തിനുവേണ്ടി. പിന്നെ വോഡ്കാ, സിഗരറ്റ്...ആവശ്യങ്ങൾ മാറിമാറി. വല്ലാത്ത ഭയം! എത്ര പാർട്ടിപ്രവർത്തകർക്കാണ് ഹൃദയാഘാതവും പക്ഷാഘാതവും ഉണ്ടായത്. ഞങ്ങൾ ജീവിച്ചത്, "ശത്രുക്കളാൽ വലയം ചെയ്യപ്പെട്ട" അവസ്ഥയിലായിരുന്നു. പാർട്ടി പഠിപ്പിച്ചു തന്നതു പോലെ...

ചുറ്റും ശത്രുക്കൾ നിറഞ്ഞു നില്ക്കുന്ന ഒരു കോട്ടയ്ക്കകത്തായിരുന്നു ഞങ്ങൾ. ലോകമഹായുദ്ധത്തിനുള്ള തയ്യാറെടുപ്പിൽ ഞങ്ങൾ ഏറ്റവും ഭയന്നിരുന്നത് ആണവയുദ്ധത്തിനേയായിരുന്നു. ഞങ്ങളുടെ തന്നെ രാജ്യം അവസാനിക്കുകയാണെന്ന് ഞങ്ങൾ മനസ്സിലാക്കിയില്ല. അങ്ങനെയൊരാശങ്ക, ലേശം പോലും ഞങ്ങളുടെ മനസ്സിലുണ്ടായിരുന്നില്ല. മേയ് പരേഡും ഒക്ടോബർ റാലിയും. പോസ്റ്ററുകളുമൊക്കെ ഞങ്ങൾക്കു ശീലമായിരുന്നു. "ലെനിൻ ചെയ്തുവെച്ചത് നൂറ്റാണ്ടുകളെ അതിജീവിക്കും." "പാർട്ടിയാണ് നമ്മുടെ അമരക്കാരൻ" അങ്ങനെയിരിക്കെ പെട്ടെന്നൊരു ദിവസം, പരേഡിനും റാലിക്കും പകരം രോഷാകുലരായ ഒരു വൻജനക്കൂട്ടം. ഞങ്ങൾക്കു പരിചയമുള്ള സോവിയറ്റ് ജനങ്ങളായിരുന്നില്ല അത്. ഞങ്ങൾക്കറിയാത്ത മറ്റേതോ ഒരു കൂട്ടമാളുകൾ. അവരുടെ പോസ്റ്ററുകൾ തികച്ചും വ്യത്യസ്തമായിരുന്നു. "കമ്മ്യൂണിസ്റ്റുകാരെ വിചാരണ ചെയ്യുക" "കമ്മ്യൂണിസ്റ്റ് കൃമികളെ ഞങ്ങൾ ചതച്ചരയ്ക്കും" എനിക്ക് പെട്ടെന്നോർമ്മ വന്നത് നോവോ ചെർക്കാഡ്കാണ്. വിവരങ്ങൾ രഹസ്യമായിരുന്നു. എന്നാലും എന്താണ് അവിടെ യഥാർത്ഥത്തിൽ സംഭവിച്ചതെന്ന് ഞങ്ങൾക്കെല്ലാവർക്കും അറിയാമായിരുന്നു.

ക്രൂഷ്ചേവിന്റെ കാലത്ത് പട്ടിണിക്കിടന്ന് വലഞ്ഞ തൊഴിലാളികൾ പ്രതിഷേധമുയർത്തി. അവരുടെ നേരെ വെടിവെപ്പു നടന്നു. അതിൽ മരിക്കാത്തവരെ അവർ കഠിനാദ്ധ്വാന ക്യാമ്പുകളിലേക്കു കയറ്റി അയച്ചു. അവർ എവിടെപ്പോയെന്ന് അവരുടെ ബന്ധുക്കൾക്ക് ഇപ്പോഴും അറിയില്ല. എന്നാൽ ഇവിടം ഇപ്പോൾ പെരിസ്ട്രോയ്ക്കയല്ലേ? ആർക്കും അവരുടെ നേരെ വെടിവെക്കാനാവില്ല, ക്യാമ്പുകളിൽ തടവിലാക്കാനുമാകില്ല. കൂടിയാലോചനകളേ സാധിക്കൂ. ഞങ്ങളിൽ ആർക്കാണ് ആ ആൾക്കൂട്ടത്തിനിടയിലേക്കിറങ്ങി ചെന്ന് അവരുമായി സംസാരിക്കാനാവുക? അവരാകട്ടെ ക്ഷുഭിതരാണ്. ഒരു ചർച്ചയ്ക്ക് തുടക്കമിടുക...ഞങ്ങളാരും തന്നെ വലിയ പ്രസംഗകരല്ല. ഉദാഹരണത്തിന്, ഞാൻ പ്രഭാഷണങ്ങൾ ചെയ്തിട്ടുണ്ട്, മുതലാളിമാരെ അങ്ങേയറ്റം അധിക്ഷേപിച്ചും അമേരിക്കയിലെ കറുത്തവർഗ്ഗക്കാരുടെ പക്ഷംപിടിച്ചും ലെനിന്റെ സമ്പൂർണ്ണകൃതികൾ മുഴുവനായിത്തന്നെ എന്റെ ഓഫീസിലിരിക്കുന്നുണ്ട്. 55 വോള്യം. പക്ഷേ, അതെല്ലാം മുഴുവനായി ആരു വായിച്ചിരിക്കുന്നു? സർവ്വകലാശാല പരീക്ഷകൾക്കു വേണ്ടി പലരും ആ പേജുകൾ മറിച്ചു നോക്കാറുണ്ട്. "ബഹുജനങ്ങളെ മയക്കുന്ന കറുപ്പാണ് മതം" "എല്ലാത്തരം ദൈവികാരാധനകളും ശവങ്ങളോടു തോന്നുന്ന കാമാസക്തിക്കു തുല്യമാണ്."

എങ്ങും ഭയവും പരിഭ്രമവും. ജില്ലാ പാർട്ടി കമ്മിറ്റിയിലേയും പ്രാദേശിക പാർട്ടി കമ്മിറ്റികളിലേയും ലക്ചർമാരും ഇൻസ്പെക്ടർമാരും സെക്രട്ടറിമാരുമായ ഞങ്ങൾ ഭയപ്പെട്ടു മാറി നിന്നു. ഫാക്ടറികളിൽ പോയി തൊഴിലാളികളെ കാണാനോ, ഹോസ്റ്റലുകളിൽ ചെന്ന് വിദ്യാർത്ഥികളെ അഭിസംബോധന ചെയ്യാനൊ ഒരാൾക്കും ധൈര്യമുണ്ടായില്ല. ഫോൺ അടിക്കുന്നതു പോലും ഞങ്ങളിൽ ഭയമുളവാക്കി.

ആരെങ്കിലും സക്കാറോവിനെ*ക്കുറിച്ചോ ബക്കോവസ്കിയെക്കുറിച്ചോ ചോദിച്ചാൽ ഞങ്ങൾ പറയും. അവർ യഥാർത്ഥത്തിൽ സോവിയറ്റ് യൂണിയന്റെ ശത്രുക്കളാണോ? ഒരുപക്ഷേ, ഇപ്പോൾ അങ്ങനെയല്ല എന്നായിട്ടുണ്ടോ? ബൈക്കോവിന്റെ "അർബാത്തിലെ കുട്ടികൾ" ഷാത്രോവിന്റെ നാടകങ്ങൾ....ഇതിനെക്കുറിച്ച് സർക്കാറിന്റെ നിലപാടെന്താണ്? (രണ്ടു പേരും സ്റ്റാലിൻ വിരോധികൾ. വിമതർ. പ്രശസ്തരായ എഴുത്തുകാർ) മുകളിൽ നിന്നും ഇതുവരെ ഉത്തരവുകളൊന്നും കിട്ടിയിട്ടില്ല. മുമ്പൊക്കെ ഒരു ദൗത്യം വിജയകരമായി പൂർത്തിയാക്കിയാൽ, പാർട്ടി തീരുമാനം ഫലപ്രദമായി നിർവ്വഹിച്ചാൽ അവർ ആ വിവരം അറിയിക്കുമായിരുന്നു.

എന്നാൽ ഇപ്പോൾ കൂടുതൽ ശമ്പളത്തിനു വേണ്ടി അദ്ധ്യാപകർ സമരം ചെയ്യുകയാണ്. ഏതോ ഫാക്ടറിയിലെ തൊഴിലാളി ക്ലബ്ബിൽ ചെറുപ്പക്കാരനായ ഒരു ഡയറക്ടർ നിരോധിക്കപ്പെട്ട ഒരു നാടകം അവതരിപ്പിക്കുകയായിരുന്നു. എന്റെ ദൈവമേ! അതൊരു കാർഡ് ബോർഡ് ഫാക്ടറിയായിരുന്നു. അവിടത്തെ തൊഴിലാളികൾ ആ ഡയറക്ടറെ ഒരു ഉന്തുവണ്ടിയിലിരുത്തി പുറത്തേക്കു തള്ളി കൊണ്ടുവന്നു. അവർ ഒച്ച വെച്ചു. ചില്ലു വാതിലുകൾ തകർത്തു. രാത്രി ലെനിന്റെ ഒരു പ്രതിമ ഉരുക്കു കേബിളുകൾ കൊണ്ട് ചുറ്റികെട്ടിത്തൂക്കി. വഴിയിൽ കൂടി പോകുന്നവർ തലകിഴുക്കാം തൂക്കായി നില്ക്കുന്ന ആ പ്രതിമയിൽ നോക്കി അസഭ്യമായ കൈമുദ്രകൾ കാണിച്ചു. പാർട്ടി എന്തുചെയ്യണമെന്ന് രൂപമില്ലാത്ത അവസ്ഥയിലായി. ആ സ്ഥിതി വ്യക്തമായി ഓർക്കാനാകും. എന്തുചെയ്യണമെന്നറിയാത്ത നിസ്സഹായാവസ്ഥ. ജന്നലകളടച്ച് ആളുകൾ അവരവരുടെ ആപ്പീസുമുറികളിൽ ഒതുങ്ങിക്കൂടി. രാവും പകലും സായുധപൊലീസ് പാർട്ടി ആസ്ഥാനമന്ദിരത്തിനു കാവൽ നിന്നു. ഞങ്ങൾ ജനത്തെ ഭയന്നു. ഞങ്ങളുടെ നിശ്ചലാവസ്ഥ കണ്ട് അവരും ഭയന്നു. പൊടുന്നനെ അവരുടെ ഭയം നീങ്ങി. ആയിരക്കണക്കിനാളുകൾ കവലകളിലും മൈതാനങ്ങളിലും കൂട്ടം കൂടി. അവരുടെ കൈയിൽ കണ്ട ഒരു പോസ്റ്റർ ഞാനോർക്കുന്നു. "ഞങ്ങൾക്ക് 1917 തരൂ.....ഒരു വിപ്ലവം.." ഞാൻ ഞെട്ടിപ്പോയി. ഏതോ തൊഴിൽ പരിശീലനസ്കൂളിലെ കുട്ടികളാണ് അത് ഉയർത്തിപ്പിടിച്ചിരിക്കുന്നത്. കേവലം കുട്ടികൾ....ചെറിയ കുട്ടികൾ. ഒരു ദിവസം പാർലിമെന്റിലെ അംഗങ്ങൾ ഡിസ്ട്രിക് പാർട്ടി കമ്മിറ്റി ആസ്ഥാനത്ത് വന്നെത്തി. "നിങ്ങളുടെ പ്രത്യേക കലവറ തുറന്നു കാട്ടണം." അവർ ആവശ്യപ്പെട്ടു. "നിങ്ങളുടെ അടുക്കൽ ധാരാളം ആഹാരസാധനങ്ങളുണ്ട്. എന്നാൽ ഞങ്ങളുടെ മക്കൾ സ്കൂളിൽ വിശപ്പു സഹിക്കാനാവാതെ ബോധംകെട്ടു വീഴുകയാണ്."അവർ ഞങ്ങളുടെ ഭക്ഷണശാല അരിച്ചുപെറുക്കി. അവിടെനിന്ന് വിലപിടിപ്പുള്ള വസ്ത്രങ്ങളോ വിശേഷപ്പെട്ട ഭക്ഷണപദാർത്ഥങ്ങളോ അവർക്കു കിട്ടിയില്ല. എന്നിട്ടും അവർക്ക് വിശ്വാസമായില്ല. "സാമാന്യജനങ്ങളെ നിങ്ങൾ വഞ്ചിക്കുകയാണ്."

* ആൻഡ്രെ സക്കാറോവ് ഫിസിസ്റ്റ് ആയിരുന്നു. 195 ൽ നോബൽ സമ്മാനം നേടി. സോവിയറ്റ് വിമതൻ. മനുഷ്യാവകാശ പ്രവർത്തകൻ. ബുക്കോവിസ്കിയും വിമതനായിരുന്നു. ദീർഘകാലം കഠിന ശിക്ഷകൾ അനുഭവിച്ചു.

ആകപ്പാടെ എല്ലാം ഇളകിത്തുടങ്ങി. "ഗോർബച്ചേവ് ദുർബലനായിരുന്നു. അദ്ദേഹം 'ഉരുണ്ടു കളിച്ചു.' ഒരു വശത്ത് അദ്ദേഹം സോഷ്യലിസത്തിനു വേണ്ടി നിലകൊണ്ടു. എന്നാൽ അതേ സമയം മുതലാളിത്ത വ്യവസ്ഥിതിക്കായി ആഗ്രഹിക്കുകയും ചെയ്തു. അദ്ദേഹത്തിന്റെ ഏറ്റവും വലിയ ആധി, താൻ യൂറോപ്പിൽ എവിടെയെങ്കിലും വെച്ച് കൊല്ലപ്പെടുമോ എന്നായിരുന്നു. അല്ലെങ്കിൽ അമേരിക്കയിൽ വെച്ച് ആ നാടുകളിലുള്ളവരെല്ലാം "ഗോർബീ...ഗോർബീ..." എന്നു വിളിച്ച് അദ്ദേഹത്തെ അഭിനന്ദിച്ചിരുന്നു. അദ്ദേഹം അവിടെയെല്ലാം പെരിസ്ട്രോയ്ക്കയെ വാഴ്ത്തി സംസാരിച്ചിരുന്നു.(നിശ്ശബ്ദത)

ഞങ്ങളുടെ കൺമുമ്പിൽ സോഷ്യലിസം മരിച്ചുകൊണ്ടിരിക്കുകയായിരുന്നു. ആ സ്ഥാനത്തേക്ക് കുറേ ഉരുക്കു യുവാക്കൾ വന്നു കയറിയിരുന്നു.

അന്ന ഇലീനിവ്ന:

അത്രയധികം കാലമൊന്നുമായിട്ടില്ല, എന്നാലും ഏതോ കാലത്ത് ഏതോ ഒരു രാജ്യത്ത് സംഭവിച്ചതുപോലെ. അവിടെയാണ് ഞങ്ങൾക്കു നഷ്ടമായത്...ഞങ്ങളുടെ നിഷ്കളങ്കതയും പ്രണയവുമൊക്കെ. ഒപ്പം ഞങ്ങളുടെ വിശ്വാസവും. അതൊന്നും അത്ര സുഖമുള്ള കാര്യങ്ങളല്ല. അതുകൊണ്ടുതന്നെ ആരും ഓർക്കാൻ ഇഷ്ടപ്പെടുന്നുമില്ല. അതിനു ശേഷം എത്രയോ നിരാശകളിൽ കൂടി ജീവിതം കടന്നുവന്നു. ഒരു മാറ്റവും സംഭവിച്ചിട്ടില്ലെന്ന് ആർക്കാണ് പറയാനാവുക? ആ കാലത്ത് ഒരു ബൈബിൾ പോലും അതിർത്തിക്കിപ്പുറത്തേക്ക് കടത്തികൊണ്ടുവരാൻ സാധിക്കയില്ലായിരുന്നു. അതെല്ലാം നിങ്ങൾ മറന്നുവോ? മോസ്കോയിലുള്ള എന്റെ ബന്ധുക്കളെ സന്ദർശിക്കാൻ വരുമ്പോൾ ഞാൻ ഗോതമ്പു മാവും നൂഡിൽസുമാണ് സമ്മാനമായി കൊണ്ടുവന്നിരുന്നത്. കലുഗയിലാണ് അവർ താമസിച്ചിരുന്നത്. എത്ര സന്തോഷത്തോടും നന്ദിയോടുമാണ് അവർ ആ സമ്മാനങ്ങൾ കൈപറ്റാറ്. ആ കാലം നിങ്ങൾ മറന്നുവോ? ഇന്ന് പഞ്ചസാരയ്ക്കും സോപ്പിനും വേണ്ടി ആരും ക്യൂ നില്ക്കുന്നില്ല. ഒരു കോട്ടു വാങ്ങാൻ റേഷൻകാർഡ് കാണിക്കേണ്ട ആവശ്യവും ഇന്നില്ല.

ഗോർബച്ചേവിന്റെ കാര്യം... ആദ്യനോട്ടത്തിൽത്തന്നെ പ്രണയത്തിലായി എന്നു പറയുമ്പോലെയായിരുന്നു. ഇന്ന് എല്ലാവരും അദ്ദേഹത്തെ അധിക്ഷേപിക്കുന്നു. "ഗോർബച്ചേവ് യു.എസ്.എസ്.ആറിനെ ഒറ്റുക്കൊടുത്തു. "പിസ്സയ്ക്കു വേണ്ടി അദ്ദേഹം നമ്മുടെ രാജ്യത്തെ വിറ്റു." പക്ഷേ, ഞങ്ങൾക്കുണ്ടായ അദ്ഭുതവും ഞെട്ടലും...ഞാൻ നന്നായി ഓർക്കുന്നു. അവസാനം ഞങ്ങൾ അന്യോന്യം അദ്ദേഹത്തിന്റെ കഥകൾ പറഞ്ഞ് രസിക്കുമായിരുന്നു. ലെനിൻഗ്രാഡിൽ വെച്ച് മോട്ടോർവാഹനങ്ങളുടെ അകമ്പടി തള്ളിമാറ്റി തെരുവിലേക്കിറങ്ങി വന്നു. ഏതോ ഫാക്ടറി സന്ദർശിക്കാൻ ചെന്നപ്പോൾ അവർ നല്കിയ വിലയേറിയ ഉപഹാരം നിരസിച്ചു. ഔദ്യോഗികമായ ഒരു വിരുന്നിനിടയിൽ ഒരു

കപ്പു ചായ മാത്രമാണ് അദ്ദേഹം കുടിച്ചത്. അദ്ദേഹം പുഞ്ചിരി തൂകി. കടലാസ്സിൽ എഴുതിക്കൊണ്ടുവന്ന പ്രസംഗങ്ങൾ വായിക്കാതെ നേരിട്ട് ജനങ്ങളോടു സംസാരിച്ചു. അദ്ദേഹത്തിനു ചെറുപ്പമായിരുന്നു. ഒരാളും വിചാരിച്ചില്ല സോവിയറ്റ് യൂണിയൻ തകർന്നു വീഴുമെന്ന്. ഒരു മായാ ജാലം പോലെ കടകളിൽ സലാമി പ്രത്യക്ഷപ്പെടുമെന്ന്. വിദേശത്തു നിർമ്മിച്ച ബ്രാ കിട്ടാൻ ഇനി ഒരു കിലോമീറ്റർ നീളമുള്ള വരിയിൽ കാത്തുനില്ക്കേണ്ട. പ്രയോജനപ്രദമായ ബന്ധങ്ങളിൽ കൂടി ആവശ്യ സാധനങ്ങൾ നേടിയെടുക്കുക ഞങ്ങളുടെ പതിവു ശീലമായിക്കഴിഞ്ഞിരുന്നു.

വേൾഡ് ക്ലാസ്സിക് ലൈബ്രറിയിലെ അംഗത്വം മുതൽ ചോക്ളേറ്റും ട്രാക്സ്യൂട്ടും വരെ. എല്ലാം ജർമ്മൻ ഡെമോക്രാറ്റിക് റിപ്പബ്ളിക്കിൽ നിന്നും. അറവുകാരനോട് ലോഹ്യം കൂടിയാൽ നല്ല തുണ്ടുകൾ മാറ്റി വെച്ചുതരും എന്നു പറയാറില്ലേ? സോവിയറ്റ് ഭരണം ശാശ്വതമാണ് എന്ന് ഞങ്ങൾ ധരിച്ചു. അതിന്റെ ബാക്കി ഭാഗം ഞങ്ങളുടെ മക്കൾക്കും അവരുടെ മക്കൾക്കും സാവകാശം അനുഭവിക്കാനാകുമെന്ന് വിചാരിച്ചു. പക്ഷേ, വളരെ പെട്ടെന്നാണ് എല്ലാം അവസാനിച്ചത്. അതാരും പ്രതീക്ഷിച്ചിരുന്നതല്ല. അത് വന്നെത്തുന്നത് ഗോർബച്ചേവിനു പോലും കാണാൻ കഴിഞ്ഞില്ല എന്ന് ഇന്നു വ്യക്തമായിരിക്കുന്നു. മാറ്റങ്ങൾ വരണമെന്ന് അദ്ദേഹം ആഗ്രഹിച്ചു. എന്നാൽ എങ്ങനെ മാറ്റങ്ങൾ വരുത്താമെന്ന് അദ്ദേഹത്തിന് നിശ്ചയമില്ലായിരുന്നു. ഒരാളും അതിന് തയ്യാറായിരുന്നില്ല. ആ മതിൽ ഇടിച്ചുപൊളിച്ചവർ പോലും അതിന് ഒരുങ്ങിയിരുന്നില്ല. ഞാനൊരു സാധാരണ "ടെക്നീഷ്യ" നാണ്. ജനനേതാവല്ല, കമ്മ്യൂണിസ്റ്റുകാരനുമല്ല. എന്റെ ഭർത്താവ് ഒരു കലാകാരനായിരുന്നു. അതുകൊണ്ട് ചെറുപ്പത്തിൽത്തന്നെ എന്റെ സഹവാസം ബൊഹിമിയൻ കൂട്ടരോടൊപ്പമായിരുന്നു. സാധാരണ നാട്ടുനടപ്പുകളൊന്നും ഞങ്ങളെ ബാധിച്ചിരുന്നില്ല. കവികളും കലാകാരന്മാരും ധീരന്മാരും വീരന്മാരുമൊന്നും ഞങ്ങളുടെ കൂട്ടത്തിലുണ്ടായിരുന്നില്ല. ഒരു വിമതനായി നില്ക്കാനുള്ള ധൈര്യം പോലും ആർക്കുമുണ്ടായിരുന്നില്ല. സ്വന്തം വിശ്വാസങ്ങളുടെ പേരിൽ ജയിലിലടയ്ക്കപ്പെടാനോ, ചിത്തരോഗാശുപത്രിയിൽ കഴിയാനോ ഞങ്ങളാഗ്രഹിച്ചില്ല. ഒന്നിലും ഇടപെടാതെ, സ്വന്തമായ അഭിപ്രായങ്ങൾ പ്രകടമാക്കാതെ പിറകിൽ കൈയും കെട്ടി ഞങ്ങൾ നടന്നു.

സ്വന്തം അടുക്കളയിലിരുന്ന് ഞങ്ങൾ സോവിയറ്റ് ഭരണകൂടത്തെ വിമർശിച്ചു, തമാശകൾ പറഞ്ഞു പരിഹസിച്ചു. ഞങ്ങൾ 'സമിത്സാത്' വായിച്ചു. ആർക്കെങ്കിലും ഒരു പുതിയ പുസ്തകം കിട്ടിയാൽ അതുമായി നേരം നോക്കാതെ അയാൾ നിങ്ങളുടെ വാതില്ക്കലെത്തും. ചിലപ്പോൾ പുലർച്ചയ്ക്ക് രണ്ടോ മൂന്നോ മണിയായിരിക്കും. അപ്പോഴും ഞങ്ങൾ സന്തോഷത്തോടെ ആ അതിഥിയെ സ്വാഗതം ചെയ്യും. മോസ്കോയിലെ ആ രാത്രികാല ജീവിതം ഇപ്പോഴും ഞാനോർക്കുന്നു. അത് വിശേഷപ്പെട്ട ഒന്നുതന്നെയായിരുന്നു. അവിടെ വേറെത്തന്നെ വീരപുരുഷന്മാരും ഭീരുക്കളും ദേശദ്രോഹികളുമുണ്ടായിരുന്നു.... തനതായ രസങ്ങളും

സുഖങ്ങളും. അതിനെക്കുറിച്ച് ഒരു രൂപവുമില്ലാത്തവർക്ക് അതെല്ലാം വിവരിച്ചുകൊടുക്കുക പ്രയാസമാണ്. എല്ലാറ്റിലുമുപരി, ഞങ്ങളെല്ലാവരും അതിൽ എത്രത്തോളം ആകൃഷ്ടരായിരുന്നുവെന്ന് പറഞ്ഞറിയിക്കാനാവില്ല.

വിവരിക്കാനാവാത്ത മറ്റൊന്നു കൂടിയുണ്ട്... ഞങ്ങളുടെ രാത്രികാല ജീവിതത്തിന് ഞങ്ങളുടെ പകൽ ജീവിതവുമായി യാതൊരു ബന്ധവുമുണ്ടായിരുന്നില്ല. രാവിലെയായാൽ എല്ലാവരും എഴുന്നേറ്റ് ജോലിക്കു പോകും. ഒരു ശരാശരി സോവിയറ്റ് പൗരനായി കഴിയും. എല്ലാവരേയും പോലെ സോവിയറ്റ് സർക്കാറിനു വേണ്ടി മിനക്കെട്ട് പണിയെടുക്കും. ഒന്നുകിൽ സർക്കാർ നിയമങ്ങൾക്ക് വിധേയമായി ഉദ്യോഗം നോക്കാം. അല്ലെങ്കിൽ തെരുവുതൂപ്പുകാരനായോ, വല്ലയിടത്തും കാവൽക്കാരനായോ ജോലി ചെയ്യാം. അതല്ലാതെ അവനവന്റെ വ്യക്തിത്വം കാത്തുസൂക്ഷിക്കാനുള്ള മാർഗ്ഗമൊന്നുമുണ്ടായിരുന്നില്ല ജോലി കഴിഞ്ഞു വീട്ടിൽ വന്നാൽ. ഒരിക്കൽ കൂടി ഞങ്ങൾ അടുക്കളയിൽ ഒരുമിച്ചിരുന്ന് വോഡ്ക കുടിക്കും. നിരോധിക്കപ്പെട്ട പ്രസംഗങ്ങൾ കേൾക്കും. വോയ്സ് ഓഫ് അമേരിക്കയുടെ അന്തരീക്ഷത്തിൽ കൂടി ചിതറി വീഴുന്ന ശബ്ദങ്ങൾക്കായി കാതോർക്കും. കേൾക്കാൻ രസമുള്ള ആ കിരുകിരു ശബ്ദങ്ങൾ ഇപ്പോഴും ഞാനോർക്കുന്നു. പ്രണയവും വിവാഹമോചനവും ഏതാണ്ട് ഒരേസമയത്തു നടന്നിരുന്നു. എന്നാലും ഞങ്ങളിൽ പലരും കരുതിയിരുന്നു, ഞങ്ങൾ രാജ്യത്തിന്റെ മനഃസാക്ഷിയാണ് എന്ന്. സ്വന്തം നാട്ടുകാർക്ക് നേരായ വഴി കാട്ടിക്കൊടുക്കേണ്ടത് ഞങ്ങളുടെ ധർമ്മമാണെന്ന് ഞങ്ങൾ വിശ്വസിച്ചു. പക്ഷേ, അവരെക്കുറിച്ച് യഥാർത്ഥത്തിൽ എന്താണ് ഞങ്ങൾ മനസ്സിലാക്കിയിരിക്കുന്നത്? "സ്കെച്ചസ് ഫ്രം എ ഹൺടേർസ് ആൽബം" 'ഒരു വേട്ടക്കാരന്റെ ഓർമ്മ' പുസ്തകത്തിൽ നിന്നുമുള്ള രേഖാചിത്രങ്ങൾ. ആ പുസ്തകത്തിൽ നിന്നു വായിച്ചു മനസ്സിലാക്കിയതേ ഞങ്ങൾക്കറിയാമായിരുന്നുള്ളൂ. ടർജീനിവും മറ്റു പല എഴുത്തുകാരും അവരുടെ പുസ്തകങ്ങളിൽ വിവരിച്ചിട്ടുള്ള റഷ്യൻ ഗ്രാമീണജീവിതം. വാലെന്റീൻ റാസ്പുട്ടിൻ. വാസിലിബെലോവ്...* എന്റെ അച്ഛനെപ്പോലും മനസ്സിലാക്കാൻ സാധിച്ചിരുന്നില്ല. പലപ്പോഴും അദ്ദേഹത്തിന്റെ നേരെ ഞാൻ ഒച്ച ഉയർത്തി. "അച്ഛാ, അച്ഛന്റെ പാർട്ടികാർഡ് തിരിച്ചുകൊടുത്തില്ലെങ്കിൽ ഇനി ഞാൻ അച്ഛനോട് മിണ്ടില്ല." അതു കേൾക്കുമ്പോഴൊക്കെ അച്ഛന്റെ കണ്ണ് നനയുമായിരുന്നു.

ഗോർബച്ചേവിന് സാറിനേക്കാൾ അധികാരമുണ്ടായിരുന്നു. അതിരില്ലാത്ത അധികാരം. അദ്ദേഹം പറഞ്ഞു, "ഈ നിലയ്ക്ക് നമുക്കു തുടർന്നുപോകാനാവില്ല." അദ്ദേഹത്തിന്റെ വളരെയധികം പ്രസിദ്ധമായ വാക്കുകളാണവ. അങ്ങനെ നാടാകെ ഒരു ചർച്ചാവേദിയായി. വീടുകളിലും ഉദ്യോഗസ്ഥലങ്ങളിലും പൊതുവാഹനങ്ങളിലും ആളുകൾ തർക്കിച്ചു. രാഷ്ട്രീയമായ വിയോജിപ്പുകളുടെ പേരിൽ പല കുടുംബങ്ങളും

* 1970കളിലും '80കളിലും റഷ്യൻ ദേശീയതയുടെ വക്താക്കളായിരുന്നു.

ശിഥിലമായി. മക്കൾ അച്ഛനമ്മമാരെ എതിർക്കാൻ തുടങ്ങി. എന്റെ ഒരു കൂട്ടുകാരി ലെനിന്റെ പേരിൽ അവരുടെ മകനും ഭാര്യയുമായി വഴക്കിട്ടു. അവസാനം വഴക്ക് മൂത്ത് രണ്ടുപേരേയും അമ്മ വീട്ടിൽ നിന്നും പുറത്താക്കി. ആ തണുപ്പുകാലം മുഴുവൻ മോസ്കോയുടെ പുറത്തുള്ള ഒരു അതിഥിമന്ദിരത്തിൽ അവർക്കു രണ്ടുപേർക്കും കഴിയേണ്ടിവന്നു.

തിയറ്ററുകളിൽ ആളുകളില്ലാതായി. എല്ലാവരും അവരവരുടെ വീടുകളിൽ ടെലിവിഷനിൽ കണ്ണുംനട്ടിരുന്നു. യു.എസ്.എസ്. ആറിലെ ജനപ്രതിനിധികളുടെ ആദ്യസമ്മേളനം അവർ സംപ്രേഷണം ചെയ്യുന്നുണ്ടായിരുന്നു. അതിനു മുമ്പ് ആ പ്രതിനിധികളെ തിരഞ്ഞെടുക്കുന്ന ഒച്ചയും ബഹളവുമായിരുന്നു. ആദ്യത്തെ സ്വതന്ത്ര തിരഞ്ഞെടുപ്പ്. ശരിയായ തിരഞ്ഞെടുപ്പ്. ഞങ്ങളുടെ വാർഡിൽ നിന്നും രണ്ടു സ്ഥാനാർത്ഥികളുണ്ടായിരുന്നു. ഒരാൾ ഒരു യുവ ജനാധിപത്യവാദിയായിരുന്നു. മറ്റേയാൾ ഏതോ ഒരു പാർട്ടി ഉദ്യോഗസ്ഥനും. ചെറുപ്പക്കാരൻ ഒരു യൂണിവേഴ്സിറ്റി അദ്ധ്യാപകനായിരുന്നു. അദ്ദേഹത്തിന്റെ പേര് ഇപ്പോഴും എനിക്കോർമ്മയുണ്ട്, യൂറി മാലിഷേവ്. ഇയ്യിടെ ഞാൻ കേൾക്കുകയുണ്ടായി, അദ്ദേഹം ഇപ്പോൾ കൃഷി വ്യവസായമായി എടുത്തിരിക്കുകയാണെന്ന്. തക്കാളിയും, വെള്ളരിക്കയും വൻതോതിൽ കൃഷി ചെയ്ത് വില്പന നടത്തുന്നു. എന്നാൽ പഴയകാലത്ത് അദ്ദേഹം ഒരു വിപ്ലവകാരിയായിരുന്നു. അദ്ദേഹത്തിന്റെ പ്രക്ഷോഭകരമായ പ്രസംഗങ്ങൾ ഒന്നു കേൾക്കേണ്ടതുതന്നെയായിരുന്നു. വിശ്വസിക്കാനാവില്ല. അദ്ദേഹം പറഞ്ഞു: മാർക്സിസ്റ്റ്–ലെനിനിസ്റ്റ് സാഹിത്യത്തിൽ കുതിരശക്തി തീരെ കുറവാണ്. അതിനു പാറ്റ ഗുളികകളുടെ നാറ്റമാണ്. ഭരണഘടനയിലെ ആറാം വകുപ്പ് അസാധുവാക്കണം. അതുപ്രകാരം പ്രധാന അധികാരങ്ങളെല്ലാം കമ്മ്യൂണിസ്റ്റ് പാർട്ടിയിൽ നിക്ഷിപ്തമാണ്. പാർട്ടിയാണല്ലോ മാർക്സിസത്തിന്റേയും ലെനിനിസത്തിന്റേയും ആധാരശില. അതെല്ലാം ഞാൻ ശ്രദ്ധയോടെ കേട്ടു. എന്നാൽ അതിലെന്തെങ്കിലും സത്യമായി വരുമെന്ന് എനിക്കു സങ്കല്പിക്കാനായില്ല. അതെല്ലാം ഊതിവീർപ്പിച്ച സ്വപ്നങ്ങളായിരുന്നു. അതിന്റെയൊക്കെ അരികത്തെത്താൻ തന്നെ ആരാണ് നമ്മളെ അനുവദിക്കുക? എല്ലാം തകർന്നു തരിപ്പണമാകും. എല്ലാറ്റിനേയും കൂട്ടിപ്പിടിച്ചു നിർത്തുന്നത് പാർട്ടിയാണ്. അത്രയ്ക്കും മന്ദബുദ്ധികളായിത്തീർന്നിരുന്നു ഞങ്ങൾ. എന്റെ സോവിയറ്റ് മനോഭാവം തേച്ചുരച്ചു കളയാൻ വർഷങ്ങളെടുത്തു. ബക്കറ്റുകൊണ്ട് കോരിയൊഴിച്ചു കളയുന്നതുപോലെയാണ് ഞാൻ അതിനെ ഉള്ളിൽ നിന്നും ചോർത്തിക്കളഞ്ഞത് (അവർ നിശ്ശബ്ദയായി) ഞങ്ങളുടെ സംഘം. ഇരുപതുപേരോളമുണ്ടായിരുന്നു. ദിവസവും ജോലി കഴിഞ്ഞുവന്ന് ചുറ്റുവട്ടത്തെ വീടുകളിലൊക്കെ കയറിയിറങ്ങും. അദ്ദേഹത്തിനു വേണ്ടി പ്രചാരണം നടത്തും. "മാലിഷേവി" ന് വോട്ടു ചെയ്യുക" അദ്ദേഹത്തിനുവേണ്ടി പോസ്റ്ററുകളുണ്ടാക്കി. നിങ്ങൾ വിശ്വസിക്കില്ല....അദ്ദേഹമാണ് ജയിച്ചത്. അതും വമ്പിച്ച ഭൂരിപക്ഷത്തോടെ. ഞങ്ങളുടെ ഏറ്റവും ആദ്യത്തെ വിജയം. പിന്നീട് ആദ്യ സമ്മേളനത്തിന്റെ തത്സമയ സംപ്രേഷണം കേട്ടുകൊണ്ടിരിക്കെ ഞങ്ങൾ മതിമറന്നു പോയി. ഞങ്ങൾ ഞങ്ങളുടെ അടുക്കളയിൽ ഇരുന്ന്

സംസാരിക്കുന്നതിനേക്കാൾ തുറന്നും ശക്തമായുമാണ് ജനപ്രതിനിധികൾ അഭിപ്രായ പ്രകടനം നടത്തിയത്. അടുക്കളയുടെ പരിധിക്കുള്ളിൽ നിന്നല്ലാതെ പറയാൻ ഞങ്ങൾ ധൈര്യപ്പെടാത്ത കാര്യങ്ങൾ അവർ വെട്ടിത്തുറന്നു പറഞ്ഞു. ഏതോ മയക്കുമരുന്നിന്റെ സ്വാധീനത്തിൽപ്പെട്ടതുപോലെയാണ് എല്ലാവരും ആ പരിപാടി ശ്രദ്ധിച്ച് അന്തംവിട്ടിരുന്നത്. ടി.വി.യിൽ നിന്നും കണ്ണെടുക്കാനാകാതെ സ്തബ്ധരായിരുന്നു. ഇനി ട്രാവ്കിൻ ശരിക്കും അവരെ കാണിച്ചുകൊടുക്കും. അതുപോലെത്തന്നെ ബോൾസിറീവും. അതാണ് യഥാർത്ഥ വീര്യം....

പത്രമാസികകൾ കൈയിൽ കിട്ടാൻ ഞങ്ങൾക്കൊക്കെ പറഞ്ഞറിയിക്കാൻ വയ്യാത്ത ഒരു ആർത്തിയായിരിക്കും. അവയുടെ വിതരണം കോടികളിലേക്കുയർന്നു. പുസ്തകങ്ങളേക്കാൾ ജനങ്ങൾക്കിടയിൽ പത്രമാസികകൾക്കായി പ്രചാരം. രാവിലെയായാൽ മെട്രോ വണ്ടികളിൽ മുഴുവൻ പത്രവായനയിൽ മുഴുകിയിരിക്കുന്ന യാത്രക്കാർ. ഇത് ദിവസേനയുള്ള ഒരു പതിവായി. നില്ക്കുന്ന യാത്രക്കാരുടെ ശ്രദ്ധയും പത്രത്തിൽത്തന്നെ. യാത്രക്കാർ പത്രങ്ങൾ കൈമാറി വായിക്കുന്നതും പതിവുകാഴ്ചയായി. തികച്ചും അപരിചിതരായവർപോലും അതിനു മടിച്ചില്ല. എന്റെ ഭർത്താവും ഞാനും..ഇരുപതോളം പത്രമാസികകളുടെ വരിക്കാരായിരുന്നു. ഒരാളുടെ മാസശമ്പളം മുഴുവനായും അതിനായി ചെലവഴിച്ചു. ജോലി കഴിഞ്ഞു വീട്ടിൽ വന്നാലുടനെ വസ്ത്രം മാറി പത്രം വായിക്കാനിരിക്കും. അമ്മ അടുത്തിടെയാണ് മരിച്ചത്. അതിനു മുമ്പ് അവർ ആവലാതി പറയുമായിരുന്നു. "ചവറുകൂനയിലെ എലിയെപ്പോലെ ഞാനിവിടെ കിടന്നു മരിക്കുകയാണ്." അവരുടെ മുറി നിറയെ അത്രയധികം പത്രങ്ങളും മാസികകളും കൂട്ടിയിട്ടിരിക്കുന്നു. തറയിലും തട്ടുകളിലും കുളിമുറിയിലുമൊക്കെ. ഇടനാഴിയിലും നിറയെ പത്രക്കെട്ടുകൾ. നോവിമീർ...സാൻമിയ...ദുഗാവാ...ആനുകാലികങ്ങൾക്കു പുറമെ അവയിൽ നിന്നും വെട്ടിയെടുത്തു വെച്ച വാർത്തകളുമുണ്ടായിരുന്നു പെട്ടികൾ നിറയെ. അതെല്ലാം ഒരു ദിവസം നാട്ടിൻപുറത്തെ വീട്ടിൽ കൊണ്ടുവെച്ചു. വലിച്ചെറിയാൻ മനസ്സു വന്നില്ല. വേറെ ആർക്കാണ് കൊടുക്കുക? ഇന്നിപ്പോൾ അതിനെല്ലാം കടലാസു പൾപ്പിന്റെ വില മാത്രം. എന്നാൽ അന്ന് അതെല്ലാം വീണ്ടും വീണ്ടും എടുത്തു വായിച്ചിരുന്നു. ചുകപ്പും മഞ്ഞയും പെൻസിലുകൾ കൊണ്ട് പലയിടത്തും അടിവരയിട്ടിരുന്നു. ഏറ്റവും പ്രധാനപ്പെട്ട സംഗതികൾക്ക് ചുകന്ന അടിവര. എനിക്കു തോന്നുന്നത് എല്ലാം കൂടി ഒരു അര ടൺ ഉണ്ടാകുമെന്നാണ്. നാട്ടിൻപുറത്തെ കൊച്ചു വീട്ടിൽ മുഴുവൻ പഴയ പത്രമാസികകൾ കുത്തിനിറച്ചിരിക്കുകയാണ്.

ഞങ്ങളുടെ വിശ്വാസം തികച്ചും ആത്മാർത്ഥമായിരുന്നു, കറകളഞ്ഞതായിരുന്നു. ഏതു നിമിഷവും അതു സംഭവിക്കും. പടിക്കുപുറത്ത് ബസ്സുകൾ കാത്തു നില്ക്കുന്നു. അത് ഞങ്ങളെ ജനാധിപത്യത്തിലേക്കെത്തിക്കും. ക്രൂഷ്ചേവിന്റെ കാലത്തു കെട്ടിപ്പൊക്കിയ ഈ പഴഞ്ചൻ വീടുകളിൽ നിന്ന് സുന്ദരമായ പുത്തൻ പാർപ്പിടങ്ങളിലേക്കു മാറും. പൊട്ടിപ്പൊളിഞ്ഞ റോഡുകൾക്കു പകരം ആധുനികരീതിയിലുള്ള

"ഓട്ടേബാനു"കൾ പണിയും. ഞങ്ങളോരോരുത്തരും ഉത്തരവാദിത്വമുള്ള പൗരന്മാരായി മാറും. ഈ പറഞ്ഞതൊക്കെ യാഥാർത്ഥ്യങ്ങളായി പരിണമിക്കുമോ? അതിനെക്കുറിച്ചുള്ള യുക്തിസഹമായ തെളിവുകൾക്കൊന്നും ആരും മിനക്കെട്ടില്ല. വാസ്തവത്തിൽ അങ്ങനെയൊന്നും ഉണ്ടായിരുന്നില്ല. അതിന്റെ ആവശ്യവും ഞങ്ങൾക്കു തോന്നിയില്ല. ഞങ്ങളെ സംബന്ധിച്ചിടത്തോളം അത് അത്രയ്ക്കും മനസ്സിൽത്തട്ടിയുള്ള വിശ്വാസമായിരുന്നു. ഞങ്ങൾ ബുദ്ധികൊണ്ട് വിശ്വസിച്ചിരുന്നത്, ജില്ലയിലെ പോളിങ്ങ്ബൂത്തുകളിലും ഞങ്ങൾ ഹൃദയം കൊണ്ടാണ് വോട്ട് രേഖപ്പെടുത്തിയത് എന്നാണ്. ഞങ്ങൾ എന്താണ് ചെയ്യേണ്ടതെന്ന് കൃത്യമായി ആരും പറഞ്ഞുതന്നില്ല. ഞങ്ങൾ ഇപ്പോൾ സ്വതന്ത്രരാണ്. ഞങ്ങൾക്ക് അതുമാത്രം മതിയായിരുന്നു. ഒരു ലിഫ്റ്റിനുള്ളിൽ നിങ്ങൾ പെട്ടുപോയി എന്നു സങ്കല്പിക്കൂ. അപ്പോൾ ഒരേയൊരു ചിന്തയേ നിങ്ങളുടെ മനസ്സിലുണ്ടാകൂ. ഏതുവിധേനയും ആ വാതിലൊന്നു തുറന്നു കിട്ടണം. അവസാനം അതു തുറന്നു കിട്ടുമ്പോഴോ...സന്തോഷം കൊണ്ടു മതിമറന്ന അവസ്ഥ. വേറെ ഒന്നിനെക്കുറിച്ചും അപ്പോൾ ചിന്തയില്ല. ഇനി എന്ത് എന്ന് ആലോചിക്കുന്നുമില്ല. ശുദ്ധവായു എന്ന കണക്കേ ആ സന്തോഷം നിങ്ങൾ ഉള്ളിലേക്ക് വലിച്ചെടുക്കുകയാണ്. എല്ലാവർക്കും സന്തോഷം. എന്റെ കൂട്ടുകാരി ഒരു ഫ്രഞ്ചുകാരനെ കല്യാണം കഴിച്ചു. അദ്ദേഹം മോസ്കോയിലെ കോൺസലേറ്റിലാണ് ജോലി നോക്കിയിരുന്നത്. അവൾ എപ്പോഴും അയാളോടു പറയുമായിരുന്നു. "നോക്കൂ, ഞങ്ങൾ റഷ്യക്കാരുടെ ഊർജ്ജം" അയാൾ തിരിച്ചു ചോദിച്ചിരുന്നു, "ആട്ടെ ഈ ഊർജ്ജമൊക്കെ എന്തിനുവേണ്ടിയുള്ളതാണ്?"അതിനുള്ള ഉത്തരം അവൾക്കറിയില്ലായിരുന്നു, എനിക്കും. എന്നാലും ഞാൻ പറഞ്ഞു, "ഞങ്ങളുടെ ഊർജ്ജം...അതങ്ങനെ തുടിച്ചു കൊണ്ടിരിക്കുകയാണ്" എന്റെ ചുറ്റും ഞാൻ കാണുകയായിരുന്ന, ജീവസ്സുറ്റ ആളുകളും...തെളിവാർന്ന മുഖങ്ങളും. ആ ദിവസങ്ങളിൽ എല്ലാവരേയും കാണാൻ എന്തു ഭംഗിയായിരുന്നു. എവിടെ നിന്നാണ് അവരൊക്കെയും വന്നെത്തിയത്? ഇന്നലെവരെ ഇവിടെയെങ്ങും അവരെ ആരേയും കണ്ടിരുന്നില്ലല്ലോ.

വീട്ടിൽ ടി.വി. എപ്പോഴും തുറന്നു വെച്ചിരുന്നു. ഓരോ മണിക്കൂറിലും വളരെ ശ്രദ്ധയോടെ ഞങ്ങൾ വാർത്തകൾ കേട്ടു. ആയിടയ്ക്കാണ് മകൻ ജനിച്ചത്. അവനേയും കൊണ്ട് പുറത്തുപോകുമ്പോഴൊക്കെ റേഡിയോയും കൂടെ എടുത്തിരുന്നു. നായകളെ നടത്താൻ കൊണ്ടുവരുന്നവർ, അവരും റേഡിയോ കാതോട് ചേർത്തു പിടിച്ചിരിക്കും. ഇന്ന് ഞങ്ങളുടെ മകനോട് കളിയായി പറയാറുണ്ട്, "ജനിച്ചപ്പോൾ മുതൽ രാഷ്ട്രീയം നിന്റെ തലയിലുണ്ട്" എന്നാൽ സത്യത്തിൽ രാഷ്ട്രീയകാര്യങ്ങളിൽ അവനൊട്ടും തന്നെ താത്പര്യമില്ല. അവൻ പാട്ടുകേൾക്കും. ഭാഷകൾ പലതും പഠിക്കുന്നുണ്ട്. ലോകം കാണാനവൻ ആഗ്രഹിക്കുന്നു. മറ്റു പല കാര്യങ്ങളും അവനെ സംബന്ധിച്ചിടത്തോളം പ്രധാനപ്പെട്ടതാണ്. നമ്മുടെ കുട്ടികൾ നമ്മുടെപോലെയല്ല. അവരെങ്ങനെയാണ്? അവരുടെ സ്വന്തം സമയം... അവർക്കവർ മതി. ഞങ്ങളുടെ കാലത്ത്... വേഗമാവട്ടെ.

ഇന്നത്തെ യോഗത്തിൽ സോബ്ച്ചോ[1]യും പ്രസംഗിക്കുന്നുണ്ട്. അത് കേട്ടതും... എല്ലാവരും ചെയ്യുന്ന പണി എന്തായാലും അതവിടെയിട്ട് ടി. വി.യുടെ മുന്നിലേക്കോടും. സോബ്പോക്കിനെ കണ്ടിരിക്കുക രസമായി രുന്നു. മിക്കവാറും ഒരു വെൽവെറ്റ് ജാക്കറ്റായിരിക്കും ധരിച്ചിരിക്കുക. യൂറോപ്യൻ രീതിയിൽ ടൈ കെട്ടിയിരിക്കും. സാക്കാറോവാണ് വേദിയിൽ. സോഷ്യലിസത്തിന്റെ മാനുഷികമായ മുഖം...എന്റെ മനസ്സിൽ സോഷ്യ ലിസത്തിന് ഡിമിട്രി ലിഖാചേവി[2]ന്റെ മുഖമാണ്, ജനറൽ ജാറു സെൽസ്കിയുടേതല്ല. ഞാൻ ഗോർബച്ചോവിന്റെ പേരു പറഞ്ഞാൽ ഭർത്താവ് ഉടനെ റൈസാ മാക്സിമോവ്നയുടെ പേര് കൂടിചേർക്കും. ആദ്യമായിട്ടായിരുന്നു ഞങ്ങൾ ഒരു ജനറൽ സെക്രട്ടറിയുടെ ഭാര്യയെ പൊതുവേദിയിൽ കാണുന്നത്. ആ കാര്യത്തിൽ ഒരുതരത്തിലും ലജ്ജ തോന്നേണ്ടതില്ലായിരുന്നു. വടിവൊത്ത ശരീരം. ഭംഗിയായ വസ്ത്രധാരണം. അവർ രണ്ടുപേരും പരസ്പരം ഗാഢമായ പ്രണയത്തിലായിരുന്നു. ആരോ ഒരിക്കൽ ഒരു പോളിഷ് മാസിക കൊണ്ടുവന്നു. റൈസ സുന്ദരിയും പരിഷ്കാരിയും മിടുക്കിയുമാണെന്ന് അതിൽ എഴുതിയിരുന്നു. ഞങ്ങൾ ക്കെല്ലാവർക്കും വലിയ അഭിമാനം തോന്നി. എത്രയെത്ര റാലികൾ. തെരു വുകൾ നിറയെ തോരണങ്ങളും കൊടികളും. ഒരു ഘോഷയാത്ര അവ സാനിക്കുന്നതോടെ ഇനിയൊന്ന് തുടങ്ങുകയായി. ജനം തെരുവുകളിൽ നിന്നുമാറിയില്ല. എല്ലാവരും കാത്തിരുന്നു. വാസ്തവമെന്താണെന്ന് ഇപ്പോൾ കേൾക്കാം. കൃത്യസമയത്ത് കൃത്യസ്ഥലത്ത് ഉണ്ടായിരിക്കണ മെന്നു മാത്രം. ശരിയായ ആളുകൾ ശരിയായ ഉത്തരങ്ങൾ തേടുക യാണെന്ന് ഞങ്ങൾ വിചാരിച്ചു. നിഗൂഢമായ ഒരു ജീവിതം ഞങ്ങൾക്കായി കാത്തിരിക്കുകയാണെന്ന തോന്നൽ. അതു കാണാനായി ആകാംക്ഷ യോടെ ഞങ്ങൾ കാത്തുനിന്നു. സ്വാതന്ത്ര്യത്തിന്റെ രാജ്യം പടിക്കലെത്തി ക്കഴിഞ്ഞുവെന്ന് ഞങ്ങൾ ഓരോരുത്തരും വിശ്വസിച്ചു.

പക്ഷേ, ഉണ്ടായത്... ജീവിതം അനുദിനം വഷളാവുകയായിരുന്നു. അധികം താമസിച്ചില്ല. കടകളിൽ വാങ്ങാൻ കിട്ടുന്ന ഒരേയൊരു സാധനം പുസ്തകങ്ങൾ മാത്രമായി. കടകളിലെ തട്ടുകളിൽ പുസ്തകങ്ങളല്ലാതെ വേറൊന്നും ശേഷിച്ചില്ല.

എലീന യുറീവ്നാ

1991 ആഗസ്റ്റ് 19-ാം തിയതി ഞാൻ ഡിസ്ട്രിക്ട് പാർട്ടി ഓഫീസിലെത്തി. ഇടനാഴിയിലൂടെ മുന്നോട്ടുനടക്കവേ മനസ്സിലായി എല്ലാ നിലകളിലുമുള്ള

---

1. ഒരു യൂണിവേർസിറ്റി പ്രൊഫസർ.

2. ലിഖാച്ചേവ് സാഹിത്യകാരനും, ചരിത്രകാരനുമായിരുന്നു. റഷ്യൻ മദ്ധ്യ കാല സാഹിത്യത്തിലെ പ്രമുഖൻ, നാലു കൊല്ലം കഠിനാധ്വാന ക്യാമ്പിൽ കഴിയേണ്ടി വന്നു. സാക്കാറോവ് പുടിന്റെ ഗുരുസ്ഥാനീയനായിരുന്നു. ജനാ ധിപത്യരീതിയിൽ സെന്റ് പീറ്റേർസ് ബർഗിലെ ആദ്യത്തെ മേയറായി തിര ഞ്ഞെടുക്കപ്പെട്ടു. റഷ്യൻ ഫെഡറേഷന്റെ ഭരണഘടന എഴുതിയവരിൽ ഒരാൾ. ജനറൽ ജാറുസെൽസ്കി, പീപ്പിൾസ് റിപ്പബ്ലിക് ഓഫ് പോളണ്ടിന്റെ അവസാന നേതാവ്.

എല്ലാ ഓഫീസുകളിലും റേഡിയോകൾ തുറന്നു വെച്ചിരിക്കുകയാണ്. റിസപ്ഷനിസ്റ്റ് എന്നെ കണ്ടതും പറഞ്ഞു, ഒന്നാം സെക്രട്ടറി എന്നെ കാത്തിരിക്കുകയാണെന്ന്. ഞാൻ നേരെ അദ്ദേഹത്തിന്റെ ഓഫീസിലേക്കു നടന്നു. വലിയ ഒച്ചയിലാണ് ടി.വി. വെച്ചിരുന്നത്. ഇരുണ്ട മുഖഭാവം. റേഡിയോവിന്റെ തൊട്ടടുത്തിരുന്ന് സ്റ്റേഷനുകൾ മാറ്റുന്നു. റേഡിയോ ലിബർട്ടി, സ്യൂഷ് വെല്ലി, ദി ബി.ബി.സി....കിട്ടുന്നതൊക്കെ. മേശപ്പുറത്ത് സ്റ്റേറ്റ് കമ്മിറ്റി അംഗങ്ങളുടെ പട്ടിക...അടിയന്തരാവസ്ഥയിൽ ബന്ധപ്പെടാനുള്ളവർ. "എട്ടാൾസംഘം" എന്നവർ പിന്നീട് അറിയപ്പെടാൻ തുടങ്ങി. തുടക്കത്തിൽ അത് ജി.കെ.സി.എച്ച്.പി. ആയിരുന്നു. ഒന്നാം സെക്രട്ടറി പറഞ്ഞു,"കൂട്ടത്തിൽ മാന്യനെന്നു പറയാൻ വാറിനിക്കോവ് മാത്രം" അദ്ദേഹം ഒരു ജനറലായിരുന്നു. പോരാട്ടങ്ങളിൽ പങ്കെടുത്തിട്ടുള്ള ആൾ. ആഫ്ഗലാസ യുദ്ധത്തിലും ഉണ്ടായിരുന്നു. അപ്പോഴേക്കും രണ്ടാം സെക്രട്ടറി വന്നു. തുടർന്ന് സംഘടനാവകുപ്പിന്റെ തലവൻ. ഞങ്ങൾ സംസാരിക്കാൻ തുടങ്ങി. "ഭയങ്കരം തന്നെ. തീർച്ചയായും രക്തച്ചൊരിച്ചിലുണ്ടാകും. നാട് രക്തത്തിൽ മുങ്ങും..." "അങ്ങനെ എല്ലാവരും മുങ്ങില്ല....അർഹിക്കുന്നവർ മാത്രം." "സോവിയറ്റ് യൂണിയനെ രക്ഷിക്കാനുള്ള സമയം അതിക്രമിച്ചിരിക്കുന്നു." "ഇനി കുന്നോളം ശവശരീരങ്ങൾ കാണാം." "അതാണ് ശരി...ഗോർബിയുടെ കാലം കഴിഞ്ഞു. അവസാനം വിവരമുള്ള ചില ജനറൽമാരും മറ്റും ഭരണമേറ്റെടുക്കാൻ പോകുന്നു. അതോടെ ഈ അനിശ്ചിതാവസ്ഥയ്ക്കും കുഴപ്പങ്ങൾക്കും അറുതി വരും." ഒന്നാം സെക്രട്ടറി എല്ലാവരോടുമായി പറഞ്ഞു, രാവിലത്തെ ആലോചനായോഗം വേണ്ടെന്നുവെച്ചിരിക്കുന്നു. റിപ്പോർട്ട് ചെയ്യത്തക്കവിധം എന്താണുള്ളത്? മുകളിൽ നിന്ന് ഉത്തരവുകളൊന്നുമില്ല. ഞങ്ങളുടെ മുമ്പിൽ വെച്ച് അദ്ദേഹം പൊലീസ് ആസ്ഥാനത്തേക്കു ഫോൺ ചെയ്തു. "എന്തെങ്കിലും വാർത്തയുണ്ടോ?" "ഇല്ല" ഞങ്ങൾ കുറേനേരം കൂടി ഗോർബച്ചോവിനെ കുറിച്ചു സംസാരിച്ചു. ഒന്നുകിൽ അദ്ദേഹം അസുഖം ബാധിച്ചു കിടപ്പിലാണ്. അല്ലെങ്കിൽ തടവിലാക്കപ്പെട്ടിരിക്കുന്നു. അതുരണ്ടുമല്ലാതെ മൂന്നാമതൊന്ന്......ഞങ്ങളിൽ അധികം പേരുടേയും മനസ്സിൽ അതായിരുന്നു. അദ്ദേഹം കുടുംബസമേതം അമേരിക്കയിലേക്ക് പലായനം ചെയ്തിരിക്കുന്നു. അതല്ലാതെ വേറെ ഏതു വഴിയാണ് മുമ്പിലുണ്ടായിരുന്നത്? ശേഷിച്ച സമയം മുഴുവൻ ഞങ്ങൾ അങ്ങനെയാണ് ചെലവഴിച്ചത്.... ഫോണുമായും ടെലിവിഷനുമായും കെട്ടിയിടപ്പെട്ട നിലയിൽ. വല്ലാതെ ഭയം തോന്നിക്കുന്ന സാഹചര്യം. ആരായിരിക്കും അവസാനം ഈ നാടിന്റെ ഭരണച്ചുമതല ഏറ്റെടുക്കുക? ഞങ്ങൾ അത്യധികം ആശങ്കയോടെ കാത്തിരുന്നു. സത്യം പറയാലോ. ഞങ്ങൾ യാതൊന്നും ചെയ്തില്ല. വെറുതെ കാത്തിരിക്കുകയായിരുന്നു. ക്രൂഷ്ചേവ് അധികാരത്തിൽ നിന്നും നീക്കപ്പെട്ട കാലം. അതാണെനിക്കോർമ്മ വന്നത്. ആ കാലത്തെ കുറിച്ചുള്ള ഓർമ്മക്കുറിപ്പുകൾ ഞാൻ വായിച്ചിട്ടുണ്ട്. സ്വാഭാവികമായും ഞങ്ങളുടെ സംസാരവും അതിനെ ചുറ്റിപ്പറ്റിയായിരുന്നു. അതുകൊണ്ട് എന്തുചെയ്യണമെന്ന് ഒരാൾക്കും ഒരു നിശ്ചയവുമില്ലായിരുന്നു.

വഴി നീളെയുള്ള കടകളും വില്പനശാലകളും, ഇതൊന്നും ഞങ്ങൾക്കു പരിചയമുള്ള സംഗതികളല്ല. പെട്ടെന്നോർമ്മ വന്നു.

നാലു ദിവസം മുമ്പ് അവിചാരിതമായി എന്റെ പഴയ ഡ്രൈവറെ കാണാനിടയായി. കനപ്പെട്ട ചില ബന്ധങ്ങൾ. അതുവഴി അയാൾ നല്ലൊരു സ്ഥാനത്ത് ചെന്നുപറ്റി. ഡിസ്ട്രിക്ട് കമ്മറ്റിയിൽ, മിലിട്ടറിയുമായി ബന്ധപ്പെട്ട വകുപ്പിൽ. കുറെ നാളത്തേക്ക് അയാൾ വലിയ സന്തോഷത്തിലായിരുന്നു. പതുക്കെ കാലം മാറി. സഹകരണസംഘങ്ങൾക്ക്* നിയമസാധുത ലഭിച്ചു. അതോടെ അയാൾ ഞങ്ങളെ വിട്ടുപോയി. ബിസിനസ്സു തുടങ്ങി. പിന്നീട് ഞാൻ അയാളെ കണ്ടപ്പോൾ തിരിച്ചറിയാനായില്ല. അത്രയ്ക്കും മാറിപ്പോയിരുന്നു. ട്രക്സ്യൂട്ട്, തുകൽ ജാക്കറ്റും. അതായിരിക്കണം അത്തരക്കാരുടെ വേഷം. അയാൾ പൊങ്ങച്ചം പറഞ്ഞു. ഡിസ്ട്രിക്ട് കമ്മിറ്റിയിലെ ഒന്നാം സെക്രട്ടറിക്കു കിട്ടുന്ന മാസശമ്പളത്തേക്കാൾ വലിയൊരു തുക താൻ ഒരു ദിവസം സമ്പാദിക്കുന്നുണ്ട്. ഒരിക്കലും നഷ്ടം സംഭവിക്കില്ലെന്ന് ഉറപ്പുള്ള ഒരു കച്ചവടമായിരുന്നു അയാളുടേത്. നീല ജീൻസ്. അയാളും ഒരു ചങ്ങാതിയും കൂടി ഒരു തുണി അലക്കുന്ന സ്ഥലം വാടകയ്ക്കെടുത്തു. അതിനെ 'ആസിഡ് വാഷ്ഡ് ജീൻസ് ഫാക്ടറി' യാക്കി മാറ്റി. വളരെ ലഘുവായിരുന്നു അവരുടെ പ്രവർത്തന രീതി. ആവശ്യമാണ് കണ്ടുപിടിത്തങ്ങളുടെ മാതാവ് എന്ന് പറയാറില്ലേ! സാധാരണ പരുത്തിത്തുണി അവർ ബ്ലീച്ചിന്റേയോ, ക്ലോറിന്റേയോ ലായനിയിലിടും. അതിന്റെ കൂടെ കുറെ ഇഷ്ടികത്തുണ്ടുകളും കൂടി ചേർത്ത്, എല്ലാം ഒരുമിച്ച് രണ്ടുമണിക്കൂറോളം തിളപ്പിക്കും. അവസാനം ജീൻസ് പുറത്തു വരുന്നത് പല വരകളും കുറികളും പാടുകളുമൊക്കെയായിട്ടായിരിക്കും. ഒരു തരം "അബ്സ്ട്രാക്ട് ആർട്'. തുണി നന്നായി ഉണക്കി അതിൽ ലേബൽ ഒട്ടിക്കും "മോൺടാനാ."

പെട്ടെന്ന് എന്റെ ഉള്ളൊന്നു കത്തി. വേണ്ടതുപോലെ ഒന്നും നടന്നില്ലെങ്കിൽ അധികം താമസിയാതെ രാജ്യത്തിന്റെ ഭരണം ഈ ജീൻസ് കച്ചവടക്കാരുടെ കൈയിലെത്തിച്ചേരും. സാഹചര്യങ്ങൾ മുതലെടുത്ത് സമ്പന്നരാകുന്ന കൂട്ടർ. ഞങ്ങൾ അവരെ "നെപ്മെൻ" എന്നാണ് വിളിച്ചിരുന്നത്. അസംബന്ധമാണെന്നു തോന്നാം, എന്നാലും ഭാവിയിൽ ഞങ്ങൾക്ക് വസ്ത്രവും ഭക്ഷണവും തരാൻ പോകുന്നത് ഇവരായിരിക്കും. വീടുകളുടെ താഴെ നിലയിൽ ഇവർ ഫാക്ടറി തുടങ്ങും. യഥാർത്ഥത്തിൽ സംഭവിച്ചതും അങ്ങനെത്തന്നെയായിരുന്നു. തോന്നലുകളെല്ലാം സത്യമായി കലാശിച്ചു. ഞാൻ നേരത്തെ പറഞ്ഞ ആ മനുഷ്യൻ ഇന്ന് കോടീശ്വരനോ ശതകോടീശ്വരനോ ആണ്. എന്നെ സംബന്ധിച്ചിടത്തോളം കോടിയായായും ശതകോടിയായാലും വ്യത്യാസമില്ല. രണ്ടും എനിക്ക് ഒരുപോലെ ദുർഗ്രഹമാണ്. അതുമാത്രമല്ല, അദ്ദേഹം സ്യൂമയിലെ ഒരു ഡെപ്യൂട്ടിയുമാണ്. അയാൾക്ക് ലണ്ടനിലൊരു വീടുണ്ട്.

* 1988ൽ സഹകരണ ഉടമസ്ഥാവകാശം നിലവിൽ വന്നു. അങ്ങനെ സ്വകാര്യ വ്യവസായങ്ങൾ തുടങ്ങാമെന്നായി. ചെറുകിട സംരംഭങ്ങളും, ഉത്പാദനശാലകളും സ്വകാര്യവ്യക്തികൾക്കു തുടങ്ങാൻ അനുവാദം നല്കപ്പെട്ടു.

കാനറി ദ്വീപുകളിലുമുണ്ട് ഒരു വീട്. ചക്രവർത്തിമാരുടെ ഭരണകാലത്ത് പ്രമാണികളായ പ്രഭുക്കന്മാരാണ് അവിടങ്ങളിൽ താമസിച്ചിരുന്നത്. ഇന്ന് ഇവരെ പോലെയുള്ളവരാണ്. ഞങ്ങളുടെ 'പുത്തൻ റഷ്യക്കാർ' ജീൻസ്, ഫർണീച്ചർ, ചോക്ലേറ്റ് രാജാക്കന്മാർ.....എണ്ണ പ്രഭുക്കന്മാർ.

രാത്രി 9 മണിക്ക് ഒന്നാം സെക്രട്ടറി ഞങ്ങളെ എല്ലാവരേയും വീണ്ടും തന്റെ ആപ്പീസിലേക്കു വിളിപ്പിച്ചു. കെ.ജി.ബി യുടെ ജില്ലാ അധികാരി വിവരങ്ങൾ ചുരുക്കത്തിൽ ധരിപ്പിച്ചു. ജനങ്ങളുടെ സാമാന്യമായ മനോഭാവം വിശദമാക്കി. അദ്ദേഹം പറഞ്ഞത് അവർ എട്ടാൾസംഘം ജി.കെ.സി.എച്ച്.പി. (GKCHP) പിൻതാങ്ങുന്നുവെന്നാണ്. അവർ putschന്റെ പേരിൽ ക്ഷുഭിതരല്ല. എല്ലാവർക്കും ഗോർബച്ചേവ് ഭരണം മടുത്തിരിക്കുന്നു. ഉപ്പിനൊഴിച്ച് മറ്റെല്ലാ സാധനങ്ങൾക്കും റേഷൻകാർഡ് വേണം. വോഡ്ക കിട്ടാനില്ല. കെ.ജി.ബി.യുടെ ആളുകൾ നാട്ടിലൊക്കെ ചുറ്റി നടന്ന് പൊതുജനത്തിന്റെ സംഭാഷണം റെക്കോർഡ് ചെയ്തിട്ടുണ്ട്. അവരുടെ പ്രതികരണങ്ങൾ പലവിധത്തിലാണ്.

"ഇതൊരു അട്ടിമറിയാണ്. നമ്മുടെ നാടിന് ഇനിയെന്താണ് സംഭവിക്കുക?"

"എന്റെ വീട്ടിൽ കലാപമൊന്നുമുണ്ടായിട്ടില്ല. ഇന്നലെ രാത്രി മെത്തകളെല്ലാം യഥാസ്ഥാനങ്ങളിലുണ്ടായിരുന്നു. വോഡ്ക ഇല്ലാത്തതുകൊണ്ട് കുഴപ്പമൊന്നുമുണ്ടായില്ല."

"അപ്പോൾ അതാണ് സ്വാതന്ത്ര്യം എന്നു പറയുന്നത്."

"കാലമായിരിക്കുന്നു. നാട് നാശത്തിന്റെ വക്കിലാണ്."

"ഗോർബച്ചേവ് ഒരു യൂദാസാണ്. ഏതാനും ഡോളറുകൾക്കു വേണ്ടി അയാൾ മാതൃഭൂമിയെ വില്ക്കാൻ തയ്യാറായി."

"രക്തമൊഴുകാൻ പോകുന്നു."

"രക്തച്ചൊരിച്ചിൽ കൂടാതെ നമുക്കിവിടെ ഒന്നും നടപ്പാക്കാനാവില്ല."

"രാജ്യത്തെ രക്ഷിക്കാൻ...പാർട്ടിയെ നിലനിർത്താൻ നമുക്കു ജീൻസുകൾ വേണം. ഭംഗിയുള്ള അടിയുടുപ്പുകളും കഴിക്കാൻ സലാമിയും വേണം....അല്ലാതെ ടാങ്കുകളല്ല"

"നിങ്ങൾക്ക് നല്ലൊരു ജീവിതം വേണം അല്ലേ? ഭാവുകങ്ങൾ നേരുന്നു... പക്ഷേ, ആ കാര്യം മറന്നോ?"

(അവർ ഏതാനും നിമിഷം മിണ്ടാതിരുന്നു.)

ഒറ്റവാക്കിൽ പറയാം. ജനങ്ങൾ കാത്തിരിക്കുകയായിരുന്നു, ആപ്പീസിനകത്തു ഞങ്ങളും. വൈകുന്നേരമായപ്പോഴേക്കും ആപ്പീസ് വായനശാലയിൽ കുറ്റാന്വേഷണ നോവലുകളൊന്നും ഇല്ലാതായി. (അവർ ചിരിക്കുന്നു.) ശരിക്കും ഞങ്ങൾ വായിക്കേണ്ടിയിരുന്നത് ലെനിൻ കൃതികളല്ലേ. കുറ്റാന്വേഷണ പുസ്തകങ്ങളല്ലല്ലോ. ലെനിനും മാർക്സുമല്ലേ ഞങ്ങളുടെ അപ്പോസ്തലന്മാർ.

“എട്ടാൾസംഘം” നടത്തിയ പത്രസമ്മേളനം ഓർക്കുന്നു. ...യാനീവിന്റെ വിറയ്ക്കുന്ന കൈകൾ. അദ്ദേഹം എഴുന്നേറ്റു നിന്ന് ഓരോരോ ന്യായങ്ങൾ നിരത്തി....ഒഴിവുകഴിവുകൾത്തന്നെ. “ഗോർബച്ചേവ് എല്ലാ ആദരവും അർഹിക്കുന്നു. ..അദ്ദേഹം എന്റെ സുഹൃത്താണ്.” അദ്ദേഹം ആശങ്കയോടെ ചുറ്റും നോക്കുന്നതു കണ്ടു, എന്റെ മനസ്സും ഇടിഞ്ഞു. ഇവരെക്കൊണ്ടൊന്നും ഈ രാജ്യത്തിലെ സ്ഥിതിഗതികൾ നേരെയാക്കാനാവില്ല. ഞങ്ങൾ പ്രതീക്ഷയോടെ കാത്തിരുന്നതും ഇവർക്കു വേണ്ടിയല്ല. ഇവരെല്ലാം നിസ്സാരമായ കണ്ണികൾ മാത്രം. പാർട്ടിയുടെ സാധാരണ പ്രവർത്തകർ മാത്രം. ഇവരെങ്ങനെ ഈ രാജ്യത്തേയും കമ്മ്യൂണിസത്തേയും രക്ഷിക്കാൻ! അതു ചെയ്യാൻ യോഗ്യതയുള്ള ആരുമുണ്ടായിരുന്നില്ല. ടി.വി.യിൽ കണ്ടു. മോസ്കോവിലെ തെരുവുകളിൽ മനുഷ്യമഹാസമുദ്രം ഇരമ്പുന്നു. മോസ്കോയിലേക്കുള്ള വണ്ടികളിലും തീവണ്ടിപ്പാതകളിലും ജനം തിങ്ങി നിറഞ്ഞിരിക്കുന്നു. ഒരു ടാങ്കിന്റെ മുകളിൽ കയറിയിരുന്ന് യെത്സിൻ ലഘുലേഖകൾ വിതരണം ചെയ്യുന്നു. ജനങ്ങൾ യെത്സിന് ജയം എന്നു ഉറക്കെ വിളിച്ചു പറയുന്നു. (അവരുടെ വിരലുകൾ പരിഭ്രമത്തോടെ മേശവിരിയിൽ തിരുപ്പിടിച്ചു.) ഈ മേശവിരി ചൈനയിൽ നിർമ്മിച്ചതാണ്.

ലോകത്തെ വീർപ്പുമുട്ടിക്കും വിധത്തിൽ ചൈനീസ് സാമാനങ്ങൾ വന്നു നിറഞ്ഞിരിക്കുന്നു. എട്ടാൾസംഘം ചൈനയിൽ വിജയം നേടി. എന്നാൽ ഞങ്ങളുടെ കാര്യത്തിൽ? ഞങ്ങളുടേത് ഒരു മൂന്നാം ലോക രാജ്യമാണ്. അന്ന് ‘യെത്സിൻ....യെത്സിൻ” എന്ന് വിളിച്ചു കൂകിയവർ ഇന്നെവിയാണ്? അവർ കരുതി, ജർമ്മനിയിലേയും യു.എസ്സിലേയും ജനങ്ങൾ ജീവിക്കുന്നതുപോലെ അവർക്ക് ജീവിക്കാനാവുമെന്ന്. എന്നാൽ അവരുടെ ജീവിതം ഒടുവിൽ കൊളംബിയയിലെ ജനങ്ങളുടേതിനു സമമായി. ഞങ്ങൾ പരാജിതരായി. സ്വന്തം രാജ്യവും ഞങ്ങൾക്കു നഷ്ടപ്പെട്ടു. ആ കാലത്ത് ഞങ്ങൾ പതിനഞ്ചു കോടി കമ്മ്യൂണിസ്റ്റുകാരുണ്ടായിരുന്നു. പാർട്ടിക്കു പിടിച്ചു നില്ക്കാമായിരുന്നു. പക്ഷേ, ഒക്കെ കൈവിട്ടുപോയി. പതിനഞ്ചു കോടിയിൽ നിന്ന് കൊള്ളാവുന്ന ഒരു നേതാവു പോലും മുന്നോട്ടു വന്നില്ല.... എന്നാൽ മറുപക്ഷത്തിന് ഒരു നേതാവുണ്ടായിരുന്നു, യെത്സിൻ. ഞങ്ങൾ, വിരലുകൾക്കിടയിലൂടെ ആ അവസരം ചോർത്തിക്കളഞ്ഞു. അത് ഞങ്ങളുടെ ബുദ്ധിമോശം. രാജ്യത്തുള്ളവരിൽ പകുതിഭാഗവും ഞങ്ങൾ വിജയിച്ചു വരാനായി കാത്തിരിക്കുകയായിരുന്നു. അന്ന് ഞങ്ങൾ ഓരൊറ്റ രാഷ്ട്രമായിരുന്നില്ല. രണ്ടായി പിളർക്കപ്പെട്ടു കഴിഞ്ഞിരുന്നു.

അതു വരെ തങ്ങൾ കമ്മ്യൂണിസ്റ്റുകാരാണ് എന്നു പറഞ്ഞു നടന്നിരുന്നവർ പെട്ടെന്ന് കുറ്റസമ്മതം നടത്താൻ തുടങ്ങി, ജനിച്ച ദിവസം മുതൽ കമ്മ്യൂണിസത്തെ തങ്ങൾ വെറുത്തിരുന്നു. പാർട്ടി അംഗത്വ ക്കാർഡുകൾ അവർ തിരിച്ചേല്പിക്കാൻ തുടങ്ങി. ചിലർ ആപ്പീസിൽ നേരിട്ടു വന്ന് ഒന്നും മിണ്ടാതെ കാർഡുകൾ തിരികെ വെച്ചിട്ടുപോയി. ചിലർ രോഷത്തോടെ തങ്ങൾക്കു പിന്നിൽ വാതിൽ ഒച്ചയോടെ അടച്ചു.

രാത്രികാലങ്ങളിൽ പാർട്ടി ഓഫീസിനു മുമ്പിൽ കള്ളന്മാരെപോലെ പതുങ്ങി വന്ന്, ആരും കാണാതെ പടിക്കൽ പാർട്ടിക്കാർഡുകൾ വലിച്ചെറിഞ്ഞു പോകുന്നവരും ധാരാളമായിരുന്നു. കമ്മ്യൂണിസത്തെ ഉപേക്ഷിക്കുന്നുവെങ്കിൽ ഉപേക്ഷിച്ചോളൂ. എന്നാൽ അതു ചെയ്യുന്നത് തെളിഞ്ഞ മനഃസാക്ഷിയോടു കൂടിയായിക്കൂടേ? ഇല്ല....അതിനവർ തയ്യാറായിരുന്നില്ല. അധികംപേരും രഹസ്യമായാണ് പാർട്ടി അംഗത്വം ഉപേക്ഷിച്ചത് എന്നും രാവിലെ തൂപ്പുകാരൻ ഉപേക്ഷിക്കപ്പെട്ട പാർട്ടി അംഗത്വക്കാർഡുകളും യുവജനസഖ്യത്തിലെ സർട്ടിഫിക്കറ്റുകളും മുറ്റത്തുനിന്നും പെറുക്കി കൂട്ടും. ഞങ്ങളുടെ മുമ്പിൽകൊണ്ടുവന്നു വെക്കും, വലിയ പ്ളാസ്റ്റിക്ക് സഞ്ചികൾ നിറച്ചും. അതുകൊണ്ട് ഞങ്ങളെന്തു ചെയ്യാൻ? എവിടെയാണ് കൊണ്ടുവെക്കുക? അതു സംബന്ധിച്ച് ഉത്തരവുകളൊന്നും കിട്ടിയിരുന്നില്ല. മുകളിൽ നിന്നും യാതൊരു വക സൂചനകളുമില്ലായിരുന്നു. ഉണ്ടായിരുന്നത് കനത്ത നിശ്ശബ്ദത മാത്രം. (അവർ ഏതോ ആലോചനയിൽ മുഴുകി)

ആ കാലത്താണ് ആളുകൾ എല്ലാം മാറ്റാൻ തുടങ്ങിയത്. എല്ലാം എന്നു പറഞ്ഞാൽ എല്ലാം തന്നെ. ഏറ്റവും തുച്ഛമായ വസ്തു മുതൽ... ചിലർ സ്വദേശം തന്നെ മാറുകയുണ്ടായി. മറ്റു ചിലർ അവരുടെ വിശ്വാസങ്ങളും സിദ്ധാന്തങ്ങളും മാറ്റി. കുറെ പേർ കൈവശമുള്ള സാധനങ്ങൾ മാറ്റി. പഴയതും റഷ്യയിലുണ്ടാക്കിയതുമായ സാധനങ്ങൾ വലിച്ചെറിഞ്ഞു. പകരം വിദേശത്തുനിന്നും ഇറക്കുമതി ചെയ്ത പുത്തൻ ചരക്കുകൾ വാങ്ങി വീട്ടിൽ കൊണ്ടുവന്നു വെച്ചു. സഞ്ചാരികളായ കച്ചവടക്കാർ അത്തരം സാധനങ്ങൾ ധാരാളമായി സംഭരിച്ചിരുന്നു. ഇലക്ട്രിക് കെറ്റിൽ, ടെലിഫോൺ, ഫർണിച്ചർ, റെഫ്രിജിറേറ്റർ....കുന്നു കണക്കിന് സാമാനങ്ങൾ. എവിടെ നിന്നാണെന്ന് ദൈവത്തിനു മാത്രം അറിയാം.

“എന്റെ വീട്ടിലൊരു സോപ്പ് വാഷിങ് മെഷീനുണ്ട്”

“ഞാനൊരു സീമെൻസ് ടെലിവിഷൻ വാങ്ങി”

സാധാരണ സംഭാഷണങ്ങൾക്കിടയിലും ഇടയ്ക്കിടയ്ക്കു കേൾക്കാമായിരുന്നു പല പുതിയ വാക്കുകളും. പാനസോണിക്...സോണി... ഫിലിപ്സ്... വഴിയിൽ വെച്ച് ഒരിക്കൽ എന്റെ അയൽക്കാരിയെ കണ്ടു. “ഒരു ജർമ്മൻ കോഫീഗ്രൈൻഡർ വാങ്ങി” അവർ പറഞ്ഞു. “എനിക്കുണ്ടായൊരു സന്തോഷം.... എനിക്കുതന്നെ ലജ്ജ തോന്നുന്നു.”എന്നാലും എനിക്കു സന്തോഷം തോന്നുന്നു. നിമിഷങ്ങൾക്കു മുമ്പ്...എന്നുവെച്ചാൽ അത്രയും അടുത്ത കാലത്താണ് അവർ അക്മാടോവയുടെ സമ്പൂർണ്ണ കൃതികൾ വാങ്ങിക്കാൻ ഒരു രാത്രി മുഴുവൻ വരി നിന്നത്. ഇന്നു നോക്കൂ, ഒരു കോഫി ഗ്രൈൻഡർ വാങ്ങാനായതിലുള്ള സന്തോഷം കൊണ്ട് മതി മറന്നിരിക്കുന്നു. വെറും ചവറ് എന്ന മട്ടിലാണ് ആളുകൾ അവരുടെ പാർട്ടികാർഡുകൾ വലിച്ചെറിഞ്ഞിരുന്നത്. വിശ്വസിക്കാനായില്ല. ഏതാനും ദിവസങ്ങൾക്കുള്ളിൽ ലോകത്തിനാകെത്തന്നെ രൂപമാറ്റം സംഭവിച്ചിരിക്കുന്നു. മനസ്സിനെ അതാകെ പരിഭ്രമിപ്പിക്കുന്നു. സാർ ഭരണത്തിന്റെ

കീഴിലുണ്ടായിരുന്ന റഷ്യ മൂന്നേ മൂന്നു ദിവസങ്ങൾക്കുള്ളിലാണ് മാറി മറഞ്ഞത്. ചരിത്ര പുസ്തകങ്ങളിൽ അതിനെക്കുറിച്ചു വായിക്കാം. ഇപ്പോൾ കമ്മ്യൂണിസത്തിനും അതുതന്നെ സംഭവിച്ചിരിക്കുന്നു. കൂട്ടത്തിൽ അംഗത്വക്കാർഡുകൾ ഒളിപ്പിച്ചു വെച്ചവരും ഉണ്ടായിരുന്നു. വീണ്ടും പ്രയോജനപ്പെട്ടാലോ എന്ന കരുതലോടെ അവർ അത് മാറ്റി വെച്ചു. ഈയിടെ ഞാനൊരു വീട്ടിൽ പോയിരുന്നു. അവർ എന്നെ പഴയസാധനങ്ങൾ സൂക്ഷിക്കുന്ന ഒരു കലവറയിൽ നിന്നും ലെനിന്റെ ഒരു അർദ്ധകായ പ്രതിമയെടുത്തു കാണിച്ചു തന്നു. ഭാവിയിൽ ആവശ്യം വന്നാലോ എന്നു കരുതി അവർ അത് ഭദ്രമായി സൂക്ഷിച്ചിരിക്കുകയാണ്. കമ്മ്യൂണിസ്റ്റുകാർ തിരിച്ചുവരും. അപ്പോൾ അവരായിരിക്കും കുപ്പായത്തിൽ ആദ്യമായി ചുകന്ന 'ബൊ' കുത്തിവെക്കുന്നത്.(കുറച്ചധികം നേരം അവർ മൗനമവലംബിച്ചു)

പാർട്ടിയിൽ നിന്നും ഔദ്യോഗികമായി രാജി വെച്ചവരുടെ രേഖകൾ നൂറുകണക്കിന് എന്റെ മേശപ്പുറത്ത് കിടന്നിരുന്നു. ഏതാനും ദിവസങ്ങൾക്കുള്ളിൽത്തന്നെ തൂപ്പുകാർ എല്ലാം വാരിക്കൂട്ടി കുപ്പയിലിട്ടു. അവിടെ കിടന്ന് ദ്രവിക്കട്ടെ. മേശപ്പുറത്തെ ഫോൾഡറിൽ അവർ എന്തോ തിരഞ്ഞു.) അതിൽ നിന്ന് ചിലത് ഞാൻ മാറ്റി വെച്ചിരുന്നു. എപ്പോഴെങ്കിലും ഏതെങ്കിലും ഒരു മ്യൂസിയത്തിന്റെ ചുമതലക്കാർ അന്വേഷിച്ച് അടുത്തുവന്നാലോ. (അവർ അതിൽ നിന്നും ഒന്നെടുത്തു വായിച്ചു) യുവജനസഖ്യത്തിലെ വളരെ ശ്രദ്ധയും നിഷ്ഠയുമുള്ള ഒരംഗമായിരുന്നു ഞാൻ. വളരെയധികം ആത്മാർത്ഥതയോടു കൂടിയാണ് ഞാൻ പാർട്ടിയിൽ അംഗമായത്. ഇന്ന് പറയാനൊരു മടിയുമില്ല, പാർട്ടിക്ക് ഇപ്പോൾ എന്റെ മേൽ ഒരുവക സ്വാധീനവുമില്ല.

കാലം മനസ്സിൽ ആശയക്കുഴപ്പമുളവാക്കി. മഹത്തായ ഒക്ടോബർ വിപ്ലവത്തിൽ വലിയ വിശ്വാസമുണ്ടായിരുന്നു. സോൾഷെനിസ്റ്റിന്റെ പുസ്തകം വായിച്ചപ്പോഴാണ് ബോധ്യമായത്. കമ്മ്യൂണിസത്തിന്റെ "അതിസുന്ദരങ്ങളായ ആശയങ്ങളെല്ലാം ചോരയിൽ കുതിർന്നതായിരുന്നുവെന്ന്. എല്ലാം ശുദ്ധ നുണയായിരുന്നു.

'ഭയമാണ് പാർട്ടിയിൽ ചേരാൻ എന്നെ പ്രേരിപ്പിച്ചത്. ലെനിനിസ്റ്റ് ബോൾഷെവിക്കുകൾ മുത്തശ്ശനെ കൊലപ്പെടുത്തി. അതിനുശേഷം സ്റ്റാലിന്റെ കമ്മ്യൂണിസ്റ്റുകാർ അച്ഛനമ്മമാരെ മൊർഡോവിയൻ ക്യാമ്പിൽ വെച്ച് വകവരുത്തി..."

"എന്റെയും അന്തരിച്ച ഭർത്താവിന്റേയും പേരിൽ ഇതിനാൽ ഞാൻ പാർട്ടിയിൽ നിന്നും രാജിവെക്കുന്നു."

ഇതെല്ലാം കണ്ടുകൊണ്ട് ജീവിക്കേണ്ടി വന്നു... ഭയം കൊണ്ട് മരിച്ചു വീണില്ല. ഡിസ്ട്രിക്ട് പാർട്ടി ആസ്ഥാനം, ഒരു കടയാണ് എന്ന പോലെയാണ് ആളുകൾ അതിനു മുമ്പിൽ വരി നിന്നത്. ആ കാത്തുനില്പ് അംഗത്വക്കാർഡ് തിരിച്ചേല്പിക്കുവാൻ വേണ്ടിയുള്ളതായിരുന്നു. എന്നെ കാണാൻ ഒരു സ്ത്രീ മുറിയിലേക്കു വന്നു. ഒരു പാൽക്കാരി. അവർ

കണ്ണീരോടെ അപേക്ഷിച്ചു. "ഞാൻ എന്തുചെയ്യണമെന്നാണ് പറയുന്നത്? പത്രത്തിൽ കാണുന്നത് എല്ലാവരും പാർട്ടിക്കാർഡുകൾ വലിച്ചെറിയണമെന്നാണ്." അവർ അവരുടെ ഭാഗം വ്യക്തമാക്കി. "എനിക്ക് മൂന്നു മക്കളുണ്ട്. എനിക്കവരുടെ ഭാവിയെക്കുറിച്ച് ചിന്തിക്കണ്ടേ? " ആരോ പ്രചരിപ്പിച്ച ഒരു വാർത്ത. കമ്മ്യൂണിസ്റ്റുകാരെ എല്ലാവരേയും വിചാരണ ചെയ്യാൻ പോകുന്നു. എല്ലാവരേയും നാടുകടത്തും. സൈബീരിയയിലെ പഴയ തടങ്കൽ ക്യാമ്പുകൾ അവർ വീണ്ടും ശരിപ്പെടുത്തിതുടങ്ങി... പൊലീസ് കേന്ദ്രത്തിൽ ഒരു കപ്പൽ നിറയെ പുതിയ കൈവിലങ്ങുകൾ എത്തിക്കഴിഞ്ഞു. ഭയാനകമായ വാർത്തകൾ തന്നെ. അതിനിടയിൽ കുറെ യഥാർത്ഥ കമ്മ്യൂണിസ്റ്റുകാർ. ആ സിദ്ധാന്തങ്ങൾ മുറുകെ പിടിക്കുന്നവർ.

ചെറുപ്പക്കാരനായ ഒരദ്ധ്യാപകൻ. അട്ടിമറിക്ക് കുറച്ചു മുമ്പായാണ് അയാൾ പാർട്ടിയിൽ ചേർന്നത്. എന്നാൽ പാർട്ടികാർഡ് ലഭിച്ചിരുന്നില്ല. അയാൾ ആവശ്യപ്പെട്ടു, "വൈകാതെ ആപ്പീസു പൂട്ടും. അതിനു മുമ്പ് എന്റെ പേരിലുള്ള പാർട്ടികാർഡു തരൂ. അല്ലെങ്കിൽ ഒരിക്കലും അതെനിക്കു കിട്ടില്ല." ആ കാലത്താണ് ജനങ്ങൾ അവരവരുടെ തനി നിറം കാണിച്ചത്. യുദ്ധകാലത്ത് മുന്നണിയിൽ പോരാടിയ ഒരാൾ പെട്ടെന്നു കയറി വന്നു. കുപ്പായം നിറയെ മെഡലുകൾ. അതിനു പുറമെ കഴുത്തിൽ ഒരു കുരിശുമാലയും! പാർട്ടികാർഡ് തിരിച്ചേല്പിക്കാനാണ് അയാൾ വന്നത്. യുദ്ധരംഗത്ത് വെച്ചാണ് അയാൾക്കത് കിട്ടിയത്. അത് മേശപ്പുറത്തുവെച്ചുകൊണ്ട് അയാൾ പറഞ്ഞു, "ആ രാജ്യദ്രോഹി ഗോർബച്ചേവിന്റെ പാർട്ടിയിൽ ഇനി എനിക്കംഗത്വം വേണ്ട." സത്യമാണ് പറയുന്നത്. ഓരോരുത്തരുടെയും ശരിയായ മുഖം വെളിപ്പെടുകയായിരുന്നു. സ്നേഹിതന്മാരായാലും അപരിചിതരായാലും അതങ്ങനെയായിരുന്നു. ബന്ധുക്കളുടെ പോലും ഭാവം മാറി. മുമ്പൊക്കെ ഞാൻ ചെല്ലുമ്പോൾ "ഓ...ഹെലോ, എലീനാ യൂറിവ്നാ" എന്ന് സ്വാഗതം ചെയ്യുമായിരുന്നു. "സുഖം തന്നെയല്ലേ?" ഇപ്പോൾ എന്നെ കണ്ടാൽ "ഹെലോ" പറയുന്നതൊഴിവാക്കാൻ വേണ്ടി അവർ റോഡു മുറിച്ച് അപ്പുറത്തേക്കു കടക്കുന്നു! ആ ജില്ലയിലെ ഏറ്റവും നല്ല സ്കൂളിലെ പ്രധാന അദ്ധ്യാപകൻ. ഈ സംഭവങ്ങളെല്ലാം നടക്കുന്നതിന് കുറച്ചു മുമ്പായി ആ സ്കൂളിൽ വെച്ച് പാർട്ടി ഒരു വിദ്യാഭ്യാസ സമ്മേളനം നടത്തുകയുണ്ടായി. ബ്രഷ്നോവിന്റെ നോവലുകളെക്കുറിച്ചുള്ള ഒരു ചർച്ച. മലായ സെംല്യായും പുനർജന്മവുമായിരുന്നു ആ നോവലുകൾ. അന്ന് ഹെഡ്മാസ്റ്റർ ഒന്നാന്തരം ഒരു പ്രബന്ധമവതരിപ്പിക്കുകയുണ്ടായി. "മാതൃരാജ്യത്തിനുവേണ്ടിയുള്ള മഹത്തായ യുദ്ധത്തിൽ കമ്മ്യൂണിസ്റ്റു പാർട്ടി വഹിച്ച നിർണ്ണായകമായ പങ്ക്."അതായിരുന്നു വിഷയം. സഖാവ് ബ്രഷ്നോവിന്റെ ധീരമായ നേതൃത്വത്തെക്കുറിച്ച് അതിൽ അദ്ദേഹം വിസ്തരിച്ചു പ്രതിപാദിച്ചിരുന്നു. ഡിസ്ട്രിക്ട് പാർട്ടി കമ്മിറ്റിയുടെ പേരിൽ ഞാൻ അദ്ദേഹത്തിന് ഒരു ബഹുമതിപത്രവും നല്കി. അതീവ വിശ്വസ്തനായ ഒരു കമ്മ്യൂണിസ്റ്റുകാരൻ. അതിലുപരി ഉറച്ച ഒരു ലെനിനിസ്റ്റ്.

എന്റെ ദൈവമേ! അതു കഴിഞ്ഞിട്ട് മാസം ഒന്നു തികഞ്ഞിട്ടില്ല. വഴിയിൽ എന്നെ കണ്ടതും അയാൾ ലഹള കൂട്ടാൻ തുടങ്ങി. “നിങ്ങളുടെ കാലം കഴിഞ്ഞു. ഇതിനെല്ലാം നിങ്ങൾക്ക് ഉത്തരം പറയേണ്ടിവരും. ഏറ്റവുമാദ്യം സ്റ്റാലിനു വേണ്ടി.” എനിക്ക് ശ്വാസം വിടാൻ ഇട തന്നില്ല. എന്നോടാടോ അയാളിതു പറയുന്നത്? എനിക്ക് വല്ലാത്ത വിഷമം തോന്നി. സ്റ്റാലിന്റെ കാലത്ത് തടവിൽ കഴിഞ്ഞ അച്ഛന്റെ മകളാണ് ഞാൻ. ഒരു കാലത്തും സ്റ്റാലിനെ ഞാൻ ബഹുമാനിച്ചിരുന്നില്ല. അച്ഛൻ സ്റ്റാലിനോടു ക്ഷമിച്ചു. എന്നാൽ ഒരിക്കലും എന്റെ മനസ്സ് അതിനു വഴങ്ങിയില്ല. (അവർ നിശ്ശബ്ദയായി)

20–ാം പാർട്ടി കോൺഗ്രസ്സിനു ശേഷമാണ് “രാഷ്ട്രീയത്തടവുകാരുടെ പുനരധിവാസം” എന്നു പേരിട്ട പദ്ധതി തുടങ്ങിയത്. ക്രൂഷ്ചേവിന്റെ പ്രസംഗത്തിനു ശേഷം... മേൽപ്പറഞ്ഞ സംഭവങ്ങൾ നടക്കുന്നതിനിടയിലാണ്, അത് ഗോർബച്ചേവിന്റെ കാലമായിരുന്നു, എന്നെ പുതിയൊരു സ്ഥാനത്ത് നിയമിച്ചത്. രാഷ്ട്രീയ അടിച്ചമർത്തലുകൾക്ക് ഇരയാകേണ്ടി വന്നവരെ പുനരധിവസിപ്പിക്കാനുള്ള ജില്ലാ കമ്മിറ്റിയുടെ ഡയറക്ടർ. ആദ്യം ആ പദവി നല്കപ്പെട്ടത് പബ്ളിക് പ്രോസിക്യൂട്ടർക്കായിരുന്നു. രണ്ടാമനായി ഡിസ്ട്രിക്ട് പാർട്ടി കമ്മിറ്റിയുടെ രണ്ടാം സെക്രട്ടറിക്കും. അവർ രണ്ടുപേരും ആ സ്ഥാനം നിരസിച്ചു. അതെനിക്കറിയാമായിരുന്നു. എന്തുകൊണ്ടാണ് അവരത് നിരസിച്ചത്? ഒരുപക്ഷേ, പേടികൊണ്ടായിരിക്കും. ഇപ്പോഴും ആളുകൾക്ക് കെ.ജി.ബി.യുമായി ബന്ധപ്പെട്ട് എന്തെങ്കിലും ചെയ്യുക എന്നുവെച്ചാൽ വലിയ ഭയമാണ്. എന്നാൽ ഞാൻ രണ്ടാമതൊന്ന് ആലോചിച്ചില്ല. ഉടനെത്തന്നെ തയ്യാറാണെന്ന് അറിയിച്ചു. ആ അടിച്ചമർത്തലിന്റെ ഒരു ഇരയായിരുന്നു അച്ഛൻ. എന്തിനെയാണ് ഞാൻ പേടിക്കേണ്ടത്? ആദ്യത്തെ തവണ അവരെന്നെ കൊണ്ടുപോയത് ഒരു കെട്ടിടത്തിന്റെ താഴെയുള്ള അറയിലേക്കാണ്. അവിടെ പതിനായിരക്കണക്കിനു ഫോൾഡറുകൾ കണ്ടു. ഒരു ‘കേസിന്’ രണ്ടുപേജേയുള്ളൂ. ചിലത് വലിയൊരു പുസ്തകത്തോളം കനത്തിൽ. അവിടെ നിന്നാണ് ഞാൻ മനസ്സിലാക്കിയത്, 1937 ൽ ഒരു പദ്ധതിതന്നെയുണ്ടായിരുന്നു, ജനശത്രുക്കളെ പുറത്തു കൊണ്ടുവരാനും ഉന്മൂലനം ചെയ്യാനും. 80കളിൽ അവർ ‘ഇരകൾ’ ക്കുള്ള കോട്ട കുറച്ചു കൊണ്ടുവന്നു. പ്രാദേശികാടിസ്ഥാനത്തിൽ പുനരധിവസിപ്പിക്കാനായി. ആ പദ്ധതി പൂർത്തീകരിക്കേണ്ടിയിരുന്നു. വിപുലീകരിക്കേണ്ട ആവശ്യമുണ്ടായിരുന്നു. എല്ലാം സ്റ്റാലിൻ ശൈലിയായിരുന്നു. യോഗങ്ങൾ, സമ്മർദ്ദങ്ങൾ, ശകാരങ്ങൾ. കൂടുതൽ...കൂടുതൽ (അവർ ഏതോ ഓർമ്മയിൽ വെറുതെ തലയാട്ടി.) രാത്രി ഞാൻ അവിടെയിരുന്ന് അതെല്ലാം വായിക്കും. കനത്ത ഔദ്യോഗിക കടലാസുകെട്ടുകൾ. അതെല്ലാം വായിക്കവേ സത്യമാണ് പറയുന്നത്, എന്റെ ഓരോ രോമവും എഴുന്നേറ്റു നിന്നു. സഹോദരൻ, സഹോദരനെ ഒറ്റിക്കൊടുത്തു. അയൽക്കാരൻ അയൽക്കാരനെ. പലപ്പോഴും അതിനു കാരണം, പച്ചക്കറി കൃഷിയിടത്തെക്കുറിച്ചുള്ള തർക്കമാവാം. അല്ലെങ്കിൽ സമൂഹപാർപ്പിടത്തിലെ ഒരു മുറിയെ ചൊല്ലിയാവാം.

അതുമല്ലെങ്കിൽ ഏതെങ്കിലും വിവാഹവേളയിൽ പാടിയ ഒരു പാട്ടാകാം. "നമുക്കു സ്റ്റാലിനോടു നന്ദിപറയണം സഹോദരാ, അദ്ദേഹം നമ്മുടെ പാദങ്ങളിൽ റബ്ബർ ഇടുവിച്ചല്ലോ!" അതുമതി, അകത്താകാൻ. ഒരു വശത്ത് ഭരണകൂടം ജനങ്ങളെ കൊല ചെയ്യുകയായിരുന്നു. എന്നാൽ മറുവശത്ത് ജനങ്ങളും കാണിച്ചില്ല പരസ്പരം സ്നേഹമോ സഹതാപമോ. അവരും അതിനു സന്നദ്ധരായിരുന്നു.

സാധാരണമട്ടിലുള്ള ഒരു സമൂഹ പാർപ്പിടം. അഞ്ചു കുടുംബങ്ങളാണ് അവിടെയുള്ളത്. മൊത്തം ഇരുപത്തിയേഴു പേർ. എല്ലാവർക്കും കൂടി ഒരടുക്കള. ഒരു കുളിമുറി. അയൽക്കാരായ രണ്ടു സ്ത്രീകൾ നല്ല സുഹൃത്തുക്കളാണ്. ഒരിടത്ത് അഞ്ചുവയസ്സായ ഒരു മകളുണ്ട്. മറ്റേ സ്ത്രീ തനിച്ചാണ്. കുട്ടികളില്ല. സമൂഹപാർപ്പിടങ്ങളിൽ താമസിക്കുന്നവർ തമ്മിൽത്തമ്മിൽ ചാരപ്പണി ചെയ്യുക പതിവാണ്. മറ്റുള്ളവരുടെ വർത്തമാനം ഒളിഞ്ഞു നിന്നു കേൾക്കും. പത്തു ചതുരശ്രമീറ്റർ മുറിയിൽ താമസിക്കുന്നവർക്ക് ഇരുപത്തിയഞ്ചു ചതുശ്ര മീറ്റർ മുറിയിൽ താമസിക്കുന്നവരുടെ നേരെ കടുത്ത അസൂയയാണ്. ജീവിതം അങ്ങനെയൊക്കെയാണ്. അങ്ങനെയിരിക്കെ ഒരു ദിവസം ഒരു കറുത്ത മാരിയ (പൊലീസു വണ്ടി) അവിടെ വന്നു നിന്നു. അഞ്ചുവയസ്സുള്ള പെൺകുട്ടിയുടെ അമ്മയെ അവർ അറസ്റ്റു ചെയ്തു. അവരെ കൊണ്ടുപോകുന്നതിനു മുമ്പ് അവർ അയൽക്കാരിയെ വിളിച്ചുറക്കെ കരഞ്ഞു. "ഞാൻ തിരിച്ചു വന്നില്ലെങ്കിൽ ദയവു ചെയ്ത് എന്റെ മകളെ നോക്കണം. അവളെ അനാഥാലയത്തിലാക്കാൻ അനുവദിക്കരുത്." അയൽക്കാരി കുഞ്ഞിന്റെ ചുമതല ഏറ്റെടുത്തു. കെട്ടിടത്തിന്റെ ചുമതലക്കാരൻ അവൾക്ക് വേറൊരു മുറി കൂടി കൊടുത്തു. കുഞ്ഞ് അയൽക്കാരിയെ വിളിച്ച് കരഞ്ഞുകൊണ്ടിരുന്നു. മമ്മാ....അന്യാ...മമ്മ അന്യാ...പതിനേഴു വർഷം കടന്നു പോയി. പതിനേഴു വർഷത്തിനു ശേഷം അമ്മ തിരിച്ചു വന്നു. അവർ ആ സ്നേഹിതയുടെ കൈകളും പാദങ്ങളും നന്ദിയോടെ ചുംബിച്ചു. ഇതൊരു മുത്തശ്ശിക്കഥയായിരുന്നുവെങ്കിൽ ഈ കഥ ഇവിടെ അവസാനിച്ചേനേ. എന്നാൽ യഥാർത്ഥ ജീവിതത്തിൽ കഥ അവസാനിച്ചത് വേറൊരു വിധത്തിലാണ്. "പിന്നീടവർ സുഖമായി കഴിഞ്ഞു" എന്നു പറയാനാവില്ല. ഗോർബച്ചേവ് അധികാരത്തിലെത്തിയതിനു ശേഷം അവർ പഴയ റിക്കാർഡുകൾ സൂക്ഷിക്കുന്ന സ്ഥലം തുറന്നു. സ്വന്തം ഫയൽ കാണാൻ താത്പര്യമുണ്ടോ എന്ന് അവർ ആ അമ്മയോടു ചോദിച്ചു. "ഉണ്ട്" അവർ പറഞ്ഞു. ഉദ്യോഗസ്ഥന്മാർ അവരെ ആ മുറിയിലേക്കു കൂട്ടിക്കൊണ്ടുപോയി. അവരുടെ ഫയൽ തുറന്നു. ആദ്യത്തെ പേജിലുണ്ടായിരുന്നത് അവരെ പൊലീസിനു ഒറ്റുക്കൊടുത്ത ആളുടെ മൊഴിയായിരുന്നു. പരിചയമുള്ള കൈപ്പട. അത് ആ അയൽക്കാരി സുഹൃത്തിന്റേതായിരുന്നു. കുഞ്ഞ് മമ്മ അന്യാ എന്നു വിളിച്ചിരുന്ന സ്ത്രീ തന്നെയായിരുന്നു ആ കുഞ്ഞിന്റെ അമ്മയെ ഒറ്റുക്കൊടുത്തത്. ...എന്താണിതിന്റെയൊക്കെ അർത്ഥം? എനിക്കു മനസ്സിലാവുന്നില്ല. ആ സ്ത്രീക്കും മനസ്സിലാക്കാൻ സാധിച്ചില്ല. അവർ വീട്ടിലേക്കു മടങ്ങി. തൂങ്ങി മരിച്ചു (മൗനം).

ഞാനൊരു നിരീശ്വരവാദിയാണ്. ദൈവത്തിനോടു ചോദിക്കാൻ എനിക്ക് കുറേയധികം ചോദ്യങ്ങളുണ്ട്. അച്ഛന്റെ വാക്കുകൾ ഓർത്തു പോകുന്നു. "തടങ്കൽ ക്യാമ്പുകളെ ഏതു വിധേനയും അതിജീവിക്കാം.... പക്ഷേ മറ്റുള്ളവരെ....ഒരു നിവൃത്തിയുമില്ല." അച്ഛൻ എപ്പോഴും പറയുമായിരുന്നു. "നിങ്ങൾ ഇന്നു മരിക്കുന്നു, ഞാൻ നാളേയും..." അച്ഛൻ ആദ്യമായി ആ വാക്കുകൾ കേട്ടത് തടങ്കൽക്യാമ്പിൽ വെച്ചല്ല, ഞങ്ങളുടെ അയൽപക്കത്തുള്ള കപ്രഷയിൽ നിന്നാണ്. ഒരായുഷ്കാലം മുഴുവൻ അയാൾ അച്ഛനമ്മമാരോട് കോഴികളുടെ പേരിൽ വഴക്കു കൂടിക്കൊണ്ടിരുന്നു. ഞങ്ങളുടെ കോഴികൾ അയാളുടെ പച്ചക്കറിത്തോട്ടത്തിലേക്കു കടന്നിരുന്നതാണ് അയാളെ ചൊടിപ്പിച്ചത്. വേട്ടയാടാനുള്ള തോക്കും ചൂണ്ടി അരിശം മൂത്ത് കപ്രഷാ ഞങ്ങളുടെ ജന്നലകൾക്കു ചുറ്റുമോടും. (അവർ പിന്നെയും തെല്ലുനേരം മിണ്ടാതിരുന്നു.)

ആഗസ്റ്റ് 23–ാം തീയതി എട്ടാൾസംഘത്തിലെ (GKChP) അംഗങ്ങളെ അവർ തടവിലാക്കി. അഭ്യന്തര കാര്യമന്ത്രിയായ പ്യൂഷോ വെടിവെച്ചു. അതിനു മുമ്പ് അദ്ദേഹം സ്വന്തം ഭാര്യക്കു നേരെയും വെടിവെച്ചിരുന്നു. ജനം അതാഘോഷിച്ചു. "പ്യൂഷോ സ്വയം വെടിവെച്ചു." മാഷൽ അക്രോമിയോവ് ക്രെംലിനിലെ ഓഫീസിൽ വെച്ച് തൂങ്ങിമരിച്ചു. വേറേയും ചില ദാരുണ മരണങ്ങളുണ്ടായി. കേന്ദ്ര കമ്മിറ്റി ഭരണകാര്യങ്ങളുടെ മേധാവി നിക്കോളായ് ക്രൂവീന അഞ്ചാംനിലയിലുള്ള ജന്നലയിൽ നിന്നും താഴേക്കു വീണു. ഇതെല്ലാം ആത്മഹത്യകളായിരുന്നുവോ അതോ കൊലപാതകങ്ങളോ? (മൗനം) എങ്ങനെയാണ് ഇങ്ങനെ മുന്നോട്ടു പോകുക? പുറത്തേക്കിറങ്ങാൻ ഭയം. പുറത്തിറങ്ങിയാൽ ആരേയെങ്കിലും കണ്ടാലോ? ആ കാലത്ത്....ഞാൻ തനിയെയായിരുന്നു താമസം. ഏതാനും വർഷങ്ങളായി കൂടെ ആരുമുണ്ടായിരുന്നില്ല. മകൾ ഒരു സൈനികോദ്യോഗസ്ഥനെ വിവാഹം കഴിച്ച് വ്ളാഡിവോസ്റ്റോക്കിലേക്ക് താമസം മാറ്റിയിരുന്നു. എന്റെ ഭർത്താവ് കാൻസർ ബാധിച്ച് മരണമടഞ്ഞിരുന്നു. രാത്രി ആ ഒഴിഞ്ഞ ഫ്ളാറ്റിലേക്ക് ഞാൻ തിരിച്ചെത്തും. സ്വതവേ ഞാനൊരു ദുർബലയായിരുന്നില്ല. എന്നാലും ഒരായിരം ദുഷ്ചിന്തകൾ മനസ്സിനെ അസ്വസ്ഥമാക്കും. അതെന്നെ വിട്ടുപോകില്ല. സത്യം.

വീണ്ടും കുറെ ദിവസം കൂടി ഞങ്ങൾ പതിവുപോലെ ജോലിക്ക് ഹാജരായി, ഡിസ്ട്രിക്ട് കമ്മിറ്റി ആപ്പീസിൽ. ആപ്പീസുമുറിയിൽ അടച്ചിരുന്നു ഞങ്ങൾ ടി.വി.വാർത്തകൾ ശ്രദ്ധിക്കും. ഇനിയെന്ത്? ഞങ്ങൾ കാത്തിരുന്നു. എന്തെങ്കിലും കാര്യമായെന്ന് സംഭവിച്ചുവെങ്കിൽ എന്നാശിച്ചു. എവിടെപ്പോയി ഞങ്ങളുടെ പാർട്ടി? ലെനിന്റെ അദൃശ്യമായ പാർട്ടി. ഞങ്ങളുടെ ചുറ്റുമുള്ള ലോകം അപ്പാടെ ഇടിഞ്ഞു വീണിരുന്നു. ഒരു ദിവസം ഒരു കൂട്ടുകൃഷിയിടത്തിൽ നിന്നും ഒരു ഫോൺ... കൈയിൽ കിട്ടിയ ആയുധങ്ങളുമായി ജനങ്ങൾ അവരുടെ ഭരണ കാര്യാലയത്തിനു മുമ്പിൽ ഒത്തുകൂടിയിരിക്കുന്നു. തോക്കും മൺവെട്ടിയും കത്തിയും ചാട്ടവാറുമുണ്ട് അവരുടെ കൈകളിൽ. സോവിയറ്റ് യൂണിയനെ രക്ഷിക്കണം. അതാണവരുടെ ലക്ഷ്യം. ഒന്നാം സെക്രട്ടറി അവരോട് പറഞ്ഞു.

"എല്ലാവരേയും വീട്ടിലേക്കു പറഞ്ഞയയ്ക്കൂ... ഇപ്പോൾത്തന്നെ" ഞങ്ങൾക്ക് വല്ലാത്ത ഭയം തോന്നി. നാട്ടുകാർ സ്വയം തീരുമാനിച്ചിറങ്ങിയാൽ... അങ്ങനെയുള്ള കുറെ കഥകൾ എനിക്കറിയാമായിരുന്നു. എന്നാലും ഒന്നും ചെയ്യാനാകാതെ ഞങ്ങൾ വെറുതെയിരുന്നു. അത്രയ്ക്കും ഞങ്ങൾ ഭയപ്പെട്ടുപോയിരുന്നു എന്നതാണ് സത്യം.

അവസാനം ആ ദിവസവും വന്നെത്തി...ഡിസ്ട്രിക്ട് എക്സിക്യൂട്ടീവ് കമ്മിറ്റിയിൽ നിന്നും ഒരു ഫോൺ സന്ദേശം. "നിങ്ങളുടെ ആപ്പീസ് പൂട്ടാനാണ് തീരുമാനം. രണ്ടുമണിക്കൂർ സമയമുണ്ട്. അതിനുള്ളിൽ അവനവന്റെ സാധനങ്ങൾ എടുത്ത് സ്ഥലം വിടാം." (അവരുടെ വാക്കുകൾ പതറി) രണ്ടു മണിക്കൂർ...അതിന്റെ അവസാനം ഒരു പ്രത്യേക സംഘം അവിടെ എത്തി. ഞങ്ങളുടെ ആപ്പീസ് അടച്ചുപൂട്ടാൻ. ഏതാനും ജനാധിപത്യവാദികൾ. ഇരുമ്പു പണിക്കാർ, ചെറുപ്പക്കാരനായ ഒരു പത്രപ്രവർത്തകൻ, അവരുടെ ആ അഞ്ചു മകളുള്ള അമ്മയും. അവരെ ഞാൻ വേഗം തിരിച്ചറിഞ്ഞു. മുമ്പ് പ്രകടനക്കാരുടെ കൂട്ടത്തിൽ കണ്ടിരുന്നു. ഡിസ്ട്രിക്ട് കമ്മിറ്റിക്കും പ്രാദേശിക പത്രത്തിനും അവർ കത്തുകളയച്ചിരുന്നു. തൊഴിലാളികൾക്കു വേണ്ടി പണിതിട്ടുള്ള പാർപ്പിട സമുച്ചയങ്ങളിലൊന്നിലാണ് ബാരക് ഹൗസ്* അവർ തന്റെ വലിയ കുടുംബത്തോടൊപ്പം പാർത്തിരുന്നത്. ആകാവുന്നയിടങ്ങളിലെല്ലാം തനിക്ക് മാന്യമായൊരു ഫ്ളാറ്റ് അനുവദിച്ചു കിട്ടാൻ വേണ്ടി അവർ പ്രസംഗിച്ചിരുന്നു. കമ്മ്യൂണിസ്റ്റുകാരെ അവർ ശപിച്ചു. അവരുടെ മുഖം ഇപ്പോഴും ഓർമ്മയിലുണ്ട്. അവരുടെ വിജയ നിമിഷം! അവർ ഒന്നാം സെക്രട്ടറിയുടെ ആപ്പീസിലാണ് ആദ്യം ചെന്നത്. അദ്ദേഹം ഒരു കസേലയെടുത്ത് അവരുടെ മുഖത്തേക്കെറിഞ്ഞു. കമ്മീഷൻ എന്റെ മുറിയിൽ വന്ന് പകയോടെ ജർമ്മൻ കർട്ടനുകൾ വലിച്ചു കീറി. ഇതാണ് തങ്ങൾ സാമാന്യമായി ചെയ്യാൻ പോകുന്നത് എന്നതിന്റെ സൂചന. ഇനി ആ കർട്ടനുകൾ എനിക്ക് വീട്ടിലേക്കു കൊണ്ടുപോകാനാവില്ലല്ലോ. അവർ എന്റെ കൈസഞ്ചി തുറപ്പിച്ചു...ഏതാനും വർഷങ്ങൾക്കു ശേഷം ഞാൻ അഞ്ചു മക്കളുള്ള ആ അമ്മയെ വീണ്ടും കാണുകയുണ്ടായി.....വഴിയിൽ വെച്ച്. പെട്ടെന്നിതാ അവരുടെ പേര് ഞാൻ ഓർത്തു പോകുന്നു, ഗലീനാ ആവ്ഡേ. 'നിങ്ങളുടെ ആഗ്രഹം പോലെയുള്ള ഫ്ളാറ്റ് കിട്ടിയോ? " ഞാൻ ചോദിച്ചു. അവർ പ്രാദേശിക ഭരണസമിതിയുടെ ആപ്പീസിനു നേരെ മുഷ്ടി ചുരുട്ടി. "തന്തയില്ല, ആ ചെറ്റകൾ. അവർ എന്നേയും പറഞ്ഞു പറ്റിച്ചു" അങ്ങനെ എന്തെല്ലാം.......

ആഫീസ് കെട്ടിടത്തിനു പുറത്ത് വലിയൊരു ആൾക്കൂട്ടം ഞങ്ങളെ കാത്തുനിന്നിരുന്നു. "കമ്മ്യൂണിസ്റ്റുകാരെയൊക്കെ വിചാരണ ചെയ്യണം. എല്ലാവരേയും സൈബീരിയയിലേക്കയയ്ക്കണം." "യന്ത്രത്തോക്കുകളുണ്ടായിരുന്നുവെങ്കിൽ, ഞങ്ങൾ ഈ ജനാലകളിലൂടെ വെടിവെച്ചേനേ!

* പ്രധാന നഗരങ്ങളിലും ഫാക്ടറികളുള്ള നഗരങ്ങളിലെയും വീടുകൾ. താത്കാലിക കെട്ടിടങ്ങൾ. എന്നാൽ സ്ഥിരമായി ധാരാളം ആളുകൾ താമസിക്കുന്നത്

ഞാൻ തിരിഞ്ഞു നോക്കി. മദ്യലഹരിയിൽ രണ്ടുപേർ എന്റെ തൊട്ടരികത്തായി. യന്ത്രത്തോക്കിന്റെ കാര്യം അവരാണ് പറഞ്ഞത്. "ഓർത്തോളൂ... ഞാനും തിരിച്ചു വെടിവെക്കും." ഞാനവരുടെ മുഖത്തുനോക്കി പറഞ്ഞു. അടുത്തു നിന്നിരുന്ന പൊലീസുകാരൻ താനൊന്നും കേട്ടില്ല എന്നു നടിച്ച് മറുവശത്തേക്കു നോക്കി. ആ പൊലീസുകാരനെ എനിക്കു നല്ല പരിചയമായിരുന്നു.

ആ നാളുകളിൽ മുഴുവൻ എനിക്കു തോന്നി....അപായ സൂചനയുമായി എന്തൊക്കെയോ ശബ്ദങ്ങൾ എന്നെ പിന്തുടരുന്നുവെന്ന്. ഞാൻ മാത്രമായിരുന്നില്ല അങ്ങനെ ആശങ്കയോടെ കഴിഞ്ഞിരുന്നത്. പാർട്ടി അദ്ധ്യാപകന്റെ മകളുടെയടുത്തേക്ക് അവളുടെ രണ്ട് സഹപാഠികൾ ചെന്നു. "ഇനി മുതൽ നീ ഞങ്ങളുടെ കൂട്ടുകാരിയല്ല" അവർ പറഞ്ഞു. "നിന്റെ അച്ഛൻ ഡിസ്ട്രിക്ട് പാർട്ടി ഹെഡ്ഓഫീസിലല്ലേ ജോലി ചെയ്യുന്നത്."

"അതിനെന്താ? എന്റെ അച്ഛൻ നല്ലയാളാണല്ലോ!"

"നല്ലയാളാണെങ്കിൽ അവിടെ ജോലി ചെയ്യുമോ? ഇന്നലെ ഞങ്ങൾ ഒരു പ്രകടനം കാണുകയുണ്ടായി. പതിനൊന്നും പന്ത്രണ്ടും വയസ്സുള്ള അഞ്ചാം ക്ലാസ്സുകാർ*. അപ്പോഴേക്കും തന്നെ അവർ രാഷ്ട്രീയം പറയാൻ തുടങ്ങി. പട്ടാളക്കാർക്ക് പടക്കോപ്പുകളെത്തിക്കാൻ തയ്യാറായി. ഒന്നാം സെക്രട്ടറിക്ക് ഹൃദയാഘാതമുണ്ടായി, ആംബുലൻസിൽ വെച്ചു തന്നെ മരിച്ചു. ആശുപത്രിയിലെത്താനുള്ള സമയം പോലുമുണ്ടായിരുന്നില്ല. ഞാൻ വിചാരിച്ചു, എല്ലാം പഴയകാലത്തേതു പോലെയായിരിക്കുമെന്ന്. ധാരാളം റീത്തുകൾ, ബാൻഡ്, അനുസ്മരണ പ്രസംഗം....ഒന്നുമുണ്ടായില്ല. ആരുമുണ്ടായില്ല. ശവപ്പെട്ടിയോടൊപ്പം ഒരു നാലഞ്ചുപേർ മാത്രം. അദ്ദേഹത്തിന്റെ സഖാക്കളായ ഏതാനും പേർ. ഭർത്താവിന്റെ ശവക്കല്ലറയുടെ മീതെ അദ്ദേഹത്തിന്റെ ഭാര്യ ഒരു അരിവാൾ-ചുറ്റിക കൊത്തിവെപ്പിച്ചു. സോവിയറ്റ് ദേശീയഗാനത്തിന്റെ ആദ്യവരികളും രേഖപ്പെടുത്തി "സ്വതന്ത്ര റിപ്പബ്ലിക്കുകളുടെ തകർക്കപ്പെടാനാവാത്ത കൂട്ടുകെട്ട്" ആളുകൾ അവരെ നോക്കി പരിഹസിച്ചു. അപ്പോഴൊക്കെയും ഞാൻ ആശങ്കാജനകമായ ആ ശബ്ദങ്ങൾ കേട്ടുകൊണ്ടിരുന്നു. എന്റെ സ്ഥിരബുദ്ധി നഷ്ടപ്പെടുമോ എന്ന് ഭയം തോന്നി എനിക്കു തീരെ പരിചയമില്ലാത്ത ഒരു സ്ത്രീ, കടയിൽ വെച്ച് എന്റെ മുഖത്തുനോക്കി ഒച്ചവെച്ചു. "നിങ്ങൾ കമ്മ്യൂണിസ്റ്റുകാർക്ക് ഇപ്പോൾ സന്തോഷമായില്ലേ?" നാടിനെ മുഴുവൻ നശിപ്പിച്ച് കൊള്ളരുതാത്തതാക്കിത്തീർത്തില്ലേ?"

ആ കാലത്ത് എന്താണെന്നെ രക്ഷിച്ചതെന്നോ? സുഹൃത്തുക്കളിൽ നിന്നുമുള്ള ടെലിഫോൺ സന്ദേശങ്ങൾ..."അഥവാ അവർ നിങ്ങളെ സൈബീരിയയിലേക്ക് അയയ്ക്കുകയാണെങ്കിൽ...പേടിക്കേണ്ട, പഴയ

---

* 7-ാം വയസ്സു മുതലാണ് സോവിയറ്റ് കുട്ടികൾക്ക് ഫസ്റ്റ് ഗ്രേഡ് ആരംഭിക്കുന്നത്. പതിനൊന്നോ പന്ത്രണ്ടോ വയസ്സിലാണ് ഫിഫ്ത് ഗ്രേഡ്.

പോലെയല്ല, നല്ല സ്ഥലമാണ്" (അവർ ചിരിച്ചു) എന്റെ ചങ്ങാതി ആ ഭാഗത്തേക്കൊരു യാത്ര പോയിരുന്നു. ആ സ്ഥലം വളരെ ഇഷ്ടമാവുകയും ചെയ്തു. എന്റെ ഒരു ബന്ധു കീവിൽ നിന്നും വിളിച്ചു. "ഇവിടെ വന്ന് ഞങ്ങളോടൊപ്പം താമസിക്കൂ....നാട്ടിൻപുറത്തുള്ള വീടിന്റെ താക്കോൽ തരാം, അവിടെ ഒളിച്ചു താമസിക്കാം. ഒരാളും കണ്ടുപിടിക്കില്ല. "ഞാനൊരു കുറ്റവാളിയല്ല. ഞാനവളോടു പറഞ്ഞു. പിന്നെ എന്തിന് ഒളിച്ചു താമസിക്കണം?" അച്ഛനും അമ്മയും എല്ലാദിവസവും വിളിച്ചിരുന്നു. "നീ എന്തു ചെയ്യുന്നു?" "വെള്ളരിക്ക അച്ചാറുണ്ടാക്കുന്നു" ഞാൻ ഭരണികൾ വെള്ളത്തിലിട്ട് തിളപ്പിച്ച് ഉണക്കിയെടുത്തു. അതിൽ നിറയെ ഓരോ അച്ചാറുകളുണ്ടാക്കി വെച്ചു. അതു തന്നെയായിരുന്നു ആ ദിവസങ്ങളിൽ എന്റെ പണി. പത്രം വായിച്ചില്ല, ടി.വി.യും കണ്ടില്ല. ധാരാളം കുറ്റാന്വേഷണ നോവലുകൾ വായിച്ചു. ഒന്നു വായിച്ചു കഴിഞ്ഞാലുടനെ രണ്ടാമത്തൊന്നെടുക്കും. ടെലിവിഷനായാലും പത്രമായാലും... വാർത്തകളൊക്കെ ഭയപ്പെടുത്തുന്നതായിരുന്നു.

കുറെ കാലത്തേക്ക് ആരും എന്നെ ജോലിക്കെടുത്തില്ല. എല്ലാവരുടേയും വിചാരം പാർട്ടിയുടെ പണം മുഴുവൻ ഞങ്ങൾ പങ്കുവെച്ചെടുത്തു എന്നായിരുന്നു. നല്ലൊരു തുക ഓരോരുത്തർക്കും കൈയിൽ കിട്ടിയിരിക്കണം. ഒരെണ്ണ ക്കുഴലിന്റെ പങ്കാളിത്തം..അല്ലെങ്കിൽ ചെറിയൊരു പെട്രോൾ പമ്പെങ്കിലും. എനിക്ക് പെട്രോൾപമ്പുമില്ല, കടയുമില്ല. ഒരു വഴിയോരത്തട്ടുപോലുമില്ല. സ്വന്തമായി മാടക്കട നടത്തുന്നവരെ ഇപ്പോൾ കോംകി എന്നാണ് വിളിക്കുന്നത്. ...കൊണ്ടു നടന്നു വില്ക്കുന്നവർക്കുള്ള പേരാണത്. ഞങ്ങളുടെ മഹത്തായ റഷ്യൻ ഭാഷ. ഇപ്പോൾ തിരിച്ചറിയാനാവാത്തവിധം വികൃതമായി. "വൗച്ചെർ" "എക്സ്ചേഞ്ച്റേറ്റ് കോറിഡോർ" "ഐ.എം.എഫ്. ട്രാൻഷ്..."അങ്ങനെ എന്തെല്ലാം...പലപ്പോഴും തോന്നും ഏതോ വിദേശഭാഷയാണ് ഞങ്ങൾ സംസാരിക്കുന്നതെന്ന്.

ഞാൻ വീണ്ടും അദ്ധ്യാപനത്തിലേക്കു മടങ്ങി. വിദ്യാർത്ഥികളോടൊപ്പം പ്രിയപ്പെട്ട ടോൾസ്റ്റോയിയുടേയും ചെക്കോവിന്റേയും കൃതികൾ വായിച്ചു. മറ്റുള്ളവരുടെ കാര്യം? എന്റെ കൂടെയുണ്ടായിരുന്ന സഖാക്കൾ. ഓരോരുത്തരുടേയും ജീവിതം ഓരോ വഴിയിലായി. ഞങ്ങളുടെ പാർട്ടി അദ്ധ്യാപകരിൽ ഒരാൾ ആത്മഹത്യ ചെയ്തു. പാർട്ടി ബ്യൂറോയുടെ ഡയറക്ടർക്ക് മാനസികരോഗം പിടിപ്പെട്ടു. വളരെനാൾ ആശുപത്രിയിൽ ചികിത്സയിൽ കഴിയേണ്ടിവന്നു. ചിലർ ബിസിനസ്സുരംഗത്തേക്കു കടന്നു. രണ്ടാം സെക്രട്ടറി ഇപ്പോൾ ഒരു സിനിമാകൊട്ടക നടത്തുകയാണ്. ഒരു ഡിസ്ട്രിക്ട് കമ്മിറ്റി അദ്ധ്യാപകൻ പിന്നീട് പുരോഹിതനായി. ഈയിടെ ഞാൻ അദ്ദേഹത്തെ കാണുകയുണ്ടായി. കുറെനേരം ഞങ്ങൾ സംസാരിച്ചു. അദ്ദേഹത്തിന്റെ രണ്ടാംജന്മമാണ് ഇതെന്നു പറഞ്ഞു. അസൂയ തോന്നി. പെട്ടെന്നോർമ്മ വന്നു. ഞാനൊരു ചിത്രകലാ ഗാലറിയിലായിരുന്നു. കൂട്ടത്തിൽ ഒരു ചിത്രം. ഒരു സ്ത്രീ തനിയെ ഒരു പാലത്തിൽ നില്ക്കുന്നു. ദൂരെയെവിടെയോ ദൃഷ്ടി ഉറപ്പിച്ചിരിക്കുന്നു. അവർക്കു ചുറ്റും

നിറവാർന്ന വെളിച്ചം. ആ ചിത്രത്തിൽ നിന്നും കണ്ണെടുക്കാനായില്ല. വീണ്ടും വീണ്ടും അതിന്റെ മുമ്പിലേക്കുതന്നെ തിരിച്ചു വന്നു. അതെന്നെ അത്രയധികം ആകർഷിച്ചു. ഒരുപക്ഷേ എനിക്കും... രണ്ടാമതൊരു ജീവിതം... സാധിക്കില്ലേ? അതെങ്ങനെയുള്ളതായിരിക്കും? എനിക്കു സങ്കല്പിക്കാനാവുന്നില്ല.

അന്നാ ഇലിനീവ്നാ

ഒച്ചയും ബഹളവും കേട്ടാണ് ഞാനുണർന്നത്. ജനാല തുറന്നു നോക്കി. അവർ മോസ്കോയിൽ എത്തിക്കഴിഞ്ഞു. തലസ്ഥാനനഗരിയാകെ പോർ വാഹനങ്ങളും ടാങ്കുകളും ആയിരക്കണക്കിന് പട്ടാളക്കാരും. തിടുക്കത്തിൽ ഞാൻ റേഡിയോ വെച്ചു. സോവിയറ്റ് ജനതയെ അഭിസംബോധന ചെയ്തുകൊണ്ടുള്ള ഒരു പ്രസംഗമാണ് അപ്പോൾ പ്രക്ഷേപണം ചെയ്തിരുന്നത്. 'അത്യന്തം മാരകമായ ഒരു ആപത്താണ് നമ്മുടെ മാതൃഭൂമി ഇപ്പോൾ നേരിട്ടുകൊണ്ടിരിക്കുന്നത്. അക്രമത്തിന്റേയും നിയമരാഹിത്യത്തിന്റേയും വലിയൊരു ചുഴിയിലാണ് നമ്മുടെ നാട് പെട്ടുപോയിരിക്കുന്നത്. കുറ്റവാളികളെ തൂത്തുമാറ്റി നമ്മുടെ വഴികൾ ശുദ്ധമാക്കേണ്ടിയിരിക്കുന്നു. ബുദ്ധിമുട്ടുകൾക്കറുതി വരുത്താനുള്ള കാലം അതിക്രമിച്ചു....." ഗോർബച്ചേവ് ആരോഗ്യപരമായ കാരണങ്ങളാൽ സ്ഥാനമൊഴിഞ്ഞതാണോ? അതോ അവർ അദ്ദേഹത്തെ തടവിലാക്കിയതാണോ? ഒന്നും വ്യക്തമായിരുന്നില്ല. എന്റെ ഭർത്താവ് ഗ്രാമത്തിലായിരുന്നു. അപ്പോൾത്തന്നെ ഞാനദ്ദേഹത്തെ വിളിച്ചു. "ബലം പ്രയോഗിച്ച് ഭരണകൂടത്തെ അട്ടിമറിച്ചിരിക്കുന്നു. അധികാരം ഇപ്പോൾ...?" "മണ്ടി.." അദ്ദേഹം ഒച്ചയിട്ടു. "ഫോൺ താഴെവെക്കൂ...അവരിപ്പോൾ നിന്നെ തേടിയെത്തും." ഞാനുടനെ ഫോൺ താഴെ വെച്ചു. ടി.വി. ഓഫ് ചെയ്തു. എല്ലാ ചാനലുകളിലും ഒരേ പരിപാടി. സ്വാൻ ലേക് എന്ന നൃത്തനാടകം. എന്നാൽ വ്യത്യസ്തമായ ദൃശ്യങ്ങളാണ് എന്റെ കൺമുമ്പിൽ മിന്നിമറഞ്ഞത്. ഞങ്ങളെല്ലാവരും സോവിയറ്റ് പ്രചരണപദ്ധതിയുടെ സന്താനങ്ങളാണ്. ചിലിയിലെ സാന്റിയാഗോ പ്രസിഡന്റിന്റെ കൊട്ടാരം കത്തി എരിയുന്നു. സാൽവഡോർ അലെൻഡയുടെ ശബ്ദം. ഫോൺവിളികൾ തുടങ്ങി. നഗരം നിറയെ സൈനിക വാഹനങ്ങളും പടക്കോപ്പുകളും. പുഷ്കിൻ ചത്വരത്തിൽ ടാങ്കുകൾ ഒരുക്കിനിർത്തിയിരിക്കുന്നു. തിയറ്റർ സ്ക്വയറിലും യുദ്ധസന്നാഹങ്ങൾ. എന്റെ അമ്മായിയമ്മ എന്റെ വീട്ടിലുണ്ടായിരുന്നു. അവരാകെ ഭയന്നു തളർന്നു. "പൂമുഖത്ത് പോകരുത്. ഒരു ഏകാധിപത്യഭരണം എങ്ങനെയുള്ളതാണെന്ന് ഞാൻ അനുഭവിച്ചിട്ടുണ്ട്.... എന്താണുണ്ടാവാൻ പോകുന്നതെന്ന് എനിക്കറിയാം." എന്നാൽ അങ്ങനെയൊരു സ്വേച്ഛാധിപത്യത്തിനിരയാവാൻ ഞാൻ തയ്യാറായിരുന്നില്ല.

ഉച്ചഭക്ഷണത്തിനു ശേഷം എന്റെ ഭർത്താവ് ഗ്രാമത്തിൽ നിന്നും തിരിച്ചെത്തി. ഞങ്ങൾ അടുക്കളയിലിരുന്ന് സിഗരറ്റു വലിച്ചു, ചിമ്മിനികൾ

പോലെ നിർത്താതെ പുകയൂതി. ഫോണുകൾ "ടേപ്പു" ചെയ്തിട്ടുണ്ടാകുമെന്ന് ഞങ്ങൾ വിചാരിച്ചു. അതുകൊണ്ട് ഒരു തലയിണയെടുത്ത് ഫോണിന്റെ മീതെ വെച്ചു. (അവർ ചിരിച്ചു) വിമതരുടെ സാഹിത്യം ഞങ്ങൾ വേണ്ടത്ര വായിച്ചു മനസ്സിലാക്കിയിരുന്നു. ധാരാളം കഥകളും കേട്ടിരുന്നു. അതൊക്കെ ഇപ്പോൾ ഞങ്ങൾക്കു പ്രയോജനപ്പെട്ടു. ചെറിയൊരു ഇടവേള ഞങ്ങൾക്കു കിട്ടിയതായിരുന്നു. ഇപ്പോൾ വീണ്ടും കാര്യങ്ങൾ പഴയപടി കുഴപ്പത്തിലേക്കു തന്നെ. അവർ ഞങ്ങളെ പിന്നേയും കൂട്ടിനകത്തേക്ക് ആട്ടിപ്പായിക്കും. നടുവഴിയിലെ ടാറിൽ ചവിട്ടി അരയ്ക്കും. ചിത്രശലഭങ്ങളെപ്പോലെ വഴിയോരങ്ങളിൽ ഞെരിച്ചമർത്തും.... ചൈനയിലെ ടിയാനെൻമെൻസ്ക്വയറിൽ സംഭവിച്ചതിനെക്കുറിച്ച് ഞങ്ങൾ സംസാരിക്കുകയായിരുന്നു. ടിബിലിസ്സിലെ സംഭവങ്ങൾ. പ്രകടനക്കാരെ പിരിച്ചു വിട്ടത് മൺവെട്ടികൾ പ്രയോഗിച്ചിട്ടാണ്. അവർ വിൻനിയസ്സിലെ ടി.വി. ടവർ കൂട്ടത്തോടെ ആക്രമിച്ചു. അപ്പോൾ ഞങ്ങൾ സ്വന്തം തളങ്ങളിലിരുന്ന് ഷാലമോവും പ്ളാറ്റനോവും വായിക്കുകയായിരുന്നു. എന്റെ ഭർത്താവ് പറഞ്ഞു, "ആഭ്യന്തരയുദ്ധം തുടങ്ങിക്കഴിഞ്ഞു. ആളുകൾ സ്വന്തം അടുക്കളകളിലിരുന്ന് ചർച്ചകൾ നടത്തിയിരുന്നു. പ്രകടനങ്ങളിൽ പങ്കെടുത്തിരുന്നു. അതൊക്കെ കഴിഞ്ഞു. ഇപ്പോൾ പരസ്പരം വെടിവെച്ചു വീഴ്ത്താൻ തുടങ്ങിയിരിക്കുന്നു." വാസ്തവത്തിൽ അതായിരുന്നു അപ്പോഴത്തെ സാമാന്യമായ മനോഭാവം. ഒരു മഹാദുരന്തം തൊട്ടുമുമ്പിൽ എത്തിനില്ക്കുന്ന പ്രതീതി. ഞങ്ങൾ റേഡിയോ അടച്ചുവെച്ചതേയില്ല. സ്റ്റേഷനുകൾ പലതും മാറ്റിനോക്കി. എല്ലായിടത്തും ശാസ്ത്രീയസംഗീതം മാത്രം. ഓർക്കാപ്പുറത്തൊരു അതിശയം. റേഡിയോ റഷ്യ വീണ്ടും പ്രവർത്തിക്കാൻ തുടങ്ങി. 'നിയമപരമായി തിരഞ്ഞെടുക്കപ്പെട്ട പ്രസിഡന്റ് രാജിവെക്കാൻ നിർബന്ധിതനായിരിക്കുന്നു. വളരെ ഗൂഢമായി ആസൂത്രിതമായ ഒരു മിന്നൽ അട്ടിമറിയായിരുന്നു. അങ്ങനെയാണ് ഞങ്ങൾ മനസ്സിലാക്കിയത്. ആയിരക്കണക്കിനാളുകൾ തെരുവുകളിലേക്കിറങ്ങിക്കഴിഞ്ഞുവെന്ന്. ഗോർബച്ചോവിന്റെ അവസ്ഥ അപായകരമായിരുന്നു. തെരുവിലേക്കിറങ്ങണോ വേണ്ടയോ? സംശയമുണ്ടായിരുന്നില്ല. ഇറങ്ങുക തന്നെ. എന്റെ അമ്മായിയമ്മ ആദ്യം എന്നെ പിന്തിരിപ്പിക്കാൻ ഒരു ശ്രമം നടത്തി. "കുഞ്ഞിനെ കുറിച്ചാലോചിക്കൂ.... എങ്ങോട്ടാണീ ഓടുന്നത്? ഭ്രാന്തു കാണിക്കാതിരിക്കൂ." ഞാൻ മറുപടിയൊന്നും പറഞ്ഞില്ല. ഞങ്ങൾ രണ്ടുപേരും പോകാൻ തയ്യാറാവുകയാണെന്ന് അവർക്കു മനസ്സിലായി. "ഇത്രയും വലിയ വിഡ്ഢികളാണല്ലോ രണ്ടുപേരും." അവർ പിറുപിറുത്തു. "പോകുമ്പോൾ കുറച്ചു സോഡാലായനി വാങ്ങിക്കൊണ്ടു പൊയ്ക്കോളൂ. അതിൽ തുണി നനച്ച് മുഖത്തിടാലോ..അവർ വാതക പ്രയോഗം നടത്തിയാൽ..." ഞാൻ ഒരു മൂന്നു ലിറ്റർ കുപ്പിയിൽ വെള്ളമെടുത്ത് ബേക്കിങ്സോഡാ കലക്കി. കിടക്കവിരികൾ കീറി തുണ്ടുകളാക്കി കൈയിൽ കരുതി. വീട്ടിലുണ്ടായിരുന്ന ഭക്ഷണമെല്ലാം കൂടെയെടുത്തു. അലമാരിയിലുണ്ടായിരുന്നതെല്ലാം പെറുക്കിക്കൂട്ടി."

ഞങ്ങളെപ്പോലെ വേറേയും അനവധി പേരുണ്ടായിരുന്നു. എല്ലാവരും ഓടിയിരുന്നത് മെട്രോയിലേക്കായിരുന്നു. അതിനിടയിൽ കുറെപ്പേർ ഐസ്ക്രീമും പൂക്കളും വാങ്ങാൻ വരി നില്ക്കുന്നതു കണ്ടു. കൂട്ടംകൂടി ചിരിച്ചു നില്ക്കുന്ന ഏതാനും സുഹൃത്തുക്കളെ കടന്ന് ഞങ്ങൾ തിടുക്കത്തിൽ നടന്നു. പിറകിൽ ആരോ പറയുന്നതു കേട്ടു. "ഈ ടാങ്കുകൾ വഴിമുടക്കിയതു കാരണം...നാളത്തെ സംഗീതക്കച്ചേരിക്ക് എനിക്കു പോകാനായില്ലെങ്കിൽ ഒരു കാലത്തും ഞാനവർക്ക് മാപ്പുകൊടുക്കുകയില്ല." അടിയുടുപ്പു മാത്രം ധരിച്ച ഒരാൾ ഞങ്ങളുടെ അടുത്തേക്കു പാഞ്ഞു വന്നു. അയാളുടെ കൈയിൽ സാമാനം വാങ്ങാനുള്ള വലിയൊരു സഞ്ചി നിറയെ ഒഴിഞ്ഞ കുപ്പികൾ. "സ്ട്രോയ്ട്‌ലീന്യാ റോഡിലേക്കുള്ള വഴി പറഞ്ഞു തരുമോ?" അയാൾ ഞങ്ങളോടു ചോദിച്ചു. വലത്തോട്ടു തിരിയേണ്ടത് എവിടെയാണെന്ന് ഞാൻ പറഞ്ഞു കൊടുത്തു. "പിന്നെ നേരെ പോയാൽ മതി" അയാൾ നന്ദിയോടെ നടത്തം തുടർന്നു. വൈകാതെ ആ കാലിക്കുപ്പികൾ "റീസൈക്കിൾ" ചെയ്യുന്ന സ്ഥലത്തെത്തിക്കണം. അയാൾക്ക് ആ ഒരു ചിന്തയേ ഉണ്ടായിരുന്നുള്ളൂ. 1917 ൽ സംഗതികൾ വ്യത്യസ്തമായിരുന്നുവോ? കുറേപേർ വെടിവെച്ചു കൊണ്ടിരുന്നു. വേറെ കുറെപേർ വിരുന്നു സത്കാരങ്ങളിൽ ആടിപ്പാടി രസിച്ചു. ലെനിൻ ഒരു സൈനിക തീവണ്ടിയിലും.

എലീനാ യൂറീവ്നാ

ഒരു നാടകം! അവർ ഒരു നാടകം അഭിനയിച്ചു കാണിക്കുകയായിരുന്നു. എട്ടാൾസംഘമാണ് ജയിച്ചിരുന്നതെങ്കിൽ, ഞങ്ങൾ ജീവിക്കുന്നത് വേറെയൊരു നാട്ടിലാകുമായിരുന്നു. ഗോർബച്ചോവ് ഇത്രത്തോളം ഭീരുവായിരുന്നില്ലെങ്കിൽ... പൊതുജനത്തിന് പ്രതിഫലമായി ടയറുകളും... പാവകളും ഷാമ്പുകളും കൊടുക്കാതിരുന്നെങ്കിൽ..ഫാക്ടറികളിൽ സാധാരണ ആണികൾ ഉത്പാദിപിച്ചിരുന്നുവെങ്കിൽ അവർ തൊഴിലാളികൾക്ക് വേതനമായി ആണികൾ കൊടുക്കും. സോപ്പാണെങ്കിൽ സോപ്പ്. ഞാൻ എല്ലാവരോടും പറഞ്ഞിരുന്നു. ചൈനക്കാരെ നോക്കൂ, അവർക്ക് അവരുടേതായ ഒരു വഴിയുണ്ട്. മറ്റാരേയും അവർ ആശ്രയിക്കുന്നില്ല. ആരേയും അനുകരിക്കാനും ശ്രമിക്കുന്നില്ല. ഇന്ന് ലോകം മുഴുവനും തന്നെ ചൈനയെ ഭയക്കുന്നു. (അവർ ചോദ്യഭാവത്തിൽ എന്നെ നോക്കി.) ഞാൻ ഈ പറയുന്നതൊക്കെ നിങ്ങൾ ഒഴിവാക്കുമെന്ന് എനിക്ക് തീർച്ചയുണ്ട്.

> ഞാൻ അവർക്കു വാക്കു കൊടുത്തു. തീർച്ചയായും രണ്ടു കഥകളുമുണ്ടാകും. ഞാൻ യാതൊരു ദാക്ഷിണ്യവുമില്ലാതെ ചരിത്രം കൃത്യമായി കുറിച്ചുവെക്കും. തീപ്പന്തവുമായി മുമ്പിൽ നടക്കുന്ന ഒരു വഴികാട്ടിയാവുകയില്ല. കാലം തന്നെ വിധി നിർണ്ണയം നടത്തട്ടെ. കാലം നീതികാണിക്കുക തന്നെ ചെയ്യും. എന്നാൽ അതിനായി ലോകത്തിന് കാത്തിരിക്കേണ്ടി വരും. കാലത്തിന് ഹ്രസ്വകാല പരിധികളില്ല. ആ കാലം കാണാൻ നമ്മൾ ജീവിച്ചിരിക്കുകയില്ല. നമ്മുടെ മുൻവിധികളിൽ നിന്നും സ്വതന്ത്രമായിരിക്കും ആ കാലം.

അന്ന ഇലിൻനിവ്നാ

ഞങ്ങളുടെ അന്നത്തെ മട്ടും മാതിരിയും കണ്ടാൽ നിങ്ങൾ പൊട്ടിച്ചിരിച്ചേനേ. പാട്ടും നൃത്തവുമായി ഒരു തമാശനാടകം പോലെയിരിക്കും. പരിഹാസം അന്നത്തെ ഒരു രീതിയായിരുന്നു. അതിൽ നേരും ആത്മാർത്ഥതയുമുണ്ടായിരുന്നു. അത് യഥാർത്ഥമായിരുന്നു. ഒരുവിധ ആയുധവും കൈയിലെടുക്കാതെ സ്ത്രീകളും പുരുഷന്മാരും മരിക്കാൻ തയ്യാറായി ടാങ്കുകൾക്കു മുമ്പിൽ നിവർന്നു നിന്നു. നാടിന്റെ നാനാ ഭാഗത്തു നിന്നും വന്നു ചേർന്നവരായിരുന്നു അവർ. മോസ്കോകാരികളായ ഏതാനും മുതിർന്ന സ്ത്രീകൾ. അവർ ദൈവത്തിന്റെ സ്വന്തം ജമന്തിപ്പൂക്കൾ പോലെയായിരുന്നു. അവർ ഇറച്ചികൊണ്ടുള്ള വടകളും ചൂടോടുകൂടിയ വേവിച്ച ഉരുളക്കിഴങ്ങും ടൗവ്വലുകളിൽ പൊതിഞ്ഞു കൊണ്ടുവന്നു. എല്ലാവർക്കും എന്തെങ്കിലുമൊക്കെ തിന്നാൻ തന്നു. ഞങ്ങൾക്കു മാത്രമല്ല, ടാങ്കുകളിലെ പുരുഷന്മാർക്കും ആഹാരം കൊടുത്തു. "വയറു നിറച്ച് തിന്നോളൂ കുട്ടികളെ. പക്ഷേ വെടിവെക്കരുത്. നിങ്ങൾ ശരിക്കും ഞങ്ങളെ വെടിവെച്ച് വീഴ്ത്താൻ പോവുകയാണോ?" വാസ്തവത്തിൽ സംഭവിക്കുന്നതെന്താണെന്ന് ആ പട്ടാളക്കാർക്കും രൂപമുണ്ടായിരുന്നില്ല. അവരും അന്തംവിട്ട് നില്ക്കുകയായിരുന്നു. പെൺകുട്ടികൾ ടാങ്കുകളുടെ മുകളിലേക്കു കയറി അവരെ കെട്ടിപ്പിടിക്കുകയും ഉമ്മ വെക്കുകയും ചെയ്തു.

അഫ്ഗാൻ യുദ്ധത്തിൽ മരണമടഞ്ഞ സൈനികരുടെ അമ്മമാർ കരഞ്ഞുകൊണ്ട് അപേക്ഷിച്ചു. "ഞങ്ങളുടെ മക്കൾ വിദേശരാജ്യത്തെ മണ്ണിലാണ് മരിച്ചു വീണത്. നിങ്ങൾ നിങ്ങളുടെതന്നെ മണ്ണിൽ മരിച്ചു വീഴാൻ ഒരുക്കം കൂട്ടുകയാണോ?" സ്ത്രീകൾ ചെന്ന് വലയം ചെയ്തപ്പോൾ ഒരു മേജർ ഉച്ചത്തിൽ പറഞ്ഞു, "എനിക്കും മക്കളുണ്ട്. ഒരാളേയും ഞാൻ വെടിവെച്ചു വീഴ്ത്താൻ പോകുന്നില്ല. ഇതെന്റെ വാക്കാണ്. സ്വന്തം നാട്ടുകാർക്കെതിരെ ഞങ്ങൾ ഒന്നുംതന്നെ ചെയ്യുകയില്ല." അന്നു നടന്ന സംഭവങ്ങൾ. പലതും ഏറ്റവും ഹൃദയസ്പർശികളായിരുന്നു. കൂട്ടത്തിൽ ധാരാളം തമാശകളുമുണ്ടായി. എല്ലാം കണ്ട് ഞങ്ങൾ കണ്ണീർ വാർത്തു. പെട്ടെന്ന് തിരക്കിനിടയിൽ ആരുടേയോ ഒച്ച പൊങ്ങി. "ഇവിടെ ഒരാൾക്ക് തീരെ സുഖമില്ല. ആരുടേയെങ്കിലും കൈയിൽ വാലിഡോൾ ഉണ്ടോ?" എവിടെനിന്നാണെന്നറിയില്ല, അപ്പോഴേക്കും ആ ഗുളിക പ്രത്യക്ഷപ്പെട്ടു. ഒരു സ്ത്രീ അവരുടെ കുട്ടിയെ ഒരു 'പ്രാമിൽ' ഇരുത്തി തള്ളിക്കൊണ്ടുവന്നിരുന്നു. ഞാനാലോചിച്ചു, ഇതു കണ്ടാൽ എന്റെ അമ്മായിയമ്മ എന്തായിരിക്കും പറയുക? അവർ കുഞ്ഞിന്റെ വെള്ള അടിവസ്ത്രത്തിന്റെ മടക്കു നിവർത്തി അതിലൊരു റെഡ്ക്രോസ് ചിഹ്നം വരയ്ക്കാൻ ശ്രമിക്കുകയായിരുന്നു. എന്നാൽ എന്തുകൊണ്ടാണ് വരക്കുക? "ആരുടേയെങ്കിലും കൈയിൽ ലിപ്സ്റ്റിക്ക് ഉണ്ടോ? നിമിഷങ്ങൾക്കകം പലയിടത്തുനിന്നുമായി അവരുടെ കൈയിലേക്കു ലിപ്സ്റ്റിക്കുകൾ വന്നു വീഴാൻ തുടങ്ങി. വില കുറഞ്ഞ തരമായിരുന്നു. ലാൻകോ...ഡിയോർ.... ചാനൽ. അതൊന്നും ആരും ഫിലിമിലാക്കിയില്ല. വിശദാംശങ്ങളൊന്നും

ആരും രേഖപ്പെടുത്തിയതുമില്ല. അത് വളരെ കഷ്ടമായി. അന്നത്തെ സംഭവങ്ങളുടെ അന്തസ്സും സൗന്ദര്യവും പിന്നീടാണ് പ്രകടമായത്. കൊടി തോരണങ്ങൾ, ബാൻഡുമേളം, അതെല്ലാമാണ് വെള്ളോടിൽ വാർത്ത ശില്പങ്ങളാവുന്നത്. യഥാർത്ഥ ജീവിതത്തിൽ എല്ലാം പൊട്ടിപ്പൊളിഞ്ഞതും നിറം മങ്ങിയതുമാണ്. വൃത്തിയും ഭംഗിയുമില്ലാത്തതാണ്. രാത്രി മുഴുവൻ ആളുകൾ തീക്കുണ്ഡങ്ങൾക്കു ചുറ്റും കഴിച്ചുകൂട്ടി. പത്രങ്ങളും തുണിക്കഷണങ്ങളും താഴെ വിരിച്ചോ വെറും തറയിലോ ഇരുന്നു. വിശപ്പും ദാഹവും അതിലേറെ ക്രോധവുമുണ്ടായിരുന്നു. ശപിച്ചും ശകാരിച്ചും അവർ ലഹരിപാനീയങ്ങൾ മോന്തി. എന്നാലും മദ്യപിച്ച് ആരുടേയും ബുദ്ധികെട്ടില്ല. കുറേപേർ സലാമിയും ചീസും റൊട്ടിയും കൊണ്ടുവന്നു. കാപ്പിയുമുണ്ടായിരുന്നു. അവർ പറഞ്ഞത് അതെല്ലാം ബിസിനസ്സുകാരുടേയും സഹകരണസ്ഥാപനങ്ങളുടേയും വകയാണെന്നാണ്. രണ്ടുകുപ്പി നിറയെ ചുകന്ന 'കവിയർ' (വിലയേറിയ മത്സ്യവിഭവം) കണ്ടതായും ഓർക്കുന്നു.

അതെല്ലാം പെട്ടെന്ന് ആളുകളുടെ കുപ്പായക്കീശകളിൽ അപ്രത്യക്ഷമായി. അതിനിടയിൽ സൗജന്യമായ സിഗരറ്റു വിതരണവും നടന്നിരുന്നു. എന്റെ അടുത്തിരുന്ന ഒരാളുടെ ശരീരത്തിൽ നിറയെ, തടവുകാർക്ക് പതിവുള്ള പച്ചകുത്തലുകൾ, ആളൊരു പുലിതന്നെ. എന്തെല്ലാം തരത്തിലുള്ള ആളുകളായിരുന്നു ആ കൂട്ടത്തിൽ. ആട്ടക്കാർ, ഗിറ്റാറിൽ പാടി നടക്കുന്ന വിദ്യാർത്ഥികൾ, പ്രൊഫസർമാർ, ബുദ്ധിജീവികൾ. അവരെല്ലാവരും എന്റെ സ്വന്തം ആളുകളായിരുന്നു. കോളേജിൽ ഒപ്പം പഠിച്ചിരുന്ന പലരേയും ആ കൂട്ടത്തിൽ കണ്ടു. പതിനഞ്ചിലേറെ വർഷങ്ങളായി തമ്മിൽ കാണാത്തവർ. അവരിൽ ചിലർ വെളോഗ്ഡയിലാണ് താമസിച്ചിരുന്നത്. കുറെപേർ യാഗോസ്ലാവിൽ. എല്ലാവരും തീവണ്ടി കയറി ഇപ്പോൾ മോസ്കോയിൽ എത്തിയിരിക്കുകയാണ്, ഞങ്ങളെല്ലാവരും ഒരുപോലെ പരിപാവനമായി കരുതുന്ന ഒരാദർശത്തിന്റെ രക്ഷയ്ക്കായി. രാവിലെ അവരെയെല്ലാം ഞങ്ങൾ ഞങ്ങളുടെ വീടുകളിലേക്കു കൂട്ടിക്കൊണ്ടു പോയി. എല്ലാവരും കുളിച്ചു. പ്രാതൽ കഴിച്ചു. അവരെല്ലാം അങ്ങോട്ടുതന്നെ തിരിച്ചു പോയി. മെട്രോയുടെ പ്രവേശനകവാടത്തിൽ കുറെപേർ നിന്ന് എല്ലാവർക്കും ഇരുമ്പുവടികളും കരിങ്കൽ തുണ്ടുകളും വിതരണം ചെയ്തിരുന്നു. "കല്ലുപാകി വഴിയുണ്ടാക്കുക, അതാണ് തൊഴിലാളി വർഗ്ഗത്തിന്റെ ആയുധം" ഞങ്ങൾ ഉറക്കെ ചിരിച്ചു. വഴിയിൽ ഞങ്ങൾ താത്കാലിക തടസ്സങ്ങൾ സൃഷ്ടിച്ചു. മരങ്ങൾ വെട്ടിവീഴ്ത്തി. ട്രോളിബസ്സുകൾ മറിച്ചിട്ടു.

അപ്പോഴേക്കും ഒരു സംഘടന രൂപീകരിക്കപ്പെട്ടിരുന്നു. അവർ പലദിക്കിലും വലിയ അക്ഷരങ്ങളിൽ എഴുതി തൂക്കി "സൈനികഭരണം വേണ്ട" "പൊതുജനം നിങ്ങളുടെ കാൽചുവട്ടിലെ മണ്ണല്ല." ഉച്ചഭാഷിണിയിലൂടെ പലരും ജനങ്ങളെ അഭിസംബോധന ചെയ്തു. സാധാരണ ജനങ്ങളും പേരുകേട്ട രാഷ്ട്രീയ നേതാക്കന്മാരും. എല്ലാവരും പതിവു പദാവലികളുമായി അവരുടെ പ്രസംഗം ഒരേ മട്ടിൽ തുടങ്ങി. ഏതാനും

നിമിഷങ്ങൾ കഴിയുമ്പോഴേക്കും ആ വാക്കുകൾക്ക് ശക്തി പോരെന്ന് അവർക്ക് ബോധ്യമാവും. തുടർന്നങ്ങോട്ട് ശാപങ്ങളും ശകാരങ്ങളുമായിരിക്കും. "ഇവരൊക്കെ സമൂഹത്തിന്റെ മലമാണ്.....ഇവരെ ഞങ്ങൾ പാഠം പഠിപ്പിക്കും."തുടങ്ങിയ വൃത്തികെട്ട വാക്കുകൾ. നല്ല റഷ്യൻ പച്ചത്തെറി... പഴയകാല ഭാഷാ പ്രയോഗങ്ങൾ. പോർ വിളികൾ പോലെയായിരുന്നു അസഭ്യം വർഷിച്ചിരുന്നത്. എല്ലാവർക്കും അറിയാവുന്ന ഭാഷ. അതായിരുന്നു ആ സന്ദർഭത്തിന്റെ ഉയിരും, ഉശിരും. ശുദ്ധമായ ആവേശത്തിന്റെ ഉന്മാദാവസ്ഥ. എന്തൊരു ശക്തിയായിരുന്നു അതിൽ. പഴയ വാക്കുകൾ അപര്യാപ്തമായി തോന്നി. പുതിയതൊന്നും കൈയിൽ കിട്ടിയതുമില്ല.

അന്നു മുഴുവൻ ഞങ്ങൾ കാത്തിരിക്കുകയായിരുന്നു. വൈറ്റ് ഹൗസിലേക്കു തള്ളിക്കയറാൻ. ആ നിശ്ശബ്ദത, പ്രത്യേകിച്ചും രാത്രിയിലേത്.... ആഴമളക്കാനാവാത്തതായിരുന്നു. എല്ലാവരും ആകാംക്ഷയുടെ മുൾമുനയിൽ. ആയിരക്കണക്കിനാളുകൾ എന്നാൽ തികഞ്ഞ നിശ്ശബ്ദത. കുപ്പികളിൽ പെട്രോൾ ഒഴിക്കുന്ന മണം. ഞാനോർക്കുന്നു.... എങ്ങും യുദ്ധം മണക്കുന്നതുപോലെ.

അവിടെ കൂടിയിരുന്നവരെല്ലാം നല്ലയാളുകളായിരുന്നു. ഏറ്റവും നല്ല യാളുകൾ! ഇന്നു പക്ഷേ, പലരും ആ സംഭവങ്ങളെക്കുറിച്ചു വിവരിക്കുന്നത്, അവിടെ മദ്യവും മയക്കുമരുന്നും ഒഴുകുകയായിരുന്നു എന്ന മട്ടിലാണ്. പറയത്തക്ക ഒരു വിപ്ലവവും അവിടെ നടന്നില്ല എന്നതുപോലെ. മദ്യവും കഞ്ചാവും തലയ്ക്കടിച്ച് കുറെപേർ എന്തോ ചില തോന്ന്യാസങ്ങൾ കാട്ടിയെന്നു മാത്രം. ഒക്കെ നുണയാണ്. മാന്യമായി മരിക്കാനൊരുങ്ങിക്കൊണ്ടാണ് ഓരോരുത്തരും അവിടെ എത്തിയിരുന്നത്. കഴിഞ്ഞ എഴുപതോളം കൊല്ലമായി ഈ യന്ത്രം ജനങ്ങളെ പൊടിച്ചരയ്ക്കുകയായിരുന്നുവെന്ന് ഞങ്ങൾക്കെല്ലാം അറിയാമായിരുന്നു. എന്നാലും ആരും കരുതിയില്ല ആ യന്ത്രം ഇത്ര എളുപ്പത്തിൽ തകർന്ന് തരിപ്പണമാകുമെന്ന്. അതും കാര്യമായ രക്തച്ചൊരിച്ചിൽ കൂടാതെ. പാലത്തിന്റെ മീതെ അവർ കുഴിബോംബുകൾ വെച്ചിട്ടുണ്ട് എന്നൊരു വാർത്ത പരന്നിരുന്നു. ഏതു നിമിഷവും അവർ ഞങ്ങളുടെ നേരെ വാതകപ്രയോഗം നടത്തുമെന്നും ഞങ്ങൾക്ക് തീർച്ചയുണ്ടായിരുന്നു.

വാതകപ്രയോഗമുണ്ടായാൽ എന്താണ് ചെയ്യേണ്ടതെന്ന് ഒരു മെഡിക്കൽ വിദ്യാർത്ഥി വിവരിച്ചു തന്നു. ഓരോ അര മണിക്കൂറിലും സ്ഥിതിഗതികൾ മാറിമറിയുകയായിരുന്നു. അതിനിടയിൽ ഭയാനകമായ ഒരു വാർത്ത. മൂന്നുപേർ, ഒരു ടാങ്കു കയറി കൊല്ലപ്പെട്ടു. എന്നിട്ടും ആരും അനങ്ങിയില്ല. ആ മൈതാനം വിട്ടുപോകാൻ കൂട്ടാക്കിയതുമില്ല. എന്തു വന്നാലും അവിടം വിട്ടുപോകുകയില്ല എന്നുറപ്പിച്ചു. ആ സ്ഥാനത്തുണ്ടായിരിക്കുക എന്നതുതന്നെയാണ് ഏറ്റവും പ്രധാനപ്പെട്ട കാര്യം എന്നായിരുന്നു എല്ലാവരുടേയും മനസ്സിൽ. കടുത്ത നിരാശയാണ് അപ്പുറത്തു ഞങ്ങളെ കാത്തിരിക്കുന്നതെങ്കിലും പിന്മാറാൻ ഒരാളും തയ്യാറായില്ല. ആ മണിക്കൂറുകളും ഞങ്ങൾ മറികടന്നു. അന്നത്തെ ഞങ്ങൾ അങ്ങനെയായിരുന്നു. (അവർ മെല്ലെ വിതുമ്പി) രാവിലെ....മൈതാനം മുഴുവൻ

ഹുറേ വിളികൾ മുഴങ്ങി. പിന്നെ വീണ്ടും ചീത്തവിളികൾ. ഒച്ചകൂട്ടലുകൾ, കണ്ണീർ....വാമൊഴിയായി ആ വാർത്ത ഞങ്ങളിലുമെത്തി. സൈന്യം ജനപക്ഷം ചേർന്നിരിക്കുന്നു. അൽഫാ ഡിവിഷനിൽ നിന്നുള്ള പ്രത്യേക സേനാവിഭാഗം, ആക്രമണത്തിൽ പങ്കുചേരില്ലെന്നറിയിച്ച് മാറി നില്പാണ്. തലസ്ഥാന നഗരിയിൽ നിന്ന് ടാങ്കുകൾ പിൻവാങ്ങുകയാണ്.

അട്ടിമറിക്കാരെ എല്ലാവരേയും അറസ്റ്റുചെയ്തു എന്ന് അറിയിപ്പു കിട്ടിയതോടെ എല്ലാവരും അന്യോന്യം കെട്ടിപ്പിടിക്കാൻ തുടങ്ങി. സന്തോഷാധിക്യം....ഞങ്ങൾ വിജയിച്ചിരിക്കുന്നു. ഞങ്ങളുടെ സ്വാതന്ത്ര്യം ഞങ്ങൾ കാത്തുസൂക്ഷിച്ചു. എല്ലാവരും ഒരുമിച്ച് അത് സാധിച്ചെടുത്തു. എന്തും ചെയ്യാൻ ഞങ്ങൾക്കു സാധിക്കും. ആകെ ചെളിപിടിച്ച് മുഷിഞ്ഞിരുന്നു. മഴ നനഞ്ഞ് കുതിർന്നിരുന്നു. എന്നിട്ടും ആർക്കും വീട്ടിലേക്കു മടങ്ങാൻ മനസ്സു വന്നില്ല. അവിടെത്തന്നെ ചുറ്റിപ്പറ്റി നിന്നു. എല്ലാവരും പരസ്പരം മേൽവിലാസം എഴുതി വാങ്ങി. എന്നെന്നും സുഹൃത്തുക്കളായിരിക്കുമെന്നും ഒരു കാലത്തും മറക്കില്ലെന്നും ശപഥം ചെയ്തു. മെട്രോയിലെ പൊലീസുകാരും വളരെ മര്യാദയോടെയാണ് പെരുമാറിയത്. അതിനും മുമ്പും പിമ്പും പൊലീസുകാരെ ഇത്രത്തോളം മര്യാദക്കാരായി ഞാൻ കണ്ടിട്ടില്ല.

ഞങ്ങൾ വിജയിച്ചു. ഗോർബച്ചേവ് ക്രിമിയയിലെ* ഫൊറോസിൽ നിന്നും മടങ്ങിവന്നു. വന്നെത്തിയത് തികച്ചും വ്യത്യസ്തമായ ഒരു രാജ്യത്തിലേക്കായിരുന്നു എന്നുമാത്രം. ആളുകൾ പരസ്പരം നോക്കി പുഞ്ചിരിതൂകിക്കൊണ്ട് നഗരത്തിലെങ്ങും ചുറ്റി നടന്നു. ഞങ്ങൾ വിജയിച്ചു. ആ സന്തോഷം കുറെയധികം നാൾ മനസ്സിൽ നിറഞ്ഞു നിന്നു. ആ പരിസരത്തൊക്കെ ഞാൻ പിന്നേയും അലഞ്ഞു നടന്നു. ആ രംഗങ്ങൾ വീണ്ടും വീണ്ടും ഓർമ്മയിലൂടെ മിന്നി മറഞ്ഞു. “ടാങ്കുകൾ....ടാങ്കുകൾ വരുന്നു...” ആളുകൾ ഉച്ചത്തിൽ വിളിച്ചു പറഞ്ഞത് വീണ്ടും കാതിൽ മുഴങ്ങി. അവിടെയുള്ളവരെല്ലാം ആ നിമിഷം കൈകോർത്ത് ഒരു മനുഷ്യച്ചങ്ങല സൃഷ്ടിച്ചു. പുലർച്ചയ്ക്ക് ഏതാണ്ട് മൂന്നുമണിയോടടുത്ത സമയം. എന്റെ തൊട്ടരികത്തു നിന്നിരുന്ന ആൾ പോക്കറ്റിൽ നിന്ന് ഒരു പൊതി ബിസ്കറ്റ് എടുത്തു. “ആർക്കെങ്കിലും ബിസ്കറ്റ് വേണോ?” അയാൾ നീട്ടിയ പൊതിയിൽനിന്നും എല്ലാവരും ഓരോന്നെടുത്തു. എന്തു കാരണം കൊണ്ടാണാവോ? ഞങ്ങളെല്ലാവരും വെറുതെ ചിരിച്ചുകൊണ്ടിരുന്നു. ഞങ്ങൾക്കും ബിസ്കറ്റ് തിന്നണം...ഞങ്ങൾക്ക് ജീവിക്കണം... ഇന്നും അതോർക്കുമ്പോൾ എനിക്കു സന്തോഷം തോന്നുന്നു. അന്ന്... ആ സമയത്ത്...അവിടെ ഞാനുണ്ടായിരുന്നല്ലോ. എന്റെ ഭർത്താവും സുഹൃത്തുക്കളും എന്നോടൊപ്പമുണ്ടായിരുന്നു. അന്ന് എല്ലാ മനസ്സുകളിലും ആത്മാർത്ഥത മുറ്റിനിന്നിരുന്നു. അതിനു ശേഷം ഒക്കെ മാറി.... ആരും പഴയതുപോലെ ആയിരുന്നില്ല. ആലോചിക്കുമ്പോൾ സങ്കടം തോന്നുന്നു. ആളുകൾ എത്രയധികം മാറിപ്പോയി. ഞാൻ എപ്പോഴും അതിനെക്കുറിച്ചോർക്കാറുണ്ട്.

* ആഗസ്റ്റിൽ ഗോർബച്ചേവ് ക്രിമിയയിലെ ഫോറോസിലായിരുന്നു

യാത്ര പറഞ്ഞിറങ്ങവെ ഞാനവരോടു രണ്ടുപേരോടും ചോദിച്ചു. എങ്ങനെയാണ് ഇത്രയും കാലം അവർക്കാ പഴയ സൗഹൃദം സൂക്ഷിക്കാനായതെന്ന്. വാസ്തവത്തിൽ അത് കുട്ടിക്കാലം മുതലേ തുടങ്ങിയതായിരുന്നു.

ഈ കാര്യങ്ങളെക്കുറിച്ച് സംസാരിക്കില്ലെന്ന് ഞങ്ങൾ തീരുമാനിച്ചിരുന്നു. പരസ്പരം മനസ്സു നോവിക്കാൻ താത്പര്യമില്ലായിരുന്നു. തമ്മിൽ വഴക്കു കൂടും. ഏറെ നാൾ പിണങ്ങിയിരിക്കും. ചിലപ്പോൾ വർഷങ്ങളോളം മിണ്ടിയില്ലെന്നു വരാം. എന്നാൽ ആ കാലമെല്ലാം കഴിഞ്ഞു പോയി.

ഇപ്പോൾ ഞങ്ങൾ ഞങ്ങളുടെ മക്കളേയും കൊച്ചുമക്കളേയും കുറിച്ചു മാത്രമേ സംസാരിക്കാറുള്ളൂ. നാട്ടിൻപുറത്തെ തൊടിയിൽ ഞങ്ങൾ ചെയ്യുന്ന ചില്ലറ കൃഷിയെക്കുറിച്ചും സംസാരിക്കും.

ഞങ്ങളുടെ ചങ്ങാതിമാർ തമ്മിൽ ഒത്തുചേരുമ്പോൾ രാഷ്ട്രീയത്തെക്കുറിച്ച് ഒരു വാക്കുപോലും മിണ്ടാറില്ല. എല്ലാവരും അവരവരുടെ വഴിയിലൂടെയാണ് ഇവിടം വരെ എത്തിയത്. എല്ലാവരും ഒരുമിച്ചു ജീവിക്കുന്നു. മാന്യന്മാരും....സഖാക്കളും. ചുകപ്പും...വെളുപ്പും. പക്ഷേ, ആർക്കും ഇനിയൊരു വെടിവെപ്പിൽ താത്പര്യമില്ല. വേണ്ടതിലധികം രക്തം ഒഴുകിക്കഴിഞ്ഞിരുന്നു.

സഹോദരന്മാരെയും സഹോദരിമാരെയും കുറിച്ച് ഇരകളെയും ആരാച്ചാരെയുംകുറിച്ച്; പിന്നെ സമ്മതിദായകരും

അലക്സാണ്ടർ പോർഫ്രീവിച്ച് ഷാർപിലോ
റിട്ടയേഡ്. 63 വയസ്സ്

അദ്ദേഹത്തിന്റെ അയൽക്കാരിയായ മറീനാ ടിക്കോനോവ്നാ ഇസാമ്പിക്കിന്റെ വാക്കുകളിൽ:

അപരിചിതരെ, നിങ്ങൾക്കെന്താണ് വേണ്ടത്? എന്തിനു വേണ്ടിയാണ് നിങ്ങളിവിടെ വന്നിരിക്കുന്നത്? ആളുകൾ പിന്നെയും പിന്നെയും വന്നു കൊണ്ടിരിക്കുന്നു. ഒരു കാരണവും കൂടാതെയല്ല മരണം കടന്നു വരുന്നത്. അതിനെപ്പോഴും ഒരു കാരണമുണ്ടായിരിക്കും. ഇല്ലെങ്കിൽ അത് കണ്ടെത്തും.

അയാൾ തന്റെ പച്ചക്കറിത്തോട്ടത്തിൽ വെള്ളരിത്തടത്തിനരികെ നിന്ന് ഏതോ രാസവസ്തു സ്വന്തം തലയിലേക്കു കമിഴ്ത്തി. തീപ്പെട്ടിയുരച്ച് കത്തിച്ചു. ജീവനോടെ കത്തിച്ചാമ്പലായി. ഞാൻ ദാ...ഇവിടെയിരുന്ന് ടി.വി. കാണുകയായിരുന്നു. പെട്ടെന്ന് ആ മുറവിളി കേട്ടു. പ്രായമായ ഒരാളുടെ ശബ്ദം. ഏറെ പരിചയമുള്ളൊരു ശബ്ദം. സാഷ്കയുടേതു പോലെ. തുടർന്ന് വേറൊരു ശബ്ദം. കുറെക്കൂടി ചെറുപ്പമായത്. അതിലെ ഒരു വിദ്യാർത്ഥി നടന്നുപോവുകയായിരുന്നു. തൊട്ടടുത്തു തന്നെ ഒരു ടെക്നിക്കൽ സ്കൂളുണ്ട്. അപ്പോഴാണവിടെ....ഒരു മനുഷ്യൻ കത്തി നില്ക്കുന്നു. എന്തുപറയാനാണ്? ആ ചെറുപ്പക്കാരൻ ഓടിച്ചെന്നു. തീ കെടുത്താൻ ശ്രമിച്ചു. അതിനിടയിൽ അവനും പൊള്ളലേറ്റു. ഞാൻ വാതിൽ തുറന്നു പുറത്തുവന്നപ്പോഴേക്കും സാഷ്ക തറയിൽ വീണു കഴിഞ്ഞിരുന്നു. വല്ലാതെ മോങ്ങുന്നുണ്ടായിരുന്നു. തലയാകെ മഞ്ഞ നിറത്തിൽ നിങ്ങൾ ഇവിടുത്തുകാരനല്ലല്ലോ. അപരിചിതനായ ഒരാളുടെ വേദന.... നിങ്ങൾക്കത് ഒന്നുമല്ലല്ലോ.

മരണം. എല്ലാവർക്കും ആ കാഴ്ച കാണണം. ശരിയാണ്. വിവാഹ ത്തിനു മുമ്പ് അച്ഛനമ്മമാരോടൊപ്പം ഞാൻ താമസിച്ചിരുന്ന ഗ്രാമത്തിൽ ഒരാളുണ്ടായിരുന്നു. ആളുകൾ മരിക്കുന്നതു കാണാൻ അയാൾക്ക് വളരെ

ഇഷ്ടമായിരുന്നു. സ്ത്രീകൾ അയാളെ നാണംകെടുത്തും ആട്ടിപ്പായിക്കും. "പോ അവിടുന്ന്... ചെകുത്താനേ..." അവർ ഒച്ച വെക്കും. എന്നാലും അയാൾ അവിടെത്തന്നെയിരിക്കും. അയാൾ വളരെയധികം വയസ്സാകുന്നതുവരെ ജീവിച്ചിരുന്നു. ഒരുപക്ഷേ അയാൾ ശരിക്കും ചെകുത്താനായിരുന്നോ? ആർക്കറിയാം? എങ്ങനെയാണ് മരണം കണ്ടുകൊണ്ടിരിക്കുക? എവിടെ... ഏതു ഭാഗത്തേക്കാണു നോക്കുക? മരിച്ചു കഴിഞ്ഞാൽ പിന്നെ ഒന്നുമില്ല. മരിച്ചു. അത്രതന്നെ. മറ്റുള്ളവർ നിങ്ങളെ മറവു ചെയ്യുന്നു. എന്നാൽ നിങ്ങൾ ജീവിച്ചിരിക്കുമ്പോൾ കാറ്റും കൊണ്ട് നിങ്ങൾക്കിഷ്ടം പോലെ നടക്കാം. വലിയ സന്തോഷമൊന്നും ഇല്ലെങ്കിൽ പോലും. ഉദ്യാനത്തിൽ ഉലാത്താം. പ്രാണൻ പോയി കഴിഞ്ഞാൽ പിന്നെ ആളുണ്ടോ? ഉള്ളത് ഒന്നിനും കൊള്ളാത്ത ജഡം മാത്രം. പ്രാണനാണ് യഥാർത്ഥത്തിലുള്ള കാതൽ. മറ്റുള്ളതെല്ലാം വെറും ചവറാണ്. ചിലർ തൊട്ടിലിൽ തന്നെ മരിക്കുന്നു. മറ്റുള്ളവർ മൂത്തു നരച്ചതിനു ശേഷവും. സന്തോഷമായി കഴിയുന്നവർക്ക് മരിക്കണമെന്നില്ല. അതുപോലെത്തന്നെയാണ് സ്നേഹിക്കപ്പെടുന്നവരും മരിക്കാനാഗ്രഹിക്കുന്നില്ല. അവർക്ക് കൂടുതൽ ജീവിക്കാനാണ് മോഹം. എന്നാൽ ഈ സന്തോഷമുള്ളവരൊക്കെ എവിടെയാണ്?

റേഡിയോയിൽ പറയുന്നതു കേട്ടു, യുദ്ധം അവസാനിക്കുന്നതോടെ എല്ലാവരും സന്തോഷവാന്മാരാകുമെന്ന്. എനിക്ക് നല്ല ഓർമ്മയുണ്ട്. ക്രൂഷ്ച്ചേവും വാക്കുതന്നിരുന്നു. ഉടനെ കമ്മ്യൂണിസം സ്ഥാനം പിടിക്കും. ഗോർബച്ചേവും ഉറപ്പു പറഞ്ഞതാണ്. എത്ര മനോഹരമാണ് അദ്ദേഹത്തിന്റെ പ്രസംഗം. കേൾക്കാൻ നല്ല രസമായിരുന്നു. ഇപ്പോഴിതായെത്സീനും അതേ വാക്കുകൾ ആവർത്തിക്കുന്നു. തീവണ്ടിപ്പാതയിൽ കിടക്കാനും താൻ തയ്യാറാണെന്നാണ് അദ്ദേഹം പറഞ്ഞത്; ഒരു ഭീഷണിയെന്നോണം. നല്ലകാലം വന്നെത്താനായി ഞാൻ കാത്തു കാത്തിരുന്നു. കുട്ടിയായിരുന്നപ്പോൾ മുതൽ കാത്തിരിക്കാൻ തുടങ്ങിയതാണ്. മുതിർന്നപ്പോഴും അതു തുടർന്നു. ഇപ്പോഴിതാ വയസ്സായി....എന്നിട്ടും ഞാൻ കാത്തിരിക്കുകയാണ്. നല്ല കാലത്തിനായി. നീണ്ട ഒരു കഥ. ഞാൻ ചുരുക്കിപ്പറയാം. എല്ലാവരും നുണ പറയുകയായിരുന്നു. സ്ഥിതി കൂടുതൽ കൂടുതൽ മോശമായി എന്നതാണ് സത്യം. എന്റെ ഭർത്താവ് മരിച്ചു. വെളിയിൽ പോയതാണ്. കുഴഞ്ഞുവീണു. മരിച്ചു...ഹൃദയാഘാതം. പെട്ടെന്ന് എല്ലാം കഴിഞ്ഞു. ഞങ്ങൾ അനുഭവിച്ച ദുഃഖങ്ങളും ദുരിതങ്ങളും.... ഒരാൾക്കും അളക്കാനാവില്ല; തൂക്കിനോക്കാനാവില്ല. എന്നിട്ടും ഞാനിതാ ഇവിടെ ജീവിച്ചിരിക്കുന്നു. എന്റെ മക്കളെല്ലാം പല ദിക്കിലാണ്. എന്റെ മകൻ നോവാസിബിറിസ്കിലാണ്. മകൾ അവളുടെ കുടുംബത്തോടൊപ്പം റീഗയിൽ. ഇന്നു പറയുകയാണെങ്കിൽ, അവൾ വിദേശത്താണ്. വേറെത്തന്നെയൊരു രാജ്യം. അവർ ഇപ്പോൾ റഷ്യൻ ഭാഷ പോലും സംസാരിക്കുന്നില്ല.

വീട്ടിൽ ഒരു മൂലയിലായി ഞാനൊരു ക്രൂശിത രൂപം വെച്ചിട്ടുണ്ട്. കൂട്ടിന് ഒരു നായയുമുണ്ട്. ഇടയ്ക്കൊന്നു സംസാരിക്കാൻ ആരെങ്കിലും

വേണ്ടേ? ഒരൊറ്റ ചുള്ളിക്കമ്പുകൊണ്ട് ഒരു തീയുണ്ടാക്കാനാവില്ല. എന്നാലും ഞാൻ ആവുമ്പോലെ ചെയ്യുന്നു. ദൈവത്തിന്റെ കാരുണ്യം. മനുഷ്യനു കൂട്ടായി നായയേയും പൂച്ചയേയും സൃഷ്ടിച്ചുവല്ലോ. അവിടുന്ന് മനുഷ്യനു സുഖമായി കഴിയാൻ വേണ്ടി, ജീവിതം ഒരു ഭാരമായി തോന്നാതിരിക്കാൻ വേണ്ടി വേണ്ടതെല്ലാം ഒരുക്കിത്തന്നു. ജീവിച്ചു ജീവിച്ച് മനുഷ്യൻ തളർന്നുപോകരുതല്ലോ. എത്ര കണ്ടാലും എനിക്കു മടുപ്പു തോന്നാത്ത ഒരു കാഴ്ച ഗോതമ്പുകതിരുകൾ പച്ചനിറം മാറി മഞ്ഞയാകുന്നത്... വിളഞ്ഞു പാകമാകുന്നത്... അന്ന് എനിക്കേറ്റവും അധികം സന്തോഷം തോന്നുന്ന കാഴ്ച. കാറ്റിൽ മെല്ലെ ചാഞ്ചാടുന്ന കറ്റകൾ. പലർക്കും മ്യൂസിയത്തിലെ ചിത്രങ്ങൾ കാണുമ്പോൾ തോന്നുന്ന ആനന്ദവും അതിശയവുമാണ് എനിക്ക് വിളഞ്ഞു നില്ക്കുന്ന പാടങ്ങൾ കാണുമ്പോൾ. ഇപ്പോഴും വെളുത്ത റൊട്ടിയോട് എനിക്ക് ആർത്തിയില്ല. ഉപ്പുള്ള കറുത്ത റൊട്ടിയും മധുരമുള്ള ചായയും. അതിലും നല്ലൊരു ഭക്ഷണമില്ല എന്നേ ഞാനിപ്പോഴും പറയൂ. എല്ലാ വ്യാധികൾക്കുമുള്ള ഒരേയൊരു പ്രതിവിധി.... ഞങ്ങൾക്കറിയാം, ക്ഷമ മാത്രമാണ്. അങ്ങനെ ക്ഷമിച്ചു ക്ഷമിച്ചിരിക്കേ ഒരുനാൾ തിരിച്ചറിയുന്നു. ജീവിതം ഏതാണ്ടു മുഴുവനും കടന്നുപോയിക്കഴിഞ്ഞെന്ന്. സാഷ്കയുടെ കാര്യത്തിലും അതാണ് സംഭവിച്ചത്. ഞങ്ങളുടെ പ്രിയപ്പെട്ട സാഷ്ക. അദ്ദേഹം വളരെയധികം കാത്തിരുന്നു. ഒടുവിൽ ഇനിയും കാത്തിരിക്കാൻ വയ്യ എന്ന സ്ഥിതിയിലായി. അത്രയ്ക്കും മടുത്തുപോയി. ശരീരം മണ്ണിൽ കിടക്കുന്നു. എന്നാൽ ആത്മാവിന് ഓരോന്നിനും ഉത്തരം നല്കേണ്ടതുണ്ട്. (അവർ കണ്ണു തുടച്ചു) അതങ്ങനെയാണ്. ഇവിടെയിരുന്ന് ഞങ്ങൾ കരയുന്നു. മരിച്ചു കഴിഞ്ഞാൽ.... അവിടെയിരുന്നും കരച്ചിൽ തുടരും.

ആളുകൾ വീണ്ടും ദൈവത്തിൽ വിശ്വസിക്കാൻ തുടങ്ങിയിരിക്കുന്നു. കാരണം, ജീവിതത്തിൽ വേറെ പ്രതീക്ഷകളൊന്നുമില്ല. സ്കൂളിൽ പഠിച്ചിരുന്ന കാലത്ത് അവർ ഞങ്ങളെ പഠിപ്പിച്ചിരുന്നത് ലെനിനാണ് ദൈവം എന്നാണ്. പിന്നെ കാറൽമാർക്സും. പള്ളികളെല്ലാം ധാന്യം ശേഖരിച്ചു വെക്കാനുള്ള പണ്ടകശാലകളാക്കി മാറ്റി. പഞ്ചസാര ഉണ്ടാക്കാനുള്ള “കിഴങ്ങും” അവിടെയാണ് കൂട്ടിവെച്ചിരുന്നത്. യുദ്ധം തുടങ്ങുന്നതുവരെ അതായിരുന്നു സ്ഥിതി. യുദ്ധം പൊട്ടിപ്പുറപ്പെട്ടതോടെ അവർ പള്ളികൾ തുറന്നു. വീണ്ടും പ്രാർത്ഥനകൾ തുടങ്ങി. റഷ്യയുടെ സൈനിക വിജയത്തിനുവേണ്ടിയുള്ള പ്രാർത്ഥനകൾ, സ്റ്റാലിൻ നാട്ടുകാരെ അഭിസംബോധന ചെയ്തു. “സഹോദരീ സഹോദരന്മാരേ സുഹൃത്തുക്കളേ....” അതിനു മുമ്പ് ഞങ്ങൾ ആരായിരുന്നു? ജനങ്ങളുടെ ശത്രുക്കൾ... ജന്മികളും ജന്മിത്വത്തിന്റെ അനുഭാവികളും.... ഞങ്ങളുടെ ഗ്രാമത്തിലെ ഏറ്റവും നല്ല കുടുംബക്കാരെല്ലാം ജന്മിത്തം ഇല്ലായ്മ ചെയ്യാനുള്ള നടപടികൾക്കിരകളായി. രണ്ടു കുതിരകളും രണ്ടു പശുക്കളുമുള്ള സാധാരണ കുടുംബങ്ങൾ പോലും ജന്മികളായി മുദ്രകുത്തപ്പെട്ടു. അവരെയെല്ലാം സൈബീരിയയിലേക്കു നാടുകടത്തി. ടൈഗാ കാടുകളിലെ വിജനഭൂമികളിൽ അവരെ ഇറക്കിവിട്ടു. പല സ്ത്രീകളും സ്വന്തം കുട്ടികളെ

വീർപ്പുമുട്ടിച്ചു കൊന്നു, കൂടുതൽ ദുരിതങ്ങൾ അനുഭവിക്കാതിരിക്കാൻ. ആ സങ്കടങ്ങളും കണ്ണീരും...ഓർക്കാൻ വയ്യ. ഭൂമിയിൽ ആകെയുള്ള വെള്ളത്തിനേക്കാൾ കൂടുതലായിരുന്നു അന്നവരൊഴുക്കിയ കണ്ണീർ. അപ്പോഴാണ് സ്റ്റാലിന്റെ ആ സംബോധന. "പ്രിയപ്പെട്ട സഹോദരീ സഹോദരന്മാർ" പോലും. അന്നു ഞങ്ങൾ സ്റ്റാലിനെ വിശ്വസിച്ചു. അദ്ദേഹത്തിനു മാപ്പുകൊടുത്തു. ഹിറ്റ്ലറെ പരാജയപ്പെടുത്തി! ഇരുമ്പുചട്ട കൊണ്ടു പൊതിഞ്ഞ ടാങ്കിൽ കയറി സ്റ്റാലിൻ ഞങ്ങളുടെ മുമ്പിൽ പ്രത്യക്ഷപ്പെട്ടു... എന്തായാലും അദ്ദേഹത്തേയും ഞങ്ങൾ തോല്പിച്ചു. എന്നിട്ടോ? ഇന്നു ഞങ്ങൾ ആരാണ്, എവിടെയാണ്...? ഞങ്ങൾ സമ്മതിദായകരാണ്... വോട്ടർമാർ. ഞാൻ ടി.വി.കാണാറുണ്ട്. വാർത്തകൾ കൃത്യമായി മുടങ്ങാതെ കേൾക്കും. ഞങ്ങൾക്ക് ഒരേയൊരു ചുമതലയേയുള്ളൂ. ശരിയായ സ്ഥാനാർത്ഥിക്കു വോട്ടു ചെയ്യുക. അതോടെ എല്ലാം കഴിഞ്ഞു. ഒരിക്കൽ എനിക്കു തീരെ സുഖമില്ലാതായിരുന്നു. വോട്ടു ചെയ്യാൻ ബൂത്തിലേക്കു പോകാൻ സാധിച്ചില്ല. അവർ വണ്ടിയിൽ കയറി ഇവിടേക്കു വന്നു, ആ ചുകന്ന പെട്ടിയും താങ്ങി. അവർ ഞങ്ങളെ ഓർമ്മിക്കുന്ന ഒരേയൊരു ദിവസം.... അതെ, അതങ്ങനെയാണ്.

ഞങ്ങൾ ജീവിച്ചിരിക്കുന്നതുപോലെ മരിക്കുകയും ചെയ്യുന്നു... പള്ളിയിൽ പോകാറുണ്ട്. ചെറിയൊരു കുരിശ് മാലയിൽ കോർത്ത് കഴുത്തിലണിയാറുണ്ട്. പക്ഷേ, എന്റെ ജീവിതത്തിൽ ഒരിക്കലും സന്തോഷമുണ്ടായിട്ടില്ല. ഇപ്പോഴുമില്ല. സന്തോഷം എന്താണെന്നെനിക്കറിഞ്ഞുകൂടാ. പ്രാർത്ഥനകൊണ്ടും പ്രത്യേകിച്ചൊരു പ്രയോജനവുമില്ല. വേഗം ജീവിതം അവസാനിച്ചു കിട്ടണം എന്നു മാത്രമാണെന്റെ ആശ. എനിക്കത്രയും മടുത്തു കഴിഞ്ഞു. ഇനിയും കാത്തിരിക്കാൻ വയ്യ. സാഷ്കയെപോലെ... അദ്ദേഹം ശവപ്പറമ്പിൽ വിശ്രമിക്കുകയാണ്. (അവർ കുരിശു വരച്ചു) അവർ അദ്ദേഹത്തെ മറവുചെയ്തത് കണ്ണീരോടും സംഗീതത്തോടും കൂടിയായിരുന്നു. എല്ലാവരും കരഞ്ഞു. അന്ന് ഒരുപാട് കണ്ണീരൊഴുക്കുകയുണ്ടായി. എല്ലാവർക്കും സങ്കടമായി... പശ്ചാത്താപം കൊണ്ട് എന്തു പ്രയോജനം? മരിച്ചു കഴിഞ്ഞാൽ പിന്നെ എന്തുതന്നെ പറഞ്ഞാലും ആരു കേൾക്കാനാണ്. സാഷ്കയുടേതായി ശേഷിച്ചത്, രണ്ടു മുറികളുള്ള, പട്ടാളപ്പാളയത്തിലെ ഒരു വീട്.... ചെറിയൊരു പച്ചക്കറിത്തോട്ടം. ഒരു പിടി ചുകന്ന സർട്ടിഫിക്കറ്റുകളും ഒരു മെഡലും. "വിക്ടർ ഓഫ് സോഷ്യലിസ്റ്റ് എമുലേഷൻ" എന്ന് അതിൽ മുദ്രണം ചെയ്തിരുന്നു. എന്റെ അലമാരിയിലും അതേപോലെയുള്ള ഒരു മെഡൽ ഇരിക്കുന്നുണ്ട്. ഞാനൊരു 'സ്റ്റാക്കാനോവൈറ്റ്'* ആയിരുന്നു. ഞാനൊരു ഡെപ്യൂട്ടി കൂടിയായിരുന്നു. പലപ്പോഴും വയറു നിറച്ച് ആഹാരം കഴിക്കാനുണ്ടായിരുന്നില്ല. അപ്പോഴും

* ഉത്പാദനക്ഷമത വർദ്ധിപ്പിക്കാനായുള്ള പ്രോത്സാഹന സമ്മാനം. ചട്ടപ്രകാരമുള്ളതിനേക്കാൾ കൂടുതലായി ഉത്പാദിപ്പിച്ചവർക്ക് കിട്ടിയിരുന്ന പുരസ്കാരം. അലക്സിസ്റ്റാക്കനോവ എന്ന ഖനിത്തൊഴിലാളി ആറു മണിക്കൂറിൽ കുറഞ്ഞ സമയം കൊണ്ട് 102 ടൺ കൽക്കരി ഖനനം ചെയ്തെടുത്തു. അദ്ദേഹത്തിന്റെ പേരിലാണ് ഈ സമ്മാനം.

പെട്ടി നിറച്ചും ചുകന്ന സർട്ടിഫിക്കറ്റുകളുണ്ടായിരുന്നു. ഇടയ്ക്കിടയ്ക്ക് ഓരോ സർട്ടിഫിക്കറ്റുകൾ കൈയിൽ വെച്ചുതരും. അതിന്റെ ഫോട്ടോയുമെടുക്കും. ഈ ബാരക്കുകളിൽ മൂന്നു കുടുംബങ്ങൾ ഒന്നിച്ചാണ് താമസം. ഇങ്ങോട്ടു വന്നപ്പോൾ ഞങ്ങൾക്കെല്ലാവർക്കും ചെറുപ്പമായിരുന്നു. ഇവിടുത്തെ താമസം ഒന്നോ രണ്ടോ കൊല്ലത്തേക്കു മാത്രം എന്നാണ് അന്നു ഞങ്ങൾ കരുതിയത്. പക്ഷേ ജീവിതകാലം മുഴുവൻ ഈ ചെറിയ മുറികളിൽ ഒതുങ്ങിക്കൂടാനായിരുന്നു ഞങ്ങളുടെ വിധി. ഈ ബാരക്കുകളിൽ കിടന്നുതന്നെ ഞങ്ങൾ മരിക്കുകയും ചെയ്യും. ഇരുപതും മുപ്പതും കൊല്ലമായി ആളുകൾ പേരുകൊടുത്തു കാത്തിരിക്കുകയാണ്, സാമാന്യരീതിയിലുള്ള ഒരു ഫ്ളാറ്റിലേക്ക് താമസം മാറുവാൻ. ഈ അസൗകര്യങ്ങളെ സഹിച്ച് കാത്തിരിക്കുന്നതിനിടയിൽ ഗൈസർ വന്ന് ഞങ്ങളുടെ മുഖത്തുനോക്കി പൊട്ടിച്ചിരിച്ചു കൊണ്ടു പറയുന്നു, 'പോയി ഒരു ഫ്ളാറ്റു വാങ്ങിക്കോളൂ" അതിനുള്ള പണം ആരുടെ കൈയിലാണുള്ളത്? ഞങ്ങളുടെ സമ്പാദ്യമെല്ലാം ആവിയായിപ്പോയി. ഒരു പുതിയ നിയമം....അതിനെ തുടർന്ന് വേറൊരു പുതിയ നിയമം. ഞങ്ങളുടെ കൈയിലുള്ളതെല്ലാം അവർ കവർന്നെടുത്തു. എങ്ങനെയുണ്ടായിരുന്ന ഒരു നാടായിരുന്നു! കക്കൂസു കഴുകുന്നതുപോലെ എല്ലാം അവർ ഒഴുക്കിക്കളഞ്ഞു. ഓരോ കുടുംബത്തിനും കഴിയാൻ ഈരണ്ടു കൊച്ചു മുറികൾ. ചെറിയൊരു തൊഴുത്തും, ഒരു കൊച്ചു പച്ചക്കറിത്തോട്ടവും. എല്ലാവരും ഒരേ മട്ടിൽ. ഞങ്ങൾ സമ്പാദിച്ച മുതൽ... ഓ...എല്ലാവരും പണക്കാരാണ്. ഒരു നാൾ സുഖമായി ജീവിക്കാൻ കഴിയുമെന്ന ആശയിൽ ഞങ്ങൾ ഒരായുസ്സു മുഴുവൻ കാത്തിരുന്നു. എത്ര വലിയൊരു നുണയായിരുന്നു അത്! ഞങ്ങളുടെ ജീവിതം, അതൊന്നും ഓർക്കാതിരിക്കുകയാണ് നല്ലത്. ഞങ്ങൾ സഹിച്ചു, അദ്ധ്വാനിച്ചു, കഷ്ടപ്പെട്ടു. ഇപ്പോൾ....ഞങ്ങൾ ജീവിച്ചിരിക്കുകയാണെന്ന് പറയാൻ വയ്യ. വെറുതെ... അവസാന നാളുകൾക്കായി കാത്തിരിക്കുക മാത്രമാണ്.

സാഷ്കയും ഞാനും ഒരേ ഗ്രാമത്തിൽ നിന്നായിരുന്നു... ഇവിടെത്തന്നെ. ബ്രെസ്റ്റിനു സമീപത്തായി. ഞങ്ങൾ രണ്ടുപേരും പഴയ കാര്യങ്ങൾ ഓർത്തു കൊണ്ട് ഈ ബെഞ്ചിലിരുന്ന് വൈകുന്നേരങ്ങൾ ചെലവഴിക്കാറുണ്ടായിരുന്നു. വേറെ എന്തിനെക്കുറിച്ചാണ് സംസാരിക്കുക? അദ്ദേഹം നല്ലൊരു മനുഷ്യനായിരുന്നു. ഒരിക്കലും മദ്യപിച്ചിരുന്നില്ല. ഒറ്റക്കാണ് ജീവിച്ചിരുന്നത് എന്നിട്ടും മദ്യം തൊട്ടിരുന്നില്ല. വൃദ്ധനായ ഒരവിവാഹിതൻ....എന്തു ചെയ്യാനാണ്. കുറച്ചു കുടിക്കും കുറച്ചുറങ്ങും. പിന്നെ കുറച്ചുകൂടി കുടിക്കും. മുറ്റത്ത് ഓരോ അടിവെച്ച് നടക്കും. ഓരോന്നു ചിന്തിച്ചു കൊണ്ട് നടക്കും. ഈ ലോകത്തിലെ ജീവിതം.... ഇതൊരവസാനമല്ല. മരണം ആത്മാവിന് സ്വതന്ത്രമായ ഒരിടം തുറന്നു തരുന്നു സാഷ്ക എവിടെയാണ്? ജീവിതത്തിന്റെ അന്ത്യനിമിഷങ്ങളിൽ അദ്ദേഹം തന്റെ അയൽക്കാരെ ഓർത്തു. അദ്ദേഹം ഞങ്ങളെ മറന്നില്ല. ഈ പട്ടാളനിര വീടുകൾ, വളരെ പഴയതാണ്. യുദ്ധം അവസാനിച്ച ഉടനെയാണ് അവ പണിതത്. ഇതിലെ മരമെല്ലാം ഉണങ്ങി ശോഷിച്ചു കഴിഞ്ഞു.

കടലാസുപോലെ ഏതു നിമിഷവും കത്തിപ്പിടിക്കാം. കരിഞ്ഞു ചാമ്പലാകാം. കണ്ണൊന്നടച്ചു തുറക്കേണ്ട നേരം മതി. അദ്ദേഹം തന്റെ മകൾക്കായി ഒരു കുറിപ്പെഴുതി വെച്ചിരുന്നു. “നിങ്ങളുടെ മക്കളെ നന്നായി വളർത്തുക. ഞാൻ യാത്ര പറയുകയാണ്.” എല്ലാവർക്കും കാണത്തക്ക വിധത്തിൽ ആ കുറിപ്പ് മേശപ്പുറത്തു വെച്ചു. പതുക്കെ പുറത്തേക്കിറങ്ങി. പച്ചക്കറിത്തോട്ടത്തിന്റെ അരികത്തേക്കു ചെന്നു.

അയ്യോ... വയ്യ! എന്തു ചെയ്യാനാണ്. ആംബുലൻസു വന്നു, സാഷ്കയെ അവരെടുത്ത് ഒരു സ്ട്രെച്ചറിൽ കിടത്തി. പക്ഷേ അദ്ദേഹം ചാടിയെഴുന്നേറ്റു. ‘ഞാൻ നടന്നോളാം...’ “സാഷ്കാ...ഇതെന്താണ് ചെയ്തത്” ഞാൻ അദ്ദേഹത്തിന്റെ പിറകെ ആംബുലൻസിലേക്കു ചെന്നു. “ജീവിതം എനിക്ക് അത്രയ്ക്കും മടുത്തു.” ഞാനാകെ തളർന്നു. എന്റെ മകനെ വിളിച്ച് ആശുപത്രിയിലേക്കു വരാൻ പറഞ്ഞു. അപ്പോഴും അദ്ദേഹത്തിന് സംസാരിക്കാൻ സാധിച്ചിരുന്നു. ജാക്കറ്റു മുഴുവൻ കത്തിയിരുന്നു. ചുമലുകൾ വെളുത്ത് വൃത്തിയായി. അയ്യായിരം റൂബിൾ കൈവശമുണ്ടായിരുന്നു....ആ കാലത്ത് അത് നല്ലൊരു തുക തന്നെയായിരുന്നു. സേവിങ്സ് അക്കൗണ്ടിൽ നിന്നെടുത്ത് ആ കുറിപ്പിനോടൊപ്പം വെച്ചിരുന്നു. ഒരായുഷ്കാലത്തെ മുഴുവൻ സമ്പാദ്യം. പെരിസ്ട്രോയ്ക്ക് മുമ്പുള്ളത്. അന്ന് അത്രയും തുക കൊണ്ട് ഒരു കാറ് വാങ്ങിക്കാൻ സാധിക്കുമായിരുന്ന, നല്ലൊരു വോൾഗ തന്നെ. ഏറ്റവും വില കൂടിയ മോഡലായിരുന്നു അത്. എന്നാൽ ഇന്നോ. ഒരു ജോടി ഷൂസു വാങ്ങാം. മൃതദേഹത്തിൽ വെക്കാനുള്ള പുഷ്പചക്രവും വാങ്ങാം. അതാണ് ഞങ്ങളുടെ ജീവിതം. സാഷ്കാ എന്റെ കൺമുമ്പിൽ ആംബുലൻസിൽ കിടന്നു. ഞാൻ നോക്കിനില്ക്കേ ആ ശരീരം ആകമാനം ഇരുണ്ടു. സാഷ്ക കത്തിനില്ക്കുന്നത് കണ്ട് രക്ഷിക്കാനോടി വന്ന ആ വിദ്യാർത്ഥിയേയും ഡോക്ടർമാർ കൂടെ കൊണ്ടുപോയി. മുറ്റത്തെ അയയിൽ, ഞാൻ നനച്ചു ഉണക്കാനിട്ട വെള്ള വിരിപ്പ് അവർ തിടുക്കത്തിൽ വലിച്ചെടുത്തിരുന്നു. അതവർ സാഷ്കയുടെ ശരീരത്തിലേക്കു വലിച്ചെറിഞ്ഞു. അപരിചിതനായ ഒരു വിദ്യാർത്ഥി വെറുതെ ആ വഴി നടക്കവെ ഒരു വൃദ്ധൻ നിന്നു കത്തുന്നതു കാണുന്നു. സ്വന്തം പച്ചക്കറിത്തോട്ടത്തിനടുത്ത്, ആകെ തീപ്പിടിച്ച്....കുമ്പിട്ടു നില്ക്കുന്നു. എരിഞ്ഞു കൊണ്ടിരിക്കുന്നു. ശബ്ദമില്ല. അങ്ങനെയാണ് ആ വിദ്യാർത്ഥി ആ രംഗം പിന്നീടു വിവരിച്ചത്. ‘നിശ്ശബ്ദമായി എരിഞ്ഞു കൊണ്ട്...’ ജീവനോടെ കത്തുകയായിരുന്നു. അടുത്ത ദിവസം രാവിലെ അദ്ദേഹത്തിന്റെ മകൻ എന്റെ വാതിലിൽ മുട്ടി. “എന്റെ അച്ഛൻ മരിച്ചു.” സാഷ്ക ശവപ്പെട്ടിയിൽ.... തല മുഴുവൻ പൊള്ളിയിട്ടുണ്ട്. കൈകളാകെ കറുത്ത്....കറുത്ത്... സ്വർണ്ണം കൊണ്ടുള്ള കൈകളായിരുന്നു സാഷ്കയുടേത്. എന്തും ഏതും ആ കൈകൾകൊണ്ട് അദ്ദേഹം ചെയ്യുമായിരുന്നു. നല്ല ആശാരിയായിരുന്നു. നല്ലൊരു കൽപ്പണിക്കാരനുമായിരുന്നു. ചുറ്റുവട്ടത്തുള്ളവർക്കെല്ലാം അദ്ദേഹത്തെപ്പറ്റി ഓർക്കാൻ ചിലതുണ്ടായിരുന്നു. ഒരു മേശ, പുസ്തകം വെക്കാനുള്ള ഷെൽഫ്, അടുക്കളയിലേക്കുള്ള തട്ടുകൾ. ചിലപ്പോൾ

രാത്രി വൈകുന്നതുവരെ മുറ്റത്ത് മരത്തിന് ചിന്തേരിട്ടു നില്ക്കുന്നതു കാണാം. മരത്തിനോട് സാഷ്കയ്ക്ക് പ്രത്യേകിച്ചൊരു മമതയുണ്ടായിരുന്നു. മണം കൊണ്ട് അല്ലെങ്കിൽ ഒരു ചീളു കൊണ്ട് മരം ഏതാണെന്ന് അദ്ദേഹത്തിന് അറിയാമായിരുന്നു. ഓരോ വൃക്ഷത്തിനും അതിന്റേതായ ഗന്ധമുണ്ടെന്ന് അദ്ദേഹം പറയുമായിരുന്നു. ഏറ്റവും മണമുള്ള തടി പൈൻ മരത്തിന്റേതാണത്രെ. "പൈൻതടിക്ക് ചായയുടെ ഗന്ധമാണ്. മേപ്പിളിന്റേത് സന്തോഷം തോന്നിക്കുന്ന മണമാണ്." മരിക്കുന്ന ദിവസം വരെയും സാഷ്ക നടുനിവർത്തി നടന്നു. പഴയ ആ ചൊല്ല് വാസ്തവം തന്നെ. "കൈയിൽ ചങ്ങലയുള്ളിടത്തോളം കാലം വായിൽ ആഹാരമുണ്ടാകും." സർക്കാർ വക പെൻഷൻ കൊണ്ട് ജീവിച്ചു പോരുക പ്രയാസം തന്നെ. ഞാൻ ഒരു "നാനി" യായി ജോലി നോക്കുന്നു. മറ്റുള്ളവരുടെ കുഞ്ഞുങ്ങളെ വളർത്തിക്കൊണ്ടു വരുന്നു. അവരെനിക്ക് ചില്ലറ എന്തെങ്കിലും തരും. അതുകൊണ്ട് ഞാൻ പഞ്ചസാരയും വിലകുറഞ്ഞ പൊളോനിയും വാങ്ങുന്നു. പെൻഷൻ കിട്ടുന്നതുകൊണ്ട് വേറെയെന്താണ് വാങ്ങാനാവുക? പാലും റൊട്ടിയും വാങ്ങാം. അതുകഴിഞ്ഞാൽ കാര്യമായൊന്നും ബാക്കിയുണ്ടാവില്ല. വയസ്സായവർ അവരുടെ ഉമ്മറമുറ്റത്തെ ബെഞ്ചുകളിൽ വന്നിരിക്കും. അവർക്ക് പ്രത്യേകിച്ച് ചുമതലകളും ചിന്തകളുമൊന്നുമില്ല. എന്തെങ്കിലുമൊക്കെ സംസാരിച്ചിരുന്നു നേരം കളയും. അതൊക്കെ പഴയ പതിവ്. ഇപ്പോൾ അങ്ങനെയൊന്നുമില്ല. പലരും നഗരത്തിൽ ചുറ്റിനടന്ന് കാലിക്കുപ്പികൾ ശേഖരിക്കുന്നു. ചിലർ പള്ളികളുടെ മുമ്പിൽ വരി നില്ക്കുന്നു, വല്ലതും കിട്ടാൻ വേണ്ടി. ബസ് സ്റ്റോപ്പുകൾക്കരികെ സിഗരറ്റും സൂര്യകാന്തി വിത്തുകളും വിറ്റു നടക്കുന്നവരും ധാരാളമുണ്ട്. റേഷൻ കാർഡുണ്ടെങ്കിലേ വോഡ്ക കിട്ടൂ. അതിനുള്ള തിരക്കിൽപ്പെട്ട ഒരാൾ ചവിട്ടിയരയ്ക്കപ്പെട്ടു. വോഡ്കയുടെ വില, എന്താണ് പറയുക...അമേരിക്കൻ ഡോളറിനേക്കാൾ കൂടുതലാണ്. വോഡ്ക കൊടുത്താൽ ഇവിടെ എന്തുവേണമെങ്കിലും വാങ്ങാം. ഇലക്ട്രീഷ്യനും പ്ലംബർക്കുമൊക്കെ കൂലിയായി അതു കൊടുത്താൽ മതി. അത് കൊടുക്കാനില്ലെങ്കിൽ അവർ പണിക്കു വരികയുമില്ല. അങ്ങനെ ജീവിതം കടന്നു പോകുന്നു. പണം കൊണ്ട് വാങ്ങിക്കാനാവാത്തത് ഒന്നു മാത്രം. സമയം. ദൈവത്തിന്റെ മുമ്പിൽ കരഞ്ഞാലും ഇല്ലെങ്കിലും അത് നിങ്ങൾക്ക് വാങ്ങാൻ സാധിക്കുകയില്ല. സമയത്തിന്റെ കാര്യം അങ്ങനെയാണ്.

സാഷ്ക ജീവിതമവസാനിപ്പിക്കാനുള്ള തീരുമാനമെടുത്തു. കൂടുതൽ ജീവിച്ചിരിക്കാൻ അദ്ദേഹം ആഗ്രഹിച്ചില്ല. ജീവിതമെന്ന ഈ ടിക്കറ്റ് ദൈവത്തിന്റെ കൈയിൽ തന്നെ തിരിച്ചേല്പിച്ചു. ദൈവമേ! പൊലീസ് പിന്നെയും പിന്നെയും കയറിവരുന്നു. ചോദ്യങ്ങൾ ചോദിക്കുന്നു. (എന്തോ ശ്രദ്ധിക്കാനായി അവർ ഒന്നു നിർത്തി) ദാ...കേട്ടില്ലേ....മോസ്കോയിലേക്കു പോകുന്ന തീവണ്ടിയുടെ ചൂളം വിളി. പകലും രാത്രിയും ആ ശബ്ദത്തിന് വ്യത്യാസമുണ്ട്. ബ്രെസ്റ്റിൽ നിന്നും മോസ്കോയിലേക്ക്. എനിക്ക് വാച്ച് നോക്കേണ്ട ആവശ്യമില്ല. രാവിലെ 6 മണിക്ക്....

വാർസോവ വണ്ടിയുടെ വിസിലു കേട്ട് ഞാനുണരുന്നു. അതുകഴിഞ്ഞാൽ മിൻസ്കിലേക്കുള്ളത്. പിന്നെ മോസ്കോയിലേക്കുള്ള ആദ്യത്തെ വണ്ടി. ചില രാത്രികളിൽ തീവണ്ടികളുടെ ചൂളംവിളികൾക്കു കാതോർത്ത് ഉറങ്ങാതെ കിടക്കും. പ്രായം കൂടുന്തോറും ഉറക്കവും നമ്മളെ ഒഴിഞ്ഞു മാറും. ആരോടാണ് സംസാരിക്കുക? ഈ ബെഞ്ചിൽ തനിയെ ഇരിക്കും... സാഷ്കയെ ആശ്വസിപ്പിക്കാറുണ്ട്. "സാഷ്കാ, നല്ലൊരു സ്ത്രീയെ കണ്ടുപിടിച്ച് വിവാഹം കഴിക്കൂ..." അതിനുള്ള മറുപടി, "ലിസ്കാ തിരിച്ചുവരും. ഞാൻ അവൾക്കായി കാത്തിരിക്കുകയാണ്." കഴിഞ്ഞ ഏഴു കൊല്ലമായി അവളെ കണ്ടിട്ടില്ല. അതായത് അയാളെ അവൾ ഉപേക്ഷിച്ചുപോയതിൽ പിന്നെ. ഏതോ ഒരു ഉദ്യോഗസ്ഥനുമായി അവൾ അടുപ്പത്തിലായി. അവൾക്ക് അയാളേക്കാൾ പ്രായം വളരെ കുറവായിരുന്നു. അയാൾക്കാണെങ്കിൽ ലിസ്കയെന്നു പറഞ്ഞാൽ ഭ്രാന്തുതന്നെ. അവൾ ശവപ്പെട്ടിയിൽ തലയടിച്ചു കരഞ്ഞു. "ഞാനാണ് സാഷ്കയുടെ ജീവിതം ഇങ്ങനെ നശിപ്പിച്ചത്. ഇതിനൊക്കെ ഞാനാണ് കാരണക്കാരി." സ്നേഹമെന്നാൽ, എപ്പോൾ വേണമെങ്കിലും വലിച്ചു പറിച്ചു കളയാവുന്ന ഒരു മുടിയിഴയല്ല. അതുപോലെ എന്തെല്ലാം ചെയ്താലും അതിനെ ഒട്ടിച്ചു നിർത്താനുമാവില്ല. അതിനെക്കുറിച്ചോർത്ത് എന്തിന് കരയണം? കരഞ്ഞാൽ തന്നെയും മണ്ണിന്നടിയിൽ കിടക്കുന്ന ആൾ അതു കേൾക്കാൻ പോകുന്നുണ്ടോ? (മൗനം) ദൈവമേ! നാല്പതു വയസ്സാകുമുമ്പേ എന്തു വേണമോ അതു നിങ്ങൾക്കു ചെയ്യാം. പാപം ചെയ്യണമോ? അതുമാവാം. എന്നാൽ നാല്പതു കഴിഞ്ഞാൽ പശ്ചാത്തപിക്കണം. ദൈവം നിശ്ചയമായും നിങ്ങൾക്കു മാപ്പു തരും.

(അവർ ചിരിച്ചു). നിങ്ങൾ ഇപ്പോഴും എഴുതുകയാണൊ? ആയിക്കോട്ടെ. കഥകൾ ഇനിയും പറഞ്ഞുതരാം. വേണ്ടതിൽ കൂടുതൽ ദുഃഖം സഹിച്ചു കഴിഞ്ഞിരുന്നു. (അവർ തല ഒന്നുയർത്തി.) നോക്കൂ... മീവൽ പക്ഷികൾ വരാൻ തുടങ്ങി. അതിനർത്ഥം ചൂട് കൂടാൻ പോകുന്നുവെന്നാണ്. സത്യം പറയട്ടെ, ഇതിനു മുമ്പ് ഒരു പത്രപ്രവർത്തകൻ ഇവിടെ വന്നിരുന്നു. ഞങ്ങൾ കുറെ സംസാരിക്കുകയും ചെയ്തു. യുദ്ധത്തെക്കുറിച്ച് കുറേ ചോദ്യങ്ങൾ. യുദ്ധം ഒഴിവാക്കാൻ എന്തു ത്യജിക്കാനും ഞാൻ തയ്യാറാണ്. യുദ്ധത്തേക്കാൾ ഭയാനകമായി ഈ ലോകത്തിൽ മറ്റൊന്നില്ല. ജർമ്മൻ സൈന്യം ഞങ്ങളുടെ നേരെ തുരുതുരെ വെടിവെച്ചു കൊണ്ടിരുന്നു. ഞങ്ങളുടെ വീടുകൾക്കു തീപിടിച്ചു. അവ തകർന്നു വീണു. ഞങ്ങളുടെ തോട്ടങ്ങൾ കത്തിക്കരിഞ്ഞു. സാഷ്കയും ഞാനും ഏതാണ്ടെല്ലാ ദിവസവും ഇവിടെയിരുന്ന് യുദ്ധത്തെക്കുറിച്ചു സംസാരിക്കും. അദ്ദേഹത്തിന്റെ അച്ഛൻ... യുദ്ധരംഗത്തു വെച്ചാണ് കാണാതായത്. സഹോദരൻ ഒളിപ്പോരാളികളോടൊപ്പം പോരാടി മരിച്ചു. അവർ തടവുകാരെയെല്ലാം ബ്രെസ്റ്റിലേക്കു കൊണ്ടുവന്നു. കുറച്ചൊന്നുമായിരുന്നില്ല, വലിയ കൂട്ടങ്ങൾ തന്നെ. ജർമ്മൻകാർ അവരെ നിരത്തിലൂടെ കുതിരകളെന്നവണ്ണം പായിച്ചു. മുൾവേലിക്കകത്ത് വലിയ പറമ്പുകളിൽ തടവിലാക്കി. അവിടെ അവർ മരിച്ചു വീണു. ചപ്പുചവറുകളെന്നോണം

കിടന്നു. വേനല്ക്കാലം മുഴുവൻ. സാഷ്‌ക ദിവസവും അയാളുടെ അമ്മയോടൊപ്പം അങ്ങോട്ടു ചെല്ലും. കൂട്ടത്തിൽ തന്റെ അച്ഛനുണ്ടോ എന്ന് തിരഞ്ഞു കണ്ടെത്താൻ. അദ്ദേഹം പറയാൻ തുടങ്ങി....പിന്നെ നിർത്താനാവില്ല. ജീവിച്ചിരിക്കുന്നവരുടേയും മരിച്ചവരുടേയും കൂട്ടത്തിൽ അവരദ്ദേഹത്തെ തിരഞ്ഞു. ആർക്കും മരണത്തെ ഭയമില്ലാതായിക്കഴിഞ്ഞിരുന്നു. ആ കാലത്ത് അതൊരു നിത്യസംഭവമായിരുന്നു. യുദ്ധത്തിനു മുമ്പ് ഞങ്ങൾ പാടി നടക്കുമായിരുന്നു... "ടൈഗയിൽ നിന്നും ബ്രിട്ടീഷ് കടൽ വരെ ചെമ്പടയേക്കാൾ കരുത്തുറ്റതായി വേറെയൊന്നുമില്ല." എത്ര അഭിമാനത്തോടുകൂടിയാണ് അന്നു ഞങ്ങൾ അതു പാടാറുള്ളത്! വസന്തകാലമായി. മഞ്ഞുരുകാൻ തുടങ്ങി. അതോടെ കാലമാകെ മാറി. ഞങ്ങളുടെ ഗ്രാമത്തിന്റെ പിറകിലുള്ള പുഴ ശവങ്ങൾ കൊണ്ടു നിറഞ്ഞു. കറുത്ത് കരിവാളിച്ച് നഗ്നമായ ശരീരങ്ങൾ. അരയിൽ കെട്ടിയ ബെൽറ്റുകൾ മാത്രം അപ്പോഴും തിളങ്ങി. ചെറിയ ചുകന്ന നക്ഷത്രങ്ങൾ തുന്നിച്ചേർത്ത അരപ്പട്ടകൾ. വെള്ളമില്ലാതെ സമുദ്രമില്ലാ എന്നു പറയുമ്പോലെ രക്തച്ചൊരിച്ചിൽ കൂടാതെ യുദ്ധവുമില്ല. മനുഷ്യന് ജീവൻ നല്കുന്നത് ദൈവമാണ്. എന്നാൽ യുദ്ധകാലത്ത് ആർക്കും ആരുടേയും ജീവനെടുക്കാം. (അവർ വിതുമ്പി) ഈ മുറ്റത്ത് ഞാൻ വെറുതെ നടന്ന് സമയം കളയും. പലപ്പോഴും സാഷ്‌കയുടെ മാതിരി ഒരാൾ എന്റെ തൊട്ടുപിറകിൽ നില്ക്കുന്നതുപോലെ തോന്നാറുണ്ട്. അദ്ദേഹത്തിന്റെ ശബ്ദം കേൾക്കുന്നതുപോലെ തോന്നും. തിരിഞ്ഞു നോക്കുമ്പോൾ.... അവിടെ ആരുമുണ്ടാവില്ല. ഞാനെന്തു ചെയ്യാൻ! ആരോടെന്നില്ലാതെ ഞാൻ ചോദിക്കും, "എന്തിനിതു ചെയ്തു, സാഷ്‌കാ? എത്ര വേദനാജനകമായൊരു വഴിയാണ് നിങ്ങൾ തിരഞ്ഞെടുത്തത്? ഒന്നു നോക്കുമ്പോൾ നന്നായി. ഭൂമിയിലാണല്ലോ നിങ്ങൾ കത്തിത്തീർന്നത്. എല്ലാ വേദനയും സങ്കടവും ഇവിടം കൊണ്ടു കഴിഞ്ഞു. ഇനി അവിടെ....സ്വർഗ്ഗത്തിൽ സുഖമായി കഴിയാം. നമ്മുടെ കണ്ണീരെല്ലാം സൂക്ഷിച്ചുവെക്കുന്നൊരിടം.... അവിടെ എവിടെയെങ്കിലും ഉണ്ടാവണം. അവിടെ അവരെങ്ങനെയാണ് സാഷ്‌കയെ സ്വാഗതം ചെയ്യുക? ഇവിടെ ഭൂമിയിൽ....രോഗികൾ ഇഴയുന്നു. പക്ഷാഘാതം ബാധിച്ചവർ കിടന്നിടത്തു കിടക്കുന്നു. തീരുമാനങ്ങളെടുക്കാൻ നമ്മളാര്? അതിനുള്ള അധികാരം നമുക്കില്ലല്ലോ... (അവർ കുരിശു വരച്ചു.)

യുദ്ധം....ഒരു കാലത്തും ഞാനത് മറക്കില്ല. ജർമ്മൻ സൈന്യം ഞങ്ങളുടെ ഗ്രാമം ആക്രമിച്ചു. ഉല്ലാസവാന്മാരായ ചെറുപ്പക്കാർ... വലിയ വലിയ വാഹനങ്ങളിലാണ് അവർ വന്നിറങ്ങിയത്. കുറെപേർ മൂന്നു ചക്രമുള്ള മോട്ടോർ സൈക്കിളുകളോടിച്ചും. അതിനുമുമ്പ് മോട്ടോർസൈക്കിൾ എന്ന സാധനം ഞാൻ കണ്ടിട്ടുണ്ടായിരുന്നില്ല. ഞങ്ങളുടെ കൂട്ടുകൃഷിയിടങ്ങളിൽ ആകെ ഉണ്ടായിരുന്ന വാഹനങ്ങൾ ഒന്നര ടണ്ണിന്റെ ലോറികളായിരുന്നു. അതിന്റെ തട്ടിൽ മരപ്പലകകൾ. വളരെ താഴ്ന്ന വണ്ടികൾ. തറയിൽ നിന്നും അധികം ഉയരമില്ല. എന്നാൽ ആ ജർമ്മൻട്രക്കുകൾ... ഒരു വീടോളം വലിപ്പമുണ്ടായിരുന്നു. അവരുടെ കുതിരകളോ?

കുതിരകളായിരുന്നില്ല. ഓരോ കുന്നുകളായിരുന്നു. ഞങ്ങളുടെ സ്കൂൾ കെട്ടിടത്തിൽ അവർ ഒരു അറിയിപ്പ് എഴുതിവെച്ചു. “നിങ്ങളുടെ ചെമ്പട നിങ്ങളെ ഉപേക്ഷിച്ചു പൊയ്ക്കഴിഞ്ഞു” ഞങ്ങളുടെ ജീവിതം ജർമ്മൻ ഭരണത്തിനു കീഴിലായി. ഞങ്ങളുടെ ഗ്രാമത്തിൽ നിരവധി യഹൂദന്മാരുണ്ടായിരുന്നു. അവ്റാംയാൻകെൽ, മോർഡക്...എല്ലാവരേയും അവർ തടവിലാക്കി, തടവുകാർക്കുള്ള ക്യാമ്പിൽ കൊണ്ടുപോയി അടച്ചു. എല്ലാവരും അവരവർക്കുള്ള തലയിണയും കമ്പിളിയും കൂടെ എടുത്തിരുന്നു. ഒന്നിന്റേയും ആവശ്യം വന്നില്ല. അപ്പോൾത്തന്നെ എല്ലാവരേയും കൊന്നൊടുക്കി. ഒറ്റദിവസം കൊണ്ട് ആ പ്രദേശത്തുള്ള ജൂതന്മാരെയൊക്കെ അവർ തടവിലെടുത്തു. ഒന്നൊഴിയാതെ എല്ലാവരേയും വെടിവെച്ചു കൊല്ലുകയും ചെയ്തു. ആയിരക്കണക്കിനു മൃതദേഹങ്ങൾ. എല്ലാം വലിയൊരു കുഴിയിലേക്കെറിഞ്ഞു. ആളുകൾ പറയുന്നതു കേട്ടു... മൂന്നു ദിവസത്തോളം കുഴിയുടെ മുകളിലേക്ക് മനുഷ്യരക്തം പിന്നെയും പിന്നെയും ഊറി വന്നിരുന്നുവെന്ന്. ആ കുഴിക്ക് ജീവനുള്ളതു പോലെ... ഭൂമി ശ്വാസോച്ഛ്വാസം ചെയ്യുന്നതുപോലെ. ഇപ്പോൾ ആ സ്ഥാനത്തൊരു പാർക്കാണ്. വിശ്രമത്തിനും വിനോദത്തിനുമുള്ള സ്ഥലം. ശവക്കുഴിയുടെ മറുഭാഗത്തു നിന്ന് ഒരു ശബ്ദവും ആരുടേയും കാതിലെത്തില്ല. ആർക്കും നിലവിളിക്കാനാവില്ല.....അങ്ങനെയാണ് എനിക്കു തോന്നുന്നത് (അവർ പതുക്കെ കരഞ്ഞു).

എനിക്കറിയില്ല... എങ്ങനെയാണ് സംഭവിച്ചത്? ഞങ്ങളുടെ അയൽക്കാരി, രണ്ടു ജൂതകുട്ടികളെ അവരുടെ കളപ്പുരയിൽ ഒളിപ്പിച്ചിരുന്നു. ചെറിയ രണ്ട് ആൺകുട്ടികൾ. ആർക്കും കണ്ടാൽ കൊതി തോന്നും... സ്വർഗ്ഗത്തിലെ കുഞ്ഞു ജൂതന്മാരെ പോലെ. എല്ലാ ജൂതന്മാരും കൊല്ലപ്പെട്ടു. അവരെങ്ങനെയോ ഓടി രക്ഷപ്പെട്ടു. ഒരു കുട്ടിക്കു എട്ടു വയസ്സായിരുന്നു. മറ്റവന് പത്തും. എന്റെ അമ്മ രഹസ്യമായി അവർക്ക് പാൽ കൊണ്ടുപോയി കൊടുത്തിരുന്നു “മക്കളെ ഒരക്ഷരം മിണ്ടരുത്” അവർ ഞങ്ങൾക്ക് മുന്നറിയിപ്പു തന്നു.

“അവരവിടെയുള്ള കാര്യം ഒരാളും അറിയരുത്.”

ഞങ്ങളുടെ അയൽക്കാരിയുടെ വീട്ടിൽ വളരെ വയസ്സായ ഒരപ്പൂപ്പനുണ്ടായിരുന്നു. ജർമ്മൻകാരുമായുണ്ടായ ഒന്നാമത്തെ യുദ്ധം അദ്ദേഹത്തിന് നല്ല ഓർമ്മയുണ്ടായിരുന്നു. അദ്ദേഹം ആ കുട്ടികൾക്കു ആഹാരം കൊടുക്കും. അവരുടെ അടുത്തിരുന്നു കരയും. “എന്റെ കുട്ടികളെ, അവർ നിങ്ങളെ പിടിച്ചുകൊണ്ടു പോകും, പീഡിപ്പിക്കും. അതിലും ഭേദം ഞാൻ തന്നെ നിങ്ങളുടെ കഥ കഴിക്കുന്നതാണ്.... അതിനുള്ള ധൈര്യവും എനിക്കു വേണ്ടേ?”അദ്ദേഹം പറഞ്ഞതത്രയും ചെകുത്താന്റെ കാതിൽ വീണു. (അവർ കുരിശു വരച്ചു) മൂന്നു ജർമ്മൻകാർ അവരുടെ കറുത്ത മോട്ടോർസൈക്കിളുകളിൽ കുതിച്ചെത്തി. ഒപ്പം കറുത്ത ഒരു കൂറ്റൻ നായയും. ആരോ ഒറ്റിക്കൊടുത്തതാണ്. അല്ലെങ്കിലും ചില്ലറ നേട്ടങ്ങൾക്കു വേണ്ടി ഇതുമാതിരി പണികൾ ചെയ്യുന്നവർ എവിടേയുമുണ്ടല്ലോ. കറുത്ത മനസ്സോടു കൂടിയവർ. അവർ ജീവിച്ചിരിക്കുന്നു. പക്ഷേ അവർ

ആത്മാവു നഷ്ടപ്പെട്ടവരാണ്. വൈദ്യശാസ്ത്രം പറയും അവർക്ക് ഹൃദയമുണ്ടെന്ന്. എന്നാൽ മാനുഷികമായി നോക്കുമ്പോൾ അവർക്ക് അങ്ങനെയൊന്നില്ല. ഒരാളെക്കുറിച്ചും അവർക്ക് കനിവോ പരിഗണനയോ ഇല്ല. കുഞ്ഞുങ്ങൾ രണ്ടുപേരും വിളഞ്ഞു നില്ക്കുന്ന പാടത്തേക്കോടി. ഭടന്മാർ അവരുടെ നായയെ പിന്നാലെ വിട്ടു...കുറെ കഴിഞ്ഞ്....ആ കുട്ടികളുടെ ശരീരഭാഗങ്ങൾ തുണ്ടുതുണ്ടായി പെറുക്കിയെടുക്കുകയാണ് ചെയ്തത്. അവരുടേതായി ബാക്കിയായത് അവരപ്പോൾ ധരിച്ചിരുന്ന ഉടുപ്പുകളുടെ കഷണങ്ങൾ മാത്രം. മറവു ചെയ്യാനായി ഒന്നും ബാക്കിയുണ്ടായിരുന്നില്ല. അവരുടെ ശരിയായ പേരുപോലും ആർക്കും അറിയാമായിരുന്നില്ല. കഴിഞ്ഞില്ല....ആ ജർമ്മൻകാർ ഞങ്ങളുടെ അയൽക്കാരിയെ മോട്ടോർസൈക്കിളിൽ കെട്ടിയിട്ട് അതിവേഗം ഓടിച്ചുപോയി. അവസാനം അവരുടെ നെഞ്ചുതകരും വരെ. (അവരുടെ കണ്ണുകൾ നിറഞ്ഞൊഴുകി. പക്ഷെ അതു തുടച്ചുമാറ്റാൻ അവർ കൈ പൊക്കിയില്ല.) യുദ്ധകാലങ്ങളിൽ എല്ലാവരും പരസ്പരം ഭയക്കുന്നു, ശങ്കിക്കുന്നു. പരിചിതരായാലും അപരിചിതരായാലും ഭയമാണ്. പകൽസമയത്ത് എന്തെങ്കിലും പറഞ്ഞാൽ പക്ഷികൾ കേൾക്കും. രാത്രിയായാലോ അത് എലികളുടെ കാതിൽ വീഴും. ഞങ്ങളുടെ അമ്മ ഞങ്ങളെ പ്രാർത്ഥിക്കാൻ പഠിപ്പിച്ചു. “ദൈവത്തിന്റെ തുണയില്ലെങ്കിൽ ഒരു പുഴുവിനു പോലും നിങ്ങളെ വിഴുങ്ങാനാകും.”

മേയ് 9*. ഞങ്ങളുടെ ഒഴിവു ദിവസം. സാഷ്കയും ഞാനും ഒരുമിച്ചിരുന്ന് അല്പം മദ്യം കഴിക്കും...കരയും. കാരണം കണ്ണീർ വീഴുങ്ങുക പ്രയാസമുള്ള പണിയാണ്... പത്തു വയസ്സുള്ള ഒരാൺകുട്ടി എന്തു ചെയ്യാനാണ്? എന്നാലും അവർ കുടുംബത്തിന്റെ കാരണവരായി. അച്ഛന്റേയും ജ്യേഷ്ഠന്റേയും സ്ഥാനമേറ്റെടുത്തു. യുദ്ധം അവസാനിച്ചപ്പോൾ എനിക്കു പതിനാറു വയസ്സായിരുന്നു. ഞാൻ ഒരു സിമന്റു ഫാക്ടറിയിൽ ജോലിക്കു ചേർന്നു. എന്റെ അമ്മയെ സഹായിക്കേണ്ടിയിരുന്നു. അമ്പതു കിലോ തൂക്കമുള്ള സിമന്റ് ചാക്കുകളും മണലും കരിങ്കൽചീളുകളും, മറ്റു സാധന സാമഗ്രികളുമെല്ലാം തൂക്കിയെടുത്ത് ട്രക്കുകളിൽ കൊണ്ടുവന്ന് കയറ്റണം. എന്റെ മോഹം സ്കൂളിൽ ചേർന്ന് പഠിത്തം തുടരാനായിരുന്നു. ഭാരം തൂക്കിയും പശുക്കളെ പൂട്ടി നിലമുഴുതും ഞങ്ങൾ നാൾ കഴിച്ചു. ഭാരം സഹിക്കാനാവാതെ പശുക്കൾ നിലവിളിക്കും. വിശപ്പടക്കാൻ ഞങ്ങൾക്കൊന്നുമുണ്ടായിരുന്നില്ല. കാട്ടിൽ പോയി വൈൻകായകൾ പെറുക്കികൊണ്ടു വരും. അതരച്ചു കഴിക്കും. അപ്പോഴും ഞങ്ങൾ ഞങ്ങളുടെ സ്വപ്നങ്ങളെ മുറുകെ പിടിച്ചു. യുദ്ധകാലത്തു മുഴുവൻ ഞാൻ സ്വപ്നം കണ്ടിരുന്നത് പഠിപ്പു മുഴുവനാക്കുന്നതിനെക്കുറിച്ചായിരുന്നു. ടീച്ചറാകാനായിരുന്നു എനിക്കു മോഹം. യുദ്ധം അവസാനിച്ച

* 1945 മേയ് 8ന് പാതിരാത്രി ജർമ്മനി റഷ്യക്കു കീഴടങ്ങി. അതാണ് വിജയദിവസം. സ്റ്റാലിനും, സോവിയറ്റ് റഷ്യയുമാണ് ഈ വിജയത്തിന്റെ ശില്പികൾ എന്ന് ഉറപ്പു വരുത്തുന്ന ആഘോഷങ്ങൾ

ദിവസം. ചൂടും വെളിച്ചവുമുള്ള നല്ലൊരു ദിവസം. അമ്മയും ഞാനും ഒരുമിച്ച് പാടത്തേക്കിറങ്ങിയതായിരുന്നു. പെട്ടെന്ന് ഒരു പടക്കുതിരയുടെ പുറത്തു കയറി ഒരു പൊലീസുകാരൻ ആ വഴി വന്നു. "വിജയം.... വിജയം ജർമ്മൻകാർ കീഴടങ്ങൽ പത്രത്തിൽ ഒപ്പുവെച്ചു കഴിഞ്ഞു." അയാൾ മൈതാനത്തിൽ കൂടി "വിജയം... വിജയം" എന്ന് കൂക്കി വിളിച്ചു കൊണ്ട് പാഞ്ഞുപോയി. ആളുകൾ ഗ്രാമത്തിലെ കവലയിലേക്കോടി ഒച്ചവെച്ചും നിലവിളിച്ചും ജർമ്മൻകാരെ ചീത്തവിളിച്ചും അധികംപേരും കരയുകയായിരുന്നു. പക്ഷേ അടുത്ത ദിവസം തന്നെ ഞങ്ങൾ ആശങ്കപ്പെടാൻ തുടങ്ങി. "ഇനി എന്തു സംഭവിക്കും?" വീടുകളൊക്കെ ഒഴിഞ്ഞു കിടക്കുന്നു. കലവറകളിൽ കാറ്റു മാത്രം. ജർമ്മൻകാർ ഉപേക്ഷിച്ചു പോയ തകരപ്പാട്ടകൾക്കൊണ്ടുണ്ടാക്കിയ കപ്പുകൾ. ഉപയോഗം കഴിഞ്ഞ തിരക്കൂടുകളിൽ മെഴുകുതിരികൾ കത്തിച്ചു വെച്ചു. യുദ്ധകാലത്ത് ഉപ്പ് എന്ന സാധനം തന്നെ ഞങ്ങൾ മറന്നിരുന്നു. ഉപ്പിന്റെ അഭാവം കാരണം ഞങ്ങളുടെ അസ്ഥികൾക്ക് ഉറപ്പില്ലാതായി. ജർമ്മൻ സൈന്യം പിൻവാങ്ങുന്നതിനിടയിൽ ഞങ്ങളുടെ പന്നികളെയെല്ലാം കൊണ്ടുപോയി. അവസാനത്തെ കോഴിക്കുഞ്ഞിനെപോലും ഞങ്ങൾക്കായി ബാക്കിവെച്ചില്ല. അതിനു മുമ്പ് ഒളിപ്പോരാളികൾ ഞങ്ങളുടെ പശുക്കളെ ആട്ടിക്കൊണ്ടുപോയി. എന്റെ അമ്മ വിസമ്മതം കാട്ടിയപ്പോൾ അവരിലൊരാൾ തട്ടിന്മേലേക്കു വെടിവെച്ചു. അമ്മയുടെ തയ്യൽ മെഷീനും വസ്ത്രങ്ങളും അവർ കൊണ്ടുപോയി. അറിയില്ല...അവർ യഥാർത്ഥ ഒളിപ്പോരാളികളായിരുന്നോ? അതോ വെറും കവർച്ചക്കാരോ? അവരുടെ കൈയിൽ തോക്കുണ്ടായിരുന്നു. നമ്മളെന്തു ചെയ്യാൻ? യുദ്ധകാലത്താണെങ്കിലും ജീവൻ നിലനിർത്താനാണ് ഓരോരുത്തരുടേയും ശ്രമം. യുദ്ധകാലത്തെ ജീവിതം.... പലതും നിങ്ങളെ പഠിപ്പിക്കും. മനുഷ്യനേക്കാൾ ഭീകരനായി ഒരു മൃഗമില്ല. എന്റെ പ്രിയപ്പെട്ട കുട്ടീ...മനുഷ്യനെ കൊല്ലുന്നത് മനുഷ്യൻ തന്നെയാണ്.... അല്ലാതെ ബുള്ളറ്റുകളല്ല.

അമ്മ ഒരു കൈനോട്ടക്കാരിയെ വിളിച്ചു വരുത്തി. അവർ പറഞ്ഞു, "എല്ലാം ശരിയാവും." അവർക്കു പ്രതിഫലം നല്കാൻ ഞങ്ങളുടെ പക്കൽ ഒന്നുമുണ്ടായിരുന്നില്ല. അമ്മ കലവറയിൽ തപ്പി നോക്കി. രണ്ടു ബീറ്റ്റൂട്ടുകൾ കിട്ടി. "ഇതുമതി" അമ്മ നിശ്ചയിച്ചു. അവർക്കും തൃപ്തികേടുണ്ടായില്ല. ഞാൻ അദ്ധ്യാപകർക്ക് പരിശീലനം നല്കുന്ന കോളേജിൽ പ്രവേശനം കിട്ടാനായി അപേക്ഷ അയച്ചു. എന്റെ മോഹം അതായിരുന്നു. അവിടെ നേരിട്ടു ചെന്ന് ചില ഫോമുകളിൽ പൂരിപ്പിക്കേണ്ടതുണ്ടായിരുന്നു. എല്ലാം വേണ്ടതുപോലെ എഴുതിച്ചേർത്തു... അവസാനത്തെ ചോദ്യം.... നിങ്ങളൊ, കുടുംബക്കാരിൽ ആരെങ്കിലുമൊ യുദ്ധത്തടവുകാരായിരുന്നോ? ജർമ്മൻ അധിനിവേശത്തിനു കീഴിൽ കഴിഞ്ഞിട്ടുണ്ടോ? "ഉവ്വ്....തീർച്ചയായും" ഞാൻ എഴുതി. ആ സ്ഥാപനത്തിന്റെ ഡയറക്ടർ എന്നെ അകത്തേക്കു വിളിപ്പിച്ചു. കടലാസുകളെല്ലാം തിരികെ തന്നു. 'നിങ്ങൾക്കു തിരിച്ചുപോകാം. ഇവിടെ പ്രവേശനത്തിന് അനുവാദമില്ല." അദ്ദേഹം യുദ്ധമുന്നണിയിൽ പടവെട്ടിയ സൈനികനായിരുന്നു. ഒരു കൈ

നഷ്ടപ്പെട്ടിരുന്നു. ഷർട്ടിന്റെ ആ കൈ ഒഴിഞ്ഞു തൂങ്ങിക്കിടന്നു. അന്നാണ് ഞാൻ മനസ്സിലാക്കിയത്, ഞങ്ങൾ ജർമ്മൻ അധിനിവേശത്തിനു കീഴിൽ കഴിഞ്ഞവരെല്ലാം വിശ്വസിക്കാൻ കൊള്ളാത്തവരാണെന്ന്. ഞങ്ങൾ സംശയത്തിന്റെ നിഴലിലാണ് കഴിയുന്നത്. ഇപ്പോൾ ആരും ഞങ്ങളെ സംബോധന ചെയ്യുന്നില്ല. "പ്രിയപ്പെട്ട സഹോദരീ സഹോദരന്മാരെ...." നാല്പതു കൊല്ലം ആലോചിക്കേണ്ടി വന്നു, അപേക്ഷാഫോറങ്ങളിൽ നിന്നും അവർക്ക് ആ ചോദ്യം നീക്കം ചെയ്യാൻ. തികച്ചും നാല്പതു കൊല്ലം. അതിനകം എന്റെ ജീവിതത്തിന്റെ ഏറെ ഭാഗവും ജീവിച്ചു തീർന്നിരുന്നു. "ആരാണ് ജർമ്മൻകാർക്ക് ഞങ്ങളുടെ ജീവിതം വിട്ടു കൊടുത്തത്? "

"പതുക്കെ...കുട്ടി, പതുക്കെ..." ഡയറക്ടർ പെട്ടെന്നെഴുന്നേറ്റു വാതിലടച്ചു. എന്റെ രോഷം...പുറത്തറിയേണ്ട.

സ്വന്തം തലയിലെഴുത്ത്....അതിൽനിന്നൂരിപ്പോരാൻ ആർക്കാണാവുക? കല്ലിൽ നിന്നും ചോരയൂറ്റുന്നതു പോലെ അസാദ്ധ്യം. സാഷ്കാ മിലിട്ടറി അക്കാഡമിയിൽ ചേരാനാണ് അപേക്ഷ സമർപ്പിച്ചത്. ആ അപേക്ഷയിൽ അദ്ദേഹം വ്യക്തമായി എഴുതി. ജർമ്മൻ അധിനിവേശ പ്രദേശത്തായിരുന്നു താമസം. അച്ഛനെ യുദ്ധരംഗത്തുവെച്ച് കാണാതായി. ആ അപേക്ഷയും ഉടനടി നിരസിക്കപ്പെട്ടു. (അവർ ഏതാനും നിമിഷം മിണ്ടാതിരുന്നു.) ഞാൻ എന്റെ ജീവിതത്തെ കുറിച്ചുതന്നെ പറഞ്ഞുകൊണ്ടിരിക്കുന്നു... എന്റെ കഥകൾ മാത്രം. അതു ശരിയാണോ? ഞങ്ങളുടെ എല്ലാവരുടേയും കഥ. ഏറെക്കുറെ ഇങ്ങനെത്തന്നെയാണ്. ഇതെല്ലാം നിങ്ങളോടു തുറന്നു പറഞ്ഞതിന്. അവരെന്നെ അഴിക്കുള്ളിലാക്കാതിരുന്നാൽ മതി. സോവിയറ്റ് ഗവൺമെന്റ് തന്നെയാണോ ഇപ്പോഴും അധികാരത്തിലുള്ളത്? അതോ അത് തീർത്തും ഇല്ലാതായിക്കഴിഞ്ഞുവൊ?

ദുഃഖത്തിന്റെ കൂമ്പാരങ്ങൾക്കിടയിൽ സന്തോഷത്തിന്റെ പൊട്ടുകൾ ഞാൻ മറക്കുകയാണ്. ഞങ്ങളുടെ യൗവനകാലം... പ്രണയകാലം... സാഷ്കായുടെ വിവാഹവേള... ഞാൻ മതിമറന്നാസ്വദിച്ചു. അദ്ദേഹത്തിന് തന്റെ ലിസ്കയോട് അങ്ങേയറ്റം പ്രേമമായിരുന്നു. കുറേയേറെ നാൾ പ്രേമിച്ചു നടന്നു. അവൾ നടക്കുന്ന മണ്ണിനെപ്പോലും സാഷ്ക ആരാധിച്ചു. അദ്ദേഹം മിൻസ്ക് വരെ യാത്രചെയ്തു. തന്റെ വധുവിന് നല്ലൊരു മൂടുപടം വാങ്ങിക്കൊണ്ടു വരാൻ, വിവാഹശേഷം രണ്ടുകൈയിലും വാരിയെടുത്താണ് അവളെ തന്റെ ബാരക്കിലേക്ക് സാഷ്ക ആനയിച്ചത്. ഞങ്ങളുടെ പഴയ ഒരു സമ്പ്രദായമാണത്. വരൻ വധുവിനെ ഒരു കുഞ്ഞിനെ എന്നപോലെ മാറോടണച്ചു പിടിച്ചുകൊണ്ടാണ് വീട്ടിനുള്ളിലേക്കു കടക്കുക. "ഡോമോവോയീ*"യുടെ കണ്ണിൽപ്പെടാതിരിക്കാനുള്ള സൂത്രം. റഷ്യയിലെ പഴയ ഒരു വിശ്വാസമാണ്. ഓരോ വീടിനും തനതായൊരു

* റഷ്യൻ ഭാഷയിലെ നാടോടിപദം ഹൗസ് ഗ്ലോബിൻ

ഡോമോവോയ് (കുട്ടിച്ചാത്തൻ) അവന് വീട്ടിലേക്ക് അന്യരാരും വരുന്ന തിഷ്ടമല്ല. അഥവാ കടന്നു വന്നാൽത്തന്നേയും ഏതെങ്കിലും വിധത്തിൽ പുറത്താക്കാൻ ശ്രമിച്ചുകൊണ്ടിരിക്കും. അവനാണ് ശരിയായ ഗൃഹ നാഥൻ. ബാക്കിയുള്ളവരെല്ലാം അവന്റെ പ്രീതി സമ്പാദിക്കണം. (അവർ തട്ടിക്കളയും മട്ടിൽ കൈ ചലിപ്പിച്ചു) ആ വക കാര്യങ്ങളൊന്നും ആരും ഇപ്പോൾ വിശ്വസിക്കുന്നില്ല. കുട്ടിച്ചാത്തനിലും വിശ്വാസമില്ല, കമ്മ്യൂണി സത്തിലും വിശ്വാസമില്ല. ഒരുതരത്തിലുമുള്ള വിശ്വാസങ്ങളില്ലാതെയാണ് ഇന്നത്തെ ആളുകൾ ജീവിച്ചുവരുന്നത്. എന്നാൽ ഒരുപക്ഷേ പ്രണയ ത്തിൽ ഇപ്പോഴും വിശ്വസിക്കുന്നുണ്ടാവാം. "കയ്പ്...കയ്പ്..."* സാഷ്ക യുടെ വിവാഹസൽക്കാരത്തിൽ ഞങ്ങൾ ബഹളം വെച്ചു. അന്ന് എങ്ങ നെയാണ് ആളുകൾ കുടിച്ചിരുന്നതെന്നോ? പത്തുപേർക്കുള്ള ഒരു മേശ. ഒരു മേശയ്ക്കു മുഴുവനുമായി ഒരേയൊരു കുപ്പി വോഡ്ക. ഇപ്പോഴോ? ഓരോ അതിഥിക്കും ഓരോ കുപ്പി എന്നായിരിക്കുന്നു രീതി. മകളുടെ വിവാഹ സദ്യ നടത്താൻ അന്ന് അച്ഛനമ്മമാർ അവരുടെ പശുവിനെ വിറ്റിരുന്നു. സാഷ്കാ ലിസ്കയെ കലശലായി പ്രണയിച്ചിരുന്നു. ഇനി യൊരാളെക്കൊണ്ട് തന്നെ പ്രണയിപ്പിക്കുക... സാദ്ധ്യമല്ലാത്ത കാര്യം തന്നെ. എന്തുചെയ്യാൻ! അവൾ ഒരു പൂച്ചയെപ്പോലെ അയാളെ ചുറ്റി പ്പറ്റി നടന്നു. കുട്ടികൾ മുതിർന്നപ്പോൾ അവൾ അദ്ദേഹത്തെ ഉപേക്ഷിച്ചു പോയി. പിന്നീട് തിരിഞ്ഞുനോക്കിയതുമില്ല.

ഞാനെപ്പോഴും പറയുമായിരുന്നു, "സാഷ്കാ ഒരിണയെ കണ്ടെത്തൂ. അല്ലെങ്കിൽ നിങ്ങൾ കുടിച്ചു നശിക്കും." 'ഇല്ല ...കുറച്ചൊന്നു മോന്തും. ടി.വി.യിലെ ഐസ് സ്കേറ്റിങ്ങ് ഇത്തിരി കാണും.....പിന്നെ പോയി കിട ന്നുറങ്ങും."ഒറ്റയ്ക്കു ഉറങ്ങാൻ കിടക്കുമ്പോൾ ഏറ്റവും നല്ല കമ്പിളിക്കും നിങ്ങൾക്കു വേണ്ടത്ര ചൂടു പകർന്നുതരാനാവില്ല. സ്വർഗം തന്നെ കിട്ടി യാലും മനസ്സിന്റെ മുഷിച്ചിൽ മാറുകയുമില്ല. സാഷ്ക കുടിച്ചു. എന്നാൽ ഒരിക്കലും ലക്കുകെട്ട് സാഷ്ക പെരുമാറിയില്ല. ഞങ്ങളുടെ വേറൊരു അയൽക്കാരൻ അയാൾ എന്തും കുടിക്കും. യൂഡിക്കോളോനും ആഫ്ടർഷേവ് ലോഷനും മെത്തിലേറ്റഡ് സ്പിരിറ്റും കുളിമുറി കഴുകാ നുള്ള ദ്രാവകവും.... എന്തും. പറഞ്ഞാൽ വിശ്വസിക്കില്ല. അയാൾ ഇപ്പോഴും ജീവിച്ചിരിക്കുന്നു. പഴയകാലത്തെ ഒരു കോട്ടിന്റെ വിലയാണ് ഇന്ന് ഒരു കുപ്പി വോഡ്കയ്ക്ക്. കൂടെ ചവയ്ക്കാൻ എന്തെങ്കിലും വേണ്ടേ? അര കിലോ സലാമി വാങ്ങാൻ പകുതി മാസത്തിലെ പെൻഷൻ തുക മുഴുവൻ ചെലവാക്കണം. സ്വാതന്ത്ര്യത്തിന്റെ പേരിൽ കുടിക്കാം. ഇഷ്ടം പോലെ തിന്നു മുടിക്കാം. എങ്ങനെയുള്ള ഒരു രാജ്യമാണ് അവർ അടിയറവുവെച്ചത്. ഒരു സാമ്രാജ്യം മുഴുവൻ ഒരൊറ്റ വെടിയുണ്ട ഉതിർക്കാതെ.... എന്താണ് ആരും ഞങ്ങളോടൊന്നും ചോദിക്കാത്തത്?

---

* റഷ്യയിലെ ഒരു നാട്ടുനടപ്പ്. വോഡ്കയുടെ കയ്പിനെ പറ്റിയാണ് പരാതി. വധൂവരന്മാർ പരസ്പരം ചുംബിച്ച് വോഡ്കയെ മധുരമുള്ളതാക്കണം എന്നാണ് ആവശ്യം.

അതാണ് എനിക്ക് മനസ്സിലാവാത്തത്. മഹത്തായ ഒരു രാഷ്ട്രം കെട്ടിപ്പടുക്കാനായി ഞാനെന്റെ ജീവിതം മുഴുവൻ ചെലവാക്കി. അവരങ്ങനെയാണ് ഞങ്ങളോടു പറഞ്ഞത്. അത് ഒരു വാഗ്ദാനമായിരുന്നു.

ഞാൻ മരം വെട്ടി. റെയിൽവേ സ്ലീപ്പറുകൾ ചുമലിലേറ്റിക്കൊണ്ടുവന്നു. ഭർത്താവും ഞാനും സൈബീരിയയിലും പണിയെടുത്തു. കമ്മ്യൂണിസ്റ്റ് നിർമ്മാണ പ്രവർത്തനങ്ങൾ നടക്കുന്നയിടത്തിൽ. അവിടത്തെ നദികളുടെ പേരുകൾ ഇപ്പോഴും ഓർക്കുന്നു. ലെനീസി, ബിറ്യൂസാ, മാനാ.... ജോലി ചെയ്തിരുന്നത് അബ്കാൻ-തായ്ഷെറ്റ് റെയിൽവേയിലായിരുന്നു. ചരക്കു വണ്ടിയിൽ കയറ്റിയാണ് അവർ ഞങ്ങളെ അവിടെ എത്തിച്ചത്. രണ്ടു നിലയിലായി കിടപ്പുപലകകൾ. വിരിപ്പും പുതപ്പും മെത്തയുമൊന്നുമില്ല. കൈ മടക്കിവെക്കാം തലയിണയായി. കംപാർട്ടുമെന്റിലെ ഒരു ദ്വാരം, മൂത്രമൊഴിക്കാൻ. കൂടുതൽ ആവശ്യത്തിന് ഒരു മൂലയിൽ ഒരു ബക്കറ്റ്. അതിന്റെ ചുറ്റും മറയായി ഒരു ഒരു വിരിപ്പ്. ഇടയ്ക്ക് വല്ല പാടത്തും വണ്ടിനില്ക്കും. ഞങ്ങൾ ചാടിയിറങ്ങി കിട്ടാവുന്നിടത്തോളം വൈക്കോൽ കൈക്കലാക്കും. രാത്രി വിരിച്ചു കിടക്കാമല്ലോ. തീവണ്ടിയിൽ വിളക്കുകളുണ്ടായിരുന്നില്ല. രാത്രി മുഴുവൻ ഞങ്ങൾ യുവജനസഖ്യത്തിൽ പഠിച്ച പാട്ടുകൾ പാടി സമയം കഴിച്ചു. ഏഴു ദിവസം നീണ്ടുനിന്ന യാത്ര. അവസാനമായപ്പോഴേക്കും തൊണ്ട പൊട്ടുമെന്ന സ്ഥിതിയായി. എന്നിട്ടും ഞങ്ങൾ അതു പൂർത്തിയാക്കി. വിജനമായ ടൈഗാ വനപ്രദേശം. ഒരാളോളം പൊക്കത്തിൽ മഞ്ഞു കുമിഞ്ഞുകൂടിയിരിക്കുന്നു. താമസിച്ചില്ല. എല്ലാവർക്കും സ്കർവി പിടിപ്പെട്ടു. പല്ലുകൾ ഇളകാൻ തുടങ്ങി. മേലാസകലം പേൻ. അതിനിടയിലും ഓരോരുത്തരും ചിട്ടപ്പടി പണി നടത്തണം. ഓർക്കാൻ വയ്യ. നായാട്ടു പരിചയമുള്ള പുരുഷന്മാർ കരടിവേട്ടയ്ക്കിറങ്ങും. അപ്പോഴാണ് ഞങ്ങൾക്ക് ഇറച്ചി കഴിക്കാൻ കിട്ടുക. അല്ലാത്തപ്പോഴൊക്കെ കാഷ മാത്രം. ധാന്യമാവു കലക്കി കുറുക്കിയ കഞ്ഞി. ഒരു കാര്യം എനിക്കോർമ്മയുണ്ട്. കരടിയെ വെടിവെക്കുന്നുവെങ്കിൽ അത് കണ്ണിനു നേരെ വേണം. ഞങ്ങൾ താമസിച്ചിരുന്ന ബാരക്കുകളിൽ പൈപ്പുവെള്ളമോ, കുളിമുറിയോ ഉണ്ടായിരുന്നില്ല. വേനൽക്കാലത്ത് ഞങ്ങൾ പട്ടണത്തിലേക്കു പോകും. അവിടെയുള്ള ഫൗണ്ടനു ചുറ്റും നിന്നു കുളിക്കും. (അവർ ചിരിച്ചു) കേൾക്കാൻ ആഗ്രഹമുണ്ടെങ്കിൽ ഇനിയും ഞാൻ കുറെ പറഞ്ഞു തരാം.

എങ്ങനെയാണ് ഞാൻ വിവാഹം കഴിച്ചതെന്ന് പറയാൻ വിട്ടുപോയി. പതിനെട്ടു വയസ്സായിരുന്നു. ഇഷ്ടികഫാക്ടറിയിലായിരുന്നു ജോലി. സിമന്റു ഫാക്ടറി അവർ അടച്ചു പൂട്ടി. അപ്പോഴാണ് ഇഷ്ടിക നിർമ്മാണശാലയിൽ ജോലിക്കു പോയത്. കളിമൺ തൊഴിലാളിയായിട്ടായിരുന്നു തുടക്കം. ആ കാലത്തൊക്കെ കൈകൊണ്ട് കുഴിച്ചാണ് കളിമണ്ണെടുത്തിരുന്നത്. കോരിയെടുക്കാൻ മൺവെട്ടി. അത് ട്രക്കിൽ കൊണ്ടുവന്നു നിറയ്ക്കും. ഒരേ നിരപ്പിൽ പരത്തിയിടണം. കിടന്നു പാകമാകാൻ. ആറു മാസം കഴിഞ്ഞപ്പോൾ ജോലി വണ്ടി ഉന്തലായി. അച്ചിൽ നിറച്ച

ഇഷ്ടികകൾ വണ്ടിയിൽ കയറ്റി ചുടാനായി ചൂളയിലെത്തിക്കണം. പച്ച ഇഷ്ടിക ചൂളയിലേക്ക്. ചുട്ട ഇഷ്ടിക പുറത്തേക്കും. ചൂളയിൽ നിന്നും ഞങ്ങൾ തന്നെയാണ് ഇഷ്ടികകൾ പുറത്തേക്കെടുക്കുക. ചുട്ടു പൊള്ളും. പറയാൻ വയ്യ. ഓരോ ഷിഫ്ടിലും അങ്ങനെ നാലായിരം മുതൽ ആറായിരം വരെ ഇഷ്ടികകൾ കൈകാര്യം ചെയ്യണം. അതായത് 20 ടണ്ണോളം. അവിടെ സ്ത്രീകളും പെൺകുട്ടികളും മാത്രമേ ജോലി ചെയ്തിരുന്നുള്ളൂ. പുരുഷന്മാരുണ്ടായിരുന്നു. എന്നാൽ അവരുടെ ജോലി യന്ത്രങ്ങൾ പ്രവർത്തിപ്പിക്കലായിരുന്നു. ചക്രങ്ങൾക്കു പിറകിലായിരുന്നു അവരുടെ സ്ഥാനം. അവരിലൊരാൾക്ക് എന്നോട് ലേശം പ്രണയം. എപ്പോഴും അടുത്തു വന്നു നിന്ന് സംസാരിക്കും, ചിരിക്കും. ഇടയ്ക്ക് ആ കൈ എന്റെ തോളിലൊന്നമരും. ഒരിക്കൽ നേരിട്ട് ചോദിച്ചു, “എന്റെ കൂടെ വരുമോ?” “വരാലോ...” എങ്ങോട്ട് എന്നുപോലും ചോദിച്ചില്ല. അങ്ങനെയാണ് സൈബീരിയയിലേക്കു പോകാൻ ഞങ്ങൾ തിരഞ്ഞെടുക്കപ്പെട്ടത്. കമ്മ്യൂണിസം പടുത്തുയർത്താൻ വേണ്ടി. എന്നിട്ടിന്നോ? എന്തുണ്ടായി? ഒക്കെ വെറുതെയായി. ഞങ്ങളുടെ കണ്ണീരും കഷ്ടപ്പാടും മുഴുവനും പാഴായി. അതു തുറന്നു പറയാൻ പ്രയാസമുണ്ട്. അതിലും പ്രയാസമാണ് അതും മനസ്സിലേറ്റി ജീവിക്കാൻ. എല്ലുമുറിയെ ഞങ്ങൾ പണിയെടുത്തു. എന്തെല്ലാം... എത്രയെല്ലാം ഞങ്ങൾ പണിതുണ്ടാക്കി. എല്ലാം സ്വന്തം കൈകൾകൊണ്ട്. ഞങ്ങൾ ജീവിച്ച ആ കാലഘട്ടം. വളരെ വളരെ കഠിനമായിരുന്നു. ഇഷ്ടിക ഫാക്ടറിയിൽ പണിയെടുത്തിരുന്ന നാളുകളിൽ ഒരിക്കൽ, ഞാൻ കുറച്ചധികം ഉറങ്ങിപ്പോയി. യുദ്ധം കഴിഞ്ഞ ഉടനെ, ജോലിക്കു ഹാജരാകാൻ വൈകിയാൽ പത്തു മിനിറ്റാണെങ്കിലും ശരി അവർ നിങ്ങളെ ജയിലിലടയ്ക്കും. അന്നെന്നെ രക്ഷിച്ചത് ഞങ്ങളുടെ ഫോർമാനാണ്. ചോദിച്ചാൽ പറഞ്ഞോളൂ ഞാൻ നിന്നെ ഇഷ്ടികക്കളത്തിലേക്ക് പറഞ്ഞയച്ചുവെന്ന്. ആരെങ്കിലും എന്നെ ഒറ്റുക്കൊടുത്തിരുന്നുവെങ്കിൽ ഞാൻ മാത്രമല്ല, അദ്ദേഹവും ശിക്ഷയ്ക്കു വിധേയനായേനേ. 1953നു ശേഷം നേരം വൈകി വരുന്നതിനുള്ള ശിക്ഷയിൽ അവർ ഇളവു വരുത്തി. സ്റ്റാലിൻ മരിച്ചതോടെ ആളുകൾ വീണ്ടും പുഞ്ചിരി തൂകാൻ തുടങ്ങി. അതിനു മുമ്പ് എല്ലാവരും അതീവ ജാഗ്രതയോടെയാണ് ജീവിച്ചിരുന്നത്. ആരും ഒരിക്കലും ചിരിച്ചിരുന്നില്ല. പക്ഷേ, അതൊക്കെ ഓർത്തിട്ട് ഇപ്പോൾ എന്തു പ്രയോജനം? പുര കത്തി നശിച്ചതിനു ശേഷം ആണികൾ പെറുക്കി കൂട്ടുന്നതു പോലെ. എല്ലാം ചാമ്പലായി കഴിഞ്ഞു. ജനങ്ങളുടെ ജീവിതം... ഒരു കാലത്ത് ഞങ്ങൾ സ്വന്തമെന്നു കരുതിയതെല്ലാം... ഒക്കെ നഷ്ടപ്പെട്ടു കഴിഞ്ഞു. ഞങ്ങൾ നിർമ്മിച്ചുകൊണ്ടേയിരുന്നു. സാഷ്കാ തന്റെ ജീവിതം മുഴുവൻ ചെലവഴിച്ചത് “വെർജിലാൻഡി”ലാണ്. അവിടെയാണ് അദ്ദേഹം കമ്മ്യൂണിസം പടുത്തുയർത്തിയത്. ശോഭനമായ ഭാവി! സാഷ്ക പറയുമായിരുന്നു. തണുപ്പുകാലത്ത് വെറും കൂടാരങ്ങളിലാണ് അവർ ഉറങ്ങിയിരുന്നത്. തണുപ്പു മാറ്റാനായി ഒന്നും തന്നെ ഉണ്ടായിരുന്നില്ല. അവനവനിട്ടിരിക്കുന്ന വസ്ത്രങ്ങൾ മാത്രം. ഒരിക്കൽ കൈയാകെ തണുത്തുറച്ചു പോയത്രെ. അപ്പോഴും തികഞ്ഞ

അഭിമാനം. "വളഞ്ഞു തിരിഞ്ഞു പോകുന്ന വഴികളിലൂടെ....സ്വാഗതം കളിമണ്ണേ!" അദ്ദേഹം ആ വരികൾ മൂളാറുണ്ടായിരുന്നു. സാഷ്കയ്ക്ക് പാർട്ടി അംഗത്വ കാർഡുണ്ടായിരുന്നു. ചുകന്ന നിറത്തിൽ ചെറിയൊരു പുസ്തകം. അതിൽ ലെനിന്റെ ചിത്രമുണ്ടായിരുന്നു. ഒരു നിധി പോലെയാണ് അദ്ദേഹം അത് സൂക്ഷിച്ചിരുന്നത്. അദ്ദേഹം ഒരു ഡെപ്യൂട്ടി യായിരുന്നു. അതിനു പുറമേ ഒരു സ്റ്റാക്കാനോവൈറ്റും" എന്നെ പോലെ ത്തന്നെ. ഞങ്ങളുടെ ജീവിതം.... അതങ്ങനെ കടന്നുപോയി, അല്ല പറന്നു പോയി. പാടുകളൊന്നും ബാക്കിവെക്കാതെ. എവിടേയും ഞങ്ങളുടെ ഒരു തരത്തിലുള്ള പാടുകളും നിങ്ങൾക്കു കാണാനാവില്ല. ഇന്നലെ കുറച്ചു പാലിനു വേണ്ടി ഞാൻ മൂന്നു മണിക്കൂർ വരിയിൽ നിന്നു. അവസാന മായപ്പോഴേക്കും പാലും കഴിഞ്ഞു. ബാക്കിയൊന്നുമുണ്ടായില്ല. ജർമ്മ നിയിൽ നിന്നും അവർ ഒരു കെട്ടു സമ്മാനങ്ങൾ ഞങ്ങളുടെ കെട്ടിടത്തി ലേക്കു കൊണ്ടുവന്നു. ഗോതമ്പും ചോക്ലേറ്റും സോപ്പുമൊക്കെ ഉണ്ടായി രുന്നു. ജേതാക്കൾക്ക് പരാജിതരുടെ വക സ്നേഹോപഹാരം. ജർമ്മൻകാ രുടെ സഹതാപ സമ്മാനങ്ങളൊന്നും എനിക്കുവേണ്ട. അതിൽ ഒന്നു പോലും ഞാൻ സ്വീകരിച്ചില്ല. (അവർ കുരിശു വരച്ചു) ജർമ്മൻകാരും അവരുടെ നായ്ക്കളും. ആ നായ്ക്കളുടെ തിളങ്ങുന്ന രോമക്കുപ്പായങ്ങൾ. അവർ കാട്ടിൽ കൂടി നടന്നുവരുമ്പോൾ ഞങ്ങൾ ചതുപ്പുകളിലിറങ്ങി ഒളിക്കുമായിരുന്നു, കഴുത്തോളം വെള്ളത്തിൽ. സ്ത്രീകളും കുട്ടികളു മുണ്ടാകും. പശുക്കളും ശബ്ദമുണ്ടാക്കാതെ നില്ക്കും. ആളുകളെ ഒച്ചയനക്കങ്ങളില്ലാതെ അവയും എല്ലാ മനസ്സിലാക്കിയിരുന്നു. ജർമ്മൻ കാരുടെ ബിസ്കറ്റും ചോക്ലേറ്റുമൊന്നും എനിക്കു വേണ്ട. എനിക്കവ കാശപ്പെട്ട, ഞാനർഹിക്കുന്ന ന്യായമായ സമ്മാനങ്ങളെവിടെ? എന്റെ കഠിനാദ്ധ്വാനങ്ങളുടെ ഫലം? അതിലാണല്ലോ ഞങ്ങൾ വിശ്വാസമർപ്പി ച്ചിരുന്നത്. ഒരു ദിവസം, നന്നായി ജീവിക്കാൻ ഞങ്ങൾക്കും അവസര മുണ്ടാകുമെന്ന് ഞങ്ങൾ വിശ്വസിച്ചു. കാത്തിരുന്നു കാണാം. കഷ്ടപ്പെട്ടു കൊണ്ട് കാത്തിരിക്കാം. ജീവിതം മുഴുവൻ ഒരിടത്തു നിന്ന് മറ്റൊരിട ത്തിലേക്കു മാറി മാറി ഞങ്ങൾ കഴിച്ചു കൂട്ടി...പട്ടാളക്കൂടാരങ്ങളിൽ... ഭൂഗർഭ അറകളിൽ... എല്ലാവരും ഒരുമിച്ചു കിടക്കുന്ന നീണ്ട മുറികളിൽ.

എന്തു ചെയ്യാൻ! അന്ന് അങ്ങനെയൊക്കെയായിരുന്നു. മരണമൊഴിച്ച്... ഏതു പരിതഃസ്ഥിതിയിലും ജീവിക്കാം. മരണത്തെ മാത്രം മറികടക്കാ നാവില്ല. മറ്റെല്ലാം നമുക്കു ചാടിക്കടക്കാം. മുപ്പതു കൊല്ലത്തോളം ഒരു ഫർണിച്ചർ നിർമ്മാണശാലയിൽ സാഷ്ക കഠിനമായി അദ്ധ്വാനിച്ചു. നടു വൊടിയുന്ന പണിതന്നെ. ഒരു വർഷം മുമ്പ് അദ്ദേഹത്തിനായി അവർ ഒരു "വിടപറയൽ" സൽക്കാരമൊരുക്കി. ഒരു വാച്ച് ഉപഹാരമായി നല്കി. എന്നാലും അദ്ദേഹം പണിയൊന്നുമില്ലാതെ മുഷിഞ്ഞിരുന്നില്ല. ചില്ലറ പണികൾ ചെയ്തു കിട്ടാനായി എപ്പോഴും ഓരോരുത്തർ വന്നു കൊണ്ടി രുന്നു. എന്നാലും സാഷ്കയ്ക്കു സന്തോഷം തോന്നിയില്ല. ആകപ്പാടെ ഒരു മടുപ്പും ക്ഷീണവും. താടി വടിക്കാതെയായി. മുപ്പതു കൊല്ലം തുടർച്ച യായി ഒരേ ഫാക്ടറിയിൽ പണിയെടുത്തതിനു ശേഷം ജീവിതത്തിൽ

പകുതി എന്നു പറയാം. ആ ഫാക്ടറി അദ്ദേഹത്തിന് ഒരു രണ്ടാം വീടാ യിരുന്നു. സാഷ്കയ്ക്കുള്ള ശവപ്പെട്ടിയും അവിടെ നിന്നാണ് വന്നത്. നന്നായി പോളിഷിട്ട് മിനുങ്ങുന്ന പെട്ടി. ഉള്ളിൽ വെൽവെറ്റ് തുണി പിടി പ്പിച്ചിരുന്നു. ഒരു പണക്കാരന്റെ ശവപ്പെട്ടി തന്നെ! ഇക്കാലത്ത് ഇത്ര നല്ല ശവപ്പെട്ടിയിൽ അടക്കം ചെയ്യപ്പെടാനുള്ള ഭാഗ്യം കൊള്ളത്തലവന്മാർക്കും പട്ടാള മേധാവികൾക്കും മാത്രമേ കിട്ടൂ. സാധാരണ കാണാത്ത ഒരു കാഴ്ച. എല്ലാവർക്കും തോന്നി ഒന്നു തൊട്ടു നോക്കണമെന്ന്. ശവപ്പെട്ടി യുമെടുത്ത് അവർ പുറത്തേക്കു നടന്നപ്പോൾ ഞങ്ങൾ മുറ്റത്ത് ഗോതമ്പു മണികൾ തൂവി. മരിച്ചവർ പോയി. ജീവിച്ചിരിക്കുന്നവരുടെ കാര്യം ബുദ്ധി മുട്ടുകൂടാതെ കഴിയട്ടെ എന്നാണ് അതിനർത്ഥം. പഴയ ഓരോരോ സമ്പ്ര ദായങ്ങൾ. ശവപ്പെട്ടി അവർ മുറ്റത്തിറക്കി വെച്ചു. അദ്ദേഹത്തിന്റെ ബന്ധു ക്കളിലൊരാൾ പറഞ്ഞു,"കനിവുള്ളവരെ നിങ്ങൾ ഇദ്ദേഹത്തിനു മാപ്പു കൊടുക്കുക." "ദൈവം അദ്ദേഹത്തിനു മാപ്പു കൊടുക്കും." ഞങ്ങളെ ല്ലാവരും ഒരുമിച്ചു പറഞ്ഞു. മാപ്പു കൊടുക്കാനായി എന്താണുള്ളത്? ഞങ്ങളൊരുമിച്ച് സന്തോഷത്തോടെ കഴിഞ്ഞു. ഒരു കുടുംബം പോലെ യായിരുന്നു. നിങ്ങൾക്കെന്തെങ്കിലും ഇല്ലെങ്കിൽ അത് നിങ്ങൾക്ക് ഞാൻ തരാം. എന്റെ വീട്ടിൽ എന്തെങ്കിലും ഇല്ലാതായാൽ അത് നിങ്ങൾ എനിക്കു വേണ്ടി കൊണ്ടുവന്നു തരും. ഒഴിവു ദിവസങ്ങൾ ഞങ്ങൾ ഒരു മിച്ചു ആഘോഷിച്ചു. ഞങ്ങൾ സോഷ്യലിസം സൃഷ്ടിക്കുകയായിരുന്നു. എന്നാൽ റേഡിയോയിൽ ഇപ്പോൾ അവർ പറയുന്നു, സോഷ്യലിസം അവസാനിച്ചുവെന്ന്. എന്നാൽ ഞങ്ങളിപ്പോഴും ഇവിടെത്തന്നെയുണ്ട്.

തീവണ്ടികൾ കുലുങ്ങുന്ന ശബ്ദം. എല്ലാവരും പരിചയമില്ലാത്തവർ. ഇവിടെ നിങ്ങൾക്കെന്താണാവശ്യം. എന്ത്? മരണങ്ങളൊക്കെ വ്യത്യസ്ത മാണ്. എന്റെ ആദ്യത്തെ മകൻ പിറന്നത് സൈബീരിയയിലാണ്. അവൻ ഡിഫ്ത്തീരിയ ബാധിച്ചു മരിച്ചു പോയി. ഞാൻ ജീവിച്ചു കൊണ്ടിരി ക്കുന്നു. ഇന്നലെ ഞാൻ സാഷ്കയുടെ കുഴിമാടത്തിലേക്കു പോയി, കുറച്ചുനേരം കൂടെയിരുന്നു. ലിസ്കയുടെ സങ്കടത്തെക്കുറിച്ചും കരച്ചി ലിനെക്കുറിച്ചുമൊക്കെ പറഞ്ഞു. ശവപ്പെട്ടിയിൽ തലയടിച്ചു കരഞ്ഞു പറഞ്ഞു. സ്നേഹം.... വർഷങ്ങൾ എണ്ണി നോക്കുന്നില്ല. നമ്മളെല്ലാവരും ഒരു ദിവസം മരിക്കും.... അതോടെ എല്ലാം ശരിയാകും.

നിലവിളികളുടെയും അടക്കിയ സംസാരങ്ങളുടെയും അത്യാനന്ദത്തെക്കുറിച്ച്

മാർഗറീറ്റാ പോഗ്രി ബിറ്റ്സ് ക്യാ
ഡോക്ടർ. 57 വയസ്സ്

എന്റെ പ്രിയപ്പെട്ട ഒഴിവു ദിവസം എക്കാലവും നവംബർ 7* ആയിരുന്നു. നല്ല ഉണർവ്വും ഉത്സാഹവുമുള്ള ഒരു വിശേഷ ദിവസം. റെഡ് സ്ക്വയറിലെ മിലിട്ടറി പരേഡ്. എന്റെ ബാല്യകാല സ്മരണകളിലെ ഏറ്റവും ഉജ്ജ്വലമായ മുഹൂർത്തം.

ചുകന്ന ബലൂണുകൾ കൈത്തണ്ടയിൽ ചുറ്റിക്കെട്ടി ഞാൻ അച്ഛന്റെ തോളിലിരുന്ന് കാഴ്ചകൾ കാണും. ആകാശത്ത മാർച്ചു ചെയ്യുന്ന ആയിരമായിരം പട്ടാളക്കാരുടെ തലയ്ക്കു മുകളിലായി ലെനിന്റേയും സ്റ്റാലിന്റേയും മാർക്സിന്റേയും ഊക്കൻ പടങ്ങൾ ഉയർന്നു നില്ക്കും. ചുകന്ന പൂക്കൾക്കൊണ്ടുള്ള ഹാരങ്ങൾ....ചുകപ്പും നീലയും മഞ്ഞയും.... ബലൂണുകൾ ചേർത്തു കെട്ടിയുണ്ടാക്കിയ ബൊക്കെകൾ. എവിടെ നോക്കിയാലും കാണുക ചുകപ്പു മാത്രം. എനിക്കേറ്റവും ഇഷ്ടമുള്ള നിറവും അതുതന്നെയായിരുന്നു. വിപ്ളവത്തിന്റെ നിറമാണ് ചുകപ്പ്. ആ പേരിൽ ഒഴുക്കിയ രക്തത്തിന്റെ നിറവും ചുകപ്പ്. മഹത്തായ ഒക്ടോബർ വിപ്ളവം. ഇന്നവർ അതിനെ വിശേഷിപ്പിക്കുന്നത് വെറുമൊരു സൈനിക അട്ടിമറി എന്നാണ്.... ബോൾഷെവിക് ഗൂഢാലോചന.... റഷ്യയുടെ വൻദുരന്തം. ലെനിൻ ഒരു ജർമ്മൻ ചാരനായിരുന്നുവെന്നു പറയുന്നു. വിപ്ളവം നടന്നതിന്റെ പിറകിൽ മദ്യപാനികളായ കുറെ നാവികരും സൈന്യത്തിൽ നിന്നും ഒളിച്ചോടിയ കുറെ ഭടന്മാരുമായിരുന്നു എന്ന് ചൂണ്ടിക്കാട്ടുന്നു. ഞാൻ ചെവി പൊത്തും. ഇതൊന്നും കേട്ടു നില്ക്കാൻ വയ്യ. എനിക്കു സഹിക്കാവുന്നതിലേറെയാണത്. ജീവിതം മുഴുവൻ വിശ്വസിച്ചിരുന്നത്

---

* 1917 ലെ ഒക്ടോബർ വിപ്ളവത്തിന്റെ വാർഷികം. ഗ്രിഗോറിയൻ കലണ്ടർ പ്രകാരം അത് നവംബർ 6, 7 തിയതികളാണ്. ഒക്ടോബർ 24–25 എന്നത് ആ കാലത്ത് പ്രചാരത്തിലിരുന്ന ജൂലിയൻ കലണ്ടർ പ്രകാരമുള്ള തിയതികളാണ്.

ലോകത്തിൽ വെച്ച് ഏറ്റവും ഭാഗ്യമുള്ളവർ ഞങ്ങളാണ് എന്നായിരുന്നു. ലോകത്തിലെ ഏറ്റവും സുന്ദരവും അസാധാരണവുമായ നാട്ടിൽ ജനിക്കാൻ ഭാഗ്യം സിദ്ധിച്ചവരാണ് ഞങ്ങൾ. ഇതുപോലെ മറ്റൊരു രാജ്യം ഈ ഭൂമിയിലില്ല. ഞങ്ങൾക്ക് റെഡ് സ്ക്വയറുണ്ട്. സ്പാസ്കിയാ ടവർ ക്ലോക്കുണ്ട്. ലോകം മുഴുവനും ഈ ക്ലോക്കിന്റെ സമയമനുസരിച്ചാണ് തങ്ങളുടെ സമയം പാലിക്കുന്നത്. അങ്ങനെയാണ് അച്ഛനും അമ്മയും അമ്മൂമ്മയും അതുതന്നെയാണ് പറയാറുള്ളത്. നവംബർ 7, ചുകന്ന അക്ഷരത്തിൽ കുറിച്ചിട്ടിട്ടുള്ള തിയതിയാണ്. തലേരാത്രി വീട്ടിലാരും ഉറങ്ങാറില്ല. പണിത്തിരക്കാണ്. ചുകന്ന ക്രേപ് കടലാസുകൾ കൊണ്ട് പൂക്കളുണ്ടാക്കണം. കാർഡ് ബോർഡ് വെട്ടിയെടുത്ത് ഹൃദയമുണ്ടാക്കണം. ഒന്നല്ല, കുറെ അധികം. അതിനൊക്കെ ചുകന്ന ചായം കൊടുക്കണം. രാവിലെ അമ്മയും അമ്മൂമ്മയും വീട്ടിൽ തന്നെയുണ്ടാകും. വിശേഷ ദിവസം പ്രമാണിച്ച് വിശേഷിച്ചൊരു ഊണും വേണമല്ലോ. സാധാരണ ആ ദിവസം അതിഥികളായി ആരെങ്കിലുമുണ്ടാകാറുണ്ട്. തോളിൽ തൂക്കിയിട്ട സഞ്ചികളിൽ അവർ ഞങ്ങൾക്കായി വൈനും കേക്കും കൊണ്ടുവരും. ആ കാലത്ത് പ്ളാസ്റ്റിക് സഞ്ചികളുണ്ടായിരുന്നില്ല. അമ്മൂമ്മ, കാബേജും കൂണും നിറച്ച് ആ പ്രസിദ്ധമായ വിഭവമുണ്ടാക്കും പിറോഷ്കി. അമ്മ ചില മാംസവിഭവങ്ങളുണ്ടാക്കും. അവരുണ്ടാക്കുന്ന "ഒലീവിയർ സലാഡ്" ഒരു മായാജാലം തന്നെയാണ്. പ്രസിദ്ധമായ ആ ഗാനത്തിന്റെ വരികൾ എങ്ങും മുഴങ്ങിക്കേൾക്കാം.

"ഞങ്ങളുടെ തലസ്ഥാനം ലോകതലസ്ഥാനമാണ്
ക്രെംലിനിലെ നക്ഷത്രങ്ങൾ കണക്കെ നിങ്ങളും തിളങ്ങുന്നു
ഈ പ്രപഞ്ചത്തിന്റെ അഭിമാനമാണ് നിങ്ങൾ
ഒരു കരിങ്കൽ സുന്ദരിയാണ് നമ്മുടെ മോസ്കോ."

"ഹുറേ....ഹുറേ..." എത്ര ഒച്ചവെച്ചാലും എനിക്കു മതിയാവില്ല. ഉച്ചഭാഷിണികളിലൂടെ മുദ്രാവാക്യങ്ങൾ മുഴങ്ങിക്കൊണ്ടിരിക്കും. "ലിക്കാച്ചീവ് ഫാക്ടറിയിലെ തൊഴിലാളികൾക്ക് അഭിവാദ്യങ്ങൾ" ചെങ്കൊടിയുടേയും ലെനിന്റേയും പേരിലുള്ള രണ്ട് പുരസ്കാരങ്ങൾ അവർ നേടിയിരുന്നു.

"കമ്മ്യൂണിസ്റ്റ് പാർട്ടിക്ക് അഭിവാദ്യങ്ങൾ"

"നമ്മുടെ മുതിർന്ന നേതാക്കൾക്ക് ആശംസകൾ നേരുന്നു."

എത്ര മനോഹരം....ആനന്ദോന്മാദത്തിൽ ജനം കണ്ണീർതൂകി.

മിലിട്ടറി ബാൻഡ് വിപ്ലവഗാനങ്ങളും സൈനിക ഗാനങ്ങളും ആലപിച്ചു.

"അവനോട് പിന്നോട്ടു പോകാൻ ആജ്ഞാപിച്ചു
അവളോട് നേരെ എതിർഭാഗത്തേക്കും
കോംസോമോൾ അംഗങ്ങൾ അഭ്യന്തര കലാപത്തിന്റെ
പോർക്കളത്തിലേക്ക് നേരെ നടന്നുനീങ്ങി"

ഓരോ പാട്ടിന്റേയും ഓരോ വരിയും ഇപ്പോഴും എനിക്കോർമ്മയുണ്ട്. ഒന്നും മറന്നിട്ടില്ല. അതൊക്കെയും ഇപ്പോഴും പാടിക്കൊണ്ടിരിക്കുന്നു.

മറ്റാർക്കും വേണ്ടിയല്ല, എനിക്കുമാത്രം കേൾക്കാൻ വേണ്ടി. (അവർ പതുക്കെ പാടുന്നു.)

> "എന്റെ ഈ പ്രിയ നാട്, എത്ര വിശാലമാണ്
> നിറയെ കാടുകളും പുഴകളും വയലേലകളും
> ഇതുപോലെ മനുഷ്യൻ സ്വതന്ത്രമായി
> ശ്വാസോച്ഛ്വാസം ചെയ്യുന്ന ഒരിടം...
> വേറെയില്ലെന്ന് എനിക്കറിയാം"

പഴയ സാധനങ്ങൾ കൂട്ടിവെച്ചിരുന്നതിനിടയിൽ നിന്നും പണ്ടത്തെ ചില റെക്കോർഡുകൾ എനിക്കു കിട്ടി. കലവറയിൽ നിന്നും റെക്കോർഡ് പ്ലെയർ എടുത്തുകൊണ്ടുവന്ന് ആ പാട്ടുകൾ വീണ്ടും കേട്ടു. പഴയ കാലത്തെ ഓർമ്മകൾ അയവിറക്കിക്കൊണ്ട് അന്നത്തെ സായാഹ്നം മുഴുവൻ ഞാൻ ചെലവഴിച്ചു. സ്യൂനാവസ്കിയുടേയും ലിബിസീവ് കുമാച്ചിന്റേയും ഗാനങ്ങളോട് വലിയ ആരാധനയായിരുന്നു. (അവർ നിശ്ശബ്ദയായി) ഓർമ്മകളിൽ.....ഞാൻ ആകാശത്തെവിടേയോ ഉയരങ്ങളിൽ. അച്ഛൻ എന്നെ എടുത്ത് പിന്നെയും പിന്നെയും പൊന്തിക്കുന്നു. കൂടുതൽ കൂടുതൽ ഉയരത്തിൽ. ദാ...ഏറ്റവും പ്രധാനപ്പെട്ട നിമിഷം. കവചിതമായ മിസൈലുകൾ വഹിച്ചുകൊണ്ട് ഊക്കൻ വണ്ടികൾ. ഒന്നിനു പിറകിൽ ഒന്നായി ടാങ്കുകൾ, യന്ത്രത്തോക്കുകൾ, പീരങ്കികൾ, കരസേന.... കരിങ്കൽ പാകിയ ചുകന്ന ചത്വരത്തിലൂടെ അവ ഗർജ്ജിച്ചു കൊണ്ടു കടന്നു വന്നു. 'ഈ നിമിഷം..... ജീവിതം മുഴുവൻ ഓർമ്മവെക്കണം" എല്ലാ ശബ്ദഘോഷങ്ങൾക്കും മീതെ അച്ഛന്റെ ഓർമ്മപ്പെടുത്തൽ. അതങ്ങനെത്തന്നെയായിരിക്കും എന്നെനിക്കറിയാമായിരുന്നു. വീട്ടിലേക്കു മടങ്ങുന്ന വഴി ഞങ്ങൾ ആ കടയിലേക്കു കയറും. എനിക്കേറ്റവും ഇഷ്ടമുള്ള ബുറാറ്റിനോ ലെമനേഡ് വാങ്ങിക്കുടിക്കും. അന്നേദിവസം.....മോഹം തോന്നുന്നതെന്തും വാങ്ങിക്കാൻ എനിക്കനുവാദമുണ്ട്. വിസിലുകൾ. കളിപ്പാട്ടങ്ങൾ, ലോലിപ്പോപ്പ് അങ്ങനെ എന്തും.

മോസ്കോയെ വളരെ വളരെ ഇഷ്ടമായിരുന്നു. പ്രത്യേകിച്ചും രാത്രികൾ, എത്രയെത്ര വിളക്കുകൾ! അപ്പോഴാണ് ഞാൻ പ്രണയത്തിലായത്. മനസ്സിലെ ആ നീറ്റൽ പ്രണയമാണെന്ന് ബോദ്ധ്യമായ നിമിഷം.... ഞാൻ എങ്ങോട്ടാണ് പോയതെന്ന് ഊഹിക്കാമോ....? ആ രാത്രി റെഡ് സ്ക്വയറിലേക്കു പോയി. പ്രണയത്തിന്റെ ആ ആദ്യനിമിഷങ്ങൾ അവിടെ ചെലവഴിക്കാനാണ് ആഗ്രഹിച്ചത്. ക്രെംലിൻ ഭിത്തികൾ. പൊടി മഞ്ഞു വീണു കിടക്കുന്ന കറുത്ത സ്പ്രൂസ് മരങ്ങൾ. മഞ്ഞുപാളികളാൽ മൂടപ്പെട്ട അലക്സാൻഡർ ഗാർഡൻ. എല്ലാം കണ്ണുകൊണ്ടു കോരിക്കുടിച്ചു. എനിക്കു തീർച്ച തോന്നി. ഇനി ഞാനെന്നും സന്തോഷവതിയായിരിക്കും. നിശ്ചയമായും ഇനിയുള്ളത് സന്തോഷത്തിന്റെ നാളുകൾത്തന്നെ!

ഭർത്താവും ഞാനും ഈയിടെ മോസ്കോ സന്ദർശിക്കുകയുണ്ടായി. ആദ്യമായി.... ഞങ്ങൾ റെഡ്സ്ക്വയറിന്റെ അരികത്തേക്കു പോയില്ല. ആദരാഞ്ജലികൾ അർപ്പിക്കുകയുമുണ്ടായില്ല. ആദ്യമായാണിങ്ങനെ.

(അവരുടെ കണ്ണുകളിൽ നനവൂറി) ഭർത്താവ് അർമേനിയക്കാരനാണ്. യൂണിവേഴ്സിറ്റിയിൽ പഠിച്ചുകൊണ്ടിരിക്കുന്നതിനിടയിലാണ് ഞങ്ങൾ വിവാഹിതരായത്. അദ്ദേഹത്തിന് ഒരു കമ്പിളിപ്പുതപ്പുണ്ടായിരുന്നു, എനിക്കൊരു കോട്ടും. അങ്ങനെയാണ് ഒരുമിച്ചുള്ള ജീവിതം തുടങ്ങിയത്. രണ്ടുപേരും മോസ്കോ മെഡിക്കൽകോളേജിൽ നിന്ന് ബിരുദം നേടി. മിൻസ്കിൽ ജോലി ചെയ്യാനാണ് ആദ്യം നിയമനം കിട്ടിയത്. എന്റെ കൂട്ടുകാരെല്ലാം ഓരോ ദിക്കിലേക്കു പോയി. ഒരാൾ മോൾഡേവിയയിലേക്കു പോയി. ഇനിയൊരാൾ ഉക്രയിനിലേക്ക്. വേറൊരു ചങ്ങാതിക്കു നിയമനം കിട്ടിയത് ഇർകുട്സ്കിലാണ്. അങ്ങോട്ടു പോയവരെയൊക്കെ ഞങ്ങൾ ഡിസംബറിസ്റ്റുകൾ* എന്നാണ് വിളിച്ചിരുന്നത്. എല്ലാം ഒരു രാജ്യം തന്നെ. ഇഷ്ടമുള്ളിടത്തേക്കു പോകാം. ആ കാലത്ത് വിസയും കസ്റ്റംസുമൊന്നും ഉണ്ടായിരുന്നില്ല. അതിർത്തികളുമുണ്ടായിരുന്നില്ല. ഭർത്താവിന് അർമേനിയയിലേക്ക്. സ്വന്തം ജന്മനാട്ടലേക്കു മടങ്ങാനായിരുന്നു ആഗ്രഹം. “നമുക്ക് സവാൻ തടാകത്തിലേക്കു പോകാം. അരാരത് കാണാം. തനി അർമീനിയൻ ഭക്ഷണം രുചിക്കാം” അദ്ദേഹം വാക്കു തന്നു. പക്ഷേ രണ്ടുപേർക്കും നിയമനം കിട്ടിയത് മിൻസ്കിലാണ്. “എന്നാൽ നമുക്ക് ബെലോറഷ്യയിലേക്കു പോകാം.” “ആയിക്കോട്ടെ” ഞങ്ങൾ തീർച്ചയാക്കി. രണ്ടുപേർക്കും ചെറുപ്പം. ജീവിതം മുഴുവൻ കൺമുമ്പിൽ നീണ്ടുകിടക്കുന്നു. ജീവിതത്തിൽ ആശിച്ചതെല്ലാം ചെയ്തുതീർക്കാൻ സമയമുണ്ടെന്നു വിചാരിച്ചു. ഞങ്ങൾ മിൻസ്കിൽ വന്നു. ഒടുവിൽ അവിടെത്തന്നെ സ്ഥിരതാമസവുമാക്കി.

ആ പ്രദേശം ഞങ്ങൾക്കത്രത്തോളം ഇഷ്ടപ്പെട്ടു. അവിടെ കാടുകളും തടാകങ്ങളുമാണ് എവിടേയും. നിറയെ കുറ്റിക്കാടുകളും ചതുപ്പുനിലങ്ങളും. അവിടെയൊക്കെയാണ് ഒളിപ്പോരാളികൾ ഒളിച്ചു താമസിച്ചിരുന്നത്. ഈ മരക്കൂട്ടങ്ങൾക്കിടയിൽ തുറസ്സായ സ്ഥലങ്ങൾ കുറവാണ്. ഞങ്ങളുടെ മക്കൾ അവിടെയാണ് വളർന്നത്. അവർക്കേറ്റവും ഇഷ്ടപ്പെട്ട ഭക്ഷണം ഡ്രാനിക്കിയും മോയൻകയുമായിരുന്നു. അവർ ഉരുളക്കിഴങ്ങ് വറുത്തും പുഴുങ്ങിയും തിന്നും. കുട്ടികൾക്ക് ഏറ്റവും ഇഷ്ടമുള്ള രണ്ടാമത്തെ വിഭവം അർമേനിയക്കാരുടെ കാഷ് (ഒരുതരം കഞ്ഞി) ആണ്. ഇപ്പോഴും കൊല്ലത്തിലൊരിക്കൽ കുടുംബസമേതം ഞങ്ങൾ മോസ്കോ സന്ദർശിക്കാറുണ്ട്. അത് വേണ്ടെന്നുവെക്കുന്നതെങ്ങനെ? മോസ്കോയിൽ ഒന്നു ചുറ്റി നടക്കാതെ എനിക്കു ജീവിക്കാനാവില്ല. ആ വായു ശ്വസിക്കണം. ആ നിമിഷങ്ങൾക്കായി ഞാൻ ആകാംക്ഷയോടെ കാത്തിരിക്കും. ബെലോർസ്കി സ്റ്റേഷനിലേക്ക് വണ്ടി കടന്നുചെല്ലാൻ. ഉച്ചഭാഷിണിയിലൂടെ മുഴങ്ങുന്ന വാക്കുകൾ. ഹൃദയം കുതിച്ചു ചാടും. “യാത്രക്കാരായ സഖാക്കളേ, ഈ വണ്ടി നമ്മുടെ മാതൃഭൂമിയുടെ തലസ്ഥാനനഗരിയായ ധീര മോസ്കോ നഗരത്തിൽ എത്തിച്ചേർന്നിരിക്കുന്നു.”

---

* 1825ൽ കുലീനരായ കുറെ യുവാക്കൾ ചക്രവർത്തിക്കെതിരെ കലാപമുയർത്തി. അവരെ – ഡിസെംബറിസ്റ്റുകൾ– ഇർക്കുട്സ്കിലേക്കു നാടുകടത്തി. കുറെപേർക്ക് വധശിക്ഷ വിധിച്ചു

“വിശാലയായ, ധീരയായ, അജയ്യയായ എന്റെ മോസ്കോ....എന്റെ നാട്. എല്ലാറ്റിനും ഉപരിയായി ഞാൻ നിന്നെ സ്നേഹിക്കുന്നു....” ആ പാട്ടു കേട്ടുകൊണ്ടാണ് നിങ്ങൾ മോസ്കോയിലേക്കു കാലുകുത്തുക.... അന്ന്....

എന്നാലിപ്പോൾ.....നമ്മളെവിടെയാണ്? നമ്മളെ സ്വാഗതം ചെയ്യുന്നത് തീരെ അപരിചിതയായ ഒരു നഗരമാണ്. തികച്ചും അന്യയായ ഒരു നഗരം. കാറ്റിൽ കടലാസുകളുടേയും പത്രങ്ങളുടേയും തുണ്ടുകൾ നടപ്പാതയിലേക്കു വന്നു വീഴുന്നു. കാൽച്ചുവട്ടിൽ ബിയർകാനുകൾ ഒച്ചവെക്കുന്നു. മെട്രോയിലായാലും തീവണ്ടി സ്റ്റേഷനിലായാലും എവിടെത്തന്നെ ചെന്നാലും സാധനങ്ങൾ കൊണ്ടുനടന്നു വില്ക്കുന്നവരുടെ കൂട്ടങ്ങളാണ്. മുഷിഞ്ഞ മുഖങ്ങൾ. ഉലഞ്ഞ കുപ്പായങ്ങൾ. അടിവസ്ത്രങ്ങൾ, പഴയ ഷൂസുകൾ, കളിപ്പാട്ടങ്ങൾ, വിരിപ്പുകൾ, ചില്ലറയായി സിഗരറ്റുകൾ അങ്ങനെയെല്ലാം. യുദ്ധത്തെക്കുറിച്ചുള്ള ചലച്ചിത്രങ്ങളിൽ കാണുന്നതു പോലെ. ഇങ്ങനെയുള്ള സംഗതികൾ അത്തരം സിനിമകളിൽ മാത്രമേ ഞാൻ കണ്ടിട്ടുള്ളൂ. താഴെ വിരിച്ച പത്രങ്ങളിലോ, കാർഡ്ബോർഡ് തുണ്ടുകളിലോ മത്സ്യവും മാംസവും സലാമിയുമൊക്കെ വില്ക്കാൻ വെച്ചിരിക്കുന്നതു കാണാം. ചില സ്ഥലങ്ങളിൽ തുളവീണ സല്ലോഫേൻ കടലാസു കൊണ്ട് അവ മൂടിവെച്ചിരിക്കും. അധികം സ്ഥലങ്ങളിലും തുറന്നായിരിക്കും വെച്ചിട്ടുണ്ടാവുക. മോസ്കോ നിവാസികൾ ഒരു മടിയും കൂടാതെ അതെല്ലാം വാങ്ങുന്നതും കാണാം. വിലപേശൽ നടക്കും. കമ്പിളി കുപ്പായങ്ങൾ, സോക്സുകൾ, നാപ്കിനുകൾ....ഒക്കെ വഴിയോരത്തുനിന്നു വാങ്ങാം. ഇരുമ്പാണിയും ആഹാരസാധനങ്ങളും വസ്ത്രങ്ങളുമെല്ലാം അടുത്തടുത്ത് വെച്ചിട്ടുണ്ടാകും. ഉക്രേനിയനും ബെലോഷ്യേനും, മോൾഡേവിയനുമൊക്കെ സംസാരിക്കുന്നവർ. “ഞങ്ങൾ വിന്ന്യാട്സിയയിൽ നിന്നാണ്.” “ഞങ്ങൾ ബ്രെസ്റ്റിൽ നിന്ന്” ദരിദ്രരായ ആയിരക്കണക്കിനാളുകൾ. എവിടെ നിന്നാണ് ഇവരൊക്കെ വന്നുചേർന്നിരിക്കുന്നത്? സിനിമയിൽ കാണുന്നതു പോലെ രോഗികൾ, അഗതികൾ..... പഴയ സോവിയറ്റ് സിനിമകൾ. അതിനോടുമാത്രമേ ഇതെല്ലാം എനിക്ക് താരതമ്യപ്പെടുത്താനാകൂ. ഒരു സിനിമ കാണുകയാണെന്നാണ് പലപ്പോഴും എനിക്ക് തോന്നാറുള്ളത്.

എന്റെ പഴയ അരാബട്.... എന്റെ പ്രിയപ്പെട്ട അരാബട്. അവിടെ കച്ചവടക്കാർ നിരന്നിരുന്ന് മാട്രിയോഷ്കാ പാവകൾ വില്ക്കുന്നതു കണ്ടു. സമോവറുകൾ, കുരിശു രൂപങ്ങൾ, ചക്രവർത്തിയുടേയും കുടുംബാംഗങ്ങളുടേയും ഛായാച്ചിത്രങ്ങൾ... വില്പനയ്ക്ക് നിരത്തി വെച്ചിരിക്കുന്നു. കൊൾചാക്, സെനികൻ* തുടങ്ങിയവരുടെ പടങ്ങൾ ലെനിന്റെ

* കൊൾചാക് പ്രസിദ്ധനായ റഷ്യൻ നാവികനും സഞ്ചാരിയും. റഷ്യൻ അഭ്യന്തര യുദ്ധക്കാലത്ത് നാവിക സൈന്യാധിപൻ. റഷ്യൻ ഭരണാധികാരിയായാണ് ലോകം അദ്ദേഹത്തെ കണ്ടത്. സെനികനും സൈനിക മേധാവിയുമായിരുന്നു. അവസാനത്തെ രണ്ടു പതിറ്റാണ്ട് ഫ്രാൻസിലാണ് കഴിച്ചു കൂട്ടിയത്.

ചിത്രങ്ങളോടൊപ്പം. മാട്രിയോഷ്ക പാവകൾ തന്നെ പലവിധം. ലെനിന്റെ, യെൻസ്റ്റിന്റെ, ഗോർബച്ചേവിന്റെ. എന്റെ പഴയ മോസ്കോയെ എവിടേയും എനിക്ക് കാണാനായില്ല. ഇതു ഏതു നഗരം? പാതയോരത്ത് ഏതാനും ഇഷ്ടികകൾക്കു മുകളിലായി ഒരു വൃദ്ധനിരുന്ന് എക്കോഡിയൻ വായിക്കുന്നു. സൈനിക മെഡലുകൾ ധരിച്ചിട്ടുണ്ട്. പാടുന്നത് യുദ്ധകാലത്തെ ഗാനങ്ങളാണ്. കാൽച്ചുവട്ടിലായി ഒരു തൊപ്പി. അതിൽ കുറേ ചില്ലറത്തുട്ടുകൾ. ഞങ്ങൾക്ക് വളരെ ഇഷ്ടമുള്ള ചില പാട്ടുകൾ അയാൾ പാടി. "അടുപ്പിൽ തീ കത്തിജ്ജ്വലിക്കുന്നുണ്ട്. വിറകിൽ നിന്ന് മരനീർ കണ്ണീരുപോലെ ഒലിച്ചിറങ്ങുന്നു. അയാളുടെ അരികത്തേക്കു ചെല്ലാമെന്നു വിചാരിച്ചു. അപ്പോഴേക്കും ഏതാനും വിദേശികൾ അയാളെ പൊതിഞ്ഞു. അയാളുടെ മുമ്പിൽ നിന്ന് അവർ തങ്ങളുടെതന്നെ ഫോട്ടോകളെടുത്തു. ഇറ്റാലിയനിലും ഫ്രഞ്ചിലും ജർമ്മിയിലും അവരെന്തൊക്കെയോ അയാളോട് ഉറക്കെ പറഞ്ഞു. അവർക്കതൊരു നേരമ്പോക്ക്. എല്ലാവരും വലിയ ഉത്സാഹത്തിലായിരുന്നു. എന്തുകൊണ്ട് ആയിക്കൂടാ? ആദ്യമൊക്കെ ആളുകൾക്ക് ഞങ്ങളെ ശങ്കയായിരുന്നു. ഇപ്പോൾ...അങ്ങനെയൊന്നുമില്ല. പ്രത്യേകിച്ചൊരു വിലയുമില്ലാത്ത കൂട്ടർ എന്ന ഭാവമാണ്. ചപ്പുചവറുകളുടെ ഒരു കൂന....കത്തിയമർന്നു. ഒരു മഹാസാമ്രാജ്യം. മാട്രിയോഷ്ക പാവകളുടേയും സമോവറുകളുടേയും കൂട്ടത്തിനടുത്തായി ചുകന്ന കൊടിതോരണങ്ങൾ കൂട്ടിയിട്ടിരിക്കുന്നു. അതിന്റെ അരികിലായി പാർട്ടി അംഗത്വ കാർഡുകളുടേയും കോംസോമോൾ അംഗത്വകാർഡുകളുടേയും ഒരു കൂന. സോവിയറ്റ് യുദ്ധത്തിലെ മെഡലുകളും, ഓർഡർ ഓഫ് ലെനിൻ മുദ്രകളും കൂട്ടിയിട്ടിരിക്കുന്നു. ധീരതയ്ക്കുള്ള മെഡലുകൾ, സൈനിക സേവനത്തിനുള്ള മെഡലുകൾ, ഞാനതെടുത്ത് കൈയിൽ വെച്ചു, മെല്ലെ തടവി. എനിക്കു വിശ്വസിക്കാനായില്ല. ശരിക്കും എനിക്കു വിശ്വസിക്കാനായില്ല. "സെബാസ്റ്റോപോളിനെ രക്ഷിച്ചതിന്" ....'കാക്കസസ്കിനെ രക്ഷിച്ചതിന്" എല്ലാം യഥാർത്ഥത്തിലുള്ള മെഡലുകളായിരുന്നു. എത്ര വിലപിടിച്ചവയാണ് അവ ഓരോന്നും. സോവിയറ്റ് സൈനികരുടെ യൂണിഫോമുകൾ, ജാക്കറ്റുകൾ, വലിയ കോട്ടുകൾ. മുന്നറ്റം കൂർത്തുനില്ക്കുന്ന തൊപ്പികൾ.... അതിൽ തിളങ്ങുന്ന ചുകന്ന നക്ഷത്രങ്ങൾ. എല്ലാം വില്ക്കാൻ വെച്ചിരിക്കുകയാണ്. ഡോളർവിലയ്ക്ക്. "ധീരതയ്ക്കുള്ള....." ഒരു മെഡൽ ചൂണ്ടിക്കാട്ടി ഭർത്താവു ചോദിച്ചു "ഇതിനെന്താണ് വില?"

"ഇരുപത് ഡോളർ....അല്ലെങ്കിൽ നിങ്ങൾക്കൊരു സഹായമായിക്കോട്ടെ, ആയിരം റൂബിൾ തന്നാൽ മതി."

"ഓർഡർ ഓഫ് ലെനിൻ ആണെങ്കിലോ?"

"നൂറു ഡോളർ.."

"അപ്പോൾ നിങ്ങളുടെ മനഃസാക്ഷി?" ഭർത്താവ് ഒരു വാഗ്വാദത്തിന് തയ്യാറായി.

"നിങ്ങൾക്കെന്താ ഭ്രാന്തുണ്ടോ? ഏതു പാറക്കല്ലിനടിയിലാണ് നിങ്ങൾ ജീവിക്കുന്നത്? ഇതെല്ലാം ഏകാധിപത്യ കാലത്തിന്റെ സ്മാരകങ്ങളാണ്." വളരെ നിസ്സാരമട്ടിലാണ് അയാൾ അതു പറഞ്ഞത്. ആർക്കും വേണ്ടാത്ത വകകൾ. എന്നാൽ വിദേശികൾക്ക് അതിൽ വെറുതെ ഒരു കൗതുകം. അവിടെ പഴയ സോവിയറ്റ് ചിഹ്നങ്ങൾക്ക് വളരെ പ്രിയമാണ്. അതു കൊണ്ട് ഇവിടേയും അത് ചൂടുള്ള വില്പനച്ചരക്കുകളാണ്. എനിക്ക് സങ്കടവും ദേഷ്യവും തോന്നി. ഉടനെ ഞാനൊരു പൊലീസുകാരനെ വിളിച്ചു, "ഇതു കണ്ടില്ലേ, " ഞാൻ ഒച്ചവെച്ചു.

കച്ചവടക്കാരൻ പറഞ്ഞത് പൊലീസുകാരൻ ശരിവെച്ചു. "ഇതെല്ലാം ഏകാധിപത്യ കാലഘട്ടത്തിന്റെ അവശിഷ്ടങ്ങളാണ്. മയക്കുമരുന്നും അശ്ലീല വസ്തുക്കളും വില്ക്കുന്നവരെ മാത്രമേ ഞങ്ങൾ പിടികൂടാറുള്ളൂ."

"പാർട്ടി അംഗത്വ കാർഡുകൾ പത്തുഡോളറിനു വില്ക്കുക....അതും ഒരുതരത്തിൽ അശ്ലീലമല്ലേ? 'ദി ഓർഡർ ഓഫ് ഗ്ലോറി...' ലെനിന്റെ ചിത്രമുള്ള ഈ കൊടി....ലെനിൻ ഏതാനും ഡോളറിന് വില്ക്കാനുള്ള ചരക്കാണോ?" എനിക്കു തോന്നി ഞാനേതോ സിനിമാഷൂട്ടിങ്ങിന്റെ നടുക്ക് വന്നുപ്പെട്ടിരിക്കുകയാണെന്ന്. ആരോ ഞങ്ങളെ കളിപ്പിക്കുകയാണോ? അതോ ഞങ്ങൾ തെറ്റായ ഒരിടത്തു വന്നു പെട്ടതാണോ? ഞാൻ അവിടെ നിന്ന് കരഞ്ഞു. എന്റെ അടുത്തു നിന്നിരുന്ന ഇറ്റലിക്കാരൻ സോവിയറ്റ് സൈനിക യൂണിഫോമായ വലിയകോട്ടും ചുകന്ന നക്ഷത്രങ്ങളുള്ള തൊപ്പിയും അണിഞ്ഞ് ഞെളിഞ്ഞു നിന്നു. "ഹൊ....റോഷോ.....ഹൊറോഷോ...." "HORO SHOWB HORO SHOW! ...Ala Russe."

ആദ്യമായി ഞാൻ ലെനിന്റെ ശവകുടീരം സന്ദർശിച്ചത് അമ്മയോടൊപ്പമായിരുന്നു. ഞാൻ ഓർക്കുന്നു...ശരത്കാലമായിരുന്നു. തണുപ്പുള്ള ഒരു മഴദിവസം. ആറു മണിക്കൂറോളം വരിയിൽ കാത്തുനിന്നു. ആ ചവിട്ടുപടികൾ...സന്ധ്യാനേരം...ആ പുഷ്പചക്രങ്ങൾ. ആരോ കാതിൽ മെല്ലെ പറഞ്ഞു. "നടക്കൂ....ഇവിടെ നില്ക്കരുത്" എന്റെ കണ്ണു നിറഞ്ഞൊഴുകി. കണ്ണീരിനിടയിൽ കൂടി ഒന്നും കാണാനായില്ല. പക്ഷേ ലെനിൻ..... മിന്നിത്തിളങ്ങുന്നതുപോലെ. ഞാൻ ചെറിയകുട്ടിയായിരുന്നു. അമ്മയോടു പതുക്കെ പറഞ്ഞു, "അമ്മേ ഞാൻ ഒരിക്കലും മരിക്കില്ല."

"അതെന്താ അങ്ങനെ പറയാൻ?" അമ്മ പറഞ്ഞു. "എല്ലാവരും ഒരു ദിവസം മരിക്കും, ലെനിനും മരിച്ചു...കണ്ടില്ലേ?"

ലെനിനും.... ഈ വക കാര്യങ്ങൾ എങ്ങനെ പറയണമെന്നെനിക്കറിഞ്ഞുകൂടാ... എന്നാലും പറയണം എന്നു ഞാൻ ആഗ്രഹിക്കുന്നു. എനിക്ക് സംസാരിക്കണമെന്നുണ്ട്. പക്ഷേ ആരോട്? അറിയില്ല. അല്ലെങ്കിലും എന്തിനെക്കുറിച്ചാണ് ഞാൻ പറയുക? വിശ്വസിക്കാനാവാത്ത വിധം ഭാഗ്യമുള്ളവരായിരുന്നു ഞങ്ങൾ എന്നോ? ഇപ്പോൾ അതെനിക്ക് പൂർണ്ണമായും ബോദ്ധ്യമായിരിക്കുന്നു. ഞങ്ങൾ വളർന്നത് ദാരിദ്ര്യത്തിലായിരുന്നു... ഞങ്ങൾ ശുദ്ധഗതിക്കാരായിരുന്നു. എന്നാൽ അന്ന്

ഞങ്ങളത് മനസ്സിലാക്കിയിരുന്നില്ല. ആരോടും ഞങ്ങൾക്ക് അസൂയ ഉണ്ടായിരുന്നില്ല. വില കുറഞ്ഞ പെൻസിൽ പെട്ടികളും നാല്പത് കൊപ്പെക്കിന്റെ പേനയും കൊണ്ടാണ് ഞങ്ങൾ സ്കൂളിൽ പോയിരുന്നത്. വേനൽക്കാലത്ത് കാൻവാസ് ഷൂസുകൾ ധരിച്ചു. തണുപ്പുകാലത്ത് റബ്ബർ ബൂട്ടുകളാണ് ഇടാറ്. തണുപ്പത്ത് ഉപ്പൂറ്റികൾ നീറും. ഷൂസിൽ തുള വീഴും. അതും ഒരു തമാശ. എല്ലാ ദിവസവും വിചാരിച്ചു, ഇന്നത്തേക്കാൾ നല്ലതാവും നാളെ എന്ന്. അതുപോലെ ഇന്നലത്തേക്കാൾ മെച്ചപ്പെട്ടതാകും മറ്റന്നാൾ എന്ന്. ഞങ്ങൾക്ക് ഒരു ഭാവിയുണ്ടായിരുന്നു. ഒരു ഭൂതകാലവും. എല്ലാം ഞങ്ങൾക്കുണ്ടായിരുന്നു.

ഞങ്ങൾ ഞങ്ങളുടെ മാതൃഭൂമിയെ സ്നേഹിച്ചു. ആ സ്നേഹം അതിരറ്റതായിരുന്നു. റഷ്യ ഞങ്ങൾക്ക് എല്ലാമായിരുന്നു. ആദ്യത്തെ സോവിയറ്റ് കാർ... ഹുറേ! അക്ഷരാഭ്യാസമില്ലാത്ത ഒരു തൊഴിലാളിയാണ് ആ രഹസ്യത്തിന്റെ പൂട്ടു തുറന്നത്. സോവിയറ്റ് നാടിന്റെ സ്വന്തം വിജയം.... സ്റ്റെയിൻലസ് സ്റ്റീൽ വിജയം! വളരെ കഴിഞ്ഞാണ് ഞങ്ങൾ ആ കാര്യം മനസ്സിലാക്കിയത്. കൊട്ടിയാഘോഷിക്കപ്പെട്ട ഈ വിജയത്തിന്റെ പൊരുൾ മറ്റു ലോകരാജ്യങ്ങൾക്കെല്ലാം എന്നേ അറിയാമായിരുന്നുവെന്ന്. ആ കാലത്ത്.... ഉത്തരധ്രുവത്തിലേക്ക് ആദ്യമായി പറക്കുന്നവർ ഞങ്ങളായിരുന്നു. ഉത്തരധ്രുവ ദീപ്തികളെ എങ്ങനെ നിയന്ത്രിക്കാം എന്ന കാര്യത്തിൽ ഞങ്ങൾ ആദ്യമായി പഠനം നടത്താൻ പോകുന്നു. ഏറ്റവും കരുത്തുറ്റ നദികളുടെ ഗതിയും ഞങ്ങൾ മാറ്റിയെടുക്കും. അന്തമില്ലാതെ കിടക്കുന്ന മരുഭൂമികളിലേക്ക് ഞങ്ങൾ ജലമെത്തിക്കും. വിശ്വാസം... വിശ്വാസം... യുക്തിയെക്കാൾ എത്രയോ ഉയരത്തിലായിരുന്നു അത്! ഞാൻ നിത്യവും ഉറക്കമുണരാറുള്ളത് അലാം മണിയുടെ ശബ്ദം കേട്ടിട്ടായിരുന്നില്ല. ദേശീയഗാനം കേട്ടിട്ടായിരുന്നു. "സ്വതന്ത്ര ജനകീയ രാഷ്ട്രങ്ങളുടെ തകർക്കാനാവാത്ത കൂട്ടായ്മ. കരുത്തുറ്റ റഷ്യ കൂട്ടിയിണക്കിയ യുഗങ്ങളോളം നീണ്ടുനില്ക്കുന്ന ഐക്യം." അങ്ങനെ അനവധി പാട്ടുകൾ ഞങ്ങൾ സ്കൂളിൽ പാടിയിരുന്നു. ആ പാട്ടുകൾ ഇപ്പോഴും എനിക്കോർമ്മയുണ്ട്.

"നമ്മുടെ പിതാക്കന്മാർ സ്വാതന്ത്ര്യവും സന്തോഷവും സ്വപ്നം കണ്ടു
അതിനു വേണ്ടി ഒന്നിലധികം തവണ അവർ പോരാടി
യുദ്ധങ്ങളെ സധൈര്യം നേരിട്ടുകൊണ്ട്
ലെനിനും സ്റ്റാലിനും നമ്മുടെ ഈ പിതൃരാജ്യം സൃഷ്ടിച്ചു."

വീട്ടിൽ ഞങ്ങൾ ഇടയ്ക്കിടയ്ക്ക് ഓർക്കുമായിരുന്നു ആ ദിവസം. "യങ്പയനീർ" സംഘടനയിലേക്ക് എനിക്കു പ്രവേശനം കിട്ടിയതിന്റെ അടുത്ത ദിവസം. രാവിലെ റേഡിയോയിൽ കൂടി ദേശീയഗാനം കേട്ടതും ഞാൻ ചാടി എഴുന്നേറ്റു. എന്റെ മെത്തയിൽത്തന്നെ "അറ്റെൻഷനി"ൽ നിന്നു. പയനീർ പ്രതിജ്ഞ: "എന്റെ സഖാക്കളുടെ സാന്നിദ്ധ്യത്തിൽ ഞാനും ഇതിനാൽ ആ ശ്രേണിയിലേക്കു ചേരുകയാണ്... എന്റെ മാതൃഭൂമിയെ സർവ്വാത്മനാ സ്നേഹിച്ചുകൊള്ളാമെന്ന് ശ്രദ്ധാപൂർവ്വം ഞാൻ

പ്രതിജ്ഞ ചെയ്യുന്നു....” ആ ദിവസം ഞങ്ങൾ വീട്ടിൽ ശരിക്കും ആഘോഷിച്ചു. എന്റെ നേട്ടത്തിന്റെ പേരിൽ അമ്മ വിശേഷിച്ചുണ്ടാക്കിയ ആ “പൈ”യുടെ മണം വീട്ടിലെങ്ങും നിറഞ്ഞു നിന്നു. പയനീർമാരുടെ ചുകന്ന തൂവാല കഴുത്തിനു ചുറ്റുമായി ഞാൻ എപ്പോഴും കെട്ടിയിരുന്നു. എല്ലാ ദിവസവും ഞാനത് കഴുകി ഉണക്കി ഇസ്തിരിയിടും. അതിൽ ഒറ്റച്ചുളിവു പോലും വീഴാൻ ഞാൻ ഇട കൊടുത്തിരുന്നില്ല.

ഞാൻ യൂണിവേഴ്സിറ്റിയിൽ ചേർന്നതിനു ശേഷവും ആ ശീലം ഉപേക്ഷിച്ചില്ല. അപ്പോഴുമുണ്ടായിരുന്നു എന്റെ കഴുത്തിൽ ആ പയനീർ കെട്ട്. യുവജനസഖ്യത്തിലെ അംഗത്വ കാർഡും ഇപ്പോഴും സൂക്ഷിച്ചു വെച്ചിട്ടുണ്ട്. അന്ന് ഒരു വയസ്സ് പ്രായക്കൂടുതൽ നടിച്ചു; ഒരു വർഷം മുമ്പേ അതിൽ ചേരാൻ വേണ്ടി. തെരുവിൽ കൂടി നടക്കുക, ഒരു രസമായിരുന്നു. ഓരോ വീട്ടിൽ നിന്നും റേഡിയോ കേൾക്കാം. ആ കാലത്ത് റേഡിയോ ആയിരുന്നു ഞങ്ങളുടെ ജീവിതം. അതായിരുന്നു എല്ലാം. ജനാല തുറക്കേണ്ട താമസം. സംഗീതം വീട്ടിലേക്കൊഴുകിയെത്തും. അന്നത്തെ പാട്ടുകൾ, ചാടിയെഴുന്നേറ്റ് മറ്റൊന്നും ഓർക്കാതെ വീടിനു ചുറ്റും മാർച്ചു ചെയ്യാൻ പ്രേരിപ്പിക്കുന്നതായിരുന്നു....ഒരു പട്ടാളക്കാരനെ പോലെ. ഇന്നാലോചിക്കുമ്പോൾ ഒരുപക്ഷേ, അതൊരു തടവറയായി തോന്നിയേക്കാം. എന്നാലും പറയാം.... ആ തടവറയിൽ ഞാൻ സന്തോഷവതിയായിരുന്നു. അതെ, അങ്ങനെയായിരുന്നു ഞങ്ങൾ. ഇന്നും അങ്ങനെ ത്തന്നെ. എവിടെയെങ്കിലും വരി നില്ക്കുമ്പോൾ, ഞങ്ങൾ തമ്മിൽ ത്തമ്മിൽ ഉരുമ്മിനില്ക്കുന്നു.... കൂടി നില്ക്കാൻ ശ്രമിക്കുന്നു.നിങ്ങൾ അത് ശ്രദ്ധിച്ചിട്ടുണ്ടോ? (വീണ്ടും അവർ മെല്ലെ പാടാൻ തുടങ്ങി.)

“സ്റ്റാലിൻ ഞങ്ങളുടെ യുദ്ധ യശസ്സാണ്
സ്റ്റാലിൻ യുവത്വത്തിന്റെ ആനന്ദമാണ്
പാടിയും പൊരുതിയും വിജയം നേടി
ഞങ്ങൾ സ്റ്റാലിന്റെ കാല്പാടുകൾ പിൻതുടരുന്നു.”

സത്യം....എന്റെ വലിയ സ്വപ്നം മരിക്കുകയായിരുന്നു. രാജ്യത്തിനു വേണ്ടി ആത്മാർപ്പണം ചെയ്യുക. യുവജനസഖ്യത്തിലെ പ്രതിജ്ഞ: “എന്റെ നാടിന് ആവശ്യമാണെങ്കിൽ ജീവൻ ത്യജിക്കാൻ ഞാൻ തയ്യാറാണ്.” അത് വെറും വാക്കുകളായിരുന്നില്ല. അങ്ങനെയായിരുന്നു ഞങ്ങളെ ഓരോരുത്തരേയും പഠിപ്പിച്ചിരുന്നത്. ഒരു വിഭാഗം സൈനികർ തെരുവിലൂടെ മാർച്ചു ചെയ്തുപോകുന്നതു കണ്ടാൽ എല്ലാവരും അവിടെ നോക്കിനില്ക്കും. യുദ്ധം വിജയിച്ചതോടെ, ഓരോ സൈനികനും ഒരു അസാമാന്യ വ്യക്തിയായി മാറി. പാർട്ടിയിൽ പ്രവേശനം നേടാനുള്ള അപേക്ഷാഫോറത്തിൽ ഞാനെഴുതി “പാർട്ടിയുടെ ചിട്ടവട്ടങ്ങളൊക്കെയും ഞാൻ മനസ്സിലാക്കിയിരിക്കുന്നു. അതെല്ലാം അംഗീകരിക്കുന്നു. എന്റെ എല്ലാ ശക്തിയും വേണ്ടിവന്നാൽ ജീവൻ തന്നേയും മാതൃഭൂമിക്കു വേണ്ടി സമർപ്പിക്കാൻ തയ്യാറാണ്.” (അവർ എന്റെ മുഖത്തേക്കുറ്റു നോക്കി) നിങ്ങളെന്നെപ്പറ്റി എന്താണ് വിചാരിക്കുന്നത്? ഞാൻ വെറുമൊരു

വിഡ്ഢിയാണെന്നോ? ബുദ്ധിയുറയ്ക്കാത്തവളാണെന്നോ? ഞാൻ നന്നായി അറിയുന്ന കുറെപേർ, മുഖത്തു നോക്കി പരിഹസിച്ചിട്ടുണ്ട്. അവർ ചിരിക്കുന്നു....വൈകാരിക സോഷ്യലിസം... പത്രത്താളിലെ ആദർശം എന്നൊക്കെയാണ് എന്നെ കാണുമ്പോൾ അവർക്ക് തോന്നുന്നത്. വിഡ്ഢിത്തം...വിവരക്കേട്. "നിങ്ങൾ മനുഷ്യമനസ്സിന്റെ എൻജിനീയറാണല്ലോ"* നിങ്ങൾക്കെന്നെ ആശ്വസിപ്പിക്കണമെന്നു തോന്നുന്നുണ്ടോ? നമ്മുടെ എഴുത്തുകാർ വെറും എഴുത്തുകാരല്ല. അതിലും മേലെയാണ്. നിങ്ങൾ അദ്ധ്യാപകരും ആത്മീയാചാര്യന്മാരുമാണ്. പഴയ കാലത്തെ സ്ഥിതി അതായിരുന്നു. എന്നാൽ ഇപ്പോൾ അങ്ങനെയല്ല. ധാരാളംപേർ പതിവായി പള്ളിയിൽ പോകുന്നുണ്ട്. അവരിൽ വിശ്വാസികൾ വളരെ കുറവാണ്. അധികംപേരും ദുഃഖങ്ങൾ അനുഭവിക്കുന്നവരാണ്. എന്നെപ്പോലെ. മാനസികമായ ആഘാതങ്ങളനുഭവിക്കുന്നവരാണ്. മതപരമായ അർത്ഥത്തിൽ ഞാനൊരു വിശ്വാസിയല്ല. എന്നാലും ഞാൻ പ്രാർത്ഥിക്കുന്നു.

ഞങ്ങളുടെ പുരോഹിതൻ ഒരു പഴയ പട്ടാള ഉദ്യോഗസ്ഥനാണ്. അദ്ദേഹത്തിന്റെ പ്രഭാഷണങ്ങൾ അധികവും യുദ്ധവുമായി ബന്ധപ്പെട്ടതായിരിക്കും... സൈന്യവും, ആറ്റംബോംബുമൊക്കെ കടന്നുവരും. റഷ്യയുടെ ശത്രുക്കൾ. അതിഭീകരമായ ഗൂഢാലോചനകൾ. എന്നാൽ എനിക്കു കേൾക്കേണ്ടത് വേറെ ചിലതാണ്. തികച്ചും വ്യത്യസ്തമായ മറ്റു ചിലത്. എന്നാൽ കേൾക്കുന്നത് അതുമാത്രമാണ്. എവിടേക്കു തിരിഞ്ഞാലും വെറുപ്പും വൈരവും. അതിൽ നിന്നൊക്കെ ഒഴിഞ്ഞുമാറിയിരിക്കാൻ മനസ്സിന് ഒരിടമില്ലാത്ത അവസ്ഥ. ഞാൻ ടി.വി. തുറന്നു നോക്കും. അവിടെയും കുറ്റംപറച്ചിലുകളും ശകാരങ്ങളുമല്ലാതെ ഒന്നുമില്ല. ഭൂതകാലത്തെ ഒന്നടങ്കം എല്ലാവരും തിരസ്കരിക്കുന്നു, ശപിക്കുന്നു. എന്റെ ഏറ്റവും പ്രിയപ്പെട്ട സംവിധായകൻ മാർക് സാക്കറോവ് ആണ്. അദ്ദേഹത്തെ പോലും പഴയതുപോലെ ഇപ്പോൾ സ്നേഹിക്കുകയും ആരാധിക്കുകയും ചെയ്യുന്നില്ല. അദ്ദേഹം തന്റെ പാർട്ടി മെമ്പർഷിപ്പ് കാർഡ് കത്തിച്ചു കളഞ്ഞു. അതവർ ടി.വി.യിൽ കാണിക്കുകയും ചെയ്തു. പരസ്യമായാണ് അദ്ദേഹം അത് ചെയ്തത്. ഇതൊരു നാടകവേദിയല്ല, ജീവിതമാണ്. എന്റെ ജീവിതം....അതിനോടിങ്ങനെയാണോ പെരുമാറേണ്ടത്. എന്റെ ജീവിതത്തിൽ ഇത്തരം കെട്ടുകാഴ്ചകൾക്കിടമില്ല. (അവർ നിശ്ശബ്ദം കരഞ്ഞു)

മുമ്പോട്ടുപോകാനാകാതെ പിറകിൽതന്നെ നിന്നു പോയ പലരിൽ ഒരാളാണ് ഞാൻ. അധികം പേരും പതുക്കെ പതുക്കെ സോഷ്യലിസത്തിനു നേരെ നീങ്ങിക്കൊണ്ടിരുന്ന വണ്ടിയിൽ നിന്നും ചാടിയിറങ്ങി. മുതലാളിത്തത്തിനു നേരെ അതിവേഗം കുതിക്കുന്ന വണ്ടിയിൽ കയറിപ്പറ്റി. ഞാൻ വൈകിപ്പോയി. ഒന്നിനും കൊള്ളാത്തവൻ....ഉറക്കം തൂങ്ങി...

---

* സ്റ്റാലിന്റെ പ്രസിദ്ധമായ ഒരു പ്രയോഗം, സാഹിത്യകാരന്മാരേയും കലാകാരന്മാരേയും സൂചിപ്പിച്ചു കൊണ്ട്.

അവർ എന്റെ നേരേയും പരിഹാസം ചൊരിയുന്നു. ഇപ്പോൾ ചുകപ്പ ന്മാരെല്ലാം രാക്ഷസന്മാരാണ്. വെളുത്ത പക്ഷക്കാർ വീരയോദ്ധാക്കളും. എന്റെ മനസ്സും ബുദ്ധിയും പ്രതിഷേധിക്കുന്നു. മനഃശാസ്ത്രപരമായി നോക്കുമ്പോൾ അത് അംഗീകരിക്കാനാവില്ല. അങ്ങനെ ഒരു ചിന്ത കടന്നു വരാൻ അനുവദിക്കില്ല. ഗോർബച്ചേവിനെ ഞാൻ വിമർശിക്കുന്നു. എന്നാലും ഞാനദ്ദേഹത്തെ ആലിംഗനം ചെയ്തിട്ടുണ്ട്. ഇപ്പോൾ ബോദ്ധ്യ മായിരിക്കുന്നു. ഞങ്ങൾ പലരേയും പോലെ അദ്ദേഹവും ഒരു സ്വപ്ന ദർശിയായിരുന്നു. വളരെയധികം ആദർശങ്ങളും സങ്കല്പങ്ങളുമുള്ള ഒരാൾ. അതേ നമുക്ക് അദ്ദേഹത്തെ അങ്ങനെ വിശേഷിപ്പിക്കാം. എന്നാൽ യെത്സിനെ അംഗീകരിക്കാൻ ഞാൻ ഒരുക്കമായിരുന്നില്ല... ഗൈഡർ ഭരണപരിഷ്കാരങ്ങളേയും. അദ്ദേഹം ഒന്നു വിരൽ ഞൊടിച്ചതോടെ ഞങ്ങളുടെയൊക്കെ സമ്പത്ത് അപ്രത്യക്ഷമായി. ഞങ്ങളുടെ പണം മാത്ര മല്ല, ജീവിതവും ഇല്ലാതായി. കണ്ണടച്ചു തുറയ്ക്കുന്നതിനിടയിൽ ഒന്നിനും ഒരു വിലയുമില്ലാതായി. ശോഭനമായ ഭാവി എന്ന പ്രയോഗമേ ഇല്ലാതായി. പകരം അവർ പറഞ്ഞത്, ധനത്തെ സ്നേഹിക്കൂ, വേഗം പണക്കാരനാവൂ. അതിനുവേണ്ടി ഏതു മൃഗത്തിന്റെ മുമ്പിലും തലകുനിക്കൂ എന്നൊക്കെ യാണ്. അതിനൊന്നും ജനം ഒരുക്കമായിരുന്നില്ല. മുതലാളിത്ത വ്യവ സ്ഥിതി. ആരും സ്വപ്നം കണ്ടിട്ടുപോലുമുണ്ടായിരുന്നില്ല. എന്റെ ചായ്വ് സോഷ്യലിസത്തോടായിരുന്നു. സസ്യാഹാരത്തിനുള്ള പ്രതിപത്തി. സ്വന്തക്കാരെ പിടിച്ചു തിന്നൽ....അതിന് ഞാൻ കൂട്ടായിരുന്നില്ല. പാക്മുട്ടോവയുടെ ഒരു പാട്ട്, “വിമാനച്ചിറകുകൾക്കു താഴെയായി, ടൈഗ യിലെ പച്ചക്കടൽ പാടുന്നു” “നീല നഗരങ്ങളു*മായി സൗഹൃദം സ്ഥാപി ക്കാൻ തയ്യാറായിരുന്നു. അങ്ങനെ ഒരു നഗരം ഉണ്ടാകും എന്ന സ്വപ്നം! “ഇവിടെ ഒരു ഉദ്യാനനഗരമുണ്ടാകും” മയക്കോവ്സ്കിയുടെ പാട്ടുകൾ എനിക്ക് വളരെ ഇഷ്ടമായിരുന്നു. ദേശഭക്തി തുളുമ്പുന്ന കവിതകളും ഗാനങ്ങളും. ആ കാലത്ത് അതിനൊക്കെ വലിയ പ്രാധാന്യമുണ്ടായിരുന്നു. ഞങ്ങളെ സംബന്ധിച്ചിടത്തോളം ആ വരികൾക്ക് വലിയ വിലയുണ്ടായി രുന്നു. തൃപ്തിയാവോളം ആഹാരം കഴിക്കാനും ഉറങ്ങാനും വേണ്ടി യാണ് നമുക്ക് ജീവിതം നല്കപ്പെട്ടിട്ടുള്ളതെന്ന് ഞാൻ വിശ്വസിക്കുന്നില്ല. ഒരിടത്തു നിന്ന് ഒരു സാധനം വാങ്ങി തെരുവിന്റെ അങ്ങേ അറ്റത്തു ചെന്ന് അത് മൂന്നു കോപ്പെക് കൂട്ടിവിറ്റ് ലാഭമുണ്ടാക്കുന്നവൻ വലിയ മിടുക്കനാണെന്നും കരുതുന്നില്ല. അങ്ങനെയുള്ള കാര്യങ്ങൾ വിശ്വസി ക്കാനാണ് ഇപ്പോൾ അവർ പ്രോത്സാഹിപ്പിക്കുന്നത്. ത്യാഗം ചെയ്ത വരെല്ലാം ശുദ്ധമണ്ടന്മാരാണെന്ന് അവർ പറഞ്ഞുകൊണ്ടിരിക്കുന്നു. മഹ നീയമായ ആദർശങ്ങൾക്കു വേണ്ടി ആത്മത്യാഗം ചെയ്തവരെല്ലാം പടുവിഡ്ഢികൾ. തീർച്ചയായും അതിനോടു യോജിക്കുന്നില്ല. ഇന്നലെ, ഞാൻ ആ കടയുടെ മുമ്പിൽ വരി നില്ക്കുകയായിരുന്നു. മുമ്പിൽ നിന്ന ഒരു വൃദ്ധ അവരുടെ പഴ്സു തുറന്ന് ചില്ലറ എണ്ണിനോക്കി. അവസാനം

* 60കളിലെ സോവിയറ്റ് പോപ് ഗാനം “ബ്ലൂസിറ്റീസ്...” ഭാവിയിലെ സ്വപ്ന നഗരങ്ങൾ

അവർക്ക് വാങ്ങാനായത് 100 ഗ്രാം സലാമിയാണ്. അതും ഏറ്റവും വില കുറഞ്ഞ തരം. പന്നി ഇറച്ചി, പിന്നെ രണ്ടു കോഴിമുട്ടയും. അവരെ എനിക്കു നന്നായി അറിയാം. ജീവിതം മുഴുവൻ അവർ സ്കൂൾ അദ്ധ്യാപികയായി ജോലി ചെയ്തു.

ഇന്നത്തെ പുതിയ ജീവിത ശൈലി. അതിനെക്കുറിച്ച് ഉത്സാഹവും സന്തോഷവുമൊന്നും തോന്നുന്നില്ല. എന്റെ നിലയിൽ സ്വതന്ത്രമായി സന്തോഷമായി ജീവിക്കാൻ പറ്റുമെന്ന് തോന്നുന്നില്ല. തനിയെ... തീർച്ചയായും വയ്യ. ജീവിതം വീണ്ടും വീണ്ടും ഈ ചെളിക്കുഴിയിലേക്ക് പിടിച്ചു വലിക്കുകയാണ്. ഭൂമിയുടെ അടിയിലേക്ക്. എന്റെ മക്കൾ, ഈ പുതിയ നിയമങ്ങൾക്കനുസരിച്ച് ജീവിക്കാൻ തുടങ്ങിയിരിക്കുന്നു. അവർക്കിനി എന്റെ ആവശ്യമില്ല. അവരുടെ നോട്ടത്തിൽ ഞാൻ വിവരമില്ലാത്തവളാണ്. എന്റെ ആയുസ്സു മുഴുവനും... പഴയ കടലാസുകൾ പരതുന്നതിനിടയിൽ എന്റെ കൗമാരകാലത്തെ ഡയറി കൈയിൽ കിട്ടി. ആദ്യത്തെ പ്രണയം.... ആദ്യത്തെ ചുംബനം.... എത്രയോ പേജുകൾ നിറയെ സ്റ്റാലിനോടുണ്ടായിരുന്ന സ്നേഹാദരങ്ങളുടെ വർണ്ണന. അദ്ദേഹത്തെ ഒരു നോക്കു കാണാൻ പറ്റുമെങ്കിൽ മരിക്കാനും തയ്യാറായിരുന്നു. ഒരു ഭ്രാന്തിപ്പെണ്ണിന്റെ കുറിപ്പുകൾ. അത് വലിച്ചെറിഞ്ഞുകളയണമെന്നു തോന്നി. എന്തുകൊണ്ടോ അതിനെനിക്കു സാധിച്ചില്ല. അതുകൊണ്ട്, ഞാനത് ഒളിപ്പിച്ചു വെച്ചു. എനിക്കു ഭയം തോന്നി. ആരെങ്കിലും അതു കണ്ടാലോ? അവരെന്നെ പരിഹസിക്കും. കളിയാക്കി ചിരിക്കും. ഞാനതൊന്നും ആരേയും കാണിച്ചില്ല. (അവർ നിശ്ശബ്ദയായി) യുക്തിസഹമായ ഒരു വിവരണത്തിന് വഴങ്ങാത്ത ഒരുപാടു കാര്യങ്ങൾ ഞാനോർത്തുപോകുന്നു. എന്നെപ്പോലെ ഒരാളെ കണ്ടുകിട്ടിയത് നിങ്ങളുടെ ഭാഗ്യമാണ്. (അവർ ഒരേ സമയം കരയുകയും ചിരിക്കുകയും ചെയ്തു)

എങ്ങനെയാണ് ഈ വക കാര്യങ്ങൾ ഒരേസമയം നിലനിന്നത്? എന്നോടു ചോദിക്കൂ...ഞാൻ പറഞ്ഞുതരാം. ഒരു ഭാഗത്ത് ഞങ്ങളുടെ സന്തോഷം. മറുഭാഗത്ത് അവർ രാത്രി പെട്ടെന്നു കയറി വന്ന് ചിലരെ പിടിച്ചുകൊണ്ടുപോയി എന്ന വാസ്തവം. കുറെപേരെ കാണാതായി. കുറെ പേർ അടഞ്ഞ വാതിലുകൾക്കു പിറകിൽ നിന്ന് കണ്ണീർ വാർത്തു. കാരണമെന്താണാവോ? അങ്ങനെയുള്ളതൊന്നും ഓർമ്മിക്കുന്നില്ല. ഓർക്കുന്നത് വസന്തകാലത്ത് ലൈലാക് ചെടികൾ പൂക്കുന്നതാണ്. എല്ലായിടത്തും നിറയെ പൂക്കൾ. എല്ലാവരും നടക്കാനായി പുറത്തേക്കിറങ്ങും. വെയിലേറ്റ് ചൂടായി കിടക്കുന്ന നടപ്പാതകൾ. സൂര്യപ്രകാശത്തിന്റെ സുഗന്ധം. കണ്ണഞ്ചിപ്പിക്കുന്ന പ്രകടനങ്ങൾ. കായികാഭ്യാസികൾ. റെഡ് സ്ക്വയറിലെ പുഷ്പാലങ്കാരങ്ങൾ. മനുഷ്യശരീരങ്ങൾ കൊണ്ട് സ്റ്റാലിന്റേയും ലെനിന്റേയും പേരുകൾ എഴുതുന്ന വിദ്യ! അമ്മയോട് ഞാൻ ആ ചോദ്യം ചോദിക്കുമായിരുന്നു....

ബെറിയെ കുറിച്ച് എന്താണോർമ്മയുള്ളത്...ലൂസിയാൻകയെ കുറിച്ച്? അതിനെക്കുറിച്ച് ചോദിക്കുമ്പോൾ അമ്മ മൗനം പാലിക്കുകയാണ് പതിവ്. ഒരിക്കൽ ആ കഥ അമ്മ പറഞ്ഞു. വേനൽക്കാലമായിരുന്നു.

ക്രിമിയയിൽ ഒഴിവുകാലം ചെലവഴിച്ച് അവർ അച്ഛനോടൊപ്പം ഉക്രേയ്നിൽ കൂടി മോസ്കോയിലേക്കു മടങ്ങുകയായിരുന്നു. 1930കളിലെപ്പോഴോ ആണ്. സ്ഥിതി സമത്വവാദവും പൊതുകൂട്ടായ്മയും ഏറ്റവും ശക്തമായിരുന്ന കാലം. ഉക്രേയ്നിൽ അതിരൂക്ഷമായ ക്ഷാമമുണ്ടായി. അവർ അതിനെ ഹോൾഡോമർ എന്നാണ് വിളിച്ചത്. കോടിക്കണക്കിനാളുകൾ പട്ടിണി മൂലം മരിച്ചു. ചില ഗ്രാമങ്ങൾ മുഴുവനായും ഇല്ലാതായി. മരിച്ചവരെ അടക്കം ചെയ്യാൻ ആരുമില്ലാത്ത അവസ്ഥ. ഉക്രേനിയക്കാർ കൂട്ടുകൃഷി വ്യവസ്ഥയുടെ ഭാഗമാകാൻ വിസമ്മതിച്ചു. അതുകൊണ്ടാണവർ കൊല്ലപ്പെട്ടത്. അവർ പട്ടിണികിടന്നു മരിക്കേണ്ട സ്ഥിതിയിലായി. ഇന്ന് എനിക്ക് അതിനെക്കുറിച്ചറിയാം. അവർക്കു പരിചിതമായിരുന്നത് Zaporozhian Sich* ആയിരുന്നു.

ഉക്രേനിയൻ ജനതയ്ക്ക് സ്വാതന്ത്ര്യത്തിന്റെ രുചി അറിയാമായിരുന്നു. വളരെയധികം വളക്കൂറുള്ള മണ്ണ്. വെറുതെ ഒരു കമ്പ് കുഴിച്ചിട്ടാലും അത് വലിയൊരു വൃക്ഷമായി താനേ വളർന്നുകൊള്ളും. എന്നിട്ടും അവർ മരിച്ചുകൊണ്ടിരുന്നു. കന്നുകാലികളേപ്പോലെ ചത്തു വീണു. അവരുടേതായ എല്ലാം പിടിച്ചു പറിക്കപ്പെട്ടു. അവസാനത്തെ പോപ്പി വിത്തു വരെ. ഒരു തടങ്കൽ പാളയത്തിലെന്നപോലെ അവരെ പട്ടാളം വലയം ചെയ്തു. ഇപ്പോൾ എനിക്കെല്ലാം അറിയാം. ജോലിസ്ഥലത്ത് എന്റെ കൂട്ടുകാരിൽ ഒരാൾ ഉദ്രേസകാരിയായിരുന്നു. അവൾ തന്റെ അമ്മൂമ്മയിൽ നിന്നും കഥകളെല്ലാം കേട്ടിരുന്നു. അവരുടെ ഗ്രാമത്തിലെ ഒരമ്മ സ്വന്തം മക്കളിലൊരാളെ കോടാലികൊണ്ട് വെട്ടിനുറുക്കി പാകം ചെയ്ത് മറ്റു മക്കളെ ഊട്ടി. സ്വന്തം മകനെ.. ഇതൊക്കെ യഥാർത്ഥത്തിൽ സംഭവിച്ചതാണ്. അച്ഛനമ്മമാർക്ക് മക്കളെ സ്വന്തം വീട്ടുമുറ്റത്തേക്കയയ്ക്കാൻ പോലും ഭയമായിരുന്നു. ആളുകൾ പാത്തും പതുങ്ങിയും നിന്നു. പട്ടികളേയും പൂച്ചകളേയും പോലെ പിടിച്ചുകൊണ്ടുപോകാൻ. മുറ്റത്തുനിന്ന് മണ്ണിരകളെ കുഴിച്ചെടുത്തു തിന്നുക സ്ഥിരം പതിവായി. അല്പമെങ്കിലും ശക്തി ബാക്കിയുള്ളവർ പട്ടണത്തിലെ തീവണ്ടിപ്പാതവരെ ഇഴഞ്ഞു ചെല്ലും. കടന്നുപോകുന്ന വണ്ടിയിലെ യാത്രക്കാർ എറിഞ്ഞുകൊടുക്കുന്ന റൊട്ടിയുടെ പൊട്ടുപൊടികൾക്കുവേണ്ടി. തോക്കിൻപാത്തികൊണ്ടു തല്ലിയും ചവിട്ടിയും പട്ടാളക്കാർ അവരെ ആട്ടിപ്പായിക്കും. ആ വഴിയെത്തുമ്പോൾ തീവണ്ടികൾ അതിവേഗം പാഞ്ഞുപോകും. കണ്ടക്ടർമാർ തിരശ്ശീലകൾ താഴ്ത്തും. ജന്നലുകൾ അടയ്ക്കും. ആരും ആരോടും ഒന്നിനെക്കുറിച്ചും സംസാരിച്ചില്ല. അവർ നേരെ മോസ്കോയിലേക്ക് തിരിച്ചുപോകും. ധാരാളം പഴങ്ങളും വൈനും വാങ്ങിയുള്ള മടക്കയാത്ര. കടലിനെക്കുറിച്ചും വെയിലേറ്റ തൊലിപ്പുറം ഇരുണ്ടതിനെക്കുറിച്ചും

---

* 16-ാം നൂറ്റാണ്ടു മുതൽ 18-ാം നൂറ്റാണ്ടു വരെ നിലവിലുണ്ടായിരുന്ന കൊസ്സാക് ഭരണസംവിധാനം. ആ പ്രദേശം 1775ൽ റഷ്യൻ സാമ്രാജ്യത്തിന്റെ ഭാഗമായി. അതിൽ പിന്നെ എക്കാലവും ഉക്രേയ്ൻ റഷ്യൻ ആധിപത്യത്തിൽ നിന്നും സ്വാതന്ത്ര്യം നേടാൻ ശ്രമിച്ചുകൊണ്ടിരുന്നു.

നഗരത്തിലെ കൂട്ടുകാരോട് അഭിമാനത്തോടെ പറയും (തെല്ലുനേരം അവർ മിണ്ടാതിരുന്നു.) എനിക്കു സ്റ്റാലിനെ വളരെ ഇഷ്ടമായിരുന്നു. കുറേയേറെ കാലം ആ ഇഷ്ടം കൊണ്ടുനടന്നു. സ്റ്റാലിന് ഉയരമില്ല. ചുകന്ന മുഖമാണ്. ഒരു കൈയിന് സ്വാധീനമില്ല. അവർ അങ്ങനെയൊക്കെ എഴുതാൻ തുടങ്ങിയപ്പോഴും ഇഷ്ടത്തിന് കുറവു വന്നില്ല. ഭാര്യയെ വെടിവെച്ചു കൊന്നുവെന്നു കേട്ടു. സ്ഥാനഭ്രഷ്ടനാക്കപ്പെട്ടു. ശവകുടീരത്തിൽനിന്നും പുറത്തേക്കെറിയപ്പെട്ടു. അപ്പോഴും പഴയതുപോലെ സ്റ്റാലിനെ സ്നേഹിച്ചുകൊണ്ടിരുന്നു.

വളരെക്കാലം ഞാൻ തികഞ്ഞ ഒരു സ്റ്റാലിയൻ പെണ്ണായിരുന്നു. അതേ... എന്റെ കാര്യത്തിൽ അതങ്ങനെയായിരുന്നു. എന്റെ കാര്യത്തിൽ മാത്രമല്ല, മറ്റു പലരുടേയും കാര്യവും ആ വിധത്തിലായിരുന്നു. ആ ജീവിതമൊക്കെ അവസാനിച്ചു. ഇന്നെനിക്ക് ഒന്നുമില്ല. തീർത്തും ഗതിയില്ലാത്തവൾ. എന്റെ അയൽക്കാരൻ വാന്യയെ കുറിച്ച് വലിയ അഭിമാനമായിരുന്നു. ഒരു യഥാർത്ഥ വീരപുരുഷൻ തന്നെ! യുദ്ധത്തിൽ നിന്നു തിരിച്ചുവന്നപ്പോൾ... രണ്ടുകാലും നഷ്ടമായിരുന്നു. വീട്ടിലുണ്ടാക്കിയ മരം കൊണ്ടുള്ള ഒരു ചക്രവണ്ടിയിലിരുന്ന് അയാൾ എല്ലായിടവും എത്തി. “എന്റെ മാർഗറീട് കാ...” എന്നാണ് എന്നെ വിളിച്ചിരുന്നത്. ആ ചുറ്റുവട്ടത്തുള്ള എല്ലാവരുടേയും ഷൂസുകളും ചെരുപ്പുകളും അയാളാണ് നേരെയാക്കിയിരുന്നത്. മദ്യം തലയ്ക്കു പിടിച്ചാൽ ഉടനെ പാടാൻ തുടങ്ങും. “എന്റെ പ്രിയ സഹോദരീസഹോദരന്മാരേ, ഞാൻ ധീരമായി പട പൊരുതി.” സ്റ്റാലിൻ മരിച്ച് ഏതാനും ദിവസങ്ങൾക്കുശേഷം ഞാൻ അയാളെ കാണുകയുണ്ടായി. “നിനക്കെന്തെറിയാം മാർഹറീട്കാ? അവസാനം എന്തു സംഭവിച്ചു എന്ന് നിനക്കറിയാമോ? എന്റെ സ്റ്റാലിനെക്കുറിച്ച് അങ്ങനെയാണയാൾ പറഞ്ഞത്... പറയാൻ പാടില്ലാത്തത് അയാൾ പറഞ്ഞു. എനിക്കു വല്ലാതെ ദേഷ്യം വന്നു? അയാളുടെ കൈയിൽ നേരേയാക്കാൻ കൊടുത്തിരുന്ന ബൂട്ടുകൾ ഞാൻ വലിച്ചെടുത്തു. “സ്റ്റാലിനെപ്പറ്റി ഇത്ര മോശമായി പറയാൻ നിങ്ങൾക്കെങ്ങനെ ധൈര്യം വന്നു. നിങ്ങൾ ഒരു വീരയോദ്ധാവല്ലേ? മെഡലുകൾ നേടിയ സൈനികൻ.” രണ്ടു ദിവസം ഞാൻ ആലോചിച്ചു. കാര്യമായിത്തന്നെ. ഞാനൊരു പയനീറല്ലേ. വാന്യ സ്റ്റാലിനെ കുറിച്ചു പറഞ്ഞ മോശമായ കാര്യങ്ങൾ രഹസ്യാന്വേഷണ വിഭാഗക്കാരെ അറിയിക്കേണ്ടത് എന്റെ കടമയല്ലേ? ഇതു ഗുരുതരമായ സംഗതിയാണ്. നിശ്ചയമായും റിപ്പോർട്ട് ചെയ്യണം. കുറ്റം ചെയ്തത് സ്വന്തം അച്ഛനായാലും അമ്മയായാലും ഞാൻ കടമ നിർവഹിക്കുമായിരുന്നു. തീർച്ചയായും, എനിക്കതിനു കഴിയും. ഹവ്‌ലിക് മോറോഷോവിനെ* പോലെ. എങ്ങനെയാണ് പാർട്ടിയോട് കൂറു പുലർത്തേണ്ടത് എന്നതിന് ഒരുങ്ങുന്നതിനിടയിൽ ഒരു

* ഒരു കർഷക ബാലൻ. വ്യാജരേഖകളുണ്ടായിയ അച്ഛനെ ഒറ്റുക്കൊടുത്തു. അദ്ദേഹത്തെ അവർ വധശിക്ഷയ്ക്കു വിധേയനാക്കി. പ്രതികാരദാഹികളായ ബന്ധുക്കൾ മകനെ കൊലപ്പെടുത്തി. പാവ്‌ലികിനെ പറ്റി ഗാനങ്ങളും നാടകങ്ങളും രചിക്കപ്പെട്ടു

ദിവസം, വൈകീട്ട് സ്കൂളിൽനിന്നു വന്നപ്പോൾ കെട്ടിടത്തിന്റെ മുറ്റത്ത് വാന്യ തന്റെ വണ്ടിയിൽനിന്നും വീണ് താഴെ കിടക്കുന്നു. കുടിച്ച് ബോധം കെട്ട നിലയിലായിരുന്നു. താനേ എഴുന്നേല്ക്കാൻ വയ്യാത്ത കിടപ്പ്... എനിക്ക് സങ്കടം തോന്നി.

ഞാൻ അങ്ങനെയാണ്. റേഡിയോയിൽ കാതുകൾ പറ്റിച്ചുവെച്ച് ഞാൻ ശ്രദ്ധയോടെ ഇരിക്കും. ഓരോ മണിക്കൂറിലും അവർ പ്രക്ഷേപണം ചെയ്തിരുന്നു. സ്റ്റാലിന്റെ ആരോഗ്യസ്ഥിതിയെ കുറിച്ചുള്ള വിവരങ്ങൾ. ഹൃദയംപൊട്ടുമാറ് കരഞ്ഞിരുന്നു. അവസാനം അതു സംഭവിച്ചു. അത് സ്റ്റാലിന്റെ കാലഘട്ടമായിരുന്നു. ഞങ്ങൾ സ്റ്റാലിന്റെ ആളുകളായിരുന്നു. എന്റെ അമ്മ ഒരു കുലീന കുടുംബത്തിലെ അംഗമായിരുന്നു. വിപ്ലവത്തിന് ഏതാനും മാസങ്ങൾക്കുമുമ്പ് അവർ ഒരു സൈനിക ഉദ്യോഗസ്ഥനെ വിവാഹം കഴിച്ചു അദ്ദേഹം "വൈറ്റ് ഗാറിഡ്സ്" എന്ന സേനാ വിഭാഗത്തിൽ ചേർന്ന് യുദ്ധം ചെയ്തു. ഒഡീസയിൽവെച്ച് അവർ തമ്മിൽ പിരിഞ്ഞു. പരാജിതരായ തന്റെ സഹസൈനികരോടൊപ്പം അദ്ദേഹം മറ്റൊരു നാട്ടിലേക്ക് ചേക്കേറി. അമ്മയ്ക്കു കൂടെ പോകാനായില്ല. അവരുടെ അമ്മ പക്ഷാഘാതം ബാധിച്ച് തീരെ കിടപ്പിലായിരുന്നു. അതുകൊണ്ട് അമ്മൂമ്മയെ ശുശ്രൂഷിക്കാനായി അമ്മ നാട്ടിൽ തന്നെ താമസിച്ചു. "ചെക്ക"[1] അമ്മയെ തടവിലാക്കി. കുറ്റം...? വൈറ്റ് ഗാർഡ് സൈനികന്റെ ഭാര്യയായിരുന്നു എന്നതുതന്നെ. അന്ന് കുറ്റാന്വേഷണത്തിന്റെ ചുമതല വഹിച്ച ഉദ്യോഗസ്ഥൻ അമ്മയുമായി പ്രണയത്തിലായി. ഏതോ വിധത്തിൽ അദ്ദേഹം അമ്മയെ രക്ഷപ്പെടുത്തി. പിന്നീട് നിർബന്ധപൂർവം താനുമായുള്ള വിവാഹവും നടത്തി. ഓഫീസിൽനിന്നും രാത്രി മദ്യപിച്ച് ബോധമില്ലാതെ വീട്ടിൽ കയറിവരും. പിസ്റ്റൽകൊണ്ട് അമ്മയെ അടിച്ച വശയാക്കും. കുറെ കഴിഞ്ഞപ്പോൾ അദ്ദേഹം അപ്രത്യക്ഷനായി. എങ്ങോട്ടുപോയി എന്ന് ആർക്കും അറിയില്ലായിരുന്നു. അതാണ് എന്റെ അമ്മയുടെ കഥ. അവർ ശരിക്കും ഒരു സുന്ദരിയായിരുന്നു. സംഗീതത്തിൽ വലിയ താത്പര്യമായിരുന്നു. നിരവധി ഭാഷകൾ വശമായിരുന്നു. സ്റ്റാലിനോട് അങ്ങേയറ്റം ആരാധനയായിരുന്നു. ഭർത്താവ് തന്നോട് കയർക്കുമ്പോൾ അമ്മ തിരിച്ച് പറയുമായിരുന്നു. "വേണ്ട, ഞാൻ ഡിസ്ട്രിക്ട് പാർട്ടി കമ്മിറ്റിയുടെ മുന്നിൽ ചെന്നു പറയും, യഥാർത്ഥത്തിൽ നിങ്ങൾ ഏതു തരത്തിലുള്ള കമ്മ്യൂണിസ്റ്റുകാരനാണ് എന്ന്?"

എന്റെ അച്ഛൻ, റഷ്യൻ വിപ്ലവത്തിൽ പങ്കെടുത്തു. 1937-ൽ അദ്ദേഹം പാർട്ടി വിരുദ്ധനായി[2] പ്രഖ്യാപിക്കപ്പെട്ടു. ഭാഗ്യത്തിന് അധികം താമസിയാതെ അവർ അദ്ദേഹത്തെ കുറ്റവിമുക്തനാക്കി. പ്രബലനായ ഒരു ബോൾഷെവിക് അച്ഛനുവേണ്ടി ഇടപ്പെട്ടു. അദ്ദേഹത്തിന് അച്ഛനെ വ്യക്തിപരമായി അടുത്തറിയാമായിരുന്നു. അച്ഛന്റെ കാര്യത്തിൽ തെളിവുകൾ

1. സോവിയറ്റ് രഹസ്യ പൊലീസ്
2. പാർട്ടിയിൽനിന്ന് പുറത്താക്കുക. സമ്മേളനങ്ങൾ, അസംബ്ലി, പ്രസ്, പൊതുജീവിതം ഇതിൽനിന്നെല്ലാം പുറത്താവുക

സഹിതം ഉറപ്പുകൊടുത്തു. കുറ്റവിമുക്തനാക്കിയെങ്കിലും അച്ഛനെ അവർ പാർട്ടിയിൽ തിരിച്ചെടുത്തില്ല. അച്ഛന് അത് വലിയൊരു ആഘാതമായി. അതിൽ നിന്ന് ഒരിക്കലും അദ്ദേഹത്തിന് മുക്തനാവാൻ കഴിഞ്ഞില്ല. ജയിലിൽവെച്ച് അവർ അദ്ദേഹത്തിന്റെ പല്ലു തല്ലിക്കൊഴിച്ചു. തലയോടും അടിച്ചു തകർത്തു. എന്നിട്ടും അദ്ദേഹത്തിന്റെ കമ്മ്യൂണിസ്റ്റ് വിശ്വാസത്തിന് ഇളക്കം തട്ടിയില്ല. മരണം വരെ ഉറച്ച കമ്മ്യൂണിസ്റ്റ് ആയിത്തന്നെ തുടർന്നു. എന്താണതിനർത്ഥം... ഒന്നു പറയൂ. ഈ കൂട്ടർ പടുവിഡ്ഢികളാണെന്നു തോന്നുന്നുണ്ടോ? തികഞ്ഞ ശുദ്ധഗതിക്കാർ? അല്ല... അവരെല്ലാവരും വിവേകവും വിദ്യാഭ്യാസവുമുള്ളവരായിരുന്നു. അമ്മ ഷേക്സ്പിയറുടേയും, ഗെയ്ഥെയുടേയും കൃതികൾ തനതു ഭാഷകളിൽ വായിച്ചിരുന്നു. അച്ഛൻ ബിരുദം നേടിയത് ടീമിർയാഷേവ് കാർഷിക സർവകലാശാലയിൽനിന്നാണ്. ബ്ലോക് മയാക്കോവ്സ്കി... ഇനീസ അറിമാൻഡ്...* തുടങ്ങിയവരോ? അവരൊക്കെ എന്റെ ആരാധനാപാത്രങ്ങളായിരുന്നു. മാതൃകാ വ്യക്തിത്വങ്ങൾ.... അവരെയൊക്കെ കണ്ടുകൊണ്ടാണ് ഞാൻ വളർന്നത് (അവർ ചിന്തയിൽ മുഴുകിയിരുന്നു).

അതിനിടയ്ക്കെപ്പോഴോ ഞാൻ വിമാനം പറത്താൻ പഠിച്ചു. ഞങ്ങൾക്കു പരിശീലനത്തിനു കൊണ്ടുവന്ന വിമാനം കണ്ടാൽ വാസ്തവത്തിൽ നിങ്ങൾ ഞെട്ടും. എങ്ങനെയാണ് ഞങ്ങൾ ജീവൻ പോകാതെ രക്ഷപ്പെട്ടത്? വിമാനത്തിന് ചിറകുകൾക്കു പകരം, കൈകൊണ്ടുണ്ടാക്കിയ, ചാക്കിൽ പൊതിഞ്ഞ മരപ്പലകകളായിരുന്നു. ഗിയറിന്റെ സ്ഥാനത്ത് ഒരു കോലും പെഡലുമുണ്ടായിരുന്നു. എന്നാലും ആ പറക്കൽ അതിശയിപ്പിക്കുന്നതായിരുന്നു. പക്ഷികളോടൊപ്പം... താഴെ വളരെ ദൂരെ ഭൂമി. നമുക്കു ചിറകുകളുണ്ടെന്നു തോന്നിപ്പോകും.

ആകാശവും... ഉയരങ്ങളും നിങ്ങളുടെ മനോഭാവത്തെയാകെ മാറ്റും. ഞാൻ പറഞ്ഞുവരുന്നത് മനസ്സിലാകുന്നുണ്ടോ? പഴയകാല ജീവിതത്തെക്കുറിച്ചാണ് പറയുന്നത്. എന്റെ കാര്യമോർത്ത് സങ്കടപ്പെടുന്നില്ല. ഞങ്ങൾ വളരെ വളരെ പ്രിയപ്പെട്ടതാണെന്നു കരുതിയിരുന്ന എത്രയോ സംഗതികൾ... അവയെക്കുറിച്ചാണ് നഷ്ടബോധം മുഴുവനും.

വളരെ സത്യസന്ധമായിട്ടാണ് ഞാൻ എല്ലാം പറഞ്ഞത്. അല്ലെങ്കിലും അതിനെക്കുറിച്ചൊക്കെ സംസാരിക്കാൻ ഇന്ന് എന്തിനു ലജ്ജ തോന്നണം? എനിക്കറിഞ്ഞുകൂടാ. യൂറി ഗഗാറിൻ ബഹിരാകാശത്തിലേക്കു പറന്നപ്പോൾ ആടിയും പാടിയും ജനങ്ങൾ തെരുവിലേക്കിറങ്ങി. പരസ്പരം കെട്ടിപ്പിടിച്ചു. അഭിമാനം കൊണ്ടു കരഞ്ഞു, ഫാക്ടറി ജോലിക്കാരായ അപരിചിതരും പുറത്തേക്കു വന്നു. തൊഴിൽ യൂണിഫോമുകൾ ധരിച്ച്. തൊപ്പികൾ ആകാശത്തേക്കെറിഞ്ഞ് അവർ വിളിച്ചു പറഞ്ഞു, “നമ്മൾ വിജയിച്ചിരിക്കുന്നു. ബഹിരാകാശത്തിൽ നമ്മൾ ആദ്യത്തെ മനുഷ്യനെ എത്തിച്ചിരിക്കുന്നു. “.... മറക്കാനാകാത്ത ഒരു നിമിഷം. ആ

---

* പ്രമുഖനായ ഫ്രഞ്ച് റഷ്യൻ കമ്മ്യൂണിസ്റ്റ് (1874–1920) ബോൾഷെവിക് പാർട്ടിയിൽ ചേർന്ന് സ്ത്രീസമത്വത്തിനുവേണ്ടി പോരാടി.

അദ്ഭുതം... അമ്പരപ്പ്. ഒരു നിമിഷം ശ്വാസം നിലച്ചുപോയി. ഇന്നും ആ പാട്ടുകേൾക്കുമ്പോൾ എന്റെ മനസ്സ് ആവേശഭരിതമാകും.

> "ഞങ്ങൾ കോസ്മോഡ്രോമുകൾ സ്വപ്നം കാണുന്നില്ല.
> അത്ര തെളിവാണ് വെൺമയാത്തതെന്നു തോന്നുന്നില്ല.
> എന്നാൽ ഞങ്ങളുടെ വീടുകൾക്കു ചുറ്റുമുള്ള പുല്ലിന്റെ
> പച്ച.... പച്ചനിറം ഞങ്ങൾ സ്വപ്നം കാണുന്നു."

ക്യൂബൻ വിപ്ലവവും. യുവാവായ കാസ്ട്രോ. ഞാൻ ഉച്ചത്തിൽ വിളിച്ചു പറഞ്ഞു. "അച്ഛാ... അമ്മേ... അവർ ജയിച്ചു... വിവാ.... ക്യൂബാ...." (അവർ മെല്ലെ പാടി). "ക്യൂബാ എന്റെ പ്രണയമാണ്... ചുകന്ന ഉഷസ്സിന്റെ ദ്വീപ്, ആ ഗാനം ലോകം മുഴുവൻ കേൾക്കുന്നു, ക്യൂബാ... എന്റെ യഥാർത്ഥ പ്രണയം!"

സ്പാനിഷ് ആഭ്യന്തര യുദ്ധത്തിൽ പങ്കെടുത്ത ധീരയോദ്ധാക്കൾ ഞങ്ങളുടെ സ്കൂൾ സന്ദർശിക്കാനെത്തും. ഞങ്ങൾ അവരോടൊപ്പം "ഗ്രെനഡാ..." എന്ന വിപ്ലവഗാനം പാടും. "ഞാൻ എന്റെ വീടുപേക്ഷിച്ച് പടപൊരുതാനായി പോയി. കർഷകർക്കായി ഗ്രെനാസ ജയിച്ചു നേടാനായി..." എന്റെ കൈയിൽ ഡൊളറെസ് ഇബ്ബാറ്ററി[1]യുടെ ഒരു ഫോട്ടോ ഉണ്ടായിരുന്നു. എന്റെ മേശയ്ക്കു മുകളിലായി ഞാനത് തൂക്കിയിട്ടിരുന്നു. ഞങ്ങൾ ഗ്രെനാസയെ സ്വപ്നം കണ്ടിരുന്നു. അതിനുശേഷം ക്യൂബയേയും. ഏതാനും പതിറ്റാണ്ടുകൾക്കുശേഷം ഒരു കൂട്ടം ചെറുപ്പക്കാർ അതേ ആവേശത്തോടെ സംസാരിക്കാൻ തുടങ്ങി. എന്നാൽ അത് അഫ്ഗാനിസ്ഥാനെ കുറിച്ചായിരുന്നു. ഞങ്ങളെ വിഡ്ഢികളാക്കുക എളുപ്പമായിരുന്നു. എന്നാലും... എന്നാലും എനിക്കതൊന്നും മറക്കാനാവില്ല. പത്താംക്ലാസ്സിലെ[2] മുഴുവൻ വിദ്യാർത്ഥികളും വെർജിൻ ലാൻഡ്സിൽ സന്നദ്ധസേവാപ്രവർത്തനങ്ങൾക്കായി തയ്യാറായി ഇറങ്ങിയത് എനിക്കൊരിക്കലും മറക്കാനാവില്ല. ചുമലിൽ സഞ്ചികൾ കെട്ടിവെച്ച് കൊടികൾ പറത്തി അവർ ഒന്നായി മാർച്ചു ചെയ്തു. കുറെ പേരുടെ കൈയിൽ ഗിറ്റാറുകളുണ്ടായിരുന്നു. "ഇതാ പോകുന്നു നമ്മുടെ യഥാർത്ഥ വീര യുവാക്കൾ..." ഞാൻ എന്നോടുതന്നെ പറഞ്ഞു. അവരിൽ പലരും പിന്നീട് രോഗബാധിതരായാണ് തിരിച്ചുവന്നത്. അവരാരും വെർജിൻ ലാൻഡ്സ് വരെ എത്തിയില്ല. ടൈഗ കാടുകളിലെവിടേക്കോ ആണ് അവരെ കൊണ്ടുപോയത്, തീവണ്ടിപ്പാത പണിയാൻ. അരക്കൊപ്പം മഞ്ഞവെള്ളത്തിൽ റെയിൽപാളങ്ങൾ ചുമലിലേറ്റി നടന്നു. ആവശ്യത്തിനുവേണ്ട യന്ത്രസാമഗ്രികളുണ്ടായിരുന്നില്ല. വിശപ്പുമാറ്റാൻ അഴുകിയ ഉരുളക്കിഴങ്ങ്. എല്ലാവർക്കും സ്കേവി (ഒരുതരം ത്വക്ക് രോഗം) ബാധിച്ചു. എന്നിട്ടും പിൻതിരിഞ്ഞില്ല. അന്ന് അവരെ യാത്രയയ്ക്കാൻ

---

1. 1895–1989 സ്പാനിഷ് ആഭ്യന്തയുദ്ധകാലത്തെ റിപ്പബ്ലിക്കുകൾ, ധീരവനിത. ബാസ്റ്റ പ്രദേശത്തുനിന്നുള്ള കമ്മ്യൂണിസ്റ്റ്
2. സോവിയറ്റ് സെക്കണ്ടറി സ്കൂളിലെ അവസാനവർഷമാണ് ടെൻത് ഗ്രേഡ്.

ഒരു പെൺകുട്ടിയുണ്ടായിരുന്നു. ആ പെൺകുട്ടി ഞാനായിരുന്നു. എത്ര ആരാധനയോടെയാണ് ഞാൻ അവരെ യാത്രയയച്ചത്. എന്റെ ഓർമ്മകൾ... അതൊന്നും ഉപേക്ഷിക്കാൻ മനസ്സില്ല. ആർക്കുവേണ്ടിയും ഒന്നിനുവേണ്ടിയും... കമ്മ്യൂണിസ്റ്റിനുവേണ്ടിയും, ഡെമോക്രാറ്റുകൾക്കുവേണ്ടിയും എന്റെ ഓർമ്മകൾ വിട്ടുകൊടുക്കില്ല. അതെല്ലാം എന്റേതുമാത്രമാണ്, എന്റെ സ്വന്തം. മറ്റു പലതും ഇല്ലാതെ എനിക്കു ജീവിക്കാനാവും. കുറെ അധികം പണമോ വിലകൂടിയോ ഭക്ഷണമോ, മോടിയുള്ള വസ്ത്രങ്ങളോ, കാറോ ഒന്നും എനിക്കാവശ്യമില്ല. ഞങ്ങളുടെ സിഗ്നലിൽ കയറി സോവിയറ്റ് നാടുമുഴുവൻ ഞങ്ങൾ സഞ്ചരിച്ചിട്ടുണ്ട്. കരീലിയലേക്ക് സെവാൻ, പാമീർ പർവത നിരകൾ... ഒക്കെ കണ്ടു. അതെല്ലാം മാതൃഭൂമിയുടെ ഭാഗങ്ങളായിരുന്നു... യു.എസ്.എസ്.ആറിന്റെ, പറഞ്ഞില്ലേ, എല്ലാം എനിക്കു വേണ്ടെന്നുവെക്കാം... എന്നാൽ എന്റെ ഭൂതകാലം, അതു കൂടാതെ ഞാനില്ല. (കുറെ ഏറെ നേരം അവർ മൗനം പാലിച്ചു. ഒടുവിൽ അതിൽനിന്നും അവരെ തിരിച്ചു വിളിക്കേണ്ടിവന്നു)

പരിഭ്രമിക്കേണ്ട. എനിക്കു കുഴപ്പമൊന്നുമില്ല, ഇല്ല. ഈയിടെയായി ഞാൻ എപ്പോഴും വീട്ടിൽത്തന്നെയാണ്. എന്റെ പൂച്ചയേയും ഓമനിച്ചുകൊണ്ട്. കമ്പിളികൊണ്ട് കൈയുറകൾ തുന്നി ഉണ്ടാക്കാറുണ്ട്. ലഘുവായ ചില ജോലികൾ വിരസത ഒഴിവാക്കാൻ സഹായിക്കുന്നു. വിഷാദ ഗർത്തത്തിൽ ചെന്നു വീഴാതെ ഞാൻ രക്ഷപ്പെട്ടതെങ്ങനെയാണ്? എന്തോ... അത്രത്തോളം ഞാൻ ചെന്നെത്തിയില്ല. ഒരു ഡോക്ടർ എന്ന നിലയ്ക്ക് എനിക്ക് ഊഹിക്കാൻ സാധിച്ചു, സ്ഥിതി എന്തായിത്തീരുമെന്ന്, ഒരു ചിത്രത്തിൽ കാണുമ്പോലെ എല്ലാം വ്യക്തമായി കാണാൻ കഴിഞ്ഞു. മരണം ഭയാനകമാണ്. ഒരിക്കലും അഴകുള്ളതല്ല. തൂങ്ങിമരിച്ച ആളുകളെ ഞാൻ ധാരാളം കണ്ടിട്ടുണ്ട്. അവസാന നിമിഷങ്ങളിൽ അവർ രതിമൂർച്ഛ അനുഭവിക്കുന്നു. മലമൂത്രങ്ങൾ വിസർജ്ജിക്കുന്നു. ഗ്യാസ് ശ്വസിച്ചിട്ടുള്ള മരണമാണെങ്കിൽ ആളുടെ നിറം നീലയും പർപ്പിളുമൊക്കെയാകും. ആ ചിന്ത തന്നെ എത്ര ഭയാനകമാണ്. പ്രത്യേകിച്ചും ഒരു സ്ത്രീക്ക്. മനോഹരമായ ഒരു മരണം എന്ന സങ്കല്പം എനിക്കില്ല. എന്നാലും എന്തോ ഒന്ന് നിങ്ങളെ ഒരു കുരുക്കിൽ കൊണ്ടെത്തിക്കുന്നു... അറിയാതെ നിങ്ങളെ പറത്തിവിടുന്നു. അത്രയും അഗാധമായ വിഷാദം. പെട്ടെന്ന് ഒരു കുതിപ്പ്... ഒരു താളം... ഊർജ്ജത്തിന്റെ പൊട്ടിത്തെറി. തന്നത്താൻ ഒതുക്കിനിർത്താനാവില്ല. അടിയന്തരമായി വണ്ടിനിർത്താനുള്ള "ബ്രേക്ക്" പിടിച്ചുവലിക്കണം. അവിടെ നില്ക്കൂ... എന്തോ എനിക്കതിനു സാധിച്ചു. കൃത്യസമയത്ത് അവനവനെ പിടിച്ചുനിർത്താൻ എനിക്കായി. നനച്ച തുണി ഉണക്കാനുള്ള അഴക്കയർ ഞാൻ ഊരിയെറിഞ്ഞു. തെരുവിലേക്കോടിയിറങ്ങി. മഴയിൽ നനഞ്ഞു കുതിർന്നുനിന്നു. എല്ലാം കഴിഞ്ഞ് ആ മഴ... എത്ര മനോഹരമായിരുന്നു ആ അനുഭവം! ആകെ നനഞ്ഞു കുതിർന്നപ്പോൾ വളരെ സുഖം തോന്നി. (മൗനം) വളരെ നാളത്തേക്ക് ഞാനാരോടും ഒന്നും പറഞ്ഞില്ല. എട്ടുമാസം ഞാൻ വിഷാദത്തിൽ മുങ്ങി മെത്തയിൽനിന്നും എഴുന്നേല്ക്കാതെ കിടന്നു. നടക്കാൻ പോലും ഞാൻ

മറന്നു. അവസാനം ഞാൻ എഴുന്നേറ്റു. വീണ്ടും പതുക്കെ നടക്കാൻ പഠിച്ചു. ദാ... ഇപ്പോൾ ഞാൻ ഒരിക്കൽ കൂടി കാലുറപ്പിച്ചു നില്ക്കുകയാണ്. ശരിക്കും എനിക്ക് രോഗം ബാധിച്ചിരുന്നു. കാറ്റുപോയ ഒരു ബലൂൺപോലെയായി ഞാൻ. എന്തൊക്കെയാണ് ഞാനീ പറയുന്നത്. മതി... മതി... നിർത്താം. (അവർ ശബ്ദമുണ്ടാക്കാതെ കരഞ്ഞു)

1990ൽ.... മീൻസ്കിലെ ഞങ്ങളുടെ വീട്ടിൽ പതിനഞ്ചുപേരാണ് താമസിച്ചിരുന്നത്. മൂന്നു കിടപ്പുമുറികളുള്ള ഒരു അപ്പാർട്ട്മെന്റ്. ആ പതിനഞ്ചുപേരെ കൂടാതെ ആയിടയ്ക്കുമാത്രം ജനിച്ച ഒരു ശിശുവുമുണ്ടായിരുന്നു. ആദ്യം ബാങ്കിൽനിന്നും എന്റെ ഭർത്താവിന്റെ ബന്ധുക്കൾ വന്നു. അദ്ദേഹത്തിന്റെ സഹോദരിയും കുടുംബവും. പിന്നെ അമ്മാവന്റെ മക്കളും. അവർ വെറുതെ ഞങ്ങളെ കാണാനായി വന്നതായിരുന്നില്ല. അവരുടെ ചുണ്ടുകളിൽ "യുദ്ധം" എന്ന വാക്ക് ഒഴിയാതെ നിന്നിരുന്നു. ഒച്ചവെച്ചുകൊണ്ടാണ് അവർ അകത്തേക്കു കയറിയത്. പക്ഷേ അവരുടെ കണ്ണുകൾ തെളിച്ചമറ്റതായിരുന്നു. ശരത്ക്കാലമായിരുന്നു. അതോ തണുപ്പുകാലം തുടങ്ങിയിരുന്നുവോ? ഒന്നോർമ്മയുണ്ട്... പുറത്ത് നല്ല തണുപ്പായിരുന്നു. അതെ, അവർ വന്നത് ശരത് കാലത്തുതന്നെയായിരുന്നു കാരണം, തണുപ്പുകാലമായപ്പോഴേക്കും എന്റെ സഹോദരിയും ഭർത്താവും കുട്ടികളും അദ്ദേഹത്തിന്റെ അച്ഛനമ്മമാരും സ്യൂഷാൻബിയിൽനിന്നുമെത്തി... ഉള്ള സ്ഥലത്ത് എല്ലാവരും കിടന്നു. വേനൽ വന്നപ്പോൾ ബാൽക്കണിയിലും കിടന്നു. അവരാരും സംസാരിക്കുകയായിരുന്നില്ല, ഒച്ചയും വിളിയും കൂട്ടുകയായിരുന്നു.

യുദ്ധഭീതിയിൽ സ്വന്തം വീടുകൾ വിട്ടോടി വരേണ്ടിവന്ന കഥകൾ. യുദ്ധം തൊട്ടുപിറകിൽ, ഓടിയോടി ഉപ്പൂറ്റികൾ തേഞ്ഞുപൊള്ളി. അവരെല്ലാവരും എന്നെ പോലെയായിരുന്നു. പൂർണ്ണമായും സോവിയറ്റുകാർ. നൂറുശതമാനം സോവിയറ്റ് ജനത. അതില വർക്ക് വളരെയധികം അഭിമാനവുമുണ്ടായിരുന്നു. എത്ര ഓർക്കാപുറത്താണ് അവരുടെ കാൽക്കീഴിൽനിന്നും എല്ലാം വലിച്ചുമാറ്റപ്പെട്ടത്. ഒക്കെ നിമിഷങ്ങൾക്കൊണ്ട് ഇല്ലാതായി. ഒരു ദിവസം രാവിലെ ഉറക്കമുണർന്ന് ജന്നലിൽ കൂടി നോക്കിയപ്പോൾ കണ്ടത് പുതിയൊരു കൊടി. പൊടുന്നനെയാണവരറിഞ്ഞത്. തങ്ങൾ തികച്ചും മറ്റൊരു രാജ്യത്തിലാണെന്ന്. ഒരു രാത്രി പുലർന്നപ്പോഴേക്കും അവരെല്ലാവരും വിദേശിയരായി.

ഞാൻ എല്ലാം കേട്ടുകൊണ്ടിരുന്നു. അവർ പിന്നെയും പിന്നെയും പറഞ്ഞുകൊണ്ടിരുന്നു....

എത്ര വിസ്മയകരമായൊരു കാലമായിരുന്നു അത്. ഗോർബച്ചേവ് അധികാരത്തിൽവന്നു. പിന്നെ പെട്ടെന്നു.... തെരുവിൽ വെടിവെപ്പ്. ദൈവമേ... തലസ്ഥാന നഗരിയുടെ നടുവിൽത്തന്നെ. ഡ്യൂഷാൻസിമിൽ എല്ലാവരും ടി.വി.യിൽ കണ്ണുംനട്ടിരുന്നു. ഏറ്റവും പുതിയ വാർത്തകൾ കേൾക്കാനായി ആകാംക്ഷയോടെയുള്ള കാത്തിരുപ്പ്. ഞങ്ങളുടെ

ഫാക്ടറിയിൽ സ്ത്രീകളുടെ ഒരു കൂട്ടായ്മയുണ്ടായിരുന്നു. അതിൽ പ്രധാനമായും റഷ്യക്കാരായിരുന്നു. ബെൻ അവരോട് ചോദിച്ചു. "കൂട്ടരേ, ഇനി എന്താണ് സംഭവിക്കുക?" "യുദ്ധം തുടങ്ങിക്കഴിഞ്ഞു. റഷ്യക്കാർ കൊല്ലപ്പെടുകയാണ്." നാലുദിവസം കഴിഞ്ഞു... പട്ടണത്തിന്റെ നടുവിൽ പട്ടാപ്പകൽ ഒരു കട കൊള്ളയടിക്കപ്പെട്ടു. പിന്നെ വേറൊന്ന്...

...ആദ്യത്തെ ഒന്നുരണ്ടുമാസങ്ങൾ, ഞാൻ കരഞ്ഞു. പിന്നീട് കരച്ചിൽ നിർത്തി. കണ്ണീരെല്ലാം വേഗം വറ്റിപ്പോയി. എനിക്ക് ഏറ്റവും കൂടുതൽ ഭയം പുരുഷന്മാരെയായിരുന്നു. പരിചയമുള്ളവരേയും അല്ലാത്തവരേയും ഞാൻ പേടിച്ചു. അവരെന്നെ ഏതെങ്കിലും കെട്ടിടത്തിനുള്ളിലേക്ക് അല്ലെങ്കിൽ കാറിന്റെ അകത്തേക്ക് വലിച്ചുകൊണ്ടുപോയാലോ? "സുന്ദരിപ്പെണ്ണേ... ഇവിടെ വാ... നമുക്കു ഭോഗിക്കാം" ഞങ്ങളുടെ അയൽപക്കത്തുള്ള പെൺകുട്ടിയെ അവളുടെ സഹപാഠികൾ ബലാൽസംഗം ചെയ്തു. ഞങ്ങൾക്കു പരിചയമുള്ള താജിക്ക് ആൺപിള്ളേർ. അവളുടെ അമ്മ ആ കുട്ടികളിലൊരാളുടെ വീട്ടിലേക്ക് ചെന്നു. അവർ അവരുടെ നേരെ ഒച്ചയിട്ടു. "ഇവിടെ വന്നത് എന്തുകിട്ടുമെന്നു വിചാരിച്ചാണ്? നിങ്ങൾ നിങ്ങളുടെ റഷ്യയിലേക്കു തിരിച്ചു പോയ്ക്കോളൂ... എന്തായാലും വേഗം തന്നെ... ഇവിടെ റഷ്യക്കാരായി ഒരാളും ബാക്കിയുണ്ടാവില്ല... അടിയുടുപ്പുകൾ മാത്രമിട്ട് എല്ലാവരും ഓടിപ്പോകും... കണ്ടോളൂ...

"എന്തിനാണ് നിങ്ങൾ ഇവിടേക്കു താമസം മാറ്റിയത്? യുവജനസഖ്യത്തിന്റെ ആഭിമുഖ്യത്തിലൊരു യാത്ര. ഞാനും അതിലൊരംഗമായിരുന്നു. ന്യൂറെക്ക് അണക്കെട്ടിന്റെ നിർമ്മാണത്തിലും ഒരു അലൂമിനിയം ഫാക്ടറി സ്ഥാപിക്കുന്നതിലും ഞങ്ങൾ പങ്കാളികളായി. ഞാൻ താജിക് ഭാഷ പഠിച്ചു. ചായ ഖാന, പിയാലാ, അര്യക്, അർച്ചാ, ചിനാരാ... അവർ ഞങ്ങളെ ഷുവരി എന്നാണ് വിളിച്ചിരുന്നത്. എന്നുവെച്ചാൽ റഷ്യൻ സഹോദരന്മാർ എന്നർത്ഥം..."

ഇളംചുകപ്പുനിറത്തിലുള്ള ആ മലനിരകൾ ഇപ്പോഴും ഞാൻ സ്വപ്നം കാണാറുണ്ട്. പൂത്തുനില്ക്കുന്ന ബദാം മരങ്ങൾ. രാവിലെ ഉണരുമ്പോൾ കണ്ണുകളിൽ കണ്ണീരിന്റെ നനവ്...

"...ബാങ്കിവിൽ... ഞങ്ങൾ താമസിച്ചിരുന്നത് 9 നിലകളുള്ള ഒരു കെട്ടിടത്തിലായിരുന്നു. ഒരു ദിവസം രാവിലെ, അവിടെയുള്ള അർമീനിയൻ കുടുംബക്കാരെയെല്ലാം അവർ പുറത്തേക്കു കൊണ്ടുവന്നു. നടുമുറ്റത്തു കൊണ്ടുവന്നു നിർത്തി. ആ നാട്ടുകാരായവരെല്ലാം ചുറ്റും കൂടി. ഓരോരുത്തരായി വന്ന് കൈയിൽ കിട്ടിയതുകൊണ്ട് ഞങ്ങളെ എല്ലാവരേയും തല്ലി. അഞ്ചുവയസ്സായ ഒരാൺകുട്ടി, അവന്റെ കളികൈക്കോട്ടുമായി എന്റെ അടുത്തുവന്ന് എന്നെ അടിച്ചു. അതുകണ്ടുനിന്ന അസൈർബൈജാനിക്കാരിയായ ഒരു വൃദ്ധ കുട്ടിയെ അഭിനന്ദിച്ച് അവന്റെ പുറത്തു തട്ടി.

“**...അ**സൈർബൈജാൻകാരായ ചില സുഹൃത്തുക്കൾ അവരുടെ നിലവറകളിൽ ഞങ്ങളെ ഒളിപ്പിച്ചു. വീട്ടിൽ വേണ്ടാത്ത സാമാനങ്ങളും... പഴയപെട്ടികളും കൊണ്ട് ഞങ്ങളെ മറച്ചു. രാത്രിയായാൽ ആരുമറിയാതെ ആഹാരം കൊണ്ടുവന്നുതന്നു.

“**...ഒ**രു ദിവസം രാവിലെ... തിടുക്കത്തിൽ ഞാൻ ജോലിസ്ഥലത്തേക്കോടുകയായിരുന്നു. തെരുവിൽ പലയിടത്തും ശവശരീരങ്ങൾ കിടക്കുന്നതു കണ്ടു. ചിലത് താഴെ, ചിലത് ചുമരുകളിൽ ചാരിവെച്ചിരിക്കുന്ന രീതിയിൽ. കണ്ടാൽ ജീവനുണ്ടെന്നു തോന്നും. ചിലത് മേശവിരികൾകൊണ്ട് മൂടിയിരുന്നു. അധികം പേരും നഗ്നരായിരുന്നു. സ്ത്രീകളും പുരുഷന്മാരും. ഇരിക്കുന്നവരുടെ വസ്ത്രങ്ങൾ അഴിച്ചുമാറ്റിയിരുന്നില്ല. അത് മിനക്കെട്ട പണിയായി തോന്നിയിട്ടുണ്ടാകാം.”

“**...എ**നിക്കെപ്പോഴും തോന്നാറുള്ളത് താജിക്കുകാർ ചെറിയ കുട്ടികളെപോലെയാണെന്നായിരുന്നു. തികച്ചും നിരുപദ്രവകാരികൾ. ആറുമാസത്തിനുള്ളിൽ. ഒരുപക്ഷേ, അതിലും വേഗത്തിൽ ഡ്യൂഷാൻസിയുടെ മുഖം തിരിച്ചറിയാൻ കഴിയാത്തവിധം മാറി. അതുപോലെതന്നെ ആ നാട്ടുകാരുടെ മനോഭാവവും. ശവം സൂക്ഷിക്കുന്ന സ്ഥലങ്ങൾ നിറഞ്ഞു കവിഞ്ഞു. വെയിലേറ്റ് വറ്റിവരളുംമുമ്പ്... തെരുവുകളിൽ മനുഷ്യരക്തം തളം കെട്ടികിടന്നു... ജിലാറ്റിൻപോലെ കൊഴുത്ത് കട്ടപിടിച്ച്...

“**....ദി**വസങ്ങളോളം ആളുകൾ ഞങ്ങളുടെ വീടുകൾക്കു മുമ്പിലൂടെ ഒച്ചവെച്ചുനടന്നു. അവർ ഉയർത്തിപ്പിടിച്ചിരുന്ന പോസ്റ്ററുകളിൽ വലുതായി എഴുതിയിരുന്നു ‘അർമീനിയക്കാർക്കു മരണം... മരണം...’ സ്ത്രീകളും പുരുഷന്മാരുമടങ്ങുന്ന വമ്പിച്ച ആൾക്കൂട്ടം. അതിനിടയിൽ ഒരൊറ്റ മനുഷ്യമുഖമുണ്ടായിരുന്നില്ല. രോഷവും പകയും കത്തിനില്ക്കുന്ന മുഖങ്ങൾ മാത്രം. വാർത്താപത്രങ്ങളിൽ നിറയെ പരസ്യങ്ങൾ. “ബാങ്കുവിലെ 3 കിടപ്പുമുറി ഫ്ളാറ്റ് നല്കാം. പകരം ഏതെങ്കിലുമൊരു റഷ്യൻ നഗരത്തിൽ ഏതെങ്കിലും ഒരു ഫ്ളാറ്റ്” ഞങ്ങൾ 300 ഡോളറിനാണ് ഞങ്ങളുടെ ഫ്ളാറ്റ് വിറ്റത്... ഒരു റെഫ്രിജറേറ്ററിന്റെ വില. അത്രയും വിലകുറച്ചു വിറ്റില്ലെങ്കിൽ അവർ ഞങ്ങളെ കൊന്നുകളഞ്ഞേനെ...”

“**....ഫ്ളാ**റ്റു വിറ്റുകിട്ടിയ പണംകൊണ്ട് ഞാൻ വിലകുറഞ്ഞൊരു ചൈനീസ് ജാക്കറ്റുവാങ്ങി. എന്റെ ഭർത്താവിനായി ഒരു ജോടി തണുപ്പു തട്ടാത്ത ബൂട്ടുകളും. വീട്ടുസാമാനങ്ങളെല്ലാം ഞങ്ങൾ വിട്ടുപോന്നു. പാത്രങ്ങൾ, ഫർണിച്ചറുകൾ, പരവതാനികൾ... എല്ലാം.

“**...ഗ്യാ**സും വൈദ്യുതിയുമില്ലാതെയാണ് ഞങ്ങൾ കഴിഞ്ഞത്. പൈപ്പുവെള്ളവും കിട്ടിയിരുന്നില്ല. അങ്ങാടിയിൽ സാധനങ്ങളുടെ വില താങ്ങാനാവാത്തവിധം ഉയർന്നു. ഞങ്ങളുടെ കെട്ടിടത്തിനടുത്തായി

അവർ പുതിയൊരു മാടക്കട തുറന്നു. വില്ക്കാൻ വെച്ചത് പൂക്കളും ശവ ശരീരത്തിൽ വെക്കാൻ വേണ്ട പുഷ്പചക്രങ്ങളും മാത്രം.,..."

"....ഒരു രാത്രി ആരോ ആ വാക്കുകൾ ചായമടിച്ചുവെച്ചു. തന്തയ്ക്കു പിറക്കാത്ത റഷ്യക്കാരെ, കരുതിയിരുന്നോളൂ... നിങ്ങളുടെ ടാങ്കുകൾക്കൊന്നും നിങ്ങളെ രക്ഷിക്കാനാവില്ല." ഞങ്ങളുടെ നേരെ എതിർവശത്തുള്ള കെട്ടിടത്തിന്റെ മതിലിലായിരുന്നു ആ മുന്നറിയിപ്പ്. അധികാര സ്ഥാനങ്ങളിൽനിന്നെല്ലാം അവർ റഷ്യക്കാരെ നീക്കം ചെയ്യാൻ തുടങ്ങി. തെരുവുമൂലകളിൽനിന്നും വെടിവെച്ച് അവർ റഷ്യക്കാരെ കൊല ചെയ്തു. നഗരം ദിവസങ്ങൾക്കകം ഒരു 'കിഷ്‌ലാക്ക്'* ആയി. അത്രയും വൃത്തികെട്ടു. ഞങ്ങളെ സംബന്ധിച്ചിടത്തോളം അതൊരു വിദേശ നഗരമായി... സോവിയറ്റ് നാടല്ലാതായി.

"...ആരും ആരേയും എപ്പോഴും കൊല്ലാമെന്ന സ്ഥിതി... ശരിയായ സ്ഥലത്തല്ല ജനിച്ചത്. ശരിയായ ഭാഷയല്ല സംസാരിക്കുന്നത്. അത്രയും മതി ഒരാളെ കൊല്ലാൻ. ഒരാളുടെ കൈയിൽ ഒരു യന്ത്രത്തോക്കുണ്ട്. എങ്കിൽ, കാഴ്ചയിൽ അയാൾക്കു നിങ്ങളെ ബോധിച്ചില്ല എങ്കിൽ നിങ്ങളുടെ കഥ കഴിഞ്ഞതുതന്നെ. ഇതിനുമുമ്പ് ഞങ്ങൾ എങ്ങനെയാണ് അവിടെ കഴിഞ്ഞിരുന്നത്? വിശേഷാവസരങ്ങളിൽ ഞങ്ങൾ പരസ്പരം ഗ്ലാസ്സുകളുയർത്തി പറയാറുള്ളത് "നമ്മുടെ സൗഹൃദത്തിനായിക്കൊണ്ട്" എന്നാണ്. അർമേനിയൻ ഭാഷയിൽ ഞങ്ങൾ പറയുമായിരുന്നു, അല്ലെങ്കിൽ അസ്ഹൈർബായ്ജാനിയിൽ... "നിങ്ങളെ ഞങ്ങൾ സ്നേഹിക്കുന്നു" ഞങ്ങൾ തൊട്ടുതൊട്ടാണ് താമസിച്ചിരുന്നത്, വളരെ സന്തോഷത്തോടെ..."

"അവർ വളരെ ശുദ്ധരായിരുന്നു.... ഞങ്ങളുടെ താജിക് കൂട്ടുകാർ. സ്വന്തം മക്കളെ അവർ വീട്ടിനകത്ത് പൂട്ടിയിട്ടു. പുറത്തുപോയാൽ ആരെങ്കിലും അവരെ കൊള്ളയും കൊലയും നടത്താൻ നിർബന്ധിച്ചാലോ?"

"...രാജ്യം വിട്ടുപോകാൻ ഞങ്ങൾ തീരുമാനിച്ചു, ഞങ്ങൾ തീവണ്ടിയിൽ കയറി കഴിഞ്ഞിരുന്നു. ആവിയിൽ അലകൾ ചക്രങ്ങൾക്കടിയിൽനിന്നും പാറിവരുന്നുണ്ടായിരുന്നു. വണ്ടി പുറപ്പെടുന്നതിന് തൊട്ടുമുമ്പുള്ള നിമിഷങ്ങൾ. ആരോ യന്ത്രത്തോക്കുകൊണ്ട് വണ്ടിചക്രങ്ങൾക്കു നേരെ വെടിവെക്കാൻ തുടങ്ങി. പട്ടാളക്കാർ ഒരു ഇടനാഴി തീർത്താണ് ഞങ്ങളെ രക്ഷിച്ചത്. അവരില്ലായിരുന്നുവെങ്കിൽ ആ വണ്ടിയിൽ ഞങ്ങൾ ജീവനോടെ ഇവിടെ എത്തുമായിരുന്നില്ല. ഇന്ന് ടി.വി.യിൽ യുദ്ധത്തിന്റെ ചിത്രങ്ങൾ കാണുമ്പോൾ എവിടെനിന്നോ ആ മണം എന്റെ

* ഒരു മദ്ധ്യേഷ്യൻ ഗ്രാമം

മൂക്കിലേക്കടിച്ചെത്തുന്നു... കരിഞ്ഞ മനുഷ്യമാംസത്തിന്റെ മണം. മനം മടുപ്പിക്കുന്ന ഒരു മധുരപലഹാരത്തിന്റെ ഗന്ധം.

ആറുമാസത്തിനുശേഷം, എന്റെ ഭർത്താവിന് ആദ്യത്തെ ഹൃദയാഘാതമുണ്ടായി. അതുകഴിഞ്ഞ് ആറുമാസത്തിനുശേഷം രണ്ടാമത്തേതും. അദ്ദേഹത്തിന്റെ സഹോദരിക്ക് പക്ഷാഘാതമുണ്ടായി. എല്ലാംകൂടി... എന്റെ മനസ്സിന്റെ സമനില തെറ്റുകയായിരുന്നു. തലമുടിയുടെ പ്രകൃതം മാറുന്നതിനെപ്പറ്റി കേട്ടിട്ടുണ്ടോ? വല്ലാതെ പരുപരുത്തതാകും, മീൻവല പോലെ. ആദ്യം നഷ്ടപ്പെടുന്നത് മുടിയാണ്. ആർക്കാണ് സഹിക്കാനാവുക? കൊച്ചു കരീനാ... പകലൊക്കെ അവൾ ഒരു സാധാരണ കുട്ടിയാണ്. ഇരുട്ടുപരക്കാൻ തുടങ്ങിയാൽ അവളുടെ പ്രകൃതം മാറും. വിറയ്ക്കാൻ തുടങ്ങും. ഉറക്കെ നിലവിളിക്കാൻ തുടങ്ങും. "അമ്മേ പോകല്ലേ... ഞാൻ ഉറങ്ങിയാൽ അവർ അച്ഛനേയും അമ്മയേയും കൊല്ലും..." രാവിലെ എഴുന്നേറ്റ് ജോലിസ്ഥലത്തേക്കോടുമ്പോൾ ഞാൻ പ്രാർത്ഥിച്ചു, ഒരു കാറു വന്നിടിച്ച് എന്റെ ജീവിതം അവസാനിച്ചെങ്കിൽ! അതിനു മുമ്പൊരിക്കലും ഞാൻ പള്ളിയിൽ പോയിട്ടില്ല. എന്നാൽ അതിനുശേഷം പള്ളിയിൽ മുട്ടിലിരുന്ന് ഞാൻ വളരെ സമയം ചെലവഴിക്കാൻ തുടങ്ങി. "ദൈവമാതാവേ, പരിശുദ്ധ കന്യാമറിയമേ... എന്റെ പ്രാർത്ഥന നീ കേൾക്കുന്നുണ്ടോ?"

എനിക്ക് ഉറക്കം വരാതായി. ആഹാരം തീരെ വേണ്ടെന്നായി. എനിക്ക് ഒരു തരത്തിലുള്ള രാഷ്ട്രീയ താത്പര്യവുമില്ല. അതിനെക്കുറിച്ച് ഒന്നും എനിക്കറിയുകയുമില്ല. ഭയന്നു ഭയന്നു ജീവിക്കുന്ന ഒരു സാധാരണ സ്ത്രീ മാത്രമാണ് ഞാൻ. ഇനിയെന്താണ് നിങ്ങൾക്കെന്നോട് ചോദിക്കാനുള്ളത്? എല്ലാം ഞാൻ പറഞ്ഞു കഴിഞ്ഞു. എല്ലാം...

ഏകനായ ചുകപ്പൻ മാർഷൽ; വിസ്മൃതമായ വിപ്ലവത്തിന്റെ മൂന്നു ദിവസങ്ങൾ

സെർജി ഫിയോഡോറോവിച്ച് അക്രോമിയോവ് (1923–1991)

മാർഷൽ ഓഫ് ദി സോവിയറ്റ് യൂണിയൻ, ഹീറോ ഓഫ് ദ സോവിയറ്റ് യൂണിയൻ, ചീഫ് ഓഫ് ദി ജനറൽ സ്റ്റാഫ് ഓഫ് ദി സോവിയറ്റ് ആംഡ്ഫോർസെസ്. 1980ലെ ലെനിൻ പുരസ്കാര ജേതാവ്, 1990 യു.എസ്.എസ്.ആറിലെ സൈനിക കാര്യങ്ങളിൽ പ്രസിഡന്റിന്റെ ഉപദേഷ്ടാവായി നാമനിർദ്ദേശം ചെയ്യപ്പെട്ടു.

1991 ഡിസംബറിൽ റെഡ് സ്ക്വയറിൽവെച്ചു നടത്തിയ അഭിമുഖസംഭാഷണങ്ങളിൽനിന്നും

അന്ന് ഞാനൊരു വിദ്യാർത്ഥിയായിരുന്നു. വളരെ പെട്ടെന്നാണ് എല്ലാം സംഭവിച്ചത്. മൂന്നേ മൂന്നു ദിവസം. അതോടെ വിപ്ലവം അവസാനിച്ചു. “വാർത്ത”യിൽ പറഞ്ഞുകേട്ടത് “എട്ടാൾ കൂട്ടത്തെ” അറസ്റ്റ് ചെയ്തു എന്നാണ്... ആഭ്യന്തരകാര്യമന്ത്രിയായ പ്യൂഗോ സ്വയം വെടിവെച്ചു. മാർഷൽ ആക്രോമിയോവ് തൂങ്ങിമരിച്ചു. വീട്ടിൽ അതിനെക്കുറിച്ച് ഞങ്ങൾ വളരെ നേരം ചർച്ച ചെയ്തു. അച്ഛൻ പറഞ്ഞ ഒരു സംഗതി ഓർമ്മിക്കുന്നു. “അവരൊക്കെ യുദ്ധക്കുറ്റവാളികളാണ്. ജർമ്മൻ ജനറൽമാരുടെ വിധിതന്നെ അവരും നേരിടണമായിരുന്നു... ഞങ്ങളെല്ലാവരും ഞങ്ങളുടേതായ ന്യൂറെംബർഗിനുവേണ്ടി കാത്തിരിക്കുകയായിരുന്നു....

ഞങ്ങൾക്കു ചെറുപ്പമായിരുന്നു.... വിപ്ലവം! ആളുകൾ തെരുവിലേക്കിറങ്ങി ടാങ്കുകൾക്കെതിരെ പ്രതിരോധനിര സൃഷ്ടിച്ചപ്പോൾ ജീവിതത്തിൽ ആദ്യമായി എന്റെ നാടിനെ ഓർത്ത് അഭിമാനം തോന്നി. അതിനുമുമ്പും ചില സംഭവങ്ങളുണ്ടായിരുന്നു. വിൽനിയസ്സിൽ, ഗെയിൽ, ബിലിസിൽ... വിൽനിയസ്സിൽ ലിത്വാനിയക്കാർ അവരുടെ ടെലിവിഷൻ ടവറിനെ കാത്തു. അതുമുഴുവൻ ടി.വി.യിൽ കണ്ടിരുന്നു. അപ്പോൾ ഞങ്ങൾ... വെറും ചെമ്മരിയാടുകളോ? അങ്ങനെ നിരാശയും നിസ്സഹായതയും അവനവന്റെ അടുക്കളത്തിണ്ണയിലിരുന്ന് പറഞ്ഞുതീർത്തിരുന്നവർ....

എല്ലാവരും അന്ന് തെരുവിലേക്കിറങ്ങി. എല്ലാവരുടേയുമൊപ്പം എന്റെ ചങ്ങാതിയും ഞാനും പുറത്തേക്കുവന്നു. ഞങ്ങൾ ഓരോ കുട കൈയിലെടുത്തു. മഴ പെയ്താലോ? അത്യാവശ്യം വന്നാൽ ഒരായുധമായും ഉപയോഗിക്കാം. ടാങ്കിന്റെ മുകളിൽ യെത്സിൻ നില്ക്കുന്നതുകണ്ടപ്പോൾ അദ്ദേഹത്തോട് ആദരവുതോന്നി. എനിക്കു തോന്നി, അദ്ദേഹമാണ് എന്റെ പ്രസിഡന്റ് എന്ന്. ശരിയായ പ്രസിഡന്റ്. ചെറുപ്പക്കാരായ ഒട്ടനവധി പേർ അവിടെ കൂടിനിന്നിരുന്നു. ഏറെയും വിദ്യാർത്ഥികൾ. കോറോടിഷിന്റെ ഓഗോന്യോക്* വായിച്ചു വളർന്നവരായിരുന്നു ഞങ്ങളെല്ലാവരും. അറുപതുകളിലെ വിമതന്മാരായ എഴുത്തുകാരുടെ വാരിക. ഏതാണ്ട് ഒരു യുദ്ധഭൂമിയുടെ പ്രതീതി. ആരോ ഉച്ചഭാഷിണിയിലൂടെ വിളിച്ചു പറഞ്ഞിരുന്നു. "പെൺകുട്ടികളെല്ലാവരും ദയവുചെയ്ത് സ്ഥലം വിടണം. വെടിവെപ്പുണ്ടാകും. ശവങ്ങൾ കുമിഞ്ഞുകൂടും." അതൊരു പുരുഷശബ്ദമായിരുന്നു. എന്റെ അടുത്തു നിന്നിരുന്ന ഗർഭിണിയായ ഭാര്യയെ ഉടനെ വീട്ടിലേക്കയച്ചു. അവർ കരഞ്ഞുകൊണ്ടു ചോദിച്ചു. "നിങ്ങളെന്തിനാണ് നില്ക്കുന്നത്?" അയാൾ മറുപടി പറഞ്ഞു "ഇങ്ങനെയാണ് വേണ്ടത്."

വളരെ പ്രധാനപ്പെട്ട ഒരു കാര്യം പറയാൻ മറന്നുപോയി. എങ്ങനെയാണ് ആ ദിവസം തുടങ്ങിയതെന്ന്... രാവിലെ ഞാനുണർന്നത്, അമ്മയുടെ കരച്ചിൽ കേട്ടുകൊണ്ടാണ്. വല്ലാതെ ഭയന്ന് കരച്ചിലടക്കാനാവാതെ... അമ്മ അച്ഛനോട് ചോദിച്ചു. "അടിയന്തരാവസ്ഥ എന്നു പറഞ്ഞാൽ എന്താണ്? അവർ ഗോർബച്ചേവിനെ എന്തുചെയ്തിട്ടുണ്ടാകുമെന്നാണ് വിചാരിക്കുന്നത്?" എന്റെ അമ്മൂമ്മ തളത്തിലെ ടി.വി.യും അടുക്കളയിലെ റേഡിയോവിനുമിടയിൽ ഭ്രാന്തു പിടിച്ചതുപോലെ ഓടി നടക്കുന്നു. ആരെയെങ്കിലും തടവിലാക്കിയിട്ടുണ്ടോ? വെടി വെച്ചിട്ടുണ്ടോ?"

അമ്മൂമ്മ ജനിച്ചത് 1922-ലാണ്. അവരുടെ ജീവിതം മുഴുവൻ അവർ കണ്ടിട്ടുള്ളത് ആളുകളെ വെടിവെച്ചു കൊല്ലുന്നതാണ്." അല്ലെങ്കിൽ തടവിലടയ്ക്കുന്നത്. വേറൊന്നും അവർ കണ്ടിട്ടില്ല. അമ്മൂമ്മയുടെ മരണശേഷം ഒരു കുടുംബ രഹസ്യം അമ്മ വെളിപ്പെടുത്തുകയുണ്ടായി. വാസ്തവത്തിൽ അമ്മ ഒരു തിരശ്ശീല നീക്കുകയായിരുന്നു. 1956ൽ മുത്തച്ഛൻ അമ്മയുടെയും അമ്മൂമ്മയുടേയും അടുത്തേക്കു തിരിച്ചുവന്നു. വർഷങ്ങളായി അദ്ദേഹം കഴിഞ്ഞിരുന്നത് തടങ്കൽ പാളയത്തിലായിരുന്നു. മുത്തശ്ശൻ മടങ്ങിവന്നത്, വെറുമൊരു അസ്ഥികൂടമായിട്ടായിരുന്നു, കസാക്കിസ്ഥാനിൽനിന്ന്, വളരെ അവശനായിരുന്നു. വേറൊരാളുടെ സഹായത്തോടെയാണ് അവർ അദ്ദേഹത്തെ വീട്ടിലെത്തിച്ചത്. അമ്മയും അമ്മൂമ്മയും വന്നിരിക്കുന്ന ആൾ ഒരു അകന്ന ബന്ധുവാണെന്നാണ് എല്ലാവരോടും പറഞ്ഞത്. തന്റെ ഭർത്താവാണ്... മകളുടെ അച്ഛനാണ്... ഒന്നും അവർ ആരേയും അറിയിച്ചില്ല. അവർക്കത്രയ്ക്കും ഭയമായിരുന്നു. മാസങ്ങളോളം അങ്ങനെ കഴിയണം. ഏതെങ്കിലും വിധത്തിലുള്ള അടുപ്പം

* അമേരിക്കൻ ചായ്‌വുള്ള വാരിക

അവർ പുറത്തേക്ക് കാണിച്ചില്ല. അവസാനം അവർക്കദ്ദേഹത്തെ ആശുപത്രിയിൽ പ്രവേശിപ്പിക്കേണ്ടിവന്നു. അവിടെവെച്ച് മുത്തശ്ശൻ തൂങ്ങിമരിച്ചു. വളരെ വിഷമിച്ചാണ് ആ വാസ്തവവുമായി ഞാൻ പൊരുത്തപ്പെട്ടത്. അല്ലാതെ നിവൃത്തിയില്ലല്ലോ. അതു ഞാൻ മനസ്സിലാക്കേണ്ടേ? (അവരത് ആവർത്തിച്ചു) ആ സത്യവുമായി അവർ നാൾ കഴിച്ചു. അമ്മൂമ്മ ഏറ്റവും ഭയന്നിരുന്നത് ഇനിയൊരു സ്റ്റാലിനും വേറൊരു യുദ്ധവും ഉണ്ടാകുമോ എന്നായിരുന്നു. പട്ടിണിയും അറസ്റ്റും ഏതു സമയവും അമ്മൂമ്മ പ്രതീക്ഷിച്ചിരുന്നു. ജന്നൽപ്പടിയിൽ മുട്ടകൊണ്ടുവരുന്ന കാർഡ്ബോർഡുകൾ വെച്ച് അവരതിൽ സവാള നട്ടുവളർത്തി. വലിയ മൺചട്ടികളിൽ കാബേജും ഉണ്ടായിരുന്നു. പഞ്ചസാരയും വെള്ളവും ധാരാളമായി കരുതിവെച്ചു. കലവറയിൽ ചാക്കുനിറയെ ഗോതമ്പു ബാർലിയും ഒന്നാന്തരം പേൾബാർലി. അമ്മൂമ്മ എന്നോട് എപ്പോഴും പറഞ്ഞുകൊണ്ടിരുന്നു. "ഇതൊന്നും ആരോടും പറയരുത് സ്കൂളിലും കോളേജിലും വായടച്ചിരിക്കണം." അങ്ങനെയാണവരെന്നെ വളർത്തിയത്. അഥവാ അങ്ങനെയുള്ളവരോടൊപ്പമാണ് ഞാൻ വളർന്നത്.

സോവിയറ്റ് ഭരണകൂടത്തെ സ്നേഹിക്കാൻ പ്രത്യേകിച്ച് കാരണമൊന്നും ഉണ്ടായിരുന്നില്ല. ഞങ്ങളെല്ലാവരും യെത്സിന്റെ പക്ഷത്തായിരുന്നു. എന്റെ കൂട്ടുകാരിയുടെ അമ്മ അവളെ വീടിനു വെളിയിൽ വിട്ടതേയില്ല. "എന്റെ ശവത്തിനു മീതെ നിനക്കു പുറത്തുപോകാം..." അവർ ബഹളം വെച്ചു. "കാണുന്നില്ലേ, എല്ലാം തിരിച്ചുവന്നിരിക്കുന്നു." ഞങ്ങൾ "പാട്രിസ് ലുമുംബാ പീപ്പിൾസ് ഫ്രെൻഡ്ഷിപ്പ് യൂണിവേഴ്സിറ്റിയിലാ" പഠിച്ചിരുന്നത്. ലോകത്തിലെ എല്ലാ ഭാഗത്തുനിന്നുമുള്ള വിദ്യാർത്ഥികൾ അവിടെ പഠിച്ചിരുന്നു. അവരിൽ പലരും യു.എസ്.എസ്.ആറിൽ എത്തിയിരുന്നത് ബാലാലൈകമാരുടേയും ആറ്റംബോംബിന്റേയും നാട് എന്ന് പ്രതീക്ഷിച്ചിട്ടായിരുന്നു. ഞങ്ങൾക്കതിൽ നീരസം തോന്നി. വേറെ ഏതെങ്കിലും രാജ്യത്ത് ജീവിക്കാനായെങ്കിൽ എന്ന് ആഗ്രഹിച്ചു.

ഞാൻ ഒരു ഫാക്ടറിത്തൊഴിലാളിയായിരുന്നു, ഇരുമ്പുപണിക്കാരൻ. വൊറോണേഷ്യയിലായിരുന്നു. അവിടെവെച്ചാണ് കലാപത്തെപറ്റി അറിഞ്ഞത്. ഞാൻ എസൊ അമ്മായിയെ കാണാൻ പോയതായിരുന്നു. റഷ്യയുടെ മഹത്ത്വത്തെക്കുറിച്ചുള്ള ശബ്ദഘോഷങ്ങൾ... ഒക്കെ വെറും ചവറാണ്. കപടദേശഭക്തർ. സ്വന്തം വിഡ്ഢിപ്പെട്ടികളുടെ മുമ്പിൽ കുത്തിയിരിക്കുന്നു. പുറത്തുവന്ന് അവർ നേരിട്ടു കാണണം. അമ്പതു കിലോമീറ്റർ അപ്പുറത്തെ സ്ഥിതിയെന്താണെന്ന്. അവിടത്തെ വീടുകൾ... ജനങ്ങൾ ജീവിക്കുന്നതെങ്ങനെയാണ് എന്നവർ കണ്ടറിയണം. ഗ്രാമങ്ങളിൽ പുരുഷന്മാരില്ല എന്നു പറയാം. എല്ലാവരും മരിച്ചുപോയിക്കഴിഞ്ഞു. എല്ലാവരും മദ്യപിച്ചു മരിക്കുകയാണ്. കൊമ്പുള്ള ഒരു കൂട്ടം മൃഗങ്ങളെപ്പോലെ മരിക്കുവോളം മദ്യപിക്കുന്നു. ലഹരികിട്ടുന്ന എന്തും അവർ കുടിക്കും. വെള്ളരിപ്പാടത്തെ കീടനാശിനി മുതൽ പെട്രോൾ വരെ എന്തും. ആദ്യം കുടിക്കും. പിന്നെ വഴക്കുണ്ടാക്കും. ഓരോ വീട്ടിലും ഒരാളെങ്കിലും

ജയിലിലായിരിക്കും. അല്ലെങ്കിൽ ശിക്ഷ കഴിഞ്ഞ് വന്നെത്തിയിട്ടുണ്ടാകും. പൊലീസിന് കൈകാര്യം ചെയ്യാനാവാത്തയത്ര പണിത്തിരക്ക്. സ്ത്രീകൾ മാത്രം വിട്ടുകൊടുക്കില്ല. അവർ പച്ചക്കറിത്തോട്ടത്തിൽ കൊത്തിയും കിളച്ചും പണിയെടുക്കും. മദ്യപാനത്തിനടിമയാകാത്ത ചില പുരുഷന്മാർ. ജോലിതേടി നേരത്തെ മോസ്കോയിലേക്കു വണ്ടി കയറി. ഗ്രാമത്തിൽ ആകെയുണ്ടായിരുന്ന ഒരു കൃഷിക്കാരൻ. മൂന്നു തവണ കൊള്ളക്കാർ അയാളുടെ വീട് തീവെച്ചുനശിപ്പിച്ചു. പിന്നെ അയാൾ അവിടെ നിന്നില്ല. വേഗത്തിൽ സ്ഥലം വിട്ടു. എല്ലാം വിട്ട് അയാൾ ഓടിപ്പോയി. അവർക്ക് അയാളെ അത്രത്തോളം വെറുപ്പായിരുന്നു. കടുത്ത വിദ്വേഷം തന്നെ.

മോസ്കോയിൽ ടാങ്കുകൾ... വഴി തടയലുകൾ... നാട്ടിൻപുറത്ത് ആർക്കും അതിനെക്കുറിച്ചൊന്നും കാര്യമായ വേവലാതിയുണ്ടായിരുന്നില്ല. അവർ പരിഭ്രമിച്ചില്ല. അവരുടെ ആശങ്ക മുഴുവൻ ഉരുളക്കിഴങ്ങിനെ നശിപ്പിക്കുന്ന കരിവണ്ടുകളേയും കാബേജ് തിന്നുതീർക്കുന്ന പാറ്റകളേയും കുറിച്ചായിരുന്നു. കരിവണ്ടുകളെ ഒഴിവാക്കുക ഏറ്റവും പ്രയാസമുള്ള കാര്യമായിരുന്നു. ചെറുപ്പക്കാർക്കാണെങ്കിൽ രണ്ടേ രണ്ടു കാര്യത്തിലെ താത്പര്യമുള്ളൂ. പെൺകുട്ടികളുടെ പിന്നാലെ നടക്കും. വറുത്ത സൂര്യകാന്തിവിത്തുകൾ കൊറിക്കും. രാത്രി കുടിക്കാൻ എങ്ങനെയെങ്കിലും ഒരു കുപ്പി തരമാക്കണം. ആ കാര്യത്തിലും അവർക്ക് ശ്രദ്ധയുണ്ട്. എന്തായാലും നാട്ടിൻപുറത്തുകാരെല്ലാം കലാപകാരികളെ പിൻതാങ്ങി. ഞാൻ മനസ്സിലാക്കിയിടത്തോളം അവരാരും വലിയ കമ്മ്യൂണിസ്റ്റുകാരൊന്നും ആയിരുന്നില്ല. എന്നാലും എല്ലാവർക്കും ആഗ്രഹമുണ്ടായിരുന്നു മഹത്തായ ഒരു രാജ്യത്തിൽ ജീവിക്കാൻ. മാറ്റങ്ങളെ അവർക്ക് ഭയമായിരുന്നു. കാരണം ഓരോ തവണയും മാറ്റങ്ങളുണ്ടായപ്പോൾ കൂടുതൽ കൂടുതൽ കഷ്ടത്തിലായത് അവരായിരുന്നു.

മുത്തച്ഛൻ പറയാറുള്ളത് എനിക്കോർമ്മയുണ്ട്. "ഞങ്ങളുടെ ജീവിതം അല്ലെങ്കിലേ മോശമായിരുന്നു. പിന്നീട് അത് കൂടുതൽ കൂടുതൽ മോശമായിക്കൊണ്ടിരുന്നു''. യുദ്ധത്തിനുമുമ്പും അതിനുശേഷവും പാസ്പോർട്ടില്ലാതെയാണ് ഗ്രാമത്തിലുള്ളവർ കഴിഞ്ഞിരുന്നത്. ഗ്രാമത്തിലുള്ളവർക്ക് അവർ പാസ്പോർട്ട് കൊടുത്തിരുന്നില്ല. കാരണം, അവരാരും നഗരത്തിലേക്ക് വരണമെന്ന് അധികാരികൾ ആഗ്രഹിച്ചില്ല. അവർ ഒരു തരത്തിൽ പറഞ്ഞാൽ അടിമകളായിരുന്നു. വീട്ടുതടങ്കലിൽ കഴിയുന്നവർ. യുദ്ധം കഴിഞ്ഞ് കൈനിറയെ മെഡലുകളുമായി അവർ തിരിച്ചെത്തി. യൂറോപ്പിൽ പകുതിയോളം അവർ ജയിച്ചു നേടിയിരുന്നു. എന്നാലും അവർക്ക് പാസ്പോർട്ട് നൽകാൻ ഉത്തരവാദപ്പെട്ടവർ തയ്യാറായില്ല.

ഞാൻ മോസ്കോയിൽ തിരിച്ചെത്തിയപ്പോൾ, എന്റെ കൂട്ടുകാരെല്ലാവരും റോഡ് ഉപരോധത്തിന്റെ തിരക്കിലായിരുന്നു. അവർ കലാപത്തിൽ പങ്കുചേർന്നിരുന്നു. (അദ്ദേഹം ചിരിച്ചു) കൂടെ ചേർന്നിരുന്നുവെങ്കിൽ എനിക്കും ഒരു മെഡൽ കിട്ടിയേനേ!

ഞാനൊരു എഞ്ചിനീയറാണ്... ആരാണീ മാർഷസ അക്രോമിയോവ്? "സോവോക്", എന്നുപറഞ്ഞാൽ അദ്ദേഹത്തിനു ഭ്രാന്തായിരുന്നു. ഞാൻ കഴിഞ്ഞിരുന്നത് സോവോക്കിലാണ്. അതിലേക്ക് തിരിച്ചുപോകാൻ അദ്ദേഹത്തിന് അതിതീവ്രമായ ആരാധനയായിരുന്നു. കടുത്ത കമ്മ്യൂണിസ്റ്റ് വിശ്വാസി. എന്റെ ശത്രു... അദ്ദേഹം പ്രസംഗിക്കുന്നതു കേൾക്കുമ്പോൾത്തന്നെ എന്റെ മനസ്സിൽ വിദ്വേഷം നിറയും. അവസാനംവരെ പൊരുതി നില്ക്കാൻ ത്രാണിയുള്ള ഒരാളാണ് അക്രോമിയ്യോവ് എന്ന് അറിയാമായിരുന്നു. അദ്ദേഹത്തിന്റെ ആത്മഹത്യ? തീർച്ചയായും വളരെയധികം ആദരവ് അർഹിക്കുന്ന ഒരു പ്രവൃത്തി തന്നെ. മരണത്തെ ബഹുമാനിക്കുകതന്നെ വേണം. എന്നാലും ഞാൻ എന്നോടുതന്നെ ചോദിക്കാറുണ്ട്, "അഥവാ അവർ ജയിച്ചിരുന്നുവെങ്കിൽ എന്തു സംഭവിക്കുമായിരുന്നു?" പാഠപുസ്തകത്തിന്റെ താളുകൾ മറിച്ചുനോക്കാം. ലോകത്തിലെ എല്ലാ കലാപങ്ങളും അട്ടിമറികളും പേടിപ്പെടുത്തുന്നതായിരുന്നു. രക്തച്ചൊരിച്ചിൽ കൂടാതെ ഒന്നും അവസാനിച്ചിട്ടുമില്ല. നാവുകൾ പിഴുതെടുക്കപ്പെട്ടു. കണ്ണുകൾ തുരന്നെറിയപ്പെട്ടു മദ്ധ്യകാലത്തിലെന്നപോലെ, ഇതൊക്കെ മനസ്സിലാക്കാൻ സ്വയം ഒരു ചരിത്രകാരനാവണമെന്നില്ല.

ഒരു ദിവസം രാവിലെ, ടെലിവിഷനിൽ കേട്ട വാർത്ത "ആരോഗ്യപരമായ കാരണങ്ങളാൽ ഗോർബച്ചോവിന് രാജ്യഭരണം തുടർന്നു നടത്താനാകാതെ വന്നിരിക്കുന്നു. അദ്ദേഹത്തിന് ഗുരുതരമായ ശാരീരിക പ്രശ്നങ്ങളുണ്ട്. "കുറച്ചു കഴിഞ്ഞപ്പോഴേക്കും ഞങ്ങളുടെ വീടിനുമുമ്പിലായി ടാങ്കുകൾ കണ്ടു. ഞാനെന്റെ സ്നേഹിതന്മാരെ വിളിച്ചു. എല്ലാവരും യെത്സിൻ പക്ഷക്കാരായിരുന്നു. മിലിട്ടറി ഭരണത്തിന് എതിരായിരുന്നു. അതുകൊണ്ട് നമ്മൾ തീർച്ചയായും യെത്സിനെ പിൻതാങ്ങണം." ഞാൻ ഫ്രിഡ്ജ് തുറന്ന് ഒരു കഷണം ചീസെടുത്ത് കീശയിലിട്ടു. മേശപ്പുറത്തിരുന്നിരുന്ന ബിസ്കറ്റിൽനിന്നും ഒരു പിടിവാരി അതും പോക്കറ്റിലിട്ടു. ആയുധമായി എന്തെങ്കിലും? മേശപ്പുറത്ത് ഒരടുക്കളക്കത്തി ഉണ്ടായിരുന്നു. ഞാനതെടുത്ത് ഒരു നിമിഷം കൈയിൽ പിടിച്ചാലോചിച്ചു. വേണ്ട, ഞാനതവിടെത്തന്നെ തിരികെ വെച്ചു. (അയാൾ ആലോചനയിലാണ്) അവരെങ്ങാനും ജയിച്ചാലോ? അവരുടെ പക്ഷം വിജയിച്ചാൽ എന്താണ് സംഭവിക്കുക?

ഇപ്പോൾ ടി.വിയിൽ കാണിക്കുന്നത് സംഗീതപ്രതിഭ റോഡ്രോവിച്ച്* പാരീസിൽ നിന്നു വരുന്നതും ഒരു യന്ത്രത്തോക്കും കൈയിൽപിടിച്ച് അവിടെ ഇരിക്കുന്നതാണ്. പെൺകുട്ടികൾ പട്ടാളക്കാർക്കിടയിൽ ഐസ്ക്രീം വിതരണം ചെയ്യുന്നു. ഒരു ടാങ്കിന്റെ മുകളിലായി വലിയൊരു പൂച്ചെണ്ട്. എന്റെ മനസ്സിൽ തെളിയുന്ന ചിത്രങ്ങൾ വേറെയാണ്.

* പ്രസിദ്ധമായ സോവിയറ്റ് റഷ്യൻ സെല്ലിസ്റ്റും സംഘാടകനും. 1974ൽ സോവിയറ്റ് യൂണിയൻ വിട്ട് 1990 വരെ തിരിച്ചുവന്നില്ല. 1989 നവംബർ ബിക്സെല്ലോ സ്യൂട്ട് കളിക്കുകയും ബർളിനിൽ പ്രസിദ്ധനാവുകയും ചെയ്തു.

മോസ്കോയിലെ മുത്തശ്ശിമാർ പട്ടാളക്കാർക്ക് സാൻവിച്ചുകൾ കൊണ്ടുകൊടുക്കുന്നു. അവരെ സ്വന്തം വീടുകളിലേക്ക് കൂട്ടിക്കൊണ്ടുപോകുന്നു, മൂത്രമൊഴിക്കാനുള്ള സൗകര്യം നല്കുന്നു. ഒരു ടാങ്ക് വിഭാഗത്തെ മുഴുവൻ അന്ന് അവർ തലസ്ഥാനത്തിലെത്തിച്ചു. എന്നാൽ ഭക്ഷണത്തിനോ, ശുചിത്വത്തിനോ ഉള്ള സൗകര്യങ്ങളൊരുക്കിയില്ല. നന്നേ ചെറുപ്പമായ സൈനികർ. അവരുടെ കവിളൊട്ടിയ മുഖങ്ങൾ തുറിച്ച കണ്ണുകളോടെ ടാങ്കിന്റെ ചെറിയ ജന്നലുകളിൽക്കൂടി പുറത്തേക്കെത്തി നോക്കുന്നുണ്ടായിരുന്നു. അവരുടെ കണ്ണുകളിൽ നിറയെ ഭയമായിരുന്നു. സംഭവിക്കുന്നതെന്താണ് എന്നതിനെക്കുറിച്ച് അവർക്ക് രൂപമുണ്ടായിരുന്നില്ല. മൂന്നാംദിവസമായപ്പോഴേക്കും അവർ അക്ഷമരായി ടാങ്കുകളുടെ മുകളിൽ കയറിയിരിപ്പായി. വിശപ്പും കോപവും സഹിക്കാനാവാത്ത അവസ്ഥ. ക്ഷീണംകൊണ്ട് അവർ പാതിമയക്കത്തിലായിരുന്നു. സ്ത്രീകൾ അവർക്ക് ചുറ്റും കൂടി. “എന്താ കുട്ടികളേ, നിങ്ങൾ ഞങ്ങളുടെ നേരെ വെടിവെക്കാനാണോ ഭാവം?” പട്ടാളക്കാർ മൗനം പാലിച്ചു. എന്നാൽ അവരുടെ മേലധികാരി ഗർജ്ജിച്ചു. “അങ്ങനെയാണ് കല്പിക്കുന്നതെങ്കിൽ ഞങ്ങൾ അതുതന്നെ ചെയ്യും” ഏതോ കാറ്റുവന്ന് പറത്തിക്കൊണ്ടുപോയതുപോലെ ആ യുവാക്കളെ പെട്ടെന്ന് കാണാതായി. എല്ലാവരും ഉള്ളിലേക്ക് വലിഞ്ഞു. അന്നങ്ങനെയാണ് സംഭവിച്ചത്. എന്റെ ഓർമ്മക്കുറിപ്പ് ഫോട്ടോകളോളം തെളിമയില്ല. ഏതു നിമിഷവും കടന്നാക്രമണം തുടങ്ങുമെന്ന ആശങ്കയിൽ ഞങ്ങൾ അവിടെ കൈകോർത്തുനിന്നു. അപ്പോഴേക്കും വാർത്ത പരന്നു. അവർ വാതകപ്രയോഗം നടത്താൻ ഒരുങ്ങുകയാണ്. പുരപ്പുറങ്ങളിൽ വെടിവെക്കാൻ തയ്യാറായി പടയാളികൾ ഒളിഞ്ഞിരിപ്പുണ്ട്. മിലിറ്ററി മെഡലുകൾ ഷർട്ടിൽ തൂക്കിയിട്ട ഒരു സ്ത്രീ ഞങ്ങളുടെ അരികിലെത്തി. “ആരെയാണ് നിങ്ങൾ രക്ഷിക്കാൻ ശ്രമിക്കുന്നത്? മുതലാളിത്തവാദികളേയോ?” “അതേ, നിങ്ങളോ അമ്മായി? ഞങ്ങൾ നിലകൊള്ളുന്നത് സ്വാതന്ത്ര്യത്തിനുവേണ്ടിയാണ്.”

“ഞാൻ സോവിയറ്റ് ഭരണകൂടത്തിനുവേണ്ടിയാണ് യുദ്ധം ചെയ്തത്. കൃഷിക്കാർക്കും തൊഴിലാളികൾക്കും വേണ്ടി. മാടക്കടകൾക്കും സഹകരണസ്ഥാപനങ്ങൾക്കും വേണ്ടിയല്ല. ഇപ്പോൾ എന്റെ കൈയിൽ ഒരു യന്ത്രത്തോക്കുണ്ടായിരുന്നുവെങ്കിൽ....”

എല്ലാം ഒരു ചരടിൽ തൂങ്ങിക്കിടക്കുകയായിരുന്നു. അന്തരീക്ഷത്തിൽ ചോരയുടെ മണം മുറ്റിനിന്നു. അത് ഓരാഘോഷമായി തോന്നിയില്ല.

ഞാനൊരു രാജ്യസ്നേഹിയാണ്. എനിക്കു പറയാനുള്ളത് പറയട്ടെ. (ഒരാൾ ഞങ്ങളുടെ അരികത്തേക്കു വന്നു. കട്ടിയുള്ള കോട്ടു ധരിച്ചിരിക്കുന്നു. കഴുത്തിൽ വലിയൊരു കുരിശും) ചരിത്രത്തിലെ ഏറ്റവും ലജ്ജാവഹമായ കാലഘട്ടത്തിലാണ് നമ്മൾ ഇപ്പോൾ ജീവിക്കുന്നത്. ദേശദ്രോഹികളുടേയും ഭീരുക്കളുടേയും ഒരു തലമുറയാണിത്. നമ്മുടെ

അച്ഛനമ്മമാർ, ജീൻസിനുവേണ്ടി മഹത്തായ ഒരു രാജ്യം വിറ്റു. അവർക്കു വേണ്ടത് ച്യൂയിങ്ങ് ഗമ്മും മാൾബറോ സിഗരറ്റുമായിരുന്നു. തീർച്ചയായും നമ്മുടെ മക്കൾ കുറ്റപ്പെടുത്തും. നമ്മുടെ മാതൃഭൂമിയെ കാത്തുരക്ഷിക്കുന്നതിൽ നമ്മൾ പരാജയപ്പെട്ടുവെന്ന്. പുറത്തുപറയാനാവാത്ത ഒരു ഘോരാപരാധം. എല്ലാറ്റിനേയും നമ്മൾ ഒറ്റുക്കൊടുത്തു. റഷ്യയുടെ ത്രിവർണ്ണ പതാക ഒരിക്കലും കാണില്ല. കാണുന്നത് എപ്പോഴും ആ ചുകന്ന കൊടി തന്നെയായിരിക്കും. മഹത്തായ ഒരു രാഷ്ട്രത്തിന്റെ പതാക! മഹത്തായ ഒരു വിജയത്തിന്റെ പ്രതീകം! എന്താണ് നമ്മുടെ നാടിന്, സോവിയറ്റ് ജനതയ്ക്ക് സംഭവിച്ചത്. എന്തിനുവേണ്ടിയാണ് നമ്മൾ കണ്ണടച്ച്, സ്വന്തം അമ്മയെ ഭോഗിക്കുന്ന ഈ മുതലാളിത്ത സ്വർഗത്തിന്റെ പിന്നാലെ പാഞ്ഞത്? വർണ്ണക്കടലാസിൽ ഭംഗിയായി പൊതിഞ്ഞ സാധനങ്ങൾ കാട്ടി അവർ നമ്മളെ പാട്ടിലാക്കി. പെട്ടി നിറയെ സലാമി... അവരുടെ മധുരവാക്കുകൾ നമ്മുടെ മനം കവർന്നു. നമ്മുടേതായതെല്ലാം കാറുകൾക്കും തുണിത്തുണ്ടുകൾക്കുമായി നമ്മൾ കൈമാറി. സി.ഐ.എ. സോവിയറ്റ് യൂണിയൻ പിടിച്ചടക്കിയതിന്റെ മുത്തശ്ശിക്കഥകളൊന്നും എന്നോടു പറയണ്ട. ബ്രെഹിസസ്കി* യുടെ തന്ത്രങ്ങളെക്കുറിച്ചും കേൾക്കേണ്ട. അങ്ങനെയാണെങ്കിൽ എന്തുകൊണ്ട് കെ.ജി.ബി. അമേരിക്കയെ കൈയടക്കിയില്ല? വിഡ്ഢികളായ ബോൾഷെവിക്കുകളല്ല റഷ്യയെ നശിപ്പിച്ചുകളഞ്ഞത്. ഗുലാഗ് ദ്വീപ് സമൂഹങ്ങളിലേക്ക് സ്വയമൊരു യാത്രചെയ്യാനായി. തന്തയ്ക്കു പിറക്കാത്ത ബുദ്ധിജീവികളുമല്ല ഈ നാടിനെ ഇല്ലാതാക്കിയത്. ഭീകരമായ ഒരു ഗൂഢാലോചനയുടെ പിറകേയും അന്വേഷിച്ചിറങ്ങേണ്ട. ഇതിനെല്ലാം കാരണക്കാർ നമ്മൾ തന്നെയാണ്. നമ്മുടെ സ്വന്തം കൈകൾകൊണ്ട് നമ്മൾ ചെയ്ത പണി. ചൂടുള്ള ഹോട്ട് ഡോഗുകൾ വില്ക്കുന്ന മാക്ഡോണാൾഡ് കടകൾ ഇവിടെ ഉണ്ടാകണമെന്ന് നമ്മൾ ആഗ്രഹിച്ചു. പ്ലാസ്റ്റിക് വി.സി.ആറുകളും മെർസിഡസ് കാറുകളും എല്ലാവർക്കും വേണമെന്ന് നമ്മൾ സ്വപ്നം കണ്ടു. വഴിയോരത്തെ കൊച്ചുകടകളിലിരുന്ന് അശ്ലീലചിത്രങ്ങളുടെ പ്രദർശനം കാണാൻ നമ്മൾ കൊതിച്ചു...

റഷ്യയ്ക്കുവേണ്ടത് കരുത്തുറ്റ കൈകളാണ്. ഉരുക്കിന്റെ കൈകൾ. കൈയിൽ വടിയും പിടിച്ച് പിറകിൽ നില്ക്കുന്ന ഒരു മേലധികാരി. ശക്തനായ സ്റ്റാലിൻ നീണാൾ വാഴട്ടെ. സ്റ്റാലിൻ ജയിക്കട്ടെ! അക്രോമിയോവ് മരിച്ചത് മഹാനഷ്ടമായി. അദ്ദേഹം നമ്മുടെ പിനോഷ്യ ആകുമായിരുന്നു... സർവ സൈനാധിപൻ ജാറസെൻകിലെ പോലെ ഒരാൾ. എത്ര വലിയ നഷ്ടം!

ഞാനൊരു കമ്മ്യൂണിസ്റ്റുകാരൻ. ഞാൻ പിൻതാങ്ങിയത് വിപ്ലവകാരികളെയാണ് എന്നുവെച്ചാൽ യു.എസ്.എസ്.ആറിനെ. പിൻതുണയ്ക്കാനുള്ള പ്രധാന കാരണം, ഒരു മഹാസാമ്രാജ്യത്തിൽ ജീവിക്കുക

* ജിമ്മി കാർട്ടറുടെ ദേശീയ സുരക്ഷാസമിതിയുടെ ഉപദേഷ്ടാവായിരുന്ന പോളണ്ടുകാരൻ.

എന്നതായിരുന്നു എന്റെ ആഗ്രഹം. ആ പ്രസിദ്ധമായ ഗാനം... "എന്റെ പ്രിയപ്പെട്ട നാട്... എത്ര വിശാലമാണ്." 1989 ൽ ഒരു ബിസിനസ് യാത്രയ്ക്കായി ഞാൻ വിൽനിയസ്സിലേക്ക് അയയ്ക്കപ്പെട്ടു. പുറപ്പെടുന്നതിനു തൊട്ടുമുമ്പായി ഫാക്ടറിയിലെ ചീഫ് എൻജിനീയർ എന്നെ തന്റെ ഓഫീസിലേക്കു വിളിപ്പിച്ചു. അദ്ദേഹം ആയിടെ വിൽനിയസ്സിൽ പോയി വന്നിരുന്നു. "ഒരു കാരണവശാലും അവിടെചെന്ന് അവരോട് റഷ്യൻ ഭാഷ സംസാരിക്കരുത്" അതൊരു മുന്നറിയിപ്പായിരുന്നു. "റഷ്യൻ ഭാഷയിൽ ചോദിച്ചാൽ അവരൊരു തീപ്പെട്ടിപോലും തരില്ല. ഉക്രേനിയൻ ഭാഷ ഓർമ്മയുണ്ടോ? ആ ഭാഷ സംസാരിച്ചാൽ മതി." ഞാൻ കേട്ടത്... എനിക്ക് വിശ്വസിക്കാനായില്ല. ഇതെന്തു മണ്ടത്തരം എന്നാണെനിക്ക് തോന്നിയത്. അദ്ദേഹം വീണ്ടും നിർദേശിച്ചു. "ഭക്ഷണശാലകളിൽ പ്രത്യേകം ശ്രദ്ധ വേണം. ഭക്ഷണത്തിൽ അവർ വിഷം കലർത്തിയേക്കാം. അല്ലെങ്കിൽ ആഹാരത്തിൽ കുപ്പിച്ചില്ലു പൊടിച്ചുചേർത്തിയെന്നും വരാം. അവർ നിങ്ങളെ കാണുന്നത് എപ്പോഴും അധീശശക്തിയുടെ ഭാഗമായിട്ടാണ്. മനസ്സിലായോ?" വാസ്തവത്തിൽ മനസ്സിലായില്ല. അപ്പോൾ ജനങ്ങൾ തമ്മിലുള്ള സൗഹൃദ*ത്തിലാണ് ഞാൻ പൂർണ്ണമായും വിശ്വാസമർപ്പിച്ചിരുന്നത്. അന്താരാഷ്ട്ര സോഷ്യലിസ്റ്റ് സാഹോദര്യം സോവിയറ്റ് പ്രചാരണത്തിന്റെ ഒരു പ്രധാന മുദ്രാവാക്യം മാത്രമായിരുന്നുവെന്ന് ഞാൻ അറിഞ്ഞിരുന്നില്ല.

ചീഫ് എൻജിനീയറുടെ വാക്കുകൾ അവിടെ ചെന്നെത്തുന്നതുവരെ ഞാൻ വിശ്വസിച്ചില്ല. വിൽനിയസ് സ്റ്റേഷനിൽ വണ്ടി ഇറങ്ങി ഞാൻ പ്ലാറ്റ്ഫോമിനു പുറത്തേക്ക് കടന്നു. എന്റെ റഷ്യൻ കേട്ടതും അവരെന്നെ ഓർമ്മപ്പെടുത്തി. ഞാൻ സ്വന്തം നാട്ടിലല്ല. ഒരു വിദേശരാജ്യത്തിലാണെന്ന്. ഞാനൊരു കുടിപാർപ്പുകാരനാണ്. പിന്നോക്ക പ്രദേശമായ വൃത്തികെട്ട റഷ്യയിൽനിന്നും വന്നിട്ടുള്ളവൻ. റഷ്യൻ ഇവാൻ... അപരിഷ്കൃതൻ...

അതിനുശേഷമായിരുന്നു ആ പാട്ടും നൃത്തവും. ഒരു ദിവസം രാവിലെയാണ് കലാപത്തെ കുറിച്ച് ഞാൻ കേട്ടത്. ആ സമയത്ത് ഞാൻ ഒരു കടയിൽ നില്ക്കുകയായിരുന്നു. വേഗം ഞാൻ വീട്ടിലേക്കോടി. ടെലിവിഷൻ വച്ചു. അവർ യെത്സിനെ കൊലപ്പെടുത്തിയോ? ടെലിവിഷൻ ടവർ ആരുടെ നിയന്ത്രണത്തിലാണ്. സൈന്യത്തിന് എന്ത് സംഭവിച്ചു? എന്റെ ഒരു കൂട്ടുകാരൻ എന്നെ വിളിച്ചു. "ആ നായിന്റെ മകൻ വീണ്ടും പിടിമുറുക്കുകയാണ്. താമസിയാതെ നമ്മളെല്ലാവരും അതിന്റെ ആണിയും കൊളുത്തുമാകും"

എനിക്കു വല്ലാതെ ദേഷ്യം വന്നു. "ഞാൻ അവരെ ഏതറ്റംവരേയും പിൻതാങ്ങും. ഞാൻ യു.എസ്.എസ്.ആറിനുവേണ്ടി നിലകൊള്ളുന്നു.

* ജനകീയസൗഹൃദം - 1935 ൽ സ്റ്റാലിൻ പരിചയപ്പെടുത്തിയ പുതിയൊരു ആശയമായിരുന്നു. റഷ്യനും റഷ്യേതരവുമായ പ്രദേശങ്ങളെ കൂട്ടിയിണക്കാനുള്ള ഒരു സാംസ്കാരിക തന്ത്രം.

ചങ്ങാതി ഉടനെ സംസാരത്തിന്റെ രീതി മാറ്റി. "മിഖായിൽ തുലഞ്ഞു പോകട്ടെ. അയാൾ കൊല്ലപ്പെടാനുള്ളവനാണ്." അയാൾ സൈബീരിയയിൽ കിടന്നു ചാവട്ടെ. 'നിനക്കു മനസ്സിലാവുന്നുണ്ടോ? ആ തരത്തിൽ വേണം ആളുകളോട് സംസാരിക്കാൻ. അവരെ ബോദ്ധ്യപ്പെടുത്തണം; നിന്റെ പക്ഷത്തേക്കു കൊണ്ടുവരണം, ആദ്യം ചെയ്യേണ്ടിയിരുന്നത്. ഒസ്റ്റാൻകീനോ ടെലിവിഷൻ ടവർ[1] കൈയടക്കുകയായിരുന്നു. ഇരുപത്തിനാലു മണിക്കൂറും അവിടെ നിന്ന് സംപ്രേഷണം നടത്തണം. നമ്മൾ നമ്മുടെ രാജ്യത്തെ രക്ഷിക്കണം. സോവിയറ്റ് മാതൃഭൂമി അപകടത്തിലാണ്. വേഗമാവട്ടെ. സോബ് വാക്കുകളേയും അഫ്നാസീവു[2]കളേയും ക്ഷണത്തിൽ പുറത്താക്കണം. ജനങ്ങൾ നിശ്ചയമായും അതനുകൂലിക്കും. അവരും അതുപോലെയുള്ള മറ്റു ദേശദ്രോഹികളും ഉടനടി പുറംതള്ളപ്പെടണം.

അക്രോമിയോവ് ആത്മഹത്യ ചെയ്തതാണ് എന്ന് ഞാൻ വിശ്വസിക്കുന്നില്ല. പല യുദ്ധങ്ങളിൽ പങ്കെടുത്ത ഇത്രയും അനുഭവസമ്പന്നനായ ഒരു യോദ്ധാവ് ഇങ്ങനെ തൂങ്ങിമരിക്കുമെന്ന് കരുതുന്നില്ല. ഒരു കേക്ക് പെട്ടിയിൽനിന്നും വലിച്ചെടുത്ത റിബ്ബണിൽ സ്വയം കെട്ടിതൂങ്ങുകയോ, ഒരു സാധാരണ തടവുകാരനെ പോലെ? ജയിലറകളിൽ അവർ സാധാരണ ചെയ്യുന്ന ഒരു സംഗതിയാണത്. മുട്ടുമടക്കി താഴെയിരുന്ന്, ഏകാന്തതയിൽ. പട്ടാളക്കാർക്ക് ഇത്തരം കുരുക്കുകളോട് പുച്ഛമാണ്. ഇത് ആത്മഹത്യയല്ല, തീർച്ച. ഇതൊരു കൊലപാതകമാണ്. സോവിയറ്റ് യൂണിയനെ വധിച്ച അതേ ആളുകൾ തന്നെയാണ് ഈ വധവും നടത്തിയത്. അവർക്ക് അദ്ദേഹത്തെ ഭയമായിരുന്നു. അക്രോമിയോവിന് സൈന്യത്തിൽ വലിയ സ്വാധീനമുണ്ടായിരുന്നു. മനസ്സിരുത്തിയാൽ നിശ്ചയമായും ചെറുത്തു നില്ക്കാനുള്ള സൈനികശക്തി അദ്ദേഹത്തിനുണ്ടാകുമായിരുന്നു. ആ സമയത്ത് "ജനങ്ങളുടെ തല ഇത്രത്തോളം തിരിഞ്ഞിരുന്നില്ല. ഇപ്പോഴത്തെ മാതിരിയുള്ള ബോധശൂന്യത അപ്പോഴ വരെ ബാധിച്ചിരുന്നില്ല. അപ്പോഴും എല്ലാവരും അതേ മട്ടിൽ ജീവിച്ചു. അതേ പത്രങ്ങൾ തന്നെ വായിച്ചു. ഇന്നത്തെ മനോഭാവമായിരുന്നില്ല അന്ന്... അക്കരെ പുല്ലിന് പച്ചനിറം കൂടുമെന്ന ചിന്തയുണ്ടായിരുന്നില്ല.

പിന്നീട്, ഞാനത് നേരിട്ട് കണ്ടു. കുറെ ചെറുപ്പക്കാർ സറ്ററായ ചത്വരത്തിലുള്ള സെൻട്രൽ കമ്മിറ്റി ഓഫ് ദ കമ്മ്യൂണിസ്റ്റ് പാർട്ടിയുടെ കെട്ടിടത്തിനു മുകളിലേക്ക് ഏണിവെച്ച് കയറുന്നു. ആ കെട്ടിടം കാക്കാൻ സുരക്ഷാഭടന്മാരൊന്നും ഉണ്ടായിരുന്നില്ല. അഗ്നിശമനക്കാരുടെ വളരെ നീളമുള്ള കോണിയാണ് അവർ കൊണ്ടുവന്നിരുന്നത്. ഏറ്റവും മുകളിൽ അവർ കയറിപ്പറ്റി. സി.സി, സി.പി.എസ്.യു. എന്ന സുവർണ ലിപികളിൽ എഴുതിയിരുന്നത് ചുറ്റികയും ഉളിയും കൊണ്ട് അവർ നീക്കം ചെയ്തു.

---

1. 1967ൽ മോസ്കോയിൽ സ്ഥാപിച്ചത്. യൂറോപ്പിലെ ഏറ്റവും ഉയരമുള്ള നിർമ്മിതി

2. റഷ്യൻ കോർപ്പറേറ്റ് നോറിസ്നിക്കലിന്റെ സഹായി. നിക്കലിന്റെയും പലാഡിയത്തിന്റെയും സംവിധായകൻ.

താഴെ നിന്നവർ അതൊക്കെ പെറുക്കിയെടുത്ത് ചരിത്രസ്മാരകങ്ങളെ ന്നോണം വിതരണം ചെയ്തു. വഴിയിലെ തടസ്സങ്ങൾ അവർ മാറ്റിയിട്ടു. മുൾവേലിയുടെ തുണ്ടുകളും സ്മാരകചിഹ്നങ്ങളായി കൈമാറി.

ഇതൊക്കെയാണ് കമ്മ്യൂണിസത്തിന്റെ പതനത്തെക്കുറിച്ചുള്ള എന്റെ ഓർമ്മകൾ...

അന്വേഷണസംഘത്തിന്റെ ഫയലുകളിൽ നിന്നുമുള്ള പ്രസക്ത ഭാഗങ്ങൾ

"**1991** ആഗസ്റ്റ് 24-ാം തിയതി. രാവിലെ 9.50 മണിക്ക് മോസ്കോയിലെ ക്രെംലിനിൽ കോർപ്പസ് 1ലെ നമ്പർ 19 എ ബ്യൂറോ ഓഫീസിൽ സുരക്ഷാ ചുമതലയുണ്ടായിരുന്ന ഉദ്യോഗസ്ഥൻ, കോറോടിയേവ്, മാർഷൽ ഓഫ് ദ സോവിയറ്റ് യൂണിയൻ അക്രോമിയേവ് സെർജി ഫെഡൊറോവിച്ചിന്റെ (ജനനം 1923) ജീവനറ്റ ശരീരം കാണാനിടയായി. നിലവിൽ അദ്ദേഹം യു.എസ്.എസ്.ആർ. പ്രസിഡന്റിന്റെ ഒരു ഉപദേഷ്ടാവായിരുന്നു. ഓഫീസിലെ ജന്നലപ്പടിയിൽ ഇരിക്കുന്ന നിലയിലാണ് ജഡം കാണപ്പെട്ടത്. റേഡിയേറ്ററിനെ പൊതിയുന്ന മരംകൊണ്ടുള്ള ചട്ടക്കൂടിൽ ചാരിയിരിക്കുകയായിരുന്നു. സോവിയറ്റ് യൂണിയന്റെ മാർഷലിന്റെ യൂണിഫോമാണ് അപ്പോൾ ധരിച്ചിരുന്നത്. യൂണിഫോം ഒരു തരത്തിലും അലങ്കോലപ്പെട്ടിരുന്നില്ല. ഒരു സിന്തെറ്റിക് ചരട് രണ്ടായി മടക്കിയാണ് കഴുത്തിൽ കുരുക്കിയിട്ടത്. ആ കുരുക്ക് കഴുത്തിനു ചുറ്റുമായി മുറുകി കിടന്നിരുന്നു. കുരുക്കിന്റെ മുകളറ്റം ജന്നലിന്റെ പട്ടികയിലുള്ള കൈപ്പിടിയിൽ സ്കോച്ച് ടേപ്പ് വെച്ച് ഒട്ടിട്ടുവെച്ചിരുന്നു. കെട്ടിത്തൂക്കുമ്പോൾ സ്വാഭാവികമായി ഉണ്ടാകുന്ന മുറിവുകളല്ലാതെ വേറൊന്നും മൃതശരീരത്തിൽ ഉണ്ടായിരുന്നില്ല..."

"**മേ**ശവലിപ്പു പരിശോധിച്ചപ്പോൾ അഞ്ചു കുറിപ്പുകൾ കണ്ടുകിട്ടി. മുകൾഭാഗത്തുതന്നെ എളുപ്പം കാണാവുന്ന വിധത്തിലാണ് അവ വെച്ചിരുന്നത്. അഞ്ചും കൈകൊണ്ടെഴുതിയതായിരുന്നു. അവ വൃത്തിയായി അടുക്കിവെച്ചിരുന്നു. കണ്ടുകിട്ടിയ സാധനങ്ങളുടെ പട്ടിക നോട്ടുകൾ വെച്ചിരുന്ന അതേ മുറയ്ക്ക് രേഖപ്പെടുത്തിയിട്ടുണ്ട്...

ആദ്യത്തെ കുറിപ്പ് തന്റെ കുടുംബത്തിന് കൈമാറണമെന്ന് അക്രോമിയീവ് അപേക്ഷിച്ചിട്ടുണ്ട്. അതിൽ താൻ ആത്മഹത്യ ചെയ്യാൻ തീരുമാനിച്ചിരിക്കുന്നതായി അവരെ അറിയിക്കുന്നുണ്ട്. "എന്റെ പ്രഥമ കർത്തവ്യം എപ്പോഴും യുദ്ധത്തിനും ജനങ്ങളെ സേവിക്കാനും വേണ്ടിയുള്ളതായിരുന്നു. നിങ്ങൾക്ക് രണ്ടാം സ്ഥാനമായിരുന്നു. ഇന്ന് ആദ്യമായി നിങ്ങളോടുള്ള കടമയ്ക്ക് ഞാൻ ഒന്നാംസ്ഥാനം നല്കുന്നു. ഈ ദിവസങ്ങൾ ആത്മധൈര്യത്തോടെ നേരിടണമെന്ന് അഭ്യർത്ഥിക്കുന്നു.

പരസ്പരം താങ്ങാവുക... ശത്രുക്കൾക്ക് അഹങ്കരിക്കാൻ അവസരം കൊടുക്കരുത്..."

രണ്ടാമത്തെ കുറിപ്പ് മാർഷൽ ഓഫ് ദി സോവിയറ്റ് യൂണിയൻ എസ് സോക്കോലോവിനുള്ളതായിരുന്നു. സോക്കോലോവിനും സൈനിക മേധാവിയായ ലോബോവിനുമുള്ള ഒരപേക്ഷ. തന്റെ മരണാനന്തര ചടങ്ങുകൾ ഒരുക്കുന്നതിൽ സഹായിക്കണം. ഈ വിഷമഘട്ടത്തിൽ തന്റെ കുടുംബത്തെ കൈവിടാതെ ഒപ്പം നില്ക്കണം.

മൂന്നാമത്തെ കുറിപ്പിലുമുണ്ടായിരുന്നു ഒരപേക്ഷ, ക്രെംലിനിലെ കഫേറ്റേരിയയിലേക്കുള്ള കടം വീട്ടാൻ. അതിനായി 50 റൂബിളിന്റെ ഒരു നോട്ടും കുറിപ്പിനോടൊപ്പം കുത്തിവെച്ചിരുന്നു.

നാലാമത്തെ കുറിപ്പ് വിശേഷിച്ച് ആരുടേയും പേരിലായിരുന്നില്ല. "എന്റെ പിതൃരാജ്യം ഈ വിധം മരിച്ചുകൊണ്ടിരിക്കേ എനിക്കു ജീവിതം തുടരാനാവില്ല. എന്റെ ജീവിതത്തിന്റെ അർത്ഥമായി ഇതുവരെ ഞാൻ കണ്ടിരുന്നതൊക്കെയും ഇപ്പോൾ നാമാവശേഷമാവുകയാണ്. എന്റെ പ്രായവും ഇതുവരെയായുള്ള എന്റെ നേട്ടങ്ങളും... എനിക്ക് ജീവിതം അവസാനിപ്പിക്കാനുള്ള അവകാശം നല്കുന്നു. അവസാനംവരെ ഞാൻ പൊരുതി."

ഏറ്റവും അവസാനത്തെ കുറിപ്പ്, കൂട്ടത്തിൽനിന്നും വേറെയായാണ് കാണപ്പെട്ടത്. "ആത്മഹത്യ ചെയ്യുന്നതിൽ ഞാൻ വൈദഗ്ദ്ധ്യം നേടിയിട്ടില്ല. 9.40-നുള്ള ആദ്യത്തെ ശ്രമം വിജയകരമായില്ല. ചരട് പൊട്ടിപ്പോയി. രണ്ടാമതായി ഞാനൊരു ശ്രമം കൂടി നടത്തുകയാണ്." കൈയക്ഷര വിദഗ്ദ്ധരുടെ പരിശോധനപ്രകാരം തെളിഞ്ഞത്, കുറിപ്പുകളിലെ കൈപ്പട എല്ലാം അക്രോമിയേവിന്റേതുതന്നെ എന്നായിരുന്നു...."

"**അ**ക്രോമിയേവ് തന്റെ അവസാനരാത്രി ചെലവഴിച്ചത് ഏറ്റവും ഇളയ മകൾ നടാലിയോടും കുടുംബത്തോടുമൊപ്പമായിരുന്നു. അവർ പറഞ്ഞത്: "ആഗസ്റ്റിനുമുമ്പുതന്നെ പലപ്പോഴും ഞങ്ങൾ അച്ഛനോട് ചോദിച്ചിരുന്നു. ഇവിടെ ഒരു സൈനിക അട്ടിമറിക്ക് സാദ്ധ്യതയുണ്ടോ എന്ന്. ഗോർബച്ചേവിന്റെ പെരിസ്ട്രോയ്ക്കയും ഗതിമാറ്റങ്ങളും... വലിയൊരു വിഭാഗം ജനങ്ങളും അതൃപ്തരായിരുന്നു. അദ്ദേഹത്തിന്റെ വെറും വാക്കുകളും കരുത്തില്ലായ്മയും ജനങ്ങൾക്ക് തീരെ രുചിച്ചിരുന്നില്ല. അതുപോലെത്തന്നെ സോവിയറ്റ് – അമേരിക്കൻ നിരായുധീകരണ ചർച്ചകളിൽ ഏകപക്ഷീയമായി അദ്ദേഹം നല്കിയ ഇളവുകളും പൊതുജനങ്ങളിൽ എതിർപ്പുളവാക്കി. നാട്ടിലെ സാമ്പത്തികസ്ഥിതി അനുദിനം പാഴായിക്കൊണ്ടിരിക്കുന്ന സാഹചര്യവും അവരെ രോഷാകുലരാക്കി. എന്നാൽ അച്ഛൻ ഈ വക സംഭാഷണങ്ങളൊന്നും കാര്യമാക്കിയില്ല. സൈനിക അട്ടിമറിക്ക് യാതൊരു സാദ്ധ്യതയുമില്ല എന്നായിരുന്നു അദ്ദേഹത്തിന്റെ ഉറച്ച വിശ്വാസം. അങ്ങനെ ഒരു കൈയേറ്റത്തിന് പട്ടാളം പുറപ്പെടുകയാണെങ്കിൽത്തന്നെയും എല്ലാം രണ്ടുമണിക്കൂറുകൾകൊണ്ട് അവസാനിക്കും.

ഇവിടെ റഷ്യയിൽ, ബലപ്രയോഗം കൊണ്ട് ഒന്നും നടത്താനാവില്ല. കാര്യപ്രാപ്തിയില്ലാത്ത ഒരു നേതാവിനെ സ്ഥാനത്തുനിന്ന് ഒഴിവാക്കുക എന്നതല്ല ഇപ്പോഴത്തെ നമ്മുടെ ഏറ്റവും വലിയ പ്രശ്നം. ഇനിയെന്ത് എന്നതാണ് നമ്മുടെ മുമ്പിലുള്ള ഏറ്റവും വലിയ ചോദ്യം."

ആഗസ്റ്റ് 23-ാം തിയതി അക്രോമിയേവ് വളരെ വൈകുംവരെ ആപ്പീസിലിരുന്നില്ല. കുടുംബത്തിലെല്ലാവരും ഒരുമിച്ചിരുന്നാണ് അത്താഴം കഴിച്ചത്. വലിയൊരു തണ്ണിമത്തൻ അന്ന് വാങ്ങിക്കൊണ്ടുവന്നിരുന്നു. മേശയ്ക്കുചുറ്റും തണ്ണിമത്തനും തിന്നുകൊണ്ട് അവരെല്ലാവരും ഏറെ നേരം ഇരുന്നു. നടാലി പറഞ്ഞതുപ്രകാരം അക്രോമിയേവ് അന്ന് തുറന്ന് സംസാരിക്കുകയുണ്ടായി. താൻ അറസ്റ്റ് ചെയ്യപ്പെട്ടേക്കും എന്നു ഭയമുള്ളതായി തുറന്നു പറഞ്ഞു. ക്രെംലിനിൽ ആരും ഇപ്പോൾ തന്നോട് സംസാരിക്കുന്നില്ല. "എനിക്കറിയാം..." അദ്ദേഹം പറഞ്ഞു. "നിങ്ങളെ സംബന്ധിച്ചിടത്തോളം അതൊരു ബുദ്ധിമുട്ടാകും. നമ്മുടെ കുടുംബത്തിനു നേരെ വലിയതോതിൽതന്നെ അവർ ചെളിവാരി എറിയും." പക്ഷേ ഞാനെന്തുചെയ്യാൻ. എനിക്കു മറ്റൊരു രീതിയിൽ കാര്യങ്ങൾ നടത്താനാവുമായിരുന്നില്ല." മോസ്കോയിലേക്കു വന്നതിൽ ഖേദം തോന്നുന്നുണ്ടോ എന്ന് മകൾ അച്ഛനോട് ചോദിച്ചു.

"ഞാൻ വന്നിരുന്നില്ലെങ്കിൽ" അദ്ദേഹം പറഞ്ഞു. "ഒരിക്കലും ഞാൻ എനിക്കുതന്നെ മാപ്പു കൊടുക്കുമായിരുന്നില്ല."

അന്നുരാത്രി ഉറങ്ങാൻ കിടക്കുന്നതിനുമുമ്പ് അക്രോമിയേവ് കൊച്ചുമകൾക്കു വാക്കുകൊടുത്തു. അടുത്ത ദിവസം ഊഞ്ഞാലുകളുള്ള പാർക്കിലേക്ക് അവളെ കൊണ്ടുപോകാമെന്ന്. അദ്ദേഹത്തിന്റെ ഭാര്യ. നടാലിയയുടെ അമ്മ സോച്ചിയിൽ പോയിരിക്കുകയായിരുന്നു. "നാളെ അവർ തിരിച്ചെത്തുമ്പോൾ ആരാണവരെ സ്റ്റേഷനിൽചെന്ന് കൂട്ടിക്കൊണ്ടുവരിക?" തെല്ലു പരിഭ്രമത്തോടെയായിരുന്നു ആ ചോദ്യം എന്ന് മകളോർത്തു. അവർ വന്നാൽ ഉടനെ തന്നെ അറിയിക്കണമെന്നു പറഞ്ഞു. അവരെ കൂട്ടുക്കൊണ്ടുവരാനായി ക്രെംലിനിലെ ഒരു കാർ ഏർപ്പാട് ചെയ്യുകയും ചെയ്തു.

മകൾ 9.35ന് അച്ഛനെ വിളിച്ചു. സാധാരണ മട്ടിൽതന്നെയാണ് സംസാരിച്ചത്. അച്ഛന്റെ സ്വഭാവം നല്ലവണ്ണം അറിയാവുന്ന മകൾ. അവൾ വിശ്വസിക്കുന്നില്ല, അച്ഛന്റെ മരണം... ആത്മഹത്യയാണെന്ന്...."

അവസാന റിപ്പോർട്ടിൽനിന്നും ഏതാനും ഭാഗങ്ങൾ

"യൂണിയൻ ഓഫ് സോവിയറ്റ് സോഷ്യലിസ്റ്റ് റിപ്പബ്ലിക്കുകളോട് എക്കാലത്തും കൂറുള്ളവനായിരിക്കുമെന്ന് ഞാൻ പ്രതിജ്ഞ ചെയ്യുന്നു...." ജീവിതകാലം മുഴുവൻ ഞാൻ നാടിനെ സേവിക്കാനായി ചെലവഴിച്ചു.

ഇനി ഇപ്പോൾ എന്തുചെയ്യണമെന്നാണ്? ആരെയാണ് സേവിക്കേണ്ടത്? ശ്വാസമെടുത്തു ജീവിച്ചുകൊണ്ടിരിക്കുന്നിടത്തോളം കാലം സോവിയറ്റ് യൂണിയനുവേണ്ടിത്തന്നെ പോരാടിക്കൊണ്ടിരിക്കും.

-സ്ഗ്ല്യാഡ്, ടെലിവിഷൻ ഷോ, 1990

“**അ**വരിപ്പോൾ എല്ലാം ഒരു ഇരുണ്ട വെളിച്ചത്തിലേക്ക് മാറ്റുകയാണ്... ഒക്ടോബർ വിപ്ലവത്തിനുശേഷം നമ്മുടെ രാജ്യത്തിൽ നടന്ന എല്ലാ സംഭവങ്ങളേയും അവർ നിഷേധിക്കുന്നു. അതേ, സ്റ്റാലിൻ അധികാരത്തിലിരുന്നപ്പോൾ നിലവിലുണ്ടായിരുന്നത് സ്റ്റാലിനിസമായിരുന്നു, ശരിയാണ്. ജനങ്ങൾക്കെതിരെ കഠിനമായ മർദ്ദനങ്ങളും അടിച്ചമർത്തലുകളുമുണ്ടായിരുന്നു. അതൊന്നും തന്നെ ഞാൻ നിഷേധിക്കുന്നില്ല. അതെല്ലാം യഥാർത്ഥത്തിൽ സംഭവിച്ചതാണ്. എന്നാലും ആ കാര്യങ്ങളെല്ലാം ന്യായമായും വസ്തുനിഷ്ഠമായും വിലയിരുത്തേണ്ടതാണ്. ഉദാഹരണത്തിന്, അതൊന്നും എന്നെ പറഞ്ഞു ബോദ്ധ്യപ്പെടുത്തേണ്ടതില്ല. അതെല്ലാം ഞാൻ നേരിൽ അറിഞ്ഞിട്ടുള്ളതാണ്. ആ കാലഘട്ടത്തിൽ, എങ്ങനെയാണ് ആളുകൾ ജോലിയെടുത്തിരുന്നതെന്ന് എനിക്ക് വ്യക്തമായി അറിയാം. വിശ്വാസത്തോടും പ്രതിബദ്ധതയോടും കൂടിയായിരുന്നു ഓരോ പ്രവൃത്തിയും. ചുളിവുകൾ നിവർത്തലും പലതും മറച്ചുവെയ്ക്കലുമല്ല നമ്മുടെ ദൗത്യം. മറച്ചുവെക്കത്തക്കതായി ഒന്നുമില്ല. നമ്മുടെ നാട്ടിൽ നടന്ന സംഭവങ്ങൾ കണക്കിലെടുക്കുമ്പോൾ – അതൊക്കെ എല്ലാവർക്കും അറിയാവുന്ന കാര്യങ്ങളാണ് – ഒരു ഒളിച്ചുകളിയുടെ ആവശ്യമുണ്ടെന്ന് ആർക്കെങ്കിലും തോന്നുമോ? വാസ്തമാലോചിച്ചപ്പോൾ ഫാഷിസത്തിനെതിരായുള്ള യുദ്ധമാണ് നമ്മൾ ജയിച്ചത്, നമ്മൾ തോറ്റില്ല. വിജയം നമ്മുടേതായിരുന്നു.

മുപ്പതുകളുടെ കാലഘട്ടം. ഞാനോർക്കുകയാണ്. എന്റെ തലമുറയിലുള്ളവർ പ്രായപൂർത്തിയായ കാലം. ഞങ്ങൾ ബോധപൂർവം സോഷ്യലിസം കെട്ടിപ്പടുത്തു. എന്തും ത്യജിക്കാൻ, എല്ലാം വേണ്ടെന്നു വെക്കാൻ ഞങ്ങൾ തയ്യാറായിരുന്നു. ജനറൽ വോക്കോഗോനോവ് എഴുതിയതിനോട് ഞാൻ തീരെ യോജിക്കുന്നില്ല. യുദ്ധത്തിനുമുമ്പുണ്ടായിരുന്ന റഷ്യയിൽ നിലനിന്നിരുന്നത് കേവലം സ്റ്റാലിനിസം മാത്രമാണുപോലും! അയാൾ ഒരു കമ്മ്യൂണിസ്റ്റ് വിരുദ്ധനാണ്. ഇന്ന് കമ്മ്യൂണിസ്റ്റ് വിരുദ്ധൻ എന്ന പേരും ഒട്ടും അപഹാസ്യമായൊരു വാക്കല്ല. ഞാനൊരു കമ്മ്യൂണിസ്റ്റ്. അയാളൊരു കമ്മ്യൂണിസ്റ്റ് വിരുദ്ധൻ അത്രയേയുള്ളൂ. ഞാൻ മുതലാളിത്ത വിരോധിയാണ്. അയാൾ... എന്താണ് പറയേണ്ടതെന്ന് എനിക്കറിഞ്ഞുകൂടാ. അയാൾ മുതലാളിത്തത്തിന്റെ പിറകിലാണ് എന്നോ അല്ല എന്നോ? ഇത് വെറുതെ ഒരു പ്രസ്താവന മാത്രമാണ്. ആശയപരമായ ഒരു വിയോജിപ്പ്. എന്നെ എല്ലാവരും കുറ്റപ്പെടുത്തുന്നു, വിമർശിക്കുന്നു. അയാൾ ‘കാലുമാറി’ എന്നു വിളിക്കുന്നതിന്. ഈ അടുത്തകാലം വരെ പോക്കോഗോ നോവ് സോവിയറ്റ് ഭരണകൂടത്തിന്റേയും കമ്മ്യൂണിസ്റ്റ് ആദർശങ്ങളുടേയും രക്ഷകനായിരുന്നു. പെട്ടെന്നാണ് ആകെ തിരിഞ്ഞത്.

അയാൾതന്നെ വിശദമാക്കട്ടെ, സൈന്യത്തിൽ ചേരുമ്പോഴെടുത്ത പ്രതിജ്ഞ എന്തുകൊണ്ടാണ് ലംഘിച്ചതെന്ന്...

വളരെയധികം ആളുകൾക്ക് അവരുടെ വിശ്വാസം നഷ്ടപ്പെട്ടിരിക്കുന്നു. എന്റെ അഭിപ്രായത്തിൽ ആ കൂട്ടത്തിൽ ഏറ്റവും പ്രധാനപ്പെട്ട വ്യക്തി സോറിസ് നിയോലായിവിച്ച് യെത്സിൻ ആണ്. ഇന്നുതന്നെ റഷ്യൻ പ്രസിഡന്റ് ഒരിക്കൽ സോവിയറ്റ് യൂണിയനിലെ കമ്മ്യൂണിസ്റ്റ് പാർട്ടിയുടെ കേന്ദ്രകമ്മിറ്റിയുടെ സെക്രട്ടറി ആയിരുന്നല്ലോ. പോളിറ്റ് ബ്യൂറോയിലേക്കുള്ള സ്ഥാനാർത്ഥിയുമായിരുന്നു. ഇപ്പോൾ അദ്ദേഹം തുറന്നു പ്രഖ്യാപിക്കുന്നു, തനിക്ക് കമ്മ്യൂണിസത്തിലും സോഷ്യലിസത്തിലും വിശ്വാസമില്ല എന്ന്. കമ്മ്യൂണിസ്റ്റുകാർ ചെയ്തതെല്ലാം തെറ്റാണെന്നും പറയുന്നു. തീവ്രവാദിയായ ഒരു കമ്മ്യൂണിസ്റ്റ് വിരുദ്ധനായി മാറിയിരിക്കുന്നു. അദ്ദേഹത്തെപോലെ അനവധിപേർ വേറെയുമുണ്ട്... വളരെയധികം പേർ. പക്ഷേ, നിങ്ങൾ സംസാരിക്കുന്നത് എന്നോടാണ്... താത്ത്വികമായി പറഞ്ഞാൽ ഞാൻ എതിർപക്ഷത്താണ്. നമ്മുടെ നാടിന്റെ നിലനില്പിനുതന്നെ ഭീഷണി ഞാൻ കാണുന്നുണ്ട്. അത് പകൽപോലെ സ്പഷ്ടവുമാണ്. 1941-ൽ ഉണ്ടായിരുന്ന അതേ അപകടസ്ഥിതിതന്നെയാണ് ഇപ്പോഴും ഞാൻ കാണുന്നത്.

– എൻ. സെൻകോവിച്ച്, *ഇരുപതാം നൂറ്റാണ്ട്*
കലാപകാലത്ത് ഉന്നതോദ്യോഗസ്ഥൻ
ഒരുമ പ്രസ്സ് (2005)

'**1970**കളിൽ സോവിയറ്റ് യൂണിയൻ അമേരിക്കയേക്കാൾ 20% ടാങ്കുകൾ കൂടുതലായി ഉത്പാദിപ്പിച്ചു.

കമ്മ്യൂണിസ്റ്റ് പാർട്ടി ജനറൽ സെക്രട്ടറിയായിരുന്ന എം. ഗോറിബച്ചോവിന്റെ (1980കൾ) സഹായിയായിരുന്ന ജി. ഷാക്കുനാസവോവ് ഒരു ചോദ്യം ഉന്നയിച്ചു. ഇത്രയധികം ആയുധങ്ങൾ നമ്മൾ ഉത്പാദിപ്പിക്കുന്നത് എന്തിനുവേണ്ടിയാണ്?

അതിനു ഉത്തരം നല്കിയത് ചീഫ് ഓഫ് ജനറൽ സ്റ്റാഫ് ആയിരുന്ന എസ്. അക്രോമിലീവ് ആയിരുന്നു. എന്തുകൊണ്ടെന്നാൽ വളരെയധികം ത്യാഗങ്ങൾ സഹിച്ചിട്ടാണ് അമേരിക്കൻ ഫാക്ടറികളുടെ അത്രയും ഗുണനിലവാരമുള്ള ഒന്നാന്തരം ഫാക്ടറികൾ നമ്മൾ ഇവിടെ സ്ഥാപിച്ചത്. ഇനി വേണ്ട നടപടികൾ ഞങ്ങൾ തയ്യാറാക്കി. ഈ സംഘം രണ്ടു റിപ്പോർട്ടുകൾ തയ്യാറാക്കുകയുണ്ടായി. ഒന്ന് ആഗസ്റ്റ് 20-ാം തിയതി രാത്രി 9 മണിയോടുകൂടി. രണ്ടാമത്തേത് ആഗസ്റ്റ് 21-ാം തിയതി രാവിലേയും. ആ രണ്ടു റിപ്പോർട്ടുകളും കമ്മിറ്റിയിൽ ചർച്ച ചെയ്യപ്പെട്ടു. ആ പ്രവർത്തനം അവസാനിപ്പിച്ച് പകരം പാത്രങ്ങളും കിണ്ണങ്ങളും ഉത്പാദിപ്പിക്കാൻ തുടങ്ങണമെന്നാണോ നിങ്ങൾ പറയുന്നത്?

യോ ഗോർ ഗൈഡർ. *ദി ഫാൾ ഓഫ് ദി എംപയർ*
ദി റഷ്യൻ പൊളിറ്റിക്കൽ എൻസൈക്ലോപീഡിയ 2007

ഒന്നാം കോൺഗ്രസ്സിലെ 9-ാം ദിവസം യു.എസ്.എസ്.ആറിലെ "പീപ്പിൾസ് ഡെപ്യൂട്ടി' സമ്മേളനത്തിൽ അച്ചടിച്ച കടലാസുകൾ വിതരണം ചെയ്തിരുന്നു. അതിൽ ഒരു കനേഡിയൻ വാർത്താപത്രത്തിനു നല്കിയ അഭിമുഖത്തിൽ സാക്കറോവ് വെളിപ്പെടുത്തിയത്രെ. അഫ്ഗാനിസ്ഥാൻ യുദ്ധത്തിനിടയിൽ സോവിയറ്റ് ഹെലികോപ്റ്ററുകൾ സോവിയറ്റ് പടയാളികളുടെ നേരെ വെടിവെച്ചു. ശത്രുക്കളാൽ വലയം ചെയ്യപ്പെട്ടിരുന്ന സോവിയറ്റ് സൈനികർ ശത്രുവിന് കീഴടങ്ങാതിരിക്കാൻ വേണ്ടിയാണ് അങ്ങനെ ചെയ്തത്. അല്ലായിരുന്നെങ്കിൽ അവരെല്ലാം തടവുകാരായി പിടിക്കപ്പെട്ടേനേ..."

ചെർക്കാസ്ക് മുനിസിപ്പൽ കമ്മിറ്റി ഓഫ് ദി കേംസോമോളിലെ ഒന്നാം സെക്രട്ടറിയായ എസ്. ചെർവോനോപ്സ്കി എഴുന്നേറ്റ് വേദിയിലേക്ക് ചെന്നു. അഫ്ഗാൻ യുദ്ധത്തിൽ പടവെട്ടിയ ഒരു മുതിർന്ന സൈനികനായിരുന്നു അദ്ദേഹം. അദ്ദേഹത്തിന് കാലുകളുണ്ടായിരുന്നില്ല. മറ്റുള്ളവരുടെ സഹായത്തോടെയാണ് വേദിയിലേക്ക് കയറിയത്. അഫ്ഗാൻ യുദ്ധത്തിൽ പങ്കെടുത്ത പട്ടാളക്കാർക്കെല്ലാം വേണ്ടി ഒരു സന്ദേശം വായിച്ചു. 'മിസ്റ്റർ സാക്കറോവ് അവകാശപ്പെടുന്നത് സോവിയറ്റ് ഹെലികോപ്റ്ററുകൾ സോവിയറ്റ് സൈനികരുടെ നേരെ വെടിവെച്ചതിന് തെളിവുകളുണ്ട് എന്നാണ്. ഇതിനുമുമ്പൊരിക്കലും ഇല്ലാത്തവിധം സോവിയറ്റ് സൈന്യത്തെ ഇത്രയും അപമാനകരമായ വിധത്തിൽ പത്രമാദ്ധ്യമങ്ങളുടെ മുമ്പിൽ ചിത്രീകരിച്ചതിൽ ഞങ്ങൾക്ക് അതിയായ ഖേദമുണ്ട്. ഇത്രയും പ്രശസ്തനായ ഒരു ശാസ്ത്രജ്ഞന്റെ ഇത്രയും നിരുത്തരവാദിത്വപരവും പ്രകോപനപരവുമായ ഒരു പ്രസ്താവന ഞങ്ങളുടെ ഹൃദയത്തിന്റെ അഗാധതലങ്ങളിലും മുറിവേല്പിച്ചിരിക്കുന്നു. ഇതിനെ നമ്മുടെ രാജ്യത്തിനു നേരെയുള്ള ഏറ്റവും ദുരുദ്ദേശപരമായ ഒരു ആക്രമണമായിട്ടാണ് ഞങ്ങൾ കാണുന്നത്. നമ്മുടെ നാടിന്റെ അന്തസ്സിനേയും അഭിമാനത്തേയും നിന്ദിക്കുന്ന ഒരു പ്രസ്താവനയാണ് ഇത്. പാർട്ടിയുടേയും ജനങ്ങളുടേയും സൈന്യത്തിന്റേയും ഐക്യത്തെ ശിഥിലമാക്കാനുള്ള കുത്സിതമായ ഒരു ഉദ്യമം. ഇവിടെ സമ്മേളിച്ചിരിക്കുന്നവരിൽ 80%ത്തിലധികം പേരും കമ്മ്യൂണിസ്റ്റുകാരാണ്. എന്നാൽ ഒരിക്കൽ പോലും സഖാവ് ഗോർബച്ചോവിന്റെ റിപ്പോർട്ട് ഉൾപ്പെടെ "കമ്മ്യൂണിസം" എന്ന വാക്ക് ഉച്ചരിച്ച് കേൾക്കുകയുണ്ടായില്ല. എന്നിരുന്നാലും മുഴുവൻ ലോകത്തിന്റേയും കരുത്തോടുകൂടി മൂന്നു വാക്കുകൾക്കുവേണ്ടി നമ്മൾ യുദ്ധം ചെയ്യേണ്ടിയിരിക്കുന്നു. ആ മൂന്നു വാക്കുകൾ ഇതാണ്... നിലനില്പ്.... മാതൃഭൂമി... കമ്മ്യൂണിസം...

> എല്ലാ ഡെപ്യൂട്ടികളും എഴുന്നേറ്റ് നിന്ന് ഉച്ചത്തിൽ കരഘോഷം മുഴക്കി. ആ കൂട്ടത്തിൽ ഡെമോക്രാറ്റുകളും ദി മെട്രോപോളിറ്റൻ അലെക്സിയും മാത്രം എഴുന്നേറ്റു നില്ക്കുകയുണ്ടായില്ല.

ഉസ്ബെസ്കിസ്ഥാനിൽ നിന്നുമുള്ള ഒരദ്ധ്യാപകൻ : അക്കാദമി അംഗമായ സഖാവേ, നിങ്ങൾ ഇതുവരെ ചെയ്തിട്ടുള്ള എല്ലാ സദ്പ്രവൃത്തികളേയും ഈ ഒരു പ്രവൃത്തികൊണ്ട് നിരാകരിച്ചിരിക്കുന്നു. മുഴുവൻ സൈന്യത്തെ മാത്രമല്ല പ്രാണത്യാഗം ചെയ്ത പടയാളികളേയും നിങ്ങൾ ഇതുവഴി നിന്ദിച്ചിരിക്കുകയാണ്. എനിക്കു നിങ്ങളോടുള്ള ഏറ്റവും കടുത്ത വെറുപ്പ് ഞാൻ ഇതിനാൽ രേഖപ്പെടുത്തുന്നു;

മാർഷൽ അക്രോമിയീവ് : അക്കാദമി അംഗമായ സാക്കറോവ് പറഞ്ഞത് തികച്ചും അസത്യമാണ്. ആ തരത്തിലുള്ള യാതൊരു സംഗതിയും അഫ്ഗാനിസ്ഥാനിൽ നടന്നിട്ടില്ല. പൂർണ്ണ ഉത്തരവാദിത്വത്തോടുകൂടിയാണ് ഞാൻ ഈ വാക്കുകൾ പറയുന്നത്. ഒന്നാമതായി രണ്ടരവർഷത്തോളം ഞാനും അഫ്ഗാൻ യുദ്ധത്തിൽ പൊരുതിയിട്ടുണ്ട്. രണ്ടാമതായി ചീഫ് ഓഫ് ദി ജനറൽ സ്റ്റാഫിന്റെ ഒന്നാം ഡെപ്യൂട്ടിയായും തുടർന്ന് ചീഫ് ഓഫ് ദി ജനറൽ സ്റ്റാഫ് ആയും ഞാൻ അവിടെ സേവനമനുഷ്ഠിച്ചിട്ടുണ്ട്. ഓരോ ദിവസവും അവിടെ നടക്കുന്ന ഓരോ സംഗതികളിലും ഞാൻ നേരിട്ട് ഇടപെട്ടിട്ടുണ്ട്. അതുകൊണ്ടുതന്നെ അഫ്ഗാൻ യുദ്ധകാലത്ത് പുറപ്പെടുവിച്ചിട്ടുള്ള ഓരോ ഉത്തരവുകളെക്കുറിച്ചും എനിക്ക് പൂർണ്ണമായ അറിവുണ്ട്. യുദ്ധകാലത്ത് ഓരോ ദിവസവും സംഭവിച്ച ഓരോ കാര്യവും എന്റെ അറിവിൽപെട്ടിട്ടുള്ളതാണ്. ഇങ്ങനെയൊരു സംഭവം നടന്നിട്ടില്ല!

വി. കൊലീസോവ്
പെരിസ്ട്രോയിക്ക എക്രോണിക്കിൾ, 1985–91
കൺടെപററി ലിറ്ററേച്ചർ പബ്ലിഷിങ്ങ് ഹൗസ്

സഖാവ് മാർഷൽ, താങ്കൾക്ക് "ഹീറോ ഓഫ് ദി സോവിയറ്റ് യൂണിയൻ ഫോർ അഫ്ഗാനിസ്ഥാൻ" എന്ന ബഹുമതി നല്കപ്പെട്ടിട്ടുണ്ടല്ലോ. ആ വിവരമറിഞ്ഞപ്പോൾ താങ്കൾക്ക് എന്താണ് തോന്നിയത്?

അക്കാദമീഷ്യൻ സാക്കറോവ് പറഞ്ഞ സംഖ്യ. ഒരു കോടിയിലധികം പേർ അഫ്ഗാനിസ്ഥാനിൽ മരണമടഞ്ഞിട്ടുണ്ടെന്നാണ്.

നിങ്ങൾക്കു തോന്നുന്നുണ്ടോ "ഹീറോസ് സ്റ്റാർ" നേടിയതിൽ ഞാൻ സന്തോഷിക്കുന്നുണ്ടെന്ന്? ഞാൻ നിർദ്ദേശങ്ങൾ പാലിക്കുക മാത്രമാണ് ചെയ്തത്. എന്നാൽ അവിടെ കണ്ടത് ചോരയും ചെളിയും മാത്രം. ഇതിനുമുമ്പും പലപ്പോഴും ഞാൻ പറഞ്ഞിട്ടുള്ളതാണ്. സൈന്യത്തിലെ ഉയർന്ന ഉദ്യോഗസ്ഥന്മാരെല്ലാം യുദ്ധത്തിനെതിരായിരുന്നു. വളരെ അപരിചിതമായ ഭൂപ്രദേശങ്ങളിൽ നടക്കുന്ന പോരാട്ടങ്ങളിൽ പങ്കാളികളാകാൻവേണ്ടി വരുമെന്ന് നന്നായി അറിയാമായിരുന്നു. പരിചയമില്ലാത്ത, പ്രയാസമേറിയ സഹചര്യങ്ങൾ. ഇസ്ലാമിക് ലോകം ഒന്നടങ്കം സോവിയറ്റ് യൂണിയന് എതിരെ ശക്തമായി ഉയരുമെന്നും ബോദ്ധ്യമുണ്ടായിരുന്നു. യൂറോപ്പിനു മുമ്പിൽ നമ്മുടെ മാനം കെട്ടുപോകും. ഞങ്ങളോട് വളരെ ദൃഢമായി പറഞ്ഞിരുന്നു, "എന്നുമുതലാണ് നമ്മുടെ ജനറൽമാർ

രാഷ്ട്രീയ കാര്യങ്ങളിൽ ഇടപെടാൻ തുടങ്ങിയത്?" അഫ്ഗാനിസ്ഥാനിലെ ജനങ്ങൾക്കുവേണ്ടി നമ്മൾ യുദ്ധത്തിൽ തോറ്റു. എന്നാൽ അതിൽ നമ്മുടെ സൈന്യത്തെ കുറ്റം പറയേണ്ടതില്ല.

(1990ലെ ഒരു ടെലിവിഷൻ വാർത്താ
അഭിമുഖത്തിൽനിന്ന്)

"**അ**ടിയന്തരാവസ്ഥക്കാലത്ത് സ്റ്റേറ്റ് കമ്മിറ്റി നടത്തിയ കുറ്റകൃത്യങ്ങളിൽ എനിക്കെത്രത്തോളം പങ്കുണ്ടായിരുന്നു എന്നതിന്റെ വസ്തുത ഞാൻ അറിയിക്കുകയാണ്.

ഈ വർഷം ആഗസ്റ്റ് 6-ാം തിയതി താങ്കളുടെ ഉത്തരവുപ്രകാരം ഞാൻ അവധിയിൽ പ്രവേശിച്ചു. സോച്ചിയിലെ മിലിറ്ററി ആരോഗ്യപരി പാലനകേന്ദ്രത്തിലാണ് താമസിച്ചിരുന്നത്. ആഗസ്റ്റ് 19-ാം തിയതി വരെ അവിടെത്തന്നെയായിരുന്നു. എന്റെ യാത്രയ്ക്കുമുമ്പോ, സോച്ചിയിലെ താമസത്തിനിടയിലോ ആഗസ്റ്റ് 19-ാം തിയതി രാവിലെ വരെ സംഘടിത മായ ഒരു ഗൂഢാലോചന നടക്കുന്നുണ്ട് എന്നതിനെക്കുറിച്ച് യാതൊരു സൂചനയും കിട്ടിയിരുന്നില്ല. അങ്ങനെയൊരു സംഭവത്തെക്കുറിച്ചോ ആരാണ് അതിന്റെ പിന്നിൽ ഉള്ളത് എന്നതിനെക്കുറിച്ചോ ആരും സൂചി പ്പിച്ചിരുന്നില്ല. ഞാൻ പറയാൻ ഉദ്ദേശിക്കുന്നത് ആ ഗൂഢാലോചന രൂപ പ്പെടുത്തിയതിലോ അത് പ്രാവർത്തികമാക്കിയതിലോ ഒരു വക പങ്കും ഇല്ലെന്നാണ്. ആഗസ്റ്റ് 19-ാം തിയതി രാവിലെ മേൽപ്പറഞ്ഞ കമ്മിറ്റിയുടെ പ്രസ്താവന ടെലിവിഷനിലൂടെ കേട്ടതിനുശേഷം, മോസ്കോയിലേക്ക് പറക്കാൻ ഞാൻ സ്വതന്ത്രമായി തീരുമാനമെടുക്കുകയായിരുന്നു. രാത്രി എട്ടുമണിക്ക് ഞാൻ ജി.ഐ. യാനീവിനെ കാണുകയുണ്ടായി. ജനങ്ങളെ അഭിസംബോധന ചെയ്ത് കമ്മിറ്റി വിശദമാക്കിയ പരിപാടികൾ ഞാൻ പിൻതാങ്ങുന്നു എന്ന് അദ്ദേഹത്തെ അറിയിച്ചു. യു.എസ്.എസ്.ആറിന്റെ പ്രസിഡന്റിൽ ഉപദേഷ്ടാവ് എന്ന നിലയിൽ എന്റെ പങ്കാളിത്തവും ഉറ പ്പുകൊടുത്തു. യാനീവ് അത് അംഗീകരിക്കുകയും ചെയ്തു. എന്നാൽ തത്ക്കാലം അധികം തിരക്കുണ്ടെന്ന് പറഞ്ഞ് ഇനി തമ്മിൽ കാണുന്നത് ആഗസ്റ്റ് 20-ാം തിയതി പന്ത്രണ്ടുമണിക്കാകാം എന്ന് അദ്ദേഹം അറി യിച്ചു. അദ്ദേഹം പറഞ്ഞത് നിലവിലുള്ള സ്ഥിതിയെക്കുറിച്ച് കമ്മിറ്റിക്ക് കൃത്യമായ വിവരങ്ങളൊന്നുമില്ല എന്നും അതിനെ സംബന്ധിച്ച് വ്യക്ത മായ ഒരു റിപ്പോർട്ട് ഞാൻ തയ്യാറാക്കിയാൽ നന്നായിരിക്കുമെന്നുമാണ്.

ആഗസ്റ്റ് 20-ാം തിയതി രാവിലെ ഒ.ഡി. ബാക്‌ലാനോവിനെ കണ്ടു. എനിക്കുതന്ന അതേ ജോലി അവർ അദ്ദേഹത്തേയും ഏല്പിച്ചിരുന്നു. ഞങ്ങൾ ഒരുമിച്ചിരുന്ന് ആ ജോലിചെയ്യാൻ തീരുമാനിച്ചു. അതിനുവേണ്ടി ഞങ്ങൾ ഒരു പ്രത്യേകസംഘം രൂപീകരിച്ചു. പല ഏജൻസികളിൽനിന്നു മുള്ള പ്രതിനിധികൾ അതിലുണ്ടായിരുന്നു. നിലവിലുള്ള സ്ഥിതിവിശേ ഷവുമായി ബന്ധപ്പെട്ട വസ്തുതകൾ ശേഖരിക്കാനും വിശകലനം ചെയ്യാനും വേണ്ട നടപടികൾ ഞങ്ങൾ തയ്യാറാക്കി. ഈ സംഘം രണ്ടു

റിപ്പോർട്ടുകൾ തയ്യാറാക്കുകയുണ്ടായി. ഒന്ന് ആഗസ്റ്റ് 20–ാം തിയതി രാത്രി 9 മണിയോടുകൂടി. രണ്ടാമത്തേത് ആഗസ്റ്റ് 21–ാം തിയതി രാവിലേയും. ആ രണ്ടു റിപ്പോർട്ടുകളും കമ്മിറ്റിയിൽ ചർച്ച ചെയ്യപ്പെട്ടു.

ഇതിനും പുറമെ ആഗസ്റ്റ് 21–ാം തിയതി ജി.ഐ. യാതീവിന്റെ ഒരു പ്രസംഗം തയ്യാറാക്കുന്നതിലും ഞാൻ വ്യാപൃതനായി. അദ്ദേഹം സുപ്രീം സോവിയറ്റ് യൂണിയന്റെ പ്രസീഡിയത്തെ അഭിസംബോധന ചെയ്യുന്നുണ്ടായിരുന്നു. ആഗസ്റ്റ് 20–ാം തിയതി വൈകുന്നേരവും 21–ാം തിയതി രാവിലേയും ഞാൻ കമ്മിറ്റി യോഗങ്ങളിൽ പങ്കെടുത്തു. കൃത്യമായി പറഞ്ഞാൽ ഞാൻ പങ്കെടുത്തത്, ക്ഷണിക്കപ്പെട്ട അംഗങ്ങളുടെ സാന്നിധ്യത്തിൽ നടന്ന നടപടികളിലായിരുന്നു. അതിനും പുറമെ, ആഗസ്റ്റ് 20–ാം തിയതി ഏതാണ്ട് ഉച്ചതിരിഞ്ഞ് 3 മണിക്ക് പ്രതിരോധമന്ത്രാലയത്തിൽവെച്ച് സി.ടി. യാസോവിനെ കാണുകയുണ്ടായി. സംഗതികൾ കൂടുതൽ സങ്കീർണ്ണമായികൊണ്ടിരിക്കുകയാണെന്നും പദ്ധതിയുടെ വിജയത്തെക്കുറിച്ച് തനിക്ക് സംശയങ്ങളുണ്ടെന്നും അദ്ദേഹം അറിയിച്ചു. ആ സംഭാഷണത്തിനുശേഷം ഡെപ്യൂട്ടി പ്രതിരോധ മന്ത്രിയായ ജനറൽ വി.എ. അചലോവിനെ കാണാനായി കൂടെ ചെല്ലണമെന്ന് ആവശ്യപ്പെട്ടു. സുപ്രീം സോവിയറ്റ് ഓഫ് ദി ആർ.എസ്.എഫ്.എസ്.ആറിന്റെ കെട്ടിടം പിടിച്ചെടുക്കാനുള്ള ഒരു പദ്ധതി അവർ ആവിഷ്കരിക്കുന്നുണ്ടായിരുന്നു. അദ്ദേഹം അമ്ലോവിനു പറയാനുള്ളത് മൂന്നു മിനിറ്റോളം കേട്ടിരുന്നു. സൈന്യത്തിന്റെ ഘടനയെകുറിച്ചും പദ്ധതിയുടെ സമയദൈർഘ്യത്തെക്കുറിച്ചുമാണ് പ്രധാനമായും അദ്ദേഹം മനസ്സിലാക്കിയത്. ഞാൻ ആരോടും ഒരു ചോദ്യവും ചോദിക്കുകയുണ്ടായില്ല.

എന്റെ തീരുമാനത്തിൽ ഞാൻ എന്തുകൊണ്ട് മോസ്കോയിലേക്കു വന്നു? സോച്ചിയിൽ നിന്നും ആരും വിളിച്ചുവരുത്തിയതായിരുന്നില്ല. എന്തുകൊണ്ട് കമ്മിറ്റിയുമായി ചേർന്ന് ജോലി ചെയ്യാൻ തുടങ്ങി? ഈ ഒരു സംരംഭം പരാജയത്തിൽ കലാശിക്കുമെന്ന് ആദ്യമേ തോന്നിയിരുന്നു. മോസ്കോയിൽ എത്തിയതോടെ അത് കൂടുതൽ ബോദ്ധ്യമാവുകയും ചെയ്തു. 1990 മുതൽ എനിക്ക് തോന്നിത്തുടങ്ങിയിരുന്നു, ഇപ്പോഴുമതേ, നമ്മുടെ നാട് നാശത്തിലേക്ക് കുതിച്ചുകൊണ്ടിരിക്കുകയാണ്. വൈകാതെ രാജ്യമാകെ ശിഥിലമാകും. അത് ഉച്ചത്തിൽ വിളിച്ചു പറയാനുള്ള ഒരു മാർഗ്ഗം നേടുകയായിരുന്നു ഞാൻ. കമ്മിറ്റിയുടെ പ്രവർത്തനങ്ങൾ ത്വരിതപ്പെടുത്തുന്നതിൽ പങ്കുചേർന്നുകൊണ്ട് അതിന്റെ നടപടികളുമായി അടുത്തിടപഴകിക്കൊണ്ട്, നേരിട്ടും തുറന്നും വസ്തുതകൾ വെളിപ്പെടുത്താൻ എനിക്കവസരം കിട്ടുമെന്ന് ഞാൻ വിശ്വസിച്ചു. അവിശ്വസനീയവും ബാലിശവുമാണ് എന്റെ വാക്കുകൾ എന്ന് തോന്നിയേക്കാം. എന്നാലും അതാണ് സത്യം. വേറെ യാതൊരു ദുരുദ്ദേശ്യവും എന്റെ തീരുമാനത്തിനു പിറകിലുണ്ടായിരുന്നില്ല...."

ഗോർബച്ചേവിനുള്ള കത്ത്, ആഗസ്റ്റ് 22, 1991

"ഗോർബച്ചേവ് പ്രധാനപ്പെട്ടതുതന്നെ. എന്നാൽ അതിലും പ്രധാനപ്പെട്ടതാണ് നമ്മുടെ പിതൃരാജ്യം. നമ്മുടെ പാടുകളെങ്കിലും നമ്മൾ ഇവിടെ അവശേഷിപ്പിക്കണം. എന്നാലേ, ചരിത്രത്തിനെടുത്തു കാണിക്കാനാകൂ, മഹത്തായ ഒരു രാഷ്ട്രത്തിന്റെ നാശത്തിനെതിരെ നമ്മൾ എത്രത്തോളം ചെറുത്തുനിന്നു എന്ന്. ചരിത്രം തന്നെ തീരുമാനിക്കട്ടെ, ആരാണ് ശരിയെന്ന്.... ആരെയാണ് കുറ്റപ്പെടുത്തേണ്ടതെന്ന്...."

1991 ഒരു നോട്ടുപുസ്തകത്തിൽനിന്ന്

എൻ.എസ്. വിവരണം

> ഇത് അപൂർവമായ ഒരു സാക്ഷിയാണ്. ക്രെംലിനിൽനിന്ന്, കമ്മ്യൂണിസത്തിന്റെ പ്രധാന്യമാണ്. നമ്മളിൽനിന്നും മറച്ചുവെക്കപ്പെട്ടിരുന്ന ജീവിതത്തിന്റെ നേർസാക്ഷി. ചൈനയിലെ ചക്രവർത്തിമാരെപോലെ അതിനിഗൂഢമായി കാത്തുസൂക്ഷിക്കപ്പെട്ട ജീവിതത്തിന്റെ, പ്രവർത്തനങ്ങളുടെ മറ നീക്കപ്പെടുകയാണ്. ഭൂമിയിലെ ദൈവങ്ങൾ, എന്നോട് സംസാരിക്കാൻ അയാൾ സമ്മതിച്ചത്, കുറെയധികം നാളുകളിലെ ബോദ്ധ്യപ്പെടുത്തലിനുശേഷമാണ്.

എന്നോടും പ്രത്യേകിച്ച് അപേക്ഷിച്ചു, അയാളുടെ പേരും സ്ഥാനവും വെളിപ്പെടുത്തരുത് എന്ന്. കാരണം, അയാൾക്ക് ക്രെംലിനകത്തു നടന്നതിലൊക്കെയും സാരമായ പങ്കുണ്ടായിരുന്നു. തുടക്കത്തിൽ ഫോണിൽ കൂടിയാണ് എന്നോട് സംസാരിച്ചത്.

... ചരിത്രത്തിൽ അതുമായി എന്തു ബന്ധമാണുള്ളത്? നിങ്ങൾക്കു വേണ്ടത് വസ്തുതകളാണ്, ഒക്കെ വെട്ടിമുറിച്ച് പൊരിച്ച് പാകപ്പെടുത്തി, ധാരാളം എരിവും പുളിയും ചേർത്ത്, ... ചാറ് അധികമായാൽ അത്രയും രസം. എല്ലാവർക്കും ദാഹം ചോര കുടിക്കാനാണ്. ആളുകൾക്ക് വേണ്ടത് പച്ചമാംസമാണ്. ഇക്കാലത്ത് മരണംപോലും ഒരു ചരക്കിനു സമമാണ്. എന്തും ഏതും വില്പനയ്ക്കുള്ളത്. തെരുവിലൂടെ നടന്നുപോകുന്നവനും ചന്ദ്രനിലെത്താൻ കുതിക്കും. 'അഡ്രിനാലി' ന്റെ തള്ളിക്കയറ്റം... ഒരു സാമാജ്യത്തിന്റെ പതനം. അത് എന്നും നടക്കുന്ന ഒരു സംഭവമല്ല. ദാ... അതവിടെ കിടക്കുന്നുണ്ട്, ചെളിയിൽ മുഖം പൂഴ്ത്തി, ആകെ ചോര പുരണ്ട്, ഒരു സാമ്രാജ്യത്തിലെ സർവസൈന്യാധിപൻ, തൻകൊല നടത്തുന്നു. അതും നിത്യസംഭവമല്ല. ക്രെംലിനിലെ റേഡിയേറ്ററിൽ സ്വയം കുരുക്കിട്ട് തൂങ്ങിനില്ക്കുക!

...എന്തിനാണ് അദ്ദേഹം നമ്മളെ വിട്ടുപോയത്? അദ്ദേഹത്തിന്റെ നാട് അപ്രത്യക്ഷമായി. തനിക്കിനിയും ഇവിടെ ഒരു സ്ഥാനമുണ്ടെന്ന് അദ്ദേഹം കരുതിയില്ല. എനിക്കു തോന്നുന്നത് അങ്ങനെയാണ്. സംഗതികൾ എങ്ങോട്ടാണ് നീങ്ങുന്നതെന്ന് അദ്ദേഹം മനസ്സിലാക്കിയിരുന്നു. സോഷ്യലിസത്തിന്റെ കുടൽ മാന്തി പുറത്തെടുക്കപ്പെടുന്നത് അദ്ദേഹം നേരത്തെ കണ്ടു. അലസമായ വാക്കുകൾ രക്തച്ചൊരിച്ചിലിൽ അവസാനിക്കും. ഒരു മാതിരി കൊള്ളക്കാരുടെ പെരുമാറ്റം. ചരിത്രസ്മാരകങ്ങൾ തട്ടിയുടയ്ക്കാൻ തുടങ്ങി. സോവിയറ്റ് ചിഹ്നങ്ങൾ... ചവറുവിലയ്ക്ക്.

പലതും പഴയസാധനങ്ങളുടെ കൂമ്പാരങ്ങളിൽ ചെന്നുവീണു. ന്യൂറം ബർഗിനെ ചൂണ്ടിക്കാട്ടിയാണ് അവർ കമ്മ്യൂണിസ്റ്റുകാരെ ഭീഷണിപ്പെടുത്തിയിരുന്നത്. ആരായിരിക്കും വിധികർത്താക്കൾ? കമ്മ്യൂണിസ്റ്റുകാർ തന്നെ കമ്മ്യൂണിസ്റ്റുകാരെ പ്രതിക്കൂട്ടിൽ നിർത്തി വിചാരണ ചെയ്യുന്നു. ബുധനാഴ്ച പാർട്ടി വിട്ടുപോയവരാണ് വ്യാഴാഴ്ച പാർട്ടി വിട്ടവരുടെ വിധി നിർണ്ണയിക്കുന്നത്. ലെനിൻഗ്രാഡിന് പുതിയൊരു പേരുവേണം... വിപ്ലവത്തിന്റെ കളിത്തൊട്ടിൽ. കമ്മ്യൂണിസ്റ്റ് പാർട്ടിയെ പരാമർശിക്കേണ്ടി വരുമ്പോഴൊക്കെ അസഭ്യമായ വാക്കുകൾ ഉപയോഗിക്കുക... അതും പെട്ടെന്നൊരു പരിഷ്കാരമായി. എല്ലാവരും പാർട്ടിയെ ശപിക്കാൻ തുടങ്ങി. “കമ്മ്യൂണിസ്റ്റ് പാർട്ടി അപ്രസക്തമായി” എന്നു വലിയ അക്ഷരത്തിൽ എഴുതിയ ബോർഡുകളുമായി ജനങ്ങൾ തെരുവിലൂടെ നടന്നു. പ്രകടനങ്ങളിലും ഘോഷയാത്രകളിലും ആളുകൾ വിളിച്ചുകൂവി. “ബോറിസ്, നാടു ഭരിച്ചോളൂ” ആയിരക്കണക്കിനാളുകൾ പ്രകടനത്തിൽ പങ്കെടുക്കുന്നു.... അവരുടെ മുഖത്തെ ആവേശവും ഉത്സാഹവും... സ്വന്തം നാട് മരിച്ചുകൊണ്ടിരിക്കുമ്പോൾ അവരിവിടെ ആഘോഷത്തിമിർപ്പിലാണ്. ഭരണകൂടത്തെ തല്ലിത്തകർക്കൂ. വലിച്ചുതാഴെയിടൂ. നമ്മളെപോലെയുള്ളവർക്ക് ഇതുപോലെയുള്ള സംഗതികൾ എപ്പോഴും ആഘോഷിക്കാനുള്ള വകയാണ്. “....ശരിക്കും ഒരു വിശേഷദിവസം ആക്രമണം” എന്നവർ പറയേണ്ട താമസമേ ഉണ്ടായിരുന്നുള്ളൂ. ആ നിമിഷം അതു തുടങ്ങിയേനേ. അവർ തിരഞ്ഞെടുത്ത് കൂട്ടക്കൊല നടത്തിയേനെ. “കൈക്കുകളും കമ്മീസർമാരും മതിലിനോടു ചേർന്നു നില്ക്കണം” ജനങ്ങൾ അതിനുവേണ്ടി കാത്തുനില്ക്കുകയായിരുന്നു. അവർ ആ അവസരം സ്വാഗതം ചെയ്യുമായിരുന്നു. പ്രായമായി ഉദ്യോഗത്തിൽനിന്നും വിരമിച്ച സർക്കാർ ഉദ്യോഗസ്ഥന്മാരെ അവർ വേട്ടയാടി പിടിച്ചുകൊണ്ടുവരുമായിരുന്നു.

പലയിടത്തും ഞാൻ കുറിപ്പുകൾ കണ്ടു. കേന്ദ്ര കമ്മിറ്റി പ്രവർത്തകരുടെ മേൽവിലാസം അതിലുണ്ടായിരുന്നു. കുടുംബപ്പേര്, വീട്, ഫ്ളാറ്റ് നമ്പർ. പലയിടത്തും അവരുടെ ഫോട്ടോകൾ ഒട്ടിച്ചുവച്ചിരുന്നു. എവിടെയെങ്കിലും കൺമുമ്പിൽ കാണാനായാൽ ഉടനെ തിരിച്ചറിയാൻ സാധിക്കുമല്ലോ. പാർട്ടിയിൽ എന്തെങ്കിലുമൊക്കെ ആയിരുന്നവർ അവരുടെ സാധനങ്ങൾ പെറുക്കി നിറച്ച സഞ്ചികളുമായി ഓഫീസിൽനിന്നും ഇറങ്ങി ഓടി. പലർക്കും സ്വന്തം വീടുകളിൽ കിടന്നുറങ്ങാൻ പേടിയായിരുന്നു.

കുറേ പേർ അവരുടെ ബന്ധുക്കളുടെ വീടുകളിൽ അഭയം തേടി. സംഗതികളുടെ കിടപ്പ് ഞങ്ങൾക്കറിയാമായിരുന്നു. റുമേനിയയിൽ സംഭവിച്ചതും ഞങ്ങൾ മനസ്സിലാക്കിയിരുന്നു. 1965 മുതൽ 89 വരെ റുമേനിയൻ കമ്മ്യൂണിസ്റ്റ് പാർട്ടിയുടെ പ്രസിഡന്റായിരുന്നു. Ceausescu* നേയും ഭാര്യയേയും അവർ വെടിവെച്ചുകൊന്നു. (കുറേ നേരത്തേക്ക് അയാൾ ഒന്നും മിണ്ടിയില്ല).

അദ്ദേഹത്തിന്റെ സ്വന്തം കാര്യം... തികഞ്ഞ ആദർശവാദിയായ ഒരു കമ്മ്യൂണിസ്റ്റുകാരനായിരുന്നു. "കമ്മ്യൂണിസത്തിന്റെ തിളങ്ങുന്ന കൊടുമുടികളിൽ" അദ്ദേഹം വിശ്വസിച്ചു. അതെല്ലാം അദ്ദേഹം അക്ഷരാർത്ഥത്തിൽതന്നെ സ്വീകരിച്ചു. കമ്മ്യൂണിസം... അത് ഏക്കാലത്തേക്കുമുള്ളതാണെന്ന് വിശ്വസിച്ചു. ഇപ്പോൾ അതൊക്കെ പറയാൻ സങ്കോചം തോന്നുന്നു. അതൊക്കെ എത്ര അസംബന്ധം! (മൗനം) നടന്നുകൊണ്ടിരിക്കുന്നതുമായി ഒത്തു പോകാൻ അദ്ദേഹത്തിനായില്ല. യുവാക്കളായ വേട്ടപ്പട്ടികൾ നാക്കുനീട്ടിവരുന്നത് അദ്ദേഹം കണ്ടു. മുതലാളിത്ത വ്യവസ്ഥിതിയുടെ പതാക വഹിക്കുന്നവർ മാർക്സിനും ലെനിനും പകരം അവരുടെ മനസ്സിലുണ്ടായിരുന്നത് ഡോളറുകളുടെ പളപളപ്പായിരുന്നു.

ആ വിപ്ലവം... ഏതു തരത്തിലുള്ളതായിരുന്നു? ഒരു വെടിയും പൊട്ടിയില്ല... സൈന്യം മുഴുവൻ മോസ്കോയിൽനിന്നും പെട്ടെന്ന് പിൻവാങ്ങി, തികഞ്ഞ ഭീരുക്കളെപോലെ. ജി.കെ.സി.എച്ച്.പി.യിലെ അംഗങ്ങളെ അറസ്റ്റുചെയ്തതിനുശേഷം, തന്നെ വിലങ്ങുവെക്കാൻ അവർ വന്നെത്തുമെന്നു കരുതി അദ്ദേഹം കാത്തുനിന്നു. പ്രസിഡണ്ടിന്റെ സഹായികളും ഉപദേഷ്ടാക്കളുമായി എത്രയോ പേരുണ്ടായിരുന്നു. അതിൽ അദ്ദേഹം മാത്രമാണ് പുതിയ ഭരണക്രമങ്ങളെ പിൻതാങ്ങിയത്. അതും പരസ്യമായിത്തന്നെ. ബാക്കിയുള്ളവരെല്ലാം ശ്വാസമടക്കിപ്പിടിച്ച് നിന്നതേയുള്ളൂ. വഴി എങ്ങോട്ട് തിരിയുമെന്നറിയാനുള്ള കാത്തിരിപ്പ്. അല്ലെങ്കിലും ഉദ്യോഗസ്ഥന്മാർ പൊതുവെ നല്ലൊരു യന്ത്രം പോലെയാണ്. സന്ദർഭാനുസരണം തന്ത്രങ്ങൾ പ്രയോഗിക്കാനുള്ള സാമർത്ഥ്യമുണ്ട്. സ്വന്തം നിലനില്പ് സാധ്യമാകുന്ന വിധത്തിൽ എന്നും നിലപാട് സ്വീകരിക്കും. ആദർശങ്ങൾ? ഉദ്യോഗസ്ഥന്മാർക്ക് ആദർശങ്ങളില്ല. വിശ്വാസങ്ങളോ അങ്ങനെയുള്ള അതിഭൗതികസങ്കല്പങ്ങളോ ഇല്ല. സ്വന്തം കസേര കൈവിട്ട് പോകാതെ മുറുകെ പിടിച്ചിരിക്കുക. ഉള്ളംകൈയിൽ എപ്പോഴും എണ്ണമയമുണ്ടായിരിക്കുക. ഈ രണ്ടു കാര്യങ്ങളാണ് അവർക്ക് പ്രധാനം.

ഭരണതന്ത്രം ഒരു കളിപ്പാട്ടമാണ്. ലെനിൻതന്നെ പറയാറുണ്ട്, ഉദ്യോഗസ്ഥന്മാരുടെ കൂട്ടായ്മ ഡെനികിനേക്കാൾ വലിയ ശത്രുവാണെന്ന്. വ്യക്തിപരമായ കൂറ്. അതിനുമാത്രമേ വിലയുള്ളൂ. നിങ്ങളുടെ ഉടമ ആരാണെന്നും, ആരുടെ കൈകളാണ് നിങ്ങളെ ഊട്ടുന്നതെന്നും ഒരിക്കലും

---

* 1918-1989 റൊമേനിയന്റെ ജനറൽ സെക്രട്ടറി. പാർട്ടി പ്രവർത്തകരേയും പാർട്ടി പ്രമാണികളേയും അവർ പിടികൂടി കൊലപ്പെടുത്തിയിരുന്നു. വലിയ കിടങ്ങുകൾ കുത്തി കുഴിച്ചുമൂടിയിരുന്നു.

മറക്കരുത്. (അല്പനേരം മൗനം പാലിച്ചു) ഒരാൾക്കും അറിയില്ല. G.K.-Ch.P.യെക്കുറിച്ചുള്ള യാഥാർത്ഥ്യം. എല്ലാവരും നുണയേ പറയൂ. പറഞ്ഞു വരുമ്പോൾ എല്ലാം വലിയൊരു കളിതമാശയാണ്. അതിലെ കളിക്കാരെക്കുറിച്ചുള്ള സത്യം നമുക്കൊരിക്കലും അറിയാനാവില്ല. തിരശ്ശീലയ്ക്കു പിന്നിൽ നടക്കുന്ന കരുനീക്കങ്ങളെക്കുറിച്ചും നമുക്ക് മനസ്സിലാക്കാൻ സാധിക്കില്ല. ഗോർബച്ചേവിന്റെ അവ്യക്തമായ പങ്ക്... ഫാറോസിൽനിന്നും മടങ്ങിവന്നപ്പോൾ എന്താണദ്ദേഹം പത്രപ്രവർത്തകരോട് പറഞ്ഞത്? എന്തായാലും എല്ലാ കാര്യങ്ങളും ഞാൻ നിങ്ങളോട് ഒരിക്കലും പറയാൻ പോകുന്നില്ല." ശരിയാണ്, അദ്ദേഹത്തിന് പറയാനാവില്ല. (മൗനം) ഒരു പക്ഷേ അദ്ദേഹം പോകാനുള്ള ഒരു കാരണം ഇതാകാം. (മൗനം)

പതിനായിരക്കണക്കിന് പ്രകടനക്കാർ... അതിന്റെ ഫലം ആഴമേറിയതായിരുന്നു. നിലവിലുള്ള സ്ഥിതി അതുപോലെ തുടർന്നുകൊണ്ടു പോവുക പ്രയാസമായി. തന്നെക്കുറിച്ചായിരുന്നില്ല അദ്ദേഹത്തിനു ഭയം. സകലതും കാൽക്കീഴിൽ ഞെരിച്ചമർത്തപ്പെടും എന്നുള്ള യാഥാർത്ഥ്യവുമായി അദ്ദേഹത്തിന് പൊരുത്തപ്പെടാനായില്ല. എല്ലാം ഒരു കോൺക്രീറ്റ് കുടീരത്തിനുള്ളിൽ മൂടിവെക്കപ്പെടും. സോവിയറ്റ് ഭരണശൈലി, നമ്മുടെ നാട്ടിലെ അതിബൃഹത്തായ വ്യവസായവത്കരണം... യുദ്ധത്തിൽ നേടിയ വിജയം... ശീതകാലകൊട്ടാരം അക്രമിക്കാനായി അറോറാ എന്ന കപ്പലിൽ നിന്നും തുടക്കം കുറിച്ചുകൊണ്ട് അടയാളവെടി മുഴങ്ങിയിട്ടില്ല എന്നാകും. ശീതകാല കൊട്ടാരം അക്രമിക്കപ്പെട്ടേയില്ല എന്നാകും.

....കാലത്തെയാണ് അവർ കുറ്റപ്പെടുത്തുന്നത്. നമ്മുടെ കാലം ദുഷ്കാലമാണ്, ശൂന്യമാണ്. പളപളപ്പുള്ള തുണികളിലും വി.സി.ആറുകളിലും നമ്മൾ മുങ്ങിത്താഴുകയാണ്. എവിടെപ്പോയി നമ്മുടെ മഹത്തായ രാജ്യം? ഇന്നത്തെ നമ്മുടെ സ്ഥിതിയെക്കുറിച്ചാലോചിക്കുമ്പോൾ ഇനി ആരേയും നമുക്ക് തോല്പിക്കാനാകുമെന്ന് തോന്നുന്നില്ല, ജയിക്കാനുള്ള സാധ്യത കാണുന്നില്ല.

> പൊടുന്നനെ ഒരു ദിവസം പതിവുപടിയുള്ള ടെലിഫോൺ സംഭാഷണത്തിനുശേഷം അദ്ദേഹം പറഞ്ഞു, "ശരി... നിങ്ങൾക്ക് നേരിട്ടുവന്ന് എന്നെ കാണാം" ഞാൻ ശരിക്കും ഞെട്ടി. തീരെ പ്രതീക്ഷിക്കാത്തൊരു കാര്യം. അടുത്ത ദിവസം തന്നെ അദ്ദേഹത്തിന്റെ വീട്ടിൽവെച്ച് തമ്മിൽ കണ്ടു. നല്ല ചൂടുള്ള ദിവസം. എന്നാലും അദ്ദേഹം കറുത്ത സ്യൂട്ടും ടൈയും ധരിച്ചിരിക്കുന്നു.... ക്രെംലിൻ യൂണിഫോം.

ഇവരോടൊക്കെ നിങ്ങൾ (അദ്ദേഹം പ്രമുഖരായ പലരുടേയും പേരുകൾ പറഞ്ഞു) സംസാരിച്ചിട്ടുണ്ടോ? എല്ലാവരുടെ നാക്കിൻ തുമ്പിലും കുറെ നാളായുണ്ടായിരുന്ന ഒരു വ്യക്തിയുടെ പേരെടുത്തു പറഞ്ഞ് അദ്ദേഹം ചോദിച്ചു... എന്തിനെക്കുറിച്ചാണ് സംസാരിച്ചത്? അന്നത്തെ

സംഭവങ്ങളെക്കുറിച്ചുള്ള അവരുടെ കാഴ്ചപ്പാട് - അദ്ദേഹം കൊല്ലപ്പെട്ടതാണ് - ഞാനത് വിശ്വസിക്കുന്നില്ല. സാക്ഷികളെപറ്റി പല കഥകളും പ്രചരിക്കുന്നുണ്ട്. വസ്തുതകൾ... ആ കയർ ശരിയായിരുന്നില്ല. അത് വളരെ നേർത്തതായിരുന്നു. അത് കെട്ടിമുറുക്കി ശ്വാസം മുട്ടിച്ചിട്ടുണ്ടാകും. അത്രതന്നെ. ഓഫീസിന്റെ പുറത്തെ വാതിലിന്റെ പൂട്ടിലാണ് താക്കോൽ വെച്ചിരിക്കുന്നത്. ആളുകൾ പല മാതിരി കഥകൾ പറയുന്നുണ്ട്. കൊട്ടാരത്തിലെ ഗൂഢാലോചന... എല്ലാവർക്കും താത്പര്യമുള്ള വിഷയമാണല്ലോ!

ഞാൻ വേറൊരു കാര്യം പറയാം. ദൃക്സാക്ഷികളെ നമുക്ക് ആവശ്യാനുരണം പ്രയോജനപ്പെടുത്താനാവും. അവർ റോബോട്ടുകളല്ലല്ലോ. ടെലിവിഷൻ, വാർത്താപത്രങ്ങൾ, സുഹൃത്തുക്കൾ, ഔദ്യോഗിക താത്പര്യങ്ങൾ ഇതിനൊക്കെ അവയിൽ വലിയ സ്വാധീനം ചെലുത്താനാകും. ആരുടെ കൈയിലാണ് യഥാർത്ഥ സത്യമിരിക്കുന്നത്? ഞാൻ മനസ്സിലാക്കിയിടത്തോളം വിശേഷിച്ച് പരിശീലനം നേടിയ വിദഗ്ദ്ധന്മാർ അന്വേഷിച്ചു കണ്ടെത്തേണ്ടുന്ന ഒന്നാണ് സത്യം. ന്യായാധിപന്മാർ, പണ്ഡിതന്മാർ, പുരോഹിതന്മാർ. ബാക്കിയുള്ളവരെയെല്ലാം ഭരിക്കുന്നത് അവനവന്റെ താത്പര്യങ്ങളും വികാരങ്ങളുമാണ്. (നിശ്ശബ്ദത) നിങ്ങളുടെ പുസ്തകങ്ങൾ ഞാൻ വായിച്ചിട്ടുണ്ട്. ആളുകൾ പറയുന്നത് അത്രയ്ക്കു ഗൗരവമായി എടുക്കേണ്ടതില്ല. അതായത്... മാനുഷികമായ സത്യത്തിന്റെ കാര്യമാണ് ഞാൻ പറയുന്നത്. ആദർശങ്ങളുടെ ജീവിതം... അത് ചരിത്രം രേഖപ്പെടുത്തുന്നു. അത് എഴുതുന്നത് മനുഷ്യരല്ല; കാലമാണ്. മനുഷ്യൻ പറയുന്ന സത്യം... അത് ഓരോരുത്തരേയും അവനവന്റെ തൊപ്പി തൂക്കിയിടാനുള്ള ഒരാണിമാത്രമാണ്.

നിങ്ങൾ തുടങ്ങേണ്ടത് ഗോർബച്ചേവിൽനിന്നാണ്. അദ്ദേഹം ഇല്ലായിരുന്നുവെങ്കിൽ, നമ്മൾ ഇപ്പോഴും യു.എസ്.എസ്.ആറിൽത്തന്നെ ജീവിക്കുമായിരുന്നു. സ്വേർഡ്ലോവസ്കിലെ പ്രാദേശിക പാർട്ടി കമ്മിറ്റിയിൽ ഒന്നാം സെക്രട്ടറിയായി യെത്സിൻ തുടരുമായിരുന്നു. പ്രവ്ദയിലെ, സാമ്പത്തിക വിഷയവുമായി ബന്ധപ്പെട്ട ലേഖനങ്ങൾ യിഗോർ ഗൈഡക് എഡിറ്റുചെയ്യുമായിരുന്നു, സോഷ്യലിസത്തിൽ വിശ്വസിച്ചുകൊണ്ട് ലെനിൻഗ്രാഡ് സർവകലാശാലയിൽ ഇപ്പോഴും സോസ്ചാക് അദ്ധ്യാപനവും പ്രസംഗവും നടത്തുമായിരുന്നു. ഇനിയും വളരെയധികം കാലം യു.എസ്.എസ്.ആർ. നിലനിന്നേനേ. നമ്മൾ അമാനുഷശക്തിയുള്ള ഒരു വൻകിട രാഷ്ട്രമായിരുന്നു. മറ്റു രാഷ്ട്രങ്ങൾക്കൊക്കെ മേലെയുള്ള അധികാരശക്തി. പല രാജ്യങ്ങളും കാര്യങ്ങൾ നിശ്ചയിച്ചിരുന്നത് നമ്മുടെ ആജ്ഞയും തീരുമാനവും അനുസരിച്ചിട്ടായിരുന്നു. അമേരിക്കയ്ക്കുപോലും നമ്മളെ ഭയമായിരുന്നു. നമുക്ക് ആവശ്യമുള്ളത്ര അടിയുടുപ്പുകളും ജീൻസും ഉണ്ടായിരുന്നില്ല എന്നോ? ഒരു ആണവയുദ്ധം ജയിക്കാനാവശ്യം അത്യാധുനികരീതിയിലുള്ള മിസൈലുകളും ബോംബർ വിമാനങ്ങളുമാണ്. അല്ലാതെ അടിവസ്ത്രങ്ങളും ജീൻസുമല്ല. നമുക്കതുണ്ടായിരുന്നു. ഒന്നാന്തരം ആയുധശേഖരം. ഏതു യുദ്ധവും നമുക്ക്

ജയിക്കാനാകുമായിരുന്നു. മരിക്കാൻ ഭയമുള്ളവരല്ല റഷ്യൻ സൈനികർ. ഈ കാര്യത്തിൽ നമ്മൾ ഏഷ്യൻ സ്വഭാവക്കാരാണ്. (മൗനം) അത്തരം ഒരു രാഷ്ട്രമാണ് സ്റ്റാലിൻ സൃഷ്ടിച്ചത്. അതിനെ താഴെനിന്നും തുളച്ചു വീഴ്ത്താൻ സാദ്ധ്യമല്ല. എല്ലാ പഴുതുകളും അടയ്ക്കപ്പെട്ടിരുന്നു. എന്നാൽ മുകളിൽനിന്നും വേഗത്തിൽ മുറിപ്പെടുത്താൻ പറ്റുമായിരുന്നു. രക്ഷാസംവിധാനം പോരായിരുന്നു. ഉയർന്ന സ്ഥാനങ്ങളിലുള്ള ഉദ്യോഗസ്ഥന്മാർ തന്നെയാണ് നാടിനെ ഒന്നാമതായി ഒറ്റുക്കൊടുത്തത്. പിറോറോഷ്‌ഡെൻസ്റ്റി![1] ജനറൽ സെക്രട്ടറിതന്നെയാണ് മുൻനിര വിപ്ലവകാരിയായി മാറിയത്. അദ്ദേഹം ക്രെംലിനിൽ അവരോധിതനായി. നമ്മുടെ രാഷ്ട്രം മുകളിൽനിന്നും നശിപ്പിക്കാൻ എളുപ്പമാണെന്ന് തെളിയിച്ചുകൊടുത്തു. അതികർക്കശമായ അച്ചടക്കവും ഉദ്യോഗസ്ഥന്മാരുടെ അധികാര ശ്രേണിയും രാജ്യത്തിനു വിനയായി. ചരിത്രത്തിൽ ഇത് സമാനതകളില്ലാത്ത ഒരു സംഭവമായിരിക്കും. റോമൻ സാമ്രാജ്യത്തിന്റെ പതനം സീസർ തന്നെ തുടങ്ങിവെച്ചു എന്നു പറയുമ്പോലെ. അല്ല... നിശ്ചയമായും ഗോർബച്ചേവ് ഒരു നിസ്സാരനല്ല. സാഹചര്യങ്ങളുടെ കൈയിൽ അദ്ദേഹം ഒരു കളിപ്പാവയായി എന്നു പറയുന്നതും ശരിയല്ല. അദ്ദേഹം ഒരു സി.ഐ.എ. ഏജന്റുമായിരുന്നില്ല. പിന്നെ... ആരായിരുന്നു ഗോർബച്ചേവ്?

"കമ്മ്യൂണിസത്തിന്റെ ശവശുശ്രൂഷകൻ", "മാതൃഭൂമിയെ ഒറ്റുകൊടുത്തവൻ", "നോബൽ പുരസ്കാരജേതാവ്", "സോവിയറ്റ് നാടിനെ സാമ്പത്തികമായി ഇല്ലായ്മ ചെയ്തവൻ" "അറുപതുകളിലെ വിമത പ്രമുഖൻ" "കുറ്റമറ്റ ജർമ്മൻകാരൻ", "പ്രവാചകൻ", "ചെറിയ ജൂഡാസ്", "മഹാനായ ഭരണപരിഷ്കർത്താവ്", "മഹാനടൻ", "മഹാനായ ഗോർബി", "ഗോറിസച്ച്", "ഈ നൂറ്റാണ്ടിലെ പുരുഷൻ", "വേറോ സ്ട്രാറ്റഡ്"[2]

...അക്രോമിയീവ് തന്റെ ആത്മഹത്യയ്ക്കുള്ള ശ്രമങ്ങൾ ദിവസങ്ങൾക്കുമുമ്പേ തുടങ്ങിയിരുന്നു. ആത്മഹത്യാ കുറിപ്പുകളിൽ രണ്ടെണ്ണം ആഗസ്റ്റ് 22-ാം തിയതിയാണ് അദ്ദേഹം എഴുതിയത്. വേറൊന്ന് 23-ാം തിയതിയും. അവസാനത്തേത് ആഗസ്റ്റ് 24-ാം തിയതിയും. ആ ദിവസമാണ് ഗോർബച്ചേവ് പ്രഖ്യാപിച്ചത്, സോവിയറ്റ് യൂണിയൻ കമ്മ്യൂണിസ്റ്റ് പാർട്ടിയുടെ കേന്ദ്രകമ്മിറ്റിയുടെ ജനറൽ സെക്രട്ടറി എന്ന സ്ഥാനം താൻ രാജിവെയ്ക്കുകയാണെന്ന്. കേന്ദ്രകമ്മിറ്റി പിരിച്ചുവിട്ടതായും അദ്ദേഹം പ്രസ്താവനയിറക്കി. "പ്രയാസമേറിയ എന്നാൽ തികച്ചും സത്യസന്ധമായ ഒരു തീരുമാനം നമ്മൾ എടുക്കേണ്ടതുണ്ട്." ജനറൽ സെക്രട്ടറി പുറത്തുപോയത് യാതൊരുവക എതിർപ്പും നേരിടാതെയാണ്. അദ്ദേഹം

---

1. ഈ പദം 1930ലാണ് നിഷ്പത്തി. ബൂർഷാ സാഹചര്യങ്ങളിൽ വളർന്ന് സാമ്പത്തികമായി സോഷ്യലിസത്തിന്റെ ശത്രുപക്ഷത്ത് ചേർന്നവർ.

2. 4-ാം നൂറ്റാണ്ടിൽ ഗ്രീസിൽ ജീവിച്ചു. പുരാതന ഗ്രീസിലെ ആർട്ടിമിഡ് ക്ഷേത്രം തീവെച്ചു നശിപ്പിച്ചു. പ്രാചീന മഹാദ്ഭുതങ്ങളിൽ ഒന്നായിരുന്നു അത്.

ജനങ്ങളോടോ കോടിക്കണക്കിന് കമ്മ്യൂണിസ്റ്റുകാരോടോ അഭ്യർത്ഥി ച്ചില്ല. പകരം അവരെ വഞ്ചിക്കുകയാണ് ചെയ്തത്. എല്ലാവരേയും അദ്ദേഹം കൈയൊഴിഞ്ഞു. ആ നിമിഷങ്ങളിൽ അക്രോമിയീവിന്റെ വികാരങ്ങൾ എങ്ങനെയായിരുന്നുവെന്ന് എനിക്കൂഹിക്കാനാവും.

ഗവൺമെന്റ് കെട്ടിടങ്ങളിൽനിന്നും കൊടികൾ നീക്കം ചെയ്യപ്പെടു ന്നത് ജോലിസ്ഥലത്തേക്കു പോകുന്നതിനിടയിൽ നിശ്ചയമായും അദ്ദേഹം കണ്ടിരിക്കണം. കാണാതിരിക്കാൻ സാദ്ധ്യതയില്ല. ക്രെംലിന്റെ ഗോപുരത്തിന്റെ മുകളിൽനിന്ന്, അദ്ദേഹത്തിന് എന്തായിരിക്കും തോന്നി യിട്ടുണ്ടാവുക, ഒരു കമ്മ്യൂണിസ്റ്റുകാരനെന്ന നിലയിൽ? ലോകമഹായുദ്ധ ത്തിൽ മുന്നണിയിൽനിന്ന് യുദ്ധം ചെയ്ത ഒരു പോരാളി എന്ന നില യിൽ? തന്റെ ജീവിതത്തിന്റെ അർത്ഥം മുഴുവനോടെ നഷ്ടമായിയെന്നു തോന്നിയിട്ടുണ്ടാവില്ലേ? നമ്മുടെ പുതിയ ജീവിതശൈലിയുടെ ഒരു ഭാഗ മായി അങ്ങനെയൊരാൾ മാറുന്നത് എനിക്ക് സങ്കല്പിക്കാൻപോലുമാ വില്ല. ഇത് സോവിയറ്റ് ജീവിതരീതിയല്ല. സോവിയറ്റ് യൂണിയന്റെ ചെങ്കൊ ടിക്കുപകരം, റഷ്യയുടെ മൂവർണ്ണക്കൊടിക്കുകീഴേ പ്രസീഡിയത്തിലിരി ക്കുക. ലെനിന്റെ ഛായചിത്രത്തിനുപകരം, സാറിന്റെ (ചക്രവർത്തി) ഔദ്യോഗിക ചിഹ്നമായ കഴുകന്റെ താഴെ. ഈ പുതിയ അകത്തളവു മായി അദ്ദേഹത്തിനു ചേർന്നു പോകാനാവില്ല. അദ്ദേഹം ഒരു സോവി യറ്റ് പടനായകനായിരുന്നു, മനസ്സിലാവുന്നില്ലേ? സോ...വി....യറ്റ്!!! അതാണ്, അതുമാത്രമാണ്, വേറൊന്നിനും അവിടെ സ്ഥാനമില്ല.

ക്രെംലിനിൽ അദ്ദേഹത്തിന് സ്വസ്ഥത അനുഭവപ്പെട്ടിരുന്നില്ല. കൂട്ട ത്തിൽ ഒറ്റയാൻ... ഒരു കറുത്ത ആട്. അതുമായി പൊരുത്തപ്പെട്ടു പോകാൻ അദ്ദേഹത്തിനു സാധിച്ചില്ല. അദ്ദേഹം എപ്പോഴും പറയാറു ണ്ടായിരുന്നു, "സത്യസന്ധരായ, നിസ്വാർത്ഥമായ സൗഹൃദം പട്ടാള ക്കാർക്കിടയിൽ മാത്രമേ കാണാനാകൂ" എന്ന്. ജീവിതകാലം മുഴുവൻ അദ്ദേഹം ചെലവഴിച്ചത് പട്ടാളത്തിലായിരുന്നു. പട്ടാളക്കാരോടൊപ്പം, ഏതാണ്ട് അര നൂറ്റാണ്ട്. പതിനേഴാം വയസ്സിലാണ് ആദ്യമായി അദ്ദേഹം മിലിറ്ററി യൂണിഫോം ധരിച്ചത്. നീണ്ട ഒരു കാലാവധി തന്നെ! ജീവിത ത്തോളം നീണ്ടത്. ചീഫ് ഓഫ് ദി ജനറൽ സ്റ്റാഫ് എന്ന പദവി രാജിവെച്ചു കൊണ്ടാണ് അദ്ദേഹം ക്രെംലിനിലേക്ക് മാറിയത്. രാജിക്കത്ത് താൻതന്നെ എഴുതുകയായിരുന്നു. ശരിയായ സമയത്തുതന്നെ സ്ഥാനം ഒഴിയുക. വളരെ പ്രധാനമാണെന്ന് അദ്ദേഹം ഒന്നാമതായി കരുതി. ശവ വണ്ടികൾ ധാരാളം തന്റെ കാലത്ത് അദ്ദേഹം കണ്ടിരുന്നു. പുതിയ തല മുറയ്ക്ക് ഉയർന്നുവരാൻ അവസരം നല്കണം. അതേസമയം അദ്ദേഹം ഗോർബച്ചേവുമായി കൊമ്പുകോർക്കാനും തുടങ്ങിയിരുന്നു, ക്രൂഷ് ചേവിനെപോലെത്തന്നെ. ക്രൂഷ്ചേവ് പട്ടാളമേധാവികളെപറ്റി സാമാന്യ മായി "ഒപ്പിയെടുക്കുന്നവർ" എന്നാണ് പറഞ്ഞിരുന്നത്. ഗോർബച്ചേവിന് സൈന്യത്തോട് തീരെ പ്രതിപത്തിയുണ്ടായിരുന്നില്ല. നമ്മൾ സൈനിക രാഷ്ട്രമാണ്. രാജ്യത്തിന്റെ സാമ്പത്തികശേഷി ഏതാണ്ട് എഴുപതോ

അതിലധികമോ ശതമാനം സൈന്യവുമായി ഏതെങ്കിലുമൊരു തരത്തിൽ ബന്ധിക്കപ്പെട്ടിരിക്കുന്നു. നമ്മുടെ ഏറ്റവും നല്ല പ്രതിഭകൾ അതിനു വേണ്ടിയാണ് പ്രയത്നിച്ചത്. ഗണിതശാസ്ത്രജ്ഞരുമെല്ലാം കഠിനമായി അദ്ധ്വാനിച്ചു. അവരുടെയെല്ലാം സഹായംകൊണ്ടാണ് നമ്മൾ ബോംബുകളും ടാങ്കുകളും നിർമ്മിച്ചത്. നമ്മുടെ പ്രത്യയശാസ്ത്രവും സൈനിക സ്വഭാവമുള്ളതാണ്. എന്നാൽ ഗോർബച്ചേവ് തീർത്തും ഒരു സൈനികേതരനായിരുന്നു. ഒരു സിവിലിയൻ. അതിനുമുമ്പുണ്ടായിരുന്ന ജനറൽ സെക്രട്ടറിമാരെല്ലാം യുദ്ധത്തിൽ പങ്കെടുത്തവരായിരുന്നു. എന്നാൽ അദ്ദേഹത്തിന്റെ പശ്ചാത്തലം മോസ്കോ സർവ്വകലാശാലയിലെ തത്ത്വശാസ്ത്രവിഭാഗമായിരുന്നു. ഉയർന്ന സൈനിക മേധാവികളോട് അദ്ദേഹം ചോദിച്ചിരുന്നു. "എന്താ, ഒരു യുദ്ധത്തിനുള്ള ഒരുക്കത്തിലാണോ?" അദ്ദേഹം തന്നത്താൻ മറുപടി പറയും. "എന്തായാലും ഞാനതിനില്ല."

മോസ്കോയിൽ മാത്രമുള്ള ജനറൽമാരുടേയും അഡ്മിറൽമാരുടേയും കണക്കെടുത്താൽ അത് ലോകമെമ്പാടുമുള്ളതിനേക്കാൾ കൂടുതലായിരിക്കും. അതിനുമുമ്പുള്ള ഒരു ജനറൽ സെക്രട്ടറിയും സേനാധിപന്മാരോട് ഈ തരത്തിൽ സംസാരിക്കാൻ ധൈര്യപ്പെട്ടിരുന്നില്ല. സർക്കാരിനെ സംബന്ധിച്ചിടത്തോളം അവർ ഏറ്റവും പ്രാധാന്യമർഹിക്കുന്നവരായിരുന്നു. ഏറ്റവും ആദ്യം പോളിറ്റ് ബ്യൂറോവിനെ അഭിസംബോധന ചെയ്യുക രാജ്യരക്ഷാവകുപ്പുമന്ത്രിയായിരുന്നു. സാമ്പത്തിക വകുപ്പു മന്ത്രിയായിരുന്നില്ല. രാജ്യത്ത് ഉത്പാദിപ്പിച്ച ആയുധങ്ങൾക്കായിരുന്നു പ്രാധാന്യം. വി.സി.ആറുകളുടെ എണ്ണത്തിനായിരുന്നില്ല. അതുകൊണ്ടാണ് അന്ന് ഒരു വി.സി.ആർ. വാങ്ങാൻ ഒരു ഫ്ളാറ്റിന്റെ വിലയോളം കൊടുക്കേണ്ടി വന്നിരുന്നത്. പിന്നെ സംഗതികളാകെ മാറി. സ്വാഭാവികമായും സൈന്യത്തിലെ ഉയർന്ന ഉദ്യോഗസ്ഥന്മാർ പ്രക്ഷോഭമുയർത്തി.

നമ്മുടെ രാജ്യം അതിവിശാലമാണ്. അതിന്റെ സുരക്ഷിതത്വം ഉറപ്പുവരുത്താൻ നമുക്ക് വളരെ വലിയ, അതിശക്തമായ ഒരു സൈന്യം വേണം. ലോകത്തിന്റെ പകുതിയോളം നമ്മുടെ അതിർത്തിയാണ്. സൈനികബലമുണ്ടെങ്കിലേ മറ്റു രാജ്യങ്ങൾ നമ്മെ ആദരിക്കൂ. രാജ്യം ദുർബലമായാൽ "ഒരു പുതിയ ചിന്താഗതിയും" അവരിൽ വിശ്വാസം വളർത്തുകയില്ല. അക്രോമിയോവ് ഗോർബച്ചേവിനെ പലതവണ കാര്യങ്ങൾ പറഞ്ഞു ബോധിപ്പിക്കാൻ ശ്രമിച്ചു. അതുതന്നെയായിരുന്നു അവർക്കിടയിലുണ്ടായിരുന്ന പ്രധാന വിയോജിപ്പും. അനാവശ്യമായ നയങ്ങളും സംഘർഷങ്ങളും ... അതിന്റെ വിശദാംശങ്ങളിലേക്കൊന്നും കടക്കാൻ ഞാനാഗ്രഹിക്കുന്നില്ല. എല്ലാ സോവിയറ്റ് പൗരന്മാരും ചിരപരിചിതമായ പല വാക്കുകളും ഗോർബച്ചേവിന്റെ സംസാരത്തിൽ നിന്നും തീർത്തും അപ്രത്യക്ഷമായി. "ആഭ്യന്തരഭരണത്തിലെ ഗൂഢതന്ത്രങ്ങൾ", "തിരിച്ചടികൾ", "വൈദേശികപ്രമാണികൾ", തുടങ്ങിയ പദപ്രയോഗങ്ങൾ അദ്ദേഹം തീരെ ഒഴിവാക്കി. അദ്ദേഹത്തിനു പറയാനുണ്ടായിരുന്നത് "പെരിസ്ട്രോയ്ക്ക"യുടേയും "ഗ്ലാസ്നോസ്റ്റി"ന്റേയും ശത്രുക്കളെ കുറിച്ചുമാത്രമായിരുന്നു.

ഓഫീസിന്റെ അകത്തിരുന്ന് അദ്ദേഹം അസഭ്യവാക്കുകൾ പറഞ്ഞു. അതിൽ അദ്ദേഹം പണ്ടേ വിരുതനായിരുന്നു. എതിരാളികളെ ചീത്തപ്പേരുകൾ വിളിച്ചു. (മൗനം) "സിലിററൻ റ്റേ..." "റഷ്യൻഗാന്ധി..." ആ കാലത്ത് ക്രെംലിനിൽ കേട്ടിരുന്ന താരതമ്യേന വീര്യം കുറഞ്ഞ പരിഹാസപ്പേരുകളായിരുന്നു അവ. സ്വാഭാവികമായും പഴയ തലമുറയിലുള്ളവരെ അത് ഞെട്ടിച്ചു. വരാൻ പോകുന്ന ദുരന്തം അവൻ മണത്തറിഞ്ഞു. "അദ്ദേഹം മുങ്ങിച്ചാവാൻ പോകുന്നു. കൂടെ നമ്മെ മുഴുവൻ മുക്കും"

അമേരിക്കയുടെ കണ്ണിൽ നമ്മൾ ദുഷ്ടസാമ്രാജ്യമായിരുന്നു. കുരിശുയുദ്ധങ്ങളും നക്ഷത്രയുദ്ധങ്ങളുമായി അവർ നമ്മുടെ മുമ്പിൽ ഭീഷണി മുഴക്കുകയായിരുന്നു. അതിനിടയിൽ നമ്മുടെ ഭരണത്തലവർ ബുദ്ധഭിക്ഷുവിന്റെ ഭാഗം അഭിനയിക്കുകയായിരുന്നു. "ലോകം മനുഷ്യരാശിക്കു മുഴുവനായുള്ള പൊതുവായ വീടാണ്." അക്രമങ്ങളും രക്തച്ചൊരിച്ചിലും കൂടാതെ മാറ്റങ്ങൾ സാദ്ധ്യമാക്കണം" "ഇനിയും യുദ്ധം രാഷ്ട്രതന്ത്രത്തിന്റെ തുടർച്ചയാവരുത്." അങ്ങനെ പലതും അദ്ദേഹം പ്രസംഗിച്ചു. അക്രോമിയേവ് വളരെ നാൾ ചെറുത്തുനിന്നു. ഒടുവിൽ അദ്ദേഹത്തിനും മടുത്തു. ആദ്യം അദ്ദേഹം വിചാരിച്ചത് ജനങ്ങൾ മേലധികാരികൾക്ക് തെറ്റായ വിവരങ്ങൾ നല്കുകയാണ് എന്നായിരുന്നു. അവരെ പറഞ്ഞുപറ്റിക്കുകയാണ് എന്ന്. അതുകൊണ്ട് അദ്ദേഹം ഒരു പ്രസ്താവനയിറക്കി. അദ്ദേഹത്തിന്റെ രാജി ഗോർബച്ചേവ് സ്വീകരിച്ചു. എന്നാലും അദ്ദേഹത്തെ കൈവിടാൻ തയ്യാറായില്ല. സൈനിക കാര്യങ്ങളിൽ തന്റെ ഉപദേഷ്ടാവായി നിയമിച്ചു.

ഇത്രയും വലിയ ഒരു സംവിധാനത്തെ നേരെയാക്കാൻ ശ്രമിക്കുക തികച്ചും സാഹസികമായൊരു സംഗതിയായിരുന്നു. അതിനെ സ്റ്റാലിനിസ്റ്റ് സംവിധാനത്തെ ലെനിനിസ്റ്റ് സമ്പ്രദായമെന്ന് നിങ്ങൾക്കു വിളിക്കാം. നമ്മുടെ രാജ്യം എക്കാലത്തും ഒരു പടയൊരുക്കത്തിന്റെ തിരക്കിലായിരുന്നു. ആരംഭകാലം മുതലേ അതാണ് സ്ഥിതി. സമാധാനകാലത്തേക്കു വേണ്ടി സൃഷ്ടിക്കപ്പെട്ടതല്ല ഈ നാട്. ഒരിക്കൽ കൂടി പറയട്ടെ, സ്ത്രീകൾക്കുവേണ്ടിയുള്ള പരിഷ്കൃതരീതിയിലുള്ള ഷൂസുകളും അടിയുടുപ്പുകളും പ്ലാസ്റ്റിക് വി.സി.ആറുകളും സൃഷ്ടിക്കാനുള്ള സാമർത്ഥ്യം നമുക്കില്ലെന്നാണ്. പക്ഷേ നമ്മുടെ ലക്ഷ്യം വേറെയാണെന്നുമാത്രം. ആളുകൾ? (ഒന്നുനിർത്തി) ആളുകൾക്കു വേണ്ടത് സാധാരണ സാധനങ്ങളാണ്. വേണ്ടത്ര ഇഞ്ചിമിഠായികൾ... ഒരു സാർ ചക്രവർത്തി! ഗോർബച്ചേവ് ഒരു സാർ ആവാൻ ആഗ്രഹിച്ചില്ല. അത് അദ്ദേഹം പാടെ തള്ളിക്കളഞ്ഞു. അദ്ദേഹത്തെ യെത്സിനുമായി താരതമ്യപ്പെടുത്തുന്നു. 1993ൽ താനിരിക്കുന്ന പ്രസിഡന്റിന്റെ കസേര ഇളകാൻ തുടങ്ങിയിരിക്കുന്നു എന്നു ബോദ്ധ്യമായപ്പോൾ അദ്ദേഹം ഒട്ടും പതറിയില്ല. പാർലമെന്റിനു നേരെ വെടിവെക്കാൻ ഉത്തരവു പുറപ്പെടുവിക്കുകയാണുണ്ടായത്. മുൻ കമ്മ്യൂണിസ്റ്റുകാർ ആട്ടിൻകുട്ടികളെ പോലെയായിരുന്നു. വെടിവെക്കാൻ ഭയന്നുനിന്നു. ഗോർബച്ചേവ് അധികാരത്തിൽ വന്നത് ഒരു തുള്ളി രക്തം ചിന്താതെയാണ്. എന്നാൽ യെത്സിൻ ടാങ്കിന്റെ മുകളിൽ കയറിനിന്ന്

വെടിവെച്ചു. അദ്ദേഹം യുദ്ധം ചെയ്തു. ജനങ്ങൾ അദ്ദേഹത്തെ പിൻതുണയ്ക്കുകയും ചെയ്തു. അത് അങ്ങനെയാണ്. നമ്മുടെ നാടിന് ഒരു സാർ മനോഭാവമുണ്ട്. ഉപബോധമനസ്സിൽ ഇപ്പോഴും ചക്രവർത്തി വാഴ്ചയാണ് പുലരുന്നത്. അതാണ് ഇവിടത്തെ പാരമ്പര്യം.. നമുക്കൊരു സാറിനെ വേണം. ഭീകരനായ ഇവാൻ... യൂറോപ്പിൽ അങ്ങനെയാണല്ലോ അദ്ദേഹം അറിയപ്പെടുന്നത്. അദ്ദേഹം റഷ്യൻ നഗരങ്ങളെ രക്തക്കുളങ്ങളാക്കി. ലിവോനിയൻ യുദ്ധത്തിൽ പരാജിതനായി. അദ്ദേഹത്തെ ഇന്നും ജനങ്ങളോർക്കുന്നത് ഭയ ബഹുമാനങ്ങളോടെയാണ്. അതുതന്നെയാണ് മഹാനായ പീറ്ററുടെയും സ്റ്റാലിന്റേയും കാര്യവും.

അതേസമയം ആലോചിച്ചുനോക്കൂ, അലക്സാണ്ടർ രണ്ടാമൻ വിമോചകനായിരുന്നു. അദ്ദേഹം റഷ്യയ്ക്കു സ്വാതന്ത്ര്യം നല്കി. അടിമവ്യവസ്ഥിതി നിർത്തലാക്കി. എന്നിട്ടോ...? അദ്ദേഹം കൊല ചെയ്യപ്പെട്ടു. ചെക്കുകൾക്ക് അവരുടെ വാക്ലേവ് ബാവെൽ വേണം. പക്ഷേ, നമുക്കിവിടെ അധികാരസ്ഥാനത്ത് ഒരു സാക്കറോവിന്റെ ആവശ്യമില്ല. നമുക്കാവശ്യം ഒരു സാറിനെയാണ്. ജനങ്ങളുടെ പിതൃസ്ഥാനത്തേക്ക് ഒരു സാർ. മുഴുവൻ റഷ്യയ്ക്കും ഒരു പിതാവായി ഒരു സാർ. ജനറൽ സെക്രട്ടറിയായാലും പ്രസിഡന്റ് ആയാലും അദ്ദേഹം ഒരു സാർ ആയിരിക്കണം. (കുറച്ചധികം നേരം അദ്ദേഹം മിണ്ടാതിരുന്നു)

> അദ്ദേഹം തന്റെ നോട്ടുപുസ്തകം എനിക്കു കാണിച്ചുതന്നു. അതിൽ നിറയെ മാർക്സിസ്റ്റ് പ്രമാണഗ്രന്ഥങ്ങളിൽനിന്നുള്ള ഉദ്ധരണികൾ. ലെനിന്റെ ഒരു വാചകം ഞാൻ കുറിച്ചെടുത്തു. "സോവിയറ്റ് ഭരണത്തിനു കീഴിലാണെങ്കിൽ ഞാൻ ഒരു പന്നിക്കൂട്ടിലും താമസിക്കും." സത്യം പറയട്ടെ ലെനിന്റെ കൃതികളും ഞാൻ വായിച്ചിട്ടില്ല.

വേറൊരു കഥ കൂടി വെളിപ്പെടുത്താനുണ്ട്. ക്രെംലിനിൽ ഒരു പാചകക്കാരനുണ്ടായിരുന്നു. പോളിറ്റ് ബ്യൂറോ അംഗങ്ങളെല്ലാം ഹെറിൻ മത്സ്യം കൊണ്ടുള്ള വിഭവമാണ് ആവശ്യപ്പെടുക. അല്ലെങ്കിൽ കറുത്ത കവിയർ (വിലയേറിയ ഒരു മത്സ്യവിഭവം). ഗോർബച്ചേവിന് പ്രിയം കാഷയും സാലഡുമായിരുന്നു. വോഡ്കയുടെ കൂടെ കവിയർ ഒന്നാന്തരമാണ്. പക്ഷേ, ഞാൻ കുടിക്കാറില്ലല്ലോ. അദ്ദേഹവും ഭാര്യ റൈസ് മാക്സിമോപ്നയും ആഹാരകാര്യത്തിൽ വലിയ ചിട്ട പാലിച്ചിരുന്നു. പലപ്പോഴും അയാൾ ഉപവാസവുമനുഷ്ഠിച്ചു. തനിക്കുമുമ്പേ ആ പദവിയിലുണ്ടായിരുന്ന ജനറൽ സെക്രട്ടറിമാരിൽ ഒരാളേയും പോലെയായിരുന്നില്ല അദ്ദേഹം. സോവിയറ്റ് രീതിക്കു വിപരീതമായി അദ്ദേഹം തന്റെ ഭാര്യയെ വളരെ ആർദ്രമായി അരുമയായി സ്നേഹിച്ചിരുന്നു. കൈകൾ കോർത്തുപിടിച്ച് അവർ ഒരുമിച്ചു നടക്കുമായിരുന്നു. യെത്സിന്റെ പതിവ് മറ്റൊന്നായിരുന്നു. രാവിലെ എഴുന്നേറ്റ ഉടനെ കുറച്ച് വോഡ്കയും ഉപ്പിലിട്ടതും കിട്ടണം. അതാണ് റഷ്യക്കാരുടെ മട്ട് (മൗനം). ക്രെംലിൻ ഒരു പ്രത്യേക തുടക്കമാണ്. ഞാനൊരു കഥ പറയാം. പക്ഷേ എന്റെ കുടുംബപ്പേര്

എടുത്തുകാട്ടരുത്. കഥയുടെ ഉറവിടം അജ്ഞാതമായിരിക്കട്ടെ. ഞാൻ ഉദ്യോഗത്തിൽനിന്നും വിരമിച്ചു കഴിഞ്ഞു. യെത്സിൻ തന്റേതായ ഒരു സംഘം രൂപീകരിച്ചു. ഗോർബച്ചേവ് സേവകരെയെല്ലാം തൂത്തുവാരി പുറത്തേക്കെറിഞ്ഞു. എന്തെങ്കിലും ഒരു തന്ത്രം പ്രയോഗിച്ച് എല്ലാവരേയും ഒഴിവാക്കി. അതുകൊണ്ടാണ് ഞാനിപ്പോൾ നിങ്ങളോടൊപ്പം ഇവിടെയിരിക്കുന്നത് ഉദ്യോഗത്തിൽനിന്നും വിരമിച്ചല്ലോ. അല്ലായിരുന്നുവെങ്കിൽ ഒരു ഒളിപ്പോരാളിയെപ്പോലെ ഞാൻ നിശ്ശബ്ദനായിരുന്നേനേ. നിങ്ങളുടെ ടേപ്പ് റെക്കോഡറിനെ എനിക്ക് പേടിയില്ല. പക്ഷേ, അതെന്നെ ശല്യപ്പെടുത്തുന്നു. ഒരുപക്ഷേ, അതൊരു ശീലമാകാം. മനസ്സിലാവുന്നുണ്ടോ? ഞങ്ങൾ അത്രയും സൂക്ഷ്മമായി നിരീക്ഷിക്കപ്പെടാറുണ്ട്. ഒരു എക്സ്-റേ മിഷ്യന്റെ മുമ്പിലാണെന്ന് എപ്പോഴും തോന്നും. പറയുമ്പോൾ നിസ്സാരമെന്നു തോന്നാം. എന്നാലും അതു നമ്മളെ വല്ലാതെ അസ്വസ്ഥരാക്കും.

അക്രോമിയേവ് ക്രെംലിനിലേക്കു വന്നു. അപ്പോൾ തന്നെ അവർ നല്കിയ അധികശമ്പളം അദ്ദേഹം നിരസിച്ചു. പഴയ ശമ്പളത്തിനേക്കാൾ വളരെ അധികമായിരുന്നു അത്. എന്നിട്ടും അദ്ദേഹം അത് സ്വീകരിക്കുകയുണ്ടായില്ല. ഇത്രനാളും കിട്ടിയിരുന്നതുതന്നെ മതി എന്ന നിലപാട്. "എന്റെ ആവശ്യത്തിന് അത്രയും മതി." ഇവിടെ ആരാണ് ഡോൺ ക്വിസോട്ട്? ഡോൺ ക്വിക്സോട്ടിസ് സ്ഥിരബുദ്ധിയുണ്ടെന്ന് ആരെങ്കിലും പറയുമോ? ആയിടയ്ക്ക് സെൻട്രൽ കമ്മിറ്റിയും ഗവൺമെന്റും ചേർന്ന് ഒരു ഉത്തരവിറക്കി. അഞ്ഞൂറു റൂബിളിനു മുകളിലുള്ള സമ്മാനങ്ങൾ എന്തെങ്കിലും വിദേശരാജ്യങ്ങളിൽനിന്നും ലഭിച്ചിട്ടുണ്ടെങ്കിൽ, അത് സർക്കാരിനെ ഏല്പിക്കേണ്ടതാണ്. പ്രത്യേകം ആനുകൂല്യങ്ങൾക്കെതിരായുള്ള യുദ്ധം തുടങ്ങിക്കഴിഞ്ഞിരുന്നു. ആ ഉത്തരവ് ഉടനടി അനുസരിച്ച ആദ്യത്തെയാൾ അക്രോമിയോവ് ആയിരുന്നു. ആ ഉത്തരവു പാലിച്ച അപൂർവം ചിലരിൽ ഒരാൾ. ക്രെംലിനിലെ ചില കീഴ്‌വഴക്കങ്ങൾ. സേവിക്കുക, പുറം ചൊറിഞ്ഞു കൊടുക്കു, ആരെയാണ് വിവരമറിയിക്കേണ്ടത് എന്ന് അറിഞ്ഞുവെക്കുക, ആരെങ്കിലും തമാശ പറഞ്ഞാൽ എപ്പോഴാണ് ചിരിക്കേണ്ടതെന്ന് കരുതിയിരിക്കുക ആരോടൊക്കെ "ഹലോ" പറയണം. ആരെയൊക്കെ കാണുമ്പോൾ ചെറുതായൊന്നു തലകുനിക്കണം. എല്ലാം മുൻകൂട്ടി കണക്കുകൂട്ടിവെക്കണം. എവിടെയാണ് നിങ്ങളുടെ ഓഫീസ്? പ്രസിഡന്റിന്റെ അടുത്താണോ? അതേ നിലയിൽ തന്നെയാണോ? അങ്ങനെയല്ല എങ്കിൽ ആരും നിങ്ങളെ ഗൗനിക്കില്ല. നിങ്ങളൊരു നിസ്സാരനാണ്. ഏതു തരത്തിലുള്ള ഫോണുകളാണ് നിങ്ങൾക്കുള്ളത്? ക്രെംലിന്റെ അകത്തുമാത്രം ഉപയോഗിക്കാനുള്ള ആ പ്രത്യേക ഫോൺ നിങ്ങൾക്കുണ്ടോ? പ്രസിഡന്റിനോട് നേരിട്ട് സംസാരിക്കാൻ പാകത്തിന് "പ്രസിഡന്റ്,..." "അദ്ദേഹത്തിന്" എന്നീ ലേബലുകളൊട്ടിച്ച ഫോണാണോ നിങ്ങൾക്കുള്ളത്? വെട്രൂഷ്ക?* പ്രത്യേകം ഗാരേജിൽനിന്നും നിങ്ങൾക്കായി ഒരു കാർ അനുവദിച്ചിട്ടുണ്ടോ?

---

* ക്രെംലിനിൽ ആഭ്യന്തര സംഭാഷണത്തിനുവേണ്ടി ഉപയോഗിക്കുന്ന ഒരു പ്രത്യേക ഫോൺ

ട്രോട്സ്കിയുടെ "എന്റെ ജീവിതം" ഞാൻ വായിച്ചുകൊണ്ടിരിക്കുകയാണ്. വിപ്ലവത്തിന്റെ കാഴ്ചകൾക്ക് പിറകിലേക്ക് അത് നിങ്ങളെ കൂട്ടിക്കൊണ്ടുപോകുന്നു. ഇന്ന് എല്ലാവരും ബുക്കാറിനെ കുറ്റപ്പെടുത്തുന്നു. അദ്ദേഹത്തിന്റെ മുദ്രാവാക്യം "സമ്പാദിക്കൂ, സമൃദ്ധി നേടൂ" ഇന്നത്തെ കാലത്തിന് തികച്ചും യോജിച്ചതാണ്. ബുക്കാറായിക് എന്നാണ് സ്റ്റാലിൻ അദ്ദേഹത്തെ വിളിച്ചിരുന്നത്. അദ്ദേഹം നിർദ്ദേശിച്ചത് സോഷ്യലിസത്തിലേക്ക് വളരാനാണ്. അദ്ദേഹം സ്റ്റാലിനെ "ചെങ്കിസ്ഖാൻ" എന്നു വിളിച്ചു. അതേ സമയം, ആ വ്യക്തിത്വത്തിൽ ഒരു വൈരുദ്ധ്യാത്മകതയുമുണ്ട്. മറ്റെല്ലാവരേയും പോലെ അദ്ദേഹവും ജനങ്ങളെ അന്താരാഷ്ട്രവിപ്ലവത്തിന്റെ നരകാഗ്നിയിലേക്ക് എടുത്തെറിയാൻ തയ്യാറായിരുന്നു. എത്ര എണ്ണം എന്നത് പരിഗണിച്ചില്ല. കൊന്നുകൊണ്ട് ബോധവത്കരിക്കുക അതു കണ്ടുപിടിച്ചത് സ്റ്റാലിനിലും അവരെല്ലാവരും പട്ടാളക്കാരായിരുന്നു. വിപ്ലവത്തിനുശേഷം ആഭ്യന്തരയുദ്ധം തുടങ്ങി. ആ രക്തച്ചൊരിച്ചിലിനുശേഷം (അദ്ദേഹം നിശ്ശബ്ദനായി) ലെനിൻ പറഞ്ഞിട്ടുണ്ട്. "വിപ്ലവങ്ങൾ വരുന്നത് അവർക്കിഷ്ടമുള്ളപ്പോഴാണ്. നമ്മുടെ ഇഷ്ടത്തിനനുസരിച്ചില്ല" എത്ര ശരിയാണ് ആ പറഞ്ഞത്.

പെരിസ്ട്രോയിക്ക... ഗ്ലാസ്നോസ്സ്... അതെല്ലാം നമ്മൾ വിരലുകൾക്കിടയിലൂടെ ചോർത്തിക്കളഞ്ഞു. എന്തുകൊണ്ട്? ഭരണകൂടത്തിന്റെ ഉപരിതലങ്ങളിൽ അവരുടേതായ കുറെ മിടുക്കന്മാരുണ്ടായിരുന്നു. ബ്രെസെസിൻസ്കി എഴുതിയത് വായിക്കുന്നവർ. എന്നാൽ അവരുടെ മനോഭാവം വേറെയായിരുന്നു. വായിച്ചതിൽ പലതും അവർ തുന്നിക്കൂട്ടി. ചില ഭാഗങ്ങളിൽ പുതിയതായി ചായം പൂശി. അങ്ങനെ അവരുടേതായ രീതിയിൽ തുടർന്നു സോവിയറ്റുമായി ബന്ധപ്പെട്ട എല്ലാ സംഗതികളെ കുറിച്ചും നമ്മുടെ ആളുകളുടെ മനസ്സിലുണ്ടായിരുന്ന മടുപ്പ് അവർ കണ്ടറിഞ്ഞില്ല. "ശോഭനമായ ഭാവിയെ" കുറിച്ച് അവരുടെ മനസ്സിൽ വിശ്വാസമുണ്ടായിരുന്നില്ല എന്നല്ല, അതിൽ ജനങ്ങൾക്കു വിശ്വാസമുണ്ട് എന്ന് അവർ വിശ്വസിച്ചു എന്നതാണ് അബദ്ധമായിപ്പോയത് (മൗനം) അല്ല, അക്രോമിയേവ് കൊല്ലപ്പെട്ടതല്ല.

ഗൂഢാലോചനയെക്കുറിച്ചുള്ള സംസാരങ്ങളും സൂചനകളും നമുക്ക് തള്ളിക്കളയാം. അദ്ദേഹത്തിന്റെ ആത്മഹത്യ, ഒരു യാത്രാമൊഴിയായിരുന്നു. ഏറ്റവും പ്രധാനപ്പെട്ട വസ്തുതയെക്കുറിച്ചുള്ള അതിധീരമായ ഒരു പ്രസ്താവനയായിരുന്നു അത് തിരിഞ്ഞുനടക്കുംമുമ്പേ വെച്ച അവസാന വെടി. നമ്മൾ അഗാധമായ ഒരു ഗർത്തത്തിലേക്ക് മറിഞ്ഞുവീഴുകയായിരുന്നു. നമുക്ക് മഹത്തായ ഒരു രാജ്യമുണ്ടായിരുന്നു. ഭയാനകമായൊരു യുദ്ധത്തിൽ നമ്മൾ വിജയം വരിച്ചിരുന്നു. അതിപ്പോൾ തകർന്നു നിലംപതിച്ചുകൊണ്ടിരിക്കുകയാണ്. ചൈന തകർന്നുവീണില്ല. ഉത്തരകൊറിയയ്ക്കും നാശമുണ്ടായില്ല. വാസ്തവത്തിൽ അവിടെ നാട്ടുകാർ പട്ടിണി കിടന്ന് മരിക്കുകയായിരുന്നു. ക്യൂബാ എന്ന കൊച്ചു സോഷ്യലിസ്റ്റ് രാജ്യവും പിടിച്ചുനിന്നു. നമ്മൾ മാത്രം വീണുപോയി.

നമ്മളെ പരാജയപ്പെടുത്തിയത് ടാങ്കുകളും മിസൈലുകളുമല്ല, നമ്മളെ നശിപ്പിച്ചത് നമ്മുടെ തന്നെ വമ്പിച്ച കരുത്തും വിദ്യയുമാണ്. പാർട്ടിയും അതിന്റെ ആന്തരിക ഘടനയും ഉള്ളിൽനിന്നും ജീർണ്ണിക്കുകയായിരുന്നു. ഒരുപക്ഷേ, അതുകൊണ്ടായിരിക്കും ഇങ്ങനെയൊക്കെ സംഭവിച്ചത്. അദ്ദേഹം ചെയ്തതിന് അതും ഒരു കാരണമായിരുന്നിരിക്കാം.

മോർബോവിയയിലെ ഒരുൾനാടൻ ഗ്രാമത്തിലാണ് അദ്ദേഹം ജനിച്ചത്. നന്നേ ചെറുപ്പത്തിലേ അച്ഛനും അമ്മയും മരിച്ചുപോയി. ഒരു നാവിക സേനയിൽ പരിശീലനം നേടിക്കൊണ്ടിരിക്കേയാണ് യുദ്ധത്തിൽ പങ്കെടുക്കുന്നത്; ഒരു സന്നദ്ധ ഭടനായി. "വിജയദിവസം" അദ്ദേഹം ആശുപത്രിയിലായിരുന്നു. നാഡിഘടനയാകെ തളർന്നിരുന്നു. ശരീരഭാരം വെറും 38 കിലോഗ്രാമായി കുറഞ്ഞു. (മൗനം) വളരെയധികം പീഡിപ്പിക്കപ്പെട്ട, രോഗബാധിതനായ, ഏതാണ്ട് ജീവൻ നഷ്ടപ്പെട്ട ഒരു സൈന്യമാണ് യുദ്ധത്തിൽ വിജയം വരിച്ചത്. അദ്ദേഹം ആകെ അവശനായിരുന്നു. കലശലായ ചുമ ബാധിച്ചിരുന്നു. നട്ടെല്ലിന് കാര്യമായ ക്ഷതം സംഭവിച്ചിരുന്നു. കുടൽപുണ്ണ് ബാധിച്ചിരുന്നു. അതിനും പുറമെ സന്ധിവാതവും പിടിപ്പെട്ടിരുന്നു. നാടിന്റെ വിജയം... അങ്ങനെയാണ് ഞാൻ ഓർക്കുന്നത്.

അദ്ദേഹവും ഞാനും ഒരേ തലമുറക്കാരായിരുന്നു. യുദ്ധത്തിന്റെ നടുവിൽ ജീവിച്ചവരാണ് ഞങ്ങൾ. വെറും ഒരു നാവികസേനാനി എന്ന സ്ഥാനത്തുനിന്ന് മിലിട്ടറി പിരമിഡിന്റെ തുഞ്ചത്തേക്കദ്ദേഹം ഉയർന്നു. സോവിയറ്റ് ഭരണകൂടം അദ്ദേഹത്തിന് വേണ്ടതെല്ലാം നല്കി. പട്ടാളത്തിലെ ഏറ്റവും ഉന്നതപദവിയായ മാർഷൽ, ഹീറോസ് സ്റ്റാർ, ലെനിൻ പുരസ്കാരം അതെല്ലാം നല്കി അവർ ആദരിച്ചത് ഒരുൾനാടൻ ഗ്രാമത്തിലെ ഒരു കൃഷിക്കാരന്റെ മകനെയാണ് ഏതെങ്കിലും രാജകുമാരനേയോ, യുവരാജാവിനേയോ അല്ല. ആർക്കും അറിയാത്ത ഏതോ നാട്ടിൻപുറത്തുനിന്നു വന്നെത്തിയ കുട്ടി. അങ്ങനെയുള്ള ആയിരമായിരം പേർക്ക് യു.എസ്. എസ്.ആർ. അവസരങ്ങൾ നല്കി. ദരിദ്രരായ സാധാരണ ജനങ്ങൾ അദ്ദേഹവും തന്റെ സോവിയറ്റ് നാടിനെ അങ്ങേയറ്റം സ്നേഹിച്ചു, ആരാധിച്ചു.

> വാതിൽ മണിയടിച്ചു. അദ്ദേഹത്തിന്റെ ഒരു പരിചയക്കാരൻ കടന്നുവന്നു. ഇടനാഴിയിൽനിന്ന് രണ്ടുപേരും കുറെനേരം എന്തോ ചർച്ച ചെയ്തു. അദ്ദേഹം തിരിച്ചുവന്നപ്പോൾ മുഖഭാവത്തിൽനിന്നും ഞാൻ മനസ്സിലാക്കി. എന്തോ ഒന്ന് അദ്ദേഹത്തെ അസ്വസ്ഥനാക്കിയിരിക്കുന്നു. എന്നോടു സംസാരിക്കാൻ പഴയതുപോലെ ഉത്സാഹമില്ല, ഭാഗ്യം അതധികനേരം നീണ്ടുനിന്നില്ല. അദ്ദേഹം വീണ്ടും സംസാരം തുടർന്നു.

ഞങ്ങൾ ഒരുമിച്ചാണ് ജോലി ചെയ്തിരുന്നത്. ഞങ്ങളോടൊപ്പം ചേരാൻ ഞാൻ ക്ഷണിച്ചു. പക്ഷേ, അദ്ദേഹം നിരസിച്ചു. ഇതെല്ലാം പാർട്ടി രഹസ്യങ്ങളാണ്. പുറത്തുപറയാൻ പാടില്ലാത്തതാണ്. മറ്റുള്ളവരെ അറിയിച്ചിട്ടെന്തു

കാര്യം? (നിശ്ശബ്ദത) ഞാൻ അക്രോമിയേവിന്റെ സ്നേഹിതനായിരുന്നില്ല. എന്നാലും വർഷങ്ങളായി അടുത്തു പരിചയമുണ്ടായിരുന്നു. രാജ്യത്തെ സർവ്വനാശത്തിൽനിന്നും രക്ഷിക്കുക എന്ന കുരിശ് ചുമലിലേറ്റാൻ വേറെയാരുമുണ്ടായിരുന്നില്ല. അദ്ദേഹം മാത്രമേ അതിന് തയ്യാറായുള്ളൂ. ഞങ്ങളെപ്പോലെ ബാക്കിയുള്ളവർ സ്വന്തം പെൻഷൻ കാര്യങ്ങൾ ശരിപ്പെടുത്തുന്നതിലുള്ള തിരക്കിലായിരുന്നു. അതല്ല എങ്കിൽ ഗവൺമെന്റ് സ്ഥാനങ്ങൾ നഷ്ടപ്പെടാതെ മുറുകെ പിടിക്കാനുള്ള ബദ്ധപ്പാടിൽ. അതിനെക്കുറിച്ച് എന്തെങ്കിലും പറയാതിരിക്കാൻ വയ്യ.

ഗോർബച്ചേവ് അധികാരത്തിൽ വരുന്നതിനുമുമ്പ് നമ്മുടെ ആളുകൾ വളരെ അപൂർവമായേ അവരുടെ നേതാക്കന്മാരെ കണ്ടിരുന്നുള്ളൂ. സ്മാരകമന്ദിരങ്ങളുടെ വേദികളിൽ, രോമത്തൊപ്പികളിൽ മുഖം പകുതിയും മറച്ച്, കല്ലിൽ കൊത്തിയതുപോലെയുള്ള മുഖഭാവവുമായി. ഒരു തമാശ കേട്ടോളൂ, "പഴയ മസ്ക്റാറ്റുകളുടെ (ജലജീവിയായ ഒരുതരം എലി) രോമംകൊണ്ടുള്ള തൊപ്പി ഇപ്പോൾ കാണാതായതെന്തേ?" "അതോ, ഇവിടെ മസ്ക്റാറ്റുകളേക്കാൾ വേഗത്തിലാണ് നേതാക്കന്മാരുടെ എണ്ണം പെരുകുന്നത്" (അദ്ദേഹം ചിരിച്ചു) മറ്റു സ്ഥലങ്ങളിലുള്ളതിനേക്കാൾ അധികമായിരുന്നു ക്രെംലിനിലെ തമാശകൾ. അധികവും രാഷ്ട്രീയ ഫലിതങ്ങൾ. ഏറെയും സോവിയറ്റ് ഭരണത്തിനെതിരെ (മൗനം) പെരിസ്ട്രോയ്ക്കാ... കൃത്യമായി ഓർക്കുന്നില്ല. ആദ്യമായി ഞാൻ ആ വാക്കു കേട്ടത് വിദേശീയപത്രപ്രവർത്തകരിൽനിന്നാണ്. അന്ന് ഞാനും വിദേശത്തായിരുന്നു. ഇവിടെ, നാട്ടിൽ ഞങ്ങൾ പറയുമായിരുന്നത്, "വേദം കൂട്ടൽ" എന്നോ "ലെനിന്റെ മാർഗ്ഗം" എന്നോ ആയിരുന്നേനേ. എന്നാൽ വിദേശത്ത് ഗോർബച്ചേവ് വിടർന്നു വിലസുന്ന കാലമായിരുന്നു. ലോകം മുഴുവനും തന്നെ ഒരു "ഗോർബി മാനിയയിൽ" ആണ്ടുപോയ സമയം. ഇവിടെ നടക്കുന്ന സകലതിനേയും അവർ പെരിസ്ട്രോയ്കയുടെ പട്ടികയിൽ പെടുത്തി. എല്ലാ മാറ്റങ്ങളും അതായിരുന്നു. ഗോർബച്ചേവിനേയും കൊണ്ട് ഒരു മോട്ടോർവണ്ടി കടന്നുപോകുന്ന ഇടങ്ങളിലെല്ലാം അദ്ദേഹത്തെ കാണാൻ വഴിയോരത്ത് ജനങ്ങൾ തിങ്ങി നിന്നു. കുറച്ചൊന്നുമല്ല, ആയിരമായിരം പേർ. അവരുടെ മുഖങ്ങളിലെ കണ്ണീരും പുഞ്ചിരിയും ഒക്കെ ഞാൻ ഓർക്കുന്നു.

ജനങ്ങൾ ഞങ്ങളെ സ്നേഹിക്കാൻ തുടങ്ങി. കെ.ജി.ബി.യെക്കുറിച്ചുള്ള ഭയം തീർത്തും ഇല്ലാതായി. അതിലുമൊക്കെ പ്രധാനം, ആ ന്യൂക്ലിയർ ഭ്രാന്തിന് അവർ വിരാമമിട്ടു എന്നതാണ്. അതിന് നിശ്ചയമായും ലോകം മുഴുവൻ ഞങ്ങളോട് നന്ദിയുള്ളവരായിരിക്കും. എത്രയോ പതിറ്റാണ്ടുകളായി എല്ലാവരും ആണവയുദ്ധത്തെ ഭയന്നാണ് കഴിഞ്ഞിരുന്നത്. കുട്ടികളുടെ മനസ്സിൽപോലും ആ പേടിയുണ്ടായിരുന്നു. കിടങ്ങുകൾക്കുള്ളിൽ ഇറങ്ങിയിരുന്ന് പരസ്പരം നിരീക്ഷിക്കുക ഞങ്ങളുടെ പതിവായിരുന്നു. (നിശ്ശബ്ദത) പല യൂറോപ്യൻ രാജ്യങ്ങളിലും അവർ റഷ്യൻ ഭാഷ പഠിപ്പിക്കാൻ തുടങ്ങി. ഭക്ഷണശാലകളിൽ റഷ്യൻ വിഭവങ്ങൾ

നിരന്നു.... borschet, pelmeni (മൗനം) പത്തുവർഷത്തോളം ഞാൻ കാനഡയിലും യു.എസിലും ജോലി ചെയ്തു. ഗോർബച്ചേവിന്റെ ഭരണകാലത്താണ് ഞാൻ നാട്ടിലേക്ക് തിരിച്ചുവന്നത്. എല്ലാ കാര്യങ്ങളിലും പങ്കുവഹിക്കാനാഗ്രഹിക്കുന്ന ആത്മാർത്ഥതയും സത്യസന്ധതയുമുള്ള അനവധിപേരെ കാണുകയുണ്ടായി. ഇതിനുമുമ്പ് ഇതുപോലെയുള്ള ആളുകളെ കണ്ടത്, ഇത്രയും ഉത്സാഹത്തോടും ഉണർവോടും കൂടി, ഗഗാറിൻ ബഹിരാകാശത്തേക്ക് പറന്നപ്പോഴാണ്. പ്രത്യയശാസ്ത്രപരമായി പറയുമ്പോൾ ഗോർബച്ചേവിന് ധാരാളം സഹായികളുണ്ടായിരുന്നു. എന്നാൽ പ്രമുഖരായവരിൽ അങ്ങനെയുള്ളവർ വളരെ കുറവായിരുന്നു. സെൻട്രൽ കമ്മിറ്റിയിലും പ്രാദേശിക കമ്മിറ്റിയിലും അംഗങ്ങൾ അദ്ദേഹത്തെ വിളിച്ചിരുന്നത് “സുഖവാസകേന്ദ്ര സെക്രട്ടറി” എന്നായിരുന്നു. കാരണം, അവർ അദ്ദേഹത്തെ മോസ്കോയിലേക്ക് വിളിച്ചുകൊണ്ടുവന്നത് സ്റ്റാവ്റോപോളിൽ നിന്നായിരുന്നു. ജനറൽ സെക്രട്ടറിമാരും പോളിറ്റ് ബ്യൂറോ അംഗങ്ങളും സുഖവാസത്തിനു പോകുന്ന സ്ഥലമായിരുന്നു അത്.

ഗോർബച്ചേവിന്റെ മദ്യവിരോധ നയം അദ്ദേഹത്തിന് വേറെയും പേരുകൾ നേടിക്കൊടുത്തു. “മിനറൽ വാട്ടർ സെക്രട്ടറി” ... “പഴച്ചാറിന്റെ മകൻ”. അദ്ദേഹത്തിന്റെ ശരീരത്തിൽ പുരണ്ട അഴുക്കിന് കട്ടികൂടി വരികയായിരുന്നു. ലണ്ടൻ സന്ദർശനവേളയിൽ മാർക്സിന്റെ ശവകുടീരത്തിലേക്കു പോയില്ല. കേൾക്കാത്ത ഒരു കാര്യം തന്നെ. കാനഡയേ വാനോളം പുകഴ്ത്തിക്കൊണ്ടാണ് അവിടെനിന്നും തിരിച്ചുവന്നത്. “കാനഡയിൽ എന്തു സുഖമായിരുന്നു” എന്ന് പരസ്യമായി പറഞ്ഞു. ഇതു നന്ന്... അതു നന്ന്.... അവിടെ നല്ല സുഖം... അങ്ങനെയൊക്കെ പറഞ്ഞുകേട്ടാൽ ഇവിടെയുള്ളവർ അറിയില്ലേ? പലർക്കും അത് സഹിക്കാവുന്നതിലപ്പുറമായിരുന്നു. “മിഖായിൽ സെർജിവിച്ച്.... ഈ നാടും അതുപോലെയാകും, ഒരു നൂറുകൊല്ലം കഴിഞ്ഞാൽ” “നല്ല ശുഭാപ്തിവിശ്വാസംതന്നെ!” പറഞ്ഞുവരുമ്പോൾ ... ആളുകളെ ചൊടിപ്പിക്കുവാൻ അദ്ദേഹം എപ്പോഴും ശ്രമിച്ചിരുന്നു. (ചെറിയൊരു മൗനം)

ഞാനൊരു ലേഖനം വായിച്ചു. ജനാധിപത്യവാദി എന്ന് അവകാശപ്പെടുന്ന ഒരാൾ എഴുതിയത്. അദ്ദേഹം പറയുന്നത് നമ്മളടക്കമുള്ള യുദ്ധകാല തലമുറ കുറെയധികം കാലമായി അധികാരത്തിൽ തുടരുന്നുവെന്നാണ്. നമ്മൾ യുദ്ധം ജയിച്ചു. രാഷ്ട്രത്തെ പുനർനിർമ്മിച്ചു, അതിനുശേഷം നമ്മൾ സ്ഥാനമൊഴിയേണ്ടതായിരുന്നു. എന്തുകൊണ്ടെന്നാൽ, സമാധാനകാലത്ത് ജീവിക്കേണ്ടത് എങ്ങനെയെന്ന് നമുക്കൊരു രൂപവുമില്ല. അതുകൊണ്ടുതന്നെയാണ് നമ്മൾ ലോകരാഷ്ട്രങ്ങളുടെ പിറകിലായിപ്പോയത് (അദ്ദേഹം മുരണ്ടു) ഷിക്കാഗോ പയ്യന്മാർ* ഇളം ചുവപ്പു കാലുറകൾ ധരിച്ച ചെറുപ്പക്കാർ* നമ്മുടെ മഹത്തായ രാഷ്ട്രം എവിടെ

1. ഞെട്ടിപ്പിക്കുന്ന സാമ്പത്തിക പരിഷ്കാരങ്ങളെ പിൻതാങ്ങുന്നവർ
2. ഉദാരമായ സാമ്പത്തിക നയത്തെ പ്രോത്സാഹിപ്പിക്കുന്നവർ

പ്പോയി? ഇതൊരു യുദ്ധമായിരുന്നെങ്കിൽ തീർച്ചയായും നമ്മൾ ജയി ച്ചേനേ! അതെ... ഇതൊരു യുദ്ധമായിരുന്നുവെങ്കിൽ.... (ശാന്തത വീണ്ടെ ടുക്കാൻ അദ്ദേഹത്തിന് കുറച്ചധികം സമയം വേണ്ടിവന്നു)

ഗോർബച്ചേവ് ജനറൽ സെക്രട്ടറി എന്ന നിലവിട്ട് കൂടുതൽ കൂടുതൽ ഒരു സുവിശേഷപ്രസംഗകന്റെ നിലയിലേക്ക് മാറുകയായിരുന്നു. അദ്ദേഹം ഒരു ടെലിവിഷൻ താരമായിത്തീർന്നു. അധികം താമസിയാതെ അദ്ദേഹത്തിന്റെ സുവിശേഷ പ്രസംഗങ്ങൾ എല്ലാവർക്കും മടുക്കാൻ തുടങ്ങി. "ലെനിനിലേക്ക് ഒരു തിരിച്ചുപോക്ക്", "വികസിത സോഷ്യലി സത്തിലേക്ക് ഒരെടുത്തുചാട്ടം", ഈ വക പ്രയോഗങ്ങൾ കേട്ട് ആളു കൾ അമ്പരന്നു. നമ്മൾ ഇത്രനാളും കെട്ടിപ്പടുത്തത് എന്തായിരുന്നു? വേണ്ടത്ര വികസനമില്ലാത്ത സോഷ്യലിസമോ? വാസ്തവത്തിൽ നമ്മു ടേതായിട്ടുള്ളതെന്താണ്? (മൗനം) ഓർക്കുന്നു. വിദേശ രാജ്യങ്ങളിൽ കണ്ട ഗോർബച്ചേവ് വേറൊരു തരക്കാരനായിരുന്നു. നാട്ടിലെ ഗോർബച്ചേവു മായി യാതൊരു സാമ്യവുമുണ്ടായിരുന്നില്ല. അവിടെ അദ്ദേഹം വളരെ സ്വതന്ത്രനായിരുന്നു. തന്റെ വികാരങ്ങൾ വളരെ വ്യക്തമായി അദ്ദേഹം ചിട്ടപ്പടി കളിക്കുകയായിരുന്നു. വരച്ച വരയിൽ കൂടി മാത്രം നടക്കുക യായിരുന്നു. ഈ വക സംഗതികൾ അദ്ദേഹം ഒരു ദുർബലനാണെന്ന തോന്നലുളവാക്കി. വെറുതെ പൊള്ളയായി പലതും പറയുന്ന ഒരാൾ എന്നാൽ യഥാർത്ഥത്തിൽ അദ്ദേഹം ദുർബലനായിരുന്നില്ല. ഭീരുവുമാ യിരുന്നില്ല. അദ്ദേഹം കൗശലക്കാരനായ, ബുദ്ധിപൂർവ്വം സംഗതികൾ വില യിരുത്തുന്ന ഒരു രാഷ്ട്രീയ നേതാവായിരുന്നു. എന്തുകൊണ്ടാണ് വ്യത്യ സ്തരായ രണ്ടു ഗോർബച്ചേവുകളുണ്ടായത്? വിദേശത്തെപോലെ സ്വദേ ശത്തും എല്ലാം തുറന്നു പറയുവാൻ തയ്യാറായിരുന്നുവെങ്കിൽ, ഇവി ടത്തെ പ്രമാണികൾ അദ്ദേഹത്തെ പച്ചയോടെ പിച്ചിച്ചീന്തി തിന്നേനേ. അതല്ലാതേയും ഒരു കാരണമുണ്ട്. അദ്ദേഹം എനിക്ക് തോന്നുന്നത് - ഏറെക്കാലം മുമ്പുതന്നെ ഒരു കമ്മ്യൂണിസ്റ്റ് അല്ലാതായിക്കഴിഞ്ഞിരുന്നു എന്നാണ്. അദ്ദേഹത്തിന് കമ്മ്യൂണിസത്തിലുള്ള വിശ്വാസം നഷ്ടപ്പെട്ടി രുന്നു. രഹസ്യമായി അല്ലെങ്കിൽ ഉപബോധമനസ്സിൽ താനൊരു സോഷ്യൽ ഡെമോക്രാറ്റ് ആയി മാറിയിരുന്നു. അതദ്ദേഹം പരസ്യമാ ക്കിയിരുന്നില്ല. എന്നാലും പലർക്കും അറിയാവുന്ന കാര്യമായിരുന്നു. മോസ്കോ സർവകലാശാലയിൽ പഠിക്കുമ്പോൾ, യുവവിദ്യാർത്ഥിയാ യിരിക്കേ അദ്ദേഹം അലക്സാണ്ടർ ഡ്യൂബേക്കിന്റെ സഹചാരിയായി രുന്നു. പ്രാഗ്‌വസന്തിന്റെ നേതാവായിരുന്ന അലക്സാണ്ടർ ഡ്യൂബേക് തന്നെ. അദ്ദേഹത്തിന്റെ സുഹൃത്തായിരുന്നു. മീനേർ തന്റെ ഓർമ്മക്കുറി പ്പുകളിൽ എഴുതിയിട്ടുണ്ട്. യൂണിവേഴ്സിറ്റിയിൽവെച്ച് അവർ രണ്ടുപേരും 20-ാം പാർട്ടി കോൺഗ്രസ്സിൽ* ക്രൂഷ്ചേവ് ചെയ്ത പ്രസംഗം വായിച്ച്

* 1956 ഫെബ്രുവരിയിലായിരുന്നു സ്റ്റാലിന്റെ ഏകാധിപത്യത്തെ കഠിനമായി വിമർശിച്ചുകൊണ്ട് ക്രൂഷ്ചേവ് പ്രസംഗിച്ചത്. അതുകേട്ട് പ്രമുഖനേതാ ക്കന്മാർ മാത്രമല്ല, സോവിയറ്റ് യൂണിയൻ മുഴുവൻ നടുങ്ങുകയുണ്ടായി.

കേട്ട് ഞെട്ടിത്തെറിച്ചുവെന്ന്. ഒരു സ്വകാര്യപാർട്ടി യോഗത്തിലായിരുന്നു ആ വായന. അസ്വസ്ഥമായ മനസ്സോടെ അവർ രണ്ടുപേരും അന്നുരാത്രി മുഴുവൻ മോസ്കോ തെരുവുകളിലൂടെ നടന്നുവത്രെ. രാവിലെ "ലെനിൻ ഹിൽസി"ൽ വെച്ച് അവർ ശപഥം ചെയ്തു. സ്റ്റാലിനിസ*ത്തിന് എതിരായി പോരാടാൻ തങ്ങളുടെ ജീവിതം സമർപ്പിക്കുമെന്ന്. അവർക്കുമുമ്പ് റെറ്റിസെനും, ഒഗറീവും ശപഥം ചെയ്തതുപോലെ. യഥാർത്ഥത്തിൽ അതാണ് പെരിസ്ട്രോയ്ക്കയുടെ മൂലം. ക്രൂഷ്ചേവിന്റെ "ഉരുകലിൽ" നിന്നാണ് അത് തുടങ്ങിയത്.

ഈ വിഷയം നമ്മൾ നേരത്തെ സംസാരിച്ചതാണ് സ്റ്റാലിൻ മുതൽ ബ്രഷ്നേവ് വരെ നമ്മുടെ നാട്ടിലുണ്ടായിരുന്ന നേതാക്കന്മാരെല്ലാവരും യുദ്ധത്തിൽ നേരിട്ടു പങ്കെടുത്തിട്ടുള്ളവരായിരുന്നു. ആ ഭയാനക സംഭവങ്ങളിലൂടെ കടന്നുവന്നിട്ടുള്ളവരായിരുന്നു. ഹിംസാത്മകമായ സാഹചര്യങ്ങളിലൂടെ രൂപപ്പെട്ടതാണ് അവരുടെ മനോഭാവം. ഒരു നിമിഷം ഒഴിയാതെ ഭയത്തിന്റെ നിഴലിൽ കഴിയേണ്ടി വന്ന കാലം. 1941 അവരെങ്ങനെ മറക്കാൻ? സോവിയറ്റ് സൈന്യം തീർത്തും നാണംകെട്ട് മോസ്കോയിലേക്ക് പിൻവാങ്ങി. പട്ടാളക്കാർ ഏതാണ്ട് വെറും കൈയോടെയാണ് പടയ്ക്കു പറഞ്ഞയയ്ക്കപ്പെട്ടത്. "ശത്രുവിനെ കീഴടക്കി ആയുധങ്ങൾ കരസ്ഥമാക്കണം" എന്നായിരുന്നു നിർദ്ദേശം. അവർ ആരും സൈനികരുടെ എണ്ണം കണക്കാക്കിയിരുന്നില്ല. വെടിയുണ്ടകളുടെ എണ്ണമാണ് കൃത്യമായി തിട്ടപ്പെടുത്തിയിരുന്നത്. സംഗതി നമുക്കു മനസ്സിലാക്കാവുന്നതേയുള്ളൂ. അതിൽ യുക്തിയുമുണ്ട്. ഈ തരം ഓർമ്മകളുമായി ജീവിക്കേണ്ടിവന്നവർ സ്വാഭാവികമായും വിശ്വസിച്ചു. ശത്രുവിനെ പരാജയപ്പെടുത്താൻ നമുക്ക് കൂടുതൽ കൂടുതൽ ടാങ്കുകളും. ഫൈറ്റർ ജറ്റുകളുമാണ് ആവശ്യം എന്ന്. അതെത്രയും കൂടുതലുണ്ടോ അത്രയും നല്ലത്. അങ്ങനെ റഷ്യയിലും അമേരിക്കയിലും ആയുധങ്ങൾ കുന്നുകൂടി. പരസ്പരം നശിപ്പിക്കാൻ ആവശ്യമുള്ളതിനേക്കാൾ ഒരായിരം മടങ്ങ് അധികം. എന്നിട്ടും അവർ കൂടുതൽ കൂടുതൽ ഉത്പാദിപ്പിച്ചുകൊണ്ടിരുന്നു. അതിനുശേഷം പുതിയൊരു തലമുറ രംഗപ്രവേശം ചെയ്തു.

ഗോർബച്ചേവിന്റെ സംഘം മുഴുവൻ, യുദ്ധശേഷം വളർന്നുവന്ന ഒരു തലമുറയായിരുന്നു. യുദ്ധവർഷങ്ങളിൽ ചെറിയ കുട്ടികളായിരുന്നവർ, സമാധാനത്തിന്റെ സന്തോഷം മനസ്സുകൊണ്ട് നുണഞ്ഞറിഞ്ഞവർ. മാർഷൽ സുവോവ് ഒരു വെള്ള കുതിരപ്പുറത്തിരുന്ന് വിജയദിവസത്തെ പരേഡിന്റെ മേൽനോട്ടം നിർവഹിക്കുന്നു. അത് ഒരു പുതിയ തലമുറയായിരുന്നു. തികച്ചും പുതിയൊരു തലമുറ. മുൻതലമുറയ്ക്ക് യൂറോപ്പിനേയും അമേരിക്കയേയും വിശ്വസിക്കാനായില്ല. പാശ്ചാത്യ നാടുകളെ

* 1840ൽ അവർ റഷ്യയുടെ സ്വാതന്ത്ര്യത്തിനുവേണ്ടി തങ്ങളുടെ ജീവിതം സമർപ്പിക്കുമെന്നു ശപഥം ചെയ്തു. ആ കാലത്ത് "ലെനിൻ ഹിൽസി"ന്റെ പേര് സ്പാരോ ഹിൽസ് എന്നായിരുന്നു. ഒഗാറീവ് ഒരു യുവകവിയായിരുന്നു, ഹെർസെ തത്ത്വചിന്തകനായ ഒരു എഴുത്തുകാരനും.

തങ്ങളുടെ ശത്രുവായാണ് അവർ കണ്ടത്. എന്നാൽ യുവതലമുറ പാശ്ചാത്യ രീതിയിലുള്ള ജീവിതത്തിനായി വെമ്പൽകൊള്ളുകയായിരുന്നു. ഗോർബച്ചേവ് എപ്പോഴും മുതിർന്ന തലമുറയെ പരിഹസിച്ചു. അദ്ദേഹത്തിന്റെ "ആണവായുധമുക്തമായ ലോകം" തുടങ്ങിയ പ്രയോഗങ്ങൾ പഴയ തലമുറയെ വല്ലാതെ അസ്വസ്ഥരാക്കി. യുദ്ധാനന്തരം രൂപകൊണ്ട "ഭയത്തിന്റെ സന്തുലിതാവസ്ഥ" എന്ന സിദ്ധാന്തവും അവർക്ക് രുചിച്ചില്ല. ആണവ യുദ്ധത്തിനുശേഷം, ജേതാക്കൾ എന്നുപറയാൻ ഒരാളും അവശേഷിക്കില്ലെന്ന് ഗോർബച്ചേവ് ആവർത്തിച്ചു. അങ്ങനെയാണ് സേനാബലം കുറയ്ക്കാനും രാജ്യരക്ഷാചെലവുകൾക്ക് നിയന്ത്രണമേർപ്പെടുത്താനും തുടങ്ങിയത്. ഒന്നാന്തരം ആയുധനിർമ്മാണശാലകൾക്ക് പാത്രങ്ങളും പഴച്ചാറുകൾ ഉണ്ടാക്കുന്ന ഉപകരണങ്ങളും ഉത്പാദിപ്പിക്കാൻ നിർദ്ദേശം നല്കി. ഇനിയുണ്ടാകാൻ പോകുന്നത് ഇങ്ങനെയൊക്കെയായിരിക്കുമോ? ഏറ്റവും ഉയർന്ന സൈനിക ഉദ്യോഗസ്ഥന്മാർ രാഷ്ട്രീയമായി ഭരണം നടത്തുന്ന പ്രധാനികളുമായി കടുത്ത സംഘർഷത്തിലായ ഒരു സമയമുണ്ടായിരുന്നു. വൈരം വിശേഷിച്ചും ജനറൽ സെക്രട്ടറിയുടെ നേരെയായിരുന്നു. കിഴക്കൻ രാഷ്ട്രങ്ങൾ നഷ്ടപ്പെട്ടത്, യൂറോപ്പിൽനിന്നും പിൻവാങ്ങേണ്ടിവന്നത് ഇതിനൊന്നും ഗോർബച്ചേവിന് അവർക്ക് മാപ്പ് കൊടുക്കാനായില്ല. വിശേഷിച്ചും ജർമ്മൻ ഡെമോക്രാറ്റിക് റിപ്പബ്ലിക്കിൽനിന്നും പിൻവാങ്ങിയത്. ഗോർബച്ചേവിന്റെ കണക്കുകൂട്ടലിന്റെ പോരായ്മ ചാൻസലർ കോളിനെ ഞെട്ടിക്കുകതന്നെ ചെയ്തു. യൂറോപ്പിൽനിന്നും പിൻവാങ്ങാനായി ഭീമമായ ഒരു തുക നമുക്കു തരാൻ അവർ തയ്യാറായിരുന്നു. പക്ഷേ, അദ്ദേഹം നിരസിച്ചു. അദ്ദേഹത്തിന്റെ ശുദ്ധഗതി ആരേയും അമ്പരപ്പിക്കുന്നതായിരുന്നു. റഷ്യക്കാരുടെ ലാളിത്യം. അത്രത്തോളം ലോകം തന്നെ സ്നേഹിക്കണമെന്ന് അദ്ദേഹം ആഗ്രഹിച്ചു. ഫ്രാൻസിലെ ഹിപ്പികൾ തന്റെ മുഖചിത്രമുള്ള ടീ ഷർട്ടുകൾ ധരിച്ചു നടക്കുക. നമ്മുടെ രാജ്യത്തിന്റെ നിസ്സാര താത്പര്യങ്ങളുടേയും ലജ്ജയില്ലായ്മയുടേയും പ്രതിനിധിയായി ഗോർബച്ചേവ്. സൈന്യം റഷ്യൻ കാടുകളിലേക്കും വയലുകളിലേക്കും പിൻവാങ്ങാൻ നിർബന്ധിതരായി. ഉദ്യോഗസ്ഥന്മാരും ഭടന്മാരും ഒരുപോലെ കൂടാരങ്ങൾ കെട്ടി താമസിച്ചു. ചിലർ മൺകുടിലുകളിലും പെരിസ്ട്രോയ്ക്കാ അതൊരു യുദ്ധം പോലെയായിരുന്നു. നവോത്ഥാനമായിരുന്നില്ല.

അമേരിക്കയും സോവിയറ്റ് യൂണിയനുമായി നടന്ന നിരായുധീകരണ ചർച്ചകൾക്കിടയിൽ, അമേരിക്കയ്ക്ക് എപ്പോഴും തങ്ങളാവശ്യപ്പെട്ടത് നേടിയെടുക്കാൻ കഴിഞ്ഞു. അക്രോമിയേവിന്റെ പുസ്തകത്തിൽ – "ഒരു സൈന്യാധിപന്റേയും നയതന്ത്രജ്ഞന്റേയും കണ്ണുകളിലൂടെ" ഒക്കെ മിസൈലിനെ കുറിച്ചു നടന്ന ചർച്ചകൾ അദ്ദേഹം വിവരിക്കുന്നുണ്ട്. പാശ്ചാത്യദേശത്ത് അതറിയപ്പെട്ടിരുന്നത് SS 23 എന്ന പേരിലാണ്. അത് തികച്ചും പുതിയൊരു മിസൈലായിരുന്നു. മറ്റൊരു രാജ്യത്തിനും

അങ്ങനെയൊന്ന് ഉണ്ടായിരുന്നില്ല. അതു നശിപ്പിക്കാനായിരുന്നു അമേരിക്കയുടെ ഉദ്ദേശ്യം. എന്തായാലും അത് ആ ഒത്തുതീർപ്പിന്റെ വ്യവസ്ഥകളിൽ ഉൾപ്പെട്ടിരുന്നില്ല. ഉടമ്പടികളിലുണ്ടായിരുന്നത് 1000 ഉം 5500 ഉം കിലോമീറ്റർ വൃത്തപരിധിയിൽ പ്രവർത്തിക്കുന്ന ഇടത്തരം ശക്തിയുള്ള മിസൈലുകളായിരുന്നു. അതിനു താഴെ 500 കി.മീ. മുതൽ 1000 കി.മീ. പരിധിക്കുള്ളിൽ പ്രയോഗിക്കാവുന്ന ചെറിയ മിസൈലുകളും. ഒകായുടെ പ്രവർത്തനപരിമിതി 400 കി.മീ ആയിരുന്നു. സോവിയറ്റ് ജനറൽ സ്റ്റാഫ് ഒരു നിർദ്ദേശം അമേരിക്കയുടെ മുമ്പിൽവെച്ചു. "ഒരു കാര്യം ചെയ്യാം. രണ്ടു കൂട്ടർക്കും നഷ്ടമുണ്ടാവാത്ത വിധത്തിൽ 500 കി.മീ. പരിധിക്കു പകരം നമുക്ക് 400 കി.മീ. റിൽ നിന്നും തുടങ്ങാം. അങ്ങനെ വരുമ്പോൾ അമേരിക്കക്കാർക്ക് അവരുടെ ഏറ്റവും പുതിയ ലാൻഡ് മിസൈലുകൾ ഉപേക്ഷിക്കേണ്ടിവരും. അതിന്റെ പരിധി 450 കി.മീറ്ററിനും 470 കി.മീറ്ററിനും ഇടയ്ക്കായിരുന്നു. യുദ്ധതന്ത്രങ്ങൾക്കു പിറകിൽ, മിലിട്ടറി പോലും അറിയാതെ ഗോർബച്ചേവ് വ്യക്തിപരമായ ഒരു തീരുമാനമെടുത്തു. ഒകാ മിസൈലുകൾ നശിപ്പിക്കാൻ. അപ്പോഴാണ് അക്രോമിയേവ് അദ്ദേഹത്തിന്റെ ഏറ്റവും പ്രസിദ്ധമായ പ്രസ്താവന ഇറക്കിയത്. "അതിനെപ്പറ്റി പറയുമ്പോൾ ഒരു കാര്യംകൂടി നമ്മൾ ഓർമ്മവെക്കേണ്ടതുണ്ട്. നിഷ്പക്ഷ രാജ്യമായ സ്വിറ്റ്സർലണ്ടിൽ രാഷ്ട്രീയ അഭയത്തിനായി അപേക്ഷിക്കണം. പിന്നീടൊരിക്കലും സ്വന്തം നാട്ടിലേക്ക് തിരിച്ചു വരരുത്." അത് സ്വന്തം ജീവിതം ഉഴിഞ്ഞുവെച്ചത് ഏതൊന്നിന്റെ നിർമ്മാണത്തിനു വേണ്ടിയാണോ, അതിന്റെ നാശത്തിൽ പങ്കാളിയാവാൻ അദ്ദേഹം ആഗ്രഹിച്ചില്ല. (മൗനം) ധ്രുവീകരണം എന്നത് അതോടെ ലോകത്തിലില്ലാതായി. ലോകം അമേരിക്കയുടേത് മാത്രമായി. നമ്മൾ ദുർബലരായി. പാതയോരങ്ങളിലേക്ക് തള്ളപ്പെട്ടു. പരാജയപ്പെട്ട ഒരു മൂന്നാംകിട രാഷ്ട്രമായി. രണ്ടാം ലോകമഹായുദ്ധം നമ്മൾ ജയിച്ചു. എന്നാൽ മൂന്നാം ലോകയുദ്ധത്തിൽ നമ്മൾ തോല്പിക്കപ്പെട്ടു. (നിശ്ശബ്ദത) അദ്ദേഹത്തിന് ഇത് ഒരു നിലയ്ക്കും സഹിക്കാവുന്നതായിരുന്നില്ല.

1989 ഡിസംബർ 14-ാം തിയതി.. അന്നായിരുന്നു സക്കറോവിന്റെ ശവമടക്കൽ. മോസ്കോ തെരുവുകളിൽ ആയിരക്കണക്കിനാളുകൾ വന്നുകൂടി. പൊലീസിന്റെ കണക്കുപ്രകാരം എഴുപതിനായിരത്തിനും ഒരു ലക്ഷത്തിനും ഇടയിലുള്ള ജനക്കൂട്ടം. ശവപ്പെട്ടിയുടെ തൊട്ടരികിലായി യെത്സിനും, ഡോബ്ചാക്കും സ്നാറോവോയ്റ്റോവ്*യും അന്ന് റഷ്യയിലെ അമേരിക്കൻ കോൺസലായിരുന്ന ജാക് മാറ്റ്ലോക് തന്റെ സ്മരണകളിൽ ഇങ്ങനെ എഴുതിയിരിക്കുന്നു. സാക്കറോവ് "റഷ്യൻ

* റഷ്യൻ രാഷ്ട്രീയ പ്രവർത്തക, ജനാധിപത്യ പരിഷ്കാരങ്ങൾക്കായി പ്രവർത്തിച്ചു. 1998ൽ യെത്സിന്റെ ഭരണകാലത്ത് സ്വന്തം വസതിയിൽ വെച്ച് കൊല്ലപ്പെട്ടു

വിപ്ലവത്തിന്റെ ഒരു പ്രതീകമായിരുന്നു" "രാജ്യത്തെ ഏറ്റവും പ്രധാനപ്പെട്ട വിമതനു"മായിരുന്നു. അങ്ങനെയിരിക്കെ, ഈ മൂന്നുപേരുടെ സാന്നിദ്ധ്യം അവിടെ പ്രതീക്ഷിക്കപ്പെട്ടതായിരുന്നു. എന്നാൽ തനിക്കദ്ഭുതം തോന്നിയത് ഈ കൂട്ടത്തിൽ പൂർണ്ണ മിലിറ്ററി യൂണിഫോം ധരിച്ച് ഒതുങ്ങിനില്ക്കുന്ന മാർഷൽ അക്രോമിയേവിനെ കണ്ടപ്പോഴാണ്. സാക്കറോവ് ജീവിച്ചിരിക്കേ രണ്ടുപേരും ശത്രുക്കളായിരുന്നു. ഒരിക്കലും യോജിച്ചു പോകാനാവാത്തവിധം കടുത്ത ശത്രുത. (അദ്ദേഹം വീണ്ടും ആലോചനയിലാണ്ടു). എന്നിട്ടും അക്രോമിയേവ് അന്ത്യോപചാരങ്ങളർപ്പിക്കാനായി വന്നു. അദ്ദേഹമല്ലാതെ വേറൊരാളും ക്രെംലിനിൽ നിന്നു വന്നിരുന്നില്ല. ജനറൽ സ്റ്റാഫിന്റെ കൂട്ടത്തിൽനിന്നും ആരുമുണ്ടായിരുന്നില്ല.

....അവർ കുറച്ചൊരു വിട്ടുവീഴ്ച അനുവദിച്ചിരുന്നു. ഇടത്തരക്കാരായ പൗരന്മാർ അവരുടെ കൂടുകളിൽനിന്നം പുറത്തുവരാൻ തുടങ്ങി. ധനമോഹം തീരെയില്ലാത്ത അക്രോമിയേവിനെ പോലെയുള്ള ഒരു വൈരാഗിക്ക് അത് കനത്ത ഒരടിയായിരുന്നു. അത് നേരിട്ട് ഹൃദയത്തിൽ കൊള്ളുകയും ചെയ്തു. സോവിയറ്റ് യൂണിയൻ മുതലാളിത്തത്തിന്റെ പിടിയിലാവുക, അദ്ദേഹത്തിന് സങ്കല്പിക്കാനായില്ല. നമ്മുടെ സോവിയറ്റ് ജനത നമ്മുടെ സോവിയറ്റ് ചരിത്രം (നിശ്ശബ്ദനായി) എന്റെ കൺമുമ്പിലിപ്പോഴുമുണ്ട് വിളറി വെളുത്ത ഒരു യുവതിയുടെ മുഖം. തന്റെ എട്ടംഗ കുടുംബത്തോടൊപ്പം അക്രോമിയേവ് പാർത്തിരുന്ന സർക്കാർ വക പാർപ്പിടത്തിനു ചുറ്റും അവർ ഒച്ചവെച്ചുകൊണ്ട് ഓടുകയായിരുന്നു. "കണ്ടോളൂ.... കണ്ടോളൂ... രണ്ട് റഫ്രിജറേറ്ററുകളും രണ്ട് ടെലിവിഷനുകളും. ഇത്രയൊക്കെ സ്വന്തം വീട്ടിൽ സൂക്ഷിക്കുന്ന ഈ മാർഷൽ അക്രോമിയേവ് ആരാണ്?" ഇന്ന് എല്ലാവരും നിശ്ശബ്ദരാണ്. ആരും എത്തിനോക്കുന്നില്ല പഴയകാലത്ത് നിലവിലുണ്ടായിരുന്ന ബംഗ്ലാവുകൾക്കും ഫ്ളാറ്റുകൾക്കും കാറുകൾക്കും മറ്റാനുകൂല്യങ്ങൾക്കുമുള്ള കൃത്യമായ ചിട്ടകൾ ഒക്കെ ഇപ്പോൾ ലംഘിക്കപ്പെട്ടിരിക്കുന്നു. ആഡംബരക്കാറുകൾ, പാശ്ചാത്യ നാടുകളിലേതുപോലെയുള്ള ഓഫീസ് ഉപകരണങ്ങളും സാമഗ്രികളും... ഇപ്പോൾ എല്ലാവരും ഒഴിവുകാലമാസ്വദിക്കുന്നത് ക്രിമിയയിലല്ല, ഇറ്റലി പോലെയുള്ള വിദേശ രാജ്യങ്ങളിലാണ്. ഞങ്ങളുടെ കാലത്ത് ഓഫീസുകളിൽ സോവിയറ്റ് സാധനസാമഗ്രികളായിരുന്നു. ഞങ്ങൾ ഓടിച്ചിരുന്നത് സോവിയറ്റ് കാറുകളായിരുന്നു. സോവിയറ്റ് സ്യൂട്ടും ബൂട്ടുകളുമാണ് ഞങ്ങൾ ധരിച്ചിരുന്നത്. ഖനിത്തൊഴിലാളികലുടെ കുടുംബമായിരുന്നു, ക്രൂഷ്ചേവിന്റേത്. കോഡിജ*ന്റെ അച്ഛനമ്മമാർ കൃഷിക്കാരായിരുന്നു. നേരത്തെ പറഞ്ഞതുപോലെ അവരെല്ലാവരും മുന്നണിയിൽ യുദ്ധം ചെയ്തവരായിരുന്നു. ശരിയാണ്, അവരുടെ ജീവിതാനുഭവങ്ങൾ ഒരു

* (1904–1980) സോവിയറ്റ് ഗവണ്മെന്റിന്റെ തലവൻ. കൗൺസിൽ ഓഫ് മിനിസ്റ്റേഴ്സിന്റെ ചെയർമാൻ – 1964–1980

നിലയ്ക്കു നോക്കിയാൽ വളരെ പരിമിതമായിരുന്നു. ബഹുജനങ്ങൾ മാത്ര മല്ല, നേതാക്കന്മാരും ജീവിച്ചിരുന്നത് ഇരുമ്പുമറയ്ക്കു പിറകിലായിരുന്നു. ഞങ്ങളെല്ലാവരും ജീവിച്ചിരുന്നത് ഒരു മീൻ കുളത്തിലായിരുന്നു (മൗനം) സന്ദർഭവശാൽ പറയട്ടെ... യുദ്ധത്തിനുശേഷം മാർഷൽ ഷുക്കോവിന്റെ ജീവിതത്തിലുണ്ടായ മാറ്റം, അധികാരസ്ഥാനങ്ങളിൽ നിന്നുമുള്ള പതനം അതിനുകാരണം അദ്ദേഹത്തിന്റെ ഉയർച്ചയിൽ സ്റ്റാലിനു തോന്നിയ അസൂയ മാത്രമായിരുന്നില്ല, അദ്ദേഹത്തിന്റെ ഔദ്യോഗിക വസതിയിൽ നിന്നും അവർ കണ്ടെടുത്ത ജർമ്മൻ പരവതാനികളും ഗൃഹോപകരണ ങ്ങളും വേട്ടയ്ക്കുപയോഗിക്കുന്ന തോക്കുകളും മറ്റുമായിരുന്നു. രണ്ടു കാറുകളിൽ നിറയ്ക്കാവുന്ന സാധനങ്ങളേ എല്ലാം കൂടിയുണ്ടായിരു ന്നുള്ളൂ. എന്നാലും ഒരു ബോൾഷെവിക്കിന്റെ (കടുത്ത കമ്മ്യൂണിസ്റ്റ്) അത്രയൊക്കെ ആഡംബരവസ്തുക്കൾ പാടുള്ളതല്ല. ഇക്കാലത്ത് അതൊക്കെ പരിഹാസ്യമായി തോന്നാം. (മൗനം) ഗോർബച്ചേവിനും ആഡംബരങ്ങളിൽ താത്പര്യമുണ്ടായിരുന്നു. ഫോറോസിൽ അദ്ദേഹ ത്തിനുവേണ്ടി അവർ ഇറ്റാലിയൻ മാർബിൾകൊണ്ട് ഒരു ബംഗ്ലാവ് പണിതു. ജർമ്മൻ ഇഷ്ടികകൾ കൊണ്ട് അടുക്കളപ്പുറം. മുറ്റത്ത് വിരി ക്കാൻ ബൾഗേറിയയിൽനിന്നും കൊണ്ടുവന്ന മണൽ. പാശ്ചാത്യനാടു കളിലെ ഒരു രാഷ്ട്രീയ നേതാവിനും ഇങ്ങനെയൊരു പാർപ്പിടം ഉണ്ടാ യിരിക്കാൻ വഴിയില്ല. ഗോർബച്ചേവിന്റെ ബംഗ്ലാവ്... സ്റ്റാലിനുവേണ്ടി ക്രിമിയയിൽ പണിത ഒഴിവുകാല വസതിയെ വെറും ഒരു സാധാരണ പുരയാക്കി. ജനറൽ സെക്രട്ടറിമാർ കാലത്തിനൊപ്പം മാറി. അവരുടെ ഭാര്യമാരും കാലോചിതമായ മാറ്റങ്ങൾ സ്വീകരിച്ചു. കമ്മ്യൂണിസത്തിനു വേണ്ടി നിലകൊണ്ടവരാരാണ്? സർവ്വകലാശാലയിലെ പ്രൊഫസർമാരല്ല, കേന്ദ്രകമ്മിറ്റിയിലെ സെക്രട്ടറിമാരുമല്ല. പകരം അതുചെയ്തത് ലെനിൻ ഗ്രാഡിലെ കെമിസ്ട്രി ടീച്ചറെപ്പോലെയുള്ള നീന ആൻഡ്രീയീവയെ പോലുള്ളവരാണ്. കമ്മ്യൂണിസത്തിന്റെ നിലനില്പിനായി അവർ സ്വന്തം ജീവിതം മാറ്റിവെച്ചു. "എനിക്കെന്റെ ആദർശങ്ങളെ തള്ളിക്കളയാനാ വില്ല..." അവരെഴുതിയ ആ ലേഖനം വലിയ ഒച്ചപ്പാടുണ്ടാക്കി. അക്രോ മിയേവും ധാരാളം എഴുതി, പ്രസംഗിച്ചു. അദ്ദേഹം എന്നോടു പറയുക യുണ്ടായി... "നമുക്ക് തിരിച്ച് പൊരുതണം" അവർ അദ്ദേഹത്തെ നേരിട്ടു വിളിച്ചു ഭീഷണിപ്പെടുത്തി. അഫ്ഗാൻ യുദ്ധങ്ങളുടെ പേരിൽ അദ്ദേഹം യുദ്ധക്കുറ്റവാളിയാണെന്ന് നിന്ദിച്ചു. യഥാർത്ഥത്തിൽ അദ്ദേഹം അഫ്ഗാൻ യുദ്ധത്തിനെതിരായിരുന്നുവെന്ന് വളരെ കുറച്ചുപേർക്കു മാത്രമേ അറിയാമായിരുന്നുള്ളൂ.

കാബൂളിൽനിന്നും വൈരമോ അതുപോലെയുള്ള അമൂല്യമായ രത്ന ങ്ങളോ ഒന്നും നാട്ടിലേക്കു കൊണ്ടുവന്നില്ല. മറ്റു ജനറൽമാരെപോലെ നാഷണൽ മ്യൂസിയത്തിലെ പെയിന്റിങ്ങുകളും കാബൂളിൽനിന്നും കടത്തിയില്ല. പത്രമാദ്ധ്യമങ്ങളിലൂടെ അവർ അദ്ദേഹത്തെ സദാ ആക്ര മിച്ചുകൊണ്ടിരുന്നു. "പുതിയ ചരിത്രകാരന്മാരുടെ' വഴിമുടക്കി എന്നു

കുറ്റപ്പെടുത്തി. നമുക്ക് ഒന്നും തന്നെ ഉണ്ടായിരുന്നില്ല എന്ന് തെളിയിക്കാനായിരുന്നു അവരുടെ ശ്രമം. നമ്മുടെ ഭൂതകാലം വെറുമൊരു തരിശുഭൂമിയാണെന്ന് അവർക്ക് സമർത്ഥിക്കണം. വിജയം എന്നൊന്നുണ്ടായിട്ടില്ല. സൈന്യത്തെ പിൻവാങ്ങാനനുവദിക്കാതെ പിടിച്ചുനിർത്തുകയായിരുന്നു. പിൻതിരിഞ്ഞോടുന്നവരെ അപ്പോഴപ്പോൾ കൊലപ്പെടുത്തിയിരുന്നു. അതിനുള്ള 'ശിക്ഷാസംഘങ്ങൾ'* വേറെയുണ്ടായിരുന്നു.

വിജയമോ, എന്തു വിജയം? അവർ യൂറോപ്പിൽ മുഴുവൻ ശവശരീരങ്ങളുടേതായ പുതപ്പുവിരിച്ചു. (അദ്ദേഹം വീണ്ടും മിണ്ടാതിരുന്നു) സൈന്യത്തെ അങ്ങേയറ്റം അപമാനിച്ചു. കരിവാരിത്തേച്ചു. അങ്ങനെയുള്ള ഒരു പട്ടാളത്തിന് 91-ൽ വിജയം നേടാനാകുമായിരുന്നോ? (മൗനം) ഒരു മാർഷലിന് ആ അവഹേളനം സഹിച്ച് ജീവിക്കാനാകുമായിരുന്നോ?

അക്രോമിയേവിന്റെ ശവമടക്കൽ ഏതാനും ബന്ധുക്കളും ഒരുപിടി സുഹൃത്തുക്കളും ശവക്കുഴിക്കരികെ നിന്നു. ഔപചാരികമായ സൈനികാഭിവാദ്യമൊന്നുമുണ്ടായില്ല. പ്രവ്ദ മരണവാർത്ത പ്രസിദ്ധീകരിക്കുകയുണ്ടായില്ല. നാലുകോടി അംഗസംഖ്യയുള്ള ഒരു മഹാസേനയുടെ മുൻ സർവ്വസൈന്യാധിപനായിരുന്നു അദ്ദേഹം എന്നിട്ടും പുതിയ രാജ്യരക്ഷാമന്ത്രി ഷാപ്പോഷ്നിക്കോവ് തിരക്കിലായിരുന്നു. (അതിനുമുമ്പുണ്ടായിരുന്ന രാജ്യരക്ഷാമന്ത്രി യാസോവും വേറെ കുറെ വിമതന്മാരും തടവിലകപ്പെട്ടിരുന്നു) പഴയ മന്ത്രി ഒഴിഞ്ഞതിനുശേഷം ആ വീട്ടിൽനിന്ന് അദ്ദേഹത്തിന്റെ ഭാര്യയെ ഉടനടി ഒഴിപ്പിക്കുന്നു. എന്നിട്ടുവേണം തനിക്കും കുടുംബത്തിനും അങ്ങോട്ടു താമസം മാറ്റാൻ. എല്ലാവർക്കും സ്വാർത്ഥതാത്പര്യങ്ങൾ മാത്രം. എന്നാലും ഒരു കാര്യം പറയാം. അത് പ്രാധാനപ്പെട്ടതുമാണ്. കലാപകാരികളുടെ ലക്ഷ്യത്തെക്കുറിച്ച് എന്തുതന്നെ പറഞ്ഞാലും അവർ ചെയ്തിരുന്നതൊന്നും അവരവർക്കു വേണ്ടിയിട്ടായിരുന്നില്ല. ഒരു ലാഭവും അവർ പ്രതീക്ഷിച്ചിരുന്നില്ല. (മൗനം)

ക്രെംലിന്റെ ഇടനാഴികകളിൽ പലരും അക്രോമിയേവിനെക്കുറിച്ച് അടക്കം പറഞ്ഞു. "അദ്ദേഹം പന്തയം വെച്ചത് ശരിയായ കുതിരമേൽ ആയിരുന്നില്ല." ഉദ്യോഗസ്ഥപ്രമുഖർ യെത്സിന്റെ അരികിലേക്ക് ഓടിച്ചെന്നു. (അദ്ദേഹം എന്റെ ചോദ്യം ആവർത്തിച്ചു. അഭിമാനം എന്ന സങ്കല്പം? അർത്ഥമില്ലാത്ത ചോദ്യങ്ങൾ എന്നോടു ചോദിക്കരുത്. മാന്യന്മാർ യോഗ്യതയുള്ളവർ, ഇപ്പോൾ പ്രചാരത്തിലില്ലാതായിരിക്കുന്നു. അക്രോമിയേവിന്റെ മരണവാർത്ത അമേരിക്കൻ പത്രമായ "ടൈമി"ൽ വന്നു. അഡ്മിറൽ വില്യം ജെ. ക്രോവ് ആണ് ആ കുറിപ്പ് എഴുതിയിരുന്നത്. അക്രോമിയേവിന്റെ തുല്യ പദവിയിലുണ്ടായിരുന്ന

* അതിലുണ്ടായിരുന്നത് എൻ.കെ.വി.ഡി. തടവുകാരായിരുന്നു എന്നവർ ആക്ഷേപിച്ചു. കഠിനമായ വെടിവെയ്പിനിടയിലൂടെ അവരാണത്രെ ബെർലിനിലേക്ക് കടന്നുചെന്നത്.

ആൾ. റീഗൺന്റെ ഭരണകാലത്ത് അദ്ദേഹമായിരുന്നു അമേരിക്കയിലെ "ചെയർമാൻ ഓഫ് ദി ജനറൽ ചീഫ്സ് ഓഫ് സ്റ്റാഫ്". സൈനിക സംബന്ധമായ ചർച്ചകൾക്കിടയിൽ അവർ പലതവണ കണ്ടുമുട്ടിയിരുന്നു. അക്രോമിയേവിന്റെ വിശ്വാസത്തെ അദ്ദേഹം ആത്മാർത്ഥമായി ആദരിച്ചിരുന്നു. യഥാർത്ഥത്തിൽ അദ്ദേഹത്തിന് തീർത്തും അന്യമായിരുന്നെങ്കിൽ കൂടിയും. ശത്രു അദ്ദേഹത്തിന് ആദരാഞ്ജലികൾ അർപ്പിച്ചു. (മൗനം)

ഒരു സോവിയറ്റുകാരനുമാത്രമേ ഇനിയൊരു സോവിയറ്റുകാരനെ ശരിയായി മനസ്സിലാക്കാനാകൂ... വേറൊരാളോട് ഞാൻ സംസാരിക്കുമായിരുന്നില്ല....

ജീവിതത്തിനുശേഷം

സെപ്തംബർ 1-ാം തിയതി മോസ്കോയിൽ, മാർഷൽ ഓഫ് ദി സോവിയറ്റ് യൂണിയൻ എസ്.എഫ്. അക്രോമിയേവിന്റെ ശവമടക്കൽ നടന്നു. സമൂഹത്തിൽ ഉന്നതശ്രേണിയിലുള്ളവരുടെ ശവം അടക്കം ചെയ്യുന്ന ട്രോയിക്കുറോവ്സ്കി സെമിത്തേരിയിലാണ് അദ്ദേഹത്തിനെ അടക്കം ചെയ്തത്. മോസ്കോയിലെ നോവോദിവിച്ചി സെമിത്തേരിയുടെ ഒരു ശാഖയാണിത്.

സെപ്തംബർ 1-നും സെപ്തംബർ 2-നും ഇടയ്ക്കുള്ള രാത്രിയിൽ അജ്ഞാതരായ ചിലർ അക്രോമിയീവിന്റെ ശവക്കുഴി മാന്തി. അതിന് തൊട്ടുണ്ടായിരുന്ന ലെഫ്റ്റനന്റ് ജനറൽ ഡ്രെഡ്നീവിന്റെ ശവക്കുഴിയും അവർ മാന്തിയിരുന്നു. തലേ ആഴ്ചയാണ് അദ്ദേഹത്തിന്റെ ശവമടക്കിയിരുന്നത്. അന്വേഷണ സംഘത്തിന്റെ അഭിപ്രായത്തിൽ അവർ ആദ്യം മണ്ണുനീക്കം ചെയ്തത് ഡ്രെഡ്നീവിന്റെ ശവക്കുഴിയിൽനിന്നാകണം എന്നാണ്. തെറ്റു മനസ്സിലാക്കി അവർ അടുത്ത കുഴി തോണ്ടിയിരിക്കണം. ശവക്കുഴിക്കള്ളന്മാർ പെട്ടി തുറന്ന് അക്രോമിയേവ് ധരിച്ചിരുന്നു. പട്ടാള യൂണിഫോം അഴിച്ചുമാറ്റിയിരുന്നു. അതിൽ സ്വർണ്ണനൂലുകൊണ്ടുള്ള പിന്നിയിട്ടുള്ള അലങ്കാരമുണ്ടായിരുന്നു. മിലിറ്ററി പാരമ്പര്യമനുസരിച്ച് അദ്ദേഹത്തിന്റെ പട്ടാളത്തൊപ്പിയും നിരവധി മെഡലുകളും ബഹുമതി മുദ്രകളും പെട്ടിയുടെ മീതെ ആണിതറച്ച് ഉറപ്പിച്ചിരുന്നു.

മാർഷൽ അക്രോമിയേവിന്റെ ശവപ്പെട്ടി പൊളിക്കാനുള്ള കാരണം രാഷ്ട്രീയ വൈരമല്ല, സാമ്പത്തികനേട്ടം മാത്രമാണെന്ന് അന്വേഷണോദ്യോഗസ്ഥന്മാർ ഉറപ്പിച്ചു പറഞ്ഞു. പുരാവസ്തുക്കൾ ശേഖരിക്കുന്നവരുടെ ഇടയിൽ, ഉയർന്ന സൈനികോദ്യോഗസ്ഥന്മാരുടെ യൂണിഫോമിന് വലിയ പ്രിയമാണത്രെ. ഒരു മാർഷലിന്റെ യൂണിഫോം തീർച്ചയായും ചൂടപ്പത്തിനു സമമായിരിക്കും.

കൊമെർസാന്റ് വാർത്താപത്രം, സെപ്തംബർ 9, 1991.

1991 ഡിസംബറിൽ റെഡ് സ്ക്വയറിൽ വെച്ചുനടത്തിയ അഭിമുഖങ്ങളിൽനിന്ന് -

ഞാനൊരു കെട്ടിട നിർമ്മാണത്തൊഴിലാളിയാണ്...

1991നു മുമ്പ് ഞങ്ങൾ ജീവിച്ചിരുന്നത് ഒരു രാജ്യത്തിലാണ്. അതിനു ശേഷം മറ്റൊരു രാജ്യത്തിലും. ആ ആഗസ്റ്റിനുമുമ്പ് എന്റെ രാജ്യം അറിയപ്പെട്ടിരുന്നത് യു.എസ്.എസ്.ആർ. എന്ന പേരിലായിരുന്നു.

ഞാനാരാണ്? യെത്സിന്റെ പക്ഷം ചേർന്ന പല വിഡ്ഢികളിൽ ഒരാൾ. ഞാൻ വൈറ്റ് ഹൗസിന്റെ മുമ്പിൽ ടാങ്കിന്റെ മുമ്പിൽ നിവർന്നു കിടക്കാൻ തയ്യാറായി കാത്തുനിന്നു ഒരു തിരത്തള്ളലിൽ എന്ന പോലെയാണ് ജനങ്ങൾ തെരുവുകളിൽവന്നു നിറഞ്ഞത്. അവർ തയ്യാറായി വന്നത് സ്വാതന്ത്ര്യത്തിനുവേണ്ടി മരിക്കാനായിരുന്നു. അല്ലാതെ മുതലാളിത്തത്തിനുവേണ്ടിയായിരുന്നില്ല. പറഞ്ഞു പറ്റിക്കപ്പെട്ട ഒരാൾ. അങ്ങനെയാണ് ഞാൻ എന്നെ കാണുന്നത്. നമ്മളെ ആട്ടിത്തെളിച്ചു കൊണ്ടു വന്നാക്കിയിട്ടുള്ള ഈ മുതലാളിത്തം എനിക്കാവശ്യമില്ല. അവർ നമ്മളെ ഇതിലേക്ക് തള്ളിയിടുകയായിരുന്നു. അതിന് തനതായ ഒരു രൂപവുമില്ല. അമേരിക്കൻ മാതൃകയല്ല, സ്വീഡിഷ് മാതൃകയുമല്ല. മറ്റൊരാളുടെ കഞ്ഞിയിൽ കൈയിട്ടുവാരാനല്ല, ഞാൻ വിപ്ലവം തുടങ്ങിയത്. യു.എസ്.എസ്. ആർ. എന്നതിനു പകരം "റഷ്യ" എന്നാണ് ഞങ്ങൾ വിളിച്ചു പറഞ്ഞത്. അവർ ജലപീരങ്കി ഉപയോഗിച്ച് ഞങ്ങളെ പിരിച്ചുവിട്ടില്ല. റെഡ് സ്ക്വയറിലെ ആൾക്കൂട്ടത്തിനെതിരെ യന്ത്രത്തോക്കുകളും പ്രയോഗിച്ചില്ല. അതിൽ എനിക്കു ഖേദം തോന്നുന്നു. ഇരുന്നൂറോ മുന്നൂറോ പേരെ അവർ തടവിലെടുത്തിരുന്നുവെങ്കിൽ ശേഷിച്ചിരുന്നവർ ഒളിവിൽ പോയേനേ. (മൗനം) അന്നു ഞങ്ങളെ ചുകന്ന ചത്വരത്തിൽ വിളിച്ചുകൂട്ടിയ ആളുകളെല്ലാം ഇന്നെവിടെപ്പോയി? "ക്രെംലിൻ മാഫിയ തുലഞ്ഞുപോകട്ടെ!" "നാളെ സ്വാതന്ത്ര്യം" ഇപ്പോൾ അവർക്കു ഞങ്ങളോടു പറയാനൊന്നുമില്ല. അവരെല്ലാവരും പാശ്ചാത്യനാടുകളിലേക്ക് ഓടിപ്പോയി. ഇപ്പോൾ അവിടെയിരുന്നു സോഷ്യലിസത്തെ അധിക്ഷേപിക്കുകയാണ്. ഷിക്കാഗോവിലെ പരീക്ഷണശാലകളിൽ അവർ ഇരിക്കുന്നു. ഇവിടെ ഞങ്ങൾ?

റഷ്യ... അവർ അതുകൊണ്ട് അവരുടെ കാലടി തുടച്ചു വൃത്തിയാക്കി. ആർക്കുവേണമെങ്കിലും ഇന്നവളുടെ കവിളത്തടിക്കാം. അവരെല്ലാവരും ചേർന്ന് റഷ്യയെ പാശ്ചാത്യരുടെ ചവറ്റു പറമ്പാക്കി മാറ്റി. അവർക്കാവശ്യമില്ലാത്ത വസ്ത്രങ്ങളും കാലാവധി കഴിഞ്ഞ മരുന്നുകളും വലിച്ചെറിയാനുള്ള ഒരു വെളിപ്പറമ്പ്. ചവറ്... (ചില അസഭ്യവാക്കുകൾ) ഒരു തൊട്ടിനിറയെ അസംസ്കൃത വസ്തുക്കൾ, ഒരു പ്രകൃതി വാതക ടാപ്പ്... സോവിയറ്റ് ഭരണകൂടം? അത് മാതൃകാപരമായിരുന്നു എന്നു പറയുന്നില്ല. എന്നാലും ഇപ്പോഴുള്ളതിനേക്കാൾ ഭേദമായിരുന്നു. ആകപ്പാടെ നോക്കുമ്പോൾ കൊള്ളാവുന്നതുതന്നെ. സോഷ്യലിസത്തിൽ ഞാൻ സംതൃപ്തനായിരുന്നു. ആരും അത്രയധികം സമ്പന്നരായിരുന്നില്ല. അതുപോലെ

ആരും അത്രയധികം ഗതികെട്ടവരുമായിരുന്നില്ല. തെരുവുതെണ്ടികളും, അനാഥക്കുട്ടികളുമുണ്ടായിരുന്നില്ല.

വൃദ്ധർക്ക് അവരുടെ പെൻഷനും വാങ്ങി സ്വസ്ഥമായി ജീവിക്കാനാവുമായിരുന്നു. തെരുവിൽനിന്നും കാലിച്ചെപ്പുകൾ പെറുക്കിവിറ്റു. ഭക്ഷണാവശിഷ്ടങ്ങൾ പെറുക്കിയെടുത്തും വിശപ്പടക്കേണ്ട സാഹചര്യമുണ്ടായിരുന്നില്ല. തെരുവോരങ്ങളിൽ കൈയും നീട്ടിനിന്ന് പരിതാപകരമായ മിഴികളോടെ അവർ നിങ്ങളെ നോക്കുമായിരുന്നില്ല. പെരിസ്ട്രോയ്ക്കയുമായി ബന്ധപ്പെട്ട് എത്രയോപേർ കൊല്ലപ്പെട്ടുവെന്ന് ഇനിയും നമ്മൾ എണ്ണിത്തിട്ടപ്പെടുത്തിയിട്ടില്ല (വീണ്ടും വാക്കുകൾ നിലച്ചു) നമ്മുടെ പഴയകാല ജീവിതം അവർ തല്ലിതരിപ്പണമാക്കി; ഒരൊറ്റ കല്ലുപോലും നിവർന്നു നില്ക്കുന്നില്ലെന്ന സ്ഥിതി. എനിക്ക് എന്റെ മകനുമായി ഒന്നും സംസാരിക്കാനാവില്ല അതിലേക്കാണ് നമ്മൾ അതിവേഗം നീങ്ങിക്കൊണ്ടിരിക്കുന്നത്.

എന്റെ മകൻ എന്നോടു പറയുന്നു... "അച്ഛാ, പാവ്‌ലിക് മോറോസോവ്[1] ഒരു മന്ദബുദ്ധിയായിരുന്നു. മരാട് കാഡ്ഢീ, ചിത്തഭ്രമം ബാധിച്ചവനും" അവൻ സ്കൂളിൽനിന്നും നേടിയ അറിവാണിത്. "പക്ഷേ അച്ഛൻ എനിക്കു പഠിപ്പിച്ചുതന്നത്" ശരിയാണ് ഞാൻ അവനെ പഠിപ്പിച്ചത് ഞാൻ കേട്ടു പഠിച്ച കാര്യങ്ങളായിരുന്നു. അത് ധന്യവുമായിരുന്നു. "മോശമായ സോവിയറ്റ് കാലത്ത് ഞങ്ങൾ കേട്ടുവളർന്ന് മോശമായ സംഗതികൾ അതൊക്കെയാണ് ഞങ്ങളെ മനുഷ്യരെക്കുറിച്ചു ചിന്തിക്കാൻ പഠിപ്പിച്ചത്. അവനവനെക്കുറിച്ച് വളരെ കുറച്ചേ ഞങ്ങൾ ചിന്തിച്ചിരുന്നുള്ളൂ. കഷ്ടപ്പെടുന്നവരേയും ദുഃഖിക്കുന്നവരേയും കുറിച്ചാണ് ഞങ്ങൾ എപ്പോഴും ആലോചിച്ചിരുന്നത്. നിക്കോളായ് ഗാസ്റ്റലോ[2] ആയിരുന്നു എന്റെ ആദർശ പുരുഷൻ. ഇളം ചുകപ്പുനിറത്തിലുള്ള സ്പോർട്ട്സ് വേഷങ്ങളണിഞ്ഞ് അവരുടേതായ ആദർശങ്ങളും പറഞ്ഞു നടക്കുന്നവരായിരുന്നില്ല. അവരുടെ നോട്ടം, അവരുടെ കാര്യങ്ങളിൽ മാത്രമാണ്. അവരുടെ സുരക്ഷ. അവരുടെ മടിശ്ശീല എന്റെ മകന് ക്ഷമ കെടുത്തുന്നു "വേണ്ട അച്ഛാ... ആ സംഗതികളെ കുറിച്ചൊന്നും വീണ്ടും തുടങ്ങേണ്ട. മനസ്സിന്റെ വീര്യം... മാനവികത... അങ്ങനെ കുറെ അതുമിതും...." അങ്ങനെയൊക്കെ പറയാൻ അവൻ എവിടെനിന്നു പഠിച്ചു? "ആളുകൾ മാറി. അന്നത്തെ പോലെയല്ല." അവൻ പറഞ്ഞു. "എല്ലാവർക്കും മുതലാളിത്ത മനഃസ്ഥിതിയാണ്. അതച്ഛൻ മനസ്സിലാക്കണം." ഇതാണ് അവൻ ഇന്നു ലോകത്തിൽ നിന്നും പഠിക്കുന്നത്. അവന് വയസ്സ് പന്ത്രണ്ടായിട്ടേയുള്ളൂ. ഇപ്പോൾ തന്നെ ഞാൻ അവന്റെ മുമ്പിൽ കൊള്ളരുതാത്ത ഒരു മാതൃകയായിക്കഴിഞ്ഞു.

---

1. രണ്ടു പേരും കുട്ടികളായിരുന്നു. നാടിനുവേണ്ടി രക്തസാക്ഷിത്വം വരിച്ചവർ.
2. സോവിയറ്റ് വൈമാനികൻ. ആദ്യത്തെ സോവിയറ്റ് വ്യോമാക്രമണം നടത്തിയ പൈലററ്. "ഹീറോ ഓഫ് ദി സോവിയറ്റ് യൂണിയൻ" ബഹുമതി നല്കി രാഷ്ട്രം അദ്ദേഹത്തെ ആദരിച്ചു.

എന്തുകൊണ്ടാണ് ഞാൻ യെത്സിനെ ന്യായീകരിച്ചത്? ഉദ്യോഗസ്ഥ പ്രമുഖന്മാർക്കും, പാർട്ടി പ്രമാണികൾക്കും നല്കിവരുന്ന പ്രത്യേകാനുകൂല്യങ്ങൾ നിർത്തലാക്കണമെന്ന് അദ്ദേഹം ആവശ്യപ്പെട്ടു. ഒരു കോടി ജനങ്ങൾ അദ്ദേഹത്തെ പിൻതാങ്ങാൻ മുന്നോട്ടു വന്നു. ഒരു യന്ത്രത്തോക്കു കൈയിലെടുത്ത് കമ്മ്യൂണിസ്റ്റുകാരുടെയൊക്കെയും കഥ കഴിക്കാൻ ഞാൻ തയ്യാറായിരുന്നു. അത്രയും ഞാൻ അവരെ വിശ്വസിച്ചു. എന്നാൽ, അതിനുപകരം ഞങ്ങൾക്കായി എന്നാണ് അവർ പാകം ചെയ്തുകൊണ്ടിരിക്കുന്നതെന്ന് ഞങ്ങൾ മനസ്സിലാക്കിയില്ല. എവിടേക്കാണ് ഞങ്ങളെ അവർ തള്ളിക്കൊണ്ടുപോകുന്നത് എന്ന് മുൻകൂട്ടി കാണാൻ ഞങ്ങൾക്കായില്ല. എന്തൊരു വമ്പൻ നുണയായിരുന്നു! യെത്സിൻ ചുകപ്പിനെതിരായി പ്രസംഗിച്ചു. വെളുപ്പിനൊപ്പം ചേർന്ന് ഒപ്പുവെച്ചു. അത് വലിയൊരു വിപത്തായിരുന്നു.

എന്താണ് ഞങ്ങൾക്കു വേണ്ടത്? അതായിരുന്നു ഏറ്റവും വലിയ ചോദ്യം. സൗമ്യമായ സോഷ്യലിസമോ അതോ ദീനാനുകമ്പയോടുകൂടിയുള്ള സോഷ്യലിസമോ? എന്നിട്ട്..... ഞങ്ങൾക്കു കിട്ടിയതെന്താണ്? തെരുവുകളിൽ നിറഞ്ഞാടുന്നത് രക്തദാഹിയായ മുതലാളിത്തമാണ്. എവിടേയും വെടിവെപ്പും പിടിച്ചുപറിയും. ആരാണ് ഫാക്ടറി നടത്തുന്നത്? ആരാണ് മാടക്കട നടത്തുന്നത്? ജനം വിലയിരുത്തിക്കൊണ്ടിരിക്കുന്ന, കൊള്ളക്കാർ സമൂഹത്തിന്റെ ഉയർന്ന ശ്രേണികളിലെത്തിയിരിക്കുന്നു. കരിഞ്ചന്തക്കാരും പണം കൈമാറ്റം നടത്തുന്നവരുമാണ് അധികാരത്തിന്റെ മുകൾത്തട്ടിൽ. എവിടേയും കാണുന്നത് ശത്രുക്കളേയും വേട്ടക്കാരേയും. ഒക്കെ കുറുക്കന്മാരാണ് (നിശ്ശബ്ദനായി). എനിക്കു മറക്കാനാവില്ല... ഒരു കാലത്തും ഞാൻ മറക്കില്ല. അന്ന് "വൈറ്റ് ഹൗസിന്റെ" മുമ്പിൽ ഞങ്ങൾ കൂട്ടംകൂടി നിന്നത്. ആരുടെ മരങ്ങളെയാണ് ഞങ്ങൾ കാട്ടുതീയിൽനിന്നും രക്ഷിക്കാൻ ശ്രമിച്ചിരുന്നത്? (അസഭ്യവാക്കുകൾ) എന്റെ അച്ഛൻ ഒരു യഥാർത്ഥ കമ്മ്യൂണിസ്റ്റ് ആയിരുന്നു. തികച്ചും ധർമ്മിഷ്ഠനായ ഒരു മനുഷ്യൻ. വലിയൊരു ഫാക്ടറിയിലെ, പാർട്ടി സംഘാടകനായിരുന്നു അദ്ദേഹം. യുദ്ധത്തിൽ പങ്കെടുത്തിരുന്നു. ഞാൻ അച്ഛനോട് പറഞ്ഞു "സ്വാതന്ത്ര്യം വന്നെത്തിക്കഴിഞ്ഞു. നമ്മൾ സാധാരണ മട്ടിലുള്ള ഒരു പരിഷ്കൃത രാജ്യമാകാൻ പോകുന്നു..." അതിനുശേഷം പറഞ്ഞ മറുപടി : "നിന്റെ മക്കൾ വേലക്കാരാകാൻ പോകുന്നു. അതാണോ നീ ആഗ്രഹിക്കുന്നത്?" എനിക്ക് ചെറുപ്പമായിരുന്നു. പക്വതയില്ലാത്തവനായിരുന്നു. ഞാൻ അച്ഛനെ പരിഹസിച്ചു ചിരിച്ചു. ഞങ്ങൾ കളങ്കമില്ലാത്തവരായിരുന്നു. എന്തുകൊണ്ടാണ് സംഗതികൾ ഇങ്ങനെ തിരിഞ്ഞുമറിഞ്ഞത്? എനിക്കറിയില്ല. ഇതല്ല ഞങ്ങൾ ആഗ്രഹിച്ചിരുന്നത് എന്നു തീർച്ച. ഞങ്ങളുടെ മനസ്സിലുണ്ടായിരുന്നത് തികച്ചും വ്യത്യസ്തമായ മറ്റൊന്നായിരുന്നു. പെരിസ്ട്രോയ്ക്കാ... ഐതിഹാസികമായ എന്തോ ഒന്ന് അതിൽ ഉൾച്ചേർന്നിരുന്നു. (മൗനം)

ഒരു വർഷത്തിനുശേഷം അവർ ഞങ്ങളുടെ “ഡിസൈൻ ബ്യൂറോ” അടച്ചുപൂട്ടി. എന്റെ ഭാര്യയും ഞാനും വഴിയാധാരമായി. എങ്ങനെയാണ് ഞങ്ങൾ ജീവിച്ചുപോന്നത്? കൈവശമുണ്ടായിരുന്ന വിലപിടിച്ചതെല്ലാം അങ്ങാടിയിൽ വില്പനയ്ക്കുവെച്ചു. സ്ഫടികപ്പാത്രങ്ങൾ, സോവിയറ്റ് സ്വർണ്ണം, ഞങ്ങളുടെ ഏറ്റവും വിലപിടിച്ച സ്വത്ത് പുസ്തകങ്ങൾ. ആഴ്ചകളോളം ഞങ്ങളുടെ ആഹാരം പുഴുങ്ങി ഉടച്ച ഉരുളക്കിഴങ്ങുമാത്രമായിരുന്നു. അതിനുശേഷം ഞാൻ “കച്ചവട”ത്തിനിറങ്ങി. സിഗരറ്റുകുറ്റികൾ വില്ക്കാൻ തുടങ്ങി. ഒരു ലിറ്ററിന്റെ അല്ലെങ്കിൽ മൂന്നു ലിറ്ററിന്റെ കുപ്പികൾ നിറയെ സിഗരറ്റുകുറ്റികൾ. എന്റെ ഭാര്യയുടെ അച്ഛനും അമ്മയും - രണ്ടുപേരും സർവകലാശാല പ്രൊഫസർമാരായിരുന്നു. തെരുവുതോറും നടന്ന് സിഗരറ്റുകുറ്റികൾ ശേഖരിക്കും. ഞാൻ അതിന്റെ വില്പന നടത്തും. ആളുകൾ അതുവാങ്ങി വലിച്ചിരുന്നു. ഞാനും അതുതന്നെയാണ് വലിച്ചിരുന്നത്. എന്റെ ഭാര്യ ആപ്പീസുകളിൽ തൂപ്പുജോലി ചെയ്തു. ഒരിടയ്ക്ക് അവൾ ചില ടാങ്കുകൾക്ക് “പെൻമിനി” വിറ്റിരുന്നു. ഞങ്ങളുടെ വിവരക്കേടിന്റെ പേരിൽ ഞങ്ങൾ വേണ്ടത്ര ശിക്ഷ അനുഭവിച്ചു. ഞങ്ങളെല്ലാവരും തന്നെ വളരെയധികം കഷ്ടപ്പെട്ടു. ഇപ്പോൾ ഭാര്യയും ഞാനും കൂടി കോഴിവളർത്തൽ തുടങ്ങിയിരിക്കുകയാണ്. ഇപ്പോഴും അവൾ കരച്ചിൽ നിർത്തിയിട്ടില്ല. കാലത്തെ തിരിച്ചുപിടിക്കാനായെങ്കിൽ... ഞാൻ പറയുന്നത് കേട്ട് ദേഷ്യപ്പെടരുത്. ഇത് ഗൃഹാതുരത്വത്തിന്റെ വാക്കുകളായി കാണരുത്. രണ്ടു റൂബിളും ഇരുപതു കൊപ്പെയും കൊടുത്താൽ ഒന്നാന്തരം സലാമി കിട്ടുമായിരുന്ന ഒരു കാലം... അതല്ല ഞാനുദ്ദേശിക്കുന്നത്.”

ഞാനൊരു ബിസിനസ്സുകാരനാണ്...

ആ നശിച്ച കമ്മ്യൂണിസ്റ്റുകാരും കെ.ജി.ബി. ഗുണ്ടകളും. കമ്മ്യൂണിസ്റ്റുകാരോട് എനിക്ക് കടുത്ത വെറുപ്പാണ്. സോവിയറ്റ് ചരിത്രം എന്നു പറഞ്ഞാൽത്തന്നെ എൻ.കെ.വി.ഡിയും ഗുലാഗും എസ്.എം.ഇ.ആർ. എസ്.എച്ചും* ഒക്കെയാണ്. ചുകന്ന നിറം കാണുമ്പോൾതന്നെ എനിക്ക് ഛർദ്ദിക്കാൻ തോന്നും. ചുകന്ന പൂക്കൾ കാണാനേ വയ്യ. ഈയിടെ എന്റെ ഭാര്യ ഒരു ചുകന്ന ബ്ലൗസു വാങ്ങിക്കൊണ്ടുവന്നു. “എന്നാ തലതിരിഞ്ഞു പോയോ?” ഞാൻ ചോദിച്ചു. സ്റ്റാലിനെ ഹിറ്റ്ലറോളം തന്നെ ക്രൂരനായിട്ടാണ് ഞാൻ കാണുന്നത്. ന്യൂറംബർഗിൽ ഉണ്ടായതുപോലെയുള്ള വിചാരണ ഇവിടത്തെ ചുകപ്പന്മാരുടെ പേരിലും നടക്കണം. എല്ലാ ചുകന്ന പട്ടികളും ചത്തു തുലയട്ടെ!

എല്ലാ ദിക്കിലും നമ്മുടെ ചുറ്റും കാണുന്നത് അഞ്ചുമുനയുള്ള നക്ഷത്രങ്ങളാണ്. ബോൾഷെവിക് മാതൃകാപുരുഷന്മാർ എല്ലാ ചത്വരങ്ങളിലും

* ചാരന്മാരേയും ദേശദ്രോഹികളേയും കണ്ടുപിടിച്ച് ശിക്ഷിക്കാനുള്ള വകുപ്പ്. യുദ്ധകാലത്ത് പ്രത്യേകിച്ചും സൈന്യത്തിനകത്ത് എല്ലാവരും ഏറ്റവും ഭയന്നിരുന്ന ഒന്നായിരുന്നു അത്.

തലയുയർത്തി നില്ക്കുന്നു. മകനേയും കൂട്ടി വഴി നടക്കുമ്പോൾ അവൻ എന്നോടു ചോദിക്കുന്നു. "അച്ഛാ... അതാരാണ്?" "അത് റോസാ സെംലി യാപകയുടെ പ്രതിമയാണ്" ക്രിമിയയിൽ രക്തപ്പുഴ ഒഴുക്കിയ നേതാവ്. ചെറുപ്പക്കാരനായ വെളുത്ത ഉദ്യോഗസ്ഥന്മാരെ വധിക്കുന്നതിൽ അവർക്ക് പ്രത്യേകിച്ചും രസം തോന്നിയിരുന്നു. ഇത് ഞാൻ എങ്ങനെ അവനോടു പറയും?

അതൊരു മമ്മിയാണ്. സോവിയറ്റുകാരുടെ ഫാരോ. അത് റെഡ് സ്ക്വയറിൽ ഉള്ളിടത്തോളം കാലം നമ്മുടെ ദുരിതങ്ങൾക്ക് അറുതി യുണ്ടാവില്ല. നമ്മൾ ശപിക്കപ്പെട്ടവരായിരിക്കും. കമ്മ്യൂണിസ്റ്റ് വിഗ്രഹാ രാധകരുടെ ശവപ്പറമ്പാണത്. ചുകന്ന ചത്വരം.

ഞാനൊരു ബേക്കറിയിലാണ് പണിയെടുക്കുന്നത്...

ഓ... അതിനെ കുറിച്ചെല്ലാം എന്റെ ഭർത്താവ് പറഞ്ഞുതരും. അദ്ദേഹം എവിടെപ്പോയി? (അവർ ചുറ്റും നോക്കി) എനിക്കെന്തറിയാം. പേഡ്ട്ര കൾ ഉണ്ടാക്കാനല്ലാതെ?

1991? ആ കാലത്ത് ഞങ്ങൾ നല്ലവരായിരുന്നു. സൗന്ദര്യവും ഉത്സാഹ വുമുള്ളവർ. അച്ചടക്കമില്ലാത്ത ഒരാൾക്കൂട്ടമായിരുന്നില്ല. ഞാൻ ഒരു മനുഷ്യൻ ഉറക്കെ വീണുവിളിച്ചുകൊണ്ട് നൃത്തം ചെയ്യുന്നതു കണ്ടു. "ഭരണം കൈയേറിയവർ തുലഞ്ഞുപോട്ടെ. പട്ടാളഭരണം തുലഞ്ഞു പോകട്ടെ. (അവർ ഏതാനും നിമിഷം കൈകൊണ്ട് മുഖംപൊത്തിനിന്നു). അരുത്... അതെഴുതരുത്. പറഞ്ഞതു പറഞ്ഞുപോയി. തിരിച്ചെടുക്കാനാ വില്ലല്ലോ. അയാൾ പറഞ്ഞ ചീത്തവാക്കുകൾ നിങ്ങളെഴുതരുത്. അയാൾ ചെറുപ്പക്കാരനായിരുന്നില്ല. എന്നിട്ടും തെരുവിൽനിന്ന് നൃത്തം ചെയ്യുന്നു. അവരെ നമ്മൾ പരാജയപ്പെടുത്തിക്കഴിഞ്ഞു. അതിന്റെ ആഘോഷ മാണിത്. കൊല്ലപ്പെടേണ്ടവരുടെ പട്ടിക തയ്യാറാക്കിക്കഴിഞ്ഞു. യെത്സി നാണ് ആദ്യം പോവുക. അങ്ങ്... അവരെ എല്ലാവരേയും ഞാൻ ടി.വി. യിൽ കണ്ടു. അതൊരു ജൻടലാണ്. വലിയ ബുദ്ധിയും വിവരവുമില്ലാത്ത ഒരു കൂട്ടം വൃദ്ധന്മാരുടെ സംഘം. ആ മൂന്നു ദിവസങ്ങൾ വലിയ നിരാശ യുടേതായിരുന്നു. ശരിക്കും ഇതായിരിക്കുമോ അവസാനം? ഉള്ളിൽ കത്തി നില്ക്കുന്ന ഭയം. സ്വാതന്ത്ര്യത്തിനുവേണ്ടിയുള്ള വെമ്പൽ. അത് എല്ലാം മനസ്സുകളിലുമുണ്ടായിരുന്നു... അത് നഷ്ടപ്പെടുമോ എന്ന ആധി. ഗോർബച്ചേവ് മഹാനായ ഒരു വ്യക്തിയാണ്. അദ്ദേഹം കവാടങ്ങൾ മലർക്കെ തുറന്നു. ജനങ്ങൾ അദ്ദേഹത്തെ സ്നേഹിച്ചു. പക്ഷേ, അത് അധികകാലം നീണ്ടുനിന്നില്ല. താമസിയാതെ അദ്ദേഹം പറയുന്നതും ചെയ്യുന്നതുമെല്ലാം എല്ലാവരേയും നീരസപ്പെടുത്താൻ തുടങ്ങി. അദ്ദേഹം പറയുന്ന വിധം, പെരുമാറുന്ന രീതി, അംഗചലനങ്ങൾ, അദ്ദേഹത്തിന്റെ ഭാര്യ... എല്ലാം മടുപ്പുളവാക്കി. (അവർ ചിരിച്ചു) "നമ്മുടെ നാട്ടിലൂടെ ഇതാ ഒരു ട്രോയ്ക്ക കുതിക്കുന്നു... മിഷ്ക, റായ്ക്ക, പെരിസ്ട്രോയ്ക്ക..." ജനങ്ങൾക്കു കൂടുതൽ ഇഷ്ടം നൈനാ യെത്സിനെയായിരുന്നു.

കാരണം, അവർ എപ്പോഴും യെത്സിന്റെ പിറകിലായാണ് നിന്നിരുന്നത്. റൈസ അങ്ങനെയായിരുന്നില്ല. എങ്ങനെയെങ്കിലും ഗോർബച്ചേവിന്റെ ഒപ്പം തന്നെ വന്നുനില്ക്കും. പലപ്പോഴും മുമ്പിലായും. നമ്മുടെ നാട്ടു നടപ്പ് എന്താണെന്നറിയില്ലേ? ഒന്നുകിൽ നിങ്ങൾ സാറിസ്റ്റയാണ്. അതല്ലെങ്കിൽ സാറിന്റെ വഴിയിൽനിന്ന് ഒഴിഞ്ഞുനില്ക്കേണ്ടതാണ്.

കമ്മ്യൂണിസം, മദ്യനിരോധനം പോലെയാണ്. കാര്യം പറയുമ്പോൾ ഏറ്റവും നല്ലത്. എന്നാൽ പ്രാവർത്തികമാക്കുക സാദ്ധ്യമല്ല. അങ്ങനെയാണ് എന്റെ ഭർത്താവ് പറയുന്നത്. ചുകന്ന പുണ്യാളന്മാർ. അവരങ്ങനെയായിരുന്നു. നിക്കോളായ് ഓസ്ട്രോവാസ്കി* യെ നോക്കൂ. അദ്ദേഹം ഒരു വിശുദ്ധനായിരുന്നു. എന്നിട്ടും എത്ര ആയിരം പേരെ അവർ കൊന്നൊടുക്കി. എത്രയെത്ര യുദ്ധങ്ങൾ, വിപ്ലവങ്ങൾ. ചോര കുടിച്ചു കുടിച്ചു റഷ്യയ്ക്കു മതിവന്നിരിക്കണം. ഇനിയും രക്തം കുടിക്കാൻ, ഇനിയും ഭ്രാന്തുകാണിക്കാൻ റഷ്യക്കൊട്ടും കരുത്ത് ബാക്കിയില്ല. ജനങ്ങൾ വേണ്ടതിലധികം ദുരിതമനുഭവിച്ചുകഴിഞ്ഞു. ഇപ്പോൾ അവർ സാമാനങ്ങൾ വാരിക്കൂട്ടുന്ന തിരക്കിലാണ്. ഭംഗിയുള്ള ലേസ് കർട്ടനുകൾ, വിരികൾ, വാൾ പേപ്പറുകൾ, വ്യത്യസ്തതയുള്ള അടുക്കളപ്പാത്രങ്ങൾ. നിറപ്പകിട്ടുള്ള എല്ലാറ്റിനോടും അവർക്ക് ഭ്രമമാണ്. വർഷങ്ങളായി കണ്ടു ശീലിച്ചത് വൃത്തികെട്ട ചാരനിറം മാത്രമാണല്ലോ. പതിനേഴ് രീതിയിൽ ഉപയോഗിക്കാവുന്ന വാഷിങ്ങ് മെഷീൻ കാണുമ്പോൾ കുട്ടികളെപ്പോലെ ഞങ്ങൾ മതിമറന്നു. എന്റെ അച്ഛനമ്മമാർ മരിച്ചു കഴിഞ്ഞു. അമ്മ മരിച്ചിട്ട് ഏഴ് കൊല്ലമായി. അച്ഛൻ മരിച്ചിട്ട് എട്ടും. അമ്മ സ്വരുക്കൂട്ടിവെച്ച തീപ്പെട്ടികൾ മുഴുവനും ഇനിയും ഉപയോഗിച്ചുതീർന്നിട്ടില്ല. അവർ കരുതിവെച്ച ഗോതമ്പിന്റേയും ബാർലിയുടേയും ബാക്കി ഇപ്പോഴും കലവറയിലുണ്ട്. അതുപോലെതന്നെ ഉപ്പും. അമ്മ കഴിയാവുന്ന സാധനങ്ങളൊക്കെ വാങ്ങി കരുതിവെക്കും. അന്ന് ഞങ്ങൾ വാങ്ങിക്കുക എന്ന വാക്കിനു പകരം കൈക്കലാക്കുക എന്ന വാക്കാണ് കൂടുതലായി ഉപയോഗിച്ചിരുന്നത്. ഒക്കെ കരുതിവെക്കാം. എപ്പോഴാണ് പഞ്ഞം പിടിപ്പെടുക എന്നു പറയാനാവില്ലല്ലോ. ഇന്ന് ഞങ്ങൾ കടകളിലും അങ്ങാടികളിലും പോകുന്നത് മ്യൂസിയത്തിൽ പോകുന്നതുപോലെയാണ്. എല്ലാ സാധനങ്ങളും കെട്ടുകെട്ടായി നിരത്തിവെച്ചിരിക്കും. കണ്ടതെല്ലാം വാങ്ങി സ്വന്തമാക്കണെമെന്നുതോന്നും. ഒരുതരം ചികിത്സയാണത്. ഞങ്ങളെല്ലാവരും രോഗബാധിതരായിരുന്നു. (അവർ ഏതോ ചിന്തയിൽ മുഴുകി) ഇത്രയധികം തീപ്പെട്ടികൾ വാങ്ങി കരുതിവെക്കാൻ, അവർ എത്രത്തോളം കഷ്ടപ്പെട്ടിട്ടുണ്ടാകും? ഞങ്ങളുടെ ആ മാനസികാവസ്ഥയെ... കേവലം ഇടത്തരക്കാരുടെ മനോഭാവം എന്നു പറയുന്നത് എനിക്ക് സഹിക്കാനാവുന്നില്ല. അത് ഭൗതികാസക്തിയുടെ ഭാഗവുമല്ല. പറഞ്ഞില്ലേ... അതൊരു രോഗചികിത്സതന്നെയായിരിക്കുന്നു. (മൗനം) കാലം കടന്നുപോകുമ്പോൾ

---

* സോവിയറ്റ് സോഷ്യലിസ്റ്റ് യാഥാർത്ഥ്യവാദി. "ഹൗ ദി സ്റ്റീൽ വാസ് ടെംപേർസ്" എന്ന നോവലിന്റെ രചയിതാവ്

വിപ്ലവങ്ങളും കലാപങ്ങളുമൊക്കെ ജനങ്ങൾ മറക്കുന്നു. അതിനെക്കുറിച്ചോർക്കുകതന്നെ അവർക്കു നാണക്കേടാണ്. വിജയത്തിന്റെ ലഹരി എന്നേ ഇറങ്ങിക്കഴിഞ്ഞു. കാരണം, സോവിയറ്റ് ഭരണകൂടം നശിപ്പിക്കപ്പെടണം എന്ന് ഞാൻ ആഗ്രഹിക്കുന്നില്ല.

തിരിഞ്ഞുനോക്കുമ്പോൾ കാണാം, എത്ര നിസ്സാരമായാണ് അതിനെ നമ്മൾ നശിപ്പിച്ചതെന്ന്. എന്നാൽ ജീവിതത്തിൽ പകുതിയും ഞാൻ കഴിച്ചുകൂട്ടിയത് അവിടെയാണ്. അതെല്ലാം മായ്ച്ചുകളയാൻ സാധിക്കുമോ? എന്റെ തലയ്ക്കകത്തുള്ളതു മുഴുവൻ സോവിയറ്റ് ഘടനകളും ബിംബങ്ങളുമാണ്. അതെല്ലാം മാറ്റിയെടുക്കാൻ നന്നേ പാടുപെടേണ്ടിവരും. അതല്ല, ആ സംഗതികൾ അങ്ങനെ ആരും ഇക്കാലത്ത് ഓർക്കാറില്ല. ഇപ്പോൾ അവർ ഓർക്കുന്നത് യുദ്ധത്തിലെ വിജയവും. ബഹിരാകാശത്തിൽ ആദ്യമായി എത്തിയത് ഒരു സോവിയറ്റുകാരനാണ് എന്ന കാര്യവും മാത്രമാണ്. അതിനെക്കുറിച്ചോർത്ത് അവർ അഭിമാനിക്കുന്നു. സാധനങ്ങളൊന്നും വില്ക്കാനില്ലാതെ ഒഴിഞ്ഞു കിടന്ന കടകൾ. ഇപ്പോൾ അവരുടെ ഓർമ്മയിലില്ല. ഇന്നത്തെ അവസ്ഥയിൽനിന്ന് അന്നത്തെ കാര്യങ്ങൾ സങ്കല്പിക്കുക പ്രയാസം തന്നെ.

അട്ടിമറി കഴിഞ്ഞതിനുതൊട്ട്, ഞാൻ മുത്തശ്ശനെ കാണാൻ ഞങ്ങളുടെ ഗ്രാമത്തിലേക്കുപോയി. ഒരു നിമിഷംപോലും റേഡിയോ താഴെവെക്കാൻ സാധിച്ചില്ല. രാവിലെ തോട്ടത്തിലിറങ്ങി തടങ്ങൾ കോരാൻ തുടങ്ങി. അയ്യഞ്ചുമിനിറ്റുകൂടുമ്പോൾ ഞാൻ കൈക്കോട്ട് താഴെ വെക്കും. "മുത്തശ്ശാ, ഇതു കേട്ടോളൂ.. ദാ യെത്സിൻ സംസാരിക്കുന്നു" പിന്നെ വീണ്ടും, "മുത്തശ്ശാ, ഇത് കേട്ടോ?" കുറേ നേരം അദ്ദേഹം ക്ഷമിച്ചിരുന്നു. പിന്നെ ക്ഷമകെട്ട് എന്നെ ശാസിച്ചു. "കുറച്ചുകൂടി ആഴത്തിൽ കുഴിക്കൂ... ആ വിഡ്ഢിത്തങ്ങൾ കേട്ടുനിന്ന് സമയം കളയേണ്ട." അന്ന് മുത്തശ്ശൻ പറഞ്ഞുതന്നു: "ഈ മണ്ണിലൂടെയാണ് നമുക്ക് സ്വാതന്ത്ര്യം കിട്ടുക. ഇവിടെ വളരുന്ന ഉരുളക്കിഴങ്ങാണ് നമ്മുടെ ജീവിതത്തിനാധാരം." മുത്തശ്ശൻ വിവേകമതിയായിരുന്നു. വൈകുന്നേരം അയൽപക്കക്കാരൻ വീട്ടിൽ വന്നു. ഞാൻ സ്റ്റാലിനെക്കുറിച്ച് പറയാൻ തുടങ്ങി. അയൽക്കാരന്റെ പ്രതികരണം: "നല്ലൊരാളായിരുന്നു. പക്ഷേ, കുറേ അധികം കാലം ജീവിച്ചു". "ആ തന്തയ്ക്കു പിറന്നവനേക്കാളേറെ ഞാൻ ജീവിച്ചു." മുത്തശ്ശൻ തുറന്നു പറഞ്ഞു. അപ്പോഴും ഞാൻ എന്റെ കൊച്ചു റേഡിയോ കാതിൽ ചേർത്തുപിടിച്ചുകൊണ്ട് അവിടെ ഉലാത്തുകയായിരുന്നു. ഞാൻ ആവേശം കൊണ്ട് വിറയ്ക്കുന്നുണ്ടായിരുന്നു. ഡെപ്യൂട്ടിമാർ ഉച്ചഭക്ഷണത്തിനായി ഒഴിവെടുക്കുന്ന സമയം. അതായിരുന്നു ഏറ്റവും വിഷമം. ആ നേരത്ത് കാര്യമായി ഒന്നും സംഭവിക്കില്ലല്ലോ.

.... എനിക്ക് എന്തു നേടാനായി? എന്റേതെന്നു പറയാൻ എന്താണ് ശേഷിക്കുന്നത്? വലിയൊരു ഗ്രന്ഥശാല... ടൺകണക്കിനു പുസ്തകങ്ങളും റെക്കോഡുകളും. എന്റെ അമ്മയുടെ വകയും അതിലുണ്ട്. അവർ കെമിസ്ട്രിയിൽ പി.എച്ച്.ഡി. എടുത്തിരുന്നു. അവരുടെ പുസ്തകങ്ങളും

അപൂർവ്വ ധാതുക്കളുടെ ശേഖരവും. ഒരിക്കൽ ഒരു കള്ളൻ ഞങ്ങളുടെ വീട്ടിൽ കയറി. പാതിരാത്രി പെട്ടെന്നു കണ്ണുതുറന്നപ്പോൾ വീട്ടിനകത്ത് ചെറുപ്പക്കാരനായ ഒരു മോഷ്ടാവ്. അത് ഒരു ഒറ്റമുറി ഫ്ളാറ്റായിരുന്നു. അയാൾ അലമാര തുറന്ന് അതിനുള്ളിൽനിന്നും സകലതും വാരി പുറത്തിട്ടു. തറയിൽ സാധനങ്ങൾ വാരിയെറിഞ്ഞ് അയാൾ പിറുപിറുത്തു. “ഈ ബുദ്ധിജീവികളെക്കൊണ്ട് തോറ്റു. നേരാംവണ്ണമുള്ള ഒരു കമ്പിളിക്കോട്ടുപോലുമില്ലല്ലോ!” അയാൾ വാതിൽ ഒച്ചവെച്ചടച്ച് ഇറങ്ങിപ്പോയി. അയാൾക്കു മോഷ്ടിക്കാൻ പറ്റുന്നതായി ഒന്നും അമ്മയുടെ കൈയിലുണ്ടായിരുന്നില്ല. നമ്മുടെ ബുദ്ധിജീവികളുടെ കാര്യം... അങ്ങനെയായിരുന്നു. അവർ നമുക്കായി കരുതിവെച്ചതും അതായിരുന്നു. ഇന്നത്തെയാളുകൾ വില്ലകൾ പണിയുന്നു... വിലകൂടിയ കാറുകൾ വാങ്ങുന്നു. എന്റെ ജീവിതകാലത്തിനിടയ്ക്ക് ഞാൻ ഇതുവരെ ഒരു വൈരക്കല്ല് കണ്ടിട്ടില്ല...

റഷ്യയിലെ ജീവിതം ഒരു കഥപോലെയാണ്. എന്നാലും എനിക്ക് ഇവിടെത്തന്നെ ജീവിക്കണം. സോവിയറ്റുകാരോടൊപ്പം സോവിയറ്റ് സിനിമകൾ കാണണം. ആ സിനിമകളിൽ നിറയെ നുണയായിരിക്കും. ഗവൺമെന്റിന്റെ നിർദ്ദേശമനുസരിച്ച് കൃത്യമായി നിർമ്മിക്കപ്പെട്ടവയായിരിക്കും. എന്നാലും അതെനിക്കിഷ്ടമാണ്. ദൈവം സഹായിച്ച്, എന്റെ ഭർത്താവ് എന്നെ ടി.വി.യിൽ കാണാതിരുന്നാൽ മതി...

ഞാനൊരു ഉദ്യോഗസ്ഥനാണ്...

എനിക്ക് പറയാനുള്ളത് ഞാൻ പറയാം. (ഏതാണ്ട് ഇരുപത്തഞ്ചു വയസ്സ് പ്രായമുള്ള ഒരു യുവാവാണയാൾ) എല്ലാം എഴുതിയെടുത്തോളൂ. ഞാൻ ഒരു യാഥാസ്ഥിതിക റഷ്യൻ ദേശഭക്തനാണ്. ഞാൻ ദൈവത്തെ ആരാധിക്കുന്നു. പ്രാർത്ഥനയുടെ സഹായത്തോടെ ഭക്തിപൂർവം ആരാധിക്കുന്നു. ആരാണ് റഷ്യയെ വിറ്റഴിച്ചത്? യഹൂദന്മാരാണ്. വേരുകളില്ലാത്ത കൂട്ടം. അവർ കർത്താവിനെ പലതവണ കരയിച്ചിട്ടുണ്ട്.

ലോകവ്യാപകമായ ഗൂഢാലോചന. റഷ്യക്കെതിരായ ഗൂഢാലോചനയെപ്പറ്റിയാണ് നമ്മൾ പറഞ്ഞുവരുന്നത്... “ദി ഡ്യൂവെൻസ് പ്ലാൻ” ... അതിനെപറ്റി എനിക്ക് കേൾക്കണ്ട. അത് വെറുമൊരു തട്ടിപ്പായിരുന്നുവെന്നും പറയണ്ട. സി.ഐ.എ. ഡയറക്ടറായിരുന്ന അലൻ സ്യൂവെൽസിന്റെ പദ്ധതി. “ആദ്യം കുഴപ്പങ്ങളുടെ വിത്തു വിതയ്ക്കും. അതിനുശേഷം ശരിയായ വിലയ്ക്കു പകരം, ആരും അറിയാതെ വ്യാജവിലകൾ എടുത്തുകാട്ടും. സമാന മനസ്സുള്ളവരെ, സഹായികളെ നമുക്ക് റഷ്യയ്ക്കകത്തുനിന്നുതന്നെ കിട്ടും. ചെറുപ്പക്കാരെ നമ്മൾ ഒന്നിനോടും ആദരവില്ലാത്തവരും പണത്തിന്റെ ധാർഷ്ട്യമുള്ളവരും ലോകം മുഴുവൻ എന്റേത് എന്ന് മനോഭാവമുള്ളവരുമായി മാറ്റും. അങ്ങനെയാണ് നമ്മൾ നമ്മുടെ കാര്യം സാധിച്ചെടുക്കുക.” മനസ്സിലായോ? ജൂതന്മാരും അമേരിക്കക്കാരുമാണ് നമ്മുടെ ശത്രുക്കൾ അമേരിക്കക്കാർ മണ്ടന്മാരാണ്. പ്രസിഡന്റ് ക്ലിന്റന്റെ ഒരു പ്രസംഗം. അമേരിക്കയിലെ പ്രമുഖ രാഷ്ട്രീയ

പ്രവർത്തകരുടെ ഒരു രഹസ്യയോഗം. "പ്രസിഡന്റ് ട്രുമാൻ ആറ്റം ബോംബുകൊണ്ട് തുടങ്ങിവെച്ചത് നമ്മൾ ഇപ്പോൾ നേടിയെടുത്തിരിക്കുന്നു. ലോകാധിപത്യത്തിനായി നമ്മളുമായി ഏറ്റവും ശക്തമായി മത്സരിച്ചിരുന്ന ആ രാഷ്ട്രത്തെ നമ്മൾ യാതൊരു രക്തച്ചൊരിച്ചിലും കൂടാതെ തുല്യനാക്കിയിരിക്കുന്നു." എത്രകാലം നമ്മുടെ ശത്രുക്കൾ നമ്മളെ തരംതാഴ്ത്തി ഉയർന്നുനില്ക്കും? യേശു പറഞ്ഞു: "ഭയപ്പെടരുത്. നിസ്സഹായരാവരുത്. ശരിയായ ധൈര്യത്തോട ശക്തരായിരിക്കുക." ദൈവം നിശ്ചയമായും റഷ്യയോടു കരുണ കാണിക്കും. യാതനയിൽകൂടിയാണെങ്കിലും വലുതായ പ്രതാപത്തിലേക്ക് നയിക്കുകയും ചെയ്യും." (അയാൾ തുടരുന്നു. എനിക്ക് നിർത്താനാവുന്നില്ല).

91-ൽ ഞാൻ മിലിറ്ററി അക്കാദമിയിൽനിന്നും രണ്ടു നക്ഷത്രങ്ങളോടുകൂടി ബിരുദം നേടി. ഞാനൊരു ജൂനിയർ ലഫ്റ്റനന്റ് ആയി. വലിയ അഭിമാനം തോന്നി. ഒരു നേരത്തും ഞാൻ എന്റെ സൈനിക യൂണിഫോം അഴിച്ചുമാറ്റിയില്ല. ഒരു സോവിയറ്റ് യോദ്ധാവ്! രാജ്യരക്ഷയുടെ ചുമതലയുള്ളവൻ! അതിനുശേഷം അട്ടിമറി പരാജയപ്പെട്ടു. ഞാൻ സാധാരണ വേഷത്തിൽ ജോലിക്കു പോകാൻ തുടങ്ങി. ഓഫീസിൽ ചെന്നതിനുശേഷം മാത്രം യൂണിഫോം ധരിച്ചു. അല്ലെങ്കിൽ ഏതെങ്കിലുമൊരു വയസ്സൻ വന്ന് എന്നെ പിടിച്ചുനിർത്തി ചോദിച്ചാലോ എന്ന ഭയം. "കുട്ടീ, നീ എന്തുകൊണ്ട് നിന്റെ മാതൃഭൂമിയെ രക്ഷിച്ചില്ല. ആ പ്രതിജ്ഞ നീ ചെയ്തിരുന്നതല്ലേ... നായിന്റെ മോനേ?" പട്ടിണി കിടന്നാണ് പട്ടാളക്കാർ ജോലിചെയ്തിരുന്നത്.

ഞങ്ങളുടെ മാസശമ്പളം കൊണ്ട് ആകെ വാങ്ങിക്കാൻ കിട്ടുന്ന ഒരു സാധനം ഒരു കിലോഗ്രാം താഴ്ന്നതരം സലാമി മാത്രമായിരുന്നു. അവസാനം ഞാൻ പട്ടാളത്തിൽനിന്നും രാജിവെച്ച് പോന്നു. കുറച്ചുനാൾ രാത്രികാലങ്ങളിൽ വ്യഭിചാരശാലകളിൽ കാവൽക്കാരനായി നിന്നു. ഇപ്പോൾ ഒരു കമ്പനിയിൽ സുരക്ഷാഭടനാണ്. യഹൂദന്മാർ, അവരാണ് ഈ നാശത്തിന്റെയൊക്കെ അടിവേര്. ഒരു റഷ്യക്കാരന് തിരിയാനൊരു ഇടമില്ല. അവർ യേശുവിനെ കുരിശിൽ തറച്ചു. (അയാൾ ഒരു കടലാസ് എന്റെ നേരെ നീട്ടി). ഇതൊന്നു വായിച്ചുനോക്കൂ. സോബ് ചാക്കുകളും ചുബായ്സീഡുകളും, നെംസോവുകളും...* അവർക്കോ പൊലീസിനോ, പട്ടാളത്തിനോ പൊതുജനങ്ങളുടെ ധാർമ്മികരോഷത്തിൽനിന്നും നിങ്ങളെ രക്ഷിക്കാനാവില്ല. "ഹേയ്, വംശീയഹത്യ താമസിയാതെ നടക്കാൻ പോകുന്നു എന്നൊരു വാർത്ത നിങ്ങൾ കേൾക്കുകയുണ്ടായോ?" "എനിക്കു ഭയമില്ല. എന്റെ പാസ്പോർട്ടിൽ ഞാൻ റഷ്യനാണ് എന്ന് വ്യക്തമായി കാണിച്ചിട്ടുണ്ട്." "വിഡ്ഢി അവർ നിന്റെ മുഖത്താണ് തല്ലുക, പാസ്പോർട്ടിലല്ല." (അയാൾ കുരിശു വരച്ചു)

---

* ബോറിസ് നെംഡോവ് ബോറിസ് യെത്സിന്റെ കാലത്തെ പ്രമുഖനായൊരു നയതന്ത്രജ്ഞനായിരുന്നു. പിന്നീട് പുടിനെ പരസ്യമായി എതിർത്തു. 2015ൽ മോസ്കോയിൽവെച്ച് കൊല്ലപ്പെട്ടു.

ഞാൻ റഷ്യൻ മണ്ണിൽ റഷ്യൻ നിയമങ്ങൾക്കായി നിലകൊള്ളുന്നു. അക്രോമിയേവ്, മകാഷോവ് തുടങ്ങിയ ധീരയോദ്ധാക്കളുടെ പേരുകൾ നമ്മൾ ഉയർത്തിപ്പിടിക്കുന്നു. എനിക്ക് തീർച്ചയുണ്ട്. ദൈവം നമ്മളെ കൈവെടിയുകയില്ല.

ഞാനൊരു വിദ്യാർത്ഥിയാണ് അക്രോമിയേവോ? അതാരാണ്? അതിപ്പോൾ എവിടെനിന്നുവന്നു? ബലം പ്രയോഗിച്ചുള്ള അട്ടിമറി ആഗസ്റ്റ് വിപ്ലവം... ക്ഷമിക്കണം, അതൊന്നും ഞാൻ കേട്ടില്ല.

"നിങ്ങൾക്ക് എത്ര വയസ്സായി?"

"പത്തൊമ്പത്. എനിക്ക് രാഷ്ട്രീയത്തിൽ തീരെ താത്പര്യമില്ല. ആ സംഭവം തന്നെ എന്നെ സംബന്ധിച്ചിടത്തോളം അന്യമാണ്. പക്ഷേ, എനിക്ക് സ്റ്റാലിനെ ഇഷ്ടമാണ്. അദ്ദേഹത്തെക്കുറിച്ച് കേൾക്കാൻ രസമുണ്ട്. ഇന്നത്തെ രാഷ്ട്രീയക്കാരെ, വലിയ മിലിറ്ററി കോട്ടുമിട്ടു നടക്കുന്ന ആ നേതാവിനോടൊത്ത് താരതമ്യപ്പെടുത്തിനോക്കൂ. കാഴ്ചയിൽ ആർക്കാണ് കൂടുതൽ അന്തസ്സ്? അതാണ് കാര്യം... കരുത്തുറ്റ ഒരു വലിയ റഷ്യ എനിക്കു വേണ്ട. വല്ലാത്തൊരു തരം ബൂട്ടുകളുമിട്ട്, കഴുത്തിൽ ഒരു യന്ത്രത്തോക്കും തൂക്കി നടക്കാൻ എനിക്ക് താത്പര്യമില്ല. മരിക്കാനും ഞാൻ തയ്യാറല്ല. (അല്പനേരം മിണ്ടാതെ നിന്നു) ഇന്നത്തെ റഷ്യക്കാരന്റെ സ്വപ്നമെന്താണെന്നോ? കൈയിൽ ഒരു സ്യൂട്ട്കേസും തൂക്കി കഴിയുന്നതും വേഗം ഈ നാട്ടിൽനിന്നും പുറത്തുകടക്കുക... അമേരിക്കയിലെത്തുക. എന്നാൽ ജീവിതം മുഴുവൻ ഏതെങ്കിലുമൊരു ഹോട്ടലിൽ പരിചാരകനായി കഴിയാൻ ഞാനുദ്ദേശിക്കുന്നില്ല... എനിക്ക് നല്ലവണ്ണമൊന്നാലോചിക്കണം.

അർത്ഥം തേടുന്ന ഓർമ്മച്ചെപ്പുകൾ

ഇഗർ പൊഗ്‌ലാസോവ്

8–ാം ഗ്രേഡർ, 14 വയസ്സ്

അവന്റെ അമ്മ പറഞ്ഞത്

ഇതൊരു വിശ്വാസവഞ്ചനയായി തോന്നിയേക്കാം. ഞാൻ എന്റെ വികാരങ്ങളെ ഒറ്റിക്കൊടുക്കുകയാണ്. ഞങ്ങളുടെ ജീവിതത്തെത്തന്നെ വഞ്ചിക്കുകയാണ്. വാക്കുകളേയും. അത് ഞങ്ങളെമാത്രം ഉദ്ദേശിച്ചിട്ടുള്ളതായിരുന്നു. എന്നിട്ടും അന്യനൊരാളെ ആ ലോകത്തിലേക്ക് കടന്നുവരാൻ ഞാൻ അനുവദിക്കുകയാണ്. ഈ അപരിചിതൻ നല്ല ഒരാളാണോ? അതോ വിശ്വസിക്കാൻ കൊള്ളരുതാത്തവനോ? എന്തായാലും അതൊന്നും ഇപ്പോൾ ഒരു വിഷയമല്ല. അവർ എന്നെ ശരിയായ വിധത്തിൽ മനസ്സിലാക്കുമോ ഇല്ലയോ? അങ്ങാടിയിൽ ആപ്പിൾ വില്ക്കുന്ന ഒരു സ്ത്രീയുണ്ടായിരുന്നു. കേൾക്കാൻ ക്ഷമയുള്ളവരോടൊക്കെ അവർ തന്റെ കഥ പറയും. സ്വന്തം മകന്റെ മൃതദേഹം അവർ അടക്കം ചെയ്ത കഥ. ആ നിമിഷം അവിടെവെച്ച് ഞാൻ ശപഥം ചെയ്തു. അങ്ങനെയൊരു സംഭവം എന്റെ ജീവിതത്തിലുണ്ടാവില്ല. എന്റെ ഭർത്താവും ഞാനും അതിനെക്കുറിച്ച് സംസാരിക്കാറില്ല. ഞങ്ങൾ ഒറ്റയ്ക്കിരുന്ന് പരസ്പരം കാണാതെ കരയുകമാത്രം ചെയ്യുന്നു. ഒരേയൊരു വാക്കുമതി, എനിക്ക് പൊട്ടിക്കരയാൻ. ആദ്യത്തെ ഒരു വർഷം... എനിക്കൊരുവിധത്തിലും സ്വയം നിയന്ത്രിക്കാൻ സാധിച്ചില്ല. എന്തുകൊണ്ട്? എന്തുകൊണ്ടാണ് അവൻ അങ്ങനെ ചെയ്തത്? എനിക്കാലോചിക്കണം, തന്നത്താൻ ആശ്വസിപ്പിക്കണം. അങ്ങനെ അവർ ഞങ്ങളെ വിട്ടുപോകില്ല. അവൻ വെറുതെ ഒന്നു ശ്രമിച്ചുനോക്കിയതാണ് എന്താണെന്നറിയാൻ. ആ പ്രായത്തിൽ എന്തിനെക്കുറിച്ചും വലിയ ജിജ്ഞാസയുണ്ടാകും. അവിടെ എന്താണ് സംഭവിക്കുന്നത്? (പ്രത്യേകിച്ചും ആൺകുട്ടികൾ. അവൻ മരിച്ചതിനുശേഷം, അവന്റെ നോട്ടുപുസ്തകങ്ങൾ ഓരോന്നായി ഞാൻ പരതി. അവനെഴുതിയ കവിതകൾ. ഒരു വേട്ടപ്പട്ടിയെപോലെ വിടാതെ തിരഞ്ഞു. (കരയുന്നു) ആ ഞായറാഴ്ചയ്ക്ക് ഒരാഴ്ചമുമ്പ് ഞാൻ

കണ്ണാടിയുടെ മുമ്പിൽനിന്ന് മുടി കോതുകയായിരുന്നു. അവൻ പിറകിൽ നിന്നും വന്ന് എന്റെ തോളിൽ കൈകൾ ചുറ്റി. അങ്ങനെത്തന്നെ കണ്ണാടിയിൽനോക്കി ചിരിച്ചുകൊണ്ട് ഞങ്ങൾ ഒരു നിമിഷം നിന്നു. "ഇഗർ..." ഞാനവനെ ഉരുമ്മിക്കൊണ്ടു പറഞ്ഞു. "നീ സുന്ദരൻ തന്നെ കാരണം നീ പ്രണയത്തിന്റെ കുഞ്ഞാണ്. അഗാധമായ പ്രേമത്തിൽനിന്നും പിറന്നവൻ." അവൻ കൂടുതൽ മുറുകെ എന്നെ കെട്ടിപ്പിടിച്ചു. "അമ്മേ നിങ്ങളും... ഇതുപോലെ വേറൊരമ്മയില്ല."

അതിനെക്കുറിച്ചാലോചിച്ചപ്പോൾ ഇന്നും എന്റെ മനസ്സിലൊരു കാളൽ. അന്ന് അങ്ങനെ ഒരുമിച്ചുചേർന്നു നില്ക്കേതന്നെ അവന്റെ മനസ്സിൽ ആ ചിന്ത ഉണ്ടായിരുന്നുവോ? അന്നേ അവനതിനെക്കുറിച്ച് ആലോചിച്ചിരുന്നുവോ?

സ്നേഹം... ആ വാക്ക് ഉറക്കെ പറയാൻ എന്റെ മനസ്സ് വിഷമിക്കുന്നു. സ്നേഹം എന്നൊരു സംഗതി ഉണ്ടെന്ന് ഓർക്കുകതന്നെ പ്രയാസം. മരണത്തേക്കാൾ മഹത്തരമാണ് സ്നേഹം എന്ന് ഞാൻ കരുതിയിരുന്ന ഒരു കാലമുണ്ടായിരുന്നു. ലോകത്തിലുള്ള മറ്റെല്ലാറ്റിനേക്കാളും കരുത്തുറ്റത്. പത്താംതരത്തിൽ പഠിക്കുമ്പോഴാണ് എന്റെ ഭർത്താവും ഞാനും കണ്ടുമുട്ടിയത്. അടുത്തുതന്നെയുള്ള ആൺകുട്ടികളുടെ സ്കൂളിൽനിന്നും അവർ ഒരു നൃത്തപരിപാടിക്കായി ഞങ്ങളുടെ സ്കൂളിലേക്ക് വന്നു. തമ്മിൽ കണ്ട ആ ആദ്യത്തെ സായാഹ്നം ഞാൻ ഓർക്കുന്നില്ല. ഞാൻ വാലിക്കിനെ... എന്റെ ഭർത്താവിനെ കണ്ടിരുന്നില്ല. അദ്ദേഹമാണ് എന്നെ ശ്രദ്ധിച്ചത്. പക്ഷേ, അടുത്തേക്ക് വരികയുണ്ടായില്ല. സത്യത്തിൽ എന്റെ മുഖം അദ്ദേഹം കണ്ടില്ല, നിഴൽ രൂപമാണ് കണ്ണിൽപെട്ടത്. പക്ഷേ, മനസ്സിലിരുന്ന് ആരോ പറയുന്നതുപോലെ തോന്നിയത്രെ, "ഇതാണ് നിന്റെ ഭാവി വധു." പിന്നീട് അദ്ദേഹം അതെന്റെ മുമ്പിൽ തുറന്നുപറയുകയും ചെയ്തു. (മെല്ലെ ചിരിച്ചു) ആർക്കറിയാം? ഒരുപക്ഷേ ഉണ്ടാക്കി പറഞ്ഞതാവാം. അദ്ദേഹം ഒരു സ്വപ്നജീവിയാണ്. എന്തായാലും എന്തോ ഒരു മായാജാലം എപ്പോഴും ഞങ്ങളുടെ ജീവിതത്തിലുണ്ടായിരുന്നു. ജീവിച്ചുപോരാൻ എന്നെ പ്രേരിപ്പിക്കുന്നത് അതാണ്. പറഞ്ഞറിയിക്കാനാവാത്തവിധം ഞാൻ സന്തോഷവതിയായിരുന്നു. മതിമറന്നുകൊണ്ടുള്ള, ഒതുക്കാനാവാത്ത സന്തോഷം. അങ്ങനെയായിരുന്നു ഞാൻ. ഭർത്താവിനെ ഞാൻ വളരെയധികം സ്നേഹിച്ചു... ആരാധിച്ചു. അതേസമയം മറ്റു പുരുഷന്മാരുമായി ചെറുതായൊന്നു ശൃംഗരിക്കുന്നതും എനിക്കു രസമായിരുന്നു. എന്നെ സംബന്ധിച്ചിടത്തോളം അതൊരു കളിയായിരുന്നു. നിങ്ങൾ നടന്നുപോകുമ്പോൾ അവർ നോക്കിനില്ക്കുന്നു. ആ നോട്ടം നിങ്ങൾ ആസ്വദിക്കുന്നു. അവർക്ക് നിങ്ങളോട് ലേശം പ്രേമം തോന്നിയാൽത്തന്നെ എന്താണ് തെറ്റ്?

ഇത്രയേറെ ഉപഹാരങ്ങൾ സ്വീകരിക്കാൻതക്കവണ്ണം എന്ത് യോഗ്യതയാണ് എനിക്കുള്ളത്? പലപ്പോഴും ഞാൻ പ്രിയപ്പെട്ട മായാക്രിസ്റ്റാലിൻസിക്യായോടൊപ്പമിരുന്നു പാടും. ജീവിതപ്പാതകളിലൂടെ

ഞാൻ ഓടിപ്പോവുകയായിരുന്നു. ഇന്നാലോചിക്കുമ്പോൾ ഖേദം തോന്നുന്നു. അതൊന്നും ഞാൻ മുഴുവനായും ഓർക്കുന്നില്ലല്ലോ. ഇനിയൊരിക്കലും, ഇത്രത്തോളം സന്തോഷം എന്റെ ജീവിതത്തിലുണ്ടാവുകയില്ല. സ്നേഹിക്കാൻ കുറെയധികം ഊർജ്ജം വേണം. ഇപ്പോൾ അതെനിക്കില്ല. ഞാൻ തികച്ചും വേറൊരാളായിരിക്കുന്നു. വളരെ സാധാരണക്കാരിയായ ഒരു സ്ത്രീ. (നിശ്ശബ്ദത) ചിലപ്പോൾ അങ്ങനെയൊരു തോന്നലുണ്ടാകും. പഴയ കാര്യങ്ങൾ ഓർത്തെടുക്കുക. എന്നാൽ അധികവും അതൊരു കരയിക്കുന്ന സംഗതിയാണ്. അന്നത്തെ ആ ജീവിതം ഓർത്തുനോക്കൽ ഒരു സുഖമുള്ള കാര്യമല്ല.

ഇഗറിന് മൂന്നോ നാലോ വയസ്സ് പ്രായം. ഞാനവനെ കുളിപ്പിക്കുകയായിരുന്നു. "അമ്മയെ എനിക്കൊരുപാട് ഇഷ്ടമാണ്. സുന്ദരിയായ തസ്ലീനയെപോലെ" അവൻ കൊഞ്ചി. 'ര' എന്നു പറയാൻ അവന് ബുദ്ധിമുട്ടായിരുന്നു. 'ര' യ്ക്കു പകരം എപ്പോഴും അവൻ 'ല' എന്നാണ് പറഞ്ഞിരുന്നത് (അവൻ ചിരിച്ചു) അങ്ങനെയുള്ള ചില ഓർമ്മകൾ മതി ജീവിതം തുടർന്നുകൊണ്ടുപോകാൻ. അതിന്മേലാണ് ഞാനിപ്പോൾ ജീവിക്കുന്നത്. ഓർമ്മകളുടെ കാരുണ്യം. അല്ലാതെന്തുപറയാൻ! ഓരോ പൊട്ടും പൊടിയും ഞാൻ പെറുക്കിയെടുക്കുന്നു.

ഞാനൊരു സ്കൂൾ ടീച്ചറാണ്. റഷ്യൻ ഭാഷയും സാഹിത്യവും പഠിപ്പിക്കുന്നു. ഞങ്ങളുടെ വീട്ടിലെ ജീവിതത്തിന്റെ ഒരു പതിവുരംഗം... ഞാൻ പുസ്തകങ്ങളോടൊപ്പം. അദ്ദേഹം അടുക്കളയിലാണ്. പാത്രങ്ങളും ചട്ടികളും സ്പൂണുകളും ഫോർക്കുകളുമൊക്കെ എടുത്ത് അത്താഴത്തിനുള്ള ഒരുക്കമാണ്. ആ സമയം, അടുത്ത ദിവസം സ്കൂളിൽ പഠിപ്പിക്കാനുള്ള പാഠങ്ങൾ എനിക്ക് തയ്യാറാക്കാം. അവൻ മുതിർന്നിരുന്നു. തന്റെ മേശയ്ക്കരികിലിരുന്നു അവൻ എഴുതുകയും വായിക്കുകയും ചെയ്യുന്നു. നന്നേ ചെറുപ്പത്തിലേ അവൻ വായിക്കാൻ പഠിച്ചു. എഴുത്തും വശമാക്കി. അവനു മൂന്നു വയസ്സായിരുന്നപ്പോൾ ഞങ്ങൾ ഒരുമിച്ച് മിഖായേൽ സ്വെറ്റ്ലോവിന്റെ കവിതകൾ കാണാതെ പഠിച്ചു. "കാകോ വാക്കാ, കാക്കോ വാക്കാ, എന്റെ ഓമനത്തോക്ക്, പറക്കൂ ചൂടൻ വെടിയുണ്ടകളെ പറക്കൂ..." അതെന്താണെന്ന് ഞാൻ വിശദമാക്കാം പറഞ്ഞുവരുന്നത് ഒന്നു നിർത്തട്ടെ. അവൻ ധീരനും ശക്തനുമായി വളരണമെന്ന് ഞാനാഗ്രഹിച്ചു. അതുകൊണ്ട് അതിനുപറ്റിയ കവിതകളാണ് ഞാൻ തിരഞ്ഞെടുത്തത്. ധീരയോദ്ധാക്കളെ പറ്റിയും യുദ്ധങ്ങളെപ്പറ്റിയുമുള്ള കവിതകൾ മാതൃഭൂമിയെക്കുറിച്ചുള്ള ഗാനങ്ങൾ. ഒരു ദിവസം അമ്മ എന്നെ അദ്ഭുതപ്പെടുത്തിക്കളഞ്ഞു. "വീര, മതിയാക്കൂ... ഇതുപോലെയുള്ള യുദ്ധക്കവിതകളൊന്നും അവനെ പഠിപ്പിക്കണ്ട. ഇങ്ങനെ പോയാൽ അവൻ കളിക്കുന്നതുപോലും യുദ്ധക്കളിയാകും."

"അതിനെന്താ, എല്ലാ ആൺകുട്ടികൾക്കും "യുദ്ധം" കളിക്കാൻ ഇഷ്ടമാണല്ലോ"

"ശരിയാണ്... എന്നാൽ ഇഗറിന്റെ കാര്യം ഒരാൾ വെടിവെക്കുന്നു. അവൻ താഴെ വീഴുന്നു. അവന് മരിക്കാൻ ഇഷ്ടമാണ്. മരിക്കാൻ അവൻ

കൊതിക്കുന്നതുപോലെ. ആ ഉത്സാഹം കാണുമ്പോൾ എനിക്ക് ഭയം തോന്നുന്നു. കൂട്ടുകാരോട് അവൻ പറയുന്നത് ഞാൻ കേൾക്കാറുണ്ട്. “എന്റെ നേരെ വെടിവെക്കൂ. ഞാൻ മരിച്ചുവീഴാം.” അവൻ ഒരിക്കലും മറിച്ചുപറയുന്നത് ഞാൻ കേട്ടിട്ടില്ല. (ഏറെ നേരം അവർ മിണ്ടാതിരുന്നു) അന്ന് അമ്മ പറഞ്ഞത് എന്തുകൊണ്ട് ഞാൻ കാര്യമായി എടുത്തില്ല?

അവന് ഞാൻ വാങ്ങിക്കൊടുത്തത് മിലിറ്ററി കളിക്കോപ്പുകളായിരുന്നു. ടാങ്കുകൾ, ഭടന്മാർ, തോക്കുകൾ അവൻ ഒരാൺകുട്ടിയല്ലേ? ധീരനായ ഒരു യോദ്ധാവായല്ലേ വളരേണ്ടത്? തോക്കുപയോഗിക്കാനുള്ള നിർദ്ദേശങ്ങളിൽ പറഞ്ഞിരുന്നു: “വെടിവെക്കുന്നയാൾ ശാന്തനായി, ഇരയെ തിരഞ്ഞെടുത്ത് വെടിവെക്കണം. ആദ്യം.. ഇരയെ ശരിയായി മനസ്സിലാക്കണം.” എന്താണാവോ... ഇതിൽ ആരും അപാകതയൊന്നും കണ്ടില്ല. വളരെ സാധാരണമായൊരു നിർദ്ദേശം മാത്രം. അതാരേയും പരിഭ്രമിപ്പിച്ചില്ല. എന്തുകൊണ്ടാണിങ്ങനെ? എല്ലാവരുടെ മനസ്സിലും ഒരു യുദ്ധഭാവം ഉണ്ടായിരുന്നുവോ? “നാളെ ഒരു യുദ്ധം പൊട്ടിപ്പുറപ്പെടുകയാണെങ്കിൽ.... നാളെ നമുക്ക് വേണ്ടവർ പിരിയേണ്ടിവരികയാണെങ്കിൽ...” വേറെയൊരു വിശദീകരണവും എനിക്ക് കണ്ടെത്താനാകുന്നില്ല.

ഇന്ന് അങ്ങനെയാരും കുട്ടികൾക്ക് വാളും തോക്കുമൊന്നും കളിപ്പാട്ടങ്ങളായി വാങ്ങിക്കൊടുക്കുന്നില്ല. ഒച്ചയും ബഹളവുമില്ലാത്ത കളിക്കോപ്പുകളാണ് ഇന്നത്തെ രീതി. എന്നാൽ അന്ന് ഒരു ടീച്ചർ എന്നോട് പറഞ്ഞതു കേട്ട് വളരെ അദ്ഭുതം തോന്നി. സ്വീഡനിലാണെന്നു തോന്നുന്നു, യുദ്ധവുമായി ബന്ധപ്പെട്ട എല്ലാ കളിക്കോപ്പുകളും അവർ നിയമപരമായി നിരോധിച്ചിരിക്കുന്നു. ഒരു പുരുഷനെ എങ്ങനെയാണ് വളർത്തിക്കൊണ്ടുവരേണ്ടത്? ആത്മരക്ഷ മാത്രം പഠിപ്പിച്ചാൽ മതിയെന്നോ? (അവരുടെ സ്വരം പതറി) “നിന്റെ നോട്ടം മരണത്തിൽ... മരണത്തിൽ മാത്രമായിരിക്കട്ടെ. നീ പാവം പാട്ടുകാരൻ കുതിര സവാരിക്കാരൻ” ഓരോ യോഗങ്ങളിലും കൂടിച്ചേരലുകളിലും തുടങ്ങി അഞ്ചുമിനിറ്റാകെ സംസാരം യുദ്ധത്തെക്കുറിച്ചാകും. അതിനൊരു മുടക്കവും വരാറില്ല. യുദ്ധത്തെക്കുറിച്ചോർക്കാതിരിക്കാൻ ഞങ്ങൾക്കാവില്ല. എപ്പോഴും ഞങ്ങൾ യുദ്ധത്തെക്കുറിച്ചുള്ള ഗാനങ്ങൾ പാടിക്കൊണ്ടിരിക്കും. ഞങ്ങളെപ്പോലെയുള്ളവർ ലോകത്തിലെവിടെയെങ്കിലും ഉണ്ടാകുമോ? പോളണ്ടുകാരും ചെക്കോസ്ലാവാക്യക്കാരും റുമേനിയക്കാരും സോഷ്യലിസത്തിനു കീഴിൽ ജീവിച്ചവരാണ്. എന്നാലും അവരാരും ഞങ്ങളെപ്പോലെയല്ല (മൗനം). എങ്ങനെയാണ് ഞാൻ ഇനിയുള്ള നാളുകൾ കഴിച്ചുകൂട്ടുക? അറിയില്ല... പിടിച്ചു തൂങ്ങാനായി ഒന്നുംതന്നെ കാണുന്നില്ല.

(പെട്ടെന്ന് അവരും സ്വരം തീരെ താഴ്ന്നു. എന്നാലും എനിക്കും തോന്നി അവർ ഉറക്കെ നിലവിളിക്കുകയാണെന്ന്)

കണ്ണടയ്ക്കുമ്പോഴൊക്കെ ഞാൻ കാണുന്നു, അവൻ ശവപ്പെട്ടിക്കകത്ത് കിടക്കുന്ന കാഴ്ച. ഞങ്ങൾ എത്ര സന്തോഷത്തോടെയാണ്

കഴിഞ്ഞിരുന്നത്. എന്നിട്ടും എന്തേ അവനു തോന്നാൻ, ജീവിതത്തേക്കാൾ നല്ലത് മരണമാണെന്ന്.

എന്റെ സ്നേഹിത എന്നെ ഒരു തയ്യൽക്കാരിയുടെ അടുത്തേക്ക് കൂട്ടിക്കൊണ്ടുപോയി. “പുതിയ ഉടുപ്പു തുന്നിക്കണം” അവൾ എന്നോട് പറഞ്ഞു. “ഞാൻ അതാണ് ചെയ്യാറ്. വിഷാദത്തിന്റെ പിടിമുറുകുമ്പോഴൊക്കെ ഞാൻ പുതിയ ഒരുടുപ്പ് തുന്നിക്കും”

എന്റെ സ്വപ്നത്തിൽ ആരോ എന്റെ തലയിൽ തഴുകിക്കൊണ്ടിരുന്നു. ആദ്യത്തെ കൊല്ലം ഉറക്കെ നിലവിളിക്കാനായി ഞാൻ പാർക്കിലേക്കോടിച്ചെല്ലും. എന്റെ നിലവിളികേട്ട് മരച്ചില്ലകളിലെ കിളികൾ പേടിക്കും.

അവന് പത്ത് വയസ്സായിരുന്നു. അല്ലെങ്കിൽ പതിനൊന്ന്. ഒരു ദിവസം മുഴുവൻ സ്കൂളിൽ പണിയെടുത്ത് ക്ഷീണിച്ച് ഞാൻ വീട്ടിലെത്തുന്നു. വഴിയിൽ കടയിൽ കയറി വീട്ടിലേക്കാവശ്യമുള്ള സാധനങ്ങൾ വാങ്ങിയിരുന്നു. കനമുള്ള രണ്ട് സഞ്ചികളുണ്ട് കൈയിൽ. ഞാൻ അകത്തേക്ക് കടന്നപ്പോൾ അച്ഛനും മകനും അലസമായി കൗളിൽ ഇരിക്കുകയാണ്. ഒരാൾ പത്രം വായിക്കുന്നു. മറ്റേയാൾ ഏതോ പുസ്തകവും. വീടാകെ വിശ്വസിക്കാനാവാത്തവിധം നാനാവിധമായി കിടക്കുന്നു. അടുക്കളയിൽ എച്ചിൽപാത്രങ്ങളുടെ ഒരു കുന്ന്. രണ്ടുപേർക്കും എന്നെ കണ്ടതും ബഹുസന്തോഷം. ഞാൻ ചൂലെടുത്ത് തൂത്തുവാരാൻ തുടങ്ങി. കസേലകൾ കൊണ്ട് ഒരു വേലികെട്ടി. “കടന്നുപോകൂ... ഇപ്പുറത്തേക്ക് ആരും കടക്കരുത്...”

“ഇല്ല, ഒരിക്കലും കടക്കില്ല...”

“ഈനി... മീനി... നീനി മോ... ആരെയാണ് ഞാൻ ആദ്യം തല്ലേണ്ടത്?”

“അമ്മക്കുട്ടി... സ്വർണ്ണക്കുട്ടി... ദേഷ്യപ്പെടല്ലേ.” ഇഗർ ആണ് ആദ്യം എഴുന്നേറ്റത്. അവന് ഏതാണ്ട് അച്ഛന്റെയത്രതന്നെ പൊക്കം. “അമ്മക്കുട്ടി... സ്വർണ്ണക്കുട്ടി...” വീട്ടിൽ അവൻ അങ്ങനെയാണ് വിളിക്കാറ്... അവൻ തന്നെ ഉണ്ടാക്കിയെടുത്ത ഒരു പേര്.

വേനൽക്കാലത്ത് സാധാരണയായി തെക്കുഭാഗത്തേക്കാണ് ഞങ്ങൾ പോകാറുള്ളത്. “സൂര്യനെ തൊട്ടുവളർന്നു നില്ക്കുന്ന പനകൾ കാണാൻ” (ആ ഓർമ്മയിൽ അവർ ചിരിച്ചു) ആ വാക്കുകൾ ഞാൻ ഓർക്കുന്നു.... ഞങ്ങളുടെ വാക്കുകൾ... അവന് കലശലായ ജലദോഷം, മൂക്കടപ്പ്. ചൂടുപിടിപ്പിക്കാൻ ശ്രമിക്കുകയായിരുന്നു. ഞങ്ങൾ പിശുക്കി പിശുക്കി മിച്ചം വെച്ചതാണ്... നാലുനേരവും “പെൻമിനി” തന്നെ കഴിക്കും. അതിനുള്ള വകയേയുള്ളൂ. ഒരു യാത്ര കമ്പനിയുടെ വർണ്ണഭംഗിയുള്ള പരസ്യം കണ്ടത് ഓർമ്മ വരുന്നു. തെളിവാണ് പകൽവെളിച്ചം പരന്നുകിടക്കുന്ന ഗുർസഫ്. കടലും പാറക്കൂട്ടങ്ങളും വെൺമണൽത്തീരവും സൂര്യനും ഇപ്പോഴും ധാരാളം ഫോട്ടോകളുണ്ട് എന്റെ കൈയിൽ. എല്ലാം ഞാൻ കാണാതെ ഞാൻ തന്നെ ഒളിപ്പിച്ചുവെച്ചിരിക്കുകയാണ്. എനിക്കു പേടിയാണ്. അവ എന്റെ മനസ്സിനെ കൊല്ലുന്നു

ഞാൻ പൊട്ടിക്കരയാൻ തുടങ്ങും. ഒരിക്കൽ അവനെക്കൂടാതെ ഒരവധിക്കാലം ചെലവഴിക്കാൻ ഞങ്ങൾ പോയി. പകുതിവഴിയേ പോയുള്ളൂ. ഞങ്ങൾ തിരിച്ചുവന്നു. വീട് തള്ളിത്തുറന്ന് ഞങ്ങൾ അകത്തേക്കു കയറി.

"ഇഗോർ...." ഞങ്ങൾ രണ്ടുപേരും ഒരുമിച്ചു പറഞ്ഞു. 'നീ കൂടി ഞങ്ങളോടൊപ്പം വരണം. ഞങ്ങൾക്കു തനിച്ചു പോകാൻ വയ്യ." "ഹുറേ!" എന്ന് ഒച്ചവെച്ച് അവനും ചാടി എഴുന്നേറ്റു. എന്റെ കഴുത്തിൽ വട്ടം ചുറ്റിപ്പിടിച്ചു. (നീണ്ട ഒരു മൗനത്തിനുശേഷം അവർ പറഞ്ഞു.) അവനെ കൂടാതെ ഞങ്ങൾക്കു ജീവിക്കാൻ വയ്യ...

ഞങ്ങളുടെ വാത്സല്യം... എന്തുകൊണ്ട് അതവനെ പിടിച്ചുനിർത്തിയില്ല? സ്നേഹത്തിന് എന്തും ചെയ്യാനുള്ള കരുത്തുണ്ടെന്നായിരുന്നു എന്റെ വിശ്വാസം. എന്നിട്ടും...

അതെല്ലാം കഴിഞ്ഞ കാര്യങ്ങൾ. അവൻ ഇപ്പോൾ ഞങ്ങളോടൊപ്പമില്ല. വളരെ വളരെ നാളുകളോളം ഞാൻ ഒരു അർദ്ധബോധാവസ്ഥയിലായിരുന്നു. "വീരാ..." എന്റെ ഭർത്താവ് വിളിക്കും. ആ വിളി ഞാൻ കേൾക്കാറുണ്ടായിരുന്നില്ല. ഒരു പ്രതികരണവുമില്ലാതെയിരിക്കും. പിന്നെ പെട്ടെന്ന്, അപസ്മാരം ബാധിച്ചതുപോലെ ഒച്ചവെക്കും, കൈകാലിട്ടടിക്കും, എന്റെ അമ്മയുടെ നേരെ ശുണ്ഠിയെടുത്തും. പാവം... എന്റെ പ്രിയപ്പെട്ട അമ്മ... "നിങ്ങളൊരു രാക്ഷസിയാണ്... ടോൾസ്റ്റോയ് കഥയിലെ രാക്ഷസി. അവനവനെപോലെ ഞങ്ങളേയും രാക്ഷസിമാരായി നിങ്ങൾ വളർത്തി. ജീവിതകാലം മുഴുവൻ നിങ്ങൾ ഞങ്ങൾക്കു പറഞ്ഞുതന്നതെന്താണ്? മറ്റുള്ളവർക്കുവേണ്ടി ജീവിക്കണം. ഉയർന്ന മൂല്യങ്ങൾക്കുവേണ്ടി ജീവിക്കണം മാതൃഭൂമിയുടെ മാനം കാക്കാൻ ടാങ്കുകൾക്കടിയിൽ ചെന്നു വീഴണം പോർവിമാനങ്ങളിൽ കത്തി ചാമ്പലാവണം. അതൊക്കെ വിപ്ലവത്തിന്റെ ഇടിമുഴങ്ങളായിരുന്നു... ധീരയോദ്ധാവിന്റെ മരണം. മരണം ജീവിതത്തേക്കാൾ മനോഹരമാണെന്ന് നിങ്ങൾ പഠിപ്പിച്ചു. അങ്ങനെയാണ് ഞങ്ങൾ രാക്ഷസികളും ഭ്രാന്തികളുമായിത്തീർന്നത്. അതേ മട്ടിൽ ഞാൻ ഇഗോറിനേയും വളർത്തി. എല്ലാം നിങ്ങളുടെ തെറ്റാണെന്ന്... നിങ്ങളുടെ മാത്രം തെറ്റ്." എന്റെ ശകാരവർഷം... എന്റെ അമ്മ ചുരുങ്ങി ഇല്ലാതായി. പൊടുന്നനെ അവർ ആരുമല്ലാതായി. ചുരുങ്ങി ചെറുതായ ഒരു വൃദ്ധ! ആ ഓർമ്മകൾ എന്റെ ഹൃദയത്തിൽ വന്നു തറയ്ക്കുന്ന ഒരു കത്തിപോലെയാണ്. ദിവസങ്ങൾക്കുശേഷം അന്ന് ഞാൻ ശരിയായ വേദന അനുഭവിച്ചു. അതിനുമുമ്പ് ബസ്സിൽ ആരെങ്കിലും അബദ്ധത്തിൽ കനമുള്ള ഒരു പെട്ടി എന്റെ പാദത്തിൽ വെച്ചാലും ഞാൻ വേദന അറിയാറില്ല. ഒരു തരത്തിലുള്ള തോന്നലുകളും എനിക്കുണ്ടായിരുന്നില്ല. രാത്രി വിരലിൽ നീരുകെട്ടി വീർക്കുമ്പോൾ മാത്രമേ കനമുള്ള ആ പെട്ടിയെക്കുറിച്ച് ഞാൻ ഓർക്കാറുള്ളൂ. (അവർ ശബ്ദമില്ലാതെ കരഞ്ഞു) ഇവിടെ ഞാൻ എന്റെ അമ്മയെക്കുറിച്ച് പറയേണ്ടതുണ്ട്.

യുദ്ധത്തിനുമുമ്പുണ്ടായിരുന്ന ബുദ്ധിജീവികളുടെ തലമുറയിൽപെട്ടതാണ് എന്റെ അമ്മ. 'ഇന്റർനാഷണൽ..." എന്ന ദേശീയഗാനം ആലപിച്ചു

കേൾക്കുമ്പോഴൊക്കെ ഇപ്പോഴും അമ്മയുടെ കണ്ണുകളിൽ കണ്ണീരിന്റെ തിളക്കം കാണാം. ആ കൂട്ടത്തിൽപെട്ടവർ ഇന്നേറെയില്ല. യുദ്ധത്തിന്റെ കെട്ടുകളിലൂടെ കടന്നുവന്നിട്ടുള്ളതാണ് അവരുടെ ജീവിതം. ഒരു റഷ്യൻ പട്ടാളക്കാരൻ, ജർമ്മൻ ഭരണകൂടത്തിന്റെ ആസ്ഥാനത്ത് ചുവന്ന പതാക ഉയർത്തിയത് അവർക്കൊരിക്കലും മറക്കാനാവാത്ത ഒരു ഓർമ്മയാണ്. “ആ ഭയാനകമായ യുദ്ധത്തിൽ നമ്മുടെ നാട് ജയിച്ചു.” അങ്ങനെയാണ് അവർ എപ്പോഴും പറയാറുള്ളത്. പത്ത്... ഇരുപത്... നാല്പതുകൊല്ലങ്ങൾ കഴിഞ്ഞു. ഇപ്പോഴും അതേ വാക്കുകൾ അവർ ഞങ്ങളുടെ മുമ്പിൽ ഉരുവിടും. ഒരു ദിവ്യമന്ത്രംപോലെ. ഒരു പ്രാർത്ഥനപോലെ. അതേ, അതവരുടെ പ്രാർത്ഥനതന്നെയായിരുന്നു. “നമുക്കൊന്നുമുണ്ടായിരുന്നില്ല. എന്നാലും സന്തോഷമുണ്ടായിരുന്നു.” അതിലുള്ള അമ്മയുടെ വിശ്വാസം ദൃഢമായിരുന്നു. അവരോട് തർക്കിക്കുന്നത് വെറുതെയായിരുന്നു.

ലിയോ ടോൾസ്റ്റോയിയെ അമ്മ ആരാധിച്ചിരുന്നു. “റഷ്യൻ വിപ്ലവത്തിന്റെ കണ്ണാടി” ലെനിൻ ടോൾസ്റ്റോയിയെ അങ്ങനെയാണ് വിശേഷിപ്പിച്ചത്. “യുദ്ധവും സമാധാനവും’[1] അതിലെ പ്രഭു തനിക്കുള്ളതെല്ലാം പാവങ്ങൾക്ക് കൊടുക്കാൻ തീരുമാനിച്ചു. അങ്ങനെ സ്വന്തം ആത്മാവിനെ രക്ഷിക്കാമെന്ന് കരുതി. ഈ വക കാര്യങ്ങളിൽ അമ്മ തനിച്ചായിരുന്നില്ല. അവരുടെ കൂട്ടുകാരെല്ലാവരും ആ തരക്കാരായിരുന്നു. സോവിയറ്റ് ബുദ്ധിജീവികളുടെ ആദ്യ തലമുറ അവർ വളർന്നുവന്നത് പെർനിഷീവ്സ്കിയുടെയും ഡോബ്രേലിബ്യുവിന്റേയും നെക്രാസോവിന്റേ[2]യും കൃതികൾ വായിച്ചുകൊണ്ടാണ്. എന്റെ അമ്മ വീട്ടിൽ ഒതുങ്ങിയിരുന്നത് ചിത്രത്തുന്നൽ ചെയ്യുന്നത്, ഭംഗിയുള്ള സ്ഫടികപൂപ്പാത്രങ്ങളിൽ പൂക്കളൊരുക്കി വീടിനു മോടികൂട്ടുന്നത്, ആനയുടെ കളിമൺ പ്രതിമ പ്രതിഷ്ഠിച്ച് അകത്തളങ്ങൾക്ക് അന്തസ്സ് വരുത്തുന്നത്.. വയ്യ... അതൊന്നും സങ്കല്പിക്കാനേ വയ്യ. അമ്മയെ സംബന്ധിച്ചിടത്തോളം അതെല്ലാം വെറുതെ സമയം കളയാൻ മാത്രമായിരുന്നു. ഇടത്തരക്കാർക്ക് പറഞ്ഞിട്ടുള്ള അസംബന്ധം. മാനസികമായ... ബൗദ്ധികമായ പ്രവർത്തനങ്ങളാണ് ഏറ്റവും പ്രധാനം... പുസ്തകങ്ങൾ. ഏറ്റവും വിലയുറ്റത് അതാണ്. ഒരേ സ്യൂട്ട് ഇരുപതുകൊല്ലം ഉപയോഗിക്കാം. രണ്ടു കോട്ടുണ്ടെങ്കിൽ ഒരു ജീവിതകാലം മുഴുവൻ കഴിക്കാം. പക്ഷേ, പുഷ്കിന്റേയും ഗോർക്കിയുടേയും സമ്പൂർണ്ണ കൃതികൾ ഇല്ലാതെ എങ്ങനെ കാലം കഴിക്കാൻ? ആ ബൃഹദ് പദ്ധതിയുടെ ഒരു ഭാഗമാണ് നിങ്ങൾ... അതിബൃഹത്തായ ഒരു പദ്ധതി... അങ്ങനെയാണ് അവർ ജീവിച്ചിരുന്നത്.

...ഞങ്ങളുടെ പട്ടണത്തിന്റെ നടുവിലായി പഴയ ഒരു സെമിത്തേരിയുണ്ട്. ധാരാളം മരങ്ങൾ ലൈലാക്ക് പൂക്കൾ. നല്ലൊരു പൂന്തോട്ടത്തിലൂടെ എന്ന പോലെയാണ് അതിലൂടെ ആളുകൾ നടക്കുക. പ്രായമായവർ അധികമായി അവിടെ പോകാറില്ല. അതുകൊണ്ട് ചെറുപ്പക്കാർക്ക് രസമാണ്.

---

1. 1908ൽ ലെനിന്റെ ഉപന്യാസത്തിൽ ടോൾസ്റ്റോയിയെ വിളിച്ചത്.
2. 19-ാം നൂറ്റാണ്ടിലെ റഷ്യൻ പുരോഗമന സാഹിത്യകാരന്മാർ

ചിരിച്ചും ചുംബിച്ചും നടക്കാം. അവരുടെ സ്റ്റീരിയോ സംഗീതം കേൾക്കാം. ഒരു ദിവസം അവൻ പതിവിലും വൈകിയാണ് വീട്ടിൽ വന്നത്.

"നീ എവിടെയായിരുന്നു?"

"ഞാൻ ആ സെമിത്തേരിയിൽ പോയി."

"പെട്ടെന്നിപ്പോൾ അവിടെപ്പോകാൻ?"

"വെറുതെ. ഒരു രസം, കൺമുമ്പിലില്ലാത്ത ആളുകളെ കാണാമല്ലോ."

ഞാൻ അവന്റെ മുറിയുടെ വാതിൽ തുറന്നു... അവൻ ജന്നൽപ്പടിയിൽ കയറി നിവർന്നു നില്ക്കുന്നു. ഞങ്ങളുടെ ജനൽപ്പടികൾക്ക് അത്ര ഉറപ്പില്ല നിരപ്പുമില്ല. ആറാം നിലയിലാണ് ഞങ്ങൾ താമസിക്കുന്നത്. ഞാൻ മരവിച്ചുനിന്നുപോയി. ഒന്നു നിലവിളിക്കാൻപോലും എനിക്കായില്ല. കുട്ടിയായിരുന്നപ്പോൾ അവൻ ഏതെങ്കിലും മരത്തിൽ പിടിച്ചുകയറും. ചിലപ്പോൾ ബലമില്ലാത്തൊരു കൊമ്പിൽ തൂങ്ങിനില്ക്കും. അല്ലെങ്കിൽ പള്ളിയിലെ പൊളിഞ്ഞു കിടക്കുന്ന മതിലിന്റെ മുകളറ്റത്തേക്കു കയറിപ്പറ്റും... അതുപോലെയാണെനിക്കു തോന്നിയത്. "പിടിച്ചുനില്ക്കാനാവില്ലെങ്കിൽ കൈവിട്ടോളൂ. ഞാൻ താങ്ങിക്കൊള്ളാം."

ഞാൻ കരയുകയോ ഒച്ചവെക്കുകയോ ചെയ്തില്ല. പെട്ടെന്ന് ശബ്ദം കേട്ട് അവൻ ഞെട്ടിയാലോ. ഞാൻ ചുമരിൽ ചാരി ശബ്ദമുണ്ടാക്കാതെ പിന്നോക്കം നടന്നു. മുറിയുടെ പുറത്തേക്ക് കടന്നു. അഞ്ചുമിനിറ്റ് കഴിഞ്ഞ് – അതൊരു യുഗംപോലെയാണെനിക്ക് തോന്നിയത്. വീണ്ടും ഞാൻ അകത്തേക്ക് ചെന്നു. അവൻ താഴേക്കു ചാടിയിരുന്നു. ഒന്നും സംഭവിക്കാത്തതുപോലെ മുറിയിൽ നടന്നിരുന്നു. ഞാൻ അവന്റെ മേലേ ചാടിവീണു. ഉമ്മവെച്ചു തല്ലി കുലുക്കി "എന്തിന്? എന്തിനാണ് നീ അതു ചെയ്തത്?"

"അറിയില്ല... വെറുതെ ഒന്നു പരീക്ഷിച്ചുനോക്കി..."

ഒരു ദിവസം രാവിലെ അയൽപക്കത്തെ കെട്ടിടത്തിനു മുമ്പിലായി മൃതശരീരത്തിൽ വെക്കുന്ന ഏതാനും പുഷ്പചക്രങ്ങൾ. അവിടെ ആരോ മരിച്ചിരിക്കുന്നു. അതിനെന്താ? ആരോ മരിച്ചു. അത്രതന്നെ. വൈകുന്നേരം ജോലികഴിഞ്ഞു വീട്ടിൽ വന്നപ്പോൾ അവന്റെ അച്ഛനാണ് പറഞ്ഞത്. അവൻ ആ വീട്ടിൽ പോയിരുന്നുവെന്ന്. "അതെന്തിനാ? ആ വീട്ടുകാരെ നമുക്കു പരിചയമില്ലല്ലോ..." ഞാൻ അവനോട് ചോദിച്ചു. "മരിച്ചത് ഒരു യുവതിയായിരുന്നു. എത്ര ഭംഗിയോടെയാണ് അവർ കിടന്നിരുന്നത്... എന്റെ വിചാരം മരണം ഭയാനകമാണ് എന്നായിരുന്നു...." (അവർ വീണ്ടും മിണ്ടാതിരുന്നു) അവന്റെ മനസ്സ് അതിനെ ചുറ്റിപ്പറ്റി ചലിക്കുകയായിരുന്നു. എന്തോ ഒന്ന് എല്ലാറ്റിനുമപ്പുറത്തേക്ക് അവനെ പിടിച്ചുവലിച്ചുകൊണ്ടിരുന്നു. (മൗനം) ആ വാതിൽ അടഞ്ഞുകിടക്കുകയാണ്. അതിനപ്പുറത്തേക്ക് നമുക്ക് പ്രവേശനമില്ല.

....അവൻ എന്റെ മടിയിൽ മുട്ടിയുരുമ്മി ഇരിക്കും. "അമ്മേ, ചെറിയ കുട്ടിയായിരുന്നപ്പോൾ ഞാൻ എങ്ങനെയായിരുന്നു?" ഞാൻ പറയാൻ

തുടങ്ങും.... വാതില്ക്കൽ ക്രിസ്മസ് അപ്പൂപ്പനേയും കാത്ത് അവൻ അക്ഷമയോടെ നോക്കിനില്ക്കാറുള്ളത്. അവൻ വീണ്ടും ചോദിക്കും ഏതു ബസ്സിൽ കയറിയാലാണ് "മുന്നൊമ്പത് രാജ്യത്തിലെ"[1]ത്തുക? ഒരു ദിവസം ഒരു ഗ്രാമത്തിൽ ചെന്നപ്പോൾ പഴയ മട്ടിലുള്ള ഒരു റഷ്യൻ സ്റ്റൗ കണ്ടു. രാത്രി മുഴുവൻ അവൻ ഉറങ്ങാതെ കാത്തിരുന്നു.... ഒരു നാടോടിക്കഥയിൽ പറഞ്ഞതുപോലെ എല്ലാവരും ഉറക്കമായാൽ ആ സ്റ്റൗ ഓടിനടക്കുന്നതു കാണാനായി. അവനങ്ങനെയായിരുന്നു. എന്തും വിശ്വസിക്കുന്ന പ്രകൃതം.

...ഓർക്കുന്നു ഒരു ദിവസം. മഞ്ഞുവീണ് മണ്ണാകെ മൂടിയിരുന്നു. അവൻ എന്റെ അടുത്തേക്കോടിവന്നു. "അമ്മേ, ഞാൻ ഇന്നൊരാളെ ഉമ്മ വെച്ചു."

"നീ ആരേയോ ഉമ്മവെച്ചുവെന്നോ?"

"അതെ, ആദ്യമായി ഞാൻ ഒരു പെൺകുട്ടിയേയുംകൊണ്ട് പുറത്തു പോയി."

"നീ പുറത്തുപോവുകയാണെന്ന് എന്നോട് പറഞ്ഞിരുന്നില്ലല്ലോ."

"സമയം കിട്ടിയില്ല. ഞാൻ ഡിംകയോടും ആൻഡ്രിയിനോടും പറഞ്ഞു. ഞങ്ങൾ മൂന്നുപേരും കൂടിയാണ് പോയത്."

"കൂട്ടുകാരിയുമൊത്ത് പോകുമ്പോൾ... കൂടെ രണ്ടുപേരെയും കൂട്ടി യെന്നോ?"

"തനിച്ചുപോകാൻ എനിക്ക് പേടിതോന്നി."

"അവളും ഞാനും ആ ചെരിവിൽ കൂടി കൈകോർത്തുനടന്നു. ചുംബിച്ചു. ഡിംകെയും ആൻഡ്രിയും ഞങ്ങൾക്ക് കാവൽ നിന്നു.

"എന്റെ ദൈവമേ!"

"അമ്മേ ഒരു അഞ്ചാം ക്ലാസ്സുകാരന് ഒമ്പതാം ക്ലാസ്സുകാരി[2]യെ വിവാഹം ചെയ്യാനാവുമോ? പ്രണയം യഥാർത്ഥമാണെങ്കിൽ...."

അതിനെക്കുറിച്ചൊന്നും എനിക്ക് പറയാനാവുന്നില്ല. (ഏറെ നേരം അവർ തേങ്ങിക്കൊണ്ടിരുന്നു)

....ആഗസ്റ്റ്. അതായിരുന്നു ഞങ്ങൾക്കേറ്റവും ഇഷ്ടമുള്ള മാസം ഞങ്ങൾ നാട്ടിൻപുറത്തായിരുന്നു. ഒരു ചിലന്തിവല ശ്രദ്ധയോടെ നോക്കി ക്കൊണ്ടുനിന്നു. ഞങ്ങൾ വെറുതെ ചിരിക്കുകയായിരുന്നു (മൗനം) ഞാനെന്തിനാണിങ്ങനെ എപ്പോഴും കരയുന്നത്? പതിന്നാലുകൊല്ലം തികച്ചും ഞങ്ങൾ ഒപ്പമുണ്ടായിരുന്നു. (കരയുന്നു)

അടുക്കളയിൽ ഞാൻ ഭക്ഷണം പാകം ചെയ്യുകയായിരുന്നു. ജന്ന ലുകൾ തുറന്നിട്ടിരുന്നു. അവൻ ബാൽക്കണിയിൽനിന്ന് അച്ഛനുമായി

1. റഷ്യൻ നാടോടിക്കഥ
2. സോവിയറ്റ് വിദ്യാഭ്യാസ മാതൃകയനുസകിച്ച് ഒമ്പത് ഗ്രേഡർ 14–15 വയസ്സ്

സംസാരിക്കുന്നത് ഞാൻ കേട്ടു. "അച്ഛാ... അദ്ഭുതം എന്നു പറഞ്ഞാലെന്താണ്... അദ്ഭുതസംഭവം എന്നൊക്കെ പറയില്ലേ? എനിക്കു മനസ്സിലായിട്ടുണ്ടെന്നു തോന്നുന്നു. കേട്ടോളൂ... ഒരിക്കൽ ഒരിടത്ത് പ്രായമായ ഒരാളും അയാളുടെ ഭാര്യയും താമസിച്ചിരുന്നു. അവർക്കൊരു കോഴിക്കുഞ്ഞുമുണ്ടായിരുന്നു. റ്യംബാ എന്നായിരുന്നു അതിന്റെ പേര്. ഒരു ദിവസം ആ കോഴി ഒരു മുട്ടയിട്ടു. വെറും മുട്ടയല്ല, സ്വർണ്ണമുട്ട. വൃദ്ധൻ ആ മുട്ട പൊട്ടിക്കാൻ നോക്കി. എന്തുചെയ്തിട്ടും പൊട്ടിയില്ല. അയാളുടെ ഭാര്യയും ശ്രമിച്ചു. അവർക്കും മുട്ട പൊട്ടിക്കാനായില്ല. അപ്പോഴാണ് അതിലെ ഒരു എലി ഓടിവന്നത്. അതിന്റെ വാലറ്റം തട്ടി മുട്ട മറഞ്ഞുവീണു. അത് പൊട്ടുകയും ചെയ്തു. വൃദ്ധനും ഭാര്യയും കരച്ചിലോടു കരച്ചിൽ...."

"യുക്തിപരമായി ചിന്തിക്കുമ്പോൾ ഇത് തികഞ്ഞ അസംബന്ധമാണ്." അച്ഛൻ മകനോടു പറഞ്ഞു. "എത്ര തട്ടിയിട്ടും തല്ലിയിട്ടും അവർക്ക് മുട്ട ഉടയ്ക്കാനായില്ല. പിന്നെ പെട്ടെന്ന് മുട്ട ഉടയുന്നു, അവർ കരയുന്നു. എത്രയോ നൂറ്റാണ്ടുകളായി എത്രയോ ആയിരം കുട്ടികൾ കേട്ടുവരുന്ന കഥയാണിത്... ഒരു കവിതപോലെ അതവരെ രസിപ്പിക്കുന്നു."

"അച്ഛാ ഞാൻ വിചാരിച്ചത്" ഇഗോറിന്റെ സ്വരം "എല്ലാം അച്ഛന് ബുദ്ധിപൂർവം മനസ്സിലാക്കാൻ പറ്റുമെന്നാണ്." "പക്ഷേ, മോനെ, ബുദ്ധി കൊണ്ടു മനസ്സിലാക്കാൻ സാധിക്കാത്ത ഒട്ടനവധി സംഗതികളുണ്ട് നമ്മുടെ ലോകത്തിൽ, അതിലൊന്നാണ് സ്നേഹം..."

"മരണവും...." ഇഗോർ പറഞ്ഞത് ഞാൻ വ്യക്തമായി കേട്ടു.

നന്നേ ചെറുപ്പം മുതലേ അവൻ കവിതകളെഴുതുമായിരുന്നു. അവന്റെ മേശപ്പുറത്ത് മെത്തയ്ക്കടിയിൽ ചിലപ്പോൾ കുപ്പായക്കീശയിൽ... അവന്റെ കൈപ്പടയിൽ എത്രയെത്ര താളുകൾ. അത് കൈമോശം വരും. ചിലപ്പോൾ അവൻതന്നെ അത് കീറിക്കളയും. അതിനെക്കുറിച്ച് പാടെ മറന്നുപോകും. പലപ്പോഴും എനിക്കു വിശ്വസിക്കാൻ വിഷമം തോന്നും. ഈ കവിതകളെഴുതിയത് എന്റെ മകനോ?

"ഇതു നീ എഴുതിയതോ?"

"ഏത്...? എന്താണതിലുള്ളത്?"

ആ കവിത ഞാൻ അവനായി വായിക്കും.

"ആളുകൾ ഒരാൾ മറ്റൊരാളുടെ വീട്ടിലേക്കു പോകുന്നു.

മൃഗങ്ങളും ഒന്ന് മറ്റൊന്നിന്റെ വീട്ടിലേക്കു പോകുന്നു...."

"ഓ... ഇതോ? ഇത് മുമ്പെപ്പോഴോ എഴുതിയതാണ്. ഞാനത് എന്നേ മറന്നു."

"അപ്പൊ ഈ വരികളോ?"

"ഏതു വരികൾ?"

ഞാൻ വീണ്ടും വായിക്കുന്നു. "ശാഖകളിൽ മാത്രം അവർ ചിതറി ഇരിക്കുന്നു. നക്ഷത്രങ്ങളിലെ മഞ്ഞുതുള്ളികൾ നിങ്ങൾക്കു കാണാനാവുമോ?"

പന്ത്രണ്ടു വയസ്സായിരുന്നപ്പോൾ അവൻ എഴുതി, അവൻ മരിക്കാൻ ആഗ്രഹിക്കുന്നുവെന്ന്. അവന് സ്നേഹവും മരണവും വേണം. അത് അവന്റെ രണ്ട് ആഗ്രഹങ്ങളായിരുന്നു. "നീയും ഞാനും വിവാഹ വാഗ്ദാനം ചെയ്യപ്പെട്ടവരാണ്... നീലജലത്താൽ" ഇനിയും വേണോ? ഇതാ വെള്ളിമേഘങ്ങളെ ഞാൻ നിങ്ങളുടേതല്ല. നീലമഞ്ഞേ, ഞാൻ നിങ്ങളുടേതുമല്ല." അവൻ എനിക്ക് തന്റെ കവിതകൾ വായിച്ചു തരും. മടികൂടാതെ കൗമാരപ്രായത്തിൽ അതൊരു പതിവാണ്. എപ്പോഴും മരണത്തെക്കുറിച്ചെഴുതുക...

ഞങ്ങളുടെ വീട്ടിൽ നിറയെ കവിതകളായിരുന്നു. മാലകോവസ്കി, സ്വെറ്റ് ലോവ്, എനിക്കേറ്റവും പ്രിയപ്പെട്ട ഡെമ്യോൺ ഗുഡ്സെൻകോ.

മരണത്തിലേക്കു നടക്കുമ്പോൾ അവർ പാടുന്നു.

അതിനു മുമ്പേ, അവർക്കു കരയാം

യുദ്ധത്തിലെ ഏറ്റവും ഭയാനകമായ നിമിഷം

ആക്രമിക്കാനുള്ള കാത്തിരിപ്പാണ്.

അത് നിങ്ങൾക്കോർമ്മയുണ്ടോ? അത് അതിലുണ്ട്... തീർച്ച. ചോദിക്കേണ്ട കാര്യമെന്താ? നന്മകളെല്ലാം അതോടൊപ്പം വളർന്നുവരില്ലേ? മരണവും രക്തസാക്ഷിത്വവുമെല്ലാം സ്വതവേ നമ്മുടെ രക്തത്തിലുള്ളതാണ്. നമ്മുടെ വിശ്വാസമാണ്. "ഹൃദയം നുകരാൻ വേണ്ടിയുള്ള ജീവിതം" (പ്രസിദ്ധമായൊരു കവിതയിലെ വരി).. "ഈ റഷ്യക്കാർ അവർ അവർക്കുവേണ്ടി മരിക്കാനാഗ്രഹിക്കുന്നില്ല..." അങ്ങനെ എഴുതിയത് ഗോഗോളാണ്. വ്യസോട്സ്കി എഴുതിയത്, "ഇത്തിരിനേരം കൂടി ഞാൻ ഈ നീണ്ട വഴിയിൽ ഇരുന്നോട്ടെ എന്നാണ്. ഫ്രഞ്ചുഭാഷയിലൊരു കോമഡിയുണ്ട്. എന്തുകൊണ്ടാണ് നമ്മുടെ ഭാഷയിൽ ഇത്ര കുറച്ചുമാത്രം നന്മ? "മാതൃഭൂമിക്കുവേണ്ടി മുന്നേറൂ...!" "മാതൃഭൂമി അല്ലെങ്കിൽ മരണം." എന്റെ വിദ്യാർത്ഥികളെ ഞാൻ പഠിപ്പിച്ചു. "മറ്റുള്ളവർക്കു വേണ്ടി വഴിയിൽ പ്രകാശം പരത്തുക." "അന്യരുടെ സേവനത്തിൽ സ്വയം ഇല്ലാതാവുക." ഡാൻകോവിന്റെ...... കുറിച്ച് ഞാൻ എന്റെ വിദ്യാർത്ഥികൾക്കു പറഞ്ഞുകൊടുക്കുന്നു. സ്വന്തം ഹൃദയം പറിച്ചെടുത്ത് അദ്ദേഹം മറ്റുള്ളവർക്ക് വഴിയിൽ വെളിച്ചംകാട്ടി. (1895-ൽ മാക്സിം ഗോർക്കി എഴുതിയ ചെറുകഥ) ഞങ്ങളൊരിക്കലും ജീവിതത്തെകുറിച്ച് സംസാരിച്ചില്ല. അപൂർവ്വമായി വല്ലപ്പോഴും സംസാരിച്ചിരിക്കാം. അങ്ങനെ അധികവും സംസാരിച്ചിരുന്നത് ധീരയോദ്ധാക്കളെ കുറിച്ചായിരുന്നു. ജീവിതം എന്നാൽ വീരനായകന്മാരായിരുന്നു. ആരാച്ചാരത്തിമാരും ഇരകളും. ലോകത്തിൽ അങ്ങനെ രണ്ടുകൂട്ടരേയുള്ളൂ. മൂന്നാമതൊന്നില്ല (അവർ ഒച്ചവച്ചു കരഞ്ഞു) സ്കൂളിൽ പോകുന്നത് കഠിനമായ വേദനയാണ്. കുട്ടികൾ എനിക്കായി കാത്തുനില്ക്കുന്നു. അവർക്കു വേണ്ടത് വാക്കുകളും വിചാരങ്ങളുമാണ്. അവരോട് ഞാനെന്തുപറയാൻ? അല്പമെങ്കിലും എങ്ങനെ പറയാൻ?

അതെല്ലാം അങ്ങനെ സംഭവിച്ചു. കൃത്യമായി എന്താണ് സംഭവിച്ചതെന്ന് ഞാൻ പറയാം. നേരം വൈകിയിരിക്കുന്നു. ഞാൻ എന്റെ മെത്തയിൽ കിടന്ന് "യജമാനനും മാർഗരീറ്റയും" എന്ന പുസ്തകം വായിക്കുകയായിരുന്നു. ബുഗിഗാകോവിന്റെ രചന. അപ്പോഴും വിമതരുടെ പട്ടികയിലായിരുന്നു. എന്റെ കൈയിലുണ്ടായിരുന്നത് ഒരു രഹസ്യപതിപ്പായിരുന്നു. പുസ്തകത്തിൽ അവസാനപേജുകളാണ് ഞാൻ വായിച്ചുകൊണ്ടിരുന്നത്. ഓർമ്മയുണ്ടോ? മാർഗരീറ്റ അവളുടെ യജമാനന്റെ മോചനത്തിനു വേണ്ടി അപേക്ഷിക്കുന്നു. ചെകുത്താന്റെ ജീവനായ പൊളാണ്ട് പറയുന്നു. "ഇത് മലമുകളിൽനിന്നും ഉച്ചത്തിൽ വിളിച്ചു പറയേണ്ട കാര്യമില്ല. വലിയ വലിയ മണ്ണിടിച്ചിലുകൾ അയാൾക്ക് ശീലമായിരിക്കുന്നു. അതുകൊണ്ട് അയാൾക്ക് അതൊരു ബുദ്ധിമുട്ടായി തോന്നുകയില്ല. മാർഗരീറ്റ, അയാൾക്കുവേണ്ടി നിങ്ങൾ ഇടപെടേണ്ട കാര്യമില്ല. സംസാരിക്കാൻ വളരെയധികം ആഗ്രഹിക്കുന്ന ഒരാളാണ് അയാളെ വിളിപ്പിച്ചിരിക്കുന്നത്.

"ഏതോ ഒരജ്ഞാതശക്തി എന്നെ അടുത്ത മുറിയിലേക്ക് തള്ളിനീക്കി. എന്റെ മകൻ കിടന്നുറങ്ങുന്ന കട്ടിലിനരികെ ഞാനെത്തി. ഞാൻ കട്ടിലിനരികെ മുട്ടുകുത്തിയിരുന്നു. അവന്റെ കാതിൽ മെല്ലെ പറഞ്ഞു, ഒരു പ്രാർത്ഥനപോലെ 'ഇഗോറി.... എന്റെ കുഞ്ഞേ... അങ്ങനെ ചെയ്യരുത്... ചെയ്യരുത്..." ഞാൻ അവന്റെ കൈവെള്ളകളിലും കാലടികളും ചുംബിക്കാൻ തുടങ്ങി. തെല്ലുമുതിർന്നതിൽ പിന്നെ അങ്ങനെ ചുംബിക്കാൻ അവൻ എന്നെ അനുവദിച്ചിരുന്നില്ല. അവൻ പതുക്കെ കണ്ണു തുറന്നു... "അമ്മേ... ഇതെന്താണ് ചെയ്യുന്നത്?" പെട്ടെന്നെനിക്ക് വെളിച്ചം വന്നു. "നിന്റെ പുതപ്പ് താഴെ വീണു കിടന്നിരുന്നു. ഞാനതെടുത്ത് നേരെയിട്ടതാണ്." അവൻ വീണ്ടും കണ്ണടച്ചു. ഉറക്കത്തിലായി. എനിക്കെന്താണ് സംഭവിച്ചത്...? ഒരു രൂപവുമുണ്ടായിരുന്നില്ല. അവൻ സന്തോഷമായിരിക്കുമ്പോൾ എന്നെ കളിയാക്കും... ഞാനൊരു മായാദൃശ്യമാണെന്ന്. അത്രയും ലാഘവത്തോടെയാണ് ഞാൻ ജീവിതത്തിലൂടെ സഞ്ചരിച്ചിരുന്നത്... കാലടി തറയിലുറപ്പിക്കാതെ.

അവന്റെ ജന്മദിനം അടുത്തിരുന്നു. അതോടൊപ്പം പുതുവർഷപ്പിറവിയും. ചില ചങ്ങാതിമാർ ഉറപ്പുതന്നിരുന്നു, ഒരു കുപ്പി ഷാംപേൻ എത്തിച്ചുതരാമെന്ന്. ആ കാലത്ത്, കടകളിൽനിന്നും കാര്യമായി ഒന്നും വാങ്ങാൻ പറ്റിയിരുന്നില്ല. വേണ്ട സാധനങ്ങൾ ലഭിക്കാൻ മറ്റു വഴികൾത്തന്നെ കറങ്ങണം അവരുടെ സ്നേഹിതർ. അങ്ങനെ ആ വഴി നീളുന്നു. ഞങ്ങൾക്ക് ഒരു വിധത്തിൽ കുറച്ച് പ്രത്യേകം സലാവിലും ചോക്ലേറ്റും കിട്ടി. നവവത്സരാഘോഷമാകുമ്പോഴേക്കും ഒരു കിലോ നല്ല മധുരനാരങ്ങ കിട്ടിയാൽ വലിയ ഭാഗ്യശാലി എന്നു പറയാം. മധുരനാരങ്ങ ഞങ്ങൾക്ക് വെറുമൊരു ഫലമായിരുന്നില്ല. അപൂർവ്വമായ ഒരു വിശിഷ്ടവസ്തുവായിരുന്നു. മധുരനാരങ്ങയുടെ മണം പുതുവർഷത്തിനുമാത്രം സ്വന്തമായിട്ടുള്ളതാണ്. ഞാൻ ഒരു ടിൻ കോഡ് മത്സ്യത്തിന്റെ കരളും ഒരു തുണ്ട് സാൽമണും വിശേഷാവസരത്തിനായി കരുതിവെച്ചിരുന്നു. അതെല്ലാം ഞങ്ങൾ ചെലവാക്കിയത് അവന്റെ മരണശേഷമുള്ള

"ഉറക്കമൊഴിപ്പിന്" വേണ്ടിയായിരുന്നു. (മൗനം) വേണ്ട. അങ്ങനെ പെട്ടെന്ന് ഞാൻ എന്റെ കഥ അവസാനിപ്പിക്കുന്നില്ല. പതിന്നാലു വയസ്സു തികയാൻ പത്തുദിവസം മാത്രം ബാക്കി.

ഒരിക്കൽ ഞാൻ കലവറയിലെ അലമാര വെടുപ്പാക്കുകയായിരുന്നു. ഒരു കെട്ട് പഴയ കത്തുകൾ അതിൽ കിടന്നിരുന്നു. പ്രസവം കഴിഞ്ഞ് ഞാൻ ആശുപത്രിയിലായിരുന്ന സമയം. എന്റെ ഭർത്താവും ഞാനും പരസ്പരം കത്തുകളും കുറിപ്പുകളും കൈമാറുമായിരുന്നു. ചിലപ്പോൾ ഒരു ദിവസം തന്നെ പലതവണ. ഞങ്ങൾ ഒരുമിച്ചിരുന്ന് അതെല്ലാം ഉറക്കെ വായിച്ച് ചിരിക്കും. ഇഗോറിന് ഏഴ് വയസ്സായിരുന്നു. അവനില്ലാതിരുന്ന ഒരു കാലം ഞങ്ങളുടെ ജീവിതത്തിലുണ്ടായിരുന്നുവെന്ന് അവനെന്തുകൊണ്ടോ മനസ്സിലാക്കാൻ സാധിച്ചില്ല. അവനുണ്ടായിരുന്നു.

ഞങ്ങളുടെ കണ്ണുകളിൽ അവനുണ്ടായിരുന്നു. എഴുത്തുകളിൽ എപ്പോഴും അവനെ കുറിച്ചു ഞങ്ങൾ പറഞ്ഞിരുന്നു. കുഞ്ഞു തിരിയുന്നു... കുഞ്ഞു ചവിട്ടി... കുഞ്ഞ് അനങ്ങുന്നു. അപ്പോഴൊക്കെ അവൻ ചോദിക്കും. "എന്നിട്ടും ഞാൻ മരിച്ചു. പിന്നെ വീണ്ടും നിങ്ങളുടെ അടുത്തെത്തി അങ്ങനെയല്ലേ? അതു കേൾക്കുമ്പോൾ ഞാൻ ആകെ വിറങ്ങലിക്കുമായിരുന്നു. പക്ഷേ, കുട്ടികൾ എപ്പോഴും ഇങ്ങനെ പലതും പറയുമല്ലോ. കവികളെപോലെ തത്ത്വദർശികളെപോലെ. അവന്റെ പിന്നാലെ നടന്ന് അവൻ പറയുന്നതെല്ലാം കുറിച്ചുവെക്കണമായിരുന്നു. "അമ്മേ, മുത്തശ്ശൻ മരിച്ചു. അവർ അദ്ദേഹത്തെ മണ്ണിനടിയിൽ മറവു ചെയ്തു.... അതിന്റെ അർത്ഥം മുത്തശ്ശൻ അവിടെ കിടന്ന് വളരുകയാണ് എന്നല്ലേ?"

അവന് ഏഴാംക്ലാസ്സുകാരിയായ ഒരു കൂട്ടുകാരിയുണ്ടായിരുന്നു. ആ ബന്ധം ഗൗരവത്തോടെയാണ് അവൻ കണ്ടിരുന്നത്. "ആദ്യം പ്രണയം തോന്നിയ പെൺകുട്ടിയെ പോയി വിവാഹം ചെയ്യരുത്... ഏതെങ്കിലും കടയിൽ വില്ക്കുന്ന പെൺകുട്ടിയേയും കല്യാണം കഴിക്കരുത്." ഞാൻ അവനെ ഭീഷണിപ്പെടുത്തും. ഇന്നല്ലെങ്കിൽ നാളെ അവനെ ഏതെങ്കിലുമൊരു പെൺകുട്ടിയുമായി പങ്കുവെക്കേണ്ടിവരും. ആ ചിന്തയോട് ഞാൻ പതുക്കെ പൊരുത്തപ്പെട്ടിരുന്നു. അതിനായി ഞാൻ എന്റെ മനസ്സിനെ ദൃഢമാക്കുകയും ചെയ്തിരുന്നു. എന്റെ കൂട്ടികാരിക്കുമുണ്ട് ഇഗോറിന്റെ പ്രായത്തിലുള്ള ഒരു മകൻ. ഒരു ദിവസം അവരെന്നോട് തുറന്നു പറഞ്ഞു, "എന്റെ മകൻ ആരായിരിക്കുമെന്ന് എനിക്കറിഞ്ഞുകൂട. പക്ഷേ, ഞാൻ അവനെ ഇപ്പോഴേ വെറുക്കാൻ തുടങ്ങിയിരിക്കുന്നു." അത്രയ്ക്കുണ്ടായിരുന്നു അവർക്ക് മകനോടുള്ള സ്നേഹം. സ്വന്തം മകനെ മറ്റൊരു സ്ത്രീക്ക് വിട്ടുകൊടുക്കുന്ന കാര്യം... അവർക്കാലോചിക്കാനേ വയ്യായിരുന്നു. ഞങ്ങൾക്കെന്തു സംഭവിക്കും? പ്രത്യേകിച്ചും എനിക്ക്. ഞാൻ അത്രയും അവനെ സ്നേഹിക്കുന്നു. ഒരുതരം ഭ്രാന്ത് തന്നെ. എത്രത്തോളം കുഴപ്പം പിടിച്ച ദിവസമാണെങ്കിലും വീട്ടിലെത്തി വാതിൽ തുറന്നാൽ എവിടെനിന്നോ ഒരു വെളിച്ചം എന്റെ ഉള്ളിലേക്ക് കടന്നുവരും. "എവിടെനിന്നോ" അല്ല.... സ്നേഹത്തിൽനിന്നുതന്നെ.

എനിക്ക് രണ്ടു പേടിസ്വപ്നങ്ങളുണ്ടായിരുന്നു. ഒന്നാമത്തേത്... അവനും ഞാനും ഒരുമിച്ച് മുങ്ങിത്താഴുന്നു. അവൻ നന്നായി നീന്തുമായിരുന്നു. ഒരിക്കൽ അവന്റെയത്രയും ദൂരം തന്നെ ഞാനും നീന്തുകയുണ്ടായി. തിരിച്ചുനീന്താനായി തിരിഞ്ഞപ്പോഴാണ് മനസ്സിലായത് അതിനുള്ള ശക്തി എനിക്കില്ല എന്ന്. ഞാൻ അവനെ കയറിപ്പിടിച്ചു. അതൊരു "മരണപ്പിടുത്ത"മായിരുന്നു. അവൻ ഉറക്കെ നിലവിളിച്ചു. "എന്നെ വിടൂ... എന്നെ വിടൂ..."

"പറ്റില്ല...." ഞാൻ വീണ്ടും പിടിമുറുക്കി. വാസ്തവത്തിൽ ഞാൻ അവനെ താഴേക്കു വലിക്കുകയായിരുന്നു. എങ്ങനെയോ അവൻ എന്റെ പിടിയിൽനിന്നും കുതറിമാറി. വളരെ ബുദ്ധിമുട്ടി എന്നേയും വലിച്ച് അങ്ങേ കരയിലേക്കു നീന്തി. പിടിച്ചുവലിച്ചും തള്ളിയും ഒരുവിധം ഞങ്ങൾ രണ്ടാളും കരയ്ക്കണഞ്ഞു. അതുതന്നെ സ്വപ്നത്തിലും സംഭവിച്ചു. ഞാൻ അവനെ വിട്ടില്ല. ഞങ്ങൾ മുങ്ങിത്താഴ്ന്നില്ല. മറുകരയിലെത്തിയതുമില്ല. ജലപ്പരപ്പിൽ കിടന്ന് ഞങ്ങൾ തമ്മിൽത്തമ്മിൽ പിടിച്ചുവലിച്ചു.

രണ്ടാമത്തെ സ്വപ്നം - മഴ പെയ്യാൻ തുടങ്ങി. പക്ഷേ പെയ്തിറങ്ങിയിരുന്നത് മഴവെള്ളമായിരുന്നില്ല. ചെളിവെള്ളമായിരുന്നു. നിറയെ മണ്ണും മണലും. തുടർന്ന് മഞ്ഞുപെയ്യാൻ തുടങ്ങി. എന്നാൽ അത് മഞ്ഞായിരുന്നില്ല. ശബ്ദത്തിൽനിന്നും മനസ്സിലായി. അതും ചെളിയായിരുന്നു. മൺവെട്ടി മണ്ണിലേക്കാഞ്ഞിറങ്ങുന്നു. അതിന് ഹൃദയമിടിപ്പിന്റെ ശബ്ദം... ക്രൻച്.... ക്രൻച്...

വെള്ളം. അവന് വെള്ളത്തിനോട് വല്ലാത്തൊരു ഭ്രമമായിരുന്നു. തടാകങ്ങളും നദികളും കിണറുകളും അവനെ മോഹിപ്പിച്ചു. പ്രത്യേകിച്ച് സമുദ്രം. വെള്ളത്തെക്കുറിച്ച് അവൻ കുറേയധികം കവിതകളെഴുതി. സൗമ്യതാരകം വെള്ളത്തെപോലെ ശുഭ്രമായിരിക്കുന്നു... ഇപ്പോൾ അത് ഇരുണ്ടതാണ വേറൊരു കവിത" വെള്ളം മാത്രം ഒഴുകുന്നു. മറ്റെല്ലാം നിശ്ശബ്ദം മൗനം) പിന്നീട് ഞങ്ങൾ സമുദ്രതീരത്തേക്കു പോയിട്ടില്ല.

അവസാന വർഷം. ഇടയ്ക്കിടയ്ക്ക് കുടുംബം ഒരുമിച്ചിരുന്ന് അത്താഴം കഴിക്കും. സ്വാഭാവികമായും സംസാരം പുസ്തകങ്ങളെ കുറിച്ചായിരിക്കും. ഞങ്ങൾ ഒരുമിച്ചിരുന്ന് 'ഡമിഡ്ദാർ' വായിച്ചു. ഡോക്ടർ ഷിവാഗോവും മാൻഡേൽസ്റ്റാമിന്റെ കവിതകളും വായിച്ചു. ഓർക്കുന്നു... ഞങ്ങൾ തമ്മിലുണ്ടായ ഒരു തർക്കം. ഒരു കവി ആരായിരിക്കണം? റഷ്യയിൽ ഒരു കവിയുടെ ഭാവി എന്താണ്? ഇഗോറിന്റെ അഭിപ്രായം: " ഒരു കവി അകാലത്തിൽ മരണമടയണം. അല്ലാത്തപക്ഷം അയാളൊരു കവിയല്ല. വൃദ്ധനായ കവി ഒരു വിഡ്ഢിയായിരിക്കും." അതും എന്റെ മനസ്സിൽ പതിഞ്ഞില്ല. അതിൽ എന്തെങ്കിലും കാര്യമുണ്ടെന്ന് ഞാൻ കരുതിയില്ല. സാന്റാക്ലോസിന്റെ ചുമലിലെ ചാക്കുപോലെയായിരുന്നു ഞാൻ. ഓരോന്നോരോന്നായി അതിൽനിന്ന് വീണുകൊണ്ടേയിരിക്കുന്നു. ഒരുവിധം എല്ലാ റഷ്യൻ കവികളും അവനവന്റെ ജന്മനാടിനെക്കുറിച്ച് എഴുതിയിട്ടുണ്ട്. അവയിൽ പലതും എനിക്കു കാണാപ്പാഠമാണ്. എന്റെ

പ്രിയപ്പെട്ട ലെറിമൊൻ ടോവിന്റെ ഒരു കവിത ഞാൻ ചൊല്ലാം: "എന്റെ പിതൃഭൂമിയെ ഞാൻ സ്നേഹിക്കുന്നു. പക്ഷേ, ആ സ്നേഹം അസാധാരണമായ ഒന്നാണ്. എഡ്നിൽ എഴുതി: "എന്റെ പാവം ജന്മനാടേ, നിന്നെ ഞാൻ സ്നേഹിക്കുന്നു."

ബ്ലോക്കിന്റെ കുന്നുകളുടെ ഒരു പ്രതി കൈയിൽ കിട്ടിയപ്പോൾ എനിക്ക് വളരെയധികം സന്തോഷം തോന്നി. കുന്നുകളുടെ ഒരു ചെറിയ ശേഖരം തന്നെ. അദ്ദേഹം തന്റെ നന്മയ്ക്കുള്ള കത്തിൽ വിദേശത്തുനിന്ന് നാട്ടിലേക്ക് തിരിച്ചുവരുന്നതിനെപ്പറ്റി എഴുതിയിട്ടുണ്ട്. എന്റെ മാതൃഭൂമി മുഖഭാവവും ഉടനെത്തന്നെ കാണിച്ചുതന്നു.... ദിവ്യമായ മുഖഭാവം.. അതാണ് ശരി. അത് ഞാൻ പ്രത്യേകിച്ചു ശ്രദ്ധിച്ചു. (അവരുടെ ഭർത്താവ് മുറിയിലേക്ക് കടന്നുവന്നു. കൈ അവരുടെ തോളിൽ ചുറ്റി അരികത്തിരുന്നു) പിന്നെ എന്ത്? ഇഗോർ മോസ്കോയിലേക്ക് പോയി. വ്യസോട്സ്കിയുടെ ശവകുടീരം കാണാൻ. അവൻ മുടി മുഴുവൻ വടിച്ചുകളഞ്ഞു. അപ്പോൾ മയാകോവസ്കിയുടെ ഛായ തോന്നി. (അവർ ഭർത്താവിന്റെ നേരെ തിരിഞ്ഞു) അതോർമ്മയുണ്ടോ? ഞാൻ അവന്റെ നേരെ വല്ലാതെ കയർത്തു. അത്രയും ഭംഗിയുള്ള മുടിയായിരുന്നു അവന്റേത്.

അവസാനത്തെ വേനൽക്കാലം... വെയിൽകൊണ്ട് അവന്റെ നിറം ഒന്നിരുണ്ടിരുന്നു. നല്ല ഉറപ്പുള്ള ശരീരം. ഒത്ത പൊക്കവും. കണ്ടാൽ ഒരു പതിനെട്ടുകാരനാണെന്നു തോന്നും. ആ വേനലവധിക്ക് അവനും ഞാനും കൂടി ടാലിത്തിലേക്ക് പോയി. അവൻ അവിടെ പോകുന്നത് രണ്ടാം തവണയാണ്. അവനാണ് എന്നെ എല്ലാം ചുറ്റിക്കാണിച്ചത്. ഒരിടവഴിയിലൂടെ കുറേ അധികം ദൂരം ഞങ്ങൾ പോയി. മൂന്നുദിവസത്തിനുള്ളിൽ വളരെയധികം പണം ഞങ്ങൾ ചെലവാക്കി. ഞങ്ങൾ ഒരു ഹോസ്റ്റലിലാണ് താമസിച്ചത്. ഒരു രാത്രി ഞങ്ങൾ തിരിച്ചുവന്ന് കൈകോർത്തുപിടിച്ച് ചിരിച്ചുകൊണ്ട്, വാതിൽ തുറന്ന് ഹോസ്റ്റലിന്റെ ചുമതലയുള്ള പരിചാരികയുടെ അടുത്തുചെന്നു. "മാഡം, ഒരു പുരുഷനേയും കൂട്ടി ഈ വൈകിയ നേരത്ത് ഹോസ്റ്റലിൽ പ്രവേശിക്കാൻ അനുവാദമില്ല." സമയം പതിനൊന്നുമണി കഴിഞ്ഞിരുന്നു. ഞാൻ ഇഗോറിന്റെ കാതിൽ പതുക്കെ പറഞ്ഞു, "മുകളിലേക്ക് പൊയ്ക്കോളൂ... ഞാനിപ്പോൾ വരും" അവൻ മുകളിലേക്കു പോയതും ഞാൻ അവരുടെ നേരെ ചീറ്റി. "ധിക്കാരം പറയുന്നോ? അതെന്റെ മകനാണ്." അന്നത്തെ ഓരോരോ കാര്യങ്ങൾ. ഒക്കെ തമാശയായിരുന്നു. മറക്കാൻ വയ്യ പെട്ടെന്നൊരു രാത്രി... അവിടെ വെച്ച് എനിക്ക് വല്ലാത്തൊരു ഭയം.. ഇനിയൊരിക്കലും എനിക്കവനെ കാണാൻ പറ്റില്ല എന്നൊരു തോന്നൽ. അകാരണമായൊരു ഭയം. വാസ്തവത്തിൽ അപ്പോൾ ഒന്നും സംഭവിച്ചിരുന്നില്ല.

അവന്റെ അവസാനത്തെ മാസം. എന്റെ ജ്യേഷ്ഠൻ മരിച്ചിരുന്നു. ഞങ്ങളുടെ കുടുംബത്തിൽ പുരുഷന്മാർ കുറവായിരുന്നു. അതുകൊണ്ട് ഞാൻ ഇഗോറിനേയും കൂട്ടിയാണ് പോയത്, ഒരു സഹായത്തിന്. നേരത്തെ അറിഞ്ഞിരുന്നുവെങ്കിൽ... അവിടെ അവൻ എല്ലാം നിരീക്ഷിക്കുമായിരുന്നു. മരണത്തെ അടുത്തുനിന്ന് നോക്കിക്കാണുകയായിരുന്നു.

'ഇഗോർ ആ പൂവുകൾ എടുത്തു മാറ്റൂ. കസേലകൾ ഇങ്ങോട്ടുകൊണ്ടു വരൂ. പോയി കുറച്ചു റൊട്ടി വാങ്ങിക്കൊണ്ടുവരൂ" ഒരു വശത്ത് മരണം... മറുവശത്ത് ഇതുപോലെയുള്ള സാധാരണ പ്രവൃത്തികൾ. അതപകട കരമാണ്. രണ്ടുംകൂടി നിങ്ങൾ കൂട്ടിക്കുഴയ്ക്കുന്നു. ഇന്നെനിക്കത് വ്യക്ത മായി മനസ്സിലാവുന്നുണ്ട്. ശവപ്പെട്ടി കൊണ്ടുപോകാനുള്ള വണ്ടി വന്നു. ബന്ധുക്കളെല്ലാവരും അതിൽ കയറിയിരുന്നു. പക്ഷേ എന്റെ മകനെ മാത്രം കാണാനില്ല. 'ഇഗോർ എവിടെയാണ്. വന്നു വണ്ടിയിലേക്ക് കയറൂ." അവൻ വണ്ടിയിൽ കയറി. ഇരിക്കാൻ സ്ഥലമില്ല. അസാധാര ണമായ, വിചിത്രമെന്നു തോന്നാവുന്ന അടയാളങ്ങൾ വണ്ടി പുറപ്പെട്ട പ്പോഴുണ്ടായ കുലുക്കമാണോ പെട്ടെന്നവരെ ഞെട്ടിച്ചത്? ആ കുലുക്ക ത്തിൽ ഒരു നിമിഷം എന്റെ സഹോദരന്റെ കണ്ണുതുറന്നു. അതൊരു ദുർന്നിമിത്തമാണ്. കുടുംബത്തിൽ ഇനിയൊരു മരണംകൂടി ഉണ്ടാകു മെന്നാണ് അത് സൂചിപ്പിക്കുന്നത്. പെട്ടെന്ന് എന്റെ ഉള്ളൊന്നു കാളി... അമ്മയെ ഓർത്തായിരുന്നു എന്റെ ഭയം. അല്ലെങ്കിലേ ഹൃദയത്തിന്റെ സ്ഥിതി തീരെ മോശമാണ്. ശവപ്പെട്ടി കുഴിയിലേക്കു താഴ്ത്തുന്നതിനിട യിൽ അതിന്റെ ഒപ്പം വേറെ എന്തോ വീണു. അതും നന്നല്ല. ചീത്ത ലക്ഷണമാണ്.

അവന്റെ അവസാനത്തെ ദിവസം. അവസാനത്തെ പ്രഭാതം. രാവിലെ സ്കൂളിൽ പോകാൻ ഞാൻ തയ്യാറായിക്കൊണ്ടിരുന്നപ്പോൾ അവൻ എന്നെത്തന്നെ നോക്കി വാതില്ക്കൽ നില്ക്കുന്നതായി എനിക്കു തോന്നി. അതേ, അവൻ അവിടെ നിന്നിരുന്നു. രണ്ടുകൈയും ഉയർത്തി കട്ടിളയുടെ മുകളിലമർന്ന്.

"നീ എന്താ ചെയ്യുന്നത്? പോയി ഗൃഹപാഠം മുഴുവനാക്ക്. ഞാൻ വേഗം തിരിച്ചുവരും."

അവൻ ഒന്നും പറഞ്ഞില്ല. മിണ്ടാതെ സ്വന്തം മുറിയിലേക്ക് തിരിച്ചു നടന്നു. ജോലിക്കുശേഷം ഞാനെന്റെ കൂട്ടുകാരിയെ കാണാൻ പോയി. അവർ കമ്പിളിനൂൽകൊണ്ട് അവനുവേണ്ടി പുതിയ പരിഷ്കാരത്തിൽ നല്ലൊരു ജംബർ തുന്നിയിരുന്നു. അത് അവനുള്ള എന്റെ പിറന്നാൾ സമ്മാനമായിരുന്നു. ഞാനത് വീട്ടിൽ കൊണ്ടുവന്ന് എന്റെ ഭർത്താവിനെ കാണിച്ചു. അദ്ദേഹത്തിനൊട്ടും പിടിച്ചില്ല. "ഇതുപോലെയുള്ള പരി ഷ്കാരക്കുപ്പായങ്ങൾ അണിഞ്ഞുനടക്കാനുള്ള പ്രായമായോ അവന്?" അദ്ദേഹം നീരസം പ്രകടിപ്പിച്ചു. അന്ന് അത്താഴത്തിന് ഞാൻ അവന് ഏറ്റവും ഇഷ്ടമുള്ള ചിക്കൻ പാറ്റീസ് ഉണ്ടാക്കി. സാധാരണ ചിക്കൻ പാറ്റീസുണ്ടാക്കിയാൽ അവൻ രണ്ടാമതും വിളമ്പി കഴിക്കാറുണ്ട്. അന്നെന്തോ അവൻ നുള്ളിപ്പെറുക്കി ഇരുന്നതേയുള്ളൂ. ആദ്യം വിളമ്പി യതുതന്നെ മുഴുവൻ കഴിച്ചില്ല. "ഇന്നെന്താ?" എനിക്കു വിഷമമായി. "സ്കൂളിൽ എന്തെങ്കിലുമുണ്ടായോ?" അവൻ മറുപടി പറഞ്ഞില്ല. എന്റെ കണ്ണുകൾ നിറഞ്ഞൊഴുകാൻ തുടങ്ങി. വർഷങ്ങൾക്കുശേഷം ആദ്യ മായാണ് ഞാൻ അന്നു കരഞ്ഞത്. അതും നിയന്ത്രിക്കാനാവാത്തവിധം,

എന്റെ സഹോദരൻ മരിച്ചപ്പോൾ പോലും ഞാൻ അങ്ങനെ കരഞ്ഞിട്ടില്ല. എനിക്കെന്തോ ഭയം തോന്നി. അവനും പരിഭ്രമിച്ചു. എന്നെ ആശ്വസിപ്പിക്കാൻ ശ്രമിച്ചു.

"ഈ ജംബറൊന്ന് ഇട്ടുനോക്കൂ..." അവൻ അപ്പോൾത്തന്നെ അതിട്ടുനോക്കി. 'നിനക്കിത് ഇഷ്ടമായോ?"

"ഒരുപാട്"

കുറച്ചുനേരം കഴിഞ്ഞ് ഞാൻ അവന്റെ മുറിയിൽ ചെന്നുനോക്കി. കട്ടിലിൽ കിടന്ന് വായിക്കുകയായിരുന്നു. അപ്പുറത്തെ മുറിയിൽ അവന്റെ അച്ഛൻ തിരക്കിട്ട് എന്തോ ടൈപ്പുചെയ്തുകൊണ്ടിരുന്നു. എനിക്കു ചെറിയൊരു തലവേദന. ഞാൻ നേരത്തെ ചെന്നു കിടന്നു... ഉറങ്ങി. പറയുന്നതു കേട്ടിട്ടുണ്ട്. വീടിനു തീ പിടിക്കുന്ന അവസരത്തിൽ വീട്ടുകാർ പതിവിലും ഗാഢമായ ഉറക്കത്തിലായിരിക്കുമെന്ന്. അവൻ തന്റെ മുറിയിൽ പുഷ്കിന്റെ ഒരു പുസ്തകവും വായിച്ചു കിടക്കുന്നതു കണ്ടാണ് ഞാൻ ഉറങ്ങാൻ പോയത്. ഞങ്ങളുടെ നായ ടിംകയും തളത്തിൽ കിടന്നുറങ്ങിയിരുന്നു. അത് കുരയ്ക്കുകയോ മോങ്ങുകയോ ചെയ്തില്ല. എത്രനേരം ഞാൻ ഉറങ്ങിയെന്നോർമ്മയില്ല. പെട്ടെന്ന് കണ്ണു തുറന്നപ്പോൾ... എന്റെ ഭർത്താവ് എന്റെ അരികത്തായി ഇരിക്കുന്നുണ്ടായിരുന്നു.

"ഇഗോർ എവിടെ?"

"അവൻ കുളിമുറിയിലുണ്ട്. വാതിൽ അകത്തുനിന്നും കുറ്റിയിട്ടിരിക്കുന്നു. പതുക്കെ തന്നത്താൻ കവിതകൾ മൂളുകയാവും."

അകാരണമായ തീവ്രമായൊരു ഭയം. ഞാൻ മെത്തയിൽനിന്നും ചാടി എഴുന്നേറ്റു. ഞാൻ അവന്റെ മുറിയിലേക്കോടിച്ചെന്നു. കുളിമുറിയുടെ വാതിൽ ശക്തിയായി തള്ളി ഒച്ചയോടെ ഇടിച്ചു. ചവിട്ടിത്തള്ളി. നിശ്ശബ്ദത. അവനെ വിളിച്ച് ഞാൻ നിലവിളിച്ചു കെഞ്ചി. മറുപടിയില്ല. എന്റെ ഭർത്താവ് വാതിൽ പൊളിക്കാനായി ചുറ്റികയോ കോടാലിയോ തിരഞ്ഞുപോയി. അദ്ദേഹം ഒരു വിധത്തിൽ വാതിൽ പൊളിച്ചു. അവൻ അകത്തുണ്ടായിരുന്നു. പഴയ കാലുറകളും സ്വെറ്ററും ചെരിപ്പുമിട്ട് ഒരു ബെൽറ്റിൽ തൂങ്ങി. ഞാനവനെ എടുത്ത് കട്ടിലിൽ കിടത്തി. വിറങ്ങലിച്ചിട്ടില്ല... അപ്പോഴും ചെറിയൊരു ചൂട്. ഞാൻ കൃത്രിമശ്വാസോച്ഛ്വാസം നൽകാൻ ശ്രമിച്ചു. ആംബുലൻസ് വിളിച്ചു.

നടക്കുന്നതൊന്നും അറിയാതെ അങ്ങനെ ഉറങ്ങിപ്പോകാൻ എനിക്കെങ്ങനെ സാധിച്ചു? ടിംകെയ്ക്കും ഒരു സൂചനയും ലഭിച്ചില്ലെന്നോ? നമ്മളേക്കാൾ പത്തുമടങ്ങ് ശ്രവണശക്തി നായ്ക്കൾക്കുണ്ട് എന്നാണല്ലോ പറയാറ്. എന്തുകൊണ്ട്? ഞാനാകെ അമ്പരന്ന് കണ്ണും മിഴിച്ചിരുന്നു. നഴ്സുമാർ വന്ന് ഉറങ്ങാനുള്ള മരുന്ന് കുത്തിവെച്ചു. അതോടെ ഞാൻ മയക്കത്തിലായി. അടുത്ത ദിവസം രാവിലെയാണ് ഞാനുണർന്നത്. അവരെന്നെ ഉണർത്തുകയായിരുന്നു. "വീരാ, എഴുന്നേല്ക്കൂ... അല്ലെങ്കിൽ സ്വയം മാപ്പു കൊടുക്കാനാവാതെ വരും..."

"ഇങ്ങനെയൊരു കുറുമ്പു കാണിച്ചതിന് നിനക്ക് ഞാൻ നല്ല അടി വച്ചുതരും." ഞാൻ പിറുപിറുത്തു. "നോക്കിക്കോ... എന്റെ കൈയിൽ നിന്നും തീർച്ചയായും നിനക്ക് കിട്ടും."

പെട്ടെന്നാണ് ആ ബോധമുണ്ടായത്... എന്റെ കൈയിൽനിന്നും തല്ലു വാങ്ങാൻ അവിടെ ആരുമില്ല.

അവൻ അവന്റെ ശവപ്പെട്ടിക്കുള്ളിൽ കിടക്കുകയായിരുന്നു. പിറന്നാൾ സമ്മാനമായി ഞാൻ കൊടുത്ത ജംബറും ധരിച്ച്...

അപ്പോഴൊന്നും ഞാൻ കരഞ്ഞു ബഹളംവെച്ചില്ല. അതിന് ഏതാനും മാസങ്ങൾ വേണ്ടിവന്നു. കണ്ണീരില്ലാത്ത നിലവിളി. ഞാൻ ഉറക്കെ നില വിളിച്ചു. എന്നാൽ കരഞ്ഞില്ല. കുറെ കഴിഞ്ഞ് ഒരു ദിവസം... ഒരു ഗ്ലാസ് വോഡ്ക അകത്തുചെന്നപ്പോഴാണ് അവസാനം കണ്ണീരൊഴുക്കാൻ തുട ങ്ങിയത്. കരയാൻ വേണ്ടി ഞാൻ കുടിക്കാൻ തുടങ്ങി. അടുത്തുള്ളവരെ ദേഷ്യപ്പെട്ടു... ചിലപ്പോൾ കുടിച്ചധികമായി ഞാൻ ഛർദ്ദിച്ചു. ഒരിക്കൽ ഒരു ചങ്ങാതിയുടെ വീട്ടിൽ ഞങ്ങൾ രണ്ടുദിവസം തങ്ങി, പുറത്തേക്കിറ ങ്ങാതെ.

ഇന്നെനിക്കു മനസ്സിലാവുന്നുണ്ട് അന്നു ഞാൻ അവരെ എത്ര ത്തോളം ബുദ്ധിമുട്ടിച്ചുവെന്ന്. ശരിക്കും ഞാനവർക്കൊരു ഭാരമായിരുന്നു. സ്വന്തം വീട്ടിൽ നിന്നൊരു രക്ഷപ്പെടൽ. അതാണാഗ്രഹിച്ചത്. അവൻ എപ്പോഴും ഇരിക്കാറുള്ള, അടുക്കളയിലെ കസേല പൊട്ടി. ഞാനത് തൊടാൻപോലും കൂട്ടാക്കിയില്ല. ആ പൊട്ടിയ കസേല അവിടെത്തന്നെ കിടന്നു. തനിക്കിഷ്ടമുള്ള ഒരു സാധനം വലിച്ചു പുറത്തിടുന്നത് അവന് ഇഷ്ടമായില്ലെങ്കിലോ. അവന്റെ കിടപ്പുമുറിയുടെ വാതിൽ തുറന്നു നോ ക്കാൻ ഞങ്ങൾക്ക് രണ്ടുപേർക്കും മനസ്സുവന്നില്ല. വീട്ടിൽനിന്നും മാറാ നായി രണ്ടുതവണ ഞങ്ങൾ തയ്യാറായി. എല്ലാ രേഖകളും ശരിപ്പെടുത്തി. വാങ്ങാനുള്ള ആളെ കണ്ടെത്തി. ഞങ്ങളുടെ സാമാനങ്ങളെല്ലാം പെറുക്കിക്കെട്ടി. അവസാന നിമിഷം വീടുവിട്ടിറങ്ങാൻ എനിക്ക് സാധി ച്ചില്ല. അവൻ അവിടെ എവിടേയോ ഉണ്ട് എന്ന തോന്നൽ. എനിക്കു കാണാൻ പറ്റുന്നില്ലെങ്കിലും അവൻ അവിടെയുണ്ട് എന്നു തീർച്ച. ഞാൻ കടകളിൽ കയറി ഇറങ്ങി. അവനുവേണ്ട വസ്ത്രങ്ങൾ വാങ്ങിച്ചു. അവ നിഷ്ടമുള്ള നിറത്തിലുള്ള കാലുറ ഷർട്ടുകൾ. വസന്തകാലമായിരുന്നു. ആരാണ് എന്ന് കൃത്യമായി ഓർക്കുന്നില്ല. ഒരു ദിവസം ഞാൻ വീട്ടിൽവന്ന് ഭർത്താവിനോട് പറഞ്ഞു. "ഇന്നെന്തുണ്ടായി എന്തോ? ഒരാൾക്ക് എന്നോടിത്തിരി അയാൾ എന്നെ പുറത്തുപോയി ഭക്ഷണം കഴിക്കാൻ ക്ഷണിച്ചു."

"എനിക്കു സന്തോഷമായി വിരോച്ക" എന്റെ ഭർത്താവ് പറഞ്ഞു. "നീ പഴയ സ്ഥിതിയിലാവുകയാണല്ലോ!" അദ്ദേഹത്തിന്റെ ആ വാക്കു കൾ. എനിക്ക് പറഞ്ഞറിയിക്കാനാവാത്തവിധം നന്ദി തോന്നി. എന്റെ ഭർത്താവിനെപറ്റി ഞാൻ പറയട്ടെ അദ്ദേഹം ഒരു ശാസ്ത്രജ്ഞനാണ്. ഫിസിസ്റ്റ് ഞങ്ങളുടെ കൂട്ടുകാർ തമാശ പറയും. നിങ്ങൾക്ക് ഭാഗ്യമുണ്ട്

കൂട്ടരേ... ഫിസിസ്റ്റിനേയും ലിറിസിസ്റ്റിനേയും ഒരുമിച്ചു ചേർത്തു ഒന്നായി കിട്ടി. “ഞാൻ അദ്ദേഹത്തെ അത്യധികം സ്നേഹിച്ചിരുന്നു. ഞാനെന്തു കൊണ്ട് സ്നേഹിക്കുന്നു എന്നതിനുപകരം സ്നേഹിച്ചിരുന്നു എന്നു പറയുന്നു എന്നല്ലേ? കാരണം ഈ പുതിയ വ്യക്തിയെ ഇനിയും എനിക്ക് ശരിക്കറിഞ്ഞുകൂട. ആ ദിവസങ്ങൾ അതിജീവിച്ച ഇന്നത്തെ ഞാൻ... എനിക്കെന്തോ ഭയമാണുള്ളിൽ0 ഞാനിപ്പോഴും തയ്യാറല്ല. ഇനിയൊരിക്കലും ജീവിതത്തിൽ സന്തോഷിക്കാൻ എനിക്കാവില്ല.

ഒരു രാത്രി. ഞാൻ കണ്ണു തുറന്നു കിടക്കുകയായിരുന്നു. പെട്ടെന്ന് മണിയടിക്കുന്ന ശബ്ദം. വളരെ വ്യക്തമായിത്തന്നെ മണി അടിക്കുന്നു. രാവിലെ ഞാൻ ഭർത്താവിനോട് അതിനെപറ്റി പറഞ്ഞു. “ഞാനൊന്നും കേട്ടില്ലല്ലോ” അദ്ദേഹം പറഞ്ഞു. അന്നുരാത്രി വീണ്ടും ഞാൻ കേട്ടു. അതേ മണിയൊച്ച. ഞാൻ അദ്ദേഹത്തിന്റെ നേരെ തിരിഞ്ഞു. അദ്ദേഹവും അതുകേട്ട് ഉണർന്നിരുന്നു. “നിങ്ങളതു കേട്ടുവോ?”

“ഉവ്വ്... ഞാനും അതുകേട്ടു...”

ആ ഫ്ളാറ്റിനുള്ളിൽ ഞങ്ങൾ രണ്ടാളും തനിച്ചല്ല എന്നൊരു തോന്നൽ. ടിംകെയും കട്ടിലിനു ചുറ്റും കിടന്നോടുന്നുണ്ടായിരുന്നു. എന്തിനേയോ കയറിപിടിക്കാനെന്ന മട്ടിൽ. ഇടയിലെപ്പോഴോ ഞാൻ മയങ്ങിപ്പോയി. സുഖകരമായൊരവസ്ഥ. അപ്പോഴാണ് ഞാൻ ആ സ്വപ്നം കണ്ടത്. ഞങ്ങൾ എവിടെയായിരുന്നുവെന്ന് കൃത്യമായി പറയാനാവില്ല. പക്ഷേ ഇഗോർ എന്റെ മുന്നിൽ വന്നു നിന്നു. അവനെ അടക്കം ചെയ്തപ്പോൾ ധരിപ്പിച്ചിരുന്ന അതേ ജംബറാണ് അപ്പോൾ അവൻ ഇട്ടിരുന്നത്. “അമ്മേ.. അമ്മേ എപ്പോഴും എന്നെ വിളിച്ചുകൊണ്ടിരുന്നു. എന്നാൽ അമ്മയുടെ അടുത്തേക്കു വരാൻ എനിക്കെത്ര പ്രയാസമാണെന്നോ... അതമ്മയ്ക്കറിയില്ല... കരയാതിരിക്കൂ...” ഞാൻ അവനെ തൊട്ടു. എത്ര മൃദുലമായിരുന്നു ആ ശരീരം.

“വീട്ടിൽ നിനക്കു സന്തോഷമായിരുന്നോ?”

“അതെ, വളരെ സന്തോഷമായിരുന്നു...”

“അവിടേയോ?” അതിനു മറുപടി പറയാൻ അവന് സമയമുണ്ടായില്ല... അപ്പോഴേക്കും മറഞ്ഞുപോയി.

അന്നുരാത്രി മുതൽ ഞാൻ കരയാതായി. അതിനുശേഷവും ഇടയ്ക്ക് ഞാൻ അവനെ സ്വപ്നത്തിൽ കണ്ടു. ചെറിയൊരു കുട്ടിയായി. എന്നാലും ഞാൻ കാത്തിരുന്നു. കുറച്ചുകൂടി വലിയ കുട്ടിയായി അവൻ എന്റെ സ്വപ്നത്തിൽ പ്രത്യക്ഷപ്പെടാൻ. എന്നാൽ എനിക്കവനോട് സംസാരിക്കാൻ പറ്റുമല്ലോ...

ഇതൊരു സ്വപ്നമല്ല. ഞാൻ വെറുതെ കണ്ണടച്ചതേ ഉണ്ടായിരുന്നുള്ളൂ ഞങ്ങളുടെ കിടപ്പുമുറിയുടെ വാതിൽ തള്ളിത്തുറന്നു. പ്രായപൂർത്തിയായ ഇഗോർ എന്റെ മുന്നിൽ നില്ക്കുന്നു. ആ രൂപത്തിൽ അവനെ ഞാൻ മുമ്പു കണ്ടിട്ടില്ല. അവൻ അകത്തേക്കു വന്നു. ഒരേയൊരു നിമിഷം...

അവന്റെ മുഖഭാവത്തിൽനിന്നും എനിക്കു മനസ്സിലായി. അവിടെ നടക്കുന്ന ഒന്നിലും അവന് തീരെ താത്പര്യമില്ല എന്ന്. അവനെക്കുറിച്ചുള്ള ഞങ്ങളുടെ വർത്തമാനം, ഓർമ്മകൾ.. അവൻ ഞങ്ങളിൽനിന്നും വളരെ വളരെ അകലെയായി കഴിഞ്ഞിരുന്നു. ഞങ്ങൾ തമ്മിലുള്ള ബന്ധം വിച്ഛേദിക്കപ്പെട്ടു കഴിഞ്ഞു എന്ന സത്യം എന്തുകൊണ്ടോ എനിക്ക് ഉൾക്കൊള്ളാനായില്ല. അതിനെകുറിച്ച് ഞാൻ വളരെ നേരം ആലോചിച്ചു.

ഞാനൊരു തീരുമാനത്തിലെത്തി. രണ്ടാമതൊരു കുഞ്ഞു വേണം. അതിനുള്ള പ്രായം അതിക്രമിച്ചിരിക്കുന്നു. ഇനിയും ഗർഭം ധരിക്കാൻ സാദ്ധ്യത കുറവാണ്. ഡോക്ടർമാർക്കും ഭയമായിരുന്നു. എന്നിട്ടും ഞാൻ പിന്മാറാൻ തയ്യാറായില്ല. ഞാൻ ഒരു പെൺകുഞ്ഞിനെ പ്രസവിച്ചു. അവളെ ഞങ്ങൾ ഞങ്ങളുടെ മകളായല്ല വളർത്തുന്നത്. ഇഗോറിന്റെ മകളായിട്ടാണ്. അവനെ സ്നേഹിച്ചിരുന്നതുപോലെ അവളെ സ്നേഹിക്കാൻ എനിക്കു ഭയമാണ്. അതെനിക്കു സാധിക്കുകയുമില്ല. എനിക്ക് ഭ്രാന്താണ്... സ്ഥിരബുദ്ധിയില്ല. ഞാനെപ്പോഴും കരഞ്ഞുകൊണ്ടിരിക്കുന്നു. ഇടയ്ക്കിടയ്ക്ക് സെമിത്തേരിയിൽ പോകുന്നു. ഞങ്ങളുടെ കൊച്ചുമകൾ എപ്പോഴും എന്നോടൊപ്പമുണ്ട്. മരണത്തെകുറിച്ചല്ലാതെ വേറൊന്നും എന്തോ ചിന്തിക്കാനാവുന്നില്ല. ഇതിങ്ങനെ തുടർന്നുപോകാൻ വയ്യ. എന്റെ ഭർത്താവ് പറയുന്നു. ഞങ്ങൾ ഈ നാടുവിട്ട് മറ്റെവിടെയെങ്കിലും പോയി താമസിക്കണമെന്ന്. എല്ലാം ഒന്നു മാറണം... സ്ഥലവും, ഭൂപ്രകൃതിയും എല്ലാം. ഭാഷയും ആളുകളുമൊക്കെ വേറെയാവണം. ഞങ്ങളുടെ സുഹൃത്തുക്കൾ പറയുന്നത് ഇസ്രായേലിൽ പോയി താമസിക്കൂ എന്നാണ്. അവിടെയുള്ള സ്നേഹിതർ വിളിച്ചുകൊണ്ടിരിക്കുന്നു. “ഇനിയും എന്താണ് വൈകിക്കുന്നത്? അതിനുമാത്രം അവിടെ എന്തുണ്ട്” (അവർ വല്ലാതെ ഒച്ച ഉയർത്തി...) “അതിനുമാത്രം ഇവിടെ എന്തുണ്ട്?” “എന്തുണ്ട്?”

നോക്കൂ, എന്റെ മനസ്സിൽ ഭയാനകമായ വേറൊരു ചിന്ത. തികച്ചും വ്യത്യസ്തമായ ഒരു കഥയാണ് ഇഗോറിന് പറയാനുള്ളതെങ്കിലോ? ഞാൻ പറഞ്ഞതിൽനിന്നു, അപ്പാടെ വ്യത്യസ്തമായ ഒരു കഥ...

അവന്റെ സുഹൃത്തുക്കൾ പറഞ്ഞത്

“അദ്ഭുതകരമായ ഒരു പശ എല്ലാറ്റിനേയും ചേർത്തുപിടിക്കുകയായിരുന്നു.”

ഞങ്ങൾ ചെറിയ കുട്ടികളായിരുന്നു. കൗമാരപ്രായം. ശരിക്കും ഒരു പേടിസ്വപ്നമാണ്. സുന്ദരമായ കാലം എന്ന് എല്ലാവരും പറയുന്നതെന്തുകൊണ്ടാണാവോ? ഒരു കാര്യത്തിലും ഒരു യുക്തിയുണ്ടാവില്ല. കുട്ടിയല്ല എന്നാൽ മുതിർന്നിട്ടുമില്ല. ആകപ്പാടെ ലക്ഷണംകെട്ട പ്രായം. സ്വന്തമായി നില്ക്കാൻ ശ്രമിച്ചുകൊണ്ടിരിക്കുന്നു. അതേ സമയം

ചുറ്റുമുള്ളതെല്ലാം നിങ്ങളെ സ്വാധീനിക്കുകയും ചെയ്യുന്നു. എന്നാലും അച്ഛനമ്മമാരുടെ കണ്ണിൽ നിങ്ങൾ ചെറിയ കുട്ടിയാണ്. അവർ അപ്പോഴും നിങ്ങളെ രൂപപ്പെടുത്തിയെടുക്കാനുള്ള ശ്രമത്തിലാണ്. ഒരു ഭരണിക്കകത്ത് നിങ്ങളെ മൂടിവെച്ചിരിക്കുന്നതുപോലെ. ആർക്കും നിങ്ങളെ തൊടാനാവില്ല. നമുക്കു തോന്നും, ആ തോന്നൽ വളരെ വ്യക്തമായി ഞാനോർക്കുന്നു.

ആശുപത്രി മുറിയിൽ. ഒരു ചില്ലുചുമരിനപ്പുറത്തായിരുന്നു ഞാൻ. ഏതോ പകർച്ചവ്യാധി ബാധിച്ച് ഞാൻ പ്രത്യേകിച്ചൊരു വാർഡിലായിരുന്നു. അച്ഛനും അമ്മയും അഭിനയിക്കും നിങ്ങളോടൊപ്പമുണ്ടെന്ന്. പക്ഷേ വാസ്തവത്തിൽ അവർ തികച്ചും വ്യത്യസ്തമായ മറ്റൊരു ലോകത്തിലാണ്. എനിക്ക് അങ്ങനെയാണ് തോന്നിയിട്ടുള്ളത്. അവർ മറ്റെവിടേയോ ആണ്. അരികത്ത് എന്നാൽ വളരെ അകലത്തിൽ എന്ന തോന്നൽ. കുട്ടികളുടെ മനസ്സിലെ കാര്യങ്ങൾ എത്ര ഗൗരവമുള്ളതാണ് എന്ന് അച്ഛനമ്മമാർ മനസ്സിലാക്കുന്നില്ല. ആദ്യത്തെ പ്രണയം... അത് അതിശയകരമാണ്. മാരകമാംവിധം അതിശയകരം. എന്റെ ചങ്ങാതി കരുതുന്നത്, അവളോടുള്ള പ്രേമം കാരണമാണ് ഇഗോർ ആത്മഹത്യ ചെയ്തത് എന്നാണ്. അവൾക്കൊന്നുമറിഞ്ഞുകൂടാ. ഒരു പാവം കുട്ടി. ഒരു വിധം എല്ലാ പെൺകുട്ടികൾക്കും അവനോട് പ്രേമമായിരുന്നു. അത്രയും സുന്ദരൻ! താൻ എല്ലാവരേക്കാളും മുതിർന്നവൻ എന്ന ഭാവത്തിലാണ് അവൻ എപ്പോഴും പെരുമാറിയിരുന്നത്. അതേസമയം അവൻ വളരെ ഏകാന്തത അനുഭവിക്കുന്നുണ്ടെന്നും തോന്നി. അവൻ കവിതകളെഴുതിയിരുന്നു. കവികളുടെ പ്രകൃതം തന്നെ അങ്ങനെയാണെന്നാണല്ലോ എല്ലാവരിൽനിന്നും ഒറ്റതിരിഞ്ഞ് അകൽച്ച ഭാവിച്ച് ഒരു ദ്വന്ദയുദ്ധത്തിൽ മരിക്കുക... ഞങ്ങളുടെ മനസ്സിൽ നിറയെ അങ്ങനെയുള്ള വിചിത്ര സങ്കല്പങ്ങളായിരുന്നു.

അത് സോവിയറ്റ് കാലമായിരുന്നു. കമ്മ്യൂണിസ്റ്റ് കാലഘട്ടം. ലെനിന്റെ ചരിത്രം കേട്ടാണ് ഞങ്ങൾ വളർന്നത്. തീപ്പൊരി വിപ്ലവകാരികൾ.. സദാ ജ്വലിച്ചുകൊണ്ടിരിക്കുന്നവർ. വിപ്ലവം തെറ്റായിരുന്നുവെന്നോ, ഒരു കുറ്റകൃത്യമായിരുന്നുവെന്നോ ഞങ്ങൾ കരുതിയില്ല. അതേസമയം മാർക്സിന്റേയും ലെനിന്റേയും സിദ്ധാന്തങ്ങൾ ഞങ്ങൾ കാര്യമായി എടുത്തതുമില്ല. ഞങ്ങളെ സംബന്ധിച്ചിടത്തോളം വിപ്ലവം മനസ്സിലാക്കാൻ കഴിയാത്ത എന്തോ ഒന്നായിരുന്നു. എനിക്കേറ്റവും കൂടുതൽ ഓർമ്മയുള്ളത് ആ വാർഷികാഘോഷങ്ങളും അതിനുവേണ്ടിയുള്ള ആകാംക്ഷയോടെയുള്ള കാത്തിരിപ്പുമായിരുന്നു. എല്ലാം എനിക്കു നല്ല ഓർമ്മയുണ്ട്. തെരുവിലെങ്ങും വലിയ ജനക്കൂട്ടം. ഉച്ചഭാഷിണികളിൽനിന്നും ഉയരുന്ന മുദ്രാവാക്യങ്ങൾ. അതിലൊക്കെ പൂർണ്ണമായും വിശ്വസിച്ചിരുന്നവർ ധാരാളമുണ്ടായിരുന്നു. വേറെ ചിലർ കുറച്ചൊക്കെ വിശ്വസിച്ചു. കുറേപേർ അതൊക്കെ തീർത്തും തള്ളിക്കളഞ്ഞു. എന്നാലും ആകപ്പാടെ എല്ലാവർക്കും സന്തോഷവും ഉത്സാഹവുമായിരുന്നു. എല്ലാ ദിക്കിലും സംഗീതത്തിന്റെ അലകൾ. എന്റെ അമ്മ സുന്ദരിയായിരുന്നു. ചെറുപ്പക്കാരിയും.

എല്ലാവരും ഒരുമിച്ചുചേരുന്ന സമയം. ആ സന്തോഷം ഇപ്പോഴും ഞാൻ ഓർക്കുന്നു. അന്നത്തെ ശബ്ദങ്ങൾ, ഗന്ധങ്ങൾ. ടൈപ്പ്റൈറ്റർ "കീ" കളുടെ ശബ്ദം. നാട്ടിൻപുറങ്ങളിൽനിന്നും നഗരത്തിൽ പാൽ വില്ക്കാൻ കൊണ്ടുവരുന്ന സ്ത്രീകളുടെ ഒച്ചയും വിളിയും"മോ...ലോ...കോ! മോ... ലോ...കോ" എല്ലാവരുടെ വീട്ടിലും റെഫ്രിജറേറ്റർ ഉണ്ടായിരുന്നില്ല. അതു കൊണ്ട് ആളുകൾ ഭരണികളിൽ പാൽനിറച്ച് ബാൽക്കണികളിൽ വെച്ചു.

ജന്നലകൾക്ക് പുറത്ത് കോഴി മാംസം പച്ചയോടെ സഞ്ചികളിലാക്കി കെട്ടിത്തൂക്കി. മിന്നുന്ന പഞ്ഞിത്തുണ്ടുകളും. പച്ച ആപ്പിളുകളുംകൊണ്ട് എല്ലാവരും ജന്നലുകൾ അലങ്കരിച്ചു. അലഞ്ഞു നടക്കുന്ന പൂച്ചകളുടെ നാറ്റം നിലവറകളിൽനിന്ന് കാറ്റിലൂടെ മുകളിലേക്കെത്തി. സോവിയറ്റ് കാപ്പിക്കടകളിൽ പതിവായിരുന്ന പഴന്തുണിയുടേയും കാരത്തിന്റേയും മണം. തമ്മിൽത്തമ്മിൽ ബന്ധമില്ലാത്ത കാര്യങ്ങളാണല്ലോ ഇതൊക്കെ എന്നു തോന്നാം. എന്നാലും എന്റെ മനസ്സിൽ എല്ലാം കൂടി ഒരേയൊരു തോന്നലായി പതിഞ്ഞു കിടക്കുന്നു. പലതും ചേർന്ന് ഒന്നായിട്ടുള്ള ഒരു വിചാരം. സ്വാതന്ത്ര്യത്തിന് വ്യത്യസ്തമായ ഗന്ധങ്ങളും രൂപങ്ങളുമുണ്ട്. അതിനെ സംബന്ധിച്ച ഓരോന്നും വ്യത്യസ്തമാണ്. എന്റെ ചങ്ങാതി മാരിൽ ഒരാൾ വിദേശത്തുപോയിവന്നു. അന്ന് ഗോർബച്ചേവ് ആയിരുന്നു അധികാരത്തിൽ. യാത്ര കഴിഞ്ഞുവന്ന കൂട്ടുകാരി പറഞ്ഞത്, "സ്വാത ന്ത്ര്യത്തിന് നല്ലൊരു മസാലക്കൂട്ടിന്റെ മണമാണെന്നാണ്."

എന്റെ ആദ്യത്തെ സൂപ്പർമാർക്കറ്റ് സന്ദർശനം ഓർക്കുന്നു, ബർലി നിൽ. ഒരു നൂറുതരം സലാമി, നൂറുതരം ചീസുകൾ. എന്റെ തല തിരിഞ്ഞു പോയി. പെരിസ്ട്രോയ്ക്കയ്ക്കുശേഷം പലപല പുതിയ സംഗതികളും ഞങ്ങളെ കാത്തിരുന്നു. ആയിരക്കണക്കിന് വ്യത്യസ്തമായ വിചാരങ്ങളും അനുഭവങ്ങളും. അതെല്ലാം ഇനിയും വിസ്തരിച്ചു കഴിഞ്ഞിട്ടില്ല. ചരിത്ര ത്തിന്റെ ഭാഗമായി കഴിഞ്ഞിട്ടില്ല. അതെല്ലാം എങ്ങനെ വ്യക്തമാക്കണ മെന്ന് ഇനിയും ഞങ്ങൾക്കറിഞ്ഞുകൂടാ. പക്ഷേ, ഞാൻ ഏറെ മുമ്പേ സഞ്ചരിക്കുകയാണ്. ഒരു കാലഘട്ടത്തിൽനിന്നും അടുത്തതിലേക്ക് തിടു ക്കത്തിൽ ചാടുന്നു. പുറംലോകം ഞങ്ങളുടെ മുമ്പിൽ തുറന്നു കാണാ നാവുക പിന്നെയും കുറേ കഴിഞ്ഞാണ്. ആ കാലത്ത് അങ്ങനെയുള്ള ലോകം ഞങ്ങളുടെ സ്വപ്നത്തിൽ മാത്രമായിരുന്നു. ഞങ്ങൾക്കില്ലാതി രുന്ന സാധനങ്ങൾ വേണമെന്ന് ആഗ്രഹിച്ചിരുന്ന സാധനങ്ങൾ. അതൊക്കെ സ്വപ്നത്തിൽ കാണുക വലിയ രസമായിരുന്നു. ഞങ്ങൾക്ക് ഒരെത്തും പിടിയുമില്ലാത്തൊരു ലോകമായിരുന്നു അത്. അതിനിടയിൽ ഞങ്ങൾ ഞങ്ങളുടെ സോവിയറ്റ് ജീവിതം ജീവിച്ചു. എല്ലാവർക്കും ഒരു പോലെ ബാധകമായ ഒരു കൂട്ടം നിയമങ്ങളായിരുന്നു ഞങ്ങളുടെ ജീവിത ത്തിനാധാരം. ആരോ ഒരാൾ വേദിയിൽ കയറിനില്ക്കുന്നു. എന്തൊ ക്കെയോ ഞങ്ങൾ വിളിച്ചുപറയുന്നു. എല്ലാവരും കൈകൊട്ടി അഭിനന്ദി ക്കുന്നു. എല്ലാവർക്കും അറിയാം, അയാൾ നുണ പറയുകയാണെന്ന്. അയാൾക്കുമറിയാം തന്റെ നുണകൾ എല്ലാവരും മനസ്സിലാക്കിയിരിക്കുന്നു വെന്ന്. എന്നാലും അയാൾ അതൊക്കെ പറയും. സദസ്സിന്റെ കൈയടി

സന്തോഷപൂർവം സ്വീകരിക്കുകയും ചെയ്യും. ഞങ്ങളുടെ തലമുറ ഇതുപോലെ ജീവിച്ചുപോകും. ആ കാര്യത്തിൽ എനിക്ക് സംശയമില്ല. സ്വതന്ത്രമായ ജീവിതം നയിക്കാനുള്ള ഒരു സാഹചര്യം... അതിനെക്കുറിച്ചു മാത്രമേ ഞങ്ങൾ ചിന്തിച്ചിരുന്നുള്ളൂ. ഗാലിച്ചിനെ നിരോധിച്ചിരുന്ന കാലമായിരുന്നു അത്. എന്നാലും എന്റെ അമ്മ പതിവായി അദ്ദേഹത്തിന്റെ ഗാനങ്ങൾ കേട്ടിരുന്നു ഞാനും.

വേറൊരു കാര്യം ഓർമ്മ വരുന്നു. വ്യസോട്സ്കിയുടെ ശവസംസ്കാരച്ചടങ്ങുകളിൽ പങ്കെടുക്കാനായി മോസ്കോയിലേക്ക് പോകാൻ തയ്യാറായത്. ഞങ്ങളെപ്പോലെയുള്ളവരെ പൊലീസുകാർ തീവണ്ടിയിൽനിന്നും ചവിട്ടി പുറത്താക്കുകയായിരുന്നു. ഞങ്ങൾ തിരിച്ചും വിളിച്ചുകൂവി. "ഞങ്ങളുടെ ആത്മാവിനെ രക്ഷിക്കുക, ഞങ്ങൾക്ക് ഭ്രാന്ത് പിടിക്കുന്നു... വീർപ്പുമുട്ടുന്നു." മുകളിലേക്കും താഴേക്കും അവർ വെടിവെച്ചു. പട്ടാളക്കാർ അവനവന്റെ ആളുകൾക്കുനേരെ. അത് വലിയൊരു നെറികേടുതന്നെയായിരുന്നു. ഞങ്ങളുടെ ഹെഡ്മാസ്റ്റർ കല്പിച്ചു. "അടുത്ത ദിവസം സ്കൂളിൽ വരുന്നത് രക്ഷാകർത്താവിനോടൊപ്പമായിരിക്കണം." അതുപ്രകാരം അമ്മ എന്റെ കൂടെയെത്തി. വളരെ അന്തസ്സോടെത്തന്നെ അവർ പെരുമാറി. (അവർ ഏതോ ചിന്തയിൽ മുഴുകി) അന്ന് ഞങ്ങൾ ജീവിച്ചിരുന്നത് അടുക്കളത്തളങ്ങളിലായിരുന്നു. റഷ്യക്കാർ ഏതാണ്ട് മുഴുവനും തന്നെ അങ്ങനെയായിരുന്നു. നിങ്ങൾ ആരുടെയെങ്കിലും വീട്ടിലേക്ക് ഒരു സന്ദർശനത്തിനായി പോകുന്നു. വീണ്ടും കുടിക്കുന്നു, പാട്ടുകൾ കേൾക്കുന്നു, കവിതകളെക്കുറിച്ച് സംസാരിക്കുന്നു. ഒരു തകരപ്പെട്ടി തുറന്നുവെച്ചിരിക്കും. അതിൽ കറുത്ത റൊട്ടി കഷണങ്ങളായി വെച്ചിരിക്കും. എല്ലാവർക്കും സന്തോഷം. ഞങ്ങൾക്ക് ഞങ്ങളുടേതായ രീതികളുണ്ടായിരുന്നു. തോണി തുഴയൽ, വെളിപ്രദേശത്ത് കൂടാരംകെട്ടി പാർക്കൽ, ദീർഘദൂരം നടന്നുപോകൽ.... രാത്രി തീ കൂട്ടി ചുറ്റുമിരുന്ന് മതിയാവോളം പാട്ടുകൾ പാടും. തമ്മിൽത്തമ്മിൽ തിരിച്ചറിയാൻ ഞങ്ങൾക്ക് സാമാന്യമായ ചില അടയാളങ്ങളുണ്ടായിരുന്നു. ഞങ്ങളുടേതായ പരിഷ്കാരങ്ങളും ഫലിതങ്ങളുമുണ്ടായിരുന്നു. അതുപോലെയുള്ള രഹസ്യ അടുക്കള യോഗങ്ങൾ എന്നേ ഇല്ലാതായി. അതോടൊപ്പം നഷ്ടമായി പരസ്പരമുള്ള സൗഹൃദങ്ങളെ എന്നെന്നേക്കുമെന്നു കരുതി കാത്തുപോന്ന സ്നേഹബന്ധങ്ങൾ. വാസ്തവമാണ്... എന്നന്നേക്കും എന്ന അവസ്ഥയിലേക്ക് ശ്രുതി ചേർത്തു വെച്ചിരുന്നതായിരുന്നു ഞങ്ങളുടെ മനസ്സുകൾ. സൗഹൃദത്തേക്കാൾ പവിത്രമായൊരു ബന്ധം വേറെയില്ല എന്ന് ഞങ്ങൾ വിചാരിക്കുന്നു. അത് അതിശയകരമായ ഒരു പശതന്നെയായിരുന്നു, മറ്റെല്ലാറ്റിനേയും കൂട്ടിപ്പിടിപ്പിക്കുന്ന ഒരു പശ.

യഥാർത്ഥത്തിൽ ഞങ്ങളാരും യു.എസ്.എസ്.ആറിലായിരുന്നില്ല. ഓരോരുത്തരും അവനവന്റേതായ ഒരു സാമൂഹികവൃത്തത്തിലാണ് കഴിഞ്ഞിരുന്നത്. നടത്തക്കാരുടെ സംഘം, പർവതാരോഹണക്കാരുടെ സംഘം. സ്കൂൾ വിട്ടുവന്നാൽ ഞങ്ങൾ ഭവനവകുപ്പിന്റെ ഓഫീസിനു

ചുറ്റുമായി കൂടിയിരിക്കും. അവസാനം അവർ തങ്ങളുടെ ആവശ്യത്തിനായി ഒരു മുറി ഒഴിച്ചുതന്നു. ഞങ്ങൾ ഒരു നാടകസംഘം രൂപീകരിച്ചു. ഞാൻ അതിൽ അഭിനയിച്ചിരുന്നു. ഒരു സാഹിത്യകൂട്ടായ്മയുമുണ്ടായിരുന്നു. ഇഗോർ അതിൽ തന്റെ കവിതകൾ വായിച്ചിരുന്നു. അവൻ മയകോവ്സ്കിയെ അനുകരിച്ചിരുന്നു. അതിശയിപ്പിക്കുന്ന ഭാവതീവ്രതയുള്ള ഒരു കുട്ടി. ഞങ്ങൾ അവനെ കളിയാക്കി "വിദ്യാർത്ഥി" എന്നു വിളിച്ചിരുന്നു... പഠിപ്പും വായനയുമായി ഗൗരവക്കാരനായിരുന്നു ഇഗോർ. മുതിർന്ന കവികളും മറ്റും അവിടെവന്ന് ഞങ്ങളുമായി തുറന്ന ചർച്ചകൾ നടത്തിയിരുന്നു. അവരിൽനിന്നാണ് "പ്രാഗ്വസന്തത്തിന്റെ" യാഥാർത്ഥ്യം ഞങ്ങൾ മനസ്സിലാക്കിയത്. അഫ്ഗാനിസ്ഥാനിലെ യുദ്ധവാർത്തകളും അവർ വഴിയാണ് ഞങ്ങൾ അറിഞ്ഞത്.

ഞങ്ങൾ ഗിറ്റാർ വായിക്കാൻ പഠിച്ചു. അത്രയ്ക്കും പ്രാധാന്യമുണ്ടായിരുന്നു അന്ന് ഗിറ്റാർ സംഗീതത്തിന് ചെറുപ്പക്കാരുടെ ഇടയിൽ. ഞങ്ങളുടെ പ്രിയപ്പെട്ട കവികളും ഗാനരചയിതാക്കളും അവരുടെ രചനകൾ അവതരിപ്പിക്കുന്നത് കേൾക്കാനായി എത്ര നേരം വേണമെങ്കിലും മുട്ടുകുത്തിയിരിക്കാൻ തയ്യാറായിരുന്നു. കവികൾ കവിതകൾ ചൊല്ലുന്നതു കേൾക്കാൻ മൈതാനം നിറയെ ആളുകൾ തിങ്ങിക്കൂടുമായിരുന്നു. ജനക്കൂട്ടത്തെ നിയന്ത്രിക്കാൻ അശ്വാരൂഢരായ പൊലീസുകാർ വന്നു നില്ക്കുമായിരുന്നു. 'വാക്ക്' ഒരു പ്രവൃത്തി തന്നെയായിരുന്നു. വേദിയിൽ കയറിനിന്ന് ജനങ്ങളുടെ മുമ്പിൽ സത്യം തുറന്നു പറയാനുള്ള ചങ്കൂറ്റം കാണിക്കുക അപായകരമായിരുന്നു. ഒരു പടപ്പുറപ്പാടിനോളം ഗൗരവമുള്ള പ്രവൃത്തി. കവിതകളും പ്രസംഗങ്ങളും കേൾക്കാൻ മൈതാനത്തിലേക്ക് തിരക്കിട്ടു ചെല്ലുക, അതിനും വേണം നല്ല ധൈര്യവും തന്റേടവും. അത്രയ്ക്കും ആത്മാർത്ഥത ഞങ്ങൾക്കുണ്ടായിരുന്നു. വാക്കുകൾക്ക് അത്രയധികം പ്രാധാന്യം ഞങ്ങൾ കല്പിച്ചിരുന്നു. ആ കാലമൊക്കെ കഴിഞ്ഞു. ഇന്നത് വിശ്വസിക്കാൻ പ്രയാസം. ഈ കാലത്ത് കാര്യമായി എന്തെങ്കിലും ചെയ്യണം. വെറുതെ പറഞ്ഞാൽ മാത്രം പോരാ. മനസ്സിൽ തോന്നിയതെല്ലാം പറയാം. പക്ഷേ, അതിന് ഒരു ശക്തിയുമില്ല. എന്തിലെങ്കിലും വിശ്വാസമർപ്പിക്കണമെന്നുണ്ട്. എന്നാൽ ഇന്ന് അങ്ങനെയൊന്നില്ല. ആരും ഒന്നും തന്നെ ഗൗരവമായി എടുക്കുന്നില്ല. ഭാവിയെക്കുറിച്ചാലോചിക്കുമ്പോൾ നല്ലതായി ഒന്നും കാണുന്നില്ല. പഴയകാലത്ത് അങ്ങനെയായിരുന്നില്ല. എവിടേയും കവിതകൾ, എങ്ങും വാക്കുകൾ....

(അവൾ ചിരിക്കുന്നു) പത്താംതരത്തിൽ പഠിക്കുമ്പോൾ എനിക്ക് ചെറിയൊരു പ്രണയം. അയാൾ മോസ്കോവിലായിരുന്നു. ഞാൻ അയാളെ കാണാൻ അവിടെ ചെന്നു. മൂന്നുദിവസം മാത്രമേ ഞങ്ങൾ ഒരുമിച്ചുണ്ടായിരുന്നുള്ളൂ. രാവിലെ തീവണ്ടി സ്റ്റേഷനിൽവെച്ച് നാദിർഷാ മാനിഡെൽസ്റ്റാമിന്റെ ഓർമ്മക്കുറിപ്പുകളുടെ ടൈപ്പ്ചെയ്ത ഒരു കോപ്പി ഞങ്ങൾ വാങ്ങി. ആ കാലത്ത് എല്ലാവരും വായിച്ചിരുന്ന ഒരു പുസ്തകം. ആ പുസ്തകം പിറ്റേദിവസം രാവിലെ നാലുമണിയോടെ തിരിച്ചേല്പിക്കണമായിരുന്നു. ആ പട്ടണത്തിലൂടെ കടന്നുപോകുന്ന ഏതെങ്കിലും

ഒരു തീവണ്ടിയാത്രക്കാരനെ ഏല്പിച്ചാൽ മതി. ഇരുപത്തിനാലുമണിക്കൂർ ഇടയിൽ നിർത്താതെ ഞങ്ങൾ ആ പുസ്തകം ഇരുന്നു വായിച്ചു. ഒരിക്കൽ മാത്രം പാലും റൊട്ടിയും വാങ്ങാൻ ഞങ്ങൾ വെളിയിൽപോയി. ഞങ്ങൾ പരസ്പരം പേജുകൾ കൈമാറി വായിക്കുകയായിരുന്നു. ഒരു ഉന്മാദാവസ്ഥയിൽ എന്നപോലെയാണ് അത് സംഭവിച്ചത്. പനിച്ചു തുള്ളുന്നതുപോലെ... ഈ പുസ്തകം കൈയിലിരിക്കുന്നു എന്നതാണ് കാരണം. അത്രയും ഞങ്ങൾ വായനയിലാണ്ടുപോയി. ഇരുപത്തിനാലു മണിക്കൂറിനുശേഷം വിജനമായ നഗരവീഥികളിലൂടെ ഞങ്ങൾ തീവണ്ടിസ്റ്റേഷനിലേക്കോടി. രാത്രിയിലെ നഗരം... ഞാനോർക്കുന്നു. എന്റെ സഞ്ചിയിൽ ആ പുസ്തകം. ഞങ്ങൾ ഒരുമിച്ച് ധൃതിയിൽ നടന്നു. ഒരു രഹസ്യ ആയുധം കണക്കെയാണ് ആ പുസ്തകം ഞങ്ങൾ സൂക്ഷിച്ചത്. ഞങ്ങൾ ശരിക്കും വിശ്വസിച്ചിരുന്നു, വാക്കുകൾക്ക് ലോകത്തെ മാറ്റിമറിക്കാനുള്ള ശക്തിയുണ്ട് എന്ന്.

ഗോർബചേവ് വർഷങ്ങൾ... സ്വാതന്ത്ര്യവും കൂപ്പണുകളും റേഷൻ കാർഡുകളും. എന്തിനും ഏതിനും കൂപ്പൺ. റൊട്ടിമുതൽ ഗോതമ്പും സോക്സും വരെ എന്തിനും കൂപ്പൺ. അഞ്ചും ആറും മണിക്കൂർ വരി നിന്നാലാണ് വല്ലതും വാങ്ങാനാവുക. എന്നാലും നില്ക്കുന്നത് കൈയിൽ ഒരു പുസ്തകവുമായിട്ടായിരിക്കും. മുമ്പ് വാങ്ങിക്കാൻ കഴിയാതിരുന്ന ഒരു പുസതകം. മാത്രമല്ല, വൈകുന്നേരം ടി.വി.യിൽ കാണാൻ ആഗ്രഹിച്ചിരുന്ന ഒരു പടത്തിന്റെ പ്രദർശനവുമുണ്ട്. കഴിഞ്ഞ പത്തുകൊല്ലമായി നിരോധിക്കപ്പെട്ടിരുന്ന ഒരു സിനിമ. ഇപ്പോൾ ആദ്യമായി ടി.വിയിൽ.

പകലൊക്കെ രസമായി കഴിഞ്ഞു. രാത്രി പത്തുമണിക്ക് ടി.വിയിൽ കാണാൻ പോകുന്ന സിനിമ വാഡഗ്ലിയാസ് എങ്ങനെയായിരിക്കുമെന്ന ചിന്തയായിരുന്നു അന്നുമുഴുവൻ. അതിലെ നായകന്മാരായ അലക്സാണ്ടർ ലുംബിമോവും വ്ളാഡിസാവ് ലിസ്റ്റീവും ദേശീയ കഥാപുരുഷന്മാരായി. ഞങ്ങൾ സത്യം മനസ്സിലാക്കുകയായിരുന്നു. നമ്മുടെ നാട്ടിൽ ഒരു ഗഗാറിൻ മാത്രമല്ല, ഒരു ബെറിയയുമുണ്ടായിരുന്നു. വാസ്തവം പറഞ്ഞാൽ ഞാൻ വെറുമൊരു വിഡ്ഢിയാണ്. കാര്യങ്ങൾ സംഭവിച്ചതുപോലെ സംസാര സ്വാതന്ത്ര്യം മാത്രം മതിയായിരുന്നു. മനസ്സുകൊണ്ട് ഞാനെന്നും ഒരു സോവിയറ്റ് പെൺകുട്ടിയാണ്. സോവിയറ്റിനെ സംബന്ധിച്ചിട്ടുള്ളതെല്ലാം ഞങ്ങളുടെ മനസ്സിൽ ആഴത്തിൽ പതിഞ്ഞു കിടന്നിരുന്നു. ഞങ്ങൾ സ്വയം മനസ്സിലാക്കിയതിനേക്കാൾ എത്രയോ ആഴത്തിൽ. എന്റെ ആകെയുള്ള മോഹം ഡോവ്ലാറ്റോവിന്റേയും നെക്രാസോവിന്റേ*യും കൃതികൾ വായിക്കാനായിരുന്നു. അതിനുള്ള സ്വാതന്ത്ര്യം വേണം. പാരീസിലേക്കു പോകാനോ, മോൺട്മാർട്രേയിലൂടെ നടക്കാനോ... മറ്റ് ആകർഷകമായ കാഴ്ചകൾ കാണാനോ ഞാൻ മോഹിച്ചില്ല. ഇഷ്ടം പോലെ വായിക്കാനും സംസാരിക്കാനുമുള്ള അനുവാദം

---

* വിമതരായ എഴുത്തുകാർ. അവരുടെ രചനകൾ നിരോധിക്കപ്പെട്ടിരുന്നു. 1970-ൽ രണ്ടുപേരും വിദേശത്തേക്ക് താമസം മാറ്റി.

ലഭിക്കണം. ഗാലിച്ചിന്റെ സംഗീതം ആസ്വദിക്കണം. ഗാന്ധിയുടെ സർഗാഡ ഫമീലിയ കാണാനും ഞാൻ ആഗ്രഹിച്ചില്ല.

ഞങ്ങളുടെ കൊച്ചു ഓൾഗയ്ക്ക് സുഖമില്ലാതായി. നാലുമാസമായ തേയുള്ളൂ. കലശലായ ശ്വാസകോശ തടസ്സം. പരിഭ്രമംകൊണ്ട് എനിക്ക് ഒന്നും ചെയ്യാൻ വയ്യാതായി. അവളേയുംകൊണ്ട്, ഞാൻ ആശുപത്രിയിൽ ചെന്നു. കുഞ്ഞ് താഴെ കിടക്കാൻ കൂട്ടാക്കുന്നില്ല. നിർത്താത്ത നിലവിളി. ഞാൻ കൈയിലെടുത്ത് നേരെ പിടിച്ചിരുത്തിയാൽ മാത്രം അവൾ ശാന്തയായിരുന്നു. ആശുപത്രിയിലെ ഇടനാഴിയിൽകൂടി അവളേയുമെടുത്ത് നില്ക്കാതെ ഞാൻ നടന്നുകൊണ്ടിരുന്നു. പ്രയാസപ്പെട്ടാണെങ്കിലും ഒരു അരമണിക്കൂർ അവൾ ഇടയ്ക്കൊന്നുറങ്ങിയാൽ ഞാൻ എന്താണ് ചെയ്യുകയെന്നോ, പറയാനാവാത്ത ക്ഷീണമുണ്ടായിരുന്നുവെങ്കിലും ഞാൻ കിടക്കാറില്ല. “ഗുലാഗ് ആർച്ചി ഹലാഗോ” എന്ന പുസ്തകം എന്റെ കൈയിലുണ്ടായിരുന്നു. അതെടുത്തു വായിക്കും. ഒരു കൈയിൽ മരിക്കാറായ കുഞ്ഞ്, മറ്റേ കൈയിൽ ഉയർത്തിപ്പിടിച്ച പുസ്തകം. ബോൾഷെനിസിന്റെ ഞങ്ങൾക്ക് ജീവിതത്തിനു പകരം വെക്കാനുള്ളതായിരുന്നു പുസ്തകങ്ങൾ. അതുതന്നെയായിരുന്നു ഞങ്ങളുടെ ലോകം.

അതിനിടയിൽ ഒന്നു സംഭവിച്ചു... ഞങ്ങൾ ഭൂമിയിലേക്കിറങ്ങിവന്നു. ഞങ്ങൾ അനുഭവിച്ചിരുന്ന സന്തോഷവും ആത്മനിർവൃതിയുമെല്ലാം പെട്ടെന്ന് തകർന്നുവീണു. ഒരായിരം തുണ്ടുകളായി ചിതറി. ഈ പുതിയ ലോകം എന്റേതല്ലെന്ന് വളരെവേഗം തന്നെ ഞാൻ മനസ്സിലാക്കി. ഇത് എനിക്കുള്ളതല്ല. അതിനാവശ്യം മറ്റൊരുതരം മനുഷ്യരെയാണ്. ദുർബലന്മാരുടെ കണ്ണിൽത്തന്നെ ചവിട്ടണം. അവരാണ് താഴെത്തട്ടിലുള്ളവരെ മേലോട്ട് ഉയർത്തിക്കൊണ്ടുവന്നത്. പൊതുവെ പറഞ്ഞാൽ അതൊരു വിപ്ലവമായിരുന്നു. എന്നാൽ ഇത്തവണ നേടിയെടുത്തത് ലൗകികമായ സുഖസൗകര്യങ്ങളായിരുന്നു. എല്ലാവർക്കും കാറുകൾ, ഒഴിവുകാല വസതികൾ. അത് നല്ലൊരു കാര്യമല്ലേ? തെരുവുകൾ നിറയെ ട്രാക്സ്യൂട്ടുകൾ ധരിച്ച മല്ലന്മാർ, ചെന്നായ്ക്കൾ... അവർ എല്ലാവരേയും പിടികൂടാനെത്തി. എന്റെ അമ്മ ഒരു തുന്നൽശാലയിലാണ് ജോലി ചെയ്തിരുന്നത്. അവർ ആ ഫാക്ടറി പൂട്ടി. എത്ര പെട്ടെന്നാണ് അത് സംഭവിച്ചത്. വീട്ടിലിരുന്ന് ദിവസം മുഴുവൻ അമ്മ അടിയുടുപ്പുകൾ തുന്നിയുണ്ടാക്കാൻ തുടങ്ങി. അമ്മ മാത്രമല്ല, അവരുടെ കൂട്ടുകാരും അതുതന്നെയാണ് ചെയ്തിരുന്നത്. ഏതു ഫ്ളാറ്റിലേക്ക് ചെന്നാലും ഗൃഹനാഥ അടിയുടുപ്പുകൾ തയ്ക്കുന്നതു കാണാം. തൊഴിലാളികൾക്ക് താമസിക്കാനായി ആ ഫാക്ടറി പണികഴിപ്പിച്ച കെട്ടിടത്തിലാണ് ഞങ്ങൾ താമസിച്ചിരുന്നത്. അതുകൊണ്ട് അവിടെയുള്ളവരെല്ലാം ബ്രാകളും അടിയിലിടുന്ന കാലുറകളും നീന്തൽ വസ്ത്രങ്ങളും മൊത്തമായി തുന്നിക്കൊണ്ടിരുന്നു. പഴയ വസ്ത്രങ്ങളിൽനിന്നുമുള്ള ലേബലുകൾ വെട്ടിയെടുത്ത് അവർ തങ്ങളുണ്ടാക്കിയ വസ്ത്രങ്ങളിൽ ഭംഗിയായി തുന്നിപ്പിടിപ്പിച്ചു. പ്രത്യേകിച്ചും നീന്തൽ വസ്ത്രങ്ങളിൽ. വിദേശ ലേബലുകളാണ് അവർ ചേർത്തു

വെച്ചത്. കൂട്ടുകാരോടും അങ്ങനെ ചെയ്യാൻ അവർ ആവശ്യപ്പെട്ടു. അങ്ങനെ തങ്ങൾ തയ്യാറാക്കിയ വസ്ത്രങ്ങൾ സഞ്ചിയിൽ നിറച്ച് സ്ത്രീകൾ അത് വില്ക്കാനായി റഷ്യ മുഴുവൻ സഞ്ചരിച്ചു. ആ പദ്ധതിക്ക് അവർ ഒരു പേരും കൊടുത്തു. "അണ്ടർവെയർ ടൂറിസം'. ചെറു സംഘങ്ങളായാണ് അവർ യാത്ര ചെയ്തിരുന്നത്. അപ്പോഴേക്കും ഞാൻ മുതിർന്ന ക്ലാസ്സിലെത്തിയിരുന്നു. ആകപ്പാടെ തമാശയായിരുന്നു.

യൂണിവേഴ്സിറ്റി ലൈബ്രറിയിലും സീനിന്റെ ആപ്പീസിലും വലിയ ഭരണികൾ നിറയെ ഉപ്പിലിട്ട തക്കാളിയും കൂണും കാബേജും മറ്റും വെച്ചിരുന്നു. അവർ അച്ചാറുകൾ വിറ്റു കിട്ടുന്ന പണംകൊണ്ട് അധ്യാപകർക്കുള്ള ശമ്പളം കൊടുത്തിരുന്നു. ചിലപ്പോൾ ഒരു വകുപ്പിന്റെ കെട്ടിടം നിറയെ മധുരനാരങ്ങയായിരിക്കും. അല്ലെങ്കിൽ കെട്ടുകെട്ടായി പുരുഷന്മാരുടെ ഷർട്ടുകൾ. റഷ്യയിലെ മഹാന്മാരായ ബുദ്ധിജീവികൾ ജീവൻ നിലനിർത്താനായി ആവുംവിധം അദ്ധ്വാനിച്ചു. പഴയ പാചകവിധികൾ ആളുകൾ ഓർത്തെടുത്തു. യുദ്ധകാലത്ത് അവർ കഴിച്ചിരുന്ന ഭക്ഷണം. പാർക്കുകളിൽ ആരും ചെന്നെത്താത്ത മൂലകളിലും തീവണ്ടിപ്പാതകളുടെ ചെരിവുകളിലും അവർ ഉരുളക്കിഴങ്ങ് കൃഷി തുടങ്ങി. ആഴ്ചകളോളം വേറൊരു വസ്തുവും കഴിക്കാതെ ഉരുളക്കിഴങ്ങുമാത്രം കഴിച്ചുകൊണ്ടിരിക്കുക... അതിനെ പട്ടിണിക്കിടക്കൽ എന്ന് പറയാനാവുമോ? അങ്ങനെയായാൽ ഉപ്പിലിട്ട കാബേജു മാത്രം കഴിക്കുന്നതോ?

ഇനി ജീവിച്ചിരിക്കുന്നിടത്തോളം കാലം ഒരിക്കലും എനിക്കത് തിന്നാനാവില്ല. ഉരുളക്കിഴങ്ങിന്റെ തൊലി വറുത്തെടുക്കാൻ ഞങ്ങൾ പഠിച്ചു. അതുണ്ടാക്കുന്ന വിധം ഞങ്ങൾ പ്രചരിപ്പിക്കുകയും ചെയ്തു. തിളയ്ക്കുന്ന സൂര്യകാന്തി എണ്ണയിലേക്ക് ഒരുപിടി ഉരുളക്കിഴങ്ങും വേണ്ടത്ര ഉപ്പും ചേർക്കുക. പാൽ കിട്ടാനുണ്ടായിരുന്നില്ല. എന്നാൽ ധാരാളം ഐസ്ക്രീം വാങ്ങാൻ കിട്ടുമായിരുന്നു. അതുകൊണ്ടാണ് ഞങ്ങൾ പാൽക്കഞ്ഞി ഉണ്ടാക്കിയിരുന്നത്.

ഏറ്റവും ആദ്യം കൈമോശം വന്നത് സുഹൃദ്ബന്ധങ്ങളായിരുന്നു. പെട്ടെന്ന് എല്ലാവർക്കും തിരക്കേറിയതുപോലെ. പണം സമ്പാദിക്കാനുള്ള തിരക്ക്. മുന്നേ പണം എന്നൊരു വസ്തു ഞങ്ങൾക്ക് തീരെ ആവശ്യമില്ലാതിരുന്നതുപോലെ. ഞങ്ങളുടെ ജീവിതത്തിൽ അതിനൊരു സ്ഥാനവുമില്ലാതിരുന്നതുപോലെ. പെട്ടെന്നാണ് എല്ലാവരും പച്ചനോട്ടുകളുടെ സൗന്ദര്യത്തിൽ ആകൃഷ്ടരായത്. അത് സോവിയറ്റ് റൂബിളുകളായിരുന്നില്ല. വെറുതെ കളിക്കാനുള്ള നോട്ടുകളുമായിരുന്നില്ല. പഠിപ്പുമാത്രം തലയിൽ കയറിയ ഞങ്ങളെപോലെയുള്ള ആൺകുട്ടികളും പെൺകുട്ടികളും അകത്തളത്തിൽ വളർത്തുന്ന ചെടികളെ പോലെയായി. ഞങ്ങളെ കാത്തുനില്ക്കുന്ന പുതിയ ലോകത്തിന് തീരെ യോജിക്കാത്തവർ. ഞങ്ങൾ പ്രതീക്ഷിച്ചിരുന്നത് ഇതായിരുന്നില്ല, ഭാവനാസമൃദ്ധമായ ഒട്ടേറെ പുസ്തകങ്ങൾ ഞങ്ങൾ വായിച്ചിരുന്നു. എന്നാൽ ജീവിതം ഞങ്ങളെ തട്ടിത്തെറിപ്പിച്ചത് തികച്ചും വ്യത്യസ്തമായ മറ്റൊരു ദിശയിലേക്കായിരുന്നു.

വ്യാസോട്സ്കിക്കു പകരം കിർക്കോദോവ്[1] എപ്പോഴും എവിടേയും പോപ് സംഗീതം. അതുതന്നെ എല്ലാം വ്യക്തമാക്കുന്നുണ്ടല്ലോ! അധികം കാലമായില്ല. ഞങ്ങളുടെ അടുക്കളസഭയിലേക്ക് ഏതാനും പേർ കയറിവന്നു. ആ വക സംഭവങ്ങൾ ഇപ്പോൾ ഉണ്ടാകാറില്ല. ഞങ്ങൾ ഒരു വാദം തുടങ്ങി. വ്യാസോട്സ്കി, അബ്രമോവിച്ചി[2]നുവേണ്ടി പാടുമോ ഇല്ലയോ? ജനങ്ങൾക്ക് പല അഭിപ്രായങ്ങളായിരുന്നു. ഭൂരി പക്ഷത്തിന്റെ അഭിപ്രായം അദ്ദേഹം അബ്രമോവിച്ചിനുവേണ്ടി പാടു മെന്നായിരുന്നു. അപ്പോൾ അടുത്ത ചോദ്യം... പ്രതിഫലമായി എത്ര ആവ ശ്യപ്പെടും?

ഇഗോർ... എന്റെ മനക്കണ്ണിൽ ഞാൻ അവനെ ഇപ്പോഴും കാണു ന്നത് മയോവ്സ്കിയായിട്ടാണ്. സുന്ദരൻ എന്നാൽ എപ്പോഴും ഏകനായി. (അവൾ ഒരു നിമിഷം മിണ്ടാതിരുന്നു) ഞാൻ ശരിക്കു പറഞ്ഞിരുന്നുവോ? നിങ്ങളെ വേണ്ടവിധത്തിൽ പറഞ്ഞു മനസ്സിലാക്കാൻ എനിക്കു സാധി ച്ചുവോ? അറിയില്ല....

"ക്രമേണ കമ്പോളമായി ഞങ്ങളുടെ സർവ്വകലാശാല..."

വർഷങ്ങളെത്ര കഴിഞ്ഞു. ഇപ്പോഴും എന്റെ അതിശയം മാറിയിട്ടില്ല... എന്തുകൊണ്ടാണ് അവൻ അങ്ങനെയൊരു തീരുമാനമെടുത്തത്? ഞങ്ങൾ കൂട്ടുകാരായിരുന്നു. എന്നാൽ ആ തീരുമാനം അവന്റേതു മാത്ര മായിരുന്നു, അവന്റേതുമാത്രം. ഒരു പാറക്കെട്ടിന്റെ അറ്റത്തു വന്നു നില്ക്കുന്ന ഒരാളോട് നമ്മളെന്തു പറയാനാണ്? എനിക്ക് ആ പ്രായമാ യിരുന്നപ്പോൾ ഞാനും ആത്മഹത്യയെപ്പറ്റി ആലോചിച്ചിട്ടുണ്ട്. എന്തു കൊണ്ട് എന്നു എനിക്കു പറയാനാവില്ല. എന്റെ അച്ഛനമ്മമാരേയും സഹോദരനേയും ഞാൻ വളരെയധികം സ്നേഹിച്ചിരുന്നു. വീട്ടിൽ ഒരു കുഴപ്പവുമുണ്ടായിരുന്നില്ല. എന്നിട്ടും ആത്മഹത്യയെക്കുറിച്ച് ഞാൻ ചിന്തിച്ചു. എന്തോ ഒന്ന് അപ്പുറത്തുണ്ട് എന്ന തോന്നൽ. താൻ ഇപ്പോൾ ജീവിക്കുന്ന ലോകത്തേക്കാൾ സുന്ദരവും ഉജ്ജ്വലവുമായ മറ്റൊരു ലോകം. അത് കൂടുതൽ അർത്ഥപൂർണ്ണമാണ്. ചക്രവാളത്തിനപ്പുറത്ത് കൂടുതൽ പ്രാധാന്യമേറിയ എന്തൊക്കെയോ സംഭവിച്ചുകൊണ്ടിരിക്കുന്നു. അവിടെ ചെന്നാൽ ഒരു കാലത്തും ആർക്കും കൈയെത്തിപ്പിടിക്കാനാ കാത്ത നിഗൂഢമായ സത്യത്തെ തൊട്ടറിയാം. യുക്തികൊണ്ട് അതിനെ നിർവ്വചിക്കാനാവില്ല. ആ അനുഭവം സ്വന്തമാക്കണം എന്ന ഉൽക്കടമായ ദാഹം. ഞാനൊന്നു ശ്രമിച്ചു നോക്കട്ടെ. നിങ്ങളുടെ ജന്നലപ്പടിയിൽ കയറി നിന്ന്... അല്ലെങ്കിൽ ബാൽക്കണിയിൽ നിന്നും എടുത്തു ചാടി.... മരിക്കാനല്ല ആഗ്രഹിക്കുന്നത്, ഉയർന്നുവരാനാണ്. വിമാനത്തിൽ പറന്നു യരാൻ പോകുന്നു എന്ന തോന്നൽ. ഒരു സ്വപ്നം പോലെ അല്ലെങ്കിൽ

1. ബൾഗേറിയയിൽ ജനിച്ച റഷ്യൻ പോപ് ഗായകൻ.
2. പുടിന്റെ സുഹൃത്ത്. ചെൽസി ഫുട്ബോൾ ക്ലബ്ബിന്റെ ഉടമ. അതിസമ്പന്നൻ.

എല്ലാം മറന്നുകൊണ്ടുള്ള ഒരു അവസ്ഥയിലെന്നപോലെ. അതിൽ നിന്നുണരുമ്പോൾ ഓർമ്മയിൽ ഏതോ ഒരു വെളിച്ചം, ശബ്ദം, പറഞ്ഞറിയിക്കാനാവാത്ത സുഖം. ഇവിടുള്ളതിനേക്കാൾ കൂടുതൽ സന്തോഷമായിരുന്നു അവിടെ എന്ന തോന്നൽ...

ഞങ്ങളുടെ കൂട്ടുകാരുടെ ഒരു സംഘം. ലേഷ്കയും അതിന്റെ ഭാഗമായിരുന്നു അവൻ ഈയിടെയാണ് മരിച്ചത്...മരുന്ന് കൂടുതലായി എടുത്തു കഴിച്ചു. തൊണ്ണൂറുകളിലാണ് വാസിം മരിച്ചത്. അവൻ പുസ്തകവ്യാപാരം തുടങ്ങി. തുടക്കത്തിൽ അതൊരു തമാശയായിരുന്നു. സഫലമാകാൻ സാദ്ധ്യതയില്ലാത്ത ഒരു സ്വപ്നം. എന്നാൽ പണം ധാരാളമായി വന്നു തുടങ്ങിയതോടെ ഒരു ഗുണ്ടാസംഘം പ്രത്യക്ഷപ്പെട്ടു. എപ്പോഴും കൈയിൽ തോക്കും കൊണ്ടു നടക്കുന്നവർ. അവരെ ഭയന്നാണ് അവൻ കഴിഞ്ഞിരുന്നത്. ഒന്നുകിൽ ഒഴിഞ്ഞു മാറും. അല്ലെങ്കിൽ അവർക്കു വേണ്ടതു കൊടുത്ത് തത്കാലം രക്ഷപ്പെടും. പലപ്പോഴും അവരെ ഭയന്ന് കാട്ടിൽ മരത്തിൽ കയറിപ്പറ്റി രാത്രി കഴിച്ചുകൂട്ടും. ആ കാലം മർദ്ദനത്തിന്റേതായിരുന്നില്ല. കൊല്ലലായിരുന്നു പതിവ്. അവന് എന്തു സംഭവിച്ചുവെന്ന് ആർക്കറിയാം? ഒരടയാളവും ബാക്കിവെക്കാതെ അവൻ അപ്രത്യക്ഷനായി. പൊലീസുകാർ ഇപ്പോഴും അവനെ കണ്ടെത്തിയിട്ടില്ല. അവർ അവനെ എവിടെയെങ്കിലും കുഴിച്ചു മൂടിയിരിക്കും. അർക്കാഡി അമേരിക്കയിലേക്കു കടന്നുകളഞ്ഞു. “ന്യൂയോർക്ക് നഗരത്തിൽ ഒരു പാലത്തിനടിയിലും ഞാൻ ജീവിക്കാൻ തയ്യാറാണ്” എന്നാണ് അവൻ പറഞ്ഞിരുന്നത്.

കൂട്ടത്തിൽ ഇല്യൂഷയും ഞാനും മാത്രം ബാക്കിയായി. ഇല്യൂഷ ഒരാളെ പ്രേമിച്ചു. അയാളെ വിവാഹം കഴിക്കുകയും ചെയ്തു. കവികൾക്കും കലാകാരന്മാർക്കും സമൂഹത്തിൽ സ്ഥാനമുണ്ടായിരുന്ന കാലം. ഭർത്താവിന്റെ പല കിറുക്കുകളേയും ഇല്യൂഷ സഹിച്ചു. പതുക്കെ പതുക്കെ ബ്രോക്കർമാരും അക്കൗണ്ടന്റുമാരും സമൂഹത്തിലെ പ്രമാണിമാരായി. അതോടെ അവൾ ഭർത്താവിനെ ഉപേക്ഷിച്ചു പോയി. അയാളോ.... ഒരു വിഷാദരോഗിയായി. വീടിനു പുറത്തു കടക്കാൻ പോലും പരിഭ്രമിച്ചു. തെരുവിലേക്കിറങ്ങിയാൽ ഭയന്നു വിറയ്ക്കും. ഇപ്പോൾ എപ്പോഴും വീട്ടിനകത്ത് അടച്ചിരിപ്പാണ്. കുട്ടിക്കാലം കഴിഞ്ഞിട്ടും അച്ഛനമ്മമാരെ വിട്ടുപോകാനാവാതെ കുട്ടിയായി കഴിയുന്ന ഒരാളെപോലെ! ഇല്യൂഷ ഇപ്പോഴും അയാളുടെ കവിതകൾ പകർത്തി എഴുതുന്നു. ഒരു പ്രായശ്ചിത്തം കണക്കേ. കുട്ടികളായിരുന്നപ്പോൾ ഞങ്ങളെല്ലാവരും ഒരേ ടേപ്പുകളാണ് കേട്ടിരുന്നത്. ഒരേ സോവിയറ്റ് പുസ്തകങ്ങളാണ് വായിച്ചിരുന്നത്. ഒരേ സൈക്കിളുകളിലാണ് ഓടിച്ചു പോയിരുന്നത്. പഴയകാല ജീവിതം വളരെ സരളമായിരുന്നു. വേനലായാലും ശൈത്യകാലമായാലും ഒരേ ജോടി ഷൂസുകൾ. ഒരേ കോട്ടും കാലുറകളും. പുരാതന സ്പാർട്ടയിലെ യുവയോദ്ധാക്കളുടേതു പോലുള്ള ജീവിതം. എന്തും അത്യാവശ്യത്തിനു മാത്രം. മാതൃഭൂമിക്കാവശ്യമുണ്ടെങ്കിൽ ഒരു മുള്ളൻപന്നിയുടെ പുറത്തു കയറിയിരിക്കാനും ഞങ്ങൾ തയ്യാറായിരുന്നു.

സൈന്യവുമായി ബന്ധപ്പെട്ട ഏതോ ഒഴിവു ദിവസമായിരുന്നു. ഞങ്ങളുടെ ബാലവാടിയിലെ കുട്ടികളെ ഒരു യുദ്ധധീരന്റെ സ്മാരകം കാണിക്കാനായി കൊണ്ടുപോയി. മരാട് കാസ് എന്ന ബാലൻ. ധീരനായിരുന്ന ഒരു പയനീർ ആയിരുന്നു. "നോക്കൂ കുട്ടികളെ...." ഞങ്ങളുടെ ടീച്ചർ പറഞ്ഞു "ഈ യുവധീരൻ ഒരു ഗ്രെനേഡ് എറിഞ്ഞ് നിരവധി ഫാസിസ്റ്റുകളുടെ കഥ കഴിച്ചു. ഒപ്പം താനും മരണമടഞ്ഞു. നിങ്ങൾ വലുതാകുമ്പോൾ നിങ്ങളും ഇതുപോലെ പരാക്രമികളാകണം."

"എന്നുവെച്ചാൽ ഞങ്ങളും ഗ്രെനേഡ് എറിഞ്ഞ് സ്വയം ചാകണമെന്നാണോ?" ആ സംഭവം എനിക്കോർമ്മയില്ല. പക്ഷേ, പിന്നീട് അമ്മ ആ കഥ പറയുകയുണ്ടായി....അന്നു രാത്രി ഞാൻ വല്ലാതെ കരഞ്ഞു. എനിക്ക് എവിടെയെങ്കിലും ഗ്രെനേഡ് എറിഞ്ഞ് ചാകേണ്ടി വരും. അച്ഛനും അമ്മയും കൂടെയില്ലാതെ ഏതെങ്കിലും വിജനസ്ഥലത്ത് ഒറ്റയ്ക്കു കിടക്കേണ്ടി വരും. ആ കരച്ചിലിൽ നിന്നു തന്നെ തെളിഞ്ഞല്ലോ എനിക്ക് എത്രത്തോളം ധൈര്യമുണ്ടായിരുന്നുവെന്ന്. ആ രാത്രി കരഞ്ഞുകരഞ്ഞ് എനിക്ക് പനി പിടിച്ചു. സ്കൂളിൽ പഠിച്ചിരുന്നപ്പോഴത്തെ മോഹം, നഗരമദ്ധ്യത്തിലുള്ള ഒരിക്കലും കെടാത്ത അഗ്നിജ്വാലയെ സംരക്ഷിക്കുന്ന യുവാക്കളിൽ ഒരാളാകണം എന്നായിരുന്നു. ഏറ്റവും മികച്ച വിദ്യാർത്ഥികളെയാണ് അതിനായി തിരഞ്ഞെടുത്തിരുന്നത്. തിരഞ്ഞെടുക്കപ്പെട്ടവർക്കു ധരിക്കാൻ മിലിട്ടറി ഓവർകോട്ടുകളും ചെവി മൂടുന്ന തൊപ്പികളും കൈയുറകളും നല്കും. അത് ഒരു ബുദ്ധിമുട്ടുള്ള ചുമതലയായി ആരും കണ്ടില്ല. വലിയ അഭിമാനമായിരുന്നു ആ നിയോഗം ലഭിക്കുക എന്നത്. അതിനിടയിൽ ഞങ്ങൾ പാശ്ചാത്യസംഗീതം ആസ്വദിച്ചു. അപ്പോഴേക്കും പ്രചാരത്തിലായിരുന്ന നീല ജീൻസുകളിട്ട് മോടികാട്ടി. നീല ജീൻസുകളും കാലഷ്നിക്കോവ് തോക്കുകളും ഇരുപതാം നൂറ്റാണ്ടിന്റെ പ്രതീകങ്ങളായിരുന്നു. ഓർക്കുന്നു....എന്റെ ആദ്യത്തെ നീല ജീൻസ്. അതിന്മേലുള്ള "മൊൺടാന" എന്ന ലേബൽ. എന്തൊരു സന്തോഷമായിരുന്നു! അപ്പോഴും രാത്രികളിൽ ഞാൻ ആ സ്വപ്നം കണ്ടിരുന്നു. ശത്രുക്കളെ ഞാൻ ഗ്രെനേഡ് എറിഞ്ഞു കൊല്ലുന്നു. ഒപ്പം ഞാനും മരിക്കുന്നു.

എന്റെ അമ്മൂമ്മ മരിച്ചു. അപ്പൂപ്പന്റെ താമസം ഞങ്ങളുടെ കൂടെയായി. അദ്ദേഹം പട്ടാളത്തിലായിരുന്നു ഉദ്യോഗം നോക്കിയിരുന്നത്. ലെഫ്റ്റനന്റ് കേണൽ. അദ്ദേഹം ധാരാളം ബഹുമതികളും മെഡലുകളും നേടിയിരുന്നു. ഞാനാണെങ്കിൽ എപ്പോഴും ഓരോന്ന് ചോദിച്ച് ശല്യപ്പെടുത്തികൊണ്ടിരിക്കും. "അപ്പൂപ്പാ, ഈ മെഡൽ അവർ എന്തിനാണ് തന്നത്."

"ഒഡിസ്സയെ ശത്രുക്കൾക്കു വിട്ടുകൊടുക്കാതെ രക്ഷിച്ചതിന്"

"അപ്പൂപ്പന്റെ പ്രത്യേകമായ നേട്ടം എന്തായിരുന്നു?"

"അതു തന്നെ. ഒഡിസ്സായെ വിട്ടുകൊടുക്കാതെ പിടിച്ചു നിന്നു."

അത്രയേ അദ്ദേഹം പറയുള്ളൂ. കൂടുതലൊന്നും പറയാൻ താത്പര്യമില്ലായിരുന്നു. എനിക്കു ക്ഷമ കെടും. "പറയൂ അപ്പൂപ്പാ, ആ കാലത്തെ മഹാസംഭവങ്ങൾ...ധീരകൃത്യങ്ങൾ..."

"മഹാസംഭവങ്ങളേയും ധീരകൃത്യങ്ങളേയും കുറിച്ചാണോ അറിയേണ്ടത്... എങ്കിൽ ലൈബ്രറിയിൽ പോയി വായിച്ചോളൂ. യുദ്ധത്തെക്കുറിച്ചു പ്രതിപാദിക്കുന്ന ഒരു പിടി പുസ്തകങ്ങൾ കിട്ടും...."

എന്റെ അപ്പൂപ്പൻ ഒരു മഹാനായിരുന്നു. ഞങ്ങൾ തമ്മിൽ വളരെ ഇണക്കമായിരുന്നു. രണ്ടുപേർക്കുമിടയിൽ എടുത്തു പറയാനാവാത്ത എന്തോ ഒന്നുണ്ടായിരുന്നു. ഒരു ഏപ്രിലിലാണ് അദ്ദേഹം മരിച്ചത്. മേയ് വരെ ജീവിച്ചിരിക്കണമെന്ന് ആഗ്രഹമുണ്ടായിരുന്നു. ഒരു വിജയദിവസം കൂടി കാണാൻ.

എനിക്കു പതിനാറ് വയസ്സു കഴിഞ്ഞ ഉടനെ നിർബന്ധിത സൈനിക സേവന ഓഫീസിൽ ചെല്ലാൻ ഉത്തരവു കിട്ടി. "ഏതു സേനാവിഭാഗത്തിൽ ചേരാനാണ് നിങ്ങൾക്കു താത്പര്യം?"

കോളേജു പഠനം പൂർത്തിയാക്കിയതിനു ശേഷം അഫ്ഗാനിസ്ഥാനിൽ പോയി സൈനിക സേവനം അനുഷ്ഠിക്കാനാണ് ഞാൻ ആഗ്രഹിക്കുന്നത് എന്ന് ബന്ധപ്പെട്ട ഓഫീസറെ ഞാൻ അറിയിച്ചു.

"വിഡ്ഢി" അദ്ദേഹം എന്നെ പരിഹസിച്ചു.

എനിക്കങ്ങനെ തോന്നിയില്ല. കുറെ നാളായി പാരച്യൂട്ട്, യന്ത്രത്തോക്കുകൾ എന്നിവ ഉപയോഗിക്കാൻ ഞങ്ങൾ പരിശീലിക്കുന്നുണ്ടായിരുന്നു. സോവിയറ്റ് നാട്ടിലെ അവസാനത്തെ യുവപയനീറുകളാണ് ഞങ്ങൾ. ഞങ്ങളുടെ മുദ്രാവാക്യം തന്നെ എപ്പോഴും ഒരുങ്ങിയിരിക്കുക എന്നായിരുന്നു.

ഞങ്ങളുടെ ക്ലാസ്സിലെ ഒരാൺകുട്ടി ഇസ്രായേലിലേക്ക് താമസം മാറ്റാൻ തയ്യാറാവുകയായിരുന്നു. സ്കൂൾ അധികാരികൾ എല്ലാ കുട്ടികളേയും വിളിച്ചു കൂട്ടി. അവനെ ആ തീരുമാനത്തിൽ നിന്നും ഞങ്ങൾ സംസാരിച്ചു പിൻതിരിപ്പിക്കണം. അച്ഛനും അമ്മയ്ക്കും പോകണമെന്നുണ്ടെങ്കിൽ അവർ പോകട്ടെ. നീ പോകരുത്. ഒറ്റയ്ക്കു നിന്ന് പഠിത്തം തുടരാൻ സൗകര്യം ചെയ്തു തരുന്ന നല്ല അനാഥാലയങ്ങളുണ്ട്. പഠിത്തം പൂർത്തിയാക്കണം. യു.എസ്.എസ്.ആറിൽ തന്നെ തുടരണം. ഞങ്ങളുടെ കണ്ണിൽ അവൻ ഒരു ദേശദ്രോഹിയായി. യുവജന സഖ്യത്തിൽ നിന്നും പുറത്താക്കപ്പെട്ടു. അടുത്ത ദിവസം ഞങ്ങളുടെ ക്ലാസു മുഴുവനും ഉരുളക്കിഴങ്ങു വിളവെടുപ്പിനായി ഒരു കൂട്ടുകൃഷിയിടത്തിലേക്ക് പോകാൻ തീർച്ചയാക്കിയിരുന്നു. അവനും പോകാൻ തയ്യാറായി ബസ്സിൽ കയറി. പക്ഷേ അവർ അവനെ ബസ്സിൽ നിന്നും ഇറക്കിവിട്ടു. സ്കൂൾ അസംബ്ലിയിൽ ഹെഡ്മാസ്റ്റർ എല്ലാവരേയും താക്കീതു ചെയ്തു, അവനുമായി ബന്ധപ്പെടുന്നവരാരായാലും അതിന്റെ ശിക്ഷ അനുഭവിക്കേണ്ടി വരുമെന്ന്. അതായത് അവസാന പരീക്ഷയിൽ

“വിവരമറിയു”മെന്ന്. ഞങ്ങൾ അത് കാര്യമാക്കിയില്ല. അവൻ നാടുവിട്ട തിനു ശേഷം ഇടയ്ക്കിടയ്ക്ക് ഞങ്ങൾ അവന് കത്തെഴുതി.

പെരിസ്ട്രോയ്ക്കയുടെ കാലത്ത്....അതേ ടീച്ചർമാർ തന്നെ ഞങ്ങളോടു തുറന്നു പറഞ്ഞു, മുമ്പ് പഠിപ്പിച്ചതെല്ലാം മറക്കണമെന്ന്. പത്രങ്ങൾ വായിച്ച് സ്വയം കാര്യങ്ങൾ മനസ്സിലാക്കണമെന്ന്. ഞങ്ങൾ ക്ലാസ്സിൽ പത്രവായന തുടങ്ങി. ബിരുദ പരീക്ഷയ്ക്കുള്ള ചരിത്രം എന്ന വിഷയം വേണ്ടെന്നു വെച്ചു. ഭാഗ്യം, പാർട്ടി കോൺഗ്രസ്സുകളുടെ അന്തമില്ലാത്ത വിശദാംശങ്ങളൊന്നും കാണാതെ പഠിക്കേണ്ടി വന്നില്ല. അവസാനം അരങ്ങേറിയ ഒക്ടോബർ പ്രകടനങ്ങളുടെ മുദ്രാവാക്യങ്ങളും വിവരണങ്ങളും നേതാക്കന്മാരുടെ ചിത്രങ്ങളും അവർ ഞങ്ങൾക്കിടയിൽ വിതരണം ചെയ്തു. ബ്രസീലിലെ തെരുവുമേളയുടെ വിലയേ ഞങ്ങൾ അതിനു കല്പിച്ചുള്ളൂ.

ആളുകൾ സഞ്ചി നിറയെ സോവിയറ്റ് പണവുമായി ഒഴിഞ്ഞു കിടക്കുന്ന കടകളിൽ കയറിയിറങ്ങിയിരുന്ന കാഴ്ച ഞാൻ മറന്നിട്ടില്ല.

ആ കാലത്താണ് ഞാൻ യൂണിവേഴ്സിറ്റിയിൽ പ്രവേശിച്ചത്. സ്വകാര്യവത്കരണത്തിനു വേണ്ടി സ്വാധീനം ചെലുത്താൻ ശ്രമിക്കുകയായിരുന്നു ചുബായിസ്. ഒരു വൗച്ചർ കൊണ്ട് രണ്ട് വോൾഗ വാങ്ങാനാകും എന്ന പ്രലോഭനം. എന്നാൽ ഇന്നതിന് രണ്ടു കോപ്യെക്കിന്റെ വിലയേയുള്ളൂ. ആവേശം നിറഞ്ഞ കാലമായിരുന്നു അത്. ഭൂഗർഭ പാതകളിൽ ഞാൻ നോട്ടീസുകൾ വിതരണം ചെയ്തു. പുതിയൊരു ജീവിതം എല്ലാവരും സ്വപ്നം കണ്ടിരുന്നു. സോവിയറ്റ് വിലയ്ക്കു വാങ്ങാൻ കടകളിൽ ടൺ കണക്കിന് സലാമി വന്നു നിറയും. പോളിറ്റ് ബ്യൂറോയിലെ അംഗങ്ങളും അതു വാങ്ങാൻ ഞങ്ങളോടൊപ്പം വരിയിൽ വന്നു നില്ക്കും. സലാമിയാണ് ഞങ്ങളുടെ നിലനില്പിന് ആധാരം. സലാമിയോട് റഷ്യക്കാർക്കുള്ള പ്രിയം അതൊന്ന് വേറെയാണ്. അതില്ലാത ഞങ്ങൾക്കു ജീവിക്കാനാവില്ല.

വിഗ്രഹങ്ങളുടെ കാലം അവസാനിക്കുകയായിരുന്നു. ഫാക്ടറികൾ തൊഴിലാളികൾക്ക്! കൃഷി ഭൂമി കർഷകന്! നദികൾ ജലജീവികൾക്ക്. മാളങ്ങൾ കരടികൾക്ക്. ഒക്കെ പഴയകാലങ്ങളിലേക്കു മറഞ്ഞു. ടി.വി. യിൽ അതുവരെ കാണിച്ചിരുന്നത് സോവിയറ്റ് പരേഡുകളും ജനപ്രതിനിധികളുടെ ആദ്യ സമ്മേളനത്തിന്റെ തത്സമയ കാഴ്ചകളുമായിരുന്നു. അവയുടെ സ്ഥാനത്തേക്ക് പകരം വന്നെത്തി മെക്സിക്കോയിൽ നിന്നുള്ള ടെലിവിഷൻ പരമ്പരകൾ. രണ്ടുവർഷം ഞാൻ യൂണിവേഴ്സിറ്റിയിൽ പഠിത്തം തുടർന്നു. പിന്നീട് വേണ്ടെന്നുവെച്ചു. എന്റെ അച്ഛനമ്മമാരുടെ കാര്യമോർത്ത് എനിക്ക് വല്ലാതെ സങ്കടം തോന്നി. അവർ പരാജിതരായ സോവിയറ്റുകാരാണെന്ന് പുതിയ തലമുറ മുഖത്തുനോക്കി പറഞ്ഞു. ഒരു നുള്ള് പുകയിലയുടെ വില പോലും ഇല്ലാത്ത വിധത്തിൽ അവർ തങ്ങളുടെ ജീവിതം പാഴാക്കിക്കളഞ്ഞു. നാടിന്റെ നാശത്തിനു മുഴുവൻ

അവരാണ് ഉത്തരവാദികൾ. നോഹായുടെ പെട്ടകം മുതൽ ഇന്നുവരെയുള്ളതിനെല്ലാം അവരാണ് കാരണക്കാർ. എല്ലാം അവരുടെ കുറ്റം. അവരെക്കൊണ്ട് ഇനി ആർക്കും ഒരു പ്രയോജനവുമില്ല. ഒന്നാലോചിച്ചു നോക്കൂ. ഒരു ആയുഷ്കാലം മുഴുവൻ പാടുപെട്ടു. ഇപ്പോൾ പറയുന്നു ജീവിതമാകെ പാഴാക്കിയെന്ന്. അവരെ സംബന്ധിച്ചിടത്തോളം കാൽച്ചുവട്ടിലെ മണ്ണാകെ ഒലിച്ചുപോകുന്ന പ്രതീതി. അവരുടെ ലോകം തന്നെ തകർന്നു തരിപ്പണമാവുകയായിരുന്നു. ആ ആഘാതത്തിൽ നിന്നും അവർ ഇപ്പോഴും മുക്തരായിട്ടില്ല. ഭയാനകമായ ആ പുതിയ യാഥാർത്ഥ്യം ഉൾക്കൊള്ളാനാവാതെ അവരിപ്പോഴും അമ്പരന്നിരിക്കുകയാണ്. എന്റെ അനിയൻ ക്ലാസ്സുകഴിഞ്ഞുള്ള സമയങ്ങളിൽ തെരുവുകളിലും സബ്‌വേകളിലും നടന്ന് ച്യൂയിംഗം വിറ്റു, കാറുകൾ കഴുകി തുടച്ചു. അച്ഛൻ ജോലി ചെയ്തു കിട്ടിയിരുന്ന ശമ്പളത്തേക്കാൾ അധികം അവൻ അങ്ങനെ സമ്പാദിച്ചിരുന്നു. അച്ഛൻ ഒരു ശാസ്ത്രജ്ഞനായിരുന്നു. പി.എച്ച്.ഡി.യുമുണ്ടായിരുന്നു. സോവിയറ്റ് ശ്രേഷ്ഠവർഗത്തിലെ അംഗം. ചില സ്വകാര്യ കടകളിൽ അവർ സലാമി വില്ക്കാൻ തുടങ്ങിയപ്പോൾ, ആ കാഴ്ച കാണാൻ മാത്രമായി ഞങ്ങൾ ഓടിച്ചെന്നു. അപ്പോഴാണ് അതിന്റെ വില ആദ്യമായി ഞങ്ങളുടെ കണ്ണിൽ പെട്ടത്. ഞങ്ങൾക്കു മനസ്സിലായി. മുതലാളിത്തം ഞങ്ങളുടെ ജീവിതത്തിലേക്ക് കടന്നുവന്നു കഴിഞ്ഞു.

എനിക്കൊരു ജോലി കിട്ടി. ചരക്കുകൾ കയറ്റിയിറക്കുന്ന പണി. എന്റെ കൂട്ടുകാരിയും ഒപ്പമുണ്ടായിരുന്നു. ഒരു ട്രക്കിലുള്ള പഞ്ചസാരച്ചാക്കുകൾ മുഴുവൻ താഴെയിറക്കി കലവറയിലെത്തിക്കണം. അതിന് ശമ്പളം തന്നിരുന്നു. അതിനു പുറമെ, രണ്ടുപേർക്കും ഓരോ സഞ്ചി നിറയെ പഞ്ചസാരയും. ശരിക്കും സന്തോഷമായി. തൊണ്ണൂറുകളിൽ ഒരു ചാക്ക് പഞ്ചസാര എന്നുപറഞ്ഞാൽ വലിയൊരു കാര്യമായിരുന്നു. പണം.....പണം.... ഒരു മാസത്തെ ചെലവിനു വേണ്ടത്രയും. മുതലാളിത്തം തുടങ്ങുകയായിരുന്നു.

ഒരു രാത്രി കൊണ്ട് ഒരു കോടീശ്വരനാകാം. അല്ലെങ്കിൽ വെടിയുണ്ട തുളച്ചുകയറി മരിച്ചുവീഴുകയുമാവാം. ഇന്ന് അതിനെ കുറിച്ചു സംസാരിക്കുമ്പോൾ അവർ നിങ്ങളെ ഭയപ്പെടുത്താൻ ശ്രമിക്കുകയാണ്. ശരിക്കും ഒരു ആഭ്യന്തരയുദ്ധത്തിന്റെ പടിക്കലായിരുന്നു ഞങ്ങൾ. നാശത്തിന്റെ വക്കത്തു തന്നെ. അങ്ങനെയൊന്നും എനിക്കു തോന്നിയില്ല. എനിക്കോർമ്മ വരുന്നത് തെരുവുകളിലെ ആൾക്കൂട്ടം ഒഴിവായതും വഴിയിലെ തടസ്സങ്ങൾ നീക്കം ചെയ്യപ്പെട്ടതുമാണ്. ആളുകൾ പത്രം വായിക്കാനായി വാങ്ങിക്കുന്നതുപോലും നിർത്തി. വീട്ടുമുറ്റത്ത് വർത്തമാനം പറഞ്ഞു നില്ക്കുന്ന പുരുഷന്മാർ വോഡ്കയുടെ വില കൂട്ടിയതിന് ആദ്യം ഗോർബച്ചേവിനേയും പിന്നീട് യെത്സിനേയും ശകാരിക്കാൻ തുടങ്ങി. അവർ അവരുടെ സ്വർണ്ണ പശുക്കിടാങ്ങളേയും തേടിപ്പോയി. വിവരിക്കാനാവാത്ത വന്യമായ ഒരു അത്യാർത്തി സകലരേയും പിടികൂടി. വായുവിൽ മുഴുവൻ ധനത്തിന്റെ ഗന്ധം. വമ്പൻ തുകകളുടെ. പൂർണ്ണ

സ്വാതന്ത്ര്യം. പാർട്ടിയില്ല. ഭരണകൂടമില്ല. എല്ലാവർക്കും എങ്ങനെയെങ്കിലും കുറെ പണമുണ്ടാക്കണം. അതിനു കഴിവുള്ളവരെ, കഴിവില്ലാത്തവർ അസൂയയോടെ നോക്കിനിന്നു. ചിലർ വാങ്ങി. ചിലർ വിറ്റു. ചിലർ "മൂടിവെച്ചു" ചിലർ "സംരക്ഷിച്ചു." ആദ്യമായി ഞാൻ വലിയൊരു തുക സമ്പാദിച്ചപ്പോൾ, കൂട്ടുകാരെ ഭക്ഷണശാലയിലേക്കു ക്ഷണിച്ച് നല്ലൊരു വിരുന്നുകൊടുത്തു. മാർട്ടിനി വെർമോത്തും ഗ്രാൻഡ് പിയാനോ വോഡ്കയും വേണ്ടുവോളം വിളമ്പി. വിലകൂടിയ മധുരവിഭവങ്ങളുമുണ്ടായിരുന്നു. കൈയിലെ വൈൻഗ്ലാസ്സിന്റെ കനം അറിയാനെന്നപോലെ ഞാൻ അതും തിരുപ്പിടിച്ചിരുന്നു. മനസ്സിൽ, ഞാൻ നഗരസുന്ദരികളിൽ ഒരാളാണെന്ന തോന്നൽ. എല്ലാവരും മാൾബറോ സിഗരറ്റുകൾ കത്തിച്ചു. പ്രശസ്തമായ ഫാഷൻ മാസികകളിൽ വായിച്ചിട്ടുള്ളതുപോലെ.... അതിൽ കണ്ട സുന്ദരിമാരുടെ ചിത്രങ്ങളുടെ കെട്ടിലും മട്ടിലും ഞങ്ങൾ അവിടെ ഏറെനേരം ഇരുന്നു. പുതിയതരം കടകൾ, ഭക്ഷണശാലകൾ. തികച്ചും വ്യത്യസ്തമായ ഒരു ജീവിത ശൈലിക്കായി ഒരുക്കിയ അരങ്ങുകളായിരുന്നു അവ.

...പൊരിച്ച "ഹോട്ട് ഡോഗു" കൾ ഞാൻ വിറ്റു. പ്രതീക്ഷിക്കാത്ത വരവാണ് അതിൽ നിന്നുണ്ടായത്.

.....ഞാൻ ടർക്മെനിസ്ഥാനിലേക്ക് വോഡ്ക കയറ്റി അയച്ചു. അടച്ചുമൂടിയ ഒരു ചരക്കുവണ്ടിയിൽ എന്റെ കച്ചവടപങ്കാളിയോടൊപ്പം ഒരാഴ്ച ഞാൻ ചെലവഴിച്ചു. ഞങ്ങളുടെ കൈയിൽ കോടാലികളും ഇരുമ്പുപാരകളും ഉപയോഗിക്കാൻ പാകത്തിനുണ്ടായിരുന്നു. അവരുടെ നാട്ടിലേക്ക് ഞങ്ങൾ എന്താണ് കൊണ്ടുവരുന്നതെന്നു മനസ്സിലാക്കിയാൽ അവർ ഞങ്ങളെ കൊല്ലുമെന്ന് ഉറപ്പ്. മടക്കയാത്രയിൽ ഞങ്ങൾ ചരക്കായി കയറ്റിയത് "ടെറിക്ലോത്ത് ടൗവ്വലു"കളായിരുന്നു.

....ഞാൻ കളിപ്പാട്ടങ്ങൾ വിറ്റു. ഒരിക്കൽ ഞാൻ കൈയിലുണ്ടായിരുന്ന കളിപ്പാട്ടങ്ങളൊക്കെ മൊത്തവിലയ്ക്കു വിറ്റ്, ഒരു ട്രക്കു നിറയെ "കാർബണേറ്റഡ്" പാനീയങ്ങൾ വാങ്ങി. അത് വിറ്റ് ഒരു വണ്ടിയിൽ കൊള്ളാവുന്നയത്ര സൂര്യകാന്തി വിത്തുകൾ വാങ്ങി. വെണ്ണ നിർമ്മാണശാലയിൽ ചെന്ന് സൂര്യകാന്തിവിത്തുകൾ വിറ്റ് പകരം വെണ്ണ വാങ്ങി. അതിൽ പകുതി കൈമാറ്റം ചെയ്ത് വറചട്ടികളും സ്റ്റീൽപാത്രങ്ങളും വാങ്ങി.

ഇപ്പോഴുള്ളത് പൂക്കളുടെ വ്യാപാരമാണ്. പനിനീർപൂക്കളെ "ഉപ്പിലിടാ"നുള്ള സൂത്രം ഞാൻ പഠിച്ചു. നല്ലവണ്ണം ചൂടാക്കിയ ഉപ്പ് ഒരു കാർഡ്ബോർഡ് പെട്ടിയുടെ അടിയിൽ പരത്തിയിടണം. ഏകദേശം ഒരു സെന്റിമീറ്റർ കനത്തിലായിരിക്കണം. അതിനു മീതെ പാതി മാത്രം വിരിഞ്ഞ റോസാപ്പൂമൊട്ടുകൾ നിരത്തണം. അതിനു മീതേയായും കുറെ ഉപ്പു വിതറണം. പെട്ടി നന്നായി മൂടി ഒരു പ്ലാസ്റ്റിക് സഞ്ചിയിൽ സൂക്ഷിക്കണം. മുറുകെ കെട്ടിവെക്കാൻ മറക്കരുത്. ഒരു മാസമോ ഒരു വർഷമോ കഴിഞ്ഞ് പുറത്തെടുക്കാം. നന്നായി കഴുകി വീട്ടിൽ വെക്കാം. നിങ്ങൾ എന്ന് എപ്പോൾ വേണമെങ്കിലും എന്റെ കടയിൽ വരാം. ഇതാ എന്റെ കാർഡു വെച്ചോളൂ.

പറഞ്ഞല്ലോ, കമ്പോളമായി ഞങ്ങളുടെ സർവകലാശാല. അത് കുറച്ച് അതിശയോക്തിയായി തോന്നാം. എന്നാൽ തീർച്ചയായും ജീവിതത്തിന്റെ എലിമെന്ററി സ്കൂൾ എന്നു വിശേഷിപ്പിക്കാം...പ്രാഥമിക വിദ്യാലയം. ഒരു മ്യൂസിയം കാണാൻ പോകുന്ന കൗതുകത്തോടെയാണ് ആളുകൾ അങ്ങാടിയിലെത്തുക. അല്ലെങ്കിൽ വായനശാലയിലേക്കു പോകുന്നതുപോലെ. ആൺകുട്ടികളും പെൺകുട്ടികളും കടകൾതോറും കയറിയിറങ്ങി. അമ്പരപ്പോടു കൂടിയ കണ്ണുകൾ. ഒന്നും മനസ്സിലാകാത്ത മുഖഭാവം. മന്ദബുദ്ധികളെ പോലെ പകച്ചു. ഒരു സ്ത്രീയും പുരുഷനും ചൈനീസ് സൗന്ദര്യവസ്തുക്കൾ വില്ക്കുന്ന ഒരു കടയിലേക്കു കയറിച്ചെല്ലുന്നു. അവർ ഭർത്താവിന് ആ സാധനങ്ങളുടെ പ്രാധാന്യം വിശദമാക്കിക്കൊടുക്കുന്നു. "അത് എനിക്ക് വാങ്ങിച്ചു തരണമെന്നു തോന്നുന്നില്ലേ?" അവർ ഭർത്താവിനോടു ചോദിക്കുന്നു. "അവരെപ്പോലെ സുന്ദരിയായി എന്നേയും കാണണമെന്നില്ലേ?" മറീനാ വ്ളാഡി എന്നോ കാതറീൻ സെന്യൂവീ എന്നോ ഒരു സിനിമാനടിയുടെ പേര് അവർ പറഞ്ഞു. കൃത്യമായി ഓർക്കുന്നില്ല.

ഒരായിരം കൊച്ചുകൊച്ചു കുപ്പികളും അളുക്കുകളും ഒരു വിശുദ്ധവസ്തു എന്നപോലെയാണ് അതെല്ലാം ആളുകൾ വീട്ടിലേക്കു വാങ്ങിവന്നിരുന്നത്. ഉപയോഗിച്ചു തീർത്താലും ആ കുപ്പികളൊന്നും അവർ വലിച്ചെറിഞ്ഞു കളയുകയില്ല. എല്ലാവരും കാണത്തക്കവിധം മാന്യമായ സ്ഥാനങ്ങളിൽ സൂക്ഷിച്ചു വെക്കും. പുസ്തക ഷെൽഫിൽ അല്ലെങ്കിൽ പിഞ്ഞാണിപ്പാത്രങ്ങൾ സൂക്ഷിക്കുന്ന അലമാരയിൽ. പളപളപ്പുള്ള കടലാസുകളിൽ അച്ചടിച്ചു വരുന്ന സചിത്ര മാസികകൾ എത്ര ആർത്തിയോടെയാണ് വായിച്ചിരുന്നത്. ശ്രദ്ധ കണ്ടാൽ തോന്നും ഏതോ പുരാണകൃതിയാണ് വായിച്ചു മനസ്സിലാക്കുന്നത് എന്ന്. ചട്ടകൾക്കുള്ളിൽ വർണ്ണശബളമായൊരു ജീവിതം അവരെ കാത്തിരിക്കുന്നുണ്ട് എന്ന്. ആദ്യത്തെ മാക്ഡൊണാൾഡ് നഗരത്തിൽ തുറന്നപ്പോൾ, കടയ്ക്കു മുമ്പിലുണ്ടായിരുന്ന ക്യൂവിന് ഒരു കിലോമീറ്ററിലധികം നീളമുണ്ടായിരുന്നു. പത്രത്തിൽ എന്തെല്ലാം കഥകളാണ് വാർത്തകളായി വന്നത്. വിവരവും വിദ്യാഭ്യാസവുമുള്ള മുതിർന്നവർ പോലും മാക്ഡൊണാളിന്റെ പെട്ടികളും കൈത്തൂവാലകളും വീട്ടിൽ കൊണ്ടുവന്ന് അഭിമാനത്തോടെ അതിഥികൾക്കു മുമ്പിൽ പ്രദർശിപ്പിക്കുമായിരുന്നു.

എനിക്കു നല്ലൊരു ചങ്ങാതിയുണ്ട്. അയാളുടെ ഭാര്യ രണ്ടു ജോലികൾ ചെയ്ത് നടുവൊടിക്കുന്നു. അയാളാണെങ്കിൽ ജോലി ചെയ്യുന്നത് അഭിമാനക്കുറവാണെന്ന് കരുതുന്നയാളും. "ഞാനൊരു കവിയാണ്. തെരുവിലിറങ്ങി ചട്ടിയും കലവും വില്ക്കാൻ എന്നെ കിട്ടില്ല. എന്തൊരു നാണക്കേടാണ്."

ഒരു കാലത്ത് ഞങ്ങൾ രണ്ടുപേരും മറ്റെല്ലാവരേയും പോലെ മുദ്രാവാക്യങ്ങൾ വിളിച്ചു നടന്നിരുന്നു. "ജനാധിപത്യം.....ജനാധിപത്യം...." അതെന്തിലാണ് കൊണ്ടെത്തിക്കുക എന്ന് രൂപമില്ലായിരുന്നു. ചട്ടിയും കലവും വില്ക്കാൻ ആരുടേയും "കൈ ചൊറിഞ്ഞിരുന്നില്ല"എന്നാൽ

ഇപ്പോൾ....വേറെ വഴിയില്ല. ഒന്നുകിൽ ജോലി ചെയ്ത് കുടുംബം പുലർത്തുക. അല്ലെങ്കിൽ സോവിയറ്റ് ആദർശങ്ങളിൽ തൂങ്ങിപ്പിടിച്ച് പട്ടിണി കിടക്കുക. കവിത എഴുതാം. ഗിറ്റാർ വായിച്ചു പാട്ടുപാടാം. ആളുകൾ പുറത്തുതട്ടി അവരുടെ പാടു നോക്കി പോകും. "നന്നായി....പാടിക്കോളൂ.....പാടിക്കോളൂ...." അതുകൊണ്ട് നിങ്ങളുടെ പോക്കറ്റ് നിറയില്ല. അതുകൊണ്ട് ആളുകൾ ചട്ടിയും കലവും വില്ക്കുന്നു. പിസ വീടുകളിലെത്തിക്കുന്നു. മറ്റു രാജ്യങ്ങളിൽ പോയി കാർഡ് ബോർഡ് ഫാക്ടറികളിൽ പെട്ടികളുണ്ടാക്കുന്നു. അങ്ങനെയുള്ളതൊന്നും ഇവിടത്തെപോലെ നാണംകെട്ട പണികളായി മറുനാട്ടുകാർ കാണുന്നില്ല.

ഞാൻ എന്താണ് പറയാൻ ഉദ്ദേശിച്ചതെന്ന് നിങ്ങൾക്കു മനസ്സിലായോ? ഇഗോറിനെ കുറിച്ചാണ് ഞാൻ പറഞ്ഞിരുന്നത്. നഷ്ടപ്പെട്ടുപോയ ഞങ്ങളുടെ ആ തലമുറയെ കുറിച്ച്. വളർന്ന് വന്നത് കമ്മ്യൂണിസ്റ്റ് ശൈലിയിൽ. എന്നാൽ ജീവിക്കുന്നതോ....മുതലാളിത്ത രീതിയിൽ. ഗിറ്റാർ വായിക്കുന്നവരെ കാണുന്നതേ എനിക്കു ദേഷ്യമാണ്. നിങ്ങൾക്കു വേണമെങ്കിൽ കൊണ്ടുപോകാം എന്റെ ഗിറ്റാർ!

വ്യത്യസ്തമായ ബൈബിൾ
വ്യത്യസ്തനായ വിശ്വാസി

വാസിലി പെട്രോവിച്ച് എൻ.

1922 മുതൽ കമ്മ്യൂണിസ്റ്റ് പാർട്ടി അംഗം, 87 വയസ്സ്

അതെ. അതു ഞാൻ ആഗ്രഹിച്ചു. എന്നാൽ ഡോക്ടർമാർ എന്നെ തിരിച്ചുകൊണ്ടുവന്നു. എവിടെ നിന്നാണ് എന്നെ അവർ തിരിച്ചുകൊണ്ടുവരുന്നത് എന്ന് അവർ മനസ്സിലാക്കിയിരുന്നുവോ? ഞാൻ നിരീശ്വരവാദിയാണ്. എന്നാൽ എന്റെ ഈ വാർദ്ധക്യകാലത്ത് ഞാൻ വിശ്വസിക്കാൻ കൊള്ളാത്തവനായിത്തീർന്നിരിക്കുന്നു. യാത്രയാക്കാനുള്ള സമയമായി എന്ന യാഥാർത്ഥ്യം തൊട്ടു മുമ്പിൽ. വേറെ എവിടേക്കാണ് ഇനിയുള്ള യാത്ര. ആ ബോധം കാഴ്ചകളെ വ്യത്യസ്തമായൊരു കോണിലൂടെ നോക്കിക്കാണാൻ നിങ്ങളെ പ്രേരിപ്പിക്കുന്നു. ഈ ഭൂമിയെ... മണ്ണിനെ... പഴയതുപോലെ മണലിലേക്കു നോക്കിയിരിക്കാനാവുന്നില്ല. അപ്പോഴേക്കും ഹൃദയം വികാരഭരിതമാകുന്നു. വാർദ്ധക്യത്തിലേക്കു പ്രവേശിച്ചിട്ട് വർഷങ്ങൾ കുറെയായി. എന്റെ പൂച്ചയും ഞാനും ഈ ജനാലയ്ക്കരികിൽ വെറുതെയിരിക്കുന്നു. ഇടയ്ക്ക് ചിലപ്പോൾ ടി.വി.യൊന്നു തുറന്നു നോക്കും.

വെള്ള ജനറൽമാർക്കുവേണ്ടി അവർ സ്മാരകങ്ങൾ പണിതുയർത്തുന്ന ഒരു കാലം കാണാൻ ഞാൻ ജീവിച്ചിരിക്കുമെന്ന് തീരെ കരുതിയില്ല. ഞങ്ങളുടെ കാലത്തെ കഥാപുരുഷന്മാർ ആരെല്ലാമായിരുന്നു? ചെമ്പടയുടെ കമാൻഡർമാർ ഫ്രൂൻസ്, ഷ്ക്കോർഡ* ഇപ്പോൾ ആ സ്ഥാനത്ത് ഡെനികിനും കോൾചാക്കും മറ്റുമാണ്. കോൾചാക് പക്ഷക്കാർ ഞങ്ങളെ വിളക്കു കാലുകളിൽ കെട്ടിത്തൂക്കിയിരുന്ന കാലം ഓർമ്മിക്കുന്ന കുറെപേരെങ്കിലും ഇപ്പോഴും ജീവിച്ചിരിക്കുന്നുണ്ടാകും. അതെ, വെളുത്തവർ അവസാനം വിജയിച്ചിരിക്കുന്നു. അതല്ലേ സംഭവിച്ചിരിക്കുന്നത്? ഞാൻ അന്തമില്ലാതെ യുദ്ധം ചെയ്തു. എന്തിനു വേണ്ടിയായിരുന്നു? ഞാൻ നിർമ്മിച്ചുകൊണ്ടേയിരുന്നു. എന്താണ് ഞാൻ നിർമ്മിച്ചത്? ഞാൻ ഒരെഴുത്തുകാരനായിരുന്നുവെങ്കിൽ, എന്റെ ഓർമ്മക്കുറിപ്പുകൾ

* പ്രശസ്തരായ റെഡ് ആർമി കമാൻഡർമാർ

എഴുതിയേനേ. ഏതാനും ദിവസം മുമ്പ് എന്റെ ഫാക്ടറിയെ പറ്റിയുള്ള ഒരു റേഡിയോ പരിപാടി കേൾക്കുകയുണ്ടായി. ഞാനായിരുന്നു ആ ഫാക്ടറിയുടെ ആദ്യത്തെ ഡയറക്ടർ. ഞാൻ ജീവിച്ചിരിക്കുന്നില്ല എന്ന മട്ടിലാണ് അവർ അതിൽ എന്നെക്കുറിച്ചു പറഞ്ഞത്. ഞാൻ ജീവിച്ചിരിക്കുന്നു എന്നതാണല്ലോ വാസ്തവം. അതിനിടയില്ല എന്നാണ് അവരുടെ തോന്നൽ. ഇക്കാലമൊക്കെ കഴിഞ്ഞിട്ടും ഞാൻ ജീവിച്ചിരിക്കുകയോ? അദ്ഭുതം തന്നെ! (ഞങ്ങൾ മൂന്നുപേരും ചിരിച്ചു. അദ്ദേഹത്തിന്റെ പൗത്രനും ഞങ്ങളോടൊപ്പമുണ്ട്.) ഏതോ മ്യൂസിയത്തിലെ കലവറയിൽ എല്ലാവരാലും മറക്കപ്പെട്ട് മറഞ്ഞു കിടക്കുന്ന ഒരു പുരാവസ്തുപോലെയാണ് ഞാൻ ഇപ്പോൾ. പൊടി പിടിച്ചു കിടക്കുന്ന ഒരു പ്രാചീന കളിമൺപാത്രത്തുണ്ട്. കടലു മുതൽ കടലു വരെ പരന്നു കിടക്കുന്ന ഒരു മഹാസാമ്രാജ്യമുണ്ടായിരുന്നു നമുക്ക്. ധ്രുവപ്രദേശം മുതൽ മിതോഷ്ണ മേഖല വരെ അത് നീണ്ടുകിടന്നിരുന്നു. അതെല്ലാം ഇന്നെവിടെപ്പോയി? അതെല്ലാം നമുക്കു നഷ്ടമായത് ഒരു ബോംബുപോലും പ്രയോഗിക്കാതെയാണ്. അവിടെയൊന്നും "ഹിറോഷിമ" സംഭവിച്ചില്ല. മഹാറാണി സലാമിയാണ് നമ്മളെ കീഴ്പ്പെടുത്തിയത്.

നല്ല ഭക്ഷണം, മെർസിഡസ് ബെൻസ്. വേറൊന്നും ജനങ്ങൾക്കാവശ്യമില്ല, നല്കേണ്ടതുമില്ല. അവർക്കു വേണ്ടത് നല്ല ആഹാരവും കെട്ടുകാഴ്ചകളുമാണ്. ഇരുപതാം നൂറ്റാണ്ടിലെ ഏറ്റവും പ്രധാനപ്പെട്ട കണ്ടുപിടിത്തവും അതുതന്നെ. എല്ലാ മനുഷ്യസ്നേഹികൾക്കുമായുള്ള പ്രതികരണം. അവരെല്ലാം ക്രെംലിനിലെ സ്വപ്നദർശകരായിരുന്നു. എന്നാൽ ഞങ്ങളുടെ തലമുറയ്ക്ക് മഹത്തായ പദ്ധതികളുണ്ടായിരുന്നു. ലോകവ്യാപകമായ വിപ്ലവമാണ് ഞങ്ങൾ സ്വപ്നം കണ്ടത്. "ബൂർഷ്വ വർഗ്ഗത്തിനെ മുഴുവൻ ദുഃഖിപ്പിച്ചുകൊണ്ട് ലോകം മുഴുവൻ ഞങ്ങൾ തീകൊളുത്തും." എല്ലാവരും സന്തോഷത്തോടെ ജീവിക്കുന്ന ഒരു ലോകം. അതാണ് ഞങ്ങൾ പണിതുയർത്താനാശിച്ചത്. അത് സാദ്ധ്യമാണെന്ന് ഞങ്ങൾ വിശ്വസിച്ചു. വളരെ ആത്മാർത്ഥമായി ഞാൻ വിശ്വസിച്ചു. (പെട്ടെന്ന് അദ്ദേഹം വല്ലാതെ ചുമയ്ക്കാൻ തുടങ്ങി. ശ്വാസമെടുക്കാൻ പണിപ്പെട്ടു) ഈ ആസ്തമയാണ് എന്നെ കൊല്ലുന്നത്. വേണ്ടതിലേറെ കാലം ഞാൻ ജീവിച്ചു കഴിഞ്ഞു. ഞങ്ങൾ സ്വപ്നം കണ്ടിരുന്ന ആ ലോകം കാണാൻ വേണ്ടത്ര കാലം ഞാൻ ജീവിച്ചു. ചത്തും കൊന്നും നമ്മൾ കെട്ടിപ്പടുത്ത ആ ഭാവി....അതിനുവേണ്ടി നമ്മൾ ഒഴുക്കിയ ചോര.... സ്വന്തക്കാരുടേയും അന്യരുടേയും.

"പോയി ചാകൂ, ഒരു വേദവും വേണ്ട.
നിശ്ചയമായും നിങ്ങളുടെ മരണം വെറുതെയാവില്ല
അവന്റെ ചുവട്ടിൽ നിന്നും രക്തം പ്രവഹിക്കേ
വെറുത്തു മടുത്ത ഹൃദയത്തിന് സ്നേഹിക്കാനായി പഠിക്കാനാവില്ല"

എല്ലാം തുടച്ചുമാച്ചു കളഞ്ഞു എന്നു പറയാനാവില്ല. എന്തായാലും കുറെയൊക്കെ ബാക്കിയുണ്ട്. രാഷ്ട്രീയ സാഹിത്യ ക്ലാസ്സുകളിൽ ഞങ്ങൾ

നിരവധി പദ്യങ്ങൾ കാണാതെ പഠിച്ചിരുന്നു. കൊല്ലങ്ങളെത്ര കഴിഞ്ഞു? എണ്ണിനോക്കാൻ എനിക്കു ഭയം തോന്നുന്നു.

എന്താണ് എന്നെ ഏറ്റവും അധികം അതിശയപ്പെടുത്തുകയും സങ്കടപ്പെടുത്തുകയും ചെയ്യുന്നതെന്നോ? ആദർശങ്ങൾ കാൽചുവട്ടിൽ ചവിട്ടി അരയ്ക്കപ്പെട്ടതുതന്നെ. കമ്മ്യൂണിസം ഏറ്റവുമധികം വെറുക്കപ്പെട്ട വസ്തുവായി മാറി. എല്ലാം തകർത്തു തരിപ്പണമാക്കി. ഞാനാര്? വേച്ചും കിതച്ചും കഴിയുന്ന ഒരു വയസ്സൻ വിഡ്ഢി. കമ്മ്യൂണിസം എന്നാൽ രക്തദാഹിയായ ഒരു ഭ്രാന്തൻ എന്നാണോ? ഒന്നിനു പിറകെ ഒന്നായി കൊലകൾ നടത്തുന്ന ഒരു ക്രൂരനായ കൊലയാളി എന്നാണോ? വളരെ അധികം കാലം ഞാൻ ജീവിച്ചു. അതൊരു നല്ല കാര്യമല്ല. ഒരാളും ഇത്രയധികം കാലം ജീവിച്ചിരുന്നു കൂടാ. അതപകടകരമാണ്. ജീവിതം അവസാനിച്ചിട്ടില്ല എന്നേയുള്ളൂ. എന്റെ കാലം ശരിക്കും കഴിഞ്ഞിരിക്കുന്നു.

അവനവന്റെ കാലഘട്ടത്തോടൊപ്പം അവനവന്റെ മരണവും സംഭവിക്കണം. എന്റെ സഖാക്കൾക്കു സംഭവിച്ചതുപോലെ. അവരെല്ലാവരും ചെറുപ്പത്തിലേ മരിച്ചു. ഇരുപതും മുപ്പതും വയസ്സു പ്രായമായിരിക്കേ. സന്തോഷമായിത്തന്നെ മരിച്ചു. മനസ്സിൽ നിറയെ വിപ്ലവ വീര്യവും വിശ്വാസവുമായി. ആ കാലത്ത് ഞങ്ങൾ അങ്ങനെയാണ് പറഞ്ഞിരുന്നത്. എനിക്കവരോട് അസൂയ തോന്നുന്നു. നിങ്ങൾക്കത് മനസ്സിലാവില്ല. ശരിക്കും എനിക്ക് അസൂയ തോന്നുന്നു. “ഞങ്ങളുടെ ചെറുപ്പക്കാരനായ ചെണ്ടക്കാരൻ മരിച്ചു” മഹത്തായ മരണമായിരുന്നു. മഹത്തായ ഒരു ലക്ഷ്യത്തിനുവേണ്ടി. മരണത്തെ തൊട്ടുരുമ്മിയാണ് ഞാൻ എപ്പോഴും ജീവിച്ചത്. എന്നാൽ അതിനെക്കുറിച്ച് ഞാൻ കാര്യമായി ചിന്തിച്ചിരുന്നില്ല. ഈ വേനൽക്കാലത്ത് അവരെന്നെ നാട്ടിൻപുറത്തേക്കു കൂട്ടിക്കൊണ്ടു പോയി. ആ മണ്ണിൽ നിന്നും എനിക്കു കണ്ണെടുക്കാനായില്ല. അതിന് ജീവനുള്ളതുപോലെ തോന്നി.

ചാവലും കൊല്ലലും. പറഞ്ഞു വരുമ്പോൾ രണ്ടും ഒന്നുതന്നെയല്ലേ? കൊലപാതകികളുടെ ഇടയിലാണ് ഞങ്ങൾ ജീവിച്ചിരുന്നത്.

ആ മാതിരി ചോദ്യങ്ങൾക്ക് അവർ ഞങ്ങളെ കഠിനാദ്ധ്വാനക്യാമ്പിലേക്കയയ്ക്കും. തകർന്നു പൊടിയാകും. ഒന്നുകിൽ വധശിക്ഷ. അല്ലെങ്കിൽ വടക്കോട്ടയയ്ക്കൽ. മൂന്നാമതൊരു വഴിയില്ല. ഞങ്ങളുടെ കാലത്ത് ആരും ആ മാതിരി ചോദ്യങ്ങൾ ചോദിച്ചിരുന്നില്ല. ഞങ്ങൾ ഒന്നേ ആഗ്രഹിച്ചുള്ളൂ... ന്യായമായ ഒരു ജീവിതം. സമ്പത്തും വേണ്ട, ദാരിദ്ര്യവും വേണ്ട. വിപ്ലവത്തിനുവേണ്ടി ജീവൻ കളഞ്ഞ ഒരു തലമുറ. ആദർശങ്ങൾക്കുവേണ്ടി മരിച്ചവർ. പണം സമ്പാദിക്കുന്നതിൽ ഒരാൾക്കും താത്പര്യമുണ്ടായിരുന്നില്ല. എന്റെ സ്നേഹിതന്മാരെല്ലാം എന്നേ പോയി. ഞാൻ മാത്രം ബാക്കിയായി. ഞാൻ വർത്തമാനം പറയാറുള്ള ഒരാളും ഇപ്പോൾ ഈ ചുറ്റുവട്ടത്തിലില്ല. രാത്രിയായാൽ ഞാൻ വർത്തമാനം പറയും. മരിച്ചവരോട്. നിങ്ങളോ? ഞങ്ങളുടെ വാക്കുകളും വിചാരങ്ങളും നിങ്ങൾക്കു മനസ്സിലാവില്ല. “ധാന്യങ്ങൾ കണ്ടുകെട്ടുന്ന പദ്ധതി” “ഭക്ഷണസംഘങ്ങൾ”

“പാവപ്പെട്ടവരുടെ കമ്മിറ്റി” “ആനുകൂല്യങ്ങൾ പിൻവലിക്കപ്പെട്ടവർ.” “പരാജയമനോഭാവക്കാർ” “ആവർത്തിക്കുന്നവൻ” ഈ വാക്കുകളൊക്കെ നിങ്ങൾക്കു സംസ്കൃതമായി തോന്നാം. ഏതോ പുരാതന ചിത്രലിപി പോലെ. വാർദ്ധക്യം എന്നാൽ പ്രഥമവും പ്രധാനവുമായി ഒറ്റപ്പെടലാണ്. എനിക്കു പരിചയമുണ്ടായിരുന്ന അവസാനത്തെ വയസ്സൻ അഞ്ചുകൊല്ലം മുമ്പാണ് മരിച്ചത്. അടുത്ത വീട്ടിലായിരുന്നു താമസം. അതോ ഏഴു കൊല്ലം മുമ്പോ? ഇപ്പോൾ എന്റെ ചുറ്റും അപരിചിതരാണ്. മ്യൂസിയങ്ങളിൽ നിന്നും പുരാവസ്തു വകുപ്പിൽ നിന്നും എൻസൈക്ലോപീഡിയയുടെ ഓഫീസിൽ നിന്നും ആളുകൾ എന്നെ അന്വേഷിച്ചു വരുന്നു. അവരുടെ നോട്ടത്തിൽ ഞാനൊരു “റെഫറൻസ്” പുസ്തകമാണ്. ജീവനുള്ള ഒരു ഗ്രന്ഥശാല. എന്നാൽ വാസ്തവത്തിൽ എനിക്കു സംസാരിക്കാൻ പറ്റിയവരായി ആരുമില്ല. ആരോടാണ് എനിക്കു സംസാരിക്കേണ്ടത്? ലാസർ കാഗനോവിച്ചി*നെ കിട്ടിയാൽ കൊള്ളാം. ഞങ്ങളുടെ കൂട്ടത്തിൽപ്പെട്ട അധികമാരും ഇന്ന് ജീവിച്ചിരിക്കുന്നില്ല. ഉള്ളവരുടെ തന്നെ ബുദ്ധിയും ബോധവും കെട്ടിരിക്കുന്നു.

എന്നേക്കാൾ പ്രായമുണ്ട് ലാസറിന്. ഇപ്പോൾത്തന്നെ തൊണ്ണൂറു കഴിഞ്ഞിരിക്കണം. ഞാൻ പത്രത്തിൽ വായിച്ചിരുന്നു. അടുത്ത വീടുകളിലെ വയസ്സന്മാർ തന്റെ കൂടെ പകിട കളിക്കാൻ വരുന്നില്ല എന്നാണ് അദ്ദേഹത്തിന്റെ പരാതി. ശീട്ടുകളിക്കാനും കൂടെ കൂട്ടുന്നില്ല. അവർ അദ്ദേഹത്തെ ആട്ടിയകറ്റുന്നു പോലും. “ദുഷ്ടൻ’ എന്ന അവരുടെ വിളി അദ്ദേഹത്തിനു സഹിക്കാനാവുന്നില്ല. കരഞ്ഞു പോകുന്നു. വർഷങ്ങൾക്കു മുമ്പ് അയാൾ കഠോരഹൃദയനായ ഒരു സർക്കാർ വകുപ്പു മേധാവിയായിരുന്നു. വധശിക്ഷയ്ക്കു വിധേയരാക്കപ്പെടേണ്ടവരുടെ പട്ടിക അദ്ദേഹമാണ് തയ്യാറാക്കിയിരുന്നത്. പതിനായിരക്കണക്കിനു പേരെ കൊലയ്ക്കയച്ചു. മുപ്പതു വർഷമാണ് സ്റ്റാലിനോടൊപ്പം ചെലവാക്കിയത്. എന്നിട്ടോ... ഈ വയസ്സുകാലത്ത് തന്റെ കൂടെ പകിട കളിക്കാൻ ഒരു കുഞ്ഞുപോലുമില്ല. അദ്ദേഹത്തിന്റെ സ്വരം പെട്ടെന്നു താഴ്ന്നു. പറയുന്നത് വ്യക്തമായില്ല. ഇടയിൽ ഏതാനും വാക്കുകൾ മനസ്സിലായി ഇത്രയും കാലം ജീവിച്ചിരിക്കുക വല്ലാതെ പേടി തോന്നുന്നു.

ഞാനൊരു ചരിത്രകാരനല്ല. മാനവിക ശാസ്ത്രമോ, കലയോ, സാഹിത്യമോ ഞാൻ പഠിച്ചിട്ടുമില്ല. പക്ഷേ, കുറഞ്ഞൊരുകാലം ഞാനൊരു തിയേറ്റർ നടത്തുകയുണ്ടായി. നമ്മുടെ സിറ്റി തിയേറ്റർ. പാർട്ടിയുടെ നിയോഗമനുസരിച്ച് ഞാൻ പ്രവർത്തിച്ചു. പാർട്ടിക്കു വേണ്ടി സമർപ്പിക്കപ്പെട്ടതായിരുന്നു എന്റെ ജീവിതം. സ്വന്തം ജീവിതത്തെക്കുറിച്ച് കാര്യമായ ഓർമ്മകളൊന്നുമില്ല. ഉള്ള ഓർമ്മകൾ ജോലിയെ സംബന്ധിച്ചുള്ളതു മാത്രമാണ്. നാടു മുഴുവൻ വലിയൊരു നിർമ്മാണശാലയായിരുന്ന കാലം. ഇരുമ്പുരുക്കുന്ന ഒരു വമ്പൻ ചൂള. ആല. അന്ന് ആളുകൾ

* സ്റ്റാലിന്റെ അടുത്ത സഹായി. ഈ സംഭാഷണം നടക്കുമ്പോൾ ജീവിച്ചിരുന്നു. 1991 ൽ ആണ് മരിച്ചത്.

പണിയെടുത്തിരുന്നതു പോലെ ഇന്നത്തെ ആളുകൾ പണിയെടുക്കുന്നില്ല. രാത്രി ഉറങ്ങാൻ സാധിച്ചിരുന്നത് മൂന്നു മണിക്കൂർ മാത്രം. മൂന്നേ മൂന്നു മണിക്കൂർ. മറ്റു രാജ്യങ്ങളെ അപേക്ഷിച്ച് നമ്മൾ അമ്പതോ നൂറോ വർഷം പിന്നിലായിരുന്നു. ഒരു നൂറ്റാണ്ട് തികച്ചു. പത്തോ പതിനഞ്ചോ വർഷത്തിനുള്ളിൽ എല്ലാവരോടുമൊപ്പമെത്തണം, അതായിരുന്നു സ്റ്റാലിന്റെ പദ്ധതി. സ്റ്റാലിന്റെ പ്രസിദ്ധമായ പ്രസ്താവന. "മുമ്പോട്ടുള്ള വൻകുതിപ്പ്." ഞങ്ങൾക്കു തീർച്ചയുണ്ടായിരുന്നു, അത് ഞങ്ങൾക്കു സാധിക്കുമെന്ന്. ഇന്നത്തെ ആളുകൾ....അവർക്ക് ഒന്നിലും വിശ്വാസമില്ല. എന്നാൽ അന്ന് സത്യമായും ഞങ്ങൾ വിശ്വസിച്ചിരുന്നു. എന്തും വിശ്വസിക്കാൻ തയ്യാറായിരുന്നു അന്നത്തെയാളുകൾ. അന്നത്തെ ഞങ്ങളുടെ മുദ്രാവാക്യം തന്നെ "ഞങ്ങളുടെ വിപ്ലവസ്വപ്നങ്ങൾകൊണ്ട് വ്യാവസായിക നഷ്ടങ്ങൾ പരിഹരിക്കും" എന്നായിരുന്നു. "ബോൾഷെവിക്കുകൾ സാങ്കേതികവിദ്യ സ്വായത്തമാക്കണം" "നമ്മൾ മുതലാളിത്തത്തിനൊപ്പമെത്തും" ഞാൻ വീട്ടിലല്ല താമസിച്ചിരുന്നത്. ഫാക്ടറിയിലായിരുന്നു അല്ലെങ്കിൽ നിർമ്മാണപ്രവർത്തനങ്ങൾ നടക്കുന്ന സ്ഥലങ്ങളിൽ.

അറിയോ? വെളുപ്പിന് രണ്ടോ മൂന്നോ മണിക്ക് ഫോൺ മണിയടിക്കും. സ്റ്റാലിൻ ഉറങ്ങിയിരുന്നില്ല. വളരെ വൈകിയേ ചെന്നു കിടക്കൂ... അതുകൊണ്ട് ഞങ്ങളും ഉറങ്ങിയിരുന്നില്ല. ഭരണകാര്യങ്ങളുമായി ബന്ധപ്പെട്ടവർ എല്ലാവരും. എന്റെ കഠിനാദ്ധ്വാനം എനിക്കു നേടിത്തന്നത് രണ്ടു മെഡലുകളും മൂന്ന് ഹൃദയാഘാതങ്ങളുമാണ്. ഞാൻ ഒരു ടയർ ഫാക്ടറിയുടെ ഡയറക്ടറായിരുന്നു. ഒരു നിർമ്മാണ കമ്പനിയുടെ മേധാവിയായിരുന്നു. അവിടെ നിന്നും സ്ഥലം മാറി മാംസം പാകം ചെയ്തെടുക്കുന്ന ഒരു പ്ലാന്റിലെത്തി. അതിനുശേഷം പാർട്ടിയുടെ രേഖകൾ സൂക്ഷിക്കുന്ന വകുപ്പിന്റെ ചുമതല.

മൂന്നാമത്തെ ഹൃദയാഘാതത്തിനു ശേഷമാണ് തിയേറ്ററിന്റെ നടത്തിപ്പ് ഏല്പിച്ചത്. ഓ... ആ കാലങ്ങൾ. അതൊന്നു വേറെത്തന്നെയായിരുന്നു. മഹത്തായ ഒരു കാലഘട്ടം. ആരും അവനവനു വേണ്ടി ജീവിച്ചില്ല. അതോർക്കുമ്പോഴാണ് സങ്കടം തോന്നുന്നത്. ഏതാനും ദിവസം മുമ്പ് സുന്ദരിയായ ഒരു യുവതി ഞാനുമായി ഒരു അഭിമുഖം നടത്തി. അവർ തുടങ്ങിയത്... ഞാൻ കടന്നുപോന്ന വർഷങ്ങൾ എത്ര ഭീതിദമായിരുന്നു എന്ന് എന്നെ മനസ്സിലാക്കിക്കൊണ്ടാണ്. അവർ ആ വർഷങ്ങളെക്കുറിച്ച് വായിച്ചു മനസ്സിലാക്കിയിട്ടുണ്ട്. ....ഞാൻ ആ വർഷങ്ങൾ അതിജീവിച്ചുവല്ലോ. അവിടെ നിന്നാണ് ഞാൻ ഇവിടെ എത്തിനില്ക്കുന്നത്. എന്റെ കാലഘട്ടത്തിന്റെ പ്രതീകമാണ് ഞാൻ...ആ കാലത്തിന്റെ ആൾ. അങ്ങനെയുള്ള എന്നോട് അവർ പറയുന്നു, "നിങ്ങളൊക്കെ അടിമകളായിരുന്നു. സ്റ്റാലിന്റെ അടിമകൾ." എനിക്കു ദേഷ്യം വന്നു. നീയൊരു ചളിക്കട്ട... ഞാനൊരിക്കലും ഒരടിമയായിരുന്നില്ല. ഇന്നുമതേ. സംശയങ്ങൾ പലതും എന്നെ ശല്യം ചെയ്യുന്നുണ്ട്. എന്നാലും സ്വയം ഒരടിമയായിരുന്നുവെന്ന് കരുതുന്നില്ല. മനുഷ്യരുടെ തലയിൽ

നിറച്ചും ചേറാണ്. എല്ലാംകൂടിക്കുഴഞ്ഞു കിടക്കുന്നു. കോൽചാക്, ചാപ്പയേവ്[1], ഡെനികിൻ, ഫ്രൂൺസ്... ലെനിനും സാറും.... ചുകപ്പും വെളുപ്പും കൂടിക്കലർന്ന ഒരു 'സലാഡ്' ആണ് അത്. അല്ലെങ്കിൽ 'കാഷ'. അവരെല്ലാം ഇപ്പോൾ അവരവരുടെ കുഴിമാടങ്ങളിൽ നൃത്തം ചവിട്ടുന്നുണ്ടാവും. അത് വളരെ മഹത്തായ ഒരു കാലമായിരുന്നു. അത്രയും വിശാലമായ ഒരു രാജ്യത്ത് ഇനിയൊരിക്കലും നമ്മൾ താമസിക്കുകയുണ്ടാവില്ല. സോവിയറ്റ് യൂണിയൻ തകർന്നപ്പോൾ അക്ഷരാർത്ഥത്തിൽ ഞാൻ കരഞ്ഞു. അതോടുകൂടിത്തന്നെ അവർ ഞങ്ങളെ ശപിക്കാനും ശകാരിക്കാനും തുടങ്ങി... ഉപഭോക്താക്കൾ വിജയിച്ചു. സമൂഹത്തിലെ മൂട്ടകൾ... കൃമികൾ.

എന്റെ സ്വദേശം ഒക്ടോബറാണ്. ലെനിനും സോഷ്യലിസവും. വിപ്ലവത്തെ ഞാൻ പ്രണയിച്ചു. പാർട്ടിയേക്കാൾ വിലയേറിയതായി എന്റെ ജീവിതത്തിൽ ഒന്നുമില്ല. എഴുപതു വർഷമായി ഞാൻ പാർട്ടിയിലുണ്ട്. എന്റെ പാർട്ടി അംഗത്വകാർഡ്. അതാണ് എന്റെ ബൈബിൾ. (അദ്ദേഹം "ഇന്റർനാഷണലേ..." എന്നു വിപ്ലവഗാനത്തെക്കുറിച്ച് വാചാലനായി.)

"അക്രമത്തിന്റെ ലോകത്തെ ഞങ്ങൾ തച്ചുടയ്ക്കും
അതിന്റെ അടിത്തറവരെ തകർക്കും
ആ അവശിഷ്ടങ്ങളുടെ മീതെ ഞങ്ങൾ ഞങ്ങളുടെ
പുതിയ ലോകം പണിയും പഴയതിനെ ഒരാളും ഭരിക്കുകയില്ല..."

ഭൂമിയിൽ സ്വർഗ്ഗം പണിയാൻ ഞങ്ങൾ ആഗ്രഹിച്ചു. സുന്ദരമായ എന്നാൽ സാദ്ധ്യമല്ലാത്ത സ്വപ്നം. മനുഷ്യൻ ഇനിയും അതിനു തയ്യാറായിട്ടില്ല. അതിനാവശ്യമായ മികവും അവൻ നേടിയിട്ടില്ല. പുഗാച്ചേവ്[2] മുതൽ ഡിസംബർ വിപ്ലവകാരികൾവരെ... ലെനിനും സ്വപ്നം കണ്ടത് സമത്വവും സാഹോദര്യവുമാണ്. നീതിബോധമില്ല എങ്കിൽ ഈ നാട് വ്യത്യസ്തമായൊരു റഷ്യയാകും. അവിടത്തെ ജനങ്ങളും മറ്റൊരു തരമാകും. തികച്ചും വ്യത്യസ്തമായൊരു രാജ്യം. കമ്മ്യൂണിസം ഇനിയും പൂർണ്ണമായി അവസാനിച്ചിട്ടില്ല. മനുഷ്യർ എക്കാലവും സ്വപ്നം കണ്ട ആ സൂര്യനഗരം.[3] മനുഷ്യൻ മൃഗത്തോൽ ധരിച്ച് കാറ്റിൽ അലയുകയും ഗുഹകളിൽ പാർക്കുകയും ചെയ്തിരുന്ന കാലം. അന്നും അവൻ നീതിക്കുവേണ്ടി കൊതിച്ചിരുന്നു. നമ്മുടെ സോവിയറ്റ് സിനിമകളും പാട്ടുകളും ഓർക്കുന്നില്ലേ? അവയിൽ ഉൾച്ചേർത്തിട്ടുള്ള സ്വപ്നങ്ങൾ, വിശ്വാസങ്ങൾ... ഒരു മെർസിഡസ് സ്വന്തമാക്കാനുള്ള മോഹം, അതൊരു സ്വപ്നമേയല്ല.

---

1. അലക്സാണ്ടർ കോൽചാക് (1874–1920): റഷ്യൻ നേവിയിലെ കമാന്റർ. വാസിലി ചാപ്പയേവ് (1887–1919): റഷ്യയിലെ റെഡ് ആർമി കമാന്റ്.
2. മഹത്വമേറിയ കാതറീൻ രാജ്ഞിക്കെതിരെ അവകാശമുന്നയിച്ച് പട നയിച്ചു.
3. ഒരു ഉട്ടോപ്പിയൻ സങ്കല്പം. 1602 ൽ തോമാസോ കാംപനെല്ല എഴുതിയ കൃതി.

ഞങ്ങളുടെ സംസാരത്തിനിടയ്ക്ക് അദ്ദേഹത്തിന്റെ പേരമകൻ ഒന്നും മിണ്ടാതിരിക്കുകയായിരുന്നു. എന്നാലും ഇടയ്ക്ക് ഞാൻ എന്തെങ്കിലും ചോദ്യം ചോദിച്ചാൽ മറുപടിയായി അവൻ തമാശ പറയും...

കൊച്ചുമകന്റെ തമാശ

1937. രണ്ടു പഴയ ബോൾഷെവിക്കുകൾ[1] അവരുടെ തടവറയിലിരിക്കുകയായിരുന്നു. ഒരാൾ കൂട്ടുകാരനോടു പറഞ്ഞു. "കമ്മ്യൂണിസം നിലവിൽ വരുന്നതു കാണാൻ നമ്മൾ ജീവിച്ചിരിക്കുമെന്നു തോന്നുന്നില്ല. എന്നാലും നമ്മുടെ മക്കൾ തീർച്ചയായും കാണും." "ശരിയാണ്, വളരെ ശരി." മറ്റേയാൾ നെടുവീർപ്പിട്ടുകൊണ്ടു പറഞ്ഞു. "പാവം നമ്മുടെ മക്കൾ."

വളരെക്കാലമായി ഞാൻ വൃദ്ധനായിട്ട്. ഒരു നിലയ്ക്കു നോക്കുമ്പോൾ വാർദ്ധക്യവും രസകരമാണ്. അവസാനം ബോദ്ധ്യമാവുന്നു, മനുഷ്യൻ ഒരു മൃഗമാണ് എന്ന്.... പെട്ടെന്ന് അവനവനിൽ തന്നെ കുറെ ഏറെ മൃഗങ്ങളെ കാണാൻ തുടങ്ങുന്നു. അപ്പോഴാണ് തനിവസ്കാ[2]യെ ഓർമ്മ വരിക. നിങ്ങളുടെ പിറന്നാൾ കേക്കിലെ മെഴുകുതിരികൾക്ക് കേക്കിനേക്കാൾ കൂടുതൽ വിലയാവുക. നിങ്ങളുടെ മൂത്രത്തിൽ പകുതിയും വൈദ്യ പരിശോധനകൾക്കായി ലാബിൽ കൊടുക്കേണ്ടി വരിക. (അദ്ദേഹം രസമായി ചിരിച്ചു.) അതാണ് വാർദ്ധക്യം. അതിൽ നിന്നും ആർക്കും നിങ്ങളെ രക്ഷിക്കാനാവില്ല. റെഫ്രിജറേറ്ററിന്റെ മർമ്മരം. ക്ലോക്കിന്റെ ടിക്...ടിക്...വേറൊന്നും നിത്യജീവിതത്തിൽ സംഭവിക്കുന്നില്ല. *(സംഭാഷണം കൊച്ചുമകനെ കുറിച്ചായി. അവൻ അടുക്കളയിൽ ചായ ഉണ്ടാക്കുകയായിരുന്നു)*

ഈ കാലത്തെ കുട്ടികൾ. അവർക്ക് കംപ്യൂട്ടറിനെ കുറിച്ചുമാത്രമാണ് ചിന്ത. ഇവൻ 9-ാം ക്ലാസ്സിൽ പഠിച്ചിരുന്നപ്പോൾ... കൂട്ടത്തിൽ ഏറ്റവും ഇളയവനാണ്. ഒരു ദിവസം പറഞ്ഞു, "ഞാൻ ഭീകരനായ ഇവാനെ കുറിച്ചു വായിക്കാം. സ്റ്റാലിനെ കുറിച്ച് വായിക്കാൻ വയ്യ... സ്റ്റാലിൻ... കേട്ടു കേട്ടു മടുത്തു."

അവർക്ക് യാതൊന്നും അറിഞ്ഞുകൂടാ. എന്നിട്ടും പറയുന്നു, മടുത്തു എന്ന്. അതിനെപറ്റിയൊന്നും കേൾക്കേണ്ട എന്ന്. എല്ലാവരും 1917 നെ ശപിക്കുന്നു. അവർ ഞങ്ങളെ വിളിക്കുന്നു, മണ്ടന്മാർ! "അന്ന്....ഒരു വിപ്ലവത്തിന്റെ ആവശ്യമെന്തായിരുന്നു?" അതാണവരുടെ ചോദ്യം. എന്നാൽ, എന്റെ ഓർമ്മയിലുള്ള കാര്യങ്ങൾ അന്ന് ആളുകളുടെ കണ്ണുകളിൽ അഗ്നി

1. 1917ലെ വിപ്ലവത്തിനു മുമ്പ് പാർട്ടിയിൽ ചേർന്നവരെ പഴയ ബോൾഷെവിക്കുകൾ എന്നാണ് വിളിച്ചിരുന്നത്
2. പ്രശസ്തയായ നടി. അവർ പറഞ്ഞതുപലതും പിന്നീട് ഭാഷയിലെ പ്രയോഗങ്ങളായി. 1984ൽ മരിച്ചു.

ജ്വലിച്ചു നിന്നിരുന്നു. ഞങ്ങളുടെ ഹൃദയങ്ങളിലും തീ കത്തിപ്പിടിച്ചിരുന്നു. ഞാൻ പറയുന്നത് ആരും വിശ്വസിക്കുന്നില്ല. എന്റെ ഓർമ്മ കെട്ടിട്ടില്ല എന്നത് സത്യം.

എനിക്കോർമ്മയുണ്ട്. അന്നുള്ളവർ യാതൊന്നും തങ്ങൾക്കു വേണ്ടി ആഗ്രഹിച്ചില്ല. ഇന്നത്തെപ്പോലെയല്ല....ഇന്നുള്ളവർക്ക് എപ്പോഴും തൻകാര്യമാണ് മുന്നിൽ. ഒരു കിണ്ണം കാബേജ് സൂപ്പ്. പാർക്കാൻ ചെറിയൊരു വീട് ഒരു കൊച്ചു തോട്ടം. എപ്പോഴും ഏതിലും ഞങ്ങൾ...ഞങ്ങൾ എന്ന കൂട്ടായ സങ്കല്പമായിരുന്നു. വല്ലപ്പോഴും എന്റെ മകന്റെ ഒരു കൂട്ടുകാരൻ എന്നെ കാണാനായി ഇവിടെ വരാറുണ്ട്. അദ്ദേഹം ഒരു സർവ്വകലാശാലാ പ്രൊഫസറാണ്. അദ്ദേഹം ഇടയ്ക്ക് വിദേശരാജ്യങ്ങൾ സന്ദർശിക്കും. പ്രഭാഷണങ്ങൾ നടത്തും. തൊണ്ടപൊട്ടുംവരെ ഞങ്ങൾ രണ്ടുപേരും തർക്കിക്കും. ഞാൻ അദ്ദേഹത്തോട് ടുക്കാപേവസ്കി[1]യെ കുറിച്ചു പറയും. അദ്ദേഹം പറയും റെഡ് ആർമിയുടെ കമാൻഡറായി ടുക്കാപേവസ്കി ടാംബോവിലെ കർഷകരുടെ നേരെ വിഷവാതകം പ്രയോഗിച്ചു. ക്രോൺസ്റ്റാഡിറ്റിലെ നാവികരെ തൂക്കിക്കൊന്നു എന്നൊക്കെ. “ആദ്യം” അദ്ദേഹം പറയുന്നു. “നിങ്ങൾ പുരോഹിതന്മാരേയും പ്രഭുകുടുംബക്കാരേയും വെടിവെച്ചു കൊന്നു. അത് 1917ൽ ആയിരുന്നു. പിന്നീട് 1937ൽ നിങ്ങൾ പരസ്പരം വെടിവെച്ച് കഥ കഴിച്ചു...” അവർ ലെനിനിലും ചെന്നെത്തി. ലെനിനെ തൊടാൻ ഒരാളേയും ഞാൻ സമ്മതിക്കില്ല. ലെനിനോടൊപ്പം മനസ്സുകൊണ്ട് ഞാനും മരിക്കും. ഒരു നിമിഷം... ഒന്നു നില്ക്കൂ....(വീണ്ടും കലശലായ ചുമ. വാക്കുകൾ അവ്യക്തമായി.) നമ്മുടെ നാവികപ്പട നമ്മൾ വികസിപ്പിച്ചു. ബഹിരാകാശം കീഴടക്കി. എന്നാൽ ഇന്നോ? അതൊക്കെ വലിയ കുറെ കെട്ടിടങ്ങളും കപ്പലുകളും മാത്രമായി. വാസ്തവം പറയാലോ, അധികസമയവും ഞാൻ ഒന്നിനെക്കുറിച്ചും ആലോചിക്കാറില്ല. മലശോധന മുറയ്ക്കുണ്ടോ ഇല്ലയോ? അവിടെ എഴുന്നേറ്റാൽ ആദ്യമായി അതുമാത്രമേ നോക്കാനുള്ളൂ. വയസ്സായാൽ... ജീവിതം ഇത്രയേയുള്ളൂ.

ഞങ്ങൾക്ക് പതിനെട്ടോ ഇരുപതോ വയസ്സായിരുന്ന കാലം. വിപ്ലവത്തെക്കുറിച്ചും പ്രണയത്തെക്കുറിച്ചുമാണ് ഞങ്ങൾ സംസാരിച്ചിരുന്നത്. വിപ്ലവത്തെ പ്രതി തീവ്രമായ വിശ്വാസം. അതേസമയം അലക്സാൻഡ്രാ കൊലൻടായി[2]യുടെ “വേലക്കാരൻ തേനീച്ചയുടെ പ്രണയ”ത്തെ കുറിച്ചും ഞങ്ങൾ വാശിയോടെ വാദിച്ചിരുന്നു. അന്ന് വളരെ പ്രചാരം നേടിയൊരു പുസ്തകമായിരുന്നു അത്. സ്വതന്ത്രമായ, ഉപാധികളില്ലാത്ത പ്രണയത്തിന്റെ പ്രണേതാവായിരുന്നു ഗ്രന്ഥകാരി. പ്രണയത്തിന് കെട്ടുപാടുകളുണ്ടായിരിക്കരുത്. ഒരു ഗ്ലാസ്സ് വെള്ളം കുടിക്കുന്നതുപോലെ സരളവും സ്വാഭാവികവുമായിരിക്കണം എന്നാണവർ പറഞ്ഞത്.

---

1. 1935ൽ മാർഷൽ ഓഫ് ദി സോവിയറ്റ് യൂണിയനായിരുന്നു. 1937ൽ അനഭിലഷണീയനായി വധിക്കപ്പെട്ടു.
2. റഷ്യൻ വിപ്ലവകാരി. പ്രസിദ്ധയായ സാഹിത്യകാരി

നെടുവീർപ്പുകളും പൂക്കളും അസൂയയും കണ്ണീരുമില്ലാത്ത പ്രേമം. പ്രണയലേഖനങ്ങൾ കൈമാറലും ചുംബനവുമെല്ലാം ഇടത്തരക്കാരുടെ സാമാന്യ രീതികളായി ചൂണ്ടിക്കാണിക്കപ്പെട്ടു. ഒരു യഥാർത്ഥ വിപ്ലവ കാരി ഈ വക പ്രവർത്തനങ്ങളൊക്കെ തള്ളിമാറ്റണം. അവനവന്റെ കട മകളിൽ ഉറച്ചു നില്ക്കണം.

ആ പുസ്തകത്തെ പറ്റി ചർച്ച ചെയ്യാനായി ഞങ്ങൾ യോഗങ്ങൾ വിളിച്ചു കൂട്ടി. ഞങ്ങളുടെ അഭിപ്രായങ്ങൾ ഒരുപോലെയായിരുന്നില്ല. കുറെപേർ സ്വതന്ത്ര പ്രണയത്തിന്റെ ഭാഗം പിടിച്ചു. എന്നാൽ അതിൽ "കാട്ടുപഴങ്ങൾക്ക്" പ്രാധാന്യം വേണം. എന്നുവെച്ചാൽ വികാരപ്രകടന ങ്ങൾ ആവാം എന്ന്. എന്നാൽ ധാരാളം പേർ വികാരപ്രകടനങ്ങൾക്ക്, "കാട്ടുപഴങ്ങൾക്ക്" പ്രണയത്തിൽ സ്ഥാനമില്ല എന്ന അഭിപ്രായക്കാരാ യിരുന്നു. ഞാൻ "കാട്ടുപഴങ്ങ"ളുടെ ഭാഗത്തായിരുന്നു. ചുംബനമെങ്കിലും വേണ്ടതാണ് എന്നായിരുന്നു എന്റെ പക്ഷം. ശരിയാണ് (അദ്ദേഹം ചിരിച്ചു) ഞാൻ പ്രണയത്തിലായിരുന്നു. എന്റെ ഭാവിഭാര്യയുമായി ഞാൻ അടു ക്കാൻ തുടങ്ങിയിരുന്നു. ഞാൻ എങ്ങനെയാണ് പ്രണയം പ്രകടിപ്പിച്ചത് എന്നല്ലേ? പറയാം.

ഒരുമിച്ചിരുന്ന് ഗോർക്കിയുടെ പുസ്തകങ്ങൾ വായിക്കും. "ഒരു കൊടു ങ്കാറ്റ്... ഒരു കൊടുങ്കാറ്റ് വരുന്നു! പാവം പെൻഗ്വിൻ അതിന്റെ തടിച്ച ശരീരം പേടിയോടെ പാറക്കെട്ടിനുള്ളിൽ മറച്ചു പിടിക്കുന്നു." ഞങ്ങൾ അത്രയും ശുദ്ധമനസ്കരായിരുന്നുവോ? ഒരുപക്ഷേ... ഞങ്ങൾ ചെയ്തി രുന്നതും അത്രയും സുന്ദരമായിട്ടുള്ളതായിരുന്നു. സുന്ദരമോ... നാശം... അദ്ദേഹം ചിരിച്ചു. ഒരു ചെറുപ്പക്കാരന്റെ ചിരി... അദ്ദേഹം ഈ വയസ്സു കാലത്തും എത്ര സുമുഖനാണെന്ന് എനിക്കു തോന്നി. നൃത്തങ്ങൾ... സാധാരണമട്ടിലുള്ള നൃത്തങ്ങൾ. അതൊക്കെ ബൂർഷ്വാ ചാപല്യമായാണ് ഞങ്ങൾ കണ്ടത്. നൃത്തം ചെയ്തിരുന്നവരെ ഞങ്ങൾ വിചാരണ ചെയ്ത് ശിക്ഷിച്ചിരുന്നു. കാമുകിമാരോടൊപ്പം നൃത്തം ചെയ്യുകയും അവർക്ക് പൂക്കൾ കൊണ്ടുവന്നു കൊടുക്കുകയും ചെയ്യുന്ന യുവജനസഖ്യത്തിലെ അംഗങ്ങളേയും ഞങ്ങൾ ശിക്ഷിച്ചിരുന്നു. കുറച്ചു കാലം, ഒരു നൃത്ത വിരുദ്ധ കോടതിയുടെ പ്രസിഡന്റായും പ്രവർത്തിച്ചിരുന്നു. ഇതെല്ലാം എന്നിൽ വേരുറപ്പിച്ച മാർക്സിസ്റ്റ് വിശ്വാസങ്ങളായിരുന്നു. അതുകൊണ്ടു തന്നെ ഒരു കാലത്തും ഞാൻ നൃത്തം ചെയ്യാൻ ശീലിക്കുകയുണ്ടായില്ല. അതിനെക്കുറിച്ച് പിന്നീട് ഞാൻ ഖേദിക്കുകയുണ്ടായി. സുന്ദരികളായ സ്ത്രീകളോടൊപ്പം നൃത്തം ചെയ്യാൻ ഒരിക്കലും എനിക്കു സാധിച്ചില്ല. ഞാനൊരു മുരടൻ കരടിയെപ്പോലെയായിരുന്നു. യുവജനസഖ്യത്തിലെ അംഗങ്ങളുടെ വിവാഹങ്ങൾ ഞങ്ങൾ നടത്തിയിരുന്നു. മെഴുകുതിരി കളില്ല, പുഷ്പഹാരങ്ങളില്ല. പുരോഹിതന്മാരില്ല, കുരിശിനു പകരം മാർക്സിന്റേയും ലെനിനിന്റേയും പടങ്ങളാണ് ഞങ്ങൾ വെച്ചിരുന്നത്.

എന്റെ വധുവിന് നീണ്ട ധാരാളം മുടിയുണ്ടായിരുന്നു. വിവാഹത്തിനു മുമ്പ് അവർ അതിൽ കുറെ വെട്ടിക്കളഞ്ഞു. സൗന്ദര്യത്തിന്റെ നേരെ

ഞങ്ങളെപ്പോഴും മുഖം തിരിച്ചു. അത് ശരിയായ ഒരു പ്രവണതയായിരുന്നില്ല. തീർച്ച. ഞങ്ങൾ വേണ്ടതിലധികം കാർക്കശ്യം കാണിച്ചു എന്നു വേണമെങ്കിൽ പറയാം. (അദ്ദേഹം വീണ്ടും ചുമയ്ക്കാൻ തുടങ്ങി. കൈ മെല്ലെ ഉയർത്തി കാണിച്ചു. ടേപ്പ് റെക്കോർഡർ നിർത്തണ്ട.) സാരമില്ല... കുഴപ്പമൊന്നുമില്ല. ഇത് നീട്ടിവെക്കാനുള്ള സമയമില്ല... വേഗം തന്നെ ഈ ശരീരം മണ്ണിനടിയിൽ കിടന്ന് അഴുകാൻ തുടങ്ങും. ഫോസ്ഫറസും കാൽസിയവുമൊക്കെയായി മാറും. ഈ വാസ്തവമൊക്കെ പറഞ്ഞു തരാൻ പറ്റിയ വേറൊരാളെ നിങ്ങൾക്കെവിടെ നിന്നു കിട്ടാൻ? പഴയ കലവറകളിൽ കിടക്കുന്നതു മാത്രമേ ഇനി ശേഷിക്കുന്നുള്ളൂ. കുറെ കടലാസു തുണ്ടുകൾ. ഞാൻ തന്നെയും ആ കലവറകളുടെ സൂക്ഷിപ്പുകാരനായി പ്രവർത്തിച്ചിട്ടുണ്ട് എന്നതാണ് സത്യം. വാസ്തമെന്താണെന്ന് ഞാൻ നേരിട്ടു പറയാം. രേഖകൾ.... മനുഷ്യനേക്കാൾ കൂടുതലായി പൊളി പറയും.

ഞാൻ എന്തിനെക്കുറിച്ചാണ് പറഞ്ഞു കൊണ്ടിരിക്കുന്നത്? പ്രണയത്തെക്കുറിച്ച് അല്ലേ? എന്റെ ആദ്യത്തെ ഭാര്യ... ആദ്യത്തെ മകൻ ജനിച്ചപ്പോൾ അവന് ഞങ്ങൾ ഒക്ടോബർ എന്നാണ് പേരിട്ടത്. മഹത്തായ ഒക്ടോബർ വിപ്ലവത്തിന്റെ പത്താംവാർഷികത്തിന്റെ ഓർമ്മയ്ക്കായി. ഒരു മകളും കൂടി വേണമെന്ന് മോഹമുണ്ടായിരുന്നു. “നിങ്ങൾക്ക് എന്നോട് അത്രയും സ്നേഹമുണ്ടായിരിക്കണം. രണ്ടാമതൊരു കുഞ്ഞു കൂടി വേണമെന്ന് മോഹം തോന്നാൻ.” എന്റെ ഭാര്യ എന്നെ കളിയാക്കി. “ആട്ടെ നമ്മുടെ മകൾക്ക് നമ്മൾ എന്തു പേരാണിടുക?”

ല്യൂബ്ലീലീന എന്ന പേരായിരുന്നു എനിക്കിഷ്ടം. ല്യൂബ്ലിയുവും ലെനിനും കൂട്ടിച്ചേർത്തുകൊണ്ടുള്ള ല്യൂബ്ലീലീന. എന്റെ ഭാര്യ അവൾക്കിഷ്ടമുള്ള പെൺകുട്ടിപ്പേരുകളുടെ ഒരു പട്ടിക തയ്യാറാക്കി...മാർക്സാന, സ്റ്റാലീനാ, ഏയ്ഞ്ചൽസീന, ഇസ്ക്രാ ...അക്കാലത്തെ ഏറ്റവും പ്രചാരമുണ്ടായിരുന്ന പരിഷ്കാരപ്പേരുകൾ. അവൾ എഴുതിയ ആ തുണ്ടു കടലാസ് മേശപ്പുറത്തുതന്നെ ഇരുന്നു...

ഞാൻ ഏറ്റവും ആദ്യം കണ്ട ബോൾഷെവിക്ക്. ഒരു ദിവസം അവിചാരിതമായി ഞങ്ങളുടെ ഗ്രാമത്തിൽ വന്നെത്തിയ ഒരാളായിരുന്നു. ഒരു യുവ വിദ്യാർത്ഥി. പട്ടാളക്കാരുടെ മേൽകോട്ട് ധരിച്ചിരുന്നു. പള്ളിക്കു മുമ്പിലുള്ള മൈതാനത്തിൽനിന്ന് അയാൾ പ്രസംഗിച്ചു. “ഇന്ന് ഏതാനും ചിലർ നല്ല തുകൽബൂട്ടുകളും ധരിച്ചു നടക്കുന്നു. ബാക്കിയെല്ലാവരും സാധാരണ കാൻവാസ് ഷൂസുകളും. ബോൾഷെവിക് പാർട്ടി അധികാരത്തിൽ വന്നാൽ എല്ലാവരും തുല്യരായിരിക്കും.” കേട്ടിരുന്നവർ വിളിച്ചു ചോദിച്ചു. “അതെങ്ങനെ?” “സമ്പന്നമായൊരു കാലമായിരിക്കും... നിങ്ങളുടെ ഭാര്യമാർ പട്ടുടുപ്പുകളണിയും. ഉപ്പൂറ്റി പൊന്തിയ ഇനം ഷൂസുകളും. സമ്പന്നരെന്നോ ദരിദ്രരെന്നോ ഉള്ള വേർതിരിവുകളുണ്ടാവില്ല. എല്ലാവർക്കും സന്തോഷമായി കഴിയാം.”

എന്റെ അമ്മ പട്ടുവസ്ത്രങ്ങൾ ധരിക്കും. സഹോദരി ഉപ്പൂറ്റി കൂർത്ത ഷൂസുകളിട്ടു നടക്കും. ഞാൻ സ്കൂളിൽ പോകും... എല്ലാവരും

സഹോദരീ സഹോദരന്മാർ. തുല്യർ. അങ്ങനെയൊരു സ്വപ്നം.... ആർക്കാണതിനെ നെഞ്ചിലേറ്റാതിരിക്കാനാവുക? ഒന്നിനും വകയില്ലാത്ത പാവപ്പെട്ടവർ ബോൾഷെവിക്കുകാർ പറഞ്ഞതെല്ലാം അപ്പാടെ വിശ്വസിച്ചു. അവർ യുവജനങ്ങളുടെ പിന്തുണ നേടി. ഞങ്ങൾ തെരുവുകളിലൂടെ ജാഥ നടത്തി. മുദ്രാവാക്യങ്ങൾ മുഴക്കി “പള്ളിമണികൾ ഉരുക്കുക. അവ കൊണ്ട് ട്രാക്ടറുകൾ നിർമ്മിക്കുക.” ദൈവത്തെക്കുറിച്ച് ഞങ്ങൾക്ക് ആകപ്പാടെ അറിയാവുന്ന ഒരു കാര്യം, ദൈവം ഇല്ല എന്നതായിരുന്നു. പുരോഹിതന്മാരെ ഞങ്ങൾ പരിഹസിച്ചു. വീട്ടിലെ വിശുദ്ധബിംബങ്ങളൊക്കെയും നശിപ്പിച്ചു. മതവുമായി ബന്ധപ്പെട്ട വിശുദ്ധ ഘോഷയാത്രകൾക്കു പകരം ഞങ്ങൾ ചുകന്ന കൊടിത്തോരണങ്ങളുമായി പ്രകടനങ്ങൾ നടത്തി. (അദ്ദേഹം ഇത്തിരിനേരം മിണ്ടാതിരുന്നു.) ഇതെല്ലാം ഞാൻ മുമ്പേ പറഞ്ഞു കഴിഞ്ഞതാണോ?

മറവി... വയസ്സു കുറെയായില്ലേ? എത്ര കാലമായി ഈ അവസ്ഥയിൽ. എന്തായാലും മാർക്സിസമായി ഞങ്ങളുടെ മതം. ലെനിന്റെ കാലഘട്ടത്തിൽ ജീവിച്ചിരിക്കാൻ സാധിച്ചത് വലിയ ഭാഗ്യമായി ഞാൻ കരുതി. ഞങ്ങൾ എല്ലാവരും ഒരുമിച്ചു ചേർന്നു പാടി, “ദി ഇന്റർനാഷണലേ...” എനിക്ക് പ്രായം പതിനഞ്ചോ പതിനാറോ. യുവജനസഖ്യത്തിലെ അംഗമായി കഴിഞ്ഞിരുന്നു. ഞാൻ ഒരു തികഞ്ഞ കമ്മ്യൂണിസ്റ്റുകാരനായി. ഒരു വിപ്ലവപോരാളി. മരണത്തെ ഞാൻ ഭയക്കുന്നില്ല. എന്റെ പ്രായത്തിൽ... അത് അസുഖകരമായ ഒരു ചിന്ത മാത്രം. കാരണം, മറ്റാരൊക്കെയോ എന്റെ ശരീരം കൈകാര്യം ചെയ്യുമെന്ന ചിന്ത. ശവശരീരത്തെ സംബന്ധിച്ചുള്ള പലപല ചടങ്ങുകൾ...ആചാരങ്ങൾ. ഒരിക്കൽ ഞാൻ പള്ളയിൽ പോയിരുന്നു. അച്ചനെ നേരിട്ടു കാണാൻ. അദ്ദേഹം എന്നോടു പറഞ്ഞു “നിങ്ങൾ കുമ്പസാരിക്കണം”

“എനിക്ക് വയസ്സ് കുറെയായി” ഞാൻ പറഞ്ഞു. “താമസിയാതെ ഞാൻ നേരിട്ടു ചെന്നു മനസ്സിലാക്കും...ദൈവം യഥാർത്ഥത്തിൽ ഉണ്ടോ ഇല്ലയോ എന്ന്.” അദ്ദേഹം ചിരിച്ചു.

ഞങ്ങളെല്ലാവരും പാതി പട്ടിണിക്കാരായിരുന്നു. എന്നാലും ഞങ്ങൾ കൃത്യമായി പൊതുപ്രവർത്തനത്തിനു പോകും. സബോട്നിക്ക്സ്*. ശരീരം വിറങ്ങലിച്ചു പോകുന്നു തണുപ്പ്. എന്റെ ഭാര്യക്കു ധരിക്കാൻ കനം കുറഞ്ഞ ഒരു ജാക്കറ്റു മാത്രം. അതിനു പുറമേ അവൾ ഗർഭിണിയുമായിരുന്നു. ഞങ്ങൾ ഒരു കൽക്കരി സംഭരണശാലയിലായിരുന്നു. കൽക്കരിയും തടിയും വണ്ടികളിൽ കയറ്റണം. ചെറിയ തള്ളുവണ്ടികളിൽ നിറച്ച് പല ദിക്കിലും ഉന്തിയെത്തിക്കണം. ഞങ്ങൾക്കു പരിചയമില്ലാത്ത ഒരു ചെറുപ്പക്കാരിയും അന്ന് ഞങ്ങളോടൊപ്പം പണിയെടുത്തിരുന്നു.

---

* 1919ൽ തുടങ്ങിയതാണ്. നഗരത്തിലെ പൗരന്മാർ സൗജന്യമായി സാമൂഹികപ്രവർത്തനം നടത്തുക, പ്രത്യേകിച്ച് നഗരശുചീകരണം. കൊല്ലം മുഴുവൻ, കടുത്ത തണുപ്പുകാലത്തും ഞങ്ങൾ അത് മുടങ്ങാതെ നടത്തി.

അവൾ എന്റെ ഭാര്യയോടു പറഞ്ഞു, "എത്ര കനംകുറഞ്ഞ ജാക്കറ്റാണ് ഇട്ടിരിക്കുന്നത്. ഇതിലും കൂടുതൽ ചൂടു പകരുന്നതൊന്നും കൈയിലില്ലേ?"

"ഇല്ല...ഇതൊന്നേയുള്ളൂ"

"എന്റെ കൈയിൽ രണ്ടെണ്ണമുണ്ട്. തരക്കേടില്ലാത്ത ഒരെണ്ണം ഉണ്ടായിരുന്നു. പിന്നീട് റെഡ്ക്രോസ്സുകാർ വന്ന് നല്ലതൊരെണ്ണം വേറെ തന്നു. മേൽവിലാസം പറയൂ, വൈകീട്ട് ഞാനത് കൊണ്ടുവന്നു തരാം."

അന്നു വൈകുന്നേരം പറഞ്ഞതുപോലെ ഒരു കോട്ടുമായി അവൾ ഞങ്ങളുടെ വീട്ടിലെത്തി. എന്നാൽ അവളുടെ കൈയിലുണ്ടായിരുന്നത് പഴയ കോട്ടായിരുന്നില്ല. റെഡ്ക്രോസ്സുകാർ കൊടുത്ത പുതിയ കോട്ടാണ് എന്റെ ഭാര്യക്കായി അവൾ കൊണ്ടുവന്നിരുന്നത്. അവൾക്കു ഞങ്ങളെ തീരെ പരിചയമുണ്ടായിരുന്നില്ല. എന്നാലെന്താ? ഞങ്ങളും പാർട്ടി അംഗങ്ങളല്ലേ. അതുതന്നെ ധാരാളം എന്നായിരുന്നു അവളുടെ മനോഭാവം. എന്നുവെച്ചാൽ എല്ലാവരും സഹോദരങ്ങൾ എന്നുതന്നെ. ഞങ്ങളുടെ കെട്ടിടത്തിൽ അന്ധയായ ഒരു യുവതിയുണ്ടായിരുന്നു. കുട്ടിക്കാലം മുതലേ അവർ അന്ധയാണ്. എന്നാലും ആഴ്ചതോറുമുള്ള സാമൂഹിക സേവനത്തിന് അവളെ കൂടെ കൂട്ടിയില്ലെങ്കിൽ അവൾ കരയാൻ തുടങ്ങും. കാര്യമായ ജോലിയൊന്നും ചെയ്യാനാവില്ല. എന്നാലും ഞങ്ങളോടൊപ്പം വിപ്ലവഗാനങ്ങൾ പാടാമല്ലോ!

എന്റെ സഖാക്കൾ....എല്ലാവരും മൺമറഞ്ഞു പോയി. അവരുടെ കല്ലറയിൽ കൊത്തിവെച്ചിരിക്കുന്നു, 1920, 1924, 1927... മുതൽ ബോൾഷെവിക്ക് പാർട്ടി അംഗം. മരിച്ചു കഴിഞ്ഞാലും ആ വസ്തുത പ്രധാനപ്പെട്ടതാണ്... എന്തിലാണ് നിങ്ങൾ വിശ്വസിച്ചിരുന്നത്? പാർട്ടി അംഗങ്ങളെ വേറെയാണ് അവർ മറവു ചെയ്തിരുന്നത്. ശവപ്പെട്ടിയാകെ ചുകന്ന കട്ടിത്തുണി കൊണ്ടു പൊതിയും. ലെനിൻ മരിച്ച ദിവസം. എനിക്ക് നല്ല ഓർമ്മയുണ്ട്. ലെനിൻ മരിക്കുകയോ? എനിക്കു വിശ്വസിക്കാനായില്ല. അദ്ദേഹം ഒരു പുണ്യാളനല്ലേ? (അദ്ദേഹം കൊച്ചുമകനോടു പറഞ്ഞ് അലമാരയിൽ നിന്നും ഏതാനും പ്രതിമകൾ പുറത്തേക്കെടുപ്പിച്ചു. ഇരുമ്പിലും ഓടിലും ചീനക്കളിമണ്ണിലും തീർത്ത ലെനിന്റെ അർദ്ധകായപ്രതിമകൾ) ഇങ്ങനെ കുറെയെണ്ണം ഞാൻ ശേഖരിച്ചു വെച്ചു. അധികവും സമ്മാനമായി കിട്ടിയതാണ്. ഇന്നലെ റേഡിയോയിൽ പറയുന്നതു കേട്ടു. പാതിരായ്ക്ക് നഗരമദ്ധ്യത്തിലുള്ള ലെനിന്റെ പ്രതിമയുടെ കൈ ആരോ അറുത്തുമാറ്റിയെന്ന്. ഇരുമ്പല്ലേ....വിറ്റാൽ ചില്ലറ വല്ലതും കിട്ടും. അത് നഗരമദ്ധ്യത്തിലുള്ള ഒരു വിശുദ്ധ വിഗ്രഹമായിരുന്നു. എല്ലാവരും ആരാധിക്കുന്ന ഒരു ബിംബം. ഇപ്പോഴോ...മുറിച്ചു വില്ക്കാനുള്ള ഒരു ഇരുമ്പ് കഷണം. കിലോഗ്രാമിന് വിലയിട്ടാണ് അവരിപ്പോൾ ലെനിനെ വില്ക്കുന്നത്. എന്നിട്ടും എന്നെപ്പോലെയുള്ളവർ ജീവിച്ചിരിക്കുന്നു. കമ്മ്യൂണിസം ശിഥിലമായിക്കഴിഞ്ഞു. സോഷ്യലിസവും തകർന്നു. പലരും എന്നോടു പറയാറുണ്ട്. "അല്ലെങ്കിലും ഈ കാലത്ത് വല്ലവരും മാർക്സിസത്തെ

ഗൗരവമായി എടുക്കുമോ? ഇനി മാർക്സിന്റെ സ്ഥാനം ചരിത്ര പുസ്തകങ്ങളിൽ മാത്രമാണ്. നിങ്ങളിലാർക്കെങ്കിലും പറയാനാവുമോ, ലെനിന്റെ പിന്നീടുള്ള രചനകൾ വായിച്ചിട്ടുണ്ടെന്ന്. മാർക്സിന്റെ സമ്പൂർണ്ണ കൃതികളും മനസ്സിലാക്കിയിട്ടുണ്ടെന്ന്. അതായത് ആദ്യകാലത്തെ മാർക്സ്. പിന്നീട് ജീവിതത്തിന്റെ അവസാനത്തോടടുപ്പിച്ചുള്ള മാർക്സ്. ഇന്ന് ആളുകൾ വളരെ നിസ്സാരമായി കാണുന്ന സോഷ്യലിസം...യഥാർത്ഥ സോഷ്യലിസ്റ്റ് സങ്കല്പവുമായി അതിന് യാതൊരു ബന്ധവുമില്ല. ആ ആദർശത്തെ കുറ്റം പറഞ്ഞിട്ടു കാര്യമില്ല. (വീണ്ടും ശക്തമായ ചുമ...പറയുന്നത് മനസ്സിലാക്കാൻ വിഷമം)

ജനങ്ങൾക്ക് ചരിത്രബോധം ഇല്ലാതായി. വിശ്വാസവും നഷ്ടപ്പെട്ടു.... ഒരുതരത്തിലുമുള്ള വിശ്വാസവും ഇല്ലാത്ത അവസ്ഥയാണിപ്പോൾ. എന്തു കാര്യത്തെപറ്റി ചോദിച്ചാലും അവർ വെറുതെ നമ്മുടെ മുഖത്തേക്കുറ്റു നോക്കുന്നു....അർത്ഥമില്ലാത്ത നോട്ടം. പ്രമാണികളൊക്കെ നന്നായി പഠിച്ചു കഴിഞ്ഞിരിക്കുന്നു. കുരിശു വരയ്ക്കാനും മെഴുകുതിരികൾ താഴെ വീഴാതെ വലതുകൈയിൽ പിടിക്കാനും വോഡ്കയുടെ ഗ്ലാസ്സുകൾ പിടിക്കുമ്പോലെ. പാറ്റ തിന്ന് പഴകി ദ്രവിച്ച ഇരട്ടത്തലയൻ കഴുകനേയും അവർ പുറത്തുകൊണ്ടു വന്നിരുന്നു. അതാണ് ഇപ്പോഴത്തെ വിശുദ്ധ പ്രതിരൂപങ്ങൾ. (പെട്ടെന്ന് വാക്കുകൾ തീരെ അവ്യക്തമായി) എന്റെ അവസാനത്തെ ആഗ്രഹം...സത്യം എന്താണെന്ന് നിങ്ങൾ റെക്കോഡ് ചെയ്യണം. എന്റെ സത്യം....നിങ്ങളുടേതല്ല. അങ്ങനെ എന്റെ ശബ്ദം ഒരിക്കലും മരിക്കാതിരിക്കട്ടെ.

(അദ്ദേഹം പഴയ ചില ഫോട്ടോകൾ എടുത്തു കാണിച്ചു തന്നു. ഇടയ്ക്ക് ചില അഭിപ്രായങ്ങൾ പറഞ്ഞു)

....അവർ എന്നെ കമാൻഡറുടെ അടുത്തേക്കു കൊണ്ടുവന്നു.

"എത്ര വയസ്സായി?" അദ്ദേഹം ചോദിച്ചു.

"പതിനേഴ്" ഞാൻ തുറന്നു പറഞ്ഞു. അപ്പോൾ പതിനാറു തികഞ്ഞിട്ടുണ്ടായിരുന്നില്ല. അങ്ങനെയാണ് ഞാൻ ബുഡ്യോനോവ്കസി*ൽ ചേർന്നത്. അവർ പാദങ്ങളിൽ ചുറ്റിക്കെട്ടാനുള്ള തുണി തന്നു. അന്ന് അറ്റം കൂർത്ത തൊപ്പികൾ ഉണ്ടായിരുന്നില്ല. ചെമ്പടയുടെ യൂണിഫോമിന്റെ അവിഭാജ്യഘടകമായിരുന്നല്ലോ അത്. എന്നാലും ചുകന്ന നക്ഷത്രങ്ങൾ കിട്ടിയപ്പോൾ ഞങ്ങൾക്കു സന്തോഷമായി. ചുകന്ന നക്ഷത്രങ്ങളില്ലാതെ ചെമ്പടയുണ്ടോ? തോക്കും കൂടി കൈയിൽ കിട്ടിയപ്പോൾ ഞങ്ങൾ വിപ്ലവത്തിന്റെ രക്ഷകർ തന്നെ എന്ന അഭിമാനമായി. എല്ലാവർക്കും വിശപ്പും പകർച്ചവ്യാധികളുമായിരുന്നു ടൈഫോയ്ഡും ട്രെൻപ് പനിയുമായിരുന്നു എല്ലായിടത്തും. എന്നാലും ഞങ്ങൾ സന്തോഷവാന്മാരായിരുന്നു....

പൊളിഞ്ഞു കിടക്കുന്ന ഏതോ മാളിക. അതിനകത്തു നിന്ന് ആരോ കേടുവന്ന ഒരു പിയാനോ വലിച്ചു പുറത്തിട്ടു. അത് തോട്ടത്തിൽ മഴയത്ത്

---

* ചെമ്പട

കിടക്കുകയായിരുന്നു. കാലി മേയ്ക്കുന്ന കുട്ടികൾ ആ ഭാഗത്ത് കാലികളേയും കൊണ്ടുവന്നിരുന്നു. അവർ കൗതുകത്തോടെ കോലുകൾ കൊണ്ട് പിയാനോയിൽ കൊട്ടി ശബ്ദമുണ്ടാക്കാൻ ശ്രമിച്ചിരുന്നു. കുടിച്ചു ബോധമില്ലാതെ കുറെപേർ ആ വീടും പരിസരവും കത്തിച്ചു നശിപ്പിച്ചു.... കിട്ടാവുന്നതൊക്കെ കട്ടുകൊണ്ടുപോവുകയും ചെയ്തു. പക്ഷേ ആ പിയാനോ...? അതിന് ആവശ്യക്കാരുണ്ടായിരുന്നില്ല.

ഞങ്ങൾ ബോംബുവെച്ച് പള്ളി തകർത്തു. ഗ്രാമത്തിലെ പ്രായമായ സ്ത്രീകളുടെ നിലവിളി ഇപ്പോഴും എന്റെ കാതുകളിലുണ്ട്. "കുട്ടികളേ, അരുത്... അതു ചെയ്യരുത്" അവർ കേണപേക്ഷിച്ചു. ഞങ്ങളുടെ കാലിൽ പിടിച്ചു. ഇരുനൂറാണ്ടിലധികമായി ആ പള്ളി അവിടെ ഉണ്ടായിരുന്നു. എണ്ണമറ്റ ആളുകൾ വന്നിരുന്നു പ്രാർത്ഥിച്ച ഒരിടം. അങ്ങനെയാണവർ പറഞ്ഞത്. പള്ളിയുടെ അവശിഷ്ടങ്ങൾക്കു മേലെയായാണ് മുൻസിപ്പാലിറ്റി വക പൊതു ശൗചാലയം പണിതുണ്ടാക്കിയത്. അവിടെ തൂപ്പുകാരായി പള്ളിയിലെ പുരോഹിതന്മാരെത്തന്നെ നിയമിക്കുകയും ചെയ്തു. ഗ്രാമവാസികളുടെ മലം കഴുകിക്കളഞ്ഞ് വൃത്തിയാക്കാൻ പുരോഹിതന്മാർ നിർബന്ധിതരായി. ഇന്ന്.... ഇന്ന്.... എനിക്കെല്ലാം മനസ്സിലാകുന്നുണ്ട്. എന്നാൽ അന്ന്.... അതെല്ലാം ഒരു തമാശയായിരുന്നു.

എന്റെ സഖാക്കളെല്ലാവരും മരിച്ച് ഒരു വെളിപ്പറമ്പിൽ മണ്ണടിഞ്ഞിരിക്കുന്നു. അവരുടെ നെഞ്ചിലും നെറ്റിമേലും നക്ഷത്രങ്ങൾ കൊത്തിവെച്ചിരുന്നു. ചുകന്ന നക്ഷത്രങ്ങൾ. അവരുടെ വയറുകൾ പൊളിച്ച് അതിൽ ചെളി നിറച്ചിരുന്നു. നിങ്ങൾക്കു വേണ്ടത് ഭൂമിയല്ലേ... ഇതാ എടുത്തോളൂ. ഞങ്ങളെ സംബന്ധിച്ചിടത്തോളം അന്ന് വിജയം അല്ലെങ്കിൽ മരണം എന്നുമാത്രമായിരുന്നു. അതല്ലാതൊന്നും ഞങ്ങളുടെ ചിന്തയിലുണ്ടായിരുന്നില്ല. നമുക്കു മരിക്കാം. എന്തിനുവേണ്ടിയാണ് മരിക്കുന്നതെന്ന് ബോധമുണ്ടാകണമെന്നു മാത്രം.

ആറ്റുവക്കത്തായി ഞങ്ങൾ കണ്ടു. ഏതാനും വെളുത്ത സൈനിക ഉദ്യോഗസ്ഥന്മാർ. കുന്തമുനയിൽ കുത്തിനിർത്തിയിരിക്കുകയാണ്. ആ "ബഹുമാന്യരായവർ" വെയിലേറ്റു കറുത്തു കരുവാളിച്ചു കഴിഞ്ഞിരുന്നു. അവരുടെ ഔദ്യോഗിക മുദ്രകൾ വയറുകളിൽ കുത്തിനിറച്ചിരുന്നു. പലതും പുറത്തേക്കു തുറിച്ചു നിന്നു. അവരെ കാണുമ്പോൾ പ്രത്യേകിച്ചൊരു സങ്കടവും എനിക്കു തോന്നുന്നില്ല. സത്യം പറഞ്ഞാൽ, ജീവിച്ചിരിക്കുന്നവരേക്കാൾ കൂടുതലായി ശവങ്ങളെ ഞാൻ കണ്ടുകഴിഞ്ഞിരിക്കുന്നു.

...ഇന്ന് വെളുത്തവർക്കും ചുകന്നവർക്കും ഒരുപോലെ സങ്കടം തോന്നുന്നു. എല്ലാവർക്കും സങ്കടം. ഞാനും എല്ലാവർക്കും വേണ്ടി സങ്കടപ്പെടുന്നു.

....അവർക്കു വേണ്ടി നിങ്ങൾ ദുഃഖിക്കുന്നു. സാർവലൗകികമായ "മാനുഷിക മൂല്യങ്ങൾ" "അമൂർത്തമായ മാനവികത" ഞാൻ ടി.വി. കാണാറുണ്ട്. പത്രങ്ങളും വായിക്കാറുണ്ട്. ഞങ്ങളുടെ കാലത്ത്

"കാരുണ്യം" എന്നത് പുരോഹിതന്മാർക്ക് മാത്രം പറഞ്ഞിട്ടുള്ള ഒരു വാക്കായിരുന്നു. വെളുത്ത കൃമികളെ ഒന്നടങ്കം കൊല്ലൂ എന്നായിരുന്നു ഞങ്ങൾ പഠിച്ചത്. എന്നിട്ട് വിപ്ലവത്തിന് വഴിയൊരുക്കണം. വിപ്ലവത്തിന്റെ ആദ്യവർഷത്തിലെ മുദ്രാവാക്യം അതായിരുന്നു. ഉരുക്കുമുഷ്ടി കൊണ്ട് മനുഷ്യരാശിയെ മുഴുവൻ നമ്മൾ സന്തോഷത്തിലേക്കു നയിക്കും. പാർട്ടി അങ്ങനെ പറയുന്നുവെങ്കിൽ അതാണ് ശരി. ഞാൻ പാർട്ടിയെ പൂർണ്ണമായും വിശ്വസിക്കുന്നു.

ഒറെൻ ബർഗിനടുത്തുള്ള ഒർസക് എന്ന പട്ടണം. ചരക്കുവണ്ടികൾ രാവും പകലുമില്ലാതെ സ്റ്റേഷനിൽ കൂടി കടന്നുപോകുന്നു. അതിൽ നിറയെ പ്രഭുക്കന്മാരും ഭൂവുടമകളും അവരുടെ കുടുംബങ്ങളുമാണ്. സൈബീരിയയിലേക്കുള്ള യാത്ര. ഞങ്ങൾ സ്റ്റേഷന് കാവൽ നില്ക്കുകയാണ്. ഒരിക്കൽ ഒരു തീവണ്ടിമുറിയുടെ വാതിൽ ഞാൻ തുറന്നു. അതിന്റെ ഒരു മൂലയിലായി അർദ്ധനഗ്നനായ ഒരാൾ സ്വന്തം ബെൽറ്റിൽ തൂങ്ങിക്കിടക്കുന്നു. അമ്മ ചെറിയ കുഞ്ഞിനെ മാറോടടുക്കി നില്ക്കുന്നു. മൂത്തകുട്ടി താഴെയിരുന്ന് അവന്റെ തന്നെ മലം ചോറെന്നപോലെ വാരി തിന്നുന്നു. "ആ വാതിലടയ്ക്കൂ" അവിടെ നിന്നിരുന്ന കമ്മിസ്സാർ ഒച്ചയിട്ടു. "തന്തയ്ക്കു പിറക്കാത്ത ജന്മി ചെക്കൻ. ആ കൂട്ടർക്കൊന്നും നമ്മുടെ പുതിയ ജീവിതത്തിൽ സ്ഥാനമില്ല." ഭാവി...അത് ഏറ്റവും സുന്ദരമായിരിക്കുമെന്ന പ്രതീക്ഷ. ഞാനും അതു വിശ്വസിച്ചു. (നിലവിളിക്കുന്നതുപോലെയാണ് അദ്ദേഹം അതു പറഞ്ഞത്) നിങ്ങളെന്തു വിചാരിക്കുന്നു. നിങ്ങൾക്കുമുണ്ടല്ലോ നിങ്ങളുടേതായ ഒരു "ഉട്ടോപ്പിയൻ" സങ്കല്പം. കമ്പോളം... കമ്പോളമെന്ന സ്വർഗ്ഗം. അതാണ് എല്ലാവരേയും സന്തോഷിപ്പിക്കാൻ പോകുന്നത്. തികച്ചും ഭ്രാന്തമായൊരു സങ്കല്പം. ഇളം ചുകപ്പു മേൽക്കുപ്പായമണിഞ്ഞ കവർച്ച സംഘങ്ങളാണ് തെരുവുകൾ നിറയെ. അവരുടെ കഴുത്തിൽ പൊക്കിളോളം ഞാന്നുകിടക്കുന്ന സ്വർണ്ണമാലകൾ. മുതലാളിത്ത വ്യവസ്ഥയുടെ ഹാസ്യചിത്രങ്ങൾ. ക്രോക്കഡിൽ* മാസികയിലെ കാർട്ടൂൺ ചിത്രങ്ങൾ പോലെ. ഒക്കെ ഒരു നാടകമാണ്. ഏകാധിപത്യത്തിൽ നിന്നും തൊഴിലാളി വർഗാധിപത്യത്തിലേക്ക്. അത് കാട്ടുനീതിയാണ്. തന്നേക്കാൾ ദുർബലമായതിനെ വിഴുങ്ങുക. തന്നേക്കാൾ ശക്തിയുള്ളതിന്റെ മുമ്പിൽ തല കുനിക്കുക. ലോകത്തിലെ ഏറ്റവും പുരാതനമായ നിയമമാണ് അത്. (വീണ്ടും ചുമ. ശ്വാസം കിട്ടാതെയുള്ള വിമ്മിട്ടം.)

എന്റെ മകൻ കുട്ടിയായിരുന്നപ്പോൾ ഒരു ചുകന്ന നക്ഷത്രത്തോടുകൂടിയ പട്ടാളക്കുപ്പായം ധരിച്ചിരുന്നു. വളരെ നാൾ അത് കുട്ടികളുടെ പ്രിയപ്പെട്ട വേഷമായിരുന്നു. ഓരോ പിറന്നാളിനും സമ്മാനമായി അവന് അതുതന്നെ വേണം. ഇപ്പോഴും അത് വാങ്ങാൻ കിട്ടുമോ? അറിഞ്ഞുകൂടാ. വളരെ കാലമായി ഞാൻ കടകളിൽ പോകാറില്ല. ക്രൂഷ്ചേവ് അധികാരത്തിലുണ്ടായിരുന്നപ്പോഴും അവ പ്രചാരത്തിലുണ്ടായിരുന്നു. ഇപ്പോഴത്തെ പരിഷ്കാരമെന്താണ്? അദ്ദേഹം ചിരിക്കാൻ ശ്രമിച്ചു.

* സോവിയറ്റ് ആക്ഷേപമാസിക

ഇപ്പോൾ ഞാൻ കാലത്തിനു വളരെ പിറകിലാണ്. ഒരു പുരാവസ്തു തന്നെ. എന്റെ ഒരേയൊരു മകൻ. മരിച്ചു കഴിഞ്ഞു. ഞാൻ ജീവിതത്തിന്റെ അവസാനനാളുകളിലൂടെ കടന്നു പോവുകയാണ്. മരുമകളോടും പേരക്കുട്ടികളോടുമൊപ്പം കഴിയുന്നു. എന്റെ മകൻ ഒരു ചരിത്രകാരനായിരുന്നു. കമ്മ്യൂണിസ്റ്റ് വിശ്വാസിയുമായിരുന്നു. എന്നാൽ എന്റെ കൊച്ചുമക്കൾ?... അവർ വായിക്കുന്നത് ദലായ്‌ലാമയുടെ പുസ്തകങ്ങളാണ്. "മൂലധന"ത്തിനു പകരം മഹാഭാരതം വായിക്കുന്നു. കബ്ബാലാഷ്... ഇക്കാലത്ത് ഓരോരുത്തരും വ്യത്യസ്തമായ ഓരോന്നിൽ വിശ്വസിക്കുന്നു. അതെ... അങ്ങനെയാണ് കാലം. എല്ലാവരും ആഗ്രഹിക്കുന്നു, ഏതെങ്കിലുമൊന്നിൽ വിശ്വസിക്കാൻ. ദൈവത്തിൽ അല്ലെങ്കിൽ സാങ്കേതിക പുരോഗതിയിൽ. കെമിസ്ട്രി...പോളിമെർ....പ്രാപഞ്ചിക ബോധം. എന്തെല്ലാമാണ്.... ഇന്ന് എല്ലാം കമ്പോളാധിഷ്ഠിതമാണ്. ആയിക്കോട്ടെ. വയറു നിറച്ചു ഭക്ഷണം കഴിക്കാം. അതിനുശേഷമോ?

എന്റെ പേരക്കുട്ടികളുടെ മുറിയിലേക്കു കടന്നാൽ, അവിടെയെല്ലാം വിദേശനിർമ്മിതമാണ്. ജീൻസും ഷർട്ടുകളും പുസ്തകങ്ങളും പാട്ടുകളും എന്തിനേറെ പല്ലു തേക്കുന്ന ബ്രഷു പോലും വിദേശത്തുനിന്നും ഇറക്കുമതി ചെയ്തതാണ്. അവരുടെ തട്ടുകളിൽ നിറയെ കോക്കിന്റേയും പെപ്സിയുടേയും ഒഴിഞ്ഞ കുപ്പികളാണ്. കാടന്മാർ... മ്യൂസിയത്തിലേക്കു പോകുന്നതുപോലെയാണ് സൂപ്പർമാർക്കറ്റുകളിലേക്കു പോകുന്നത്. മാക്ഡൊണാൾഡിൽ കൂട്ടുകാരുമായിപ്പോയി പിറന്നാൾ ആഘോഷിക്കുക. അതാണവരുടെ പരിഷ്കാരം. അവർ പറയുന്നു, "അപ്പൂപ്പാ, ഞങ്ങൾ പിസ്സാഹട്ടിൽ പോയി..." എന്നെ സംബന്ധിച്ചിടത്തോളം അത് മെക്കാ എന്നു പറയുന്നതുപോലെയാണ്. "അപ്പൂപ്പാ, നിങ്ങൾ ശരിക്കും കമ്മ്യൂണിസത്തിൽ വിശ്വസിച്ചിരുന്നുവോ? വിദേശികളെ നിങ്ങൾ എങ്ങനെയാണ് കണ്ടിരുന്നത്?" കൊട്ടാരങ്ങളിലെ യുദ്ധങ്ങളും കുടിലുകളിലെ സമാധാനവുമാണ് ഞാൻ സ്വപ്നം കണ്ടിരുന്നത്. കുട്ടികൾക്കു മോഹം കോടീശ്വരന്മാരാവാനാണ്. അവരുടെ കൂട്ടുകാർ വീട്ടിൽ വരുമ്പോൾ, അവർ സംസാരിക്കുന്നത് എന്റെ കാതിലും പെടാറുണ്ട്. "ദുർബലമെങ്കിലും ധാരാളം യോഗർട്ടും നല്ല ബിയറും കിട്ടുന്ന ഒരു രാജ്യത്തു താമസിക്കാനാണ് എനിക്കിഷ്ടം" "കമ്മ്യൂണിസമോ? അത് വെറും ചവറ്" "റഷ്യയുടെ വഴി രാജവാഴ്ചയുടേതാണ്.....ദൈവം സാറിനെ രക്ഷിക്കട്ടെ." അവർ പല പാട്ടുകളും കേൾക്കുന്നു. "എല്ലാം ശരിയാവും. ലഫ്റ്റനന്റ് ഗോലിറ്റ്സിൽ..../കമ്മീഷണർമാർക്ക് അവരർഹിക്കുന്നതു കിട്ടും"* എന്നിട്ടും ഞാൻ ജീവിച്ചിരിക്കുന്നു, ഇതെല്ലാം കാണാനായി. ഇതെല്ലാം യഥാർത്ഥത്തിൽ നടക്കുന്ന കാര്യങ്ങളാണ്. ഞാൻ ബോധമില്ലാതെ പറയുന്നതല്ല. (കൊച്ചുമകന്റെ നേരെ തിരിയുന്നു. അവൻ മിണ്ടാതിരിക്കുകയാണ്) കടകളിൽ ധാരാളം സലാമി വാങ്ങിക്കാൻ കിട്ടും. പക്ഷേ, ആർക്കും ഒരു സന്തോഷവുമില്ല. കണ്ണിൽ തീയുമായി ഒരാളേയും ഞാൻ കാണുന്നില്ല.

* 1980ലെ സോവിയറ്റ് യൂണിയൻ ഗാനം.

കൊച്ചുമകന്റെ ഫലിതം:

ഒരു പ്രൊഫസറും പഴയ ഒരു ബോൾഷെവിക്കും പരലോകത്തിൽ കണ്ടുമുട്ടി. പ്രൊഫസർ പറഞ്ഞു. "തുടക്കത്തിൽ തന്നെ കമ്മ്യൂണിസം അബദ്ധത്തിലധിഷ്ഠിതമായിരുന്നു. ആ പാട്ട് ഓർമ്മയില്ലേ? നമ്മുടെ തീവണ്ടി മുന്നോട്ട് പറക്കുകയാണ് അടുത്തതായി നില്ക്കുക കൂട്ടു കൃഷിയിടത്തിലാണ്."

"എനിക്കു നല്ല ഓർമ്മയുണ്ട് ആ പാട്ട്" വയസ്സൻ ബോൾഷെവിക്ക് പറഞ്ഞു, "അതിലെന്താണ് തെറ്റ്?"

"തീവണ്ടികൾ പറക്കുകയില്ല എന്നതു തന്നെ."

ആദ്യം അവരെന്റെ ഭാര്യയെ തടവിലെടുത്തു. ഒരു ദിവസം അവർ തിയേറ്ററിലേക്കു പോയി. അവിടെനിന്നും തിരിച്ചു വന്നില്ല. വൈകീട്ട് ജോലി കഴിഞ്ഞ് ഞാൻ വീട്ടിൽ വന്നപ്പോൾ എന്റെ മകൻ തളത്തിൽ ഒരു പുതപ്പിൽ കിടന്നുറങ്ങുന്നു, കൂടെ ഞങ്ങളുടെ പൂച്ചയും. പാവം അമ്മ വരുന്നതും കാത്തുകാത്തിരുന്ന് അവൻ ഉറങ്ങിപ്പോയി. എന്റെ ഭാര്യ ഒരു ഷൂ നിർമ്മാണശാലയിലാണ് ജോലിയെടുത്തിരുന്നത്. അവൾ ഒരു "റെഡ് എൻജിനീയർ" ആയിരുന്നു. "അസാധാരണമായി എന്തൊക്കെയോ സംഭ വിക്കുന്നുണ്ട്." അവൾ എന്നോട് നേരത്തേ പറഞ്ഞിരുന്നു. "ഏതോ ദേശ ദ്രോഹത്തിന്റെ പേരുപറഞ്ഞ് എന്റെ കൂട്ടുകാരെയെല്ലാം അവർ തടവി ലാക്കി." "നീയും ഞാനും ഒരു കുറ്റവും ചെയ്തിട്ടില്ല." അവളെ ഞാൻ ആശ്വസിപ്പിച്ചു. "ഒരാളും നമ്മളെ തേടിവരില്ല." ആ കാര്യത്തിൽ എനിക്ക് നല്ല ഉറപ്പായിരുന്നു.

എന്റെ ആത്മാർത്ഥതയിൽ എനിക്കത്രയ്ക്കും വിശ്വാസമുണ്ടായി രുന്നു. ആദ്യം ഞാൻ ലെനിനിസ്റ്റ് ആയിരുന്നു. പിന്നീട് സ്റ്റാലിനിസ്റ്റ് ആയി. 1937 വരെ ഞാൻ സ്റ്റാലിനിസ്റ്റ് ആയിരുന്നു. സ്റ്റാലിൻ പറഞ്ഞതിലും ചെയ്തതിലുമെല്ലാം എനിക്ക് പൂർണ്ണമായ വിശ്വാസമായിരുന്നു. അതെ. എന്റെ മനസ്സിൽ സ്റ്റാലിനായിരുന്നു ലോകം കണ്ടിട്ടുള്ളതിൽ എക്കാല ത്തേയും ജനനേതാവ്. ഏറ്റവും മഹാനായ, ഉജ്ജ്വലനായ നേതാവ്. ബുക്കാറിനും ടുക്കാ ചീവിസ്കിയും ബ്ല്യൂക്കെറു* മെല്ലാം ജനദ്രോഹി കളായി മുദ്രകുത്തപ്പെട്ടു. അപ്പോഴും എന്റെ അഭിപ്രായത്തിന് മാറ്റമുണ്ടാ യില്ല. ഞാൻ സ്റ്റാലിനെ പൂർണ്ണമായും വിശ്വസിച്ചു. ഇപ്പോൾ ആലോചി ക്കുമ്പോൾ തോന്നുന്നു അത് വലിയൊരു വിഡ്ഢിത്തമായിരുന്നുവെന്ന്. പക്ഷേ, അന്ന് ഞാൻ കരുതിയത്, സ്റ്റാലിനാണ് വഞ്ചിക്കപ്പെടുന്നത് എന്നായിരുന്നു. അദ്ദേഹത്തെ ചവിട്ടിതാഴ്ത്തി ദേശദ്രോഹികൾ മുകളിൽ കയറിപ്പറ്റി എന്നാണ് ധരിച്ചത്. പാർട്ടി എല്ലാ കാര്യങ്ങളും വേണ്ടവിധ ത്തിലാക്കും. അതിനിടയിലാണ് അവർ ഭാര്യയെ അറസ്റ്റു ചെയ്തത്. സത്യസന്ധയായ, ആത്മാർത്ഥതയുള്ള ഒരു പാർട്ടിപ്പോരാളിയെ.

---

* 1889–1938 റെഡ് ആൽവിയിലെ ഉയർന്ന ഉദ്യോഗസ്ഥനായിരുന്നു. ചാര പ്രവൃത്തി നടത്തിയതിന് 1938-ൽ അറസ്റ്റ് ചെയ്യപ്പെട്ടു.

മൂന്നുദിവസത്തിനു ശേഷം അവർ എന്നെ അന്വേഷിച്ചു വന്നു.... ആദ്യം അവർ ചെയ്തത് അടുപ്പിനകത്ത് മണത്തു നോക്കുകയായിരുന്നു. അടുത്തിടെ ഞാൻ എന്തെങ്കിലും തീയിലിട്ട് നശിപ്പിച്ചു കളഞ്ഞിട്ടുണ്ടോ? പ്രത്യേകിച്ചെന്തെങ്കിലും അതിൽ കിടന്നു പുകയുന്നുണ്ടോ? അവർ മൂന്നു പേരുണ്ടായിരുന്നു. ഒരാൾ വീട്ടിനകത്ത് ചുറ്റി നടന്നു. കിട്ടിയതൊക്കെ സ്വന്തമാക്കി. ചുമരിൽ നിന്ന് ക്ലോക്ക് അഴിച്ചെടുത്ത് അയാൾ പറഞ്ഞു. "ഇനിയൊരിക്കലും നിങ്ങൾക്ക് ഇതിന്റെ ആവശ്യമുണ്ടാവില്ല" ഞാൻ ശരിക്കും ഞെട്ടി. അത് ഞാൻ തീരെ പ്രതീക്ഷിച്ചിരുന്നില്ല. അതേ സമയം എനിക്ക് പ്രതീക്ഷയ്ക്കു വക നല്കുന്ന നേരിയ മനുഷ്യത്വവും ഞാന തിൽ കണ്ടു. ...മനുഷ്യ മനസ്സിലെ ആ കുനിഷ്ട്.... അവരുടെ മനസ്സിലും വികാരങ്ങൾ ഉണ്ട് എന്നതിന്റെ അടയാളം.

പുലർച്ചേ രണ്ടു മണിക്കു തുടങ്ങിയ തിരച്ചിൽ വെളുക്കുന്നതുവരെ നീണ്ടുനിന്നു. ഞങ്ങളുടെ വീട്ടിൽ കുറെ പുസ്തകങ്ങളുണ്ടായിരുന്നു. അതെല്ലാമെടുത്ത് പേജു പേജായി അവർ പറിച്ചു നീക്കി. ഞങ്ങളുടെ വസ്ത്രങ്ങൾ ഓരോന്നായി എടുത്തു കുടഞ്ഞു. തലയിണകൾ വലിച്ചു കീറി. എനിക്കാലോചിക്കാൻ വേണ്ടത്ര സമയം കിട്ടി. ഞാൻ തിടുക്ക ത്തിൽ ഓർത്തെടുക്കാൻ ശ്രമിച്ചു. അപ്പോഴേക്കും അവിടെ വലിയൊരു "തടവിലെടുക്കൽ" തുടങ്ങിക്കഴിഞ്ഞിരുന്നു. ആളുകളെ കൂട്ടത്തോടെ ജയിലിലടയ്ക്കുക. ഓരോ ദിവസവും നൂറുക്കണക്കിനാളുകൾ. ആകപ്പാടെ ഭയാനകമായ അന്തരീക്ഷം. അവർ വന്ന് ആരെയെങ്കിലും പിടിച്ചു കൊണ്ടുപോകും. അതിനെക്കുറിച്ച് ഒരാളും ഒരക്ഷരം മിണ്ടുകയില്ല. എന്തു സംഭവിച്ചു എന്ന അന്വേഷണം തന്നെ അർത്ഥമില്ലാത്തതായിരുന്നു.

ആദ്യം ചോദ്യം ചെയ്ത അവസരത്തിൽ അയാൾ വിശദമാക്കി. "നിങ്ങൾ സ്വാഭാവികമായും ഒരു കുറ്റവാളിയാണ്. കാരണം, നിങ്ങൾ നിങ്ങളുടെ ഭാര്യയുടെ ചെയ്തികളെക്കുറിച്ച് ഞങ്ങളെ അറിയിച്ചില്ല." അവൾ അപ്പോൾ ജയിലിലായിരുന്നു. അന്വേഷണത്തിനിടയിൽ ഞാൻ തലപുകഞ്ഞാലോചിച്ചു. ഓരോ കാര്യങ്ങളുടെ വിശദാംശങ്ങൾ ചിക ഞ്ഞെടുത്തു. ഒരു കാര്യം മാത്രമേ ഓർക്കാനായുള്ളൂ. ആയിടെ നടന്ന, നഗരം മുഴുവൻ പങ്കെടുത്ത ഒരു പാർട്ടി സമ്മേളനത്തിൽ അവർ സഖാവ് സ്റ്റാലിനായി ഒരു അഭിവാദ്യ സന്ദേശം വായിച്ചു. സദസ്സ് ഒന്നടങ്കം എഴു ന്നേറ്റു നിന്നു. ഒരു കൊടുങ്കാറ്റിന്റെ ഒച്ചയായിരുന്നു കരഘോഷത്തിന്. "സഖാവ് സ്റ്റാലിൻ വിജയിക്കട്ടെ! നമ്മുടെ ഓരോ വിജയത്തിന്റേയും സംഘാടകനും അതിന്റെ പിറകിലെ പ്രചോദനവുമായ സഖാവ് സ്റ്റാലിൻ സർവദാ വിജയിക്കട്ടെ!" "മഹാനായ ജനനേതാവിന് അഭിവാദ്യങ്ങൾ" "നമ്മുടെ നേതാവ് ഇനിയുമിനിയും വിജയിക്കട്ടെ!" പതിനഞ്ചു മിനിറ്റു കഴിഞ്ഞു. അര മണിക്കൂർ കഴിഞ്ഞു. എല്ലാവരും പരസ്പരം നോക്കി. ആരും ഇരിക്കുന്നില്ല. ആദ്യമിരിക്കുന്നത് താനാവരുത് എന്ന പരിഭ്രമം ഓരോ മുഖത്തും. അതുകൊണ്ട് എല്ലാവരും നില്പു തുടർന്നു. പിന്നെ.... എന്തുകൊണ്ടാണാവോ ഞാൻ ഇരുന്നു. തികച്ചും യാന്ത്രികമായി എന്നു പറയാം. സാധാരണ വേഷം ധരിച്ച രണ്ടു പൊലീസ് ഉദ്യോഗസ്ഥന്മാർ

ആ ക്ഷണം എന്റെ അരികത്തെത്തി. "സഖാവേ, എന്താ ഇരിക്കുന്നത്?" ഞാൻ ചാടിയെഴുന്നേറ്റു. പെട്ടെന്ന് പൊള്ളലേറ്റതുപോലെ. ഇടവേളയിൽ ഞാൻ പേടിയോടെ ചുറ്റും നോക്കിക്കൊണ്ടിരുന്നു. അവർ ഏതു നിമിഷവും വരും, എന്നെ അറസ്റ്റു ചെയ്തു കൊണ്ടുപോകും. (അദ്ദേഹം ഒന്നു നിർത്തി)

നേരം പുലർന്നതിനുശേഷമാണ് തിരച്ചിൽ അവസാനിച്ചത്. അവർ, അത്യാവശ്യ സാധനങ്ങൾ സഞ്ചിയിലാക്കി എടുക്കാൻ കല്പിച്ചു. കുഞ്ഞിനെ നോക്കുവാൻ നിർത്തിയിട്ടുള്ള നാനി അവനെ ഉണർത്തി. പോകുംമുമ്പേ ഒരു നിമിഷം ഇട കിട്ടി. ഞാൻ അവന്റെ കാതിൽ പറഞ്ഞു, "നിന്റെ അച്ഛനമ്മമാരെക്കുറിച്ച് ആരോടും പറയരുത്." അതുകൊണ്ടാണ് അവന് കഴിഞ്ഞു കൂടാൻ സാധിച്ചത്. (എന്റെ ടേപ്റെക്കോർഡർ അദ്ദേഹം തന്റെ അരികിലേക്കു വലിച്ചുവെച്ചു.) ഞാൻ ജീവിച്ചിരിക്കുമ്പോൾത്തന്നെ ഇതെല്ലാം റെക്കോർഡ് ചെയ്യപ്പെടണം. "എസ്സ്.എ.." "സ്റ്റിൽ എലൈവ്"... ഇപ്പോഴും ജീവിച്ചിരിക്കുന്നു. അങ്ങനെയാണ് ഞാൻ കാർഡുകളിൽ എഴുതുന്നത്. ആ കാർഡുകൾ ആർക്കാണ് ഞാൻ അയയ്ക്കുക? അങ്ങനെയൊരാളും ഇപ്പോഴില്ല. പലരും പലപ്പോഴും ചോദിക്കാറുണ്ട്, "ഇങ്ങനെ ഒന്നും മിണ്ടാതിരിക്കുന്നത് എന്തുകൊണ്ടാണ്?"

"ആ കാലം അങ്ങനെയായിരുന്നു." ഞാൻ വിചാരിച്ചു, എല്ലാറ്റിനും കുറ്റക്കാർ ദേശദ്രോഹികളുടെ കൂട്ടമാണെന്ന്." യഗോഡാ... യഷോവ്* തുടങ്ങിയവർ. അല്ലാതെ പാർട്ടിക്കതിൽ പങ്കില്ലെന്നു ഞാൻ വിശ്വസിച്ചു. അമ്പതുവർഷത്തിനു ശേഷം...വിലയിരുത്തൽ....വിധി നിർണ്ണയിക്കാൻ കൂടുതൽ എളുപ്പമാണ്. ഇപ്പോൾ ഞങ്ങൾ, പഴയ മണ്ടന്മാരെ നോക്കി നിങ്ങൾക്കു ചിരിക്കാം, പരിഹസിക്കാം. എന്നാൽ ആ കാലത്ത്, ഞാനും എല്ലാവരോടുമൊപ്പം ചുവടുവെച്ചു. ഇപ്പോൾ ആ കൂട്ടത്തിലെയാരും എന്നോടൊപ്പമില്ല.

ഒരു മാസം തികച്ചും ഞാൻ ഏകാന്തത്തടവിലായിരുന്നു. കല്ലു കൊണ്ടുള്ള ഒരു ശവപ്പെട്ടി. തല ഭാഗത്ത് അല്പം വീതിയുണ്ട്. പാദങ്ങളുടെ ഭാഗം തീരെ ഇടുങ്ങിയത്. ബാർലിക്കഞ്ഞിയാണ് കുടിക്കാൻ കിട്ടിയിരുന്നത്. ജന്നലകൾക്കപ്പുറത്തു വന്നിരിക്കുന്ന കാക്കയെ, കഞ്ഞിയിൽ നിന്നും വറ്റ് പെറുക്കിയെടുത്തു ഞാൻ തീറ്റും. അങ്ങനെ അവൻ നല്ല ഇണക്കത്തിലായി. കുട്ടിക്കാലം മുതലേ കാക്കകളോട് എനിക്ക് ഒരു പ്രത്യേക ഇഷ്ടമായിരുന്നു. യുദ്ധകാലത്ത്, ഓരോ സംഘട്ടനം കഴിഞ്ഞാലും അതീവ നിശ്ശബ്ദതയാണ്. മുറിവേറ്റവരെയൊക്കെ അവർ കണ്ടെടുത്തു കൊണ്ടുപോകും. മരിച്ചവർ മാത്രമേ യുദ്ധക്കളത്തിൽ ശേഷിക്കൂ. കാക്കകൾ മാത്രം അതിനിടയിൽ പറക്കുന്നതു കാണാം. വേറൊരു പക്ഷിയും ആ ഭാഗത്തേക്കു വരില്ല.

രണ്ടാഴ്ച കഴിഞ്ഞു. അവർ എന്നെ ചോദ്യം ചെയ്യാനായി വിളിപ്പിച്ചു. എന്റെ ഭാര്യയുടെ ഒരു സഹോദരി വിദേശത്തു താമസിക്കുന്നുണ്ട് എന്നു

---

* 1891- 1938 NKVDയുടെ ഡയറക്ടർമാർ

എനിക്കറിയാമായിരുന്നുവോ? “എന്റെ ഭാര്യ സത്യസന്ധയായ ഒരു കമ്മ്യൂണിസ്റ്റാണ്.”

ആരോ രേഖാമൂലം അവർക്കു വിവരം നല്കിയിരുന്നു. അയാളുടെ ഒപ്പോടുകൂടിയ ആ കടലാസ് മേശപ്പുറത്തുണ്ട്. ഞാൻ ആ കൈയൊപ്പു നോക്കി.... ഞെട്ടാതിരിക്കാനായില്ല. അത് ഞങ്ങളുടെ തൊട്ട അയൽക്കാരന്റേതായിരുന്നു. ആ കൈപ്പട ഞാൻ പെട്ടെന്ന് തിരിച്ചറിഞ്ഞു. അയാൾ എന്റെ സഖാവായിരുന്നു, ആഭ്യന്തരയുദ്ധത്തിന്റെ നാളുകൾ മുതൽ. ഉയർന്ന ശ്രേണിയിലുള്ള ഒരു പട്ടാളക്കാരൻ. എന്റെ ഭാര്യയോട് ലേശം പ്രേമമുണ്ടായിരുന്നു. ആ കാര്യത്തിൽ അയാളോട് എനിക്ക് അസൂയ ഉണ്ടായിരുന്നു. ഭാര്യയെ ഞാൻ അത്രയധികം സ്നേഹിച്ചിരുന്നു. എന്റെ ആദ്യ ഭാര്യയെ. ഞങ്ങൾ തമ്മിലുണ്ടായ സംസാരം, ചോദ്യം ചെയ്യുന്ന ഉദ്യോഗസ്ഥൻ വിശദമായി ആവർത്തിച്ചു. എനിക്കു കൂടുതൽ ഉറപ്പായി. ഞങ്ങളെ ഒറ്റുകൊടുത്തത് ആ അയൽക്കാരൻ തന്നെ. ആ സംസാരം നടന്നത് അയാളുടെ മുമ്പിൽ വെച്ചായിരുന്നു.

എന്റെ ഭാര്യയുടെ കഥ... ഇങ്ങനെ: മിൻസ്കിനടുത്തുള്ള ഒരു പട്ടണത്തിൽ നിന്നായിരുന്നു അവൾ. ഒരു ബെലോറഷ്യക്കാരി, ബ്രെസ്റ്റ്–ലിറ്റോവസ്ക് സമാധാന ഉടമ്പടിക്കു ശേഷം ബെലോറഷ്യയുടെ ഒരു ഭാഗം പോളണ്ടിന്റെ അധീനത്തിലായി. അവളുടെ അച്ഛനമ്മമാർ ആ ഭാഗത്തായി. അവളുടെ സഹോദരിയും കൂടെയുണ്ടായിരുന്നു. അധികം താമസിയാതെ അച്ഛനും അമ്മയും മരിച്ചു. എന്നാലും സഹോദരി പതിവായി ഞങ്ങൾക്ക് കത്തെഴുതുമായിരുന്നു. “എനിക്കു പോളണ്ടിൽ തുടരാൻ വയ്യ. ഇതിലും ഭേദം സൈബീരിയയിൽ കഴിയുകയാണ്.” എങ്ങനെയെങ്കിലും സോവിയറ്റ് യൂണിയനിൽ എത്തിച്ചേരണമെന്നായിരുന്നു അവളുടെ ആഗ്രഹം. ആ കാലത്ത് കമ്മ്യൂണിസത്തിന് യൂറോപ്പിൽ നല്ല പ്രചാരമുണ്ടായിരുന്നു. യഥാർത്ഥത്തിൽ ലോകം മുഴുവൻ കമ്മ്യൂണിസം പ്രചരിച്ച ഒരു കാലമായിരുന്നു അത്. വളരെയധികം ജനങ്ങൾ അതിൽ ദൃഢമായി വിശ്വസിച്ചു. സാധാരണക്കാർ മാത്രമല്ല, യൂറോപ്പിലെ ബുദ്ധിജീവികളും കമ്മ്യൂണിസ്റ്റ് സിദ്ധാന്തങ്ങളിൽ ആകൃഷ്ടരായി.

ആരഗൺ ബാർബുസ്സേ മുതലായ എഴുത്തുകാർ. “ഒക്ടോബർ വിപ്ലവം ബുദ്ധിജീവികൾക്കുള്ള കഞ്ചാവ്” ആയിരുന്നു. എവിടെയോ വായിച്ചതായി ഞാനോർക്കുന്നു. ഈയിടെയായി ഞാൻ ധാരാളം വായിക്കുന്നുണ്ട്. എന്റെ ഭാര്യ ഒരു ‘ശത്രു’ വായിരുന്നു. അതുകൊണ്ട് എന്തെങ്കിലും ഒരു വിപ്ലവവിരുദ്ധ പ്രവൃത്തി അവളിൽ അവർക്ക് ആരോപിക്കണമായിരുന്നു. തീവ്രവാദികളുടെ ഒരു അധോലോക സംഘടന അവർക്ക് കെട്ടിച്ചമയ്ക്കണം. രഹസ്യപ്രവർത്തനങ്ങളുടേതായ ഒരു കേന്ദ്രം. “ആരോടൊക്കെയാണ് നിങ്ങളുടെ ഭാര്യ ഇടപഴകാറ്? പദ്ധതികൾ ഉണ്ടാക്കി ആർക്കാണ് കൈമാറിയത്?” എന്തു പദ്ധതികൾ. എനിക്കൊന്നും മനസ്സിലായില്ല. എല്ലാ ആരോപണങ്ങളും ഞാൻ നിഷേധിച്ചു. അവർ എന്നെ പൊതിരെ തല്ലി. ബൂട്ടിട്ട കാലുകൊണ്ട് ചവിട്ടി. അവരെല്ലാവരും

വിശ്വസിക്കാൻ കൊള്ളാവുന്നവർ എന്ന് ഞങ്ങൾ കരുതിയിരുന്നവരായിരുന്നു. എന്റെ കൈവശം പാർട്ടി അംഗത്വകാർഡുണ്ടായിരുന്നു. അത് അവരുടെ കൈയിലുമുണ്ടായിരുന്നു. അതുപോലെത്തന്നെ എന്റെ ഭാര്യക്കുമുണ്ടായിരുന്നു പാർട്ടിഅംഗത്വകാർഡ്.

...അമ്പതുപേരുള്ള ഒരു തടവറയിലേക്ക് അവരെന്നെ തള്ളി. ദിവസവും രണ്ടുപ്രാവശ്യം മലമൂത്ര വിസർജ്ജനത്തിനായി അവർ ഞങ്ങളെ പുറത്തേക്കിറക്കും. ബാക്കിയുള്ള സമയം? അതെല്ലാം നിങ്ങളെപ്പോലെയുള്ള ഒരു സ്ത്രീയോട് ഞാനെങ്ങനെ വിവരിക്കാൻ? വാതില്ക്കൽത്തന്നെ വലിയൊരു ബക്കറ്റുണ്ടായിരുന്നു. (ദേഷ്യത്തോടെ) അതിലേക്ക് മലം വിസർജ്ജിക്കാം... ഒന്നാലോചിച്ചു നോക്കൂ.... ഒരു മുറി നിറയെ ആളുകൾ... അവരുടെ മുമ്പിൽ വെച്ച്... ബ്രിട്ടീഷുകാരും ജപ്പാൻകാരുമായ ചാരന്മാർ. നാട്ടിൻപുറത്തുകാരനായ, നിരക്ഷരനായ ഒരു വൃദ്ധൻ. ഒരു കുതിരത്തൊഴുത്തിനു തീവെച്ചു എന്നതാണ് അയാൾ ചെയ്ത കുറ്റം. ഒരു വിദ്യാർത്ഥിയുണ്ടായിരുന്നു. തമാശ പറഞ്ഞതാണ് അവനെ തടവറയിലെത്തിച്ചത്. "ചുമരിൽ സ്റ്റാലിന്റെ ഒരു ഛായാചിത്രം തൂങ്ങിക്കിടക്കുന്നു. അദ്ധ്യക്ഷൻ സ്റ്റാലിനെക്കുറിച്ചുള്ള ഒരു ഗംഭീര വിവരണം വായിക്കുന്നു. ഗായകസംഘം സ്റ്റാലിനെക്കുറിച്ചുള്ള ഒരു ഗാനം ആലപിക്കുന്നു. അതിനു ശേഷം ഒരഭിനേതാവ് സ്റ്റാലിനെക്കുറിച്ച് ഭാവനിർഭരമായി ഒരു കവിത അവതരിപ്പിക്കുന്നു.... ആ സന്ദർഭമെന്താണെന്നോ? പുഷ്കിൻ മരിച്ചതിന്റെ നൂറാം വാർഷികം." (ഞാൻ അറിയാതെ ചിരിച്ചു പോയി. അദ്ദേഹം ചിരിക്കുകയുണ്ടായില്ല.)

ആ വിദ്യാർത്ഥിക്കു ലഭിച്ച ശിക്ഷ പത്തുവർഷം തടങ്കൽ ക്യാമ്പിൽ... യാതൊരുവക ബാഹ്യസമ്പർക്കവുമില്ലാതെ. ആ കൂട്ടത്തിൽ ഒരു കാർ ഡ്രൈവറുണ്ടായിരുന്നു. കണ്ടാൽ ശരിക്ക് സ്റ്റാലിനെ പോലെ.... എന്നാൽ അവൻ അകത്തു കിടക്കട്ടെ. ഒരു അലക്കുകമ്പനിയുടെ നടത്തിപ്പുകാരൻ, പാർട്ടി അംഗത്വമില്ലാത്ത ഒരു മുടിവെട്ടുകാരൻ. കല്ലുരയ്ക്കുന്നയാൾ.... അധികവും തീരെ വിദ്യാഭ്യാസമില്ലാത്തവരായിരുന്നു. എന്നാൽ അവർക്കിടയിൽ നല്ലൊരു നാടോടിക്കഥാകാരനുമുണ്ടായിരുന്നു ഒരു പണ്ഡിതൻ തന്നെ. രാത്രിയായാൽ അദ്ദേഹം പഴങ്കഥകൾ പറയാൻ തുടങ്ങും. പലതും കുട്ടികൾക്കുള്ള മുത്തശ്ശിക്കഥകളാകും. എന്നാലും എല്ലാവരും കൗതുകത്തോടെ കേട്ടിരിക്കും. അയാളെ ഒറ്റുകൊടുത്തത് സ്വന്തം അമ്മ തന്നെയാണ്. അവർ ഒരു പഴയകാല ബോൾഷെവിക് ആയിരുന്നു. ക്യാമ്പിലേക്ക് കയറ്റി അയയ്ക്കുന്നതിനു മുമ്പ് അമ്മ മകനെ കാണാനായി സിഗരറ്റുമായി വന്നു. അത്ര തന്നെ. പഴയ സോഷ്യലിസ്റ്റ് റെവല്യൂഷനറി* ക്കാരനും ഞങ്ങളോടൊപ്പമുണ്ടായിരുന്നു. അദ്ദേഹം പരസ്യമായി തന്റെ സന്തോഷം പ്രകടിപ്പിച്ചു, "എനിക്കിതിൽപ്പരം സന്തോഷമുണ്ടാവാനില്ല.

---

* സോഷ്യലിസ്റ്റ് റെവല്യൂഷനറി പാർട്ടി ചക്രവർത്തി (സർ) വാഴ്ച അവസാനിപ്പിക്കുന്നതിൽ പ്രധാന പങ്കു വഹിച്ചു. ഒക്ടോബർ വിപ്ലവത്തിനു ശേഷം ബോൾഷെവിക്കുകൾ ആ പാർട്ടിയെ തീർത്തും ഇല്ലാതാക്കി.

നിങ്ങൾ കമ്മ്യൂണിസ്റ്റുകാരും എന്നോടൊപ്പം ഇതിനകത്തുണ്ടല്ലോ എന്നെ പ്പോലെ നിങ്ങൾക്കും രൂപമില്ല.....എന്താണ് സംഭവിച്ചുകൊണ്ടിരിക്കുന്ന തെന്ന്." ഒരു വിപ്ലവവിരുദ്ധൻ! സോവിയറ്റ് ഭരണകൂടം പിരിച്ചുവിട്ടു എന്നാണ് ഞാൻ വിചാരിച്ചത്, സ്റ്റാലിൻ പൊയ്ക്കഴിഞ്ഞെന്നും.

കൊച്ചുമകൻ പറഞ്ഞ ഫലിതം

ഒരു റെയിൽവേ സ്റ്റേഷൻ. നൂറുകണക്കിനാളുകൾ, തുകൽ ജാക്കറ്റ് ധരിച്ച ഒരാൾ ആരെയോ തിരക്കിട്ട് അന്വേഷിച്ചു നടക്കുന്നു. അവസാനം ആളെ കണ്ടെത്തി. അയാളും തുകൽ ജാക്കറ്റാണ് ധരിച്ചിരിക്കുന്നത്. ഒന്നാമൻ അടുത്തു ചെന്നു ചോദിച്ചു, "സഖാവേ, നിങ്ങൾ പാർട്ടി യിലുണ്ടോ?" "ഉണ്ടല്ലോ" രണ്ടാമൻ പറഞ്ഞു.

"നന്നായി" ഒന്നാമൻ നെടുവീർപ്പിട്ടു. "അങ്ങനെയാണെങ്കിൽ ശുചി മുറി എവിടെയാണെന്ന് പറഞ്ഞുതരുമോ?"

അവർ സകലതും കണ്ടുകെട്ടി. എന്റെ ബെൽറ്റു സ്കാർഫും ഷൂലേസും... എല്ലാം. അതുകൊണ്ടു കാര്യമില്ല. വേണമെങ്കിൽ, എന്നാലും ആത്മഹത്യ ചെയ്യാൻ സാധിക്കും. ആ ചിന്ത എന്റെ മനസ്സിലുണ്ടായി. സ്വയം ശ്വാസംമുട്ടിച്ചു മരിക്കാം. അതിന് എന്റെ കാലുറകളോ, അടി വസ്ത്രത്തിന്റെ ഇലാസ്റ്റിക്കോ ധാരാളം മതി. ഒരു സഞ്ചിയിൽ ചാക്കു നിറച്ച് അതുകൊണ്ട് അവർ എന്റെ വയറ്റിൽ ഇടിച്ചു. ഒരു കൃമിയെന്ന വണ്ണം. ഉള്ളിലുള്ളതൊക്കെ പുറത്തേക്കു ചാടി. മദ്ധ്യകാലങ്ങളിൽ പതിവു ണ്ടായിരുന്നതു പോലെ. തട്ടിൽമേൽ തറച്ച കൊളുത്തുകളിൽ അവർ എന്നെ തൂക്കിയിട്ടു. ശരീരം സ്വന്തം നിയന്ത്രണത്തിലല്ല. അകത്തുള്ള തെല്ലാം ചോർന്നു പോവുകയാണ്. അസഹ്യമായ വേദന. മനുഷ്യനെ അങ്ങേയറ്റം തരം താഴ്ത്തുകയാണ്. ഇതിലും എളുപ്പം മരിക്കുകയാണ്. (കിതയ്ക്കുന്നു.)

ജയിലിൽ വെച്ച് പഴയ ഒരു സഖാവിനെ കണ്ടു. നിക്കോളായ് വെർക്കൊവിറ്റ്സാ. 1924 മുതൽ പാർട്ടി അംഗമാണ്. തൊഴിലാളികൾക്കുള്ള ഒരു സ്കൂളിൽ അദ്ധ്യാപകനായിരുന്നു. വളരെ അടുപ്പമുള്ള ഒരു സംഘം സുഹൃത്തുക്കളോടൊപ്പമായിരുന്നു അയാൾ. കൂട്ടത്തിലൊരാൾ ഉറക്കെ പ്രവ്ദ വായിച്ചു കൊണ്ടിരുന്നു. അതിൽ എഴുതിയിരുന്നു: പെൺകുതിര കളുടെ ബീജോത്പാദനത്തെക്കുറിച്ചു ചർച്ച ചെയ്യാൻ സെൻട്രൽ കമ്മിറ്റി ഒരു യോഗം വിളിച്ചുകൂട്ടിയിരിക്കുന്നു. ആ വരി വായിച്ചതിനുശേഷം അയാൾ വളരെ നിസ്സാരമായി പറഞ്ഞു. പെൺകുതിരകളുടെ ഗർഭധാര ണത്തെക്കുറിച്ചല്ലാതെ, കേന്ദ്രകമ്മിറ്റിക്കു ചർച്ച ചെയ്യാൻ വേറെ വിഷയ മൊന്നുമില്ല എന്ന്. അന്നു രാത്രി തന്നെ രഹസ്യപൊലീസ് അയാളെ അന്വേഷിച്ചെത്തി. അയാളുടെ കൈപ്പത്തികൾ കതകിൽ ചേർത്തുവെച്ച ടച്ചു. പെൻസിലുകളെന്നോണം അവ തകർന്നുപോയി. ദിവസങ്ങളോളം ഗ്യാസു നിറച്ച മുഖംമൂടി മുഖത്തു കെട്ടിവെച്ചു. ഈ വക കാര്യങ്ങളെ ക്കുറിച്ച് എങ്ങനെയാണ് ഇപ്പോൾ സംസാരിക്കേണ്ടതെന്ന് അറിയുന്നില്ല.

അങ്ങേയറ്റത്തെ കാടത്തം. ഏറ്റവും നീചമായ പെരുമാറ്റം. അത്രയേ പറയാനാവൂ. തളംകെട്ടിയ മൂത്രത്തിന്നു നടുവിൽ കിടക്കുന്ന വെറുമൊരു മാംസപിണ്ഡം മാത്രമാണ് നിങ്ങൾ. വെർക്കോവെറ്റ്സിനെ ചോദ്യം ചെയ്യാൻ എത്തിയത് ഒരു പിശാചായിരുന്നു. ഇരയെ വേദനിപ്പിച്ച് സ്വയം രസിക്കുന്ന ഒരുത്തൻ. മുകളിൽ നിന്ന് ഉത്തരവുണ്ടാകും. ഇത്ര എണ്ണത്തിനെ പിടിച്ചിരിക്കണം. മാസംതോറും വർഷംതോറും ആ എണ്ണം കൃത്യമായി തികച്ചോളണം. ഉദ്യോഗസ്ഥൻ ഇടയ്ക്കിടയ്ക്കു മാറും. ചായ കുടിക്കും. വീട്ടിലുള്ളവരെ വിളിച്ചു സംസാരിക്കും. തടവറയിൽ വരുന്ന നഴ്സുമാരുമായി ശൃംഗരിക്കും. ഏതെങ്കിലും തടവുകാരന് പീഡനം മൂലം ബോധക്കേടുണ്ടായാൽ നഴ്സുമാരെ വിളിക്കുക പതിവായിരുന്നു. ഉദ്യോഗസ്ഥന്മാർക്ക് കൃത്യമായ ചുമതലകളും ജോലി സമയവുമുണ്ട്. ഞങ്ങളെ സംബന്ധിച്ചിടത്തോളം എല്ലാം തകിടം മറിഞ്ഞ സ്ഥിതിയായിരുന്നു. അങ്ങനെയായിരുന്നു അക്കാലത്തെ സ്ഥിതി. എന്നെ ചോദ്യം ചെയ്യാൻ നിയോഗിക്കപ്പെട്ട ആൾ ഒരു ഹെഡ്മാസ്റ്ററായിരുന്നു. അദ്ദേഹം എന്നെ വിശ്വസിപ്പിക്കാൻ കഴിയുന്നതും ശ്രമിച്ചു. "താൻ തീർത്തും ഒരു ശുദ്ധഗതിക്കാരനാണ്. ഞങ്ങൾ നിങ്ങളുടെ കഥ കഴിക്കും. ഔദ്യോഗിക രേഖകളിൽ കാണിക്കും. രക്ഷപ്പെടാനുള്ള ശ്രമത്തിനിടയിൽ കൊല്ലപ്പെട്ടതാണ് എന്ന്. ഗോർക്കി പറഞ്ഞിട്ടുള്ളതെന്താണ് എന്നറിയാമോ? "ശത്രു കീഴങ്ങുന്നില്ലെങ്കിൽ പിന്നെ അവനെ വെച്ചേക്കരുത്."

"അതിന് ഞാൻ നിങ്ങളുടെ ശത്രുവല്ലല്ലോ"

"ഒരു കാര്യം നിങ്ങൾ മനസ്സിലാക്കണം. ഒന്നുകിൽ നിങ്ങൾ കുറ്റം ഏറ്റുപറഞ്ഞ് പശ്ചാത്തപിക്കണം. അല്ലെങ്കിൽ നിങ്ങളെ തീർത്തും തകർക്കണം. അല്ലാത്തപക്ഷം നിങ്ങൾ ഞങ്ങൾക്കൊരു ഭീഷണിയാണ്." ഞാനും അയാളും അതിനെപ്പറ്റി സംസാരിച്ചു.

രണ്ടാമത് ചോദ്യം ചെയ്യാൻ വന്ന ആൾ ഒരു സൈനിക ഉദ്യോഗസ്ഥനായിരുന്നു. കടലാസും എഴുത്തുപണിയുമൊന്നും തനിക്കു താത്പര്യമുള്ള വിഷയങ്ങളല്ല എന്ന് അയാൾ ആദ്യമേ വ്യക്തമാക്കി. അവർ എപ്പോഴും എന്തെങ്കിലും എഴുതിക്കൊണ്ടിരിക്കുന്നത് കാണാമായിരുന്നു. ഒരിക്കൽ അയാൾ എനിക്കൊരു സിഗരറ്റു തന്നു. അവിടെ വരുന്നവരാരും പെട്ടെന്ന് പുറത്തേക്കു പോവില്ല. ദീർഘകാലം അവിടെത്തന്നെ കഴിയും. മാസങ്ങളോളം ഇരകളും വേട്ടക്കാരും കുറെ കഴിയുമ്പോൾ മനുഷ്യസഹജമായ വിധത്തിൽ ഇടപഴകാൻ തുടങ്ങും എന്നു തീർത്തും പറയാൻ വയ്യ. എന്നാലും എന്തെങ്കിലുമൊരു തരത്തിലുള്ള ബന്ധമുടലെടുക്കും. അതുരണ്ടു ഭാഗത്തുനിന്നുമുണ്ടാവും. "ഇവിടെ ഒപ്പുവെക്കൂ." ഞാൻ ആ ഔദ്യോഗിക രേഖ വായിക്കും. "ഞാൻ ഇങ്ങനെയൊന്നും പറഞ്ഞിട്ടില്ലല്ലോ"അവർ എന്നെ അടിക്കും. മനസ്സിരുത്തിത്തന്നെ ആഞ്ഞടിക്കും. അവസാനം എല്ലാവരും തടങ്കൽ ക്യാമ്പുകളിലേക്ക് കയറ്റി അയയ്ക്കപ്പെടും അല്ലെങ്കിൽ ഉദ്യോഗസ്ഥന്മാരുടെ തോക്കിനിരയാവും.

ഒരു ദിവസം രാവിലെ അവർ എന്നെ കൊണ്ടുപോകാനെത്തി. സെല്ലിന്റെ വാതിൽ തുറന്നു. എന്നോട് പുറത്തുവരാൻ പറഞ്ഞു. ഞാൻ ഒരു ഷർട്ടു മാത്രമേ ധരിച്ചിരുന്നുള്ളൂ. ശരിയായി വസ്ത്രം ധരിക്കാൻ അവർ ഇട തന്നില്ല. "വേണ്ട" അവരെന്നെ നിലവറപോലെയുള്ള ഒരു സ്ഥലത്തേക്കു കൊണ്ടുപോയി. ചോദ്യം ചെയ്യുന്ന ആൾ എന്നെ കാത്തു നിന്നിരുന്നു. കൈയിൽ ഒരു തുണ്ടു കടലാസ്സും. "ഇതിൽ ഒപ്പു വെക്കുമോ ഇല്ലയോ? വേഗം പറയണം"

"ഇല്ല"

"അങ്ങനെയാണെങ്കിൽ ആ ചുമരിനോടു ചേർന്നു നില്ക്കണം." നിമിഷങ്ങൾക്കുള്ളിൽ ഒരു ബുള്ളറ്റ് എന്റെ തലയ്ക്കു മീതെ കൂടി ചീറി പ്പോയി.

"ഇതിലൊപ്പുവെക്കുമോ?"

അങ്ങനെ മൂന്നുതവണ അവർ വെടിവെച്ചു. അവിടെ നിന്ന് അവർ കൊണ്ടുപോയത് പുറത്തു കടക്കാൻ ഒരു പഴുതുമില്ലാത്ത ഒരു ഇരുണ്ട ഇടത്തിലേക്കാണ്. ആ തടവറയിൽ ഇങ്ങനെയുള്ള ഇടങ്ങളുമുണ്ടെന്ന് ആരറിഞ്ഞു! അങ്ങനെയൊരു സംശയവും എനിക്കുണ്ടായിരുന്നില്ല. അതൊരറ്റം കാണാഊടുവഴിയായിരുന്നു. ഒന്നും മനസ്സിലാവില്ല. ഒന്നും കേൾക്കാനും കാണാനുമാവില്ല. ആരെങ്കിലും എതിർവശത്തു നിന്നു വരുന്നുണ്ടെങ്കിൽ കാവൽഭടൻ കുരയ്ക്കും, "മുഖം ചുമരിലേക്കു തിരിക്കണം" എനിക്കു കാര്യങ്ങൾ ഒരുവിധം ശീലമായിരുന്നു. അതു കൊണ്ട് ആരും കാണാതെ എത്തി നോക്കാൻ കഴിഞ്ഞു. അങ്ങനെയാണ് ഞാനവിടെ എന്റെ പഴയ മേലുദ്യോഗസ്ഥനെ കണ്ടത്.

"റെഡ് കമാൻഡർ" പരിശീലനക്കാലത്ത് അദ്ദേഹമായിരുന്നു മേലധികാരി. സോവിയറ്റ് പാർട്ടി സ്കൂളിൽ നിന്നുമുള്ള പഴയ പ്രൊഫ സറേയും അവിടെ കണ്ടു...(അദ്ദേഹം നിശ്ശബ്ദനായി) വെർക്കോ വെറ്റ്സീവും ഞാനും പരസ്പരം തുറന്നു സംസാരിച്ചിരുന്നു. "ഒക്കെ കുറ്റവാളികളാണ്. ഇവരെല്ലാവരും കൂടി സോവിയറ്റ് ഭരണം നശി പ്പിക്കും. അവർക്ക് ഇതിനെല്ലാം ഉത്തരം പറയേണ്ടിവരും." അയാളെ ഏതാനും തവണ ചോദ്യം ചെയ്തത് ഒരു സ്ത്രീയായിരുന്നു. "അവർ എന്നെ കഠിനമായി പീഡിപ്പിക്കുമ്പോൾ അവർ കൂടുതൽ സുന്ദരി യായിത്തീരുന്നു, മനസ്സിലാവുന്നുണ്ടോ?" തന്റെ ചെറുപ്പകാലത്ത് സ്റ്റാലിൻ കവിതകളെഴുതിയിരുന്നുവെന്ന് അയാളാണ് എന്നോടു പറ ഞ്ഞത്. (അദ്ദേഹം കണ്ണുകളടച്ചു) ഇന്നും ചിലപ്പോൾ ഞാൻ പേടിച്ച് ഞെട്ടിയുണരും, പാതിരായ്ക്ക്. ആകെ വിയർത്തു കുളിച്ചിരിക്കും. രഹസ്യപൊലീസിനു വേണ്ടി പണിയെടുക്കാൻ അവർക്കെന്നെ നിയോഗിക്കാമായിരുന്നു. ഞാനത് തീർച്ചയായും ചെയ്തേനെ. എന്റെ പോക്കറ്റിൽ എപ്പോഴും പാർട്ടി അംഗത്വകാർഡുണ്ട്...ചെറിയ ഒരു ചുകന്ന പുസ്തകം.

> വാതിൽ മണിയടിക്കുന്നു. ഒരു നഴ്സ് കടന്നു വന്നു. അവർ അദ്ദേഹത്തിന്റെ രക്തസമ്മർദ്ദം അളന്നു. അദ്ദേഹത്തിന് ഒരു ഇൻജക്ഷൻ കൊടുത്തു. അപ്പോഴും മുറിവില്ലാതെ ഞങ്ങളുടെ സംഭാഷണം തുടർന്നു.

ഒരിക്കൽ ഞാൻ വിചാരിച്ചു. "സോഷ്യലിസത്തിന് മരണമെന്ന പ്രശ്നത്തെ പരിഹരിക്കാനാവില്ല." വാർദ്ധക്യത്തെ കുറിച്ചോ ജീവിതത്തിന്റെ അതിഭൗതികമായ അർത്ഥത്തെ കുറിച്ചോ ഒന്നും അതിന് നിർവചിക്കാനാവില്ല. ആ ചോദ്യങ്ങൾക്കുത്തരം തരാൻ മതത്തിനു മാത്രമേ സാധിക്കൂ. സത്യമാണ്... 1937ൽ ഞാൻ ഈ തരത്തിൽ സംസാരിച്ചിരുന്നുവെങ്കിൽ തീർച്ചയായും ഞാൻ...

നിങ്ങൾ എപ്പോഴെങ്കിലും വായിച്ചിട്ടുണ്ടോ, അലക്സാണ്ടർ ബെലിയേവിന്റെ "ഉഭയജീവിയായ മനുഷ്യൻ" എന്ന പുസ്തകം. അതിബുദ്ധിമാനായ ഒരു ശാസ്ത്രജ്ഞൻ തന്റെ മകനെ സന്തോഷിപ്പിക്കാനായി അവനെ ഒരു ഉഭയജീവിയാക്കി മാറ്റുന്നു. എന്നാൽ സമുദ്രത്തിനടിയിൽ അവൻ അത്യധികം ഏകാന്തത അനുഭവിക്കുന്നു. അവന് മറ്റെല്ലാവരേയും പോലെ സാധാരണ ജീവിതം നയിക്കാൻ മോഹം. കരയിൽ ജീവിക്കണം. നല്ലൊരു പെൺകുട്ടിയുമായി പ്രണയത്തിലാവണം. പക്ഷേ സമയം കഴിഞ്ഞു. ഇനി അവന് അതിനാവില്ല. അവൻ മരിക്കുന്നു. പക്ഷേ അവന്റെ അച്ഛൻ കരുതുന്നത് താൻ വലിയൊരു പ്രഹേളികയ്ക്ക് ഉത്തരം കണ്ടെത്തിയെന്നാണ്. താൻ ദൈവമായിരിക്കുന്നു. എല്ലാ "ഉട്ടോപ്പിയൻ" മാർക്കുമുള്ള മറുപടിയാണത്.

അതിമനോഹരമായ ഒരാശയം. പക്ഷേ മനുഷ്യന്റെ സ്വഭാവം, അതിനെ നിങ്ങളെന്തു ചെയ്യാൻ പോകുന്നു? പ്രാചീന റോമാസാമ്രാജ്യത്തിന്റെ കാലം മുതൽ മനുഷ്യനിൽ ഒരു മാറ്റവുമുണ്ടായിട്ടില്ല.

(നഴ്സ് പോയി. അദ്ദേഹം തെല്ലുനേരം കണ്ണടച്ചിരുന്നു.)

അല്പം കൂടി ക്ഷമിക്കൂ. ഞാൻ എന്റെ കഥ അവസാനിപ്പിക്കാൻ പോവുകയാണ്. ഒരു മണിക്കൂർ കൂടി പറയാനുള്ള ശക്തി ബാക്കിയുണ്ട്. ഏതാണ്ട് ഒരു വർഷം മുഴുവൻ ഞാൻ ജയിലിൽ കഴിഞ്ഞു. എന്റെ വിചാരണയ്ക്കായി ഞാൻ തയ്യാറെടുക്കുകയായിരുന്നു. എന്തായാലും അവസാനം തടങ്കൽപാളയം തന്നെ എന്നുറപ്പാണ്.... എന്നിട്ടും അവരെന്തിനിങ്ങനെ വലിച്ചുനീട്ടുന്നു? എനിക്കദ്ഭുതം തോന്നി. എന്നെ സംബന്ധിച്ചിടത്തോളം ഈ മെല്ലെപ്പോക്കിന് ഒരു കാരണവും കാണുന്നില്ല. ആകെ കുഴപ്പമാണ്. ആയിരമായിരം കേസുകൾ. ഒരു കൊല്ലത്തിനു ശേഷം എന്നെ ചോദ്യം ചെയ്യാനായി വീണ്ടും വിളിപ്പിച്ചു. ഇത്തവണ അത് പുതിയൊരാളായിരുന്നു. എന്റെ കേസ് പുനഃപരിശോധനയ്ക്കു വിധേയമാക്കി. അവർ ജയിലിൽ നിന്നും വിട്ടയച്ചു. തീർത്തും കുറ്റവിമുക്തനാക്കി. അപ്പൊ... അതൊരു അബദ്ധം പറ്റിയതായിരുന്നു എന്നു സാരം. പാർട്ടിക്ക് എന്നിൽ വിശ്വാസമുണ്ട്. സ്റ്റാലിൻ വലിയൊരു

പാവക്കൂത്തുകാരനായിരുന്നു. ഏതാണ്ട് അതേ സമയത്തു തന്നെ ജനകീയ കമ്മീഷണർ യോഷോവിനെ സ്റ്റാലിൻ പുറത്താക്കിയിരുന്നു. "രക്തദാഹിയായ കുള്ളൻ" എന്നാണയാൾ പരക്കെ അറിയപ്പെട്ടിരുന്നത്. അവർ അയാളെ വിചാരണ ചെയ്തു. അവസാനം വെടിവെച്ചു കൊല്ലുകയും ചെയ്തു. പുനരധിവാസ ഗ്രാമങ്ങൾ ആരംഭിച്ചു. പൊതുജനം ആശ്വാസത്തോടെ നെടുവീർപ്പിട്ടു. അവസാനം, സത്യം സ്റ്റാലിന്റെ മുമ്പിലെത്തിയിരിക്കുന്നു. എന്നാൽ അത്, വീണ്ടുമൊരു കടുത്ത രക്തച്ചൊരിച്ചിൽ ആരംഭിക്കുന്നതിനു മുമ്പുള്ള ചെറിയൊരു ഇടവേള മാത്രമായിരുന്നു. ഒരു കളിതമാശ. പക്ഷേ ജനങ്ങൾ അതു മനസ്സിലാക്കാതെ സമാധാനകാലത്തിൽ വിശ്വസിച്ചു. കൂട്ടത്തിൽ ഞാനും. ഞാൻ വെർക്കോവെട്സിവിനോട് യാത്ര പറഞ്ഞു. അയാൾ തന്റെ ഒടിഞ്ഞ വിരലുകൾ ഉയർത്തിപ്പിടിച്ചു. "പന്ത്രണ്ടുമാസവും...ഏഴു ദിവസവും കഴിഞ്ഞു. ഞാൻ ഇതിനകത്തായിട്ട്. ആരും എന്നെ ഇവിടെ നിന്ന് ഇനി വിട്ടയയ്ക്കില്ല. അവർക്ക് ഭയമാണ്." നിക്കോളാസ് വെർക്കോവിറ്റ്സ്. 1924 മുതൽ പാർട്ടി അംഗം. 1941ൽ ജർമ്മൻസൈന്യം നഗരത്തിനു നേരെ മുന്നേറിയപ്പോൾ അവർ അദ്ദേഹത്തെ വെടിവെച്ചു കൊന്നു. തടവിൽ നിന്നും മാറ്റാൻ പറ്റാതിരുന്ന എല്ലാവരേയും ഒന്നൊഴിയാതെ എൻ.കെ.വി.ഡി വെടിവെച്ചു കൊന്നു. സാധാരണ കുറ്റവാളികളെ അവർ വെറുതെ വിട്ടു. എന്നാൽ രാഷ്ട്രീയ തടവുകാരെ ദേശദ്രോഹികളെന്നു മുദ്രകുത്തി കൂട്ടക്കൊല ചെയ്തു. ജർമ്മൻ സൈന്യം നഗരത്തിൽ പ്രവേശിച്ചു. അവർ ജയിൽ കവാടം തുറന്നു. കണ്ടത് കുന്നോളം ശവങ്ങൾ. ശവങ്ങൾ അഴുകും മുമ്പ് അവ മറവു ചെയ്യണം. എന്നാൽ അതിനും മുമ്പ്...നാട്ടുകാരെ മുഴുവൻ അവർ ആ ഭയാനകമായ കാഴ്ച കാട്ടിക്കൊടുത്തു. അവരറിയട്ടെ, തങ്ങളുടെ സോവിയറ്റ് ഭരണകൂടം സ്വന്തം നാട്ടുകാരോടു ചെയ്തു കൂട്ടിയ ക്രൂരകൃത്യങ്ങൾ!

ഞാൻ മടങ്ങി വന്നു. എന്റെ മകൻ, അപരിചിതരായ ചിലരോടൊപ്പമാണ് താമസിച്ചിരുന്നത്. അവന്റെ നാനി കുഞ്ഞിനെ നാട്ടിൻപുറത്തേക്കു കൊണ്ടുപോയിരുന്നു. അവന് ഇരുട്ടിനെ വല്ലാത്ത ഭയമായിരുന്നു. കുഞ്ഞിന് കലശലായ വിക്കലും ബാധിച്ചിരുന്നു. ഞങ്ങൾ രണ്ടുപേരും കൂടി പുതിയൊരു ജീവിതം തുടങ്ങി. ഭാര്യയെക്കുറിച്ച് എന്തെങ്കിലും വിവരമറിയാനായി ഞാൻ ആവുന്നതും ശ്രമിച്ചു. അതേ സമയം, പാർട്ടിയിൽ വീണ്ടും പ്രവേശിപ്പിക്കണമെന്ന അപേക്ഷയും സമർപ്പിച്ചു. പാർട്ടി അംഗത്വകാർഡ് തിരിച്ചു കിട്ടണമെന്ന് വളരെയധികം ആഗ്രഹിച്ചു. പുതുവത്സരത്തലേന്നു വൈകുന്നേരം...മകനും ഞാനും കൂടി ഒരു ക്രിസ്മസ് മരം അലങ്കരിച്ചുവെച്ചിരുന്നു. ചില അതിഥികൾ വരുന്നതും കാത്തിരിക്കേ.... വാതിൽ മണിയടിച്ചു. ഞാൻ എഴുന്നേറ്റു വാതിൽ തുറന്നു. മുമ്പിൽ നന്നേ മുഷിഞ്ഞ വേഷത്തിൽ അവശയായ ഒരു സ്ത്രീ. "ഞാൻ നിങ്ങളുടെ ഭാര്യയുടെ വിവരം അറിയിക്കാൻ വന്നതാണ്."

"അവൾ ജീവിച്ചിരിക്കുന്നുണ്ടോ?"

"ഒരു വർഷം മുമ്പുവരെ ജീവിച്ചിരുന്നിരുന്നു. പന്നിത്തൊഴുത്തിൽ ഞങ്ങൾ ഒരുമിച്ചാണ് പണിയെടുത്തിരുന്നത്. പന്നികൾക്കുള്ള മഞ്ഞോളം

തണുത്ത ഉരുളക്കിഴങ്ങ് ഞങ്ങൾ കട്ടെടുക്കും. ഭാഗ്യം...അതുകൊണ്ടാണ് പട്ടിണി കിടന്നു ചാവാതെ ഞങ്ങൾ രക്ഷപ്പെട്ടത്. ഇപ്പോഴും അവർ ജീവിച്ചിരിക്കുന്നുണ്ടോ ഇല്ലയോ എന്നെനിക്കറിഞ്ഞു കൂടാ...അതും പറഞ്ഞ് അവർ ഇറങ്ങിപ്പോയി. ഞാൻ അവരെ തടയാൻ ശ്രമിച്ചതുമില്ല. ഞങ്ങളുടെ അതിഥികൾ ഏതുസമയത്തും വന്നേക്കാം....(മൗനം) മണിയടിച്ചു. ഞങ്ങൾ ഷാംപെയ്ൻ കുപ്പി തുറന്നു. പതിവുപോലെ ആദ്യത്തെ അഭിവാദ്യം നേർന്നു....അതെ, സ്റ്റാലിന്റെ പേരിൽത്തന്നെ.

1941... എല്ലാവരും കരഞ്ഞു. എന്നാൽ ഞാൻ സന്തോഷം കൊണ്ട് തുള്ളിച്ചാടി. യുദ്ധം തുടങ്ങി....ഇനി എനിക്കു പടക്കളത്തിലേക്കു പോകാം. അതിനെങ്കിലും അവരെന്നെ അനുവദിക്കുമല്ലോ. എന്നെ അയയ്ക്കാതിരിക്കാൻ അവർക്കാവില്ല. മുന്നണിയിലേക്കു പോകാൻ ആഗ്രഹമുണ്ടെന്നറിയിച്ച് ഞാൻ അധികൃതർക്ക് കത്തുകളെഴുതി. വളരെ നാളത്തേക്ക് അവർ എന്റെ അപേക്ഷ പരിഗണിച്ചില്ല. റിക്രൂട്ട്മെന്റ് ഓഫീസർ എന്റെ പരിചയക്കാരനായിരുന്നു. അയാൾ പറഞ്ഞു, "എനിക്ക് കർശനമായ നിർദ്ദേശമുണ്ട്...ശത്രുക്കളെ ആരേയും സൈന്യത്തിൽ ചേർക്കരുത് എന്ന്."

"ശത്രുവോ? ഞാനോ?"

"നിങ്ങളുടെ ഭാര്യ ഇപ്പോഴും 58-ാം വകുപ്പു പ്രകാരം ശിക്ഷ അനുഭവിക്കുകയല്ലേ? വിപ്ലവവിരുദ്ധപ്രവർത്തനങ്ങൾക്കുള്ള ശിക്ഷ..."

കീവ് ജർമ്മനിയുടെ കീഴിലായി. ജർമ്മൻ സൈന്യം സ്റ്റാലിൻഗ്രാഡിനു നേരെ മുന്നേറുകയായിരുന്നു. സോവിയറ്റ് സൈനിക വേഷം ധരിച്ച എല്ലാവരോടും എനിക്ക് അസൂയ തോന്നി. മാതൃഭൂമിയെ രക്ഷിക്കാനുള്ള അവസരം അവർക്ക് ലഭിച്ചല്ലോ. ചെറുപ്പക്കാരായ സ്ത്രീകൾ പോലും പടക്കളത്തിലേക്കു കുതിച്ചു. എന്നിട്ടും ഞാൻ മാത്രം....ഞാൻ ജില്ലാ പാർട്ടി കമ്മിറ്റിയിലേക്കെഴുതി. എന്നെ യുദ്ധരംഗത്തേക്കയയ്ക്കണം. അല്ലെങ്കിൽ വെടിവെച്ചുകൊല്ലണം. രണ്ടു ദിവസം കഴിഞ്ഞ് അവരുടെ അറിയിപ്പു കിട്ടി. 24 മണിക്കൂറിനുള്ളിൽ സൈന്യത്തിലേക്ക് ആളെ എടുക്കുന്ന കേന്ദ്രത്തിൽ ഹാജരാകണം. യുദ്ധമാണ് എന്നെ സംബന്ധിച്ചിടത്തോളം രക്ഷകനായി എത്തിയത്. എന്റെ സൽപ്പേരു വീണ്ടെടുക്കാൻ അങ്ങനെയൊരു വഴി മാത്രമേ ഉണ്ടായിരുന്നുള്ളൂ. എനിക്കു സമാധാനമായി.

വിപ്ലവം നടന്നത്. എനിക്കു നല്ല ഓർമ്മയുണ്ട്. പക്ഷേ അതിനുശേഷം സംഭവിച്ചതിനെ കുറിച്ച് വ്യക്തമായി ഓർമ്മയില്ല. എന്തു ചെയ്യാൻ? യുദ്ധത്തെക്കുറിച്ചും കൃത്യമായി ഒന്നും എനിക്ക് ഓർത്തു പറയാനാവില്ല. കാലം ഗണിക്കുമ്പോൾ, അതു സംഭവിച്ചത് അടുത്തകാലത്താണ്. എന്നിട്ടും... ഒന്നിനും ഒരു മാറ്റവുമില്ല എന്നുമാത്രം ഓർക്കുന്നു. യുദ്ധം ഏതാണ്ട് അവസാനിക്കാറായ കാലത്ത് ഞങ്ങൾക്ക് പുതിയതരം ആയുധങ്ങൾ കിട്ടിയതായി ഓർക്കുന്നു. തോക്കിന്റേയും വാളിന്റേയും സ്ഥാനത്ത് കാറ്റിയുഷ്കാ റോക്കറ്റ് ലോഞ്ചറുകൾ വന്നു. പട്ടാളക്കാരുടെ ജീവിതം...

അതു പഴയപടി തുടർന്നു. കൊല്ലം മുഴുവൻ ഒരേ ഭക്ഷണം. ഗോതമ്പു കുറുക്കും ബാർലി സൂപ്പും. മാസങ്ങളോളം ഒരേ യൂണിഫോം തന്നെ ധരിക്കണം. മാറ്റാൻ വേറെയില്ല. അലക്കിയെടുക്കാൻ സൗകര്യവുമില്ല. കുളിക്കാൻ പോലും അവസരം കിട്ടിയിരുന്നില്ല. വെറും തറയിൽ കിടന്ന് ഉറക്കം. സ്ഥിതി മറിച്ചായിരുന്നുവെങ്കിൽ നമ്മൾ യുദ്ധം ജയിക്കുമായിരുന്നുവോ?

ഞാനും യുദ്ധച്ചൂടിലേക്കെടുത്തു ചാടി. ജർമ്മൻ സൈന്യം ഞങ്ങളെ യന്ത്രത്തോക്കുകൾ കൊണ്ട് വെടിവെച്ചു വീഴ്ത്തുകയായിരുന്നു. പിന്നെ അവർ "ഹൗ ഇറ്റ്? സർ" പ്രയോഗം തുടങ്ങി. മനുഷ്യനെ നാരുനാരായി കീറിയിടുന്ന മാരകായുധം. കമ്മിസാർ എന്റെ തൊട്ടടുത്തു കിടന്ന് ഗർജ്ജിച്ചു, "ഞങ്ങൾ തറപറ്റി അമർന്നുകിടക്കുകയായിരുന്നു, അല്ലേ. ഒന്നുകിൽ നേരെ ശത്രുവിന്റെ മുന്നിലേക്ക്...അല്ലെങ്കിൽ ഞാനിപ്പോൾ നിന്റെ നേരെ വെടിവെക്കും."

കുർസക്കിനു സമീപം മുമ്പ് എന്നെ ചോദ്യം ചെയ്യാൻ വന്ന ആളെ കാണുകയുണ്ടായി. എന്റെ പഴയ ഹെഡ്മാസ്റ്റർ. മനസ്സിലൊരു ചിന്ത. "തന്തയ്ക്കു പിറക്കാത്തവനെ, നീ എന്റെ മുമ്പിൽത്തന്നെ വന്നുപെട്ടല്ലോ. യുദ്ധത്തിനിടയ്ക്ക് ഞാൻ നിന്റെ കഥ കഴിക്കും. ഒരാളും അറിയാൻ പോകുന്നില്ല." വാസ്തവം...ഞാൻ ശരിക്കും വിചാരിച്ചു അയാളെ കൊല്ലണമെന്ന്. എന്നാൽ അതിനുള്ള അവസരം എനിക്കു കിട്ടിയില്ല. ഞങ്ങൾ തമ്മിൽ സംസാരിക്കുകയുണ്ടായി, "ഈ മാതൃഭൂമി നമ്മുടെ രണ്ടു പേരുടേതുമാണ്." അയാൾ പറഞ്ഞു. ധീരനായ ഒരു മനുഷ്യൻ... ഒരു വീരയോദ്ധാവ്. കോനിസ്ബർഗിൽ വെച്ചാണ് അയാൾ കൊല്ലപ്പെട്ടത്. എന്തുപറയാൻ ....ഞാൻ സത്യമായും വിചാരിച്ചു. ദൈവം എനിക്കുവേണ്ടി ആ ജോലി സ്വയം ഏറ്റെടുത്തു.

രണ്ടുതവണ കലശലായി മുറിവേറ്റ് ഞാൻ വീട്ടിലേക്കു മടങ്ങി. മൂന്നു കീർത്തിമുദ്രകളും നിരവധി മെഡലുകളും ഞാൻ നേടി. അവർ എന്നെ ജില്ലാ പാർട്ടി കമ്മിറ്റി ഓഫീസിലേക്കു വിളിപ്പിച്ചു. "നിർഭാഗ്യവാൻ, നിങ്ങളുടെ ഭാര്യയെ നിങ്ങൾക്കു തിരിച്ചു തരാൻ ഞങ്ങൾക്കാവില്ല. അവർ മരിച്ചു. എന്നാലും നിങ്ങൾക്കു നിങ്ങളുടെ അഭിമാനം തിരിച്ചു കിട്ടുന്നതാണ്...." അവർ എന്റെ പാർട്ടി അംഗത്വകാർഡ് എന്നെ തിരിച്ചേല്പിച്ചു. എനിക്കു സന്തോഷമായി. വളരെ വളരെ സന്തോഷമായി.

("അത് എനിക്ക് ഒരിക്കലും മനസ്സിലാവില്ല" ഞാൻ പറഞ്ഞതു കേട്ട് അദ്ദേഹത്തിന് ദേഷ്യം വന്നു)

യുക്തിയുടെ അളവുകോലുകൊണ്ട് നിങ്ങൾക്കു ഞങ്ങളെ അളക്കാനാവില്ല. നിങ്ങൾക്കു കണക്കു മാത്രമാണ് കാര്യം. ആത്മീയതയുടെ നിയമം വെച്ചു വേണം നിങ്ങൾക്കു ഞങ്ങളെ വിലയിരുത്താൻ. മനസ്സിലായോ? വിശ്വാസം... ഞങ്ങളുടെ വിശ്വാസം... നിങ്ങൾക്ക് അസൂയ തോന്നും. നിങ്ങളുടെ ജീവിതത്തിൽ മഹത്തായ എന്തെങ്കിലുമൊന്നുണ്ടോ? നിങ്ങൾക്കൊന്നുമില്ല.... ഒരുപിടി സുഖസൗകര്യങ്ങളൊഴികെ. വയറു നിറയ്ക്കാൻ

എന്തുമാവാം. നിങ്ങളുടെ വയറുകളും..നിങ്ങളുടെ മുഖത്തിന്റേയും വീടിന്റേയും മോടിക്കൂട്ടാൻ... എന്തെല്ലാം സൂത്രവിദ്യകൾ. എന്നാൽ ഞാൻ, ഞങ്ങളുടെ തലമുറയാണ് ഇന്ന് നിങ്ങൾക്കുള്ളതെല്ലാം പണിതുണ്ടാക്കിയത്. ഫാക്ടറികൾ, അണക്കെട്ടുകൾ, വൈദ്യുതിയുത്പാദനകേന്ദ്രങ്ങൾ.... അങ്ങനെ എന്തെല്ലാം. നിങ്ങൾ എപ്പോഴെങ്കിലും എന്തെങ്കിലും നിർമ്മിച്ചിട്ടുണ്ടോ? ഞങ്ങളാണ് ഹിറ്റ്ലറെ തോല്പിച്ചത്. യുദ്ധത്തിനു ശേഷം ആർക്കെങ്കിലും ഒരു കുഞ്ഞു പിറന്നാൽ, അത് വലിയ സന്തോഷമായിരുന്നു. യുദ്ധത്തിനു മുമ്പുണ്ടായിരുന്ന സന്തോഷം പോലെയല്ല. വളരെ വ്യത്യസ്തമായ ഒന്ന്. കരച്ചിൽ വരും. (അദ്ദേഹം കണ്ണടച്ചു. ക്ഷീണിച്ചിരുന്നു) അതെ, ഞങ്ങൾ വിശ്വാസികളായിരുന്നു. ഇപ്പോഴിതാ, അവർ ഞങ്ങളുടെ വിധിനിർണ്ണയവും നടത്തിക്കഴിഞ്ഞു. നിങ്ങളെല്ലാവരും ഉട്ടോപ്പിയയിൽ വിശ്വസിച്ചിരുന്നവരാണ്. അതെ, ഞങ്ങൾ അതിൽ വിശ്വസിച്ചിരുന്നു. എന്റെ ഏറ്റവും പ്രിയപ്പെട്ട നോവൽ ചെർന്നിഷിവിസ്കിയുടെ "എന്തു ചെയ്യാനാണ്?" എന്ന പുസ്തകമാണ്. അതൊന്നും ഇപ്പോൾ ആരും വായിക്കാറില്ല. അവർക്കത് വിരസമായി തോന്നുന്നു. ആളുകൾ പുസ്തകത്തിന്റെ തലക്കെട്ടു മാത്രം വായിക്കുന്നു. "എന്തുചെയ്യാനാണ്" റഷ്യൻ മനസ്സിനെ നീറ്റുന്ന എക്കാലത്തേയും ചോദ്യം, ഞങ്ങളുടെ കാലത്ത് ആ പുസ്തകം ഒരു മതപഠനഗ്രന്ഥം പോലെ പ്രധാനപ്പെട്ടതായിരുന്നു. വിപ്ലവത്തിന്റെ പാഠപുസ്തകം. അതിലെ ഓരോ പേജും എല്ലാവരും കാണാപ്പാഠം പഠിച്ചിരുന്നു.

വീരാ പാവ്ലോവനയുടെ നാലാമത്തെ സ്വപ്നം. (ഒരു കവിത കണക്കേ അദ്ദേഹം അത് ചൊല്ലുന്നു.) സ്ഫടികവും അലുമിനീയവും കൊണ്ടുണ്ടാക്കിയ വീടുകൾ...സ്ഫടികക്കൊട്ടാരങ്ങൾ, നഗരത്തിൽ നിറയെ മധുരനാരങ്ങയും ചെറുനാരങ്ങയും വിളയുന്ന തോപ്പുകൾ. പ്രായമായവരില്ല എന്നു പറയാം. വളരെ വൈകിയേ ആരേയും ജരാനരകൾ ബാധിക്കൂ....കാരണം, ജീവിതം അത്രയ്ക്കും സുഖകരമാണ്. ജോലികളെല്ലാം ചെയ്യുന്നത് യന്ത്രങ്ങളാണ്. ആളുകൾക്കു അവയെ പ്രവർത്തിപ്പിക്കുകയും നിയന്ത്രിക്കുകയും മാത്രമേ വേണ്ടൂ. യന്ത്രങ്ങൾ പാടത്ത് വിത്തു വിതയ്ക്കുന്നു. കമ്പിളി നൂലു കൊണ്ട് കുപ്പായങ്ങൾ തയ്ക്കുന്നു. പാടങ്ങൾ പച്ചപുതച്ച്, കറ്റകൾ ധാന്യം നിറഞ്ഞ്... മരങ്ങളോളം പൊക്കത്തിൽ പൂക്കൾ. എല്ലാവർക്കും സുഖം, സന്തോഷം. പുരുഷന്മാരും സ്ത്രീകളും ഒരുപോലെ സ്വതന്ത്രരായി ജീവിക്കുന്നു. നല്ല വസ്ത്രങ്ങൾ ധരിച്ച് ഉല്ലസിക്കുന്നു. ഇഷ്ടത്തിനൊത്ത് ജോലിയെടുക്കുന്നു. സുഖമായി കഴിയുന്നു. എല്ലാവർക്കും ജോലി....വേണ്ടതുപോലെ പാർപ്പിടം, ഇത് ശരിക്കും നമ്മളാണോ? ഇത് യഥാർത്ഥത്തിൽ നമ്മുടെ നാടു തന്നെയോ? എല്ലാവരും എന്നും ഇതുപോലെ കഴിയുമെന്നോ? ഭാവി എത്ര ആഹ്ലാദകരമാണ്....അതിശയകരമാണ്. "കടന്നുപോ ഇവിടന്ന്" (അദ്ദേഹം പെട്ടെന്ന് തന്റെ പേരമകന്റെ നേരെ കൈവീശി. അവൻ എന്നെ നോക്കി കുലുങ്ങിച്ചിരിച്ചു) അവന്റ കണ്ണിൽ അപ്പൂപ്പൻ ഒരു കിഴവൻ വിഡ്ഢി മാത്രം. അവന് ഞാൻ അങ്ങനെയാണ്. അങ്ങനെയാണ് നമ്മളിപ്പോൾ ജീവിക്കുന്നത്.

ദോസ്നോവ്സ്കി ചെർണിഷിവാസ്കിയുടെ പുസ്തകം വായിച്ച് ഇങ്ങനെ പ്രതികരിച്ചു: "നിങ്ങൾ പോയി നിങ്ങളുടെ സ്ഫടികക്കൊട്ടാരം പണിയൂ. പക്ഷേ ഞാൻ അതിന്റെ നേരെ ഒരു കല്ലറിയും. ഞാൻ പട്ടിണിക്കിടക്കുന്നത് കൊണ്ടോ തടവറയിൽ കഴിയുന്നതു കൊണ്ടോ അല്ല. എനിക്കങ്ങനെ തോന്നി എന്നതുകൊണ്ടു മാത്രം. എന്റെ ഇഷ്ടം....

കമ്മ്യൂണിസം ഒരു പകർച്ചവ്യാധിയായിരുന്നു എന്നാണോ നിങ്ങൾ കരുതുന്നത്? ആ മട്ടിലാണല്ലോ ഇന്ന് പത്രമാസികകളിൽ എഴുതിക്കാണുന്നത്. ജർമ്മനിയിൽ* നിന്നും അടച്ചു പൂട്ടിയ ഒരു തീവണ്ടി മുറിയിൽ കയറ്റിക്കൊണ്ടുവന്നതാണെന്ന്. വിഡ്ഢിത്തം. ജനങ്ങൾ ശക്തമായി പ്രതിഷേധിച്ചു. പ്രക്ഷോഭമുണ്ടാക്കി. ഇന്ന് എല്ലാവരുടേയും മനസ്സിൽ തെളിഞ്ഞുയർന്നിട്ടുള്ള സാർ ചക്രവർത്തിമാരുടെ സുവർണ്ണ കാലഘട്ടം.... അങ്ങനെയൊന്ന് ഒരിക്കലും ഉണ്ടായിട്ടില്ല. ഒക്കെ മുത്തശ്ശിക്കഥകളാണ്. ഒരു കാലത്ത് നമ്മൾ നമ്മുടെ ഗോതമ്പുകൊണ്ട് അമേരിക്കക്കാരുടെ വിശപ്പുമാറ്റി. റഷ്യയാണ് യൂറോപ്പിന്റെ ഭാവി നിർണ്ണയിച്ചത്. എന്നൊക്കെ പറയുമ്പോലെയുള്ള ഒരില്ലാകഥയാണ് അതും. റഷ്യൻ പടയാളി മരിച്ചത് എല്ലാവർക്കും വേണ്ടിയാണ്. അതാണതിന്റെ സത്യം. എന്നാൽ... ജനങ്ങൾ ജീവിച്ചിരുന്നത്... എന്റെ വീട്ടിൽ ഞങ്ങൾ അഞ്ചുമക്കൾക്കും കൂടി ഒരേയൊരു ജോടി ബൂട്ടുകളാണുണ്ടായിരുന്നത്. മഞ്ഞിൽ ഇട്ടുനടക്കാൻ പറ്റുന്നതായി. തണുപ്പു കാലത്ത് തിന്നാൻ റൊട്ടിയുണ്ടായിരുന്നില്ല. എല്ലാ നേരവും ഉരുളക്കിഴങ്ങു മാത്രം. വേനൽക്കാലത്തു മാത്രമായിരുന്നു ഉരുളക്കിഴങ്ങിന്റെ കൂടെ റൊട്ടിയും കഴിച്ചിരുന്നത്. നിങ്ങൾ ചോദിച്ചില്ലേ എവിടെനിന്നാണ് കമ്മ്യൂണിസ്റ്റുകാർ വന്നതെന്ന്....ഇതാണ് ആ സാഹചര്യം....

വളരെയധികം കാര്യങ്ങൾ എനിക്കോർമ്മയുണ്ട്. അതുകൊണ്ടെന്തു പ്രയോജനം? ആ ഓർമ്മകൾ കൊണ്ടു ഞാനെന്തു ചെയ്യാൻ? ഭാവിയെ ഞങ്ങൾ സ്നേഹിച്ചിരുന്നു. ഭാവിയിലെ ജനങ്ങളേയും ഞങ്ങൾ സ്നേഹിച്ചിരുന്നു. എന്നാണ് ആ ഭാവി വന്നെത്തുക എന്ന് ഞങ്ങൾ അന്യോന്യം തർക്കിച്ചിരുന്നു. തീർച്ചയായും, ഒരു നൂറു കൊല്ലത്തിനകം. അത് ഞങ്ങളുടെ പ്രതീക്ഷയായിരുന്നു. പക്ഷേ അന്ന് ആ കാലം ഞങ്ങളെ സംബന്ധിച്ചിടത്തോളം അതിവിദൂരമായിരുന്നു.....(അദ്ദേഹം കിതയ്ക്കുന്നുണ്ടായിരുന്നു.)

(ഞാൻ ടേപ്പ് റെക്കോർഡർ നിർത്തിവെച്ചു.)

നന്നായി. ഇനി അതില്ലാതെ കുറച്ചു സംസാരിക്കാം. ഈ കഥ എനിക്കാരോടെങ്കിലും പറയണമെന്നുണ്ട്....

എനിക്കു പതിനഞ്ചു വയസ്സായിരുന്നു. റെഡ് ആർമിയുടെ ഒരു വിഭാഗം ഞങ്ങളുടെ ഗ്രാമത്തിൽ വന്നു. കുതിരപ്പുറത്ത്... എല്ലാവരും

* 1917 ൽ അടച്ചുപൂട്ടിയ തീവണ്ടിമുറിയിലിരുന്നാണ് ജർമ്മനിയിൽ നിന്നും ലെനിൻ റഷ്യയിലെത്തിയത്

നന്നായി മദ്യപിച്ചിരുന്നു. അത് ചെറിയൊരു സംഘമായിരുന്നു. വൈകുന്നേരം വരെ അവർ കിടന്നുറങ്ങി. പിന്നീട് അവർ യുവജനസഖ്യത്തിലെ അംഗങ്ങളെയെല്ലാം വിളിച്ചുകൂട്ടി. കമാൻഡർ ഞങ്ങളെ അഭിസംബോധന ചെയ്തു. "ചെമ്പട ആഹാരമില്ലാതെ ബുദ്ധിമുട്ടുകയാണ്. ലെനിനും പട്ടിണിയിലാണ്. എന്നാൽ ഈ നാട്ടിലെ ഭൂവുടമകൾ അവരുടെ ധാന്യം മുഴുവൻ പൂഴ്ത്തിവെച്ചിരിക്കുകയാണ്. ചിലർ അധികമുള്ളത് കത്തിച്ചു കളയുന്നുമുണ്ട്. എന്റെ അമ്മാവൻ (അമ്മയുടെ സഹോദരൻ) സേമിയോൻ ഗോതമ്പുചാക്കുകൾ കാട്ടിൽക്കൊണ്ടുപോയി കുഴിച്ചുമൂടിയിട്ടുണ്ടെന്ന് എനിക്കറിയാമായിരുന്നു. ഞാൻ യുവജനസഖ്യത്തിലെ അംഗമാണല്ലോ. ഞാൻ പ്രതിജ്ഞ ചെയ്തിട്ടുമുണ്ട്. അന്നുരാത്രി ഞാൻ രഹസ്യമായി കമാൻഡറെ ചെന്നുകണ്ടു. അമ്മാവൻ ഗോതമ്പു ചാക്കുകൾ കുഴിച്ചിട്ട സ്ഥലം അവർക്കു കാണിച്ചു കൊടുത്തു. ഒരു വണ്ടി നിറയെ അവർക്കു ഗോതമ്പു കിട്ടി. കമാൻഡർ എന്റെ കൈ കുലുക്കി അഭിനന്ദിച്ചു. "അനിയാ, വേഗം വളർന്നു വലുതാവൂ."

വെളുപ്പാൻ കാലത്ത് എന്റെ അമ്മയുടെ നിലവിളികേട്ടാണ് ഞാൻ ഉണർന്നത്. സേമിയോൺ അമ്മാവന്റെ പുരയ്ക്കു തീ പിടിച്ചിരിക്കുന്നു. അമ്മാവനെ അവർ കണ്ടെത്തിയത് കാട്ടിലാണ്. ചെമ്പട അദ്ദേഹത്തെ വാളുകൊണ്ട് വെട്ടി തുണ്ടങ്ങളാക്കിയിരുന്നു. എനിക്കന്ന് പതിനഞ്ചു വയസ്സ്. ചെമ്പടയും ലെനിനും പട്ടിണി കിടക്കുകയാണ്....ഞാൻ വീട്ടിനകത്തിരുന്നു കരഞ്ഞു. പുറത്തുപോകാൻ എനിക്കു പേടിയായിരുന്നു. എന്താണ് സംഭവിച്ചതെന്ന് എന്റെ അമ്മ ഏതാണ്ട് ഊഹിച്ചു. അന്നുരാത്രി അമ്മ കുറച്ച് ആഹാരം പൊതിഞ്ഞുകെട്ടിയ ഒരു സഞ്ചി തന്നു. "പൊയ്ക്കോളൂ മകനെ, ദൈവം തന്നെ നിന്റെ നീറുന്ന മനസ്സിന് ശാന്തി നല്കട്ടെ." (അദ്ദേഹം കൈ കൊണ്ട് മുഖം പൊത്തി. എന്നിട്ടും എനിക്കു മനസ്സിലായി, അദ്ദേഹം കരയുകയായിരുന്നുവെന്ന്.)

ഞാനൊരു കമ്മ്യൂണിസ്റ്റ് ആണ്. കമ്മ്യൂണിസ്റ്റായിത്തന്നെ എനിക്കു മരിക്കണം. അതാണെന്റെ അവസാനത്തെ ആഗ്രഹം.

തൊണ്ണൂറുകളിൽ ഈ കുറ്റസമ്മതത്തിന്റെ ഏതാനും ഭാഗങ്ങൾ ഞാൻ പ്രസിദ്ധീകരിക്കുകയുണ്ടായി. എന്റെ കഥാപാത്രം വേറൊരാളെക്കൊണ്ട് അന്ന് വായിപ്പിച്ചു. ഇനിയൊരാളുടെ അഭിപ്രായം തേടി. അവർ രണ്ടുപേരും അദ്ദേഹത്തെ ധരിപ്പിച്ചു, ഈ കഥ പൂർണ്ണമായും പ്രസിദ്ധീകരിച്ചാൽ അത് പാർട്ടിയുടെ പ്രതിച്ഛായയെ പ്രതികൂലമായി ബാധിക്കുമെന്ന്. അതായിരുന്നു അദ്ദേഹത്തിന്റെ ഏറ്റവും വലിയ ഭയം. അദ്ദേഹത്തിന്റെ മരണശേഷം.... അവർക്ക് അദ്ദേഹത്തിന്റെ മരണപത്രം കിട്ടി. അതിൽ ഇങ്ങനെ എഴുതിയിരുന്നു. "നഗരമദ്ധ്യത്തിലുള്ള മൂന്നു കിടപ്പുമുറികളോടു കൂടിയ എന്റെ ഈ ഫ്ളാറ്റ് എന്റെ പ്രിയപ്പെട്ട കമ്മ്യൂണിസ്റ്റ് പാർട്ടിയുടെ ആവശ്യങ്ങൾക്ക് ഉപയോഗിക്കാനായി ഞാൻ

ഇഷ്ടദാനം ചെയ്യുന്നു. ഞാൻ എല്ലാറ്റിനും കടപ്പെട്ടിരിക്കുന്നത് പാർട്ടിയോടാണ്.” സ്വന്തം പൗത്രനായി ആ മരണപത്രത്തിൽ അദ്ദേഹം ഒന്നും എഴുതിവെച്ചിരുന്നില്ല. അതിനെപ്പറ്റി സായാഹ്നപത്രത്തിൽ അവർ എഴുതിയിരുന്നു. ആർക്കും അതിന്റെ പൊരുൾ മനസ്സിലാക്കാനായില്ല. “വയസ്സന്റെ ഒരു ഭ്രാന്ത്...” അവർ അത് പരിഹസിച്ചു തള്ളി. അദ്ദേഹത്തിന്റെ കല്ലറയുടെ മീതെ ഒരു സ്മാരക ചിഹ്നം പോലും ആരും കൊത്തിവെച്ചില്ല.

ഇപ്പോൾ ഞാൻ തീരുമാനിച്ചു കഴിഞ്ഞു. ഈ കഥ അതിന്റെ പൂർണ്ണരൂപത്തിൽത്തന്നെ ഞാൻ പ്രസിദ്ധീകരിക്കും. ഈ കഥ ഒരു വ്യക്തിക്ക് എന്നതിനേക്കാൾ ചരിത്രത്തിനവകാശപ്പെട്ടതാണ്.

നിർദ്ദയമായ തീനാളങ്ങളും മോചനവും

ടിമെറിയൻ സിനാടോവ്

മുന്നണിപ്പോരാളി - 77 വയസ്സ്

കമ്മ്യൂണിസ്റ്റ് പത്രങ്ങളിലെ പ്രസക്ത ഭാഗങ്ങൾ

ടിമെറിയൻ കാബുളോവിച്ച് സിനാടോവ്, ബ്രെസ്റ്റ് കോട്ടയെ ശത്രുക്കൾ കൈവശപ്പെടുത്താതെ രക്ഷിച്ച ധീരയോദ്ധാക്കളിൽ ഒരാളായിരുന്നു. 1941 ജൂൺ 22-ാം തിയതി രാവിലെയാണ് നാസി സൈന്യം ബ്രെസ്റ്റ് കോട്ട ആക്രമിച്ചത്. ഏറ്റവും അധികം ആളപായം സംഭവിച്ചതും അവിടെയായിരുന്നു.

അദ്ദേഹം ടാർടാർ വംശജനായിരുന്നു. യുദ്ധത്തിനുമുമ്പേ അദ്ദേഹം സൈന്യത്തിൽ കേഡറ്റ് ആയി ചേർന്നിരുന്നു. (42-ാം സ്റ്റൈപ്പർ യൂണിറ്റ്. 44-ാം റൈഫിൾ ഡിവിഷൻ) ആക്രമണം തുടങ്ങി. ആദ്യദിവസങ്ങളിൽ ത്തന്നെ അദ്ദേഹത്തെ അവർ തടവിലെടുത്തു. കലശലായി മുറിവേറ്റിരുന്നു. രണ്ടുതവണ ജർമ്മൻകാരുടെ തടങ്കൽപാളയത്തിൽനിന്നും അദ്ദേഹം രക്ഷപ്പെടാൻ ശ്രമിച്ചു. രണ്ടാമത്തെ ശ്രമമാണ് വിജയിച്ചത്. യുദ്ധം തുടങ്ങിയപ്പോൾ എന്നപോലെ അതിന്റെ അവസാനത്തിലും അദ്ദേഹം മുന്നണിയിൽനിന്നു പൊരുതി, ഒരു സാധാരണ സൈനികനായി. ബ്രെസ്റ്റ് കോട്ട രക്ഷിച്ചതിൽ അദ്ദേഹത്തിനുണ്ടായിരുന്ന പങ്കിനെ മാനിച്ച് രാഷ്ട്രം, ദി ഓർഡർ ഓഫ് ദി പാട്രിയോട്ടിക് വാർ" (രണ്ടാംതലം) എന്ന ബഹുമതി നല്കി. യുദ്ധത്തിനുശേഷം അദ്ദേഹം സോവിയറ്റ് യൂണിയൻ മുഴുവൻ യാത്ര ചെയ്തു. നിർമ്മാണ പ്രവർത്തനങ്ങളിൽ ഗണ്യമായ പങ്കുവഹിച്ചു. അങ്ങ് വടക്കു മാറിയുള്ള പ്രദേശങ്ങളിലും സൈനികൻ - അമൂർ പ്രധാന തീവണ്ടിപ്പാതയുടെ നിർമ്മാണത്തിലും അദ്ദേഹം ഉത്തരവാദപ്പെട്ട ചുമതലകൾ നിർവഹിച്ചു. ഉദ്യോഗത്തിൽനിന്നും വിരമിച്ചതിനുശേഷം സ്ഥിരതാമസമാക്കിയത് സൈബീരിയയിലെ ഉട്കുട്ടിലായിരുന്നു.

ബ്രെസ്റ്റിൽ നിന്നും ആയിരമായിരം കിലോമീറ്ററുകൾ അകലെയാണ് ഉട്കുട്ട്. എന്നാലും വർഷംതോറും ടീമെറിയൻ സിനാടോവ് മുടക്കം

കൂടാതെ ബ്രെസ്റ്റ് കോട്ട സന്ദർശിക്കും. അവിടത്തെ മ്യൂസിയത്തിലെ ജോലിക്കാർക്കായി കേക്ക് വിതരണം ചെയ്യും. അവിടെ എല്ലാവർക്കും അദ്ദേഹത്തെ നല്ല പരിചയമാണ്. ഇങ്ങനെ പതിവായി അദ്ദേഹം അവിടെ വരുന്നത് എന്തുകൊണ്ടാണ്? അദ്ദേഹത്തിന്റെ കൂട്ടുകാരും അവിടെ മുറയ്ക്ക് സന്ദർശനത്തിനെത്തും. അവരെപ്പോലെത്തന്നെ അദ്ദേഹത്തിനും തോന്നുന്നു, തങ്ങളെ സംബന്ധിച്ചിടത്തോളം ഏറ്റവും സുരക്ഷിതമായ സ്ഥലം ഈ കോട്ടയാണെന്ന്. രാഷ്ട്രത്തിന്റെ ധീരയോദ്ധാക്കളാണ് അവരെന്ന കാര്യത്തിൽ അവിടെയുള്ളവർക്കാർക്കും ലവലേശം സംശയമുണ്ടായിരുന്നില്ല. മറ്റു പല സ്ഥലങ്ങളിലുമുള്ളവർ ഏതോ സാങ്കല്പിക കഥാപാത്രങ്ങളായാണ് അവരെ കണ്ടിരുന്നത്. "നിങ്ങൾ യുദ്ധം ജയിച്ചില്ലായിരുന്നുവെങ്കിൽ ഞങ്ങളിപ്പോൾ യൂറോപ്പിലായിരുന്നേനേ... ബവേറിയൻ ബിയറുകുടിച്ചു രസിച്ചു കഴിഞ്ഞേനെ." കോട്ടയിലും പരിസരത്തുമുള്ളവരാരും അവരുടെ മുഖത്തുനോക്കി അങ്ങനെ പറയാൻ ധൈര്യപ്പെട്ടില്ല. ആ പെരിസട്രോയ്ക്കക്കാർ തുലഞ്ഞുപോകട്ടെ. അവർക്കറിയില്ല, അവരുടെ മുത്തശ്ശന്മാർ പടപൊരുതി ജയിച്ചില്ലായിരുന്നുവെങ്കിൽ ഈ നാട് വീട്ടുവേലക്കാരികളുടേയും പന്നിവളർത്തുകാരുടേയും രാജ്യമായി മാറിയേനെ എന്ന്. ഹിറ്റ്ലർ എഴുതിവെക്കുകതന്നെ ചെയ്തു. സ്ലാവിക് കുട്ടികളെ ആറുവരെ എണ്ണാൻ മാത്രം പഠിപ്പിച്ചാൽ മതി എന്ന്.

1992 സെപ്തംബറിലാണ് സിനാടോവ് അവസാനമായി ബ്രെസ്റ്റിൽ വന്നത്. എല്ലാം തികച്ചും പഴയതുപോലെത്തന്നെയായിരുന്നു. യുദ്ധകാലത്ത് മുന്നണിയിൽ തങ്ങളോടൊപ്പം പടപൊരുതിയ പല സുഹൃത്തുക്കളേയും അദ്ദേഹം കണ്ടു. കോട്ട മൈതാനത്തിലൂടെ അവരെല്ലാവരും ഒരുമിച്ചു നടന്നു. സ്വാഭാവികമായും അദ്ദേഹത്തിന്റെ ശ്രദ്ധയിൽപ്പെട്ട കോട്ട കാണാൻ വരുന്ന സന്ദർശകരുടെ എണ്ണത്തിൽ ഗണ്യമായ കുറവ് സംഭവിച്ചിരിക്കുന്നു. സോവിയറ്റ് നാടിന്റെ പൂർവകാലചരിത്രത്തേയും ധീരരായ നേതാക്കന്മാരേയും തരം താഴ്ത്തിക്കാണുക ക്രമേണ ഒരു പരിഷ്കാരമായി മാറിക്കഴിഞ്ഞിരുന്നു.

അവസാനം, എല്ലാവർക്കും അവരവരുടെ വഴി മടങ്ങാനുള്ള സമയമായി. വെള്ളിയാഴ്ച സിനാടോവ് എല്ലാവരോടും യാത്ര പറഞ്ഞു. വാരാന്ത്യത്തിൽ വീട്ടിലേക്ക് മടങ്ങുന്നു എന്നാണ് എല്ലാവരോടും പറഞ്ഞത്. അവരാരും സംശയിച്ചതേയില്ല ഇത്തവണ അദ്ദേഹം കോട്ടയിലെത്തിയത് എന്നെന്നും അവിടെത്തന്നെ താമസിക്കാൻ വേണ്ടിയാണെന്ന്.

തിങ്കളാഴ്ച രാവിലെ മ്യൂസിയത്തിലെ ജോലിക്കാർ ആപ്പീസിലെത്തിയപ്പോൾ, ഗതാഗത പൊലീസ് ആപ്പീസിൽനിന്നും ഒരു സന്ദേശം. നാസി സൈന്യത്തിൽനിന്ന് ബ്രെസ്റ്റ് കോട്ടയെ രക്ഷിച്ച ഭടന്മാരിൽ ഒരാൾ, 1941ലെ അതിഘോരമായ യുദ്ധത്തെ അതിജീവിച്ച ഭടന്മാരിൽ ഒരാൾ തീവണ്ടിയുടെ മുമ്പിലേക്ക് ചാടി ആത്മഹത്യ ചെയ്തിരുന്നു.

ആരെങ്കിലും ഓർക്കാതിരിക്കില്ല... വൃത്തിയായി വസ്ത്രം ധരിച്ച മാന്യനായ ഒരു വൃദ്ധൻ ഏറേ നേരം തന്റെ സ്യൂട്ട്കേസും കൈയിൽ

പിടിച്ച് പ്ലാറ്റ്ഫോമിൽ എന്തിനെന്നില്ലാതെ കാത്തുനിന്നിരുന്നത്. മരണ ശേഷം അന്വേഷിക്കാനെത്തിയ ഉദ്യോഗസ്ഥന്മാർക്ക് ആ സ്യൂട്ട്കേസിൽ നിന്നും കിട്ടി. അദ്ദേഹം വീട്ടിൽനിന്നും കരുതിക്കൂട്ടികൊണ്ടുവന്ന ഏഴാ യിരം റൂബിളും ഒരു ആത്മഹത്യാകുറിപ്പും. അതിൽ ആ തുക തന്റെ ശവമടക്കലിനുവേണ്ടിയുള്ളതാണെന്ന് എഴുതിയിരുന്നു. കോട്ടയ്ക്കു ള്ളിൽതന്നെ തന്നെ അടക്കംചെയ്യണമെന്ന ആഗ്രഹവും അതിൽ വ്യക്ത മാക്കിയിരുന്നു. സോവിയറ്റ് ജീവിതം ഇത്രത്തോളം അപഹാസ്യവും ദരിദ്ര വുമാക്കിത്തീർത്തതിന് യെത്സിൻ-ഗൈഡാർ ഭരണകൂടത്തെ അദ്ദേഹം കുറ്റപ്പെടുത്തിയിരുന്നു. ഞങ്ങൾ പൊരുതി നേടിയ മഹാവിജയത്തിനുനേരെ അവർ വിശ്വാസവഞ്ചന നടത്തിയതായും അദ്ദേഹം ആരോപണമുന്നയിച്ചു.

ആത്മഹത്യാകുറിപ്പിലെ ചില വരികൾ ചുവടെ എഴുതിച്ചേർക്കുന്നു: യുദ്ധത്തിലേറ്റ മുറിവുകൾ മൂലമാണ് ഞാൻ മരിക്കാൻ ഇടയായിരുന്ന തെങ്കിൽ, മാതൃഭൂമിക്കുവേണ്ടി മരണം വരിച്ചുവെന്ന് അഭിമാനിച്ചേനെ. ഇന്നു ഞാൻ മരിക്കുന്നത്, ഒരു നായയുടേതുപോലെ നിന്ദ്യമായ ഈ ജീവിതം ജീവിച്ചുമടുത്തതുകൊണ്ടാണ്. എന്റെ ശവക്കല്ലറയിൽ ഇതു തന്നെ അവർ എഴുതിവെക്കട്ടെ. എനിക്ക് സ്ഥിരബുദ്ധി നഷ്ടപ്പെട്ടിട്ടില്ല.

നിവർന്നുനിന്ന് മരിക്കാനാണെനിക്കാഗ്രഹം. എന്റെ വാർദ്ധക്യം അങ്ങനെ നീട്ടിക്കൊണ്ടുപോകണമെന്നും ആഗ്രഹിക്കുന്നില്ല. നീട്ടിപ്പിടിച്ച കൈയോടെ ശവക്കുഴിയിലേക്കിഴഞ്ഞു നീങ്ങാൻ മനസ്സില്ല. പ്രിയ സുഹൃത്തുക്കളെ, നിങ്ങളെന്നെ തെറ്റിദ്ധരിക്കരുത്. നിശിതമായി വിമർശി ക്കരുത്. കള്ളന്മാരാരും തട്ടിയെടുത്തിട്ടില്ലെങ്കിൽ എന്നെ അടക്കം ചെയ്യാൻ ആവശ്യമായ തുക ഇതിനോടൊപ്പം കരുതിവെച്ചിട്ടുണ്ട്. എനിക്കായി ഒരു ശവപ്പെട്ടി ഒരുക്കേണ്ട. എന്റെ ഇപ്പോഴത്തെ ഉടുവസ്ത്രങ്ങളോടുകൂടി ത്തന്നെ മറവുചെയ്താൽ മതി. മറ്റൊന്നും ആവശ്യമില്ല. ഒന്നുമാത്രം മറക്കരുത്. ഈ കോട്ടയെ സംരക്ഷിച്ച ഒരു ഭടൻ എന്ന സർട്ടിഫിക്കറ്റ് എന്റെ കുപ്പായക്കീശയിൽ തിരുകിവെക്കുന്നു. വരും തലമുറ ഇവിടെ എന്റെ സ്ഥാനമെന്തായിരുന്നുവെന്ന് മനസ്സിലാക്കട്ടെ. ഒരു കാലത്ത് ഞങ്ങൾ ധീരയോദ്ധാക്കളായിരുന്നു. ഇന്നോ... പട്ടിണികിടന്നു മരിക്കുന്നു. ഞാൻ യാത്ര പറയുകയാണ്. എല്ലാവർക്കും വേണ്ടി ഒറ്റയ്ക്കു പ്രതിഷേ ധിച്ച ഒരു ടാർടാർ ഒറ്റയാൻ. എന്നെയോർത്ത് ആരും ദുഃഖിക്കരുത്... ഞാൻ മരിക്കുകയാണ്... കീഴടങ്ങുകയല്ല... പ്രിയപ്പെട്ട മാതൃഭൂമിയോട്... വിട തരിക...

യുദ്ധത്തിനുശേഷം, ബ്രെസ്റ്റ് കോട്ടയ്ക്കടിയിലുള്ള ഭൂഗർഭ ഇടനാഴിയിൽ, ഭിത്തിയിൽ ആരോ നഖംകൊണ്ട് കോറിവരച്ചിട്ടുള്ള ഒരു കുറിപ്പ് കാണു കയുണ്ടായി. "ഞാൻ മരിക്കുകയാണ്, കീഴടങ്ങുകയല്ല, മാതൃഭൂമി, വിട തരിക. 22, 7–41." ആ വാക്കുകൾ കേന്ദ്രകമ്മിറ്റി സോവിയറ്റ് ജനതയുടെ ആത്മവീര്യത്തിന്റേയും സി.പി.എസ്.യു.വിന്റെ ലക്ഷ്യത്തോടുള്ള പ്രതി ബദ്ധതയുടേയും പ്രതീകമായി പ്രഖ്യാപിച്ചു. ആ യുദ്ധം അതിജീവിച്ച

സൈനികർ ഒന്നടങ്കം പറഞ്ഞു. അത് കോറിയിട്ടത് ടിമേറിയൻ സിനാടോവ് ആണ് എന്ന്. അദ്ദേഹം ഒരു സാധാരണ സൈനികനായി സേവന മനുഷ്ഠിക്കുകയായിരുന്നു. പാർട്ടിയിൽ അംഗമായിരുന്നില്ല. എന്നാലും പാർട്ടി തീരുമാനിച്ചു. അത് ഒരു അജ്ഞാതഭടന്റെ പാർട്ടി പ്രതിബദ്ധതയും ദേശസ്നേഹവുമാണ് എടുത്തുകാട്ടുന്നതെന്ന്.

സിനാടോവിന്റെ ശവമടക്കലിനുവേണ്ട എല്ലാ ചെലവുകളും ബ്രെസ്റ്റ് നഗരസഭ ഏറ്റെടുത്തു. ആ തുക അവർ എഴുതിച്ചേർത്തത് "പൊതുജന സൗകര്യാർത്ഥം വേണ്ട മരാമത്തുപണികൾ" എന്ന പട്ടികയിലാണ്...

കമ്മ്യൂണിസ്റ്റ് പാർട്ടി ഓഫ് ദി റഷ്യൻ ഫെഡറേഷൻ,
ദി സിസ്റ്റം പെർസ്പെക്ടീവ്, നമ്പർ 5

"ടീമേറിയൻ സിനാടോവിനെ പോലെയുള്ള പ്രായമായ ഒരു സൈനികൻ തീവണ്ടിയുടെ മുമ്പിൽ ചാടി ആത്മഹത്യ ചെയ്തത് എന്തുകൊണ്ടാണ്? ഞാൻ കുറെ പിന്നിൽനിന്നു തുടങ്ങാം. വിക്ടർ യാക്കോവ്ളീവിച്ച് യാക്കോവ്ളീവ് "പ്രവ്ദ"യ്ക്കെഴുതിയ ഒരു കത്തിൽനിന്ന്. ക്രാസ്നാഡോർ ക്രായിലുള്ള ലെനിൻഗ്രാഡ് എന്ന ഗ്രാമത്തിൽനിന്നാണ് അദ്ദേഹം ആ കത്തെഴുതിയത്. അദ്ദേഹം തന്റെ രാജ്യത്തിനുവേണ്ടിയുള്ള മഹായുദ്ധത്തിൽ ഒരു പടയാളിയായിരുന്നു. 1941 ൽ മോസ്കോയുടെ രക്ഷയ്ക്കുവേണ്ടിയുള്ള യുദ്ധം. വിജയത്തിന്റെ 55–ാം വാർഷികാഘോഷത്തിന്റെ ഭാഗമായി നടന്ന പരേഡിലും അദ്ദേഹം പങ്കെടുത്തിരുന്നു. വലിയൊരു സങ്കടം... അതാണ് അദ്ദേഹത്തെ ആ കത്തെഴുതാൻ പ്രേരിപ്പിച്ചത്.

ഈയിടെ അദ്ദേഹവും ഒരു സ്നേഹിതനും കൂടി മോസ്കോ സന്ദർശിച്ചിരുന്നു. ചങ്ങാതി പട്ടാളത്തിൽ കേണലായിരുന്നു. രണ്ടുപേരും ഒരുമിച്ച് യുദ്ധരംഗത്തുണ്ടായിരുന്നു. ആ സന്ദർശനം പ്രമാണിച്ച് രണ്ടുപേരും അവരുടെ പ്രത്യേകമായ പരേഡ് ജാക്കറ്റുകൾ ധരിച്ചിരുന്നു. മെഡൽ റിബ്ബണുകൾകൊണ്ട് അലങ്കരിച്ചിട്ടുള്ള മേൽക്കുപ്പായങ്ങൾ, നീണ്ട ഒരു ദിവസം മുഴുവൻ നഗരത്തിലെ തിക്കിലും തിരക്കിലും ചെലവഴിച്ചതിനുശേഷം രണ്ടുപേരും ഒന്നിച്ച് മടക്കയാത്രയ്ക്കായി ലെനിൻഗ്രാഡ് സ്റ്റേഷനിലെത്തി. വണ്ടിവരാൻ കുറച്ചു താമസമുണ്ട്. അവർ സ്വൈരമായി ഇരിക്കാനൊരിടം അന്വേഷിച്ചു. ഒഴിഞ്ഞ കസേലകളൊന്നും കണ്ടില്ല. അവർ മിക്കവാറും ഒഴിഞ്ഞു കിടക്കുന്ന പുറത്തെ ഇടനാഴിയിലേക്കു കടന്നു. ഒരു വശത്തായി കാപ്പി വില്ക്കുന്ന സ്ഥലം. ഇരിക്കാൻ ധാരാളം നല്ല കസേലകളുമുണ്ട്. അവർ ഇരുന്നതും ഒരു ചെറുപ്പക്കാരി ഓടിവന്ന് പുറത്തേക്കുള്ള വാതിലിനു നേരെ വിരൽ ചൂണ്ടി. ഒട്ടും മയമില്ലാതെ "നിങ്ങൾക്ക് ഇവിടെയിരിക്കാൻ അനുവാദമില്ല. ഈ മുറി "ബിസിനസ്സ് ക്ലാസ്സ്" യാത്രക്കാർക്കുള്ളതാണ്. അവർ യാത്രക്കാർക്ക് കാപ്പിയും ചായയും മറ്റും ആവശ്യാനുസരണം കൊണ്ടുവന്നു കൊടുക്കുകയായിരുന്നു. ഞാൻ യാക്കോബ് ലീവിന്റെ കത്തിൽനിന്നുള്ള വരികൾ ഉദ്ധരിക്കുകയാണ്. എനിക്കു ദേഷ്യം വന്നു. ഞാൻ ഒച്ച ഉയർത്തി. "അതു ശരി,

കള്ളന്മാർക്കും ഊഹക്കച്ചവടക്കാർക്കും ഇവിടെ വന്നിരിക്കാം. പക്ഷേ, ഞങ്ങളെപോലെയുള്ളവർക്ക് ഇതിനകത്തേക്ക് കടക്കാൻ അനുവാദമില്ല. ഇത് പഴയകാലത്ത് അമേരിക്കയിൽ ഉണ്ടായിരുന്നതുപോലെയാണല്ലോ... "നീഗ്രോവംശജർക്കും നായകൾക്കും പ്രവേശനമില്ല," എന്ന് എഴുതി വെക്കുക അവിടത്തെ പതിവായിരുന്നില്ലേ? എല്ലാം സ്ഫടികംപോലെ പ്രകടമായിരിക്കേ വേറെന്തു പറയാൻ? ഞങ്ങൾ അവിടെ നിന്നിറങ്ങി തിരിഞ്ഞു നടന്നു. അതിനിടയിൽ ഞാൻ ഒന്ന് പിറകിലേക്ക് നോക്കി. അവിടെയിരിക്കുന്ന മാന്യന്മാരായ ബിസിനസ്സുകാരെ ഒന്നു കാണണമല്ലോ. കള്ളന്മാരും പിടിച്ചുപറിക്കാരും അവിടെയിരുന്ന് കുടിച്ചും കൊറിച്ചും ഉല്ലസിക്കുന്നു. ഞങ്ങൾ നാടിനുവേണ്ടി രക്തം ചിന്തിയ കഥയെല്ലാം അവർ മറന്നു കഴിഞ്ഞിരിക്കുന്നു. തന്തയ്ക്കു പിറക്കാത്ത തെണ്ടികൾ... ചുമ്പായിസുമാരും വെക്സെൽബെർഗുകളും ഗ്രെഫുകളും* ചേർന്ന് നമ്മുടേതായ എല്ലാം കൊള്ളയടിച്ചിരിക്കുന്നു. നമ്മുടെ ധനവും മാനവും എല്ലാം. നമ്മുടെ ഭൂതകാലവും വർത്തമാനകാലവും ഒരു പോലെ അവർ കൈയടക്കി. സകലതും ഇപ്പോൾ അവരുടെ കൈവശമുള്ളത് നമ്മുടെ പേരക്കുട്ടികളുടെ തലയാണ്. അവരെ പട്ടാളക്കാരായി സ്വന്തം ശതകോടികളുടെ രക്ഷയ്ക്കായി പടക്കളത്തിലിറക്കണം.

എന്തിനുവേണ്ടിയാണ് ഞങ്ങൾ യുദ്ധം ചെയ്തത്? അതറിയാനാണ് ഞാൻ ആഗ്രഹിക്കുന്നത്. ഞങ്ങൾ കിടങ്ങുകൾക്കുള്ളിലിരുന്നാണ് ദിവസങ്ങൾ തള്ളിനീക്കിയത്. മഴക്കാലമായാൽ മുട്ടുകുത്തി വെള്ളത്തിലിരിക്കും. തണുപ്പുകാലമായാൽ മുട്ടോളം ഉയരത്തിൽ മഞ്ഞുറഞ്ഞു കിടക്കും. മാസങ്ങളോളം വസ്ത്രം മാറാതെ, നേരാംവണ്ണമൊന്നുറങ്ങാനാവാതെ. അതായിരുന്നു കാലിനിന്റെ സ്ഥിതി. യാത്രോമയിലായാലും മോസ്കോയിലായാലും ഒരു വ്യത്യാസവുമുണ്ടായിരുന്നില്ല. ആ കാലത്ത് പണമുള്ളവർ, ഇല്ലാത്തവർ എന്ന വേർതിരിവുകളൊന്നും ഉണ്ടായിരുന്നില്ല...."

ഒരുപക്ഷേ നിങ്ങൾ പറയുമായിരിക്കും. "അത് മുതിർന്നവരുടെ ഒരു തെറ്റിദ്ധാരണയാണെന്ന്. എല്ലാ വ്യാപാരികളും കള്ളന്മാരും ഊഹക്കച്ചവടക്കാരും അല്ലേ എന്ന്." കമ്മ്യൂണിസ്റ്റ് ഭരണാനന്തരമുള്ള നമ്മുടെ രാജ്യത്തിന്റെ അവസ്ഥയിലേക്ക് അയാളുടെ കണ്ണിലൂടെയൊന്ന് എത്തിച്ചു നോക്കാം. പുതിയ ഭരണാധികാരികളുടെ ദയാദാക്ഷിണ്യം, ഇന്നലെകളിലെ വ്യക്തികളെക്കുറിച്ച് അവർക്കുള്ള അവജ്ഞ. അങ്ങനെയുള്ളവരെക്കുറിച്ച് "ഇല്ലായ്മയുടെ നാറ്റം പേറുന്നവർ" എന്നാണല്ലോ അവരുടെ മിനുമിനുത്ത കടലാസു മാസികകളിൽ എഴുതിവരുന്നത്. അങ്ങനെയുള്ള പത്രമാസികകളിൽ എഴുതുന്നവരുടെ അഭിപ്രായം, എല്ലാ വർഷവും വിജയദിവസമാഘോഷിക്കാൻ മഹാസദസ്സുകളിലേക്കു ക്ഷണിക്കപ്പെട്ടു കടന്നുവരുന്ന പഴയകാലപ്രമാണികളും യുദ്ധവീരന്മാരും

---

* എല്ലാവരും ആധുനികറഷ്യയിലെ ധനാഢ്യരായ വ്യവസായ പ്രമുഖർ

ദാരിദ്ര്യത്തിന്റെ ഗന്ധം പേറുന്നവരാണുപോലും. അവരെ ആദരിച്ചു കൊണ്ട് ഉരുവിടുന്ന പൊള്ളയായ പ്രശംസകളും പ്രസംഗങ്ങളും കേൾക്കാൻ അവർ പിന്നെയും പിന്നെയും വന്നെത്തുന്നു. നീതിയേയും ന്യായത്തേയും കുറിച്ച് അവർ വെച്ചുപുലർത്തുന്ന സങ്കല്പങ്ങൾ ഒട്ടും പ്രായോഗികമല്ലതന്നെ. അതുപോലെതന്നെയാണ് പഴയ സോവിയറ്റ് ജീവിതശൈലിയോടുള്ള അവരുടെ കടുത്ത പ്രതിപത്തിയും.

പ്രസിഡന്റായി ഭരണമേറ്റെടുത്ത ദിവസങ്ങളിൽ യെത്സിൻ ഉച്ചത്തിൽ പ്രഖ്യാപിച്ചിരുന്നു. സോവിയറ്റ് ജീവിതശൈലിയുടെ ഗുണമേന്മയ്ക്ക് എന്തെങ്കിലും തരത്തിൽ ഒരു കുറവു സംഭവിച്ചാൽ താൻ തീവണ്ടിപ്പാതയിൽ മലർന്നു കിടക്കുമെന്ന്. എന്നിട്ടോ? സോവിയറ്റ് ജീവിത നിലവാരത്തിന് കുറവു പറ്റുകയല്ല ഉണ്ടായത്. അത് ഏറ്റവും അടിത്തട്ടിലേക്ക് ചെന്നുവീഴുകയായിരുന്നു. എന്നിട്ടും യെത്സിൻ ഇപ്പോഴും നമ്മളോടൊപ്പമുണ്ട്. തീവണ്ടിപ്പാതയിലേക്ക് ചാടി സ്വന്തം ജീവൻ കളഞ്ഞത്, ആ പാവം വയസ്സൻ പട്ടാളക്കാരനായിരുന്നു... ടിമെറിയൻ സിനാടോവ്... 1992ലെ ശരത് കാലത്തിനുള്ള പ്രതിഷേധം.

വെബ്സൈറ്റ് ഓഫ് ദി ന്യൂസ് പേപ്പർ പ്രവജ 1997

മരണവീട്ടിൽ ഉറക്കമൊഴിക്കലിനിടയിൽ ഉണ്ടായ സംഭാഷണശകലങ്ങൾ

> ഞങ്ങളുടെ പഴയ നാട്ടുനടപ്പാണത്. മരിച്ചവർ മണ്ണിനടിയിലേക്ക് പോകുന്നു. ജീവിച്ചിരിക്കുന്നവർ മേശയ്ക്കരികിലേക്ക് നീങ്ങുന്നു. അന്ന് ധാരാളംപേർ വന്നുചേർന്നിരുന്നു. ചിലർ വളരെ അകലെയുള്ള മോസ്കോ, കീവ്, സ്മോളെൻസ്ക് എന്നിവിടങ്ങളിൽനിന്ന്. വിജയദിവസത്തിൽ എന്നപോലെ എല്ലാവരും അവരവരുടെ മെഡലുകളും ബഹുമതിമുദ്രകളും അണിഞ്ഞിരുന്നു. ജീവിതത്തെക്കുറിച്ച് എന്നതുപോലെത്തന്നെ വളരെ സ്വാഭാവികമായി അവർ മരണത്തെക്കുറിച്ചും സംസാരിച്ചു.

വീണുപോയ നമ്മുടെ സഖാവിനുവേണ്ടി ഒരു കവിൾ ചവർപ്പ്. (എല്ലാവരും എഴുന്നേറ്റുനിന്നു)

അദ്ദേഹത്തിന്റെ ആത്മാവ് നിത്യശാന്തി അടയട്ടെ.

ഓ ടിമേറിയൻ, ടിമേറിയൻ കാബൂലോവിച്ച്...

അയാൾ വല്ലാതെ ദുഃഖിതനായിരുന്നു. അതെ, നമുക്കെല്ലാവർക്കും അഗാധമായ ദുഃഖമുണ്ടായിരുന്നു. സോഷ്യലിസവുമായി നമ്മൾ ഇഴുകിച്ചേർന്നിരുന്നു. നമ്മുടെ സോവിയറ്റ് മാതൃഭൂമി... യു.എസ്.എസ്.ആർ. നമുക്ക് അത്രയും സ്വന്തമായിരുന്നു. ഇന്ന് നമ്മൾ ജീവിക്കുന്നത്

വെവ്വേറെ രാജ്യങ്ങളിലാണ്. വെവ്വേറെ ഭരണകൂടങ്ങൾക്കു കീഴിലാണ്. നമ്മുടെ കൊടികളും വെവ്വേറെയാണ്. നമ്മുടെ ചെങ്കൊടി, ആ വിജയ പതാക ഇന്നില്ല. പടക്കളത്തിൽചെന്ന് പോരാടാനായി ഞാൻ വീട്ടിൽനിന്ന് ഓടിപ്പോന്നു. അന്നെനിക്ക് പ്രായം പതിനേഴ്.

സ്വരാജ്യത്തിനുവേണ്ടിയുള്ള ആ മഹായുദ്ധം നമ്മുടെ മക്കളുടെ മക്കൾക്ക് അജ്ഞാതമാണ്. അവർക്ക് മഹത്തായ സ്വപ്നങ്ങളും സങ്കല്പങ്ങളുമില്ല.

അവർ വായിക്കുന്ന പുസ്തകങ്ങൾ വേറെയാണ്. കാണുന്ന സിനിമകളും വേറെയാണ്.

അതിനെക്കുറിച്ച് അവനോടു പറഞ്ഞുനോക്കൂ... അവർക്കത് വെറുമൊരു പഴങ്കഥ പോലെയാണ്. അവർ ചോദിക്കുന്നു "സ്വന്തം വിഭാഗത്തിന്റെ കൊടി സംരക്ഷിക്കാനായി പട്ടാളക്കാർ മരിക്കുന്നതെന്തിനാണ്? പുതിയ ഒരു കൊടിത്തുണിയുണ്ടാക്കുകയല്ലേ വേണ്ടൂ, ഞങ്ങൾ പടവെട്ടി. ശത്രുക്കളെ കൊന്നു. ഒക്കെ ആർക്കുവേണ്ടിയായിരുന്നു. സ്റ്റാലിനു വേണ്ടിയോ? അല്ല, അതൊക്കെ നിങ്ങൾക്കുവേണ്ടിയായിരുന്നു, വിഡ്ഢികളേ.

അറിയില്ലേ... ഞങ്ങൾ കീഴടങ്ങിയിട്ടുണ്ടാകാം. ഹൂണന്മാരുടെ ചെരുപ്പുകൾ നക്കിയിട്ടുണ്ടാവാം.

അവർ എന്റെ അച്ഛന്റെ മരണമറിയിപ്പ് വീട്ടിൽ കൊണ്ടുവന്നു. ആ നിമിഷം ഞാൻ അമ്മയോടനുവാദം ചോദിച്ചു, പടക്കളത്തിലേക്ക് പുറപ്പെടാൻ.

അവർ കണ്ണടച്ച് നമ്മുടെ സോവിയറ്റ് മാതൃഭൂമിയിലെ കൊള്ളയടിക്കുകയാണ്. തുണ്ടുതുണ്ടായി വിറ്റഴിക്കുകയാണ്. കാറ്റ് ഈ വഴിക്കാണ് വീശാൻ ഭാവിക്കുന്നത് എന്ന് നേരത്തെ മനസ്സിലാക്കിയിരുന്നെങ്കിൽ തീർച്ചയായും ഞങ്ങൾ രണ്ടാമതൊന്നാലോചിച്ചേനേ.

എന്റെ അമ്മ യുദ്ധക്കളത്തിൽവെച്ചാണ് മരിച്ചത്. അതിനുമുമ്പേ അച്ഛൻ മരിച്ചു കഴിഞ്ഞിരുന്നു. അച്ഛൻ ക്ഷയരോഗിയായിരുന്നു. പതിനഞ്ചു വയസ്സുമുതൽ ഞാൻ ജോലിയെടുക്കാൻ തുടങ്ങിയതാണ്. ഫാക്ടറിയിൽ ഒരു ദിവസം ആകെ കിട്ടുന്ന ഭക്ഷണം ഒരു റൊട്ടിയുടെ പകുതിയാണ്. സെല്ലുലോസും പശയും ചേർന്നാണ് റൊട്ടി ഉണ്ടാക്കിയിരുന്നത്. ഒരു ദിവസം വിശപ്പു സഹിക്കാൻ വയ്യാതെ ഞാൻ ബോധം കെട്ടുവീണു. പിന്നെ വീണ്ടും വീണ്ടും. ഞാൻ പട്ടാളത്തിലേക്ക് ആളുകളെ എടുക്കുന്ന ആപ്പീസിലെത്തി. "ദയവുചെയ്ത് എന്നെ മുന്നണിയിലേക്ക് യുദ്ധം ചെയ്യാൻ അയയ്ക്കൂ... ഈ വിധത്തിൽ എനിക്ക് മരിക്കണമെന്നില്ല." അവർ എന്റെ അപേക്ഷ സ്വീകരിച്ചു.

പടക്കളത്തിലേക്ക് പോകുന്നവർ. അവരെ യാത്രയയയ്ക്കാനായി വന്നിരുന്നവർ... എല്ലാവരുടേയും കണ്ണുകളിൽ വന്യമായൊരു ഭാവമായിരുന്നു. ചരക്കുവണ്ടിയിലെ ഒരു മുറി നിറയെ എന്നെപോലെയുള്ള പെൺകുട്ടികൾ. ഞങ്ങൾ ഉറക്കെ പാടി. "പെൺകുട്ടികളേ, യുദ്ധം യൂറലിന്റെ

പടിക്കൽ എത്തിക്കഴിഞ്ഞു. പെൺകുട്ടികളേ, നമ്മുടെ യൗവനം ശരിക്കും നഷ്ടപ്പെട്ടു കഴിഞ്ഞുവോ? സ്റ്റേഷൻ പരിസരങ്ങളിൽ ലൈലാക്ക് പൂക്കൾ വിടർന്നു നിന്നിരുന്നു. അതുകണ്ട് ചിലർ ചിരിച്ചു... പലരും കരഞ്ഞു.

ഞങ്ങളെല്ലാവരും പെരിസ്ട്രോയിക്കയേയും ഗോർബച്ചേവിനേയും പിൻതാങ്ങി. എന്നാൽ അതുകഴിഞ്ഞ് സംഭവിച്ചതിന് തങ്ങളുടെ പിൻതുണ ഉണ്ടായിരുന്നില്ല.

ഗോർബച്ചേവ് ശത്രുവിന്റെ പ്രതിനിധിയാണ്.

ഗോർബച്ചേവ് പറഞ്ഞുവരുന്നതെന്താണെന്ന് എനിക്ക് മനസ്സിലായില്ല. ഇതിനുമുമ്പൊരിക്കലും കേട്ടിട്ടില്ലാത്ത വാക്കുകൾ. എന്തെല്ലാം തരം മധുരപലഹാരങ്ങളാണ് ഞങ്ങൾക്ക് വാങ്ങിത്തരാമെന്ന് അദ്ദേഹം ഉറപ്പു പറയുന്നത്? എന്നാലും അദ്ദേഹം പറയുന്നത് കേട്ടുകൊണ്ടിരിക്കുക എനിക്കിഷ്ടമായിരുന്നു. അദ്ദേഹം തികച്ചും ദുർബലനാണ്. നമ്മുടെ ആണവായുധപ്പെട്ടി ഒരു പ്രതിഷേധവും കൂടാതെ അദ്ദേഹം വിട്ടു കൊടുത്തു. അതോടൊപ്പം നമ്മുടെ കമ്മ്യൂണിസ്റ്റ് പാർട്ടിയേയും നഷ്ട പ്പെടുത്തി.

റഷ്യക്കാർക്കുവേണ്ടത് അവരുടെ നട്ടെല്ലിനെ ത്രസിപ്പിക്കുന്ന, മേലാകെ രോമാഞ്ചമുളവാക്കുന്ന ആദർശങ്ങളാണ്.

നമ്മൾ മഹത്തായ ഒരു രാഷ്ട്രമായിരുന്നു.

നമ്മുടെ മാതൃഭൂമിക്കായിക്കൊണ്ട്. നമ്മുടെ വിജയത്തിന്നായി ക്കൊണ്ട്... അഭിവാദ്യങ്ങൾ (അവർ ഗ്ലാസ്സുകൾ കൂട്ടിമുട്ടിച്ചു)

ഇപ്പോൾ മുതിർന്ന സൈനികരുടെ ശവകുടീരങ്ങൾക്കു മുകളിൽ അവർ നക്ഷത്രങ്ങൾ കൊത്തിവെക്കുന്നു. എന്നാൽ എനിക്കോർമ്മയുണ്ട്. യുദ്ധകാലത്ത് നമ്മൾ നമ്മുടെ പട്ടാളക്കാരുടെ ശവങ്ങൾ എങ്ങനെയാണ് മറവുചെയ്തിരുന്നതെന്ന്. ആഴമില്ലാത്ത കുഴികളിലേക്ക്, അവരുടെതെന്ന് പറയാൻ ബാക്കി കിട്ടിയ ഭാഗങ്ങൾ കണ്ണടച്ച് എറിയുകയാണ് പതിവ്. അതിനുമേലെ കുറെ മണ്ണും കൊണ്ടുവന്നിടും. അപ്പോഴേക്കും പിറകിൽ നിന്നും കല്പന കേൾക്കാം. "മുന്നോട്ട്... മുന്നോട്ട്" ആ ക്ഷണം ഞങ്ങൾ മുന്നോട്ടുള്ള യാത്ര തുടങ്ങും. അടുത്ത സമരമുഖത്തിലേക്ക്. വീണ്ടും പുതിയൊരു കുഴിയിൽ ശവശരീരങ്ങൾ നിറയും. ഒരു കുഴിയിൽനിന്ന് ഇനിയൊന്നിലേക്ക് ഞങ്ങൾ മുമ്പോട്ടും പിറകിലോട്ടും മാറി മാറി സഞ്ച രിച്ചു. അവർ പുതിയ സേനാവിഭാഗത്തെ മുന്നണിയിലേക്കയയ്ക്കും. രണ്ടോ മൂന്നോ ദിവസം... അതോടെ അവരും ശവശരീരങ്ങളാകും. ഒരു പിടി ആളുകൾ മാത്രമേ അതിജീവിച്ചുള്ളൂ. ഭാഗ്യമുള്ള ചുരുക്കം ചിലർ. 1943 ന്റെ അവസാനം അപ്പോഴേക്കും എങ്ങനെ യുദ്ധം ചെയ്യണമെന്ന് ഞങ്ങൾ പഠിച്ചു. ശരിയായ രീതിയിൽ ഞങ്ങൾ പടപൊരുതാൻ തുടങ്ങി. മരിക്കുന്നവരുടെ എണ്ണം കുറയുന്നു. അപ്പോഴാണ് എനിക്ക് കൂട്ടുകാരു ണ്ടായത്.

യുദ്ധകാലം മുഴുവൻ ഞാൻ മുന്നണിയിൽത്തന്നെയാണ് കഴിച്ചു

കൂട്ടിയത്. എന്തോ... ഒരു പോറലുമേല്ക്കാതെ എനിക്ക് മടങ്ങിവരാൻ സാധിച്ചു. ഞാനൊരു നിരീശ്വരവാദിയാണ്. ഞാൻ ബർലിനിലേക്ക് കടന്നു.

യുദ്ധമുഖത്ത് നാലുപേർക്കുപയോഗിക്കാൻ ഒരു റൈഫിൾ മാത്രം. ആദ്യത്തെയാൾ കൊല്ലപ്പെട്ടാൽ രണ്ടാമൻ തോക്ക് കൈക്കലാക്കും. അതു കഴിഞ്ഞാൽ അടുത്തയാൾ... പിന്നെ നാലാമൻ. അപ്പോഴും ജർമ്മൻകാരുടെ കൈയിൽ പുതുപുത്തൻ ആയുധങ്ങളുണ്ടായിരുന്നു. ആധുനിക യന്ത്രത്തോക്കുകൾ.

തുടക്കത്തിൽ ജർമ്മൻ സൈന്യം അത്ര നിഷ്ഠുരമായിരുന്നില്ല. യൂറോപ്പ് അവർ കീഴടക്കിക്കഴിഞ്ഞിരുന്നു. പാരീസിലേക്ക് മുന്നേറുകയായിരുന്നു. ഒന്നോ രണ്ടോ മാസം. അതിനകം യു.എസ്.എസ്.ആർ. തങ്ങളുടെ അധീനത്തിലാക്കാം എന്നവർ കരുതി. അവരുടെ ഭടന്മാരെ ഞങ്ങൾ തടവുകാരാക്കിയപ്പോൾ അവർ ഞങ്ങളുടെ നഴ്സുമാരുടെ മുഖത്ത് തുപ്പി. മുറിവുകൾ കെട്ടിവെച്ചത് വലിച്ചുകീറിക്കളഞ്ഞ് ഉച്ചത്തിൽ വിളിച്ചുകൂവി. “ഹിറ്റ്ലർ ജയിക്കട്ടെ... ഹിറ്റ്ലർ ജയിക്കട്ടെ” എന്നാൽ യുദ്ധത്തിന്റെ അവസാനനാളുകളിൽ വാക്കുകൾ വേറെയായി. “റഷ്യക്കാരെ, വെടിവെക്കല്ലേ... ഹിറ്റ്ലർ തുലഞ്ഞുപോകട്ടെ!”

ഞാൻ ഏറ്റവും ഭയന്നത് നാണംകെട്ട ഒരു മരണത്തെയായിരുന്നു. ആരെങ്കിലും ഭയന്ന് പിൻതിരിഞ്ഞോടിയാൽ ആ ക്ഷണം കമാൻഡർ അയാളെ വെടിവെച്ചുവീഴ്ത്തും. അത് പതിവായി സംഭവിക്കുകയും ചെയ്തിരുന്നു.

ഞാൻ എന്തുപറയാൻ? ഞങ്ങൾ സ്റ്റാലിൻ സിദ്ധാന്തങ്ങളിൽ വിശ്വസിച്ചുവളർന്നവരാണ്. ആ ഒരു ശൈലിമാത്രമേ ഞങ്ങൾക്കറിയൂ. വിദേശരാജ്യങ്ങളിലേക്ക് ഞങ്ങൾ യുദ്ധം ചെയ്യാനായി പോകും. “ടൈഗയിൽ നിന്നും ബ്രിട്ടീഷ് കടലുകളിലേക്ക്. ഞങ്ങളുടെ ചെമ്പടയേക്കാൾ കരുത്തുറ്റതായി വേറെയൊന്നുമില്ല” ശത്രുക്കളോട് ഞങ്ങൾ കനിവു കാട്ടുകയില്ല. യുദ്ധത്തിന്റെ ആദ്യ ദിവസങ്ങൾ. എന്റെ ഓർമ്മയിൽ അത് അത്യന്തം ഭയാനകമായ ഒരു ദുഃസ്വപ്നമാണ്. ഞങ്ങൾ എല്ലാ ഭാഗത്തുനിന്നും വലയം ചെയ്യപ്പെട്ടിരുന്നു. എല്ലാ മനസ്സിലും ഒരേ ചോദ്യം. എന്താണ് സംഭവിച്ചുകൊണ്ടിരിക്കുന്നത്? സ്റ്റാലിൻ എവിടെയാണ്? ഞങ്ങളുടെ വിമാനങ്ങളിൽ ഒന്നുപോലും പറക്കുന്നതായി കണ്ടില്ല.

നാട്ടുകാർ അവരുടെ പാർട്ടി അംഗത്വകാർഡുകളും യുവജനസഖ്യത്തിന്റെ കാർഡുകളും കുഴിച്ചുമൂടി കാട്ടുപാതകളിലേക്ക് രക്ഷപ്പെട്ടു... ഇത്രയൊക്കെ മതി. ഇതിനെ കുറിച്ചൊന്നും നിങ്ങൾ പത്രത്തിൽ എഴുതരുത്. (അദ്ദേഹം ടേപ്പ് റെക്കോർഡർ മുമ്പിൽനിന്നും തള്ളിനീക്കി) ജർമ്മൻ സൈന്യം അവരുടെ ഉച്ചഭാഷിണികൾ പ്രവർത്തിപ്പിച്ചു. “റഷ്യക്കാരനായ ഇവാൻ കീഴടങ്ങുക” റഷ്യക്കാരെ സാമാന്യമായി അവർ വിളിച്ചിരുന്ന പേരാണത് “ഇവാൻ”. അവർ തുടർന്നു പറഞ്ഞു, “ഞങ്ങൾ നിങ്ങൾക്ക് ജീവനും ആഹാരവും നല്കാമെന്ന് വാക്കു തരുന്നു” സ്വയം വെടിവെച്ചു മരിക്കാൻ ഞാൻ തയ്യാറായിരുന്നു. എന്നാൽ അതിനുള്ള വെടിമരുന്ന്

കൈയിൽ ഉണ്ടായിരുന്നില്ല. ഞങ്ങൾ കുട്ടികളായിരുന്നു. പതിനെട്ടോ പത്തൊൻപതോ വയസ്സുമാത്രം പ്രായമായ പോരാളികൾ. കമാൻഡർമാരിൽ പലരും തൂങ്ങിമരിച്ചു. പരാജയം നേരിടാൻ ധൈര്യമില്ലാതെ. കൈയിൽ കിട്ടിയതിൽ അവർ സ്വയം തൂങ്ങിക്കിടന്നു. ചിലർ സ്വന്തം അരപ്പട്ടയിൽത്തന്നെ തൂങ്ങി. വഴിയോരത്തെ പൈൻ കൊമ്പുകളിൽ തൂങ്ങിയാടുന്ന മൂന്ന് മൃതദേഹങ്ങൾ. ലോകം അവസാനിക്കുകയാണെന്നു തോന്നി... അത്രയും ആശയറ്റ സമയം!

ഒന്നുകിൽ മാതൃഭൂമി. അല്ലെങ്കിൽ മരണം.

സ്റ്റാലിൻ ഒരു പദ്ധതി തയ്യാറാക്കി. ശത്രുവിന് കീഴടങ്ങിയ സൈനികരുടെ കുടുംബത്തെ നിർബന്ധമായി സൈബീരിയയിലേക്കയയ്ക്കുക. എന്നാൽ തടവുകാരായി പിടിക്കപ്പെട്ട റഷ്യക്കാരുടെ എണ്ണം ഏതാണ്ട് മൂന്നരക്കോടിയായിരുന്നു. അത്രയും കുടുംബങ്ങളെ നാടുകടത്തുന്നതെങ്ങനെ? കൃതാവുവെച്ച നരഭോജി! അതായിരുന്നു സ്റ്റാലിൻ.

1941 അതൊരു ശപിക്കപ്പെട്ട വർഷമായിരുന്നു.

സത്യം മുഴുവൻ തുറന്നുപറയാം. ഇപ്പോൾ നിങ്ങൾക്കതിന് അനുവാദമുണ്ട്. യാതൊരു വിലക്കുകളുമില്ല.

ആ മാതിരി കാര്യങ്ങൾ ചെയ്യാൻ എനിക്ക് ശീലമുണ്ടായിരുന്നില്ല.

യുദ്ധരംഗത്ത് തമ്മിൽത്തമ്മിൽ തുറന്നു സംസാരിക്കാൻ ഞങ്ങൾക്ക് ഭയമായിരുന്നു. യുദ്ധത്തിനുമുമ്പും അതിനിടയിലുമായി വളരെയധികം പേരെ തടവിലാക്കിയിരിക്കുന്നു. ഒരു റൊട്ടി നിർമ്മാണശാലയിലാണ് എന്റെ അമ്മ ജോലി ചെയ്തിരുന്നത്. ഒരു ദിവസം പരിശോധനയ്ക്കെത്തിയ ഉദ്യോഗസ്ഥന്മാർ അമ്മയുടെ കൈയുറകളിൽ റൊട്ടിക്കഷണങ്ങൾ പറ്റിപ്പിടിച്ചിരിക്കുന്നതു കണ്ടു. രാജ്യദ്രോഹക്കുറ്റം ചുമത്താൻ അത് മതിയായിരുന്നു. അവർ അമ്മയ്ക്ക് പത്തുവർഷത്തെ ജയിൽശിക്ഷ വിധിച്ചു. എന്റെ അച്ഛനും ഞാനും യുദ്ധമുന്നണിയിലായിരുന്നു. അതുകൊണ്ട് എന്റെ ഇളയസഹോദരീസഹോദരന്മാർക്ക് അമ്മൂമ്മയോടൊപ്പം താമസിക്കേണ്ടിവന്നു. അവർ അമ്മൂമ്മയോടു കരഞ്ഞു പറയുമായിരുന്നു. “അമ്മൂമ്മേ, അച്ഛനോ അമ്മയോ തിരിച്ചുവരുന്നതുവരെ മരിക്കല്ലേ. ഞങ്ങൾക്കാരുമില്ലാതാവും.” അച്ഛൻ തിരിച്ചുവന്നില്ല. യുദ്ധരംഗത്തുവെച്ചു തന്നെ കാണാതായി.

എന്തുതരം യോദ്ധാക്കളായിരുന്നു ഞങ്ങൾ എന്നോ? ആരും ഞങ്ങളെ ധീരനായകന്മാരായി കണ്ടില്ല. എന്റെ ഭാര്യയും ഞാനും മക്കളെ ആദ്യം വളർത്തിയത് പട്ടാളക്കാർക്കുള്ള പാളയത്തിലാണ്. പിന്നീട് ഒരു സാമൂഹികപാർപ്പിടത്തിലേക്ക് മാറി. ഇന്ന് പെൻഷനുപകരം ഏതാനും ചില്ലറത്തുട്ടുകളും കണ്ണീരും മാത്രം. ടെലിവിഷനിൽ അവർ ജർമ്മൻകാരെ കാണിച്ചുതരാറുണ്ട്. അവർ നല്ല നിലയിൽ ജീവിക്കുന്നു. തോല്പിക്കപ്പെട്ടവരുടെ സ്ഥിതി വിജയിച്ചവരുടേതിനേക്കാൾ നൂറിരട്ടി മെച്ചപ്പെട്ടതാണ്.

ദൈവത്തിനറിയില്ല, നിസ്സാരനായ മനുഷ്യന്റെ അവസ്ഥ എന്താണെന്ന്.

ഞാൻ ഒരു കമ്മ്യൂണിസ്റ്റ് ആയിരുന്നു. ഇപ്പോഴുമാണ്... അങ്ങനെത്തന്നെ തുടരും. സ്റ്റാലിനും സ്റ്റാലിന്റെ പാർട്ടിയും ഇല്ലായിരുന്നുവെങ്കിൽ ഒരിക്കലും ഞങ്ങൾ യുദ്ധം ജയിക്കുമായിരുന്നില്ല. നിങ്ങൾ ജനാധിപത്യവാദികൾ... ഒക്കെ നരകത്തിൽചെന്നു വീഴട്ടെ. ഇപ്പോൾ എനിക്ക് പഴയ യുദ്ധകാല മെഡലുകൾ കുത്തി പുറത്തിറങ്ങാൻ ഭയമാണ്. കാരണം ഇന്നത്തെ ചെറുപ്പക്കാർ മുഖത്തുനോക്കി ചോദിക്കും, "മണ്ടൻ കിഴവാ എവിടെയാണ് നിങ്ങൾ സേവനമനുഷ്ഠിച്ചത്? യുദ്ധക്കളത്തിലോ, ജയിലിലോ, അതോ തടങ്കൽ ക്യാമ്പിലോ?" അവരുടെ നോട്ടത്തിൽ വാർദ്ധക്യത്തിന്റെ ചിത്തഭ്രമം പിടിപ്പെട്ടവരാണ് ഞങ്ങൾ. അവർ ഞങ്ങളുടെ മുമ്പിൽനിന്ന് ആർത്തിയോടെ ബിയർ മോന്തുന്നു, പരിഹസിച്ച് ചിരിക്കുന്നു.

ഞാൻ പറയുന്നത് ഈ ചിഹ്നങ്ങളും സ്മാരകങ്ങളുമൊക്കെ നമ്മുടെ മഹാനായ നേതാവ് സ്റ്റാലിന് തിരിച്ചുകൊടുക്കണമെന്നാണ്. എല്ലാം അതതിന്റെ പൂർവസ്ഥാനങ്ങളിലിരിക്കട്ടെ. ഇപ്പോൾ അതൊക്കെ അവർ വേണ്ടാത്ത ചപ്പുചവറുകൾ പോലെ പിന്നാമ്പുറത്തെ ഇടവഴികളിൽ ഒളിപ്പിച്ചുവെച്ചിരിക്കയാണ്.

അങ്ങനെയൊന്ന് നിങ്ങളുടെ വീട്ടിലുമിരിക്കട്ടെ.

യുദ്ധത്തിന്റെ ചരിത്രം വീണ്ടും എഴുതിയുണ്ടാക്കാനാണ് അവരുടെ ശ്രമം. നമ്മൾ പഴയവരൊക്കെ മണ്ണടിയാൻ കാത്തുനില്ക്കുകയാണവർ. എന്നാൽ ധൈര്യമായി അവർക്ക് പണി തുടങ്ങാമല്ലോ.

എല്ലാം പറഞ്ഞുവരുമ്പോൾ ഇപ്പോൾ നമ്മൾ സോവിയറ്റുകാരായ ഒരു പറ്റം വിഡ്ഢിക്കിഴവന്മാർ മാത്രം.

റഷ്യ യുദ്ധത്തിൽ രക്ഷ പ്രാപിച്ചത് അതിന്റെ വലുപ്പംകൊണ്ടാണ്. സൈബീരിയയും യൂറലും...

നേർയുദ്ധത്തിൽ ഏർപ്പെടുന്നതായി എന്നെ സംബന്ധിച്ചിടത്തോളം ഏറ്റവും ഭയാനകം. ആദ്യത്തെ അഞ്ചോ പത്തോ മിനിറ്റുകൾ. ആദ്യം ചെല്ലുന്നവർക്ക് ജീവനോടെ തിരിച്ചുവരാൻ ഒരു സാദ്ധ്യതയുമില്ലായിരുന്നു. ഓരോ ബുള്ളറ്റും അത് ചെന്നുവീഴേണ്ട സ്ഥാനം കണ്ടെത്തും. കമ്മ്യൂണിസ്റ്റുകാരേ മുന്നോട്ട്... മുന്നോട്ട്...

നമ്മുടെ മാതൃഭൂമിയുടെ സൈനികശക്തിക്കായി (അവർ ഗ്ലാസ്സുകൾ കൂട്ടിമുട്ടിച്ചു)

ആർക്കും ആരേയും കൊല്ലണമെന്നുണ്ടായിരുന്നില്ല. ഒട്ടും രസമുള്ള കാര്യമല്ല. പിന്നെ എന്തുചെയ്യാൻ... പതുക്കെ എല്ലാം ശീലമാകുന്നു...

സ്റ്റാലിൻഗ്രാഡിൽവെച്ചാണ് ഞാൻ പാർട്ടിയിൽ ചേർന്നത്. ഞാൻ ഒരു കുറിപ്പെഴുതി. "നമ്മുടെ മാതൃഭൂമിയുടെ രക്ഷയ്ക്കായുള്ള സൈന്യത്തിൽ ഒന്നാംനിരയിൽ നില്ക്കാൻ ഞാനാഗ്രഹിക്കുന്നു. എന്റെ ഈ യൗവനത്തെ

മാറ്റിനിർത്താൻ ഞാനുദ്ദേശിക്കുന്നില്ല," കാലാൾ പടയാളികൾക്ക് അവർ സാധാരണയായി മെഡലുകൾ കൊടുക്കാറില്ല. എന്നാൽ അങ്ങനെയൊന്നു കിട്ടി... ധീരതയ്ക്കുള്ള പുരസ്കാരം.

യുദ്ധത്തിലേറ്റ മുറിവുകൾ എന്നെ വിട്ടുമാറുന്നില്ല. ഞാനൊരു രോഗിയായിത്തീർന്നു. ഇപ്പോഴും പിടിച്ചുനില്ക്കുന്നുവെന്നുമാത്രം.

എനിക്ക് നല്ല ഓർമ്മയുണ്ട്. നമ്മൾ രണ്ട് വ്ളാഡോവൈറ്റു*കളെ പിടിച്ചത് അവരിൽ ഒരാൾ പറഞ്ഞു: "ഞാൻ എന്റെ അച്ഛനുവേണ്ടി പ്രതികാരം ചെയ്യുകയായിരുന്നു." റഷ്യൻ രഹസ്യപൊലീസ് അദ്ദേഹത്തിന്റെ അച്ഛനെ വെടിവെച്ചുകൊന്നിരുന്നു. രണ്ടാമത്തെയാൾ പറഞ്ഞത്, ഒരു ജർമ്മൻ തടങ്കൽ പാളയത്തിൽ കിടന്ന് മരിക്കാൻ ഞാൻ ആഗ്രഹിച്ചില്ല എന്നായിരുന്നു. അവർക്ക് ചെറുപ്പമായിരുന്നു. തങ്ങളുടെ തന്നെ പ്രായം. ആരോടെങ്കിലും കുറച്ചുനേരം സംസാരിച്ചതിനുശേഷം, അവരുടെ കണ്ണുകളിലേക്ക് നല്ലവണ്ണമൊന്നു നോക്കിയതിനുശേഷം അവരുടെ നേരെ നിറയൊഴിക്കുക... എളുപ്പമുള്ള കാര്യമല്ല. അടുത്ത ദിവസം തന്നെ, രഹസ്യപൊലീസിലെ ഉദ്യോഗസ്ഥന്മാർ വന്ന് ആളുകളെ എല്ലാവരേയും ചോദ്യം ചെയ്തു. "ആ രാജ്യദ്രോഹികളോട് എന്തിനാണ് സംസാരിച്ചത്? അപ്പോൾത്തന്നെ അവരെ എന്തുകൊണ്ട് വെടിവെച്ചുവീഴ്ത്തിയില്ല?" ഞാൻ ഓരോരോ ന്യായങ്ങൾ പറയാൻ തുടങ്ങി. രഹസ്യപൊലീസിന്റെ ആ പ്രത്യേക പ്രതിനിധി ഒച്ചയോടെ സ്വന്തം റിവോൾവർ മേശപ്പുറത്തു വെച്ചു. "സ്വന്തം അമ്മയെ ഭോഗിക്കുന്ന... നീ ആരാണെന്നാണ് നിന്റെ വിചാരം? ഇനിയൊരു വാക്കു മിണ്ടിയാൽ അതോടെ..." വ്ളാഡോവൈറ്റികളെ പ്രതി ആർക്കും ഒരു ദയവുണ്ടായിരുന്നില്ല. ടാങ്ക് ഡ്രൈവർമാർ അവരെ ടാങ്കിൽ ചേർത്തുകെട്ടി എതിർദിശയിലേക്ക് ടാങ്ക് ഓടിക്കും. അവർ തുണ്ടം തുണ്ടമായി ചിതറി വീഴുന്നതുകണ്ടു രസിക്കും. നന്ദികെട്ട ദേശദ്രോഹികളാണവർ... ആണോ? യഥാർത്ഥത്തിൽ, അവരെല്ലാവരും ദേശദ്രോഹികളായിരുന്നുവോ?

ജർമ്മൻ പട്ടാളക്കാരേക്കാൾ ഞങ്ങൾ കൂടുതലായി പേടിച്ചിരുന്നത് സോവിയറ്റ് രഹസ്യപൊലീസിനെയായിരുന്നു. പട്ടാളത്തിലെ ജനറൽമാർക്കുപോലും അവരെ പേടിയായിരുന്നു.

ഭയം... യുദ്ധകാലത്തുമുഴുവൻ ഞങ്ങളെ ഭരിച്ചിരുന്ന വികാരം ഭയമായിരുന്നു.

സ്റ്റാലിന്റെ ഉരുക്കുമുഷ്ടിയാണ് സോവിയറ്റ് നാടിനെ രക്ഷപ്പെടുത്തിയത്. സ്റ്റാലിൻ ഇല്ലായിരുന്നുവെങ്കിൽ റഷ്യ ഒരിക്കലും നിലനില്ക്കുമായിരുന്നില്ല.

ഞാൻ സ്റ്റാലിനുവേണ്ടിയല്ല പടവെട്ടിയത്. എന്റെ മാതൃഭൂമിക്കുവേണ്ടിയാണ് യുദ്ധം ചെയ്തത്. എന്റെ മകളുടേയും അവരുടെ മകളുടേയും

* ജനറൽ വ്ളാഡോവിന്റെ അനുഗാമികൾ. കൂറുമാറി ജർമ്മൻ സൈന്യത്തിൽ ചേർന്ന റഷ്യക്കാർ

പേരിൽ ഞാൻ സത്യം ചെയ്യാം. ആ കാലത്തൊരിക്കലും ഒരാളും "സ്റ്റാലിനു"വേണ്ടി എന്നു പറയുന്നതു ഞാൻ കേട്ടിട്ടില്ല.

സൈന്യമില്ലാതെ ആർക്കെങ്കിലും ഒരു യുദ്ധം ജയിക്കാൻ സാധിക്കുമോ?

ഒക്കെ നശിച്ചുപോട്ടെ.

ഒന്നിനെമാത്രമേ നമ്മൾ ഭയപ്പെടേണ്ടൂ... ദൈവത്തിനെ. വിധി നിർണ്ണയിക്കുന്നത് അവിടുന്നാണ്.

ദൈവം ഉണ്ടെങ്കിലല്ലേ?

(അവർ ഒരുമിച്ച് എന്തോ പാടാൻ തുടങ്ങി. അവ്യക്തമായ... അപശ്രുതിയുള്ള ഏതാനും വരികൾ)

"നമുക്ക് വേണ്ടത് ഒരേയൊരു വിജയം മാത്രം!
അതിനു നല്കേണ്ട വില സാരമാക്കണ്ട..."

ഒരാളുടെ കഥ

ജീവിതകാലം മുഴുവൻ എന്റെ കൈകൾ ഞാൻ വശങ്ങളിൽ ചേർത്തുവെച്ചു. ഒരക്ഷരംപോലും ഒരാളോടും ഇതുവരെ പറഞ്ഞിട്ടില്ല. ഇനി ഞാൻ പറയാൻ പോവുകയാണ്... എന്റെ കഥ.

കുട്ടിയായിരുന്നപ്പോൾ എനിക്ക് നല്ല ഓർമ്മയുണ്ട്. എപ്പോഴും എനിക്ക് പേടിയായിരുന്നു. എനിക്ക് അച്ഛൻ ഇല്ലാതാകുമോ എന്ന്. അതൊരു പതിവായിരുന്നു. ആരെങ്കിലും വന്ന് വീട്ടിൽ അച്ഛന്മാരെ ബലമായി ഇറക്കിക്കൊണ്ടുപോകും. പിന്നെ ആർക്കും അവരെപ്പറ്റി ഒരു വിവരവുമുണ്ടാവില്ല.... അവർ വായുവിൽ അലിഞ്ഞില്ലാതായതുപോലെ. എന്റെ അമ്മയുടെ സഹോദരൻ ഫെലിക്സിനെ കാണാതായത് അങ്ങനെയാണ്. അദ്ദേഹം സംഗീതജ്ഞനായിരുന്നു. വളരെ നിസ്സാരമായൊരു കാരണത്തിനാണ് അവർ അദ്ദേഹത്തെ പിടിച്ചുകൊണ്ടുപോയത്. വെറും അസംബന്ധം. ഒരു ദിവസം അദ്ദേഹവും ഭാര്യയും ഒരു കടയിൽ നില്ക്കുകയായിരുന്നു. പ്രത്യേകിച്ചൊന്നും ആലോചിക്കാതെ അദ്ദേഹം പറഞ്ഞുപോയി "കഴിഞ്ഞ ഇരുപതുകൊല്ലമായി ഇവിടെ സോവിയറ്റ് ഭരണമാണ്. എന്നിട്ടും ഇവർക്കറിഞ്ഞുകൂടാ നേരാംവണ്ണം ഒരു കാലുറ തുന്നിയുണ്ടാക്കാൻ" ഇന്ന് എല്ലാവരും പറയുന്നു. മറ്റുള്ളവരെല്ലാം അതിനെതിരായിരുന്നുവെന്ന്. എന്നാൽ ഞാൻ പറയുന്നു, പൊതുജനം ആ കൂട്ട അറസ്റ്റുകളെ പിൻതാങ്ങിയിരുന്നുവെന്ന്.

എന്റെ അമ്മയുടെ കാര്യം നോക്കൂ. അവർ പിടിച്ചുകൊണ്ടുപോയത് സ്വന്തം സഹോദരനെയാണ്. എന്നിട്ടും അവർ പറഞ്ഞുകൊണ്ടിരുന്നു, 'നമ്മുടെ ഫെലിക്സിന്റെ കാര്യത്തിൽ അവർക്ക് തെറ്റുപറ്റിയതാണ്. ആ തെറ്റ് അവർ തിരുത്തും. അതേസമയം കുറ്റവാളികളെ ശിക്ഷിക്കാതെ

പറ്റില്ലല്ലോ. കണ്ടില്ലേ എന്തെല്ലാം കുറ്റകൃത്യങ്ങളാണ് നാട്ടിൽ നടക്കുന്നത്." അങ്ങനെയുള്ള രീതികൾക്ക് നാട്ടുകാരുടെ പിന്തുണയുണ്ടായിരുന്നു. അപ്പോഴാണ് യുദ്ധം തുടങ്ങിയത്. യുദ്ധത്തിനുശേഷം അതിനെക്കുറിച്ച് ഓർക്കാൻ തന്നെ എനിക്ക് പേടിയായിരുന്നു. എന്റെ യുദ്ധം... അതിനുശേഷം ഞാൻ പാർട്ടിയിൽ ചേരാൻ ശ്രമിച്ചു. പക്ഷേ അവർ എന്റെ അപേക്ഷ നിരസിച്ചു. "നിങ്ങൾ താമസിച്ചിരുന്നത് ഒരു ചേരിയിലല്ലേ... ജൂതത്തെരുവിൽ. അങ്ങനെയുള്ള നിങ്ങൾ എന്തു കമ്മ്യൂണിസ്റ്റാണ്? ഞാൻ വായടച്ചുനിന്നു. ഞങ്ങളുടെ ഒളിപ്പോരാളി സംഘത്തിൽ ഒരു ജൂതപെൺകുട്ടിയുമുണ്ടായിരുന്നു. സുന്ദരി. പേര് റോഡോവ്ക. അവൾ ഏതാനും പുസ്തകങ്ങളും കൂടെയെടുത്തിരുന്നു. അവൾക്ക് പതിനാറ് വയസ്സായിരുന്നു പ്രായം. കമാൻഡർമാർ ഊഴമിട്ട് അവളുടെ കൂടെ കിടന്നു. പല തമാശകളും അവർ അവളെപ്പറ്റി പറഞ്ഞിരുന്നു. "...അവളുടെ "അവിടത്തെ" കുഞ്ഞിരോമങ്ങൾ ഇനിയും ശരിക്ക് വളർന്നിട്ടില്ല" അവസാനം റോഡോവ്ക ഗർഭിണിയായി. അവർ അവളെ കാട്ടിനുള്ളിലേക്ക് വിളിച്ചുകൊണ്ടുപോയി വെടിവെച്ചുകൊന്നു, വെറുമൊരു പട്ടിയെപോലെ. ആളുകൾക്ക് മക്കളുണ്ടാവുന്നത് സ്വാഭാവികമല്ലേ? ഒരു കാടു നിറയെ ആരോഗ്യവാന്മാരായ പുരുഷന്മാരുണ്ടായിരുന്നു. സാധാരണ പതിവ്, ഒരു കുഞ്ഞു പിറന്നാൽ ഉടനെ അതിനെ ഏറ്റവും അടുത്തുള്ള ഗ്രാമത്തിലെത്തിക്കുകയായിരുന്നു. ഏതെങ്കിലും കുളപ്പുരയുടെ മുറ്റത്തു കൊണ്ടു കിടത്തും. ആരെങ്കിലും ഏറ്റെടുത്ത് വളർത്തും. എന്നാൽ ഇതൊരു യഹൂദകുഞ്ഞല്ലേ? ആരാണ് ചുമതല ഏറ്റെടുക്കുക? ജൂതസ്ത്രീകൾക്ക് പ്രസവിക്കാൻ അവകാശമില്ല. ഞാൻ ഒരു ദൗത്യം നിർവഹിക്കാൻ പോയിരുന്നു. തിരിച്ചുവന്നതും ഞാൻ അന്വേഷിച്ചു.

"റോഡോവ്കാ എവിടെ?"

"അവളുടെ കാര്യത്തിൽ നിനക്കെന്താണിത്ര താത്പര്യം?"

"അവൾ പോയി. അവളുടെ സ്ഥാനത്തേക്ക് വേറെ ആരെങ്കിലും വരും." ജൂതചേരികളിൽനിന്നും രക്ഷപ്പെട്ട നൂറുകണക്കിനാളുകൾ കാട്ടിൽ അലഞ്ഞുതിരിയുന്നുണ്ടായിരുന്നു. നാട്ടിലെ കൃഷിക്കാർ അവരെ തേടിപ്പിടിച്ച് ജർമ്മൻ സൈന്യത്തിന് കൈമാറും. പ്രതിഫലമായി ഒരു സഞ്ചി ഗോതമ്പുമാവോ ഒരു കിലോ പഞ്ചസാരയോ വാങ്ങും. അതെഴുതണം... വിട്ടുകളയരുത്. ഇത്രനാളും ഞാൻ മിണ്ടാതിരിക്കുകയായിരുന്നു. ഒരു യഹൂദൻ അവന്റെ ജീവിതകാലം മുഴുവൻ മരണത്തെ ഭയന്നാണ് കഴിയുന്നത്. കല്ല് എവിടെ വന്നു വീണാലും അത് ചെന്നു തട്ടുന്നത് അവന്റെ മേലായിരിക്കും.

മിൻസ്ക് മുഴുവൻ കത്തിച്ചാമ്പലായി. അമ്മൂമ്മ കൂടെയുള്ളതു കാരണം ഞങ്ങൾ പെട്ടെന്നു പുറത്തുകടക്കാനായില്ല. 1918-ലെ യുദ്ധം അമ്മൂമ്മ കണ്ടിരുന്നു. അവർ ഞങ്ങളെ പറഞ്ഞു വിശ്വസിപ്പിച്ചു. "ജർമ്മൻകാർ മാന്യന്മാരാണ്. അവർ സാധാരണക്കാരെ ഉപദ്രവിക്കയില്ല." അവരുടെ വീട്ടിൽ അന്ന് ഒരു ജർമ്മൻ സൈനിക ഉദ്യോഗസ്ഥനെ

പാർപ്പിച്ചിരുന്നു. എല്ലാ ദിവസവും രാത്രി അയാൾ വീട്ടുകാർക്കുവേണ്ടി പിയാനോ വായിച്ച് പാടിയിരുന്നു. എന്റെ അമ്മയ്ക്ക് അത്ര വിശ്വാസമായില്ല. ഒരു ദിവസം കുറേ അധികം ജർമ്മൻ സൈനികർ മോട്ടോർ സൈക്കിളിൽ പട്ടണത്തിലേക്ക് പാഞ്ഞെത്തി. ചിലർ പരമ്പരാഗത വേഷത്തിൽ അവരെ സ്വീകരിച്ചു. ചിത്രത്തയ്യലോടുകൂടിയ മേൽക്കുപ്പായങ്ങൾ അണിഞ്ഞ് തട്ടത്തിൽ ഉപ്പും റൊട്ടിയുമെടുത്ത് വളരെ സന്തോഷത്തോടെ. അധികപേരും വിചാരിച്ചത്, ഇനി കാര്യങ്ങൾക്കെല്ലാം ഒരു സമാധാനമുണ്ടാകും. ജീവിതം സാമാന്യഗതിയിലാകും. എല്ലാം ജർമ്മൻകാർ നോക്കിക്കൊള്ളും... നാട്ടുകാരിൽ വലിയൊരു വിഭാഗം സ്റ്റാലിനെ വെറുത്തിരുന്നു. ജർമ്മൻകാർ വന്നെത്തിയ സ്ഥിതിക്ക് ഇനി അത് മറച്ചുവെക്കേണ്ടല്ലോ എന്നവർ ആശ്വസിച്ചു. യുദ്ധം പൊട്ടിപ്പുറപ്പെട്ടതോടെ പുതിയതും അസാധാരണവുമായ പല കാര്യങ്ങളും നാട്ടിൽ സംഭവിച്ചിരുന്നു.

“കൈക്” എന്ന വാക്ക് ഞാൻ ആദ്യമായി കേട്ടത് ആയിടയ്ക്കായിരുന്നു. യഹൂദന്മാരെ ഉദ്ദേശിച്ചുള്ള നിന്ദ്യമായ ഒരു വാക്കായിരുന്നു അത്. അയൽപക്കക്കാർ രാത്രി ഞങ്ങളുടെ വാതിൽക്കൽ മുട്ടി ഒച്ചവെക്കാൻ തുടങ്ങി. “കാര്യം മനസ്സിലായില്ലേ നിങ്ങളുടെ ദിവസങ്ങൾ എണ്ണപ്പെട്ടു കഴിഞ്ഞു. അന്നു നിങ്ങൾ കർത്താവിനോട് ചെയ്തതിന്.... ഇപ്പോൾ നിങ്ങൾക്ക് ഉത്തരം പറയേണ്ടിവരും.” ഞാനൊരു സോവിയറ്റ് പയ്യനായിരുന്നു. 5-ാം തരം പൂർത്തിയാക്കി കഴിഞ്ഞിരുന്നു. വയസ്സ് പന്ത്രണ്ടായിരുന്നു. അവരെന്താണ് പറയുന്നത് എന്ന് എനിക്ക് തീരെ മനസ്സിലായില്ല. എന്തുകൊണ്ടാണ് അവർ ഞങ്ങളോട് ഇങ്ങനെയൊക്കെ സംസാരിക്കുന്നത്? ഇന്നും എനിക്ക് പിടികിട്ടുന്നില്ല. എന്റെ അച്ഛൻ ജൂതനായിരുന്നു. അമ്മ റഷ്യക്കാരിയും. അങ്ങനെയൊരു സങ്കരകുടുംബം. ഞങ്ങൾ ഈസ്റ്റർ ആഘോഷിച്ചിരുന്നു. ഒരു പ്രത്യേകരീതിയിൽ. എന്റെ അമ്മ പറയും. അതൊരു മഹാപുരുഷന്റെ ജന്മദിനമാണെന്ന്. അവർ അന്ന് നല്ലൊരു കേക്കുണ്ടാക്കും. “പാസ്സ് ഓവർ”* ദിവസം അച്ഛൻ അദ്ദേഹത്തിന്റെ അമ്മയുടെ വീട്ടിൽനിന്നും ഞങ്ങൾക്കായി വാട്സോ കൊണ്ടുവരും. അതൊന്നും ഞങ്ങൾ പുറത്തു പറയാറില്ല. കാലം അതായിരുന്നു. പല കാര്യങ്ങളെക്കുറിച്ചും ഞങ്ങൾ മൗനം പാലിക്കുകയായിരുന്നു പതിവ്.

ഞങ്ങളുടെ വസ്ത്രങ്ങളിൽ അമ്മ മഞ്ഞ നക്ഷത്രങ്ങൾ തുന്നിപ്പിടിപ്പിച്ചു. കുറെ ഏറെ ദിവസങ്ങൾ ഞങ്ങൾ വീട്ടിൽനിന്നും വെളിയിലിറങ്ങിയില്ല. ഞങ്ങൾക്ക് ലജ്ജ തോന്നി. ഇന്നെനിക്ക് വയസ്സായി. എന്നാലും ഇന്നും നല്ല ഓർമ്മയുണ്ട്. അന്നു തോന്നിയ നാണക്കേടും മനഃപ്രയാസവും നഗരത്തിൽ എല്ലായിടത്തും ലഘുലേഖകൾ ചിതറിക്കിടന്നു. “കമ്മീസാർമാരേയും ജൂതന്മാരേയും ഇല്ലാതാക്കുക” കമ്മീസാർമാർ സർക്കാർ വകുപ്പുകളിലെ മേലുദ്യോഗസ്ഥന്മാരായിരുന്നു. “റഷ്യയെ ബോൾഷെവിക് ഭരണകൂടത്തിൽനിന്നും രക്ഷിക്കുക.” അങ്ങനെയൊരു

* ദൈവം യഹൂദന്മാരിൽ പ്രത്യേകമായി കാരുണ്യം വർഷിച്ച ദിവസം

തുണ്ടു കടലാസ് ഞങ്ങളുടെ വാതിലിനിടയിൽ കൂടി ആരോ അകത്തേക്കിട്ടു. എല്ലാം സംഭവിച്ചത് വളരെ പെട്ടെന്നാണ്. പല കിംവദന്തികളും നാട്ടിൽ പരന്നു. അമേരിക്കക്കാർ യഹൂദന്മാരെ വിട്ടുകിട്ടാനായി സ്വർണ്ണം സമാഹരിക്കുന്നു. യൂറോപ്പിലുള്ള യഹൂദന്മാരെയൊക്കെ അമേരിക്കയിലേക്ക് കൊണ്ടുവരാനാണ് അവരുടെ ശ്രമം. ജർമ്മൻകാർക്ക് അച്ചടക്കം നിർബന്ധമാണ്. പക്ഷേ, അവർ ജൂതന്മാരെ സഹിക്കില്ല. അതുകൊണ്ട് യുദ്ധം കഴിയുന്നതുവരെ ജൂതന്മാർ അവരുടെ തെരുവിൽനിന്നും പുറത്തിറങ്ങിക്കൂടാ. എന്താണ് സംഭവിച്ചുകൊണ്ടിരിക്കുന്നത് എന്നതിന്റെ അർത്ഥം മനസ്സിലാക്കാൻ എല്ലാവരും ശ്രമിച്ചു. ആ തെരുവിൽ ഞങ്ങൾ പെരുമാറിയിരുന്നത് ഇന്നലെ കഴിഞ്ഞതുപോലെ ഞാനോർക്കുന്നു. ആയിരക്കണക്കിനു ജൂതന്മാർ നഗരത്തിലൂടെ കുട്ടികളുമായി നടന്നുനീങ്ങി. എല്ലാവരുടേയും കൈയിൽ തലയിണകൾ. കണ്ടാൽ ചിരിവരുന്ന കാഴ്ച. ഞാൻ എന്റെ ചിത്രശലഭശേഖരവും കൂടെയെടുത്തു. ഇന്നാലോചിക്കുമ്പോൾ തമാശ തോന്നുന്നു. മിൻസ്കിലെ ആളുകളെല്ലാം ആ കാഴ്ച കാണാൻ പാതയോരങ്ങളിൽ തിങ്ങിനിന്നു. ചിലരുടെ മുഖത്ത് 'ഇതെന്ത്' എന്ന പരിഭ്രമം. പല മുഖങ്ങളിലും പരിഹാസച്ചിരികൾ. കുറേ പേർ കണ്ണീരൊലിപ്പിച്ചുനിന്നു. ഞാൻ അധികമൊന്നും അങ്ങോട്ടും ഇങ്ങോട്ടും നോക്കിയില്ല. പരിചയക്കാരായ കുട്ടികളെ കാണേണ്ടി വന്നാലോ എന്ന സങ്കടം. വല്ലാത്തെ നാണക്കേടു തോന്നി. അതിന്നും മാറിയിട്ടില്ല.

എന്റെ അമ്മ അവരുടെ വിവാഹമോതിരമൂരി ഒരു തൂവാലയിൽ പൊതിഞ്ഞ് എന്റെ കൈയിൽ തന്നു. എന്തുചെയ്യണമെന്നു നിർദ്ദേശിച്ചു. അന്നുരാത്രി ഞാൻ മുൾവേലിക്കടിയിലൂടെ നുഴഞ്ഞ് പുറത്തു കടന്നു. അമ്മ പറഞ്ഞ ഇടത്ത് ഒരു സ്ത്രീ എനിക്കായി കാത്തുനിന്നിരുന്നു. അവർ ആ മോതിരം എന്റെ കൈയിൽനിന്നും വാങ്ങി. പകരം കുറച്ച് ഗോതമ്പുമാവുതന്നു. നേരം പുലർന്നതിൽ പിന്നെയാണ് മനസ്സിലായത്, അവർ തന്നത് മാവായിരുന്നില്ല, ഗോതമ്പുപൊടിയായിരുന്നു. കുമ്മായപ്പൊടി. അങ്ങനെയാണ് അന്ന് അമ്മയുടെ സ്വർണ്ണമോതിരം നഷ്ടമായത്. വിലപിടിപ്പുള്ള വേറെയൊന്നും ഞങ്ങളുടെ കൈയിലുണ്ടായിരുന്നില്ല. ഞങ്ങൾ വിശപ്പുകൊണ്ട് ചീർക്കാൻ തുടങ്ങി. ജൂതത്തെരുവുകൾക്ക് പുറത്ത് വലിയ ചാക്കു സഞ്ചികളുമായി റഷ്യൻ കൃഷിക്കാർ രാവും പകലും കാത്തുനിന്നു... അടുത്ത കൂട്ടക്കൊലയ്ക്കുവേണ്ടി. ഒരു കൂട്ടം യഹൂദന്മാരെ പൊലീസ് പിടിച്ചുകൊണ്ടുപോയി കൂട്ടത്തോടെ വെടിവെച്ചുകൊല്ലുന്നു. അതോടെ അവരുടെ വീടുകൾ നാട്ടുകാർക്ക് കൊള്ളയടിക്കാനുള്ളതാണ്. പൊലീസുകാർ വിലപിടിപ്പുള്ളതുമാത്രം തെരഞ്ഞെടുത്തു കീശയിലിടും. എന്നാൽ നാട്ടുകാർക്ക് വേർതിരിവുകളില്ല. കിട്ടിയതൊക്കെയും അവർ ചാക്കിലാക്കും. അവർ തങ്ങളോട് ഉറപ്പിച്ചുപറയുകയും ചെയ്യും. "ഇതൊന്നും എന്തായാലും നിങ്ങൾക്കിനി ആവശ്യമുണ്ടാവില്ല."

ഒരു ദിവസം ജൂതത്തെരുവ് പെട്ടെന്ന് തികച്ചും നിശ്ശബ്ദമായി. ഒരു കൂട്ടക്കൊലയ്ക്കുമുമ്പ് അത് പതിവുള്ളതാണ്. എവിടേയും ഒരൊറ്റ വെടി

പോലും പൊട്ടുന്നത് കേൾക്കുകയുണ്ടായില്ല. കുറേ കഴിഞ്ഞപ്പോൾ വണ്ടികൾ വന്നു തുടങ്ങി. കുറെ അധികം വണ്ടികൾ. വണ്ടികളിൽനിന്ന് ആളുകൾ ഇറങ്ങിത്തുടങ്ങി. ഭംഗിയുള്ള ഉടുപ്പുകളും ഷൂസുകളും ധരിച്ച കുട്ടികൾ. മോടിയിൽ വേഷമണിഞ്ഞ സ്ത്രീകൾ. അവർ വെളുത്ത "പിനാഫോറുകൾ" ധരിച്ചിരുന്നു. പുരുഷന്മാരുടെ കൈയിൽ വിലകൂടിയ സ്യൂട്ട്കേസുകൾ. ആ പെട്ടികളുടെ അഴക് ഒന്നുവേറെത്തന്നെയായിരുന്നു. അവരെല്ലാവരും ജർമ്മൻ ഭാഷയാണ് സംസാരിച്ചിരുന്നത്. തെരുവിൽ കാവൽ നിന്നിരുന്ന സുരക്ഷാഭടന്മാരും പൊലീസുകാരും കാര്യമെന്താണെന്നറിയാതെ പകച്ചുനിന്നു. അവർ ആരേയും ലാത്തികൊണ്ട് അടിച്ചില്ല. കുരച്ചുചാടാൻ തിരക്കു കൂട്ടുന്ന നായ്ക്കളെ ചങ്ങലയ്ക്കിട്ട് മുറുകെ പിടിച്ചിരുന്നു. ഒരു തിയേറ്ററിലിരുന്ന് ഏതോ നാടകം കാണുന്നതുപോലെയാണ് തോന്നിയത്. അത്രയും നാടകീയമായിരുന്നു ആ രംഗം. അന്നുച്ചയോടെ ഞങ്ങൾക്ക് കാര്യം വ്യക്തമായി. അവരെല്ലാം ജൂതന്മാരാണ്. യൂറോപ്പിൽനിന്നും കൊണ്ടുവന്നവർ. ഞങ്ങൾ അവരെ ഹാംബർഗ് ജൂതന്മാർ എന്നു വിളിക്കാൻ തുടങ്ങി. കാരണം അവരിൽ ഭൂരിഭാഗവും ഹാംബർഗിൽനിന്നും വന്നവരായിരുന്നു. വളരെ അച്ചടക്കവും അനുസരണശീലവുമുള്ള കൂട്ടർ. കാവൽഭടന്മാരെ പറ്റിക്കാനോ, സ്വന്തം മിടുക്കു കാട്ടാനോ അവർ ശ്രമിച്ചില്ല. ആരും കാണാത്തയിടങ്ങൾ കണ്ടുപിടിച്ച് ഒളിച്ചിരിക്കാനും അവർ മിനക്കെട്ടില്ല. അവരുടെ വിധി നിർണ്ണയിക്കപ്പെട്ടു കഴിഞ്ഞിരുന്നു. അതിനെക്കുറിച്ച് അവർക്ക് ബോദ്ധ്യവുമുണ്ടായിരുന്നു. അവർ പുച്ഛത്തോടെയാണ് ഞങ്ങളെ നോക്കിയിരുന്നത്. ഞങ്ങൾ പാവങ്ങളായിരുന്നു. എപ്പോഴും മുഷിഞ്ഞ വേഷത്തിലായിരുന്നു. ജർമ്മൻ ഭാഷ വശമില്ലാത്തവരായിരുന്നു. അവരെല്ലാവരും കൊല്ലപ്പെട്ടു. ഒന്നൊഴിയാതെ എല്ലാ ഹാംബർഗ് ജൂതന്മാരും.

അന്ന്... ഒരു മൂടൽമഞ്ഞുകൊണ്ടെന്നപോലെ... ഓർമ്മകളെല്ലാം അവ്യക്തമാണ്. എങ്ങനെയാണ് അവർ ഞങ്ങളുടെ വീടുകളിൽനിന്നും ഞങ്ങളെ ചവിട്ടിപുറത്താക്കിയത്? എങ്ങനെയാണ് വണ്ടിയിൽ കയറ്റിക്കൊണ്ടുപോയത്? കാടിന് തൊട്ടുകിടക്കുന്ന വിശാലമായ ഒരു മൈതാനം ഓർമ്മയുണ്ട്. കൂട്ടത്തിൽ ഏറ്റവും കരുത്തരായവരെ വിളിച്ച് അവർ അഗാധമായ രണ്ടു കുഴികളുണ്ടാക്കാൻ കല്പിച്ചു. ഞങ്ങൾ, ബാക്കിയുള്ളവർ അതും നോക്കി മാറിനിന്നു. ആദ്യം അവർ ചെറിയ കുട്ടികളെ ഒരു കുഴിയിലേക്ക് വലിച്ചെറിഞ്ഞു. മണ്ണിട്ടു മൂടാൻ തുടങ്ങി. ആ കുഞ്ഞുങ്ങളുടെ അമ്മമാരും അച്ഛന്മാരും കരഞ്ഞപേക്ഷിച്ചില്ല. വിതുമ്പിയതുപോലുമില്ല. അനങ്ങാതെനിന്നു. പൂർണ്ണമായ നിശ്ശബ്ദതയിൽ, എന്തുകൊണ്ട്? നിങ്ങൾ ചോദിക്കുമായിരിക്കും. അതിനെക്കുറിച്ച് ഞാനും ഒരുപാട് ആലോചിച്ചിട്ടുണ്ട്. ഒരു ചെന്നായ നിങ്ങളെ വിഴുങ്ങാനായി എടുത്തുചാടുമ്പോൾ അതിനോട് സംസാരിച്ച് കാര്യങ്ങൾ തീരുമാനിക്കാൻ നിങ്ങളൊരുമ്പെടാറില്ല. അല്ലെങ്കിൽ ഒരു കാട്ടുപന്നി നിങ്ങളുടെ നേരെ എടുത്തുചാടുമ്പോൾ... ജർമ്മൻ സൈന്യം ആ കുഴികളിലേക്ക് നോക്കി ആർത്തുചിരിച്ചു... കൈ നിറയെ മിഠായികൾ അതിലേക്കെറിഞ്ഞു.

പൊലീസുകാർ മദ്യപിച്ച് ലക്കുകെട്ടുനിന്നു. അവരുടെ കുപ്പായക്കീശ കളിൽ റിസ്റ്റ് വാച്ചുകൾ കുത്തിനിറച്ചിരുന്നു. അവർ ആ കുട്ടികളെ ജീവനോടെ കുഴിച്ചുമൂടി. അതിനുശേഷം മുതിർന്നവരോട് രണ്ടാമത്തെ കുഴിയിലേക്ക് ചാടാൻ ആജ്ഞാപിച്ചു. ഞങ്ങൾ അവിടെനിന്നു. എന്റെ അച്ഛനും അമ്മയും ഇളയസഹോദരിയും ഞാനും. ഞങ്ങളുടെ ഊഴം വന്നു. കാവൽനിന്ന ജർമ്മൻ പട്ടാളക്കാരനു മനസ്സിലായി എന്റെ അമ്മ റഷ്യക്കാരിയാണെന്ന് "പൊയ്ക്കോളൂ... ചാടേണ്ടതില്ല."

"വേഗം... ഓടിക്കോളൂ...." അച്ഛൻ ഒച്ചവെച്ചു.

"ഇല്ല... ഞാനും നിങ്ങളോടൊപ്പം" അമ്മ എന്നേയും അച്ഛനേയും മുറുകെ പിടിച്ചു. ഞങ്ങളെല്ലാവരും അമ്മയെ തള്ളിമാറ്റി. "രക്ഷപ്പെടൂ..." ഞങ്ങൾ കെഞ്ചി. പക്ഷേ ഞങ്ങളുടെ കൂട്ടത്തിൽനിന്നും ആദ്യം മരണ ക്കുഴിയിലേക്ക് ചാടിയത് അമ്മയായിരുന്നു.

അത്രയൊക്കെയേ എനിക്കോർക്കാനാവുന്നുള്ളൂ... എന്തോ ഒരു കൂർത്ത സാധനം. കാലിൽ തറയ്ക്കുന്നതായി തോന്നി... അപ്പോഴാണ് ഞാൻ ബോധക്കേടുമാറി ഉണർന്നത്. വേദനകൊണ്ട് ഞാൻ നിലവിളിച്ചു. ആരോ അടക്കം പറഞ്ഞു. "അവിടെയാരോ ജീവനോടെയുണ്ടെന്നു തോന്നുന്നു." ആരോ കൈക്കോട്ടുകൊണ്ട് കുഴിതോണ്ടുകയായിരുന്നു. ശവശരീരങ്ങളുടെ ഷൂസും കോട്ടുമൊക്കെ കൈക്കലാക്കാനുള്ള ശ്രമം. കൈയിൽ കിട്ടിയതെല്ലാം സ്വന്തമാക്കാം. അവരാണ് എന്നെ പുറത്തേക്ക് വലിച്ചെടുത്തത്. ആ കുഴിയുടെ തിണ്ടത്ത് ഞാൻ പിന്നെയും പിന്നെയും കാത്തിരുന്നു. മഴ പെയ്യുന്നുണ്ടായിരുന്നു. എന്നാലും തറയിൽ നല്ല ചൂട്. കുഴി തോണ്ടാൻ വന്നവർ വലിയൊരു കഷ്ണം റൊട്ടി മുറിച്ചുതന്നു. "ഓടിക്കോ... ജൂതക്കുട്ടി... ഒരുപക്ഷേ, നിനക്ക് ജീവിക്കാനാവും."

ഏറ്റവും അടുത്ത ഗ്രാമത്തിൽ ഞാൻ എത്തി. തികച്ചും വിജനം. വീടു കളെല്ലാം അതേപടി. എന്നാൽ ഒരു കുഞ്ഞുപോലും ബാക്കിയില്ല. വിശപ്പു സഹിക്കുന്നില്ല. ആരോടിരക്കാനാണ് ഞാൻ? ഒറ്റയ്ക്ക് ആ ഗ്രാമത്തിൽ ചുറ്റിത്തിരിഞ്ഞു. വഴിയരികിൽ ഒരു റബ്ബർ ഷൂ കിടക്കുന്നത് കണ്ടിരുന്നു. മഴക്കാലത്തു ധരിക്കുന്ന മുട്ടോളമെത്തുന്ന ഷൂസ്. അതിനടുത്ത് ഒരു തൂവാല. പള്ളിക്കു പിറകിലായ കത്തിയെരിഞ്ഞ ഏതാനും ശരീരങ്ങൾ. പെട്രോളിൽ പൊരിച്ചതുപോലെയുള്ള നാറ്റം. ഞാൻ വീണ്ടും കാട്ടിലേ ക്കോടി. കാട്ടുകനികളും കൂണും പെറുക്കിത്തിന്ന് വിശപ്പടക്കി. ഒരു ദിവസം വിറക് വെട്ടിക്കൊണ്ടുനില്ക്കുന്ന ഒരു വയസ്സനെ കണ്ടുമുട്ടി. അയാൾ എനിക്ക് രണ്ടു മുട്ട തന്നു. "ഒരു കാരണവശാലും ഗ്രാമത്തി ലേക്ക് കടക്കരുത്." അയാൾ മുന്നറിയിപ്പ് തന്നു. "ആളുകൾ കണ്ടാൽ പിടിച്ചുകെട്ടി കമാൻഡറെ ഏല്പിക്കും. അങ്ങനെ രണ്ടു ജൂതക്കുട്ടികളെ ഈയിടെ പിടിക്കുകയുണ്ടായി."

ഒരു ദിവസം ഞാൻ കാട്ടിൽ കിടന്നുറങ്ങി. ഒരു വെടി പൊട്ടുന്ന ശബ്ദം കേട്ടാണ് ഉണർന്നത്. ഒരു വെടിയുണ്ട എന്റെ തലയുടെ മീതെക്കൂടി ചീറി പ്പാഞ്ഞു. "ജർമ്മൻകാർ" ഞാൻ ചാടിയെഴുന്നേറ്റു. കണ്ടത് കുതിരപ്പുറത്ത്

കയറിവരുന്ന രണ്ട് ഒളിപ്പോരാളികളെയായിരുന്നു. വളരെ ചെറുപ്പം. അവർ ചിരിച്ചുകൊണ്ട് എന്നെ നോക്കി തർക്കിച്ചു. “ഈ ജൂതപയ്യനെക്കൊണ്ട് നമുക്കെന്തു മെച്ചം?” “നമുക്ക് പോകാം... വേണ്ടതെന്താണെന്ന് കമാൻഡർ നിശ്ചയിക്കട്ടെ.” മറ്റേയാൾ പറഞ്ഞു. അവർ എന്നെ പട്ടാള പാളയ*ത്തിലേക്ക് കൊണ്ടുവന്നു. എന്നെ തനിച്ച് ഒരു കുടിലിനകത്താക്കി. അതിന് ഒരു വൈക്കോൽ മേൽക്കൂര. ആരെങ്കിലും എനിക്ക് കാവൽ നിന്നിരുന്നുവോ എന്നറിയില്ല. എന്തായാലും അധികം കഴിയുംമുമ്പേ എന്നെ ചോദ്യം ചെയ്യാനായി കൊണ്ടുപോയി.

“നീയെങ്ങനെയാണ് ഈ പട്ടാളക്ക്യാമ്പിൽ വന്നുപെട്ടത്? ആരാണ് നിന്നെ ഇങ്ങോട്ടയച്ചത്.”

“ആരും അയച്ചുവന്നതല്ല. ഒരു കൂട്ടമരണക്കുഴിയിൽനിന്നും രക്ഷപ്പെട്ടു വന്നതാണ്.”

“ആർക്കറിയാം. നീയൊരു ചാരനാകാം.” രണ്ടുതവണ അവരെന്റെ മുഖത്ത് ഊക്കിലിടിച്ചു. വീണ്ടും കിടങ്ങിനകത്തെ കുടിലിലേക്ക് തള്ളി. വൈകുന്നേരത്തോടെ വേറെയും രണ്ടു ജൂതന്മാരെ അവർ ആ കുടിലിലേക്ക് തള്ളി. രണ്ടുപേരും ചെറുപ്പക്കാരായിരുന്നു. നല്ല തുകൽ ബെൽറ്റുകൾ ധരിച്ചിരുന്നു. അന്നാണ് ഞാൻ മനസ്സിലാക്കിയത്, ഒളിപ്പോരാളി സംഘത്തിലും അവർ ജൂതന്മാരെ എടുക്കുകയില്ല. കൈയിൽ ആയുധമുണ്ടെങ്കിൽ പക്ഷേ പരിഗണിച്ചേക്കും. ആയുധമില്ല എങ്കിൽ സ്വർണ്ണമായാലും മതി. സ്വർണ്ണം കൊണ്ടുള്ള എന്തെങ്കിലുമൊന്ന്. അവരുടെ കൈയിലുണ്ടായിരുന്ന സ്വർണച്ചങ്ങലയുള്ള വാച്ചും സ്വർണം കൊണ്ടുള്ള സിഗരറ്റുപെട്ടിയും എനിക്ക് കാണിച്ചുതന്നു. അവർ കമാൻഡറെ നേരിട്ടു കാണണമെന്നാവശ്യപ്പെട്ടു. രണ്ടുപേരേയും അവർ ഓഫീസിലേക്ക് കൂട്ടിക്കൊണ്ടുപോയി. പിന്നീടൊരിക്കലും അവർ അവരെ കണ്ടിട്ടില്ല. വാച്ചും സിഗരറ്റുപെട്ടിയും കമാൻഡറുടെ ഇടുപ്പിലായി. തുകൽ ജാക്കറ്റുകളിൽ ഒന്നും അയാൾ കൈക്കലാക്കി. എന്നെ രക്ഷിച്ചത് എന്റെ അച്ഛന്റെ സുഹൃത്താണ്. യാഷമാമൻ. അയാളൊരു ചെരുപ്പുകുത്തിയായിരുന്നു. ചെരുപ്പുകുത്തികൾക്ക് ഡോക്ടർമാരോളം വിലയുണ്ടായിരുന്ന കാലം. ഞാൻ അങ്ങേരുടെ സഹായിയായി...

യാഷമാമൻ എനിക്ക് ആദ്യമായിത്തന്ന ഉപദേശം, എന്റെ കുടുംബപ്പേര് മാറ്റണം. ഫ്രെയ്മാൻ എന്ന കുടുംബപ്പേരുമാറ്റി ഞാൻ ലൊമീക്കോയാക്കി. രണ്ടാമത്തെ ഉപദേശം “വായടച്ചുവെക്കണം. അല്ലെങ്കിൽ പുറത്ത് വെടിയുണ്ട വന്നു തറയ്ക്കുന്നതറിയില്ല. ഒരു ജൂതനെ കൊന്നാൽ ആർക്കും ആരോടും ഉത്തരം പറയേണ്ടതില്ല.” അതായിരുന്നു കാലം. യുദ്ധം ഒരു ചതുപ്പുനിലമാണ്. ഒരിക്കൽ കാലെടുത്തുവെച്ചാൽ അറിയാതെ ആണ്ടുപോകും. ഒരിക്കലും രക്ഷപ്പെടാനാവില്ല. മൂന്നാമത്തെ ഉപദേശം ഒരു ജൂതപഴഞ്ചൊല്ലായിട്ടായിരുന്നു. “കാറ്റിനു ശക്തിയുള്ളപ്പോൾ

* വലിയൊരു കിടങ്ങിനുള്ളിൽ ചെറിയൊരു കുടിൽ

ഉമി പറന്നുപോന്നതും" നാസികളുടെ പ്രചാരണം എല്ലാവരേയും സ്വാധീനിച്ചിരുന്നു. ഒളിപ്പോരാളികളും യഹൂദന്മാർക്കെതിരായിരുന്നു. പിന്നീട് അത് അഞ്ചായി കുറഞ്ഞു. ആളുകൾ മനഃപൂർവ്വം ഞങ്ങളുടെ മുമ്പിൽവെച്ച് സംസാരിച്ചു. "എന്തു ജാതി യോദ്ധാക്കളാണ് നിങ്ങൾ. അറവുശാലകളിലേക്ക് കൊണ്ടുപോകുന്ന മാടുകളെപോലെയല്ലേ അവർ നിങ്ങളെ ആട്ടിത്തെളിച്ചുകൊണ്ടുപോകുന്നത്..."

"നിങ്ങൾ ജൂതന്മാർ... ഒന്നടങ്കം ഭീരുക്കളാണ്."

ഞാൻ എല്ലാം കേട്ട് മിണ്ടാതെ നില്ക്കാറേയുള്ളൂ. യുദ്ധഭൂമിയിൽ എനിക്കൊരു ചങ്ങാതിയുണ്ടായിരുന്നു. സേവിഡ് ഗ്രീൻ ബെർഗ്. ആളൊരു ചൂടനായിരുന്നു. അവൻ അവരോട് തിരിച്ചു പറയും. അവനവന്റെ നിലപാടിൽ ഉറച്ചുനില്ക്കും. അവസാനം അവർ അയാളെ വെടിവെച്ചുകൊന്നു. ആരാണ് അയാളെ കൊന്നതെന്ന് എനിക്ക് കൃത്യമായി അറിയാം. ഇന്ന് അയാൾ ഒരു വീരയോദ്ധാവാണ്. താൻ യുദ്ധത്തിൽ നേടിയ മെഡലുകൾ പ്രദർശിപ്പിച്ചുകൊണ്ട് അയാൾ സമൂഹത്തിൽ ഞെളിഞ്ഞ് നടക്കുന്നു. ധീരോചിതമായി പെരുമാറുന്നു. അയാൾ രണ്ടു ജൂതന്മാരെ വകവരുത്തി. ജോലി സമയത്ത് ഉറങ്ങി എന്ന് കുറ്റമാരോപിച്ച് മൂന്നാമതൊരാളെ കൊന്നത് അയാളുടെ കൈവശമുണ്ടായിരുന്ന ആധുനികരീതിയിലുള്ള പാരബെല്ലം പിസ്റ്റൾ കരസ്ഥമാക്കാനായിരുന്നു. എവിടേക്കാണ് ഓടി രക്ഷപ്പെടുക? ജൂതത്തെരുവിലേക്കോ? മാതൃഭൂമിക്കുവേണ്ടി യുദ്ധം ചെയ്യാൻ ഞാൻ ആഗ്രഹിച്ചു. എന്റെ കുടുംബത്തെ ഒന്നടങ്കം കുഴിച്ചുമൂടിയ നാസികളോട് പകരംവീട്ടാൻ ആഗ്രഹിച്ചു. ഒളിപ്പോരാളികളുടെ കമാൻഡർമാർക്ക് മോസ്കോയിൽനിന്നും രഹസ്യനിർദ്ദേശങ്ങൾ ലഭിച്ചിരുന്നു. "യഹൂദന്മാരെ വിശ്വസിക്കരുത്. ഒരു സേനാവിഭാഗത്തിലും ഉൾപ്പെടുത്തരുത്. തരംപോലെ ഇല്ലാതാക്കണം." അവർ ദേശദ്രോഹികളായാണ് ഞങ്ങളെ കണ്ടത്. ഇതെല്ലാം വളരെ വർഷങ്ങൾക്കു ശേഷമാണ് ഞങ്ങൾ മനസ്സിലാക്കിയത്. അതിന് നന്ദി പറയേണ്ടത് പെരിസ്ട്രോയിക്കയോടാണ്.

മനുഷ്യരെയോർത്ത് നമ്മൾ സങ്കടപ്പെടുന്നു. കുതിരകൾ എങ്ങനെയാണ് ചാവുന്നതെന്ന് മനസ്സിലാക്കിയിട്ടുണ്ടോ? മറ്റു മൃഗങ്ങളെപ്പോലെ കുതിരകൾ സ്വയം ഒളിക്കുന്നില്ല. പട്ടിയും പൂച്ചയും പശുവുമൊക്കെ എങ്ങോട്ടെങ്കിലും ഓടിപ്പോകും. കുതിരകൾ കൊല്ലപ്പെടാനായി കാത്തുനില്ക്കും. കണ്ടുനില്ക്കുക വളരെ പ്രയാസമാണ്. സിനിമകളിൽ കുതിരപ്പടയാളികൾ ആർത്തുവിളിച്ചുകൊണ്ട് അവയുടെ തലയ്ക്കുമീതെ വാളുകൾ വീശി ചാടിവീഴുന്നു. ശുദ്ധ അസംബന്ധം... വെറും ഭാവന... ഞങ്ങളുടെ കൂട്ടത്തിൽ കുറച്ചുനാൾ ചില കുതിരപ്പടയാളികളുണ്ടായിരുന്നു. പക്ഷേ, അവരെല്ലാരും വേഗം തന്നെ അപ്രത്യക്ഷരായി. ഉറഞ്ഞു കിടക്കുന്ന മഞ്ഞിൽക്കൂടി കുതിരകൾക്ക് നടക്കാനാവില്ല. പിന്നെയല്ലേ ഓടുന്നത്? മണ്ണിനിടയിലുള്ള പിളർപ്പുകളിൽ അവ ചെന്നു വീഴുന്നു. അതേസമയം ജർമ്മൻ പട്ടാളക്കാർ സഞ്ചരിച്ചിരുന്നത് മോട്ടോർ സൈക്കിളുകളിലായിരുന്നു. രണ്ടും മൂന്നും ചക്രങ്ങളുള്ള വണ്ടികളിൽ മഞ്ഞിനെ

വകവെക്കാതെ അവർ മുന്നേറി. ഹിമപ്പരപ്പിലൂടെ സുഗമമായി കടന്നു പോകാൻ വേണ്ട സംവിധാനം അവർ തങ്ങളുടെ വാഹനങ്ങൾക്ക് പ്രത്യേകമായി ഒരുക്കി. അവർ ഉറക്കെ ചിരിച്ച് ഞങ്ങളുടെ കുതിരകൾക്കും കുതിരക്കാർക്കും നേരെ വെടി ഉതിർത്തുകൊണ്ട് അതിവേഗം കടന്നു പോകും. ചിലർ മാത്രം ഞങ്ങളുടെ അഴകുള്ള കുതിരകളെ സഹതാപ ത്തോടെ നോക്കിനില്ക്കും. ഒരുപക്ഷേ, അവർ നാട്ടിൽ പുറത്തുനിന്നുള്ള സാധാരണക്കാരായ ചെറുപ്പക്കാരായിരുന്നിരിക്കാം.

ഒരു ദിവസം കല്പന വന്നു. കിടങ്ങിനകത്ത് തടങ്കൽപുരയിൽ പാർപ്പി ച്ചിട്ടുള്ളവരെയെല്ലാം കൊന്നുകളയണം. അത് സാമാന്യം വലിയൊരു കുടുംബമായിരുന്നു. അച്ഛനമ്മമാരും മൂന്നു കുട്ടികളും ഒപ്പം അപ്പൂപ്പനും അമ്മൂമ്മയും. രാത്രി ഞങ്ങൾ ആ കുടിൽ വളഞ്ഞു. വാതിൽ ആണിയടി ച്ചുറപ്പിച്ചു. പെട്രോൾ കോരിയൊഴിച്ചു. തീകൊളുത്തി. അതിന്റെയുള്ളിൽ നിന്നും ദാരുണമായ മുറവിളികൾ കേട്ടുകൊണ്ടിരുന്നു. ഒരാൺകുട്ടി ജന്ന ലിൽകൂടി പുറത്തുചാടാൻ ശ്രമിച്ചു. ഒരു ഒളിപ്പോരാളി അവനെ വെടി വെച്ച് വീഴ്ത്താൻ ശ്രമിച്ചു. വേറൊരാൾ തടഞ്ഞു. അവർ അവനെ വീണ്ടും ആ തീക്കുണ്ഡത്തിലേക്ക് തട്ടിയിട്ടു. എനിക്ക് പതിന്നാലു വയസ്സായിരുന്നു. സംഭവിക്കുന്നതെന്താണെന്ന് മനസ്സിലായില്ല. എല്ലാം ഓർമ്മയിൽ സൂക്ഷി ക്കാൻ മാത്രമേ എനിക്കായുള്ളൂ. ദാ... ഇപ്പോൾ ഞാൻ നിങ്ങളോട് പറ യുകയാണ്... ആ കഥകളെല്ലാം. “ധീരയോദ്ധാവ്” ആ പ്രയോഗത്തോടു തന്നെ എനിക്ക് കലശലായ വെറുപ്പാണ്. യുദ്ധത്തിൽ അങ്ങനെയാരു മില്ല.... ആയുധം കൈയിലേന്തുന്നതോടെ ആരായാലും മനസ്സിലെ നന്മ വിട്ടൊഴിയുന്നു. അതിനെ പിടിച്ചുനിർത്താൻ അവർക്കാവില്ല.

ഒരു പ്രതിരോധം... ഓർമ്മ വരുന്നു. ജർമ്മൻ സൈന്യം അവരുടെ പിന്നണിവ്യൂഹത്തെ മാറ്റാൻ നിശ്ചയിച്ചു. ഒളിപ്പോരാളികളെ നേരിടാനായി എസ്.എസ്. വിഭാഗത്തെ ഏർപ്പെടുത്താനായിരുന്നു തീരുമാനം. അവർ പാരഷ്യൂട്ടുകളിൽ വിളക്കുകൾ കെട്ടിത്തൂക്കി രാവും പകലും ഞങ്ങളുടെ മേൽ ബോംബുകൾ വർഷിക്കാൻ തുടങ്ങി. ബോംബുകൾക്കുശേഷം ഷെല്ലുകളായി. അവരുടെ സൈന്യം ചെറുസംഘങ്ങളായി പിൻവാങ്ങുക യായിരുന്നു. മുറിവേറ്റവരെ പടക്കളത്തിൽനിന്നും മാറ്റുന്നുണ്ടായിരുന്നു. അവരെ വീർപ്പുമുട്ടിച്ചുകൊന്നു. അവരുടെ കുതിരകളുടെ വായിൽ തോക്കിന്റെ കുഴൽ തള്ളിക്കയറ്റി. കൈവശമുള്ളതെല്ലാം അവർ അവിടെ ത്തന്നെ വിട്ടിട്ടുപോയി. ആ കൂട്ടത്തിൽ ധാരാളം വീട്ടുമൃഗങ്ങളുണ്ടായി രുന്നു. അവ തങ്ങളുടെ യജമാനന്മാരുടെ പിറകെ ഓടി. പശുക്കളും ആടു കളും. അവയെ വെടിവെച്ചു വീഴ്ത്താൻ ഞങ്ങൾ നിർബന്ധിതരായി.

ജർമ്മൻകാർ ഞങ്ങളുടെ വളരെ അടുത്തായിരുന്നു. അവരുടെ വിളി കളും വർത്തമാനവും ഞങ്ങൾക്കു കേൾക്കാമായിരുന്നു. “ഒ... മട്ടർ... ഓ... മട്ടർ.” അവരുടെ സിഗരറ്റിന്റെ മണം ഞങ്ങളുടെ മൂക്കിൽ വന്നടിച്ചു. ഞങ്ങളുടെ ഓരോരുത്തരുടേയും കൈയിൽ ഓരോ ബുള്ളറ്റുവീതം ബാക്കിയുണ്ടായിരുന്നു. അല്ലെങ്കിലും... മരിക്കാൻ എപ്പോൾ വേണമെങ്കി ലുമാവാം. നേരം വൈകിപ്പോയി എന്നില്ല. ഒരു രാത്രി ഞങ്ങൾ മൂന്നു

പേർമാത്രം പിന്നണികാവൽക്കാരായി കാവൽനിന്നു. ചത്തുകിടക്കുന്ന ഒരു കുതിരയുടെ വയറു പിളർന്ന് ഉള്ളിലുള്ളതെല്ലാം പുറത്തേക്കിട്ടു. ഞങ്ങൾ മൂന്നുപേരും അതിന്റെയകത്ത് കയറി ഇരുന്നു. അങ്ങനെ മൂന്നു ദിവസം. തൊട്ടടുത്ത് ജർമ്മൻ പട്ടാളക്കാരുടെ ഒച്ചയനക്കങ്ങൾ. ഇടയ്ക്ക് അവരുടെ നേരെ ഞങ്ങൾ വെടിവെച്ചു. അവസാനം കാടു മുഴുവൻ പൂർണ്ണ നിശ്ശബ്ദതയിലാണ്ടു. അന്നുരാത്രി ഞങ്ങൾ കുതിരയുടെ വയറ്റിൽനിന്നും പുറത്തേക്കിറങ്ങി. ശരീരം മുഴുവൻ ചോരയിലും ചലത്തിലും മലത്തിലും മുങ്ങി. പകുതി ഭ്രാന്തുപിടിച്ച മട്ടിൽ... ഞങ്ങൾ മുകളിലേക്ക് നോക്കി. തെളിഞ്ഞു പ്രകാശിക്കുന്ന ചന്ദ്രൻ.

പക്ഷികളും ഞങ്ങളെ സഹായിക്കുകയുണ്ടായി എന്ന് ഞങ്ങൾ മനസ്സിലാക്കി. അരികത്തേക്ക് അപരിചിതർ അടുക്കുന്നതു കണ്ടാൽ വായാടിപക്ഷികൾ ഉച്ചത്തിൽ ചിലയ്ക്കാൻ തുടങ്ങും. അതൊരു മുന്നറിയിപ്പാണ് ഞങ്ങൾക്ക്. അവ ഞങ്ങളുമായി നന്നേ ഇണങ്ങിക്കഴിഞ്ഞിരുന്നു. ജർമ്മൻകാരുടെ ഗന്ധം ഒന്നു വേറെയായിരുന്നു. അവർ യൂഡിക്കാളോൻ പൂശിയിരുന്നു. വാസനസോപ്പു തേച്ച് പതിവായി കുളിച്ചിരുന്നു. സിഗരറ്റ് വലിച്ചിരുന്നു. കട്ടിയുള്ള നല്ല പച്ചത്തുണികൊണ്ടുള്ളതായിരുന്നു അവരുടെ പട്ടാള യൂണിഫോം. ബൂട്ടുകൾ എപ്പോഴും പോളീഷിട്ട് തിളങ്ങുന്നുണ്ടാവും. എന്നാൽ ഞങ്ങളുടെ കാര്യം... പുകയ്ക്കാൻ കൈക്കൊണ്ട് ചുരുട്ടിയെടുത്ത പുകയില. ഞങ്ങളുടെ ഷൂസുകൾ പശുവിന്റെ തുകലിൽ തീർത്തതായിരുന്നു. അവ സെരിട്ടുകൾകൊണ്ട് കാലുകളിൽ കെട്ടി ഉറപ്പിക്കുകയാണ് പതിവ്. സോക്സിനുപകരം പാദങ്ങൾ കീറത്തുണിക്കൊണ്ട് കെട്ടി പൊതിഞ്ഞുവെക്കും. അവർക്ക് കമ്പിളികൊണ്ടുള്ള അടിയുടുപ്പുകളുണ്ടായിരുന്നു. അവരുടെ കൂട്ടത്തിലെ മരിച്ചവരുടെ വസ്ത്രങ്ങൾ അവസാന തുണ്ടുവരെ ഞങ്ങൾ ഊരിയെടുത്തിരുന്നു. ഞങ്ങളുടെ നായ്ക്കൾ അവരുടെ മുഖവും കൈകളും കടിച്ചുതിന്നു. അതാണ് പറഞ്ഞത്... യുദ്ധത്തിന്റേതായ ആ ചുഴിയിൽ മൃഗങ്ങൾപോലും പെട്ടുപോയി.

വർഷങ്ങളെത്ര കഴിഞ്ഞു. തികച്ചും അരനൂറ്റാണ്ട്. എന്നിട്ടും ആ സ്ത്രീയെ ഞാൻ മറന്നിട്ടില്ല. അവർക്ക് രണ്ടു കുട്ടികളുണ്ടായിരുന്നു. തീരെ ചെറിയ കുഞ്ഞുങ്ങൾ. മുറിവേറ്റ ഒരു ഒളിപ്പോരാളിയെ തന്റെ വീട്ടിലെ നിലവറയിൽ അവർ അഭയം നല്കി പാർപ്പിച്ചു. ആരോ ആ രഹസ്യം ചോർത്തി. കുടുംബത്തെ മുഴുവൻ അവർ പട്ടണത്തിന്റെ നടുക്കുകൊണ്ടുവന്ന് കെട്ടിത്തൂക്കി. ആദ്യം ആ കുഞ്ഞുങ്ങളെ... അവളുടെ മുറവിളി... അവർ മനുഷ്യരായിരുന്നില്ല, മൃഗങ്ങളായിരുന്നു. സ്വന്തം ജീവൻ പണയപ്പെടുത്തി മനുഷ്യൻ ഇങ്ങനെ പരോപകാരം ചെയ്യേണ്ടതുണ്ടോ? എനിക്കറിഞ്ഞുകൂടാ. (മൗനം) ഇന്ന് പലരും യുദ്ധത്തെപ്പറ്റി പുസ്തകങ്ങൾ എഴുതുന്നു. യുദ്ധം നേരിട്ടനുഭവിക്കാത്തവരാണ് അവരിലേറെയും. അതൊന്നും ഞാൻ വായിക്കാറില്ല. ക്ഷമിക്കണം... എനിക്കതിനു മനസ്സുവരാറില്ല.

മീൻസ്കിനെ ഞങ്ങൾ മോചിപ്പിച്ചു. എന്നെ സംബന്ധിച്ചിടത്തോളം അത് യുദ്ധത്തിന്റെ അവസാനമായിരുന്നു. എനിക്ക് നന്നേ ചെറുപ്പമായിരുന്നു. പട്ടാളത്തിൽ അവരെന്നെ ചേർത്തില്ല. എനിക്ക് പതിനഞ്ച് വയസ്സേ ആയിരുന്നുള്ളൂ. ഞാൻ എവിടെ താമസിക്കാനാണ്? ഞങ്ങളുടെ വീട്ടിൽ അപരിചിതരായ ചിലർ താമസം തുടങ്ങിയിരുന്നു. അവർ എന്നെ ഒഴിവാക്കാൻ ശ്രമിച്ചു. "വൃത്തികെട്ട ജൂതച്ചെക്കൻ" അവർ മുഖത്തുനോക്കി വിളിച്ചു. കിട്ടിയതൊന്നും തിരിച്ചുതരാൻ അവർ തയ്യാറല്ലായിരുന്നു. അവർ വീടും ഒഴിഞ്ഞു തന്നില്ല. അതിലെ സാമാനങ്ങളും... ഞങ്ങൾ യഹൂദന്മാർ തിരിച്ചുവരവില്ലാത്തൊരു ലോകത്തിലേക്ക് പോയിക്കഴിഞ്ഞു എന്നായിരുന്നു അവരുടെ ധാരണ.

(സ്വരശുദ്ധിയില്ലാത്തൊരു സംഘഗാനം മുഴങ്ങി)

അടുപ്പിൽ തീ തെളിഞ്ഞു കത്തുന്നു.
വിറകിൽനിന്നും കണ്ണീർപോലെ മരനീർ ഇറ്റുവീഴുന്നു.
മൺകുടിലിനുള്ളിൽ ആരോ എക്കോഡിയൻ മീട്ടി പാടുന്നു.
നിന്റെ പുഞ്ചിരിയെക്കുറിച്ച്... കണ്ണുകളെക്കുറിച്ച്.

യുദ്ധത്തിനുശേഷം എല്ലാവരും മാറി. ആരും പഴയപോലെയായിരുന്നില്ല. ഞാൻ തന്നെ വീട്ടിൽ തിരിച്ചെത്തിയത് പകുതി ഭ്രാന്തായിട്ടാണ്.

സ്റ്റാലിന് ഞങ്ങളുടെ തലമുറയെ ഇഷ്ടമായിരുന്നില്ല. യഥാർത്ഥത്തിൽ വെറുക്കുകതന്നെ ചെയ്തു. സ്വാതന്ത്ര്യത്തിന്റെ രുചി അറിഞ്ഞവരായിരുന്നു ഞങ്ങൾ. ഞങ്ങളുടെ മനസ്സിൽ യുദ്ധമെന്നാൽ സ്വാതന്ത്ര്യമായിരുന്നു. ഞങ്ങൾ യൂറോപ്പിൽ പലയിടത്തും സഞ്ചരിച്ചു. അവിടെ ജനങ്ങൾ ജീവിക്കുന്നതെങ്ങനെയാണെന്ന് നേരിട്ട് കണ്ടറിഞ്ഞു. ജോലിക്കുപോകും വഴി ഏതെങ്കിലും സ്റ്റാലിൻസ്മാരകത്തെ കടന്നുപോകുമ്പോൾ ഞാനറിയാതെ എന്റെ ശരീരം പേടിച്ചു വിയർക്കുന്നു. എന്റെ മനസ്സിലെ വിചാരങ്ങൾ അദ്ദേഹം വായിച്ചറിഞ്ഞാൽ...

"തിരിച്ച് കുതിരലായത്തിലേക്ക്" അവർ പറഞ്ഞു. ഞങ്ങൾ അനുസരിച്ചു.

ആ ജനാധിപത്യവാദികൾ ഒക്കെ നശിപ്പിച്ചുകളഞ്ഞു. ഇപ്പോൾ ഞങ്ങൾ ചാണകക്കുണ്ടിൽ കിടന്നു പുളയുകയാണ്.

എല്ലാം ഞാൻ മറന്നുകഴിഞ്ഞു. സ്നേഹിക്കാൻപോലും ഞാൻ മറന്നു. എന്നാലും യുദ്ധം മറക്കാനാവുന്നില്ല.

രണ്ടുവർഷത്തോളം ഞാൻ ഒളിപ്പോരാളികളുടെ കൂട്ടത്തിൽ ചേർന്ന് യുദ്ധം ചെയ്തു. യുദ്ധത്തിനുശേഷം ഏഴെട്ടുകൊല്ലം മനുഷ്യരുടെ മുഖത്തുനോക്കാൻ തന്നെ എനിക്ക് ഭയമായിരുന്നു. അത്രയ്ക്കധികം ഞാൻ കണ്ടുകഴിഞ്ഞിരുന്നു. മനസ്സിൽ എന്തെന്നില്ലാത്ത ഒരു നിർവികാരത. എന്റെ സഹോദരിയും ഞാനും ഒരു ആരോഗ്യപരിപാലന കേന്ദ്രത്തിലേക്ക്

പോയി. എല്ലാവരും അവളുമായി കൂട്ടുകൂടി. അവൾ അവരോടൊപ്പം നൃത്തങ്ങളിൽ പങ്കെടുത്തു. എന്നാൽ ഞാൻ... എനിക്കു വേണ്ടിയിരുന്നത് സ്വൈരവും സമാധാനവും മാത്രമായിരുന്നു. കുറെ വൈകിയാണ് ഞാൻ വിവാഹം കഴിച്ചത്. എന്റെ ഭർത്താവ് എന്നേക്കാൾ അഞ്ചുവയസ്സ് ഇളയതായിരുന്നു. ഒരു ചെറിയ പെൺകുട്ടിയുടെ പ്രകൃതം.

അവർ പ്രവ്ദയിൽ എഴുതിയതൊക്കെ ഞാൻ വിശ്വസിച്ചു. അതുകൊണ്ടാണ് ഞാൻ യുദ്ധരംഗത്തേക്ക് തിരിച്ചത്. ഞാൻ വെടിവെച്ചു. കൊല്ലണം... കൊല്ലണം അതായിരുന്നു എന്റെ ജ്വരം. എല്ലാം മറക്കണമെന്ന് ഞാൻ ആഗ്രഹിച്ചതാണ്. പക്ഷേ, സാധിച്ചില്ല. ഇപ്പോൾ... അത് താനേ മറഞ്ഞുപോയിരിക്കുന്നു. ഒരു കാര്യം ഞാൻ ഇപ്പോഴുമോർക്കുന്നു. യുദ്ധകാലത്ത് മരണത്തിന് മറ്റൊരു മണമാണ്. കൊലയ്ക്ക് പ്രത്യേകിച്ചൊരു ഗന്ധമുണ്ട്. കുറെയാളുകൾക്കുപകരം, ഒരാൾമാത്രം ജീവനറ്റു കിടക്കുന്നതു കാണുമ്പോൾ നിങ്ങൾ ചിന്തിക്കാൻ തുടങ്ങും. അയാൾ ആരായിരുന്നു? എവിടെനിന്നാണ് വന്നത്? അയാൾ തിരിച്ചുവരുന്നതും കാത്ത് ആരെങ്കിലും നോക്കിയിരിക്കുന്നുണ്ടാവില്ലേ?

വാർസോവയ്ക്കു സമീപം. വൃദ്ധയായ ഒരു പോളണ്ടുകാരി അവരുടെ ഭർത്താവിന്റെ വസ്ത്രങ്ങൾ എനിക്കു കൊണ്ടുവന്നു തന്നു. "നിങ്ങളുടെ വസ്ത്രങ്ങളെല്ലാം ഊരിത്തരൂ. ഞാൻ അലക്കി വൃത്തിയാക്കാം. നിങ്ങളെല്ലാവരും എന്താണിങ്ങനെ മെലിഞ്ഞ്... വൃത്തികെട്ട്... നിങ്ങളെങ്ങനെയാണ് ഈ യുദ്ധം ജയിച്ചത്?" ശരിയാണ്... ഞങ്ങളെങ്ങനെയാണ് ഈ യുദ്ധം ജയിച്ചത്?

മതി, മതി.... ദയവുചെയ്ത് ആ വയലിനുകൾ മാറ്റിവെക്കൂ.

ഞങ്ങൾ ജയിച്ചു എന്നതു ശരി. എന്നാൽ ഞങ്ങളുടെ മഹത്തായ വിജയം ഞങ്ങളുടെ രാജ്യത്തെ മഹത്താക്കിയില്ല.

മരണംവരെ ഞാനൊരു കമ്മ്യൂണിസ്റ്റ് തന്നെയായിരിക്കും. പെരിസ്ട്രോയ്ക്ക ഒരു സി.ഐ.എ. പദ്ധതിയാണ്. യു.എസ്.എസ്.ആറിനെ നശിപ്പിക്കാൻവേണ്ടി ആവിഷ്കരിച്ചത്.

എന്റെ മനസ്സിൽ ബാക്കിനില്ക്കുന്നത് എന്താണെന്നോ? ഏറ്റവും വിഷമം തോന്നിയത്, ജർമ്മൻകാർ ഞങ്ങളെ എത്രമാത്രം വെറുക്കുന്നു എന്നുള്ളതാണ്. ഞങ്ങളുടെ നിത്യജീവിതത്തേയും ജീവിതശൈലിയേയും അവർ വെറുത്തു. സ്ലാവുകളെ ഹിറ്റ്ലർ മുയലുകൾ എന്നാണ് വിളിച്ചിരുന്നത്.

ജർമ്മൻ സൈന്യം ഞങ്ങളുടെ ഗ്രാമങ്ങൾ ആക്രമിച്ചു. വസന്തകാലമായിരുന്നു. തൊട്ടടുത്ത ദിവസം തന്നെ അവർ പൂത്തടങ്ങളും കക്കൂസുകളും പണിയാൻ തുടങ്ങി. വയസ്സായവർ ഇപ്പോഴും അതിനെക്കുറിച്ച് പറയാറുണ്ട്. ജർമ്മൻകാർ പൂത്തടമുണ്ടാക്കിയത്.

ജർമ്മനിയിൽ ഞങ്ങൾ അവരുടെ വീടുകൾ സന്ദർശിച്ചിരുന്നു. അലമാരകൾ നിറയെ മേത്തരം വസ്ത്രങ്ങളും കൗതുകവസ്തുക്കളും പാത്രങ്ങളും

പിഞ്ഞാണികളും വേണ്ടുവോളം. യുദ്ധത്തിനുമുമ്പ് അവർ തങ്ങളോട് പറഞ്ഞിരുന്നത് മുതലാളിത്തഭരണത്തിനു കീഴേ പൊതുജനം കടുത്ത ദുരിതം അനുഭവിക്കുന്നു എന്നായിരുന്നു. പിന്നീട് എല്ലാം ഞങ്ങൾ നേരിട്ട് കണ്ടു. പക്ഷേ, ഒരക്ഷരം മിണ്ടിയില്ല. ഒരു ജർമ്മൻ സൈക്കിളിനേയോ, സിഗരറ്റ് ലൈറ്റിനേയോ കുറിച്ച് ഒരു നല്ല വാക്കു പറയും. അതോടെ നിങ്ങൾ 58-ാം ഉപവകുപ്പിന്റെ പിടിയിലാവും. സോവിയറ്റ് ഭരണകൂടത്തിനെതിരായ പ്രചാരണം നടത്തുന്നു എന്ന കുറ്റം. കുറച്ചുകാലം ജർമ്മൻ സാധനങ്ങൾ നാട്ടിലേക്കയയ്ക്കാൻ അവർ ഞങ്ങൾക്ക് അനുവാദം തന്നിരുന്നു. ജനറൽമാർക്ക് 15 കിലോ അയയ്ക്കാം. ഓഫീസർമാർക്ക് 10. സാധാരണ സൈനികന് അഞ്ച്. തപാലാപ്പീസ് ഞങ്ങളുടെ സാമാനങ്ങൾ കൊണ്ട് വെള്ളപ്പൊക്കം വന്നതുപോലെ നിറഞ്ഞു. എന്റെ അമ്മ എനിക്കെഴുതി. “ഇനിയൊന്നും നീ അവിടെ നിന്നയയ്ക്കേണ്ട. നിന്റെ സമ്മാനപ്പൊതികൾ ഞങ്ങളെക്കൊല്ലും.” ഞാൻ സിഗരറ്റ് ലൈറ്റുകളും വാച്ചുകളും ഉടുപ്പുകൾ തുന്നാനുള്ള പട്ടുതുണിയും ചോക്ലേറ്റുകളുമെല്ലാം അയച്ചിരുന്നു. ചോക്ലേറ്റിന്റെ വലുപ്പംകണ്ട് അവർ വിചാരിച്ചു, അത് തേച്ചുകുളിക്കാനുള്ള സോപ്പാണെന്ന്.

പത്തിനും എൺപതിനും ഇടയ്ക്കു പ്രായമുള്ള ജർമ്മൻകാരികളെ യാരേയും വെറുതെ വിട്ടില്ല. എല്ലാവരേയും വേഴ്ചയ്ക്കു വിധേയരാക്കി. 1946 ൽ ജർമ്മനിയിൽ ജനിച്ചവരെ സാമാന്യമായി വിളിക്കുന്നത് “റഷ്യക്കാർ” എന്നാണ്.

യുദ്ധം എല്ലാറ്റിനേയും മായ്ച്ചുകളയുന്നു...

ദാ, ഇവിടെ വിജയം... വിജയം... യുദ്ധകാലത്ത് മുഴുവൻ ആളുകൾ സ്വപ്നം കണ്ടിരുന്നത് യുദ്ധം കഴിഞ്ഞതിനുശേഷമുള്ള ജീവിതം എങ്ങനെയായിരിക്കുമെന്നായിരുന്നു. രണ്ടുമൂന്നുദിവസം വലിയ ആഘോഷമായിരുന്നു. അതിനുശേഷം... ആഹാരം കഴിക്കണം, നേരാംവണ്ണം വസ്ത്രം ധരിക്കണം... ഒന്നുകൂടി, ശരിയായി ജീവിക്കണം. എന്നാൽ ആരുടെ കൈയിലും ഒന്നുമുണ്ടായിരുന്നില്ല. എല്ലാവരും ജർമ്മൻ സൈനികരുടെ യൂണിഫോം ധരിച്ചുകൊണ്ടാണ് നടന്നിരുന്നത്. മുതിർന്നവരും കുട്ടികളും അതുതന്നെ ധരിച്ചു. അവർ ആ ഉടുപ്പുകൾ പലതവണ തുന്നിക്കൂട്ടി. റേഷൻ കാർഡ് ഉപയോഗിച്ചാണ് റൊട്ടി വാങ്ങിയിരുന്നത്. അതിനുവേണ്ടി കിലോമീറ്റർ ദൂരം ജനങ്ങൾ വരിനിന്നു. അന്തരീക്ഷം രോഷാകുലമായിരുന്നു. നിസ്സാരകാര്യങ്ങൾക്ക് ആരും എവിടേയും കൊല്ലപ്പെടുമെന്ന സ്ഥിതി.

ഞാനോർക്കുന്നു... ദിവസം മുഴുവനും ബഹളംതന്നെ. വീട്ടിൽ ഉണ്ടാക്കിയ ചക്രപ്പലകയിലിരുന്ന് തെരുവുകളിലൂടെ ഉരുണ്ടുപോകുന്ന കാലില്ലാത്തവർ. തെരുവുകളെല്ലാം കല്ലുപാകിയതായിരുന്നു. വീടുകളുടെ തറനിലകളിലും അതിനും താഴെയുള്ള നിലവറകളിലുമാണ് അധികംപേരും താമസിച്ചിരുന്നത്. ചിലർ തീരെ അവശരായി ഓടകൾക്കരികിലിരുന്ന്

ഭിക്ഷ യാചിക്കും. അവരുടെ മെഡലുകൾ കൈമാറി കുറച്ച് വോഡ്ക കിട്ടാനുള്ള ശ്രമം. തങ്ങളുടെ വണ്ടികളുരുട്ടി അവർ റൊട്ടിക്കുള്ള നീണ്ട വരിയിലെത്തും. “ദയവുചെയ്ത് ഇത്തിരി ഇടം തരണേ... ഞാനൊരു കഷ്ണം റൊട്ടി വാങ്ങിച്ചോട്ടെ” വരിയിലുടനീളം വിശന്നു തളർന്ന നിസ്സ ഹായരായ സ്ത്രീകളായിരിക്കും. അവർ നീരസത്തോടെ മുഖം കോട്ടും. “നിങ്ങളിപ്പോഴും ജീവനോടെയുണ്ടല്ലോ... എന്റെ ഭർത്താവ് മണ്ണടിഞ്ഞു കഴിഞ്ഞു.” ആ പാവങ്ങളെ ആട്ടിയകറ്റാനും വരിയിൽ നില്ക്കുന്ന സ്ത്രീകൾ മടിക്കാറില്ല. ക്രമേണ സാഹചര്യങ്ങൾ അല്പം ഭേദപ്പെട്ടു. ജീവിതം കുറച്ചുകൂടി തെളിഞ്ഞതോടെ അംഗഭംഗം വന്ന പട്ടാളക്കാരെ ജനം ശരിക്കും വെറുക്കാൻ തുടങ്ങി. യുദ്ധത്തെ കുറിച്ചോർക്കാൻ ആർക്കും താത്പര്യമുണ്ടായിരുന്നില്ല. ഇവിടെ... ഇപ്പോൾ, ആ ജീവിത ത്തിലായിരുന്നു എല്ലാവരുടേയും ശ്രദ്ധ. ഒരു ദിവസം... നഗരത്തിൽനിന്ന് അംഗഭംഗം സംഭവിച്ച എല്ലാവരേയും ഒഴിപ്പിച്ചു. പൊലീസുകാർ ഓടി നടന്ന് അങ്ങനെയുള്ളവരെയെല്ലാം പിടിച്ച് വണ്ടികളിലേക്കെറിഞ്ഞു. പന്നി ക്കുട്ടികളെപോലെ, അവരുടെ ശകാരങ്ങളും നിലവിളികളും എതിർപ്പു കളും എങ്ങും കേൾക്കാമായിരുന്നു.

പട്ടണത്തിൽ, അവശന്മാരേയും അംഗഭംഗം സംഭവിച്ചവരേയും പാർപ്പിക്കാനായി പ്രത്യേകിച്ചൊരു ഭവനം തുടങ്ങിയിരുന്നു. അവിടെ നിറയെ കൈയും കാലുമില്ലാത്ത ചെറുപ്പക്കാരായിരുന്നു. എല്ലാവരുടെ കൈയിലുമുണ്ടായിരുന്നു ഒരു പിടി മെഡലുകൾ. അവരിൽ ഒരാളെ താത്പര്യമുണ്ടെങ്കിൽ നിങ്ങൾക്കു തിരഞ്ഞെടുത്ത് വീട്ടിൽ കൊണ്ടു പോകാം എന്നൊരു ഉത്തരവുമുണ്ടായിരുന്നു. ഒരു പുരുഷന്റെ സാമീപ്യ ത്തിനും സാന്ത്വനത്തിനും കൊതിച്ചിരുന്ന നിരവധി സ്ത്രീകളുണ്ടായി രുന്നു. അവർ ഈ അവസരം പ്രയോജനപ്പെടുത്തി. ചിലർ കുട്ടി കൾക്കുള്ള ഉന്തുവണ്ടികളിൽ കൊണ്ടുവന്നു. വേറെ ചിലർ സാധനങ്ങൾ കയറ്റുന്ന ചെറിയ ചക്രത്തൊട്ടികൾ കൊണ്ടുവന്നു. തങ്ങൾ തിരഞ്ഞെ ടുത്ത പുരുഷന്മാരെ അതിൽ ഇരുത്തി ആ സ്ത്രീകൾ വണ്ടികൾ ഉന്തി വീടുകളിലേക്ക് നടന്നു. അകത്തളങ്ങളിൽ ഒരു പുരുഷഗന്ധം... ഒരു പുരുഷസ്വരം. അത്രയേ അവർ ആഗ്രഹിച്ചുള്ളൂ. പുരുഷന്മാരുടെ കുപ്പാ യങ്ങളും കാലുറകളും അലക്കി അവർ അഭിമാനത്തോടെ മുറ്റത്തെ അയ കളിൽ ഉണക്കാനിട്ടു. അധികം താമസിച്ചില്ല... കൊണ്ടുപോയപോലെ തന്നെ അവരെ, അവർ ആ ഭവനത്തിൽ തിരിച്ചുകൊണ്ടാക്കി. ആ പുരു ഷന്മാർ കളിപ്പാട്ടങ്ങളായിരുന്നില്ല. അതൊരു സിനിമാക്കഥയുമായി രുന്നില്ല, ഒരു മാംസപിണ്ഡം കണക്കേയുള്ള പുരുഷന്മാർ. അവൻ നിസ്സ ഹായനാണ്. അങ്ങേയറ്റം സ്വാർത്ഥനാണ്. സദാ തന്റെ പരിമിതികളെ കുറിച്ച് ദുഃഖിതനാണ്. അങ്ങനെയൊരാളെ എത്രതന്നെ സ്നേഹിച്ചാലും അത് ഏറ്റുവാങ്ങാനുള്ള മനസ്സ് അയാൾക്കുണ്ടാകണമെന്നില്ല. സമൂഹം തന്നെ വഞ്ചിച്ചു എന്ന തോന്നലായിരിക്കും. അയാളുടെ മനസ്സിൽ മുന്നിട്ടു നില്ക്കുന്നത്.

ഒരു സ്ത്രീയുടെ കഥ

ഞാൻ എന്റെ പ്രണയത്തെക്കുറിച്ചു പറയാം. ജർമ്മൻ പട്ടാളം അവരുടെ വലിയ വാഹനങ്ങളിൽ ഞങ്ങളുടെ ഗ്രാമങ്ങളിൽ പാഞ്ഞെത്തി. വെയിലേറ്റു തിളങ്ങുന്ന അവരുടെ ഇരുമ്പു ഹെൽമെറ്റുകൾ. ഒക്കെ ചെറുപ്പക്കാർ. പ്രസരിപ്പു നിറഞ്ഞവർ. അവർ പെൺകുട്ടികളുടെ അരികിൽ വന്ന് മെല്ലെ നുള്ളി. തുടക്കത്തിൽ എന്തു വാങ്ങുമ്പോഴും അവർ വില തന്നിരുന്നു. കോഴി, മുട്ട, അങ്ങനെ എന്തും. ഞാൻ പറഞ്ഞാൽ ആരും വിശ്വസിക്കില്ല. എന്നാൽ അതാണ് സത്യം, അവർ അവരുടെ പണമാണ് വിലയായി തന്നത്, സോയ്ച്ച് മാർക്ക്. യുദ്ധം എനിക്ക് കാര്യമായൊരു വിഷയമായിരുന്നില്ല. ആ കാലത്ത് ഞാൻ കടുത്ത പ്രണയത്തിലായിരുന്നു. മനസ്സിൽ ഒരേയൊരു ചിന്തമാത്രം. ഇനിയെന്നാണെന്റെ പ്രിയതമനെ കാണുക? അദ്ദേഹം എന്റെ അടുത്തുവന്ന് എന്നോടൊപ്പം ബെഞ്ചിലിരിക്കും. എന്റെ മുഖത്തുനിന്നു കണ്ണെടുക്കാനാവാതെ വെറുതെ നോക്കിയിരിക്കും... പുഞ്ചിരി തൂകും. ഞാൻ ചോദിക്കും. 'എന്തിനാ ഇങ്ങനെ ചിരിക്കുന്നത്?"

"ഓ... വെറുതെ..." ആ മറുപടിയിലും ഒരു ചിരി.

യുദ്ധത്തിനുമുമ്പ് ഞങ്ങൾ ഒരുമിച്ചാണ് സ്കൂളിൽ പോയിരുന്നത്. അദ്ദേഹത്തിന്റെ അച്ഛൻ ക്ഷയം ബാധിച്ചു മരിച്ചു. അദ്ദേഹത്തിന്റെ മുത്തശ്ശൻ അറിയപ്പെടുന്ന ഒരു ജന്മിയായിരുന്നു. അവരുടെ കുടുംബത്തെ മുഴുവൻ സർക്കാർ സൈബീരിയയിലേക്കു നാടുകടത്തി. അദ്ദേഹം എപ്പോഴും പഴയ കാര്യം ഓർത്തു പറയുമായിരുന്നു. കുട്ടിയായിരുന്നപ്പോൾ അമ്മ എപ്പോഴും തന്നെ കുട്ടികളെ പോലെ അണിയിച്ചൊരുക്കുമായിരുന്നു. പൊലീസുകാർ പിടിക്കാൻ വന്നാൽ സ്റ്റേഷനിലേക്ക് ഓടണമെന്നും ഏതെങ്കിലും വണ്ടിയിൽ കയറി രക്ഷപ്പെടണമെന്നും അമ്മ ഇടയ്ക്കിടക്ക് മകനോട് പറയുമായിരുന്നു. ഇവാൻ എന്നായിരുന്നു അദ്ദേഹത്തിന്റെ പേര്. എന്നെ എപ്പോഴും "എന്റെ ല്യൂബോവ്കാ" എന്നാണ് വിളിച്ചിരുന്നത്. അങ്ങനെയൊരു പേരു മാത്രമേ ആ നാക്കിൻ തുമ്പിലുണ്ടായിരുന്നുള്ളൂ. ഒരുമിച്ചു സുഖമായി കഴിയാ... അതായിരുന്നില്ല ഞങ്ങളുടെ വിധി.

ജർമ്മൻകാർ വന്ന് അധികം വൈകാതെ അദ്ദേഹത്തിന്റെ മുത്തശ്ശൻ തിരിച്ചുവന്നു. മനസ്സുനിറയെ കടുത്ത വിദ്വേഷവുമായിട്ടുണ്ടായിരുന്നു മടക്കം. സൈബീരിയയിൽവെച്ച് കുടുംബത്തിലെല്ലാവരും താനൊഴികെ മരിച്ചിരുന്നു. അദ്ദേഹം തനിച്ചാണ് അവരുടെയൊക്കെ ശവം മറവു ചെയ്തത്. അതിനെക്കുറിച്ചെല്ലാം അദ്ദേഹം വിശദമായി വിവരിച്ചു. സൈബീരിയൻ നദികളിലൂടെയുള്ള നീണ്ട തോണിയാത്ര. അവസാനം എല്ലാവരേയും ടൈഗാവനങ്ങളുടെ നടുവിലേക്ക് തള്ളിയിട്ടു. ഇരുപതും മുപ്പതും പേരുള്ള ഒരു സംഘത്തിനുപയോഗിക്കാൻ ഒരു മഴുവും ഒരു അറക്കവാളും മാത്രം. മരത്തിൽനിന്ന് പച്ചില പറിച്ചുതിന്നു. മരങ്ങളുടെ തൊലി അടർത്തിയെടുത്തു ചവച്ചു. വിശപ്പടക്കിയ നാളുകൾ. മുത്തശ്ശന്

കമ്മ്യൂണിസ്റ്റുകാരോട് അങ്ങേയറ്റം വിദ്വേഷമായിരുന്നു. ലെനിനും സ്റ്റാലിനും ബദ്ധശത്രുക്കൾ. നാട്ടിൽ മടങ്ങിയെത്തിയതും പക വീട്ടാനുള്ള ശ്രമങ്ങൾ തുടങ്ങി. അദ്ദേഹം കമ്മ്യൂണിസ്റ്റുകാരെ ഓരോരുത്തരെയായി ചൂണ്ടിക്കാണിക്കാൻ തുടങ്ങി... ഇയാൾ, അയാൾ, മറ്റേയാൾ, ജർമ്മൻകാർ അവരെയെല്ലാം എങ്ങോട്ടോ പിടിച്ചുകൊണ്ടുപോയി. ഒരാളും തിരിച്ചുവന്നില്ല. യുദ്ധം... അതെന്താണെന്ന് ഞാൻ യഥാർത്ഥത്തിൽ മനസ്സിലാക്കിയത് വളരെ കഴിഞ്ഞിട്ടാണ്.

ഒരിക്കൽ ഞങ്ങൾ രണ്ടുപേരും കൂടി പുഴക്കരയിൽനിന്ന് ഒരു കുതിരയെ തേച്ചു കഴുകുകയായിരുന്നു. നല്ല വെയിലുള്ള ദിവസം. ഞങ്ങൾ വൈക്കോൽ ഉണക്കിയെടുത്തു.. അതിന്റെ പ്രത്യേക മണം എനിക്ക് വളരെ ഇഷ്ടമാണ്. എനിക്കൊന്നും അറിയില്ലായിരുന്നു. അങ്ങനെയൊരു തോന്നൽ മുമ്പുണ്ടായിട്ടുമില്ല. ഞാൻ വളരെ സാധാരണക്കാരിയായ ഒരു നാട്ടിൻപുറത്തുകാരിയായിരുന്നു. അപ്പോഴാണ് ഞാൻ പ്രണയത്തിലകപ്പെട്ടത്. ഒരു സ്വപ്നം.... വ്യക്തമായ ഒരു മുന്നറിയിപ്പുപോലെ. ഞങ്ങളുടെ പുഴ, അത്ര ആഴമുള്ള ഒന്നായിരുന്നില്ല. എന്നിട്ടും ഞാൻ അതിൽ മുങ്ങിത്താഴ്ന്നുപോകുന്നു... അടിയൊഴുക്കുകൾ എന്നെ വലിച്ചെടുക്കുന്നു. പെട്ടെന്ന് ഞാൻ പുഴയുടെ അടിത്തട്ടിലായി. എന്ത്, എങ്ങനെയെന്നൊന്നും രൂപമില്ല. പക്ഷേ ആരോ എന്നെ കടന്നുപിടിച്ചു. പതുക്കെ മുകളിലേക്ക് പൊക്കിക്കൊണ്ടുവന്നു. എന്തുകൊണ്ടാണാവോ, ഞാൻ പൂർണ്ണമായും നഗ്നയായിരുന്നു. ഞാൻ കരയിലേക്ക് നീന്തിക്കയറി. അതു സംഭവിച്ചത് രാത്രിയിലായിരുന്നു. എന്നാൽ, ഇപ്പോൾ നേരം പുലർന്നിരിക്കുന്നു. ഗ്രാമത്തിലെ മുഴുവൻ ആളുകളും കരയിൽ നോക്കി നില്ക്കുന്നു. ഞാൻ വെള്ളത്തിൽനിന്നും കരയിലേക്ക് കാലെടുത്തുവെച്ചു. ഉടുതുണിയേതുമില്ലാതെ.

ഞങ്ങളുടെ അയൽക്കാരിൽ ഒരാൾക്ക് ഒരു ഗ്രാമഫോൺ ഉണ്ടായിരുന്നു. അതിന്റെ ചുറ്റുവട്ടത്താണ് ഞങ്ങൾ ചെറുപ്പക്കാരെല്ലാം ചെന്നിരിക്കാറ്. ഞങ്ങൾ പാട്ടുപാടി, നൃത്തം ചെയ്ത്, പരസ്പരം ഭാവി പ്രവചനം നടത്തി. ആർ ആരെ കല്യാണം കഴിക്കാം, അല്ലെങ്കിൽ ഇല്ല. ഫലപ്രവചനം നടത്താൻ സഹായിച്ചത് സങ്കീർത്തനങ്ങളുടെ പുസ്തകവും പൈൻ മരത്തിന്റെ പയറുമണികളുമായിരുന്നു. ഒരു കുട്ടി കാട്ടിൽ ചെന്ന് ഒരു മൂത്ത പൈൻ മരം കണ്ടുപിടിക്കണം. ഇളയവനായാൽ പോരാ. അവർക്ക് ഓർമ്മശക്തിയില്ല. അതിന് പ്രത്യേക സിദ്ധികളുമില്ല. ഇതെല്ലാം വെറുതെ പറയുന്നതല്ല, സത്യമാണ്. ഇന്നും ഞാൻ അതൊക്കെ വിശ്വസിക്കുന്നുണ്ട്. അതുപോലെതന്നെ ഒരു പിടി പയറുമണികളെടുത്ത് കൂട്ടിവെച്ച് എണ്ണിനോക്കും. ഇരട്ടസംഖ്യയാണ് വരുന്നതെങ്കിൽ ഇന്നിന്ന ഫലം. ഒറ്റസംഖ്യയാണെങ്കിൽ ഇന്നിന്ന ഫലം. അതിലൊന്നും ആർക്കും തർക്കമില്ല. എനിക്ക് പതിനെട്ടു വയസ്സായിരുന്നു. നോക്കൂ, ഈ വക സംഗതികളൊന്നും ആരും പുസ്തകത്തിലെഴുതാറില്ല. എന്നാലും പറയുന്നത് സത്യമാണ്.

ജർമ്മൻ ഭരണത്തിനു കീഴേ ഞങ്ങളുടെ ജീവിതം കുറെക്കൂടി മെച്ച പ്പെട്ടതായിരുന്നു. അവർ പള്ളികൾ വീണ്ടും തുറന്നു. കൂട്ടുകൃഷിക്കള ങ്ങൾ വേണ്ടെന്നുവെച്ചു. പാടങ്ങൾ ഉടമസ്ഥന്മാർക്ക് തിരിച്ചുനല്കി. ഒരാൾക്ക് രണ്ടു ഹെക്ടർ. രണ്ടു കൃഷിക്കാർക്കുപയോഗിക്കാൻ ഒരു ട്രെയ്‌ലർ. കൃത്യമായ നികുതിയും നിശ്ചയിച്ചു. ശരത്കാലത്ത് ഓരോ കുടുംബവും കൃത്യമായ അളവിൽ ധാന്യവും പയറും ഉരുളക്കിഴങ്ങും അതിനുപുറമെ ഒരു പണിയും അവർക്ക് നല്കണം. ബാക്കിയുള്ളത് കൃഷിക്കാർക്ക് എടുക്കാം. അവർക്ക് വേണ്ടത് അവർക്ക്, ശേഷിച്ചത് ഞങ്ങൾക്ക്. ആകപ്പാടെ എല്ലാവരും തൃപ്തരായിരുന്നു. സോവിയറ്റ് ഭരണ കാലത്ത് ഞങ്ങളെല്ലാവരും ഒരുപോലെ ദരിദ്രരായിരുന്നു. ജോലിദിവസ ങ്ങളുടെ കണക്കു വെച്ചിരുന്നത് ബ്രിഗേഡിയറായിരുന്നു. ശരത് കാലത്ത് ജോലിദിവസങ്ങളുടെ കണക്കനുസരിച്ച് ഓരോരുത്തർക്ക് കനത്തിലോരോ പൊതിയും കിട്ടും പ്രതിഫലമായി. ഇപ്പോൾ ഞങ്ങൾക്ക് മാംസവും വെണ്ണയും കഴിക്കാൻ കിട്ടുമെന്നായി. ജീവിതശൈലിയിൽ കാര്യമായ മാറ്റം വന്നു. ജനങ്ങൾക്കും സന്തോഷമായിരുന്നു. സ്വാതന്ത്ര്യം തിരിച്ചു കിട്ടിയ സന്തോഷം. ജർമ്മൻകാരുടെ ചിട്ടവട്ടങ്ങൾകൊണ്ട് ഞങ്ങൾ ജീവി ക്കാൻ തുടങ്ങി. അവനവന്റെ കുതിരയെ വേണ്ടവണ്ണം തീറ്റിപ്പോറ്റണം. അല്ലെങ്കിൽ ചാട്ടവാറടി വീഴുന്നത് നിങ്ങളുടെ പുറത്ത്. അതുപോലെ ത്തന്നെ സ്വന്തം വീടിന്റെ മുമ്പിലുള്ള തെരുവ് വൃത്തിയാക്കിവെക്കണം, അന്നത്തെ ചില സംഭാഷണങ്ങൾ ഓർത്തുപോകുന്നു. "നമ്മൾ കമ്മ്യൂ ണിസ്റ്റുവാഴ്ചയുമായി പൊരുത്തപ്പെട്ടുവരികയായിരുന്നു. ഇനി നമുക്ക് ജർമ്മൻ ചട്ടങ്ങളുമായി പൊരുത്തപ്പെടാം. ക്രമേണ നമ്മൾ ജർമ്മൻ സമ്പ്രദായങ്ങൾ പഠിക്കും." അന്ന് അങ്ങനെയായിരുന്നു നാട്ടിൽ. എല്ലാം തെളിവാർന്ന ഓർമ്മകൾ, ഇപ്പോഴും. രാത്രിയായാൽ "കാട്ടുമനുഷ്യരെ" എല്ലാവർക്കും ഭയമായിരുന്നു. ക്ഷണിക്കപ്പെടാതെ വീട്ടിലേക്ക് കയറിവ രുന്ന അതിഥികൾ. അങ്ങനെ രണ്ടുപേർ ഒരു രാത്രി ഞങ്ങളുടെ വീട്ടിലു മെത്തി. ഒരാളുടെ കൈയിൽ ഒരു കോടാലി. മറ്റേയാളുടെ കൈയിൽ ഒരു വലിയ കൊട്ടുവടിയും. "അമ്മേ ഭക്ഷണം വേണം... പിന്നെ വാറ്റു ചാരായവും. വെറുതെ ബഹളം വെക്കേണ്ട." യഥാർത്ഥജീവിതത്തിൽ സംഭവിച്ച കാര്യങ്ങളാണ് പറയുന്നത്. അല്ലാതെ ഓരോരുത്തർ പുസ്തക ങ്ങളിൽ എഴുതിവെച്ചിട്ടുള്ളതല്ല. ആദ്യകാലങ്ങളിൽ ഒളിപ്പോരാളികളെ ജനങ്ങൾ ഒട്ടും ഇഷ്ടപ്പെട്ടിരുന്നില്ല.

ഞങ്ങൾ വിവാഹത്തിയതി നിശ്ചയിച്ചു. വിളവെടുപ്പ് ആഘോഷ ങ്ങൾക്കു ശേഷമുള്ള ഒരു ദിവസം. പാടത്തെ പണികളെല്ലാം അവസാ നിപ്പിച്ചതിനുശേഷം അവസാനത്തെ കറ്റയിൽ സ്ത്രീകൾ നന്ദിയോടെ പുഷ്പഹാരം സമർപ്പിച്ചതിനുശേഷം. എന്റെ ഓർമ്മകൾക്ക് കുറേശ്ശെ മങ്ങലേറ്റിരിക്കുന്നു. എന്നാൽ എന്റെ മനസ്സ് ഒന്നും മറന്നിട്ടില്ല. അത്താഴം കഴിഞ്ഞതിനുശേഷമാണ്, മഴ തുടങ്ങി. എല്ലാവരും പാടത്തുനിന്ന് വീടു കളിലേക്കോടി. അതിനിടയിൽ എന്റെ അമ്മ ഉച്ചത്തിൽ വിളിച്ചുപറഞ്ഞു.

“മോളേ, നിന്റെ ഇവാൻ പൊലീസിൽ ചേർന്നു. എന്റെ ദൈവമേ! നീയൊരു പൊലീസുകാരന്റെ ഭാര്യയാവാൻ പോകുന്നു.”

“അയ്യോ... വേണ്ട... എനിക്കതിനാവില്ല.” അമ്മയും ഞാനും കരഞ്ഞു. വൈകുന്നേരം ഇവാൻ വീട്ടിൽ വന്നു. അദ്ദേഹം എന്റെ മുഖത്തേക്ക് നോക്കാനാവാതെ തല കുനിച്ചിരുന്നു.

“ഇവാൻ ... നീ നമ്മളെ കുറിച്ചാലോചിച്ചില്ലല്ലോ” ഞാൻ തേങ്ങി.

“ല്യൂസ്കാ... എന്റെ ല്യൂസ്കാ...” അദ്ദേഹത്തിന്റെ വാക്കുകൾ ഇടറി. മുത്തച്ഛന്റെ നിർബന്ധം. വഴങ്ങാതിരിക്കാനാവില്ല. “കിഴവൻ പിശാച്” മുത്തശ്ശൻ ഭീഷണിപ്പെടുത്തി. “പൊലീസിൽ ചേരാൻ വിസമ്മതിച്ചാൽ അവർ നിന്നെ ജർമ്മനിയിലേക്ക് നാടുകടത്തും. അതോടെ നിന്റെ ല്യൂബ്ക്കയോട് എന്നെന്നേക്കുമായി വിടപറയാം. അവളെ മറക്കാം.” അദ്ദേഹത്തിന് തന്റേതായി ചില സ്വപ്നങ്ങളുണ്ടായിരുന്നു. ഒരു ജർമ്മൻ പെൺകുട്ടിയെ മരുമകളായി കിട്ടണം. ജർമ്മൻകാർ അവരുടെ പരസ്യചിത്രങ്ങൾ ധാരാളമായി നാട്ടിൽ പ്രദർശിപ്പിച്ചിരുന്നു. ജർമ്മനിയിലെ ജീവിതത്തിന്റെ സുഖസൗകര്യങ്ങൾ അവർ അതിൽ എടുത്തുകാണിച്ചിരുന്നു. ചെറുപ്പക്കാരായ ആൺകുട്ടികളും പെൺകുട്ടികളും അതപ്പാടെ വിശ്വസിക്കുകയും ചെയ്തു. ജർമ്മനിയിലേക്ക് യാത്രയാവാൻ അവരെല്ലാവരും തയ്യാറായി. പോകുംമുമ്പേ അവർ ഒരു വിടപറയൽ സത്കാരം നടത്തും. ബാൻഡുമേളമുണ്ടാകും. ഭംഗിയുള്ള ഷൂസുകൾ ധരിച്ച് തീവണ്ടിയിൽ കയറി അവർ യാത്രയാവും... (അവർ സഞ്ചിയിൽനിന്നും ഏതോ ഗുളികയെടുത്തു വായിലിട്ടു) പഴയപോലെയല്ല ഇപ്പോൾ... എന്റെ ആരോഗ്യം മോശമായിരിക്കുന്നു. ഡോക്ടർമാർ പറയുന്നതു മരുന്നുകൊണ്ട് വലിയ ഫലമൊന്നും പ്രതിക്ഷിക്കേണ്ട എന്നാണ്. അധികം വൈകില്ല. മരണം അടുത്തിരിക്കുന്നു. ഞാൻ ഇവിടെ ഉണ്ടാവില്ല. എന്നാലും മറ്റുള്ളവർക്ക് ഇതെല്ലാം വായിക്കാനാവുമല്ലോ.

ഞങ്ങളുടെ ചുറ്റും യുദ്ധം കൊടുമ്പിരികൊണ്ടു. എന്നാലും ഞങ്ങൾ സന്തോഷത്തോടെ കഴിഞ്ഞു. ഭാര്യയും ഭർത്താവുമായി ഒരുമിച്ചു താമസിച്ചു. ഞാൻ ഗർഭിണിയായി. തീവണ്ടിസ്റ്റേഷനു തൊട്ടടുത്തായിരുന്നു ഞങ്ങളുടെ വീട്. അവിടെനിന്ന് ജർമ്മൻ സൈന്യം കയറിപ്പോകും. ചുണയും ചൊടിയുമുള്ള യുവസൈനികർ. അവർ എന്നെ നോക്കി ഉറക്കെ പാട്ടുകൾ പാടും. ഓരോന്നൊക്കെ വിളിച്ചുപറയും... അവരുടെ ഭാഷയിൽ. ഉച്ചത്തിൽ ചിരിക്കും. പിന്നെ പിന്നെ ചെറുപ്പക്കാരുടെ എണ്ണം പെട്ടെന്നു കുറഞ്ഞു. അവരുടെ സ്ഥാനത്തേക്ക് പ്രായമായവരെത്തി. ചെറുപ്പക്കാർ ഉത്സാഹഭരിതരായിരുന്നു. പുതുതായി വന്നവരുടെ മുഖത്ത് ഗൗരവവും ഉദാസീനതയും. അവരുടെ ആവേശം കെട്ടടങ്ങിക്കഴിഞ്ഞിരുന്നു. സോവിയറ്റ് സൈന്യം അവരെ പരാജയപ്പെടുത്താൻ തുടങ്ങി. “ഇവാൻ ഇനി നമുക്കെന്തു സംഭവിക്കും?” എനിക്ക് പരിഭ്രമം ഒതുക്കാനായില്ല. “എന്റെ കൈയിൽ രക്തം പുരണ്ടിട്ടില്ല,” അദ്ദേഹം പറഞ്ഞു. “ഞാൻ ആരുടെ നേരേയും നിറയൊഴിച്ചിട്ടില്ല.”

എന്റെ കുട്ടികൾക്ക് ഇതൊന്നും അറിഞ്ഞുകൂടാ. അവരുടെ മുമ്പിൽ ഞാൻ ഇതുവരെ ഒന്നും ഏറ്റുപറഞ്ഞിട്ടില്ല. ഒരുപക്ഷേ, എല്ലാം അവസാനിക്കാറാവുമ്പോൾ മരണത്തിനു തൊട്ടുമുമ്പേ ഒരു കാര്യം ഞാൻ പറയാം പ്രേമം അത് ഒരു ജാതി വിഷമാണ്.

ഞങ്ങളുടെ വീടിന് രണ്ടു വീടപ്പുറം അവിടത്തെ ഒരു യുവാവിനും എന്നെ വലിയ കാര്യമായിരുന്നു. എപ്പോഴും കൂടെ ഡാൻസ് ചെയ്യാൻ ക്ഷണിക്കും. എന്റെ കൂടെയല്ലാതെ വേറൊരു പെൺകുട്ടിയുടെ കൂടേയും അയാൾ നൃത്തം ചെയ്തിരുന്നില്ല. ഡാൻസ് കഴിഞ്ഞാൽ പറയും "നിന്നെ ഞാൻ വീട്ടിൽ കൊണ്ടാക്കാം."

"വേണ്ട... എന്റെ കൂടെ വേറെ ആളുണ്ട്."

കാണാൻ നല്ലൊരു ചെറുപ്പക്കാരൻ. അയാൾ കാട്ടിലേക്ക് കടന്നു. ഒളിപ്പോരാളികളുടെ സംഘത്തിൽ ചേർന്നു. കാട്ടിൽവെച്ച് അയാളെ കാണാനിടയായ ചില നാട്ടുകാർ പറഞ്ഞു. ചുകന്ന നാടകെട്ടിയ 'കുബാൻകാ' തൊപ്പിയും വെച്ചാണ് അയാൾ നടക്കുന്നതെന്ന്. ഒരു ദിവസം രാത്രിയിൽ ഞങ്ങളുടെ വാതില്ക്കൽ ഒരു മുട്ട്. "ആരാണ്?" "ഒളിപ്പോരാളികളാണ്" അതയാളായിരുന്നു. കൂടെ മുതിർന്ന വേറൊരാളും. ഞങ്ങളെ കാണാൻ വന്നിരിക്കുകയാണ്. എന്റെ പഴയ സുഹൃത്തു ചോദിച്ചു. "എങ്ങനെയുണ്ട് പൊലീസുകാരന്റെ ഭാര്യയായുള്ള ജീവിതം? കുറേനാളായി വിചാരിക്കുന്നു, നിന്നെ വന്നു നേരിൽ കാണണമെന്ന്. എവിടെപ്പോയി നിന്റെ ആ കൊച്ചു പൊലീസുകാരൻ?"

"ഞാനെങ്ങനെ അറിയാൻ? ജോലിക്കായി ഇന്നലെ പോയതാണ്. ഇനിയും വന്നിട്ടില്ല. പൊലീസ് ആസ്ഥാനത്തുതന്നെയുണ്ടാവും,"

പൊടുന്നനെ അയാൾ എന്റെ കൈ പിടിച്ചുവലിച്ചു. ഭിത്തിയോടു ചേർത്ത് നിർത്തി. അയാൾ എന്റെ നേരെ അസഭ്യം ചൊരിഞ്ഞു. "ജർമ്മൻകാരുടെ കളിപ്പാവ... നിലം തുടയ്ക്കുന്ന കീറത്തുണി... പറയാൻ കൊള്ളാത്ത തേവിടിച്ചി, അടക്കമുള്ള വാക്കുകൾ വേറെയും. ഞാൻ പുരുഷന്മാരെ ഭോഗിച്ചു നടക്കുകയാണ് പോലും. ഞാൻ ഏതോ ജർമ്മന്റെ കൂടെ പുറത്തുപോയിരുന്നു... ഞാൻ ജന്മിമാരുടെ കാലുനക്കിയാണ്. അയാളുടെ മുന്നിൽ ഞാൻ കന്യകയാണെന്ന് നടിക്കുകയായിരുന്നു. അതുംപറഞ്ഞ് അയാൾ തോക്ക് കൈയിലെടുത്തു. എന്റെ അമ്മ അയാളുടെ കാൽക്കൽ വീണു കെഞ്ചി. "അങ്ങനെയെങ്കിൽ അങ്ങനെ. വെടിവെച്ചോളൂ കുട്ടികളേ... ചെറുപ്പകാലത്ത് നിങ്ങളുടെ അമ്മമാരും ഞാനുമൊക്കെ വലിയ കൂട്ടായിരുന്നു. അവർക്ക് കണ്ണീരൊഴുക്കാനായി ഇന്ന് നമുക്കെന്തെങ്കിലും കൊടുക്കാം."

എന്റെ അമ്മ പറഞ്ഞത് അവരുടെ മനസ്സിൽ തട്ടിയെന്നു തോന്നുന്നു. അവർ തമ്മിൽത്തമ്മിൽ എന്തോ അടക്കം പറഞ്ഞ് അവിടെ നിന്ന് ഇറങ്ങിപ്പോയി. (മൗനം) പ്രേമത്തിന് വല്ലാത്ത ചവർപ്പാണ്!

സോവിയറ്റ് യുദ്ധമുന്നണി മുന്നേറിക്കൊണ്ടിരുന്നു. അത്രയും വെടി

പൊട്ടുന്ന ശബ്ദം. അത് തൊട്ടടുത്ത് വരികയായിരുന്നു. ഒരു രാത്രി "അതിഥികൾ" തിരിച്ചുവന്നു. "ആരാത്?"

"ഒളിപ്പോരാളികൾ"

എന്റെ പഴയ സുഹൃത്ത് അകത്തേക്ക് വന്നു. കൂടെ വേറൊരാളും. തന്റെ തോക്ക് എന്റെ മുമ്പിൽ ഉയർത്തി കാണിച്ചുക്കൊണ്ട് അയാൾ പറഞ്ഞു. "ഈ തോക്കുകൊണ്ടാണ് ഞാൻ നിന്റെ ഭർത്താവിനെ കൊന്നത്."

"അത് നേരല്ല.. അല്ല." ഞാൻ ഉറക്കെ നിലവിളിച്ചു.

"അതാണ് നേര്..." അയാൾ ഉറക്കെ പറഞ്ഞു. "ഇനിമുതൽ നിനക്ക് ഭർത്താവില്ല,"

എനിക്ക് അയാളെ കൊല്ലണമെന്നു തോന്നി. ആ കണ്ണുകൾ മാന്തിയെടുക്കണമെന്നു തോന്നി. നേരം പുലർന്നപ്പോൾ ഒരു വണ്ടിയിൽ കയറ്റി അവർ ഇവാനെ കൊണ്ടുവന്നു. ഒരു ഓവർകോട്ടിട്ടാണ് അദ്ദേഹം കിടന്നിരുന്നത്. കണ്ണുകളടച്ച്... ഒരു കുഞ്ഞിന്റേതുപോലെ ശാന്തമായ മുഖം. അദ്ദേഹം ഒരാളേയും കൊന്നിട്ടുണ്ടായിരുന്നില്ല. എനിക്കതിൽ വിശ്വാസമുണ്ട്. ഇപ്പോഴും. ഞാൻ താഴെ കിടന്നുരുണ്ടു നിലവിളിച്ചു. അമ്മയ്ക്ക് പരിഭ്രമമായി. എനിക്ക് ഭ്രാന്ത് പിടിക്കുമോ? കുഞ്ഞിനെന്തെങ്കിലും കുഴപ്പം സംഭവിക്കുമോ? ഒരുപക്ഷേ ചാപിള്ളയെ പ്രസവിക്കാനും മതി. ഞങ്ങളുടെ ഗ്രാമത്തിലെ "ജ്ഞാനി"യായ സ്ത്രീയുടെ അടുത്തേക്ക് അമ്മ ഓടി. ബാബാ സ്റ്റാസാ എന്നാണവരെ വിളിക്കുന്നത്. "നിങ്ങളുടെ പ്രശ്നം എന്താണെന്ന് എനിക്ക് മനസ്സിലായി. പക്ഷേ ഞാൻ നിസ്സഹായയാണ്." അവർ അമ്മയുടെ മുമ്പിൽ കൈമലർത്തി. "മകൾക്കു ദൈവം തന്നെ തുണ. പ്രാർത്ഥിച്ചോളൂ." എന്താണ് ചെയ്യേണ്ടതെന്നു അവർ പറഞ്ഞു തന്നു. ഇവാന്റെ മൃതദേഹം സെമിത്തേരിയിലേക്കെടുമ്പോൾ ശവപ്പെട്ടിയുടെ മുമ്പിലായി ഞാൻ നടക്കണം. സാധാരണ ചെയ്യാറുള്ളതുപോലെ എല്ലാവരുടേയും ഒപ്പം പിന്നിലല്ല. സെമിത്തേരിപ്പടിവരെ അങ്ങനെ നടക്കണം, ഗ്രാമം മുഴുവനും.

യുദ്ധത്തിന്റെ അവസാന കാലമായപ്പോഴേക്കും നാട്ടിലെ പുരുഷന്മാരെല്ലാം കാടുകയറിക്കഴിഞ്ഞിരുന്നു. ഒളിപ്പോരാളികളായി. ഗ്രാമത്തിലെ ഓരോ വീട്ടിലും ആരെങ്കിലും മരിച്ചുകൊണ്ടിരുന്നു.(മൗനം) അങ്ങനെ ഞാൻ ആ പൊലീസുകാരന്റെ ശവപ്പെട്ടിയുടെ മുന്നിലായി നടന്നു. അതിന്റെ പിന്നിലായി എന്റെ അമ്മയും. ഗ്രാമത്തിലുള്ളവർ മുഴുവൻ വീട്ടുപടിക്കൽ വന്നുനിന്ന് ഞങ്ങളുടെ ആ യാത്ര കണ്ടു. പതിവിനു വിപരീതമായൊരു രീതി. എന്നിട്ടും ആരും അഹിതമായി ഒന്നും പറഞ്ഞില്ല. അവരും എന്റെ മുഖത്തേക്ക് അനുകമ്പയോടെ നോക്കി കണ്ണീർ വാർത്തു.

സോവിയറ്റുകാർ ഭരണം തിരിച്ചുപിടിച്ചു... എന്റെ പഴയ ചങ്ങാതി വീണ്ടും എന്നെ കണ്ടുപിടിച്ചു. കുതിരപ്പുറത്തുകയറിയാണ് അയാൾ വന്നത്. "അവർക്ക് നിങ്ങളിൽ താത്പര്യമുണ്ട്."

"അവരോ, അതാരാണ്?"

"ആർക്ക് എന്നോ, അറിയില്ലേ? ഭരണാധികാരികൾക്കു തന്നെ."

"എവിടെ കിടന്നു മരിക്കാനും ഞാൻ തയ്യാറാണ്." ഒട്ടും പതറാതെ ഞാൻ പറഞ്ഞു. "വേണമെങ്കിൽ സൈബീരിയയിലേക്ക് അയച്ചോട്ടെ."

"എന്തു മാതിരി അമ്മയാണ് നീ? സ്വന്തം കുഞ്ഞിന്റെ കാര്യത്തിൽ അല്പംപോലും ആധിയില്ലേ?"

"ഈ കുഞ്ഞ് ആരുടേതാണെന്ന് അറിയാമല്ലോ"

"സാരല്യാ, ഞാൻ നിന്നെ വിവാഹം ചെയ്യാം."

അങ്ങനെ അയാളെ വിവാഹം ചെയ്തു. ഭർത്താവിനെ കൊലപ്പെടുത്തിയ അതേ മനുഷ്യനെ. അയാളിലും എനിക്കൊരു കുഞ്ഞു പിറന്നു. എന്റെ മകൾ (അവർ ശബ്ദമുണ്ടാക്കാതെ കരഞ്ഞു.) എന്റെ മകനേയും മകളേയും ഒരേപോലെ അയാൾ സ്നേഹിച്ചു. ആ കാര്യത്തിൽ ഞാൻ അയാളെ ഒരിക്കലും കുറ്റപ്പെടുത്തുകയില്ല. എന്റെ സ്വന്തം കാര്യം... മനസ്സുനിറയെ മുറിവുകളായിരുന്നു. അതൊരിക്കലും ഉണങ്ങിയില്ല. ആ മുറിപ്പാടുകളുമായാണ് ഞാനിത്രയും കാലം ജീവിച്ചത്. രാത്രിയായാൽ അയാൾ എന്നെ പൊതിരെ തല്ലും. നേരം പുലർന്നാൽ എന്റെ മുമ്പിൽ മുട്ടുകുത്തി മാപ്പിരക്കും. ഏതോ ഒരു വികാരം അയാളുടെ മനസ്സിൽ അണയാതെ കത്തിനിന്നു. എന്റെ ആദ്യ ഭർത്താവിനോടുള്ള അസൂയയാകാം. രാവിലെ എല്ലാവരും ഉറങ്ങുകയായിരിക്കും. ഞാൻ മാത്രം നേരത്തെ എഴുന്നേല്ക്കും. അത് ഞാൻ മനഃപൂർവ്വം ചെയ്യുന്നതായിരുന്നു. അയാളുടെ ആലിംഗനം ഒഴിവാക്കാൻ. ഞാൻ അതൊരു പതിവാക്കി. അദ്ദേഹം ഉറക്കമുണരുംമുമ്പേ മെത്തയിൽനിന്നും എഴുന്നേറ്റുപോവുക. രാത്രി മറ്റു വീടുകളിലെ ജന്നലുകൾക്കകത്തു മുഴുവൻ ഇരുട്ടായിരിക്കും. എന്നാലും ഞാൻ അടുക്കളയിൽ എന്തെങ്കിലും പണികൾ ചെയ്തുകൊണ്ടു നില്ക്കും. എന്റെ പാത്രങ്ങളോരോന്നും മിന്നിത്തിളങ്ങിയിരുന്നു. അദ്ദേഹം നല്ല ഉറക്കമാവുന്നതുവരെ ഞാൻ കാത്തുനില്ക്കും. പതിനഞ്ചുവർഷം ഞങ്ങൾ ആ മട്ടിൽ ജീവിച്ചു. അതിനുശേഷം അദ്ദേഹത്തിന് തീരെ സുഖമില്ലാതായി. തുടർന്നുവന്ന ശരത്കാലത്തിൽ മരിക്കുകയും ചെയ്തു. (അവർ വിതുമ്പി)

അതെന്റെ കുറ്റമല്ല. അദ്ദേഹം മരിക്കണമെന്ന് ഞാൻ ഒരു കാലത്തും ആഗ്രഹിച്ചില്ല. ആ സമയമായി. അവസാനത്തെ നിമിഷം. അദ്ദേഹം ചുമരിലേക്ക് മുഖം തിരിച്ച് കിടക്കുകയായിരുന്നു. പൊടുന്നനെ എന്റെ നേരെ തിരിഞ്ഞു. "നീ എപ്പോഴെങ്കിലും എന്നെ സ്നേഹിച്ചിട്ടുണ്ടോ?" ഞാൻ മറുപടിയൊന്നും പറഞ്ഞില്ല. അദ്ദേഹം ഉറക്കെ ചിരിക്കാൻ തുടങ്ങി. അന്നു രാത്രി എന്റെ ഭർത്താവിനെ കൊന്ന തോക്ക് എനിക്ക് കാണിച്ചുതന്നു കൊണ്ട് പറഞ്ഞു. "ജീവിതത്തിൽ ഞാൻ സ്നേഹിച്ച ഒരേയൊരു സ്ത്രീ നീ മാത്രമാണ്. എനിക്ക് നിന്നോട് അത്രയധികം ഇഷ്ടമായിരുന്നു. ഞാൻ മരിക്കാൻ പോകുന്നു എന്നറിഞ്ഞ ദിവസം നിന്നേയും കൊല്ലാൻ ഞാൻ

തീരുമാനിച്ചതാണ്. ഞാൻ യാഷ്ക*യോട് കുറച്ചു വിഷം കൊണ്ടുവന്നു തരാൻ ആവശ്യപ്പെട്ടു. എന്റെ മരണശേഷം നീ വേറൊരാളെ വിവാഹം കഴിച്ചാൽ... ആ ചിന്ത എനിക്ക് സഹിക്കാനായില്ല. നീ ഇപ്പോഴും എത്ര സുന്ദരിയാണ്."

അദ്ദേഹം ആ ശവപ്പെട്ടിയിൽ കിടന്നു. എനിക്കു തോന്നി എന്നെ നോക്കി ചിരിക്കുകയാണെന്ന്. അരികെ ചെല്ലാൻ പേടി തോന്നി. എന്നാലും അന്ത്യചുംബനം നല്കാതെ വയ്യല്ലോ!... (ഒരു സംഘഗാനത്തിന്റെ വീചികൾ)

അന്ത്യസമരത്തിനായി, ശക്തമായ രാഷ്ട്രമേ തയ്യാറാവൂ.
കടലിൽ തിരമാലകൾ എന്ന പോലെ
ധാർമ്മികരോഷം നിന്നിൽ ഉയരട്ടെ
എഴുന്നേല്ക്കൂ.. യുദ്ധം തുടങ്ങിക്കഴിഞ്ഞു.
പവിത്രമായ ഒരു യുദ്ധമാണ് നമുക്ക് ചെയ്യേണ്ടത്
വിങ്ങുന്ന ഹൃദയവുമായാണ് നമ്മൾ യാത്രയാവുന്നത്.

ഞാൻ എന്റെ പെൺമക്കളെ പറഞ്ഞേല്പിച്ചു, ഞാൻ മരിച്ചാൽ ആരും ഒന്നും പറയേണ്ടതില്ല... പതിവു സംഗീതത്തിന്റെ ശബ്ദം മാത്രമേ വേണ്ടൂ.

യുദ്ധത്തിനുശേഷം തടവുകാരായി പിടിക്കപ്പെട്ട ജർമ്മൻ സൈനികർ കല്ലുകൾ ചുമന്നുകൊണ്ടുവന്നു. നമ്മുടെ നഗരങ്ങൾ വീണ്ടും പടുത്തുയർത്തി. അവർ കടുത്ത വിശപ്പു സഹിച്ചിരുന്നു. അന്നത്തിനുവേണ്ടി ഇരന്നു. ഒരു തുണ്ടു റൊട്ടിപോലും അവർക്ക് കൊടുക്കാൻ എന്റെ മനസ്സ് അനുവദിച്ചില്ല. പലപ്പോഴും ഇതെല്ലാമാണ് ഞാനോർക്കുന്നത്. ആ വിശദാംശങ്ങൾ. അദ്ഭുതം തോന്നുന്നു. മനസ്സിൽ ചുറ്റിപ്പിടിച്ചുനില്ക്കുന്ന ചില ഓർമ്മകളെ കുറിച്ചാലോചിക്കുമ്പോൾ.

മേശപ്പുറത്ത് ധാരാളം പൂക്കൾ ഒരുക്കിവെച്ചിരിക്കുന്നു. ടിമേറിയൻ സിനാടോവിന്റെ ഒരു ഫോട്ടോയുമുണ്ട്... ആ സമയം മുഴുവനും അദ്ദേഹം അവിടെ ഞങ്ങളോടൊപ്പമുണ്ടായിരുന്നു എന്നു തോന്നി. ആ പാട്ടുകളിൽ, സംഭാഷണങ്ങളിൽ ഒക്കെ ഞാൻ കേട്ടത് അദ്ദേഹത്തിന്റെ ശബ്ദമായിരുന്നു.

സിനാടോവിന്റെ ഭാര്യ പറഞ്ഞതിൽനിന്നും

കാര്യമായൊന്നും ഞാൻ ഓർക്കുന്നില്ല. ഞങ്ങളുടെ വീട്, കുടുംബം. അതിലൊന്നും അദ്ദേഹത്തിന് വലിയ താത്പര്യമുണ്ടായിരുന്നില്ല. എപ്പോഴും വിചാരവും വർത്തമാനവും ആ കോട്ടയെപ്പറ്റിത്തന്നെയായിരുന്നു.

---

* യാഷ്ക ഞങ്ങളുടെ അയൽക്കാരൻ. മൃഗങ്ങളുടെ തോൽ പാകപ്പെടുത്തിയെടുക്കുകയാണ് അയാളുടെ ജോലി

യുദ്ധത്തെക്കുറിച്ച് ഓർക്കാതിരിക്കാൻ അദ്ദേഹത്തിനു സാധിച്ചില്ല. ലെനിൻ ഒരു നല്ല മനുഷ്യനായിരുന്നുവെന്ന് അദ്ദേഹം മക്കളെ പഠിപ്പിച്ചു. നമ്മൾ കമ്മ്യൂണിസം പടുത്തുയർത്തുകയാണ്. ഒരു ദിവസം ജോലി കഴിഞ്ഞ് വീട്ടിൽവന്നത് ഒരു വാർത്താപത്രം മാറോടടക്കിപ്പിടിച്ചുകൊണ്ടാ യിരുന്നു. "ആ വലിയ നിർമ്മാണ പ്രവർത്തനം നടക്കുന്നിടത്തേക്ക് നമുക്ക് പോകാം. നമ്മുടെ മാതൃഭൂമി നമ്മളെ വിളിക്കുന്നു." ഞങ്ങളുടെ മക്കൾ നന്നേ ചെറുതായിരുന്നു. "നമുക്ക് പോകാം." അദ്ദേഹം പറഞ്ഞു. അത്രതന്നെ. "ഇത് നമ്മുടെ മാതൃഭൂമിയുടെ ആജ്ഞയാണ്." അങ്ങനെ യാണ് ഞങ്ങൾ ബൈക്കൽ - അമുർ- പ്രധാന റെയിൽപാത പണിയു ന്നിടത്ത് വന്നെത്തിയത്.

അവിടെ കമ്മ്യൂണിസം പടുത്തുയർത്തപ്പെടുകയായിരുന്നു. ശരിക്കും അത് ഞങ്ങൾ തന്നെയാണ് പണിതത്. എല്ലാം ഞങ്ങളുടെ തൊട്ടുമുമ്പി ലുണ്ട് എന്ന വിശ്വാസം. സോവിയറ്റ് ഭരണക്രമത്തിൽ ഞങ്ങൾക്ക് അത്ര യധികം വിശ്വാസമുണ്ടായിരുന്നു. ഹൃദയത്തിന്റെ ഉള്ളറകളിൽനിന്ന് ഉറ പൊട്ടിയ വിശ്വാസം. പതുക്കെ ഞങ്ങൾക്കു പ്രായമായി. ഗ്ലാസ്‌നോസ്റ്റ് ... പെരിസ്ട്രോയിക്കാ... ഞങ്ങൾ വീട്ടിലിരുന്ന് റേഡിയോ വാർത്തകൾ കേട്ടു. കമ്മ്യൂണിസം എന്നൊന്ന് ഇപ്പോൾ നിലനില്ക്കുന്നില്ല... എവിടെപ്പോയി ഞങ്ങളുടെ കമ്മ്യൂണിസം? ഒരിടത്തും കമ്മ്യൂണിസ്റ്റുകാരേയും ഇപ്പോൾ കാണാനില്ല. അവിടെ, ആരാണിപ്പോൾ ചുമതലക്കാരനായുള്ളത്? അതും അറിഞ്ഞുകൂടാ... ഗൈഡാർ ഒരുവിധം എല്ലാവരേയും തുടച്ചുമാറ്റി.

ആളുകൾ വീടും കുടിയുമില്ലാത്തവരായി. പലരും ഫാക്ടറികളിൽ നിന്നും കൂട്ടുകൃഷിയിടങ്ങളിൽനിന്നും മോഷ്ടിക്കാൻ തുടങ്ങി. വേറെ ചിലർ വഞ്ചന തൊഴിലാക്കി. അങ്ങനെയൊക്കെയാണ് ഈ കാലത്ത് ആളുകൾ ജീവിച്ചുപോരുന്നത്. എന്നാൽ എന്റെ ഭർത്താവ്, അദ്ദേഹം അവിടെ ഉയരങ്ങളിലായിരുന്നു. മേഘങ്ങൾക്കൊപ്പം. ഞങ്ങളുടെ മകൾ ഒരു ഫാർമസിയിലാണ് ജോലി ചെയ്യുന്നത്. ഒരു ദിവസം അവൾ ഫാർമ സിയിൽനിന്നും ഏതാനും മരുന്നുകൾ വീട്ടിൽകൊണ്ടുവന്നു. കണക്കിൽ പ്പെടാത്തതായിരുന്നു. വിറ്റു പണമാക്കാമെന്നു കരുതി. എങ്ങനെയോ അദ്ദേഹം അറിഞ്ഞു... കള്ളച്ചരക്കിന്റെ മണം കിട്ടിയിരിക്കുമോ? "നാണ മില്ലേ നിനക്ക്" അദ്ദേഹം അലറി. "ഇതിലും വലിയൊരു നാണക്കേട്..." അദ്ദേഹം അവളെ ആട്ടിയിറക്കി. അദ്ദേഹത്തെ ശാന്തനാക്കാൻ എനിക്കും സാധിച്ചില്ല. ഞങ്ങളപ്പോലെ പ്രായമായവർ പലരും എല്ലാ ആനുകൂല്യ ങ്ങളും അമിതമായി പ്രയോജനപ്പെടുത്താറുണ്ട്. എന്തായാലും അവർക്ക് അവകാശപ്പെട്ടതാണ്. ഞാൻ ഇടയ്ക്കിടയ്ക്ക് അദ്ദേഹത്തിനോട പേക്ഷിക്കും "അവിടെ ഒന്നു പോയി നോക്കൂ... വല്ലതും കിട്ടാതിരിക്കില്ല." അദ്ദേഹം എന്റെ നേരെ ഒച്ചവെച്ചു ചാടുകയാണ് പതിവ്. "ഞാൻ യുദ്ധം ചെയ്തത് എന്റെ മാതൃഭൂമിക്കുവേണ്ടിയാണ്. ആനുകൂല്യങ്ങൾ നേടാൻ വേണ്ടിയല്ല." കണ്ണ് തുറന്ന് നിശ്ശബ്ദനായി രാത്രി മുഴുവൻ ഉറങ്ങാതെ കിടക്കും.

ഞാൻ പേരെടുത്തു വിളിച്ചാലും പ്രതികരിക്കുകയില്ല. ക്രമേണ, അദ്ദേഹം ഞങ്ങളോട് തീരെ സംസാരിക്കാതെയായി. അത്രയ്ക്കും വിഷാദ മഗ്നൻ. സ്വന്തം കുടുംബത്തെ കുറിച്ചായിരുന്നില്ല ദുഃഖം. രാജ്യത്തിന്റെ മുഴുവൻ സ്ഥിതിയെക്കുറിച്ചാണ് ദുഃഖിച്ചത്. എല്ലാവർക്കും വേണ്ടി ആ മനസ്സു നൊന്തു. അങ്ങനെയൊരാളായിരുന്നു അദ്ദേഹം. ആ ദുഃഖത്തിന് കാരണമായി എന്റെ പങ്കുമുണ്ടായിരുന്നു. സത്യമാണ് ഞാൻ പറയുന്നത്. ഒരു സ്ത്രീയെന്ന നിലയിൽ നിങ്ങളെ കണ്ടുകൊണ്ട് എഴുത്തുകാരി എന്ന നിലയിലല്ല. എന്റെ ഭർത്താവിനെ വേണ്ടവിധത്തിൽ ഞാൻ മനസ്സിലാക്കിയില്ല.

ഒരു ദിവസം തോട്ടത്തിൽനിന്നും ഉരുളക്കിഴങ്ങെല്ലാം കുഴിച്ചെടുത്തു. തന്റെ ഏറ്റവും നല്ല വസ്ത്രങ്ങൾ എടുത്തു ധരിച്ചു. കോട്ടയിലേക്ക് യാത്രയായി. കുറിപ്പൊന്നും എഴുതിവെച്ചില്ല. തികച്ചും അപരിചിതരായ ഒരു പിടിയാളുകളുടെ പേരിലായിരുന്നു അവസാനത്തെ ആ കുറിപ്പ്. ഞങ്ങളോട് അദ്ദേഹത്തിന് ഒന്നും പറയാനുണ്ടായിരുന്നില്ല... ഒരൊറ്റ വാക്കുപോലും.

ക്ലേശങ്ങളുടെ മാധുര്യവും റഷ്യൻ മനസ്സിന്റെ കൗശലവും

ഒരു പ്രണയബന്ധത്തിന്റെ കഥ

ഓൾഗാ കാരിമാവോ

സംഗീതജ്ഞ, 49 വയസ്സ്

ഇല്ല... ഇല്ല... അതു സാധ്യമല്ല... അതെല്ലാം വീണ്ടും ഓർത്തെടുക്കാൻ വയ്യ. ആ അനുഭവങ്ങളിലൂടെ ഒരിക്കൽകൂടി കടന്നുപോവുക... എനിക്കാലോചിക്കാൻ വയ്യ. എന്നെങ്കിലുമൊരിക്കൽ ആ കഥ മുഴുവനും ആരോടെങ്കിലും പറയണമെന്ന് ഞാൻ വിചാരിച്ചിരുന്നു. പക്ഷേ ഇപ്പോൾ... എനിക്കതിനാവില്ല. ഇതല്ല അതിനുള്ള സമയം. ഒക്കെ പൂട്ടിവെച്ചിരിക്കുകയാണ്. ഒരറയ്ക്കുള്ളിൽ കുഴിച്ചുമൂടി. മീതെ സിമന്റും കുമ്മായവുമിട്ട്, വളരെ രഹസ്യമായി. അജ്ഞാതമായൊരു കല്ലറയിലെന്ന പോലെ. ആർക്കും തുറക്കാനാവാത്ത ഒരു കരിങ്കൽപെട്ടിയിലാണ് ആ ഓർമ്മകൾ ഞാൻ പൂട്ടിവെച്ചിരിക്കുന്നത്. അതിപ്പോൾ പഴയപോലെ ജ്വലിക്കുന്നില്ല. എന്നാലും എന്തോ രാസപ്രക്രിയ അവിടെ നടക്കുന്നുണ്ട്. ... പരലുകൾ നുരഞ്ഞുകൊണ്ടിരിക്കുന്നു. അതിൽ ഏതെങ്കിലും തരത്തിൽ ഇളക്കമുണ്ടാക്കാൻ... എനിക്കു പേടിയാണ്.

എന്റെ ആദ്യ പ്രണയം... സത്യത്തിൽ എനിക്കതിനെ അങ്ങനെ വിളിക്കാനാകുമോ? എന്റെ ആദ്യത്തെ ഭർത്താവ്... അതൊരു മനോഹരമായ കഥയാണ്. രണ്ടുവർഷം പ്രണയാവേശവുമായി എന്റെ പിന്നാലെ നടന്നു. എനിക്കും അദ്ദേഹത്തെ വിവാഹം കഴിക്കാൻ മോഹമുണ്ടായിരുന്നു. അദ്ദേഹത്തെ മുഴുവനായും സ്വന്തമാക്കാനുള്ള ആഗ്രഹം. വേറെ എവിടെയെങ്കിലും അദ്ദേഹം പൊയ്ക്കളയുമോ എന്ന ആശങ്കയുണ്ടായിരുന്നു. അദ്ദേഹം പൂർണ്ണമായും എന്റേതാകണം. ആ ആഗ്രഹത്തിന്റെ ആഴം എത്രയായിരുന്നുവെന്ന് അളന്ന് പറയാനാവില്ല. ഓരോ നിമിഷവും ഒരുമിച്ച്, ഒരിക്കലും വേർപിരിയാതെ, ഇണങ്ങിയും പിണങ്ങിയും, പിന്നെയും പിന്നെയും ഇണചേർന്നു. അതങ്ങനെ തുടരാനായെങ്കിൽ... ഞാൻ കൂടെ പൊറുത്തിട്ടുള്ള ആദ്യത്തെ പുരുഷൻ അദ്ദേഹമാണ്. രസമുള്ള കാര്യം അല്ലേ? എന്താണിവിടെ സംഭവിക്കുന്നത്? രണ്ടാമത്തെ

പ്രാവശ്യവും തികച്ചും അതുപോലെതന്നെ. സാമാന്യമായി പറഞ്ഞാൽ തീർത്തും യാന്ത്രികമായ ഒരു പ്രവൃത്തി അറിയില്ലേ... ശരീരം... അതു മാത്രമാണല്ലോ. ആറുമാസത്തോളം അതങ്ങനെ തുടർന്നു. അരികിൽ ഞാൻ തന്നെ എന്നത് പ്രധാനപ്പെട്ട ഒരു സംഗതിയായി അദ്ദേഹം കണ്ടിരുന്നില്ല എന്നു തോന്നി. ഞാനല്ലെങ്കിൽ വേറൊരാളെ അദ്ദേഹം കണ്ടെത്തുമായിരുന്നു. പിന്നെ എങ്ങനെയോ... ഏതോ കാരണത്താൽ ഞങ്ങൾ വിവാഹിതരായി. അന്നെനിക്ക് ഇരുപത്തിരണ്ടു വയസ്സായിരുന്നു. ഞങ്ങൾ ഒരുമിച്ചാണ് സംഗീതക്ലാസ്സുകളിൽ പോയത്. എല്ലാം ഒരുമിച്ചു ചെയ്തു. പെട്ടെന്നാണ് അത് സംഭവിച്ചത്. എന്റെ ഉള്ളിൽ പുതിയതായൊരു വാതിൽ തുറന്നു. കൃത്യമായ സമയം പറയാനാവില്ല. ഞാൻ ആ പുരുഷശരീരവുമായി പ്രണയത്തിലായി. ഇപ്പോൾ എനിക്ക് മാത്രമായി സ്വന്തമായൊരാൾ... അത് സുന്ദരമായൊരു കഥയാണ്. വേണമെങ്കിൽ അരമണിക്കൂറിനുള്ളിൽ പറഞ്ഞുതീർക്കാം. അല്ലെങ്കിൽ മണിക്കൂറുകളോളം തുടർന്നുപോകാം. അങ്ങനെ ഞാൻ അദ്ദേഹത്തെ വിട്ടുപോയി. അതെന്റെ സ്വന്തം ഇഷ്ടപ്രകാരമായിരുന്നു. പോകരുത് എന്ന് അദ്ദേഹം അപേക്ഷിച്ചു. എന്തുകൊണ്ട് എന്ന് വ്യക്തമാക്കാനാവില്ല. വിട്ടുപോകണം എന്നുതന്നെയായിരുന്നു എന്റെ തീരുമാനം... അദ്ദേഹത്തോട് വല്ലാത്തൊരു മടുപ്പ്. ഇനി കൂടെ കഴിയാൻ വയ്യ എന്നു തോന്നിപ്പിക്കുന്നയത്ര മടുപ്പ്. ഞാൻ ഗർഭിണിയായിരുന്നു. നിറവയർ... അദ്ദേഹത്തെക്കൊണ്ട് ഇനി എനിക്കെന്താവശ്യം? ഞങ്ങൾ ഇണചേർന്നു. വഴക്കിട്ടു... ഞാൻ കരഞ്ഞു. അന്നൊന്നും എനിക്ക് തീരെ ക്ഷമയുണ്ടായിരുന്നില്ല. പൊറുക്കുന്നത് എങ്ങനെയെന്നു എനിക്ക് അറിയാമായിരുന്നില്ല.

ഞാൻ വീട്ടിൽനിന്നും പുറത്തേക്കിറങ്ങി. പിറകിൽ വാതിലടച്ചു. മനസ്സിൽ വല്ലാത്തൊരു സന്തോഷം. ഞാൻ അദ്ദേഹത്തെ എന്നെന്നേക്കുമായി വിട്ടുപോവുകയാണല്ലോ! ഞാൻ എന്റെ അമ്മയുടെ വീട്ടിലേക്കാണ് പോയത്. എന്നെ തിരക്കി അദ്ദേഹം അങ്ങോട്ട് വന്നു. പാതിരാവായിരുന്നു. അദ്ദേഹം കലശലായ ഒരാഘാതമേറ്റ മട്ടിലായിരുന്നു. ഞാൻ ഗർഭിണിയായിരുന്നു. പ്രത്യേകിച്ചൊരു കാരണവുമില്ലാതെ എപ്പോഴും അസന്തുഷ്ടയായിരുന്നു. അദ്ദേഹത്തിൽനിന്നും ഞാൻ എന്താണാഗ്രഹിച്ചത്? മറ്റെന്താണ് എനിക്ക് വേണ്ടത്? ഞാൻ ജീവിതത്തിന്റെ പുതിയൊരു താൾ മറിക്കുകയായിരുന്നു. അദ്ദേഹത്തെ കിട്ടിയപ്പോൾ എനിക്കു വലിയ സന്തോഷമായിരുന്നു. ഇപ്പോൾ വിട്ടുപോരാൻ കഴിഞ്ഞപ്പോൾ... അപ്പോഴും വലിയ സന്തോഷം... എന്റെ ജീവിതം എപ്പോഴും അങ്ങനെയായിരുന്നു. ഒരു ഭരണിപോലെ ചിലപ്പോൾ നിറഞ്ഞ്... ചിലപ്പോൾ ഒഴിഞ്ഞ്, പിന്നെ വീണ്ടും നിറഞ്ഞ്.

അന്യായുടെ ജനനം.... അതേറ്റവും സുന്ദരമായിരുന്നു.

... ഞാൻ അത് വളരെയധികം ആസ്വദിച്ചു. ആദ്യം എന്റെ മുന്നൂർക്കുടം പൊട്ടി. കാടിന്റെ നടുവിൽവെച്ചാണ് അത് സംഭവിച്ചത്. പതിവുപോലെ കിലോമീറ്റർ നീണ്ട നടത്തത്തിനിറങ്ങിയതായിരുന്നു.

എന്തുചെയ്യണം എന്ന് എനിക്ക് രൂപമില്ലായിരുന്നു. ആ നിമിഷം തന്നെ ആശുപത്രിയിലേക്ക് പോകണമോ? എന്തായാലും വൈകുന്നേരംവരെ ഞാൻ കാത്തിരുന്നു. തണുപ്പുകാലമായിരുന്നു. ആ നിമിഷംതന്നെ ആശുപത്രിയിലേക്കു പോകണമോ? ഇന്നാലോചിക്കാൻ വയ്യ. തണുപ്പ് 0-ത്തിനും 40 ഡിഗ്രിക്കുമിടയ്ക്കായിരുന്നു. തണുപ്പുതട്ടി മരത്തൊലികളെല്ലാം വിണ്ടുകീറിയിരുന്നു. ഒടുവിൽ, ഞാൻ ആശുപത്രിയിലേക്ക് പോകാൻ നിശ്ചയിച്ചു. ഡോക്ടർ ഒന്നുനോക്കി പറഞ്ഞു. "പെട്ടെന്നൊന്നും ഉണ്ടാവില്ല... രണ്ടു ദിവസം പ്രസവവേദന നീണ്ടുപോകും..." ഞാൻ വീട്ടിലേക്ക് വിളിച്ചു. "അമ്മേ ഞാൻ ആശുപത്രിയിലാണ്... പ്രസവത്തിന് കുറച്ച് താമസമുണ്ട്... എനിക്ക് കുറച്ച് ചോക്ലേറ്റ് കൊണ്ടുവന്നു തരണം..." രാവിലത്തെ പരിശോധന തുടങ്ങുംമുമ്പേ ഒരു നഴ്സ് വന്ന് വെറുതെ വന്നു നോക്കി. "അല്ല... തലപുറത്തു കാണാനുണ്ടല്ലോ... ഞാൻ ഇപ്പോൾത്തന്നെ ഡോക്ടറെ വിളിച്ചുകൊണ്ടുവരാം." അങ്ങനെ ഞാൻ പ്രസവത്തിനൊരുങ്ങി കിടന്നു.... "ഏതു നിമിഷവും കുട്ടി പുറത്തു വന്നേക്കും." അവർ പറഞ്ഞു. "ഇവിടെത്തന്നെ കിടന്നാൽ മതി." എത്ര സമയം അങ്ങനെ കഴിഞ്ഞുവെന്ന് എനിക്കോർമ്മയില്ല. എന്തായാലും ആ സമയം വളരെ വേഗം കടന്നുപോയി. ഞാനറിയുംമുമ്പേ അവരെന്നെ... അവളെ എടുത്തു കാണിച്ചുതന്നു... "പെൺകുഞ്ഞാണ്...." എനിക്കൊട്ടും പരിചയമില്ലാത്ത ഒരു കുഞ്ഞുപെൺകുട്ടി. അവർ അവളെ ത്രാസിൽവെച്ച് തൂക്കിനോക്കി. നാലു കിലോഗ്രാം ഭാരമുണ്ടായിരുന്നു. "ഒരൊറ്റ കീറൽ പോലുമില്ല...." നഴ്സ് എന്നെ നോക്കി ചിരിച്ചു. "മകൾ അമ്മയോട് ശരിക്കും കനിവുകാട്ടി." പിറ്റേ ദവിസം അവർ അവളെ എന്റെ അടുത്തേക്കു കൊണ്ടുവന്നപ്പോൾ... കണ്ണുകൾ.... വലിയ രണ്ടു കൃഷ്ണമണികളായിരുന്നു, നന്നേ കറുത്ത്... ചുറ്റിലും നീന്തിക്കളിക്കുന്നതുപോലെ. അതിൽപിന്നെ... വേറൊന്നും എന്റെ കണ്ണുകൾ കണ്ടില്ല.

തികച്ചും വ്യത്യസ്തമായ പുതിയൊരു ജീവിതം ആരംഭിക്കുകയായിരുന്നു. പ്രസവത്തിനുശേഷം എന്റെ രൂപത്തിൽ സംഭവിച്ച മാറ്റം എനിക്കേറെ ഇഷ്ടമായി. ചുരുക്കിപ്പറഞ്ഞാൽ ഞാൻ കൂടുതൽ സുന്ദരിയായി എന്നതാണ് സത്യം. അന്യാ ഒട്ടും താമസിയാതെ അവളുടെ സ്ഥാനം സ്ഥിരപ്പെടുത്തി. എനിക്കും അവളോട് വലിയ ഭ്രമമായിരുന്നു. എന്തുകൊണ്ടും എനിക്കു തോന്നി. പുരുഷന്മാരുമായി അവൾക്ക് യാതൊരു ബന്ധവുമില്ലെന്നു. അവൾക്കൊരു അച്ഛനുണ്ട് എന്ന വസ്തുത ഞാൻ പറഞ്ഞിരുന്നില്ല... എന്നാലും അവൾ മാനത്തുനിന്ന് എന്റെ മടിത്തട്ടിലേക്ക് വന്നു വീണതുപോലെയാണ് എനിക്ക് തോന്നിയത്. സ്വർഗം എനിക്ക് നല്കിയ ഒരു സമ്മാനം. സംസാരിക്കാൻ തുടങ്ങിയപ്പോൾ എല്ലാവരും അവളോടു ചോദിച്ചു. "അന്യാ നിനക്ക് അച്ഛനില്ലേ?"

"എനിക്കച്ഛനില്ല, പകരം ഒരമ്മൂമ്മയുണ്ട്." ഒരു കൂസലും കൂടാതെ അവൾ മറുപടി പറഞ്ഞു.

"നിനക്കൊരു നായക്കുട്ടിയുണ്ടോ?"

"എനിക്ക് നായക്കുട്ടിയില്ല... പകരം ഒരു പെരുച്ചാഴിയുണ്ട്." അങ്ങനെയാണ് ഞാനും എന്റെ മോളും കഴിഞ്ഞത്. അവളായിരുന്നു എന്റെ ജീവിതം. പെട്ടെന്ന് എനിക്കെന്തെങ്കിലും സംഭവിച്ചാലോ? ആ ഭയം എന്നെ വിട്ടുമാറിയില്ല. പല്ലുവേദനയ്ക്ക് ഡോക്ടറെ കാണാൻ ചെന്നപ്പോൾ ഞാൻ പറഞ്ഞു. "മരവിപ്പിക്കാനുള്ള മരുന്നൊന്നും കുത്തിവെക്കണ്ട." അതെല്ലാം എന്റെ സ്വന്തം തോന്നലുകളായിരുന്നു. സന്തോഷിപ്പിക്കുന്നതായാലും സങ്കടപ്പെടുത്തുന്നതായാലും.... അതിൽനിന്നൊന്നും ഒഴിഞ്ഞുമാറാൻ ഞാനാഗ്രഹിച്ചില്ല. അന്യയ്ക്കും എനിക്കും അങ്ങേയറ്റം സ്നേഹമായിരുന്നു. അങ്ങനെയിരിക്കെയാണ് ഞങ്ങൾ അയാളെ പരിചയപ്പെട്ടത്." ....ഗ്ലെബ്ബിനെ.

ഗ്ലെബ്ബിനെ പരിചയപ്പെട്ടപ്പോഴാണ് രണ്ടാമതൊരു വിവാഹത്തെക്കുറിച്ച് ആലോചിച്ചത്. അല്ലെങ്കിൽ വീണ്ടും വിവാഹം കഴിക്കുകയില്ലായിരുന്നു. വേണ്ടതെല്ലാം എനിക്കുണ്ടായിരുന്നു. സ്വന്തമായൊരു കുഞ്ഞ്, നല്ല ജോലി, വേണ്ടത്ര സ്വാതന്ത്ര്യം. അപ്പോഴാണ് ഓർക്കാപ്പുറത്ത് അയാൾ ജീവിതത്തിലേക്ക് കടന്നുവന്നത്. ഏതാണ്ട് അന്ധനായിരുന്നു. ജന്മനാ ഒരു ശ്വാസംമുട്ടുകാരൻ. വളരെ സങ്കോചത്തോടെ പരുങ്ങി... പരുങ്ങി. ഇങ്ങനെയൊരു ചുമട് എന്റെ ജീവിതത്തിലേക്ക് വലിച്ചടുപ്പിക്കേണ്ടതുണ്ടോ? സ്വന്തമായി വേണ്ടത്ര പോരായ്മകളുള്ള ഒരാൾ. ഗ്ലെബ് പന്ത്രണ്ടുവർഷം തികച്ചും സ്റ്റാലിന്റെ ലേബർ ക്യാമ്പിനകത്തായിരുന്നു. നാടുകടത്തിയ കാലത്ത് അദ്ദേഹം ഒരു കുട്ടിയായിരുന്നു. പതിനാറു തികഞ്ഞിരുന്നില്ല. അച്ഛൻ പാർട്ടിയിൽ വളരെ ഉന്നതമായ സ്ഥാനത്തായിരുന്നു. അച്ഛനെ അവർ വധശിക്ഷയ്ക്ക് വിധേയനാക്കി. അമ്മ ഒരു തൊട്ടി വെള്ളത്തിൽ കിടന്ന് മരവിച്ചു മരിച്ചു. എവിടെയാണെന്ന് അറിയില്ല. ദൂരെയെങ്ങോ ഒരു മഞ്ഞുഭൂമിയിൽ. ഗ്ലെബ്ബിനെ കാണുന്നതിനുമുമ്പ് ഈ വക കാര്യങ്ങളെക്കുറിച്ചൊന്നും ഞാൻ ആലോചിച്ചിട്ടില്ലായിരുന്നു.

യുവജനസഖ്യത്തിലെ ഒരു പയനീർ ആയിരുന്നു ഞാൻ. ജീവിതം സുന്ദരമായിരുന്നു... ആവേശഭരിതമായിരുന്നു. എന്തുകൊണ്ടാണ് ഞാൻ അദ്ദേഹത്തിൽ ആകൃഷ്ടയായത്? ഇത്രയും ആകർഷിക്കപ്പെടാൻ തക്കവണ്ണം എന്താണദ്ദേഹത്തിൽ കണ്ടത്? കാലം കടന്നുപോകെ ദുഃഖം അറിവായി വളരുന്നു. ഒരേ സമയം അത് ദുഃഖവും അറിവുമാണ്. അദ്ദേഹം മരിച്ചിട്ട് കൊല്ലം അഞ്ചുകഴിഞ്ഞു. ഒരു കാര്യത്തിൽ എനിക്ക് ഖേദം തോന്നുന്നു. ഇന്നുള്ള എന്നെ, അദ്ദേഹത്തിന് മനസ്സിലാക്കാൻ അവസരം കിട്ടിയില്ല. എന്റെ കാര്യവും അങ്ങനെത്തന്നെ. ഇന്നെനിക്ക് അദ്ദേഹത്തെ കൂടുതൽ മനസ്സിലാക്കാൻ സാധിക്കുന്നുണ്ട്. അവസാനം എനിക്ക് വേണ്ടത്ര പക്വത കൈവന്നിരിക്കുന്നു. പക്ഷേ, അദ്ദേഹം പൊയ്ക്കഴിഞ്ഞു. ഒറ്റയ്ക്കുള്ള ജീവിതം... വളരെ നാളത്തേക്ക് എനിക്ക് സഹിക്കാനായില്ല. ജീവിക്കണം എന്ന ഇച്ഛയേ ഇല്ലാതായി. ഏകാന്തതയെ ഭയപ്പെടുന്നു എന്നതല്ല അതിനു കാരണം. സ്നേഹിക്കാതെ, സ്നേഹിക്കപ്പെടാതെ എനിക്ക് ജീവിക്കാനാവില്ല എന്നതാണ് വാസ്തവം. എനിക്ക് ദുഃഖം

വേണം. സഹതാപം വേണം. ഇതൊന്നുമില്ലെങ്കിൽ ഞാൻ ഇല്ല. കടലിൽ വളരെ ദൂരത്തേക്ക് നീങ്ങിയെത്തുമ്പോഴുള്ള തോന്നൽ... ആരും ഒന്നും തുണയ്ക്കില്ല എന്ന തിരിച്ചറിവ്. ഒറ്റയ്ക്ക്... ആഴങ്ങളിൽ കനത്ത ഇരുട്ട്... അവിടെ എന്താണുള്ളതെന്ന് അറിഞ്ഞുകൂടാ.

> ഞങ്ങൾ ടെറസ്സിൽ സംസാരിച്ചുകൊണ്ടിരുന്നു. ഇല കളുടെ മർമ്മരം കേൾക്കാം... പെട്ടെന്ന് മഴപെയ്യാൻ തുടങ്ങി.

കടപ്പുറത്ത് മൊട്ടിടുന്ന പ്രണയത്തെക്കുറിച്ച് അറിയാമല്ലോ. അതിന് വലിയ ആയുസ്സില്ല. എല്ലാം തൽക്കാലത്തേക്ക് മാത്രമാണ്. ജീവിതം പോലെതന്നെ. ചെറിയൊരു പതിപ്പ് എന്നുപറയാം... ഒന്നു മിന്നി... മങ്ങുന്നു. പക്ഷേ ചന്തമുണ്ട്. യഥാർത്ഥ ജീവിതത്തിൽ നമ്മൾ ആഗ്രഹിക്കുന്ന എന്നാൽ കൈയിൽ കിട്ടാത്ത വസ്തു. അതുകൊണ്ടാണ് യാത്രചെയ്യാൻ ആളുകൾ ഇത്രയധികം ഇഷ്ടപ്പെടുന്നത്. പുതിയ ആളുകളുമായി പരി ചയപ്പെടുക... ഞാൻ മുടി കോതി മെടഞ്ഞിട്ടു. നീല നിറത്തിലുള്ള പുള്ളി പ്പാവാടയണിഞ്ഞു. യാത്ര തിരിക്കുന്നതിന് രണ്ടുദിവസം മുമ്പ് കുട്ടികൾക്കുള്ള ഒരു തുണിക്കടയിൽനിന്നാണ് ഞാനത് വാങ്ങിച്ചത്. കടലിൽ ദൂരേക്കു നീന്തിപ്പോകാൻ എനിക്ക് വളരെ ഇഷ്ടമാണ്. എന്നെ സംബന്ധിച്ചിടത്തോളം നീന്തലോളം രസമുള്ള വേറൊരു സംഗതിയില്ല. രാവിലെ ഒരു അക്കേഷ്യ മരത്തിനു ചുവട്ടിൽനിന്ന് ഞാൻ വ്യായാമം ചെയ്യും. ഒരു ദിവസം അതിലെ ഒരാൾ കടന്നുപോയി. ഒരു സാധാരണ ക്കാരൻ. പ്രത്യേകതകളൊന്നുമില്ല. അത്ര ചെറുപ്പമല്ല. അദ്ദേഹം എന്നെ കണ്ടു. എന്തുകൊണ്ടോ ആ മുഖം തെളിഞ്ഞു. കുറച്ചുനേരം അവിടെ ത്തന്നെ എന്നെ നോക്കിക്കൊണ്ടു നിന്നു.

"ഇന്നു വൈകുന്നേരം ഞാൻ നിങ്ങളെ ഏതാനും കവിതകൾ വായിച്ചുകേൾപ്പിക്കാം. എന്തുപറയുന്നു?" ഒരു മുഖവുരയും കൂടാതെ അയാൾ ചോദിച്ചു.

"ഞാൻ കുറച്ചധികം ദൂരം നീന്തിപ്പോകണമെന്നു വിചാരിക്കുകയാ യിരുന്നു.

"ആയിക്കോട്ടെ... ഞാൻ കാത്തിരിക്കാം."

അദ്ദേഹം എനിക്കായി കാത്തിരുന്നു. കുറച്ചൊന്നുമല്ല, ഏതാനും മണി ക്കൂറുകൾതന്നെ. അത്ര സുഖമുള്ളതായിരുന്നില്ല ആ വായന. ഇടയ്ക്കി ടയ്ക്ക് കണ്ണട എടുക്കുകയും വെക്കുകയും ചെയ്തുകൊണ്ടിരുന്നു. എന്നാലും എന്തോ, അത് മനസ്സിൽ തട്ടുന്നതായിരുന്നു. അദ്ദേഹത്തിന്റെ മനസ്സ് എനിക്ക് തൊട്ടറിയാനാവുന്നുണ്ടെന്ന് തോന്നി. ആ പരിഭ്രമം... കണ്ണട എടുക്കലും, വെക്കലും... ആ കവിതകൾ ഏതായിരുന്നുവെന്ന് എനിക്കൊട്ടും ഓർമ്മയില്ല. അല്ലെങ്കിലും അതിനിത്ര പ്രാധാന്യം കല്പി ക്കേണ്ടതുണ്ടോ? അപ്പോഴും മഴപയ്യുന്നുണ്ടായിരുന്നു. അത് ഞാൻ ഓർക്കുന്നു. ഒരു സംഗതിയും ഞാൻ മറന്നില്ല. നമ്മുടെ വികാരങ്ങൾ,

അവ പ്രത്യേകമായ... വേറെത്തന്നെ എന്തോ ഒന്നാണ് എന്നപോലെയാണ്. സ്നേഹമായാലും ദുഃഖമായാലും അലിവായാലും... അവയ്ക്ക് അവയുടേതായൊരു നിലനില്പുണ്ട്. അതിനായി അവ നമ്മളെ ആശ്രയിക്കുന്നില്ല. അജ്ഞാതമായ കാരണങ്ങൾ ഒരാളെ ഒഴിവാക്കി നിങ്ങൾ വേറൊരാളെ തിരഞ്ഞെടുക്കുന്നു. ഒരുപക്ഷേ കൂടുതൽ നല്ലത് ഒഴിവാക്കപ്പെട്ട ആളായിരിക്കാം. സ്വയം അറിയാതെ തന്നെ നിങ്ങൾ മറ്റൊരാളുടെ ജീവിതത്തിന്റെ ഭാഗമാകുന്നു. നിങ്ങളതു മനസ്സിലാക്കിയിട്ടില്ല. എന്നാൽ അവർ അത് മനസ്സിലാക്കി കഴിഞ്ഞു. അതിന്റെ സൂചനകളും അയച്ചുകഴിഞ്ഞു. “ഞാൻ നിങ്ങളെ കാത്തു നില്ക്കുകയായിരുന്നു.” അടുത്ത ദിവസം എന്നെ കണ്ടതും അയാൾ പറഞ്ഞു. എന്തുകൊണ്ടാണാവോ ആ സ്വരവും വാക്കുകളും... അയാൾ പറഞ്ഞത് നേരാണെന്ന് വിശ്വസിക്കാൻ എന്നെ പ്രേരിപ്പിച്ചു. വാസ്തവത്തിൽ അങ്ങനെയൊരനുഭവത്തിന് ഞാൻ തയ്യാറായിരുന്നില്ല. എന്റെ വിചാരം നേരെ മറിച്ചായിരുന്നു. എന്റെ ചുറ്റുമുള്ളതിനെല്ലാം ഒരു രൂപാന്തരം സംഭവിച്ചതുപോലെ. അത് പ്രണയമായിരുന്നില്ല. എന്നാലും എനിക്ക് വേണ്ടതെന്തോ ആരോ മനസ്സറിഞ്ഞു തന്നതുപോലെ. രണ്ടുപേർ പരസ്പരം അടുക്കുന്നു. അടയാളങ്ങൾ സ്വീകരിക്കപ്പെട്ടുകഴിഞ്ഞു. ഞാൻ കടലിലേക്ക് വളരെ അധികം ദൂരം നീന്തി. തിരിച്ചുവന്നപ്പോൾ... അദ്ദേഹം അവിടെ എനിക്കായി കാത്തുനിന്നിരുന്നു. അന്നദ്ദേഹം പറഞ്ഞു. “നമ്മൾ ഒരുമിച്ച് സന്തോഷമായി കഴിയാൻ പോകുന്നു.” എന്തുകൊണ്ടോ ഞാൻ വീണ്ടും അദ്ദേഹം പറഞ്ഞത് അപ്പാടെ വിശ്വസിച്ചു. വൈകീട്ട് ഞങ്ങൾ ഒരുമിച്ചിരുന്ന് ഷാംപെയ്ൻ കുടിച്ചു. “ഇത് മിന്നിത്തിളങ്ങുന്ന ചുകന്ന വീഞ്ഞാണ്. എന്നാലും സാധാരണ ഷാംപെയ്ന്റെ അത്രതന്നെ വിലയുണ്ട്.” ആ പറഞ്ഞതിൽ എന്തോ പന്തികേടുണ്ടെന്ന് എനിക്ക് തോന്നി. അദ്ദേഹം മുട്ട പൊരിച്ചു. “എനിക്ക് മുട്ടകളോട് അസാധാരണമായൊരു ബന്ധമുണ്ട്. ഓരോ പ്രാവശ്യവും ഞാൻ പത്തെണ്ണം ഒരുമിച്ചുവാങ്ങും. ഓരോ തവണയും ഈരണ്ടെണ്ണം പൊരിക്കും. എന്നാലും എങ്ങനെയെന്നറിഞ്ഞുകൂടാ ഒരെണ്ണം ബാക്കിയാവും.” അങ്ങനെയുള്ള രസകരമായ കൊച്ചുകൊച്ചു കാര്യങ്ങൾ അദ്ദേഹം പറഞ്ഞുകൊണ്ടിരിക്കും.

എല്ലാവരും ഞങ്ങളെ നോക്കി എന്നോടു ചോദിക്കും. “അത് അച്ഛനായിരിക്കും അല്ലേ... അതോ അപ്പൂപ്പനോ?” ഞാനെപ്പോഴും ഇറക്കം കുറഞ്ഞ ഉടുപ്പുകളാണ് ധരിക്കാറുള്ളത്. വയസ്സ് ഇരുപത്തെട്ടായിരുന്നു. ഞങ്ങൾ അടുപ്പത്തിലായതിൽ പിന്നെ അദ്ദേഹവും ഒന്നു സുമുഖനായി. അതിന്റെ രഹസ്യം എനിക്കറിയാം. സ്നേഹം കൊണ്ടുമാത്രം തുറക്കാനാവുന്ന ഒരു വാതിലാണത്.

“ഞാൻ നിന്നെ കുറിച്ചാലോചിച്ചു.”

“ദൂരെ എവിടേക്കെങ്കിലും നമുക്ക് ഒരുമിച്ചുപോകണമെന്ന് ഞാനാഗ്രഹിച്ചു.... വളരെ വളരെ ദൂരെ... നീ അരികിലുണ്ടെന്നറിയാൻ എനിക്കു

മറ്റൊന്നും ആവശ്യമില്ല. അത്രയും ആർദ്രമാണ് നിന്നെക്കുറിച്ചുള്ള എന്റെ ചിന്തകൾ. നിന്നെ നോക്കിക്കൊണ്ടിരിക്കണം. നിന്റെ അരികുപറ്റി നടക്കണം... അത്രയേ ഞാൻ ആഗ്രഹിക്കുന്നുള്ളൂ..."

മണിക്കൂറുകളോളം ഞങ്ങൾ ഒരുമിച്ചു ചെലവഴിച്ചു,... ഏറ്റവും സന്തോഷത്തോടെ... ചെറിയ കുട്ടികളെപ്പോലെ എല്ലാം മറന്ന്. "നമുക്ക് ഒരു ദ്വീപിലേക്കു പോയാലോ? ആ മണൽത്തിട്ടകളിൽ ചെന്നു മലർന്നു കിടക്കാം."

സന്തോഷമുള്ള ആളുകൾ ചെറിയ കുട്ടികളെപ്പോലെയാണ്. അവരെ പ്രത്യേകമായി കാത്തുരക്ഷിക്കേണ്ടതുണ്ട്. വളരെ ലോലമായ മനസ്സ്. വിചിത്രമായ ശീലങ്ങൾ. കുത്തിനോവിക്കാൻ എളുപ്പം. അദ്ദേഹവും ഞാനും അങ്ങനെയൊരു അവസ്ഥയിലായിരുന്നു. അങ്ങനെയല്ലാതിരിക്കാൻ തരമില്ലായിരുന്നു. ഒരുപക്ഷേ, വേറെയൊരാളായിരുന്നുവെങ്കിൽ സംഗതി വ്യത്യസ്തമായിരുന്നേനേ. എല്ലാം നമ്മൾ ഉണ്ടാക്കിയെടുക്കുന്നതാണല്ലോ. എന്റെ അമ്മ പറയാറുണ്ട് "ദുഃഖമാണ് ഏറ്റവും നല്ല ഗുരുനാഥൻ." പക്ഷേ നമുക്ക് വേണ്ടത് സന്തോഷമാണല്ലോ. അർദ്ധരാത്രിക്ക് ഞാൻ ഉണർന്നെഴുന്നേറ്റ് ആലോചിക്കും. "ഞാൻ ചെയ്യുന്നതെന്താണ്?" എനിക്ക് ഭ്രാന്തുപിടിക്കുന്നതുപോലെ തോന്നി, മനസ്സിലെ പിരിമുറുക്കം കാരണം. അദ്ദേഹവും പറഞ്ഞു."നിന്റെ തലയുടെ പിൻഭാഗം നിറയെ വേവലാതികളാണ്."

ഞാൻ എന്താണ് ചെയ്യുന്നത്? എവിടേക്കാണ് ചെന്നുവീഴുന്നത്? ഇത് അഗാധമായ ഒരു കുണ്ടാണല്ലോ!

"...റൊട്ടിവെയ്ക്കുന്ന പെട്ടി. അതു കണ്ടാലുടനെ അദ്ദേഹം എടുത്തു തിന്നാൻ തുടങ്ങും. വളരെ ഒതുക്കത്തിൽ... ചിട്ടയോടെ. എത്ര വേണമെങ്കിലും അകത്താക്കും. ഒട്ടും ബാക്കിയുണ്ടാവരുത് എന്നു നിർബന്ധമുള്ളതുപോലെ. ഇത് നമുക്ക് അനുവദിക്കപ്പെട്ടതാണ്. അതും പറഞ്ഞ് പെട്ടിയിലുള്ളതു മുഴുവൻ തിന്നുതീർക്കും. തുടക്കത്തിൽ എനിക്ക് തീരെ മനസ്സിലാക്കാനായില്ല. അദ്ഭുതം തോന്നി. .... സ്കൂൾ കാലത്തെക്കുറിച്ച് അദ്ദേഹം പറഞ്ഞു. ചരിത്രം പഠിപ്പിക്കുന്ന ക്ലാസിൽ അവർ പാഠപുസ്തകങ്ങൾ തുറന്ന് ടുക്കാചേവസ്കി, സ്ലെക്കിർ തുടങ്ങിയ സേനാനായകന്മാരുടെ പടങ്ങൾക്കു മീതെ ജയിലഴികൾ വരച്ചുവെക്കും. ഹെഡ്മാസ്റ്ററുടെ നിർദ്ദേശപ്രകാരമായിരുന്നുപോലും. ഒരു നേരമ്പോക്കെന്നപോലെ ചിരിച്ചും കളിച്ചുമാണ് അവർ അത് ചെയ്തിരുന്നത്. ക്ലാസുകഴിഞ്ഞാൽ കുട്ടികൾ അദ്ദേഹത്തെ അടിച്ചുപരവശനാക്കും. പുറത്ത് ചോക്കുകൊണ്ട് എഴുതിവെക്കും. "ജനങ്ങളുടെ ശത്രുവിന്റെ മകൻ."

വരിയിൽനിന്നും ഒരു ചുവട് അങ്ങോട്ടോ ഇങ്ങോട്ടോ വെച്ചാൽ അവർ വെടിവെച്ചുവീഴ്ത്തും. കാട്ടിലേക്കോടി രക്ഷപ്പെട്ടാൽ കാട്ടുമൃഗങ്ങൾ കടിച്ചു ചീന്തും. രാത്രി തടങ്കൽ ക്യാമ്പിൽ മറ്റു തടവുകാർ കൊലപ്പെടുത്തിയേക്കും. പലപ്പോഴും ഒരു രസത്തിനുവേണ്ടിമാത്രം ചെയ്യുന്ന കൊല. തമ്മിൽത്തമ്മിൽ ഒരു വാക്കുപോലുമില്ല. എല്ലാവരും തനിയെ...

ഒരു ബന്ധവുമില്ല... തടങ്കൽ ക്യാമ്പിലെ ജീവിതം അങ്ങനെയാണ്. അത് ഞാൻ മനസ്സിലാക്കുകയായിരുന്നു.

...ലെനിൻഗ്രാഡ്* ഉപരോധത്തിനുശേഷം ഉപരോധം അതിജീവിക്കാൻ കഴിഞ്ഞ വലിയൊരു സംഘം ക്യാമ്പിലെത്തി. ശരീരത്തിൽ എല്ലും തോലും മാത്രം. കണ്ടാൽ മനുഷ്യരൂപമാണെന്നുപോലുംതോന്നില്ല. ഒരാൾക്ക് 50 ഗ്രാം റൊട്ടിയാണ് റേഷനായി അനുവദിച്ചിരുന്നത്. മരിച്ചുപോയ അമ്മയച്ഛന്മാരുടേയും മക്കളുടേയും പേരിൽ അനുവദിച്ചിരുന്ന റേഷൻ കാർഡുകൾ അവർ സൂക്ഷിച്ചുവെച്ചിരുന്നു. അതിനുള്ള ശിക്ഷയായിരുന്നു തടങ്കൽ ക്യാമ്പ്. ആറുവർഷക്കാലം നീളുന്ന ശിക്ഷ. രണ്ടു ദിവസം.. ക്യാമ്പിൽ മുഴുവൻ കനത്ത നിശ്ശബ്ദതയായിരുന്നു. കാവൽ ഭടന്മാർപോലും നിശ്ശബ്ദത പാലിച്ചു. ആകപ്പാടെ ഭയം തോന്നിക്കുന്ന അന്തരീക്ഷം..

... കുറേനാൾ ആവി ഉത്പാദിപ്പിക്കുന്ന മുറിയിലായിരുന്നു അദ്ദേഹത്തിന് ജോലി. ആരോ ഒരാൾ ആ കുട്ടിയെ തിരഞ്ഞിരുന്നു. അടുപ്പിൽ തീ കൂട്ടുന്നയാൾ സർവ്വകലാശാലയിലെ ഭാഷാശാസ്ത്രത്തിന്റെ പ്രൊഫസറായിരുന്നു. മോസ്കോ സ്വദേശി. ചക്രമുള്ള ഒരു വണ്ടിയിൽ വിറക് ഉന്തിക്കൊണ്ടുവന്ന് അടുപ്പിൽ തീ അണയാതെ ജ്വലിപ്പിച്ചുനിർത്തണം. അവർ തമ്മിൽ വാദിക്കാറുണ്ടായിരുന്നു. പുഷ്കിന്റെ കവിതകൾ ഉദ്ധരിക്കുന്ന ഒരാൾക്ക് നിരായുധരായ ആളുകളുടെ നേരെ നിറയൊഴിക്കാൻ സാധിക്കുമോ? എപ്പോഴും ബാക്കിന്റെ സംഗീതം കേട്ടുകൊണ്ടിരിക്കുന്ന ഒരാൾ എങ്ങനെയാണ്?

പക്ഷേ എന്തുകൊണ്ടാണ് ഞാൻ പ്രത്യേകിച്ചും അദ്ദേഹത്തെ ഇഷ്ടപ്പെട്ടത്? അത് റഷ്യൻ സ്ത്രീകളുടെ ഒരു സ്വഭാവമായിരുന്നു. ഹതഭാഗ്യരായ പുരുഷന്മാരെ കണ്ടുപിടിച്ച് പ്രേമിക്കുക. അമ്മൂമ്മയ്ക്കും അങ്ങനെയൊരാളുമായി അടുപ്പമുണ്ടായിരുന്നു. പക്ഷേ അവരുടെ അച്ഛനമ്മമാർ എതിർത്തു. മറ്റൊരാളുമായി മകളുടെ വിവാഹം നടത്തി. അവർക്ക് അയാളെ ഒട്ടും ഇഷ്ടമായിരുന്നില്ല. അയാളുടെ കൂടെ പൊറുക്കാനും ആഗ്രഹിച്ചില്ല. അവർ മനസ്സിൽ ഉറപ്പിച്ചുവെച്ചു. പള്ളിയിൽ വിവാഹസമയത്ത് പുരോഹിതൻ ഈയാളെ നീ വിവാഹം കഴിക്കുന്നത് സ്വന്തം ഇഷ്ടപ്രകാരമാണോ എന്നു ചോദിക്കുമ്പോൾ "അല്ല" എന്നുതന്നെ മറുപടി പറയും. എന്നാൽ സംഭവിച്ചത്... നേരത്തെ തന്നെ പുരോഹിതൻ നന്നായി മദ്യപിച്ചിരുന്നു. വിവാഹവേളയിൽ ചോദിക്കേണ്ട ചോദ്യങ്ങളൊന്നും ചോദിച്ചില്ല. പകരം അവളോടു പറഞ്ഞു "നീ ഇയാളെ നല്ലവണ്ണം പരിചരിക്കണം. യുദ്ധകാലത്ത് രണ്ടുപാദങ്ങളും മഞ്ഞിൽപൂണ്ട് മരവിച്ചുപോയതാണ്." പിന്നെ, അയാളെ വിവാഹം കഴിക്കുകയല്ലാതെ വേറെ വഴിയൊന്നുമുണ്ടായിരുന്നില്ല. അങ്ങനെയാണ് അമ്മൂമ്മ അവരുടെ ജീവിതകാലം

* 1941 സെപ്തംബർ 8 മുതൽ 1944 ജനുവരി 27 വരെ നാസികൾ ഉപരോധിച്ചു. എല്ലാ രക്ഷാമാർഗ്ഗങ്ങളും അടച്ചു. ഒരു കോടിയിലധികം ജനങ്ങൾ പട്ടിണിമൂലം മരിച്ചു.

മുഴുവൻ അപ്പൂപ്പനോടൊപ്പം ചെലവഴിക്കാൻ നിർബന്ധിതയായത്. മനസ്സറിഞ്ഞ് അദ്ദേഹത്തെ സ്നേഹിച്ചിരുന്നില്ല എങ്കിലും. ചുരുക്കിപ്പറയുമ്പോൾ നമ്മുടെയൊക്കെ ജീവിതത്തിനു കൊടുക്കാവുന്ന ഒരു തലക്കെട്ടാണത്... “അവനെ നന്നായി പരിചരിക്കൂ... അവന്റെ പാദങ്ങൾ യുദ്ധത്തിൽ മരവിച്ചുപോയതാണ്.” അമ്മയുടെ കാര്യം. അവർ സന്തുഷ്ടയായിരുന്നുവോ? പടക്കളത്തിൽനിന്നും അച്ഛൻ തിരിച്ചുവന്നത് 1945 ൽ ആണ്. ആകെ തളർന്ന്... അവശനായി... ശക്തി ക്ഷയിച്ചു... രോഗങ്ങളും വ്രണങ്ങളും ബാധിച്ചു. എന്നാലും അവരെല്ലാവരും ജേതാക്കളായിരുന്നു... ഒരു ജേതാവിന്റെ കൂടെയുള്ള ജീവിതം. അതെന്താണെന്ന് അയാളുടെ ഭാര്യക്കുമാത്രമേ അറിയൂ. അച്ഛൻ മടങ്ങിവന്നതിൽപിന്നെ രാവും പകലും അമ്മ കരയുകയായിരുന്നു. നമ്മുടെ ഈ മഹാജേതാക്കൾക്ക് സാമാന്യജീവിതവുമായി പൊരുത്തപ്പെട്ടുപോകാൻ വർഷങ്ങൾ കുറെ വേണ്ടിവന്നു. അച്ഛന്റെ കുറെ കഥകൾ ഇപ്പോഴും എനിക്കോർമ്മയുണ്ട്. ആദ്യമൊക്കെ “ആവിച്ചെമ്പിന് തീ കൊടുക്കൂ. “മീൻ പിടിക്കാൻ പോകൂ...” എന്നൊക്കെ പറയുന്നതു കേട്ടാൽ അച്ഛൻ ക്ഷോഭിക്കുമായിരുന്നു. നമ്മുടെ പുരുഷന്മാർ മാതൃഭൂമിക്കുവേണ്ടി കഠിനമായ പീഡനമനുഭവിച്ചവരാണ്. മാനസികമായി തീവ്രമായ ആഘാതങ്ങൾ ഏറ്റുവാങ്ങിയവരാണ്. ചിലർ യുദ്ധരംഗത്തുനിന്ന്... വളരെ അധികം പേർ തടങ്കൽ പാളയങ്ങളിൽനിന്ന്. റഷ്യൻഭാഷയിലെ ഏറ്റവും പ്രധാനപ്പെട്ട രണ്ടു വാക്കുകളാണ് യുദ്ധവും ജയിലും. ശരിക്കും റഷ്യയുടേതായ രണ്ടു വാക്കുകൾ. സാധാരണ സ്ഥിതിയിലുള്ള പുരുഷന്മാർ... റഷ്യൻ സ്ത്രീകൾക്ക് ഒരിക്കലും ഭർത്താക്കന്മാരായി ഉണ്ടായിട്ടില്ല. ഭർത്താക്കന്മാരെ ശുശ്രൂഷിച്ചും ചികിത്സിച്ചും കഴിയാൻ വിധിക്കപ്പെട്ടവരാണ് റഷ്യൻ സ്ത്രീകൾ. ഒരേ സമയം ഭർത്താക്കന്മാർ അവർക്ക് വീരനായകന്മാരാണ്. ചെറിയ കുട്ടികളുമാണ്. അവരെ പോറ്റിവളർത്തുന്ന ഭാരം. ഇന്നും അതുതന്നെയാണ് റഷ്യൻ സ്ത്രീകൾ ചെയ്തുവരുന്നത്. അതിനൊരു മാറ്റവും വന്നിട്ടില്ല. സോവിയറ്റ് യൂണിയൻ നിലംപതിച്ചു. ഒരു സാമ്രാജ്യത്തിന്റെ പതനം. അതിന്നിരയായവരാണ് ഇന്ന് ഞങ്ങളുടെ മുമ്പിലുള്ളത്. തടങ്കൽപാളയത്തിലെ ജീവിതം ഗ്ലെബ്ബിനെ കരുത്തനാക്കിയിരുന്നു. അദ്ദേഹത്തെ സംബന്ധിച്ചിടത്തോളം അതൊരു ബഹുമതിമുദ്രയായിരുന്നു. ഞാനത് കടന്നുവന്നു! ഞാൻ അതെല്ലാം സഹിച്ചു! ഞാനതൊക്കെയും കണ്ടു! ഇപ്പോഴും ഞാൻ പുസ്തകങ്ങൾ എഴുതുന്നു. സ്ത്രീകളെ ചുംബിക്കുന്നു... അദ്ദേഹം അതിൽ അഭിമാനിച്ചു. എന്നാൽ ഇന്നത്തെ പുരുഷന്മാരുടെ കണ്ണിൽ ഭയമാണ് മുറ്റിനില്ക്കുന്നത്. ഭയമല്ലാതെയൊന്നും അവരുടെ കണ്ണുകളിലില്ല. അവർ സൈനികശക്തി വെട്ടികുറയ്ക്കുന്നു. ഫാക്ടറികൾ പ്രവർത്തനരഹിതമാണ്. അങ്ങാടികളിൽ നിറയെ, സൈനികർ ചവിട്ടിസാധനങ്ങൾ കൊണ്ടുനടന്ന് വില്ക്കുന്ന ഡോക്ടർമാരും എഞ്ചിനീയർമാരുമാണ്. ധാരാളം പേർ ഗവേഷണബിരുദങ്ങൾ കരസ്ഥമാക്കിയവരാണ്. എവിടെ നോക്കിയാലും കാണുക “വണ്ടിയിൽനിന്നും ഇറക്കിവിട്ടവരുടെ” കൂട്ടങ്ങളെയാണ്. എന്തെങ്കിലുമൊന്നു സംഭവിക്കാനായി

അവർ പാതയോരങ്ങളിൽ കാത്തിരിക്കുന്നു. എന്റെ കൂട്ടുകാരിയുടെ ഭർത്താവ് ഒരു പൈലറ്റായിരുന്നു. വ്യോമസേനയിൽ ഒരു വിഭാഗത്തിന്റെ കമാൻഡർ. അദ്ദേഹത്തെ അവർ കരുതൽവിഭാഗത്തിലേക്ക് നീക്കി. ആവശ്യമുണ്ടെങ്കിൽ ജോലിക്ക് വിളിക്കും. അവളുടെ ജോലിയും അതിനിടെ നഷ്ടപ്പെട്ടു. പക്ഷേ പെട്ടെന്നുതന്നെ അവൾ പുതിയൊരു തൊഴിൽ പഠിച്ചെടുത്തു. ആദ്യം അവൾ ഒരു എൻജിനീയറായിരുന്നു. ഇപ്പോൾ അവൾ ഒരു "ഹെയർഡ്രെസ്സർ" ആയി. തലമുടി മോടിയാക്കുന്ന പണി. അദ്ദേഹം വീട്ടിലിരിപ്പാണ്. സ്വന്തം നിരാശയും ദുഃഖവും മദ്യപിച്ച് മറന്നുകളയുന്നു. താൻ ഒരു പൈലറ്റാണ്. നേരിട്ടും യുദ്ധത്തിൽ പങ്കെടുത്തിട്ടുണ്ട്... ഒരു വിധത്തിലും ഇറക്കിവെക്കാനാവാത്തൊരു ഭാരം! അഫ്ഗാനിസ്ഥാനിലെ തിരക്കുപിടിച്ച സൈനിക ജീവിതം... ഇപ്പോൾ വീട്ടിലിരുന്ന് കുഞ്ഞുങ്ങൾക്കാഹാരമുണ്ടാക്കി കൊടുക്കുന്നു. അതാണിപ്പോഴത്തെ സ്ഥിതി. അദ്ദേഹത്തിന് എല്ലാവരോടും ദേഷ്യമാണ്. അദ്ദേഹം പട്ടാളത്തിലേക്ക് ആളെ എടുക്കുന്ന ആപ്പീസിൽ ചെന്ന് അപേക്ഷിച്ചു. "എന്നെ എങ്ങോട്ടെങ്കിലും അയയ്ക്കൂ... ഏതെങ്കിലും പ്രത്യേക യുദ്ധസേവനങ്ങൾക്കായി എവിടെപോകാനും തയ്യാറാണ്. അദ്ദേഹത്തിന്റെ അപേക്ഷ അവർ നിരസിച്ചു. അദ്ദേഹത്തെ പോലെ ഒട്ടനവധി പേർ കാത്തു നില്ക്കുന്നുണ്ട്. ജോലിയില്ലാത്ത പട്ടാളക്കാർ ആയിരക്കണക്കിനാണ്. അവർക്ക് തോക്കും പീരങ്കിയും പ്രയോഗിക്കാനേ അറിയൂ. മറ്റൊന്നും തന്നെ അവർക്ക് പരിചയമില്ല. വേറൊരു തരത്തിലുള്ള ജീവിതം നയിക്കാൻ അവർ പ്രാപ്തരുമല്ല. ഞങ്ങളുടെ സ്ത്രീകൾ... പുരുഷന്മാരേക്കാൾ കരുത്തരാകാൻ സാഹചര്യങ്ങൾ അവരെ നിർബന്ധിച്ചു. അവർ ലോകം മുഴുവൻ തങ്ങളുടെ വമ്പൻ കള്ളി സഞ്ചിയുമേറ്റി യാത്ര ചെയ്യുന്നു. പോളണ്ടിൽ നിന്നും ചൈനവരെ. ചരക്കുകൾ വാങ്ങുകയും വില്ക്കുകയും ചെയ്യുന്നു. കുടുംബത്തിന്റെ ഭാരം മുഴുവനായും അവരുടെ ചുമലുകളിലാണ്. കുട്ടികളുടേയും മുതിർന്നവരുടേയുമടക്കം. അതിനും പുറമെ സ്വന്തം ഭർത്താവിന്റെ ചുമതലയും ഏറ്റെടുക്കണം. അതും പോരാഞ്ഞ് രാജ്യത്തിന്റെ മുഴുവൻ ചുമതലയും. പുറമെയൊരാളോട് ഇതൊക്കെ വിശദീകരിക്കുക പ്രയാസമാണ്. പ്രയാസമല്ല, അസാദ്ധ്യം എന്നുതന്നെ പറയണം. എന്റെ മകൾ വിവാഹം കഴിച്ചിരിക്കുന്നത് ഒരു ഇറ്റാലിയനെയാണ്... അയാളുടെ പേര് സെർജിയോ. ഒരു പത്രപ്രവർത്തകൻ. അവർ ഞങ്ങളുടെ കൂടെ താമസിക്കാൻ വരുമ്പോൾ അയാളും ഞാനും തമ്മിൽ അടുക്കളയിലിരുന്ന് ധാരാളം വർത്തമാനം പറയും. റഷ്യൻ ഭാഷയിൽ വെളുക്കുവോളം ഞാൻ സംസാരിച്ചിരിക്കും. സെർജിയോ പറയുന്നത് റഷ്യക്കാർക്ക് സ്വതവേ കഷ്ടപ്പാടുകൾ സഹിക്കാൻ ഇഷ്ടമാണെന്നാണ്. ആ വിദ്യ റഷ്യൻ മനസ്സിനു മാത്രമേ വശമുള്ളൂ. ഞങ്ങളെ സംബന്ധിച്ചിടത്തോളം യാതന എന്നത് "വ്യക്തിപരമായ ഒരു പോരാട്ട"മാണ്, "മുക്തിയിലേക്കുള്ള മാർഗ്ഗമാണ്". ഇറ്റലിക്കാർ അതുപോലെയല്ല. അവർ ഒരു തരത്തിലും ക്ലേശമനുഭവിക്കാൻ ആഗ്രഹിക്കുന്നില്ല. അവർ ജീവിതത്തെ

സ്നേഹിക്കുന്നു. ജീവിതം നല്കപ്പെട്ടിരിക്കുന്നത് ആസ്വദിക്കാൻ വേണ്ടിയാണ്. ദുരിതമനുഭവിക്കാൻ വേണ്ടിയല്ല എന്നാണവരുടെ പ്രമാണം. ഞങ്ങൾ റഷ്യക്കാർ അങ്ങനെ കരുതുന്നില്ല. സന്തോഷത്തെക്കുറിച്ച് വളരെ അപൂർവ്വമായേ ഞങ്ങൾ സംസാരിക്കാറുള്ളൂ. ഈ ലോകം മുഴുവൻ സന്തോഷമാണ് എന്ന വിചാരവും ഞങ്ങൾക്കില്ല. അതിശയകരമായൊരു ലോകം! അതിൽ നിറയെ കൊച്ചുകൊച്ചു മുക്കുകളും മൂലകളും ജന്നലുകളും വാതിലുകളും അതെല്ലാം തുറക്കാൻ ഒരു പിടി ചെറുതാക്കോലുകൾ വേണം. ഇരുണ്ട ഇടുങ്ങിയ ഇടവഴികളി*ലേക്കാണ് എപ്പോഴും ഞങ്ങളുടെ ശ്രദ്ധ തിരിയുന്നത്. ഉദാഹരണമായി എന്റെ മകളും ഭർത്താവും. സൂപ്പർ മാർക്കറ്റിൽനിന്നും വലിയ സഞ്ചി നിറയെ പലചരക്കു സാമാനങ്ങളുമായി വന്നുകയറും. സെർജിയോയുടെ ചുമലിലായിരിക്കും സഞ്ചി. വൈകീട്ട് അവൾ പിയാനോ വായിച്ച് രസിച്ചിരിക്കും. അവളുടെ ഭർത്താവാണ് അത്താഴമുണ്ടാക്കുന്നത്. എന്റെ കാര്യം അതുപോലെയൊന്നുമായിരുന്നില്ല. അദ്ദേഹം എന്റെ കൈയിൽനിന്ന് സഞ്ചി വാങ്ങാൻ ശ്രമിച്ചാൽ ഞാൻ പറയും. "വേണ്ട. ഇത് ഞാനേറ്റിക്കൊള്ളാം." അദ്ദേഹം അടുക്കളയിലേക്ക് വരുമ്പോഴും ഞാൻ പറയും "വേണ്ട, അവിടെ പോയിരുന്നോളൂ... ഇത് നിങ്ങൾക്കുള്ള ഇടമല്ല..." അങ്ങനെ ചോദിച്ചുവാങ്ങിയ പ്രകാശത്തിൽ ഞാൻ എപ്പോഴും തിളങ്ങിനിന്നു.

ഒരുവർഷം കടന്നുപോയി.... അതോ അതിലധികമോ? അദ്ദേഹത്തിന് എന്റെ കൂടെ വീട്ടിലേക്ക് വരാനുള്ള സമയമായി. വീട്ടിലുള്ളവരെയെല്ലാം പരിചയപ്പെടണമല്ലോ. ഞാനൊരു മുന്നറിയിപ്പ് നല്കി. അമ്മയെക്കുറിച്ച് ശങ്ക വേണ്ട. എപ്പോഴും നന്നായി പെരുമാറും. എന്റെ മകളുടെ കാര്യം. എനിക്കുറപ്പ് പറയാനാവില്ല. മറ്റു കുട്ടികളെപോലെയല്ല, അവളുടെ ഭാഗത്തുനിന്നും ഹൃദ്യമായൊരു സ്വാഗതം. എന്റെ അന്യാ, ഒരു പ്രത്യേക പ്രകൃതമായിരുന്നു അവളുടേത്. കിട്ടിയതെന്തും അവൾ കാതിലിടും. കല്ലായാലും കളിപ്പാട്ടമായാലും സ്പൂണായാലും... അവൾക്കതിന്റെ ശബ്ദം എങ്ങനെയാണെന്നറിയണം. സാധാരണയായി കുട്ടികൾ കിട്ടുന്നതെന്തും വായിലേക്കല്ലേ ഇടുക? നന്നേ ചെറുപ്പം മുതലേ ഞാൻ അവളെ പാട്ടു പഠിപ്പിക്കാൻ തുടങ്ങി. എന്നാൽ അവളൊരു വിചിത്ര സ്വഭാവക്കാരിയായിരുന്നു. ഞാൻ ഏതു റെക്കോഡ് വെച്ചാലും അവൾ മുറിയിൽ നിന്നുംപുറത്തേക്ക് പോകും. മറ്റുള്ളവരുടെ പാട്ടുകേൾക്കാൻ അവൾക്ക് തീരെ താത്പര്യമുണ്ടായിരുന്നില്ല. അവളുടെ തലയ്ക്കുള്ളിലെ സംഗീതം. അതു കേൾക്കാനായിരുന്നു അവൾക്കിഷ്ടം. അങ്ങനെ ഗ്ലെബ്ബ് വന്നെത്തി. ലജ്ജയോടെ... മുടി മുറിച്ചത് തീരെ നന്നായിരുന്നില്ല. വളരെ ചെറുതായാണ് മുറിച്ചിരുന്നത്. ഒട്ടും ഭംഗി തോന്നിയില്ല. അദ്ദേഹം ധാരാളം റെക്കോഡുകൾ കൂടെ കൊണ്ടുവന്നിരുന്നു. അന്യയ്ക്ക് അദ്ദേഹം പറഞ്ഞുകൊടുത്തു. അവിടേയും ഇവിടേയും ചുറ്റിത്തിരിഞ്ഞ് ഞാൻ ആ

---

* 1943 ഇവാൻ ബുനിയർ എഴുതിയ കഥാ സമാഹാരം

റെക്കോഡുകൾ സമ്പാദിച്ച കഥ. അന്യയുടെ പതിവുശീലം. അവളെ ആകർഷിക്കുന്നത് വാക്കുകളല്ല, ശബ്ദമാണ്. അദ്ദേഹത്തിന്റെ കൈയിൽനിന്ന് ആ റെക്കോഡുകൾ അപ്പോൾത്തന്നെ വാങ്ങി. വളരെ സ്വാഭാവികമായി പറഞ്ഞു.... "എത്ര നല്ല റെക്കോഡുകളാണ്..." അവൾ പിന്നെ പറഞ്ഞത് എന്നെ ഒരു കുരുക്കിലാക്കി. "ഇദ്ദേഹത്തെ ഞാൻ എങ്ങനെയാണ് അച്ഛാ എന്നു വിളിക്കാതിരിക്കുന്നത്?" വാസ്തവത്തിൽ ഗ്ലെബിന്റെ ഭാഗത്തുനിന്നും അവളുമായി അടുക്കാൻ പ്രത്യേകിച്ചൊരു ശ്രമവും ഉണ്ടായിട്ടില്ലായിരുന്നു. അവളുടെ കൂടെ സമയം ചെലവഴിക്കുക അദ്ദേഹത്തിനിഷ്ടമായിരുന്നു എന്നു മാത്രം. അവർ തമ്മിൽ ആദ്യനോട്ട ത്തിൽത്തന്നെ അടുപ്പത്തിലായി എന്നതാണ് സത്യം. സത്യം പറഞ്ഞാൽ എനിക്ക് ലേശം കുശുമ്പുതോന്നി. അത്രയ്ക്കു സ്നേഹമായിരുന്നു. അവർക്കു തമ്മിൽത്തമ്മിൽ. എന്നോടുള്ളതിനേക്കാൾ വളരെയധികം. ഇതിൽ എന്റെ പങ്ക് വേറൊന്നാണ്. ഞാൻ എന്നെത്തന്നെ പറഞ്ഞു മനസ്സിലാക്കാൻ ശ്രമിച്ചു. ഒരു ദിവസം ഗ്ലെബ്ബ് അന്യയോടു ചോദിച്ചു. "അന്യാ... നിനക്കു വിക്കലുണ്ടോ?" "ഇപ്പൊ അത്രയ്ക്കില്ല... ഒരു കാലത്ത് നല്ലവണ്ണമുണ്ടായിരുന്നു. ആ കാര്യത്തിൽ ഞാൻ കേമിയായി രുന്നു."

അവർ രണ്ടുപേരും അരികിലുണ്ടെങ്കിൽ ഒട്ടും മുഷിവുതോന്നില്ല. അവൾ പറയുന്നതെല്ലാം കുറിച്ചു വെക്കേണ്ടതാണ് എന്ന് തോന്നും. "അദ്ദേഹത്തെ ഞാൻ അച്ഛാ എന്നു വിളിക്കാതിരിക്കുന്നതെങ്ങനെ?" ഞാൻ പാർക്കിലായിരുന്നു. ഗ്ലെബ്ബ് സിഗരറ്റു വാങ്ങാൻ പോയിരുന്നു. തിരിച്ചുവന്നപ്പോൾ അദ്ദേഹം ചോദിച്ചു. "ആട്ടെ, പെൺകുട്ടികൾ രണ്ടു പേരും കൂടി എന്താണ് പറയുന്നത്?" ഞാൻ അവളുടെ നേരെ കണ്ണുചിമ്മി കാണിച്ചു. "പറയണ്ട, വെറുതെ വിഡ്ഢിത്തങ്ങളാണ്."

"എന്നാൽ അമ്മ തന്നെ പറയും." ഞാനെന്തുചെയ്യാൻ, എങ്ങനെ യാണതു പറയുക. അവസാനം ഞാൻ ഒരു വിധത്തിൽ പറഞ്ഞു. അബദ്ധ ത്തിൽ അവൾ നിങ്ങളെ അച്ഛാ എന്നു വിളിച്ചുപോയതിനെക്കുറിച്ച് അവൾ പറയുകയായിരുന്നു.

അദ്ദേഹം ഗൗരവത്തിൽത്തന്നെ മറുപടി പറഞ്ഞു, "അതത്ര നിസ്സാര മായി കാണേണ്ട കാര്യമല്ല... അങ്ങനെയാണ് നിന്റെ മനസ്സിൽ തോന്നു ന്നതെങ്കിൽ... ആയിക്കോട്ടെ. എനിക്കും സന്തോഷമാണ്."

"പക്ഷേ, ഒരു കാര്യം ഓർക്കണം." എന്റെ മകളും ഗൗരവത്തിൽ പറഞ്ഞു.

"എനിക്ക് വേറെയൊരു അച്ഛനുണ്ട്. എനിക്കദ്ദേഹത്തെ തീരെ ഇഷ്ട മല്ല. എന്റെ അമ്മയ്ക്കുമതേ...."

അങ്ങനെയായിരുന്നു അവളും ഞാനും തമ്മിൽ. ബന്ധങ്ങൾ മുഴുവ നായും തന്നെ ഞങ്ങൾ വേണ്ടെന്നുവെച്ചിരുന്നു. ഞങ്ങൾ അന്ന് വീട്ടി ലേക്ക് തിരിച്ചു നടന്നെത്തുന്നതിനിടയിൽത്തന്നെ അദ്ദേഹം അവളുടെ

അച്ഛനായി കഴിഞ്ഞിരുന്നു. വഴി നീളെ അവൾ ഉറക്കെ വിളിച്ചുപറഞ്ഞിരുന്നു. "അച്ഛാ... അച്ഛാ..." അടുത്ത ദിവസം ബാലവാടിയിൽ അവൾ എല്ലാവരേയും അറിയിച്ചു. "എന്റെ അച്ഛൻ എന്നെ വായിക്കാൻ പഠിപ്പിക്കുന്നുണ്ട്."

"നിന്റെ അച്ഛനോ? അതാരാണ്?"

"അദ്ദേഹത്തിന്റെ പേര് ഗ്ലെബ്ബ് എന്നാണ്."

പിറ്റേ ദിവസം അവളുടെ കൂട്ടുകാരി അന്യയെ വിളിച്ചുപറഞ്ഞു. "അന്യാ... നീ പറഞ്ഞത് നുണയാണ്. അത് നിന്റെ ശരിയായ അച്ഛനല്ല."

'ഇതാണെന്റെ ശരിയായ അച്ഛൻ... നീ പറയുന്ന മറ്റേ അച്ഛനല്ല." അന്യ വിട്ടുകൊടുത്തില്ല.

അവളോട് തർക്കിച്ചിട്ട് കാര്യമില്ല. അദ്ദേഹം അവൾക്ക് ശരിയായ പപ്പ തന്നെയായിരുന്നു. പിന്നെ എന്റെ കാര്യം? ഇനിയും ഞാൻ അദ്ദേഹത്തിന്റെ ഭാര്യയായി കഴിഞ്ഞിട്ടില്ല... ഇല്ല.

ജോലിസ്ഥലത്തുനിന്നും എനിക്കൊരു ഒഴിവുകിട്ടി. വീണ്ടും ഞാനൊരു യാത്രപോയി. അദ്ദേഹം പ്ലാറ്റ്ഫോമിലൂടെ കുറെ ദൂരം തീവണ്ടിയോടൊപ്പമോടി എന്നോട് കൈവീശി യാത്ര പറഞ്ഞു. ഞാൻ വണ്ടിയിൽ കയറിയതേ ഉണ്ടായിരുന്നുള്ളൂ. അപ്പോഴേക്കും പുതിയൊരാളുമായി പരിചയത്തിലായി. ചെറുപ്പക്കാരായ രണ്ടു എൻജിനീയർമാർ. കാർക്കോവിൽ നിന്നായിരുന്നു. സോച്ചിയിലേക്കു യാത്ര ചെയ്യുന്നു. എനിക്കെത്ര ചെറുപ്പമായിരുന്നു. കടലും... വെയിലും. ഞങ്ങൾ നീന്തി. ഉമ്മ വെച്ചു, നൃത്തം ചെയ്തു. എല്ലാം വളരെ അനായാസം... സ്വാഭാവികം... പൂർണ്ണമായ സ്വാതന്ത്ര്യം... ലോകം എത്ര സരളമാണ്! ഞാൻ തികച്ചും ഞാനായി വിഹരിച്ചു... ആസ്വദിച്ചു. പരസ്പരം പ്രണയിച്ചു. ഒരാൾ എന്നെ സ്നേഹിക്കുന്നു... സ്വന്തം കൈകളിൽ എന്നെ വാരിയെടുക്കുന്നു. ഒരു മലഞ്ചെരിവിലൂടെ അയാൾ എന്നെ കൈകളിലെടുത്ത് രണ്ടു മണിക്കൂറോളം കയറിപ്പോയി. യൗവനത്തിന്റെ കരുത്തുള്ള പേശികൾ, യൗവനത്തിന്റെ പ്രസരിപ്പു കിലുങ്ങുന്ന പൊട്ടിച്ചിരികൾ, മുറ്റത്തു തീ കൂട്ടിയതിനരികെയിരുന്ന് പുലരുംവരെ ഞങ്ങൾ വർത്തമാനം പറഞ്ഞു. ഞാനൊരു സ്വപ്നം കണ്ടു. മുറിയുടെ മേൽത്തട്ട് താനേ തുറന്നുമാറി. മുകളിൽ നീലാകാശം. ഞാൻ ഗ്ലെബ്ബിനെ കണ്ടു. ഞങ്ങൾ രണ്ടുപേരും കൂടി എങ്ങോട്ടോ നടക്കുന്നു. നടക്കുന്നത് കടലോരത്തുകൂടിയാണ്. പക്ഷേ കാൽച്ചുവട്ടിലെ കല്ലുകൾ സാധാരണപോലെ മിനുസമുള്ളതല്ല. തിരകളുടെ തട്ടലും ഉരുട്ടലുമേറ്റ് അവയ്ക്ക് തിളക്കം വന്നിട്ടില്ല. ഞങ്ങൾ ആണികൾപോലെ കൂർത്തുനില്ക്കുന്ന പാറക്കെട്ടുകളിലേക്കു കാൽവെച്ചു. ഞാൻ ഷൂസുകളിട്ടിരുന്നു. പക്ഷേ, അദ്ദേഹം നഗ്നപാദനായിരുന്നു. "കാലിൽ ചെരിപ്പില്ലെങ്കിൽ...." അദ്ദേഹം പറഞ്ഞു. "എല്ലാം കൂടുതൽ നന്നായി കേൾക്കാം." പക്ഷേ എനിക്ക് മനസ്സിലായി. ഗ്ലെബ്ബിനു നോവുന്നുണ്ട് എന്ന്. വേദന കാരണം അദ്ദേഹം വായുവിലേക്കമർന്ന് പൊന്തികിടക്കുന്നതുപോലെ...

എന്നേക്കാൾ ഉയരത്തിൽ... എവിടേക്കോ പറന്നകലന്നു. ഞാൻ വ്യക്തമായി കണ്ടു... എന്തുകൊണ്ടെന്നറിയില്ല. കൈകൾ രണ്ടും മാറത്ത് പിണച്ചുവെച്ചിരുന്നു... മരിച്ചുകിടക്കുന്ന ഒരാളെപോലെ... (അവർ നിശ്ശബ്ദ യായി)

എന്റെ ദൈവമേ! എനിക്ക് ഭ്രാന്തു പിടിച്ചുവോ? ഇതൊന്നു ഞാൻ ആരോടും പറയാൻ പാടില്ലാത്തതാണ്. അധികപക്ഷവും എനിക്കു തോന്നാറുള്ളത് ഞാൻ വളരെ ഭാഗ്യവതിയാണ് എന്നാണ്... സന്തോഷ വതി. ഞാൻ സെമിത്തേരിയിൽ ചെന്ന് അദ്ദേഹത്തിനെ കണ്ടു. ഓർക്കുന്നു... അതിനുചുറ്റും മെല്ലെ നടക്കവേ എനിക്ക് തോന്നി. ഗ്ലെബ്ബ് എന്റെ അരികിലെവിടേയോ ഉണ്ട് എന്ന്, എന്റെ മനസ്സ് സന്തോഷംകൊണ്ട് തുളുമ്പി. സന്തോഷം കൊണ്ട് ഉറക്കെ കരയണമെന്നു തോന്നി. മരിച്ച വരാരും നമ്മുടെ അടുത്തേക്ക് തിരിച്ചുവരില്ലെന്ന് എല്ലാവരും പറയുന്നു. അത് ശരിയല്ല... അത് വിശ്വസിക്കരുത്.

എന്റെ അവധി അവസാനിച്ചു. ഞാൻ വീട്ടിലേക്ക് മടങ്ങി. ആ എൻജി നീയർ എന്നോടൊപ്പം മോസ്കോവിലേക്ക് വന്നു. ഗ്ലെബ്ബിനോട് എല്ലാം തുറന്നുപറയണമെന്ന് ഞാൻ നിശ്ചയിച്ചിരുന്നു. ഞാൻ അദ്ദേഹത്തെ കാണാൻ ചെന്നു. മേശപ്പുറത്ത് ഒരു ഡയറി. അതിൽ കുനുകുനെ നിറച്ചും കുറിച്ചിട്ടിരുന്നു. ചുമരിലൊട്ടിച്ച കടലാസ്സുകളിൽ, വർത്തമാനപത്ര ത്തിൽപോലും നാലക്ഷരങ്ങൾ കോറിയിട്ടിരുന്നു. ഐ... ജി... ഐ....ഒ.... പൂർണതയില്ല... മുകളിൽ താഴെ... എല്ലായിടത്തും അക്ഷരങ്ങളുടെ അഭാവം... "എന്താണിത്?" ഞാൻ ചോദിച്ചു. അദ്ദേഹം അതിന്റെ പൂർണ രൂപം എനിക്കു പറഞ്ഞു തന്നു. "ഐ ഗസ്സ് ഇറ്റീസ് ഓവർ" (എല്ലാം അവസാനിച്ചുവെന്ന് എനിക്കു തോന്നുന്നു)

അങ്ങനെ ഞങ്ങൾ വേർപിരിയുകയായിരുന്നു. ഇതെല്ലാം എങ്ങനെ യെങ്കിലും അന്യയെ പറഞ്ഞു മനസ്സിലാക്കണമല്ലോ. ഞങ്ങൾ ഒരുമിച്ച് അവളെ കൂട്ടാൻ സ്കൂളിലേക്കു പോയി. അവൾ ഒരു ചിത്രം വരയ്ക്കുക യായിരുന്നു. അതു മുഴുവനാക്കിയിട്ടു വരാമെന്നു അവൾ പറഞ്ഞു. കാത്തു നില്ക്കാൻ ഞങ്ങൾക്കു സമയമുണ്ടായിരുന്നില്ല. ഞങ്ങൾ അവളെ പൊക്കി യെടുത്തു കാറിലിരുത്തി. അവൾ അവിടെയിരുന്നു കരയാൻ തുടങ്ങി. അവളുടെ ഇതുപോലെയുള്ള ശാഠ്യങ്ങൾ. അദ്ദേഹത്തിന്റെ മുഖഭാവം... എന്റെ നേരെയുള്ള നോട്ടം. ഒരു നിമിഷം... എനിക്കു മനസ്സിലായി... അദ്ദേഹം എത്ര ഒറ്റപ്പെട്ട ഒരു മനുഷ്യനാണെന്ന്! തീവ്രമായ ഏകാന്തത അനുഭവിക്കുന്ന ഒരാൾ. എനിക്കദ്ദേഹത്തിനെ വിവാഹം കഴിക്കണം... തീർച്ചയായും ഞാനതു ചെയ്യണം. ഭാഗ്യം... ഞങ്ങൾ പരസ്പരം കൈവിട്ടു കളഞ്ഞില്ലല്ലോ. ഞാനദ്ദേഹത്തെ കാണാതെ കടന്നുപോയില്ലല്ലോ. (അവർ പൊട്ടിക്കരഞ്ഞു).

അത് അതിശയകരമായൊരു ഭാഗ്യമായിരുന്നു. അദ്ദേഹം എനിക്ക് തന്നത് ഒരു ജീവിതം മുഴുവനുമാണ്. അങ്ങനെ ഞാൻ അദ്ദേഹത്തെ വിവാഹം കഴിച്ചു. അദ്ദേഹത്തിന്റെ മനസ്സിൽ വലിയ ഭയവും ശങ്കയു മുണ്ടായിരുന്നു. ഇതിനകം രണ്ടു തവണ വിവാഹം കഴിഞ്ഞതാണ്. രണ്ടു

സ്ത്രീകളും അദ്ദേഹത്തെ വഞ്ചിച്ചു. അവർക്കദ്ദേഹത്തെ പെട്ടെന്ന് മടുത്തു. അതിനവരെ കുറ്റം പറയാനാവില്ല. സ്നേഹം... അതു നില നിർത്തികൊണ്ടുപോരാൻ കഠിനാദ്ധ്വാനം തന്നെ കേമം. ഞാനും അങ്ങനെയാണതെടുത്തത്. പ്രധാനമായും ഒരു ചുമതല. ഞാൻ എപ്പോഴും സ്വപ്നം കണ്ടിരുന്നു. ആഘോഷത്തോടെയുള്ള ഒരു വിവാഹം... ഞാൻ വെള്ളവസ്ത്രങ്ങളണിഞ്ഞു.... ആറ്റിനു കുറുകെയുള്ള ഒരു പാലത്തിൽനിന്ന് ഒരുപിടി വെള്ള പനിനീർപൂക്കൾ വെള്ളത്തിലേ ക്കെറിയുന്നു... എന്റെ വിവാഹസ്വപ്നം അതായിരുന്നു.

ഒരു കാര്യത്തിലും ചോദ്യം ചെയ്യപ്പെടുന്നത് അദ്ദേഹത്തിനിഷ്ടമാ യിരുന്നില്ല. "എല്ലാം നിസ്സാരമെ"ന്നൊരു ഭാവം സഹജമായുണ്ടായിരുന്നു. എന്നും ഏതും ലഘുവായി കാണുന്ന ശീലം. ഒരുപക്ഷേ തടവുകാർ അറിയാതെ പഠിച്ചെടുക്കുന്ന ഒരു വിദ്യയായിരിക്കും അത്. ഗൗരവമേറിയ കാര്യങ്ങളും തമാശകൾക്കു പിന്നിൽ ഒളിപ്പിച്ചുവെക്കുക. അവർക്ക് ചാടി ക്കടക്കേണ്ട കടമ്പയ്ക്ക് ഉയരം കൂടുതലാണ്. ഉദാഹരണമായി... സ്വാതന്ത്ര്യം എന്ന വാക്ക് അദ്ദേഹം പറയാറില്ല... അതിനുപകരം "പുറ മെയുള്ളത്" എന്നാണ് പറഞ്ഞിരുന്നത്. "ഞാനിപ്പോൾ ഇവിടെ പുറമേ യാണല്ലോ ഉള്ളത്" അപൂർവ്വമായി ചിലപ്പോൾ അദ്ദേഹം പഴയ കഥകൾ പറയും. പക്ഷേ പറയുന്നതെപ്പോഴും വളരെ വിശദമായും വ്യക്തമായു മിരിക്കും. ആ വിവരണത്തിലുണ്ടായിരുന്ന ഒരു വെമ്പൽ. അവിടെവെച്ച് വീണുകിട്ടിയ ചില സന്തോഷത്തിന്റെ തുണ്ടുകൾ. എനിക്ക് മനസ്സിലാ ക്കാൻ സാധിച്ചിരുന്നു. ഒരിക്കൽ ഓർക്കാപുറത്ത് ക്യാമ്പിലെവിടെയോ നിന്ന് ഒരു പൊട്ടിയ ടയറിന്റെ തുണ്ടുകൾ കൈയിൽ കിട്ടി. അതുടനെ തന്റെ കമ്പിളിത്തുണികൊണ്ടുള്ള ഷൂസിന്റെ അടിയിൽ ചേർത്ത് കെട്ടി. വലിയൊരു നേട്ടം തന്നെ! അവിടെനിന്നും സ്ഥലം മാറ്റിയപ്പോൾ സന്തോഷം തോന്നി, തനിക്കുപയോഗിക്കാൻ ഉറപ്പുള്ള ഒരു ജോടി ഷൂസു ണ്ടല്ലോ. മറ്റൊരിക്കൽ അവർക്ക് കുറെ ഉരുളക്കിഴങ്ങ് കിട്ടി. ചാക്കിൽ പകുതിയോളമുണ്ടായിരുന്നു. അന്ന് അവർ "പുറമെ എവിടേയോ" പണി യെടുക്കുകയായിരുന്നു. ആരോ ഒരാൾ അദ്ദേഹത്തിന് വലിയ ഒരു തുണ്ട് ഇറച്ചിയും കൊടുത്തു. അന്നു രാത്രി, ആവി ഉത്പാദിപ്പിക്കുന്ന "ബോയ്‌ലർ റൂമി"ൽവെച്ച് അവർ സൂപ്പുണ്ടാക്കി. "അതിന്റെയൊരു സ്വാദ്... പറഞ്ഞ റിയിക്കാൻ വയ്യ."

അവസാനം അദ്ദേഹത്തെ അവർ ജയിലിൽനിന്നും മോചിപ്പിച്ചപ്പോൾ അച്ഛനുവേണ്ടിയുള്ള നഷ്ടപരിഹാരമായി ഒരു തുക കൈയിൽ കൊടുത്തു. "നിങ്ങളുടെ വീടിന്റേയും സാധനസാമഗ്രികളുടേയും വില യായി...." അവൾ പറഞ്ഞു. തരക്കേടില്ലാത്ത ഒരു തുക. അതുകൊണ്ട് പുതിയൊരു സ്യൂട്ടും ഷർട്ടും ഷൂസുകളും വാങ്ങി. അതിനുപുറമെ ഒരു കാമറയും സ്വന്തമാക്കി. മോസ്കോയിലെ ഏറ്റവും നല്ല ഭക്ഷണശാല യിൽ കയറി ഏറ്റവും വിലകൂടിയ വിഭവങ്ങൾ വാങ്ങിക്കഴിച്ചു. മേത്തരം കോഗ്നയും കാപ്പിയും കുടിച്ചു. അവരുടെ പ്രത്യേകം മധുരപദാർത്ഥവും കഴിച്ചു. "ദി നാഷണൽ" എന്നായിരുന്നു ആ ഹോട്ടലിന്റെ പേര്. വയറു

നിറച്ച് നല്ല ഭക്ഷണം കഴിച്ച്, അവിടെ ഉണ്ടായിരുന്ന ഒരാളോട് തന്റെ ഒരു ഫോട്ടോ എടുത്തു തരാൻ ആവശ്യപ്പെട്ടു. സ്വന്തം ജീവിതത്തിൽ ഏറ്റവും സന്തോഷം തോന്നിയ നിമിഷം! "അതിനുശേഷം ഞാൻ എന്റെ ഫ്ളാറ്റിൽ തിരിച്ചെത്തി. അപ്പോഴെനിക്കുതോന്നി... എനിക്ക് വിശേഷിച്ച് സന്തോഷമൊന്നും തോന്നുന്നില്ലെന്ന്." അദ്ദേഹം ആ നിമിഷം ഓർത്തെടുത്തു. "നല്ലൊരു സ്യൂട്ടുണ്ട്, കാമറയുമുണ്ട്... അപ്പോഴും സന്തോഷമില്ല... അതെന്തുകൊണ്ടാണ്. അപ്പോൾ എവിടെനിന്നറിയാതെ ആ ഉരുളക്കിഴങ്ങുസൂപ്പിന്റേയും ടയർ തുണ്ട് ഒട്ടിച്ച ഷൂസിന്റേയും ഓർമ്മ കടന്നുവന്നു. യഥാർത്ഥ സന്തോഷത്തിന്റെ നിമിഷങ്ങൾ അതായിരുന്നു." ഞങ്ങൾ രണ്ടുപേരും ചേർന്ന് അതു കണ്ടുപിടിക്കാൻ ശ്രമിച്ചു. എന്താണ് യഥാർത്ഥത്തിൽ സന്തോഷം? തടങ്കൽ ക്യാമ്പിൽ കഴിച്ചുകൂട്ടിയ നീണ്ട വർഷങ്ങൾ. ലോകത്തിൽ മറ്റെന്തിനെങ്കിലും വേണ്ടി അതു വെച്ചുമാറ്റാൻ അദ്ദേഹം തയ്യാറായിരുന്നില്ല. ജീവിതത്തിലുണ്ടായ ഒരു സംഗതിയും മാറ്റാൻ അദ്ദേഹം ആഗ്രഹിച്ചില്ല. അത് തന്റെ തികച്ചും സ്വകാര്യമായ നിഗൂഢമായ ഒരു നിധിയായാണ് അദ്ദേഹം കണ്ടിരുന്നത്. പതിനാറു വയസ്സിലാണ് തടങ്കൽ ക്യാമ്പിലെത്തിയത്. പിന്നീട് ഏതാണ്ട് മുപ്പതു വയസ്സാകുന്നതുവരെ അവിടെത്തന്നെയായിരുന്നു. എത്ര വർഷമെന്നു കണക്കാക്കൂ... ഒരിക്കൽ ഞാൻ ചോദിച്ചു, "നിങ്ങളെ അവർ തടവിലാക്കിയിരുന്നില്ല എങ്കിൽ,....?" അതിനു മറുപടി തരാതെ അദ്ദേഹം മറ്റെന്തെങ്കിലും തമാശകൾ പറയും. "ആർക്കറിയാം... ഒരു ശുദ്ധമണ്ടനായി വലിയൊരു ചുകന്ന സ്പോർട്സ് കാറും ഓടിച്ചു നടക്കുമായിരുന്നിരിക്കാം. ഏറ്റവും പുതിയ മോഡൽ."

ഏറ്റവും അവസാനമായപ്പോൾ മാത്രമേ അദ്ദേഹം ഗൗരവമായ ഒരു ചർച്ചയ്ക്ക് തയ്യാറായുള്ളൂ. ആശുപത്രിയിൽ പ്രവേശിപ്പിച്ചതിൽ പിന്നെ. അപ്പോഴാണ് ആദ്യമായി എന്നോട് പറഞ്ഞത്. "ഒരു നാടകം കാണുന്നതുപോലെയാണത്. സദസ്സിലിരിക്കുമ്പോൾ മനോഹരമായൊരു യക്ഷിക്കഥയാണ് മുമ്പിൽ കാണുന്നത്. വളരെ കരുതലോടെ ഒരുക്കിയ പശ്ചാത്തലം (പ്രഗദ്ഭരായ നടീനടന്മാർ, ഭ്രമാത്മകമായ പ്രകാശസംവിധാനം, എന്നാൽ അരങ്ങിന്റെ പിന്നാമ്പുറത്തേക്കു ചെന്നാൽ... വശങ്ങളിലായി പൊട്ടിപ്പൊളിഞ്ഞ പലകകളും കീറത്തുണികളും പഴകിയ കാൻവാസുകളും അപൂർണ്ണമായ ചിത്രങ്ങളും മദ്യക്കുപ്പികളും ഭക്ഷണത്തിന്റെ അവശിഷ്ടങ്ങളും. അവിടെ കഥയും സംഗീതവും വെളിച്ചവുമൊന്നുമില്ല. ഉള്ളത് അഴുക്കും ഇരുട്ടും മാത്രം... അങ്ങനെയൊരിടത്തേക്ക് എന്നെ തള്ളിയിട്ടതുപോലെയായിരുന്നു... മനസ്സിലാവുന്നുണ്ടോ?" കുറ്റവാളികളോടൊപ്പമാണ് അവർ അദ്ദേഹത്തെ തടവിലടച്ചത്. നന്നേ ചെറുപ്പമായ ഒരാൺകുട്ടി... കൗമാരപ്രായം. അവിടെ അവന് എന്തു സംഭവിച്ചു എന്ന് പുറത്തുള്ള ഒരാളും ഒരിക്കലും അറിയില്ല....

വിശാലമായ ഉത്തരഭൂമി. അതിന്റെ വർണ്ണനാതീതമായ സൗന്ദര്യം. നിശ്ശബ്ദമായ ഹിമപരപ്പ്. മഞ്ഞിൽവന്നുവീഴുന്ന പ്രകാശകിരണങ്ങൾ.

രാത്രിയായാലും നിങ്ങൾ അവരെ സംബന്ധിച്ചിടത്തോളം ഭാരം ചുമക്കാനുള്ള ഒരു മൃഗം മാത്രം. നിങ്ങളെ ഉന്തിത്തള്ളി അവർ പുറത്തേക്ക് കൊണ്ടുപോകുന്നു. രാത്രി വീണ്ടും അകത്തേക്കെത്തിക്കുന്നു. "സൗന്ദര്യം കൊണ്ടുള്ള പരീക്ഷണം." അദ്ദേഹം എപ്പോഴും പറയാറുള്ളത്... "എന്റെ ചിത്രങ്ങളിൽ മനുഷ്യരേക്കാൾ നന്നായി വന്നത് മരങ്ങളും... പൂക്കളുമായിരുന്നു..."

തന്റെ ആദ്യ പ്രണയം. അതെങ്ങനെ സംഭവിച്ചു എന്ന് അദ്ദേഹം പറയുകയുണ്ടായി. അന്ന് കാട്ടിന്നകത്തായിരുന്നു ജോലി. ആ വഴി ഒരു കൂട്ടം സ്ത്രീകളെ ജോലിക്കായി ആട്ടിത്തെളിച്ചുകൊണ്ടുവന്നു. പുരുഷന്മാരെ കണ്ടതും സ്ത്രീകൾ വഴിയിൽ അനക്കമറ്റു നിന്നുപോയി. മുന്നോട്ടു നീങ്ങാൻ അവർ വിസമ്മതിച്ചു. അവരുടെ സംഘത്തലവൻ അലറി... "മുന്നോട്ട്... വേഗമാവട്ടെ." അവർ തിരിഞ്ഞുനിന്ന് അപേക്ഷിച്ചു. "കമാൻഡർ സഖാവേ, ഞങ്ങൾ ആ പുരുഷന്മാരുടെ അടുത്തേക്കു പോകട്ടെ. ഇനിയും സഹിക്കാൻ വയ്യ... ഞങ്ങൾ നിലവിളിച്ചുപോകും."

കമാൻഡർ അവരെ ശകാരിച്ചു. "നിങ്ങൾക്കെന്താ ഭ്രാന്തുപിടിച്ചോ? ബുദ്ധികെട്ടുപോയോ? അതോ വല്ല ബാധയും കയറിക്കൂടിയോ?"

എന്നിട്ടും അവർ നിന്നിടത്തുനിന്നു. "ഞങ്ങളെങ്ങോട്ടും പോകുന്നില്ല" ഒരടി അവർ മുന്നോട്ടവെച്ചില്ല.

"ശരി... അങ്ങനെയാവട്ടെ. അരമണിക്കൂർ സമയം തരാം." അവസാനം കമാൻഡർ ഉത്തരവിട്ടു. "എല്ലാവർക്കും ഇഷ്ടംപോലെയാവാം... അരമണിക്കൂർ മാത്രം." ഞൊടിയിടയിൽ കൂട്ടം പിരിഞ്ഞു. എല്ലാവരും കൃത്യസമയത്തുതന്നെ യഥാസ്ഥാനത്തു വന്നെത്തി. എല്ലാ മുഖങ്ങളിലും തെളിച്ചം... മനസ്സിൽ സന്തോഷം... യഥാർത്ഥ സന്തോഷം എന്താണ്? എവിടെയാണ്? (അവർ തെല്ലുനേരം മിണ്ടാതിരുന്നു)

അതിനകത്തുവെച്ച് അദ്ദേഹം കവിതകൾ എഴുതിയിരുന്നു. ക്യാമ്പ് മേധാവിയെ ആ വിവരം ആരോ അറിയിച്ചു. "കുറെ നാളായി അയാൾ എഴുതിത്തുടങ്ങിയിട്ട്." മേലധികാരി ഉടനെ അയാളെ വിളിപ്പിച്ചു. "എനിക്കു വേണ്ടി ഒരു പ്രണയലേഖനമെഴുതണം. പദ്യത്തിലാവട്ടെ" അയാൾ എന്തെല്ലാമാണ് എഴുതാനേല്പിച്ചതെന്ന് ഗ്ലെബ്ബിന് നല്ല ഓർമ്മയുണ്ടായിരുന്നു. പക്ഷേ, എനിക്കു പറഞ്ഞു തന്നില്ല. നാണംകൊണ്ട്. ക്യാമ്പിന്റെ തലവന് ദൂരെയെവിടേയോ ഒരു പ്രണയിനി ഉണ്ടായിരുന്നു.

നാട്ടിലേക്കുള്ള തിരിച്ചുവരവ്. തീവണ്ടിയിൽ മുകളിലത്തെ പലകയിലിരുന്നാണ് വന്നത്. സൈബീരിയയിൽനിന്നും റഷ്യ മുഴുവൻ കടന്നു വരാൻ രണ്ടാഴ്ചയെടുത്തു. ആ ദിവസങ്ങളത്രയും താഴത്തേക്കിറങ്ങാതെ ഭയന്ന് അദ്ദേഹം മുകളിൽത്തന്നെ കഴിച്ചുകൂട്ടി, രാത്രിയായാൽ മാത്രം പുറത്തുവന്നുനിന്ന് ഒരിക്കൽ പുകവലിക്കും. സഹയാത്രികർ ആരെങ്കിലും എന്തെങ്കിലും ആഹാരം നല്കിയാലോ, അവരുടെ മുമ്പിൽ താൻ പൊട്ടിക്കരഞ്ഞുപോയാലോ. കാര്യങ്ങളൊക്കെ അവരോട് തുറന്നു പറയേണ്ടി വന്നാലോ? എന്നൊക്കെയായിരുന്നു പേടി. തടങ്കൽ ക്യാമ്പിൽനിന്നാണ്

താൻ വരുന്നതെന്ന് അവർക്ക് മനസ്സിലാവില്ലേ... അദ്ദേഹത്തിന്റെ അച്ഛന്റെ ചില ബന്ധുക്കളാണ് അഭയം നല്കിയത്. അവർക്ക് യുവതിയായ ഒരു മകളുണ്ടായിരുന്നു. ഒരു ദിവസം അദ്ദേഹം അവളെ ആലിംഗനം ചെയ്തു. അവൾ പൊട്ടിക്കരഞ്ഞു. അങ്ങനെയെന്തോ അദ്ദേഹത്തിനെ സംബ ന്ധിച്ചുണ്ടായിരുന്നു. അകാരണമായ ഏതോ ഒരേകാന്തത ആ മനസ്സിൽ തിങ്ങിനിന്നിരുന്നു. എപ്പോഴും. എന്റെ അടുത്തുവന്നിട്ടും അതിനു മാറ്റ മുണ്ടായില്ല... ഞാൻ കൂടെയുള്ളപ്പോഴും അദ്ദേഹം തനിച്ചായിരുന്നു... എല്ലാവരോടും വളരെ അഭിമാനത്തോടെ ഗ്ലെബ്ബ് പറഞ്ഞു. "എനിക്കി പ്പോൾ സ്വന്തമായി ഒരു കുടുംബമുണ്ട്." ഞങ്ങളുടെ കുടുംബജീവിതം... അത് കുറച്ചൊന്നുമല്ല അദ്ദേഹത്തെ സന്തോഷിപ്പിച്ചത്. അതിനെക്കുറിച്ച് അദ്ദേഹത്തിന് വലിയ അഭിമാനമായിരുന്നു. അപ്പോഴും ആ ഭയം... അത് മനസ്സിൽ അള്ളിപ്പിടിച്ചുനിന്നു. അതുകൂടാതെ അദ്ദേഹത്തിന് ജീവിക്കാ നറിഞ്ഞുകൂടായിരുന്നു. രാത്രി പെട്ടെന്ന് പേടിച്ചുവിറച്ച്, വിയർത്ത് കുളിച്ച് ഞെട്ടി എഴുന്നേല്ക്കും. താൻ എഴുതിക്കൊണ്ടിരിക്കുന്ന പുസ്തകം മുഴുവനാക്കാൻ സാധിക്കില്ലെന്നൊരു പരിഭ്രമം അദ്ദേഹത്തെ അലട്ടിയി രുന്നു. അച്ഛനെക്കുറിച്ചായിരുന്നു ആ പുസ്തകം. അദ്ദേഹം ജർമ്മൻഭാഷ യിൽ നിന്നും സാങ്കേതിക വിവരങ്ങൾ റഷ്യനിലേക്ക് പരിഭാഷപ്പെടുത്തി യിരുന്നു. തനിക്കു പുതിയ പുസ്തകങ്ങൾ കിട്ടിയില്ലെങ്കിലോ, സ്വന്തം കുടുംബത്തെ പോറ്റാനുള്ള വക സമ്പാദിക്കാൻ കഴിഞ്ഞില്ലെങ്കിലോ എന്നൊക്കെ അദ്ദേഹം ഭയപ്പെട്ടു. പെട്ടെന്ന് ഞാൻ അദ്ദേഹത്തെ വിട്ടു പോയാലോ എന്നതായിരുന്നു മറ്റൊരു ഭയം. ആദ്യം ഭയം മാത്രമായി രുന്നു. പിന്നീടത് ഭയത്തെക്കുറിച്ചുള്ള ലജ്ജയായി. "ഗ്ലെബ്ബ് ഞാൻ നിങ്ങളെ വളരെയധികം സ്നേഹിക്കുന്നു." ഞാൻ എപ്പോഴും അദ്ദേഹത്തെ ആശ്വസിപ്പിക്കാൻ ശ്രമിച്ചു. "ഞാൻ ഒരു നർത്തകിയാവണമെന്നാണ് നിങ്ങൾക്കാഗ്രഹമെങ്കിൽ ഞാൻ ഒരു നർത്തകിയാവും. നിങ്ങൾക്കു വേണ്ടി ലോകത്തിന്റെ ഏതറ്റംവരെ പോകാനും ഞാൻ തയ്യാറാണ്. തടങ്കൽ ക്യാമ്പിലെ കഠിനമായ പരീക്ഷണങ്ങൾ ഗ്ലെബ്ബ് അതിജീവിച്ചു. എന്നാൽ സാമാന്യജീവിതത്തിൽ ഒരു പൊലീസുകാരൻ വെറുതെയൊന്നു തൊട്ടാൽത്തന്നെ അദ്ദേഹത്തിന് ഹൃദയാഘാതം സംഭവിക്കുമായിരുന്നു. ഒരു ദിവസം ഞങ്ങളുടെ കെട്ടിടത്തിന്റെ ആപ്പീസിൽനിന്നും ആരോ ഫോണിലൂടെ ചോദിച്ചു. "അതിനുള്ളിൽനിന്നും നിങ്ങൾ എങ്ങനെയാണ് ജീവനോടെ പുറത്തുവന്നത്." ഗ്ലെബ്ബിന്റെ മറുപടി: "കുട്ടിയായിരുന്നപ്പോൾ എന്റെ അച്ഛനമ്മമാർ എന്നെ ഒരുപാട് സ്നേഹിച്ചിരുന്നു." ശരിയാണ്. നമുക്ക് കിട്ടുന്ന സ്നേഹം. അതാണ് യഥാർത്ഥത്തിൽ നമ്മളെ രക്ഷി ക്കുന്നത്. അത് നമ്മളെ സംബന്ധിച്ചിടത്തോളം ഒരു രക്ഷാകവചമാണ്. അതേ, സ്നേഹത്തിനു മാത്രമേ നമ്മളെ നിലനിർത്താനാവൂ. അതൊരു ജീവകമാണ്. അതിന്റെ അഭാവത്തിൽ രക്തം കട്ടപിടിച്ചും. ഹൃദയം നിശ്ചലമാകും. ഞാനൊരു പരിചാരികയും അഭിനേത്രിയുമായിരുന്നു

ഗ്ലെബ്ബിന്റെ മുന്നിൽ... അദ്ദേഹത്തിന്... ഞാൻ എല്ലാമായിരുന്നു. ഞങ്ങൾ ഭാഗ്യമുള്ളവരാണെന്നേ ഞാൻ പറയൂ. പെരിസ്ട്രോയിക്കാ... അത് പ്രധാനപ്പെട്ട ഒരു കാലമായിരുന്നു. ഒരു ഉത്സവത്തിന്റെ അന്തരീക്ഷം. ഏതു നിമിഷവും മാനത്തേക്കു പറന്നുപൊങ്ങുമെന്ന തോന്നൽ. എങ്ങും സ്വാതന്ത്ര്യത്തിന്റെ അലകൾ. ആവോളം ആ വായു ശ്വസിച്ചു. "തല്ലബ്"... നിങ്ങളുടെ സമയമായി... ഇനി എന്തും എഴുതാം... പ്രസിദ്ധീകരിക്കാം... ഞാൻ അദ്ദേഹത്തിനുത്സാഹം പകർന്നു. അത് പ്രത്യേകിച്ചും അവരുടെ കാലഘട്ടമായിരുന്നു. അറുപതുകളിലെ വിമതന്മാരുടെ... അവരുടെ വിജയം. അദ്ദേഹത്തിന്റെ മുഖത്ത് സന്തോഷം തെളിയുന്നത് ഞാൻ കണ്ടു. "ഞാൻ ഇതിനുവേണ്ടിയാണ് ഇത്രനാളും ജീവിച്ചിരുന്നത്. കമ്മ്യൂണിസ്റ്റ് വിരുദ്ധപ്രസ്ഥാനത്തിന്റെ പൂർണ്ണമായ വിജയം കാക്കാൻ." അദ്ദേഹത്തിന്റെ ഏറ്റവും പ്രിയപ്പെട്ട സ്വപ്നം ഇപ്പോൾ സഫലമായിരിക്കുന്നു. കമ്മ്യൂണിസം നിലംപതിച്ചിരിക്കുന്നു. പഴയ ബോൾഷെവിക്ക് സ്മാരകങ്ങൾ അവർ നീക്കം ചെയ്യും. റെഡ്സ്ക്വയറിലെ ലെനിന്റെ അർദ്ധകായ പ്രതിമകളും അവർ എടുത്തുമാറ്റും. ഇനി ഒരു തെരുവും ആരാച്ചാരന്മാരുടേയും കൊപാതകികളുടേയും പേരിൽ അറിയപ്പെടില്ല. ആ കാലം... മഹത്തായ പ്രതീക്ഷകളുടേതായിരുന്നു. അറുപതുകളിലെ വിമതന്മാർ. അവരെക്കുറിച്ച് ജനങ്ങൾക്ക് തോന്നുംവിധം പറയാം. പക്ഷേ, എനിക്കവരെയെല്ലാം വളരെ വളരെ ഇഷ്ടമാണ്. അവർ ശുദ്ധഗതിക്കാരായിരുന്നോ? അതോ അമിതമായി ഭാവനാലോകത്ത് വിഹരിച്ചിരുന്നവരോ? ഒരുപക്ഷേ പ്രായോഗികചിന്തയിൽ പിന്നോക്കമായിരുന്നിരിക്കാം. ഗ്ലെബ്ബ് ദിവസം മുഴുവൻ പത്രവാർത്തകൾ വായിച്ചുകൊണ്ടിരുന്നു. ഞങ്ങളുടെ വീടിനടുത്തുള്ള പത്രങ്ങൾ വില്ക്കുന്ന മാടക്കടയിലേക്ക് വലിയൊരു സഞ്ചിയും തോളിൽ തൂക്കി അദ്ദേഹം ഓടും. റേഡിയോ വാർത്തകളും ടി.വി.യിലെ വാർത്തകളും നിരന്തരം ശ്രദ്ധിച്ചു. ആ ദിവസങ്ങളിൽ എല്ലാവർക്കുമുണ്ടായിരുന്നു ലേശം ഭ്രാന്ത്. "സ്വാതന്ത്ര്യം" ആ വാക്കു തന്നെ എല്ലാവരേയും മത്തുപിടിപ്പിച്ചു. സാമിസ് ഡാറ്റും[1] ടാമിസ്ഡാറ്റു[2]മായിരുന്നു ഞങ്ങൾക്കു പരിചയം. ഞങ്ങളെല്ലാവരും വാക്കുകളുടെ സന്താനങ്ങളായിരുന്നു. അതായത് സാഹിത്യത്തിന്റെ. ഞങ്ങളുടെ സംസാരം നിങ്ങൾ കേട്ടിരിക്കേണ്ടതായിരുന്നു. എല്ലാവരും എത്ര നന്നായാണ് സംസാരിച്ചിരുന്നത്! ഞാൻ ഉച്ചഭക്ഷണമോ അത്താഴമോ പാകംചെയ്തുകൊണ്ട് അടുക്കളയിലായിരിക്കും. അദ്ദേഹം അരികത്തിരുന്ന് പത്രം വായിച്ചു കേൾപ്പിക്കും. "സൂസൻ സൊൻടാഗ് – "മാനുഷികമായ ഒരു മുഖമുള്ള ഫാഷിസമാണ് കമ്മ്യൂണിസം" "ഇതു കേട്ടോളൂ"

1. സോവിയറ്റ് യൂണിയനിൽ നിയമവിരുദ്ധമായി അച്ചടിച്ചു പ്രചരിപ്പിച്ചിരുന്ന സാഹിത്യകൃതികൾ
2. വിദേശരാജ്യങ്ങളിൽ അച്ചടിച്ച് റഷ്യയിലേക്ക് രഹസ്യമായി കടത്തികൊണ്ടുവന്ന് പ്രചരിപ്പിച്ചിരുന്ന റഷ്യൻ കൃതികളാണ് ടാമിസ് ഡാറ്റ് എന്നു പറഞ്ഞിരുന്നത്

ബേർഡിയീവും[1] ഹേയേക്കും[2] എഴുതിയിരുന്നത് ഞങ്ങളങ്ങനെയാണ് വായിച്ചത്. ആ പുസ്തകങ്ങളും വാർത്താപത്രങ്ങളും വായിക്കാതെ ഞങ്ങൾ എങ്ങനെയാണ് ഇതിന് മുമ്പ് ജീവിച്ചിരുന്നത്? ഇതെല്ലാം ഞങ്ങൾ നേരത്തെ മനസ്സിലാക്കിയിരുന്നുവെങ്കിൽ. എല്ലാം എത്ര വ്യത്യസ്തമായിരുന്നേനേ. ഇതിനെക്കുറിച്ച് ജാക് ലണ്ടൻ ഒരു കഥ പറയുന്നുണ്ട്. ഒരു "സ്രേയറ്റ് ജാക്കറ്റി"നുള്ളിൽ ഞെരുങ്ങിജീവിക്കുന്നു. കൈകാലുകൾ ചലിപ്പിക്കാൻ പറ്റാത്തത്ര അങ്ങേയറ്റം ഇറുക്കമുള്ള ഒരുടുപ്പ്. ശ്വാസംപോലും ക്ലേശിച്ചുവലിക്കണം. എന്നാലും കുറെ കഴിയുമ്പോൾ അതും ഒരു ശീലമാവും. സ്വപ്നം കാണാൻകൂടി നിങ്ങൾക്കാവില്ല. അങ്ങനെയൊരു കാലം... അങ്ങനെയാണ് ഞങ്ങൾ ജീവിച്ചിരുന്നത്. ഇനിയിപ്പോൾ ഞങ്ങൾ എങ്ങനെയാണ് ജീവിക്കാൻ പോകുന്നത്. ഒരു കാര്യത്തിൽ എനിക്കൊരു സംശയവുമുണ്ടായിരുന്നില്ല...

അദ്ദേഹം മരിച്ചതിനുശേഷം അദ്ദേഹത്തിന്റെ ഡയറിയിൽ ഒരു കുറിപ്പ് കണ്ടു. "ഞാൻ ചെക്കോവിന്റെ പുസ്തകം വായിക്കുകയാണ്. ചെരുപ്പുകുത്തിയും ചെകുത്താനും". ഒരാൾ തന്റെ ആത്മാവിനെ ചെരുപ്പുകുത്തിക്ക് വില്ക്കുകയാണ്. പകരം സന്തോഷം കിട്ടാനായി. ഏതുതരം സന്തോഷമാണ് ആ ചെരുപ്പുകുത്തിയുടെ സങ്കല്പത്തിലുള്ളത്? അയാൾ ആഗ്രഹിക്കുന്ന സന്തോഷം എങ്ങനെയുള്ളതാണ്? അത് ഏതാണ്ട് ഇങ്ങനെയായിരിക്കുമെന്നു തോന്നുന്നു. ഒരു കുതിരവണ്ടിയിൽ മോടിയുള്ള വസ്ത്രങ്ങളും ഷൂസും ധരിച്ച് അന്തസ്സോടെ സവാരിചെയ്യുക. തൊട്ടരികെ കനത്ത മാർവിടമുള്ള നന്നേ തടിച്ച ഒരു സ്ത്രീ. അവരുടെ ഒരു കൈയിൽ ഒരു കുപ്പി നാടൻ വീഞ്ഞ്. മറ്റേ കൈയിൽ ഉപ്പിട്ടുണക്കിയ നല്ലൊരു കഷണം പന്നിയിറച്ചി. സന്തോഷത്തിന് അയാൾക്ക് വേറൊന്നും തന്നെ വേണ്ട (എന്തോ ആലോചിച്ച് അവർ മിണ്ടാതിരുന്നു). അദ്ദേഹത്തിന് തന്റേതായ സംശയങ്ങൾ ഉണ്ടായിരുന്നുവെന്നു തോന്നുന്നു. പക്ഷേ, ഞങ്ങളെല്ലാവരും പുതിയൊരു "നാളെ"ക്കായി അത്രമാത്രം ആർത്തിപൂണ്ടിരുന്നു. നിറയെ കനിവും നീതിയും പ്രകാശവുമുള്ള എന്തോ ഒന്നിനുവേണ്ടിയുള്ള കാത്തിരിപ്പ്. ഞങ്ങൾ അത്യധികം ആവേശഭരിതരായിരുന്നു. പ്രകടനജാഥകളിൽ ഓടിയോടി പങ്കെടുത്തു. അതിനുമുമ്പ് ആൾക്കൂട്ടം കണ്ടാൽ എപ്പോഴും എനിക്ക് പേടി തോന്നിയിരുന്നു. വലിയൊരാൾക്കൂട്ടത്തിന്റെ സാമാന്യമായ മനോഭാവം. അന്നെന്നെ ഭയപ്പെടുത്തിയിരുന്നു. ജനക്കൂട്ടത്തിൽനിന്ന് സ്വയം ഒറ്റത്തിരിഞ്ഞാണ് ഞാൻ എപ്പോഴും എന്നെ കണ്ടിരുന്നത്. കൂട്ടത്തിൽ പെടാത്ത ഒരാൾ. ഒച്ചവെച്ചു കടന്നുപോകുന്ന ജാഥകളിലൊന്നും ഞാൻ ഉണ്ടാകാറില്ല... എന്നാൽ ഇന്ന് അതെല്ലാം എനിക്കുത്സാഹം പകർന്നു. കൊടികളും മുദ്രാവാക്യങ്ങളും ആൾക്കൂട്ടവും ചുറ്റും പരിചിതമായ

---

1. 1920ൽ ഫ്രാൻസിലേക്കു കടന്ന റഷ്യൻ തത്ത്വചിന്തകൻ
2. ആസ്ട്രേലിയൻ എഴുത്തുകാരനും സ്വതന്ത്രചിന്തകനും

മുഖങ്ങൾ. ആ മുഖങ്ങൾ ഒരിക്കലും ഞാൻ മറക്കില്ല. ആ ദിവസങ്ങളെക്കുറിച്ച് ഇന്ന് മനസ്സിലൊരു നഷ്ടബോധം... എനിക്കു മാത്രമല്ല, പലർക്കും അങ്ങനെ തോന്നുന്നുണ്ടാകും. ഞങ്ങളുടെ ആദ്യത്തെ വിദേശയാത്ര ബർലിനിലേക്കായിരുന്നു. ഞങ്ങൾ റഷ്യൻ ഭാഷ സംസാരിക്കുന്നതുകേട്ട് ചെറുപ്പക്കാരികളായ രണ്ടുപേർ ഞങ്ങളെ സമീപിച്ചു.

"റഷ്യയിൽ നിന്നാണോ?"

"അതെ"

"പെരിസ്ട്രോയിക്കാ... ഗോർബീ..." അവർ ഞങ്ങളെ കെട്ടിപ്പിടിച്ചു.

ഇന്നെനിക്കു സങ്കടം തോന്നുന്നു. ആ മുഖങ്ങൾ എവിടെപ്പോയി മറഞ്ഞു? തൊണ്ണൂറുകളിൽ, തെരുവുകളിൽ ഞാൻ കണ്ട സുന്ദരമായ മുഖങ്ങൾ... ഒന്നുപോലും ഇപ്പോൾ കാണാനില്ലല്ലോ. എല്ലാവരും സ്ഥലം വിട്ടുപോയോ?... ശരിക്കും?

അദ്ദേഹത്തിനു കാൻസറാണെന്നു മനസ്സിലായ ദിവസം... രാത്രി മുഴുവൻ ഞാൻ ഉണർന്നിരുന്നു. കണ്ണീരോടെ. രാവിലെത്തന്നെ അദ്ദേഹത്തെ കാണാൻ ഞാൻ ആശുപത്രിയിലേക്ക് ഓടി. അദ്ദേഹം ജന്നൽപ്പടിയിൽ സന്തോഷവാനായി ഇരുന്നിരുന്നു. പക്ഷേ, ആകെ ഒരു മഞ്ഞനിറം. ജീവിതത്തിൽ മാറ്റങ്ങൾ സംഭവിക്കുമ്പോഴെല്ലാം അദ്ദേഹം സന്തോഷവാനായിരുന്നു. ആദ്യം തടങ്കൽ ക്യാമ്പ്. പിന്നെ നാടുകടത്തൽ. അതുകഴിഞ്ഞ് മോചനം, സ്വാതന്ത്ര്യം. ഇപ്പോൾ ഇതും. നിലവിലുള്ള സ്ഥിതിയിൽ ഒരു മാറ്റം. അദ്ദേഹത്തെ സംബന്ധിച്ചിടത്തോളം അതായിരുന്നു മരണം.

"ഞാൻ മരിക്കാൻ പോകുന്നു എന്നോർത്ത് നിനക്ക് ഭയമുണ്ടോ?"

"ഉവ്വ്."

"ആട്ടെ.. ഒന്നു ഞാൻ പറയാം... ഒരു കാര്യത്തിലും ഞാൻ നിനക്കു വാക്ക് തന്നിട്ടില്ല. രണ്ടാമത്തെ സംഗതി... അത്ര പെട്ടെന്നൊന്നും ഞാൻ മരിക്കാൻ പോകുന്നില്ല."

"തീർച്ചയാണോ?" അദ്ദേഹം തലകുലുക്കി. പതിവുപോലെ ഞാനത് അപ്പാടെ വിശ്വസിച്ചു. ഞാനെന്റെ കണ്ണീർ തുടച്ചുമാറ്റി. സ്വയം പറഞ്ഞു മനസ്സിലാക്കി. ഇത് കരയാനുള്ള സമയമല്ല. ആവുംവിധം അദ്ദേഹത്തെ സഹായിക്കുകയാണ് വേണ്ടത്. അതിൽ പിന്നെ ഞാൻ കരഞ്ഞതേയില്ല... അവസാന നിമിഷം വരെ. രാവിലെ നേരത്തെ തന്നെ ഞാൻ ആശുപത്രിയിലെത്തും... അങ്ങനെ ഞങ്ങളുടെ സാധാരണമട്ടിലുള്ള ജീവിതം തുടങ്ങും. ഇതുവരെ വീട്ടിലായിരുന്നു താമസം. ഇപ്പോൾ ആശുപത്രിയിലാണ് എന്നൊരു വ്യത്യാസം മാത്രം. ആ കാൻസർ വാർഡിൽ ആറു മാസം ഒരുമിച്ചു താമസിക്കാൻ ഞങ്ങൾക്ക് സാവകാശം കിട്ടി.

അദ്ദേഹം അധികമൊന്നും വായിച്ചിരുന്നില്ല. എനിക്കു കഥകൾ പറഞ്ഞുതരികയാണ് ചെയ്തത്. തന്നെ ഒറ്റുക്കൊടുത്തത് ആരാണെന്ന്

അദ്ദേഹത്തിനറിയാമായിരുന്നു. ആൺകുട്ടി, യുവാക്കളായ പയനിർമാരുള്ള പഠനകേന്ദ്രത്തിലെ സഹപാഠിയായിരുന്നു. സ്വന്തം ഇഷ്ടപ്രകാരമാണോ തന്റെ പേര് പറഞ്ഞുകൊടുത്തത് അതോ അവരുടെ നിർബന്ധത്തിന് ഗതികെട്ട് വഴങ്ങിയതാണോ... തീർച്ചയില്ല. സഖാവ് സ്റ്റാലിനെ നിശിതമായി വിമർശിച്ചും ജനശത്രുവെന്ന് മുദ്രകുത്തപ്പെട്ട തന്റെ അച്ഛനെ ന്യായീകരിച്ചു. അദ്ദേഹം ഒരു കത്ത് എഴുതിയിട്ടുണ്ടായിരുന്നു. ചോദ്യം ചെയ്യുന്നതിനിടയിൽ അവർ ആ എഴുത്ത് അദ്ദേഹത്തെ കാണിച്ചുകൊടുത്തു. ജീവിതകാലം മുഴുവൻ ഗ്ലെബ്ബിനു ഭയമായിരുന്നു. താൻ അവനെ തിരിച്ചറിഞ്ഞിരിക്കുന്നുവെന്ന് ആ ഒറ്റുകാരൻ മനസ്സിലാക്കുമോ എന്ന്. പിന്നീടാരോ പറഞ്ഞറിഞ്ഞു, അയാളുടെ കുഞ്ഞ് അംഗവൈകല്യത്തോടെയാണ് ജനിച്ചതെന്ന്. അത് ദൈവശിക്ഷയായിരിക്കുമോ? ഗ്ലെബ്ബിന് ഭയം തോന്നി. കുറെ കാലം ഞങ്ങളും അയാളും ഒരേ ചുറ്റുവട്ടത്തിലാണ് താമസിച്ചിരുന്നത്. പലപ്പോഴും തമ്മിൽ നേരിട്ടു കാണുകയുമുണ്ടായി. വഴിയിലോ, കടയിലോ അങ്ങനെ എവിടെയെങ്കിലും വെച്ച് തമ്മിൽത്തമ്മിൽ വെറുതെ ഒരു “ഹലോ” പറയും. ഗ്ലെബ്ബ് മരിച്ചതിനുശേഷം ഞങ്ങൾക്കും അയാൾക്കും പരിചയമുള്ള ഒരു സ്ത്രീയോട് ഞാൻ ആ കാര്യം പറഞ്ഞു. അവർക്ക് വിശ്വസിക്കാനായില്ല. “ഇല്ല... അതിനു വഴിയില്ല. അയാൾ എപ്പോഴും ഗ്ലെബ്ബിനെക്കുറിച്ച് വളരെ ബഹുമാനത്തോടെയാണ് സംസാരിക്കാറ്. കുട്ടിക്കാലത്ത് രണ്ടുപേരും ചങ്ങാതികളായിരുന്നുവെന്നു പറയാറുണ്ട്.”

പിന്നീടെനിക്കു തോന്നി. ആ വക കാര്യങ്ങളൊന്നും പറയേണ്ടായിരുന്നുവെന്ന്. ഈ വക വസ്തുതകൾ അറിഞ്ഞിരിക്കുക തന്നെ അപായകരമാണ്. അത് ഞാൻ ഓർക്കണമായിരുന്നു. അതിനെക്കുറിച്ച് ഗ്ലെബ്ബിന് ബോധമുണ്ടായിരുന്നു. ക്യാമ്പിൽ കൂടെ ഉണ്ടായിരുന്ന ചിലർ വല്ലപ്പോഴും കാണാൻ വന്നിരുന്നു. അദ്ദേഹം ആരേയും അന്വേഷിച്ചുപോയിരുന്നില്ല. അവർ വരുമ്പോൾ സ്വാഭാവികമായും എനിക്കു തോന്നിയിരുന്നു. ഞാൻ ആ കൂട്ടത്തിൽപ്പെട്ടയാളാണെന്ന്. എനിക്ക് യാതൊരു അറിവും പരിചയവുമില്ലാത്തൊരിടത്തുനിന്നാണ് അവർ വന്നിരുന്നത്. എന്നേക്കാൾ കൂടുതലായി ഗ്ലെബ്ബിനെക്കുറിച്ച് അവർ മനസ്സിലാക്കിയിരുന്നു. ഞാനറിയാത്ത ഒരു ജീവിതം അദ്ദേഹത്തിനുണ്ടെന്ന് അവരുടെ വർത്തമാനങ്ങളിൽനിന്നും ഞാൻ മനസ്സിലാക്കി. ഒരു കാര്യം കൂടി അന്നു ഞാൻ തിരിച്ചറിഞ്ഞു. സ്വന്തം ജീവിതത്തിലെ നിന്ദ്യമായ അനുഭവങ്ങളെക്കുറിച്ച് ഒരു സ്ത്രീക്ക് സംസാരിക്കാനാവും. ഒരു പുരുഷന് അത് സാദ്ധ്യമല്ല. സ്ത്രീയുടെ കാര്യത്തിൽ അത് എളുപ്പമാവാനുള്ള കാരണം, ഉള്ളിന്റെയുള്ളിൽ അവൾ അറിയുന്നുണ്ട്, തനിക്ക് അക്രമങ്ങൾ സഹിക്കേണ്ടിവരുമെന്ന്. ലൈംഗികമായി താൻ അതിക്രമിക്കപ്പെടുമെന്ന്. ഓരോ മാസവും ഓരോ സ്ത്രീയും തന്റെ ജീവിതം പുതുതായി തുടങ്ങുകയാണ്, ഈ ആർത്തവചക്രങ്ങളിലൂടെ വാസ്തവത്തിൽ പ്രകൃതി അവളെ സഹായിക്കുകയാണ്. തടങ്കൽ

ക്യാമ്പുകളിൽ കഴിഞ്ഞുകൂടേണ്ടി വന്നിട്ടുള്ള സ്ത്രീകളിൽ അധികം പേരും ഒറ്റയ്ക്കാണ്. ഭാര്യയും ഭർത്താവും തടവിൽ കഴിഞ്ഞവരായി... വളരെ അപൂർവ്വമായേ കാണാറുള്ളൂ. തടങ്കൽ പാളയങ്ങളിലെ രഹസ്യങ്ങൾ ആളുകളെ കൂട്ടിയിണക്കാൻ സഹായിക്കുന്നില്ല. ഒരാളെ മറ്റേയാളിൽനിന്ന് മുറിച്ചുമാറ്റുകയാണ് ചെയ്യുന്നത്. "അവിടെ" നിന്നുള്ള അദ്ദേഹത്തിന്റെ കൂട്ടുകാർ ഒന്നുമറിയാത്ത ഒരു കുട്ടിയായിട്ടാണ് എന്നെ കണ്ടിരുന്നത്. "ഞങ്ങളുടെ കാര്യങ്ങൾ കേൾക്കാൻ താത്പര്യം തോന്നുന്നുണ്ടോ?" വന്നവർ പോയിക്കഴിഞ്ഞാൽ ഗ്ലെബ്ബ് എന്നോടു ചോദിക്കും. "ഇതെന്തു ചോദ്യം?" എനിക്ക് ദേഷ്യം വരും. എനിക്ക് ഏറ്റവും പേടി തോന്നുന്നത് എന്തിനെക്കുറിച്ചാണെന്നോ? അവിടെ ആ കാലത്ത് ഇതെല്ലാം യഥാർത്ഥത്തിൽ സംഭവിച്ചു കൊണ്ടിരിക്കുമ്പോൾ ഞങ്ങളുടെ വായ മൂടിക്കെട്ടിയിരിക്കുകയായിരുന്നു. ഇന്ന് ഒരു ശങ്കയും കൂടാതെ ആ കഥകളൊക്കെ തുറന്നു പറയാം. പക്ഷേ അതിന്റെ കാലം കഴിഞ്ഞിരിക്കുന്നു. അതിനെ കുറിച്ചൊന്നും കേൾക്കാൻ ഇന്നാർക്കും താത്പര്യമില്ല. ആ കഥകൾ വായിക്കാനും ആരും ആഗ്രഹിക്കുന്നില്ല. പ്രസാധകരുടെ മുമ്പിലേക്ക് പുതിയ കൈയെഴുത്തുപ്രതികളുമായി അനവധിപേർ വരുന്നുണ്ട്. സംഗതി തടങ്കൽ ക്യാമ്പുകളെ കുറിച്ചാണെന്നറിയുന്നതോടെ എല്ലാവരേയും തിരിച്ചയയ്ക്കുന്നു. അതൊന്നു വായിച്ചുനോക്കാനുള്ള ക്ഷമപോലും അവർ കാട്ടുന്നില്ല. "വീണ്ടും സ്റ്റാലിനും ബേറിയയും....? വേണ്ടേ വേണ്ട. ലാഭം കിട്ടുന്ന കമ്പോളമല്ല. വായനക്കാർക്ക് വായിച്ച് മടുത്തിരിക്കുന്നു." മരിക്കുക, അതദ്ദേഹത്തിന്റെ ജീവിതത്തിൽ പുതുമയുള്ള ഒന്നായിരുന്നില്ല. കുഞ്ഞു മരണം... അതിനെക്കുറിച്ച് എന്തിന് ഭയക്കണം എന്ന ഭാവം. കുറ്റവാളികളുടെ സംഘങ്ങൾ വന്ന് രാഷ്ട്രീയത്തടവുകാർക്കുള്ള റൊട്ടി ബലമായി പിടിച്ചെടുക്കും. അതുവെച്ചാണവർ ശീട്ടുകളിക്കുന്നത് തടവുകാരെന്തുചെയ്യാൻ? കല്ലും ടാറും വാരിത്തിന്ന് വിശപ്പടക്കുക തന്നെ. അങ്ങനെ വളരെയധികംപേർ മരിച്ചു. വയറിനുള്ളിൽ എല്ലാം ഒട്ടിപ്പിടിച്ചാൽ രക്ഷയുണ്ടോ? അദ്ദേഹം ക്യാമ്പുഭക്ഷണം വേണ്ടെന്നുവെച്ചു. വെള്ളം മാത്രം കുടിച്ചു കഴിച്ചുകൂട്ടി. ഒരാൺകുട്ടി രക്ഷപ്പെടാൻ ശ്രമിച്ചു. മനഃപൂർവം ചെയ്തതാണ്. ആ ശ്രമത്തിനിടയിൽ അവർ വെടിവെച്ചു വീഴ്ത്തിയാൽ അതോടെ എല്ലാം കഴിയുമല്ലോ. മഞ്ഞിൽ... വെയിലിൽ... നന്നായി കാണാം. അവർ അവന്റെ തലയ്ക്കുതന്നെ വെടിവെച്ചു. കയറുകെട്ടി ക്യാമ്പിലേക്ക് വലിച്ചുകൊണ്ടുവന്നു. തടവറകൾക്കു മുന്നിലായി അവനെ കിടത്തി. ദിവസങ്ങളോളം. എല്ലാവർക്കും കാണാനായി... വസന്തകാലമാകും വരെ...

തിരഞ്ഞെടുപ്പുദിവസം. പോളിങ്ങ് നടക്കുന്നിടത്ത് പാട്ടുകച്ചേരി. ക്യാമ്പിലെ ഗായകസംഘത്തിന്റേതാണ് പരിപാടി. രാഷ്ട്രീയത്തടവുകാർ, വിപ്ലവത്തിനു ശ്രമിച്ചവർ, വ്യഭിചാരിണികൾ, പോക്കറ്റടിക്കാർ. എല്ലാവരും പാടിത്തകർക്കുന്നു, സ്റ്റാലിന്റെ അപദാനങ്ങൾ "സ്റ്റാലിനാണ് നമ്മുടെ അഭിമാനപതാക. സ്റ്റാലിനാണ് നമ്മുടെ ആനന്ദം."

ക്യാമ്പുകൾ മാറുന്നതിനിടയിൽ അദ്ദേഹം ഒരു പെൺകുട്ടിയെ കണ്ടു. അവൾ അദ്ദേഹത്തോട് തന്റെ അനുഭവം പറഞ്ഞു. ചോദ്യം ചെയ്യുന്നതിനിടയിൽ അവർ അവളെ ഒരു രേഖയിൽ ഒപ്പുവെക്കാൻ കഠിനമായി നിർബന്ധിച്ചു. അത് അവളുടെ പേരിലുള്ള കുറ്റസമ്മതമായിരുന്നു. അന്ന് അയാൾ അവളോട് പറഞ്ഞത്. "നീ നരകത്തിൽചെന്നു വീഴുമെന്നു തീർച്ച. പക്ഷേ സുന്ദരിയാണല്ലോ. ഏതെങ്കിലും ഒരു ഉയർന്ന ഉദ്യോഗസ്ഥൻ നിന്നെ കണ്ട് മോഹിച്ചുവെന്നുവരാം. എങ്കിൽ നിനക്കു രക്ഷയായി."

വസന്തം... കൂടുതൽ ഭയാനകമായ കാലമായിരുന്നു. പ്രകൃതിയിൽ എന്തെല്ലാം മാറ്റങ്ങൾ! എല്ലാറ്റിനും പുതുജീവൻ. ശിക്ഷയിൽ ഇനിയെത്ര ബാക്കിയുണ്ട് എന്ന് ആരോടും ചോദിച്ചിട്ട് പ്രയോജനമില്ല. പ്രത്യേകിച്ചും വസന്തകാലത്തിൽ, ഏതു ശിക്ഷയും അന്തമില്ലാത്തതാണ്. ആകാശം നിറയെ പാറിപ്പറക്കുന്ന പക്ഷിക്കൂട്ടങ്ങൾ. ആരും കണ്ണുകളുയർത്തി ആ കാഴ്ച കണ്ടിരിക്കാറില്ല. തടവുകാരാരും വസന്തഋതുവിൽ ആകാശത്തേക്കു നോക്കാറില്ല...

ഞാൻ വാതില്ക്കൽ നിന്ന് അദ്ദേഹത്തെ തിരിഞ്ഞുനോക്കി. ഗ്ലെബ്ബ് കൈവീശി കാണിച്ചു. ഏതാനും മണിക്കൂർ കഴിഞ്ഞാണ് ഞാൻ തിരിച്ചു വന്നത്. അപ്പോഴേക്കും അദ്ദേഹത്തിന്റെ ബോധം മറഞ്ഞു കഴിഞ്ഞിരുന്നു. അതിനു തൊട്ടുമുമ്പായി അദ്ദേഹം ആരോടോ അപേക്ഷിക്കുന്നതുപോലെ പറഞ്ഞു. "പിടിച്ചുനില്ക്കൂ... പിടിച്ചുനില്ക്കൂ..." പതുക്കെ മിണ്ടാതായി. ചലനമില്ലാതായി. അങ്ങനെ മൂന്നുദിവസം. അതുമായും ഞാൻ പൊരുത്തപ്പെട്ടു. അദ്ദേഹം അവിടെ അതാ കിടക്കുന്നു... ഇവിടെ ഇതാ ഞാൻ ഇരിക്കുന്നു. അവർ ഒരു കട്ടിൽ കൊണ്ടുവന്നു. അദ്ദേഹത്തിന്റെ തൊട്ടരികിലായി ഇട്ടു. എനിക്ക് കിടക്കാൻ വേണ്ടി. മൂന്നാമത്തെ ദിവസം. ഞരമ്പിനുള്ളിലേക്ക് മരുന്ന് കുത്തിവെക്കുക പ്രയാസമായി. രക്തം കട്ടപിടിക്കാൻ തുടങ്ങി... ഞാൻ ഡോക്ടർമാർക്ക് അനുമതി കൊടുത്തു. ചികിത്സ മതിയാക്കിക്കൊള്ളാൻ. അതുകൊണ്ട് പ്രത്യേകിച്ചു ദോഷമൊന്നും വരാനില്ല. ആ സ്ഥിതി കടന്നു കഴിഞ്ഞിരുന്നു. ഒന്നും അറിയാത്ത അവസ്ഥ.

അവർ ഞങ്ങളെ രണ്ടുപേരേയും തനിയെ വിട്ടു. ഇനി മരുന്നുകളും മെഷീനുകളും ഡോക്ടർമാരുമില്ല. ഇതിനാരും ഇടവിട്ട് പരിശോധിക്കാനായി വരില്ല. ഞാൻ അദ്ദേഹത്തിന്റെ അരികുപറ്റി കിടന്നു. ശരീരമാകെ തണുത്തിരുന്നു. അദ്ദേഹത്തിന്റെ പുതപ്പിനുള്ളിലേക്ക് ഞാനും ചുരുണ്ടു കൂടി... ഉറങ്ങി... പെട്ടെന്നുണർന്നപ്പോൾ ഞാൻ വിചാരിച്ചു ഞങ്ങൾ സ്വന്തം വീട്ടിലെ കിടപ്പുമുറിയിലാണെന്ന്. എങ്ങനെയോ ബാൽക്കണിയുടെ വാതിൽ തുറന്നു പോയിരിക്കുന്നു. ഇനിയും അദ്ദേഹം ഉറക്കമുണർന്നിട്ടില്ല. കണ്ണുതുറക്കാൻ എനിക്ക് ഭയം തോന്നി. ഒടുവിൽ കണ്ണു തുറന്നപ്പോൾ ഞങ്ങൾ ശരിക്കും എവിടെയാണെന്ന് ബോധം വന്നു. ഞാൻ വെറുതെ അദ്ദേഹത്തിനുവേണ്ടി ഓരോന്നുചെയ്യാൻ തുടങ്ങി. മുഖത്തു

കൈവെച്ചു. 'ആ...'' അദ്ദേഹം എന്റെ ശബ്ദം കേട്ടു. ദുസ്സഹമായ വ്യസനം... ഞാൻ ഗ്ലെബ്ബിന്റെ കൈ പിടിച്ച് അവിടെതന്നെ ഇരുന്നു. അവസാനത്തെ ഹൃദയമിടിപ്പുകൾ ഞാൻ വ്യക്തമായി കേട്ടു. അങ്ങനെ കുറേ അധികം നേരം ഞാൻ അദ്ദേഹത്തിന്റെ അടുത്തുനിന്ന് മാറാതെ ഇരുന്നു. ഞാൻ നഴ്സിനെ വിളിച്ചു. അവരുടെ സഹായത്തോടെ ഷർട്ട് മാറ്റിയിട്ടു. ഗ്ലെബ്ബിന് ഏറ്റവും ഇഷ്ടമുള്ള നീലനിറത്തിലുള്ള ഷർട്ട്. ഞാൻ നഴ്സിനോടു ചോദിച്ചു. "ഞാൻ ഇവിടെ ഇരുന്നോട്ടെ?"

"തീർച്ചയായും... ഒരു വിരോധവുമില്ല... പേടിയുണ്ടോ?"

പേടിക്കാനെന്തിരിക്കുന്നു? ഒരമ്മയ്ക്ക് അവളുടെ കുഞ്ഞിനെ എന്ന പോലെ അത്രയ്ക്കും അടുത്ത് എനിക്കദ്ദേഹത്തെ അറിയാം. നേരം നല്ല വണ്ണം പുലർന്നു. ഗ്ലെബ്ബിനെ കാണാൻ നല്ല ഭംഗിതോന്നി. ഭയം മുഖത്തു നിന്ന് തീർത്തും ഒഴിഞ്ഞുപോയിരുന്നു. ഇപ്പോൾ ഒരു തരത്തിലുള്ള ആധിയും ആശങ്കയും ആ മുഖത്തില്ല. ജീവിതത്തിന്റെ ക്ഷോഭങ്ങളും പരിഭ്രമങ്ങളുമെല്ലാം അകന്നുപോയിരിക്കുന്നു. അദ്ദേഹത്തിന്റെ വടിവൊത്ത, ചന്തമുള്ള കണ്ണും മൂക്കും ചുണ്ടുമൊക്കെ ഞാൻ കണ്ണെടുക്കാതെ നോക്കിയിരുന്നു. പൂർവദേശത്തെ ഏതോ രാജകുമാരന്റെ മുഖം... അതുപോലെയായിരുന്നു വാസ്തവത്തിൽ ഗ്ലെബ്ബ്. പക്ഷേ അതുവരെ ഞാനത് തിരിച്ചറിഞ്ഞിരുന്നില്ല.

അദ്ദേഹം ഒരേയൊരു കാര്യം മാത്രമേ ആവശ്യപ്പെട്ടിരുന്നുള്ളൂ: "എന്റെ ശവക്കല്ലറയുടെ മീതെ എഴുതിവെക്കണം. ഞാൻ സന്തോഷവാനായിരുന്നുവെന്ന്. ഞാൻ സ്നേഹിക്കപ്പെട്ടിരുന്നുവെന്ന്. ആരാലും സ്നേഹിക്കപ്പെടാതിരിക്കുക. അതിലും ദുഃഖകരമായി മറ്റൊന്നില്ല." (മൗനം)

നമ്മുടെ ജീവിതം വളരെ വളരെ ഹ്രസ്വമാണ്... ഒരു മിന്നൽപിണർ പോലെ. പ്രായമായതിനുശേഷം വൈകുന്നേരങ്ങളിൽ തോട്ടത്തിലേക്കും നോക്കി എന്റെ അമ്മ ജന്നൽപ്പടിയിലിരിക്കാറുള്ളത് ഓർത്തുപോകുന്നു... അവരുടെ കണ്ണുകൾ...

(ഞങ്ങൾ രണ്ടുപേരും നിശ്ശബ്ദരായി ഏറെ നേരമിരുന്നു)

അദ്ദേഹത്തെ കൂടാതെ എനിക്ക് ജീവിക്കാനാവില്ല. എങ്ങനെ ജീവിക്കണമെന്ന് എനിക്കറിഞ്ഞുകൂടാ. പുരുഷന്മാർ പലരും താത്പര്യത്തോടെ എന്നെ സമീപിക്കുന്നുണ്ട്. അവർ എനിക്ക് പൂക്കൾ കൊണ്ടുവന്നുതരുന്നു.

(അടുത്ത ദിവസം അപ്രതീക്ഷിതമായി അവരെന്നെ വിളിച്ചു.)

രാത്രി മുഴുവൻ ഞാൻ കരയുകയായിരുന്നു. വേദനകൊണ്ട് നിലവിളിച്ചു. ഈ കാലമത്രയും ഞാൻ അതിൽനിന്നും രക്ഷപ്പെട്ട് ഓടുകയായിരുന്നു. ഞാൻ ജീവിച്ചിരുന്നു എന്നു പറയാനാവാത്ത സ്ഥിതി. എന്നാൽ ഇന്നലെ ഞാൻ വീണ്ടും അവിടേക്ക് തിരിച്ചുചെന്നു. നിങ്ങളാണെന്നെ അങ്ങോട്ട് കൂട്ടിക്കൊണ്ടു പോയത്. മുറിവുകളൊക്കെ വെച്ചുകെട്ടിയാണ്

ഞാനിത്ര നാളും നടന്നത്. എന്നാൽ ഇന്ന് പതുക്കെ അതു തുറന്നു നോക്കിയപ്പോൾ മനസ്സിലായി, ഒന്നുപോലും ഉണങ്ങിയിട്ടില്ല എന്ന്. മുറിവുകളുണങ്ങി പുതിയ ചർമ്മം വന്നു മൂടിയിട്ടുണ്ടാകുമെന്ന് ഞാൻ വിചാരിച്ചു. ഇല്ല. ഒരു മാറ്റവുമില്ല... എല്ലാം അങ്ങനെത്തന്നെ... വടുക്കളൊന്നും മാഞ്ഞിട്ടില്ല. ആ നോവും വിങ്ങലും അവിടെതന്നെയുണ്ട്. ഞാൻ വിട്ടുപോന്നിടത്തുതന്നെ അതേ മട്ടിൽ. അതെല്ലാം ഇനിയൊരാൾക്കു കൈമാറാൻ ഭയം തോന്നുന്നു. ഒരാൾക്കും അതേറ്റെടുക്കാനാവില്ല... സാധാരണ കൈകൾക്ക് എടുത്തു പൊന്തിക്കാനാവാത്തതാണ്... ആ ഭാരം.

ഒരു കുട്ടിക്കാലത്തിന്റെ കഥ

മാറിയാ വോയ്റ്റ്ഷോനോക്ക്

എഴുത്തുകാരി, 57 വയസ്സ്

ഞാനൊരു ഒസാഡ്നിക്* ആണ്. പോളണ്ടിലേക്ക് നാടു കടത്തപ്പെട്ട ഒരു സൈനിക ഉദ്യോഗസ്ഥനായിരുന്നു അച്ഛൻ. കിഴക്കൻ അതിർത്തി പ്രദേശങ്ങളിൽ അവർക്ക് ഭൂമി നല്കപ്പെട്ടു. 1921ലെ പോളിഷ് സോവിയറ്റ് യുദ്ധത്തിനുശേഷം. എന്നാൽ 1939ൽ മൊളോടോവും റിബ്ബെൻട്രോപ്പും തമ്മിൽ ഒരു രഹസ്യ ഉടമ്പടിയുണ്ടായി. പശ്ചിമബെലാറഡ് യു.എസ്.എസ്. ആറിന്റെ ഭാഗമായി. അങ്ങനെ ആയിരക്കണക്കിന് കുടിയേറ്റക്കാരും അവരുടെ കുടുംബങ്ങളും സൈബിരയയിലേക്ക് താമസം മാറ്റാൻ നിർബന്ധിതരായി. ബെറിയ സ്റ്റാലിനെഴുതിയ ഒരു കുറിപ്പു പ്രകാരം അവരെല്ലാവരും തന്നെ അതീവ അപകടകാരികളായിരുന്നു. പക്ഷേ അതൊക്കെ വലിയ ചരിത്രമാണ്. എനിക്ക് പറയാൻ എന്റേതായ ഒരു ചെറിയ ചരിത്രമുണ്ട്. എന്റെ ജന്മദിനം എന്നാണെന്ന് എനിക്കറിഞ്ഞുകൂടാ. ഏതുവർഷമാണ് ജനിച്ചതെന്നും രൂപമില്ല. എന്നെ സംബന്ധിച്ചുള്ള എല്ലാ കാര്യങ്ങളും "ഏതാണ്ടൊരു ഊഹം" മാത്രമാണ്. കൃത്യമായി പറയാൻ തക്കവണ്ണമുള്ള രേഖകളൊന്നും ഇതുവരെ കണ്ടിട്ടില്ല. ഞാൻ ഉണ്ട്... എന്നാൽ ഇല്ല. ഒരു കാര്യവും ഓർമ്മയില്ല. എന്നാൽ എല്ലാ കാര്യങ്ങളും ഓർക്കുന്നുണ്ട്. നാടുവിട്ടുപോരുമ്പോൾ അമ്മ എന്നെ ഗർഭം ധരിച്ചിരുന്നുവെന്ന് തോന്നുന്നു. എന്തുകൊണ്ടാണ് അങ്ങനെയൊരു തോന്നൽ? കാരണം, തീവണ്ടിയുടെ ചൂളംവിളി എന്നെ എപ്പോഴും അസ്വസ്ഥയാക്കുന്നു... തീവണ്ടിമുറികളുടെ ആ പ്രത്യേക ഗന്ധവും സഹിക്കാനാവില്ല. സ്റ്റേഷനിൽ വന്ന് ആളുകൾ കരയുന്നതും ഇഷ്ടമല്ല.

* ഒസാഡ്നിക് - പോളിഷ് ഭാഷയിൽ കുടിയേറ്റക്കാരൻ. കിഴക്കൻ അതിർത്തി പ്രദേശം - ഇന്നത്തെ പടിഞ്ഞാറൻ ഉക്രേൻ, ബെലാറസ, ലാറ്റ്വി തുടങ്ങിയ ഭൂവിഭാഗങ്ങൾ. 1918നും '39നുമിടയ്ക്ക് അത് പോളണ്ടിന്റെ ഭാഗമായിരുന്നു

ആധുനിക രീതിയിലുള്ള പുതിയ വണ്ടികളോട് അത്ര വിരോധമില്ല. എന്നാൽ പഴയ ചരക്കുവണ്ടികൾ കടന്നുപോകുന്നതു കണ്ടാൽ കണ്ണുകൾ താനേ നിറയും. നിറയെ കന്നുകാലികളെ കയറ്റിക്കൊണ്ടു പോകുന്ന വണ്ടികൾ. അവയുടെ ദയനീയമായ കരച്ചിൽ... അങ്ങനെ യൊരു വണ്ടിയിലാണ് അവർ അന്ന് ഞങ്ങളെ കയറ്റി അയച്ചത്. ഞാൻ അന്ന് ജനിച്ചിട്ടില്ല. എന്നാലും എല്ലാം എനിക്കറിയാം. ഞാൻ അവിടെ ഉണ്ടായിരുന്നല്ലോ! സ്വപ്നത്തിൽ ഞാൻ മുഖങ്ങളോ പ്രത്യേക ദൃശ്യങ്ങളോ കാണാറില്ല. എന്റെ സ്വപ്നങ്ങൾ മുഴുവനും ശബ്ദങ്ങളും ഗന്ധങ്ങളുമാണ്. അൾട്ടായ് ക്രായ്... സെമീനോ ഗോർസക് എന്ന പട്ടണം. സെമീയീവ്കാ നദിയുടെ തീരത്താണത്. നാടുകടത്തപ്പെട്ടവരെ പട്ടണ ത്തിനു പുറത്തായാണ് അവർ ഇറക്കിയത്. ഒരു തടാകത്തിനു സമീപം, ഞങ്ങൾ മണ്ണിലേക്കിറങ്ങിച്ചെന്നു. മൺപുരകളിൽ പാർക്കാൻ തുടങ്ങി. ഞാൻ ജനിച്ചത് ഭൂമിക്കടിയിലാണ്. വളർന്നതും അവിടെതന്നെ. അതു കൊണ്ട് മണ്ണിന്റെ മണം എപ്പോഴും വീടിന്റെ മണമാണ്. മേൽത്തട്ടിൽ നിന്നും എപ്പോഴും വെള്ളം ഇറ്റുവീണുകൊണ്ടിരിക്കും. ഒരിക്കൽ ഒരു വലിയ മൺകട്ട അടർന്ന് എന്റെ നേരെ വീണു. വാസ്തവത്തിൽ അതൊരു തവളയായിരുന്നു. ഞാൻ തീരെ ചെറുതായിരുന്നു. ഈ വക സംഗതികൾ കണ്ട് ഭയക്കണമെന്ന് എനിക്കറിയില്ലായിരുന്നു. ഞാൻ ഉറങ്ങിയിരുന്നത് രണ്ട് ആൺകുട്ടികളോടൊപ്പമായിരുന്നു. അവയുടെ ചുടുകാഷ്ഠം എനിക്കും ചൂടുപകർന്നു. എന്റെ വായിൽനിന്ന് ആദ്യമായി പുറത്തുവന്ന വാക്ക് ബാ... എന്നായിരുന്നു. മാ എന്നോ മ്മ എന്നോ ആയി രുന്നില്ല. എന്റെ ചേച്ചി വ്ളാഡിയാ പറയും ആടുകൾ മനുഷ്യരെപ്പോലെ സംസാരിക്കില്ല എന്നത് എനിക്ക് വലിയ അദ്ഭുതമായിരുന്നുവെന്ന്. എനിക്കാകെ ഒരമ്പരപ്പ്. നമ്മളും ആടുകളും ഒരുപോലെ എന്നായിരുന്നു വിചാരം. വേർതിരിവുകളേതുമില്ലാത്ത ഒരേ ലോകം. ഇപ്പോഴും സത്യ ത്തിൽ ആ വ്യത്യാസം എനിക്കറിഞ്ഞുകൂടാ. മനുഷ്യരും മൃഗങ്ങളും തമ്മിലുള്ള വ്യത്യാസം ഞാൻ എപ്പോഴും അവയോടു സംസാരിക്കും. പറയുന്നത് അവർ മനസ്സിലാക്കുകയും ചെയ്യും. അതുപോലെത്തന്നെ യാണ് ചീവീടുകളും എട്ടുകാലികളും. അവയൊക്കെ എപ്പോഴും എന്റെ ചുറ്റുവട്ടത്തുണ്ടായിരുന്നു. പുൽച്ചാടികളുടെ ഒരു നിറഭംഗി! ആരോ ചായ മടിച്ചുവെച്ചതുപോലെ. അവയെല്ലാമായിരുന്നു കളിപ്പാട്ടങ്ങൾ. വസന്തകാല മായാൽ ഞങ്ങൾ ഒരുമിച്ച് പുറത്ത് വെയിലത്തേക്കിറങ്ങും. പുല്ലുകൾക്കി ടയിൽ മുട്ടിലിഴഞ്ഞ് ഭക്ഷണം തേടും. കൂട്ടത്തിൽ വെയിലും കായും. തണുപ്പുകാലമായാൽ ഞങ്ങൾ മറഞ്ഞുകിടക്കും. വിശപ്പ് സഹിച്ച് മയ ങ്ങിക്കിടക്കും. മരങ്ങളെപ്പോലെ എനിക്ക് എന്റേതായ ഒരു പാഠശാലയു ണ്ടായിരുന്നു. മനുഷ്യർ മാത്രമായിരുന്നില്ല അധ്യാപകർ. പുല്ലും മരവു മൊക്കെ എന്നെ പാഠങ്ങൾ പഠിപ്പിച്ചു. അവ പറയുന്നതൊക്കെ വ്യക്ത മായി കേട്ടിരുന്നു. ലോകത്തിൽ എന്നെ സംബന്ധിച്ചിടത്തോളം ഏറ്റവും രസമുള്ള സംഗതി മൃഗങ്ങളാണ്. വളരെ വളരെ അതിശയകരമാണ്

അവയുടെ കാര്യം. ആ അദ്ഭുതലോകത്തിൽനിന്ന് വിശേഷഗന്ധങ്ങളിൽനിന്ന് എങ്ങനെയാണ് എന്നെ അറുത്തുമാറ്റുക! ആവാത്ത കാര്യം തന്നെ. ഒടുവിൽ സൂര്യൻ പുറത്തേക്കു വരും. വേനൽക്കാലമായി. ഇനി എനിക്ക് മണ്ണിനടിയിൽനിന്നും പുറത്തേക്ക് പോകാം. ചുറ്റും കണ്ണഞ്ചിപ്പോകുന്ന സൗന്ദര്യം. ആർക്കും ആർക്കുവേണ്ടിയും ഭക്ഷണം പാകം ചെയ്യേണ്ടതില്ല. അതിനും പുറമെ എല്ലാം സംഗീതം പൊഴിക്കുന്നു. നിറക്കൂട്ടുകളണിഞ്ഞു നില്ക്കുന്നു. ഓരോ പുൽക്കൊടിയും ഇലയും പൂവും പറിച്ചെടുത്ത് രുചിച്ചുനോക്കും. ഓരോ വേരും ഞാൻ വായിലിട്ട് ചവയ്ക്കും. ഒരിക്കൽ കുറെ അധികം "ഹെൻബേൻ" തിന്നു... മരിച്ചുപോയില്ല എന്നേയുള്ളൂ. വലിയൊരു നിശ്ചലദൃശ്യമായി അതെല്ലാം ഇന്നും ഓർമ്മയിലുണ്ട്. ബ്ലൂബിയേഡ് മലനിരകൾ... അതിൽനിന്നും താഴേയൊഴുകി പരക്കുന്ന നീലവെളിച്ചം. ആ വെളിച്ചം... ഇടതുവശത്തുനിന്നാണ് അതു വരുന്നത്. മലഞ്ചെരുവിലൂടെ താഴേക്കിറങ്ങി ആ മലനിരകളെ അത് അടിമുടി പ്രകാശപൂർണമാക്കുന്നു. ആ കാഴ്ചകൾ.. അതൊക്കെ വേണ്ടവിധത്തിൽ വിവരിക്കാനുള്ള വാഗ്വൈഭവം എനിക്കില്ലല്ലോ എന്ന് സങ്കടം തോന്നുന്നു. അതിനൊരു പുനർജീവനം നല്കാൻ എനിക്ക് കഴിവില്ല. വാക്കുകൾ നമ്മുടെ വൈകാരിക ഭാവങ്ങൾക്ക് ചെറിയൊരു പിൻതുണ മാത്രമേയാകുന്നുള്ളൂ. നമ്മുടെ വികാരങ്ങളെ അവ പൂർണ്ണമായും പ്രതിഫലിപ്പിക്കുന്നില്ല. കടും ചുവപ്പുനിറത്തിലുള്ള പോപ്പി പൂക്കൾ. തുർക്കി തൊപ്പികളുടെ ഛായയുള്ള ലില്ലിപ്പൂക്കൾ കൂട്ടംകൂട്ടമായി വിടർന്നുനില്ക്കുന്ന പിയനിപൂക്കൾ. എല്ലാം കൺമുമ്പിൽ. മറ്റൊരു ചിത്രവും ഓർമ്മയിൽ തെളിയുന്നു. ഞാൻ ഏതോ ഒരു വീടിന്റെയരികത്തിരിക്കുന്നു. തൂണിപോലെ എന്തോ താഴേക്കിറങ്ങിവരുന്നു. ഭിത്തിയോട് ചേർന്ന്. അതിൽ പല പല നിറങ്ങൾ. അതും അനുനിമിഷം മാറിക്കൊണ്ടിരിക്കുന്നു. കുറെ അധികം നേരം അതുനോക്കി അവിടെയിരുന്നു. ആ നിറങ്ങൾ നോക്കി സ്തബ്ധയായി ഇരുന്നതാണ്. അല്ലായിരുന്നുവെങ്കിൽ ആ ഇരുപ്പിൽ മരിച്ചുപോയേനെ. എന്തുതരം ആഹാരമാണ് ഞങ്ങൾ കഴിച്ചിരുന്നത്? തീരെ ഓർക്കുന്നില്ല... അതോ ശരിയായ അർത്ഥത്തിൽ ആഹാരമെന്നു പറയാൻ തക്കവണ്ണം വല്ലതും കഴിച്ചിരുന്നുവോ?

വൈകുന്നേരമായാൽ കരിപിടിച്ച ആൾക്കൂട്ടങ്ങൾ വരിവരിയായി നടന്നുവരുന്നതു കാണാം. കറുത്ത വസ്ത്രങ്ങളും കറുത്ത മുഖങ്ങളും നാടുകടത്തപ്പെട്ടവർ. ഖനികളിൽ പണിയെടുത്ത് തകർന്ന് വൈകീട്ട് വീടുകളിലേക്ക് മടങ്ങുകയാണ്. എല്ലാവരും കാണാൻ അച്ഛനെപോലെ ത്തന്നെ. അറിയില്ല, അച്ഛൻ എന്നെ സ്നേഹിച്ചിരുന്നുവോ ഇല്ലയോ? അഥവാ ആരെങ്കിലും സ്നേഹിച്ചിരുന്നുവോ?

എനിക്ക് വളരെ കുറച്ച് ഓർമ്മകളേയുള്ളൂ. എപ്പോഴും തോന്നാറുണ്ട്. അത്രയും പോരാ എന്ന്. ഇരുട്ടിൽ ഞാനെപ്പോഴും തിരഞ്ഞുകൊണ്ടിരിക്കുന്നു. എന്തെങ്കിലുമൊക്കെ തോണ്ടിയെടുക്കാൻ. അങ്ങനെ

എപ്പോഴുമൊന്നും അതു സംഭവിക്കാറില്ല. വളരെ അപൂർവമായിമാത്രം.. ഓർക്കാപ്പുറത്ത് വല്ലതുമൊന്ന് ഓർമ്മയിൽ തെളിയും. അതിനുമുമ്പ് ഓർക്കാതിരുന്ന എന്തെങ്കിലും കാര്യം. ഓർമ്മകൾ... എല്ലാം കയ്പു നിറഞ്ഞതാണ്... എന്നാലും അവ എന്നെ സന്തോഷിപ്പിക്കുന്നു. അങ്ങനെ എപ്പോഴെങ്കിലും ഏതെങ്കിലുമൊരു ഓർമ്മ പെട്ടെന്നു പൊന്തിവന്നാൽ സന്തോഷമായി.

തണുപ്പുകാലത്തെക്കുറിച്ച് ഒരു ഓർമ്മയുമില്ല. തണുപ്പുകാലമായാൽ ഞങ്ങളുടെ മൺപുര വിട്ട് പുറത്തേക്കിറങ്ങുകയില്ല. രാവും പകലും എപ്പോഴും ഒരു പോലെ. തീരെ മങ്ങിയൊരു വെളിച്ചമാണ് പകലും. സ്വന്ത മെന്നു പറയാൻ ഏതാനും കിണ്ണങ്ങളും സ്പൂണുകളുമൊഴികെ ഞങ്ങൾക്ക് എന്തെങ്കിലും ഉണ്ടായിരുന്നുവോ? വസ്ത്രങ്ങൾ പോലു മുണ്ടായിരുന്നില്ല. ഒരു പിടി കീറത്തുണികളാണ് വാരിചുറ്റിയിരുന്നത്. ഷൂസുകളുടെ സ്ഥാനത്ത് മുട്ടോളമെത്തുന്ന റബ്ബർ "ഗാലോഷുകൾ" എന്റേത് അമ്മയുടെ പോലെത്തന്നെയായിരുന്നു. ആവശ്യത്തിലധികം വലുപ്പം. തീരെ പഴയതും. അമ്മ ഉപയോഗിച്ച് പഴകിയതായിരുന്നു. അനാഥാലയത്തിൽ ചെന്നുചേർന്നതിൽ പിന്നെയാണ് ആദ്യമായി കോട്ടും കൈയ്യുറകളും കിട്ടിയത്. കൂടെ ചെറിയൊരു തൊപ്പിയും.

ചേച്ചി വ്ളാഡിയയുടെ മുഖം ഓർമ്മയിലെത്തി. ഇരുട്ടിൽ അത് കൂടു തൽ കൂടുതൽ വിളർത്തു വരും. ദിവസങ്ങളോളം ഒരു മൂലയിൽ ചുമച്ചു ചുമച്ച് കിടക്കും. ക്ഷയരോഗിയായിരുന്നു അവൾ. ഖനികളിൽ പണി യെടുത്തു സമ്പാദിച്ചത്. "ക്ഷയം" എന്ന വാക്ക് എനിക്ക് കേട്ടു പരിചയ മുള്ളതായിരുന്നു. അമ്മ കരയാറില്ല. കരഞ്ഞു കണ്ടതായി എന്റെ ഓർമ്മ യിലില്ല. അധികം സംസാരിക്കാറുമില്ല. ക്രമേണ അവർ തീരെ മിണ്ടാ തായി. ചുമ കുറച്ചൊന്നു ശമിച്ചാൽ വ്ളാഡിയ എന്നെ അവളുടെ അരികി ലേക്കു വിളിച്ചു. "ഞാൻ പുഷ്കിന്റെ വരികളാണ് ചൊല്ലുന്നത്. നീ അത് ഏറ്റുചൊല്ലണം." ഞാൻ അത് അതേപടി ആവർത്തിച്ചു. "മഞ്ഞും... വെയിലും... എത്ര ഉജ്ജ്വലമായ ദിവസം. സുന്ദരിയായ എന്റെ കൂട്ടുകാരി. നീ ഇപ്പോഴും സ്വപ്നം കാണുകയാണോ?" തണുപ്പുകാലത്തിന്റെ ചിത്രം. ഓർമ്മയിൽനിന്നും പെറുക്കിയെടുക്കാൻ ഞാൻ ശ്രമിച്ചു. പുഷ്കിൻ കണ്ട തണുപ്പുകാലം... അതെങ്ങനെയുള്ളതായിരുന്നു?

ഞാൻ വാക്കിന്റെ അടിമയാണ്... വാക്കുകളിൽ അടിയുറച്ച വിശ്വാസ മുണ്ട്. അപരിചിതരിൽ നിന്നായാൽ പോലും കേൾക്കാൻ കാത്തിരുന്ന വാക്കുകൾ കേൾക്കാനാകുമെന്ന് എപ്പോഴും പ്രതീക്ഷിക്കുന്നു. അപരി ചിതരുടെ കാര്യത്തിൽ എപ്പോഴും പ്രതീക്ഷയ്ക്ക് വകയുണ്ട്. ഞങ്ങൾ തയ്യാറായിക്കഴിഞ്ഞു. ആരോടെങ്കിലും സംസാരിക്കാൻ തുടങ്ങി കുറച്ചു കഴിഞ്ഞാൽ വാക്കുകളെല്ലാം ചോർന്നു പോയതായി തോന്നും. അവിടെ ഒന്നും ബാക്കിയില്ലാത്തതുപോലെ. ഓർമ്മകൾ എങ്ങോ മറഞ്ഞു പോകുന്നു. അവ ഉണ്ടായിരുന്നിട്ടും ശൂന്യമായൊരു പൊത്തായി മാറുന്നു. ആ ഓർമ്മകൾ വീണ്ടും എന്നിലേക്കു തിരിച്ചെത്താൻ വളരെയധികം

നേരം കാത്തിരിക്കേണ്ടി വരുന്നു. അതുകൊണ്ടാണ് മിക്കവാറും മൗന മവലംബിക്കുന്നത്. എന്റെ തന്നെ ഉള്ളിലിട്ട് ഓർമ്മകളെ പരുവപ്പെടുത്തു കയാണ്. പാതകൾ. അറ്റമില്ലാത്ത ഊടുവഴികൾ. ഇടുങ്ങിയ കുളങ്ങൾ...

ഏതാനും തുണിത്തുണ്ടുകൾ... എവിടെനിന്നാണവ വന്നുവീണത്? പല പല നിറങ്ങൾ. ഏറ്റവും അധികം ഇളം ചുകപ്പായിരുന്നു. ആരോ കൊണ്ടുവന്നു തന്നതാണ്. അതിൽനിന്നും ഞാൻ കൊച്ചു കൊച്ചു മനുഷ്യരെ തുന്നിയുണ്ടാക്കി. എന്റെ തന്നെ തലമുടി വെട്ടിയെടുത്ത് ഞാൻ ആ പാവകളിൽ തുന്നിപിടിപ്പിച്ചു. വ്യത്യസ്തമായ കേശാലങ്കാരങ്ങൾ. അവർ എന്റെ ചങ്ങാതിമാരായിരുന്നു. പാവകൾ എന്താണെന്ന് അറിയു മായിരുന്നില്ല. ഒരിക്കലും ഒരു പാവയെ കണ്ടിട്ടില്ലായിരുന്നു. അപ്പോഴേക്കും ഞങ്ങൾ പട്ടണത്തിലേക്ക് താമസമായിരുന്നു. അവിടേയും താമസിച്ചിരു ന്നത് ശരിയായ ഒരു വീട്ടിലായിരുന്നില്ല. ഒരു കെട്ടിടത്തിന്റെ നിലവറയി ലായിരുന്നു. അവിടെ കരിപിടിച്ച ഒരേയൊരു ജനൽ മാത്രമേ ഉണ്ടായിരു ന്നുള്ളൂ. പക്ഷേ, ഞങ്ങൾക്ക് ഒരു മേൽവിലാസമുണ്ടായിരുന്നു. 17, സ്റ്റാലിൻ സ്ട്രീറ്റ്. മറ്റു പലരേയും പോലെ ഇപ്പോൾ ഞങ്ങൾക്കും സ്വന്തമായി ഒരു മേൽവിലാസം, അവിടെ കൂട്ടായി ഒരു പെൺകുട്ടിയുണ്ടാ യിരുന്നു. അവൾ താമസിച്ചിരുന്നത് എന്നെപോലെ ഒരു നിലവറയ്ക്കക ത്തായിരുന്നില്ല. ശരിക്കുള്ളൊരു വീട്ടിൽത്തന്നെയായിരുന്നു. അവൾക്ക് നല്ല ഉടുപ്പുകളും ഷൂസുമാണുണ്ടായിരുന്നത്. അപ്പോഴും ഞാനിട്ടിരുന്നത് അമ്മയുടെ പഴയ ഗലോഷുകളായിരുന്നു. എന്റെ തുണിത്തുണ്ടുകൾ കൂട്ടു കാരിയെ കാണിക്കാനായി വെളിയിൽ കൊണ്ടുവന്നു. നിലവറയ്ക്കകത്തു കണ്ടതിനേക്കാൾ ഭംഗിതോന്നി. പുറത്തേക്കെടുത്തപ്പോൾ, അവൾക്ക് ആ തുണിക്കഷണങ്ങൾ വേണമെന്നു പറഞ്ഞു. പകരമായി മറ്റെന്തോ തരാൻ അവൾ തയ്യാറായിരുന്നു. പക്ഷേ ഞാൻ കൊടുത്തില്ല. മറ്റെന്തുതന്നെ തരാമെന്നു പറഞ്ഞാലും അത് കൈമാറാൻ ഒരുക്കമായിരുന്നില്ല. അപ്പോ ഴേക്കും അവളുടെ അച്ഛൻ അവിടെയെത്തി. “ആ തെണ്ടിപ്പെണ്ണിന്റെ കൂടെ കളിക്കണ്ട” അയാൾ മകളെ ശാസിച്ചു. എനിക്കു മനസ്സിലായി. അവർ എന്നെ പുറത്താക്കുകയാണെന്ന്. ഒന്നും മിണ്ടാതെ പതുക്കെ പിൻ വാങ്ങുകയാണ് നല്ലത്. ഇതെല്ലാം മുതിർന്ന ഒരാളുടെ വാക്കുകളാണ്. ഒരു കുട്ടിയുടെ വിചാരങ്ങളല്ല. എന്നാലും മനസ്സിലുണ്ടായ വിങ്ങൽ.

ഞാനിപ്പോഴും ഓർക്കുന്നു. എന്തൊരു സങ്കടമായിരുന്നു. വ്യക്തമാക്കാ നാവില്ല. അവനവനെ പ്രതിയായിരുന്നില്ല ആ വേദനയും വ്യസനവും. പെട്ടെന്ന് വളരെയധികം സ്വാതന്ത്ര്യം കിട്ടിയതുപോലെ. അവനവനോടു തോന്നുന്ന സഹതാപമല്ല? അത് അല്പമെങ്കിലും ബാക്കിനില്ക്കുന്നു ണ്ടെങ്കിൽ അതിനർത്ഥം നിങ്ങൾ മനുഷ്യത്വത്തെ പാടെ വിട്ടുകളഞ്ഞി ട്ടില്ല എന്നാണ്. അത് പൂർണ്ണമായും കൈവിട്ട് കളഞ്ഞാൽ പിന്നെ നിങ്ങൾക്ക് മറ്റു മനുഷ്യരുടെ ആവശ്യമില്ല. തനിക്ക് താൻ മാത്രം മതി. എന്റെ കാര്യം... ഞാൻ കുറെ അധികം ദൂരം കടന്നുപോയിരിക്കുന്നു.

ഇനി വികാരങ്ങളെ വ്രണപ്പെടുത്തുക പ്രയാസമാണ്. ഞാൻ കരയാറി ല്ലെന്നു പറയാം. സാധാരണമട്ടിലുള്ള സങ്കടങ്ങൾ... എനിക്ക് ചിരിയാണ് വരാറ്. സ്ത്രീകളുടെ ആവലാതികളും പ്രശ്നങ്ങളും പലപ്പോഴും ഒരഭി നയമായാണ് ഞാൻ കാണാറ്. ജീവിതം എന്ന നാടകം. എന്നാൽ ഒരു കുട്ടി കരയുന്നതു കണ്ടാൽ, അഗതിയും അവശനുമായൊരാൾ കണ്ണിൽ വന്നുപെട്ടാൽ... എനിക്ക് മുഖം തിരിച്ച് കടന്നുപോകാനാവില്ല. ദുഃഖ ങ്ങളുടെ... ദുരന്തങ്ങളുടെ സ്വരങ്ങളും ഗന്ധങ്ങളും ഇപ്പോഴും ഓർമ്മയിൽ നിറഞ്ഞുനില്ക്കുന്നുണ്ട്... അവരുടെ മനോവീചികൾ എനിക്കെത്തിപ്പിടി ക്കാനാവും. ആ തരംഗങ്ങൾക്കു സമാനമായവ ഇപ്പോഴും എന്റെ മനസ്സി ലുണ്ട്. അതിനോട് ശ്രുതിചേർക്കാൻ എന്റെ മനസ്സിന് എളുപ്പത്തിലാവും... ആ സ്വരങ്ങളും ഗന്ധങ്ങളും എന്റെ തന്നെ ശൈശവമാണ്. സഹോദരി വ്ളാഡിയായോടൊപ്പം നടക്കാറുള്ളത് ഓർത്തുപോകുന്നു. ഞങ്ങളുടെ കൈയിൽ ഒന്നാന്തരമൊരു പുതപ്പുണ്ടായിരുന്നു. വാസ്തവത്തിൽ മറ്റേതോ ലോകത്തിലേക്കു വേണ്ട മനോഹരമായൊരു വസ്തു. വ്ളാഡിയ ആരോ പറഞ്ഞേല്പിച്ചതുപ്രകാരം കമ്പിളി നൂലിൽ മെനഞ്ഞെടുത്തതാ യിരുന്നു അത്. കമ്പിളി തുന്നലിൽ അവൾ മിടുക്കിയായിരുന്നു. അങ്ങനെ തുന്നിക്കിട്ടിയ തുകകൊണ്ടാണ് ആ കാലത്ത് ജീവിച്ചിരുന്നത്. ഞങ്ങൾ ആ സ്ത്രീക്ക് പുതപ്പുകൊടുത്തു. അവർ അതിനുള്ള പ്രതിഫലവും തന്നു. "ഞാൻ നിങ്ങൾക്കു കുറച്ചു പൂക്കളിറുത്തുതരാം." പൂക്കളോ... ഞങ്ങൾക്കോ?" അത് വളരെ മാന്യമായൊരു പരിസരമായിരുന്നു. ഞങ്ങൾ രണ്ടുപേരും പിച്ചക്കാരികളെ പോലെ അവിടെ നോക്കിനിന്നു. നല്ല തണുപ്പ് അതിലേറെ വിശപ്പ്. അവർ ഞങ്ങൾക്ക് തരാൻ പോകുന്നതോ... ഒരു പിടി പൂക്കൾ. ഞങ്ങളുടെ ചിന്ത അന്നൊക്കെ എപ്പോഴും റൊട്ടിയെക്കുറിച്ചു മാത്രമായിരുന്നു. പക്ഷേ ആ സ്ത്രീക്കു തോന്നിയിരിക്കാം, മറ്റു പലതിനെ ക്കുറിച്ചും ഞങ്ങൾ ചിന്തിക്കുന്നുണ്ട് എന്ന്. അവനവന്റെ സാഹചര്യ ങ്ങൾക്കുള്ളിൽ പൂട്ടപ്പെട്ട നിലയിലാണ് ഓരോരുത്തരും. ചുറ്റും കനത്ത ഭിത്തികൾ പോലെ അവ ഉയർന്നു നില്ക്കുന്നു. ഓർക്കാപുറത്ത് ആരോ ഒരു ചെറിയ പിളർപ്പുണ്ടാക്കുന്നു. ഒരു കിളിവാതിൽ തുറക്കുന്നു. എവിടെ നിന്നോ, അല്പം ശുദ്ധവായു കടന്നുവരുന്നു. റൊട്ടിക്കും ഭക്ഷണവസ്തു ക്കൾക്കും പുറമെ വേറെ ചിലതുകൂടി ഞങ്ങൾക്കു തരാൻ ആളുകൾ തയ്യാറാകുന്നു... ഒരു പിടി പൂക്കൾ! അതൊരു തിരിച്ചറിവായിരുന്നു. ഞങ്ങൾ മറ്റുള്ളവരിൽനിന്നും വ്യത്യസ്തരല്ല. എല്ലാവരേയും പോലെ ത്തന്നെയാണ് ഞങ്ങളും... പതിവുചട്ടങ്ങളെ ലംഘിച്ചുകൊണ്ടുള്ള വാക്കു കൾ... "ഞാൻ നിങ്ങൾക്ക് പൂക്കളിറുത്തുതരാം." വീട്ടിലുള്ള പൂവ് എടുത്തു കൊണ്ടുവന്നു തരാമെന്നല്ല. സ്വന്തം തോട്ടത്തിൽനിന്നും പൂക്കളിറുത്ത് തരാം എന്നാണവർ പറഞ്ഞത്. ആ നിമിഷം എന്റെ മുമ്പിൽ ഒരു വാതിൽ തുറന്നുകിട്ടി. മറ്റൊരു തരത്തിൽ പറഞ്ഞാൽ ആ വാതിൽ തുറക്കാനുള്ള താക്കോൽ എന്റെ കൈയിൽ കിട്ടി. എന്റെ ലോകം കീഴ്മേൽ മറിഞ്ഞു.

അവർ ഞങ്ങൾക്കായി തന്ന പൂച്ചെണ്ട് ഓർക്കുന്നു. വലിയൊരു കെട്ട് "കോസ്മോസ്" പൂക്കൾ. ഇപ്പോൾ ഞാനെപ്പോഴും നാട്ടിൻപുറത്തെ വീട്ടുമുറ്റത്ത് കോസ്മോസ് നട്ടു വളർത്താറുണ്ട്. (വാസ്തവത്തിൽ ഞങ്ങൾ ഇപ്പോൾ ഇരിക്കുന്നത് അവരുടെ വീട്ടിലാണ്. മുറ്റം നിറയെ പലതരം ചെടികളും മരങ്ങളും). ഈയിടെ ഞാൻ സൈബീരിയയിലേക്ക് പോയി. സെമിനോ ഗോർസ്കിലേക്ക് ഒരു തിരിച്ചുപോക്ക്. ഞങ്ങൾ താമസിച്ചിരുന്ന തെരുവ് അന്വേഷിച്ചുചെന്നു. ആ വീട്... അതിന്റെ നിലവറ. അവിടെ ഒന്നുമുണ്ടായിരുന്നില്ല. ഒക്കെ പൊളിച്ചുമാറ്റിയിരിക്കുന്നു. പലരോടും ചോദിച്ചു. "ഞങ്ങളെ ഓർമ്മയുണ്ടോ?" വളരെ വയസ്സനായ ഒരാൾ മാത്രം പറഞ്ഞു. "ഓർമ്മയുണ്ട്... ആ വീടിന്റെ നിലവറയിൽ ഒരു സുന്ദരിക്കുട്ടി താമസിച്ചിരുന്നു. അവളൊരു രോഗിയായിരുന്നു" കഷ്ടപ്പാടുകളേക്കാൾ മനുഷ്യരുടെ ഓർമ്മയിൽ തങ്ങിനില്ക്കുന്നത് സൗന്ദര്യമാണ്. എന്റെ ചേച്ചി വ്ളാഡിയ സുന്ദരിയായിരുന്നു. അതുകൊണ്ടുതന്നെയാണ് അന്ന് ആ സ്ത്രീ ഞങ്ങൾക്ക് പൂക്കൾ തന്നത്.

ഞാൻ സെമിത്തേരിയിലേക്ക് പോയി. പടിക്കൽത്തന്നെ ഒരു കാവൽപ്പുര. ജനലുകൾ കൊട്ടിയടച്ചിരുന്നു. കുറച്ചധികം നേരം ഞാൻ വാതിലിൽ മുട്ടി. കാവൽക്കാരൻ പുറത്തേക്കുവന്നു. അയാൾ അന്ധനായിരുന്നു... ഇതെന്തു നിമിത്തമാണ്? എന്റെ മനസ്സ് ചോദിച്ചു. "നാടുകടത്തപ്പെട്ടവരുടെ ശവമടക്കിയിട്ടുള്ള സ്ഥലം എവിടെയാണെന്ന് പറഞ്ഞു തരാമോ?"

"ദാ... അവിടെയാണ്" അയാൾ മുകളിലേക്കും താഴേക്കും കൈവീശി. ആരോ ചിലർ എന്നെ അങ്ങേയറ്റത്തേക്ക് കൂട്ടിക്കൊണ്ടുപോയി. അവിടെ കുറെ പുല്ലു മുളച്ചുനിന്നിരുന്നു. അത്രമാത്രം. വേറൊന്നും ശേഷിച്ചിരുന്നില്ല. അന്നുരാത്രി എനിക്കുറങ്ങാനായില്ല. വല്ലാത്തൊരു വീർപ്പുമുട്ടൽ... കോച്ചിപിടുത്തം പോലെ. ആരോ എന്നെ ബലമായി ശ്വാസം മുട്ടിക്കുന്നു എന്ന തോന്നൽ. ഞാൻ ഹോട്ടലിൽനിന്നും ഇറങ്ങിയോടി. റെയിൽവേ സ്റ്റേഷനിലെത്തി. വിജനമായ നഗരവീഥികളിലൂടെ നടന്നു. സ്റ്റേഷനിൽ കാത്തിരിക്കാനുള്ള സ്ഥലം അടച്ചിട്ടിരുന്നു. പുലരുന്നതും കാത്ത് പാതയിലിരുന്നു. ഒരു പുരുഷനും സ്ത്രീയും സ്റ്റേഷനരികിൽ ഇരുന്നിരുന്നു. അന്യോന്യം പുണർന്നും ചുംബിച്ചും. അവസാനം നേരം പുലർന്നു. വണ്ടി വന്നു. ആളൊഴിഞ്ഞ ഒരു മുറിയിലേക്ക് ഞങ്ങൾ കയറി. ഞാനും നാലു പുരുഷന്മാരും. തല പാടെ വടിച്ച നാലുപേർ. കുറ്റവാളികളാണെന്നു തോന്നി. ശിക്ഷ കഴിഞ്ഞു പുറത്തുവന്നവരാവാം... അവർ എനിക്ക് കഴിക്കാൻ റൊട്ടിയും അച്ചാറും നീട്ടി. "ഞങ്ങളുടെ കൂടെ ശീട്ടുകളിക്കാൻ ചേരുന്നോ?" അവർ ചോദിച്ചു. എനിക്ക് പേടി തോന്നിയില്ല. ഏതാനും വർഷം മുമ്പ്... അധികമായിട്ടില്ല. ഞാനൊരു ട്രോളി ബസ്സിൽ കയറി. പെട്ടെന്നോർമ്മവന്നു. വ്ളാഡിയ പാടാറുള്ള ആ പാട്ട്. "എന്റെ പ്രിയപ്പെട്ടവളുടെ ശവക്കല്ലറ തേടി ഞാൻ ചെന്നു. പക്ഷേ, അതു കണ്ടുപിടിക്കുക പ്രയാസമായിരുന്നു" സ്റ്റാലിനും ആ പാട്ട് ഇഷ്ടമായിരുന്നു എന്നു പറഞ്ഞു

കേട്ടിട്ടുണ്ട്. ആ പാട്ടുകേൾക്കുമ്പോഴൊക്കെ അദ്ദേഹത്തിന്റെ കണ്ണ് നനയാറുണ്ടത്രെ. അതോടെ ആ പാട്ടിനോടുള്ള ഇഷ്ടം ഇല്ലാതായി... കൂട്ടുകാർ വ്ളാഡിയായെ കാണാനെത്തും. അവർ അവളെ നൃത്തം ചെയ്യാൻ ക്ഷണിക്കും. അതെല്ലാം നല്ല ഓർമ്മയുണ്ട്. അപ്പോഴേക്കും എനിക്ക് അഞ്ചോ ആറോ വയസ്സായിരുന്നു. അവർ അരപ്പട്ടയ്ക്കുപകരം അടിയുടുപ്പിൽ കമ്പി തുന്നിപിടിപ്പിക്കുന്നത് കണ്ടിട്ടുണ്ട്. അങ്ങനെയായാൽ ആർക്കും അത് എളുപ്പത്തിൽ വലിച്ചൂരാൻ സാധിക്കില്ല. അവിടെയുണ്ടായിരുന്നവർ മുഴുവനും നാടുകടത്തപ്പെട്ടവരും കുറ്റകൃത്യങ്ങൾ ചെയ്തവരുമായിരുന്നു. കൊലപാതകങ്ങൾ പതിവായിരുന്നു. പ്രണയത്തെക്കുറിച്ച് അപ്പോഴേക്കും ഞാൻ മനസ്സിലാക്കിയിരുന്നു. വ്ളാഡിയ സുഖമില്ലാതെ കിടന്നിരുന്നപ്പോൾ സുമുഖനായ ഒരാൾ ഇടയ്ക്കിടയ്ക്ക് അവളെ കാണാൻ വന്നിരുന്നു. മുഷിഞ്ഞ വസ്ത്രങ്ങൾ. നിർത്താതെ ചുമച്ചുകൊണ്ട് അവൾ ഒരു മൂലയിൽ കിടക്കും. എന്നാലും അയാൾ കണ്ണിമ പൂട്ടാതെ അവളെ നോക്കിക്കൊണ്ടിരിക്കും.

ഓർമ്മകൾ വേദനയാണ് എന്നാലും അവ എന്റേതുമാത്രമാണ്. എന്റെ ഭൂതകാലത്തിൽനിന്നും ഞാൻ ഓടിപ്പോവുകയല്ല. നടന്നതെല്ലാം അംഗീകരിച്ചിരിക്കുന്നുവെന്നും ആ നോവുകൾക്കും സങ്കടങ്ങൾക്കും കടപ്പെട്ടവളാണ് എന്നും പറയുകയില്ല. മനസ്സിലുള്ളത് തികച്ചും പ്രകടമാക്കാൻ മറ്റൊരു വാക്കിന്റെ ആവശ്യമുണ്ട്. ഇപ്പോൾ അത് കണ്ടുപിടിക്കാൻ ഞാനാളല്ല. എല്ലാവരിൽനിന്നും വളരെയധികം അകലെയാണ് ഞാൻ. എപ്പോഴാണ് ഞാൻ ആ അവസ്ഥയിലാവുക എന്ന് എനിക്കറിയാം. ഞാൻ തികച്ചും ഒറ്റയ്ക്കാണ്. ആ യാതനകളെ മുഴുവൻ എന്റെ കൈപ്പിടിയിലാക്കണം. അതിന്റെ നിയന്ത്രണം പൂർണമായും എന്റെ കൈയിലാവണം. അപ്പോഴേ അതിൽനിന്നും പുറത്തുകടക്കാൻ എനിക്കൊരു വഴി കണ്ടുപിടിക്കാനാവൂ. അതിൽനിന്നും പുതിയതായി എന്തെങ്കിലും നേടിയെടുക്കുകയും വേണം. അത് യഥാർത്ഥത്തിലുള്ള വിജയമായിരിക്കും. ജീവിതത്തിൽ അർത്ഥവത്തായി എന്തെങ്കിലും ചെയ്യുക... അതുമാത്രമായിരിക്കും. അങ്ങനെ വരുമ്പോൾ നിങ്ങളുടെ കൈകൾ ശൂന്യമായിരിക്കയില്ല. അല്ലാത്തപക്ഷം... എന്തിനു നരകത്തിൽചെന്നു വീഴണം?

ആരോ എന്നെ ജനലയ്ക്കരുകിലേക്ക് കൈപിടിച്ചുകൊണ്ടുപോയി. “കണ്ടില്ലേ, അവർ നിന്റെ അച്ഛനെ കൊണ്ടുപോവുകയാണ്”. ഒരു വണ്ടിയിൽ ഞാനറിയാത്ത ഒരു സ്ത്രീ എന്തോ വലിച്ചുകൊണ്ടുപോകുന്നു. ഒരു കമ്പിളിയിൽ കെട്ടിപ്പൊതിഞ്ഞ ഒരു സാധനം. അതോ ഒരാളോ? അതുകഴിഞ്ഞ് അധികം താമസിയാതെ ചേച്ചിയും ഞാനും കൂടി ഞങ്ങളുടെ അമ്മയേയും മറവുചെയ്തു. ഞങ്ങൾ തികച്ചും തനിച്ചായി. അപ്പോഴേക്കും രോഗം വ്ളാഡിയായെ നന്നേ തളർത്തിയിരുന്നു. നടക്കാൻ തന്നെ പ്രയാസം. കാലുകൾ കുഴഞ്ഞുപോകും. ചർമ്മം കടലാസുപോലെ വലിച്ചെടുക്കാമെന്നായി. ആരോ അവളുടെ കൈയിൽ ഒരു കുപ്പി കൊണ്ടുവന്നു കൊടുത്തു. മരുന്നാണെന്നാണ് ഞാൻ വിചാരിച്ചത്. പക്ഷേ, അത്

ആസിഡായിരുന്നു... വിഷം. "പേടിക്കണ്ട." കുപ്പി എന്റെ കൈയിൽ തന്ന് അവൾ പറഞ്ഞു. രണ്ടുപേർക്കും ഒപ്പം വിഷം കഴിച്ചുമരിക്കാം. ഞാന തെടുത്ത് അടുപ്പിനകത്തേക്ക് വലിച്ചെറിഞ്ഞു. കുപ്പി വീണ് ചിതറി. അടുപ്പിനകത്ത് ഒന്നുമുണ്ടായിരുന്നില്ല. എത്രയോ നാളായി അതിൽ തീ പുകഞ്ഞിട്ട്. വ്ളാഡിയ പൊട്ടിക്കരഞ്ഞു. "നീ ശരിക്കും നമ്മുടെ അച്ഛന്റെ പോലെയാണ്."

ആരോ അവളെ കണ്ടെത്തി. വ്ളാഡിയയുടെ ചങ്ങാതിമാരാകാം. അവൾക്കു ബോധമുണ്ടായിരുന്നില്ല. അവർ അവളെ ആശുപത്രിയിലെത്തിച്ചു. എന്നെ അനാഥാലയത്തിലുമാക്കി. എന്റെ അച്ഛൻ, അദ്ദേഹത്തെ കുറിച്ചോർക്കാൻ തോന്നുന്നു. പക്ഷേ, എത്രതന്നെ ശ്രമിച്ചാലും അച്ഛന്റെ മുഖം ഓർമ്മയിൽ തെളിയുകയില്ല. കുറെ കാലം കഴിഞ്ഞ് എന്റെ അമ്മായി ഒരു ഫോട്ടോ കാണിച്ചുതന്നു. അച്ഛൻ ചെറുപ്പകാലത്ത് എങ്ങനെയായിരുന്നുവെന്ന് അപ്പോഴാണെനിക്കു മനസ്സിലായത്. എനിക്ക് അച്ഛന്റെ ഛായയുണ്ട്. നല്ല ഛായ. അതുതന്നെയാണ് ഞങ്ങൾ തമ്മിലുള്ള ബന്ധം. അച്ഛൻ സുന്ദരിയായ ഒരു യുവതിയെ വിവാഹം കഴിച്ചു. ഒരു കൃഷിക്കാരന്റെ മകൾ. പാവപ്പെട്ട കുടുംബം. അവളെ ഒരു പച്ച പരിഷ്കാരിയാക്കണമെന്നായിരുന്നു അച്ഛന്റെ മോഹം. പക്ഷേ, അമ്മ എപ്പോഴും തലയിൽ ഒരു തൂവാല കെട്ടിയിരുന്നു. അതാകട്ടെ നെറ്റിയുടെ പകുതിയോളം താഴ്ന്നുകിടന്നു. പഠിപ്പും വിവരവുമുള്ള പരിഷ്കാരിയാകാൻ അവർക്കൊരിക്കലും സാധിച്ചില്ല. സൈബീരിയയിൽ വന്നതിനു ശേഷം അധികകാലം അച്ഛൻ ഞങ്ങളോടൊപ്പം താമസിച്ചില്ല. മറ്റൊരു സ്ത്രീയോടൊപ്പം പാർക്കാൻ തുടങ്ങി. അപ്പോഴേക്കും ഞാൻ ജനിച്ചു കഴിഞ്ഞിരുന്നു. അവരെ സംബന്ധിച്ചിടത്തോളം ഞാൻ ഒരു ശിക്ഷയോ ശാപമോ ഒക്കെയായിരുന്നു. എന്നെ സ്നേഹിക്കാനുള്ള ശക്തി ആർക്കുമുണ്ടായിരുന്നില്ല. എന്റെ അമ്മയ്ക്കുപോലും ഉണ്ടായിരുന്നില്ല. അവരുടെ ദുഃഖവും നിസ്സഹായതയും എന്റെ ഓരോ കോശങ്ങളിലും ഇഴുകിചേർന്നിരിക്കുന്നു. സ്നേഹത്തിന്റെ അഭാവം... വേണ്ടത്ര സ്നേഹം എനിക്കൊരിക്കലും കിട്ടുകയില്ല. ആരെങ്കിലും എന്നെ സ്നേഹിക്കുമ്പോഴും അതെനിക്ക് വിശ്വസിക്കാനാവുന്നില്ല. എന്റെ മുമ്പിൽ എപ്പോഴും തെളിവുകൾ ഉണ്ടായിക്കൊണ്ടിരിക്കണം. ലക്ഷണങ്ങളും അടയാളങ്ങളും സ്പഷ്ടമായി കാണണം. ഓരോ ദിവസവും... ഓരോ നിമിഷവും. എനിക്കറിയാം, എന്നെ സ്നേഹിക്കുക എളുപ്പമല്ല (ഏറെ നേരം അവർ മൗനം പാലിച്ചു). ഞാൻ സ്നേഹിക്കുന്നത് എന്റെ ഓർമ്മകളെയാണ്. അതിനു കാരണമുണ്ട്. എന്റെ ഓർമ്മകളിൽ ആരും മരിച്ചിട്ടില്ല. എല്ലാവരും ജീവിച്ചിരിക്കുന്നു. എനിക്കെല്ലാവരുമുണ്ട്. അച്ഛൻ... അമ്മ... വ്ളാഡിയ. എപ്പോഴും വെള്ളവിരിച്ചിട്ട ഒരു നീണ്ട മേശയ്ക്കരികത്തിരിക്കാനാണ് എനിക്കിഷ്ടം. ഞാൻ ഒറ്റയ്ക്കാണ് താമസിക്കുന്നത്. എന്നാലും അടുക്കളയിൽ നീണ്ട ഒരു മേശയുണ്ട്. അവരെല്ലാവരും എന്നോടൊപ്പവുമുണ്ട് എന്ന തോന്നൽ. ചിലപ്പോൾ വഴിനടക്കവേ, ഞാൻ അറിയാതെ വേറെ ആരുടേയോ

ഭാവങ്ങളും ആംഗ്യങ്ങളും അനുകരിക്കും. അതെന്റേതാവില്ല. അമ്മയുടേയോ വ്‌ളാഡിയയുടേതോ ആകും. ഞങ്ങളുടെ കൈകൾ പരസ്പരം തൊടുന്നതായി തോന്നും.

ഞാൻ അനാഥാലയത്തിൽ കഴിഞ്ഞിരുന്ന കാലത്ത് നാടുകടത്തപ്പെട്ടവരുടെ - ഒസാഡ്നിക് - അനാഥക്കുട്ടികളെ പതിന്നാലു വയസ്സാകുന്നതുവരെ അവിടെ പാർപ്പിച്ചിരുന്നു. അതിനുശേഷം അവരെ ഖനികളിൽ പണിയെടുക്കാനായി അയച്ചു. പതിനെട്ടു വയസ്സാകുമ്പോഴേക്കും അവർക്കൊക്കെ ക്ഷയരോഗം ബാധിക്കും. വ്‌ളാഡിയയ്ക്കു സംഭവിച്ചതുപോലെ. അതായിരുന്നു ഞങ്ങളുടെ വിധി. വ്‌ളാഡിയ പറയാറുണ്ട്. വളരെ ദൂരെ എവിടെയോ ഞങ്ങൾക്കൊരു വീടുണ്ട് എന്ന്. ഞങ്ങളുടെ അമ്മയുടെ സഹോദരി മാരിലിയ അമ്മായി ഇപ്പോഴും അവിടെ താമസിക്കുന്നുണ്ട്. അക്ഷരാഭ്യാസമില്ലാത്ത വെറും ഒരു നാട്ടിൻപുറത്തുകാരി. അവർ ഞങ്ങളെ അന്വേഷിച്ചു പലയിടത്തും നടന്നു. അപരിചിതരായ ആരൊക്കെയോ അവരുടെ പേരിൽ ഞങ്ങൾക്കു കത്തുകളെഴുതി. അതെങ്ങനെയെന്ന് ഇപ്പോഴും എനിക്കറിയില്ല. എങ്ങനെയാണ് അവർക്കതിന് സാധിച്ചത്? ഒരു ദിവസം അനാഥാലയത്തിലേക്ക് ഒരു ഉത്തരവു വന്നു. വ്‌ളാഡിയായും എന്നേയും അതിൽ കൊടുത്തിരിക്കുന്ന മേൽവിലാസത്തിലെത്തിക്കണം. അത് ബെലാറസ്സിലായിരുന്നു. ആദ്യത്തെ തവണ, മിനിസ്ക് വരെ എത്താൽ ഞങ്ങൾക്കായില്ല. മോസ്കോയിൽവെച്ച് അവർ ഞങ്ങളെ വണ്ടിയിൽനിന്നും ഇറക്കി. പിന്നീട് എല്ലാം രണ്ടാംതവണ ആവർത്തിച്ചു. വ്‌ളാഡിയയ്ക്ക് കലശലായ പനി. അവളെ ആശുപത്രിയിൽ പ്രവേശിപ്പിച്ചു. എന്നെ മാറ്റി നിർത്തി... രോഗം ബാധിച്ചിട്ടുണ്ടോ എന്ന് നിരീക്ഷിച്ചറിയാൻ. ഇല്ല എന്നുറപ്പായപ്പോൾ തത്ക്കാലത്തേക്ക് ഒരു അഭയകേന്ദ്രത്തിലേക്ക് കൊണ്ടുചെന്നാക്കി. അതൊരു വീടിന്റെ നിലവറയായിരുന്നു. എങ്ങും ക്ലോറിന്റെ രൂക്ഷമായ മണം. ചുറ്റും അപരിചിതർ. ഞാൻ എപ്പോഴും അങ്ങനെയായിരുന്നു. അപരിചിതരായവരുടെ നടുവിൽ.

ജീവിതം മുഴുവൻ അങ്ങനെത്തന്നെയായിരുന്നു. അപ്പോഴും അമ്മായി കത്തുകൾ എഴുതിക്കൊണ്ടേയിരുന്നു. ആറുമാസത്തിനുശേഷം അവർ എന്നെ കണ്ടെത്തി. ആ താത്കാലിക അഭയകേന്ദ്രത്തിൽ "വീട്" "അമ്മായി..." ആദ്യമായി ഞാൻ ആ വാക്കുകൾ കേട്ടു. അവർ എന്നെ ഒരു തീവണ്ടിയിൽ കയറ്റി. ഒരു ഇരുണ്ട മുറി. ഇടനാഴിയിൽമാത്രം കുറച്ചു വെളിച്ചം. എവിടെ നോക്കിയാലും മനുഷ്യരുടെ നിഴൽ രൂപങ്ങൾ. കൂടെ ഒരു ടീച്ചറും യാത്ര ചെയ്തിരുന്നു. രക്ഷകർത്താവായി. ആദ്യം ഞങ്ങൾ മിൻസ്കിലിറങ്ങി. അവിടെ നിന്നും പോസ്റ്റാവിയിലേക്കു ടിക്കറ്റുവാങ്ങി. വഴിയിലുള്ള പട്ടണങ്ങളുടെയൊക്കെ പേരുകൾ പറഞ്ഞു പഠിപ്പിച്ചിരുന്നു. "ഒന്നും മറക്കരുത്. നന്നായി ഓർമ്മ വെക്കണം, നമ്മുടെ കൃഷിയിടത്തിന്റെ പേര് സോവ് പിനോ എന്നാണ്." പോസ്റ്റാവിയിൽനിന്നും ഗ്രീഡ്കിയിലേക്ക് ഞങ്ങൾ നടന്നു. അമ്മായിയുടെ ഗ്രാമം. വഴിയിൽ ഒരു പാലത്തിനരികെ

ഞങ്ങൾ വിശ്രമിക്കാനിരുന്നു. രാത്രിജോലി കഴിഞ്ഞ് സൈക്കിളിൽ വീട്ടിലേക്ക് മടങ്ങുന്ന ഒരാൾ അടുത്തുവന്നന്വേഷിച്ചു. “ആരാണ്?” മാരിലിയ അമ്മായിയെ കാണാൻ വന്നവരാണ് എന്നു പറഞ്ഞപ്പോൾ അയാൾ ചിരിച്ചു. “ഇതുതന്നെയാണ് വഴി, തെറ്റിയിട്ടില്ല.” അയാൾ അമ്മായിയോടു ചെന്നു പറഞ്ഞിട്ടുണ്ടാകണം ഞങ്ങൾ വരുന്നുണ്ടെന്ന്. കാരണം, ഞങ്ങൾ അവിടെ എത്തും മുമ്പേ അവർ ഞങ്ങളുടെ അടുത്തേക്കോടിവന്നു. ദൂരെനിന്നും അവരെ കണ്ടതും ഞാൻ പറഞ്ഞു, “അവർ... എന്റെ അമ്മയെ പോലെയുണ്ട്...” അത് ശരിയായിരുന്നു. അവൻ എന്റെ അമ്മായിയായിരുന്നു.

എന്റെ മുടി വടിച്ചിരുന്നു. സ്റ്റാക്കാ അമ്മാവന്റെ വീട്ടിലെ ഒരു നീളമുള്ള ബെഞ്ചിൽ ഞാനിരുന്നു. അദ്ദേഹം അമ്മയുടെ സഹോദരനായിരുന്നു. ഉമ്മറവാതിൽ തുറന്നു കിടന്നിരുന്നു. ഗ്രാമത്തിലെ ആളുകൾ കൂട്ടമായും ഒറ്റയ്ക്കും എന്നെ കാണാൻ വന്നുകൊണ്ടിരുന്നു. വെറുതെ വാതില്ക്കൽനിന്ന് ഒന്നും മിണ്ടാതെ എന്നെ നോക്കിനില്ക്കും. ഇതെല്ലാം യാഥാർത്ഥ്യമാണെന്ന് വിശ്വസിക്കാൻ വിഷമം. ആരും അന്യോന്യം സംസാരിച്ചില്ല. വെറുതെ എല്ലാവരും നോക്കിനിന്നു. പലരും ശബ്ദമില്ലാതെ കരഞ്ഞു. തികഞ്ഞ നിശ്ശബ്ദത. ഗ്രാമം മുഴുവൻ അവിടെയെത്തി. എന്റെ കണ്ണീർ അവരുടെ കണ്ണീർകൊണ്ട് തുടച്ചുമാറ്റി. എല്ലാവരും എന്നോടൊപ്പം കരഞ്ഞു. അവർക്കെല്ലാവർക്കും എന്റെ അച്ഛനെ അറിയാമായിരുന്നു. ചിലർ അച്ഛനുവേണ്ടി കൃഷിപ്പണികളും ചെയ്തിരുന്നു. പിന്നീട് പല പ്രാവശ്യം ഞാൻ കേൾക്കുകയുണ്ടായി. “കൂട്ടുകൃഷിയിടങ്ങളിൽ പണിയെടുത്താൽ ഓരോരുത്തർക്കും പണിക്കനുസരിച്ച് മാർക്കുകളാണ് കിട്ടിയിരുന്നത്. എന്നാൽ ആന്റെക് (എന്റെ അച്ഛൻ) എപ്പോഴും കൂലിയായി പണം തന്നിരുന്നു.” അതെന്റെ പാരമ്പര്യസ്വത്തായിരുന്നു.

ഞങ്ങളുടെ വീട് കളത്തിൽനിന്നും കൂട്ടുകൃഷിയിടത്തിലേക്ക് മാറ്റി സ്ഥാപിച്ചിരുന്നു. ഇപ്പോഴും അതവിടെയുണ്ട്. ഗ്രാമസഭയുടെ വകയാണ്, ഇവരെക്കുറിച്ചെല്ലാം വിശദമായി എനിക്കറിയാം. ഒരുപക്ഷേ വേണ്ടതിലധികം. എന്റെ മനസ്സിനെ അസ്വസ്ഥമാക്കുന്ന വിവരങ്ങൾ. ഇതേ ചെമ്പട തന്നെയാണ് ഞങ്ങളുടെ കുടുംബത്തെ മുഴുവൻ ഒരു വണ്ടിയിൽ തള്ളിക്കയറ്റി റെയിൽവേ സ്റ്റേഷനിലെത്തിച്ചത്. ഇതേ ആൾക്കാർ... ആസ്ബേടാ, യൂസെഫാ.., മാറ്റേയ്... ഞങ്ങളുടെ വീട്ടിൽ കടന്നുകയറി. ആകാവുന്നത്രയും കൈക്കലാക്കി. പുറത്തുള്ള പുരകളെല്ലാം പൊളിച്ചുമാറ്റി. അവസാനത്തെ പലകയും ബാക്കിവെച്ചില്ല. ഞങ്ങളുടെ പുതിയ തോട്ടം നാനാവിധമാക്കി. ആപ്പിൾ തൈകൾ പിഴുതെറിഞ്ഞു. എന്റെ അമ്മായി വിവരമറിഞ്ഞു ഓടിവന്നു. ഞങ്ങളുടെ ഓർമ്മയ്ക്കായി സൂക്ഷിക്കാൻ അവർക്ക് കിട്ടിയത്... ഒരു ഒറ്റുകാരനെയായിരുന്നു. ആ വക കാര്യങ്ങളൊന്നും ഓർമ്മിക്കാൻ താത്പര്യമില്ല. ആ ഓർമ്മകളെ ആട്ടിപ്പായിക്കാനാണ് എപ്പോഴും ശ്രമിക്കുന്നത്. ഗ്രാമം മുഴുവൻ അരുമയായി എന്നെ കൊണ്ടു

നടന്ന ഓർമ്മ. മാറി മാറി അവർ എന്നെ കൈകളിലേറ്റി നടന്നു. “ഞങ്ങളുടെ കൂടെ വരൂ മനീച്കാ... പുതിയ കൂണുകൾ പറിച്ചുകൊണ്ടു വന്നിട്ടുണ്ട്.” “എന്റെ ഓമനക്കുട്ടിക്ക് ഞാനിത്തിരി പാലുതരട്ടെ...”

ഞാൻ ഗ്രാമത്തിലെത്തി പിറ്റേ ദിവസം മുഖത്തു നിറയെ പരുക്കൾ പൊന്തി. കണ്ണുകളിൽ കലശലായ നീറ്റൽ. തുറക്കാനാവുന്നില്ല. കൈ പിടിച്ചാണ് മുഖം കഴുകാൻ കൊണ്ടുപോയത്. ഉള്ളിൽ ഉള്ളതിനെല്ലാം അസുഖം ബാധിച്ചതുപോലെ. ഇനി എനിക്ക് പുതിയ ലോകത്തെ പുതിയ കണ്ണുകൾകൊണ്ട് നോക്കിക്കാണാം. ആ ജീവിതത്തിൽനിന്നും ഈ ജീവിതത്തിലേക്കുള്ള മാറ്റമായിരുന്നു അത്. ഇപ്പോൾ ഗ്രാമവീഥികളിലൂടെ നടന്നുവരുമ്പോൾ എല്ലാവരും എന്നെ നോക്കി പറയുന്നു. “നീയൊരു സുന്ദരിക്കുട്ടിയാണല്ലോ.... എന്തു ഭംഗിയാണ് നിന്നെ കാണാൻ.” ആ വാക്കുകൾ കേൾക്കാനായില്ലായിരുന്നുവെങ്കിൽ, മഞ്ഞുകുണ്ടിൽനിന്നും വലിച്ചെടുത്ത നായക്കുട്ടിയുടെ കണ്ണുകൾ പോലെയായിരുന്നേനെ എന്റെ കണ്ണുകളും.” ആളുകളുടെ മുഖത്തേക്ക് എനിക്ക് നേരാംവണ്ണം നോക്കാനാകുമായിരുന്നോ? സംശയമാണ്.

സാധനങ്ങൾ സംഭരിച്ചുവെക്കുന്ന ഒരു പുരയിലാണ് അമ്മായിയും അമ്മാവനും താമസിച്ചിരുന്നത്. യുദ്ധകാലത്ത് അവരുടെ വീടാകെ കത്തി നശിച്ചിരുന്നു. പിന്നീട് അവർ കെട്ടിയുണ്ടാക്കിയതായിരുന്നു ആ പുര. തത്കാലത്തേക്ക് എന്നു വിചാരിച്ചാണ് അന്നു പണിതത്. പിന്നീട് അതിൽതന്നെയായി സ്ഥിരതാമസം. വൈക്കോൽ മേഞ്ഞ മേൽക്കൂര. പുറത്തേക്കു തുറക്കുന്ന ചെറിയൊരു ജനൽവാതിൽ. ബൾബോച്ച്ക.* ഒരു മൂലയിൽ കുറെ ഉരുളക്കിഴങ്ങ് കൂട്ടിയിട്ടിരുന്നു. അതിനടുത്തായി എപ്പോഴും ഒച്ചവെക്കുന്ന ഒരു പന്നിക്കുട്ടി. തറയിൽ സിമന്റിട്ടിരുന്നില്ല. വൈക്കോലും മണലും വിരിച്ചിട്ടിരിക്കുകയായിരുന്നു. താമസിയാതെ വ്ളാഡിയയേയും അവർ അവിടേക്ക് കൂട്ടിക്കൊണ്ടുവന്നു. പക്ഷേ അവൾ അധികം നാൾ ജീവിച്ചിരുന്നില്ല. അവിടെവെച്ചുതന്നെ അവൾ മരിച്ചു. എന്നാലും അവൾക്കു സന്തോഷമായി.... സ്വന്തം വീട്ടിൽ കിടന്ന് മരിക്കാൻ കഴിഞ്ഞല്ലോ. “ഇനി മനേഷ്കക്ക് എന്തു സംഭവിക്കും?” അതായിരുന്നു അവളുടെ അവസാനത്തെ വാക്കുകൾ.

സ്നേഹത്തെക്കുറിച്ച് ഞാൻ പഠിച്ച പാഠങ്ങളെല്ലാം എന്റെ അമ്മായിയുടെ ആ കളപ്പുരയിൽനിന്നായിരുന്നു...

“ഓ...നീയെന്റെ കുഞ്ഞിക്കിളിയാണ്... പാറിനടക്കുന്ന കുഞ്ഞിതേനീച്ചയാണ്...” അമ്മായി എന്നെ ചേർത്തിരുത്തി കൊഞ്ചിച്ചു. ഞാനെപ്പോഴും അവരെ മാന്തിയും നുള്ളിയും ശല്യം ചെയ്തിരുന്നു. ആരെങ്കിലും എന്നോട് സ്നേഹം കാണിക്കുക! അതെനിക്ക് വിശ്വസിക്കാനാവാത്ത കാര്യമായിരുന്നു. ഞാൻ സ്നേഹിക്കപ്പെടുക! പതുക്കെ പതുക്കെ വളരുന്നു. എന്റെ അഴകും പ്രസരിപ്പും മറ്റുള്ളവർ കണ്ട് രസിക്കുന്നു.

* ബലോറഷ്യൻ - ഉക്രേനിയൻ

അനുമോദിക്കുന്നു. എന്നെ സംബന്ധിച്ചിടത്തോളം അതെല്ലാം വളരെ വലിയ കാര്യങ്ങളായിരുന്നു. ശരീരത്തിലെ ഓരോ മാസംപേശിയും പുഷ്ടി പ്രാപിക്കുന്നു. ഞാൻ "റഷ്യൻ" ഡാൻസു ചെയ്യാൻ തുടങ്ങി. അമ്മായിക്കു വേണ്ടി "യാബ്ലോച്കോവും നാവികനൃത്തവും" ചെയ്തു. ആ നൃത്ത ങ്ങൾ "നാടുകടത്തപ്പെട്ട" കാലത്താണ് പഠിച്ചത്. അമ്മായിക്കുവേണ്ടി പാട്ടുകൾ പാടി.

"ചുവ്വാ പൊതുവഴിയിൽനിന്നും തിരിഞ്ഞുപോകുന്ന ഒരു ഇടവഴി യുണ്ട്. ധാരാളം വണ്ടിക്കാർ അതുവഴി പോകുന്നു." "ഞാൻ ഇവിടെ കിടന്നു മരിക്കും. എന്നെ അവർ ഇവിടെ മറവുചെയ്യും. അമ്മ ഹൃദയം പൊട്ടി കരയും. പക്ഷേ എന്റെ ഭാര്യ വേറൊരു പുരുഷനെ കണ്ടെത്തും. എന്നാൽ എന്റെ അമ്മയ്ക്ക് വേറൊരു മകനുണ്ടാവില്ല." ദിവസം മുഴുവൻ ഓടിനടക്കാം. അവസാനം പാദങ്ങൾ കറുത്തു കരുവാളിക്കുന്നതുവരെ. ഞങ്ങൾക്കു ഷൂസുകളുണ്ടായിരുന്നില്ല. രാത്രി ഉറങ്ങാൻ കിടക്കുമ്പോൾ തണുപ്പു തട്ടാതിരിക്കാൻ അമ്മായി രാത്രി ഉടുപ്പിന്റെ അറ്റംകൊണ്ട് എന്റെ പാദങ്ങൾ പൊതിഞ്ഞുവെക്കും. അവർ എന്നെ മുറുകെ കെട്ടിപ്പിടിച്ചാണ് കിടക്കുക, അവരുടെ വയറിനോട് ചേർത്ത്. അമ്മയുടെ ഗർഭപാത്രത്തി ലാണ് കിടക്കുന്നതെന്ന് തോന്നും. അതുകൊണ്ടാണ് സങ്കടപ്പെടുത്തു ന്നതൊന്നും ഓർക്കാത്തത്. അതെല്ലാം മുഴുവനായും മറന്നുപോയി. ഏതോ അകലങ്ങളിൽ അവ മറഞ്ഞുകിടക്കുകയാണ്. അമ്മായിയുടെ ശബ്ദം കേട്ടാണ് ഞാൻ ഉറക്കമുണരുക. "ഞാൻ ഉരുളക്കിഴങ്ങുകൊണ്ട് മധുരമുള്ള പലഹാരമുണ്ടാക്കിയിട്ടുണ്ട്... വന്നു കഴിച്ചുനോക്കൂ..."

"വേണ്ട അമ്മായി, എനിക്കിനിയും ഉറങ്ങണം"

"അപ്പം തിന്നിട്ട് പോയി കിടന്നുറങ്ങിക്കോളൂ."

അവർക്കറിയാമായിരുന്നു. ഭക്ഷണം എനിക്ക് മരുന്നുപോലെയാ ണെന്ന്... അപ്പവും സ്നേഹവും. എന്റെ അമ്മാവൻ വിറ്റാലിക് ഒരു ആട്ടിട യനായിരുന്നു. തോളിൽ എപ്പോഴും ഒരു നീണ്ട ചാട്ടവാറുണ്ടാകും. പിന്നെ ബിർവ് മരത്തൊലികൊണ്ടുണ്ടാക്കിയ ഒരു കുഴലും. മിലിറ്ററി ജാക്കറ്റും കാലുറകളുമിട്ടാണ് നടക്കുക. മേച്ചിൽസ്ഥലങ്ങളിൽനിന്നും ദിവസവും ഞങ്ങൾക്കായി തിന്നാതെ മറ്റെന്തെങ്കിലും കൊണ്ടുവരും. ചിലപ്പോൾ പാലക്കട്ടി. അല്ലെങ്കിൽ ഒരു കഷ്ണം "സാലോ". ആടുകൾ മേയുന്നതി നിടയിൽ സ്ത്രീകൾ അമ്മാവനു കൊടുക്കുന്നതിൽ ഒരു പങ്ക്. പവിത്ര മായ ദാരിദ്ര്യം. അതവർക്കൊരു വിഷയമായിരുന്നില്ല. അതിൽ അവർക്ക് പ്രയാസമോ നാണക്കേടോ തോന്നിയതുമില്ല. അതെല്ലാം എന്നെ സംബ ന്ധിച്ചിടത്തോളം വളരെ പ്രധാനപ്പെട്ടതാണ്, വിലപിടിച്ചതാണ്. എന്റെ കൂട്ടുകാരിലൊരാൾ സങ്കടം പറഞ്ഞു. "പുതിയൊരു കാറു വാങ്ങാനുള്ള വക കൈയിലില്ല."

വേറൊരു ചങ്ങാതിയുടെ പരാതി. "ജീവിതം മുഴുവൻ ഞാനൊരു മിൻക് കോട്ട് സ്വപ്നം കണ്ടു. പക്ഷേ, ഒരിക്കലും അതെനിക്ക് വാങ്ങാ നാവില്ല,"

ഇതുമാതിരിയുള്ള വർത്തമാനങ്ങൾ കേൾക്കുമ്പോൾ എനിക്കു തോന്നും. അവർ ഒരു ചില്ലുവാതിലിനപ്പുറത്തുനിന്നാണ് സംസാരിക്കുന്നത് എന്ന്. എനിക്ക് ഒരു കാര്യത്തിലേ സങ്കടമുള്ളൂ. ഇനി ഇറക്കം കുറഞ്ഞ പാവാട എനിക്ക് ധരിക്കാൻ പറ്റില്ലല്ലോ. (അവർ ഉറക്കെ ചിരിച്ചു)

എന്റെ അമ്മായിയുടെ ശബ്ദം വളരെ പ്രത്യേകതയുള്ളതായിരുന്നു. എഡിങ്ങ് പ്യാഫിനെപോലെയാണ് അവർ പാടിയിരുന്നത്. വിവാഹവേളയിലും മറ്റും എല്ലാവരും അവരോട് പാടാൻ പറയും. ഗ്രാമത്തിൽ ആരെങ്കിലും മരിച്ചാലും അവർ അതിനുയോജിച്ച ഗാനങ്ങൾ ആലപിക്കും. അവരുടെ കൂടെ ഞാനും എല്ലായിടത്തും പോകും. തെരുവിലൂടെ അവരുടെ അരികുപറ്റി ഞാൻ വേഗം നടക്കും. ശവപ്പെട്ടിയുടെ അരികെ അവർ ഏറെ നേരം നില്ക്കും. കുറെ കഴിഞ്ഞ് എല്ലാവരിൽനിന്നും വിട്ടുമാറി മൃതശരീരത്തിന്റെ തൊട്ടടുത്തു ചെന്നുനില്ക്കും. വളരെ പതുക്കെയാണ് നടക്കുക. ഇനിയാർക്കും യാത്രാമൊഴിയായി പറയാൻ ഒന്നുമില്ല എന്ന് ബോദ്ധ്യപ്പെട്ടതിനുശേഷം എല്ലാവർക്കും എന്തെങ്കിലും പറയണമെന്നുണ്ടാകും. പക്ഷേ എന്ത്... എങ്ങനെ... എന്നറിയാതെ അവർ അന്തിച്ചു നില്ക്കുകയായിരിക്കും. അപ്പോൾ അവർ തുടങ്ങും. “മനീച്കാ എന്തിനാണ് നിങ്ങൾ ഞങ്ങളെ വിട്ടുപോയത്? തെളിവിന്റെ പകലുകളും ഇരുണ്ട രാത്രികളും ഉപേക്ഷിച്ച് നിങ്ങൾ പോയതെന്തിനാണ്? ഇനി നിങ്ങളുടെ വീട്ടുമുറ്റത്ത് ആരാണ് ചുറ്റിനടക്കുക? ആരാണ് നിങ്ങളുടെ കുഞ്ഞുങ്ങളെ ഉമ്മ വെക്കുക? സന്ധ്യക്ക് മേച്ചിൽപുറത്തുനിന്നും തിരിച്ചെത്തുന്ന പശുവിനെ ആരാണ് തൊഴുത്തിലേക്ക് വിളിച്ചുകയറ്റുക...?” വളരെ വളരെ ആർദ്രമായ സ്വരത്തിൽ... പതുക്കെ വാക്കുകൾ കണ്ടെത്തി അവർ ഈണത്തിൽ പാടും.

വളരെ സ്വാഭാവികമായ സാധാരണമായ ബിംബങ്ങൾ. അതുതന്നെയാണ് ആ പാട്ടുകളെ അത്രയും ഹൃദ്യമാക്കിയത്. ഓരോ പാട്ടും അതീവ ശോകസാന്ദ്രമായിരുന്നു. വളരെ സരളമായ ആ വാക്കുകളിൽ പരമമായ സത്യത്തിന്റെ മിന്നലാട്ടമുണ്ടായിരുന്നു. ഇനിയൊന്നും പറയാനില്ല എന്ന പ്രതീതി. സ്വരം കുറച്ചൊന്നു പതറും. അതോടെ കേട്ടുനില്ക്കുന്നവരും വിതുമ്പാൻ തുടങ്ങും. പശുവിനെ കറന്നിട്ടില്ല. ഭർത്താവ് മദ്യപിച്ച് വീട്ടിൽ ബോധംകെട്ട് കിടക്കുന്നുണ്ട് എന്നൊക്കെ ആ സ്ത്രീകൾ മറക്കും. അവരുടെ മുഖഭാവം മാറും. പേടിയും പരിഭ്രമവും മറക്കും. ഏതോ ഒരു പ്രകാശം അവരുടെ കണ്ണുകളിൽ പ്രതിഫലിക്കും. എല്ലാവരും കരയുമ്പോൾ എനിക്ക് നാണം തോന്നും. എന്റെ അമ്മായിയെ ഓർത്ത് സങ്കടം തോന്നും. തളർന്ന് അവശയായാണ് അവർ വീട്ടിലേക്ക് മടങ്ങിവരിക. “എന്റെ മനീച്കാ... അമ്മായിയുടെ തല വല്ലാതെ വിങ്ങുന്നല്ലോ!” അങ്ങനെയുള്ള മനസ്സായിരുന്നു അമ്മായിയുടേത്. ഞാൻ സ്കൂളിൽനിന്ന് ഓടിവരും. ജനാലയിൽ കൂടി അമ്മായിയെ നോക്കും. അവർ അകത്തിരുന്ന് ഞങ്ങളുടെ കീറത്തുണികൾ തുന്നിക്കൂട്ടുകയാവും. കൈയിൽ ചെറുവിരലോളം വലുപ്പമുള്ള സൂചി... അപ്പോൾ അവർ പാടുന്നുണ്ടാകും.

"വെള്ളം കോരിയൊഴിച്ച് തീ കെടുത്താൻ പറ്റും. പക്ഷേ ഉള്ളിലുള്ള സ്നേഹത്തിനെ ഒന്നുകൊണ്ടും കെടുത്താനാവില്ല." ആ ഓർമ്മകൾ.... എന്റെ ജീവിതത്തെ മുഴുവൻ പ്രകാശപൂർണ്ണമാക്കുന്നു...

അച്ഛന്റെ കുടുംബസ്വത്തായി ഞങ്ങൾക്കുണ്ടായിരുന്ന വിശാലമായ കൃഷിഭൂമികൾ... വീടിന്റെ സ്ഥാനത്ത് ശേഷിക്കുന്നത് കുറെ കല്ലും കട്ടകളും മാത്രം. എന്നാലും ആ ഊഷ്മളത എനിക്കനുഭവിക്കാനാവുന്നുണ്ട്. വീണ്ടും വീണ്ടും അതെന്നെ അങ്ങോട്ടേക്കാകർഷിക്കുന്നു. ഒരു ശവക്കല്ലറ സന്ദർശിക്കുന്നതുപോലെയാണ് ഞാൻ അവിടേക്ക് പോകുന്നത്. ഞങ്ങളുടെ പാടത്ത് എനിക്ക് രാത്രി ചിലവഴിക്കാം. ഓരോ ചുവടും സൂക്ഷിച്ചു വെച്ചുകൊണ്ടാണ് ഞാൻ കടക്കുക. അവിടെ ഒരൊറ്റ മനുഷ്യനില്ല. പക്ഷേ നിറയെ ജീവിതമുണ്ട്. ജീവിതത്തിന്റെ ശബ്ദങ്ങൾ. പലമാതിരി ജീവികൾ. വളരെ സൂക്ഷിച്ചാണ് ഞാൻ നടക്കുന്നത്. ഏതെങ്കിലുമൊരു ജീവിയുടെ വീട് എന്റെ കാൽച്ചുവട്ടിൽ ചതഞ്ഞമർന്നാലോ! എവിടെ വേണമെങ്കിലും എനിക്ക് എന്റേതായ വീടുണ്ടാക്കാം. ഒരു മൂട്ടയെ പോലെ. കുടുംബജീവിതത്തിനുള്ള ഒരു പ്രവണത സ്വാഭാവികമായി ഉള്ളിലുണ്ട്. അവിടെ പൂക്കൾ വേണം. അതിനു ഭംഗി വേണം. അനാഥാലയത്തിലേക്ക് ആദ്യമായി ചെന്ന ദിവസം ഓർമ്മവരുന്നു. അവരെന്നെ ഒരു വലിയ മുറിയിലേക്ക് കൊണ്ടുപോയി. ഇനി മുതൽ അവിടെയാണ് ഞാൻ താമസിക്കുക. നിരത്തിയിട്ടിരിക്കുന്ന വെള്ളവിരിച്ച മെത്തകൾ. ഞാൻ പ്രത്യേകം ശ്രദ്ധിച്ചത് എനിക്കുള്ള മെത്ത ജനലരുകിലാണോ എന്നാണ്. "എനിക്ക് സ്വന്തമായി ഒരലമാരയുണ്ടാകുമോ? ഞാൻ തിരഞ്ഞുകൊണ്ടിരിക്കുന്നത് എന്റെ വീടിനെയായിരുന്നു."

എത്ര നേരമായി നമ്മൾ ഇവിടെയിരുന്ന് ഇങ്ങനെ സംസാരിക്കുന്നു. അതിനിടയിൽ ഒരു കാറ്റും മഴയും വന്നുപോയി. എന്റെ അയൽക്കാരിയും ഇത്തിരി നേരം വന്നിരുന്നു. ടെലിഫോൺ മണി അടിച്ചു. അതൊക്കെ എന്നെ ബാധിക്കുന്നുണ്ട്. ഞാൻ പ്രതികരിക്കുന്നുമുണ്ട്. പക്ഷേ, ഈ കടലാസിൽ നിങ്ങൾ കുറിച്ചിടുക എന്റെ വാക്കുകൾ മാത്രമായിരിക്കും. വേറൊന്നും അതിലുണ്ടാവില്ല. അയൽക്കാരിയും ടെലിഫോൺ മണിയുമൊന്നും എന്റെ ഓർമ്മയിൽ മിന്നിമറഞ്ഞ കാര്യങ്ങൾ. പക്ഷേ ഞാൻ പറയാതിരുന്ന കാര്യങ്ങൾ പ്രകടമാക്കപ്പെട്ടില്ലെങ്കിലും അവയുടെ സാന്നിദ്ധ്യം ഞാൻ മനസ്സിലാക്കി. നാളെ ഒരുപക്ഷേ ഞാൻ ഈ കഥ പറയുക തീർത്തും വ്യത്യസ്തമായ ഒരു രീതിയിലാകാം. വാക്കുകൾ അവിടെയുണ്ടാകും. പക്ഷേ, ഞാൻ മുന്നോട്ടുപോയിക്കഴിഞ്ഞിരിക്കും. അതുമായി പൊരുത്തപ്പെട്ടു ജീവിക്കാൻ ഞാൻ പഠിച്ചുകഴിഞ്ഞു. എങ്ങനെയെന്ന് എനിക്കറിയാം. അതങ്ങനെ നീണ്ടുപോകുന്നു.

ആരാണ് എനിക്ക് ഇതെല്ലാം തന്നത്. ദൈവമാണോ? അതോ ആളുകളോ? ദൈവമാണ് തന്നതെങ്കിൽ അവിടന്ന് വേണ്ടതുപോലെത്തന്നെ തിരഞ്ഞെടുത്തിരിക്കുന്നു. ദുഃഖങ്ങളും യാതനകളും എന്നെ വളർത്തിക്കൊണ്ടുവന്നു. അതെന്റെ മിടുക്കാണ്, പ്രാർത്ഥനയുമാണ്. എത്രയോ

തവണ ഞാൻ ആഗ്രഹിച്ചിട്ടുണ്ട്. ഇതെല്ലാം ആരോടെങ്കിലുമൊന്ന് പറയണമെന്ന്. മതിവരുവോളം സംസാരിക്കണമെന്നാണെന്റെ ആശ. പക്ഷേ, ഇതുവരെയായി ആരും അതൊന്നും കേൾക്കാൻ താത്പര്യം കാമിച്ചില്ല. ഇതിലെന്ത്? ഇനിയെന്ത്? ആരെങ്കിലും വരാനായി ഞാൻ എപ്പോഴും കാത്തിരുന്നു. നല്ലയാളോ ചീത്തയാളോ ആരെങ്കിലുമാകട്ടെ, എന്റെ കഥ കേൾക്കാൻ താത്പര്യമുള്ള ഒരാൾ എന്നെ തേടിവരും. എന്റെ കഥ മുഴുവനായും ഞാൻ അയാളോടുപറയും. അയാൾ എന്നോട് ചോദിച്ചുകൊണ്ടിരിക്കും. "പിന്നീടെന്തുണ്ടായി? പിന്നീടെന്തുണ്ടായി?"

ഇപ്പോൾ ആളുകൾ സോഷ്യലിസത്തെ കുറ്റപ്പെടുത്തുക പതിവായിരിക്കുന്നു. സ്റ്റാലിനേയും അവർ കുറ്റക്കാരനാക്കി. എന്താ? സ്റ്റാലിന് ദൈവികമായ ശക്തികളുണ്ടായിരുന്നുവോ? എല്ലാവർക്കുമുണ്ട് അവനവന്റേതായ ദൈവം. എന്തുകൊണ്ട് അവർ സ്റ്റാലിനെതിരായി ശബ്ദമുയർത്തിയില്ല? എന്റെ അമ്മായി... എന്റെ ഗ്രാമം... ആശുപത്രിയിൽ വ്ളാഡിയായെ കാണാൻ വന്നിരുന്ന ആ ടീച്ചറേയും ഓർക്കുന്നു; മാറിയ പെട്രോവ്നാ അരിസ്റ്റോവാ. അന്നു ഞങ്ങൾ മോസ്കോയിലായിരുന്നു. വളരെ മാന്യയായ ഒരു സ്ത്രീ ഞങ്ങളുമായി യാതൊരു ബന്ധവുമുണ്ടായിരുന്നില്ല. അവരാണ് വ്ളാഡിയയെ ഞങ്ങളുടെ ഗ്രാമത്തിലെത്തിച്ചത്. അവരാണ് അവളെ അവളുടെ വീട്ടിൽ കൊണ്ടുവന്നാക്കിയത്. വ്ളാഡിയയ്ക്ക് നടക്കാനുള്ള ശേഷിയില്ലായിരുന്നു. അവർ അവളെ എടുത്തുകൊണ്ടുവരികയായിരുന്നു. മാരിയ പതിവായി എനിക്ക് കത്തുകളെഴുതി. പെൻസിലുകളും മിഠായികളും അയച്ചുതന്നു.

മോസ്കോയിലെ താത്കാലിക അഭയകേന്ദ്രത്തിൽവെച്ച് അവരെന്നെ അണുവിമുക്തയാക്കാനുള്ള ശ്രമമായിരുന്നു. സോപ്പുപതയിൽ ആകെ മൂടി. ഉയരമുള്ള ഒരു ബെഞ്ചിൽ എന്നെ ഇരുത്തി. വഴുതിവീണ് എല്ല് ഒടിഞ്ഞുപോകുമായിരുന്നു. താഴെ നനഞ്ഞ സിമന്റുതറ. ഞാൻ ബെഞ്ചിൽ നിന്ന് ഊർന്ന് താഴേക്ക് വഴുതി വീണുകൊണ്ടിരിക്കേ... ആരോ വന്ന് എന്നെ വട്ടം പിടിച്ചു. ഞാനറിയാത്ത ഒരു സ്ത്രീ. അവിടത്തെ പരിചാരികമാരിൽ ഒരാൾ... അവർ എന്നെ കെട്ടിപ്പിടിച്ചുകൊണ്ട് കൊഞ്ചി... "എന്റെ ഓമന, കോഴിക്കുഞ്ഞ്..." അപ്പോൾ ഞാൻ അവരിലും ദൈവത്തെ കണ്ടു.

അങ്ങനെയൊരു കാലം: ആർക്കും ആരേയും കൊല്ലാം, അവർ ദൈവത്തെ പരിരക്ഷിക്കുകയാണ്

ഓൾഗാ വി.

സർവേയർ, 24 വയസ്സ്

പ്രഭാതമായിരുന്നു. ഞാൻ മുട്ടുകുത്തി യാചിച്ചു. "കർത്താവേ... ഇപ്പോൾത്തന്നെ മരിക്കാൻ ഞാൻ ഒരുക്കമാണ്." പ്രഭാതമായിട്ടേയുള്ളൂ. ദിവസം ആരംഭിക്കുന്നതേയുള്ളൂ... എന്നിട്ടും.

മരിക്കാൻ... അത്രയും തീവ്രമായ ആഗ്രഹം. ഞാൻ കടലിലേക്ക് ചെന്നു. മണൽത്തിട്ടയിലിരുന്നു. സ്വയം പറഞ്ഞു മനസ്സിലാക്കാൻ ശ്രമിച്ചു. മരണത്തെ ഭയപ്പെടേണ്ടതില്ല. മരണമെന്നാൽ മോചനമാണ്. തിരമാലകൾ തീരത്തുവന്ന് നിരന്തരം അടിച്ചുകൊണ്ടിരുന്നു. പിന്നെ രാത്രിയായി. വീണ്ടും നേരം പുലർന്നു. ആദ്യത്തെ തവണ. എനിക്കൊരു തീരുമാനത്തിലെത്താനായില്ല. ഞാൻ വെറുതെ തീരം പറ്റി നടന്നു. എന്റെ തന്നെ ശബ്ദത്തിനു കാതോർത്തു. "ദൈവമേ! നിന്നെ ഞാൻ സ്നേഹിക്കുന്നു വളരെയധികം." അബ്കാസിയൻ ഭാഷയിലാണ് ഞാൻ പറഞ്ഞത്. എന്റെ ചുറ്റും എത്രയെത്ര തീരങ്ങൾ... എത്രയെത്ര സ്വരങ്ങൾ... എന്നിട്ടും ഞാനിവിടെ... മരിക്കാൻ തയ്യാറായി.

ഞാൻ റഷ്യക്കാരിയാണ്. ജനിച്ചത് അബ്കാസിയായിൽ. വളരെക്കാലം കഴിഞ്ഞതും അവിടെത്തന്നെ, സുക്കൂമിയിൽ. കൃത്യമായി പറഞ്ഞാൽ 22 വയസ്സുവരെ. 1992 ൽ യുദ്ധം തുടങ്ങുന്നതുവരെ ഞാൻ അവിടെയായിരുന്നു. വെള്ളം തീയിനെ കടന്നുപിടിച്ചാൽ... പിന്നെ എങ്ങനെയാണ് തീ കെടുത്തുക? യുദ്ധത്തെക്കുറിച്ച് അബ്കാസിയൻകാർ പറഞ്ഞത് അങ്ങനെയാണ്. എല്ലാവരും ഒരേ ബസ്സിൽ കയറി. ഒരേ സ്കൂളിൽ പോയി. ഒരേ പാഠപുസ്തകം പഠിച്ചു. ഒരേ രാജ്യത്തു താമസിച്ചു. ഒരേ ഭാഷ സംസാരിച്ചു. അത് റഷ്യൻ ഭാഷയായിരുന്നു. പെട്ടെന്നൊരു ദിവസം എല്ലാവരും പരസ്പരം കൊല്ലാൻ തുടങ്ങി. അയൽക്കാർ അയൽക്കാരെ. സഹപാഠികൾ സഹപാഠികളെ. സഹോദരൻ സഹോദരിയെ. യുദ്ധം വേറെ എവിടേയുമല്ല, സ്വന്തം വീട്ടുമുറ്റത്തുതന്നെ. എത്രകാലം മുമ്പായിരുന്നു അത്? ഒരു വർഷം മുമ്പേ, അല്ലെങ്കിൽ രണ്ടുവർഷം. ഞങ്ങൾ

സഹോദരന്മാരെപോലെയാണ് കഴിഞ്ഞിരുന്നത്. എല്ലാവരും കമ്മ്യൂണിസ്റ്റുകാർ. എല്ലാവരും യുവജനസഖ്യത്തിലെ അംഗങ്ങൾ. സ്കൂളിലേക്കുള്ള കടലാസുകളിൽ ഞാൻ എഴുതുമായിരുന്നു, "എന്നെന്നേക്കും സഹോദരന്മാർ", "മുറിച്ചുമാറ്റാനാകാത്ത ഐക്യം", ആരെയെങ്കിലും കൊല്ലുക! സങ്കല്പിക്കാനാവാത്ത കാര്യം... അത് ധീരതയല്ല. ഹിമാറായൊരു കുറ്റകൃത്യമാണ്. ഏറ്റവും ഭയാനകം. മനസ്സിലാക്കാൻ സാധിക്കുന്നില്ല. അതിന്റെ അർത്ഥമെന്താണ്? അബ്കാസിയയെക്കുറിച്ച് ഞാൻ നിങ്ങൾക്കു പറഞ്ഞുതരാം. എനിക്കത്രയും പ്രിയപ്പെട്ട സ്ഥലം (അവർ കുറച്ച് നേരത്തേക്ക് നിശ്ശബ്ദയായി) അപ്പോഴും അങ്ങനെത്തന്നെ. എന്തൊക്കെ സംഭവിച്ചാലും അതാണെനിക്കേറ്റവും പ്രിയപ്പെട്ട സ്ഥലം. അബ്കാസിയാനിലെ ഓരോ വീട്ടിലെ ചുമരിലും ഒരു കഠാര തൂങ്ങിക്കിടക്കുന്നതുകാണാം. കുടുംബത്തിൽ ഒരാൺകുഞ്ഞു പിറന്നാൽ ബന്ധുക്കൾ അവന് സമ്മാനമായി കൊടുക്കുക ഒരു കഠാരയും സ്വർണവുമാണ്. കഠാരകൾക്കരികിലായി വീഞ്ഞുകുടിക്കാനുള്ള കൊമ്പുകളും തൂക്കിയിട്ടു. അബ്കാസിയൻകാർ കൊമ്പുകളിലൊഴിച്ചാണ് വീഞ്ഞ് കുടിക്കുക. ഗ്ലാസ്സുകളിലെന്നപോലെ. അവസാനതുള്ളിയും കുടിച്ചു കഴിയുന്നതുവരെ കൊമ്പ് താഴെവെക്കാൻ പാടില്ല എന്നാണ് പ്രമാണം. അതിഥികൾക്കൊപ്പം മേശയ്ക്ക് ചുറ്റുമിരുന്ന് വീഞ്ഞ് കുടിക്കുന്ന സമയം, ആയുസ്സിന്റെ കണക്കിൽപെടില്ല എന്നാണ് നാട്ടുകാരുടെ വിശ്വാസം. കാരണം, അത് ആസ്വദിക്കാനും ഉല്ലസിക്കാനുമുള്ള സമയമാണ്. അങ്ങനെ വരുമ്പോൾ സുഹൃത്തുക്കളെ കൊലപ്പെടുത്താൻ ചിലവഴിക്കുന്ന സമയം ഏത് വകുപ്പിലാണ് പെടുക?

ആളുകൾ പരസ്പരം ഇവിടെ വെടിവെച്ചുവീഴ്ത്തുകയാണ്. ഈയിടെയായി ഞാൻ ഏറെയും ചിന്തിക്കുന്നത് മരണത്തെ കുറിച്ചാണ്. (ഏതോ സ്വകാര്യം പറയുമ്പോലെ അവർ സ്വരം താഴ്ത്തി) രണ്ടാമത്തെ തവണ. എനിക്ക് സ്വയം തടയാനായില്ല. ഞാൻ കുളിമുറിക്കുള്ളിൽ കയറി അകത്തുനിന്ന് അടച്ചുപൂട്ടി. ഞാൻ ചുമരുകൾ മാന്തിപ്പൊളിച്ചു. നഖങ്ങൾ അടർന്നുവീണു. മാന്തി മാന്തി മണ്ണും കുമ്മായവും നീക്കി. അവസാന നിമിഷം വീണ്ടും ജീവിക്കാനുള്ള മോഹം! കഴുത്തിലെ കയർ പൊട്ടി വീണു. ഞാൻ എന്നെ നുള്ളി. അവസാനം ഇതാ ഞാൻ ഇപ്പോഴും ജീവനോടെ. ഒരു പ്രശ്നമേയുള്ളൂ. ഇപ്പോഴും എനിക്ക് അതിനെക്കുറിച്ച് ചിന്തിക്കാതിരിക്കാനാവുന്നില്ല... മരണത്തെകുറിച്ച്.

എനിക്ക് പതിനാറു വയസ്സായിരുന്നപ്പോൾ എന്റെ അച്ഛൻ മരിച്ചു. അന്നുമുതൽ മരണാനന്തര ചടങ്ങുകളോടെനിക്ക് വെറുപ്പാണ്. ആ സമയത്താലപിക്കുന്ന ഗാനങ്ങൾ എനിക്ക് മനസ്സിലാകുന്നില്ല. എന്തിനാണ് ആളുകൾ ഈ വിധത്തിൽ ഒരു കാഴ്ചയൊരുക്കുന്നത്? ഞാൻ ശവപ്പെട്ടിക്കരികെ ഇരുന്നു. അപ്പോഴും എനിക്കറിയാമായിരുന്നു അതെന്റെ അച്ഛനല്ല എന്ന്. അദ്ദേഹം അവിടെയൊന്നും ഇല്ല എന്ന്. അവിടെയുള്ളത് തണുത്തു വിറങ്ങലിച്ച ഒരു ശരീരം മാത്രമാണ്. ഒരു പുറന്തോട്. ആദ്യത്തെ ഒമ്പതു ദിവസം. പിന്നെയും പിന്നെയും ഞാൻ അതേ സ്വപ്നം

കണ്ടു. ആരോ എന്നെ വിളിക്കുന്നു വരൂ വരൂ എന്ന്. പക്ഷേ എങ്ങോട്ടാണ് ഞാൻ ചെല്ലേണ്ടതെന്ന് ഒരു രൂപമില്ല. ആരുടെ അടുത്തേക്കാണ് ഞാൻ പോകേണ്ടത്? ഞാൻ എന്റെ ബന്ധുക്കളെക്കുറിച്ച് ആലോചിച്ചു. അങ്ങനെ അധികം പേരെയൊന്നും കണ്ടിട്ടില്ല, അറിയുകയുമില്ല. മിക്കവാറും ബന്ധുക്കൾ ഞാൻ ജനിക്കുന്നതിനു മുമ്പുതന്നെ മരിച്ചു. പെട്ടെന്ന് ഞാൻ എന്റെ അമ്മൂമ്മയെ കണ്ടു. വളരെ വർഷങ്ങൾക്കുമുമ്പേ അവർ മരിച്ചു. അവരുടെ ഒരു പടം പോലും വീട്ടിലുണ്ടായിരുന്നില്ല. എന്നാലും സ്വപ്നത്തിൽ ഞാൻ അവരെ കൃത്യമായി തിരിച്ചറിഞ്ഞു. അവരുള്ള ഇടത്ത് ഒക്കെ വ്യത്യസ്തമാണ്. അവർ ഉണ്ട് എന്നാൽ ഇല്ല എന്ന അവസ്ഥ. നമ്മുടേതുപോലെ ദേഹത്തിന്റേതായ ഒരാവരണം.

സംരക്ഷിക്കത്തക്കതായി ഒന്നും തന്നെയില്ല. ഞാൻ എന്റെ അച്ഛനേയും കണ്ടു. പഴയ പ്രസരിപ്പും പ്രസന്നതയും. എനിക്ക് പരിചയമുള്ള അതേ അച്ഛൻ. പിന്നെ കണ്ടവരെല്ലാം എന്തോപോലെ. എനിക്കു നന്നായി അറിയുന്നവർ, എന്നാൽ പിന്നീട് മറന്നുപോയവർ. മരണം ഒരു തുടക്കമാണ്. മറ്റെന്തിന്റേയോ ഒരു തുടക്കം. അതെന്താണെന്ന് നമുക്കറിയില്ലെന്നുമാത്രം. ഞാൻ അതിനെക്കുറിച്ച് എപ്പോഴും ആലോചിക്കാറുണ്ട്. ഈ ബന്ധനത്തിൽനിന്നും എനിക്ക് മുക്തി നേടണം. എനിക്ക് സ്വയം മറഞ്ഞിരിക്കണം. അത്രയധികം കാലമൊന്നുമായിട്ടില്ല. അന്ന് രാവിലെ എഴുന്നേറ്റ് കണ്ണാടിയുടെ മുമ്പിൽനിന്ന് ഞാൻ നൃത്തം ചെയ്യുമായിരുന്നു. തനിയെ സങ്കല്പിക്കുമായിരുന്നു. "ഞാൻ സുന്ദരിയാണ്. യൗവ്വനവതിയാണ്, ജീവിതം ആസ്വദിക്കാൻ പോകുന്നു. പ്രണയിക്കാൻ പോകുന്നു."

ഞാൻ ആദ്യം കണ്ടത്. വളരെ സുമുഖനായ ഒരു റഷ്യൻ യുവാവിനെയായിരുന്നു. ശരിക്കും സുന്ദരൻ. അബ്കാസിയക്കാർ പറയുംപോലെ "വിത്തിനു പറ്റിയ ഇനം". അയാളുടെ വസ്ത്രങ്ങളിൽ ലേശം ചെളി പുരണ്ടിരുന്നു. സാധാരണ ഷൂസുകളും മിലിറ്ററി കുപ്പായങ്ങളുമാണ് ധരിച്ചിരുന്നത്. അതിനടുത്തദിവസം അയാൾ മരിച്ചു കിടക്കുന്നതു കണ്ടു. കാലിൽ നിന്നും ആരോ ഷൂസുകൾ ഊരിയെടുത്തിരുന്നു. അതുകഴിഞ്ഞാൽ എന്താണ് സംഭവിക്കുക? മണ്ണിനടിയിൽ നമ്മുടെ കാൽച്ചുവട്ടിൽ ഉപ്പൂറ്റിക്കു താഴെ ആ അഗാധതയിൽ അല്ലെങ്കിൽ മേലെ, ആകാശത്ത് എന്താണ് സംഭവിക്കുന്നതെന്ന് ആർക്കറിയാം? വേനൽക്കാലമായിരുന്നു.

കടലലകൾ കരയിലേക്ക് തള്ളിയടിച്ചിരുന്നു. ചീവീടുകൾ മൂളിക്കൊണ്ടിരുന്നു. അമ്മ എന്നെ കടയിലേക്കയച്ചതായിരുന്നു. അപ്പോഴാണ് ഞാൻ അയാളെ കണ്ടത്. വഴിവക്കിൽ, കൊല്ലപ്പെട്ട നിലയിൽ, വണ്ടി നിറയെ പലവിധ ആയുധങ്ങൾ എത്തി. ആളുകൾ റൊട്ടികൾപോലെയാണ് ആയുധങ്ങളെടുത്ത് പെരുമാറിയിരുന്നത്. ഞാൻ കുറെ അഭയാർത്ഥികളെ കണ്ടു. ആരോ ചൂണ്ടിക്കാണിച്ചു പറയുകയായിരുന്നു. "അവർ അഭയാർത്ഥികളാണ്" എപ്പോഴോ പുസ്തകത്തിൽ വായിച്ച ആ വാക്ക്... ഞാൻ മറന്നിരുന്നു. ഇപ്പോഴത് ഓർമ്മയിൽ വന്നു. അവർ കുറെ അധികം പേരുണ്ടായിരുന്നു. ചിലർ കാറുകളിൽ. കുറെപേർ ട്രക്കുകളിൽ. നടന്നു

വരുന്നവരും ധാരാളമുണ്ടായിരുന്നു. (മൗനം) നമുക്ക് വേറെ എന്തിനെയെങ്കിലും കുറിച്ച് സംസാരിച്ചാലോ? സിനിമയെക്കുറിച്ച്... സിനിമ എനിക്ക് വളരെ വളരെ ഇഷ്ടമാണ്. കൂടുതലിഷ്ടം പാശ്ചാത്യസിനിമകളാണ്. എന്തുകൊണ്ടെന്നാണെന്നോ? അതിൽ കാണിക്കുന്നതൊന്നും നമ്മുടെ യഥാർത്ഥജീവിതത്തിലുള്ളതുപോലെയല്ല. തീരെയുമല്ല.. അതിന്റെ അർത്ഥം സ്വന്തം ഭാവനയ്ക്കനുസരിച്ച് നമുക്കെന്തും മെനഞ്ഞെടുക്കാമല്ലോ? ഒരു ലോകം മുഴുവനായും തന്നെ സ്വപ്നത്തിൽ സൃഷ്ടിക്കാം. എനിക്കായി പുതിയൊരു മുഖവുമുണ്ടാക്കാം. ഇപ്പോഴത്തെ മുഖം എനിക്ക് വല്ലാതെ മടുത്തിരിക്കുന്നു. എന്റെ ഉടലും. എന്റെ കൈകാലുകളും എല്ലാം ഈ ശരീരം എനിക്ക് മതിയാവുന്നില്ല. പലവിധ നിയന്ത്രണങ്ങളും പോരായ്മകളും. എന്റെ ശരീരം എപ്പോഴും ഇങ്ങനെയാണ്. ഒരു മാറ്റവുമില്ല. എന്നാൽ എന്റെ ഉള്ള്, അത് നിരന്തരം മാറിക്കൊണ്ടിരിക്കുകയാണ്. വ്യത്യസ്തമായ മനോഭാവങ്ങൾ മാറി മാറി വരുന്നു.

ഞാൻ എന്റെ വാക്കുകൾ കേൾക്കുന്നു. ഒപ്പം ചിന്തിക്കുന്നു. ഈ വാക്കുകൾ പറയുന്നത് ഞാനായിരിക്കയില്ല. കാരണം, അതെല്ലാം എനിക്കറിയാത്ത വാക്കുകളാണ്. ഞാനൊരു മണ്ടിയാണ്. വെണ്ണ പുരട്ടിയ റൊട്ടി തിന്നാൻ മാത്രമേ എനിക്കറിയൂ. ഇതുവരെയായും ഞാൻ ആരേയും പ്രേമിച്ചിട്ടില്ല. എനിക്ക് കുഞ്ഞുങ്ങളുണ്ടായിട്ടില്ല. എന്നിട്ടും ഞാൻ ഈ വക കാര്യങ്ങൾ സംസാരിക്കുന്നു. അതെന്തുകൊണ്ടാണ് എന്ന് പറയാനാവില്ല. എവിടെനിന്നാണ് എന്റെ വാക്കുകൾ വരുന്നതെന്നും എനിക്കറിഞ്ഞുകൂടാ.

അടുത്തയാൾ ഒരു ജോർജ്ജിയക്കാരനായിരുന്നു. അയാൾ പാർക്കിലാണ് കിടന്നിരുന്നത്. ചെറുപ്പക്കാരൻ. പാർക്കിലെ മണൽ നിറഞ്ഞ ഒരു ഒഴിഞ്ഞ മൂലയിലായിരുന്നു ആ ശരീരം ഞാൻ കണ്ടത്. മാനത്തേക്ക് നോക്കി മലർന്നു കിടക്കുന്നു. ആരും അയാളെ എടുത്തുമാറ്റിയില്ല. വളരെ നേരം അവിടെത്തന്നെ കിടന്നു. അയാളെ കണ്ടതും എനിക്കു തോന്നി. ആ ക്ഷണം തന്നെ അവിടെനിന്നും ഓടിപ്പോകണമെന്ന്. പക്ഷേ എവിടേക്കാണ് പോകേണ്ടത്? പള്ളിയിലേക്കാണ് ഞാൻ ഓടിയത്. അവിടെ ആരുമുണ്ടായിരുന്നില്ല. ഞാൻ മുട്ടുകുത്തിയിരുന്നു. എല്ലാവർക്കുംവേണ്ടി പ്രാർത്ഥിച്ചു. ആ കാലത്ത് എനിക്ക് പ്രാർത്ഥിക്കാൻ അറിയുമായിരുന്നില്ല. “അവിടത്തോട്” സംസാരിക്കാനും ഞാൻ ശീലിച്ചിരുന്നില്ല. (അവർ പഴ്സ് തുറന്നു പരതിനോക്കി) അല്ലാ, എന്റെ ഗുളികകൾ എവിടെപ്പോയി? കാണുന്നില്ലല്ലോ. മനസ്സ് അസ്വസ്ഥമാക്കരുത് എന്നാണ് പറഞ്ഞിരിക്കുന്നത്. ഇടയിൽ തീരെ സുഖമില്ലാതായി. അതിനുശേഷമാണ് ഈ കരുതൽ. ഞാൻ ഒരു മാനസികചികിത്സകനെ കണ്ടു. അവർ കൊണ്ടുപോയതാണ്. ഞാൻ തെരുവിലലഞ്ഞു നടക്കുകയായിരുന്നു. പെട്ടെന്ന് അവർ ഉറക്കെ നിലവിളിച്ചു.

എവിടെ താമസിക്കാനാണ് എനിക്കിഷ്ടം? എന്റെ കുട്ടിക്കാലത്തിനുള്ളിൽ. അന്നൊക്കെ ഞങ്ങളുടെ കൊച്ചുകിളിക്കൂടിനുള്ളിൽ അമ്മയും

ഞാനും മാത്രമേ ഉണ്ടായിരുന്നുള്ളൂ. ദൈവമേ, ഞങ്ങളെ രക്ഷിക്കേണമേ. സ്കൂളിൽവെച്ച് യുദ്ധത്തെ സംബന്ധിച്ച പുസ്തകങ്ങളിലായിരുന്നു എനിക്ക് കൂടുതൽ താത്പര്യം. എന്തോ എനിക്കുതോന്നി യുദ്ധകാലം സുന്ദരമാണെന്ന്. എല്ലാം വളരെ കൃത്യം... സ്പഷ്ടം. യുദ്ധകാലത്തെ ജീവിതം കൂടുതൽ തെളിച്ചമുള്ളതാണ്. ഞാൻ പെൺകുട്ടിയാണ്. ആൺകുട്ടിയല്ല എന്ന കാര്യത്തിൽ സങ്കടമുണ്ടായിരുന്നു. ഇനിയൊരു യുദ്ധമുണ്ടായാൽ അതിൽ പങ്കെടുക്കാൻ അവർ അനുവദിക്കുകയില്ലല്ലോ. ഈയിടെയായി യുദ്ധത്തെക്കുറിച്ചുള്ള പുസ്തകങ്ങളൊന്നും വായിക്കാറില്ല. ഏറ്റവും നല്ല പുസ്തകവും മറിച്ചു നോക്കാറില്ല. തികച്ചും നുണകളാണ്. യുദ്ധം വൃത്തികെട്ടതാണ്. ഭയാനകമാണ്. എനിക്ക് സംശയം തോന്നുന്നു. ശരിയായ യുദ്ധത്തെക്കുറിച്ച് എഴുതുക സാദ്ധ്യമാണോ? പൂർണ്ണമായ സത്യം എത്തിപ്പിടിക്കുക എന്നതല്ല ഉദ്ദേശിക്കുന്നത്. യുദ്ധത്തെക്കുറിച്ച് എന്തെങ്കിലും എഴുതുക... എന്തെങ്കിലും സംസാരിക്കുക. ആ ഭീകരാനുഭവങ്ങൾക്കുശേഷം ആർക്കെങ്കിലും സന്തോഷമായി ഇരിക്കാൻ സാധിക്കുമോ? അറിയില്ല, എനിക്കൊരെത്തും പിടിയും കിട്ടുന്നില്ല. എന്റെ അമ്മ എന്നെ ചുറ്റിപ്പിടിച്ചുകൊണ്ടു ചോദിച്ചു. "എന്താ മോളേ നീ വായിക്കുന്നത്?" "ഷൊലോക്കോവിന്റെ പുസ്തകം. അവർ മാതൃഭൂമിക്കുവേണ്ടി പോരാടി."

"നീയെന്തിനാ കുട്ടീ ഈ മാതിരി പുസ്തകങ്ങൾ വായിക്കുന്നത്? ഇതൊന്നും ജീവിതത്തെക്കുറിച്ചുള്ളതല്ല. ജീവിതം മറ്റൊന്നാണ്." അമ്മക്കിഷ്ടം പ്രേമകഥകൾ വായിക്കാനായിരുന്നു. എന്റെ അമ്മ! അവരിപ്പോൾ ജീവിച്ചിരിക്കുന്നുണ്ടോ എന്നുപോലും എനിക്കറിയില്ല (മൗനം) ആദ്യം ഞാൻ വിചാരിച്ചു, എനിക്കിനിയും അവിടെ ജീവിക്കാനാവില്ല എന്ന്. സുക്കൂമിയിൽ. പിന്നീടാണ് മനസ്സിലായത് അവിടെ എന്നല്ല, ജീവിക്കാൻ തന്നെ എനിക്കാവില്ലെന്ന്. പ്രണയത്തെക്കുറിച്ചുള്ള പുസ്തകങ്ങൾക്കൊന്നും എന്നെ രക്ഷിക്കാനായില്ല. പ്രണയം, അങ്ങനെ ഒന്നുണ്ട് എന്നെനിക്കറിയാം. തീർച്ചയായും അങ്ങനെയൊന്നുണ്ട്. (ആദ്യമായി അവർ ചെറുതായൊന്നു പുഞ്ചിരിച്ചു)

1992 ലെ വസന്തകാലം. ഞങ്ങളുടെ അയൽക്കാരായ വാക്ടാങ്ങും ഗുനാലയും. അദ്ദേഹം ജോർജ്ജിയനായിരുന്നു. അവർ അബ്കാസിയൻകാരിയും. അവർ അവരുടെ വീടും സാമാനങ്ങളുമൊക്കെ വിറ്റ് നാടുവിടാൻ തയ്യാറായി. അവർ യാത്ര പറയാൻ വന്നു. "അടുത്തുതന്നെ ഒരു യുദ്ധമുണ്ടാകും. നിങ്ങൾ റഷ്യയിലേക്ക് പൊയ്ക്കോളൂ, അവിടെ ആരെങ്കിലുമുണ്ടെങ്കിൽ." അവർ പറഞ്ഞത് ഞങ്ങൾ വിശ്വസിച്ചില്ല. ജോർജ്ജിയക്കാർ എപ്പോഴും അബ്കാസിയൻകാരെ പരിഹസിച്ചിരുന്നു. അബ്കാസിയക്കാർക്ക് ജോർജ്ജിയക്കാരെ കുറിച്ചും തീരെ മതിപ്പുണ്ടായിരുന്നില്ല. എന്തെല്ലാം തമാശകളാണ്? (അവർ ചിരിച്ചു)

"ഒരു ജോർജ്ജിയക്കാരന് ബഹിരാകാശത്തിലേക്ക് പോകാനാവുമോ?"

"പറ്റില്ല."

"എന്തുകൊണ്ട്?"

"ജോർജ്ജിയക്കാരെല്ലാവരും അഭിമാനംകൊണ്ട് മരിക്കും. അബ്കാസിയൻക്കാർ അസൂയക്കൊണ്ടും."

"ജോർജ്ജിയക്കാർക്കെന്താ ഇത്ര പൊക്കം കുറവ്?"

"അയ്യോ! ജോർജ്ജിയക്കാർക്ക് പൊക്കം കുറഞ്ഞതല്ല. അബ്കാസിയൻ മലകൾക്ക് ഉയരം വളരെ കൂടിയതാണ് പ്രശ്നം. രണ്ടു കൂട്ടരും പരസ്പരം പരിഹസിച്ചു. എന്നാലും രണ്ടു കൂട്ടരും തൊട്ടുതൊട്ട് താമസിച്ചു. അവർ അവരുടെ മുന്തിരിവള്ളികളെ പരിപാലിച്ചു. വീഞ്ഞുണ്ടാക്കി. അബ്കാസിയൻകാരെ സംബന്ധിച്ചിടത്തോളം വീഞ്ഞുണ്ടാക്കുക അവരുടെ മതമാണ്. ഓരോ വീഞ്ഞുത്പാദകനും അയാളുടേതായ ഒരു രഹസ്യമുണ്ട്. മെയ് കഴിഞ്ഞു ജൂണായി. കടലോരം സന്ദർശകരെക്കൊണ്ട് നിറയുന്ന കാലമായി. ആദ്യത്തെ ബെറികൾ വിളഞ്ഞു പഴുത്തു. എന്തു യുദ്ധം? എന്റെ അമ്മയും ഞാനും യുദ്ധത്തെക്കുറിച്ച് ചിന്തിച്ചതേയില്ല. ഞങ്ങൾ പണിത്തിരക്കിലായിരുന്നു. അച്ചാറുകളും ജാമുകളുമുണ്ടാക്കുന്ന തിരക്കിൽ. ശനിയാഴ്ചതോറും ഞങ്ങൾ ചന്തയിൽപോയി. അബ്കാസിയൻ ചന്തകൾ. എന്തെല്ലാം ശബ്ദങ്ങൾ, മണങ്ങൾ, വീപ്പകുറ്റികൾ നിറഞ്ഞു തുളുമ്പുന്ന വീഞ്ഞ്, ചോളമാവുകൊണ്ടുള്ള റൊട്ടികൾ.. ആട്ടിൻപാലിൽ നിന്നുള്ള ചീസ്, വറുത്ത ചെസ്റ്റ് നട്ടുകൾ, ഓരോന്നിനുമുണ്ട് അതിന്റേതായ മണം. ചെറിപ്പഴങ്ങളുടെ നേരിയ മണം. അടുക്കി അമർത്തിവെച്ച പുകയിലയുടെ രൂക്ഷമായ ഗന്ധം.

കടകളിൽ പലതരം ചീസുകൾ തൂക്കിയിട്ടിരിക്കും. മട്സോൺ. എനിക്കേറ്റവും ഇഷ്ടമുള്ള മധുരത്തൈര്. വഴിയോരക്കച്ചവടക്കാർ പറ്റുകാരെ ഒച്ചവെച്ചും കൈകാട്ടിയും വിളിക്കുന്നു. കൂട്ടത്തിൽ അബ്കാസിയൻകാരും റഷ്യക്കാരും ജോർജ്ജിയക്കാരുമുണ്ട്. ഭാഷയെന്തായാലും കച്ചവടക്കാരുടെ നാക്കിൽ ഒരു പേരേയുള്ളൂ. "എന്റെ ചക്കരേ...." അവർ പിന്നെയും പിന്നെയും വിളിക്കും... എല്ലാവരും അവർക്ക് "സ്വീറ്റിയാണ്." "വാങ്ങിക്കണ്ട, എങ്കിൽ വാങ്ങിക്കണ്ട. എന്നാലും ഒന്നുവന്ന് രുചിച്ചു നോക്കൂ." ജൂണിനുശേഷം നഗരത്തിൽ ഒരിടത്തും റൊട്ടി കിട്ടാനില്ലായിരുന്നു. ആ ശനിയാഴ്ച അമ്മ നിശ്ചയിച്ചു. "കുറെ റൊട്ടിമാവ് വാങ്ങി സൂക്ഷിക്കുക തന്നെ."

ഞങ്ങൾ ബസ്സിലായിരുന്നു. തൊട്ടടുത്ത ഒരു അയൽക്കാരിയും അവരുടെ മകനും. ആദ്യമൊക്കെ അവൻ തനിയെ കളിച്ചുകൊണ്ടിരുന്നു. പെട്ടെന്ന് അവൻ പൊട്ടിക്കരഞ്ഞു. തുടർന്ന് വാവിട്ടുള്ള നിലവിളിയായി. ആരോ അവനെ പൊടുന്നനെ വല്ലാതെ ഭയപ്പെടുത്തിയതുപോലെ. പെട്ടെന്ന് ആ സ്ത്രീ ഞങ്ങളുടെ നേരെ തിരിഞ്ഞു. "വെടിയൊച്ചയല്ലേ, ആ കേട്ടത്?" ഇതെന്തു ഭ്രാന്തൻ ചോദ്യം. ചന്തയിൽചെന്നതും ഒരു കൂട്ടം ആളുകൾ തങ്ങളുടെ നേരെ പേടിച്ചും പരിഭ്രമിച്ചും ഓടിവന്നു. കോഴിത്തൂവലുകൾ പാറുന്നു. കോഴിക്കുഞ്ഞുങ്ങളും താറാവുകളും മുയലുകളും പരക്കംപായുന്നു. ആർക്കു മൃഗങ്ങളെക്കുറിച്ചോ അവയുടെ കഷ്ടപ്പാടിനെ

ക്കുറിച്ചോ ഓർമ്മയില്ല. പക്ഷേ മുറിവേറ്റ ഒരു പൂച്ചയുടെ കാര്യം ഞാൻ ഓർക്കുന്നു. അപ്പുറത്ത് ഒരു പൂവൻകോഴി വേദനയോടെ പിടയുന്നു. അവന്റെ ചിറകിനടിയിൽ കൂർത്ത എന്തോ ഒന്ന് തറച്ചുനിന്നിരുന്നു. എനിക്ക് ശരിക്കും ഭ്രാന്താണെന്നു തോന്നുന്നുണ്ടോ? അറിയില്ല. ഈയിടെ യായി മരണത്തെ കുറിച്ചുമാത്രമേ ഞാൻ ചിന്തിക്കുന്നുള്ളൂ. അനാവശ്യ മായി ഞാൻ മരണചിന്തകളിൽ മുഴുകുന്നു. പെട്ടെന്ന് ഉച്ചത്തിലുള്ള ഒരു നിലവിളി. ഒരാളല്ല. വലിയൊരാൾക്കൂട്ടം തന്നെ ഉറക്കെ നിലവിളിക്കുന്നു. ആയുധധാരികളായ പുരുഷന്മാർ, സാധാരണ വേഷമാണ് ധരിച്ചിരിക്കു ന്നത്. പക്ഷേ എല്ലാവരുടേയും കൈയിൽ യന്ത്രത്തോക്കുണ്ട്. പെണ്ണു ങ്ങളുടെ പിന്നാലെ പായുന്നു. അവരുടെ കൈസഞ്ചികൾ തട്ടിയെടുക്കുന്നു. കിട്ടിയതെന്തും കൈക്കലാക്കുന്നു. “അതു തരൂ ഇത് ഊരിയെടുക്കൂ”

“ജയിൽച്ചാടിവന്ന കുറ്റവാളികളോ?” അമ്മ അമ്പരപ്പോടെ ചോദിച്ചു. ഞങ്ങൾ ബസ്സിൽ നിന്നിറങ്ങിയതും റഷ്യൻ പട്ടാളക്കാരെ കണ്ടു. “എന്താ ഇവിടെ നടക്കുന്നത്?” അമ്മ ചോദിച്ചു. “നിങ്ങളൊന്നും അറിഞ്ഞില്ലേ?” ഒരു ലെഫ്റ്റനന്റിന്റേതായിരുന്നു ആ മറുചോദ്യം. “ഇത് യുദ്ധമാണ്.”

എന്റെ അമ്മ അതോടെ ബോധം കെട്ടുവീണു. സ്വതവേ വലിയൊരു പേടിക്കാരി. ഞാൻ അവരെ വലിച്ചിഴച്ച് അടുത്തു കണ്ട കെട്ടിടത്തിന്റെ ഉള്ളിലെ മുറ്റത്തേക്ക് കൊണ്ടുവന്നു. അപ്പുറത്തെ ഫ്ളാറ്റിൽനിന്ന് ഒരാൾ ഒരു പാത്രത്തിൽ കുറച്ചുവെള്ളം കൊണ്ടുവന്നു തന്നു. അടുത്തെവിടേയോ അവർ ബോംബിട്ട് തകർക്കുന്നുണ്ടായിരുന്നു. പൊട്ടിത്തെറികളുടെ ഭീകര മായ മുഴക്കങ്ങൾ. “സ്ത്രീകളേ... സ്ത്രീകളേ... നിങ്ങൾക്ക് റൊട്ടിമാവു വേണോ?” എവിടെനിന്നോ ഒരു ചെറുപ്പക്കാരൻ ചാടിവീണു. അയാളുടെ ചുമലിൽ ഒരു ചാക്കുനിറയെ ധാന്യമാവ്. ചുമട്ടുതൊഴിലാളിയുടെ നീല ക്കുപ്പായമാണ് അയാൾ ധരിച്ചിരുന്നത്. അടിമുടി മാവു പുരണ്ടിരുന്നു. ആകെ ഒരു വെളുപ്പ്. ഞാൻ പൊട്ടിച്ചിരിച്ചുപോയി. അമ്മ എന്റെ കൈ പിടിച്ചു വലിച്ചു. “വേഗമാവട്ടെ. നമുക്ക് വീട്ടിൽ പോവാം,” അമ്മ ഭയന്നു വിറച്ചിരുന്നു. “ഇത് ശരിയായ യുദ്ധം തന്നെ.”ഞങ്ങൾ അയാളുടെ കൈയിൽനിന്നും കുറച്ച് മാവ് വാങ്ങി വിലകൊടുത്തു. പിന്നീടാണ് മനസ്സി ലായത് അത് കള്ളമുതലായിരുന്നു. ഏതോ കടയിൽനിന്നും അയാൾ മോഷ്ടിച്ചത്.

അത്തരം ആളുകളുടെ ഇടയിലാണ് ഞാൻ ജീവിച്ചത്. അവരുടെ ഭാഷയും അവരുടെ ശീലങ്ങളും എനിക്ക് പരിചിതമായിരുന്നു. ഞാൻ അവരെ ഇഷ്ടപ്പെട്ടിരുന്നു. പക്ഷേ എവിടെനിന്നാണ് ഈ “മറ്റുള്ളവർ” ചാടി വീണത്? അതും ഇത്ര പെട്ടെന്ന്! അമാനുഷമായ വേഗത്തിൽ ഇത്ര നാളും ഇതെല്ലാം എവിടെയാണ് മറഞ്ഞു കിടന്നിരുന്നത്? എവിടെ? ആരാണീ ചോദ്യങ്ങൾക്ക് ഉത്തരം തരിക? എന്റെ കഴുത്തിൽ കിടന്ന സ്വർണ്ണകുരിശ് ഊരിയെടുത്ത് ഞാൻ മാവിന്റെ ഉള്ളിൽ ഒളിപ്പിച്ചു. എന്റെ പണസഞ്ചിയും അതിലേക്ക് പൂഴ്ത്തി. വയസ്സായ സ്ത്രീകളെ പ്പോലെ എന്തുചെയ്യണമെന്ന് ക്ഷണത്തിൽ എനിക്കോർമ്മ വന്നു.

എങ്ങനെയാണാവോ? അദ്ഭുതം തോന്നുന്നു. വീട്ടിലേക്ക് ഏതാണ്ട് അഞ്ചുകിലോമീറ്റർ ദൂരമുണ്ട്. പത്തുകിലോഗ്രാം ധാന്യമാവും ചുമന്ന് ആ വഴിയത്രയും നടന്നു. വളരെ സാവധാനത്തിൽ ശാന്തമായാണ് നടന്നത്. അതിനിടയ്ക്ക് ആരെങ്കിലും എന്നെ കൊന്നിരുന്നുവെങ്കിൽ ഭയന്നു നിലവിളിക്കാൻപോലും എനിക്ക് സമയം കിട്ടുമായിരുന്നില്ല. പക്ഷേ, വഴിയിൽ കണ്ട ആളുകൾ. അധികവും കടപ്പുറത്തുനിന്ന് ഓടിവരികയായിരുന്നു. അവരെല്ലാവരും ടൂറിസ്റ്റുകളായിരുന്നു. പേടിയും പരിഭ്രമവും കണ്ണീരും. അതേസമയം ഞാൻ വളരെ ശാന്തയും. ഒരുപക്ഷേ ഞാൻ ആ ഞെട്ടലിന്റെ ആഘാതത്തിലായിരുന്നിരിക്കാം. ബാക്കിയെല്ലാവരേയും പോലെ ഞാനും ഉറക്കെ നിലവിളിക്കണമായിരുന്നു എന്ന് ഇപ്പോൾ എനിക്കങ്ങനെ തോന്നുന്നു. തീവണ്ടിപ്പാളത്തിനരികിൽ ഞങ്ങൾ കുറച്ചു നേരം നിന്നു. ഒന്നു കിതപ്പു മാറ്റാൻ. പാളത്തിന്മേൽ കുറെ ചെറുപ്പക്കാർ ഇരുന്നിരുന്നു. അവരിൽ ചിലരുടെ തലയിൽ കറുത്ത റിബൺ കെട്ടിയിരുന്നു. ചിലർ വെള്ളക്കോട്ടുകൾ ധരിച്ചിരുന്നു. എല്ലാവരുടേയും കൈയിൽ തോക്ക്. അവർ എന്നെ കളിയാക്കി. എന്തോ തമാശ പറഞ്ഞു. അധികം ദൂരെയല്ലാതെ ഒരു ട്രക്കിൽനിന്നും പുക പൊന്തുന്നതു കണ്ടു. ഡ്രൈവർ വലയത്തിനു പുറകെത്തന്നെ. പക്ഷേ കൊല്ലപ്പെട്ടിരുന്നു. അയാളും വെളുത്ത കോട്ടാണ് ധരിച്ചിരുന്നത്. അയാളെ കണ്ട് ഞങ്ങൾ ഭയന്നു. ഒരു മധുരനാരങ്ങാ തോപ്പിനുള്ളിലൂടെ ഞങ്ങൾ ഓടിപ്പോയി. എന്റെ ശരീരം നിറയെ മാവായിരുന്നു. "അതവിടെ ഇട്ടേക്കൂ. നമുക്ക് വേണ്ട" അമ്മ വീണ്ടും വീണ്ടും പറഞ്ഞു. "അതു പറ്റില്ല. യുദ്ധം തുടങ്ങിക്കഴിഞ്ഞു... വീട്ടിൽ ഭക്ഷണമായി ഒന്നുമില്ലല്ലോ അമ്മേ" എന്തെല്ലാം ഓർമ്മകളാണ്. അതിനിടെ ഒരു വണ്ടി ആ വഴി വന്നു. ഞങ്ങൾ കൈവീശി കാണിച്ചു.

പക്ഷേ, അത് നിർത്താതെ ഞങ്ങളെ കടന്നുപോയി. വളരെ പതുക്കെയാണതുപോയത്. ഒരു ശവയാത്രയുടെ ഭാഗമെന്നപോലെ. മുമ്പിലെ സീറ്റിൽ ഒരു യുവാവും യുവതിയും പിറകിലെ സീറ്റിൽ ഒരു സ്ത്രീയുടെ ജഡം. ഭയാനകം തന്നെ... അതേ സമയം ഞാൻ വിചാരിച്ചത്ര പേടി തോന്നിയതുമില്ല (മൗനം) എന്തോ എപ്പോഴും ഇതിനെക്കുറിച്ചുതന്നെ ചിന്തിക്കാൻ തോന്നുന്നു. വീണ്ടും വീണ്ടും. അതേ ഓർമ്മകൾ. കടലോരത്ത് വേറൊരു കാറ്. അതിന്റെ ചില്ലുകളും തകർന്നിരുന്നു. താഴെ തറയിൽ രക്തം തളംകെട്ടി കിടക്കുന്നു. അതിൽ ഒരു സ്ത്രീയുടെ ഷൂസുകൾ, എനിക്ക് മനം പുരട്ടുന്നു. തല തിരിയുന്നു. അതൊന്നും എനിക്ക് മറക്കാനാവാത്തതെന്തുകൊണ്ടാണ്? (മൗനം) എങ്ങനെയെങ്കിലും വീട്ടിലെത്തിയാൽ മതി. ഞാൻ തിരക്കിട്ടു നടന്നു. പരിചയമുള്ള പരിസരത്തെത്തിപ്പെടാനുള്ള തിടുക്കം. എവിടേക്കാണ് ഓടി രക്ഷപ്പെടുക? പൊടുന്നനെ വലിയ ഒച്ചയോടെ... യുദ്ധം. പച്ചനിറത്തിലുള്ള മിലിറ്ററി ഹെലികോപ്റ്ററുകൾ. താഴെ ടാങ്കുകൾ. അവ ഒരു വ്യൂഹമായല്ല വന്നത്. ഒന്നിനുപിറകെ ഒന്നായി. ഓരോന്നിന്റേയും മുകളിലും യന്ത്രത്തോക്കുകൾ ചൂണ്ടിക്കൊണ്ട് പട്ടാളക്കാർ. ജോർജ്ജിയൻ പതാകകൾ കാറ്റിൽ

പാറിപറന്നു. ഒരു ചിട്ടയുമില്ലാതെയാണ് ടാങ്കുകൾ വന്നത്. ചിലത് വളരെ വേഗം മുമ്പോട്ടു വന്നു. ചിലത് വഴിയോരക്കടകളുടെ മുമ്പിൽ നിന്നു. പട്ടാളക്കാർ ചാടിയിറങ്ങി. തോക്കിൻപാത്തികൾ കൊണ്ട് കടകളുടെ പൂട്ടുകൾ അടിച്ചു പൊളിച്ചു അകത്തുകയറി ഷാംപെയിനും കോളയും സിഗരറ്റുകളും മിഠായികളും വാരിയെടുത്തു. ടാങ്കുകളുടെ പിന്നാലെ ട്രക്കുകൾ. അതിൽ നിറയെ കസാലകളും മെത്തകളും. അതിന്റെ ആവശ്യമെന്താണെന്ന് മനസ്സിലായില്ല.

വീട്ടിൽ വന്നു കയറിയതും ഞങ്ങൾ ടി.വി. വെച്ചു. അവർ ഒരു വാദ്യസംഗീതക്കച്ചേരിയാണ് സംപ്രേക്ഷണം ചെയ്തുകൊണ്ടിരുന്നത്. യുദ്ധമൊന്നും ടി.വി.യിൽ കാണിച്ചിരുന്നില്ല. ചന്തയിലേക്ക് പോകും മുമ്പേ അച്ചാറുണ്ടാക്കുവാനായി ഞാൻ വെള്ളരിക്കയും തക്കാളിയും തയ്യാറാക്കി വെച്ചിരുന്നു. കുപ്പികളും ഭരണികളും കഴുകി അണുവിമുക്തമാക്കിയിരുന്നു. വീട്ടിൽ വന്നതിനുശേഷം എല്ലാം ഞാൻ കുപ്പികളിൽ നിറയ്ക്കാൻ തുടങ്ങി. എന്തെങ്കിലും ജോലിയിലേർപ്പെട്ട് മനസ്സിനെ സ്വസ്ഥമാക്കണമെന്നു തോന്നി. വൈകീട്ട് ഞങ്ങൾ ടി.വി.യിൽ ഒരു മെക്സിക്കൻ സംഗീത നൃത്തനാടകം കണ്ടു. ഒരു പ്രണയകഥ. അതിന്റെ പേര് "പണക്കാരും കരയുന്നു".

രാവിലെ പതിവിലും വളരെ നേരത്തെ ഞങ്ങൾ എഴുന്നേറ്റു. രാത്രി മുഴുവൻ പലതരം ഒച്ചകളും മുഴക്കങ്ങളും കേട്ട് ഉറങ്ങാനായില്ല. പട്ടാളവണ്ടികൾ ഞങ്ങളുടെ തെരുവിൽ കൂടി ഇടവിട്ട് നീങ്ങിക്കൊണ്ടിരുന്നു. ആളുകൾ പുറത്തുവന്ന് നോക്കിനിന്നു. അതിൽ ഒരു വണ്ടി ഞങ്ങളുടെ വീടിന് നേരെ മുമ്പിൽ വന്നു നിന്നു. അതിലുണ്ടായിരുന്നത് റഷ്യക്കാരായിരുന്നു. എനിക്കു മനസ്സിലായി, അവർ കൂലിപട്ടാളക്കാരാണ്. അവർ ഉറക്കെ വിളിച്ചു പറഞ്ഞു, "അമ്മേ, ഞങ്ങൾക്കു കുറച്ചു വെള്ളം വേണം" എന്റെ അമ്മ അവർക്കുവേണ്ടി വെള്ളവും കുറച്ച് ആപ്പിളുമെടുത്ത് പുറത്തേക്ക് വന്നു. അവർ വെള്ളം കുടിച്ചു. പക്ഷേ ആപ്പിൾ തൊട്ടില്ല. "ഇന്നലെ ആരോ ആപ്പിളിൽ വിഷം കലർത്തി ഞങ്ങളുടെ ഒരാളെ കൊന്നു" അവർ പറഞ്ഞു.

വഴിയിൽ ഞാനൊരു പരിചയക്കാരിയെ കണ്ടു. അടുത്തുചെന്നു ചോദിച്ചു. "എങ്ങനെയുണ്ട്? വീട്ടിലെല്ലാവർക്കും സുഖമാണോ?" മറുപടി പറയാതെ അവൾ കടന്നുപോയി. പരിചയഭാവം പോലും ആ മുഖത്തു കണ്ടില്ല. ഞാൻ പുറകെ ഓടി. അവളുടെ തോളിൽ കൈവെച്ചു. "നിനക്കെന്തുപറ്റി?" "നിനക്കറിയില്ലേ? എന്നോട് സംസാരിക്കുന്നത് അപകടമാണ്. കാരണം, എന്റെ ഭർത്താവ് ജോർജ്ജിയക്കാരനാണ്."

ഞാൻ മിഴിച്ചുനിന്നു. അവളുടെ ഭർത്താവ് ജോർജ്ജിയക്കാരനോ, അബ്കാസിയൻക്കാരനോ എന്ന് അതുവരെ ഞാൻ ചിന്തിച്ചിരുന്നില്ല. ആരായാലെനിക്കെന്ത്? അയാൾ വളരെ നല്ല ഒരു സുഹൃത്താണ്. ഞാൻ അവളെ മുറുകെ കെട്ടിപ്പിടിച്ചു. അന്നുരാത്രി, അവളുടെ സഹോദരൻ അവളുടെ വീട്ടിലേക്ക് വന്നു. അവളുടെ ഭർത്താവിനെ കൊല്ലാനായി.

“അങ്ങനെയാണെങ്കിൽ, നീ എന്നെക്കൂടി കൊല്ലണം” അവൾ ഉറച്ചു നിന്നു. അവളുടെ സഹോദരനും ഞാനും ഒരേ സ്കൂളിലാണ് പഠിച്ചിരുന്നത്. നല്ല ചങ്ങാതിമാരായിരുന്നു. ഇനി അവനെ കണ്ടാൽ എന്റെ പെരുമാറ്റം എങ്ങനെയായിരിക്കും? പറയാനായില്ല. തമ്മിൽ തമ്മിൽ ഞങ്ങളെന്താണ് പറയുക?

ഏതാനും ആഴ്ചകൾക്കു ശേഷം ഞങ്ങളുടെ തെരുവിലെ എല്ലാവരും കൂടി അക്രീക്കിന്റെ ശവമടക്കി. അവൻ അബ്കാസിയനായിരുന്നു. എനിക്കു നല്ല പരിചയമുള്ളൊരു പയ്യൻ. അവൻ വൈകുന്നേരം തന്റെ കാമുകിയെ കാണാൻ പോയതായിരുന്നു. ആരോ പുറകിൽ നിന്നും കുത്തി. ശവപ്പെട്ടിക്കു പിന്നിലായി അവന്റെ അമ്മ നടന്നു. അവർ മാറി മാറി കരയുകയും ചിരിക്കുകയും ചെയ്തു. സ്ഥിരബുദ്ധി നഷ്ടപ്പെട്ടിരുന്നു. ഒരു മാസം മുമ്പു വരെ ഞങ്ങളെല്ലാവരും റഷ്യക്കാരായിരുന്നു. എന്നാൽ ഇപ്പോൾ ജോർജ്ജിയക്കാരും അബ്കാസിയക്കാരുമായി ഞങ്ങൾ വേർതിരിഞ്ഞിരിക്കുന്നു. ജോർജ്ജിയക്കാരും അബ്കാസിയൻകാരും റഷ്യക്കാരുമൊക്കെ ഇപ്പോൾ വെവ്വേറെ.

അടുത്ത തെരുവിൽ താമസിക്കുന്ന ഒരാൾ. എനിക്കു നല്ല പരിചയമുണ്ടായിരുന്നു. പക്ഷേ പേരറിഞ്ഞു കൂടാ... മുഖപരിചയം മാത്രം. തമ്മിൽ കാണുമ്പോൾ ‘ഹൈ’ പറഞ്ഞിരുന്നു. കാഴ്ചയിൽ എല്ലാംകൊണ്ടും ഒരു സാധാരണക്കാരൻ. നല്ല ഉയരം സുന്ദരൻ. അവൻ തന്റെ വൃദ്ധനായ അദ്ധ്യാപകനെ കൊന്നു. കാരണം, അദ്ദേഹം ജോർജ്ജിയക്കാരനായിരുന്നു. അദ്ദേഹമാണ് അവനെ സ്കൂളിൽ ജോർജ്ജിയൻ ഭാഷ പഠിപ്പിച്ചത്. മോശം മാർക്കുകളാണ് പോലും കൊടുത്തിരുന്നത്. അവനെങ്ങനെ ആ കൊല നടത്താനായി? എല്ലാവരും സ്നേഹിതരാണ് എന്നാണ് സോവിയറ്റ് സ്കൂളിലെ പ്രഥമ പാഠം. സഖാക്കൾ, സഹോദരർ, സ്നേഹിതർ, എന്റെ അമ്മ ആ വർത്തമാനം കേട്ടപ്പോൾ ആദ്യം അവരുടെ കണ്ണുകൾ തീരെ ചെറുതായി. പിന്നെ, പെട്ടെന്ന് തുറിച്ചു വലുതായി. ദൈവമേ, അന്ധരേയും വിശ്വാസികളേയും കാത്തുകൊള്ളേണമേ! പള്ളിയിൽ ചെന്ന് മണിക്കൂറുകളോളം മുട്ടുകുത്തി പ്രാർത്ഥിച്ചു. അവിടെ യാതൊരു ഒച്ചയനക്കങ്ങളുമില്ല. ഇപ്പോഴായി പള്ളിക്കകത്ത് ധാരാളം ആളുകളുണ്ട്. എന്നാലും തികഞ്ഞ നിശ്ശബ്ദത. എല്ലാവരും ഒന്നിനു വേണ്ടി മാത്രം പ്രാർത്ഥിക്കുന്നു. (മൗനം) അതു നേടാനാകുമെന്ന് നിങ്ങൾക്ക് തോന്നുന്നുണ്ടോ? ഇതിനെക്കുറിച്ചൊക്കെ എഴുതാൻ നിങ്ങൾക്കു സാധിക്കുമോ? സാധിക്കും എന്നാണോ? എങ്കിലാകട്ടെ, നിങ്ങൾക്കു പ്രതീക്ഷയുണ്ടാകും എല്ലാം നേരയാകുമെന്ന്. എന്നാൽ എനിക്ക് അങ്ങനെയൊരു പ്രതീക്ഷയില്ല, തീരെയില്ല.

രാത്രി പാതിരായ്ക്കു ഞാൻ ഞെട്ടിയുണർന്നിരുന്നു. ഉറക്കെ എന്റെ അമ്മയെ വിളിച്ചു. അമ്മയും അപ്പുറത്ത് ഉറങ്ങാനാവാതെ കണ്ണുമിഴിച്ചു കിടക്കുകയാണ്. “എന്റെ ഈ വയസ്സുകാലം ജീവിതത്തിൽ ഇത്രയും സന്തോഷം ഞാൻ മുമ്പ് അനുഭവിച്ചിട്ടില്ല... അപ്പോഴാണ് ഓർക്കാപ്പുറത്ത്

ഈ യുദ്ധം" പുരുഷന്മാർ എപ്പോഴും യുദ്ധത്തെക്കുറിച്ചു സംസാരിച്ചിരുന്നു. പ്രായമായവരും ചെറുപ്പക്കാരും ഒരുപോലെയാണ്. അവർക്ക് ആയുധങ്ങളോട് താത്പര്യമാണ്. സ്ത്രീകൾക്കെപ്പോഴും ഓർക്കാനും കേൾക്കാനുമിഷ്ടം പ്രണയകഥകളാണ്. വയസ്സായ സ്ത്രീകൾ എപ്പോഴും ഓർക്കും, തങ്ങളുടെ ചെറുപ്പകാലം... അന്നത്തെ അഴകും മിടുക്കും. സ്ത്രീകൾ ഒരിക്കലും യുദ്ധകാര്യങ്ങൾ ചർച്ച ചെയ്യാറില്ല. അവരെപ്പോഴും പ്രാർത്ഥിച്ചുകൊണ്ടിരിക്കും. തങ്ങളുടെ പുരുഷന്മാർക്കുവേണ്ടി. എന്റെ അമ്മ ഇടയ്ക്ക് അയൽക്കാരെ സന്ദർശിക്കാൻ പോകും. തിരിച്ചുവരുന്നതെപ്പോഴും അസ്വസ്ഥമായ മനസ്സോടെയായിരിക്കും. "ഗാഗ്രിയിൽ ഒരു സ്റ്റേഡിയത്തിന് അവർ തീവെച്ചു. അതിനുള്ളിൽ നിറയെ ജോർജ്ജിയക്കാരായിരുന്നു."

"അമ്മേ...." വേറൊന്നും പറയാനാകാതെ ഞാൻ നിന്നു.

"വേറൊന്നുകൂടി ഞാൻ കേട്ടു, ജോർജ്ജിയക്കാർ അബ്കാസിയൻകാരെ തിരഞ്ഞുപിടിച്ച് ഷണ്ഡന്മാരാക്കുന്നു."

"അമ്മേ...."എനിക്ക് വിശ്വസിക്കാനായില്ല.

"അവർ മൃഗശാലയ്ക്കു ബോംബിട്ടു. ഒരു ദിവസം രാത്രി ജോർജ്ജിയക്കാർ അബ്കാസിയനാണെന്നു കരുതി ആരെയോ പിടിക്കാനോടി. അവർ അയാളെ മുറിവേല്പിച്ചു. അയാൾ ഉറക്കെ നിലവിളിച്ചു. ഒച്ചയും വിളിയും കേട്ട് ഒരു കൂട്ടം അബ്കാസിയന്മാർ അവിടെയെത്തി. അവർ വിചാരിച്ചു, അയാൾ ജോർജ്ജിയനാണെന്ന്. അവർ അയാളുടെ പിന്നാലെ ഓടി വെടിവെച്ചു. അവസാനം നേരം പുലർന്ന് വെട്ടം വീണപ്പോഴാണ് അവർ തിരിച്ചറിഞ്ഞത്, മുറിവേറ്റ് നിലവിളിച്ചുകൊണ്ടോടുന്ന ഒരു കുരങ്ങനായിരുന്നു അതെന്ന്." അമ്മ എന്തോ ആലോചിച്ചു നിന്നു.

"അതോടെ രണ്ടുകൂട്ടരും വെടിനിർത്തൽ പ്രഖ്യാപിച്ചു. കുരങ്ങിനെ രക്ഷിക്കാനുള്ള തത്രപ്പാടായി. അതൊരു മനുഷ്യനായിരുന്നുവെങ്കിൽ അവിടെവെച്ച് അവർ അയാളുടെ കഥ കഴിച്ചേനെ." അമ്മയോട് ഞാനെന്തു പറയാനാണ്? ഞാൻ പ്രാർത്ഥിച്ചുകൊണ്ടിരുന്നു, എല്ലാവർക്കും വേണ്ടി. ഞാൻ ദൈവത്തിന്റെ നേരെ തിരിഞ്ഞു. "ബുദ്ധികെട്ടവരെപോലെ അവർ ചുറ്റിത്തിരിയുകയാണ്. തങ്ങൾ ചെയ്യുന്നത് മുഴുവൻ ശരിയാണ് എന്ന വിശ്വാസം. അതെങ്ങനെ ശരിയാകും? കത്തിയും കഠാരയും യന്ത്രത്തോക്കുമുപയോഗിച്ച് ആർക്കെങ്കിലും നന്മ ചെയ്യാനാവുമോ? അവർ ആരുടെയെങ്കിലും വീട്ടിൽ തള്ളിക്കയറും. ആരേയും കണ്ടില്ലെങ്കിൽ വളർത്തുമൃഗങ്ങളെ വെടിവെച്ചു വീഴ്ത്തും. സാമാനങ്ങൾ തല്ലിപ്പൊളിക്കും. നഗരത്തിലെ തെരുവുകളിൽ പശുക്കൾ ചത്തു കിടക്കുന്നതു കാണാം. വയറു കീറി കുടൽമാല പുറത്ത്. മേലാകെ വെടിയുണ്ട തുളച്ചു കയറിയ ദ്വാരങ്ങൾ. ജാം നിറച്ചുവെച്ച വലിയ ഭരണികളും അവർ വെടിവെച്ചു തകർത്തു. അവർക്ക് വെടിവെക്കാതിരിക്കാനാവുന്നില്ല. "ദൈവമേ.... അവർക്ക് നല്ല ബുദ്ധി നല്കൂ....വെടിവെച്ചു നിർത്തട്ടെ."

(മൗനം) ടി.വി.യിൽ ചില ശബ്ദങ്ങൾ മാത്രം. ദൃശ്യങ്ങളൊന്നുമില്ല. മോസ്കോ വളരെ വളരെ അകലെ എവിടെയോ ആയിരുന്നു.

ഞാൻ പള്ളിയിൽ ചെന്നിരുന്ന് തനിയെ സംസാരിക്കും. എത്ര നേരമെന്നറിയാതെ അതു തുടരും. തെരുവിൽ ആരെയെങ്കിലും കണ്ടാൽ ഉടനെ ഞാൻ ചെന്ന് സംസാരിക്കും. ക്രമേണ, എന്റെ സംസാരം മുഴുവനും എന്നോടു മാത്രമായി. എന്റെ അമ്മ അരികിലിരുന്ന് എല്ലാം കേൾക്കുന്നുണ്ടാവും. പെട്ടെന്നാണ് മനസ്സിലാവുക അമ്മ ഉറങ്ങിക്കഴിഞ്ഞെന്ന്. അത്രയ്ക്കും അമ്മ ക്ഷീണിച്ചിരുന്നു. നിന്ന നില്പിലും അവർ ഉറങ്ങുമായിരുന്നു. ആപ്രിക്കോട്ടുകൾ കഴുകി വൃത്തിയാക്കുന്നതിനിടയിൽ അമ്മ ഉറങ്ങും. ഞാനാണെങ്കിൽ, പിരിമുറുക്കം സഹിക്കാനാവാതെ പിറുപിറുത്തു കൊണ്ടിരിക്കും. മറ്റുള്ളവർ പറഞ്ഞുകേട്ട കാര്യങ്ങളും ഞാൻ നേരിൽ കണ്ടതുമെല്ലാം എന്റെ മനസ്സിൽ തിക്കിത്തിരക്കും.

ചെറുപ്പക്കാരനായ ഒരു ജോർജ്ജിയക്കാരൻ തന്റെ യന്ത്രത്തോക്കു താഴെയിട്ട് ആക്രോശിച്ചു. "നമ്മൾ എന്തിനാണ് ഇവിടെ വന്നിരിക്കുന്നത്? എന്റെ മാതൃഭൂമിക്കുവേണ്ടി പടവെട്ടാനാണ് ഞാനിവിടെ വന്നത്. മറ്റുള്ളവരുടെ റെഫ്രിജറേറ്റുകൾ മോഷ്ടിക്കാനല്ല. എന്തിനാണ് നിങ്ങൾ അന്യരുടെ വീടുകളിൽ കയറി അവരുടെ റെഫ്രിജറേറ്ററുകൾ കക്കുന്നത്? ഞാൻ വന്നിട്ടുള്ളത് ജോർജ്ജിയയ്ക്കുവേണ്ടി മരിക്കാനാണ്. അവർ അയാളുടെ തലയിൽത്തട്ടി അവിടെനിന്നും വിളിച്ചു കൊണ്ടു പോയി.

വേറൊരു ജോർജ്ജിയക്കാരൻ. അയാളുടെ നേരെ തോക്കു ചൂണ്ടി നില്ക്കുന്നവരുടെ നേരെ നടന്നു ചെന്നു. "അബ്കാസിയൻ സഹോദരന്മാരെ, എന്നെ കൊല്ലരുത്. നിങ്ങളെ കൊല്ലണമെന്ന് എനിക്കും ആഗ്രഹമില്ല." എന്നിട്ടും അയാൾ കൊല്ലപ്പെട്ടു. സ്വന്തം പക്ഷത്തുള്ളവർ തന്നെ അയാളെ പുറകിൽ നിന്നും വെടിവെച്ചു. അയാൾ അതിനിടയിൽ ഒരു കൈ ബോംബുമായി അടുത്തു കണ്ട മിലിട്ടറി വാഹനത്തിലേക്കു ചാടിക്കയറി. അത് റഷ്യനോ ജോർജ്ജിയനോ അബ്കാസിയാനോ എന്നു നോക്കിയില്ല. അയാൾ ഉച്ചത്തിൽ എന്തോ വിളിച്ചു പറഞ്ഞു. അയാൾ ഉദ്ദേശിച്ചതെന്താണെന്ന് ആർക്കും മനസ്സിലായില്ല. താമസിച്ചില്ല, വണ്ടിക്കു തീ പിടിച്ചു. അതിൽ നിറയെ അബ്കാസിയന്മാരായിരുന്നു. അതിനുള്ളിൽ നിന്നും കൂട്ടനിലവിളി ഉയർന്നു. (അവർ നിശ്ശബ്ദയായി)

അമ്മാ, അമ്മാ ഞാൻ നിലവിളിച്ചു. അമ്മ ഞങ്ങളുടെ ജനൽപ്പടികളൊരോന്നും പൂച്ചട്ടികൾ കൊണ്ടു നിറച്ചു. മകളെ രക്ഷിക്കാനായി എന്റെ അമ്മ ആവുംവിധം ശ്രമിച്ചു. അമ്മ ഇടയ്ക്കിടെ എന്നെ ഓർമ്മിപ്പിക്കും...." പൂക്കളെ നോക്കിയിരിക്കൂ, മോളേ....അല്ലെങ്കിൽ കടലിനെ." എന്റെ അമ്മ ഒരു സാധാരണക്കാരിയല്ല. അപൂർവമായ ഒരു മനസ്സാണവരുടേത്. അവർ എന്റെ മുമ്പിൽ കുറ്റസമ്മതം നടത്തി. "വളരെ നേരത്തെ ഞാനെഴുന്നേറ്റു. ഇലച്ചാർത്തുകൾക്കിടയിലൂടെ വെയിൽ പരക്കുന്നതേ ഉണ്ടായിരുന്നുള്ളൂ. ഞാൻ എന്നോടുതന്നെ പറഞ്ഞു, കണ്ണാടിയുടെ മുമ്പിൽ ചെന്നു നിന്നാൽ എത്ര വയസ്സു തോന്നും?" അവർക്ക് ഉറക്കമില്ലായ്മ ബാധിച്ചിരുന്നു.

കാലിൽ നീരും വേദനയും. ഒരു സിമന്റു കമ്പനിയിലാണ് കഴിഞ്ഞ മുപ്പതു വർഷമായി അവർ ജോലി ചെയ്തിരുന്നത്. എന്നാലും രാവിലെ എഴുന്നേറ്റാൽ ആദ്യം ഓർക്കുക തനിക്കെത്ര വയസ്സായി എന്നാണ്. എഴുന്നേറ്റ് പല്ലുതേച്ചു മുഖം കഴുകി കണ്ണാടിയിൽ നോക്കും. ഒരു വൃദ്ധ തന്നെ തിരിച്ചു നോക്കുന്നതായി കാണും. അതിനുശേഷമാണ് പ്രാതലുണ്ടാക്കുക. അപ്പോഴേക്കും പ്രായത്തിന്റെ കാര്യം മറന്നിരിക്കും. അമ്മ പാട്ടു പാടുന്നതു കേൾക്കാം. (അവർ ചെറുതായൊന്നു ചിരിച്ചു) എന്റെ അമ്മ, എന്റെ പ്രിയപ്പെട്ട അമ്മ, കഴിഞ്ഞ ദിവസം ഞാനൊരു സ്വപ്നം കണ്ടു. ഞാൻ ശരീരമുപേക്ഷിച്ച് ആകാശത്തേക്ക് പൊന്തി പൊന്തി പോകുന്നു. അതീവ സുഖകരമായൊരു അനുഭവം.

ആദ്യം എന്തു സംഭവിച്ചു, പിന്നീടെന്താണ് ഉണ്ടായത്? എനിക്ക് കൃത്യമായി ഓർക്കാനാവുന്നില്ല. തുടക്കത്തിൽ മുഖംമൂടി ധരിച്ചാണ് കവർച്ചക്കാർ വന്നത്. തലമുടി കറുത്ത സ്റ്റോക്കിങ്ങുകൾ വലിച്ചിടും. താമസിയാതെ ആ കരുതൽ അവർ വേണ്ടെന്നു വെച്ചു. ഒരു സങ്കോചവും കൂടാതെ പരസ്യമായി അവർ വഴി നടന്നു പോകും. ഒരു കൈയിൽ വില കൂടിയ സ്ഫടികപ്പാത്രം. മറ്റേകൈയിൽ ചൂണ്ടിപ്പിടിച്ച യന്ത്രത്തോക്ക്. എവിടെ നിന്നോ കട്ടെടുത്ത ഒന്നാന്തരം ഒരു പരവതാനി തോളിൽ കിടക്കുന്നുണ്ട്. ടി.വി.യും അലക്കുയന്ത്രങ്ങളും സ്ത്രീകളുടെ കമ്പിളി വസ്ത്രങ്ങളുമൊക്കെ അവർ കൈക്കലാക്കി. അവരെ സംബന്ധിച്ചിടത്തോളം ഒന്നും എടുക്കരുതാത്തതായി ഉണ്ടായിരുന്നില്ല. ബോംബിട്ടു തകർത്ത വീടുകളിൽ നിന്നും കുട്ടികളുടെ കളിപ്പാട്ടങ്ങളും അവർ തപ്പിയെടുത്തു. (അവരുടെ സ്വരം വല്ലാതെ താഴ്ന്നു. അടക്കം പറയുന്ന മട്ടിൽ) കടയിൽ ഒരു കത്തി കാണുമ്പോൾ, സാധാരണമട്ടിലുള്ള ഒരടുക്കളക്കത്തി... ഞാനാകെ പൊള്ളിപ്പോകുന്നു. തൊലി വരണ്ടുണങ്ങുന്നു. ഒരിക്കലും ഞാൻ മരണത്തെപ്പറ്റി ആലോചിച്ചിരുന്നില്ല. ഞാൻ സ്കൂളിൽ പോയി. അതിനു ശേഷം മെഡിക്കൽ കോളേജിൽ ചേർന്നു. നന്നായി പഠിച്ചു. ഇടയ്ക്ക് ചില ചെറിയ പ്രണയങ്ങൾ. രാത്രി സ്വപ്നങ്ങൾ കണ്ട് കിടന്നുറങ്ങും. അതെല്ലാം എപ്പോഴായിരുന്നു? വളരെക്കാലം മുമ്പായിരുന്നുവെന്ന് തോന്നിപ്പോകുന്നു.

ആ കാലത്തെ ജീവിതം ഒന്നും ശരിയായി ഓർക്കാനാവുന്നില്ല. മറ്റു പലതും ഞാൻ ഓർക്കുന്നുണ്ട്. ഒരാൺകുട്ടിയുടെ കാതുകൾ അവർ അറുത്തുകളഞ്ഞു. "ഇനി നീ അബ്കാസിയൻ പാട്ടുകൾ കേൾക്കണ്ട." മറ്റൊരു യുവാവിന്റെ "ആ സാധനം" അറുത്തു മാറ്റി. മനസ്സിലായില്ലേ? "ഇനി നിന്റെ ഭാര്യ നിന്റെ കുഞ്ഞിനെ പ്രസവിക്കില്ല." ലോകത്ത് വേണ്ടുവോളം ആണവായുധങ്ങളും പോർവിമാനങ്ങളും ടാങ്കുകളുമുണ്ട്. എന്നിട്ടും കത്തിക്കുത്തിന് ഒരു കുറവും വന്നിട്ടില്ല. മനുഷ്യൻ മനുഷ്യന്റെ മേൽ ചില്ലു മുള്ള് കുത്തിക്കയറ്റുന്നു. കോടാലി കൊണ്ട് വെട്ടി തുണ്ടുകളാക്കുന്നു. ചിലപ്പോൾ തോന്നും സ്ഥിരബുദ്ധി നഷ്ടപ്പെട്ടിരുന്നുവെങ്കിൽ നന്നായേനെ എന്ന്. ഒന്നുമില്ലെങ്കിലും ഒന്നും ഓർക്കാതിരിക്കാൻ സാധിക്കുമല്ലോ. ഞങ്ങളുടെ തെരുവിലുള്ള ഒരു പെൺകുട്ടി തൂങ്ങി മരിച്ചു.

അവൾക്ക് ഒരു പയ്യനോട് പ്രണയമായിരുന്നു. പക്ഷേ അയാൾ വേറൊരു പെൺകുട്ടിയെ വിവാഹം കഴിച്ചു. അവർ അവളെ വെള്ളവസ്ത്രങ്ങൾ ധരിപ്പിച്ചാണ് അടക്കം ചെയ്തത്. ആർക്കും വിശ്വസിക്കാനായില്ല, പ്രേമത്തിന്റെ പേരിൽ ആത്മഹത്യ ചെയ്യുകയോ? അതും ഇത്രയും പ്രക്ഷുബ്ധമായൊരു കാലത്ത്. അവളെ ആരെങ്കിലും ബലാത്സംഗം ചെയ്തിരുന്നുവെങ്കിൽ എന്റെ അമ്മയുടെ കൂട്ടുകാരി സോനിയയെ ഓർമ്മ വരുന്നു. ഒരു രാത്രി അവരുടെ അയൽക്കാരുടെ വീട്ടിൽ കടന്ന് അവരെയെല്ലാം ആരോ കഴുത്തറുത്തു കൊന്നു. അതൊരു ജോർജ്ജിയൻ കുടുംബമായിരുന്നു. സോനിയ അവരുമായി വളരെ അടുപ്പത്തിലായിരുന്നു. വിശേഷിച്ചും അവരുടെ രണ്ടു ചെറിയ കുട്ടികളോട് വലിയ വാത്സല്യമായിരുന്നു. ആ സംഭവം സോനിയയ്ക്ക് വലിയൊരാഘാതമായി. ദിവസങ്ങളോളം അവർ കട്ടിലിൽ നിന്നെഴുന്നേറ്റില്ല. പുറത്തുപോയതുമില്ല. "ഇനി ഞാൻ എന്തിന് ജീവിച്ചിരിക്കണം മോളേ, എന്നാണവർ എന്നോട് ചോദിച്ചത്. ഞാൻ സ്പൂണുകൊണ്ട് കുറേശ്ശെയായി സൂപ്പു കോരിക്കൊടുത്തു. അതുപോലും ഇറക്കാൻ അവർക്ക് വിഷമമായിരുന്നു.

പട്ടാളക്കാരെ സ്നേഹിക്കാനാണ് സ്കൂളിൽ അവർ ഞങ്ങളെ പഠിപ്പിച്ചിരുന്നത്. നമ്മുടെ മാതൃഭൂമിയുടെ കാവൽക്കാരാണവർ. എന്നാൽ ഈ കൂട്ടർ...അതുപോലെയൊന്നുമായിരുന്നില്ല. മീശ മുളയ്ക്കാത്ത പയ്യന്മാർ. കൈയിൽ യന്ത്രത്തോക്കുകളുമായി ചുറ്റി നടക്കുന്നു. ജീവനോടിരിക്കേ ഭീകരന്മാർ. ചത്തു കിടക്കെ അമ്പേ നിസ്സഹായർ. അവരോട് സഹതാപമാണ് തോന്നുക. ഇതിനെയൊക്കെ ഞാൻ അതിജീവിച്ചത് എങ്ങനെയാണ്? എന്റെ അമ്മയെ കുറിച്ചോർക്കാൻ എനിക്കിഷ്ടമാണ്. വൈകുന്നേരമായാൽ സ്വന്തം മുടി കോതി മിനുക്കാൻ എത്ര സമയമാണ് അവർ ചിലവിടാറുള്ളത്. "ഒരു ദിവസം ഞാൻ എന്റെ പ്രണയകഥ നിനക്കു പറഞ്ഞുതരാം." അവർ എനിക്കു വാക്കുതന്നു. "എന്നാൽ അത് ഇനിയൊരാളുടെ കഥ എന്ന മട്ടിലാണ് ഞാൻ പറയുക. എന്റെ സ്വന്തം അനുഭവമായിട്ടല്ല."

എന്റെ അമ്മയും അച്ഛനും ഗാഢമായ പ്രേമത്തിലായിരുന്നു. യഥാർത്ഥ പ്രേമം. അച്ഛനു മുമ്പ് അമ്മ വേറെയൊരാളെ വിവാഹം കഴിച്ചിരുന്നു. ഒരു ദിവസം സന്ധ്യ കഴിഞ്ഞ നേരം. അമ്മ അയാളുടെ ഉടുപ്പുകൾ തേക്കുകയായിരുന്നു. അയാൾ അത്താഴം കഴിച്ചു കൊണ്ടിരുന്നു. ഒരു മുഖവുരയും കൂടാതെ അമ്മ പറഞ്ഞു: "നിങ്ങളുടെ മക്കളെ പ്രസവിക്കാൻ ഞാൻ തയ്യാറല്ല..." വേറൊരു സ്ത്രീയുടെ വാക്കുകളായിട്ടാണ് അമ്മ അതു പറഞ്ഞത്. പക്ഷേ അത് അവരുടേതുതന്നെയായിരുന്നു എന്ന് എനിക്കറിയാമായിരുന്നു. അപ്പോൾത്തന്നെ സ്വന്തം സാധനങ്ങളും പെറുക്കികൂട്ടി അവർ ആ പടിയിറങ്ങി. അതിനു ശേഷമാണ് എന്റെ അച്ഛൻ പ്രത്യക്ഷപ്പെട്ടത്. അച്ഛൻ അമ്മയെ വിടാതെ പിന്തുടർന്നു. അവരെ കാണാനായി വീട്ടുപടിക്കൽ മണിക്കൂറുകളോളം കാത്തുനിന്നു. തണുപ്പുകാലത്ത് പുറത്ത് നിന്ന് കാതിൽ മഞ്ഞുകടിയേറ്റു. വെറുതെ

അമ്മയുടെ ഓരം പറ്റി നടക്കും. അവരെ കണ്ടു മതിവരാതെ. അങ്ങനെ ഒരു ദിവസം അച്ഛൻ അമ്മയെ ചുംബിച്ചു.

യുദ്ധം തുടങ്ങുന്നതിന് തൊട്ടുമുമ്പാണ് അച്ഛൻ മരിച്ചത്. ഹൃദയസ്തംഭനമായിരുന്നു. ഒരു വൈകുന്നേരം ടെലിവിഷനു മുന്നിലിരിക്കേ വെറുതെ ഒന്നു പുറത്തേക്കിറങ്ങുമ്പോലെ. അത്ര പെട്ടെന്ന് അനായാസം എന്റെ അച്ഛൻ മരിച്ചു. "എന്റെ കുഞ്ഞിമോളു വലുതാവുമ്പോ" അച്ഛന് എന്നെ കുറിച്ച് വലിയ സ്വപ്നങ്ങളുണ്ടായിരുന്നു. അങ്ങനെ... (പറയുന്നതു മുഴുവനാക്കാതെ അവർ വിതുമ്പി) അതിനു ശേഷം അമ്മയും ഞാനും മാത്രമായി. അമ്മയ്ക്കെപ്പോഴും പേടിയായിരുന്നു. എലിയെ കണ്ടാൽ ഭയം. സ്വന്തം വീട്ടിലായാലും തനിയെ കിടക്കാൻ ഭയം. പുതപ്പുകൊണ്ട് തല മൂടി അതിനു മീതേ തലയിണയും കയറ്റി വെച്ചാണ് രാത്രി കിടക്കുക. യുദ്ധത്തെ അകറ്റി നിർത്താൻ. വീട്ടിലെ വിലപിടിപ്പുള്ള സാധനങ്ങളെല്ലാം ഞങ്ങൾ വിറ്റു. ടി.വി, അച്ഛന്റെ സ്വർണ്ണ സിഗരറ്റുപെട്ടി. കുറെനാൾ ഞങ്ങളതു സൂക്ഷിച്ചു വെച്ചു. ഏറ്റവും പ്രിയപ്പെട്ട വസ്തു. എന്റെ സ്വർണ്ണ കുരിശും ഞങ്ങൾ വിറ്റു. നാടുവിട്ടു പോകണമെന്നായിരുന്നു തീരുമാനിച്ചത്. പക്ഷേ സുക്കൂമിയിൽ നിന്നു പുറത്തു കടക്കാൻ ബന്ധപ്പെട്ട ഉദ്യോഗസ്ഥന്മാരുടെ അനുമതി പത്രം വേണം. അതിന് അവർക്ക് കൈക്കൂലി കൊടുക്കണം. അതിന് കുറച്ചൊന്നും കൈയിലുണ്ടായാൽ പോരാ. തീവണ്ടികൾ ഓട്ടം നിർത്തിയിരുന്നു. കപ്പലുകളും. അവസാനത്തേതും തുറമുഖം വിട്ടു കഴിഞ്ഞിരുന്നു. ചാള അടുക്കി വെക്കുന്നതുപോലെയാണ് കപ്പലുകളിൽ ആളുകളെ കയറ്റിയിരുന്നത്. അവസാനം ഞങ്ങളുടെ കൈയിൽ ശേഷിച്ചത് ഒരേയൊരു ടിക്കറ്റിനുള്ള തുക മാത്രമായിരുന്നു. മോസ്കോ വരെ എത്താനുള്ള ഒരു ടിക്കറ്റിന്റെ വില. അമ്മയെ തനിച്ചാക്കി പോകാൻ ഞാൻ തയ്യാറല്ലായിരുന്നു. ഒരു മാസത്തോളം അമ്മ പിന്നാലെ നടന്ന് കെഞ്ചി "എന്റെ മകള് പോണം, പോണം"

എനിക്കു താത്പര്യം ആശുപത്രികളിൽ പോയി മുറിവേറ്റവരെ ശുശ്രൂഷിക്കാനായിരുന്നു. (മൗനം) വിമാനത്തിൽ, എന്റെ പേഴ്സും ടിക്കറ്റുമല്ലാതെ മറ്റൊന്നും എടുക്കാൻ അനുവാദമില്ലായിരുന്നു. പഴ്സിൽ ഔദ്യോഗിക രേഖകൾ മാത്രം. ഉടുതുണിയല്ലാതെ വേറൊന്നും പാടില്ല എന്ന കർശനമായ വിലക്ക്. അമ്മ പ്രത്യേകമായി ഉണ്ടാക്കിത്തന്ന "പൈ"യും കൂടെ എടുക്കാനായില്ല. "യുദ്ധകാലമാണ്. കർശനമായ വ്യവസ്ഥകൾ പാലിക്കേണ്ടതുണ്ട്. അത് നിങ്ങൾ മനസ്സിലാക്കണം." കസ്റ്റംസ് പരിശോധന സമയത്ത് എന്റെ തൊട്ടടുത്തുണ്ടായിരുന്ന ആൾ സാധാരണവേഷമാണ് ധരിച്ചിരുന്നത്. പക്ഷേ അവിടെയുണ്ടായിരുന്ന പട്ടാളക്കാർ അദ്ദേഹത്തെ "സഖാവു മേജർ" എന്നാണ് സംബോധന ചെയ്തിരുന്നത്. അദ്ദേഹത്തിന്റേതായ വലിയ കാർഡ്ബോർഡ് പെട്ടികൾ അവരാണ് അകത്തേക്കു കയറ്റിയത്. അതിൽ നിറയെ വൈനും മധുരനാരങ്ങയുമായിരുന്നു. ഞാൻ ശരിക്കും കരഞ്ഞുപോയി. യാത്രയിലുടനീളം ഞാൻ കരയുകയായിരുന്നു. രണ്ട് ആൺകുട്ടികളുമായി യാത്ര ചെയ്തിരുന്ന ഒരു സ്ത്രീ എന്നെ

സമാധാനിപ്പിച്ചു. ആ കുട്ടികളിൽ ഒരാൾ അവരുടെ മകനായിരുന്നു. മറ്റേത് അവരുടെ അയൽക്കാരിയുടേയും. കുട്ടികൾ രണ്ടുപേരും വിശന്നു തളർന്നിരുന്നു. എനിക്കു നാടുവിട്ടുപോകാൻ തീരെ താത്പര്യമുണ്ടായി രുന്നില്ല. അമ്മയുടെ നിർബന്ധം. അവർ എന്നെ തന്നിൽ നിന്നും അടർത്തിയെടുത്ത് വിമാനത്തിനുള്ളിലേക്കു തള്ളുകയായിരുന്നു. “അമ്മേ ഞാനെങ്ങോട്ടാണ് പോകുന്നത്?”

“നീ പോകുന്നത് വീട്ടിലേക്കാണ്, റഷ്യയിലേക്ക്.”

മോസ്കോ! മോസ്കോ.... റഷ്യയിലെത്തി ആദ്യത്തെ രണ്ടാഴ്ച ഞാൻ റെയിൽവേസ്റ്റേഷനിലാണ് കഴിച്ചുകൂട്ടിയത്. എന്നെപ്പോലുള്ളവർ ആയിരക്കണക്കിനുണ്ടായിരുന്നു. മോസ്കോയിലെ സ്റ്റേഷനുകളിലെല്ലാം ആളുകൾ കുടുംബത്തോടെ പാർക്കുകയായിരുന്നു സെലോറസ്കിയിലും സേവ്‌ലോവ്സ്കിയിലും കീവിസ്കിയിലുമെല്ലാം. അച്ഛനും അമ്മയും മക്കളും. അമ്മൂമ്മയും അപ്പൂപ്പനുമെല്ലാം അവിടെ തിങ്ങിക്കൂടിയിരുന്നു. അർമീനിയയിൽ നിന്നും താജിക്കിസ്ഥാനിൽ നിന്നും ബാക്കുവിൽ നിന്നും വന്നവർ, പ്ളാറ്റ്ഫോമിലെ ബെഞ്ചുകളിലും തറയിലും അവിടെത്തന്നെ ഭക്ഷണം പാകം ചെയ്തു. അവിടെത്തന്നെ തുണിയലക്കി. എസ്കലേറ്ററുകൾക്കടുത്തായി കുളിമുറികളിൽ സോക്കറ്റുകളുണ്ട്. ഒരു പാത്രത്തിൽ കുറച്ചു വെള്ളമെടുത്ത് വൈദ്യുതി കമ്പി ഘടിപ്പിച്ച തണ്ട് അതിലിട്ട് സോക്കറ്റിൽ കുത്തിവെക്കുക. പാത്രത്തിലെ വെള്ളം തിളയ്ക്കുമ്പോൾ കുറച്ചു നൂഡിൽസും ഏതാനും കഷണം ഇറച്ചിയും അതിലേക്കിടണം. താമസമില്ല. സൂപ്പുതയ്യാർ! അതുപോലെത്തന്നെ കുഞ്ഞുങ്ങൾക്കു വേണ്ട കുറുക്കും തയ്യാറാക്കാം. മോസ്കോയിലെ തീവണ്ടിസ്റ്റേഷനുകളിലെല്ലാം ആ കാലത്ത് ടിന്നിലുള്ള ഭക്ഷണസാധനങ്ങളുടേയും കാർച്ചോ സൂപ്പിന്റേയും മണം കട്ടിയിൽ പരന്നിട്ടുണ്ടാകണം. അതിനോടിടകലർന്ന് പിലാഫിന്റേയും കുട്ടികളുടെ മൂത്രത്തിന്റേയും അഴുക്കുപിടിച്ച അടിക്കച്ചയുടേയും രൂക്ഷമായ ഗന്ധം. ആളുകൾ അവ ഉണക്കിയിരുന്നത് ജനാലഴികളിലും റേഡിയേറ്ററുകളുടെ മീതേയും വിരിച്ചിട്ടായിരുന്നു.

“അമ്മേ, ഞാൻ എങ്ങോട്ടാണ് പോകുന്നത്?”

“മകളേ, നീ പോകുന്നത് വീട്ടിലേക്കാണ്. റഷ്യയിലേക്ക്”

അങ്ങനെ ഞാനിപ്പോൾ വീട്ടിലെത്തിയിരിക്കുന്നു. ആരും കാത്തിരിക്കുന്നില്ല. ആരും കൂട്ടിക്കൊണ്ടുപോകാൻ സ്റ്റേഷനിൽ വന്നില്ല. ആരും ശ്രദ്ധിച്ചില്ല. ആരും ഒന്നും ചോദിച്ചും പറഞ്ഞുമില്ല. ഇപ്പോൾ ഞങ്ങളുടെ മോസ്കോ നഗരം മുഴുവൻ ഈ റെയിൽവേസ്റ്റേഷനാണ്. വഴിയാത്രക്കാർക്ക് തത്ക്കാലം തങ്ങാനായി ഒരിടം. എന്റെ കൈയിലെ പണം വളരെ വേഗം തീർന്നുപോയി. രണ്ടു തവണ ആരൊക്കെയോ എന്നെ ബലാത്സംഗം ചെയ്യാൻ ശ്രമിച്ചു. ആദ്യത്തെ തവണ ഒരു പട്ടാളക്കാരനായിരുന്നു. രണ്ടാം തവണ ഒരു പൊലീസുകാരനും. പാതിരായ്ക്കു വന്ന് എന്നെ തറയിൽ നിന്നും വലിച്ചെഴുന്നേല്പിച്ചു. “എവിടെ നിന്റെ കടലാസുകൾ?” അയാൾ എന്നെ പൊലീസു മുറിയിലേക്ക് പിടിച്ചുവലിച്ചു

കൊണ്ടുപോയി. ഒരു ഭ്രാന്തന്റെ മട്ടായിരുന്നു ആ കണ്ണുകൾക്ക്. ഞാൻ നിലവിളിച്ച് ബഹളം കൂട്ടി. അത് അയാളെ ഭയപ്പെടുത്തിയെന്നു തോന്നുന്നു. എന്നെ ചീത്ത വിളിച്ചുകൊണ്ട് അയാൾ പുറത്തേക്കോടി... "നീയൊരു മണ്ടിപ്പെണ്ണാണ്."

പകലൊക്കെ ഞാൻ നഗരത്തിൽ അലഞ്ഞു നടക്കും. "റെഡ്സ്ക്വയ" റിൽ ചെന്നുനില്ക്കും. വൈകുന്നേരമായാൽ പലചരക്കുകടകൾക്കരികു പറ്റി നില്ക്കും. എപ്പോഴും വിശപ്പായിരുന്നു. ഒരിക്കൽ ഒരു സ്ത്രീ ഇറച്ചി വെച്ചുണ്ടാക്കിയ "പൈ" വാങ്ങിത്തന്നു. ഞാൻ ചോദിച്ചിട്ടല്ല. അവർ കടയിലിരുന്ന് ഭക്ഷണം കഴിക്കുന്നത് നോക്കി നിന്നു. അതുകണ്ട് ദയ തോന്നി അവർ വാങ്ങിച്ചു തരികയായിരുന്നു. അങ്ങനെ ഒരിക്കൽ മാത്രം.... പക്ഷേ ആ 'ഒരിക്കൽ' എന്റെ ജീവിതകാലം മുഴുവൻ ഓർക്കും. അവർ ഒരു പാവം സ്ത്രീയായിരുന്നു. അവർക്ക് വളരെ പ്രായവുമുണ്ടായിരുന്നു.

ഞാൻ എവിടെ പോകാനും എന്തുചെയ്യാനും തയ്യാറായിരുന്നു. സ്റ്റേഷനിൽ ഒന്നും ചെയ്യാതെയിരിക്കുകയായിരുന്നു പ്രയാസം. അവിടെ യിരുന്നാലും ചിന്തിക്കാനുള്ളത് അമ്മയേയും ആഹാരത്തേയും പറ്റി മാത്രം. അങ്ങനെ രണ്ടാഴ്ച കടന്നുപോയി. (അവർ ശബ്ദമില്ലാതെ കരഞ്ഞു.) സ്റ്റേഷനിലെ കുപ്പത്തൊട്ടിയിൽ നിന്ന് അപൂർവ്വമായി ചില പ്പോൾ ഒരു കഷണം റൊട്ടി കാർന്നു തിന്നതിനു ശേഷം ആരെങ്കിലും വലിച്ചെറിഞ്ഞ ഒരു എല്ലിൻ തുണ്ടോ മറ്റോ കിട്ടിയെന്നു വരാം. അങ്ങനെ യാണ് കഴിഞ്ഞു കൂടിയത്. പിന്നെ പെട്ടെന്നൊരു ദിവസം അച്ഛന്റെ സഹോദരി മുമ്പിൽ വന്നുപെട്ടു. വളരെ കൊല്ലങ്ങളായി ഞങ്ങൾ തമ്മിൽ യാതൊരു സമ്പർക്കവുമുണ്ടായിരുന്നില്ല. അവർ ജീവിച്ചിരിക്കുന്നോ അതോ മരിച്ചുവോ എന്നുപോലും ഞങ്ങൾക്കറിയില്ലായിരുന്നു. അവർക്ക് എൺപത് വയസ്സായിരുന്നു. അവരുടെ ഫോൺ നമ്പർ മാത്രമേ എന്റെ പക്കലുണ്ടായിരുന്നുള്ളൂ. എല്ലാ ദിവസവും ഞാൻ വിളിച്ചു നോക്കിയി രുന്നു. പക്ഷേ അപ്പുറത്ത് ആരും ഫോൺ എടുത്തിരുന്നില്ല. അവർ ആശുപത്രിയിലായിരുന്നുവത്രെ. ഞാൻ വിചാരിച്ചത് അവർ മരിച്ചു പോയിട്ടുണ്ടാകും എന്നായിരുന്നു.

അത് വലിയൊരു അദ്ഭുതം തന്നെയായിരുന്നു. ഞാൻ അതിനായി കാത്തിരിക്കുകയായിരുന്നു. ഒടുവിൽ അത് സംഭവിച്ചു. എന്റെ അമ്മായി എന്നെ കൂട്ടിക്കൊണ്ടുപോകാനെത്തി. "ഓൾഗാ...വൊറൊനേഴിൽ നിന്നുള്ള നിന്റെ അമ്മായി പൊലീസ് മുറിയിൽ നിന്നെ കാത്തിരി ക്കുന്നു." പൊടുന്നനെ എല്ലാം ചലിക്കാൻ തുടങ്ങി. എല്ലാവരുടേയും ശ്രദ്ധ ഉണർന്നു. ആരാണ് വന്നിരിക്കുന്നത്? സ്റ്റേഷൻ മുഴുവൻ ആകാംക്ഷയോടെ മിഴി തുറന്നു. എന്താണ് കുടുംബപ്പേര്? ആരെ അന്വേ ഷിച്ചാണ് ബന്ധുക്കൾ എത്തിയിരിക്കുന്നത്? ഞങ്ങൾ രണ്ടുപേർ പൊലീസ് മുറിയിലേക്ക് ഓടിച്ചെന്നു. രണ്ടുപേരുടേയും കുടുംബപ്പേര് ഒന്നായിരുന്നു. എന്നാൽ അവളുടെ ആദ്യത്തെ പേര് വേറെ എന്തോ ആയിരുന്നു. അവൾ വന്നത് ഡഷൻസിയിൽ നിന്നായിരുന്നു. അതവളുടെ

അമ്മായിയല്ല എന്നറിഞ്ഞപ്പോൾ പാവം പൊട്ടിക്കരഞ്ഞു. വീട്ടിലേക്കു പോകാൻ അവസരം കിട്ടിയത് അവൾക്കല്ലല്ലോ. അതവൾക്ക് സഹിക്കാനായില്ല.

ഇപ്പോൾ ഞാൻ വൊറൊനേഴിൽ ആണ് താമസിക്കുന്നത്. പല പണികളും ചെയ്യുന്നു. ആരെന്തിനു വിളിച്ചാലും ആ പണി ചെയ്യും. ഭക്ഷണശാലയിൽ പാത്രം കഴുകി. നിർമ്മാണപ്രവർത്തനം നടക്കുന്നിടത്ത് കാവൽക്കാരിയായി. ഒരു അബൈസർബൈജാൻകാരന്റെ കടയിൽ പഴങ്ങൾ വില്ക്കാൻ നിന്നു. അയാൾ അടിക്കാൻ തുടങ്ങിയപ്പോഴാണ് ആ ജോലി വേണ്ടെന്ന് വെച്ചത്. പിന്നെ ഞാനൊരു 'സർവേയർ' ആയി. ആ ജോലി തത്ക്കാലത്തേക്കു മാത്രമാണ്. അതാണ് സങ്കടം. നല്ല ജോലിയാണ്. പറഞ്ഞിട്ടെന്താ? മോസ്കോ റെയിൽവേ സ്റ്റേഷനിൽ വെച്ച് എന്റെ മെഡിക്കൽ പഠനത്തിന്റെ ഡിപ്ലോമ നഷ്ടപ്പെട്ടു. അതിന്റെ ഒപ്പം എന്റെ അമ്മയുടെ ഫോട്ടോകളുമുണ്ടായിരുന്നു. അമ്മായിയും ഞാനും ഒരുമിച്ച് പള്ളിയിൽ പോകും. മുട്ടുകുത്തി പ്രാർത്ഥിക്കും."കർത്താവേ! ഞാൻ തയ്യാറായിരിക്കുന്നു. എന്നെ കൊണ്ടുപോയാലും. ഈ നിമിഷം മരിക്കണം അതാണെന്റെ ആഗ്രഹം." പള്ളിയിൽ പോകുമ്പോഴൊക്കെ ഞാൻ ദൈവത്തോട് ചോദിക്കാറുണ്ട് എന്റെ അമ്മ ജീവിച്ചിരിക്കുന്നോ, ഇല്ലയോ?

നന്ദി, വളരെ വളരെ നന്ദി. എന്റെ നേരെ നിങ്ങൾക്ക് ഭയം തോന്നിയില്ലല്ലോ. മറ്റുള്ളവരെപ്പോലെ മുഖം തിരിച്ച് പോകാതിരുന്നതിന്, ഞാൻ പറഞ്ഞതെല്ലാം ശ്രദ്ധയോടെ കേട്ടിരുന്നതിന്...എനിക്കിവിടെ കൂട്ടുകാരികളായി ആരുമില്ല. ആൺകുട്ടികളും എന്റെ പുറകെ വരാറില്ല. ഞാൻ സംസാരിച്ചുകൊണ്ടേയിരിക്കുന്നു. എന്നോടുതന്നെ. എത്രപേരാണ് അവിടെ വീണു കിടക്കുന്നത്. സുമുഖരായ എത്രയെത്ര ചെറുപ്പക്കാർ. എല്ലാവരുടേയും കണ്ണുകളും തുറന്നിരിക്കുന്നു മുഴുവനായും തുറന്നിരിക്കുന്നു.

ആറു മാസത്തിനുശേഷം എനിക്കവരുടെ ഒരു കത്തു കിട്ടി. "ഞാനൊരു സന്ന്യാസിമഠത്തിൽ ചേരുകയാണ്. എനിക്ക് ജീവിക്കണം. ഞാൻ എല്ലാവർക്കും വേണ്ടി പ്രാർത്ഥിക്കും."

ഇത്തിരിപ്പോന്ന ചെങ്കൊടിയും കോടാലിയുടെ ചിരിയും

അന്നാ എം.

ആർക്കിടെക്റ്റ്, 59 വയസ്സ്

എന്നാലും...ഇനിയും ഇങ്ങനെ എനിക്കു മുന്നോട്ടുപോവാനാവില്ല. എന്റെ അവസാനത്തെ ഓർമ്മ, ഉച്ചത്തിലുള്ള ഒരു നിലവിളിയാണ്. അതാരുടേതായിരുന്നു? എനിക്കറിഞ്ഞുകൂടാ. അതെന്റേതു തന്നെയായിരുന്നുവോ? അതോ ഏതെങ്കിലും അയൽക്കാരുടേതോ? കോണിപ്പടി തുടങ്ങുന്നിടത്തായി അവർക്ക് ഗ്യാസിന്റെ മണം തോന്നി. ഉടനെ പൊലീസിനെ വിളിച്ചു. (അവർ എഴുന്നേറ്റ് ജനലരികിലേക്കു നടന്നു) ശരത്കാലമായിരുന്നു. ഇലകൾ മഞ്ഞയായിട്ട് അധികമായിട്ടില്ല. ഇപ്പോഴിതാ മഴ നനഞ്ഞ് എല്ലാം കറുത്തിരുണ്ടു കഴിഞ്ഞു. പകൽ സമയത്തുപോലും വെളിച്ചം അകലെ എവിടെയോ ആണെന്ന തോന്നൽ. രാവിലെത്തന്നെ എല്ലായിടത്തും ഇരുട്ടാണ്. ഞാൻ എല്ലാ വിളക്കുകളും ദിവസം മുഴുവൻ കത്തിച്ചുവെക്കുന്നു. എന്നിട്ടും വേണ്ടത്ര വെളിച്ചം കിട്ടുന്നില്ല. (അവർ തിരിച്ചു വന്നു, എനിക്കെതിരെ ഇരുന്നു.)

ആദ്യം ഞാൻ മരിച്ചുവെന്ന് സ്വപ്നം കണ്ടു. കുട്ടിയായിരുന്നപ്പോൾ ഒരുപാടു പേർ മരിക്കുന്നത് ഞാൻ കണ്ടിട്ടുണ്ട്. പിന്നീട് അതിനെക്കുറിച്ചൊക്കെ ഞാൻ മറന്നു. (അവർ മെല്ലെ കണ്ണീർ തുടച്ചു) എനിക്കറിയില്ല, ഞാൻ കരയുന്നതെന്തിനാണെന്ന്. എന്റെ ജീവിതത്തെ സംബന്ധിച്ച എല്ലാ വിവരങ്ങളും മനസ്സിലാക്കി കഴിഞ്ഞു. കുറെ അധികം പക്ഷികൾ ചുറ്റും വട്ടമിട്ടു പറക്കുന്നതായി സ്വപ്നം കണ്ടു. അവർ ജനാലകളിൽ ചിറകിട്ടടിക്കുന്നു. ഉറക്കമുണർന്നപ്പോ തോന്നി, ആരോ തലയ്ക്ക് തൊട്ടരുകിൽ നില്ക്കുന്നു. ആ ആൾ അവിടെത്തന്നെ നിന്നു. ആരാണയാൾ? തിരിഞ്ഞുനോക്കണമെന്നു തോന്നി. പക്ഷേ എന്തോ ഒരു പേടി. ആപൽശങ്ക. തിരിഞ്ഞു നോക്കരുതെന്ന് ആരോ ഉള്ളിൽ നിന്നു പറയുന്നു. പാടില്ല... ഒരു കാരണവശാലും തിരിഞ്ഞു നോക്കാൻ പാടില്ല. (മൗനം) ഞാൻ മറ്റെന്തിനെയോ കുറിച്ചാണ് സംസാരിക്കുന്നത്. ആദ്യം വേറൊരു സംഗതിയെക്കുറിച്ച് പറയണമെന്നു തോന്നി. ഇപ്പോത്തന്നെ എന്നല്ല.... എന്റെ കുട്ടിക്കാലത്തെപറ്റി നിങ്ങൾ ചോദിച്ചല്ലോ? (അവർ കുറച്ചു നേരം

മുഖം പൊത്തിയിരുന്നു.) ഇപ്പോഴും അതെനിക്കു മണക്കാനാവുന്നുണ്ട്. കാട്ടുപൂക്കളുടെ സുഖകരമായ മണം. മലനിരകൾ. മലയുടെ മുകളിലുള്ള മരം കൊണ്ടുള്ള കോട്ട അതിന്റെ മുകളിലായി ഒരു കാവൽ ഭടൻ. തണുപ്പു കാലത്ത് അയാൾ ചെമ്മരിയാടിന്റെ തുകൽകൊണ്ടുള്ള കോട്ടാണ് ധരിക്കുക. വേനൽക്കാലമായാൽ സാധാരണ മേൽക്കോട്ടും. എല്ലാം വ്യക്തമായി കാണാം. നിരനിരയായി ഇട്ടിരിക്കുന്ന കുറെയേറെ ഇരുമ്പുകട്ടിലുകൾ. ഒക്കെ തൊട്ടു തൊട്ട്. എനിക്ക് തോന്നാറുണ്ട്, ഈ കാര്യങ്ങളൊക്കെ ആരോടെങ്കിലും പറഞ്ഞാൽ അവരിൽ നിന്നും ഞാൻ ഓടി അകലണമെന്ന്. പിന്നീടൊരിക്കലും കാണാനിടവരാത്ത വിധത്തിൽ. അതൊക്കെ എനിക്കത്രയും സ്വകാര്യമായിട്ടുള്ളതാണ്. എന്റേതുമാത്രമായി ഉള്ളിന്റെ ഉള്ളിൽ സൂക്ഷിച്ചു വെച്ചിട്ടുള്ള ഓർമ്മകൾ. ഒരിക്കലും ഒറ്റയ്ക്ക് ജീവിച്ചിട്ടില്ല. ആദ്യം കസാക്കിസ്ഥാനിലെ ഒരു ക്യാമ്പിലായിരുന്നു. കാളാഗ് എന്നായിരുന്നു അതിന്റെ പേര്. നാടുകടത്തപ്പെട്ടവർക്കുള്ള ആ ക്യാമ്പിനു ശേഷം ഒരു അനാഥാലയത്തിലാണ് താമസിച്ചത്. അതുകഴിഞ്ഞ് ഏതാനും പേർ ഒന്നിച്ചു താമസിക്കുന്ന ഒരു ഹോസ്റ്റലിൽ. പിന്നീട് പല കുടുംബങ്ങൾ ഒന്നിച്ചു പാർക്കുന്ന ഒരു സമൂഹകെട്ടിടത്തിലേക്കു മാറി. എക്കാലത്തും വളരെയധികം പേരുടെ നടുവിലായിരുന്നു. ഒരുപാടു കണ്ണുകൾ എന്നെ ശ്രദ്ധിച്ചിരുന്നു.

നാല്പതു വയസ്സായപ്പോഴാണ് എന്റേതെന്നു പറയാവുന്ന ഒരിടം ആദ്യമായി കിട്ടിയത്. ഭർത്താവിനും എനിക്കും കൂടി രണ്ടു കിടപ്പുമുറികളുള്ള ഒരു ഫ്ളാറ്റ് അവർ അനുവദിച്ചു തന്നു. അപ്പോഴേക്കും ഞങ്ങളുടെ മക്കൾ വളർന്നു കഴിഞ്ഞിരുന്നു. ഫ്ളാറ്റിൽ വന്നിട്ടും ഹോസ്റ്റൽ പതിവുകൾ മറന്നില്ല. ഇടയ്ക്കിടയ്ക്ക് ഞാൻ അയൽപക്കത്തെ ഫ്ളാറ്റിലേക്കോടും. റൊട്ടിയോ ഉപ്പോ തീപ്പെട്ടിയോ ഒക്കെ കടം വാങ്ങാൻ. എന്റെ ഈ ദുശ്ശീലം അതു കാരണം പലർക്കും എന്നെ ഇഷ്ടമായിരുന്നില്ല. പക്ഷേ ഞാൻ എന്തുചെയ്യാൻ! കൂട്ടം ചേർന്നുള്ള ജീവിതം അത്രയ്ക്കും എന്റെ ശീലമായിരുന്നു. തനിയെ ജീവിക്കാൻ എനിക്കറിഞ്ഞുകൂടായിരുന്നു. കത്തുകൾ കിട്ടാൻ എനിക്കു മോഹമായിരുന്നു.

എന്റെ പേരിലുള്ള ലക്കോട്ടുകൾ കിട്ടാൻ എന്നും കൊതിയോടെ കാത്തിരുന്നു. ഇപ്പോഴും അങ്ങനെത്തന്നെ. കൂട്ടുകാരികളിൽ ഒരാൾ എന്നും മുടങ്ങാതെ എനിക്കു കത്തെഴുതാറുണ്ട്. അവൾ മകളോടൊപ്പം താമസിക്കാൻ ഇസ്രായേലിലേക്കു പോയി. അവൾക്കറിയാൻ വലിയ ആകാംക്ഷയാണ്, ഇവിടത്തെ ജീവിതത്തെക്കുറിച്ച്. സോഷ്യലിസത്തിനു ശേഷം നാട്ടിൽ എന്തു സംഭവിക്കുന്നുവെന്ന് അവളെപ്പോഴും എഴുതി ചോദിക്കും. വാസ്തവത്തിൽ എന്താണ് സംഭവിച്ചത്? നല്ല പരിചയമുള്ള നഗരവീഥിയിലൂടെ നിങ്ങൾ നടക്കുന്നു. രണ്ടു ഭാഗങ്ങളിലും പുതിയ പുതിയ കടകൾ. ആധുനിക രീതിയിലുള്ള വസ്ത്രങ്ങൾ വില്പനയ്ക്കു വെച്ചിരിക്കുന്ന ഫ്രഞ്ച് കടകൾ. കൂട്ടത്തിൽ ജർമ്മനും പോളിഷുമൊക്കെയുണ്ട്. എല്ലാം വിദേശീയമായ പേരുകൾ. പുറംരാജ്യങ്ങളിൽ നിർമ്മിച്ച

സോക്സുകളും ബൂട്ടുകളും ഷർട്ടുകളും ബിസ്ക്കറ്റുകളും സലാമിയും... ഈ നാട്ടിൽ നിർമ്മിച്ച ഒരു സാധനവും കാണുന്നില്ല. സോവിയറ്റ് ഉല്പന്നങ്ങൾ എവിടേയുമില്ല. എല്ലായിടത്തു നിന്നും കേൾക്കുന്നത് ഒന്നു മാത്രം. ജീവിതം ഒരു പോരാട്ടമാണ്. കരുത്തുള്ളവർ കരുത്തു കുറഞ്ഞവരെ പരാജയപ്പെടുത്തുന്നു. അത് പ്രകൃതിയുടെ നിയമമാണ്. ഓരോരുത്തരും സ്വന്തമായ കുളമ്പുകളും കൊമ്പുകളും വളർത്തിയെടുക്കേണ്ടിയിരിക്കുന്നു. ദുർബലന്മാരെ ആർക്കും വേണ്ട. ഒരിടത്തും അവർക്കു സ്ഥാനമില്ല. എല്ലാവർക്കും നല്ല തൊലിക്കട്ടിയുണ്ടായിരിക്കണം. എവിടെ ചെന്നാലും കൈമുട്ടിനാണ് ഒന്നാംസ്ഥാനം. ഉന്തിയും തള്ളിയും മുന്നോട്ടു പോകണം. ഇത് ഫാസിസമാണ്. സ്വസ്തികയുടെ തന്ത്രമാണ്. ഞാൻ വലിയൊരു ഞെട്ടലിലാണ്...കടുത്ത നിരാശയിൽ. ഇതല്ല എന്റെ ലോകം. ഈ ലോകം എനിക്കുള്ളതല്ല. (മൗനം)

ആരെങ്കിലും എന്നോടൊപ്പമുണ്ടായിരുന്നുവെങ്കിൽ! ആരായാലും മതി... എന്റെ ഭർത്താവ്? അദ്ദേഹം എന്നെ വിട്ടുപോയി. പക്ഷേ ഇപ്പോഴും അദ്ദേഹത്തെ സ്നേഹിച്ചുകൊണ്ടിരിക്കുന്നു. (പെട്ടെന്ന് ആ മുഖത്തൊരു ചിരി) ഒരു വസന്തകാലത്താണ് ഞങ്ങൾ വിവാഹിതരായത്. കാടാകെ പൂത്ത് കായ്ച്ചു നില്ക്കുന്ന കാലം. ലൈലാക് മൊട്ടുകൾ വിടരാൻ തുടങ്ങിയ കാലം. അദ്ദേഹം എന്നെ വിട്ടുപോയത്, അതും ഒരു വസന്തകാലമായിരുന്നു. ഇടയ്ക്കെല്ലാം അദ്ദേഹം എന്നെ കാണാൻ വരാറുണ്ട്. എന്റെ സ്വപ്നത്തിൽ. പലതിനെക്കുറിച്ചും സംസാരിക്കും നിർത്താതെ. പക്ഷേ പകൽ മുഴുവൻ...കനത്ത നിശ്ശബ്ദതയാണ്. അതെന്റെ കാതുകളെ അമർത്തി അടയ്ക്കുന്നു. ഞാൻ ഒന്നും കേൾക്കുന്നില്ല. കാഴ്ചയും കുറഞ്ഞു വരുന്നു. കഴിഞ്ഞകാലം...അത് മറ്റൊരാളെപ്പോലെയാണ്. ജീവിച്ചിരിക്കുന്ന ഒരു വ്യക്തിയെ എന്ന പോലെ ഞാനതിനെ കാണുന്നു. “നോ വീ മീർ” ബോൾഷിനിസ്റ്റിന്റെ “ഇവാൻ ഡെനിസോവിച്ചിന്റെ ജീവിതത്തിലെ ഒരു ദിവസം” പ്രസിദ്ധീകരിച്ച കാലം ഓർമ്മ വരുന്നു. എല്ലാവരും ആർത്തിയോടെ അത് വായിച്ചിരുന്നു. എല്ലാവരും ഒരുപോലെ ഞെട്ടി. അവരുടെ സംഭാഷണങ്ങൾ! ഇത്രയ്ക്കദ്ഭുതപ്പെടാൻ അതിലെന്തുണ്ട്? എല്ലാവരേയും അതിലെക്കാകർഷിക്കുന്നതെന്താണ്? എനിക്കു മനസ്സിലായില്ല. എന്നെ സംബന്ധിച്ചിടത്തോളം അത് വളരെ പരിചയമുള്ള ഒരു പശ്ചാത്തലവുമായിരുന്നു. വളരെ വളരെ സാധാരണം. ക്യാമ്പ്, അവിടത്തെ അന്തേവാസികൾ, ആ ബക്കറ്റുകൾ, ശിക്ഷിക്കപ്പെട്ടവരുടെ കോളനി.....

1937ൽ അവർ അച്ഛനെ തടവിലാക്കി. അദ്ദേഹം ഒരു റെയിൽവേ ജോലിക്കാരനായിരുന്നു. അമ്മ കാണേണ്ടവരെയൊക്കെ ചെന്നു കണ്ടു. അച്ഛന്റെ നിരപരാധിത്വം തെളിയിക്കാൻ ചെയ്യാവുന്നതെല്ലാം ചെയ്തു. അമ്മ എന്റെ കാര്യം പാടെ മറന്നു. ഞാനുണ്ട് എന്ന വസ്തുത തന്നെ അവർ ഓർത്തില്ല. അവസാനം ഓർമ്മ വന്നപ്പോൾ എന്നെ ഒഴിവാക്കാനായി ശ്രമം. അപ്പോഴേക്കും കാലം വൈകിയിരുന്നു. എന്തൊക്കെയൊ വിഷം അകത്താക്കി. പൊള്ളുന്ന വെള്ളത്തിൽ കുളിച്ചു. എന്നിട്ടോ മാസം

തികയും മുമ്പേ എന്നെ പ്രസവിച്ചു. എന്നിട്ടും ഞാൻ രക്ഷപ്പെട്ടു. എത്ര തവണ അങ്ങനെ സംഭവിച്ചുവെന്നോ? ഓരോ തവണയും ഞാൻ മരണത്തെ അതിജീവിച്ചു. താമസിയാതെ എന്റെ അമ്മയും തടവുകാരിയായി. കൂടെ എന്നെയും കസ്റ്റഡിയിലെടുത്തു. ഒരു കൈക്കുഞ്ഞിനെ തനിയെ ഒരു ഫ്ളാറ്റിലുപേക്ഷിക്കുന്നതെങ്ങനെ? അന്നെനിക്ക് നാലു മാസമേ ആയിരുന്നുള്ളൂ. എന്റെ ചേച്ചിമാരെ രണ്ടുപേരേയും ഞങ്ങളുടെ അമ്മായിമാരുടെ അടുത്തേക്കയയ്ക്കാൻ അമ്മ ഏർപ്പാടു ചെയ്തിരുന്നു. അച്ഛന്റെ സഹോദരി നാട്ടിൻപുറത്താണ് താമസിച്ചിരുന്നത്. അപ്പോഴേക്കും ഒരു ഉത്തരവു വന്നു. എൻ.കെ.വി.സിയിൽ നിന്ന്. "കുട്ടികളെ രണ്ടുപേരേയും സ്മോളെൻസ്കിലേക്ക് അയയ്ക്കണം. ഉത്തരവാദപ്പെട്ടവർ അവരെ കാത്ത് തീവണ്ടിസ്റ്റേഷനിൽ നിന്നിരുന്നു. "നിങ്ങളുടെ മക്കൾ അനാഥാലയത്തിൽ കഴിയും. അങ്ങനെ അവർ യുവജനസഖ്യത്തിലെ അംഗങ്ങളായി വളരും." അവർ ആ അനാഥാലയത്തിന്റെ മേൽവിലാസം പോലും അമ്മയ്ക്കു കൊടുത്തില്ല. വളരെ വർഷങ്ങൾക്കു ശേഷം ഞങ്ങൾ അവരെ കണ്ടെത്തിയപ്പോഴേക്കും അവർ വിവാഹിതരായി കഴിഞ്ഞിരുന്നു, അമ്മമാരും ആയി കഴിഞ്ഞിരുന്നു. ക്യാമ്പിൽ മൂന്നുവയസ്സു വരെ ഞാൻ അമ്മയോടൊപ്പമാണ് കഴിഞ്ഞത്. പിന്നീട് അമ്മ പറയാറുണ്ട്. എത്ര ചെറിയ കുട്ടികളാണ് ക്യാമ്പിൽ വെച്ച് മരിക്കാറുള്ളതെന്ന്.

തണുപ്പുകാലത്ത് മരിച്ചുപോയ കുഞ്ഞുങ്ങളുടെ ശരീരങ്ങൾ ഒരു വീപ്പകുറ്റിയിൽ നിറച്ചു വെക്കും. വസന്തകാലം വരെ അതങ്ങനെ അവിടെയിരിക്കും. അതിനിടെ മുക്കാൽ ഭാഗവും എലികൾ കരണ്ടു തിന്നിരിക്കും. വസന്തകാലമായാലേ കുഴികുത്തി കുഴിച്ചു മൂടൂ...എന്നുവെച്ചാൽ വീപ്പക്കുറ്റിയിൽ ശേഷിക്കുന്നത്. മൂന്നുവയസ്സു കഴിഞ്ഞ കുട്ടികളെ അമ്മമാരിൽ നിന്നകറ്റി പ്രത്യേകമൊരു സ്ഥലത്താണ് താമസിപ്പിക്കുക. അത് കുട്ടികൾക്ക് മാത്രമായുള്ള ഒരു താവളമാണ്. നാലു വയസ്സു മുതലുള്ള കാര്യങ്ങൾ എനിക്ക് ഓർക്കാനാവും. അല്ലെങ്കിൽ അഞ്ചു വയസ്സു മുതലുള്ളത് തീർച്ചയായും. ഓരോരോ സംഭവങ്ങൾ...

രാവിലെ മുള്ളുവേലിക്കപ്പുറത്തുള്ള അമ്മമാരെ ഞങ്ങൾ നോക്കി നില്ക്കും. ഉദ്യോഗസ്ഥന്മാർ വന്ന് ആളെണ്ണി അവരെ പലപല ജോലികൾക്കായി പറഞ്ഞയയ്ക്കും. കോളനിയിൽ നിന്നും പുറത്ത് ഓരോരുത്തർക്കും നിശ്ചയിച്ചിട്ടുള്ള ഇടങ്ങളിലെത്തിക്കും. അങ്ങോട്ടൊന്നും പോകാൻ ഞങ്ങൾക്ക് അനുവാദമില്ലായിരുന്നു. ആരെങ്കിലും നീ എവിടെ നിന്നു വരുന്നു കുഞ്ഞേ എന്നു ചോദിച്ചാൽ ഞാനുടനെ ഉത്തരം പറയും. "കോളനിയിൽ നിന്ന്." "പുറമേയുള്ളത്" വേറെത്തന്നെ ഒരു ലോകമായിരുന്നു. ഞങ്ങൾക്ക് ഒരുതരത്തിലും മനസ്സിലാക്കാൻ പറ്റാത്തത്. അതൊരു മരുഭൂമിയായിരുന്നു. അറ്റമില്ലാത്ത മണൽപ്പരപ്പും മുൾച്ചെടികളും. മരുഭൂമി ആ ലോകത്തിന്റെ അങ്ങേയറ്റം വരെ പരന്നുകിടക്കുന്നു എന്നാണ് ഞാൻ വിചാരിച്ചിരുന്നത്. ഞങ്ങളുടെ ജീവിതം. അതിൽനിന്നും വ്യത്യസ്തമായി ഒരു ജീവിതമുണ്ട് എന്ന് ധരിച്ചിരുന്നില്ല. നമ്മുടെ പട്ടാളക്കാരാണ്

ഞങ്ങൾക്കു കാവലായിരുന്നത്. അവരെ കുറിച്ച് ഞങ്ങൾക്ക് വലിയ അഭിമാനവും ആദരവുമായിരുന്നു. അവരുടെ തൊപ്പികളിൽ നക്ഷത്രങ്ങളുണ്ടായിരുന്നു. എനിക്കൊരു കൊച്ചുകൂട്ടുകാരനുണ്ടായിരുന്നു, റൂബിക് ട്രിൻസ്കി. ഒരു ദിവസം, മുള്ളുവേലിയിലെ ഒരു പിളർപ്പിനിടയിലൂടെ അവൻ എന്നെ അമ്മമാരുടെ അടുത്തേക്കു കൊണ്ടുപോയി. എല്ലാവരേയും ഭക്ഷണം കഴിക്കാനായി വരിനിർത്തുമ്പോൾ അവനും ഞാനും വാതിലിനു പിന്നിൽ മറഞ്ഞിരിക്കും. "നിനക്ക് കുറുക്കു കഴിക്കാൻ ഇഷ്ടമില്ലല്ലോ?" അവൻ ചോദിക്കും. കുറുക്ക് എനിക്ക് വലിയ ഇഷ്ടമായിരുന്നു. എപ്പോഴും വിശപ്പുമുണ്ടായിരുന്നു. എന്നാലും അമ്മയെ കാണാൻ വേണ്ടി എന്തു സഹിക്കാനും തയ്യാറായിരുന്നു. അങ്ങനെ ഞങ്ങൾ മുള്ളുവേലിയുടെ വിടവിലൂടെ അപ്പുറത്തേക്ക് നൂഴ്ന്നു കടക്കും. പക്ഷേ അവിടെ ആരുമുണ്ടാകില്ല. അമ്മമാരെല്ലാവരും ജോലിക്കു പൊയ്ക്കഴിഞ്ഞിരിക്കും. അവിടെ ആളില്ല എന്നറിഞ്ഞാലും ഓരോ മുക്കിലും മൂലയിലും ഞങ്ങൾ വെറുതെ പരതി നടക്കും. അവിടത്തെ ഇരുമ്പുകട്ടിലുകൾ, വെള്ളം വെച്ചിട്ടുള്ള ഇരുമ്പു പാത്രങ്ങൾ, ചങ്ങലയിൽ തൂക്കിയിട്ടിട്ടുള്ള തകരകോപ്പകൾ... ഓരോന്നിനുമുണ്ടാകും അമ്മമാരുടെ മണം. മണ്ണിന്റേയും അമ്മമാരുടേയും മണം. ചിലപ്പോൾ ഏതെങ്കിലും കുട്ടികളുടെ അമ്മമാരെ കണ്ടുവെന്നുവരാം. കട്ടിൽ ചുമച്ചു തളർന്നു കിടക്കുകയായിരിക്കും. ചില അമ്മമാർ ചുമച്ചു ചോര തുപ്പുന്നുണ്ടാവും...

അതിലൊരാൾ ടോംചോക്കോയുടെ അമ്മയാണെന്ന് റൂബിക് പറഞ്ഞു. ഞങ്ങളുടെ കൂട്ടത്തിലെ ഏറ്റവും ചെറിയ കുട്ടി അവളായിരുന്നു. ഏതാനും ദിവസങ്ങൾക്കുള്ളിൽ ആ അമ്മ മരിച്ചുപോയി. അമ്മയുടെ മരണം കഴിഞ്ഞ് താമസിയാതെ ടോംചോക്കോയും മരിച്ചു. ഞാൻ സംശയിച്ചു നിന്നു, ടോംചോക്കോ മരിച്ചുവെന്ന് ഞാനാരോടാണ് പറയേണ്ടത്? അവളുടെ അമ്മയും ജീവിച്ചിരിപ്പില്ലല്ലോ. (മൗനം) വളരെ വർഷങ്ങൾക്കു ശേഷം ഞാനോർത്തു. പക്ഷേ എന്റെ അമ്മയ്ക്ക് അത് വിശ്വസിക്കാനായില്ല. "അന്ന് നിനക്ക് നാലുവയസ്സേ ആയിരുന്നുള്ളൂ" അമ്മ പണിക്കാരുടെ കൂട്ടത്തിൽ നടക്കാറുള്ളത് ഓർത്തു പറഞ്ഞു. കീറത്തുണികൾ തുന്നിക്കൂട്ടിയ ഒരു നീണ്ട കുപ്പായം. കാലിൽ അടിഭാഗത്ത് മരക്കഷണങ്ങൾ പിടിപ്പിച്ച കാൻവാസ് ഷൂ. അമ്മയ്ക്ക് വല്ലാത്ത അദ്ഭുതം. അവർ കരഞ്ഞുപോയി. ഒരിക്കൽ അമ്മ എവിടെനിന്നോ കൊണ്ടുവന്നു തന്ന ഒരു കഷ്ണം തണ്ണിമത്തന്റെ രുചിയും മണവും...ഞാനിപ്പോഴും ഓർക്കുന്നു. ചെറിയൊരു തുണ്ട്. ഒരു കഷ്ണം പഴന്തുണിയിൽ പൊതിഞ്ഞ്. പിന്നീടൊരിക്കൽ, ആൺകുട്ടികൾ എന്നെ ഒരു പൂച്ചക്കുട്ടിയോടൊപ്പം കളിക്കാൻ വിളിച്ചു. പൂച്ച എന്താണെന്ന് എനിക്ക് രൂപമില്ലായിരുന്നു. കോളനിയിൽ പൂച്ച ഉണ്ടായിരുന്നില്ല. പുറത്തെവിടേയോ നിന്ന് വഴിതെറ്റി വന്നുപെട്ടതാവണം. കോളനിക്കകത്ത് അവക്ക് ജീവിക്കാനാവില്ലായിരുന്നു. ഭക്ഷണത്തിന്റെ ഒരു വക പൊട്ടും പൊടിയും ശേഷിക്കാത്ത സ്ഥലം. അവസാനത്തെ തുണ്ടും ഞങ്ങൾ ആർത്തിയോടെ അകത്താക്കുമായിരുന്നു. നടക്കുമ്പോൾ കാൽചുവട്ടിലേക്ക് ശ്രദ്ധയോടെ നോക്കും. എടുത്ത് വായിലിടാൻ തക്കവണ്ണം വല്ലതും താഴെ കിടപ്പുണ്ടോ? പുല്ലും വേരും

പറിച്ചു തിന്നു. ചരൽക്കല്ലുകളെടുത്ത് നക്കി നുണഞ്ഞു. പൂച്ചയ്ക്ക് എന്തെങ്കിലും നന്നായി കൊടുക്കണമെന്ന് ആഗ്രഹമുണ്ടായിരുന്നു. പക്ഷേ ആരുടെ കൈയിലും ഒന്നുമുണ്ടായിരുന്നില്ല. അതുകൊണ്ട് ഞങ്ങൾ ഒരു സൂത്രം ചെയ്തു. അത്താഴം കഴിച്ചതിനുശേഷം അതിന്റെ മുമ്പിൽ സമൃദ്ധമായി തുപ്പി. ആ പൂച്ച അത് സ്വാദോടെ നക്കിത്തുടക്കുകയും ചെയ്തു. വേറൊരു ദിവസം അമ്മ രഹസ്യമായി എനിക്കൊരു മിഠായി തരാൻ ശ്രമിച്ചത് ഓർമ്മ വരുന്നു. "അന്യ ഇതു തിന്നോളൂ" മുള്ളുവേലിക്കപ്പുറത്തു നിന്നു അവർ വിളിച്ചു. കാവൽക്കാർ അവരെ ആട്ടിയോടിച്ചു. അവർ താഴെ വീണു. കാവൽക്കാർ അവരുടെ നീണ്ട കറുത്ത മുടിയിൽ പിടിച്ച് മണ്ണിലൂടെ വലിച്ചിഴച്ചു. എനിക്കു വല്ലാതെ പേടിയായി. അമ്മ എനിക്കു തരാൻ ഉദ്ദേശിച്ച മിഠായി എന്താണെന്നുപോലും എനിക്കു രൂപമില്ലായിരുന്നു. എനിക്കല്ല അവിടെയുള്ള ഒരു കുട്ടിക്കും മിഠായി എന്നാൽ എന്താണെന്ന് അറിയില്ലായിരുന്നു. എല്ലാവർക്കും ഭയമായി. എനിക്ക് ശിക്ഷ കിട്ടുമോ എന്ന പേടി. അവരെന്നെ ഒളിപ്പിക്കാൻ നിശ്ചയിച്ചു. അവർ എന്നെ അവരുടെ കൂട്ടത്തിനു നടുവിലാക്കി നിർത്തി. എപ്പോഴും എന്റെ ചുറ്റും കുട്ടികൾ. "നമ്മുടെ അന്യ ഇടയ്ക്കിടെ വീഴുന്നു." അവർ ന്യായം പറഞ്ഞു. (അവർ മെല്ലെ കരയുകയായിരുന്നു.) ഞാനെന്തിനാണ് കരയുന്നതെന്ന് എനിക്കറിയില്ല. ഇതെല്ലാം എനിക്കറിയാവുന്ന കാര്യങ്ങളാണ്. എന്റെ ജീവിതം അതെങ്ങനെയായിരുന്നുവെന്ന് എനിക്ക് നന്നായറിയാം. ദാ പറഞ്ഞു പറഞ്ഞു വഴിതെറ്റിയോ? എന്താണ് ഞാൻ പറഞ്ഞുകൊണ്ടിരുന്നത്? ആ കാര്യം ഞാൻ മുഴുവനാക്കിയില്ല, അല്ലേ?

ഭയം ഒന്നു മാത്രമായിരുന്നില്ല, കുറേയേറെ ഉണ്ടായിരുന്നു. വലുതും ചെറുതുമായി വളരെയധികം ഭയങ്ങൾ. വലുതാവുന്നതിനെക്കുറിച്ചുള്ള ഭയം. അഞ്ചുവയസ്സായാൽ അവർ ഞങ്ങളെ അവിടെനിന്നു മാറ്റി അനാഥാലയത്തിൽ കൊണ്ടുചെന്നാക്കും. അത് വളരെ അകലെ എവിടെയോ ആണ് എന്നറിയാമായിരുന്നു. അമ്മമാരിൽ നിന്നും ഒരുപാട് അകലെ. അവരെന്നെ കൊണ്ടുപോയത് 8-ാം നമ്പർ അനാഥാലയത്തിലേക്കായിരുന്നു. അത് 5-ാം നമ്പർ ഗ്രാമത്തിലായിരുന്നു. എന്തിനും ഏതിനും അവിടെ അക്കമുണ്ടായിരുന്നു. വഴികളെ "ലൈനു" കളെന്നാണ് പറഞ്ഞിരുന്നത്. ഒന്നാമത്തെ ലൈൻ...രണ്ടാമത്തെ ലൈൻ....അങ്ങനെ. ഞങ്ങളെ ഒരു ട്രക്കിൽ കയറ്റിയാണ് കൊണ്ടുപോയത്. ട്രക്കിന്റെ ബംബറിൽ പിടിച്ച് കുറെ നേരം അമ്മമാർ പുറകെയോടി. പലരും ഉറക്കെ നിലവിളിച്ചു.... അതുമിതും പറഞ്ഞു. ഒരു കാര്യം എനിക്കോർമ്മയുണ്ട്, എപ്പോഴും അമ്മമാരാണ് അധികം കരഞ്ഞിരുന്നത്. കുട്ടികൾ അപൂർവ്വമായേ കരഞ്ഞിരുന്നുള്ളൂ. ഞങ്ങൾ വെറും കുട്ടികളായിരുന്നില്ല. എന്തിനും കരയുന്ന ശീലവുമുണ്ടായിരുന്നില്ല. ചിരിയും ചുരുക്കമായിരുന്നു. അനാഥാലയത്തിൽ വന്നതിനു ശേഷമാണ് ഞാൻ കരയാൻ പഠിച്ചത്. പലപ്പോഴും അവർ ഞങ്ങളെ കഠിനമായി പ്രഹരിച്ചിരുന്നു. അവർ ഇടയ്ക്കിടയ്ക്കു ഞങ്ങളോടു പറയും, "ഞങ്ങൾക്ക് നിങ്ങളെ തല്ലുകയോ കൊല്ലുകയോ ചെയ്യാം. കാരണം നിങ്ങളുടെ അമ്മമാർ രാജ്യത്തിന്റെ ശത്രുക്കളാണ്." അച്ഛന്മാരെപറ്റി ഞങ്ങൾക്ക് ഒരു വിവരവും ഉണ്ടായിരുന്നില്ല. "നിന്റെ അമ്മ ചീത്തയാണ്."

അതുമാത്രമാണ് നിരന്തരം കേട്ടിരുന്നത്. ഇത് ആവർത്തിച്ചു പറയാറുള്ള ആ സ്ത്രീയുടെ മുഖം എനിക്കിപ്പോൾ ഓർമ്മയില്ല. “എന്റെ അമ്മ നല്ല അമ്മയാണ്, സുന്ദരിയാണ്” ഞാൻ തിരിച്ചു പറയും.

“നിന്റെ അമ്മ ചീത്തയാണ്. അവർ ഞങ്ങളുടെ ശത്രുവാണ്.” അവരുടെ സ്വരം കൂടുതൽ കർക്കശമാകും. “കൊല്ലും” എന്നാണോ അവർ പറയാറുള്ളത്. തീർച്ചയില്ല. എന്നാൽ അതിനോടടുപ്പമുള്ള എന്തോ ആണെന്ന് എനിക്ക് ഉറപ്പുണ്ട്. അതുപോലെ ഭയപ്പെടുത്തുന്ന വാക്കുകളാണ് അവർ പ്രയോഗിക്കുക. അതെല്ലാം ഓർക്കാൻ തന്നെ പേടി തോന്നുന്നു. പഠിപ്പിക്കാനോ പാഠങ്ങൾ പറഞ്ഞുതരാനോ ആരുമുണ്ടായിരുന്നില്ല. അതൊന്നും ഞങ്ങൾ കേട്ടിട്ടുമുണ്ടായിരുന്നില്ല. ഞങ്ങൾക്കുണ്ടായിരുന്നത് കമാൻഡർമാരായിരുന്നു. അവരുടെ കൈയിൽ നീണ്ടവടി. തെറ്റു ചെയ്താൽ അപ്പോൾ അടി വീഴും. തെറ്റു ചെയ്തില്ലെങ്കിലും അടിക്കണമെന്നു തോന്നിയാൽ അവർ അടിക്കും. തല്ലു കൊണ്ട് ദേഹം മുഴുവൻ തുള വീഴണമെന്നായിരുന്നു എന്റെ ആഗ്രഹം. അതു കണ്ടെങ്കിലും അവർ തല്ലു നിർത്തിയാൽ നന്നായില്ലേ? ദേഹത്തു തുളയൊന്നും വീണില്ല. പക്ഷേ മേലാകെ മുറിപ്പാടുകളായിരുന്നു. ചോരയും ചലവുമൊലിക്കുന്ന മുറിവുകൾ. എനിക്ക് സന്തോഷം തോന്നി. എന്റെ കൂട്ടുകാരി ഒലേവ്കയുടെ പുറത്ത് ഇരുമ്പുതാങ്ങുകൾ വെച്ചു കെട്ടിയിരുന്നു. അതുകൊണ്ട് ആർക്കും അവളെ അടിക്കാൻ അനുവാദമില്ലായിരുന്നു. ഞങ്ങൾക്കെല്ലാവർക്കും ആ കാരണം കൊണ്ട് അവളോട് അസൂയയായിരുന്നു. (കുറെ നേരം അവർ ജനാലയിലൂടെ പുറത്തേക്കു നോക്കി മിണ്ടാതെയിരുന്നു.) ഇതൊന്നും ഞാൻ ഇതുവരെയായി ആരോടും പറഞ്ഞിട്ടില്ല. എനിക്ക് ഭയമായിരുന്നു.

എന്തിനെയാണ് ഞാൻ ഭയപ്പെട്ടിരുന്നത്? അതും എനിക്കറിഞ്ഞുകൂടാ. (അവർ ഏതോ ചിന്തയിൽ മുഴുകി) രാത്രിയോടായിരുന്നു ഞങ്ങൾക്കിഷ്ടം. പകൽ മുഴുവൻ രാത്രിയാവാൻ ഞങ്ങൾ കാത്തിരുന്നു. ഇരുണ്ട രാത്രികൾ ഞങ്ങൾക്ക് പ്രിയപ്പെട്ടതായിരുന്നു. മിസ് ഫ്രോസിയ ഞങ്ങളുടെ അടുത്തു വന്നിരുന്ന കഥകൾ പറയും. അവർക്കായിരുന്നു രാത്രി കാവലിന്റെ ചുമതല. അല്യോനുഷ്കയുടേയും ലിറ്റിൽ റെഡ് റൈഡിങ്ങ് ഹുഡ്ഢിന്റേയും കഥകൾ. അവരുടെ കീശയിൽ ഒരു പിടി ഗോതമ്പു കാണും. കരയുന്ന കുട്ടികൾക്ക് അവർ ഏതാനും മണി ഗോതമ്പുകൊടുത്ത് ആശ്വസിപ്പിക്കും. എല്ലാവരെക്കാളും കൂടുതൽ കരഞ്ഞിരുന്നത് ലിലേച്കയായിരുന്നു. രാവിലെയും രാത്രിയിലും കരയും. ഞങ്ങൾക്കെല്ലാവർക്കും ‘ചൊറിയു’ ണ്ടായിരുന്നു. പ്രത്യേകിച്ചും വയറ്റിൽ ചുമന്ന തടിച്ച വ്രണങ്ങൾ. അതിനു പുറമേ ലിലേച്കയുടെ കക്ഷത്തിൽ വലിയ പോളനുകളുമുണ്ടായിരുന്നു. ഇടയ്ക്കിടയ്ക്ക് അതിൽ ചലം നിറഞ്ഞ് പൊട്ടിയൊലിക്കും. കുട്ടികളുടെ ഇടയിൽ അവർ ചാരപ്പണി പ്രോത്സാഹിപ്പിച്ചിരുന്നു. തമ്മിൽ തമ്മിൽ ഒറ്റിക്കൊടുക്കുക. എല്ലാവരേക്കാൾ കൂടുതലായി അതു ചെയ്തത് ലിലേച്കയായിരുന്നു. കസാക്കിസ്ഥാനിലെ കാലാവസ്ഥ കടുപ്പമേറിയതായിരുന്നു. തണുപ്പുകാലത്ത് 0ത്തിനു താഴെ

40 ഡിഗ്രി. വേനൽക്കാലത്ത് 0ത്തിനും 40 ഡിഗ്രിക്കും മീതെ. ലിലേച്കാ തണുപ്പുകാലത്താണ് മരിച്ചത്. മഞ്ഞുരുകി വീണ്ടും പുല്ലു മുളയ്ക്കുന്നതു വരെ അവൾക്ക് കാത്തിരിക്കാൻ കഴിഞ്ഞിരുന്നുവെങ്കിൽ....വസന്ത കാലത്ത് അവൾ മരിക്കില്ലായിരുന്നു. അതെനിക്കു തീർച്ചയാണ്. (അവർ ഇടയ്ക്കിടെ മിണ്ടാതായി)

അവർ എല്ലാറ്റിനും ഉപരിയായി ഞങ്ങളെ പഠിപ്പിച്ചത് സഖാവ് സ്റ്റാലിനെ ആരാധിക്കാനാണ്. ക്രെംലിനിൽനിന്ന് ഞങ്ങൾ ഏറ്റവും ആദ്യം എഴുതിയ കത്ത് സ്റ്റാലിന്റെ പേരിലുള്ളതായിരുന്നു. ഇങ്ങനെയാണതുണ്ടായത്. അക്ഷരമാല പഠിപ്പിച്ചതിനു ശേഷം അവർ എല്ലാവർക്കും ഓരോ തുണ്ട് കടലാസ് നല്കി. അവർ ഞങ്ങൾക്ക് എഴുതാനായി വാക്കുകൾ പറഞ്ഞുതന്നു. ഞങ്ങളുടെ ഏറ്റവും പ്രിയങ്കരനും ഉദാരമതിയുമായ നേതാവിനുള്ള കത്തായിരുന്നു അത്. ഞങ്ങൾ അത്രമാത്രം സ്റ്റാലിനെ സ്നേഹിച്ചു. ഞങ്ങളുടെ കത്തുകൾക്ക് അദ്ദേഹം ഉടനെ മറുപടി എഴുതുമെന്നും സ്നേഹസമ്മാനങ്ങൾ അയച്ചുതരുമെന്നും ആത്മാർത്ഥമായി വിശ്വസിച്ചു. എന്തെല്ലാം സമ്മാനങ്ങളാണ് ഞങ്ങൾക്കായി അയയ്ക്കുക. അദ്ദേഹത്തിന്റെ പടത്തിൽ നിന്നും കണ്ണെടുക്കാതെ ഞങ്ങൾ നോക്കി നിന്നു. എത്ര സുമുഖനാണ് സഖാവ് സ്റ്റാലിൻ! ലോകത്തിൽ വെച്ചുതന്നെ ഏറ്റവും സുന്ദരനായ പുരുഷൻ.

സഖാവ് സ്റ്റാലിനോടൊപ്പം ഒരു ദിവസം ചിലവഴിക്കാനുള്ള ഭാഗ്യം. അതിനുപകരമായി സ്വന്തം ജീവിതത്തിൽ നിന്നും ഏറ്റവുമധികം വർഷങ്ങൾ വിട്ടുകൊടുക്കാൻ ആരാണു തയ്യാറാവുക? അതു പറഞ്ഞ് ഞങ്ങൾ എത്ര തർക്കിച്ചു. മെയ്ദിനം ആഘോഷിക്കാനായി അവർ കൊച്ചു ചെങ്കൊടികൾ തന്നു. അതും ഉയർത്തി വീശി സന്തോഷത്തോടെ അവിടെയൊക്കെ ചുറ്റി നടന്നു. കൂട്ടത്തിൽ ഏറ്റവും ഉയരം കുറഞ്ഞ കുട്ടി ഞാനായിരുന്നു. അതുകൊണ്ട് ആ നീണ്ടവരിയിൽ അവസാനത്തേതായിരുന്നു എന്റെ സ്ഥാനം. എന്റെ ഊഴം എത്തുമ്പോഴേക്കും ചെങ്കൊടികൾ തീർന്നുപോയാലോ എന്നായിരുന്നു ആധി. അവർ ആവർത്തിച്ചു പറഞ്ഞുകൊണ്ടിരുന്നു, “നിങ്ങളുടെ മാതൃഭൂമിയാണ് നിങ്ങളുടെ അമ്മ” എന്നിട്ടും മുതിർന്ന ആരെ കണ്ടാലും ഞങ്ങൾ ചോദിച്ചിരുന്നു, “എന്റെ അമ്മ എവിടെയാണെന്ന് അറിയാമോ?” ആർക്കും അതറിയുമായിരുന്നില്ല. റീറ്റാ മെൽനിക്കോവയുടെ അമ്മയാണ് ആദ്യമായി മകളെ അന്വേഷിച്ചു വന്നത്. അസാധാരണ മാധുര്യമുള്ളതായിരുന്നു അവരുടെ സ്വരം. അവർ ഞങ്ങൾക്കു വേണ്ടി ഒരു താരാട്ടു പാട്ടു പാടി.

“എന്റെ കുഞ്ഞോമന ഉറങ്ങൂ...
എന്റെ കുഞ്ഞോമന ഉറങ്ങൂ...
വിളക്കുകളെല്ലാം അണഞ്ഞു കഴിഞ്ഞു
വാതിൽപാളികളും ഒച്ചയുണ്ടാക്കാതായി
എലികളും ഉറക്കമായി കഴിഞ്ഞു
എന്റെ കുഞ്ഞോമന ഉറങ്ങൂ...
എന്റെ കുഞ്ഞോമന ഉറങ്ങൂ...”

ഈ പാട്ട് ഞങ്ങൾക്കറിയില്ലായിരുന്നു. അതുകൊണ്ട് എല്ലാവരും അത് വേഗം പഠിച്ചു. “ഇനിയും...ഇനിയും...” പാടാനായി അവരോടു ഞങ്ങൾ കെഞ്ചി. അവർ പിന്നെയും പല പാട്ടുകൾ പാടി. അതൊന്നും എന്റെ ഓർമ്മയിലില്ല. അവർ പാടിത്തീരും മുമ്പേ ഞങ്ങളെല്ലാവരും ഉറങ്ങി കഴി ഞ്ഞിരുന്നു. അവർ ഞങ്ങളോട് ഉറപ്പിച്ചു പറഞ്ഞു. “നിങ്ങളുടെയൊക്കെ അമ്മമാർ സുന്ദരികളാണ്... വളരെ വളരെ നല്ലവരാണ്.” അതെ, എനി ക്കറിയാം എല്ലാ അമ്മമാരും സുന്ദരിമാരാണ്. ഞങ്ങളുടെ അമ്മമാരും ഇതേ പാട്ടുകൾ പാടാറുണ്ടെന്ന് അവർ പറഞ്ഞു. ഞങ്ങൾ ഞങ്ങളുടെ അമ്മമാർക്കായി കാത്തിരുന്നു. പിന്നെ നിരാശയിലാണ്ടു. അവർ ഞങ്ങ ളോട് സത്യം പറഞ്ഞിരുന്നില്ല. വേറേയും ചില അമ്മമാർ വന്നു. അവരി ലൊരാളും സുന്ദരിയായിരുന്നില്ല. രോഗികളും അവശരുമായിരുന്നു. അവർക്കാർക്കും പാടാനുമറിയില്ലായിരുന്നു. ഞങ്ങൾ തേങ്ങി, പൊട്ടി ക്കരഞ്ഞു. അമ്മമാരെ കണ്ട സന്തോഷത്തിലായിരുന്നില്ല ഞങ്ങൾ കരഞ്ഞത്... നിരാശ കൊണ്ടായിരുന്നു. ഇതുപോലെയുള്ള അമ്മമാരെ യല്ലല്ലോ ഞങ്ങൾ പ്രതീക്ഷിച്ചിരുന്നത്. അന്നു മുതലാണ് അസത്യത്തെ ഞാൻ അത്രയും വെറുക്കാൻ തുടങ്ങിയത്. പകൽ സ്വപ്നങ്ങൾ... എനി ക്കൊട്ടും ഇഷ്ടമല്ല. രസമുള്ള കഥകൾ പറഞ്ഞ് ആ അമ്മ അന്ന് ഞങ്ങളെ കൊതിപ്പിക്കരുതായിരുന്നു. ഞങ്ങളുടെ അമ്മമാർ ജീവിച്ചിരിക്കുന്നുണ്ടെന്ന് അവർ പറഞ്ഞു. വാസ്തവത്തിൽ പലരും മരിച്ചു കഴിഞ്ഞിരുന്നു. പിന്നീ ടാണ് ഞങ്ങൾക്ക് മനസ്സിലായത്... അമ്മമാരാരും സുന്ദരികളായിരുന്നില്ല... യഥാർത്ഥത്തിൽ അമ്മ എന്നൊരാൾ തന്നെ ഉണ്ടായിരുന്നില്ല!

ഞങ്ങളെല്ലാവരും തീരെ ചെറിയ കുട്ടികളായിരുന്നു. അന്നത്തെ വർത്തമാനങ്ങളൊന്നും ഞാൻ ഓർക്കുന്നില്ല. തമ്മിൽ തമ്മിൽ തൊട്ടിരു ന്നത് ഓർമ്മയുണ്ട്. എന്റെ ചങ്ങാതി വാലിയ കൊറീനാ എപ്പോഴും എന്നെ തൊടും. അവളുടെ മനസ്സിലെന്താണെന്ന് എനിക്കറിയാം. ഞങ്ങളെ ല്ലാവരും ചിന്തിക്കുന്നത് ഒരേ കാര്യങ്ങൾ തന്നെ. എല്ലാവരും പരസ്പരം ഏറ്റവും അടുത്തറിഞ്ഞിരുന്നു. ആരൊക്കെയാണ് രാത്രി മെത്ത ‘നനയ്ക്കുന്നത്” ഉറക്കത്തിൽ നിലവിളിക്കുന്നത് ആരെല്ലാമാണ് വിക്കലും തപ്പലും ആർക്കൊക്കെയാണ് എന്നെല്ലാം. ചിലർക്ക് ‘റ്’ എന്ന ശബ്ദം ഉച്ചരിക്കാനാവില്ലായിരുന്നു. എന്റെ വളഞ്ഞ പല്ലിനെ ഞാൻ സ്പൂണിന്റെ തലപ്പുകൊണ്ട് നേരെ നിർത്താൻ ശ്രമിച്ചിരുന്നു.

ഒരു മുറിയിൽ നാല്പത് ഇരുമ്പുകട്ടിലുകളുണ്ടായിരുന്നു. സന്ധ്യ യായാൽ അവർ കല്പിക്കും. “ഉള്ളം കൈകൾ കൂട്ടിപ്പിടിച്ച്, കവിളിനു താഴെ ചേർത്തുവെച്ച് വലതുവശം ചെരിഞ്ഞു കിടക്കുക.” അതെല്ലാം എല്ലാവരും ഒരേസമയത്ത് ചെയ്തിരിക്കണം എല്ലാവരും എല്ലാം ഒരുമിച്ച്. അതാണ് കൂട്ടായ്മ. ഒരുമാതിരി കാടത്തമെന്നു തോന്നാം. പാറ്റകളുടെ കൂട്ടം പോലെ...എന്തുചെയ്യാം? അങ്ങനെയൊക്കെയാണ് ഞാൻ വളർന്നു വന്നത്. (അവർ മുഖംതിരിച്ച് ജനാലിലൂടെ പുറത്തേക്കു നോക്കിയിരുന്നു. തന്റെ മുഖം ഞാൻ കാണേണ്ട എന്നു കരുതിയിരിക്കും... ആ നിമിഷ ങ്ങളിലെങ്കിലും) ഇന്നും ഞാൻ അങ്ങനെത്തന്നെയാണ്. എല്ലാവരും

ഒരുമിച്ച് ആ മുറിയിൽ കിടക്കും. എല്ലാവരും ഒരുമിച്ച് കരയാൻ തുടങ്ങും. കൂട്ടത്തോടെ പിറുപിറുക്കും. "എല്ലാ നല്ല അമ്മമാരും വന്നു കഴിഞ്ഞു." ഒരു കുട്ടി പറഞ്ഞു. "എന്റെ അമ്മയെ എനിക്കൊട്ടും ഇഷ്ടമല്ല," വേറൊരു കുട്ടി പറഞ്ഞു. "അവരെന്നെ കൊണ്ടുപോകാൻ ഇതുവരേയും വന്നില്ലല്ലോ" എന്റെ അമ്മയുടെ കാര്യത്തിൽ എനിക്കും വല്ലാത്ത വിഷമം തോന്നി. രാവിലെ ഉണർന്നു കഴിഞ്ഞാൽ ഞങ്ങളെല്ലാവരും ഒരുമിച്ചു പാടും... പെട്ടെന്ന് അവർ ആ പാട്ടു പാടാൻ തുടങ്ങി.

"ഇളം വെയിൽ കൊണ്ട്
ക്രെംലിനിലെ പഴയ ചുമരുകളിൽ
പ്രഭാതം ചായം പൂശുന്നു സോവിയറ്റ് നാടു മുഴുവൻ
പ്രഭാതത്തോടൊപ്പം ഉറക്കമുണരുന്നു."

നല്ലൊരു പാട്ട്. എനിക്കത് വളരെ ഹൃദ്യമായി തോന്നുന്നു. മേയ് ദിനം! ലോകത്തിൽവെച്ച്, ഞങ്ങളെ സംബന്ധിച്ചിടത്തോളം ഏറ്റവും വിശേഷപ്പെട്ട ദിവസം മേയ് 1-ാം തിയാണ്. ആ ദിവസം അവർ ഞങ്ങൾക്ക് പുതിയ ഉടുപ്പുകളും കോട്ടുകളും തരും. എല്ലാ കോട്ടുകളും ഉടുപ്പുകളും ഒരേ മട്ടിലുള്ളതായിരിക്കും. ഒരു വ്യത്യാസവും കാണില്ല. ഞങ്ങൾ മനഃപൂർവ്വം അവനവന്റെ കോട്ടിലും ഉടുപ്പിലും എന്തെങ്കിലും ഒരടയാളം ചേർത്തു വെക്കും. ഒരു കുടുക്കോ ഒരു ഞൊറിയോ എന്തെങ്കിലും. "എന്റേതാണെന്ന ഉറപ്പിന്." അവർ ഞങ്ങളോടു പറഞ്ഞിരുന്നു. ഈ മാതൃഭൂമി തന്നെയാണ് ഞങ്ങളുടെ കുടുംബം. സോവിയറ്റ് നാട് എപ്പോഴും ഞങ്ങളെക്കുറിച്ച് ചിന്തിക്കുന്നുണ്ട്. മേയ്ദിന ആഘോഷങ്ങൾക്കു മുമ്പായി വലിയൊരു ചെങ്കൊടി ഞങ്ങൾ മുറ്റത്തു കൊണ്ടുചെന്നു വെക്കും, ചെണ്ടമേളത്തിന്റെ അകമ്പടിയോടെ. ഒരിക്കൽ....അതൊരദ്ഭുതമായിരുന്നു. ഒരു "ജനറൽ" ഞങ്ങളെ കാണാൻ വന്നു. എല്ലാവർക്കും വളരെ സന്തോഷകരമായ ഒരു ഒഴിവുദിവസം ആശംസിച്ചു. ഞങ്ങളുടെ നോട്ടത്തിൽ പുരുഷന്മാരെല്ലാവരും സാധാരണ പട്ടാളക്കാരോ അല്ലെങ്കിൽ ഉദ്യോഗസ്ഥന്മാരോ ആയിരുന്നു. ആദ്യമായി അന്നാണ് ഒരു യഥാർത്ഥ ജനറലിനെ നേരിൽ കണ്ടത്. അദ്ദേഹത്തിന്റെ കാലുറകൾ പ്രത്യേക രീതിയിലുള്ളതായിരുന്നു. മുറിക്കകത്തെ ഉയരമുള്ള ജനലുകളിൽ ഞങ്ങൾ കയറി നിന്നു. ജനറൽ കാറിൽ പോകുന്നതു കാണാൻ. അദ്ദേഹം തിരിഞ്ഞു നിന്ന് ഞങ്ങളുടെ നേരെ കൈവീശി കാണിച്ചു.

അന്നുരാത്രി വാലിയ കോറീനാ എന്നോടു ചോദിച്ചു.

"അച്ഛനുണ്ടെങ്കിൽ, എങ്ങനെയായിരിക്കും എന്ന് നിനക്കറിയാമോ?"

എനിക്കറിയില്ലായിരുന്നു. അവൾക്കും അറിയില്ലായിരുന്നു.

(അവർ തെല്ലുനേരം മിണ്ടാതിരുന്നു.)

ഞങ്ങൾക്ക് സ്റ്റെപ്കാ ഉണ്ടായിരുന്നു. അയാൾ ഇനിയൊരാളെ എന്നപോലെ തന്നത്താൻ കെട്ടിപ്പിടിക്കും. എന്നിട്ട് ഇടനാഴിയിലൂടെ നൃത്തച്ചുവടുകൾ വെച്ച് തിരിഞ്ഞു തിരിഞ്ഞു നടക്കും. ഞങ്ങൾക്കത് വലിയൊരു

തമാശയായിരുന്നു. പക്ഷേ അയാൾ ഞങ്ങളെ തീരെ ഗൗനിച്ചിരുന്നില്ല. അങ്ങനെയൊരുനാൾ പെട്ടെന്ന് അയാൾ മരിച്ചു. ഒരസുഖവുമുണ്ടായിരുന്നില്ല....എന്നിട്ടും. എല്ലാം ക്ഷണത്തിൽ കഴിഞ്ഞു. വളരെ നാളുകൾ ഞങ്ങൾ സ്റ്റെപ്കയെ കുറിച്ച് ഓർത്തിരുന്നു. പറഞ്ഞുകേട്ടത് അയാളുടെ അച്ഛൻ വളരെ ഉയർന്ന ഒരു സൈനിക ഉദ്യോഗസ്ഥനായിരുന്നു എന്നാണ്. ഒരു ജനറൽ. അതിനു ശേഷമാണ് എന്റെ കക്ഷത്തിൽ വലിയ പൊളൻ വരാൻ തുടങ്ങിയത്. ചലം നിറഞ്ഞ് പൊട്ടിയൊലിക്കുന്ന തരം. കലശലായ വേദന. വേദനകൊണ്ടു ഞാൻ കരയുമായിരുന്നു. ഇഗോർകോറിലോവ് കലവറ മുറിയിൽ വെച്ച് എന്നെ ഉമ്മ വെച്ചു. ഞങ്ങൾ രണ്ടുപേരും അഞ്ചാം ക്ലാസ്സിലായിരുന്നു. ക്രമേണ എന്റെ രോഗം ഭേദമായി. ഞാൻ രക്ഷപ്പെട്ടു ഒരിക്കൽ കൂടി. (അവരുടെ ശബ്ദമൊന്നു ഇടറി. അവർ ഒച്ചവെക്കുമ്പോലെയാണ് സംസാരിച്ചത്) ഈ വക സംഗതികളെക്കുറിച്ച്... ഇപ്പോൾ ആരെങ്കിലും ഓർക്കുന്നുണ്ടാവുമോ? ആരുമുണ്ടാവില്ല. അതുകൊണ്ട് എന്തെങ്കിലും രസമോ പ്രയോജനമോ ഇല്ല. എത്രകാലമായി അതങ്ങനെയാണ്. ഞങ്ങളുടെ നാട്...അതിപ്പോൾ നിലവിലില്ല. ഇനിയൊരിക്കലും ഉണ്ടാവുകയുമില്ല. എന്നാലും ഞങ്ങൾ ചിലർ ഇപ്പോഴുമുണ്ട്. വയസ്സായി... ആർക്കും വേണ്ടാത്തവരായി. ഞങ്ങളുടെ കണ്ണുകൾ വിഷമയമാണ്. ഓർമ്മകൾ ഭയാനകമാണ്. എന്നാലും ഇവിടെത്തന്നെയുണ്ട്. ഞങ്ങളുടെ ഭൂതകാലം...അതിന്റെ ശേഷിപ്പെന്നു പറയാൻ എന്താണുള്ളത്? ഈ നാടിന്റെ മണ്ണിനെ സ്റ്റാലിൻ രക്തത്തിൽ കുതിർത്ത കഥ പറയാം.

ക്രൂഷ്ചേവ് ആ മണ്ണിൽ ചോളം വിതച്ചു. എല്ലാവരും ബ്രഷ്നേവിനെ പരിഹസിച്ചു. എന്നാൽ യഥാർത്ഥ ധീരനായകന്മാരുടെ കഥകൾ? ഈയിടെ പത്രത്തിൽ ആരോ എഴുതിയിരുന്നു, സോയാ[1] കോസ്മോഡിമ്യാൻസാക്യാ ചിത്തഭ്രമം സാധിച്ച ഒരു സ്ത്രീയായിരുന്നുവെന്ന്. ചെറുപ്പകാലത്തുണ്ടായ മസ്തിഷ്കജ്വരത്തിന്റെ അനന്തരഫലം. കാണുന്നതെന്തും കത്തിച്ചു ചാമ്പലാക്കാനുള്ള ഒരു പ്രവണത സ്വാഭാവികമായി ഉണ്ടായിരുന്നുപോലും. ഒരു മാനസികരോഗി തന്നെ. അലക്സാണ്ടർ മാട്രോസോവ്[2] മദ്യപിച്ച് ബോധമില്ലാതെയാണത്രെ ജർമ്മൻ യന്ത്രത്തോക്കുകൾക്കു മുമ്പിൽ ചാടിവീണത്! അല്ലാതെ സ്വന്തം കൂട്ടാളികളെ രക്ഷിക്കാൻ വേണ്ടിയല്ല. പാവ്കാ കോൾചാജീസ ഇപ്പോൾ സോവിയറ്റുകാരുടെ ധീര വനിതയല്ല. അവരെല്ലാവരും വെളിവുകെട്ടവരായിരുന്നു... ബുദ്ധിമാന്ദ്യം സംഭവിച്ചവർ. (അവർ കുറച്ചൊന്നു ശാന്തയായി)

---

1. സോയാ ഒരു ഒളിപ്പോരാളിയായിരുന്നു. അവർ കുറെ അധികം ജർമ്മൻകാരേയും കുതിരകളേയും യുദ്ധകാലത്ത് ചുട്ടുകൊന്നു. നാസികൾ അവരെ വധിച്ചു. അവൾ സോവിയറ്റ് യൂണിയന്റെ ധീരവനിതയും രക്തസാക്ഷിയുമായിരുന്നു.

2. അലക്സാണ്ടർ മാട്രോസോവും അതിധീരനായ ഒരു സോവിയറ്റ് സൈനികനായിരുന്നു. പടക്കളത്തിൽ വീരമൃത്യു വരിച്ചു.

സത്യം പറയാം. ഞാൻ ഇപ്പോഴും ആ പഴയ ക്യാമ്പു ജീവിതം സ്വപ്നം കാണുന്നു. “ജർമ്മൻ ഷെപ്പേഡ്” നായകളെ കാണുമ്പോൾ ഞാൻ പേടിച്ചുവിറയ്ക്കുന്നു. പട്ടാള യൂണിഫോമിട്ട് ആരെ കണ്ടാലും എനിക്കു ഭയമാണ്. (കണ്ണീരിനിടയിലൂടെയാണ് അവർ സംസാരിക്കുന്നത്.) ഇനിയും ഇതുപോലെ തുടർന്നു പോകാൻ എനിക്കു വയ്യ. ഞാൻ ഗ്യാസിന്റെ നാലു ‘ബർണറുകളും’ തുറന്നു വെക്കുന്നു. ജനലുകൾ അടച്ച് കർട്ടനുകളിടുന്നു. എനിക്കു മരിക്കാൻ ഭയമില്ല. വിട്ടുപോകാൻ സങ്കടം തോന്നുന്നതൊന്നും തന്നെ ഇവിടെ ബാക്കിയില്ല.(മൗനം) എന്തെങ്കിലു മൊന്ന്... ഒരു കുഞ്ഞിന്റെ തലമുടിയുടെ മണം പോലെ എന്തെങ്കിലു മൊന്ന്... ഇല്ല, എന്നെ പിടിച്ചു നിർത്താനായി ഒന്നുമില്ല. എന്റെ ജനാല യുടെ താഴെ ഒരു മരം പോലുമില്ല. പരന്നു കിടക്കുന്ന മേൽക്കൂരകൾ മാത്രം. (മൗനം). ഞാൻ മേശപ്പുറത്ത് പൂക്കൾ ഒരുക്കിവെച്ചു. റേഡിയോ തുറന്നു. ആ അവസാനനിമിഷങ്ങളിൽ...ഞാൻ താഴെ നിലത്താണ് കിടന്നി രുന്നത്. എന്റെ ഓർമ്മകൾ മുഴുവൻ ആ പഴയ ക്യാമ്പുജീവിതത്തെ ക്കുറിച്ചായിരുന്നു. അതിൽ പിന്നെ എന്റെ ജീവിതത്തിൽ എന്തെല്ലാം സംഭ വിച്ചു! എന്നിട്ടും അവസാനം ഞാൻ എന്നെ കണ്ടത്. ക്യാമ്പിന്റെ ഇരുമ്പു പടി കടന്ന് പുറത്തേക്കു വരുന്നതായിട്ടാണ്. ഞാൻ പുറത്തു കടന്നതും അത് എന്റെ പിന്നിൽ ഒച്ചയോടെ അടഞ്ഞു. ഞാനിപ്പോൾ സ്വതന്ത്ര യാണ്. ഞാൻ മോചിക്കപ്പെട്ടിരിക്കുന്നു.

തന്നത്താൻ സംസാരിച്ചുകൊണ്ടു ഞാൻ മുന്നോട്ടു നടന്നു. എന്തൊക്കെ സംഭവിച്ചാലും പുറകോട്ട് തിരിഞ്ഞു നോക്കരുത്. അപ്പോഴും മനസ്സിൽ ഭയം. ആരെങ്കിലും ഓടി വന്നു എന്നെ ക്യാമ്പിലേക്ക് തിരികെ കൊണ്ടുപോയാലോ? എന്തെങ്കിലും കാരണവശാൽ ഒരു തിരികെപോക്ക്. ഞാൻ കുറച്ചു നേരം നടന്നു. വഴിയരികിലൊരു ബിർച്ച് മരം കണ്ടു. ഞാൻ ഓടിച്ചെന്ന് അതിനെ ചുറ്റിപ്പിടിച്ചു. ശരീരം അമർത്തിചേർത്തു. അപ്പുറത്ത് ഒരു കുറ്റിച്ചെടി വളർന്നു നിന്നിരുന്നു. അതിനേയും ഞാൻ കെട്ടിപ്പിടിച്ചു. മനസ്സിൽ അത്രയധികം ആനന്ദം... ക്യാമ്പിൽ നിന്നും പുറത്തു വന്ന ആ ആദ്യത്തെ വർഷം! എല്ലാം സന്തോഷിക്കാനുള്ളതായിരുന്നു. (വളരെ നേരം അവർ നിശ്ശബ്ദയായി ഇരുന്നു.)

എന്റെ അയൽക്കാരി. അവർക്ക് ഗ്യാസിന്റെ മണം കിട്ടി. പൊലീസ് വന്നു വാതിൽ പൊളിച്ച് അകത്തു കടന്നു. ഉടനെ ആശുപത്രിയിലെ ത്തിച്ചു. ബോധം തെളിഞ്ഞതും ഞാൻ ചോദിച്ചത് “ഞാൻ എവിടെയാണ് വീണ്ടും ക്യാമ്പിലെത്തിയോ?” എന്നാണ്. അതല്ലാതെ ജീവിതത്തിന് വേറൊരു വശമുണ്ടായിരുന്നില്ല എന്ന തോന്നൽ. ക്യാമ്പിനും ആശുപത്രി ക്കുമിടയിൽ എനിക്കൊരു ജീവിതമുണ്ടായിരുന്നില്ല. ആദ്യം ഞാൻ ചില ശബ്ദങ്ങൾ കേട്ടു. പിന്നെ വേദന. ദേഹമാസകലം വേദന. ഓരോ ചലനവും എന്നെ വേദനിപ്പിച്ചു. ശ്വാസമെടുക്കാൻ, വിരലനക്കാൻ, മിഴി തുറക്കാൻ ഒക്കെ പ്രയാസം, വേദന. ലോകം മുഴുവൻ എന്റെ ശരീര മായി വേദനിക്കുന്ന പ്രതീതി. പതുക്കെ പതുക്കെ ലോകം വിശാലമായി, അതിന് ഉയരം കൂടി. അരികിൽ നില്ക്കുന്ന നഴ്സിനെ കണ്ടു. അവരുടെ

വെളുത്ത യൂണിഫോം....വെളുത്ത തൂവാല. ജീവിതത്തിലേക്കു മടങ്ങി വരാൻ കുറെ അധികം ദിവസങ്ങളെടുത്തു. അടുത്ത കട്ടിലിൽ കിടന്നിരുന്ന പെൺകുട്ടി മരിക്കുകയായിരുന്നു. ശരീരമാകെ ട്യൂബുകൾ ഘടിപ്പിച്ച് ഏറെനാൾ അവൾ ബോധമറ്റു കിടന്നു. വായിൽ ട്യൂബുള്ളതിനാൽ കരയാനും കഴിഞ്ഞില്ല. എന്തുകൊണ്ടോ അവർക്കവളെ രക്ഷിക്കാനായില്ല. ആ ട്യൂബുകൾ നോക്കി കൊണ്ട് വിശദാംശങ്ങൾ ഓരോന്നും ഞാൻ സങ്കല്പിക്കാൻ ശ്രമിച്ചു. ഞാനാണ് അവിടെ അങ്ങനെ കിടക്കുന്നത്. ഞാൻ മരിച്ചു കഴിഞ്ഞു. ഞാൻ ജീവിച്ചിരിക്കുന്നില്ല എന്ന് ഞാൻ മനസ്സിലാക്കുന്നില്ല. കാരണം, ഞാൻ അങ്ങേ വശത്ത് ഒരിക്കൽ എത്തിക്കഴിഞ്ഞതാണല്ലോ. എന്റെ ഈ മാതിരി വർത്തമാനങ്ങൾ കേട്ട് നിങ്ങൾക്ക് മുഷിവു തോന്നുന്നുണ്ടോ? എങ്കിൽ പറയൂ, ഞാൻ നിർത്താം.

എന്റെ അമ്മ...ഞാൻ ആറാംക്ലാസ്സിൽ പഠിക്കുമ്പോഴാണ് അവരെന്നെ തേടി വന്നത്. അവർക്ക് പന്ത്രണ്ടു വർഷം മുഴുവൻ ആ തടങ്കൽ ക്യാമ്പിൽ കഴിയേണ്ടി വന്നു. അതിൽ മൂന്നുവർഷം ഞങ്ങൾ ഒരുമിച്ചായിരുന്നു. ഒമ്പതു വർഷം വേർപിരിഞ്ഞും. ഇപ്പോൾ അവർ ഞങ്ങളെ പുനരധിവാസത്തിനായി അയയ്ക്കുകയാണ്. ഒരുമിച്ചു ജീവിക്കാനുള്ള അനുവാദം കിട്ടി.

രാവിലെ...ഞാൻ അനാഥാലയത്തിന്റെ മുറ്റത്തു നടക്കുകയായിരുന്നു. ആരോ എന്നെ ഉറക്കെ വിളിക്കുന്നതു കേട്ടു. “അനീഷ്കാ...അനീഷ്കാ...” ആരും എന്നെ അങ്ങനെ വിളിക്കാറില്ല. എന്തിന്, പേരെടുത്തുപോലും ആരും വിളിക്കാറില്ല. ഞാൻ ദൂരെ ഒരു സ്ത്രീ നില്ക്കുന്നതു കണ്ടു. കറുത്ത മുടി. “അമ്മേ....” എന്നു നിലവിളിച്ചുകൊണ്ട് ഞാൻ ഓടിച്ചെന്നു. അവർ എന്നെ കെട്ടിപ്പിടിച്ചു. എന്റെ എല്ലുകൾ നുറുങ്ങുംമ്പോലെ...അവർ എന്നെ എന്റെ ഓമനപ്പേരു വിളിച്ചു....“ഡാഡീ...” ഞാൻ തീരെ ചെറുതായിരുന്നപ്പോൾ എന്റെ അച്ഛനെ പോലെയായിരുന്നു. ഭാഗ്യം! എന്തെല്ലാം വികാരങ്ങൾ. എത്രമാത്രം ആനന്ദം!

കുറെ ദിവസത്തേക്ക് ഞാൻ എന്നെത്തന്നെ മറന്നു. അതിനു മുമ്പോ അതിനു ശേഷമോ ഇത്രയധികം സന്തോഷം അനുഭവിച്ചിട്ടില്ല. വികാരങ്ങളുടെ കുത്തിയൊഴുക്ക്. പക്ഷേ അധികം താമസിച്ചില്ല. അമ്മയും ഞാനും പരസ്പരം മനസ്സിലാക്കുന്നില്ല എന്ന് ബോധ്യമായി. രണ്ടുപേരും തികഞ്ഞ അപരിചിതരെപ്പോലെയായിരുന്നു. യുവജനസഖ്യത്തിൽ അംഗമായി ചേർന്ന് ഈ നാടിന്റെ ശത്രുക്കളെ നശിപ്പിക്കാനായി വെമ്പുകയായിരുന്നു എന്റെ മനസ്സ്. ഞങ്ങളുടെ ഉദാത്തമായ സോവിയറ്റ് ജീവിതശൈലിയെ താറുമാറാക്കാൻ ശ്രമിക്കുന്ന അദൃശ്യശക്തികളോടു പടവെട്ടാനുള്ള ഒരുക്കത്തിലായിരുന്നു ഞാൻ. അമ്മ എന്റെ മുഖത്തേക്കു നോക്കിയിരുന്ന് വെറുതെ കണ്ണീർ വാർക്കും. ഒരക്ഷരം മിണ്ടാറില്ല. അമ്മയ്ക്ക് ഭയമായിരുന്നു. എല്ലാറ്റിനേയും. കാരാഗാഢയിൽ വെച്ച് അവർ ഞങ്ങൾക്ക് ഔദ്യോഗിക രേഖകൾ നല്കി. അവിടെ നിന്ന് ബിലോവോ എന്ന പട്ടണത്തിലേക്ക് പുനരധിവാസത്തിനായി പറഞ്ഞയച്ചു. അത്

വളരെ അകലെയായിരുന്നു. ഓംസ്കിനും അപ്പുറത്ത്. സൈബീരിയയുടെ അങ്ങേയറ്റം എന്നുപറയാം. അവിടെ ചെന്നെത്താൻ തന്നെ ഒരു മാസം വേണ്ടിവന്നു. പലതവണ വണ്ടികൾ മാറിക്കയറി പലനാളുകൾ സഞ്ചരിച്ചു. ഓരോ വണ്ടിക്കായി ഓരോരോ സ്റ്റേഷനിൽ ദിവസങ്ങളോളം കാത്തു കിടന്നു. ഓരോ സ്ഥലത്തും എൻ.കെ.വി.ഡി ഉദ്യോഗസ്ഥന്മാരുടെ മുമ്പിൽ നേരിൽചെന്ന് സാക്ഷ്യപ്പെടുത്തേണ്ടിയിരുന്നു. എവിടേക്കാണ് തുടർന്നു പോകേണ്ടതെന്ന് അവരാണ് നിർദ്ദേശിക്കുക. തലസ്ഥാന നഗരത്തിൽനിന്നും ആകാവുന്നത്ര അകലത്തിൽ എന്നായിരുന്നു ഉദ്ദേശ്യം. അതിർത്തി പ്രദേശങ്ങളിലൊന്നും താമസമുറപ്പിക്കാൻ ബന്ധപ്പെട്ട അനുവാദമുണ്ടായിരുന്നില്ല. അതുപോലെതന്നെ രാജ്യരക്ഷയുമായി ബന്ധപ്പെട്ട സ്ഥാപനങ്ങൾക്കരികിലോ പ്രധാന നഗരങ്ങളുടെ ചുറ്റുവട്ടത്തോ താമസിച്ചു കൂടാ. ഞങ്ങൾക്കു നിരോധിക്കപ്പെട്ട സ്ഥലങ്ങൾ... ആ പട്ടിക വളരെ നീണ്ടതായിരുന്നു. വൈകുന്നേരമായാൽ വീടുകളുടെ ജനാലകളിൽ കൂടി കാണുന്ന വെളിച്ചം.... ഇപ്പോഴും എനിക്കു സഹിക്കാൻ വയ്യ. രാത്രിയായാൽ പലപ്പോഴും തീവണ്ടിസ്റ്റേഷനുകളിൽ നിന്നും ഞങ്ങളെ ആട്ടിപ്പുറത്താക്കും. കാറ്റും മഴയും മഞ്ഞുവീഴ്ചയും കഠിനമായ തണുപ്പും സഹിച്ച് ഞങ്ങൾ തെരുവുകളിലൂടെ അലയും. ജനാലുകളിലൂടെ പുറത്തു വരുന്ന വെളിച്ചം. ആ വീടുകൾക്കുള്ളിൽ താമസിക്കുന്ന ആളുകൾ. തീ കായുന്നു, ചൂടു ചായ മോന്തുന്നു.

ഞങ്ങൾ ഏതെങ്കിലും വാതിലിൽ ചെന്നു മുട്ടും. ഏറ്റവും പേടി തോന്നുന്ന സംഗതി. ആരും അവരുടെ വീട്ടിൽ അന്തിയുറങ്ങാൻ ഞങ്ങളെ സമ്മതിക്കുകയില്ല. 'നമുക്ക് കുറ്റവാളികളുടെ മണമാണ്' അമ്മ പറയും. (അവർ കരയുന്നു. എന്നാൽ അത് താൻ അറിയുന്നില്ല.) ബിലോവോയിൽ എത്തിയതിനു ശേഷം ഞങ്ങൾ ഒരു 'വീട്' വാടകക്കെടുത്തു. വീട് എന്നു പറഞ്ഞാൽ...ഒരു ചെറുകുടിൽ. അതിനു ശേഷം ഞങ്ങൾ സ്വന്തമായൊരു കുടിലിലേക്കു മാറി. അപ്പോഴേക്കും എനിക്ക് ക്ഷയരോഗം ബാധിച്ചു കഴിഞ്ഞിരുന്നു. ക്ഷീണം കൊണ്ട് എഴുന്നേറ്റു നില്ക്കാനാവാത്ത അവസ്ഥ. കഠിനമായ ചുമയും. സെപ്റ്റംബർ മാസമായിരുന്നു. കുട്ടികളെല്ലാവരും പുതിയ സ്കൂൾ വർഷത്തിലേക്കു പ്രവേശിക്കുന്ന കാലം. ഞാനാണെങ്കിൽ ഒരു ചുവടു വെക്കാനാവാതെ. അവരെന്നെ ആശുപത്രിയിലാക്കി. അവിടെ ദിവസവും ആരെങ്കിലും മരിച്ചു കൊണ്ടിരുന്നു. സോനേവ്ക, വനീച്കാ, സ്ലാവിക്....മരിച്ചവരെ എനിക്കു പേടിയായിരുന്നു. എനിക്കു മരിക്കണമെന്നില്ലായിരുന്നു. ഞാൻ ഭംഗിയായി വരയ്ക്കുമായിരുന്നു. നന്നായി ചിത്രത്തുന്നൽ ചെയ്യുമായിരുന്നു. എല്ലാവരും എന്നെ പ്രശംസിച്ചു.

"എത്ര കഴിവുള്ള കുട്ടിയാണ്. തീർച്ചയായും സ്കൂളിൽ ചേർന്ന് പഠിക്കണം." എല്ലാവരും പ്രോത്സാഹിപ്പിച്ചു.

"ഞാനെന്തിനു മരിക്കണം?" എനിക്കും തോന്നി. എന്തായാലും അദ്ഭുതമെന്നേ പറയാനാവൂ. ഞാൻ രക്ഷപ്പെട്ടു.

ഒരു ദിവസം രാവിലെ ഞാൻ കണ്ണുതുറന്നപ്പോൾ എന്റെ മുറിയിലെ മേശപ്പുറത്ത് ചെറിപ്പൂക്കളുടെ ഒരു ചെണ്ട്. കാട്ടിൽ നിന്ന് പറിച്ചുകൊണ്ടു വന്നതാണ്. ആരാണിത് ഇവിടെ കൊണ്ടുവെച്ചത്? പെട്ടെന്നെനിക്കു തോന്നി. ഞാൻ മരിക്കുകയില്ല. ഞാൻ ജീവിക്കാൻ പോവുകയാണ്. ഞാൻ ഞങ്ങളുടെ മൺകുടിലിലേക്ക് തിരിച്ചു വന്നു. ഞാൻ ആശുപത്രിയിലായിരുന്നപ്പോൾ എന്റെ അമ്മയ്ക്ക് പിന്നേയും ഒരു പക്ഷാഘാതമുണ്ടായി. എനിക്കവരെ തിരിച്ചറിയാനായില്ല. ദിവസങ്ങൾക്കുള്ളിൽ അവർ പടുവൃദ്ധയായി കഴിഞ്ഞിരുന്നു. അന്നുതന്നെ അവരെ ആ ആശുപത്രിയിൽ പ്രവേശിപ്പിച്ചു. വീട്ടിൽ ഞാൻ തനിച്ചായി. കഴിക്കാൻ റൊട്ടിയുടെ പൊടി പോലുമില്ല. ആരോടെങ്കിലും ഞങ്ങളുടെ ഇല്ലായ്മ പറയാൻ ലജ്ജ തോന്നി. ഞാൻ വീട്ടിൽ ബോധമില്ലാതെ കിടക്കുന്നതു അവസാനം ആരോ കണ്ടു. ശ്വാസംപോലും ശരിക്കല്ലായിരുന്നു. അവർ എനിക്കു കുടിക്കാൻ ഒരു കോപ്പ ചൂടുള്ള ആട്ടിൻപാൽ കൊണ്ടുവന്നു തന്നു. അതാണെന്റെ കഥ... ഏതുവിധത്തിൽ പറഞ്ഞാലും ഇതുതന്നെ... മരണത്തിന്റെ വക്കിലെത്തിയതും പിന്നെ എങ്ങനെയോ രക്ഷപ്പെട്ടതും. പിന്നെ വീണ്ടും മരണം തൊട്ടരികെ... അതുമാത്രമേ എനിക്കോർമ്മയുള്ളൂ. (വീണ്ടും അവർ ജനാലയുടെ നേരെ മുഖം തിരിച്ചു.) പതുക്കെ ഞാൻ ആരോഗ്യം വീണ്ടെടുത്തു. റെഡ്ക്രോസുകാർ എനിക്കൊരു ടിക്കറ്റ് വാങ്ങിത്തന്നു. അവരെന്നെ തീവണ്ടിയിൽ കയറ്റി സ്മോളെൻസ്കിലേക്ക് അയച്ചു. അതാണ് ഞങ്ങളുടെ സ്വന്തം പട്ടണം. അവിടെയുള്ള ഒരനാഥാലയത്തിലേക്കാണ് റെഡ്ക്രോസ്സുകാർ എത്തിച്ചത്. എനിക്കു തോന്നി, സ്വന്തം വീട്ടിലേക്ക് ഞാൻ തിരിച്ചെത്തിയിരിക്കുന്നവെന്ന്. എന്താണാവോ അങ്ങനെ തോന്നാൻ? (അവർ കരയാൻ തുടങ്ങി) എന്തിനാണ് ഞാൻ കരയുന്നത്? എന്റെ ജീവിതത്തിലെ എല്ലാ കാര്യങ്ങളും എനിക്കറിയാവുന്നതാണല്ലോ.

ആ അനാഥാലയത്തിൽ വെച്ചാണ് എനിക്ക് 16 വയസ്സ് തികഞ്ഞത്. എനിക്ക് ചില കൂട്ടുകാരെ കിട്ടി. ഏതാനും ആൺകുട്ടികൾ ഞാനുമായി അടുക്കാൻ ശ്രമിച്ചു. (അവർ ചിരിച്ചു.) ചില സുന്ദരന്മാർ എന്റെ പിന്നാലെ കൂടി. അവർ എന്നേക്കാൾ മുതിർന്നവരായിരുന്നു. എന്റെ പ്രശ്നമെന്താണെന്നോ? ആർക്കെങ്കിലും എന്നെ ഇഷ്ടമാണെന്നറിഞ്ഞാൽ എനിക്ക് ഭയമായി. ആരെങ്കിലും എന്നെ ശ്രദ്ധിക്കുന്നതു കണ്ടാൽ പോലും അസ്വസ്ഥയാകുമായിരുന്നു. ആൺകുട്ടികളാരെങ്കിലും പുറത്തേക്കു ക്ഷണിച്ചാൽ കൂടെ എന്റെ കൂട്ടുകാരിയേയും കൊണ്ടുപോകും. തനിയെ ഒരു ആൺകുട്ടിയുടെ കൂടെ പുറത്തുപോവുക...എനിക്കാലോചിക്കാനാവാത്ത കാര്യമായിരുന്നു. സിനിമയ്ക്കു പോലും തനിയെ പോകാൻ തയ്യാറായിരുന്നില്ല. എന്റെ ഭാവി ഭർത്താവിന്റെ കൂടെ ആദ്യമായി പുറത്തുപോയ ദിവസം. രണ്ടു കൂട്ടുകാരികളേയും ഒപ്പം കൂടി. ആ കാര്യം മറക്കാൻ വളരെ നാളത്തേക്ക് അദ്ദേഹം അനുവദിച്ചില്ല,

സ്റ്റാലിൻ മരിച്ച ദിവസം. അനാഥാലയത്തിലെ മുഴുവൻ കുട്ടികളും ഉമ്മറമുറ്റത്ത് അണിനിരന്നു. ഒരു കൂറ്റൻ ചെങ്കൊടി ഒരാൾ കൈയിലേന്തിയിരുന്നു. ശവസംസ്കാരച്ചടങ്ങുകൾ കഴിയുന്നതുവരേയും ഞങ്ങൾ

അവിടെത്തന്നെ നിന്നു, പൂർണ്ണ 'ജാഗ്രത'യിൽ. ഏതാണ്ട് ആറോ എട്ടോ മണിക്കൂറുനേരം അതു നീണ്ടു നിന്നു. ചില കുട്ടികൾക്കു ബോധക്കേടുണ്ടായി. ഞാൻ കരഞ്ഞു. അമ്മയില്ലാതെയുള്ള ജീവിതം ഒരുവിധം ശീലമായിക്കഴിഞ്ഞിരുന്നു. എന്നാൽ സ്റ്റാലിൻ കൂടാതെ എങ്ങനെയാണ് ജീവിക്കുക? അതിനെനിക്കു സാധിക്കുമോ? കാരണമെന്താണെന്നറിഞ്ഞു കൂടാ. അടുത്തു തന്നെ ഒരു യുദ്ധം പൊട്ടിപ്പുറപ്പെടുമെന്ന് എനിക്കാശങ്ക തോന്നി. (അവർ വീണ്ടും കരഞ്ഞു) അമ്മ...നാലു വർഷം കഴിഞ്ഞ് ഞാൻ "ആർക്കിടെക്ച്ചർ" പഠിക്കാൻ സർവകലാശാലയിൽ ചേർന്നു കഴിഞ്ഞിരുന്നു. നാലുവർഷത്തെ ആശുപത്രി താമസത്തിനു ശേഷം അമ്മ തിരിച്ചു വന്നു. പിന്നീടവർ തിരിച്ചു പോയില്ല. വലിയൊരു മരപ്പെട്ടിയിൽ ഈയം പൂശിയ ഒരു വറവു ചട്ടിയുമായാണ് അമ്മ വന്നത്. ഇന്നും അത് എന്റെ കൈയിലുണ്ട്. എന്തോ അത് പുറത്തേക്കെറിയാൻ തോന്നുന്നില്ല. രണ്ട് അലൂമിനിയം തവികളും, കുറെ കീറിയ സ്റ്റോക്കിങ്ങുകളും കൂടി ആ പെട്ടിയിലുണ്ടായിരുന്നു. "നിനക്കു വീട് വൃത്തിയിൽ വെക്കാനറിയില്ല." അമ്മ എന്നെ ശകാരിച്ചു. "തുള വീണ സോക്സുകൾ തുന്നാൻ കൂടി വയ്യേ?" എനിക്കറിയാഞ്ഞിട്ടായിരുന്നില്ല. അമ്മയുടെ സോക്സിന്റെ സ്ഥിതി അത്രയും ദയനീയമായിരുന്നതുകൊണ്ടാണ്. തുന്നികൂട്ടാനാവാത്ത വിധം മോശമായിരുന്നു. ഒരു തുന്നലുകൊണ്ട് അതു നേരെയാക്കാനാവില്ലായിരുന്നു.

എനിക്ക് പഠിത്തച്ചെലവിനായി സർക്കാരിൽ നിന്നും പതിനെട്ടു റൂബിൾ കിട്ടിയിരുന്നു. അമ്മയ്ക്ക് പെൻഷനായി പതിന്നാലു റൂബിളും. അങ്ങനെ നോക്കുമ്പോൾ ഞങ്ങൾ സ്വർഗ്ഗത്തിലാണ് കഴിഞ്ഞിരുന്നത്. ആവശ്യാനുസരണം റൊട്ടി വാങ്ങിത്തിന്നാം. പക്ഷേ അതു കഴിഞ്ഞാൽ ചായയ്ക്ക് പണമുണ്ടാവില്ലെന്നു മാത്രം. എനിക്കൊരു "ട്രാക്സ്യൂട്ട്" ഉണ്ടായിരുന്നു. ഞാൻ തന്നെ തുന്നിയുണ്ടാക്കിയ മാന്യമായ ഒരുടുപ്പും. എന്റെ നോട്ടത്തിൽ...ഞങ്ങൾക്ക് വേണ്ടതൊക്കെയായി എന്ന തോന്നൽ. കൂടുതലൊന്നും ആഗ്രഹിച്ചില്ല. എപ്പോഴെങ്കിലും ഒരു സാധാരണ വീട്ടിൽ കുടുംബത്തിൽ പോകേണ്ടി വന്നാൽ ആകപ്പാടെ അസ്വസ്ഥയാകുമായിരുന്നു. എന്തെല്ലാം സാധനസാമഗ്രികളാണ് ഓരോ വീട്ടിലും. എന്താണതിന്റെയൊക്കെ ആവശ്യം? വളരെയധികം സ്പൂണുകൾ, ഫോർക്കുകൾ, കപ്പുകൾ...ഏറ്റവും നിസ്സാരമായ.....അടിസ്ഥാനപരമായ സംഗതികൾ കൂടി എന്നെ അമ്പരപ്പിക്കുമായിരുന്നു. ഉദാഹരണത്തിന് ഒരാൾക്ക് എന്തിനാണ് രണ്ടു ജോടി ഷൂസുകൾ? വീട്, കുടുംബം...അവകാശങ്ങൾ...സമ്പാദ്യം... ഇതെല്ലാം ഇപ്പോഴും തീരെ താത്പര്യമില്ലാത്ത കാര്യങ്ങളാണ്. ഇന്നലെ മകന്റെ ഭാര്യ വിളിച്ചിരുന്നു. "ഞാൻ ബ്രൗൺ നിറത്തിലുള്ള ഒരു ഗ്യാസ് സ്റ്റൗ വാങ്ങാൻ നോക്കുകയാണ്." അവർ അവരുടെ അടുക്കള പുതുതാക്കി. ഇപ്പോൾ അതിനു യോജിച്ച ബ്രൗൺ നിറത്തിലുള്ള ഗ്യാസ് സ്റ്റൗ വാങ്ങണം. അതിനുള്ള അന്വേഷണമാണ്. ഫർണിച്ചറും പാത്രങ്ങളും ജനൽ കർട്ടനുകളുമെല്ലാം അവൾ മാറി. വിദേശ മാസികകളിൽ കാണുന്ന ചിത്രങ്ങളുടേതു പോലെയാവണം തന്റെ വീടും അടുക്കളയും. എത്ര

നേരമാണ് ഫോണിൽ സംസാരിക്കാനായി അവൾ ചിലവാക്കി. അവളുടെ വീട്ടിൽ നിറയെ പരസ്യലഘുലേഖകളും സാധനങ്ങളുടെ വിവരപ്പട്ടികകളുമാണ്. വാർത്താപത്രങ്ങളിൽ വരുന്ന പരസ്യങ്ങളും ശ്രദ്ധയോടെ വായിക്കും. "എനിക്കിതു വേണം....അതുവേണം..." ഈ പറച്ചിലാണെപ്പോഴും. എല്ലാവരും വളരെ ഒതുക്കത്തിലാണ് ജീവിക്കുന്നത്. അത്യാവശ്യം വേണ്ട വീട്ടുസാമാനങ്ങൾ മാത്രം. എന്നാൽ ഇന്നോ...? എന്ത് എത്ര കിട്ടിയാലും മതിയാവാത്ത അവസ്ഥയാണ്. (എന്തോ തട്ടിക്കളയും മട്ടിൽ അവർ കൈ അനക്കി.) വേണം...വേണം....വേണം. ഇനിയുമിനിയും. ഞാൻ മകന്റെ വീട്ടിൽ വല്ലപ്പോഴും മാത്രമേ പോകാറുള്ളൂ. അതൊരു ഓഫീസ് പോലെയാണ്. എല്ലാം പുതുപുത്തൻ, വിലപിടിപ്പുള്ള സാമാനങ്ങൾ. ഞങ്ങൾ അപരിചിതരാണ്. ഒരേ കുടുംബം. എന്നാലും പരസ്പരം അടുപ്പമില്ല. അമ്മ അവരുടെ ചെറുപ്പകാലത്ത് എങ്ങനെയായിരുന്നു എന്നോർക്കാൻ എനിക്കിഷ്ടമാണ്. എന്നാൽ അവരെ ഒരു ചെറുപ്പക്കാരിയായി കണ്ട ഓർമ്മ എനിക്കില്ല. എപ്പോഴും രോഗിയും അവശയുമായേ അവരെ കണ്ടിട്ടുള്ളൂ. ഒരിക്കലും തമ്മിൽ കെട്ടിപ്പിടിച്ചിട്ടില്ല. ഉമ്മ വെച്ചിട്ടില്ല. സ്നേഹത്തോടെ സംസാരിച്ചിട്ടുപോലുമില്ല. അങ്ങനെയെന്തെങ്കിലും എപ്പോഴെങ്കിലും സംഭവിച്ചിട്ടുള്ളതായി ഓർമ്മയിലില്ല. ഞങ്ങളുടെ അമ്മമാർക്ക് രണ്ടു തവണയാണ് നഷ്ടപ്പെട്ടത്. ഒന്നാമത്, ഞങ്ങൾ കുട്ടികളായിരുന്നപ്പോൾ... അവരിൽ നിന്നും ഞങ്ങളെ മാറ്റിപാർപ്പിച്ചപ്പോൾ. രണ്ടാമത്, അവർ ക്യാമ്പുകളിൽ നിന്നും മടങ്ങി വന്നപ്പോൾ. അപ്പോഴേക്കും ഞങ്ങൾ വലുതായിക്കഴിഞ്ഞിരുന്നു. അമ്മമാർക്ക് സ്വന്തം മക്കൾ അന്യരായി ത്തീർന്നിരുന്നു. കുട്ടികൾ കൈമാറ്റം ചെയ്യപ്പെട്ടിരിക്കുന്നു. പലപ്പോഴും അവരുടെ അമ്മ മറ്റൊരമ്മയായിരുന്നു. "നിങ്ങളുടെ മാതൃഭൂമിയാണ് നിങ്ങളുടെ അമ്മ."

"കുട്ടീ, നിന്റെ അച്ഛനെവിടെയാണ്?"

"അച്ഛൻ ഇപ്പോഴും തടവിലാണ്."

"നിന്റെ അമ്മയോ..?"

"അമ്മയും തടവിൽത്തന്നെ."

അച്ഛനും അമ്മയും തടങ്കൽ ക്യാമ്പുകളിൽ കഴിയുന്നു. അങ്ങനെ മാത്രമേ ഞങ്ങൾക്കു സങ്കല്പിക്കാനാവുമായിരുന്നുള്ളൂ. ദൂരെ.....ദൂരെ എവിടേയോ.... അവർ ഒരിക്കലും അടുത്തായിരുന്നില്ല. ഒരിക്കൽ എനിക്കു തോന്നിയിരുന്നു. അമ്മയുടെ അടുത്തു നിന്ന് ഓടിപ്പോകണം.... വീണ്ടും അനാഥാലയത്തിലെ അന്തേവാസിയാകണം. ഇങ്ങനെയൊരു അമ്മയുടെ കൂടെ എങ്ങനെ കഴിയാൻ? എന്റെ അമ്മ പത്രം വായിക്കുന്നില്ല. പരേഡുകളിൽ പങ്കെടുക്കുന്നില്ല. റേഡിയോ വാർത്തകൾ പോലും അമ്മ കേൾക്കാറില്ല. എന്റെ ഹൃദയത്തെ ആവേശഭരിതമാക്കുന്ന വിപ്ലവ ഗാനങ്ങൾ... അവയും അമ്മയ്ക്ക് ഇഷ്ടാമായിരുന്നില്ല. (അവർ മെല്ലെ പാടി)

"നിന്റെ ശക്തമായ ശിരസ്സ് അവരുടെ മുമ്പിൽ കുനിക്കുവാൻ
ഇനി നിന്റെ ശത്രുക്കൾ നിന്നെ നിർബന്ധിക്കുകയില്ല
എന്റെ പ്രിയപ്പെട്ട തലസ്ഥാന നഗരമേ
എന്റെ സുവർണ്ണ മോസ്കോ നഗരമേ.."

എപ്പോഴും തെരുവുകളിലൂടെ നടന്നു നീങ്ങാനായിരുന്നു എനിക്കിഷ്ടം. എല്ലാ സൈനിക പരേഡുകൾക്കും ഞാൻ പോകുമായിരുന്നു. വലിയ കായികമേളകളോടും താത്പര്യമുണ്ടായിരുന്നു. അപ്പോൾ തോന്നിയിരുന്ന അഭിമാനവും ആവേശവും....ഇപ്പോഴും എന്റെ മനസ്സിലുണ്ട്. എല്ലാവരോടുമൊപ്പം നിങ്ങളും ചുവടുവെച്ചു നീങ്ങുന്നു, തന്നേക്കാൾ വലുതായ ഒരു മഹാപദ്ധതിയുടെ ഭാഗമായി സ്വയം മാറുന്നു... സങ്കല്പിക്കാകാത്ത ഏതോ മഹാസംരംഭം. ആ നിമിഷങ്ങളിലാണ് ഞാനേറ്റവുമധികം സന്തോഷമനുഭവിച്ചിട്ടുള്ളത്. അമ്മയോടൊപ്പം... എനിക്കൊട്ടും സന്തോഷം തോന്നിയിരുന്നില്ല. അതു തിരുത്താൻ ഒരു കാലത്തും സാധിക്കുകയുമില്ല. വീട്ടിൽ വന്ന് ഏറെ നാൾ കഴിയും മുമ്പേ അമ്മ മരിച്ചു. അവരുടെ മരണശേഷമാണ് ഞാൻ അവരെ അല്പമെങ്കിലും സ്നേഹിക്കാൻ തുടങ്ങിയത്. അവരെ, ശവപ്പെട്ടിയിൽ കിടക്കുന്നതു കണ്ടപ്പോൾ മനസ്സ് ഞാനറിയാതെ ആർദ്രമായി. സ്നേഹത്തിന്റെ ശക്തി!

തന്റെ പഴകിയ തുകൽ ബൂട്ടുകളുമിട്ടാണ് അവർ കിടന്നിരുന്നത്. സാധാരണരീതിയിലുള്ള ഷൂസും ചെരിപ്പുമൊന്നും അവർക്കുണ്ടായിരുന്നില്ല. അവരുടെ നീരു വന്ന് വീർത്ത പാദങ്ങൾക്ക് എന്റെ ഷൂസുകൾ പാകമാവുകയുമില്ല. അമ്മയുടെ ശവപ്പെട്ടിക്കരികെ ഇരുന്ന് ഞാൻ ഒരു പാടു കുറ്റങ്ങൾ ഏറ്റു പറഞ്ഞു. ഏറ്റവും സ്നേഹത്തോടെ അവരോടു സംസാരിച്ചു. ഞാൻ പറഞ്ഞതെന്തെങ്കിലും അവർ കേട്ടുവോ? ഞാൻ വീണ്ടും വീണ്ടും അവരെ ചുംബിച്ചു. ഞാൻ അമ്മയെ അത്രമാത്രം സ്നേഹിക്കുന്നുവെന്ന് പറഞ്ഞു. (അവർ കരയുകയായിരുന്നു) അവർ എന്നെ വിട്ടുപോയിട്ടില്ല, കൂടെത്തന്നെയുണ്ട് എന്നു തോന്നി....ഇപ്പോഴും അതാണെന്റെ വിശ്വാസം....

അവർ അടുക്കളയിലേക്കു പോയി. ഉടനെത്തന്നെ എന്നെ വിളിച്ചു. വരൂ, അത്താഴം മേശപ്പുറത്ത് വിളമ്പിവെച്ചിരിക്കുന്നു. എപ്പോഴും ഞാൻ തനിച്ചാണ്... ഇന്നെങ്കിലും ഇനിയൊരാളുമായി ആഹാരം പങ്കുവെക്കാനായല്ലോ... സന്തോഷം.

ഒരിക്കലും ഭൂതകാലത്തിലേക്ക് മടങ്ങിപ്പോകരുത്. കാരണം, എന്നെ നോക്കൂ.... വാസ്തവത്തിൽ ഞാൻ അങ്ങോട്ടു മടങ്ങിപ്പോയി. മനസ്സുകൊണ്ട്. അത്രയും ഞാനതാഗ്രഹിച്ചിരുന്നു. അമ്പതു കൊല്ലം.... കൃത്യമായി പറഞ്ഞാൽ അമ്പതു കൊല്ലം. ആ സ്ഥലത്തേക്കു തന്നെ ഞാൻ പിന്നെയും പിന്നെയും തിരിച്ചു പൊയ്ക്കൊണ്ടിരുന്നു. എന്റെ ചിന്തകളിൽ.... ഓർമ്മകളിൽ... ഞാൻ എപ്പോഴും അവിടെയായിരുന്നു. രാവും പകലും.

തണുപ്പുകാലം... എന്റെ സ്വപ്നങ്ങളധികവും തണുപ്പുകാലത്തെ കുറിച്ചുള്ളതാണ്. മരവിപ്പിക്കുന്ന തണുപ്പ്. നായ്ക്കളേയോ പക്ഷികളേയോ എങ്ങും കാണാനാവില്ല. വായുവിന് ചില്ലിന്റെ മൂർച്ചയായിരിക്കും. തട്ടിയാൽ തുളച്ചു കയറും. പുകക്കുഴലിൽ നിന്നുള്ള പുക ഒരു തൂണു പോലെ നേരിട്ട് ആകാശത്തേക്കു പൊങ്ങും. വേനലിന്റെ അവസാന നാളുകളെക്കുറിച്ചും ഞാൻ സ്വപ്നം കാണാറുണ്ട്. പുല്ലുകളിൽ പുതിയ നാമ്പുകൾ പൊടിക്കാനാവും. എല്ലാം പൊടികൊണ്ട് കനത്തിൽ മൂടും. അവസാനം ഞാൻ അങ്ങോട്ടു പോകാൻ തന്നെ തീരുമാനിച്ചു. അപ്പോഴേക്കും പെരിസ്ട്രോയിക്കയുടെ തുടക്കമായിരുന്നു. എവിടേയും ഗോർബച്ചേവിന്റെ പേരിലുള്ള ഘോഷയാത്രകൾ. നാട്ടുകാർ മുഴുവൻ തെരുവിലേക്കിറങ്ങിയതായി തോന്നി. ആഘോഷം...ആവേശം....അതിനെക്കുറിച്ച് നിങ്ങൾക്കിഷ്ടമുള്ളതുപോലെ എഴുതാം. എവിടെ നിന്നും എന്തുവേണമെങ്കിലും വിളിച്ചു പറയാം. അത്...സ്വാതന്ത്ര്യത്തിന്റെ ദിവസങ്ങളായിരുന്നു. സ്വാതന്ത്ര്യം! ഭാവി ഞങ്ങൾക്കു വേണ്ടി എന്തു കരുതിവെച്ചിരിക്കുന്നു എന്ന രൂപമുണ്ടായിരുന്നില്ല. എന്നാലും കഴിഞ്ഞകാലം...ഒടുവിൽ അത് അവസാനിച്ചിരിക്കുകയാണ്. പുതിയതായി എന്തോ സംഭവിക്കുവാനായി എല്ലാവരും കാത്തിരിക്കുകയായിരുന്നു. എവിടേയും ഒരു അക്ഷമ.....അത് ഞങ്ങളെ പരിഭ്രാന്തരാക്കി. കുറെ നാളത്തേക്ക് അവിടെ റേഡിയോ തുറക്കാൻ എനിക്കു ഭയമായിരുന്നു. പെട്ടെന്ന് എല്ലാം അവസാനിച്ചുവെന്ന് അറിയേണ്ടി വന്നാൽ. പ്രതീക്ഷിച്ചതുപോലെയല്ല കാര്യങ്ങൾ എന്നു മനസ്സിലായാൽ.....പദ്ധതികളെല്ലാം ഒരു മുന്നറിയിപ്പുമില്ലാതെ അവർ പിൻവലിച്ചാൽ...? വളരെ നാളത്തേക്ക് എനിക്കു വിശ്വാസമായില്ല. ഇതെല്ലാം യഥാർത്ഥത്തിലുള്ളതാണെന്ന്. എനിക്ക് ഭയമായിരുന്നു. ചിലിയിൽ ഉണ്ടായതുപോലെ ഇവിടേയും സംഭവിക്കുമോ? പാതിരായ്ക്കു കയറി വന്ന് എല്ലാവരേയും ആട്ടിത്തെളിച്ച് സ്റ്റേഡിയത്തിൽ എത്തിക്കുമോ? ബുദ്ധിജീവികൾക്കെല്ലാം കൂടി ഒരു സ്റ്റേഡിയം മതിയാകും. ബാക്കിയുള്ളവർ താനെ വായടച്ചോളും. പക്ഷേ അവർ ഒരിക്കലും വന്നില്ല. ആരേയും ഇറക്കിക്കൊണ്ടുപോയതുമില്ല. അതിനുപകരം അവർ ചെയ്തത്, തടങ്കൽ ക്യാമ്പുകളിൽ ശിക്ഷിക്കപ്പെട്ടു കഴിഞ്ഞവരുടെ ഓർമ്മക്കുറിപ്പുകൾ പ്രസിദ്ധീകരിക്കാൻ തുടങ്ങി. വാർത്താപത്രങ്ങളിൽ ലേഖനങ്ങളോടൊപ്പം അവരുടെ പടങ്ങളും. ആ ഫോട്ടോകളിൽ കണ്ട ആളുകളുടെ കണ്ണുകൾ! പരലോകത്തു നിന്ന് അവർ നമ്മളെ തുറിച്ചു നോക്കുന്നതുപോലെ. (അവർ നിശ്ശബ്ദയായി) എന്തായാലും ഞാൻ പോകാൻ തീരുമാനിച്ചു. പോവാതെ വയ്യ എന്ന തോന്നൽ. എന്തിനാണെന്നറിഞ്ഞു കൂടാ. എന്നാലും പോയേ തീരൂ എന്ന മുട്ടൽ. ഞാൻ ജോലി സ്ഥലത്തു നിന്നും അവധിയെടുത്തു. ആദ്യത്തെ ആഴ്ചയും രണ്ടാമത്തെ ആഴ്ചയും കടന്നു പോയി. എന്നിട്ടും ഞാൻ യാത്രയായില്ല. വെറുതെ അതു നീട്ടിക്കൊണ്ടുപോയി. ദന്തവൈദ്യനെ കാണണം....ബാൽക്കണിയിലേക്കുള്ള വാതിലിൽ ചായമിടണം. അങ്ങനെ ഓരോ ഒഴിവുകഴിവുകൾ. ഒരു ദിവസം ഞാൻ എന്നോടു തന്നെ ഉറക്കെ പറഞ്ഞത് ഓർക്കുന്നു. “നാളെ ഞാൻ

തീർച്ചയായും കാരാഗണ്ടയിലേക്കു പോകും." അതോടെ മനസ്സിലൊരു ഉറപ്പായി. നാളെ തന്നെ ഞാൻ യാത്ര തിരിക്കും. അതിനിനി മാറ്റമില്ല. കാരഗാണ്ട എന്താണെന്നോ? മൈലുകളോളം പരന്നു കിടക്കുന്ന വെറും പുൽപരപ്പ്. വേനൽക്കാലമായാൽ ആകെ വരണ്ടു കരിയും. സ്റ്റെപ്പികൾ എന്നാണ് പറയുക. സ്റ്റാലിന്റെ കാലത്ത് ആ പ്രദേശത്ത് വളരെയധികം ക്യാമ്പുകൾ പണികഴിക്കപ്പെട്ടു. സ്റ്റെപ്പ്ലാഗ്, കാർലാഗ്, ആൽഷീർ, പെഷൻലാഗ് അങ്ങനെ നിരവധി. അവിടേക്ക് പതിനായിരക്കണക്കിന് തടവുകാരെ പിടിച്ചുകൊണ്ടു വന്നാക്കി. സോവിയറ്റ് അടിമകൾ. സ്റ്റാലിന്റെ കാലശേഷം മുൾവേലികളും തടങ്കൽപാളങ്ങളും പൊളിച്ചുമാറ്റി. അവർ അവിടെ ഒരു നഗരം പണിതുണ്ടാക്കി. അതാണ് കാരഗാണ്ട. അവിടേ ക്കാണ് ഞാൻ പോകുന്നത്. ഞാൻ കുട്ടിക്കാലം കഴിച്ച അനാഥാലയം അവിടെയാണ്. അത് നീണ്ട ഒരു യാത്രയായിരുന്നു. തീവണ്ടിയിൽ വെച്ച് ഒരു സ്ത്രീയുമായി ഞാൻ പരിചയത്തിലായി. അവർ ഉക്രേനിൽ നിന്നുള്ള ഒരു അദ്ധ്യാപികയായിരുന്നു. സ്വന്തം അച്ഛന്റെ ശവക്കല്ലറ തേടിയാണ് അവരുടെ യാത്ര. ഇത് രണ്ടാമത്തെ വരവാണ്. "ഒട്ടും പരിഭ്രമം വേണ്ട." അവർ എന്നെ സമാധാനിപ്പിച്ചു. "അവിടെയുള്ളവർക്ക് ഇതെല്ലാം ശീല മാണ്. ലോകത്തിന്റെ നാനാഭാഗങ്ങളിൽ നിന്നും അപരിചിതരായ ഒരു പാട് പേർ വരുന്നു.... പലപ്പോഴും കല്ലിനോടും മണ്ണിനോടും സംസാരിച്ച് മടങ്ങിപ്പോകുന്നു." അവരുടെ കൈയിൽ അവരുടെ അച്ഛൻ അയച്ച ഒരു കത്തുണ്ടായിരുന്നു. ക്യാമ്പിൽ നിന്നും അദ്ദേഹം എഴുതിയ ഒരേയൊരു കത്ത്. "എന്തൊക്കെ സംഭവിച്ചാലും ചെങ്കൊടിയേക്കാൾ ശ്രേഷ്ഠമായി ലോകത്തിൽ വേറെയൊന്നുമില്ല." അങ്ങനെയാണ് അച്ഛൻ കത്ത് അവ സാനിപ്പിച്ചിരിക്കുന്നത്. (അവർ ഏതോ ആലോചനയിൽ മുഴുകി.) ആ ടീച്ചർ എന്നോടു പറഞ്ഞു, താനൊരു പോളണ്ടുകാരൻ ചാരനാണെന്ന് അവരുടെ അച്ഛന് എഴുതി ഒപ്പിട്ടു കൊടുക്കേണ്ടി വന്ന കഥ. ചോദ്യം ചെയ്തിരുന്ന ആൾ ഒരു സ്റ്റൂൾ മറിച്ചിട്ടു. അതിന്റെ ഒരു കാലിൽ ഒരു ആണി തറപ്പിച്ചു നിർത്തി. അതിന്മേൽ അച്ഛനെ പിടിച്ചിരുത്തി സ്റ്റൂൾ വട്ടം തിരിച്ചു. അങ്ങനെയാണ് അയാൾ അച്ഛനെക്കൊണ്ട് കുറ്റം സമ്മതിപ്പിച്ചത്.

"ശരി... ഞാനൊരു ചാരനാണ്..."അച്ഛൻ സമ്മതിച്ചു.

"ആരുടെ?"

"ചാരന്മാർ വരുന്നതെവിടെ നിന്നാണ്?" അച്ഛന്റെ മറുചോദ്യം.

"ജർമ്മനി അല്ലെങ്കിൽ പോളണ്ട്" തിരഞ്ഞെടുക്കാനുള്ള സ്വാതന്ത്ര്യം അച്ഛനു കൊടുത്തു."

"ശരി എന്നാൽ പോളീഷ്* ആയിക്കോട്ടെ."

അച്ഛനെ പറ്റി എനിക്കൊരു വിവരവുമില്ല. ഒരിക്കൽ അമ്മ അറിയാതെ പറഞ്ഞു പോയത് ഓർമ്മയുണ്ട്. ക്യാമ്പിലെ മർദ്ദനം സഹിക്ക വയ്യാതെ

---

* പോളീഷ് ഭാഷയിൽ രണ്ടു പ്രയോഗങ്ങൾ അച്ഛനു വശമായിരുന്നു. വളരെ നന്ദി എന്നും അതു സാരമില്ല എന്നും അർത്ഥം വരുന്ന വാക്കുകൾ.

അച്ഛൻ ഭ്രാന്തനായിപ്പോയി. അതിനു ശേഷം അച്ഛൻ എപ്പോഴും പാടിക്കൊണ്ടിരുന്നവത്രെ. ഞങ്ങളുടെ ആ തീവണ്ടിമുറിയിൽ ഒരു ചെറുപ്പക്കാരനും യാത്ര ചെയ്യുന്നുണ്ടായിരുന്നു. ഉക്രേനിയൻ ടീച്ചറും ഞാനും രാത്രി മുഴുവനും സംസാരിച്ചു കൊണ്ടിരുന്നു. സംസാരം മാത്രമല്ല കരച്ചിലും. രാവിലെ ആ യുവാവ് ഞങ്ങളെ നോക്കി ചോദിച്ചു, "ഭയങ്കരം തന്നെ... ഭയാനകമായ ഒരു സിനിമ കണ്ടതുപോലെ തോന്നുന്നു." അയാൾക്ക് പതിനെട്ടോ ഇരുപതോ വയസ്സു പ്രായമേ കാണൂ. ദൈവമേ! എന്തെല്ലാം എന്തെല്ലാം ഞങ്ങൾ സഹിച്ചു. അതൊന്നും പറഞ്ഞു കേൾപ്പിക്കാൻ ഒരാളില്ല...തമ്മിൽ തമ്മിൽ പറഞ്ഞു കരയുകയേ നിവൃത്തിയുള്ളൂ.

ഞാൻ കാരഗാണ്ടയിലെത്തി. ആരോ ഫലിതം പറയാൻ തുടങ്ങി. "സ്വന്തം സാമാനങ്ങളുമെടുത്ത് മാറി നില്ക്കൂ...മാറി നില്ക്കൂ...." ചിലർ ഉറക്കെ ചിരിച്ചു. ചിലർ കരഞ്ഞു. കാരാഗണ്ട സ്റ്റേഷനിലിറങ്ങിയപ്പോൾ ഞാൻ ആദ്യം കേട്ട വാക്കുകൾ.* തടങ്കൽ ക്യാമ്പുകളിലെ പതിവു ഭാഷ. ക്ഷണത്തിൽ ആ വാക്കുകളൊക്കെ എനിക്കോർമ്മ വന്നു. ഞാനാകെ മരവിച്ചു നിന്നു. ഉള്ളിൽ വല്ലാത്തൊരു വിങ്ങൽ. അതെനിക്ക് ഒതുക്കാനായില്ല. അവിടെയുള്ള സമയമത്രയും അതങ്ങനെത്തന്നെയായിരുന്നു. പട്ടണം വല്ലാതെ മാറിയിരുന്നു. ഒന്നും എനിക്കു തിരിച്ചറിയാനായില്ല. എന്നാൽ പട്ടണത്തിന്റെ അതിർത്തിക്കപ്പുറത്തെത്തിയപ്പോൾ....പരിചയമുള്ള പ്രദേശങ്ങൾ കാണാറായി. എല്ലാം എനിക്കു തിരിച്ചറിയാൻ കഴിഞ്ഞു. ഉണങ്ങി നിൽക്കുന്ന സൂചിപ്പുല്ലുകൾ. വെളുത്ത പൊടി മണ്ണ്. മാനത്തുയർന്നു പറക്കുന്ന പരുന്തുകൾ. ഗ്രാമങ്ങളുടെ പേരുകൾ...ഒക്കെ എനിക്കു പരിചയമുള്ളതായിരുന്നു. വോൾനിജ്, സാണ്ടോറോഡക്.... അവിടെയെല്ലാം മുമ്പ് ക്യാമ്പുകളുണ്ടായിരുന്നു. എല്ലാം മറന്നു എന്നായിരുന്നു എന്റെ വിചാരം. എന്നാൽ എല്ലാം എന്റെ ഓർമ്മയിൽ പറ്റി നിന്നിരുന്നു. ബസ്സിൽ എന്റെ തൊട്ടടുത്ത് പ്രായമായ ഒരാൾ ഇരുന്നിരുന്നു. ഞാൻ ചുറ്റുവട്ടത്തു നിന്നല്ല എന്ന് അദ്ദേഹം വേഗം മനസ്സിലാക്കി.

"ആരെയാണ് അന്വേഷിക്കുന്നത്?" അദ്ദേഹം ചോദിച്ചു.

"ഞാൻ...കുറെക്കാലം ഇവിടെയുള്ള ക്യാമ്പിലുണ്ടായിരുന്നു."

"ഓ...ആ തടങ്കൽപാളയത്തിലോ? അതൊക്കെ അവർ രണ്ടു കൊല്ലം മുമ്പേ പൊളിച്ചു കളഞ്ഞു."

ആ കല്ലും കട്ടകളും ഉപയോഗിച്ച് പലതരം പണിശാലകളും, നീരാവി ഉപയോഗിച്ചുള്ള കുളിമുറികളും മറ്റും ആളുകൾ കെട്ടിയുണ്ടാക്കി. അവിടത്തെ മണ്ണൊക്കെ അവർ തോട്ടമുണ്ടാക്കാനായി സ്വന്തം വീട്ടുമുറ്റത്തെത്തിച്ചു. ക്യാമ്പിലെ മുള്ളുവേലികൾ അറുത്തെടുത്ത് സ്വന്തം തോട്ടങ്ങൾക്കു ചുറ്റും കെട്ടി. അവിടെത്തന്നെയാണ് എന്റെ മകന്റെ വീട്. അറിയാലോ... ഒട്ടും സുഖമില്ലാത്ത സ്ഥലം. മഞ്ഞും മഴക്കാലവും കഴിഞ്ഞ്

---

* തടവുകാരുടെ തനതു ശൈലിയിലുള്ളതായിരുന്നു. തേവിടിച്ചി...വേശ്യ..... അഴിഞ്ഞാട്ടക്കാരി.

വസന്തം വന്നാൽ ഉരുളക്കിഴങ്ങു കണ്ടങ്ങൾക്കിടയിലൊക്കെ എല്ലിൻ കഷണങ്ങൾ കിടക്കുന്നതു കാണാം. മഞ്ഞിലും മഴയിലും മേൽമണ്ണ് ഒലിച്ചു പോകുമ്പോൾ അടിയിലുള്ളത് വെളിയിൽ വരുന്നു. അതൊന്നും കണ്ട് ഇവിടെ ആരും അസ്വസ്ഥരാകാറില്ല. എല്ലാം ശീലമായിരിക്കുന്നു. ഇവിടെ കല്ലുകളോളം തന്നെ എല്ലുകളും ഉണ്ട്. കണ്ടാൽ പെറുക്കി പറമ്പിന്റെ അറ്റത്തേക്കു വലിച്ചെറിയും. അത്ര തന്നെ. അല്ലെങ്കിൽ ബൂട്ടു കൊണ്ട് മണ്ണിന്നടിയിലേക്കു ചവിട്ടി താഴ്ത്തും.....കാണാമറയത്തേക്ക്. “ഇതൊക്കെ ഇവിടെ നിത്യം സംഭവിക്കുന്നതാണ്. മണ്ണിനടിയിലേക്ക് കൈയിട്ട് ഒന്നു പരതി നോക്കുകയേ വേണ്ടൂ....” അതെല്ലാം കേട്ട് ഞാനാകെ തളർന്നു. ശക്തിയെല്ലാം ചോർന്നു പോയതുപോലെ. അതിനിടെ ആ വൃദ്ധൻ ജനാലയിലൂടെ വിരൽ ചൂണ്ടി. “നോക്കൂ...ദാ...അവിടെ... ആ കടയുടെ പുറകിൽ. പഴയ സെമിത്തേരി അവർ മൂടി. അതുപോലെത്തന്നെ ആ കുളിപ്പുരയുടെ പുറകിലും.” എനിക്ക് ശ്വാസംമുട്ടുന്നതുപോലെ തോന്നി. അല്ലെങ്കിലും എന്താണ് ഞാൻ പ്രതീക്ഷിച്ചിരുന്നത്? അവർ പിരമിഡുകൾ* പണിതുയർത്തിയിട്ടുണ്ടാകുമെന്നോ? ആദ്യത്തെ തെരുവ് ഏതോ ഒരാളുടെ പേരിലുള്ളതായിരുന്നു. പിന്നെ രണ്ടാമത്തെ തെരുവ്. ഞാൻ ജനാലയിൽ കൂടി നോക്കി. ഒന്നും കാണാൻ വയ്യ. എന്റെ കണ്ണുകൾ നിറഞ്ഞൊഴുകുകയായിരുന്നു. ബസ്സ്സ്റ്റോപ്പിൽ ഓരോന്നിലും തക്കാളിയും കക്കിരിയും വിൽക്കുന്ന കസാക്കുകാരികൾ. “പുതിയ കായ്കനികൾ... ഞങ്ങളുടെ സ്വന്തം തോട്ടത്തിൽ നിന്ന്....” അവർ വിളിച്ചു പറഞ്ഞുകൊണ്ടിരുന്നു. അവരുടെ കൈകളിൽ കുട്ട നിറയെ കറുത്ത മുന്തിരിങ്ങ.

എനിക്ക് വല്ലാത്ത സംഭ്രമം. ശ്വാസമെടുക്കാനാവുന്നില്ല. എനിക്കെന്തോ സംഭവിക്കുന്നു... പറയാനാവുന്നില്ല. ഏതാനും ദിവസങ്ങൾക്കുള്ളിൽ എന്റെ തൊലിയാകെ വരണ്ടുണങ്ങി. നഖങ്ങൾ പൊട്ടിപ്പോകാൻ തുടങ്ങി. ശരീരത്തിനുള്ളിൽ സാരമായ മാറ്റങ്ങൾ. വെറുതെ തറയിൽ കിടക്കണമെന്നു തോന്നി, പിന്നീടൊരിക്കലും എഴുന്നേല്ക്കാത്ത വിധം. ആ പുൽമൈതാനങ്ങൾ. സമുദ്രം പോലെ അറ്റമില്ലാതെ പരന്നു കിടക്കുന്നു. ഞാൻ ലക്ഷ്യമില്ലാതെ നടന്നു, തളർന്നു വീഴുവോളം. ഞാൻ വീണത് ഒരു കുരിശിന്റെ അരികത്തായിരുന്നു. ഒരു ഇരുമ്പു കുരിശ്. ഞാൻ സമനില തെറ്റിയ മട്ടിൽ നിലവിളിച്ചു. അടുത്തൊന്നും ആരുമുണ്ടായിരുന്നില്ല. ഏതാനും കിളികൾ മാത്രം. (അവർ തെല്ലുനേരം മിണ്ടാതിരുന്നു.) ഒരു ഹോട്ടലിലാണ് ഞാൻ താമസിച്ചിരുന്നത്. വൈകുന്നേരമായാൽ ഭക്ഷണശാലയിൽ വലിയ തിരക്കാണ്. ആളുകൾ വൈകുംവരെ അവിടെയിരുന്ന് വോഡ്ക കുടിക്കും. ഒരു രാത്രി അവിടെയിരുന്ന് അത്താഴം കഴിച്ചു. എന്റെ മേശമേൽ വേറെ രണ്ടു പുരുഷന്മാരും ഭക്ഷണം കഴിക്കാൻ ഇരുന്നിരുന്നു. ഇടയിൽ രണ്ടുപേരും തർക്കിക്കാൻ തുടങ്ങി. തൊണ്ടപൊട്ടുംവരെ അവർ

* 1960കളിൽ, യുദ്ധത്തിൽ വീരമൃത്യു പ്രാപിച്ചവരുടെ സ്മരണയ്ക്കായി റഷ്യയിലുടനീളം അവർ വിജയസ്തംഭങ്ങളും അനശ്വരതയുടെ സ്തൂപങ്ങളും പണി കഴിപ്പിച്ചിട്ടുണ്ടായിരുന്നു.

ഒച്ചയിട്ടു. “എന്തെല്ലാം സംഭവിച്ചാലും ഞാൻ ഇപ്പോഴും ഒരു കമ്മ്യൂണിസ്റ്റാണ്.” ഒരാൾ പറഞ്ഞു. “സോഷ്യലിസം പടുത്തുയർത്താനാണ് ഞങ്ങൾ ആഗ്രഹിച്ചത്. മാഗ്നിറ്റ്കയും വോർകൂടൂയുമില്ലാതെ നമുക്ക് ഹിറ്റ്ലറുടെ നട്ടെല്ലു തകർക്കാനാവുമായിരുന്നോ?” തടങ്കൽ ക്യാമ്പിലെ അന്തേവാസികൾ നിർമ്മിച്ച പ്രസിദ്ധമായ ഉരുക്കു നിർമ്മാണശാലയായിരുന്നു, മാഗ്നിറ്റ്ക[1]യും വോർകൂട[2]യും ഏറ്റവും കുപ്രസിദ്ധമായ ഒരു കഠിനാദ്ധ്വാന ക്യാമ്പായിരുന്നു.

“സ്ഥലത്തെ പ്രായമായ പലരോടും ഞാൻ സംസാരിച്ചു.” രണ്ടാമതൊരാൾ പറഞ്ഞു. അവരെല്ലാവരും തടവിൽ കഴിഞ്ഞവരാണ്. പാചകക്കാരായും കാവൽക്കാരായും പ്രത്യേക ഏജന്റുമാരായുമൊക്കെ പണിയെടുത്തവരാണ്. അല്ലാതെ ജോലികളൊന്നും അവർ ചെയ്തിട്ടില്ല. ചെയ്ത ജോലിക്കു വേണ്ടതായ ശമ്പളവും കിട്ടിയിരുന്നു. വസ്ത്രങ്ങളും ആഹാരവും പാർപ്പിടവും അവർക്കു ലഭിച്ചിരുന്നു. ക്യാമ്പുകളെ ‘ജോലി’ എന്നാണവർ പറയുന്നത്. ഈ വക ജോലികളാണ് അവരവിടെ ചെയ്തിരുന്നത്. പക്ഷേ നിങ്ങൾ പറയുന്നു അവിടെ നടന്നിരുന്നത് മാനവരാശിക്കെതിരായുള്ള കുറ്റകൃത്യങ്ങളായിരുന്നുവെന്ന്. പാപവും ആത്മാവും അവിടെ തടവിൽ കഴിഞ്ഞിരുന്നത് മറ്റാരുമല്ല, മനുഷ്യരായിരുന്നു. വിദേശീയരല്ല. പുറമെ നിന്നുകൊണ്ടുവന്നവരല്ല. ഈ നാട്ടിലെത്തന്നെ ആളുകൾ. നമ്മുടെ സ്വന്തം ആളുകൾ, ബന്ധുക്കൾ. ഇന്ന് എല്ലാവരും നീളൻ വരകളുള്ള യൂണിഫോം ഇടുന്നത് കാണാം. ഇപ്പോൾ എല്ലാവരും ഇരകളാണ്. സ്റ്റാലിൻ മാത്രമാണ് കുറ്റക്കാരൻ. ഒന്നാലോചിച്ചു നോക്കൂ... ലഘുവായ കണക്കാണ്. കോടിക്കണക്കിന് ആളുകളെ നിരീക്ഷിക്കുന്നു. തടവിലാക്കണം. ചോദ്യം ചെയ്യണം. ഓരോ സ്ഥലങ്ങളിലെത്തിക്കണം. നിസ്സാര കുറ്റങ്ങൾക്കും വെടിവെച്ചു കൊല്ലുന്നു. ഇതെല്ലാം ചെയ്യാനും വേണ്ടേ കോടിക്കണക്കിനാളുകൾ? അതിനു തയ്യാറായിട്ടുള്ളവരെ അവർ കണ്ടുപിടിച്ചു.

ഹോട്ടലിലെ പരിചാരകൻ കുപ്പികുപ്പിയായി വോഡ്ക അവരുടെ മുമ്പിൽ കൊണ്ടുവെച്ചു. അവരുടെ വർത്തമാനം കേട്ട് ഞാൻ അവിടെത്തന്നെയിരുന്നു. എന്റെ ശ്രദ്ധ മുഴുവനും അവരിലായിരുന്നു. അവർ കുടിച്ചുകൊണ്ടിരുന്നു. എന്നാൽ മദ്യലഹരി തലയ്ക്കു പിടിച്ചിരുന്നില്ല. ചങ്ങലയ്ക്കിട്ടതു പോലെയാണ് ഞാൻ അവിടെ ഇരുന്നത്. അനങ്ങാനാവാതെ.

ആദ്യത്തെയാൾ പറഞ്ഞു, “തടങ്കൽ പാളയങ്ങളൊക്കെ പൊളിച്ചു മാറ്റിയതിനു ശേഷവും രാത്രിയായാൽ അവിടെ നിന്ന് മുറവിളികളും ഞെരുക്കങ്ങളുമൊക്കെ കാറ്റിലൂടെ പുറത്തേക്ക് കേൾക്കാറുണ്ട് എന്നാണ് എല്ലാവരും പറയുന്നത്.”

---

1. സ്റ്റീൽ ഫാക്ടറി ക്യാമ്പംഗങ്ങൾ
2. ലേബർ ക്യാമ്പ്

“അതൊക്കെ വെറും കെട്ടുകഥകളാണ്.” രണ്ടാമന് സംശയമില്ലായിരുന്നു. “അവർ ഒരു പഴങ്കഥ സൃഷ്ടിച്ചെടുക്കുകയാണ്. കൊന്നവരും കൊല്ലപ്പെട്ടവരും നമ്മുടെ തന്നെ ആൾക്കാരായിരുന്നു. അതുതന്നെയാണ് നമുക്കു സംഭവിച്ച മഹാദുരന്തം... റഷ്യ മരക്കലപ്പ കൊണ്ട് നിലമുഴുന്ന കാലത്താണ് സ്റ്റാലിൻ കടന്നുവന്നത്....അദ്ദേഹം നമ്മെ വിട്ടുപോയപ്പോഴേക്കും നമ്മൾ ആറ്റംബോംബുകൾ കൈവശം വെക്കാൻ തുടങ്ങിയിരുന്നു.”

അതിനു ശേഷമുള്ള മൂന്നു രാത്രിയും മൂന്നു പകലുകളും.....ഒരു നിമിഷം പോലും എനിക്കുറങ്ങാനായില്ല. പകലൊക്കെ ഞാൻ ആ പുൽമേടുകളിൽ അലക്ഷ്യമായി അലഞ്ഞു നടന്നു. ഇരുട്ടാകുന്നതുവരെ...

ഒരു ദിവസം, പട്ടണത്തിലേക്കു പോകാൻ...ഒരാൾ കാറുനിർത്തി എന്നെ അതിൽ കയറ്റിക്കൊണ്ടു പോയി. ഏതാണ്ട് അമ്പതു വയസ്സ് പ്രായം തോന്നും. ഒരുപക്ഷേ കൂടുതലുണ്ടാകാം. എന്റെ പ്രായത്തിനോടടുത്ത്. നല്ലവണ്ണം മദ്യപിച്ചിരുന്നു. ധാരാളം സംസാരിച്ചിരുന്നു. “നിങ്ങൾ ശവക്കല്ലറകൾ തേടി വന്നതാണ്. അല്ലേ? ഞങ്ങൾ ഈ നാട്ടുകാർക്ക് പഴയ കാര്യങ്ങൾ ഓർക്കുന്നത് തീരെ ഇഷ്ടമില്ല. അതൊരു ‘വിലക്കാണ്.’ ഞങ്ങളുടെ മാതാപിതാക്കന്മാരുടെ തലമുറ മരിച്ചുപോയിക്കഴിഞ്ഞു. ഇപ്പോഴും ജീവിക്കുന്നവർ വായ തുറക്കാറുമില്ല. സ്റ്റാലിൻ കാലഘട്ടത്തിലെ ശീലം. അവർ തുടരുന്നു. ഗോർബച്ചേവും യെത്സിനുമൊക്കെ ഇപ്പോഴത്തെ ആൾക്കാരല്ലേ? നാളെ എന്താണുണ്ടാകാൻ പോകുന്നതെന്ന് ആർക്കറിയാം. ഏതു വഴിക്കാകും കാറ്റു വീശുക?” അങ്ങനെ അയാൾ പലതും പറഞ്ഞു.

അയാളുടെ അച്ഛൻ ഒരു ക്യാമ്പുദ്യോഗസ്ഥനായിരുന്നു എന്നു പതുക്കെ ഞാൻ മനസ്സിലാക്കി. “വരയൻ യൂണിഫോം” ഇട്ടിരുന്ന ഓഫീസർ. ക്രൂഷ്ച്ചേവിന്റെ ഭരണകാലത്ത് അദ്ദേഹത്തിന് അവിടം വിട്ടുപോകണമെന്നുണ്ടായിരുന്നു. എന്നാൽ “സർക്കാർ രഹസ്യങ്ങളൊന്നും പുറത്തു പറയില്ലെന്നു” ഓരോരുത്തരും സ്വകാര്യമായി എഴുതി ഒപ്പിട്ടു കൊടുക്കണം എന്ന വ്യവസ്ഥയുണ്ടായിരുന്നു. ശിക്ഷ അനുഭവിച്ചവരും അവർക്ക് കാവൽ നിന്നവരും ഒരുപോലെ അത് ചെയ്യേണ്ടിയിരുന്നു. അവർ ഒരാളേയും പോകാൻ അനുവദിച്ചില്ല. കാരണം, വേണ്ടതിലധികം അവർക്കറിയാമായിരുന്നു. തടവുകാരെ കയറ്റിക്കൊണ്ടുപോയിരുന്ന വണ്ടികളിൽ കാവൽനിന്നവരെപ്പോലും അവർ തടഞ്ഞു വെച്ചു. ഈ ക്യാമ്പുകളിൽ ജോലി ചെയ്തിരുന്നതുകൊണ്ട് അവരെല്ലാം യുദ്ധത്തിൽ നിന്നും ഒഴിവാക്കപ്പെട്ടിരുന്നു. സൈന്യത്തിലായിരുന്നുവെങ്കിൽ യുദ്ധം കഴിഞ്ഞതോടെ വീടുകളിലേക്കു മടങ്ങാമായിരുന്നു. എന്നാൽ ക്യാമ്പുകളിൽ ജോലി ചെയ്തിരുന്നവർക്ക് അങ്ങനെയൊരു അവസരം കിട്ടുകയുണ്ടായില്ല.

തടങ്കൽ ക്യാമ്പുകളും അവിടത്തെ പ്രത്യേക സാഹചര്യങ്ങളും നിയമങ്ങളും അവരെ അപ്പാടെ വിഴുങ്ങിക്കളയുകയാണുണ്ടായത്.

സാധാരണ കള്ളന്മാരും കുറ്റവാളികളേയും മാത്രമാണ് ക്യാമ്പിലെ തടവു ശിക്ഷ പൂർത്തിയാക്കി പുറത്തുപോകാൻ അനുവദിച്ചത്. കൂട്ടത്തിൽ കൊള്ളക്കാരും കൊലപാതകികളുമുണ്ടായിരുന്നു. ബാക്കിയുള്ളവരെല്ലാം അതിനകത്തു തന്നെ ശേഷം കാലം കഴിച്ചു. അതേ കെട്ടിടത്തിൽ....ഒരേ മുറ്റം പങ്കുവെച്ച്. "ഞങ്ങളുടെ ഈ ജീവിതം ഒട്ടും സുഖകരമല്ല." അയാൾ ഇടയ്ക്കിടയ്ക്കു പറഞ്ഞു കൊണ്ടിരുന്നു. കുട്ടിക്കാലത്തെ ഒരു കഥ അയാൾ ഓർത്തെടുത്തു. അവിടെ നിന്നു പുറത്തു വന്ന പഴയ ഒരു കുറ്റ വാളി സംഘം അന്നത്തെ ഒരു കാവൽഭടന്റെ കഥകഴിക്കാൻ പദ്ധതി യിട്ടു. അയാളുടെ പെരുമാറ്റം അത്രയ്ക്കും മൃഗീയമായിരുന്നു. മദ്യം അകത്തു ചെന്നാൽ എല്ലാവരും പരസ്പരം മെക്കിട്ടു കയറും. അയാ ളുടെ അച്ഛനും കലശലായി മദ്യപിച്ചിരുന്നു. ലഹരി കയറി കഴിഞ്ഞാൽ പിന്നെ ശകാരവും കരച്ചിലുമാണ്. "ജീവിതം മുഴുവൻ വായമൂടിക്കെട്ടി കഴിഞ്ഞു... അവിടെ ഞങ്ങൾ വെറും മണ്ണായിരുന്നു, വെറും മണ്ണ്."

രാത്രി... അറ്റമില്ലാതെ കിടക്കുന്ന പുൽപ്പരപ്പ്. ഞങ്ങൾ രണ്ടുപേരും അതിലൂടെ കാറോടിച്ചു പോകുന്നു. ഒരു ഇരയുടെ മകളും ഒരു എന്താണ് ഞാൻ പറയേണ്ടത്? ആരാച്ചാരുടെ മകനും എന്നോ? ഒരു ചെറുകിട ആരാച്ചാർ... വമ്പൻ ആരാച്ചാരന്മാർക്ക് ചെറുകിടക്കാരുടെ സഹായം കൂടാതെ വയ്യ. ആ വൃത്തികെട്ട പണികൾ ചെയ്യാൻ തയ്യാറായിട്ടുള്ള എണ്ണമറ്റ ആളുകളെ വേണം. അങ്ങനെ ഞാനും അയാളും ഇപ്പോൾ ഒരേ വഴിയിൽ കൂട്ടിമുട്ടിയിരിക്കുന്നു. എന്തിനെക്കുറിച്ചാണ് ഞങ്ങൾ സംസാരിച്ചത്? സ്വന്തം മാതാപിതാക്കന്മാരുടെ ജീവിതത്തെക്കുറിച്ച് ഒന്നു മറിയില്ല എന്ന സത്യം ഞങ്ങൾ പങ്കുവെച്ചു. മരണംവരെയും അവർ നിശ്ശബ്ദരായിക്കഴിഞ്ഞു. സ്വന്തം സ്വകാര്യങ്ങൾ അവരോടൊപ്പം ആ ശവ ക്കുഴികളിൽ ഒതുങ്ങി. എങ്ങനെയാണെന്നറിയില്ല...എന്നെ സംബന്ധി ക്കുന്ന എന്തോ ഒന്ന് അയാളെ അസ്വസ്ഥനാക്കി.

തന്റെ അച്ഛൻ ഒരിക്കലും മത്സ്യം കഴിച്ചിരുന്നില്ലെന്ന് അയാൾ പറയു കയുണ്ടായി. മത്സ്യങ്ങൾ മനുഷ്യനെ തിന്നുന്നു എന്നതായിരുന്നു അതിനു കാരണം. നഗ്നനായ ഒരു മനുഷ്യനെ കടലിലേക്കെറിഞ്ഞാൽ ഏതാനും മാസങ്ങൾക്കു ശേഷം എല്ലു മാത്രമേ ബാക്കിയുണ്ടാവൂ. എല്ലാ കാർന്നു തിന്ന് വെളുവെളുത്ത എല്ലുമാത്രം കാണാം. ഇത്ര കൃത്യമായി അയാൾ അതെങ്ങനെ മനസ്സിലാക്കി? സാധാരണസ്ഥിതിയിൽ അച്ഛൻ ഒരക്ഷരം മിണ്ടാറില്ല. എന്നാൽ ലഹരി പിടിച്ചു കഴിഞ്ഞാൽ നിരന്തരം പുലമ്പി ക്കൊണ്ടിരിക്കും. കടലാസുകൾ നീക്കുകയല്ലാതെ താനൊരു അപരാ ധവും ചെയ്തിട്ടില്ലെന്ന് പിന്നെയും പിന്നെയും സത്യം ചെയ്യും. "എന്റെ കൈകൾ ശുദ്ധമാണ്." അച്ഛന്റെ വാക്കുകൾ വിശ്വസിക്കാൻ മകൻ ആഗ്ര ഹിച്ചു. അച്ഛന്റെ മരണശേഷം അദ്ദേഹത്തിന്റെ ഔദ്യോഗികരേഖകൾ പലതും മകന്റെ കൈയിൽ കിട്ടി. അതിൽ വ്യക്തമായി രേഖപ്പെടുത്തി യിരുന്നു. ഒക്കോസ്ക് കടൽത്തീരത്തിനടുത്തുള്ള ഒരു ക്യാമ്പിൽ അദ്ദേഹം ജോലി നോക്കിയിരുന്നുവെന്ന്. ആ പ്രദേശത്ത് അനവധി

തടങ്കൽക്യാമ്പുകൾ ഉണ്ടായിരുന്നു. (അവർ മൗനം പാലിച്ചു.) അച്ഛന്റെ കൈകൾ ശുദ്ധമാണെങ്കിൽ അദ്ദേഹം എന്തുകൊണ്ട് മത്സ്യം കഴിച്ചില്ല... മത്സ്യം കാണുമ്പോഴേക്കും അച്ഛന് ഓക്കാനം വന്നത് എന്തുകൊണ്ടായിരുന്നു? മദ്യപിക്കാത്തപ്പോൾ അച്ഛന്റെ നാവ് കെട്ടിയിട്ട നിലയിലായിരുന്നു. മദ്യപിക്കുന്നതോടെ കെട്ടഴിയുകയും ചെയ്യും. അയാൾ വെറുതെ എന്റെ മുഖത്തേക്കു നോക്കിയിരുന്നു. അയാൾ അല്പം ശാന്തനായതുപോലെ തോന്നി. അതോടെ പരിഭ്രാന്തനായി....ഭയമായി പെട്ടെന്ന് ദേഷ്യപ്പെട്ട് ഒച്ചവെക്കാൻ തുടങ്ങി. "മതി...നിർത്തൂ... നിങ്ങളുടെ ശവക്കുഴി മാന്തൽ."

ഒരു കാര്യം എനിക്കു മനസ്സിലായി. അടുത്ത തലമുറയിലെ ആരും "രഹസ്യം പുറത്തു പറയില്ല" എന്ന ഉടമ്പടിൽ ഒപ്പു വെച്ചിട്ടില്ല. എന്നാലും അവർക്കറിയാമായിരുന്നു, "വായ മൂടിവെക്കുകയാണ് എല്ലാം കൊണ്ടും മതി" എന്ന്, തങ്ങളുടെ അച്ഛനമ്മമാരെ പോലെത്തന്നെ. കാറിൽ നിന്നിറങ്ങുമ്പോൾ അയാൾ മര്യാദപൂർവ്വം കൈ നീട്ടി... പക്ഷേ ഞാനതിൽ തൊട്ടില്ല. തൊടാൻ എനിക്കായില്ല. (അവർ നിശ്ശബ്ദം കരഞ്ഞു)

അവസാന ദിവസം വരെ ഞാൻ അന്വേഷിച്ചുകൊണ്ടിരുന്നു. ഒടുവിലത്തെ ദിവസം ഒരാൾ എന്നോടു പറഞ്ഞു, "കാതറീനാ ഡെംചുക് എന്നൊരു സ്ത്രീയുണ്ട്. അവരെ പോയി കാണാം. വയസ്സ് തൊണ്ണൂറാവാറായി. എന്നാലും നല്ല ഓർമ്മയാണ്....ഒന്നും മറന്നിട്ടില്ല." അവർ എവിടെയാണ് താമസിക്കുന്നതെന്നും അയാൾ പറഞ്ഞുതന്നു. ഇഷ്ടികകൊണ്ടു പണിത ഒരു വീട്. ചുറ്റും ഉയരമുള്ള മുൾവേലി. ഞാൻ വാതിലിൽ മുട്ടി. അവർ പുറത്തേക്കു നോക്കി, കാലത്തേക്കാൾ പ്രായമുള്ള രൂപം! കാഴ്ച കുറവ് നന്നായി ബാധിച്ചിരുന്നു. "ചിലർ പറയുകയുണ്ടായി നിങ്ങൾ അനാഥാലയത്തിൽ ജോലി ചെയ്തിരുന്നുവെന്ന്.

"ഉവ്വ്....ഞാനവിടെ ഒരു ടീച്ചറായിരുന്നു."

"അവിടെ ഞങ്ങൾക്ക് ടീച്ചർമാർ ഉണ്ടായിരുന്നില്ലല്ലോ.... കമാൻഡർമാർ ആണ് ഉണ്ടായിരുന്നത്." അവർ മറുപടി പറഞ്ഞില്ല. അവർ വേലിക്കരികിൽ നിന്നും മാറി. ഒരു 'ഹോസ്' എടുത്ത് പച്ചക്കറി തോട്ടം നനയ്ക്കാൻ തുടങ്ങി. ഞാൻ അവിടെ നിന്നു മാറാതെ അവരെ നോക്കി നിന്നു. ഞാൻ പോകാൻ ഭാവമില്ലെന്ന് അവർക്കു മനസ്സിലായി. നിവൃത്തിയില്ലാത്തതുകൊണ്ടു മാത്രം, അവരെന്നെ വീടിന്റെ അകത്തേക്കു കൂട്ടിക്കൊണ്ടുപോയി. യേശുവിന്റെ ക്രൂശിതരൂപം ആ മുറിയിലുണ്ടായിരുന്നു. പിന്നെ ഒരു മൂലയിലായി ഒരു കുരിശും. അവരുടെ ശബ്ദം... എനിക്കോർമ്മ വന്നു. എന്നാൽ ആ മുഖം... എനിക്കോർക്കാനായില്ല. "നിന്റെ അമ്മ ഒരു ശത്രുവാണ്. നിന്നെ ഞങ്ങൾക്കു തല്ലാം... വേണമെങ്കിൽ കൊല്ലുകയും ചെയ്യാം." ഞാൻ അവരെ തിരിച്ചറിഞ്ഞു. എനിക്കു ചോദിക്കാതിരിക്കാമായിരുന്നു. എന്നാലും ചോദിച്ചു പോയി. "ഒരുപക്ഷേ നിങ്ങൾ എന്നെ ഓർക്കുന്നുണ്ടാകും."

"ഇല്ല, ഒരാളേയും എനിക്കോർമ്മയില്ല. നിങ്ങളെല്ലാവരും വളരെ ചെറുതായിരുന്നു... വളർച്ചയും മോശമായിരുന്നു. ഞങ്ങൾ ഉത്തരവുകൾ പാലിക്കുക മാത്രമായിരുന്നു."

അവർ ചായയും ബിസ്കറ്റും എന്റെ മുമ്പിൽ കൊണ്ടുവന്നുവെച്ചു. അവരുടെ ആവലാതികളും കേട്ട് ഞാനവിടെ മിണ്ടാതിരുന്നു. അവരുടെ മകൻ മദ്യപാനിയാണ്. അയാളുടെ മക്കളും ആ വഴിതന്നെ. അവരുടെ ഭർത്താവ് വളരെക്കാലം മുമ്പേ മരിച്ചു. കിട്ടുന്ന പെൻഷൻ നന്നേ തുച്ഛം. എപ്പോഴും പുറംവേദനയാണ്. വാർദ്ധക്യം...പ്രയാസപ്പെടുത്തുന്ന, മടുപ്പിക്കുന്ന കാലം തന്നെ..അതേ....അത്രയൊക്കയേ പറയാനുള്ളൂ. അമ്പതു കൊല്ലത്തിനു ശേഷം ഇപ്പോൾ...ഇവിടെ ഞങ്ങൾ മുഖാമുഖം. ഈ സ്ത്രീ അവർ തന്നെയായിരിക്കണം. ഞാൻ വിചാരിച്ചു. എങ്കിൽ എന്ത്? എന്റെ ഭർത്താവും മരിച്ചിരിക്കുന്നു. എന്റെ പെൻഷനും തീരെ നിസ്സാരമാണ്. എന്റെ നടുവിനും നല്ല വേദനയുണ്ട്....വാർദ്ധക്യം...അല്ലാതെന്ത്? (അവർ കുറച്ചധികം നേരം മിണ്ടാതിരുന്നു.)

അടുത്ത ദിവസം ഞാൻ വീട്ടിലേക്കു മടങ്ങി....എന്താണ് ബാക്കിയുള്ളത്? കുറെ സങ്കടങ്ങളും പരിഭവങ്ങളും വെറുപ്പുകളും...ആരുടെ നേരെയാണ് ഞാൻ ദേഷ്യപ്പെടേണ്ടത്? സ്വപ്നത്തിൽ ആ പുൽപ്പരപ്പുകൾ പിന്നെയും പിന്നെയും പ്രത്യക്ഷപ്പെടുന്നു. ഒരു ദിവസം അതു മുഴുവൻ മഞ്ഞിൽ മൂടിക്കിടക്കുന്നതായി കാണാം. അടുത്ത ദിവസം അവിടെ നിറയെ ചുകന്ന പോപ്പികൾ വിടർന്നു നില്ക്കുന്നുണ്ടാകും. മുമ്പ് തടങ്കൽ പാളയങ്ങൾ ഉണ്ടായിരുന്ന ഒരിടത്ത് ഇപ്പോൾ ഒരു ഭക്ഷണശാലയാണ്. വേറൊരിടത്ത് കുറെ വീടുകൾ. പശുക്കൾ ഒഴിഞ്ഞയിടങ്ങളിൽ പുല്ലുമേഞ്ഞു നടക്കുന്നു. ഞാൻ അവിടേക്ക് തിരിച്ചുപോകേണ്ടായിരുന്നു. ഞങ്ങൾ അത്ര ഹൃദയവേദനയുടെ കരയുന്ന.....അത്രമാത്രം വേദന സഹിക്കുന്നു. എന്തിനു വേണ്ടി? അതുകൊണ്ടെന്താണൊരു പ്രയോജനം? ഇരുപതോ അമ്പതോ അതിലധികമോ കൊല്ലങ്ങൾ കടന്നു പോകും. അതെല്ലാം ഈ മണ്ണിൽ അടിഞ്ഞമരും. ഒന്നും ബാക്കിയുണ്ടാവില്ല.... നമ്മളെല്ലാം ജീവിച്ചിരുന്നിട്ടേയില്ല എന്നതുപോലെ. നമ്മുടെ ബാക്കിപത്രം എന്നു പറയാൻ ചരിത്ര പാഠപുസ്തകങ്ങളിൽ ഒന്നോ രണ്ടോ വരി. അല്ലെങ്കിൽ ഒരു ഖണ്ഡിക. ബോൾഷിനെറ്റ്സിൽ പറയുന്നതുപോലെ ചരിത്രത്തിന് സമൂഹത്തിൽ സ്ഥാനമില്ലാതായി വരികയാണ്.

"ദി ഗുലാഗ് ആർച്ചിപിലാഗോ" എന്ന പുസ്തകം വായിക്കുന്നവരെ തുറുങ്കിലടയ്ക്കുന്ന ഒരു കാലമുണ്ടായിരുന്നു. വളരെ രഹസ്യമായാണ് ആളുകൾ ആ പുസ്തകം വായിച്ചിരുന്നത്. ചിലർ കൈകൊണ്ട് എഴുതിയെടുത്തു. വേറെ ചിലർ ടൈപ്പു ചെയ്ത കോപ്പി ടൈപ്പ്റൈറ്ററിനിടയിൽ തിരുകി വായിച്ചു. ഞാൻ ഉറച്ചു വിശ്വസിച്ചിരുന്നു, ആയിരക്കണക്കിനാളുകൾ ആ പുസ്തകം വായിക്കുകയാണെങ്കിൽ വലുതായ മാറ്റങ്ങൾ നാട്ടിൽ സംഭവിക്കുമെന്ന്. ആളുകൾ പശ്ചാത്തപിക്കും. കണ്ണീരൊഴുക്കും. എന്നാൽ അതിനു പകരം സംഭവിച്ചതെന്താണ്? എഴുതി തയ്യാറാക്കിയതും

വലിപ്പുകളിലും അലമാരകളിലും ഒളിപ്പിച്ച് രഹസ്യമായി സൂക്ഷിച്ചിരുന്നതുമെല്ലാം പിന്നീട് പ്രസിദ്ധീകരിക്കപ്പെട്ടു. രഹസ്യമായ ചിന്തകൾ ജനങ്ങൾ ഉറക്കെ വിളിച്ചു പറയാൻ തുടങ്ങി. എന്നിട്ടോ....ആ പുസ്തകങ്ങൾ ഇപ്പോൾ ആർക്കും വേണ്ടാതെ പൊടി പിടിച്ച് ഓരോ മൂലയിൽ കൂട്ടിയിട്ടിരിക്കുന്നു. ആളുകൾ അതു കണ്ടിട്ടും കാണാതെ കടന്നുപോകുന്നു. (മൗനം)

നമ്മൾ ജീവിക്കുന്നു.... എന്നാൽ ജീവിക്കുന്നില്ല എന്ന അവസ്ഥ. ഞാൻ താമസിച്ചിരുന്ന തെരുവുകൾ കൂടി ഇപ്പോൾ ഇല്ലാതായിരിക്കുന്നു. അന്ന് ഒരു ലെനിൻ സ്ട്രീറ്റ് ഉണ്ടായിരുന്നു. ഇന്ന് ആ പേര് മാറിയിരിക്കുന്നു. എല്ലാം മാറുന്ന കാലം....ആളുകളും സാധനങ്ങളും പണവും.... ഒക്കെ ഇന്നു വേറെയാണ്. എല്ലാറ്റിനും പുതിയ പേരുകൾ. അന്ന് ഞങ്ങൾ എല്ലാവരും ഒരുപോലെ സഖാക്കളായിരുന്നു. ഇന്ന് സ്ത്രീകളും പുരുഷന്മാരുമാണ്. "ലേഡീസ്...ആൻഡ് ജെന്റിൽമെൻ" പേരുകൊള്ളാം. എന്നാൽ ലേഡിയായാലും ജെന്റിൽമാൻ ആയാലും ജീവിതം ക്ലേശകരം തന്നെ. എല്ലാവരും അവരവരുടെ വേരുകൾ കണ്ടെത്താനുള്ള ശ്രമത്തിലാണ്. കുലീന കുടുംബത്തിലെ അംഗമാണെന്നു സ്ഥാപിക്കാനുള്ള വ്യഗ്രത. അതാണ് ഇന്നത്തെ പരിഷ്ക്കാരം. മരപ്പാളികൾക്കിടയിൽ നിന്നും രാജകുമാരന്മാരും പ്രഭുക്കളും പ്രമാണികളും ഇറങ്ങി വരുന്നു. അതിനു മുമ്പുള്ള കാലം...തങ്ങളുടെ പുരാതനമായ കർഷക - തൊഴിലാളി പാരമ്പര്യത്തെ കുറിച്ചാണ് ജനങ്ങൾ ഊറ്റം കൊണ്ടിരുന്നത്. ഇപ്പോൾ എല്ലാവരും ശ്രദ്ധയോടെ കുരിശു വരക്കുന്നു. നൊയ്മ്പുകൾ നോൽക്കുന്നു. പലയിടത്തും ഗൗരവമായ ചർച്ചകൾ നടക്കുന്നു. രാജഭരണം റഷ്യയെ രക്ഷിക്കുമോ, ഇല്ലയോ? 1917 ൽ കോളേജു വിദ്യാർത്ഥികൾ പരസ്യമായി പരിഹസിച്ച 'സാറിനെ' (റഷ്യൻ ചക്രവർത്തി) ഇപ്പോൾ വലിയ ആരാധനയോടെയാണ് എല്ലാവരും നോക്കികാണുന്നത്. ഈ രാജ്യം....എന്നെ സംബന്ധിച്ചിടത്തോളം ഒരു അന്യനാടാണ്.....ഏതോ വിദേശ രാജ്യം. തമ്മിൽ തമ്മിൽ സന്ദർശിക്കുമ്പോൾ ഞങ്ങൾ പുസ്തകങ്ങളെക്കുറിച്ചും നാടകങ്ങളെ കുറിച്ചുമൊക്കെയാണ് സംസാരിക്കാറ്. ഇപ്പോൾ...ആര് എന്തു വാങ്ങിച്ചു എന്നതാണ് പ്രധാന സംസാരവിഷയം.വിദേശ നാണയവിനിമയനിരക്കും പ്രധാന വിഷയം തന്നെ. ഇപ്പോൾ എല്ലാം തമാശയാണ്. ഗൗരവവും ആദരവും അർഹിക്കുന്നതായി ഒന്നുമില്ല. എല്ലാം ഫലിതം... എന്തും ചിരിക്കാനുള്ള വക.

"അച്ഛാ ആരാണ് സ്റ്റാലിൻ?"

"സ്റ്റാലിൻ നമ്മുടെ തലവനായിരുന്നു."

" ആണോ? ഞാൻ വിചാരിച്ചിരുന്നത് കാട്ടുവർഗ്ഗക്കാരു മാത്രമേ തലവനുള്ളൂ എന്നായിരുന്നു."

ഒരാൾ ആർമീനിയൻ റേഡിയോവിലേക്കു വിളിച്ചു ചോദിച്ചു

"സ്റ്റാലിന്റേതായി ബാക്കി എന്തുണ്ട്? "

"സ്റ്റാലിന്റേതായി ബാക്കിയുള്ളത്", അർമീനിയൻ റേഡിയോ അറിയിച്ചു, "അടിയിലിടുന്ന രണ്ടു കാലുറകളും ഒരു ജോടി ബൂട്ടുകളും ഒന്നുരണ്ട് മിലിട്ടറി ജാക്കറ്റുകളും – അതിലൊന്ന് വിശേഷാവസരങ്ങളിൽ ധരിക്കാനുള്ളതാണ് – നാലു റൂബിളുകളും നാല്പത് കൊപ്പെക്കുകളുമാണ്. പണമായി അത്രമാത്രം.....അതിനു പുറമെയുള്ളത് ഈ മഹാസാമ്രാജ്യമാണ്."

"റഷ്യൻ സൈന്യം എങ്ങനെ ബർലിൻവരെയെത്തി?"

അതായിരുന്നു രണ്ടാമത്തെ ചോദ്യം

"പിൻവാങ്ങാനുള്ള ധൈര്യമുണ്ടായിരുന്നില്ല. അതുകൊണ്ടു മാത്രം മുന്നോട്ടു പോയതാണ്."

ഞാൻ എന്റെ കൂട്ടുകാരെ ആരേയും കാണാറില്ല. പുറത്തു പോകുന്നതു തന്നെ വളരെ ചുരുക്കം. അല്ലെങ്കിലും അവിടെ എന്തുണ്ട്? എല്ലായിടത്തും "മാമ്മോന്റെ" വിജയം. ധനത്തിന്റെ വിളയാട്ടം. മടിശ്ശീലയുടെ കനം, അതിനുമാത്രമേ വിലയുള്ളൂ. മറ്റു മൂല്യങ്ങളൊക്കെ നഷ്ടമായിക്കഴിഞ്ഞു. എന്റെ കാര്യം... ഞാൻ ദരിദ്രയാണ്. ഞങ്ങളെല്ലാവരും തന്നെ ആ സ്ഥിതിയിലാണ്. ഞങ്ങളുടെ തലമുറ മുഴുവൻ പഴയ സോവിയറ്റ് യൂണിയനിലെ ജനങ്ങൾ... ഞങ്ങൾക്ക് ബാങ്ക് നിക്ഷേപങ്ങളില്ല. വസ്തുവകകളില്ല. ഞങ്ങൾക്കുള്ളതെല്ലാം സോവിയറ്റ് വകയാണ്. ഒരാളും ഒരു കോപ്പെക്കു പോലും ഞങ്ങൾക്കു തരില്ല. ഞങ്ങളുടെ മൂലധനമെവിടെ? ഞങ്ങൾ അനുഭവിച്ച ദുരിതങ്ങൾ മാത്രമാണ് ഞങ്ങളുടെ സ്വത്ത്.... ഇപ്പോൾ കൂട്ടും. എന്റെ കൈവശം രണ്ടു സർട്ടിഫിക്കറ്റുകളുണ്ട്. ഏതോ സ്കൂൾ നോട്ടുപുസ്തകത്തിൽ നിന്ന് കീറിയെടുത്ത് എഴുതിയിട്ടുള്ളതാണ്. "പുനരധിവസിപ്പിച്ചിരിക്കുന്നു" "കുറ്റകൃത്യങ്ങളുടെ അഭാവത്തിൽ പുനരധിവസിപ്പിച്ചിരിക്കുന്നു."ഒന്ന് എന്റെ അച്ഛന്റെ പേരിൽ. വേറൊന്ന് അമ്മയുടെ പേരിലും.

എന്റെ മകന്റെ പേരിൽ ഞാൻ അഭിമാനിച്ചിരുന്ന ഒരു കാലമുണ്ടായിരുന്നു. വ്യോമസേനയിലായിരുന്നു ഉദ്യോഗം. അഫ്ഗാനിസ്ഥാനിലും സേവനമനുഷ്ഠിച്ചിട്ടുണ്ട്. ഇപ്പോൾ അങ്ങാടിയിൽ പലവിധ സാധനങ്ങൾ വിൽക്കുന്നു. യുദ്ധത്തിൽ ബഹുമതി മുദ്രകൾ നേടിയ ഒരു മേജർ. ഇപ്പോൾ ഏതാണ്ട് ഒരു കച്ചവടക്കാരൻ. സൈക്കിളിൽ സാധനങ്ങൾ കൊണ്ടുനടന്ന് വില്ക്കുന്നു. പണ്ട് ഊഹക്കച്ചവടം എന്നാണ് പറഞ്ഞിരുന്നത്. ഇപ്പോഴത് 'ബിസിനസ്സ്' എന്നായിരിക്കുന്നു. അവൻ പെട്ടിനിറയെ സിഗരറ്റും വോഡ്കയും മഞ്ഞുപരപ്പിലൂടെ അതിവേഗം സഞ്ചരിക്കാനുള്ള 'സ്കീ'കളുമായി പോളണ്ടിലേക്കു പോകുന്നു. അവിടെ നിന്നും പെട്ടിനിറയെ തുണിത്തരങ്ങളുമായി മടങ്ങി വരുന്നു. കുന്തിരിക്കവുമായി ഇറ്റലിയിലേക്കു പോകുന്നു. അവിടെ നിന്നും "പ്ലംബിംഗിനു" വേണ്ട സാധനസാമഗ്രികളുമായി തിരിച്ചു വരുന്നു. കഷ്ടം തോന്നുന്നു.... ഞങ്ങളുടെ കുടുംബത്തിൽ ഇതുവരെയായി ഒരു കച്ചടവക്കാരനുണ്ടായിട്ടില്ല. കച്ചവടക്കാരോട് പൊതുവെ പുച്ഛമായിരുന്നു. ഞാൻ ഒരു പാവം

കൂലിപ്പണിക്കാരിയായിരിക്കാം. എന്നാലും ഈ വിക്കൽ–വാങ്ങലിനേക്കാൾ ഭേദം അതായിരുന്നു.

ഞാൻ തുറന്നു പറയാം. എനിക്ക് ആളുകളെ വളരെ ഇഷ്ടമായിരുന്നു. മുമ്പ് അവരെല്ലാം നമ്മുടെ ആളുകളായിരുന്നു. അതിന്റെ ചരിത്രകാലം മുഴുവൻ ഞാൻ ആ രാജ്യത്തോടൊപ്പമുണ്ടായിരുന്നു. ഇപ്പോൾ നിലവിലുള്ള ഈ രാജ്യം... എനിക്കു തീരെ താത്പര്യം തോന്നുന്നില്ല. ഇത് എന്റെ രാജ്യമല്ല.

(അവർ ക്ഷീണിച്ചിരിക്കുന്നു എന്ന് മനസ്സിലായി. ഞാൻ ടേപ്പ് റെക്കോർഡർ നിർത്തിവെച്ചു. മകന്റെ ഫോൺ നമ്പർ കുറിച്ച ഒരു കടലാസു തുണ്ട് അവർ എനിക്കു തന്നു.) നിങ്ങൾ നേരത്തെ ചോദിച്ചിരുന്നല്ലോ... എന്റെ മകന് അവന്റെ പക്ഷം പറയാനുണ്ടാകും. അവന് അവന്റേതായ ഒരു കഥയുണ്ട്....സ്വാഭാവികമായും....എനിക്കറിയാം.... ഞങ്ങൾക്കിടയിൽ ഒരുൾക്കടൽത്തന്നെയുണ്ട്. (അവരുടെ കണ്ണുകൾ നിറഞ്ഞൊഴുകി.)

ഇനി പൊയ്ക്കോളൂ... കുറച്ചു നേരം ഞാൻ തനിയെ ഇരിക്കട്ടെ.

അവരുടെ മകന്റെ കഥ

കുറെ നേരത്തേക്ക് ടേപ് റെക്കോഡർ പ്രവർത്തിപ്പിക്കാൻ അയാൾ എന്നെ അനുവദിച്ചില്ല. പിന്നീട് ഓർക്കാപ്പുറത്ത് അയാൾത്തന്നെ നിർദ്ദേശിച്ചു, "ഇതു തീർച്ചയായും നിങ്ങൾ റെക്കോർഡ് ചെയ്യണം. ഇതു വെറും കുടുംബവിശേഷമല്ല... അച്ഛനും മകനും തമ്മിൽ നടക്കുന്ന കലഹവുമല്ല. ഇത് ചരിത്രമാണ്...വലിയ അക്ഷരത്തിൽ തന്നെ ചരിത്രം എഴുതണം. എന്റെ കുടുംബപ്പേര് ചേർക്കണ്ട. എന്തിനേയെങ്കിലും പേടിക്കുന്നതു കൊണ്ടല്ല....എന്നെ സംബന്ധിച്ചിടത്തോളം അത് സുഖമില്ലാത്ത സംഗതിയാണ്. അത്രതന്നെ."

...എല്ലാം നിങ്ങൾ മനസ്സിലാക്കി കഴിഞ്ഞതാണല്ലോ. എന്നാൽ മരണത്തെപ്പറ്റി എന്തു പറയാൻ! അത് ആർക്കും മനസ്സിലാക്കാൻ പറ്റാത്തതാണ്. എല്ലാ യുക്തിക്കും അതീതമാണ്.

...പഴയ സോവിയറ്റ് സിനിമകൾ എനിക്കിപ്പോഴും വളരെ ഇഷ്ടമാണ്. ഇന്നത്തെ സിനിമകളിൽ കാണാനാകാത്ത എന്തോ ഒന്ന് ആ സിനിമകളിൽ ഉണ്ട്. ആ എന്തോ ഒന്ന്...കുട്ടിക്കാലം മുതൽ അതിനോടായിരുന്നു എനിക്ക് പ്രിയം. അത് വാക്കുകളാൽ വർണ്ണിക്കാനാവില്ല. ഞാൻ ചരിത്രം പഠിച്ചിട്ടുണ്ട്. ധാരാളം വായിച്ചിട്ടുമുണ്ട്. അന്നൊക്കെ എല്ലാവരും ധാരാളം വായിച്ചിരുന്നു. ചെല്യുസ്കിനൈറ്റുകളെക്കുറിച്ചും ചൃക്ലോവി*നെ

* സോവിയറ്റ് യൂണിയൻ നായകൻ (1904–1938)

കുറിച്ചും ഞാൻ മനസ്സിലാക്കിയിട്ടുണ്ട്. അതുപോലെത്തന്നെ ഗഗാറിനേയും കോറോലിവി[1]നേയും കുറിച്ചും. എന്നാൽ അതെല്ലാം 1937നെ കുറിച്ച് മനസ്സിലാക്കുന്നതിനും വളരെ മുമ്പായിരുന്നു. ഒരു ദിവസം ഞാൻ എന്റെ അമ്മയോട് ചോദിച്ചു. "മുത്തച്ഛൻ മരിച്ചത് എവിടെ വെച്ചാണ്?" ആ നിമിഷം അമ്മയ്ക്കു ബോധക്കേടുണ്ടായി. "അതിനെക്കുറിച്ച് ഇനിയൊരിക്കലും അമ്മയോട് ചോദിക്കരുത്." അച്ഛൻ മുന്നറിയിപ്പു തന്നു. ഞാനൊരു ഒക്ടോബർ വിപ്ലവകാരനായിരുന്നു. യുവജനസഖ്യത്തിലെ അംഗം. അതിൽ ഞാൻ വിശ്വസിച്ചിരുന്നോ ഇല്ലയോ എന്നത് ഒരു വിഷയമായിരുന്നില്ല. ഒരുപക്ഷേ ഞാൻ വിശ്വസിച്ചിരുന്നിരിക്കാം. അതിനാണ് സാധ്യത. എന്തായാലും കൂടുതലായൊന്നും ഞാൻ അതിനെപറ്റി ആലോചിച്ചിരുന്നില്ല. യുവജനസഖ്യം....രാത്രി തീകൂട്ടി അതിനു ചുറ്റും കൂടിയിരുന്ന് പാടാറുള്ള പാട്ടുകൾ. "പെട്ടെന്നൊരു ദിവസം നിന്റെ സ്നേഹിതൻ നിന്റെ സ്നേഹിതനല്ല എന്നാൽ ശത്രുവുമല്ല എന്നു തിരിച്ചറിഞ്ഞാൽ" അങ്ങനെ ഏതാനും പാട്ടുകൾ. (അയാൾ ഒരു സിഗരറ്റു കത്തിച്ചു.) എന്റെ സ്വപ്നം ഒരു പട്ടാളക്കാരനാവുക എന്നതായിരുന്നു. വിമാനം പറപ്പിക്കണം. അത് വലിയ അന്തസ്സും അഭിമാനവുമായിരുന്നു. പെൺകുട്ടികളെല്ലാം അത്യധികം മോഹിച്ചിരുന്നു, ഒരു പട്ടാളക്കാരനെ ഭർത്താവായി ലഭിക്കണമെന്ന്. എനിക്കേറ്റവും ഇഷ്ടമുള്ള ഗ്രന്ഥകാരൻ അലക്സാണ്ടർ കുപ്രീൽ[2] ആയിരുന്നു. ആകർഷകമായ യൂണിഫോം ധരിച്ച ഒരു സൈനിക ഉദ്യോഗസ്ഥൻ. വീരമൃത്യു വരിക്കുക. സഹോദരന്മാർ തമ്മിലുള്ള വിശ്വാസവഞ്ചന, സൗഹൃദം. ചെറുപ്പകാലത്ത് അതെല്ലാം എന്നെ വളരെയധികം ആകർഷിച്ചിരുന്നു. ആ പ്രായത്തിലുള്ള മനസ്സും അതിനു പറ്റിയതായിരുന്നു. എന്റെ അച്ഛനമ്മമാരും പ്രോത്സാഹിപ്പിച്ചു. സോവിയറ്റ് സാഹിത്യകൃതികൾ വായിച്ചാണ് വളർന്നത്. 'മനുഷ്യൻ മറ്റുള്ളതിനേക്കാളൊക്കെ ഉയരത്തിലാണ്..." "മനുഷ്യരാശി! അതൊരു മഹനീയ പദമാണ്." നിലവിലില്ലാത്ത ഒരു മനുഷ്യനെ പറ്റിയാണ് അവരെഴുതിയത്. അങ്ങനെയൊരു വ്യക്തി ഈ പ്രകൃതിയിലില്ല. എനിക്കിപ്പോഴും മനസ്സിലാക്കാനാവുന്നില്ല, എങ്ങനെയാണ് ആ കാലത്ത് ഇത്രയധികം ആദർശവാദികളുണ്ടായത്. ഇപ്പോഴത്തെ പെപ്സി തലമുറയ്ക്ക്.... അങ്ങനെയൊരു ആദർശം എങ്ങനെയുണ്ടാവാൻ? അവരെല്ലാവരും പ്രായോഗിക വാദികളാണ്. ഞാൻ മിലിട്ടറി സ്കൂളിൽ പഠിച്ച് പരിശീലനം പൂർത്തിയാക്കി. കാംവാട്കയിൽ സേവനമനുഷ്ഠിച്ചു. അതിർത്തി പ്രദേശത്തെ ഒരു ഭൂവിഭാഗം. അവിടെ അഗ്നിപർവ്വതങ്ങളും മഞ്ഞുമല്ലാതെ ഒന്നുമില്ല. എന്റെ രാജ്യത്തെക്കുറിച്ചോർക്കുമ്പോൾ.... എനിക്കേറ്റവുമധികം

1. സോവിയറ്റ് റോക്കറ്റ് ശാസ്ത്രജ്ഞൻ. യൂറിൻ ഗഗാറിനൊപ്പം ശൂന്യാകാശ പേടകത്തെക്കുറിച്ചുള്ള പ്രൊജക്ടിൽ സഹായിയും പ്രധാനിയും (1907 –1966)
2. 1905ൽ പ്രസിദ്ധീകരിച്ച 'ദി സ്യുവെൽ' എന്ന നോവലിന്റെ രചയിതാവ്.

സ്നേഹം തോന്നുന്നത് ഇവിടത്തെ ഭൂപ്രകൃതിയോടാണ്. അതിശയകരമായ ഒന്നുതന്നെയാണത്. രണ്ടു വർഷത്തിനു ശേഷം അവർ കൂടുതൽ പരിശീലനം നേടാനായി മിലിട്ടറി അക്കാഡമിയിലേക്കയച്ചു. ബഹുമതികളോടെയാണ് ഞാൻ പരിശീലനം പൂർത്തിയാക്കിയത്.

കൂടുതലായി ഏതാനും ചെറു നക്ഷത്രങ്ങൾ. സൈനിക സേവനം ഞാനൊരു ഉദ്യോഗമായി സ്വീകരിച്ചു. എന്റെ ശവസംസ്കാരചടങ്ങിൽ പട്ടാളക്കാർ മാനത്തേക്കു വെടിവെച്ച് അഭിവാദ്യമർപ്പിക്കും.(അല്പം അരിശപ്പെട്ടുകൊണ്ട്) എന്നാൽ ഇപ്പോൾ? പ്രകൃതിയാകെ മാറി. പഴയ സോവിയറ്റ് മേജർ ഇന്നൊരു കച്ചവടക്കാരനാണ്. ഇറ്റലിയിൽ നിന്നും "പ്ലംബിംങ്" സാമാനങ്ങൾ കൊണ്ടു വന്ന് കച്ചവടം നടത്തുന്നു. പത്തു വർഷം മുമ്പ് എന്നെക്കുറിച്ച് ആരെങ്കിലും ഇങ്ങനെയൊരു പ്രവചനം നടത്തിയിരുന്നുവെങ്കിൽ ആ "നോസ്ട്രാഡാമസിനെ" ഞാൻ തല്ലുമായിരുന്നില്ല. പക്ഷേ നിശ്ചയമായും അയാളുടെ മുഖത്തു നോക്കി ചിരിച്ചേനേ. ഞാൻ തികച്ചും ഒരു സോവിയറ്റുകാരനായിരുന്നു. ധനത്തെ സ്നേഹിക്കുകയോ? ലജ്ജാവഹം. സ്നേഹിക്കേണ്ടത് സ്വന്തം സ്വപ്നത്തെയാണ്. (അയാൾ ഒരു സിഗരറ്റു കൊളുത്തി. നിശ്ശബ്ദനായി ഇരുന്നു.)

ഓർക്കുമ്പോൾ സങ്കടം തോന്നുന്നു. പലതും മറന്നു കഴിഞ്ഞു. എങ്ങനെ മറക്കാതിരിക്കും? അത്രയ്ക്കും വേഗത്തിലല്ലേ കാര്യങ്ങൾ സംഭവിക്കുന്നത്? ഒരു കാലിഡോസ്കോപ്പിൽ എന്നപോലെ. നിമിഷങ്ങൾക്കുള്ളിൽ മാറുന്ന ചിത്രങ്ങൾ. ആദ്യം ഞാൻ ഗോർബച്ചേവുമായി പ്രണയത്തിലായി. അത് നിരാശയിൽ കലാശിച്ചു. ഞാൻ ജാഥകളിൽ പങ്കെടുത്തു. എല്ലാവരോടുമൊപ്പം മുദ്രാവാക്യങ്ങൾ വിളിച്ചു. "യെത്സിൻ മതി... ഗോർബച്ചേവ് വേണ്ട." "6-ാം വകുപ്പ് തുലഞ്ഞു പോകട്ടെ." ഞാൻ ലഘുലേഖകൾ വിതരണം ചെയ്തു. പ്രചരണ വാചകങ്ങൾ എഴുതി കെട്ടിതൂക്കി. ഞങ്ങൾ നിരന്തരം സംസാരിച്ചു. വായിച്ചു. പിന്നെയും വായിച്ചു പിന്നെയും സംസാരിച്ചു. എന്താണ് ഞങ്ങൾ ആഗ്രഹിച്ചത്? ഞങ്ങളുടെ അച്ഛനമ്മമാർ ആഗ്രഹിച്ചത് യഥേഷ്ടം വായിക്കാനും സംസാരിക്കാനുമുള്ള സ്വാതന്ത്ര്യമായിരുന്നു. മനുഷ്യത്വത്തിന് മുൻഗണന നല്കുന്ന സോഷ്യലിസം അവർ സ്വപ്നം കണ്ടു...അവരുടെ സോഷ്യലിസത്തിന് മനുഷ്യന്റെ മുഖമുണ്ടായിരുന്നു. ചെറുപ്പക്കാരനായ ഞങ്ങളോ? ഞങ്ങളും സ്വാതന്ത്ര്യം സ്വപ്നം കണ്ടു. അതേതു തരം സ്വാതന്ത്ര്യമായിരുന്നു? ഞങ്ങൾ സ്വപ്നം കണ്ട സ്വാതന്ത്ര്യം ഏറെയും സിദ്ധാന്തപരമായിരുന്നു. പാശ്ചാത്യ രാജ്യങ്ങളിലെ ആളുകൾ ജീവിക്കുന്നതുപോലെ ഞങ്ങൾക്കും ജീവിക്കണം. അവരുടെ സംഗീതം കേൾക്കണം. അവരെപ്പോലെ വസ്ത്രം ധരിക്കണം. ലോകമെമ്പാടും യാത്ര ചെയ്യണം. "ഞങ്ങൾക്കു വേണ്ടത് മാറ്റങ്ങളാണ്. മാറ്റങ്ങൾ." വിക്ടർ ടോയ്* ഉറക്കെ പാടി. എന്തിനു നേരെയാണ് ഞങ്ങൾ കുതിക്കുന്നത് എന്ന് രൂപമുണ്ടായിരുന്നില്ല. ഞങ്ങൾ

* 1962-1990 - സോവിയറ്റ് സംഗീതജ്ഞൻ

വെറുതെ സ്വപ്നങ്ങൾ കണ്ടു. അതിനിടയിൽ കടകളിൽ വില്ക്കാൻ വെച്ചിരുന്നത് ബിർച്ച് പഴത്തിന്റെ ചാറും ഉപ്പിലിട്ട കാബേജും മാത്രമായിരുന്നു. സഞ്ചി നിറയെ വഴനയിലയുമുണ്ടായിരുന്നു. റേഷൻ കാർഡ് ഉണ്ടെങ്കിലേ നൂഡിൽസും വെണ്ണയും ധാന്യവും പുകയിലയും മറ്റും കിട്ടൂ. വോഡ്കയ്ക്കുള്ള വരിയിൽ നിന്നാൽ, കൊല്ലപ്പെട്ടുവെന്നു വരാം. അത്രയ്ക്കായിരുന്നു തിരക്ക്. എന്നാലും നിരോധിക്കപ്പെട്ടിരുന്ന പ്ലാറ്റനോവിന്റേയും ഗ്രോസ്മാന്റേയും കൃതികൾ അവർ പ്രസിദ്ധീകരിച്ചു. അഫ്ഗാനിസ്ഥാനിൽ നിന്നും സൈന്യത്തെ പിൻവലിച്ചു. ഭാഗ്യം....എനിക്ക് ജീവനോടെ മടങ്ങിവരാനായി. അവിടെ യുദ്ധം ചെയ്ത ഞങ്ങളെല്ലാവരും വലിയ പരാക്രമികളാണെന്നാണ് കരുതിയിരുന്നത്. എന്നാൽ ഞങ്ങൾ സ്വദേശത്തേക്ക് ഞങ്ങളുടെ മാതൃഭൂമിയിലേക്ക് തിരിച്ചു വന്നപ്പോൾ...അത് അപ്രത്യക്ഷയായി കഴിഞ്ഞിരുന്നു. ഞങ്ങൾ വന്നെത്തിയത് പുതിയൊരു നാട്ടിലേക്കായിരുന്നു. അവിടെയാണെങ്കിലോ? ഒരാളും ഞങ്ങളെ വകവെച്ചതുമില്ല. സൈന്യം തന്നെ ശിഥിലമായി. പൊതുജനം സൈന്യത്തിനു നേരെ ചളിവാരി എറിയാൻ തുടങ്ങി. ഞങ്ങളെ രാജ്യം രക്ഷിക്കുന്നവരായല്ല, കൊലപാതകികളായാണ് ജനം കണ്ടത്. എല്ലാ അനർത്ഥങ്ങൾക്കും കാരണക്കാരായി അവർ ഞങ്ങളെ കുറ്റപ്പെടുത്തി. അഫ്ഗാനിസ്ഥാൻ മുതൽ വിൽസിയസ്സിലും ബാക്കുവിലും സംഭവിച്ചതിനുവരെ അവർ ഞങ്ങളെ ഉത്തരവാദികളാക്കി. രക്തച്ചൊരിച്ചിലിനു മുഴുവൻ ഞങ്ങൾ കാരണക്കാരായി. രാത്രി പട്ടാളയൂണിഫോം ധരിച്ചു പുറത്തേക്കിറങ്ങുന്നത് അപായകരമാണ് എന്ന അവസ്ഥയായി. ആരെങ്കിലും ചാടി വീണ് തല്ലിക്കൊല്ലുന്ന ഭയം. കടകളിൽ ഭക്ഷണമോ മറ്റു ആവശ്യസാധനങ്ങളോ ഉണ്ടായിരുന്നില്ല. ജനങ്ങൾക്ക് സ്വാഭാവികമായും ക്ഷമകെട്ടിരുന്നു. നാട്ടിൽ സംഭവിക്കുന്നതെന്താണെന്ന് ആർക്കും മനസ്സിലായില്ല. ഞങ്ങളുടെ റെജിമെന്റിൽ ഇന്ധനം ഇല്ലാത്തതു കൊണ്ട് വിമാനങ്ങൾ പറക്കാതെയായി. പട്ടാളക്കാർ പണിയൊന്നുമില്ലാതെ ആപ്പീസുമുറികളിലിരുന്നു. വിശ്രമമുറികളിൽ ഇരുന്നു ശീട്ടുകളിച്ച് പരസ്പരം തോല്പിച്ചു. വോഡ്ക കുടിക്കലും മത്സരമായി. ഒരു ഉദ്യോഗസ്ഥനു കിട്ടിയിരുന്ന മാസശമ്പളം പത്തു റൊട്ടി വാങ്ങാൻ മാത്രമേ തികയുമായിരുന്നുള്ളൂ. എന്റെ ഒരു ചങ്ങാതി സ്വയം വെടിവെച്ച് മരിച്ചു. പിന്നെ വേറെ ഒരാൾ. ജനങ്ങൾ സൈന്യത്തെ കൈവിട്ടു. അവർ വഴിമാറിപ്പോയി. എല്ലാവർക്കും തീറ്റിപ്പോറ്റേണ്ടതായ കുടുംബങ്ങളില്ലേ? എനിക്ക് രണ്ട് കുട്ടികളുണ്ട്. ഒരു പട്ടിയും പൂച്ചയുമുണ്ട്. എങ്ങനെയാണ് നാൾ കഴിക്കേണ്ടത്? ആദ്യം നായയ്ക്കുള്ള ഇറച്ചി വേണ്ടെന്നു വെച്ച് ചീസ് കൊടുക്കാൻ തുടങ്ങി. ഞങ്ങളുടെ ആഹാരം ആഴ്ചകളോളം കുറുക്കു മാത്രമായിരുന്നു. ഇതെല്ലാം ഓർമ്മകളിൽ നിന്ന് തുടച്ചു മാറ്റാൻ ആകും. അതുകൊണ്ട് ഇത് നിങ്ങൾ തീർച്ചയായും എഴുതണം. ഇതെല്ലാം ഓർമ്മിക്കുന്നവർ കുറെപേരെങ്കിലും ഉണ്ടാകും. സൈനിക ഉദ്യോഗസ്ഥന്മാരായ ഞങ്ങൾ രാത്രി ജോലികൾ ഏറ്റെടുക്കാൻ തുടങ്ങി. ചരക്കുവണ്ടികളിൽ നിന്നും സാമാനങ്ങളിറക്കുക, രാത്രി

കാവൽക്കാരായി നില്ക്കുക, തുടങ്ങിയ ജോലികൾ. എന്റെ കൂടെ ജോലി ചെയ്യുന്നവരിൽ പലരും പി.എച്ച്.ഡി ക്കാരായിരുന്നു. ഡോക്ടർമാരും സർജന്മാരും പോലും ഈ വക ജോലികൾക്കിറങ്ങിയിരുന്നു. നഗരത്തിലെ സിംഫണിയിലെ ഒരു പിയാനോവാദകൻ എന്നോടൊപ്പം ജോലി ചെയ്തിരുന്നു. തറയിൽ സിറായിക് ഇഷ്ടികകൾ വിരിക്കുന്നത് എങ്ങനെയെന്ന് ഞാൻ പഠിച്ചു. ഇരുമ്പുവാതിലുകൾ ഘടിപ്പിക്കേണ്ടവിധവും ഞാൻ ശീലിച്ചു. അങ്ങനെയെന്തെല്ലാം. ...ബിസിനസ്സുകളുടെ ആരംഭകാലമായിരുന്നു അത്. ചിലർ കംപ്യൂട്ടറുകൾ ഇറക്കുമതി ചെയ്തു. വേറെ ചിലർ ജീൻസ് ഉണ്ടാക്കി. (അയാൾ ചിരിച്ചു) രണ്ടുപേർ ഒരുമിച്ച് ഒരു ബിസിനസ്സു തുടങ്ങാൻ നിശ്ചയിച്ചു. ഒരാൾ ഒരു ഭരണി വൈൻ വാങ്ങും. മറ്റേയാൾ അതു വില്ക്കും. അവർ അത് പങ്കു വെക്കുന്നു. ഒരാൾ കച്ചവടത്തിനു വേണ്ട പണം അന്വേഷിച്ചു പോകുന്നു. മറ്റെയാൾ ഒരു ഭരണി വീഞ്ഞു തേടി പോകുന്നു. പറയുന്നത് തമാശയാണ്. എന്നാലും അത് വാസ്തവമാണ്. അങ്ങനെ പലരും എന്നേയും സമീപിക്കാറുണ്ട്. മുഷിഞ്ഞ കാലുറകളിട്ടു ഹെലികോപ്റ്റർ വിൽക്കാനുണ്ടെന്നു പറഞ്ഞ്.

എന്നിട്ടും ഞങ്ങൾ പിടിച്ചു നിന്നു. ആ കാലഘട്ടവും അതിജീവിച്ചു. ഞങ്ങൾ മാത്രമല്ല. ഞങ്ങളുടെ നാടും. ആത്മാവിനെ പറ്റി ഞങ്ങൾക്കെന്തറിയാം? അങ്ങനെ ഒന്നുണ്ട് എന്നു മാത്രം. എനിക്കും എന്റെ ചങ്ങാതിമാർക്കും... കാര്യങ്ങൾ വേണ്ടതുപോലെ നടന്നു. അവരിൽ ഒരാൾ കെട്ടിടങ്ങൾ നിർമ്മിക്കുന്ന ബിസിനസ്സ് നടത്തുന്നു. വേറൊരാൾക്ക് ചെറിയൊരു പലചരക്കു കടയുണ്ട്. ചീസ്, ഇറച്ചി, സലാമി തുടങ്ങിയ സാധനങ്ങൾ. മൂന്നാമതൊരാൾക്ക് ഫർണീച്ചർ വ്യാപാരമാണ്. ചിലർക്ക് വിദേശരാജ്യങ്ങളിൽ നിക്ഷേപം. ചിലർക്ക് സൈപ്രസ്സിൽ ബംഗ്ലാവുകൾ. ഒരാൾ വലിയ പഠിപ്പുകാരനായിരുന്നു. ഇനിയൊരാൾ എൻജിനീയർ. വിവരവും വിദ്യാഭ്യാസവും പ്രാപ്തിയുമുള്ളവർ. പത്രങ്ങളിൽ അവർ പുത്തൻ റഷ്യക്കാരെ ചിത്രീകരിക്കുന്നതു കണ്ടിട്ടുണ്ട്. കഴുത്തിൽ പത്തു കിലോ ഭാരമുള്ള സ്വർണ്ണമാല. കാറിന്റെ ബംപറും ചക്രങ്ങളും പൊന്നിൽ പൊതിഞ്ഞത് ഒക്കെ ശുദ്ധഅസംബന്ധമാണ്. എല്ലാതരത്തിലും ഉള്ളവർ വളരെ വിജയകരമായി ബിസിനസ്സു നടത്തുന്നു. അവരാരും മണ്ടന്മാരല്ല. ഇടയ്ക്കു ഞങ്ങൾ ഒത്തുചേരും. വിലകൂടിയ കോഗനാക് വാങ്ങും. പക്ഷേ കുടിക്കുന്നത് വോഡ്ക തന്നെ. ഞങ്ങൾ കുടിച്ച് മത്തു പിടിക്കും. പുലരാറാകുമ്പോഴേക്കും എല്ലാവരും കഴുത്തിലൂടെ കൈയിട്ടു പാട്ടും കളിയുമാകും. ഏറ്റവും ഉച്ചത്തിൽ പഴയ യുവജനസഖ്യത്തിലെ പാട്ടുകൾ പാടും.

"കോംസോമോളിലെ യുവാക്കളെ,
സന്നദ്ധസേവകരേ,
നമ്മുടെ കരുത്തുറ്റ സൗഹൃദം
അതുതന്നെയാണ് നമ്മുടെ ബലം."

ഞങ്ങൾ പഴയ നേരമ്പോക്കുകൾ ഓർത്തു ചിരിക്കും. ഉരുളക്കിഴങ്ങ് കുഴിച്ചെടുക്കാൻ ഗ്രാമത്തിലേക്കു നടത്തിയ യാത്രകൾ, സൈനിക ജീവിതത്തിലെ അനുഭവങ്ങൾ... ചുരുക്കിപറഞ്ഞാൽ ഞങ്ങൾ ഓർത്തു രസിക്കുന്നത് പഴയ സോവിയറ്റ് കാലമാണ്. മനസ്സിലാവുന്നുണ്ടോ? ഞങ്ങളുടെ സംഭാഷണങ്ങൾ എപ്പോഴും അവസാനിക്കുക ഒരേ മട്ടിലാണ്. "കാര്യങ്ങളാകെ കുഴപ്പത്തിലാണ്. എല്ലാം നേരെയാക്കാൻ നമുക്കൊരു സ്റ്റാലിനെ വേണം." ഞാൻ മുമ്പു പറഞ്ഞതുപോലെ ഞങ്ങളെല്ലാവരും കരകയറിയിരിക്കുന്നു. അതെന്താണിത്ര പറയാൻ എന്നാണോ?

എന്റെ കാര്യമെടുക്കാം. നവംബർ 7 ഇപ്പോഴും എനിക്കൊരു വിശേഷ ദിവസമാണ്. അന്നു ഞാൻ വലിയ ഒരു കാര്യം ആഘോഷിക്കുന്നു. അതേ സമയം, വലുതായ ഒരു നഷ്ടബോധത്തിന്റെ ദിവസം കൂടിയാണ് അത്. വാസ്തവം പറയാം. ഒരു വശത്ത് ഗൃഹാതുരത്വമാണ്. എന്നാൽ മറു വശത്ത് സത്യം പറഞ്ഞാൽ ഭയമാണ്. എല്ലാവർക്കും നാടുവിട്ട് എങ്ങോ ട്ടെങ്കിലും പോകണമെന്ന വെമ്പലാണ്. ധാരാളം കാശുണ്ടാക്കുക, നാടു വിടുക. അപ്പോൾ മക്കളുടെ കാര്യം? അവർക്കു പഠിക്കേണ്ടത് കച്ചവടസം ബന്ധമായ കണക്കും കാര്യങ്ങളുമാണ്. സ്റ്റാലിനെ പറ്റി ചോദിച്ചു നോക്കൂ. ആർക്കും ഒന്നും അറിയില്ല. പോയ കാലം തീർത്തും പോയി ക്കഴിഞ്ഞു. ഞാൻ എന്റെ മകന് ബോൾഷിസ്റ്റിന്റെ പുസ്തകം വായി ക്കാൻ കൊടുത്തു. അവൻ ഉറക്കെ ചിരിക്കുകയാണ് ചെയ്തത്. അത് വായിക്കുമ്പോഴും അവൻ ഉച്ചത്തിൽ ചിരിക്കുന്നത് എനിക്ക് കേൾക്കാമാ യിരുന്നു. അവന്റെ നോട്ടത്തിൽ മൂന്നു ദിശയിലുള്ള ചാരപ്പണി ഏറ്റവും പരിഹാസ്യമായിരുന്നു. "അച്ഛാ.... ചോദിക്കാൻ നിയുക്തരായവരിൽ ഒറ്റയാൾക്കു പോലും വേണ്ടത്ര വിദ്യാഭ്യാസമുണ്ടായിരുന്നില്ല. ഓരോ വാക്കും അവർ തെറ്റായാണ് എഴുതിയിരിക്കുന്നത്. വധശിക്ഷ എന്ന വാക്കുപോലും നേരായി എഴുതാൻ അവർക്കായില്ല." അവന് എന്നെയോ എന്റെ അമ്മയെയോ ഒരിക്കലും മനസ്സിലാക്കാനാവില്ല. കാരണം, അവന്റെ ജീവിതത്തിലെ ഒരൊറ്റ ദിവസം പോലും അവൻ സോവിയറ്റ് യൂണിയ നിൽ കഴിഞ്ഞിട്ടില്ലല്ലോ. എന്റെ അമ്മ, ഞാൻ, എന്റെ മകൻ...ഞങ്ങൾ മൂന്നുപേരും ജീവിക്കുന്നത് വെവ്വേറെ രാജ്യങ്ങളിലാണ്. എല്ലാം റഷ്യ യാണെന്നു പറയാമെന്നു മാത്രം. ഞങ്ങളെ തമ്മിൽ ബന്ധിക്കുന്ന ചരട് വളരെയധികം ശോചനീയമാണ്. എല്ലാവർക്കുമുണ്ട് ആ തോന്നൽ. തങ്ങളെ നുണ പറഞ്ഞ് പറ്റിച്ചുവെന്ന്....

സോഷ്യലിസം ഒരു രാസവിദ്യയാണ്. ആ ആശയം തന്നെ അങ്ങനെ യുള്ളതാണ്. ഞങ്ങൾ മുമ്പോട്ടു കുതിക്കുകയായിരുന്നു. ചെന്നു ചേർന്നത് എവിടെയെന്ന് ദൈവത്തിനു മാത്രമേ അറിയാവൂ.

ഒരു തമാശ കേട്ടോളൂ... "കമ്മ്യൂണിസ്റ്റ് പാർട്ടിയിൽ ചേരാൻ വേണ്ടി ഞാൻ എവിടെയാണ് പോകേണ്ടത്?"

"മനോരോഗചികിത്സകന്റെ അടുത്ത്..."

എന്റെ അമ്മ, അവരുടെ തലമുറ വിശ്വസിക്കാൻ ആഗ്രഹിക്കുന്നു അവർ സുപ്രധാനമായ അർത്ഥപൂർണ്ണമായ ഒരു ജീവിതം നയിച്ചു വെന്ന്. അവരുടെ ജീവിതലക്ഷ്യങ്ങൾ വിലയുറ്റതായിരുന്നുവെന്നാണ് അവരുടെ വിശ്വാസം. എന്നാൽ പകരമായി അവർ നേടിയതെന്താണ്? എല്ലാ വശത്തു നിന്നും അവർ കേൾക്കുന്നത് പഴി മാത്രം. അവരുടെ ജീവിതം വെറും ചവറായിരുന്നുവെന്ന്. ഭീകരങ്ങളായ മിസൈലുകളും ടാങ്കുകളുമൊഴികെ അവർക്ക് വേറൊന്നും ഉണ്ടായിരുന്നില്ല. ഏതു സൈന്യത്തേയും പരാജയപ്പെടുത്താൻ അവർ തയ്യാറായിരുന്നു. തീർച്ച യായും അവർക്കതിനുള്ള കഴിവുണ്ടായിരുന്നു. എന്നാൽ യുദ്ധമില്ലാത്ത ഒരവസ്ഥ വന്നപ്പോൾ എല്ലാം ഇല്ലാതായി. തകർന്നു വീണു. എന്തു കൊണ്ട് എന്ന് ആർക്കും ഊഹിക്കാനാവുന്നില്ല. അതിനെക്കുറിച്ചാണ് നമ്മൾ ആലോചിക്കേണ്ടത്. പക്ഷേ ആരും ഞങ്ങളെ പഠിപ്പിച്ചില്ല, എങ്ങനെയാണ് ആലോചിക്കേണ്ടതെന്ന്. എല്ലാവരുടേയും ഓർമ്മയി ലുള്ളത് ഒന്നുമാത്രം....ഭയം. അതിനെക്കുറിച്ചു മാത്രമേ ആർക്കും പറ യാനുള്ളൂ. എവിടേയോ ഞാൻ വായിച്ചിട്ടുണ്ട്, ഭയവും സ്നേഹത്തിന്റെ ഒരു ഭാവഭേദമാണെന്ന്. സ്റ്റാലിന്റെ ഒരു ഉദ്ധരണിയാണെന്നു തീർച്ച. ഇന്ന് മ്യൂസിയങ്ങൾ ആളൊഴിഞ്ഞ് കിടക്കുന്നു. പള്ളികളിലാണെങ്കിൽ വലിയ തിരക്കും. അതിനർത്ഥം എല്ലാവർക്കും രോഗചികിത്സയുടെ ആവശ്യ മുണ്ടെന്നാണ്. അതും മാനസികമായ രോഗചികിത്സ. ചുമാക്കും കാഷ്പിറോ വിസ്കിയും[1] ജനങ്ങളുടെ ശാരീരിക വ്യാധികളെ ശമിപ്പി ക്കുന്നുവെന്നാണോ നിങ്ങൾ വിചാരിക്കുന്നത്? അവർ തങ്ങളുടെ വചന ങ്ങളിലൂടെ ജനങ്ങളുടെ ആത്മാവിനെയാണ് സുഖപ്പെടുത്തുന്നത്. പതി നായിരക്കണക്കിനാളുകൾ തങ്ങളുടെ ടെലിവിഷനു മുമ്പിലിരുന്ന് ശ്രദ്ധ യോടെ അവരുടെ വാക്കുകൾ കേൾക്കുന്നു. മന്ത്രമുഗ്ദ്ധരെപോലെയാണ് അവർ ഇരിക്കുന്നത്. അത് ഒരുതരം മയക്കുമരുന്നാണ്. അതിഭീകരമായ ഏകാന്തത, ദുസ്സഹമായ ഒറ്റപ്പെടൽ. ടാക്സി ഡ്രൈവർ മുതൽ ഓഫീസ് ഗുമസ്തൻ വരെ. ജനകീയ കലാകാര[2]ന്മാരും പണ്ഡിതന്മാരും വരെ. ഓരോ മനുഷ്യനും കടുത്ത ഏകാന്തത അനുഭവിക്കുകയാണ്. അത് തുടർന്നു കൊണ്ടേയിരിക്കുന്നു. ജീവിതം പൂർണ്ണമായും മാറിക്കഴിഞ്ഞു. ലോകം രണ്ടു ചേരികളായി വിഭജിക്കപ്പെട്ടിരിക്കുന്നു. പഴയതുപോലെ "വെളുപ്പും" "ചുകപ്പുമല്ല." ശിക്ഷ അനുഭവിച്ചവരും ശിക്ഷിച്ചവരും ജയി ലിൽ കഴിഞ്ഞവരും അവരെ ജയിലിലേക്കു തള്ളിയവരും. ബോൾഷെ നിറ്റ്സെന്റെ പുസ്തകം വായിച്ചവരും വായിക്കാത്തവരും. നിങ്ങൾക്ക തൊന്നും ഇഷ്ടമല്ല അല്ലേ? അറിയാം. തീർച്ചയായും അല്ല. എന്റെ കാര്യവും അങ്ങനെത്തന്നെ.

---

1. ടെലിവിഷനിൽ മതാധിഷ്ഠിത പരിപാടികൾ അവതരിപ്പിക്കുന്നവർ. ജന പ്രിയർ
2. കലയിൽ ഏറ്റവും നല്ല പ്രവർത്തനത്തിന് കൊടുക്കുന്ന ബഹുമതി.

എനിക്കും ഇഷ്ടമല്ല. നിങ്ങളും ഞാനുമൊക്കെ കൂടുതലായും ഇഷ്ട പ്പെടുന്നത് ഭാവാത്മകതയാണ്. അറുപതുകളിലെ വിമതന്മാർ. വെറും ശുദ്ധഗതിക്കാരായിരുന്നു. ആത്മാർത്ഥതയുള്ള കുറെ മനുഷ്യരുടെ കൂട്ടം. അവർ വിചാരിച്ചിരുന്നത്, കമ്മ്യൂണിസത്തിന്റെ പതനത്തോടെ റഷ്യക്കാർ എല്ലാം മറന്ന് സ്വാതന്ത്ര്യത്തോടെ ജീവിക്കാൻ പഠിക്കുമെന്നായിരുന്നു. എന്നാൽ റഷ്യക്കാരൻ ചെയ്തതോ? അവൻ പുറംനാടുകളിലേക്കു പോയി, എങ്ങനെ ജീവിക്കണമെന്നു പഠിച്ചു. യഥാർത്ഥത്തിൽ ജീവിക്കുക! എല്ലാം പരീക്ഷിച്ചു നോക്കണം. നക്കി നോക്കണം. ഒരു തുണ്ടെടുത്ത് തിന്നു നോക്കണം. നല്ല ആഹാരം കഴിക്കുക, നല്ല വസ്ത്രങ്ങൾ ധരി ക്കുക, ധാരാളം യാത്ര ചെയ്യുക. മരുഭൂമികളും പനമരങ്ങളും കാണുക. ഒട്ടകങ്ങളുടെ മേൽ സവാരി ചെയ്യുക. ഇവിടെക്കിടന്ന് നീറി നീറി ഇല്ലാ താവുകയല്ല വേണ്ടത്. പന്തങ്ങളും കോടാലികളുമേന്തി എങ്ങോട്ടെ ന്നില്ലാതെ നിരന്തരം പായുകയല്ല വേണ്ടത്. അതേ, റഷ്യക്കാർ എല്ലാ വരും ആഗ്രഹിച്ചത് ഒന്നു മാത്രമാണ്. മറ്റുള്ളവരെപ്പോലെ ജീവിക്കാനുള്ള അവസരം. ഫ്രാൻസിൽ... മൊറോക്കയിൽ സുഖവാസം.

ആർക്കറിയാം, നാളെ എന്താണ് സംഭവിക്കാൻ പോകുന്നതെന്ന്? അവർ ഞങ്ങൾക്കു ഭൂമി തന്നു. പക്ഷേ എന്നുവേണമെങ്കിലും അവർക്കത് തിരിച്ചെടുക്കാം. ബിസിനസ്സ് സൗകര്യങ്ങൾ ചെയ്തു തന്നു. എന്നാലും ഉറപ്പില്ല. എന്തെങ്കിലും കാരണം പറഞ്ഞ് എപ്പോൾ വേണമെങ്കിലും തടവി ലാക്കാം. ഞങ്ങളുടെ ഫാക്ടറികളും കൊച്ചുപലചരക്കുകടകളുമെല്ലാം അവർ തിരിച്ചെടുക്കും. ആ ഒരു ഭയം... ആശങ്ക. ഞങ്ങളുടെ തലച്ചോ റിനെ കുത്തിനോവിച്ചു കൊണ്ടിരിക്കുന്നു. ചരിത്രം.... എന്തു ചരിത്രം? ഇത് തിടുക്കത്തിൽ കുറച്ച് പണം സമ്പാദിക്കാനുള്ള സമയമാണ്. ഉദാ ത്തമായ, വിശിഷ്ടമായ ആദർശങ്ങളെ കുറിച്ചൊന്നും ഇപ്പോൾ ആരും ചിന്തിക്കുന്നില്ല. ഇതുവരെ ആ മഹത്ത്വം ഞങ്ങൾ കൊണ്ടു നടന്നു. ഇനി വേണ്ടത് മാനുഷികമായ സംഗതികളാണ്. മനസ്സിലാവുന്നില്ലേ? നിത്യ ജീവിതവുമായി ബന്ധപ്പെട്ടത്.

പഴയ മഹനീയാദർശങ്ങളെ കുറിച്ച് വല്ലപ്പോഴുമൊക്കെ ചിന്തിക്കാം. പ്രത്യേകിച്ച് കുറച്ച് വോഡ്ക അകത്താക്കിയതിനു ശേഷം. ബഹി രാകാശത്തിൽ ആദ്യം ചെന്ന മനുഷ്യൻ റഷ്യക്കാരനാണ്. ലോകത്തിലെ ഏറ്റവും നല്ല ടാങ്കുകൾ നിർമ്മിച്ചത് റഷ്യയാണ്. എന്നാൽ ഞങ്ങളുടെ നിത്യോപയോഗത്തിനു വേണ്ട സോപ്പുപൊടിയോ, ടോയ്‌ലറ്റ് പേപ്പറോ നാട്ടിൽ കിട്ടാനില്ലായിരുന്നു. ഞങ്ങളുടെ കുളിമുറികളിലും കക്കൂസുകളി ലുമുള്ള പൈപ്പുകൾ എപ്പോഴും ചോർന്നുകൊണ്ടിരുന്നു. ആളുകൾ പ്ലാസ്റ്റിക് സഞ്ചികൾ കഴുകി വൃത്തിയാക്കി വരാന്തയിൽ ഉണക്കാനിടു മായിരുന്നു. സ്വന്തമായി ഒരു ഹെലികോപ്റ്റർ വാങ്ങുന്നതിനു തുല്യമാ യിരുന്നു ഒരു വി.സി.ആർ. വാങ്ങുകയെന്നത്. ജീൻസ് ധരിച്ച ഒരാളെ കണ്ട് ആർക്കും അസൂയ തോന്നിയില്ല. അയാളുടെ പരിഷ്കൃത വസ്ത്രത്തെ കുറിച്ച് അതിശയവും മതിപ്പുമായിരുന്നു തോന്നിയത്.

ഞങ്ങൾ റഷ്യക്കാർ ജീവിതത്തിനു കൊടുത്ത വിലയുടെ ഫലം! ആ ബഹിരാകാശ കപ്പലുകളും മിസൈലുകളും നിർമ്മിക്കാനായി ഞങ്ങൾ ചിലവാക്കിയ തുക, റഷ്യയുടെ മഹനീയ ചരിത്രം. സത്യമാണ്. തുറന്നു സംസാരിക്കാൻ ഈയിടെയായി എല്ലാവർക്കും വല്ലാത്തൊരു വെമ്പലാണ്. പക്ഷേ തമ്മിൽ തമ്മിൽ കേൾക്കാൻ ആർക്കും മനസ്സില്ല...

...എന്റെ അമ്മ ആശുപത്രിയിൽ കിടന്നിരുന്ന സമയം. തൊട്ടടുത്ത കട്ടിലിൽ വേറൊരു സ്ത്രീയുണ്ടായിരുന്നു. ആ മുറിയിലേക്കു കടക്കുമ്പോൾ ഞാൻ ആദ്യം കാണുക അവരുടെ മുഖമായിരിക്കും. ഒരിക്കൽ അവർ തന്റെ മകളോട് എന്തോ പറയാൻ ശ്രമിക്കുന്നത് കേൾക്കാനിടയായി. "മാ...മാ..."എന്നല്ലാതെ വാക്കുകൾ വരുന്നില്ല. അവരുടെ ഭർത്താവ് അടുത്തേക്കു വന്നു. അവർ വീണ്ടും ശ്രമിച്ചു. പക്ഷേ ഫലമുണ്ടായില്ല. അവർ ഒടുവിൽ എന്റെ നേരെ തിരിഞ്ഞു.....മാ....മാ....പെട്ടെന്നവർ തന്റെ ഊന്നു വടികളെടുത്ത് "ഡ്രിപ്പ്" കൊടുത്തു കൊണ്ടിരുന്ന കുഴലിൽ അടിക്കാൻ തുടങ്ങി. ഇടംവലം നോക്കാതെ അടി....മെത്തയിലും തലയിണയിലും....എന്തെങ്കിലും പൊട്ടിപ്പോയാലോ എന്ന ശങ്ക ഉണ്ടായിരുന്നില്ല. എങ്ങനെയെങ്കിലും സംസാരിക്കണമെന്ന തിടുക്കം. എന്നാൽ ആരോടാണ് സംസാരിക്കുക? കാലം അങ്ങനെയായിരിക്കുന്നു. മനുഷ്യന് ശൂന്യതയിൽ കഴിയാൻ ആകുമോ?

...ജീവിതകാലം മുഴുവൻ ഞാൻ അച്ഛനെ ആരാധിച്ചു. അമ്മയേക്കാൾ 15 വയസ്സ് പ്രായക്കൂടുതലുണ്ടായിരുന്നു. യുദ്ധം ചെയ്തിട്ടുണ്ട്. എന്നാൽ മറ്റുള്ളവരെപ്പോലെ യുദ്ധം അദ്ദേഹത്തെ തകർത്തു തരിപ്പണമാക്കിയില്ല. യുദ്ധം അദ്ദേഹത്തെ തന്നോടു ചേർത്ത് ബന്ധിച്ച് നിർത്തിയില്ല. യുദ്ധകാലം മാത്രമാണ് തന്റെ ജീവിതമെന്ന് അച്ഛൻ ഒരിക്കലും ഭാവിച്ചിരുന്നില്ല. അച്ഛൻ യഥേഷ്ടം പുറത്തുപോയി. ആറ്റിൽ മീൻ പിടിച്ചു. കാട്ടിൽ വേട്ടയാടി. ഡാൻസുകളിൽ പങ്കെടുത്തു. അച്ഛൻ രണ്ടുതവണ വിവാഹം കഴിച്ചു. രണ്ടുപേരും സുന്ദരികളായിരുന്നു. എന്റെ ബാല്യകാല സ്മരണകൾ.... ഞങ്ങൾ സിനിമ കാണാൻ പോവുകയാണ്. അച്ഛൻ എന്റെ കൈയിൽ പിടിച്ചിട്ടുണ്ട്, "നിന്റെ അമ്മയെ നോക്കൂ...കാണാൻ എന്തു ഭംഗിയാണ്!" യുദ്ധകാലത്തെ കാടത്തവും പരാക്രമവുമൊന്നും അച്ഛന്റെ മനസ്സിനെ വികലമാക്കിയിരുന്നില്ല. മറ്റുള്ള പലരേയും പോലെ അച്ഛനും നേരിട്ട് യുദ്ധം ചെയ്തിരുന്നതാണ്. "ഒരു വെടി...ഉണ്ട ലക്ഷ്യത്തിൽ തുളഞ്ഞു കയറുന്നു. മാംസവും ചോരയും തെറിച്ച് വീഴുന്നു, ഇറച്ചി അരയ്ക്കുന്ന യന്ത്രത്തിൽ നിന്നെന്നപോലെ." അതുപോലെയുള്ള നേർക്കാഴ്ചകൾ അച്ഛന്റെ ഓർമ്മയിലുണ്ട്. സാധാരണ സംഭവങ്ങളും അദ്ദേഹം ഓർക്കുന്നു. വിജയദിവസം, ചങ്ങാതിയേയും കൂട്ടി പെൺകുട്ടികളുമായി ഉല്ലസിക്കാമെന്നു കരുതി ഗ്രാമത്തിലേക്കു ചെന്നു. മടങ്ങിയത് രണ്ട് ജർമ്മൻകാരെ തടവുകാരാക്കിക്കൊണ്ട്. ഏതോ വീട്ടിലെ മറപ്പുരയ്ക്കകത്ത് അവർ ഒളിച്ചിരിക്കുകയായിരുന്നു. ഏതാണ്ട് കഴുത്തോളം മലത്തിൽ മുങ്ങി. ഉടനെ വെടിവെക്കാമായിരുന്നു. ചെയ്തില്ല. വിഷമം

തോന്നി. ഏതായാലും യുദ്ധം അവസാനിച്ചുവല്ലോ യുദ്ധത്തിൽ വെടിവെച്ച് വെടിവെച്ച് മോഹം തീർന്നിരിക്കുന്നു. പക്ഷേ അവരുടെ അടുത്തേക്ക് ചെല്ലുക അസാധ്യമായിരുന്നു...

എന്റെ അച്ഛന് നല്ല ഭാഗ്യമുണ്ട്. യുദ്ധത്തിൽ കൊല്ലപ്പെടാമായിരുന്നു. അതുണ്ടായില്ല. ജീവനോടെ തിരിച്ചു വന്നു. യുദ്ധത്തിനു മുമ്പ് തടവിൽ അടയ്ക്കപ്പെടാമായിരുന്നു, പക്ഷേ എന്തോ അവരത് ചെയ്തില്ല. അച്ഛന് ഒരു ജ്യേഷ്ഠനുണ്ടായിരുന്നു. എന്റെ വാന്യ വലിയച്ഛൻ. അദ്ദേഹത്തെ ഭാഗ്യം തുണച്ചില്ല. മുപ്പതുകളിൽ, യെസോവ്, എൻ.കെ.വി.സിയുടെ തലവനായിരുന്ന കാലം. അവർ വലിയച്ഛനെ വൊർകൂടാ ഖനികളിലേക്കയച്ചു. ആരുമായും സമ്പർക്കമില്ലാതെ പത്തുവർഷം മുഴുവൻ അവിടെ കഴിയാനായിരുന്നു വിധി. അദ്ദേഹത്തിന്റെ ഭാര്യ സഹപ്രവർത്തകരുടെ നിന്ദയും പരിഹാസവും സഹിക്കാനാവാതെ ഒരു കെട്ടിടത്തിന്റെ അഞ്ചാം നിലയിലെ ജനാലയിൽ നിന്നും ചാടി. അവരുടെ മകൻ അമ്മൂമ്മയുടെ കൂടെ നിന്നാണ് വളർന്നത്. പത്തുവർഷം കഴിഞ്ഞ് വലിയച്ഛൻ മടങ്ങി വന്നു. ജീവനുണ്ടായിരുന്നു. പക്ഷേ കൈകാലുകൾക്ക് ശേഷി ഉണ്ടായിരുന്നില്ല. പല്ലൊക്കെ കൊഴിഞ്ഞു പോയിരുന്നു. കരളിനും ഗുരുതരമായ രോഗം ബാധിച്ചിരുന്നു. എന്നിട്ടും അദ്ദേഹം പഴയ ഫാക്ടറിയിൽ തന്നെ ജോലിക്കു കയറി. അതേ ജോലി, അതേ ഓഫീസ്, അതേ മേശ. അദ്ദേഹത്തെ ഒറ്റുകൊടുത്ത അതേ മനുഷ്യനു അഭിമുഖമായി വാന്യ വലിയച്ഛൻ ഇരുന്നു. എല്ലാവർക്കും അറിയാവുന്ന കാര്യം, അദ്ദേഹത്തിനും അറിയാമായിരുന്നു, ആരാണ് തന്നെ പൊലീസിനെ കൊണ്ട് പിടിപ്പിച്ചതെന്ന്. പക്ഷേ ഒന്നും സംഭവിച്ചില്ല. അവർ ഒന്നിച്ച് യോഗങ്ങളിൽ ഹാജരായി, പ്രകടനങ്ങളിൽ പങ്കെടുത്തു. പ്രവ്ദ വായിച്ചു. പാർട്ടിയുടേയും ഗവൺമെന്റിന്റേയും നയങ്ങളെ പിൻതാങ്ങി. അതാണ് ഞങ്ങൾ.... റഷ്യക്കാർ. ഒഴിവു ദിവസങ്ങളിൽ അപ്പുറം ഇപ്പുറം ഇരുന്ന് അവർ വോഡ്ക കുടിച്ചു. ഞങ്ങൾക്ക് ജീവിതം അങ്ങനെയൊക്കെയാണ്. ഓഷ്വിച്ചിൽ നിന്നുള്ള ഒരു ഇരയും അയാളെ ശിക്ഷിച്ചവനും. ഇങ്ങനെ ഒരേ ആപ്പിസിൽ ഒരുമിച്ചിരുന്ന് പണിയെടുക്കുന്നതും ഒരേ പെട്ടിയിൽ നിന്നും കണക്കുപറഞ്ഞ് ശമ്പളം വാങ്ങുന്നതും നിങ്ങൾക്ക് സങ്കല്പിക്കാനാവുമോ? രണ്ടുപേരും ഒരേ പോലെ സൈനിക ബഹുമതികൾ നേടിയവർ! ഇപ്പോൾ രണ്ടു പേർക്കും ഒരേ പെൻഷനും. ഞാനും വാന്യ വലിയച്ഛന്റെ മകനും വലിയ അടുപ്പത്തിലാണ്. അദ്ദേഹം ബോൾസെനിറ്റ്സിന്റെ പുസ്തകങ്ങൾ വായിക്കാറില്ല. പഴയ തടങ്കൽക്യാമ്പുകളെ കുറിച്ചുള്ള ഒരു പുസ്തകവും ആ വീട്ടിലില്ല. മകൻ പത്തുവർഷം മുഴുവൻ അച്ഛന്റെ തിരിച്ചുവരവും കാത്തിരുന്നു. എന്നാൽ തിരിച്ചുവന്ന അച്ഛൻ മറ്റാരോ ആയിരുന്നു... പഴയ അച്ഛന്റെ വെറും ഒരു പുറന്തോട്. തകർന്നു പൊടിഞ്ഞ ഒരു മനുഷ്യൻ. അദ്ദേഹം അധികം നാൾ ജീവിച്ചിരുന്നില്ല. “ഭയന്നിരിക്കുക... അതെന്താണെന്ന് നിങ്ങൾക്ക് മനസ്സിലാവില്ല,” അച്ഛൻ മകനോട് പറയുമായിരുന്നു. അദ്ദേഹം നേരിട്ട് കണ്ട കാഴ്ച. ചോദ്യം ചെയ്യുന്നയാൾ ഇരയെ ഒരു

തൊട്ടി മലത്തിലേക്കു തല മുക്കിപ്പിടിച്ചു നിന്നു.... ശ്വാസം പോകുന്നതു വരെ. വാന്യ വലിയച്ഛന്റെ കാര്യം, നഗ്നനാക്കി തട്ടിൽ നിന്നും തല കിഴുക്കാംതൂക്കായി തൂക്കിയിടും. അമോണിയ വാതകം വായിലൂടെയും മൂക്കിലൂടെയും ശരീരത്തിലെ സർവ്വ ദ്വാരത്തിലൂടെയും കയറ്റും. കാതിനുള്ളിലേക്ക് മൂത്രം ഒഴിച്ചു കൊണ്ട് ചോദ്യം ചോദിക്കുന്നയാൾ അലറും.....“ പേരു പറയൂ...എല്ലാവരുടേയും..” നിവൃത്തിയില്ല. വലിയച്ഛൻ കുറെ പേരുകൾ പറഞ്ഞു. ഓരോ കടലാസിലും ഒപ്പിട്ടുകൊടുത്തു.

പേരുകൾ എഴുതി കൊടുത്തില്ലായിരുന്നുവെങ്കിൽ, കുറ്റസമ്മതം നടത്തിയില്ലായിരുന്നുവെങ്കിൽ അദ്ദേഹത്തിന്റെ ഗതിയും അതാകുമായിരുന്നു. തൊട്ടിയിലെ മലത്തിൽ അവർ തല മുക്കിപ്പിടിക്കും, അവസാനത്തെ വീർപ്പും പോകുന്നതുവരെ. പിന്നീട്, താൻ പേരെഴുതി കൊടുത്ത ചിലരെ തടങ്കൽ പാളയത്തിൽ നേരിട്ടു കാണാനിടയായി. “ആരാണ് ഞങ്ങളെ ഒറ്റുകൊടുത്തത്? ആരായിരിക്കും ഈ ചതി ചെയ്തിട്ടുണ്ടാവുക?” ഓരോരുത്തരും അദ്ഭുതം കൂറും, ആരായിരിക്കും. ആരേയും വിലയിരുത്താൻ ഞാൻ ആളല്ല, നിങ്ങളുമല്ല. വലിയച്ഛനെ അവർ സ്ട്രെച്ചറിലിട്ട് തടവറയിൽ കൊണ്ടുവന്നാക്കും. ആകെ ചോരയിലും മൂത്രത്തിലും കുളിച്ച്. അവനവന്റെ തന്നെ മലത്തിൽ അടിമുടി പുരണ്ട്, എനിക്കറിയില്ല.... മനുഷ്യന്റെ മനുഷ്യത്വം നഷ്ടമാകുന്ന നിമിഷം ഏതാണ്? നിങ്ങൾക്കറിയാമോ, മനുഷ്യൻ മനുഷ്യനല്ലാതെയാകുന്ന നിമിഷം?

നമ്മുടെ പ്രായമായവരുടെ കാര്യം, വളരെയധികം പരിതാപകരമാണ്.... സ്റ്റേഡിയങ്ങളിൽ ചുറ്റി നടന്ന് അവർ ഒഴിഞ്ഞ കുപ്പികൾ പെറുക്കി കൂട്ടുന്നു. രാത്രിയായാൽ മെട്രോയിൽ ചെന്ന് സിഗരറ്റ് വിൽക്കുന്നു. ചവറു കൂനകളിൽ കൈ ഇട്ട് തിരയുന്നു. നമ്മുടെ മുതിർന്നവർ തികച്ചും നിരപരാധികളല്ല. ഭയപ്പെടുത്തുന്ന ഒരു ചിന്തയാണത്. രാജ്യദ്രോഹപരം.... അതിനെക്കുറിച്ച് ആലോചിക്കാൻ തന്നെ എനിക്ക് ഭയമാണ്. എന്നാലും ഇതുപോലെയൊന്നും എന്റെ അമ്മയുടെ മുമ്പിലിരുന്ന് സംസാരിക്കാൻ എനിക്ക് ആവില്ല. ഞാൻ ശ്രമിച്ചിട്ടുണ്ട്.... പക്ഷേ അപ്പോഴേക്കും അവരുടെ സമനില തെറ്റുന്നു.

> ആ സംഭാഷണം അവിടെവെച്ച് അവസാനിപ്പിക്കാമെന്ന് അയാൾ തീരുമാനിച്ചുവെന്ന് തോന്നി. പിന്നെ, എന്തോ കാരണത്താൽ അയാളുടെ മനസ്സ് മാറി.

...ഞാൻ ഈ പറയുന്ന കഥ ആരെങ്കിലും പറഞ്ഞുകേട്ടതായിരുന്നുവെങ്കിൽ... അല്ലെങ്കിൽ ഏതെങ്കിലും പുസ്തകത്തിൽ വായിച്ചതായിരുന്നുവെങ്കിൽ ഞാനിത് വിശ്വസിക്കുമായിരുന്നില്ല. പക്ഷേ യഥാർത്ഥ ജീവിതത്തിൽ... എല്ലാതരം കാര്യങ്ങളും സംഭവിക്കുന്നു. ഒരുതരം താഴ്ന്ന കുറ്റാന്വേഷണ നോവലിലെന്നതു പോലെ. ഞാൻ ഇവാൻ സിയുമായി പരിചയമായത്... കുടുംബപ്പേരിന്റെ ആവശ്യമുണ്ടോ? എന്തിന്? അദ്ദേഹം

മരിച്ചു കഴിഞ്ഞു. പിന്നെ മകന്റെ കാര്യം? അച്ഛൻ ചെയ്തതിന് മകൻ ഉത്തരവാദിയല്ല. അതൊരു പഴയ പ്രമാണമാണ്. മക്കളുടെ മക്കളും, അവരുടെ മക്കളും... മക്കളുടെ മക്കളുടെ കാര്യം എനിക്കറിഞ്ഞുകൂടാ. എന്നാൽ അവരുടെ മക്കളുടെ കാര്യം...ലെനിൻ ആരാണെന്ന് അവർക്കറിയില്ല. തീർച്ച. ലെനിനെ എല്ലാവരും മറന്നു കഴിഞ്ഞു. ഇപ്പോൾ ലെനിൻ എന്നാൽ ഒരു പ്രതിമ മാത്രമാണ്.

ഇവാനുമായുള്ള എന്റെ പരിചയം....കണ്ടുമുട്ടൽ. ഞാൻ അതിനെക്കുറിച്ചു പറയാം. എനിക്ക് ലെഫ്റ്റനന്റ് ആയി സ്ഥാനക്കയറ്റം കിട്ടിയിരുന്നു. അദ്ദേഹത്തിന്റെ പൗത്രിയുമായുള്ള എന്റെ വിവാഹം അടുത്തു തന്നെ നടക്കാൻ പോവുകയായിരുന്നു. വിവാഹമോതിരങ്ങളും അവൾക്കുള്ള വിവാഹ വസ്ത്രങ്ങളും ഞങ്ങൾ വാങ്ങിക്കഴിഞ്ഞിരുന്നു. അവളുടെ പേര് അന്ന എന്നായിരുന്നു. അവൾ സുന്ദരിയായിരുന്നു. (അയാൾ ഒരു സിഗരറ്റു കത്തിച്ചു) ഇവാന് തന്റെ കൊച്ചുമകളോട് വളരെയധികം വാത്സല്യമായിരുന്നു. വീട്ടിൽ എല്ലാവരും അവളെ കളിയാക്കി വിളിച്ചിരുന്നത്, “കൊഞ്ചിച്ചു വഷളാക്കിയ തവളക്കുട്ടി” എന്നായിരുന്നു. അപ്പൂപ്പൻ തന്നെയാണ് തന്റെ ഓമനയ്ക്ക് ആ പേരിട്ടത്. അവളോടുള്ള അതിരറ്റ സ്നേഹം പ്രകടിപ്പിക്കാൻ. അവൾക്ക് അദ്ദേഹത്തിന്റെ നല്ല മുഖച്ഛായയുണ്ടായിരുന്നു.

എന്റേത് ഒരു സാധാരണ സോവിയറ്റ് കുടുംബമാണ്. ഓരോ കോപ്പെക്കും എണ്ണിയെണ്ണിയാണ് ഞങ്ങൾ ജീവിച്ചുപോന്നിരുന്നത്. എന്നാൽ അന്നയുടെ കുടുംബസ്ഥിതി വേറെയായിരുന്നു. സ്ഫടികം കൊണ്ടുള്ള ശരറാന്തലുകളും ചീനക്കളിമൺപാത്രങ്ങളും വിലയേറിയ പരവതാനികളുമുള്ള വീട്. അതിനു പുറമെ ഏറ്റവും പുതിയ കാറും. എല്ലാം ഒന്നാന്തരം. അവരുടെ വീട്ടിൽ പഴയ ഒരു വോൾഗയുമുണ്ടായിരുന്നു. അത് കൈ ഒഴിയാൻ കാരണവർ സമ്മതിച്ചില്ല. അപ്പോഴേക്കും ഞാൻ അവരുടെ ഫ്ളാറ്റിലേക്ക് താമസം മാറ്റിയിരുന്നു. രാവിലെ ഞങ്ങൾ ഭക്ഷണമുറിയിലിരുന്ന് ചൂടുള്ള ചായ കുടിക്കും. കപ്പിനു ചുറ്റുമായി പിടിക്കാൻ പിടിയോടു കൂടിയ വെള്ളി വലയമുണ്ടായിരുന്നു. അതൊരു വലിയ കൂട്ടുകുടുംബമായിരുന്നു. പെൺമക്കളുടെ ഭർത്താക്കന്മാരും ആൺമക്കളുടെ ഭാര്യമാരും. ഒരു മകളുടെ ഭർത്താവ് പ്രൊഫസറായിരുന്നു. അദ്ദേഹത്തിന്റെ നേരെ ദേഷ്യം വന്നാൽ അപ്പൂപ്പൻ പിറുപിറുക്കും. “നിങ്ങളെപ്പോലെയുള്ളവർ.... ഞാനാണെങ്കിൽ അവരെക്കൊണ്ട് സ്വന്തം തീട്ടം തീറ്റിച്ചേനെ....” ശകാരം എപ്പോഴും ഇങ്ങനെത്തന്നെയാകും. വല്ലാത്ത വാക്കുകൾ തന്നെ. പക്ഷേ അതിന്റെ പൊരുൾ ഞാൻ മനസ്സിലാക്കിയില്ല. കൂടുതൽ അതിനെക്കുറിച്ച് ആലോചിച്ചുമില്ല.

കുറെനാൾ കഴിഞ്ഞപ്പോഴാണ് ഓർമ്മ വന്നത്. യുവജനസഖ്യത്തിലെ അംഗങ്ങൾ അപ്പൂപ്പനെ കാണാൻ വരുമായിരുന്നു. അദ്ദേഹം പറയുന്ന പഴയ കഥകൾ അവർ എഴുതിയെടുത്തിരുന്നു. അദ്ദേഹത്തിന്റെ ഏതാനും

ഫോട്ടോകളും അവർ എടുത്തു, മ്യൂസിയത്തിൽ സൂക്ഷിക്കാനായി. ഞാൻ അവിടെ താമസിക്കാൻ ചെന്നപ്പോഴേക്കും അദ്ദേഹം രോഗിയായി കഴി ഞ്ഞിരുന്നു. പുറത്തു പോകാനാവാതെ എപ്പോഴും വീട്ടിൽത്തന്നെ. അതിനു മുമ്പ് അദ്ദേഹം ഓരോരോ സ്കൂളുകളിൽ വിശിഷ്ടാതിഥിയായി പോകാറുണ്ടായിരുന്നു. ഏറ്റവും നല്ല വിദ്യാർത്ഥികളുടെ കഴുത്തിനു ചുറ്റും ചുകന്ന തൂവാല ചുറ്റി അവരെ അനുമോദിച്ചിരുന്നു. എല്ലാവരും ഏറെ ആദരിക്കുന്ന അദ്ദേഹത്തിന്റെ പേരിൽ തപാൽപെട്ടിയിൽ അഭിനന്ദന-ആശംസാ സന്ദേശങ്ങളുണ്ടാകും. എല്ലാ മാസവും കൃത്യമായി അദ്ദേഹ ത്തിനു വേണ്ടി പ്രത്യേകമായി റേഷനുണ്ട്. ഒരിക്കൽ റേഷൻ വാങ്ങി ക്കൊണ്ടുവരാനായി അപ്പൂപ്പന്റെ കൂടെ ഞാനാണ് പോയത്. ഒരു കെട്ടിട ത്തിന്റെ നിലവറ. എനിക്കു തീരെ പരിചയമില്ലാത്ത ഒരിടം. അങ്ങോട്ടു ചെന്നപ്പോൾ അവർ ഞങ്ങൾക്കായി എടുത്തു തന്ന സാധനങ്ങൾ ആ കാലത്ത് അങ്ങാടിയിൽ അപൂർവ്വമായ വസ്തുക്കളായിരുന്നു.

ബൾഗേറിയയിൽ നിന്നുള്ള വെള്ളരിക്കയുടേയും തക്കാളിയുടേയും അച്ചാറുകൾ, ഇറക്കുമതി ചെയ്ത ടിന്നിലടച്ച മത്സ്യം, ഹംഗറിയിൽ നിന്നുള്ള ഹാം, പച്ച പട്ടാണി, ഉപ്പിലിട്ട കോഡ് ലിവർ, അതിനു പുറമെ വലിയൊരു കഷ്ണം സെർവെലറ്റും. ഒക്കെ അദ്ദേഹത്തിനുള്ള പ്രത്യേക ആനുകൂല്യങ്ങൾ. ആദ്യം കണ്ടപ്പോൾ തൊട്ടേ അദ്ദേഹത്തിന് എന്നെ ഇഷ്ടമായിരുന്നു. "എനിക്ക് പട്ടാളക്കാരെ വലിയ ഇഷ്ടമാണ്. സ്യൂട്ടു ധരിക്കുന്നത് ഇഷ്ടവുമല്ല." കൈവശമുണ്ടായിരുന്ന നായാട്ടു സാമഗ്രിക ളെല്ലാം അദ്ദേഹം എനിക്കു കാട്ടിത്തന്നു. എല്ലാം വില കൂടിയ തരങ്ങളാ യിരുന്നു. "ഇതെല്ലാം ഞാൻ നിനക്കു തരാം...." സ്വന്തം കാലം കഴി ഞ്ഞാൽ അതെനിക്കുപയോഗിക്കാം എന്നായിരിക്കും. ആ വലിയ ഫ്ളാറ്റിന്റെ ചുമരുകളിൽ പലയിടത്തും ഒത്ത കലമാനുകളുടെ കൊമ്പു കൾ അലങ്കാരമായി വെച്ചിരുന്നു. പലതരം മൃഗത്തോലുകൾ പാക പ്പെടുത്തി നിറച്ച് മോടിയിൽ പുസ്തകത്തട്ടുകളിൽ വെച്ചിരുന്നു. പെട്ടെന്നു കണ്ടാൽ ജീവനുള്ള മൃഗങ്ങളാണെന്നേ തോന്നൂ. നായാടി കിട്ടിയ സമ്മാന ങ്ങളാണ്. അതിൽ അദ്ദേഹത്തിന് വളരെയധികം കമ്പമുണ്ടായിരുന്നു. പത്തു കൊല്ലത്തോളം നഗരത്തിലെ നായാട്ടുകാരുടേയും വിനോദ ത്തിനായി മീൻ പിടിക്കുന്നവരുടേയും സംഘടനകളുടെ അദ്ധ്യക്ഷ നായിരുന്നു ഇവാൻ. അതിനു പുറമേ നിരവധി യുദ്ധകഥകളും അദ്ദേഹം പറയുമായിരുന്നു. "പോരാട്ടത്തിൽ അകലെയുള്ള ലക്ഷ്യത്തിലേക്കു വെടിവെക്കുക... അത്ര പ്രയാസമുള്ള കാര്യമല്ല. ആർക്കും ചെയ്യാം. എന്നാൽ മൂന്നുമീറ്റർ മാത്രം അകലെ നില്ക്കുന്ന ഒരാളുടെ നെഞ്ചിലേക്കു ഉണ്ട ഉതിർക്കുക..." അങ്ങനെയുള്ള പല സംഗതികളും അദ്ദേഹം പറ യുക പതിവായിരുന്നു. അദ്ദേഹം അരികിലുണ്ടെങ്കിൽ ആർക്കും മുഷിവു തോന്നില്ല. എനിക്ക് അന്നയുടെ അപ്പൂപ്പനെ വളരെ ഇഷ്ടമായിരുന്നു.

ഒരൊഴിവു ദിവസം ഞാൻ അദ്ദേഹത്തിന്റെ അടുത്തേക്കു ചെന്നു. എന്റെ വിവാഹത്തിന് ഏതാനും ദിവസങ്ങളേ ശേഷിച്ചിരുന്നുള്ളൂ. മദ്ധ്യ

വേനൽക്കാലം. അവരുടെ നാട്ടിൻപുറത്തുള്ള വലിയ വീട്ടിലായിരുന്നു ഞങ്ങളെല്ലാവരും. വളരെ പഴയ ഒരു കെട്ടിടവും പറമ്പും. പിന്നീടാണ് 400 ചതുശ്ര മീറ്റർ ഭൂമി എന്ന് കൃത്യമായ നിയമം വന്നത്. ചുറ്റുമുള്ള വളപ്പിന്റെ വലുപ്പം ഓർമ്മയില്ല. എന്നാൽ ഒരു ഭാഗം കാടായിരുന്നു എന്നോർമ്മിക്കുന്നു. ധാരാളം പൈൻ മരങ്ങൾ തിങ്ങി വളർന്നു നിന്നിരുന്നു. വളരെ ഉയർന്ന സൈനിക ഉദ്യോഗസ്ഥന്മാർക്കു മാത്രം ലഭിച്ചിരുന്ന ഒരവകാശമായിരുന്നു അത്. അതും പ്രത്യേകമായ സേവനങ്ങൾ അനുഷ്ഠിച്ചവർക്ക്. പ്രധാനപ്പെട്ട, പ്രശസ്തരായ പണ്ഡിതന്മാർക്കും എഴുത്തുകാർക്കും കൂടി ഇങ്ങനെയുള്ള ആനുകൂല്യം അനുവദിച്ചിരുന്നു. സാധാരണ രാവിലെ ഞാൻ ഉണരുമ്പോഴേക്കും അപ്പൂപ്പൻ തോട്ടത്തിലേക്കിറങ്ങി കഴിഞ്ഞിരിക്കും. “എന്റെ മനസ്സ് ഇപ്പോഴും ഒരു കൃഷിക്കാരന്റേതാണ്. ഞാൻ ടവറിൽ നിന്നും മോസ്കോയിലെത്തിയത് ഒരു കീറ ഷൂസും ഇട്ടുകൊണ്ടാണ്.” വൈകുന്നേരങ്ങളിൽ പലപ്പോഴും അദ്ദേഹം സിഗരറ്റും വലിച്ച് തനിയെ ടെറസ്സിൽ ഇരിക്കുന്നതു കാണാം. ആശുപത്രിയിൽ നിന്നും അദ്ദേഹത്തെ വീട്ടിലേക്കു പറഞ്ഞയച്ചത് “ഇനിയൊന്നും ചെയ്യാനില്ല” എന്ന അവസ്ഥയിലായിരുന്നു. ശ്വാസകോശത്തിൽ കാൻസർ ബാധിച്ചിരുന്നു. ഇനി മരണത്തിനു കാത്തിരിക്കുക... അത്രമാത്രം. എന്നിട്ടും പുകവലി വേണ്ടെന്നു വെച്ചില്ല. ആശുപത്രിയിൽ നിന്നും വീട്ടിൽ വന്നത് ഒരു ബൈബിളും കൊണ്ടായിരുന്നു. “ജീവിതം മുഴുവൻ ഞാൻ തികച്ചും ഒരു ഭൗതികവാദിയായിരുന്നു. ഇപ്പോൾ... മരണത്തെ നേർക്കുനേർ കാണാമെന്നു വന്നപ്പോൾ... ഞാൻ ദൈവത്തിന്റെ നേരെ തിരിയുകയാണ്...” ഗുരുതരമായ രോഗം ബാധിച്ച ആ വൃദ്ധനെ ചില കന്യാസ്ത്രീകളാണ് ആശുപത്രിയിൽ വെച്ച് പരിചരിച്ചിരുന്നത്. അവർ കൊടുത്തതായിരുന്നു ആ ബൈബിൾ. അക്ഷരങ്ങളെ വലുതാക്കി കാട്ടുന്ന ഒരു ചില്ലിന്റെ സഹായത്തോടെയാണ് അദ്ദേഹം അത് വായിച്ചിരുന്നത്. അത്താഴത്തിനു മുമ്പായി പത്രങ്ങൾ വായിക്കും. അത്താഴം കഴിഞ്ഞ് ചെറിയൊരു മയക്കം....പിന്നെ വീണ്ടും വായന. അത് യുദ്ധകാലസ്മരണകളായിരിക്കും. അങ്ങനെയുള്ള പുസ്തകങ്ങൾ കുറെയധികം അദ്ദേഹം ശേഖരിച്ചു വെച്ചിരുന്നു. സുഖോവിന്റേയും റോക്കോസോവ്സ്കി* യുടേയും ഓർമ്മക്കുറിപ്പുകളും ആ കൂട്ടത്തിലുണ്ടായിരുന്നു. സ്വന്തം ജീവിതാനുഭവങ്ങൾ ഓർക്കാനും അപ്പൂപ്പന് രസമായിരുന്നു. ഗോർക്കിയേയും മലാക്കോവ്സ്കിയേയും നേരിട്ടു കണ്ടിട്ടുണ്ടായിരുന്നു. അവർ ചെല്യുസ്കിനൈറ്റുകളായിരുന്നു. അദ്ദേഹം ഇടയ്ക്കു പറയും, “ആളുകൾക്ക് സ്റ്റാലിനോടാണ് ആരാധന. അവർക്ക് മേയ് 9 ആഘോഷിക്കാനാണ് താത്പര്യം.” ഞാൻ തർക്കിക്കാൻ നില്ക്കും. അത് പെരിസ്ട്രോയിക്കയുടെ കാലമായിരുന്നു. റഷ്യൻ ജനാധിപത്യത്തിന്റെ വസന്തകാലം.

* രണ്ടുപേരും രണ്ടാം ലോകമഹായുദ്ധത്തിൽ പ്രശസ്തരായ സോവിയറ്റ് കമാൻഡർമാരായിരുന്നു.

അദ്ദേഹത്തെ അപേക്ഷിച്ച് ഞാനൊരു കുട്ടി. ഒരു ദിവസം വീട്ടിൽ ഞങ്ങൾ രണ്ടുപേരും മാത്രമായി. ബാക്കിയുള്ളവരെല്ലാം നഗരത്തിലേക്കു പോയിരുന്നു. വലിയൊരു വീട്ടിൽ രണ്ടു പുരുഷന്മാർ മാത്രം. വലിയൊരു സ്ഫടികപ്പാത്രം നിറയെ വോഡ്ക.

“ഡോക്ടർമാർ പറയുന്നതൊന്നും ഞാൻ കാര്യമാക്കുന്നില്ല. ” ഇവാൻ പറഞ്ഞു. “ജീവിതം വേണ്ടത്ര ഞാൻ ജീവിച്ചു കഴിഞ്ഞു.”

“എന്നുവെച്ചാൽ...ഞാൻ വോഡ്ക ഒഴിച്ചു തരണമെന്നാണോ?”

“അതുതന്നെ...ഒഴിക്ക്” അങ്ങനെയാണ് അത് തുടങ്ങിയത്. തുടക്കത്തിൽ കാര്യം മനസ്സിലായില്ല. ആ സന്ദർഭത്തിൽ അവിടെ ഉണ്ടായിരുന്നത് ഒരു പുരോഹിതനാണ് എന്ന് ആലോചിച്ചില്ല. അദ്ദേഹം മരണത്തിന് സ്വയം വിട്ടുകൊടുക്കുകയായിരുന്നു....ആ നിമിഷം എന്നു പറയാൻ വയ്യ. എന്നാലും അതിനുള്ള തയ്യാറെടുപ്പു തുടങ്ങിയത് ആ കാലത്ത് പതിവുള്ള സംഭാഷണം പോലെത്തന്നെ. സോഷ്യലിസത്തെ കുറിച്ചുള്ള വിലയിരുത്തലുകൾ. സ്റ്റാലിൻ, സുക്കാറിൻ, ലെനിന്റെ രാഷ്ട്രീയപരമായ അവസാനത്തെ മരണപത്രം. സ്റ്റാലിൻ അത് പാർട്ടിയുടെ മുമ്പിലെത്തിക്കാതെ മറച്ചു വെച്ചിരുന്നു. ഞങ്ങൾ കുടിച്ചു.... പിന്നേയും കുടിച്ചു. താമസിയാതെ അദ്ദേഹത്തിനു മത്തു പിടിച്ചു. മട്ടും മാതിരിയും മാറി. അതുവരെ ഞങ്ങൾ ചുറ്റുവട്ടത്തെ വിശേഷങ്ങളും പത്രവാർത്തകളുമാണ് ചർച്ച ചെയ്തിരുന്നത്. പെട്ടെന്ന് “നിനക്കെന്തറിയാം...നീ വെറുമൊരു മൂക്കട്ട... വിവരമില്ലാത്ത ചെക്കൻ.... കേട്ടോളൂ... സ്വാതന്ത്ര്യം... അത് നമ്മുടെ നാടിന് കൈകാര്യം ചെയ്യാനാവില്ല. അവർ അത് നശിപ്പിച്ച് നാനാവിധമാക്കും... മനസ്സിലാകുന്നുണ്ടോ?”

പിന്നേയും ഇവാൻ പല അസഭ്യങ്ങളും പറഞ്ഞു. അത് റഷ്യക്കാരുടെ ശീലമാണ്. ഒരു റഷ്യക്കാരന് മറ്റൊരു റഷ്യക്കാരനെ കാര്യം പറഞ്ഞു മനസ്സിലാക്കാൻ ഒരുപിടി തെറിവാക്കുകൾ വേണം. അദ്ദേഹം പറയുന്നത് ഞാൻ കേട്ടുകൊണ്ടിരുന്നു. “ഞാൻ പറയുന്നത് നിന്റെ തലയിൽ കയറുന്നുണ്ടോ?” അദ്ദേഹം എന്തൊക്കെയോ തുറന്നു പറയാനുള്ള ഭാവമായിരുന്നു. ഞാൻ ആകെ അമ്പരന്നിരിക്കുകയായിരുന്നു. “കൈയും വീശി പ്രസംഗിക്കുന്ന ഈ സ്വാതന്ത്ര്യവാദികളുണ്ടല്ലോ, അവരെയൊക്കെ വിലങ്ങുവെച്ചുകൊണ്ടുപോയി കാട്ടിൽ മരംവെട്ടാൻ നിയോഗിക്കണം. അവരുടെ കൈയിലേക്ക് കോടാലികൾ വെച്ചു കൊടുക്കണം. ഭയമാണ് വേണ്ടത്... മനസ്സിൽ ഭയമില്ലെങ്കിൽ ഞൊടിയിടയിൽ എല്ലാം ശിഥിലമാകും. ”(അദ്ദേഹം കുറെ നേരം മിണ്ടാതിരുന്നു.)

കൊമ്പും കുളമ്പുമില്ലാത്ത രാക്ഷസന്മാരെ സങ്കല്പിച്ചു നോക്കൂ. അങ്ങനെയൊരാളാണ് അവിടെ ഇരുന്നിരുന്നത്.... കാഴ്ചയിൽ ഒരു സാധാരണ മനുഷ്യൻ, രോഗി. ഇടയ്ക്കു മൂക്കു ചീറ്റുന്നു. വോഡ്ക കുടിക്കുന്നു. അന്നാണ് എനിക്ക് ആദ്യമായി അങ്ങനെ തോന്നിയത്. ഇരകൾ പിന്നെയും ബാക്കി. ചുറ്റും നിന്ന് അനുഭവസാക്ഷ്യം രേഖപ്പെടുത്തുന്നു. അവരെ

ശിക്ഷിച്ചവർ നിശ്ശബ്ദത പാലിക്കുന്നു. അവർ അപ്രത്യക്ഷരാവുന്നു. ഏതോ അദൃശ്യമായ മാളങ്ങളിലേക്കു മറഞ്ഞു പോകുന്നു. അവർക്ക് കുടുംബപ്പേരുകളില്ല. ശബ്ദങ്ങളില്ല. യാതൊരടയാളവും ബാക്കി വെക്കാതെ അവർ അപ്രത്യക്ഷരാകുന്നു, അവരെക്കുറിച്ച് നമുക്ക് ഒന്നും തന്നെ അറിയില്ല.

തൊണ്ണൂറുകളിൽ....ശിക്ഷ നടപ്പാക്കിയവരിൽ കുറെപേർ അപ്പോഴും ജീവിച്ചിരുന്നു. ഇരകളിൽ ചിലർക്ക് ഭൂതാവേശമുണ്ടായി. അങ്ങനെ, അങ്ങനെ സുപ്രസിദ്ധ സസ്യശാസ്ത്രജ്ഞനായിരുന്ന വാവിലോവിനെ* ചോദ്യം ചെയ്ത് ക്രൂരമായ പീഡനങ്ങൾക്കിരയാക്കിയ ആളുടെ പേര് പത്രങ്ങളിലൂടെ പരസ്യമായി. അയാളുടെ "കൊച്ചു ജാക്കറ്റുകൾ" എന്ന പ്രയോഗം ഇപ്പോഴും ഓർക്കുന്നു. എന്നാൽ യജമാനന്മാർക്ക് ധരിക്കാൻ ആട്ടിൻതോലുകൊണ്ടുള്ള ജാക്കറ്റുകളും കമ്പിളി പൊതിഞ്ഞ ഒന്നാന്തരം തുകൽ ഷൂസുകളുമുണ്ടായിരുന്നു. അന്നവർ ഉന്മൂലനം ചെയ്യാൻ ശ്രമിച്ചിട്ടും ബാക്കിയായ ശത്രുക്കൾ ഈയിടെയായി തലപൊന്തിക്കാൻ തുടങ്ങിയിരിക്കുന്നു. ഇത് യഥാർത്ഥ പ്രതിവിപ്ലവം തന്നെയാണ്. വെറുപ്പിൽ കുതിർന്നതായിരുന്നു ആ ലേഖനം. പഴയ തടവുകാർ ഒട്ടും വൈകാതെ പ്രതികരിച്ചു. അവർക്കും ആരേയും ഭയക്കാനുണ്ടായിരുന്നില്ല. മനസ്സു തുറന്ന് അവർ കാര്യം പറഞ്ഞു. അങ്ങനെയാണ് ലോകം അറിഞ്ഞത്: തടവുപുള്ളികളെ നഗ്നരാക്കി വെളിപ്പറമ്പുകളിൽ മരത്തിനോട് ചേർത്ത് കെട്ടും. രാത്രി പുലരുമ്പോഴേക്കും ആരും ബാക്കിയുണ്ടാവില്ല. എല്ലുകളൊഴിച്ച് മറ്റെല്ലാം പ്രാണികൾ തിന്നു തീർത്തിട്ടുണ്ടാകും. തണുപ്പുകാലത്ത്, താപനില പൂജ്യത്തിനു താഴെ നാല്പതു ഡിഗ്രിയിലാകും. ഏല്പിച്ച പണി പൂർത്തിയാക്കിയില്ല എന്ന കുറ്റത്തിന് തടവുകാരന്റെ തലയിൽ കൂടി തണുത്ത വെള്ളം കോരിയൊഴിക്കും. അങ്ങനെ മരിച്ചവരെത്രയോ. വേനൽ വരുന്നതുവരെ പാടത്തെ പേക്കോലങ്ങൾ പോലെ അവരവിടെത്തന്നെ നില്ക്കും. തണുത്തുറച്ചുപോയ മനുഷ്യർ. മഞ്ഞു പ്രതിമകളായി... ഡസൻ കണക്കിന്...

അങ്ങനെ കരുതിക്കൂട്ടി കൊല നടത്തിയവരാരേയും വിചാരണയ്ക്കു വിധേയരാക്കിയില്ല. ഒരാൾ പോലും നീതിപീഠത്തിനു മുമ്പിൽ നിന്നില്ല. സർക്കാറിൽ നിന്നും നല്ല പെൻഷൻ തുക കൈപറ്റി സമൂഹത്തിൽ മാന്യന്മാരായി അവർ ശിഷ്ടകാലം കഴിച്ചു. അതിനെ കുറിച്ച് ഞാനെന്തു പറയാൻ? ആരോടും പശ്ചാത്തപിക്കാൻ പറയണ്ട. റഷ്യക്കാർ ഹൃദയ വിശുദ്ധിയുള്ളവരാണ് എന്നൊന്നുമുള്ള കഥകളും ചമയ്ക്കണ്ട. പശ്ചാത്തപിക്കാൻ ഒരാളും തയ്യാറല്ല. പശ്ചാത്താപം.... അതൊരു മഹാകാര്യമാണ്. ഞാൻ പള്ളിയിൽ പോകാറുണ്ട്. എന്നാലും കുമ്പസാരിക്കണമെന്നു തോന്നാറില്ല. അത് വളരെ ബുദ്ധിമുട്ടുള്ള സംഗതിയാണ്. അല്ലെങ്കിലും ആളുകൾ എപ്പോഴും സങ്കടപ്പെടുന്നത് അവനവനെ ഓർത്താണ്.

---

* നോബൽ സമ്മാനാർഹൻ

മറ്റുള്ളവരെക്കുറിച്ചാലോചിച്ചല്ല. പുറഞ്ഞു വന്നത് ഇവാൻ അപ്പൂപ്പന്റെ കാര്യം. അദ്ദേഹം ടെറസ്സിൽ അങ്ങോട്ടും ഇങ്ങോട്ടും നടന്നുകൊണ്ടിരുന്നു. ഉറക്കെ ശപിച്ചു....ശകാരിച്ചു. അദ്ദേഹം പറഞ്ഞ കാര്യങ്ങൾ, എന്റെ ശരീരത്തിൽ രോമങ്ങൾ എഴുന്നു നിന്നു. അതിനിടെ കുറെ അധികം കാര്യങ്ങൾ ഞാൻ മനസ്സിലാക്കി കഴിഞ്ഞിരുന്നു. ഷലാമോവിന്റെ പുസ്തകങ്ങൾ ഞാൻ വായിച്ചിരുന്നു. എന്നാൽ ഇവിടെ മേശപ്പുറത്ത് ചെറിയ ഒരു പാത്രം നിറയെ മധുരപലഹാരങ്ങളും പൂച്ചെണ്ടുകളുമാണ്. തികച്ചും കാവ്യഭംഗിയാർന്ന ഒരു രംഗം. ആ വൈരുദ്ധ്യം യാഥാർത്ഥ്യത്തെ കൂടുതൽ തീക്ഷ്ണമാക്കി. ഞാൻ വല്ലാതെ ഭയന്നിരുന്നു. അതേസമയം കൂടുതൽ കേൾക്കാനുള്ള ജിജ്ഞാസയും. സത്യം പറയാം, കൂടുതൽ വിവരങ്ങൾ അറിയണമെന്ന് ഞാൻ ആഗ്രഹിച്ചു. അത് സ്വാഭാവികമല്ലേ.... അഗാധമായ ഒരു ഗർത്തം കാണുമ്പോൾ ആരും നോക്കിപ്പോകും അതിന്റെ അഗാധതയിലേക്ക്. എന്താണാവോ? നമ്മളെല്ലാവരും അങ്ങനെയാണ്.

എൻ.കെ.വി.ഡി... എന്നെ ഉദ്യോഗത്തിൽ നിയമിച്ചപ്പോൾ, എനിക്ക് വലിയ അഭിമാനം തോന്നി. അദ്ദേഹം പറഞ്ഞു, "ആദ്യത്തെ ശമ്പളം കിട്ടിയപ്പോൾ ജീവിതത്തിൽ ആദ്യമായി ഞാനൊരു സ്യൂട്ടു വാങ്ങി."

എന്റെ ജോലി എന്തായിരുന്നുവെന്നോ? അതിനോടു താരതമ്യപ്പെടുത്താൻ പറ്റുന്ന മറ്റൊന്നില്ല. ഏതാണ്ട് ഒരു യുദ്ധം തന്നെ. പക്ഷേ എന്നെ സംബന്ധിച്ചിടത്തോളം ആ യുദ്ധം ഒരു ഒഴിവുകാലം പോലെയായിരുന്നു. നിങ്ങൾ ഒരു ജർമ്മനെ വെടിവെക്കുന്നു. അയാൾ അയാളുടെ ഭാഷയിൽ നിലവിളിക്കുന്നു. എന്നാൽ ഇവർ നിലവിളിച്ചത് റഷ്യൻ ഭാഷയിലാണ്. അവർ നമ്മുടെ തന്നെ സ്വന്തം ആൾക്കാരായിരുന്നു. ലിത്വാനിയക്കാരേയും പോളണ്ടുകാരേയും വെടിവെക്കാൻ പ്രയാസമുണ്ടായിരുന്നില്ല. പക്ഷേ ഇവിടെ നിലവിളി റഷ്യനിലാണ്. ....നമ്മുടെ ഭാഷയിൽ. "കൃമികീടങ്ങളെ...മണ്ടന്മാരെ....വേഗമാവട്ടെ....സംഗതി തീർക്കൂ....തീട്ടം..." ഞങ്ങളുടെ ശരീരങ്ങൾ എപ്പോഴും ചോര പുരണ്ടിരുന്നു. പലപ്പോഴും തലമുടിയിലാണ് കൈ തുടച്ചിരുന്നത്. ചിലപ്പോൾ അവർ തുകൽകൊണ്ടുള്ള മേൽക്കുപ്പായങ്ങൾ തന്നു. അതായിരുന്നു ഞങ്ങളുടെ ജോലി. ... നിങ്ങൾക്കു ചെറുപ്പമാണ്.

പെരിസ്ട്രോയിക്കാ...പെരിസ്ട്രോയിക്കാ...പ്രസംഗിച്ചു നടക്കുന്നവരിലാണ് നിങ്ങൾക്കു വിശ്വാസം. "സ്വാതന്ത്ര്യം....സ്വാതന്ത്ര്യം" എന്ന് അവർ മുറവിളി കൂട്ടും. നാൽക്കവലകളിൽ കിടന്നോടും. എന്നാൽ പഴയ കോടാലി ഇപ്പോഴും അതിന്റെ സ്ഥാനത്തുതന്നെയുണ്ട്. അത് യജമാനനെ അതിജീവിക്കും... ആ കാര്യം മറക്കരുത്. യജമാനൻ മരിച്ചാലും കോടാലി ബാക്കിയുണ്ടാവും. ഞാനൊരു പട്ടാളക്കാരനാണ് "മാർച്ച്" എന്ന കല്പന കേട്ടാൽ മാർച്ചു ചെയ്യാൻ തുടങ്ങും. വെടിവെക്കാനാണ് കല്പനയെങ്കിൽ വെടിവെക്കും. നിങ്ങളായാലും അതുതന്നെ ചെയ്യും. കല്പനയെന്തോ

അതനുസരിക്കും. ഞാൻ ശത്രുക്കളെയാണ് കൊന്നിരുന്നത്. പുഴുക്കളെ. നിങ്ങളുടെ ഒരു ഔദ്യോഗിക രേഖ വെച്ചുതന്നെ. അത് സർക്കാരിൽ നിന്നുള്ള ഒരുത്തരവാണ്. അതിൽ എഴുതിയിരിക്കുന്നത് “സമൂഹത്തിന്റെ പരമമായ സുരക്ഷയ്ക്കു വേണ്ടി” എന്നാണ്. ചെയ്യേണ്ട ജോലി... അങ്ങനെയൊന്നും ഉണ്ടാവാതിരിക്കട്ടെ...ആദ്യത്തെ തവണ സംഗതി നടന്നില്ലെങ്കിൽ, പന്നിയെ പോലെ മുറവിളി കൂട്ടി അവൻ താഴെ വീഴും. രക്തം ചർദ്ദിച്ചു കൊണ്ട്. ചിലർ ചിരിച്ചും കൊണ്ടാണ് വന്നു നില്ക്കുക. അങ്ങനെയൊരാളെ വീണ്ടും വെടിവെക്കുക വളരെ പ്രയാസമാണ്. കാരണം ഒന്നുകിൽ അയാൾക്ക് ഭ്രാന്തുപിടിച്ചിരിക്കുന്നു, അല്ലെങ്കിൽ അയാൾ നിങ്ങളെ കഠിനമായി വെറുക്കുന്നു. എല്ലാവശങ്ങളിൽ നിന്നും ശാപങ്ങളും ശകാരങ്ങളും നിലവിളികളും കേട്ടുകൊണ്ടിരിക്കും. നിങ്ങൾക്ക് ഭക്ഷണം കഴിക്കാൻ സാധിക്കില്ല. എനിക്കെപ്പോഴും ദാഹ മായിരുന്നു. വെള്ളം...വെള്ളം... തീർത്താൽ തീരാത്ത ദാഹം. അന്നത്തെ ജോലി അവസാനിക്കുന്നതോടെ അവർ നിറഞ്ഞ രണ്ടു ബക്കറ്റുകൾ ഞങ്ങളുടെ മുമ്പിൽ കൊണ്ടുവെക്കും. ഒന്നുകിൽ വോഡ്ക. അല്ലെങ്കിൽ കോളോൺ. ജോലി കഴിയുമ്പോഴാണ് കൊണ്ടുവരിക. അതിനു മുമ്പി ലല്ല. എവിടെയെങ്കിലും അത് വായിച്ചിട്ടുണ്ടോ? എന്നാൽ അതാണ് സത്യം. ഈയിടെ തോന്നിയതുപോലെ അവർ എഴുതിയുണ്ടാക്കും. പലതും കെട്ടിച്ചമച്ചതുമാകും. അരയ്ക്കു മുകളിൽ കോളോൺ കൊണ്ടാണ് കഴുകുക. രക്തത്തിന്റെ മണം. അതൊന്നു വേറെയാണ്. അത്യധികം രൂക്ഷം. ഏതാണ്ട് ശുക്ലത്തിന്റേതുപോലെ....

എനിക്കൊരു നായയുണ്ടായിരുന്നു. ഒരു ജർമ്മൻ ഷെപ്പേഡ്. ജോലി കഴിഞ്ഞു വന്നാൽ അവനെന്റെ അടുത്തേക്കു വരില്ല. നാശം! നിങ്ങളെന്താ ഒന്നും മിണ്ടാതിരിക്കുന്നത്. ഇപ്പോഴും വളർന്നിട്ടില്ല...കിളുന്താണ്. അതൊന്നും നിങ്ങൾ അറിഞ്ഞിട്ടില്ല. കേൾക്കാൻ ഇരിക്കുന്നതേയുള്ളൂ. ഞാൻ പറയാൻ പോകുന്നത് പതിവായി സംഭവിക്കുന്നതല്ല. ഇടയ്ക്കു വല്ലപ്പോഴും മാത്രം. കൊല്ലുന്നതിൽ രസമനുഭവിക്കുന്ന ഒരു മേലുദ്യോ ഗസ്ഥനായിരിക്കും ചിലപ്പോൾ കൂടെയുണ്ടാവുക. അങ്ങനെയുള്ളവർക്ക് പടക്കളത്തിൽ നിന്നും വേഗം സ്ഥലംമാറ്റം കിട്ടും. അങ്ങനെയുള്ളവരെ ഞങ്ങൾക്ക് ഇഷ്ടമായിരുന്നില്ല. നാട്ടിൻപുറത്തുകാരായ ചെറുപ്പക്കാർ ധാരാളമുണ്ടായിരുന്നു ഞങ്ങളുടെ കൂട്ടത്തിൽ, എന്നെപ്പോലെ. നഗരത്തി ലുള്ളവരേക്കാൾ കടുപ്പം കൂടിയവരാണ് നാട്ടിൻപുറത്തുകാർ. അവർക്ക് ഞെട്ടലുകളിൽ നിന്നും കൂടുതൽ വേഗത്തിൽ ഊരിപ്പോരാനുള്ള കഴി വുണ്ട്. മരണവും കൂടുതലായി കണ്ടു പരിചയിച്ചിട്ടുണ്ടാകും. കന്നുകുട്ടി കളേയും പന്നിയേയും മറ്റും കൊന്നു ശീലമുള്ളവരാകും അവരിൽ പലരും. കോഴിയുടെ കാര്യം... അതിനെ എപ്പോഴെങ്കിലും കൊല്ലാത്ത വരായി ആരുമുണ്ടാകില്ല. മരണം അങ്ങനെയൊന്നാണ്... പതുക്കെ ശീല മാകേണ്ട ഒന്ന്. ആദ്യത്തെ കുറച്ചു ദിവസം നേരിട്ടൊന്നും ചെയ്തില്ല. മറ്റുള്ളവർ ചെയ്യുന്നത് നോക്കിനില്ക്കുകയായിരുന്നു. പട്ടാളക്കാരുടെ

ജോലി ശിക്ഷ നടപ്പിലാക്കുന്നിടത്ത് ഉണ്ടായിരിക്കുക എന്നതാണ്. കുറ്റവാളികളെ, വധശിക്ഷയ്ക്കർഹരായവരെ യഥാസ്ഥാനത്തെത്തിക്കുക എന്ന ചുമതലയും അവരുടേതാണ്. പലർക്കും അതൊന്നും കണ്ടുനില്ക്കാനാവില്ല. അവിടെ വെച്ചുതന്നെ ചിത്തഭ്രമം പിടിപെടും. കൊല്ലലും സൂക്ഷ്മമായ ഒരു കലയാണ്. ഒരു മുയലിനെ കൊല്ലാൻ പോലും തനതായ ഒരു തഴക്കം വേണം. എല്ലാവർക്കും പറ്റുന്ന ഒരു സംഗതിയല്ല. ഇവിടെ തൊട്ടരികിൽ നിന്നാണ് വെടിവെക്കേണ്ടത്. ആദ്യം അയാളെ മുട്ടുകുത്തി നിർത്തും. തലയുടെ ഇടതുവശത്ത് ഇടതുചെവിയുടെ പുറകിലായാണ് വെടിവെക്കേണ്ടത്. ഒരു ദിവസത്തെ ജോലി കഴിയുമ്പോഴേക്കും ഒരു ചാട്ടവാർ കണക്കേ എന്റെ കൈ തൂങ്ങിക്കിടക്കുന്നുണ്ടാകും. എന്റെ ചൂണ്ടുവിരലിന്റെ കാര്യമായിരുന്നു ഏറ്റവും കഷ്ടം. എല്ലായിടത്തുമുള്ളതുപോലെ നിശ്ചിതമായ ഒരു പട്ടിക ഞങ്ങൾക്കു പൂർത്തിയാക്കേണ്ടതുണ്ടായിരുന്നു. ഫാക്ടറികളിലുള്ളതുപോലെ. തുടക്കത്തിലൊന്നും അവർ ഏല്പിച്ചതുപോലെ എണ്ണം തികയ്ക്കാൻ ഞങ്ങൾക്കു സാധിച്ചിരുന്നില്ല. അതിനുള്ള കരുത്ത് ശാരീരികമായി ഞങ്ങൾക്കുണ്ടായിരുന്നില്ല. അതുകൊണ്ട് അവർ ഡോക്ടർമാരെ വിളിച്ചു വരുത്തി. ചർച്ചകൾ നടത്തി. തീരുമാനങ്ങളിലെത്തി. ആഴ്ചയിൽ രണ്ടു ദിവസം ഞങ്ങൾക്ക് പ്രത്യേകമായി തിരുമ്മലും ഉഴിച്ചിലും. പ്രത്യേകിച്ചും ചൂണ്ടുവിരലുകളുടെ കാര്യം കൂടുതൽ ശ്രദ്ധിക്കണം. അതിനാണല്ലോ കൂടുതൽ സമ്മർദ്ദം സഹിക്കേണ്ടത്. വെടിവെക്കുന്നതിനിടയിൽ ഊക്കോടെ ഉപയോഗിക്കുന്നത് ചൂണ്ടുവിരലല്ലേ? എന്റെ ജോലിയുടെ ഭാഗമായി ഒരു കുഴപ്പം മാത്രമേ എനിക്കു സംഭവിച്ചുള്ളൂ. വലതു ചെവി കേൾക്കാതായി. എപ്പോഴും വലതുഭാഗത്തു നിന്നാണല്ലോ വെടിവെക്കുക.

“അവർ ഞങ്ങൾക്ക് സർട്ടിഫിക്കറ്റുകൾ തന്നിരുന്നു. പാർട്ടിയുടേയും ഗവൺമെന്റിന്റേയും പ്രത്യേകം നിർദ്ദേശങ്ങൾ നിർവ്വഹിച്ചതിന്.” ലെനിന്റേയും സ്റ്റാലിന്റേയും പാർട്ടിയെ പ്രതിയുള്ള അർപ്പണ ബോധത്തിന്. എന്റെ അലമാര നിറയെ ഇത്തരം സർട്ടിഫിക്കറ്റുകളുണ്ട്. ഏറ്റവും നല്ല കടലാസ്സിൽ ഏറ്റവും നല്ല രീതിയിൽ അച്ചടിച്ചത്. കൊല്ലത്തിലൊരിക്കൽ അവർ എന്നേയും കുടുംബത്തേയും ഏതെങ്കിലും നല്ലൊരു ആരോഗ്യ-സുഖവാസ കേന്ദ്രത്തിലേക്കയയ്ക്കും. നല്ല ഭക്ഷണം..... ഒന്നാന്തരം മാംസവിഭവങ്ങൾ. വേണ്ടതുപോലെയുള്ള ചികിത്സയും. ഞാൻ എന്താണ് ചെയ്തിരുന്നത് എന്നതിനെ കുറിച്ച് എന്റെ ഭാര്യയ്ക്കും ഒന്നുംതന്നെ അറിയാമായിരുന്നില്ല. എല്ലാം പരമരഹസ്യമായിരുന്നു. അത്യധികം പ്രാധാന്യമർഹിക്കുന്ന ഒരു ചുമതലയുടെ ഭാഗം. അത്രയേ അവർ മനസ്സിലാക്കിയിരുന്നുള്ളൂ. ഞങ്ങളുടേത് പ്രേമവിവാഹമായിരുന്നു.

യുദ്ധത്തിനിടയ്ക്ക് കഴിയുന്നത്ര വെടിമരുന്ന് മിച്ചം വെക്കാനുള്ള ശ്രമത്തിലായിരുന്നു ഞങ്ങൾ. കടൽത്തീരത്തുള്ള ക്യാമ്പാണെങ്കിൽ മത്തി കുത്തി നിറയ്ക്കുന്നതുപോലെ തോണിയിൽ കുറ്റവാളികളെ തിക്കി

നിറയ്ക്കും. അതിൽ നിന്ന് മുഴങ്ങി കേൾക്കുക മുറവിളികളായിരുന്നില്ല, മൃഗസദൃശമായ ഗർജ്ജനങ്ങളായിരുന്നു. “ഞങ്ങൾ വീരയോദ്ധാക്കൾ ഒരിക്കലും കീഴടങ്ങുകയില്ല. ഇവിടെ ആരും ദയയ്ക്കു വേണ്ടി യാചിക്കുകയില്ല.” കമ്പി കൊണ്ട് വധശിക്ഷയ്ക്കു വിധിക്കപ്പെട്ടവരുടെ ഓരോരുത്തരുടേയും കൈകൾ കൂട്ടിക്കെട്ടയിരുന്നു. കാലിൽ കല്ലും കെട്ടിവെച്ചിരുന്നു. ശാന്തമായ കാലാവസ്ഥ. കാറ്റും കോളുമില്ലാത്ത കടൽ. എല്ലാവരും മുങ്ങിത്താഴും. മണിക്കൂറുകളോളം അതു നോക്കിയിരിക്കാം....

“നീയെന്താണ് എന്നെത്തന്നെ ഇങ്ങനെ നോക്കിയിരിക്കുന്നത്, കുട്ടിക്കഴുതേ...? ഇനിയും ഒഴിക്ക് വോഡ്ക.” അതായിരുന്നു ഞങ്ങളുടെ ജോലി. ഞാനിതെല്ലാം പറയുന്നത് നിങ്ങൾ മനസ്സിലാക്കാൻ വേണ്ടിയാണ്... സോവിയറ്റ് ഭരണം നിലനിർത്താൻ വേണ്ടി ഞങ്ങൾ വളരെ വലിയ വില കൊടുത്തു. രാജ്യം സുരക്ഷിതമായിരിക്കണം. അതിനെ കാത്തു സൂക്ഷിക്കേണ്ടതുണ്ട്. രാത്രി ഞങ്ങൾ വീണ്ടും കടലിലേക്കു തിരിയും. ആ പത്തേമാരി തികച്ചും ശൂന്യമായിരിക്കും. ചുറ്റും മരണ നിശ്ശബ്ദത. എല്ലാവരുടെ മനസ്സിലും ഒരേ വിചാരം. കരയിൽ തിരിച്ചു ചെന്നാലുടനെ വീണ്ടും ഇത് തുടരണം....നാശം. ...അങ്ങനെ എത്ര വർഷം....എന്റെ കട്ടിലിന്റെ താഴെ ചെറിയൊരു മരപ്പെട്ടി ഞാൻ എപ്പോഴും തയ്യാറാക്കി വെച്ചിരുന്നു. പല്ലുതേക്കാനുള്ള ബ്രഷ്, താടി വടിക്കാനുള്ള ബ്ലേഡ്, ഒരു ജോടി അടിയുടുപ്പും. തലയിണയ്ക്കു താഴെ കൈത്തോക്കു വെച്ചാണ് ഞാൻ ഉറങ്ങിയിരുന്നത്. ഏതു നേരവും സ്വന്തം നെറ്റിക്കു നേരെ വെടിവെക്കാൻ മനസ്സിനെ തയ്യാറാക്കിവെച്ചിരുന്നു. ആ ദിവസങ്ങളിൽ മിക്കവാറും എല്ലാവരും അങ്ങനെയാണ് കഴിഞ്ഞിരുന്നത്. സാധാരണ പട്ടാളക്കാരും പടനായകന്മാരും...എല്ലാവരുടേയും സ്ഥിതി അതായിരുന്നു. എല്ലാവരും സമന്മാർ.”

“...യുദ്ധം തുടങ്ങിയപ്പോൾ ഉടനെ ഞാൻ അപേക്ഷ അയച്ചു. എന്നെ യുദ്ധരംഗത്തേക്ക് അയയ്ക്കണമെന്ന്. ഒരു യുദ്ധത്തിൽ മരിച്ചുവീഴുക ഇത്രയും ഭയാനകമല്ല. ഒന്നുമില്ലെങ്കിലും മാതൃഭൂമിക്കു വേണ്ടി ജീവൻ വെടിയുന്നു എന്നഭിമാനിക്കാമല്ലോ. ആ മരണം സത്യസന്ധമാണ്. അതിൽ ഒളിവും കളവുമില്ല. പോളണ്ടിനേയും ചെക്കോസ്ലാവക്യയേയും ഞാൻ സ്വതന്ത്രമാക്കി....എന്റെ സൈനിക സേവനം ബർലിനിൽ അവസാനിച്ചു. എനിക്ക് രണ്ട് ബഹുമതിമുദ്രകളും മെഡലുകളും ലഭിച്ചിട്ടുണ്ട്. വിജയം! അതിനു ശേഷം സംഭവിച്ചത്...വിജയം നേടിയതിനു ശേഷം ഞാൻ അറസ്റ്റ് ചെയ്യപ്പെട്ടു. വിശേഷ സേവനം നടത്തിയവരുടെ പേരുവിവരം, ഉത്തരവാദപ്പെട്ട ആൾ നേരത്തെ തയ്യാറാക്കിയിരുന്നു. ആ സേവനത്തിൽ നിന്നും തലയൂരാൻ രണ്ടുവഴിയേ ഉണ്ടായിരുന്നുള്ളൂ. ഒന്നുകിൽ ശത്രുവിന്റെ കൈകൊണ്ടു മരണം. അല്ലെങ്കിൽ എൻ.കെ.പി.ഡി. യുടെ കൈ കൊണ്ട്. അവർ എനിക്ക് വീണ്ടും ഏഴുകൊല്ലത്തേക്കു നിയമനം. തണുത്ത കാലാവധി ഞാൻ പൂർത്തിയാക്കി. ഇപ്പോഴും പഴയ കാലത്ത് ക്യാമ്പിൽ ചെയ്തിരുന്നതുപോലെ കൃത്യം ആറു മണിക്ക്

ഞാൻ ഉണരുന്നു. പുതിയ നിയമനം... അവർ എന്താണുദ്ദേശിച്ചത്? അറിയില്ലായിരുന്നു.... നാശം പിടിച്ചത്!

(കൈയിലിരുന്ന ഒഴിഞ്ഞ സിഗരറ്റുകൂട് ഏതോ ഉൾഭയത്താലെന്ന വണ്ണം അദ്ദേഹം കശക്കിക്കൊണ്ടിരുന്നു.)

അദ്ദേഹം കള്ളം പറയുകയായിരുന്നുവോ? അല്ല....തീർച്ചയായുമല്ല. എനിക്കങ്ങനെ തോന്നിയതുമില്ല. രാവിലെ എന്തോ ചില നിസ്സാര കാരണങ്ങൾ പറഞ്ഞ് ഞാൻ സ്ഥലം വിട്ടു. വാസ്തവത്തിൽ ഞാൻ അവിടെ നിന്ന് ഓടിപ്പോരുകയാണ് ചെയ്തത്. എന്റെ വിവാഹവും ഞാൻ വേണ്ടെന്നു വെച്ചു. ശരിയാണ് ഇതെല്ലാം കേട്ടുകഴിഞ്ഞതിനു ശേഷം ഞാൻ എങ്ങനെയാണ് അന്നയെ വിവാഹം കഴിക്കുക? ആ വീട്ടിലേക്കു തിരിച്ചു പോകാൻ എനിക്കാവില്ലായിരുന്നു. ഞാൻ പോയതുമില്ല. ഞാൻ എന്റെ റെജിമെന്റിലേക്കാണ് പോയത്. സംഭവിച്ചതെന്താണെന്ന് എന്റെ പ്രതിശ്രുതവധുവിന് മനസ്സിലായില്ല. അവൾ പലതവണ എനിക്കെഴുതി. വളരെയധികം സങ്കടപ്പെട്ടുകൊണ്ട്. ഞാനും വല്ലാതെ ദുഃഖിതനായിരുന്നു. പക്ഷേ അതിനെക്കുറിച്ചല്ലല്ലോ നമ്മൾ ഇപ്പോൾ സംസാരിക്കുന്നത്. ഞങ്ങളുടെ പ്രണയമല്ല ഇവിടെ വിഷയം. അത് മറ്റൊരു കഥയാണ്. അവർ എങ്ങനെയുള്ള ആളുകളായിരുന്നുവെന്ന് നമ്മൾ മനസ്സിലാക്കണം. നിങ്ങളും ഞാനും അതല്ലേ വേണ്ടത്? എന്തൊക്കെ പറഞ്ഞാലും ഒരു കൊലപാതകി.... നമ്മുടെ ശ്രദ്ധ ആകർഷിക്കുന്നു എങ്ങനെയൊക്കെ വെട്ടിമുറിച്ചാലും മിനുക്കാൻ നോക്കിയാലും അയാൾ ഒരു സാമാന്യവ്യക്തിയായിരിക്കില്ല എന്നു തീർച്ച. നിങ്ങളുടെ ശ്രദ്ധ അയാളിലേക്കു തിരിയുന്നു. എന്തോ ഒന്ന് നിങ്ങളെ അയാളിലേക്കു പിടിച്ചുവലിക്കുന്നു.

തിന്മയ്ക്ക് അതിന്റേതായൊരു മന്ത്രശക്തിയുണ്ട്. ഹിറ്റ്ലറിനേയും സ്റ്റാലിനേയും കുറിച്ച് നൂറുകണക്കിന് പുസ്തകങ്ങളുണ്ട്. കുട്ടികളായിരുന്നപ്പോൾ അവർ എങ്ങനെയായിരുന്നു. കുടുംബത്തോടുള്ള പെരുമാറ്റം ഏതുവിധത്തിലായിരുന്നു. സ്നേഹിച്ചിരുന്ന സ്ത്രീകളോടുള്ള സമീപനം ഏതു രീതിയിലായിരുന്നു. അവർക്കേറ്റവും ഇഷ്ടമുള്ള കാര്യം...സിഗരറ്റ്? ഓരോ വിശദാംശവും അറിയാൻ നമുക്ക് താത്പര്യമാണ്. അത് എത്ര തന്നെ നിസ്സാരമാണെങ്കിലും ടാ മർ ലേൻ, ചെങ്കിസ്ഖാൻ ആരായിരുന്നു അവർ? അവരെപ്പറ്റിയും അറിയാൻ നമ്മൾ താത്പര്യം കാണിക്കുന്നു. അങ്ങനെയുള്ള കോടിക്കണക്കിനു പേർ. ചിലർ ചെറിയ പതിപ്പുകളാണെന്നു മാത്രം. അവരും കൊടുംക്രൂരതകൾ ചെയ്തുകൂട്ടിയവരാണ്. എന്നിട്ടും ആ കൂട്ടത്തിൽ വളരെ കുറച്ചുപേർക്കു മാത്രമേ സ്ഥിരബുദ്ധി നഷ്ടപ്പെട്ടിട്ടുള്ളതായി കേട്ടിട്ടുള്ളൂ. ബാക്കിയുള്ളവരെല്ലാം വളരെ സാധാരണ രീതിയിൽത്തന്നെയാണ് ജീവിച്ചത്. പെൺകിടാങ്ങളെ ചുംബിച്ചും ചതുരംഗം കളിച്ചും സ്വന്തം മക്കൾക്ക് കളിപ്പാട്ടങ്ങൾ വാങ്ങിക്കൊടുത്തും... അവരോരുത്തരും വിചാരിച്ചിരുന്നിരിക്കും "അതു ചെയ്തത് ഞാനല്ല" അവരുടെ കഴുത്തിൽ കുരുക്കിട്ടത് ഞാനല്ല. അവരുടെ തല വെടിവെച്ചു

തകർത്തത് ഞാനല്ല. സ്ത്രീകളുടെ മുലഞെട്ടുകൾക്കുള്ളിലേക്ക് കൂർപ്പിച്ച പെൻസിൽമുനകൾ തുളച്ചു കയറ്റിയത് ഞാനല്ല. അതു ഞാനല്ല... അന്നത്തെ വ്യവസ്ഥയാണ്. സ്റ്റാലിനും പറഞ്ഞിട്ടുണ്ടാകും... "ഇതൊന്നും ചെയ്യുന്നത് ഞാനല്ല, പാർട്ടിയുടെ തീരുമാനമാണ്." സ്റ്റാലിൻ തന്റെ മകനു പറഞ്ഞു കൊടുത്തിട്ടുണ്ട്. "നീ വിചാരിക്കുന്നു ഞാനാണ് സ്റ്റാലിനെന്ന്. നിനക്കു തെറ്റി. അതാണ് സ്റ്റാലിൻ." ഭിത്തിയിൽ തൂങ്ങിക്കിടക്കുന്ന സ്വന്തം ഛായാചിത്രത്തിലേക്ക് അദ്ദേഹം വിരൽ ചൂണ്ടിയിരിക്കും. സ്വന്തം നെഞ്ചിലേക്കല്ല. ആ ചിത്രത്തിലേക്കാണ് അദ്ദേഹം വിരൽ ചൂണ്ടുക. അതിനിടയിൽ മരണയന്ത്രം നിരന്തരം തിരിഞ്ഞുകൊണ്ടിരുന്നിരിക്കും. ഒരു നിമിഷം പോലും ഒഴിവില്ലാതെ. ആ യുക്തിവാദം കെങ്കേമം തന്നെ. ആദ്യം ഇരകളെ കൊലപാതകികളായി മുദ്ര കുത്തുന്നു. അവസാനം കൊലപാതകികൾത്തന്നെ ഇരകളായിത്തീരുന്നു. ഇതൊന്നും നടപ്പിലാക്കുന്നത് മനുഷ്യരല്ല എന്ന മട്ടിൽ. എല്ലാം കുറ്റമറ്റതായി പ്രകൃതിയിൽ മാത്രമേ കാണാനാവൂ. ചക്രം തിരിഞ്ഞുകൊണ്ടിരിക്കുന്നു. ആരേയും കുറ്റം പറയാനാവില്ല... ആരേയും. എല്ലാവർക്കും സഹതാപം വേണം. എല്ലാവരും ഇരകളാണ്. എല്ലാവരും ഭക്ഷ്യശൃംഖലയുടെ താഴെയുള്ള തുമ്പിലാണ്. അന്ന് എനിക്ക് ചെറുപ്പമായിരുന്നു. ഞാൻ വല്ലാതെ പേടിച്ചു. എന്തു ചെയ്യണമെന്നറിയാതെ... ആശയക്കുഴപ്പത്തിലായി. ഇന്നാണെങ്കിൽ ഞാൻ ഇവാനോട് കൂടുതൽ ചോദ്യങ്ങൾ ചോദിച്ചേനേ. അതെല്ലാം അറിഞ്ഞിരിക്കേണ്ടതുണ്ട്. എന്തിനു വേണ്ടി? എനിക്കു ഭയം തോന്നുന്നു. മനുഷ്യരെപ്പറ്റി ഞാൻ മനസ്സിലാക്കിയ കാര്യങ്ങൾ... എനിക്ക് എന്നെക്കുറിച്ചു ഭയം തോന്നിപ്പിക്കുന്നു. ഞാനൊരു സാധാരണ മനുഷ്യനാണ്. വെള്ളയും കറുപ്പും മഞ്ഞയുമൊക്കെ എന്റെ മനസ്സിലുണ്ട്. എല്ലാം ചേർന്നതാണ് ഞാൻ. സോവിയറ്റ് സ്കൂളിൽ ഞങ്ങളെ പഠിപ്പിച്ചത്. മനുഷ്യൻ നല്ലവനാണ്.... ശ്രേഷ്ഠനാണ് എന്നാണ്. ഇന്നും എന്റെ അമ്മ അതുതന്നെയാണ് വിശ്വസിക്കുന്നത്. അവന്റെ അസാധാരണമായ സാഹചര്യങ്ങളാണ് മനുഷ്യനെ നിഷ്ഠുരനും ഭീകരനുമാക്കുന്നത്.

സ്വഭാവേന അവൻ നല്ലവനാണ്. ജീവിതകാലം മുഴുവൻ നന്മയ്ക്കും തിന്മയ്ക്കുമിടയിൽ ചാഞ്ചാടിക്കൊണ്ടിരിക്കുകയാണ് മനുഷ്യൻ. ഒന്നുകിൽ നിങ്ങൾ ഒരാളുടെ മുലഞെട്ടിൽ കൂർത്ത പെൻസിൽ മുന തുളച്ചുകയറ്റുന്നു. അല്ലെങ്കിൽ വേറൊരാൾ നിങ്ങളെ കുത്തിമലർത്തുന്നു. നിങ്ങൾക്കിഷ്ടമുള്ളതു തിരഞ്ഞെടുക്കാം. ഒരു തടസ്സവുമില്ല. വർഷങ്ങളെത്ര കഴിഞ്ഞു. അതൊന്നും ഇപ്പോഴും എനിക്ക് മറക്കാനാവുന്നില്ല. അയാൾ പെട്ടെന്ന് ഒച്ച പൊന്തിച്ചു. "ഞാൻ ടി.വി.കാണുന്നു, റേഡിയോ കേൾക്കുന്നു. എല്ലാം വീണ്ടും പഴയതുപോലെ. പണക്കാരും പാവപ്പെട്ടവരും. ചിലർ വില കൂടിയ വിഭവങ്ങൾ വാരിവിഴുങ്ങുന്നു. സ്വന്തമായി ജെറ്റ് വിമാനങ്ങളും ദ്വീപുകളും വിലയ്ക്കു വാങ്ങുന്നു. അതേസമയം ഒട്ടനവധി പേരുടെ കൈയിൽ റൊട്ടി വാങ്ങാനുള്ള വക പോലുമില്ല. ഇങ്ങനെ അധികകാലം പോകാനാവില്ല. ആളുകൾ ഒരിക്കൽകൂടി സ്റ്റാലിന്റെ മഹത്ത്വം

വാഴ്ത്താൻ തുടങ്ങും. ആ കോടാലി അവിടെത്തന്നെയുണ്ട്. അതിന്റെ പഴയസ്ഥാനത്ത്. കോടാലി അതിന്റെ യജമാനനെ തീർച്ചയായും അതിജീവിക്കും. എന്റെ വാക്കുകൾ ഓർമ്മവെച്ചോളൂ... നിങ്ങൾ ചോദിക്കുകയുണ്ടായല്ലോ. എത്രകാലം ഒരു മനുഷ്യന് മനുഷ്യനായിരിക്കാനാകുമെന്ന്. ഞാൻ പറഞ്ഞു തരാം. മലദ്വാരത്തിനുള്ളിലേക്ക് ഒരു വിയന്നീസ് കസാലയുടെ കൂർത്ത കാൽ കുത്തിക്കയറ്റുക. അല്ലെങ്കിൽ വൃഷണങ്ങളിൽ ഒരാണി അടിച്ചു കയറ്റുക....അതോടെ മനുഷ്യൻ മനുഷ്യനല്ലാതായി. മനുഷ്യത്വം ഇല്ലാതായി....ഇനി അവൻ താഴെ വീണു കിടക്കുന്ന ഒരു ചവറു മാത്രം.

(അയാൾ പോകാൻ എഴുന്നേറ്റു)

നമ്മുടെ ചരിത്രത്തെയാകെ അവർ പിടിച്ചു കുലുക്കി. ആയിരക്കണക്കിന് തുറന്നു പറച്ചിലുകൾ. ടൺ കണക്കിന് യാഥാർത്ഥ്യങ്ങൾ. പലർക്കും കഴിഞ്ഞകാലമെന്നാൽ കുന്നോളം ചോരയും മാംസവുമാണ്. വേറെ ചിലർക്ക് അത് മഹത്തായ ഒരു കാലഘട്ടമാണ്. അടുക്കളയിലിരുന്ന് പലരേയും നമ്മൾ നിന്ദിക്കുന്നു. പരിഹസിക്കുന്നു. അധികം താമസമില്ല. ഇന്നത്തെ ഇളം തലമുറയ്ക്കു പ്രായപൂർത്തിയാകും. യുവത്വമാണ് ചെന്നായ്ക്കൾ... സ്റ്റാലിൻ അങ്ങനെയാണ് അവരെ വിശേഷിപ്പിച്ചത്. അവർ വേഗം തന്നെ വളർന്നു വലുതാവും.

(പോകാൻ എഴുന്നേറ്റതാണ്. എന്നിട്ടും എന്തോ...തിരിഞ്ഞു നിന്ന് വീണ്ടും വർത്തമാനം തുടങ്ങി.)

ഞാൻ ഈയിടെ ചില ഫോട്ടോകൾ “ഓൺ ലൈനിൽ” കണ്ടു. സാധാരണക്കാരായ ആരോ എടുത്തതാണ്. പഴയ യുദ്ധകാല ഫോട്ടോകൾ. ജർമ്മനിയിലെ എസ്.എസ്.ബ്രിഗേഡിലെ ചിലർ. സൈനികരും ഉദ്യോഗസ്ഥന്മാരുമുണ്ട്. ധാരാളം പെൺകുട്ടികളും. പുറത്തു ചുറ്റി നടക്കവേ അവർ ഫോട്ടോകളെടുത്തു. ചെറുപ്പക്കാർ...അവർ ഉല്ലസിക്കുകയാണ്. നമ്മുടെ മ്യൂസിയത്തിലും അതുപോലെയുള്ള ഫോട്ടോകളുണ്ടല്ലോ. നമ്മുടെ നാട്ടിലെ ഉത്തരവാദപ്പെട്ടവരുടെ ഫോട്ടോകൾ. ആ കാലത്തെ. അവരുടെ മുഖങ്ങളിലേക്കു സൂക്ഷിച്ചു നോക്കൂ....എല്ലാം സുന്ദരമായ മുഖങ്ങൾ.... ലക്ഷ്യബോധത്തോടു കൂടിയ മുഖങ്ങൾ. വളരെ വർഷങ്ങളോളം മുതിർന്നവർ നമ്മെ പഠിപ്പിച്ചത് ഇവരെല്ലാം മഹാത്മാക്കളാണ് എന്നായിരുന്നു.

എന്റെ ആഗ്രഹം ഈ നാടുവിട്ടു പോകണമെന്നാണ്. എന്റെ കുട്ടികളെയെങ്കിലും ഇവിടെ നിന്നും മാറ്റി കൊണ്ടുപോകണം. എന്തായാലും ഞങ്ങൾ നാടുവിടുകയാണ്. പഴയ കോടാലി അതിന്റെ സ്ഥാനത്തു തന്നെയുണ്ട്. കോടാലി തീർച്ചയായും അതിന്റെ യജമാനനെ അതിജീവിക്കും... ആ വാക്കുകൾ ഒരു കാലത്തും ഞാൻ മറക്കില്ല.

ഏതാനും ദിവസങ്ങൾക്കു ശേഷം അദ്ദേഹം എന്നെ വിളിച്ച് താൻ പറഞ്ഞ കഥ പ്രസിദ്ധീകരിക്കരുതെന്ന് വിലക്കി. എന്താണ് കാരണം?

അദ്ദേഹം മറുപടി പറയാൻ വിസമ്മതിച്ചു. അദ്ദേഹവും കുടുംബവും കാനഡയിലേക്കു കുടിയേറി എന്ന് ഞാൻ പിന്നീടറിഞ്ഞു. പത്തുവർഷത്തിനു ശേഷമാണ് ഞാൻ വീണ്ടും അദ്ദേഹവുമായി ബന്ധപ്പെട്ടത്. അപ്പോൾ പഴയകഥ പ്രസിദ്ധീകരിക്കാൻ അനുവാദം തന്നു. അദ്ദേഹം പറഞ്ഞു "തക്കസമയത്തുതന്നെ നാടുവിടാൻ കഴിഞ്ഞതിൽ സന്തോഷമുണ്ട്. കുറച്ചു കാലത്തേക്ക് എല്ലാവർക്കും റഷ്യക്കാരോട് ചെറിയൊരു ഇഷ്ടമുണ്ടായിരുന്നു. ഇപ്പോൾ വീണ്ടും അവർ നമ്മളെ ഭയക്കാൻ തുടങ്ങിയിരിക്കുന്നു. എന്താ.... നിങ്ങൾക്കു ഭയമില്ലേ?"

II

ശൂന്യതയുടെ വശ്യതകൾ

തെരുവിന്റെ ഉയരുന്ന ശബ്ദങ്ങളും അടുക്കള വർത്തമാനങ്ങളും (2002-2012)

കഴിഞ്ഞ കാലത്തെക്കുറിച്ച്

യെത്സിൻ അധികാരത്തിലിരുന്ന തൊണ്ണൂറുകൾ. ഏതു തരത്തിലാണ് നമ്മൾ ആ കാലത്തെ ഓർക്കുന്നത്? സന്തോഷമുള്ള കാലമായിരുന്നു... ഉന്മത്തമായൊരു പതിറ്റാണ്ട്.... ഭയാനകമായ വർഷങ്ങൾ.... അതിശയിപ്പിക്കുന്ന ജനാധിപത്യത്തിന്റെ കാലം....നിർണ്ണായകമായ തൊണ്ണൂറുകൾ.... നിസ്സംഗതയുടെ കാലം.... സുവർണ്ണ കാലഘട്ടം. ആത്മനിന്ദയുടെ വർഷങ്ങൾ... ഇല്ലായ്മകളും പ്രയാസങ്ങളും നിറഞ്ഞ കൊല്ലങ്ങൾ.... പ്രക്ഷുബ്ധമായൊരു കാലയളവ്.... അതായിരുന്നു എന്റെ കാലം. അത് എനിക്കു വേണ്ടിയുള്ളതായിരുന്നില്ല!!

തൊണ്ണൂറുകളെ നമ്മൾ നിസ്സാരമാക്കി തള്ളിക്കളഞ്ഞു. അങ്ങനെയൊരു സുവർണ്ണാവസരം ഇനിയൊരിക്കലും നമുക്കു കിട്ടാൻ പോകുന്നില്ല. നിശ്ചയമായും അടുത്തകാലത്തെങ്ങുമില്ല. '91 ൽ എല്ലാം വളരെ ഭംഗിയായാണ് തുടങ്ങിയത്. "വൈറ്റ് ഹൗസി"നു മുമ്പിൽ എന്നോടൊപ്പം കാത്തുനിന്നിരുന്ന ആളുകളുടെ മുഖങ്ങൾ...ഞാൻ ഒരിക്കലും മറക്കുകയില്ല. ഞങ്ങൾ വിജയലഹരിയിലായിരുന്നു. ശക്തരായിരുന്ന ഞങ്ങൾ ജീവിക്കണമെന്ന് ആഗ്രഹിച്ചു. സ്വാതന്ത്ര്യം ഞങ്ങളെ ഉന്മത്തരാക്കിയിരുന്നു. എന്നാൽ ഇപ്പോൾ...മറ്റൊരു വെളിച്ചത്തിലാണ് ഞാൻ എല്ലാം നോക്കിക്കാണുന്നത്. എത്ര നിഷ്കളങ്കരായിരുന്നു ഞങ്ങൾ! ഓർക്കുമ്പോൾ ദേഷ്യം തോന്നുന്നു. ധൈര്യം, സത്യസന്ധത, മനസ്സിന്റെ ലാളിത്യം.... സ്വാതന്ത്ര്യത്തോടൊപ്പം സലാമിയും സ്വാഭാവികമായി മടിയിൽ വന്നുവീഴുമെന്ന് ഞങ്ങൾ മോഹിച്ചു. അതിനുശേഷം നടന്നതിനെല്ലാം ഞങ്ങളും കൂടി കുറ്റക്കാരാണ്. എല്ലാറ്റിനും ഉത്തരവാദി യെത്സിൻ തന്നെ. തർക്കമില്ല. പക്ഷേ നമുക്കുമുണ്ട് സാരമായൊരു പങ്ക്.

ആ ഒക്ടോബറിലാണ് എല്ലാം തുടങ്ങിയതെന്ന് എനിക്കു തോന്നുന്നു. 1993 ലെ ഒക്ടോബറിൽ. "രക്തം പുരണ്ട ഒക്ടോബർ. അത് രണ്ടാമത്തെ

'വിപ്ലവ'[1]മായിരുന്നു. വീണ്ടും ആ നശിച്ച ഗതിയില്ലായ്മയിലേക്ക്. സോവിയറ്റ് ഭരണകൂടം കീഴടക്കാൻ കൂട്ടാക്കിയില്ല. "ചുകന്ന പാർലിമെന്റ്" പ്രസിഡന്റിന്റെ നിർദ്ദേശം പാടെ നിരസിച്ചു. അന്ന് അങ്ങനെയാണ് അതിനെ കണ്ടത്. എന്റെ ഭാര്യയും ഞാനും ഞങ്ങളുടെ കെട്ടിടം തൂത്തുവാരുന്ന സ്ത്രീയെ പണം കൊടുത്ത് ചിലപ്പോൾ സഹായിച്ചിരുന്നു. ടിവെറിന്റെ ചുറ്റുവട്ടത്തു നിന്നാണ് അവർ വന്നിരുന്നത്. പണത്തിനു പുറമെ, ഞങ്ങളുടെ വീട് നവീകരിച്ചപ്പോൾ പഴയ വീട്ടു സാമാനങ്ങളും അവർക്കു കൊടുത്തിരുന്നു. എന്നാൽ ഒരു ദിവസം രാവിലെ അവർ ജോലിക്കു വന്നപ്പോൾ.... നാട്ടിൽ കലാപങ്ങൾ തുടങ്ങിയ ദിവസങ്ങളായിരുന്നു. അവർ എന്റെ കുപ്പായത്തിൽ കുത്തിയിരുന്ന യെത്സിൻ ബാഡ്ജിലേക്കു തുറിച്ചു നോക്കി. "ഗുഡ് മോണിങ്ങ്" പറയുന്നതിനു പകരം വെറുപ്പും ദേഷ്യവും പ്രകടിപ്പിച്ചുകൊണ്ട് അവർ എന്നെ ശകാരിച്ചു. "നിങ്ങളുടെ അവസാനമടുത്തിരിക്കുന്നു...." ബൂർഷ്വകളാണ് ഞങ്ങളെന്ന് അവർ കുറ്റപ്പെടുത്തുകയും ചെയ്തു. മദ്ധ്യവർഗ്ഗത്തിൽ പെട്ടവരോടുള്ള പുച്ഛം അവരുടെ വാക്കുകളിൽ വ്യക്തമായിരുന്നു. അവർ തിരിഞ്ഞു നോക്കാതെ ഇറങ്ങിപ്പോയി. അവരിൽ ആ ഭാവം കയറിക്കൂടുന്നത് എന്റെ കണ്ണിൽപ്പെട്ടിരുന്നില്ല. എവിടെനിന്നാണ് ഈ വെറുപ്പത്രയും പൊട്ടിപ്പുറപ്പെട്ടത്? അവർക്ക് എന്നോട് വെറുപ്പു തോന്നാൻ എന്തായിരുന്നു കാരണം? '91 ലെ സ്ഥിതി വിശേഷം തന്നെയായിരുന്നു അപ്പോഴും. ടി.വി. യിൽ "വൈറ്റ് ഹൗസ്" നിന്നു കത്തുന്നത് കാണാമായിരുന്നു. ടാങ്കുകൾ നിർത്താതെ വെടിവെച്ചു കൊണ്ടിരുന്നു. ആകാശത്തിൽ ട്രേസർ ബുള്ളറ്റുകൾ. ഓസ്റ്റാൻകിനോ ടെലിവിഷൻ ടവറിനു മീതെയുള്ള കടന്നാക്രമണം. കറുത്തതൊപ്പി വെച്ച് ജനറൽ മക്കാഷോവ്[2] ഗർജ്ജിക്കുന്നു "നിങ്ങളുടെ മേയർമാരും മിസ്റ്റർമാരും മോൺസ്റ്റർമാരും ഇവിടെ വേണ്ട" എല്ലായിടത്തും വെറുപ്പും വിദ്വേഷവും. നാട്ടിലെമ്പാടും ഒരു ആഭ്യന്തരയുദ്ധത്തിന്റെ മണം പരന്നു. ചോരയുടെ മണം. "വൈറ്റ് ഹൗസി"ൽ നിന്നും ജനറൽ റട്കോയി[3] നേരിട്ട് യുദ്ധപ്രഖ്യാപനം നടത്തി. "പൈലറ്റുമാരേ, സഹോദരന്മാരേ, നിങ്ങളുടെ വിമാനങ്ങൾ ആകാശത്തേക്ക് പറക്കരുത്. ക്രെംലിനിൽ ബോംബുകൾ വർഷിക്കും. അവിടെ കുറ്റവാളികളുടെ ഒരു സംഘം തന്നെയുണ്ട്." ആ രാത്രി തന്നെ നഗരം മുഴുവൻ സൈനിക വാഹനങ്ങൾ കൊണ്ടു നിറഞ്ഞു. പ്രച്ഛന്നവേഷം ധരിച്ച രഹസ്യപൊലീസുകാരായിരുന്നു തെരുവിൽ നിറയെ. ആ സന്ദർഭത്തിലാണ് യിഗോർഗൈഡാർ ജനങ്ങളെ അഭിസംബോധന ചെയ്തത്. "സ്വാതന്ത്ര്യവും ജനാധിപത്യവും അതീവ പാവനമായി കരുതുന്ന റഷ്യക്കാരേ, മോസ്കോ നിവാസികളേ...." എല്ലാവരോടും

1. ഒരു സായുധ അട്ടിമറി. റഷ്യയുടെ പകുതി ഭാഗം നാടിനെ മുന്നോട്ടു വലിക്കുകയായിരുന്നു. മറ്റേ പകുതി ബലമായി പിന്നിലേക്കും. പിന്നോക്കം എന്നാൽ ഇരുണ്ട, വിരസമായ സോഷ്യലിസത്തിലേക്ക്.
2. രണ്ടാം ഒക്ടോബർ വിപ്ലവത്തിനുശേഷം അടിച്ചമർത്തിയപ്പോൾ
3. 1993 സെപ്റ്റംബറിൽ റട്സ്കോയി യെത്സിനെതിരായി സ്വയം പ്രസിഡന്റായി പ്രഖ്യാപിച്ചു.

"വൈറ്റ് ഹൗസിൽ" വന്നെത്താനും യെത്സിനു വേണ്ടി സംഘടിച്ചു നില്ക്കാനും അദ്ദേഹം ആഹ്വാനം ചെയ്തു. 1991 ൽ സംഭവിച്ചതു പോലെ ത്തന്നെ. ഞങ്ങൾ സമയം കളയാതെ അവിടെയെത്തി. എന്നെപ്പോലെ ആയിരക്കണക്കിനാളുകൾ. വലിയൊരു ജനക്കൂട്ടത്തോടൊപ്പം ധൃതിയിൽ മുമ്പോട്ടോടിയത് എനിക്കോർമ്മയുണ്ട്. അതിന്നിടയിൽ ഞാൻ ഒരു പരസ്യ പ്പലകയിൽ കാലുതട്ടി ഉരുണ്ടു വീണു. "ബൂർഷ്വകൾ ഇല്ലാത്ത ഒരു റഷ്യയ്ക്കു വേണ്ടി" എന്ന് വലിയ അക്ഷരത്തിൽ അതിൽ എഴുതിയി രുന്നു. ജനറൽ മക്കാഷോവിന്റെ പക്ഷമാണ് വിജയിക്കുന്നതെങ്കിൽ ഞങ്ങളെ കാത്തിരിക്കുന്നതെന്താകും? ആ ചിത്രം എന്റെ കൺമുമ്പിൽ ഒന്ന് മിന്നിമറഞ്ഞു. കാലിൽ മുറിവേറ്റ് നടക്കാനാവാതെ വിഷമിക്കുന്ന ഒരു യുവാവിനെ ഞാൻ വഴിയിൽ കണ്ടു. അയാളേയും തോളിലെടുത്ത് ഞാൻ മുന്നോട്ടു നടന്നു.

"നിങ്ങളേതു പക്ഷത്താണ്?" അയാൾ എന്നോടു ചോദിച്ചു.

"യെത്സിന്റെ പക്ഷത്തോ മക്കാഷോവിന്റെ പക്ഷത്തോ?"

അയാൾ പിൻതാങ്ങിയിരുന്നത് മക്കാഷോവിനെയായിരുന്നു. അതിന്റെ അർത്ഥം, ഞങ്ങൾ ശത്രുക്കളാണെന്ന്. "തുലഞ്ഞുപോ" ഞാൻ അയാളെ ശപിച്ചു. അല്ലാതെന്തു ചെയ്യാൻ? വീണ്ടും ഞങ്ങൾ ചുകപ്പും വെളുപ്പു മായി പക്ഷം തിരിഞ്ഞു. എത്ര വേഗത്തിലാണ് അത് സംഭവിച്ചത്. വഴി യിൽ ആംബുലൻസിനരികിൽ മുറിവു പറ്റിയ ഒരുപാടു പേർ വീണു കിടന്നിരുന്നു. അവരെല്ലാവരും ബൂട്ടുകളാണ് ധരിച്ചിരുന്നത്. ഒക്കെയും സാധാരണക്കാർ. എന്തുകൊണ്ടാണാവോ ഞാൻ അത് ഇത്ര കൃത്യമായി ഓർമ്മിക്കുന്നത്? എല്ലാവരും പാവപ്പെട്ടവർ. അവിടേയും ആരോ എന്നോടു ചോദിച്ചു "നിങ്ങളാരേയാണ് ഇങ്ങോട്ടു വലിച്ചു കൊണ്ടുവന്നിരിക്കുന്നത്? നമ്മുടെ പക്ഷക്കാരനാണോ അതോ അവരുടെ ഭാഗത്തുള്ളവനോ?" "നമ്മുടെ ഭാഗത്തല്ലാത്തവരെ" വരിയുടെ ഏറ്റവും പുറകിലേക്കു നീക്കി. അവിടെ വഴിയോരത്ത് ചോരയുമൊലിപ്പിച്ച് അവർ കാത്തു കിടന്നു. "നിങ്ങൾക്കെന്തു പറ്റി? ഭ്രാന്തു പിടിച്ചോ?"

"പക്ഷേ ഇവർ നമ്മുടെ ശത്രുക്കളല്ലേ?"

കഴിഞ്ഞ രണ്ടു ദിവസങ്ങൾക്കുള്ളിൽ എല്ലാവർക്കും എന്തോ സംഭവി ച്ചിരിക്കുന്നു. അന്തരീക്ഷത്തിൽ നിന്നും എടുത്തു പറയാനാവാത്ത എന്തോ ഒന്ന് നഷ്ടമായിരിക്കുന്നു. എന്റെ ചുറ്റുമുള്ള ആളുകൾക്ക് വല്ലാത്ത മാറ്റം. രണ്ടു വർഷം മുമ്പ് ഞാൻ "വൈറ്റ് ഹൗസി"നു മുമ്പിൽ നിന്നപ്പോൾ എന്നോടൊപ്പമുണ്ടായിരുന്ന ആളുകളുമായി ഇവർക്ക് ഒരു വക സാമ്യവുമില്ല. അവരുടെ കൈയിൽ കൂർത്തമുനകളോടു കൂടിയ ഇരുമ്പുകുറ്റികൾ. പ്ലംബിങ്ങ് സാമഗ്രികളിൽ നിന്നു രൂപപ്പെടുത്തി എടുത്ത താണെന്നു തോന്നി. ഒരു ട്രക്കിന്റെ പുറകിൽ നിന്നും ഒരു കൂട്ടം ആളു കൾ ശരിക്കുള്ള യന്ത്രത്തോക്കുകൾ വിതരണം ചെയ്യുന്നു. യുദ്ധം.... ശരി ക്കുള്ള യുദ്ധപ്പുറപ്പാട്.... ഫോൺ ബൂത്തിനരികിലായി അവർ ശവശരീര ങ്ങൾ കൂട്ടിയിടുന്നു. ആ ശരീരങ്ങളുടെ കാലിലും ബൂട്ടുകൾ. പഴകിയതും

പൊളിഞ്ഞതും. അപ്പോഴും "വൈറ്റ് ഹൗസി" നു സമീപമുള്ള കാപ്പിക്കടകൾ തുറന്നിരുന്നു. ഒന്നും കാര്യമായി സംഭവിക്കാത്തതുപോലെ അതിനകത്തിരുന്ന് ആളുകൾ പതിവുപോലെ ബിയർ കുടിച്ചിരുന്നു. പ്രത്യേകിച്ചു പണിയൊന്നുമില്ലാത്ത കുറെപേർ വീടുകളിലെ വരാന്തകളിൽ നിന്ന് തെരുവിൽ നടക്കുന്നതെല്ലാം ഒരു നാടകമെന്നപോലെ നോക്കിക്കാണുന്നുണ്ടായിരുന്നു. പെട്ടെന്ന് എന്റെ തൊട്ടുമുമ്പിലായി രണ്ടുപേർ "വൈറ്റ് ഹൗസി" ൽ നിന്നും ഒരു ടി.വി. പൊക്കിയെടുത്തു കൊണ്ടുവരുന്നതു കണ്ടു. കോട്ടുകളുടെ പോക്കറ്റുകളിൽ നിന്നും ടെലിഫോൺ റിസീവറുകളും തൂങ്ങിക്കിടക്കുന്നുണ്ടായിരുന്നു. കൊള്ളക്കാരുടെ നേരെ, മുകളിൽ നിന്നു ചിലർ വളരെ ഉത്സാഹത്തോടെ വെടിവെപ്പും നടത്തിയിരുന്നു. അടിയന്തിര സേനാവിഭാഗത്തിൽപ്പെട്ടവരാകാം. തെരുവുകളിൽ നിന്നും ഇടതടവില്ലാതെ വെടിയൊച്ചകൾ മുഴങ്ങിക്കൊണ്ടിരുന്നു. (അയാൾ കുറച്ചുനേരത്തേക്ക് നിശ്ശബ്ദനായി) എല്ലാം കഴിഞ്ഞ് വൈകി വീട്ടിലെത്തിയപ്പോഴാണ് ഞാനറിഞ്ഞത്, ആ സംഘർഷങ്ങൾക്കിടയിൽ ഞങ്ങളുടെ അയൽക്കാരന്റെ മകൻ കൊല്ലപ്പെട്ടിരുന്നു. അവന് ഇരുപതു വയസ്സേ ആയിരുന്നുള്ളൂ. പ്രതിരോധനിരയുടെ അപ്പുറത്താണ് അവൻ നിന്നിരുന്നത്. അടുക്കളിൽ ഇരുന്ന് ഞങ്ങൾ തമ്മിൽ തമ്മിൽ വാശിയോടെ തർക്കിക്കാറുണ്ടായിരുന്നു.... അതു വേറെ കാര്യം. എന്നാൽ ഈ വെടിവെയ്പ്.... അതെങ്ങനെ സംഭവിച്ചു? അത് ഞാൻ ഒരിക്കലും ആഗ്രഹിച്ചിരുന്നില്ല.

നിങ്ങൾ ആൾക്കൂട്ടത്തിന്റെ ഒരു ഭാഗമാകുമ്പോൾ...ആൾക്കൂട്ടത്തിനെപ്പോഴും ഒരു രാക്ഷസന്റെ പ്രകൃതമാണ്. അടുക്കളയിൽ നിങ്ങളോടൊപ്പമിരുന്ന് സരസമായി സംസാരിക്കുന്ന ആളല്ല, ഒരാൾക്കൂട്ടത്തിലെ ആൾ. അടുക്കളയിൽ ഇരുന്ന് എത്ര രസമായി വോഡ്കയും ചായയും കുടിച്ചു വർത്തമാനം പറയുന്നു. ഇനിയൊരിക്കലും ഞാൻ ഒരു പ്രകടനത്തിന്റേയും ഭാഗമാവില്ല. എന്റെ മക്കളേയും ഞാനതിന് സമ്മതിക്കുകയില്ല. എന്റെ മനസ്സിന് ഇപ്പോഴും അത് പിടി കിട്ടുന്നില്ല. നമ്മൾ സ്വാതന്ത്ര്യത്തെ സംരക്ഷിക്കുകയായിരുന്നോ? അതോ ഒരു സൈനിക അട്ടിമറിയിൽ പങ്കുചേരുകയായിരുന്നുവോ? എനിക്കെന്റേതായ സംശയങ്ങളുണ്ട്. അന്ന് നൂറുക്കണക്കിന് ആളുകൾ മരിച്ചു. സ്വന്തം കുടുംബങ്ങളല്ലാതെ അവരെയൊക്കെ ആരോർക്കാൻ? "ചോര കൊണ്ട് ഒരു നഗരം കെട്ടിപ്പടുക്കുന്നവൻ, ശപിക്കപ്പെട്ടവനാണ്..."*

ജനറൽ മക്കാഷോവാണ് ജയിച്ചിരുന്നതെങ്കിൽ എന്തു സംഭവിച്ചേനേ? തീർച്ചയായും കൂടുതൽ രക്തച്ചൊരിച്ചിൽ ഉണ്ടായേനേ. റഷ്യ അമ്പേ തകർന്നുപോയേനേ. എന്റെ കൈയിൽ മതിയായ മറുപടികളില്ല....1993 വരെ ഞാൻ യെത്സിനിൽ വിശ്വസിച്ചു.

അന്ന് എന്റെ മക്കൾ രണ്ടുപേരും ചെറിയ കുട്ടികളായിരുന്നു. ഇപ്പോൾ രണ്ടുപേരും വളർന്ന് പുരുഷന്മാരായി. ഒരാളുടെ വിവാഹവും കഴിഞ്ഞു.

* പഴയ നിയമത്തിലെ ഉദ്ധരണി

പലതവണ ഞാൻ ശ്രമിച്ചു. 1991... '93 കളെ കുറിച്ച് അവരെ പറഞ്ഞു മനസ്സിലാക്കണമെന്നു വിചാരിച്ചു. പക്ഷേ രണ്ടുപേർക്കും ഒട്ടും താത്പര്യമില്ല. അവർ മറ്റെവിടേയോ നോക്കിയിരിക്കും. അവർക്കു എന്നോടു ചോദിക്കാൻ ഒരൊറ്റ ചോദ്യമേയുള്ളൂ, "അച്ഛാ, അന്ന് തൊണ്ണൂറുകളിൽ അച്ഛനെന്തുകൊണ്ട് ധാരാളം പണം സമ്പാദിച്ചില്ല? ആ കാലത്ത് അതൊക്കെ വളരെ എളുപ്പമായിരുന്നല്ലോ!" അവർ പറയുന്നതു കേട്ടാൽ തോന്നുക മിണ്ടാൻ വയ്യാത്തവരും കണ്ണുകാണാത്തവരുമൊഴിച്ച് ബാക്കിയെല്ലാവരും ആ കാലത്ത് പണം വാരിക്കൂട്ടി എന്നാണ്. നിങ്ങളുടെ ചില പൂർവ്വികന്മാർ, അടുക്കളയിൽ ചടഞ്ഞു കൂടിയിരിക്കുമ്പോൾ...പലതരം പ്രകടനങ്ങളും പ്രതിഷേധങ്ങളും നടത്തുന്ന തിരക്കിലായിരുന്നു. ഞങ്ങൾ വായുവിലെ സ്വാതന്ത്ര്യത്തിന്റെ മണവും നുകർന്ന് സ്വയം മറന്നു നടന്നു. അതേ സമയം നാട്ടിലെ മിടുക്കന്മാർ ഇവിടെയുള്ള എണ്ണയും പ്രകൃതിവാതകവും പങ്കുവെച്ചെടുത്ത് പണക്കാരായി....

റഷ്യക്കാർ സ്വതവേ പെട്ടെന്ന് ആവേശങ്ങൾക്കടിമപ്പെടുന്നവരാണ്. കുറെക്കാലം അവർ കമ്മ്യൂണിസത്തിന്റെ തിരകളിലായിരുന്നു. ആ ആശയങ്ങളെല്ലാം ജീവിതത്തിൽ പ്രായോഗികമാക്കാനുള്ള തീവ്രമായ യത്നത്തിൽ. മതഭ്രാന്തോളം അതു ചെന്നെത്തി. ക്രമേണ ആ ഭ്രമങ്ങൾ വിട്ടൊഴിഞ്ഞു. കമ്മ്യൂണിസം അവർക്കു മടുത്തു. യാഥാർത്ഥ്യ ബോധമുണ്ടായി. പഴയ ലോകത്തെ പാടെ കുടഞ്ഞു കളയാൻ തീർച്ചയാക്കി. കാൽക്കീഴിൽ നിന്ന് അതിന്റെ പൊടിയും തുടച്ചു മാറ്റി. പുകഞ്ഞു കൊണ്ടിരിക്കുന്ന അവശിഷ്ടങ്ങളിൽ നിന്നും വീണ്ടും പുതിയതായി തുടങ്ങുക റഷ്യക്കാരുടെ സാമാന്യരീതിയാണ്. അങ്ങനെ വീണ്ടും ഞങ്ങൾ പുതിയ ചില ആശയങ്ങളുടെ ലഹരിയിലാണ്... ഇപ്പോഴത്തെ യാത്ര, മുതലാളിത്തത്തിന്റെ വിജയം മുന്നിൽ കണ്ടുകൊണ്ടാണ്. പാശ്ചാത്യനാടുകളിലെ ആളുകൾ ജീവിക്കുന്നതുപോലെത്തന്നെ ഭംഗിയായി ഞങ്ങൾ ഇവിടേയും ജീവിക്കും. ഞങ്ങളുടെ ഇളം ചുകപ്പുനിറത്തിലുള്ള സ്വപ്നങ്ങൾ!!

ജീവിത നിലവാരം മെച്ചപ്പെട്ടിട്ടുണ്ട്.

ചിലർക്ക് അത് ആയിരം മടങ്ങ് മെച്ചെപ്പെട്ടിട്ടുണ്ട്.

എനിക്ക് അമ്പതു വയസ്സായി. ഞാനൊരു തനി സോവിയറ്റുകാരനാകാതിരിക്കാൻ ശ്രമിക്കുന്നുണ്ട്. പഴയ മനോഭാവം മാറ്റിയെടുക്കുക. അതെനിക്കാവുന്നില്ല. ഞാൻ ഒരു സ്വകാര്യസ്ഥാപനത്തിലാണ് ജോലി ചെയ്യുന്നത്. അതിന്റെ ഉടമസ്ഥനെ ഞാൻ ശരിക്കും വെറുക്കുന്നു. യു.എസ്.എസ്. ആർ എന്ന വലിയ അപ്പം...അവർ എങ്ങനെ മുറിച്ചു പങ്കുവെച്ചെടുത്തു? സ്വകാര്യവത്ക്കരണം എന്ന പേരിൽ അവർ നടത്തുന്ന കൊള്ള....അതൊന്നും എനിക്കു സഹിക്കാനാവുന്നതല്ല. പണക്കാരോട് സ്വതവേ എനിക്കു വെറുപ്പാണ്. അവർ എപ്പോഴും അവരുടെ കൊട്ടാരങ്ങളും മദ്യം നിറച്ച കലവറകളും ടി.വി.യിൽ പ്രദർശിപ്പിച്ചുകൊണ്ടിരിക്കും. സ്വർണ്ണത്തൊട്ടികളിൽ മുലപ്പാൽ നിറച്ച് അവർ കുളിച്ചോട്ടെ.... അതെന്നെ

മോഹിപ്പിക്കുന്നില്ല. അതെല്ലാം കണ്ടിട്ട് എനിക്കെന്തു ഗുണം? അങ്ങനെയുള്ളവരോടൊപ്പം എങ്ങനെ ജീവിക്കണമെന്ന് എനിക്കറിഞ്ഞു കൂടാ. എന്നാലും സങ്കടം തോന്നുന്നു...നാണക്കേടു തോന്നുന്നു. എന്നാലും ഞാൻ മാറാൻ പോകുന്നില്ല. സോഷ്യലിസ്റ്റ് വ്യവസ്ഥിതിയിൽ വളരെക്കാലം ജീവിച്ച ഒരാളാണ് ഞാൻ. ജീവിതം തീർച്ചയായും ഇപ്പോൾ കൂടുതൽ സുഖകരമാണ്. അതേസമയം മനം മടുപ്പിക്കുന്നതുമാണ്.

അതിശയം തോന്നുന്നു. ഇപ്പോഴും പഴയ സോവിയറ്റ് ജീവിതം ആഗ്രഹിക്കുന്നവരായി എത്രയധികം പേരാണുള്ളത്.

പഴയ ഒരു സോവിയറ്റുകാരോട് എന്തിനെ കുറിച്ചു സംസാരിക്കാനാണ്? എല്ലാവരും മരിച്ചു മണ്ണടിയുന്നതുവരെ മുറുകെ പിടിച്ചു കാത്തിരിക്കാം. അതു കഴിഞ്ഞാൽ നമ്മുടെ സങ്കല്പം പോലെ പുനർനിർമ്മാണം നടത്താം. ആദ്യം ചെയ്യേണ്ടത്, ആ കല്ലറയിൽ നിന്നും ലെനിന്റെ ശവശരീരം എടുത്തുമാറ്റുകയാണ്. അതൊരു അസംബന്ധമാണ്. ഏഷ്യൻ നാടുകളിലെ പതിവ്. മന്ത്രവാദം ചെയ്തു മയക്കി കിടത്തിയിരിക്കുന്നതു പോലെ...ജീർണ്ണിച്ചു കഴിഞ്ഞ ഒരു മൃതശരീരം.

സമാധാനിക്കൂ, സഖാവേ ! ഇരുപതു കൊല്ലം മുമ്പ് ആളുകൾ യു.എസ്.എസ്. ആറിനെ കുറിച്ചു സംസാരിച്ചിരുന്നതു പോലെ അത്രയും നിശിതമായല്ല ഇപ്പോൾ ആളുകൾ ഈ നാടിനെ കുറിച്ചു സംസാരിക്കുന്നത്. കൂടുതൽ മയത്തിലാണ് ഇപ്പോഴത്തെ സംസാരം. അടുത്തകാലത്ത് ഞാൻ സ്റ്റാലിന്റെ കല്ലറ സന്ദർശിച്ചു. അവിടെ കുന്നുകുന്നായി പൂക്കൾ കൂട്ടിയിട്ടിരിക്കുന്നതു കണ്ടു... ചുകന്ന കാർനേഷൻ പൂക്കൾ. ചെകുത്താനു മാത്രമറിയാം എത്രയെത്ര ലക്ഷം പേരെ കൊന്നൊടുക്കിയെന്ന്. എന്നാലും അത് മഹത്തായ ഒരു കാലഘട്ടമായിരുന്നു.

ഇന്നത്തെ സ്ഥിതി.....കാര്യങ്ങളുടെ കിടപ്പ്. എനിക്കൊട്ടും തൃപ്തി തോന്നുന്നില്ല. അതിനെക്കുറിച്ചോർത്ത് ആവേശം കൊള്ളാനും തോന്നുന്നില്ല. അതേ സമയം പഴയ സോവിയറ്റ് വ്യവസ്ഥയിലേക്കുള്ള തിരിച്ചുപോക്കും ഞാൻ ആഗ്രഹിക്കുന്നില്ല. പഴയ കാലത്തേക്കു തിരിച്ചു പോകാനായി ഞാൻ ആരേയും പ്രോത്സാഹിപ്പിക്കുകയില്ല. ആ കാലത്തിന്റെ വക്താവാവാനും ആഗ്രഹമില്ല. നിർഭാഗ്യവശാൽ, എപ്പോഴെങ്കിലും എന്തെങ്കിലും നല്ലത് സംഭവിച്ചിട്ടുള്ളതായി എന്റെ ഓർമ്മയിലില്ല.

തിരിച്ചു പോകാനാണ് എന്റെ ആഗ്രഹം. സോവിയറ്റ് സലാമി എനിക്കാവശ്യമില്ല. മനുഷ്യരെ മനുഷ്യരായി പരിഗണിക്കുന്ന ഒരു രാജ്യം... അതാണെനിക്കു വേണ്ടത്. നമ്മൾ അന്നു പറയാറുള്ളത് സാധാരണ ജനങ്ങൾ എന്നാണ്. ഇന്നത് വെറും സാധാരണക്കാർ എന്നു മാത്രമായിരിക്കുന്നു. ആ വ്യത്യാസം നിങ്ങൾക്കു മനസ്സിലാകുന്നുണ്ടോ?

ഞാൻ വളർന്നത് ഒരു വിമത കുടുംബത്തിലാണ്. അങ്ങനെയുള്ള ഒരടുക്കളയിലാണ് ഞാൻ കഴിഞ്ഞത്. എന്റെ അച്ഛനമ്മമാർക്ക് അൻഡ്രി സക്കരോവിനെ പരിചയമുണ്ടായിരുന്നു. വിലക്കപ്പെട്ട കൃതികളും...

പത്രങ്ങളും അവർ രഹസ്യമായി വിതരണം ചെയ്തിരുന്നു. അവരോടൊപ്പ മിരുന്ന് ഞാൻ "റേഡിയോ ലിബർട്ടി" കേട്ടു. വാസിലി ഗ്രോസ്മാന്റേയും യുജീനിയ ജീൻസ്ബർഗിന്റേയും സോവ്ലാടോവിന്റേയും പുസ്തകങ്ങൾ വായിച്ചു. 1991ൽ സ്വാഭാവികമായും ഞാൻ "വൈറ്റ് ഹൗസി"ന്റെ മുമ്പിൽ ത്തന്നെയുണ്ടായിരുന്നു. ഞാൻ ഒരു മനുഷ്യച്ചങ്ങലയുടെ കണ്ണിയായി രുന്നു. കമ്മ്യൂണിസം തിരിച്ചു വരുന്നത് തടയാനായിത്തീർന്ന പ്രതിരോധ ചങ്ങല. കമ്മ്യൂണിസത്തിന്റെ തിരിച്ചുവരവു തടയാനായി സ്വന്തം ജീവൻ വെടിയാനും ഞാൻ തയ്യാറായിരുന്നു. ഞങ്ങളെ സംബന്ധിച്ചിടത്തോളം കമ്മ്യൂണിസം എന്നാൽ ഭീകരതയും തടങ്കൽക്യാമ്പുകളുമായിരുന്നു. ഒരു ഇരുമ്പു കൂട്. അതിന്റെ കാലം കഴിഞ്ഞു എന്നു ഞങ്ങൾ വിശ്വസിച്ചു. കമ്മ്യൂണിസം മണ്ണടിഞ്ഞു കഴിഞ്ഞിരിക്കുന്നു. എന്നെന്നേക്കുമായി. ഇരു പതു കൊല്ലം തികച്ചും കഴിഞ്ഞു. പക്ഷേ എന്റെ മകന്റെ മുറിയിൽ ചെന്ന പ്പോൾ കണ്ണിൽപ്പെട്ടതെന്താണെന്നൊ, മേശപ്പുറത്ത് കാൾമാക്സിന്റെ "ദാസ് കാപ്പിറ്റൽ." പുസ്തകഷെൽഫിൽ ട്രോട്സ്കിയുടെ "എന്റെ ജീവി തവും" ഇരിക്കുന്നുണ്ടായിരുന്നു.

എനിക്കെന്റെ കണ്ണുകളെ വിശ്വസിക്കാനാവുന്നില്ല. മാക്സ് തിരിച്ചു വരികയാണെന്നോ? ഇതൊരു ദുഃസ്വപ്നമാണോ? ഞാൻ ഉണർന്നിരിക്കു കയാണോ അതോ ഉറങ്ങുകയോ? എന്റെ മകൻ യൂണിവേഴ്സിറ്റിയിലാണ് പഠിക്കുന്നത്. അവന് ധാരാളം സുഹൃത്തുക്കളുണ്ട്. ഇടയ്ക്ക് അവരറി യാതെ അവരുടെ സംഭാഷണങ്ങൾ ഞാൻ എത്തിപ്പിടിക്കാറുണ്ട്. അവർ ഞങ്ങളുടെ അടുക്കളയിലിരുന്ന് ചായ കുടിക്കുന്നു. "മാനിഫെസ്റ്റോ ഓഫ് കമ്മ്യൂണിസ്റ്റ് പാർട്ടി"യെ കുറിച്ച് ഗൗരവമായി ചർച്ച ചെയ്യുന്നു. മാർക്സിസം വീണ്ടും നിയമവിധേയമായിരിക്കുന്നു. മാത്രമല്ല അതൊരു പരിഷ്കാരവും രീതിയും കൂടിയായിരിക്കുന്നു. ചെറുപ്പക്കാർ ചെഗുവേര യുടേയും ലെനിന്റേയും ചിത്രമുള്ള ടീ ഷർട്ടുകൾ ധരിക്കുന്നു. ഇവിടെ ഒന്നും വേരുപിടിച്ചിട്ടില്ല. ഒക്കെ വെറുതെയായിരുന്നു.

ഒരു നേരമ്പോക്കു പറയാം. മനസ്സിന് അല്പം ലാഘവം തോന്നും. കലാപ കാലം. പള്ളിയിലെ ഒരു മൂലയിൽ ചെമ്പടയിലെ സൈനികർ ഇരുന്നു മദ്യപിക്കുന്നു. ഉല്ലസിക്കുന്നു. മറ്റേ മൂലയിൽ അവരുടെ കുതിര കൾ ഓട്സും ചവച്ചു നില്ക്കുന്നു. ഇടയിൽ അവിടെത്തന്നെ മൂത്രമൊഴി ക്കുന്നു. പള്ളിയിലെ കപ്യാർ പുരോഹിതന്റെ അടുത്തേക്കോടി ചെന്നു. "അച്ചോ! അവർക്കെങ്ങനെ അതിനു ധൈര്യം വന്നു? നമ്മുടെ പരിശുദ്ധ ക്ഷേത്രത്തെ ഈ വിധം..."

"സാരമില്ല...കാര്യം അത്രയ്ക്കും മോശമല്ല. കുറച്ചുനേരം അവിടെ യിരുന്ന അവർ സ്ഥലം വിട്ടോളും. അവരുടെ മക്കളുടെ മക്കൾ വളർന്നു വലുതാവുന്ന കാലം...അതാണ് ഭയപ്പെടേണ്ടത്. അപ്പോഴാണ് കാര്യങ്ങൾ ശരിക്കും മോശമാവുക."

ശരിയാണ് ആ കാലം വന്നിരിക്കുന്നു. അന്നത്തെ ഇളംതലമുറയ്ക്ക് ഇന്ന് പ്രായപൂർത്തിയായിരിക്കുന്നു.

ഇതിൽ നിന്നും പുറത്തു കടക്കാൻ നമുക്ക് ഒരേയൊരു വഴിയേയുള്ളൂ. നമുക്ക് സോഷ്യലിസത്തിലേക്കു തിരികെ പോകണം. അത് റഷ്യൻ ഓർത്തഡോക്സ് സോഷ്യലിസമായിരിക്കുകയും വേണം. റഷ്യൻ ആചാരവിചാരങ്ങൾക്ക് യോജിക്കുന്നത്. ക്രിസ്തുവിനെ കൂടാതെയുള്ള ഒരു ജീവിതം റഷ്യക്കില്ല. റഷ്യൻ ജനതയുടെ സന്തോഷത്തിന് സമ്പത്തുമായി ഒരുകാലത്തും ബന്ധമുണ്ടായിരുന്നില്ല. അതുതന്നെയാണ് "റഷ്യൻ സങ്കല്പവും" "അമേരിക്കൻ സ്വപ്നവും" തമ്മിലുള്ള അന്തരം.

റഷ്യയ്ക്ക് ജനാധിപത്യം ആവശ്യമില്ല. റഷ്യയ്ക്കു വേണ്ടത് ചക്രവർത്തി ഭരണമാണ്. നീതിമാനായ..കരുത്തനായ ഒരു സാർ. റഷ്യൻ രാജകുടുംബത്തിലെ തലമുതിർന്നയാളാണ് സിംഹാസനത്തിന്റെ യഥാർത്ഥ അവകാശി. "ദി ഗ്രാൻഡ് ഡച്ചസ്" മാറിയാ വ്ളാഡിമിറോവ്നാ. ....തുടർന്ന് അവരുടെ അനന്തരാവകാശികൾ. ബെറിസോവ്സ്കി ഹാരി രാജകുമാരനെ നാമനിർദേശം ചെയ്തു. രാജവാഴ്ച ശുദ്ധഭ്രാന്താണ്... അത് യാതൊരു വിശ്വാസ്യതയുമില്ലാത്ത പുരാവസ്തുവാണ്.

വിശ്വാസത്തിന്റെ പിൻതുണയില്ലാത്ത മനസ്സ് ദുർബലമാണ്. പാപത്തിന്റെ മുമ്പിൽ അതിന് സ്വയം ചെറുത്തുനില്ക്കാനാവില്ല. റഷ്യൻ ജനത, ദൈവത്തിന്റെ സത്യം അന്വേഷിച്ചറിഞ്ഞ് ഇനിയും ശക്തി നേടും... പുനർജനിക്കും.

പെരിസ്ട്രോയിക്കയോട് എനിക്ക് താത്പര്യം തോന്നി. അതിന്റെ ആരംഭകാലത്ത്. അന്നാരും പറഞ്ഞില്ലല്ലോ, ഉദ്യോഗത്തിൽ നിന്നും വിരമിച്ച ഒരു കെ.ജി.സി. ലഫ്റ്റനന്റ് കേണൽ രാജ്യത്തിന്റെ പ്രസിഡന്റ് ആയിത്തീരുമെന്ന്. സ്വാതന്ത്ര്യത്തിനായി ഞങ്ങൾ സന്നദ്ധരായിരുന്നില്ല. സ്വാതന്ത്ര്യം. സമത്വം. സാഹോദര്യം നാട്ടിൽ രക്തത്തിന്റെ ഒരു സമുദ്രം തന്നെ ചമച്ച വാക്കുകളാണവ.

ജനാധിപത്യം.... റഷ്യയിൽ അത് ചിരിക്കു വക നല്കുന്ന ഒരു വാക്കാണ്. "പുടിൻ എന്ന ജനാധിപത്യവാദി" ഈ നാട്ടിലെ ഏറ്റവും നീളം കുറഞ്ഞ ഫലിതമാണത്.

കഴിഞ്ഞ ഇരുപതുകൊല്ലത്തിനിടയ്ക്ക് ഞങ്ങൾക്ക് ഞങ്ങളെ പറ്റിത്തന്നെ വളരെയധികം മനസ്സിലാക്കാൻ സാധിച്ചു. പലതും പുതിയതായി കണ്ടുപിടിച്ചു. രഹസ്യമായി ഞങ്ങൾ എല്ലാവരും സ്റ്റാലിനെ ആരാധിക്കുന്നു. അദ്ദേഹത്തക്കുറിച്ച് എത്രയെത്ര പുസ്തകങ്ങളും സിനിമകളും സൃഷ്ടിക്കപ്പെട്ടു. അതെല്ലാം ജനങ്ങൾ ഏറെ താത്പര്യത്തോടെ കാണുകയും വായിക്കുകയും ചെയ്യുന്നുമുണ്ട്. അവർ അതിനെ സംബന്ധിച്ചു ചർച്ചകൾ നടത്തുന്നു. നാടിന്റെ പകുതി ഭാഗം ഇന്ന് സ്റ്റാലിനെ സ്വപ്നം കാണുന്നുണ്ട്. അതാണ് സത്യമെങ്കിൽ സ്റ്റാലിൻ യാഥാർത്ഥ്യമാകാനുള്ള സകല സാദ്ധ്യതകളും നിലവിലുണ്ട് എന്നാണർത്ഥം. അതിൽ സംശയം വേണ്ട. മരിച്ച് നരകത്തിൽ വീണവരെയെല്ലാം അവർ വീണ്ടും വലിച്ചുകൊണ്ടുവരികയാണ്. ബെറിയാ... യെഷോവ്... ബെറിയ വളരെ പ്രാപ്തനായ ഒരു ഭരണകർത്താവായിരുന്നു എന്ന് എഴുതി

തുടങ്ങിയിരിക്കുന്നു. കാരണം, അദ്ദേഹത്തിന്റെ നേതൃത്വത്തിലാണ് റഷ്യ ആറ്റംബോംബ് നിർമ്മിച്ചത്.

പീഡനത്തിനു കാരണക്കാരായവരെല്ലാം തുലഞ്ഞുപോകട്ടെ.

ഇനിയത്തെ പ്രതീക്ഷയെന്താണ്? പുതിയൊരു ഗോർബച്ചേവ്...? അതോ പുതിയൊരു സ്റ്റാലിനോ? ഒരുപക്ഷേ വരാൻ പോകുന്നത് ഒരു സ്വസ്തികയായിരിക്കും. മുട്ടുകുത്തിയ റഷ്യ വീണ്ടും എഴുന്നേറ്റു നില്ക്കുകയാണ്. അത്യന്തം അപകടകരമായ ഒരു കാലമാണിത്. ഇത്രയധികം കാലം റഷ്യയെ നാണംകെടുത്തി മുക്കിലിരുത്താൻ സാദ്ധ്യമല്ല... ആർക്കും.

വർത്തമാനകാലത്തെക്കുറിച്ച്

2000ങ്ങളിലെ പുടിൻ അനുയായികൾ. അവരേതു തരക്കാരായിരുന്നു? അടിച്ചമർത്തപ്പെട്ടവർ? ഉത്സാഹം കെട്ടവർ? ക്രൂരന്മാർ? പീഡിപ്പിക്കുന്നതിൽ രസം കണ്ടവർ? ആധുനികരായ പരിഷ്ക്കാരികൾ? റഷ്യക്കാരായ യാഥാസ്ഥിതികർ? ദൃഢചിത്തർ? രാജവാഴ്ചയോട് ആഭിമുഖ്യമുള്ളവർ?

റഷ്യ പണ്ടും ഇന്നും എന്നും ഒരു സാമ്രാജ്യം തന്നെയാണ്. വലിയൊരു രാജ്യം മാത്രമല്ല നമ്മൾ. നമ്മൾ റഷ്യൻ സംസ്കാരമാണ്. നമുക്ക് പിൻതുടരാൻ നമ്മുടേതായ വഴിയുണ്ട്. ഇന്നും പാശ്ചാത്യ രാഷ്ട്രങ്ങൾക്ക് റഷ്യയെ ഭയമാണ്.

എല്ലാവർക്കും റഷ്യയുടെ പ്രകൃതിവിഭവങ്ങൾ ആവശ്യമുണ്ട്. പ്രത്യേകിച്ചും യൂറോപ്പിന്. ഏതു വിജ്ഞാനകോശം തുറന്നു നോക്കിയാലും കാണാം, എണ്ണയുടെ കാര്യത്തിൽ നമ്മൾ ലോകത്തിൽ 7-ാം സ്ഥാനത്താണ്. പ്രകൃതിവാതകത്തിൽ യൂറോപ്പിൽ ഒന്നാംസ്ഥാനത്തും. ഇരുമ്പ്, യുറേനിയം, ടിൻ, ചെമ്പ്, നിക്കൽ, കോബാൾട്ട് തുടങ്ങിയവയുടെ അയിരുകളുടെ വൻഖനികളുണ്ട്. സ്വർണ്ണവും വെള്ളിയും വൈരവും പ്ലാറ്റിനവും ഉണ്ട്. പറഞ്ഞു വരുമ്പോൾ പ്രകൃതിവിഭവങ്ങളുടെ വൻശേഖരം. ഒരു ഫ്രഞ്ചുകാരൻ എന്നോടു ചോദിച്ചു, “എല്ലാം നിങ്ങളുടേതാണ് എന്നു പറയുന്നത് എന്തുകൊണ്ടാണ്? ഈ ലോകം നമ്മുടെ എല്ലാവരുടേതുമല്ലേ?”

എല്ലാം പറഞ്ഞു കഴിയുമ്പോൾ മനസ്സുകൊണ്ട് ഞാനൊരു സാമ്രാജ്യവാദിയാണ്. ഒരു സാമ്രാജ്യത്തിൽ താമസിക്കാനാണ് എനിക്കാഗ്രഹം, ചക്രവർത്തിയുടെ പ്രജയായി. പുടിൻ എന്റെ പ്രസിഡന്റാണ്. “ഒരു കാലത്ത് ഞാൻ ഒരു കമ്മ്യൂണിസ്റ്റാണ്” എന്നു പറയുക നാണക്കേടായിരുന്നു. അതുപോലെയാണ് ഇപ്പോൾ “ഞാൻ ഒരു ഉത്പതിഷ്ണു” എന്നു പറയുന്നത് നാണക്കേടാണ്. ബിയർ കടകളുടെ മുമ്പിൽ നിന്ന് മദ്യം മോന്തുന്നവർ അതുകേട്ട് നിങ്ങളുടെ മുഖത്തടിച്ചേക്കും.

യെത്സിനും പുടിനുമൊന്നുമല്ല നമ്മുടെ പ്രശ്നം. നമ്മൾ അടിമകളാണ് എന്നതാണ് നമ്മുടെ പ്രശ്നം. അടിമത്തത്തിൽ ആണ്ടു

കിടക്കുകയാണ് നമ്മുടെ മനസ്സ്... നമ്മുടെ രക്തത്തിലും അതുതന്നെ. പുതിയ റഷ്യക്കാരനെ നോക്കൂ. അവൻ തന്റെ ബെന്റ്ലീ കാറിൽ നിന്നും പുറത്തേക്കിറങ്ങുന്നു. കുപ്പായത്തിൽ നിന്നും പണം പുറത്തേക്കു ചിതറി വീഴുന്നു. എന്നാലും ഇപ്പോഴും അവൻ ഒരു അടിമതന്നെ. വമ്പനായ ഒരു തലവന്റെ കീഴിലാണ് മൊത്തം പദ്ധതിയും. അയാളാണ് അതിന്റെ നടത്തിപ്പുകാരൻ. അയാൾ പറയും "എല്ലാവരും ഇനി അവനവന്റെ തൊഴുത്തിലേക്ക്" അതോടെ തലകുമ്പിട്ട് എല്ലാവരും ഉള്ളിലേക്കു വലിയുന്നു.

ഞാൻ ടി.വി.യിൽ ഒരു സംവാദം കണ്ടുകൊണ്ടിരിക്കുകയായിരുന്നു. "നിങ്ങൾ ഒരു നൂറു കോടിയുടെ ഉടമയാണോ?" ചോദിച്ചത് ബെർജി പോളോൻസ്കി* യായിരുന്നു. റഷ്യൻ സമൂഹത്തിൽ വലിയ സ്വാധീനമുണ്ടായിരുന്ന വ്യക്തി.

"ഇല്ലേ? എങ്കിൽ പോയി ചത്തോളൂ" അയാൾ തന്നെ മറുപടി പറഞ്ഞു. ആ കാലത്തെ സമ്പന്നരായ പ്രമാണികൾ എന്നോടിങ്ങനെ പറഞ്ഞിട്ടുണ്ട്. ഞാൻ ഒരു സാധാരണ കുടുംബത്തിൽ നിന്നാണ് വരുന്നത്. എന്റെ അച്ഛൻ ഒരു മദ്യപാനിയായിരുന്നു. അമ്മ നഴ്സറി സ്കൂൾ ടീച്ചറും. ഏതാനും ചില്ലറക്കാശിനുവേണ്ടി അവർ നടുവൊടിച്ച് പണിയെടുത്തിരുന്നു. പണക്കാരെ സംബന്ധിച്ചിടത്തോളം ഞങ്ങൾക്ക് ചവറു വിലയാണ്. അവരുടെ കണ്ണിൽ ഞങ്ങൾ വെറും ചാണകം. പല രാഷ്ട്രീയ യോഗങ്ങളിലും പങ്കെടുക്കാറുണ്ട്. ദേശാഭിമാനികളോടും സ്വരാജ്യ സ്നേഹികളോടുമൊപ്പമാണ് ഇരിക്കാറുള്ളത്. അവരുടെ പ്രസംഗങ്ങൾ ശ്രദ്ധയോടെ കേൾക്കും. ആരെങ്കിലും അടുത്തുതന്നെ എന്റെ കൈയിൽ ഒരു തോക്കു വെച്ചു തരും. ഞാനത് ഏറ്റുവാങ്ങുകയും ചെയ്യും.

മുതലാളിത്തത്തിന് ഈ മണ്ണിൽ വേരുപിടിക്കുകയില്ല. മുതലാളിത്തം എന്ന ആശയം....അതിന്റെ ആവേശം. ഒക്കെ ഞങ്ങൾക്ക് അന്യമാണ്. അത് മോസ്കോയിൽ നാമ്പിട്ടതല്ല. നാടിന്റെ മറ്റുഭാഗങ്ങളിലും അതിനു പറ്റിയ കാലാവസ്ഥയില്ല. നമ്മൾ അതിനു യോജിച്ച ആൾക്കാരുമല്ല. റഷ്യക്കാർ പൊതുവെ യുക്തിവാദികളല്ല. അവർക്ക് വ്യാപാര മനഃസ്ഥിതിയുമില്ല. ആരെങ്കിലും ആവശ്യപ്പെട്ടാൽ താനിട്ടിരിക്കുന്ന ഷർട്ടും ഊരി കൊടുക്കും. അതേ സമയം മോഷണം നടത്താൻ കഴിയുകയുമില്ല. മണ്ണിനോടു ബന്ധപ്പെട്ട ജീവിതം. സ്വയം ചെയ്യുന്നതിനേക്കാൾ നോക്കിക്കാണാനാണ് താത്പര്യം. ജീവിക്കാൻ വളരെ ലളിതമായ സംഗതികളേ വേണ്ടൂ. പണം സമ്പാദിച്ചു കൂട്ടുക അവന്റെ സ്വഭാവമല്ല. അവനെ സംബന്ധിച്ചിടത്തോളം പണം സമ്പാദിക്കുക വിരസമായ ഒരു പണിയാണ്. കൃത്യമായ നീതിബോധമുള്ളവരാണ്. ചുരുക്കിപ്പറഞ്ഞാൽ ഞങ്ങൾ ബോൾഷെവിക്കുകളാണ്. കടുത്ത കമ്മ്യൂണിസ്റ്റുകാർ. റഷ്യക്കാർ വെറുതെ ജീവിക്കാൻ വേണ്ടി ജീവിക്കുന്നവരല്ല. വ്യക്തമായ ഒരു ലക്ഷ്യത്തിനു വേണ്ടി ജീവിക്കാൻ ആഗ്രഹിക്കുന്നവരാണ്. മഹത്തായ ഒരു സംരംഭത്തിൽ

* ഭൂമി വില്പന രംഗത്തെ പ്രമുഖൻ.

ഭാഗഭാക്കാവാൻ ആഗ്രഹിക്കുന്നവർ. സത്യസന്ധവും വിജയകരവുമായ ഒരു ജീവിതം നയിക്കുന്ന ഒരാളെ കണ്ടുകിട്ടുക പ്രയാസമായിരിക്കും. അതിലും എളുപ്പം റഷ്യക്കാരായ ഒരു മഹാത്മാവിന്റെ ദർശനമായിരിക്കും. പഴയ റഷ്യൻ സാഹിത്യകൃതികൾ വായിച്ചു നോക്കൂ...

നമ്മുടെയാളുകൾ വിദേശത്തു ചെല്ലുമ്പോൾ മുതലാളിത്ത ജീവിത ശൈലി വേഗത്തിൽ സ്വന്തമാക്കുന്നു. അത് നന്നായി ആസ്വദിക്കുകയും ചെയ്യുന്നു. അതെന്തുകൊണ്ടാണ്? അതേ സമയം അവർ നാട്ടിൽ വരുമ്പോൾ പരമാധികാരമുള്ള ജനാധിപത്യ വ്യവസ്ഥിതിയെക്കുറിച്ച് ഉച്ചത്തിൽ സംസാരിക്കുകയും ചെയ്യുന്നു. റഷ്യയുടെ തനതായ സംസ്കാരത്തെ കുറിച്ചും റഷ്യൻ ജീവിതത്തിൽ മുതലാളിത്തത്തിന് അടിത്തറയുണ്ടാവാൻ സാദ്ധ്യതയില്ല എന്നതിനെക്കുറിച്ചും അവർ ഉറക്കെ ചിന്തിക്കുന്നു.

നമ്മുടെ മുതലാളിത്തം ആകെ അസംബന്ധമാണ്.

മറ്റേതെങ്കിലും തരത്തിലുള്ള മുതലാളിത്തത്തെ കുറിച്ചുള്ള ചിന്തകൾ... പ്രതീക്ഷകൾ ഉപേക്ഷിക്കുകയാണ് നല്ലത്.

എനിക്കു തോന്നുന്നത് മുതലാളിമാർ ഇല്ലാത്ത മുതലാളിത്തമാണ് ഇപ്പോൾ റഷ്യയിലുള്ളത് എന്നാണ്. വിപ്ലവത്തിനു മുമ്പുണ്ടായിരുന്ന ഡെമിഡോവുകളും മോറോസോവു[1]കളുമൊന്നും ഇപ്പോഴില്ല. റഷ്യയിലെ രാഷ്ട്രീയ പ്രഭുക്കന്മാരൊന്നും മുതലാളിമാരല്ല, വെറും കള്ളന്മാരാണ്. പഴയ കമ്മ്യൂണിസ്റ്റുകാരും യുവജനസഖ്യത്തിലെ അംഗങ്ങളും അവരിൽ നിന്നും ഏതു തരം മുതലാളിമാരെ വാർത്തെടുക്കാമെന്നാണ് വിചാരിക്കുന്നത്? കോസ്റോ കോവസ്കി[2]യെ കുറിച്ച് ഒട്ടും സഹതാപം തോന്നുന്നില്ല. ഏതെങ്കിലും തുറുങ്കിൽ കിടന്ന് നരകിച്ചോട്ടെ. ഒരു കാര്യത്തിലേ ഖേദമുള്ളൂ. ആ കൂട്ടത്തിൽ അങ്ങനെയൊരാൾ മാത്രമാണല്ലോ ശിക്ഷ അനുഭവിക്കുന്നത്. തൊണ്ണൂറുകളിൽ ഞങ്ങൾ അനുഭവിച്ച കഷ്ടപ്പാടുകൾക്കൊക്കെ ഉത്തരവാദികളായിട്ടുള്ളവർ... ഒക്കെയും ശിക്ഷിക്കപ്പെടണം. കണ്ണടച്ചാണ് അവർ കവർച്ച നടത്തിയത്. എന്റെ ജോലിയും അവർ പിടിച്ചെടുത്തു. മുതലാളിത്തത്തിന്റെ വിപ്ലവകാരികൾ. ഗയ്ദാർ.... പ്യൂമിലെ ഉരുക്കു മനുഷ്യൻ എന്നറിയപ്പെട്ടിരുന്ന പ്രമാണി. ജീൻജർ ചുണ്ടായിസ്.

അമ്മയെ കാണാനായി ഞാൻ നാട്ടിലേക്കു പോയതാണ്. അയൽക്കാരൻ പറഞ്ഞു, തലേ രാത്രി ആരോ ഒരു കൃഷിക്കാരന്റെ കളപ്പുരയാകെ കത്തിച്ചു കളഞ്ഞുവെന്ന്. അവിടെയുണ്ടായിരുന്ന ആളുകൾ എങ്ങനെയോ രക്ഷപ്പെട്ടു. പക്ഷേ വീട്ടുമൃഗങ്ങൾ ഒന്നൊഴിയാതെ കത്തിയെരിഞ്ഞു. തുടർന്നുള്ള രണ്ടു ദിവസം ഗ്രാമത്തിലുള്ളവരെല്ലാം ആ സംഭവം ആഘോഷിച്ചു...മദ്യപാനം തന്നെ. ഇതിനെയാണോ

1. വിപ്ലവകാലത്തിനു മുമ്പ് പ്രമുഖനായ വ്യവസായി
2. റഷ്യയിലെ ധനികൻ

മുതലാളിത്തം എന്നു പറയുന്നത്. നമുക്കിന്നുള്ളത് മുതലാളിത്തഭരണ ത്തിനു കീഴിൽ ജീവിക്കുന്ന സോഷ്യലിസ്റ്റ് ജനതയാണ്.

സോഷ്യലിസ്റ്റ് ഭരണക്രമത്തിൽ സൂര്യനു താഴെ ഭൂമിയിൽ എല്ലാ വർക്കും ഒരിടമുണ്ട് എന്ന ഉറപ്പാണ് ഞങ്ങൾക്ക് നല്കിയിരിക്കുന്നത്. ഇന്നവർ പാടുന്നത് മറ്റൊരു ശീലാണ്. തികച്ചും വ്യത്യസ്തമായ ഒന്ന്. ഡാർവിന്റെ സിദ്ധാന്തങ്ങൾക്കനുസരിച്ച് ജീവിച്ചാൽ എല്ലാവർക്കും എല്ലാം സമൃദ്ധിയായി അനുഭവിക്കാം. അതായത് കഴിവുള്ളവർ മാത്രം ശേഷിക്കും. അവർക്ക് എല്ലാം സമൃദ്ധമായുണ്ടാകും. എന്നാൽ ഞാനൊരു ദുർബലനാണ്. പോരടിച്ചു ജയിക്കാനെനിക്കാവില്ല. എന്റെ മനസ്സിൽ ഒരു സങ്കല്പമുണ്ടായിരുന്നു. ഞാൻ അതിനനുസരിച്ചു ജീവിച്ചു വരികയായി രുന്നു. സ്കൂൾ, കോളേജ്, കുടുംബം. എന്റെ ഭർത്താവും ഞാനും സമ്പാദ്യ ത്തിൽ നിന്നു മിച്ചം വെച്ച് സഹകരണാടിസ്ഥാനത്തിൽ ഒരു ഫ്ളാറ്റു വാങ്ങി. അതു കഴിഞ്ഞാൽ വീണ്ടും മിച്ചം വെച്ച് ഒരു കാറു വാങ്ങും. ആ പദ്ധതിയെല്ലാം അവർ തകിടം മറിച്ചു. അവർ ഞങ്ങളെ മുതലാളിത്ത ചെന്നായ്ക്കളുടെ മുമ്പിലേക്കു തള്ളിയിട്ടു.

ഞാൻ എഞ്ചിനീയറിങ്ങിൽ ബിരുദം നേടിയിട്ടുണ്ട്. ഞാൻ ഒരു "ഡിസൈൻ ഇൻസ്റ്റിറ്റ്യൂട്ടി"ൽ ജോലി നോക്കി വരികയായിരുന്നു. അവിടെ യെല്ലാവരും സ്ത്രീകളായിരുന്നു. അതുകൊണ്ട് "മഹിളാസ്ഥാപനം" എന്നാണെല്ലാവരും അതിനെ വിളിച്ചിരുന്നത്. അവിടെയിരുന്ന് ദിവസം മുഴുവൻ കടലാസുകൾ അടുക്കി ഒതുക്കി വെക്കണം. എല്ലാം ചിട്ടപ്രകാരം ചെറിയ ചെറിയ കെട്ടുകളായി. അതാണെന്റെ ശീലം. ആ ജോലിയുമായി ഞാൻ ജീവിതം മുഴുവൻ അവിടെ സ്വസ്ഥമായി കഴിഞ്ഞേനേ. അപ്പോ ഴാണവർ ജോലിക്കാരുടെ എണ്ണം കാര്യമായി കുറയ്ക്കാൻ തുടങ്ങിയത്. അവർ പുരുഷന്മാരെ തൊട്ടില്ല. അത്രയധികം പുരുഷന്മാരുണ്ടായിരുന്നു മില്ല. ഒറ്റയ്ക്കു കുടുംബം നോക്കുന്ന അമ്മമാരേയും വെറുതെ വിട്ടു. ജോലിയിൽ നിന്നും വിരമിക്കാൻ ഒന്നോ രണ്ടോ വർഷം മാത്രം ബാക്കി യുള്ള എനിക്കു എന്നെ കുറിച്ചേ പറയാനാവൂ. ഞാനൊരു മാർക്സിസ്റ്റല്ല. ഹെയ്ൻ അതിനെ കുറച്ചു കൂടി മെച്ചപ്പെടുത്തി. "ഞാൻ പുലിയുടെ പല്ലു കാണിച്ചു, പെറുക്കി കൂട്ടിയത് ചെള്ളിനേയും."

മനുഷ്യരാശിയുടെ ഭാവി കമ്മ്യൂണിസത്തിലാണ്. വേറൊരു പോംവഴി യില്ല.

സോളോവ്കി തടങ്കൽ ക്യാമ്പിന്റെ പ്രവേശന കവാടത്തിൽ ഒരു ബോൾഷെവിക് മുദ്രാവാക്യം കാണാം. "ഉരുക്കു മുഷ്ടിയോടെ നമ്മൾ മാനവരാശിയെ സന്തോഷത്തിലേക്കു ഓടിച്ചെത്തിക്കും." മനുഷ്യ വർഗത്തെ ആകപ്പാടെ രക്ഷിക്കാനുള്ള ഒരു ചേരുവയാണത്.

തെരുവിലേക്കിറങ്ങിച്ചെന്ന് എന്തെങ്കിലുമൊന്ന് നേടണമെന്ന മോഹം എനിക്കില്ല. അതിലും നല്ലത് ഒന്നും ചെയ്യാതിരിക്കയാണ്. നല്ലതും വേണ്ട, ചീത്തയും വേണ്ട. കാരണം, ഇന്ന് നല്ലത് എന്നു വിചാരിച്ചത് നാളെ ചീത്തയാവാനാണ് സാദ്ധ്യത.

എന്റെ മാതൃഭൂമിയെ ഞാൻ സ്നേഹിക്കുന്നു. പക്ഷേ ഇവിടെ താമസിക്കാൻ ഞാൻ ആഗ്രഹിക്കുന്നില്ല. കാരണം, ഞാൻ ആശിക്കുന്നതുപോലെ ഇവിടെ സന്തോഷമായി ജീവിക്കാൻ എനിക്കു സാധിക്കില്ല. എന്നെ ഒരു വിഡ്ഢിയെന്നു നിങ്ങൾ വിളിക്കുമായിരിക്കും. ഈ നാടുവിട്ടു പോകാൻ എനിക്കു സാധിക്കും. എന്നാലും ഞാൻ പോകില്ല. ഇവിടെത്തന്നെ കഴിയും. ഞാൻ എങ്ങോട്ടും പോകാനുദ്ദേശിക്കുന്നില്ല. റഷ്യയിൽ ജീവിക്കുന്നതു തന്നെയാണ് രസം. യൂറോപ്പിന്റെ സ്പന്ദനം, ഇതുപോലെയുള്ളതല്ല. മാതൃഭൂമിയെ അകലെയിരുന്നു ആരാധിക്കുന്നതാണ് സുഖം. ഈ കാലത്ത്...."ഞാനൊരു റഷ്യക്കാരൻ" എന്നു പറയുക കുറച്ചു ബുദ്ധിമുട്ടുള്ള സംഗതിയാണ്.

ഞങ്ങളുടെ മാതാപിതാക്കൾ ജീവിച്ചത് യുദ്ധത്തിൽ വിജയം വരിച്ച രാജ്യത്തിലായിരുന്നു. എന്നാൽ ഇന്നു ഞങ്ങൾ ജീവിക്കുന്നത് ശീതയുദ്ധത്തിൽ പരാജിതരായവരുടെ നാട്ടിലാണ്. സ്വന്തം രാജ്യത്തെ കുറിച്ചഭിമാനിക്കാൻ ഞങ്ങളുടെ പക്കലൊന്നുമില്ല. ഞാൻ നാടുവിടാനുള്ള ഒരുക്കത്തിലല്ല. എനിക്കിവിടെ നല്ലൊരു ബിസിനസ്സുണ്ട്. ഒരു കാര്യം ഞാൻ ഉറപ്പിച്ചു പറയാം, രാഷ്ട്രീയത്തിൽ നിന്നും ഒഴിഞ്ഞു മാറി നില്ക്കാമെങ്കിൽ നമുക്ക് റഷ്യയിൽത്തന്നെ സുഖമായി കഴിയാനാകും. അഭിപ്രായസ്വാതന്ത്ര്യത്തിനു വേണ്ടിയുള്ള പ്രകടനങ്ങൾ...സ്വവർഗ്ഗരതിക്കെതിരെയുള്ള പ്രതിഷേധ ജാഥകൾ...ഈ വക സംഗതികൾക്കൊന്നും ഞാൻ തീരെ വിലകൊടുക്കുന്നില്ല.

എല്ലാവരും വിപ്ലവത്തെ പറ്റി സംസാരിക്കുന്നു. റുബ്ലീവ്കാ* ക്രമേണ ശൂന്യമായിക്കൊണ്ടിരിക്കുന്നു. പണക്കാരെല്ലാം നാടുവിട്ട് മറുനാടുകളിലേക്കു ചേക്കേറുന്നു. ഒപ്പം അവരുടെ മണിമാളികകൾ അടച്ചുപൂട്ടുകയാണ്. എവിടെ നോക്കിയാലും "വില്പന"യ്ക്ക് എന്ന ബോർഡും കാണാം. ജനങ്ങൾ എല്ലാം ആലോചിച്ചുറപ്പിച്ചിരിക്കുന്നു എന്നാണ് അവരുടെ ധാരണ. എന്നാൽ ഒരാളും സ്വന്തം ഇഷ്ടപ്രകാരം യാതൊന്നും വിട്ടുകൊടുക്കാൻ തയ്യാറല്ല. അവിടെയാണ് "കാലഷ്നിക്കോവു"കൾ സംസാരിക്കാൻ തുടങ്ങുന്നത്.

"റഷ്യ പുടിന്" എന്നു പറഞ്ഞ് കുറേപേർ ബഹളം വെക്കുന്നു. "പുടിൻ ഇല്ലാത്ത റഷ്യ" മറുപക്ഷം ഒച്ചവെക്കുന്നത് അങ്ങനെയാണ്. എണ്ണവില താഴേക്കു പോകുമ്പോൾ അല്ലെങ്കിൽ എണ്ണ തന്നെ ഒരു പഴയ ഓർമ്മയായി മാറുമ്പോൾ...എന്താണ് സംഭവിക്കുക എന്ന് ആർക്കറിയാം?

മേയ് 7, 2012. പുടിൻ ഔപചാരികമായ ഉദ്ഘാടന ചടങ്ങിലേക്കായി ക്രെംയിനിലേക്കു വരുന്നു. ഒപ്പം ആചാരപ്രകാരമുള്ള വാഹനങ്ങളുടെ അകമ്പടി. പക്ഷേ മോസ്കോ നഗരം ജനശൂന്യമാണ്. തെരുവുകളിൽ ആളുകളോ വാഹനങ്ങളോ ഇല്ല. ആയിരക്കണക്കിന് പൊലീസുകാർ.

---

* മോസ്കോവിന് തൊട്ടു തെക്കു പടിഞ്ഞാറായി നാട്ടിലെ സമ്പന്നരും രാഷ്ട്രീയ പ്രമാണിമാരും താമസിക്കുന്ന അന്തസ്സാർന്ന പ്രശസ്തമായ സ്ഥലമാണത്.

വഴികളിൽ നിന്നൊക്കെ ആളുകളെ മാറ്റി നിർത്തിയിരിക്കുകയാണ്. തികച്ചും ആളൊഴിഞ്ഞ വീഥികൾ. ഓരോ കെട്ടിടത്തിന്റേയും മെട്രോ പ്രവേശന കവാടങ്ങളുടേയും മുമ്പിൽ സുരക്ഷാസൈനികർ കാവൽ നില്ക്കുന്നുണ്ട്. മോസ്കോ നിവാസികളുടേയും അവരുടെ വാഹനങ്ങളുടേയും തിരക്ക് പൂർണ്ണമായും ഒഴിച്ചു നിർത്തിയ മോസ്കോ നഗരം.... ഒരു മൃതനഗരമെന്നു പറയാം....

ശരിയാണ് എന്തൊക്കെ പറഞ്ഞാലും ഇത് യഥാർത്ഥത്തിലുള്ള റഷ്യൻ ചക്രവർത്തിയല്ലല്ലോ.

ഭാവിയെക്കുറിച്ച്

ഒരു നൂറ്റാണ്ടിനു മുമ്പാണ് ദസ്തയെവ്സ്കി "കാരമാസോവ് സഹോദരന്മാർ" എന്ന പുസ്തകം എഴുതി പൂർത്തിയാക്കിയത്. അദ്ദേഹം എഴുതിയത് എക്കാലത്തേയും റഷ്യൻ യുവാക്കളെ കുറിച്ചാണ്. പ്രപഞ്ചത്തിന്റെ മുന്നിലുള്ള ആ ഏറ്റവും വലിയ ചോദ്യങ്ങൾക്ക് അവർ ഉത്തരങ്ങൾ തേടിക്കൊണ്ടേയിരിക്കുന്നു. അവ കനപ്പെട്ട ചോദ്യങ്ങൾ തന്നെയാണ്. ദൈവം എന്നൊന്നുണ്ടോ? ജീവിതം ശാശ്വതമാണോ? ദൈവം ഇല്ല എന്നു വിശ്വസിക്കുന്നവർ സോഷ്യലിസം, അരാജകത്വം തുടങ്ങിയ വിഷയങ്ങളെക്കുറിച്ച് ചിന്തിക്കുന്നു. മാനവരാശിയെ ഒരു പുതിയ സങ്കല്പത്തിനനുസരിച്ച് പുനഃസൃഷ്ടിക്കുന്നു. എന്തെല്ലാം ചെയ്താലും അവസാനം അവർ ചെന്നെത്തുക ചെകുത്താന്റെ കൈയിലാണെന്ന് അവർ മനസ്സിലാക്കുന്നില്ലേ? എല്ലായ്പോഴും ചോദിക്കാനുള്ളത് ഒരേ ചോദ്യങ്ങൾ ത്തന്നെ. ചോദിക്കുന്ന രീതിയിൽ മാത്രം മാറ്റമുണ്ടായിരിക്കാം.

വിപ്ലവത്തിന്റെ ഭയാനകമായ രൂപം വീണ്ടും റഷ്യൻ മനസ്സിനെ പേടിപ്പിക്കാൻ തുടങ്ങിയിരിക്കുന്നു. 2011 ഡിസംബർ 10-ാം തീയതി പതിനായിരക്കണക്കിനാളുകൾ ഒന്നിച്ചു തെരുവിലേക്കിറങ്ങി. ബോളോട് ന്യാ ചത്വരത്തിൽ അവർ പ്രകടനങ്ങൾ നടത്തി. അതിനു ശേഷം, നിലവിലുള്ള ഭരണകൂടത്തിനെതിരെയുള്ള പ്രക്ഷോഭങ്ങൾക്ക് അറുതിയുണ്ടായിട്ടില്ല. ഇന്നത്തെ "റഷ്യൻ യുവാക്കൾ" നിത്യവും വായിലിട്ടു ചവയ്ക്കുന്നതെന്താണ്? ഇത്തവണ എന്തായിരിക്കും അവർ തിരഞ്ഞെടുക്കുക?

എല്ലാ പ്രതിഷേധ പ്രകടനങ്ങളിലും ഞാൻ പങ്കെടുക്കുന്നു. ഞങ്ങൾ വെറും വിഡ്ഢികളാണ് എന്ന അവരുടെ ധാരണ തിരുത്തണമല്ലോ. സ്വതന്ത്രമായ തിരഞ്ഞെടുപ്പു നടത്തണം. ഒന്നിനും കൊള്ളരുതാത്ത ആ

കൂട്ടത്തോട് അതാണ് ഞങ്ങൾക്ക് പറയാനുള്ളത്. ആദ്യത്തെ തവണ പതിനായിരത്തിലേറെ പേർ ആ ചത്വരത്തിൽ ഒത്തുചേർന്നു. അത്ര വലിയ ഒരു ആൾക്കൂട്ടം ആരും പ്രതീക്ഷിച്ചിരുന്നില്ല. എണ്ണം കൂടിക്കൂടി വന്നു. ഒരു ഘട്ടത്തിലെത്തിയപ്പോൾ നുണകളും നിയമലംഘനങ്ങളും കൈവിട്ടു പോയി. അതോടെ എല്ലാം കഴിഞ്ഞു. എല്ലാവരും ടി.വി. യിൽ വാർത്തകൾ കാണുന്നു. "ഓൺലൈനിൽ" ലേഖനങ്ങൾ വായിക്കുന്നു. രാഷ്ട്രീയ കാര്യങ്ങളെ കുറിച്ച് ചർച്ചകൾ നടത്തുന്നു. പ്രതിപക്ഷത്തിന്റെ ഒരു ഭാഗമാവുക എന്നത് ഇക്കാലത്ത് പരിഷ്ക്കാരമായിരിക്കുന്നു. എന്നാലും എനിക്കു പേടിയുണ്ട്. ഞങ്ങളുടെ ആവേശമൊക്കെ വർത്തമാനത്തിലൊതുങ്ങുന്നു. കവലകളിൽ ചെന്നു നില്ക്കുന്നു. മുദ്രാവാക്യങ്ങൾ ഏറ്റു പറയുന്നു. പിന്നെ, സ്വന്തം വീട്ടിൽ കംപ്യൂട്ടറുകളുടെ മുമ്പിൽ ചെന്നിരുന്ന് "ഓൺലൈനിൽ" മുഴുകി സമയം ചിലവാക്കുന്നു. പറയാനുള്ളത് ഒന്നു മാത്രം. "നമ്മൾ നല്ലൊരു കാര്യം ചെയ്തു." ഇത് ഞാൻ നേരിട്ട് കണ്ടിട്ടുള്ളതാണ്. എന്നാൽ അടുത്ത പ്രതിഷേധത്തിന് പോസ്റ്ററുകൾ ഒട്ടിക്കാനും ലഘുലേഖകൾ വിതരണം ചെയ്യാനുമുള്ള സമയമാവുമ്പോൾ ഒരാളേയും പുറത്തു കാണില്ല. എല്ലാ തലകളും ഉള്ളിലേക്കു വലിയും.

രാഷ്ട്രീയത്തിൽ നിന്നും പാടെ ഒഴിഞ്ഞു നില്ക്കുകയായിരുന്നു എന്റെ പതിവ്. എന്റെ ഉദ്യോഗവും എന്റെ കുടുംബവും. അതുകൊണ്ട് ഞാൻ തൃപ്തനായിരുന്നു. തെരുവിൽ കൂടി മുദ്രാവാക്യം വിളിച്ചു കൊണ്ടുള്ള ജാഥകൾ. അതിൽ വലിയ പ്രയോജനമൊന്നും കണ്ടില്ല. എന്നെ കൂടുതൽ ആകർഷിച്ചത് ലഘുവായ സേവന പ്രവർത്തനങ്ങളായിരുന്നു. വൃദ്ധമന്ദിരങ്ങളിലും അഭയകേന്ദ്രങ്ങളിലും ചെന്ന് ഞാൻ ആകാവുന്ന സേവനങ്ങൾ ചെയ്തിരുന്നു. മോസ്കോ നഗരത്തിനു പുറത്ത് കാട്ടുതീ പടർന്നപ്പോൾ കഷ്ടപ്പെട്ടവർക്കു വേണ്ടി ഞാൻ വസ്ത്രങ്ങളും ഭക്ഷണപദാർത്ഥങ്ങളും ശേഖരിച്ചു വിതരണം ചെയ്തു. അത് വേറിട്ടൊരു അനുഭവമായിരുന്നു. അതേ സമയം അമ്മ ടെലിവിഷന്റെ മുമ്പിൽ നിന്നും മാറുകയേയില്ല. കള്ളന്മാരുടേയും നുണയന്മാരുടേയും രാഷ്ട്രീയം അമ്മ ഏറെ വെറുത്തു. അവരുടെയൊക്കെ ഭൂതകാലം തടങ്കൽക്യാമ്പിലെ പീഡിപ്പിക്കലുമായി ഇഴ ചേർന്നു കിടക്കുന്നതാണെന്നാണ് അമ്മ പറയാറ്. എല്ലാ കാര്യങ്ങളും അമ്മ എന്നോടു പറഞ്ഞിരുന്നു. അമ്മയ്ക്കു എഴുപത്തഞ്ചു വയസ്സായിരുന്നു. എന്നാലും ആദ്യത്തെ പ്രതിഷേധയോഗത്തിന് ഞങ്ങൾ ഒരുമിച്ചാണ് പോയത്. അവർ ഒരു അഭിനേത്രിയായിരുന്നു. ഒരു മുൻകരുതൽ എന്ന നിലയിൽ ഞങ്ങൾ കൈയിൽ പൂക്കൾ കരുതിയിരുന്നു. കൈയിൽ പൂക്കളുള്ളവരെ അവർ വെടിവെക്കില്ല എന്നായിരുന്നു ഞങ്ങളുടെ ധാരണ.

ഞാൻ ജനിച്ചത് സോവിയറ്റ് റഷ്യയിലല്ല. എനിക്കിഷ്ടമില്ലാത്തതു കണ്ടാൽ ഞാൻ തെരുവിലിറങ്ങി പ്രതിഷേധിക്കും. രാത്രി ഉറങ്ങാൻ പോകുന്നതിനു മുമ്പ് അടുക്കളയിലിരുന്ന് വായിട്ടലയ്ക്കുന്ന പതിവ് എനിക്കില്ല.

കലാപങ്ങളെ എനിക്കു ഭയമാണ്. എനിക്കറിയാം, ഒരു റഷ്യൻ വിപ്ലവം പൊട്ടിപ്പുറപ്പെടാൻ പോകുന്നുണ്ട്. അത് അങ്ങേയറ്റം ബുദ്ധിശൂന്യവും നിഷ്ഠുരവുമായിരിക്കും. വീട്ടിൽ കുത്തിയിരുന്നു കാര്യങ്ങൾ നോക്കിക്കാണുന്നത് നാണക്കേടാണ്. ഒരു പുതിയ സോവിയറ്റ് റഷ്യയല്ല ഞാൻ ആഗ്രഹിക്കുന്നത്. യഥാർത്ഥത്തിലുള്ള ഒരു യു.എസ്.എസ്.ആർ ഞാൻ സ്വപ്നം കാണുന്നു. പുടിനും മെഡ്‌വിഡീവും ഒരുമിച്ചിരുന്ന് എടുക്കുന്ന തീരുമാനങ്ങൾക്കനുസരിച്ചു ജീവിക്കാൻ ഞാൻ തയ്യാറല്ല. ഇന്ന് നിങ്ങളാണ് പ്രസിഡന്റ്. നാളെ അത് ഞാനായിരിക്കും. അങ്ങനെയുള്ള വ്യാമോഹങ്ങളൊന്നും എനിക്കില്ല. ഞങ്ങൾ വെറും നാല്ക്കാലികളല്ല, മനുഷ്യരാണ്. പ്രകടനങ്ങളിൽ, പല പുതിയ മുഖങ്ങളും ഞാൻ കാണുന്നു. മുമ്പുള്ള പ്രകടനങ്ങളിലൊന്നും പങ്കെടുക്കാത്തവരാണവർ. യുദ്ധത്തിൽ പങ്കെടുത്ത മുതിർന്ന പൗരന്മാരോടൊപ്പം അറുപതുകളിലേയും എഴുപതുകളിലേയും വിമതന്മാർ നില്ക്കുന്നു. ധാരാളം വിദ്യാർത്ഥികളേയും പ്രതിഷേധയോഗങ്ങളിൽ കാണാൻ തുടങ്ങിയിട്ടുണ്ട്. "വിഡ്ഢിപെട്ടി"കളിലൂടെ തള്ളിവിടുന്ന പരസ്യചിത്രങ്ങളോട് അവർ ഇതുവരെയായും തികഞ്ഞ നിസ്സംഗതയാണ് പുലർത്തിയിരുന്നത്. ചില സ്ത്രീകൾ വിലയേറിയ 'മിൻക്' കോട്ടുകൾ ധരിച്ച് യോഗത്തിലെത്തുന്നു. വേറെ ചിലർ മെർസിഡസ് കാറുകളിൽ വന്ന് പ്രതിഷേധത്തിൽ പങ്കെടുക്കുന്നു. ദാ... ഇന്നലെവരെ പണത്തിലും സുഖത്തിലും വസ്ത്രങ്ങളിലും ആർഭാടങ്ങളിലും മാത്രമായിരുന്നു അവർക്കു താത്പര്യം. പതുക്കെ അവർക്കു മനസ്സിലായി, അതുകൊണ്ടു മാത്രം എല്ലാം ആയില്ല എന്ന്. അവർക്കതുമാത്രം പോരാ...വേറെ ചിലതുകൂടി ആവശ്യമുണ്ട്. എന്റെ കാര്യവും അതുതന്നെ. പട്ടിണിപ്പാവങ്ങളല്ല ജാഥയിൽ അണിചേരുന്നത്. വയറു നിറച്ചു ഭക്ഷണം കഴിച്ച് സുഖമായി ജീവിക്കുന്നവരാണ്. പോസ്റ്ററുകൾ... അതാണല്ലോ ഞങ്ങളുടെ സ്വന്തം കലാരൂപം: "പുടിൻ, സ്വമേധയാ ഒഴിഞ്ഞു പോവുക" "ഈ തന്തയ്ക്കു പിറക്കാത്തവനല്ല ഞാൻ വോട്ടു ചെയ്തത്." വേറൊരു പോസ്റ്റർ എനിക്കു വളരെ ഇഷ്ടപ്പെട്ടു. "ഞങ്ങൾ എന്താണെന്ന് നിങ്ങൾക്കു സങ്കല്പിക്കാനാവില്ല." ക്രെംലിനിലേക്കു തള്ളിക്കയറാനായിരുന്നില്ല ഞങ്ങളുടെ പുറപ്പാട്. സ്വയം ആരാണെന്ന് ഞങ്ങൾ പ്രഖ്യാപിക്കുകയായിരുന്നു. അവിടെ നിന്നു പിരിഞ്ഞു പോകവേ ഞങ്ങൾ ഉറക്കെ വിളിച്ചു പറഞ്ഞു. "ഞങ്ങൾ തിരിച്ചു വരും."

ഞാനൊരു സോവിയറ്റുകാരനാണ്. എനിക്കെല്ലാറ്റിനേയും പേടിയാണ്. പത്തുകൊല്ലം മുമ്പുപോലും ആ ചത്വരത്തിലേക്കു ഞാൻ പോകുമായിരുന്നില്ല. ഇപ്പോഴാകട്ടെ, ഒരു റാലിയും ഞാൻ വേണ്ടെന്നു വെക്കുന്നില്ല. 2012ൽ പുടിനെതിരായുള്ള പ്രതിഷേധയോഗങ്ങളിൽ ഞാൻ പങ്കെടുത്തു. "വെള്ളവലയം"* തീർത്തപ്പോഴും ഞാനതിന്റെ ഒരു ഭാഗമായിരുന്നു. ഒരു സ്വതന്ത്ര മനുഷ്യനാകുന്നതെങ്ങനെ എന്ന് ഞാൻ പതുക്കെ പഠിച്ചു

* മോസ്കോ നഗരത്തിൽ പുടിനെ എതിർക്കുന്നവർ തീർത്ത മനുഷ്യവലയമായിരുന്നു അത്.

വരികയാണ്. ഇപ്പോഴുള്ളതുപോലെ ജീവിതം അവസാനിപ്പിക്കാൻ ഞാനാഗ്രഹിക്കുന്നില്ല. ഇപ്പോൾ ഞാൻ അടിമുടി സോവിയറ്റുകാരനാണ്. എന്നിലെ സോവിയറ്റു മനോഭാവം പുറത്തേക്കൊഴുക്കി കളയാനുള്ള ശ്രമം ഞാൻ തുടങ്ങിയിരിക്കുന്നു. അത് ഞാൻ ഓരോ ബക്കറ്റായി നിറച്ച് പുറത്തേക്കൊഴിച്ചു കളയുകയാണ്.

എന്റെ ഭർത്താവ് പ്രതിഷേധയോഗങ്ങളിൽ പങ്കെടുക്കുന്നു. അതുകൊണ്ട് ഞാനും കൂടെ പോകുന്നു. എനിക്കു ചെറുപ്പമല്ല. പുടിനെ കൂടാതെയുള്ള ഒരു റഷ്യ. അതു കാണണമെന്ന് എനിക്കാഗ്രഹമുണ്ട്.

എല്ലാം ഞാൻ വേണ്ടുവോളമനുഭവിച്ചിട്ടുണ്ട്. ജൂതന്മാരോടൊപ്പം തടങ്കൽക്യാമ്പിൽ പീഡിപ്പിച്ചവരോടൊപ്പം, സ്വവർഗ്ഗഭോഗികളോടൊപ്പം. ഞാനൊരു ഇടതുപക്ഷക്കാരനാണ്. അഹിംസയിലൂടെ ഒരു കാര്യവും നേടിയെടുക്കാനാവില്ല എന്നാണ് എന്റെ വിശ്വാസം. രക്തത്തിനു വേണ്ടി മനസ്സു ദാഹിക്കുന്നു. രക്തച്ചൊരിച്ചിലില്ലാതെ കാര്യമായ എന്തെങ്കിലും നേടിയെടുക്കാൻ നമുക്കു സാധിക്കില്ല. നമ്മളെന്തിനാണ് തെരുവിലേക്കിറങ്ങിയിരിക്കുന്നത്? ഞാനിവിടെ നില്ക്കുന്നത് ക്രെംലിനിലേക്കു കടന്നു ആക്രമണം നടത്താനാണ്. ഇനിയിത് വെറും കളിയല്ല. എത്രയോ മുമ്പുതന്നെ നമ്മൾ ക്രെംലിൻ ആക്രമിച്ച് കീഴടക്കേണ്ടതായിരുന്നു. അതിനു പകരം വെറുതെ മുദ്രാവാക്യം വിളിച്ച് നമ്മൾ സമയം പാഴാക്കി. കമ്പിപ്പാരയും കവരത്തടിയും കൈയിലെടുക്കാൻ കല്പന കിട്ടുകയേ വേണ്ടൂ. ഞാൻ തയ്യാറാണ്.

ഞാൻ എന്റെ കൂട്ടുകാരോടൊപ്പമാണ് ഇവിടെ വന്നിരിക്കുന്നത്. എനിക്കു പതിനേഴു വയസ്സായി. എനിക്ക് പുടിനെ കുറിച്ചെന്തറിയാം? അദ്ദേഹം നല്ലൊരു ജൂഡോ കളിക്കാരനാണെന്നറിയാം. അതിൽ എട്ടാം സ്ഥാനം കരസ്ഥമാക്കിയിട്ടുണ്ടെന്നുമറിയാം. കൂടുതലായൊന്നും അദ്ദേഹത്തെപ്പറ്റി എനിക്കറിയില്ല. ഞാൻ ചെഗുവേരയല്ല. ഞാനൊരു ഭീരുവാണ്. എന്നാലും പ്രതിഷേധജാഥകളൊന്നും വിട്ടുകളയാറില്ല. എനിക്ക് നാണക്കേടു തോന്നാത്ത ഒരു രാജ്യത്തിൽ ജീവിക്കണം. അതാണെന്റെ ആഗ്രഹം. എപ്പോഴും പ്രതിരോധത്തിനരികെ നില്ക്കുന്ന ഒരാളാണ് ഞാൻ. അങ്ങനെയാണ് അച്ഛനമ്മമാർ വളർത്തിയിട്ടുള്ളത്. 1988ൽ സ്പിറ്റാക്കിൽ ഉണ്ടായ വലിയ ഭൂകമ്പത്തിൽ അർമീനിയായിലേക്ക് സേവാപ്രവർത്തനങ്ങൾക്കു പോകാൻ അച്ഛൻ സ്വയം സന്നദ്ധനായി. രക്ഷാപ്രവർത്തനങ്ങളിൽ സഹായിക്കുകയായിരുന്നു അദ്ദേഹത്തിന്റെ ഉദ്ദേശ്യം. അതുകൊണ്ടാകാം, അദ്ദേഹം അകാലത്തിൽ മരിച്ചു. ഹൃദയാഘാതമായിരുന്നു കാരണം. കുട്ടിക്കാലം മുതൽ മുമ്പിൽ അച്ഛനുണ്ടായിരുന്നില്ല. ആ സ്ഥാനത്ത് എനിക്കുണ്ടായിരുന്നത് അച്ഛന്റെ ഫോട്ടോ മാത്രമായിരുന്നു. പ്രതിഷേധിക്കാനാണെങ്കിലും.. അല്ലെങ്കിലും.

ഓരോരുത്തർക്കും അത് അവനവൻ തന്നെ തീരുമാനിക്കേണ്ട കാര്യമാണ്. അച്ഛൻ സ്വന്തം ഇഷ്ടപ്രകാരം പോയതാണ്. അത് അദ്ദേഹത്തിന്റെ തന്നെ തീരുമാനമായിരുന്നു. എന്റെ സ്നേഹിതന് എന്നോടൊപ്പം

ബോലോട് ന്യായിലേക്കു വരണമെന്നുണ്ടായിരുന്നു. അവൾ എന്നെ വിളിച്ചു, “ഞാൻ ഒന്നുകൂടി ആലോചിച്ചു. എനിക്ക് ചെറിയൊരു കുഞ്ഞുണ്ട്.” ആയിക്കോട്ടെ. എനിക്ക് എന്റെ പ്രായമായ അമ്മയുണ്ട്. ഞാൻ പോകാനിറങ്ങുമ്പോൾ....അമ്മ എതിർക്കും. കരയും.... എന്നാലും ഞാൻ എന്റെ വഴിക്കു പോകും.

എന്റെ കുട്ടികൾ എന്നെയോർത്ത് അഭിമാനിക്കണം എന്നാണെന്റെ മോഹം. ഞാൻ നിശ്ചയമായും ഇവിടെ ഉണ്ടാവണം, എന്റെ ആത്മാഭിമാനത്തിന്റെ പേരിൽ. എന്തെങ്കിലുമൊന്നു ചെയ്യാൻ നമ്മൾ തീർച്ചയായും ശ്രമിക്കണം. ഞാൻ വിപ്ലവത്തിൽ വിശ്വസിക്കുന്നു. അത് ദീർഘകാലം നീണ്ടുനില്ക്കുന്നതാണ്. കഠിനമായ പ്രയത്നവുമാണ്. 1905ലെ ആദ്യത്തെ റഷ്യൻ വിപ്ലവം അമ്പേ പരാജയപ്പെട്ടു. എന്നാൽ പന്ത്രണ്ടു വർഷത്തിനു ശേഷം 1917ൽ അത് വീണ്ടും പൊട്ടിപ്പുറപ്പെട്ടു. അതിന്റെ ശക്തിയിൽ, തീവ്രതയിൽ സാർ ഭരണമാകെ തകർന്നു തരിപ്പണമായി. റഷ്യൻ ചക്രവർത്തി ഭരണം അവസാനിച്ചു. ഇപ്പോൾ....ഇവിടെ ഞങ്ങളുടേതായ ഒരു വിപ്ലവം ഉണ്ടാകാൻ പോവുകയാണ്.

ഞാൻ ജാഥയ്ക്കു പോവുകയാണ്, നിങ്ങളോ?

എന്റെ കാര്യം പറയാം. 1991...1993. എനിക്കാകെ മടുപ്പു തോന്നുന്നു. ഇനിയുമൊരു വിപ്ലവം വേണ്ടേ...വേണ്ട. ഒന്നാമത്തെ കാര്യം, ഒരു വിപ്ലവവും സുഖകരമായൊരു സംഗതിയല്ല. രണ്ടാമതായി എല്ലാം ഞാൻ നേരിട്ടനുഭവിച്ചിട്ടുള്ളതാണ്. നമ്മൾ ജയിച്ചാൽ തന്നെയും 1991ൽ സംഭവിച്ചതുപോലെത്തന്നെയാകും. ആനന്ദവും ആവേശവുമൊക്കെ പെട്ടെന്നു കെട്ടടങ്ങും. യുദ്ധഭൂമി കൊള്ളക്കാരുടെ അധീനത്തിലാകും. ഗസിൻസ്കീകളും ബെറിസോവിസ്കിളും അബ്രമോവിച്ചുകളും* തലപൊന്തിക്കും, രംഗം വാഴും.

പുടിന് എതിരായുള്ള പ്രകടനങ്ങളോട് എനിക്ക് യോജിപ്പില്ല. തലസ്ഥാനനഗരിയിൽ കുറെ ഒച്ചയും ബഹളവും എന്നല്ലാതെ ഒന്നുമില്ല. മോസ്കോയും പീറ്റേർസ് ബർഗും എതിരാളികളെ പിൻതുണയ്ക്കുന്നു. അതേസമയം റഷ്യയുടെ മറ്റു പ്രദേശങ്ങളെല്ലാം പുടിനോടൊപ്പമാണ് നില്ക്കുന്നത്. നമ്മുടെ ജീവിത നിലവാരം അത്രയ്ക്കും മോശമായതാണൊ? മുമ്പിലുണ്ടായിരുന്നതിനേക്കാൾ കാര്യങ്ങൾ വളരെയധികം മെച്ചപ്പെട്ടിട്ടില്ലേ? കൈയിലുള്ളത് നഷ്ടപ്പെടുത്താനുള്ള ഈ ശ്രമം അപകടകരമാണെന്നാണ് എനിക്കു പറയാനുള്ളത്. തൊണ്ണൂറുകളിൽ നമ്മൾ അനുഭവിച്ച ദുരിതങ്ങളും കഷ്ടപ്പാടുകളും...ഇന്നും ഓർമ്മയിൽ പച്ചയായുണ്ട്. നേടിയതെല്ലാം വീണ്ടും തച്ചുടച്ചു കളയാൻ ആരും തയ്യാറാവില്ല. അതിനു വേണ്ടി വരുന്ന രക്തച്ചൊരിച്ചിലോ?

ഞാൻ പുടിൻ ഭരണത്തിന്റെ ആരാധകനല്ല. തീർച്ചയായും ഞങ്ങൾക്കു മടുത്തിരിക്കുന്നു. നേതാക്കന്മാർ മാറി മാറി വരണം. മാറ്റം

* റഷ്യയിലെ മാധ്യമപ്രവർത്തകർ

അത്യാവശ്യമാണ്. വിപ്ലവത്തിന്റെ ആവശ്യമില്ല. ജനങ്ങൾ പൊലീസിനു നേരെ കല്ലേറു നടത്തുക... എനിക്കതിനോട് യോജിക്കാനാവില്ല. ഇതിന്റെ പിന്നിലുള്ളത് ആഭ്യന്തരവകുപ്പാണ്. അവരാകട്ടെ പാശ്ചാത്യ ഭരണകൂട ങ്ങളുടെ കളിപ്പാവകളുമാണ്. അവരുടെ ചേരുവപ്രകാരം നമ്മൾ ഒരു പെരിസ്ട്രോയിക്ക പാകം ചെയ്തെടുത്തു. അതിന്റെ ഫലം എന്തായി എന്ന് ഓർമ്മയുണ്ടല്ലോ. നമ്മളാകെ ഒരു ചളിക്കുണ്ടിൽ ചെന്നുവീണു. ആ പ്രകടനങ്ങൾക്കൊന്നും ഞാൻ പോകാറില്ല. പുടിന്റെ ജാഥകളിൽ ഞാൻ പങ്കെടുക്കാറുണ്ട്. റഷ്യയ്ക്ക് കൂടുതൽ കരുത്തു പകരാനുള്ള പ്രകടനങ്ങളിൽ ഞാൻ ഒപ്പമുണ്ട്.

കഴിഞ്ഞ ഇരുപതു വർഷങ്ങൾക്കിടയിൽ റഷ്യയുടെ ചരിത്രം പല തവണ മാറിക്കഴിഞ്ഞു. ഇനി നമുക്കായി ശേഷിക്കുന്നതെന്താണ്? "പുടിൻ പുറത്തു പോകണം. പുടിൻ പുറത്തുപോകണം." അതാണിപ്പോഴത്തെ ഏറ്റവും പുതിയ മന്ത്രം. ഇതു മാതിരി കെട്ടുകാഴ്ചകളുടെയൊന്നും ഭാഗ മാവാൻ എനിക്കു താത്പര്യമില്ല. അഥവാ പുടിൻ ഒഴിഞ്ഞുപോയെന്നിരി ക്കട്ടെ. ആ സ്ഥാനത്തേക്ക് വേറൊരു സ്വേച്ഛാധിപതി കടന്നുവരും. അയാൾ സിംഹാസനത്തിലിരിക്കും. പഴയതു പോലെത്തന്നെ ജനം കവർച്ച തുടരും. പ്രവേശന കവാടങ്ങൾ വൃത്തികേടായി കിടക്കും. പ്രായമായവർ പുറന്തള്ളപ്പെടും. അഹംഭാവികളായ ഉദ്യോഗസ്ഥന്മാർ, ട്രാഫിക് പൊലീ സിന്റെ ധാർഷ്ട്യം, ഉദ്യോഗസ്ഥന്മാരെ കൈക്കൂലി കൊടുത്തു സ്വാധീ നിക്കൽ, അങ്ങനെ എല്ലാ പതിവുകളും തുടരും. അതൊക്കെ നാട്ടുനടപ്പു മാകും. നമ്മൾ സ്വയം മാറാത്തിടത്തോളം കാലം ഭരണകൂടം മാറിയതു കൊണ്ടു മാത്രം എന്തു പ്രയോജനം? ശരിയായ ഒരു ജനാധിപത്യ ഭരണ ത്തിന് ഇവിടെ സാദ്ധ്യതയുള്ളതായി ഞാൻ കാണുന്നില്ല. നമ്മൾ ഒരു പൗരസ്ത്യദേശമാണ്. ഇവിടെ പ്രഭുക്കളും പുരോഹിതന്മാരുമാണുള്ളത്... ബുദ്ധിജീവികളല്ല.

സ്വതവേ ആൾക്കൂട്ടം എനിക്കിഷ്ടമല്ല. വ്യക്തികളാണ് കാര്യങ്ങൾ തീരുമാനിക്കുന്നത്. കൂട്ടങ്ങളല്ല. പ്രഭാവശാലികളായി വ്യക്തികൾ ഉന്നത തലങ്ങളിൽ ഉണ്ടാകരുത് എന്ന് സർക്കാർ ഉറപ്പാക്കിയിരിക്കുന്നു. പ്രതി പക്ഷത്തുമില്ല ഒരു സാക്കോറോവോ, യെത്സിനൊ. ഇതൊരു "മഞ്ഞു വിപ്ലവമാണ്." ഇതിൽ നിന്നും വീരനായകന്മാരാരും ഉരുതിരിഞ്ഞു വന്നി ട്ടില്ല. അവർക്കുള്ള വേദിയെവിടെയാണ്? അവർ എന്താണ് ചെയ്യാൻ പോകുന്നത്? തെരുവിലേക്കിറങ്ങി വന്ന് അവർ ഒച്ച വെക്കും. അതുകഴി ഞ്ഞാൽ, അതേ നെമറ്റ് സോപ്പും നാവൽനി*യും "ട്വീറ്റ്" ചെയ്യും.... മാൽ ദ്വീപുകളിലോ, തായ്‌ലാൻഡിലോ ഒഴിവുകാലമാസ്വദിക്കുകയാണെന്ന്. അതല്ലെങ്കിൽ പാരീസിൽ ഉല്ലസിച്ചു നടക്കുകയാവും. ഒന്നു സങ്കല്പിച്ചു നോക്കൂ. 1917 ലെ വിപ്ലവത്തിനു ശേഷം ലെനിൻ ഇറ്റലിയിലേക്കു യാത്ര പോകുന്നത്... അല്ലെങ്കിൽ ആൽപ്സ് മലനിരകളിൽ ഹിമച്ചെരുപ്പു കളണിഞ്ഞ് തെന്നി ഉരസി കളിക്കുന്നത്. ഞാൻ പ്രകടനങ്ങളിലൊന്നും

* പുടിന്റെ കാലത്ത് അഴിമതിക്കെതിരായി ബ്ലോഗ് എഴുതിയിരുന്നു പ്രമുഖൻ.

പങ്കെടുക്കാറില്ല. വോട്ടു ചെയ്യാറുമില്ല. ഒരു തരത്തിലുള്ള വ്യാമോഹങ്ങളും വെച്ചുപുലർത്താറുമില്ല. നിങ്ങൾക്കറിയാമോ? റഷ്യ എന്നാൽ നിങ്ങളെ പോലെയുള്ള ആളുകൾ മാത്രമല്ല, അതല്ലാതെയും ഒരു റഷ്യയുണ്ട്. സക്കാലിൻവരെ നീണ്ടു കിടക്കുന്ന ഒരു റഷ്യ...റഷ്യ ഒരു വിപ്ലവവും ആഗ്രഹിക്കുന്നു. ഓറഞ്ചു നിറത്തിലോ റോസ് നിറത്തിലോ ജനങ്ങൾക്കു താത്പര്യമില്ല. ഇപ്പോഴത്തെ "മഞ്ഞു വിപ്ലവവും"അവർക്കു വേണ്ട. വിപ്ലവ ങ്ങൾ റഷ്യക്കു മടുത്തു കഴിഞ്ഞു. നമ്മുടെ മാതൃഭൂമിയെ അതിന്റെ പാട്ടിന് വിട്ടാൽ മതി. നാളയെ കുറിച്ച് എനിക്കൊരു വക പ്രതീക്ഷയോ പരിഭ്ര മമോ ഇല്ല.

കമ്മ്യൂണിസ്റ്റുകാരുടേയോ ദേശീയവാദികളുടേയോ ഒപ്പം ചേർന്ന് ജാഥ കളിൽ പങ്കെടുക്കാൻ ഞാനില്ല. അവരുടെ പ്രത്യേക രീതിയിലുള്ള ശിരോവസ്ത്രം ധരിച്ച്...കുരിശുകളേന്തി...? ആ ജാഥകൾക്കോരോന്നിനും അതിന്റേതായ ഉദ്ദേശ്യമുണ്ട്. പക്ഷേ നമ്മൾ സ്വപ്നം കാണുന്നത് വേറൊരുതരം റഷ്യയെ കുറിച്ചാണ്. ഞാൻ ജാഥകളിൽ പങ്കെടുക്കാറില്ല. ആരെങ്കിലും തലയ്ക്കടിച്ചു താഴേക്കിട്ടാലോ എന്ന ഭയം. നമ്മൾ റാലി കളിൽ പങ്കെടുക്കുകയല്ല വേണ്ടത്, പ്രാർത്ഥിക്കുകയാണ്. ദൈവമാണല്ലോ പുടിനെ ഇങ്ങോട്ടയച്ചത്.

എന്റെ ജനാലയ്ക്കു പുറത്തു കാണുന്ന പരസ്യങ്ങളിലൊന്നും എനിക്കു താത്പര്യമില്ല. നമുക്കു വേണ്ടത് വിപ്ലവമല്ല, വികാസമാണ്. നമ്മൾ പുതിയ സൃഷ്ടികൾ നടത്തണം.

ഞാൻ രാഷ്ട്രീയ പ്രകടനങ്ങളിലൊന്നും പങ്കെടുക്കാറില്ല. അങ്ങനെ യുള്ള പ്രദർശനങ്ങളിലൊന്നും പങ്കു ചേരാതിരിക്കുന്നത് എന്തു കൊണ്ടാണ് എന്നതിനെക്കുറിച്ച് ഒരു ന്യായീകരണം നടത്താനും ഒരുക്ക മല്ല. ഇതെല്ലാം വിലകുറഞ്ഞ നാടകങ്ങളായിട്ടാണ് തോന്നിയിട്ടുള്ളത്. ബോൾഷിനിറ്റ്സിന്റെ സിദ്ധാന്തങ്ങൾക്കനുസരിച്ച്, നുണകളില്ലാതെയുള്ള ഒരു ജീവിതം നയിക്കാൻ ജനങ്ങൾ പഠിക്കണം. അതിനു കഴിയില്ല എങ്കിൽ ഒരു മില്ലീ മീറ്റർ പോലും മുമ്പോട്ടുപോകുന്നതായി നമുക്കവകാശപ്പെടാ നാവില്ല. നമ്മൾ നിന്നിടത്തു നിന്നുതന്നെ വട്ടം ചുറ്റുകയേയുള്ളൂ. എന്റെ മാതൃഭൂമിയെ അതെങ്ങനെയാണോ ആ മട്ടിൽ സ്നേഹിക്കുന്നു. എനിക്കു താത്പര്യമുള്ള മേഖലകളിൽ നിന്നൊക്കെ ഞാൻ ഗവൺമെന്റിനെ ഒഴിച്ചു നിർത്തിയിരിക്കയാണ്. എന്റെ കുടുംബം, സുഹൃത്തുക്കൾ, ബിസിനസ്സ്..... ഇത് മൂന്നുമാണ് മുഖ്യം. പറയുന്നത് മനസ്സിലാകുന്നുണ്ടോ?

പക്ഷേ നിങ്ങൾ ജനങ്ങളുടെ ഒരു ശത്രുവല്ലേ നാട്ടുകാരാ?

എന്തെങ്കിലും സംഭവിക്കും. അതു തീർച്ച. അതും വേഗം തന്നെ. വിപ്ലവം എന്ന് ഇനിയും പറയാറായിട്ടില്ല. എന്നാലും ഒരപകട സൂചന..... ഗന്ധം അന്തരീക്ഷത്തിലുണ്ട്. എല്ലാവരും കാത്തിരിക്കുകയാണ്.....ആര്? എന്ത്? എപ്പോൾ? സുഖമായി ജീവിക്കാൻ തുടങ്ങിയിട്ടേയുള്ളൂ. കുറച്ചു കാലം കൂടി അങ്ങനെ കഴിഞ്ഞോട്ടെ!!! റഷ്യ ഉറങ്ങിക്കിടക്കുകയാണ്. ഇപ്പോൾ ഒരു മാറ്റത്തേയും കുറിച്ച് സ്വപ്നം കാണേണ്ടതില്ല.

കിടപ്പാടം
നഷ്ടപ്പെട്ടവരുടെ കഥകൾ

റോമിയോയും ജൂലിയറ്റുമായി മാറിയ മാർഗരീറ്റായും അബ്ദുൾഫാസും

മാർഗരീറ്റ കെ.

അർമേനിയൻ അഭയാർത്ഥി, 41 വയസ്സ്

ഓ! അതിനെ കുറിച്ചല്ല ഞാനിവിടെ സംസാരിക്കുന്നത്. അതിനെക്കുറിച്ച് സംസാരിക്കാൻ ആഗ്രഹിക്കുന്നുമില്ല... മറ്റു കാര്യങ്ങളെക്കുറിച്ച് സംസാരിക്കാനാണ് എനിക്കിഷ്ടം.

ഞാനിപ്പോഴും എന്റെ കൈകൾ തലയ്ക്കുപിന്നിൽ പിണച്ചുവെച്ചുകൊണ്ടാണുറങ്ങുന്നത്. പഴയൊരു ശീലം. സന്തോഷമായി കഴിഞ്ഞിരുന്ന കാലത്ത് ശീലിച്ചതാണ്. ജീവിതത്തെ ഞാൻ അത്രയധികം സ്നേഹിച്ചിരുന്നു. ഞാൻ അർമേനിയനാണ്. പക്ഷേ, ജനിച്ചതും വളർന്നതുമെല്ലാം ബാക്കുവിലായിരുന്നു. കടലോരത്തുതന്നെ... എന്റെ സ്വന്തം കടൽ. അവിടെ നിന്ന് പോന്നിട്ട് കാലം കുറച്ചായി. എന്നാലും കടലിനെ ഇപ്പോഴും വളരെയധികം ഇഷ്ടപ്പെടുന്നു. ആളുകളും മറ്റെല്ലാം തന്നെയും എന്നെ വല്ലാതെ നിരാശപ്പെടുത്തിയിട്ടുണ്ട്. കടലിനെ മാത്രമേ ഞാനിപ്പോഴും സ്നേഹിക്കുന്നു എന്നു പറയാനാവൂ. ഞാൻ എപ്പോഴും സ്വപ്നത്തിൽ കടലിനെ കാണാറുണ്ട്. പല പല നിറങ്ങളിൽ... ചാരനിറം, കറുപ്പ്, വയലറ്റ്, മിന്നൽ പിണരുകൾ തിരകളിൽ നൃത്തമാടുന്ന കാഴ്ച... വിദൂരതയിലേക്ക് നോക്കിയിരിക്കുക എനിക്കേറ്റവും ഇഷ്ടമുള്ള സംഗതിയാണ്. സന്ധ്യനേരത്ത് സൂര്യൻ അസ്തമിക്കുന്നത്. രാത്രിയാകുമ്പോഴേക്കും സൂര്യന് കടുത്ത ചുകപ്പുനിറമാകും. കടലിലേക്കാഴുമ്പോൾ സൂര്യൻ തിളയ്ക്കുന്നതുപോലെ തോന്നും. പകൽ നേരത്ത് പാറക്കൂട്ടങ്ങൾക്ക് നല്ല ചൂടായിരിക്കും. ജീവനുള്ളതുപോലെ... ചൂടുള്ള ശിലകൾ... രാവിലെ... ഉച്ചനേരത്ത്... വൈകുന്നേരം... രാത്രി... ഏതു നേരത്തും കടലിനെ നോക്കിയിരിക്കുക എനിക്ക് സന്തോഷമായിരുന്നു. രാത്രിയായാൽ കടവാവലുകൾ പുറത്തേക്കു വരും... എനിക്ക് വളരെ ഭയമായിരുന്നു കടവാവലുകളെ. ചീവീടുകൾ ചുറ്റിലും പാടിക്കൊണ്ടിരിക്കും. ആകാശം നിറയെ നക്ഷത്രങ്ങൾ. അത്രയും നക്ഷത്രങ്ങളെ വേറെ എവിടെയും കാണാനാവുകയില്ല. എന്റെ ഏറ്റവും പ്രിയപ്പെട്ട നഗരമാണ് ബാക്കു. എന്തെല്ലാം

സംഭവിച്ചാലും അതിന് മാറ്റമുണ്ടാവില്ല. സ്വപ്നത്തിൽ പലപ്പോഴും ഞാൻ ബാക്കുവിൽ ചുറ്റിത്തിരിയും. ഗവർണ്ണരുടെ പാർക്ക്... അല്ലെങ്കിൽ നാഗോർത്തിപാർക്ക്. കോട്ടമതിലിന്റെ മുകളിൽ കൂടി ഞാൻ കയറി പ്പോകും. എവിടെ ചെന്നാലും ഏതുവഴിയെ പോയാലും കടലുകാണാം. കപ്പലുകളും... എണ്ണ കുഴിച്ചെടുക്കുന്ന റിഗ്ഗുകളും അമ്മയ്ക്കും എനിക്കും "ചായ്ഖാന"* യിലേക്ക് പോകാൻ വലിയ രസമായിരുന്നു. അവിടെയിരുന്ന് ഞങ്ങൾ ചുകന്ന ചായ മെല്ലെ മൊത്തികുടിക്കും. എന്റെ അമ്മ ഇപ്പോഴും അർമീനിയായിലുണ്ട് (അവരുടെ കണ്ണുകളിൽ നനവൂറി) അമ്മ എന്നെ ഓർത്ത് എപ്പോഴും സങ്കടപ്പെടുന്നു... കരയുന്നു. ഞാൻ ഇവിടെയല്ലേ? മോസ്കോയിൽ...

ബാക്കുവിൽ വലിയൊരു കെട്ടിടത്തിലാണ് ഞങ്ങൾ താമസിച്ചിരുന്നത്. വിശാലമായ മുറ്റം. അതിൽ നിറയെ മൾബറി മരങ്ങൾ. ഒറ്റ കുടുംബം എന്നപോലെ എല്ലാവരും ഒരുമിച്ചു താമസിച്ചിരുന്നു. അസെർബൈജാൻക്കാർ, റഷ്യക്കാർ, അർമീനിയക്കാർ, ഉക്രേനിയൻകാർ, ടാർടാറുകൾ, മിസ്സ് ക്ലാര... മിസ്സ് സാറാ... അബ്ദുള്ളാ... റൂബെൻ. അതിൽ ഏറ്റവും സുന്ദരി സിൽവയായിരുന്നു. ഒരു അന്താരാഷ്ട്ര വിമാനക്കമ്പനിയിലെ പരിചാരികയായിരുന്നു അവൾ. ഇടയ്ക്കിടയ്ക്ക് ഇസ്താംബൂളിലേക്ക് പറക്കും. അവരുടെ ഭർത്താവ് എൻമീർ ടാക്സി ഡ്രൈവറായിരുന്നു. സിൽ അർമീനിയക്കാരിയായിരുന്നു. അയാൾ അസൈർബൈജാനിയും. പക്ഷേ അതൊന്നും ആരും കാര്യമാക്കിയിരുന്നില്ല. നാടിനെപ്പറ്റിയും ഭാഷയെപ്പറ്റിയും അവിടെ ആരും ചർച്ച ചെയ്തിരുന്നില്ല. ആ കാലത്ത്, വേറൊരു വിധത്തിലാണ് ലോകം വിഭജിക്കപ്പെട്ടിരുന്നത്. നല്ലയാളുകളും ചീത്തയാളുകളും. ഒരാൾ കനിവുള്ളവനാണോ അതോ ദുരാഗ്രഹിയോ? അതിഥിയും അയൽക്കാരനും. ഞങ്ങൾ ഓരോ ഗ്രാമക്കാരായിരുന്നു. ഒരേ പട്ടണത്തിലുള്ളവർ. എല്ലാവരും ഒരേ നാട്ടുകാർ. എല്ലാവരും സോവിയറ്റുകാർ. എല്ലാവർക്കും ഒരു ഭാഷ... റഷ്യൻ.

ഏറ്റവും ഹൃദ്യമായ വിശേഷദിവസം... എല്ലാവർക്കും ഒരുപോലെ പ്രിയപ്പെട്ട ഒഴിവുദിവസം. അത് നവ്റൂഡ് ആയിരുന്നു. വസന്തത്തിന്റെ ആഗമനം വിളംബരം ചെയ്യുന്ന ദിവസമാണ് നവറൂസ് ബേറാം. ഒരു വർഷം മുഴുവൻ എല്ലാവരും അതിനായി കാത്തിരിക്കുന്നു. ആഘോഷങ്ങൾ ഏഴുദിവസം നീണ്ടുനില്ക്കും. ആ ദിവസങ്ങൾ ആരും പടി വാതിലുകൾ അടയ്ക്കാറില്ല. രാത്രിയായാലും പകലായാലും വീടുപൂട്ടിയിടുന്ന ഏർപ്പാടില്ല. മുറ്റത്തും മട്ടുപ്പാവിലും ഞങ്ങൾ തീ കൂട്ടും. നഗരം മുഴുവൻ തീകുണ്ഡങ്ങൾകൊണ്ടു നിറയും. ആളുകൾ സുഗന്ധവസ്തുക്കൾ തീകുണ്ഡത്തിലേക്കെറിയും. സന്തോഷസമൃദ്ധികൾക്കായി പ്രാർത്ഥിക്കും. "എന്റെ ബുദ്ധിമുട്ടുകൾ നീയെടുത്തോ. എന്റെ സന്തോഷങ്ങൾ എന്നോടൊപ്പമിരിക്കട്ടെ." ആ ദിവസങ്ങളിൽ ആർക്കും ആരുടെ വീട്ടിലും കയറിച്ചെല്ലാം. എല്ലാവരും അതിഥികളെ സ്വാഗതം ചെയ്യാൻ തയ്യാറായി

* പരമ്പരാഗത ചായക്കട

നില്ക്കും. പാൽച്ചോറും ഏലക്കായും കറുവാപ്പട്ടയും ഇട്ടു തിളപ്പിച്ച ചുകന്ന ചായയും നല്കിയാണ് വിരുന്നുകാരെ സത്കരിക്കുക. ആ ആഘോഷത്തിലെ ഏറ്റവും വിശേഷപ്പെട്ട ദിവസമാണ്, ഏഴാം ദിവസം. എല്ലാവരും ഒരു മേശയ്ക്കു ചുറ്റുമിരിക്കും. അവരവരുടെ മേശ മുറ്റത്തു കൊണ്ടുവന്നിടും. എല്ലാം ചേർന്ന് അവിടെ ഒരു ഊക്കൻ മേശ. അതിൽ നിറയെ പല ദേശങ്ങളിൽ നിന്നുള്ള പല മാതിരി വിഭവങ്ങൾ നിരത്തി വെക്കും. ജോർജ്ജിയയിൽനിന്നും കിൻകലി, അർമേനിയക്കാരുടെ ബോറാക്കിയും ബസ്തൂർമയും. റഷ്യക്കാരുടെ ബ്ലൈനി. ടാടർ വിഭവ മായ എച്ച്പോച്ച്മാച്ച്, ഉക്രേനിയക്കാരുടെ വാറെനിക്കിയും ഇറച്ചിക്കറിയും വറുത്ത ചെസ്റ്റ്നട്ടും ഒക്കെ അസേരി രീതിയിൽ. മിസ് കൽവാ അവ രുടെ തനതായ “കോട്ടിൽ പുതപ്പിച്ച മത്സ്യം” വിളമ്പും. മിസ് സാറയ്ക്കു മുണ്ട് സ്വന്തമായൊരു വിഭവം, മസാലനിറച്ച് പൊരിച്ച മത്സ്യം. ഞങ്ങൾ വീണ്ടും. അർമേനിയയിലെ കോണ്ടിയാക്കും കുടിക്കും. അർമേനിയൻ പാട്ടുകളും അസെർബൈജാനി പാട്ടുകളും പാടും. കൂട്ടത്തിൽ റഷ്യൻ ‘കാറ്റ്യൂഷയും’ പാടും. ആപ്പിളും പെയറും നിറയെ കായ്ച്ചുനില്ക്കുന്ന കാലം. പുഴകളുടെ മീതെ മൂടൽമഞ്ഞ് ഒഴുകിനടക്കുന്നുണ്ടാവും. അവ സാനം മധുരം വിളമ്പാനുള്ള സമയമാകും... ബക്കാലാവ, ഷിക്കീർ ചുരേക്... എനിക്ക് ഇപ്പോഴും ഇതൊക്കെയാണ് ലോകത്തിൽവെച്ച് ഏറ്റവും രുചിയേറിയ പദാർത്ഥങ്ങൾ. മധുരപലഹാരങ്ങൾ ഉണ്ടാക്കുന്ന തിൽ എന്റെ അമ്മയ്ക്ക് അസാധാരണമായ കഴിവുണ്ടായിരുന്നു. അയൽ പക്കത്തെ സ്ത്രീകൾ എപ്പോഴും അമ്മയുടെ കൈപുണ്യത്തെ വാഴ്ത്തും. “കാറിക്ക്... നിന്റെ കൈയിലെന്തോ മായാജാലമുണ്ട്! നീ കുഴച്ച മാവ്... പൂപോലെ മൃദുലം!”

എന്റെ അമ്മയ്ക്ക് സൈനബുമായി വളരെ അടുപ്പമുണ്ടായിരുന്നു. സൈനബിന് മൂന്ന് മക്കളുണ്ടായിരുന്നു, രണ്ടുപെണ്ണും ഒരാണും. മകന്റെ പേര് അനാർ. അവൻ എന്റെ ക്ലാസ്സിൽത്തന്നെയായിരുന്നു. ഒരേ സ്കൂളിൽ... “നിന്റെ മകളെ എന്റെ അനാറിനു കൊടുക്കണം” സൈനബ് എപ്പോഴും പറഞ്ഞ് ചിരിക്കും. “അങ്ങനെയായാൽ നമുക്ക് ബന്ധുക്കളാ വാമല്ലോ!” ഞാൻ കരയാൻ പോകുന്നില്ല. കരഞ്ഞിട്ട് കാര്യമില്ല. പെട്ടെ ന്നാണ് അർമീനിയക്കാരെ വംശഹത്യ ചെയ്യാൻ തുടങ്ങിയത്. ഞങ്ങളുടെ പ്രിയപ്പെട്ട സൈനബ് അമ്മായി, അവരുടെ മകൻ അനാർ... ഞങ്ങൾ അവിടെ നിന്ന് ഓടിപ്പോയി. ഏതോ നല്ലയാളുകൾ ഞങ്ങൾക്ക് ഒളി ക്കാനിടം തന്നു. ഞങ്ങൾ വീടുവിട്ടതും അവർ വന്ന് ഞങ്ങളുടെ ടെലി വിഷനും റെഫ്രിജറേറ്ററും ഗ്യാസ് സ്റ്റൗവും പുതിയതായി വാഘ്ഘി യുഗ സ്ലാവിയൻ ചുമരലമാരയും എടുത്തുകൊണ്ടുപോയി. അനാറും കൂട്ടു കാരും ചേർന്ന് എന്റെ ഭർത്താവിനെ ഇരുമ്പുദണ്ഡുകൊണ്ട് തല്ലി. “നിങ്ങൾ ഏതുതരം അസൈർബൈ ജാതിയാണ്? നിങ്ങളൊരു രാജ്യ ദ്രോഹിയാണ്. നാടിന്റെ ശത്രുവായ അർമീനിയക്കാരിയെ വിവാഹം കഴിച്ചു ജീവിക്കുന്നു... നാണമില്ലേ?”

എന്റെ ഒരു കൂട്ടുകാരി എന്നെ അവളുടെ വീട്ടിലേക്ക് കൊണ്ടുപോയി. തട്ടിൻപുറത്ത് ഒളിപ്പിച്ചിരുത്തി. രാത്രി തട്ടിൻപുറം തുറന്ന് അവൾ എനിക്കു വേണ്ട ഭക്ഷണം തരും. അതുകഴിഞ്ഞാൽ വീണ്ടും അവർ അടച്ചുപൂട്ടും. വാതിലിൽ ആണി തറച്ചുറപ്പിക്കും. ഒരു കല്ലറപോലെ... പുറത്തുകണ്ടാൽ അവരെന്നെ കൊല്ലുമെന്നുറപ്പായിരുന്നു. അവസാനം ഞാൻ അതിൽ നിന്നും പുറത്തുകടന്നപ്പോൾ... എന്റെ മുടിയെല്ലാം നരച്ചുപോയിരുന്നു. (അവരുടെ ശബ്ദം പെട്ടെന്ന് താഴ്ന്നു) എന്നെ ഓർത്ത് കരയരുത് എന്ന് ഞാൻ എല്ലാവരോടും പറയും. എന്നിട്ടിപ്പോൾ ... ഞാൻ തന്നെ കരയുന്നു. സ്കൂളിൽ പഠിച്ചിരുന്ന കാലത്ത് അനാറിനോട് എനിക്ക് ചെറിയൊരു പ്രണയം തോന്നിയിരുന്നു. അവൻ സുന്ദരനായിരുന്നു. ഒരിക്കൽ ഞങ്ങൾ അന്യോന്യം ചുംബിക്കുകയുമുണ്ടായി. അവൻ എനിക്കുവേണ്ടി സ്കൂളിന്റെ പടിക്കൽ കാത്തുനില്ക്കും... "ഹലോ! മഹാറാണി..." അങ്ങനെയാണ് അവൻ എന്നെ വിളിച്ചിരുന്നത്.

ആ വർഷത്തെ വസന്തം ഞാൻ ഇപ്പോഴും ഓർക്കുന്നു. ഓർമ്മയുണ്ട് എന്നതു ശരി. പക്ഷേ കൂടെക്കൂടെ ഞാൻ അതിനെക്കുറിച്ച് ആലോചി ക്കാറില്ല. പ്രത്യേകിച്ചും ഈയിടെയായി. ഞാൻ അതിനിടെ പഠിപ്പ് പൂർത്തി യാക്കി പ്രത്യേകം പരിശീലനം നേടിയിരുന്നു. ടെലിഫോൺ ഓപ്പറേറ്റ റായി ജോലിയും തുടങ്ങിയിരുന്നു. കേന്ദ്ര ടെലിഗ്രാഫ് ഓഫീസിലായി രുന്നു എനിക്ക് ഉദ്യോഗം കിട്ടിയിരുന്നത്. എന്റെ ജനാലയ്ക്കു പുറത്തായി ആളുകൾ കാത്തുനില്ക്കുന്നു, ഒരു സ്ത്രീ കരയുന്നു, അവരുടെ അമ്മ മരിച്ചുപോയി. വേറൊരു സ്ത്രീ ചിരിക്കുന്നു. അവരുടെ വിവാഹമാണ്. ജന്മദിനാശംസകൾ... വിവാഹവാർഷികാശംസകൾ... സുവർണ്ണജൂബിലി ആശംസകൾ. എത്രയെത്ര ടെലിഗ്രാമുകൾ. വ്ളാഡിവോസ്നോക്കി ലേക്ക്... ഉട്ടകുട്ടിലേക്ക്. അഷ്കാബാദിലേക്ക്. നല്ല രസമുള്ള ജോലിയാ യിരുന്നു. ഒരിക്കലും മുഷിവുതോന്നിയില്ല. അതിനിടെ എന്റെ പ്രണയം തളിർക്കാനായി ഞാൻ കാത്തിരുന്നു.

പതിനെട്ടുവയസ്സുപ്രായത്തിൽ അതാണല്ലോ നമ്മൾ ഏറ്റവും അക്ഷമ യോടെ കാത്തിരിക്കുന്നത്. എന്റെ ധാരണ ജീവിതത്തിൽ ഒരിക്കൽ മാത്രമേ പ്രണയമുണ്ടാവൂ എന്നായിരുന്നു. അതാണെങ്കിൽ ആ നിമിഷം തന്നെ നമ്മൾ തിരിച്ചറിയുകയും ചെയ്യും. പക്ഷേ, എന്റെ കാര്യത്തിൽ അത് സംഭവിച്ചത് ഒരു നേരമ്പോക്കിന്റെ രൂപത്തിലായിരുന്നു. ഞാനും അദ്ദേഹവും തമ്മിൽ ആദ്യമായി കണ്ടുമുട്ടിയത്... എനിക്കൊട്ടും ഇഷ്ട മായില്ല. സാധാരണയായി ഓഫീസിലേക്ക് ഞാൻ നേരെ കടന്നുചെല്ലുക യാണ് പതിവ്. സുരക്ഷയ്ക്കു നില്ക്കുന്നവരൊന്നും എന്റെ തിരിച്ചറിയൽ കാർഡ് ചോദിക്കാറില്ല. എല്ലാവർക്കും നല്ല പരിചയം. അതുകൊണ്ട് പ്രത്യേകിച്ച് ചോദ്യങ്ങളോ പരിശോധനയോ ഒന്നും പതിവില്ല. അങ്ങനെ യിരിക്കെയാണ് ഒരു ദിവസം എനിക്ക് വാതില്ക്കൽ മിഴിച്ചു നില്ക്കേണ്ടി വന്നത്. നല്ല ഉയരമുള്ള സുന്ദരനായ ഒരു ചെറുപ്പക്കാരൻ. എന്റെ വഴി മുടക്കി... അയാൾ എന്നെ നടന്ന് മുമ്പിൽനിന്ന് മാറാതെ നിന്നു.

“തിരിച്ചറിയൽ കാർഡ് കാട്ടിത്തരണം...”

കഷ്ടകാലത്തിന് അന്ന് ഞാൻ തിരിച്ചറിയൽ കാർഡ് എടുക്കാൻ മറന്നിരുന്നു. സഞ്ചിയിൽ പരതി. കണികാണാൻ പറ്റുന്ന ഒരു രേഖയും അതിലില്ലായിരുന്നു. അവർ മേലധികാരിയെ വിളിച്ചു. വയറുനിറയെ ശകാരം കിട്ടി. ആ സുരക്ഷാ ജോലിക്കാരന്റെ നേരെ കലശലായ ദേഷ്യം തോന്നി. അന്ന് രാത്രി ജോലിയിലായിരുന്നു. ഇടവേളയിൽ ചായ കുടിക്കാൻ ചെന്നപ്പോൾ അവിടെയുണ്ട്. അയാളും ചങ്ങാതിമാരും ഒന്നാലോചിച്ചുനോക്കൂ... അയാൾ ധാരാളം ജാം നിറച്ച പേസ്ട്ര വാങ്ങിക്കൊണ്ടുവന്നു. അതുപോലെയുള്ള പേസ്ട്രകളൊന്നും ഇന്നാരും ഉണ്ടാക്കുന്നില്ല. അന്നത്തെ സ്വാദ്... അതൊരു വേറെ തന്നെയായിരുന്നു. വായിൽവെക്കാൻ പരിഭ്രമം തോന്നും, ഒന്നു കടിക്കുമ്പോഴേക്കും എല്ലാ ഭാഗത്തുനിന്നും ജാം പുറത്തേക്കു ചാടും. അന്നു ഞങ്ങൾ കുറെ ചിരിച്ചു. പക്ഷേ, അയാളോടൊന്നും സംസാരിച്ചില്ല. അപ്പോഴും ഞാൻ നല്ല ദേഷ്യത്തിലായിരുന്നു. ഏതാനും ദിവസങ്ങൾക്കുശേഷം. ജോലി കഴിഞ്ഞു വരുമ്പോൾ അയാൾ എന്നെ കണ്ടു. “സിനിമയ്ക്ക് രണ്ടു ടിക്കറ്റുകൾ വാങ്ങിയിട്ടുണ്ട്. എന്റെ കൂടെ വരുന്നോ?”

എനിക്കിഷ്ടമുള്ള തമാശപ്പടമായിരുന്നു, ‘മിമീനോ” അഭിനയിക്കുന്നത് ഫാക്ടാണ് കിക്കാസീസ്. പത്തുപ്രാവശ്യം കണ്ടു കഴിഞ്ഞ പടം. കഥ മുഴുവൻ കാണാപാഠമറിയാം. അയാളുടെ കാര്യവും അങ്ങനെത്തന്നെയായിരുന്നു എന്ന് പിന്നീടെനിക്ക് മനസ്സിലായി. സിനിമയിലെ സംഭാഷണങ്ങൾ ഞങ്ങൾ ഓർത്തു പറഞ്ഞു. പരസ്പരം പരീക്ഷിച്ചു.

“ഞാൻ നിന്നോടൊരു സൂത്രം പറയാം... എന്റെ നേരെ ചാടിക്കടിക്കരുത്.” ആര് എപ്പോൾ ആരോട് പറഞ്ഞു. ഞാനും വിട്ടുകൊടുത്തില്ല. “ഈ പശുവിനെ ഞാൻ എങ്ങനെ വില്ക്കാൻ! ഇവിടെയുള്ളവർക്കെല്ലാം അവളെ അറിയാലോ.” അങ്ങനെ ഞങ്ങൾ പ്രണയബദ്ധരായി. അയാളുടെ ഒരു ബന്ധുവിന് ചെടികൾ നട്ടുവളർത്തികൊടുക്കുന്ന ഒരു കടയുണ്ടായിരുന്നു. പലതരം പൂക്കളും അയാൾ വിറ്റിരുന്നു. അബുൽഫാസ് അവിടെനിന്ന് എപ്പോഴും എനിക്ക് പൂക്കൾ വാങ്ങികൊണ്ടുവന്നു. ചുകന്നതും വെളുത്തതുമായ പനിനീർ പൂക്കൾ. ഇളം വയലറ്റുനിറത്തിലുള്ള പനിനീർ പൂക്കളും അവിടെ ഉണ്ടായിരുന്നു. യഥാർത്ഥ നിറം തന്നെ.

പക്ഷേ, കണ്ടാൽതോന്നും ആരോ ചായം തേച്ചുവെച്ചിരിക്കുകയാണെന്ന്. ഞാൻ മനോരാജ്യത്തിൽ മുഴുകി. പ്രണയത്തെകുറിച്ച് എപ്പോഴും സ്വപ്നം കണ്ടിരുന്നു. പക്ഷേ, ഹൃദയം അതിന്റെ പേരിൽ ഇത്രയും ശക്തമായി മിടിക്കുമെന്ന് ഞാൻ മനസ്സിലാക്കിയിരുന്നില്ല. എന്റെ നെഞ്ചിൻകൂടിൽ നിന്നും ഹൃദയം പുറത്തുചാടുമെന്ന് ഭയം തോന്നിയ ദിവസങ്ങൾ. കടപ്പുറത്തെ നനഞ്ഞ മണ്ണിൽ ഞങ്ങൾ പിന്നേയും പിന്നേയുമെഴുതി. “ഞാൻ നിന്നെ പ്രേമിക്കുന്നു”. ആ കാലത്ത് നഗരത്തിൽ എല്ലായിടത്തും സോഡ വിതരണം ചെയ്യുന്ന “വെൻഡിങ്ങ് മെഷീനുകളു”ണ്ടായിരുന്നു. കാശിടുകയേ വേണ്ടൂ... ഒരു കപ്പ് സോഡ കിട്ടും. കപ്പ് ചങ്ങലയിട്ട്

മെഷീനോട് ഘടിപ്പിച്ചിരുന്നു. എല്ലാവരും ഒരേ കപ്പിൽനിന്നും കുടിക്കണം. വേണമെങ്കിൽ കപ്പ് കഴുകിയെടുക്കാം. ഞങ്ങൾ ഒരു വെൻഡിങ്ങ് മെഷീന്റെ മുമ്പിൽ ചെന്നു. അതിൽ കുടിക്കാനുള്ള കപ്പുകളുണ്ടായിരുന്നില്ല. കടപ്പുറത്തുവെച്ച് ഒരുപാട് പാട്ടുകൾ ഉറക്കെ പാടിയിരുന്നു. എന്തിനെന്നില്ലാതെ ഉച്ചത്തിൽ പൊട്ടിച്ചിരിച്ചിരുന്നു. രണ്ടുപേർക്കും നല്ല ദാഹം.

കുറെ ദിവസങ്ങൾ അങ്ങനെയായിരുന്നു. വിചാരിക്കാത്ത... അതിശയകരമായ സംഭവങ്ങൾ. ഒരു മായാജാലത്താലെന്നപോലെ ഞങ്ങളുടെ ജീവിതത്തിൽ സംഭവിച്ചുകൊണ്ടിരുന്നു. പിന്നെ... പെട്ടെന്നൊരു ദിവസം എല്ലാം നിലച്ചു. “അബുൾഫാസൽ.... എനിക്കു ദാഹിക്കുന്നു. സോഡാ കുടിക്കണം. ഒരുപായം പറയൂ.” അയാൾ എന്റെ നേരെ നോക്കി. കൈകൾ കുമ്പിളാക്കി മാനത്തേക്കു കണ്ണുകളയച്ചു. ആകാശത്തിനോടെന്നവണ്ണം കുറേനേരം എന്തൊക്കെയോ പിറുപിറുത്തു. എങ്ങനെയെന്നറിയില്ല... വെൻഡിങ്ങ് മെഷീനു പുറകിൽ ഇടതൂർന്നു വളർന്നുനിന്നിരുന്ന വേലിയുടെ പുറകിൽനിന്ന് ഒരു കൈനീണ്ടു... അതിൽ ഒരു കപ്പ്. “സുന്ദരിയായ ഒരു പെൺകുട്ടിക്കുവേണ്ടി... ഇതാ ഈ കപ്പ് ഞാൻ തരുന്നു.”

ഒരു സൂര്യോദയത്തിന്റെ ഓർമ്മ. ചുറ്റുവട്ടത്ത് ഒരാളുമില്ല. അവിടെ ഞങ്ങൾ രണ്ടുപേർ മാത്രം. കടലിൽനിന്നും മൂടൽമഞ്ഞ് ഉരുണ്ടുരുണ്ട് കരയിലേക്കു വരുന്നു. ഞാൻ ചെരുപ്പിട്ടിരുന്നില്ല. പാറക്കൂട്ടങ്ങൾക്കിടയിൽനിന്നും നീരാവി കണക്കേ മൂടൽമഞ്ഞ് ഉയർന്നുവരുന്നു. അപ്പോൾ... വീണ്ടും ഒരദ്ഭുതം. പൊടുന്നനെ സൂര്യൻ പ്രത്യക്ഷപ്പെട്ടു. നിറയെ വെളിച്ചം... വേനൽക്കാലത്തിലെ മദ്ധ്യാഹനത്തിലെന്നപോലെ. മൂടൽമഞ്ഞേറ്റ് നനഞ്ഞ എന്റെ വസ്തുക്കൾ ക്ഷണത്തിലുണങ്ങി. “ഈ നിമിഷം... നീ എത്ര എത്ര സുന്ദരിയാണ്!” (വീണ്ടും അവരുടെ കണ്ണു നനഞ്ഞു). മറ്റുള്ളവരോട് കരയരുത് എന്നു ഞാൻ പറയുന്നു. പക്ഷേ ഞാൻ... പിന്നെയും പിന്നെയും അതെല്ലാം ഓർത്തുപോകുന്നു. പക്ഷേ ഓരോ പ്രാവശ്യവും... സ്വരങ്ങളുടേയും സ്വപ്നങ്ങളുടേയും എണ്ണം കുറഞ്ഞുവരികയാണ്. ആ കാലത്ത് ഞാൻ എപ്പോഴും സ്വപ്നം കണ്ടിരുന്നു. ഏതോ മേഘക്കൂട്ടങ്ങൾക്കിടയിലായിരുന്നു ഞാൻ. ജീവിതത്തിലൂടെ ഒഴുകി നടന്നു. പക്ഷേ, അതു സംഭവിച്ചില്ലെന്നുമാത്രം. സന്തോഷകരമായ കഥാന്ത്യം... അതു ഞങ്ങളുടെ ജീവിതത്തിലുണ്ടായില്ല. വെള്ള നിറത്തിലുള്ള വിവാഹവസ്ത്രങ്ങൾ. വിവാഹഘോഷയാത്ര... മധുവിധു... വളരെ പെട്ടെന്ന്... അതെ, വളരെ പെട്ടെന്ന്.... (അവർ നിശ്ശബ്ദയായി) എന്തോ പറയണമെന്നു വിചാരിച്ചു. എന്നാൽ ഏറ്റവും ചെറിയ വാക്കുകളും മറന്നുപോകുന്നു. ഈയിടെയായി അങ്ങനെയാണ് വല്ലാത്ത മറവി. പറയാൻ വന്നതിതാണ്... അതിനുശേഷം... വൈകാതെ... ആളുകൾ എന്നെ അവരുടെ തട്ടിൻപുറത്ത് ഒളിപ്പിക്കാൻ തുടങ്ങി. അല്ലെങ്കിൽ അവരുടെ നിലവറകളിൽ. ഒരു പൂച്ചയെപോലെ... കടവാതിലിനെ പോലെയായി ഞാൻ. അതുപറഞ്ഞാൽ നിങ്ങൾക്ക് മനസ്സിലാവില്ല. അർദ്ധരാത്രി

ചുറ്റുവട്ടത്തുനിന്നു കേൾക്കുന്ന ആർത്തനാദങ്ങൾ. പേടിച്ച് പ്രാണൻ പോകും. ചിലപ്പോൾ അതൊറ്റപ്പെട്ട ഒന്നാകും. പാതിരാത്രിയിൽ ഏതെങ്കിലുമൊരു പക്ഷിയുടെ ഉച്ചത്തിലുള്ള കൂകൽ കേട്ടാൽപോലും ഭയന്നു വിറയ്ക്കാറുണ്ട്. അതിനുപകരം കേൾക്കുന്നത് മനുഷ്യന്റെ മുറവിളിയാണെങ്കിലോ? ഒന്നാലോചിച്ചു നോക്കൂ. അന്ന് മനസ്സിൽ ഒരേയൊരു ചിന്തയുമായാണ് ഞാൻ ജീവിച്ചത്. "ഞാൻ അദ്ദഹത്തെ സ്നേഹിക്കുന്നു... ഞാനദ്ദേഹത്തെ സ്നേഹിക്കുന്നു." അതുകൊണ്ടുമാത്രമാണ് അന്നു ഞാൻ ജീവിച്ചുപോന്നത്. അല്ലെങ്കിൽ അന്നേ എന്റെ കഥ കഴിഞ്ഞേനേ. സഹിക്കാനാവാത്തവിധം ഭയങ്കരമായിരുന്നു ആ അനുഭവം. രാത്രി വൈകിയതിനുശേഷമേ ഞാൻ ഒളിവിൽനിന്നും പുറത്തുവന്നിരുന്നുള്ളൂ. കരിമ്പടത്തോളം കട്ടിയുള്ള കർട്ടനുകളാണ് അവർ ജനാലയിലിട്ടിരുന്നത്. ഒരു ദിവസം രാവിലെ അവർ എന്നെ മുട്ടി വിളിച്ചു. "പുറത്തേക്കുവരാം... ഇനി രക്ഷയായി... റഷ്യൻ സൈന്യം നഗരത്തിലെത്തിക്കഴിഞ്ഞു." ഞാൻ അതിനെക്കുറിച്ച് എപ്പോഴും ആലോചിക്കാറുണ്ട്. ഉറക്കത്തിൽപോലും ആ ചിന്ത വിട്ടുമാറുന്നില്ല. എപ്പോഴാണ് അത് തുടങ്ങിയത്? 1988-ൽ... കറുത്ത വസ്ത്രങ്ങൾ ധരിച്ച് ആളുകൾ കവലകളിൽ ഒരുമിച്ചുകൂടി. ഉറക്കെ പാടി. നൃത്തം ചെയ്തു. കൈയിൽ കത്തികളും കഠാരകളും പിടിച്ചുകൊണ്ട്. ടെലിഗ്രാഫ് കെട്ടിടം മൈതാനത്തിന് തൊട്ടായിരുന്നു. അതുകൊണ്ട് എല്ലാം എന്റെ കൺമുമ്പിൽവെച്ചാണ് സംഭവിച്ചതെന്നുപറയാം. ഞങ്ങൾ ബാൽക്കണിയിൽ വന്നുനിന്ന് കാഴ്ചകൾ കണ്ടു. "അവരെന്താണ് വിളിച്ചുപറയുന്നത്?" ഞാൻ ചോദിച്ചു. "അവിശ്വാസികൾക്കു മരണം" ആരോ മറുപടി പറഞ്ഞു. ആ പ്രകടനം വളരെ നേരം നീണ്ടുനിന്നു. അങ്ങനെ മാസങ്ങളോളം. അവർ ഞങ്ങളെ ജനലകളിൽനിന്നും ആട്ടി അകത്തേക്കയച്ചു. "കുട്ടികളെ ഇതപകടമാണ്, നിങ്ങൾ സ്വന്തം കസേലയിൽ ചെന്നിരിക്കണം. ജോലിയിൽ അനാസ്ഥ കാട്ടരുത്. അവനവന്റെ പണി നടക്കട്ടെ."

സാധാരണമായി ഉച്ചഭക്ഷണസമയത്ത് എല്ലാവരും ഒരുമിച്ചിരുന്നു ചായ കുടിക്കുകയാണ് പതിവ്. പെട്ടെന്നൊരു ദിവസം അസെർബൈജാനി പെൺകുട്ടികളെല്ലാവരും ഒരു മേശയ്ക്കു ചുറ്റുമിരുന്നു. ആർമീനിയൻ പെൺകുട്ടികൾ കുറച്ചുമാറി വേറെ ഒരു മേശയ്ക്കരികിലും. കണ്ണടച്ചു തുറക്കുന്ന വേഗത്തിലാണ് ഓരോന്നും സംഭവിച്ചിരുന്നത്. എന്തോ എനിക്ക് കാര്യങ്ങളൊന്നും മനസ്സിലാക്കാൻ സാധിച്ചില്ല. വളരെ നാളത്തേക്ക് വിശ്വസിക്കാൻ പോലുമായില്ല. ഞാൻ പ്രണയത്തിലായിരുന്നു... അടിമുടി പ്രണയത്തിൽ പൊതിഞ്ഞതായിരുന്നു അന്ന് എന്റെ ജീവിതം.

"കുട്ടികളേ എന്തുപറ്റി?"

"അപ്പൊ... നിങ്ങളിതൊന്നും കേട്ടില്ലേ...? നമ്മുടെ മേലധികാരി പറഞ്ഞു. പുതിയ നിയമം വരാൻ പോകുന്നുവെന്ന്. ഉടനെത്തന്നെ. ശുദ്ധമായ മുസ്ലീം രക്തമുള്ള പെൺകുട്ടികൾമാത്രം ഇനി മുതൽ ഇവിടെ പണിയെടുത്താൽ മതി."

1915ൽ അർമീനിയക്കാർക്കെതിരെ നടത്തപ്പെട്ട കൂട്ടക്കൊല അതിജീവിച്ചുവന്നതാണെന്റെ അമ്മൂമ്മ. കുട്ടിയായിരുന്നപ്പോൾ ആ കഥകളെല്ലാം അമ്മൂമ്മ എനിക്ക് പറഞ്ഞു തരാറുണ്ടായിരുന്നത് ഞാനോർത്തു. "എനിക്ക് നിന്റെ പ്രായമായിരുന്നപ്പോൾ, അവർ എന്റെ അച്ഛനേയും അമ്മയേയും അമ്മായിയേയും കൊന്നു. ഞങ്ങളുടെ ആടുകളേയും."

എന്റെ അമ്മൂമ്മയുടെ കണ്ണുകൾ സദാ ദുഃഖമയമായിരുന്നു. "ഞങ്ങളുടെ അയൽക്കാർ തന്നെയാണ് ആ അരുംകൊല ചെയ്തത്. അതിനു മുമ്പ്... അവർ തികച്ചും സാധാരണപോലെയായിരുന്നു. നല്ല ആളുകൾ എന്നുതന്നെ പറയാം. വിശേഷ ദിവസങ്ങളിൽ ഒരേയൊരു മേശയ്ക്കു ചുറ്റുമിരുന്നാണ് ഞങ്ങൾ ആഹാരം കഴിച്ചിരുന്നത്."

ഓ... അതൊക്കെ പഴയ കഥകൾ എന്നു ഞാൻ വിചാരിച്ചിരുന്നു. ഇന്നും അങ്ങനെയുള്ള കാര്യങ്ങൾ സംഭവിക്കുമോ? ഞാൻ എന്റെ അമ്മയോട് ചോദിച്ചു. "അമ്മേ ... ഒരു കാര്യം ശ്രദ്ധിച്ചോ? മുറ്റത്ത് ബഹളം വെക്കാറുള്ള ആൺകുട്ടികൾ ഇപ്പോൾ കളിക്കുന്നത് വെറും പടയോട്ടമല്ല... അർമീനിയക്കാരെ കൊല്ലുന്നതാണ് അവരുടെ ഇപ്പോഴത്തെ കളി. ആരാണ് ഇതൊക്കെ അവരെ പഠിപ്പിച്ചത്?"

"മിണ്ടാതിരിക്കൂ മോളേ... അയൽപക്കത്തുള്ളവർ നീ പറയുന്നതൊന്നും കേൾക്കണ്ട."

എന്റെ അമ്മ എപ്പോഴും വെറുതെ ഒരിടത്തിരുന്ന് കരഞ്ഞുകൊണ്ടിരുന്നു. ഒരു ദിവസം ഞാൻ കണ്ടു. കുട്ടികൾ മുറ്റത്തേക്ക് കെട്ടിയുണ്ടാക്കിയ ഒരു കോലം വലിച്ചുകൊണ്ടുവന്ന് അതിനെ കോലുകൊണ്ട് പല വശത്തുനിന്നും കുത്തുന്നു. ആ കോലുകൾ അവരുടെ ഭാവനയിൽ കുന്തങ്ങളും കഠാരകളുമായിരുന്നു. 'ആരാണ്?'' സൈനബ് അമ്മായിയുടെ മകളുടെ മകൻ ഓർഖാനെ വിളിച്ച് ഞാൻ ചോദിച്ചു.

"ഇതൊരു അർമീനിയൻ തള്ളയാണ്." വളരെ നിസ്സാരമട്ടിൽ അവൻ പറഞ്ഞു. "ഞങ്ങളവരെ കൊല്ലുകയാണ്... നിങ്ങളെന്താണ്, റിറ്റോ അമ്മായി? നിങ്ങൾക്കെന്താ റഷ്യൻ പേര്?"

എന്റെ അമ്മയാണ് എനിക്കാ പേരിട്ടത്. അമ്മയ്ക്കിഷ്ടം റഷ്യൻ പേരുകളായിരുന്നു. അമ്മയുടെ ജീവിതകാലം മുഴുവൻ അവർ സ്വപ്നം കണ്ടു. മോസ്കോനഗരം ഒന്നു കാണാൻ. എന്റെ അച്ഛൻ നേരത്തെ തന്നെ ഞങ്ങളെ ഉപേക്ഷിച്ചുപോയിരുന്നു. വേറൊരു സ്ത്രീയോടൊപ്പമാണ് അദ്ദേഹം പാർത്തിരുന്നത്. എന്നാലും അദ്ദേഹം എന്റെ തന്നെയാണല്ലോ. ഞാൻ എന്റെ വിശേഷം അറിയിക്കാനായി അച്ഛന്റെ അടുത്തുചെന്നു. "അച്ഛാ, ഞാൻ വിവാഹം കഴിക്കാൻ പോകുന്നു."

"നല്ല ആളാണോ?"

"അതെ. വളരെ നല്ല ആൾ. പക്ഷേ പേരു അബുൽഫാസ് എന്നാണ്" അച്ഛൻ മറുപടിയൊന്നും പറഞ്ഞില്ല. ഞാൻ സന്തോഷമായിരിക്കണം എന്നുമാത്രമേ ആഗ്രഹിച്ചുള്ളൂ. എന്നാലും ഒരു ഭയം... മകൾ പ്രേമിക്കുന്നത്

ഒരു മുസ്ലീമിനെയാണല്ലോ. വേറൊരു ദൈവത്തെ ആരാധിക്കുന്നവൻ. എന്തായാലും അബുൽഫാസ് ഞങ്ങളുടെ വീട്ടിൽ വന്നു.

"നിന്റെ "കൈ" ചോദിക്കാനാണ് ഞാൻ വന്നിരിക്കുന്നത്."

"പക്ഷേ എന്താ തന്നെ വന്നിരിക്കുന്നത്? വരന്റെ കൂട്ടുകാരായി ആരുമില്ലല്ലോ! നിങ്ങളുടെ ബന്ധുക്കളൊക്കെ എവിടെ?"

"അവരെല്ലാം ഈ വിവാഹത്തിന് എതിരാണ്. എനിക്കവരെ ആരേയും വേണ്ട... നിന്നെ മാത്രം മതി."

എന്റെ കാര്യവും അങ്ങനെത്തന്നെയായിരുന്നു. ആരും വേണ്ട. ഞങ്ങൾ രണ്ടുപേർ മാത്രം മതി. അല്ലെങ്കിലും ബന്ധുക്കളെക്കൊണ്ട് ഞങ്ങളുടെ പ്രണയത്തിനെന്തു പ്രയോജനം?"

ഞങ്ങളുടെ ഉള്ളിൽ സംഭവിച്ചുകൊണ്ടിരിക്കുന്ന കാര്യങ്ങൾ. ഞങ്ങളുടെ ചുറ്റിലും സംഭവിച്ചുകൊണ്ടിരുന്ന കാര്യങ്ങൾ. രണ്ടിനും തമ്മിൽ വളരെ വലിയ വ്യത്യാസമുണ്ടായിരുന്നു. രാത്രിയായാൽ നഗരത്തിനകത്ത് തണുത്തുറഞ്ഞതുപോലെയുള്ള നിശ്ശബ്ദതയായിരുന്നു. ഇങ്ങനെ എത്രനാൾ തുടരാനാകും? എന്തായാലും എനിക്കത് ദുസ്സഹമായിത്തോന്നി. ഇതിന്റെയൊക്കെ അർത്ഥമെന്താണ്. ഭീകരത... പറഞ്ഞറിയിക്കാനാവാത്ത ഭീകരത. പകൽ നേരങ്ങളിൽ ആരും പഴയതുപോലെ ചിരിക്കുന്നത് കാണാതായി. ആരും തമാശപറഞ്ഞ് ചുറ്റിത്തിരിയുന്നില്ല. ആരും പൂക്കൾ വാങ്ങുന്നില്ല. മുമ്പ് അങ്ങനെയായിരുന്നില്ല. കൈയിൽ ഒരു പൂച്ചെണ്ടുമായി ആരെങ്കിലുമൊക്കെ വഴി നടന്നുകൊണ്ടിരിക്കും. അവിടേയും ഇവിടേയും നിന്ന് ആളുകൾ പരസ്പരം ചുംബിക്കുന്നതു കാണാം. ഇന്നും ആളുകൾ വഴി നടക്കുന്നു. പക്ഷേ ആരും അന്യോന്യം നോക്കുന്നില്ല. ഒഴിഞ്ഞുമാറാനാണ് തിടുക്കം. എല്ലാ ദിക്കിലും എല്ലാ മനസ്സിലും ഭയത്തിന്റെ വലുതായ നിഴൽ. ഏതോ മഹാദുരന്തത്തിന്റെ ആപൽസൂചന...

ഒന്നും ഇപ്പോൾ കൃത്യമായി ഓർത്തെടുക്കാനാവുന്നില്ല. ഓരോ ദിവസവും സ്ഥിതിഗതികൾ മാറിക്കൊണ്ടിരുന്നു. ഇന്ന് എല്ലാവർക്കും സുംഗാടിയെപ്പറ്റി അറിയാം. ബാക്കുവിൽനിന്നും മുപ്പതു കിലോമീറ്റർ ദൂരമേയുള്ളൂ. ആദ്യത്തെ കൂട്ടത്തോടെയുള്ള കൊല അവിടെയാണ് നടന്നത്. ഞങ്ങളോടൊപ്പം ജോലിയെടുത്തിരുന്ന പെൺകുട്ടികളിൽ ഒരാൾ അവിടെനിന്നായിരുന്നു. ഒരു ദിവസം, എല്ലാവരും ജോലികഴിഞ്ഞുപോയിട്ടും അവൾ ടെലിഗ്രാഫ് ആപ്പീസിൽത്തന്നെ നിന്നു. രാത്രി മുഴുവൻ കലവറമുറിയിലാണ് അവൾ കഴിച്ചുകൂട്ടിയത് അവൾ കരഞ്ഞുകൊണ്ടിരുന്നു. ആരോടും മിണ്ടിയില്ല. ജനാലയിൽ കൂടി വെളിയിലേക്ക് നോക്കിയില്ല. തനിക്കെന്തു പറ്റി എന്ന് അവളാരോടും പറയാൻ തയ്യാറായില്ല. അവസാനം അവൾ വായ തുറന്ന് പറയാൻ തുടങ്ങിയപ്പോൾ... അത് കേൾക്കാതിരുന്നെങ്കിൽ എന്ന് ഞാൻ ആഗ്രഹിച്ചുപോയി. അത്രയ്ക്കും ദാരുണമായ സംഭവങ്ങൾ... എനിക്കൊന്നും കേൾക്കണമെന്നുണ്ടായില്ല. എന്താണ് നാട്ടിൽ സംഭവിക്കുന്നത്? ആളുകൾക്ക് ഇങ്ങനെയൊക്കെ പെരുമാറാൻ സാധിക്കുമോ?

“നിന്റെ വീടിനെന്തുപറ്റി?”

“ആകെ കൊള്ള ചെയ്യപ്പെട്ടു.”

“അച്ഛനും അമ്മയും?”

“അമ്മയെ അവർ പുറത്തേക്കു വലിച്ചുകൊണ്ടുവന്നു. വസ്ത്രങ്ങൾ വലിച്ചുകീറി... തീകുണ്ഡത്തിലേക്ക് തള്ളിയിട്ടു. എന്റെ ഗർഭിണിയായ സഹോദരിയെക്കൊണ്ട് ആ തീക്കുചുറ്റും നിർബന്ധിച്ചു നൃത്തം ചെയ്യിച്ചു. പിന്നെ അവളേയും കൊന്നു. വയറ്റിലെ കുഞ്ഞിനെ ഇരുമ്പുകമ്പികൊണ്ട് കുത്തിപുറത്തേക്കിട്ടു.”

“മതി... നിർത്തൂ...” ആരൊക്കെയോ ഒച്ചവെച്ചു.

പക്ഷേ അവൾക്ക് നിർത്താനായില്ല. “അച്ഛനെ മഴുകൊണ്ടു വെട്ടി പല തുണ്ടങ്ങളാക്കി. ഞങ്ങളുടെ ബന്ധുക്കൾ അച്ഛനെ തിരിച്ചറിഞ്ഞ് കാലിൽ കിടന്ന ഷൂസുകൾ കണ്ടിട്ടാണ്...

“മതി.. ഇനി പറയണ്ട... കേൾക്കാൻ വയ്യ.” ഞങ്ങൾ യാചിച്ചു.

“പ്രായമായവരും ചെറുപ്പക്കാരുമടങ്ങുന്ന സംഘങ്ങൾ. ഓരോന്നിലും ഇരുപതും മുപ്പതും പേർ... അർമേനിയൻ കുടുംബങ്ങളെ അവർ തിരഞ്ഞുപിടിച്ചു. അവർ അച്ഛന്മാരുടെ മുമ്പിൽവെച്ച് പെൺകുട്ടികളെ ബലാത്സംഗം ചെയ്തു കൊന്നു. ഭർത്താക്കന്മാരുടെ മുമ്പിൽവെച്ച് ഭാര്യമാരെ പീഡിപ്പിച്ചു.”

“മതി. കൂടുതൽ പറയണ്ട. എല്ലാം കരഞ്ഞു തീർത്തോളൂ.”

പക്ഷേ അവൾ കരഞ്ഞില്ല. പേടികൊണ്ട് കരയാനാവാത്ത അവസ്ഥ.

“അവർ കാറുകൾക്ക് തീവെച്ചു. സെമിത്തേരിയിൽ, അർമീനിയൻ കുടുംബപ്പേരുള്ള കല്ലറകൾ അവർ വികൃതമാക്കി. മരിച്ചവരെ കൂടി അവർ വെറുത്തു.”

“ആളുകൾ ഇത്രയും ക്രൂരമായി പെരുമാറുമോ?”

ഞങ്ങൾക്കെല്ലാവർക്കും അവളെ ഓർത്ത് ഭയം തോന്നി. അതേ സമയം റേഡിയോയിലെ... ടി.വി.യിലോ... പത്രങ്ങളിലോ... സുത്ഗാട്ടിയെ പറ്റി ഒരു വാർത്തയും വന്നില്ല. ചില കിംവദന്തികൾ മാത്രമേ ഞങ്ങളുടെ കാതിലെത്തിയുള്ളൂ. വളരെ കഴിഞ്ഞ് പലരും എന്നോട് ചോദിച്ചു. “നിങ്ങളെങ്ങനെയാണ് അതിൽനിന്നും രക്ഷപ്പെട്ടത്? അതൊക്കെ കഴിഞ്ഞിട്ടും എങ്ങനെ നിങ്ങൾ ജീവിച്ചിരിക്കുന്നു?”

വസന്തകാലമായി. സ്ത്രീകൾ കനംകുറഞ്ഞ വസ്ത്രങ്ങൾ ധരിക്കാൻ തുടങ്ങി. ഞങ്ങളുടെ ചുറ്റും പ്രകൃതി അതീവ സുന്ദരിയായി. എന്നിട്ടും എങ്ങും ഭയം നിറഞ്ഞുനിന്നു. മനസ്സിലാകുന്നുണ്ടോ? കടൽപോലും...

ഞാൻ ഞങ്ങളുടെ വിവാഹത്തിനുള്ള ഒരുക്കങ്ങൾ തുടങ്ങി... അമ്മ എന്നോടു കെഞ്ചി... “മകളേ നല്ലോണം ആലോചിക്കൂ... നീ ചെയ്യാൻ പോകുന്നത് എന്താണെന്ന്.” അച്ഛൻ ഒന്നും തന്നെ പറഞ്ഞില്ല.

അബൂൾഫാസും ഞാനും ഒരുമിച്ച് തെരുവിലൂടെ നടന്നു. ചിലപ്പോൾ വഴിയിൽവെച്ച് അദ്ദേഹത്തിന്റെ സഹോദരിമാരെ കണ്ടുമുട്ടി.

"ആരാ പറഞ്ഞത് അവളെ കാണാൻ കൊള്ളില്ലെന്ന്... അവളൊരു ചന്തമുള്ള കുട്ടിയാണല്ലോ." എന്നെ നോക്കി അവർ പരസ്പരം അടക്കം പറഞ്ഞു.

ഞാൻ അബുൾഫാസിനോടപേക്ഷിച്ചു. "തീർച്ചയായും നമുക്ക് വിവാഹം കഴിക്കണം. പക്ഷേ അതിത്ര വലിയ ആഘോഷമാക്കണോ?"

"നിനക്കെന്തുപറ്റി?" അദ്ദേഹം എന്റെ നേരെ പുരികം ചുളിച്ചു. "ഒരാളുടെ ജീവിതത്തിൽ മൂന്നു ദിവസങ്ങളേയുള്ളൂ എന്നാണ് ഞങ്ങളുടെ ആളുകളുടെ വിശ്വാസം. ജനിക്കുന്ന ദിവസം. വിവാഹം കഴിക്കുന്ന ദിവസം... മരിക്കുന്ന ദിവസം... നല്ലൊരു വിവാഹാഘോഷം... അതദ്ദേഹത്തിന്റെ നിർബന്ധമായിരുന്നു. "അതുകൂടാതെ നമുക്ക് സന്തോഷമായി കഴിയാനാവില്ല." അദ്ദേഹത്തിന്റെ അച്ഛനമ്മമാർക്ക് ആ കാര്യത്തിൽ ഒട്ടും സമ്മതമുണ്ടായിരുന്നില്ല. എന്നല്ല, കടുത്ത എതിർപ്പുമായിരുന്നു. വിവാഹചെലവിലേക്കായി അവർ മകന് പണമൊന്നും കൊടുത്തില്ല. അദ്ദേഹം ജോലിചെയ്ത് സമ്പാദിച്ച് അവരെ ഏല്പിച്ചതുപോലും തിരിച്ചുകൊടുക്കാൻ തയ്യാറായില്ല. എന്നാലും എല്ലാം നടക്കണമല്ലോ ചടങ്ങിനനുസരിച്ച്, പാരമ്പര്യമനുസരിച്ച്. അസെർബൈജാനി നാട്ടുനടപ്പുകൾ വളരെ മനോഹരമാണ്. എനിക്ക് വളരെ ഇഷ്ടമുള്ളതാണ് അവരുടെ ചടങ്ങുകളും രീതികളും.

ആദ്യത്തെ തവണ വിവാഹാലോചനയുമായി വരനും ബന്ധുക്കളും എത്തുമ്പോൾ, വധുവിന്റെ വീട്ടുകാർ അവർക്ക് പറയാനുള്ളതെല്ലാം കേൾക്കണം. പക്ഷേ, മറുപടിയൊന്നും പറയാതെ തിരിച്ചയയ്ക്കും. രണ്ടാമത്തെ തവണ ചെല്ലുമ്പോഴാണ് വേണം അല്ലെങ്കിൽ വേണ്ട എന്ന മറുപടി നല്കുക. അപ്പോഴാണ് ഒരുമിച്ചിരുന്ന് വീഞ്ഞു കുടിക്കുക. അതു കഴിഞ്ഞാൽ വധുവിനായി വെള്ളവസ്ത്രങ്ങളും മോതിരവും വാങ്ങി പിറ്റേ ദിവസം അവളുടെ വീട്ടിൽ ചെല്ലും. ആ സന്ദർശനം നല്ല വെയിലുള്ള ദിവസമായിരിക്കണം. സന്തോഷത്തിന്റെ പ്രകാശം നീണ്ടു നില്ക്കണം. എല്ലാ ഇരുട്ടും പോയ്മറയണം. വധു വരന്റെ കൈയിൽനിന്നും സമ്മാനങ്ങൾ ഏറ്റുവാങ്ങും. നന്ദിപറഞ്ഞുകൊണ്ട് എല്ലാവരുടേയും മുമ്പിൽവെച്ച് അദ്ദേഹത്തെ ചുംബിക്കും. തോളിലൂടെ അവൾ ഒരു വെള്ള ഷാൾ പുതച്ചിരിക്കും. വെള്ള പരിശുദ്ധിയുടെ പ്രതീകമാണ്. വിവാഹദിവസം വരന്റേയും വധുവിന്റേയും വീട്ടുകാർ അവർക്ക് വിവാഹസമ്മാനങ്ങൾ നല്കും. ചുകന്ന റിബ്ബൺകൊണ്ടുകെട്ടി വലിയ തട്ടങ്ങളിൽ സമ്മാനങ്ങൾ കുന്നുകൂട്ടിവെക്കും. നൂറുകണക്കിനു ബലൂണുകൾ അവർ വധുവിന്റെ വീടിനുമുകളിൽ കെട്ടിത്തൂക്കും. വിവാഹം കഴിഞ്ഞാലും കുറേ ദിവസത്തേക്ക് അതവിടെത്തന്നെ കാണാം. എത്രയും കൂടുതൽ ദിവസം ബലൂണുകൾ കാറ്റുപോകാതെ നില്ക്കുന്നുവോ അത്രയും നന്ന്. അത്

വധൂവരന്മാരുടെ പരസ്പരപ്രണയത്തിന്റെ ആഴവും ദൃഢതയുമാണ് കാണിക്കുന്നത്.

എന്റെ... ഞങ്ങളുടെ വിവാഹസമ്മാനങ്ങളെല്ലാം തന്നെ എന്റെ അമ്മയാണ് വാങ്ങിച്ചത്. വരന്റെ വീട്ടുകാർക്കുവേണ്ടിയും വധുവിന്റെ വീട്ടുകാർക്കുവേണ്ടിയും. വരൻ തരേണ്ട വെള്ള ഗൗണും മോതിരവും അമ്മ തന്നെ വാങ്ങിച്ചു. പ്രധാന ചടങ്ങുകൾ തുടങ്ങുംമുമ്പേ വധുവിന്റെ ബന്ധുക്കൾ എഴുന്നേററുനിന്ന് വധുവിനേയും വരനേയും വരന്റെ കുടുംബത്തേയും അനുമോദിക്കണം എന്നാണ് പതിവ്. എന്റെ മുത്തശ്ശൻ എന്നെ കുറിച്ച് പറഞ്ഞു. അതിനുശേഷം അദ്ദേഹം അബുൽഫാസിനോട് ചോദിച്ചു "ആരാണ് നിങ്ങളെക്കുറിച്ച് സംസാരിക്കാൻ പോകുന്നത്?"

"ഞാൻ തന്നെ." അദ്ദേഹം പറഞ്ഞു. "ഞാൻ നിങ്ങളുടെ മകളെ വളരെയധികം സ്നേഹിക്കുന്നു. എന്റെ ജീവനേക്കാൾ ഉപരി."

അദ്ദേഹം അതുപറഞ്ഞ വിധം കേട്ടവരൊക്കെ അദ്ദേഹത്തിന്റെ പക്ഷത്തായി. അവർ ചില്ലറ നാണയങ്ങളും അരിയും ഞങ്ങളുടെ നേരെ എറിഞ്ഞു. ഐശ്വര്യത്തിന്റേയും സന്തോഷത്തിന്റേയും പ്രതീകം. അതു കഴിഞ്ഞ് വേറൊരു ചടങ്ങുണ്ട്. വധുവിന്റെ ബന്ധുക്കൾ എഴുന്നേറ്റ് തല കുനിച്ച് വരന്റെ വീട്ടുകാരെ ആദരിക്കണം. അതുപോലെ വരന്റെ വീട്ടുകാരും ചെയ്യണം. ഞങ്ങളുടെ വിവാഹത്തിന്... അബുൽഫാസ് ഒറ്റയ്ക്കാണ് നിന്നത്. ബന്ധുക്കളാരും ഒപ്പമുണ്ടായിരുന്നില്ല... അനാഥനെന്നപോലെ. "ഞാൻ നിങ്ങളുടെ കുഞ്ഞിനെ പ്രസവിക്കും. പിന്നെ നിങ്ങൾ ഒരിക്കലും തനിച്ചാവില്ല." ഞാൻ മനസ്സുകൊണ്ട് ശപഥം ചെയ്തു. വളരെ ആത്മാർത്ഥമായിത്തന്നെ. ഞാൻ അദ്ദേഹത്തോടു നേരത്തെ തന്നെ പറഞ്ഞിരുന്നു. കുട്ടിക്കാലത്തൊരിക്കൽ എനിക്ക് കലശലായി രോഗം ബാധിച്ചു. അന്നേ ഡോക്ടർ മുന്നറിയിപ്പ് തന്നിരുന്നു, പ്രസവിക്കരുത് എന്ന്. എന്നിട്ടും അദ്ദേഹം എന്നെ വിവാഹം കഴിക്കാൻ സമ്മതിച്ചു. എന്നോടൊപ്പം ജീവിക്കാൻ വേണ്ടി മാത്രം. എന്നാലും ആ നിമിഷം ഞാൻ മനസ്സിലുറപ്പിച്ചു. എന്തുവന്നാലും ഞാൻ അദ്ദേഹത്തിന്റെ കുഞ്ഞിന് ജന്മം നല്കുമെന്ന്. അഥവാ ഞാൻ മരിച്ചാലും അദ്ദേഹത്തിന്റെ കുഞ്ഞ് ജീവിച്ചിരിക്കുമല്ലോ.

എന്റെ ബാക്കു...

ആ കടൽ.

ആ സൂര്യൻ...

ഇനിയെനിക്കങ്ങനെ പറയാനാവില്ല എന്റെ ബാക്കു...

അകത്തേക്കു കടക്കാൻ വാതിലുകളുണ്ടായിരുന്നില്ല. വാതിലുകളുണ്ടാകേണ്ടിയിരുന്ന ഇടങ്ങളിൽ സെല്ലോഫേൻവെച്ച് അടച്ചിരുന്നു. പുരുഷന്മാർ, അതോ കൗമാരപ്രായക്കാരോ... ഓർക്കാൻതന്നെ ഭയം തോന്നുന്നു. വലിയൊരു വടികൊണ്ട് അവർ ഒരു സ്ത്രീയെ തച്ചുകൊന്നു. അവരെ

നഗരത്തിൽ എവിടെ നിന്നാണ് കണ്ടെടുത്തത്? അവർ തറയിൽ കിടക്കുന്നു... ഒരു ശബ്ദവുമില്ലാതെ. വഴിപോക്കർ ആ കാഴ്ച കാണുന്നു. മുഖംതിരിച്ച് മറ്റൊരു വഴിക്ക് നടന്നുപോകുന്നു. പൊലീസുകാരെവിടെ? ഒക്കെ അപ്രത്യക്ഷരായിരിക്കുന്നു. ദിവസങ്ങളോളം ഒരു പൊലീസുകാരനെപോലും കാണാറില്ല. വീട്ടിൽ, അബുൽഫാസിന് മനംപുരട്ടലും ഛർദ്ദിയും. സ്വതവേ അലിവുള്ള മനസ്സാണ്. എല്ലാവരോടും വലിയ കാരുണ്യവും... റോഡിൽകണ്ട ഈ കൂട്ടർ... എവിടെനിന്നു വന്നവരാണ്? ചോരയിൽ കുളിച്ച് ഒരു മനുഷ്യൻ ഞങ്ങളുടെ അടുത്തേക്കോടിവന്നു. അയാൾ വലിയൊരു കത്തി കൈയിൽ മുറുകെ പിടിച്ചിരുന്നു. ഒരു വെട്ടുകത്തി. വലിയൊരു കാര്യം സാധിച്ച നിർവൃതിയായിരുന്നു അയാളുടെ കണ്ണുകളിൽ. "ഇയാളെ എനിക്കറിയാം." ബസ്സ്റ്റോപ്പിൽ തങ്ങളുടെ അരികിൽ നിന്നിരുന്ന യുവതി പറഞ്ഞു. ആ ദിവസങ്ങളിൽ എന്റെ ഉള്ളിന്റെ ഉള്ളിൽ എന്തൊക്കെയോ മരിച്ചു. എന്റെ തന്നെ ഒരു ഭാഗം എനിക്കു നഷ്ടമായി.

എന്റെ അമ്മ ജോലി വേണ്ടെന്നുവച്ചു. വഴിയെ നടന്നുപോവുക അപായകരമായി മാറിയിരുന്നു. അമ്മയെ കണ്ടാലേ അറിയാം. അവർ അർമേനിയക്കാരിയാണെന്ന്. എനിക്ക് ആ പ്രശ്നമുണ്ടായിരുന്നില്ല. പക്ഷേ ഒരു വ്യവസ്ഥ പാലിക്കേണ്ടിയിരുന്നു. ഒരു വക തിരിച്ചറിയൽ രേഖകളും കൈയിലുണ്ടാവരുത്. അബുൽഫാസ് ഓഫീസിൽവന്ന് എന്നെ കൂട്ടിക്കൊണ്ടുപോകും. ഞങ്ങൾ ഒരുമിച്ച് വീട്ടിലേക്കു നടക്കും. ഞാനൊരു അർമേനിയക്കാരിയാണെന്ന് ആർക്കും സംശയം തോന്നില്ലല്ലോ. ആർക്കു വേണമെങ്കിലും വഴിതടഞ്ഞ് ഒരാളോട് പാസ്പോർട്ടും കാണണമെന്ന് ആവശ്യപ്പെടാം. "ഒളിച്ചുപാർക്കൂ... അല്ലെങ്കിൽ നാടുവിടൂ." അയൽക്കാരനായ റഷ്യൻ അമ്മൂമ്മമാർ ഞങ്ങളെ നിർബന്ധിച്ചു. ചെറുപ്പക്കാരായ റഷ്യക്കാരെല്ലാം സ്ഥലംവിട്ടു കഴിഞ്ഞിരുന്നു. അവരുടെ നല്ല നല്ല വീടുകളും വീട്ടുസാമാനങ്ങളും ഉപേക്ഷിച്ച്. വയസ്സായവർ മാത്രമേ അവിടെ ശേഷിച്ചുള്ളൂ... നല്ല മനസ്സുള്ള ഒരു പിടി റഷ്യൻ അമ്മൂമ്മമാർ.

അപ്പോഴേക്കും ഞാൻ ഗർഭിണിയായി കഴിഞ്ഞിരുന്നു. എന്റെ ഹൃദയത്തിനു തൊട്ടുതാഴെ ഞാൻ ഞങ്ങളുടെ കുഞ്ഞിനെ കാത്തുസൂക്ഷിച്ചു.

ബാക്കുവിലെ രക്തചൊരിച്ചിൽ പിന്നെയും കുറേ അധികം ദിവസങ്ങൾ നീണ്ടുപോയി. അങ്ങനെയാണ് ആളുകൾ പറഞ്ഞത്. ചിലർ പറയുന്നത് മാസങ്ങളോളം തുടർന്നു എന്നാണ്. അർമീനിയക്കാരെ മാത്രമല്ല അവർ കൊന്നത്. അവരെ ഒളിപ്പിച്ചു പാർപ്പിച്ചവരേയും കൊന്നൊടുക്കി. എന്റെ അസെർബൈജാനി കൂട്ടുകാരിയാണ് എന്നെ ഒളിപ്പിച്ചത്. അവൾക്ക് ഭർത്താവും രണ്ടു ചെറിയ കുട്ടികളുമുണ്ടായിരുന്നു. ഒരു ദിവസം, ഞാൻ എന്റെ മകളെ അങ്ങോട്ടുകൊണ്ടുപോകും. എന്റെ സ്നേഹിതയെ കാട്ടിക്കൊടുത്ത് ഞാൻ പറയും. 'മകളേ, ഇത് നിന്റെ രണ്ടാമത്തെ അമ്മയാണ്." ഇത് ഞാൻ എന്നോടുതന്നെ ചെയ്യുന്ന ഒരു ശപഥമാണ്.

അവരുടെ ജനാലകളിൽ നല്ല കട്ടിയുള്ള കർട്ടനുകളുണ്ടായിരുന്നു. ഒരു കോട്ടിനോളം കനം. എന്റെ സുരക്ഷയെ കരുതി അവർ പ്രത്യേകം തുന്നിച്ചതായിരുന്നു. രാത്രി വൈകി. ഞാൻ തട്ടിൻപുറത്തുനിന്ന് ഒന്നോ രണ്ടോ മണിക്കൂർ നേരത്തേക്ക് താഴേക്കിറങ്ങിവരും. തീരെ താഴ്ന്ന സ്വരത്തിലാണ് ഞങ്ങൾ സംസാരിച്ചിരുന്നത്. എന്നോട് സംസാരിക്കേണ്ടത് ഒരത്യാവശ്യമായിരുന്നു. അല്ലെങ്കിൽ എനിക്ക് സ്ഥിരബുദ്ധി നഷ്ടപ്പെടാനോ, ഒരിക്കലും മിണ്ടാൻ വയ്യാത്ത അവസ്ഥയിലേക്ക് വഴുതി വീഴാനോ സാദ്ധ്യതയുണ്ടായിരുന്നു. അത് അവിടെയുള്ളവരെല്ലാം മനസ്സിലാക്കിയിരുന്നു. അതുമല്ല, എന്റെ ഗർഭം അലസിപ്പോയെന്നുവരാം. പേടിയും പരിഭ്രമവും സഹിക്കവയ്യാതെ ഞാൻ എല്ലാം മറന്ന് നിലവിളിച്ചുവെന്നുവരാം... കൂട്ടിലടക്കപ്പെട്ട ഒരു മൃഗത്തിന്റെ അവസ്ഥയിലായിരുന്നു ഞാൻ.

ഞങ്ങളുടെ സംഭാഷണങ്ങൾ എനിക്ക് നല്ല ഓർമ്മയുണ്ട്. തനിയെ തട്ടിൻപുറത്തെ ഇരുട്ടിൽ ചെന്നിരുന്ന് ഓരോന്നും പിന്നെയും പിന്നെയും ഞാൻ അയവിറക്കും. ചുമരിലെ തീരെ ചെറിയ ഒരു വിടവിലൂടെ ഒരു കീറ് ആകാശം... അതേ എനിക്ക് കാണാൻ കഴിഞ്ഞിരുന്നുള്ളൂ.

വയസ്സൻ ലാസറെ അവൻ വഴിയിൽ തടഞ്ഞുനിർത്തി പൊതിരെ തല്ലി. “ഞാൻ ജൂതനാണ്.” അയാൾ ആവർത്തിച്ചു പറഞ്ഞു. അയാളുടെ പോക്കറ്റിൽനിന്നും പാസ്പോർട്ട് വലിച്ചെടുത്ത് പറഞ്ഞത് നേരാണെന്ന് ഉറപ്പുവരുത്തിയപ്പോഴേക്കും അയാൾ ഏതാണ്ട് ചാകാറായിരുന്നു.

പലരും കൊല്ലപ്പെട്ടത് പണത്തിനുവേണ്ടിയാണ്. സമ്പന്നരായ അർമീനിയക്കാരെ അവർ തേടിപ്പിടിച്ചു വകവരുത്തി മുതലൊക്കെ കൈവശപ്പെടുത്തി. ഒരു കെട്ടിടത്തിൽ താമസിച്ചിരുന്ന എല്ലാവരേയും അവർ കൊന്നു. കൂട്ടത്തിലെ ഏറ്റവും ചെറിയ പെൺകുട്ടി രക്ഷപ്പെടാനായി ഒരു മരത്തിൽ കയറിയിരുന്നു. അവളേയും അവർ വെറുതെ വിട്ടില്ല. ഒരു കിളിയെ എന്നപോലെ വെടിവെച്ചുവീഴ്ത്തി. രാത്രി... കൂരിരുട്ട്. അവളെ അവർക്ക് കാണാനായില്ല. എന്നാലും വാശിയോടെ വെടിവെച്ചു... അവസാനം ഒരു പക്ഷിക്കുഞ്ഞുകണക്കേ അവൾ പിടഞ്ഞ് താഴെ വീണു... അവരുടെ കാൽക്കൽ.

എന്റെ കൂട്ടുകാരിയുടെ ഭർത്താവ് ഒരു ചിത്രകാരനായിരുന്നു. നിശ്ചലദൃശ്യങ്ങളും സ്ത്രീകളുടെ ഛായാചിത്രങ്ങളും അതിമനോഹരമായി അദ്ദേഹം വരച്ചിരുന്നു. ആ സൃഷ്ടികൾ ഞാൻ വളരെയേറെ ഇഷ്ടപ്പെട്ടിരുന്നു. അദ്ദേഹം തട്ടിൽനിന്നും പുസ്തകങ്ങളെടുത്ത് പിറുപിറുക്കും. “ഇതെല്ലാം ഞാൻ കത്തിച്ചുകളയാൻ പോവുകയാണ്. ഒന്നും വേണ്ട... ഒക്കെ തുലഞ്ഞുപോകട്ടെ.” പുസ്തകങ്ങളിലുള്ള വിശ്വാസം എനിക്കില്ലാതായി. തിന്മയുടെ മീതെ നന്മയുടെ വിജയം എന്നല്ലേ നമ്മളെ പഠിപ്പിച്ചത്... ഒക്കെ അസംബന്ധം. അങ്ങനെയൊന്നുമില്ല. ദസ്തയെവ്സ്കിയുടെ പേരിൽ നമ്മൾ വാദിക്കുന്നു... അതെ, ആ കഥാപാത്രങ്ങളാണ് എപ്പോഴും നമ്മളോടൊപ്പമുള്ളത്. നമ്മുടെ കൂടെ നടക്കുന്നു...” ദാ ഇവിടേയും അവരുണ്ട്.” അദ്ദേഹം എന്താണ് പറഞ്ഞുവരുന്നതെന്ന്

എനിക്ക് മനസ്സിലായില്ല. ഞാൻ എല്ലാം അർത്ഥത്തിലും ഒരു സാധാരണ ക്കാരിയാണ്. ഞാൻ കോളേജിൽ പഠിച്ചിട്ടില്ല. കരയാനും എന്റെ കണ്ണീർ തുടക്കാനും മാത്രമേ എനിക്കറിയാവൂ. വളരെക്കാലം ഞാൻ വിശ്വസിച്ചി രുന്നത്, ഭൂമിയിലെ ഏറ്റവും നല്ല രാജ്യത്താണ് താമസിക്കുന്നത് എന്നാ യിരുന്നു. ലോകത്തിലെ ഏറ്റവും നല്ല ആളുകൾക്കിടയിൽ. അങ്ങനെ യാണ് അവർ ഞങ്ങളെ സ്കൂളിൽ പഠിപ്പിച്ചിരുന്നത്. എന്റെ സ്നേഹിത യുടെ ഭർത്താവ്... അദ്ദേഹത്തിനിതൊന്നും താങ്ങാനായില്ല. ചുറ്റും നടക്കുന്ന ക്രൂരതകൾ... അദ്ദേഹത്തിനു വിശ്വസിക്കാൻ സാധിച്ചില്ല. ആ വേദനയും ആശങ്കയും... ഒടുവിൽ പക്ഷാഘാതം പിടിപെട്ടു... അനങ്ങാൻ വയ്യാതായി. (അവർ പെട്ടെന്നു മിണ്ടാതായി). "ഞാൻ വല്ലാതെ പിറുപിറു ക്കുന്നു. ഇത്തിരിനേരം മിണ്ടാതിരിക്കട്ടെ."

"റഷ്യൻ സൈന്യം നഗരത്തിലെത്തി." അവർ തുടർന്നു. "എനിക്ക് എന്റെ വീട്ടിൽ പോകാമെന്നായി. എന്റെ കൂട്ടുകാരിയുടെ ഭർത്താവ് തീരെ കിടപ്പിലായിരുന്നു. ഒരു കൈ മാത്രം കഷ്ടിച്ച് അനക്കാം. ആ കൈനീട്ടി അദ്ദേഹം എന്നെ ചുറ്റിപ്പിടിച്ചു. "നോക്കൂ റീറ്റാ, ഇന്നലെ രാത്രി മുഴുവൻ ഞാൻ നിന്നെ കുറിച്ചാലോചിക്കുകയായിരുന്നു. കൂട്ടത്തിൽ എന്റെ ജീവി തത്തെ കുറിച്ചും. വർഷങ്ങളായി അല്ല എന്റെ ജീവിതകാലം മുഴുവനും തന്നെ ഞാൻ കമ്മ്യൂണിസ്റ്റുകാരെ ശകാരിച്ചുകൊണ്ടിരുന്നു. ഇപ്പോൾ എനിക്ക് ചില സംശയങ്ങൾ. ഇത്രകാലവും നമ്മൾ കമ്മ്യൂണിസ്റ്റുകാരുടെ കർശനഭരണത്തിൻ കീഴിലാണ് കഴിഞ്ഞത്. കുറെ വയസ്സൻ പേക്കോല ങ്ങൾ നമ്മളെ ഭരിച്ചു. കുറെ മെഡലുകൾ നമ്മുടെ നെഞ്ചത്ത് കുത്തി ത്തന്നു, നമ്മളെ വിദേശത്തേക്കു പോകാൻ അനുവദിച്ചില്ല. വിലക്കപ്പെട്ട പുസ്തകങ്ങൾ വായിക്കാൻ സമ്മതിച്ചില്ല. ദൈവങ്ങളുടെ പ്രിയപ്പെട്ട ഭക്ഷണം... പിസ്സാ കഴിക്കാൻപോലും അനുമതി തന്നില്ല. അങ്ങനെ യൊക്കെയാണെങ്കിലും ആ ഭരണം തുടർന്നുപോയിരുന്നുവെങ്കിൽ... ആ കൊച്ചു പെൺകുട്ടി ഇന്നും ജീവിച്ചിരുന്നേനേ. ആരും അവളെ വെടിവെച്ചു വീഴ്ത്തുമായിരുന്നില്ല... നിസ്സഹായയായ ഒരു കുഞ്ഞികിളിയെപോലെ വെടിയേറ്റ് മരക്കൊമ്പിൽനിന്നും അവൾ താഴെ വീണ് മരിച്ചുപോകുമായി രുന്നില്ല. നിനക്ക് ഒരു എലിയെപ്പോലെ ഈ തട്ടിൻപുറത്ത് പതുങ്ങികഴി യേണ്ടി വരുമായിരുന്നില്ല..." അതിനുശേഷം അധികം വൈകാതെതന്നെ അദ്ദേഹം മരിച്ചുപോയി... അന്നുതന്നെ. ആയിടയ്ക്ക് അങ്ങനെ ഒരുപാടു പേർ മരിച്ചിരുന്നു. പ്രത്യേകിച്ചും നല്ല മനസ്സുള്ളവർ... പുതിയ സാഹചര്യ ങ്ങളുമായി അവർക്ക് പൊരുത്തപ്പെടാനായില്ല.

തെരുവുകളത്രയും റഷ്യൻ സൈനികരെക്കൊണ്ടു നിറഞ്ഞു. എല്ലാ യിടത്തും സൈനിക സന്നാഹങ്ങൾ. പട്ടാളക്കാരിൽ പലരും നന്നേ ചെറുപ്പ മായിരുന്നു. ചുറ്റും കണ്ട ദാരുണമായ കാഴ്ചകൾ... പലർക്കും ബോധ ക്ഷയമുണ്ടായി.

എനിക്കന്ന് എട്ടുമാസം ഗർഭമായിരുന്നു. പ്രസവദിവസം അടുത്തു വരുന്നു. പ്രസവവേദന തുടങ്ങി എന്നു തോന്നിയ ദിവസം. ഞങ്ങൾ ആംബുലൻസിനായി ഫോൺ ചെയ്തു. പക്ഷേ എന്റെ അർമീനിയർ

കുടുംബപ്പേർ കേട്ടതും അവർ ഫോൺ താഴെ വെച്ചു. പ്രസവാശുപത്രികളിൽ എന്നെ പ്രവേശിപ്പിക്കാൻ അവർ തയ്യാറായില്ല. ഞങ്ങളുടെ അയൽപക്കത്തുള്ള ആശുപത്രിയിൽപോലും പ്രവേശനം നിഷേധിച്ചു. ഒരിടത്തും എനിക്കു ചെല്ലാനായില്ല. പാസ്പോർട്ടു തുറന്നുനോക്കും. ഉടനെ പറയും.... "മുറിയൊന്നും ഒഴിവില്ല... എന്തുചെയ്യാൻ!" വേറൊരു ഗതിയുമില്ലെന്നുറപ്പായപ്പോൾ അമ്മ ഒരു വയറ്റാട്ടിയെ വിളിപ്പിച്ചു. പ്രായമായ ഒരു റഷ്യക്കാരി. വളരെക്കാലം മുമ്പ് അവർ അമ്മയെ പ്രസവസമയത്ത് സഹായിച്ചിരുന്നു. ഞങ്ങളുടെ പട്ടണത്തിനടുത്തുള്ള ഒരു ഗ്രാമത്തിലാണ് അവർ കഴിഞ്ഞിരുന്നത്. അപ്പോഴും അവർ ജോലി ചെയ്തിരുന്നു. അന്ന എന്നായിരുന്നു പേര്. കുടുംബപ്പേര് ഞാൻ ഓർക്കുന്നില്ല. ആഴ്ചയിലൊരിക്കൽ മുടങ്ങാതെ വന്നു. നേരത്തെ മുന്നറിയിപ്പു തന്നു. "പ്രസവം എളുപ്പമാവില്ല,"

ശരിക്കുള്ള പ്രസവവേദന തുടങ്ങിയത് ഒരു പാതിരയ്ക്കാണ്. അബുൽഫാസ് തെരുവിലേക്കോടി. ടാക്സി വിളിക്കാൻ, ഫോൺ ചെയ്ത് ടാക്സി വരുത്താൻ സാധിക്കുമായിരുന്നില്ല. എന്നെ കണ്ടതും ടാക്സി ഡ്രൈവർ പരിഭ്രമിച്ചു. "ഇതെന്താ? അർമീനിയക്കാരിയോ?"

"അവരെന്റെ ഭാര്യയാണ്."

"ആയിക്കോട്ടെ. ഞാനാരേയും എങ്ങോട്ടും കൊണ്ടുപോകുന്നില്ല,"

എന്റെ ഭർത്താവ് പൊട്ടിക്കരഞ്ഞുപോയി. കീശയിൽനിന്നും പഴ്സ് എടുത്ത് തുറന്ന് അതിലുള്ളതെല്ലാം അയാളുടെ നേരെ... അബുൽഫാസിന്റെ ഒരു മാസത്തെ ശമ്പളം മുഴുവൻ അതിലുണ്ടായിരുന്നു. "ഇതു മുഴുവൻ എടുത്തോളൂ... ദയവുചെയ്ത് എന്റെ ഭാര്യയേയും കുഞ്ഞിനേയും രക്ഷിക്കണം." ഞങ്ങളെല്ലാവരും ആ കാറിൽ കയറി. എന്റെ അമ്മയും ഒപ്പം വന്നു. അന്ന താമസിച്ചിരുന്ന ഗ്രാമത്തിലേക്കാണ് ഞങ്ങൾ പോയത്. അവിടെ ഒരു ആശുപത്രിയിൽ ദിവസവും ഏതാനും മണിക്കൂർ അവർ ജോലിചെയ്തിരുന്നു. പെൻഷൻകൊണ്ടുമാത്രം ജീവിച്ചുപോരുക പ്രയാസമായിരുന്നു. അവർ ആശുപത്രിയിൽ ഞങ്ങളെ കാത്തുനിന്നിരുന്നു. ഒട്ടും സമയം കളയാതെ അവർ എന്ന മേശമേൽ കിടത്തി. ഏതാണ്ട് ഏഴ് മണിക്കൂറോളം എന്റെ പ്രസവവേദന നീണ്ടുനിന്നു. ആ രാത്രി ഞങ്ങൾ രണ്ടുപേരായിരുന്നു പ്രസവമുറിയിൽ. ഞാനും പിന്നെ ഒരു അസെർബൈജാൻ യുവതിയും. അവിടെ ആകെ ഒരു തലയിണയേ ഉണ്ടായിരുന്നുള്ളൂ. അവരത് അവൾക്ക് കൊടുത്തു. അതുകൊണ്ട് എനിക്ക് അന്നു മുഴുവൻ തല താഴ്ത്തിവെക്കേണ്ടിവന്നു. ഒട്ടും സുഖമില്ലെന്നു മാത്രമല്ല... അസൗകര്യമായൊരു കിടപ്പുതന്നെയായിരുന്നു അത്. എന്റെ നടുവേദന കൂടുതലായി. എന്റെ അമ്മ വാതിലിനരികിൽ തന്നെ നിന്നിരുന്നു. അവർ നന്നേ ശ്രമിച്ചു, അവിടെനിന്നും അമ്മയെ പറഞ്ഞയയ്ക്കാൻ. പക്ഷേ അമ്മ സ്ഥലം വിടാൻ കൂട്ടാക്കിയില്ല. എന്റെ കുഞ്ഞിനെ അവർ മോഷ്ടിക്കുമോ എന്ന് അമ്മ ഭയന്നു. അല്ലെങ്കിൽ മറ്റെന്തെങ്കിലും ദ്രോഹം? എന്തു സംഭവിക്കാവുന്നതേയുള്ളൂ. കാലം അങ്ങനെയുള്ളതായിരുന്നു. ഞാൻ ഒരു പെൺകുഞ്ഞിനെ പ്രസവിച്ചു. ഒരേ ഒരു പ്രാവശ്യം

മാത്രമേ അവർ എനിക്ക് കുഞ്ഞിനെ കാണിച്ചു തന്നുള്ളൂ. പിന്നീടവളെ എന്റെ അടുത്തേക്കു കൊണ്ടുവന്നതേയില്ല. രണ്ടുദിവസം മുഴുവൻ ഞാൻ കാത്തിരുന്നു. ഒടുവിൽ ഒരു താങ്ങിനായി ചുമരിൽ കൈചേർത്തുവെച്ച് നവജാതശിശുക്കളെ കിടത്തുന്ന മുറിയിലേക്ക് ഞാൻ ചെന്നു. ആ മുറി ആരെ ഒഴിഞ്ഞു കിടന്നിരുന്നു. ഒരു മൂലയിൽ എന്റെ കുഞ്ഞുമാത്രം. ജനാലയും വാതിലുമെല്ലാം അടഞ്ഞു കിടന്നിരുന്നു. ഞാനവളെ തൊട്ടു നോക്കി.. കനലിന്റെ ചൂട്. അപ്പോഴേക്കും അമ്മയും അവിടെയെത്തി. "അമ്മയ്ക്ക് നമുക്ക് കുഞ്ഞിനേയും കൊണ്ട് വീട്ടിൽ പോകാം. ഇപ്പോൾ ത്തന്നെ. നോക്കൂ... അവൾക്ക് തീരെ സുഖമില്ല."

എന്റെ മകൾ കുറെ അധികം സുഖമില്ലാതെ കിടന്നു. പ്രായമായ ഒരു ഡോക്ടറാണ് അവളെ ചികിത്സിച്ചത്. വളരെ വർഷം മുമ്പേ ഉദ്യോഗ ത്തിൽനിന്നും വിരമിച്ച ഒരാൾ അദ്ദേഹം അർമീനിയക്കാർക്കു വേണ്ട സഹായങ്ങൾ ചെയ്തുകൊണ്ട് ചുറ്റിനടന്നു. "അർമീനിയക്കാരായതു കൊണ്ടുമാത്രം അവർ അർമീനിയക്കാരെ കൊല്ലുന്നു. ഏതാനും വർഷം മുമ്പ് ജൂതന്മാരായതുകൊണ്ടുമാത്രം ജൂതന്മാരെ കൊന്നിരുന്നതുപോലെ. "അദ്ദേഹം പറയുമായിരുന്നു. അദ്ദേഹത്തിന് വളരെയധികം പ്രായമുണ്ടാ യിരുന്നു. എന്നിട്ടും ഒരു മടിയും കൂടാതെ വേണ്ടിടത്ത് ഓടിയെത്തി."

ഞങ്ങളുടെ കുഞ്ഞിന് ഞങ്ങൾ ഇറാ എന്നാണ് പേരിട്ടത്. ഇറിൻകാ. അവൾക്ക് റഷ്യൻ പേരുമതി എന്ന് ഞങ്ങൾ തീരുമാനിച്ചു. അവൾക്കത് ഒരു രക്ഷയായേക്കും. ആദ്യമായി കുഞ്ഞിനെ കൈയിലെടുത്തപ്പോൾ അബുൽഫാസ് കരഞ്ഞുപോയി... അത് സന്തോഷത്തിന്റെ കണ്ണീരായി രുന്നു. അത് സന്തോഷത്തിന്റെ ദിവസങ്ങളായിരുന്നു. ഞങ്ങളുടെ സ്വന്തം സന്തോഷം... ആയിടയ്ക്ക് അദ്ദേഹത്തിന്റെ അമ്മയ്ക്ക് സുഖമില്ലാതായി. അതോടെ ഇടയ്ക്കിടയ്ക്ക് വീട്ടുകാരെ കാണാൻ പോയിത്തുടങ്ങി. വീട്ടു കാരെ കണ്ടു തിരിച്ചുവരുന്ന അബുൽഫാസൽ... അതെങ്ങനെ വിവരി ക്കണമെന്നറിയുന്നില്ല... അത് മറ്റൊരാളായിരുന്നു.

എനിക്ക് തിരിച്ചറിയാനാകാത്ത അന്യനായ ഒരാൾ. എനിക്ക് വല്ലാത്ത ഭയം തോന്നി. അഭയാർത്ഥികളെക്കൊണ്ട് തെരുവുകൾ നിറഞ്ഞുകവിഞ്ഞ കാലം. അർമീനിയയിൽനിന്നും പലായനം ചെയ്തുവരുന്ന അസെർബൈ ജാനികൾ. ബാക്കുവിൽനിന്നും രക്ഷപ്പെട്ടോടിപ്പോയ അർമീനിയക്കാരെ പോലെയായിരുന്നു അവരും. ശൂന്യമായ കൈകളും നോട്ടവും. അവരും പറഞ്ഞത് അതേ കഥകൾ. എല്ലാം ഒരുപോലെ ഒരു വ്യത്യാസവുമില്ല. അവർ ഖോഡ്ജാലിയിൽ നടന്നത് വിവരിച്ചു. അർമീനിയക്കാർ സംഘം ചേർന്ന് അസെർബൈജാനികളുടെ കൂട്ടക്കൊല നടത്തി. സ്ത്രീകളെ ജനാലയിൽകൂടി താഴേക്ക് വലിച്ചെറിഞ്ഞു. പുരുഷന്മാരുടെ കഴുത്തറുത്തു. മൃതദേഹങ്ങളിൽ മൂത്രമൊഴിച്ചു. എത്ര ഭയാനകമായ സിനിമ കണ്ടാലും ഇനി ഞാൻ പേടിക്കില്ല. അത്രയ്ക്കും ഞാൻ കണ്ടും കേട്ടും കഴിഞ്ഞി രുന്നു. ഇതിൽ കൂടുതലൊന്നും കാണാനും കേൾക്കാനും ബാക്കിയില്ല. എന്റെ മനസ്സിൽ അതെല്ലാം തന്നെ ചുറ്റിത്തിരിഞ്ഞുകൊണ്ടിരിക്കുന്നു. ഇനി ഇവിടെ നില്ക്കാൻ വയ്യ. സ്ഥലം വിടുകതന്നെ. അങ്ങനെ എല്ലാം

മറന്ന് ഓടിപ്പോകാൻ പറ്റുമോ? അതേ സമയം ഇങ്ങനെ തുടർന്നു പോകാനുമാവില്ല. അവിടെത്തന്നെ നിന്നിരുന്നുവെങ്കിൽ ഞാൻ മരിച്ചേനേ... നിശ്ചയമായും മരിച്ചേനേ.

ആദ്യം സ്ഥലംവിട്ടത് അമ്മയാണ്. അതിനുശേഷം എന്റെ അച്ഛനും അദ്ദേഹത്തിന്റെ രണ്ടാമത്തെ കുടുംബവും. പിന്നെ ഞാനും എന്റെ മകളും. ഞങ്ങൾ അസെർബൈജാനി കുടുംബപ്പേരോടുകൂടിയ വ്യാജരേഖകളും പാസ്പോർട്ടും ഉണ്ടാക്കിയെടുത്തു. ടിക്കറ്റുകിട്ടാൻ മൂന്നുമാസം വേണ്ടിവന്നു. അത്രയ്ക്കു നീണ്ടതായിരുന്നു നാടുവിട്ടുപോകുന്നവരുടെ പട്ടിക. അവസാനം വിമാനത്തിൽ കയറിയപ്പോഴോ... യാത്രക്കാരേക്കാൾ അധികമായിരുന്നു പഴങ്ങളും പൂക്കളും നിറച്ച് കാർഡ്ബോർഡ് പെട്ടികളുടെ എണ്ണം. വ്യാപാരം... വ്യാപാരം തഴച്ചു വളരാൻ തുടങ്ങിയ കാലമായിരുന്നു അത്. ഞങ്ങളുടെ തൊട്ടടുത്തിരുന്നിരുന്ന അസെർബൈജാനികൾ യാത്രയിലുടനീളം വീഞ്ഞുമോന്തിക്കൊണ്ടിരുന്നു. ആരേയും കൊല്ലാനാഗ്രഹമില്ല. അതുകൊണ്ടാണ് ഞങ്ങൾ നാടുവിട്ടുപോകുന്നതെന്നാണ് അവർ പറഞ്ഞത്. യുദ്ധത്തിൽ പങ്കുചേർന്ന് സ്വയം മരിക്കാനും അവർ തയ്യാറല്ല. അത് 1991 ആയിരുന്നു. അഗോർണാ-കാരബാക് യുദ്ധം കൊടുമ്പിരിക്കൊണ്ടിരിക്കുന്ന സമയം. എന്റെ ഒപ്പമുണ്ടായിരുന്ന യാത്രക്കാരൻ തുറന്നുപറഞ്ഞു. "ഏതെങ്കിലും ഒരു ടാങ്കിന്റെ പോട്ടിൽ ചെന്നു കിടക്കാൻ താത്പര്യമില്ല... അതിനു ഞങ്ങൾ തയ്യാറല്ല." മോസ്കോ വിമാനത്താവളത്തിൽ ഞങ്ങളുടെ ഒരു ബന്ധു എന്നെ കാത്തുനിന്നിരുന്നു. "അബുൽഫാസ് എവിടെ?" "ഒരു മാസത്തിനകം വരും."

അന്ന് അവിടെയുള്ള എന്റെ ബന്ധുക്കളെല്ലാം ഒരുമിച്ചു കൂടി. "സംസാരിക്കൂ... മനസ്സിലുള്ളതെല്ലാം തുറന്നു പറയൂ... ഇങ്ങനെ മിണ്ടാതിരുന്നാൽ... അത് ബുദ്ധിയെ ബാധിക്കും." ഒരു മാസം കഴിഞ്ഞതിനുശേഷമാണ് ഞാൻ സംസാരിക്കാൻ തുടങ്ങിയത്. അപ്പോഴും ഞാൻ മനസ്സിൽ പറഞ്ഞുകൊണ്ടിരുന്നു. "വേണ്ടാ... എന്നെന്നേക്കുമായി വായ മൂടാം."

ഞാൻ പിന്നെയും പിന്നെയും കാത്തു. മാസങ്ങൾ കഴിഞ്ഞിട്ടും അബുൽഫാസ് വരികയുണ്ടായില്ല. ആറുമാസം കഴിഞ്ഞു... എന്നിട്ടും എന്റെ ഭർത്താവ് വന്നില്ല. അവസാനം അദ്ദേഹം വന്നത് ഏഴുവർഷങ്ങൾക്കുശേഷമാണ്. എന്റെ മകളാണ് എന്നെ രക്ഷിച്ചത്... അല്ലെങ്കിൽ എന്നേ എന്റെ കഥ കഴിഞ്ഞേനെ. അവൾക്കുമാത്രം വേണ്ടി, ശേഷിച്ച കരുത്തിൽ ഞാൻ മുറുകെ പിടിച്ചു. ജീവിതം നിലനിർത്തിക്കൊണ്ടുപോകാൻ വേണ്ടി. മുറുകെ പിടിക്കാൻ എത്ര നേർത്തതാണെങ്കിലും ഒരു നൂൽച്ചരടെങ്കിലും കൈയിലുണ്ടാവണം. നീണ്ട കാത്തിരിപ്പിനുശേഷം... പതിവുപോലെയുള്ള ഒരു പ്രഭാതം. അദ്ദേഹം ഞങ്ങളുടെ ഫ്ളാറ്റിലേക്ക് കയറിവന്നു; ഞങ്ങളെ രണ്ടുപേരേയും കെട്ടിപ്പിടിച്ചു. പിന്നെ അനങ്ങാതെ മാറിനിന്നു... ഒരു നിമിഷം അദ്ദേഹം വാതിലിൽ നില്ക്കുന്നത് കണ്ടതാണ്. അടുത്ത നിമിഷം ഞാൻ നോക്കി നില്ക്കേ... തൊട്ടുമുമ്പിൽ അദ്ദേഹം കുഴഞ്ഞുവീണു. അബുൽഫാസ് തറയിൽ കിടന്നു. കോട്ടും തൊപ്പിയും ധരിച്ചുകൊണ്ട്. ഏതാനും നിമിഷം ഞങ്ങൾ അമ്പരന്നുനിന്നു. പിന്നെ,

പതുക്കെ അകത്തേക്കു വലിച്ചുകൊണ്ടുപോയി സോഫയിൽ കിടത്തി. ഞങ്ങൾ വല്ലാതെ ഭയന്നു. ഡോക്ടറെ വിളിക്കാതെ വയ്യ. എന്നാൽ വിളിക്കുന്നതെങ്ങനെ? മോസ്കോയിലെ താമസക്കാരായി ഞങ്ങൾ രജിസ്റ്റർ ചെയ്യപ്പെട്ടിട്ടില്ല. ഞങ്ങൾക്ക് ഇൻഷൂറൻസ് ആനുകൂല്യവുമില്ല. ഞങ്ങൾ അഭയാർത്ഥികളല്ലേ? എന്തുചെയ്യണമെന്നറിയാതെ ഞങ്ങൾ പകച്ചു നിന്നു. എന്റെ അമ്മ പൊട്ടിക്കരഞ്ഞു. മകൾ ഒരു മൂലയിൽ ഒന്നും മനസ്സിലാക്കാനാകാതെ മിഴിച്ചുനിന്നു. വർഷങ്ങളായി അവൾ അച്ഛൻ വരാനായി കാത്തിരിക്കുകയായിരുന്നു... ഇപ്പോഴിതാ ഇവിടെ... മരിച്ചുകൊണ്ടിരിക്കുന്നു. ഒടുവിൽ അദ്ദേഹം കണ്ണുതുറന്നു... പതുക്കെ പറഞ്ഞു. "പേടിക്കേണ്ട... എനിക്കൊന്നുമില്ല... ഡോക്ടറെ വിളിക്കണ്ട... എല്ലാ പ്രയാസങ്ങളും തീർന്നു... ഞാൻ വീട്ടിലെത്തിയല്ലോ."

"ഇനി ഞാൻ കരയട്ടെ... ഇനി ഞാൻ കരയട്ടെ" അവർ പറഞ്ഞു. ഞങ്ങൾ സംസാരിച്ചു തുടങ്ങിയതിൽ പിന്നെ ആദ്യമായി അവർ മനസ്സ് തുറന്ന് കരഞ്ഞു.

ഞാനെങ്ങനെ കരയാതിരിക്കും... ഒരു മാസത്തോളം ആ ഫ്ളാറ്റിനകത്ത് എന്റെ കൈയും പിടിച്ചുകൊണ്ട് എന്നെ വിടാതെ അദ്ദേഹം പുറകെ നടന്നു... മുട്ടുകുത്തി.

"നിങ്ങളെന്താണ് ഉദ്ദേശിക്കുന്നത്?"

"ഞാൻ നിന്നെ സ്നേഹിക്കുന്നു."

"എങ്കിൽ. ഇത്രകാലമായി എവിടെയായിരുന്നു?"

അവർ അദ്ദേഹത്തിന്റെ പാസ്പോർട്ട് കട്ടെടുത്തു. വളരെ ബുദ്ധിമുട്ടി രണ്ടാമതൊന്നു തരപ്പെടുത്തി. അതും അവർ മോഷ്ടിച്ചു. എല്ലാം അദ്ദേഹത്തിന്റെ ബന്ധുക്കൾ പറ്റിച്ച പണികളായിരുന്നു.

അദ്ദേഹത്തിന്റെ ബന്ധുക്കൾ ബാക്കുവിലെത്തി. തലമുറകളായി അവർ ജീവിച്ചിരുന്നു യെറിവാനിൽനിന്നും ഓടിപ്പോരാൻ അവർ നിർബന്ധിതരായി. രാത്രിയായാൽ അവർ കഥകൾ പറയാൻ തുടങ്ങും. അതെല്ലാം അദ്ദേഹത്തിന്റെ കാതിലെത്തണമെന്ന് അവർക്ക് നിർബന്ധമായിരുന്നു. അവർ എല്ലാ വിശദാംശങ്ങളോടെ വർണ്ണിച്ചു. ഒരാൺകുട്ടിയെ അവർ തൊലിയുരിച്ച് മരക്കൊമ്പിൽ കെട്ടിത്തൂക്കി. ഒരയൽക്കാരന്റെ നെറ്റിയിൽ കുതിരലാടം അടിച്ചുകയറ്റി.

"നീ എങ്ങോട്ടുപോകാനാണ് തിരക്ക് കൂട്ടുന്നത്?"

"എന്റെ ഭാര്യയുടെ അടുത്തേക്ക്."

"എന്തു ഭാര്യ... അവൾ നമ്മുടെ ശത്രുവാണ്. ഞങ്ങളെയെല്ലാം ഉപേക്ഷിച്ച് നീ ശത്രുവിന്റെ പുറകെ പോകുന്നോ? നീ ഞങ്ങളുടെ സഹോദരനല്ല.... ഈ അച്ഛനമ്മമാരുടെ മകനുമല്ല.

അദ്ദേഹത്തെ ഞാൻ ഫോണിൽ വിളിക്കുമ്പോഴൊക്കെ അവർ മറുപടി പറയും. "അവൻ വീട്ടിലില്ല" അതുകൊണ്ടും അവസാനിച്ചില്ല. അദ്ദേഹത്തെ അവർ അറിയിച്ചു. "നിന്റെ ഭാര്യയുടെ ഫോൺ വന്നിരുന്നു.

അവൾ വീണ്ടും വിവാഹം കഴിക്കാൻ പോകുന്നു." ഞാൻ പിന്നെയും വിളിച്ചുകൊണ്ടിരുന്നു. അദ്ദേഹത്തിന്റെ സഹോദരിയാണ് മറുപടി പറയുക. ഒരു ദിവസം അവർ പറഞ്ഞു. "ഈ ഫോൺ നമ്പർ മറന്നേക്കൂ. അവൻ വേറെ വിവാഹം കഴിച്ചു. ഒരു മുസ്ലീം സ്ത്രീയെ."

എന്റെ അച്ഛൻ. ഞാൻ സന്തോഷമായി കഴിയണമെന്ന് അദ്ദേഹം ആഗ്രഹിച്ചു. അച്ഛൻ എന്റെ പാസ്പോർട്ട് വാങ്ങിക്കൊണ്ടുപോയി ഏതോ ഉദ്യോഗസ്ഥനെ ഏല്പിച്ചു. അദ്ദേഹം അതിൽ "വിവാഹമോചിത" എന്ന് മുദ്രകുത്തി കൊടുത്തു. എന്റെ രേഖകൾ തെറ്റാണെന്ന് കാണിക്കാൻ അവർ അതിൽ എന്തോ എഴുതിച്ചേർത്തു. പിന്നീടത് തേച്ചുകളഞ്ഞു. വീണ്ടും അത് നേരെയാക്കാൻ ശ്രമിക്കവേ അതിലൊരു തുള വീണു... എന്റെ പാസ്പോർട്ട് അങ്ങനെ താറുമാറായി. "അച്ഛാ... എന്തിനാണിത് ചെയ്തത്? അബുൽഫാസിനെ ഞാൻ എത്രമാത്രം സ്നേഹിക്കുന്നുവെന്ന് അച്ഛനറിയാമല്ലോ..." "നീ സ്നേഹിക്കുന്നത് നമ്മുടെ ശത്രുവിനെയാണ്." കൂടുതലൊന്നും അദ്ദേഹത്തിനു പറയാനുണ്ടായിരുന്നില്ല. എന്തായാലും എന്റെ പാസ്പോർട്ട് നാശമായി ഇനി അതിനെക്കൊണ്ട് ഒരു പ്രയോജനവുമില്ല. അത് അസാധുവായി.

ഞാൻ ഷേക്സ്പിയറിന്റെ "റോമിയോ ആൻഡ് ജൂലിയറ്റ്" വായിച്ചു. പരസ്പരം ശത്രുതയിൽ കഴിയുന്ന രണ്ടു കുടുംബങ്ങൾ. മാപുലെറ്റുകളും മൊൺടാഗുകളും. അത് എന്റെ ജീവിതകഥയാണ്. അതിലെ ഓരോ വാക്കും ഓരോ വരിയും എനിക്ക് മനസ്സിലാകും.

എന്റെ മകളെ എനിക്ക് മനസ്സിലായില്ല. അവളുടെ അച്ഛനെ കണ്ടതുമുതൽ അവൾ പുഞ്ചിരിക്കാൻ തുടങ്ങി. "അച്ഛാ... അച്ഛൻകുട്ടീ..." കുട്ടിയായിരുന്നപ്പോൾ, അച്ഛനെ നേരിൽ കാണുന്നതിനുമുമ്പ് അവൾ എന്റെ പെട്ടിയിൽനിന്നും അദ്ദേഹത്തിന്റെ ഫോട്ടോ എടുത്തു കൊഞ്ചും; ഉമ്മ വെക്കും. എല്ലാം ഞാൻ കാണാത്തപ്പോഴാണ്. കണ്ടാൽ ഞാൻ കരഞ്ഞു തുടങ്ങുമെന്ന് അവൾക്കറിയാം.

ഇതല്ല ഈ കഥയുടെ അവസാനം... നിങ്ങൾക്കങ്ങനെ തോന്നിയോ? ഇല്ല... അവസാനമായിട്ടില്ല.

ഒരു യുദ്ധത്തിനിടയിലെന്നപോലെയാണ് ഞങ്ങൾ ഇവിടെ കഴിയുന്നത്. എവിടെച്ചെന്നാലും ഞങ്ങൾ അന്യരാണ്. വിദേശികൾ. കടലിനരികെ താമസിക്കാൻ സാധിച്ചാൽ എന്റെ രോഗം ഭേദമാകും... എന്റെ കടൽ. പക്ഷേ ഇതിനടുത്ത് എവിടേയും കടലില്ല.

മെട്രോയിൽ ശുചീകരണ വിഭാഗത്തിലായിരുന്നു എനിക്ക് ജോലി. കക്കൂസുകൾ കഴുകി വൃത്തിയാക്കൽ. പിന്നീട് ഒരു നിർമ്മാണക്കമ്പനിയിലേക്ക് മാറി. ഇഷ്ടികയും കോൺക്രീറ്റുമൊക്കെ ചുമന്ന് എത്തിക്കേണ്ടിടത്ത് എത്തിക്കണം. ഇപ്പോൾ ജോലിചെയ്യുന്നത് ഒരു ഭക്ഷണശാലയിലാണ്. ശുചീകരണം തന്നെ. അബുൽഫാസ് നഗരത്തിന്റെ സമ്പന്നരുടെ വീടുകൾ നവീകരിക്കുകയും മോടിപിടിപ്പിക്കുകയും ചെയ്യുന്നു. നല്ല ആളുകൾ നല്ല കൂലി കൊടുക്കും. ചീത്തയാളുകൾ കബളിപ്പിക്കുകയും ചെയ്യും.

അവർ അദ്ദേഹത്തെ അധിക്ഷേപിക്കും. "ഞങ്ങളുടെ നാട്ടീന്ന് കടന്നുപോ ചുർക്കാ" ചുർക്കാ എന്നത് മദ്ധ്യേഷ്യയിൽ നിന്നുള്ളവരെ റഷ്യക്കാർ വിളിക്കുന്ന പരിഹാസപ്പേരാണ്. "അല്ലെങ്കിൽ പൊലീസിനെ വിളിക്കും." മോസ്കോ നഗരത്തിൽ താമസിക്കാൻ ഞങ്ങൾക്ക് നിയമപരമായി ഒരവകാശവുമില്ല. ഞങ്ങളുടെ പേരുകളും ഇവിടെ രജിസ്റ്റർചെയ്തിട്ടില്ല.

മരുഭൂമിയിലെ മണൽത്തരികൾ കണക്കേ എണ്ണമറ്റ അഭയാർത്ഥിക ളുണ്ട്. ഞങ്ങളെപോലെത്തന്നെ. ആയിരക്കണക്കിന് പേർ സ്വന്തം നാടും വീടും വിട്ട് ഓടിപ്പോരാൻ നിർബന്ധിതരായവർ. രാജിക്കുകൾ, അർമീനി യക്കാർ, അസെർബൈജാനികൾ, ജോർജ്ജിയക്കാർ, ചെമ്പെനുകൾ... അവരെല്ലാവരും അഭയം തേടി. സോവിയറ്റ് യൂണിയന്റെ ആസ്ഥാനമായ മോസ്കോയിൽ എത്തിച്ചേർന്നു. എന്നാൽ ഇപ്പോൾ മോസ്കോ മറ്റൊരു രാജ്യത്തിന്റെ തലസ്ഥാനനഗരമാണ്. ഭൂപടത്തിൽ എവിടേയും യു.എസ്. എസ്.ആർ. എന്ന ഞങ്ങളുടെ പഴയ രാജ്യം ഇനി കാണില്ല.

ഒരു വർഷം മുൻപ് എന്റെ മകൾ അവളുടെ സ്കൂൾ വിദ്യാഭ്യാസം പൂർത്തിയാക്കി. 'എനിക്ക് ഇനിയും പഠിക്കണം." അവളുടെ അച്ഛനോടും അമ്മയോടും അവൾ പറഞ്ഞു. പക്ഷേ അവൾക്ക് പാസ്പോർട്ടില്ല. ഞങ്ങൾ സ്ഥിരതാമസക്കാരുടെ പട്ടികയിൽ പേരില്ലാത്തവരാണ്. താത്ക്കാ ലിക താമസക്കാർ മാത്രം. ഒരു വൃദ്ധയുടെ ഒറ്റമുറി ഫ്ളാറ്റിലാണ് ഞങ്ങൾ വാടകയ്ക്ക് പാർക്കുന്നത്. സ്വന്തം ഫ്ളാറ്റ് വാടകയ്ക്ക് കൊടുത്ത് അവർ മകനോടൊപ്പം താമസമാക്കി. ഇടയ്ക്ക് പൊലീസ് വന്ന് ഞങ്ങ ളുടെ രേഖകൾ പരിശോധിക്കും... ഓരോ തവണയും എലികളെപോലെ അപ്പോൾ ഞങ്ങൾ വിറങ്ങലിച്ചുനില്ക്കും. അതേ, ഞങ്ങൾ ഇവിടെ എലി കളെപോലെയാണ് കഴിയുന്നത്. ഏതു നിമിഷവും അവർ ഞങ്ങളെ തിരിച്ചയച്ചേക്കാം. പക്ഷേ ഞങ്ങൾ എങ്ങോട്ടാണ് പോവുക? ഇരുപത്തി നാലുമണിക്കൂർ സമയമാണ് സ്ഥലം വിടാനായി അവർ അനുവദിക്കുക. കൈമടക്കുകൊടുത്ത് അവരെ ഒഴിവാക്കാനുള്ള ത്രാണി ഞങ്ങൾക്കില്ല. ഇതുപോലെ നല്ലൊരു പാർപ്പിടം ഞങ്ങൾക്ക് വേറെ കിട്ടുകയുമില്ല. ചെല്ലു ന്നിടത്തെല്ലാം എഴുതിവെച്ചിരിക്കുന്നത് കാണാം. "യാഥാസ്ഥിതിക റഷ്യൻ കുടുംബത്തിനുമാത്രം വാടകയ്ക്ക് കൊടുക്കുന്നതാണ്." അല്ലെങ്കിൽ "സ്ലാവിക് കുടുംബങ്ങൾക്ക് വാടകയ്ക്ക് നല്കുന്നതാണ്... അതല്ലാത്ത വർ അപേക്ഷിക്കേണ്ടതില്ല."

രാത്രിയായാൽ ഞങ്ങൾ പുറത്തിറങ്ങാറില്ല. എന്റെ മകളോ ഭർത്താവോ വരാൻ വൈകിയാൽ ഞാൻ "വലേറിയൻ" ഗുളിക കഴിക്കും. മനസ്സൊന്നു സ്വസ്ഥമാകാൻ. മകളോടെപ്പോഴും ഞാൻ പറയും. നിറപ്പ കിട്ടുള്ള വസ്ത്രങ്ങളും മുഖം മിനുക്കലും ലിപ്സ്റ്റിക് ഇടലുമൊന്നും വേണ്ട എന്ന്. അവർ ഒരു താജിക് പെൺകുട്ടിയെ കുത്തിക്കൊന്നു. അർമീ നിയക്കാരനേയും അസെർബൈജാനിയേയും അവർ ഒരുപോലെ ദ്രോഹിക്കുന്നു. ഒരുകാലത്ത് ഞങ്ങളെല്ലാവരും സോവിയറ്റുകാരായിരുന്നു. എന്നാൽ ഇപ്പോൾ ഞങ്ങൾക്ക് ഞങ്ങളുടേതായ ഒരു ദേശീയ മുദ്രയുണ്ട്.

"കോക്കേഷ്യൻ വംശക്കാർ" രാവിലെ എഴുന്നേറ്റ് ഞാൻ ജോലിസ്ഥലത്തേക്കോടും. ചെറുപ്പക്കാരുടെ മുഖത്തേക്ക് ഞാൻ നോക്കാറില്ല. എന്റെ ഇരുണ്ട കണ്ണുകളും കറുത്ത മുടിയും... അവർ വേഗം തിരിച്ചറിയും. ഞായറാഴ്ചയോ മറ്റോ ഒന്നു പുറത്തിറങ്ങിയാൽ തന്നെയും ഞങ്ങളുടെ പരിസരം വിട്ട് ഞങ്ങൾ പോകാറില്ല. ആ ചുറ്റുവട്ടത്തുതന്നെ നടന്നുവരും. മകൾ ഇടയ്ക്കിടയ്ക്ക് പറയും. "അമ്മാ, എനിക്ക് അർബാത്തിലേക്ക് പോകണം... റെഡ് സ്ക്വയറിൽ നടക്കണം.."

"വേണ്ട മകളെ, നമുക്കവിടെ പൊയ്ക്കൂടാ...." ഞാൻ അവളെ പറഞ്ഞ് മനസ്സിലാക്കാൻ ശ്രമിക്കും. "അവിടെ വർണ്ണവെറിയന്മാർ സ്വസ്തികയുമായി കാത്തുനില്ക്കുന്നുണ്ടാകും. അവരുടെ റഷ്യ റഷ്യക്കാർക്കുമാത്രമുള്ളത്... അവിടെ നമുക്ക് സ്ഥാനമില്ല." (മൗനം) ആർക്കുമറിയില്ല. ഞാൻ എത്രതവണ മരിക്കാൻ പുറപ്പെട്ടുവെന്ന്!

എന്റെ കൊച്ചുമകൾ... ചെറിയ കുട്ടിയായിരുന്നപ്പോൾത്തന്നെ കേട്ടുതുടങ്ങിയതാണ് ചുർക്കാ...* കറുമ്പി... തീരെ ചെറുതായിരുന്നപ്പോൾ അവൾക്ക് അർത്ഥം മനസ്സിലായിരുന്നില്ല. അവൾ സ്കൂളിൽനിന്നും വീട്ടിൽ വന്നാൽ ഞാൻ അവളെ വാരിയെടുത്ത് ഉമ്മകൾ കൊണ്ട് പൊതിയും... അങ്ങനെയെങ്കിലും നിന്ദ്യമായ ആ വാക്കുകൾ അവളുടെ മനസ്സിൽ നിന്നും മായട്ടെ.

ബാക്കുവിലുള്ള അർമീനിയക്കാരെല്ലാം അമേരിക്കയിലേക്കു ചേക്കേറി. ഒരു വിദേശരാജ്യം അവരെ സ്വീകരിക്കാൻ തയ്യാറായി. എന്റെ അമ്മയും അച്ഛനും ബന്ധുക്കളിൽ കുറെ പേരും അങ്ങോട്ടേക്കു താമസം മാറ്റി. ഞാനും അമേരിക്കൻ എംബസിയിൽ ചെന്നു. "നിങ്ങളുടെ കഥ പറയൂ." അവരാവശ്യപ്പെട്ടു. എന്റെ പ്രണയത്തെക്കുറിച്ച് പറഞ്ഞു. അവർ നിശ്ശബ്ദരായി. ഏറെ നേരത്തേക്ക് മറുപടി പറഞ്ഞില്ല. ആ ഉദ്യോഗസ്ഥന്മാർ ചെറുപ്പക്കാരായിരുന്നു. തീരെ ചെറുപ്പം. അവർ തമ്മിൽ തമ്മിൽ കുറച്ചുനേരം ചർച്ച ചെയ്തു. "ഇവരുടെ പാസ്പോർട്ടിൽ എന്തോ തിരുമറി നടന്നിരിക്കുന്നു. ഒന്നും മനസ്സിലാകുന്നില്ല... മാത്രമല്ല ഏഴുകൊല്ലം ഇവരുടെ ഭർത്താവ് എവിടെയായിരുന്നു? വാസ്തവത്തിൽ അത് അവരുടെ ഭർത്താവുതന്നെയാണോ? അവരുടെ കഥ... ഒരേ സമയം ഭയാനകമാണ്... ഉദ്വേഗജനകവും..." അങ്ങനെയാണ് അവർ പറഞ്ഞത്. ഇംഗ്ലീഷ് കുറച്ചൊക്കെ എനിക്ക് മനസ്സിലാകും. ചുരുക്കത്തിൽ ഞാൻ പറഞ്ഞതൊന്നും അവർ വിശ്വസിച്ചിട്ടില്ല എന്ന് മനസ്സിലായി. അബുൽഫാസിനോടുള്ള എന്റെ സ്നേഹമല്ലാതെ... എന്റെ പക്കൽ വേറെ തെളിവുകളൊന്നുമില്ല. നിങ്ങൾക്ക് എന്നെ വിശ്വാസമുണ്ടോ?

"ഉവ്വ്" .... ഞാൻ നിങ്ങളെ വിശ്വസിക്കുന്നു. ഞാൻ പറഞ്ഞു. "നിങ്ങളെപോലെ അതേ രാജ്യത്തുതന്നെയാണ് ഞാനും വളർന്നത്... ഞാൻ നിങ്ങളെ വിശ്വസിക്കുന്നു, പൂർണ്ണമായി! (ഞങ്ങൾ രണ്ടുപേരും നിശ്ശബ്ദം കരഞ്ഞു.)

---

* നാടൻ പ്രയോഗം

കമ്മ്യൂണിസത്തിന്റെ പതനത്തോടെ മിന്നൽവേഗത്തിൽ മാറിയവരെക്കുറിച്ച്

ലഡ്മില മാലിക്കോവാ

ടെക്നീഷ്യൻ, 47 വയസ്സ്

അവരുടെ മകളുടെ വാക്കുകൾ

എല്ലാവരും ഒരേ മട്ടിൽ ജീവിച്ചിരുന്ന ഈ കാലം.

നിങ്ങൾക്ക് മോസ്കോ നല്ല പരിചയമാണോ? അത് കുൺട്സീവോ ഡിസ്ട്രിക്ടിൽ ആയിരുന്നു. അഞ്ചുനിലയുള്ള ഒരു കെട്ടിടത്തിൽ ഞങ്ങൾക്ക് മൂന്നുമുറിയുള്ള ഒരു ഫ്ളാറ്റുണ്ടായിരുന്നു. അമ്മൂമ്മയേയും കൂടെ താമസിപ്പിക്കാൻ കൊണ്ടുവന്നപ്പോഴാണ് ആ ഫ്ളാറ്റ് ഞങ്ങൾക്ക് കിട്ടിയത്. അപ്പൂപ്പൻ മരിച്ചതിനുശേഷം വളരെ കാലം അമ്മൂമ്മ ഒറ്റയ്ക്കായിരുന്നു. പതുക്കെ പതുക്കെ അവരുടെ ആരോഗ്യം മോശമായി. ഇനി എല്ലാവരും കൂടി ഒരുമിച്ചു കഴിയാമെന്ന് ഞങ്ങൾ തീരുമാനിച്ചു. എനിക്കായിരുന്നു ഏറ്റവും കൂടുതൽ ഉത്സാഹം. അമ്മൂമ്മയെ എനിക്ക് അത്രയധികം ഇഷ്ടമായിരുന്നു. തണുപ്പുകാലത്ത് ഞങ്ങൾ ഗ്രാമത്തിലുടനീളം മഞ്ഞുചെരിപ്പുകളിട്ട് വഴുതിവഴുതിപ്പോകും ഏറെ നേരം ബസ്സു കളിക്കും. ഒരസാധാരണ അമ്മൂമ്മതന്നെയായിരുന്നു അവർ. എന്റെ അച്ഛന്റെ കാര്യം. അങ്ങനെയൊരാൾ ഉണ്ടായിരുന്നു. പക്ഷെ, അധികം കാലം അച്ഛൻ ഞങ്ങളോടൊപ്പമുണ്ടായിരുന്നില്ല. മറ്റു സ്ത്രീകളുമായുള്ള ബന്ധം. എല്ലായ്പ്പോഴും കൂട്ടുകാരുമൊത്തുള്ള മദ്യപാനം. അമ്മക്ക് സഹികെട്ടു. ഇറങ്ങിപൊയ്ക്കോളാൻ പറഞ്ഞു. സൈനിക ഉപകരണങ്ങൾ നിർമ്മിക്കുന്ന ഒരു ഫാക്ടറിയിലായിരുന്നു അച്ഛന് ജോലി. ഒരു നിരോധിത മേഖല. കുട്ടിക്കാലത്ത് വാരാന്ത്യങ്ങളിൽ അച്ഛൻ ഞങ്ങളെ കാണാൻ വരാറുള്ളത് ഓർമ്മയുണ്ട്. എനിക്ക് കളിപ്പാട്ടങ്ങളും മിഠായിയും പഴങ്ങളും സമ്മാനമായികൊണ്ടുവരും. ഏറ്റവും വലിയ ആപ്പിൾ... ഏറ്റവും വലിയ പെയർ... അച്ഛൻ ശ്രദ്ധയോടെ തിരഞ്ഞെടുക്കുമായിരുന്നു. എന്നെ അദ്ഭുതപ്പെടുത്താനായി പറയും. "കണ്ണടയ്ക്കൂ യൂലിയ... അങ്ങനെ ത്തന്നെ." അച്ഛന്റെ ചിരിക്ക് നല്ല ചന്തമുണ്ടായിരുന്നു. പിന്നീട്, അച്ഛൻ

എന്റെ ജീവിതത്തിൽനിന്നും അപ്രത്യക്ഷനായി. അമ്മയെ വിട്ടതിനു ശേഷം അച്ഛൻ വേറെ ഒരു സ്ത്രീയോടൊപ്പം താമസമായി. പറഞ്ഞു വരുമ്പോൾ അവർ അമ്മയുടെ ഒരു കൂട്ടുകാരിതന്നെയായിരുന്നു. അധികം കഴുയുംമുമ്പേ അവരും അച്ഛനെ വീട്ടിൽനിന്നും പുറത്താക്കി. അച്ഛന്റെ തോന്ന്യവാസങ്ങൾ അവർക്കും സഹികെട്ടു. ഇപ്പോൾ അച്ഛൻ ജീവിച്ചിരിക്കുന്നുണ്ടോ ഇല്ലയോ എന്ന് എനിക്കറിഞ്ഞുകൂടാ. എന്നാലും ഒരു തോന്നൽ ജീവിച്ചിരിക്കുന്നുണ്ടെങ്കിൽ അച്ഛൻ നിശ്ചയമായും എന്നെ അന്വേഷിക്കുന്നുണ്ടാകും...

എനിക്ക് പതിനാലു വയസ്സാകുന്നതുവരെ അല്ലലില്ലാത്ത ഒരു ജീവിതമായിരുന്നു ഞങ്ങളുടേത്. കൃത്യമായി പറഞ്ഞാൽ പെരിസ്ട്രോയിക്ക തുടങ്ങുന്നതുവരെ. സാധാരണമട്ടിൽ ഞങ്ങൾ സുഖമായി കഴിഞ്ഞു. അപ്പോഴാണ് ഓർക്കാപ്പുറത്ത് മുതലാളിത്തം കടന്നുവന്നത്. അവർ ടി.വി.യിൽ "വിപണി"യെക്കുറിച്ച് സംസാരിക്കാൻ തുടങ്ങി. അതെന്താണെന്ന് വാസ്തവത്തിൽ ആർക്കും രൂപമുണ്ടായിരുന്നില്ല. വാസ്തവം പറഞ്ഞാൽ ലെനിനേയും സ്റ്റാലിനേയും അസഭ്യം പറഞ്ഞുകൊണ്ടാണ് അത് തുടങ്ങിയത്. മിക്കവാറും ചെറുപ്പക്കാരാണ് ആ കുറ്റംപറയലിനുമുമ്പിൽ ഉണ്ടായിരുന്നത്. മുതിർന്നവർ മിക്കവാറും മൗനം പാലിച്ചതേയുള്ളൂ. ട്രോളി ബസ്സിൽവെച്ച് ആരെങ്കിലും കമ്മ്യൂണിസത്തെ വിമർശിക്കാൻ തുടങ്ങിയാൽ അവർ അതിൽനിന്നും ഇറങ്ങിപ്പോരും. ഞങ്ങളുടെ സ്കൂളിലെ കാര്യവും ഏതാണ്ടതേ വിധമായിരുന്നു. ചെറുപ്പക്കാരനായ കണക്കുമാഷ് കമ്മ്യൂണിസത്തിനെതിരായിരുന്നു. മുതിർന്ന ചരിത്രാദ്ധ്യാപകൻ കമ്മ്യൂണിസത്തെ എപ്പോഴും പിൻതാങ്ങിക്കൊണ്ടിരുന്നു. വീട്ടിൽ അമ്മൂമ്മ പറയാൻ തുടങ്ങി. "ഇനി ഇവിടെ കമ്മ്യൂണിസ്റ്റുകാരില്ല; എല്ലാവരും ഊഹക്കച്ചവടക്കാരായി മാറി. അമ്മ അതിനെ നിശിതമായി എതിർത്തു. "ഇല്ല... ഇനി നമ്മൾ നന്നായി സന്തോഷത്തോടെ ജീവിക്കാൻ പോവുകയാണ്." അമ്മ എല്ലാ ജാഥകളിലും യോഗങ്ങളിലും പങ്കെടുത്തു. യെത്സിൻ പറഞ്ഞതെല്ലാം ഒരക്ഷരം വിടാതെ, വീർപ്പടക്കി ഞങ്ങളെ പറഞ്ഞു കേൾപ്പിച്ചു. എന്നിട്ടും അമ്മൂമ്മയുടെ മനസ്സ് ഇളകിയില്ല. "വാഴപ്പഴത്തിനു വേണ്ടി അവർ സോഷ്യലിസം കൈമാറ്റം ചെയ്തു. കൂടെ ച്യൂയിങ്ങ്ഗവും കിട്ടും." അമ്മയും അമ്മൂമ്മയും തമ്മിലുള്ള വാഗ്വാദം രാവിലെ തുടങ്ങും. കുറച്ചുകഴിഞ്ഞ് അമ്മ ജോലിക്ക് പോകും. വൈകീട്ട് വന്നാൽ നിർത്തിയിടത്തുനിന്ന് വീണ്ടും തുടങ്ങും. യെത്സിൻ ടി.വി.യിൽ പ്രത്യക്ഷപ്പെട്ടാൽ മറ്റെല്ലാം മാറ്റിവെച്ച് അമ്മ അതിന് മുമ്പിൽ വന്നിരിക്കും. "എത്ര വലിയ മനുഷ്യൻ" അമ്മ ആവേശത്തോടെ വാഴ്ത്തും..." ഒന്നാന്തരം കള്ളനാണ്... ദൈവം പൊറുക്കട്ടെ..." അമ്മൂമ്മ കുരിശുവരക്കും. അവർ ഒരു കടുത്ത കമ്മ്യൂണിസ്റ്റ് അനുഭാവിയായിരുന്നു. അവർ സ്യൂഗനോവി*നാണ് വോട്ട് ചെയ്തത്. എല്ലാവരും വീണ്ടും പള്ളിയിൽ പോകാൻ തുടങ്ങിയിരുന്നു.

---

* മുതലാളിത്ത പരിഷ്കരങ്ങൾക്കെതിരെ നിലകൊള്ളുന്ന വളരെ ജനസ്വാധീനമുള്ള ഒരു നേതാവ്

അമ്മൂമ്മയും പതിവായി പള്ളിയിൽ പോയിരുന്നു. കുരിശുവരക്കലും, നോമ്പുനോൽക്കലും വീണ്ടും ശീലമാക്കിയിരുന്നു. എന്നാലും അവർ ദൃഢമായി വിശ്വാസമർപ്പിച്ചത് കമ്മ്യൂണിസത്തിൽ മാത്രമായിരുന്നു. (മൗനം) യുദ്ധകാലത്തെ കഥകൾ പറഞ്ഞുതരാൻ അവർക്ക് വലിയ ഇഷ്ടമായിരുന്നു. പതിനേഴുവയസ്സായപ്പോഴാണ് അവർ സൈന്യത്തിൽ ചേർന്നത്. സ്വന്തം ഇഷ്ടപ്രകാരം മുന്നണിയിലേക്ക് പോകാൻ തയ്യാറായി. അവിടെ വെച്ചാണ് അപ്പൂപ്പൻ അവരുമായി പ്രണയത്തിലായത്. ഒരു ടെലിഫോൺ ഓപ്പറേറ്ററാവുകയായിരുന്നു അവരുടെ സ്വപ്നം. പക്ഷേ, അവരെ നിയമിച്ച സേനാവിഭാഗത്തിന് പാചകക്കാരികളെയായിരുന്നു ആവശ്യം. അപ്പൂപ്പനും പാചകക്കാരനായിരുന്നു. യുദ്ധമുന്നണിയിലെ ആശുപത്രിയിൽ കിടക്കുന്ന മുറിവേറ്റ ഭടന്മാർക്ക് വേണ്ട ആഹാരം അവർ പാകംചെയ്തുകൊടുത്തു. അബോധാവസ്ഥയിൽ കിടക്കുന്ന മുറിവേറ്റ് അവശരായ പട്ടാളക്കാർ ഉറക്കെ നിലവിളിച്ചു. “വരൂ... മുന്നോട്ട്... മുന്നോട്ട്....” വളരെ സങ്കടകരമായ കഥകൾ ഒരുപാട് അമ്മൂമ്മ പറഞ്ഞിരുന്നു. അതിൽ ചില പൊട്ടും തുണ്ടും മാത്രമേ ഇപ്പോൾ ഞാൻ ഓർക്കുന്നുള്ളൂ. നഴ്സുമാർ എപ്പോഴും ബക്കറ്റ് നിറച്ച് ചോക്കുപൊടി കരുതിവെക്കും. ഇടയ്ക്ക് മരുന്നുകളൊക്കെ തീർന്ന് രോഗികൾ കഷ്ടത്തിലാവും. അവർ ഉറക്കെ നിലവിളിക്കും, വേദന സഹിക്കാനാവാതെ. ഊന്നുവടികൊണ്ട് അരികിൽ ചെല്ലുന്നവരെ അടിക്കും... അങ്ങനെയുള്ള സന്ദർഭങ്ങളിൽ നഴ്സുമാർ ചോക്കുപൊടി ഉരുട്ടി ചെറിയ ഗുളികയാക്കി അവരുടെ വായിലിട്ടുകൊടുക്കും. വേദന ശമിക്കാനുള്ള ഗുളികയാണെന്ന് അവരെ ധരിപ്പിക്കും. പിന്നെ കുറേ നേരത്തേക്കാശ്വാസമാണ്. അവർ അടങ്ങിക്കിടക്കും.

ആ കാലത്ത് ടി.വി.യുണ്ടായിരുന്നില്ല. സ്റ്റാലിനെ ആരും നേരിൽ കണ്ടിട്ടില്ലായിരുന്നു. അതേസമയം കാണണമെന്ന് വലിയ മോഹവും. അമ്മൂമ്മയ്ക്കുമുണ്ടായിരുന്നു ആ മോഹം. മരണം വരെ അവർ സ്റ്റാലിന്റെ ആരാധികയായിരുന്നു. ‘സ്റ്റാലിനുണ്ടായിരുന്നതുകൊണ്ടാണ് നമ്മൾ രക്ഷപ്പെട്ടത്. അല്ലെങ്കിൽ ജർമ്മൻകാരുടെ ചന്തി നക്കി കഴിയേണ്ട ഗതി വന്നേനേ.” ഇടയ്ക്കിടയ്ക്ക് അമ്മൂമ്മ ഓർമ്മപ്പെടുത്തുമായിരുന്നു. വേണമെന്നുവെച്ചാൽ ഒരു നാവികനെപ്പോലെ തെറിപറയാനുള്ള മിടുക്കുണ്ടായിരുന്നു എന്റെ അമ്മൂമ്മയ്ക്ക്. എന്റെ അമ്മയ്ക്ക് സ്റ്റാലിനെ ഒട്ടും ഇഷ്ടമായിരുന്നില്ല... രാക്ഷസൻ... ഇറച്ചിവെട്ടുകാരൻ എന്നൊക്കെയാണ് അമ്മ സ്റ്റാലിനെ വിശേഷിപ്പിച്ചിരുന്നത്.

അമ്മയും അമ്മൂമ്മയും പറഞ്ഞിരുന്ന കാര്യങ്ങൾ ഞാൻ ശ്രദ്ധയോടെ കേട്ടിരുന്നു എന്നു പറയുന്നത് നുണയാകും. എന്റേതായ ജീവിതം ജീവിക്കുന്ന കാലമായിരുന്നു അത്... ആദ്യപ്രണയത്തിന്റെ ദിവസങ്ങൾ... ഭൗതികശാസ്ത്രത്തിൽ ഗവേഷണം നടത്തുന്ന ഒരു സ്ഥാപനത്തിലെ ക്ലർക്കായിരുന്നു എന്റെ അമ്മ. അമ്മയും ഞാനും നല്ല അടുപ്പത്തിലായിരുന്നു. എന്റെ എല്ലാ രഹസ്യങ്ങളും അമ്മയുമായി പങ്കുവെച്ചിരുന്നു. സാധാരണ പെൺകുട്ടികൾ സ്വന്തം അമ്മമാരോട് പറയാൻ മടിക്കുന്ന

കാര്യങ്ങൾപോലും അമ്മയോട് തുറന്ന് പറഞ്ഞിരുന്നു. അതിൽ എനിക്കൊട്ടും വിഷമം തോന്നിയില്ല... അമ്മ ഒരു ജ്യേഷ്ഠത്തിയെപോലെയായിരുന്നു. മുതിർന്ന ഒരാളായി അമ്മ ഒരിക്കലും പെരുമാറിയിരുന്നില്ല. പുസ്തകങ്ങളും... സംഗീതവും അമ്മയ്ക്കേറെ പ്രിയമായിരുന്നു. അതായിരുന്നു അമ്മയുടെ ജീവിതം. കാര്യങ്ങൾക്കെല്ലാം ചുക്കാൻ പിടിച്ചിരുന്നത് അമ്മൂമ്മയായിരുന്നു. കുഞ്ഞായിരുന്നപ്പോഴേ ഞാനൊരു പൊന്നോമനയായിരുന്നു എന്നാണ് അമ്മ പറയാറ്. ഒട്ടും വാശിയില്ലാത്ത കുട്ടി. ഒരു കാര്യവും നിർബന്ധിച്ച് ചെയ്യിക്കേണ്ടി വന്നിട്ടില്ല. അമ്മയെ എനിക്കും വലിയ കാര്യമായിരുന്നു. കാണാൻ ഞാൻ അമ്മയെപോലെയാണ്. അതിൽ എനിക്ക് പ്രത്യേകം സന്തോഷം തോന്നുന്നു. പ്രായമാകുന്തോറും ആ മുഖച്ഛായ കൂടുതൽ ശക്തമാകുന്നതും ഞാനറിയുന്നു. രണ്ടു പേർക്കും ഒരേപോലെയുള്ള മുഖമാണ്. ഞങ്ങൾ സമ്പന്നരായിരുന്നില്ല. എന്നാലും തരക്കേടില്ലാത്ത വിധത്തിൽ കഴിഞ്ഞുപോന്നിരുന്നു. ഞങ്ങളറിയുന്ന എല്ലാവരും ഏറെക്കുറെ ആ മട്ടിലാണ് ജീവിച്ചിരുന്നത്. അതും ഒരു രസമായിരുന്നു. അമ്മയുടെ കൂട്ടുകാരികൾ എപ്പോഴും വീട്ടിൽ വരും. കുറെ വർത്തമാനം പറയും... പാട്ടുകൾ പാടും. ഒക്ക്സ് സാവായെ ചെറുപ്പം മുതലേ എനിക്കറിയാമായിരുന്നു.

> "ഒരിക്കൽ ഒരു പട്ടാളക്കാരനുണ്ടായിരുന്നു...
> സുന്ദരനും ധീരനും.
> പക്ഷേ അവനൊരു കളിപ്പാട്ടമായിരുന്നു.
> ഒരു കടലാസു പാവ.

എന്റെ അമ്മൂമ്മ ഒരു കിണ്ണം നിറയെ ബ്ളിനി എന്റെ മുന്നിൽകൊണ്ടു വെച്ചു. ഇറച്ചി അകത്തുനിറച്ച് ഒന്നാന്തരം "പൈയും" അവർ ഉണ്ടാക്കുമായിരുന്നു. പ്രണയാഭ്യർത്ഥനയുമായി ധാരാളം പുരുഷന്മാർ എന്റെ അമ്മയുടെ പുറകിൽ കൂടിയിരുന്നു. അവർ അമ്മയ്ക്ക് പൂക്കൾ സമ്മാനിക്കും. എനിക്ക് ഐസ്ക്രീം വാങ്ങിത്തരും. ഒരിക്കൽ അമ്മ എന്നോടു ചോദിക്കുകയുണ്ടായി. "ഞാൻ വീണ്ടുമൊരു വിവാഹം കഴിച്ചാലോ?" എനിക്കതിൽ സമ്മതക്കേടൊന്നുമുണ്ടായിരുന്നില്ല. എന്റെ അമ്മ സുന്ദരിയായിരുന്നു. അമ്മ സങ്കടപ്പെട്ടു കഴിയണമെന്നു ഞാനാഗ്രഹിച്ചില്ല. സന്തോഷമുള്ള ഒരമ്മയെയാണ് എനിക്ക് വേണ്ടത്. വഴി നടക്കുമ്പോൾ എല്ലാവരും അമ്മയെ തിരിഞ്ഞുനോക്കിയിരുന്നു. ഒരാൾ... പിന്നെ വേറൊരാൾ. എനിക്ക് നീരസം തോന്നും. കുട്ടിയായിരിക്കേ ഞാൻ അമ്മയോട് ചോദിക്കാറുണ്ട്:"അവരെന്താണിങ്ങനെ?"

"അതൊന്നും കാര്യമാക്കണ്ട... നമുക്കു പോകാം." അമ്മ ചിരിച്ചുകൊണ്ട് എന്റെ കൈ പിടിക്കും. അതൊരു പ്രത്യേക ചിരിയായിരുന്നു. സാധാരണയിൽനിന്നും വ്യത്യസ്തമായൊരു ചിരി. ശരിക്കും വളരെ സന്തോഷമായാണ് ഞങ്ങൾ കഴിഞ്ഞിരുന്നത്. പിന്നീട്... ഞാൻ തികച്ചും

ഒറ്റപ്പെട്ടതിനുശേഷം ആ തെരുവിലേക്ക് ഞാൻ ഇടയ്ക്കിടയ്ക്ക് തിരിച്ചുവരും. ആ പഴയ ജനാലുകളും നോക്കി വഴിയോരത്ത് നില്ക്കും. ഒരിക്കൽ സഹിക്കവയ്യാതെ ചെന്ന് ആ വാതില്ക്കൽ മുട്ടി. ഞങ്ങൾ അന്നു താമസിച്ചിരുന്ന ആ ഫ്ളാറ്റിന്റെ വാതിലിൽ... അവിടെ ഒരു ജോർജ്ജിയൻ കുടുംബമാണ് അപ്പോൾ താമസിച്ചിരുന്നത്. ഒരുപക്ഷേ ഞാൻ ഭിക്ഷ ചോദിച്ചു വന്നതാണെന്ന് അവർ കരുതിയിരിക്കാം. അവർ അകത്തുപോയി കുറച്ച് പണവും ആഹാരവും എടുത്തുകൊണ്ടുവന്ന് എന്റെ നേരെ നീട്ടി. ഒന്നും മിണ്ടാനാകാതെ പൊട്ടിക്കരഞ്ഞുകൊണ്ട് അവിടെനിന്നും ഇറങ്ങിയോടി...

ആയിടയ്ക്ക് എന്റെ അമ്മൂമ്മയ്ക്ക് സുഖമില്ലാതായി. അവരുടെ രോഗത്തിന്റെ ഒരു ലക്ഷണം... സഹിക്കവയ്യാത്ത വിശപ്പ്. അഞ്ചുമിനിറ്റ് കൂടുമ്പോൾ അവർ കോണിത്തലയ്ക്കൽ വന്ന് വിളിച്ചുകൂവും... "വിശന്നിട്ടു വയ്യ... ആരും എനിക്കൊന്നും തിന്നാൻ തരുന്നില്ല." ഞങ്ങൾ അവരെ പട്ടിണിക്കിടുന്നു എന്നു പരാതി. അവർ പാത്രങ്ങൾ എറിഞ്ഞുപൊട്ടിച്ചു. വേണമെങ്കിൽ അമ്മയ്ക്കവരെ ഏതെങ്കിലും പ്രത്യേക ആശുപത്രിയിലാക്കാമായിരുന്നു. പക്ഷേ താൻതന്നെ അവരെ ശുശ്രൂഷിക്കും എന്നായിരുന്നു അമ്മയുടെ തീരുമാനം. കുപ്പിപ്പാത്രങ്ങൾ അടുക്കിവെച്ചിരുന്ന അലമാരയിൽ അമ്മൂമ്മയുടെ ചില യുദ്ധകാല ഫോട്ടോകൾ ഉണ്ടായിരുന്നു. ഇടയ്ക്ക് അതെടുത്ത് നോക്കി അമ്മൂമ്മ കരയുമായിരുന്നു. ആ ഫോട്ടോയിൽ അമ്മൂമ്മയ്ക്കെത്ര ചെറുപ്പമായിരുന്നു. എന്റെ അമ്മൂമ്മയാണെന്നാരും പറയില്ല. പക്ഷേ അതവരായിരുന്നു. തീർത്തും വ്യത്യസ്തമായ ഒരു സ്ത്രീ. അങ്ങനെയാണല്ലോ എപ്പോഴും യാഥാർത്ഥ്യത്തിന്റെ വഴി.

മരിക്കുവോളം അമ്മൂമ്മ വാർത്താപത്രങ്ങൾ മുടങ്ങാതെ വായിച്ചിരുന്നു. അവസാനംവരെ രാഷ്ട്രീയ കാര്യങ്ങളിൽ വലിയ താത്പര്യവുമായിരുന്നു. പക്ഷേ രോഗം ബാധിച്ചതിനുശേഷം കട്ടിലിനരികിലുള്ള മേശപ്പുറത്ത് ഒരേയൊരു പുസ്തകമേ കാണാറുള്ളൂ... ബൈബിൾ. ഇടയ്ക്കിടയ്ക്ക് എന്നെ വിളിച്ചിരുത്തി ബൈബിൾ വായിച്ചു കേൾപ്പിക്കും. അപ്പോൾ മണ്ണ് ഭൂമിയിലേക്ക് മടങ്ങും... ആത്മാവ് ദൈവത്തിലേക്കും... മനസ്സിലെപ്പോഴും മരണചിന്തയുണ്ടായിരുന്നു. "ഞാൻ വല്ലാതെ ബുദ്ധിമുട്ടുന്നു, കൊച്ചുമകളേ... ആകെ തളർന്നുകഴിഞ്ഞു,"

ആ വാരാന്ത്യത്തിലാണ് അത് സംഭവിച്ചത്... എല്ലാവരും വീട്ടിലുണ്ടായിരുന്നു. ഞാൻ അമ്മൂമ്മയുടെ മുറിയിൽ ചെന്നു നോക്കി. അധികസമയവും ഇപ്പോൾ കിടപ്പാണ്. നടക്കാൻ പ്രയാസമായിരുന്നു. ഞാൻ ചെന്നപ്പോൾ എഴുന്നേറ്റ് കസേലയിലിരുന്ന് ജനലിൽകൂടി പുറത്തേക്ക് നോക്കുകയായിരുന്നു. ഞാൻ കുറച്ച് വെള്ളമെടുത്ത് കുടിക്കാൻ കൊടുത്തു. അല്പനേരം കഴിഞ്ഞ് ഞാൻ വീണ്ടും ആ മുറിയിലേക്ക് ചെന്നു. "അമ്മൂമ്മേ...." ഞാൻ വിളിച്ചു. പതിവുപോലെ അവർ വിളി കേട്ടില്ല. ഞാൻ മെല്ലെ ആ കൈയിൽ പിടിച്ചു. അത് തണുത്തിരുന്നു. കണ്ണുകൾ

അപ്പോഴും തുറന്നിരുന്നു... ജനാലയിൽകൂടി പുറത്തേക്ക് നോക്കികൊണ്ട്... ഇതിനുമുമ്പൊരിക്കിലും ഞാൻ മരണം കണ്ടിരുന്നില്ല. ഞാൻ ഭയന്ന് ഉറക്കെ നിലവിളിച്ചു. എന്റെ അമ്മ ഓടിവന്നു. അമ്മൂമ്മയെ നോക്കി പൊട്ടി ക്കരഞ്ഞു. പതുക്കെ അവരുടെ കണ്ണുകളടച്ചു. ഉടനെ ആംബുലൻസ് വിളിച്ചു. വളരെ വേഗം അവർ വന്നെത്തി. പക്ഷേ മരണ സർട്ടിഫിക്കറ്റിനുള്ള തുക അപ്പോൾത്തന്നെ കൊടുക്കണമെന്ന് ഡോക്ടർ ശഠിച്ചുനിന്നു. അല്ലാതെ അമ്മൂമ്മയെ "ശവമുറി"യിലേക്ക് മാറ്റുകയില്ല.

"എത്രയാണ് നിങ്ങൾ ഉദ്ദേശിക്കുന്നത്?"

"ഇന്നത്തെ നിലവാരത്തിനനുസരിച്ചുള്ളത്."

വീട്ടിൽ പണമൊന്നും ഇരിപ്പുണ്ടായിരുന്നില്ല. അമ്മയെ ജോലിയിൽ നിന്നും പിരിച്ചുവിട്ടിരുന്നു. രണ്ടുമാസമായി പുതിയൊരു ജോലിക്കു വേണ്ടിയുള്ള അന്വേഷണത്തിലായിരുന്നു. പക്ഷേ എവിടെ ചെന്നാലും അപേക്ഷകരുടെ നീണ്ട നിര. അമ്മ ഒരു സാങ്കേതിക വിദ്യാഭ്യാസ സ്ഥാപനത്തിൽനിന്നും ബഹുമതികളോടെ ബിരുദം നേടിയിരുന്നു. അങ്ങനെയുള്ള മേഖലയിൽ ജോലി കിട്ടുക തീർത്തും അസാധ്യമായി രുന്നു. സർവകലാശാല ബിരുദമുള്ളവർപോലും പരിചാരകവേലകൾ ചെയ്യുന്ന കാലമായിരുന്നു അത്. ഭക്ഷണശാലകളിൽ തൂപ്പുകാരായും പാത്രം കഴുകുന്നവരായും അവർ ജോലി ചെയ്തു. എല്ലാം ഇപ്പോൾ മാറിക്കഴിഞ്ഞിരിക്കുന്നു. തെരുവിൽ പരിചയമുള്ള മുഖങ്ങളൊന്നും കാണാനില്ലായിരുന്നു. എല്ലാവരും ചാരനിറത്തിലുള്ള വസ്ത്രങ്ങളിലേക്ക് മാറിയതുപോലെ. നിങ്ങളെല്ലാം മങ്ങി...വിളർത്ത്. ആ കാലത്തെ ഞാൻ അങ്ങനെയാണ് ഓർക്കുന്നത്. "ഇതിനെല്ലാം കാരണക്കാരൻ നിന്റെ യെത്സിൻ ആണ്... നിന്റെ ഗൈഡാർ." ജീവിച്ചിരുന്ന കാലത്ത് അമ്മൂമ്മ എപ്പോഴും ദേഷ്യപ്പെടുമായിരുന്നു. "അവർ നമുക്കു വേണ്ടി എന്തുചെയ്തു വെന്നാണ് പറയുന്നത്? കാര്യങ്ങൾ ഇനിയും മോശമായാൽ... യുദ്ധകാല ത്തേതുപോലെയാകും ജീവിതം." എല്ലാം കേട്ട് അമ്മ മിണ്ടാതിരിക്കും. അതെന്നെ അതിശയിപ്പിച്ചു. എന്തേ... അമ്മ ഈയിടെയായി അമ്മൂമ്മ യോട് തർക്കിക്കാതായിരുന്നു.

ഞങ്ങൾ വീട്ടിലാകെ തിരഞ്ഞു. വിൽക്കാൻ പറ്റിയതെന്തെങ്കിലും കൈയിൽ കിട്ടിയാൽ തത്കാലം രക്ഷപ്പെടാമല്ലോ. പക്ഷേ ഒന്നും തന്നെ ഞങ്ങളുടെ കൈയിലുണ്ടായിരുന്നില്ല. കുറേ നാളായി കഴിഞ്ഞിരുന്നത് അമ്മൂമ്മയുടെ പെൻഷൻ ഉള്ളതുകൊണ്ടായിരുന്നു. ഏറ്റവും വിലകുറഞ്ഞ നൂഡിൽസായിരുന്നു ഞങ്ങളുടെ ആഹാരം. ജീവിതകാലം മുഴുവൻ പാടു പെട്ട് അമ്മൂമ്മ അയ്യായിരം റൂബിൾ മിച്ചംവെച്ചിരുന്നു. അത് ബാങ്കിലാണ് കിടന്നിരുന്നത്. അത് തന്റെ അവസാനം വരെ തള്ളിനീക്കാനുള്ളതാണ്. ഇടയിൽ ഒരാവശ്യം വന്നാലും പണം വേണ്ടേ... പിന്നെ ശവമടക്കലിനും വേണം ഒരു തുക. എല്ലാറ്റിനും കൂടി അത് തികയുമെന്ന് പാവം എപ്പോഴും പറയാറുണ്ടായിരുന്നു. എന്നാൽ ഇപ്പോഴത്തെ സ്ഥിതി അതുകൊണ്ട്

വാങ്ങാൻ കിട്ടുന്നത് ഒരു ട്രാം ടിക്കറ്റാണ് അല്ലെങ്കിൽ ഒരു തീപ്പെട്ടി. എല്ലാവരുടേയും പണം നീരാവിയായിപ്പോയതുപോലെ.

അവർ രാജ്യത്തെ മുഴുവൻ കീറിപ്പൊളിച്ചു. ഞങ്ങൾ, അവർ മരിച്ചു കഴിഞ്ഞാൽ പത്രകടലാസ്സിൽ പൊതിഞ്ഞോ, പ്ലാസ്റ്റിക് കൂടിനകത്തിട്ടടച്ചോ കുഴിച്ചിട്ടാലോ എന്നതായിരുന്നു അമ്മൂമ്മയുടെ ഏറ്റവും വലിയ ഭയം. ശവപ്പെട്ടികളുടെ വില ആർക്കും താങ്ങാനാവാത്തതായിരുന്നു. പല തരത്തിലും വിധത്തിലുമാണ് ആ കാലത്ത് ആളുകൾ വേണ്ടപ്പെട്ടവരുടെ ശവമടക്കിയിരുന്നത്. അമ്മൂമ്മയുടെ കൂട്ടുകാരി ഫെന്യ... യുദ്ധരംഗത്ത് അവർ ഒരു നഴ്സായി സേവനമനുഷ്ഠിച്ചിരുന്നു. അവർ മരിച്ചപ്പോൾ പത്രക്കടലാസിൽ പൊതിഞ്ഞാണ് അടക്കം ചെയ്തത്. അവർ വികലാംഗയായിരുന്നു. കുപ്പത്തൊട്ടിൽ കൈയിട്ടുപരതി അവർ കടലാസുകൾ കൂട്ടി വെച്ചു. ഫെന്യയുടെ മെഡലുകൾ നേരിട്ട് കുഴിയിലേക്കിടുകയാണ് ചെയ്തത്. എന്തൊരനാദരവാണ് അവർ കാട്ടിയത്... മര്യാദകേടുതന്നെ. എന്റെ കൂട്ടുകാരിയും ഞാനും കൂടി ചില സ്വകാര്യ വ്യക്തികൾ നടത്തുന്ന കടകളുടെ ചില്ലുവാതിലിലിലൂടെ അകത്തേക്ക് നീങ്ങും. ചില്ലുകൂട്ടിൽ ഇരിക്കുന്ന ഒന്നാന്തരം സലാമി കണ്ട് വെള്ളമിറക്കും. നല്ല മിന്നുന്ന കടലാസിലാണ് അവ പൊതിഞ്ഞുവെച്ചിട്ടുണ്ടാവുക. സ്കൂളിൽ ചില കുട്ടികളുടെ അച്ഛനമ്മമാർ അവർക്ക് മേത്തരം കാലുറകൾ വാങ്ങിക്കൊടുക്കും. അതൊന്നും വാങ്ങാൻ കഴിവില്ലാത്ത ഞങ്ങളെപോലെയുള്ളവരെ നോക്കി അവർ പരിഹസിച്ചു ചിരിക്കും. (അവർ കുറച്ചുനേരം മിണ്ടാതിരുന്നു). പക്ഷേ, എന്റെ അമ്മ അമ്മൂമ്മയ്ക്കു വാക്കുകൊടുത്തിരുന്നു. മര്യാദപോലെ ഒരു ശവപ്പെട്ടിയിലടക്കി അവരെ അടക്കം ചെയ്യുമെന്ന്. അത് അമ്മ അവരുടെ അമ്മയ്ക്കു നല്കിയ ഉറപ്പായിരുന്നു.

ഡോക്ടർക്കു മനസ്സിലായി. ഞങ്ങളുടെ കൈയിൽ പണമില്ലെന്ന്. പിന്നെ അദ്ദേഹം അവിടെ നിന്നില്ല. കൂടെ വന്നവരോടൊപ്പം ഇറങ്ങിപ്പോയി. അമ്മൂമ്മയുടെ ശവം കൈകാര്യം ചെയ്യേണ്ട ചുമതല ഞങ്ങൾക്ക് രണ്ടുപേർക്കുമായി.

അമ്മൂമ്മയുടെ മൃതദേഹം വീട്ടിൽവെച്ച് ഞങ്ങളൊരാഴ്ച കഴിച്ചു. ദിവസവും പലതവണ പൊട്ടായിസം പെർമാംഗനേറ്റ് അലിയിച്ച വെള്ളത്തിൽ തുണിമുക്കി തുടക്കും. നനഞ്ഞ വിരിപ്പുകൊണ്ട് ദേഹമാകെ മൂടിയിടും. അമ്മ ജനലും വാതിലുമെല്ലാം ചേർത്തടച്ചു. താഴെയുള്ള വിടവുകളിൽ കമ്പിളി തിരുകിവെച്ചു. എല്ലാം അവർ ഒറ്റയ്ക്കാണ് ചെയ്തത്. അമ്മൂമ്മയുടെ മുറിയിലേക്ക് പോകാൻ എനിക്ക് ഭയമായിരുന്നു. അടുക്കളയിലേക്കും തിരിച്ചും ഞാൻ പെട്ടെന്നോടും. അവിടെയെങ്ങും മണം പരക്കാൻ തുടങ്ങി. പറയാൻ പാടില്ല എന്നറിയാം... എന്നാലും ഭാഗ്യത്തിന് രോഗം ബാധിച്ചതിൽ പിന്നെ അമ്മൂമ്മയുടെ ശരീരഭാരം വല്ലാതെ കുറഞ്ഞിരുന്നു. ഞങ്ങൾ ബന്ധുക്കളെയൊക്കെ വിളിച്ചു. മോസ്കോ നഗരത്തിലുള്ളവരിൽ പകുതിപേരും ഞങ്ങളുടെ ബന്ധുക്കളായിരുന്നു.

എന്നിട്ടും... അപ്പോൾ ഞങ്ങൾക്ക് ആരുമില്ലാതായി. പലരും വന്നു.... ഭരണി നിറയെ ജാമും പഴച്ചാറും ഉപ്പിലിട്ടതും കൊണ്ടുവന്നുതന്നു.

പക്ഷേ ആരും പണം തന്നു സഹായിച്ചില്ല. അവർ കുറച്ചുനേരം ഞങ്ങളോടൊപ്പമിരുന്നു കരഞ്ഞതിനുശേഷം ഇറങ്ങിപ്പോയി. ആരുടെ കൈയിലും പണമുണ്ടായിരുന്നില്ല എന്നതാണ് സത്യം. ആ കാലം അങ്ങനെയായിരുന്നു. അമ്മയുടെ ഒരു ബന്ധു പഴങ്ങൾ പഞ്ചസാര പ്പാവിലിട്ടു സൂക്ഷിക്കുന്ന ഒരു ഫാക്ടറിയിലാണ് ജോലിയെടുത്തിരുന്നത്. ശമ്പളത്തിനുപകരം അവർ അദ്ദേഹത്തിനു കൊടുത്തത് ടിന്നിലടച്ച പഴ ങ്ങളായിരുന്നു. അതുകൊണ്ട് അദ്ദേഹം അതുമായാണ് ഞങ്ങളെ കാണാൻ വന്നത്. ആ കാലത്ത് സോപ്പും ടൂത്ത്പേസ്റ്റുമൊക്കെ ഏറ്റവും നല്ല പിറന്നാൾ സമ്മാനങ്ങളായി കണക്കാക്കപ്പെട്ടിരുന്നു. ഞങ്ങൾക്കു നല്ല അയൽക്കാരുണ്ടായിരുന്നു, വളരെ നല്ല ആളുകൾ. മിസ് അന്യയും അവരുടെ ഭർത്താവും. നാട്ടിൻപുറത്ത് അച്ഛനമ്മമാരുടെ അടുത്തേക്ക് താമസം മാറ്റാനുള്ള ഒരുക്കത്തിലായിരുന്നു അവർ. കുട്ടികളെ അവർ നേരത്തെ പറഞ്ഞയച്ചു കഴിഞ്ഞിരുന്നു. ഞങ്ങൾക്കുവേണ്ടി ചിലവാക്കാൻ അവർക്ക് സമയമുണ്ടായിരുന്നില്ല.

മിസ് വാല്യ ആയിരുന്നു മറ്റൊരു അയൽക്കാരി. അവരുടെ മകനും ഭർത്താവും മുഴുക്കുടിയന്മാരായിരുന്നു. അങ്ങനെയിരിക്കേ അവർ ഞങ്ങളെ എങ്ങനെ സഹായിക്കാനാണ്? അമ്മയ്ക്ക് ധാരാളം സുഹൃത്തു ക്കളുണ്ടായിരുന്നു. അവരുടെ വീട്ടിലും പണമുണ്ടായിരുന്നില്ല. ഉണ്ടായി രുന്നത് പുസ്തകങ്ങൾ മാത്രം. അവരിൽ പകുതിപേർക്കും ജോലിയു ണ്ടായിരുന്നില്ല. ഫോണുകൾ പ്രവർത്തിക്കാതെയായിരുന്നു കമ്മ്യൂണി സത്തിന്റെ വീഴ്ചയോടെ എല്ലാവരും ആകെ മാറി. ഇപ്പോൾ അടഞ്ഞ വാതിലുകൾക്കു പുറകിലാണ് ഞങ്ങൾ ജീവിക്കുന്നത്. ഉറങ്ങിയെഴു ന്നേല്ക്കുമ്പോൾ അമ്മൂമ്മ വീണ്ടും ജീവിച്ചുവരും... വെറുതെ ഞാൻ സ്വപ്നം കണ്ടു...

കൊള്ളക്കാരുടെ വിഹാരകാലം...

അവരാരായിരുന്നു? എവിടെനിന്നോ വന്നെത്തിയ ഒരു പിടി അപരി ചിതർ. അതേ സമയം എങ്ങനെയോ ... അവർക്കെല്ലാ കാര്യങ്ങളും നല്ല നിശ്ചയമായിരുന്നു.

"നിങ്ങളുടെ വിഷമം ഞങ്ങൾ മനസ്സിലാക്കുന്നു. നിങ്ങളെ സഹായി ക്കാനാണ് ഞങ്ങൾ വന്നിരിക്കുന്നത്."

അവർ ആരേയോ ഫോണിൽ വിളിച്ചു. ഉടനെ ഡോക്ടർ വീട്ടിലെത്തി. ഒരു മടിയും കൂടാതെ മരണസർട്ടിഫിക്കറ്റ് ഒപ്പിട്ട് തന്നു. പിന്നീട് ഒരു പൊലീസുകാരൻ വന്നു. അവർ വിലകൂടിയ ശവപ്പെട്ടിയും കൊണ്ടുവന്നു. ശവം കൊണ്ടുപോകാനുള്ള വണ്ടിയും കൊട്ടക്കണക്കിന് പൂക്കളും അവർ തയ്യാറാക്കിയിരുന്നു. എല്ലാ ജാതി പൂക്കളുമുണ്ടായിരുന്നു ആ കൂട്ടത്തിൽ.

ഒന്നിനും ഒരു കുറവുമില്ല. എല്ലാം വേണ്ടപോലെ. കോവാസ്കോയേ സെമിത്തേരിയിൽ തന്നെ അടക്കണമെന്ന് അമ്മൂമ്മ നേരത്തെത്തന്നെ പറഞ്ഞേല്പിച്ചിരുന്നു. അത് വളരെ പഴയ പ്രസിദ്ധമായൊരു സെമിത്തേരിയായിരുന്നു. ഉദ്യോഗസ്ഥന്മാർക്ക് കൈമടക്ക് നല്കാതെ അതിന്റെയുള്ളിലേക്ക് കടക്കുക അസാദ്ധ്യമായിരുന്നു. ആ സംഗതിയും അവർ കൈകാര്യം ചെയ്തു. അവർ ഒരു പുരോഹിതനെ വരുത്തി. പ്രാർത്ഥനകൾ ചൊല്ലിച്ചു. എല്ലാം വളരെ ഭംഗിയായി കഴിഞ്ഞു.

എന്റെ അമ്മയും ഞാനും വെറുതെ അവിടെനിന്ന് കണ്ണീരൊഴുക്കി. മിസ് ഇറാ എന്നുപേരുള്ള സ്ത്രീക്കായിരുന്നു എല്ലാറ്റിന്റേയും ചുമതല. അവരായിരുന്നു എല്ലാവർക്കും നിർദ്ദേശങ്ങൾ കൊടുത്തിരുന്നത്. അംഗരക്ഷകർ എന്നു തോന്നിപ്പിക്കുന്ന ചില തടിയന്മാർ അവരോടൊപ്പം എപ്പോഴുമുണ്ടായിരുന്നു. അവരിൽ ഒരാൾ അഫ്ഗാൻ യുദ്ധത്തിൽ പങ്കെടുത്തിരുന്നു. അതുകേട്ടപ്പോൾ എന്തുകൊണ്ടോ അമ്മയ്ക്ക് സമാധാനമായി. യുദ്ധത്തിൽ സേവനമനുഷ്ഠിച്ച ഒരാൾ. അല്ലെങ്കിൽ സ്റ്റാലിന്റെ തടങ്കൽ ക്യാമ്പിൽ കഴിയേണ്ടിവന്ന ഒരാൾ... അങ്ങനെയുള്ളവരാരും ചീത്തയാൾക്കാരാവില്ല എന്നായിരുന്നു അമ്മയുടെ വിശ്വാസം. “ഇത്രയൊക്കെ അനുഭവിച്ച ഒരാൾ സ്വയം ദുഷ്ടനാകുന്നതെങ്ങനെ” എന്നായിരുന്നു അമ്മയുടെ ചിന്ത. എന്തൊക്കെയായാലും നമ്മുടെ ആളുകൾ പരസ്പരം താങ്ങുന്നവരാണ് എന്നാണ് അമ്മ പറയാറുള്ളത്. അമ്മൂമ്മ പറയാറുള്ള യുദ്ധകാല കഥകളിൽനിന്നും ഉരുത്തിരുഞ്ഞ ധാരണയായിരിക്കാം. തളരുമ്പോൾ ചാരിനില്ക്കാൻ ഒരു പുറം. യുദ്ധത്തിനിടയ്ക്ക് അടിയന്തിര ഘട്ടങ്ങളിൽ എങ്ങനെയാണ് അവർ പരസ്പരം സഹായിച്ചിരുന്നതെന്ന് അമ്മൂമ്മ എപ്പോഴും വിസ്തരിച്ചുപറഞ്ഞിരുന്നു. (അവർ ഇത്തിരിനേരം ആലോചിച്ചിരുന്നു.) പക്ഷേ... അത് സോവിയറ്റുകാരായിരുന്നു. എന്നാൽ... ഇവർ സോവിയറ്റുകാരാണെന്ന് പറയാനാവില്ലല്ലോ. ഞാൻ പറയുന്നത്, ഇപ്പോൾ ഞാൻ എങ്ങനെയാണ് സംഗതികൾ നോക്കിക്കാണുന്നത് എന്നാണ്. അന്ന് എനിക്കെങ്ങനെ തോന്നി എന്നല്ല, ഞങ്ങൾ ഒരു ഗൂഢസംഘത്തിന്റെ പിടിയിൽ അകപ്പെടുകയായിരുന്നു. പക്ഷേ, അന്നു ഞാൻ അവരെ കണ്ടത് ഒരു കൂട്ടം നല്ല ആളുകളായി മാത്രമാണ്. അവർ ഞങ്ങളോടൊപ്പം അടുക്കളയിലിരുന്നു ചായ കുടിച്ചു. ഞങ്ങൾക്കായി ചില മധുരപലഹാരങ്ങളും കൊണ്ടുവന്നുതന്നു. ഞങ്ങളുടെ റെഫ്രിജറേറ്റർ ഒഴിഞ്ഞുകണ്ടപ്പോഴെല്ലാം മിസ് ഇറ അതിലേക്കു വേണ്ട സാധനങ്ങൾ വാങ്ങി നിറച്ചുവെച്ചു. അവർ എനിക്ക് നല്ലൊരു ഡെനിം സ്കർട്ട് സമ്മാനിച്ചു. ആ കാലത്ത് എല്ലാവർക്കും ഡെനിമിനോട് വലിയ ആരാധനയായിരുന്നു. ഏതാണ്ട് ഒരുമാസത്തോളം അവരുടെ ആ പെരുമാറ്റം തുടർന്നു. ഞങ്ങൾ അവരുമായി നല്ലവണ്ണം ഇണങ്ങി.

അങ്ങനെയൊരു ദിവസം അവർ അമ്മയോട് പറഞ്ഞു: “നമുക്ക് ഈ മൂന്നുമുറി ഫ്ളാറ്റ് വില്ക്കാം. എന്നിട്ട് ഒരു ഒറ്റമുറി ഫ്ളാറ്റ് വാങ്ങാം... അങ്ങനെയാവുമ്പോൾ കൈയിൽ കുറച്ച് പണവും മിച്ചമുണ്ടാകും.”

എന്റെ അമ്മ അത് സമ്മതിച്ചു. അപ്പോഴേക്കും അമ്മയ്ക്ക് ഒരു ഭക്ഷണശാലയിൽ തൂത്തു തുടയ്ക്കാനും പാത്രം കഴുകാനും മേശ വൃത്തിയാക്കാനുമുള്ള ജോലി കിട്ടിയിരുന്നു. കഷ്ടിച്ച് കഴിയാമെന്നല്ലാതെ പണത്തിന്റെ ഞെരുക്കം അപ്പോഴും വിട്ടുമാറിയിരുന്നില്ല. എങ്ങോട്ടാണ് മാറേണ്ടത് എന്നതിനെക്കുറിച്ച് ഞങ്ങൾ ആലോചന തുടങ്ങിയിരുന്നു. ഏതു പ്രദേശമായിരിക്കും ഏറ്റവും യോജിക്കുക? സ്കൂൾ മാറാൻ എനിക്കൊട്ടും താത്പര്യമില്ലായിരുന്നു. അതുകൊണ്ട് ആ ചുറ്റുവട്ടത്തുതന്നെ മതി എന്ന് ഞങ്ങൾ തീരുമാനിച്ചു.

ആ സമയത്താണ് മറ്റേ സംഘം പ്രത്യക്ഷപ്പെട്ടത്. അതിന്റെ തലവൻ ഒരു പുരുഷനായിരുന്നു. മിസ്റ്റർ വോളാജിയ. അയാളും മിസ് ഇറയും തമ്മിൽ ഞങ്ങളുടെ ഫ്ളാറ്റിന്റെ പേരിൽ അടിയായി. അയാൾ എന്റെ അമ്മയുടെ നേരെ ഒച്ചയിട്ടു. "നിങ്ങൾക്ക് ഒറ്റ കിടപ്പുമുറി ഫ്ളാറ്റൊന്നും വേണ്ട. നിങ്ങൾക്ക് നഗരത്തിന് പുറത്ത് ഞാൻ നല്ലൊരു വീട് വാങ്ങിത്തരാം. മിസ്സ് ഇറ പഴയൊരു വോക്സ് വാഗെൺ കാറാണ് ഓടിച്ചിരുന്നത്. മിസ്റ്റർ വൊളോഡിയ പുത്തനൊരു മേഴ്സിഡിസും. അയാളുടെ കൈയിൽ എപ്പോഴും ഒരു തോക്കുമുണ്ടായിരുന്നു. അത് തൊണ്ണൂറുകളുടെ കാലമായിരുന്നു... കൊള്ളക്കാർ തെരുവുകളിൽ സ്വച്ഛന്ദം വിഹരിച്ചിരുന്ന കാലം. കൈയിലെ ആയുധങ്ങൾ മറച്ചുവെക്കാൻപോലും അവർ മിനക്കെട്ടിരുന്നില്ല. ചിലവാക്കാൻ പണമുള്ളവരെല്ലാം തങ്ങളുടെ വീടുകൾക്ക് ഇരുമ്പുവാതിൽ വെയ്പിച്ചു. ഒരു രാത്രി ഞങ്ങളുടെ കെട്ടിടത്തിൽ ഒരയൽക്കാരന്റെ വീടിനുമുമ്പിൽ ഒരു സംഘം കൊള്ളക്കാരെത്തി. അവരുടെ കൈയിൽ ഗ്രനേഡുകളുണ്ടായിരുന്നു. ഞങ്ങളുടെ അയൽക്കാരന് സ്വന്തമായി ഒരു വഴിയോരക്കടയുമുണ്ടായിരുന്നു എന്നുപറഞ്ഞാൽ ചായം തേച്ച ഏതാനും പ്ലൈവുഡ് പലകകൾ ചേർത്തുവെച്ചുണ്ടാക്കിയ ഒരു മാടക്കട. അത്യാവശ്യം പലവ്യഞ്ജനങ്ങളും മെയ്ക്കപ്പ് സാധനങ്ങളും വോഡ്കയും തുണിത്തരങ്ങളുമൊക്കെയാണ് അയാൾ വിറ്റിരുന്നത്. കൊള്ളക്കാർ, അമേരിക്കൻ ഡോളറാണ് അയാളോടാവശ്യപ്പെട്ടത്. അയാളുടെ ഭാര്യ പണം കൊടുക്കാൻ വിസമ്മതിച്ചു. അവർ ആ സ്ത്രീയുടെ വയറ്റിൽ പൊള്ളുന്ന ഇരുമ്പുപാളി അമർത്തിവെച്ചു. അവർ ഗർഭിണിയായിരുന്നു. ആരും പൊലീസിൽ പരാതിപ്പെട്ടിട്ടില്ല. അതുകൊണ്ട് പ്രയോജനമില്ലെന്ന് എല്ലാവർക്കും അറിയാമായിരുന്നു. കൊള്ളക്കാരുടെ കൈയിൽ ചാക്കുനിറച്ച് പണമുണ്ടായിരുന്നു. ഉദ്യോഗസ്ഥന്മാരെ വേണ്ടതുപോലെ കണ്ട് ഏതു കേസിൽനിന്നും എളുപ്പത്തിൽ ഊരിപ്പോരുകയായിരുന്നു അവരുടെ പതിവ്. എന്തുകൊണ്ടെന്നു പറയാൻ വയ്യ... പൊതുജനം കൊള്ളക്കാരെ ആദരിക്കാൻ തുടങ്ങിയിരുന്നു. സഹായത്തിന് ചെന്നുമുട്ടാൻ വേറൊരു വാതിലുണ്ടായിരുന്നില്ല എന്നതാണ് സത്യം.

മിസ്റ്റർ വൊളാസിയ ഞങ്ങളോടൊപ്പമിരുന്ന് ചായ കുടിച്ചില്ല. അതിനുപകരം എന്റെ അമ്മയെ ഭീഷണിപ്പെടുത്തുകയാണ് ചെയ്തത്. "ഈ ഫ്ളാറ്റ് ഞങ്ങൾക്ക് തന്നില്ലെങ്കിൽ നിങ്ങളുടെ മകളെ ഞങ്ങൾ കൊണ്ടുപോകും. പിന്നീടൊരിക്കലും നിങ്ങൾ അവളെ കാണില്ല. അവൾക്കെന്തു

പറ്റി എന്നുപോലും അറിയുകയില്ല...” ഞങ്ങളുടെ ചില സുഹൃത്തുക്കൾ എന്നെ ഒളിപ്പിച്ച് നിർത്തി. പല ദിവസങ്ങളിലും എനിക്ക് സ്കൂളിൽ പോകാനായില്ല. രാവും പകലും ഞാനിരുന്നു കരഞ്ഞു. അമ്മയെ ഓർത്തായിരുന്നു എനിക്കേറ്റവും ഭയം. എന്നെത്തേടി രണ്ടുപ്രാവശ്യം അവർ അവിടെ വന്നത് ഞങ്ങളുടെ അയൽക്കാർ കാണുകയുണ്ടായി. ശപിച്ചും ശകാരിച്ചും കരഞ്ഞും ഒടുവിൽ അമ്മ കീഴടങ്ങി.

തൊട്ടടുത്ത ദിവസം തന്നെ അവർ ഞങ്ങളെ വീട്ടിൽനിന്നും പുറത്താക്കി. രാത്രിയാണ് അവർ വന്നത്. “വേഗമാകട്ടെ. ഇപ്പോൾത്തന്നെ വീടൊഴിയണം.” അവർ തിരക്ക് കൂട്ടി. “പുതിയ വീട് കണ്ടുപിടിക്കുന്നതുവരെ തത്ക്കാലം വേറൊരിടത്ത് താമസിക്കണം.” അവർ വീട് മോടിപിടിപ്പിക്കാൻ വേണ്ട ചായവും വാൾപേപ്പറുമൊക്കെയായാണ് വന്നിരുന്നത്.

“നമുക്ക് വേഗം പോകാം... നില്ക്കണ്ട...” അമ്മയും വല്ലാതെ ഭയന്നിരുന്നു. ഞങ്ങളുടെ ഔദ്യോഗിക രേഖകളും ആരോ അവർക്ക് പിറന്നാൾ സമ്മാനമായി കൊടുത്ത ഒരു കുപ്പി പോളിഷ് സുഗന്ധതൈലവുമായിരുന്നു അമ്മ കൂടെയെടുത്തത്. തനിക്കേറ്റവും പ്രിയപ്പെട്ട ചില പുസ്തകങ്ങളും അമ്മ എടുക്കാൻ മറന്നില്ല. ഞാനും എന്റെ പാഠപുസ്തകങ്ങളും ഉടുപ്പുകളും തിടുക്കത്തിൽ എടുത്തുവെച്ചു. അവർ ഞങ്ങളെ ഒരു കാറിലേക്ക് തള്ളിക്കയറ്റി. ഏതോ വിജനസ്ഥലത്ത് കൊണ്ടുചെന്നിറക്കി. രണ്ടു കുടിലുകളും ഒരു മേശയും രണ്ടു കസേലകളുമുള്ള ഒരു മുറി. വേറെയാതൊന്നുമില്ല. വാതിൽ തുറന്ന് പുറത്ത് പോകരുത്. ജനാലകൾ തുറക്കരുത്. ഉറക്കെ സംസാരിക്കരുത്. അങ്ങനെ കുറേ വിലക്കുകളുമായി അവർ ഞങ്ങളെ ഭീഷണിപ്പെടുത്തി. ആ കെട്ടിടത്തിൽ സ്ഥിരതാമസക്കാരുണ്ടായിരുന്നില്ല. ഇതുപോലെ വന്നുപോകുന്നവർക്കുള്ള ഒരിടമാണ് അതെന്നു തോന്നി. വല്ലാതെ വൃത്തികെട്ട സ്ഥലം. തൂത്തും തുടച്ചും വൃത്തിയാക്കാൻ തന്നെ ദിവസങ്ങൾ വേണ്ടിവന്നു. അതിനുശേഷം അവർ ഞങ്ങളെ ഏതോ ആപ്പീസിലേക്ക് കൊണ്ടുപോയി. ടൈപ്പുചെയ്ത ചില കടലാസുകളിൽ ഒപ്പുവെപ്പിച്ചു. എല്ലാം നിയമവിധേയമായിട്ടാണ് തോന്നിയത്. എന്തോ... ഞാൻ പൊട്ടിക്കരഞ്ഞുപോയി. അപ്പോഴാണെനിക്ക് ശരിക്കും ബോദ്ധ്യമായത് അവർ ഞങ്ങളെ ദൂരെ ഏതോ ഉൾനാട്ടിലേക്ക് ബലമായി പറഞ്ഞയയ്ക്കുകയാണെന്നു. എനിക്ക് സങ്കടം സഹിച്ചില്ല... എന്റെ സ്കൂൾ... കൂട്ടുകാർ.... ആരേയും ഇനിയൊരിക്കലും ഞാൻ കാണുകയുണ്ടാവില്ല. മിസ്റ്റർ വോൾജിയ എന്റെ തൊട്ടുപുറകിൽ വന്നു ദേഷ്യപ്പെട്ടു. “വേഗമാകട്ടെ, ഒപ്പിടൂ... അല്ലെങ്കിൽ നിന്നെ ഞങ്ങൾ അനാഥാലയത്തിലാക്കും. അമ്മയെ പറഞ്ഞയയ്ക്കും. പിന്നെ തമ്മിൽ കാണലുണ്ടാവില്ല,” അവിടെ വേറെയും കുറച്ചുപേരുണ്ടായിരുന്നു. ചിലർ ഞങ്ങളുടെ ചുറ്റുമായി നിന്നിരുന്നു. കൂട്ടത്തിൽ ഒരു പൊലീസുകാരനും. എല്ലാവരും നിശ്ശബ്ദരായിരുന്നു. അവരെയെല്ലാം മിസ്റ്റർ വോൾഡിയ പണം കൊടുത്ത് വശത്താക്കിയിരുന്നു. ഞാനോ... ഒരു കുട്ടിയും... എന്തു ചെയ്യാൻ! (മൗനം)

വളരെ നാളത്തേക്ക് ഞാനതിനെ കുറിച്ച് സംസാരിച്ചില്ല. ഇതെല്ലാം വളരെ വ്യക്തിപരമായ കാര്യങ്ങളാണ്. തീരെ കൊള്ളരുതാത്തതും. വേറെ യാരും ഇതറിയണമെന്ന് എനിക്കുണ്ടായിരുന്നില്ല. അവർ എന്നെ ഒരു അഭയകേന്ദ്രത്തിലാക്കിയ ദിവസം.... അത് കുറെ നാൾ കഴിഞ്ഞിട്ടാണ്. അമ്മയും പോയിക്കഴിഞ്ഞശേഷം അവർ എന്നെ എന്റെ മുറിയിലേക്ക് തള്ളിയിട്ടു. "ഇതാണ് നിന്റെ കട്ടിൽ.... ഇരുട്ടിൽ നിന്റെ സാധനങ്ങൾ വെക്കാം. ഞാൻ ആകെ അന്തംവിട്ടുനിന്നു. വൈകുന്നേരമായപ്പോഴേക്കും എനിക്ക് കലശലായ പനി പിടിച്ചു. എല്ലാം കൂടി... ഞാൻ ഓർത്തതു മുഴുവൻ തങ്ങളുടെ പഴയ ഫ്ളാറ്റിനെക്കുറിച്ചായിരുന്നു. (മൗനം) നവവത്സരത്തിന്റെ തലേ സന്ധ്യ. ക്രിസ്മസ് മരത്തിൽ നിറയെ വിളക്കു കൾ. എല്ലാവരും പൊയ്മുഖങ്ങൾ ഒരുക്കുകയായിരുന്നു. ഒരു നൃത്ത ത്തിനുള്ള പുറപ്പാട്. നൃത്തമോ? ഞാൻ അതിനെക്കുറിച്ച് തീരെ മറന്നി രുന്നു. (മൗനം)

എന്നെ കൂടാതെ നാല് പെൺകുട്ടികൾ കൂടിയുണ്ടായിരുന്നു ആ മുറി യിൽ. രണ്ടുപേർ സഹോദരിമാരായിരുന്നു. എട്ടും പത്തും വയസ്സായ കുട്ടി കൾ. അവരെ കൂടാതെ രണ്ടു മുതിർന്ന പെൺകുട്ടികൾ. ഒരാൾ മോസ്കോയിൽ നിന്നായിരുന്നു. അവൾക്ക് സിഫിസിൽ രോഗമുണ്ടായി രുന്നു. മറ്റേ കുട്ടിക്കാണെങ്കിൽ കക്കുന്ന ശീലവും. അവളെന്റെ ഷൂസു കൾ മോഷ്ടിച്ചു. അവൾക്ക് പഴയതുപോലെ തെരുവുതെണ്ടി ജീവിക്കാ നായിരുന്നു താത്പര്യം. രാവും പകലും ഞങ്ങൾ ഒരുമിച്ചായിരുന്നു. എന്നിട്ടും അവനവനെപ്പറ്റിയുള്ള മുഖ്യമായ കാര്യങ്ങളൊന്നും ഞങ്ങൾ പരസ്പരം പറയുകയുണ്ടായില്ല. അങ്ങനെയൊരു തോന്നലും ഞങ്ങൾക്കു ണ്ടായിരുന്നില്ല. വളരെ ദിവസങ്ങളോളം ഞാൻ ആരോടും ഒന്നും മിണ്ടാതെ നടന്നു. എന്റെ ഷെസ്യ്യെ കണ്ടുമുട്ടിയതിനുശേഷമാണ് ഞാൻ സംസാരിക്കാൻ തുടങ്ങിയത്. അതു കുറേക്കൂടി കഴിഞ്ഞിട്ടായി രുന്നു. (മൗനം)

എന്റെ അമ്മയ്ക്കും എനിക്കും അതൊരു തുടക്കം മാത്രമായിരുന്നു. കടലാസുകളിൽ ഒപ്പുവെച്ചതിനുശേഷം അവർ ഞങ്ങളെ ദൂരെയുള്ള യാരേസ്ലാവൽ പ്രദേശത്തേക്ക് കൊണ്ടുപോയി. "ദൂരെയായിപ്പോയി എന്ന സങ്കടം വേണ്ട. താമസിക്കാൻ ഒരു വീടു കിട്ടുമല്ലോ!" അവർ നുണ പറ ഞ്ഞതായിരുന്നു. അത് ഏതോ കൃഷിക്കാരന്റെ ചെറ്റപ്പുരയായിരുന്നു. മരം കൊണ്ടുപണിതത്. ഒരേയൊരു മുറി. അതിൽ റഷ്യൻ മട്ടിൽ വലിയൊര ടുപ്പ്. അങ്ങനെയുള്ള അടുപ്പ് അമ്മയോ ഞാനോ മുമ്പ് കണ്ടിട്ടുണ്ടായിരു ന്നില്ല. അതെങ്ങനെ ഉപയോഗിക്കണമെന്നും ഞങ്ങൾക്ക് രൂപമുണ്ടായി രുന്നില്ല. കുടിൽ നന്നേ പഴയതായിരുന്നു. പലയിടത്തും പൊളിയാൻ തുടങ്ങിയിരുന്നു. എവിടെ നോക്കിയാലും ഭിത്തിയിൽ അവിടവിടെ വിള്ള ലുകൾ. ആ പുരയ്ക്കകത്തു കടന്നതും അമ്മ ഒരു ഞെട്ടലേറ്റതുപോലെ നിന്നുപോയി. അമ്മ എന്റെ മുമ്പിൽ മുട്ടുകുത്തിനിന്ന് കണ്ണീരോടെ മാപ്പ പേക്ഷിച്ചു...

എന്റെ ജീവിതം ഇത്രത്തോളം പരിതാപകരമാക്കിയതിന്. അവർ ഭിത്തിയിൽ തലയടിച്ച് നിലവിളിച്ചു. (അവരും കരയുകയായിരുന്നു) വളരെ കുറച്ചുപണമേ ഞങ്ങളുടെ കൈയിലുണ്ടായിരുന്നുള്ളൂ. അതും വളരെ വേഗം തീർന്നുപോയി. ഞങ്ങൾ ഓരോരോ വീടുകളിൽ ചെന്ന് പണി യെടുക്കാൻ തുടങ്ങി. ചിലർ കൂലിയായി പഞ്ഞമുട്ട തന്നു. വേറെ ചിലർ ഒരു കുട്ട ഉരുളക്കിഴങ്ങും. "കൈമാറ്റം" എന്ന സുന്ദരമായ വാക്ക് ആയിട യ്ക്കാണ് ഞാൻ പഠിച്ചത്. ഒരിക്കൽ എനിക്ക് സുഖമില്ലാതായപ്പോൾ അമ്മ തന്റെ പ്രിയപ്പെട്ട സുഗന്ധതൈലം ആർക്കോ കൊടുത്ത് പകരം ഒരു കട്ട നല്ല വെണ്ണ വാങ്ങി. വേണ്ട എന്നു ഞാൻ പറഞ്ഞുനോക്കി... പഴയ കാലങ്ങളുടെ ഓർമ്മയ്ക്കായി അങ്ങനെ ചിലതേ ശേഷിച്ചിരുന്നുള്ളൂ. ഒരു ദിവസം കൃഷിവകുപ്പിലെ ഒരു ഉദ്യോഗസ്ഥ... എന്നോടു ദയതോന്നി ഒരു കുടം പാൽ എനിക്ക് തന്നു. എനിക്ക് പരിഭ്രമം തോന്നി. തെരുവുകൾ ഒഴിവാക്കി ഞാൻ മറ്റുള്ളവരുടെ പറമ്പുകൾക്കിടയിലൂടെയാണ് വീട്ടിലേക്ക് പോയത്. അതിനിടയിൽ ഞാനൊരു പാൽക്കാരിയെ കണ്ടു... "ഇതെന്താ ഇതുവഴിക്ക്?" ഞാൻ കാര്യം പറഞ്ഞപ്പോൾ അവർ പൊട്ടിച്ചിരിച്ചു. "ഇത്ര പേടിക്കാനൊന്നുമില്ല. ഇതുംകൊണ്ട് ശരിയായ വഴിയേ പോകുന്നതു കൊണ്ട് ഒരു കുഴപ്പവുമില്ല. അല്ലെങ്കിലും എല്ലാവരും എല്ലാതരം സാധന ങ്ങളും മോഷ്ടിക്കുന്ന കാലമാണ്. ഇതാണെങ്കിൽ നിനക്ക് അവർ അറിഞ്ഞ് തന്നതുമാണ്."

എല്ലാവരും അവനവന് ആവശ്യമുള്ളത് എടുത്തുകൊണ്ടുപോയി രുന്നു, ആണിയടിച്ച് ഉറപ്പിച്ചതൊഴിച്ച് ആ കൂട്ടുകൃഷിയിടത്തിന്റെ തലവ നായിരുന്നു ഏറ്റവും മോശം. വണ്ടി നിറച്ചും സാധനങ്ങൾ അയാൾ തന്റെ വീട്ടിൽ എത്തിച്ചിരുന്നു. ഒരു ദിവസം അയാൾ ഞങ്ങളുടെ വീട്ടിൽ വന്ന് പ്രസംഗിച്ചു. "കൃഷിയിടത്തിൽവന്ന് പണിയെടുത്തോളൂ, അല്ലെങ്കിൽ പട്ടിണി കിടന്ന് മരിക്കും." ഞങ്ങൾ അത് അനുസരിക്കണോ വേണ്ടയോ? അവസാനം വിശപ്പ് സഹിക്കാനാവാതെ ഞങ്ങൾ പണിക്ക് പോകാൻ തീരുമാനിച്ചു. വെളുപ്പിന് നാലുമണിക്കെഴുന്നേല്ക്കണം. ആദ്യത്തെ പശു ക്കറവയുടെ സമയം അതാണ്. മറ്റുള്ളവരെല്ലാം സുഖമായി ഉറങ്ങുന്ന നേരം. ഞാൻ പശുക്കളെ കറക്കും. അമ്മ തൊഴുത്തും പുൽത്തൊട്ടിയും വൃത്തിയാക്കും.

അമ്മയ്ക്ക് പശുക്കളെ പേടിയായിരുന്നു. എനിക്കാണെങ്കിൽ ഇഷ്ടവും. ഓരോ പശുവിനും ഓരോ പേര്. ഹേഹി, വൈൽഡ് ചെറി... എനിക്ക് മുപ്പതു പശുക്കളുടെ ചുമതലയുണ്ടായിരുന്നു. കൂട്ടത്തിൽ പശുക്കുട്ടികളും. ഉന്തുവണ്ടിയിൽ മഞ്ഞപ്പൊടി നിറച്ച് തള്ളിക്കൊണ്ടുനടന്നു. മുട്ടോളം ചാണകത്തിൽ നിന്നു. ചിലപ്പോൾ അത് ബൂട്ടുകൾക്ക് മീതെയെത്തും. പാലുനിറച്ച പാട്ടകൾ വണ്ടികളിലേക്ക് പൊക്കിയെടുക്കണം. ഓരോ ന്നിലും എത്ര ലിറ്റർ പാലുണ്ടായിരുന്നു. ഓർമ്മയില്ല (മൗനം) ശമ്പളം കിട്ടിയിരുന്നത് പാൽ ആയിട്ടായിരുന്നു. ഇടയ്ക്ക് ചില അത്യാഹിതങ്ങളു ണ്ടാകും. ഒരു പശു ശ്വാസം മുട്ടിച്ചാകും. അല്ലെങ്കിൽ ചാണകക്കുണ്ടി ലേക്ക് വീണ് ആണ്ടുപോകും. അങ്ങനെ വരുമ്പോൾ കൂലിയായി കിട്ടുക

ആ പശുവിന്റെ ഇറച്ചിയാകും. പാൽക്കാരികളും അവരുടെ പുരുഷന്മാരോടൊപ്പം മദ്യപിക്കുന്ന സമ്പ്രദായമുണ്ടായിരുന്നു. എന്റെ അമ്മയും ക്രമേണ ആ കൂട്ടത്തിൽ ചേർന്നു. ഞങ്ങൾ തമ്മിലുള്ള ബന്ധത്തിന് പതുക്കെ മാറ്റം വന്നു. അത് പഴയതിൽനിന്നും വഴിതിരിയുകയായിരുന്നു. അപ്പോഴും ഞങ്ങൾ നല്ല ചങ്ങാതിമാരായിരുന്നു. പക്ഷേ അമ്മയുടെ നേരെ ഞാൻ കൂടുതൽ കൂടുതൽ ഒച്ചയിടാൻ തുടങ്ങി. അതമ്മയെ സങ്കടപ്പെടുത്തിയിരുന്നു. ഇടയ്ക്ക്, സന്തോഷമായിരിക്കേ അമ്മ പഴയ കവിതകൾ എന്നെ ചൊല്ലി കേൾപ്പിക്കുമായിരുന്നു. അവരുടെ പ്രിയപ്പെട്ട സ്വേക്രറ്റവയുടെ വരികൾ

"ആരോ ഒരു ചുകന്ന ബ്രഷുകൊണ്ടുതൊട്ടു,

വെളുത്ത റോവൻ പൂക്കൾ നാണം കെണ്ടു തുടുത്തു.

താഴെ പച്ചിലകൾ പരന്നു കിടന്നു...

ഞാൻ ജനിച്ചത് അപ്പോഴാണ്."

ആ നിമിഷങ്ങളിൽ എന്റെ പഴയ അമ്മയുടെ മിന്നലാട്ടങ്ങൾ കൺമുന്നിൽ തെളിയും. പക്ഷേ അത് വളരെ വളരെ അപൂർമായിട്ടായിരുന്നു.

തണുപ്പുകാലമായി. വിചാരിക്കുംമുമ്പേ മഞ്ഞ് കനത്തിൽ പെയ്ത് ഉറക്കാൻ തുടങ്ങി. അത്രയും കഠിനമായ തണുപ്പ് ... ആ പഴഞ്ചൻ പുരക്കുള്ളിൽ കഴിച്ചുകൂട്ടുക അസാദ്ധ്യമായിരുന്നു. തീർച്ചയായും ഞങ്ങൾ അതിനുള്ളിൽ കിടന്ന് മരവിച്ചു മരിച്ചേനേ. ഞങ്ങളുടെ അയൽക്കാർക്ക് അലിവ് തോന്നി. അവർ വണ്ടിയിൽ കയറ്റി ആ ദൂരമത്രയും താണ്ടി ഞങ്ങളെ മോസ്കോയിലെത്തിച്ചു.... തികച്ചും സൗജന്യമായി.

മനുഷ്യന് ശബ്ദമില്ലാതായ കാലം

ഞാൻ അതുമിതും പറഞ്ഞുകൊണ്ടിരിക്കുകയാണ്; ഒരടുക്കും ചിട്ടയുമില്ലാതെ. ഓർക്കാൻ ഭയം തോന്നുന്ന കാര്യങ്ങൾ ചിലതുണ്ട് എന്ന് ഞാൻ മറന്നുപോയിരിക്കുന്നു. (അവർ നിശ്ശബ്ദമായി) പൊതുവെ ആളുകളെ പറ്റി എന്താണ് ഞാൻ വിചാരിക്കുന്നത്? കാര്യമായി ആലോചിക്കുമ്പോൾ നല്ലത്... ചീത്ത എന്നു തരം തിരിച്ചു പറയാനാവില്ല. ആളുകൾ ആളുകളാണ്... അത്രമാത്രം. സ്കൂളിൽ സോവിയറ്റ് പാഠപുസ്തകങ്ങളാണ് ഞങ്ങൾ പഠിച്ചത്. പുതിയ ശൈലിയിലുള്ള പാഠപുസ്തകങ്ങൾ നിലവിൽ വന്നിട്ടില്ലായിരുന്നു. 'മനുഷ്യവർഗം' എന്നാണവർ ഞങ്ങളെ പഠിപ്പിച്ചത്. കേൾക്കുമ്പോൾത്തന്നെ അഭിമാനം തോന്നുന്ന വാക്ക്. യഥാർത്ഥത്തിൽ "മനുഷ്യവർഗം" എന്നത് അഭിമാനം സ്ഫുരിക്കുന്ന ഒരു ശബ്ദമല്ല. അതിന് പല ശബ്ദവ്യത്യാസങ്ങളുമുണ്ട്. "ഞാൻ" എന്നതും അങ്ങനെ പലതും ചേർന്നതാണ്. എല്ലാറ്റിന്റേയും കുറച്ച് കുറച്ച് എന്നിലുണ്ട്. ഇവിടെ ഒരു ടാജിക്കിനെ കാണുമ്പോൾ... റഷ്യയിൽ അവർ അടിമകളെപോലെയാണ്. രണ്ടാതരം പൗരന്മാർ. എനിക്ക് വേണ്ടത്ര

സമയമുണ്ട്. ഞാൻ വഴിയിൽനിന്ന് അവരോട് സംസാരിക്കാറുണ്ട്. കൈയിൽ പണമൊന്നുമില്ല. എന്നാലും സംസാരിക്കാമല്ലോ. അവരും എന്നെപ്പോലെയാണ്. ഒരേ തോണിയിൽ സഞ്ചരിക്കുന്നവർ. തികച്ചും ഒറ്റയ്ക്കായിപ്പോവുക, എല്ലാവരുടെ മുമ്പിലും അന്യയായി നില്ക്കേണ്ടി വരിക. എവിടേയും പരിചയമുള്ള ഒരാളുപോലും ഇല്ലാതിരിക്കുക. അതിന്റെ പ്രയാസം എനിക്ക് നല്ലവണ്ണമറിയാം. കോണിച്ചുവടുകളിലും നിലവറകളിലുമൊക്കെ ഞാനും നാൾ കഴിച്ചിട്ടുണ്ട്.

ആദ്യം, അമ്മയുടെ കൂട്ടുകാരിൽ ഒരാൾ ഞങ്ങളെ അവരോടൊപ്പം താമസിപ്പിച്ചു. അവർക്ക് ഞങ്ങളോട് സഹതാപമുണ്ടായിരുന്നു. നന്നായി പെരുമാറിയിരുന്നു. എനിക്കും അവിടെ ഇഷ്ടമായിരുന്നു. പരിചയമുള്ള പശ്ചാത്തലം. പുസ്തകങ്ങൾ റെക്കോഡ് സംഗീതം. ചുമരിൽ ചെഗുവേരയുടെ പടം. ഞങ്ങളുടെ പഴയവീടുപോലെ. അതേ പുസ്തകങ്ങൾ. അതേ റെക്കോഡുകൾ... ഓൾഗായുടെ മകൻ കോളേജിൽ ബിരുദവിദ്യാർത്ഥിയായിരുന്നു. അധികസമയവും അയാൾ ചിലവഴിച്ചിരുന്നത് ലൈബ്രറിയിലായിരുന്നു. രാത്രിയായാൽ തീവണ്ടിസ്റ്റേഷനിൽ വണ്ടികളിൽനിന്നും ചരക്കുകളെത്തിക്കുന്ന ജോലി ചെയ്യും. കാര്യമായി ഒന്നും കഴിക്കാനുണ്ടായിരുന്നില്ല. അടുക്കളയിലുണ്ടായിരുന്നത് ഒരു ചാക്ക് ഉരുളക്കിഴങ്ങു മാത്രം. ഉരുളക്കിഴങ്ങ് ചാക്ക് വേഗം ഒഴിഞ്ഞു. പിന്നെ ദിവസം ഒരു റൊട്ടി മാത്രമായി. ഇടയ്ക്കിടയ്ക്ക് ഞങ്ങൾ ചായ കുടിച്ചിരുന്നു. ഒരു കിലോ ഇറച്ചിയുടെ വില 320 റൂബിളായിരുന്നു. ഓൾഗ ഒരു പ്രാഥമിക പാഠശാലയിലെ അധ്യാപികയായിരുന്നു. മാസശമ്പളം 100 റൂബിളും. എല്ലാവരും ഭ്രാന്തുപിടിച്ചതുപോലെ പരക്കം പായുകയായിരുന്നു. എങ്ങനെയെങ്കിലും നാലുകാശു സമ്പാദിക്കാനുള്ള തത്രപ്പാട്. അതിന് ഇന്ന വഴി എന്നുണ്ടായിരുന്നില്ല. പണം കിട്ടാനായി ഏതറ്റംവരെ പോകാനും ആളുകൾ തയ്യാറായിരുന്നു. അടുക്കളയിലെ പൈപ്പ് പൊട്ടി. അതു നേരെയാക്കാൻ ഞങ്ങൾ പ്ലംബറെ വിളിച്ചു. വന്നവർ രണ്ടുപേരും പി.എച്ച.ഡി.ക്കാരായിരുന്നു. എല്ലാവരും ചിരിച്ചു. അമ്മൂമ്മ പറയാറുണ്ടായിരുന്നു. കരഞ്ഞിരുന്നുകൊണ്ട് കാര്യം നടത്താമെന്ന് വിചാരിക്കണ്ട. അതുകൊണ്ട് ഒരു പ്രയോജനവുമില്ല. ഒഴിവുസമയം എന്നത് വലിയൊരാർഭാടമായിരുന്നു. സാധാരണക്കാരന് താങ്ങാനാവാത്തത്.

സ്കൂൾ ഒഴിവുദിവസങ്ങളിൽ ഓൾഗ അവരുടെ സഹോദരിയെ കാണാൻ മിൻസ്കിലേക്ക് പോകും. അവർ ഒരു കോളേജ് അദ്ധ്യാപികയായിരുന്നു. കൃത്രിമ കമ്പിളികൊണ്ട് അവർ തലയിണകൾ തുന്നിയുണ്ടാക്കി. അതിനുള്ളിൽ പോളിയെസ്റ്റർ തുണ്ടുകൾ നിറയ്ക്കും. പകുതിയോളം മാത്രം. തീവണ്ടിയിൽ കയറുന്നതിനു തൊട്ടുമുമ്പായി മരുന്നു കൊടുത്തു മയക്കിയ ചെറിയ നായക്കുഞ്ഞുങ്ങളെ അതിനുള്ളിലേക്ക് തള്ളും. അവരതിനെ അങ്ങനെ പോളണ്ടിലെത്തിക്കും? ജർമ്മൻ ഷെപ്പേഡ് പട്ടികുട്ടികളേയും മുയലുകളേയും അവർ അതിർത്തിക്കപ്പുറത്തേക്കു കടത്തികൊണ്ടുപോയതാണ്, അങ്ങനെയായിരുന്നു. അവിടെ സഹായ വിലയ്ക്കു സാധനങ്ങൾ വില്ക്കുന്ന അങ്ങാടിയിൽ എങ്ങോട്ടു തിരിഞ്ഞാലും

റഷ്യൻ ഭാഷ കേൾക്കാം. തെർമോസിൽ ചായയ്ക്കുപകരം വോഡ്ക. ആണികളും പട്ടുകളുമൊക്കെ അടിയുടുപ്പുകൾക്കിടയിൽ തിരുകി പെട്ടിയിൽ വെക്കും. ഓൾഗാ യാത്ര കഴിഞ്ഞുവരുമ്പോൾ ഒരു സഞ്ചിനിറയെ പോളിസസലാമികൊണ്ടുവരും... അതിന്റെയൊരു സ്വാദ്! പറയാൻ വയ്യ. മണമോ... അതിലേറെ കേമം.

മോസ്കോയിൽ രാത്രിയായാൽ പലയിടത്തുനിന്നും വെടിയൊച്ച കേൾക്കും. ചിലപ്പോൾ പൊട്ടിത്തെറികളും. നോക്കുന്നിടത്തെല്ലാം മാടക്കടകൾ. അമ്മയ്ക്ക് ഒരു അസെർബൈജാനി നടത്തുന്ന കടയിൽ ജോലി കിട്ടി. അയാൾക്ക് രണ്ടു കടകളുണ്ടായിരുന്നു. ഒന്നിൽ മത്സ്യമാണ് വിറ്റിരുന്നത്. മറ്റേതിൽ പഴങ്ങളും. "എന്തായാലും ഒരു ജോലിയല്ലേ... മുടക്കു ദിവസമില്ല എന്നു മാത്രം." പക്ഷേ അമ്മയ്ക്കൊരു വിഷമം. കടയിലിരുന്ന് സാധങ്ങൾ വില്ക്കുകയോ? ഇങ്ങനെയൊരു സ്ഥിതി... ആദ്യത്തെ ദിവസത്തെ ദിവസമായിരുന്നു ഏറ്റവും പ്രയാസം. അമ്മ കടയിൽ പഴങ്ങളൊക്കെ അടുക്കിവെച്ച്, അടുത്തുള്ള ഒരു മരത്തിന്റെ പുറകിൽചെന്ന് ഇരുപ്പായി. ഇടയ്ക്കിടെ കടയിലേക്കെത്തിച്ചുനോക്കും. ആരും തിരിച്ചറിയാതിരിക്കാൻ ഹാറ്റ് നെറ്റിയിലേക്ക് നന്നേ ഇറക്കിവെച്ചിരുന്നു. അടുത്ത ദിവസം ഒരു ഭിക്ഷക്കാരൻ കുട്ടിക്ക് അമ്മ ഒരു പ്ളം എടുത്തുകൊടുത്തു. അതുകണ്ട് ഉടമസ്ഥൻ വലിയ ബഹളമുണ്ടാക്കി... പണത്തിനുമുമ്പിൽ ലജ്ജയും ദയയ്ക്കുമൊന്നും സ്ഥാനമില്ല. അധികം ദിവസം ആ ജോലിയിൽ തുടരാൻ അമ്മയ്ക്കായില്ല. വില്പന അമ്മയ്ക്കുപറ്റിയ ജോലിയായിരുന്നില്ല. ഒരു വേലിയിൽ ഞാനൊരു പരസ്യ ബോർഡുകണ്ടു. "നല്ല പഠിപ്പുള്ള ഒരു തൂപ്പുകാരിയെ ആവശ്യമുണ്ട്." അതിൽ കൊടുത്തിരുന്ന മേൽവിലാസക്കാരനെ അമ്മ ചെന്നു കണ്ടു. അവർ അമ്മയ്ക്ക് ജോലിയും കൊടുത്തു. അത് ഏതോ തരത്തിലുള്ള ഒരു അമേരിക്കൻ സ്ഥാപനമായിരുന്നു. അപ്പോഴേക്കും ഞങ്ങൾ ഒരുവിധം പിടിച്ചുനില്ക്കാമെന്ന സ്ഥിതിയിലെത്തിയിരുന്നു. ഞങ്ങൾ സ്വന്തമായി ഒരു മുറി വാടകക്കെടുത്ത് ഓൾഗയുടെ വീട്ടിൽനിന്നും താമസം മാറ്റി. അതേ കെട്ടിടത്തിൽ താമസിച്ചിരുന്ന ഒരു അസെർബൈജാനിയാണ്, തന്റെ മൂന്നു കിടപ്പുമുറികളുള്ള ഫ്ളാറ്റിലെ ഒരു മുറി ഞങ്ങൾക്കു വാടകയ്ക്കു തന്നു.

ചെറുപ്പക്കാരുടെ പ്രധാന ജോലി സാധനങ്ങൾ വില്ക്കലും വാങ്ങലുമായിരുന്നു. അവരിലൊരാൾ വിവാഹാഭ്യർത്ഥനയുമായി എന്റെ പുറകെ കൂടി. വിവാഹം കഴിഞ്ഞാൽ എന്നെ ടർക്കിക്ക് കൊണ്ടുപോകാം എന്നയാൾ വാക്കുതന്നു. "നിന്നെ ഞാൻ തട്ടിക്കൊണ്ടുപോകും. ഞങ്ങളുടെ നാട്ടിലെ സമ്പ്രദായമാണത്... വധുവിനെ തട്ടിക്കൊണ്ടുപോയി വിവാഹം കഴിക്കുക." അമ്മയില്ലാതെ തനിയെ വീട്ടിലിരിക്കാൻ എനിക്ക് ഭയമായി. അയാൾ എപ്പോഴും എനിക്കായി പഴങ്ങളും ഉണങ്ങിയ ആപ്രിക്കോട്ടും കൊണ്ടുവന്നിരുന്നു. ഞങ്ങളുടെ ഫ്ളാറ്റിന്റെ ഉടമസ്ഥൻ വലിയ കുടിയനായിരുന്നു. ലഹരി തലയ്ക്കു പിടിച്ച് ഭ്രാന്തിന്റെ അവസ്ഥയിലാകും. ഭാര്യയെ തല്ലും. ഏറ്റവും മോശമായ വിധത്തിൽ ചീത്ത പറയും. തല്ലുകൊണ്ടു വീണ ഭാര്യയെ ആംബുലൻസുകാർ ആശുപത്രിയിലെത്തിക്കും.

അന്നുരാത്രി അയാൾ എന്റെ അമ്മയെ തേടിവരും. ഞങ്ങളുടെ മുറിയുടെ വാതിൽ ചവിട്ടിപ്പൊളിക്കും.

വീട്ടുടമസ്ഥന്റെ പരാക്രമം സഹിക്കവയ്യാതായി. അങ്ങനെ ഞങ്ങൾ വീണ്ടും പെരുവഴിയിലായി.

കൈയിൽ ചില്ലിക്കാശില്ല... അമ്മ ജോലിയെടുത്ത സ്ഥാപനം അവർ അടച്ചുപൂട്ടി. കിട്ടുന്ന ചില്ലറ ജോലികൾ ചെയ്താണ് അമ്മ ഒരുവിധം കുടുംബം പുലർത്തിയിരുന്നത്. കോണിച്ചുവട്ടിലും കെട്ടിടങ്ങളുടെ ഇട നാഴികളിലും മാറി മാറി ഞങ്ങൾ അന്തിയുറങ്ങി. ചിലർ ഞങ്ങളെ കാണാത്ത ഭാവത്തിൽ കടന്നുപോകും. ചിലർ ഞങ്ങളെ നോക്കി ഒച്ച വെക്കും. വേറെ ചിലർ ആട്ടി തെരുവിലേക്കിറക്കും. ചിലപ്പോൾ പാതിരാ യ്ക്കായിരിക്കും അങ്ങനെ സംഭവിക്കുക. അല്ലെങ്കിൽ മഴ പെയ്യുമ്പോഴോ മഞ്ഞുവീഴ്ചയ്ക്കിടയിലോ ആകാം. ആരും ഒരു സഹായവും ചെയ്തില്ല. ആരാണ്... എന്താണ്... എന്ന് അന്വേഷിച്ചതുമില്ല. (അവർ മിണ്ടാതിരുന്നു) ആളുകൾ ഒന്നുകിൽ നല്ലവരാണ് അല്ലെങ്കിൽ ചീത്തയാണ്. ഓരോരു ത്തർക്കും ജീവിതത്തിൽ അവനവന്റേതായ പങ്ക് വഹിക്കേണ്ടതുണ്ട് രാവിലെയായാൽ ഞങ്ങൾ തീവണ്ടി സ്റ്റേഷനിലേക്ക് നടക്കും. മെട്രോ യിൽ യാത്ര ചെയ്യാനുള്ള പണം ഞങ്ങളുടെ കൈയിലുണ്ടായിരുന്നില്ല. തീവണ്ടിയാപ്പീസിലെ ശുചിമുറിയിലാണ് ഞങ്ങൾ കുളിയും അലക്കും നടത്തിയിരുന്നത്. വേനൽക്കാലത്ത് പ്രയാസമുണ്ടായിരുന്നില്ല. ചൂടുള്ള കാലാവസ്ഥയിൽ എവിടേയും എങ്ങനേയും കഴിയാം. പാർക്കിലെ ബെഞ്ചിലും രാത്രി കിടന്നുറങ്ങാം. ശരത്കാലത്ത് കൊഴിഞ്ഞുവീണ ഇല കൾ കൂട്ടിവെച്ച് അതിന്മേലാണ് കിടന്നുറങ്ങുക. ചെറിയൊരു ചൂടുണ്ടാകും. ഉറക്കസഞ്ചിക്കകത്ത് കിടക്കുകയാണെന്നുതോന്നും. ബെലോറസ്കി സ്റ്റേഷനിൽ... ഞാൻ ഇപ്പോഴും ഓർക്കുന്നു. ടിക്കറ്റ് വില്പന നടത്തുന്ന തിനടുത്തായി വളരെ വളരെ വയസ്സായ ഒരു സ്ത്രീയെ എപ്പോഴും കാണാറുണ്ടായിരുന്നു. തനിയെ ഇരുന്ന് വെറുതെ വർത്തമാനം പറയും. പറയുന്നത് എപ്പോഴും ഒരേ സംഗതി തന്നെയാണെന്ന് ശ്രദ്ധിച്ചപ്പോൾ മനസ്സിലായി. യുദ്ധകാലത്ത് ചെന്നായക്കൂട്ടങ്ങൾ ഗ്രാമത്തിലേക്ക് കടന്നു വരും. ഗ്രാമത്തിൽ പുരുഷന്മാരാരുമില്ലെന്ന് അവ എങ്ങനേയോ മണത്ത റിഞ്ഞിരുന്നു. പുരുഷന്മാരെല്ലാവരും പടക്കളത്തിലായിരുന്നു. ഞങ്ങളുടെ കൈയിൽ പണമുണ്ടെങ്കിൽ എന്തെങ്കിലും ചില്ലറ അമ്മ അവരുടെ കൈയിൽ വെച്ചുകൊടുക്കൂ. “ദൈവം കാക്കട്ടെ” അവർ കുരിശുവരച്ച് ഞങ്ങളെ അനുഗ്രഹിക്കും. അവരെ കാണുമ്പോൾ എപ്പോഴും ഞാൻ എന്റെ അമ്മൂമ്മയെ ഓർക്കുമായിരുന്നു.

ഒരു ദിവസം അമ്മയെ ഒരു ബെഞ്ചിലിരുത്തി ഞാൻ പുറത്തേക്ക് പോയി. തിരിച്ചുവന്നപ്പോൾ അമ്മ തനിച്ചായിരുന്നില്ല. കൂടെ ഒരാൾ ഇരു ന്നിരുന്നു. കാഴ്ചയിൽ നല്ലൊരാൾ. പ്രസന്നമായ മുഖം. “ഇത് വിറ്റ്യ യാണ്.” അമ്മ പരിചയപ്പെടുത്തി. “അദ്ദേഹത്തിനു ബ്രോഡ്സ്കിയുടെ പുസ്തകങ്ങൾ ഇഷ്ടമാണ്. അമ്മ പറയാതെ തന്നെ എനിക്കു കാര്യം

മനസ്സിലായി. ആരെങ്കിലും തനിക്ക് ബ്രോഡ്സ്കിയുടെ രചനകൾ ഇഷ്ട മാണെന്നു പറഞ്ഞാൽ അമ്മയ്ക്കത് ഒരടയാളമാണ്... ആൾ ഞങ്ങളുടെ കൂട്ടത്തിൽപെട്ട ആളാണ്. അവർ രണ്ടാമതൊന്ന് ആലോചിക്കില്ല. വേറെ ചിലരെ പറ്റി അമ്മ പറയുന്നത് കേട്ടിട്ടുണ്ട്. അയാൾ "അരാബത്തിലെ കുട്ടികൾ" വായിച്ചിട്ടില്ലത്രെ... തനി കാടൻ... ഇപ്പോൾ കാട്ടിൽനിന്നു പുറത്തുവന്നതേയുള്ളൂ എന്നു തോന്നുന്നു... നമ്മുടെ കൂട്ടത്തിൽപെടുന്ന ആളല്ല" അങ്ങനെയാണ് അമ്മ ആളുകളെ തരംതിരിച്ചിരുന്നത്.

ഇപ്പോഴും അമ്മയിൽ ഒരു മാറ്റവും വന്നിട്ടില്ല. എന്നാൽ കഴിഞ്ഞ രണ്ടു കൊല്ലത്തെ നാടോടിജീവിതം... എന്നിൽ വളരെയധികം മാറ്റങ്ങളുണ്ടാ യിരുന്നു. ഞാൻ കൂടുതൽ ഗൗരവക്കാരിയായിരിക്കുന്നു. ഒരുപക്ഷേ, പ്രായത്തിൽ കവിഞ്ഞ ഗൗരവം. എനിക്കുവേണ്ടി ഒരു സഹായവും ചെയ്യാൻ ഇനി അമ്മയ്ക്കാവില്ലെന്ന് എനിക്ക് ബോദ്ധ്യപ്പെട്ടിരുന്നു. മറിച്ച് ഇനി അമ്മയെ സംരക്ഷിക്കേണ്ടത് എന്റെ ചുമതലയാണെന്ന് ഞാൻ തിരി ച്ചറിഞ്ഞിരുന്നു. മിസ്റ്റർ വിറ്റ്യയും അത് കണ്ടറിഞ്ഞിട്ടുണ്ടാകണം... അദ്ദേഹ ത്തിന്റെ ചോദ്യം എന്നോടായിട്ടായിരുന്നു. "ഇനി നമുക്ക് എന്റെ വീട്ടി ലേക്ക് പോയാലോ?" അദ്ദേഹം ഞങ്ങളെ സ്വന്തം വീട്ടിലേക്ക് കൂട്ടി ക്കൊണ്ടുപോയി. രണ്ടു കിടപ്പുമുറികളുള്ള ഒരു ഫ്ളാറ്റ്. രണ്ടു പഴകി കീറിയ സഞ്ചികളിൽ ഞങ്ങളുടെ സാമാനങ്ങളെല്ലാം കുത്തിത്തിരുകി അതുകൊണ്ടായിരുന്നു ഞങ്ങളുടെ നടപ്പ്. അങ്ങനെത്തന്നെയാണ് ആ ഫ്ളാറ്റിലേക്കും ഞങ്ങൾ ചെന്നുകയറിയത്. അപ്പോഴത്തെ ഞങ്ങളുടെ അവസ്ഥ! അത് സ്വർഗ്ഗമാണെന്ന് തോന്നി. ആ വീട്ടിൽ മ്യൂസിയത്തിന്റെ മട്ടായിരുന്നു. ചുമരിൽ ഛായാചിത്രങ്ങൾ. ഒന്നാന്തരം പുസ്തകശേഖരം. പഴയ മട്ടിൽ വളവോടുകൂടിയ ഒരു പെട്ടി അലമാര. ഏതാണ്ട് തട്ടോളമെ ത്തുന്ന ഒരു മുത്തച്ഛൻ ക്ലോക്ക്... ഞങ്ങൾ ശരിക്കും കണ്ണുംമിഴിച്ചുനിന്നു പോയി. "ലജ്ജിക്കാനൊന്നുമില്ല...." അദ്ദേഹം ഞങ്ങളെ സ്വാഗതം ചെയ്തു. "കോട്ടൂരിവെച്ച് സുഖമായി ഇരുന്നോളൂ..."

ഞങ്ങൾക്ക് വല്ലാതെ സങ്കോചം തോന്നി. ഞങ്ങളുടെ മുഷിഞ്ഞ കുപ്പായങ്ങൾ, കോണിച്ചോട്ടിലും... റെയിൽവേ സ്റ്റേഷനിലും കിടന്നു കിട്ടിയ നാറ്റങ്ങൾ...

"നാണിക്കേണ്ട..." അദ്ദേഹം വീണ്ടും പറഞ്ഞു. ഞങ്ങളെ രണ്ടുപേ രേയും ചേർത്ത് പെൺകിടാങ്ങളെ... എന്നാണദ്ദേഹം വിളിച്ചത്. ഞങ്ങൾ ചായ കുടിക്കാനിരുന്നു.. മിസ്റ്റർ വിറ്റ്യാ തന്നെക്കുറിച്ചു പറയാൻ തുടങ്ങി. അദ്ദേഹം ഒരു ആഭരണവ്യാപാരിയായിരുന്നു. സ്വന്തമായ ഒരു പണിശാലയുമുണ്ടായിരുന്നു. തന്റെ ഉപകരണങ്ങളും ആഭരണങ്ങൾ സൂക്ഷിക്കുന്ന സഞ്ചികളും കൈവശമുള്ള അത്രതന്നെ വിലയില്ലാത്ത രത്നങ്ങളുമൊക്കെ അദ്ദേഹം ഞങ്ങൾക്ക് കാണിച്ചുതന്നു. വെള്ളിയിൽ രത്നങ്ങൾ പതിച്ച ആഭരണങ്ങൾ. ഓരോന്നും അതിമനോഹരമായി രുന്നു... ആകർഷകം... അതുപോലെതന്നെ വിലയേറിയതും. അങ്ങനെ യൊരു വീട്ടിൽ ഞങ്ങൾ താമസിക്കാൻ പോകുന്നുവെന്നോ? എനിക്ക്

വിശ്വസിക്കാനായില്ല. അദ്ഭുതങ്ങൾ... ഞങ്ങളുടെ മേൽ മഴപോലെ പൊഴിയുകയായിരുന്നു...

പതുക്കെ പതുക്കെ ഞങ്ങൾ ഏതാണ്ട് ഒരു സാധാരണ കുടുംബം പോലെയായി. ഞാൻ വീണ്ടും സ്കൂളിൽ പോകാൻ തുടങ്ങി. വിറ്റ്യ വളരെ ദയയുള്ളവനായിരുന്നു. അദ്ദേഹം എനിക്കുവേണ്ടി രത്നം പതിച്ച ഒരു മോതിരമുണ്ടാക്കിത്തന്നു. പക്ഷേ, പ്രശ്നം... അദ്ദേഹം മദ്യപാനിയായിരുന്നു. സദാ പുകവലിച്ചുകൊണ്ടുമിരുന്നു. ഒരു ചിമ്മിനിയെന്നപോലെ. തുടക്കത്തിൽ അമ്മ അദ്ദേഹത്തിനെ ദേഷ്യപ്പെട്ടിരുന്നു. ക്രമേണ അമ്മയും അദ്ദേഹത്തോടൊപ്പം കുടിതുടങ്ങി. അദ്ദേഹത്തിന്റെ പുസ്തകങ്ങളെല്ലാം ഉപയോഗിച്ച പുസ്തകങ്ങൾ വില്ക്കുന്ന ഒരു കടയിൽ കൊണ്ടുചെന്നുവിറ്റു. ആ പുസ്തകങ്ങളുടെ പഴയ തുകൽചട്ടയുടെ മണം ഇപ്പോഴും മറന്നിട്ടില്ല. അദ്ദേഹത്തിന്റെ കൈയിൽ പഴയ നാണയങ്ങളുടെ നല്ലൊരു ശേഖരവുമുണ്ടായിരുന്നു. രണ്ടുപേരും ഒരുമിച്ചിരുന്നു മദ്യപിച്ചു. ടി.വി.യിലെ രാഷ്ട്രീയ പരിപാടികൾ കണ്ടു രസിച്ചു. വിറ്റ്യ വലിയ വലിയ തത്ത്വങ്ങൾ പ്രസംഗിക്കുമായിരുന്നു. ഞാൻ മുതിർന്ന ഒരാളാണ് എന്ന ഭാവത്തിലാണ് എന്നോടു സംസാരിക്കുക.

“ഇപ്പോൾ സ്കൂളിൽ അവരെന്താണ് പഠിപ്പിക്കുന്നത്, യൂളിയാ?” വളരെ ഗൗരവത്തിൽ അദ്ദേഹം എന്നോട് ചോദിക്കും. “കമ്മ്യൂണിസത്തിന്റെ കാലം കഴിഞ്ഞുപോയില്ലേ? പഴയ സോവിയറ്റ് സാഹിത്യവും... ചരിത്രവും. അതുകൊണ്ട് നമ്മൾ എന്തുചെയ്യാനാണ്? ഒക്കെ മറക്കാം... അല്ലേ? അതൊക്കെ സംഭവിച്ചതാണ് എന്ന് മറക്കാം.”

സത്യം പറയാമല്ലോ എന്താണ് നാട്ടിൽ സംഭവിക്കുന്നത് എന്ന് എനിക്കൊട്ടും മനസ്സിലായിരുന്നില്ല. ആ പറഞ്ഞതിൽ എന്തെങ്കിലും രസം തോന്നുന്നുണ്ടോ? ആ ചോദ്യങ്ങളുമായി എനിക്കെന്തെങ്കിലും ബന്ധമുള്ളതായി തോന്നിയില്ല. ഇപ്പോഴും അങ്ങനെത്തന്നെയാണ് തോന്നുന്നത്... സംഭവങ്ങളുടെ ഗതിയാലോചിക്കുമ്പോൾ...

“...റഷ്യൻ ജീവിതം നിന്ദ്യവും ദുഷ്ടത നിറഞ്ഞതുമായിട്ടാണ് കരുതപ്പെടുന്നത്. വാസ്തവത്തിൽ അതാണ് ആത്മാവിനെ ഉയർത്തുന്നത്. താൻ ഈ ലോകത്തിന്റേതല്ല എന്ന് മനസ്സിനെ അത് ബലമായി ബോദ്ധ്യപ്പെടുത്തുന്നു. ജീവിതം എത്രത്തോളം പരുക്കനും രക്തക്കറ പുരണ്ടതുമാണോ അത്രത്തോളം ആത്മാവ് അതിൽനിന്നും അകന്ന് നില്ക്കുന്നു...”

“...ലോകത്തെ ആധുനീകരിക്കാൻ ഒരു വഴിയെ നമുക്കറിയൂ. കൊള്ളസംഘങ്ങളും... കൂട്ടക്കൊലകളുമായി ചേർന്നുപോവുക.”

“...കമ്മ്യൂണിസ്റ്റുകാർ... അവർക്ക് ഈ കാര്യത്തിൽ എന്തുചെയ്യാനാകും? വേണമെങ്കിൽ റേഷൻ കാർഡുകൾ തിരികെ കൊണ്ടുവരാം... മഗാഡാനിലെ തടങ്കൽ ക്യാമ്പുകൾ പുനഃസ്ഥാപിക്കാം...”

“...ഇന്ന് സാധാരണ നിലയിലുള്ളവരാണ് ഭ്രാന്തന്മാരായി കാണപ്പെടുന്നത്. ഈ പുതിയ ജീവിതരീതി എന്റെ അമ്മയേയും എന്നേയും

പോലുള്ളവരുടെ ജീവിതം തകർത്തുകളഞ്ഞു... പാശ്ചാത്യനാടുകളിൽ മുതലാളിത്തമെന്നത് ആഴത്തിൽ വേരുറച്ചുകഴിഞ്ഞ ഒരു സംഗതിയാണ്. വളരെ കാലമായി നിലനിന്നു വരുന്ന ഒരു വ്യവസ്ഥിതി. എന്നാൽ ഇവിടെ അതൊരു പുതുമയാണ്. പല്ലുകൾ പുതുതായി മുളയ്ക്കുന്നതേയുള്ളൂ. ഗവൺമെന്റാണെങ്കിൽ തീർത്തും പഴഞ്ചനും... കാര്യക്ഷമത കുറഞ്ഞതും സങ്കീർണവും..."

ഒരു ദിവസം രാത്രി വിറ്റ്യായ്ക്ക് കലശലായ നെഞ്ചുവേദന തുടങ്ങി. ഞങ്ങൾ ഉടനെ ആംബുലൻസ് വിളിച്ചു. പക്ഷേ അദ്ദേഹത്തെ ആശുപത്രിയിലെത്തിക്കാനായില്ല... അതിനുമുമ്പേ... ശക്തമായൊരു ഹൃദയാഘാതം! അദ്ദേഹത്തിന്റെ ബന്ധുക്കൾ വന്നു. "നിങ്ങളാരാണ്? എവിടെനിന്നു കയറി വന്നു? ഉടനെ വീട്ടിൽനിന്നിറങ്ങണം." ഒരാൾ ഞങ്ങളുടെ നേരെ ഒച്ചയിട്ടു. "ആ പിച്ചക്കാരി പെണ്ണുങ്ങളെ ഉടനെ പുറത്താക്കൂ..." ഞങ്ങളുടെ സഞ്ചികളും തൂക്കി അപ്പോൾത്തന്നെ ഞങ്ങൾ പുറത്തേക്കിറങ്ങി. അതിനു മുമ്പായി അവർ ഞങ്ങളുടെ സഞ്ചികൾ വിശദമായി പരിശോധിച്ചു.

വീണ്ടും ഞങ്ങൾ തെരുവുതെണ്ടികളായി.

ഞങ്ങൾ എന്റെ അമ്മയുടെ ഒരു ബന്ധുവിനെ ഫോണിൽ വിളിച്ചു. അദ്ദേഹത്തിന്റെ ഭാര്യയാണ് ഫോണെടുത്തത്. "ഇങ്ങോട്ടുപോന്നോളൂ..." അവർ പറഞ്ഞു.

രണ്ട് കിടപ്പുമുറികളുള്ള ഒരു ഫ്ളാറ്റിലാണ് അവർ താമസിച്ചിരുന്നത്. ക്രൂഷ്ചിയോവോക്കയിൽ... റെക്കോനോയ് വോക്സൽ സ്റ്റേഷനരികെ. അവരെ കൂടാതെ അവരുടെ മകനും ഗർഭിണിയായ ഭാര്യയും അവിടെ താമസിച്ചിരുന്നു.

"അല്യോനയുടെ പ്രസവം കഴിയുംവരെ നിങ്ങൾക്കിവിടെ താമസിക്കാം..." അവൾ പറഞ്ഞു.

ഇടനാഴിയിൽ ഒരു കട്ടിലിട്ട് അതിലാണ് അമ്മ കിടന്നത്. ഞാൻ അടുക്കളയിലെ ഒരു പഴയ ബെഞ്ചിലും. ലിയോഷാ അമ്മാവന്റെ ചങ്ങാതിമാർ ഫാക്ടറിയിലെ പണികഴിഞ്ഞ് അവിടെ വരും. അവരുടെ വർത്തമാനം കേട്ടാണ് ഞാൻ രാത്രി ഉറങ്ങിയിരുന്നത്. എല്ലായിടത്തുമുള്ള പതിവുതന്നെയായിരുന്നു അവിടേയും. മേശപ്പുറത്ത് ശീട്ടുകെട്ടും. വോഡ്ക കുപ്പികളും... സംസാരത്തിനുള്ള വിഷയങ്ങളിൽ മാത്രമേ മാറ്റം കണ്ടുള്ളൂ...

"...സ്വാതന്ത്ര്യം... അതു മുഴുവൻ ഞങ്ങൾ പാഴാക്കികളഞ്ഞു. എവിടെപ്പോയി തുലഞ്ഞു, ഞങ്ങൾക്കു കിട്ടിയ സ്വാതന്ത്ര്യം? ഇപ്പോൾ ഞങ്ങൾ പച്ചഗോതമ്പ് ചവച്ചു തിന്നുകയാണ് വെണ്ണയില്ലാതെ..."

"...രാജ്യദ്രോഹികൾ... ആദ്യം അവർ സാറിനെ കൊന്നു... പിന്നെ സ്റ്റാലിൻ... അൻഡ്രോപോവ്... ഇപ്പോൾ ഉദാരവത്കരണത്തിനേയും അവർ ആട്ടിപ്പായിച്ചു. പിരിയാണികൾ മുറുക്കാനുള്ള കാലമായി... ഞങ്ങൾ റഷ്യക്കാർ... മനസ്സിൽ വിശ്വാസം കാത്തുസൂക്ഷിക്കേണ്ടിയിരിക്കുന്നു.

"...യെത്സിൻ മുട്ടുകുത്തിനിന്ന് അമേരിക്കയുടെ മുമ്പിൽ കെഞ്ചുകയാണ്... ഞങ്ങളാണ് യുദ്ധത്തിൽ ജയിച്ചത്... പറഞ്ഞിട്ടെന്തു കാര്യം?"

"...പള്ളിയിൽ പോകുമ്പോൾ ആളുകൾ കുരിശു വരയ്ക്കുന്നതു കാണാം... പക്ഷേ പ്രതിമകളെപോലെ നിർവികാരരായിട്ടാണ് നില്ക്കുന്നത്."

"...അധികം താമസമില്ല. സംഗതികൾ വീണ്ടും ചൂടാകും. അപ്പോ കാണാം തമാശ. തൊണ്ണൂറുകളെ സൃഷ്ടിച്ച നവീകരണവാദികളെയൊക്കെ പിടിച്ച് വിളക്കിൻ കാൽ കെട്ടിത്തൂക്കും. എങ്ങനെയെങ്കിലും നമുക്ക് റഷ്യയെ രക്ഷിക്കണം."

കുറച്ചു മാസങ്ങൾ കഴിഞ്ഞു. അല്യോന പ്രസവിച്ചു. വീണ്ടും ഞങ്ങൾക്കു പാർക്കാൻ ഇടമില്ലാതായി.

പിന്നെയും അമ്മയും ഞാനും തെരുവിലേക്കിറങ്ങി.

റെയിൽവേസ്റ്റേഷൻ...

കോണിച്ചുവട്...

റെയിൽവേസ്റ്റേഷൻ...

കോണിച്ചുവട്...

റെയിൽവേസ്റ്റേഷനിലെ പൊലീസുകാർ ചെറുപ്പക്കാരോ മുതിർന്നവരോ എന്നു വ്യത്യാസമില്ല. തണുപ്പുകാലമായാലും അവർ ആട്ടിപ്പുറത്താക്കും... അല്ലെങ്കിൽ ഇരുണ്ട സൂക്ഷിപ്പുമുറികളിൽ അവരോടൊപ്പം ചെന്നുകിടക്കണം. പ്ലാറ്റ്ഫോമിന്റെ ഒരു മൂല അവർക്കായി പ്രത്യേകം മറച്ചുവെച്ചിരുന്നു. അവിടെ അല്പം വീതിയുള്ള ഒരു ബെഞ്ചുമുണ്ടായിരുന്നു. ഒരിക്കൽ ഒരു പൊലീസുകാരൻ എന്നെ പിടിച്ചുവലിച്ചു അവരുടെ മുറിയിലേക്ക് കൊണ്ടുപോകാൻ ശ്രമിച്ചു. അമ്മ അയാളുമായി ശരിക്കും അടിയായി. അവർ അമ്മയെ പിടിച്ച് ജയിലിലടച്ചു. കുറെ ദിവസം അമ്മയ്ക്കവിടെ കഴിയേണ്ടിവന്നു. (അവർ നിശ്ശബ്ദയായി) എനിക്ക് കഠിനമായ ഫ്ളൂ പിടിപ്പെട്ടു. എന്തുചെയ്യണമെന്നറിയാതെ ഞങ്ങൾ വിഷമിച്ചു. രോഗം കൂടുതലായിക്കൊണ്ടിരിക്കെ അവസാനം ഞങ്ങൾ തീർച്ചയാക്കി. അസുഖം മാറുന്നതുവരെ ഏതെങ്കിലും ബന്ധുക്കളുടെ വീട്ടിൽ ഞാൻ മാത്രം താമസിക്കാമെന്ന്. അമ്മ പഴയതുപോലെ റെയിൽവേസ്റ്റേഷനിലും. ഏതാനും ദിവസം കഴിഞ്ഞ് അമ്മ എന്നെ വിളിച്ചു. "ഞാൻ ഒരു സ്ത്രീയെ പരിചയപ്പെട്ടു. അലബിനോയിൽ അവർക്ക് സ്വന്തമായി വീടുണ്ട്. എന്നെ കൂടെ താമസിക്കാൻ വിളിക്കുന്നു. വീട്ടിൽ വേണ്ടത്ര സ്ഥലമുണ്ട്." അമ്മ സന്തോഷത്തോടെ അറിയിച്ചു.

"ശരി... എന്നാൽ ഞാനും കൂടെ വരാം."

"വേണ്ട... തത്കാലം അവിടെത്തന്നെ... പിന്നീട് രോഗം ഭേദമായതിനു ശേഷം വന്നാൽ മതി..."

ഞാൻ സ്റ്റേഷനിൽചെന്ന് അമ്മയെ കണ്ടു. അമ്മ ജനാലരുകിലിരുന്ന് കണ്ണെടുക്കാതെ എന്നെ നോക്കി. വളരെ നാളായി എന്നെ കണ്ടിട്ടില്ല

എന്ന ഭാവം... എന്തോ... ആ നോട്ടം എനിക്കു സഹിക്കാനായില്ല. ഞാൻ വണ്ടിയിലേക്ക് ചാടിക്കയറി.

"അമ്മേ... അമ്മയ്ക്കെന്തുപറ്റി?"

"ഒന്നൂല്ല..." ഇതൊന്നും നീ കാര്യമാക്കണ്ട."

യാത്ര പറഞ്ഞ് ഞാൻ വണ്ടിയിൽ നിന്നിറങ്ങി... കൈവീശി... വണ്ടി മുമ്പോട്ടു കുതിച്ചു. അന്നു വൈകുന്നേരം എന്നെ ഒരാൾ ഫോണിൽ വിളിച്ചു." ഇത് മലിക്കോവാ യൂലിലാ ബോറിസോവ്നാ ആണൊ?

"അതെ... ഞാൻ തന്നെയാണ്."

"വിളിക്കുന്നത് പൊലീസ് ആണ്. നിങ്ങളുമായി ലുഡ്മിലാ മാലിക്കോവാക്കുള്ള ബന്ധം?"

"അവരെന്റെ അമ്മയാണ്."

"നിങ്ങളുടെ അമ്മയെ ഒരു വണ്ടി ഇടിച്ചു... അലബിനോയിൽവെച്ച്"

തീവണ്ടി വരുന്നതു കണ്ടാൽ അമ്മയ്ക്കു വലിയ പരിഭ്രമമാണ്. വളരെ ശ്രദ്ധിച്ചേ പാത മുറിച്ചു കടക്കൂ. താൻ വണ്ടി ഇടിച്ചു മരിക്കുമെന്നത് എക്കാലത്തേയും അവരുടെ ഭയമായിരുന്നു. അങ്ങോട്ടും ഇങ്ങോട്ടും ഒരു നൂറുതവണ നോക്കും. അതൊരു അപകടമാണെന്ന് വിശ്വസിക്കാൻ എനിക്ക് സാധിച്ചില്ല. അതൊരു ഒറ്റപ്പെട്ട അത്യാഹിതമല്ല. അവർ നേരത്തെ തന്നെ ഒരു കുപ്പി വോഡ്ക കൈയിൽ കരുതിയിരുന്നു. ഭയവും വേദനയും കുറച്ചെങ്കിലും കുറഞ്ഞുകിട്ടുമെന്നു വിചാരിച്ചിട്ടാകും. അവർ തീവണ്ടിയുടെ മുന്നിലേക്ക് സ്വയം എടുത്തുചാടിയതാണ്. ജീവിതം അവർക്ക് അത്രകണ്ട് മടുത്തിരുന്നു. തന്നോടുതന്നെ അവർക്ക് വെറുപ്പ് തോന്നിത്തുടങ്ങിയിരുന്നു. ഇത് എന്റെ വാക്കുകളല്ല. അവർ പലപ്പോഴും പറഞ്ഞിരുന്നതാണ്. അതിനുശേഷം (അവർ നിശ്ശബ്ദം കരയുകയായിരുന്നു). ഞാൻ എപ്പോഴും അമ്മയുടെ വാക്കുകൾ ഓർക്കാറുണ്ട്. വണ്ടി കുറച്ചധികം ദൂരം അവരെ വലിച്ചുകൊണ്ടുപോയി. അവർ അമ്മയെ ആശുപത്രിയിൽ കൊണ്ടുപോയി. തീവ്രപരിചരണ വിഭാഗത്തിലാക്കി... ഒരു മണിക്കൂർ മാത്രം. അവർക്ക് അമ്മയെ രക്ഷിക്കാനായില്ല. അങ്ങനെയാണവർ പറഞ്ഞത്... ഞാൻ കാണുമ്പോൾ അമ്മ ശവപ്പെട്ടിക്കുള്ളിലായിരുന്നു, വൃത്തിയായി വസ്ത്രം ധരിപ്പിച്ച്.

ഞാൻ ആകെ പരിഭ്രമിച്ചിരുന്നു. ഭയന്നിരുന്നു. അന്നു എന്റെ സെനിയാ എന്നോടൊപ്പമുണ്ടായിരുന്നില്ല. ഞാൻ ചെറിയ കുട്ടിയായിരുന്നുവെങ്കിൽ അമ്മ എന്നെ ഇങ്ങനെ തനിച്ചാക്കി പോകുമായിരുന്നില്ല. നിശ്ചയമായും ഇത് സംഭവിക്കുമായിരുന്നില്ല. അവസാന ദിവസങ്ങളിൽ അമ്മ ഇടയ്ക്കിടയ്ക്ക് പറയുമായിരുന്നു. "നീ ഇപ്പോൾ വലിയ കുട്ടിയായി... നീ മുതിർന്നിരിക്കുന്നു." എന്തിനേ ഞാൻ വലുതായത്? മുതിർന്നത്? (അവർ വീണ്ടും കരയാൻ തുടങ്ങി) ഞാൻ തികച്ചും ഒറ്റയ്ക്കായി. ഇനി ഞാൻ തനിയെ ജീവിതം ജീവിച്ചുപോകണം. (നീണ്ട ഒരു മൗനത്തിനുശേഷമാണ് അവർ തുടർന്നത്) എപ്പോഴെങ്കിലും എനിക്കൊരു കുഞ്ഞുണ്ടായാൽ... ഞാൻ

മനസ്സിൽ കുറിച്ചിട്ടു... എപ്പോഴും ഞാൻ സന്തോഷമായി കഴിയും... ആ കുഞ്ഞിന് ഓർക്കാൻ സന്തോഷമുള്ള ഒരമ്മ...

സെനിയ... സെനിയയാണ് എന്നെ രക്ഷിച്ചത്. ഞാൻ എപ്പോഴും അവനുവേണ്ടിയാണ് കാത്തിരുന്നത്. അന്ന് കുട്ടികൾക്കുള്ള അഭയ കേന്ദ്രത്തിൽ ഞങ്ങൾ താമസിച്ചിരുന്ന കാലത്ത്, ഞങ്ങൾ എല്ലാവരും സ്വപ്നം കാണുമായിരുന്നു. ഇത് തത്കാലത്തേക്കുള്ള ഒരേർപ്പാടാണ്. അധികം താമസിയാതെ ഞങ്ങൾ ഇവിടെനിന്നു പുറത്തുപോകും, മറ്റെല്ലാവരേയും പോലെ സ്വതന്ത്രരായി ജീവിക്കും. ഞങ്ങൾക്കുമുണ്ടാകും ഭർത്താവും മക്കളും കുടുംബവും. വിശേഷാവസരങ്ങളിൽ മാത്രമല്ല, തോന്നുമ്പോഴൊക്കെ ഞങ്ങൾ കേക്കു വാങ്ങി കഴിക്കും. അതൊക്കെ ഞങ്ങൾ അത്രയ്ക്കും ആഗ്രഹിച്ചിരുന്നു. അന്നെനിക്ക് പതിനേഴ് തികഞ്ഞു. അനാഥാലയത്തിലെ ഡയറക്ടർ എന്നെ ഓഫീസിലേക്ക് വിളിപ്പിച്ചു. "പതിനേഴ് വയസ്സ് കഴിഞ്ഞ സ്ഥിതിക്ക് നിന്റെ ഭക്ഷണചിലവിനുള്ള സഹായം സർക്കാരിൽനിന്നും തരികയില്ല." പതിനേഴു വയസ്സു കഴിഞ്ഞാൽ കുട്ടികൾ അനാഥാലയത്തിൽനിന്നും പുറംലോകത്തിലേക്ക് തള്ളപ്പെടുന്നു. അതാണ് പതിവ്... നിയമം. അവിടെനിന്നും പോകണം. പക്ഷേ എവിടേക്ക്? എനിക്ക് അമ്മയുണ്ടായിരുന്നില്ല. ജോലിയുണ്ടായിരുന്നില്ല. കൈയിൽ പണവുമുണ്ടായിരുന്നില്ല. ഞാൻ എന്റെ അമ്മായി നാഡിയായെ വിളിച്ചു. "ഇവിടെനിന്ന് അവർ എന്നെ പുറത്താക്കുകയാണ് ഞാൻ നിങ്ങളുടെ കൂടെ വന്ന് താമസിക്കും." അവരില്ലായിരുന്നുവെങ്കിൽ... അവരാണെന്റെ കാവൽ മാലാഖ. വാസ്തവത്തിൽ അവരെന്റെ ബന്ധുവായിരുന്നില്ല. എന്നാൽ എന്നെ സംബന്ധിച്ചിടത്തോളം അവർ ബന്ധുവിനേക്കാൾ മേലെയാണ്. ആളുകൾ ഒരുമിച്ചു താമസിക്കുന്ന ഒരു കെട്ടിടത്തിൽ - അടുക്കളയുടെ ശുചിമുറിയും പൊതുവെ - തനിക്കുള്ള മുറിയിൽ അവർ എനിക്ക് ഇടം തന്നു. ഒരു കാലത്ത് എന്റെ അമ്മാവനോടൊപ്പമാണ് അവർ കഴിഞ്ഞിരുന്നത്. അവർ നിയമപരമായി വിവാഹിതരായിരുന്നില്ല. അമ്മാവൻ മരിച്ചിട്ടു കുറെ വർഷങ്ങൾ കഴിഞ്ഞിരുന്നു. അവർ യഥാർത്ഥത്തിൽ ദമ്പതികളായിരുന്നില്ലെങ്കിലും വളരെയധികം ദൃഢവും സ്നിഗ്ദ്ധവുമായിരുന്നു അവർ തമ്മിലുള്ള ബന്ധം. അങ്ങനെയുള്ളവരെ എപ്പോഴും സഹായത്തിനായി സമീപിക്കാം. സ്നേഹം എന്താണെന്ന് മനസ്സിലാക്കിയിട്ടുള്ളവരാണ് അവർ. അവരെ നിങ്ങൾക്ക് എപ്പോഴും വിശ്വസിക്കാം.

നാഡിയ അമ്മായിക്ക് മക്കളുണ്ടായിരുന്നില്ല. ഒറ്റയ്ക്ക് താമസിച്ച് അവർ ശീലിച്ചിരുന്നു. ഇനിയൊരാളോടൊപ്പം താമസിക്കുക അവർക്ക് പ്രയാസമായിരുന്നു. ഞങ്ങൾ നന്നേ ഞെരുങ്ങിയാണ് താമസിച്ചിരുന്നത്. പതിനാറ് ചതുരശ്ര മീറ്റർ വലുപ്പമുള്ള ഒരു മുറി. അവിടെ ഒരു കട്ടിലിൽ ഞാൻ കിടന്നു. അയൽക്കാരി പരാതി പറയാൻ തുടങ്ങി. "അവൾ ഇവിടെനിന്ന് പോകണം. അല്ലെങ്കിൽ ഞാൻ പൊലീസിൽ അറിയിക്കും." നാഡിയ അമ്മായി ഇളകിയില്ല. "അവൾ എങ്ങോട്ടുപോകണമെന്നാണ് പറയുന്നത്... ആ സ്ഥലം കൂടി കൃത്യമായി പറയണം."

ഏതാണ്ട് ഒരു കൊല്ലം കഴിഞ്ഞു. വിഷയം അമ്മായി തന്നെ അവതരിപ്പിച്ചു. "രണ്ടുമാസത്തേക്ക് എന്നു പറഞ്ഞിട്ടാണല്ലോ നീ വന്നത്. ഇപ്പോൾ കൊല്ലം ഒന്നു കഴിഞ്ഞു," ഞാൻ മറുപടി പറഞ്ഞില്ല. കരച്ചിലടക്കാനുമായില്ല. അവരും കൂടുതലൊന്നും പറഞ്ഞില്ല. അവരും കരയുകയായിരുന്നു. (മൗനം) വീണ്ടും ഒരു കൊല്ലം കഴിഞ്ഞു. അവിടെയുള്ളവരെല്ലാം അപ്പോഴേക്കും ഞാനുമായി പൊരുത്തപ്പെട്ടു. കഴിയുന്ന മാതിരിയൊക്കെ ഞാനും സഹകരിച്ചു. പരാതി പറയാറുള്ള അയൽക്കാരിയുടെ എതിർപ്പും അടങ്ങി. വാസ്തവത്തിൽ അവർ, മിസ്സ് മറീന കുഴപ്പക്കാരിയായിരുന്നില്ല. ജീവിതപ്രശ്നങ്ങൾ അവരുടെ മനസ്സിനെ തെല്ലു കടുപ്പിച്ചു എന്നുമാത്രം. രണ്ടുതവണ അവർ വിവാഹം കഴിച്ചു. രണ്ട് ഭർത്താക്കന്മാരും പെട്ടെന്ന് മരിച്ചു. "കാറ്റുപോയി" എന്നാണവർ പറഞ്ഞത്. മദ്യപാനം തന്നെയായിരുന്നു കാരണം. അവരുടെ ഒരു മകൻ അവരെ പതിവായി വന്നു കാണുമായിരുന്നു. കണ്ടാൽ, ഞങ്ങൾ തമ്മിൽ ഒന്നു ചിരിച്ച് അഭിവാദ്യം ചെയ്യും. കാണാൻ നല്ലൊരു ചെറുപ്പക്കാരൻ. അതു സംഭവിച്ചതിങ്ങനെയാണ്.

ഞാൻ ഞങ്ങളുടെ മുറിയിലിരുന്ന് ഒരു പുസ്തകം വായിക്കുകയായിരുന്നു. പെട്ടെന്ന് മിസ് മറീന കടന്നുവന്ന് എന്റെ കൈപിടിച്ച് അടുക്കളയിലേക്ക് കൊണ്ടുപോയി. "നിങ്ങളെ ഞാൻ പരിചയപ്പെടുത്താം. ഇത് യൂളിയാ... ഇത് സെന്യാ... ഇനി രണ്ടാളുംകൂടി പുറത്തുപോയി കുറച്ച് നടന്നുവരൂ." അങ്ങനെ അതൊരു പതിവായി. ഞങ്ങൾ കൂട്ടുകാരായി. ചെറിയ ചുംബനങ്ങൾ തുടങ്ങി. അപ്പോഴും കാര്യം ഗൗരവമായിരുന്നില്ല. അയാൾ ഒരു ട്രക്ക് ഡ്രൈവറായിരുന്നു. പലപ്പോഴും ദീർഘയാത്രകൾക്ക് പോകുമായിരുന്നു. ഒരു ദിവസം അയാൾ വന്നപ്പോൾ ഞാൻ മുറിയിലുണ്ടായിരുന്നില്ല. എവിടെ? അവളെവിടെപ്പോയി? അയാൾ പരിഭ്രമിച്ചു.

എനിക്ക് കുറച്ചുനാളായി ഈ അസുഖമുണ്ടായിരുന്നു. പെട്ടെന്നൊരു ശ്വാസംമുട്ട്. ക്ഷീണം കൊണ്ടാകും. ബോധക്കേട്... തലചുറ്റൽ. നാഡിയ അമ്മായിയുടെ നിർബന്ധപ്രകാരം ഞാൻ ഒരു ഡോക്ടറെ ചെന്നുകണ്ടു. എല്ലാ പരിശോധനയും കഴിഞ്ഞ് അവർ വിധിയെഴുതി. എനിക്ക് സ്ക്ലോറോസിഡ് എന്ന രോഗമാണ്. നാഡിവ്യൂഹത്തെ ബാധിക്കുന്ന ഗുരുതരമായ അവസ്ഥയാണെന്നറിയാമല്ലോ. ചികിത്സിച്ച് ഭേദമാക്കുക പ്രയാസം. വർഷങ്ങളായി നിരന്തരം അനുഭവിച്ചുകൊണ്ടിരുന്ന ദുഃഖവും ദുരിതവും എന്നെ അതിൽ കൊണ്ടെത്തിച്ചു. അമ്മ കൂടെയുണ്ടായിരുന്നെങ്കിൽ, ആ സങ്കടം എനിക്ക് സഹിക്കാനായില്ല. അവർ എന്നെ ആശുപത്രിയിൽ പ്രവേശിപ്പിച്ചു. എന്നെ തേടിവന്ന സെന്യാ അവസാനം എന്നെ കണ്ടത് ആശുപത്രിമുറിയിലാണ്. പിന്നീട് ദിവസവും എന്നെ അയാൾ അവിടെവന്നു കാണാൻ തുടങ്ങി. ആപ്പിൾ... ഓറഞ്ച് എന്തെങ്കിലുമൊക്കെ മാറി മാറി കൊണ്ടുവരും. പഴയകാലത്ത് എന്റെ അച്ഛൻ ചെയ്യാറുള്ളതുപോലെ. അപ്പോഴേക്കും മേയ് ആയിരുന്നു. ഒരു ദിവസം ഒരു റോസപ്പൂച്ചെണ്ടുമായി സെന്യ വന്നു. ഒരു നിമിഷം എന്റെ ശ്വാസം നിലച്ചു. അങ്ങനെയൊരു പൂച്ചെണ്ടുവാങ്ങാൻ പാവം, ഒരു മാസത്തെ ശമ്പളത്തിന്റെ

പകുതി ചിലവാക്കിയിട്ടുണ്ടാകും. നല്ലൊരു സ്യൂട്ടും ധരിച്ചാണ് മൂപ്പർ പ്രത്യക്ഷപ്പെട്ടത്. എന്നെ വിവാഹം കഴിക്കൂ..." ഞാൻ കണ്ണും തള്ളിയിരുന്നുപോയി. അക്ഷരാർത്ഥത്തിൽ മിണ്ടാട്ടം മുട്ടി.

"എന്ത്? എന്താണീ പറയുന്നത്?" എന്റെ വാക്കുകൾ ചിതറിപ്പോയി.

ഞാൻ എന്തുപറയാൻ... നുണ പറയാൻ എനിക്കറിയില്ല. പ്രത്യേകിച്ചും അയാളോട് എനിക്ക് കളവ് പറയാനാവില്ല. എത്രയോ ദിവസങ്ങളായി ഞാൻ അയാളുമായി പ്രണയത്തിലായിരുന്നു. "നിങ്ങളെ വിവാഹം കഴിക്കാൻ എനിക്ക് സന്തോഷമാണ്. പക്ഷേ എനിക്ക് ഗുരുതരമായ ഒരു രോഗമുണ്ട്... എന്നെ ഒരു സഞ്ചിയിലിട്ട് പുറത്ത് കെട്ടിത്തൂക്കി കൊണ്ടുനടക്കേണ്ടിവരും."

ഞാൻ പറഞ്ഞതൊന്നും സെന്യക്ക് മനസ്സിലായില്ല. പക്ഷേ ആ മുഖത്ത് ആധിയുടെ നിഴൽ പരക്കുന്നത് ഞാൻ കണ്ടു.

"എല്ലാ ശരിയാവും... നമ്മൾ ശരിയാക്കും." അയാൾ ചിരിക്കാൻ ശ്രമിച്ചു.

ആശുപത്രിയിൽനിന്നും എന്നെ വിട്ടയച്ചു. ഞങ്ങൾ നേരെ പോയത് വിവാഹം രജിസ്റ്റർ ചെയ്യുന്ന ആപ്പീസിലേക്കാണ്. സെന്യ എന്നെ കൂട്ടിക്കൊണ്ടുപോയി തന്റെ അമ്മയെ കാണിച്ചു. വളരെ സാധാരണക്കാരിയായ ഒരു നാട്ടിൻപുറത്തുകാരി. ജീവിതം മുഴുവൻ പാടത്ത് പണിയെടുത്താണ് കഴിഞ്ഞത്. ആ വീട്ടിനകത്ത് ഒരൊറ്റ പുസ്തകം പോലുമുണ്ടായില്ല. എന്നിട്ടും ആ വീട് എനിക്ക് വളരെ ഇഷ്ടമായി. ശാന്തിയും സമാധാനവുമുള്ള ഒരന്തരീക്ഷം. ഞാൻ അവരോട് എന്റെ അവസ്ഥ തുറന്ന് പറഞ്ഞു. "സാരല്ല്യാ... കുട്ടീ..." അവർ കൈനീട്ടി എന്നെ ചുറ്റിപ്പിടിച്ചു. "സ്നേഹം എവിടെയുണ്ടോ അവിടെ ദൈവവുമുണ്ട്." (മൗനം)

ഇപ്പോൾ എനിക്ക് ജീവിക്കാൻ ഉത്കടമായ ആഗ്രഹം... എന്റെ ഓരോ കോശങ്ങളും പറയുന്നു ജീവിക്കണം... ജീവിക്കണം, എന്റെ സെന്യക്കുവേണ്ടി. ഞങ്ങൾക്ക് ഒരു കുഞ്ഞുപിറക്കുന്നതും കൂടി ഞാൻ സ്വപ്നം കാണാറുണ്ട്... എന്നെങ്കിലുമൊരു ദിവസം. ഡോക്ടർമാർ അത് അനുകൂലിക്കുന്നില്ല. എന്നാലും അതെന്റെ സ്വപ്നമാണ്. ഞങ്ങൾക്ക് ഞങ്ങളുടേതായ ഒരു വീടുവേണം. ഒരുമിച്ചുള്ള ജീവിതം വേണം... ഇനിയും കാക്കാൻ വയ്യ.

ജീവിതം മുഴുവൻ ഞാൻ കൊതിക്കുകയായിരുന്നു ഒരു വീടും കുടുംബവുമുണ്ടാകാൻ വേണ്ടി. ഈയിടെയായി ഒരു പുതിയ നിയമം നിലവിൽ വന്നിട്ടുള്ളതായി അറിയാൻ കഴിഞ്ഞു. അതനുസരിച്ച് ഞങ്ങൾക്ക് എന്റെ പഴയ ഫ്ളാറ്റ് തിരിച്ചുകിട്ടാനുള്ള സാദ്ധ്യതയുണ്ട്. ഞാൻ അപേക്ഷാഫോറം പൂരിപ്പിച്ചയച്ചു. എന്നെപോലെ ആയിരക്കണക്കിനു പേരുണ്ട് എന്നാണവർ പറഞ്ഞത്. പലരേയും അവർ സഹായിക്കുന്നുണ്ട്. പക്ഷേ, എന്റെ കാര്യം കുറച്ച് കുഴപ്പം പിടിച്ചതാണ്. മൂന്നു തവണ ആ ഫ്ളാറ്റിന്റെ ഉടമസ്ഥാവകാശം കൈമാറ്റം ചെയ്യപ്പെട്ടു

കഴിഞ്ഞു. ഞങ്ങളെ ഭീഷണിപ്പെടുത്തി ഫ്ളാറ്റ് കൈക്കലാക്കിയ ആ കൊള്ളക്കാർ എന്നേ മണ്ണടിഞ്ഞുകഴിഞ്ഞു. ഒടുവിൽ അവർ തമ്മിൽ തമ്മിൽ തല്ലിചാവുകയായിരുന്നുവത്രെ.

...ഞങ്ങളെല്ലാവരും കൂടി എന്റെ അമ്മ അന്ത്യവിശ്രമം കൊള്ളുന്ന സ്ഥലം സന്ദർശിച്ചു. ശവക്കല്ലറയുടെ മേൽ അമ്മയുടെ ഒരു മുഖചിത്രമുണ്ട്. കണ്ടാൽ ഇപ്പോഴും അമ്മ അവിടെ ഉണ്ടെന്നു തോന്നും. ചപ്പും ചവറും നീക്കി അവിടം ഞങ്ങൾ വെടിപ്പാക്കി. കല്ലറയും തുടച്ച് വൃത്തിയാക്കി. ഏറെനേരം ഞങ്ങൾ അതിനുമുമ്പിൽനിന്നു. വിട്ടുപോരാൻ മനസ്സു വന്നില്ല. അതിനിടയിൽ ഒരു നിമിഷം... തീവ്രമായൊരു തോന്നൽ. അമ്മ എന്നെ നോക്കി ചിരിക്കുന്നു. അവർ വളരെ സന്തോഷവതിയാണെന്നു തോന്നി. ഒരുപക്ഷേ വെയിൽനാളങ്ങൾ എന്റെ മുമ്പിൽ കാട്ടിയ ഒരു സൂത്രമായിരിക്കാം അത്...

സന്തോഷത്തോട് സദൃശമായ ഒരു ഏകാന്തതയെക്കുറിച്ച്

അലീസ സെഡ്.

പരസ്യക്കമ്പനിയുടെ മാനേജർ, 35 വയസ്സ്

> ഞാൻ വേറൊരു കഥ അന്വേഷിച്ചാണ് സെന്റ് പീറ്റേഴ്സ് ബർഗിലേക്ക് പോയത്. പക്ഷേ തിരിച്ചുവന്നത് ഈ കഥ യുമായാണ്... തീവണ്ടിയിൽവെച്ചുണ്ടായ ഒരു സംഭവ ത്തിന്റെ ഫലം...

എന്റെ ഒരു സുഹൃത്ത് ആത്മഹത്യ ചെയ്തു. മനക്കരുത്തുള്ള ഒരു യുവതി. ജീവിതത്തിൽ വിജയം നേടിയവൾ... ധാരാളം സ്നേഹിതരും ആരാധകരും. ഞങ്ങളെല്ലാവരും അതുകേട്ട് ഞെട്ടിപ്പോയി. ആത്മഹ ത്യയോ? ഭീരുത്വമാണോ? അതോ അങ്ങേയറ്റത്തെ ധൈര്യമോ? ഒരു പൂർണ്ണമായ രൂപാന്തരം, സഹായത്തിനുവേണ്ടിയുള്ള നിലവിളി. അതു മല്ലെങ്കിൽ ഒരാത്മബലി.. കടന്നുപോക്ക്... കെണി... ശിക്ഷ... ഞാനും ആഗ്ര ഹിക്കുന്നു. പക്ഷേ ഞാൻ ഒരിക്കലും ആത്മഹത്യ ചെയ്യുകയില്ല. അതി നുള്ള കാരണം ഞാൻ പറയാം...

സ്നേഹം? അങ്ങനെ ഒരു വഴിയേ എന്നെ സംബന്ധിച്ചിടത്തോളമില്ല. സന്തോഷമുള്ള... പളപളപ്പുള്ള ഒരു സംഗതി. കഴിഞ്ഞ അഞ്ചുവർഷ ത്തിനുള്ളിൽ “സ്നേഹം” എന്ന വാക്ക് ആദ്യമായി എന്റെ മുമ്പിൽ ഉച്ച രിച്ചത് നിങ്ങളാണ്. ഇത് ഇരുപത്തിയൊന്നാം നൂറ്റാണ്ടാണ്. ഇവിടെ എല്ലാ വർക്കും സംസാരിക്കാനുള്ളത് പണത്തേയും സ്ത്രീപുരുഷബന്ധ ങ്ങളേയും കുറിച്ചാണ്... പുക വമിക്കുന്ന ഇരട്ടക്കുഴലുകളെ കുറിച്ചും. എല്ലാവരുടെ കൈയിലും എങ്ങനെയാണെന്നറിയില്ല. ഒരുപിടി പണമുണ്ട്. ആദ്യമായാണ് നാട്ടിൽ ഇങ്ങനെയൊരവസ്ഥ. വിവാഹം കഴിക്കാനും കുഞ്ഞുങ്ങളുണ്ടാകാനും എനിക്ക് ഒട്ടും ധൃതിയുണ്ടായിരുന്നില്ല. എപ്പോഴും ഉദ്യോഗത്തിനായിരുന്നു എന്റെ മനസ്സിൽ ഒന്നാം സ്ഥാനം. എന്റെ ജീവിതം, എന്റെ സമയം, ഞാൻ... ഇതൊക്കെ എനിക്ക് വളരെയേറെ വിലയുറ്റ താണ്. അല്ലെങ്കിലും പുരുഷന്മാർ പ്രണയം തേടി നടക്കുന്നവരാണ് എന്ന

ധാരണ എങ്ങനെയാണ് നിങ്ങളുടെ മനസ്സിൽ കടന്നുകൂടിയത്? പ്രണയം പോലും. പുരുഷന്മാർക്ക് സ്ത്രീകൾ എപ്പോഴും ഒരു വിനോദമാണ്. അല്ലെങ്കിൽ പൊരുതിനേടിയ ഒരു കീർത്തിമുദ്ര. അതുമല്ലെങ്കിൽ അവർ വേട്ടക്കാർ... ഇരകളായി സ്ത്രീകളും. നൂറ്റാണ്ടുകളിലൂടെ ലോകത്തിൽ വേരുറച്ചുപോയ സംഗതികളാണിതെല്ലാം. സ്ത്രീകളുമതേ. വെള്ളക്കുതിരപ്പുറത്ത് കയറി കുതിച്ചുവരുന്ന, തിളങ്ങുന്ന പോർച്ചട്ടയണിഞ്ഞ യോദ്ധാക്കളെയല്ല കാത്തിരിക്കുന്നത്. ചാക്കുനിറയെ സ്വർണ്ണവുമായി വരുന്നവരിലാണ് അവരുടെ നോട്ടം. അവിടെ പ്രായം ഒരു പ്രശ്നമല്ല. അച്ഛന്റെ പ്രായമുണ്ടെങ്കിലും കുഴപ്പമില്ല. പറഞ്ഞുവരുന്നത്... ഇന്ന് ലോകത്തെ ഭരിക്കുന്നത് പണമാണ്. എന്നാൽ ഞാൻ ഒരു ഇരയല്ല... സ്വയം ഒരു വേട്ടക്കാരിയാണ്.

പത്തുവർഷം മുമ്പാണ് ഞാൻ മോസ്കോയിലെത്തിയത്. ആവശ്യത്തിലധികം ഉത്സാഹവും പ്രസരിപ്പും ആവേശവും. ഒന്നിനേയും കൂസാത്ത ഭാവം. ഞാൻ സന്തോഷിക്കാൻ വേണ്ടി ജനിച്ചവളാണെന്ന് സ്വയം പറഞ്ഞുറപ്പിച്ചിരുന്നു. ദുർബലന്മാർ സങ്കടപ്പെടുകയേയുള്ളൂ... താഴ്മയും ഒതുക്കവുമെല്ലാം ദൗർബല്യത്തിനുചേർന്ന ആഭരണങ്ങളാണ്. ഞാൻ റോസ്തോവിൽ നിന്നാണ് വരുന്നത്. അച്ഛനും അമ്മയും അവിടെ സ്കൂൾ അധ്യാപകർ. കെമിസ്ട്രിയാണ് അച്ഛന്റെ വിഷയം. റഷ്യൻ സാഹിത്യമാണ് അമ്മ പഠിപ്പിക്കുന്നത്. കോളേജിൽ പഠിച്ചുകൊണ്ടിരുന്നപ്പോഴാണ് അവർ വിവാഹിതരായത്. അച്ഛന് സ്വന്തമെന്നു പറയാൻ നല്ല ഒരു സ്യൂട്ടുമാത്രമേ ഉണ്ടായിരുന്നുള്ളൂ. പക്ഷേ ആശയങ്ങൾ വേണ്ടുവോളമുണ്ടായിരുന്ന ആ കാലത്ത് ഒരു പെൺകുട്ടിയെ പാട്ടിലാക്കാൻ അതൊക്കെ ധാരാളമായിരുന്നു. ഇപ്പോഴും അവർ പഴയ കഥകളോർത്ത് രസിക്കാറുണ്ട്. ഒരു തലയിണ, ഒരു വിരിപ്പ്, ഒരു ജോടി ചെരിപ്പ്... അത്ര തന്നെ. "പാസ്റ്റർനാക്ക്" പരസ്പരം വായിച്ചുകേൾപ്പിച്ചുകൊണ്ടാണ് രാത്രികൾ ചിലവഴിച്ചിരുന്നത്. രണ്ടുപേർക്കും അത് കാണാപാഠമായിരുന്നു. "സ്നേഹിക്കുന്നയാൾ കൂടെയുണ്ടെങ്കിൽ ലോകത്തിലെ ഏതിടവും സ്വർഗ്ഗമാണ്."

"ആദ്യത്തെ മഞ്ഞുവീഴ്ച വരെ" ഞാൻ അവരെ കളിയാക്കി ചിരിക്കും.

"നിന്റെ മനസ്സിൽ ഭാവനയില്ല... അതുകൊണ്ടാണിങ്ങനെ." അമ്മ പരിഭവിച്ചു.

നിങ്ങൾ പറയുമ്പോലെ ഞങ്ങൾ ഒരു തികഞ്ഞ സോവിയറ്റ് കുടുംബമായിരുന്നു. പ്രാതലിന് ദിവസവും നൂഡിൽസ് അല്ലെങ്കിൽ ഗോതമ്പ് കുറുക്ക്, കൂടെ വെണ്ണയുമുണ്ടാകും. കൊല്ലത്തിലൊരിക്കൽ, നവവത്സരതലേന്ന് മാത്രമാണ് ഞങ്ങൾ മധുരനാരങ്ങ തിന്നുക. ആ ജീവിതത്തിന്റെ ഗന്ധം തന്നെ ഒന്നു വേറെയായിരുന്നു. സുന്ദരമായ കാലം. അന്നത്തെ മധുരനാരങ്ങയുടെ മണം ഇപ്പോഴും എന്റെ ഓർമ്മയിലുണ്ട്. വേനലൊഴിവിന്... കരിങ്കടൽതീരത്തേക്കുള്ള യാത്ര. തനി നാടോടികളായി കിട്ടിയ വണ്ടിയിൽ കയറി സോവിയറ്റിലേക്കു പോകും. "സീറ്റ് റിസർവു" ചെയ്യുന്ന

പണിയൊന്നുമില്ല. ഒമ്പത് ചതുരശ്രമീറ്റർ വലുപ്പമുള്ള ഒരു മുറി. അതിൽ എല്ലാവരും തിക്കിക്കൂടും. അന്നും അഭിമാനിക്കാനുള്ള ഒരു വക ഞങ്ങളുടെ പക്കലുണ്ടായിരുന്നു. ഞങ്ങളുടെ പ്രിയപ്പെട്ട പുസ്തകങ്ങൾ. അതിനെക്കുറിച്ച് ഞങ്ങൾക്ക് വലിയ അഭിമാനമായിരുന്നു. അതിൽ പലതും വിലക്കപ്പെട്ടതായിരുന്നു. രഹസ്യബന്ധങ്ങൾ വഴിയാണവ ഞങ്ങളുടെ കൈയിലെത്തിയിരുന്നത്. എല്ലാറ്റിലും വലിയ സന്തോഷം... ഉപചാരമെന്ന നിലയിൽ ചില ആദ്യ പ്രദർശനങ്ങൾ കാണാൻ കിട്ടുന്ന 'പാസുകളായിരുന്നു. എന്റെ അമ്മയുടെ ഒരു കൂട്ടുകാരി ഒരു തിയേറ്ററിലാണ് ജോലിയെടുത്തിരുന്നത്. മാന്യമായ സൗഹൃദസംഭാഷണങ്ങളിലെ ഒരു പ്രധാന വിഷയം നാടകമായിരുന്നു. ഇന്ന് അവർ സോവിയറ്റ് യൂണിയനെ പറ്റി എഴുതിവെക്കുന്നതെന്താണ്? വലിയൊരു തടങ്കൽ ക്യാമ്പായിരുന്നു... കമ്മ്യൂണിസ്റ്റ് ചേരിയായിരുന്നു... നരഭോജികളാണ് നാട് ഭരിച്ചിരുന്നത്. എന്തോ... ഭയാനകമായ ഒന്നും തന്നെ എന്റെ ഓർമ്മയിലില്ല. അതൊരു "നാടൻ" ലോകമായിരുന്നു. കാപട്യമില്ലാത്ത... ആധുനിക പരിഷ്കാരങ്ങളില്ലാത്ത ഒരു സാധാരണ ലോകം. ഇങ്ങനെയൊരു ജീവിതമല്ല ഞാൻ തുടർന്ന് ജീവിക്കുക എന്ന് എനിക്ക് ബോദ്ധ്യമുണ്ടായിരുന്നു. അതിലൊന്നും എനിക്ക് താത്പര്യവുമില്ലായിരുന്നു. ആ കാരണം പറഞ്ഞ് അവരെന്നെ സ്കൂളിൽനിന്നും പുറത്താക്കാൻ ഭാവിച്ചതാണ്. അറിയാലോ ഈ നാട്ടുകാരെ... "യു.എസ്.എസ്.ആറിൽ ജനിച്ചവർ..." അതൊരു മുദ്രകുത്തലാണ്. അവരൊരു പ്രത്യേക വർഗ്ഗമാണ്.

സ്കൂളിൽ ഗൃഹസംബന്ധമായ സാമ്പത്തികശാസ്ത്രം ഞങ്ങളെ പഠിപ്പിച്ചിരുന്നു. കാരണമെന്താണാവോ? ആൺകുട്ടികളെ അവർ വാഹനങ്ങൾ ഓടിക്കാൻ പരിശീലിപ്പിച്ചു. പെൺകുട്ടികളെ പഠിപ്പിച്ചത് "പാറ്റീഡ്" ഉണ്ടാക്കാനായിരുന്നു. ഇറച്ചി നിറച്ചുണ്ടാക്കുന്ന ആ പലഹാരം ഞാനെപ്പോഴുണ്ടാക്കിയാലും കരിഞ്ഞുപോകുമായിരുന്നു. ഒരു ദിവസം ഞങ്ങളുടെ പാചകടീച്ചർ, അവർ ഞങ്ങളുടെ ക്ലാസ്സ് ടീച്ചർ കൂടിയായിരുന്നു, എന്നെ വിളിച്ച് ഒരു പ്രസംഗം നടത്തി. "ഒരു കാര്യവും നേരാംവണ്ണം ചെയ്യാൻ നിനക്കറിഞ്ഞുകൂടാ? ഇങ്ങനെ പോയാൽ നിന്റെ ഭർത്താവിനുവേണ്ടി എങ്ങനെയാണ് നീ ഭക്ഷണമുണ്ടാക്കുക?"

ഒട്ടും സംശയിക്കാതെ ഞാൻ മറുപടി പറഞ്ഞു, "ആർക്കുവേണ്ടിയും ഞാൻ ഭക്ഷണം പാകം ചെയ്യാൻ പോകുന്നില്ല... വേണ്ടി വന്നാൽ ഞാൻ ഒരു പാചകക്കാരിയെ നിർത്തും."

അത് 1987 ആയിരുന്നു. എനിക്ക് പ്രായം പതിമൂന്ന്. സോഷ്യലിസം തഴച്ചുവളർന്നു നില്ക്കുന്ന കാലം. അതിനിടയിലാണ് എന്റെ മുതലാളിത്ത ചിന്തയും... വേലക്കാരെ നിർത്തലും... അവർ എന്റെ അച്ഛനമ്മമാരെ ഹെഡ്മാസ്റ്ററുടെ ആപ്പീസിലേക്ക് വിളിപ്പിച്ചു. എന്റെ ധിക്കാരത്തെകുറിച്ച് സ്കൂൾ അസംബ്ലിയിൽ വിമർശിച്ചു. അതിനുപുറമെ സ്കൂളിലെ പ്രത്യേകം "തെറ്റുതിരുത്തൽ" സംഘത്തിലും പരാതി ബോധിപ്പിച്ചു. അവർ "യുവജനസഖ്യത്തിൽ*" നിന്നും ഉടനടി എന്നെ പുറത്താക്കാൻ

* റഷ്യയിലെ സന്നദ്ധസേവാസംഘം

നിർദ്ദേശിച്ചു. അത് ഗുരുതരമായൊരു സംഭവമായിരുന്നു. ഏറ്റവും ലജ്ജാവഹമായ കാര്യം... യുവജനസഖ്യത്തിൽനിന്നും പുറത്താക്കപ്പെടുക! ഞാൻ കരഞ്ഞുപോയി. എന്റെ തലയിൽ ആ കാലത്ത് നിറയെ സൂത്രവാക്യങ്ങളായിരുന്നു. പദങ്ങൾക്കും ഗാനങ്ങൾക്കുമൊന്നും ഞാൻ പ്രാധാന്യം കല്പിച്ചിരുന്നില്ല. എന്നാലും സ്കൂൾ വിട്ട് വീട്ടിൽ വന്നാൽ അമ്മയുടെ ഉടുപ്പുകളണിഞ്ഞ് കട്ടിലിൽ ഇരുന്ന് ഞാൻ "അന്നാകരീനീന" വായിക്കുമായിരുന്നു. അതിലെ വർണ്ണനകൾ... പ്രഭുഗൃഹങ്ങളിലെ നൃത്തം, വിരുന്നുകൾ, പരിചാരകർ, പ്രണയ മുഹൂർത്തങ്ങൾ, ആഡംബരങ്ങൾ, ഔപചാരികതകൾ... ഒക്കെ എന്നെ ആകർഷിച്ചിരുന്നു. അന്ന തീവണ്ടിയുടെ മുമ്പിലേക്ക് സ്വയം എടുത്തുചാടുന്നതുവരെയുള്ള എല്ലാം തന്നെ വളരെ താത്പര്യത്തോടെ ഞാൻ വായിച്ചിരുന്നു.... എന്തിനാണവൾ അങ്ങനെ ചെയ്തത്? സുന്ദരിയും സമ്പന്നയുമായ അന്നാ... പ്രണയത്തിന്റെ പേരിൽ ആത്മഹത്യ ചെയ്യുകയോ? ടോൾസ്റ്റോയിക്കുപോലും അതെന്നെ ബോദ്ധ്യപ്പെടുത്താനായില്ല. എനിക്ക് കൂടുതൽ രസം തോന്നിയത് പാശ്ചാത്യനോവലുകൾ വായിക്കാനായിരുന്നു. അതിലെ സ്ത്രീകഥാപാത്രങ്ങളുടെ തന്റേടവും തന്നിഷ്ടവും എന്റെ ശ്രദ്ധ ആകർഷിച്ചു. ആ "സുന്ദരി പട്ടികൾ"ക്കുവേണ്ടി പുരുഷന്മാർ സങ്കടപ്പെടുന്നു. സ്വയം വെടിവെച്ചു മരിക്കുന്നു. അവരുടെ കാൽക്കൽ വീഴാനും തയ്യാറാവുന്ന നിഷേധിക്കപ്പെട്ട ഒരു പ്രേമത്തിന്റെ പേരിൽ അവസാനമായി ഞാൻ കരഞ്ഞത് എനിക്ക് പതിനേഴ് വയസ്സുള്ളപ്പോഴാണ്. അന്നു രാത്രി മുഴുവൻ പൈപ്പ് തുറന്നിട്ട് കുളിമുറിയിലിരുന്ന് ഞാൻ കരഞ്ഞു.

പാസ്റ്റർനാക്കിന്റെ കവിതകൾ ചൊല്ലി കേൾപ്പിച്ചാണ് അമ്മ എന്നെ ആശ്വസിപ്പിച്ചത്... എനിക്കിപ്പോഴും ഓർമ്മയുണ്ട്. "ഒരു സ്ത്രീയായിരിക്കുക വലിയൊരു കാര്യമാണ്. പുരുഷന്മാരെ ഭ്രാന്തുപിടിപ്പിക്കുക... ഒരു വീരകൃത്യം തന്നെ" എന്റെ കുട്ടിക്കാലവും കൗമാരക്കാലവും എനിക്കൊട്ടും ഇഷ്ടമായിരുന്നില്ല. ആ കാലമൊന്നു കഴിഞ്ഞുകിട്ടിയെങ്കിൽ എന്ന ചിന്തയായിരുന്നു മനസ്സിൽ. ഞാൻ പാഠപുസ്തകങ്ങൾ ശ്രദ്ധയോടെ പഠിച്ചു. മുടങ്ങാതെ ജിമ്മിൽ പോയി വ്യായാമം ചെയ്തു. മറ്റു കുട്ടികളേക്കാളൊക്കെ കരുത്തും ഉയരവും വേഗതയും എനിക്കുണ്ടായിരുന്നു. വീട്ടിൽ അച്ഛനും അമ്മയും അപ്പോഴും ആ പഴയ ടേപ്പുകൾ തന്നെ കേട്ടുകൊണ്ടിരുന്നു... ഒക്കുഡ്ഷാവയുടെ കവിതകൾ "കൂട്ടുകാരെ... നമുക്ക് പരസ്പരം കൈക്കോർക്കാം." അതിനു ഞാൻ തയ്യാറായിരുന്നില്ല. അതായിരുന്നില്ല എന്റെ സ്വപ്നം.

മോസ്കോവിലെത്തണം... അതായിരുന്നു എന്റെ മോഹം. എന്റെ ഒരു എതിരാളിയായാണ് എന്നും ഞാൻ മോസ്കോ നഗരത്തെ കണ്ടിരുന്നത്. ഞാൻ കീഴ്പ്പെടുത്തേണ്ട ഒന്ന്. നഗരത്തിൽ ഇറങ്ങിയ നിമിഷം മുതൽ അതെന്നിൽ ഉത്സാഹത്തിന്റെ തിരി കൊളുത്തി. ഏതോ മത്സരം ജയിക്കാനുള്ള ഒരു ജ്വരം. എന്റെ പ്രകൃതത്തിനു യോജിച്ച ഒരു നഗരം. നഗരത്തിന്റെ ഭ്രാന്തൻവേഗങ്ങൾ നിങ്ങളേയും ചൂടുപിടിപ്പിക്കുന്നു. എന്റെ ചിറകുകൾ മുഴുവനായും തീവണ്ടി പറക്കാൻ വേണ്ട വലുപ്പമുള്ള നഗരം.

ഞാൻ മോസ്കോവിൽ വണ്ടിയിറങ്ങിയത് ഇരുന്നൂറു ഡോളറും ഏതാനും കോപ്പെക്കുകളും കൈയിൽ കരുതിക്കൊണ്ടാണ്. അത്രയ്ക്കേ വകയുണ്ടായിരുന്നുള്ളൂ. പല മാസങ്ങളായി എന്റെ അച്ഛനും അമ്മയ്ക്കും ശമ്പളം കിട്ടിയിരുന്നില്ല. അത് തിളക്കുന്ന തൊണ്ണൂറുകളുടെ കാലമായിരുന്നു. ഞങ്ങൾ ദരിദ്രരായിരുന്നു. എല്ലാ ദിവസവും അച്ഛൻ അതുതന്നെ പറയും "നമ്മൾ ക്ഷമ കാണിക്കണം." എനിക്ക് ഗയ്ഡാറിൽ വിശ്വാസമുണ്ട്. നോക്കിക്കോളൂ... ഒക്കെ ശരിയാകും."

എന്റെ അച്ഛനമ്മമാരെപോലെയുള്ളവർക്ക് ബോദ്ധ്യപ്പെടാൻ കുറച്ചധികം കാലം വേണ്ടിവന്നു. റഷ്യയിൽ ശരിക്കും മുതലാളിത്ത ഭരണം ഉറപ്പിച്ചിരുന്നു. തൊലിക്കട്ടിയുള്ള മുതലാളിത്തം. ഇത്ര ക്രൂരജന്തുവിനെത്തന്നെയാണല്ലോ അവർ 1917-ൽ അടിച്ചമർത്തിയത് (അവർ തെല്ലുനേരം ഏതോ ആലോചനയിൽ മുഴുകി)

ഇന്ന്... അവർക്കത് മനസ്സിലാകുന്നുണ്ടോ? പറയാൻ പ്രയാസമാണ്. ഒരു കാര്യം എനിക്കുറപ്പിച്ചു പറയാനാവും. എന്റെ അച്ഛനമ്മമാർ ആവശ്യപ്പെട്ടു നേടിയതല്ല, മുതലാളിത്തം. എനിക്ക് രണ്ടുപക്ഷമില്ല. അത് വേണമെന്ന് ആവശ്യപ്പെട്ടത് ഞാനാണ്. അത് എന്നെ പോലെയുള്ളവർക്കു വേണ്ടി രൂപപ്പെടുത്തി എടുത്തിട്ടുള്ളതാണ്. കൂട്ടിലടയ്ക്കപ്പെട്ടു കഴിയാൻ മനസ്സില്ലാത്തവർക്കുവേണ്ടി, യുവാക്കൾക്കുവേണ്ടി... കരുത്തന്മാർക്കുവേണ്ടി. ഞങ്ങളെ സംബന്ധിച്ചിടത്തോളം മുതലാളിത്തം ആവേശകരമായിരുന്നു. സാഹസികമായ സംരംഭങ്ങൾ. അതിന്റേതായ അപകടസാദ്ധ്യതകൾ. പണം മാത്രമല്ല അവിടെ പ്രധാനം. ശക്തമായ അമേരിക്കൻ ഡോളർ. ഇനി ഞാൻ എന്റെ രഹസ്യം വെളിപ്പെടുത്താം. എന്നെ സംബന്ധിച്ചിടത്തോളം... എനിക്ക് വായിക്കാനിഷ്ടം ആധുനിക മുതലാളിത്തത്തെ കുറിച്ചാണ്... പണ്ടു നിലവിലിരുന്ന മുതലാളിത്തമല്ല എന്നു ഞാൻ എടുത്തു പറയാം. തടങ്കൽ ക്യാമ്പുകളെ കുറിച്ചും സോവിയറ്റ് ഇല്ലായ്മകളേയും കുറിച്ചും വായിക്കാൻ എനിക്കൊട്ടും രസം തോന്നുന്നില്ല. അന്നത്തെ ഒറ്റക്കൊടുപ്പുകാർ... വേണ്ട... അരുതാത്തതിലൊന്നും ഞാൻ ചെന്നു ചവിട്ടുന്നില്ല. ഈ പറഞ്ഞതൊന്നും എന്റെ അച്ഛനമ്മമാരോടു തുറന്നുപറയാൻ എനിക്ക് ധൈര്യമില്ല. എന്റെ ചുണ്ടുകൾ അടച്ചു പൂട്ടപ്പെട്ടിരിക്കുന്നു. അങ്ങനെയല്ലാതാവുന്നതെങ്ങനെ?

എന്റെ അച്ഛൻ ഇപ്പോഴും വലിയ സോവിയറ്റ് ആരാധകനാണ്. 1991 ആഗസ്റ്റ്... കലാപം... അവർ ടി.വി.യിൽ "സ്വാൻലേക്ക്" എന്ന നൃത്തസംഗീതനാടകം കാണിക്കാൻ തുടങ്ങി. രാവിലെ... ഏതോ ആഫ്രിക്കൻ നാട്ടിലെന്നപോലെ മോസ്കോ തെരുവുകളിൽ ടാങ്കുകൾ നിറഞ്ഞു. അച്ഛനും അദ്ദേഹത്തിന്റെ സുഹൃത്തുക്കളായ ഏഴുപേരും അന്ന് അവധിയെടുത്തു. അവർ നേരെ തലസ്ഥാനനഗരിയിലേക്ക് യാത്രയായി. വിപ്ലവത്തിന് പിൻതുണ നല്കാൻ! ഞാൻ ടെലിവിഷനിൽനിന്നും കണ്ണെടുക്കാതെ ഉറച്ചിരുന്നു. ടാങ്കിന്റെ മുകളിൽ നിലയുറപ്പിച്ച യെത്സിന്റെ രൂപം എന്റെ മനസ്സിൽ നിന്ന് വിട്ടുമാറിയില്ല. സോവിയറ്റ് സാമ്രാജ്യം തകർന്നുവീണു...

ആയിക്കോട്ടെ... തകരട്ടെ. അച്ഛൻ വരാനായി ഞങ്ങൾ കാത്തിരുന്നു... പടക്കളത്തിൽ നിന്നുമെന്നപോലെ. ഒരു ജേതാവായാണ് അദ്ദേഹം തിരിച്ചു വന്നത്. അദ്ദേഹത്തിന്റെ ജീവിതത്തിലെ ഏറ്റവും ഉജ്ജ്വലമായ മുഹൂർത്ത മായിരുന്നു അത്. വർഷങ്ങൾക്കുശേഷമാണ് എനിക്ക് ശരിക്കും ബോദ്ധ്യ മായത്, അത് അദ്ദേഹത്തിന്റെ ജീവിതത്തിലെ ഏറ്റവും പ്രധാനപ്പെട്ട സംഭവമായിരുന്നുവെന്ന്. എന്റെ അപ്പൂപ്പനെ പോലെ... ജീവിതകാലം മുഴുവൻ അദ്ദേഹം ആവർത്തിച്ചുകൊണ്ടിരുന്ന സ്റ്റാലിൻ ഗ്രാഡിൽ വെച്ച് ജർമ്മൻ സൈന്യവുമായി ഏറ്റുമുട്ടിയ കഥകൾ! സോവിയറ്റ് യൂണിയന്റെ തകർച്ചയ്ക്കുശേഷം അച്ഛന് ജീവിതം വളരെ വിരസമായിത്തീർന്നു. ഒന്നിലും താത്പര്യമില്ലാതായി. ഇനി എന്തിനുവേണ്ടി ജീവിക്കണം എന്ന മനോഭാവം അദ്ദേഹത്തിന്റെ തലമുറയിൽപെട്ട മിക്കവരുടേയും സ്ഥിതി അതായിരുന്നു. രണ്ടുതരത്തിൽ അവർ തോല്പിക്കപ്പെട്ടു എന്ന തോന്നൽ. കമ്മ്യൂണിസ്റ്റ് ആശയങ്ങളുടെ തകർച്ച, അതിനുശേഷമുണ്ടായ സംഭവ ങ്ങൾ അതെല്ലാം അവർക്ക് ഉൾക്കൊള്ളാൻ കഴിയാത്തതായിരുന്നു. അതു സമ്മതിച്ചുകൊടുക്കാൻ അവർക്ക് കഴിഞ്ഞില്ല. അവർ ആഗ്രഹിച്ചത് മറ്റൊ ന്നായിരുന്നു. മുതലാളിത്തമെങ്കിൽ മുതലാളിത്തം. എന്നാൽ അതിന് മാനുഷികമായ ഒരു മുഖമുണ്ടാവണം... അതിൽ പ്രസന്നമായ ഒരു ചിരി യുണ്ടാവണം... ഈ ലോകം അവയുള്ളതല്ല. ഇത് അവർക്ക് തികച്ചും അന്യമായ ഭൂമിയാണ്. എന്നാൽ ഇത് എന്റേതാണ്. എല്ലാം എനിക്കു സ്വന്തം. മെയ് 9 എന്ന ഒരേയൊരു ദിവസം മാത്രമാണ് ഞാൻ സോവി യറ്റ് ജനതയെ കാണുന്നത് എന്നതിൽ സന്തോഷമുണ്ട്.... അത് വിജയ ദിവസമാണല്ലോ! (മൗനം)

ഞാൻ പല വണ്ടി മാറിക്കയറി തലസ്ഥാന നഗരിയിലെത്തി. അങ്ങനെ യുള്ള യാത്രയ്ക്ക് ചിലവു കുറവാണ്. ജനാലയിൽകൂടി കണ്ട കാഴ്ചകൾ. നിമിഷം പ്രതി എന്റെ ഉത്സാഹം വർദ്ധിച്ചു. ഇനിയൊരിക്കലും എന്റെ ഗ്രാമത്തിലേക്കൊരു തിരിച്ചുപോക്കില്ല എന്നു നേരത്തെ ഞാൻ ഉറപ്പിച്ചി രുന്നു. ചൈനയിലെ ചായ മുഴുവൻ തരാമെന്നുപറഞ്ഞാലും ഇനി ഞാൻ മോസ്കോ വിടില്ല. വഴിയുടെ രണ്ടു വശങ്ങളിലും അങ്ങാടികൾ. എന്തെല്ലാം സാധനങ്ങളാണ് വില്പനയ്ക്കു വെച്ചിരിക്കുന്നത്. ചായസെറ്റു കൾ, പാവകൾ, ഇരുമ്പാണികൾ... അന്നൊക്കെ വേതനം കിട്ടിയിരുന്നത് സാധനങ്ങളായിട്ടായിരുന്നു. വറവുചട്ടിയോ ഇരുമ്പുപാത്രമോ കൊടുത്ത് സലാമി വാങ്ങാം. മാംസ സംസ്കരണശാലകളിലെ തൊഴിലാളികൾക്ക് സലാമിയാണ് വേതനമായി നല്കിയിരുന്നത്. അതുപോലെത്തന്നെ പഞ്ച സാര, മധുരപദാർത്ഥങ്ങൾ തുടങ്ങിയവയും.

ബസ്സ്റ്റോപ്പിനകത്ത് സാമാന്യത്തിലധികം തടിച്ച ഒരു സ്ത്രീ.. അവ രുടെ തോൾപ്പട്ടയിലെ കൊളുത്തുകളിൽനിന്ന് പലതരം കളിപ്പാട്ടങ്ങൾ തൂങ്ങിക്കിടന്നു. അവരെ കണ്ടപ്പോൾ ഒരു കാർട്ടൂൺ ചിത്രംപോലെ തോന്നി. ഞാൻ മോസ്കോയിലെത്തിയപ്പോൾ മഴ തിമിർത്തുപെയ്യുന്നു ണ്ടായിരുന്നു. എന്നിട്ടും നേരെ റെഡ്സ്ക്വയറിലേക്ക് പോയി. അത് കാണാൻ അത്രയും ആകാംക്ഷയുണ്ടായിരുന്നു. സെന്റ് ബാസിലിന്റെ

പള്ളിയും ക്രെംലിൻ മതിലും കാണണം. ആ കുരുന്നിന്റെ... ബലത്തിന്റെ മുമ്പിൽ എനിക്ക് നേരിട്ടു ചെന്നുനില്ക്കണം. അതിന്റെയെല്ലാം കേന്ദ്ര സ്ഥാനത്ത് ഞാൻ... മഴവെള്ളത്തിൽകൂടി കാല് വലിച്ചുവെച്ച് നടന്നു. യാത്ര തിരിക്കുന്നതിന് രണ്ടുദിവസം മുമ്പ് ജിമ്മിൽവെച്ച് കാലിലെ ചെറുവിരൽ ഒടിഞ്ഞിരുന്നു. എന്നിട്ടും എന്റെ ഏറ്റവും നല്ല വസ്ത്രം ധരിച്ച്, ഉപ്പൂറ്റി ഉയർന്ന ഷൂസുമിട്ട് മുന്നോട്ടു നടന്നു. എന്താണ് വേണ്ടത് എന്നതിനെക്കുറിച്ച് വ്യക്തമായൊരു സങ്കല്പം എന്റെ മനസ്സിലുണ്ടായിരുന്നു. മോഹമുണ്ട് എന്നതുകൊണ്ടുമാത്രം ലോകം ഒന്നും ആർക്കും സൗജന്യമായി അറിഞ്ഞുതരുന്നില്ല. എന്തിനാണെങ്കിലും അങ്ങേയറ്റം തീവ്രമായ ആഗ്രഹമുണ്ടാവണം. അതെനിക്കുണ്ടായിരുന്നു. അത് എനിക്കായി കൊണ്ടുവന്നത് വീട്ടിലുണ്ടാക്കിയ ചില പലഹാരങ്ങളായിരുന്നു. അമ്മയും അച്ഛനും കൂടി എല്ലാ റാലികളിലും പങ്കെടുക്കാറുള്ള കഥകളും അവർ പറഞ്ഞിരുന്നു. അതെല്ലാം ജനാധിപത്യത്തിനുവേണ്ടിയുള്ളതായിരുന്നു. റേഷൻ കാർഡ് പ്രകാരം ഒരു വ്യക്തിക്കു കിട്ടുക രണ്ടുകിലോ ധാന്യവും ഒരു കിലോ മാംസവും ഇരുന്നൂറു ഗ്രാം വെണ്ണയുമായിരുന്നു. അതും മാസത്തിലൊരിക്കൽ. അതിനുവേണ്ടി വരിയിൽ അറ്റമില്ലാതെ കാത്തുനില്ക്കണം. വരിയിൽ നിങ്ങളുടെ സ്ഥാനം അക്കമിട്ട് ആളുകൾ ഉള്ളംകൈയിൽ എഴുതിവെയ്ക്കും. സാമാന്യജനങ്ങൾ, ആ വാക്ക് എനിക്കിഷ്ടമേയല്ല. എന്റെ അച്ഛനമ്മമാർ ആ തരത്തിൽപ്പെട്ടവരായിരുന്നില്ല. ബുദ്ധിയും ഭാവനയുമുള്ളവരായിരുന്നു. തനി നാടന്മാർ ആയിരുന്നില്ല. മുതിർന്നവരുടെ ജീവിതം ജീവിക്കാൻ നിർബന്ധിതരായ കൊച്ചുകുട്ടികളായിരുന്നു അവർ. എനിക്കവരെ മനസ്സിലാക്കാൻ സാധിക്കുന്നില്ല. എന്നാലും ഞാൻ അവരെ സ്നേഹിക്കുന്നു. വളരെ വളരെ അധികം. ഈ ജീവിതത്തിലൂടെ കടന്നുവന്നത് തികച്ചും തനിച്ചാണ്, ഒരാളും തുണയ്ക്കില്ലാതെ. അതൊട്ടും എളുപ്പമായിരുന്നില്ല.

എനിക്ക് വഴികാട്ടികളുണ്ടായിരുന്നില്ല. പണമുണ്ടായിരുന്നില്ല. ഉത്തരവാദിത്വം ഏല്ക്കാനുള്ള ഒരാളുമുണ്ടായിരുന്നില്ല. എന്നിട്ടും മോസ്കോ സർവകലാശാലയിൽ ചേരാൻ സാധിച്ചു. ഞാൻ പത്രപ്രവർത്തന വകുപ്പിലാണ് ചേർന്നത്. ആദ്യത്തെ വർഷം തന്നെ ഒരു സഹപാഠി എന്നെ പ്രണയിക്കാൻ തുടങ്ങി. അയാൾ എന്നോട് ചോദിച്ചു, “എന്നെ പ്രേമിക്കുന്നുണ്ടോ?” “ഞാൻ പ്രേമിക്കുന്നത് എന്നെതന്നെയാണ്.” ഞാൻ മറുപടി പറഞ്ഞു. എനിക്കുവേണ്ടി എന്നാലാവുന്നതെല്ലാം ചെയ്തു. എന്റെ സഹപാഠികളിലാരോടും താത്പര്യം തോന്നിയില്ല. അദ്ധ്യാപകരുടെ പ്രസംഗങ്ങളും വളരെ വിരസമായി തോന്നി. സോവിയറ്റ് പ്രൊഫസർമാർ സോവിയറ്റ് പാഠപുസ്തകങ്ങൾ പഠിപ്പിക്കുന്നു. അതേ സമയം സോവിയറ്റ് ഇതരമായൊരു ജീവിതം ഞങ്ങൾക്കു ചുറ്റും അലയടിച്ചുകൊണ്ടിരുന്നു... വല്ലാത്തൊരു വേഗതയിൽ, ആരോ ഉപയോഗിച്ചതിനുശേഷം കൈമാറി വന്ന വിദേശ നിർമ്മിതകാറുകൾ ആദ്യമായി മോസ്കോ തെരുവുകളിൽ പ്രത്യക്ഷപ്പെട്ടു എന്നായിരുന്നു അതിന്റെ പ്രൗഢി! ആദ്യത്തെ മാക്ഡൊണാൾഡ്... പുഷ്കിൻ ചത്വരത്തിലാണ് തുറന്നത്.

പോളണ്ടിൽനിന്നുള്ള സൗന്ദര്യവർദ്ധകവസ്തുക്കൾ, അതിനോടൊപ്പം ചില അടക്കം പറച്ചിലുകൾ... അത് ശവശരീരങ്ങൾ മോടിപിടിപ്പിക്കാനുള്ളതാണ്. ടി.വി.യിൽ ആദ്യമായി കാണിച്ച കച്ചവടപരസ്യം... അത് ടർക്കിഷ് ചായയുടേതായിരുന്നു. മുമ്പ് എല്ലാറ്റിനും ഒരു ചാരനിറമായിരുന്നു. പെട്ടെന്ന് എല്ലാം വർണ്ണശബളമായി. വഴിനീളെ കണ്ണഞ്ചിക്കുന്ന നിറങ്ങളോടുകൂടിയ പരസ്യങ്ങൾ. അതെല്ലാം സ്വന്തമാക്കണമെന്ന തോന്നൽ. അത് സാദ്ധ്യവുമായിരുന്നു. ആരാവണമോ അങ്ങനെയായിത്തീരാം. കൂട്ടിക്കൊടുപ്പുകാരൻ, കൊലയാളി, സ്വവർഗ്ഗഭോഗി... ഒന്നിനും വിലക്കില്ല. ആ തൊണ്ണൂറുകൾ... ഒരനുഗ്രഹമായാണ് ഞാൻ കണ്ടത്. അവിസ്മരണീയമായ കാലം... സാങ്കേതിക വിദഗ്ധന്മാരുടെ, കൊള്ളക്കാരുടെ, മുതലാളിത്ത സംരംഭകരുടെ കാലഘട്ടം. പക്ഷേ എല്ലാം സോവിയറ്റ് സ്വഭാവമുള്ളതായിരുന്നു. എല്ലാവർക്കും അവനവന്റേതായ ഒരു കാര്യപരിപാടി. കുറച്ചു ഭാഗ്യമുണ്ടെങ്കിൽ, കുറച്ചു കൈക്കരുത്തുണ്ടെങ്കിൽ ഏതു സ്വപ്നവും സഫലമാക്കാൻ പറ്റുന്ന സന്ദർഭം. എന്തു ലെനിൻ...? എന്തു സ്റ്റാലിൻ? അതെല്ലാം പഴയ കഥകൾ. അതിശയം തോന്നിപ്പിക്കുന്ന ഒരു ജീവിതം ഇതാ മുമ്പിൽ നിങ്ങളെ കാത്തു നില്ക്കുന്നു. ലോകം മുഴുവനും നിങ്ങൾക്ക് കാണാം. മേത്തരം ആഡംബര ഫ്ളാറ്റുകളിൽ താമസിക്കാം. ഏറ്റവും മോടികൂടിയ കാറിൽ യാത്ര ചെയ്യാം. ദിവസവും അത്താഴത്തിനു വേണമെങ്കിൽ ആന ഇറച്ചി പുഴുങ്ങിത്തിന്നാം. റഷ്യയുടെ കണ്ണുകൾ നാലുദിശകളിലേക്കും മാറി മാറി സഞ്ചരിച്ചു. തെരുവുകളിൽനിന്നും സത്കാരസദസ്സുകളിൽ നിന്നും വേണ്ടതെല്ലാം പഠിച്ചെടുക്കാം. അതുകൊണ്ടു ഞാൻ കോളേജ് പഠിത്തം വേണ്ടെന്നുവെച്ച് വിദൂരപഠനത്തിനു ചേർന്നു. അതിനിടയിൽ ഒരു വാർത്താപത്രത്തിൽ ഉദ്യോഗവും സമ്പാദിച്ചു. രാവിലെ ഉണർന്നെഴുന്നേല്ക്കുന്നതുമുതൽ.. ഞാൻ സ്നേഹിച്ചുതുടങ്ങും എന്റെ ജീവിതത്തിനെ.

എന്റെ നോട്ടം എപ്പോഴും മുകളിലേക്കായിരുന്നു. വലിയൊരു കോണിയുടെ ഏറ്റവും മുകളിലത്തെ പടിയിലേക്ക്. കോണിച്ചുവട്ടിലോ, നീരാവി കുളിമുറിയിലോ ഇണചേരുക. അതിനുപകരമായി ഒന്നാന്തരം ഹോട്ടലിൽ മുന്തിയ ആഹാരം. ഈ വക ഏർപ്പാടുകളുടെ നേരെ നോക്കിയതേയില്ല. ആരാധകന്മാർ ധാരാളമുണ്ടായിരുന്നു. ആരേയും ശ്രദ്ധിച്ചില്ല. സമപ്രായക്കാരുടെ നേരെയും താത്പര്യം കാണിച്ചില്ല. വെറുതെ കൂട്ടുകാരായി നടക്കാം. ഒരുമിച്ചു ലൈബ്രറിയിൽ പോകാം. അതിൽ കൂടുതൽ ഗൗരവമായി ഒന്നുമില്ല. സുരക്ഷിതമായൊരു സൗഹൃദം മാത്രം.

എനിക്ക് കൂടുതൽ താത്പര്യം തോന്നിയത് പ്രായമായവരിലായിരുന്നു. ജീവിതം കുറെ കണ്ടവർ... വിജയം നേടിക്കഴിഞ്ഞവർ. അവരുമായുള്ള സൗഹൃദത്തിൽ രസവും നേരമ്പോക്കുമുണ്ടായിരുന്നു. അതുകൊണ്ട് പ്രയോജനവുമുണ്ടായിരുന്നു. അവർക്ക് എന്നിൽ ആകർഷണം തോന്നിയിരുന്നു. (അവർ ചിരിച്ചു) വളരെ കാലം "കുടുംബത്തിൽ പിറന്ന നല്ല

കുട്ടി"യായാണ് ഞാൻ കണക്കാക്കപ്പെട്ടിരുന്നത്. ധാരാളം പുസ്തകങ്ങൾക്കിടയിൽ വളർന്ന കുട്ടി. ആ വീട്ടിലെ ഏറ്റവും വിലപിടിച്ച വസ്തു അവിടെയുള്ള "പുസ്തക അലമാരയാണ്." എഴുത്തുകാരും കലാകാരന്മാരും മാത്രമാണ് എന്നെ ശ്രദ്ധിച്ചത്. പൊതുവെ അറിയപ്പെടാത്ത ബുദ്ധിജീവികൾ, മരണാനന്തരം മാത്രം അല്പം പ്രശസ്തി നേടാൻ പോകുന്നു, ഏതാനും ചില ആരാധകർമാത്രം മനസ്സിൽ സൂക്ഷിച്ചേക്കാവുന്ന ചിലർ. അങ്ങനെയുള്ളവരുടെ പുറകെകൂടി സമയം വെറുതെ കളയാൻ തയ്യാറായിരുന്നില്ല. മാത്രമല്ല, ആ തരം വർത്തമാനങ്ങൾ കേട്ടുകേട്ട് എനിക്ക് മടുപ്പുതോന്നിത്തുടങ്ങിയിരുന്നു. വീട്ടിലും അച്ഛനമ്മമാർ സംസാരിച്ചിരുന്നത് ഈ വക വിഷയങ്ങളായിരുന്നു. കമ്മ്യൂണിസം, ജീവിതത്തിന്റെ അർത്ഥം, മറ്റുള്ളവരുടെ സന്തോഷം... സോൾഷിനിറ്റ്സിൽ, സക്കറോവ്... അവരൊന്നും എന്റെ ആദർശപുരുഷന്മാരായിരുന്നില്ല. എന്റെ അമ്മയുടേതായിരുന്നു. പുസ്തകം വായിക്കുന്നവരുടെ, ആകാശത്ത് പാറിപ്പറക്കുന്നത് സ്വപ്നം കണ്ടിരുന്നവരുടെ, ചെക്കോവിന്റെ കടൽക്കാക്കയെപോലെ പുസ്തകങ്ങൾ വായിച്ചിട്ടില്ലെങ്കിലും പറക്കാൻ അറിയുന്നവർ അവരുടെ സ്ഥാനം കയ്യേറി. പഴയകാലത്തെ മാന്യന്മാരുടെ മുഖമുദ്രകളായിരുന്നതെല്ലാം തന്നെ താനേ പൊളിഞ്ഞുവീണു. അതെല്ലാം "വഴിയോരങ്ങളിലേക്ക് തള്ളിമാറ്റപ്പെട്ടു. അങ്ങനെയുള്ള വിഷയങ്ങൾ അടുക്കളയ്ക്കകത്തെ സംഭാഷണങ്ങൾ മാത്രമായി ഒതുങ്ങി.

പ്രാഗിലേക്ക് നമ്മുടെ ടാങ്കുകൾ കടന്നുകയറിയത് നാണക്കേടുതന്നെ. നോക്കൂ, ഇന്ന് അതേ ടാങ്കുകൾ മോസ്കോ നഗരത്തിലും, ഇതുകൊണ്ടൊക്കെ അവരുടെ ആദരവ് പിടിച്ചുപറ്റാമെന്നാണ് ആഗ്രഹിക്കുന്നത്? നിങ്ങളുടെ പ്രണയ കവിതകളൊന്നും എനിക്ക് കേൾക്കണ്ട. നല്ല വിലയുള്ള, പ്രസിദ്ധമായ പേരുള്ള ഒരു വൈരമോതിരമാണ് എനിക്ക് വേണ്ടത്. ആഗ്രഹങ്ങളുടെ ഒരു വിപ്ലവമാണ് ആ കാലത്ത് അരങ്ങേറിയത്. മോഹങ്ങളുടെ തിരതല്ലൽ... ഇപ്പോഴും എനിക്കിഷ്ടം ഉന്നത ഉദ്യോഗസ്ഥന്മാരേയും ഒന്നാംകിട ബിസിനസ്സുകാരേയുമാണ്. അവരുടെ വാക്കുകളും വർത്തമാനങ്ങളും എന്നെ പ്രചോദിപ്പിക്കുന്നു. എന്തെല്ലാം പുതിയ പദപ്രയോഗങ്ങൾ... വിദേശനിക്ഷേപം. "കിക്ക്ബാക്ക്", കൈമാറ്റം "ഇന്റർനെറ്റ് മാർക്കറ്റിങ്ങ്", "സർഗ്ഗാത്മക തന്ത്രങ്ങൾ... പത്രാധിപരുടെ പതിവുയോഗങ്ങളിൽ എന്റെ പത്രാധിപർ എന്നോടു പറയും... "നമുക്കു വേണ്ടത് നിക്ഷേപകരാണ്. വൻതോതിൽ പണമിറക്കാൻ തയ്യാറുള്ള മുതലാളിമാർ. അങ്ങനെയുള്ളവരെ കണ്ടെത്താൻ ശ്രമിക്കുന്ന യെത്സിനും ഗയ്ഡാറിനും നമ്മൾ എല്ലാ പിന്തുണയും നല്കണം... ഉടനെത്തന്നെ...

എനിക്ക് ചെറുപ്പമായിരുന്നു. സൗന്ദര്യമുണ്ടായിരുന്നു. മേല്പറഞ്ഞ തരത്തിൽപ്പെട്ട മുതലാളിമാരുമായി അഭിമുഖം നടത്താൻ അവർ എന്നെയാണ് പറഞ്ഞയച്ചത്. എങ്ങനെയാണ് അവർ ഇതുപോലെയുള്ള വൻസമ്പാദ്യങ്ങൾ നേടിയത്? സോഷ്യലിസ്റ്റുകൾക്ക് കാപ്പിറ്റലിസ്റ്റുകളാവാൻ സാധിക്കുമോ? ഇതുപോലെയുള്ള ചോദ്യങ്ങൾക്കെല്ലാം എനിക്ക്

വിശദമായ ഉത്തരങ്ങൾ നേടേണ്ടിയിരുന്നു. എന്തുകൊണ്ടാണെന്നറിയില്ല, ഒരു കോടി എന്ന സംഖ്യയാണ് എന്റെ സങ്കല്പങ്ങളിൽ തിരികൊളുത്തിയത്. ഒരു കോടി സമ്പാദിക്കുക. റഷ്യക്കാർക്ക് പണം സമ്പാദിക്കുന്നതിൽ താത്പര്യമില്ല എന്ന ആശയവുമായി ഞങ്ങൾ പൊരുത്തപ്പെട്ടിരുന്നു. പണത്തിൽ ആശയില്ല എന്നുമാത്രമല്ല അതിനെ ഭയമാണ് എന്നൊരു ചിന്താഗതിയും വളർന്നുവന്നിരുന്നു. പിന്നെ എന്താണ് അവർക്ക് വേണ്ടത്? മറുപടി എപ്പോഴും ഒന്നുതന്നെ. മറ്റാരും ധനം സമ്പാദിക്കുന്നതും അവർക്കിഷ്ടമല്ല. അതായത് അവനവനേക്കാൾ ഇനിയൊരാൾ ധനവാനാകുന്നത് അവർക്ക് സഹിക്കാനാവില്ല. ഇളം ചുകപ്പുനിറത്തിലുള്ള സ്പോർട്സ് കോട്ടുകൾ, സ്വർണ്ണമാലകൾ, അതൊക്കെ ടി.വി.യിലും സിനിമകളിലും കാണിക്കുന്നതാണ്. ഞാൻ കണ്ടുമുട്ടിയവർക്കെല്ലാം ഉരുക്കിന്റെ കരുത്തുള്ള യുക്തിബോധമുണ്ടായിരുന്നു. യാഥാർത്ഥ്യത്തിനുമേൽ അവർ ദൃഢമായി പിടിമുറുക്കിയിരുന്നു. അവരുടെ ചിന്തയ്ക്ക് അടുക്കും ചിട്ടയുമുണ്ടായിരുന്നു. അവരെല്ലാവരും ഇംഗ്ലീഷ് ഭാഷ വശമാക്കാൻ തുടങ്ങിയിരുന്നു. മാനേജർമാരും വിദ്യാഭ്യാസ വിദഗ്ദ്ധരും ബിരുദ ബിരുദാനന്തര ബിരുദം നേടിയവരുമൊക്കെ നാടുവിട്ടുപോവുകയായിരുന്നു. ആ കൂട്ടത്തിലുണ്ടായിരുന്ന ഗാനരചയിതാക്കളും ഭൗതികശാസ്ത്രജ്ഞരും. എന്നാൽ പുതിയ കഥാനായകന്മാർക്ക് താത്പര്യം റഷ്യയിൽത്തന്നെ തുടരാനായിരുന്നു. അവർക്ക് വേറെ എങ്ങോട്ടും പോകണമെന്നുണ്ടായിരുന്നില്ല. അവർക്ക് വെട്ടിത്തിളങ്ങാനുള്ള കാലമായിരുന്നു അത്. അവർക്ക് കിട്ടിയേക്കാവുന്ന വലിയ വലിയ അവസരങ്ങൾ. അവർക്ക് സമ്പന്നരാകണം, എല്ലാം കൈയിലാക്കണം... എല്ലാം.

ആയിടയ്ക്കാണ് ഞാൻ അദ്ദേഹത്തെ കണ്ടുമുട്ടുന്നത്. ഞാൻ അയാളെ പ്രണയിച്ചു എന്ന് വേണമെങ്കിൽ പറയാം. അതിന് ഒരു കുറ്റസമ്മതത്തിന്റെ ഛായയുണ്ട്, ഇല്ലേ? (അവർ ചിരിച്ചു) അദ്ദേഹം എന്നേക്കാൾ ഇരുപതുവയസ്സ് മൂത്തതായിരുന്നു. വിവാഹിതൻ. രണ്ട് ആൺമക്കളുണ്ടായിരുന്നു. അസൂയക്കാരിയായ ഭാര്യ. ഒരു ഭൂതക്കണ്ണാടിയിലൂടെ അവരെപ്പോഴും അദ്ദേഹത്തെ നിരീക്ഷിച്ചുകൊണ്ടിരുന്നു. പക്ഷേ ഞങ്ങൾ രണ്ടുപേരും പരസ്പരം ഭ്രാന്തുപിടിപ്പിച്ചിരുന്നു. വേലിയേറ്റവും... ഇറക്കവും അത്രമേൽ ശക്തമായിരുന്നു. അദ്ദേഹം പറഞ്ഞു. എന്നും രാവിലെ മനസ്സിനെ ശാന്തമാക്കാനായി രണ്ടു ഗുളികകൾ കഴിക്കാറുണ്ടെന്ന്. അല്ലെങ്കിൽ ജോലിക്കിടയിൽ ആകാംക്ഷ സഹിക്കവയ്യാതെ കരഞ്ഞുപോയാലോ? ഞാനും ചെയ്തു...

വിചിത്രമായ ചില കാര്യങ്ങൾ. അദ്ദേഹത്തിനുവേണ്ടി വിമാനത്തിൽനിന്നും താഴേക്കു ചാടാനും ഞാൻ തയ്യാറായിരുന്നു. ആ പ്രായത്തിന്റെ പ്രത്യേകത... പൂക്കളോടും ചോക്ലേറ്റിനോടും കലശലായ ഭ്രമം തോന്നുന്ന കാലം. ആര് ആരോടാണ് നുണ പറയുന്നത്? ആര് ആരെയാണ് പിന്തുടരുന്നത്? ആർക്ക് എന്താണ് ശരിയായി ആവശ്യമുള്ളത്? അങ്ങനെയുള്ള വീണ്ടുവിചാരങ്ങളൊന്നുമില്ല. എനിക്ക് വളരെ ചെറുപ്പമായിരുന്നു. ഇരുപത്തിരണ്ട് വയസ്സ് പ്രായം. ഞാൻ ഒരു പ്രേമത്തിൽ

ചെന്നുപെടും. പിന്നെ വീണ്ടും... വീണ്ടും... ഇപ്പോൾ എനിക്ക് മനസ്സിലാവുന്നുണ്ട്. പ്രണയവും ഒരു തരത്തിലുള്ള കച്ചവടമാണ്. അതിലുമുണ്ട് ലാഭനഷ്ടങ്ങളുടെ സാദ്ധ്യത. മാറ്റങ്ങൾ ഉണ്ടായിക്കൊണ്ടേയിരിക്കും. അതിന് മനസ്സിനെ ഒരുക്കിനിർത്തേണ്ടതുണ്ട്." ഈ കാലത്ത് പ്രണയത്തിന്റെ പേരിൽ ആരും സ്വയം നഷ്ടപ്പെടുത്താറില്ല. മുൻപോട്ടുള്ള കുതിപ്പിനായി എല്ലാവരും ശക്തി സംഭരിച്ചുവെക്കുന്നു. ഉദ്യോഗത്തിൽ ഉയർച്ച. അതെല്ലാവരുടേയും ലക്ഷ്യമാണ്. ആപ്പീസിൽ പുകവലിക്കാനുള്ള മുറിയിലിരുന്ന് പെൺകുട്ടികൾ അവരുടെ പ്രണയകഥകൾ പങ്കുവെക്കാറുണ്ട്. ആരെങ്കിലും ആത്മാർത്ഥമായി പ്രണയിക്കുന്നു എന്നറിഞ്ഞാൽ മറ്റുള്ളവർക്കെല്ലാം അവളെപ്രതി സങ്കടമാണ്... അവളൊരു മണ്ടിതന്നെ.... കാലുകൾ തലയിലേറ്റി നടക്കുന്ന വിഡ്ഢി! (അവർ അതു പറഞ്ഞു ചിരിച്ചു). ഞാനും ആ തരത്തിലുള്ള ഒരു കൊച്ചു മണ്ടിപ്പെണ്ണായിരുന്നു. പക്ഷേ ഏറ്റവും സന്തോഷവതിയായിരുന്നു. അദ്ദേഹം തന്റെ ഡ്രൈവറെ വീട്ടിലേക്ക് തിരിച്ചയയ്ക്കും. ഞങ്ങൾ രണ്ടുപേരും കൂടി ഒരു ടാക്സിയെടുത്ത് രാത്രി മോസ്കോ മുഴുവൻ ചുറ്റിക്കറങ്ങും. ഒരു പഴഞ്ചൻ മോസ്കോ കാറ്. പെട്രോളിന്റെ മണം സഹിക്കാനാവില്ല. എന്നാലും, അതിനകത്തിരുന്നുള്ള ഞങ്ങളുടെ ചുംബനങ്ങളും സല്ലാപങ്ങളും... അദ്ദേഹം പിന്നെയും പിന്നെയും പറയും... "നന്ദി... നീ എന്റെ പ്രായം ഒരു നൂറ് വയസ്സ് കുറച്ചിരിക്കുന്നു." അങ്ങനെ മിന്നിമറയുന്ന ഒരായിരം ഓർമ്മകൾ. അദ്ദേഹം കാണിച്ച ഉത്സാഹവും ഉദ്വേഗവും എന്നെ ശരിക്കും അമ്പരപ്പിച്ചു. വൈകുന്നേരമാകുമ്പോൾ ഒരു ഫോൺവിളി... "നാളെ രാവിലെ നമ്മൾ പാരീസിലേക്ക് പോകുന്നു" അല്ലെങ്കിൽ "നമുക്ക് കാനറി ദ്വീപുകളിൽ രണ്ടുദിവസം തങ്ങാം. എനിക്ക് മൂന്ന് ദിവസം അവധിയുണ്ട്." ഞങ്ങൾ വിമാനത്തിൽ ഒന്നാം ക്ലാസ്സിലാണ് യാത്ര ചെയ്യുക. ഏറ്റവും മുന്തിയ ഹോട്ടലിൽ മുറിയെടുക്കും. സ്ഫടികം കൊണ്ടുള്ള നിലം. അതിന്റെ അടിയിൽ ഒരു മത്സ്യം നീന്തുന്നതു കാണാം. യഥാർത്ഥത്തിലുള്ള ഒരു സ്രാവ്. എന്നാലും ഞാൻ എപ്പോഴും ഓർക്കുന്നത് പെട്രോളിന്റെ രൂക്ഷഗന്ധം വമിക്കുന്ന ആ പഴഞ്ചൻ മോസ്കോ ടാക്സിയാണ്. ഒരു ലക്ഷ്യവുമില്ലാതെ രാത്രി മുഴുവൻ നഗരവഴികളിലൂടെ ഞങ്ങൾ കറങ്ങും. ഭ്രാന്തുപിടിച്ചതുപോലെയാണ് ഞങ്ങൾ പരസ്പരം പുണർന്നതും ചുംബിച്ചതും. വെള്ളച്ചാട്ടത്തിൽനിന്നും എനിക്കുവേണ്ടി മഴവില്ലു കോരിയെടുക്കാനും അദ്ദേഹം തയ്യാറായിരുന്നു.

ഞാൻ ശരിക്കും അദ്ദേഹത്തെ പ്രണയിച്ചിരുന്നു. അദ്ദേഹം സ്വന്തം ജീവിതത്തിന് ഒരുത്സവപ്പകിട്ട് നല്കി. അത് തികച്ചും അവനവനുവേണ്ടിയായിരുന്നു. ഒരുപക്ഷേ, എനിക്ക് നാല്പതുവയസ്സുപ്രായമാവുമ്പോൾ അദ്ദേഹത്തെ കൂടുതൽ മനസ്സിലാക്കാൻ സാധിക്കുമായിരിക്കും. എന്തായാലും ഒരു ദിവസം അദ്ദേഹത്തെ മനസ്സിലാക്കും. ഉദാഹരണത്തിന്... പ്രവർത്തിക്കുന്ന വാച്ചുകൾ അദ്ദേഹത്തിനിഷ്ടമായിരുന്നില്ല. നിന്നുപോയ വാച്ചുകളായിരുന്നു പ്രിയം. സമയവുമായി തനിക്ക് തന്റേതായൊരു ബന്ധമുണ്ടായിരുന്നു. എനിക്ക് പൂച്ചകളെ വലിയ ഇഷ്ടമാണ്. കാരണം.

അവയുടെ കണ്ണീർ ആരും കണ്ടിട്ടില്ല. അവ കരയാറില്ല. വഴിയിൽ എന്നെ കാണുന്ന എല്ലാവരുടേയും വിചാരം ഞാൻ വലിയ പണക്കാരിയാണ്... സന്തോഷവതിയാണ് എന്നൊക്കെയാണ്. എനിക്ക് വേണ്ടതെല്ലാമുണ്ട്. വലിയ വീട്, ഇറ്റാലിയൻ ഗൃഹോപകരണങ്ങൾ, വിലകൂടിയ വസ്ത്രങ്ങൾ, കാറ് അങ്ങനെയെല്ലാം. ഞാൻ അങ്ങേയറ്റം സ്നേഹിക്കുന്ന ഒരു മകളുണ്ട്. വീട്ടുകാര്യങ്ങൾ നോക്കി നടത്താൻ മിടുക്കിയായ ഒരു പരിചാരികയുണ്ട്. ഞാൻ അടുക്കളയിൽ കയറി പാചകം ചെയ്യാറില്ല. തുണി അലക്കാറുമില്ല. മോഹം തോന്നുന്നതെല്ലാം വാങ്ങാനുള്ള ത്രാണി ഇന്നെനിക്കുണ്ട്. അതുമിതുമായി എന്റെ വീട്ടിൽ ഒരു കുന്നോളം സാധനങ്ങളുണ്ട്... എന്നാലും ഞാൻ തനിച്ചാണ് കഴിയുന്നത്. വാസ്തവത്തിൽ അതാണെനിക്കിഷ്ടവും. തനിച്ചാകുമ്പോഴുള്ള അത്ര സന്തോഷം വല്ലവരും കൂടെയുള്ളപ്പോഴില്ല. ഞാൻ തന്നെയാണ് എന്റെ ഏറ്റവും നല്ല കൂട്ട്. എന്താണ് വിചാരിക്കുന്നത്? എന്താണ് എനിക്ക് തോന്നുന്നത്? ഇന്നലെ ഞാൻ ഇത് എങ്ങനെയാണ് കണ്ടത്? ഇന്ന് എങ്ങനെയാണ് കാണുന്നത്? മുമ്പ് എനിക്കേറ്റവും ഇഷ്ടം നീലനീറമായിരുന്നു. ഇപ്പോൾ ലൈലാക്ക് പൂവിന്റെ ഇളം പർപ്പിൾ നിറമാണ് കൂടുതൽ ഇഷ്ടം. നമ്മുടെ ഓരോരുത്തരുടേയും ഉള്ളിൽ എന്തെല്ലാമാണ് സംഭവിച്ചുകൊണ്ടിരിക്കുന്നത്. നമ്മുടെ ഉള്ളിൽ ഒരു പ്രപഞ്ചം മുഴുവനുണ്ട്. പക്ഷേ നമ്മൾ അത് ശ്രദ്ധിക്കാറേയില്ലല്ലോ. മേൽത്തട്ടിലുള്ള കാര്യങ്ങൾ.... പുറമെയുള്ള സംഭവങ്ങൾ. അതിലാണ് നമ്മുടെ ശ്രദ്ധ മുഴുവനും.

എകാന്തത സ്വാതന്ത്ര്യമാണ്... ഇപ്പോൾ എല്ലാദിവസവും ഞാൻ സന്തോഷവതിയാണ്... സ്വതന്ത്രയാണ്. അദ്ദേഹം വിളിക്കുമോ ഇല്ലയോ? വരുമോ ഇല്ലയോ? അദ്ദേഹം എന്നെ ഉപേക്ഷിക്കാൻ പോവുകയാണോ? അതോ ഈ ബന്ധം നിലനിർത്തുമോ? അതൊന്നും ഇപ്പോൾ എനിക്ക് വിഷയമേ അല്ല. പറഞ്ഞുവരുന്നത് ഞാൻ ഏകാന്തതയെ ഭയപ്പെടുന്നില്ല എന്നാണ്. എങ്ങനെയാണ് ഞാൻ ഭയക്കുന്നത്? അല്ലെങ്കിൽ ആരെ? പല്ലിന്റെ ഡോക്ടറെ എനിക്ക് ഭയമാണ് (പൊടുന്നനെ അവർക്ക് നിയന്ത്രണം നഷ്ടപ്പെട്ടതുപോലെ) പ്രണയത്തെക്കുറിച്ച് സംസാരിക്കുമ്പോൾ ആളുകൾ പലപ്പോഴും കളവു പറയുന്നു. അതുപോലെതന്നെയാണ് പണത്തിന്റെ കാര്യത്തിലും. പല തരത്തിലും അവർ നുണ പറയുന്നു. എനിക്ക് നുണ പറയാൻ ഇഷ്ടമല്ല... ഒട്ടും തന്നെ. ക്ഷമിക്കണം... എന്നോടു പൊറുക്കണം... ഈ വക കാര്യങ്ങളെക്കുറിച്ച് വളരെ നാളുകളായി ഞാൻ ആലോചിച്ചിട്ടില്ല.

എന്റെ കഥ... അതിന് ഈ ലോകത്തോളം പഴക്കമുണ്ട്. അദ്ദേഹത്തിന്റെ കുഞ്ഞിനെ പ്രസവിക്കണമെന്ന് ആഗ്രഹിച്ചു. ഗർഭിണിയായി. അതോടെ അദ്ദേഹത്തിന് ഭയമായി എന്നു തോന്നുന്നു. പുരുഷന്മാർ ശരിക്കും ഭീരുക്കളാണ്. അവർ മണ്ടന്മാരാകാം... പ്രമാണിമാരാകാം... ഭീരുക്കളാണെന്ന് തീർച്ച. ഒരു വ്യത്യാസവുമില്ല. പടക്കളത്തിലേക്ക് പോയി പടവെട്ടും. വിപ്ലവങ്ങൾ നയിക്കും. എന്നാൽ പ്രേമത്തിന്റെ കാര്യത്തിൽ അവർ വിശ്വാസവഞ്ചകരാണ്. സ്ത്രീകൾക്കാണ് കരുത്ത് കൂടുതൽ.

"അവൾ കുതിച്ചുപായുന്ന കുതിരയെ പിടിച്ചുനിർത്തും. തീയാളിക്കത്തുന്ന കെട്ടിടത്തിലേക്ക് ഓടിക്കയറും."* ആ തരത്തിലുള്ള കവിതകളിലെ സ്ഥിരം ശൈലിയാണത്. എന്നാൽ "കുതിരകൾ പിന്നെയും പിന്നെയും കുതിച്ചു പാഞ്ഞുകൊണ്ടിരിക്കും... കെട്ടിങ്ങൾ പിന്നേയും കത്തിക്കൊണ്ടിരിക്കും."

ജീവിതത്തിൽ ആദ്യമായി അമ്മ എനിക്ക് നല്ലൊരുപദേശം തന്നു. "പതിന്നാലു വയസ്സോടുകൂടി പുരുഷന്മാരുടെ വളർച്ച അവസാനിക്കുന്നു." എനിക്കോർമ്മയുണ്ട്... സംഭവം ഇങ്ങനെയായിരുന്നു. ഞാൻ അത് അദ്ദേഹത്തിനോട് പറഞ്ഞു... ഗർഭിണിയാണെന്ന കാര്യം. ഞാൻ ഒരു ഔദ്യോഗികയാത്രയ്ക്ക് പോകുന്നതിന് തൊട്ടുമുമ്പ്. ആപ്പീസിൽനിന്നും എന്നെ ഡോൺബാസ്സിലേക്ക് അയയ്ക്കുകയായിരുന്നു. ജോലിസംബന്ധമായ യാത്രകൾ എനിക്കിഷ്ടമായിരുന്നു. റെയിൽവേസ്റ്റേഷനിലേയും വിമാനത്താവളത്തിലേയും തനതായ ബന്ധങ്ങൾ ഞാൻ ആസ്വദിച്ചിരുന്നു. ഒരു യാത്ര കഴിഞ്ഞ് തിരിച്ചെത്തി അനുഭവങ്ങൾ അദ്ദേഹവുമായി പങ്കുവെക്കുക രസമുള്ള കാര്യമായിരുന്നു. ഇന്ന് ഓർക്കുന്നു... അദ്ദേഹമാണ് എന്നെ ലോകം കാണിച്ചുതന്നത്, അതിശയിപ്പിച്ചത്. മനസ്സിനെ ഭ്രമിപ്പിക്കുന്ന വസ്ത്രക്കടയിലേക്ക് കൊണ്ടുപോയി. എന്റെ മടിയിലേക്ക് സമ്മാനങ്ങൾ വർഷിച്ചു. എല്ലാറ്റിനുമുപരി, എന്നെ ചിന്തിക്കാൻ പഠിപ്പിച്ചു. എല്ലാം ബോധപൂർവ്വം ചെയ്തതാണ് എന്നല്ല, എല്ലാം താനേ സംഭവിക്കുകയായിരുന്നു. അദ്ദേഹത്തെ നിരീക്ഷിച്ച് അദ്ദേഹം പറയുന്നത് ശ്രദ്ധിച്ച് ഞാൻ എന്തെല്ലാം പഠിച്ചു? ഒരിടയ്ക്ക് ഞങ്ങൾ ഒരുമിച്ച് താമസിക്കാൻ തീരുമാനിച്ചിരുന്നു. അപ്പോഴും ഞാൻ മനസ്സിൽ കരുതിയിരുന്നില്ല. ഇനിയൊരാളുടെ സമൃദ്ധമായ തണലിൽ എല്ലാ സുഖസൗകര്യങ്ങളോടും കൂടി എക്കാലവും ജീവിക്കാമെന്ന്. അങ്ങനെയുള്ള വിഡ്ഢിത്തമൊന്നും മനസ്സിലുണ്ടായിരുന്നില്ല. എനിക്ക് എന്റേതായ പദ്ധതികളുണ്ടായിരുന്നു.

എന്റെ ജോലി ഇഷ്ടമായിരുന്നു. ഉദ്യോഗത്തിൽ ഞാൻ അതിവേഗം മുന്നോട്ടുപോയ്ക്കൊണ്ടിരുന്നു. ജോലിയുടെ ഭാഗമായി ഞാൻ ധാരാളം യാത്ര ചെയ്തിരുന്നു. ആ യാത്ര ഖനികളുടെ ഒരു ഗ്രാമത്തിലേക്കായിരുന്നു. അത് ഭീകരമായൊരു കഥയാണ്. ഒരുപക്ഷേ ആ കാലത്തിന് തികച്ചും ചേർന്നത്. ആ ഖനിയിലെ ഏറ്റവും നല്ല തൊഴിലാളികൾക്ക് ഒരു ഒഴിവുകാലസമ്മാനമായി "സ്റ്റീരിയോകൾ" നല്കുന്നു. ആ രാത്രി ഒരു ഖനിതൊഴിലാളിയുടെ കുടുംബം മുഴുവനും കൊല്ലപ്പെട്ടു. കൊലയാളി, ആ സ്റ്റീരിയോ അല്ലാതെ വേറൊന്നും തന്നെ മോഷ്ടിച്ചില്ല. പ്ലാസ്റ്റിക് പുറംചട്ടയോടുകൂടിയ ഒരു പാനസോണിക്... ഒരു പെട്ടി! മോസ്കോ നഗരത്തിൽ ആഡംബരകാറുകളും സൂപ്പർമാർക്കറ്റുകളുമുണ്ടായിരുന്നു. എന്നാൽ "ഗാർഡൻ റിങ്ങിന്" അപ്പുറത്ത് ഒരു സാധാരണ സ്റ്റീരിയോ നാട്ടുകാർക്ക് അദ്ഭുതമായിരുന്നു. അവിടെയുള്ള "മുതലാളിമാർ" എന്റെ

* നിക്കോളായ് നെക്രസോവ് 1863 ൽ എഴുതിയ കവിത

പത്രാധിപർ കാര്യമായി പ്രശംസിച്ചിരുന്നവർ – വഴിനടന്നിരുന്ന് ആയുധ ധാരികളുടെ അകമ്പടിയോടുകൂടിയാണ് യന്ത്രത്തോക്കേന്തിയ മല്ലന്മാർ എപ്പോഴും അവരോടൊപ്പമുണ്ടായിരുന്നു. അംഗരക്ഷകരെ കൂടാതെ കുളി മുറിയിലേക്ക് പോലും അവർ പോയിരുന്നില്ല. അവിടേയും ഇവിടേയു മായി ചില ഭക്ഷണശാലകൾ. അതൊന്നും സമ്പത്തിന്റേയോ സമൃദ്ധി യുടേയോ അടയാളങ്ങളായിരുന്നില്ല. തൊണ്ണൂറുകളിൽ... ജീവിതം അങ്ങനെയൊക്കെയായിരുന്നു. കുപ്രസിദ്ധമായ തൊണ്ണൂറുകൾ.

മൂന്നുദിവസത്തെ യാത്ര കഴിഞ്ഞ് തിരിച്ചുവന്നു. ആദ്യം കണ്ടപ്പോൾ അദ്ദേഹം വലിയ ആഹ്ലാദം പ്രകടിപ്പിച്ചു. താമസിയാതെ ഞങ്ങൾക്കൊരു കുഞ്ഞു പിറക്കാൻ പോകുന്നു! നേരത്തെ രണ്ട് ആൺകുട്ടികളുണ്ടല്ലോ. ഇനി വേണ്ടത് പെൺകുഞ്ഞാണെന്ന് അദ്ദേഹം പറഞ്ഞു. വാക്കുകൾ... വാക്കുകൾ. അവയ്ക്കൊരു അർത്ഥവുമില്ല. വാക്കുകൾക്കു പുറകിൽ എന്തെല്ലാമാണ് ചിലർ മറച്ചുപിടിക്കുന്നത്... അതും സ്വയം രക്ഷിക്കാ നായി. എല്ലാം പറയുന്നത് യഥാർത്ഥത്തിൽ കണ്ണുകളാണ്. ഞാൻ അദ്ദേഹത്തിന്റെ കണ്ണുകളിലേക്ക് നോക്കി. കണ്ടത് ഭയം മാത്രം. പുതിയ തീരുമാനങ്ങൾ എടുത്തേ പറ്റൂ. ജീവിതശൈലിയും മാറ്റേണ്ടിവരും. അതിനുസമയമായപ്പോൾ ആളാകെ തണുത്തു. ആശയവിനിമയം മുറിഞ്ഞുപോയി. ഒന്നും പറയാതെ നിങ്ങളെ പാതിയിൽവിട്ട് ഇറങ്ങിപ്പോ കുന്ന പുരുഷന്മാർ ധാരാളമുണ്ട്. തങ്ങളുടെ സോക്സും ഷർട്ടുകളും പെട്ടിയിലേക്കിട്ട് അവർ പടിയിറങ്ങും. നനച്ചിട്ട വസ്ത്രങ്ങൾ ഉണങ്ങാൻ പോലും അവർ കാത്തുനില്ക്കില്ല. വേറെ ചിലരുണ്ട്. അദ്ദേഹത്തെപോലെ. വെറുതെ വർത്തമാനം പറഞ്ഞുകൊണ്ടുനില്ക്കും. അതുമിതും പറയും. പക്ഷേ, ഒരു തീരുമാനത്തിലെത്തിച്ചേരില്ല. “പറയൂ, ഞാൻ എന്തുചെയ്യണ മെന്നാണ് നീ ആഗ്രഹിക്കുന്നത്?”

“ഒരു വാക്കു പറയുകയേ വേണ്ടൂ... ഞാൻ വിവാഹമോചനത്തിന് തയ്യാറാണ്. പറയൂ... ഞാൻ എന്താണ് ചെയ്യേണ്ടത്?” ഞാൻ ഒന്നും മിണ്ടാതെ ആ മുഖത്ത് നോക്കിയിരുന്നു.

ആ മുഖത്തേക്ക് നോക്കുമ്പോഴും എന്റെ വിരൽതുമ്പുകൾ തണു ക്കാൻ തുടങ്ങും. എനിക്ക് ക്രമേണ ബോദ്ധ്യമാവാൻ തുടങ്ങിയിരുന്നു. അദ്ദേഹത്തോടൊപ്പം സന്തോഷമായി കഴിയാനാവില്ലെന്ന്. എനിക്ക് ചെറുപ്പമായിരുന്നു. ഞാൻ വിഡ്ഢിയുമായിരുന്നു. ഇന്നാണെങ്കിൽ ഒരു വേട്ടക്കാരൻ ഒരു ചെന്നായയുടെ തൊലി ഉരിക്കുംപോലെ ഞാൻ അദ്ദേഹ ത്തിന്റെ തൊലി ഉരിച്ചേനേ. ഒരു തരിയാവാനും ഇരയെ തീർത്തും നശി പ്പിക്കാനും എനിക്കറിയാം. പക്ഷേ അന്ന് ഞാൻ ഈ തുരുമ്പുകമ്പികൊണ്ട് അദ്ദേഹത്തെ തുന്നികൂട്ടിവെച്ചു. തനിയെ ഇരുന്നു ദുഃഖിച്ചു. സങ്കടവും ഒരു നൃത്തമാണ്... അതിൽ വെറുപ്പുണ്ട്. കരച്ചിലുണ്ട്. അവസാനം സമ്മതിച്ചുകൊടുക്കലുമുണ്ട്. ഒരു നൃത്തനാടകംപോലെ അതിലൊരു രഹസ്യമുണ്ട്. വളരെ ലഘുവായ ഒന്ന്. ദുഃഖം ഒട്ടും സുഖമുള്ള അവ സ്ഥയല്ല. അത് മനസ്സിനെ വല്ലാതെ തരംതാഴ്ത്തുന്നു.

ഒരു രാത്രി ഞാൻ ആശുപത്രിയിൽ കഴിച്ചു, പരിശോധനകൾക്കായി. രാവിലെ ഞാൻ അദ്ദേഹത്തെ വിളിച്ചു. ആശുപത്രിയിൽനിന്ന് എന്നെ വീട്ടിലേക്ക് കൊണ്ടുപോകാനായി. ഉച്ചയാകുമ്പോഴേക്കും വീട്ടിൽപോകാമെന്ന് ആശുപത്രിയിൽനിന്നും അറിയിച്ചിരുന്നു. ഉറക്കച്ചടവോടുകൂടിയാണ് അദ്ദേഹം മറുപടി പറഞ്ഞത്, "പറ്റില്ലാ, ഇന്നെനിക്ക് വരാൻ പറ്റില്ല" പിന്നീട് എന്നെ തിരിച്ച് വിളിക്കുകയുമുണ്ടായില്ല. മക്കളേയും കൂട്ടി ഏതോ മഞ്ഞുമലയിലേക്ക് അദ്ദേഹം '"സ്കീ"യിങ്ങിനുപോയി. ഡിസംബർ 31. അടുത്ത ദിവസം നവവത്സരം. ഞാനൊരു ടാക്സി വിളിച്ചു. മോസ്കോ നഗരം മുഴുവൻ കട്ടിയുള്ള മഞ്ഞുപുതപ്പിനുള്ളിലായിരുന്നു. ചിലയിടങ്ങളിൽ എന്റെ വയറും താങ്ങിപ്പിടിച്ച് മഞ്ഞുപാളികൾക്ക് മുകളിൽകൂടി നടന്നു... തനിയെ. അല്ല, വാസ്തവത്തിൽ തനിച്ചായിരുന്നില്ല. എന്റെ പൊന്നുമോളുമുണ്ടായിരുന്നു കൂടെ. എന്റെ കുഞ്ഞോമന. ലോകത്തിൽ എല്ലാറ്റിനുമുപരിയായി അവളെ സ്നേഹിക്കാൻ തുടങ്ങിക്കഴിഞ്ഞിരുന്നു. അദ്ദേഹത്തെ ഞാൻ സ്നേഹിച്ചിരുന്നുവോ? പഴയ മുത്തശ്ശിക്കഥയിൽ പറയുമ്പോലെ... അവർ വളരെ വളരെക്കാലം നിറഞ്ഞ സന്തോഷത്തോടെ ജീവിച്ചു. പിന്നെ, ഒരേ ദിവസം തന്നെ രണ്ടുപേരും മരിക്കുകയും ചെയ്തു. ഞാൻ വല്ലാതെ വിഷമിച്ചു... ദുഃഖിച്ചു. എന്നാലും അദ്ദേഹമില്ലാതെ ജീവിക്കാൻ വയ്യ... മരിച്ചുപോകും എന്നൊരു തോന്നൽ എന്നിലുളവാക്കാൻ സാധിക്കുന്ന ഒരാളെ ഇനിയും കണ്ടിട്ടില്ല. അതെ... വാസ്തവമിതാണ്. നഷ്ടപ്പെടാൻ ഞാൻ പഠിച്ചു. നഷ്ടങ്ങളിൽ ഇപ്പോൾ എനിക്ക് ഭയമില്ല. (അവർ ജനലിൽകൂടി പുറത്തേക്ക് നോക്കി) അതിനുശേഷം അങ്ങനെ പറയത്തക്ക ബന്ധങ്ങളൊന്നും ജീവിതത്തിലുണ്ടായിട്ടില്ല. ഒന്നുരണ്ട് സാധാരണ പ്രണയങ്ങൾ. ആരുടേയെങ്കിലും ഒപ്പം അന്തിയുറങ്ങുക. അതു പ്രയാസമുള്ള കാര്യമല്ല.

ഞാൻ ഇടയ്ക്ക് ചെയ്യുന്നതാണ്. എന്നാൽ അത് പഴയതുപോലെയുള്ളതല്ല. അത്രയ്ക്കാവുകയുമില്ല. പുരുഷന്മാരുടെ ഗന്ധം സ്വതവേ എനിക്കിഷ്ടമല്ല. ലൈംഗികതയുടെ ഗന്ധമല്ല... പുരുഷന്മാരുടെ ഗന്ധം. കുളിമുറിയിൽ കടന്നാൽ പെട്ടെന്നു മനസ്സിലാവും. അവിടെ ഒരു പുരുഷൻ വന്നുപോയിട്ടുണ്ടോ എന്ന്. അയാൾ ഏറ്റവും മുന്തിയ സിഗററ്റ് വലിച്ചാലും സെന്റ് പൂശിയാലും പുരുഷന്റേതായ ആ മണം വേറിട്ടുനില്ക്കും. ഒരു പുരുഷനെ തന്റെ ജീവിതവുമായി ചേർത്ത് നിർത്താൻ എത്രത്തോളം പാടുപെടണമെന്ന് ആലോചിക്കുമ്പോൾ, ഭയം തോന്നുന്നു. ഒരു പാറമടയിൽചെന്ന് കല്ലുപൊളിച്ചെടുക്കുന്ന അത്രയും അദ്ധ്വാനമുള്ള ജോലിയാണ്. സ്വയം മറക്കണം, നിഷേധിക്കണം. അവനവനിൽനിന്നും പൂർണ്ണമായും വിട്ടുനില്ക്കണം. സ്നേഹത്തിൽ സ്വാതന്ത്ര്യമില്ല. നിങ്ങളുടെ ആദർശ പുരുഷനെത്തന്നെ ഇണയായി കിട്ടിയാലും... കാര്യമില്ല. അയാൾ നിങ്ങൾക്കിഷ്ടമില്ലാത്ത സുഗന്ധദ്രവ്യം പൂശും. വറുത്ത ഇറച്ചി വേണമെന്നു പറയും. നിങ്ങളുടെ പാചകത്തിൽ ദോഷം കണ്ടുപിടിക്കും. കാലുറകളും സോക്സുകളും തോന്നിയ ഇടത്ത് വലിച്ചെറിയും....

അതിന്റെയൊക്കെ പേരിൽ നിങ്ങൾ ബുദ്ധിമുട്ടും. സങ്കടമനുഭവിക്കുന്നത് എപ്പോഴും നിങ്ങളാണ്. സ്നേഹത്തിനുവേണ്ടി...

സമാധാനത്തിനുവേണ്ടി. അങ്ങനെയുള്ള പണികൾക്കൊന്നും ഇനി തയ്യാറല്ല. അവനവനെ ആശ്രയിച്ച് ജീവിക്കുക. എന്നെ സംബന്ധിച്ചിടത്തോളം അതാണ് കൂടുതൽ എളുപ്പമായ മാർഗ്ഗം. പുരുഷന്മാരെ... വെറും സുഹൃത്തുക്കളായി മാത്രം പരിഗണിച്ചാൽ മതി. കച്ചവടത്തിൽ പങ്കാളികളുമാക്കാം. അവരുമായി ഒരു പ്രണയസല്ലാപം... അതുപോലും തോന്നാറില്ല. ഒരു മുഖംമൂടിയണിഞ്ഞ് ആ മാതിരി കളികൾ കളിക്കാൻ എനിക്കൊട്ടും താത്പര്യമില്ല. ചുടുനീരുറവയിൽ കുളിക്കാനൊരു യാത്ര. ഫ്രഞ്ചുശൈലിയിൽ ശരീരം മിനുക്കൽ. ഇറ്റാലിയൻ രീതിയിൽ കേശാലങ്കാരം. മുഖം മോടിപിടിപ്പിക്കൽ... എനിക്കതൊന്നും ആലോചിക്കാൻ വയ്യ. അതിനൊക്കെയായി റഷ്യയിലെ ഏറ്റവും വിദൂരമായ കുഗ്രാമത്തിൽനിന്നുപോലും പെൺകുട്ടികൾ മോസ്കോയിലെത്തുന്നു. സമ്പന്ന കുടുംബത്തിലെ യുവതികൾ ഊഴം കാത്തുനില്ക്കുന്നു. അവരുടെ സ്വപ്നം, ആരെങ്കിലും അവരെ നിമിഷനേരംകൊണ്ടും പാവം സിൻഡ്രലയിൽനിന്ന് സൗന്ദര്യധാമമായ ഒരു രാജകുമാരിയാക്കി രൂപാന്തരപ്പെടുത്തുമെന്നാണ്. അവരുടെ പ്രതീക്ഷകളിൽ എല്ലാം മുത്തശ്ശിക്കഥകൾ പോലെയാണ്. അതിശയങ്ങൾ... അപ്രതീക്ഷിതമായ മഹാഭാഗ്യങ്ങൾ. ഈ സിൻഡ്രലാ മനോഭാവം മനസ്സിലാക്കാനാവുന്നുണ്ട്. അവരോടെനിക്ക് സഹതാപം തോന്നുന്നു. അറിയാമോ? നരകത്തിൽകൂടി കടന്നുചെല്ലാതെ സ്വർഗ്ഗത്തിലെത്താനാവില്ല. ശുദ്ധമായ സ്വർഗ്ഗം... അങ്ങനെയൊന്ന് ഇല്ലതന്നെ. പക്ഷേ ഈ കുട്ടികൾക്ക് ഇനിയും അതറിയില്ല. അനുഗൃഹീതമായ ഒരജ്ഞതയിലാണവർ കഴിയുന്നത്.

ഞങ്ങൾ തമ്മിൽ വേർപിരിഞ്ഞിട്ട് ഏഴ് വർഷം കഴിഞ്ഞു. വല്ലപ്പോഴും അദ്ദേഹം എന്നെ വിളിക്കാറുണ്ട്. അതിനു പല കാരണവുമുണ്ടാകും. വിളിക്കുന്നതെപ്പോഴും രാത്രിയിലായിരിക്കും. അദ്ദേഹത്തിന്റെ സ്ഥിതി കുറച്ച് മോശമാണ്. പണം കുറെയധികം നഷ്ടമായി. മനസ്സിന് ഒരു സുഖവുമില്ല എന്ന് ആവലാതി. ഏതോ ഒരു പെൺകുട്ടിയുമായി ലോഹ്യത്തിലായിരുന്നു. ഇപ്പോൾ അതുമാറി. അടുപ്പം വേറൊരു യുവതിയുമായിട്ടാണ്. ഇടയ്ക്കു പറയും, എന്നെ കാണണമെന്ന്. എന്തിനുവേണ്ടി? (മൗനം) വളരെ നാളുകളോളം അദ്ദേഹത്തെ ഓർത്ത് സങ്കടപ്പെട്ടു. എല്ലാ വിളക്കുകളും അണച്ച് ഞാൻ മണിക്കൂറുകളോളം ഇരുട്ടിൽ കഴിച്ചുകൂട്ടും. (മൗനം) അദ്ദേഹത്തിനുശേഷം ആരോടും അങ്ങനെയൊരു അടുപ്പം തോന്നിയിട്ടില്ല.

ഒരുൾനാടൻ പട്ടണത്തിൽ നിന്നുവരുന്ന സാമ്പത്തികശേഷിയില്ലാത്ത ഒരാളെ പ്രേമിക്കാൻ ഞാനൊരുക്കമല്ല. ചേരികളിലും നിർദ്ധനർ താമസിക്കുന്ന കോളനികളിലും വളർന്നുവന്ന ഒരാൾ, ദാരിദ്ര്യത്തിൽ ജീവിച്ചവരെ സ്വതവേ സഹിക്കാനാവില്ല. അവരുടെ മനോഭാവത്തോടും യോജിക്കാനാവില്ല. അവരെ സംബന്ധിച്ചിടത്തോളം എല്ലാം പണമാണ്.

അങ്ങനെയുള്ളവരെ വിശ്വസിക്കാനാവില്ല. പണമില്ലാത്തവരെ എനിക്കിഷ്ടമല്ല. അവർ കഷ്ടപ്പെടുന്നവരാണ്. അപമാനിക്കപ്പെടുന്നവരാണ്. ദസ്തയെവ്സ്കിയുടേയും ബാഷ്മാചിക്കിന്റേയും* നോവലിലെ കഥാപാത്രങ്ങളെപ്പോലെ, സദാ നിന്ദയും നാണക്കേടും സഹിച്ചു വളർന്നവർ... അങ്ങനെയുള്ളവരെ വിശ്വാസമില്ല. അതിനർത്ഥം... എനിക്കെന്തോ തകരാറുണ്ട് എന്നാണോ? സ്ഥിരം വകുപ്പുകളിൽ എന്നെ പെടുത്താനാവില്ല എന്നാണോ? ഒരു കാര്യം പറയാം. ഈ ലോകം എങ്ങനെ നീങ്ങുന്നു എന്ന് ഒരാൾക്കുമറിഞ്ഞുകൂടാ. പണമുള്ളതുകൊണ്ടുമാത്രം ഒരു പുരുഷനെ ഇഷ്ടപ്പെടാൻ എനിക്കാവില്ല. ജീവിതത്തിൽ വിജയം കൈവരിച്ചവരിൽ എല്ലാം അടങ്ങുന്നു... ആ തരക്കാരെ ഇഷ്ടമാണ്. അവർ പെരുമാറുന്ന വിധം, കാറോടിക്കുന്ന വിധം, നിങ്ങളോടിടപഴകുന്ന വിധം... എല്ലാം എന്നെ ആകർഷിക്കുന്നു. അവരുടെ കാര്യങ്ങളിലെല്ലാം ഒരു വ്യത്യാസം കാണാം. അത്തരക്കാരിലാണ് എനിക്ക് താത്പര്യം. അതുകൊണ്ടാണ് (അവർ ഒരു നിമിഷം മിണ്ടാതിരുന്നു)... അദ്ദേഹം എന്നെ വിളിക്കുന്നു. മനസ്സിനു സുഖമില്ലെന്നു പറയുന്നു. അദ്ദേഹം കാണാത്തതെന്താണ്? വാങ്ങിക്കാൻ കഴിയാത്തതെന്താണ്? അദ്ദേഹവും കൂട്ടുകാരും വേണ്ടത്ര പണം സമ്പാദിച്ചുകഴിഞ്ഞു. ഊഹിക്കാനാവാത്ത അത്ര... ആരേയും ഭ്രാന്തുപിടിപ്പിക്കാൻ പോരുന്ന പണം! പക്ഷേ ആ പണം കൊണ്ടൊന്നും ഒരാൾക്കും സന്തോഷം വാങ്ങാനാവില്ല. നമ്മൾ പറയുന്ന സ്നേഹവും വാങ്ങാനാവില്ല. ദരിദ്രനായ ഒരു വിദ്യാർത്ഥിക്ക് അതിനാകുമായിരിക്കും. പക്ഷേ പണക്കാർക്കാവില്ല. അത് നിങ്ങളുടെ കണ്ണിൽ അന്യായമാകും. പക്ഷേ അവരുടെ വിചാരം ഞങ്ങൾക്ക് ചെയ്യാവുന്ന കാര്യങ്ങൾക്കൊന്നും ഒരു പരിധിയില്ല എന്നാണ്. ലോകത്തിൽ എവിടേക്കു വേണമെങ്കിലും സ്വന്തം വിമാനത്തിൽ അവർക്ക് പറന്നുചെല്ലാം... ഒരു ഫുട്ബോൾ മാച്ചു കണ്ടുമടങ്ങാം. പുതിയ ഒരു സംഗീതശില്പത്തിന്റെ ആദ്യ പരിപാടി കാണാൻ അവർ ന്യൂയോർക്കിലേക്കു പറക്കും. അതിനൊക്കെയുള്ള സാമ്പത്തികശേഷി അവർക്കുണ്ട്. ഏറ്റവും സുന്ദരിയായ "മോഡലി"നെ വിലകൊടുത്ത് കൂടെ കിടത്താം. അല്ലെങ്കിൽ ഒന്നല്ല ഒരു നൂറുസുന്ദരിമാരെ വിമാനത്തിൽ കയറ്റി ഏതെങ്കിലും സുഖവാസകേന്ദ്രത്തിലേക്ക് പോകാം, കണ്ണാടികൾ തല്ലിപ്പൊട്ടിക്കാം. ഏറ്റവും വിലകൂടിയ ഭക്ഷണത്തിൽ മൂക്കമർത്തി കമിഴ്ന്നുകിടക്കാം. അല്ലെങ്കിൽ സ്വന്തം കുഞ്ഞിനെ പാംപേനിൽ കുളിപ്പിക്കാം. എന്തൊക്കെയായാലും കുറെ കഴിയുമ്പോൾ പുതുമ നഷ്ടപ്പെടുന്നു. മടുപ്പുതോന്നിത്തുടങ്ങുന്നു.

മോസ്കോയിലെ ചില യാത്ര കമ്പനികൾ ഇങ്ങനെയുള്ളവർക്കു വേണ്ടി പ്രത്യേകം വിനോദപരിപാടികൾ ഒരുക്കുന്നുണ്ട്. ഉദാഹരണത്തിന്, ഏതെങ്കിലും ജയിലിനകത്ത് രണ്ട് ദിവസം. അവരുടെ പരസ്യത്തിലും അത് അവർ എടുത്ത് പറയുന്നു.... "കോഡാർകൊവ്സ്കിയിൽ രണ്ടു ദിവസം പാർക്കാൻ താത്പര്യമുണ്ടോ?" താത്പര്യമുണ്ടെങ്കിൽ ഒരു

* പഴയ റഷ്യൻ സാഹിത്യത്തിലെ വർണ്ണനകളിൽ പറയുമ്പോലെ...

പൊലീസ് വാനിൽ അവർ നിങ്ങളെ വീട്ടിൽവന്ന് അറസ്റ്റുചെയ്തുകൊണ്ടു പോകും. ഇരുമ്പഴിയിട്ടുപൂട്ടിയ വാനിലിരുത്തി വ്ളാഡിമാർ സെൻട്രൽ ജയിലിലേക്ക് കൊണ്ടുചെന്നാക്കും. റഷ്യയിലെ ഏറ്റവും ഭയാനകമായ ജയിലാണത്. അവർ നിങ്ങളെ തടവുപുള്ളികൾക്കുള്ള പ്രത്യേക കുപ്പായ ങ്ങൾ ധരിപ്പിക്കും. അറ്റത്ത് റബ്ബർ പൊതിഞ്ഞ വടികൊണ്ട് അടിക്കും. നിങ്ങളെ ഓടിപ്പിച്ച് പുറകിൽ വേട്ടനായ്ക്കളെ വിടും. എല്ലാം നേരിട്ടനുഭ വിക്കാം. ചാളകളെന്നപോലെ തടവുകാരെ കുത്തിനിറച്ചിരിക്കുന്ന അറ കളിൽ കഴിയാം. എല്ലാം അവിടെയുണ്ട്. മലവിസർജ്ജനത്തിനുള്ള പാട്ട യടക്കം. ആ ഇരുട്ടും... പുഴുക്കവും... ദുർഗന്ധവും അനുഭവിക്കാം. ചിലർക്ക് അതൊക്കെയാണ് സന്തോഷം... പുതുമയുള്ള അനുഭവങ്ങൾ. അതിലാ ണവർക്ക് രസം. മുവ്വായിരമോ അയ്യായിരമോ ഡോളർ ചിലവാക്കിയാൽ പിച്ചക്കാരുടെ കളി കളിക്കാം. അവർ നിങ്ങളെ തെരുവുതെണ്ടികളായി വേഷം കെട്ടിക്കും. ഭിക്ഷക്കാർ സാധാരണയായി സ്ഥാനമുറപ്പിക്കുന്ന ഇട ങ്ങളിലെത്തിക്കും. അവിടെ നിന്നോ ഇരുന്നോ കൂട്ടത്തിൽ കൂടി നിങ്ങൾക്കും ചില്ലറ തുട്ടുകളിരക്കാം. പക്ഷേ അവരെ നിരീക്ഷിച്ചുകൊണ്ട് ചുറ്റുവട്ടത്ത് അവരുടെ സ്വകാര്യ അംഗരക്ഷകരുണ്ടാകും. അതിനും പുറമെ കമ്പനി നിയോഗിച്ചിട്ടുള്ള നിരീക്ഷകരും. ഇതിനും പുറമേ കുടുംബത്തിനു മുഴുവൻ പങ്കെടുക്കാൻ പറ്റുന്ന രസകരമായ വിനോദ ങ്ങൾ വേറെയുമുണ്ട്. ഭാര്യ ഒരു അഭിസാരികയുടെ വേഷമണിയും. ഭർത്താവ് കൂട്ടിക്കൊടുപ്പുകാരന്റേയും. അങ്ങനെയൊരു സംഭവം എനിക്ക് നേരിട്ടറിയാം. ഒരു രാത്രി. മോസ്കോയിലെ ഏറ്റവും വിശിഷ്ടമായ ഭോജ്യ ങ്ങൾ വില്ക്കുന്ന ഭക്ഷണശാലയുടെ ഉടമസ്ഥന്റെ ഭാര്യ... തനി സോവിയറ്റു കാരിയായ ഒരു സാധാരണ വീട്ടമ്മ... ഏറ്റവുമധികം പറ്റുകാരെ കിട്ടി യത് അവർക്കായിരുന്നു. ഭാര്യയുടെ കഴിവിൽ ഭർത്താവ് ഏറെ അഭിമാ നിക്കുകയും ചെയ്തു. പരസ്യങ്ങളിലും ലഘുലേഖകളിലും കാണാത്ത പരിപാടികൾ ചിലത് വേറെയുമുണ്ട്. “അതിരഹസ്യം” എന്ന വകുപ്പിൽ പെടുന്നത്. ഒരു രാത്രി നായാട്ട്, വേട്ടമൃഗം ഏതെങ്കിലും ഒരു തെരുവു തെണ്ടിയായിരിക്കും. ആ ഭാഗമഭിനയിക്കാൻ തയ്യാറായാൽ കൈയിൽ കിട്ടുക തികച്ചും ആയിരം ഡോളർ. അവന് സ്വപ്നം കാണാൻകൂടി സാധി ക്കാത്ത അത്ര പണം. രാത്രി മുഴുവൻ അവൻ വേട്ടക്കാരന് പിടികൊടു ക്കാതെ ഒളിച്ചും ഓടിയും കളിക്കണം. ഇടയിൽ വെടി പൊട്ടിപ്പോയാൽ... വീണതുതന്നെ. വിധി എന്നു കരുതിക്കൊള്ളുക... പരാതി പറഞ്ഞിട്ടു കാര്യമില്ല. അതും അതീവ സമ്പന്നർക്കൊരു വിനോദം. ജീവനോടെ കളി അവസാനിപ്പിക്കാൻ സാധിച്ചാൽ ഭാഗ്യം... എന്തായാലും ആയിരം ഡോളർ അവനു സ്വന്തം. ആരും തിരിച്ചുചോദിക്കില്ല. എല്ലാം ചിട്ടപ്പടി. വേറൊന്ന്, ഒരു രാത്രിയിലേക്ക് വാടകയ്ക്ക് കൊടുക്കുന്ന സ്ത്രീ, എന്തുവേണ മെങ്കിലോ അതു ചെയ്യാം. സാദേയിലെ പ്രഭു കൂടി സങ്കല്പിക്കുന്ന കാര്യ ങ്ങൾ... രക്തം... ശുക്ലം... കണ്ണീർ... ചിലർക്ക് അതെല്ലാമാണ് സന്തോഷം. റഷ്യൻ മട്ടിലുള്ള സന്തോഷം. രണ്ടുദിവസം ജയിലിനകത്തെ ദുരിതങ്ങൾ അനുഭവിച്ചറിയുക. അതുകഴിഞ്ഞ് പുറത്തുവരുമ്പോഴാണ് സ്വന്തം

ജീവിതം എത്ര സുഖമുള്ളതാണെന്ന യാഥാർത്ഥ്യം ബോദ്ധ്യപ്പെടുക. അതും ഒരു സന്തോഷം. കാറും വീടും കപ്പലും വാങ്ങാനായാൽ മാത്രം പോരാ... റഷ്യൻ "ഡ്യൂമ"യിൽ അംഗമാകാൻ കഴിഞ്ഞാലും പോരാ... മനുഷ്യജീവിതം എന്താണെന്നും അറിഞ്ഞിരിക്കണം. ദൈവമായില്ലെങ്കിലും ഒരു ഉപദൈവം അല്ലെങ്കിൽ ഒരാൾദൈവമെങ്കിലും ആവാൻ കഴിയണം. അതാണ് കാര്യം. എല്ലാവരും ജനിച്ചത് യു.എസ്.എസ്. ആറിൽ ആണ്. ഇപ്പോഴും എല്ലാവരും അവിടെ നിന്നുതന്നെ. അവിടെയാണ് അവർക്ക് സംഗതി പിഴച്ചത്. അന്നത്തെ ലോകം കാപട്യമറ്റതായിരുന്നു. നല്ലൊരു മനുഷ്യനെ സൃഷ്ടിക്കാമെന്ന് അവർ സ്വപ്നം കണ്ടു. അവർ വാക്കും തന്നു. "ഇരുമ്പുമുഷ്ടികൊണ്ട് നമ്മൾ മാനവരാശിയെ സന്തോഷത്തിലേക്ക് നാട്ടിലെത്തിക്കും." ഭൂമിയിലെ സ്വർഗ്ഗത്തിലേക്ക്... എല്ലാ വഴിയും താണ്ടി.

എന്റെ അമ്മയും ഞാനുമായി ഉണ്ടായ ഒരു സംഭാഷണം... സ്കൂളിലെ പണി വേണ്ടെന്ന് വെച്ചാലോ എന്ന് അമ്മ വിചാരിച്ചു. "കോടതിയിൽ ശിപായിയായി പണി കിട്ടും. അല്ലെങ്കിൽ എവിടെയെങ്കിലും ഒരു കാവൽക്കാരിയായി." അമ്മ കുട്ടികൾക്ക് ബോൾഷിബിറ്റ്സിന്റെ പുസ്തകങ്ങൾ വായിച്ചുകേൾപ്പിക്കുന്നു. ധീരപുരുഷന്മാരേയും, മഹാത്മാക്കളേയും കുറിച്ച് പറഞ്ഞു മനസ്സിലാക്കാൻ ശ്രമിക്കുന്നു. അമ്മയുടെ കണ്ണുകൾ വികാരംകൊണ്ട് ജ്വലിക്കുന്നുണ്ടാകും. പക്ഷേ കുട്ടികളുടെ കണ്ണുകളിൽ പഴയ തിളക്കമില്ല. ഇരുണ്ട വിരസത മാത്രം. അവരുടെ വാക്കുകൾ കേട്ട് ജ്വലിക്കുന്ന കണ്ണുകളോടെ കാതോർക്കുന്ന വിദ്യാർത്ഥികളെയാണ് അമ്മയ്ക്ക് കണ്ടു ശീലം. എന്നാൽ ഇപ്പോഴത്തെ കുട്ടികൾ പറയുന്നു, "നിങ്ങളുടെ കാലത്ത് നിങ്ങൾ എങ്ങനെ ജീവിച്ചിരുന്നു എന്ന് കേട്ടിരിക്കാൻ രസമുണ്ട്. പക്ഷേ ആ തരത്തിൽ ജീവിക്കാൻ ഞങ്ങളാഗ്രഹിക്കുന്നില്ല. സുഖമായി ജീവിക്കാനാണ് ഞങ്ങൾക്കിഷ്ടം... അല്ലാതെ പരാക്രമങ്ങൾ കാട്ടി പേരെടുക്കാനല്ല. ഗോഗോളിന്റെ പരേതാത്മാക്കൾ എന്ന പുസ്തകം വളരെ താത്പര്യത്തോടെ അവർ വായിക്കുന്നു. അതൊരു തട്ടിപ്പുകാരന്റെ കഥയാണെന്നാണ് സ്കൂളിൽ പഠിക്കുമ്പോൾ ഞങ്ങളോട് പറഞ്ഞിരുന്നത്. ഇന്നത്തെ കുട്ടികൾ വേറെത്തന്നെ ഒരു ജനുസ്സാണ്. ചിച്ചികോവ് മാവ്റോ*സിലെ പോലെയല്ലേ എന്നാണവരുടെ ചോദ്യം. ഒന്നുമില്ലാത്ത ഒരവസ്ഥയിൽനിന്നല്ലേ ഈ ഊക്കൻ പിരമിഡ് അദ്ദേഹം പടുത്തുയർത്തിയത്. അദ്ദേഹം പ്രസിദ്ധനായ ബിസിനസ്സുകാരനും വലിയ സ്വാധീനമുള്ള രാഷ്ട്രീയ നേതാവുമായിരുന്നില്ലേ? കുട്ടികളെ സംബന്ധിച്ചിടത്തോളം ചിച്ചിക്കോവ് പല നല്ല ഗുണങ്ങളുമുള്ള ഒരു കഥാപാത്രമാണ്. എന്റെ കുഞ്ഞിനെ വളർത്തുന്ന കാര്യത്തിൽ എന്റെ അമ്മ എന്നെ സഹായിക്കാൻ പോകുന്നില്ല. ഞാൻ അതിന് അനുവദിക്കുകയുമില്ല. അമ്മയുടെ ഇഷ്ടപ്രകാരമാണെങ്കിൽ എന്റെ മകൾ ടി.വി.യിൽ സോവിയറ്റ് കാർട്ടൂണുകൾ മാത്രമേ കാണൂ. അതിൽ

* "പരേതാത്മക്കളിലെ" പ്രധാന കഥാപാത്രം

മാനുഷികമായ നന്മയുണ്ടെന്നാണ് അമ്മയുടെ ന്യായം. ശരിയായിരിക്കാം. പക്ഷേ, കാർട്ടൂൺ അവസാനിക്കുമ്പോൾ തെരുവിലേക്കിറങ്ങേണ്ടിവരു മല്ലോ. ആ ലോകം തികച്ചും വ്യത്യസ്തമായ ഒന്നല്ലേ?

"വയസ്സായല്ലോ.... വളരെ വളരെ സന്തോഷം..." അമ്മ എന്നോട് സത്യ സന്ധമായി പറഞ്ഞു. "എനിക്ക് എന്റെ വീട്ടിൽ... എന്റേതായ കോട്ട യ്ക്കകത്ത് ഒതുങ്ങികഴിയാമല്ലോ." മുമ്പ് അമ്മ അങ്ങനെയല്ല പറയാറ്. ചെറുപ്പം നിലനിർത്താനായിരുന്നു മോഹം. തക്കാളിച്ചാറ് മുഖത്ത് തേച്ചു പിടിപ്പിക്കും. മുടിയിൽ മൈലാഞ്ചി അരച്ചുതേക്കും....

ചെറുപ്പകാലത്ത് എന്റെ വിധിയെ ചൊടിപ്പിക്കുന്നത് എന്റെ വിനോദ മായിരുന്നു. ഇപ്പോൾ ഞാനത് ചെയ്യാറില്ല. വേണ്ടുവോളമായി എന്ന തോന്നൽ. എന്റെ മകൾ വളർന്നുതുടങ്ങി. അവളുടെ ഭാവിയെക്കുറിച്ച് ചിന്തിക്കേണ്ടതുണ്ട്. അതിന് പണം വേണം. അത് ഞാൻ തന്നെ ഉണ്ടാ ക്കണം. ആരോടും ചോദിക്കുന്നത് എനിക്കിഷ്ടമല്ല. പത്രമാപ്പീസിലെ ജോലി ഞാൻ കുറെനാൾ മുമ്പ് വിട്ടു. ഇപ്പോൾ ഒരു പരസ്യക്കമ്പനിയി ലാണ് ഞാൻ ജോലിചെയ്യുന്നത്. കൂടുതൽ മെച്ചപ്പെട്ട ശമ്പളം... നല്ല വരുമാനം... സുന്ദരമായി ജീവിക്കണം. ഈ കാലത്ത് എല്ലാവർക്കും അങ്ങനെ ഒരു ചിന്തയേയുള്ളൂ. ഇന്നത്തെ ലോകത്തിൽ ഏറ്റവും പ്രധാന മായതതാണ്. സമ്പദ്സമൃദ്ധമായ ജീവിതം. ടി.വി. തുറന്നു നോക്കൂ. പല തരത്തിലുള്ള രാഷ്ട്രീയ പ്രകടനങ്ങൾ. ആയിരക്കണക്കിനാളുകൾ അതിൽ പങ്കുചേരുന്നു. എന്നാലും കോടിക്കണക്കിനാളുകൾ ചെയ്യുന്ന തെന്താണ്? മനോഹരമായ ആഡംബരവസ്തുക്കൾ വാങ്ങിക്കൂട്ടുന്നു, ഇറ്റലിയിൽനിന്നുള്ള പ്ലംബിങ്ങ് സാമഗ്രികൾ പോലെ. ആരോടു ചോദി ച്ചാലും പറയും തന്റെ ഫ്ളാറ്റ് നവീകരിക്കുകയാണെന്ന്.... മാറ്റങ്ങൾ വരുത്തി മോടി കൂട്ടുകയാണെന്ന്. അതുപോലെതന്നെ എല്ലാവരും എപ്പോഴു ദൂരയാത്രകളിലാണ്. റഷ്യ ഒരു കാലത്തും ഇങ്ങനെയായിരു ന്നില്ലല്ലോ.

നമ്മൾ സാധനങ്ങൾ പരസ്യപ്പെടുത്തുകയല്ലേ ചെയ്യുന്നത്. നമ്മുടെ ആവശ്യങ്ങൾ വില്ക്കുകയാണ്. അമ്മ പുതിയ പുതിയ ആവശ്യങ്ങൾ സൃഷ്ടിക്കുന്നു. ഞങ്ങളാണ് ജനങ്ങളെ ആഡംബരപൂർവ്വം ജീവിക്കാൻ പഠിപ്പിക്കുന്നത്. ഈ കാലഘട്ടത്തെ നയിക്കുന്നത് ഞങ്ങളാണ്. റഷ്യൻ വിപ്ലവത്തിന്റെ കണ്ണാടിയാണ് പരസ്യവേല... എന്റെ ജീവിതത്തിൽ ഒന്നി ന്റേയും കുറവില്ല. എല്ലാം വേണ്ടുവോളമുണ്ട്. എന്തായാലും വിവാഹം കഴിക്കാൻ ഉദ്ദേശിക്കുന്നില്ല. ധാരാളം സുഹൃത്തുക്കളുണ്ട്. എല്ലാവരും പണക്കാരാണ്. ഒരാൾ പണം വാരിയത് എണ്ണയിൽനിന്നാണ്. വേറൊ രാൾ ധാതുവളങ്ങളിൽനിന്ന്. ഞങ്ങൾ ഇടയ്ക്കിടയ്ക്ക് കാണുന്നു. സംസാ രിക്കുന്നു. ഞങ്ങൾ കണ്ടുമുട്ടുന്നത് എപ്പോഴും ഏതെങ്കിലും മേത്തരം ഭക്ഷണശാലയിലായിരിക്കും. മാർബിൾ വിരിച്ച വിശാലമായ ഹാൾ. പഴയ പ്രൗഢിയോടുകൂടിയ ഫർണിച്ചറുകൾ. ഭിത്തിയിൽ വിലകൂടിയ ഛായാചിത്രങ്ങൾ. 19-ാം നൂറ്റാണ്ടിലെ റഷ്യൻ പ്രഭുക്കന്മാരുടെ വേഷം

ധരിച്ച പരിചാരകന്മാർ. അങ്ങനെയുള്ള ധാടിയും മോടിയുമൊക്കെ ഞാൻ വളരെയധികം ആസ്വദിക്കുന്നു.

എന്റെ ഏറ്റവും അടുത്ത ഒരു സുഹൃത്തും അവിവാഹിതനാണ്. അയാൾക്കും വിവാഹം കഴിക്കാൻ ഉദ്ദേശ്യമില്ല. മൂന്നുനിലകളിലുള്ള വീട്ടിൽ തനിയെ താമസിക്കാനാണ് അയാൾക്കിഷ്ടം. അയാൾ എപ്പോഴും പറയാറുണ്ട്. "ആരുടേയെങ്കിലും അരികെ കിടന്നുറങ്ങാം. പക്ഷേ താമസിക്കുന്നത് തനിയെ വേണം. ലണ്ടൻ വിപണിയിലെ അസംസ്കൃത ലോഹങ്ങളുടെ വിലയിൽ വരുന്ന ഏറ്റക്കുറച്ചിലുകൾ കേട്ട് പകലൊക്കെ അയാളുടെ തല വീർക്കും. ചെമ്പ്... നിക്കൽ... ഈയം... അയാൾക്ക് മൂന്ന് മൊബൈൽ ഫോണുകളുണ്ട്. മുപ്പത് സെക്കന്റ് ഇടവിട്ട് അവ അടിച്ചുകൊണ്ടിരിക്കുന്നു. ദിവസവും പതിമൂന്നോ പതിനഞ്ചോ മണിക്കൂർ അയാൾ ജോലിചെയ്യുന്നു. വാരാന്ത്യങ്ങളില്ല... അവധിയില്ല... സന്തോഷം? അതെന്താണ്? അത് വ്യത്യസ്തമായൊരു ലോകമാണ്. ഇക്കാലത്ത് ഒറ്റയ്ക്ക് കഴിയുന്നവരാണ് സന്തോഷമായി ജീവിക്കുന്നത്. വിജയം നേടുന്നത്. അവർ ദുർബലരോ... നഷ്ടപ്പെട്ടവരോ അല്ല. എല്ലാം ഉള്ളവരാണ്. പണം... ഉദ്യോഗം... ഒറ്റയ്ക്ക് കഴിയുക എന്നത് അവനവന്റെ തീരുമാനമാണ്. എനിക്കിനിയും മുന്നോട്ട് പോകണം. ഞാനൊരു വേട്ടക്കാരിയാണ്, ഒതുങ്ങിക്കിടക്കുന്ന ഇരയല്ല. ഈ തീരുമാനമെടുക്കുന്നത് ഞാൻ തന്നെയാണ്. ഏകാന്തത എന്നത് ഒരുതരം സന്തോഷം തന്നെയാണ്. അതൊരു വെളിപാടുപോലെ തോന്നുന്നു. വാസ്തവത്തിൽ ഇതൊന്നും നിങ്ങളോടല്ല ഞാൻ പറയാനാഗ്രഹിച്ചത്... എന്നോടുതന്നെയാണ്.

കൊല്ലണമെന്ന തോന്നലുണ്ട് ശക്തമായി, എന്നാൽ ഭയവുമുണ്ടായിരുന്നു

കിസൂഷ്യ സോളടോവാ

വിദ്യാർത്ഥി, 22 വയസ്സ്

ഞങ്ങളുടെ ആദ്യത്തെ കണ്ടുമുട്ടൽ. അവളുടെ അമ്മ മാത്രമേ വന്നുള്ളൂ. അവർ തുറന്നുപറഞ്ഞു. കിസൂഷ്യയ്ക്ക് എന്റെ കൂടെ വരാൻ ഇഷ്ടമായിരുന്നില്ല. എന്നെയും അവൾ വില്ക്കാൻ ശ്രമിച്ചു. "അമ്മേ, ആർക്കാണ് നമ്മളെ ആവശ്യം? അവർക്കാവശ്യം നമ്മുടെ വാക്കുകളും... തോന്നലുകളുമാണ്. അതല്ലാതെ നമ്മുടെ കാര്യത്തിൽ ആർക്കും ഒരു താത്പര്യവുമില്ല. നമ്മൾ അനുഭവിച്ചുതീർത്തത്... അതിനെക്കുറിച്ച് അവർക്കെന്തറിയാം? അവരും വളരെ അസ്വസ്ഥയായിരുന്നു. പലതവണ അവൾ പോകാനെഴുന്നേറ്റു. "ഇതിനെക്കുറിച്ചൊക്കെ ചിന്തിക്കാതിരിക്കാനാണ് ഞാൻ ശ്രമിക്കുന്നത്. വീണ്ടും അതെല്ലാം ഓർമ്മകളിൽ കൂടിയാണെങ്കിലും അനുഭവിക്കുക... എനിക്കു വയ്യ. അത്രത്തോളം വേദനിപ്പിക്കുന്ന സംഗതികളാണതെല്ലാം." പക്ഷേ അവർ സംസാരിക്കാൻ തുടങ്ങിക്കഴിഞ്ഞപ്പോൾ നിർത്താനാവുന്നില്ല എന്ന സ്ഥിതിയായി. കുറെ നേരം അവർ നിശ്ശബ്ദയായി ഇരുന്നു. എങ്ങനെയാണ് ഞാൻ അവരെ ആശ്വസിപ്പിക്കേണ്ടത്? "വിഷമിക്കരുത്. സമാധാനമായിരിക്കൂ." ഞാൻ മെല്ലെ അവരോടു പറഞ്ഞു. അതേസമയം, ആ ഭയാനകമായ ദിവസത്തെ കുറിച്ച് അവർക്ക് പറയാനുള്ളത് കേൾക്കാൻ വളരെയധികം ആകാംക്ഷയുമുണ്ടായിരുന്നു. ഫെബ്രുവരി 6-ാം തിയതി, 2004. അന്നാണ് ചില ഭീകരന്മാർ മോസ്കോയിലെ സാമോസ്ക്വോറിറ്റ്സ്ക്യ സ്റ്റേഷനും വാവ്ലിറ്റസ്ക്യ സ്റ്റേഷനും ഇടയിൽവെച്ച് 39 പേർ കൊല്ലപ്പെട്ടു.

> 122 പേരെ ഗുരുതരമായ നിലയിൽ ആശുപത്രിയിൽ പ്രവേശിപ്പിച്ചു.
>
> വേദനയുടെ വലയങ്ങളിലൂടെ ഞാൻ പിന്നെയും പിന്നെയും ചുറ്റിനടന്നു. വേദനയിൽ എല്ലാമുണ്ട്. ഇരുട്ടും... വിജയവും... ചിലപ്പോൾ എനിക്ക് തോന്നാറുണ്ട് വേദന. ആളുകൾക്കിയിലുള്ള ഒരു പാലമാണ് എന്ന്. ആരുമറിയാതെ അവരെ തമ്മിൽ ബന്ധിപ്പിക്കുന്നു. ചില പ്പോൾ തോന്നും വേദന... അഗാധമായൊരു ഗർത്തമാണ്.
>
> ആദ്യത്തെ ആ രണ്ടുമണിക്കൂർ സംസാരം.... എന്റെ നോട്ടുപുസ്തകത്തിൽ പല ഖണ്ഡികകളായി ഞാനത് കുറിച്ച് വെച്ചിട്ടുണ്ട്.

"…..ഒരു ദുരന്തത്തിന്... അക്രമത്തിന് ഇരയാവുക. സ്വയം നിന്ദ തോന്നുന്ന ഒരു സംഗതിയാണത്. അതിനെക്കുറിച്ചൊന്നും ആരോടും പറ യാൻ ഞാൻ ആഗ്രഹിക്കുന്നില്ല. എല്ലാവരേയും പോലെ ഞാനും. അത്രയേ എന്റെ മനസ്സിലുള്ളൂ. പക്ഷേ ഞാനൊറ്റയ്ക്കാണല്ലോ... അതാണ് കാര്യം. എപ്പോൾ എവിടെവെച്ചും ഞാൻ പൊട്ടിത്തകർന്നു പോകും. ഈ നഗരം മുഴുവൻ ഞാൻ കരഞ്ഞുകൊണ്ട് അലഞ്ഞു നടക്കും. ഒരു ദിവസം വഴിയിൽവെച്ച് ഒരാൾ അരികിൽവന്ന് എന്നോടു ചോദിച്ചു. "നിങ്ങൾ എന്തിനാണ് കരയുന്നത്? സുന്ദരിയായൊരു സ്ത്രീ... ഇങ്ങനെ കണ്ണീരൊലിപ്പിച്ചു നടക്കുകയോ? ഒന്നാമത്തെ കാര്യം. എനിക്ക് സൗന്ദര്യമുണ്ടാകാം. പക്ഷേ അതെന്നെ എവിടേയും എത്തിച്ചിട്ടില്ല. രണ്ടാ മതായി... എന്റെ സൗന്ദര്യം എന്നെ വഞ്ചിച്ചിട്ടേയുള്ളൂ. അതും എന്റെ മനോവ്യാപാരങ്ങളുമായി ഒരു ബന്ധവുമില്ല... ".... ഞങ്ങൾക്ക് രണ്ടു പെൺമക്കളുണ്ട്. കിയുഷയും ബാഷയും. എപ്പോഴും വളരെ ഒതുങ്ങി യാണ് ഞങ്ങൾ കഴിഞ്ഞിരുന്നത്. എന്നാലും ഇടയ്ക്ക് സാധിക്കുമ്പോ ഴൊക്കെ ഞങ്ങൾ മ്യൂസിയങ്ങൾ സന്ദർശിച്ചിരുന്നു. നല്ല നാടകങ്ങൾ കണ്ടിരുന്നു. ധാരാളം പുസ്തകങ്ങളും വായിച്ചിരുന്നു. കുട്ടികൾ ചെറു തായിരുന്നപ്പോൾ അവരെ കേൾപ്പിക്കാൻവേണ്ടി അവരുടെ അച്ഛൻ പല പല നാടോടികഥകൾ സ്വയം കെട്ടിച്ചമയ്ക്കും. ജീവിതത്തിന്റെ പരുക്കൻ യാഥാർത്ഥ്യങ്ങളിൽനിന്നും അവരെ കാത്തുരക്ഷിക്കാൻ ഞങ്ങൾ ആവും വിധം ശ്രമിച്ചിരുന്നു. കല മനുഷ്യനെ രക്ഷിക്കുന്നു എന്നാണ് ഞങ്ങൾ ധരിച്ചിരുന്നത്. അത് അബദ്ധമാണെന്ന് അനുഭവം ഞങ്ങളെ പഠിപ്പിച്ചു.

"...ഞങ്ങളുടെ കെട്ടിടത്തിൽ വളരെ പ്രായംചെന്ന ഒരു സ്ത്രീ താമസി ക്കുന്നുണ്ട്. മതകാര്യങ്ങളിൽ വലിയ വിശ്വാസമാണവർക്ക്. ഒരു ദിവസം അവരെന്നെ തടഞ്ഞുനിർത്തി. എന്തോ പറഞ്ഞ് സമാധാനിപ്പിക്കാൻ ഭാവിക്കുകയാണെന്നാണ് ഞാൻ കരുതിയത്. എന്നാൽ അവരെന്നോടു സംസാരിച്ചത് എന്നെ കുറ്റപ്പെടുത്തുന്ന സ്വരത്തിലായിരുന്നു. "നിങ്ങളെ പ്പോഴെങ്കിലും ആലോചിച്ചിട്ടുണ്ടോ, എന്തുകൊണ്ടു നിങ്ങൾക്ക് അങ്ങനെ യൊക്കെ സംഭവിച്ചുവെന്ന്?" നിങ്ങളുടെ മക്കൾക്ക്?

ശരിയാണ്... അങ്ങനെയൊരു ചോദ്യം ചോദിക്കപ്പെടാൻ തക്കവണ്ണം എന്തുതെറ്റാണ് ഞാൻ ചെയ്തത്? ഒരു പക്ഷേ, എന്നോട് അങ്ങനെയൊരു ചോദ്യം ചോദിച്ചുവല്ലോ എന്നാലോചിച്ച് അവർ പശ്ചാത്തപിച്ചിട്ടുണ്ടാകും. ഞാനൊരാളേയും വഞ്ചിച്ചിട്ടില്ല... ആരോടും വിശ്വാസവഞ്ചന ചെയ്തിട്ടില്ല. രണ്ടുതവണ എന്റെ ഗർഭം അലസിപ്പോയിട്ടുണ്ട്. ഞാൻ തന്നെയാണതിനു കാരണം. ഞാൻ ചെയ്തിട്ടുള്ള പാപങ്ങൾ അതുമാത്രമാണ് അതെനിക്കറിയാം... ഞാൻ ചെയ്ത തെറ്റ്. സാധിക്കുമ്പോഴെല്ലാം വഴിയിൽ ഭിക്ഷ യാചിക്കുന്നവർക്ക് കൈയിലുള്ളതുപോലെ എന്തെങ്കിലും ഞാൻ കൊടുക്കാറുണ്ട്. നിസ്സാരമായിരിക്കാം... എന്നാലും. തണുപ്പുകാലത്ത് പക്ഷികൾക്ക് ഞാൻ തീറ്റ കൊടുക്കാറുണ്ട്...

അടുത്ത തവണ. അമ്മയും മകളും ഒരുമിച്ചാണ് എന്നെ കാണാൻ വന്നത്.

അമ്മ:

ഒരുപക്ഷേ ചിലർ അവരെ ധീരപുരുഷന്മാരായി പരിഗണിക്കുന്നുണ്ടാവും ഓരോ ദർശനത്തിനുവേണ്ടി ജീവൻ വെടിയാൻ അവർക്ക് സന്തോഷം. തങ്ങൾ നേരിട്ട് സ്വർഗ്ഗം പ്രാപിക്കുമെന്ന വിശ്വാസം. ആ തോന്നലുകൾ തന്നെ അവരുടെ മരണഭയത്തെ നിശ്ശേഷം ഇല്ലാതാക്കുന്നു. അവരെക്കുറിച്ച് എനിക്ക് ഒന്നുംതന്നെ അറിഞ്ഞുകൂട. "ഭീകരൻ എന്നു കരുതപ്പെടുന്ന ഒരാളുടെ ഒരു ഏകദേശം ചിത്രം ഞങ്ങൾ തയ്യാറാക്കിയിട്ടുണ്ട്. അത്രമാത്രം.

അവരെ സംബന്ധിച്ചിടത്തോളം ഞങ്ങൾ ഇരകൾ മാത്രമാണ്. ആരും അവർക്ക് പറഞ്ഞുകൊടുത്തില്ല, എന്റെ കൊച്ചുമകൾ അവരുടെ ഉന്നമല്ല എന്ന്. അവളെ കൂടാതെ ജീവിക്കാനാവാത്ത ഒരമ്മ അവൾക്കുണ്ട്. അവളെ പ്രണയിക്കുന്ന ഒരു ചെറുപ്പക്കാരനുണ്ട്." സ്നേഹിക്കപ്പെടുന്ന ഒരു വ്യക്തിയെ ആർക്കാണ് കൊല്ലാനാവുക? ആ അപരാധത്തിന്റെ കനം ഇരട്ടിയാണെന്നാണ് ഞാൻ വിചാരിക്കുന്നത്. യുദ്ധക്കളത്തിലേക്ക് ചെല്ലാം. മലകയറി കാട്ടിൽ പോകാം. ആരെ വേണമെങ്കിലും അവർ കൊതി തീരുവോളം വെടിവെച്ചോട്ടെ. പക്ഷേ എന്റെ നേരെ വെടിവെക്കുന്നതെന്തിനാണ്? ഞാനെന്തുപിഴച്ചു? എന്തിന് എന്റെ മകളുടെ നേരെ നിറയൊഴിച്ചു? ഞങ്ങളുടെ സാമാന്യജീവിതത്തിന്റെ നടുവിൽ വന്നുനിന്ന അവർ ഞങ്ങളെ കൊല്ലുന്നതെന്തിനാണ്? എനിക്കിപ്പോൾ എന്നെത്തന്നെ ഭയമാണ്. എന്റെ ചിന്തകളെ ഭയമാണ്. ചിലപ്പോൾ തോന്നും, അവരെയൊന്നാകെ കൊന്നൊടുക്കണമെന്ന്. പിന്നീട് ഭയം തോന്നും എങ്ങനെ എനിക്ക് അങ്ങനെ ചിന്തിക്കാനായിയെന്ന്.

മോസ്കോ മെട്രോവിനോട് എന്നും എനിക്കിഷ്ടമായിരുന്നു. ലോകത്തിൽ വെച്ചുതന്നെ ഏറ്റവും മനോഹരമായ മെട്രോയാണിത്. ഒരു മ്യൂസിയത്തിന്റെ മട്ടാണ്. അന്നത്തെ ആക്രമണത്തിനുശേഷം, ആളുകൾ പരസ്പരം കൈകോർത്തുപിടിച്ച് മെട്രോയിലേക്ക് പോകുന്നത്

കാണാറുണ്ട്. ആ ദിവസത്തിനുശേഷം ഞങ്ങളെല്ലാവരും നാളുകളോളം തീവ്രമായ ഭയത്തിന്റെ പിടിയിലായിരുന്നു. നഗരത്തിലേക്ക് പോവുക എന്നതുതന്നെ ജനങ്ങളിൽ പേടി ഉളവാക്കിയിരുന്നു. എന്റെ രക്തസമ്മർദ്ദം വല്ലാതെ ഉയരും. എന്റെ കണ്ണുകൾ മെട്രോയിലെ യാത്രക്കാർക്കിടയിൽ പരതിക്കൊണ്ടിരിക്കും. ഭീകരന്മാരുടെ ലക്ഷണങ്ങളുള്ള ആരെങ്കിലും ആ കൂട്ടത്തിലുണ്ടാകുമോ? ജോലിസ്ഥലത്തും അതിനെ കുറിച്ചുമാത്രമേ ഞങ്ങൾക്ക് സംസാരിക്കാനുണ്ടായിരുന്നുള്ളൂ. ദൈവമേ! എന്താണ് ഞങ്ങൾക്ക് സംഭവിച്ചുകൊണ്ടിരിക്കുന്നത്?

ഒരു ദിവസം ഞാൻ പ്ലാറ്റ്ഫോമിൽ നില്ക്കുകയായിരുന്നു. എന്റെയടുത്ത് കുട്ടികൾക്കുള്ള ഒരു ഉന്തുവണ്ടിയും തള്ളി ഒരു സ്ത്രീ... ചെറുപ്പക്കാരി. കറുത്ത മുടിയും കണ്ണുകളും. കണ്ടാലറിയാം റഷ്യക്കാരിയല്ല എന്ന്. ഏതു നാട്ടുകാരിയായിരിക്കും? കൃത്യമായി പറയാനാവില്ല. ചെച്ചെൻ... ഒസ്സെറ്റിയൻ...? അവരാരാണ്? സ്വയം നിയന്ത്രിക്കാനായില്ല. ഞാൻ ആ വണ്ടിയിലേക്ക് എത്തിനോക്കി. അതിനകത്ത് ഒരു കുഞ്ഞുണ്ടോ? അതോ അതിനകത്തുള്ളത് മറ്റു വല്ലതുമായിരിക്കുമോ? അവളോടൊത്ത് അതേ വണ്ടിയിൽ സഞ്ചരിക്കുക... ഞാനാകെ പരിഭ്രമം കൊണ്ട് തളർന്നു. "ഞാൻ ഈ വണ്ടിയിൽ കയറുന്നില്ല... അടുത്ത വണ്ടിക്കു കാക്കും." ഞാൻ എന്നോടുതന്നെ പറഞ്ഞു. ഈ വരുന്ന വണ്ടിയിൽ ഇവർ കയറിപ്പോകട്ടെ." അപ്പോഴേക്കും ഒരാൾ എന്റെ അരികത്തു വന്നു. "നിങ്ങളെന്തിനാണ് ആ "പ്രാമി"ന്റെ ഉള്ളിലേക്ക് നോക്കിയത്? ഞാൻ അയാളോട് സത്യം പറഞ്ഞു.... അയാളുടെ പ്രതികരണം, "അപ്പോൾ... നിങ്ങൾക്കും ആ പേടിയുണ്ട്... അല്ലേ?"

മങ്ങിയ മുഖവും... ഇരുണ്ട നോട്ടവുമായി ഒരു പെൺകുട്ടി ചുരുണ്ടുകൂടി ഒരു മൂലയിലിരിക്കുന്നു. അതെന്റെ മകൾ കിയൂഷയാണ്. അവളെന്താണവിടെ തനിയെ... ഞങ്ങളെ കൂടാതെ? അത് സാദ്ധ്യമല്ലല്ലോ. തലയിണയിൽ നിറയെ ചോര. ഞാൻ ഉറക്കെ കരഞ്ഞു. "കിയൂഷാ... കിയൂഷാ...." പക്ഷേ അവൾക്കത് കേൾക്കാൻ സാധിക്കുന്നില്ല. അവൾ തൊപ്പി താഴേക്ക് വലിച്ചിട്ടു. എനിക്കവളുടെ മുഖം കാണാനാവുന്നില്ല... അതിനുവേണ്ടിയാണവൾ അത് ചെയ്തത്. തന്റെ മുഖം കണ്ട് അമ്മ ഭയന്നുപോകരുത്. എന്റെ ഓമനമകൾ.

ഒരു ശിശുരോഗവിദഗ്ദ്ധയാവുകയായിരുന്നു അവളുടെ സ്വപ്നം. ഇത്? അവളുടെ ശ്രവണശക്തി തീർത്തും നഷ്ടപ്പെട്ടിരിക്കുന്നു. അവളുടെ ക്ലാസ്സിലെ ഏറ്റവും അഴകുള്ള കുട്ടിയായിരുന്നു. ഇപ്പോൾ അവളുടെ മുഖം? ഇതൊക്കെ എന്തിനുവേണ്ടിയായിരുന്നു? ഏതോ കൊഴുപ്പുനീരിൽ ഞാൻ ആകെ മുങ്ങിപ്പോവുകയാണ്. എന്റെ മനസ്സ് പല തുണ്ടുകളായി ചിതറിപ്പോകുന്നു. എന്റെ കാലുകൾക്ക് ബലമില്ല. പഞ്ഞി കൊണ്ടുണ്ടാക്കിയതുപോലെയാണ്. ആശുപത്രിയിൽനിന്നും താങ്ങിപ്പിടിച്ചാണ് അവരെന്നെ പുറത്തുകൊണ്ടുവന്നത്. ഡോക്ടർമാർ ദേഷ്യപ്പെട്ടു. "സ്വയം നിയന്ത്രിക്കാൻ ശ്രമിക്കൂ, അല്ലാതെ മകളെ കാണാൻ ഞങ്ങൾ

നിങ്ങളെ അനുവദിക്കില്ല." ഞാൻ ഒരുവിധത്തിൽ എന്നെ പിടിച്ചുനിർത്തി. വീണ്ടും ആ മുറിയിലേക്ക് ചെന്നു. അവൾ എന്റെ നേരെ നോക്കിയില്ല. എന്റെ തലയ്ക്കുമീതെ എവിടേക്കോ ആയിരുന്നു അവളുടെ നോട്ടം. എന്നെ മനസ്സിലാവാത്ത ഭാവം. വേദനയനുഭവിക്കുന്ന ഒരു മൃഗത്തിന്റേതു പോലെയായിരുന്നു ആ കണ്ണുകൾ. എനിക്ക് കണ്ടുനില്ക്കാനായില്ല. അവളെ കണ്ടതിനുശേഷം ജീവിതം തുടരുക അസാദ്ധ്യമാണെന്നു തോന്നി. ആ നോട്ടം അവളിപ്പോൾ എവിടേയോ മറച്ചുവെച്ചിരിക്കുന്നു. സ്വയം ഒരു പുറന്തോട് സൃഷ്ടിച്ച് അതിനുള്ളിലാണ് ഇപ്പോൾ അവൾ കഴിയുന്നത്. പക്ഷേ എല്ലാം അവൾ ഉള്ളിൽ അടക്കിപ്പിടിച്ചിരിക്കുകയാണ്. ഒക്കെ മനസ്സിൽ പതിഞ്ഞുപോയ കാര്യങ്ങൾ... അവൾ അവിടെ തനി യെയാണ്.... ഞങ്ങൾക്കാർക്കും കടന്നു ചെല്ലാനാകാത്ത ആ ഇടത്തിൽ...

ആശുപത്രിയിലെ ഒരു വാർഡുനിറയെ അവളെപോലെയുള്ള പെൺകുട്ടികളായിരുന്നു. അവരെല്ലാവരും മെട്രോ വണ്ടിയിലെ അതേ മുറിയിലായിരുന്നു. ഒരുപാട് വിദ്യാർത്ഥികൾ. ധാരാളം സ്കൂൾ കുട്ടികളും. അവരെല്ലാം അവിടെ ഒന്നിച്ച് കിടക്കുന്നു. എല്ലാ അമ്മമാരും ചേർന്ന് ഒരു ജാഥയായി തെരുവിൽ പ്രകടനം നടത്തിയാലോ, ആയിരക്കണക്കിനാളു കൾ അതിൽ ചേരാനുണ്ടാകും. ഇപ്പോഴെനിക്ക് മനസ്സിലാവുന്നു, എന്റെ മകൾ എനിക്കുമാത്രം വിലപ്പെട്ടതാണ്. ഞങ്ങളുടെ വീട്ടിനകത്ത്... ഞങ്ങൾക്ക് മാത്രം പ്രധാനപ്പെട്ടതായി. ആളുകൾ എല്ലാം കേൾക്കും, സഹ താപം പ്രകടിപ്പിക്കും. പക്ഷേ ഞങ്ങളുടെ നോവിന്റെ ആഴം അവർക്കൊ രിക്കലും മനസ്സിലാവില്ല. അല്ലെങ്കിലും എന്റെ വേദന എനിക്ക് മാത്രമു ള്ളതാണ്.... അത് ഇനിയൊരാൾ അറിയുന്നില്ല.

ഞാൻ ദിവസവും ആശുപത്രിയിൽനിന്ന് മടങ്ങിവരും. ശൂന്യമായ മന സ്സോടെ കട്ടിലിൽ കയറി കിടക്കും. ദാഷേൻകാ എന്റെയടുത്ത് വന്നി രിക്കും. അവൾ ജോലിസ്ഥലത്തുനിന്ന് അവധിയെടുത്തു, ഒരു കുഞ്ഞി നെയെന്നപോലെ.... അവൾ എന്റെ മുടിയിൽ മെല്ലെ തഴുകിക്കൊണ്ടി രിക്കും. അവരുടെ അച്ഛൻ പേടിക്കുകയോ പരിഭ്രമിക്കുകയോ ചെയ്തില്ല. നിലവിളിച്ചുമില്ല. പൊടുന്നനെ അദ്ദേഹത്തിന്റെ ഹൃദയം സ്തംഭിച്ചു. ഞങ്ങൾ നരകത്തിൽ പെട്ടതുപോലെയായി. എന്റെ മക്കളെ നല്ല പുസ്തകങ്ങൾ വായിക്കാൻ ഞങ്ങൾ ശീലിപ്പിച്ചിരുന്നു. തിന്മയേക്കാൾ ശക്തി നന്മയ്ക്കാണെന്ന് എപ്പോഴും പറഞ്ഞുകൊടുത്തിരുന്നു. എന്തൊ ക്കെയായാലും നന്മയ്ക്കു തന്നെയാണ് അന്തിമവിജയം എന്ന് ബോദ്ധ്യ പ്പെടുത്താൻ ശ്രമിച്ചിരുന്നു. പക്ഷേ ജീവിതം... അതിന് പുസ്തകങ്ങളു മായി ഒരു സാമ്യവുമില്ല. കടലിന്റെ അഗാധതയിൽനിന്നും ഒരമ്മയുടെ പ്രാർത്ഥന കേൾക്കാനാവുമോ? ഒക്കെ നുണയാണ്. ഞാനൊരു വിശ്വാസ വഞ്ചകയാണ്. കുഞ്ഞുങ്ങളായിരുന്നപ്പോൾ കാത്തുരക്ഷിച്ചിരുന്നതു പോലെ, അവരെ കാത്തുരക്ഷിക്കാൻ എനിക്കായില്ല. അന്ന് അവർ പൂർണ്ണ മായും എന്നെ ആശ്രയിച്ചാണ് കഴിഞ്ഞിരുന്നത്. എന്റെ സ്നേഹമൊന്നു കൊണ്ടുമാത്രം അവരുടെ സുരക്ഷ ഉറപ്പുവരുത്താനാകുമായിരുന്നെങ്കിൽ...

അവരെ ഒരാളും ദ്രോഹിക്കില്ലായിരുന്നു... ദുഃഖിപ്പിക്കുകയില്ലായിരുന്നു. എന്റെ സ്നേഹം എല്ലാ ദോഷങ്ങളിൽനിന്നും അവരെ കാത്തുരക്ഷി ച്ചേനേ!

ഒരു ശസ്ത്രക്രിയ... പിന്നെ വേറൊന്നും. ആകെ മൂന്ന്. കിയൂഷയുടെ ഒരു കാതിന് ശ്രവണശക്തി വീണ്ടുകിട്ടി... പതുക്കെ അവളുടെ വിരലു കൾ ചലിക്കാൻ തുടങ്ങി... മരണത്തിനും ജീവിതത്തിനും ഇടയിലുള്ള ഒരു അതിർവരമ്പിലാണ് ഞങ്ങൾ കഴിഞ്ഞിരുന്നത്. അദ്ഭുതങ്ങളിലുള്ള വിശ്വാസത്തിനും കടുത്ത അനീതിക്കുമിടയിൽ. അന്നാണ് എനിക്ക് സ്വയം മനസ്സിലായത്. ഞാനൊരു നഴ്സ് ആണെങ്കിലും മരണത്തെക്കുറിച്ച് എനിക്ക് ഒന്നും അറിഞ്ഞുകൂടാ എന്ന്. എത്രയോ തവണ ഞാൻ മരണം നേരിൽ കണ്ടിരിക്കുന്നു. അതൊക്കെ കൺമുമ്പിലൂടെ കടന്നുപോയിട്ടേ ഉണ്ടായിരുന്നുള്ളൂ. ഒരു ഐ.വി.ട്യൂബ് ശരീരത്തിൽ ഘടിപ്പിക്കുന്ന ഹൃദയ സ്പന്ദനത്തിനായി കാതോർക്കുന്നു. എല്ലാവരും വിചാരിക്കുന്നത് സാധാ രണക്കാരേക്കാൾ കൂടുതലായി ചികിത്സാരംഗത്തുള്ളവർക്ക് മരണത്തെ ക്കുറിച്ച് അറിയാമെന്നാണ്. അതു ശരിയല്ല. രോഗകാരണം കണ്ടുപിടി ക്കുന്നതിൽ വിദഗ്ദ്ധനായ ഒരു ഡോക്ടറോടൊപ്പം ഞാൻ ജോലിചെയ്തി രുന്നു. പ്രായമായി ഉദ്യോഗത്തിൽനിന്നും അദ്ദേഹം വിരമിക്കാറായിരുന്നു. ഒരു ദിവസം അദ്ദേഹം എന്നോട് ചോദിച്ചു. “മരണം എന്നാൽ എന്താണ്?” (മൗനം) എന്റെ മുൻകാലജീവിതം തികച്ചും ശൂന്യമായൊരു വെള്ളക്കട ലാസായി. കിയൂഷയെ കുറിച്ചല്ലാതെ എനിക്ക് മറ്റൊന്നും ഓർമ്മയില്ലാ തായി... അവളെ സംബന്ധിക്കുന്ന ഏറ്റവും നിസ്സാരകാര്യവും എനിക്ക് നന്നായി ഓർക്കാൻ കഴിഞ്ഞു.

കുട്ടിക്കാലത്തെ അവളുടെ ധൈര്യം, കുസൃതി, തമാശകൾ. വലിയ നായ്ക്കളെപ്പോലും പേടിയുണ്ടായിരുന്നില്ല. എപ്പോഴും വേനൽക്കാലം മാത്രം മതി എന്ന മോഹം. മെഡിക്കൽ കോളേജിൽ പ്രവേശനം കിട്ടി എന്ന് ഞങ്ങളെ അറിയിച്ച ദിവസം... എന്തൊരു തിളക്കമായിരുന്നു ആ കണ്ണുകളിൽ. സ്വകാര്യ ട്യൂഷ്യൻ ഉണ്ടായിരുന്നില്ല. ആർക്കും കൈക്കൂലി കൊടുത്തുമില്ല. സ്വന്തം മിടുക്കിന്റെ ബലം മാത്രം. അല്ലെങ്കിലും സ്വകാര്യ ട്യൂഷ്യൻ നല്കാനുള്ള വകയൊന്നും ഞങ്ങൾക്കുണ്ടായിരുന്നില്ല. ആ ഭീകരാക്രമണം നടക്കുന്നതിന് രണ്ടുദിവസം മുമ്പാണ്. അവൾ പത്ര ത്തിൽ ഒരു കുറിപ്പ് വായിക്കാനിടയായി. മെട്രോയിൽവെച്ച് ആകസ്മിക മായി ഒരു ദുരന്തം സംഭവിച്ചാൽ എങ്ങനെ അതിനെ നേരിടണമെന്നാണ് ആ ലേഖനത്തിൽ വിവരിച്ചിരുന്നത്. കൃത്യമായി ഓർക്കുന്നില്ല. പക്ഷേ പ്രയോജനകരവും പ്രായോഗികവുമായ ഒരു കൂട്ടം നിർദ്ദേശങ്ങൾ അതിലു ണ്ടായിരുന്നു. അത് യഥാർത്ഥത്തിൽ സംഭവിച്ചപ്പോൾ ബോധം മറയും മുമ്പേ അവൾ ആ ലേഖനത്തെ കുറിച്ച് ഓർമ്മിച്ചു. അന്നുരാവിലെ ചെരുപ്പുകുത്തിയുടെ കടയിൽചെന്ന് നേരെയാക്കാൻ കൊടുത്തിരുന്ന ബൂട്ടുകൾ അവൾ തിരികെ വാങ്ങിച്ചിരുന്നു. കോട്ടു ധരിച്ചതിനുശേഷം ബൂട്ടുകൾ വലിച്ചുകയറ്റാൻ നോക്കവേ, അവൾക്കതിന് പറ്റിയില്ല. “അമ്മേ, തത്കാലം ഞാൻ അമ്മയുടെ ബൂട്ടുകൾ എടുത്തോട്ടെ?”

"അതിനെന്താ? ആയിക്കോളൂ." ഞാൻ പറഞ്ഞു. "നമുക്ക് രണ്ടു പേർക്കും ഒരേ പാകമാണല്ലോ."

ഒരമ്മയ്ക്ക് സ്വാഭാവികമായും ഉണ്ടാകേണ്ട ഉള്ളറിവ്... അന്നെനിക്ക് ഒരു സൂചനയും തന്നില്ല. "ഇപ്പോൾ പോകേണ്ട" എന്ന് എനിക്കവളെ വിലക്കാമായിരുന്നു. കുറച്ചുനാൾമുമ്പ് ഒരു സ്വപ്നത്തിൽ ഞാൻ വലിയൊരു നക്ഷത്രക്കൂട്ടം കണ്ടിരുന്നു. പക്ഷേ അതെന്നിൽ പ്രത്യേകിച്ചൊരു ആശങ്ക ഉളവാക്കിയിരുന്നില്ല. എല്ലാം എന്റെ ശ്രദ്ധക്കുറവ്. കുറ്റബോധം എന്നെ ആകെ തകർത്തിരിക്കുന്നു...

അവർ അനുമതി നല്കിയിരുന്നുവെങ്കിൽ രാത്രിയും ഞാൻ ആശുപത്രിയിൽതന്നെ കിടന്നേനേ. എല്ലാവർക്കും ഒരമ്മയായിരുന്നേനേ. ചിലർ കോണിത്തലയ്ക്കലിരുന്ന് കരഞ്ഞു. ചിലർക്ക് വേണ്ടത് ഒരു കെട്ടിപ്പിടുത്തമായിരുന്നു. ആരെങ്കിലും ആശ്വസിപ്പിക്കാനായി കൂടെയുണ്ടായിരുന്നുവെങ്കിൽ എന്നായിരുന്നു വേറെ ചിലർക്ക്. ഒരു കുട്ടി കരഞ്ഞുകൊണ്ടേയിരുന്നു. അവരുടെ അമ്മ അകലെ എവിടെയോ ആയിരുന്നു. വേറൊരു പെൺകുട്ടിയുടെ കാലാകെ ചതഞ്ഞുപോയിരുന്നു... ഒരു കാലിനേക്കാൾ വിലയേറിയതെന്തുണ്ട്? ഒരു കുഞ്ഞിന്റെ കാല്... അതിന്റെ വില! അവിടെത്തന്നെ നില്ക്കണമെന്ന് ഞാനാഗ്രഹിച്ചതിൽ ആർക്ക് തെറ്റ് പറയാനാകും?

ഭീകരാക്രമണത്തിനുശേഷമുള്ള ആദ്യത്തെ കുറെ ദിവസം... പത്രങ്ങളിലും റേഡിയോവിലും ടി.വി.യിലും ആ ഒരു വാർത്ത മാത്രമേ ഉണ്ടായിരുന്നുള്ളൂ. തന്റെ ഒരു പടം പത്രത്തിൽ കണ്ടപ്പോൾ കിയൂഷ അത് വലിച്ചെറിഞ്ഞുകളഞ്ഞു.

മകൾ:

ഒരുപാടുകാര്യങ്ങൾ എനിക്കോർമ്മയില്ല. എല്ലാം ഓർത്തുവെക്കേണ്ട എന്നുതന്നെയാണ് ഞാനും വിചാരിക്കുന്നത്. വേണ്ട... അതൊന്നും എനിക്കോർക്കണമെന്നില്ല. (അവളുടെ അമ്മ പതുക്കെ മകളെ ചേർത്തുപിടിച്ചു ആശ്വസിപ്പിക്കാനുള്ള ശ്രമം)

ഭൂമിക്കടിയിൽ എല്ലാം ഭയാനകമാണ്. ഇപ്പോഴും ഞാൻ എപ്പോഴും എന്റെ പഴ്സിൽ ഒരു ഫ്ളാഷ് ലൈറ്റ് കരുതാറുണ്ട്.

കരച്ചിലോ നിലവിളിയോ ഒന്നും ഞാൻ കേട്ടില്ല. തികഞ്ഞ നിശ്ശബ്ദതയായിരുന്നു എല്ലാവരും ഒരു കൂമ്പാരമായി കിടന്നു. അത് ഭയപ്പെടുത്തുന്നതായിരുന്നില്ല. പിന്നെ പതുക്കെ ആളുകൾ ചലിക്കാൻ തുടങ്ങി. എപ്പോഴോ ഒരിക്കൽ എനിക്ക് തോന്നി, എങ്ങനെയെങ്കിലും അതിനുള്ളിൽ നിന്നും പുറത്ത് കടക്കണമെന്ന്. എല്ലാം ഏതോ രാസവസ്തുക്കൾകൊണ്ട് മൂടപെട്ടിരിക്കുന്നു. എല്ലാം കത്തിക്കൊണ്ടിരിക്കുന്നു. എന്റെ തോൾസഞ്ചിക്കായി ചുറ്റും നോക്കി. അതിൽ പേഴ്സുണ്ടായിരുന്നു. കോളേജിൽ ആവശ്യമുള്ള കടലാസുകളുണ്ടായിരുന്നു. വല്ലാത്തൊരു ഞെട്ടൽ.... മരവിപ്പ്. ഒരു വേദനയും അറിഞ്ഞില്ല.

ഏതോ ഒരു സ്ത്രീ ഉറക്കെ വിളിക്കുന്നതു കേട്ടു. "സെർജി... സെർജീ..." സെർജിയുടെ മറുവിളി കേട്ടില്ല. അപ്പോഴും ഏതാനും പേർ കംപാർട്ടുമെന്റിനകത്ത് ഇരിക്കുന്നുണ്ടായിരുന്നു. ആരും സാമാന്യസ്ഥിതിയിലായിരുന്നില്ല. ഒരാൾ ഒരു കമ്പിയിൽ പുഴുവിനെപോലെ തൂങ്ങിക്കിടക്കുന്നു. ആ ഭാഗത്തേക്ക് നോക്കാൻ എനിക്ക് ഭയം തോന്നി.

ഞാൻ എഴുന്നേറ്റ് നടക്കാൻ തുടങ്ങി. പക്ഷേ വല്ലാതെ തലചുറ്റി. എവിടെ നിന്നൊക്കെയോ നിലവിളികളുയർന്നു. "സഹായിക്കൂ... സഹായിക്കൂ..." എന്റെ മുമ്പിലുള്ളയാൾ ഉറക്കത്തിൽ എഴുന്നേറ്റ് നടക്കുന്നതുപോലെയാണ് നടന്നിരുന്നത്. അയാൾ കുറച്ചുദൂരം മുമ്പോട്ടുപോയി. പിന്നെ തിരിഞ്ഞ് അതേപോലെ പിന്നിലേക്ക് നടന്നു... എല്ലാവരും ഞങ്ങളെ രണ്ടുപേരേയും കടന്നുപോയി.

എസ്കലേറ്ററിന്റെ മുകളിലെത്തിയപ്പോൾ രണ്ടു സ്ത്രീകൾ ഓടിവന്ന് എന്റെ നെറ്റിയിൽ ഒരു തുണ്ട് തുണി അമർത്തി. എന്തുകൊണ്ടോ... എനിക്ക് കഠിനമായ തണുപ്പ് തോന്നി, മരവിക്കുന്ന തണുപ്പ്. അവർ എവിടെനിന്നോ ഒരു കസാലകൊണ്ടുവന്നു. ഞാനതിൽ ഇരുന്നു. അവർ മറ്റു യാത്രക്കാരോട് ബെൽറ്റുകളും ടൈകളുമൊക്കെ അഴിച്ചു നല്കാൻ ആവശ്യപ്പെടുന്നതുകേട്ടു. മുറിവേറ്റവരുടെ മുറിവുകൾ വെച്ചുകെട്ടാൻ. സ്റ്റേഷനിൽ ചുമതലയുള്ള ആൾ ആരോടോ ഫോണിൽ പറയുന്നതു കേട്ടു. 'ഞങ്ങൾ എന്തുചെയ്യണമെന്നാണ് നിങ്ങൾ പറയുന്നത്? ടണലിൽ നിന്നും ആളുകൾ മുകളിലേക്ക് കയറിവരുന്നു, നിന്നിടത്തുതന്നെ മരിച്ചു വീഴുന്നു. ചിലർ പ്ലാറ്റ്ഫോമിലേക്ക് കയറി വന്നതിനുശേഷം താഴെ വീണ് മരിക്കുന്നു... (അവൾ കുറച്ചുനേരം മൗനമായിരുന്നു) നിങ്ങൾ എന്തിനാണ് ഞങ്ങളെ പീഡിപ്പിക്കുന്നത്? എന്റെ അമ്മയെ ഓർത്താണ് എനിക്ക് സങ്കടം. (മൗനം) ഇപ്പോൾ എല്ലാവരും അതുമായി പൊരുത്തപ്പെട്ടു കഴിഞ്ഞു. അതിനെക്കുറിച്ച് ചെറിയൊരു വാർത്ത ടി.വി.യിൽ വരുമ്പോഴേക്കും തന്നെ ആളുകൾ അത് നിർത്തി കാപ്പി കുടിക്കാൻ പോകുന്നു.

അമ്മ :

സോവിയറ്റിന്റെ നിറവാർന്ന കാലത്താണ് ഞാൻ ജനിച്ചുവളർന്നത്. ജനിച്ചത് യു.എസ്.എസ്.ആറിൽ ആണ്. ഈ പുതിയ റഷ്യയെ മനസ്സിലാക്കാനാവുന്നില്ല. ഏതാണ് കൂടുതൽ മോശമെന്ന് എനിക്ക് പറയാനാവില്ല. ഇന്നുള്ളതോ, അതോ പഴയ കമ്മ്യൂണിസ്റ്റ് പാർട്ടി ചരിത്രമോ? ഇപ്പോഴും മനസ്സ് പ്രവർത്തിക്കുന്നത് പഴയ സോവിയറ്റ് നിയമങ്ങൾക്കനുസൃതമായാണ്. സോവിയറ്റ് ചട്ടക്കൂടിനകത്തുനിന്ന്. അങ്ങനെയല്ലാതാവില്ലല്ലോ. ജീവിതത്തിന്റെ പകുതിയും കഴിച്ചത് സോഷ്യലിസ്റ്റ് ഭരണക്രമത്തിനു കീഴിലാണ്. അതെല്ലാം രക്തത്തിൽ ലയിച്ചുചേർന്നിരിക്കുന്നു. അതിനെയൊന്നും ഇനി തൂത്തുവാരി പുറത്താക്കാനാവില്ല. അങ്ങനെവേണമെന്ന തോന്നുന്നുമില്ല. ജീവിതം ഒട്ടും സുഖകരമായിരുന്നില്ല. ഇന്നോ? അത് ഭയാനകമായിരിക്കുന്നു.

എന്നും രാവിലെ ഞങ്ങൾ പല വഴിക്ക് പോകും. ഭർത്താവും ഞാനും. അവനവന്റെ ജോലിസ്ഥലത്തേക്ക്. കുട്ടികൾ സ്കൂളിലേക്ക്. ഞങ്ങൾ നാലുപേരും എപ്പോഴും പരസ്പരം ഫോണിൽ അന്വേഷിച്ചുകൊണ്ടിരിക്കും. “അവിടെ എങ്ങനെയാണ്? എത്രമണിക്കാണ് വീട്ടിലേക്ക് തിരിച്ചു വരിക? അവിടെ കുഴപ്പമൊന്നുമില്ലല്ലോ?” വൈകുന്നേരം നാലുപേരും ഒരുമിച്ച് വീട്ടിലുണ്ടാകുമ്പോഴേ എനിക്ക് സമാധാനമാവൂ. പിടയുന്ന മനസ്സിന് അപ്പോഴേ സ്വസ്ഥത കിട്ടൂ. എനിക്കെല്ലാറ്റിനേയും പേടിയാണ്. എപ്പോഴും പരിഭ്രമമാണ്. കുട്ടികൾ എപ്പോഴും എന്നെ ശകാരിക്കും. “അമ്മ എപ്പോഴും കാടുകയറി ചിന്തിക്കുന്നതുകൊണ്ടാണ്...” ശരിയായിരിക്കാം. പക്ഷേ അതിൽ കുഴപ്പമൊന്നുമില്ലല്ലോ. അമ്മമനസ്സ് അങ്ങനെയാണ്. എന്റെ കുടുംബം... അതിന്റെ സുരക്ഷ... അതുതന്നെയാണ് എപ്പോഴും മനസ്സിൽ ഉണ്ടായിരുന്നത്. കുടുംബത്തിന്റെ സംരക്ഷണം എനിക്കും ആവശ്യമായിരുന്നു. അങ്ങനെയൊരു കവചം. എനിക്കു കൂടാതെ കഴിയില്ലായിരുന്നു. ഞാൻ നന്നേ കുട്ടിയായിരുന്നപ്പോഴേ അച്ഛൻ മരിച്ചു. അദ്ദേഹം എന്നെ ഒരുപാട് സ്നേഹിച്ചിരുന്നു. അതുകൊണ്ടാകാം ഇത്രയും ദുർബലയായത്. (വീണ്ടും അവർ നിശ്ശബ്ദരായി) അദ്ദേഹം യുദ്ധത്തിൽ പങ്കെടുത്തിരുന്നു. രണ്ടുതവണ കത്തിക്കാളുന്ന ടാങ്കുകളിൽനിന്നും ചാടിയിറങ്ങി രക്ഷപ്പെട്ടു. യുദ്ധം തീരുന്നതുവരെ അദ്ദേഹം പടക്കളത്തിലുണ്ടായിരുന്നു. ജീവനോടെ തിരിച്ചുവരികയും ചെയ്തു. വീട്ടിൽ വന്നതിൽ പിന്നെ... ഒരു അടിപ്പാലത്തിലൂടെ പോകവെ... അദ്ദേഹം കൊല്ലപ്പെട്ടു.

സോവിയറ്റ് പുസ്തകങ്ങൾ വായിച്ചാണ് വളർന്നത്. അവ ഞങ്ങളെ പഠിപ്പിച്ച പാഠങ്ങൾ തികച്ചും വ്യത്യസ്തമായിരുന്നു. താരതമ്യം ചെയ്യാനായി ഞാനൊരു ഉദാഹരണം പറയാം. ആ പുസ്തകങ്ങളിൽ ആദ്യകാല തീവ്രവാദികളെ ധീരന്മാരും വീരന്മാരുമായാണ് ചിത്രീകരിച്ചിട്ടുള്ളത്. അവർ രക്തസാക്ഷികളായിരുന്നു. സോഫിയ പെറസ്കോവിയ, കിബാൽപിച്ച്[1] തുടങ്ങിയവർ. സാർ ചക്രവർത്തിക്കെതിരായി കലാപം നയിച്ചവർ.... ഭരണകൂടം തൂക്കിലേറ്റിയവർ. അവർ സാറിന്റെ നേരെ ബോംബെറിഞ്ഞു. അന്നത്തെ യുദ്ധധീരന്മാർ അധികവും കുലീന കുടുംബങ്ങളിലെ സന്താനങ്ങളായിരുന്നു. സമ്പന്നമായ കുടുംബങ്ങളിൽ നിന്നുള്ളവർ. അങ്ങനെയുള്ളവർ ഇന്നും ജീവിച്ചിരിക്കുന്നു എന്നതിൽ അതിശയം തോന്നേണ്ടതുണ്ടോ? ചരിത്രം പഠിപ്പിക്കുമ്പോൾ, സ്വരാജ്യത്തിനുവേണ്ടിയുള്ള മഹായുദ്ധത്തെകുറിച്ച് വർണ്ണിക്കുമ്പോൾ ക്ലാസ്സിൽ ടീച്ചർ ഞങ്ങൾക്ക് പറഞ്ഞുതരുമായിരുന്നു. ബെലോ റഷ്യൻ ഒളിപ്പോരാളിയായിരുന്ന യെലീന മസാനിക്കിന്റെ പരാക്രമങ്ങൾ. അവരാണ് നാസി പടത്തലവനായ വില്യം കുബേരയെ വകവരുത്തിയത്. ഗർഭിണിയായ ഭാര്യയോടൊപ്പം അദ്ദേഹം കിടന്നിരുന്ന മെത്തക്കുതാഴെ അവർ ബോംബു വെച്ചു. അവരുടെ മക്കൾ അടുത്ത മുറിയിൽ കിടന്നുറങ്ങിയിരുന്നു... ഒരു

1. 1853–1881 പവിത്രമായ ഒരു ലക്ഷ്യം മുന്നിൽ കണ്ട് നാടിനുവേണ്ടി പ്രാണൻ ത്യജിച്ചവരായിരുന്നു.

ചുമരിനപ്പുറം. സ്റ്റാലിൻ നേരിട്ട് യെലീനയ്ക്ക് "ധീരതയ്ക്കുള്ള നക്ഷത്രം" നല്കി ആദരിച്ചു.

പിന്നീടുള്ള തന്റെ ജീവിതം മുഴുവൻ യെലീന ഓരോ സ്കൂളുകൾ സന്ദർശിച്ച് താൻ ചെയ്ത വീരകൃത്യങ്ങളെക്കുറിച്ച് വിദ്യാർത്ഥികൾക്ക് വിസ്തരിച്ചു പറഞ്ഞു കൊടുത്തുകൊണ്ടിരുന്നു. വിദ്യാർത്ഥികളിൽ ദേശാഭിമാനം വളർത്താൻ എഴുപതുകളിലും എൺപതുകളിലും ധീരതാ പഠന ക്ലാസ്സുകൾ[1] പ്രത്യേകിച്ച് ഒരുക്കിയിരുന്നു. അന്നൊന്നും ആരും ഞങ്ങളുടെ ടീച്ചർപോലും ഞങ്ങളോടു പറഞ്ഞില്ല, തൊട്ടടുത്ത മുറിയിൽ കിടന്നുറങ്ങിയിരുന്ന നിഷ്കളങ്കരായ കുട്ടികളെക്കുറിച്ച്. വാസ്തവത്തിൽ യെലീന ആ കുട്ടികളുടെ നാനി ആയിരുന്നു... പോറ്റമ്മ. യുദ്ധത്തിനുശേഷം മനഃസാക്ഷിയുള്ളവർക്കെല്ലാം ലജ്ജയും ഭയവുമായിരുന്നു. യുദ്ധകാലത്ത് അവർ കാട്ടിക്കൂട്ടിയ പ്രവൃത്തികളെ കുറിച്ചോർക്കാൻ. എനിക്കറിയാം ആ കാര്യത്തിൽ എന്റെ അച്ഛൻ അനുഭവിച്ച വേദന എന്തുമാത്രമായിരുന്നുവെന്ന്.

അവട്സാവോഡ്സ്കായ മെട്രോ സ്റ്റേഷനിൽ ബോംബ് പൊട്ടിച്ചത് ഒരാൺകുട്ടിയായിരുന്നു. സ്വയം പൊട്ടിത്തെറിക്കാൻ തയ്യാറായി വന്ന ഒരു കുട്ടി.... സൂയിസൈഡ് ബോംബർ. ചെച്നിയക്കാരൻ. അവൻ ധാരാളം പുസ്തകം വായിച്ചിരുന്നുവെന്ന് അവന്റെ അച്ഛനമ്മമാർ പറഞ്ഞു. ടോൾസ്റ്റോയിയുടെ പുസ്തകങ്ങളായിരുന്നു ഏറ്റവും ഇഷ്ടം. ഒരു ആഭ്യന്തരയുദ്ധത്തിനു നടുവിലാണ് അവൻ വളർന്നത്. ചുറ്റും ഏതു നേരവും വെടിവെപ്പും ബോംബാക്രമണങ്ങളും. ബന്ധുക്കളായ കുട്ടികൾ അതിനിടയിൽ മരിച്ചുവീഴുന്നത് അവൻ പലതവണ കണ്ടു. പതിനാലു വയസ്സായപ്പോൾ വീട്ടിൽനിന്നും ഓടിപ്പോയി. മലകയറിച്ചെന്ന് ഖട്ടാബിന്റെ ആളുകളോടൊപ്പം ചേർന്നു. സൗദിയിൽ പിറന്ന ഭീകരനായ ഒരു ചെച്ചെൻ കലാപകാരിയായിരുന്നു. ഇബ്ൻ-ആൽ-ഖട്ടാബ്[2]. സന്തം സഹോദരങ്ങളുടെ കൊലയ്ക്ക് പകരം വീട്ടാൻ അവൻ ആഗ്രഹിച്ചു. ഒരുപക്ഷേ നിഷ്കളങ്കനായ, ഹൃദയാലുവായൊരു കുട്ടി. ആദ്യം അവർ അവനെ വെറും മണ്ടൻകുട്ടി എന്നുവിളിച്ചു പരിഹസിച്ചു. പക്ഷേ അവൻ പിന്മാറിയില്ല. കൂട്ടത്തിലുള്ളവരേക്കാളൊക്കെ നന്നായി. ഉന്നംതെറ്റാതെ വെടിവെക്കാൻ അവൻ ശീലിച്ചു. കൈബോംബുകളെറിയാൻ പഠിച്ചു. അവന്റെ അമ്മ അവനെ കണ്ടെത്തി. പിടിച്ചുവലിച്ച് വീട്ടിലേക്ക് കൊണ്ടുവന്നു. മകൻ വിദ്യാഭ്യാസം മുഴുവനാക്കണമെന്നും ഇഷ്ടിക പാവുന്ന തൊഴിലിൽ സാമർത്ഥ്യം തേടണമെന്നും അമ്മ ആഗ്രഹിച്ചു. എന്നാൽ ഒരു കൊല്ലത്തിനകം വീണ്ടും അവൻ അപ്രത്യക്ഷനായി, മലയിലെത്തി. അവിടെനിന്നും ബോംബുകൾ വിഘടിപ്പിക്കേണ്ടത് എങ്ങനെയെന്ന് പഠിച്ചു. താമസിയാതെ മോസ്കോയിലെത്തി. പണത്തിനുവേണ്ടിയാണ് അവൻ അത് ചെയ്തതെങ്കിൽ, അതിൽ എന്തെങ്കിലും അർത്ഥമുണ്ടെന്ന്

1. ദേശാഭിമാന പഠന ക്ലാസുകൾ
2. 1963-2002 സൗദിയിൽ ജനിച്ച ചെച്നിയൻ സ്വാതന്ത്ര്യ സമര പോരാളി

കരുതാമായിരുന്നു. എന്നാൽ കൊല്ലാൻവേണ്ടി അവനാരും കൂലികൊടുത്തിരുന്നില്ല. ഒരു ടാങ്കിന്റെ മുന്നിലേക്കെടുത്തു ചാടാനും, ആശുപത്രിയിലെ ഒരു പ്രസവ വാർഡിനെ മുഴുവൻ ബോംബിട്ടു നശിപ്പിക്കാനും വേണ്ട ചങ്കൂറ്റം ആ കുട്ടിക്കുണ്ടായിരുന്നു.

ഞാനാരാണ്? നമ്മൾ വെറും മനുഷ്യർ. ആൾക്കൂട്ടത്തിലെ ചില മുഖങ്ങൾ മാത്രം. നമ്മുടെ ജീവിതം എത്ര സാധാരണവും നിസ്സാരവുമാണ്. എന്നിട്ടും ജീവിച്ചുപോവാൻ നമ്മൾ പരമാവധി ശ്രമിച്ചുകൊണ്ടിരിക്കുന്നു. നമ്മൾ സ്നേഹിക്കുന്നു. വേദന അനുഭവിക്കുന്നു. ഇനിയൊരാൾക്ക് അതിൽ രസമുള്ളതായി ഒന്നും കാണാനാവില്ല. ആരും നമ്മളെക്കുറിച്ച് പുസ്തകങ്ങളും എഴുതാൻ പോകുന്നില്ല. നമ്മൾ പൊതുജനമാണ്... ആൾക്കൂട്ടമാണ്. ഇതിനുമുമ്പ് ആരും എന്നോട് എന്റെ ജീവിതത്തെ കുറിച്ച് ഇത്രയധികം ചോദ്യങ്ങൾ ചോദിച്ചിട്ടില്ല. അതുകൊണ്ടാണ് ഇപ്പോൾ ഇത്രയധികം സംസാരിക്കുന്നത്. എന്റെ മകൻ എന്നോടു പറയുന്നു. “അമ്മേ, മനസ്സ് മാറ്റിവെക്കൂ...” അവരെപ്പോഴും എന്നെ ഓരോന്ന് പഠിപ്പിച്ചുകൊണ്ടിരിക്കുകയാണ്. ഇന്നത്തെ യുവജനങ്ങൾ അധിവസിക്കുന്ന ഈ രാജ്യം. പഴയ സോവിയറ്റ് യൂണിയനേക്കാൾ ക്രൂരമായതാണ്. (വീണ്ടും അവർ നിശ്ശബ്ദയായി). ഈ ജീവിതം നമുക്കുള്ളതല്ല എന്ന തോന്നൽ. നമ്മളെപോലെയുള്ളവരെ ഉദ്ദേശിച്ചുള്ളതല്ല. നമ്മുടെ ജീവിതം മറ്റെവിടേയോ ആണ്. എവിടെയൊക്കെയോ... എന്തെല്ലാമോ സംഭവിക്കുന്നു. എന്നാൽ അതൊന്നും നമുക്ക് വേണ്ടിയുള്ളതല്ല. മുന്തിയ കടകളിലൊന്നും ഞാൻ പോകാറില്ല. സ്വതവേ ഞാൻ വലിയ നടത്തക്കാരിയാണ്. കാവൽ നില്ക്കുന്നവർ പുച്ഛത്തോടെ എന്നെ നോക്കും. ഞാൻ ധരിച്ചിരിക്കുന്നത് വളരെ സാധാരണമായ വസ്ത്രങ്ങളാണ്. അടിതൊട്ട് മുടിവരെ... ചൈനയിലുണ്ടാക്കിയ വിലകുറഞ്ഞ വസ്ത്രങ്ങൾ. ഞാൻ എല്ലായിടത്തേക്കും മെട്രോയിൽ യാത്ര ചെയ്യുന്നു. വലിയ ഭയം തോന്നാറുണ്ട്. എന്നാലും... സാമ്പത്തികശേഷിയുള്ളവരാരും മെട്രോയിൽ സഞ്ചരിക്കാറില്ല. മെട്രോ എല്ലാവർക്കും വേണ്ടിയുള്ളതല്ല. പാവപ്പെട്ടവർക്ക് മാത്രമുള്ളതാണ്. വീണ്ടും സ്ഥിതി പഴയതുപോലെയായിരിക്കുന്നു. രാജകുമാരന്മാരും അനുചരന്മാരും നികുതിയടയ്ക്കുന്ന സാധാരണക്കാരും.

അവസാനമായി ഞാൻ ഒരു ഭക്ഷണശാലയിൽ കയറിയത് എന്നാണ്? ഓർമ്മയില്ല. അങ്ങനെ ചിലവാക്കാനുള്ള പണം വളരെ കാലമായി കൈയിലുണ്ടാവാറില്ല. നാടകം കാണലും ഇപ്പോൾ എന്നെ സംബന്ധിച്ചിടത്തോളം ഒരാർഭാടമായിരിക്കുന്നു. പക്ഷേ ഒരു കാലമുണ്ടായിരുന്നു. എല്ലാ നാടകങ്ങളും അന്ന് ആദ്യദിവസം തന്നെ ഞങ്ങൾ കാണാറുണ്ടായിരുന്നു. അതൊക്കെ ആലോചിക്കുമ്പോൾ വളരെ സങ്കടം തോന്നുന്നുണ്ട്. ഇപ്പോഴത്തെ ജീവിതം എത്ര മങ്ങിയതാണ്. തെളിച്ചമില്ലാത്തതാണ്. കാരണം, പുതിയ ലോകത്തിലേക്ക് പ്രവേശിക്കാൻ ഞങ്ങൾക്ക് അനുവാദമില്ല. വായനശാലയിൽനിന്നും ഭർത്താവ് സഞ്ചിനിറയെ പുസ്തകങ്ങൾ എടുത്തുകൊണ്ടുവരാറുണ്ട്. അത് ഇപ്പോഴും ഞങ്ങൾക്ക്

സാധിക്കുന്ന കാര്യമാണ്. പഴയ മോസ്കോ തെരുവുകളിലൂടെ ഇപ്പോഴും ഇടയ്ക്ക് ഞങ്ങൾ കടന്നുവരാറുണ്ട്. യാക്കിമാൻകാ, കിടായ -ഗോറോഡ്, വാർവാർ കം... ഒക്കെ ഞങ്ങൾക്കേറ്റവും പ്രിയപ്പെട്ട സ്ഥല ങ്ങളാണ്. അത് ഞങ്ങൾക്കൊരു പുറന്തോടാണ്. കാലം അങ്ങനെയാണ് സ്വയം രക്ഷിക്കാൻ എല്ലാവർക്കും വേണം ഓരോ പോർച്ചട്ട (മൗനം). ഞങ്ങളെ പഠിപ്പിച്ചത്... മാർക്സ് എഴുതിയിരിക്കുന്നത് "മൂലധനം എന്നത് തട്ടിപ്പറിക്കലാണ്" എന്നാണ്. ഞാൻ ഇപ്പോഴും അദ്ദേഹത്തോട് യോജി ക്കുന്നു.

...സ്നേഹം എന്താണെന്ന് എനിക്കറിയാം. ആരെങ്കിലും എന്നെ ശരിക്കും സ്നേഹിക്കുന്നുണ്ടെങ്കിൽ അത് ഞാൻ പെട്ടെന്ന് മനസ്സിലാക്കും. എന്നെ സ്നേഹിക്കുന്നവരുമായി പ്രത്യേകമായൊരു ബന്ധവും അടുപ്പ വുമുണ്ട്. അത് ഞാനറിയാതെ മനസ്സിൽ നാമ്പിടുന്നതാണ്. അതിൽ വാക്കുകളില്ല. ഇപ്പോൾ പെട്ടെന്ന് ഞാൻ ആദ്യത്തെ ഭർത്താവിനെ ഓർത്തുപോയി. അദ്ദേഹത്തെ ശരിക്കും സ്നേഹിച്ചിരുന്നുവോ? ഉവ്വ്... വളരെയധികം. സ്നേഹം മനസ്സിൽ ഒരു ഭ്രാന്തായി. അന്നെനിക്ക് ഇരു പത് വയസ്സായിരുന്നു പ്രായം. തലയ്ക്കകത്ത് സ്വപ്നങ്ങളല്ലാതെ യാതൊ ന്നുമുണ്ടായിരുന്നില്ല. ഞങ്ങൾ അദ്ദേഹത്തിന്റെ അമ്മയോടൊപ്പമാണ് താമസിച്ചിരുന്നത്. സുന്ദരിയായ ഒരു പ്രൗഢ. അവർക്കെന്നോട് അസൂയ യായിരുന്നു. "എന്റെ ചെറുപ്പകാലത്തെ അഴക്... അതുപോലെ സുന്ദരി യാണ് നീയും." അദ്ദേഹം എനിക്കുവേണ്ടി കൊണ്ടുവരുന്ന പൂവുകൾ അമ്മ എപ്പോഴും തന്റെ മുറിയിൽ കൊണ്ടുചെന്നുവെക്കും. കുറെ കഴി ഞ്ഞപ്പോൾ എനിക്ക് അവരെ മനസ്സിലാക്കാനായി. എന്റെ മകളെ എത്ര ത്തോളം തീവ്രമായി ഞാൻ സ്നേഹിക്കുന്നു എന്ന് ഇപ്പോഴാണെനിക്ക് മനസ്സിലായത്. സ്വന്തം മകളുമായി ഒരമ്മയ്ക്ക് എത്രത്തോളം അടുക്കാ നാവുമെന്നും ഞാൻ മനസ്സിലാക്കി. ഞാൻ ഒരു മനോരോഗചികിത്സകനെ കാണാറുണ്ട്. എന്റെയുള്ളിലുള്ള ഈ അതിർകവിഞ്ഞ സ്നേഹവും അടു പ്പവും... അതിൽനിന്നും എന്നെ മോചിപ്പിക്കാനാണ് അദ്ദേഹം ശ്രമിക്കു ന്നത്. "ആവശ്യത്തിലധികമായി മകളെപ്രതിയുള്ള ഈ സ്നേഹവും കരുതലും നന്നല്ല. ക്രമേണ നിങ്ങൾ സാമാന്യനിലയിലേക്കു വരണം.. അതൊന്നും എന്റെ തലയിൽ കയറിയില്ല. എന്റെ സ്നേഹം... മമത... അതൊക്കെ സ്വാഭാവികമായിട്ടുള്ളതാണ്. ഇതാണ് എന്റെ ജീവിതം. അല്ലെങ്കിലും എല്ലാം തികഞ്ഞ ഒരു ജീവിതമുണ്ടോ? ഏറ്റക്കുറച്ചിലുകൾ എവിടേയുമുണ്ടാകും (മൗനം).

എന്റെ ആദ്യത്തെ ഭർത്താവ് എന്നെ സ്നേഹിച്ചിരുന്നു. പക്ഷേ അദ്ദേഹത്തിന് തന്റേതായ ഒരു സിദ്ധാന്തമുണ്ടായിരുന്നു. ജീവിതം മുഴുവൻ ഒരു സ്ത്രീയോടൊത്ത് കഴിയാൻ വയ്യ. മറ്റു സ്ത്രീകളേയും അറിഞ്ഞിരിക്കണം. അതിനെക്കുറിച്ച് കുറെയേറെ ഞാൻ ചിന്തിച്ചു. മതി യാവോളം കരഞ്ഞു. അവസാനം ഒരു തീരുമാനത്തിലെത്തി. അദ്ദേഹത്തെ വിട്ടയയ്ക്കാനുള്ള കരുത്ത് സ്വയം കണ്ടെത്തി. ഞാനും കൊച്ചു

കിയൂഷയും മാത്രമായി. എന്റെ രണ്ടാമത്തെ ഭർത്താവ്. അദ്ദേഹം എനിക്കൊരു സഹോദരനെപോലെയായിരുന്നു. ഒരു സഹോദരൻ... ആദ്യം മുതലേ എന്റെ ഒരു മോഹമായിരുന്നു അത്. തുടക്കത്തിൽ കുറച്ചു വിഷമം തോന്നി. വിവാഹത്തിനു സമ്മതം ചോദിച്ചപ്പോൾ എന്താണുത്തരം പറയേണ്ടതെന്നറിയാതെ കുഴങ്ങി. അദ്ദേഹത്തോടൊരുമിച്ച് എനിക്ക് ജീവിക്കാനാവുമോ? വീട്ടിൽ സ്നേഹത്തിന്റെ ഗന്ധം നിറയണം. അപ്പോഴല്ലേ കുഞ്ഞുങ്ങളുണ്ടാവുള്ളൂ. പക്ഷേ, അദ്ദേഹം എല്ലാം നിശ്ചയിച്ചു കഴിഞ്ഞിരുന്നു. എന്നേയും കിയൂഷയേയും സ്വന്തം വീട്ടിലേക്ക് കൂട്ടിക്കൊണ്ടുപോയി. “നമുക്ക് ശ്രമിച്ചുനോക്കാം...” അദ്ദേഹം പറഞ്ഞു. “ശരിയാവുന്നില്ല എന്നുകണ്ടാൽ ഉടനെ നിങ്ങൾക്ക് നിങ്ങളുടെ വീട്ടിലേക്ക് തിരിച്ചുപോകാം.” ഞങ്ങൾ അതിനെക്കുറിച്ച് ആലോചിച്ചുറപ്പിച്ചു. അവസാനം ഞങ്ങളൊന്നായി. സ്നേഹം വരുന്നത് പല വഴിക്കാണ്. ഭ്രാന്തമായ സ്നേഹമുണ്ട്, സൗഹൃദംപോലെ ഊഷ്മളമായി സ്നേഹവുമുണ്ട്. ഒരു സുഹൃദ്ബന്ധം. അങ്ങനെ വിചാരിക്കാനാണ് എനിക്കിഷ്ടം. എന്റെ ഭർത്താവ് അത്രയ്ക്കും നല്ലൊരാളാണ്. പട്ടുവസ്ത്രങ്ങളണിഞ്ഞു നടന്നില്ലെങ്കിലെന്താ, സ്നേഹസമ്പന്നായ ഒരു ഭർത്താവ് എനിക്കുണ്ടല്ലോ!

ഞാൻ ദശേൻകയെ പ്രസവിച്ചു. ഞങ്ങൾ രണ്ടാളും എപ്പോഴും മകളോടൊപ്പമായിരുന്നു. വേനൽക്കാലത്ത് കുട്ടികളേയും കൊണ്ട് അവരുടെ അമ്മൂമ്മയുടെ വീട്ടിലേക്ക് പോകും. കലുഗാ ഒബ്ലാസ്റ്റ് എന്ന ഗ്രാമത്തിലാണ് അവർ താമസിച്ചിരുന്നത്. അവിടെ ഒരു പുഴയുണ്ടായിരുന്നു. വിശാലമായ പുൽമേടും, കാടുമുണ്ടായിരുന്നു. അമ്മൂമ്മ കുഞ്ഞുങ്ങൾക്കു വേണ്ടി എപ്പോഴും ചെറിപഴങ്ങൾ ചേർത്ത് പലഹാരമുണ്ടാക്കികൊടുത്തിരുന്നു. അതിന്റെ രുചി ഇപ്പോഴും അവർ ഓർത്തുപറയുന്നു. ഒരിക്കലും ഞങ്ങൾ കടൽതീരത്തേക്കു പോയില്ല. ഉള്ളിൽ ആ മോഹം ഉണ്ടായിരുന്നുവെങ്കിലും. അറിയാലോ... സത്യസന്ധമായി പണിയെടുക്കുന്ന ആർക്കും പണമുണ്ടാക്കാനാവില്ല. ഞാനൊരു നഴ്സാണ്. ഭർത്താവ് ഒരു ഗവേഷകനും. ഒരു “റേഡിയോളജിക്കൽ ഇൻസ്റ്റിറ്റ്യൂട്ടി”ലാണ് അദ്ദേഹം ജോലിചെയ്യുന്നത്. എന്തൊക്കെയായാലും ഞങ്ങളുടെ മക്കൾക്കറിയാം, അവരെ ഞങ്ങൾ എത്രമാത്രം സ്നേഹിക്കുന്നുവെന്ന്.

വളരെയധികം ജനങ്ങൾ പെരിസ്ട്രോയിക്കയെ വാഴ്ത്തുന്നുണ്ട്. ഭാവിയെക്കുറിച്ച് എല്ലാവർക്കും വളരെയധികം പ്രതീക്ഷകളുണ്ടായിരുന്നു. എന്തായാലും ഗോർബച്ചേവിനോട് പ്രിയം തോന്നാൻതക്ക കാരണങ്ങളൊന്നും എനിക്കില്ല. ജോലിസ്ഥലത്ത് സഹപ്രവർത്തകരെല്ലാം ഒത്തുചേരുമ്പോഴുണ്ടാകാറുള്ള വർത്തമാനങ്ങൾ... എനിക്കോർമ്മയുണ്ട്. സോഷ്യലിസം അവസാനിക്കുകയാണ്... അടുത്തതെന്തായിരിക്കും? “കൊള്ളരുതാത്ത സോഷ്യലിസമാണ് അവസാനിച്ചത്. ഇനി കൈവരാൻ പോകുന്നത് നല്ല സോഷ്യലിസമാണ്.” ഞങ്ങൾ ആകാംക്ഷയോടെ കാത്തിരുന്നു. പത്രങ്ങൾ മുഴുവൻ അരിച്ചുപെറുക്കി.

അധികം വൈകാതെ ഭർത്താവിന് ജോലി നഷ്ടപ്പെട്ടു. ആ സ്ഥാപനം തന്നെ അവർ അടച്ചുപൂട്ടി. തൊഴിൽ നഷ്ടപ്പെട്ടവരുടെ എണ്ണം കടലോളം പെരുകി. അവരിൽ അധികംപേർക്കും സർവകലാശാല ബിരുദമുണ്ടായിരുന്നു. ആദ്യം വഴിനീളെ മാടക്കടകൾ. തുടർന്ന് വലിയ സൂപ്പർ മാർക്കറ്റുകൾ. അതിനുള്ളിൽ എല്ലാം ലഭ്യമായിരുന്നു. ഒരു മുത്തശ്ശിക്കഥയിലെന്നപോലെ സാധന സമൃദ്ധി. പക്ഷേ വാങ്ങാൻ ആരുടെ കൈയിലും പണമുണ്ടായിരുന്നില്ല. ഞാൻ സൂപ്പർമാർക്കറ്റിന്റെ അകത്തേക്ക് കടക്കും. അതേപോലെ പുറത്തേക്കും വരും. കുട്ടികൾക്ക് സുഖമില്ലാതിരുന്ന സമയം... ഞാൻ എണ്ണി രണ്ട് ആപ്പിളും ഒരു ഓറഞ്ചും വാങ്ങും. ഇങ്ങനെയൊരു സ്ഥിതിവിശേഷവുമായി പൊരുത്തപ്പെടുന്നതെങ്ങനെ? ശരി, ഇനിമേൽ ഇങ്ങനെയൊക്കെയായിരിക്കും കാര്യങ്ങളെന്നു സമ്മതിക്കാം. എന്നാൽ എങ്ങനെയാണതിനു മനസ്സുവരിക? ചിലർ അവശ്യസാധനങ്ങൾ വാങ്ങാൻ കൂടി പണമില്ലാതെ നട്ടം തിരിയുന്നു. അതേസമയം തൊട്ടുമുമ്പിലുള്ള ആൾ കൈവണ്ടി നിറയെ ആപ്പിളും പൈനാപ്പിളുമൊക്കെ വാരിക്കൂട്ടുന്നു. വല്ലാതെ നാണക്കേട് തോന്നുന്നു, അഭിമാനത്തിന് മുറിവേല്ക്കുന്ന നിമിഷങ്ങൾ! ഇതൊക്കെ കൊണ്ടാണ് പൊതുജനം ഉത്സാഹം കെട്ടവരായി കാണപ്പെടുന്നത്. ആരുടെ മുഖത്തുമില്ല ഒരു തെളിച്ചം. ജനിച്ചത് സോവിയറ്റ് യൂണിയനിൽ. ജീവിക്കുന്നത് റഷ്യയിൽ. ദൈവം തന്നെ കാക്കട്ടെ. എന്റെ സ്വപ്നങ്ങളിൽ ഒന്നുപോലും സഫലമായില്ല.

(അവരുടെ മകൾ എഴുന്നേറ്റു. അടുത്ത മുറിയിലേക്ക് പോയി. അമ്മ സംസാരം തുടർന്നു. ഒരു അടക്കം പറച്ചിലിന്റെ സ്വരത്തിൽ)

കാലം എത്ര കഴിഞ്ഞു? ഭീകരാക്രമണം നടന്നിട്ട് കൊല്ലം മൂന്നായി. അല്ല, അതിൽ കൂടുതലായി. എനിക്ക് പറയാൻ ഒരു രഹസ്യമുണ്ട്. ഭർത്താവിന്റെ ഒപ്പം കിടക്കുക, അദ്ദേഹത്തിന്റെ കൈകൾ എന്റെ ശരീരത്തിൽ തൊടുക. ഇതൊന്നും എനിക്ക് സങ്കല്പിക്കാനാവുന്നില്ല. ഈ കൊല്ലങ്ങളത്രയും എന്റെ ഭർത്താവും ഞാനും തമ്മിൽ ശാരീരികമായ ബന്ധപ്പെട്ടിട്ടില്ല. ഞാൻ അദ്ദേഹത്തിന്റെ ഭാര്യയാണ്. അതേസമയം ഇപ്പോൾ അദ്ദേഹത്തിന്റെ ഭാര്യയല്ല എന്നുപറയാം. അദ്ദേഹം എന്നെ പറഞ്ഞു മനസ്സിലാക്കാൻ ശ്രമിക്കുന്നുണ്ട്. അത് മനസ്സിനെ ലാഘവപ്പെടുത്തും... സുഖം തോന്നും. എല്ലാം അറിയുന്ന എന്റെ ചങ്ങാതിയും എന്നെ മനസ്സിലാക്കുന്നില്ല. “നീയെത്ര സുന്ദരിയാണ്... വശ്യതയുമുണ്ട്. കണ്ണാടിയിലൊന്നു നോക്കിയാൽ മനസ്സിലാവും... നിന്റെ മുടി നോക്ക്” ഞാൻ ജനിച്ചതേ അങ്ങനെയുള്ള മുടിയുമായിട്ടാണ്... സത്യം പറയാം... സ്വന്തം സൗന്ദര്യത്തെകുറിച്ച് ഞാൻ തീരെ ഓർക്കാറില്ല. ആരെങ്കിലും വെള്ളത്തിൽ മുങ്ങിപ്പോകുമ്പോൾ... അവരുടെ ശരീരത്തിലാകെ വെള്ളം നിറയാറില്ലേ? അങ്ങനെയാണ് ഇപ്പോഴത്തെ സ്ഥിതി.... നിറയെ വേദനമാത്രം. ശരീരമില്ലാത്തവളാണ് എന്ന തോന്നൽ.... ബാക്കിനില്ക്കുന്നത്, മനസ്സു മാത്രം...

മകൾ:

മരിച്ചവർ താഴെ ചിതറി കിടക്കുന്നു. അവരുടെ മൊബൈൽ ഫോണുകൾ നിർത്താതെ അടിച്ചുകൊണ്ടിരിക്കുന്നു. ആർക്കും അതിലൊന്നെടുത്ത് മറുപടി പറയാനുള്ള ധൈര്യമില്ല.

എന്റെ അരികെ നിലത്ത് ഒരു പെൺകുട്ടിയിരിക്കുന്നു. അവളാകെ ചോരകൊണ്ട് മൂടപ്പെട്ടിരിക്കുന്നു. ഒരാൾ അരികെചെന്ന് അവളുടെ നേരെ ഒരു തുണ്ട് ചോക്ലേറ്റ് നീട്ടുന്നു.

...എന്റെ കോട്ട് മുഴുവനായും കരിഞ്ഞിരുന്നില്ല. എന്നാലും ആകെ നാശമായിരുന്നു. ഡോക്ടർ വന്ന് പരിശോധിച്ച ഉടനെ പറഞ്ഞു. "ആ സ്ട്രെച്ചറിൽ കിടക്കൂ" "വേണ്ട" ഞാൻ പറഞ്ഞു. "നടന്നോളാം... ആംബുലൻസുവരെ നടക്കാൻ പറ്റും," ഡോക്ടർ എന്റെ നേരെ ഒച്ചയിട്ടു. "അതിൽ കയറി കിടക്കാനല്ലേ പറഞ്ഞത്" ആംബുലൻസിൽ കയറിയതും എന്റെ ബോധം നഷ്ടപ്പെട്ടു. പിന്നീട് ബോധം വന്നത് ഐ.സി.യു.വിൽ വെച്ചാണ്...

...എന്തുകൊണ്ടാണ് ഞാൻ മിണ്ടാതിരിക്കുന്നത്? ഞാൻ ഒരു യുവാവുമായി അടുപ്പത്തിലായിരുന്നു. പതിവായി തമ്മിൽ കണ്ടിരുന്നു. അയാൾ എനിക്കൊരു മോതിരവും തന്നിരുന്നു. പക്ഷേ എനിക്കു സംഭവിച്ചതെല്ലാം ഞാൻ വിശദമായി അറിയിച്ചതോടെ... ആലോചിക്കുമ്പോൾ ബന്ധമില്ലാത്ത കാര്യമാകാം.. ഞങ്ങളുടെ ബന്ധം മുറിഞ്ഞുപോയി. ഞാനൊരു പാഠം പഠിച്ചു. ആരോടും മനസ്സുതുറന്ന് ഒരു സംഗതിയും പറയരുത്. നിങ്ങൾ തകർന്നുപോവുകയേയുള്ളൂ. മുമ്പത്തേക്കാൾ ദുർബലയാവും. ആർക്ക് എപ്പോൾ വേണമെങ്കിലും കുത്തിനോവിക്കാവുന്ന അവസ്ഥയിലാകും. കാരണം, നിങ്ങൾ ഒരു ഇരയായി മുദ്ര കുത്തപ്പെട്ടു കഴിഞ്ഞിരിക്കുന്നു. ആ മുദ്ര, ആരും എന്റെ മേൽ കാണണമെന്ന് ആഗ്രഹിക്കുന്നില്ല. അത് എന്റെ മാത്രം അറിവായി അവിടെ കിടക്കട്ടെ.

...നാടകം കാണാൻ വളരെയധികം ഇഷ്ടമാണ്. വല്ലപ്പോഴും കുറഞ്ഞ വിലയ്ക്കുള്ള ഒരു ടിക്കറ്റ് തരമായിയെന്നുവരും. "കിയൂഷ... നമുക്കൊരു നാടകത്തിനുപോയാലോ?" "ഞാനില്ല" അമ്മയുടെ ക്ഷണം ഞാൻ നിരസിക്കും. അവസാനം അച്ഛനും അമ്മയും നാടകത്തിനു പോകും. നാടകവും, അതുപോലെയുള്ള കാര്യങ്ങളും എന്നെ ആകർഷിക്കാതായിരിക്കുന്നു.

അമ്മ:

തങ്ങൾക്ക് എന്തുകൊണ്ട് ഈ വിധം സംഭവിച്ചു? അതു മനസ്സിലാക്കാൻ മിക്കവർക്കും പ്രയാസമാണ്. മറ്റുള്ളവരെപോലെ കഴിയാനാണ് എല്ലാവർക്കും താത്പര്യം. അതുകൊണ്ട് അവർ തങ്ങൾക്കു സംഭവിച്ചത് മറച്ചുവെക്കാൻ ശ്രമിക്കുന്നു. അത് സ്വാഭാവികമായൊരു പ്രേരണയാണ്. പെട്ടെന്നൊന്നും അതില്ലാതാവുന്നില്ല.

അന്ന് സ്വയം മരിക്കാൻ തയ്യാറായി മെട്രോ ട്രെയിനിൽ ബോംബിട്ട കുട്ടിയും അവനെപോലെയുള്ളവരും... അവർ നമ്മളോടു പറയാനായി മലയിറങ്ങിവരുകയാണ്. “അവർ ഞങ്ങളെ കൊന്നിടുന്നത് നിങ്ങളറിയുന്നില്ല. അവർ ഞങ്ങളെ എന്തുചെയ്തുവോ അതുതന്നെ ഞങ്ങൾ നിങ്ങളോടു ചെയ്യാൻ പോകുന്നു.” (മൗനം)

ഞാൻ ആലോചിക്കുകയായിരുന്നു. ജീവിതത്തിൽ എപ്പോഴാണ് ഞാൻ ശരിക്കും സന്തോഷവതിയായി ഇരുന്നിട്ടുള്ളത്? ഞാൻ ഓർത്തുനോക്കി... ഏറ്റവും സന്തോഷം തോന്നിയിട്ടുള്ളത് എന്റെ മക്കൾ തീരെ ചെറിയ കുഞ്ഞുങ്ങളായിരുന്നപ്പോഴായിരുന്നു.

കുറച്ചുദിവസം മുമ്പ്... വാതിൽ മണിയടിച്ചു... കിയൂഷയുടെ കൂട്ടുകാരിയായിരുന്നു. അവരെ ഞാൻ അടുക്കളയിലിരുത്തി. വിരുന്നുകാർ വന്നാൽ എന്റെ ആദ്യത്തെ പണി അവർക്ക് ഭക്ഷണം കൊടുക്കുകയാണ്. അതെനിക്ക് എന്റെ അമ്മയിൽനിന്നും കിട്ടിയ ഒരു ശീലമാണ്. കുറെ കാലമായി ചെറുപ്പക്കാരാരും രാഷ്ട്രീയ കാര്യങ്ങൾ ചർച്ച ചെയ്യാറില്ലായിരുന്നു. ഇപ്പോൾ വീണ്ടും അവരത് തുടങ്ങിയിരിക്കുന്നു. തുടങ്ങിയത് പുടിന്റെ പേരിൽ തർക്കിച്ചുകൊണ്ടാണ്. പുടിൽ വേറൊരു സ്റ്റാലിനാണ് ഒരു മാറ്റവുമില്ല. “ഇത് അധികം കാലം നീണ്ടുനില്ക്കില്ല.” നമ്മുടെ നാടു മുഴുവനും നാശമാക്കി. “പ്രശ്നം എണ്ണയും പ്രകൃതിവാതകവുമാണ്.” ഇവിടെയൊരു ചോദ്യം... സ്റ്റാലിനെ സ്റ്റാലിനാക്കിയത് ആരാണ്? ആ ഉത്തരവാദിത്വം ഒരു ചോദ്യം തന്നെയാണ്...

...ജനങ്ങളെ നേരിട്ട് പീഡിപ്പിക്കുകയും വധിക്കുകയും ചെയ്തവരെ മാത്രമേ വിചാരണയ്ക്കു വിധേയരാക്കാനാവൂ. അതോ അവരെ ഒറ്റുക്കൊടുത്തവരേയും നീതിക്കുമുമ്പിൽ കൊണ്ടുവരണമോ?

“വർഗ്ഗശത്രുക്കളുടെ” മക്കളെ അവരുടെ അച്ഛനമ്മമാരിൽനിന്നും ബന്ധുക്കളിൽനിന്നും വേർപിരിച്ച് അനാഥാലയത്തിലെത്തിച്ചവരെ എന്താണ് ചെയ്യേണ്ടത്? അറസ്റ്റ് ചെയ്തവരെയെല്ലാം വണ്ടിയിൽ കയറ്റി തടങ്കൽ ക്യാമ്പുകളിൽ എത്തിച്ചവരെ? ആളുകളെ അങ്ങേയറ്റം ദേഹോപദ്രവം ചെയ്തതിനുശേഷം ആ തറ വൃത്തിയാക്കാൻ നിയോഗിക്കപ്പെട്ട തൂപ്പുകാരികളെ? കന്നുകാലികൾക്കുള്ള തീവണ്ടിമുറിയിൽ കുത്തിനിറച്ച് രാഷ്ട്രീയതടവുകാരെ വടക്കൻ പ്രദേശങ്ങളിലെത്തിക്കാൻ ഏർപ്പാട് ചെയ്ത റെയിൽവേ ഡയറക്ടറെ? ക്യാമ്പിലെ കാവൽക്കാരുടെ കോട്ടുകൾ തുന്നിയ ദേശദ്രോഹികളെ? അവരുടെ ദന്തരോഗങ്ങൾക്കു ചികിത്സ നൽകിയ ഡോക്ടർമാരെ? അവരുടെ കാർഡിയോഗ്രാം എടുത്തവരെ? തങ്ങളുടെ ജോലിയുടെ സമ്മർദ്ദം കുറക്കാൻ ആ ഘാതകരേയും പീഡിപ്പിക്കുന്നവരേയും സഹായിച്ചതവരാണല്ലോ.

അസംബ്ലിയിൽ മൗനം പാലിച്ചവർ... അതേസമയം കുറെപേർ ഉറക്കെ വിളിച്ചുപറഞ്ഞു, “നായ്ക്കൾ നായ്ക്കളെപോലെ ചാകട്ടെ.”

സംഭാഷണം സ്റ്റാലിനിൽനിന്ന് ചെച്ച്നിയിലേക്ക് തിരിഞ്ഞു. വീണ്ടും സംഗതി അതുതന്നെ. കൊല്ലുന്നവർ, ബോംബു സ്ഫോടനം

നടത്തുന്നവർ. തീർച്ചയായും അവർ ഉത്തരവാദികളാണ്. അപ്പോൾ ബോംബുകളുണ്ടാക്കുന്നവരോ? ബോംബുകളും ഷെല്ലുകളും മറ്റും ഉണ്ടാക്കുന്ന ആയുധ നിർമ്മാണശാലകളിൽ പ്രവർത്തിക്കുന്നവരോ? പട്ടാളക്കാരുടെ യൂണിഫോം നല്കുന്നവർ, അവരെ വെടിവെക്കാൻ പഠിപ്പിക്കുന്നവർ, അവർക്ക് പുരസ്കാരങ്ങൾ നല്കുന്നവർ... അവരും കുറ്റക്കാരാണോ? കീയൂഷയെ എന്റെ ശരീരം കൊണ്ട് മൂടണമെന്ന് ഞാനാഗ്രഹിച്ചു. ഈ തരം സംഭാഷണങ്ങൾ അവളുടെ കാതുകളിൽ വന്നെത്താതെ മാറ്റിനിർത്തണമെന്നാഗ്രഹിച്ചു. ഭയംകൊണ്ട് തുറിച്ച കണ്ണുകളുമായി അവളൊരു മൂലയിലിരുന്നു. അവൾ എന്റെ നേരെ നോക്കി. (അവർ മകളുടെ നേരെ തിരിഞ്ഞു). കീയൂഷ, ഞാൻ കുറ്റക്കാരിയല്ല. നിന്റെ അച്ഛനും കുറ്റം ചെയ്തിട്ടില്ല. അച്ഛൻ കണക്ക് പഠിപ്പിക്കുന്ന അദ്ധ്യാപകനാണ് ഇപ്പോൾ. ഞാൻ പഴയതുപോലെ നഴ്സും. ഞാൻ ജോലിചെയ്യുന്ന ആശുപത്രിയിലേക്ക് ചെച്നിയയിൽനിന്നും മുറിവേറ്റ സൈനികരെ കൊണ്ടുവരാറുണ്ട്. അവർക്കുവേണ്ട ശുശ്രൂഷകൾ ഞങ്ങൾ നല്കുന്നു. അതിനുശേഷം അവർക്ക് സ്വന്തം നാട്ടിലേക്ക് തിരിച്ചുപോകേണ്ടതുണ്ട്... “അവിടെ യുദ്ധം തുടർന്നുകൊണ്ടുപോകണമല്ലോ. പലർക്കും ഇങ്ങോട്ടു മടങ്ങിവരണമെന്നുണ്ട്. കുറെപേർ തുറന്നുപറയാറുമുണ്ട്. “ഞങ്ങൾക്കു യുദ്ധം ചെയ്യണമെന്നില്ല.”

“ഞാനൊരു നഴ്സാണ്. രോഗികളെ സഹായിക്കുക മാത്രമാണ് എന്റെ ജോലി.” അതല്ലാതെ ഞാനെന്തുപറയാൻ?

പല്ലുവേദനയ്ക്കും തലവേദനയ്ക്കുമൊക്കെ ഗുളികകളുണ്ട്. എന്നാൽ എന്റെ വേദനയ്ക്കുമാത്രം ഒരു ഗുളികയുമില്ല. മനോരോഗ വിദഗ്ദ്ധൻ പ്രത്യേകിച്ച് ചില ചിട്ടകൾ നിർദ്ദേശിച്ചിട്ടുണ്ട്. രാവിലെ വെറും വയറ്റിൽ അര ഗ്ലാസ് “സെന്റ് ജോൺസ് ഹേർട്”, “ഹോതോൻ” കായയുടെ ഇരുപതു തുള്ളി നീര് അതുപോലെ പിയോർത്തിയുടെ മുപ്പത് തുള്ളി നീര്, അതെല്ലാം ഞാൻ മുറയ്ക്ക് അകത്താക്കുന്നു. എന്റെ ദിവസങ്ങൾ അങ്ങനെ കഴിഞ്ഞുപോകുന്നു. ഞാനൊരു ചൈനീസ് വൈദ്യനെ കണ്ടിരുന്നു. ഒന്നുകൊണ്ടും പ്രയോജനമുണ്ടായില്ല. ഓരോരോ ചുമതലകൾ മാറിമാറി വരുന്നു. അതുകൊണ്ടാണ് സ്വബോധം നിലനിന്നുപോരുന്നത്. അല്ലെങ്കിൽ എനിക്ക് ഭ്രാന്ത് പിടിച്ചേനേ. മുറതെറ്റാതെ ചെയ്യുന്ന ഓരോ ദിവസത്തേയും പണികൾ. അതും മനസ്സിനെ പിടിച്ച് നിർത്താനുള്ള നല്ലൊരു ചികിത്സാവിധിയാണ്. തുണി അലക്കൽ, ഇസ്തിരിയിടൽ, തുന്നൽ...

ഞങ്ങളുടെ മുറ്റത്ത് പഴയൊരു ലിൻഡെൻ മരമുണ്ട്. ഞാനൊരു ദിവസം മുറ്റത്ത് നടക്കുകയായിരുന്നു. ആ ദുരന്തം സംഭവിച്ച് ഏതാനും വർഷങ്ങൾക്കുശേഷമാണ്. പെട്ടെന്നാണ് ഞാൻ ശ്രദ്ധിച്ചത്. ആ മരമാകെ പൂത്ത് നില്ക്കുന്നു. അതിന്റെയൊരു മണം... ആ നിമിഷംവരെ ഒന്നും എനിക്ക് അത്രകണ്ട് വ്യക്തമായിരുന്നില്ല. എന്നെ സംബന്ധിച്ചിടത്തോളം ഒന്നും പഴയതുപോലെയായിരുന്നില്ല. എല്ലാ നിറങ്ങൾക്കും ഭംഗി നഷ്ടപ്പെട്ടിരുന്നു, അതുപോലെ ശബ്ദങ്ങളും... (അവർ മിണ്ടാതിരുന്നു)

ആശുപത്രിയിൽവെച്ച് ഞാൻ ഒരു സ്ത്രീയുമായി പരിചയത്തിലായി. ആ തീവണ്ടിയിലെ മൂന്നാമത്തെ കംപാർട്ട്‌മെന്റിലാണ് അവർ സഞ്ചരിച്ചിരുന്നത്. കിയൂഷയെപോലെ രണ്ടാമത്തെ നിലയിലായിരുന്നില്ല. അവർ ഇപ്പോൾ രണ്ടാമതും ജോലിക്ക് പോയിത്തുടങ്ങി. അതിന്റെ ആഘാതത്തിൽനിന്നും അവർ തികച്ചും മുക്തയായി. പിന്നീടെന്തു സംഭവിച്ചു ആവോ? അവർ തന്റെ കെട്ടിടത്തിന്റെ ബാൽക്കണിയിൽനിന്നും താഴെക്കെടുത്തുചാടാൻ ശ്രമിച്ചു. അതിനുശേഷം അവരുടെ അച്ഛനമ്മമാർ ജനാലകൾക്കും ബാൽക്കണികൾക്കുമെല്ലാം അഴികളിടുവിച്ചു. അവരുടെ ഫ്ളാറ്റ് അവർ ഒരു കൂടാക്കിമാറ്റി. അതിനുശേഷം അവൾ ഗ്യാസ് തുറന്ന്... അവരുടെ ഭർത്താവ് അവരെ ഉപേക്ഷിച്ചുപോയി. ഇപ്പോൾ ആ സ്ത്രീ എവിടെയാണെന്ന് എനിക്കറിഞ്ഞുകൂടാ. ആരോ പറഞ്ഞു, അവരെ അവ്റ്റോസാവോഡ്‌സ്കിയാ മെട്രോ സ്റ്റേഷനിൽ കണ്ടുവെന്നു. വെറുതെ പ്ലാറ്റ്ഫോമിൽ അങ്ങോട്ടും ഇങ്ങോട്ടും നടക്കുകയായിരുന്നു. ഉറക്കെ നിലവിളിച്ചുകൊണ്ട്. “നമ്മൾ കൈപ്പിടി നിറയെ മണ്ണെടുത്ത് ഈ ശവപ്പെട്ടിയുടെ മുകളിലേക്ക് വലതുകൈകൊണ്ടെറിയാൻ പോകുന്നു... വേഗമാവട്ടെ... മണ്ണെടുക്കൂ... എറിയൂ...” അതാണ് അവർ പറഞ്ഞുകൊണ്ടിരുന്നത്. അവർ ഉച്ചത്തിൽ നിലവിളിച്ചുകൊണ്ടിരുന്നു. അവസാനം നഴ്‌സുമാർ വന്ന് അവരെ ബലമായി അവിടെനിന്നും മാറ്റി.

ഞാൻ വിചാരിച്ചത്, കീയൂഷയാണ് ഇതെന്നോട് പറഞ്ഞതെന്നാണ്... എപ്പോഴോ അവൾക്ക് തൊട്ടരുകിലായി ഒരാൾ നിന്നിരുന്നു. അയാളോട് എന്തോ പറയണമെന്നു വിചാരിച്ചു. പക്ഷേ അതിനവസരം കിട്ടിയില്ല. അതിനുമുമ്പേ അയാൾ അവളുടെ മേൽ വന്നുവീണു.... വലിയൊരു രക്ഷയായി. അവളുടെമേൽ വന്നു വീഴുമായിരുന്ന ഷാർപ്പനെല്ലുകളിൽ ഏറെയും ഏറ്റുവാങ്ങിയത് അയാളുടെ ശരീരമായിരുന്നു. അയാളുടെ ജീവൻ രക്ഷിക്കാൻ അവർക്ക് സാധിച്ചുവോ? ഞാനെപ്പോഴും അയാളെക്കുറിച്ച് ആലോചിക്കാറുണ്ട്. മനസ്സിൽ എനിക്കയാളെ വ്യക്തമായി കാണാൻ കഴിയും. പക്ഷേ കിയൂഷയ്ക്ക് അയാളെ തീരെ ഓർമ്മയില്ല. അങ്ങനെയൊരു സംഗതി എന്റെ മനസ്സിൽ കടന്നുവന്നത് എങ്ങനെയാണ്. ഞാൻ സങ്കല്പിച്ചുണ്ടാക്കിയതാണോ? അന്ന്.... ആ നിമിഷം... ആരോ അവളെ രക്ഷിക്കാൻ അരികത്തുണ്ടായിരുന്നു, തീർച്ച.

എനിക്ക് ഒരു പ്രതിവിധിയറിയാം. കീയൂഷ സന്തോഷമായിരിക്കണം. അതുകൊണ്ടുമാത്രമേ അവൾക്ക് പൂർണ്ണസുഖം ലഭിക്കൂ. അവളെ സന്തോഷിപ്പിക്കുന്ന എന്തെങ്കിലുമൊരു പ്രത്യേക സംഗതി... ഞങ്ങൾ അല്ലാപുഗച്ചിവയുടെ ഒരു കച്ചേരിക്കിടയിലായിരുന്നു. ഞങ്ങളുടെ കുടുംബം മുഴുവൻ അവരുടെ ആരാധകരായിരുന്നു. എഴുന്നേറ്റ് അവിടെച്ചെന്ന് അവരുടെ കൈയിലേക്ക് ഒരു കുറിപ്പു കൊടുത്തയച്ചാലോ? “എന്റെ മകൾക്കു വേണ്ടി ഒരു ഗാനം സമർപ്പിക്കാമോ? അത് അവൾക്ക് മാത്രം വേണ്ടിയുള്ളതാണെന്നു പറഞ്ഞാൽ വളരെ നന്നായി. അതുകേട്ടാൽ എന്റെ മകൾ സ്വയം ഒരു രാജകുമാരിയായി മാറുമെന്ന് സങ്കല്പിച്ചു അതവളെ സ്വർഗ്ഗത്തോളമുയർത്തും. അവർ നരകം കണ്ടു കഴിഞ്ഞിരിക്കുന്നു.

ഇനി സ്വർഗ്ഗത്തിലേക്കുയരട്ടെ. എന്നാലേ അവളുടെ ലോകം പഴയതു പോലെ സമനില പ്രാപിക്കൂ. എല്ലാം എന്റെ മനോരാജ്യങ്ങളായിരുന്നു, വ്യാമോഹങ്ങളായിരുന്നു.

അവളുടെ ആധിയകറ്റാനുള്ള ശക്തി എന്റെ സ്നേഹത്തിനുണ്ടായിരുന്നില്ല. ആർക്കാണ് ഞാൻ എഴുതേണ്ടത്? ആരുടെ നേരെയാണ് ഞാൻ തിരിയേണ്ടത്? നിങ്ങളെല്ലാവരും ചെച്ച്നിയയിലെ എണ്ണ വിറ്റ് പണം വാരിക്കൂട്ടി. റഷ്യയുടെ നേട്ടം. ഇപ്പോൾ എന്നെ ഒന്ന് സഹായിക്കൂ. ഞാൻ എന്റെ മകളെ മറ്റെവിടേക്കെങ്കിലും ഒന്നു കൊണ്ടുപോകട്ടെ. ഒരു പനമരത്തിന്റെ തണലിൽ വിശ്രമിക്കട്ടെ. കാൽച്ചുവട്ടിലൂടെ ഒരാമ സാവധാനം നീങ്ങി മറയുന്നത് കണ്ട് രസിക്കട്ടെ. അന്നത്തെ ആ നരകാഗ്നി അവൾ നിശ്ശേഷം മറക്കണം. അവളുടെ കണ്ണുകളിൽ ഇപ്പോഴും ആ അഗ്നിജ്വാലകളുണ്ട്. അവളുടെ കണ്ണുകളിൽ ഞാൻ ഒരിക്കലും വെളിച്ചം കാണുന്നില്ല.

ഞാൻ പള്ളിയിൽ പോകാൻ തുടങ്ങി... ഞാൻ ദൈവത്തിൽ വിശ്വസിക്കുന്നുണ്ടോ എന്നാണോ? അറിയില്ല. പക്ഷേ ആരോടെങ്കിലും സംസാരിച്ചുകൊണ്ടിരിക്കണമെന്ന് എപ്പോഴും തോന്നാറുണ്ട്. ഒരു ദിവസം പള്ളിയിൽ അച്ഛൻ പ്രസംഗിക്കുകയായിരുന്നു. കഠിനമായ യാതനകളും പരീക്ഷണങ്ങളും ഒന്നുകിൽ മനുഷ്യനെ ദൈവവുമായി അടുപ്പിക്കുന്നു... അല്ലെങ്കിൽ അകറ്റുന്നു. അകന്നുപോകുന്നവരെ വെറുപ്പോടെ നോക്കേണ്ടതില്ല.... വിലയിരുത്തേണ്ടതില്ല. കാരണം, ആ അകൽച്ചയ്ക്കു പിന്നിലുള്ളത് അവരുടെ മനസ്സിലെ വേദനയും ദേഷ്യവുമാണ്. എനിക്കുതോന്നി, അച്ചന്റെ പ്രസംഗം എന്നെ കുറിച്ചായിരുന്നുവെന്ന്.

എനിക്ക് ചുറ്റുമുള്ള ആളുകളെ ഞാൻ ശ്രദ്ധിക്കാറുണ്ട്. ഞാൻ അവരിലൊരാളാണെന്ന് എന്തുകൊണ്ടോ തോന്നുന്നില്ല. ഞാൻ ഞാനാണെന്നേ തോന്നാതായിരിക്കുന്നു. നിങ്ങളൊരു എഴുത്തുകാരിയാണല്ലോ. നിങ്ങൾക്കെന്നെ മനസ്സിലാക്കാൻ സാധിക്കുമെന്നാണ് വിചാരിക്കുന്നത്. എന്നു വെച്ചാൽ ഞാനുദ്ദേശിക്കുന്നതെന്താണെന്ന്? എന്റെ വാക്കുകളും മനസ്സിൽ നടക്കുന്നതെന്താണെന്നറിയാൻ ഞാൻ ശ്രമിക്കാറില്ല. പക്ഷേ ഇപ്പോൾ അങ്ങനെയല്ല... ഏതോ ഉള്ളറകളിൽ ജീവിക്കുന്ന ഒരു പ്രതീതിയാണ്... ഏതോ ഖനിക്കകത്ത്. എന്റെ മനസ്സ് ക്ഷോഭിക്കുന്നു. ചിന്തകളിലാണ്ടുപോകുന്നു. തലയ്ക്കുള്ളിൽ എന്തൊക്കെയോ ഞാൻ എപ്പോഴും ചവച്ചരച്ചുകൊണ്ടിരിക്കുകയാണ്. “അമ്മേ, അമ്മയുടെ മനസ്സിനെ മാറ്റിവെക്കൂ...”

“വേണ്ട, പൊന്നുമക്കളേ, എന്റെ കണ്ണീരും വേദനകളും അങ്ങനെ ആവിയായിപോകാൻ ഞാനാഗ്രഹിക്കുന്നില്ല. ഒരടയാളവും ബാക്കിവെക്കാതെ മാഞ്ഞുപോവുകയോ? ഇതാണ് മറ്റെല്ലാറ്റിനേക്കാളും കൂടുതലായി എന്നെ വിഷമിപ്പിക്കുന്നത്. ഞാനനുഭവിച്ചതൊക്കെയും എന്റെ മക്കൾക്കായി വിട്ടുകൊടുക്കാൻ ഞാനാഗ്രഹിക്കുന്നില്ല. മറ്റുള്ളവരുമായി പങ്കുവെക്കാനാഗ്രഹിക്കുന്നു. അതെവിടെയെങ്കിലും സുരക്ഷിതമായിരിക്കണം. ആർക്കുവേണമെങ്കിലും അതെടുത്ത് നോക്കാനുള്ള അവസരമുണ്ടായിരിക്കണം.

സെപ്തംബർ 3. ഭീകരവാദത്തിനിരയായവരുടെ ഓർമ്മ ദിവസം. മോസ്കോ നഗരമാകെ ശോകമാചരിക്കുന്നു. തലയിൽ കറുത്ത തൂവാല കെട്ടിയ സ്ത്രീകളോടൊപ്പം വികലാംഗരായ കുറെപേർ തെരുവിൽ നിറയുന്നു. അനുസ്മരണത്തിന്റേതായ നൂറുനൂറു മെഴുകുതിരികൾ ബോലിയാൻകയിൽ എരിഞ്ഞുകൊണ്ടിരിക്കുന്നു. സുബ്രാവ്കാ തിയറ്ററിനുമുമ്പിലുള്ള ചത്വരത്തിന്റെ പാർക്ക് കുൽച്ചരി, ലൂബിയാൻകാ, അവ്‌റ്റോ സാവോഡ്സ്കിയാ, റിസ്സ്കിയ തുടങ്ങിയ മെട്രോ സ്റ്റേഷനുകളുടെ കവാടങ്ങളിലും മെഴുകുതിരികൾ എരിയുന്നുണ്ട്...

ഞാനും ആ ആൾക്കൂട്ടത്തിന്റെ ഒരു ഭാഗമാണ്. ഞാൻ പലരോടും ചോദ്യങ്ങൾ ചോദിക്കുന്നു. കൂട്ടത്തിൽ അവരുടെ വർത്തമാനങ്ങളും ശ്രദ്ധിക്കുന്നു. ഇതിന്റെയൊക്കെ ഇടയിൽ നമ്മൾ ജീവിക്കുന്നത് എങ്ങനെയാണ്.

മോസ്കോ നഗരം പലതവണ ഭീകരാക്രമണങ്ങൾക്കിരയായി. 2000, 2001, 2002, 2003, 2004, 2005, 2006 പിന്നെ 2011ലും.

ഞാൻ ജോലിക്കു പോകുന്ന വഴിയായിരുന്നു. പതിവുപോലെ വണ്ടിയിൽ വല്ലാത്ത തിരക്കുണ്ടായിരുന്നു. പൊട്ടിത്തെറിയുടെ ശബ്ദം ഞാൻ കേട്ടില്ല. പക്ഷേ, എന്തുകൊണ്ടോ... എല്ലാം പെട്ടെന്ന് ഒരു ഓറഞ്ചുനിറമായി. എന്റെ ശരീരമാകെ വിറങ്ങലിച്ചു. ഞാൻ കൈ പൊക്കാൻ ശ്രമിച്ചു. സാധിച്ചില്ല. എനിക്കു പക്ഷാഘാതം സംഭവിച്ചുവോ... അതിനിടയിൽ എന്റെ ബോധം മറഞ്ഞു. ബോധം വന്നപ്പോൾ ആളുകൾ എന്നെ ചവിട്ടി തിടുക്കത്തിൽ ഓടുകയായിരുന്നു. താഴെ കിടക്കുന്നത് ഒരു മനുഷ്യനാണെന്ന ബോധമില്ലാത്തതുപോലെ. ജീവനില്ലാത്ത ശരീരം എന്നവർ കരുതികാണും. ഭയംതോന്നി. അവരുടെ ചവിട്ടേറ്റ് ഞാൻ ശരിക്കും മരിച്ചുപോകുമോ? ഞാൻ കൈ ഉയർത്തി വീശി... ആരോ എന്നെ എടുത്തു പൊന്തിച്ചു... ചുറ്റും ചിതറിവീണ ചോരയും മാംസവും. അതുമാത്രമാണ് ഞാൻ കണ്ടത്.

എന്റെ മകന് നാലു വയസ്സായി. അവന്റെ അച്ഛൻ മരിച്ചുപോയി എന്ന് എങ്ങനെയാണ് ഞാൻ അവനെ പറഞ്ഞു മനസ്സിലാക്കുക? മരണം എന്നാലെന്താണ് എന്ന് അറിയുവാനുള്ള പ്രായം അവനായിട്ടില്ല. അതേസമയം, അവന്റെ അച്ഛൻ ഞങ്ങളെ ഉപേക്ഷിച്ചുപോയി എന്ന തോന്നൽ അവനുണ്ടാകാനും പാടില്ല. തത്കാലം ഞങ്ങൾ പറയുന്നത് അവന്റെ അച്ഛൻ ബിസിനസ് സംബന്ധമായ ഒരു യാത്രയിലാണെന്നാണ്.

അതിനെക്കുറിച്ച് ഞാൻ എപ്പോഴും ആലോചിച്ചുകൊണ്ടിരിക്കുന്നു. ആശുപത്രിയുടെ മുമ്പിൽ വളരെ നീണ്ട ഒരു നിര. എല്ലാവരും രക്തദാനത്തിനു തയ്യാറായി വന്നിട്ടുള്ളവരാണ്. എല്ലാവരുടെ കൈയിലും ഓറഞ്ചു

നിറച്ച സഞ്ചികളുണ്ട്. അകത്ത് ഓടിത്തളർന്ന നഴ്സുമാരുടെ കൈകളിൽ അവർ സഞ്ചികൾ വെച്ചുകൊടുക്കുന്നു. "ആവശ്യക്കാർക്കൊക്കെ കൊടുക്കൂ... അവർക്കുവേണ്ടി വേറെന്താണ് ഞങ്ങൾ കൊണ്ടുവരിക?"

ഓഫീസിൽ എന്റെ കൂടെ ജോലിചെയ്യുന്ന സ്ത്രീകൾ എന്നെ കാണാൻ വരാറുണ്ട്. അതിനായി ഞങ്ങളുടെ മേലുദ്യോഗസ്ഥൻ അവർക്ക് സ്വന്തം കാറ് കൊടുക്കും. പക്ഷേ എനിക്ക് ആരേയും കാണണമെന്നുണ്ടായിരുന്നില്ല.

നമുക്കൊരു യുദ്ധത്തിന്റെ ആവശ്യമുണ്ട്. അപ്പോഴേ യഥാർത്ഥത്തിലുള്ള തല ഉയർത്തിപ്പിടിക്കുന്ന ജനങ്ങളിവിടെയുണ്ടാവൂ. എന്റെ മുത്തശ്ശൻ എപ്പോഴും പറയാറുണ്ട്. പടക്കളത്തിൽ മാത്രമേ ശരിക്കും നല്ലവരായ മനുഷ്യരെ അദ്ദേഹം കണ്ടിട്ടുള്ളൂവെന്ന്. ലോകത്തിനാവശ്യമായ അത്ര അലിവും കനിവുമൊന്നും ഇന്നെവിടെയും കാണാനില്ല എന്നതാണ് സത്യം.

എസ്കലേറ്ററിന് അരികെ നിന്ന് രണ്ടു സ്ത്രീകൾ പരസ്പരം കൈകോർത്തുപിടിച്ചു കരയുന്നു. തമ്മിൽ പരിചയമില്ലാത്തവരാണ്. അവരുടെ മുഖത്ത് നിറയെ ചോര പുരണ്ടിരിക്കുന്നു. അത് ചോരയാണെന്നുതന്നെ ആദ്യം ഞാൻ മനസ്സിലാക്കിയില്ല. മുഖത്തെ "മേക്ക്അപ്പ്" കണ്ണീരിൽ കുതിർന്ന് ഒലിച്ചിറങ്ങുകയാണെന്നാണ് കരുതിയത്. വൈകുന്നേരം അതേ രംഗം പിന്നെയും കണ്ടു, ടി.വി.യിൽ. അപ്പോഴാണ് ശരിക്കും കാര്യം മനസ്സിലായത്. അവരുടെ മുമ്പിൽ നിന്നനേരം... എന്തോ... ഞാനെന്റെ മനസ്സ് തിരിച്ചറിഞ്ഞില്ല... തീരെ വിശ്വാസം വരാത്ത മട്ടിലാണ് ഞാൻ ആ ചോര കണ്ടുനിന്നത്.

ആദ്യം നിങ്ങൾ വിചാരിക്കും. ഒന്നും സാരമില്ല. മെട്രോയിൽ യാത്ര ചെയ്യാൻ ഭയക്കേണ്ടതില്ല എന്ന്. നിങ്ങൾ വണ്ടിയിലേക്ക് കയറുന്നു. മനസ്സിൽ ധൈര്യം സംഭരിച്ചുകൊണ്ട്. പക്ഷേ ഒന്നുരണ്ടു സ്റ്റേഷനുകൾ കടന്നുപോകുമ്പോഴേക്കും നിങ്ങൾ വണ്ടിയിൽനിന്നും ചാടിയിറങ്ങുന്നു.... ആകെ വിയർത്തുകുളിച്ച്... ഭയന്ന് പാരവശ്യത്തോടെ. പ്രത്യേകിച്ചും വണ്ടി ഏതെങ്കിലും ടണലിൽകൂടി കടന്നുപോകുമ്പോൾ... മിനിറ്റുകൾ നീളുന്ന യാത്ര. ഓരോ മിനിറ്റും അനന്തതയായി മാറുന്നു. സ്വന്തം ഹൃദയം ഒരു നൂൽത്തുമ്പിൽ ഞാന്നുകിടക്കുന്ന പ്രതീതി.

കോക്കസസ്സിൽനിന്നും വരുന്ന ഓരോ വ്യക്തിയും ഒരു ഭീകര പ്രവർത്തകനാകാം. അതിനുള്ള സാദ്ധ്യതയുണ്ട്.

നിങ്ങൾ കരുതുന്നത് റഷ്യൻ പട്ടാളം ചെച്ച്നിയയിൽ കുറ്റകൃത്യങ്ങളൊന്നും ചെയ്തിട്ടില്ല എന്നാണോ? ഉദ്യോഗത്തിന്റെ ഭാഗമായി. എന്റെ സഹോദരൻ അവിടെ ഒരു യാത്ര നടത്തി... മഹത്തായ റഷ്യൻ സൈന്യം അവിടെ കാട്ടിക്കൂട്ടിയ കാര്യങ്ങൾ... എന്റെ ജ്യേഷ്ഠൻ വിവരിച്ചത് കേൾക്കുകതന്നെ വേണം. വലിയ കുഴികൾ കുത്തി ചെച്ച്നിയിലെ പുരുഷന്മാരെ റഷ്യൻ ഭടന്മാർ അതിലേക്കിട്ടു. മൃഗങ്ങളെന്നപോലെ. എന്നിട്ട് ബന്ധുക്കളോടാവശ്യപ്പെട്ടു. പണംകൊടുത്ത് വേണ്ടപ്പെട്ടവരെ

മോചിപ്പിക്കാൻ. അവരെ അങ്ങേയറ്റം ദ്രോഹിച്ചു. വീട്ടിൽ കയറി കവർച്ച നടത്തി. വീടാകെ തകർത്തു. എന്റെ ജ്യേഷ്ഠൻ... ആ വാർത്തകൾ മനസ്സിനേല്പിച്ച ആഘാതം... താങ്ങാനാവുന്നില്ല. അദ്ദേഹം കടുത്ത മദ്യപാനിയായിരിക്കുന്നു.

അയാൾ യു.എസ്. ആഭ്യന്തരവകുപ്പിന്റെ ശമ്പളക്കാരനാണോ? അവിടെ കലാപമുണ്ടാക്കാൻ അവർ അയാളെ നിയോഗിക്കുകയായിരുന്നുവോ? ചെച്നിയയെ റഷ്യക്കാരുടെ ഒരു ചേരിയാക്കി മാറ്റിയത് അയാളല്ലേ? ആദ്യം അവർ റഷ്യക്കാരെ ജോലിയിൽനിന്നും പിരിച്ചുവിട്ടു. സ്വന്തം വീടുകളിൽനിന്നും ആട്ടിയിറക്കി. അവരുടെ കാറുകൾ അപഹരിച്ചു. കാറുകൾ വിട്ടുകൊടുത്തില്ലെങ്കിൽ ജീവൻപോയതുതന്നെ. റഷ്യക്കാരായതുകൊണ്ടുമാത്രം പെൺകുട്ടികൾ ബലാത്സംഗം ചെയ്യപ്പെട്ടു.

ചെച്ച്നിയക്കാരെ ഞാൻ അങ്ങേയറ്റം വെറുക്കുന്നു. നമ്മൾ റഷ്യക്കാർ പിൻതുണച്ചില്ലായിരുന്നുവെങ്കിൽ അവരിന്നും മലകളിലും കാടുകളിലും കഴിയുമായിരുന്നു. ഗുഹകളിൽ താമസിക്കേണ്ടിവന്നേനേ. അവരുടെ പക്ഷംപിടിച്ച് വാദിക്കുന്ന പത്രക്കാരോടും എനിക്ക് വെറുപ്പാണ്. നശിച്ച പുരോഗമന വാദികൾ. ഉദാരവത്കരണവാദികൾ (കടുത്ത വിദ്വേഷത്തോടെ അയാൾ എന്നെ ഒന്നുനോക്കി. ഞാൻ ഞങ്ങളുടെ സംഭാഷണം റെക്കോഡ് ചെയ്യുന്നുണ്ടായിരുന്നു)

സ്വരാജ്യത്തിനുവേണ്ടിയുള്ള മഹായുദ്ധത്തിനുശേഷം, ജർമ്മൻ സൈനികരെ കൊന്ന കുറ്റത്തിന് നമ്മൾ റഷ്യൻ സൈനിക വിചാരണയ്ക്കു വിധേയരാക്കിയോ? അവരെ പലവിധത്തിലും ദ്രോഹിക്കുകയും കൊല്ലുകയും ചെയ്തു. ഒളിപ്പോരാളികൾ തങ്ങളുടെ പിടിയിലായ കാവൽ സൈനികരെ പല കഷണങ്ങളായി നുറുക്കിയിട്ടിരുന്നു. പഴയ പട്ടാളക്കാർ ഓർത്തുപറയുന്ന കഥകൾ കേൾക്കുകതന്നെ വേണം.

ആദ്യത്തെ വെമ്പൽ യുദ്ധത്തിനിടയിൽ ആണ് യെത്സീൻതന്നെയായിരുന്നു അധികാരത്തിൽ. യഥാർത്ഥത്തിൽ ചെച്ച്നിയയിൽ സംഭവിക്കുന്നതെന്താണെന്ന് അവർ എപ്പോഴും ടി.വി.യിൽ കാണിച്ചിരുന്നു. ചെച്ച്നിയൻ സ്ത്രീകൾ കരയുന്നത് ഞങ്ങൾ കണ്ടും. റഷ്യയിലെ അമ്മമാർ, യുദ്ധരംഗത്തുവെച്ചു കാണാതായ തങ്ങളുടെ മക്കളെ തേടി ഗ്രാമങ്ങൾ തോറും അലയുന്നതും കണ്ടു. ഒരാളും അവരുടെ ദേഹത്ത് കൈവെച്ചില്ല. ഇന്ന് നമ്മൾ കാണുന്ന വെറുപ്പും വിദ്വേഷവും അന്നുണ്ടായിരുന്നില്ല... രണ്ടുഭാഗത്തും... അതു വളർന്നത് പിന്നീടാണ്.

തുടക്കത്തിൽ ചെച്ച്നിയ കത്തിയെരിയുന്നു എന്നായിരുന്നു. പിന്നീടത് വടക്കേ കോക്കസസ് മുഴുവനുമായി എല്ലായിടത്തും മുസ്ലീം പള്ളികൾ കത്തിയമരുന്നു.

ഭൂമിശാസ്ത്രപരമായ രാഷ്ട്രീയം ഇവിടെ സ്ഥാനമുറപ്പിച്ചുകഴിഞ്ഞു. റഷ്യ ശിഥിലമായിക്കൊണ്ടിരിക്കുകയാണ്. താമസമില്ല, പഴയ റഷ്യൻ സാമ്രാജ്യത്തിൽ ശേഷിക്കുക മഷ്കോവി മാത്രമായിരിക്കും. എനിക്ക് അവരോടെല്ലാം കടുത്ത വെറുപ്പാണ്. എല്ലാവരോടും.

പിന്നെയും ഏഴ് മണിക്കൂർ എന്റെ മകൻ ജീവിച്ചിരുന്നു. അതിനു ശേഷം അവർ അവനെ ഒരു ചാക്കിൽകെട്ടി പൊതിഞ്ഞ് മറ്റ് മൃതദേഹ ങ്ങളോടൊപ്പം ഒരു ബസ്സിൽവെച്ചു. അവനെ അവർ വീട്ടിലെത്തിച്ചത് ഒരു സർക്കാർ വക ശവപ്പെട്ടിയിലാക്കിയാണ്. അതിനുമീതെ രണ്ടു റീത്തു കളും വെച്ചിരുന്നു. ശവപ്പെട്ടി ഉണ്ടാക്കിയിരുന്നത് ഏതോ വിലകുറഞ്ഞ മരപ്പലകകൾകൊണ്ടായിരുന്നു. കണ്ടാൽ കാർഡ്ബോർഡ് ആണെന്നു തോന്നും. ഞങ്ങൾ ശവപ്പെട്ടി പൊക്കിയതോടെ ഭാരം കാരണം, പാളികൾ പൊളിഞ്ഞുവീണു. റീത്തുകളും വാടിക്കരിഞ്ഞതും വിലകുറഞ്ഞതുമാ യിരുന്നു. ഞങ്ങൾ എല്ലാം വേഗം പുതുതായി വാങ്ങിക്കുകയായിരുന്നു. നമ്മൾ മനുഷ്യരെക്കുറിച്ച്.... സർക്കാരിന് ഒരു വക ചിന്തയുമില്ല. ഞാനും അവരുടെ മുഖത്ത് കാർക്കിച്ചു തുപ്പുന്നു. ഈ നശിച്ച രാജ്യത്തുനിന്നും എങ്ങനെയെങ്കിലും പുറത്ത് കടക്കണമെന്നാണ് മോഹം. കനഡായിലേക്ക് കുടിയേറിപ്പാർക്കാൻവേണ്ട അപേക്ഷ ഞങ്ങൾ സമർപ്പിച്ചിട്ടുണ്ട്.

അന്ന് സ്റ്റാലിനാണ് ജനങ്ങളെ കൊന്നിരുന്നത്. ഇന്ന് ആ ജോലികൾ ചെയ്യുന്നത് തെരുവുഗുണ്ടകളാണ് എന്നുമാത്രം. ഇതാണോ സ്വാതന്ത്ര്യം?

എന്റെ മുടിയും കണ്ണുകളും കറുത്തതാണ്. ഞാൻ ഒരു റഷ്യൻ ഓർത്തഡോക്സ് ആണ്. കഴിഞ്ഞദിവസം ഒരു ചങ്ങാതിയും ഞാനും കൂടി മെട്രോയിൽ ചെന്നു. പൊലീസുകാർ ഞങ്ങളെ തടഞ്ഞു. എന്നെ മാറ്റി നിർത്തി. "പുറമെ ധരിച്ചിരിക്കുന്ന വസ്ത്രങ്ങൾ മാറ്റണം. ഔദ്യോ ഗിക രേഖകൾ കാണിച്ചുതരണം." അവർ ഗൗരവത്തോടെ ആവശ്യപ്പെട്ടു. എന്റെ കൂട്ടുകാരിയെ അവർ ശ്രദ്ധിച്ചതേയില്ല. അവൾക്ക് മഞ്ഞമുടിയും നീല കണ്ണുകളുമായിരുന്നു. "മുടിയുടെ നിറം മാറ്റൂ" എന്റെ അമ്മ നിർദ്ദേ ശിച്ചു. പക്ഷേ അതിനെനിക്ക് നാണം തോന്നുന്നു.

ഒരു റഷ്യക്കാരൻ നില്ക്കുന്നത് മൂന്നു കാലിലാണ്. "ഒരുപക്ഷേ..." "സന്ദർഭവശാൽ", "ആരെങ്കിലുമായിരിക്കും", "ആദ്യം" സകലതും ഭയന്നു വിറച്ചു. ഒരു മാസം കഴിഞ്ഞപ്പോൾ മെട്രോ സ്റ്റേഷനിലെ ഒരു ബെഞ്ചി നടിയിൽ സംശയം തോന്നിക്കുന്നവിധം ഒരു പൊതി കണ്ടു. പൊലീ സിനെ വിവരമറിയിക്കണമെന്ന് ഞാൻ സ്റ്റേഷനധികൃതരോടു പറഞ്ഞു. വളരെ പാടുപ്പെട്ടാണ് ഞാനവരെ അത് ബോദ്ധ്യപ്പെടുത്തിയത്.

ഭീകരാക്രമണത്തിനുശേഷം ഡോമോഡിസോവോ വിമാനത്താവള ത്തിലെ ടാക്സി ഡ്രൈവർമാർ കാർ വാടക വല്ലാതെ വർദ്ധിപ്പിച്ചു. സംഗതി എന്തായാലും ഏതെങ്കിലും കാരണം പറഞ്ഞ് പണമുണ്ടാക്കാ നാണ് പൊതുവായ പ്രവണത. ആ ഡ്രൈവർമാരെ കാറ്റിൽനിന്ന് പിടി ച്ചിറക്കി കരണത്ത് ആഞ്ഞടിക്കണമെന്ന് തോന്നി. അവരുടെ തൊപ്പി തെറിപ്പിക്കണം. ചാണകത്തല തകർക്കണം.

കുറെ പേർ ചോരക്കളങ്ങളിൽ കിടന്നിരുന്നു. വേറെ ചിലർ അവരുടെ ഫോട്ടോകൾ എടുക്കുകയായിരുന്നു. തങ്ങളുടെ ഫോണുകളിൽ ക്ലിക്... ക്ലിക്... ബ്ലോഗിൽ പടങ്ങളിടാനുള്ള തിടുക്കം. ആപ്പീസുകളിൽ പണി യില്ലാതെ നടക്കുന്നവർക്ക് ഒരു വിനോദം.

ഇന്ന് അത് അവരാണ്, നാളെ അത് നമ്മളായിരിക്കും. അതിനെക്കുറിച്ചൊന്നും ആരും ഒന്നും പറയുന്നില്ല... ഒക്കെ നടക്കട്ടെ എന്ന ഭാവമാണ് എല്ലാവർക്കും.

മരിച്ചുപോയവരുടെ ശാന്തിക്കായി നമുക്ക് പ്രാർത്ഥിക്കാം. കർത്താവിന്റെ കാരുണ്യത്തിനായി കഴിയുന്നത്ര യാചിക്കാം.

> അപ്പോഴേക്കും ഒരു കൂട്ടം സ്കൂൾ കുട്ടികൾ ഏതോ പരിപാടിക്കായി ഒതുങ്ങിവന്നു. വെച്ചുകെട്ടിയ ഒരു തണ്ടിൽ അവർ കയറിനിന്നു. സംഗതിയെന്താണെന്നറിയാൻ ഞാൻ അതിനടുത്തേക്ക് നീങ്ങി.

ബിൻലാദന്റെ കാര്യത്തിൽ എനിക്ക് താത്പര്യമുണ്ട്. അൽഖൈദ... അവരുടെ ആഗോള പദ്ധതികൾ.

ഒറ്റപ്പെട്ട ഭീകര പ്രവർത്തനങ്ങളാവാമെന്നാണ് എന്റെ പക്ഷം. പ്രത്യേകിച്ചൊരു ലക്ഷ്യം മുന്നിൽ കണ്ട് ഉദാഹരണത്തിന് പൊലീസുകാരുടെ നേരെ. അല്ലെങ്കിൽ ഉദ്യോഗസ്ഥ പ്രഭുത്വത്തിനുനേരെ...

ഭീകരവാദം ... അത് നല്ലതോ ചീത്തയോ?

ഈ കാലത്ത് അത് നല്ലതായിട്ടാണ് കണക്കാക്കപ്പെടുന്നത്.

ഈ ഭ്രാന്തൊക്കെ കണ്ട് എനിക്ക് മടുത്തു. എപ്പോഴാണ് നമ്മൾ വീട്ടിൽ പോകുന്നത്?

രസമുള്ളൊരു തമാശ കേട്ടോളൂ. ഒരു കൂട്ടം ഭീകരന്മാർ ഇറ്റലിയിൽ കാഴ്ചകൾ കണ്ടു നടക്കുകയാണ്. അവർ പിസായിലെ ചെരിഞ്ഞ ഗോപുരം കണ്ട് നെറ്റി ചുളിച്ചു.

"പണിയറിയാത്തവർ ചെയ്ത പണി!"

ഭീകരവാദം ഒരു വ്യാപാരമാണ്.

പ്രാചീനകാലത്തെ നരബലി പോലെ.

അംഗീകരിക്കപ്പെട്ട ഒരു സമ്പ്രദായം.

വലിയൊരു വിപ്ലവത്തിനു മുന്നോടിയായുള്ള "ചൂടാക്കൽ": വളരെ സ്വകാര്യമായ ഒന്ന്.

മുടി മെടഞ്ഞിട്ട വൃദ്ധയും സുന്ദരിയായ യുവതിയും

അലക്സാണ്ടർ ലാസ്കോവിച്ച്

പട്ടാളക്കാരൻ, വ്യാപാരി, കുടിയേറ്റക്കാരൻ

21നും 30നും ഇടയ്ക്കുള്ള പ്രായത്തിൽ
പലപ്പോഴായി നടത്തിയ അഭിമുഖങ്ങളിൽനിന്ന്

മരണം പ്രണയം പോലെയാണ്

കുട്ടിക്കാലത്ത് എന്റെ വീട്ടുമുറ്റത്ത് ഒരു മരമുണ്ടായിരുന്നു. ഒരു പഴയ മേപ്പിൾ മരം. അതെന്റെ ചങ്ങാതിയായിരുന്നു. പലപ്പോഴും അതിനരികെ ചെന്നുനിന്ന് സംസാരിക്കുകയായിരുന്നു. മുത്തശ്ശന്റെ മരണം... വല്ലാതെ കരഞ്ഞു. ദിവസം മുഴുവൻ നിലവിളിച്ചുകൊണ്ടിരുന്നു. അന്നെനിക്ക് അഞ്ചുവയസ്സായിരുന്നു പ്രായം. ഞാനും ഒരുനാൾ മരിച്ചുപോകും. എന്ന് അന്നാണ് മനസ്സിലാക്കിയത്. ഞാൻ മാത്രമല്ല, ഞാനറിയുന്ന എല്ലാവരും മരിക്കും. ഞാൻ വല്ലാതെ ഭയന്നു. എല്ലാവരും മരിച്ച് ഞാൻ മാത്രം ബാക്കി യാവുമോ? അതിഭീകരമായ ഏകാന്തതയിൽ താൻ അകപ്പെട്ടുപോവില്ലേ?

അമ്മയ്ക്ക് എന്നോട് സഹതാപം തോന്നി. ചേർത്തുപിടിച്ച് സമാധാ നിപ്പിക്കാൻ ശ്രമിച്ചു. പക്ഷേ, അച്ഛൻ എന്റെ നേരെ ഒച്ചയിട്ടു. "കരയുന്നോ? കണ്ണുതുടക്ക്... നീയൊരു പുരുഷനാണ്. പുരുഷന്മാർ ഒരിക്കലും കര യില്ല," വാസ്തവത്തിൽ ഞാൻ എന്താണെന്ന് ആ കാലത്ത് എനിക്ക് തീർച്ചയുണ്ടായിരുന്നില്ല. ആൺകൂട്ടത്തോട് എനിക്കൊട്ടും പ്രതിപത്തി യുണ്ടായിരുന്നില്ല. യുദ്ധക്കളികളിലും താത്പര്യമുണ്ടായിരുന്നില്ല. പക്ഷേ, എനിക്ക് വേണ്ടതെന്താണ് എന്ന് ആരും തിരക്കുകയുമുണ്ടായില്ല. എനിക്കുവേണ്ടതെന്താണെന്ന് എപ്പോഴും മറ്റുള്ളവർ തീരുമാനിക്കുകയാ യിരുന്നു. അമ്മ സ്വപ്നം കണ്ടിരുന്നത് ഒരു പെൺകുഞ്ഞിനുവേണ്ടിയാ യിരുന്നു. അച്ഛൻ ആഗ്രഹിച്ചത് ഗർഭം അലസിപ്പിക്കാനും. പുരുഷന്മാ രുടെ പതിവു മനോഭാവം.

ഞാൻ ആദ്യമായി തൂങ്ങിമരിക്കാൻ ഭാവിച്ചത്... അന്നെനിക്ക് ഏഴു വയസ്സായിരുന്നു. ഒരു ചീനപ്പാത്രമായി ബന്ധപ്പെട്ട സംഭവം. അമ്മ കുറെ

ജാമുണ്ടാക്കി. ഈ ചീന കളിമൺപാത്രത്തിൽനിറച്ച് തണുപ്പിക്കാനായി ഒരു സ്റ്റൂളിൽ കയറ്റിവെച്ചു. അതിനിടെ എന്റെ സഹോദരനും ഞാനും ഞങ്ങളുടെ പൂച്ചയ്ക്ക് പുറകെ വീട്ടിനകത്ത് ഓടിക്കളിക്കുകയായിരുന്നു. മസ്ക പെട്ടെന്ന് കളിമൺപാത്രത്തിനു മുകളിലൂടെ ഒരു ചാട്ടം ചാടി, നിഴലുപോലെ. പക്ഷേ ഞങ്ങൾക്കതിനു സാധിച്ചില്ല. അമ്മയ്ക്ക് വളരെ ചെറുപ്പമായിരുന്നു. അച്ഛനാണെങ്കിൽ സൈനിക പരിശീലനത്തിനായി മറ്റൊരിടത്തും. ഞങ്ങളുടെ പരാക്രമത്തിൽപെട്ട് ഭരണി മറിഞ്ഞുവീണു. ചുറ്റും ജാമിന്റെ ഒരു കുളം. അമ്മ പതിവുപോലെ തന്റെ വിധിയെ പഴിച്ചു. ഒരു പട്ടാള ഉദ്യോഗസ്ഥന്റെ ഭാര്യയായി ആരും തുണയില്ലാതെ... ഒറ്റയ്ക്കു കഴിയാനാണല്ലോ വിധി. ഞങ്ങൾ അന്നു താമസിച്ചിരുന്നത് സക്കാലിൽ[1] എന്ന ദ്വീപിലാണ്. തണുപ്പുകാലത്ത് പത്തുമീറ്റർ ഉയരത്തിൽ മഞ്ഞുറഞ്ഞു കിടക്കുന്നുണ്ടാകും. വേനൽകാലത്ത് മുൾച്ചെടികൾ അമ്മയേക്കാൾ ഉയരത്തിൽ വളർന്ന് നില്ക്കും. അമ്മ അച്ഛന്റെ ബെൽറ്റെടുത്ത് ആഞ്ഞുവീശി. ഞങ്ങളെ രണ്ടുപേരേയും തെരുവിലേക്കാട്ടിയിറക്കി.

“അമ്മേ... മഴ പെയ്യുന്നുണ്ട്... ഇവിടെ നിറച്ചും കടിക്കുന്ന ഉറുമ്പാണ്.” ഞങ്ങൾ ഉറക്കെ കരഞ്ഞു.

“കടന്നുപോ... അകത്തേക്കു വരണ്ട....” അമ്മ ദേഷ്യത്തിലായിരുന്നു. എന്റെ ജ്യേഷ്ഠൻ അയൽപക്കത്തെ വീട്ടിലേക്കോടി രക്ഷപ്പെട്ടു. ഞാൻ കെട്ടിത്തൂങ്ങാൻ നിശ്ചയിച്ചു. ഞാൻ കളപ്പുരയുടെ മുകളിൽ കയറി. കുട്ടയിൽ കിടന്നിരുന്ന ഒരു കയറെടുത്തു. അവർ എന്നെ അന്വേഷിച്ചെത്തുമ്പോഴേക്കും രാവിലെയാകും. കളപ്പുരയുടെ ഉത്തരത്തിൽനിന്ന് ആടിക്കളിക്കുന്ന എന്നെ അവർ കാണും... സന്തോഷിക്കട്ടെ... നാശം പിടിച്ചവർ. അപ്പോഴാണ് മസ്ക വാതിലിനിടയിൽകൂടി ഞെങ്ങിഞെരുങ്ങി അങ്ങോട്ടു വന്നത്. എന്റെ ഓമനപ്പൂച്ച... എന്റെ സങ്കടത്തിൽ പങ്കുചേരാൻ വന്നതാവാം. ഞാനവളെ മുറുകെ കെട്ടിപ്പിടിച്ചു. വെളിച്ചമാകുന്നതുവരെ ഞങ്ങൾ രണ്ടുപേരും അതിനകത്ത് അങ്ങനെയിരുന്നു.

എന്റെ അച്ഛൻ.... അച്ഛനെപ്പറ്റി എന്തുപറയാൻ! പത്രം വായിച്ചു. പുകവലിച്ചു. അദ്ദേഹം മിലിറ്ററിയിലെ രാഷ്ട്രീയ ഓഫീസറായിരുന്നു.[2] സൈന്യത്തിന്റെ രാഷ്ട്രീയമായ പതനത്തിന് ഉത്തരവാദി. പാർട്ടി ചിന്തകളെക്കുറിച്ചും, തത്ത്വശാസ്ത്രത്തെക്കുറിച്ചും പട്ടാളക്കാർക്കിടയിൽ ബോധവത്കരണം നടത്തുകയായിരുന്നു അച്ഛന്റെ ജോലി. വായുസേനയായിരുന്നു അച്ഛന്റെ പ്രവർത്തനമേഖല. അതുകൊണ്ട് അച്ഛനോടൊപ്പം ഞങ്ങളും പട്ടണങ്ങൾ മാറി മാറി സഞ്ചരിച്ചു. അധികവും വലിയൊരു നീളൻ ഒറ്റമുറിയിൽ മറ്റു കുടുംബങ്ങളോടൊപ്പമാണ് ഞങ്ങൾ കഴിഞ്ഞിരുന്നത്. എവിടെ ചെന്നാലും ഇഷ്ടികയിൽ പണിത സൈനികവസതികൾ. അവിടത്തെ ഗന്ധംപോലും എവിടെയായാലും ഒരുപോലെയായിരുന്നു.

---

1. പസഫിക് സമുദ്രത്തിലെ ഒരു ദ്വീപ്
2. സൈനിക ഉദ്യോഗസ്ഥൻ

വിലകുറഞ്ഞ കോളോണിന്റേയും ഷൂപോളീഷിന്റേയും ഗന്ധം. എന്റെ അച്ഛനും അതേ മണമായിരുന്നു.

വീട്ടിലെ ഒരു പതിവുരംഗം. എനിക്ക് എട്ട് വയസ്സ്. എന്റെ ചേട്ടന് ഒമ്പതും. ജോലികഴിഞ്ഞ് അച്ഛൻ വീട്ടിലേക്ക് വരുന്നു. അച്ഛന്റെ സെന്ററിന്റേയും ബൂട്ടിന്റേയും മുഴക്കം. ഒരു നിമിഷം ചേട്ടനും ഞാനും ആഗ്രഹിക്കുന്നത് ഒന്നുമാത്രം... അദൃശ്യനാവാൻ കഴിഞ്ഞെങ്കിൽ! ഭൂമുഖത്തുനിന്നും തീർത്തും മറഞ്ഞുപോകാൻ സാധിച്ചുവെങ്കിൽ! അച്ഛൻ പുസ്തകത്തട്ടിൽ നിന്നും, സോറിസ് പോളിവോയ് എഴുതിയ "യഥാർത്ഥ മനുഷ്യന്റെ കഥ" എടുക്കുന്നു. ഞങ്ങളുടെ വീട്ടിൽ അതിന് ബൈബിളിന്റെ സ്ഥാനമാണ്.

"പിന്നീടെന്തായി?" അച്ഛൻ ചോദ്യം ചോദിച്ചു തുടങ്ങുന്നു. ഒന്നാം ഊഴം ചേട്ടന്റേതാണ്.

"വിമാനം തകർന്നുവീണു. അലക്സി വാരിസ്യോവ് അതിൽനിന്നും മുട്ടിലിഴഞ്ഞ് പുറത്ത് കടന്നു.... കലശലായി മുറിവേറ്റിരുന്നു. അദ്ദേഹം ഒരു മുള്ളൻപന്നിയെ പിടിച്ചുതിന്നു.... ഒരു കുണ്ടിലേക്ക് വീണു..."

"എന്തു കുണ്ട്?"

"അതൊരു വലിയ പിളർപ്പായിരുന്നു. അഞ്ചുടൺ ഭാരമുള്ള ഒരു ബോംബു വീണ് ഉണ്ടായത്." ഞാൻ ചേട്ടനെ സഹായിക്കാൻ ഇടപ്പെട്ടു.

"എന്ത്? അത് ഇന്നലത്തെ കാര്യമല്ലേ? "അച്ഛന്റെ കമാൻഡർ ഗർജ്ജനം. ചേട്ടനും ഞാനും ഒന്നിച്ചു ഞെട്ടി.

"അപ്പോ... ഇന്ന് രണ്ടുപേരും പുസ്തകം വായിച്ചിട്ടില്ല അല്ലേ?"

അടുത്ത രംഗം... ഞങ്ങൾ മൂന്നുപേരും തളത്തിലെ മേശയ്ക്കുചുറ്റും ഓടുകയാണ്. സർക്കസിലെ കോമാളികളെപോലെ. ഒരു വലിയ കോമാളിയും കൂടെ രണ്ട് ചെറിയ കോമാളികളും. ഞങ്ങൾ രണ്ടുപേരും കാലുറകൾ താഴ്ത്തിപ്പിടിച്ചിരിക്കുന്നു. അച്ഛന്റെ കൈയിൽ ഓങ്ങിയ ബെൽറ്റ്. (അയാൾ തെല്ലിട നിർത്തി) ഞങ്ങളെല്ലാവരും സിനിമ കണ്ടാണ് വളർന്നത്. സിനിമയിൽ കണ്ട ലോകം അതാണ് ഞങ്ങളെ വളർത്തിയത്. പുസ്തകങ്ങളല്ല. സംഗീതവും ഞങ്ങൾക്കു പ്രിയപ്പെട്ടതായിരുന്നു. അച്ഛൻ വീട്ടിൽ കൊണ്ടുവരാറുള്ള പുസ്തകങ്ങൾ ആലോചിക്കുമ്പോൾ തന്നെ ചൊറിഞ്ഞുവരുന്നു. ഇപ്പോഴും ആരുടേയെങ്കിലും മേശപ്പുറത്ത് "യഥാർത്ഥ മനുഷ്യന്റെ കഥ"യോ "യുവ കാവൽക്കാര"നോ ഇരിക്കുന്നത് കണ്ടാൽ ഇപ്പോഴും എന്റെ രക്തസമ്മർദ്ദമുയരും. ഒരു ടാങ്കിന്റെ അടിയിലേക്ക് മക്കളെ വലിച്ചെറിയാനാണ് അച്ഛൻ ആഗ്രഹിച്ചത്. മകൾ ക്ഷണത്തിൽ വളർന്നുവലുതായി, സൈനിക സേവനത്തിന് തയ്യാറാവണം. അതായിരുന്നു അച്ഛന്റെ സ്വപ്നം. യുദ്ധമില്ലാതെയുള്ള ഒരു ലോകം അച്ഛന്റെ സങ്കല്പത്തിൽ പോലുമില്ലായിരുന്നു. പടക്കളത്തിലെ വീരനായകന്മാരാവാനാണ് അച്ഛൻ ഞങ്ങളെ വളർത്തിക്കൊണ്ടുവന്നത്. യുദ്ധമുണ്ടായാലല്ലേ ആ സ്വപ്നം സഫലമാവൂ. അച്ഛന്റെ മാതൃകാ

പുരുഷൻ അലക്സി മൻസ്യൂവിനേപോലെ മക്കളിൽ ഒരാളുടെ കാൽ നഷ്ടപ്പെട്ടിരുന്നുവെങ്കിൽ അച്ഛൻ ഏറ്റവുമധികം സന്തോഷിച്ചേനേ. തന്റെ ജന്മം നിഷ്ഫലമായില്ല എന്ന കൃതാർത്ഥത അദ്ദേഹം അനുഭവിച്ചേനേ. യുദ്ധത്തിൽ വിജയം... എല്ലാം ആഗ്രഹിച്ചതുപോലെ. ഞാൻ പടക്കളത്തിൽ പതറി നില്ക്കുകയോ പ്രതിജ്ഞ ലംഘിക്കുകയോ ചെയ്തിരുന്നുവെങ്കിൽ എനിക്കുള്ള ശിക്ഷാവിധി അദ്ദേഹം സ്വന്തം കൈയിൽ ഏറ്റുവാങ്ങിയേനേ. അതദ്ദേഹം പലപ്പോഴും പറയുകയും ചെയ്യുമായിരുന്നു. “ഞാൻ മൂലമാണല്ലോ നീ ജനിച്ചത്. ഞാൻ തന്നെ നിന്നെ വധിക്കുകയും ചെയ്യും.” അച്ഛൻ തികച്ചും ഒരു ടാരാ ബൾബയായിരുന്നു. അച്ഛൻ സ്വയം ഒരാദർശമായിരുന്നു, ഒരു മനുഷ്യനായിരുന്നില്ല. “ശരീരം... ബുദ്ധി... മനസ്സ്... എല്ലാംകൊണ്ടും നിങ്ങൾ നിങ്ങളുടെ മാതൃഭൂമിയെ സ്നേഹിക്കണം... നിരുപാധികം...” അത് മാത്രമാണ് ഞാൻ എപ്പോഴും കേട്ടുകൊണ്ടിരുന്നത്... കുട്ടിക്കാലം മുഴുവനും. ഇത്രയൊക്കെയായിട്ടും ഞങ്ങൾ ജീവിച്ചിരുന്നതിന് ഒരേയൊരു കാരണം. മാതൃഭൂമിയുടെ രക്ഷയ്ക്കുവേണ്ടി മാത്രമായിരുന്നു. എന്നിട്ടും എനിക്കെന്നെ പരുവത്തിൽ ഒരുക്കിയെടുക്കാനായില്ല. ഒരു നായക്കുട്ടിയുടെ സ്വാഭാവികമായ പ്രസരിപ്പോടെ ഏതു കുഴിയിലും തലയിടാനും ലാൻഡ് മൈനിനു മുമ്പിലേക്ക് എടുത്തു ചാടാനും ഞാൻ തയ്യാറായിരുന്നില്ല. മരണം... എനിക്കൊരു വിധത്തിലും ഇഷ്ടമില്ലാത്ത സംഗതിയായിരുന്നു. മുറ്റത്തുകാണുന്ന ചെറുപ്രാണികളെ ഞാൻ ഞെരിച്ചുകൊല്ലുമായിരുന്നു. വേനൽക്കാലമായാൽ സക്കാലിനിൽ മണലിനേക്കാൾ കൂടുതൽ പ്രാണികളായിരുന്നു. പ്രത്യേകം കറുത്ത പുള്ളിക്കുത്തുള്ള ചുകന്ന പുറന്തോടുള്ള ലേഡി ബേഡുകൾ. എല്ലാ കുട്ടികളേയും പോലെ ഞാനും അവയെ കാൽക്കീഴിലിട്ട് ഞെരിച്ചിരുന്നു. അങ്ങനെയിരിക്കെ എനിക്ക് പെട്ടെന്നൊരു തോന്നൽ. എന്തിനുവേണ്ടിയാണ് ഞാൻ മുറ്റത്ത് ഇത്ര ചുകന്ന ശവശരീരങ്ങൾ കൂട്ടിയിട്ടത്. വേറൊരു ദിവസം മസ്ക പെറ്റു... പക്ഷേ മൂപ്പെത്തുംമുമ്പേയാണ് പ്രസവിച്ചത്. ഞാൻ അവയ്ക്കു വെള്ളം കൊണ്ടുവന്നു കൊടുത്തു, ആവുംവിധം പരിചരിച്ചു. അതുകണ്ട് അമ്മ ചോദിച്ചു. “കുഞ്ഞുങ്ങൾ ചത്തുപോയോ?” അതിനുശേഷം അവയെല്ലാം ചാവുകയും ചെയ്തു. പക്ഷേ കരയാൻ എനിക്ക് അനുവാദമില്ലായിരുന്നു. “പുരുഷന്മാർ കരയില്ല.” പട്ടാളത്തൊപ്പികളാണ് അച്ഛൻ ഞങ്ങൾക്ക് സമ്മാനമായി തന്നിരുന്നത്. വാരാന്ത്യങ്ങളിൽ അച്ഛൻ ഞങ്ങളെ വിളിച്ചിരുന്നു... സൈനിക ഗാനങ്ങളുടെ റെക്കോർഡുകൾ കേൾപ്പിക്കും. അച്ഛന്റെ കണ്ണിൽനിന്ന് ദേശാഭിമാനത്തിന്റെ ഒരു കണ്ണീർക്കണം ഇറ്റുവീഴും... ഇടയ്ക്ക് മദ്യലഹരി തലയ്ക്കുപിടിച്ചാൽ ഒരേ കഥതന്നെ പിന്നെയും പിന്നെയും അച്ഛൻ പറയും. കഥാനായകനെ ശത്രുക്കൾ വന്ന് വളഞ്ഞു. അയാൾ ആത്മരക്ഷകനായി അതിധീരം പൊരുതി. ശത്രുക്കളെ വെടിവെച്ചുവീഴ്ത്തി. അവസാനം ഒരേയൊരു വെടിയുണ്ട മാത്രം ബാക്കിയായി. അയാൾ അത് സൂക്ഷിച്ചുവെച്ചിരിക്കുകയായിരുന്നു. അവനവന്റെ നെഞ്ചിനു നേരെ വെടിവെക്കാൻ.കഥയുടെ ആ ഘട്ടത്തിലെത്തുമ്പോൾ സിനിമയിലെന്നപോലെ അച്ഛൻ മുന്നോട്ടാഞ്ഞ് സ്റ്റൂളിന്റെ

കാൽ തന്റെ പാദംകൊണ്ട് വളച്ചുപിടിക്കും. സ്റ്റൂളും അച്ഛനും കൂടി ഒരുമിച്ചു മറഞ്ഞുവീഴും. അതുകാണാൻ നല്ല തമാശയായിരുന്നു. പെട്ടെന്ന് അച്ഛന്റെ മുഖം കനക്കും. ഗൗരവത്തിൽ പറയും. "ഒരു ധീരയോദ്ധാവ് പടക്കളത്തിൽ മരിച്ചുവീഴുന്നു... അതിലെന്താണിത്ര ചിരിക്കാനുള്ളത്?"

മരിക്കാൻ എനിക്കൊട്ടും താത്പര്യമുണ്ടായിരുന്നില്ല.... കുട്ടിയായിരിക്കുമ്പോൾ മരണത്തെപറ്റി കേൾക്കുന്നതുതന്നെ ഭയമാണ്. "ഒരു പുരുഷൻ എപ്പോഴും അതിന് തയ്യാറായിരിക്കണം." "മാതൃഭൂമിയോടുള്ള പവിത്രമായ കടമയാണത്." "എന്ത്? ഒരു കാലഷ്നിക്കോവ് കൈയിലെടുത്ത് ഓരോ ഭാഗങ്ങളായി വേർപ്പെടുത്തി. വീണ്ടും അത് ചേർത്തുവെക്കാൻ നിനക്കിഷ്ടമില്ല എന്നോ?" കാര്യമെന്തായാലും അച്ഛനോട് ഇല്ല എന്നു പറയാനാവില്ല. അച്ഛന്റെ ശകാരവും നാണം കെടുത്തലും. എന്റെ കുട്ടിപ്പല്ലുകൾകൊണ്ട് അച്ഛന്റെ ബൂട്ടുകൾക്കുള്ളിലൂടെ ആ കാൽവണ്ണയിൽ അമർത്തിക്കടിച്ച് പൊളിച്ചു കീറണമെന്നു തോന്നാറുണ്ട്. അയൽപക്കത്തെ വിറ്റ്കാ എന്ന കുട്ടിയുടെ മുമ്പിൽ വെച്ച് കാലുറ ഊരി ചന്തിയിൽ തൊലിപൊളിക്കുമാറ് അച്ഛൻ അടിച്ചതെന്തിനാണ്? മാത്രമല്ല പെൺകുട്ടി എന്നു വിളിച്ച് എന്റെ മാനം കെടുത്തുകയും ചെയ്തു. ഞാൻ നേരത്തെ പറഞ്ഞല്ലോ.... മരണവുമൊത്ത് നൃത്തചുവടുവെക്കാൻ പാകത്തിലല്ല ഞാൻ ജനിച്ചിട്ടുള്ളത്. എന്റെ പാദങ്ങൾ നല്ല വളവുള്ളതാണ്. ബാലേ സംഘത്തോടൊപ്പം ചേർന്ന് നൃത്തം ചെയ്യാനായിരുന്നു എനിക്കു മോഹം. അച്ഛനാണെങ്കിൽ അങ്ങേയറ്റത്തെ ദേശസ്നേഹത്തിന്റെ ആളും. എല്ലാവർക്കും വട്ടുപിടിച്ച മട്ട്. കുപ്പായമിട്ടില്ലെങ്കിലും വേണ്ട കൈയിൽ ഒരു നോക്കുണ്ടായാൽ മതി... അതാണേറ്റവും വലിയ അഭിമാനം. ഞങ്ങൾ വളർന്നു... വളരെ കാലം മുമ്പേ ഞങ്ങൾ വളർന്നു. പാവം അച്ഛൻ! അതിനിടയിൽ ജീവിതത്തിന്റെ ഭാവം ആകെ മാറി. പ്രതീക്ഷയോടെ നോക്കിയിരുന്ന ആ ദുരന്തം നിമിഷങ്ങൾക്കുള്ളിൽ ഒരു ഹാസ്യരംഗമയി. ഇഴഞ്ഞിഴഞ്ഞുവന്നു പൈൻ കാലുകൾ കാർന്നു തിന്നുന്ന ആ ജന്തു ഏതാണ്? അച്ഛന്റെ വീരപുരുഷൻ അലക്സി മാരിസ്യൂവ്... അച്ഛന് ഏറ്റവും പ്രിയപ്പെട്ട കഥാപാത്രം. വീടിന്റെ നിലവറയിൽ ആൺകുട്ടികൾ ചാരന്മാരായി കളിച്ചു. പ്ലംബർ പൊട്ടാപോവിനെ പിടിച്ച് കഠിനമായി ഭേദ്യം ചെയ്തു. അച്ഛന്റെ കഥയിലത്തെ ഭാഗം മാത്രം യാഥാർത്ഥ്യമായി. അച്ഛന്റെ കാര്യം... വൃദ്ധനായി കഴിഞ്ഞു. എന്നാൽ താൻ തയ്യാറാവും മുമ്പേ അദ്ദേഹത്തെ കീഴടക്കിക്കളഞ്ഞു. വാസ്തവത്തിൽ ഇത് ചുമതലകളൊക്കെ ഇറക്കിവെച്ച് ആസ്വദിക്കാനുള്ള കാലമാണ്. ഓരോ നിമിഷവും അതിന്റെ രസം നുകർന്നിരിക്കും. മാനം നോക്കി നക്ഷത്രങ്ങളേയും മേഘങ്ങളേയും കാണാം. മരങ്ങളുടെ ഭംഗി ആസ്വദിക്കാം. ചെസ്സ് കളിക്കാം. തപാൽ സ്റ്റാമ്പുകളും തീപ്പെട്ടി ലേബലുകളും ശേഖരിക്കാം. അതിനുപകരം അച്ഛൻ ടി.വി.യുടെ മുന്നിൽ പശ ഒട്ടിച്ചുവെച്ചിട്ടുള്ളതുപോലെ ഇരിക്കുന്നു. പാർലിമെന്റ് യോഗങ്ങൾ ഇടത്, വലത്, റാലികൾ, പ്രകടനങ്ങൾ, ചോരച്ചെങ്കൊടികൾ. അതിന്റെ ഇടയിലാണ് അച്ഛനെ ഇപ്പോഴായി സാധാരണ കാണുക. കമ്മ്യൂണിസ്റ്റുകാരെ അദ്ദേഹം ശക്തമായി

പിൻതാങ്ങുന്നു. അത്താഴത്തിന് ഞങ്ങൾ ഒരുമിച്ചുകൂടും. അച്ഛൻ തുടങ്ങി വെക്കും. എന്റെ പ്രതികരണത്തിനായി കാത്തിരിക്കും. "മഹത്തായ ഒരു കാലഘട്ടത്തിലാണ് ഞങ്ങൾ ജീവിച്ചത്." എപ്പോഴായാലും എവിടെയാ യാലും അച്ഛന് ഒരു യുദ്ധം വേണം. അതില്ലാതെ മൂപ്പർക്ക് ജീവിത ത്തിനർത്ഥമില്ല. തെരുവുകളിലെ പ്രതിഷേധറാലികളിൽ, പൊലീസ് പ്രതി രോധങ്ങൾക്കുമുമ്പിൽ, കൊടിപിടിച്ച് അച്ഛൻ. ഒരു ദിവസം ഞങ്ങൾ ടി.വി. കണ്ടുകൊണ്ടിരിക്കേ ഒരു ജാപ്പനീസ് റോബോട്ട് മണ്ണിനടിയിൽനിന്നും കുഴിബോംബുകൾ മാന്തിയെടുക്കുന്നു. ഒന്നിനുപിറകെ ഒന്നായി. സയൻസിന്റേയും സാങ്കേതികവിദ്യയുടേയും വിജയം... മനുഷ്യന്റെ ബുദ്ധി യുടെ നേട്ടം. പക്ഷേ അച്ഛന്റെ മുഖത്ത് കടുത്ത നിരാശ. "ഇത് നമ്മുടെ നേട്ടമല്ലല്ലോ... നമ്മുടെ നാടിന്റെ സാങ്കേതിക മികവല്ലല്ലോ." അതിനിട യിൽ തീരെ പ്രതീക്ഷിക്കാതിരിക്കെ... പരിപാടി അവസാനിക്കാറായിരുന്നു. റോബട്ടിന് ഒരു കൈയ്യബദ്ധം... ബോംബ് പൊട്ടിച്ചെറിച്ചു... ഒപ്പം ആ യന്ത്ര മനുഷ്യനും തുരങ്കം വെക്കുന്നവനെ കണ്ടാൽ ഉടനെ അയാളുടെ പിറകെ ഓടണം എന്നല്ലേ പറയാറ്. റോബട്ടിന് ആ പരിശീലനം നല്കപ്പെട്ടിട്ടില്ല. അച്ഛൻ താൻ കണ്ടത് വിശ്വസിക്കാനായില്ല. "ഇറക്കുമതി ചെയ്ത സാങ്കേ തിക വിദ്യ.... ഇങ്ങനെ നശിപ്പിക്കുകയോ?" ഇതെന്താ? നമ്മുടെ നാട്ടിൽ ആവശ്യത്തിനാൾക്കാരില്ലേ? അച്ഛന് മരണവുമായി സ്വന്തമായൊരു ബന്ധ മുണ്ട്. പാർട്ടിയും, ഗവൺമെന്റും ഏല്പിക്കുന്ന ദൗത്യം വിജയകരമായി പൂർത്തിയാക്കുക അതായിരുന്നു അദ്ദേഹത്തിന്റെ ജീവിതലക്ഷ്യം. ഒരു കഷണം ഇരുമ്പിനോളം പോലും തന്റെ ജീവിതത്തിന് അദ്ദേഹം വില കല്പിച്ചിരുന്നില്ല.

സകാലിനിൽ ഞങ്ങൾ താമസിച്ചിരുന്നത് ഒരു സെമിത്തേരിക്ക് എതിർവശത്തായിട്ടായിരുന്നു. മിക്കവാറും എല്ലാ ദിവസവും ഞാനൊരു ശവഘോഷയാത്ര കാണും. ശവപ്പെട്ടി മഞ്ഞയാണെങ്കിൽ, മരിച്ചത് ഗ്രാമ ത്തിൽനിന്നുള്ള ഒരാളായിരിക്കും. ചുകന്ന കട്ടിത്തുണികൊണ്ട് ശവപ്പെട്ടി പൊതിഞ്ഞിട്ടുണ്ടെങ്കിൽ മരിച്ചത് ഒരു പൈലറ്റ് ആയിരിക്കും. ചുകന്ന ശവപ്പെട്ടി കുഴിയിലിറക്കിയ ദിവസം അച്ഛൻ ഒരു കാസറ്റ് വീട്ടിലേക്ക് കൊണ്ടുവരും. ശവപ്പെട്ടികൾ അധികവും ചുകപ്പായിരുന്നു. പോയവരുടെ സ്ഥാനത്തേക്ക് പുതിയ ആളുകൾ വന്നുകൊണ്ടിരുന്നു. മേശപ്പുറത്തെ ചാരത്തട്ടിൽ കത്തിക്കഴിഞ്ഞ സിഗരറ്റുതുണ്ടുകൾ പുകഞ്ഞു. വോഡ്ക നിറഞ്ഞ ഗ്ലാസ്സുകളിൽ വെള്ളത്തുള്ളികൾ മിന്നിനിന്നു. അച്ഛൻ കൊണ്ടു വന്ന ടേപ്പ് ചുറ്റിക്കറങ്ങിക്കൊണ്ടിരിക്കും. "ഞാൻ ഇന്ന നമ്പർ വിമാന ത്തിൽ... എൻജിൻ പ്രവർത്തിക്കുന്നില്ല."

"രണ്ടാമത്തേത് പ്രവർത്തിപ്പിക്കൂ."

"അതും അനങ്ങുന്നില്ല."

"ഇടത്തെ എൻജിൻ ശ്രമിച്ചുനോക്കൂ."

"പ്രവർത്തിക്കുന്നില്ല,"

"വലത്തേ എൻജിൻ..."

"അതും നിശ്ചലം...."

"പുറത്തേക്ക് ചാടൂ"

"കോക്ക്പിറ്റിന്റെ മുകൾഭാഗം തുറക്കാനാവുന്നില്ല..."

"നാശം... തുലഞ്ഞുപോട്ടെ... നാശം..."

"ആ... ആ..."

വളരെ കാലത്തേക്ക് ഞാൻ ധരിച്ചിരുന്നത് മരണം എന്നാൽ കണ്ണെത്താഉയരത്തിൽനിന്നും താഴേക്ക് വീഴുന്നതാണ് എന്നായിരുന്നു. ചെറുപ്പക്കാരനായ ഒരു പൈലറ്റ് ഒരിക്കൽ എന്നോട് ചോദിച്ചു, "മരണത്തെക്കുറിച്ച് നിനക്കെന്തറിയാം കുട്ടി?" എനിക്കദ്ഭുതം തോന്നി. അറിയേണ്ടതെല്ലാം എന്നേ അറിഞ്ഞിരിക്കുന്നു എന്നായിരുന്നു എന്റെ വിചാരം. എന്റെ കാലസ്സിലെ ഒരു കുട്ടി മരിച്ചു. അവൻ തീകൂട്ടി കുറച്ച് വെടിമരുന്ന് അതിലേക്കെറിഞ്ഞു. അത് പൊട്ടിത്തെറിച്ചു... അവൻ ശവപ്പെട്ടിയിൽ കിടക്കുന്നതു കണ്ടപ്പോൾ തോന്നി, ഒക്കെ അവന്റെ നാട്യമാണെന്ന്. എല്ലാവരും ചുറ്റുംനിന്ന് അവനെ നോക്കുന്നു. പക്ഷേ അവൻ അവിടെയില്ല. എനിക്ക് അവന്റെ മുഖത്തുനിന്നും കണ്ണെടുക്കാനായില്ല.

മരണത്തെ എപ്പോഴും ഞാൻ അടുത്തറിഞ്ഞിരുന്നു എന്ന തോന്നൽ. ജനിക്കുമ്പോഴേ ആ അറിവ് എന്നോടൊപ്പമുണ്ടായിരുന്നു എന്ന തോന്നൽ. ഒരുപക്ഷേ മുമ്പ് ഞാൻ മരിച്ചിട്ടുണ്ടാകും. അതല്ലെങ്കിൽ എന്നെ ഗർഭം ധരിച്ചിരിക്കേ അമ്മ ജനലരികിലിരുന്ന് സെമിത്തേരിയിലെത്തുന്ന ശവപ്പെട്ടികൾ നോക്കിക്കണ്ടിട്ടുണ്ടാവും. ചുകപ്പ്... മഞ്ഞ്... എന്തോ, മരണം എന്നെ അതിന്റെ മാസ്മര വലയത്തിലാക്കിയിരുന്നു. ദിവസവും പല തവണ ഞാൻ മരണത്തെകുറിച്ച് ആലോചിച്ചിരുന്നു. ചിലപ്പോൾ മരണത്തിന് കത്തിയെരിഞ്ഞ സിഗരറ്റ് കുറ്റിയുടെ മണം. വേറെ ചിലപ്പോൾ ടിന്നിലടച്ച മത്സ്യത്തിന്റെ മണം. ഇടയ്ക്ക് വോഡ്കയുടെ. മരണം കാണാൻ എങ്ങനെയാവും? പല്ലില്ലാത്ത ഒരു പടുകിഴവനെപോലെയാകുമോ... താടിയും മുടിയും നീണ്ട് ജടപിടിച്ച്... അതോ സുന്ദരിയായ ഒരു യുവതിയെ പോലെയോ? ഒരു ദിവസം തീർച്ചയായും ഞാൻ അവളെ കാണും.

എനിക്ക് പതിനെട്ട് വയസ്സായി. എല്ലാറ്റിനോടും മോഹം... മദ്യം... സ്ത്രീ... യാത്രകൾ... നിഗൂഢതകൾ... അദ്ഭുതങ്ങൾ... എല്ലാം എന്നെ ആകർഷിച്ചു. മനോരാജ്യത്തിൽ മോഹം പോലെ ഞാൻ ജീവിച്ചു. യഥാർത്ഥത്തിൽ അതേവിധം ജീവിക്കാനായാൽ! അപ്പോഴാണ് അവർ എന്നെ കൈ എത്തി പിടിച്ചത്.

വായുവിൽ ലയിച്ചുപോയെങ്കിൽ... ഒരടയാളവും ബാക്കിവെക്കാതെ അപ്രത്യക്ഷനാവാൻ കഴിഞ്ഞെങ്കിൽ... ആരും കണ്ടുപിടിക്കാനിടയില്ലാത്ത ഒരിടത്ത് മറഞ്ഞിരിക്കാൻ പറ്റിയെങ്കിൽ... ഒരു നാടോടിയായി... പാസ്പോർട്ടില്ലാത്ത... പൗരത്വമില്ലാത്ത... ഒരു ഊരുതെണ്ടിയായി മാറാൻ സാധിച്ചെങ്കിൽ. പണ്ടുതൊട്ടേ കണ്ടിരുന്ന ഒരു പേടിസ്വപ്നം. അവരെന്നെ നിർബന്ധിത സൈനിക സേവനത്തിന് തിരഞ്ഞെടുക്കുന്നു. എന്റെ

ഔദ്യോഗികരേഖകൾ അവർ മനഃപൂർവ്വം നഷ്ടപ്പെടുത്തി. ഫലം... വീണ്ടും ഒരു കാലയളവ് നിർബന്ധിത സേവനം. ഞാൻ അവരെ എതിർത്തുകൊണ്ട് ഉറക്കെ നിലവിളിക്കുന്നു. എങ്കിലും ഒഴിവായി പോരണം... തന്തയില്ലാത്തവന്മാർ... "നിയമപ്രകാരമുള്ള സേവനം ഞാൻ വൃത്തിയാക്കി കഴിഞ്ഞതാണല്ലോ. ഇനിയെന്നെ വിട്ടയയ്ക്കണം." ഞാൻ ബഹളം വെക്കുന്നു. ഭയാനകമായ ഒരു ദുഃസ്വപ്നം തന്നെ (മൗനം) ഒരിക്കലും ഒരാൺകുട്ടിയാവാൻ ഞാൻ ആഗ്രഹിച്ചില്ല. ആൺകുട്ടിയായാൽ ത്തന്നേയും പട്ടാളക്കാരനാവരുതേ എന്നായിരുന്നു പ്രാർത്ഥന. യുദ്ധത്തിൽ ഒട്ടും താത്പര്യമില്ലായിരുന്നു.

ഒടുവിൽ അച്ഛൻ പറഞ്ഞു, "ഒരു പുരുഷനാവാനുള്ള സമയമായിരിക്കുന്നു... അല്ലെങ്കിൽ പെൺകുട്ടികൾ കരുതും നീ പൗരുഷമില്ലാത്തവനാണെന്ന്. ഷണ്ഡൻ... ജീവിതം എന്തെന്ന് പഠിപ്പിച്ചുതരുന്ന വിദ്യാലയമാണ് സൈന്യം...

"പടക്കളത്തിൽചെന്ന് മനുഷ്യരെ കൊല്ലേണ്ടതെങ്ങനെയെന്നു പഠിക്കണം." അച്ഛൻ പറഞ്ഞു. മനസ്സിൽ ഒരു സങ്കല്പചിത്രം തെളിഞ്ഞു. സൈനിക വാദ്യങ്ങളുടെ മുഴക്കം. അണിനിരന്ന് മുന്നോട്ടുനീങ്ങുന്ന സൈനികർ. ഏറ്റവും മുമ്പിൽ തിളങ്ങുന്ന മരണസാമഗ്രികൾ. ചൂടുള്ള വെടിയുണ്ടയുടെ ചൂളംവിളി... തകർന്നുവീഴുന്ന തലയോടുകൾ... കണ്ണുകൾ തുറിച്ച് താഴേക്കു തൂങ്ങി... തലച്ചോറ് ചിന്നിച്ചിതറി... ഞെരുക്കങ്ങൾ... മുറവിളികൾ... മുറിവേറ്റവരുടെ രോദനങ്ങൾ... അതിനിടയിൽ യുദ്ധം ജയിച്ചവരുടെ വിജയകാഹളങ്ങൾ... കൊലയിൽ മികവു നേടിയവർ ഉച്ചത്തിൽ വിളിച്ചുപറയുന്നു: കൊല്ലണം... കൊല്ലണം... അമ്പും . വില്ലും വെടിയുണ്ട, ഷെൽ, ആറ്റംബോംബ് എന്തുമാകട്ടെ, കൊല്ലണം... അതാണ് വേണ്ടത്. വേണ്ട... എനിക്കാരേയും കൊല്ലണ്ട.

ഒരു കാര്യം ബോദ്ധ്യമായി. എന്നിലെ പുരുഷനെ പുറത്തുകൊണ്ടുവരുന്നത് ഞാനാകില്ല. പട്ടാളത്തിൽ ആ ജോലി നിർവഹിക്കുക മറ്റു പലരുമായിരിക്കും. ഒന്നുകിൽ ഞാൻ ആരെയെങ്കിലും കൊല്ലും. അല്ലെങ്കിൽ ആരെങ്കിലും എന്നെ കൊല്ലും. എന്റെ ചേട്ടൻ തലനിറയെ സുന്ദരസ്വപ്നങ്ങളുമായാണ് പട്ടാള സേവനത്തിന് പോയത്. ധൈര്യത്തിന്റേയും പരാക്രമത്തിന്റേയുമൊക്കെ ചിത്രങ്ങളായിരുന്നു ആ മനസ്സിൽ. തിരിച്ചുവന്നത്... ധൈര്യവുമെല്ലാം ചോർന്നുപോയി വല്ലാത്തൊരു ഉൾഭയത്തോടെ.

ക്യാമ്പിലെ ബങ്കിൽ മേൽത്തട്ടിൽ ചേട്ടന്റെ മേലുദ്യോഗസ്ഥനാണ് കിടന്നിരുന്നത്. താഴേത്തട്ടായിരുന്നു ചേട്ടന്റെ സ്ഥാനം. എന്നും രാവിലെ മുഖത്ത് മേലുദ്യോഗസ്ഥന്റെ ചവിട്ടേറ്റാണ് ചേട്ടൻ ഉണരുക... അങ്ങനെ ഏതാനും ദിവസമല്ല, ഒരു കൊല്ലം മുഴുവനും. അങ്ങനെയൊരു സാഹചര്യത്തിൽ സ്വന്തം വ്യക്തിത്വം മുറുകെപിടിച്ച് ജീവിക്കാനാകുമോ? ഇനിയൊരാളുടെ വസ്ത്രമഴിച്ചുമാറ്റേണ്ടതായി വന്നാൽ... അതിനിടയിൽ എന്തെല്ലാമാണ് ആ ശരീരത്തിൽ നിങ്ങൾക്കു ചെയ്യാനാകുക? ആലോചിച്ചുനോക്കൂ. കുറെ അധികം കാര്യങ്ങൾ... അയാളെക്കൊണ്ട് സ്വന്തം

ജനനേന്ദ്രിയം വലിച്ചുകുടിപ്പിക്കുന്നു. എല്ലാവരും ചുറ്റും കൂടിനിന്ന് അതു കണ്ട് രസിക്കുന്നു. അഥവാ ആരെങ്കിലും ചിരിച്ചില്ല എങ്കിൽ അടുത്ത ഇര അയാളായിരുന്നു. പട്ടാളക്കാരുടെ കുളിമുറികൾ വൃത്തിയാക്കണം. പല്ലുതേക്കുന്ന ബ്രഷും താടിവടിക്കാനുള്ള റേസറും ഉപയോഗിച്ച് "പൂച്ച യുടെ വൃഷണങ്ങൾ പോലെ തിളങ്ങണം" മൂത്തവരുടെ നിർദ്ദേശം.

ആളുകൾ രണ്ടുതരത്തിലാണ്. നേരാംവണ്ണം ഒന്നു ചിന്തിക്കാനും പറ യാനുമാകാത്തവരാണ് ഒരു കൂട്ടർ. മറ്റേ കൂട്ടർ നേരും നെറിയും വിട്ട് നട ക്കാനാവാത്തവരാണ്. കണ്ണിൽ ചോരയില്ലാത്ത ഒരു കൂട്ടം... മധുരം നിറച്ച അടപോലെ മൃദുലമനസ്കരായ വേറൊരു കൂട്ടം. തുടക്കത്തിലെ എനിക്കു ബോദ്ധ്യമായി. ഓരോ തുള്ളി ഊർജ്ജവും കരുതിവെക്കണം. എന്നാൽ മാത്രമേ നേരാംവണ്ണം ഇവിടെ നിന്നു പുറത്തുകടക്കാനാവൂ. ഞാൻ കായികാഭ്യാസവിഭാഗത്തിൽ പേരുകൊടുത്തു. ഹഠയോഗാ... കരാട്ടെ... ആളുകളുടെ മുഖത്തും കാലുകൾക്കിടയിലും ഉന്നംതെറ്റാതെ കാലുയർത്തി ചവിട്ടാൻ ശീലിച്ചു. തീപ്പെട്ടിക്കൊള്ളി കൊളുത്തി, അത് തീർത്തും കെടുന്നതുവരെ ഉള്ളംകൈയിൽവെച്ചുകൊണ്ടിരിക്കാൻ പഠിച്ചു. നല്ല പ്രയാസം തോന്നി. ആദ്യമൊക്കെ കരയുകയും ചെയ്തു. ഒരു പുലി കാട്ടിലൂടെ സഞ്ചരിക്കുന്നു. വഴിയിലൊരു കരടിയെ കാണുന്നു. "ഹേ കരടി... ഇന്നത്തെ എന്റെ അത്താഴം നീയാണ്. കൃത്യം എട്ട് മണിക്ക് എന്റെ മടയിൽ വരണം..." പുലി വീണ്ടും നടന്നു. എതിരെ വന്നത് ഒരു കുറുക്കൻ. "നാളത്തെ പ്രാതലിന് ഞാൻ നിന്നെയാണ് തിന്നാൻ പോകു ന്നത്. കൃത്യം ഏഴുമണിക്ക് എന്റെ മുമ്പിലുണ്ടാവണം. "പുലി കുറുക്കന് കല്പന നല്കി. കുറച്ചുകൂടി നടന്നപ്പോൾ ചാടിച്ചാടി പോകുന്ന ഒരു മുയൽ പുലിയുടെ കണ്ണിൽപെട്ടു. "ഉച്ചയ്ക്ക് രണ്ടുമണിക്കാണ് എന്റെ ഊണ്. നാളെ നിന്നെ തിന്നാമെന്നു വിചാരിക്കുന്നു. കൃത്യസമയത്തിന വിടെ ഉണ്ടാകണം. "മുയലിനെ നോക്കി പുലി അലറി.

"ഞാനൊന്നു ചോദിച്ചോട്ടെ." മുയൽ വലതുകൈ പൊക്കികാട്ടി.

"ആയിക്കോട്ടെ." പുലി കനിഞ്ഞു.

"അഥവാ ഞാൻ വന്നില്ലെങ്കിൽ...."

"നിന്റെ പേര് ഞാൻ പട്ടികയിൽ നിന്നും വെട്ടും." ഭാവഭേദമില്ലാതെ പുലി പറഞ്ഞു.

വളരെ വളരെ ചുരുക്കം പേർക്കേ അങ്ങനെയൊരു ചോദ്യം ചോദി ക്കാൻ സാധിക്കൂ... നാശം...

സൈനികസേവനത്തിനായുള്ള എന്റെ യാത്രയയപ്പ്. രണ്ടു ദിവസം മുഴുവൻ അടുക്കളയിൽ വറക്കലും പൊരിക്കലും പുഴുങ്ങലും ചുട്ടെടു ക്കലും. തയ്യാറെടുപ്പിന്റെ തിരക്കുകൾ. എന്റെ ബന്ധുക്കളെല്ലാവരും വന്നു.

"ഞങ്ങളെ നാണം കെടുത്തല്ലേ മോനെ..." അച്ഛനാണ് ആദ്യം ഗ്ലാസു യർത്തിയത്. "അങ്ങനെ സത്കാരം തുടങ്ങി. അതിനായി രണ്ടുപെട്ടി നിറയെ വോഡ്ക കൊണ്ടുവന്നിരുന്നു. പിന്നെയും പിന്നെയും ഒരേ

ഉപദേശങ്ങൾ... നിർദ്ദേശങ്ങൾ. "കഠിനമായ പരീക്ഷകൾ നേരിടേണ്ടി വരും." "അന്തസ്സോടെ എല്ലാം സഹിക്കണം" "നിന്റെ വിലയും നിലയും തെളിയിക്കണം."

പിറ്റേ ദിവസം രാവിലെ, റിക്രൂട്ട്മെന്റ് ആപ്പീസിനരികെ, ആരോ എക്കോഡിയൻ വായിച്ച് പാടിക്കൊണ്ടിരുന്നു, ചെറിയ പ്ലാസ്റ്റിക് ഗ്ലാസ്സുകളിൽ വോഡ്കയും വിതരണം ചെയ്തിരുന്നു. എനിക്ക് കുടിക്കുന്ന ശീലമുണ്ടായിരുന്നില്ല. "നിങ്ങൾക്കെന്താ, സുഖമില്ലേ? വല്ല രോഗവും?" പലരും അദ്ഭുതത്തോടെ അന്വേഷിച്ചു.

സ്റ്റേഷനിലേക്ക് കൊണ്ടുപോകുന്നതിനുമുമ്പ് അവർ ഞങ്ങളുടെ സഞ്ചിയും പെട്ടിയും കാര്യമായി പരിശോധിച്ചു. എല്ലാം പുറത്തേക്കെടുക്കാൻ പറഞ്ഞു. അതിലുണ്ടായിരുന്ന കത്തി, മുള്ള്, ഭക്ഷണപദാർത്ഥങ്ങൾ എന്നിവ അവർ നിർബന്ധപൂർവ്വം മാറ്റിവെപ്പിച്ചു. വീട്ടിൽനിന്നും കുറച്ചുപണം കരുതലായി സൂക്ഷിക്കാൻ തന്നിരുന്നു. അത് സോക്സിന്റെ അടിയിലും, അടിവസ്ത്രത്തിന്റെ ഇടയിലുമായാണ് സൂക്ഷിച്ചിരുന്നത്. നാശം... ഭാവിയിൽ മാതൃഭൂമിയുടെ സുരക്ഷ ഉറപ്പുവരുത്തേണ്ടവരുടെ ഒരു ഗതികേട്! അവസാനം അവർ ഞങ്ങളെ ബസ്സിൽ കയറ്റിയിരുത്തി. പെൺകുട്ടികൾ കൈവീശി. അമ്മമാർ കണ്ണീരൊഴുക്കി, ഞങ്ങൾ യാത്രയായി. ഒരു ബസ്സുനിറയെ പുരുഷന്മാർ. കൂട്ടത്തിലുണ്ടായിരുന്ന ഒരൊറ്റ മുഖം പോലും എനിക്കോർക്കാനാവുന്നില്ല. എല്ലാവരുടേയും മുടി പറ്റേ വെട്ടിയിരുന്നു. ധരിക്കാൻ തന്നത് പഴയ വസ്ത്രങ്ങൾ. കണ്ടാൽ തടവുപുള്ളികളാണെന്നു തോന്നും. യാത്രയിൽ കേട്ട ചില വാക്കുകൾ... ശബ്ദങ്ങൾ.

"ആത്മഹത്യ ശ്രമത്തിന് കടുത്ത ശിക്ഷയാണ്... മിലിറ്ററി സേവനത്തിന് അയോഗ്യനാവും... നന്നായി കഴിയണമെങ്കിൽ വായ മുടി വെക്കണം."

"എത്ര നല്കിയാലും ചതച്ചാലും എനിക്ക് വിരോധമില്ല. വീട്ടിലേക്ക് തിരിച്ചയച്ചാലും സാരമില്ല. പെൺകുട്ടികളുമായി ശൃംഗരിച്ചു കഴിയാം... നിങ്ങളെല്ലാം പോയി യുദ്ധം "കളിച്ചോളൂ" "കുട്ടികളെ, ഇനി സാധാരണ ഷൂസുകൾ മാറ്റി മുട്ടുവരെയെത്തുന്ന ബൂട്ടുകൾ ധരിക്കണം. മാതൃഭൂമിയെ രക്ഷിക്കാനായാണ് നമ്മൾ പോകുന്ത്...

"കൈയിൽ പണമുള്ളവരാരും പട്ടാളത്തിൽ ചേരുകയില്ല." അങ്ങനെ മൂന്നുദിവസം തികച്ചും ഞങ്ങൾ യാത്ര ചെയ്തു. വഴിനീളെ എല്ലാവരും യഥേഷ്ടം വോഡ്ക കുടിച്ചിരുന്നു... ഞാൻ മാത്രം. അതിൽനിന്നൊഴിഞ്ഞ് നിന്നു... "പാവം ചെക്കൻ! പട്ടാളത്തിൽ നീ എന്താണ് ചെയ്യാൻ പോകുന്നത്?" വസ്ത്രങ്ങൾ മാറ്റാതേയാണ് രാത്രി ഞങ്ങൾ ഉറങ്ങിയിരുന്നത്. രാത്രിയായാൽ എല്ലാവരും ഷൂസഴിച്ചുവെക്കും... അതിന്റെയൊരു നാറ്റം. പറയാൻ വയ്യ. ഒരു നൂറുപേരാണ് ഷൂസഴിച്ചുവെച്ചിട്ടുള്ളത്. ചിലർ ആ മൂന്നു ദിവസത്തിനിടയ്ക്ക് സോക്സ് ഒരിക്കൽപോലും മാറ്റിയിട്ടില്ല. വല്ലാത്ത വിമ്മിട്ടം... ഒന്നുകിൽ എല്ലാവരേയും കൊല്ലണം... അല്ലെങ്കിൽ

തന്നത്താൻ തൂങ്ങിച്ചാവണം... മൂന്നുതവണ ദിവസവും ശുചിമുറിയിൽ പോകാം. അകമ്പടിക്ക് ഉദ്യോഗസ്ഥന്മാരുണ്ടാകും കൂടെ. അതല്ലാതെ പോകണമെന്നു തോന്നിയാൽ പ്രയാസം തന്നെ. കുളിമുറിയിലേക്ക് ആർക്കും തനിയെ പോകാൻ അനുവാദമില്ല. അവിടെ എന്താണ് സംഭവിക്കുക എന്ന് ആർക്കറിയാം? ആദ്യമായി വിടുവിട്ടു വരുന്ന കുട്ടികളല്ലേ... എന്നിട്ടും ഒരു രാത്രി കൂട്ടത്തിലൊരാൾ ആത്മഹത്യ ചെയ്തു. ആളുകളെ വേണമെങ്കിൽ ഒരു വ്യവസ്ഥയിലൊതുക്കി നിർത്താൻ സാധിക്കും. ചിലർക്ക് അത് ഇഷ്ടവുമാണ്. ഒന്ന്... രണ്ട്... ഒന്ന്... രണ്ട്...അങ്ങനെ എണ്ണിയെണ്ണി ചുവടുവെച്ചു. പട്ടാളത്തിൽ കുറെയധികം നമ്മളെ ഓടിക്കും. നടത്തിക്കും. അകലങ്ങളിലേക്ക്... അതിവേഗത്തിൽ. നടക്കാനാവുന്നില്ലെങ്കിൽ... തറയിൽ ഇഴയേണ്ടിവരും. നൂറുകണക്കിന് ചെറുപ്പക്കാരെ ഒരുമിച്ചു തളച്ചിടാൻ... കിട്ടുക ഒരു കൂട്ടം വന്യമൃഗങ്ങളെയാണ്... എടുത്തു ചാടുന്ന ചെന്നായ്ക്കളെ. പട്ടാളത്തേയും ജയിലിനേയും ഭരിക്കുന്നത് ഒരേ തരം നിയമങ്ങളാണ്. ആകപ്പാടെയുള്ള കുഴപ്പം ഒന്നാമത്തെ നിയമം: ദുർബലന്മാരെ സഹായിക്കരുത്. അവരെ പ്രഹരിക്കുകയാണ് വേണ്ടത്. അങ്ങനെ തുടക്കത്തിൽത്തന്നെ അവരെ പിഴുതുകളയാം. രണ്ടാമത്തെ നിയമം: ചങ്ങാതികൾ വേണ്ട. അവനവന്റെ കാര്യം മാത്രം നോക്കിയാൽ മതി. രാത്രിയായാൽ ചിലർ ഓലിയിടും. ചിലർ മോങ്ങും. അമ്മേ എന്നു വിളിച്ചു കരയുന്നവരുമുണ്ട്. ചിലർ വളിവിടും. എന്തായാലും നിയമം എല്ലാവർക്കും ഒന്നുതന്നെ. കുമ്പിട്ടുനില്ക്കുക. അല്ലെങ്കിൽ മറ്റുള്ളവരെ കുമ്പിട്ടുനിർത്തിക്കുക. ഒന്ന്... രണ്ട്... മൂന്ന് എന്നെണ്ണുന്നതുപോലെ എളുപ്പം.

ഞാൻ വായിച്ച പുസ്തകങ്ങൾ. അതുകൊണ്ടൊക്കെ എന്തുപ്രയോജനം? ചെക്കോവ് പറഞ്ഞത് ഞാൻ വിശ്വസിച്ചിരുന്നു. അദ്ദേഹമാണ് പറഞ്ഞത്, അവനവന്റെ ഉള്ളിലെ അടിമയെ ഞെക്കി ഞെക്കി തുള്ളി തുള്ളിയായി പുറത്തുകളയണം. ഒരു മനുഷ്യന്റെ ഉള്ളിലുള്ളതെല്ലാംതന്നെ ശ്രേഷ്ഠമായിരിക്കണം. അവന്റെ ശുദ്ധമായ മനസ്സ്... ഭംഗിയുള്ള ഉടുതുണികൾ... സുന്ദരമായ സങ്കല്പങ്ങൾ. എന്നാൽ മിക്കപ്പോഴും സംഭവിക്കുന്നത് നേരെ വിപരീതമായിട്ടുള്ളതായിരിക്കും. ചിലർക്ക് അടിമകളാവാനാണ് താത്പര്യം. അവരങ്ങനെയായിത്തീരുന്നു. സ്വന്തം വ്യക്തിത്വമാണ് അവർ ഞെക്കി പുറത്തുകളയുന്നത്. ആദ്യത്തെ ദിവസം തന്നെ സർജന്റ് നിങ്ങളെ പറഞ്ഞു ബോധ്യപ്പെടുത്തും. എല്ലാവരും വെറും പന്നികളാണ്.... ഭാരം ചുമക്കുന്ന കഴുതകളാണ്. “തറയിൽ കിടക്കണം” അയാൾ ഉത്തരവിട്ടു. “എഴുന്നേല്ക്കണം” ഒരാളൊഴികെ എല്ലാവരും ഉത്തരവനുസരിച്ചു. “കിടക്കൂ... എഴുന്നേല്ക്കൂ...” അങ്ങനെ കുറേയേറെ തവണ. എന്നിട്ടും ആ ഒരാൾ അനങ്ങാതെ അതേയിടത്ത് കിടന്നു. സർജന്റിന്റെ മുഖം ദേഷ്യംകൊണ്ട് മഞ്ഞയും നീലയുമായി.

“നിനക്കെന്താ കുഴപ്പം?”

“ദുരഭിമാനത്തിന്റെ അങ്ങേയറ്റം...”

"ധിക്കാരം... എന്തു പറഞ്ഞു?"

"കർത്താവ് പറഞ്ഞുതന്നിരിക്കുന്നത്, കൊല്ലരുത്, കോപിക്കരുത്... എന്നൊക്കെയാണ്."

സർജന്റ് അയാളെ സ്ക്വാഡ്രൺ കമാൻഡറുടെ മുമ്പിലേക്ക് കൊണ്ടുപോയി. കമാൻഡർ കെ.ജി.ബി. ഉദ്യോഗസ്ഥന്റെ മുമ്പിൽ ഹാജരാക്കി. അവർ അയാൾക്കെതിരെ കേസെടുത്തു. വാസ്തവത്തിൽ അയാൾ ഒരു ബാപ്റ്റിസ്റ്റ് ആയിരുന്നു. അയാളെങ്ങനെ പട്ടാളത്തിൽ വന്നെത്തി? അവർ അയാളെ കൂട്ടത്തിൽനിന്നും ഒറ്റപ്പെടുത്തി. ഏതോ അജ്ഞാതസ്ഥലത്തേക്കയച്ചു. അപകടകാരിയായ ഒരു ഭ്രാന്തൻ... എനിക്കുതോന്നി. "യുദ്ധം എന്ന കളി" കളിക്കാൻ അയാൾക്ക് തീരെ മനസ്സുണ്ടായിരുന്നില്ല എന്ന്.

ഒരു യുവസൈനികന്റെ പരിശീലനം. ചിട്ടപ്പടിയുള്ള മാർച്ചിങ്ങ്. പട്ടാളസംബന്ധമായ ചട്ടങ്ങളും നിയമങ്ങളും, നിർദ്ദേശങ്ങളും കാണാപാഠമാക്കുക. കണ്ണടച്ച് സ്വന്തം കലാഷ്നിക്കോവ് ഭാഗങ്ങളായി അഴിച്ചുമാറ്റാനും കൂട്ടിച്ചേർക്കാനും ശീലിക്കുക. വെള്ളത്തിനടിയിലായാലും ക്ഷണത്തിൽ അത് സാധിക്കണം. ദൈവമില്ല... സർജന്റാണ് ദൈവം. ദൈവം മാത്രമല്ല, സർജന്റ് തന്നെയാണ് സാർ... കമാൻഡർ-ഇൻ-ചീഫും.

സർജന്റ് വലേറിയൻ, മത്സ്യങ്ങളെകൂടി ഓരോ വിദ്യകൾ പരിശീലിപ്പിച്ചെടുക്കാം... മനസ്സിലായോ?"

"അണിചേർന്നുനിന്നു പാടുമ്പോൾ ഏറ്റവും ഉച്ചത്തിൽ പാടണം. നിങ്ങളുടെ ചന്തിയിലെ മസിലുകൾ ഇളകണം."

"ആഴത്തിലേക്ക് കുഴിച്ചിറങ്ങണം... കൊല്ലപ്പെടാനുള്ള സാദ്ധ്യത കുറവാണ്."

കെട്ടുകഥകൾ ധാരാളമുണ്ടായിരുന്നു. വ്യാജതുകൽകൊണ്ടുള്ള ബൂട്ടുകളായിരുന്നു മറ്റൊരു പേടിസ്വപ്നം. റഷ്യൻ സൈന്യത്തിൽ ആയിടയ്ക്കാണ് പുതിയ ഷൂസുകൾ വിതരണം ചെയ്യപ്പെട്ടത്. ഏതാനും വർഷങ്ങൾക്കുമുമ്പ് അവർ ഒടുവിൽ നീളം കുറഞ്ഞ ബൂട്ടുകൾ കൊടുത്തു. ഞാൻ പട്ടാളത്തിലായിരുന്ന സമയത്ത് കാൽവണ്ണ മുഴുവൻ പൊതിയുന്ന ബൂട്ടുകളാണ് സൈനികർ ധരിച്ചിരുന്നത്. അതിന് തിളക്കം കിട്ടാൻവേണ്ടി ആദ്യം പോളീഷ് തേച്ചു പിടിപ്പിക്കണം. പിന്നെ, ഒരു കമ്പിളിത്തുണ്ടുകൊണ്ട് തുടച്ചു മിനുക്കണം. അതിനുശേഷം ആ ബൂട്ടുകൾ ധരിച്ച് പത്തു കിലോമീറ്റർ നടക്കണം, 30^0 ചൂടിൽ... നരകയാതന തന്നെ. രണ്ടാമത്തെ പേടിസ്വപ്നം പാദം പൊതിയുന്ന തുണി* യായിരുന്നു. സോക്സിനു പകരം അതാണ് ഉപയോഗിച്ചിരുന്നത്. സോക്സുകൾ ആ കാലത്ത് അത്ര വ്യാപകമായിരുന്നില്ല. തണുപ്പുകാലത്തും ചൂടുകാലത്തും പൊതിയാൻ വെവ്വേറെ തുണികളുണ്ടായിരുന്നു. അത് അവസാനമായി വേണ്ടെന്നു വെച്ചത് റഷ്യൻ സൈന്യമായിരുന്നു. അതിന് 21-ാം നൂറ്റാണ്ടുവരെ അവർ

* സോക്സിനു പകരം ഉപയോഗിക്കുന്ന തുണി

കാത്തുനിന്നു. അത് ഉപയോഗിച്ച് ഞാൻ വേണ്ടതിലധികം വേദന തിന്നി ട്ടുണ്ട്. പാദമാകെ പോളൻ വന്നുനിറയും. ചോരയും ചലവുമൊലിക്കും. പ്രത്യേകമായൊരു രീതിയിലാണ് അത് വെച്ചുകെട്ടുക. കാലിന്റെ പെരു വിരലിൽ നിന്നാണ് കെട്ടിത്തുടങ്ങുക. അകത്തേക്കല്ല, പുറത്തേക്കാണ് കെട്ടിപ്പോകേണ്ടത്.

അണിനിരന്നു നില്ക്കുമ്പോൾ സർജന്റ് ചോദിക്കും. "പ്രൈവറ്റ്. (ജവാൻ എന്നു പറയുംപോലെ) തന്റെ കാല് പതറുന്നുണ്ടല്ലോ!"

ഷൂസിനെന്തെങ്കിലും തകരാറുണ്ടെന്നു പറയാൻ വയ്യ. കാലുകളാണ് ശരിയല്ലാത്തത്. നാക്കെടുത്താൽ അസഭ്യമേ പറയൂ. അതാണവരുടെ ശീലം. നിങ്ങളെ ശകാരിക്കുകയാണെന്ന് കരുതേണ്ട. ഏറ്റവും ഉയർന്ന കേണൽ മുതൽ താഴോട്ട് സാധാരണ ഭടന്മാർ വരെ ഇതാണ് അവരുടെ ഭാഷ. അതല്ലാതെ വേറൊന്നും ഞാൻ അവിടെ കേട്ടിരുന്നില്ല. നില നില്പിന്റെ എ.ബി.സി... ഒരു പട്ടാളക്കാരൻ വെറുമൊരു മൃഗമാണ്. അവനെ എന്തും ചെയ്യാം. പട്ടാളക്ക്യാമ്പ് ഒരു ജയിൽതന്നെ. അവിടത്തെ പോലെ ഇവിടേയും ആളുകൾ നിർബന്ധപൂർവ്വം ഒരു കാലയളവ് കഴിച്ചു കൂട്ടുന്നു. അമ്മേ... എനിക്ക് പേടിയാവുന്നു. പുതുതായി ചേർന്ന പട്ടാള ക്കാരൻ "പുത്തനച്ചി"യാണ്. അല്ലെങ്കിൽ കൃമിയോ... അടിമയോ...

"ഹേ, അടിമച്ചെക്കാ, കുറച്ചു ചായ എടുത്തുകൊണ്ടുവാ..."

"എടാ... എന്റെ ഷൂസ് പോളിഷ് ചെയ്യ്"

"ഹേ ... ഹേ... എന്ന വിളി മുഴങ്ങിക്കൊണ്ടിരിക്കും. "എടാ... അടിമ ച്ചെക്കാ, നീ വല്ലാത്തൊരു ധിക്കാരിയാണല്ലോ... നിന്നെ ഞാൻ ഒരു പരുവ മാക്കും."

രാത്രിയായാൽ പീഡനങ്ങൾ തുടങ്ങും. നാലുപേർ ബലമായി പിടിക്കും... രണ്ടുപേർ പൊതിരെ തല്ലും. ആ വിദ്യ പഠിച്ച് തഴക്കം വന്ന വരാണ്. ശരീരത്തിൽ ഒരടയാളം പോലും ശേഷിക്കില്ല. നനഞ്ഞ ടൗവ്വലും സ്പൂണുമാണ് പ്രധാനമായും ഉപയോഗിക്കുക.

ഒരിക്കൽ അവരെന്നെ വല്ലാതെ ദ്രോഹിച്ചു. രണ്ടു ദിവസത്തേക്ക് മിണ്ടാൻ പോലും സാധിച്ചില്ല. എന്തു സുഖക്കേടായാലും ആശുപത്രി യിൽ ചെന്നാൽ ഒരു ആന്റി സെപ്റ്റിക് ഗുളിക തരും. അടിച്ചു മതിയാ യാൽ അവർ അടവുമാറ്റും. ഉണങ്ങിയ ടൗവ്വലും സിഗരറ്റ് ലൈറ്ററും കൊണ്ടുള്ള പ്രയോഗങ്ങൾ... അതും മടുത്താൽ മലമൂത്രങ്ങൾ കഴി പ്പിക്കും. 'കൈ കൊണ്ട് ഉരുട്ടിയെടുത്ത് തിന്നടാ... നിന്റെ സുന്ദരമായ കൈകൊണ്ട്" തന്തയ്ക്കു പിറക്കാത്ത ചെകുത്താന്മാർ. ബാരക്കിനു ചുറ്റും അവർ നിങ്ങളെ ഉടുതുണിയല്ലാതെ ഓടിക്കും. നൃത്തം ചെയ്യിക്കും... പുതിയതായി ചേർന്ന ഒരു പട്ടാളക്കാരന് യാതൊരുവക അവകാശങ്ങളു മില്ല.

അപ്പോഴും അച്ഛൻ പറയുന്നു "സോവിയറ്റ് സൈന്യമാണ് ലോക ത്തിൽ ഏറ്റവും മേത്തരം."

അങ്ങനെ... അങ്ങനെ... ഒരു ദിവസം ആ ചിന്ത നിങ്ങളിലും നാമ്പിടുന്നു. ഇന്ന് അവർ എന്നെക്കൊണ്ട് അടിവസ്ത്രങ്ങളും പാദം പൊതിയുന്ന നാറ്റത്തുണികളും കഴുകിക്കുന്നു. ഒരു ദിവസം വേറെ ഒരാളെക്കൊണ്ട് ഞാൻ ഇതേപോലെ എന്റെ വൃത്തികെട്ട പണികൾ ചെയ്യിക്കും. അടിവയറ്റിലെവിടേയോ നിന്ന് തലപൊന്തിക്കുന്ന ഒരു ചിന്ത. വീട്ടിലായിരുന്നപ്പോൾ ഞാൻ നല്ലവനും വൃത്തിയുള്ളവനുമാണെന്ന് സ്വയം കരുതിയിരുന്നു. ആർക്കും എന്റെ ആത്മാവിനെ തകർക്കാനോ, എന്റെ വീര്യത്തെ നശിപ്പിക്കാനോ ആവില്ലെന്ന് വിചാരിച്ചിരുന്നു. അതൊക്കെ അന്നായിരുന്നു.... ഇവിടെ വരുന്നതിനുമുമ്പ് (മൗനം)

എപ്പോഴും വിശപ്പാണ്. എന്തെങ്കിലും തിന്നാൻ തോന്നും. പ്രത്യേകിച്ചും മധുരമുള്ളതെന്തെങ്കിലും. പട്ടാളത്തിൽ എല്ലാം മോഷ്ടിക്കപ്പെടുന്ന പതിവാണ്. എഴുപതു ഗ്രാം ധാന്യമാണ് ഒരു സൈനികന് അനുവദിച്ചിട്ടുള്ളത്. എന്നാൽ അവർ തരുന്നത് മുപ്പതു ഗ്രാം മാത്രം. ഒരിക്കൽ ഒരാഴ്ച മുഴുവൻ ഞങ്ങൾക്ക് കാഷ (ഒരുതരം കുറുക്ക്) കിട്ടിയില്ല. ഡെപ്പോയിലേക്കയച്ച ബാർലി ചാക്കുകൾ ഒന്നായി ആരോ കവർന്നുകൊണ്ടുപോയി. ബേക്കറി പലഹാരങ്ങളും മുന്തിരിപതിച്ച കേക്കുകളും സ്വപ്നം കണ്ടു. അടുക്കളയിലേക്കുവേണ്ട ഉരുളക്കിഴങ്ങ് തൊലികളയുന്നതിൽ വിദഗ്ധനായി. ഒരു മണിക്കൂറിനുള്ള മൂന്നു ബക്കറ്റ് നിറയെ ഉരുളക്കിഴങ്ങ് തൊലികളഞ്ഞെടുക്കണം. കൃഷിയിടങ്ങളിൽ ചിലവാകാതെ കിടക്കുന്ന സാധനങ്ങളാണ് പട്ടാളക്കാർക്കു കഴിക്കാൻ വേണ്ടി അവർ വാങ്ങിക്കൊണ്ടുവന്നിരുന്നത്. ദിവസം മുഴുവൻ ഉരുളക്കിഴങ്ങു തൊലിയിൽ മുങ്ങി അടുക്കളയിലിരിക്കണം. അടുക്കളവേല ചെയ്യുന്നവന്റെ അടുത്തുചെന്ന് സാർജന്റ് ഒച്ചയിടും. “മൂന്ന് ബക്കറ്റ് ഉരുളക്കിഴങ്ങ് തൊലി കളഞ്ഞെടുക്കണം.”

“വർഷങ്ങളായി മനുഷ്യൻ ബഹിരാകാശത്തിലേക്ക് പറന്നുതുടങ്ങിയിട്ട്. ഇവിടെ ഇനിയും ഉരുളക്കിഴങ്ങ് തൊലികളയാനുള്ള യന്ത്രം കണ്ടുപിടിച്ചിട്ടില്ലെന്നെ...” പട്ടാളക്കാരൻ പിറുപിറുക്കും. “ഇത് വലിയ തമാശ തന്നെ.”

“പട്ടാളത്തിന് ആവശ്യമുള്ള എല്ലാ സാധനസാമഗ്രികളും ഇവിടെയുണ്ട്.” സർജന്റ് ദേഷ്യപ്പെട്ടു. “ഉരുളക്കിഴങ്ങ് തൊലികളയാനുള്ള മെഷീനും ഇവിടെയുണ്ട്.... അതാണ് നീ... ഏറ്റവും പുതിയതരം മെഷീൻ... മനസ്സിലായോ?”

പട്ടാളക്കാരുടെ ഭക്ഷണശാല, അതൊരു അദ്ഭുതലോകമാണ്. രണ്ടു കൊല്ലം മുഴുവൻ ഒരു വ്യത്യാസവുമില്ലാതെ അതേ വിഭവങ്ങളാണ് അവർ ഞങ്ങൾക്ക് വിളമ്പിയത്... എന്തെങ്കിലുമൊരു കുറുക്ക്, കാബേജ് ഉപ്പിലിട്ടത്, മാക്രോണി, ഇറച്ചിസൂപ്പ്. യുദ്ധകാലത്തേക്ക് കരുതിവെച്ച ഇറച്ചി കൊണ്ടുള്ള സൂപ്പ്. കലവറയിലിരുന്ന് അത് അഞ്ചോ പത്തോ കൊല്ലം പഴകിയിട്ടുണ്ടാകും. എല്ലാറ്റിലും കുറേശ്ശേ കൊഴുപ്പ് കാണും. അഞ്ചു ലിറ്റർ ടിന്നിൽ സൂക്ഷിച്ചുവെച്ചിട്ടുള്ള പന്നിക്കൊഴുപ്പ്. നവവത്സരത്തിന്റെ തലേ സന്ധ്യയിൽ നൂഡിൽസിന്റെ മേലെ ഇത്തിരി “കണ്ടെൻസ്ഡ് മിൽക്” പകരും. എന്താണതിന്റെയൊരു സ്വാദ്! സർജന്റ് വലേറിയൻ

പരിഹാസത്തോടെ പറയും. "വീട്ടിൽ പോയി കേക്കും ബിസ്ക്കറ്റുമൊക്കെ ഇഷ്ടംപോലെ തിന്നാം. തേവിടിച്ചികളുമായി പങ്കുവെക്കുകയുമാവാം."

ചട്ടപ്രകാരം സൈനികർക്ക് കത്തിയും മുള്ളും ഉപയോഗിക്കാൻ അനുവാദമില്ലായിരുന്നു. ഉപകരണമായി കൈയിൽ കിട്ടിയിരുന്നത് ചെറിയൊരു സ്പൂൺ മാത്രം. ഒരിക്കൽ കൂട്ടത്തിലൊരാളുടെ വീട്ടിൽനിന്നും രണ്ട് ടീസ്പൂണുകൾ തപാൽവഴി അയച്ചു. കർത്താവേ! അന്നത്തെ ഞങ്ങളുടെ ഒരു സന്തോഷം. എല്ലാവരും വട്ടംകൂടിയിരുന്ന്, ചായക്കപ്പിൽ വെറുതെ സ്പൂണുംകൊണ്ട് ഇളക്കി കളിച്ചു. അതൊക്കെ സാധാരണക്കാർക്കുമാത്രം വിധിച്ചിട്ടുള്ള ആർഭാടങ്ങളായിരുന്നു. "നീയൊരു പന്നിയാണ്" എന്ന് കേട്ട് ശീലമായിരിക്കെ ഓർക്കാപ്പുറത്തൊരു സ്പൂൺ കൈയിൽ കിട്ടുക... അതൊരു ഓർമ്മപ്പെടുത്തൽ കൂടിയായിരുന്നു. ഞാനൊരു വൃത്തികെട്ട പന്നിയല്ല. അകലെയാണെങ്കിലും എനിക്കുമുണ്ട് ഒരു വീടും വീട്ടുകാരും!

ആ സമയം, ചുമതലയുണ്ടായിരുന്ന ക്യാപ്റ്റൻ പെട്ടെന്ന് അങ്ങോട്ട് കടന്നുവന്നു.

"എന്ത്? എന്താണിവിടെ നടക്കുന്നത്? ഇത് ഉപയോഗിക്കാൻ ആരാണ് അനുവാദം തന്നത്? ഇപ്പോത്തന്നെ അതിവിടെ നിന്നു മാറ്റണം... ചവറ് സാധനങ്ങൾ... സ്പൂൺ.... പിന്നെ പറഞ്ഞ ചവറ്... ഞങ്ങൾതന്നെ. ഒരു സാധാരണ സൈനികൻ.... അവനൊരു വ്യക്തിയല്ല, വസ്തുവാണ്. ശത്രുവിനെ കൊല്ലാനുള്ള ഒരു ഉപകരണം (മൗനം) ഞങ്ങൾ ഇരുപത് പേരുണ്ടായിരുന്നു. അവർ ഞങ്ങളെ തീവണ്ടി സ്റ്റേഷനിൽ കൊണ്ടുവിട്ടു. സൈനിക സേവനത്തിൽനിന്നും "ഡിസ്ചാർജ്ജ്" അവർ ഞങ്ങൾക്ക് യാത്രാമംഗളങ്ങൾ നേർന്നു. "ഭാഗ്യാശംസകൾ കുട്ടികളേ... സാമാന്യ ജീവിതത്തിൽ നന്മകളുണ്ടാവട്ടെ." ഞങ്ങളുടെ സൈനിക പരിശീലനം അവസാനിച്ചു. "സിവിലിയൻ" ജീവിതത്തിന്റെ തുടക്കമായി. വിശ്വസിക്കാനാവാതെ. പരസ്പരം നോക്കി. ഞങ്ങൾ പ്ലാറ്റ്ഫോമിൽ അന്ധാളിച്ചു നിന്നു... ഒരു മണിക്കൂർ കഴിഞ്ഞു. ആരും അനങ്ങുന്നില്ല. എല്ലാവരും കല്പന കാത്തുനില്ക്കുകയാണ്. ആരെങ്കിലും ഒരാൾ കല്പന തന്നാലല്ലാതെ അടുത്ത നീക്കം സാദ്ധ്യമല്ല. "ടിക്കറ്റ് വാങ്ങാൻ ഓടിക്കോളൂ..." കാത്തുനിന്നതല്ലാതെ ആ ഉത്തരവ് ഞങ്ങൾ കേട്ടില്ല. വളരെ നേരം കഴിഞ്ഞാണ് ഞങ്ങൾക്ക് വെളിവുണ്ടായത്. ഇനിയാരും ഞങ്ങൾക്കായി ഉത്തരവുകൾ പുറപ്പെടുവിക്കില്ല... സ്വന്തം കാര്യങ്ങൾ അറിഞ്ഞുചെയ്യണം. ആ രണ്ടുകൊല്ലം... എന്നുപറയാൻ... അവർ ഞങ്ങളുടെ മനസ്സിനെ... ബുദ്ധിയെ ശരിക്കും ആണിയടിച്ചുറപ്പിച്ചിരുന്നു.

ഒരഞ്ചുപ്രാവശ്യമെങ്കിലും ഞാൻ ആത്മഹത്യ ചെയ്യാൻ വിചാരിച്ചിട്ടുണ്ട്... പക്ഷേ ഏതുവിധത്തിൽ? തൂങ്ങിച്ചത്താലോ? കയർത്തുമ്പിൽ തൂങ്ങിക്കിടക്കുന്ന കോലം. കണ്ണുതുറിച്ച്, നാവ് പുറത്തിട്ട്, ശരീരത്തിൽ നിന്നും മലമൂത്രങ്ങളൊഴുകി... പുറത്തേക്ക് തള്ളിയ നാവ് ആരും വീണ്ടും വായയ്ക്കകത്തേക്കുന്തുകയില്ല. ഓർമ്മയുണ്ട്... പട്ടാളക്ക്യാമ്പിലേക്ക് വരുമ്പോൾ തീവണ്ടിയിൽവെച്ച് തൂങ്ങിമരിച്ച ആ ചെറുപ്പക്കാരന്റെ രൂപം.

സ്വന്തം ആൾക്കാർത്തന്നെ മരിച്ചുകഴിഞ്ഞാൻ നിങ്ങളെ നിന്ദിക്കും. ജഡത്തെ അവഗണിക്കും. കാവൽമാടത്തിന്റെ ഉച്ചയിൽ കയറി താഴേക്ക് ചാടിയാലോ? കൊത്തിനുറുക്കിയ ഇറച്ചിയുടെ പരുവമാകും. യന്ത്ര ത്തോക്കുകൊണ്ട്, സ്വന്തം തലയിലേക്ക് വെടിവെക്കാം... ജോലി സമയ ത്തിനിടയിൽ. ഒരു തണ്ണീർമത്തൻ കണക്കേ തലപൊട്ടിത്തകരും. എല്ലാ ആലോചിച്ചപ്പോൾ അമ്മയെ ഓർത്ത് എനിക്കു സങ്കടം തോന്നി.

കമാൻഡർ ആദ്യമേ മുന്നറിയിപ്പു തന്നിരുന്നു. "തന്നത്താൻ വെടി വെച്ചു ചാകരുത്. ഓരോ വെടിയുണ്ടയും അമൂല്യമാണ്... ആള് പോയാൽ വേണ്ടില്ല... ഓരോ വെടിയുണ്ടയ്ക്കും കണക്കുണ്ട്... അത് മുകളിൽ ബോധിപ്പിക്കുക എളുപ്പമല്ല. "മനസ്സിലായില്ലേ....? ഒരു പട്ടാളത്തോക്കിന്റെ വിലയേക്കാൾ തുച്ഛമാണ് ഒരു പട്ടാളക്കാരന്റെ ജീവന്റെ വില.

കാമുകിയിൽനിന്നും കിട്ടുന്ന ഒരെഴുത്ത്... പട്ടാളത്തിൽ അതൊരു വലിയ കാര്യമാണ്. കത്ത് കിട്ടുമ്പോഴേ കൈകൾ വിറക്കാൻ തുടങ്ങും. കത്തുകൾ സൂക്ഷിച്ചുവെക്കാൻ അനുവാദമില്ല... ഇടയ്ക്കിടെ മേലധികാരി കൾ പെട്ടിയും മറ്റും പരിശോധിക്കും.

"നിങ്ങളുടെ സ്ത്രീകൾ ഞങ്ങളുടെ സ്ത്രീകളാകും. ഇപ്പോഴും നിങ്ങൾ പട്ടാളച്ചിട്ടയ്ക്കകത്താണ്. നിങ്ങളുടെ കടലാസു ചവറ് വായിച്ചു കഴിഞ്ഞാലുടനെ കക്കൂസിലിട്ട് വെള്ളമൊഴിച്ചേക്കണം."

കൈവശം വെക്കാവുന്ന സാധനങ്ങൾ... താടിവടിക്കാനുള്ള റേസർ, ഒരു പേന, ഒരു നോട്ടുപുസ്തകം.

കക്കൂസിലിരുന്ന് അവസാനമായി ആ കത്ത് ഒരിക്കൽ കൂടി വായി ക്കുന്നു. "നിന്നെ ഞാൻ സ്നേഹിക്കുന്നു. എന്റെ ഒരായിരം ചുംബന ങ്ങൾ" നാശം... മാതൃഭൂമിയുടെ കാവൽഭടന്മാർ.

അച്ഛന്റെ ഒരെഴുത്ത്. "ചെച്ച്നിയയിൽ യുദ്ധം നടന്നുകൊണ്ടിരി ക്കുന്നു. ഞാൻ പറയാനുദ്ദേശിച്ചത് എന്താണെന്ന് മനസ്സിലാവുന്നുണ്ടല്ലോ!"

ഞാൻ ഒരു ധീരയോദ്ധാവായി തിരിച്ചുവരണമെന്നാണ് അച്ഛന്റെ പ്രതീക്ഷ. ഞങ്ങളുടെ വാറന്റ് ഓഫീസർമാരിൽ ഒരാൾ അഫ്ഗാനിസ്ഥാ നിൽ സേവനമനുഷ്ഠിച്ചിട്ടുണ്ട്. ഒരു സന്നദ്ധ ഭടനായാണ് അദ്ദേഹം സൈന്യത്തിൽ ചേർന്നത്. ആ യുദ്ധം... അദ്ദേഹത്തിന് വലിയ വിലകൊടു ക്കേണ്ടിവന്നു. ആ കഥകളൊന്നും ഒരിക്കലും അദ്ദേഹം പറഞ്ഞില്ല... ഒക്കെ തമാശകളായാണ് വിവരിച്ചത്... അതുകേട്ട് എല്ലാവരും തല പൊളിയുംവരെ ചിരിച്ചു.

ഒരു പട്ടാളക്കാരൻ മുറിവേറ്റ തന്റെ സ്നേഹിതനെ വലിച്ചിഴച്ചു കൊണ്ടുവരുന്നു.... ശരീരമാസകലം ചോര. മരിക്കാറായിരിക്കുന്നു. അയാൾ ഞെരങ്ങുന്നു. "എനിക്ക് സഹിക്കാൻ വയ്യ... എന്റെ നേരെ വെടി വെക്കൂ... എല്ലാം അവസാനിപ്പിക്കൂ..."

"എന്റെ തോക്കിൽ ഒരൊറ്റ ഉണ്ടയില്ല. എല്ലാം തീർത്തുകഴിഞ്ഞു."

"എന്നാൽ പോയി വാങ്ങികൊണ്ടുവരൂ."

“ഇവിടെ വെടിമരുന്ന് “എവിടെനിന്നുവാങ്ങാൻ... നമ്മൾ മലമുകളിലാണ്... കാടിന് നടുവിൽ”

“എവിടെ നിന്നെങ്കിലും വാങ്ങിക്കൊണ്ടുവരൂ... എനിക്കുവേണ്ടി.” (അയാൾ ചിരിച്ചു)

“ഓഫീസർ സഖാവേ, നിങ്ങളെന്തിനാണ് അഫ്ഗാനിസ്ഥാനിലേക്ക് വന്നത്? തന്നത്താൻ തയ്യാറായതല്ലേ? “ഒരു മേജർ ആയി സ്ഥാനക്കയറ്റം കിട്ടണമെന്ന് ആഗ്രഹിച്ചു.”

“അതെന്താ? ജനറൽ ആവണ്ടേ?”

“അതുപറ്റില്ല... ജനറലിന് സ്വന്തം മകനുണ്ട്.”

(മൗനം)

ചെച്ച്നിയയിലേക്ക് പോകാൻ ആരും സന്നദ്ധരായിരുന്നില്ല. ഒറ്റ സന്നദ്ധഭടന്മാരേയും എനിക്കോർമ്മയില്ല. സ്വപ്നത്തിൽ അച്ഛൻ അരികത്തു വന്നുനിന്നു. “തീവ്ര പ്രതിജ്ഞയെടുത്തതല്ലേ... ചെങ്കൊടിക്കു താഴെനിന്ന്...

“ഏറ്റവും വിശ്വസ്തതയോടെ... നിഷ്കർഷയോടെ...

അണുവിടവിടാതെ അനുസരിക്കാം.... നിയമങ്ങൾ പാലിക്കാം... എന്ന് ശപഥം ചെയ്യുന്നു. ഈ പവിത്രമായ ശപഥം ഞാൻ ലംഘിച്ചാൽ എത്ര കടുത്ത ശിക്ഷയും ഞാൻ ഏറ്റുവാങ്ങിക്കൊള്ളാം.... നാടിന്റെ മുഴുവൻ നിന്ദയ്ക്കും വെറുപ്പിനും ഞാൻ പാത്രമായിക്കൊള്ളാം.” സ്വപ്നത്തിൽ ഞാൻ തിരിഞ്ഞുനോക്കാതെ ഓടിക്കൊണ്ടിരുന്നു... അച്ഛൻ തോക്ക് എന്റെ നേരെ ചൂണ്ടിക്കൊണ്ട് വിടാതെ തൊട്ടുപുറകിലും.

തനിക്ക് വിധിക്കപ്പെട്ട സ്ഥാനത്ത് തോക്കും കൈയിലേന്തി നിങ്ങൾ നില്ക്കുന്നു. ഏതാനും നിമിഷം മാത്രം. അതോടെ വേണമെങ്കിൽ തനിക്ക് സ്വതന്ത്രനാകാം. അതാണപ്പോഴത്തെ ഒരേയൊരു ചിന്ത. പിന്നീട് ഒരാളും നിങ്ങളെ കാണുകയില്ല. നിങ്ങളിലൊരാൾക്കും അവിടംവരെ എത്താനാവില്ല. ചെറ്റകൾ....

എന്റെ ആത്മഹത്യാ പ്രവണത. അതിനൊരു കാരണം വേണമെങ്കിൽ പറയാം. അമ്മ ഒരു പെൺകുഞ്ഞിനായി മോഹിച്ചു. അച്ഛൻ അദ്ദേഹത്തിന്റെ സ്വഭാവമനുസരിച്ച് ഗർഭം അലസിപ്പിക്കണമെന്ന് തർക്കിച്ചു. സർജന്റ് എന്നെ വിളിച്ചിരുന്നത്, ചാണകച്ചാക്ക് എന്നായിരുന്നു. എന്റെ ജന്മം പാഴ്ജന്മമാണെന്ന് ഇടയ്ക്കിടെ അയാൾ ആക്രോശിച്ചു. (മൗനം) സ്ഥലം പാഴാക്കാൻ ജനിച്ചതാണത്രെ ഞാൻ.

ഓഫീസർമാർ പല തരക്കാരായിരുന്നു. ഒരാൾ വലിയ ബുദ്ധിജീവിയും അതിലും വലിയ മദ്യപാനിയുമായിരുന്നു. നന്നായി ഇംഗ്ലീഷ് സംസാരിച്ചിരുന്നു. എന്നാലും മിക്കവാറും എല്ലാവരും ഒരുപോലെ മുഖമില്ലാത്തവർ മദ്യപാനികൾ. കുടിച്ചു കുടിച്ചു വെളിവുകെടും. വിചിത്രമായ കാഴ്ചകൾ കാണാൻ തുടങ്ങും. പാതിരാത്രിക്ക് എല്ലാവരുടേയും ഉറക്കം കെടുത്തും.

വെറുതെ ഞങ്ങളെയിട്ടോടിക്കും... കുഴഞ്ഞുവീഴുന്നതുവരെ ഓഫീസർ മാരെ "കുറുനരികൾ"എന്നാണ് ഞങ്ങൾ വിളിച്ചിരുന്നത്. (മൗനം) കൂട്ട ത്തിൽ നല്ല കുറുനരികളും ചീത്ത കുറുനരികളുമുണ്ടായിരുന്നു. പത്തു പേർ ഒരുമിച്ചു ചേർന്ന് ഒരുത്തനെ ബലാത്സംഗം ചെയ്യുന്നു. (ദേഷ്യമൊ തുക്കിക്കൊണ്ടുള്ള ചിരി) ആരാണ് ഇതൊക്കെ പുറത്ത് പറയുക? ഇത് സാധാരണ കളിതമാശയല്ല. തീർച്ചയായും ഏതെങ്കിലും പുസ്തകത്തിൽ എഴുതിവെച്ചിട്ടുള്ളതുമല്ല. (മൗനം) അവർ നിങ്ങളെ ഒരു ട്രക്കിൽ കയറ്റി കമാൻഡറുടെ ഗ്രാമത്തിലേക്ക് കൊണ്ടുപോകും... കന്നുകാലികളെയെന്ന പോലെ കൂട്ടത്തോടെ ട്രക്കിൽ കുത്തിനിറയ്ക്കും. അവിടത്തെ പണി, വലിയ കോൺക്രീറ്റു പാളികൾ ചുമന്നുകൊണ്ടുപോകലാണ്. (രസമില്ലാത്ത ചിരി)

"ചെണ്ടക്കാരൻ ചെക്കാ... സോവിയറ്റ് ദേശീയഗാനം കേൾപ്പിക്ക്"

ഒരു ധീര യോദ്ധാവാകണമെന്ന് ഒരു കാലത്തും മോഹിച്ചിട്ടില്ല. അങ്ങനെയുള്ളവരോട് കടുത്ത വെറുപ്പാണ്. ധീരയോദ്ധാവിന് ഒന്നുകിൽ വളരെയധികം പേരെ കൊല്ലണം. അല്ലെങ്കിൽ സ്വയം വീരോചിതമായി മരിക്കണം. എന്തു സാഹസം കാണിച്ചും ശത്രുവിനെ കൊല്ലാനുള്ള ധൈര്യമുണ്ടാകണം. കൈയിലുള്ള വെടിമരുന്ന് തീർന്നാൽ അവസാ നത്തെ ഉണ്ടയും പൊട്ടിക്കഴിഞ്ഞാൽ, ഗ്രനേഡുകൾ ഉപയോഗിക്കുക അല്ലെങ്കിൽ കന്നി തോക്കിൻ പാത്തി അതുമല്ലെങ്കിൽ മൺവെട്ടി. വേണ്ടി വന്നാൽ പല്ലുകൊണ്ട് കടിച്ചുകീറും. സർജന്റ് വലേറിയൻ : "കൈപ്രയോ ഗിക്കാൻ പഠിക്കണം. കൈത്തണ്ട മർമ്മസ്ഥാനമാണ്. അരിഞ്ഞുവീഴ്ത്തു ന്നതിനേക്കാൾ നല്ലത് ആഴത്തിൽ കുത്തിയിറക്കുകയാണ്. ദാ... ഇതു പോലെ കൈ തിരിച്ച് പിടിക്കണം... പിന്നിലേക്ക്... നല്ല ഉറപ്പുവേണം, ഇളകരുത്... പ്രയാസമുള്ള പ്രയോഗങ്ങളിൽ ശ്രദ്ധ പതിപ്പോകരുത്. അങ്ങനെത്തന്നെ... അങ്ങനെത്തന്നെ. ഇനി എതിരാളിയുടെ കൈപ്പിടി യിൽനിന്നും കത്തി തിരിച്ച് ഊരിയെടുക്കണം. കഴിഞ്ഞു... അയാളുടെ കഥ കഴിഞ്ഞു... ഒന്നാന്തരമായി... നിങ്ങൾ അയാളെ കൊന്നുകഴിഞ്ഞു... ഇനി വിളിച്ചുകൂവാം... കുരുത്തംകെട്ടവനേ... ചാക്" നിങ്ങളെന്താ മിണ്ടാ തിരിക്കുന്നത്? (അയാൾ ഒന്നുനിർത്തി) എപ്പോഴും ഇതുതന്നെ അവർ പറഞ്ഞു പറഞ്ഞു ബോധ്യപ്പെടുത്തും. ആയുധങ്ങൾ സുന്ദരമാണ്. കൊല പുരുഷനു പറഞ്ഞിട്ടുള്ളതാണ്. പരിശീലനം തുടങ്ങുന്നത് മൃഗങ്ങളെ കൊല്ലിച്ചുകൊണ്ടാണ്. അലഞ്ഞു നടക്കുന്ന പട്ടികളേയും പൂച്ചകളേയും പിടിച്ചുകൊണ്ടുവരും. പരിശീലനത്തിന്... കൈ അറപ്പ് മാറികിട്ടാൻ. പിന്നീട് മനുഷ്യരക്തം കാണുമ്പോൾ തലചുറ്റരുതല്ലോ. തനി അറവുകാർ! എനിക്കത് സഹിക്കാനായില്ല. രാത്രി തനിയെ കിടന്നു ഞാൻ കരയും കുട്ടികളായിരുന്നപ്പോൾ ഞങ്ങൾ സഹായികളായി കളിക്കുമായിരുന്നു. ജപ്പാൻകാരുടെ ആചാരമനുസരിച്ച് സമുറായ് മരിക്കണം. കരയാനോ, മുഖംകുത്തി വീഴാനോ ഒരു സമുറായിക്കവകാശമില്ല. പക്ഷേ ഞാനെപ്പോഴും കരഞ്ഞിരുന്നു. മറ്റുകുട്ടികൾക്കൊന്നും എന്നോടൊപ്പം "സമുറായ്" കളിക്കാൻ താത്പര്യമില്ലായിരുന്നു (മൗനം)

സർജന്റ് വലേറിയൻ : ഓർമ്മ വേണം, ഇങ്ങനെയാണ് ഒരു യന്ത്ര ത്തോക്ക് പ്രവർത്തിക്കുന്നത്. "വൺ... ടൂ... ത്രീ... അതോടെ എല്ലാം കഴിഞ്ഞു...

ഒന്ന്... രണ്ട്... മൂന്ന് പോലും... എല്ലാവരും നരകത്തിൽ ചെന്നുവീഴട്ടെ.

മരണം പ്രണയത്തെ പോലെയാണ്. അവസാന നിമിഷങ്ങളിൽ ഇരുട്ടല്ലാതെ ഒന്നുമില്ല. ഭയാനകം... കോച്ചിവലിച്ച് ശരീരം വികൃതമാകും. മരണത്തിൽനിന്നും തിരിച്ചുവരവില്ല. എന്നാൽ പ്രണയത്തിൽനിന്നും മടങ്ങാനാകും. പഴയ കാര്യങ്ങൾ അതിന്റെ മട്ടിൽ ഓർക്കാനുമാകും. എപ്പോഴെങ്കിലും മുങ്ങിപ്പോയിട്ടുണ്ടോ? എനിക്കങ്ങനെ സംഭവിച്ചിട്ടുണ്ട്. ചെറുത്തുനില്ക്കാൻ ശ്രമിക്കുന്തോറും ശക്തി കുറഞ്ഞു കുറഞ്ഞു വരും. കീഴടങ്ങുകയാണ് നല്ലത്... ആഴങ്ങളിലേക്ക് ആണ്ടിറങ്ങുക... പിന്നെ ജീവി ക്കണമെന്നാഗ്രഹമുണ്ടെങ്കിൽ മുകളിൽ കാണുന്ന ജലാകാശം പിളർന്ന് മേൽത്തട്ടിലേക്ക് പൊന്തിവരാൻ സാധിക്കും. അതിനുമുമ്പായി അടിത്തട്ടിൽ ചെന്ന് മുട്ടണം.

അവിടെ എങ്ങനെയാണെന്നോ... ഒരു ഗുഹാമാർഗ്ഗം... അങ്ങേയറ്റത്ത് വെളിച്ചമില്ല. ഇരുട്ടുമാത്രം... മാലാഖമാരേയും ഞാൻ കണ്ടില്ല. കണ്ടത് ഒരു ചുകന്ന ശവപ്പെട്ടിയുടെ അരികെയിരിക്കുന്ന എന്റെ അച്ഛനെയാണ്. ആ പെട്ടി ശൂന്യമായിരുന്നു.

> കുറേ വർഷങ്ങൾക്കുശേഷം വീണ്ടും ഞാൻ അതേ പട്ടണ ത്തിൽ ചെല്ലാനിടയായി. പട്ടണത്തിന്റെ പേര് പറയുന്നില്ല. അത് എന്റെ കഥാപാത്രത്തിന്റെ പ്രത്യേക അപേക്ഷ. ഫോണിലൂടെ ഞങ്ങൾ പരിചയം പുതുക്കി. തമ്മിൽ കാണണമെന്നുറപ്പിച്ചു. അദ്ദേഹം സന്തോഷവാനായിരുന്നു. പ്രണയത്തിലായിരുന്നു. അതുകൊണ്ട്, അതിനെ കുറിച്ചു തന്നെയാണ് അദ്ദേഹം സംസാരിച്ചത്. ആദ്യം കുറച്ചുനേരം... ടേപ്പ് റെക്കോർഡർ തുറന്നുവെക്കണമെന്ന് ഓർത്തതേയില്ല. ആ ജീവിതത്തിൽ വന്ന മാറ്റം. ഒരു വാക്കും നഷ്ടപ്പെടാതെ ഒപ്പിയെടുക്കാമായിരുന്നു. നിത്യജീവിതം ഒരു കവിയായതു പോലെ. ഞാൻ എപ്പോഴും ശ്രദ്ധിക്കാറുണ്ട്. സ്വകാര്യസം ഭാഷണമായാലും പൊതുവിഷയമായാലും... ചിലപ്പോൾ അപൂർവ്വമായി എന്റെ ശ്രദ്ധ ഇടറും. തീരെ പ്രതീക്ഷിക്കാത്ത സന്ദർഭത്തിലും കാവ്യാത്മകമായ ഒരു മിന്നൽ തെളിയും. ഇവിടേയും അതാണ് സംഭവിച്ചത്. അതിനായി കാതോർ ത്തിരിക്കണം. വെറുതെ ഒരു കാപ്പികുടിച്ച് കുറച്ച് നേരം ഒരുമിച്ചു ചിലവഴിക്കാമെന്നേ വിചാരിച്ചിരുന്നുള്ളൂ. എന്നാൽ ജീവിതം പുതിയ ഒരവസരം വെച്ചുനീട്ടി. ഒരു വിവരണ ത്തിന്റെ രൂപത്തിൽ. അന്നു റെക്കോഡ് ചെയ്യാൻ സാധി ച്ചത്... ദാ... ഇതാണ്.

പ്രണയം വളരെ കുറച്ചേ നമ്മൾ മനസ്സിലാക്കിയിട്ടുള്ളൂ

ഞാൻ പ്രേമം കണ്ടെത്തി. അതെന്താണെന്ന് ഇപ്പോഴെനിക്കറിയാം. മുമ്പ് വിചാരിച്ചിരുന്നത്, രണ്ടു വിഡ്ഢികൾക്കു ഒരേ സമയത്ത് പനി പിടിക്കുന്നതാണ് പ്രേമം എന്നായിരുന്നു. ശുദ്ധ ഭ്രാന്ത്. സത്യം... പ്രേമത്തെ പറ്റി വളരെ കുറച്ചേ നമുക്കറിയൂ. ആ ചരടിൽ പിടിച്ചുവലിക്കാൻ തുടങ്ങിയാൽ മനസ്സിലാവും. യുദ്ധവും പ്രണയവും ഒന്നുതന്നെയാണെന്ന്. ഒരേ തുണിയിൽനിന്നുമാണ് രണ്ടും പിരിച്ചെടുത്തിരിക്കുന്നതെന്ന്.... ഒരേ വസ്തുവിൽനിന്നാണ് രണ്ടും നെയ്തെടുത്തിരിക്കുന്നത് എന്ന്. യന്ത്രത്തോക്കും കൊണ്ടുനടക്കുന്ന മനുഷ്യൻ. എൽബ്രഡ് കൊടുമുടിയുടെ ഉച്ചിയിലേക്ക് കയറിയെത്തുന്ന ആൾ. വിജയത്തിനായി പോരടിച്ചുനിന്നവർ സോഷ്യലിസ്റ്റ് സ്വർഗ്ഗം പണിതുയർത്തിയവർ... എല്ലാം ഒന്നുതന്നെ. ഒരേ കാന്തശക്തി. ഒരേ വിദ്യുച്ഛക്തി. നിങ്ങൾക്കു മനസ്സിലാകുന്നുണ്ടോ? ആർക്കും ചെയ്യാൻ പറ്റാത്തതായി പല കാര്യങ്ങളുണ്ട്. പണം കൊടുത്ത് വാങ്ങാനാവാത്ത, ഭാഗ്യക്കുറിയിൽ നേടാനാവാത്ത കാര്യങ്ങൾ. എന്നാലും എല്ലാവർക്കും അറിയാം അങ്ങനെ ചിലത് ഉണ്ട് എന്ന്. അവർക്കത് സ്വന്തമാക്കണമെന്നുണ്ട്. പക്ഷേ, എവിടെയാണ് അന്വേഷിക്കേണ്ടത്? എങ്ങനെയാണ്? അതുമാത്രം അവർക്കറിഞ്ഞുകൂട.

പറഞ്ഞുവരുമ്പോൾ, രണ്ടാമതും ജനിക്കുന്നതുപോലെ. ഒരു ഞെട്ടലോടെയാണ് തുടങ്ങുന്നത്. (അയാളൊന്നുനിർത്തി) ഒരുപക്ഷേ... ഈ മാതിരി കടങ്കഥകൾ തുറന്നുകാട്ടുന്നതുകൊണ്ട് പ്രത്യേകിച്ച് ഗുണമൊന്നുമില്ല. നിങ്ങൾക്ക് ഭയം തോന്നുന്നില്ലല്ലോ?

ഞാൻ സുഹൃത്തിന്റെ വീട്ടിൽ പോയതായിരുന്നു. അയാൾ ചിലരെ വീട്ടിലേക്ക് ക്ഷണിച്ചിരുന്നു. ഇടനാഴിയിൽ കോട്ട് അഴിച്ചുമാറ്റാൻ തുടങ്ങവേ... ആരോ അടുക്കളയിൽനിന്നും അടുത്തേക്കുവരുന്ന ശബ്ദം കേട്ടു. അവർക്ക് കടന്നുപോകാനായി ഞാനല്പം ഒതുങ്ങിനിന്നു. തിരിഞ്ഞുനോക്കിയപ്പോൾ, അതവളായിരുന്നു. പെട്ടെന്ന്... ഞാനൊന്നമ്പരന്നു. ആ ഫ്ളാറ്റിലേക്കുള്ള വൈദ്യുതി ആരോ ഒരു നിമിഷം വിച്ഛേദിച്ചതുപോലെ... ആകപ്പാടെ ഒരിരുട്ട്. അതായിരുന്നു തുടക്കം. സാധാരണഗതിയിൽ അങ്ങനെ പരിഭ്രമിച്ച് മിണ്ടാതെ നില്ക്കുന്ന തരക്കാരനല്ല ഞാൻ, എന്നാൽ അന്ന് അവളുടെ മുമ്പിൽ അതാണ് സംഭവിച്ചത്. ഒന്നും മിണ്ടാനാകാതെ വെറുതെ നോക്കിനിന്നു. അവളെ ശരിയായി കാണാൻ സാധിച്ചില്ല. നോക്കിയില്ല എന്നല്ല പറയുന്നത്. തീർച്ചയായും നോക്കി. പക്ഷേ നോട്ടം അവളുടെ ഉള്ളിൽകൂടി കടന്നുപോവുകയായിരുന്നു. ഒരു ടാർകോവ്സ്കി സിനിമയിലെന്നപോലെ. ആരോ ഒരു പാത്രത്തിൽനിന്നും വെള്ളമൊഴിക്കുന്നു. അത് ആ കപ്പുനിറഞ്ഞ് അതിന്റെ വക്കിൽ കൂടി പുറത്തേക്കൊഴുകുന്നു. പിന്നെ വളരെ പതുക്കെ കപ്പിനു ചുറ്റും പരക്കുന്നു. ഞാൻ ഈ പറയുന്നതു കേട്ടാൽ നിങ്ങൾ വിചാരിക്കും, ആ കണ്ടുമുട്ടൽ വളരെനേരം നീണ്ടുനിന്നു എന്ന്... ഇല്ല... എല്ലാം മിന്നലിന്റെ

വേഗത്തിലായിരുന്നു. അന്നു ഞാൻ ഒരു പാഠം പഠിച്ചു. അത്, അതു വരെ പഠിച്ച എല്ലാ പാഠങ്ങളേയും തീരെ നിസ്സാരമാക്കി. ആ അനുഭവം വിശകലനം ചെയ്യാനൊന്നും മുതിരുന്നില്ല. അല്ലെങ്കിലും അതുകൊണ്ട് എന്താണൊരു മെച്ചം? അതു സംഭവിച്ചു... അത്രയും മതി. അവളുടെ പ്രതിശ്രുതവരൻ അവളെ വീട്ടിൽ കൊണ്ടുചെന്നാക്കാനായി ഒപ്പം പോയി. അവരുടെ വിവാഹം അടുത്തുതന്നെ നടക്കാൻ പോവുകയാണെന്ന് പിന്നീട് ഞാനറിഞ്ഞു. അത് ഞാൻ സാരമാക്കിയില്ല.

വീട്ടിലേക്ക് തിരിച്ചുപോകുമ്പോൾ, മനസ്സിലായി ഞാൻ തനിച്ചല്ല പോകുന്നത്. കൂടെ അവളുമുണ്ട്. എന്റെയുള്ളിൽ കയറിപ്പറ്റി പാർപ്പ് തുടങ്ങിക്കഴിഞ്ഞിരുന്നു. ശരിക്കും, നിങ്ങൾ പ്രേമത്തിൽചെന്നുവീഴുക യാണ്. പെട്ടെന്ന് എല്ലാറ്റിനും ഒരു നിറഭേദം. കൂടുതൽ ഒച്ചകൾ, കൂടുതൽ ശബ്ദങ്ങൾ... എന്താണിപ്പോൾ ഇങ്ങനെയൊക്കെ? ഞാനൊന്നു ശ്രമിച്ചു നോക്കുകയാണ്. അതെങ്ങനെയായിരുന്നു എന്നതിന്റെ ഒരു ഏകദേശ രൂപം വരച്ചുകാട്ടാൻ.

പിറ്റേ ദിവസം രാവിലെ ഉറക്കമുണർന്നപ്പോൾ മുതൽ അവളെ എങ്ങനെയെങ്കിലും കണ്ടുപിടിക്കാതെ വയ്യ എന്ന തോന്നൽ. പേരോ, മേൽവിലാസമോ ഫോൺ നമ്പറോ ഒന്നും അറിഞ്ഞുകൂടാ. എന്നാലും ഒന്നു തീർച്ച... ഏറ്റവും പ്രധാനപ്പെട്ട കാര്യം സംഭവിച്ചുകഴിഞ്ഞിരിക്കുന്നു. ജീവിതത്തിലെ ഏറ്റവും പ്രധാനപ്പെട്ട സംഭവം. അവൾ ജീവിതത്തിലേക്ക് കടന്നുവന്നു കഴിഞ്ഞിരിക്കുന്നു. കാര്യമായ എന്തോ ഒന്ന് ഇത്രനാളും കാത്തിരിക്കുകയായിരുന്നു. ഇപ്പോഴത് പെട്ടെന്ന് ഓർമ്മവന്നതുപോലെ. പറഞ്ഞുവരുന്നത് മനസ്സിലാവുന്നുണ്ടല്ലോ ഇല്ലേ? പ്രത്യേകിച്ചൊരു സൂത്ര വാക്യമുണ്ടാക്കനല്ല എന്റെ ശ്രമം.... അതൊക്കെ വളരെ കൃത്രിമമായിട്ടു ള്ളതാണ്. നമ്മൾ സാധാരണയായി ചിന്തിക്കുന്നത്, ഭാവി പ്രവചനാ തീതവും ഭൂതകാലം ന്യായീകരിക്കാനാവുന്നതുമാണെന്നാണ്. ഒന്നുകിൽ അതു സംഭവിച്ചിട്ടില്ല എങ്കിൽ. ഒരു ഫിലിമിന്റെ ചുരുൾ കുറച്ചുനേരം കറങ്ങി താനേ നിന്നതുപോലെയാണെങ്കിൽ. ജീവിതത്തിലെ ചില നിമിഷ ങ്ങൾ. ഉണ്ടായിട്ടില്ല എന്ന് എനിക്ക് കൃത്യമായി തൊട്ടുകാണിക്കാനാകും. യഥാർത്ഥത്തിൽ അത് സംഭവിച്ചിട്ടുള്ളതാണ്. എന്നാലും ഉദാഹരണ ത്തിന് ഇതിനുമുമ്പും ഞാൻ പലതവണ പ്രേമത്തിൽപ്പെട്ടിട്ടുണ്ട്. അല്ലെ ങ്കിൽ അങ്ങനെ വിചാരിച്ചിട്ടുണ്ട്. അതിനു തെളിവായി ഫോട്ടോകളും കുറെയുണ്ട്. പക്ഷേ അതെല്ലാം ഓർമ്മയിൽനിന്നും ഒഴുകി അകന്നു പോയിരിക്കുന്നു. എന്നാൽ ചില സംഗതികൾ. ഓർമ്മയിൽനിന്നും ഒരു കാലത്തും ചോർന്നുപോവുകയില്ല. എക്കാലവും അത് നിങ്ങളുടെ ഓർമ്മ യുടെ ഒരു ഭാഗമായി പറ്റിപ്പിടിച്ച് നില്ക്കും. അല്ലെങ്കിലും എല്ലാവരും തങ്ങളുടെ ജീവിതത്തിൽ സംഭവിച്ച എല്ലാ കാര്യങ്ങളും എപ്പോഴും അവര വരുടെ ഓർമ്മകളിൽ സൂക്ഷിച്ചുവെക്കുന്നുണ്ടോ?

ഞാനൊരു റോസാപ്പൂ വാങ്ങി. കൈയിൽ പറയത്തക്ക പണമൊന്നു മുണ്ടായിരുന്നില്ല. എന്നാലും അങ്ങാടിയിൽ പോയി അവിടെയുള്ള

ഏറ്റവും വലിയ റോസാപ്പൂ വാങ്ങി. മറ്റൊരു കാര്യം കൂടി... അതെന്താണെന്ന് നിങ്ങൾക്ക് വ്യക്തമാക്കാനാവുമോ? ഒരു നാടോടി സ്ത്രീ അരികിൽ വന്നു. "ഞാൻ നിങ്ങളുടെ കൈ നോക്കി ഭാഗ്യം പറയാം" അവർ പറഞ്ഞു. "എന്റെ തേനേ... നിങ്ങളുടെ കണ്ണുകളിലേക്ക് നോക്കിയാൽ മതി... കാര്യമറിയാം. ഞാൻ ഒഴിഞ്ഞുമാറി. എനിക്കെന്തിനാണ് അങ്ങനെയൊരു ഭാഗ്യം? ആരും പറയാതെതന്നെ എനിക്കറിയാം. എന്റെ ഭാഗ്യം വാതിൽപ്പടിയിൽ കാത്തുനില്ക്കുകയാണെന്ന്. ആ നിഗൂഢത, രഹസ്യം, മൂടുപടമണിഞ്ഞ്.

ആദ്യം ചെന്നത് തെറ്റായ ഫ്ളാറ്റിലേക്കായിരുന്നു. ഒരു പുരുഷനാണ് വാതിൽ തുറന്നത്. അയാളുടെ ശരീരത്തിൽ ഒരു ബനിയൻ തൂങ്ങിക്കിടന്നിരുന്നു. തീരെ ക്ഷീണിച്ച് ദുർബലനായ ഒരാൾ. വാതില്ക്കൽ റോസാപ്പൂവും പിടിച്ചുനില്ക്കുന്ന എന്നെ കണ്ടപ്പോൾ അയാൾ ദേഷ്യപ്പെട്ടു.

ഞാൻ അടുത്ത വാതിലിൽ മുട്ടി. ഒരു വൃദ്ധ വാതിൽ ചങ്ങലയ്ക്കിടയിലൂടെ എന്നെ നോക്കി. ഒരു കമ്പിളിക്കുപ്പായമാണ് ധരിച്ചിരിക്കുന്നത്. ആകപ്പാടെ ഒരു പന്തികേട്... "ലീനാ... നിന്നെ കാണാനാണ്." അന്ന് വൈകീട്ട് അവൾ ഞങ്ങൾക്കുവേണ്ടി പിയാനോ വായിച്ചു. നാടകശാലയെക്കുറിച്ചുള്ള കഥകൾ പറഞ്ഞു. അവർ ഒരു പഴയ അഭിനേത്രിയായിരുന്നു. വീട്ടിൽ വലിയൊരു കറുത്ത പൂച്ചയുണ്ടായിരുന്നു. വീട് ഭരിക്കുന്നത് അതാണെന്ന ഭാവം. കണ്ടപ്പോൾ മുതൽ അതിനെന്നോട് ഒരു ഇഷ്ടക്കേട്. കാരണമെന്താണെന്നു മനസ്സിലായില്ല. എന്നാലും അതിന്റെ ഇഷ്ടം പിടിച്ചുപറ്റാൻ ശ്രമിച്ചു. അവരുടെ ആ വലിയ കരിമ്പൂച്ച... ആ അദ്ഭുതം സംഭവിച്ചുകൊണ്ടിരിക്കേ, ഞാൻ അവിടെ ഇല്ല എന്നൊരു തോന്നൽ... കാര്യം മനസ്സിലാവുന്നുണ്ടോ? ജീവിതം ആസ്വദിക്കാൻ നിങ്ങൾക്ക് പ്രസിദ്ധനായ ഒരു ബഹിരാകാശ സഞ്ചാരിയോ, രാഷ്ട്രീയ നേതാവോ, വീരയോദ്ധാവോ ഒന്നുമാകണമെന്നില്ല. ഒരു സാധാരണ രണ്ടു കുടിപ്പുമുറി ഫ്ളാറ്റ്. 58 ചതുരശ്ര മീറ്റർ വലുപ്പം. നല്ലൊരു കുളിമുറി. വീട്ടിൽ നിറയെ പഴയ സോവിയറ്റ് സാമാനങ്ങൾ... ആ ചുറ്റുപാടിലിലിരുന്നും നിങ്ങൾക്ക് വേണ്ടതുപോലെ എല്ലാം ആസ്വദിക്കാം. പാതിരാ കഴിഞ്ഞു... പുലർച്ചെ രണ്ടുമണിയായി. എനിക്ക് പോകണം. ഞാൻ എന്തിന് ഇനി അവിടെ നിന്നു പോകണം എന്ന് മനസ്സിലായില്ല. മറ്റെല്ലാറ്റിനുമുപരി അത് ഒരു ഓർമ്മപോലെയാണ് തോന്നിയത്. ശരിയായ വാക്കുകൾ തേടുകയാണ്. വളരെക്കാലമായി മറന്നുകിടന്ന എന്തോ ഒന്ന് ഓർമ്മയിൽ അപ്പോൾ തെളിഞ്ഞതുപോലെ. എല്ലാം പെട്ടെന്നിപ്പോൾ ഓർമ്മയിലേക്കൊഴുകിയെത്തുന്നു. ഞാൻ വീണ്ടും കൂട്ടിയിണക്കാൻ ശ്രമിച്ചു... വളരെനാൾ ഒരു മുനിയായി ഏകാന്തധ്യാനത്തിൽ കഴിഞ്ഞ് പുറത്തുവരുമ്പോഴത്തെ അനുഭവം. ലോകം അതിന്റെ എല്ലാ വിശദാംശങ്ങളോടുംകൂടി നിങ്ങളുടെ മുമ്പിൽ തെളിഞ്ഞുവരുന്നു. ഓരോ വളവും വടിവും വ്യക്തമായി കാണാം. അതിന്റെ നിഗൂഢതകൾ പോലും. മറ്റു വസ്തുക്കളെപോലെ കൈ എത്തി തൊടാം എന്ന മട്ടിൽ... മേശപ്പുറത്തിരിക്കുന്ന പൂപാത്രംപോലെ. പക്ഷേ ഇത് മനസ്സിലാകണമെങ്കിൽ ഉള്ളിൽ ആ നൊമ്പരമുണ്ടാവണം. മനസ്സു

നോവുമ്പോഴേ എന്തിന്റേയും യാഥാർത്ഥ്യം അറിയാനാവൂ... ചില്ലറ വേദനയല്ല... തീവ്രമായ വേദന.

ആദ്യമായി ആരെങ്കിലും എന്നോട് സ്ത്രീകളെക്കുറിച്ച് കാര്യമായി എന്തെങ്കിലും പറഞ്ഞത്... അത് എന്റെ കൂട്ടുകാരായിരുന്നു. എനിക്ക് ഏഴു വയസ്സുള്ളപ്പോൾ. അവർക്കും അതേപ്രായം. കാര്യങ്ങളെല്ലാം തങ്ങൾക്കറിയാം എനിക്കറിഞ്ഞുകൂടാ എന്ന് മനസ്സിലാക്കിയപ്പോൾ... എന്തായിരുന്നു അവർക്കുണ്ടായ ഉത്സാഹവും അഭിമാനവും! അവർ എന്റെ കണ്ണ് തുറപ്പിക്കുകയാണ് എന്ന ഭാവം. ഒരു ചുള്ളിക്കമ്പെടുത്ത് അവർ മണലിൽ സ്ത്രീശരീരത്തിന്റെ ഭാഗങ്ങൾ ഒന്നൊന്നായി വരച്ചു.

പതിനേഴ് വയസ്സായപ്പോഴാണ് ശരിക്കും എനിക്കും ബോദ്ധ്യമായത്. സ്ത്രീ എല്ലാംകൊണ്ടും വേറെത്തന്നെയാണെന്ന്. പുസ്തകത്തിൽ നിന്നും വായിച്ചറിഞ്ഞതല്ല. എനിക്കുതന്നെ തോന്നിയതാണ്. എന്നിൽ നിന്നും തികച്ചും വ്യത്യസ്തമായ ഒന്ന്... എന്നാൽ എന്നോട് വളരെ അടുത്തു കിടക്കുന്നത്. ആ വലിയ വ്യത്യാസം... അതിന്റെ യാഥാർത്ഥ്യം എന്നെ ശരിക്കും അമ്പരപ്പിച്ചു. സ്ത്രീ എന്ന പാത്രത്തിനുള്ളിൽ എന്തോ ഒന്ന് ഒളിപ്പിച്ചുവെച്ചിട്ടുണ്ട്. അതിലേക്ക് കൈ എത്തിക്കാൻ എനിക്കൊരിക്കലുമാവില്ല.

പട്ടാളക്കാരുടെ ബാരക്കുകൾ ഒന്നു സങ്കല്പിച്ചുനോക്കൂ... ഞായറാഴ്ച... പ്രത്യേകിച്ചുള്ള പ്രവൃത്തികളൊന്നുമില്ല. ഇരുന്നൂറു പുരുഷന്മാർ ഒരു ടെലിവിഷനുമുമ്പിൽ വീർപ്പടക്കി നോക്കിയിരിക്കുന്നു... ത്വക്കിലൊട്ടി നില്ക്കുന്ന ഇറുകിയ വസ്ത്രങ്ങൾ ധരിച്ച് സ്ത്രീകൾ ഏയ്റോബിക്സ് ചെയ്യുകയാണ്. ഈസ്റ്റർ ദ്വീപിലെ പ്രതിമകൾപോലെ പുരുഷന്മാർ നിശ്ചലം നോക്കിയിരിക്കുന്നു. എന്തെങ്കിലും കാരണവശാൽ ആ നിമിഷം ടി.വിയിലെ ദൃശ്യങ്ങൾ കാണാതായാൽ... അതിനു കാരണക്കാരനായവനെ എല്ലാവരും കൂടി അവിടെവെച്ചു തല്ലിക്കൊല്ലുമെന്ന് തീർച്ച. മനസ്സിലാവുന്നുണ്ടോ? ഇതൊക്കെ പ്രണയത്തെക്കുറിച്ചാണ്.

മൂന്നാമത്തെ ദിവസം..

രാവിലെ ഉണർന്നെഴുന്നേല്ക്കുന്നു. എങ്ങോട്ടും ഓടിചെല്ലേണ്ടതില്ല. കാരണം, അവളെ നിങ്ങൾ കണ്ടെത്തിയിരിക്കുന്നു. അവളെവിടെയാണെന്ന് കൃത്യമായി അറിയാം. മനസ്സിലെ ആകുലതകളൊക്കെ ഒഴിഞ്ഞുപോയി... ഇനി നിങ്ങൾ തനിച്ചല്ല. പെട്ടെന്ന് സ്വന്തം ശരീരത്തെക്കുറിച്ച് ബോധവാനാകുന്നു. കൈകൾ... ചുണ്ടുകൾ... ജനലയ്ക്കു പുറത്തേക്കു കണ്ണുകൾ നീളുന്നു. ആകാശത്തേയും മരങ്ങളേയും ശ്രദ്ധിക്കാൻ തുടങ്ങുന്നു. എന്തുകൊണ്ടോ... എല്ലാം തൊട്ടടുത്താണെന്നൊരു തോന്നൽ. പരിഭ്രമം തോന്നുംവിധം എല്ലാം ചുറ്റും കൂടി നില്ക്കുന്നതുപോലെ. ഇങ്ങനെയുള്ള കാര്യങ്ങൾ സാധാരണയായി സ്വപ്നത്തിൽ മാത്രമാണ് സംഭവിക്കുക.

സായാഹ്നപത്രത്തിൽ ഒരു പരസ്യം കണ്ടു. പട്ടണത്തിന്റെ പ്രാന്തപ്രദേശത്ത് മോശം ചുറ്റുപാടിൽ, ഒരു മോശം അപ്പാർട്ട്മെന്റ്. പുതിയ

കെട്ടിടമാണ്. വാരാന്ത്യങ്ങളിൽ രാവിലെ മുതൽ വൈകുന്നതുവരെ പുരുഷന്മാർ വട്ടംകൂടിയിരുന്ന് ശീട്ടും പകിടയും കളിക്കുന്നു. അസഭ്യം പറയുന്നു. വോഡ്ക കുടിക്കുന്നു. ഒരു വർഷം കഴിഞ്ഞു. ഞങ്ങൾക്കൊരു പെൺകുഞ്ഞുണ്ടായി (അയാൾ ഒന്നു നിർത്തി) ഇനി ഞാൻ മരണത്തെ കുറിച്ച് പറയാം. ഇന്നലെ എന്റെ ഒരു സ്നേഹിതന്റെ ശവമടക്കി. നഗരം മുഴുവൻ അവിടെ ഉണ്ടായിരുന്നു. അയാൾ പൊലീസിൽ ഒരു ലഫ്റ്റനന്റ് ആയിരുന്നു. ചെച്ച്നിയയിൽനിന്നാണ് പെട്ടിയിലാക്കി ആ ദേഹമെത്തിയത്. അവരത് തുറക്കുകപോലുമുണ്ടായില്ല. മകന്റെ മൃതശരീരം അമ്മയെപോലും അവർ കാണിച്ചില്ല. എന്തായിരുന്നു അതിന്റെ ഉള്ളിൽ. ആർക്കറിയാം! ആചാരവെടിയടക്കം ചടങ്ങുകളെല്ലാം ഉണ്ടായിരുന്നു. ധീരയോദ്ധാവിന് അഭിവാദനം... നീണാൾ വാഴട്ടെ. ഞാൻ അച്ഛനോടൊപ്പമാണ് പോയത്. അദ്ദേഹത്തിന്റെ കണ്ണുകൾ തിളങ്ങിയിരുന്നു. ഞാൻ പറയുന്നത് നിങ്ങൾക്ക് മനസ്സിലാവുന്നുണ്ടല്ലോ?

സന്തോഷത്തിനായി ആരും തയ്യാറായി ഇരിക്കുന്നില്ല. അവർ തയ്യാറെടുക്കുന്നത് യുദ്ധത്തിനുവേണ്ടിയാണ്. മഞ്ഞുകട്ടയും ആലിപ്പഴവും വീഴാൻ വേണ്ടി. മൂന്നുമാസം പ്രായമുള്ള എന്റെ കൊച്ചുമകളെ ഒഴിച്ച്, സന്തോഷമുള്ള ആരേയും ഈ ചുറ്റുവട്ടത്ത് കാണാനില്ല. അങ്ങനെയൊരാളെ ഇതുവരെ ഞാൻ കണ്ടിട്ടുമില്ല. റഷ്യക്കാർ സ്വതവേ അങ്ങനെയാണ്... സന്തോഷത്തെക്കുറിച്ച് അവർക്ക് പ്രതീക്ഷയില്ല. (മൗനം) വിവരമുള്ളവരെല്ലാവരും തന്നെ തങ്ങളുടെ മക്കളെ റഷ്യയിൽനിന്നും പുറത്തേക്കയയ്ക്കുകയാണ്. എന്റെ സുഹൃത്തുക്കളിൽ വളരെപേർ നാടുവിട്ടുകഴിഞ്ഞു. ഇസ്രായേലിൽനിന്നും കാനഡയിൽനിന്നും അവരെന്നെ വിളിക്കുന്നു. ഇതിനുമുമ്പൊരിക്കലും നാടുവിടുന്ന കാര്യം ഞങ്ങൾ ആലോചിച്ചിട്ടില്ല. എന്റെ മകൻ ജനിച്ചതിനുശേഷമാണ് ഞാൻ അതിനെക്കുറിച്ച് ആലോചിക്കാൻ തുടങ്ങിയത്. ഞാൻ സ്നേഹിക്കുന്നവരെ എനിക്ക് സംരക്ഷിക്കണം. എന്റെ അച്ഛൻ ഒരിക്കലും അതിന് മാപ്പു തരില്ല. ആ കാര്യം എനിക്കുറപ്പാണ്.

ഷിക്കാഗോയിൽ ഒരു റഷ്യൻ സംഭാഷണം

ഞങ്ങൾ വീണ്ടും കണ്ടുമുട്ടി. ഇത്തവണ അത് ഷിക്കാഗോയിൽ വെച്ചായിരുന്നു. ആ കുടുംബം തങ്ങളുടെ പുതിയ വീട്ടിൽ ഒരുവിധം സൗകര്യമായി പാർപ്പുറപ്പിച്ചു കഴിഞ്ഞിരുന്നു. ഒരു കൂട്ടം റഷ്യക്കാർ അവിടെ ഒത്തുചേർന്നു. റഷ്യൻ ഭക്ഷണം, റഷ്യൻ വർത്തമാനം, അതിനിടയിൽ എന്നത്തേയും പോലെ അതേ ചോദ്യങ്ങൾ... ആരേയാണ് കുറ്റപ്പെടുത്തേണ്ടത്? ഇനി എന്താണ് ചെയ്യേണ്ടത്? വേറെയും ഒരു ചോദ്യം. നാടുവിടുകയാണോ വേണ്ടത്, നാട്ടിൽത്തന്നെ കഴിയുകയാണോ വേണ്ടത്?

ഞാൻ നാടുവിട്ടത് ഭയന്നിട്ടാണ്. ഓരോ കലാപവും അവസാനിക്കുന്നത് അശാന്തിയിലും അരാജകത്വത്തിലുമാണ്. ആളുകൾ സാഹചര്യങ്ങളിൽനിന്നും മുതലെടുക്കുന്നു. പരസ്പരം കൊള്ളയടിക്കുന്നു. ദുർബലരെ ഇടിച്ചുവീഴ്ത്തുന്നു. മോസ്കോയിൽ ഒരു യുദ്ധം തന്നെയാണ് നടന്നത്. ദിവസവും കേൾക്കാം, ആരൊക്കെയോ കൊല്ലപ്പെടുന്നു. ആരൊക്കെയോ ബോംബാക്രമണത്തിൽ ചിതറി വീഴുന്നു. നല്ലൊരു വേട്ടനായ കൂടെയില്ലാതെ. വൈകീട്ട് തെരുവിലിറങ്ങാൻ വയ്യാത്ത സ്ഥിതി... എനിക്കുമുണ്ടായിരുന്നു ഒരു ബുൾടെറിയർ...

കൂടിന്റെ വാതിൽ തുറന്നത് ഗോർബച്ചേവാണ്. ക്ഷണത്തിൽ ഞങ്ങൾ രക്ഷപ്പെടുകയും ചെയ്തു. നാട് ഉപേക്ഷിച്ചുപോന്നതെന്താണ്? ക്രൂഷ്ചേവ്യോക്കിയിലെ രണ്ടു കിടപ്പുമുറിയുള്ള ഒരു മോശം അപ്പാർട്ട്മെന്റ്. നാട്ടിൽ ഒന്നിനും തികയാത്തൊരു ശമ്പളം പറ്റുന്ന ഡോക്ടറായി കഴിയുന്നതിൽ ഭേദം, ഇവിടെ മാന്യമായ ശമ്പളം വാങ്ങുന്ന ഒരു തൂപ്പുകാരനായി ജീവിക്കുകയല്ലേ? നമ്മളെല്ലാം വളർന്നുവന്നത് പഴയ യു.എസ്.എസ്.ആറിലാണ്. സ്കൂൾ പഠിക്കുന്ന കാലത്ത് ഓരോ ഇരുമ്പുതുണ്ട് ശേഖരിച്ചുവെക്കാനും "വിജയദിവസം" എന്ന പാട്ടുപാടാനും എല്ലാവർക്കും എന്തൊരാവേശമായിരുന്നു. നീതി-ന്യായങ്ങളുടെ കെട്ടുകഥകൾ പറഞ്ഞുകേൾപ്പിച്ചാണ് നമ്മളെ വളർത്തിക്കൊണ്ടുവന്നത്.

എത്രയെത്ര സോവിയറ്റ് കാർട്ടൂണുകൾ. ഓരോന്നിലും കൃത്യമായ വേർതിരിവുകൾ. ഇത് നല്ലതാണ്. ന്യായമാണ്. അത് ചീത്തയാണ്. അന്യായമാണ്. തെറ്റുകൾ തിരുത്തി അവതരിപ്പിച്ച യാഥാർത്ഥ്യത്തിന്റെ ചിത്രം. എല്ലാം അതാതിന്റെ സ്ഥലത്ത് ചിട്ടപ്പടി കവിയുന്ന ഒരു ലോകം. എന്റെ അപ്പൂപ്പൻ മരിച്ചത് സ്റ്റാലിൻഗ്രാഡ് യുദ്ധത്തിലാണ്. കമ്മ്യൂണിസത്തിനുവേണ്ടി, മാതൃഭൂമിക്കുവേണ്ടി അദ്ദേഹം ജീവൻ ത്യജിച്ചു. പക്ഷേ എന്റെ ആഗ്രഹം സാധാരണ ഒരു രാജ്യത്ത് സാമാന്യരീതിയിൽ ജീവിതം നയിക്കാനായിരുന്നു. ജനലകളിൽ ചന്തമുള്ള കർട്ടനുകൾ. ചാരിയിരിക്കാൻ കൊച്ചു കുഷ്യനുകൾ. ജോലികഴിഞ്ഞ് ഭർത്താവ് വീട്ടിലെത്തുന്നു. ഒരു മേൽകുപ്പായമണിഞ്ഞ് വിശ്രമിക്കാനിരിക്കുന്നു. എന്റെയുള്ളിലെ റഷ്യൻ ഹൃദയത്തിന് അത്ര കരുത്ത് പോരാ. വേണ്ടത്ര റഷ്യൻ വീര്യം എന്റെ സിരകളിലില്ല. അവസരം കിട്ടിയതും ഞാൻ യു.എസ്.എ.യിലേക്ക് ചാടി. ഇപ്പോൾ തണുപ്പുകാലമായാൽ ഞാൻ വയറുനിറയെ സ്ട്രോബെറികൾ തിന്നും. ഇവിടെ ടൺകണക്കിന് സലാമികിട്ടും... റഷ്യയിലെപോലെ അത് അന്തസ്സിന്റെ പ്രതീകമല്ല... സമ്പന്നർക്കു മാത്രമുള്ളതല്ല.

തൊണ്ണൂറുകളിൽ എല്ലാം ഒരു രസമായിരുന്നു. എന്തിനും ഒരു മായികഭാവം. ജനാലയിൽ കൂടി പുറത്തേക്കു നോക്കിയാൽ ഓരോ തെരുവുമൂലയിലും ഒരു പ്രകടനം, പ്രതിഷേധ യോഗം. നേരമ്പോക്കും മായാജാലവുമൊക്കെ പെട്ടെന്ന് അപ്രത്യക്ഷമായി. സ്വതന്ത്ര വിപണി. ഞങ്ങൾ ആവശ്യപ്പെട്ടത് അതാണ്. അതുതന്നെ കിട്ടുകയും ചെയ്തു. എന്റെ ഭർത്താവും ഞാനും എൻജിനീയർമാരാണ്. നാട്ടിലെ ജനങ്ങളിൽ പകുതി

പേരും എൻജിനീയർമാരായിരുന്നു. ഞങ്ങളെ അവർ കാര്യമായി ഗൗനിച്ചില്ല. "സാമാന്യ ജനങ്ങൾക്കൊപ്പം നിങ്ങളും" അതായിരുന്നു സർക്കാർ നിലപാട്. ഞങ്ങളാണ് നാട്ടിൽ പെരിസ്ട്രോയിക്ക വരാൻ കാരണം എന്ന് അവർ മറന്നു. കമ്മ്യൂണിസത്തിന്റെ ശവക്കുഴി തോണ്ടിയതും ഞങ്ങളായിരുന്നു. ഇപ്പോൾ അവർക്ക് ഞങ്ങൾ. ഉപയോഗമില്ലാത്തവരായി. അതിനെക്കുറിച്ചൊന്നും ആലോചിക്കാനേ എനിക്കിഷ്ടമല്ല. ഞങ്ങളുടെ കൊച്ചുമകൾ വിശക്കുന്നു എന്നു പറയുമ്പോൾ, അവൾക്കു കൊടുക്കാൻ യാതൊന്നും വീട്ടിലുണ്ടായിരുന്നില്ല. നാട്ടിലുടനീളം കുറിപ്പുകൾ... ഞാൻ ഒരുകിലോ ഭക്ഷണം വാങ്ങിക്കാം... ഒരു കിലോ ചീസോ... ഇറച്ചിയോ അല്ല. ഒരു കിലോ ഭക്ഷണം... എന്തെങ്കിലുമൊരു ആഹാരപദാർത്ഥം. ഒരുകിലോ ഉരുളക്കിഴങ്ങു കിട്ടാനായാൽ... അങ്ങേയറ്റം സന്തോഷമായി. അങ്ങാടിയിൽ അവർ പിണ്ണാക്ക് വില്ക്കാൻ തുടങ്ങി. യുദ്ധക്കാലത്തിലെന്നപോലെ. "പ്രെസ് കേക്ക്"[1] എന്നാണതിനെ പറഞ്ഞിരുന്നത്. വാസ്തവം പറഞ്ഞാൽ ഒരു കാലിത്തീറ്റ. ഞങ്ങളുടെ കെട്ടിടത്തിന്റെ ഇടനാഴിയിൽവെച്ച് എന്റെ അയൽക്കാരിയുടെ ഭർത്താവിനെ ആരോ വെടിവെച്ചു. അയാൾക്ക് സ്വന്തമായി ചെറിയൊരു കട[2]യുണ്ടായിരുന്നു. നിത്യോപയോഗസാധനങ്ങളാണ് വിറ്റിരുന്നത്. അയാൾ അന്ന് പകൽ പകുതിയോളം അവിടെത്തന്നെ കിടന്നു. ആരോ ഒരു പത്രക്കടലാസു കൊണ്ട് മുഖംമൂടി. ചുറ്റും തളംകെട്ടിക്കിടക്കുന്ന ചോര. ടി.വി.യിൽ സാധാരണ കാണുന്ന വാർത്തകൾ. അവിടെ ഒരു ബാങ്കറെ കൊന്നു. ഇവിടെ ഒരു ബിസിനസ്സുകാരനെ കൊന്നു. ഒടുവിൽ കവർച്ചക്കാരുടെ ഒരുസംഘം സർവ്വതും കൈക്കലാക്കി. ജനം കോടാലികളുമായി റൂബ്ളീവ്കയിലേക്കിറങ്ങുന്ന കാലം അടുത്തു.

അവർ റൂബ്ളീവ്കായുടെ പിന്നാലെയല്ല. അവർ അങ്ങാടിയിലെ കാർഡ്ബോർഡ് പെട്ടികളെയാണ് ആക്രമിക്കാൻ പോകുന്നത്. അതിനകത്താണല്ലോ നാടോടികളായ തൊഴിലാളികൾ താമസിക്കുന്നത്. അവർ താജിക്കുകളേയും മോൾഡോവൻകാരേയും ആദ്യം കൊന്നൊടുക്കും. എന്തെങ്കിലുമായിക്കോട്ടെ, ഒന്നിനും ഞാൻ വില കൊടുക്കുന്നില്ല. അവിടെ കിടന്ന് എല്ലാവരും ചാവട്ടെ. ഞാൻ ഇവിടെ സുഖമായി ജീവിക്കും. എനിക്കുവേണ്ടി.

ഗോർബച്ചേവ് ഫോറോസിൽനിന്ന് തിരിച്ചുവന്നതിനുശേഷം പറഞ്ഞില്ലേ, സോഷ്യലിസത്തെ നമ്മൾ തള്ളിക്കളയുകയല്ല എന്ന്. അപ്പോഴാണ് ഞാൻ നാടുവിടാൻ തീരുമാനിച്ചത്. ഒരു സോഷ്യലിസ്റ്റ് ഭരണകൂടത്തിനു കീഴേ ജീവിക്കണമെന്ന് എനിക്കാഗ്രഹമില്ലായിരുന്നു. അതിലും നല്ലത് നാടുവിടുകയാണ്. സോഷ്യലിസ്റ്റ് ജീവിതരീതി ഏറ്റവും വിരസമാണ്. ചെറുപ്പം മുതലേ പരിചയിച്ച സംഗതി. ആദ്യം കൊച്ചു ഒക്ടോബറിസ്റ്റുകൾ. പിന്നീട് പയനീരുകൾ. തുടർന്ന് കോംസോമോൾ

1. ഒരു കാലിത്തീറ്റ
2. സാധാരണ കട

– ആദ്യത്തെ ശമ്പളം 60 റൂബിളായിരിക്കും. പതുക്കെ അത് എൺപതാവും... ജീവിതാവസാനമാകുമ്പോഴേക്കും 120 റൂബിൾ ശമ്പളം വാങ്ങാം. (ചിരിക്കുന്നു) ഞങ്ങളുടെ ക്ലാസ്സ് ലീഡർ ഞങ്ങളുടെ തലയിൽ പാഞ്ഞു കയറ്റാൻ ശ്രമിച്ചുകൊണ്ടിരിക്കുന്നു. “റേഡിയോ ലിബെർട്ടി കേട്ടുകൊണ്ടിരുന്നാൽ ഒരു കാലത്തും നിങ്ങൾക്ക് യുവജനസഖ്യത്തിൽ അംഗമാകാൻ സാധിക്കില്ല. അതിനെക്കുറിച്ച് നമ്മുടെ ശത്രുക്കളറിയാനിടയായാൽ...” അങ്ങനെയൊക്കെ ഞങ്ങളെ സദാ ഉപദേശിച്ചുകൊണ്ടിരുന്നു ആ ചങ്ങാതി... ഇപ്പോൾ ഇസ്രായേലിലേക്ക് കുടിയേറിപ്പാർത്ത്... അതാണ് ഏറ്റവും വലിയ തമാശ.

എന്റെ മനസ്സിൽ ആദർശങ്ങൾ കത്തിജ്വലിച്ചുകൊണ്ടിരുന്നു. ഞാൻ ഒരു സാധാരണ പൗരനായിരുന്നില്ല... അത്രയ്ക്കും ചൂടുപിടിച്ചതായിരുന്നു എന്റെ ആവേശം. അതിനെ കുറിച്ചാലോചിക്കുമ്പോൾതന്നെ എനിക്ക് കരച്ചിൽ വരുന്നു. അന്നത്തെ കലാപം... മോസ്കോ നഗരത്തിന്റെ നടുവിൽ ടാങ്കുകൾ... ഇതെന്തു ഭ്രാന്ത്. എന്റെ അച്ഛനമ്മമാർ നാട്ടിൻപുറത്തെ വീട്ടിൽനിന്നും നഗരത്തിലെത്തി. വീട്ടാവശ്യത്തിനുള്ള സാധനങ്ങൾ വാങ്ങി സൂക്ഷിക്കണം. ആഭ്യന്തരയുദ്ധം പൊട്ടിപ്പുറപ്പെട്ടാലോ. ആ കൊള്ളസംഘം... ടാങ്കുകൾ വരുത്തുകയേ വേണ്ടൂ. അതോടെ കാര്യങ്ങളൊക്കെ തങ്ങളുടെ പിടിയിലാകുമെന്ന് അവർ ധരിച്ചു. വാസ്തവത്തിൽ ജനങ്ങൾക്കാവശ്യം ഒന്നുമാത്രമായിരുന്നു ആഹാരം. അതു കിട്ടികൊണ്ടിരുന്നാൽ അവർ എന്തും സമ്മതിച്ചുതരും. തെരുവുകളിൽ ജനങ്ങൾ തിങ്ങി നിറഞ്ഞു. നാടാകെ ഉണർന്നു. അത് ഒരു നിമിഷം മാത്രമായിരുന്നു... ഒരു നിമിഷമേ അത് നീണ്ടുനിന്നുള്ളൂ. പൊടുന്നനെ ഒരു വിത്ത് പൊട്ടി മുളച്ചതുപോലെ (ചിരിക്കുന്നു) എന്റെ അമ്മ.... സ്വതവേ പോരടിക്കുന്ന കൂട്ടത്തിലാണ്. പ്രത്യേകിച്ചൊരു ചിന്തയുമില്ലാതെ ഇറങ്ങി പുറപ്പെടും. രാഷ്ട്രിയബോധം തീരെയില്ലാത്തൊരാൾ. ജീവിതം ഹ്രസ്വമാണ്. അതാതു നിമിഷം മുമ്പിൽ വരുന്നത് കൈക്കലാക്കണം എന്നാണ് അമ്മ പറയാറുള്ളത്. അതിനനുസരിച്ചാണ് അവർ ജീവിക്കുന്നതും. എന്നാൽ അന്ന് അവരും “വൈറ്റ് ഹൗസി”ന്റെ മുമ്പിൽചെന്നുനിന്നു. തന്റെ കുടയും തോളിൽ തൂക്കി.

ഹാ... ഹാ... ഹാ... സ്വാതന്ത്ര്യത്തിനുപകരം അവർ ഞങ്ങൾക്കു തന്നത് വൗച്ചറുകളാണ്. ഉറപ്പും ശീട്ടുകൾ. ഒരു മഹത്തായ രാജ്യത്തിലെ വമ്പിച്ച സമ്പത്തുമുഴുവൻ അവർ പങ്കിട്ടെടുത്തു. നമ്മുടെ എണ്ണ, പ്രകൃതിവാതകം എങ്ങനെയാണ് ഈ ചിന്തകൾ വാക്കുകളായി പ്രകടിപ്പിക്കേണ്ടതെന്ന് എനിക്കറിയില്ല. ചിലർക്ക് അകകാമ്പു കിട്ടും. ചിലർക്ക് പുറന്തോടുമാത്രവും. അവർ തന്ന ഉറപ്പുശീട്ടുകൾ ഉപയോഗിച്ച് കടകളിൽനിന്നും അവശ്യവസ്തുക്കൾ വാങ്ങാം എന്നാണ് പറഞ്ഞിരുന്നത്. എന്നാൽ ചുരുക്കം ചിലർക്കുമാത്രമേ അതെങ്ങനെ ഉപയോഗിക്കാമെന്ന് അറിയുകയുമായിരുന്നുള്ളൂ. സോഷ്യലിസ്റ്റ് ഭരണക്രമത്തിൽ എങ്ങനെ പണം സമ്പാദിക്കാമെന്ന പാഠം തങ്ങളെ പഠിപ്പിച്ചിരുന്നില്ല. പ്രസിദ്ധമായ

പല കമ്പനികളുടേയും പരസ്യങ്ങൾ അച്ഛൻ വീട്ടിലേക്കു കൊണ്ടുവരും. മോസ്കോ റിയൽ എസ്റ്റേറ്റ്, ഓയിൽ ഡയമണ്ട് ഇൻവെസ്റ്റ്, നോറിൽസ്ക് നിക്കൽ... അച്ഛനും അമ്മയും അടുക്കളയിലിരുന്നു തർക്കിക്കും. അവർ കൈയിലുണ്ടായിരുന്നതെല്ലാം മെട്രോയിൽ കണ്ടു പരിചയമായ ഒരാൾക്കു വിറ്റു. ആ പണം കൊണ്ട് അവർ എനിക്ക് നല്ലൊരു തുകൽ ജാക്കറ്റുവാങ്ങി. അതോടെ കൈയിലെ പണവും തീർന്നു. ആ ജാക്കറ്റു മിട്ടാണ് ഞാൻ അമേരിക്കയിലേക്ക് പുറപ്പെട്ടത്. ആ വൗച്ചറുകൾ ഇപ്പോഴും ഞങ്ങളുടെ കൈയിലുണ്ട്. ഒരു മുപ്പതുകൊല്ലം കഴിഞ്ഞാൽ അത് ഏതെങ്കിലും മ്യൂസിയത്തിനുകൊടുക്കാം.

ആ രാജ്യത്തിനോട് എനിക്ക് തോന്നുന്ന വെറുപ്പ് അതിന്റെ ആഴം അളക്കാനാവില്ല. വിജയദിവസത്തെ പരേഡ്, എനിക്ക് സഹിക്കാനാവില്ല. സർക്കാർ സാമാന്യ ജനങ്ങൾക്ക് പാർക്കാനായി കെട്ടിപ്പൊക്കിയ കോൺക്രീറ്റ് അപ്പാർട്ട്മെന്റ് കെട്ടിടങ്ങൾ... അതിന്റെ ബാൽക്കണികളിൽ നിറയെ അച്ചാറുകളും ജാമുകളും നിറച്ച ഭരണികൾ. വെള്ളരിക്കയും തക്കാളിയും ഉപ്പിലിട്ടത്. അതു കാണുമ്പോഴേ ഓക്കാനം വരും. അതിനു പുറമെ പഴഞ്ചൻ വീട്ടുസാമാനങ്ങൾ.

ചെച്ച്നിയൻ യുദ്ധം തുടങ്ങി. അടുത്തവർഷം ഞങ്ങളുടെ മകന് നിർബന്ധമായും സൈനിക സേവനത്തിന് ചേരണം. വിശന്നുവലഞ്ഞ ഖനിത്തൊഴിലാളികൾ കൂട്ടംകൂട്ടമായി തലസ്ഥാനനഗരിയിലെത്തി. ചുകന്ന ചത്വരത്തിൽ പാകിയ കരിങ്കല്ലുകളിൽ അവർ തങ്ങളുടെ ഹെല്ഡ മെറ്റുകൾ ഒച്ചയോടെ അടിച്ചു. ഇതെല്ലാം നടന്നത് ക്രെംലിനുനേരെ മുമ്പി ലായിരുന്നു. എവിടെയാണ് ഇതെല്ലാം ചെന്നെത്തുക? ആർക്കും പറയാ നാവുമായിരുന്നില്ല. റഷ്യക്കാർ വിശാലഹൃദയരാണ്... യഥാർത്ഥ നിധി കൾ. പക്ഷേ ആ നാട്ടിൽ ജീവിക്കാനാവില്ല. ഞങ്ങൾ നാടുവിട്ടുപോന്നത് ഞങ്ങളുടെ മക്കളുടെ ഭാവിയെ കരുതിയാണ്. അവർക്ക് അവരുടെ ജീവിതം പടുത്തുയർത്താനുള്ള അടിത്തറയായി ഞങ്ങൾ സ്വയം മാറു കയായിരുന്നു. ഇന്ന് അവരെല്ലാം മുതിർന്നു കഴിഞ്ഞു... അവർ ഞങ്ങ ളിൽനിന്നും വളരെ അകന്നുപോയി.

ഉം... ഉം... എങ്ങനെയാണത് റഷ്യനിൽ പറയുക? ഞാൻ മറന്നുപോയി. കുടിയേറ്റമായിരിക്കുന്നു ഇന്നത്തെ നാട്ടുനടപ്പ്. തങ്ങൾക്കേറ്റവും ഇഷ്ട മുള്ള സ്ഥലത്ത്, ഏറ്റവും സുഖമായി ജീവിക്കാൻ കഴിയുന്ന സ്ഥലത്ത് റഷ്യക്കാർക്ക് ജീവിക്കാനാവില്ല. കുറെ പേർ തുർക്ക് സ്ട്രീറ്റിൽനിന്നും മോസ്കോയിലേക്ക് വരുന്നു. വേറെ കുറെ പേർ മോസ്കോ വിട്ട് ലണ്ടനി ലേക്കു പോകുന്നു. ലോകം മുഴുവനും തന്നെ ഇപ്പോൾ ഒരു മഹാസത്ര മായി മാറിയിരിക്കുന്നു.

ഒരു യഥാർത്ഥ സ്വദേശ സ്നേഹി ആഗ്രഹിക്കുന്നത് ഏതെങ്കിലും വിദേശ ശക്തി റഷ്യയുടെ ഭരണം അധീനത്തിലാക്കണമെന്നാണ്.

കുറച്ചുകാലം ഞാൻ വിദേശത്ത് ജോലിചെയ്തു. പിന്നെ മോസ്കോയിലേക്ക് തിരിച്ചുവന്നു. ഞാൻ ആകപ്പാടെ അസ്വസ്ഥനായി.

എനിക്കിഷ്ടമുള്ള പുസ്തകം കണ്ണടച്ച് പുസ്തകത്തട്ടിൽനിന്നും എടുക്കാൻ കഴിയുന്ന ഒരു ചുറ്റുപാട്. എന്റെ സ്വന്തം അപ്പാർട്ടുമെന്റുപോലെ... അത്രയും അപരിചിതമായൊരു സ്ഥലത്ത് താമസിക്കാനാണ് ആഗ്രഹിച്ചത്. അതേ സമയം, അതിരുകളേതുമില്ലാത്ത വിശാലമായൊരു ലോകത്തിലേക്ക് പ്രസരിപ്പോടെ കടന്നുചെല്ലാനും. ഞാനിവിടെ താമസിക്കുമോ... അതോ തിരിച്ചുപോകുമോ? ഒരു തീരുമാനത്തിലെത്താനായില്ല. അത് 1995 ആയിരുന്നു.

അതിനിടയിലൊരുനാൾ... നല്ല ഓർമ്മയുണ്ട്. ഗോർക്കി തെരുവിലൂടെ നടക്കുകയായിരുന്നു. എന്റെ മുമ്പിലായി രണ്ടു സ്ത്രീകൾ, ഉറക്കെ സംസാരിച്ചുകൊണ്ട്. അവർ എന്താണ് പറയുന്നതെന്ന് മനസ്സിലായില്ല. ഭാഷ റഷ്യൻ തന്നെ. ഞാനാകെ അമ്പരന്നുപോയി... അതുതന്നെയാണ് വാസ്തവത്തിലുണ്ടായിരുന്നത്. അവരുടെ പുതിയ പദപ്രയോഗങ്ങൾ. ആ പറച്ചിലിന്റെ ഒരീണം... എല്ലാം അപരിചിതമായിരുന്നു. പുതുമ തോന്നിക്കുന്നതായിരുന്നു. തെക്കൻ പ്രദേശങ്ങളിലെ ഭാഷയുടെ ചുവ. അവരുടെ മുഖഭാവങ്ങൾക്കുകൂടി വ്യത്യസ്തമായിരുന്നു. ഏതാനും വർഷങ്ങളേ നാട്ടിൽ ഇല്ലാതിരുന്നിട്ടുള്ളൂ. അതിനിടയിൽത്തന്നെ... ഞാനൊരു അന്യനാട്ടുകാരനാണ് എന്ന തോന്നൽ.

കാലം അതിവേഗം കുതിക്കുകയാണ്. മോസ്കോ ആകെ വൃത്തിഹീനമായി. ഇതാണോ ഒരു തലസ്ഥാനനഗരിയുടെ ശോഭ? എവിടെ നോക്കിയാലും ചവറുകൂനകൾ, സ്വാതന്ത്ര്യത്തിന്റെ അവശിഷ്ടങ്ങൾ.... ബിയർ കാനുകൾ, പൊതിഞ്ഞുകെട്ടുന്ന വർണ്ണകടലാസിന്റെ തുണ്ടുകൾ, ഓറഞ്ചുതൊലി. വഴി നടക്കുന്നവർ വാഴപ്പഴം തിന്നുകൊണ്ടാണ് പോകുന്നത്. ഞാൻ വളരെയധികം സ്നേഹിച്ചിരുന്ന, സുഖമായി ജീവിച്ചിരുന്ന, സന്തോഷത്തോടെ കഴിഞ്ഞിരുന്ന ആ നഗരം ഇന്നില്ല എന്ന് ബോദ്ധ്യമായി. ശരിയായ മോസ്കോ നിവാസികൾ ഒന്നുകിൽ പേടിച്ച് വീട്ടിനകത്ത് അടച്ചിരിപ്പാണ് അല്ലെങ്കിൽ അവരെല്ലാം നാടുവിട്ടുകഴിഞ്ഞിരിക്കുന്നു. പഴയ മോസ്കോ ഏറെ പിൻവാങ്ങിയിരിക്കുന്നു. പുതിയൊരാൾക്കൂട്ടം നഗരത്തെ തങ്ങളുടേതാക്കിയിരിക്കുന്നു. അപ്പോൾ അവിടെവെച്ചുതന്നെ തീർച്ചയാക്കി, ഭാണ്ഡവും മുറുക്കി തിരിച്ചുപോകാം. ഇനി അവിടെ തങ്ങേണ്ടതില്ല. ആഗസ്റ്റ് വിപ്ലവകാലത്തുപോലും അത്രയധികം ഭയം തോന്നിയിട്ടില്ല. അന്നത് സംഭവിച്ചപ്പോൾ വലിയ ആവേശം തോന്നിയിരുന്നു. വിപ്ലവലഹരിയിലായിരുന്നു. ഞങ്ങളുടെ കോളേജിൽ ഒരു ഫോട്ടോകോപ്പിയർ ഉണ്ടായിരുന്നു. ഞങ്ങൾ നൂറുകണക്കിന് ലഘുലേഖകളുണ്ടാക്കി. എനിക്കൊരു സിഗൂലി കാറുണ്ടായിരുന്നു. എന്റെ സുഹൃത്തും ഞാനും കൂടി “വൈറ്റ് ഹൗസി”നു മുന്നിലേക്ക് കാറോടിച്ചുചെന്ന് ആ കുറിപ്പുകൾ വിതരണം ചെയ്യും. വഴിയിലെ ടാങ്കുകളെ കാര്യമാക്കാതെ അങ്ങനെ എത്രതവണ അതിൽ സഞ്ചരിച്ചു! ടാങ്കുകളുടെ തകർന്ന ഭാഗങ്ങളിൽ ഇരുമ്പുപാളികൾ വെച്ച് ആണിയടിച്ചുറപ്പിച്ചിരുന്നു... അതും ഓർമ്മയിലുണ്ട്.

ഞാൻ നാട്ടിലില്ലാതിരുന്ന ആ ഏതാനും വർഷങ്ങളിൽ എന്റെ കൂട്ടുകാർ അവിടെത്തന്നെയുണ്ടായിരുന്നു. വലിയ ആവേശത്തിൽ, വിപ്ലവം വിജയിച്ചുവെന്ന ഉത്സാഹം, കമ്മ്യൂണിസം നിലം പതിച്ചു. എന്തോ എല്ലാ മനസ്സിലും ആ പ്രതീക്ഷയുണ്ടായിരുന്നു, "എല്ലാം ഇനി ശരിയാവും" റഷ്യ വിദ്യാസമ്പന്നരുടെ നാടാണ്. മാത്രമല്ല, സമ്പന്നമായ ഒരു രാജ്യവുമാണ്. അങ്ങനെ നോക്കുമ്പോൾ മെക്സിക്കോയും സമ്പന്നമാണല്ലോ. കാര്യം അതല്ല. പ്രകൃതിവാതകവും എണ്ണയും കൊടുത്ത് ആർക്കും ജനാധിപത്യം വാങ്ങാനാവില്ല എന്നതാണ് സത്യം. സ്വിസ് ചോക്ലേറ്റുപോലെയോ, വാഴപ്പഴം പോലെയോ വിദേശത്തുനിന്നും ഇറക്കുമതി ചെയ്യാനാവുന്ന ഒന്നല്ല ജനാധിപത്യം. പ്രസിഡണ്ടിന്റെ ഒരു ഉത്തരവുകൊണ്ട് അത് നടപ്പാക്കാനുമാവില്ല. അതിന് സ്വാതന്ത്ര്യബോധമുള്ള ജനങ്ങൾ വേണം. അത് ഞങ്ങൾക്കുണ്ടായിരുന്നില്ല. ഇപ്പോഴും ഇല്ല. യൂറോപ്പിൽ കഴിഞ്ഞ രണ്ടു നൂറ്റാണ്ടുകളായി അവർ ജനധിപത്യത്തെ പരിപാലിച്ചുവരികയാണ്. സ്വന്തം വീട്ടുമുറ്റത്തെ പുൽത്തകിടിയെ നോക്കി വളർത്തുന്ന കരുതലോടെ. വീട്ടിൽ എന്റെ അമ്മ കരഞ്ഞു... സ്റ്റാലിൻ ദുഷ്ടനായിരുന്നുവെന്ന് നിങ്ങൾ പറയുന്നു. പക്ഷേ അദ്ദേഹമല്ലേ യുദ്ധത്തിൽ നമ്മളെ വിജയത്തിലേക്ക് നയിച്ചത്. ഇന്ന്.... സ്വന്തം മാതൃഭൂമിയെ വഞ്ചിക്കാനാണ് നിങ്ങളുടെ പുറപ്പാട്.

എന്റെ ഏറ്റവും പഴയ ചങ്ങാതിമാരിൽ ഒരാൾ എന്നെ കാണാൻ വന്നു. ഞങ്ങൾ അടുക്കളയിലിരുന്ന് കാപ്പി കുടിക്കുകയായിരുന്നു. "ഇനിയെന്താണ് സംഭവിക്കുക? നല്ലതെന്തെങ്കിലും സംഭവിക്കുമെന്നാശിക്കേണ്ട... അവസാനത്തെ കമ്മ്യൂണിസ്റ്റുകാരനേയും വെടിവെച്ചുവീഴ്ത്തുന്നതുവരെ." എന്നുവെച്ചാൽ... ഇനിയും രക്തചൊരിച്ചിൽ, അധികം താമസിയാതെ ഞാൻ അപേക്ഷ സമർപ്പിച്ചു. രാജ്യം വിടാൻ വേണ്ടി.

ഭർത്താവും ഞാനും വിവാഹമോചനം നേടി. ജീവനാംശം കിട്ടണമെന്ന് വാദിച്ചിരുന്നു. പക്ഷേ അതിനദ്ദേഹം തയ്യാറായില്ല. മകൾ ഒരു സ്വകാര്യ കോളേജിൽ പഠിക്കാൻ ചേർന്നിരുന്നു. നിത്യച്ചിലവുകൾ നന്നേ പ്രയാസപ്പെട്ടാണ് നടത്തിയിരുന്നത്. റഷ്യയിൽ ബിസിനസ്സ് നടത്തുന്ന ഒരമേരിക്കക്കാരനെ എന്റെ കൂട്ടുകാരിക്ക് പരിചയമുണ്ടായിരുന്നു. അദ്ദേഹത്തിന് ഒരു സെക്രട്ടറിയെ ആവശ്യമായിരുന്നു. കഴുത്തോളം നീണ്ട കാലുള്ള മെലിഞ്ഞ സുന്ദരിയേയല്ല, നല്ല കാര്യപ്രാപ്തിയുള്ള ഒരു സാധാരണക്കാരിയെയാണ് അദ്ദേഹം അന്വേഷിച്ചിരുന്നത്... വിശ്വസിച്ച് കാര്യങ്ങൾ ഏല്പിക്കാവുന്ന ഒരാൾ. ചങ്ങാതി എന്റെ പേര് നിർദ്ദേശിച്ചു. ഞങ്ങളുടെ ജീവിതരീതിയിൽ അദ്ദേഹത്തിന് കൗതുകം തോന്നി. എനിക്ക് മനസ്സിലാക്കാനാവാത്ത പലതും ആ അമേരിക്കകാരൻ അതിൽ കണ്ടു.

"റഷ്യയിലെ ബിസിനസ്സുകാരെല്ലാം കുത്തകകമ്പനികളുടെ തുകൽ ഷൂസുകളാണല്ലോ ധരിക്കുന്നത്. എന്താണതിനു കാരണം?"

"ഉള്ളംകൈ മയപ്പെടുത്തുക എന്ന് എല്ലാവരും പറയുന്നു. എന്താണതുകൊണ്ട് ഉദ്ദേശിക്കുന്നത്?"

"എല്ലാം നിയന്ത്രണത്തിലാണ് എന്നതിന്റെ അർത്ഥം?"

"അത് വാങ്ങി, വിലയും കൊടുത്തുവെന്നോ? എന്നുവെച്ചാൽ എന്താണ്?

അങ്ങനെ ഒട്ടനവധി ചോദ്യങ്ങളും സംശയങ്ങളും. എന്നാലും അദ്ദേഹത്തിന് വലിയ പദ്ധതികളുണ്ടായിരുന്നു. റഷ്യ വളരെ വലിയൊരു കമ്പോളമാണല്ലോ! അവർ അയാളെ വളരെ നിസ്സാരമായ വിധത്തിൽ ബിസിനസ്സിൽ നിന്നും പുറത്താക്കി. വാസ്തവത്തിൽ അവർക്കത് ഒരു കുട്ടിക്കളിയായിരുന്നു. ആളുകളുടെ നിർദ്ദേശപ്രകാരം അദ്ദേഹം പലതിലും മൂലധനമിറക്കി. ആരെന്തുപറഞ്ഞാലും വിശ്വസിക്കുന്ന തരക്കാരൻ. അങ്ങനെ വളരെയധികം പണം നഷ്ടമായി. ഇനി നാട്ടിലേക്ക് മടങ്ങുകയാകും ലാഭം എന്നു തീരുമാനിച്ചു. അതിനു മുമ്പായി അദ്ദേഹം എന്നെ ഒരു ഭക്ഷണശാലയിലേക്ക് ആഹാരം കഴിക്കാനായി ക്ഷണിച്ചു. "ഒരു യാത്രപറയൽ" എന്നേ ഞാൻ വിചാരിച്ചുള്ളൂ. അദ്ദേഹം ചിരിച്ചുകൊണ്ട് എന്റെ നേരെ ഗ്ലാസ്സുയർത്തി. "ഇന്നു നമ്മൾ കുടിക്കുന്നത് എന്ത് ആഘോഷിക്കാനാണെന്നോ?" അദ്ദേഹം എന്റെ മുഖത്തേക്ക് നോക്കി തെല്ലിട നിശ്ശബ്ദനായി ഇരുന്നു. "റഷ്യയിൽ വന്ന് ഞാൻ വളരെയധികം പണം നഷ്ടപ്പെടുത്തി... ചില്ലറകാശുപോലും സമ്പാദിക്കാനായില്ല... എന്നാലും ഒന്നു ഞാൻ സമ്പാദിച്ചു... നല്ലൊരു റഷ്യൻ ഭാര്യയെ!" ഒരാമുഖവും കൂടാതെയുള്ള വിവാഹാഭ്യർത്ഥന... അന്നുമുതൽ ഞങ്ങൾ ഒരുമിച്ചാണ്. കൊല്ലം ഏഴു കഴിഞ്ഞു....

ഞങ്ങൾ ബ്രൂക്ക്ലിനിൽ ആണ് താമസിച്ചിരുന്നത്. ചുറ്റും റഷ്യൻഭാഷ സംസാരിക്കുന്നവർ. റഷ്യൻ സാധനങ്ങൾ വില്ക്കുന്ന കടകൾ. ഇവിടെ അമേരിക്കയിൽ വേണമെങ്കിൽ പ്രസവത്തിന് റഷ്യൻ വയറ്റാട്ടിയേയും കിട്ടും. റഷ്യൻ സ്കൂളിൽ മക്കളെ പഠിപ്പിക്കാം. റഷ്യൻ യജമാനന്റെ കീഴിൽ ജോലിചെയ്യാം. റഷ്യൻ പുരോഹിതന്റെ മുമ്പിൽ കുമ്പസാരിക്കാം. ഇവിടെ കടകളിൽ വില്ക്കാൻ വെച്ചിരിക്കുന്ന സലാമികളുടെ പേരും കേൾക്കേണ്ടതുതന്നെ. സ്റ്റാലിൻ... യെത്സിൻ... മിഖായേൽ... അങ്ങനെ പലതരം. ചോക്ലേറ്റിൽ പൊതിഞ്ഞ സാലോയു ധാരാളം. വഴിയോരത്തെ ബെഞ്ചുകളിലിരുന്ന് വയസ്സന്മാർ ദിവസം മുഴുവൻ ശീട്ടും പകിടയും കളിക്കുന്നതുകാണാം. അതിനിടയിൽ അവസാനമില്ലാത്ത വാദപ്രതിവാദങ്ങൾ യെത്സിനേയും ഗോർബച്ചേവിനേയും പറ്റി. കൂട്ടത്തിൽ സ്റ്റാലിൻ പക്ഷക്കാരും എതിർപക്ഷക്കാരുമുണ്ടാകും. അതിലെ കടന്നുപോകുമ്പോൾ അവർ പറയുന്നത് കാതിൽ വന്നുവീഴും. "നമുക്ക് സ്റ്റാലിനെ ആവശ്യമുണ്ടായിരുന്നോ?" "ഉവ്വ്... തീർച്ചയായും."

വളരെ ചെറിയ കുട്ടിയായിരിക്കുമ്പോൾ തന്നെ എനിക്ക് സ്റ്റാലിനെക്കുറിച്ച് എല്ലാം അറിയാമായിരുന്നു. അഞ്ചുവയസ്സായിരുന്നപ്പോൾ അമ്മയും ഞാനും ഒരു ബസ് സ്റ്റോപ്പിൽ നില്ക്കുകയായിരുന്നു. ഡിസ്ട്രിക്ട് കെ.ജി.ബി. ഓഫീസിനരികത്തായിരിക്കണം അതെന്ന് എനിക്കിപ്പോൾ അറിയാം. അന്നു ഞാൻ കരയുകയും ആവലാതി പറയുകയും

ചെയ്തു. അമ്മ എന്നെ സമാധാനിപ്പിക്കാനായി ചേർത്തുപിടിച്ചു. "കര യരുത്... അപ്പൂപ്പനെ ചേർത്തുപിടിച്ചുകൊണ്ടുപോയ ആൾക്കാർ കേൾക്കും" അങ്ങനെയുള്ള ദുഷ്ടന്മാർ വേറെയും ധാരാളമുണ്ട്.

അന്ന് അമ്മ അപ്പൂപ്പനെപ്പറ്റി എനിക്ക് വിശദമായി പറഞ്ഞുതന്നു. അതെല്ലാം അമ്മയ്ക്ക് ആരോടെങ്കിലും പറയണമായിരുന്നു. സ്റ്റാലിൻ മരിച്ചദിവസം. ഞങ്ങളുടെ ബാലവാടിയിൽ അവർ എല്ലാ കുട്ടികളേയും പിടിച്ചിരുത്തി കരയിച്ചു.ഞാൻ മാത്രം കരഞ്ഞില്ല. അപ്പൂപ്പൻ തടങ്കൽ ക്യാമ്പിൽനിന്നും തിരിച്ചുവന്നു. അമ്മൂമ്മയുടെ മുമ്പിൽ മുട്ടുകുത്തി... അപ്പൂപ്പനുവേണ്ടി ആ കാലമത്രയും അമ്മൂമ്മ അത്രയും കഷ്ടപ്പെട്ടി രുന്നു. പെട്ടന്ന് അമേരിക്കയിൽ കുറേയധികം റഷ്യക്കാരായ യുവാക്കൾ എല്ലാവരും സ്റ്റാലിൻ ടീ ഷർട്ട് ധരിച്ച് നടക്കുന്നു. അരിവാൾ-ചുറ്റിക അട യാളം തങ്ങളുടെ കാറുകളിൽ പതിച്ചുവെക്കുന്നു. അവക്ക് കറുത്ത വർഗ്ഗ ക്കാരെ കണ്ടുകൂടാ.

ഞങ്ങൾ കാർക്കോവിൽനിന്നാണ്... അങ്ങകലെനിന്ന് നോക്കിയപ്പോൾ അമേരിക്ക സ്വർഗ്ഗമാണെന്ന് തോന്നി. അവസരങ്ങളുടെ നാട്. ആദ്യം വന്നി റങ്ങിയപ്പോൾ എനിക്ക് തോന്നിയത്... അന്ന് നാട്ടിൽ നമ്മൾ ഇപ്പോഴും കമ്മ്യൂണിസം പടുത്തുയർത്താൻ ശ്രമിച്ചുകൊണ്ടിരിക്കുകയാണ്. എന്നാൽ അമേരിക്കക്കാർ, അതിൽ വിജയം വരിച്ചുകഴിഞ്ഞിരിക്കുന്നു. ഞങ്ങളറിയുന്ന ഒരു പെൺകുട്ടി ഞങ്ങളെ ഒരു കടയിലേക്കു കൂട്ടി ക്കൊണ്ടുപോയി. സാധനങ്ങൾ വിലകുറച്ചുകൊടുക്കുന്ന ദിവസമായിരുന്നു അത്. അമേരിക്കയിൽ ഞങ്ങൾ വന്നപ്പോൾ ഒരേയൊരു ജോടി ജീൻസേ ഉണ്ടായിരുന്നുള്ളൂ. എനിക്കും ആവശ്യത്തിനു വസ്ത്രങ്ങളുണ്ടായിരുന്നില്ല. ഒരു സ്കർട്ടിന് വില 3 ഡോളർ. ജീൻസിന് 5 ഡോളർ. ഇത്രയും തുച്ഛമോ? പിസ്സയുടെ മണം. നല്ല കാപ്പി... വൈകീട്ട് ഭർത്താവും ഞാനും ഒരു കുപ്പി മാർട്ടിനി തുറന്നു. ഒരു കൂട് മാൾബറോ സിഗരറ്റും... ഞങ്ങളുടെ സ്വപ്നം അവിടെ യാഥാർത്ഥ്യമാവുകയായിരുന്നു. അതേസമയം... നാല്പതാം വയ സ്സിൽ ജീവിതം പൂജ്യത്തിൽനിന്നും തുടങ്ങാനും ഞങ്ങൾ നിർബന്ധിത രായി. നിങ്ങളിവിടെ വന്നെത്തുമ്പോൾ സ്വയം അറിയാതെതന്നെ ഏതാനും പടികൾ താഴേക്കിറങ്ങുന്നു. നിങ്ങൾ ഒരു ഡയറക്ടറാണ്, അഭിനേത്രി യാണ്. മോസ്കോ സർവകലാശാലയിലെ ബിരുദധാരിയാണ് തുടങ്ങിയ വസ്തുതകളൊക്കെ താനേ മറന്നുപോകുന്നു. എന്റെ ആദ്യത്തെ ജോലി ഒരു ആശുപത്രിയിലായിരുന്നു. പരിചാരികയായി. തൂത്തുതുടച്ച് മുറികൾ വൃത്തിയാക്കണം. രോഗികളുടെ മലമൂത്രങ്ങൾ കൊണ്ടുകളയണം. എനി ക്കതു ചെയ്യാനായില്ല. രണ്ടാമതുകിട്ടിയ ജോലി, രണ്ടു വയസ്സന്മാരുടെ നായകളെ പതിവായി നടത്താൻ കൊണ്ടുപോകുന്നതായിരുന്നു. അതു കഴിഞ്ഞപ്പോൾ ഒരു സൂപ്പർമാർക്കറ്റിൽ "കാഷിയറാ"യി. ഏറ്റവും വിശേഷ പ്പെട്ട ദിവസം. അച്ഛൻ യുദ്ധകാലം മുഴുവൻ മുന്നണിയിലായിരുന്നു.... സൈന്യത്തോടൊപ്പം ബർലിൻവരെ ചെന്നെത്തി. എന്റെ സഹപ്രവർ ത്തകനോട് ആ കഥയൊക്കെ പറഞ്ഞപ്പോൾ മേലധികാരി പറഞ്ഞു.

“ഞങ്ങൾ അമേരിക്കക്കാരാണ് ശരിക്കും യുദ്ധം ജയിച്ചത്. നിങ്ങൾ റഷ്യക്കാരും വീറോടെ പൊരുതി ഞങ്ങളെ സഹായിച്ചു.” അതാണവർ കുട്ടികളെ സ്കൂളിൽ പഠിപ്പിക്കുന്നത്. ഞാൻ അത് കേട്ട് കസേലയിൽനിന്നും മറിഞ്ഞുവീണില്ല എന്നേയുള്ളൂ. ഇവർക്ക് റഷ്യയെകുറിച്ചെന്തറിയാം? റഷ്യക്കാർ കണ്ടമാനം വോഡ്ക കുടിക്കുന്നു... അവിടെ നിറയെ മഞ്ഞാണ്...

ഞങ്ങൾ അമേരിക്കയിലേക്ക് വന്നത് സലാമിക്കുവേണ്ടിയാണ്. ഇവിടെ വന്നപ്പോഴാണ് മനസ്സിലായത് വിചാരിച്ചത്ര കുറഞ്ഞ വിലയല്ല ഇവിടെ എന്ന്...

ഞങ്ങൾ റഷ്യ വിടുന്നത് തലച്ചോറുമായിട്ടാണ്. ഇവിടെ വന്നിറങ്ങുന്നത് കൈകളായിട്ട്. ജോലിതേടി അന്യനാട്ടിൽനിന്നും വരുന്നവർ. നാട്ടിൽനിന്ന് അമ്മ എഴുതിയിരുന്നു. താജിക്കുകാരിയായ അവരുടെ കാവൽക്കാരൻ അവരുടെ നാട്ടിൽനിന്ന് ബന്ധുക്കളെയെല്ലാവരേയും മോസ്കോയിലേക്ക് കൊണ്ടുവന്നു കഴിഞ്ഞുവെന്ന്. ഇപ്പോൾ അയാളാണ് യജമാനൻ. പലയിടത്തായി അയാൾ അവരെ പണിക്കുനിർത്തിയിരിക്കുന്നു. അയാളുടെ ഭാര്യ എപ്പോഴും ഗർഭിണിയാണ്. വിശേഷദിവസങ്ങളിൽ വീട്ടുമുറ്റത്തുവെച്ച് അവർ നല്ലൊരു കൊറ്റനാടിനെ അറക്കും... മോസ്കോ നിവാസികളുടെ ജനലിനു തൊട്ടുതാഴെ. അവിടെ തീകൂട്ടിയാണ് കെബാബുകൾ ചുട്ടെടുക്കുന്നതും...

ഞാൻ യുക്തിപൂർവ്വം ചിന്തിക്കുന്ന കൂട്ടത്തിലാണ്. നമ്മുടെ അപ്പൂപ്പന്മാരുടേയും അമ്മൂമ്മമാരുടേയും അലങ്കാരഭംഗിയുള്ള ഭാഷ. എന്നെ സംബന്ധിച്ചിടത്തോളം വെറും വികാരപ്രകടനം മാത്രമാണ്.... കാമ്പില്ലാത്തത്. റഷ്യൻ പുസ്തകങ്ങൾ വായിക്കലും റഷ്യൻ വെബ് നോക്കലും ഞാൻ എന്നേ നിർത്തി. റഷ്യയുമായി ബന്ധപ്പെട്ടതെല്ലാം തന്നെ എനിക്ക് എന്നിൽനിന്ന് ആട്ടിപ്പായിക്കണം.... ഒടുവിൽ ഒട്ടും റഷ്യനല്ലാതാവണം...

ഭർത്താവിനായിരുന്നു നാടുവിടാൻ ഏറ്റവും തിടുക്കം. വരുമ്പോൾ പഞ്ഞപ്പെട്ടിനിറയെ ഞങ്ങൾ റഷ്യൻ പുസ്തകങ്ങൾ കൂടെ കൊണ്ടുവന്നു. കുട്ടികൾ അവരുടെ ഭാഷ മറക്കാതിരിക്കട്ടെ. റഷ്യൻ സാഹിത്യം വായിച്ചു വളരട്ടെ, മോസ്കോയിൽവെച്ച് കസ്റ്റംസുകാർ പെട്ടികളെല്ലാം തുറന്നു പരിശോധിച്ചു. വളരെ പഴയ കൃതികളുണ്ടോ എന്ന് അവർ തിരഞ്ഞു. അവർ കണ്ടത് മുഴുവൻ പുഷ്കിന്റേയും ഗോഗോളിന്റേയും രചനകളായിരുന്നു. കസ്റ്റംസുകാർ ഞങ്ങളെ പരിഹസിച്ച് വേണ്ടുവോളം ചിരിച്ചു. ഇപ്പോഴും ഞാൻ ഇടയ്ക്കിടെ റേഡിയോ മയാക്വെക്കും. റഷ്യൻ ഗാനങ്ങൾ കേട്ടിരിക്കും.

ഓ... റഷ്യ. എന്റെ സ്വന്തം റഷ്യ. എന്റെ പ്രിയപ്പെട്ട സെന്റ് പീറ്റേഴ്സ്ബർഗ്. തിരിച്ചുപോകാൻ എന്റെ മനസ്സെത്രമാത്രം കൊതിക്കുന്നു... ഏറ്റവും നിസ്സാരമായൊരു അവസരം കിട്ടിയാലും ഞാൻ പോകും. കമ്മ്യൂണിസം നീണാൾ വാഴട്ടെ. നാട്... ഇവിടത്തെ ഉരുളക്കിഴങ്ങിനുപോലും ചവറിന്റെ സ്വാദാണ്. റഷ്യൻ ചോക്ലേറ്റ്... ആ രുചി സ്വർഗ്ഗീയമാണ്.

റേഷൻകാർഡു കാണിച്ച് അടിവസ്ത്രങ്ങൾ വാങ്ങിയിരുന്ന കാലം... പൊയ്പോയല്ലോ എന്ന് ഖേദം തോന്നുന്നുണ്ടോ? കമ്മ്യൂണിസത്തെ സംബന്ധിച്ച പഠനക്ലാസ്സുകളും പരീക്ഷയുമൊന്നും ഞാൻ മറന്നിട്ടില്ല.

റഷ്യയിലെ സേച്മരങ്ങൾ... എവിടെ നോക്കിയാലും ബേവ് മരങ്ങൾ.

എന്റെ സഹോദരിയുടെ മകൻ അസ്സലായി ഇംഗ്ലീഷ് സംസാരിക്കും. അവനൊരു കമ്പ്യൂട്ടർ വിദഗ്ദ്ധനാണ്. നാട്ടിലേക്ക് മടങ്ങുംമുമ്പേ ഒരു വർഷം ഇവിടെ ചിലവഴിച്ചു. അവൻ പറയുന്നത് ഇപ്പോൾ റഷ്യയിൽ താമസിക്കുന്നതാണ് കൂടുതൽ ഖേദകരം എന്നാണ്...

ഇപ്പോൾ റഷ്യയിലും ഒട്ടനവധി പേർ നന്നായി ജീവിക്കുന്നുണ്ട്. അവർക്ക് ജോലിയുണ്ട്. വീടും കാറും മറ്റു സൗകര്യങ്ങളുമുണ്ട്. എന്നാലും എല്ലാവർക്കും ഉള്ളിൽ ഭയമാണ്. നാടുവിടണമെന്ന് ആഗ്രഹവുമുണ്ട്. അവരുടെ വ്യാപാരങ്ങൾ എപ്പോൾ വേണമെങ്കിലും സർക്കാർ ഏറ്റെടുത്തേക്കും. ഒരു കാരണവും കൂടാതെ അവരെ തടവിലാക്കിയെന്നും വരാം. രാത്രി സ്വന്തം വീടിനു പുറത്തെ ഇടനാഴികളിൽ ആരെങ്കിലും തല്ലിച്ചതച്ചേക്കാം. ഏറ്റവും മുകളിൽനിന്ന് താഴോട്ടുവരെ ആർക്കും നിയമത്തിനെ ഭയമില്ല... നിയമമനുസരിച്ച് ആരും ജീവിക്കുന്നുമില്ല.

അബ്രമോവിച്ചിന്റേയും ഡെറിവസ്കാ[1]യുടേയും ലസ്കോവി[2]ന്റേയും റഷ്യ... അതാണോ ശരിയായ റഷ്യ? കപ്പൽ മുങ്ങിത്താഴുകയാണ്... നമ്മൾ ശരിക്കും താമസിക്കേണ്ടത് ഗോവയിലാണ്. അവിടെനിന്ന് റഷ്യയിൽ പോയി പണം സമ്പാദിക്കണം.

> ഞാൻ ബാൽക്കണിയിലേക്ക് കടന്നു. അവിടെയിരുന്ന് കുറെ പേർ പുകവലിക്കുന്ന ഇതേ സംഭാഷണം തന്നെ. ഇന്ന് റഷ്യവിട്ട് വിദേശത്തേക്കു പോകുന്നവർ മിടുക്കന്മാരാണോ അതോ മണ്ടന്മാരോ? ആദ്യം അകത്തിരുന്ന് ആരോ "മോസ്കോയിലെ രാത്രികൾ" എന്ന പാട്ടുപാടുന്നതു കേട്ടപ്പോൾ എനിക്കെന്റെ കാതുകളെ വിശ്വസിക്കാനായില്ല. ഞങ്ങളുടെ ഏറ്റവും പ്രിയപ്പെട്ട സോവിയറ്റ് ഗാനമായിരുന്നു അത്. ഞാൻ നിന്ദിച്ച് അകത്തേക്കുചെന്നു. അവിടെ എല്ലാവരും അതു പാടുകയായിരുന്നു. ഞാൻ കൂടെ കൂടി.

ഉദ്യാനത്തിൽ യാതൊന്നും ഇളകുന്നില്ല,
പുലരുംവരെ എല്ലാം നിശ്ചലമാണ്.
മോസ്കോയിലെ ആ രാത്രികളുടെ മനോഹാരിത
നിങ്ങൾക്ക് അനുഭവിച്ചറിയാൻ സാധിച്ചുവെങ്കിൽ!

---

1. ലോകത്തെ പ്രധാനപ്പെട്ട അലുമിനിയം ബിസിനസ്സുകാരൻ
2. റഷ്യയിലെ മേയർ

നിങ്ങൾക്കരികിൽ ദൈവം നിക്ഷേപിച്ച അപരിചിതരുടെ വ്യാകുലതകളെക്കുറിച്ച്

റാവ്ഷാൻ

കുടിയേറ്റക്കാരനായ തൊഴിലാളി, 27 വയസ്സ്

മോസ്കോയിലെ ടാജിക്കിസ്ഥാൻ ഫണ്ടിന്റെ ഡയറക്ടറായ ഗഫ്‌വാർ ദസൂറായിവ പറഞ്ഞ കഥയാണിത്

“ജന്മദേശമില്ലാത്ത ഒരു മനുഷ്യൻ
പൂവാടിയില്ലാത്ത ഒരു രാപ്പാടിയെപ്പോലെയാണ്. ”

മരണത്തെകുറിച്ച് എനിക്ക് കുറേയെറെ അറിയാം. ഒരു ദിവസം... ഞാൻ മനസ്സിലാക്കിയ കാര്യങ്ങൾ എന്നെ ഒരു ഭ്രാന്തനാക്കിത്തീർക്കും.

ആത്മാവിനെ സംബന്ധിച്ചിടത്തോളം ശരീരം അതിനു പാർക്കാനുള്ള ഒരു പാത്രമാണ്. മുസ്ലീമുകളുടെ ആചാരപ്രകാരം ഒരാൾ മരിച്ചുകഴിഞ്ഞാൽ കഴിയുന്നതും വേഗം ആ ശരീരം മറവുചെയ്തിരിക്കണം... കഴിയുമെങ്കിൽ അതേ ദിവസം തന്നെ. അള്ള ആത്മാവിനെ തിരിച്ചെടുത്ത് അധികം കഴിയും മുമ്പേ മൃതശരീരം അടക്കം ചെയ്തിരിക്കണം. മരിച്ചയാളുടെ വീട്ടിൽ, ഒരാണിയിൽ ഞങ്ങൾ ഒരു തുണ്ട് വെള്ളത്തുണി തൂക്കിയിടും. തികച്ചും നാല്പതു ദിവസം അതവിടെത്തന്നെയുണ്ടാകും രാത്രിയായാൽ ആ വീട്ടിലേക്ക് പരേതന്റെ പ്രാണൻ പറന്നുയരും. ആ വെള്ളത്തുണിയിൽ ചേർന്നിരിക്കും. ചുറ്റുമുള്ള പരിചിത ശബ്ദങ്ങൾ കേട്ട് അത് സന്തോഷിക്കും. പിന്നെ പതുക്കെ വീണ്ടും പറന്നുപോകും.

റവ്ഷാൻ... അയാളെ എനിക്ക് നല്ല ഓർമ്മയുണ്ട്. പതിവുകഥ തന്നെ. ആറുമാസമായി അവർ അവനു ശമ്പളംകൊടുത്തില്ല. അവന് നാലു മക്കളുണ്ട്... എല്ലാവരും പാമീറിലാണ്. ആദ്യം അയാളുടെ അച്ഛനു സുഖമില്ലാതായി. അയാൾ കെട്ടിടനിർമ്മാണക്കമ്പനിയുടെ ആപ്പീസിൽ ചെന്ന് കുറച്ച് പണം മുൻകൂറായി ചോദിച്ചു. അവർ കൊടുത്തില്ല. അതായിരുന്നു അവസാനത്തെ പിടിവള്ളി. അവൻ സ്വന്തം വീടിന്റെ കോലായിൽ

ചെന്നിരുന്നു. ഒരു കത്തിയുമെടുത്ത് തന്റെ കഴുത്തറുത്തു. അവരെന്നെ വിവരമറിയിച്ചു. ഞാനുടനെ ശവം സൂക്ഷിക്കുന്ന മുറിയിലേക്ക് ചെന്നു. റവ്ഷാന്റെ സുന്ദരമായ മുഖം. ഒരിക്കലും മറക്കാനാവില്ല... ആ മുഖം... ഞങ്ങൾ ഒരു പിരിവുനടത്തി. ഇപ്പോഴും ആലോചിക്കുമ്പോൾ അദ്ഭുതം തോന്നുന്നു. മനുഷ്യമനസ്സ് പ്രവർത്തിക്കുന്ന വിധം... ഓരോ വ്യക്തിയുടേയും ഉൾചലനങ്ങൾ. ആരുടെ കൈയിലും ഒരു ചില്ലിക്കാശില്ല അധികമെന്നു പറയാൻ. എന്നാലും ആരെങ്കിലും മരിച്ചുവെന്നു കേട്ടാൽ ആവശ്യത്തിനുള്ള തുക അവർ എങ്ങനെയെങ്കിലുമുണ്ടാക്കും, ഉടനെത്തന്നെ. പോക്കറ്റിൽനിന്ന് അവസാനത്തെ തുട്ടും അവർ മടി കൂടാതെ എടുക്കും. സ്വന്തം നാട്ടിൽ മരിച്ചയാളുടെ ആത്മാവിന് അന്ത്യവിശ്രമമൊരുക്കാൻ. അന്യരാജ്യത്തെ മണ്ണിൽ അതിന് തുടർന്നും തങ്ങേണ്ടി വരരുത്. അതിനായി ആകെ കൈയിലുള്ള നൂറു റൂബിളും തരാൻ അവർ മടി കാണിക്കില്ല. എന്നാൽ ഒരാൾ നാട്ടിൽപോകണമെന്നു പറഞ്ഞാൽ കൂട്ടുകാരാരും സഹായിക്കില്ല. കുട്ടിക്ക് സുഖമില്ലെന്നു പറഞ്ഞാലും ഒന്നും തന്നെ കിട്ടില്ല. എന്നാൽ ആരെങ്കിലും മരിച്ചുവെന്നുകേട്ടാൽ രണ്ടാമതൊന്ന് ആലോചിക്കില്ല. ഒരു പ്ലാസ്റ്റിക് ഉറയിൽ കുറെ ചുളിഞ്ഞ്, അഴുക്കുപറ്റിയ നൂറു റൂബിൾ നോട്ടുകളുമായി അവർ എന്റെ അടുത്തുവന്നു. ആ സഞ്ചി മേശപ്പുറത്തുവെച്ചു. ആ പണവുമായി ഏറോഫ്ളോട്ടിന്റെ ആപ്പീസിൽചെന്നു മാനേജരോട് വിവരം പറഞ്ഞു. മരിച്ചയാളുടെ ആത്മാവ് തന്റെ ജന്മദേശത്തേക്ക് താനേ പറന്നെത്തും. എന്നാൽ ഒരു ശവപ്പെട്ടി അവിടെ എത്തിക്കുക വളരെ ചിലവുള്ള കാര്യമാണ്.

(അവർ തന്റെ മേശപ്പുറത്തുനിന്ന് ഒരു കെട്ട് കടലാസ്സുകൾ എടുത്തു, ഓരോന്നായി വായിക്കാൻ തുടങ്ങി.)

അന്യദേശ തൊഴിലാളികൾ പാർക്കുന്ന ഒരു അപ്പാർട്ട്മെന്റിലേക്ക് പൊലീസ് കടന്നുവന്നു. ഗർഭിണിയായ ഭാര്യ, അവളുടെ ഭർത്താവും. പൊലീസുകാർ ഭാര്യയുടെ മുമ്പിൽവെച്ച് അയാളെ കഠിനമായി മർദ്ദിച്ചു. കാരണം, അവിടെ താമസിക്കാൻ വേണ്ട കൃത്യമായ ഔദ്യോഗികരേഖകൾ അയാളുടെ പക്കലില്ലായിരുന്നു. കണ്ടുനിന്ന ഭാര്യക്ക് രക്തസ്രാവം തുടങ്ങി. അവളും വയറ്റിൽ കിടക്കുന്ന കുഞ്ഞും മരിച്ചു.

മോസ്കോ നഗരത്തിന്റെ പ്രാന്തപ്രദേശങ്ങളിൽ ഒരിടത്ത്. മൂന്നുപേരെ കാണാതായി. രണ്ടു സഹോദരന്മാർ അവരുടെ സഹോദരിയും. അവരുടെ ബന്ധുക്കളായ ചിലർ ടാജിക്കിസ്ഥാനിൽനിന്നുമെത്തി... അവർ വിവരങ്ങൾ തിരക്കി. ഞങ്ങളുടെ സംഘടനയെ സമീപിച്ചു. അവർ മൂന്നുപേരും ജോലിചെയ്തിരുന്ന ബേക്കറിയിലേക്ക് ഞങ്ങൾ വിളിച്ചു. ആദ്യത്തെ തവണ പറഞ്ഞു "നിങ്ങൾ പറഞ്ഞ പേരുള്ള മൂന്നുപേരെ ഞങ്ങൾക്കറിയില്ല."

രണ്ടാമതും വിളിച്ചപ്പോൾ ബേക്കറി ഉടമതന്നെയാണ് മറുപടി പറഞ്ഞത്. "ശരിയാണ്. ഏതാനും ടാജിക്കുകൾ എന്റെ ബേക്കറിയിൽ പണിയെടുത്തിരുന്നു. അവർക്ക് മൂന്നുമാസത്തെ ശമ്പളം കൊടുത്തു. അതേ

ദിവസം അവർ ഇവിടെ നിന്നുപോയി. പിന്നീട് കണ്ടിട്ടില്ല. "എവിടെപ്പോയി എന്നെനിക്കറിയില്ല." അതുംകൂടി കേട്ടപ്പോഴാണ് ഞങ്ങൾ പൊലീസിൽ വിവരമറിയിച്ചത്. അവർ മൂന്നുപേരും ക്രൂരമായി മർദ്ദിക്കപ്പെട്ടിരുന്നു. കാട്ടിലെ ഒരു കുഴിയിൽനിന്നാണ് തല്ലിച്ചതയ്ക്കപ്പെട്ട ആ മൃതദേഹങ്ങൾ കണ്ടെടുത്തത്. ബേക്കറി ഉടമ ഞങ്ങളുടെ സംഘടനയ്ക്കെതിരെ ഭീഷണി മുഴക്കാൻ തുടങ്ങി. "എനിക്ക് എല്ലായിടത്തും വേണ്ടപ്പെട്ടവരുണ്ട്. നിങ്ങളേയും ഞാൻ കുഴിച്ചുമൂടും".

ഒരു കെട്ടിടം പണി നടക്കുന്ന ഇടത്തിൽനിന്നും രണ്ടു ടാജിക്കുകളെ ആംബുലൻസിൽ കയറ്റി ആശുപത്രിയിലേക്ക് കൊണ്ടുപോയി. ആ രാത്രി മുഴുവൻ തണുത്ത ഒരു മുറിയിൽ അവർ കാത്തിരുന്നു. ആരും അവരുടെ കാര്യം പരിഗണിച്ചില്ല. ഡോക്ടർമാരും ഒരു മടിയും കൂടാതെ അവരുടെ അവജ്ഞ പ്രകടിപ്പിച്ചു. 'നിങ്ങൾ കുറുമ്പന്മാർ ഇങ്ങോട്ടു കെട്ടിയെടുക്കുന്നതെന്തിനാണ്?"

ഒരു ദിവസം രാത്രി പതിനഞ്ചു ടാജിക്കുകളെ പൊലീസുകാർ അവരുടെ താമസസ്ഥലത്തുനിന്നും പിടിച്ചിറക്കി. ഏതോ കെട്ടിടത്തിന്റെ നിലവറയിൽ ആണ് അവർ താമസിച്ചിരുന്നത്. റോഡടിച്ചു വൃത്തിയാക്കുന്ന ജോലി ചെയ്യുന്നവർ. കലാപങ്ങൾ അടിച്ചമർത്താൻ പ്രത്യേകം പരിശീലനം നേടിയ ആ പൊലീസുകാർ അവരെയെല്ലാം വെളിയിൽ മഞ്ഞുറഞ്ഞു കിടക്കുന്നതിനുമേലേക്ക് തള്ളിയിട്ടു. പൊതിരെ തല്ലി. ഇരുമ്പു ഉപ്പൂറ്റിയുള്ള ഷൂസുകൊണ്ട് ആഞ്ഞുചവിട്ടി.... കൂട്ടത്തിൽ പതിനഞ്ചു വയസ്സായിരുന്ന ഒരു കുട്ടി... അവിടെ കിടന്ന് മരിച്ചു...

ഒരമ്മ അവരുടെ മകന്റെ മൃതദേഹം ഏറ്റുവാങ്ങി. റഷ്യയിൽ നിന്നാണ് ആ ശവപ്പെട്ടി അവരുടെ കൈകളിലെത്തിയത്. ശവത്തിന്റെ ആന്തരികാവയവങ്ങൾ ഒന്നുപോലും ഉണ്ടായിരുന്നില്ല. അറിയാമോ, മോസ്കോ നഗരത്തിൽ എന്തുവേണമെങ്കിലും നിങ്ങൾക്ക് വിലയ്ക്കു വാങ്ങിക്കാം... വൃക്കകൾ, കരൾ, ശ്വാസകോശം, കൃഷ്ണമണികൾ, ഹൃദയത്തിന്റെ വാൽവുകൾ... എന്തും സുലഭമാണ് കരിഞ്ചന്തയിൽ.

ഇവരെല്ലാവരും എന്റെ സഹോദരി സഹോദരന്മാരാണ്. ഞാനും പാമീർ മേഖലയിൽത്തന്നെയാണ് ജനിച്ചത്. ഞങ്ങളുടെ ഗ്രാമമലനിരകൾക്കിടയിലാണ് നല്ല മണ്ണ്. ഞങ്ങളെ സംബന്ധിച്ചിടത്തോളം പൊന്നിനോളം വിലയുള്ളതാണ്. ഞങ്ങളുടെ നാട്ടിൽ ഗോതമ്പ് അളന്നു കൊടുക്കുന്നത് സഞ്ചികളിലല്ല, ആണുങ്ങളുടെ തൊപ്പി*ക്കകത്താണ്. ഭക്ഷണക്ഷാമം നന്നേയുള്ള നാട്ടുപ്രദേശം. ചുറ്റും ഉയർന്ന മലനിരകളാണ്. അവയുമായി താരതമ്യം ചെയ്യുമ്പോൾ മനുഷ്യനിർമ്മിതമായതെല്ലാം വെറും കളിപ്പാട്ടങ്ങൾ... ബാലിശം. ഭൂമിയിൽ കാലുറപ്പിച്ച് മേഘങ്ങളിലേക്ക് തല ഉയർത്തി അങ്ങനെയാണ് ഞങ്ങൾ ജീവിക്കുന്നത്. സമുദ്രനിരപ്പിൽനിന്നും എത്രയോ ഉയരത്തിലാണ് ഞങ്ങളുടെ ഗ്രാമം. അത് വേറെത്തന്നെയൊരു

* ഈ തൊപ്പി അളവുതോതായി ഉപയോഗിച്ചിരുന്നു

ലോകമാണെന്നു തോന്നും. ഭൂമിക്കപ്പുറത്തുള്ള ലോകത്തിലെത്തി ക്കഴിഞ്ഞുവെന്ന പ്രതീതി. സമുദ്രത്തിന്റെ പ്രതീതി വേറെയാണ്. അത് ഒരു കാന്തത്തെപോലെ നിങ്ങളെ അരികിലേക്കാകർഷിക്കുന്നു. എന്നാൽ പർവ്വതങ്ങൾ... അവ നിങ്ങളെ കാത്തുരക്ഷിക്കുന്നു എന്ന തോന്നലാണ് ഉള്ളിലുളവാക്കുക. അവ നിങ്ങളെ സംരക്ഷിച്ചുകൊണ്ട് സദാ ജാഗരൂക രായി നിൽക്കുന്നു. ആ മലനിരകൾ ഓരോ വീടിനെ സംബന്ധിച്ചിട ത്തോളവും രണ്ടാം ചുറ്റുമതിലാണ്. ടാജിക്കുകൾ സ്വതവേ യോദ്ധാ ക്കളല്ല. ശത്രുക്കളുടെ ആക്രമണമുണ്ടാകുമ്പോൾ നാട്ടുകാർ സാധാര ണയായി മലയിടുക്കുകളിൽ മറഞ്ഞിരിക്കുകയാണ് പതിവ്. (അവർ കുറച്ചുനേരം ഒന്നും മിണ്ടാതിരുന്നു) എനിക്കേറ്റവും ഇഷ്ടമുള്ള ടാജിക് ഗാനം ഒരു വിലാപഗീതമാണ്... സ്വന്തം നാടുവിട്ടുപോകുന്നതിനെ കുറി ച്ചുള്ള വരികൾ. അത് കേൾക്കുമ്പോഴൊക്കെ ഇപ്പോഴും ഞാൻ കരഞ്ഞു പോകുന്നു. മാതൃഭൂമി വിട്ടുപോകേണ്ടിവരിക... ഒരു ടാജിക്കിന്റെ ജീവിത ത്തിലെ ഏറ്റവും വലിയ ദുരന്തമാണത്. ജന്മദേശത്തുനിന്നും അകന്ന് ദൂരെ ഒരിടത്ത് താമസിക്കേണ്ടിവരിക. അവനത് സങ്കല്പിക്കാൻ കൂടി വയ്യ. സ്വദേശം എന്നൊന്നില്ലാത്ത ഒരു മനുഷ്യൻ പൂവടിയില്ലാത്ത രാപ്പാടിയെപോലെയാണെന്നാണ് അവൻ പറയുക.

കഴിഞ്ഞ എത്രയോ വർഷങ്ങളായി ഞാൻ മോസ്കോയിലാണ് താമ സിക്കുന്നത്. എന്നാലും എന്റെ ചുറ്റും ഞാൻ എപ്പോഴും കരുതിവെക്കും. എന്റെ നാടിന്റെ ഓർമ്മയുണർത്തുന്ന പലവിധം വസ്തുക്കൾ. ഏതെ ങ്കിലുമൊരു മാസികയിൽ വല്ല മലനിരകളുടേയും പടം കണ്ടാൽ ഉടനെ ഞാനത് വെട്ടിയെടുത്ത് ചുമരിൽ ഒട്ടിച്ചുവെക്കും. അതുപോലെത്തന്നെ യാണ് പൂത്തുനില്ക്കുന്ന അപ്രികോട്ട് മരങ്ങളുടേയും പരുത്തിപ്പാടങ്ങളു ടേയും ചിത്രങ്ങൾ കണ്ടാൽ. സ്വപ്നത്തിൽ പലപ്പോഴും ഞാൻ പാടത്തി റങ്ങി പരുത്തി പറിക്കാറുണ്ട്. മെല്ലെ പരുത്തിക്കായ പൊളിക്കും. നല്ല മൂർച്ചയുള്ള അരികുകളുണ്ട്. അതിനകത്ത് ചെറിയ ഒരു വെള്ളകട്ട. പഞ്ഞി പോലെ... മൃദുലമായി.. തീരെ കനം കുറഞ്ഞ്. പതുക്കെ അതു പുറ ത്തേക്കെടുക്കണം. കൈ ഉരഞ്ഞുപോകരുത്. സ്വപ്നം കണ്ടുണർന്ന പ്രഭാ തങ്ങളിൽ എനിക്ക് വെറുതെ ഒരു തളർച്ചതോന്നും. മൗഢ്യം.

മോസ്കോയിലെ അങ്ങാടികളിൽ ചെന്നാൽ ഞാൻ ടാജിക്ക് ആപ്പിളു കളുണ്ടോ എന്ന് പ്രത്യേകം തിരക്കും. ലോകത്തിൽവെച്ച് ഏറ്റവും നല്ല ആപ്പിൾ അതാണ്. പഞ്ചസാരക്കട്ടയുടെ മധുരമാണ് ടാജിക് മുന്തിരിക്ക്. കുട്ടിക്കാലത്ത് ഞാൻ സ്വപ്നം കണ്ടിരുന്നു, ഒരു ദിവസം ഞാൻ റഷ്യ യിലെ കാടുകളും അവിടെ വളർന്ന് നില്ക്കുന്ന കൂണുകളും കാണു മെന്ന്. മോസ്കോയിൽ എങ്ങനെ ചെന്നെത്തും? അവിടെയുള്ളവരുമായി എങ്ങനെ ഇടപഴകും എന്നൊക്കെ ആലോചിച്ചിരുന്നു. എന്റെ മനസ്സിന്റെ മറ്റേ പകുതിയാണത്. റഷ്യൻ കൃഷിക്കാരന്റെ ചുമ, അവിടത്തെ അടുക്കള.. പിർസോക്കി... ഞങ്ങളുടെ ജീവിതത്തെക്കുറിച്ചാണ് പറയുന്നത്. എന്റെ സഹോദരന്മാരെക്കുറിച്ച്... നിങ്ങളുടെ കണ്ണിൽ അവരെല്ലാവരും

ഒരേപോലെയായിരിക്കും. കറുത്ത മുടി, മുഷിഞ്ഞ വേഷം, കുളിക്കാതെ. എതിർപ്പു കാണിക്കുന്ന മുഖഭാവം. നിങ്ങൾക്കൊട്ടും പിടികിട്ടാത്ത ഒരു ലോകത്തു നിന്നാണവർ വരുന്നത്. അന്യനൊരുത്തന്റെ ദുഃഖം... നിങ്ങളുടെ വാതിൽപ്പടിയിൽ ദൈവം കൊണ്ടുവന്നിരിക്കുകയാണ്. എന്നാൽ അന്യരോടൊപ്പമാണ് തങ്ങൾ കഴിയുന്നത് എന്ന ചിന്ത അവരുടെ ഉള്ളിലില്ല. പറഞ്ഞു വരുമ്പോൾ അവരുടെ അച്ഛനമ്മമാർ ജീവിച്ചിരുന്നത് യു. എസ്.എസ്.ആറിലാണല്ലോ. എല്ലാവരുടേയും തലസ്ഥാനനഗരം മോസ്കോ ആയിരുന്നു. ഇപ്പോൾ അവർക്കവിടെ ജോലിയുണ്ട്... പാർപ്പിടമുണ്ട്. കിഴക്കൻ ദേശങ്ങളിൽ ഒരു ചൊല്ലുണ്ട്. “കുടിവെള്ളം തരുന്ന കിണറ്റിലേക്ക് തുപ്പരുത്” ചെറുപ്പകാലത്ത് എല്ലാ ടാജിക് ബാലന്മാരുടേയും സ്വപ്നമാണ്, വലുതായാൽ റഷ്യയിലേക്ക് പോകും. ധാരാളം പണം സമ്പാദിക്കും. നാട്ടുകാരുടെയൊക്കെ കൈയിൽനിന്നും പണം കടംവാങ്ങി ടിക്കറ്റിനുള്ള തുക സ്വരൂപിക്കും. അതിർത്തിയിലെത്തിയാൽ റഷ്യക്കാരായ കസ്റ്റംസ് ഉദ്യോഗസ്ഥന്മാർ ചോദിക്കും. “ആരെ കാണാനാണ് പോകുന്നത്?”

“നീനയെ...” മറുപടി എപ്പോഴും ഒന്നുതന്നെ. കാരണം എല്ലാ റഷ്യൻ സ്ത്രീകളും അവർക്ക് നീനയാണ്... ആ നാട്ടിലെ സ്കൂളുകളിലെവിടേയും ഇപ്പോൾ റഷ്യൻ ഭാഷ പഠിപ്പിക്കുന്നില്ല. എല്ലാവരും വരുന്നത് അവരുടെ നിസ്കാരപ്പായകളുമായിട്ടാണ്.

(ആ സംഘടനയുടെ ആപ്പീസിലാണ് ഞങ്ങൾ ഇരുന്നിരുന്നത്. മൂന്ന് നാല് ഇടുങ്ങിയ മുറികൾ മാത്രം. ടെലിഫോൺ നിരന്തരം ശബ്ദിച്ചുകൊണ്ടിരുന്നു.)

ഇന്നലെ ഞാൻ ഒരു പെൺകുട്ടിയുടെ ജീവൻ രക്ഷിച്ചു. ...എങ്ങനെയോ ഒരു കാറിനകത്തുനിന്ന് അവൾ എന്നെ വിളിച്ചു. ഒരു സംഘം പൊലീസുകാർ അവളെ ബലമായി കാറിൽ കയറ്റി കാട്ടിലേക്ക് ഓടിച്ചു പോവുകയായിരുന്നു. അവൾ ഒച്ചയൊതുക്കി പറഞ്ഞു ‘അവരെന്നെ തെരുവിൽനിന്നു പിടിച്ചുകയറ്റി. ഇപ്പോൾ നഗരത്തിനു പുറത്തേക്ക് കൊണ്ടുപോകുന്നു. എല്ലാവരും കുടിച്ച് വെളിവുകെട്ട അവസ്ഥയിലാണ്” അവൾ കാറിന്റെ ലൈസൻസ് പ്ലേറ്റിലെ നമ്പർ പറഞ്ഞുതന്നു... മദ്യം തലയ്ക്കു പിടിച്ചിരുന്നതുകൊണ്ട് അവളെ പരിശോധിക്കാനും അവളുടെ ഫോൺ കൈക്കലാക്കാനുമൊന്നും അവർ മിനക്കെട്ടില്ല. സുന്ദരിയായൊരു പെൺകുട്ടി ആയിടയ്ക്കാണ് സുഷാൻബിയിൽനിന്നുവന്നത്.

ഞാനും ഒരു കിഴക്കൻ ദിക്കുകാരിയാണ്. തീരെ ചെറുപ്രായത്തിൽ തന്നെ അമ്മയും അമ്മൂമ്മയും എന്നെ ശീലിപ്പിച്ചു, പുരുഷന്മാരോട് എങ്ങനെ സംസാരിക്കണമെന്ന്. “തീയിനെ തീകൊണ്ട് നേരിടാനാവില്ല. അവിടെ പ്രയോഗിക്കേണ്ടത് ബുദ്ധിയാണ്.” അമ്മൂമ്മ എപ്പോഴും പറയുമായിരുന്നു. ഞാൻ പൊലീസ് സ്റ്റേഷനിലേക്ക് വിളിച്ചു. “ഹലോ... സുഹൃത്തേ... ദാ, ഇപ്പോൾ എനിക്കൊരു വിവരം കിട്ടി. നിങ്ങളുടെ പയ്യന്മാർ ഞങ്ങളുടെ ഒരു പെൺകുട്ടിയെ പിടിച്ച് കൊണ്ടുപോകാൻ പാടില്ലാത്ത സ്ഥലത്തേക്ക് കൊണ്ടുപോയിക്കൊണ്ടിരിക്കുകയാണ്.

എല്ലാവരും മദ്യത്തിന്റെ ലഹരിയിലാണ്. ആ കാറിന്റെ ലൈസൻസ് നമ്പർ ഞങ്ങൾക്കറിയാം. കാര്യങ്ങൾ കൂടുതൽ വഷളാവുംമുമ്പേ അവരെ തിരിച്ചു വിളിച്ചോളൂ." ഫോണിന്റെ അങ്ങേ തലയ്ക്കൽനിന്ന് അസഭ്യത്തിന്റെ പെരുമഴ. "അത്തരം കുറുമ്പികൾ... മരത്തിൽനിന്ന് താഴേക്കിറങ്ങി വന്ന കരിങ്കുരങ്ങുകളാണവർ.... അവരുടെ കാര്യത്തിൽ നിങ്ങൾക്കെന്താണിത്ര ശ്രദ്ധ? വെറുതെ സമയം പാഴാക്കേണ്ട..."

"പൊന്നുമോനേ...." ഞാൻ കയർക്കാതെ പറഞ്ഞു. "ഞാനും ആ കരിങ്കുരങ്ങുകളുടെ കൂട്ടത്തിൽപ്പെട്ടതാണ്. പോരെങ്കിൽ നിന്റെ അമ്മയും." അപ്പുറത്ത് ശബ്ദമൊന്നും കേട്ടില്ല. എന്തായാലും അങ്ങേ തലയ്ക്കലുള്ള ആളും ഒരു മനുഷ്യനാണല്ലോ. ആ ഒരു സംഗതിയിലാണ് ഞാൻ എപ്പോഴും ശ്രദ്ധ കേന്ദ്രീകരിക്കാറുള്ളത്. പതുക്കെ പതുക്കെ ഞങ്ങൾ ഒരു സംഭാഷണത്തിന്റെ ഒഴുക്കിലേക്ക് വീണു. പതിനഞ്ചു മിനിറ്റിനുശേഷം, അവർ കാറ് നഗരത്തിലേക്ക് തിരിച്ചോടിക്കാൻ തുടങ്ങി. അവർ അവളെ തീർച്ചയായും ബലാത്സംഗം ചെയ്ത് കൊന്നുകളഞ്ഞേനേ. കാട്ടിൽനിന്ന് പലതവണ ഞാൻ, അങ്ങനെ കൊല്ലപ്പെട്ട പെൺകുട്ടികളുടെ ശവശരീരങ്ങൾ കഷണം കഷണമായി പെറുക്കിയെടുത്തിട്ടുണ്ട്. ഞാൻ ആരാണെന്ന് നിങ്ങൾക്കറിയാമോ? ഞാനൊരു ആൽക്കമിസ്റ്റാണ്. ഞങ്ങൾ ലാഭേച്ഛ കൂടാതെയാണ് ഈ സംഘടന നടത്തുന്നത്. ഞങ്ങളുടെ പക്കൽ പണമോ അധികാരമോ ഇല്ല. ഉള്ളത് നല്ലവരായ കുറെ പേരുടെ പിൻബലം മാത്രമാണ്. സ്വയം രക്ഷിക്കാൻ സാധിക്കാത്തവരുടെ രക്ഷയ്ക്കായി ഞങ്ങൾ മുന്നോട്ടുവരുന്നു. ഞങ്ങളുടെ മനോധൈര്യവും ഉൾക്കാഴ്ചയും... അതുകൊണ്ടുമാത്രമാണ് ഞങ്ങളുടെ പ്രയത്നം സഫലമാകുന്നത്. കിഴക്കൻ പ്രദേശത്തെ തനതായി കുറേ പുകഴ്ത്തിപ്പറയലുകൾ. റഷ്യക്കാർക്ക് സ്വാഭാവികമായുള്ള ഇത്തിരി സഹതാപം, അവസരോചിതമായ ഏതാനും നല്ല വാക്കുകൾ... എന്റെ പൊന്നേ... പ്രിയപ്പെട്ട ചങ്ങാതി... അല്ലെങ്കിലും എനിക്കറിയാമായിരുന്നു നിങ്ങളൊരു പുരുഷനാണെന്ന്. ഒരു പാവം പെണ്ണിനെ സഹായിക്കാൻ മടികാണിക്കില്ല എന്ന്" മനുഷ്യരെ ക്രൂരമായി പീഡിപ്പിക്കുന്നതിൽ രസം കണ്ടെത്തുന്ന ചില പട്ടാളക്കാർ. അവരോടു ഞാൻ പറയും "നിങ്ങളിൽ എനിക്ക് പൂർണ്ണ വിശ്വാസമുണ്ട്. നിങ്ങളിലെ മനുഷ്യത്വം... ഞാൻ തിരിച്ചറിയുന്നു."

ഒരു പൊലീസ് ജനറലിന്റെ അടുത്ത് എനിക്ക് കുറെയധികം നേരം സംസാരിക്കേണ്ടിവന്നു. അയാളൊരു മണ്ടനായിരുന്നില്ല. എന്നാൽ തനി ഒരു പട്ടാളക്കാരന്റെ പിടിവാശിയും ഉണ്ടായിരുന്നില്ല. അല്പം സംസ്കാരമുള്ള കൂട്ടത്തിലാണെന്നു തോന്നി "താങ്കൾക്കറിയാമോ" ഞാൻ ചോദിച്ചു "താങ്കളുടെ കൂട്ടത്തിൽ ശരിയായ ഒരു രഹസ്യ പൊലീസുകാരൻ ഉണ്ടെന്ന്... ഒരു ഗസ്റ്റാപോ തന്നെ ക്രൂരമായി പീഡിപ്പിക്കുന്നതിൽ ആശാൻ. എല്ലാവർക്കും അവരെ പേടിയാണ്. അയാളുടെ കൺമുമ്പിൽ പെടുന്ന ഏതൊരു തെരുവുതെണ്ടിയും അന്യദേശത്തൊഴിലാളിയും.... ദാ, പറയുമ്പോഴേക്കും കല്ലും കാലും ഒടിഞ്ഞ് ഓടയിൽ കിടക്കുന്നുണ്ടാവും. "ഞാൻ വിചാരിച്ചത് അതെല്ലാം കേട്ട് അയാൾ ഞെട്ടുമെന്നാണ്.

അല്ലെങ്കിൽ പരിശ്രമിച്ച് തന്റെ പൊലീസ് സേനയുടെ ചെയ്തികളെ ന്യായീകരിക്കാൻ ശ്രമിക്കുമെന്ന്..... അവരുടെ അന്തസ്സിന് കളങ്കമേല്ക്കാതിരിക്കാനായി വാദിക്കുമെന്ന്. എന്നാൽ അദ്ദേഹം എന്റെ മുഖത്തേക്കു നോക്കി വെറുതെ ഒന്നു ചിരിച്ചതേയുള്ളൂ. "മിടുക്കൻ തന്നെ.... അയാളുടെ കുടുംബപ്പേരു പറയും. അയാൾക്കൊരു ഉദ്യോഗക്കയറ്റം കൊടുക്കണം, ഒരു പുരസ്കാരവും. ആ മാതിരി മിടുക്കന്മാരെ നിശ്ചയമായും ശ്രദ്ധിക്കണം. പ്രോത്സാഹിപ്പിക്കണം. അയാളെ ആദരിക്കുന്ന കാര്യം.... ഞാൻ നേരിട്ടു തന്നെ വേണ്ട ഏർപ്പാടു ചെയ്യാം." ഞാൻ മിണ്ടാനാകാതെയിരുന്നുപോയി. അയാൾ തുടർന്നു, "സത്യം പറയാം. നിങ്ങളുടെ ആളുകളെ പിൻതിരിപ്പിക്കാനായി ഈ മാതിരി ഭീകരസാഹചര്യങ്ങൾ ഞങ്ങൾ മനഃപൂർവ്വം സൃഷ്ടിക്കുകയാണ്. കഴിയുന്നതും വേഗം നില്ക്കക്കള്ളിയില്ലാതെ അവർ ഇവിടം വിട്ടു പോകണം. മോസ്കോയിൽ ഇപ്പോൾത്തന്നെ രണ്ടുകോടിയോളം അന്യദേശ തൊഴിലാളികളുണ്ട്. ഇത്രയധികം പേരെ ഒറ്റയടിക്കുൾക്കൊള്ളാനുള്ള ബലം ഈ നഗരത്തിനില്ല. നിങ്ങളുടെ ആൾക്കാർ... എണ്ണത്തിൽ അത്രയധികമാണ്.... താങ്ങാനാവില്ല."

മോസ്കോ സുന്ദരമായൊരു നഗരമാണ്. നിങ്ങളും ഞാനും ഈ നഗരവീഥികളിലൂടെ അലസമായി നടന്നു. " മോസ്കോ എത്രമാത്രം സുന്ദരമായിരിക്കുന്നു...." പല തവണ നിങ്ങൾ അദ്ഭുതം കൂറി. "തികച്ചും ഒരു യൂറോപ്യൻ തലസ്ഥാന നഗരി." എന്തോ, ഞാനൊരു സൗന്ദര്യവും ഇവിടെ കാണുന്നില്ല. പ്രത്യേകിച്ചും ഈ പുത്തൻകെട്ടിടങ്ങളിലേക്കു നോക്കുമ്പോൾ. രണ്ട് ടാജിക് തൊഴിലാളികൾ ഈയിടെ മരണമടഞ്ഞു. നിർമ്മാണ പ്രവർത്തനങ്ങൾക്കിടയിൽ തൂക്കുതട്ടിൽ നിന്ന് താഴേക്കു വീഴുകയായിരുന്നു. സിമന്റുതൊട്ടിയിൽ വീണും ഒരാൾ മുങ്ങി മരിച്ചു. അസ്ഥിവാരം കുഴിക്കുക തുടങ്ങിയ കഠിനമായ പണികളെടുക്കുന്നവർക്ക് എത്ര തുച്ഛമായ വേതനമാണിവർ കൊടുക്കുന്നത് എന്ന് ഞാനോർത്തു. അവരെ ചൂഷണം ചെയ്ത് എല്ലാവരും പണം വാരുന്നു. ഉദ്യോഗസ്ഥന്മാർ, പൊലീസുകാർ, കോൺട്രാക്ടർമാർ ....ഓരോ ടാജിക് തൊഴിലാളിയും എഴുതി ഒപ്പിട്ടു കൊടുക്കുന്നത് മുപ്പതിനായിരം റൂബിൾ ശമ്പളം കൈപറ്റി എന്നാണ്. എന്നാൽ വാസ്തവത്തിൽ അവന് കൈയിൽ കിട്ടുന്നത് ഏഴായിരം മാത്രമായിരിക്കും. ശേഷിക്കുന്നത് യജമാനന്മാരും അവരുടെ യജമാനന്മാരും തമ്മിൽ തമ്മിൽ വീതിച്ചെടുക്കും.

ഇവിടെ നിയമങ്ങൾക്കൊന്നും ഒരർത്ഥവുമില്ല, ധനശേഷിയും പേശിശക്തിയും ....അതിനു മാത്രമേ വിലയുള്ളൂ. ദുർബലനായ മനുഷ്യൻ.. ഭൂമുഖത്തെ ഏറ്റവും നിസ്സാരജീവി അവനാണ്. അവനെ ആർക്കും തോല്പിക്കാം. കാട്ടിലെ ഒരു മൃഗം പോലും അവനേക്കാൾ സുരക്ഷിതത്വം അനുഭവിക്കുന്നുണ്ട്. നിങ്ങളെ സംബന്ധിച്ചിടത്തോളം കാട് കാട്ടുമൃഗങ്ങളെ സംരക്ഷിക്കുന്നു. അതേവിധം ഞങ്ങൾക്ക് സംരക്ഷണം നല്കുന്നത് പർവതങ്ങളാണ്. (അവർ വീണ്ടും നിശ്ശബ്ദയായി) സോഷ്യലിസ്റ്റ് വ്യവസ്ഥിതിയിലാണ് ജീവിതത്തിന്റെ അധികഭാഗവും ചെലവഴിച്ചത്. മനുഷ്യനെ ഞങ്ങൾ എത്രമാത്രം ആദർശവത്കരിച്ചിരുന്നു. സ്വന്തം നിലയിലും മനുഷ്യനെ വളരെയധികം ആദരിച്ചിരുന്നു.

സുഷാൻബിയിൽ സയൻസ് അക്കാഡമിയിലാണ് ജോലി ചെയ്തിരുന്നത്. ചിത്രകലയുടെ ചരിത്രമായിരുന്നു പ്രത്യേക വിഷയം. മനുഷ്യർ അവനവനെ പറ്റി എഴുതുന്ന പുസ്തകങ്ങൾ സത്യമായിരിക്കുമെന്നാണ് വിചാരിച്ചിരുന്നത്. എന്നാൽ അത് സത്യത്തിന്റെ തീരെ നേരിയ ഒരു ചീളുമാത്രമാണ്. വളരെക്കാലമായി, ഞാനൊരു ആദർശവാദിയല്ലാതായിട്ട്. ഈ പെൺകുട്ടി ഇടയ്ക്കിടയ്ക്ക് എന്നെ കാണാൻ വരുന്നു. അവളുടെ ബുദ്ധിസ്ഥിരതയ്ക്ക് കോട്ടം തട്ടിയിരുന്നു. അവൾ വളരെ പ്രസിദ്ധയായ ഒരു വയലിനിസ്റ്റ് ആയിരുന്നു. ഇപ്പോൾ അവൾക്ക് ആ കഴിവ് നഷ്ടപ്പെട്ടിരിക്കുന്നു. ആളുകൾ മുഖത്തുനോക്കി വീണ്ടും വീണ്ടും പറയുന്നതു കൊണ്ടാകുമോ? "വയലിൻ വായിക്കാൻ മിടുക്കിയാണ്. അതു കൊണ്ടെന്തു മെച്ചം? നിനക്ക് രണ്ടു ഭാഷകളറിയാം. അതുകൊണ്ടെന്തു നേടി? ഇവിടെ നീ വെറുമൊരു തൂപ്പുകാരിയാണ്. നിലം കഴുകി തുടക്കുന്ന അടിമ... അല്ലാതൊന്നുമല്ല." അവൾ ഇപ്പോൾ വയലിൻ വായിക്കാറേയില്ല. അവളെല്ലാം മറന്നിരിക്കുന്നു.

വേറൊരു ചെറുപ്പക്കാരൻ. മോസ്കോ നഗരത്തിന്റെ പ്രാന്ത പ്രദേശത്തെവിടേയോ വെച്ച് പൊലീസ് അയാളെ പിടികൂടി. കൈയിലുണ്ടായിരുന്ന കാശെല്ലാം ബലമായി വാങ്ങി. എന്നിട്ടും അവർക്ക് മതിയായില്ല. അവർക്കു ഭ്രാന്തായിരുന്നു. അയാളെ കാട്ടിൽ കൊണ്ടുവന്ന് കഠിനമായി ദ്രോഹിച്ചു. കടുത്ത ശൈത്യകാലം. ചോര പോലും ഉറഞ്ഞുപോകുന്ന തണുപ്പ്. അടിവസ്ത്രമൊഴിച്ച് കുപ്പായങ്ങളൊക്കെ അഴിപ്പിച്ചു. അയാളുടെ ഔദ്യോഗിക രേഖകളൊക്കെ കീറിക്കളഞ്ഞു. അയാൾ തന്നെയാണ് ഈ കഥയൊക്കെ എന്നോടു പറഞ്ഞത്. "അവസാനം നിങ്ങളെങ്ങനെ ജീവനോടെ പുറത്തുവന്നു?" ഞാൻ ചോദിച്ചു. "ഞാൻ മരിച്ചുപോകുമെന്ന് എനിക്കുറപ്പായിരുന്നു. മഞ്ഞിനു മുകളിൽ കൂടി ഞാൻ ഷൂസില്ലാതെ ഓടി. പിന്നെ.... ഒരു മുത്തശ്ശിക്കഥയിലെന്നപോലെ. കാടിനു നടുവിൽ ഒറ്റപ്പെട്ട ഒരു കാട്ടിൽ. ഞാൻ ഒരു ജനാലയിൽ മുട്ടി. ഒരു വൃദ്ധൻ വന്ന് വാതിൽ തുറന്നു. അയാൾ പുതയ്ക്കാൻ കമ്പിളി തന്നു. ചൂടുള്ള ചായ പകർന്നു തന്നു. റൊട്ടിയും ജാമും കഴിക്കാൻ വന്നു. ധരിക്കാൻ ഏതാനും വസ്ത്രങ്ങളും തന്നു. പിറ്റേദിവസം രാവിലെ എന്നെ അടുത്തുള്ള വലിയൊരു ഗ്രാമത്തിലേക്കു കൂട്ടിക്കൊണ്ടുപോയി. ഒരു ട്രക്കു ഡ്രൈവറെ കണ്ടു പിടിച്ച് അയാളോടപേക്ഷിച്ചു, എന്നെ മോസ്കോ നഗരത്തിലെത്തിക്കാൻ.

ആ വൃദ്ധൻ... അയാളും ഒരു റഷ്യക്കാരനായിരുന്നു.

> അവളെ ആരോ അപ്പുറത്തെ മുറിയിലേക്കു വിളിച്ചു, "ഗാഫ്കാ കാണ്ഡിലോവ്നാ, ഇവിടെ ഒരാൾ നിങ്ങളെ കാണാൻ വന്നിരിക്കുന്നു." അവർ മടങ്ങിവരുന്നതും കാത്ത് ഞാനിടെയിരുന്നു. എനിക്ക് സമയമുണ്ട്..... ഞാനവിടെയിരുന്ന് ആലോചിച്ചു, മോസ്കോ നഗരത്തിലെ ഫ്ളാറ്റുകളിൽ വെച്ച് ഞാൻ കേൾക്കാനിടയായ വർത്തമാനങ്ങളെക്കുറിച്ച്.

മോസ്കോയിലെ അപ്പാർട്ടുമെന്റുകളിൽ കേട്ട കാര്യങ്ങൾ

ഞങ്ങളെ അവർ പാടെ തകർത്തു...... റഷ്യൻ മനസ്സ് അങ്ങനെയാണ് അത്രയധികം മൃദുലം... ആർദ്രം.

റഷ്യക്കാർ ഒട്ടും അലിവുള്ളവരല്ല. അത് പരക്കെയുള്ള ഒരു തെറ്റിദ്ധാരണയാണ്. അവർ വിഷാദമൂകരാണ്. വികാരാധീനരാണ്. എന്നാൽ കനിവുള്ളവരല്ല. ആരോ ഒരു തെരുവുപട്ടിയെ തല്ലിക്കൊന്നു. അതിന്റെ വീഡിയോ എടുത്തു. ഇന്റർനെറ്റ് ആകെ പ്രക്ഷുബ്ധമായി. അതുചെയ്ത വ്യക്തിയെ അരിഞ്ഞു കളയാൻ തയ്യാറായി. എന്നാൽ പതിനേഴ് അന്യദേശ തൊഴിലാളികളെ അങ്ങാടിയിൽ വെച്ച് ജീവനോടെ ചുട്ടെരിച്ചപ്പോൾ അവർക്കു വേണ്ടി പ്രതിഷേധിച്ചതും വാദിച്ചതും മനുഷ്യത്വത്തിനുവേണ്ടി നിലനിൽക്കുന്നവർ മാത്രമാണ്. ജനങ്ങളുടെ നിലപാട് എല്ലാവർക്കും വേണ്ടി എല്ലാവരും എന്നതാണ്. ആളുകളുടെ വിചാരം "ജനങ്ങൾ മരിക്കും, അവർക്ക് പകരം വേറെയാളുകൾ വരും" എന്നതാണ്. മുഖമില്ലാത്തവർ... ശബ്ദമില്ലാത്തവർ... അപരിചിതർ... മോസ്കോ തെരുവുകളിലൂടെ നിങ്ങൾക്ക് നടക്കാൻ ധൈര്യമുണ്ടോ? നിമിഷങ്ങൾക്കുള്ളിൽ അവർ നിങ്ങളെ തല്ലിവീഴ്ത്തും.

തൊട്ടയൽപക്കത്ത് ഒരു കെട്ടിടം പണിയുന്നുണ്ട്. കുടിയേറ്റക്കാരായ തൊഴിലാളികൾ എലികളെ പോലെ ഓടി നടന്ന് പണിയെടുക്കുന്നതു കാണാം. അതുകാരണം എനിക്കു പേടിയാണ്...രാത്രി കടയിൽ പോയി തനിയെ നടന്നുവരാൻ. വിലകുറഞ്ഞൊരു മൊബൈൽഫോൺ കൈക്കലാക്കാൻ വേണ്ടി അവർ നിങ്ങളെ കൊല്ലാനും മടിക്കില്ല. കേട്ടോളൂ, രണ്ടു തവണ ഞാൻ ആക്രമിക്കപ്പെട്ടു. രണ്ടുതവണയും അത് റഷ്യക്കാരായിരുന്നു. ഒരിക്കൽ ഈ പാർപ്പിടത്തിന്റെ ഇടനാഴിയിൽവെച്ചായിരുന്നു. റഷ്യക്കാർ... അവർ എന്നെ ഏതാണ്ടു വധിച്ചു. ഇങ്ങനെയുള്ള മനുഷ്യർ.... എനിക്കും തീരെ മടുത്തു.

നിങ്ങൾ പറയുന്നത് സ്വന്തം മകളെ ഒരു കുടിയേറ്റക്കാരനെ വിവാഹം ചെയ്യാൻ അനുവദിക്കുമെന്നാണോ?

ഈ നഗരത്തിലാണ് ഞാൻ ജനിച്ചത്. ഇതാണ് എന്റെ തലസ്ഥാന നഗരം. അവിടേക്കാണ് അവർ അവരുടെ ഷരിയാ നിയമങ്ങളുമായി കടന്നുവന്നിരിക്കുന്നത്. കുർബൻബയ്റാമി*ന്റെ അന്ന് എന്റെ ജനാലയ്ക്കു തൊട്ടു താഴെ നിന്ന് അവർ ആടിനെ അറക്കുന്നു. എന്തുകൊണ്ട് "റെഡ് സ്ക്വയറിൽ" വെച്ച് അതു ചെയ്യുന്നില്ല? ആ മിണ്ടാപ്രാണികളുടെ ദീനരോദനം... അവിടെ മുഴുവൻ തളം കെട്ടിക്കിടക്കുന്ന അവയുടെ ചുടു ചോര. പുറത്തേക്കു കടന്നാൽ നടപ്പാതയിൽ പലയിടത്തും കാണാം, ചോര തളം കെട്ടി കിടക്കുന്നത്. ഞാൻ കുഞ്ഞിനേയും കൊണ്ട് നടക്കാനിറങ്ങിയതാണ്. "അമ്മേ, ഇതെന്താ?" ആ ദിവസം നഗരം മുഴുവൻ ഇരുണ്ടു പോകും. അത് ഞങ്ങളുടെ മോസ്കോ അല്ലാതാകും. കെട്ടിടങ്ങളിലെ

---

* ഈദ് പെരുന്നാൾ

അടിയറകളിൽ നിന്നും ആയിരക്കണക്കിനാളുകളാണ് തെരുവിലേക്കിറങ്ങി വരിക. പൊലീസുകാരും പരിഭ്രമിച്ച് മതിലുകളോട് ചേർന്ന് മിണ്ടാതെ നില്ക്കും.

ഞാൻ ഒരു ടാജിക്കുമായി അടുപ്പത്തിലാണ്. പതിവായി തമ്മിൽ കാണുന്നുണ്ട്. സേയ്ദ് എന്നാണവന്റെ പേര്. ഒരു ദേവനെപോലെ സുന്ദരൻ. സ്വന്തം നാട്ടിൽ അവനൊരു ഡോക്ടറായിരുന്നു. ഇവിടെ കെട്ടിട നിർമ്മാണ തൊഴിലാളി. ഞാനവനെ തീവ്രമായി പ്രേമിക്കുന്നു. എന്തു ചെയ്യാൻ? ഞങ്ങൾ പാർക്കുകളിൽ ചേർന്നു നടക്കും. ചിലപ്പോൾ നഗരത്തിന് പുറത്തെവിടെയെങ്കിലും പോകും. അവിടെ എന്റെ പരിചയക്കാരാരും കാണില്ലല്ലോ. അച്ഛനമ്മമാർ സംഗതിയറിഞ്ഞാലോ എന്ന ഭയമുണ്ട്. അച്ഛൻ നേരത്തെ മുന്നറിയിപ്പു തന്നിട്ടുണ്ട്. "ഏതെങ്കിലുമൊരു കറുമ്പന്റെ കൂടെ നിന്നെ കണ്ടാൽ തോക്കെടുത്ത് രണ്ടുപേരുടേയും കഥ ആ ക്ഷണം കഴിക്കും." എന്റെ അച്ഛൻ എന്തുചെയ്തുവെന്നോ? അദ്ദേഹം ഒരു സംഗീതജ്ഞനാണ്. സംഗീത വിദ്യാലയത്തിൽ പഠിച്ച് ബിരുദം നേടിയിട്ടുണ്ട്.

നമ്മുടെ ഒരു പെൺകുട്ടിയേയും കൊണ്ട് ഏതെങ്കിലുമൊരു കറുമ്പൻ നടക്കുന്നതു കണ്ടാൽ ഉടനെ അവനെ പിടിച്ച് ഷണ്ഡനാക്കണം... എന്തുകൊണ്ടാണ് ആളുകൾ അവരെ ഇത്രത്തോളം വെറുക്കുന്നത്? തവിട്ടു നിറത്തിലുള്ള കണ്ണുകൾ. അവരുടെ മൂക്കിന്റെ വടിവ്? പ്രത്യേകിച്ചൊരു കാരണവുമില്ല. എല്ലാവരും ആരെയെങ്കിലുമൊക്കെ വെറുത്തിരിക്കണം എന്നാണോ? അയൽക്കാരെ, രാഷ്ട്രീയ നേതാക്കന്മാരെ, പൊലീസുകാരെ..... അതുമല്ലെങ്കിൽ അമേരിക്കക്കാരെ. ആര് ആരെ എന്നതു വിഷയമല്ല..... അത്രത്തോളം കട്ടപിടിച്ച വെറുപ്പാണ്. ചുറ്റുപാടും നിറയെ ആരുമായും അടുക്കാനാകാത്തവിധം അത് കട്ട പിടിച്ചു കിടക്കുന്നു.

> അന്നു ഞാൻ നേരിൽ കണ്ട ആ കലാപം. എന്നെ അങ്ങേയറ്റം ഭയപ്പെടുത്തി. ജീവിതകാലം മുഴുവൻ അതെന്റെയുള്ളിലുണ്ടാവും...
>
> (ഉച്ചയൂണിനുള്ള സമയമായി. ഗാഫ്കായും ഞാനും ടാജിക് കോപ്പകളിൽ ചായ പകർന്നു കുടിച്ചു. ഞങ്ങളുടെ സംഭാഷണം തുടർന്നു)

ഞാൻ മനസ്സിലാക്കിയ കാര്യങ്ങൾ... ഒരു ദിവസം അവ എന്നെ ഭ്രാന്തിയാക്കും.

1992. ഞങ്ങൾ എല്ലാവരും സ്വാതന്ത്ര്യത്തിനു വേണ്ടി ആകാംക്ഷയോടെ കാത്തിരിക്കുകയായിരുന്നു. അതിനു പകരം സംഭവിച്ചത്.... ആഭ്യന്തരയുദ്ധം പൊട്ടിപ്പുറപ്പെട്ടു. കുലോബിൽ നിന്നുള്ളവർ പാമീറിൽ നിന്നുള്ളവരെ കൊലപ്പെടുത്താൻ തുടങ്ങി. പാമീറുകാർ കുലോബുകാരേയും. കരാട്ടേജിൽ, ഹിസോർ, ഗാം... എല്ലാ കൂട്ടുകാരും ഒറ്റ തിരിഞ്ഞ് പോരു തുടങ്ങി. നഗരത്തിൽ എല്ലായിടത്തും പോസ്റ്ററുകൾ "റഷ്യക്കാരേ, ടാജിക്കിസ്ഥാന്റെമേൽ കൈവെക്കരുത്." "കമ്മ്യൂണിസ്റ്റുകാരേ, മോസ്കോയിലേക്കു തിരിച്ചു പോവുക" "ഞാൻ സ്നേഹിച്ച എന്റെ പ്രിയപ്പെട്ട

സഷാൻബേ ആയിരുന്നില്ല അത്. വെറളി പിടിച്ച ആൾക്കൂട്ടങ്ങൾ തെരുവുതോറും അലഞ്ഞു. കൈയിൽ പാറക്കല്ലുകളും ഇരുമ്പു സാമഗ്രികളും. തികച്ചും ശാന്തരും സമാധാനപ്രിയരുമായ ജനങ്ങൾ.... ഒരു രാത്രി കഴിഞ്ഞ് പുലരും മുമ്പേ ഏറ്റവും ആക്രമകാരികളായി മാറി. കൊലയാളികളും കലാപകാരികളുമായി. ദാ... ഇന്നലെ കൂടി അവർ ശാന്തരായി ചായക്കടകളിലിരുന്ന് ചായ മോന്തുന്നുണ്ടായിരുന്നു. ഇന്നവർ തെരുവുകളിലൂടെ ആക്രോശിച്ചു കൊണ്ടു നടക്കുന്നു. ഇരുമ്പുകമ്പി കൊണ്ട് സ്ത്രീകളുടെ വയറ് കുത്തിക്കീറുന്നു. കടകളുടെ വാതിലുകൾ തല്ലിപ്പൊളിക്കുന്നു. തട്ടുകടകൾ അടിച്ചു തകർക്കുന്നു. ഞാൻ അങ്ങാടിയിൽ പോയിരുന്നു. ഹാറ്റുകളും വസ്ത്രങ്ങളും അക്കേഷ്യമരച്ചില്ലകളിൽ തൂങ്ങിക്കിടക്കുന്നു. തറയിൽ അവിടവിടെ വിറങ്ങലിച്ചു കിടക്കുന്ന മൃതദേഹങ്ങൾ. ചിലയിടത്ത് മനുഷ്യരുടേയും മൃഗങ്ങളുടേയും ശവങ്ങൾ കൂമ്പാരമായി. (അവർ മിണ്ടാതിരുന്നു) ഓർക്കുന്നു മനോഹരമായൊരു പ്രഭാതമായിരുന്നു അത്. ഒരു നിമിഷനേരത്തേക്ക് ഞാൻ യുദ്ധത്തെക്കുറിച്ച് മറന്നേ പോയി. എല്ലാം പഴയതുപോലെയാകുമെന്നു തോന്നി. ആപ്പിളും ആപ്രിക്കോട്ടും പൂത്തു തളിർത്തു നിന്നിരുന്നു. എവിടേയും യുദ്ധത്തിന്റെ ലാഞ്ചന പോലുമില്ല. ഞാൻ ജനാലകൾ മലർക്കെ തുറന്നു. ആ ക്ഷണം ഞാൻ കണ്ടു, ക്ഷുഭിതരായ ജനക്കൂട്ടം എന്റെ ഭാഗത്തേക്കു വരുന്നു. അവർ നിശ്ശബ്ദരായിരുന്നു. പെട്ടെന്ന് കൂട്ടത്തിലൊരാൾ എന്റെ നേരെ തിരിഞ്ഞു. ഞങ്ങളുടെ കണ്ണുകൾ ഇടഞ്ഞു. അയാൾ ഒരു ദരിദ്രനായിരുന്നു. ആ കണ്ണുകൾ എന്നോടു പറയുമ്പോലെ തോന്നി. “ഈ നിമിഷം നിങ്ങളുടെ ചന്തമുള്ള വീട്ടിനകത്തേക്ക് എനിക്ക് കടന്നുവരാം. ഇഷ്ടമുള്ളതൊക്കെ ചെയ്യാം. ഇതെന്റെ സമയമാണ്. ” ഞാൻ ഭയന്നു വിറച്ചു. ജനാല കൊട്ടിയടച്ചു. അകത്തേക്കു വലിഞ്ഞു. എല്ലാ വാതിലുകളും അടച്ചുപൂട്ടി അകത്തെ മുറിയിൽ പതുങ്ങിയിരുന്നു. അയാളുടെ കണ്ണുകളിലെ ആ തീ... അല്ലെങ്കിലും ഇങ്ങനെയുള്ള ഓരോ ജനക്കൂട്ടത്തിനുമുണ്ട് ഒരു പൈശാചികഭാവം... അതാലോചിക്കാൻ തന്നെ എനിക്കു ഭയമാണ്.... ഇപ്പോഴും. (അവർ നിശ്ശബ്ദം കരഞ്ഞു)

ഞാൻ നേരിൽ കണ്ടതാണ് ഒരു റഷ്യൻ ആൺകുട്ടിയെ അവന്റെ വീട്ടുമുറ്റത്തിട്ട് കൊല്ലുന്നത്. ഒരാളും തടയാനായി അരികത്തേക്കു ചെന്നില്ല. എല്ലാവരും വാതിലുകളും ജനാലകളുമടച്ച് അവനവന്റെ വീടുകളിൽ പേടിച്ചിരുന്നു. ഞാൻ കുളിമുറിയിൽ നിന്നും ഒരു കുപ്പായമെടുത്തിട്ട് പുറത്തേക്കോടിച്ചെന്നു. “നിർത്തൂ.... നിങ്ങളവനെ കൊന്നു കഴിഞ്ഞല്ലോ....” ഞാൻ കരഞ്ഞു പറഞ്ഞു. അവൻ അനക്കമറ്റ് അവിടെ കിടന്നു. അവർ സ്ഥലം വിട്ടു....താമസിയാതെ തിരിച്ചു വന്നു. മരണം ഉറപ്പാക്കാൻ. അവരും കുട്ടികളായിരുന്നു. അവന്റെ തന്നെ പ്രായക്കാർ. ഞാൻ പൊലീസിനെ വിളിച്ചു. അവർ വന്നു നോക്കി. ആരേയാണ് തല്ലിക്കൊന്നിരിക്കുന്നതെന്നു കണ്ടപ്പോൾ ഒന്നും മിണ്ടാതെ അവിടെ നിന്നും പോയി. (അവർ മിണ്ടാതായി)

നാലുദിവസം മുമ്പ് മോസ്കോ നഗരത്തിൽ ചിലർ പറയുന്നതു കേട്ടു. എനിക്ക് സുഷാൻബി വളരെ ഇഷ്ടമാണ്. എത്ര സുന്ദരമായൊരു

നഗരമായിരുന്നു. ഓർക്കുമ്പോൾ സങ്കടം വരുന്നു. അത് പറഞ്ഞ റഷ്യക്കാരന്റെ നേരെ എനിക്കാദരവു തോന്നി. പരസ്പരസ്നേഹം അതിനു മാത്രമേ നമ്മളെ രക്ഷിക്കാനാവൂ. ദുഷ്ടവിചാരങ്ങളോടു കൂടിയ പ്രാർത്ഥനകൾ അള്ളാ ഒരുകാലത്തും ചെവികൊള്ളുകയില്ല. അള്ളാ പഠിപ്പിക്കുന്നത് അടയ്ക്കാൻ കഴിയാത്ത വാതിലുകൾ തുറക്കരുത് എന്നാണ്. ഞങ്ങളുടെ ഒരു സുഹൃത്തിനെ അവർ കൊന്നു. അദ്ദേഹം ഒരു കവിയായിരുന്നു. താജിക്കുകൾ സ്വതവേ കവിതാപ്രേമികളാണ്. എല്ലാ വീട്ടിലുമുണ്ടാകും ധാരാളം കവിതാപുസ്തകങ്ങൾ. ഒന്നോ രണ്ടോ പുസ്തകങ്ങളില്ലാത്ത വീടുകളുണ്ടാവില്ല. ഞങ്ങളെ സംബന്ധിച്ചിടത്തോളം കവികൾ മഹാത്മാക്കളാണ്. എന്നിട്ടും അവർ അദ്ദേഹത്തെ കൊലപ്പെടുത്തി. ജീവനെടുക്കും മുമ്പേ അവർ അദ്ദേഹത്തിന്റെ കൈകൾ രണ്ടും ഒടിച്ചു. കാരണം, ആ കൈകൾ കൊണ്ടാണല്ലോ അവർ കവിത എഴുതിയിരുന്നത്. അതു കഴിഞ്ഞധികം വൈകാതെ ഞങ്ങളുടെ വേറൊരു സ്നേഹിതനും കൊല്ലപ്പെട്ടു. അദ്ദേഹത്തിന്റെ ശരീരത്തിൽ ഒരൊറ്റ പരിക്കുപോലും ഉണ്ടായിരുന്നില്ല. എല്ലാം വേണ്ടതുപോലെ. അവർ അദ്ദേഹത്തെ വായമേൽ അടിച്ചാണ് കൊന്നത്.... കാരണം, അദ്ദേഹം ആ വായ കൊണ്ടാണല്ലോ സംസാരിച്ചിരുന്നത്. വസന്തകാലം. തെളിഞ്ഞ പകൽ... സുഖമായ ചൂട് എന്നിട്ടും ആളുകൾ പരസ്പരം കൊന്നുകൊണ്ടിരുന്നു. മനസ്സ് തിടുക്കം കൂട്ടിക്കൊണ്ടിരുന്നു. മലകൾക്കിടയിലേക്ക് ഓടി രക്ഷപ്പെടാൻ.

എല്ലാവരും നാടുവിടുകയായിരുന്നു. പ്രാണരക്ഷയ്ക്കായി. ഞങ്ങൾക്ക് അമേരിക്കയിൽ സുഹൃത്തുക്കളുണ്ടായിരുന്നു. സാൻഫ്രാൻസിസ്കോയിൽ. അവർ ഞങ്ങളെ അങ്ങോട്ടു വിളിച്ചു. ഞങ്ങൾ അവിടെ ചെറിയൊരു ഫ്ളാറ്റ് വാടകക്കെടുത്തു. മനോഹരമായ സ്ഥലം. പസഫിക് സമുദ്രത്തിന്റെ തീരം. പട്ടണത്തിൽ ഏതു ഭാഗത്ത് ചെന്നാലും സമുദ്രം കാണാം. ദിവസം മുഴുവൻ ഞാൻ കരഞ്ഞുകൊണ്ട് കടലോരത്തു ചെന്നിരുന്നു. വേറൊന്നും ചെയ്യാൻ മനസ്സ് ഒരുക്കമായിരുന്നില്ല. ഒരു യുദ്ധമേഖലയിൽ നിന്നാണ് ഞാൻ വന്നിരിക്കുന്നത്. അവിടെ ഒരു പാക്കറ്റ് പാലിനു വേണ്ടി നിങ്ങൾ കൊല്ലപ്പെട്ടേക്കും എന്ന അവസ്ഥയാണ്. ഒരു ദിവസം കടപ്പുറത്തുകൂടി പ്രായമായൊരാൾ നടന്നു വരുന്നതു കണ്ടു. കടുംനിറത്തിലുള്ള ടീ ഷർട്ട്. കാലുറകൾ ചുരുട്ടി കയറ്റിവെച്ചിരിക്കുന്നു. എന്റെ മുമ്പിൽ വന്ന് അദ്ദേഹം നിന്നു. “എന്തുപറ്റി?”

“എന്റെ നാട്ടിൽ വലിയ യുദ്ധം നടക്കുന്നു. സഹോദരന്മാർ പരസ്പരം കൊല്ലുകയാണ്.”

“എന്നാലിനി തിരിച്ചു പോകേണ്ട. ഇവിടെത്തന്നെ താമസിച്ചാൽ മതി.”

അരികെ നിന്ന് ഏറെ നേരം അദ്ദേഹം എന്നെ ആശ്വസിപ്പിച്ചു. “ഈ കടലും മനോഹരമായ ഈ പട്ടണവും നിശ്ചയമായും നിങ്ങളുടെ മുറിവുകളെ ഉണക്കും.”

ഞാൻ കരഞ്ഞുപോയി. അല്ലെങ്കിലും അലിവാർന്ന വാക്കുകൾ എപ്പോഴും എന്നെ കരയിക്കുമായിരുന്നു. ഞാൻ കണ്ണീരിൽ മുങ്ങി

പ്പോകുന്ന അവസ്ഥയിലാകും. ചോരയേക്കാൾ, നാട്ടിലെ വെടിയൊച്ച കളേക്കാൾ എന്റെ മനസ്സിൽ വന്നു തട്ടുന്നത് ആർദ്രമായ വാക്കുകളാണ്.

എന്നാലും അമേരിക്കയിൽ തുടർന്നു താമസിക്കാൻ എനിക്കാവില്ല. എനിക്കു തിരിച്ചു പോകണം. എന്റെ ഡ്യൂഷാൻബിയിലേക്ക്. അതിനായി ഹൃദയം വെമ്പിക്കൊണ്ടിരുന്നു. തിരിച്ചുപോക്ക്..... അങ്ങേയറ്റം അപകട കരമായിരുന്നു. എന്നാലും കഴിയുന്നതും നാടിനടുത്തേക്ക്.... അങ്ങനെ യാണ് മോസ്കോയിലെത്തിയത്. ഓർക്കുന്നു... ഒരിക്കൽ ഞങ്ങൾ ഒരു ചങ്ങാതിയുടെ വീട്ടിലായിരുന്നു. അവൾ ഒരു കവയത്രിയായിരുന്നു. അവൾ നിർത്താതെ പിറുപിറുത്തു കൊണ്ടിരുന്നു. ഗോർബച്ചേവിന് പ്രസംഗം മാത്രമേയുള്ളൂ. യെത്സിൻ മദ്യപാനിയാണ്... നാട്ടുകാർ നാല്ക്കാലികൾക്കു സമം. ഇതെല്ലാം ഞാൻ എത്ര തവണ കേട്ടു കഴി ഞ്ഞതാണ്. ഒരായിരം തവണയെങ്കിലും വീട്ടുകാരി, ഞാൻ ഭക്ഷണം കഴിച്ച കിണ്ണമെടുക്കാൻ കൈ നീട്ടി. അതു കഴുകിക്കൊണ്ടുവന്ന് വേറെ ചില വിഭവങ്ങൾ വിളമ്പാനാണവൾ ഭാവിച്ചത്. ഞാൻ "വേണ്ട" എന്നു പറയുന്നു. ഒരേ കിണ്ണത്തിൽ നിന്നു തന്നെ ഞാൻ എല്ലാം കഴിച്ചോളാം. മത്സ്യവും.... മധുരവുമെല്ലാം... യുദ്ധത്തിന്റെ ഇല്ലായ്മകളും വല്ലായ്മകളും അറിഞ്ഞവളാണ് ഞാൻ.... വേറൊരു എഴുത്തുകാരന്റെ വീട്ടിൽ ചെന്ന പ്പോൾ, ഫ്രിഡ്ജ് നിറയെ ചീസും സലാമിയും. ഈ വക സാധനങ്ങൾ ടാജിക്കുകളുടെ ഓർമ്മയിൽ നിന്നും എന്നേ മറഞ്ഞിരിക്കുന്നു. അന്നും രാത്രി മുഴുവൻ കേട്ടത് പഴയ പിറുപിറുക്കലുകൾ തന്നെ. ഗവൺമെന്റിന് ദുഷ്ടലാക്കേയുള്ളൂ. കമ്മ്യൂണിസ്റ്റുകാരിൽ നിന്നും ഒരു വ്യത്യാസവു മില്ല ജനാധിപത്യവാദികൾക്ക്. റഷ്യൻ മുതലാളിത്തം നരഭോജിത്തം തന്നെയാണ്... രണ്ടും ഒരുപോലെ ജനദ്രോഹകരം. അതിനെക്കുറി ച്ചൊന്നും ആരും ഒന്നും ചെയ്യുന്നില്ല. എല്ലാവരും എപ്പോൾ വേണമെങ്കിലും പൊട്ടിപ്പുറപ്പെട്ടേക്കാവുന്ന ഒരു വിപ്ലവത്തിനായി കാത്തിരിക്കുകയാണ്. അവനവന്റെ അടുക്കളയിലിരുന്ന് എപ്പോഴും ഇച്ഛാഭംഗത്തോടുകൂടി സംസാരിക്കുന്ന ഈ കൂട്ടരെ... എനിക്കു സഹിക്കാനാവുന്നില്ല. ഞാൻ ആ കൂട്ടത്തിലൊരാളല്ല. എന്റെ നാട്ടിൽ ഞാൻ കൺമുമ്പിൽ കണ്ട ആ കലാപം. അതിന്റെ ഓർമ്മ ജീവിതാവസാനം വരെ എന്നെ പേടിപ്പിച്ചു കൊണ്ടിരിക്കും. അനുഭവിച്ചറിയാത്ത കൈകളിലേക്ക് പൊടുന്നനെ സ്വാതന്ത്ര്യം വന്നു വീണാൽ എന്താണ് സംഭവിക്കുക എന്ന് നന്നായി അറിയാം. അലക്ഷ്യമായ സംഭാഷണങ്ങൾ... അതവസാനിക്കുക രക്ത ച്ചൊരിച്ചിലിലാകും. യുദ്ധം ഒരു ചെന്നായയാണ്... ഏതു നിമിഷവും അത് നിങ്ങളുടെ വീട്ടുവാതില്ക്കലുമെത്താം.

ഓൺലൈനിൽ ആ വീഡിയോകൾ നിങ്ങൾ കാണുകയുണ്ടായോ? അതെന്നെ അപ്പാടെ തകർത്തു കളഞ്ഞു. അതു കണ്ടതിനു ശേഷം ഒരാഴ്ച ഞാൻ മെത്തയിൽ നിന്നെഴുന്നേറ്റില്ല....ആ ദൃശ്യങ്ങൾ....ബോധ പൂർവ്വം മനുഷ്യരെ വകവരുത്തുന്നു. അത് വീഡിയോയിലേക്കു പകർത്തുന്നു. അതിനു യോജിച്ച തിരക്കഥ ചമയ്ക്കുന്നു. സംഭാഷണ ങ്ങളെഴുതുന്നു....ശരിയായ ഒരു ചലച്ചിത്രം നിർമ്മിക്കുമ്പോലെ. ഇനി

അവർക്കുവേണ്ടത് കുറെ കാണികൾ മാത്രം. ഞങ്ങളതു കാണുകയും ചെയ്തു. അല്ല, കാണാൻ നിർബന്ധിക്കപ്പെട്ടു. ഈ തെരുവിൽ പതിവായി ഒരാളെ കാണാറുണ്ട്. നമ്മളെ പോലെ ഒരു ടാജിക്. അവർ അയാളെ ഒരു ദിവസം അരികിലേക്കു വിളിച്ചു, തല്ലി താഴെയിട്ടു. ബേസ്ബോൾ ബാറ്റു കൊണ്ട് പൊതിരെ തല്ലി. തുടക്കത്തിൽ തറയിൽ കിടന്നുകൊണ്ട് അയാൾ ചെറുക്കാൻ ശ്രമിച്ചു. പതുക്കെ അനങ്ങാതായി. അവർ അയാളെ കെട്ടി കാറിന്റെ ഡിക്കിയിലിട്ടു. കാട്ടിൽ കൊണ്ടുപോയി മരത്തിൽ കെട്ടി നിർത്തി. അപ്പുറത്തു നിന്ന് ഒരാൾ എല്ലാം കാമറയിൽ പകർത്തുന്നു. പല കോണുകളിലേക്കു കാമറ തിരിക്കുന്നു. ഏതു ഭാഗത്തു നിന്നാണ് കൃത്യമായ ദൃശ്യങ്ങൾ കിട്ടുക? അവർ അയാളുടെ കഴുത്തറുത്തു കളഞ്ഞു. എവിടെ നിന്നാണീ ഭീകരത കടന്നു വന്നത്. കിഴക്കൻ പ്രദേശങ്ങളിലെ ഒരു ചടങ്ങാണ്, കഴുത്തറുക്കൽ, അത് തീർച്ചയായും റഷ്യൻ നാട്ടുനടപ്പല്ല. ഒരുപക്ഷേ ചെച്ച്നിയായിൽ നിന്നും വന്നതാകാം. ഒരു കൊല്ലം, അവർ ആളുകളെ സ്ക്രൂ ഡ്രൈവർ ഉപയോഗിച്ചു കൊന്നിരുന്നതായി കേട്ടിട്ടുണ്ട്. അതിനു ശേഷം മണ്ണിളക്കുന്ന മുപ്പല്ലിയായി. പിന്നെ.... ഇരുമ്പു പൈപ്പുകളും, ചുറ്റികകളും... എല്ലാം മരണങ്ങൾക്കും കാരണമാകുന്നത്, കണ്ണിൽചോരയില്ലാതെ ബലപ്രയോഗമെന്ന നിയന്ത്രിക്കാനാവാത്ത മാനസികാവസ്ഥ. ഇപ്പോൾ പുതിയ ഒരു രീതിയും പ്രചാരത്തിലുണ്ട്. (മൗനം) ഈ പ്രാവശ്യം, അതു ചെയ്തവരെ അവർ കൃത്യമായി പിടികൂടി. അവരെ കോടതിയിൽ ഹാജരാക്കാൻ പോകുന്നു. നല്ല കുടുംബത്തിൽ പിറന്ന ചെറുപ്പക്കാരാണ് എല്ലാവരും. ഇന്ന് അവർ കൊല്ലുന്നത് ടാജിക്കുകളെയാണ്. നാളെ അത് നാട്ടിലെ സമ്പന്നരെയാകാം. അല്ലെങ്കിൽ അവരുടേതല്ലാത്തൊരു ദൈവത്തെ ആരാധിക്കുന്നവരെയാകാം... എന്തായാലും യുദ്ധമെന്ന ചെന്നായ... നമ്മുടെ ഇടയിൽ എത്തിക്കഴിഞ്ഞു.

മോസ്കോയിലെ
കെട്ടിടങ്ങളുടെ നിലവറകളിൽ

മോസ്കോ നഗരത്തിന്റെ നടുവിലുള്ള ഒരു കെട്ടിടം ഞങ്ങൾ തിരഞ്ഞെടുത്തു. ഒരു സ്റ്റാലിൻകാ. സ്റ്റാലിന്റെ ഭരണ കാലത്തു പണിതതാണ്. അതുകൊണ്ടാണ് അങ്ങനെയൊരു പേര്. ബോൾഷെവിക് പാർട്ടിയിലെ പ്രമാണിമാരെ താമസിപ്പിക്കാനാണ് അന്ന് ആ കെട്ടിടങ്ങൾ പണിതത്. ഇന്നും നഗരത്തിൽ അവ പ്രധാനപ്പെട്ട സ്ഥലങ്ങളിൽതന്നെ. സ്റ്റാലിൻ കാലത്തെ ഗംഭീരമായ നിർമ്മാണ ശൈലി. മുഖപ്പുകളിൽ വിസ്തരിച്ച അലങ്കാരപ്പണികൾ. വലിയ തൂണുകൾ. മൂന്നുനാലു മീറ്റർ ഉയരത്തിലുള്ള മേൽത്തട്ട്. വലുപ്പമുള്ള നിലവറകൾ. ആ കാലത്തെ രാഷ്ട്രീയ പ്രഭുക്കന്മാരുടെ പിൻഗാമികളൊക്കെ ഏറെ പിൻതള്ളപ്പെട്ടു

കഴിഞ്ഞു. ഇപ്പോൾ അവിടത്തെ താമസക്കാർ "പുത്തൻ റഷ്യ"യിലെ "പുത്തൻ പ്രമാണി"മാരാണ്. മുറ്റം നിറയെ ഏറ്റവും മുന്തിയതരം കാറുകൾ... ബെന്റ്ലികളും... ഫെറാറികളും തെരുവിനു ചേർന്നു കിടക്കുന്ന നിലയിൽ മോടികൂടിയ വസ്ത്രങ്ങൾ വില്ക്കുന്ന കടകളാണ്. ചില്ലുഭിത്തികൾക്കപ്പുറത്ത് വെളിച്ചം നിറഞ്ഞ അകത്തളങ്ങൾ, ഭൂമിക്കു മുകളിൽ ഇങ്ങനെയാണ് ജീവിതം. എന്നാൽ അതിനു താഴെ.....അത് വേറെത്തന്നെ ഒരു ലോകമാണ്.

പത്രപ്രവർത്തകനായ ഒരു സുഹൃത്തും ഞാനും കൂടി ആ കെട്ടിടത്തിന്റെ താഴെ തറയിലേക്കിറങ്ങി. ഈർപ്പം കൊണ്ട് പച്ച പിടിച്ച ചുമരുകൾ. കൂട്ടിയിട്ടിരിക്കുന്ന തുരുമ്പുകയറിയ ഇരുമ്പു കുഴലുകൾ. അതിനിടയിലൂടെ കുറെ നേരം ഞങ്ങൾ നടന്നു. അവിടെയവിടെയായി ഞങ്ങളുടെ വഴി തടഞ്ഞുകൊണ്ട് ചായമടിച്ച ഇരുമ്പുവാതിലുകൾ. ഒക്കെ പൂട്ടിട്ടും, മുദ്രവെച്ചും പൂട്ടിയിരിക്കുന്നു..... അതെല്ലാം ആളെ കാണിക്കാൻ മാത്രമായാണ്. മുട്ടിവിളിക്കുന്നതിന്റെ രഹസ്യമറിഞ്ഞാൽ ആർക്കും അകത്തു കടക്കാം. അതിനകം ജനസാന്ദ്രമാണ്. നല്ല വെളിച്ചമുള്ള നീണ്ട ഒരിടനാഴി. അതിനിരുവശത്തുമായി ധാരാളം മുറികൾ. ഭിത്തികൾ പ്ലൈവുഡ് കൊണ്ടാണ്. വാതിലിനു പകരം പല നിറത്തിലുള്ള തിരശ്ശീലകൾ തൂക്കിയിട്ടിരിക്കുന്നു. മോസ്കോ നഗരത്തിലെ അധോലോകം. ടാജിക്കുകളും ഉസ്ബെക്കുകളും ചേർന്ന് പങ്കിട്ടെടുത്തിരിക്കുകയാണ്. ഞങ്ങൾ ചെന്നെത്തിയിരിക്കുന്നത് ടാജിക്കുകൾക്കിടയിലാണ്. ഓരോ മുറിയിലും പതിനേഴു മുതൽ ഇരുപതുപേർ വരെ പാർക്കുന്നു. അതൊരു സമൂഹമാണ്. ആരോ എന്റെ ചങ്ങാതിയെ തിരിച്ചറിഞ്ഞു. ആദ്യമായല്ല എന്റെ ആ വഴികാട്ടി അവിടെ വരുന്നത്. അയാൾ ഞങ്ങളെ രണ്ടുപേരേയും അകത്തേക്കു ക്ഷണിച്ചു. വാതിലിൽ ഏതാനും, കുട്ടികളെ ഇരുത്തിക്കൊണ്ടു തള്ളിപ്പോകുന്ന വണ്ടികൾ. അതിനരികിലായി കുറെയധികം ഷൂസുകൾ കൂട്ടിയിട്ടിരിക്കുന്നു. ഒരു മൂലയിലായി ഒരു സ്റ്റൗവും ഗ്യാസ്ടാങ്കും. ചപ്പുചവറുകൾക്കിടയിൽ നിന്നും പെറുക്കി കൊണ്ടുവന്ന മേശകളും കസാലകളും. എല്ലാം പൊതുവായ സ്ഥലത്ത് ഒതുക്കിയിട്ടിരിക്കുന്നു. ബാക്കി സ്ഥലത്താണ് "ബങ്കു ബെഡ്ഡുകൾ...." അവർ തന്നെ കെട്ടിയുണ്ടാക്കിയതാണ്. ഒന്നിനു മീതെ ഒന്നായി മൂന്നു മെത്തകൾ.

ഞങ്ങൾ ചെന്നപ്പോൾ, അത്താഴത്തിന്റെ സമയമായിരുന്നു. ഒരു മേശയ്ക്കു ചുറ്റുമായി പത്തുപേർ ഇരുന്നിരുന്നു. അമീർ, അലി, കുർഷീദ്... ഓരോരുത്തരെയായി പരിചയപ്പെടുത്തി.

> കൂട്ടത്തിൽ പ്രായമായവർ, നാട്ടിലെ പഴയ സോവിയറ്റ് സ്കൂളിൽ പഠിച്ചവരാണ്. പ്രാദേശിക ചുവയില്ലാതെ അവർ നന്നായി റഷ്യൻ സംസാരിക്കുന്നു. ചെറുപ്പക്കാർ വെറുതെ ചിരിതൂകി നില്ക്കുകയാണ്. അവർക്ക് റഷ്യൻ ഭാഷ തീരെ വശമില്ല. അതിഥികൾ വന്നതിന്റെ സന്തോഷം.... എല്ലാ മുഖ ങ്ങളിലും കണ്ടു.

ഞങ്ങൾ ഭക്ഷണം കഴിക്കാൻ തുടങ്ങുകയാണ്. (അമീർ ഞങ്ങളെ കൈപിടിച്ച് മേശയ്ക്കരികിലിരുത്തി. നാട്ടിൽ അദ്ദേഹം ഒരു അദ്ധ്യാപക നായിരുന്നു. ഈ കൂട്ടത്തിൽ ഒരു കാരണവരുടെ സ്ഥാനം.) ഞങ്ങളുടെ ടാജിക് പിലാഫ് ഒന്നു രുചിച്ചു നോക്കൂ. അതിന്റെയൊരു സ്വാദ്! പറ ഞ്ഞാൽ നിങ്ങൾ വിശ്വസിക്കില്ല. വീടിനടുത്ത് ഒരപരിചിതനെ കണ്ടാൽ, അയാളെ അകത്തേക്കു ക്ഷണിച്ച് ഒരു കപ്പ് ചായയെങ്കിലും കൊടു ക്കണം. പണ്ടു മുതലേയുള്ള ഒരു ടാജിക് ആചാരമാണത്.

> അവർക്കു ഭയമാണ്. പറയുന്നതൊന്നും റെക്കോർഡ് ചെയ്യാൻ എന്നെ സമ്മതിച്ചില്ല. ഞാൻ പേന പുറത്തെ ടുത്തു. എഴുത്തുകാരെ പൊതുവെ അവർക്ക് ബഹുമാന മാണ്. അവർ എന്നെ സഹായിക്കാൻ തയ്യാറായി. ചിലർ ഗ്രാമങ്ങളിൽ നിന്നുവന്നവരാണ്. കുറെപേർ മലകളിൽ നിന്നും. എന്തായാലും എല്ലാവരും കൂടി ആകസ്മികമായി ഈ വലിയ ആൾക്കൂട്ടത്തിൽ വന്നുപെട്ടിരിക്കുന്നു.

മോസ്കോ നല്ല സ്ഥലമാണ്. ധാരാളം പണിയും കിട്ടുന്നുണ്ട്. എന്നാൽ, ഭയന്നുകൊണ്ടാണ് ജീവിക്കുന്നത്. പകൽ സമയത്തുപോലും തനിയെ വഴി നടക്കാൻ ഭയമാണ്. പ്രത്യേകിച്ചും ചെറുപ്പക്കാരെ കണ്ടാൽ ഞാൻ മുഖത്തു നോക്കാറില്ല. അവർ നമ്മളെ കൊന്നുകളയും. എല്ലാ ദിവസവും പ്രാർത്ഥിച്ചുകൊണ്ടാണ് കഴിയുന്നത്.

തീവണ്ടിയിൽ വെച്ച് മൂന്നുപേർ എന്റെ അടുത്തേക്കു വന്നു. ഞാൻ ജോലി കഴിഞ്ഞ് വീട്ടിലേക്കു മടങ്ങുകയായിരുന്നു. "നീ ഇവിടെ എന്തു ചെയ്യുന്നു?"

"ഞാൻ ജോലി കഴിഞ്ഞ് വീട്ടിലേക്കു പോവുകയാണ്."

"വീടോ? നിന്റെ വീടെവിടെയാണ്? ആരു പറഞ്ഞു നിന്നോടിങ്ങോട്ടു വരാൻ?"

അവർ എന്നെ കഠിനമായി തല്ലി, ശകാരിച്ചു, എന്റെ നേരെ ഒച്ചവെച്ചു. "റഷ്യ റഷ്യക്കാർക്കുള്ളതാണ്.... റഷ്യ നീണാൾ വാഴട്ടെ." അവർ എന്റെ പല്ലുകൾ തല്ലിക്കൊഴിച്ചു. ഒരു വാരിയെല്ലും പൊട്ടി. ഒരു തീവണ്ടിമുറി നിറയെ യാത്രക്കാർ. ഒരാളും ഒന്നും മിണ്ടിയില്ല. ഒരു പെൺകുട്ടി മാത്രമാണ് ശബ്ദമുയർത്തിയത്. "അയാളെ വെറുതെ വിടൂ.... നിങ്ങൾ ക്കൊരുപദ്രവവും ചെയ്തില്ലല്ലോ"

"നിങ്ങളുടെ പ്രശ്നമെന്താണ്? ഞങ്ങൾ തല്ലുന്നതൊരു കാടനെയാണ്... നിങ്ങൾ മിണ്ടാതിരുന്നോളൂ..."

അവർ റഷീദിനെ കൊന്നു. മുപ്പതു പ്രാവശ്യമാണ് കുത്തിയത്. എന്തിന് മുപ്പതു പ്രാവശ്യം? പറയൂ..."

"എല്ലാം അള്ളായുടെ തീരുമാനമാണ്. ഒട്ടകത്തിന്റെ പുറത്ത് സവാരി ചെയ്യുകയാണെങ്കിലും സമയമായാൽ നായ വന്നു കടിക്കും."

എന്റെ അച്ഛൻ പഠിച്ചത് മോസ്കോയിലായിരുന്നു. ഇന്ന് അച്ഛൻ രാവും പകലും ഇരുന്ന് കരയുകയാണ്. പഴയ സോവിയറ്റ് യൂണിയൻ വീണു പോയല്ലോ എന്നോർത്ത്. ആ നഷ്ടം അച്ഛന് സഹിക്കാനാവുന്നില്ല. തന്റെ പോലെ തന്റെ മകനും ഇവിടെവന്ന് ഉന്നതവിദ്യാഭ്യാസം നേടുമെന്ന് അദ്ദേഹം ആശിച്ചു. പകരം പൊലീസുകാർ ദേഹോപദ്രവം ചെയ്യുന്നു. മുതലാളി നിരന്തരം പീഡിപ്പിക്കുന്നു. ഒരു പൂച്ചയെപ്പോലെ പതുങ്ങി ഈ നിലവറയ്ക്കകത്ത് കഴിഞ്ഞുകൂടുന്നു.

സോവിയറ്റ് യൂണിയനെ ഓർത്ത് ഒട്ടും സങ്കടപ്പെടുന്നില്ല. ഞങ്ങളുടെ അയൽക്കാരൻ കോല്യാ റഷ്യക്കാരനായിരുന്നു. അമ്മ അയാളോട് സംസാരിച്ചാൽ അയാൾ അമ്മയോട് കയർക്കും. "സാധാരണമട്ടിൽ സംസാരിക്കണം. ഇത് നിങ്ങളുടെ നാടായിരിക്കും. പക്ഷേ മേൽക്കോയ്മ ഞങ്ങൾക്കാണ്. ഓർമ്മ വേണം." പാവം, അമ്മ കരയും.

ഇന്നലെ രാത്രി സ്വപ്നം കണ്ടു. ഞങ്ങൾ തെരുവിലൂടെ നടന്നു നീങ്ങുന്നു. അയൽക്കാരെല്ലാം എന്നെ നോക്കി തലകുനിക്കുന്നു. "സലാം അലൈക്കും.... സലാം അലൈക്കും..." ഞങ്ങളുടെ ഗ്രാമത്തിൽ ഇപ്പോൾ സ്ത്രീകൾ മാത്രമേ ശേഷിക്കുന്നുള്ളൂ. പിന്നെ കുറെ കുട്ടികളും. ഏതാനും വയസ്സന്മാരും.

ഞാൻ ഇതുവരെ "റെഡ്സ്ക്വയർ" കണ്ടിട്ടില്ല. ലെനിനേയും കണ്ടിട്ടില്ല. ഇവിടെ വന്നതിൽ പിന്നെ എപ്പോഴും ജോലി മാത്രമാണ്. കൈക്കോട്ടും കോടാലിയും ഉന്തുവണ്ടിയും. ദിവസം മുഴുവൻ ജോലി തന്നെ ജോലി. ഞാനെപ്പോഴും വിയർത്ത് ഒഴുകുകയാണ്. ഒരു തണ്ണിമത്തൻ പോലെ.

എന്റെ കുടിയേറ്റക്കടലാസ്സുകൾ വേണ്ടരീതിയിലാക്കി കിട്ടാൻ വേണ്ടി ഒരു മേജർക്ക് ചോദിച്ചതുപോലെ കൊടുത്തു. "അള്ളാ... നല്ലവനായ നിങ്ങൾക്ക് ആയുസ്സും, ആരോഗ്യവും നല്കട്ടെ." ഞാൻ അയാളെ അനുഗ്രഹിച്ചു. പക്ഷേ അയാൾ എന്നെ ഏല്പിച്ചതെല്ലാം വ്യാജരേഖകളായിരുന്നു. അതെന്നെ ജയിലിലെത്തിച്ചു. ആ തടവറകളിലിട്ട് അവരെന്നെ മതിയാവോളം ചവിട്ടിക്കൂട്ടി. തിരിച്ചറിയൽ കാർഡ് കൈവശമില്ലെങ്കിൽ... നിങ്ങൾ ജീവിച്ചിരിക്കുന്നില്ല എന്നാണർത്ഥം. സ്വദേശമില്ലാത്ത ഒരാൾ ഒരു തെരുവുനായയെ പോലെയാണ്. ആർക്കും അയാളെ എന്തുവേണമെങ്കിലും ചെയ്യാം. ചോദിക്കാൻ ഒരാളുമുണ്ടാവില്ല. ദിവസം ഒരു പത്തു തവണ പൊലീസ് പിടിച്ചു നിർത്തും. "രേഖകൾ കാണിക്കൂ." ഒന്നു

കാണിച്ചാൽ ചോദിക്കും. മറ്റേതെവിടെ? കൈമടക്കുകൊടുത്താൽ രക്ഷപ്പെടാം. അല്ലെങ്കിൽ തല്ലിച്ചതച്ചതു തന്നെ.

ഞങ്ങളാരാണ്? നിർമ്മാണ തൊഴിലാളികൾ... ചുമട്ടുകാർ, വഴിതൂപ്പുകാർ, പാത്രം തേച്ചു കഴുകുന്നവർ. ഞങ്ങളിലൊരാളേയും ഒരു മാനേജറുടെ സ്ഥാനത്ത് കാണുകയില്ല. അമ്മയ്ക്കു സന്തോഷമാണ്. ഞാൻ അവർക്കു പണമയച്ചു കൊടുക്കുന്നു. അവർ എനിക്കുവേണ്ടി ഒരു സുന്ദരിപ്പെണ്ണിനെ കണ്ടുവെച്ചിട്ടുണ്ട്. പക്ഷേ ഞാനവളെ കണ്ടിട്ടില്ല. എല്ലാം അമ്മയുടെ ഏർപ്പാടാണ്. ഞാൻ നാട്ടിൽപോയി അവളെ വിവാഹം കഴിക്കും. വേനൽക്കാലം മുഴുവൻ മോസ്കോ നഗരത്തിന്റെ ചുറ്റുവട്ടത്താണ് ഞാൻ ജോലി ചെയ്തത്. വലിയൊരു പണക്കാരനുവേണ്ടി. പക്ഷെ ഒരു കോപ്പെക്ക് പോലും കൂലി തന്നില്ല. “നിനക്കു ഞാൻ ആഹാരം തന്നില്ലേ?” എന്നാണ് ന്യായം. സ്വന്തമായി ഒരു നാട് ഉണ്ടെങ്കിൽ നിങ്ങൾ പറയുന്നതാണ് ന്യായം. എല്ലായ്പ്പോഴും മുതലാളി എപ്പോഴാണ് ശമ്പളം തരിക എന്നായിരുന്നു എന്റെ കൂട്ടുകാരന്റെ വേവലാതി. അതിന്റെ ഫലം... വളരെനാൾ കഴിഞ്ഞാണ് പൊലീസ് അവന്റെ ജഡം കണ്ടെടുത്തത്. അവർ അവനെ കാട്ടിൽ കുഴിച്ചുമൂടിയിരുന്നു. അവന്റെ അമ്മയ്ക്ക് മകന്റേതായി കിട്ടിയത്..... അവന്റെ ശവപ്പെട്ടി മാത്രം. അവർ ഞങ്ങളെ ചവിട്ടി പുറത്താക്കിയാൽ ആരാണീ മോസ്കോ നഗരം പണിതുണ്ടാക്കാൻ പോകുന്നത്? അവരുടെ മുറ്റങ്ങൾ ആരാണ് തൂത്ത് വെടിപ്പാക്കുക? ഇത്രയും തുച്ഛമായ കൂലിക്ക് ഒരു റഷ്യക്കാരനും പണിയെടുക്കില്ല. കണ്ണടച്ചാൽ കൈത്തോടുകളിലൂടെ വെള്ളം ഒഴുകിപ്പോകുന്ന കാഴ്ചയാണ്. പരുത്തിപ്പാടങ്ങൾ പൂത്തുലഞ്ഞു നില്ക്കുന്നു. പൂക്കൾക്ക് ഒരിളം ചുകപ്പു നിറം.... പരുത്തിപ്പാടങ്ങൾ കണ്ടാൽ ഒരു പൂന്തോട്ടമാണെന്നേ തോന്നൂ. വലിയൊരു യുദ്ധം ഞങ്ങളുടെ നാട്ടിൽ നടന്നുവെന്ന് നിങ്ങൾക്കറിയാമോ? യു.എസ്സ്.എസ്സ്. ആർ വീണതോടെ അവർ എല്ലാവരേയും വെടിവെക്കാൻ തുടങ്ങി. കൈയിൽ യന്ത്രത്തോക്കുള്ളവർ മാത്രമാണ് നന്നായി ജീവിച്ചത്. ഞാൻ എന്നും സ്കൂളിലേക്കു നടക്കുകയാണ് പതിവ്. ദിവസവും രണ്ടോ മൂന്നോ മൃതദേഹമെങ്കിലും വഴിയിൽ കിടക്കുന്നതു കാണാം. പിന്നെ പിന്നെ അമ്മ എന്നെ സ്കൂളിലേക്കയയ്ക്കാതെയായി. വീട്ടിലിരുന്ന് ഒമർഖയ്യാം വായിച്ച് സമയം ചെലവഴിച്ചു. എല്ലാവരും ഖയ്യാം കവിതകൾ വായിക്കും. നിങ്ങൾക്കറിയാമോ അദ്ദേഹത്തിന്റെ കവിതകൾ. അറിയാമെങ്കിൽ നിങ്ങളും എന്റെ സഹോദരിയാണ്.

അവിശ്വാസികളെയാണ് അവർ കൊല്ലുന്നത്.

ആരാണ് വിശ്വാസി? ആരാണ് അവിശ്വാസി? അത് തീരുമാനിക്കേണ്ടത് അള്ളായാണ്. വിധി നിർണ്ണയിക്കുന്നവൻ അവനാണ്.

ഞാൻ കുട്ടിയായിരുന്നു. ഒരാളേയും ഞാൻ വെടിവെച്ചിട്ടില്ല. യുദ്ധത്തിനു മുമ്പ് അവർ എങ്ങനെയാണ് ജീവിച്ചിരുന്നത് എന്ന് അമ്മ പറഞ്ഞിട്ടുണ്ട്. വിവാഹവേളകളിൽ പല ഭാഷകൾ സംസാരിക്കുന്നവരുണ്ടാകും. ടാജിക്... ഉസ്ബെക്....റഷ്യൻ. പ്രാർത്ഥിക്കാൻ താത്പര്യമുള്ളവർ

പ്രാർത്ഥിക്കും. ഇല്ലാത്തവർ മാറിയിരിക്കും. പറയൂ സഹോദരി.... ഇത്ര വേഗം മനുഷ്യർ പരസ്പരം കൊല്ലാൻ തുടങ്ങിയതെന്തുകൊണ്ടാണ്? അവരെല്ലാവരും സ്കൂളിൽ ഖയ്യാമിന്റെ കവിതകൾ പഠിച്ചിട്ടുണ്ടല്ലോ..... പുഷ്കിന്റേയും.

ജനങ്ങൾ എന്നു പറഞ്ഞാൽ ഒരു ഒട്ടകക്കൂട്ടമാണ്. വഴി നീളെ ചാട്ട വീശി തെളിച്ചുകൊണ്ടുപോകണം. ഞാനിപ്പോൾ റഷ്യൻ പഠിക്കുന്നുണ്ട്. കേട്ടോളു.... സുന്ദരിക്കുട്ടി..... റൊട്ടി.... പണം.... എന്റെ മുതലാളി ദുഷ്ടനാണ് എന്നൊക്കെ പറയാൻ പഠിച്ചു. കഴിഞ്ഞ അഞ്ചുവർഷമായി ഞാൻ മോസ്കോയിലാണ്. ഇതിനിടെ വഴിയിൽവെച്ച് ഒരാൾ പോലും എന്നോട് "ഹലോ" എന്ന് പറഞ്ഞിട്ടില്ല. റഷ്യക്കാർക്ക് കറമ്പന്മാരെ ആവശ്യമുണ്ട്. കാരണം, എന്നാലല്ലേ അവർക്ക് സ്വയം വെള്ളക്കാരായി മേനി നടിക്കാനാവൂ. തങ്ങളിൽ താഴേയായി ആരെങ്കിലും വേണമല്ലോ.

ഓരോ രാത്രി കഴിഞ്ഞാലും ഒരു പ്രഭാതമുണ്ട്. അതുപോലെത്തന്നെ ഓരോ സങ്കടത്തിനുമുണ്ട് ഒരവസാനം. നമ്മുടെ നാട്ടിലെ പെൺകുട്ടികൾക്ക് ഇവിടത്തെ പെൺകുട്ടികളേക്കാൾ പ്രസാദവും പ്രസരിപ്പുമുണ്ട്. അതുകൊണ്ടാണ് പറയുന്നത്, അവർ മാതളപ്പഴം പോലെയാണെന്ന്.

എല്ലാം അള്ളാവിന്റെ ഇച്ഛ!

> താഴെ തട്ടിൽ നിന്നും ഞങ്ങൾ മുകളിലേക്കു പടികൾ കയറി വന്നു. മോസ്കോയെ ഞാൻ പുതിയ കണ്ണുകളിലൂടെ കണ്ടു. അതിന്റെ സൗന്ദര്യം.... ഒളി നഷ്ടപ്പെട്ടതുപോലെ. ഉന്മേഷമില്ലാതെ.... ഉദാസീനമായി.... ഞാൻ മോസ്കോയോടു ചോദിച്ചു. നീ എപ്പോഴെങ്കിലും ആലോചിക്കാറുണ്ടോ.... ആളുകൾക്ക് നിന്നെ ഇഷ്ടമാണോ അല്ലയോ എന്ന്?

വെളുത്ത പൂത്താലത്തിലെ ധാന്യത്തിനായി ഒരു പട്ടിയെപ്പോലെ കാത്തിരിക്കുന്ന ജീവിതം

തമാര സുക്കോവി

ഹോട്ടലിൽ പരിചാരിക, 29 വയസ്സ്

ജീവിതം ഒരു പട്ടിയാണ്. ഒരിക്കലും അതൊരുല്ലാസ യാത്രയല്ല..... എനിക്കറിയാം. നല്ലതോ ഭംഗിയുള്ളതോ ആയി ഇതുവരെയായി ഞാൻ ജീവിതത്തിൽ ഒന്നും തന്നെ കണ്ടിട്ടില്ല. ഇല്ല, അങ്ങനെയുള്ള ഒന്നും തന്നെ എനിക്കോർക്കാനാവുന്നില്ല. എന്റെ തലയ്ക്കു നേരെ ഒരു തോക്കു ചേർത്തുവെച്ചാലും ജീവിതത്തെക്കുറിച്ച് ഒന്നും എനിക്കു നല്ലതായി പറയാനുണ്ടാവില്ല. ഞാൻ വിഷം കഴിക്കാൻ ശ്രമിച്ചു. തൂങ്ങിമരിക്കാൻ നോക്കി. ഇതുവരെയായി മൂന്ന് ആത്മഹത്യാശ്രമങ്ങൾ. ഏറ്റവും അവസാനമായി.... അത് ഈയിടെയാണ് ഞാനെന്റെ കൈത്തണ്ടയിലെ ഞരമ്പു മുറിച്ചു. (അവർ ബാൻഡേജ് ഇട്ട് കെട്ടിയ കൈ ഉയർത്തി കാട്ടി)

ദാ...ഇവിടെ വെച്ചുതന്നെ. ആരോ എന്നെ രക്ഷിച്ചു. പിന്നീടൊരാഴ്ച മുഴുവൻ ഞാനുറങ്ങി. വെറുതെ ഉറക്കെ തന്നെ ഉറക്കം. അങ്ങനെയാണ് നമ്മുടെ ശരീരം പ്രവർത്തിക്കുന്നത്. മനശ്ശാസ്ത്രജ്ഞ വന്നു. അവരെന്നോടു പറഞ്ഞു. സംസാരിച്ചുകൊണ്ടിരിക്കൂ. ദാ... ഇപ്പോൾ ചെയ്യുന്നതു പോലെ. എന്താണെനിക്കു പറയാനുള്ളത്? മരണം എന്നെ ഒട്ടും ഭയപ്പെടുത്തുന്നില്ല. നിങ്ങൾ ഇവിടെ വരേണ്ടായിരുന്നു. താമസിക്കേണ്ടായിരുന്നു. ഇതുകൊണ്ടൊന്നും ഒരു പ്രയോജനവുമില്ല.

(അവർ നിശ്ശബ്ദയായി. മുഖം ചുമരിനു നേരെ തിരിച്ചു. ഞാൻ പോകാനെഴുന്നേറ്റു...അവരെന്നെ തടഞ്ഞു)

കേട്ടോളൂ.... ഞാൻ പറയാം.... എല്ലാം സത്യമാണ്.

ഞാൻ ചെറിയ കുട്ടിയായിരുന്നപ്പോൾ... ഒരു ദിവസം സ്കൂളിൽ നിന്നും വന്നു. രാത്രി ഉറങ്ങാൻ കിടന്നു. പിറ്റേ ദിവസം രാവിലെ എനിക്ക് എഴുന്നേല്ക്കാൻ സാധിച്ചില്ല. അവർ എന്നെ ഡോക്ടറെ കാണിച്ചു. രോഗം നിർണ്ണയിക്കാനായില്ല. പിന്നീട് അവരെന്നെ ഒരു സ്ത്രീയുടെ അടുത്തേക്കു കൊണ്ടുപോയി. മന്ത്രവാദം കൊണ്ട് രോഗം മാറ്റുന്നവർ.

വേറെ ആരോ ആണ് അവരുടെ മേൽവിലാസം തന്നത്. മന്ത്രവാദിനി ശീട്ടുകൾ നിരത്തി, അമ്മയോടു പറഞ്ഞു.... "വീട്ടിൽ പോയി മകളുടെ തലയിണ കത്രിക കൊണ്ടു മുറിക്കൂ.... അതിനകത്ത് കോഴിയുടെ എല്ലോടു കൂടിയ ചെറിയ ഒരു കിഴി കാണും. ആ കിഴിയെടുത്ത് വഴി യരികിലായി ഒരു കുരിശിൽ കെട്ടിത്തൂക്കണം. എല്ല് ഒരു കറുത്തുനാ യയെ തീറ്റിക്കണം. നിങ്ങളുടെ മകൾ താനെ എഴുന്നേറ്റു നടന്നോളും. ആരോ അവളുടെ മേൽ കൂടോത്രം ചെയ്തിരിക്കുന്നു."

ജീവിതത്തിൽ നല്ലതോ സുന്ദരമോ ആയി ഞാനൊന്നും കണ്ടിട്ടില്ല. ഞരമ്പു മുറിച്ചതിനെക്കുറിച്ച്.... അത് സാരമാക്കേണ്ട. ഈ കഷ്ടപ്പാടു കൾ... എനിക്കു മതിയായി. കുട്ടിയായിരുന്നപ്പോൾ മുതലേ എന്റെ ജീവിതം ഇങ്ങനെയാണ്. ഫ്രിഡ്ജിൽ വോഡ്കയല്ലാതെ ഒന്നുമില്ല. ഞങ്ങ ളുടെ ഗ്രാമത്തിൽ അങ്ങനെയാണ്. പന്ത്രണ്ടുവയസ്സു കഴിഞ്ഞാൽ എല്ലാ വരും കുടിച്ചു തുടങ്ങും. നല്ല വോഡ്കയ്ക്ക് വലിയ വിലയാണ്. അതു കൊണ്ട് ആളുകൾ മറ്റുപലതും കുടിക്കുന്നു. വാറ്റുചാരായം, കോളോൺ, ചില്ലു തുടക്കുന്ന ലായനി. അതുപോലെയുള്ള മറ്റു ചില ദ്രാവകങ്ങൾ. ഏതോ പശയും ഷൂപോളിഷും ചേർത്ത് അവർ ഒരുതരം വോഡ്ക ഉണ്ടാക്കിയിരുന്നു. അതിന് നല്ല ലഹരിയാണ്. അതു കുടിച്ച് ധാരാളം ചെറുപ്പക്കാർ മരിക്കാറുമുണ്ട്. അതിൽ വലിയ തോതിൽ വിഷാംശമുണ്ട്. ഞങ്ങളുടെ ഒരയൽക്കാരൻ മദ്യം തലയ്ക്കു പിടിച്ച് മുറ്റത്തെ ആപ്പിൾ മരത്തിലേക്ക് വെടിവെക്കാറുണ്ട്. പക്ഷികളെ വീഴ്ത്താൻ. വീട്ടുകാരെ എല്ലാവരേയും കൂടെ വെടിവെക്കാൻ വിളിച്ചു വരുത്തും.

എന്റെ അപ്പൂപ്പനുമതേ, നന്നേ പ്രായമാകുന്നതുവരെ കുടിച്ചുകൊണ്ടി രുന്നു. എഴുപതുവയസ്സായിരുന്നപ്പോഴും ഒരു രാത്രി കൊണ്ട് രണ്ടുകുപ്പി കാലിയാക്കാൻ അദ്ദേഹത്തിനു പ്രയാസമുണ്ടായിരുന്നില്ല. അതിലദ്ദേഹ ത്തിന് വലിയ അഭിമാനവുമുണ്ടായിരുന്നു. യുദ്ധത്തിനുശേഷം നാട്ടിൽ തിരിച്ചെത്തിയത് കൈ നിറയെ മെഡലുകളുമായിട്ടായിരുന്നു. ഒരു വീര യോദ്ധാവിന്റെ പരിവേഷം. അതിനു ശേഷം കുറെ നാളത്തേക്ക് പട്ടാള യൂണിഫോമും, മെഡലുകളും ധരിച്ച് അഹങ്കാരത്തോടെ അദ്ദേഹം അവിടെയൊക്കെ ചുറ്റിക്കറങ്ങി. സ്ത്രീകളുമായി സല്ലപിച്ചു. വേണ്ടു വോളം മദ്യപിച്ചു. ആകപ്പാടെ ഒരുല്ലാസവേള. അന്നൊക്കെ കുടുംബം പുലർത്താൻ പണിയെടുത്തിരുന്നത് അമ്മൂമ്മയായിരുന്നു. അപ്പൂപ്പൻ വീരപുരുഷനല്ലേ! അപ്പൂപ്പൻ അമ്മൂമ്മയെ വല്ലാതെ തല്ലിയിരുന്നു. പാവം! തല്ലുകൊണ്ട് പലപ്പോഴും ചാവാറാകും. ഞാൻ മുട്ടുകുത്തി അപ്പൂപ്പന്റെ കാലിൽ പിടിച്ചു കരയും. "അമ്മൂമ്മയെ തല്ലല്ലേ....കൊല്ലല്ലേ...." ചിലപ്പോൾ കോടാലിയോങ്ങി പിന്നാലെ വന്ന് വീട്ടിൽ നിന്നും ഞങ്ങളെ ആട്ടി യിറക്കും. പലതവണ ഞങ്ങൾ അയൽക്കാരുടെ വീട്ടിൽ അന്തിയുറങ്ങാ റുണ്ട്. ഒരിക്കൽ അപ്പൂപ്പൻ ഞങ്ങളുടെ നായയെ പല തുണ്ടുകളായി വെട്ടിയിട്ടു. അപ്പൂപ്പൻ കാരണം പുരുഷന്മാരെയാകെ വെറുക്കാൻ തുടങ്ങി. ഞാൻ മനസ്സിലുറപ്പിച്ചിരുന്നു.

നഗരത്തിലേക്കു താമസം മാറ്റിയപ്പോൾ...എല്ലാം എന്നെ ഭയപ്പെടുത്തി. കാറുകൾ, ആളുകൾ....എല്ലാവരും നഗരങ്ങളിലേക്കു നീങ്ങുന്നു. അങ്ങനെയാണ് ഞാനും വന്നെത്തിയത്. എന്റെ ജ്യേഷ്ഠത്തി ഇവിടെയുണ്ടായിരുന്നു. ഞാനും അവരുടെ കൂടെ കൂടി. 'ഇവിടെ സ്കൂളിൽ പഠിക്കാം. ഹോട്ടലിൽ പരിചാരികയായി ജോലിയും ചെയ്യാം." ചേച്ചി പറഞ്ഞു. "നീയൊരു സുന്ദരിക്കുട്ടിയല്ലേ തമാരാ.... നല്ലൊരു പട്ടാള ഉദ്യോഗസ്ഥനെ ഭർത്താവായി കിട്ടും. അല്ലെങ്കിൽ പൈലറ്റിനെ..." ചേച്ചിക്ക് വലിയ പ്രതീക്ഷയുണ്ടായിരുന്നു.

പൈലറ്റുപോലും... എന്റെ ആദ്യത്തെ ഭർത്താവിന് ഉയരം തീരെ കുറവായിരുന്നു. മുടന്തനുമായിരുന്നു. എന്റെ കൂട്ടുകാരികൾ ആ ബന്ധത്തിൽ നിന്നും എന്നെ പിന്തിരിപ്പിക്കാൻ ശ്രമിച്ചു. "ഇയാളെ വിവാഹം കഴിക്കുന്നതെന്തിനാണ്? എത്രയോ നല്ല ചെറുപ്പക്കാർ നിന്നെ സ്വീകരിക്കാൻ തയ്യാറാണ്."എനിക്കെപ്പോഴും യുദ്ധത്തെക്കുറിച്ചുള്ള സിനിമകൾ വളരെ ഇഷ്ടമായിരുന്നു. പടക്കളത്തിൽ നിന്നും ഭർത്താക്കന്മാർ തിരിച്ചുവരുന്നതും കാത്ത് ആകാംക്ഷയോടെ നാളുകളെണ്ണി കഴിയുന്ന സ്ത്രീകൾ. ഏതു സ്ഥിതിയിലാകും അവർ തിരിച്ചു വരിക എന്നത് അവർക്കൊരു വിഷയമല്ലായിരുന്നു. കൈയും കാലും ഇല്ലാതെയാണെങ്കിലും ജീവനോടെ ഉണ്ടല്ലോ എന്ന സമാധാനം.

എന്റെ അമ്മൂമ്മ പറഞ്ഞ ഒരു കഥ. ഗ്രാമത്തിലെ ഒരാൾ യുദ്ധമുന്നണിയിൽ നിന്നും തിരിച്ചു വന്നു. രണ്ടുകാലും നഷ്ടപ്പെട്ടിരുന്നു. ഭാര്യ അയാളെ മുതുകിലേറ്റി എല്ലായിടത്തും കൊണ്ടു നടന്നു. എന്നിട്ടും അയാൾ മൂക്കറ്റം കുടിച്ചു..... അവരുടെ ജീവിതം നരകമായി. ചിലപ്പോൾ ബോധംകെട്ട് ഓടയിൽ കിടക്കും. അവർ വീട്ടിലേക്ക് എടുത്തു കൊണ്ടു വരും. വെള്ളത്തൊട്ടിയിലിരുത്തി കുളിപ്പിക്കും. വൃത്തിയുള്ള മെത്തയിൽ കിടത്തും. അതാണ് ശരിയായ പ്രേമം എന്ന് എനിക്കിപ്പോഴും അറിഞ്ഞുകൂട. എന്റെ ഭർത്താവിനോട് അനുകമ്പ തോന്നി. ഞാൻ അദ്ദേഹത്തെ നന്നായി താലോലിച്ചു. ഞങ്ങൾക്ക് മൂന്നു കുട്ടികളുമുണ്ടായി. ക്രമേണ അദ്ദേഹം ഒരു മദ്യപാനിയായി മാറി. കത്തി കാട്ടി എന്നെ ഭയപ്പെടുത്താൻ തുടങ്ങി. എന്നെ കട്ടിലിൽ കിടക്കാൻ അനുവദിക്കില്ല. ഞാൻ തറയിൽ കിടന്നോളണം. പതുക്കെ പതുക്കെ ഞാനറിയാതെ ഒരു ശീലം എന്നിൽ വളർന്നു. പാവ്ലോവിന്റെ നായ്ക്കളെപോലെ. എന്റെ ഭർത്താവ് വീടിനകത്തേക്കു വന്നാൽ ഞാനും എന്റെ കുട്ടികളും പുറത്തേക്കിറങ്ങും. എന്റെ ഓർമ്മകൾ.... ഓരോന്നും എന്നെ കരയിക്കുന്നതാണ്. ജീവിതത്തിന്റെ മുഖത്തു നോക്കി "തുലഞ്ഞുപോ" എന്നു പറയാനാണ് തോന്നുന്നത്. എന്റെ ജീവിതത്തിൽ ഹൃദ്യമായതൊന്നുംതന്നെ സംഭവിച്ചിട്ടില്ല. സുഖവും സന്തോഷവും നല്കുന്ന അനുഭവങ്ങൾ സിനിമകളിൽ മാത്രമാണ് സംഭവിക്കുന്നത്. ടി.വി.യിലും കാണാം അങ്ങനെയുള്ള രംഗങ്ങൾ. ആരെങ്കിലും കൂടെയുണ്ടെങ്കിൽ അതെല്ലാം കണ്ട് രസിച്ചിരിക്കാം. സന്തോഷകരമായ അനുഭവങ്ങളെ കുറിച്ച് സ്വപ്നം കാണാം.

രണ്ടാമത്തെ കുഞ്ഞിനെ ഗർഭം ധരിച്ച കാലം. ഗ്രാമത്തിൽ നിന്നും ഒരു കമ്പി വന്നു. " ശവമടക്കലിനു വരണം- അമ്മ." അതിന് ഏതാനും ദിവസം മുമ്പ് ഒരു ജിപ്പി എന്റെ കൈ നോക്കി ഫലം പറഞ്ഞിരുന്നു. റെയിൽവേസ്റ്റേഷനിൽ വെച്ചായിരുന്നു ഞാൻ അവരെ കണ്ടത്. "ഒരു നീണ്ട പാത നിങ്ങളെ കാത്തിരിക്കുന്നു. അടുത്തുതന്നെ നിങ്ങൾ നിങ്ങളുടെ അച്ഛന്റെ ശവമടക്കും. ഏറെ നാൾ അതോർത്ത് നിങ്ങൾ കരയും." എനിക്കൊട്ടും വിശ്വാസം തോന്നിയില്ല. എന്റെ അച്ഛൻ ആരോഗ്യവാനായിരുന്നു. ശാന്തമായ പ്രകൃതം. അരികത്തുണ്ടെങ്കിൽ ഒരു സമാധാനമാണ്. അമ്മയായിരുന്നു കുഴപ്പക്കാരി. നന്നായി കുടിച്ചിരുന്നു. രാവിലെ എഴുന്നേറ്റാലുടനെ കുടി തുടങ്ങും. അച്ഛൻ പുറത്തു പോയി പശുവിനെ കറക്കും. ഭക്ഷണം പാകം ചെയ്യും. അങ്ങനെ എല്ലാ ജോലികളും. അച്ഛന് അമ്മയോട് അഗാധമായ പ്രേമമായിരുന്നു. അമ്മ അച്ഛനെ വശീകരിച്ചു വെച്ചിരിക്കുകയായിരുന്നു. ആ വിദ്യ അവർക്ക് നല്ല വശമായിരുന്നു. എന്തോ ഒരു രഹസ്യമരുന്ന് അവർ പ്രയോഗിച്ചിരുന്നു. എന്തായാലും ഞാനുടനെ വീട്ടിലേക്കു ചെന്നു.

അച്ഛന്റെ ശവപ്പെട്ടിക്കരികെ ഇരുന്ന് ഞാൻ കരഞ്ഞു. അടുത്ത വീട്ടിലെ പെൺകുട്ടി എന്റെ അരികെ വന്ന് കാതിൽ പറഞ്ഞു. "നിങ്ങളുടെ അച്ഛനെ അമ്മ കൊന്നതാണ്. ഇരുമ്പു ചട്ടി കൊണ്ട് അദ്ദേഹത്തിന്റെ തലയ്ക്കടിച്ചു. ആരോടും പറയരുതെന്ന് എന്നോട് പറഞ്ഞിട്ടുണ്ട്. എനിക്ക് ചോക്ലേറ്റ് വാങ്ങിത്തരാമെന്ന് വാക്കു തന്നിട്ടുണ്ട്."

എനിക്ക് ഓക്കാനം വന്നു. ഭയം കൊണ്ട് തലചുറ്റി. വീട്ടിൽ നിന്നും എല്ലാവരും പുറത്തുപോയ നേരം. ഞാൻ അച്ഛന്റെ വസ്ത്രങ്ങൾ അഴിച്ചു മാറ്റി നല്ലവണ്ണം പരിശോധിച്ചു. ശരീരത്തിൽ മുറിവുകളൊന്നും ഉണ്ടായിരുന്നില്ല. പക്ഷേ തലയുടെ പുറകുവശത്തായി വലിയൊരു മുറിവു കണ്ടു. ഞാനമ്മയെ കാണിച്ചുകൊടുത്തു. അമ്മ പറഞ്ഞത്: വിറകു വെട്ടുന്നതിനിടയിൽ വലിയൊരു ചീള് അബദ്ധത്തിൽ തെറിച്ച് തലയിൽ വന്നു തറച്ചു. രാത്രി മുഴുവൻ ഞാൻ അവിടെയിരുന്നു കരഞ്ഞു. അങ്ങനെ അവിടെയിരിക്കെ എനിക്കൊരു തോന്നൽ. അച്ഛന് എന്നോടെന്തോ പറയാനുണ്ട്. എന്നാൽ അമ്മ അരികത്തു നിന്നും മാറുന്നില്ല.

അന്നു രാത്രി മുഴുവൻ അമ്മ തീരെ കുടിച്ചില്ല. എന്നെ തനിച്ചാക്കിയതുമില്ല. നേരം പുലർന്നപ്പോഴാണ് ഞാൻ കണ്ടത്, അച്ഛന്റെ കൺപീലികൾക്കിടയിൽ നിന്നും ഒരു തുള്ളി ചോര. ആദ്യം ഒരു കണ്ണിലാണത് കണ്ടത്. കുറച്ചു നേരം കഴിഞ്ഞതോടെ രണ്ടാമത്തെ കണ്ണിലും. കണ്ണീരെന്ന പോലെ അച്ഛന്റെ കവിളിലൂടെ ചോര ഒഴുകാൻ തുടങ്ങി. ജീവനുള്ള ശരീരത്തിൽ നിന്നെന്ന പോലെ. എനിക്കു വല്ലാത്ത ഭയം തോന്നി. നല്ല തണുപ്പുകാലം. സെമിത്തേരിയിൽ ഇരുമ്പുപാര കൊണ്ട് മഞ്ഞുകട്ട വെട്ടിപൊളിച്ചു മാറ്റിയാണ് അവർ കുഴിയെടുത്തത്. ആദ്യം മണ്ണു ചൂടാക്കാൻ വേണ്ടി അവിടെ തീ കൂട്ടി. ടയറും പൂവരശിന്റെ തടിയും മറ്റും കത്തിച്ചു. കുഴിവെട്ടുന്നവർ കൂലിക്കു പുറമെ ഒരു മുഴുവൻ പെട്ടി

വോഡ്കയും ആവശ്യപ്പെട്ടു. അത്രയ്ക്കും അവർക്ക് അദ്ധ്വാനിക്കേണ്ടി വന്നു. ശവമടക്കൽ കഴിഞ്ഞു വീട്ടിൽ വന്നതും അമ്മ കുടി തുടങ്ങി. വളരെ സന്തോഷവതിയായി ഇരുന്ന് വർത്തമാനം പറഞ്ഞു. ഞാൻ മാത്രം കരഞ്ഞുകൊണ്ട് ഒരു മൂലയിലിരുന്നു. ഇപ്പോഴും അതൊക്കെ ഓർക്കുമ്പോൾ....തോരാത്ത മഴ പോലെ. ...എനിക്കു കരച്ചിലടക്കാനാവുന്നില്ല. എന്റെ സ്വന്തം അമ്മ....എന്നെ പ്രസവിച്ച അമ്മ. എനിക്കേറ്റവും അടുപ്പം തോന്നേണ്ടത് എന്റെ അമ്മയോടല്ലേ? ഞാൻ മോസ്കോയിലേക്കു മടങ്ങിയതും അവർ ഞങ്ങളുടെ വീട് വിറ്റു. ഇൻഷ്വറൻസിൽ നിന്നും പണം കിട്ടാൻ വേണ്ടി കളപ്പുരയ്ക്കു തീയിട്ടു. നഗരത്തിൽ വന്ന് എന്റെ കൂടെ താമസമാക്കി. താമസിയാതെ പുതിയൊരു ഭർത്താവിനേയും അമ്മ കണ്ടെത്തി. എത്ര വേഗത്തിലാണ് അമ്മ സൂത്രങ്ങളൊപ്പിച്ചത്. അയാൾ തന്റെ മകനേയും ഭാര്യയേയും വീട്ടിൽ നിന്നും പുറത്താക്കി. ആ അപ്പാർട്ട്മെന്റ് അമ്മയുടെ പേരിലുമാക്കി. പുരുഷന്മാരെ വശീകരിക്കാൻ അമ്മയ്ക്കു നല്ല മിടുക്കായിരുന്നു. അമ്മ ഏതോ വശീകരണ വിദ്യ പ്രയോഗിച്ചിരുന്നു. (ബാൻഡേജിട്ട കൈ ഒരു കുഞ്ഞിനെയെന്നപോലെ അവർ മെല്ലെ ആട്ടി.)

ആ കാലത്ത് എന്റെ ഭർത്താവ്, കൈയിൽ ചുറ്റികയുമായി എന്നെ വീടു മുഴുവൻ ഓടിച്ചിരുന്നു. രണ്ടുതവണ ചുറ്റിക കൊണ്ടടിച്ച് എന്റെ തല പൊളിച്ചു. കൈയിൽ ഒരു കുപ്പി വോഡ്കയും കുപ്പായകീശയിൽ അച്ചാറിന്റെ പൊതിയുമായി അയാൾ പടിയിറങ്ങും. എവിടേക്കാണ് പോകുന്നത്? ആർക്കറിയാം. കുട്ടികൾ എപ്പോഴും വിശന്നു കരഞ്ഞുകൊണ്ടിരുന്നു. ആഹാരമെന്നു പറയാൻ കുറച്ച് ഉരുളക്കിഴങ്ങു മാത്രം. വിശേഷദിവസങ്ങളിൽ മാത്രം പാല്, കൂവ, ഒരു ടിൻ ചെറുമത്സ്യങ്ങൾ. അതിൽ കൂടുതലൊന്നുമില്ല. ഭർത്താവിനോടെന്തെങ്കിലും..അയാൾ വീട്ടിലുള്ളപ്പോൾ പറയാൻ ശ്രമിച്ചാൽ, കിട്ടുന്നത് മുഖമടച്ചുള്ള ഒരടിയായിരിക്കും. കസേലയെടുത്ത് ചുമരിനു നേരെ വലിച്ചെറിയുകയും ചെയ്യും. രാത്രിയായാൽ ഒരു കാട്ടുജന്തുവിനെപോലെ എന്റെ ശരീരത്തിലേക്കു ചാടിവീഴും. പറഞ്ഞില്ലേ, നല്ലതായി ഒന്നും എന്റെ ജീവിതത്തിലുണ്ടായിട്ടില്ല. സന്തോഷം തരുന്ന ഒരു ചെറിയൊരു സംഭവം പോലും എനിക്കോർക്കാനില്ല. എന്നും തല്ലും ചവിട്ടും. എന്റെ കണ്ണുകൾ എപ്പോഴും കരഞ്ഞു കലങ്ങിയിട്ടാണ്. എന്നാലും എന്റെ ജോലി....ഹോട്ടലിൽ വരുന്നവരുടെയൊക്കെ മുമ്പിലൊക്കെ പുഞ്ചിരിച്ചുകൊണ്ട് തലകുനിക്കുക. ഇടയ്ക്ക് അവിടത്തെ വലിയ മാനേജർ എന്നെ അകത്തേക്കു വിളിപ്പിക്കും. “ഇവിടെ കണ്ണീരും കരച്ചിലുമൊന്നും ഞാൻ പൊറുക്കില്ല. കഴിഞ്ഞ ഒരു കൊല്ലമായി എന്റെ ഭാര്യ പക്ഷാഘാതം വന്ന് കിടപ്പിലാണ്.” അയാളുടെ കൈകൾ എന്റെ അരക്കെട്ടിലേക്കു നീളും. എന്റെ രണ്ടാനച്ഛൻ...രണ്ടു വർഷം തികച്ചും ജീവിച്ചില്ല. ഒരു ദിവസം അമ്മ എന്നെ ഫോണിൽ വിളിച്ചു പറഞ്ഞു. “ നീ വന്ന് എന്നെ സഹായിക്കണം....അയാളുടെ ശവമടക്കാൻ. നമുക്ക് രണ്ടുപേർക്കും കൂടി ശവം ദഹിപ്പിക്കുന്നിടത്തേക്ക് കൊണ്ടുപോകാം.” ഞാൻ ശരിക്കും ഞെട്ടി. ഒരു നിമിഷം ബോധം മറഞ്ഞതു

പോലെ തോന്നി. പിന്നെ ധൈര്യം വീണ്ടെടുത്തു. പോകാതെ പറ്റില്ലല്ലോ. എന്റെ പേടി മുഴുവൻ, അയാളേയും അമ്മ കൊന്നതായിരിക്കുമോ എന്നായിരുന്നു. അയാളെ കൊന്ന് ആ ഫ്ളാറ്റു കൈക്കലാക്കാം. യഥേഷ്ടം കുടിച്ചും മദിച്ചും കഴിയാം എന്നൊക്കെ ചിന്തിച്ചിട്ടുണ്ടാകുമോ? ഇപ്പോൾ ശവദാഹത്തിന് തിടുക്കം കൂട്ടുകയാണ്. അയാളുടെ മക്കൾ വന്നെത്തും മുമ്പേ ശവം ദഹിപ്പിക്കാനൊരുങ്ങുന്നു. അയാളുടെ മൂത്ത മകൻ ഒരു മേജറാണ്. ജർമ്മനിയിൽ നിന്നും പറന്നെത്തും. എന്നാൽ മകന് കാണാൻ കിട്ടുക ഒരു പിടി ചാരം മാത്രമായിരിക്കും. നൂറു ഗ്രാം....നേർമ്മയായ പൊടി. ഒരു കൊച്ചു വെള്ള കളിമൺപാത്രത്തിൽ. ആ പേടിയും പരിഭ്രമവും കൊണ്ട് എന്റെ മാസമുറ നിന്നുപോയി. രണ്ടുവർഷത്തോളം എനിക്കു ആർത്തവമുണ്ടായില്ല. വീണ്ടും തുടങ്ങിയപ്പോൾ ഞാൻ ഡോക്ടറോട് അപേക്ഷിച്ചു." ഞാൻ ഏത് ശസ്ത്രക്രിയയ്ക്കും തയ്യാറാണ്. സ്ത്രൈണമായിട്ടുള്ളതെല്ലാം എന്നിൽ നിന്നും മുറിച്ചു മാറ്റണം. എനിക്കിനിയും ഒരു സ്ത്രീയായി ജീവിക്കാൻ വയ്യ....ആരുടേയും കാമുകിയായി കഴിയാനുമാവില്ല. എനിക്ക് ഭാര്യയുമാവണ്ട...അമ്മയുമാവണ്ട..." എന്നെ പ്രസവിച്ച എന്റെ സ്വന്തം അമ്മ. എനിക്കവരെ സ്നേഹിക്കണമെന്നുണ്ടായിരുന്നു. കുട്ടിക്കാലത്ത് ഞാൻ അവരോട് കൊഞ്ചും, "അമ്മേ, എനിക്കൊരു ഉമ്മ തരു." പക്ഷേ അവരെപ്പോഴും കുടിച്ചു വെളിവുകെട്ട അവസ്ഥയിലായിരുന്നു. അച്ഛൻ ജോലിക്കു പോകും. അതോടെ വീട്ടിൽ കുടിയന്മാരുടെ ബഹളമാകും. അവരിലൊരാൾ എന്നെ പിടിച്ചു വലിച്ച് തന്റെ കൂടെ കിടത്തി. അന്നെനിക്ക് പതിനൊന്നു വയസ്സായിരുന്നു പ്രായം. ഞാൻ അമ്മയോട് സങ്കടം പറഞ്ഞു. അതു കൊണ്ടെന്താണെന്ന ഭാവത്തിൽ അമ്മ എന്നോട് കയർക്കുകയാണ് ചെയ്തത്. കുടിയും കൂട്ടുകൂടലും... ജീവിതം മുഴുവൻ അവർ അങ്ങനെയായിരുന്നു. അതിനിടയിൽ ഒരു ദിവസം പെട്ടെന്ന് മരണം അവരുടെ മുന്നിലെത്തി. മരിക്കാൻ അവർ ഒരുക്കമായിരുന്നില്ല. 59 വയസ്സു കഴിഞ്ഞിരുന്നു. എന്നാലും ലോകം വിട്ടു പോകാൻ അവർ ആഗ്രഹിച്ചില്ല.

ആദ്യം സ്തനങ്ങളിലൊന്ന് നീക്കം ചെയ്തു. ആറാഴ്ച കഴിഞ്ഞ് രണ്ടാമത്തേതും. അവർക്ക് തന്നേക്കാൾ 15 വയസ്സു പ്രായം കുറഞ്ഞ ഒരു കാമുകനുണ്ടായിരുന്നു. "എന്നെ ഒരു മന്ത്രവാദിനിയെ കാണിക്കൂ. എങ്ങനെയെങ്കിലും രക്ഷിക്കൂ." അവർ കരഞ്ഞുകൊണ്ടിരുന്നു. രോഗം കൂടുതൽ കലശലായി. അവരുടെ കാമുകൻ അരികിലിരുന്നു ശുശ്രൂഷിച്ചു. മലമൂത്രങ്ങൾ നീക്കം ചെയ്തു. കുളിപ്പിച്ചു, ആഹാരം കൊടുത്തു. അപ്പോഴും തന്റെ അവസാനമടുത്തുവെന്ന് അവർ അറിഞ്ഞിരുന്നില്ല. അല്ലെങ്കിൽ അങ്ങനെ വിചാരിക്കാൻ കൂട്ടാക്കിയിരുന്നില്ല. എന്നാലും അവരെന്നോടു പറഞ്ഞിരുന്നു, "എനിക്കെന്തെങ്കിലും സംഭവിച്ചാൽ..... എല്ലാം ഞാൻ അവനാണ് എഴുതി വെച്ചിരിക്കുന്നത്. എന്റെ അപ്പാർട്ട്മെന്റും ടി.വി.യും." എന്നേയും ചേച്ചിയേയും അവർ മനഃപൂർവ്വം നോവിക്കുകയായിരുന്നു. ഒരുതരം ക്രൂരത... ഇനിയും ജീവിക്കണം എന്നു തന്നെയായിരുന്നു അമ്മയുടെ മോഹം. അവർ ആർത്തിയോടെ

ജീവിതത്തിൽ പിടിച്ചു തൂങ്ങി നിന്നു. അവസാനം ഞങ്ങൾ അമ്മയെ ഒരു മന്ത്രവാദിനിയുടെ അടുത്തു കൊണ്ടുപോയി. കാറിൽ നിന്നും എടുത്താണ് കൊണ്ടുപോയത്. മന്ത്രവാദിനി അല്പനേരം പ്രാർത്ഥിച്ചതിനു ശേഷം ശീട്ടുകൾ നിരത്തി. അവർ ഉച്ചത്തിൽ നിലവിളിച്ചു കൊണ്ട് ചാടി എഴുന്നേറ്റു. "വേഗം കൊണ്ടുപോയ്ക്കോളൂ....ഞാനിവരെ ചികിത്സിക്കുന്നില്ല.''എന്റെ അമ്മ ഞങ്ങളുടെ നേരെ ഒച്ചയിട്ടു. ''നിങ്ങൾ പൊയ്ക്കോളൂ.... എനിക്കിവരോട് കുറച്ചു നേരം തനിയെ സംസാരിക്കണം." പക്ഷേ ആ വൃദ്ധ ഞങ്ങളെ തടഞ്ഞു. "നിങ്ങൾ പോകരുത്." ഇവരെ ചികിത്സിക്കാൻ ഞാൻ തയ്യാറല്ല. ഒന്നിലധികം പേരെ ഇവർ കുഴിയിലേക്കെത്തിച്ചിട്ടുണ്ട്." അവർ വീണ്ടും തന്റെ ശീട്ടുകൾ ശ്രദ്ധിച്ചു നോക്കി. "സുഖമില്ല എന്നറിഞ്ഞ് ഉടനെ ഇവർ പള്ളിയിൽ പോയി രണ്ടു മെഴുകുതിരികൾ കത്തിച്ചു."

"അതെന്റെ മക്കളുടെ ആരോഗ്യത്തിനു വേണ്ടിയായിരുന്നു."

"അല്ല." മന്ത്രവാദിനി ഉറപ്പിച്ചു പറഞ്ഞു. "അവരുടെ ആത്മശാന്തിക്കു വേണ്ടിയാണ് നിങ്ങളതു ചെയ്തത്. നിങ്ങളുടെ മക്കൾ മരിക്കണമെന്നാണ് നിങ്ങൾ പ്രാർത്ഥിച്ചത്. മക്കളെ ദൈവത്തിനു നല്കിയാൽ ദൈവം നിങ്ങളുടെ ജീവനെടുക്കില്ല എന്നാണ് നിങ്ങളുടെ വിചാരം."

അതോടെ ഞാൻ നിശ്ചയിച്ചു. ഇനിയൊരിക്കലും എന്റെ അമ്മയോടൊപ്പം തനിച്ചു നില്ക്കില്ല. അമ്മയെ ഭയന്നാണ് അതിൽ പിന്നെ കഴിഞ്ഞത്. ഞാൻ ദുർബലയാണ്. എപ്പോൾ വേണമെങ്കിലും അമ്മയ്ക്കെന്നെ കീഴടക്കാനാവും. അമ്മയെ കാണാൻ പോകുമ്പോഴൊക്കെ എന്റെ മൂന്നു മക്കളേയും കൂടെ കൂട്ടിയിരുന്നു. കുട്ടി എന്നോട് തിന്നാൻ എന്തെങ്കിലും വേണമെന്ന് ആവശ്യപ്പെടും. അതു കേട്ടാൽ അമ്മ ശകാരം തുടങ്ങും. താനിവിടെ മരിക്കാൻ കിടക്കുമ്പോൾ ചിലർക്കു വിശക്കുന്നു. ചിലർ ജീവിക്കാൻ ആഗ്രഹിക്കുന്നു. അമ്മ കത്തിയെടുത്തു പുതിയ മേശവിരിയും മെത്തയിലെ വിരിപ്പുമൊക്കെ മുറിച്ചിട്ടു. തന്റെ മരണശേഷം അതൊന്നും മറ്റാരും ഉപയോഗിക്കരുത് എന്ന വാശി. തട്ടുകളെല്ലാം എറിഞ്ഞുടച്ചു. കൈയിൽ കിട്ടിയതൊക്കെ നാശമാക്കിയിട്ടു. കുളിമുറിയിലേക്കു വരാൻ തയ്യാറായില്ല. മലമൂത്ര വിസർജ്ജനമെല്ലാം ബോധപൂർവ്വം മെത്തയിൽ തന്നെ. എന്നെ അത്രയും കൂടുതൽ കഷ്ടപ്പെടുത്താമല്ലോ.

തന്റെ കാലശേഷവും മക്കൾ ജീവിച്ചിരിക്കുമെന്നത് ഒരു പകയായി അവരുടെ മനസ്സിൽ പുകഞ്ഞു. താൻ മരിച്ചു പോകും. പക്ഷേ തന്റെ മക്കൾ ഈ ഭൂമിയിൽ ജീവിച്ചിരിക്കുമെന്നത് അവർക്ക് സഹിക്കാനായില്ല. എല്ലാവരോടും അമ്മയ്ക്കു വെറുപ്പായിരുന്നു. ഒരു കിളി ആ ജനൽപ്പടിയിലെങ്ങാനും വന്നിരുന്നാൽ അവർ അതിനെ തീർച്ചയായും കൊല്ലുമായിരുന്നു. അത് വസന്തകാലമായിരുന്നു. അവരുടെ ഫ്ളാറ്റ് താഴെ നിലയിലായിരുന്നു. കാറ്റിൽ ലൈലാക് പൂക്കളുടെ മണം. അവർക്ക് ശ്വാസംമുട്ടലുണ്ടായിരുന്നു. വേണ്ടത്ര പ്രാണവായു കിട്ടാത്തതിന്റെ വിമ്മിട്ടം. "മുറ്റത്തു നിന്ന് ഒരു മരക്കമ്പു കൊണ്ടുവന്നു തരൂ." അമ്മ എന്നോടു

പറഞ്ഞു. ഞാൻ ഉടനെ ഒരു മരക്കമ്പ് വെട്ടിക്കൊണ്ടുവന്നു കൊടുത്തു. അമ്മ തൊട്ടതും ആ കമ്പാകെ ചുരുങ്ങി ചെറുതായി. ഇലകൾ ചുരുണ്ടു കൂടി. "ഞാൻ നിന്റെ കൈയിൽ പിടിക്കട്ടെ."അമ്മ എന്റെ നേരെ തിരിഞ്ഞു. ആ മന്ത്രവാദിനി എനിക്കു മുന്നറിയിപ്പു തന്നിരുന്നു. ദുഷ്കർമ്മ ങ്ങൾ ഒട്ടനവധി ചെയ്ത ഒരാളുടെ മരണം എളുപ്പത്തിലാവില്ലെന്ന്.... നീണ്ട കാലം മരണവേദന അനുഭവിച്ചേ ആ ജീവിതമൊടുങ്ങൂ. ഒന്നുകിൽ മുറി യുടെ തട്ടുപൊളിക്കണം. അല്ലെങ്കിൽ ജനലഴികൾ വലിച്ചു മാറ്റണം. അല്ലാതെ ആ ആത്മാവിന് ശരീരം വിട്ടുപോകാനാവില്ല. എത്രയെല്ലാം നിർബന്ധിച്ചാലും സ്വന്തം കൈ അവർക്ക് കൊടുത്തു പോകരുത്. അവ രുടെ രോഗം നിങ്ങൾക്കു കിട്ടും.

"എന്തിനാ എന്റെ കൈ പിടിക്കുന്നത്?" അമ്മ ഒന്നും മിണ്ടിയില്ല. ശാന്തയായി കിടന്നു. അവസാനം അടുത്തിരുന്നു. അപ്പോഴും അമ്മ പറ ഞ്ഞില്ല. പെട്ടിയിലാക്കുമ്പോൾ ധരിപ്പിക്കാനുള്ള വസ്ത്രങ്ങൾ എവിടെ യാണ് വെച്ചിരിക്കുന്നതെന്ന്. മരണാനന്തര ചിലവുകൾക്കുള്ള പണം സൂക്ഷിച്ചിരിക്കുന്നത് എവിടെയാണെന്നും അവർ പറഞ്ഞു തന്നില്ല. എന്നേയും, മക്കളേയും ഞങ്ങൾ ഉറങ്ങി കിടക്കുമ്പോൾ തലയിണ കൊണ്ട് അമർത്തി അവർ ശ്വാസം മുട്ടിച്ചു കൊല്ലുമെന്ന് ഭയപ്പെട്ടു. എന്തും സംഭവിക്കാവുന്നതേയുള്ളൂ....ഞാൻ കണ്ണടച്ചുവെങ്കിലും ഇടയ്ക്കിടയ്ക്ക് അവരെ നോക്കി. ഏതു വിധത്തിലായിരിക്കും അവരുടെ പ്രാണൻ ആ ശരീരം വിട്ടുപോവുക...അവരുടെ ആത്മാവ് എങ്ങനെയായിരിക്കും? ചെറി യൊരു പ്രകാശം? ഇരുണ്ട ഒരു മേഘത്തുണ്ട്? പലരും ഇതിനെ കുറി ച്ചെല്ലാം പലതും എഴുതിവെച്ചിട്ടുണ്ട്.

ഒരു ദിവസം ഞാൻ കടയിലേക്കൊന്നോടിപ്പോയി. കുറച്ചു നേരം അമ്മ യുടെ അടുത്തിരിക്കാൻ അയൽക്കാരിയെ ഏല്പിച്ചു. അവർ അമ്മയുടെ കൈ പിടിച്ചു.... ആ നിമിഷം അവരുടെ പ്രാണനും പോയി. അവസാന നിമിഷം അവരെന്തോ വിളിച്ചു പറഞ്ഞുവത്രെ. അതൊട്ടും വ്യക്തമായി രുന്നില്ല. ആരുടേയോ പേരാണ് വിളിച്ചതെന്നു തോന്നുന്നു. ആരുടേതാ യിരിക്കും? അയൽക്കാരിക്ക് അത് പറയാനായില്ല. പരിചയമുള്ള ഒരു പേരാ യിരുന്നില്ല എന്നുമാത്രം അവർ പറഞ്ഞു.

അമ്മയെ ഞാൻ കഴുകി തുടച്ചു. വൃത്തിയുള്ള വസ്ത്രങ്ങൾ ധരി പ്പിച്ചു. എല്ലാം വളരെ നിർവികാരമായാണ് ചെയ്തത്. മുമ്പിൽ കിടക്കു ന്നത് എന്തോ ഒരു സാധനമാണെന്ന തോന്നൽ. ഒരുപാത്രമോ മറ്റോ. എന്റെ സ്നേഹവും സങ്കടവുമെല്ലാം എവിടെയോ മറഞ്ഞു കിടന്നു. ഞാൻ പറയുന്നത് സത്യമാണ്. അവരുടെ ചില കൂട്ടുകാർ വന്നു. അമ്മ യുടെ ഫോൺ മോഷ്ടിച്ചു. ഞങ്ങളുടെ ബന്ധുക്കളെല്ലാം എത്തി. ചേച്ചിക്കും എനിക്കും ഇടയിലുള്ള സഹോദരിയും ഗ്രാമത്തിൽ നിന്നും വന്നു. എന്റെ അമ്മയുടെ ശരീരം അവിടെ കിടന്നു. എന്റെ ചേച്ചി ബല മായി അവരുടെ കണ്ണുകൾ വലിച്ചു തുറന്നു.

"മരിച്ചു പോയ അമ്മയെ ഇങ്ങനെ ഉപദ്രവിക്കുന്നതെന്തിനാ?" ഞാൻ ചോദിച്ചു.

“ഓർമ്മയില്ലേ, കുട്ടികളായിരുന്നപ്പോൾ അവർ നമ്മളെ എത്രമാത്രം ദ്രോഹിച്ചിരുന്നു. അവർക്കതൊരു രസമായിരുന്നു....അമ്മയെ ഞാൻ കഠിനമായി വെറുക്കുന്നു.”

ബന്ധുക്കളെല്ലാം വട്ടം കൂടിയിരുന്നു. കുശുമ്പുകുത്തലും കുറ്റം പറയലും തുടങ്ങി. രാത്രി തന്നെ അമ്മയുടെ സാധനങ്ങളെല്ലാം അവർ പങ്കുവെച്ചെടുത്തു. ആരോ ടി.വി പൊതിഞ്ഞു കെട്ടി. വേറൊരാൾ തയ്യൽ മെഷീൻ. ശവശരീരത്തിൽ നിന്നും ഒരു സ്ത്രീ സ്വർണ്ണകമ്മൽ ഊരിയെടുത്തു. വീടു മുഴുവൻ പരതി, പണം എവിടെയെങ്കിലും കരുതിവെച്ചിട്ടുണ്ടോ എന്ന് പരിശോധിച്ചു. ഇതെല്ലാം നടന്നത് അമ്മയുടെ ജഡം ശവപ്പെട്ടിയിൽ കിടക്കുമ്പോഴായിരുന്നു. ഞാൻ ഒന്നും മിണ്ടാതെ ഒരു മൂലയിലിരുന്നു കണ്ണീർ തുടച്ചു. പതുക്കെ എന്റെ മനസ്സ് അമ്മയെ ഓർത്ത് സങ്കടപ്പെടാൻ തുടങ്ങി. അടുത്ത ദിവസമാണ് അവരെ ദഹിപ്പിച്ചത്. ദഹനത്തിനു ശേഷം അവരുടെ ചിതാഭസ്മം അവർ ചെറിയൊരു കുടത്തിലാക്കി തന്നു. അത് ഗ്രാമത്തിൽ കൊണ്ടുപോയി അച്ഛന്റെ കല്ലറയ്ക്കരികിലായി കുഴിച്ചിടാമെന്ന് ഞങ്ങൾ തീരുമാനിച്ചു. വാസ്തവത്തിൽ അമ്മ അതാഗ്രഹിച്ചിരുന്നില്ല... എന്നാലും. അമ്മയ്ക്കു ഭയമായിരുന്നു. മരണാനന്തരം ഒരു ജീവിതമുണ്ടെങ്കിലോ? എവിടെയെങ്കിലുംവെച്ച് ഭാര്യയും ഭർത്താവും തമ്മിൽ കണ്ടുമുട്ടിയാൽ... (അവർ ഒന്നു നിർത്തി) കരയാൻ ഇനി കണ്ണീർ അധികമൊന്നുമില്ല. എനിക്കു തന്നെ അദ്ഭുതം തോന്നുന്നു. പഴയ കാര്യങ്ങളെ കുറിച്ച് അധികമൊന്നും ആലോചിക്കാറില്ല. ജീവിതവും മരണവും. നല്ലവരും ദുഷ്ടന്മാരും. വിധി നിങ്ങളുടെ വഴിയിൽ ഇത്തിരിപോലും വെളിച്ചം കാട്ടാതിരിക്കേ എങ്ങോട്ടോടിപ്പോകാനാണ്? സ്വന്തം വിധിയിൽ നിന്നും ഒരാൾക്കും രക്ഷപ്പെടാനാവില്ല. എന്നെ കൂടെ താമസിപ്പിച്ച ചേച്ചി രണ്ടാമതും വിവാഹം കഴിച്ചു. കസാഖ്സ്ഥാനിലേക്കു താമസം മാറി. അവരെ എനിക്കു വലിയ കാര്യമായിരുന്നു. എന്റെ മനസ്സ് അന്നേ എന്നോടു പറഞ്ഞു, ഈ വിവാഹം ശരിയല്ല എന്ന്. ആ മനുഷ്യനെ അവർ വിവാഹം കഴിക്കരുത് എന്ന് തോന്നി. അയാളിൽ നല്ലതായി ഒന്നുംതന്നെ കാണാനായില്ല. “വെറുതെ തോന്നുകയാണ്. അയാൾ നല്ലവനാണ്...” ചേച്ചി എന്നെ സമാധാനിപ്പിച്ചു. “എനിക്കയാളോട് സഹതാപമാണ് തോന്നുന്നത്.” പതിനെട്ടു വയസ്സിൽ ജയിലിലായി. കൊലക്കുറ്റത്തിന്. കുടിച്ചു ലക്കില്ലാതെ വഴക്കു കൂടി എതിരാളിയെ കൊന്നു. അഞ്ചു വർഷമായിരുന്നു ശിക്ഷ. രണ്ടുവർഷം ഇളവു കിട്ടി. അയാൾ എപ്പോഴും ഓരോ സമ്മാനങ്ങളുമായി ചേച്ചിയെ കാണാൻ വന്നിരുന്നു. അയാളുടെ അമ്മയും ആ ബന്ധം പ്രോത്സാഹിപ്പിച്ചു. വഴിയിൽ കാണുമ്പോഴെല്ലാം അവർ അതിനെക്കുറിച്ച് ചേച്ചിയോട് സംസാരിച്ചിരുന്നു. “എല്ലാ പുരുഷന്മാർക്കും വേണം ഒരു പോറ്റമ്മ.” അവർ അങ്ങനെയാണ് ചേച്ചിയോട് പറയാറ്. നല്ലൊരു ഭാര്യ ഏതൊരു ഭർത്താവിനും ഏതാണ്ടൊരമ്മയെ പോലെത്തന്നെയാണ്. തനിയെ വിട്ടാൽ പുരുഷന്മാരൊക്കെ ചെന്നായ്ക്കളായി മാറും. കണ്ടതൊക്കെ വയറ്റിലാക്കും.’’ പാവം എന്റെ ചേച്ചി ആ വലയിൽ വീണു. അവളും എന്നെപ്പോലെയാണ്. ദയ അല്പം കൂടുതലുള്ള കൂട്ടത്തിൽ. “ഞാൻ അയാളെ നല്ലൊരു മനുഷ്യനാക്കും.”

അമ്മ മരിച്ച രാത്രി മുഴുവൻ ഞാൻ ശവപ്പെട്ടിക്കരികെയിരുന്നു. ചേച്ചിയും ഭർത്താവും എന്റെ ഒപ്പമുണ്ടായിരുന്നു. അയാൾ വലിയ കരുതലോടും സ്നേഹത്തോടുമാണ് ചേച്ചിയോട് പെരുമാറിയിരുന്നത്. സത്യത്തിൽ എനിക്കല്പം അസൂയ തോന്നുകയും ചെയ്തു. പത്തു ദിവസം കഴിഞ്ഞപ്പോൾ എനിക്കൊരു ടെലിഗ്രാം കിട്ടി. "തമാര അമ്മായി, വേഗം വരണം. അമ്മ മരിച്ചു- അന്യാ...." അത് ചേച്ചിയുടെ മകളായിരുന്നു. അവൾക്ക് പതിനൊന്നുവയസ്സേ ആയിരുന്നുള്ളൂ. അവളാണ് എനിക്ക് ടെലിഗ്രാം അയച്ചത്. ഒരു ശവപ്പെട്ടി വീട്ടിൽ നിന്നും പുറത്തേക്കെടുത്തിട്ടേയുള്ളൂ. അപ്പോഴേക്കുമതാ രണ്ടാമതൊരെണ്ണം. (അവർ മെല്ലെ കരഞ്ഞു) അയാൾ മദ്യപിച്ചു ബോധം കെട്ടിരുന്നു. കൂടെ കലശലായ അസൂയയും. അയാൾ ചേച്ചിയെ ചവിട്ടിമെതിച്ചു. ഫോർക്കെടുത്ത് ആഞ്ഞു കുത്തി. ശവശരീരത്തിൽ ബലാത്സംഗം ചെയ്തു. മദ്യമോ മയക്കുമരുന്നോ. ആർക്കറിയാം....സ്വബോധം നഷ്ടപ്പെട്ടിരുന്നു. രാവിലെ ജോലിസ്ഥലത്ത് വിവരമറിയിച്ചു. ഭാര്യ മരിച്ചുവെന്ന്. അവർ ശവമടക്കലിനു വേണ്ടിയുള്ള പണവും കൊടുത്തു. പണം മുഴുവനും അന്യയെ ഏല്പിച്ചു. പൊലീസ് സ്റ്റേഷനിൽ പോയി കീഴടങ്ങുകയും ചെയ്തു. ഇപ്പോൾ ആ പെൺകുട്ടി എന്റെ കൂടെയാണ് താമസിക്കുന്നത്. അവൾക്ക് സ്കൂളിൽ പോയി പഠിക്കാൻ താത്പര്യമില്ല. എന്തോ പന്തികേടുണ്ട്. അവൾക്കൊന്നും ഓർക്കാനാവുന്നില്ല. എല്ലാറ്റിനേയും പേടിയാണ്. വീട്ടിൽ നിന്നിറങ്ങാനും ഭയമാണ്. ആ മനുഷ്യന്റെ കാര്യം.....പത്തുവർഷത്തെ തടവ്. ജയിലിൽ നിന്നും പുറത്തു വന്നാൽ അവളുടെ കൂടെ വന്ന് താമസം തുടങ്ങുമോ എന്നാണ് ഭയം. ....എന്തൊരച്ഛൻ!

ആദ്യത്തെ ഭർത്താവിൽ നിന്നും ഞാൻ വിവാഹമോചനം നേടി. അന്ന് ഉറപ്പിച്ചിരുന്നു. ഇനിയൊരിക്കലും ഒരു പുരുഷനെ എന്റെ വീട്ടിലേക്കു വിളിച്ചു കയറ്റില്ല എന്ന്. ഒരാണും ഇതിനകത്ത് കാലെടുത്തു വെക്കരുത്. കരഞ്ഞു കരഞ്ഞ് മതിയായിരുന്നു. എത്രനാൾ മേലാകെ ചതവും മുറിവുമായി നാണംകെട്ടു നടക്കും. പൊലീസിനെ കൊണ്ടും ഒരു സഹായവുമില്ല. ഒരിക്കൽ വിളിച്ചാൽ അവർ വരും. രണ്ടാമതു വിളിച്ചാൽ അവർ പറയും, 'നിങ്ങളുടെ കുടുംബവഴക്കിൽ ഞങ്ങൾക്കെന്തു കാര്യം?" ഞങ്ങളുടെ കെട്ടിടത്തിൽത്തന്നെ, നേരെ മേലെയുള്ള ഫ്ളാറ്റിൽ ഒരാൾ സ്വന്തം ഭാര്യയെ കൊലപ്പെടുത്തി. അപ്പോഴാണവർ പതുക്കെ അന്വേഷണത്തിനെത്തിയത്. പൊലീസ് വാഹനത്തിൽ വലിയ വെളിച്ചവും കാട്ടി.... അവർ റിപ്പോർട്ടു തയ്യാറാക്കി. അയാളെ വിലങ്ങുവെച്ച് കൊണ്ടുപോയി. കഴിഞ്ഞ പത്തുകൊല്ലമായി അയാൾ ഭാര്യയെ കഠിനമായി ദേഹോപദ്രവം ചെയ്തു കൊണ്ടിരുന്നു. (അവർ കൈ ചുരുട്ടി സ്വന്തം നെഞ്ചിലിടിച്ചു.)

എനിക്ക് പുരുഷന്മാരെ ഇഷ്ടമല്ല. വലിയ ഭയമാണ്. ഇപ്പോഴും എനിക്കറിയില്ല, വീണ്ടും ഒരു വിവാഹത്തിൽ ചെന്ന് കുടുങ്ങിയതെങ്ങനെയാണെന്ന്....ഒരു രണ്ടാം ഭർത്താവ്. അഫ്ഗാനിസ്ഥാനിൽ നിന്നും തിരിച്ചു

വന്ന ഒരു പട്ടാളക്കാരൻ. രണ്ടു തവണ കലശലായി മുറിവേറ്റു. അതിനു പുറമേ ഷെൽ ആക്രമണത്തിന്റെ ആഘാതവും. അയാളൊരു പാരട്രൂപ്പർ ആയിരുന്നു. അന്നത്തെ വരയൻ ബനിയൻ ഇന്നും അയാൾ ഊരി മാറ്റിയിട്ടില്ല. ഞങ്ങളുടെ കെട്ടിടത്തിന് നേരെ എതിർവശത്തായാണ് അയാളും അമ്മയും താമസിച്ചിരുന്നത്. രണ്ടു കെട്ടിടങ്ങൾക്കും ഇടയിലായി പൊതുവായി ഒരു മുറ്റം. അയാൾ എന്നും മുറ്റത്തു വന്നിരുന്ന് എക്കോഡിയൻ വായിക്കും. അല്ലെങ്കിൽ തന്റെ സ്റ്റീരിയോയിൽ പാട്ടുകൾ വെക്കും. അഫ്ഗാൻ യുദ്ധത്തെ കുറിച്ചുള്ള പാട്ടുകൾ...വിഷാദഗാനങ്ങൾ. എന്റെ തലയ്ക്കകത്ത് യുദ്ധം നടക്കുകയായിരുന്നു. ജൂൺ മേഘങ്ങൾ പോലെ മാനത്തേക്കുയരുന്ന ആറ്റംബോംബുകൾ....എപ്പോഴും എനിക്കു ഭയമായിരുന്നു. വേറൊരു കാര്യം എനിക്കിഷ്ടമായിരുന്നു. വിവാഹം കഴിഞ്ഞ ഉടനെ വധൂവരന്മാർ ഒരിക്കലും കെടാത്ത അഗ്നിജ്വാലയ്ക്കു മുന്നിലേക്ക് പൂച്ചെണ്ടുകളുമായി അഭിവാദ്യങ്ങർപ്പിക്കാൻ പോകുന്നത്. വിവാഹം രജിസ്ട്രർ ചെയ്തു കഴിഞ്ഞാൽ അവർ ആദ്യം അങ്ങോട്ടാണ് പോവുക. എത്ര നല്ല കാര്യം! ആദരണീയം തന്നെ. ഒരു ദിവസം ഞാൻ അയാളുടെ അരികിൽച്ചെന്ന് അതേ ബഞ്ചിലിരുന്നു.

"യുദ്ധം എന്നാൽ എന്താണ്?"

"ശരിക്കും ജീവിക്കാനാഗ്രഹിക്കുമ്പോഴാണ് യുദ്ധം തുടങ്ങുന്നത്." എനിക്കയാളോട് സഹതാപം തോന്നി. അയാൾക്ക് അച്ഛനെ കണ്ട ഓർമ്മ തന്നെയില്ല. അമ്മയ്ക്ക് ചെറുപ്പം മുതലേ അംഗവൈകല്യമുണ്ടായിരുന്നു. അച്ഛനുണ്ടായിരുന്നുവെങ്കിൽ തന്നെ യുദ്ധം ചെയ്യാൻ അഫ്ഗാനിസ്ഥാനിലേക്കു അയയ്ക്കുകയില്ലായിരുന്നുവെന്ന് അയാൾ പറഞ്ഞു. അച്ഛൻ തന്നെ അതിൽ നിന്നും ഒഴിവാക്കിയേനേ. മറ്റു പലരേയും പോലെ പണം കൊടുത്ത് മകനെ രക്ഷിച്ചേനേ. പക്ഷേ തനിക്കാരുമില്ല...അവശയായ അമ്മ മാത്രം.

ഒരു ദിവസം ഞാൻ അവരുടെ അപ്പാർട്ട്മെന്റിലേക്കു ചെന്നു. ഒരു കട്ടിലും ഏതാനും കസേലകളും മാത്രം. അഫ്ഗാൻ യുദ്ധത്തിൽ നിന്നും കിട്ടിയ മെഡൽ ചുമരിൽ തൂങ്ങിക്കിടന്നിരുന്നു. എനിക്കയാളോട് ദയ തോന്നി. ഞാൻ എന്നെ കുറിച്ചാലോചിച്ചില്ല . ഞങ്ങൾ ഒരുമിച്ചു താമസം തുടങ്ങി. അയാൾ വന്നത് ഒരു സ്പൂണും, ടൗവ്വലും കൊണ്ടാണ്. മെഡലും, എക്കോഡിയനും കൂടി കൂടെ എടുത്തിരുന്നു.

ഞാൻ കുറെയേറെ സങ്കല്പിച്ചുണ്ടാക്കി. അയാളൊരു ധീര യോദ്ധാവാണ്. ഞാൻ തന്നെ അയാളെ കിരീടമണിയിച്ചു....കുട്ടികളോടു പറഞ്ഞു, അയാളൊരു സാർ ആണെന്ന്. ഒരു ധീരസൈനികനോടൊപ്പമാണ് നമ്മൾ കഴിയുന്നത്. ഒരു പട്ടാളക്കാരന്റെ ചുമതല അയാൾ നിർവ്വഹിച്ചു. അതിനായി വളരെയധികം സഹിക്കുകയും ചെയ്തു. എന്റെ പ്രണയം കൊണ്ട് ഞാൻ ആ മനസ്സ് ആർദ്രമാക്കും.... അയാളെ രക്ഷിക്കും. തികച്ചും ഒരു മദർ തെരേസയായി സ്വയം മാറി. ഞാൻ ഒരു മതവിശ്വാസിയല്ല. എന്നാലും പ്രാർത്ഥിക്കാറുണ്ട്. "കർത്താവേ, ഞങ്ങളോടു പൊറുക്കേണമേ." പ്രേമം

എന്നത് ഒരുമാതിരി മുറിവാണ്...മറ്റേയാളെക്കുറിച്ച് എപ്പോഴും സങ്കടം തോന്നുന്നു. സ്നേഹിക്കുന്നവരോടെപ്പോഴും സഹതാപം. എപ്പോഴും അവരുടെ കാര്യമായിരിക്കും മുമ്പിൽ കാണുക.

ഉറക്കത്തിൽ അയാൾ ഓടിയിരുന്നു. കാലുകൾ ഇത്തിരിപോലും നീണ്ടില്ല. പക്ഷേ പേശികൾ ചലിക്കും. ഓടുമ്പോഴെന്നപോലെ. ചിലപ്പോൾ രാത്രി മുഴുവൻ ഇങ്ങനെ ഓടിക്കൊണ്ടിരിക്കും. പാതിരാത്രിക്കു ഉച്ചത്തിൽ നിലവിളിക്കും. "ദുഷാരി....ദുഷാരി...."അഫ്ഗാനിസ്ഥാനിലെ മുജാഹിദീനുകൾ. കമാൻഡറേയും സഹഭടന്മാരേയും വിളിച്ച് ഉറക്കത്തിൽ കരയും. " ആ വശത്തുകൂടെ ആക്രമിക്കണം...." 'ഗ്രെനേഡുകൾ തയ്യാറാണ്......" "ഒരു പുകമറ സൃഷ്ടിക്കൂ."

ഒരിക്കൽ ആ ദുഃസ്വപ്നത്തിൽ നിന്നും കുലുക്കി ഉണർത്തവേ അയാൾ ഏതാണ്ട് എന്റെ കഥ കഴിച്ചു. "കോല്യാ....കോല്യാ...എഴുന്നേൽക്കൂ." സത്യം പറയാലോ ഞാനയാളെ പ്രേമിക്കാൻ തുടങ്ങി. അഫ്ഗാനിലെ യുദ്ധകാലത്തെ പദപ്രയോഗങ്ങൾ കുറെ ഞാനും വശമാക്കി. സിൻഡാൻ... ബോച്ചാട്ടാ... സുവൽ... ബാർബുകൈക്കാ... ഖുദാഹഫീസ്...*

ഒരു കൊല്ലത്തോളം ഞങ്ങളൊരുമിച്ച് സന്തോഷമായി കഴിഞ്ഞു. ശരിക്കും സന്തോഷം തന്നെയായിരുന്നു. അയാൾ ചെറിയ തോതിൽ സമ്പാദിച്ചിരുന്നു. ഇടയ്ക്ക് ടിന്നിലടച്ച ഇറച്ചി വാങ്ങിക്കൊണ്ടു വരും. അയാളുടെ ഇഷ്ട ഭക്ഷണമായിരുന്നു അത്. അഫ്ഗാനിസ്ഥാനിൽ നിന്നും വന്നതു മുതൽ, അവർ മലമുകളിൽ പോയി വോഡ്കയും ടിന്നിലടച്ച ഇറച്ചിയും വാങ്ങിക്കൊണ്ടു വന്നിരുന്നു. പ്രഥമ ശുശ്രൂഷയുടെ രീതികൾ അയാൾ ഞങ്ങളെ പഠിപ്പിച്ചു. ഏതെല്ലാം ചെടികളാണ് ഭക്ഷണയോഗ്യം..... എങ്ങനെയാണ് മൃഗങ്ങളെ കെണിവെച്ചു പിടിക്കേണ്ടത് എന്നൊക്കെ കാണിച്ചുതന്നു. ആമ ഇറച്ചിക്കു മധുരമുണ്ടെന്ന് അയാൾ പറഞ്ഞാണറിഞ്ഞത്.

"ശരിക്കും ആളുകളുടെ നേരെ വെടിവെക്കാറുണ്ടോ?"

"വേറെ ഗതിയില്ല. ഒന്നുകിൽ അവരെന്നെ വീഴ്ത്തും.....അല്ലെങ്കിൽ ഞാൻ അവരെ."

പാവം....എത്രമാത്രം ക്ലേശങ്ങളനുഭവിച്ചിരിക്കുന്നു! ഞാൻ അയാളുടെ എല്ലാ പോരായ്മകളും പൊറുത്തു. അയാളുടെ ഭാരം മുഴുവൻ എന്റെ ചുമലിൽവെച്ചു കെട്ടി.

ഇപ്പോഴോ....? അയാളുടെ കൂട്ടുകാർ വലിച്ചിഴച്ച് കൊണ്ടുവരും. വീട്ടുവാതില്ക്കൽ കിടത്തി തിരിച്ചു പോകും. ഷർട്ടും വാച്ചുമുണ്ടാവില്ല.

* സിൻഡാൻ മദ്ധ്യേഷ്യൻ പ്രദേശങ്ങളിലെ ജയിലാണ്. അഫ്ഗാൻ കുട്ടികൾ റഷ്യൻ ഭടന്മാരെ ബോച്ചാട്ടം എന്നാണ് വിളിക്കാറ്. സുഖൽ എന്നാൽ ഉയരത്തിൽകെട്ടിപ്പൊക്കിയ മൺഭിത്തിയാണ്. ബാർബു കായ്ക്ക വലിയ അഫ്ഗാൻ ട്രക്കാണ്. ഖുദാഹാഫിസ് പേർഷ്യൻ യാത്രമൊഴിയാണ്. ദൈവം കൂടെയുണ്ടാവട്ടെ എന്നാണർത്ഥം.

അരയ്ക്കു മീതെ നഗ്നൻ. അയൽക്കാർ എന്നെ വിളിച്ചു പറയും. "തമാരാ... അയാളെ എടുത്ത് അകത്തേക്കു കൊണ്ടു പോകൂ. അല്ലെങ്കിൽ ഈ തണുപ്പിൽ കിടന്ന് അയാൾ ചാവും...."

ഞാൻ അയാളെ അകത്തേക്ക് വലിച്ചു കൊണ്ടുപോകും. അയാൾ കരയും...തേങ്ങും...തറയിൽ കിടന്ന് ഉരുളും. ഒരു ജോലിയിലും ഉറച്ചു നില്ക്കാനാവില്ല. അതാണയാളുടെ പ്രകൃതം. കുറെനാൾ ഒരു സ്ഥലത്ത് കാവൽക്കാരനായിരുന്നു. പിന്നെ ആരുടേയോ അംഗരക്ഷകനായി. മദ്യം കൂടാതെ വയ്യ. അതില്ലായെങ്കിൽ ഒന്നിനും ശേഷിയുമില്ല. ഉള്ളതെല്ലാം കുടിച്ചു ചെലവാക്കി കഴിഞ്ഞു. വിശക്കുമ്പോൾ കഴിക്കാൻ വീട്ടിലെന്തെങ്കിലുമുണ്ടോ എന്നറിയാത്ത അവസ്ഥ. ഒന്നുകിൽ എന്നെ അടിച്ചു പരവശയാക്കും. അല്ലെങ്കിൽ ടി.വി. യുടെ മുമ്പിൽ കുത്തിയിരിക്കും. ഞങ്ങളുടെ അയൽക്കാരൻ അവരുടെ ഒരു മുറി ഒരു ആർമേനിയക്കാരന് വാടകയ്ക്കു കൊടുത്തിരുന്നു. ഒരിക്കൽ അയാൾ പറഞ്ഞ ഏതോ സംഗതി ഭർത്താവിനിഷ്ടമായില്ല. ഉടനെ അയാളുടെ മേൽ ചാടിവീണു. പല്ലു കൊഴിഞ്ഞു. മൂക്കു മുറിഞ്ഞു. ചോരയിൽ കുളിച്ച് അയാൾ താഴെ കിടപ്പായി.

കിഴക്കുള്ളവരെ കോല്യക്കിഷ്ടമല്ല. കാരണമെന്താണാവോ? അയാളോടൊപ്പം അങ്ങാടിയിൽ പോകാൻ എനിക്കു ഭയമാണ്. കാരണം, കച്ചവടക്കാരിൽ അധികം പേരും ഉസ്ബെക്കുകാരാണ്. അല്ലെങ്കിൽ അസെർബൈജാനികൾ. എന്തെങ്കിലും നിസ്സാരകാര്യം മതി. കോല്യ പ്രകോപിതനാകും. അയാൾ ഇടയ്ക്കിടയ്ക്കു പറയാറുള്ള ഒരു നാടൻ ചൊല്ല്, "ഓരോ മലദ്വാരത്തിലും കുത്തിയിറക്കാൻ ഓരോ പിരിയാണി സൃഷ്ടിക്കപ്പെട്ടിട്ടുണ്ട്." അയാളെ കാണുന്നതേ കച്ചവടക്കാർക്ക് പേടിയാണ്. ഉടനെ അവർ വില കുറച്ചു പറയും. അവർ അയാൾക്ക് പല പരിഹാസപ്പേരുകളും ഇട്ടിട്ടുണ്ട്. കിഴവൻ അഫ്ഗാൻ പടയാളി...പിശാച്.... കൂലിയും വേലയും ഇല്ലാത്തവൻ...എന്റെ ഏറ്റവും ഇളയ മകന് അയാളെ വല്യ കാര്യമാണ്. പക്ഷേ അവൻ അടുക്കാൻ ശ്രമിച്ചാൽ അയാൾ അവനെ തലയിണവെച്ചമർത്തി ശ്വാസം മുട്ടിക്കും. കുട്ടികളെ അയാൾ കാരണം കൂടാതെ തല്ലിയിരുന്നു. അയാൾ വരുന്നതു കണ്ടാൽ ഈയിടെയായി മകൻ മെത്തയിൽ ചെന്നു കിടക്കും. ഉറങ്ങിയതായി നടിക്കും. തല്ലു കൊള്ളാതിരിക്കാനുള്ള വിദ്യ....ചിലപ്പോൾ തലയിണകളെല്ലാം സോഫയുടെ താഴെ ഒളിപ്പിച്ചു വെക്കും. കരയുകയല്ലാതെ ഞാനെന്തു ചെയ്യാൻ! (അവർ ബാൻഡേജിട്ട കൈ പൊക്കി കാണിച്ചു.)

അന്ന് പാരാട്രൂപ്പുകാരുടെ ദിനമായിരുന്നു. കൂട്ടുകാരെല്ലാവരും ഒത്തുചേർന്നു. അയാളെപ്പോലെത്തന്നെ അവരെല്ലാവരും വരയൻ ഷർട്ടുകൾ ധരിച്ചിരുന്നു. എല്ലാവരും മൂക്കറ്റം കുടിച്ചു...എന്റെ കുളിമുറിയിലാകെ മൂത്രമൊഴിച്ചു നിറച്ചു. ഒരാൾക്കും സ്വബോധമില്ല. തലനിറയെ പഴയ പ്രതാപകാലത്തിന്റെ ഓർമ്മകൾ. "ഞങ്ങൾ വീറോടെ പൊരുതി. വളരെ യാതന സഹിച്ചു." മദ്യക്കോപ്പ ഉയർത്തി ആദ്യത്തെ ഉപചാരം:

"ഈ ലോകമാകെ വെറും ചവറാണ്...ജനങ്ങളൊക്കെ വേശ്യകൾ.... സൂര്യനോ....ഒന്നിനും കൊള്ളാത്ത തെരുവുവിളക്ക്...." അങ്ങനെ നേരം പുലരുന്നതുവരെ അസഭ്യം പറഞ്ഞുകൊണ്ടിരിക്കും.....അവസാനം... ശാന്തിക്കു വേണ്ടിയും ആരോഗ്യത്തിനു വേണ്ടിയുമുള്ള ആശംസകൾ.... മെഡലുകളെ ശപിക്കും....ഉദ്യോഗസ്ഥന്മാരെ പഴി പറയും. കൂട്ടത്തിലൊ രാളുടെ കാര്യവും മെച്ചമല്ല. എന്തുകൊണ്ടാണവർ ഇങ്ങനെയായത്? വോഡ്കയാണൊ കാരണം അതോ യുദ്ധമോ? ചെന്നായ്ക്കളെപോലെ ദുഷ്ടൻമാർ. അവർക്ക് ജൂതന്മാരോടും കോക്കബെസ്സിൽ നിന്നുള്ളവരോടും കഠിനമായ വെറുപ്പാണ്. ക്രിസ്തുവിനെ കുരിശിലേറ്റിയവതാണ് ജൂത ന്മാരോടുള്ള പകയ്ക്കു കാരണം. ലെനിന്റെ പദ്ധതികൾ പൊളിച്ചു എന്ന അപരാധവും അവരുടെ പേരിലുണ്ട്. കുടുംബജീവിതത്തിൽ അവർക്ക് രസമില്ലാതായിരിക്കുന്നു. എന്നും ഒരേ മട്ട്...രാവിലെ എഴുന്നേല്ക്കുന്നു. കുളിക്കുന്നു... പ്രാതൽ കഴിക്കുന്നു. വിരസമായ ദിനചര്യകൾ. അവർ ഒരു വിളിക്കായി കാത്തിരിക്കുകയാണ്. അതുകേട്ടാലുടനെ എല്ലാവരും ചെച്ച്നിയയിലേക്ക് മാർച്ച് ചെയ്തോളും.....ഒരിക്കൽ കൂടി വീരഭടന്മാരാ കാനുള്ള അവസരം. അവരുടെ മനസ്സിലാകെ ചവർപ്പാണ്. എല്ലാവരോടും ദേഷ്യം....രാഷ്ട്രീയക്കാരോടും ജനറൽമാരോടും ഒരേ അവജ്ഞ. അവ രോടൊപ്പമില്ലാതിരുന്ന എല്ലാവരെ കുറിച്ചും പുച്ഛം.

ഏറ്റവും താഴ്ന്ന നിലയിലുള്ളവരുടെ കാര്യമായിരുന്നു കൂടുതൽ കഷ്ടം. എന്റെ ഭർത്താവിനെ പോലെയുള്ളവർ. ഒരു തൊഴിലും ശീലിക്കാ ത്തവർ. അല്ലെങ്കിൽ ഒരു തൊഴിൽ മാത്രം വശമുള്ളവർ. കൈത്തോക്കും കൊണ്ട് തെരുവുതോറും അലയുക. എല്ലാവരും അവരെ വഞ്ചിച്ചു. ആ ഇച്ഛാഭംഗം തീർക്കാനാണ്പോലും കുടിക്കുന്നത്.....അസംബന്ധം. പട്ടാള ത്തിലായിരുന്നപ്പോഴും അവർ ഇഷ്ടം പോലെ കുടിച്ചിരുന്നു. അതവർ മറച്ചു വെക്കാറില്ല. "ഒരു നൂറു മില്ലി വോഡ്ക അകത്തു ചെല്ലാതെ റഷ്യൻ പട്ടാളക്കാർക്ക് യുദ്ധം ജയിക്കാനാകുമോ?"

"നമ്മുടെ സൈനികരിലൊരാൾ മരുഭൂമിയിൽ ഒറ്റപ്പെട്ടുപോയി എന്നു കരുതൂ. രണ്ടുമണിക്കൂർ കഴിഞ്ഞു ചെന്നാൽ...അയാൾ വെള്ളം കണ്ടെത്തിയിട്ടുണ്ടാവില്ല. പക്ഷേ കുടിച്ച് വെളിവു കെട്ടിരിക്കും. അവർ മീതൈൽ ആൽക്കഹോളാണ് കുടിച്ചിരുന്നത്. ഏതായാലും കുടിച്ച് ബോധം കെടും."

നാട്ടിൽ തിരിച്ചു വന്നതിനു ശേഷം ഒരാൾ തൂങ്ങി മരിച്ചു. വേറൊ രാൾ, തെരുവിലുണ്ടായ വാക്കേറ്റത്തിൽ കൊല്ലപ്പെട്ടു. ആരോ വെടിവെച്ച താണ്. ഇനിയൊരാളെ ആരൊക്കെയോ ചേർന്ന് തല്ലി ഒരു പരുവമാക്കി. ഇപ്പോഴും അയാൾ ഒരു വശം തളർന്ന് കിടപ്പാണ്. സ്ഥിരബുദ്ധി നഷ്ട പ്പെട്ട ഒരു ചങ്ങാതി കഴിയുന്നത്, ഏതോ ഭ്രാന്താശുപത്രിയിലാണ്. ഇവ രെല്ലാം എനിക്കറിയാവുന്ന ചിലർ മാത്രം. ബാക്കിയുള്ളവർക്കെന്തുപറ്റി എന്നാരറിഞ്ഞു? റഷ്യയിലെ പുത്തൻ പണക്കാരായ മുതലാളികൾ. ചിലരെ കൂലിത്തല്ലുകാരായി ഒപ്പം കൊണ്ടു നടക്കുന്നു, എതിരാളികളെ

അമർത്താൻ.... കടം കൊടുത്തത് തിരിച്ചു വാങ്ങാൻ. കാഞ്ചിവലിക്കാൻ അവർക്ക് വലിയ ഉത്സാഹമാണ്. ആരോടും ദാക്ഷിണ്യമില്ല. അവർക്ക് ആകെ കൈയിലുള്ളത് ഒരു പിടി മെഡലുകളും മലമ്പനിയും കരൾവീക്കവുമാണ്. അങ്ങനെയുള്ള ഒരാൾക്ക്, ഒരു ഇരുപതുകാരൻ മുതലാളി പയ്യന്റെ നേരെ ദയ തോന്നുന്നതെങ്ങനെ? ആരും അവരോടും ഒരു നിലയ്ക്കും ദയ കാട്ടിയിട്ടില്ലല്ലോ. അതുകൊണ്ട് വെടിവെക്കാൻ തോന്നിയാൽ വെടിവെക്കുക തന്നെ. ഇതൊന്നും എഴുതരുതേ. എനിക്കു പേടിയാണ്. അവരോട് ഏറെയൊന്നും പറയാനുമാവില്ല. ചുമരോടു ചേർത്തു നിർത്തി തലയ്ക്കു തന്നെ വെടിവെക്കും.

ചെച്ച്നിയിൽ ചെന്നാൽ സ്വാതന്ത്ര്യമുണ്ട്. അതുകൊണ്ടാണ് എല്ലാവർക്കും അങ്ങോട്ടുപോകാൻ തിടുക്കം. മാത്രമല്ല, അവിടെ റഷ്യക്കാർ ധാരാളമായി കൊല്ലപ്പെടുന്നുമുണ്ട്. ഭാര്യമാർക്ക് നല്ല തുകൽകോട്ടുകളും വാങ്ങി തിരിച്ചുവരാമെന്ന് അവർ സ്വപ്നം കാണുന്നു. തുകൽ കോട്ടു മാത്രമല്ല, സ്വർണ്ണമോതിരങ്ങളും വാങ്ങാം. എന്റെ ഭർത്താവിനും പോയാൽ കൊള്ളാമെന്നുണ്ട്. പക്ഷേ ഇത്തരം കുടിയന്മാരെയൊന്നും അവർക്കു വേണ്ട. ആരോഗ്യമുള്ള ചെറുപ്പക്കാർ തന്നെ വേണ്ടുവോളമുണ്ട്. പോകാൻ തയ്യാറായി. എല്ലാദിവസവും ഒരേ പാട്ടു തന്നെ. “എനിക്കു പണം വേണം....”

“എന്റെ കൈയിലില്ല.”

“ഇല്ലേ...? പട്ടീ” അയാൾ എന്റെ മുഖമടച്ച് അടിക്കും. അതുകഴിഞ്ഞാൽ കുറെ നേരം അവിടെയിരുന്നു മോങ്ങും. എന്റെ മടിയിൽവന്നു വീഴും....“എന്നെ ഉപേക്ഷിച്ചു പോകല്ലേ....” വളരെക്കാലം അയാളോടെനിക്ക് സഹതാപം തോന്നിയിരുന്നു. (അവർ കരഞ്ഞു)

ദയ എന്നത് കൊള്ളരുതാത്തൊരു സംഗതിയാണ്. ഇനിയൊരിക്കലും ഞാനതിന് കീഴ്പ്പെടുകയില്ല. എന്നിൽ നിന്നാരും ദയ പ്രതീക്ഷിക്കണ്ട. നിങ്ങൾ ഛർദ്ദിച്ചത്, നിങ്ങളുടെ തന്നെ സ്പൂൺ കൊണ്ട് തനിയെ കോരിയെടുത്തു കുടിച്ചോളൂ. അവനവന്റെ മാലിന്യം അവനവൻ തന്നെ തുടച്ചു വെടിപ്പാക്കണം. കർത്താവേ ! എന്നോടു പൊറുക്കണം. ...അവിടുന്ന് യഥാർത്ഥത്തിൽ ഉണ്ട് എങ്കിൽ!

വൈകീട്ട് ജോലി കഴിഞ്ഞ് വീട്ടിൽ വരുന്നു. അകത്ത് അയാളുടെ ശബ്ദം. എന്റെ മകനെ പരിശീലിപ്പിക്കുകയാണ്. അപ്പോഴേക്കും ആ പതിവ് എനിക്ക് കാണാപാഠമായിരുന്നു. “നില്ക്ക്...ഓർമ്മ വേണം. ജനാലയുടെ നേർക്ക് ഗ്രെനേഡ് എറിയണം. ഉടനെ ഇവിടെ തലകുത്തി മറിയണം. തുടർന്ന് രണ്ടാമത്തേത്....ആ തൂണിന് പുറകിലേക്ക്....”

‘നാലു സെക്കന്റ്....അതിനുള്ളിൽ കോണി ഇറങ്ങിക്കഴിയണം. മെഷീൻഗൺ ഇടതുകൈയിലേക്കു മാറ്റണം, വാതിൽ ചവുട്ടി തുറക്കണം. ആദ്യത്തെയാൾ താഴെ വീഴും. രണ്ടാമൻ ഓടി രക്ഷപ്പെട്ടു. മൂന്നാമൻ മറഞ്ഞു നില്ക്കും....”

"മതി....നിർത്തൂ..." അവർ കരഞ്ഞു പറഞ്ഞു.

അതെല്ലാം എന്നെ ഭയപ്പെടുത്തുന്നു. എങ്ങനെയാണ് എന്റെ മകനെ രക്ഷപ്പെടുത്തുക? എന്റെ കൂട്ടുകാരോട് സഹായമഭ്യർത്ഥിച്ചു. ഒരാൾ പറഞ്ഞു, "പള്ളിയിൽ പോയി പ്രാർത്ഥിക്കൂ....അതേ ഒരു വഴിയുള്ളൂ."

വേറൊരു സ്നേഹിത എന്നെ ഒരു മന്ത്രവാദിനിയുടെ അടുത്തേക്കു കൂട്ടിക്കൊണ്ടുപോയി. അല്ലാതെ ഞാൻ എവിടെപ്പോകാൻ? വളരെ വളരെ പ്രായം ചെന്ന ഒരു സ്ത്രീ. കോശ്പി*യെപോലെ. അടുത്ത ദിവസം ഒരു കുപ്പി വോഡ്കയുമായി വരാൻ അവരെന്നോടു പറഞ്ഞു. വീട്ടിനകത്ത് ആ കുപ്പിയുമായി അവർ ചുറ്റി നടന്നു. കുപ്പിയോടെന്ന പോലെ പലതും പിറുപിറുത്തു. അതിനെ തലോടി. അവസാനം കുപ്പി എനിക്ക് തിരിച്ചു തന്നു. 'ഈ വോഡ്കയിൽ ഞാൻ മന്ത്രവാദം ചെയ്തിട്ടുണ്ട്. അടുപ്പിച്ച് രണ്ടുദിവസം ഓരോ ഗ്ലാസ്സുവീതം അയാൾക്കു കൊടുക്കണം. മൂന്നാമത്തെ ദിവസം... ഇനി വേണ്ട എന്ന് അയാൾ താനേ പറയും."

ആ മന്ത്രവാദം ശരിക്കും ഫലിച്ചു. അടുത്ത ഒരു മാസത്തേക്ക് അയാൾ തീരെ കുടിച്ചില്ല. പക്ഷേ അതു കഴിഞ്ഞ് വീണ്ടും തുടങ്ങി. കുടിച്ച് ബോധമില്ലാതെ വേച്ചുവേച്ച് പാതിരായ്ക്ക് കയറി വരും. ചട്ടിയും കലവുമെടുത്തെറിയും. ആഹാരം ഞാൻ വാരിക്കൊടുക്കണമെന്ന് വാശി പിടിക്കും. സഹികെട്ട് ഞാൻ വേറൊരു മന്ത്രവാദിനിയെ സമീപിച്ചു. അവർ എന്റെ ശീട്ടുകൾ വായിച്ചു. ഒരു കപ്പിൽ വെള്ളമെടുത്ത് അതിലേക്ക് ഈയം ഉരുക്കി ഒഴിച്ചു. ഉപ്പും കുറച്ച് മണലും കൈയിൽ കൂട്ടിപ്പിടിച്ച് ചില മന്ത്രങ്ങൾ ചെല്ലാൻ പഠിപ്പിച്ചു തന്നു. അതുകൊണ്ടൊന്നും ഫലമുണ്ടായില്ല. യുദ്ധത്തേയും വോഡ്കയേയും ആർക്കും ഇല്ലാതാക്കാൻ സാധിക്കില്ല. (ബാൻഡേജിട്ട കൈ അവർ പതുക്കെ ആട്ടി.) എനിക്കാകെ മടുത്തു. ഇപ്പോൾ എനിക്കാരെകുറിച്ചും സങ്കടം തോന്നുന്നില്ല. കുട്ടികളെ കുറിച്ചോ എന്നെ കുറിച്ചോ പോലും വ്യസനിക്കുന്നില്ല. വിളിച്ചിട്ടല്ല, എന്നാലും ഇടയ്ക്കിടയ്ക്ക് എന്റെ അമ്മ സ്വപ്നത്തിൽ വരുന്നു. ചെറുപ്പമായി... സന്തോഷവതിയായി. എപ്പോഴും ചിരിച്ചുകൊണ്ടാണ്. ഞാനവരെ തള്ളി പറഞ്ഞയയ്ക്കുന്നു. ഇടയ്ക്ക് ഞാൻ എന്റെ ചേച്ചിയേയും സ്വപ്നത്തിൽ കാണും. അവർ എല്ലായ്പോഴും ഗൗരവത്തിലായിരിക്കും. കാണുമ്പോഴൊക്കെ അവർ എന്നോട് ഒരേ ചോദ്യം തന്നെ ചോദിക്കുന്നു. "ഒരു വൈദ്യുതി ബൾബു പോലെ നിനക്ക് സ്വയം കെടാനാവുമെന്ന് നീ വിചാരിക്കുന്നുണ്ടോ?"

ഞാൻ പറഞ്ഞതെല്ലാം വാസ്തവമാണ്. സുന്ദരമായതൊന്നും ഞാനെന്റെ ജീവിതത്തിൽ കണ്ടിട്ടില്ല. ഇനി കാണുകയുമില്ല. ഇന്നലെ അയാൾ ആശുപത്രിയിൽ കയറി വന്നു. "ഞാനാ പരവതാനി വിറ്റു. കുട്ടികൾ വിശന്നിരിക്കുകയായിരുന്നു." എനിക്കേറ്റവും ഇഷ്ടപ്പെട്ട പരവതാനി. വീട്ടിലുണ്ടായിരുന്ന ഒരേയൊരു നല്ല സാധനം.....കാര്യമായി അതുമാത്രമേ

---

* നാടോടിക്കഥകളിലെ മരണമില്ലാത്ത മന്ത്രവാദിനി

ബാക്കിയുണ്ടായിരുന്നുള്ളൂ. ഞാൻ എത്ര പാടുപെട്ടും പിശുക്കിയുമാണ് അത് വാങ്ങാനുള്ള പണം സ്വരൂപിച്ചത്. ഓരോ തുട്ടുതുട്ടായി ഞാൻ കൂട്ടി വെക്കുകയായിരുന്നു. അത്രയ്ക്കും മോഹം തോന്നി വാങ്ങിച്ചതാണ്. വിയറ്റ്നാമിൽ നിന്നുള്ള ആ പരവതാനി. എത്രവേഗമാണ് അയാളതു വിറ്റതും കിട്ടിയതു മുഴുവൻ കുടിച്ചു കളഞ്ഞതും. ജോലി സ്ഥലത്തെ കൂട്ടുകാർ പറഞ്ഞു, "തമാരാ, വേഗം സുഖം പ്രാപിച്ച് വീട്ടിലേക്കു വരൂ.... അയാൾ നിന്റെ ഏറ്റവും ഇളയ മകനെ വല്ലാതെ ദ്രോഹിക്കുന്നുണ്ട്. അതു മാത്രമല്ല, നിന്റെ ചേച്ചിയുടെ മകൾക്ക് വയസ്സ് പന്ത്രണ്ട് കഴിഞ്ഞില്ലേ...." രാത്രി കുടിച്ചു വെളിവില്ലാതെ വന്ന് അയാൾ...എന്താണ് സംഭവിക്കുക യെന്ന് പറയേണ്ടല്ലോ..."

രാത്രി മുഴുവൻ ഞാൻ ഉറങ്ങാതെ കിടന്നു. എനിക്കുറങ്ങാൻ സാധിച്ചില്ല. പിന്നെ എപ്പോഴോ ഒരു അഗാധ ഗർത്തത്തിൽ ഞാൻ ചെന്ന് വീണു. എങ്ങോട്ടോ ദൂരത്തേക്കു പറന്നുപോയി. ഉണരുമ്പോൾ എന്റെ സ്ഥിതി എന്തായിരിക്കുമെന്ന് ആലോചിക്കാൻ വയ്യ. എപ്പോഴും ഭയപ്പെടുത്തുന്ന ചിന്തകളാണ്....

(ഞാൻ പോകാനെഴുന്നേറ്റു. പെട്ടെന്ന് അവർ എന്നെ കെട്ടിപ്പിടിച്ചു. ഞാനത് തീരെ പ്രതീക്ഷിച്ചിരുന്നില്ല)

എന്നെ ഓർക്കണം:-

ഒരു വർഷത്തിനു ശേഷം വീണ്ടും അവർ ആത്മഹത്യയ്ക്കു ശ്രമിച്ചു. അതിൽ അവർ വിജയിക്കുകയും ചെയ്തു. അവളുടെ ഭർത്താവിന് അധികം താമസിയാതെ വേറൊരു ഭാര്യയെ കിട്ടി എന്നു പറഞ്ഞു കേട്ടു. ഞാൻ ആ സ്ത്രീയെ വിളിച്ചന്വേഷിച്ചു. "എനിക്കയാളോട് സഹതാപം തോന്നി." അവർ പറഞ്ഞു. "അയാളോടെനിക്കു സ്നേഹമില്ല....പക്ഷേ ദയവുണ്ട്. ഇനിയൊരിക്കലും കുടിക്കില്ല എന്ന് അയാൾ വാക്കു തന്നതാണ്....എന്നാൽ വീണ്ടും കുടി തുടങ്ങി...."

തുടർന്ന് അവർ പറഞ്ഞതെന്താണെന്ന് നിങ്ങൾക്കറിയാമോ?

മരിച്ചവരെ ഒന്നും അലോസരപ്പെടുത്തുന്നില്ല; മണ്ണിന്റെ നിതാന്തനിശ്ശബ്ദത പോലെ

ഒലിസ്യാ നിക്കോളായേവാ

ജൂനിയർ പൊലീസ് സർജന്റ്, 28 വയസ്സ്

അവരുടെ അമ്മയുടെ വാക്കുകളിൽ

ഈ കഥകൾ പറഞ്ഞു പറഞ്ഞ് ഞാൻ മരിക്കും. ഇന്നല്ലെങ്കിൽ നാളെ. എന്തിനുവേണ്ടിയാണ് ഞാനിത് പറഞ്ഞു കൊണ്ടിരിക്കുന്നത്? നിങ്ങൾക്കെന്നെ ഒരുവിധത്തിലും സഹായിക്കാനാവില്ല. നിങ്ങൾ ഇതെല്ലാം എഴുതിയെടുക്കും. പ്രസിദ്ധീകരിക്കും....കുറെ നല്ല മനുഷ്യർ അതെല്ലാം വായിക്കുകയും ചെയ്യും. അവർ കരയുമായിരിക്കും. എന്നാൽ ആ ദുഷ്ടന്മാർ........ഇറക്കുമതി ചെയ്യപ്പെട്ടവർ......അവരാരും ഇത് ഒരിക്കലും വായിക്കില്ല. അല്ലെങ്കിലും അവരെന്തിന് ഈ കഥകൾ വായിക്കണം ഇതിനകം പലതവണ ഞാനീ കഥകൾ പറഞ്ഞു കഴിഞ്ഞതാണ്.

2006 നവംബർ 23. അത് വലിയൊരു വാർത്തയായിരുന്നു. എന്റെ അയൽക്കാരൊക്കെ അറിഞ്ഞു. അത് നാട്ടിൽ മുഴുവൻ സംസാരവിഷയ മായി. ഞാനും എന്റെ കൊച്ചുമകൾ നാസ്യയും അന്നു മുഴുവൻ വീട്ടിലു ണ്ടായിരുന്നു. ഞങ്ങളുടെ ടി.വി. കുറെനാളുകളായി കേടുവന്നിരിക്കുക യാണ്. വളരെ പഴയതാണ്. ഒലീസ്യ നാട്ടിൽവരുമ്പോൾ പുതിയതൊന്നു വാങ്ങാമെന്ന് ഞങ്ങൾ വിചാരിച്ചു. അന്ന് ഞങ്ങൾ വീടു മുഴുവൻ വൃത്തി യാക്കുന്ന തിരക്കിലായിരുന്നു. കുറെയധികം തുണികൾ അലക്കാനുണ്ടാ യിരുന്നു. എന്നാലും ആകപ്പാടെ ഒരു രസം. ഞങ്ങൾ ധാരാളം ചിരിച്ചു. തമാശ പറഞ്ഞു. അതിനിടയിൽ എന്റെ അമ്മ അവിടെ വന്നു. അതാ യത് ഒലീസ്യയുടെ അമ്മൂമ്മ. തോട്ടത്തിൽ നിന്നാണ് അവർ കയറി വന്നത്. “എന്താ കുട്ടികളെ...കുറെയധികം ചിരിക്കുന്നുണ്ടല്ലോ...സൂക്ഷിച്ചോളൂ.... ഇത് കരയാനുള്ള പോക്കാണ്.” എനിക്കത് കേട്ട് വിഷമമായി. എന്റെ ഒലീസ്യ എങ്ങനെയിരിക്കുന്നു ആവോ? കഴിഞ്ഞ രാത്രി ഞങ്ങൾ അവ ളോട് സംസാരിച്ചിരുന്നു. ഒഴിവു ദിവസമായിരുന്നു. “പൊലീസ് ദിനം.” അവർ അവൾക്ക് പ്രത്യേകം പുരസ്കാരം നല്കി ആദരിച്ചു. “ആഭ്യന്തര

കാര്യാലയത്തിലെ വിശിഷ്ടസേവനത്തിനുള്ള" മെഡൽ. ഞങ്ങൾ അവളെ അഭിനന്ദിച്ചു. "ഞാൻ നിങ്ങളെ എല്ലാവരേയും വളരെയധികം സ്നേഹിക്കുന്നു". അവൾ പറഞ്ഞു. "നാട്ടിലേക്കു വരാൻ ധൃതിയായി. ഇനി കാത്തിരിക്കാൻ വയ്യ."

എന്റെ പെൻഷൻ തുകയിൽ പകുതിയും അങ്ങനെ ചിലവായി പോകുമായിരുന്നു. വിദൂരത്തേക്കുള്ള ഫോൺവിളി. ഞാൻ അവളുടെ ശബ്ദം കേൾക്കും. തത്കാലം ഒരു സമാധാനം. രണ്ടു മൂന്നു ദിവസം അങ്ങനെ കഴിയും. പിന്നെ, അടുത്ത ഫോൺ വിളി വരുന്നതു വരെ വല്ലാത്തൊരു വേവലാതിയാണ്. "അമ്മേ....കരയല്ലേ...." അവൾ സമാധാനിപ്പിക്കും. "എന്റെ കൈയിൽ എപ്പോഴും ഒരായുധം ഉണ്ടാകും. പക്ഷേ ഞാനത് ഉപയോഗിക്കാറില്ല." ഒരു വശത്ത് യുദ്ധമാണ്. മറുവശത്ത് തികഞ്ഞ സമാധാനവും. രാവിലെ മുല്ലയുടെ പ്രഭാത പ്രാർത്ഥന കേൾക്കാം. ഇവിടെ അങ്ങനെയാണ്. അതൊരു പാട്ടുപോലെ. മലനിരകൾ സജീവമാണ്. ഒട്ടും നിർജ്ജീവമല്ല. അങ്ങ് ഉച്ചിയിലെത്തുവോളം പുല്ലും, മരങ്ങളും കൊണ്ട് നിറഞ്ഞിരിക്കുന്നു. വേറൊരു ദിവസം അവൾ പറഞ്ഞു, "അമ്മേ, ചെച്ച്നിയയിലെ മണ്ണ് എണ്ണയിൽ കുതിർന്നതാണ്. എവിടെ കുഴിച്ചാലും അവിടെ നിന്ന് സമൃദ്ധിയായി എണ്ണകിട്ടും."

എന്തിനാണവർ ഇവരെ ഇങ്ങോട്ടയച്ചത്? അവരവിടെ സ്വന്തം മാതൃഭൂമിയുടെ രക്ഷയ്ക്കായല്ലല്ലോ പൊരുതുന്നത്. എണ്ണഖനനം ചെയ്തെടുക്കാനുള്ള അവകാശത്തിനു വേണ്ടിയല്ലേ? ഈ കാലത്ത് ഒരു തുള്ളി എണ്ണയ്ക്ക് ഒരു തുള്ളി ചോരയുടെ വിലയാണ്.

അയൽക്കാരിലൊരാൾ വീട്ടിൽ വന്നു. കുറച്ചുനേരം കഴിഞ്ഞ് വേറൊരാൾ. എനിക്കതിശയം തോന്നി. 'ഇതെന്തു പറ്റി? ഇന്നെന്താ ഇവരെല്ലാവരും ഇങ്ങോട്ടുവരാൻ? പ്രത്യേകിച്ച് കാര്യമൊന്നുമുണ്ടായിട്ടല്ല അവർ വന്നിരിക്കുന്നത്. കുറച്ചുനേരം ഇരുന്ന് വെറുതെ വർത്തമാനം പറഞ്ഞു പോകാം, അത്രയേ ഉദ്ദേശ്യമുള്ളൂ. അതിനിടയിൽ എല്ലാവരും ടി.വി.യിൽ കേട്ട വാർത്തകളെ കുറിച്ച് സംസാരിക്കുകയും ചെയ്തു.

അടുത്ത ദിവസം രാവിലെ വരെ.... ഞങ്ങളൊന്നും അറിഞ്ഞില്ല. എന്റെ മകൻ വിളിച്ചു. "അമ്മേ....വീട്ടിലുണ്ടോ?"

"എന്തുപറ്റി? ഞാൻ കടയിലേക്കിറങ്ങുകയാണ്."

"പോകാൻ വരട്ടെ. അമ്മ നാസ്യയെ സ്കൂളിലേക്കയച്ചോളൂ...ഞാൻ അതു കഴിഞ്ഞിട്ടു വരാം."

"ഇന്നു ഞാൻ അവളെ സ്കൂളിലേക്കയയ്ക്കുന്നില്ല എന്നു വിചാരിച്ചു... നല്ല ചുമയുണ്ട്."

"പനിയില്ലെങ്കിൽ അവളെ സ്കൂളിലേക്കയയ്ക്കൂ...." അവൻ കനപ്പിച്ചു പറഞ്ഞു.

എനിക്കു പരിഭ്രമം തോന്നി. ദേഹമാകെ വിറയ്ക്കാൻ തുടങ്ങി. ചോര മുഴുവൻ തണുത്തതു പോലെ. നാസ്യ സ്കൂളിലേക്കോടി. ഞാൻ

ബാൽക്കണിയിൽ നോക്കിനിന്നു, മകൻ വരുന്നുണ്ടോ? അവൻ ഭാര്യയേയും കൂട്ടിയാണ് വന്നത്. വാസ്തവത്തിൽ പിന്നേയും കാത്തു നില്ക്കേണ്ടി വന്നാൽ, ഞാൻ വേവലാതികൊണ്ട് അപ്പുറത്തേക്കു മറിഞ്ഞു വീണേനെ. ഭാഗ്യം....... അതിനു മുമ്പ് അവനെത്തി. ഞാൻ ഉറക്കെ നിലവിളിച്ചുകൊണ്ട് കോണിത്തലക്കലേക്കോടി.

"ഒലീസ്യക്ക് എന്തുപറ്റി?" എന്റെ ചോദ്യവും നിലവിളിയും. അവനും ഒച്ചവെച്ചു. "അമ്മേ....അമ്മേ..." അവർ ലിഫ്ടിൽ നിന്നും പുറത്തു വന്നു, ഒന്നും മിണ്ടാതെ നിന്നു.

"അവൾ ആശുപത്രിയിലാണോ?"

"അല്ല" ലോകം മുഴുവൻ എനിക്കു ചുറ്റും തിരിയുന്നതുപോലെ. പിന്നീട് എന്തു സംഭവിച്ചുവെന്ന് എനിക്കോർമ്മയില്ല. പെട്ടെന്ന് എനിക്ക് ചുറ്റും വലിയൊരാൾക്കൂട്ടം. അയൽക്കാരെല്ലാം അവരുടെ വാതിൽ തുറന്ന് പുറത്തു വന്നു. ആരൊക്കെയോ ചേർന്ന് എന്നെ തറയിൽ നിന്നും പൊക്കിയെടുത്തു. ചിലർ ആശ്വസിപ്പിക്കാൻ ശ്രമിച്ചു. ഞാൻ മുട്ടുകുത്തി ഇഴഞ്ഞു. അവരുടെ കാൽ പിടിച്ചു. ബൂട്ടുകളിൽ ചുംബിച്ചു. "അവൾക്കങ്ങനെ അവളുടെ നാസ്യയേ വിട്ടുപോവാനാവില്ല. അവളുടെ ജീവിതത്തിലെ സൂര്യപ്രകാശം. ആ കുഞ്ഞിനെ അവൾ വിട്ടുപോകില്ല. " ഞാൻ തല തറയിലടിച്ചു നിലവിളിച്ചു. ആദ്യം.....അത് നിങ്ങൾ വിശ്വസിക്കില്ല. ഏതെങ്കിലും വൈക്കോൽതുരുത്തിൽ എത്തിപ്പിടിക്കാൻ ശ്രമിക്കും. അവൾ മരിച്ചിട്ടില്ല. അംഗവൈകല്യം സംഭവിച്ചിരിക്കാം. അവൾ തിരിച്ചെത്തും. കൈയോ, കാലോ ഇല്ലാതെ...കാഴ്ച നഷ്ടപ്പെട്ട്.... അതിനെന്താ? നാസ്യയും ഞാനുമുണ്ടല്ലോ...എല്ലാം ചെയ്യാൻ. അവൾ ജീവനോടെയിരുന്നാൽ മാത്രം മതി. ആരുടെ വേണമെങ്കിലും കാൽപിടിക്കാൻ ഞാൻ തയ്യാറായിരുന്നു. ഞാൻ എത്രവേണമെങ്കിലും യാചിക്കാം. അവൾ ഞങ്ങളുടെ അടുത്തേക്കു തിരിച്ചു വന്നാൽ മതി.

പെട്ടെന്ന് വീടു നിറയെ ആളുകൾ. ഒരുപാട് അപരിചിതർ. എന്നെ ശാന്തയാക്കാൻ വേണ്ടി അവർ മരുന്നുകൾ കുത്തിവെച്ചു. ഞാൻ കുറച്ചു നേരം അടങ്ങിക്കിടന്നു. പിന്നെ വീണ്ടും ബഹളം തുടങ്ങി. അവർ ആംബുലൻസ് വിളിച്ചു. യുദ്ധം ഞങ്ങളുടെ പൂമുഖത്തളത്തിലേക്കെത്തിയതുപോലെ. അതെന്റെ കാര്യം....മറ്റുള്ളവർക്ക് ശ്രദ്ധിക്കാൻ അവരുടേതായ ജീവിതമുണ്ടല്ലോ. ഒരാൾക്ക് അന്യനൊരാളുടെ ദുഃഖത്തിന്റെ ആഴം മനസ്സിലാക്കാനാവില്ല. അവനവന്റെ ദുഃഖം തിരിച്ചറിയാനായാൽത്തന്നെ അതൊരു ദൈവാനുഗ്രഹമാണ്. എല്ലാവരും കരുതി, ഞാൻ അബോധാവസ്ഥയിലാണ് എന്ന്. പക്ഷെ എനിക്ക് നല്ല ബോധമുണ്ടായിരുന്നു. ഞാൻ അവർ പറയുന്നത് വ്യക്തമായി കേൾക്കുന്നുണ്ടായിരുന്നു......സങ്കടം സഹിക്കാനാവുന്നില്ല പൊള്ളുന്ന വേദന. വേദന....

"എനിക്ക് രണ്ട് ആൺമക്കളുണ്ട്. രണ്ടുപേരും സ്കൂളിലാണ്. എന്നാലും ഞാൻ പണം മിച്ചം വെക്കാൻ തുടങ്ങി, സൈനികസേവനത്തിൽ നിന്നും അവരെ ഒഴിവാക്കി കിട്ടാൻ."

“നമ്മൾ ശാന്തശീലരാണ്. അതിൽ തർക്കമില്ല. ജനം എന്നുവെച്ചാൽ വെറും ഇറച്ചി മാത്രം. പീരങ്കികൾക്കു മുമ്പിൽ ഇട്ടുകൊടുക്കാനുള്ളത്..... യുദ്ധം. അതൊരു ഉദ്യോഗമാണ്.”

“ഞങ്ങൾ വീട് പുത്തനാക്കി. പണം കുറെയധികം ചിലവാക്കേണ്ടി വന്നു. ഭാഗ്യം.....അവർ വില കൂട്ടും മുമ്പേ ഞങ്ങൾ ഇറ്റാലിയൻ ഇഷ്ടികകൾ വാങ്ങിക്കഴിഞ്ഞിരുന്നു. പി.വി.സി. ജനലുകൾ വെച്ചു. വാതിലുകളിൽ ഇരുമ്പുചട്ടയും പിടിപ്പിച്ചു.

“നമ്മുടെ കുട്ടികൾ വളർന്നു വരികയാണ്. ചെറിയ കുട്ടിയായിരിക്കുമ്പോഴേ അവരോടൊത്ത് സന്തോഷിക്കാനാവൂ...”

“ഇവിടെയൊരു യുദ്ധം.... അവിടെയൊരു യുദ്ധം..... എല്ലാ ദിവസവും വെടിവെയ്പുകൾ....പൊട്ടിത്തെറികൾ. ബസ്സിൽ കയറാൻ പേടി. മെട്രോയിൽ യാത്ര ചെയ്യാനും പേടി.”

ഞങ്ങളുടെ അയൽക്കാരന്റെ മകന് ജോലിയൊന്നും ഉണ്ടായിരുന്നില്ല. വെറുതെ മദ്യപിച്ച് സമയം കളയുകയായിരുന്നു. അതുകൊണ്ടാകാം, ഒരു കരാർ പട്ടാളക്കാരനായിരുന്ന അവൻ മിലിറ്ററിയിൽ ചേർന്നു. ഒരു വർഷത്തിനു ശേഷം പെട്ടി നിറയെ പണവുമായി അവൻ ചെച്ച്നിയയിൽ നിന്നും തിരിച്ചു വന്നു. നല്ലൊരു കാറു വാങ്ങി. ഭാര്യക്ക് തുകൽകോട്ടും സ്വർണ്ണമോതിരവും വാങ്ങി. കുടുംബത്തെ മുഴുവൻ ഈജിപ്തിലേക്കു കൊണ്ടുപോയി, ഒരു യാത്രയ്ക്കായി. ഈ കാലത്ത് കൈയിൽ പണമില്ലെങ്കിൽ ഒരു വിലയുമില്ല. പക്ഷേ എങ്ങനെയാണതുണ്ടാക്കേണ്ടത്? അതാണറിയാത്തത്. അവർ കൊള്ളനടത്തുകയാണ്. റഷ്യയെ പല തുണ്ടുകളായി വെട്ടിമുറിക്കുന്നു. വലിയൊരു കേക്ക് കഷണം കഷണമായി മുറിച്ചെടുക്കുന്നതുപോലെ. നാശം പിടിച്ച ഈ യുദ്ധം! ദൂരെ എവിടെയാണ് അത് നടക്കുന്നത്. വളരെ വളരെ ദൂരെ. പിന്നെ, അത് ഞങ്ങളുടെ വീട്ടിനകത്തെത്തി. ഒലീസ്യയുടെ കഴുത്തിൽ ഞാനൊരു കുരിശ് കെട്ടിത്തൂക്കി. എന്നിട്ടും മതിയായില്ല. (അവർ കരഞ്ഞു തുടങ്ങി)

ഒരു ദിവസം കഴിഞ്ഞു. അവർ അവളുടെ മൃതദേഹം വീട്ടിൽ കൊണ്ടുവന്നു. ശവപ്പെട്ടി നനഞ്ഞിരുന്നു. അത് ചോരുന്നുണ്ടായിരുന്നു. കിടക്കവിരി കൊണ്ട് ഞങ്ങളത് തുടച്ചു വൃത്തിയാക്കി. സൈനികഉദ്യോഗസ്ഥന്മാർ തിടുക്കം കൂട്ടിക്കൊണ്ടിരുന്നു. “താമസിക്കണ്ട.....ശവമടക്കൽ വേഗം നടക്കട്ടെ.” ശവപ്പെട്ടി തുറക്കാൻ അവർ അനുവദിച്ചില്ല. ‘വേണ്ട എല്ലാം കൂടി കുഴഞ്ഞു കിടക്കുകയാണ്. എന്നിട്ടും ഞങ്ങളത് തുറന്നു. വെറുതെ ഒരു തോന്നൽ. തെറ്റുപറ്റിയതാണെങ്കിലോ? ടെലിവിഷനിൽ അവർ പറഞ്ഞുകൊണ്ടിരുന്നു. “ഒലീസ്യ നിക്കോളേവിയ... 21 വയസ്സ്.....” വയസ്സിന്റെ കാര്യത്തിൽ അവർക്കു തെറ്റുപറ്റി. ഒരുപക്ഷേ ആ പ്രായത്തിൽ വേറൊരു ഒലീസ്യ ഉണ്ടാകാം. ഇത് ഞങ്ങളുടെ മകളല്ല. ഇതാകപ്പാടെ തിരിച്ചറിയാനാകാത്തവിധം. അവർ ഞങ്ങൾക്ക് ഒരു മരണസർട്ടിഫിക്കറ്റ് ഒപ്പിട്ടു തന്നു. അതിലെഴുതിയിരിക്കുന്നു. ആലോചിച്ചുറപ്പിച്ച് സ്വയം വെടിവെച്ച് മരിക്കുകയായിരുന്നു. ഔദ്യോഗികമായി കൈയിൽ വെച്ചിരുന്ന

തോക്കു കൊണ്ട്.....തലയുടെ വലതുവശത്ത്. ഇങ്ങനെയൊരു തുണ്ടു കടലാസു കൊണ്ട് ഞാനെന്തു ചെയ്യാൻ? എനിക്കവളെ നേരിൽ കാണണം.... തൊടണം. ഞങ്ങൾ പെട്ടി തുറന്നു. എനിക്കവളെ ഈ കൈകൾ കൊണ്ടു തലോടണം. പെട്ടിക്കകത്ത് അവളുടെ മുഖം. അപ്പോഴും തെളിഞ്ഞിരുന്നു. ഒരു ഭാവപകർച്ചയുമില്ല. തലയുടെ ഇടതു വശത്തായി ചെറിയൊരു ദ്വാരം. വളരെ വളരെ ചെറിയത്. ഒരു പെൻസിൽ കടത്താനുള്ള വലുപ്പം മാത്രം. വേറൊരു സത്യം....അവളുടെ പ്രായ ത്തിന്റെ കാര്യത്തിൽ എന്നപോലെ. വെടിയുണ്ട തറച്ച മുറിവ് ഇടതു വശത്താണ്. അവർ എഴുതിതന്നതുപോലെ വലതുവശത്തല്ല. അവൾ ചെച്നിയയിലേക്ക് പോയത് മിലിറ്ററി പൊലീസ് സേനയുടെ ഒരു വിഭാഗ ത്തിൽ അംഗമായാണ്. റയാസാനിലെ എല്ലാ പ്രദേശത്തു നിന്നുള്ളവർ അതിലുണ്ടായിരുന്നു. എന്നാൽ അവളുടെ വകുപ്പിൽ നിന്നുള്ളവർ മാത്രമേ ശവമടക്കലിനു സഹായിച്ചുള്ളൂ. അവളുടെ സ്വന്തം സഹ പ്രവർത്തകർ. അവരുടെയെല്ലാം മനസ്സിലുണ്ടായിരുന്നു അതേ ചോദ്യം..... ഇത് ആത്മഹത്യയോ? അല്ലേ അല്ല. രണ്ടു മൂന്നു മീറ്റർ അകലെ നിന്ന് ഉന്നം വെച്ച് ആരോ വെടിവെച്ചതാണ്. അധികാരികൾ ഞങ്ങളുടെ മേൽ സമ്മർദ്ദം ചെലുത്തിക്കൊണ്ടിരുന്നു. എല്ലാ സഹായവും ചെയ്യാം. വേഗ മാവട്ടെ. പിറ്റേദിവസം ഉച്ചയോടെത്തന്നെ അവളുടെ ശവമടക്കും കഴിഞ്ഞു. സെമിത്തേരിയിൽ....

എത്ര ധൈര്യത്തോടെയാണെന്നോ ഞാൻ എല്ലാം നോക്കി നിന്നത്. അമാനുഷമായ ഒരു ധൈര്യം എന്നിൽ ആവേശിച്ചതുപോലെ. ശവപ്പെട്ടി യുടെ മൂടി അവർ ആണി തറച്ചുറപ്പിക്കും. പക്ഷേ എനിക്കത് പൊളിച്ചു നീക്കാൻ സാധിക്കുമായിരുന്നു. എന്റെ പല്ലുപയോഗിച്ച് അവളുടെ മേലു ദ്യോഗസ്ഥന്മാരാരും തന്നെ സെമിത്തേരിയിലേക്കു വന്നില്ല. സർക്കാർ അടക്കം എല്ലാവരും ഞങ്ങൾക്ക് പുറം തിരിഞ്ഞു നിന്നു. പള്ളിയിലും അവൾക്കുവേണ്ടി മതപരമായ ചടങ്ങുകളൊന്നും ചെയ്യാൻ തയ്യാറായില്ല. അവരുടെ നോട്ടത്തിൽ അവർ പാപം ചെയ്തവളായിരുന്നു. ആത്മഹത്യ ചെയ്ത ഒരാളുടെ ആത്മാവിനെ ദൈവം ഏറ്റുവാങ്ങുകയില്ല. അവർ ക്കെങ്ങനെ അതിനു മനസ്സു വന്നു? ഞാൻ പള്ളിയിൽ പോകാൻ തുട ങ്ങിയിരുന്നു. ദിവസവും ഞാൻ മെഴുകുതിരി കത്തിച്ചിരുന്നു. ഒരു ദിവസം ഞാൻ പുരോഹിതനോട് നേരിട്ടു ചോദിച്ചു. “പൂർണ്ണമായ ആത്മാവിനെ മാത്രമേ ദൈവം കൈക്കൊള്ളുകയുള്ളൂ...? കളങ്കമറ്റ ആത്മാവിനെ? അതാണ് സത്യമെങ്കിൽ... പിന്നെ, നമുക്ക് അവിടുത്തേക്കൊണ്ടുള്ള ആവശ്യമെന്താണ്? ഞാൻ അദ്ദേഹത്തോട് എല്ലാം തുറന്നു പറഞ്ഞു. എത്രയോ തവണ ഞാനീ കഥ പറഞ്ഞു കഴിഞ്ഞു. (അവർ തെല്ലുനേരം മിണ്ടാതിരുന്നു.) ഞങ്ങളുടെ പള്ളിയിലെ പുരോഹിതൻ ഒരു ചെറുപ്പ ക്കാരനാണ്. എന്റെ കഥ കേട്ട് അദ്ദേഹം കരഞ്ഞുപോയി. “നിങ്ങളിപ്പോഴും ജീവിച്ചിരിക്കുന്നല്ലോ.... ഭ്രാന്താശുപത്രിയിൽ ചെന്നു പെട്ടിട്ടില്ലല്ലോ? “അദ്ദേഹം അദ്ഭുതത്തോടെ ചോദിച്ചു. “ദയാപരനായ കർത്താവേ! ഈ സ്ത്രീക്ക് അങ്ങയുടെ സ്വർഗ്ഗരാജ്യത്തിൽ ഇടം നല്കേണമേ!” അദ്ദേഹം

എന്റെ കൊച്ചുമകൾക്കു വേണ്ടിയും പ്രാർത്ഥിച്ചു. ആളുകൾ അതുമിതും പറഞ്ഞുകൊണ്ടിരുന്നു. ഏതോ ഒരു പുരുഷനുവേണ്ടി അവൾ സ്വയം വെടിവെച്ചതാണത്രെ. അതല്ല, കുടിച്ചു ബോധമില്ലാതെ ചെയ്തതാണെന്നായിരുന്നു വേറെ ചിലർ പറഞ്ഞത്. അവിടെച്ചെന്നാൽ എല്ലാവരും എപ്പോഴും കുടിച്ചുകൊണ്ടിരിക്കുമെന്ന് എല്ലാവർക്കും അറിയാം. ആ കാര്യത്തിൽ സ്ത്രീപുരുഷവ്യത്യാസമില്ല. എന്റെ ദുഃഖം...എനിക്കതിൽ മുങ്ങിത്താഴാനാകും. അവൾ യാത്രയ്ക്ക് പെട്ടി ഒരുക്കിക്കൊണ്ടിരുന്നപ്പോൾ... എല്ലാം വലിച്ചു പുറത്തിട്ട് തല്ലിയുടയ്ക്കണമെന്നു തോന്നി. പ്രയാസപ്പെട്ടാണ് ഞാൻ സ്വയം നിയന്ത്രിച്ചത്. എനിക്കു താങ്ങാനായില്ല. എല്ലു നുറുങ്ങുന്നതുപോലെ. ദേഹമാസകലം കോച്ചി വലിച്ചു. പാതിയുറക്കത്തിൽ വിചിത്രമായ സ്വപ്നങ്ങൾ. അന്തമില്ലാത്ത ശൈത്യകാലം.... എങ്ങും മഞ്ഞുറഞ്ഞു കിടക്കുന്നു....എല്ലാറ്റിനും ഒരു വെള്ളി കലർന്ന നീലനിറം. അവളും, നാസ്യയും കൈകോർത്തു പിടിച്ച് വെള്ളത്തിനു മുകളിലൂടെ നടക്കുന്നു. അവർ ഒരിക്കലും കരയിലെത്തുന്നില്ല. എങ്ങും വെള്ളമല്ലാതെ ഒന്നുമില്ല. എനിക്ക് നാസ്യയെ കാണാം. പക്ഷേ ഒലീസ്യ എങ്ങോ മറഞ്ഞുപോയിരിക്കുന്നു. പെട്ടെന്ന്....അവളിതെങ്ങോട്ടു പോയി. സ്വപ്നത്തിൽ ഞാൻ ഭയന്നു നിലവിളിച്ചു. “ഒലീസ്യാ....ഒലീസ്യാ.....” ഞാൻ ഉറക്കെ വിളിച്ചു. അവൾ വീണ്ടും കൺമുമ്പിൽ വന്നു. എന്നാൽ ജീവനുള്ള ഒരാളായിട്ടല്ല........ഒരു ഛായാചിത്രമായി. മുഖത്തിന്റെ ഇടതുവശത്തായി എന്തോ ഒരു മുറിവ്. അതേ സ്ഥാനത്താണ് ആ വെടിയുണ്ടയും തറച്ചത്. (മൗനം) അതൊക്കെ പെട്ടി ഒതുക്കി യാത്രയ്ക്കൊരുങ്ങുന്നതിനിടയിലായിരുന്നു. “അമ്മേ, ഞാൻ, പോകാൻ തീരുമാനിച്ചു.... കടലാസുകളെല്ലാം കൊടുത്തേല്പിച്ചു കഴിഞ്ഞു.”

“അത് ശരിയല്ല. നിനക്ക് ഭർത്താവില്ല. നിന്റെ മകൾക്കാരാണുള്ളത്...? നിന്നെ അങ്ങോട്ടയയ്ക്കാൻ അവർക്ക് അധികാരമില്ല.”

“പോയില്ലെങ്കിൽ അവർ എന്നെ ഉദ്യോഗത്തിൽ നിന്നും പിരിച്ചുവിടും. നിർബന്ധമില്ലെന്നു പറയുമെങ്കിലും എല്ലാവരും സന്നദ്ധസേവനത്തിന് പോകണമെന്നാണ് ചട്ടം. അമ്മയ്ക്കറിയാലോ? അവിടെ ഇപ്പോൾ കാര്യമായ വെടിവെപ്പൊന്നുമില്ല. പുനർനിർമ്മാണപ്രവർത്തനങ്ങളാണ് നടക്കുന്നത്. മറ്റെല്ലാവരേയും പോലെ ഞാനും അവിടെപോയി കുറച്ചു പണമുണ്ടാക്കി തിരിച്ചു വരും.”

അവളുടെ വകുപ്പിലെ വേറെ കുറെ സ്ത്രീകൾ ഉദ്യോഗത്തിന്റെ ഭാഗമായി ആ യാത്ര കഴിഞ്ഞ് തിരിച്ചെത്തിയിരുന്നു. അവർക്ക് പരാതികളൊന്നുമുണ്ടായിരുന്നില്ല. “തിരിച്ചു വന്നിട്ട് ഞാൻ നിങ്ങളെ ഈജിപ്തിലേക്കു കൊണ്ടുപോകാം. നമുക്ക് പിരമിഡുകൾ കാണാം.” അതായിരുന്നു അവളുടെ സ്വപ്നം. അവളുടെ അമ്മയെ എല്ലാവിധത്തിലും സന്തോഷിപ്പിക്കണം. ഞങ്ങൾ പാവപ്പെട്ടവരായിരുന്നു. സ്വന്തമെന്നു പറയാൻ ഒന്നുമില്ലാത്തവർ. പട്ടണത്തിൽ ചെന്ന് എങ്ങോട്ടു തിരിഞ്ഞാലും അവിടെയൊക്കെ പരസ്യങ്ങളാണ്. “കാറു വാങ്ങൂ...ഒരു ലോണെടുക്കൂ.....ഇപ്പോത്തന്നെ കാറ് സ്വന്തമാക്കൂ....” ഇഷ്ടമുള്ളത് തിരഞ്ഞെടുത്ത് വീട്ടിൽ

കൊണ്ടുപോകാം. ഏതു കടയിൽ ചെന്നാലും നടുവിലായിത്തന്നെ ഒന്നോ രണ്ടോ മേശകളിട്ടിരിക്കും. വായ്പയ്ക്കുള്ള സൗകര്യങ്ങൾ....കടലാസിൽ എഴുതി ഒപ്പിട്ടുകൊടുക്കുകയേ വേണ്ടൂ. ആ മേശകൾക്കു മുമ്പിൽ എപ്പോഴും നീണ്ട വരികൾ കാണാം. ദാരിദ്ര്യം അനുഭവിച്ച് ജനങ്ങൾക്കു മടുത്തിരിക്കുന്നു. ഇത്തിരിയൊന്നു സുഖമായി ജീവിക്കാൻ അവർ കൊതിക്കുകയാണ്. അതിനിടയിൽ....വീട്ടിലുള്ളവർക്ക് അന്നെന്താഹാരം കൊടുക്കും എന്ന വേവലാതിയാണ് എനിക്ക്.

അടുക്കളയിൽ ഉരുളക്കിഴങ്ങു പോലുമില്ല. മാക്കറോണിയും കഴിഞ്ഞു. ചിലപ്പോൾ ബസ്സുകൂലിയും കൈയിലുണ്ടാവില്ല. ഒലീസ്യ, ടെക്നിക്കൽ സ്കൂളിലെ പഠനം പൂർത്തിയാക്കി, അദ്ധ്യാപകർക്കുള്ള പരിശീലന കോളേജിൽ ചേർന്നു. മനഃശാസ്ത്രത്തിലായിരുന്നു അവൾക്കു താത്പര്യം. പക്ഷേ ഒരു കൊല്ലമേ പഠിച്ചുള്ളൂ. പിന്നെ പോകാതായി. ഫീസു കൊടുക്കാൻ വകയില്ലായിരുന്നു. എന്റെ അമ്മയ്ക്കു മാസംതോറും നൂറു ഡോളർ പെൻഷൻ കിട്ടിയിരുന്നു. ഏതാണ്ട് അത്രയും തന്നെ എനിക്കും കിട്ടിയിരുന്നു. മുകളിലിരിക്കുന്നവർ ഭൂഗർഭത്തിലെ എണ്ണയും പ്രകൃതിവാതകവുമെല്ലാം പമ്പുചെയ്തെടുക്കുകയാണ്. അവരുണ്ടാക്കുന്ന ഡോളറുകളിൽ ഇത്തിരിപോലും ഞങ്ങളുടെ കൈകളിലേക്ക് ഇറ്റു വീഴുന്നില്ല. മുഴുവനും അവരുടെ കീശകളിലേക്ക് ഒന്നായി ചെന്നു വീഴുകയാണ്. മ്യൂസിയത്തിലെ പ്രദർശനവസ്തുക്കൾ കാണാൻ പോകുന്നതുപോലെയാണ് ഞങ്ങളെപ്പോലുള്ള സാധാരണക്കാർ കടയിൽ പോകുന്നത്. വെറുതെ നോക്കിക്കാണാൻ. റേഡിയോവിന്റെ കാര്യമൊന്നു പറയണ്ട.... നിർബന്ധിച്ചു കൊണ്ടെന്നപോലെയാണ് പരസ്യങ്ങൾ. പൊതുജനത്തെ ഇളക്കാനുതകുന്ന പ്രചരണങ്ങൾ. സമ്പത്തിനെ സ്നേഹിക്കൂ എന്നാണ് ആഹ്വാനം ചെയ്യുന്നത്. നാട്ടിലെ സമ്പന്നരാണ് എല്ലാവരേയും രക്ഷിക്കാൻ പോകുന്നത്. അവർ നമുക്കു ജോലിതരും. അവരെങ്ങനെയാണ് ഒഴിവുകാലം ചെലവഴിക്കുന്നത്? ഏതുതരം ആഹാരമാണ് കഴിക്കുന്നത്? നീന്തൽകുളങ്ങളോടു കൂടി അവരുടെ വീടുകൾ....ഉദ്യാനങ്ങൾ....അത് പരിപാലിക്കാൻ സ്വന്തമായി തോട്ടക്കാർ....അടുക്കളയിൽ പാചക വിദഗ്ദ്ധർ.... സാർ ചക്രവർത്തിമാരുടെ കാലത്ത് പ്രഭുക്കന്മാർ നയിച്ചിരുന്നതുപോലെയുള്ള ആർഭാട ജീവിതം.

വൈകുന്നേരം ടി.വി. തുറന്നാൽ കാണുന്നതേറെയും ആഭാസക്കാഴ്ചകളാണ്. വിളക്കണച്ച് പോയി കിടക്കുകയാണ് നല്ലതെന്നു തോന്നും. ധാരാളംപേർ യാവ്‌ലിൻസ്കിക്കും നെംസോവിനും* വോട്ടു ചെയ്യാറുണ്ടായിരുന്നു. ഞാൻ സാമൂഹ്യപരിഷ്കരണത്തിന്റെ പക്ഷത്തായിരുന്നു. എല്ലാ തിരഞ്ഞെടുപ്പിലും മുടങ്ങാതെ വോട്ടു ചെയ്തു. തികഞ്ഞ രാജ്യസ്നേഹി! എനിക്ക് നെംസോവിനെ ഇഷ്ടമായിരുന്നു. അയാൾ സുമുഖനായിരുന്നു. യുവാവായിരുന്നു. പിന്നീട് എല്ലാവർക്കും മനസ്സിലായിത്തുടങ്ങി, ജനാധിപത്യവാദികളുടേയും നോട്ടം ആഡംബരജീവിതത്തിലാണെന്ന്. അവർ

* സാമ്പത്തിക വിദഗ്ദ്ധർ

ഞങ്ങളെപോലെയുള്ളവരുടെ കാര്യം പാടെ മറന്നിരിക്കുന്നു. പൊതുജനം വെറും മണ്ണാണ്.... മണ്ണുമാത്രം. ജനങ്ങൾ വീണ്ടും കമ്മ്യൂണിസത്തിനു നേരെ തിരിയാൻ തുടങ്ങിയിരിക്കുന്നു. അവർ അധികാരത്തിലിരുന്ന കാലത്ത് നാട്ടിൽ കോടീശ്വരന്മാരും ശതകോടീശ്വരന്മാരും ഇല്ലായിരുന്നു. എല്ലാവരുടെ കൈയിലും ഇത്തിരി വല്ലതുമുണ്ടായിരുന്നു. അതുകൊണ്ട് ഞങ്ങൾ തൃപ്തരായിരുന്നു. മനുഷ്യരാണെന്ന തോന്നലുണ്ടായിരുന്നു. എല്ലാവരേയും പോലെ ഞാനും എന്ന വിചാരമായിരുന്നു.

ഞാനൊരു സോവിയറ്റുകാരിയാണ്, എന്റെ അമ്മയുമതേ. ഞങ്ങൾ കമ്മ്യൂണിസവും സോഷ്യലിസവും പടുത്തുയർത്തി കൊണ്ടുവന്ന വരാണ്. കച്ചവടം നാണംകെട്ട പണിയാണെന്നും പണം കൊണ്ട് സന്തോഷം വാങ്ങാനാവില്ലെന്നുമൊക്കെയാണ് അന്ന് മുതിർന്നവർ കുട്ടികളെ പഠിപ്പിച്ചിരുന്നത്. സത്യസന്ധമായി ജീവിക്കണം. മാതൃഭൂമിക്കായി സ്വജീവിതം സമർപ്പിക്കുന്നു. നമ്മുടെ നാടുതന്നെയാണ് നമ്മുടെ ഏറ്റവും വലിയ സമ്പത്ത്. ജീവിതകാലം മുഴുവൻ ഈ സോവിയറ്റ് നാടിനെക്കുറിച്ച് അഭിമാനിച്ചിരുന്നു. പക്ഷേ ഇന്ന് എനിക്കെന്തോ ഒരു വിശ്വാസം പോരായ്ക. നാട്ടിലെ കാര്യങ്ങളോർത്ത് പലപ്പോഴും ലജ്ജ തോന്നുന്നു. അതൊക്കെ വിശ്വസിക്കാൻ തക്കവണ്ണം അത്ര മണ്ടിയായിരുന്നുവോ ഞാൻ! അന്ന് ഞങ്ങൾ മുറുകെ പിടിച്ചത് കമ്മ്യൂണിസ്റ്റ് ആദർശങ്ങളെയായിരുന്നു. ഇന്നത് മുതലാളിത്ത ആശയങ്ങളായി മാറി. ആരോടും ദയ കാണിക്കേണ്ടതില്ല. കാരണം, ആരും നിങ്ങളോട് ദയ കാണിക്കാൻ പോകുന്നില്ല.

ഒലീസ്യ ഇടയ്ക്കെന്നോട് പറയാറുണ്ട്. “അമ്മേ, അമ്മ ഇപ്പോഴും ജീവിക്കുന്നത് വളരെ കാലമായി നിലവിലില്ലാത്ത ഒരു രാജ്യത്താണ്. അതൊക്കെ മറക്കാൻ കാലമായി... ആ ഓർമ്മകളോടെ എന്നെ സഹായിക്കാനാവില്ല.” അവർ എന്താണ് ഞങ്ങളോട് ചെയ്തത്? എന്താണ്? (പൊടുന്നനെ അവർ സംസാരം നിർത്തി) എനിക്കു നിങ്ങളോട് പറയാൻ ഒരുപാടു കാര്യങ്ങളുണ്ട്. വളരെയധികം... അതിൽ ഏതാണ് ഏറ്റവും പ്രധാനം? ഒലീസ്യ മരിച്ചതിനു ശേഷം അവളുടെ ഒരു നോട്ടുപുസ്തകം എനിക്കു കിട്ടി. സ്കൂൾ കാലത്തേത്. അതിൽ അവൾ ഒരു ഉപന്യാസം എഴുതിരിക്കുന്നതു കണ്ടു ‘ജീവിതം എന്നാൽ എന്താണ്?” “ഏത് ആദർശത്തിന്റെ സാഫല്യത്തിനുവേണ്ടിയാണ് മാനവരാശി യത്നിക്കേണ്ടത് എന്നതിനെ കുറിച്ച് ഞാൻ വിവരിക്കാം...” അവൾ എഴുതിയിരിക്കുന്നു. “അവനവനെ കുറച്ചുകൂടി മേല്പോട്ടുയർത്തുക അതാണ് ജീവിതത്തിന്റെ ലക്ഷ്യം.”

ഞാൻ തന്നെയാണ് അവളെ അത് പഠിപ്പിച്ചത്. (പെട്ടെന്ന് അവർ ഉറക്കെ കരയാൻ തുടങ്ങി) ഒരെലിയെ കൊല്ലാൻ പോലും മനസ്സില്ലാത്ത കുട്ടി. എന്നിട്ടും അവൾ യുദ്ധം ചെയ്യാൻ പോയി. ഒന്നു മാത്രമേ എനിക്കറിയൂ.... അവിടെ സംഭവിച്ചതൊന്നും ശരിയല്ല.... എന്നാൽ യഥാർത്ഥത്തിൽ സംഭവിച്ചതെന്താണ്? അതെനിക്കറിയുകയുമില്ല.

മാതൃഭൂമിക്കു വേണ്ടിയുള്ള മഹായുദ്ധം നടന്നകാലത്ത്, അമ്മയ്ക്ക് പന്ത്രണ്ടുവയസ്സായിരുന്നു പ്രായം. അവരെയൊക്കെ സൈബീരിയയിലേക്ക് മാറ്റിപ്പാർപ്പിച്ചു. കുട്ടികളായിരുന്നിട്ടു കൂടി ഒരു ഫാക്ടറിയിൽ 16 മണിക്കൂർ പണിയെടുക്കാൻ നിർബന്ധിച്ചു. മുതിർന്നവരെപോലെത്തന്നെ. വേതനമായി അവർക്കു കൊടുത്തിരുന്നത് ഒരു "പാസ്" ആയിരുന്നു. അതു കാണിച്ചാൽ ദിവസം ഒരു നേരം രണ്ടു കഷണം റൊട്ടിയും ഒരു കിണ്ണം നൂഡിൽസും കിട്ടും. വയറു നിറയാനുള്ള ആഹാരമില്ല. മുന്നണിപോരാളികൾക്കു വേണ്ടി ഷെല്ലുകൾ നിർമ്മിക്കലായിരുന്നു അവരുടെ ജോലി. ചെറിയ കുട്ടികളല്ലേ.... പണിസ്ഥലത്തു വെച്ചുതന്നെ എത്രപേർ മരിച്ചുപോയി. അന്ന്, യുദ്ധത്തിന്റെ പേരിൽ ആളുകൾ പരസ്പരം കൊല്ലുന്നതിൽ ന്യായമുണ്ട് എന്ന് എന്റെ അമ്മയ്ക്കു തോന്നിയിരുന്നു. എന്നാൽ ഇന്നു നടക്കുന്ന ഈ കൊലകൾക്ക് എന്തു ന്യായമാണുള്ളത്? അനാവശ്യമായ വൃത്തികെട്ട യുദ്ധങ്ങൾ... ആർഗൺ... ഗുജേർമീഡ്... ഖൻകാലം... തുടങ്ങിയ ചെച്ച്നിയൻ പട്ടണങ്ങളുടെ പേരുകൾ കേൾക്കുമ്പോൾതന്നെ ഞാൻ ടി.വി. നിർത്തിവെക്കും. ആ മരണസർട്ടിഫിക്കറ്റ് ഇവിടെത്തന്നെയുണ്ട്... കരുതിക്കൂട്ടി ആലോചിച്ചുറപ്പിച്ച... സർവീസ് തോക്കിൽ നിന്നുമുള്ള വെടിയുണ്ട തറച്ചതാണ് മരണകാരണം. നാസ്യയെ തനിച്ചാക്കി അവൾ പോയി. കുട്ടിക്ക് ഒമ്പതു വയസ്സേ ആയിട്ടുള്ളൂ. ഇന്ന് ഞാൻ അവൾക്ക് അമ്മയും അമ്മൂമ്മയുമാണ്. എനിക്ക് തീരെ സുഖമില്ല. ശരീരത്തിനകത്ത് പലതും ഡോക്ടർമാർ കീറിമുറിച്ചിരിക്കുന്നു. മൂന്നു ശസ്ത്രക്രിയകളും കഴിഞ്ഞു. ആരോഗ്യസ്ഥിതി വളരെ മോശം. ടൈഗാ പ്രദേശത്തിന്റെ മധ്യഭാഗത്ത് ഖാബറോവാഡ്ക് ക്രായിലാണ് ഞാൻ ജനിച്ചുവളർന്നത്. മിലിട്ടറി ബാരക്കുകളിലായിരുന്നു താമസം. മധുരനാരങ്ങകളും വാഴപ്പഴവുമൊക്കെ ഞങ്ങൾ പടങ്ങളിലേ കണ്ടിട്ടുള്ളൂ. സാധാരണ കഴിച്ചിരുന്നത് ന്യൂഡിൽസും മാക്രോണിയുമായിരുന്നു. കുടിക്കാൻ പാൽപ്പൊടി കലക്കിയ പാല്. ഇടയ്ക്കിടയ്ക്ക് ടിന്നിലടച്ച മാംസം. യുദ്ധത്തിനു ശേഷം വിദൂര കിഴക്കൻദേശങ്ങളിൽ പട്ടാളസേവനമനുഷ്ഠിക്കാൻ അമ്മ തിരഞ്ഞെടുക്കപ്പെട്ടു. യുവജനങ്ങളെ നിയോഗിച്ചത് വടക്കൻ പ്രദേശങ്ങളിലായിരുന്നു. പടക്കളത്തിലേക്ക് എന്നപോലെയാണ് അവരെ പറഞ്ഞയച്ചത്. എന്നെപ്പോലെ ആരും ഇല്ലാത്തവരെ വലിയ നിർമ്മാണപ്രവർത്തനങ്ങൾ നടക്കുന്ന സ്ഥലത്തേക്ക് നിയോഗിച്ചു. വീടും കുടുംബവുമില്ലാത്ത അഗതികൾ പറഞ്ഞത്, ടൈഗയിലെ മൂടൽമഞ്ഞും സുഗന്ധവുമാസ്വദിക്കാൻ എന്നായിരുന്നു. പക്ഷേ അതൊക്കെ പാട്ടുകളിലും കവിതകളിലും മാത്രമായിരുന്നു. വാസ്തവത്തിൽ ഞങ്ങൾ കടുത്ത പട്ടിണിയിലായിരുന്നു. ആഹാരക്കുറവുകൊണ്ട് നീരു കെട്ടിയ ശരീരം. വിശപ്പാണ് ഞങ്ങളെക്കൊണ്ട് പല സാഹസങ്ങളും ചെയ്യിച്ചത്. തെല്ലു മുതിർന്നപ്പോൾ ഞാനും കെട്ടിടം പണിക്കായി പോയിത്തുടങ്ങി. ബൈക്കൻ-അമൂർ തീവണ്ടിപ്പാതയുടെ നിർമ്മാണത്തിൽ അമ്മയും ഞാനും പണിക്കു ചേർന്നു. അവിടെനിന്നും ഒരു ചാക്കു നിറയെ സർട്ടിഫിക്കറ്റുകൾ കിട്ടി. (അവർ പിന്നേയും നിശ്ശബ്ദയായി.)

അതു കൂടാതെ എനിക്കൊരു മെഡലും കിട്ടി. തീവണ്ടിപ്പാതയുടെ നിർമ്മാണത്തിൽ പങ്കാളിയായതിന്റെ പേരിൽ. തണുപ്പുകാലത്ത് –50ഡിഗ്രി. ഒരു മീറ്ററിലധികം കനത്തിൽ ഭൂമിയിൽ മഞ്ഞുറഞ്ഞ് കിടക്കുന്നുണ്ടാകും. ചുറ്റും ഉയരമുള്ള മലനിരകൾ. ആകെ വെള്ളപുതച്ച്. മഞ്ഞുമൂടിക്കഴിഞ്ഞാൽ മലകൾക്ക് തൂവെള്ള നിറമാണ്. വെയിലുള്ള ദിവസമാണെങ്കിൽ പോലും അവയെ കാണാൻ സാധിക്കില്ല. ആ പർവതങ്ങളെ ഞാൻ വല്ലാതെ ഇഷ്ടപ്പെട്ടിരുന്നു. എല്ലാവർക്കുമുണ്ട് വിശാലമായൊരു മാതൃഭൂമിയും അതിനകത്ത് ചെറുതായൊരു ജന്മദേശവും. ഇതാണ് എന്റെ സ്വന്തം ജന്മനാട്. ഞങ്ങൾ താമസിച്ചിരുന്ന ബാരക്കുകളിലെ ഇടച്ചുമരുകൾക്ക് തീരെ കനമുണ്ടായിരുന്നില്ല. വീട്ടിനു വെളിയിലായിട്ടായിരുന്നു കുളിമുറി. അന്ന് ഞങ്ങൾക്ക് ചെറുപ്പമായിരുന്നു. ഭാവിയെക്കുറിച്ച് തെളിവാർന്ന പ്രതീക്ഷകളുണ്ടായിരുന്നു, വിശ്വാസമുണ്ടായിരുന്നു. ആ വിശ്വാസവും ദൃഢമായിരുന്നു. അതുമാത്രമല്ല,..കൊല്ലം ചെല്ലുന്തോറും ജീവിതം മെച്ചപ്പെട്ടു വരികയായിരുന്നു. ഒരാൾക്കും ടി.വി.യില്ലാതിരുന്ന ഒരു കാലം. പിന്നീട് പെട്ടെന്ന് എല്ലാ വീട്ടിലും ടി.വി.യായി. ഞങ്ങൾ ബാരക്കുകളിലാണ് താമസിച്ചിരുന്നത്. ക്രമേണ അവർ ഓരോ കുടുംബത്തിനും ഓരോ അപ്പാർട്ടമെന്റുകൾ തന്നു. അവർ വാക്കുതന്നു, "ഇപ്പോഴത്തെ തലമുറ കമ്മ്യൂണിസം കാണാൻ ജീവിച്ചിരിക്കും." അതിന്റെ അർത്ഥം...? ഞാനടങ്ങുന്ന തലമുറ കമ്മ്യൂണിസ്റ്റ് ഭരണത്തിൽ ജീവിക്കുമെന്നല്ലേ? (അവർ ചിരിച്ചു) ഞാനൊരു സർവകലാശാലയിൽ പഠിക്കാൻ ചേർന്നു. വിദൂരപഠനമായിരുന്നു. സാമ്പത്തികശാസ്ത്രത്തിൽ ബിരുദം നേടി. അന്നത്തെ കാലത്ത് പഠിക്കാൻ ഫീസ് കൊടുക്കുന്ന ഏർപ്പാടുണ്ടായിരുന്നില്ല. ഇപ്പോഴാണെങ്കിൽ ആരെങ്കിലും എന്തെങ്കിലും പഠിപ്പിക്കുമോ? അതിന് സോവിയറ്റ് സർക്കാറിനോട് വളരെയധികം നന്ദിയുണ്ട്. ധനകാര്യവകുപ്പിൽ ഡിസ്ട്രിക്ട് എക്സിക്യൂട്ടീവ് കമ്മിറ്റിയിലാണ് ജോലി ചെയ്തിരുന്നത്. എനിക്കുവേണ്ടി ബീവർ രോമം കൊണ്ടുള്ള ഒരു കമ്പിളിക്കോട്ടു വാങ്ങി. ആട്ടിൻ തോലിന്റെ ഷാളും. തണുപ്പുകാലത്ത് ദേഹമാസകലം കെട്ടിപ്പൊതിഞ്ഞു വേണം നടക്കാൻ. മൂക്കിന്റെ തുമ്പു മാത്രമേ പുറത്തു കാണൂ. ഞാൻ കൂട്ടുകൃഷിയിടങ്ങൾ തോറും യാത്ര ചെയ്ത് അവരുടെ കണക്കും കാര്യങ്ങളും പരിശോധിച്ചിരുന്നു. ചില കൃഷിയിടങ്ങളിൽ അവർ പ്രത്യേകതരം കീരികളെയും നീർനായകളേയും കുറുക്കന്മാരേയും കമ്പിളിക്കും തുകലിനുമായി വളർത്തിയിരുന്നു. അപ്പോഴേക്കും പൊതുവെ എല്ലാവരുടേയും സ്ഥിതി കുറെ മെച്ചപ്പെട്ടിരുന്നു. ഞാൻ എന്റെ അമ്മയ്ക്കു വേണ്ടിയും നല്ലൊരു കമ്പിളിക്കോട്ട് വാങ്ങി. ആയിടയ്ക്കാണ് അവർ തീർച്ചയാക്കിയത് മുതലാളിത്ത വ്യവസ്ഥിതിയിലേക്ക് മാറാൻ കാലമായി എന്ന്. കമ്മ്യൂണിസ്റ്റുകാർ അധികാരമൊഴിഞ്ഞു പോയാൽ എല്ലാവർക്കും സന്തോഷമുണ്ടാകുമെന്ന് അവർ ഉറപ്പിച്ചു പറഞ്ഞു. കേൾക്കുന്തോറും എന്തും വിശ്വസിക്കുന്ന കൂട്ടരല്ല ഞങ്ങൾ. എത്രയോ വിഷമഘട്ടങ്ങളിൽ കൂടി ഇതിനകം കടന്നുപോന്നു കഴിഞ്ഞു. എല്ലാവരും അത്യാവശ്യ സാധനങ്ങൾ വാങ്ങി സൂക്ഷിച്ചു. വിശേഷിച്ച്

ഉപ്പും തീപ്പെട്ടിയും. “പെരിസ്ട്രോയ്ക....” “യുദ്ധം” എന്നപോലെയാണ് കാതിൽ വന്നു വീണത്. തുടർന്ന് ഞങ്ങളുടെ കൺമുമ്പിൽ വെച്ചുതന്നെ അവർ കൂട്ടുകൃഷിയിടങ്ങൾ കൊള്ളയടിക്കാൻ തുടങ്ങി. അതുപോലെ തന്നെ ഫാക്ടറികളും. അതിനുശേഷം അവർ അതെല്ലാം നിസ്സാര വിലയ്ക്ക് സ്വന്തമാക്കി.

ഞങ്ങൾ ഒരു ജീവിതകാലം മുഴുവൻ പാടുപെട്ട് കെട്ടിയുയർത്തിയ സ്ഥാപനങ്ങൾ. ഒന്നിന് 5 കൊപ്പെക്ക് എന്ന നിലയിൽ അവർ വിലയ്ക്കു വാങ്ങുന്നത് ഞങ്ങൾക്ക് നോക്കിനില്ക്കേണ്ടി വന്നു. ഞങ്ങൾക്ക് പകരമായിതന്നത് ഏതാനും വൗച്ചറുകളും. അവർ ശരിക്കും ഞങ്ങളെ കബളിപ്പിക്കുകയായിരുന്നു. ആ വൗച്ചറുകൾ ഞാനിപ്പോഴും സൂക്ഷിച്ചുവെച്ചിട്ടുണ്ട്. പിഞ്ഞാണിപ്പാത്രങ്ങൾ സൂക്ഷിക്കുന്ന അലമാരയിൽ. ഒലീസ്യയുടെ മരണസർട്ടിഫിക്കറ്റും അതിലുണ്ട്....വേറെയും കുറെ ആവശ്യമില്ലാത്ത കടലാസുകളും. ഇതാണോ മുതലാളിത്തം? റഷ്യൻ മുതലാളിമാരെ ഞാൻ ധാരാളം കണ്ടിട്ടുണ്ട്. അവരെല്ലാവരും റഷ്യക്കാരാണെന്നു പറയാൻ വയ്യ. അർമേനിയക്കാരും ഉക്രേൻകാരും കൂട്ടത്തിലുണ്ട്. അവരെല്ലാം സർക്കാരിൽ നിന്നും ഊക്കൻ വായ്പകളെടുത്തു. ആരും തിരിച്ചടച്ചില്ല. ജയിൽപ്പുള്ളികളുടെ കണ്ണുകൾ പോലെയാണ് അവരുടെ കണ്ണുകൾ തിളങ്ങിയത്. ആ പ്രത്യേകരീതിയിലുള്ള തിളക്കം. അത് കണ്ട് എനിക്കു നല്ല ശീലമാണ്. ഞാൻ വന്ന ഇടം.... അവിടെ ധാരാളം തടങ്കൽ ക്യാമ്പുകളുണ്ടായിരുന്നു. ചുറ്റും മുള്ളുവേലികൾ. വടക്കൻപ്രദേശങ്ങളെ മെരുക്കിയെടുത്തത് ആരാണെന്നാണ് വിചാരം? അത് ചെയ്തത് ആ തടവുപുള്ളികളും ഞങ്ങളും ചേർന്നായിരുന്നു. ഞങ്ങൾ....പാവം പൊതുജനങ്ങൾ. അന്ന് ഞങ്ങൾ ഞങ്ങളെപ്പറ്റി അങ്ങനെയല്ല ധരിച്ചിരുന്നത്.

എന്റെ അമ്മ ഒരു തീരുമാനമെടുത്തു. ഈ ചുറ്റുപാടിൽ നിന്നും പുറത്തു കടക്കണം. അതിനുള്ള ഒരേയൊരു വഴി റിയാസനിലേക്കു മടങ്ങിപോവുകയാണ്. എവിടെ നിന്നു വന്നുവോ അതേയിടത്തിലേക്കു തിരിച്ചുപോവുക. എല്ലായിടത്തും വെടിവെപ്പ്. യു.എസ്.എസ്.ആറിന്റെ സ്വത്തുകൾ സ്വന്തമാക്കുന്ന ധൃതിയിലായിരുന്നു ജനങ്ങൾ. കിട്ടിയതൊക്കെ കൈക്കലാക്കണം. കണ്ടതൊക്കെ തുണ്ടങ്ങളാക്കി മാറ്റണം, പങ്കുവെക്കണം ദുഷ്ടന്മാർ ചുമതലയേറ്റു. മിടുക്കന്മാർ മണ്ടന്മാരായി മാറിനിന്നു. ഞങ്ങൾ പാടുപെട്ട് പണിതുണ്ടാക്കി. പിന്നീടെല്ലാം ആ കൊള്ളക്കാർക്കു കൈമാറി. യഥാർത്ഥത്തിൽ അതാണ് സംഭവിച്ചത്, ശരിയല്ലേ? വടക്കുനിന്ന് ഞങ്ങൾ തിരിച്ചുവന്നത് ഒഴിഞ്ഞ കൈകളോടെയാണ്. സ്വന്തമെന്നു പറയാൻ ചില പഴഞ്ചൻ വീട്ടുസാമാനങ്ങൾ മാത്രം. ഫാക്ടറികളും ഖനികളുമെല്ലാം അവർക്കു വിട്ടുകൊടുത്തു. തീവണ്ടിയിൽ രണ്ടാഴ്ച യാത്രചെയ്താണ് ഞങ്ങൾ നാട്ടിൽ തിരിച്ചെത്തിയത്. റഫ്രിജറേറ്ററും പുസ്തകങ്ങളും മേശകസേലകളുമൊക്കെ ഞങ്ങൾ വലിച്ചുകൊണ്ടുവന്നു. ഇറച്ചി അരയ്ക്കുന്ന “ഗ്രൈൻഡർ...” പിഞ്ഞാണി പാത്രങ്ങൾ അങ്ങനെയെല്ലാം. രണ്ടാഴ്ച മുതൽ തീവണ്ടിയുടെ ജനലിലൂടെ പുറത്തേക്കു നോക്കികൊണ്ടിരുന്നു. കണ്ണെത്താദൂരത്തോളം റഷ്യയുടെ മണ്ണ്.

അതിരില്ലാതെ....പരന്നു കിടക്കുന്നു. ഞങ്ങളുടെ മാതാവായ ഈ റഷ്യ. എത്ര മഹത്തായ, സമ്പന്നമായ രാജ്യമാണ്. ആർക്കാണിതിനെ വേണ്ടതുപോലെ ഭരിക്കാനാവുക? അത് 1994 ആയിരുന്നു. യെത്സിൻ അധികാരത്തിൽ വന്നുകഴിഞ്ഞിരുന്നു. സ്വദേശത്ത് എന്താണ് ഞങ്ങളെ കാത്തിരുന്നത്? അസെറ്റബായ്ജാനിൽ നിന്നുള്ള കട ഉടമകൾ. അവർക്കുവേണ്ടി പഴങ്ങളും വെൽമിനിയും വിറ്റിരുന്നത് നാട്ടിലെ അദ്ധ്യാപകരായിരുന്നു. മോസ്കോയിലെ അങ്ങാടി റെയിൽവേസ്റ്റേഷൻ മുതൽ ക്രെംലിൻ വരെ നീണ്ടു കിടന്നു എവിടെ നിന്നാണാവോ, നാട്ടിൽ ഇത്രയധികം പിച്ചക്കാർ വന്നു കൂടിയത്? എന്നാലെന്താ...? നമ്മളെല്ലാവരും സോവിയറ്റുകാർ തന്നെയാണല്ലോ. കുറേനാളത്തേക്ക് എല്ലാവർക്കും നാണക്കേടു തോന്നി....ഒരു സുഖമില്ലായ്മ തോന്നി. ഒരിക്കൽ അങ്ങാടിയിൽ വെച്ച് ഞാനൊരു ചെച്നിയക്കാരനോട് സംസാരിക്കുകയുണ്ടായി. അപ്പോഴേക്കും യുദ്ധം തുടങ്ങിയിട്ട് പതിനഞ്ചു കൊല്ലമായിരുന്നു. അതിൽ നിന്നു രക്ഷപ്പെടാനാണ് അവർ ഇങ്ങോട്ട് വന്നിരിക്കുന്നത്. റഷ്യയിലെല്ലായിടത്തും അവർ കയറിപ്പറ്റിയിരുന്നു. എല്ലാ മുക്കിലും മൂലയിലും അവരെ കാണാം. എന്നാൽ രണ്ടു രാജ്യങ്ങളും തമ്മിൽ യുദ്ധം നടന്നുകൊണ്ടിരിക്കുകയാണുതാനും. റഷ്യ ചെച്ച്നിയക്കെതിരായി യുദ്ധം ചെയ്യുകയാണ്. "സ്പെഷ്യൽ ഓപ്പറേഷൻ" എന്നാണ് പറയുന്നത്.അത് എന്തു തരം യുദ്ധമാണെന്ന് എനിക്കറിഞ്ഞുകൂട. ഞാൻ സംസാരിച്ച ആ ചെച്ച്നിയക്കാരൻ ചെറുപ്പമായിരുന്നു. ഞാൻ ആ കൂട്ടത്തിൽ ചേർന്ന് യുദ്ധം ചെയ്യുന്നില്ല....എന്റെ ഭാര്യ റഷ്യക്കാരിയാണ്. മുമ്പ് ഞാൻ കേട്ട ഒരു കഥ ഇപ്പോൾ നിങ്ങളോടു പറയാം. ഒരു ചെച്ചേൻ പെൺകുട്ടി ഒരു റഷ്യൻ പൈലറ്റുമായി പ്രണയത്തിലായി. സുന്ദരനായൊരു ചെറുപ്പക്കാരൻ. അവളെ അച്ഛനമ്മമാരുടെ വീട്ടിൽ നിന്നും ഇറക്കിക്കൊണ്ടുപോകാൻ അയാൾ തീരുമാനിച്ചു. അവൾക്കും പൂർണ്ണസമ്മതം. അയാൾ അവളെ റഷ്യയിലേക്കു കൊണ്ടുവന്നു. അവർ രണ്ടുപേരും വിവാഹിതരായി. എല്ലാം വേണ്ടതുപോലെ നടന്നു. അവർക്കൊരു മകൻ പറന്നു. എന്നിട്ടും അവളുടെ മനസ്സിലെ സങ്കടം അവസാനിച്ചില്ല. സ്വന്തം അച്ഛനമ്മമാരെ ഓർത്ത് അവൾ കരഞ്ഞുകൊണ്ടേയിരുന്നു. അവസാനം അവർ അച്ഛനമ്മമാർക്കായി ഒരു കത്തെഴുതി. "ദയവായി ഞങ്ങളോടു ക്ഷമിക്കണം. ഞങ്ങൾ പരസ്പരം അത്രത്തോളം സ്നേഹിക്കുന്നു." എഴുത്തിനോടൊപ്പം അവളുടെ റഷ്യൻ അമ്മയുടെ സ്നേഹാന്വേഷണങ്ങളുമുണ്ടായിരുന്നു. എന്നാൽ ആ കാലമത്രയും അവളുടെ സഹോദരന്മാർ അവളെ തിരഞ്ഞുകൊണ്ടിരിക്കുകയായിരുന്നു. കുടുംബത്തിന് ദുഷ്പ്പേരുണ്ടാക്കിവെച്ച പെങ്ങളെ കൊല്ലണം എന്നായിരുന്നു അവരുടെ വാശി. അവൾ ഒരു റഷ്യക്കാരനെ വിവാഹം കഴിച്ചു എന്നതുമാത്രമായിരുന്നില്ല അവൾ ചെയ്ത അപരാധം. അവരുടെ നഗരത്തിൽ ബോംബു വർഷിച്ച പൈലറ്റായിരുന്നു അത് എന്നത് അവർക്കൊരു കാലത്തും പൊറുക്കാനാവാത്ത കുറ്റമായിരുന്നു. എത്രയെത്ര നാട്ടുകാരാണ് ആ ബോംബാക്രമണത്തിൽ കൊല്ലപ്പെട്ടത്! ഒന്നിൽ അവളുടെ മേൽവിലാസമുണ്ടായിരുന്നു. അത്

അവർക്കേറ്റവും പ്രയോജനകരമായി. സഹോദരന്മാരിൽ ഒരാൾ നേരെ ചെന്ന് അവളുടെ ജീവനെടുത്തു. മറ്റൊരാൾ സഹോദരിയുടെ മൃതശരീരത്തിന് അവകാശം പറഞ്ഞ് വീട്ടുവാതിൽക്കലെത്തി. (മൗനം) ഈ ദുഷിച്ച യുദ്ധം.... മഹാദുരന്തം ഇന്നിപ്പോൾ എന്റെ അകത്തളത്തിലുമെത്തിയിരിക്കുന്നു. ചെച്ച്നിയയെ പറ്റി കിട്ടാവുന്നതെല്ലാം ഞാൻ വായിച്ചു മനസ്സിലാക്കുന്നു. വിവരങ്ങളെല്ലാം സ്വരൂപിച്ചു വെക്കുന്നു. കാണുന്നവരോടെല്ലാം അതിനെക്കുറിച്ചു സംസാരിക്കുന്നു. എനിക്കങ്ങോട്ട് പോകണമെന്നുണ്ട്. അവരെന്നേയും കൊല്ലട്ടെ. (അവർ കരയാൻ തുടങ്ങി) അങ്ങനെയായാൽ എനിക്കു സന്തോഷമാവും. എന്റെ മകളോടുള്ള സ്നേഹം.... ഈ അമ്മ.. മനസ്സിൽ അത്രയും തീവ്രമാണ്. ഞാനറിയുന്ന ഒരു സ്ത്രീ. അവരുടെ മകന്റെ തലയിൽ ഒരു ഷെല്ലു വന്നു വീണു .... അടയാളങ്ങളൊന്നും ബാക്കിവെക്കാതെ അവൻ കടന്നുപോയി. അവർ എന്നോടു പറയുകയുണ്ടായി, “അവനെ ഈ മണ്ണിൽ അവസാനമായി അടക്കം ചെയ്യാൻ കഴിഞ്ഞിരുന്നുവെങ്കിൽ....എനിക്കു സമാധാനമായേനേ. അവന്റേതായ ഒരു തുണ്ടെങ്കിലും.....” ശരിയല്ലേ ... ഒരു ചെറിയ തുണ്ടെങ്കിലും മകന്റേതായി.... അതവർക്ക് ആശ്വാസം പകരുമായിരുന്നു. “നിങ്ങൾക്കൊരു മകനുണ്ടോ?” അന്ന് ആ ചെച്ച്നിയൻ യുവാവ് എന്നോടു ചോദിച്ചു.

“ഉവ്വ്... എനിക്കൊരു മകനുണ്ട്. പക്ഷേ മരിച്ചത് എന്റെ മകളാണ്.... ചെച്ച്നിയയിൽ വെച്ച്.” അയാൾ പെട്ടെന്ന് പൊട്ടിത്തെറിച്ചു, “റഷ്യക്കാരോട് ഞാൻ ചോദിക്കട്ടെ... ഇതെന്തുമാതിരി യുദ്ധമാണ്? നിങ്ങൾ ഞങ്ങളെ കൊല്ലുന്നു. ഞങ്ങൾക്ക് അംഗഭംഗങ്ങൾ വരുത്തുന്നു. അതിനു ശേഷം നിങ്ങളുടെ ആശുപത്രികളിൽ കിടത്തി ചികിത്സിക്കുന്നു. ഞങ്ങളുടെ നഗരങ്ങളിൽ ബോംബിടുന്നു, കൊള്ള നടത്തുന്നു. പിന്നീട് നഗരങ്ങൾ പുനർനിർമ്മിക്കുന്നു. റഷ്യ ഞങ്ങളുടെ നാടാണെന്ന് ആവർത്തിച്ചു പറയുന്നു. എന്നിട്ടും ഇവിടെ ദിവസവും പൊലീസുകാർക്ക് കൈക്കൂലി കൊടുത്താണ് ഞാൻ കഴിയുന്നത്. എന്നെ കണ്ടാലറിയാം ചെച്ച്നിയനാണ് ഞാനെന്ന്. അവരെന്നെ തല്ലിക്കൊല്ലാൻ മടിക്കില്ല. ഞാൻ ഇവിടെ വന്നിരിക്കുന്നത് ഈ നാട്ടുകാരെ കൊല്ലാനല്ല എന്ന് എപ്പോഴും എല്ലാവരേയും ബോദ്ധ്യപ്പെടുത്തിക്കൊണ്ടിരിക്കണം. ആരുടേയും വീട് ബോംബുവെച്ച് തകർക്കാൻ ഞാനുദ്ദേശിക്കുന്നില്ല. വേണമെങ്കിൽ ഗ്രോസ്നിയിൽ വെച്ച് അവർക്കെന്നെ കൊല്ലാമായിരുന്നു... അത് ഇവിടെ വെച്ചുമാകാം.”

നിരാശ... നിസ്സാഹയത... എന്റെ ഹൃദയം ഇപ്പോഴും അതിവേഗം വിളിച്ചുകൊണ്ടിരിക്കുന്നു. ഞാൻ ഇപ്പോഴും അവളെ അന്വേഷിച്ചുകൊണ്ടിരിക്കുകയാണ്. എനിക്കറിയണം, എങ്ങനെയാണ് എന്റെ മകൾ മരിച്ചതെന്ന്. ആരു പറയുന്നതും... എനിക്കു വിശ്വസമാവുന്നില്ല. (പിഞ്ഞാണി പാത്രങ്ങൾ സൂക്ഷിക്കുന്ന അലമാര അവർ തുറന്നു. അതിനകത്ത് ഏതാനും കോർഡിയൻ ഗ്ലാസ്സുകൾ. സ്ഫടികത്തിൽ. അതിനോടൊപ്പമാണ് അവർ തന്റെ ഔദ്യോഗിക രേഖകളും ഫോട്ടോകളുമൊക്കെ സൂക്ഷിക്കുന്നത്. അവർ അതെല്ലാമെടുത്ത് മേശപ്പുറത്തു നിരത്തി.)

എന്റെ മകൾ സുന്ദരിയായിരുന്നു. സ്കൂളിൽ എല്ലാവർക്കും അവളെ വലിയ കാര്യമായിരുന്നു. ഐസ് സ്കേറ്റിങ്ങിൽ വലിയ താത്പര്യം. പഠിത്തത്തിൽ... സാമാന്യം പോലെ. തരക്കേടില്ലാത്ത മാർക്കുകൾ. പത്താംക്ലാസിൽ പഠിക്കുമ്പോഴാണ് അവൾ റോമയുമായി പ്രണയത്തിലായത്. എനിക്കതൊട്ടും ഇഷ്ടമായില്ല. അവളേക്കാൾ ഏഴുവയസ്സ് പ്രായ കൂടുതലുള്ള ഒരാൾ. "അതിനെന്താ അമ്മേ... ഇത് പ്രണയമല്ലേ? അവൾക്ക് ശരിക്കും ഭ്രാന്തമായ പ്രേമമായിരുന്നു. അയാൾ വിളിച്ചില്ലെങ്കിൽ അവൾ അങ്ങോട്ടു വിളിക്കും. "നീയെന്തിനാ അയാളെ വിളിക്കുന്നത്?"

"ഞാൻ അയാളെ സ്നേഹിക്കുന്നതുകൊണ്ട്."

അവൾക്ക് അയാളെക്കുറിച്ചുമാത്രമേ ചിന്തയുണ്ടായിരുന്നുള്ളൂ.... അവളുടെ അമ്മയെ അവൾ പാടെ മറന്നു. ഒരു ദിവസം അവൾ പഠനം പൂർത്തിയാക്കി ബിരുദം നേടി. അടുത്ത ദിവസം അവരുടെ വിവാഹവും നടന്നു. വേഗം ഒരു കുഞ്ഞും പിറന്നു. റോമ വല്ലാതെ മദ്യപിച്ചിരുന്നു. ബഹളം വെച്ചിരുന്നു. വഴക്കു കൂടിയിരുന്നു. അവളെന്തു ചെയ്യാൻ? ഒരു മൂലയ്ക്കലിരുന്നു കരഞ്ഞു. അവന്റെ ധിക്കാരം എനിക്കു സഹിച്ചില്ല. ഏതായാലും ഒരു കൊല്ലം അങ്ങനെ കഴിഞ്ഞു. അസൂയ മൂത്താൽ അവളുടെ നല്ല വസ്ത്രങ്ങളൊക്കെ അയാൾ വലിച്ചുകീറി നാശമാക്കും. അവളുടെ മുടി പിടിച്ച് സ്വന്തം കൈയിൽ ഇറുക്കിചുറ്റി തല ചുമരിലിടിക്കും. അവൾ എല്ലാം മിണ്ടാതെ സഹിച്ചു. അവളുടെ അമ്മയെ അനുസരിക്കാൻ തയ്യാറായില്ല. പിന്നെ എങ്ങനെയോ എന്തോ...ഒരദ്ഭുതം.... അവൾ അയാളിൽ നിന്നും രക്ഷപ്പെട്ടു. അവൾ ഓടിയെത്തിയത് എവിടെയാണെന്നു പറയാമോ? അവളുടെ അമ്മയുടെ അടുത്തേക്ക്."അമ്മേ എന്നെ രക്ഷിക്കണം." പക്ഷേ അവളോടൊപ്പം അയാളും ഞങ്ങളുടെ വീട്ടിൽ താമസമാക്കി. ഒരു ദിവസം രാത്രി. അവളുടെ തേങ്ങിക്കരച്ചിൽ കേട്ട് ഞാനുണർന്നു. കുളിമുറിയുടെ വാതിൽ തുറന്നു. അയാൾ കത്തിയോങ്ങി അവളെ ചവിട്ടി നില്ക്കുന്നു. ഞാൻ കയറിപ്പിടിച്ചു. കത്തിമുനയേറ്റ് എന്റെ കൈ പലയിടത്തും മുറിഞ്ഞു. വേറൊരു ദിവസം എവിടെ നിന്നോ ഒരു തോക്ക് അയാൾ കൈക്കലാക്കി. ഒരു ഗ്യാസ് പിസ്റ്റൾ ആണെന്നു തോന്നി. യഥാർത്ഥത്തിലുള്ളതാവാൻ വഴിയില്ല. ഞാൻ ഒലീസ്യയെ പിടിച്ചു മാറ്റാൻ ശ്രമിച്ചു. റോമ എന്റെ നേരെ തോക്കു ചൂണ്ടി. അയാൾ പിടിവിടാതെ അലറി.... "ഇത് എന്നെന്നേക്കുമായി നിങ്ങളുടെ വായ മൂടും." ഞാൻ നിർത്താതെ നിലവിളിച്ചു. അവസാനം അയാൾ പിടിവിട്ടു. (മൗനം) അതുകഴിഞ്ഞ് ഒരാറു മാസം കഴിഞ്ഞിട്ടുണ്ടാകും. ഒരു ദിവസം അവൾ ജോലി കഴിഞ്ഞ് വീട്ടിൽ വന്ന് എന്നോട് പറഞ്ഞു. "റോമ വേറെ വിവാഹം കഴിച്ചു."

"നിനക്കെങ്ങനെ അറിയാം?"

"അയാൾ എന്നെ ആപ്പീസിൽ നിന്നും വീട്ടിൽ കൊണ്ടുവന്നാക്കി."

"എന്നിട്ട്?"

"എന്നിട്ടെന്താ? ഒന്നുമില്ല."

എല്ലാം എത്ര വേഗം കഴിഞ്ഞു. അപ്പോഴും അവളുടെ മനസ്സിൽ അയാളെ പ്രതി തികച്ചും ബാലിശമായ ആ പ്രണയം.... അവൾക്കത് മറക്കാനായില്ല. (മേശപ്പുറത്തുള്ള കടലാസുകളിൽ നിന്ന് ഒരെണ്ണം അവർ എടുത്തു മാറ്റി.) മെഡിക്കൽ റിപ്പോർട്ടിൽ വ്യക്തമായി കാണിച്ചിരുന്നു, തലയുടെ വലതുവശത്താണ് വെടിയുണ്ട തറച്ചതെന്ന്..... എന്നാൽ അതിന്റെ മുറിവ് കണ്ടത് ഇടതുവശത്തായിരുന്നു. തീരെ ചെറിയ ഒരു ദ്വാരം. ഒരുപക്ഷേ ഡോക്ടർ മൃതദേഹം കണ്ടിട്ടുണ്ടാവില്ല. അവർ പറഞ്ഞതു പ്രകാരം എഴുതി തയ്യാറാക്കി പ്രതിഫലം കൈപ്പറ്റിയതായിരിക്കാം.

ഞാൻ ആശിച്ചു.... അവളുടെ യൂണിറ്റ് തിരിച്ചുവരുന്നതുവരെ ഞാൻ കാത്തിരുന്നു. അവരോടു ചോദിച്ചറിയാമെന്ന് ഞാൻ വിചാരിച്ചു... ആ രംഗം പുനഃസൃഷ്ടിക്കാൻ ശ്രമിക്കും. മുറിവ് തലയുടെ ഇടതുവശത്ത്. കടലാസിൽ കാണിച്ചിരുന്നത് വലതുവശത്താണെന്നാണ്. എനിക്ക് സംഗതിയെന്താണെന്ന് കൃത്യമായി അറിയണം. ശീതകാലമായിരുന്നു. എങ്ങും മഞ്ഞുറഞ്ഞു കിടക്കുന്നു. സ്വതവേ മഞ്ഞെനിക്കിഷ്ടമാണ്. എന്റെ ഒലീസ്യക്കും മഞ്ഞ് ഇഷ്ടമായിരുന്നു. മഞ്ഞുകാലമെത്തുന്നതിനു മുമ്പേ സ്കേറ്റുകൾ പുറത്തെടുത്ത് എണ്ണയിട്ട് തയ്യാറാക്കിവെക്കും. അതൊക്കെ എത്ര കാലം മുമ്പായിരുന്നു എന്നിപ്പോൾ തോന്നിപ്പോകുന്നു. എന്നെ അതെല്ലാം വല്ലാതെ സങ്കടപ്പെടുത്തുന്നു..... ഓർക്കാനാവുന്നില്ല. ഞാൻ ജനാലയിൽ കൂടി പുറത്തേക്കു നോക്കി. എല്ലാവരും ക്രിസ്മസ്സിനായുള്ള ഒരുക്കങ്ങളിലാണ്. എല്ലാവരും അലങ്കാരങ്ങളും സമ്മാനങ്ങളുമൊക്കെ വാങ്ങാനായി ഓടി നടക്കുന്നു. ചിലരുടെ കൈയിൽ ക്രിസ്മസ് മരങ്ങൾ. എന്റെ അടുക്കളയിൽ റേഡിയോ എപ്പോഴും തുറന്നുവെക്കും..... പ്രാദേശിക സ്റ്റേഷൻ.... പ്രാദേശിക വാർത്തകൾ. ഞാൻ ആ വാർത്തയ്ക്കായി ആകാംക്ഷയോടെ കാത്തിരുന്നു. ഒടുവിൽ ആ വാർത്ത വന്നു, "റിയാസൽ പൊലീസ്സേനയിലെ ഒരു വിഭാഗം, ചെച്ച്നിയയിൽ ഔദ്യോഗിക ചുമതലകൾ നിർവഹിച്ച ശേഷം തിരിച്ചെത്തിയിരിക്കുന്നു.

"നമ്മുടെ പടയാളികൾ അവരുടെ സൈനികസേവനം അഭിമാനാർഹമായ രീതിയിൽ പൂർത്തീകരിച്ചിരുന്നു."

"അവർ നമ്മളെ നാണം കെടുത്തിയില്ല."

തീവണ്ടിസ്റ്റേഷനിൽ നാട്ടുകാർ അവരെ ആർഭാടപൂർവം സ്വാഗതം ചെയ്തു. വാദ്യമേളം, പൂക്കൾ, മെഡലുകൾ, ഉപഹാരങ്ങൾ. ചിലർക്ക് റിസ്റ്റ് വാച്ച്......ചിലർക്ക് ടെലിവിഷൻ. വീരയോദ്ധാക്കൾ നാട്ടിൽ തിരിച്ചെത്തിയിരിക്കുകയാണ്. അതിനിടയിൽ ഒലീസ്യയെ കുറിച്ച് ഒറ്റവാക്കുപോലുമില്ല. ഒരാളും അവളെ അനുസ്മരിച്ചില്ല. ഞാൻ കാത്തിരുന്നു. റേഡിയോ കാതിനോട് ചേർത്തു പിടിച്ചു. അവർ അവളെ കുറിച്ച് എന്തെങ്കിലും പറയാതിരിക്കില്ല..... അതുണ്ടായില്ല..... വാർത്ത കഴിഞ്ഞതും പരസ്യങ്ങളായി. ഏതോ സോപ്പുപൊടിയുടെ മഹിമ... (അവർ വീണ്ടും

കരയാൻ തുടങ്ങി) ഒരടയാളവും ബാക്കിവെക്കാതെ എന്റെ മകൾ മാഞ്ഞു പോയിരിക്കുന്നു. അവർക്കെങ്ങനെ അതിനു സാധിച്ചു? ഞങ്ങളുടെ നഗരത്തിലേക്ക് ചെച്ച്നിയയിൽ നിന്നുംവന്ന ആദ്യത്തെ ശവപ്പെട്ടി അവളുടേതായിരുന്നു. എന്റെ ഒലീസ്യയുടേത്. അതിനു ശേഷം രണ്ടെണ്ണം കൂടി വന്നു. ഒന്ന് കുറച്ചു പ്രായമായ ഒരു പൊലീസ് ഉദ്യോഗസ്ഥനായിരുന്നു. രണ്ടാമത്തേത് ഒരു ചെറുപ്പക്കാരൻ ഉദ്യോഗസ്ഥന്റേയും.

മുനിസിപ്പാലിറ്റി വകയായുള്ള തിയേറ്ററിൽ വെച്ച് അവർക്കായി ഒരു പൊതുചടങ്ങു നടത്തി. യെത്സിനിന്റെ പേരിലാണ് ആ തിയേറ്റർ സ്ഥാപിച്ചിരിക്കുന്നത്. അവിടെ ഒരു "ഗാഡ് ഓഫ് ഓണർ" ഉണ്ടായി. മേയറുടെ വകയായും പൊതുജനങ്ങളുടെ പേരിലും റീത്തുകൾ സമർപ്പിച്ചു. അതു കഴിഞ്ഞ് പ്രസംഗങ്ങൾ. വീരയോദ്ധാക്കൾക്കായി മാറ്റിവെച്ചിട്ടുള്ള സ്ഥലത്താണ് അവരെ അടക്കം ചെയ്തത്. അഫ്ഗാൻ യുദ്ധത്തിൽ വീരമൃത്യു അടഞ്ഞവരേയും അവിടെയാണ് അടക്കം ചെയ്തിട്ടുള്ളത്. ഇപ്പോൾ അവരോടൊപ്പം, ചെച്ച്നീമയിൽ മരിച്ചു വീണവരും ഞങ്ങളുടെ സെമിത്തേരിയിൽ രണ്ടു നിരകളുണ്ട്. ഒന്ന് വീരഭടന്മാരുടെ നിര. മറ്റേത് കള്ളന്മാർക്കും തെമ്മാടികൾക്കുമുള്ളത്. കൊള്ളക്കാർ തമ്മിൽ തമ്മിൽ പോരടിക്കുന്നു. പരസ്പരം വെടിവെക്കുന്നു. അവരുടേത് രക്തപങ്കിലമായ പെരിസ്ട്രോയിക്കയാണ്. സെമിത്തേരിയിലെ ഏറ്റവും നല്ല ഇടം അവർക്കുള്ളതാണ്. മഹാഗണിയിൽ തീർത്ത ശവപ്പെട്ടികൾ. കള്ളപ്പൊന്നുകൊണ്ട് അലങ്കരിച്ചിരിക്കും. ഇലക്ട്രോണിക് ശീതീകരണത്തിനുള്ള ഏർപ്പാടുകൾ. അവരുടെ സ്മാരകശിലകളും ഏറ്റവും മോടികൂടിയതായിരിക്കും. വീരയോദ്ധാക്കൾക്കുള്ള സ്മാരകശിലകളുടെ ചുമതല സർക്കാറിനാണ്. സത്യം പറയാലോ, അതൊക്കെ വളരെ സാധാരണരീതിയിൽ ഒതുക്കമുള്ളതായിരിക്കും. അതും എല്ലാവർക്കും കിട്ടിയെന്നു വരില്ല. കരാർ പടയാളികൾക്ക് ഇതൊന്നുമില്ല. അങ്ങനെയൊരു യോദ്ധാവിന്റെ അമ്മയെ എനിക്കറിയാം. അവർ റിക്രൂട്ട്മെന്റ് ആപ്പീസിൽ ചെന്ന് അപേക്ഷിച്ചു. "ഞങ്ങൾക്ക് ചുമതലയൊന്നുമില്ല. പണത്തിനു വേണ്ടിയാണ് നിങ്ങളുടെ മകൻ പട്ടാളത്തിൽ ചേർന്നത്." അവർ അവരെ തിരിച്ചയച്ചു. എന്റെ ഒലീസ്യാ...എല്ലാവരിൽ നിന്നും അകന്ന് ഒറ്റതിരിഞ്ഞ് അവൾ കിടക്കുന്നു. എന്തുചെയ്യാൻ... അവളുടെ മരണം അതൊരാത്മഹത്യയല്ലേ? (അവർക്ക് സംസാരം തുടരാനായില്ല.) ഞങ്ങളുടെ നാസ്യ. അവൾക്കവർ മാസംതോറും 1500 റൂബിൾ മരണാനന്തരം ആശ്രിതർക്കു നല്കുന്ന സഹായധനമായി കൊടുത്തു വരുന്നുണ്ട്. 50 ഡോളർ. എവിടെയാണ് സത്യവും.....ന്യായവും? അവൾക്ക് എത്ര തുച്ഛമായ സഹായധനമാണ് നല്കുന്നത്. കാരണം അവളുടെ അമ്മ ഒരു വീരവനിതയല്ല. ഒലീസ്യ ആരെയെങ്കിലുമൊക്കെ കൊന്നിരുന്നുവെങ്കിൽ.... അവരുടെ നേരെ ഗ്രനേഡ് എറിഞ്ഞിരുന്നുവെങ്കിൽ കഥ മറ്റൊന്നായേനേ. എന്നാൽ ഇത് അതല്ലല്ലോ. അവൾ സ്വയം ജീവനൊടുക്കുകയായിരുന്നില്ലേ? ആരെയും കൊല്ലാതെ സ്വയം കൊന്നു. അതാണ് നാസ്യയുടെ അമ്മ ചെയ്ത കുറ്റം. അവളുടെ അമ്മ ധീരകൃത്യങ്ങളൊന്നും

ചെയ്തില്ലെന്ന് കുഞ്ഞിനെ ഞാൻ എങ്ങനെ പറഞ്ഞു മനസ്സിലാക്കാൻ? എന്താണ് ഞാൻ അവളോട് പറയേണ്ടത്?

ഏതോ വാർത്താ പത്രത്തിൽ അവർ ഒലീസ്യയുടെ വാക്കുകൾ ഉദ്ധരിച്ചു, "എന്റെ മകൾക്ക് എന്നെയോർത്ത് ലജ്ജിക്കേണ്ടി വരില്ല." ശവമടക്കലിനു ശേഷം ആദ്യത്തെ ഏതാനും ദിവസം നാസ്യ ഒന്നും മിണ്ടാതിരുന്നു. അവളാകപ്പാടെ പരിഭ്രമിച്ചിരുന്നു. താൻ അവിടെയൊന്നുമില്ലെന്ന ഭാവമായിരുന്നു അവളുടെ മുഖത്ത്. അതോ താൻ എവിടെയാണെന്ന് തനിക്കുതന്നെ അറിയില്ല എന്നായിരിക്കുമോ? ആർക്കും അവളോട് സത്യം പറയാനുള്ള മനക്കരുത്തുണ്ടായില്ല. ഒടുവിൽ ഞാൻ തന്നെ അവളോടു പറഞ്ഞു. "മോളേ... നിന്റെ അമ്മ ഒലീസ്യ പോയി." അവൾ നിന്ന നില്പിൽ അനങ്ങാതെ നിന്നു. ഞാൻ പറഞ്ഞത് കേട്ടില്ല എന്നപോലെ. ഞാൻ കരഞ്ഞുകൊണ്ടിരുന്നു. അവളുടെ കണ്ണിൽ നനവൂറുകയുണ്ടായില്ല. അങ്ങനെത്തന്നെയായിരുന്നു പിന്നീടും. ഒലീസ്യയുടെ കാര്യം ഞാൻ എടുത്തിടുമ്പോഴെല്ലാം അവൾ കേട്ടില്ല എന്ന മട്ടിലിരിക്കും. വളരെ നാളത്തേക്ക് അതിനു മാറ്റമുണ്ടായില്ല. എനിക്കു ഭ്രാന്തുപിടിക്കുമെന്നു തോന്നി. ഞാനവളെ ഒരു മനോരോഗ വിദഗ്ദ്ധനെ കാണിച്ചു. അദ്ദേഹം പറഞ്ഞത് അവൾക്കു കുഴപ്പമൊന്നുമില്ല... അത് പെട്ടെന്നേറ്റ ആഘാതത്തിൽ നിന്നും ഇനിയും മോചനം കിട്ടാത്തതുകൊണ്ടാണ് എന്നായിരുന്നു. ഞാൻ അവളുടെ അച്ഛനെ ചെന്നു കണ്ടു. മകളുടെ ചുമതല ഏറ്റെടുക്കാൻ തയ്യാറാണോ എന്നു ചോദിച്ചു.

"അവളെ ഞാൻ എങ്ങോട്ട് കൊണ്ടുപോകാൻ?" ഒരു മറുചോദ്യമായിരുന്നു അയാളുടെ മറുപടി. അതിനകം രണ്ടാംഭാര്യയിലും ഒരു കുട്ടിയുണ്ടായി കഴിഞ്ഞിരുന്നു.

"അങ്ങനെയാണെങ്കിൽ കുട്ടിയുടെ രക്ഷകർതൃത്വം ഒഴിഞ്ഞുതരുന്നു എന്ന് എഴുതി ഒപ്പിട്ടുതരണം."

"അതെന്തിനാണ്? വയസ്സുകാലത്ത് ഒരുപക്ഷേ എനിക്ക് അവളുടെ സഹായം ആവശ്യമായാലോ.... വല്ല ചില്ലറ കാശെങ്കിലും...?"

അതാണ് അവളുടെ അച്ഛന്റെ മനോഭാവം. ഒരുതരത്തിലുള്ള സഹായവും കുഞ്ഞിന് അവളുടെ അച്ഛൻ ചെയ്യുന്നില്ല. ഒലീസ്യയുടെ കൂട്ടുകാർ ഇടയ്ക്കു കാണാൻ വരും. നാസ്യയുടെ പിറന്നാൾ ദിവസം അവരെല്ലാവരും കൂടി പിരിച്ചെടുത്ത് ചെറിയൊരു തുക ഏല്പിക്കും. അവരെല്ലാവരും ഒലീസ്യയെ ഇപ്പോഴും ഓർക്കുന്നു. അവർ കുഞ്ഞിന് ഒരു കംപ്യൂട്ടർ വാങ്ങിക്കൊടുത്തു.

വളരെ നേരം ഞാൻ ഒരേയിരുപ്പിൽ കാത്തിരുന്നു, ഫോൺമണി അടിക്കാനായി. അവളുടെ യൂണിറ്റ്...കമാൻഡറും സഹപ്രവർത്തകരുമെല്ലാം തിരിച്ചു വന്നുവല്ലോ. അവർ എന്നെ തീർച്ചയായും വിളിക്കുമെന്ന് ഞാൻ വിചാരിച്ചു. എങ്ങനെ വിളിക്കാതിരിക്കും? പക്ഷേ ഫോൺ ശബ്ദിച്ചില്ല. ഞാൻതന്നെ ഡയറക്ടറിയിൽ നോക്കാൻ തുടങ്ങി. അവരുടെ

പേരുകളും ഫോൺനമ്പറുകളും. യൂണിറ്റ് കമാൻഡർ ക്ലിംകിൻ ആയിരുന്നു. ആ കാര്യം ഞാൻ പത്രത്തിൽ നിന്നും മനസ്സിലാക്കിയിരുന്നു. റഷ്യയുടെ വീരനായകന്മാർ. അവരുടെ പേരും പടവുമൊക്കെ എല്ലാ പത്രങ്ങളിലുമുണ്ടായിരുന്നു. റിയാൻസാന്റെ വീരയോദ്ധാക്കൾ. ഒരു പത്രത്തിൽ കമാൻഡറുടെ ഒരു ലേഖനവും പ്രസിദ്ധപ്പെടുത്തിയിരുന്നു. അതിൽ അദ്ദേഹം തന്റെ സഹപ്രവർത്തകരുടെ നിസ്തുലമായ സേവനങ്ങൾക്കും സഹകരണത്തിനും പ്രത്യേകം നന്ദി രേഖപ്പെടുത്തിയിരുന്നു. അത്രയ്ക്കും അന്തസ്സോടെയാണ് ഓരോരുത്തരും അവരുടെ ദൗത്യം പൂർത്തിയാക്കിയത്. അഭിമാനപൂർവ്വം എന്നദ്ദേഹം എടുത്തു പറഞ്ഞിരുന്ന, അദ്ദേഹം ജോലി ചെയ്യുന്ന പൊലീസ് വകുപ്പിലേക്കു ഞാൻ വിളിച്ചു.

“ദയവുചെയ്ത് മേജർ ക്ലിംകിനോട് ഒന്ന് ഫോണിന്റെ സമീപത്തേക്കു വരാൻ പറയണം.”

“ആരാണ് അദ്ദേഹത്തോട് സംസാരിക്കാനാഗ്രഹിക്കുന്നത്?”

“ലുഡ്മില വാസിലീവ്നാ നിക്കോളായീവാ... ഒലീസ്യാ നിക്കോയീവയുടെ അമ്മയാണ്.”

“അദ്ദേഹം സ്ഥലത്തില്ല.” “അദ്ദേഹം തിരക്കിലാണ്” “അദ്ദേഹം പട്ടണത്തിൽ നിന്നും പുറത്തുപോയിരിക്കയാണ്.”

“നിങ്ങളൊരു കമാൻഡറല്ലേ... നേരിൽ വന്ന് അമ്മയെ കാര്യങ്ങൾ ധരിപ്പിക്കേണ്ട ചുമതല നിങ്ങൾക്കില്ലേ? അവരെ ആശ്വസിപ്പിക്കുക.... അവരോട് നന്ദി പറയുക... അതൊക്കെ നിങ്ങൾ ചെയ്യേണ്ടതാണെന്നാണ് എന്റെ അഭിപ്രായം. (അവർ കരയാൻ തുടങ്ങി)

ഈ കണ്ണീർ എന്റെ രോഷത്തിന്റേതാണ്. ഒലീസ്യായെ പറഞ്ഞയയ്ക്കാൻ എനിക്കൊട്ടും താത്പര്യമില്ലായിരുന്നു... അവളെ പിൻതിരിപ്പിക്കാൻ ഞാൻ പലതും പറഞ്ഞു. അവസാനം എന്റെ അമ്മയാണ് പറഞ്ഞത്, ‘അവൾക്കതാണ് തോന്നുന്നതെങ്കിൽ അങ്ങനെയാവട്ടെ..... മുടക്കണ്ട.” തോന്നലുകൾ... എനിക്കിപ്പോൾ ആ വാക്കിനോടുതന്നെ വെറുപ്പാണ്. ഞാനിപ്പോൾ പഴയ ആളേയല്ല. വല്ലാതെ മാറിയിരിക്കുന്നു. എന്തിനു വേണ്ടിയാണ് ഞാനെന്റെ മാതൃഭൂമിയെ സ്നേഹിക്കണം? അവർ വാക്കു തന്നിരുന്നതല്ലേ, ജനാധിപത്യം നടപ്പിലാകുമ്പോൾ എല്ലാവരും സന്തോഷമായി ജീവിക്കുമെന്ന്. എല്ലാവർക്കും നീതിയും ന്യായവും ലഭിക്കും. ഇടപാടുകളെല്ലാം സത്യസന്ധമായി. എത്ര വമ്പൻ നുണയായിരുന്നു അത്. അവരുടെ കണ്ണിൽ പൊതുജനം മണ്ണാണ്.... വെറും മണൽത്തരികൾ. ഒരു കാര്യം മാത്രം നന്നായി എന്നുപറയാം. കടകളിലൊക്കെ പല മാതിരി സാധനങ്ങളുണ്ട്. ധാരാളമായി. എല്ലാം നിങ്ങൾക്കുള്ളത്... യഥേഷ്ടം വാങ്ങിക്കാം. സോഷ്യലിസത്തിന്റെ കാലത്ത് ഈ സ്ഥിതി ആയിരുന്നില്ല. ശരിയാണ്.... ഞാനൊരു സാധാരണ സോവിയറ്റുകാരിയാണ്. എന്റെ കൈയിൽ പണമില്ല. അതുകൊണ്ടുതന്നെ ഞാൻ പറയുന്നത് ആരും ശ്രദ്ധിക്കുകയുമില്ല. കൈയിൽ പണമുണ്ടെങ്കിൽ കഥയാകെ മാറും. അവർക്കൊക്കെ ഭയമായിരിക്കും. യജമാനൻമാർ പോലും എന്റെ

മുമ്പിൽ തലകുനിക്കും, പണമാണ് എല്ലാം.... പണമാണ് എല്ലാറ്റിനേയും ഭരിക്കുന്നത്.

ഒലീസ്യ പോകുമ്പോൾ.... വളരെ സന്തോഷവതിയായിരുന്നു. "കോംചായയും വരുന്നുണ്ട്. " അവളോടൊപ്പം ആ യൂണിറ്റിലുണ്ടായിരുന്ന രണ്ടാമത്തെ സ്ത്രീ. സ്ത്രീകളായി രണ്ടുപേരെ ഉണ്ടായിരുന്നുള്ളൂ. ഓൾഗാ കോംചായ.... യാത്ര തിരിക്കുന്ന ദിവസം സ്റ്റേഷനിൽ വെച്ച് അവരെ കണ്ടിരുന്നു. "എന്റെ അമ്മ" അവൾ അവർക്കെന്നെ പരിചയപ്പെടുത്തി. പോകുന്നതിന് തൊട്ടു മുമ്പുള്ള ആ നിമിഷം..... ഇന്നു ആ നിമിഷത്തിന് കൂടുതൽ പ്രാധാന്യം നല്കുകയാണോ? യാത്ര പറച്ചിലുകളും ബഹളവുമൊക്കെ കഴിച്ച് വണ്ടി വിടാറായ സമയം. ദേശീയഗാനം മുഴങ്ങാൻ തുടങ്ങിയിരുന്നു. എല്ലാവരും കരയുകയായിരുന്നു. ഞാൻ ഒരു വശത്താണ് നിന്നിരുന്നത്. എന്തുകൊണ്ടോ ഞാനപ്പോൾ മറുവശത്തേക്കു പോയി. ഒലീസ്യ ജനലിൽ കൂടി എന്തോ എന്നോട് വിളിച്ചു പറഞ്ഞു. ബസ്സ് തിരിയാൻ പോവുകയാണ്.... സൂക്ഷിക്കണം എന്നാണ് പറഞ്ഞതെന്ന് ഞാൻ ധരിച്ചു. ഒരിക്കൽകൂടി അവളെ കാണാമല്ലോ എന്നുകരുതിയാണ് അപ്പുറത്തേക്കോടിയത്. അവസാനമായി ഒന്നുകൂടി കൈ വീശാം. എന്നാൽ ബസ്സ് നേരെ പോവുകയാണുണ്ടായത്. ആശിച്ചതുപോലെ അവളെ കാണാനായില്ല. എന്റെ ഹൃദയം തകരുന്നതുപോലെ തോന്നി. അവസാന നിമിഷം അവളുടെ സഞ്ചിയുടെ വള്ളിയും പൊട്ടി. ഒരുപക്ഷേ ആവശ്യമില്ലാതെ പലതും സങ്കല്പിച്ച് ഞാൻ സങ്കടപ്പെടുകയാവാം. അവളെന്റെ മനസ്സും പ്രാണനുമായിരുന്നു.(അവർ പൊട്ടിക്കരഞ്ഞു) ഞാൻ കോംചായയുടെ നമ്പർ തേടിപ്പിടിച്ചു, ഫോൺ പുസ്തകത്തിൽ നിന്ന്. "ഞാൻ ഒലീസ്യയുടെ അമ്മയാണ്.... നിങ്ങളെ ഒന്ന് കണ്ടാൽ കൊള്ളാമെന്നുണ്ട്." കുറെ നേരത്തേക്ക് അവർ മറുപടിയൊന്നും പറഞ്ഞില്ല. പിന്നെ എടുത്തടിക്കുമ്പോലെ കയർത്തു. അവരുടെ സ്വരത്തിൽ ദേഷ്യവും നിസ്സഹായതയുമുണ്ടായിരുന്നു. "വേണ്ടതിലധികം ഞാൻ സഹിച്ചു കഴിഞ്ഞു. ഇനിയെങ്കിലും എന്നെ ഒന്ന് വെറുതെ വിട്ടുകൂടെ? അത്രയും പറഞ്ഞ് അവർ ഫോൺ താഴെ വെച്ചു. ഞാൻ വീണ്ടും അവരെ വിളിച്ച് അപേക്ഷിച്ചു. " ഞാൻ കെഞ്ചുകയാണ്. എന്നെ ഒന്നു സഹായിക്കണം. എന്റെ മകൾക്ക് എന്തു സംഭവിച്ചു എന്ന് എനിക്കറിയണം. ദയവുചെയ്ത് സഹായിക്കൂ..."

"മതി... നിർത്തുമോ.....ഇനിയും എന്നെ കഷ്ടപ്പെടുത്തരുത്."

ഏതാണ്ട് ഒരു മാസത്തിനു ശേഷം ഞാൻ വീണ്ടും അവരെ വിളിച്ചു. ഇത്തവണ അവരുടെ അമ്മയാണ് ഫോണെടുത്തത്. "എന്റെ മകൾ വീട്ടിലില്ല. അവൾ ചെച്ച്നിയയിലേക്കു പോയി." വീണ്ടും ചെച്ച്നിയയിലേക്കോ? എനിക്കതിശയം തോന്നി. അത് യുദ്ധമേഖലയല്ലേ? പക്ഷേ ചിലർ അത് മാന്യമായ ഒരു ജോലിയായി കരുതുന്നുണ്ടാകാം. എല്ലാം ഭാഗ്യമല്ലേ.... അവർ മരണത്തെക്കുറിച്ച് ആശങ്കപ്പെടുന്നുണ്ടാവില്ലായിരിക്കാം.... ഇപ്പോൾ മരണത്തെക്കുറിച്ച് ചിന്തിക്കുന്നത് ഭയാനകം തന്നെ....

എന്നാൽ ഭാവിയിലെപ്പോഴെങ്കിലും എന്ന ചിന്ത... ആരേയും അലോസരപ്പെടുത്തുന്നില്ല. അവർക്കോരുത്തർക്കും അറുപതിനായിരം റൂബിൾ കിട്ടി. അത് ശമ്പളത്തിനു പുറമേയായിരുന്നു. ഏതായാലും ഒരു പുതിയതല്ലാത്ത ഒരു കാറു വാങ്ങാൻ അതു മതിയാകും. ചെച്ച്നിയയ്ക്കു പോകും മുമ്പേ ഒലീസ്യ ഒരു വാഷിങ് മെഷീനും മൊബൈൽഫോണും തവണകളായി അടക്കാമെന്ന വ്യവസ്ഥയിൽ വാങ്ങിയിരുന്നു. "തിരിച്ചുവന്നാലുടനെ അത് അടച്ചുതീർക്കാം." അവൾ വളരെ നിസ്സാരമായി പറഞ്ഞിരുന്നു. ഇപ്പോൾ തവണകളടക്കേണ്ട ചുമതല ഞങ്ങൾക്കായി. എങ്ങനെയടയ്ക്കാൻ? ബില്ലുകൾ ഓരോന്നായി വരുന്നു. ഞാനെല്ലാം കൂട്ടിവെക്കുന്നു. നാസ്യ സ്കൂളിൽ പോകുന്നത് പഴയ ഷൂസുകളിട്ടാണ്. അതവൾക്ക് പാകാവാതെയായി. വൈകുന്നേരം കാലുവേദനയോടെ കരഞ്ഞുംകൊണ്ടാണ് അവൾ സ്കൂളിൽ നിന്നുവരുന്നത്. എന്റെ അമ്മയും ഞാനും ഞങ്ങളുടെ പെൻഷൻ തുക ഒരുമിച്ചാക്കി. വളരെ വളരെ കരുതലോടെ മാസച്ചിലവുകൾ ആലോചിച്ച് നടത്തുന്നു. എന്നിട്ടും മാസാവസാനം ആകുമ്പോൾ കൈയിൽ ഒരു തുട്ടുപോലുമില്ല. മരിച്ചുപോയ ആളുടെ മുമ്പിലേക്ക് കൈനീട്ടി ചെല്ലാനാവുമോ?

അന്ന്.... ആ അവസാന നിമിഷം അവളോടൊപ്പം രണ്ടുപേരുണ്ടായിരുന്നു. രണ്ടു സാക്ഷികൾ. സുരക്ഷാ കവാടത്തിനടുത്തുവെച്ചാണ് അതു സംഭവിച്ചത്. ചെറിയൊരു ബൂത്ത് രണ്ടര ചതുരശ്രമീറ്റർ വലിപ്പം മാത്രം. രാത്രികാവലിന്റെ സമയം. അവർ മൂന്നുപേർക്കായിരുന്നു ചുമതല. ഒന്നാമത്തെയാൾ, "അവൾ കയറി വന്നു... മനസ്സിലായോ?" അയാൾ എന്നോട് ഫോണിലൂടെ പറഞ്ഞു. "രണ്ടോ മൂന്നോ മിനിറ്റ് ഞങ്ങൾ സംസാരിച്ചു നിന്നു." അതിനുശേഷം എന്തോ ആവശ്യത്തിന് അയാൾക്ക് മറ്റെങ്ങോ പോകേണ്ടി വന്നു. ഒരുപക്ഷേ മൂത്രമൊഴിക്കാൻ പോയതാകാം. അല്ലെങ്കിൽ ആരെങ്കിലും വിളിച്ചിട്ടുണ്ടാകാം. വാതിലിനു വെളിയിൽ നിന്നും അയാൾ ഒച്ച കേട്ടു. ആദ്യം... അതൊരു വെടിയൊച്ചയാണെന്നുപോലും അയാൾക്കു തോന്നിയില്ല. അയാൾ ഉടനെ തിരിച്ചു വന്നു. അവൾ താഴെ കിടക്കുന്നതു കണ്ടു.

അന്നത്തെ അവളുടെ ഭാവം ? ആ രാത്രി അവൾ എങ്ങനെയായിരുന്നു....? പന്തികേടൊന്നും തോന്നിയില്ല. സാധാരണപോലെ. അവൾ അകത്തേക്കു വന്നു. അവർ ഹായ് പറഞ്ഞു. ഉത്സാഹത്തോടെയായിരുന്നു... എന്തോ തമാശയും പറഞ്ഞു.

രണ്ടാമത്തെ സാക്ഷി. ജോലിസ്ഥലത്തേക്കാണ് ഞാൻ വിളിച്ചത്. അയാൾ ഞങ്ങളെ കാണാനെത്തിയില്ല. എന്നെ അയാളുടെ അടുത്തു ചെല്ലാൻ അവർ അനുവദിച്ചുമില്ല. സ്വയം വെടിവെച്ച നേരം അയാളും അവിടെ ഉണ്ടായിരുന്നു. എന്നാലും അവർ പറഞ്ഞതു പ്രകാരം, അയാൾ കൃത്യസമയത്തു മുഖം തിരിച്ചുപിടിച്ചിരിക്കുകയായിരുന്നു. ശരിക്കും ആ നിമിഷം....രണ്ടര ചതുരശ്രമീറ്റർ വലുപ്പമുള്ള മുറി. അയാളൊന്നും കണ്ടില്ല. അതെങ്ങനെ വിശ്വസിക്കാനാവും? ഞാൻ അവരോട് യാചിച്ചു....

എന്നോടൊന്നു പറയൂ.... യഥാർത്ഥത്തിൽ എന്തുസംഭവിച്ചുവെന്ന് എനിക്കറിയണം. നിങ്ങൾ പറയുന്ന വിവരം...ഞാൻ സത്യം ചെയ്യാം. ഒരാൾക്കും കൈമാറില്ല. ദൈവത്തിന്റെ പേരിൽ സത്യം ചെയ്യാം. എനിക്കെന്തോ പകർച്ചവ്യാധിയുണ്ടെന്നപോലെ.... അവരകന്നുപോയി എന്നെ ഒഴിവാക്കി. വായ തുറന്നുപോകരുതെന്ന് അധികാരപ്പെട്ടവരുടെ കല്പന. പട്ടാളവേഷത്തിന്റെ അന്തസ്സു കാക്കേണ്ട ചുമതലയുണ്ട്. വായടച്ചുവെക്കാനായി വേണ്ടത്ര ഡോളറും കിട്ടി. (അവർ കരയുകയായിരുന്നു.) ഒലീസ്യ പൊലീസിൽ ചേർന്ന നിമിഷം മുതൽ, എനിക്കതിനോടെതിർപ്പായിരുന്നു. എന്റെ ഒലീസ്യ ഒരു പൊലീസുകാരിയോ....? അതൊട്ടും ശരിയാവില്ല എന്ന് മനസ്സു വീണ്ടും വീണ്ടും പറഞ്ഞുകൊണ്ടിരുന്നു. പക്ഷേ എന്തുചെയ്യാൻ? അവൾ കുറച്ചുനാൾ ടെക്നിക്കൽ കോളേജിൽ പോയി. പിന്നെ ഒരേയൊരു സെമസ്റ്റർ മാത്രം അദ്ധ്യാപക പരിശീലന കോളേജിലും. വളരെനാൾ ഒരു ജോലിയും കിട്ടാതെ നടന്നു. എന്നാൽ പൊലീസ് വകുപ്പ് ഉടനടി അവൾക്ക് നിയമനം നല്കി. എനിക്കാശങ്ക തോന്നി. നിയമപരിപാലനം കടുപ്പമേറിയ തൊഴിലാണ്. അവരും ഒരു മാഫിയ തന്നെ. പൊതുജനത്തിന് പൊലീസിനെ പേടിയാണ്. ഓരോ കുടുംബത്തിലും കാണും പൊലീസിന്റെ ഭീകരമർദ്ദനത്തിനിരയാകേണ്ടി വന്ന ഒരാളെങ്കിലും. അവർ നിങ്ങളെ പീഡിപ്പിക്കും.... വിരൂപനാക്കും... കൊള്ളക്കൂട്ടങ്ങളെ എന്നപോലെത്തന്നെ പൊലീസുകാരേയും ജനം ഭയക്കുന്നു. ദൈവം തന്നെ തുണ.... പത്രത്തിൽ വായിച്ചിട്ടില്ലേ, പൊലീസ് യൂണിഫോം* ധരിച്ചുവരുന്ന ചെന്നായ്ക്കളെ പറ്റി. അവർ കൊലയും ബലാത്സംഗവും നടത്തുന്നു. സോവിയറ്റ് ഭരണകാലത്ത് ഒരിക്കലും നടക്കാനിടയില്ലാത്ത സംഭവങ്ങൾ. ഒരായിരം കൊല്ലം സോവിയറ്റ് ഭരണം നടന്നാലും സ്ഥിതി ഈ മാതിരിയാവുകയില്ലായിരുന്നു. ഉണ്ടായിട്ടുണ്ടെങ്കിൽ തന്നേയും.... പല കാര്യങ്ങളും ആ കാലത്ത് പുറത്തറിഞ്ഞിരുന്നില്ല എന്നതും വാസ്തവം. ആരും അതിനെക്കുറിച്ചൊന്നും പത്രങ്ങളിൽ എഴുതിയിരുന്നില്ല. അതുകൊണ്ട് സ്വയം സുരക്ഷിതരാണെന്ന് ഞങ്ങൾ കരുതി. (അവർ ആലോചനയിലാണ്ടു) പൊലീസ് സേനയിൽ പകുതിയോളം പേർ യുദ്ധത്തിൽ പങ്കെടുത്തുവരാണ്. ചിലർ അഫ്ഗാനിസ്ഥാനിൽ... ചിലർ ചെച്ച്നിയയിൽ. അവർ വളരെപേരെ കൊന്നിട്ടുള്ളവരാണ്.

മാനസികമായി അസ്വാസ്ഥ്യം അനുഭവിക്കുന്നവരാണ്. അവർക്ക് നാട്ടുകാരെ കൊന്നൊടുക്കേണ്ടി വന്നു... അത് ഏതൊരു യുദ്ധത്തിന്റേയും ഭാഗമാണ്... അതിൽ നിന്നും ഒഴിഞ്ഞുമാറാനാവില്ല. പട്ടാളക്കാരെ മാത്രമല്ല അവർ എതിരിടുക. സാധാരണ ജനങ്ങളും അവർക്ക് ശത്രുക്കളാണ്. അതിൽ സ്ത്രീ, പുരുഷൻ, കുട്ടി എന്ന വകഭേദമില്ല. യുദ്ധരംഗത്തു നിന്ന് തിരിച്ചു വന്നാൽ ഇവിടേയും അവർ കൊല നടത്തുന്നു. ആരെന്നു

---

* 2003–2006–ൽ നടന്ന പൊലീസ് ആക്രമണസമയത്ത് റഷ്യൻ ആഭ്യന്തര മന്ത്രി ബോറിസ് ഗ്രിസോവ് രേഖപ്പെടുത്തിയ പദം

നോട്ടമില്ല. പിന്നീടാണ് ബോധം വരിക, അതിന്റെ പേരിൽ വിശദീകരണം നല്കേണ്ടിവരുമ്പോൾ. ചെച്ച്നിയൻ കൊലകൾക്ക് യാതൊരു തരം വിശദീകരണവും ആവശ്യമില്ലായിരുന്നു. ഞാനതു പറയുമ്പോൾ ഒലീസ്യ ചൊടിക്കും. “അമ്മേ.... അവിടെ അമ്മയ്ക്കു തെറ്റി... അതൊക്കെ ഓരോ വ്യക്തിയെ അനുസരിച്ചിരിക്കും. ഒരു സ്ത്രീ പൊലീസ് സുന്ദരമായൊരു രൂപമാണ്. നീല ഷർട്ട്, തോളിൽ കുത്തിവെച്ചിട്ടുള്ള പൊലീസ് മുദ്രകൾ.”

വീട്ടിൽ അവളുടെ അവസാനത്തെ രാത്രി. അവളുടെ കൂട്ടുകാരികൾ യാത്രപറയാനായി വന്നിരുന്നു. അതൊക്കെ ഈയിടെയായി ഞാൻ പിന്നെയും പിന്നെയും ഓർക്കുന്നു. ഓരോ ചെറിയ സംഗതിയിലും എന്റെ മനസ്സുപറ്റി നില്ക്കുന്നു. അവരെല്ലാവരും വൈകുന്നതുവരെ വർത്തമാനം പറഞ്ഞ് അവളോടൊപ്പമിരുന്നു.

റഷ്യ മഹത്തായ ഒരു രാഷ്ട്രമാണ്. അറ്റത്ത് ഒരു ടാപ്പു ഘടിപ്പിച്ച വെറും നീണ്ട ഒരു വാതകക്കുഴൽ മാത്രമല്ല. ഇപ്പോൾ ക്രമീയ റഷ്യ യുടെ ഭാഗമല്ല. നമ്മൾ അത് കൈവിട്ടു കളഞ്ഞു. ചെച്ച്നിയയിൽ യുദ്ധം നടന്നുകൊണ്ടിരിക്കുന്നു. ടാർടാർസ്ഥാനും ഇളകി തുടങ്ങി. വലിയൊരു റഷ്യയിൽ ജീവിക്കാനാണ് ഞാൻ ആഗ്രഹിക്കുന്നത്. നമ്മുടെ മിഗ് വിമാന ങ്ങൾ റീഗയിൽ പറന്നെത്തും.

“ അവർ റഷ്യയുടെ മുഖം മേശയോടു ചേർത്ത് ഇടിക്കുകയാണ്. ചെച്ച്നിയൻ കൊള്ളക്കാരെ വീരപുരുഷന്മാരായി വാഴ്ത്തുന്നു.... മനുഷ്യാ വകാശങ്ങൾ? അവിടെ അവർ യന്ത്രത്തോക്കുകളുമായി റഷ്യക്കാരുടെ വീടുകളിൽ വന്ന് അലറുന്നു. “ഉടൻ സ്ഥലം വിടണം.... അല്ലെങ്കിൽ ഇവിടെ വെച്ച് നിങ്ങളുടെ കഥ കഴിക്കും.”

നല്ല ചെച്ച്നിയൻ പറയും..... “വേഗം സ്ഥലം വിട്ടോളൂ. അല്ലെങ്കിൽ കൊല്ലും....” ദുഷ്ട ചെച്ച്നിയൻ മുന്നറിയിപ്പിനു നില്ക്കുന്നില്ല. ഉടനടി വെടിവെക്കുന്നു.

പെട്ടി....സ്റ്റേഷൻ.... റഷ്യ.. ചുമരുകളിലും മറ്റും എഴുതിവെച്ചിരിക്കുന്നു, “റഷ്യക്കാർ വിറ്റുപോകുന്ന ഫ്ളാറ്റുകൾ വിലയ്ക്കു വാങ്ങാൻ മിന ക്കെടേണ്ട. ഏതായാലും കുറച്ചു നാൾക്കുള്ളിൽ അത് നമ്മുടേതാവും.”

“റഷ്യക്കാരെ ഓടിപ്പോകേണ്ട. ഇവിടെ ഞങ്ങൾക്ക് അടിമകളെ ആവശ്യമുണ്ട്.”

“ രണ്ടു റഷ്യൻ പട്ടാളക്കാരേയും, ഒരു ഓഫീസറേയും ചെച്ച്നിയ ക്കാർ ബന്ദികളാക്കി. അവർ പട്ടാളക്കാരുടെ തല വെട്ടി. ഓഫീസറെ വെറുതെ വിട്ടു. “ പോ.... ഭ്രാന്തുപിടിച്ച മനസ്സുമായി പോയി അലഞ്ഞു നടക്ക്...” ഞാൻ വീഡിയോകൾ കണ്ടു. അവർ ആളുകളുടെ കാതുകളും വിരലുകളും അറുത്തു കളയുന്നു. റഷ്യൻ പട്ടാളക്കാരെ അടിമകളാക്കി വെക്കുന്നു. മൃഗങ്ങളെപോലെ നിലവറകളിൽ അടച്ചിടുന്നു.

“ഞാൻ പോകാൻ തീർച്ചയാക്കി. എന്റെ വിവാഹാവശ്യങ്ങൾക്കു വേണ്ട പണം സമ്പാദിക്കണം. അവൾ നല്ലൊരു കുട്ടിയാണ്. സുന്ദരി.

അവളെ എനിക്കു വിവാഹം കഴിക്കണം. എനിക്കുവേണ്ടി അധികം നാൾ അവൾ കാത്തിരിക്കില്ല."

"എന്റെ ഈ ചങ്ങാതി. പട്ടാളത്തിൽ ഞങ്ങൾ ഒരുമിച്ചായിരുന്നു. ഗ്രോസ്നിയിലാണ് അയാൾ താമസിച്ചിരുന്നത്. അയാളുടെ അയൽക്കാരൻ ഒരു ചെച്ച്നിയൻ ആയിരുന്നു. ഒരു ദിവസം പെട്ടെന്ന് അയാൾ എന്റെ ചങ്ങാതിയോടു പറഞ്ഞു. "നിങ്ങൾ വേഗം ഇവിടെ നിന്നു പോകണം... ഇതെന്റെ അപേക്ഷയാണ്."

"അതെന്തിനാണ്?"

"ഇവിടെ കൂട്ടക്കൊല നടക്കാൻ പോകുന്നു.....വൈകില്ല."

അന്നുതന്നെ മൂന്നു കിടപ്പുമുറികളുള്ള ഫ്ളാറ്റുപേക്ഷിച്ച് അവർ ഓടിപ്പോന്നു. ഇപ്പോൾ ഒരു തൊഴിലാളിയായി ക്യാമ്പിലാണ് താമസം. സാരോടോവയിൽ. യാതൊന്നുംതന്നെ വീട്ടിൽ നിന്നെടുക്കാൻ അവരെ അനുവദിച്ചില്ല. "ഇതൊക്കെ ഞങ്ങൾക്കുള്ളതാണ്. നിങ്ങൾക്കു വേണ്ടതൊക്കെ റഷ്യയിൽ ചെന്നാൽ അവർ വാങ്ങിത്തരും."

തത്ക്കാലം റഷ്യ മുട്ടു കുത്തി നില്ക്കുകയാവാം. പക്ഷേ മരിച്ചിട്ടില്ല. ഞങ്ങൾ റഷ്യൻ ദേശാഭിമാനികളാണ്. റഷ്യയോടുള്ള നമ്മുടെ കടമകൾ നമ്മൾ നിർവ്വഹിക്കേണ്ടതുണ്ട്. ഒരു തമാശ കേൾക്കണോ? "പട്ടാളക്കാരും ഓഫീസർമാരുമായ സഖാക്കളേ... നിങ്ങൾ ചെച്ച്നിയയിൽ നിങ്ങളുടെ സാമർത്ഥ്യം തെളിയിച്ചാൽ എല്ലാവരേയും ഞങ്ങൾ.. നിങ്ങളുടെ മാതൃരാജ്യം അവധി തന്ന് യുഗോസ്ലാവിയയിലേക്കയയ്ക്കാം... " എന്നുവെച്ചാൽ യൂറോപ്പിലേക്ക്... എത്ര ലജ്ജാവഹം! "

എന്റെ മകൻ ആകാവുന്നിടത്തോളം എന്നെ സഹിച്ചു. പിന്നെ അവന് ക്ഷമ കെട്ടു. എന്നെ ശകാരിക്കാൻ തുടങ്ങി... "അമ്മേ, ഇതുകൊണ്ടൊന്നും ഒരു ഗുണവുമില്ല. അവസാനം അമ്മ പക്ഷാഘാതം പിടിച്ച് കിടപ്പിലാവുമെന്നു മാത്രം." അവൻ എന്നെ ഒരു ആരോഗ്യപരിപാലന കേന്ദ്രത്തിലേക്കയച്ചു. ബലം പ്രയോഗിച്ച്. വലിയൊരു കുടുംബവഴക്കിനു ശേഷം എന്നു പറയാം. സാനിറ്റോറിയത്തിൽ നല്ലൊരു സ്ത്രീയുമായി ഞാൻ അടുപ്പത്തിലായി. അവരുടെ മകൾ ചെറുപ്പത്തിൽത്തന്നെ ഒരു ഗർഭഛിദ്രത്തോടെ മരിച്ചു പോയിരുന്നു. ഞങ്ങളൊരുമിച്ചിരുന്ന് കരയുക പതിവായിരുന്നു. അങ്ങനെ ഞങ്ങൾ നല്ല കൂട്ടുകാരായി. കുറച്ചു ദിവസം മുമ്പ് ഞാനവരെ വിളിച്ചു. അപ്പോഴാണറിയുന്നത്, അവർ മരിച്ചുകഴിഞ്ഞിരുന്നു. ഉറക്കത്തിലായിരുന്നുവത്രെ മരണം. എനിക്കറിയാം അവർ മരിച്ചത് ദുഃഖം കൊണ്ടാണെന്ന്. അതുപോലെ എന്തുകൊണ്ട് ഞാൻ മരിക്കുന്നില്ല? എങ്കിൽ എനിക്ക് സന്തോഷമായേനേ. പക്ഷേ ഞാൻ ഇനിയും ജീവിച്ചുകൊണ്ടിരിക്കുന്നു. (കരയുന്നു) സംഭവിച്ചത് ഇങ്ങനെയായിരുന്നു. ഞാൻ സാനിറ്റോറിയത്തിലേക്ക് പോയ ഉടനെത്തന്നെ പൊലീസിൽ നിന്നും അമ്മയ്ക്കൊരു ഫോൺ വന്നു. "നിങ്ങൾ ഇരുപത്തിനാലു മണിക്കൂറിനുള്ളിൽ താഴെ പറഞ്ഞിരിക്കുന്ന പൊലീസ് സ്റ്റേഷനിൽ ഹാജരാകണം." സമയത്തിനു ഹാജരായില്ലെങ്കിൽ പിഴ അടക്കേണ്ടിവരും. എന്റെ അമ്മ വല്ലാതെ

ഭയന്നു. അല്ലെങ്കിലും ഈ നാട്ടിൽ എല്ലാവരും ഭയന്നാണ് കഴിയുന്നത്. പ്രത്യേകിച്ചു പ്രായമായവർ.... ഭയമില്ലാത്തൊരാളെ നിങ്ങൾക്കു ചൂണ്ടിക്കാട്ടാനാവുമോ? അത് ഒരു തുടക്കം മാത്രമായിരുന്നു. പൊലീസുകാർ നേരിട്ടെത്തി അയൽപക്കങ്ങളിൽ ഞങ്ങളെക്കുറിച്ച് അന്വേഷണം നടത്തി. ഏതുതരക്കാരാണ്? എങ്ങനെയാണ് പെരുമാറുന്നത്? ഒലീസ്യയെ കുറിച്ചും ചോദ്യങ്ങളുണ്ടായി. അവൾ കുടിച്ചിരുന്നുവോ? മയക്കുമരുന്ന് ഉപയോഗിച്ചിരുന്നുവോ? ആരോഗ്യകേന്ദ്രത്തിൽ ചെന്ന് ഞങ്ങളുടെ ആരോഗ്യത്തെക്കുറിച്ചും അവർ അന്വേഷിച്ചു. കൂട്ടത്തിൽ ആർക്കെങ്കിലും മാനസിക രോഗങ്ങളുടെ ചരിത്രമുണ്ടോ എന്നാണ് പ്രത്യേകിച്ചും അറിയേണ്ടിയിരുന്നത്. ആരോ എന്റെ കവിളത്തടിച്ചതു പോലെ എനിക്ക് കലശലായ ദേഷ്യം വന്നു. ഞാൻ ഫോണെടുത്ത് പൊലീസ് വകുപ്പിലേക്കു വിളിച്ചു. "ആരാണ് എന്റെ അമ്മയെ ഭയപ്പെടുത്തുന്നത്. തൊണ്ണൂറു വയസ്സു കഴിഞ്ഞ ഒരു സ്ത്രീയാണവർ. എന്തിനു വേണ്ടിയാണവരെ സ്റ്റേഷനിലേക്കു വിളിപ്പിച്ചത്?"

ഒരു ദിവസം കഴിഞ്ഞു. അവർ എന്റെ പേരിൽ ഒരു കല്പന അയച്ചു. ഞാൻ പൊലീസ് സ്റ്റേഷനിൽ ഹാജരാകണം. സ്ഥലവും സമയവും അതിൽ കുറിച്ചിരുന്നു. ഞാൻ കാണേണ്ട കുറ്റാന്വേഷണ ഉദ്യോഗസ്ഥന്റെ പേരും അതിൽ എഴുതിയിരുന്നു. അതു കേട്ടതും എന്റെ അമ്മ കരയാൻ തുടങ്ങി. "തീർച്ചയായും അവർ നിന്നെ തടവിലാക്കും" എന്തോ.... അപ്പോഴേക്കും എനിക്ക് ഒന്നിനെ കുറിച്ചും പേടിയില്ലാതായി കഴിഞ്ഞിരുന്നു. ഒരാളേയും വിലവെക്കേണ്ടതില്ല എന്ന തോന്നൽ. കാര്യങ്ങൾ നേരെയാവാൻ സ്റ്റാലിൻ ഉയർത്തെഴുന്നേറ്റു വരണം. കല്ലറയിൽ നിന്നും എഴുന്നേറ്റുവരാൻ ഞാൻ സ്റ്റാലിനോടപേക്ഷിച്ചു. അതെന്റെ പ്രാർത്ഥനയായിരുന്നു. ഭരണം നടത്തുന്നവരെ മുഴുവൻ അദ്ദേഹം തുറങ്കിലടച്ചില്ല. കുറെ കൂടിപേരെ വധശിക്ഷയ്ക്ക് വിധേയരാക്കണമായിരുന്നു. അങ്ങനെയുള്ളവരെ കുറിച്ച് എനിക്കു സഹതാപമില്ല. അവരുടെ കണ്ണീരാണ് എനിക്കു കാണേണ്ടത്.

ഞാൻ പൊലീസ് ആപ്പീസിലേക്കു ചെന്നു. കുറ്റാന്വേഷണ ഉദ്യോഗസ്ഥൻ ഫെഡിനെ കാണാൻ. വാതില്ക്കൽ തന്നെ ഞാൻ പറയാൻ തുടങ്ങി, "എന്താണ് എന്നെ കൊണ്ടാവശ്യം? എന്റെ മകളെ നിങ്ങൾ ചോരുന്ന ഒരു ശവപ്പെട്ടിയിലാക്കി വീട്ടിൽ എത്തിച്ചു. അതുകൊണ്ട് മതിയായില്ലേ?

അദ്ദേഹം എന്റെ നേരെ കയർത്തു. "വിവരംകെട്ട സ്ത്രീ..... നിങ്ങൾ എവിടെയാണ് നില്ക്കുന്നതെന്നറിയില്ലേ? ഇവിടെ ചോദ്യം ചോദിക്കുന്നത് ഞങ്ങളാണ്. മനസ്സിലായില്ലേ?

തുടക്കത്തിൽ ഫെഡിൻ മാത്രമാണ് ചോദ്യം ചെയ്തത്. അതിനു ശേഷം അവർ ഒലീസ്യയുടെ കമാൻഡർ ക്ലിംകിനെ വിളിച്ചു വരുത്തി. ഓ... അവസാനം അദ്ദേഹത്തെ നേരിൽ കാണാൻ എനിക്കവസരമുണ്ടായി. അയാൾ അകത്തേക്കു വന്നതും ഞാൻ അയാളുടെ നേരെ ചാടി. "ആരാണെന്റെ മകളെ കൊന്നത്?എനിക്കു സത്യമറിയണം."

"നിങ്ങളുടെ മകൾ ബുദ്ധിസ്ഥിരതയില്ലാത്തവളായിരുന്നു... ഭ്രാന്തി."

"ഇല്ല, ഞാനത് ഒരുകാലത്തും വിശ്വസിക്കില്ല."

അയാൾ ആകെ ചുകന്നു. എന്റെ നേരെ തട്ടിക്കയറി.... കാൽ അമർത്തി ചവിട്ടി. അവർ എന്നെ പ്രകോപിപ്പിക്കാൻ ശ്രമിക്കുകയായിരുന്നു. ഞാൻ ബഹളം വെക്കണമെന്നും ഒരു കാട്ടുപൂച്ചയെപോലെ അവരുടെ മുഖം മാന്തിക്കീറണമെന്നും അവർ ആഗ്രഹിച്ചു. ഞാനൊരു ഭ്രാന്തിയാണ്. എന്റെ മകൾക്കും ഭ്രാന്തായിരുന്നു. അത് സ്ഥാപിക്കാനാണ് അവർ ശ്രമിച്ചുകൊണ്ടിരുന്നത്. അവർ എന്നെ നിശ്ശബ്ദയാക്കാൻ ശ്രമിക്കുകയായിരുന്നു.

എന്റെ ഹൃദയത്തിൽ രക്തം പ്രവഹിക്കുന്ന കാലത്തോളം സത്യത്തിനുവേണ്ടിയുള്ള അന്വേഷണം തുടരും. എനിക്കാരേയും ഭയമില്ല. നിലം തുടക്കാനുള്ള കീറത്തുണിത്തുണ്ടല്ല ഞാൻ. കാൽ കീഴിലിട്ട് ചവിട്ടിത്തേക്കാവുന്ന പുഴുവുമല്ല. എന്നെ ഭയപ്പെടുത്തി ഒരു മൂലയ്ക്കിരുത്താമെന്നു വിചാരിക്കണ്ട. അവർ എന്റെ മകളെ ഒരു നനഞ്ഞ ശവപ്പെട്ടിയിലാക്കി വീട്ടിൽ തിരിച്ചെത്തിച്ചു....

ഞാൻ നഗരത്തിലെ തീവണ്ടിയിലായിരുന്നു. എന്റെ എതിരെ ഇരുന്നയാൾ എന്നെ നോക്കി പറഞ്ഞു. "നമ്മൾ രണ്ടാളും ഒരുമിച്ചു യാത്ര ചെയ്യുകയല്ലേ... തമ്മിൽ പരിചയപ്പെട്ടാൽ.... നന്നായിരിക്കില്ലേ....?" അയാൾ അമ്മേ എന്നാണെന്നെ വിളിച്ചത്. "ഞാൻ മുമ്പ് പട്ടാളത്തിലായിരുന്നു. മുൻ ബിസിനസ്സുകാരനെന്നും പറയാം. യാബ്ലോക്കോ പാർട്ടി*യിൽ മുന്നംഗവുമായിരുന്നു. ഇപ്പോൾ തൊഴിലൊന്നുമില്ല...." അയാൾ സ്വയം പരിചയപ്പെടുത്തി.

ആരെന്തു ചോദിച്ചാലും എനിക്കെപ്പോഴും ഒന്നേ പറയാനുള്ളൂ. "എന്റെ മകൾ ചെച്ച്നിയയിൽ വെച്ചു മരിച്ചു.... അവൾ ഒരു ജൂനിയർ പൊലീസ് സർജന്റ് ആയിരുന്നു."

"അതേയോ? എന്നാൽ ആ കഥ പറയൂ... കേൾക്കട്ടെ."

എത്രയോ തവണ ഇതിനകം പറഞ്ഞു കഴിഞ്ഞതാണ്. എന്നിട്ടും ഞാൻ പിന്നെയും പറഞ്ഞു. (അവർ തെല്ലിട മിണ്ടാതിരുന്നു.) അയാൾ വളരെ ശ്രദ്ധയോടെ എല്ലാം കേട്ടിരുന്നു. അതിനുശേഷം സ്വന്തം കഥ പറഞ്ഞു.

"ഞാനും അവിടെയുണ്ടായിരുന്നു. ജീവനോടെ തിരിച്ചു വരാൻ സാധിച്ചു. പക്ഷേ നാട്ടിൽ കാര്യങ്ങൾ... ഒന്നും വിചാരിച്ചപോലെയാവുന്നില്ല. ഒരു കള്ളിയിലും എന്നെ എനിക്ക് ഒതുക്കി നിർത്താനാവുന്നില്ല. ആരും എന്നെ ജോലിക്കെടുക്കുന്നില്ല. "ഓ.... നിങ്ങൾ ചെച്ച്നിയയിലായിരുന്നു അല്ലേ? അതോടെ എല്ലാം കഴിയുന്നു. ആളുകളെ എനിക്ക് ഭയമാണ്. വല്ലാതെ മടുപ്പു തോന്നുന്നു. അവരെ കാണുമ്പോൾ. എന്നാൽ

* റഷ്യയിലെ ഒരു സോഷ്യൽ ലിബറൽ പാർട്ടി

ചെച്ച്നിയയിൽ ഉണ്ടായിരുന്നവരെ കാണുമ്പോൾ എന്തോ ഒരാശ്വാസം. ഒരു സഹോദരനാണ് എന്ന തോന്നൽ.

വയസ്സായ ഒരു ചെച്ച്നിയൻ. ഒരു കാറു നിറച്ച് ഞങ്ങൾ പിരിച്ചു വിടപ്പെട്ട പട്ടാളക്കാരെ കാണുന്നു. ആ കാഴ്ച കണ്ട് അയാൾ അമ്പരക്കുന്നു. ഇവരെല്ലാവരും ഇപ്പോൾ സാധാരണക്കാരായ റഷ്യക്കാരെപോലെ ത്തന്നെ. എന്നാൽ കുറച്ചു കാലം മുമ്പുപോലും അവരുടെ കൈയിൽ യന്ത്രത്തോക്കുകളുണ്ടായിരുന്നു. അവർ ഒളിപ്പോരാളികളായിരുന്നു. ഞങ്ങളെല്ലാവരും പുതിയ ജീൻസും കോട്ടുകളും ധരിച്ചിരുന്നു. ഇതൊക്കെ വാങ്ങിക്കാനുള്ള പണം എവിടെ നിന്നാണ് ഞങ്ങൾക്ക് കിട്ടിയത്. ചെച്ച്നിയയിൽ പോയി സമ്പാദിച്ചതാണ്. എന്തായിരുന്നു അവിടെ ജോലി? യുദ്ധം ചെയ്യുകയായിരുന്നു. കാണുന്നവരെയൊക്കെ വെടിവെച്ചു വീഴ്ത്തുക. കുട്ടികളും സുന്ദരിമാരും... ഒക്കെ. എന്നാൽ ഏതെങ്കിലും ഒരു പട്ടാളക്കാരന്റെ കൈയിൽ നിന്നും ആയുധങ്ങൾ എടുത്തുമാറ്റി അയാളെ സാധാരണ വേഷം ധരിപ്പിച്ചാൽ പിന്നെ അയാളൊരു സൈനികനല്ല. സാധാരണക്കാരനായ ഒരു ബസ് ഡ്രൈവറൊ, ട്രാക്ടർ ഡ്രൈവറോ, വിദ്യാർത്ഥിയോ ആയിരിക്കും.

മുള്ളുവേലിക്കപ്പുറത്താണ് ഞങ്ങൾ താമസിച്ചിരുന്നത്. ചുറ്റും കാവൽമാടങ്ങൾ. കുഴിബോംബുകൾ.. ഒറ്റതിരിഞ്ഞ് എന്നാൽ തിങ്ങി നിറഞ്ഞ ഒരു ലോകം. ഒരു തടവുക്യാമ്പ്. അവിടെ നിന്ന് പുറത്തുകടക്കാനാവില്ല. പുറത്തു കടന്നാൽ കൊല്ലും. അധിനിവേശക്കാർക്ക് മരണമാണ് ശിക്ഷ. എല്ലാവരും കുടിച്ചിരുന്നു. സ്വബോധം നഷ്ടപ്പെടുന്നതു വരെ. അല്ലെങ്കിൽ മിണ്ടാപ്രാണികളെപോലെയാകുന്നതു വരെ. എല്ലാ ദിവസവും കാണാം, ബോംബിട്ടു തകർത്ത വീടുകൾ. ആളുകൾ കൊള്ളയടിക്കുന്നു. പരസ്പരം കൊല്ലുന്നു. ഓരോരുത്തരുടേയും ഉള്ളിൽ നിന്ന് എന്തെല്ലാമാണ് പുറത്തുവരിക? എല്ലാ അതിർവരമ്പുകളും ലംഘിക്കപ്പെടുന്നു. എനിക്കിതേ ചെയ്യാനാവൂ എന്ന വേലിക്കെട്ടു പൊളിഞ്ഞു വീഴുന്നു. തോന്നിയതെല്ലാം ചെയ്യാൻ മനസ്സു തയ്യാറാവുന്നു. കുടിച്ചു വെളിവില്ലാതെ സ്വയം ഒരു മൃഗമായി മാറുന്നു. പോരാത്തതിന് കൈയിലൊരു തോക്കും. ദിശാബോധം നഷ്ടപ്പെട്ട പുരുഷശക്തിയുടെ പ്രകടനമാണ് പിന്നെ.

ഒരു ആരാച്ചാരുടെ ജോലിയാണത്. ഒരു മാഫിയയ്ക്കു വേണ്ടി ഞങ്ങൾ സ്വയം ചാവുകയായിരുന്നു. വാഗ്ദാനം ചെയ്ത പ്രതിഫലം പോലും അവർ തന്നിരുന്നില്ല. ആരാണ് ഞങ്ങളെ വഞ്ചിച്ചത്? നാട്ടിൽ തെരുവിലൂടെ നടന്നുപോകുന്നവരെയല്ലല്ലോ ഞങ്ങൾ വെടിവെച്ചു വീഴ്ത്തിയത്? ഞങ്ങൾ യുദ്ധം ചെയ്യുകയായിരുന്നില്ലേ? ആ കുറുനരികൾ ബലാത്സംഗം ചെയ്ത് തെരുവിലേക്കെറിഞ്ഞ ഒരു റഷ്യൻ പെൺകുട്ടിയെ ഞാൻ കാണുകയുണ്ടായി. അവർ പുകയുന്ന സിഗരറ്റു കുറ്റികൾ കൊണ്ട് അവളുടെ നെഞ്ചാകെ പൊള്ളിച്ചു. അവളുടെ ഉച്ചത്തിലുള്ള കരച്ചിൽ കേട്ട് രസിക്കാനായി.

ഞാൻ ധാരാളം പണവുമായി നാട്ടിൽ തിരിച്ചെത്തി. കൂട്ടുകാർക്കൊക്കെ വോഡ്ക വാങ്ങിക്കൊടുത്തു. ഒരു ഉപയോഗിച്ച മെർസിഡിസ് കാറും വാങ്ങി.

(അവർ കണ്ണീർ തുടക്കാൻ ശ്രമിച്ചില്ല) അങ്ങനെയുള്ള ഒരിടത്താണ് എന്റെ ഒലീസ്യ ചെന്നുപെട്ടത്. അവിടെത്തന്നെ അവളുടെ ജീവിതം അവസാനിക്കുകയും ചെയ്തു. ആ നശിച്ച യുദ്ധം... വേറെ ഏതോ ഒരു വിദൂര രാജ്യത്തായിരുന്നു. പക്ഷേ ഇപ്പോഴത് എന്റെ ഈ വീട്ടിനകത്തായി. രണ്ടു കൊല്ലം കഴിഞ്ഞു. ഇപ്പോഴും ഞാൻ പലരുടേയും വാതിലിൽ മുട്ടുന്നു. പലതരത്തിലുള്ള ഉദ്യോഗസ്ഥന്മാരെ ചെന്നു കാണുന്നു. പ്രൊസിക്യൂട്ടറുടെ ആപ്പീസിലേക്കു കത്തുകളെഴുതുന്നു. ജില്ലാ തലത്തിൽ... മേഖലാതലത്തിൽ... കേന്ദ്ര ഓഫീസ്. എങ്ങോട്ടെഴുതിയാലും മറുപടി ഒരേ വിധത്തിൽത്തന്നെ. ഔപചാരികമായ പതിവു വരികൾ. “നിങ്ങളുടെ മകളുടെ മരണത്തെ സംബന്ധിച്ച് താഴെ കൊടുത്തിരിക്കുന്ന വസ്തുത നിങ്ങളെ അറിയിക്കാനാഗ്രഹിക്കുന്നു. അവരെല്ലാവരും ഒരേ നുണ തന്നെ എഴുതുന്നു. അവൾ മരിച്ചത് നവംബർ 13–ാം തീയതിയാണ്. വാസ്തവത്തിൽ മരണം നടന്നത് 11–ാം തിയതിയാണ്. അവളുടെ രക്തം 0 ഗ്രൂപ്പിൽപെട്ടതാണെന്ന് അവർ എഴുതുന്നു. യഥാർത്ഥത്തിൽ അത് ബി ഗ്രൂപ്പാണ്. ചില രേഖകളിൽ മരണസമയത്ത് അവൾ യൂണിഫോമാണ് ധരിച്ചിരുന്നത്. വേറെ ചിലതിൽ സാധാരണ വേഷത്തിലാണ് മൃതദേഹം കാണപ്പെട്ടത് എന്നാണ്. നെറ്റിക്കരികെ തലയിൽ ഇടതുവശത്തായിരുന്നു ആ ദ്വാരം. പക്ഷേ രേഖകളിലെല്ലാം അത് വലതുവശത്താണ്. ഞങ്ങളുടെ സ്റ്റേറ്റിലെ ജനപ്രതിനിധിക്ക് ഞാൻ നേരിട്ട് ഒരു പരാതി എഴുതി. ഞാനും കൂടി വോട്ടു ചെയ്തിട്ടാണ് അയാൾ “ഡ്യൂമ” യിൽ എത്തിയിട്ടുള്ളത്. നമ്മുടെ നാട്ടിലെ സർക്കാരിൽ എനിക്ക് തികഞ്ഞ വിശ്വാസമുണ്ടായിരുന്നു. എങ്ങനെയോ ജനപ്രതിനിധിയുമായി ഒരു നേർകാഴ്ചയ്ക്ക് എനിക്കനുമതി കിട്ടി. “ഡ്യൂമ”യുടെ താഴെ നിലയിൽ അദ്ദേഹത്തെ കാത്തുനിന്നത് ഓർമ്മ വരുന്നു. എന്റെ കണ്ണുകൾ രണ്ടു ചെറിയ കിണ്ണങ്ങളോളം വിടർന്നു. അവിടെയുണ്ടായിരുന്ന ആഭരണക്കട, വൈരം പതിച്ച സ്വർണ്ണ മോതിരങ്ങൾ. വെള്ളിയിലും സ്വർണ്ണത്തിലും തീർത്ത ഈസ്റ്റർ മുട്ടകൾ. പലജാതി ഞാത്തുകൾ, പതക്കങ്ങൾ. ഏറ്റവും ചെറിയ വൈരമോതിരത്തിന്റെ വില എനിക്കിതുവരെ കിട്ടയ ശമ്പളത്തേക്കാൾ വലുതായിരുന്നു. ജനപ്രതിനിധികൾ, നമ്മുടെ നേതാക്കന്മാർ, ഉദ്യോഗസ്ഥന്മാർ ഇത്രയും വിലപിടിച്ച ആഭരണങ്ങൾ വാങ്ങാനുള്ള പണം അവർക്കെവിടെ നിന്നാണ് കിട്ടുന്നത്? ഇക്കാലമത്രയും അദ്ധ്വാനിച്ചിട്ടും സമ്പാദ്യമെന്നു പറയാൻ എനിക്കുള്ളത് ഒരുകെട്ടു സർട്ടിഫിക്കറ്റുകൾ മാത്രമാണ്. എന്റെ അമ്മയുടെ കാര്യവും അതുതന്നെ. അവർക്കെല്ലാം കിട്ടുന്നത് ഗാസ്പ്രോമിലെ ഓഹരികളാണ്. ഞങ്ങൾക്ക് ഈ മാതിരി കടലാസുതുണ്ടുകളും. അവർക്ക് പണവും.

ഞാൻ ഇങ്ങോട്ടു വന്ന് വെറുതെ ഇവിടെയിരുന്ന് കരയരുതായിരുന്നു. സ്റ്റാലിനെ തിരിച്ചുകൊണ്ടുവരികതന്നെ വേണം. ജനം അദ്ദേഹത്തിനു

വേണ്ടി കാത്തിരിക്കയാണ്. അവർ എന്റെ മകളെ കൊണ്ടുപോയി. പകരം ഒരു ശവപ്പെട്ടി കൊണ്ടുവന്നു തന്നു. നനഞ്ഞൊലിച്ച ഒരു ശവപ്പെട്ടി. ആരും ഈ അമ്മയോട് സംസാരിക്കാൻ ആഗ്രഹിക്കുന്നില്ല. (കരയുന്നു.) ഞാൻ തന്നെ പൊലീസിൽ ചേർന്ന് ജോലി ചെയ്താലോ എന്നാണ് ഇപ്പോൾ ആലോചിക്കുന്നത്. പൂർണ്ണമായ ഒരന്വേഷണം നടത്തുക. വിശദ മായ ഒരു റിപ്പോർട്ട് തയ്യാറാക്കുക. അതൊരു ആത്മഹത്യയായിരുന്നു വെങ്കിൽ തോക്കിൻ തുമ്പിൽ അവളുടെ രക്തം കാണണം. അവളുടെ വിരലുകളിൽ വെടിയുണ്ടയുടെ പൊടിയും പറ്റിയിട്ടുണ്ടാകണം. ഇപ്പോൾ എനിക്കെല്ലാം അറിയാം. ടി.വി. യിലെ വാർത്തകൾ കാണാൻ താത്പര്യം തോന്നുന്നില്ല. ഒക്കെ നുണയാണ്. പക്ഷേ കുറ്റാന്വേഷണ പരിപാടികൾ, കൊലപാതകങ്ങളും മറ്റും എന്നെ ആകർഷിച്ചിരുന്നു. ഒന്നും വിടാതെ കാണാറുണ്ട്. ചില ദിവസം രാവിലെ കാലും കൈയും അനങ്ങാൻ കൂട്ടാ ക്കില്ല. മെത്തയിൽ നിന്നെഴുന്നേല്ക്കാനും തോന്നില്ല. എന്നാലും ഒലീസ്യയെ ഓർത്ത് ഞാൻ എഴുന്നേല്ക്കും.

ആ കഥ... പല തുമ്പുകളും പെറുക്കി കോർത്തു കെട്ടി. ഓരോ വാക്കായി അവിടെനിന്നും ഇവിടെനിന്നും പെറുക്കി കൂട്ടി. മദ്യത്തിന്റെ ലഹരിയിൽ പലരും ആവശ്യമില്ലാത്ത കാര്യങ്ങൾ ഓർക്കാപ്പുറത്ത് പറഞ്ഞുപോകും. സത്യത്തിന്റെ നുറുങ്ങുകൾ അങ്ങനെ വീണു കിട്ടും. അന്ന് ആ ക്യാമ്പിൽ അവർ 70 പേരുണ്ടായിരുന്നു. സത്യത്തിൽ എന്തു സംഭവിച്ചു എന്ന്.... അവരെല്ലാവരും കേട്ടിരിക്കും. ഞങ്ങളുടെ പട്ടണം മോസ്കോ നഗരം പോലെ വലുതല്ല. ഒരു സാധാരണ പട്ടണം. ഇപ്പോൾ എന്റെ മനസ്സിൽ ആ സംഭവത്തെക്കുറിച്ച് ഒരു ഏകദേശ രൂപമുണ്ട്.

അന്ന് പൊലീസ് ദിനമായിരുന്നു. ആ ദിവസത്തിന്റെ ആദരവിൽ എല്ലാ വരും വളരെയധികം മദ്യം അകത്താക്കി. പലരും ബോധം കെട്ടു വീണു. അബദ്ധങ്ങൾ തുടങ്ങിയത് അവിടെ നിന്നാണ്. ഒലീസ്യ സ്വന്തം യൂണി റ്റിലെ പുരുഷന്മാരോടൊപ്പമാണ് പോയിരുന്നതെങ്കിൽ ഇങ്ങനെ സംഭവി ക്കയില്ലായിരുന്നു. പകരം അവളോടൊപ്പമുണ്ടായിരുന്നത് മുഴുവനും അപരിചിതരായ കുറെപേരായിരുന്നു. പലയിടങ്ങളിൽ നിന്നുമായി വന്നവർ. അവൾ ചെന്നുപെട്ടത് ട്രാഫിക് പൊലീസിന്റെ ഇടയിലാണ്. ഈ കൂട്ടർ രാജാക്കന്മാരെപ്പോലെയാണ് ജീവിക്കുന്നത്. കീശയിൽ എപ്പോഴും നിറയെ കാശ്. അവർ റോഡുകളിൽ യന്ത്രത്തോക്കുമായി നിന്ന് ചുങ്കം പിരിക്കും. എല്ലാവരും അവർ ആവശ്യപ്പെടുന്നത് നിർബ ന്ധമായും കൊടുത്തിരിക്കണം. കണ്ണായ സ്ഥാനം തന്നെ! അതിന്റെ കൂട്ട ത്തിൽ അവരുടേതായ നേരമ്പോക്കുകൾ. കൊല്ലുക, മദ്യപിക്കുക, സംഭോഗം നടത്തുക. ഏതു യുദ്ധത്തിലും ഒഴിച്ചുകൂടാനാവാത്ത മൂന്നു രസങ്ങൾ. അന്നും അവർ കുടിച്ച് ബോധംകെട്ടിരുന്നു. ഒച്ചയും ബഹള വുമായി തനികാടാന്മാരായി മാറി. അവിടെ കണ്ട പെൺകുട്ടികളെയെല്ലാം അവർ ബലാത്സംഗം ചെയ്തുവത്രെ. അവരുടെ സ്വന്തം പെൺസഹ പ്രവർത്തകർ. ഒലീസ്യ അവരെ ചെറുത്തിരിക്കണം. അല്ലെങ്കിൽ അതിനു

ശേഷം ഭീഷണിപ്പെടുത്തിരിക്കണം. "നിങ്ങളെയെല്ലാം ഞാൻ അഴികൾക്കു പിന്നിലാക്കും കണ്ടോളൂ" അതുകൊണ്ടായിരിക്കാം അവരവളുടെ കഥ കഴിച്ചത്.

അതിനെക്കുറിച്ച് മറ്റൊരു വാർത്തയും ഞാൻ കേട്ടു. അവർ "ചെക്ക്പോയിന്റിൽ" ആയിരുന്നു. കാറുകൾ ഒന്നൊന്നായി കടത്തിവിട്ടുകൊണ്ടിരുന്നു. അവിടെയുള്ളവർക്കൊക്കെ എപ്പോഴും ധൃതിയാണ്. കഴിയുന്നതും വേഗത്തിൽ കിട്ടാവുന്ന പണം പോക്കറ്റിലാക്കാനുള്ള ഉന്തും തള്ളും. പലരും കള്ളക്കടത്ത് നടത്തുന്നവരാണ്. എന്ത്.... എവിടെ നിന്ന് എന്നൊന്നും എനിക്കറിഞ്ഞു കൂടാ.... ഇതൊന്നും ഞാനായി പറഞ്ഞുണ്ടാക്കുന്നതല്ല. മയക്കുമരുന്നാകാം.. മറ്റു പലതുമാകാം. എന്നാൽ ഇത് പറഞ്ഞുറപ്പിച്ചു കഴിഞ്ഞ ഒരു സംഗതിയായിരുന്നു. സാധനം വാങ്ങലും പണം കൊടുക്കലുമൊക്കെ കഴിഞ്ഞിരുന്നു. ഒരു നീവാ കാർ ഓടിയടുത്തു. ആ കാര്യത്തിൽ ആർക്കും തർക്കമില്ല. അത് നീവാ തന്നെയായിരുന്നു. പക്ഷേ ഒലീസ്യ ഇടപെട്ടു. കാരണമെന്താണാവോ ആ കാറ് കടന്നുപോകാൻ അവളനുവദിച്ചില്ല. അതുകൊണ്ടാണ് അവർ അവളെ വെടിവെച്ചത്. കുറെയധികം പണത്തിന്റെ ഇടപാടായിരുന്നു. അവൾ ആരുടേയോ വഴി തടസ്സപ്പെടുത്തുകയായിരുന്നു. ഒരുപക്ഷേ ആ ഇടപാടിൽ ഏതെങ്കിലും ഉന്നതോദ്യോഗസ്ഥന്റെ കൈയുണ്ടായിരുന്നിരിക്കാം.

എന്റെ അമ്മ ഒരു നീവാ കാർ സ്വപ്നം കണ്ടിരുന്നു. ഞാൻ ഭാവിപ്രവചനം നടത്തുന്ന ഒരു സ്ത്രീയെ കാണാൻ പോയിരുന്നു. ഞാൻ അവരുടെ മേശപ്പുറത്ത് ഈ ഫോട്ടോ വെച്ചു.(അവർ ആ ഫോട്ടോ എന്നെ കാണിച്ചു) "ഒരു കാറ് കാണുന്നുണ്ടല്ലോ..." അവർ പറഞ്ഞു. "ഒരു നീവാ.."

ഒരിക്കൽ ഒരു നഴ്സുമായി സംസാരിക്കാനിടയായി. ചെച്ച്നിയക്കു പോകും മുമ്പേ അവർ എങ്ങനെയായിരുന്നു എന്ന് എനിക്കറിഞ്ഞു കൂടാ. ഒരുപക്ഷേ നല്ല ഉത്സാഹവും സന്തോഷവുമുള്ള പ്രകൃതമായിരുന്നിരിക്കാം. ഇപ്പോൾ അവരുടെ മനസ്സിൽ നിറയെ കടുത്ത രോഷമാണ്. എന്നെപ്പോലെത്തന്നെ. ഇന്ന് കാണുന്ന പലരും മാനസികമായി അസ്വസ്ഥത അനുഭവിക്കുന്നവരാണ്. ആരും ഒന്നും പറയുന്നില്ല എന്നേയുള്ളൂ. എന്നാൽ എല്ലാവരുടേയും ഉള്ളിൽ മുറിവുകളുണ്ട്. പുതിയ ജീവിതം... വലിയ വിജയങ്ങൾ കൊയ്യാമെന്ന് എല്ലാവരും ആശിച്ചു. എന്നാൽ വളരെ ചുരുക്കം പേർക്കേ എന്തെങ്കിലും നേടാനായിട്ടുള്ളൂ. ആരും ആ സുവർണ്ണപത്രം കൈക്കലാക്കിയതായി അറിവില്ല. ഏറ്റവും താഴേപടിയിലേക്ക് ഉരുണ്ടു വീഴാൻ ആരും തയ്യാറായിരുന്നില്ല. ഇന്ന് ഒരുപാടാളുകൾ ആ വേദനയുടെ ഭാരവും പേറിയാണ് ജീവിക്കുന്നത്. (മൗനം) ഒരുപക്ഷേ ഒലീസ്യയും തിരിച്ചുവന്നിരുന്നുവെങ്കിൽ, അങ്ങനെയാകുമായിരുന്നിരിക്കും. മറ്റൊരാളായി...തികച്ചും അന്യയായി. എന്തോ... ആ സ്ത്രീ എന്നോടു വളരെ തുറന്നു സംസാരിച്ചു... ഒന്നും ഒളിച്ചുവെക്കാതെ.

"ഒരു സാഹസം എന്നു കരുതിയാണ് ഞാൻ പോയത്. എന്റെ കൂട്ടുകാർ കുറെനാൾ എന്നെ പരിഹസിച്ചു. വാസ്തവം പറയാം... വലിയൊരു

നിരാശയിൽ നിന്ന് ഞാൻ ഓടി അകലുകയായിരുന്നു. എന്റെ ഹൃദയം തകരുന്നു എന്നു തോന്നിയ ദിവസങ്ങൾ. അവിടെ ഒരു ചെച്ച്നിയന്റെ വെടിയേറ്റ് ഞാൻ മരിക്കുമോ അതോ പ്രേമനൈരാശ്യത്തിൽ മരിച്ചുപോകുമോ.. എനിക്കതൊരു വിഷയമായിരുന്നില്ല."

മൃതദേഹങ്ങൾ കൈകാര്യം ചെയ്തു പരിചയമില്ലാത്തവർ വിചാരിക്കുന്നത് അവ ശബ്ദിക്കുന്നില്ല എന്നാണ്. തികച്ചും നിശ്ശബ്ദമാണെന്ന്. വാസ്തവത്തിൽ അവ എല്ലാതരം ഒച്ചകളും ഉണ്ടാക്കുന്നുണ്ട്. വായു അവരുടെ ഉള്ളിൽ നിന്ന് പുറത്തേക്കു വരുന്നു. എല്ലുകൾ പൊട്ടുന്നു. ചില വിചിത്രമായ ഒച്ചകൾ... ചുരണ്ടുന്നതുപോലെ. ആർക്കായാലും അതൊക്കെ കേട്ടാൽ ഭ്രാന്തു പിടിക്കും.

മദ്യപിക്കാത്ത ഒരാളേയും ഞാൻ അവിടെ കണ്ടില്ല. അതുപോലെത്തന്നെ ആരേയും വെടിവെച്ചു കൊന്നിട്ടില്ലാത്തവരേയും. മദ്യത്തിന്റെ ലഹരിയിൽ തോന്നുന്നവരുടെ നേരെ അവർ വെടിവെക്കും. എന്തിനു വേണ്ടി? അതിനുത്തരം പറയാൻ ആർക്കുമാവില്ല.

അയാൾ ഒരു സർജനായിരുന്നു. ഞാൻ വിചാരിച്ചു, ഞങ്ങൾ തമ്മിൽ പ്രണയത്തിലാണെന്ന്. നാട്ടിലേക്കു മടങ്ങാനുള്ള സമയമായപ്പോൾ അയാൾ എന്നോടു പറഞ്ഞു "എന്നെ വിളിക്കരുത്. എനിക്ക് കത്തെഴുതുകയുമരുത്. എന്റെ ഭാര്യയെ കബളിപ്പിക്കുന്നുവെങ്കിൽ അത് സുന്ദരിയായ ഒരു സ്ത്രീക്കുവേണ്ടിയാകട്ടെ. അഥവാ ഭാര്യ കൂടെയുള്ളപ്പോൾ മുമ്പിൽ വന്നുപെട്ടാലും അതോർത്ത് ഞാൻ ലജ്ജിക്കേണ്ട അവസ്ഥ ഉണ്ടാവരുത്." ഞാൻ സുന്ദരിയല്ല എന്നെനിക്കറിയാം. തുടർച്ചയായി പലപ്പോഴും മൂന്നു ദിവസം മുഴുവൻ ഞങ്ങൾ ഒരുമിച്ച് ഓപ്പറേഷൻ തിയറ്ററിൽ കഴിഞ്ഞിട്ടുണ്ട്. എനിക്ക് തോന്നിയിരുന്നത് പ്രണയത്തേക്കാൾ തീവ്രമായ എന്തോ ഒന്ന് ഞങ്ങളുടെ ഇടയിലുണ്ട് എന്നായിരുന്നു.

"ഈയിടെയായി പുരുഷന്മാരെ എനിക്ക് ഭയമാണ്.... പ്രത്യേകിച്ചും യുദ്ധരംഗത്തു നിന്നും മടങ്ങിയെത്തിവയവരെ. എനിക്കവരെ കാണുന്നതുപോലും ഇഷ്ടമല്ല. അവരെല്ലാവരും ഒരേ തരക്കാരാണ്. സ്ത്രീയെ ഭോഗവസ്തുവായി മാത്രം കാണുന്നവർ. ഒരാളേയും ഒഴിച്ചുനിർത്താനാവില്ല. ഞാൻ മടക്കയാത്രയ്ക്ക് പെട്ടി ഒരുക്കുകയായിരുന്നു. പലതും നാട്ടിലേക്ക് കൂടെ കൊണ്ടുപോകണമെന്നു വിചാരിച്ചു. എന്റെ സ്റ്റീരിയോ, പരവതാനി.. എന്നാൽ ആശുപത്രി മേധാവി എന്നോടു പറഞ്ഞു. "ഇവിടെ നിന്നും ഒരൊറ്റ വസ്തുപോലും ഞാനെന്റെ വീട്ടിലേക്കു കൊണ്ടുപോകില്ല. ഈ യുദ്ധത്തെ എന്റെ വീട്ടിലേക്കു കെട്ടിയെടുക്കാൻ ഞാനുദ്ദേശിക്കുന്നില്ല." വാസ്തവത്തിൽ ഞങ്ങൾ വീട്ടിലേക്കു കൊണ്ടുവന്ന സാധനങ്ങളിലായിരുന്നില്ല യുദ്ധം.....ഞങ്ങളുടെതന്നെ മനസ്സുകളിലായിരുന്നു.

ഒലീസ്യയുടെ സാധനങ്ങളെല്ലാം അവർ ഞങ്ങളെ തിരിച്ചേല്പിച്ചു. അവളുടെ നല്ല കോട്ട്... സ്കർട്ട്... സ്വർണ്ണക്കമ്മൽ, നെക്ലസ്... ആ കോട്ടിന്റെ പോക്കറ്റിൽ ഏതാനും അണ്ടിപ്പരിപ്പും. രണ്ടു ചെറിയ ചോക്ലേറ്റുകളുമുണ്ടായിരുന്നു. അവൾ അത് ക്രിസ്മസ്സിനു വേണ്ടി കരുതിവെച്ചതാകാം.

അല്ലെങ്കിൽ ഞങ്ങൾക്കയച്ചുതരാനായി സ്വരുക്കൂട്ടിയതാകാം... സങ്കടം... എനിക്ക് സഹിക്കാനാവുന്നില്ല.

അതുകൊണ്ട് സത്യമെന്തോ അതെഴുതുക. അതേ എനിക്കു പറയാനുള്ളൂ. ആർക്കാണതിനെ ഭയം?ഗവൺമെന്റിലെ ആളുകൾക്കോ? എന്തായാലും നമുക്കവരെ തൊടാനാവില്ല. ആകെ ചെയ്യാനാവുന്ന കാര്യം തോക്കുകൾ ഉയർത്തിവീശി സമരം ചെയ്യുകയാണ്. തീവണ്ടിപ്പാതകളിൽ മലർന്നുകിടക്കാം. പക്ഷേ ഞങ്ങൾക്കൊരു നേതാവില്ല. ഉണ്ടായിരുന്നുവെങ്കിൽ എന്നേ ജനങ്ങൾ ഉണർത്തെഴുന്നേറ്റേനേ. ഞങ്ങൾക്കൊരു ജനനേതാവില്ല. പുഗാചീവിനെ പോലെ. എന്നാലും ആരെങ്കിലും എന്റെ കൈയിൽ ഒരു തോക്കു വെച്ചു തന്നാൽ, ആരെയാണ് ആദ്യം വെടിവെച്ചു വീഴ്ത്തേണ്ടത് എന്ന് എനിക്കറിയാം. (മേശപ്പുറത്തു കിടന്ന പത്രത്തിലേക്ക് അവർ വിരൽ ചൂണ്ടി) കേട്ടുകാണുമല്ലോ. ഇപ്പോൾ ആർക്കുവേണമെങ്കിലും ഒരു സഞ്ചാരി എന്ന നിലയിൽ ചെച്ച്നിയയിലേക്കു പോകാം. അവർ നിങ്ങളെ ഒരു ഹെലികോപ്റ്ററിൽ ഇരുത്തി ആ പ്രദേശമാകെ ചുറ്റിപ്പറക്കും. കത്തിക്കരിഞ്ഞ ഗ്രാമങ്ങൾ കാണാം. ഗ്രോസ്നിയുടെ അവശിഷ്ടങ്ങൾ കാണാം. യുദ്ധവും പുനർനിർമ്മാണവും സമാന്തരമായി മുന്നേറുന്ന മേഖല. ഒരു വശത്ത് വെടിവെപ്പ്. മറുവശത്ത് നിർമ്മാണ പ്രവർത്തനങ്ങൾ. രണ്ടും അവർ പ്രദർശനവിഷയങ്ങളാക്കിയിരിക്കുന്നു. ഞങ്ങൾ ഇപ്പോഴും കണ്ണീർവാർത്തുകൊണ്ടിരിക്കുന്നു. വേറെ ആരൊക്കെയോ ആ കണ്ണീരിനെ മുതലെടുത്തു കഴിഞ്ഞിരിക്കുന്നു. പ്രകൃതിവാതകം പോലെ. ഞങ്ങളുടെ കണ്ണീരും അവർ വിറ്റ് ലാഭം നേടുന്നു.

(ഏതാനും ദിവസങ്ങൾക്കു ശേഷം ഞങ്ങൾ വീണ്ടും കണ്ടുമുട്ടി)

ഞങ്ങളുടെ ജീവിതരീതി എനിക്കു മനസ്സിലാക്കാൻ സാധിച്ചിരുന്നു. അതിന് അതിന്റേതായ ഒരർത്ഥമുണ്ടെന്ന് എനിക്കു തോന്നിയിരുന്നു. ഇപ്പോൾ എനിക്ക് ഒന്നുംതന്നെ മനസ്സിലാക്കാൻ സാധിക്കുന്നില്ല. ഒന്നിനും ഒരർത്ഥവുമുള്ളതായി തോന്നുന്നില്ല...

തിന്മയുടെ അന്ധകാരം ഒരുവനെക്കുറിച്ചും ഇനി വരാനിരിക്കുന്നതിനെക്കുറിച്ചും

യെലീനാ റസ്ഡ്ധ്യൂയീവാ

തൊഴിലാളി, 37 വയസ്സ്

ഈ കഥയ്ക്ക് യോജിച്ച ഒരു വഴികാട്ടിയെ, ഇടനിലക്കാരനെ, അല്ലെങ്കിൽ ഒരു വ്യാഖ്യാതാവിനെ കണ്ടെത്താൻ എനിക്ക് കുറെയധികം നാളുകൾ ശ്രമിക്കേണ്ടിവന്നു. എന്റെ യാത്രകൾക്കിടയിൽ എന്റെ വഴികാട്ടികളാകുന്നവരെ, മറ്റുള്ളവരുടെ ലോകങ്ങളിലേക്ക് എന്നെ കൊണ്ടുചെന്നെത്തിക്കുന്നവരെ എന്താണ് ഞാൻ വിളിക്കേണ്ടത്...അറിയില്ല. തുടക്കത്തിൽ എല്ലാവരും "വയ്യ" എന്നുപറയും. "ഇത് യഥാർത്ഥത്തിൽ ഒരു മനഃശാസ്ത്രജ്ഞനുള്ള വിഷയമാണ്."

"ഒരമ്മ അവരുടെ മൂന്നു കുഞ്ഞുങ്ങളെ ഉപേക്ഷിക്കുന്നു. കാരണം അവരുടെ മനസ്സിലെ വിചിത്രവും വികലവുമായ സങ്കല്പങ്ങൾ. ഇതന്വേഷിക്കേണ്ടത് ഒരു കോടതിയുടെ ചുമതലയാണ്. ഒരു എഴുത്തുകാരിയുടേതല്ല."

"അങ്ങനെയാണെങ്കിൽ മെഡീയയുടെ കാര്യം? പ്രണയത്തിന്റെ പേരിൽ തന്റെ കുഞ്ഞുങ്ങളെ കൊലപ്പെടുത്തിയ സ്ത്രീ?"

"അതൊരു കെട്ടുകഥ... ഇതങ്ങനെയല്ല, യഥാർത്ഥ സംഭവമല്ലേ?"

പക്ഷേ കലാകാരന്മാർ യഥാർത്ഥലോകത്തിൽ നിന്നും ഒറ്റപ്പെട്ട് ചേരികളിൽ ചെന്നു താമസിക്കാറില്ല. ബാക്കിയെല്ലാവരേയും പോലെ അവരും സ്വതന്ത്രരാണ്.

അവസാനം ഞാൻ കണ്ടെത്തി. എന്റെ പ്രധാന കഥാപാത്രത്തെ ആസ്പദമാക്കി ഒരു ചലച്ചിത്രമുണ്ട്. "യാതന..."

ഫിഷ് കാ ഫിലിംസ്. അങ്ങനെ അതിന്റെ സംവിധായകന്റെ അടുത്തെത്തി. ഇറീനാ വാസിലീവാ. ഞങ്ങൾ ഒരുമിച്ചിരുന്ന് ആ സിനിമ കണ്ടു. കഥാപാത്രങ്ങൾ അവരുടെ ഭാഗം പറയുന്നത് ശ്രദ്ധയോടെ കേട്ടു. ഇടയ്ക്കിടയ്ക്ക് ഞങ്ങൾ നിർത്തും. ഇറീനാ ശേഷിച്ച ഭാഗങ്ങൾ .....വിശദാംശങ്ങൾ പറഞ്ഞുതരും.

ചലച്ചിത്രസംവിധായക ഇറീനാ വാസിലീവയുടെ വാക്കുകൾ

ആ കഥ. ആദ്യം കേട്ടപ്പോൾ എനിക്ക് തീരെ ഇഷ്ടമായില്ല. വാസ്തവത്തിൽ ഭയമാണ് തോന്നിയത്. പക്ഷേ അവരെന്നെ പറഞ്ഞ് ബോദ്ധ്യപ്പെടുത്താൻ ശ്രമിച്ചു. അവിസ്മരണീയമായ അതിശയകരമായൊരു സിനിമയായിരിക്കും അത്.... പ്രണയത്തെ കുറിച്ചുള്ള കഥ. തീർച്ചയായും പ്രേക്ഷകർ ശ്വാസമടക്കിയിരുന്ന് അതു കാണും. അവരെന്നെ നിർബന്ധിച്ചു. ഉടനെത്തന്നെ നിർമ്മാണം തുടങ്ങണമെന്ന്. ഒരു റഷ്യൻ കഥ. വിവാഹിതയും മൂന്നു കുഞ്ഞുങ്ങളുടെ അമ്മയുമായ ഒരു സ്ത്രീ... ഒരു തടവുപുള്ളിയുമായി പ്രണയത്തിലാവുന്നു. അതും ഒരു ജീവപര്യന്തക്കാരൻ. കുറ്റം? അതിക്രൂരമായി അയാൾ നടത്തിയ കൊലപാതകം. അയാൾക്കുവേണ്ടി തന്റെ സർവ്വസ്വവും അവൾ ഉപേക്ഷിക്കുന്നു. ഭർത്താവ്, കുട്ടികൾ, കുടുംബം... എല്ലാം. ഒക്കെ ശ്രദ്ധയോടെ കേട്ടു. പക്ഷേ മുന്നോട്ടു ഒരടിവെക്കാൻ മനസ്സ് തയ്യാറായില്ല.

യുഗാരംഭം മുതൽത്തന്നെ എന്നു പറയാം, റഷ്യ എപ്പോഴും അവിടത്തെ തടവുകാരെ സ്നേഹിച്ചിരുന്നു. അവർ പാപികളാകാം, പക്ഷേ രക്തസാക്ഷികളുമാണ്. അവർക്ക് സ്വസ്ഥതയും സമാശ്വാസവും ആവശ്യമുണ്ട്. അനുകമ്പയുടെ നിറവാണ് ഒരു സംസ്കാരം. ആ പാരമ്പര്യം ശ്രദ്ധാപൂർവം പരിപാലിക്കപ്പെട്ടു വരുന്നു. വിശേഷിച്ചും ചെറിയ പട്ടണങ്ങളിലും ഗ്രാമപ്രദേശങ്ങളിലും. അവിടങ്ങളിലെ സാധാരണ സ്ത്രീകൾ ഇന്റർനെറ്റ് ഉപയോഗിക്കുന്നില്ല. തപാൽ തന്നെയാണ് ആശ്രയം. പണ്ടുകാലം മുതലേയുള്ള പതിവ്. വൈകുന്നേരമായാൽ പുരുഷന്മാർ കള്ളുകുടിച്ച് വഴക്കും വക്കാണവുമായി നേരം കളയും. സ്ത്രീകൾ വീട്ടിലിരുന്ന് പരസ്പരം കത്തുകളെഴുതും. അവരുടെ കത്തുകൾ നിറയെ അലങ്കാരഭംഗിയില്ലാത്ത കഥകളായിരിക്കും. കുറെ വീട്ടു വിശേഷങ്ങളും.... പുതിയ തുന്നൽരീതികൾ.. പാചകക്കുറിപ്പുകൾ. അവസാനമായി തടവുകാരുടെ മേൽവിലാസങ്ങളും കുറിച്ചിടും.

ആരുടേയെങ്കിലും സഹോദരൻ അഴികൾക്കുള്ളിലുണ്ടാവും. കൂടെയുള്ള തടവുകാരുടെ വിശേഷങ്ങൾ അയാൾ വീട്ടിൽ അറിയിച്ചിട്ടുണ്ടാകും. ചിലരുടെ അയൽക്കാരനോ, മുൻസഹപാഠിയോ ആകാം ശിക്ഷ അനുഭവിക്കുന്നത്. എന്തായാലും മേൽവിലാസങ്ങൾ അങ്ങനെ പറന്നെത്തും. സുന്ദരന്മാരുടെ പതിവാണത്. കക്കുന്നു, വഴക്കുണ്ടാക്കുന്നു, അടിപിടി

കൂടുന്നു, ജയിലിൽ പോകുന്നു, മടങ്ങി വരുന്നു. ഏതാനും ദിവസം വെളിയിൽ. പിന്നെ വീണ്ടും അഴികൾക്കകത്ത്. എപ്പോഴും ഒരേ കഥ. ഏതു ഗ്രാമത്തിൽ ചെന്നാലും കാണാം. പകുതിയോളംപേർ എപ്പോഴെങ്കിലുമൊക്കെ ജയിലിൽ കിടന്നവരാകും. ബാക്കിയുള്ളവർ നിലവിൽ ശിക്ഷ അനുഭവിക്കുന്നവരാണ്. നമ്മൾ ക്രിസ്ത്യാനികളല്ലേ! ഭാഗ്യംകെട്ടവരെ സഹായിക്കേണ്ടത് നമ്മുടെ കടമയല്ലേ? പതിവു കുറ്റവാളികളെ വിവാഹം കഴിക്കുന്ന സ്ത്രീകളും കുറവല്ല. കൊലക്കുറ്റം ചെയ്തവരായാലും വിരോധമില്ല. ഞാൻ വിലയിരുത്തുകയാണെന്നു വിചാരിക്കരുത്. എന്നാലും എന്നോടു ചോദിച്ചാൽ ഞാൻ പറയും വിശദീകരിക്കാൻ പ്രയാസമുള്ള സങ്കീർണ്ണമായ ഒരു പ്രശ്നമാണ് ഇതെന്ന്. ഒന്നു ഞാൻ പറയാം. ചില ആണുങ്ങൾക്ക് ഇത്തരം മനോഭാവമുള്ള സ്ത്രീകളെ കണ്ടെത്താൻ പ്രത്യേകമൊരു കഴിവാണ്. മിക്കവാറും സ്ത്രീകൾ മോശം സാഹചര്യങ്ങളിൽ നിന്നുള്ളവരായിരിക്കും. സ്വന്തം സ്വപ്നങ്ങൾ സാക്ഷാത്കരിക്കാൻ വഴി കാണാത്തവർ. ഏകാന്തത അനുഭവിക്കുന്നവർ. പെട്ടെന്ന് ആർക്കോ തങ്ങളെ ആവശ്യം.... തങ്ങൾക്കും സ്നേഹിക്കാനും ശ്രദ്ധിക്കാനുമായി ചിലർ. ഇതൊരുതരം ചികിത്സയാണ്. ജീവിതത്തിൽ മാറ്റങ്ങളുണ്ടാക്കാനുള്ള ഒരു വഴി.

അവസാനം ഞങ്ങൾ തീരുമാനിച്ചു. അവിടേക്കു പോകുന്നു. സിനിമാഷൂട്ടിങ്ങ് തുടങ്ങുന്നു. എനിക്ക് സമൂഹത്തിനു മുമ്പിൽ കാണിച്ചു കൊടുക്കണം. പ്രായോഗിക ചിന്തകളിൽ മാത്രം മുഴുകി കഴിയുന്ന ഈ കാലഘട്ടത്തിലും മാറി ചിന്തിക്കുന്ന ചിലർ ഈ ലോകത്തിലുണ്ട്....വ്യത്യസ്തമായ ഒരു യുക്തിയുടെ പാത പിൻതുടരുന്നവർ അവരെ കീഴ്പ്പെടുത്തുക. നോവിക്കുക വളരെ എളുപ്പമാണ്. നമ്മൾ എപ്പോഴും നമ്മുടെ ആളുകളെ കുറിച്ചു പറയാറുണ്ട്. ചിലർ അവരെ ആദർശവത്കരിക്കുന്നു. മറ്റു ചിലർ അവരെ വെറും കാടന്മാരായി, മൃഗതുല്യരായി കാണുന്നു. യഥാർത്ഥത്തിൽ നമ്മൾ അവരെ അറിയുന്നുപോലുമില്ല. നമുക്കിടയിൽ വലിയൊരു വിടവുണ്ട്. ഞാനെപ്പോഴും കഥകളാണ് ചലച്ചിത്രമാക്കുന്നത്. ഓരോ സിനിമയിലും എല്ലാമുണ്ടാകും. ഏറ്റവും മുഖ്യമായ ഘടകങ്ങൾ പ്രണയവും മരണവുമാണ്.

ഇതെല്ലാം സംഭവിക്കുന്നത് വളരെ ദൂരെയുള്ള ഒരു ഗ്രാമത്തിലാണ്, കലുഗാ ഒബ്ലാസ്റ്റിൽ. ഞങ്ങൾ അവിടേക്കു യാത്ര തിരിച്ചു. ജനലിൽ കൂടി നോക്കുമ്പോൾ ഒന്നിനും ഒരറ്റമില്ലാത്തതുപോലെ. പാടങ്ങൾ, കാടുകൾ, ആകാശം... മലകൾക്കു മുകളിലായി പള്ളികൾ തെളിഞ്ഞു കാണാം. അധികാരവും സമാധാനവും. പഴയകാലം മുതലേയുള്ള ശക്തരായ രണ്ടു സാന്നിദ്ധ്യങ്ങൾ. ഞങ്ങൾ മുന്നോട്ടു പൊയ്ക്കൊണ്ടിരുന്നു. വളരെ ദൂരം പോയതിനു ശേഷം ഞങ്ങൾ ഹൈവേയിൽ നിന്നും ഒരു ഗ്രാമപാതയിലേക്കു തിരിഞ്ഞു. പറയാതെവയ്യ... റഷ്യൻ റോഡുകൾ ഒരു പ്രത്യേകതരം തന്നെയാണ്. ചിലതിന്റെ സ്ഥിതി. ഒരു ടാങ്കിനു കൂടി കടന്നുപോകാനാവില്ല. നാലടി തികച്ചു പോയാൽ ഒരു കുഴിയിൽ ചാടും.

ഇത് അല്പം ഭേദപ്പെട്ട റോഡിന്റെ സ്ഥിതിയാണ്. വഴിയുടെ രണ്ടുവശങ്ങളിലുമായി ഗ്രാമീണരുടെ വീടുകൾ. ചാഞ്ഞും ചെരിഞ്ഞും വേലികൾ പൊളിഞ്ഞും തെരുവിലൊക്കെ കോഴികളും പട്ടികളും അലഞ്ഞു നടക്കുന്നുണ്ടാകും. അതിരാവിലെ. ഷാപ്പു തുറക്കും മുമ്പുതന്നെ അതിനു മുമ്പിൽ കുടിയന്മാരുടെ നീണ്ട നിര കാണാം. കണ്ടു പരിചയമുള്ള കാഴ്ച തന്നെ. എന്നാലും പെട്ടെന്ന് തൊണ്ടയിലെന്തോ വന്നു തടയുന്നതായി തോന്നും. ഗ്രാമത്തിന്റെ ഒത്ത നടുവിലായി ചുണ്ണാമ്പുകല്ലിൽ തീർത്ത ലെനിന്റെ പഴയ പ്രതിമ. ഇന്നും പഴയതുപോലെത്തന്നെ അതേ സ്ഥാനത്ത്. (മൗനം)

പഴയകാലം... അങ്ങനെയും ഒരു കാലമുണ്ടായിരുന്നുവെന്ന് ഇന്ന് വിശ്വസിക്കാൻ വയ്യ. നമ്മളെല്ലാവരും അങ്ങനെ ജീവിച്ചിരുന്നുവെന്നോ? ഗോർബച്ചേവ് അധികാരത്തിൽ വന്നപ്പോൾ നമ്മളെല്ലാവരും സന്തോഷം കൊണ്ട് വട്ടംചുറ്റി. നമ്മൾ നമ്മുടേതായ സ്വപ്നങ്ങളിലും സങ്കല്പങ്ങളിലുമാണ് ജീവിച്ചിരുന്നത്. അടുക്കളയ്ക്കകത്തിരുന്നു എല്ലാവരും അവരവരുടെ മനസ്സിലുള്ളത് പങ്കുവെച്ചിരുന്നു. നമ്മൾ പുതിയ ഒരു റഷ്യക്കായി ആശിച്ചു. ഇരുപതുവർഷത്തിനു ശേഷം നമുക്കു ബോധമുദിച്ചു. നമ്മൾ ആശിച്ചിരുന്നതുപോലെയൊരു റഷ്യ എവിടെനിന്ന് പൊട്ടിവീഴുമെന്നാണ് നമ്മൾ വിചാരിച്ചിരുന്നത്? അങ്ങനെയൊരു റഷ്യ ഒരിക്കലും ഉണ്ടായിരുന്നില്ല. ഇപ്പോഴുമില്ല. ആരോ വളരെ കൃത്യമായി പറഞ്ഞതോർക്കുന്നു... അഞ്ചുകൊല്ലത്തിനിടയിൽ റഷ്യയിൽ എല്ലാം മാറിയെന്നു വരാം. എന്നാൽ ഇരുനൂറു കൊല്ലത്തിനിടയിൽ... ഒന്നും സംഭവിക്കുന്നില്ല. അന്തമില്ലാതെ ജീവിക്കുന്ന തുറസ്സായ ഭൂമി. എന്നാൽ മനുഷ്യമനസ്സിൽ എപ്പോഴും അടിമത്ത മനോഭാവം.

മോസ്കോയിലെ ഒരടുക്കളയിലിരുന്ന് നിങ്ങൾക്ക് റഷ്യയെ പുതിയ മട്ടിൽ വാർത്തെടുക്കാനാവില്ല. അവർ സാർ മുദ്ര തിരിച്ചു കൊണ്ടുവന്നു. പക്ഷേ സ്റ്റാലിന്റെ സ്തുതിഗീതം കൈവെടിഞ്ഞില്ല. മോസ്കോ ഒരു റഷ്യൻ നഗരമാണ്, മുതലാളിത്ത നഗരം. എന്നാൽ റഷ്യയെ മൊത്തം പരിഗണിച്ചാൽ അത് പഴയ സോവിയറ്റിന്റെ ബാക്കിപത്രമാണ്. അവിടെ അവർ ഒരു ജനാധിപത്യവാദിയുടെ മുഖത്തുതന്നെ നോക്കിയിട്ടുണ്ടാവില്ല. ഉണ്ടായിരുന്നുവെങ്കിൽ അപ്പോൾതന്നെ അവർ അയാളെ വലിച്ചു കീറി തുണ്ടങ്ങളാക്കിയേനെ. ഭൂരിപക്ഷം ജനങ്ങളും ആഗ്രഹിക്കുന്നത് തുല്യമായ പങ്കും നല്ലൊരു നേതാവുമാണ്. വിലകുറഞ്ഞ വ്യാജ വോഡ്കപുഴയൊഴുക്കുന്നു. (അവർ ചിരിച്ചു) എനിക്കു തോന്നുന്നത് നിങ്ങളും ഞാനും ഒരുപോലെ പഴയ അടുക്കളത്തലമുറയിൽ നിന്നാണെന്നാണ്. നമ്മൾ സംസാരം തുടങ്ങിയത് പ്രണയത്തിൽ നിന്നാണ്. അഞ്ചു മിനിറ്റു കഴിഞ്ഞപ്പോഴേക്കും ചർച്ച എങ്ങനെ റഷ്യയുടെ പുനർനിർമ്മാണം നടത്താം എന്നതിനെക്കുറിച്ചായി. നമ്മൾ എന്നു പറയുന്നതിൽ റഷ്യക്കു താത്പര്യമില്ല. അതിന് ജീവിക്കാൻ അതിന്റേതായ ഒരു ജീവിതമുണ്ട്.

കുടിച്ചു വെളിവുകെട്ട ഒരു കുറുകിയ മനുഷ്യനാണ് ഞങ്ങൾക്ക് കഥാനായികയുടെ വീട് കാണിച്ചു തന്നത്. അവർ കട്ടിലിൽ നിന്നും പുറത്തേക്കുവന്നു. എനിക്കു മനസ്സിലായി, കണ്ടതും ഞാനവരെ ഇഷ്ടപ്പെടാൻ തുടങ്ങിയിരിക്കുന്നു. അഗാധമായ നീലക്കണ്ണുകൾ. ഒരു പ്രതിമക്കൊത്ത ശരീരവടിവ്... സുന്ദരിതന്നെ എന്നുപറയാം. ഒരു യഥാർത്ഥ റഷ്യൻ സുന്ദരി. ആർഭാടമേറിയ ഒരു മോസ്കോ അപ്പാർട്ട്മെന്റിലായാലും നാട്ടിൻപുറത്തെ ചെറ്റപ്പുരയിലായാലും ഇതുപോലെയൊരു സുന്ദരി തിളങ്ങും സംശയമില്ല. ആലോചിക്കാനാവുമോ?, അവർ വിവാഹം കഴിച്ചിരിക്കുന്നത് ഒരു കൊലപാതകിയെയാണ്. ഞങ്ങൾ ഇനിയും അയാളെ കണ്ടിട്ടില്ല. അയാൾ ജീവപര്യന്തം തടവുശിക്ഷ അനുഭവിക്കുകയാണ്. അതിനു പുറമേ ക്ഷയരോഗിയുമാണ്. ഞങ്ങൾ വന്നിരിക്കുന്നത് എന്തിനാണെന്നു പറഞ്ഞപ്പോൾ അവർ വെറുതെ ചിരിച്ചു. 'ഓ... അതെന്റെ സ്വന്തം ഒരു കണ്ണീർ കഥയാണ്.'

അവരുടെ കഥ ചലച്ചിത്രമാക്കാനാണ് ഞാൻ വന്നിരിക്കുന്നത്. അതിൽ പ്രധാനഭാഗം അവരുടേതായിരിക്കും എന്നൊക്കെ എങ്ങനെയാണ് അവരെ പറഞ്ഞു മനസ്സിലാക്കുക എന്ന ആലോചനയിൽ വെറുതെ ആ മുറ്റത്ത് നടക്കുകയായിരുന്നു. അവർ അതിന് വിസമ്മതിച്ചാലോ? ക്യാമറയെ അഭിമുഖീകരിക്കാൻ പരിഭ്രമം കാണിച്ചോലോ? പക്ഷേ അവരെന്നോടു പറഞ്ഞത്, "ഞാനൊരു പൊട്ടിപ്പെണ്ണാണ്. കാണുന്നവരോടെല്ലാം ഞാൻ എന്റെ കഥ പറയുന്നു. ചിലർ അതു കേട്ട് കരയും, വേറെ ചിലർ എന്നെ ശപിക്കും. നിങ്ങൾക്കു കേൾക്കണമെങ്കിൽ ഞാൻ ആ കഥ വീണ്ടും പറയാം." അങ്ങനെ അവർ ആ കഥ ഞങ്ങളോടു പറഞ്ഞു.

യെൽനാ റാസ്സ്യൂ യീവാ

പ്രണയത്തെക്കുറിച്ച്:

വിവാഹം കഴിക്കണമെന്ന് വിചാരിച്ചിരുന്നതല്ല. എന്നാലും അതിനെ കുറിച്ച് സുന്ദരമായ സങ്കല്പങ്ങളുണ്ടായിരുന്നു. എനിക്കു പതിനെട്ടു വയസ്സായിരുന്നു. ഭർത്താവ്..... എങ്ങനെയുള്ള ആളായിരിക്കും? ഒരു രാത്രി, ഞാനൊരു സ്വപ്നം കണ്ടു. പുൽമേട്ടിൽ കൂടി ഞാനെങ്ങോട്ടോ നടന്നുപോകുന്നു.....പുഴയോരത്തേക്കാണ്. ഞങ്ങളുടെ ഗ്രാമത്തിന്റെ പുറകിലാണ് പുഴ. പെട്ടെന്ന് നല്ല ഉയരമുള്ള സുമുഖനായ ഒരു ചെറുപ്പക്കാരൻ മുമ്പിൽ വന്നു നിന്നു. എന്റെ കൈ പിടിച്ചുകൊണ്ട് അയാൾ പറഞ്ഞു, "ദൈവത്തിന്റെ മുമ്പിൽ നീ എന്റെ വധുവാകും." ഞാൻ ഞെട്ടിയുണർന്നു. അയാളെ മറക്കരുത്... ഞാൻ നിശ്ചയിച്ചു. ആ മുഖം.... എന്റെ ഓർമ്മയിൽ നിന്നും പിന്നീട് മാഞ്ഞിട്ടില്ല. ആരോ അത് എന്നിൽ ഉറപ്പിച്ചു ചേർത്തുവെച്ചിരിക്കുന്നതു പോലെ. എന്റെ തന്നെ ഒരു ഭാഗം.

ഒന്നു രണ്ടുവർഷം കടന്നുപോയി. അയാൾ ഒരിക്കലും എന്റെ കൺമുമ്പിൽ പ്രത്യക്ഷപ്പെട്ടില്ല. അതിനിടയിൽ ലോഷ്യ വിവാഹാഭ്യർത്ഥനയുമായി എന്റെ പുറകെ നടന്നിരുന്നു. കുറെ നാളുകളായി എന്നോട്

താത്പര്യം കാണിക്കാൻ തുടങ്ങിയിട്ട്. ചെരുപ്പുകുത്തിയാണ്. ഞാൻ അയാളെ വിവാഹം ചെയ്യണമെന്നായിരുന്നു ലോഷ്യയുടെ മോഹം. ഞാൻ സത്യം തുറന്നു പറഞ്ഞു. “ഞാൻ നിങ്ങളെ പ്രേമിക്കുന്നില്ല.” സ്നേഹിക്കുന്നതും കാത്തിരിക്കുന്നതും സ്വപ്നത്തിൽ കണ്ട ആ യുവാവി നെയാണെന്നു പറയാനും മടിച്ചില്ല. ഒരു ദിവസം അയാളെ കണ്ടെത്തു മെന്ന കാര്യത്തിൽ സംശയം വേണ്ട. അത് നിശ്ചയമായും സംഭവിക്കും. അല്ലാതെ വഴിയില്ല. അയാളെ വിവാഹം കഴിക്കാതിരിക്കുക എന്നെ സംബ ന്ധിച്ചിടത്തോളം അത് അസംഭവ്യമായിരുന്നു. എന്റെ വർത്തമാനം കേട്ട് ലോഷ്യ പൊട്ടിച്ചിരിച്ചു. അച്ഛനും അമ്മയുമൊക്കെ എന്നെ പരിഹസിച്ചു. അവർ രണ്ടുപേരും എന്നെ ബോധ്യപ്പെടുത്താൻ ശ്രമിച്ചു. “ആദ്യം വിവാഹം നടക്കട്ടെ. പ്രേമം പുറകെ വന്നോളും.”

നിങ്ങളെന്തിനാണ് ചിരിക്കുന്നത്? എല്ലാവരും എന്റെ കഥ കേട്ട് പരി ഹസിക്കുന്നു. എനിക്ക് മനസ്സിലാവുന്നുണ്ട്. സ്വന്തം ഹൃദയത്തിന്റെ നിർദ്ദേശപ്രകാരം നിങ്ങൾ ജീവിക്കാൻ തുടങ്ങിയാൽ ആർക്കായാലും തോന്നും നിങ്ങൾക്കു വട്ടുപിടിച്ചിരിക്കുന്നുവെന്ന്. എന്നാൽ നിങ്ങൾ സത്യം തുറന്നു പറഞ്ഞാലോ? ആരും അതൊട്ടു വിശ്വസിക്കുകയുമില്ല. അതേസമയം ഒരു നുണ പറഞ്ഞുനോക്കൂ.... എല്ലാവരും അതപ്പാടെ വിഴുങ്ങിക്കൊള്ളും. ഒരു ദിവസം ഞാൻ എന്റെ തോട്ടം കിളച്ചു കൊണ്ടു നില്ക്കേ, ഒരു പരിചയക്കാരൻ ആ വഴി വന്നു. ഞാൻ അയാളോടു പറഞ്ഞു, “കേക്കണോ പേട്യാ.... കഴിഞ്ഞൊരു ദിവസം ഞാൻ നിങ്ങളെ സ്വപ്നം കണ്ടു.”

“അയ്യോ! അതുമാത്രം വേണ്ട... വേറെ എന്തെങ്കിലുമായിക്കോട്ടെ.” അയാൾ ആ ക്ഷണം അവിടെ നിന്നോടി. ഞാനൊരു കുഷ്ഠരോഗിയാ ണെന്ന മട്ടിൽ.

ഞാൻ എല്ലാവരേയും പോലെയല്ല. എന്നെക്കുറിച്ച് മറ്റുള്ളവർ ക്കൊക്കെ എന്തോ ശങ്ക... ഭയം! ആരേയും സന്തോഷിപ്പിക്കാൻ ശ്രമി ക്കാറില്ല. വസ്ത്രങ്ങളുടെ കാര്യത്തിൽ ശ്രദ്ധിക്കാറില്ല. മുഖം മിനുക്കലും മോടികൂട്ടലുമില്ല. ആണുങ്ങളുടെ അടുത്ത് കൊഞ്ചിക്കുഴയാനും അറി യില്ല. ഒരിക്കൽ വിചാരിച്ചിരുന്നു, ഏതെങ്കിലും മഠത്തിൽ ചേർന്നാലോ എന്ന്. പിന്നീട് വായിക്കുകയുണ്ടായി. സന്ന്യാസജീവിതം നയിക്കാൻ മഠ ത്തിൽ ചേരണമെന്നില്ല എന്ന്. അവനവന്റെ വീട്ടിലും അതേ രീതിയിൽ ജീവിക്കാം. എവിടെ എന്നതല്ല എങ്ങനെ എന്നതാണ് മുഖ്യം.

ഞാൻ വിവാഹിതയായി ഭർത്താവ് ലോഷ്യാ എത്ര നല്ല ഒരാളായി രുന്നു. പറയാൻ വയ്യ! എന്തൊരു കരുത്താണ്. അടുപ്പിൽ നിന്നും ഇരുമ്പു ദണ്ഡെടുത്ത് രണ്ടായി വളക്കാൻ ഒരു പ്രയാസവുമില്ല. അയാളെ വളരെ യധികം സ്നേഹിച്ചിരുന്നു. ഞങ്ങൾക്കൊരു മകനുണ്ടായി. പ്രസവത്തിനു ശേഷം എനിക്കെന്തോ സംഭവിച്ചു. ഒരുപക്ഷേ പ്രസവത്തിന്റെ ആഘാത മായിരിക്കുമോ? ആണുങ്ങളോട് പൊതുവെ ഒരു വെറുപ്പ്. ഒരു മകനു ണ്ടായി കഴിഞ്ഞല്ലോ.... ഇനിയൊരു പുരുഷന്റെ ആവശ്യം എന്തിന് എന്ന

ഭാവം. അയാളുടെ തുണി അലക്കാനും ഭക്ഷണം പാകം ചെയ്യാനും കിടക്ക വിരിക്കാനും അയാളോടു സംസാരിച്ചിരിക്കാനുമൊക്കെ തയ്യാറായിരുന്നു. ഒരാണിന്റെ കൂടെ ഒരു പെണ്ണു കഴിയേണ്ടവിധത്തിൽ കഴിയാനായില്ല. അയാളുടെ കൂടെ കിടക്കുന്ന കാര്യം എനിക്കാലോചിക്കാനായില്ല. ഞാൻ നിലവിളിക്കുമായിരുന്നു. ചിത്തഭ്രമം പിടിപ്പെട്ടതുപോലെ പെരുമാറുമായിരുന്നു. രണ്ടു വർഷം കൂടി ഞങ്ങൾ രണ്ടുപേരും കഷ്ടപ്പെട്ടു. പിന്നെ അയാളെ വിട്ടുപോന്നു.

ഒരു ദിവസം എന്റെ കുഞ്ഞിനേയും എടുത്ത് പടിയിറങ്ങി. എവിടെ പോകണമെന്നറിയില്ലായിരുന്നു. അപ്പോഴേക്കും അച്ഛനമ്മമാർ മരിച്ചു കഴിഞ്ഞിരുന്നു. സഹോദരി കംചാട്കയിൽ എവിടേയോ ആയിരുന്നു. എനിക്ക് ഒരു കൂട്ടുകാരനുണ്ടായിരുന്നു പേരു യൂറി. സ്കൂളിൽ പഠിക്കുന്ന കാലത്തേ അയാൾക്കെന്നോടു താത്പര്യമുണ്ടായിരുന്നു. തുറന്നു പറഞ്ഞിരുന്നില്ലെന്നു മാത്രം. ഞാൻ നല്ല ഉയരമുള്ള വലിയ കുട്ടിയായിരുന്നു. അയാളാണെങ്കിൽ എന്നേക്കാൾ ഉയരം കുറഞ്ഞ് നന്നേ മെലിഞ്ഞ്. പശുക്കളെ മേക്കലായിരുന്നു പ്രധാന തൊഴിൽ. പിന്നെ പുസ്തകം വായനയും. എല്ലാതരം കഥകളും യൂറിക്കു ഹൃദിസ്ഥമായിരുന്നു. പദപ്രശ്നം പൂരിപ്പിക്കാനും നല്ല മിടുക്കായിരുന്നു. ഞാൻ യൂറിയെ അന്വേഷിച്ചു ചെന്നു. "യൂറി നീയും ഞാനും ചങ്ങാതിമാരല്ലേ? ഞാൻ നിന്റെ കൂടെ താമസിച്ചോട്ടെ. ഒരു കാര്യം മാത്രം... എന്നോടടുക്കാനോ എന്നെ തൊടാനോ ശ്രമിക്കരുത്."

"ആയിക്കോട്ടെ" അയാൾ സമ്മതിച്ചു.

അങ്ങനെയാണ് ഞങ്ങൾ ജീവിച്ചത്. എന്നാലും എന്റെ മനസ്സൊഴിഞ്ഞില്ല. "യൂറിക്കെന്നോട് വളരെയധികം സ്നേഹമാണ്. എന്നാലും ഞാൻ പറഞ്ഞതുപോലെ നന്നായി പെരുമാറുന്നു. എന്നിൽ നിന്നും ഒന്നും ആവശ്യപ്പെടുന്നില്ല. എന്നിട്ടും ഞാനയാളെ പീഡിപ്പിക്കുന്നു. അത് ന്യായമാണോ?"

ഞങ്ങൾ രണ്ടുപേരും കൂടി ഒരു ദിവസം വിവാഹം രജിസ്റ്റർ ചെയ്യുന്ന ആപ്പീസിലെത്തി. പള്ളിയിൽ വെച്ചും വിവാഹം നടത്തണമെന്ന് യൂറി ആഗ്രഹിച്ചു. അതു സാദ്ധ്യമല്ല എന്ന് അപ്പോഴാണ് അയാളെ അറിയിച്ചത്. എന്റെ സ്വപ്നത്തെ കുറിച്ച് പറഞ്ഞു. യഥാർത്ഥ കാമുകൻ വന്നെത്താനായി കാത്തിരിക്കുകയാണെന്നും പറഞ്ഞു. അതുകേട്ട് എല്ലാവരേയും പോലെ യൂറിയും പരിഹസിച്ചു ചിരിച്ചു.

"നീ ചെറിയ കുട്ടികളെപ്പോലെയാണ്. ഇപ്പോഴും അദ്ഭുതങ്ങളിൽ വിശ്വസിക്കുന്നോ? എന്നെപ്പോലെ വേറൊരാളും ഈ ലോകത്തിൽ നിന്നെ അത്രയധികം സ്നേഹിക്കാൻ പോകുന്നില്ല."

യൂറിയിൽ നിന്നും എനിക്ക് രണ്ടാൺകുട്ടികൾ പിറന്നു. ഞങ്ങൾ രണ്ടുപേരും പതിനഞ്ചു വർഷം ഒരുമിച്ചു ജീവിച്ചു. ആ കാലമത്രയും കൈകൾ കോർത്തു പിടിച്ചുകൊണ്ടാണ് ഞങ്ങൾ നടന്നിരുന്നത്. എല്ലാവരും അതിശയത്തോടെ ഞങ്ങളെ നോക്കുമായിരുന്നു. പരസ്പരം സ്നേഹിക്കാതെ

എത്ര പേരാണ് ഈ ലോകത്തിൽ ഒരുമിച്ചു കഴിയുന്നത്. പലരും സ്നേഹം എന്നാൽ എന്താണ് എന്നു കാണുന്നതുതന്നെ ടി.വി.യിലാണ്. സ്നേഹമില്ലാതെ ഒരു വ്യക്തിയുണ്ടോ? വെള്ളമില്ലെങ്കിൽ പൂവുമില്ല എന്നു പറയുന്നതുപോലെ.

ഞങ്ങളുടെ ഇടയിൽ ഒരു സമ്പ്രദായമുണ്ട്... പെൺകുട്ടികളും ചെറുപ്പക്കാരായ സ്ത്രീകളും തടവുപുള്ളികൾക്ക് കത്തെഴുതുന്നു. എന്റെ കൂട്ടുകാരികളും ഞാനും സ്കൂളിൽ പഠിക്കുന്ന കാലം മുതലേ ചെയ്യാറുള്ള ഒരു കാര്യം. ഞാൻ തടവുകാർക്ക് നൂറുകണക്കിന് കത്തുകൾ അയച്ചിട്ടുണ്ട്. അത്രയും തന്നെ മറുപടികളും ലഭിച്ചിട്ടുണ്ട്.

അന്ന്.... പതിവുപോലെ തപാൽ ശിപായി വന്നു വിളിച്ചു. “ലേൻകാ, നിങ്ങൾക്കൊരു കത്തുണ്ട്.” ഞാൻ ഓടിച്ചെന്ന് അയാളുടെ കൈയിൽ നിന്നും ലക്കോട്ട് പിടിച്ചു വാങ്ങി. അതിന്മേൽ ജയിലിന്റെ സ്റ്റാമ്പ്. പ്രത്യേക രീതിയിലുള്ള മടക്കത്തപാൽ മേൽവിലാസം. പെട്ടെന്ന് എന്റെ ഹൃദയം ശക്തിയായി മിടിക്കാൻ തുടങ്ങി. ഞാൻ കണ്ടത് അദ്ദേഹത്തിന്റെ കൈപ്പട മാത്രമായിരുന്നു. അപ്പോഴേക്കും തന്നെ അദ്ദേഹം മനസ്സിൽ ഏറ്റവും പ്രിയപ്പെട്ടവനായി. മനസ്സ് വല്ലാതെ ഉദ്വേഗം പൂണ്ടു. കത്തിൽ എഴുതിയിരിക്കുന്നതെന്താണെന്ന് വായിക്കാനായില്ല. ഒരു സ്വപ്നാടനക്കാരിയാണ്. അതേ സമയം യാഥാർത്ഥ്യബോധവും വേണ്ടത്രയുണ്ട്. ജയിലിൽ നിന്നു എന്റെ പേരിൽ വരുന്ന ആദ്യത്ത കത്തായിരുന്നില്ല അത്. അതിന്റെ ഉള്ളടക്കം വളരെ സാധാരണമായിരുന്നു. “സഹോദരി, നിങ്ങളുടെ നല്ല വാക്കുകൾക്ക് ഞാൻ നന്ദി പറയുന്നു. തീർച്ചയായും നിങ്ങളെന്റെ സഹോദരിയല്ല. എന്നാലും എനിക്ക് സഹോദരിയെപ്പോലെത്തന്നെയാണ്.” അന്നു തന്നെ ഞാൻ മറുപടി അയച്ചു. “എനിക്കു നിങ്ങളുടെ മുഖം കാണണമെന്നുണ്ട്. ഒരു ഫോട്ടോ അയച്ചു തരൂ.”

അടുത്ത കത്തിൽ അദ്ദേഹം തന്റെ ഫോട്ടോ അയച്ചു തന്നു. ഞാൻ അതിൽ നോക്കി മിഴിച്ചിരുന്നു. ഞാൻ സ്വപ്നത്തിൽ കണ്ട അതേ മുഖം.... എന്റെ യഥാർത്ഥ കാമുകൻ. ഏതാണ്ട് ഇരുപതു കൊല്ലമായി ഞാൻ കാത്തിരുന്ന ആൾ. ഇതൊന്നും ആരോടും പറയാനാവില്ല. ഏതോ കെട്ടുകഥ എന്നേ ആർക്കും തോന്നൂ. ഏതായാലും അപ്പോൾത്തന്നെ ഭർത്താവിനോടു പറഞ്ഞു. “എന്റെ കാമുകൻ വന്നെത്തി.”

യൂറി കരഞ്ഞു, യാചിച്ചു. എന്നെ പറഞ്ഞ് പിൻതിരിപ്പിക്കാൻ ശ്രമിച്ചു. ഞാനും കരഞ്ഞു. “യൂറി, നിങ്ങൾ എത്ര നല്ലവനാണെന്നെനിക്കറിയാം. കുട്ടികൾ നിങ്ങളുടെ തണലിൽ സുരക്ഷിതരായിരിക്കും എന്നു എനിക്കുറപ്പുണ്ട്.”

ഞങ്ങളുടെ അയൽക്കാർ, കൂട്ടുകാർ, എന്റെ സഹോദരി എല്ലാവരും എന്നെ കുറ്റക്കാരിയാക്കി. ഇപ്പോൾ ഞാൻ തനിച്ചാണ്.

സ്റ്റേഷനിൽ ടിക്കറ്റ് വാങ്ങാൻ നില്ക്കേ, അതേ വരിയിൽ ഒരു സ്ത്രീയുണ്ടായിരുന്നു. ഞങ്ങൾ തമ്മിൽ സംസാരിക്കാൻ തുടങ്ങി. അവർ എന്നോടു ചോദിച്ചു, “എങ്ങോട്ടാണ് പോകുന്നത്?”

"എന്റെ ഭർത്താവിനെ കാണാൻ പോകുന്നു." വാസ്തവത്തിൽ അദ്ദേഹം എന്റെ ഭർത്താവല്ല. പക്ഷേ ഒരുനാൾ അദ്ദേഹം എന്റെ ഭർത്താവാകുമെന്ന് തീർച്ചയുണ്ടായിരുന്നു.

"അദ്ദേഹം എവിടെയാണ്?"

"ജയിലിലാണ്."

"അതെന്തിനാണ്?"

"അദ്ദേഹം ഒരാളെ കൊന്നു"

"അപ്പൊ കുറെ കാലം ജയിലിലാകുമല്ലോ..."

"അതെ. ജീവപര്യന്തം"

"കഷ്ടം തന്നെ.... പാവം." അവർ എന്നെ സങ്കടത്തോടു നോക്കി.

"കഷ്ടം തോന്നേണ്ട കാര്യമില്ല...ഞാനദ്ദേഹത്തെ അത്രത്തോളം സ്നേഹിക്കുന്നു,"

എല്ലാവർക്കും സ്നേഹം വേണം. സ്നേഹിക്കപ്പെടണം. ഒരേയൊരാളായാലും മതി സ്നേഹിക്കാൻ ആരെങ്കിലുമുണ്ടാവണം. പ്രണയം.... അതെന്താണെന്ന് ഞാൻ പറഞ്ഞു തരാം. അയാൾക്ക് ക്ഷയരോഗമുണ്ട്. ജയിലിനകത്ത് മിക്കവാറും എല്ലാവരും ക്ഷയം ബാധിച്ചവരാണ്. മോശം ഭക്ഷണം. ഒറ്റപ്പെടൽ... വിഷാദം...അതൊക്കെ രോഗത്തിനു കാരണമാകുന്നു. ഒരാൾ എന്നോടു പറയുകയുണ്ടായി. അദ്ദേഹത്തിനിപ്പോൾ ആവശ്യം നായയുടെ ഇറച്ചിയാണെന്ന്. ഞാൻ ഗ്രാമത്തിലാകെ ചുറ്റി നടന്നു. പലരോടും ചോദിച്ചു. അവസാനം കുറച്ചു കിട്ടി. അപ്പോഴാണ് മനസ്സിലായത് പെരുച്ചാഴിയുടെ കൊഴുപ്പാണ് കൂടുതൽ മെച്ചം എന്ന്. ഞാൻ മരുന്നു കടയിൽ പോയി അത് കുറച്ചു വാങ്ങി. എന്റെ ഒരു കാലും കൈയും വിലയായി കൊടുക്കേണ്ടിവന്നു എന്നു പറയാം.... അത്രയ്ക്കും മുടിഞ്ഞ വില. അദ്ദേഹത്തിനു സിഗരറ്റു വേണം. ടിന്നിലടച്ച മാംസം വേണം. എനിക്ക് ഒരു റൊട്ടി ഫാക്ടറിയിൽ ജോലി കിട്ടി. പാടത്തെ പണിക്കൂലിയേക്കാൾ മെച്ചപ്പെട്ടതാണ് ഫാക്ടറിയിലെ കൂലി. നല്ല അദ്ധ്വാനമാണ്. ആ ചൂളകൾക്ക് അസഹനീയമായ ചൂടാണ്. ഞങ്ങൾ മേൽവസ്ത്രങ്ങൾ അഴിച്ചു വെക്കും. നിക്കറും ബ്രായും മാത്രം ധരിച്ചാണ് പണിയെടുക്കുക. 50 കിലോ ഭാരമുള്ള ധാന്യമാവിന്റെ ചാക്കുകൾ ചുമലിലേറ്റണം. നൂറു കിലോ തൂക്കം വരുന്ന റൊട്ടി കെട്ടുകളുടെ ഭാരവും വഹിക്കണം. എല്ലാ ദിവസവും ഞാൻ അദ്ദേഹത്തിന് ജയിലിലേക്ക് കത്തെഴുതാറുണ്ട്.

ഇറീനാ വാസിലീവാ

മനസ്സിലായില്ലേ... അങ്ങനെയുള്ള ഒരു സ്ത്രീയാണ് അവർ. കുറച്ചൊരു എടുത്തു ചാട്ടക്കാരിയാണ്. അതേസമയം വാശിയുമുണ്ട്. അവരുടെ ഉള്ളിൽ ഏതോ ഒന്ന് ഊറി നില്ക്കുന്നുണ്ട്. എന്തുകാര്യവും വിചാരിക്കുമ്പോഴേക്കും നടക്കണം എന്നാണവരുടെ മട്ട്. മിതം എന്നത് അവരുടെ

പ്രകൃതമല്ല. എല്ലാം അങ്ങേ അറ്റത്താണ്. പലപ്പോഴും കവിഞ്ഞൊഴുകുകയും ചെയ്തു. അവരുടെ അയൽക്കാർ പറഞ്ഞതാണ്.... ഒരു ദിവസം ഏതാനും ടാജിക് അഭയാർത്ഥികൾ ആ വഴി കടന്നുപോവുകയായിരുന്നു. കൂട്ടത്തിൽ കുട്ടികളുമുണ്ടായിരുന്നു. കീറത്തുണിയുടുത്ത്, വിശന്നവശരായ കുഞ്ഞുങ്ങൾ. അവർക്കത് കണ്ടു സഹിച്ചില്ല. വീട്ടിലുള്ളതെല്ലാം അവർ ആ അഭയാർത്ഥി സംഘത്തിനെടുത്തു കൊടുത്തു. ആഹാരം മാത്രമല്ല, പുതപ്പുകളും വസ്ത്രങ്ങളും പാത്രങ്ങളുമെല്ലാം. “നമ്മൾ ആർഭാടമായി ജീവിക്കുന്നു. അവർക്കാണെങ്കിൽ യാതൊന്നുമില്ല.” അവർ അങ്ങനെ പറഞ്ഞുവെങ്കിലും ആ ചെറ്റപ്പുരയ്ക്കകത്ത് ആകെ ഉണ്ടായിരുന്നത് ഒരു മേശയും രണ്ടും കസേലകളും മാത്രമായിരുന്നു. അവരുടെ ജീവിതവും ഇല്ലായ്മ നിറഞ്ഞതായിരുന്നു. സ്വന്തം പറമ്പിൽ വിളഞ്ഞ കുറച്ച് ഉരുളക്കിഴങ്ങും ചില പച്ചക്കറികളും മാത്രമായിരുന്നു അവരുടെ വിശപ്പടക്കാനുള്ള വക. കുടിക്കാൻ പാലുണ്ടായിരുന്നു. എന്നിട്ടും അവർ ഭർത്താവിനോടും മക്കളോടും പറയുമായിരുന്നു. “സാരല്ല്യ.... വേനൽക്കാലം അവസാനിച്ച് സഞ്ചാരികൾ മടങ്ങിപ്പോകുമ്പോൾ അവർ എന്തെങ്കിലുമൊക്കെ ഇവിടെ വിട്ടുപോകാതിരിക്കില്ല”

മോസ്കോ നഗരത്തിൽ നിന്നും ധാരാളംപേർ വേനലൊഴിവ് ചിലവഴിക്കാൻ നാട്ടിൻപുറങ്ങളിലെത്തുമായിരുന്നു. അതൊരു ആഘോഷമാണ്. അഭിനേതാക്കളും കലാകാരന്മാരും ഒഴിഞ്ഞു കിടക്കുന്ന വീടുകളൊക്കെ അവർ വാങ്ങും. വേനൽ കഴിഞ്ഞ് മടങ്ങിപ്പോകുമ്പോൾ പലതും അവർ അവിടെത്തന്നെയിട്ടങ്ങു പോകും. അതൊക്കെ നാട്ടുകാർ പെറുക്കികൂട്ടും... പ്ലാസ്റ്റിക് ഉറകൾ പോലും അവർ വേണ്ടെന്നുവെക്കില്ല.

ഗ്രാമം മൊത്തത്തിൽ ഗതികെട്ടതാണ്. നിറയെ വൃദ്ധന്മാരും കുടിയന്മാരും. മറ്റൊരു കഥ കൂടി ഞാൻ പറയാം, കേട്ടോളൂ. യെലീനയുടെ കൂട്ടുകാരി പ്രസവിച്ചു. അവരുടെ വീട്ടിൽ റെഫ്രിജറേറ്റർ ഉണ്ടായിരുന്നില്ല. ഉടനെ ലീന അവരുടേത് കൂട്ടുകാരിക്കു കൊടുത്തു. “എന്റെ കുട്ടികളൊക്കെ വലുതായല്ലോ....നിങ്ങളുടെ കുഞ്ഞാണെങ്കിൽ തീരെ ചെറുതും.” വാസ്തവമാണ്.... സ്വന്തമായി ഒന്നുമില്ല. എന്നാൽ അന്യർക്കു കൊടുക്കാൻ അവരുടെ പക്കൽ ഒരുപാടുണ്ട്. ശരിക്കും.... റഷ്യൻ പ്രകൃതം. ഇങ്ങനെയുള്ളവരെ പറ്റിയാണ് ദസ്തയെവ്സ്കി എഴുതിയത്. റഷ്യൻ ഭൂമിയോളം തന്നെ ഉദാരവും വിശാലവുമായ ഹൃദയത്തിന്റെ ഉടമകൾ. സോഷ്യലിസം ആ മനസ്സുകളെ മാറ്റിയില്ല.... ഇനി മുതലാളിത്തവും അതിൽ മാറ്റങ്ങൾ വരുത്തില്ല. സമ്പത്തും...ദാരിദ്ര്യവും ആ മനസ്സുകൾക്കൊരുപോലെയാണ്.

മൂന്നുപേർ ഒരു കടയുടെ മുമ്പിലിരുന്നു. മൂന്നുപേർക്കുമിടയിൽ പങ്കുവെക്കാനായി ഒരു കുപ്പി മദ്യം. എന്തിനാണവർ കുടിക്കുന്നത്? ഏതു പ്രാർത്ഥനയോടെയാണ്? “സേവാസ്റ്റോപോൾ ഒരു റഷ്യൻ നഗരമാണ്. സേവാസ്റ്റോപോൾ ഞങ്ങളുടേതാകണം.” ഒരു റഷ്യക്കാരൻ വെളിവു കെടാതെ തന്നെ ഒരു ലിറ്റർ മദ്യം അകത്താക്കും. ആ കാര്യത്തിൽ

അവർക്ക് വലിയ അഭിമാനമാണ്. സ്റ്റാലിനെ കുറിച്ച് ഒന്നു മാത്രമേ ഓർമ്മയുള്ളൂ. അദ്ദേഹത്തിന്റെ കാലത്ത് മഹായുദ്ധം നടന്നു. അതിൽ റഷ്യ വിജയം നേടി.

ഓരോ നിമിഷവും ഫിലിമിൽ പകർത്തണമെന്ന് ഞാൻ ആഗ്രഹിച്ചു. എനിക്ക് എന്നെത്തന്നെ കടിഞ്ഞാണിടേണ്ടിവന്നു. ആവശ്യത്തിലധികം ആഴങ്ങളിലേക്ക് ഞാൻ വലിച്ചെടുക്കപ്പെട്ടാലോ എന്ന ഭയം. പിന്നീട് പുറത്തു കടക്കാൻ സാധിച്ചുവെന്നു വരില്ല. അവിടത്തെ ഓരോ കഥയും ആ മാതിരിയുള്ളതാണ്....ഓരോ ഹോളിവുഡ് മഹാ ചിത്രം. തിരക്കഥ തയ്യാറായി. നിർമ്മാണമാരംഭിക്കാം... അവരുടെ കൂട്ടുകാരി ഇറാ, അവർ മുമ്പ് ഒരു കണക്കു ടീച്ചറായിരുന്നു. വേണ്ടതുപോലെ ശമ്പളം കൊടുത്തിരുന്നില്ല. പലപ്പോഴും ഒന്നും കൊടുക്കാതെയുമിരുന്നു. അവർക്ക് മൂന്നു മക്കളുണ്ടായിരുന്നു. കുട്ടികൾ അവരോട് കരഞ്ഞുപറയും, “അമ്മേ നമുക്ക് റൊട്ടി ഫാക്ടറിയുടെ മുമ്പിൽ ചെന്നിരിക്കാം... റൊട്ടി മണക്കാനെങ്കിലുമാവുമല്ലോ.” വൈകുന്നേരങ്ങൾ അവർ റൊട്ടിഫാക്ടറിയുടെ ചുറ്റുവട്ടത്തു ചെന്നിരിക്കും. ആ നേരത്താവുമ്പോൾ ആരും കാണില്ലല്ലോ. ഇപ്പോൾ യെലീനയെ പോലെ ഇറയും ആ ഫാക്ടിയിൽ ജോലി ചെയ്യുന്നു. കുഞ്ഞുങ്ങൾക്ക് മതിയാവോളം റൊട്ടി തിന്നാൻ കിട്ടുന്നു എന്നതാണ് ഏറ്റവും വലിയ ലാഭം. അവർ റൊട്ടി മോഷ്ടിക്കുന്നു. അവർ മാത്രമല്ല, എല്ലാവരും. അങ്ങനെയല്ലാതെ അവർക്ക് ജീവൻ നിലനിർത്താനാവില്ല. അവരുടെ ജീവിതം അത്രയും പരിതാപകരമാണ്. മനുഷ്യർക്ക് യോജിക്കാത്തവിധം ശോചനീയം. എന്നാലെന്താ? അവരുടെ ഹൃദയങ്ങൾ സദാ ചൈതന്യപൂർണ്ണമാണ്. ആ സ്ത്രീകൾ സംസാരിക്കുന്നതെന്താണെന്ന് നേരിൽ കേൾക്കുകതന്നെ വേണം. സ്വന്തം കാതുകളെ നിങ്ങൾ വിശ്വസിക്കില്ല. പ്രണയത്തെ കുറിച്ചാണ് പ്രധാനമായും അവർക്കു പറയാനുള്ളത്. അന്നമില്ലെങ്കിലും ജീവിക്കാം. എന്നാലും സ്നേഹമില്ലാതെ വയ്യ. അതില്ലെങ്കിൽ നിങ്ങൾക്കു ജീവനില്ല.

ലീനയുടെ തടവുകാരന്റെ കത്തുകൾ ഇറയും വായിക്കാറുണ്ടായിരുന്നു. ക്രമേണ അവരും അതിന്റെ ഒരു ഭാഗമായി. അടുത്തുള്ള ഒരു ജയിലിൽ കഴിയുന്ന ഒരു സാധാരണ കള്ളനുമായി അവരും ലോഹ്യത്തിലായി. അയാൾ അധികം താമസിയാതെ ശിക്ഷ കഴിഞ്ഞു പുറത്തു വന്നു. അതോടെ കഥയുടെ ഗതി മാറി. പതിവു ദുരന്തകഥയുടെ ചിട്ടവട്ടങ്ങളായി. ശാശ്വതമായ സ്നേഹം സമർപ്പണങ്ങളുടെ വാഗ്ദാനങ്ങൾ. അധികം താമസിയാതെ വിവാഹം. തുടർന്നു പതിവു കഥ. ടോളിയൻ മദ്യപാനം തുടങ്ങി. ഇറയ്ക്ക് ആദ്യഭർത്താവിൽ നിന്ന് മൂന്നു കുട്ടികൾ പിറന്നിരുന്നു. രണ്ടാം വിവാഹത്തിൽ നിന്നും രണ്ടും. മദ്യമകത്തു ചെന്നാൽ ടോളിയൻ തനി കാട്ടാളനാണ്. ഭാര്യയെ കഠിനമായി ദ്രോഹിക്കും. ഗ്രാമം മുഴുവൻ അവളെ ഇട്ടോടിക്കും. രാവിലെ ചൂടാറും. പിന്നെ പശ്ചാത്താപവും സങ്കടം പറച്ചിലും. ഇറ നല്ലൊരു സുന്ദരിയായിരുന്നു. ബുദ്ധിമതിയും. എന്നിട്ടെന്തു പ്രയോജനം? നമ്മുടെ പുരുഷന്മാർ അങ്ങനെയാണ്. അവരെപ്പോഴും കാട്ടിലെ രാജാക്കന്മാരാണ്.

ഇനി ഞാൻ യൂറിയെ കുറിച്ചു പറയാം. ലീനയുടെ ഭർത്താവ്. ഗ്രാമത്തിൽ എല്ലാവരും അയാളെ വിളിക്കുന്നത് 'വായിക്കുന്ന ഇടയൻ' എന്നാണ്. കാരണം പശുക്കളെ മേയ്ക്കുന്നതിനോടൊപ്പം വായനയും അയാളുടെ ശീലമായിരുന്നു. റഷ്യൻ തത്ത്വചിന്തകർ രചിച്ച ഒരുപാടു പുസ്തകങ്ങൾ അയാളുടെ പക്കലുണ്ടായിരുന്നു. നിങ്ങൾക്കയാളോട് ഏതു വിഷയവും സംസാരിക്കാം... ഗോർബച്ചേവ്, ഫെഡറോവ്*, പെരിസ്ട്രോയിക്ക. മനുഷ്യന്റെ അധാർമ്മികത... വിഷയമെന്തായാലും അയാൾക്കു ധാരാളം പറയാനുണ്ടാകും. ഗ്രാമത്തിലെ ആണുങ്ങൾ കുടിച്ചു മദിക്കുമ്പോൾ യൂറി എവിടെയെങ്കിലും വായനയിൽ മുഴുകിയിരിക്കും. യൂറി ഒരു സ്വപ്നജീവിയായിരുന്നു. അതേസമയം നല്ലൊരു നിരീക്ഷകനും. പദപ്രശ്നങ്ങൾ അതിവേഗം പൂരിപ്പിക്കാനുള്ള യൂറിയുടെ സാമർത്ഥ്യം..... അതിനെ കുറിച്ച് ലീനയ്ക്ക് വലിയ അഭിമാനമായിരുന്നു. യൂറിക്ക് ഉയരം തീരെ കുറവായിരുന്നു. കുഞ്ഞായിരുന്നപ്പോൾ അതിവേഗം ഉയരംവെച്ചിരുന്നു. ആറാം തരത്തിൽ പഠിക്കുമ്പോൾ അമ്മ അവനെ മോസ്കോയിലേക്കു കൊണ്ടുപോയി. അവിടെ ഡോക്ടർമാർ ഏതോ മരുന്ന് അവന്റെ നട്ടെല്ലിലേക്കു കുത്തിവെച്ചു. അതോടെ കുട്ടി പൊക്കം വെക്കാതായി. ഭാഗ്യദോഷം എന്നല്ലാതെ എന്തു പറയാൻ! ഇപ്പോൾ അയാളുടെ ഉയരം 1.50 മീറ്ററാണ്. കാണാൻ സുമുഖൻ. പക്ഷേ ഭാര്യയോടൊപ്പം നിന്നാൽ തീരെ ചെറിയ മനുഷ്യൻ. ഞങ്ങൾ സിനിമയിൽ കുറച്ചൊക്കെ വെച്ചുകെട്ടാൻ ശ്രമിച്ചു. ആ പൊക്കക്കുറവ് അത്രതന്നെ പ്രകടമാകാതിരിക്കാനുള്ള പണി. ക്യാമറാമാനോട് ഞാൻ അപേക്ഷിച്ചു, "എന്തെങ്കിലും ഒരു സൂത്രം കണ്ടുപിടിക്കൂ.... അല്ലെങ്കിൽ പ്രേക്ഷകർ വിചാരിക്കും ഈ കുറിയ മനുഷ്യനെ വിട്ട് യെലീന ഒരജാനബാഹുവിന്റെ പുറകെ പോയി എന്ന്....സാധാരണ ഏതൊരു സ്ത്രീയും ചെയ്യുന്നതുപോലെ." യൂറി...... ആളൊരു ബുദ്ധിമാനാണ്. അയാൾക്കറിയാം സന്തോഷം വന്നെത്തുക പലവഴികളിലൂടെയാണെന്ന്.

ലീന ഇപ്പോൾ അയാളുടെ ഭാര്യയല്ല എന്നതു ശരി. എന്നാൽ ഇപ്പോഴും അവൾ അയാളുടെ സുഹൃത്തുതന്നെ. സാഹചര്യങ്ങൾ മാറിയിരിക്കാം. എങ്കിലും അവൾ തന്റെ ചുറ്റുവട്ടത്തുതന്നെയുണ്ടല്ലോ. അയാൾക്ക് സന്തോഷിക്കാൻ അത്രയൊക്കെ മതി. ജയിലിൽ നിന്നും കത്ത് കിട്ടുമ്പോൾ അതു വായിക്കാനായി ആരുടേയടുത്തേക്കാണ് അവൾ ഓടുന്നതെന്നറിയാമോ? യൂറിയുടെ അടുത്തേക്ക്. രണ്ടുപേരും ഒരുമിച്ചിരുന്നാണ് കത്തുകൾ വായിക്കുക. അയാളുടെ ഹൃദയം നുറുങ്ങിപോകുന്നതുപോലെ തോന്നും. എന്നാലും അയാളത് കേട്ടിരിക്കും. പ്രണയം ക്ഷമ കൂടിയാണ്. അതെല്ലാം സഹിക്കുന്നു... അസൂയ കൂടാതെ... ആവലാതി കൂടാതെ. മനസ്സിൽ ദുഷ്ടവിചാരങ്ങളില്ല. എല്ലാം പഴയതുപോലെ സുന്ദരമല്ല. ഞാൻ പറയുന്നതു കേട്ടാൽ ജീവിതം ശാന്തമായി ഒഴുകുന്നു എന്ന് തോന്നിയേക്കാം. എന്നാൽ അങ്ങനെയല്ല. പ്രശ്നങ്ങൾ അനവധിയുണ്ട്.

* റഷ്യൻ സോക്രട്ടീസ്

യൂറി ആത്മഹത്യ ചെയ്യാൻ ആഗ്രഹിച്ചു... എങ്ങോട്ടെങ്കിലും കടന്നു പോകാൻ ആഗ്രഹിച്ചു... കാലുകൾ നടക്കുന്നതെങ്ങോട്ടോ അങ്ങോട്ട്. അവർക്കിടയിൽ പല പോരും നടന്നു. രക്തവും മാംസവും ചിതറി. എന്നാലും അവൻ അവളെ സ്നേഹിക്കുന്നു.

യൂറി

നിരീക്ഷണം:

ഞാൻ എന്നും അവളെ സ്നേഹിച്ചിരുന്നു. സ്കൂളിൽ പഠിക്കുന്ന കാലം മുതലേ അവളെ വളരെ അധികം ഇഷ്ടപ്പെട്ടിരുന്നു. അതിനുശേഷം അവൾ വിവാഹം കഴിച്ചു. നഗരത്തിലേക്ക് താമസം മാറ്റി. അപ്പോഴും ഞാൻ അവളെ സ്നേഹിച്ചുകൊണ്ടിരുന്നു.

ഒരു ദിവസം, അമ്മയും ഞാനും ഒരുമിച്ചിരുന്ന് ചായ കുടിക്കുകയായിരുന്നു. ഞാൻ വെറുതെ ജനാലയിൽകൂടി പുറത്തേക്ക് നോക്കി. അത്ഭുതം! ലീനയുണ്ട് ഒരു കുഞ്ഞിനേയും ഒക്കത്തേറ്റി ഞങ്ങളുടെ വീട്ടിലേക്ക് നടന്നു വരുന്നു. ഞാൻ തിരിഞ്ഞു അമ്മയോടു പറഞ്ഞു, "നോക്കൂ അമ്മേ, ദാ.... ലീന വരുന്നു. ഇനി എന്നും എന്നോടൊപ്പം താമസിക്കാൻ വേണ്ടിയാണ് ഈ വരവ്." ആ ദിവസം മുതൽ എപ്പോഴും എന്റെ മനസ്സു നിറയെ സന്തോഷവും ഉത്സാഹവുമായിരുന്നു. കാഴ്ചയിലും കൂടുതൽ സുന്ദരനായി. ഞങ്ങളുടെ വിവാഹം കഴിഞ്ഞതോടെ ഏഴാം സ്വർഗ്ഗത്തിലെത്തി. എന്റെ വിവാഹമോതിരത്തിൽ ഞാൻ ചുംബിച്ചു. എങ്ങനെയെന്നറിയില്ല തൊട്ടടുത്ത ദിവസം തന്നെ അത് വിരലിൽ നിന്നും ഊരിപ്പോയി. നല്ല പാകത്തിൽ കിടന്നിരുന്നു. ജോലിക്കിടയിൽ ഞാൻ കൈയുറ അഴിച്ചു കുടഞ്ഞു. വീണ്ടും അത് കൈയിലിട്ടപ്പോൾ.... എന്റെ വിരലിൽ മോതിരമില്ല. എല്ലായിടത്തും തിരഞ്ഞു. മോതിരം കിട്ടിയില്ല. പക്ഷേ ലീനയുടെ മോതിരം അതേപടി ആ വിരലിൽ കിടന്നു. അത് കുറച്ച് വലുപ്പ കൂടുതലുള്ളതായിരുന്നു. എന്നിട്ടും ഒരിക്കലും ഊരി വീണില്ല. അവസാനം അവൾ അത് സ്വയം ഊരിമാറ്റുകയാണുണ്ടായത്...

ഞങ്ങളെപ്പോഴും ഒരുമിച്ചായിരുന്നു. അങ്ങനെയായിരുന്നു ഞങ്ങളുടെ ജീവിതം. പുഴക്കരയിലേക്ക് ഒപ്പം നടന്നുപോവുക വലിയ രസമായിരുന്നു. ബക്കറ്റുകൾ ഞാൻ തൂക്കിപ്പിടിക്കും. അവൾ എന്റെ അരികു ചേർന്നു നടക്കും. "എന്റെ വർത്തമാനം കേൾക്കണോ? " ഞാൻ മറുപടി പറയും മുമ്പേ അവൾ തുടങ്ങും. അതുമിതുമായി പല കഥകൾ. പണത്തിന്റെ കാര്യത്തിൽ നന്നേ ഞെരുക്കമുണ്ടായിരുന്നു. പണം പണം തന്നെ. അറിയാഞ്ഞിട്ടല്ല.... എന്നാലും സന്തോഷം അത് തികച്ചും വേറെയാണ്. വസന്തകാലമായാൽ ഞങ്ങളുടെ തൊടി നിറയെ പൂക്കൾ വിരിഞ്ഞു നില്ക്കും. തുടക്കത്തിൽ ഞാനാണ് അവൾക്ക് പൂക്കൾ സമ്മാനിക്കാറ്. തെല്ലു മുതിർന്നപ്പോൾ കുട്ടികളും അമ്മയ്ക്കായി പൂക്കൾ പറിച്ചുകൊണ്ടു വരാൻ തുടങ്ങി.

ഞങ്ങൾക്കെല്ലാവർക്കും "അമ്മയെ" വലിയ കാര്യമായിരുന്നു. യെലീന എപ്പോഴും സന്തോഷവതിയായിരുന്നു. പിയാനോ വായിച്ചിരുന്നു. അവൾ സംഗീതസ്കൂളിൽ ചേർന്ന് പരിശീലനം നേടിയിരുന്നു. നന്നായി പാടിയിരുന്നു. എന്തെല്ലാം കഥകളാണ് അവൾ തനിയെ ഉണ്ടാക്കി പറയാറ്. കുറച്ചു കാലം വീട്ടിൽ ഒരു ടെലിവിഷൻ ഉണ്ടായിരുന്നു. ആരോ സമ്മാനമായി തന്നതാണ്. കുട്ടികളെ അപ്പാടെ ടി.വി. വലിച്ചെടുത്തുവെന്നു പറയാം. അവരെ അതിന്റെ മുമ്പിൽ നിന്നു മാറ്റുക അസാദ്ധ്യമായി. ടി.വി. കണ്ടു കണ്ട് അവർ ധിക്കാരികളും അക്രമികളുമായി. അപരിചിതരെ പോലെ പെരുമാറാൻ തുടങ്ങി. യെലീന അതിന്റെ ഉള്ളിലേക്ക് വെള്ളം കോരിയൊഴിച്ചു. അക്വേറിയത്തിലേക്കെന്ന പോലെ. അതോടെ ടി.വി. നാശമായി. 'നന്നായി കുട്ടികളേ...." അമ്മ പറഞ്ഞു. "ഇനി വെളിയിൽ പോയി പൂക്കളും മരങ്ങളും കാണൂ. അച്ഛനോടും അമ്മയോടും സംസാരിക്കൂ....." കുട്ടികൾ അതിനെക്കുറിച്ച് പരാതിയോ എതിർപ്പോ പറഞ്ഞില്ല... അമ്മയുടെ തീരുമാനമല്ലേ..... അവരും സമ്മതിച്ചു.

ഞങ്ങളുടെ വിവാഹമോചനം.....ജഡ്ജി ചോദിച്ചു.

"എന്തിനാണിപ്പോൾ വിവാഹമോചനം നടത്തുന്നത്?"

"ജീവിതത്തെക്കുറിച്ച് ഞങ്ങളുടെ കാഴ്ചപ്പാടുകൾ വ്യത്യസ്തമാണ്."

"നിങ്ങളുടെ ഭർത്താവ് മദ്യപിക്കുമോ? നിങ്ങളെ ദേഹോപദ്രം ചെയ്യുമോ?"

" അദ്ദേഹം മദ്യപിക്കാറില്ല, എന്നെ ഉപദ്രവിക്കാറുമില്ല. എന്റെ ഭർത്താവ് വളരെ നല്ലയൊരാളാണ്."

"എന്നാൽ പിന്നെ ഈ വിവാഹമോചനത്തിന്റെ ആവശ്യം?"

"ഞാൻ അദ്ദേഹത്തെ സ്നേഹിക്കുന്നില്ല."

"അത് മതിയായയൊരു കാരണമല്ലല്ലോ"

അവർ ഞങ്ങൾക്ക് ഒരു വർഷത്തെ ഇടവേള തന്നു... ഒന്നുംകൂടി കാര്യങ്ങൾ ശരിയായി ആലോചിച്ചു തീരുമാനിക്കാൻ.

ആണുങ്ങളെല്ലാവരും എന്നെ കളിയാക്കി ചിരിക്കുന്നു. "അവളെ പിടിച്ചു പുറത്താക്കണം.... മനോരോഗാശുപത്രിയിൽ പ്രവേശിപ്പിക്കണം." അങ്ങനെ പലതും പലരും പറഞ്ഞു. അവൾക്കെന്തിന്റെ പോരായ്മയാണ്? അറിയാലോ...... എല്ലാവരുടെ ജീവിതത്തിലും സംഭവിക്കുന്നതാണ്. വിഷാദം.... ഒരു പകർച്ചവ്യാധിപോലെ പെട്ടെന്നു പിടിപെടുന്നു. തീവണ്ടിയിൽ യാത്ര ചെയ്യുന്നു. പുറത്തേക്കു നോക്കുന്നു. കാണുന്നത്.... വിഷാദം. നിങ്ങളുടെ ചുറ്റും എല്ലാം സുന്ദരം... കണ്ണെടുക്കാൻ വയ്യ. അത്രയ്ക്കും മനോഹരം. പക്ഷേ നിങ്ങളുടെ കണ്ണുകൾ നിറഞ്ഞൊഴുകുകയാണ്. നിങ്ങൾക്കറിയില്ല, എന്തു ചെയ്യണമെന്ന്. റഷ്യയുടെ സ്ഥായിയായ വിഷാദഭാവം.

എല്ലാം വേണ്ടത്ര ഉള്ള ഒരാൾക്കും എന്തോ പോരാ എന്ന സങ്കടം. കൂടുതലെന്തോ വേണമെന്ന വെമ്പൽ. അങ്ങനെയാണ് ആളുകൾ

ജീവിക്കുന്നത്. സാധാരണ എല്ലാവരും അതെല്ലാം സഹിക്കുന്നു. പക്ഷേ അവൾ പറയുന്നു, 'യൂറി നിങ്ങൾ വളരെ നല്ലവനാണ്. അയാളാണെ ങ്കിൽ ആയുസ്സിൽ പകുതി ജയിലിനകത്തു ചിലവഴിച്ചു കഴിഞ്ഞു. എന്നാലും എനിക്കയാളെ വേണം. ഞാൻ അയാളെ സ്നേഹിക്കുന്നു. എന്നെ വിട്ടയച്ചില്ലെങ്കിൽ ഞാൻ മരിച്ചു പോകും. ഇവിടെ നിന്നാൽ നിങ്ങൾക്കു വേണ്ടി ചെയ്യേണ്ടതെല്ലാം ഞാൻ ചെയ്യും. പക്ഷേ ഉള്ളു കൊണ്ട് ഞാൻ മരിച്ചിരിക്കും." വിധി.... അത് വളരെ ക്രൂരമായ ഒരു തമാശ യാണ്.

അവൾ ഞങ്ങളെ ഉപേക്ഷിച്ചു പോയി. അമ്മയില്ലാതെ കുട്ടികൾ വളരെയധികം കഷ്ടപ്പെട്ടു. കുറെ നാൾ അവർ കരഞ്ഞുകൊണ്ടിരുന്നു. പ്രത്യേകിച്ചും ഏറ്റവും ഇളയ കുഞ്ഞ്. ഞങ്ങളുടെ കൊച്ചു മറ്റ്വി. എല്ലാ വരും അമ്മ മടങ്ങിവരാനായി കാത്തിരുന്നു. ഇന്നും അവർ കാത്തിരി ക്കുകയാണ്. ഞാനുമതേ. അവൾ എഴുതിയിരുന്നു. "പിയാനോ വില്ക്ക രുത്." ഈ വീട്ടിൽ വിലപിടിച്ചതെന്നു പറയാൻ അതു മാത്രമേയുള്ളൂ. അത് അവൾക്ക് അവളുടെ അച്ഛനമ്മമാരിൽ നിന്നും കിട്ടിയിട്ടുള്ളതാണ്. അവളുടെ പ്രിയപ്പെട്ട പിയാനോ. വൈകീട്ട് ഞങ്ങളെല്ലാവരും അതിനു ചുറ്റുമിരിക്കും. അവൾ പിയാനോ വായിച്ച് ഞങ്ങൾക്കായി പാട്ടുകൾ പാടും. അത്, ഒരു പിടി പണത്തിനുവേണ്ടി ഞാനെങ്ങനെ വില്ക്കാൻ? അവൾക്ക് അവളുടെ ജീവിതത്തിൽ നിന്നും എന്നെ അങ്ങനെ പുറ ത്തേക്കു വലിച്ചെറിയാനാവില്ല. എന്റെ ജീവിതത്തെ ശൂന്യതയിലേക്കു പിൻതള്ളി ഇറങ്ങിപ്പോകാൻ അവൾക്കാവില്ല. പതിനഞ്ചുവർഷം ഒരുമിച്ചു ജീവിച്ചു. കുട്ടികളുണ്ടായി. അവൾ വളരെ നല്ല ഒരു സ്ത്രീയാണ്. പക്ഷേ സാധാരണ സ്ത്രീകളെപ്പോലെയല്ല. മറ്റൊരു ലോകത്തിലേതാണ്. അതെ, അവൾ ഒരു പ്രകാശമാണ്..... വെളിച്ചം. ഞാനോ.... ഒരു പച്ച മനുഷ്യൻ. ഭൂമിയിൽ ജീവിക്കുന്ന പലരിൽ ഒരാൾ....

ഇവിടത്തെ പത്രത്തിൽ അവർ ഞങ്ങളെക്കുറിച്ച് എഴുതിയിരുന്നു. പിന്നീട് മോസ്കോയിലേക്കു വിളിപ്പിച്ചു. ടി.വി.യിലും വാർത്ത വന്നു. അവിടെ എന്താണുണ്ടായതെന്നോ? ഒരു അരങ്ങിൽ എന്നതുപോലെ ഞങ്ങളെ പിടിച്ചിരുത്തി. സ്റ്റുഡിയോവിന്റെ അകത്ത് കേൾവിക്കാരായി കുറെപേർ. അവരുടെ മുമ്പിലാണ് ഞങ്ങൾ ഞങ്ങളുടെ കഥ പറയേണ്ടത്. അതിനുശേഷം ഒരു ചർച്ച. അവർ ലീനയെ കുറെയധികം വിഷമിപ്പിച്ചു. വിശേഷിച്ചും സ്ത്രീകൾ. "നിങ്ങൾക്ക് തലയ്ക്കു സുഖമില്ല.... ലൈംഗി കാസക്തി കൂടുതലാണ്....."

അവർ അവളെ കല്ലെറിയാൻ തയ്യാറായിരുന്നു. "ഇത് ഒരു തരം രോഗ മാണ്... ഇത് ഒരു പന്തികേടാണ്" അവർ എന്നോടു ചോദിച്ച ചോദ്യങ്ങൾ. ഓരോന്നും ഓരോ പ്രഹരമായിരുന്നു. "നിങ്ങളേയും മക്കളേയും ഉപേ ക്ഷിച്ചു പോയ ആ വൃത്തികെട്ട പട്ടി..... അവൾക്കു നിങ്ങളുടെ ചെറുവിര ലിന്റെ വില പോലുമില്ല. നിങ്ങളൊരു മഹാത്മാവാണ്. റഷ്യയിലെ ഓരോ സ്ത്രീയുടേയും പേരിൽ ഞാൻ നിങ്ങളുടെ കാൽക്കൽ കുമ്പിടുന്നു."

എനിക്കു പ്രതികരിക്കണമെന്നുണ്ടായിരുന്നു. പക്ഷേ, ഞാൻ വായ തുറക്കുമ്പോഴേക്കും അവർ തടയും. “നിങ്ങളുടെ സമയം കഴിഞ്ഞു. ക്ഷമിക്കണം.” അവസാനം ഞാൻ പൊട്ടിക്കരഞ്ഞു പോയി. എല്ലാവരും കരുതി സങ്കടവും ദേഷ്യവും സഹിക്കവയ്യാതെ ഞാൻ കരഞ്ഞതാണെന്ന്. എന്നാൽ ഞാൻ കരഞ്ഞത് മറ്റൊരു സംഗതി ഓർത്തിട്ടായിരുന്നു. അവരെല്ലാവരും നല്ല പഠിപ്പും വിവരവുമുള്ളവരായിരുന്നു. തലസ്ഥാനനഗരിയിൽ താമസിക്കുന്നവർ.... എന്നിട്ടും അവർക്ക് ഒന്നും അറിയില്ലല്ലോ.

എത്ര കാലമായാലും അവൾക്കു വേണ്ടി കാത്തിരിക്കും. അവൾക്കു വേണ്ടത്രകാലം അവളെടുത്തോട്ടെ. എന്നാലും മറ്റൊരു സ്ത്രീയോടൊപ്പം ജീവിക്കുന്ന കാര്യം ആലോചിക്കാൻ പോലും തയ്യാറല്ല. എന്നാലും ഇടയ്ക്കു ചിലപ്പോൾ എനിക്കു തോന്നാറുണ്ട്......

ഗ്രാമത്തിലെ സംഭാഷണങ്ങളിൽ നിന്ന്

ലീന ഒരു മാലാഖയാണ്.

അവളെ പോലെയുള്ള ഭാര്യമാരെ ഒരു കാലത്ത് കലവറയിൽ അടച്ച് പൂട്ടിയിട്ടിരുന്നു. അല്ലെങ്കിൽ ചാട്ടവാറുകൊണ്ടുള്ള അടി.

ധനികനായ ഒരു പുരുഷനുവേണ്ടിയാണ് അവളയാളെ ഉപേക്ഷിച്ചതെങ്കിൽ, അതിൽ കാര്യമുണ്ട് എന്നു പറയാമായിരുന്നു. ഒന്നുമില്ലെങ്കിലും സമ്പന്നരുടെ ജീവിതം സുഖസൗകര്യങ്ങളോടു കൂടിയതാകുമല്ലോ. എന്നാൽ ഇത്...? ജയിലിൽ കഴിയുന്ന ഒരു കുറ്റവാളിയുമായി എന്തുതരം ബന്ധമാണ് അവൾക്കുള്ളത്. ജീവപര്യന്തം തടവ്.... ആണ്ടിൽ രണ്ടു തവണ മാത്രം ചെന്നുകാണാം. അതിലൊതുങ്ങുന്നു അവർ തമ്മിലുള്ള ബന്ധം.

അവൾ മനസ്സു നിറയെ പ്രണയം കൊണ്ടുനടക്കുന്നവളാണ്. ആ സുഖം അവൾ അനുഭവിച്ചോട്ടെ. ഭാഗ്യംകെട്ടവരോടുള്ള സഹതാപം... അതു നമ്മുടെ രക്തത്തിലുള്ളതാണ്. മദ്യപാനികൾ, കൊലപാതകികൾ. എല്ലാവരോടും കാരുണ്യം. ചിലർ കൊലപാതകം നടത്തുന്നു. എന്നാലും അവരുടെ കണ്ണുകളിൽ ശിശുസഹജമായ നിഷ്കളങ്കത കാണാം. സ്വാഭാവികമായും അവരുടെ നേരെ മനസ്സലിയും.

എനിക്കിപ്പോൾ പുരുഷന്മാരെ തീരെ വിശ്വാസമില്ലാതായിരിക്കുന്നു. പ്രത്യേകിച്ചും തടവുകാരെ. അവർ അവിടെ കിടന്നു മുഷിയുന്നു. ഇതാണവരുടെ വിനോദം. എല്ലാവർക്കും അവർ ഒരേ മട്ടിൽ എഴുതുന്നു. “എന്റെ വെള്ളച്ചിറകുള്ള അരയന്നമേ... നിന്നെ ഞാൻ കിനാവു കാണുന്നു. നീ എന്റെ ജീവന്റെ പ്രകാശമാണ്.” ചില മണ്ടി പെണ്ണുങ്ങൾ ആ വാക്കുകളുടെ വലയിൽ വീണുപോകുന്നു. അയാളെ രക്ഷിക്കാനായി എടുത്തുചാടുന്നു. അയാൾക്കു പണമയച്ചു കൊടുക്കുന്നു. ഭാരിച്ച പെട്ടികളും തൂക്കി കാണാൻ ചെല്ലുന്നു. ശിക്ഷ കഴിഞ്ഞ് തന്റെ വീട്ടിലേക്കു വരാനായി കാത്തിരിക്കുന്നു. ഒരുമിച്ചൊരു ചായ കുടിക്കുന്നു. ആഹാരം

കഴിക്കുന്നു. അവളുടെ പണം പറ്റുന്നു. നിമിഷങ്ങൾക്കകം എന്നെന്നേക്കുമായി അപ്രത്യക്ഷനാകുന്നു.....

എത്ര ശക്തമായ പ്രണയം. ശരിക്കും സിനിമകളിൽ കാണുന്നതുപോലെത്തന്നെ. എന്റെ കൂട്ടരേ! നല്ലവനും സ്നേഹസമ്പന്നനുമായ സ്വന്തം ഭർത്താവിനെ ഒരു കൊലപാതകിക്കു വേണ്ടി അവൾ ഉപേക്ഷിച്ചു. മൂന്നു കൊച്ചു മക്കളേയും വേണ്ടെന്നുവെച്ചു. അവൾ ടിക്കറ്റും വാങ്ങി അയാളെ കാണാൻ യാത്രയായി. അതിവിദൂരമായ ഒരിടത്തിലേക്ക്. അതിനുള്ള പണം അവൾക്കെവിടെ നിന്നു കിട്ടി? കുട്ടികളെ വേണ്ടവിധം ഊട്ടാനുള്ള വക അവളുടെ പക്കലില്ല. റൊട്ടിക്കടയുടെ മുമ്പിൽ നില്ക്കുമ്പോഴും വാങ്ങണോ വേണ്ടയോ എന്ന ശങ്കയാണ്.

ഒരു സ്ത്രീ അവളുടെ ഭർത്താവിനെ[1] എല്ലാവിധത്തിലും ആദരിക്കണം. അവർ ക്രിസ്തുവിന്റെ നാമത്തിൽ ഒന്നിച്ചു ചേർന്നവരാണ്. പൊതുവായി സാധിക്കേണ്ട ഒരു ലക്ഷ്യം... അതില്ല എങ്കിൽ ഈ ചേരലിന്റെ അർത്ഥമെന്താണ്?

കർത്താവും പറയുന്നു, എന്നെ കൂടാതെ നിനക്കു സൃഷ്ടിക്കാനാവില്ല. പക്ഷേ അവൾ തന്റെ സങ്കല്പത്തിൽ നിന്നും എല്ലാം സൃഷ്ടിച്ചെടുക്കാനുള്ള ശ്രമത്തിലാണ്. അത് വെറും അഹങ്കാരം മാത്രമാണ്. വിധേയത്വമില്ലാത്തിടത്ത് മറ്റൊരു ശക്തി എപ്പോഴും പ്രബലമായിരിക്കും. അത് ഒരു ദുഷ്ടശക്തിയുടെ സാന്നിദ്ധ്യമാണ്.

അവൾ ഏതെങ്കിലും മഠത്തിൽ ചേർന്ന് മോചനത്തിനുള്ള മാർഗ്ഗം കണ്ടെത്തണം. യാതനയിലൂടെയാണ് മനുഷ്യർ സ്വയം ശുദ്ധീകരിക്കുന്നത്. രക്ഷ നേടുന്നത്... ആ യാതനയുടെ മാർഗ്ഗവും നമ്മൾ സ്വയം കണ്ടെത്തേണ്ടതുണ്ട്.

ഇറീനാ വാസിലീവാ

ഞാൻ അവരോടു നേരിട്ടു ചോദിച്ചു: 'ലീനാ, ആണ്ടിൽ രണ്ടുതവണ മാത്രമേ നിങ്ങൾക്കയാളെ കാണാനാകൂ എന്നറിയാമോ?'

"അറിയാം.....എനിക്കതു തന്നെ ധാരാളം." അവർ നിസ്സംഗയായി പറഞ്ഞു. "അയാളോടൊപ്പം ഞാൻ എപ്പോഴുമുണ്ടല്ലോ.... എന്റെ വിചാരങ്ങളിൽ... തോന്നലുകളിൽ."

അയാളെ കാണാൻ അവർക്ക് വളരെ ദൂരം യാത്ര ചെയ്യേണ്ടതുണ്ട്. ഏതാണ്ട് വടക്കേ അറ്റം വരെ. വോലോഗോഡ പ്രദേശത്തുള്ള "ഫയർ ഐലൻഡിലാണ്- ഒഗ്നെന്നി ഓസ്ട്രോവ്"[2] – ആ ജയിൽ. പതിന്നാലാം നൂറ്റാണ്ടിൽ ആ കാടുകൾ കീഴ്പ്പെടുത്തികൊണ്ട് റഡോനീസയിലെ സെർജിയസ്സിന്റെ അനുയായികൾ ആ പ്രദേശത്തു കൂടി യാത്ര ചെയ്തു. വടക്കെ അതിർത്തിയിലേക്ക്. ആ യാത്രയ്ക്കിടയിൽ ഇടതൂർന്നു

1. എഫൈ്യസൻസ് 5.33
2. അഗ്നിദ്വീപ്

നില്ക്കുന്ന ഒരു കാട്ടിൽ അവർ ചെന്നെത്തി. കാടു വെട്ടിതെളിച്ചപ്പോൾ അതിനു നടുവിലായി ഒരു തടാകം. ആ തടാകത്തിൽ നിന്നും അഗ്നി ജ്വാലകൾ ഉയരുന്നുണ്ടായിരുന്നു. തടാകത്തിന്റെ ദേവത സ്വയം അവ രുടെ മുമ്പിൽ പ്രകടമാവുകയായിരുന്നു. അവർ തോണികളിൽ മണ്ണു നിറച്ച് തടാകത്തിന്റെ നടുവിലേക്കു തുഴഞ്ഞു ചെന്നു. അവർ അവിടെ ഒരു തുരുത്ത് സൃഷ്ടിച്ചു. അതിൽ ഒരു സന്ന്യാസി മഠം പണിതുണ്ടാക്കി. അതിന്റെ ഭിത്തികൾക്ക് ഒന്നരമീറ്ററോളം കനമുണ്ടായിരുന്നു. ഇന്ന് ആ പുരാതന സന്ന്യാസിമഠം, അതീവ സുരക്ഷയുള്ള ഒരു ജയിലാണ്. കൊടുംകുറ്റവാളികളാണ് അതിനകത്തുള്ളത്. മരണശിക്ഷയ്ക്കും ജീവ പര്യന്തത്തിനും ശിക്ഷിക്കപ്പെട്ടവർ. ഓരോ തടവറയുടെ പുറത്തും അതി നകത്തു കഴിയുന്ന കുറ്റവാളി ചെയ്തിട്ടുള്ള ക്രൂരതകൾ വിശദമായി എഴുതി തൂക്കിയിട്ടുണ്ട്. അന്യയെ കുത്തിയതിന് 6 വർഷം. നാസ്യയെ കൊലപ്പെടുത്തിയതിന് 12 വർഷം. അത് വായിച്ച് നിങ്ങളുടെ മനസ്സ് ഭയ ചകിതമാകും. എന്നാൽ സെല്ലിന്റെ അകത്തു നിങ്ങൾ കാണുന്നത് ഏറെ ക്കുറെ സാമാന്യരീതിയിലുള്ള ഒരു മനുഷ്യനെയായിരിക്കും. അയാൾ നിങ്ങളോട് ഒരു സിഗരറ്റ് ചോദിച്ചെന്നിരിക്കും. നിങ്ങൾ കൊടുക്കുകയും ചെയ്യും. "ഇവിടെ എങ്ങനെയുണ്ട്?" നിങ്ങൾ ചോദിക്കുന്നു. അയാളുടെ മറുപടി "ഇതിനകത്ത്, കാലാവസ്ഥ മാറുന്നതു പോലും ആരും അറി യാറില്ല." ഒരു പാറക്കെട്ടിലാണ് അവർ പാർക്കുന്നത്. ചുറ്റും ഇരുണ്ട കാടുകൾ... ചതുപ്പു നിലങ്ങൾ. ഈ കാലത്തിനിടയ്ക്ക് ആരും രക്ഷ പ്പെടാൻ ശ്രമിച്ചിട്ടില്ല.

ആദ്യത്തെ തവണ ലീന അയാളെ കാണാൻ ചെന്നപ്പോൾ, ഒരു പക്ഷേ അവർ തന്നെ അകത്തേക്കു കടത്തിവിടുകയില്ല എന്ന ചിന്ത പോലും അവർക്കുണ്ടായില്ല. പ്രവേശന പാസ്സുകൾ നല്കുന്ന ജനലയിൽ ചെന്ന് അവർ മുട്ടി. അവർക്കു പറയാനുള്ളത് കേൾക്കാൻപോലും ആരും സന്മനസ്സു കാട്ടിയില്ല. "പ്രധാന വാർഡൻ അവിടെയുണ്ട്." അവർ വിരൽചൂണ്ടി. "അദ്ദേഹത്തെ കണ്ട് കാര്യം പറഞ്ഞോളൂ." അവർ വാർഡന്റെ കാൽക്കൽ വീണു. "അയാളെ കാണാൻ ദയവായി എന്നെ അനുവദിക്കണം."

"ആരെയാണ് നിങ്ങൾക്കു കാണേണ്ടത്?"

"വൊളോഡിയ വോസ്ബസ്കി."

"ഏറ്റവും അപകടകാരിയായ കുറ്റവാളികളെയാണ് ഇവിടെ തടവിൽ പാർപ്പിച്ചിരിക്കുന്നതെന്ന് നിങ്ങൾക്കറിയില്ലേ? അവർ കർശനമായ നിബ ന്ധനകൾക്കു കീഴിലാണ് കഴിയുന്നത്. ആണ്ടിൽ മൂന്നുദിവസം നീണ്ടു നില്ക്കുന്ന രണ്ടു സന്ദർശനം..... അതാണ് ചട്ടം. അതിനു പുറമെ മൂന്നു സന്ദർശനം കൂടിയാവാം.... രണ്ടു മണിക്കൂർ നേരത്തേക്കു മാത്രം. ഏറ്റവും അടുത്ത ബന്ധുക്കളെ മാത്രമേ അതിന് അനുവദിക്കൂ. അമ്മ, ഭാര്യ, കൂട പ്പിറപ്പുകൾ.... അയാളുമായി നിങ്ങൾക്കുള്ള ബന്ധം?"

“ഞാൻ അയാളെ സ്നേഹിക്കുന്നു.” അതു കേട്ടപ്പോഴാണ് വാർഡന് തോന്നിയത് തന്റെ മുമ്പിൽ നില്ക്കുന്നത് സ്ഥിരബുദ്ധി ഇല്ലാത്ത ഒരു സ്ത്രീയാണെന്ന്. അയാൾ തിരക്കിട്ടു മാറി... പക്ഷേ അവൾ അയാളുടെ ഷർട്ടിന്റെ ബട്ടണിൽ എത്തിപ്പിടിച്ചു. “നിങ്ങൾ മനസ്സിലാക്കിയേ പറ്റൂ... ഞാൻ അയാളെ അത്രയധികം സ്നേഹിക്കുന്നു.”

“പക്ഷേ അയാൾ നിങ്ങളെ ഒരിക്കൽപോലും കണ്ടിട്ടില്ലല്ലോ. തികച്ചും അപരിചിത...”

“എങ്കിൽ ഒന്നെത്തി നോക്കാൻ സമ്മതം തരൂ, ഞാനൊന്നു കണ്ടോട്ടെ.”

എല്ലാവർക്കും അതൊരു തമാശയായി തോന്നി. കാവൽക്കാരും ചുറ്റും വന്നുകൂടി. ഇതെന്തൊരു ഭ്രാന്ത് എന്ന ഭാവം. പക്ഷേ അവർക്ക് കൂസലൊന്നുമുണ്ടായില്ല. തന്റെ ആ പഴയ സ്നേഹത്തിന്റെ കഥ പാറാവുകാരോട് പറയാൻ തുടങ്ങി. അത് അവർക്ക് പതിനെട്ടുവയസ്സായിരുന്നപ്പോഴായിരുന്നു. അതിനു ശേഷം വിവാഹം, ഭർത്താവ്...കുട്ടികൾ. എല്ലാം അവർ വിശദമായി പറഞ്ഞു. എന്നാലും ഈ കാലമത്രയും ഈയൊരു മനുഷ്യനെ അല്ലാതെ വേറെയാരേയും അവർ പ്രേമിച്ചിട്ടില്ല. അവരുടെ ആത്മാർത്ഥതയും നിഷ്കളങ്കതയും..... എത്ര വലിയ തടവറയുടെ മതിലും തകർന്നു പോകും. അവരെ നേരിൽ കാണുമ്പോൾ ആളുകൾക്ക് സ്വാഭാവികമായും തോന്നും എല്ലാം തികഞ്ഞത് എന്ന് തങ്ങൾ കരുതുന്ന സ്വന്തം ജീവിതത്തിൽ എന്തോ ഒരപാകതയുണ്ടെന്ന്.

ആ വാർഡൻ ഒരു ഇളം കോഴിക്കുഞ്ഞായിരുന്നില്ല. വർഷങ്ങളായി ചെയ്തു വരുന്ന ഈ ജോലിക്കിടയിൽ എന്തെല്ലാമൊന്ന് കണ്ടിരിക്കുന്നു. അയാൾ തന്നെ ആ സ്ത്രീയുടെ സ്ഥാനത്തു നിർത്തി നോക്കി. “നിങ്ങൾ ഇത്ര ദൂരത്തു നിന്നു വന്നതല്ലേ. അതുകൊണ്ട് ഞാൻ അനുവാദം തരാം.... അയാളോടൊപ്പം ആറു മണിക്കൂർ ചെലവഴിക്കാം. പക്ഷേ നിങ്ങളോടൊപ്പം ആ മുറിയിൽ ഒരു പാറാവുകാരനുമുണ്ടാകും.

“എന്തിനാ ഒന്നാകുന്നത്...? പാറാവുകാർ രണ്ടുപേരായിക്കോട്ടെ.... എനിക്കൊരു പരാതിയുമില്ല. എനിക്കു കാണേണ്ടത് അയാളെ മാത്രമാണ്. വേറെ ആരുടെ കാര്യത്തിലും എനിക്കു താത്പര്യമില്ല.”

അവരുടെ കാര്യത്തിൽ സാമാന്യം എന്നൊരു സ്ഥിതിയുണ്ടായിരുന്നില്ല. എല്ലാം അസാമാന്യമായിരുന്നു. അതിരറ്റതായിരുന്നു. അങ്ങനെ ലീന വൊളോഡിയയെ കണ്ടുമുട്ടി. “നിങ്ങൾക്കറിയാമോ എനിക്കെത്ര മാത്രം സന്തോഷം തോന്നുന്നുണ്ട് എന്ന്. ഒരായുഷ്ക്കാലം മുഴുവൻ ഞാൻ നിങ്ങൾക്കുവേണ്ടി കാത്തിരുന്നു. അവസാനം ദാ... ഇപ്പോൾ നമ്മൾ ഒരുമിച്ചായി.” സ്വാഭാവികമായും ഇങ്ങനെയൊരു കൂടിക്കാഴ്ചയ്ക്ക് മാനസികമായി അയാൾ തയ്യാറായിരുന്നില്ല. ഏതോ ഒരു മതപ്രചാരക ബാപ്ടിസ്റ്റ് അയാളെ സന്ദർശിക്കാനായി ചെല്ലാറുണ്ടായിരുന്നു. അയാളും ആ സ്ത്രീയും തമ്മിൽ എന്തോ ഒരടുപ്പം. ആ കഥ എല്ലാവർക്കും വിശ്വസിക്കാമായിരുന്നു.

സ്വയം വളരെയധികം ദുഃഖങ്ങൾ സഹിക്കേണ്ടി വന്ന ഒരു യുവതി. പതിവു കഥ തന്നെ. അവർക്കൊരു പുരുഷനെ ആവശ്യമുണ്ട്. വിവാഹിതയാണെന്ന് പാസ്പോർട്ടിൽ മുദ്രകുത്തിക്കാൻ ഒരു പുരുഷൻ. അത്രയേ അവർക്കു വേണ്ടൂ. എന്നാൽ ഈ കഥ തികച്ചും വ്യത്യസ്തമായിരുന്നു. പുറത്തേക്ക് തടവില്ലാതെ ഒഴുകുന്ന ശക്തമായൊരു വികാര പ്രവാഹം. ഒരാൾക്ക് തന്നെ അത്രയും തീവ്രമായി ആവശ്യമാണെന്ന് കാണുമ്പോൾ സ്വാഭാവികമായും ഭയം തോന്നും. അയാളുടെ മനസ്സ് വട്ടം കറങ്ങുകയായിരുന്നു. "ഞാൻ നിങ്ങളോട് യാചിക്കുകയാണ്" ലീന അയാളുടെ കാലുപിടിച്ചു. "നമുക്കു വിവാഹിതരാവാം. അങ്ങനെയാണെങ്കിൽ ഇവിടെ വരാൻ അവർ എനിക്കു അനുവാദം നല്കും. ഇടയ്ക്ക് നമുക്കു തമ്മിൽ കാണാൻ അവസരം കിട്ടും. എനിക്കത്രയേ വേണ്ടൂ."

"നിങ്ങൾ വിവാഹിതയല്ലേ?"

"അതിനെന്താ, ഞാൻ വിവാഹമോചനം നേടാം. നിങ്ങളോടു മാത്രമേ എനിക്ക് യഥാർത്ഥത്തിൽ സ്നേഹമുള്ളൂ."

ഒരു സഞ്ചി നിറയെ അയാളയച്ച കത്തുകൾ യെലീന കൂടെ കൊണ്ടുവന്നിരുന്നു. അവർ വരച്ച ചിത്രങ്ങളും. മേപ്പിൾ തോടുകളും കൊണ്ട് ആ കത്തുകൾ പൊതിഞ്ഞിരുന്നു. ഒരു നിമിഷം പോലും ആ കത്തുകളിൽ നിന്നും വിട്ടുനില്ക്കാൻ അവർക്കാകുമായിരുന്നില്ല. അവർക്ക് ആ കത്തുകൾ അങ്ങേയറ്റത്തെ സന്തോഷമാണ് പ്രദാനം ചെയ്തിരുന്നത്. സന്തോഷത്തിന്റെ സാന്ദ്രമായ രൂപമാണ് അവർ ഈ കാലമത്രയും അന്വേഷിച്ചുകൊണ്ടിരുന്നത്. അതവർ കണ്ടെത്തിയതോ ആ എഴുത്തുകളുടെ രൂപത്തിലും. അത് കടലാസിൽ കത്തുകളുടെ രൂപത്തിൽ മാത്രമേ പൂർണ്ണമായും ബോധിക്കാനാവൂ എന്നവർക്ക് തോന്നിയിരുന്നു. ജീവിതത്തിലെ മറ്റുള്ളതെല്ലാം കുടുംബവും കുട്ടികളുമടക്കമെല്ലാം ഒരു വിട്ടുവീഴ്ച മാത്രമായിരുന്നു. ആരോ അവരെ അവിടേക്കു കൈപിടിച്ചെത്തിച്ചതു പോലെ. അത് ഏതു ശക്തിയായിരുന്നു? അവർ അന്നു കണ്ട സ്വപ്നത്തിന്റെ ശരിയായ അർത്ഥമെന്തായിരുന്നു?"

ഞങ്ങളും ഓജ്നിന്നി ഒസ്ട്രോസ് സന്ദർശിക്കുകയുണ്ടായി. അതിനായി കുറെയധികം കത്തിടപാടുകൾ നടത്തേണ്ടി വന്നു. അവസാനം മുദ്ര പതിപ്പിച്ച അനുമതി പത്രം കിട്ടി. വളരെയേറെ ഫോൺ വിളികൾക്കു ശേഷം അവസാനം ഞങ്ങളവിടെ ചെന്നെത്തി. തുടക്കത്തിൽ വോളോസിയ കലശലായ എതിർപ്പ് പ്രകടിപ്പിച്ചു. "ഇതിനെ നിങ്ങൾ ഒരു കാഴ്ച വസ്തുവാക്കുന്നതെന്തിനാണ്?"

വർഷങ്ങളായി അയാൾ തികച്ചും ഒറ്റയ്ക്കാണ് കഴിയുന്നത്. ആളുകളുമായി ഇടപഴകുക എന്ന ശീലമേ ഇല്ലാതായിരുന്നു. ആരേയും വിശ്വാസമില്ല. എല്ലാവരേയും സംശയം. ഞങ്ങളുടെ കൂടെ യെലീനയും വന്നത് വളരെ സഹായമായി. അവർ അയാളുടെ കൈപിടിച്ച് മെല്ലെ പറയും. "എന്റെ വൊളോഡിയ അല്ലേ?" അതോടെ അയാൾ ഇത്തിരി ഒന്ന് അലിയും. ഞങ്ങൾ ഒരുമിച്ച് ആ സംരംഭത്തിൽ പങ്കുചേരാൻ അയാളെ

പ്രേരിപ്പിച്ചു. ഒരുപക്ഷേ അത് നല്ലൊരു കാര്യമാണെന്ന് അയാൾക്കും ക്രമേണ തോന്നിയിട്ടുണ്ടാവും.... നല്ല ബുദ്ധിയുള്ള കൂട്ടത്തിലായിരുന്നു അയാൾ. ഇരുപത്തഞ്ചുവർഷം ശിക്ഷ പൂർത്തിയാക്കിയാൽ ചില പ്രത്യേക സാഹചര്യങ്ങളിൽ ചിലർക്ക് ചില ഇളവുകൾ കിട്ടാൻ സാദ്ധ്യതയുണ്ട്. ഞങ്ങൾ ഈ സിനിമയെടുത്ത് അയാൾക്ക് നാട്ടിൽ കുറച്ചു പ്രശസ്തി നേടാൻ കഴിഞ്ഞാൽ..... അത് ഭാവിയിൽ തന്നെ സഹായിക്കുമെന്ന് അയാൾ കണക്കുകൂട്ടിയിരിക്കാം. അവിടെയുള്ള എല്ലാവർക്കും ജീവിക്കാൻ കൊതിയുണ്ടായിരുന്നു. ആർക്കും മരണത്തെക്കുറിച്ച് സംസാരിക്കാൻ താത്പര്യമുണ്ടായിരുന്നില്ല....

അവിടെ നിന്നാണ് ഞങ്ങൾ ആരംഭിച്ചത്.

വൊളോഡിയ

ദൈവത്തെക്കുറിച്ച്:

വധശിക്ഷയ്ക്കുള്ള തിയതിയും കാത്ത് ഞാൻ ഏകാന്ത തടവിൽ കഴിയുകയായിരുന്നു. ആലോചിക്കാൻ വേണ്ടത്ര സമയം. നാലു ചുമരുകൾക്കുള്ളിൽ അകപ്പെട്ടു കിടക്കുന്ന ഒരാളെ ആരാണ് സഹായിക്കുക? കാലം എന്നൊന്നില്ലാത്തതുപോലെ. അത് അവ്യക്തമായ ഒരു സങ്കല്പം മാത്രമായിരുന്നു. അഗാധമായ ശൂന്യതയാണ് അനുഭവിച്ചിരുന്നത്. ഒരു ദിവസം പൊട്ടിത്തെറിച്ചു: "ദൈവമേ... അവിടുന്ന് യഥാർത്ഥത്തിൽ ഉണ്ട് എങ്കിൽ... എന്നെ സഹായിക്കൂ. എന്നെ ഉപേക്ഷിക്കരുത്. ഒരദ്ഭുതവും കാണിക്കേണ്ടതില്ല. എന്നെ ബോധ്യപ്പെടുത്തിത്തന്നാൽ മാത്രം മതി. എനിക്കെന്താണ് സംഭവിച്ചിരിക്കുന്നത്?" ഞാൻ മുട്ടിലിരുന്നു പ്രാർത്ഥിച്ചു. തന്റെ നേരെ തിരിയുന്നവരെ കർത്താവ് അധികമൊന്നും കാത്തുനിർത്തുന്നില്ല.

എന്റെ കേസിന്റെ വിവരങ്ങൾ എഴുതിയിരിക്കുന്നതു വായിച്ചാൽ മനസ്സിലാകും ഞാനൊരാളെ കൊന്നു എന്ന്. എനിക്ക് പതിനെട്ടു വയസ്സായിരുന്നു. ഹൈസ്കൂൾ പഠനം പൂർത്തിയാക്കിയ കാലം. ഞാൻ കവിതകളെഴുതിയിരുന്നു. മോസ്കോയിൽ പോയി പഠനം തുടരണം എന്നായിരുന്നു മോഹം. കവിയാകാൻ പഠിക്കണം. അമ്മയോടൊപ്പമാണ് ഞാൻ താമസിച്ചിരുന്നത്. ഞങ്ങൾ രണ്ടുപേരും മാത്രം. പണം തീരെ ഉണ്ടായിരുന്നില്ല. പഠിത്തം തുടരണമെങ്കിൽ എങ്ങനെയെങ്കിലും കുറച്ചു പണമുണ്ടാക്കണം. അങ്ങനെ ഒരു മെക്കാനിക്കിന്റെ കീഴിൽ ജോലി ചെയ്യാൻ തുടങ്ങി. വൈകുന്നേരമായാൽ ഗ്രാമത്തിൽ എല്ലാവരും ചേർന്ന് നൃത്തം ചെയ്യും... അവിടെ കണ്ട ഒരു സുന്ദരി പെൺകുട്ടിയുമായി പ്രേമത്തിലായി. അവളെ പ്രതി ഒരു തരം ഭ്രാന്തു തന്നെ. ഒരു ദിവസം നൃത്തം കഴിഞ്ഞ് ഞങ്ങൾ വീട്ടിലേക്കു മടങ്ങുകയായിരുന്നു. തണുപ്പുകാലമായിരുന്നു. മഞ്ഞുപെയ്യുന്നുണ്ടായിരുന്നു. നവവത്സരം തൊട്ടടുത്തെത്തിയ ദിവസങ്ങൾ. എല്ലാവരുടേയും ജനാലകളിൽ ദീപാലംകൃതമായ ക്രിസ്മസ് മരങ്ങൾ. ഞാനന്ന് കുടിച്ചിരുന്നില്ല. പൊടുന്നനെ അവളെന്നോടു ചോദിച്ചു, "നീ ശരിക്കും എന്നെ സ്നേഹിക്കുന്നുണ്ടോ?"

"ഉവ്വ്, എന്റെ ജീവനെക്കാളേറെ നിന്നെ ഞാൻ സ്നേഹിക്കുന്നു."

"നീ എനിക്കുവേണ്ടി എന്താണ് ചെയ്യുക?"

"ഞാൻ എന്നെത്തന്നെ കൊല്ലും, നിനക്കുവേണ്ടി."

"അവനവനെ കൊല്ലുക എളുപ്പമാണ്. എന്നാൽ ഈ വഴിയിൽ നമ്മുടെ മുമ്പിൽ ആദ്യം വരുന്ന ആളെ കൊല്ലാൻ തയ്യാറാണോ?"

അവൾ ഒരുപക്ഷേ കളിയായി പറഞ്ഞതാകാം. എന്നാൽ ഒരു വെട്ടിൽ വീണതായാണ് എനിക്കു തോന്നിയത്. ഇന്ന് ഞാൻ അവളെ തീർത്തും മറന്നിരിക്കുന്നു. ആ മുഖം പോലും ഓർമ്മയില്ല. ജയിലിൽ കിടന്ന ഈ കാലത്തിനിടയ്ക്ക് ഒരിക്കൽപോലും അവൾ എനിക്ക് കത്തെഴുതിയിട്ടില്ല.

"എനിക്കു വേണ്ടി ആരെയെങ്കിലും കൊല്ലാൻ നിങ്ങൾക്കാകുമോ?"

അതും പറഞ്ഞ് അവൾ പൊട്ടിച്ചിരിച്ചു. ഞാനൊരു പുരുഷനല്ലേ. അതും ഒരു മാന്യൻ..... എനിക്കു തോന്നി അവളോടുള്ള പ്രേമം തെളിയിച്ചുകാട്ടണമെന്ന്. അടുത്തു കണ്ട വേലിക്കെട്ടിൽ നിന്നും ഒത്ത ഒരു തൂണ് ഞാൻ വലിച്ചെടുത്തു. നല്ല ഇരുണ്ട രാത്രി. ഞാൻ വഴിയോരത്ത് കാത്തു നിന്നു. അവളും എന്റെ അരികു പറ്റി കാത്തുനിന്നു. ഒടുവിൽ ആരോ അപ്പുറത്തു നിന്ന് നടന്നുവരുന്നത് കണ്ടു. എല്ലാ ശക്തിയുമുപയോഗിച്ച് ഞാൻ അയാളുടെ തലയ്ക്ക് ആഞ്ഞടിച്ചു. ഒരിക്കലല്ല, രണ്ടാമതും ഞാൻ അടിച്ചു. അയാൾ താഴെ വീണു. അവിടെയിട്ട് വീണ്ടും ഞാൻ അയാളെ തല്ലി... കഥ കഴിച്ചു. ആ തൂണു കൊണ്ടു തല്ലി... പിന്നീടാണ് മനസ്സിലായത്... അത് ഞങ്ങളുടെ അദ്ധ്യാപകനായിരുന്നു.

ആദ്യത്തെ വിധി പൊലീസുകാർ വെടിവെച്ച് വധശിക്ഷ നടപ്പാക്കണം എന്നായിരുന്നു. പിന്നെ എന്തുകൊണ്ടോ ആറുമാസത്തിനു ശേഷം ആ വിധി മാറ്റി എഴുതി. മരണശിക്ഷയ്ക്കു വിധിക്കപ്പെട്ടവരെയൊക്കെ ജീവപര്യന്തത്തിലേക്കു മാറ്റി. എന്റെ അമ്മ എന്നെ കൈവിട്ടു. ആദ്യം കുറച്ചു കാലം എന്റെ സഹോദരി കത്തെഴുതിയിരുന്നു. ക്രമേണ അതും ഇല്ലാതായി. വളരെ കാലമായി ഞാനീ തടവറയ്ക്കുള്ളിലായിട്ട്....പതിനേഴു വർഷം കഴിഞ്ഞു. പതിനേഴു വർഷം.... ഒരു മരത്തിന്റേയോ, മൃഗത്തിന്റേയോ കാര്യമെടുത്താൽ.... കാലത്തെക്കുറിച്ച് അവയ്ക്കു ബോധമില്ല. അവയ്ക്കു വേണ്ടി ചിന്തിക്കുന്നത് ദൈവം തന്നെയാണ്. ഇപ്പോൾ എന്റെയും സ്ഥിതി അതുതന്നെയാണ്. ആഹാരം കഴിക്കുന്നു, ഉറങ്ങുന്നു. മുറ്റത്തേക്കിറങ്ങാൻ അനുവാദമുണ്ട്. ആകാശം കാണുന്നത് ഈ അഴികൾക്കിടയിലൂടെയാണ്. ഈ സെല്ലിനകത്ത് ഒരു കട്ടിലും സ്റ്റൂളും മഗ്ഗും സ്പൂണുമുണ്ട്. മറ്റുള്ളവർക്ക് ജീവിക്കാൻ അവരുടെ ഓർമ്മകളുടെ പിൻതുണയുണ്ട്. എനിക്കോ? എനിക്കെന്താണുള്ളത് ഓർമ്മിക്കാൻ തക്കവണ്ണം? ജീവിതത്തിൽ കാര്യമായി ഒന്നും സംഭവിച്ചില്ലല്ലോ... അതിനുള്ള സമയവുമുണ്ടായില്ല. തിരിഞ്ഞു നോക്കുമ്പോൾ കാണുന്നത് ഇരുട്ടു

മാത്രമാണ്. അപൂർവ്വം ചിലപ്പോൾ ചെറിയ ഒരു വിളക്ക് എരിയുന്നതു കാണാം. കൂടുതലും ഓർമ്മയിൽ കാണുന്നത് അമ്മയെയാണ്. അടുക്കളയുടെ ജനലരുകിൽ നില്ക്കുന്നു.... അതിനപ്പുറം എല്ലാം ഇരുട്ടാണ്....

ഞാൻ ബൈബിൾ വായിക്കാൻ തുടങ്ങി. അതിൽ നിന്നും എനിക്ക് എന്നെ അടർത്തിമാറ്റാനായില്ല. ഏതോ ഒരാവേശത്തിൽ ഞാൻ വിറ കൊണ്ടു. ഞാൻ അവിടുത്തോടു സംസാരിച്ചു; "എന്തിനു വേണ്ടിയാണ് എന്നെ ഇങ്ങനെ ശിക്ഷിച്ചത്? ആളുകൾ സന്തോഷത്തിന്റെ വേളകളിൽ ദൈവത്തോടു നന്ദി പറയുന്നു. ആപത്തു വരുമ്പോൾ ഉച്ചത്തിൽ നിലവിളിക്കുന്നു. ഇത്രയും ശിക്ഷ അർഹിക്കാൻ താനെന്തു ചെയ്തു എന്നാണവരുടെ ചോദ്യം. അതിനു പകരം അവർ ചെയ്യേണ്ടത്, സ്വന്തം യാതനകളുടെ അർത്ഥം മനസ്സിലാക്കുകയാണ്. സ്വന്തം ജീവിതം അവിടുത്തെ കാൽക്കൽ അടിയറവെക്കുകയാണ്."

അങ്ങനെയിരിക്കെ ഓർക്കാപ്പുറത്ത് ലീന പ്രത്യക്ഷപ്പെട്ടു. അവൾ എന്റെ അരികിൽ വന്ന് എന്നോടു പറഞ്ഞു. "ഞാൻ നിങ്ങളെ സ്നേഹിക്കുന്നു.... " പൊടുന്നനെ ഒരു ലോകം മുഴുവൻ എന്റെ മുമ്പിൽ തുറന്നു കിട്ടുകയായിരുന്നു. എനിക്കുവേണ്ടി എന്തെല്ലാം ആഗ്രഹങ്ങളുണ്ടോ അതെല്ലാം സങ്കല്പിക്കാമെന്ന അവസ്ഥ. ഏറ്റവും ഇരുണ്ട രാത്രിയിൽ നിന്ന് പകൽ വെളിച്ചത്തിന്റെ നടുവിലേക്ക് ആരോ എന്നെ തള്ളിവിട്ടിരിക്കുന്നു. എന്റെ ചുറ്റും വെളിച്ചം. എനിക്കറിയാം ഏറ്റവും വിചിത്രമായ സാഹചര്യമാണ്. യെലീനയ്ക്ക് ഭർത്താവും മൂന്നു കുഞ്ഞുങ്ങളുമുണ്ട്. എന്നിട്ടും താൻ മറ്റൊരു പുരുഷനുമായി പ്രണയത്തിലാണെന്ന് അവർ വിളിച്ചു പറയുന്നു. അയാൾക്കായി കത്തുകളെഴുതുന്നു. അവരുടെ ഭർത്താവിന്റെ സ്ഥാനത്ത് ഞാനായിരുന്നുവെങ്കിൽ.... എന്താണ് ചെയ്യുക എന്ന് എനിക്കറിയാം. "നിങ്ങളാരാണെന്നാണ് നിങ്ങളുടെ വിചാരം? ഒരു പുണ്യപുരുഷനോ?"

"ആത്മത്യാഗം കൂടാതെ സ്നേഹം സാദ്ധ്യമല്ല. അതില്ലാത്ത സ്നേഹത്തിന് എന്തർത്ഥം?"

അവരെപോലെയുള്ള സ്ത്രീകൾ ഈ ഭൂമിയിലുണ്ടെന്ന് ഞാൻ ധരിച്ചിരുന്നില്ല. അല്ലെങ്കിലും ഈ തടവറയ്ക്കകത്തിരുന്ന് അതെല്ലാം ഞാൻ എങ്ങനെ അറിയാൻ? എന്റെ അറിവിൽ സ്ത്രീകൾ രണ്ടു തരക്കാർ മാത്രമായിരുന്നു. ഒരു കൂട്ടർ മാന്യകളായ കുലസ്ത്രീകൾ.... മറ്റേ കൂട്ടർ തീരെ തരംതാഴ്ന്ന തെരുവു പെണ്ണുങ്ങൾ. അതിനിടയിലാണ് യെലീന കടന്നു വരുന്നത്. മനുഷ്യരുടെ ഉറക്കെ കെടുത്തുന്ന തരം. അവർ ഇവിടെ വന്നിരുന്ന് കരയും.... ചിരിക്കും. എന്നാലും എപ്പോഴും സുന്ദരി തന്നെ.

അധികം താമസിയാതെ നിയമപരമായി ഞങ്ങളുടെ വിവാഹം നടന്നു. ശരിക്കും ഒരു വിവാഹം... അതായിരുന്നു ഞങ്ങളുടെ തീരുമാനം. ജയിലിൽ ഒരു പ്രാർത്ഥനാ മുറിയുണ്ട്. ഒരു കാവൽ മാലാഖ ഞങ്ങളുടെ നേരെ കണ്ണു തിരിക്കുകയാണെങ്കിൽ?

ലീനയെ കാണുന്നതിനു മുമ്പ് എല്ലാ സ്ത്രീകളോടും എനിക്ക് കടുത്ത വെറുപ്പായിരുന്നു. പ്രേമം എന്നാൽ.... ശരീരത്തിലെ ചില ഹോർമോണുകളുടെ പ്രവർത്തനഫലമായി ഉണ്ടാകുന്നതാണ് എന്നായിരുന്നു എന്റെ ധാരണ. മാംസതൃഷ്ണകൾ... പക്ഷേ ലീനയ്ക്ക് ആ വാക്കിനോടകൽച്ചയില്ല. ഇടയ്ക്കിടയ്ക്ക് അത് പ്രയോഗിക്കുകയും ചെയ്യും. "ഞാൻ നിങ്ങളെ സ്നേഹിക്കുന്നു. ഞാൻ നിങ്ങളെ സ്നേഹിക്കുന്നു..." അവൾ ആ അവസ്ഥയിലെത്തുമ്പോൾ ഞാൻ വെറുതെ മിണ്ടിതിരിക്കുന്നു. അനങ്ങാനാകാതെ. ഇതെല്ലാം ഞാൻ എങ്ങനെ പറയാൻ? ഒന്നാമത്... സന്തോഷം എന്നത് എനിക്ക് പരിചയമുള്ള സംഗതിയല്ല. ചിലപ്പോൾ ഞാൻ അവളെ വിശ്വസിക്കുന്നു. ഇതെല്ലാം വാസ്തവമാണെന്ന് വിശ്വസിക്കാൻ ആഗ്രഹിക്കുന്നു. ആരോ.... എന്നെ സ്നേഹിക്കുന്നു എന്ന തോന്നൽ... മറ്റുള്ളവരും ഞാനും തമ്മിലുള്ള വ്യത്യാസം, തങ്ങൾ നല്ലവരാണെന്ന് അവർ വിശ്വസിക്കുന്നു. വാസ്തവത്തിൽ ആരും അവനവനെ ശരിയായി അറിയുന്നില്ല. സ്വന്തം സ്ഥിതി ശരിയായി മനസ്സിലാക്കിയാൽ എല്ലാവരും ഭയക്കുകതന്നെ ചെയ്യും. അങ്ങനെയൊരു കാര്യം ചെയ്യാൻ എനിക്ക് കഴിയുമെന്ന് ഞാനെന്നെങ്കിലും വിചാരിച്ചിരുന്നോ? ഏതു നിമിഷവും പുറത്തേക്ക് എടുത്തുചാടാൻ തയ്യാറായി ഒരു ക്രൂരമൃഗം ഉള്ളിൽ ഒളിച്ചിരിക്കുന്നുണ്ടെന്ന് എപ്പോഴെങ്കിലും കരുതിയിരുന്നുവോ? ഇല്ല.... ഒരു കോടി കൊല്ലത്തിനിടയിലുമില്ല...

ഞാൻ നല്ലൊരുത്തനാണ് എന്നായിരുന്നു ധാരണ. അമ്മയുടെ വീട്ടിൽ എവിടേയൊ അതിപ്പോഴും നിങ്ങൾക്കു കാണാം. ഒരു പുസ്തകം നിറയെ ഞാനെഴുതിയ കവിതകൾ. അമ്മ അത് കത്തിച്ചുകളഞ്ഞിട്ടുണ്ടാവില്ല എന്നു വിചാരിക്കുന്നു. പലപ്പോഴും ആലോചന കാടുകയറി ഭയന്നുപോകുന്നു. എത്രയോ നാളായി തനിച്ച് ഇതിനുള്ളിൽ അകപ്പെട്ടു കിടക്കുകയാണ്. സാമാന്യമായൊരു മനുഷ്യ ജീവിതം... അത് എന്നിൽ നിന്നും എത്രയോ അകലത്തിലാണ്. ഞാൻ അങ്ങേയറ്റം പരുക്കനായിരുന്നു. ഒരു കാട്ടുജന്തുവിന്റെ കൂട്ട് എന്തിനെയാണ് ഭയക്കുന്നത്? ഞങ്ങളുടെ കഥ ജനം വെറുമൊരു സിനിമയായി കാണുമല്ലോ എന്നാണെന്റെ പേടി. അങ്ങനെയൊന്ന് എന്നെ സംബന്ധിച്ചടത്തോളം ഒട്ടും ആവശ്യമില്ലാത്തതാണ്. ഇപ്പോഴാണ് യഥാർത്ഥത്തിൽ ജീവിക്കാൻ തുടങ്ങിയത് എന്നു പറയാം. ഒരു കുഞ്ഞു വേണമെന്ന് ഞങ്ങൾ ആഗ്രഹിച്ചു. അവൾ ഗർഭം ധരിക്കുകയും ചെയ്തു. പക്ഷേ ആ ഗർഭം അലസിപ്പോയി. ദൈവം എന്നെ ഓർമ്മപ്പെടുത്തുകയായിരുന്നു. എന്റെ പാപങ്ങളെക്കുറിച്ച്.

എല്ലാം വളരെ ഭയാനകമാണ്. പലപ്പോഴും ഭയം താങ്ങാനാകാതെ ഞാൻ സ്വയം കൊല്ലാൻ ശ്രമിക്കുന്നു.

"എനിക്ക് നിങ്ങളെ ഭയമാണ്."ലീന പറയുന്നു. എന്നാലും അവൾ എന്നെ വിട്ടുപോകുന്നില്ല.

ഇതാണ് നിങ്ങൾ എടുക്കാൻ പോകുന്ന സിനിമ..... ആകട്ടെ.... തുടങ്ങിക്കോളൂ.

ജയിലിലെ സംഭാഷണങ്ങളിൽ നിന്ന്

ഇത് ശുദ്ധഭ്രാന്താണ്. ആ സ്ത്രീ കാണേണ്ടത് ഒരു മനോരോഗ ചികിത്സകനെയാണ്.

ഇങ്ങനെയുള്ള സ്ത്രീകളെ കുറിച്ച് ഇതുവരെ ഞാൻ പുസ്തകങ്ങളിലേ വായിച്ചിട്ടുള്ളൂ. ഡിസംബറിസ്റ്റുകളുടെ ഭാര്യമാർ. അതൊക്കെ ശുദ്ധസാഹിത്യം മാത്രം. ഞാൻ നേരിൽ കണ്ടിട്ടുള്ള ഒരേയൊരു സ്ത്രീ ലീന മാത്രമാണ്. ശരിയാണ്. ആദ്യം കേട്ടപ്പോൾ ഞാനത് വിശ്വസിച്ചില്ല. അവർക്കെന്തോ ചിത്തഭ്രമമായിരിക്കുമെന്ന് കരുതി. പിന്നീടാണ് ഒരു തോന്നലുണ്ടായത്. ജനങ്ങൾ അക്കാലത്ത് വിചാരിച്ചിരുന്നത് യേശുവും ഒരു ഭ്രാന്തനാണ് എന്നായിരുന്നുവല്ലോ!

ഒരു രാത്രി എനിക്കൊരു പോള കണ്ണടക്കാനായില്ല. അവരെ കുറിച്ചു തന്നെ ആലോചിച്ചു കിടന്നു. എന്നെ ഭ്രാന്തമായി പ്രണയിച്ചിരുന്ന ഒരു സ്ത്രീ ഉണ്ടായിരുന്നല്ലോ എന്ന് ഓർത്തു പോയി.

ഇത് അവരുടെ കുരിശാണ്. അവർ തന്നെയെടുത്ത് സ്വന്തം തോളിലേറ്റിയത്.... ശരിക്കും ഒരു റഷ്യൻ സ്ത്രീ.

വരൻ വോളോഡിയയെ എനിക്കറിയാം. എന്നെപ്പോലെത്തന്നെ ഒരു "തന്തയ്ക്കു പിറക്കാത്തവൻ" ആ സ്ത്രീയെ ഓർത്ത് എനിക്ക് ഭയമുണ്ട്. പേരിനൊരു കല്യാണം കഴിച്ച് പിന്നീടത് വേണ്ടെന്നു വെക്കുന്ന തരക്കാരിയല്ല അവർ. അയാളുടെ ഭാര്യയായി തുടരാൻ അവർ ആവുന്നതും ശ്രമിക്കും. പക്ഷേ അവർക്ക് നല്കാനായി എന്താണ് അയാളുടെ പക്കലുള്ളത്! ആർക്കെങ്കിലും എന്തെങ്കിലും കൊടുക്കാനുള്ളത് നമുക്കു കിട്ടുന്നില്ല. "എന്റെ കൺമുമ്പിലുള്ളത് ഇറ്റു വീഴുന്ന ചോരയുമായി നില്ക്കുന്ന യുവാക്കളാണ്."* ഒന്നേ നമുക്കു ചെയ്യാനാവൂ. ആരുടേയും അവസരങ്ങൾ തട്ടിക്കളയാതിരിക്കാം. നമ്മുടെ പേരിലുള്ള ആത്മത്യാഗങ്ങൾ ഒഴിവാക്കാം... സ്വീകരിക്കാതിരിക്കാം. ജീവിതത്തിന്റെ ഏക ലക്ഷ്യംതന്നെ ഇപ്പോൾ ഒന്നും സ്വീകരിക്കാതിരിക്കുക എന്നതായിരിക്കുന്നു.

എന്തായാലും സ്വതവേ സന്തോഷവതിയായ ഒരു സ്ത്രീയാണവർ. അതിനെക്കുറിച്ച് അവർക്ക് പരിഭ്രമവുമില്ല. ബൈബിളിൽ ദൈവത്തെ വിളിക്കുന്നത് നന്മയെന്നൊ നീതിയെന്നൊ അല്ല. ദൈവത്തിന്റെ പേര് സ്നേഹം എന്നാണ്.

പുരോഹിതൻ പോലും ഇവിടെ വന്ന് ആദ്യം അഴികൾക്കിടയിലൂടെ കൈ അകത്തേക്കു നീട്ടുന്നു. ഉടനെ പിൻവലിക്കുകയും ചെയ്യുന്നു. അദ്ദേഹം അതറിയുന്നില്ല. എന്നാൽ ഞാനത് കാണുന്നുണ്ട്. എന്റെ കൈ രക്തം പുരണ്ടതാണ്. എന്നിട്ടും ആ സ്ത്രീ അയാളെ വിവാഹം കഴിക്കാൻ തയ്യാറായി. അവനവനെത്തന്നെ അയാൾക്കു സമർപ്പിച്ചു.... ഒരു കൊലപാതകിക്കായി തന്റെ ജീവിതം നീക്കിവെച്ചു. എല്ലാം അയാളുമായി പങ്കുവെക്കണമെന്ന് അവർ ആഗ്രഹിക്കുന്നു. ഇപ്പോൾ ഞങ്ങളെല്ലാവരും

---

* പുഷ്കിന്റെ ഒരു കഥാപാത്രത്തിന്റെ വാക്കുകൾ.

ചിന്തിക്കുന്നതെന്താണെന്നോ? അതിന്റെ അർത്ഥം എനിക്കും ആശിക്കാൻ എന്തോ ഒന്നുണ്ട് എന്നാണ്. അതെത്ര വലിയ ആശ്വാസമാണ്. അവരെ പറ്റി കേൾക്കാൻ ഇട വന്നില്ലായിരുന്നുവെങ്കിൽ, ഈ ജീവിതം ഇതിലും കഠിനമായിപ്പോയേനേ!

ഭാവി അവർക്കു വേണ്ടി എന്തായിരിക്കും കരുതി വെച്ചിരിക്കുക? അതറിയാൻ ഒരു കൈനോട്ടക്കാരനും ഞാൻ ചില്ലിക്കാശു കൊടുക്കില്ല.

നിങ്ങളൊക്കെ മരത്തലയന്മാരാണ്. അദ്ഭുതങ്ങളിൽ വിശ്വസിക്കുന്നു വെന്നോ? ജീവിതം തൂവെള്ള പായ നിവർത്തിയ ഒരു വെള്ളക്കപ്പലല്ല. ചോക്ലേറ്റു കൊണ്ടു പൊതിഞ്ഞ മരക്കട്ടയാണ് ജീവിതം. അവൾ യഥാർത്ഥത്തിൽ അന്വേഷിക്കുന്നത്, ആഗ്രഹിക്കുന്നത് ഈ ഭൂമിയിൽ ഒരാൾക്കും നല്കാനാവാത്തതാണ്. അതവൾക്കു നല്കാൻ ദൈവത്തിനു മാത്രമേ കഴിയൂ. ജയിലിൽ വെച്ച് അവർ വിവാഹിതരായി. ലീന ആഗ്ര ഹിച്ചിരുന്നതുപോലെത്തന്നെ എല്ലാം നടന്നു. മിന്നിത്തിളങ്ങുന്ന മെഴുകു തിരികൾ, സ്വർണ്ണ മോതിരങ്ങൾ, പള്ളിയിലെ ഗായകസംഘത്തിന്റെ കീർത്തനാലാപനം. "യേശുവേ.... ആനന്ദിക്കുക."

പുരോഹിതൻ :- വ്ളാഡിമിർ, സ്വന്തം ഇഷ്ടവും താത്പര്യവും കണ ക്കാക്കിയാണോ നിന്റെ മുമ്പിൽ നില്ക്കുന്ന ഈ യെലീനയെ നിന്റെ ഭാര്യയായി സ്വീകരിക്കാൻ തീരുമാനിച്ചത്?

വരൻ :- അതെ. സത്യസന്ധനായ പിതാവേ!

പുരോഹിതൻ :- യെലീനാ, നിന്റെ സ്വന്തം ഇഷ്ടവും താത്പര്യവും കണക്കാക്കിയാണോ നിന്റെ മുമ്പിൽ നില്ക്കുന്ന ഈ വ്ളാഡിമീറിനെ ഭർത്താവായി സ്വീകരിക്കാമെന്ന് തീരുമാനിച്ചത്?

വധു :- അതെ. സത്യസന്ധനായ പിതാവേ!

പുരോഹിതൻ :- ഇതിനു മുമ്പ് വേറെ ആരെയെങ്കിലും വിവാഹം കഴിക്കാമെന്ന് നീ സമ്മതിച്ചിരുന്നുവൊ?

വധു :- ഇല്ല. സത്യസന്ധനായ പിതാവേ!

പുരോഹിതൻ :- കർത്താവേ... ഇവരിൽ കാരുണ്യം ചൊരിയേണമേ!

ഇറീനാ വാസിലീവാ

ഒരു വർഷത്തിനു ശേഷം ഞങ്ങൾ രണ്ടുപേരും വീണ്ടും കണ്ടുമുട്ടി.

അവർ ഞങ്ങളുടെ സിനിമ ടി.വി.യിൽ കാണിച്ചു. പ്രേക്ഷകരിൽ നിന്നും നിരവധി കത്തുകൾ ഞങ്ങൾക്ക് ലഭിച്ചു. ആദ്യം എനിക്ക് വളരെ യധികം ആവേശം തോന്നി. പിന്നീട് തോന്നി....നമ്മൾ ജീവിക്കുന്ന ഈ ലോകത്തിന് എന്തോ പന്തികേടു സംഭവിച്ചിരിക്കുന്നു. ആ പഴയ തമാശ യാണ് ഓർമ്മ വന്നത്. മാനവരാശി നല്ലതാണ്. പക്ഷേ മനുഷ്യർ.. മോശം. ചിലത് പുറത്തേക്കു തള്ളി നില്ക്കുന്നു. "വധശിക്ഷ വേണമെന്നാണ് എന്റെ പക്ഷം. അത് മനുഷ്യർക്കിടയിലെ ചപ്പുചവറുകളെ നന്നാക്കി പുനരുപയോഗത്തിന് യോഗ്യമാക്കുന്നു."

"നിങ്ങളുടെ അമാനുഷനായ കൊലപാതകി. അങ്ങനെയുള്ള അക്രമികളെ റെഡ്സ്ക്വയറിൽ കൊണ്ടുവന്നു നിർത്തി പരസ്യമായി വെട്ടിനുറുക്കണം. ഇടയിൽ ചില പരസ്യങ്ങൾക്കും സമയം കൊടുക്കാം." "അവരെ വധിച്ച് അവരുടെ അവയവങ്ങൾ ആവശ്യക്കാർക്ക് പ്രയോജനപ്പെടുത്തണം." "പുതിയ മരുന്നുകളുടേയും രാസപദാർത്ഥങ്ങളുടേയും പരീക്ഷണങ്ങൾക്കായി അവരെ ഉപയോഗിക്കണം." നല്ലത്... നന്മ എന്ന വാക്കിന് സാലിന്റെ നിഘണ്ടുവിൽ നല്കിയിട്ടുള്ള അർത്ഥം: അത് വരുന്നത് ഒരു ക്രിയാപദത്തിൽ നിന്നാണ്. ധാരാളം നല്ല വസ്തുക്കളോടു കൂടി നല്ലതുപോലെ ജീവിക്കുക. അതാണ് നന്മ. അതായത് സ്വസ്ഥവും സമൃദ്ധവുമായി ജീവിതം നയിക്കാനാവുന്ന അവസ്ഥ. ജീവിതത്തിന് അന്തസ്സും സുരക്ഷിതത്വവുമുണ്ടാകണം. അങ്ങനെയൊന്നും തന്നെ ഇപ്പോൾ നമുക്കിവിടെയില്ല. തിന്മ ഉദ്ഭവിക്കുന്നത് ദൈവത്തിൽ നിന്നല്ല. സെന്റ് ആന്റണിയുടെ വാക്കുകൾ ഓർക്കാം: " ലോകത്തിലെ തിന്മകൾക്ക് ദൈവം ഉത്തരവാദിയല്ല. അവിടുന്ന് മനുഷ്യന് വിവേകം വരമായി നല്കി. നന്മയും തിന്മയും വേർതിരിച്ചറിയുവാനുള്ള ബുദ്ധി." വേറേയും ചില നല്ല കത്തുകൾ എനിക്കു കിട്ടുകയുണ്ടായി. "നിങ്ങളുടെ സിനിമ കണ്ടതിനുശേഷം ഞാൻ പ്രണയത്തിൽ വിശ്വസിക്കാൻ തുടങ്ങിയിരിക്കുന്നു. എന്തൊക്കെയായാലും ദൈവം ഉണ്ട് എന്നുതന്നെയാണ് എന്റെ വിശ്വാസം."

ഔദ്യോഗികമായ ഒരു രേഖ... അത് ഒരേസമയം ഒരു ഗൂഢാലോചനയും കെണിയുമാണ്. ഡോക്യുമെന്ററി കലാരൂപങ്ങൾക്കും ഈയൊരു ന്യൂനതയുണ്ടെന്ന് തോന്നാറുണ്ട്... ഒരുമാതിരി ജന്മവൈകല്യം. സിനിമയ്ക്ക് ഒരവസാനമുണ്ട്. പക്ഷേ ജീവിതം തുടർന്നുകൊണ്ടുപോകും. എന്റെ കഥാപാത്രങ്ങൾ സങ്കല്പസൃഷ്ടികളല്ല. യഥാർത്ഥത്തിൽ ജീവിച്ചിരിക്കുന്നവരാണ്. അവർ എന്നെ ആശ്രയിച്ചല്ല കഴിയുന്നത്. എന്റെ ഇച്ഛയോ, ആശയങ്ങളോ, പ്രവൃത്തി സാമർത്ഥ്യമോ അവരുടെ ജീവിതത്തെ ബാധിക്കുന്നില്ല. അവരുടെ ജീവിതത്തിൽ ഞാൻ ചെന്നുപെട്ടത് തികച്ചും ആകസ്മികമായിട്ടാണ്. അത് കേവലം താത്കാലികവുമാണ്. അവരുടെ സ്വാതന്ത്ര്യം എനിക്കില്ല. സാധിക്കുമായിരുന്നുവെങ്കിൽ ജീവിതം മുഴുവനും ഒരേയൊരാളുടെ ജീവിതം ഫിലിമിലേക്കു പകർത്താൻ ഞാൻ ശ്രമിച്ചേനേ. അല്ലെങ്കിൽ ഒരു കുടുംബത്തിന്റെ കഥയെങ്കിലും പൂർണ്ണമായി.

അവർ ഒരുമിച്ചു കൈകോർത്തു നടക്കുന്നു. കുഞ്ഞിന്റെ കൈപിടിച്ച് ഒപ്പം നടത്തുന്നു. നാട്ടിൻപുറത്തേക്ക് യാത്ര ചെയ്യുന്നു.... ഒരുമിച്ചിരുന്നു ചായ കുടിക്കുന്നു. വർത്തമാനം പറയുന്നു. ഇങ്ങനെയൊക്കെ ഒരു ദിവസം.... അടുത്ത ദിവസം മറ്റു ചില സംഭവങ്ങൾ. തമ്മിൽ ഒരു തർക്കം, പത്രം വാങ്ങിക്കുന്നു. കാറ് കേടാകുന്നു, വേനലവസാനിച്ചു. ആരോ കരയുന്നു... ഇതിന്റെയൊക്കെ നടുവിലാണ് നമ്മൾ കഴിയുന്നത്. എന്നാൽ നമ്മളില്ലാതേയും ഇതെല്ലാം സംഭവിക്കുന്നു... ഉണ്ടായിരുന്നിട്ടും സംഭവിക്കുന്നു. ഏതെങ്കിലും ഒരു നിമിഷം കൈയിലൊതുക്കാനായതു കൊണ്ടോ

കാലത്തിന്റെ ഒരു പ്രത്യേകഘട്ടം നിരീക്ഷിക്കാനായതുകൊണ്ടോ എന്റെ മനസ്സിന് തൃപ്തി വരുന്നില്ല. എനിക്ക് അതിൽ നിന്നും സ്വയം അടർത്തിയെടുക്കാനാവുന്നില്ല. അതെങ്ങനെ സാധിക്കാമെന്ന് എനിക്കറിഞ്ഞുകൂടാ. ഞാൻ ആരെക്കുറിച്ചാണൊ സിനിമയെടുക്കുന്നത് അവരുമായി വല്ലാതെ അടുത്തുപോകുന്നു. അവർക്കു കത്തെഴുതുന്നു. ഫോൺ ചെയ്യുന്നു. പലപ്പോഴും തമ്മിൽ കാണുന്നു. കുറെ നാളുകളോളം മനസ്സുകൊണ്ട് ആ സിനിമയിലേക്ക് പുതിയ ഭാഗങ്ങൾ ഷൂട്ട് ചെയ്ത് ചേർത്തുകൊണ്ടിരിക്കും. എന്റെ കൺമുമ്പിൽ പുതിയ രംഗങ്ങൾ ചുരുൾ നിവർത്തുന്നത് നോക്കിയിരിക്കും. അങ്ങനെ പകർത്തിയ "അധികപ്പടി" ഫിലിമുകൾ എന്റെ പക്കൽ ധാരാളമുണ്ട്. അതിലൊന്ന് യെലീനാ റസ്ദുയീവയെ കുറിച്ചുള്ളതാണ്. ഒരു നോട്ടുപുസ്തകം നിറയെ അവരെക്കുറിച്ചുള്ള വസ്തുതകൾ. ഒരു സിനിമയ്ക്കു വേണ്ട തിരക്കഥ തന്നെ. പക്ഷേ അതൊരിക്കലും സിനിമയായി നിർമ്മിക്കപ്പെടുകയില്ല.

"അവരുടെ പ്രവൃത്തികൾ.... അതു തന്നെയാണ് യാതനകളായി അവരെ വലയ്ക്കുന്നത്. അതിൽ നിന്നും ഒഴിഞ്ഞു മാറാൻ അവർക്കാവില്ല."

വളരെ വർഷങ്ങൾ കഴിഞ്ഞാണ് അവർ തീരുമാനിച്ചത്, അയാളുടെ ശിക്ഷയുമായി ബന്ധപ്പെട്ട വസ്തുതകൾ വായിച്ചു നോക്കണമെന്ന്. പക്ഷേ അതവരെ ഭയപ്പെടുത്തിയില്ല. "ഈ വായിച്ചറിഞ്ഞതൊന്നും എന്നിൽ ഒരു മാറ്റവുമുണ്ടാക്കില്ല. ഞാൻ അത്രയ്ക്കും അദ്ദേഹത്തെ സ്നേഹിക്കുന്നു. ഇന്ന് ഞാൻ ദൈവത്തിന്റെ മുമ്പിൽ അദ്ദേഹത്തിന്റെ ഭാര്യയാണ്. അദ്ദേഹം ആരേയോ കൊന്നു. ഞാൻ കൂടെയില്ലാത്തതുകൊണ്ടാണ് അത് സംഭവിച്ചത്. അവിടെ നിന്നും കൈപിടിച്ച് ഞാൻ അദ്ദേഹത്തെ മാറ്റി കൊണ്ടുപോകണം.

"ഓഗനത്തി ഒസ്ട്രോവിൻ ഒരു മുൻ ഡിസ്ട്രിക്ട് പ്രോസിക്യൂട്ടർ ശിക്ഷ അനുഭവിച്ചു കഴിയുന്നുണ്ട്. അദ്ദേഹവും സഹോദരനും കൂടി രണ്ടു സ്ത്രീകളെ കോടാലി കൊണ്ട് വെട്ടിക്കൊന്നു. ഒരു സ്ത്രീ കാഷ്യയറായിരുന്നു. മറ്റേത് എക്കൗണ്ടന്റും. അയാൾ തന്റെ സ്മരണകൾ എഴുതിക്കൊണ്ടിരിക്കുകയാണ്. തടവറയ്ക്കു പുറത്തു നടക്കാൻ കൂടി അയാൾ പോകുന്നില്ല....അത്രയ്ക്കു പോലും സമയം കളയാനില്ല. ആ കൊലപാതകത്തിൽ നിന്നും ചെറിയ ഒരു തുക സമ്പാദിക്കാൻ കഴിഞ്ഞു. അതിനു വേണ്ടി ആ കൊലകൾ നടത്തിയെന്നോ? എന്തിനെന്ന് അയാൾക്കും രൂപമില്ല... തടവുകാരിൽ വേറൊരാൾ ഒരു കൊല്ലനായിരുന്നു. തന്റെ ഭാര്യയേയും രണ്ടുമക്കളേയുമാണ് അയാൾ കൊലപ്പെടുത്തിയത്. അതിനു മുമ്പൊരിക്കലും തന്റെ പണിയായുധമായ ചുറ്റികയല്ലാതെ അയാൾ ഒന്നും കൈയിലെടുത്തിരുന്നില്ല. ഇന്ന് ജയിലിലെ ഭിത്തികളിലെമ്പാടും അയാളുടെ ചിത്രരചനകളാണ്. സ്വന്തം മനസ്സിനകത്തെ പൈശാചിക ശക്തികളുടെ പ്രതിഫലനമാണ് ഓരോ ചിത്രവും. അവർക്കെല്ലാവർക്കും അതേ തിടുക്കമാണ്..... എങ്ങനെയെങ്കിലും അവനവന്റെ മനസ്സിനെ

നീറ്റുന്ന ആ ചുമടുകളിറക്കിവെക്കുക. കൊല, കൊല്ലപ്പെട്ടവരെ സംബ ന്ധിച്ച് മാത്രമല്ല കൊല നടത്തിയവരെക്കുറിച്ചും ഉത്തരം കിട്ടാത്ത ഒരു കടങ്കഥയാണ്."

അവരുടെ സംഭാഷണങ്ങളൊന്ന് ശ്രദ്ധിച്ചു നോക്കൂ. "ദൈവമുണ്ടെന്ന് നിങ്ങൾ കരുതുന്നുണ്ടോ?" "ദൈവം ഉണ്ട് എങ്കിൽ മരണം ഒന്നിന്റേയും അവസാനമല്ല. ദൈവം ഇല്ല എന്നു വിശ്വസിക്കാനാണ് എന്റെ താത്പര്യം."

അത് പ്രണയമായിരുന്നോ? വ്ളോഡിയ സുന്ദരനാണ്, നല്ല ഉയരവും. യൂറി തീരെ ഉയരം കുറഞ്ഞ ആളായിരുന്നു. ഒരു പുരുഷൻ എന്ന നില യിൽ തനിക്ക് കൂടുതൽ തൃപ്തി ലഭിച്ചിരുന്നത് യൂറിയിൽ നിന്നാണെന്ന് യെലീന തന്നെ എന്നോടു പറയുകയുണ്ടായി. എന്നാൽ അവളുടെ ഭർത്താവ് വ്ളോഡിയയാണ്. അയാളുടെ ജീവിതത്തിൽ ഒരു ദുരന്തം സംഭ വിച്ചു. അവൾക്കയാളെ കൈവിടാനാവില്ല.

ഇപ്പോൾ യെലീന തലയിൽ ഒരു കറുത്ത തൂവാല കെട്ടി ജയിലി നടുത്തു തന്നെ താമസിക്കുന്നു. അവിടെ ജോലി ഒന്നുമില്ല. എന്നാലും പള്ളിയിലെ അച്ചൻ അവളെ അവിടെ പാർക്കാനനുവദിച്ചു. അവൾ പള്ളി യുടെ തൂണു വൃത്തിയാക്കും. "വ്ളോഡിയ അടുത്തുതന്നെയുണ്ടല്ലോ.... അയാളുടെ സാമീപ്യം മനസ്സുകൊണ്ട് ഞാൻ എപ്പോഴും അറിയുന്നുണ്ട്."

വിഷമിക്കണ്ട. ഞാനിവിടെത്തന്നെയുണ്ട്. ഞാൻ പതിവായി കത്തു കളെഴുതുന്നു. കഴിഞ്ഞ ഏഴുകൊല്ലമായി അവർ കത്തുകളെഴുതി ക്കൊണ്ടിരിക്കുകയാണ്.

അവരുടെ വിവാഹം കഴിഞ്ഞ ഉടനെ അധികൃതർക്ക് അപേക്ഷ സമർപ്പിക്കാനായി അയാൾ യെലീനയെ നിർബന്ധിക്കാൻ തുടങ്ങി. തന്റേതല്ലെങ്കിലും മൂന്നു കുഞ്ഞുങ്ങളുടെ അച്ഛനാണ്. അവരുടെ സംര ക്ഷണത്തിനായി ജയിലിൽ നിന്നും പുറത്തു വരേണ്ടതുണ്ട്. അതുകൊണ്ട് കഴിയുന്നതും വേഗം തന്നെ ജയിലിൽ നിന്നും മോചിപ്പിക്കണം. അയാൾ അതൊരവസരമായി കണ്ടു. എന്നാൽ ലീന നിഷ്കളങ്കയാണ്. അവൾ ആ കത്തെഴുതാനായി ഇരിക്കും.... പക്ഷേ മനസ്സ് തയ്യാറാവുകയില്ല. "ഒരാളെ കൊന്നവനാണ് അയാൾ. അതിലും വലിയൊരു പാപമില്ല."

അതോടെ അയാൾക്കു ഭ്രാന്തിളകും. തനിക്ക് വേറൊരു സ്ത്രീയാണ് വേണ്ടതെന്ന് വിളിച്ചുകൂവും. അവളെ തള്ളിപ്പറയും. കുറെകൂടി സമ്പന്ന യായ ഭാര്യ. അവർക്കു നല്ല സ്വാധീനമുണ്ടായിരിക്കണം. തന്റെ പരിശുദ്ധ യായ ഭാര്യയെ അയാൾക്കു മടുക്കാൻ തുടങ്ങിയിരുന്നു.

പതിനെട്ടു വയസ്സായപ്പോഴാണ് അയാൾ തടവിലാക്കപ്പെട്ടത്. അത് സോവിയറ്റ് കാലമായിരുന്നു. ആ കാലം മാത്രമേ അയാൾക്കു പരിചയ മുണ്ടായിരുന്നുള്ളൂ. സോവിയറ്റ് ജനതയും സോഷ്യലിസവും. ഇപ്പോൾ താൻ ജീവിക്കുന്ന ഈ നാടിന്റെ യഥാർത്ഥ അവസ്ഥ എന്താണെന്ന് അയാൾക്ക് ഒരു രൂപവുമില്ല. അഥവാ അയാൾ പുറത്തുവന്നാൽ തന്നേയും

പുതിയ സാഹചര്യങ്ങളുമായി എങ്ങനെയാണ് പൊരുത്തപ്പെട്ടു പോവുക? അത് ഏതുവിധത്തിലാകും അയാളെ ബാധിക്കുക? ഒരു തൊഴിലും വശമില്ല. ബന്ധുക്കളൊക്കെ എന്നേ അയാൾക്ക് പുറംതിരിഞ്ഞു കഴിഞ്ഞു. അതുമല്ല.... വല്ലാതെ ക്ഷോഭിക്കുന്ന പ്രകൃതവും. ഒരിക്കൽ ജയിലിൽ വെച്ച് മറ്റൊരു തടവുകാരനുമായി അയാൾ ഏറ്റുമുട്ടി. എതിരാളിയുടെ തൊണ്ട ഏതാണ്ട് മാന്തിപ്പൊളിച്ചു. ലീനയ്ക്കറിയാം, പുറത്തുവരാനായാൽ തന്നേയും. ആൾക്കാരിൽ നിന്ന് അകറ്റി ദൂരെ എവിടെയെങ്കിലും താമസിപ്പിക്കേണ്ടി വരും. വല്ല കാട്ടിലും..... ഒരു മരംവെട്ടുകാരനായി അയാൾ കഴിയുന്നത് അവൾ സ്വപ്നം കാണാറുണ്ട്. കാട്ടിൽ ഒറ്റതിരിഞ്ഞൊരു ജീവിതം. അവൾ പറയുന്നതുപോലെ മിണ്ടാപ്രാണികളായ മൃഗങ്ങൾക്കും മരങ്ങൾക്കുമിടയിൽ.

ഒരിക്കലല്ല പലതവണ അയാൾ എന്നോടു പറയുകയുണ്ടായി "അയാളുടെ കണ്ണുകൾ മരവിച്ചതുപോലെ. തികച്ചും ശൂന്യം. ഒരു ദിവസം അയാൾ എന്നെ കൊല്ലും. ആ സമയം അയാളുടെ കണ്ണുകൾ എങ്ങനെയായിരിക്കുമെന്ന് ഇപ്പോഴേ എനിക്കറിയാം. എന്നിട്ടും ആ ആകർഷണത്തിൽ നിന്ന് വിട്ടുമാറാൻ അവൾക്കാകുന്നില്ല. അയാളാകുന്ന ചുഴി ആ ഗർത്തത്തിലേക്ക് അവളെ വലിച്ചെടുക്കുകയാണ്. എന്താണതിനു പിന്നിൽ? അങ്ങനെയെന്തോ ഒന്ന് എന്റെ ഉള്ളിലുമില്ലേ? അന്ധകാരം അതിനുള്ളിലേക്കു നിങ്ങളെ വലിച്ചടുപ്പിക്കുന്നു.

കഴിഞ്ഞ തവണ തമ്മിൽ കണ്ടപ്പോൾ അവൾ പറഞ്ഞു, "എനിക്കിനിയും ജീവിക്കണമെന്നില്ല.... ഇതിൽ കൂടുതൽ സഹിക്കാനെനിക്കാവില്ല. അവൾ ഒരു കോമയിലാണെന്നു തോന്നി. മരിച്ചിട്ടില്ല.... എന്നാൽ ജീവിച്ചിരിക്കുന്നുമില്ല എന്ന സ്ഥിതി.

> *ഞങ്ങൾ ഒരുമിച്ച് ലീനയെ ചെന്നുകാണാമെന്നു തീരുമാനിച്ചു. എന്നാൽ പെട്ടെന്ന് അവളെ കാണാതെയായി. ഞങ്ങൾ പല വഴി ബന്ധപ്പെടാൻ ശ്രമിച്ചു. പക്ഷേ പ്രതികരണമൊന്നുമുണ്ടായില്ല. വളരെ അകലെയുള്ള ഒരിട*ത്താണ് അവൾ എന്നു കേട്ടു. ഒരു പ്രത്യേകം സന്ന്യാസി സമൂഹത്തോടൊപ്പം. ഏയ്ഡ്സ് രോഗം ബാധിച്ചവരും മയക്കുമരുന്നിനടിമപ്പെട്ടവരുമാണ് അവിടെയുള്ളത്. അവിടെ സേവനമനുഷ്ഠിക്കുന്നവരിൽ ഏറെപേരും നിത്യമായ മൗനവ്രതത്തിലാണെന്നും പിന്നീടറിഞ്ഞു.*

* റഷ്യൻ യാഥാസ്ഥിതിക പ്രത്യേക സന്ന്യാസി സമൂഹം

ആത്മധൈര്യവും അതിനുശേഷം സംഭവിക്കുന്നതിനെയും കുറിച്ച്

ടാനിയ കുലേഷോവാ

വിദ്യാർത്ഥി, 21 വയസ്സ്

സംഭവങ്ങളുടെ ക്രമവിവരണങ്ങൾ

ഡിസംബർ 19-ാം തിയതി ബെലാറസ്സിൽ പ്രസിഡന്റിന്റെ തിരഞ്ഞെടുപ്പു നടന്നു. ന്യായമായൊരു തിരഞ്ഞെടുപ്പ് ആരും പ്രതീക്ഷിച്ചിരുന്നില്ല. ഫലമെന്തായിരിക്കുമെന്ന് എല്ലാവർക്കും നേരത്തേതന്നെ ഏറെക്കുറെ നിശ്ചയമുണ്ടായിരുന്നു. കഴിഞ്ഞ പതിനാറു കൊല്ലമായി രാജ്യം ഭരിച്ചിരുന്ന പ്രസിഡന്റ് ലുക്കാഷെൻകോ തന്നെ ഈ തവണയും വിജയിക്കും. അന്താരാഷ്ട്ര മാദ്ധ്യമങ്ങൾ അദ്ദേഹത്തെ പരിഹസിക്കുന്നു. അവർ അദ്ദേഹത്തിന് നല്കിയിരുന്ന പരിഹാസപ്പേര്, ഉരുളക്കിഴങ്ങ് സ്വേച്ഛാധികാരി എന്നാണ്. സ്വന്തം നാട്ടുകാരെത്തന്നെ അദ്ദേഹം ബന്ദികളാക്കി വെച്ചിരിക്കുന്നു എന്നതാണ് വാസ്തവം. യൂറോപ്പിലെ അവസാനത്തെ സ്വേച്ഛാധികാരിയായ ഹിറ്റ്ലറോട് തനിക്കുള്ള അനുഭാവം അദ്ദേഹം ഒരിക്കലും മറച്ചുവെക്കാറില്ല. ആരും അദ്ദേഹത്തെ ഗൗരവമായി കാണുന്നില്ല എന്നത് വേറെ കാര്യം....ജനങ്ങൾക്കദ്ദേഹം, "കൊച്ചുപട്ടാളക്കാരനാണ്"; ചിലർ "താന്തോന്നി പട്ടാളക്കാര"നെന്നും വിളിക്കാറുണ്ട്.

അന്നു വൈകുന്നേരം ആയിരക്കണക്കിനാളുകൾ ഒക്ടോബർ ചത്വരത്തിലേക്ക് ഒഴുകിയെത്തി. മിൻഡ്കിലെ പ്രധാന മൈതാനമാണ് ഒക്ടോബർ സ്ക്വയർ. തിരഞ്ഞെടുപ്പ് എന്ന ആ മഹാവഞ്ചനയ്ക്കെതിരെ പ്രതിഷേധിക്കാനായാണ് അവർ അവിടെ ഒരുമിച്ചു കൂടിയത്. തിരഞ്ഞെടുപ്പു ഫലം അസാധുവാക്കണം എന്നായിരുന്നു പ്രകടനക്കാരുടെ ആവശ്യം. നാട്ടിൽ പുതിയ തിരഞ്ഞെടുപ്പു നടത്തണം. എന്നാൽ അതിൽ സ്ഥാനാർത്ഥിയായി യൂക്കാഷെൻകോ ഉണ്ടാവരുത്. വളരെ സമാധാനപരമായി നടത്തപ്പെട്ട ആ പ്രകടനം, പൊലീസിന്റെ പ്രത്യേക സേനാവിഭാഗം ക്രൂരമായി അടിച്ചമർത്തി. പട്ടാളത്തിന്റെ പ്രത്യേക ദൗത്യസേനാവിഭാഗവും അതിനായി നിയോഗിക്കപ്പെട്ടു. തലസ്ഥാനനഗരിക്കു ചുറ്റുമുള്ള

കാടുകൾ സൈനികരെ കൊണ്ടു നിറഞ്ഞു. അവർ യുദ്ധത്തിനൊരുങ്ങിയാണ് നിന്നിരുന്നത്.

എഴുന്നൂറു പ്രകടനക്കാരെ പൊലീസ് തടവുകാരാക്കി. ആ കൂട്ടത്തിൽ ഏഴുപേർ മുമ്പ് പ്രസിഡന്റിനുള്ള തെരഞ്ഞെടുപ്പിൽ സ്ഥാനാർത്ഥികളായി നിന്നവരായിരുന്നു. സാങ്കേതികമായി നോക്കിയാൽ അവരെ തടവുകാരാക്കാൻ പാടില്ലാത്തതായിരുന്നു. അപ്പോഴും അവർക്ക് നിയമത്തിന്റെ പരിരക്ഷയ്ക്ക് അർഹതയുണ്ടായിരുന്നു.

തിരഞ്ഞെടുപ്പു പ്രഖ്യാപിച്ചതു മുതൽ ബെലാറസ്സിലെ രഹസ്യപോലീസ് രാപകൽ പണിയെടുത്തു കൊണ്ടിരിക്കുകയായിരുന്നു. രാഷ്ട്രീയമായ അടിച്ചമർത്തലുകൾ രാജ്യവ്യാപകമായ രീതിയിൽ നടന്നിരുന്നു. അറസ്റ്റുകൾ... അന്വേഷണങ്ങൾ...ചോദ്യം ചെയ്യലുകൾ... ജനങ്ങളുടെ അപ്പാർട്ട്മെന്റുകളിലേക്കും എതിർപാർട്ടികളുടെ പത്രമാപ്പീസുകളിലേക്കും മനുഷ്യാവകാശസംഘടനാ കേന്ദ്രങ്ങളിലേക്കും അവർ മുന്നറിയിപ്പു കൂടാതെ കടന്നു വന്നു. കംപ്യൂട്ടറുകളും ഓതീസ് സാമഗ്രികളും കൈയടക്കി. വളരെയധികം പേരെ ഓക്രിസ്റ്റീനോ തെരുവിലുള്ള ജയിലിലടച്ചു. കുറേപേർ കെ.ജി.ബിയുടെ സെല്ലുകളിൽ ഏകാന്ത തടവുകാരായി തള്ളപ്പെട്ടു. നാലു മുതൽ പതിനഞ്ചുവർഷംവരെയായിരുന്നു അവരുടെ ശിക്ഷാകാലാവധി. കുറ്റം.....സർക്കാറിനെ അട്ടിമറിക്കാൻ ശ്രമിച്ചു. നാട്ടിലെങ്ങും അക്രമവും അശാന്തിയും അഴിച്ചുവിട്ടു. ഇന്നത്തെ ബെലാറഷ്യൻ ഗവൺമെന്റ് അതിനെ വിശേഷിപ്പിക്കുന്നത് തികച്ചും സമാധാനപരമായ പ്രക്ഷോഭണം എന്നാണ്. പീഡനങ്ങളും, ശക്തിയാർജ്ജിച്ചു വരുന്ന സ്വേച്ഛാധികാരത്തിന്റെ പിടിമുറുക്കവും ഭയന്ന് നൂറുക്കണക്കിനാളുകൾ നാട്ടിൽ നിന്നും പലായനം ചെയ്തു.

– പത്രക്കുറിപ്പുകളിൽ നിന്ന്

ഡിസംബർ 2010 നും മാർച്ച് 2011 നും
ഇടയ്ക്ക് പ്രസിദ്ധീകരിക്കപ്പെട്ടിട്ടുള്ളത്

സങ്കടങ്ങളുടെ ക്രമവിവരണങ്ങൾ

“ഞങ്ങൾ ഒരുനേരമ്പോക്കിനു പോയതാണ്. അത് ഗൗരവമുള്ളതായിരുന്നില്ല.”

എന്റെ കുടുംബപ്പേരു പറയാൻ ഞാനുദ്ദേശിക്കുന്നില്ല. എന്റെ അമ്മൂമ്മയുടെ പേരാണ് ഉപയോഗിക്കുന്നത്. എനിക്കല്പം സങ്കോചം തോന്നുന്നുണ്ട്. എല്ലാവരും പ്രതീക്ഷിക്കുന്നത് വീരപുരുഷന്മാരെയാണ്. എന്നാൽ ഞാൻ അങ്ങനെയൊരാളല്ല. അങ്ങനെയൊരാളാകാൻ തയ്യാറുമായിരുന്നില്ല. ജയിലിൽ വെച്ച് ആലോചിച്ചതു മുഴുവൻ അമ്മയെക്കുറിച്ചായിരുന്നു. അവരുടെ അസുഖം ബാധിച്ച ഹൃദയത്തെക്കുറിച്ച്. ഇനി അവർക്ക് എന്താണ് സംഭവിക്കുക? ഒരുപക്ഷേ ഞങ്ങൾ വിജയിച്ചേക്കാം. ചരിത്രപുസ്തകങ്ങളിൽ അവർ ഞങ്ങളെ കുറിച്ചെഴുതിയേക്കാം.... എന്നാലും

ഞങ്ങളുടെ പ്രിയപ്പെട്ടവർ ഞങ്ങൾക്കുവേണ്ടി ഒഴുക്കിയ കണ്ണീർ! അവരുടെ നോവുകൾ, യാതനകൾ, ഒരാശയം...അതിൽ അവിശ്വസനീയമായ വിധം ശക്തിയുണ്ട്. അത് പലപ്പോഴും നമ്മെ ഭയപ്പെടുത്തുന്നു. കാരണം അതിന്റെ ശക്തി ഭൗതികമായ ഒന്നല്ല. അത് അളക്കാനാവാത്തതാണ്. അളവുകളില്ലാത്തതാണ്. അത് വേറിട്ട ഒരു സത്തയാണ്.

സ്വന്തം അമ്മയേക്കാൾ വിലപിടിച്ചതായ ഒന്ന് അത് നിങ്ങൾക്കായി സൃഷ്ടിക്കുന്നു. അതിനുള്ള കഴിവ് അതിനുണ്ട്. രണ്ടിലൊന്ന് തിരഞ്ഞെടുക്കാൻ അതു നിങ്ങളെ നിർബന്ധിതനാക്കുന്നു. എന്നാൽ അപ്പോഴും നിങ്ങളതിനു തയ്യാറല്ല. കെ.ജി.ബിയുടെ പരിശോധനയ്ക്കു ശേഷം നിങ്ങളുടെ മുറിയിലേക്കു കടന്നു ചെല്ലുക. അതെങ്ങനെയായിരിക്കുമെന്ന് എനിക്കറിയാം. നിങ്ങളുടെ സാധനങ്ങൾ.. പുസ്തകങ്ങൾ... നിങ്ങളുടെ ഡയറി അവർ വായിച്ചു കഴിഞ്ഞതിനു ശേഷം (മൗനം) ഞാൻ നിങ്ങളെ കാണാൻ വരികയായിരുന്നു. അപ്പോഴാണ് അമ്മ എന്നെ വിളിച്ചത്. ഞാൻ പറഞ്ഞു, ഞാൻ പ്രശസ്തയായ ഒരു എഴുത്തുകാരിയെ കാണാൻ പോവുകയാണെന്ന്. അമ്മ പൊട്ടിക്കരഞ്ഞു. “ഒന്നും പറയരുത്. ഒരു കഥയും പറയരുത്.” അപരിചിതരായവർ മാത്രമേ എനിക്കു പിൻതുണയായുള്ളൂ. എന്റെ ബന്ധുക്കൾ, എനിക്കേറ്റവും വേണ്ടപ്പെട്ടവർ... ആരും എന്നെ സഹായിക്കുന്നില്ല. എന്നാലും അവരെന്നെ സ്നേഹിക്കുന്നുണ്ട്.

ആ കലാപത്തിനു മുമ്പ്, ഹോസ്റ്റലിന്റെ പടിക്കൽ ഞങ്ങൾ വെറുതെ സംസാരിച്ചുകൊണ്ടു നില്ക്കുകയായിരുന്നു. ജീവിതത്തെക്കുറിച്ച് സാമാന്യമായുള്ള ചർച്ചകൾ. ഒപ്പം അക്കാലത്തെ പ്രധാന സംസാരവിഷയവും.... ആരൊക്കെയാണ് പ്രതിഷേധിക്കാൻ പോകുന്നത്? ആരൊക്കെ പോകുന്നില്ല? അന്നു ഞങ്ങൾ സംസാരിച്ച കാര്യങ്ങൾ.... എല്ലാം ഞാനോർത്തെടുത്തു പറയണമെന്നാണോ? ആയിക്കോട്ടെ... അത് ഏതാണ്ട് ഇങ്ങനെയായിരുന്നു.

– നിങ്ങൾ പോകണമെന്നു വിചാരിക്കുന്നുണ്ടോ?

– ഇല്ല. അവരെന്നെ യൂണിവേഴ്സിറ്റിയിൽ നിന്നും ചവുട്ടി പുറത്താക്കും. പട്ടാളത്തിൽ നിർബന്ധമായി പിടിച്ചു ചേർത്തും. ഒരു യന്ത്രത്തോക്കും ചൂണ്ടി നാടാകെ എനിക്കോടേണ്ടി വരും.

– എന്നെ കോളേജിൽ നിന്നും പുറത്താക്കിയാൽ, ഉടനെത്തന്നെ അച്ഛനെന്റെ കല്യാണം നടത്തും.

– മതി വർത്തമാനം പറഞ്ഞത്. ഇത് എന്തെങ്കിലും ചെയ്യാനുള്ള സമയമാണ്. എല്ലാവരും പേടിച്ചു നിന്നാൽ

– ഞാനൊരു ചെഗുവേരയാവണമെന്നാണോ നിങ്ങൾ പറയുന്നത്? (അതെന്റെ പഴയ കാമുകന്റെ വാക്കുകളായിരുന്നു. അയാളെക്കുറിച്ച് കൂടുതലായി പിന്നീടു പറയാം.)

– അത് സ്വാതന്ത്ര്യത്തിന്റെ നിശ്വാസമാണ്.

– ഞാനെന്തായാലും പോകാൻ തീരുമാനിച്ചു. ഈ ഏകാധിപത്യം

എനിക്കു മടുത്തു. അവരുടെ വിചാരം നമ്മൾ മനസ്സും ബുദ്ധിയുമില്ലാത്ത മൃഗങ്ങളാണെന്നാണ്.

– പറയാമല്ലോ....ഞാൻ ധീരനും വീരനുമൊന്നുമല്ല. എനിക്ക് പഠിത്തം പൂർത്തിയാക്കണം. ധാരാളം പുസ്തകങ്ങൾ വായിക്കണം.

നാട്ടിൻപുറത്തുകാരെപ്പറ്റി അവർ എന്താണ് പറയുന്നതെന്നറിയാമോ? നായ്ക്കളെപോലെ ദുഷ്ടന്മാരും മത്സ്യങ്ങളെ പോലെ നിശ്ശബ്ദരുമാണെന്ന്.

– ഞാൻ ആ ചെറിയ മനുഷ്യനാണ്. ഒന്നിന്മേലും എനിക്കധികാരമില്ല. ഞാൻ ഒരിക്കലും വോട്ടു ചെയ്യുകയുമില്ല.

ഞാനൊരു വിപ്ലവകാരിയാണ്. തീർച്ചയായും ഞാൻ പോകും. വിപ്ലവമാണ് ഇപ്പോൾ നമുക്കു വേണ്ടത്.

– കേൾക്കട്ടെ നിങ്ങളുടെ വിപ്ലവചിന്തകൾ.... വരാൻ പോകുന്ന കാലം ശോഭനമായ മുതലാളിത്തത്തിന്റേതാണെന്നാണോ? ലാറ്റിൻ അമേരിക്കൻ വിപ്ലവത്തിന് സ്തുതിയായിരിക്കട്ടെ.

– എനിക്ക് പതിനാറു വയസ്സായിരുന്നപ്പോൾ അച്ഛനമ്മമാരെ ഞാൻ വല്ലാതെ ബുദ്ധിമുട്ടിച്ചിട്ടുണ്ട്. അച്ഛന്റെ ഉദ്യോഗം കാരണം, അവർക്കെപ്പോഴും എന്തോ ഭയമുണ്ടായിരുന്നു. ഒരുമാതിരി മിണ്ടാട്ടം മുട്ടിയവരെ പോലെ. എന്താണ് സംഭവിക്കാൻ പോകുന്നതെന്ന് ഞങ്ങൾക്കറിയാമായിരുന്നു. എല്ലാവരും തെരുവിലേക്കിറങ്ങും. എന്താണ് യഥാർത്ഥത്തിൽ ചിന്തിക്കുന്നതെന്ന് അവരെ അറിയിക്കും. ഇപ്പോൾ ഞാനും അവരെ പോലെയായിരിക്കുന്നു. നിലവിലുള്ള വ്യവസ്ഥയുമായി ചേർന്നു പോകുന്ന മനോഭാവം. ഡാർവിന്റെ സിദ്ധാന്തപ്രകാരം, ഏറ്റവും ബലവാനല്ല പരിസ്ഥിതികളെ അതിജീവിക്കുന്നത്. പരിസ്ഥിതിയുമായി പൊരുത്തപ്പെട്ടു പോകാൻ കഴിയുന്നവനാണ്. ശരാശരി ജനങ്ങൾ അവരാണ് പ്രതിസന്ധികളെ മറികടക്കുന്നത്. മനുഷ്യരാശിയെ മുമ്പോട്ടു കൊണ്ടു പോകുന്നത്.

പോകുന്നത് വിഡ്ഢിത്തമാണ്. പോകാതിരിക്കുക എന്നുവെച്ചാൽ അതിലേറെ വിഡ്ഢിത്തമാണ്. നിങ്ങളൊക്കെ വെറും ആട്ടിൻപറ്റങ്ങളാണ്. ആരാണ് പറഞ്ഞത് വിപ്ലവമെന്നാൽ പുരോഗതിയാണ് എന്ന്? ഞാൻ ഉറ്റുനോക്കുന്നത് പരിണാമത്തെയാണ്.... വികാസം. വെള്ളയും ചുകപ്പും....ഇതിനൊന്നും ഞാൻ പുല്ലുവിലപോലും കല്പിക്കുന്നില്ല.

ഞാൻ വിപ്ലവകാരിയാണ്.

ഇതുകൊണ്ടൊന്നും ഒരു ഗുണവുമില്ല. യൂണിഫോമിട്ട ചെറുപ്പക്കാരുമായി യുദ്ധയന്ത്രങ്ങൾ മുന്നിൽ വന്നു നില്ക്കും. അവർ തലയ്ക്കു തന്നെ ഗദകൊണ്ടടിക്കും. അങ്ങനെയായിരിക്കും കഥ അവസാനിക്കുക. അധികാരികൾ അവരുടെ ഇരുമ്പുമുഷ്ടികൾ മുറുകെ പിടിക്കും.....

സഖാവ് മോസേർ...* എന്താ വേണ്ടതെന്നുവെച്ചാൽ പോയി ചെയ്യ്. ഞാൻ ഒരു വിപ്ലവകാരിയായിക്കോളാം എന്ന് ആർക്കും വാക്കു കൊടുത്തിട്ടില്ല. എനിക്കു സർവകലാശാല ബിരുദം നേടണം.... സ്വന്തമായി ഒരു ബിസിനസ്സു തുടങ്ങണം.

– മനസ്സാകെ വട്ടം കറങ്ങുന്നു.

ഭയവും ഒരുതരം രോഗമാണ്.

ഞങ്ങൾ നേരമ്പോക്കിനു പോയതാണ്. ആരും അത് ഗൗരവമായി എടുത്തിരുന്നില്ല. ഞങ്ങൾ പാട്ടുകൾ പാടി. ഉറക്കെ ചിരിച്ചു. എല്ലാവർക്കും വലിയ ഉത്സാഹം.... തമ്മിൽ തമ്മിൽ മതിയാവോളം കളിയാക്കി. കുറെ ആളുകൾ വലിയ പോസ്റ്ററുകളുമായി നടന്നിരുന്നു. ചിലരുടെ കൈയിൽ ഗിറ്റാർ. ഞങ്ങളുടെ വേറെ ചില കൂട്ടുകാർ ഓൺലൈനിൽ "അവർ" എന്തു പറയുന്നു എന്ന് ഞങ്ങളെ അറിയിച്ചുകൊണ്ടിരുന്നു. അവർ ഞങ്ങളെ കൊളുത്തിൽത്തന്നെ പിടിച്ചുവെച്ചു. അങ്ങനെയാണ് ഞങ്ങളറിഞ്ഞത് നഗരത്തിന്റെ നടുവിൽ മുഴുവൻ പട്ടാളം വന്നുനിറഞ്ഞിരിക്കുന്നുവെന്ന്. മിലിറ്ററി വാഹനങ്ങൾ.... സൈനികർ.... പൊലീസുകാർ. സൈന്യം നഗരത്തെ വലയം ചെയ്തു കഴിഞ്ഞിരുന്നു. ആ വാർത്ത ഞങ്ങൾ വിശ്വസിച്ചു. അതേസമയം വിശ്വസിച്ചതുമില്ല. ഞങ്ങളുടെ ഭാവം നിമിഷംപ്രതി മാറിക്കൊണ്ടിരുന്നു. എന്നാലും ആർക്കും ഭയമുണ്ടായിരുന്നില്ല. ഭയമൊക്കെ ആവിയായിപ്പോയിരുന്നു. ഒന്നാമതായി.... എത്ര വലിയൊരാൾക്കൂട്ടമായിരുന്നു. പതിനായിരക്കണക്കിനാളുകളാണ് അവിടെ തിങ്ങിക്കൂടിയിരുന്നത്. എല്ലാതരത്തിലും പെട്ടവർ. ഞങ്ങൾ ഇത്രയധികം പേർ! മുമ്പൊരിക്കലും ഇങ്ങനെയുണ്ടായിട്ടില്ല. ഞാൻ ഇത്ര വലിയൊരാൾത്തിരക്ക് ഇതിനു മുമ്പു കണ്ടിട്ടുള്ളതായി ഓർക്കുന്നില്ല. അതുമാത്രമല്ല, ഇത് ഞങ്ങളുടെ സ്വന്തം നഗരമല്ലേ... ഞങ്ങളുടെ നാട്, ഞങ്ങളുടെ അവകാശങ്ങൾ. എല്ലാം ഭരണഘടനയിൽ കൃത്യമായി രേഖപ്പെടുത്തിയിട്ടുണ്ട്. യോഗം ചേരാനുള്ള സ്വാതന്ത്ര്യം. പ്രതിഷേധത്തിനും പ്രകടനങ്ങൾക്കും ജാഥകൾക്കുമുള്ള സ്വാതന്ത്ര്യം....സംസാര സ്വാതന്ത്ര്യം... എല്ലാറ്റിനും കൃത്യമായ നിയമങ്ങളുണ്ട്. ഭയം അറിയാത്തവരുടെ ഒന്നാംതലമുറയാണ് ഞങ്ങൾ. ഞങ്ങളെ ആരും ചാട്ടകൊണ്ടടിച്ചിട്ടില്ല. ഞങ്ങളുടെ നേരെ ആരും നിറയൊഴിച്ചിട്ടില്ല. അപ്പോൾ പിന്നെ, പതിനഞ്ചു ദിവസം അവർ ഞങ്ങളെ തടവിൽ പാർപ്പിച്ചാലും പേടിക്കാനെന്തിരിക്കുന്നു? അതൊന്നും സാരമില്ല. ബ്ലോഗിലെഴുതാൻ എന്തെങ്കിലുമൊക്കെ കിട്ടുമല്ലോ. ഇടയനെ കണ്ണടച്ചു പിൻതുടരുന്ന ഒരുപറ്റം ആടുകളാണ് ഞങ്ങൾ എന്ന ധാരണ അധികാരികൾക്കുണ്ടാകരുത്. ഞങ്ങളുടെ തലച്ചോറ് ടി.വി.ക്കുള്ളിൽ കുരുങ്ങിക്കിടക്കുകയാണെന്നും അവർ കരുതരുത്. എന്തായാലും ഞാൻ ഒരു മഗ് കൈയിലെടുത്തു. അഥവാ ജയിലിൽ പോകേണ്ടി വന്നാൽ! അവിടെ

* മയക്കോവ്സ്കിയുടെ പ്രസിദ്ധമായ വിപ്ലവഗാനം – അതിന്റെ അവസാന വരി

എല്ലാവർക്കും കൂടി ഒരു മഗ്ഗേയുള്ളൂ എന്നു പറഞ്ഞു കേട്ടിട്ടുണ്ട്. ഒന്നിൽ നിന്നു തന്നെ മാറി മാറി എല്ലാവരും മോന്തുന്നു. ചൂടുള്ള ഒരു സ്വെറ്റർ കൂടി, ധരിച്ചതിനു പുറമെ എടുത്തു. അത്യാവശ്യത്തിനു കഴിക്കാൻ രണ്ട് ആപ്പിളും. നടക്കുന്നതിനിടയിൽ ഞങ്ങൾ ധാരാളം ഫോട്ടോകളെടുത്തു. ആ ദിവസം എന്നെന്നും ഓർമ്മയിലിരിക്കട്ടെ. ഞങ്ങളെല്ലാവരും ക്രിസ്മസ് പൊയ്മുഖങ്ങൾ വെച്ചിരുന്നു. അതിൽ മിന്നുന്ന മുയൽച്ചെവികൾ ഉയർന്നു നിന്നിരുന്നു.

എല്ലാം ചൈനയിൽ നിർമ്മിച്ച കളിപ്പാട്ടങ്ങളാണ്. ക്രിസ്മസ് അടുത്ത സമയം. മഞ്ഞുപൊഴിയാൻ തുടങ്ങിയിരുന്നു. എത്ര മനോഹരമായ രാത്രി! ഒറ്റ കുടിയന്മാരേയും വഴിയിൽ കണ്ടില്ല. എവിടെയെങ്കിലും ഒരു കുപ്പി ബിയർ ഇരിക്കുന്നതു കണ്ടാൽ ഉടനെ അത് ചെന്നെടുത്ത് ഒഴിച്ചു കളയുമായിരുന്നു. വഴിയരികിൽ ഒരു കെട്ടിടത്തിന്റെ പുരപ്പുറത്തിരുന്ന് ഒരാൾ വിളിച്ചു പറഞ്ഞു: “സൂക്ഷിക്കണം... അവിടെ തോക്കുമായി ഒരാൾ നില്പുണ്ട്.” ഞങ്ങൾക്ക് കൂടുതൽ ഉത്സാഹമായി. കൈവീശി ഞങ്ങൾ അയാളെ ക്ഷണിച്ചു, “ഒപ്പം കൂടിക്കോളൂ... ഒരു ചാട്ടം” എല്ലാം ഒരു തമാശ. ഇതിനു മുമ്പ് രാഷ്ട്രീയത്തോട് എനിക്കു വലിയ അകൽച്ചയായിരുന്നു. ഇതുപോലെയുള്ള വികാരങ്ങൾ രാഷ്ട്രീയമായി ബന്ധപ്പെട്ടിട്ടുണ്ടെന്നും അത് എന്നിലും മുളപൊട്ടാൻ ഇടയുണ്ടെന്നും തീരെ വിചാരിച്ചിരുന്നില്ല. ഇതിനോടടുത്തു നില്ക്കുന്ന മറ്റൊന്ന് സംഗീതം മാത്രമാണ്. എനിക്കു തന്നെ അവിശ്വസനീയമായി തോന്നി. എന്റെ വശം ചേർന്നു നടക്കുന്ന ഒരു സ്ത്രീ. എന്തേ ഞാൻ അവരുടെ കുടുംബപ്പേര് ചോദിക്കാതിരുന്നത്? നിങ്ങൾക്ക് അവരെക്കുറിച്ചും എഴുതാമായിരുന്നു. എന്റെ മനസ്സിൽ മറ്റു പലതുമായിരുന്നു. ഒന്നാമത് എല്ലാം ഒരു പുതുമ..... പിന്നെ കൂട്ടുകാരു മൊത്ത് ആകപ്പാടെ ഒരു രസം. ആ സ്ത്രീ മകനേയും കൂട്ടിയാണ് മാർച്ച് ചെയ്തിരുന്നത്. അവന് ഏറിവന്നാൽ പന്ത്രണ്ടുവയസ്സായി കാണും. ഒരു സ്കൂൾ കുട്ടി. ഒരു പൊലീസ് കേണൽ അവരെ കണ്ടു. മെഗാഫോണി ലൂടെ അവരുടെ നേരം ഒച്ചയിട്ടു. ഇങ്ങനെയുണ്ടോ ഒരു വിവരംകെട്ട അമ്മ എന്നുപറഞ്ഞ് അയാൾ അവരെ ശകാരിച്ചു. “നിങ്ങൾക്കെന്താ ഭ്രാന്തുണ്ടോ?” പൊലീസ് ഓഫീസർ ചോദിച്ചു. പക്ഷേ പ്രകടനക്കാർ ആ അമ്മയെ കൈയടിച്ച് പ്രോത്സാഹിപ്പിച്ചു. എല്ലാം വളരെ സ്വാഭാവിക മായാണ് സംഭവിച്ചത്.... ഒന്നും മുൻകൂട്ടി ആലോചിച്ചുറപ്പിച്ചതായിരുന്നില്ല. അതാണ് എന്നെ സംബന്ധിച്ചിടത്തോളം പ്രധാന കാര്യം. ഒന്നും ബോധ പൂർവ്വമായിരുന്നില്ല.

കാരണം പലപ്പോഴും പിന്നീടോർത്ത് ലജ്ജിക്കേണ്ട സന്ദർഭങ്ങളു ണ്ടാവാറുണ്ടല്ലോ. ഉക്രേനിയക്കാർക്ക് ഓറഞ്ച് വിപ്ലവമായിരുന്നു. ജോർജ്ജി യക്കാർക്ക് റോസ് വിപ്ലവവും. എന്നാൽ മറ്റുള്ളവർ ഞങ്ങളെ കളിയാ ക്കുന്നു. മിൻസ്ക് മുതലാളിത്ത ആസ്ഥാനമാണത്രേ. കമ്മ്യൂണിസ്റ്റ് കാപ്പിറ്റൽ! യൂറോപ്പിലെ അവസാനത്തെ ഏകാധിപത്യം അന്ന് അവിടംവരെ പോയല്ലോ എന്നോർത്ത് ഇന്നു ഞാൻ അഭിമാനിക്കുന്നു.

ഞങ്ങൾക്കൊട്ടും ഭയം തോന്നിയില്ല എന്നതാണ് പ്രധാനകാര്യം... അതെ, അതൊരു പ്രധാന കാര്യം തന്നെയാണ്.

ഞങ്ങൾ എല്ലാവരും അവിടെനിന്നു. അവരും ഞങ്ങളും മുഖാമുഖം. അതൊരു അസാധാരണരംഗമായിരുന്നു. ഒരു ഭാഗത്ത് ഉയർത്തിപ്പിടിച്ച് പോസ്റ്ററുകളും ഛായാചിത്രങ്ങളും. മറുഭാഗമാകട്ടെ പൂർണ്ണമായ സൈനികസന്നാഹത്തോടെ, കവചങ്ങളും, ഗദകളുമായി.... പോരിനൊരുങ്ങി. തണ്ടും തടിയുമുള്ള ഒത്ത മനുഷ്യർ. വിരിഞ്ഞ മാറോടെ തല ഉയർത്തിനിന്നിരുന്നു. ഇവരിപ്പോൾ ഞങ്ങളുടെ നേരെ ചാടി വീണ് അടി തുടങ്ങുമോ? എനിക്കും തല്ലു കിട്ടുമോ? പലരും ഞങ്ങളുടെ സമപ്രായക്കാർ, തുല്യർ. എന്നെ മാനിക്കുന്നവർ... ശരിക്കും അവരിൽ കുറെ പേർ എന്റെ തന്നെ ഗ്രാമത്തിൽ നിന്നുള്ള ചെറുപ്പക്കാരായിരുന്നു. ഗ്രാമത്തിൽ നിന്നും മിൻസ്കിലേക്കു ചേക്കേറിയ യുവാക്കളിൽ അധികംപേരും ചെന്നു ചേർന്നത് പൊലീസിലും പട്ടാളത്തിലുമായിരുന്നു. കോൽക്കാലാടുഷ്ക, അലിക് കസാൻചീയീവ്.... അങ്ങനെ സാധാരണക്കാരായ നിരവധി ഗ്രാമീണയുവാക്കൾ. ഞങ്ങളിൽ നിന്നും അവർക്ക് ഒരു വ്യത്യാസവുമില്ല. യൂണിഫോം ധരിച്ചിരിക്കുന്നു എന്നു മാത്രം. അവർ ശരിക്കും ഞങ്ങളെ ആക്രമിക്കുമോ? അവരങ്ങനെ ചെയ്യുമെന്ന് വിശ്വസിക്കാനായില്ല. ഞങ്ങൾ അവരെ നോക്കി ചിരിച്ചു....കളിയാക്കി. ചൊടിപ്പിക്കാൻ ശ്രമിച്ചു. "ശരിക്കും നിങ്ങൾ സ്വന്തം നാട്ടുകാരോട് പോരടിക്കാൻ പുറപ്പെട്ടു വന്നിരിക്കുകയാണോ?" മഞ്ഞു കൂടുതൽ ശക്തിയായി പൊഴിയാൻ തുടങ്ങി. പൊടുന്നനെ മറുഭാഗത്തിന് ഒരു ഔപചാരികത. എല്ലാവരും ജാഗ്രതയിലായി. എവിടെ നിന്നോ ഒരു കല്പന. "ജനക്കൂട്ടത്തെ ഉടനടി പിരിച്ചുവിടുക! അണികൾ വിട്ടുപോകരുത്!" ആ കേട്ടത്... യാഥാർത്ഥ്യമായി പൊരുത്തപ്പെടാൻ ഒരു നിമിഷം മനസ്സിനായില്ല. 'ജനക്കൂട്ടത്തെ പിരിച്ചു വിടുക' അത് സാദ്ധ്യമാണോ? ഏതാനും നിമിഷനേരത്തേക്ക് എങ്ങും കനത്ത നിശ്ശബ്ദത.... പിന്നെ, പരിചകൾ കൂട്ടിമുട്ടുന്ന ശബ്ദം. അവർ ഞങ്ങളുടെ നേരെ കൂട്ടമായി അടിവെച്ചു നീങ്ങി. വേട്ടക്കാർ കാട്ടുമൃഗങ്ങളെ ഓടിക്കുംപോലെ. കൈയിലെ ഗദകൾ പരിചകളിൽ മുട്ടിച്ച് ഒച്ചയുണ്ടാക്കി. അവർ ഇരകളായ ഞങ്ങളുടെ അടുത്തേക്ക് നടന്നടുത്തു. ഇത്രയധികം പട്ടാളക്കാരെ ഒരുമിച്ച്, ഇതിനു മുമ്പൊരിക്കലും ഞാൻ കണ്ടിട്ടില്ല. ടി.വി.യിൽ മാത്രം കണ്ടിട്ടുള്ള ദൃശ്യങ്ങൾ. പിന്നീടൊരിക്കൽ എന്റെ ഗ്രാമത്തിൽ നിന്നുള്ള സൈനികർ പറയുകയുണ്ടായി. അവർ പഠിപ്പിച്ച ഒരു പാഠം "പ്രതിഷേധക്കുന്നവരെ മനുഷ്യരായി കാണരുത്..അങ്ങനെ കണ്ടാൽ പിന്നെ രക്ഷയില്ല." വേട്ടനായ്ക്കളെ എന്ന മട്ടിലാണ് അവരെ പരിശീലിപ്പിക്കുന്നത്. (മൗനം) നിലവിളികൾ... തേങ്ങലുകൾ.. ആളുകൾ ഉച്ചത്തിൽ വിളിച്ചു കരുയുന്നു. 'അവരെന്നെ തല്ലുന്നു....അവരെന്നെ തല്ലുന്നു." അവർ ജനക്കൂട്ടത്തെ കണ്ണടച്ചു തല്ലുന്നത് ഞാൻ കണ്ടു. അവർക്കതൊരു നേരമ്പോക്കാണെന്നു തോന്നി. തികച്ചും ആസ്വദിച്ചു കൊണ്ടു ചെയ്യുന്ന ഒരു ജോലി. ഞാൻ എക്കാലവും അതോർമ്മിക്കും. അവരെ സംബന്ധിച്ചിടത്തോളം അതൊരു പരിശീലനക്കളരിയായിരുന്നു.

അതിനിടയിൽ ഒരു പെൺകുട്ടിയുടെ കരച്ചിൽ.... "നിങ്ങളെന്താണീ ചെയ്യുന്നത്.... ജന്തുക്കളെ?" അവൾ വളരെ ഉച്ചത്തിലാണ് അത് പറഞ്ഞത്. ഇടയിൽ വാക്കുകൾ ചിതറിപ്പോയി. എനിക്കു വല്ലാതെ ഭയം തോന്നി. നിമിഷനേരത്തേക്ക് കണ്ണടച്ചു. വെള്ളക്കോട്ടും വെള്ളഹാറ്റും ധരിച്ച് ഞാൻ നിന്നിടത്തു തന്നെ അനങ്ങാതെ നിന്നു. ആകെ വെളുത്ത്...

"പട്ടീ... മഞ്ഞിൽ മുഖമമർത്തി കിടക്ക്..."

ഒരു പൊലീസ് വാൻ...... അതൊരു അദ്ഭുതയന്ത്രമാണ്. അന്നാണ് ഞാൻ ആദ്യമായി അങ്ങനെയൊന്ന് കാണുന്നത്. അറസ്റ്റു ചെയ്തവരെ നീക്കം ചെയ്യാനുള്ള പ്രത്യേക വാഹനം. മുഴുവനും സ്റ്റീലുകൊണ്ടു പൊതിഞ്ഞത്. "പട്ടീ.....മഞ്ഞിൽ മുഖമർത്തി കിടക്ക്! അനങ്ങരുത്.... കൊന്നുകളയും." ഞാൻ നിരത്തിൽ മുഖമമർത്തി കിടന്നു. ഞാൻ തനിച്ചായിരുന്നില്ല. എന്റെ കൂട്ടുകാരും എന്നോടൊപ്പം അതേ മട്ടിൽ കിടന്നിരുന്നു. മനസ്സ് തീർത്തും ശൂന്യം. ചിന്തകളും തോന്നലുകളുമില്ല. തണുപ്പിനെ കുറിച്ചു മാത്രമേ ബോധമുണ്ടായിരുന്നുള്ളൂ. അവർ ഞങ്ങളെ ചവുട്ടി, ഗദ കൊണ്ട് ബലമായി തോണ്ടി. ഒടുവിൽ എല്ലാവരേയും വലിച്ചെഴുന്നേല്പിച്ചു. പൊലീസ് വണ്ടിയുടെ അകത്തേക്കു തള്ളി. ആൺകുട്ടികൾക്കാണ് കൂടുതൽ മർദ്ദനമേറ്റത്. അവരുടെ കാലുകൾക്കിടയിൽ കൈയിട്ട് ബലമായി പിടിച്ചു വലിച്ചു. "അവിടത്തന്നെ ....അവിടെത്തന്നെ പിടിച്ചു കശക്കും...മുഖത്തടിക്കും.... പല്ലുകൊഴിക്കും...." "എല്ലുകൾ തകരട്ടെ" ഞങ്ങളേയും അവർ തല്ലി...ഇടയിൽ ശപിച്ചുകൊണ്ടിരുന്നു. "തുലഞ്ഞുപോകട്ടെ, നിങ്ങളുടെ വിപ്ലവം." "എത്ര ഡോളറിനാണ് നിങ്ങളുടെ മാതൃഭൂമിയെ വിറ്റുതുലച്ചത്...?" വളരെ അസഭ്യമായ വാക്കുകളാണ് അവർ പ്രയോഗിച്ചിരുന്നത്.

പലർക്കും അറിയാവുന്ന കാര്യം. ഒരു പൊലീസ് വാനിന്റെ വലുപ്പം 215 മീറ്ററാണ്. ഇരുപതോളം പേർക്കിരിക്കാവുന്നത്. എന്നാൽ ഞങ്ങളോടൊപ്പം അവർ ആ വണ്ടിയിൽ കുത്തിനിറച്ചത് അമ്പതുപേരെയായിരുന്നു. ആസ്ത്മയുള്ളവരും.....ഹൃദ്രോഗം ബാധിച്ചവരും വീർപ്പടക്കിയിരുന്നു. "തല കുമ്പിട്ടിരിക്കണം. പുറത്തേക്കു നോക്കരുത്." വീണ്ടും പച്ചത്തെറികൾ. നാണംകെടുത്തുന്ന ശകാരങ്ങൾ. മാതൃഭൂമിയെ ഒരു പിടി ഡോളറിന് അമേരിക്കക്കാർക്കു വിറ്റ നാറികളാണ് ഞങ്ങൾ. ഞങ്ങൾ കാരണം അന്നത്തെ ഫുട്ബോൾ മാച്ച് അവർക്കു നഷ്ടമായി. അറസ്റ്റു ചെയ്തവരെ അടച്ചുമൂടിയ ട്രക്കുകളിൽ ദിവസം മുഴുവൻ പൂട്ടിയിട്ടു. മൂത്രമൊഴിക്കാൻ പ്ലാസ്റ്റിക് ഉറകൾ. അല്ലെങ്കിൽ ഗർഭനിരോധന ഉറകൾ. അവസാനം വിട്ടയച്ചപ്പോൾ അവർ വിശന്നു വലഞ്ഞിരുന്നു. അതുപോലെ ക്ഷുഭിതരുമായിരുന്നു.

വാസ്തവത്തിൽ ആ പൊലീസുകാർ അത്ര മോശക്കാരായിരുന്നില്ല. പക്ഷേ അവർ ചെയ്യാൻ ബാദ്ധ്യസ്ഥരായ ജോലികൾ .... ആരാച്ചാരന്മാരുടേതായിരുന്നു. അവർ കാഴ്ചയിൽ സാധാരണക്കാരായിരുന്നു. വലിയ

ഒരു യന്ത്രത്തിലെ ചെറിയൊരു ഭാഗം. ജനങ്ങളെ മർദ്ദിക്കണോ വേണ്ടയോ എന്നു തീർച്ചയാക്കാനുള്ള അധികാരം അവർക്കുണ്ടായിരുന്നില്ല. കല്പന അനുസരിക്കുക മാത്രമായിരുന്നു അവരുടെ കടമ. തല്ലാൻ പറഞ്ഞാൽ തല്ലുക. ആദ്യം അവർ മർദ്ദിക്കുന്നു. പിന്നീട് അതിനെ കുറിച്ചു ആലോചിക്കുന്നു... ആലോചിക്കുന്നില്ലെന്നും വരാം. (മൗനം)

വണ്ടിയിൽ ഇരുത്തി കുറെ അധികം നേരം അവർ ഞങ്ങളെ കറക്കി. കുറെ മുമ്പോട്ടുപോയി. പിന്നെ ഒന്നു തിരിഞ്ഞു. വീണ്ടും പുറകോട്ടെടുത്തു. എവിടേക്കാണവർ ഞങ്ങളെ കൊണ്ടുപോയിരുന്നത്? ഞങ്ങൾക്ക് ഒരു രൂപവുമുണ്ടായിരുന്നില്ല. അവർ വണ്ടിയുടെ വാതിൽ തുറന്നപ്പോൾ ഞങ്ങൾ ചോദിച്ചു, "എങ്ങോട്ടാണ് ഞങ്ങളെ കൊണ്ടുപോകുന്നത്?"

"കുറോ പാട്ടിയിലേക്ക്" അവർ പറഞ്ഞു.

സ്റ്റാലിന്റെ ഭരണകാലത്ത് മർദ്ദനമേറ്റു മരിച്ചവരെ കൂട്ടത്തോടെ മറവു ചെയ്തിരുന്ന സ്ഥലമായിരുന്നു അത്. അവരെ സംബന്ധിച്ചിടത്തോളം കുത്തി നോവിക്കുന്ന ഒരു ഫലിതം. നഗരത്തിലെ ജയിലുകളെല്ലാം തിങ്ങി നിറഞ്ഞിരുന്നു. അതുകൊണ്ടാണവർ അത്രയും നേരം ഞങ്ങളെ അവിടെയൊക്കെ കറക്കിയത്. ആ രാത്രി ഞങ്ങൾക്ക് പൊലീസ് വണ്ടിയിൽ ത്തന്നെ കഴിച്ചുകൂട്ടേണ്ടി വന്നു. –20 ഡിഗ്രി ആയിരുന്നു പുറത്തെ തണുപ്പ്. അതേസമയം ഞങ്ങൾ അടച്ചുപൂട്ടിയ ഒരു ഇരുമ്പൻപെട്ടിക്കകത്തും. (മൗനം) സത്യത്തിൽ എനിക്കവരോട് വെറുപ്പു തോന്നേണ്ടതാണ്. പക്ഷേ എനിക്കാരേയും വെറുക്കണമെന്നില്ല. എന്റെ മനസ്സ് ഇനിയും അതിന് തയ്യാറായിട്ടില്ല.

ആ രാത്രി പലതവണ പുറത്തെ പാറാവുകാർ തവണകൾ മാറി. ആരുടേയും മുഖം ഓർമ്മയില്ല. യൂണിഫോമിട്ടാൽ എല്ലാവരും ഒരുപോലെ ത്തന്നെ. എന്നാലും ഒരാളുടെ മുഖം ഞാൻ മറന്നിട്ടില്ല. ഏതു തെരുവിലാണെങ്കിലും ഞാൻ അയാളെ തിരിച്ചറിയും. അയാളുടെ കണ്ണുകളാണ് ഞാൻ ശ്രദ്ധിച്ചത്. അയാൾക്ക് ചെറുപ്പമായിരുന്നില്ല. പ്രായമായി എന്നും പറയാനാവില്ല. തികച്ചും ഒരു സാധാരണക്കാരൻ. അയാൾ എന്താണ് ചെയ്തിരുന്നതെന്നോ? അയാൾ വണ്ടിയുടെ വാതിൽ ഏറെ നേരം തുറന്നു വെക്കും. അകത്ത് തണുപ്പടിച്ച് ഞങ്ങൾ കോച്ചിവിറക്കുന്നതു കാണാൻ അയാൾക്കൊരു രസം. എല്ലാവരും ജാക്കറ്റുകൾ ധരിച്ചിരുന്നു. എന്നാൽ അത് ശരിയായ കമ്പിളിക്കുപ്പായമായിരുന്നില്ല. ഞങ്ങളുടെ ബൂട്ടുകളും പഴയതും വിലകുറഞ്ഞതുമായിരുന്നു. അയാൾ പുഞ്ചിരി തൂകിക്കൊണ്ട് ഞങ്ങളെ നോക്കി നില്ക്കും. ആ പ്രവൃത്തി ആരുടേയും കല്പനപ്രകാരമായിരുന്നില്ല. സ്വയം തോന്നി ചെയ്യുന്നതായിരുന്നു. അയാളുടെ തന്നെ ശ്രമം. എന്നാൽ വേറൊരു പൊലീസുകാരൻ എന്റെ നേരം നോക്കി പുച്ഛത്തിൽ ചോദിച്ചു. " എന്തു വിചാരിച്ചിട്ടാണ് ആ മൈതാനത്തിലെ ആൾക്കൂട്ടത്തിലേക്കു ചെന്നത്?"

ഈ വക സംഗതികൾ മനസ്സിലാക്കാൻ ബോൾഷിനിറ്റ് ബിൽന്റെ കൃതികൾ വായിക്കണമെന്ന് പറഞ്ഞുകേട്ടിട്ടുണ്ട്. സ്കൂളിൽ പഠിക്കുന്ന

കാലത്ത് “ഗുലാഗ് ദ്വീപസമൂഹം” എന്ന പുസ്തകം ഞാൻ ലൈബ്രറിയിൽ നിന്നും എടുത്തു. പക്ഷേ വായിക്കാനായില്ല. വല്ലാതെ കനമുള്ള പുസ്തകം. വായിക്കാൻ രസവും തോന്നിയില്ല. ഏതാണ്ട് അമ്പതു പേജോളം വായിച്ച് മടക്കികൊടുത്തു. എനിക്കത്, ട്രോജൻ യുദ്ധം പോലെ വല്ലാതെ പഴഞ്ചനാണെന്നു തോന്നി. അല്ലെങ്കിലും സ്റ്റാലിൻ... പറഞ്ഞും കേട്ടും നന്നേ മുഷിഞ്ഞ ഒരു വിഷയം. എന്റെ കൂട്ടുകാർക്കും എനിക്കും സ്റ്റാലിന്റെ കാര്യത്തിൽ ഒരു താത്പര്യവുമുണ്ടായിരുന്നില്ല.

ജയിലിൽ വെച്ച് ആദ്യം സംഭവിച്ചത്....നിങ്ങളുടെ പേഴ്സിലുള്ളതെല്ലാം മേശപ്പുറത്തേക്ക് കുടഞ്ഞിടും. അപ്പോൾ നമുക്കു തോന്നുക, ആരോ നമ്മുടെ വസ്ത്രങ്ങൾ ഊരിമാറ്റുകയാണെന്നാണ്.

‘അടിവസ്ത്രങ്ങൾ അഴിച്ചുമാറ്റണം. കാലുകൾ രണ്ടും അകത്തിവെച്ചു നിലത്തിരിക്കണം.” എന്റെ മലദ്വാരത്തിൽ എന്താണവർ തിരഞ്ഞിരുന്നത്? ഞങ്ങൾ ജയിൽപുള്ളികളാണെന്ന മട്ടിലായിരുന്നു പെരുമാറ്റം. “ചുമരിന്റെ നേരെ തിരിഞ്ഞ്... .കണ്ണുകൾ തറയിൽ” ആരെങ്കിലും അവരുടെ മുഖത്തേക്കു നോക്കുന്നത്.... അവർക്ക് സഹിക്കാനാവുമായിരുന്നില്ല. “പറഞ്ഞില്ലേ, മുഖം ചുമരിനു നേരെ”അവർ അലറുമായിരുന്നു. ഞങ്ങൾ അണിനിരന്നാണ് എല്ലായിടത്തേക്കും പോയത്, കുളിമുറിയിലേക്കു പോലും. “വരിയായി നില്ക്കണം.... രണ്ടുപേരുടെ തലകൾ പിൻവശം ചേർത്തിരിക്കണം.” ഇതെല്ലാം സഹിക്കാനായി ഞാൻ മനസ്സിലൊന്നു വരച്ചിട്ടു. ഇപ്പുറം ഞങ്ങൾ, അപ്പുറത്ത് അവർ. ചോദ്യം ചെയ്യൽ, രഹസ്യാന്വേഷണം, തെളിവ്...ചോദ്യം ചെയ്യുന്നതിനിടയിൽ, “ഞാൻ ചെയ്ത കുറ്റം ഞാൻ പൂർണ്ണമായും സമ്മതിക്കുന്നു എന്ന് എഴുതണം.”

“അതിന്...ഞാനെന്തു കുറ്റമാണ് ചെയ്തത്?”

“നിങ്ങൾക്കറിയില്ലേ?” ആ കലാപത്തിലും അക്രമത്തിലും നിങ്ങൾ പങ്കെടുത്തു.

“വളരെ സമാധാനപരമായ ഒരു പ്രകടനമായിരുന്നല്ലോ അത്? അവർ എന്നെ ഭീഷണിപ്പെടുത്താൻ തുടങ്ങി. എന്നെ യൂണിവേഴ്സിറ്റിയിൽ നിന്നും പുറത്താക്കും. എന്റെ അമ്മയെ ഉദ്യോഗത്തിൽ നിന്നും പിരിച്ചുവിടും. എന്നെപോലെയുള്ള ഒരു മകളുള്ളപ്പോൾ അവർ സ്കൂളിൽ അദ്ധ്യാപികയായി തുടരുന്നതെങ്ങനെ? എന്റെ അമ്മ... എന്റെ അമ്മയെ കുറിച്ചു മാത്രമാണ് ജയിലിൽ മുഴുവൻ സമയവും ഞാൻ ആലോചിച്ചിരുന്നത്. അതവർ മനസ്സിലാക്കി. അതുകൊണ്ടുതന്നെ ഓരോ ചോദ്യം ചെയ്യലും തുടങ്ങിയത് അതിൽ പിടിച്ചായിരുന്നു. “നിങ്ങളുടെ അമ്മ കരഞ്ഞുകൊണ്ടിരിക്കുന്നു.” “നിങ്ങളുടെ അമ്മ ആശുപത്രിയിലാണ്.” ഒന്നു നിർത്തി വീണ്ടും അവർ തുടങ്ങും. “പറയൂ, ആരൊക്കെയാണ് നിങ്ങളോടൊപ്പമുണ്ടായിരുന്നത്?പേരുകൾ പറയൂ..... ആരൊക്കെയാണ് ലഘുലേഖകൾ വിതരണം ചെയ്തിരുന്നത്?”

“ഇവിടെ ഒപ്പിടണം.” “പേരുകളോരോന്നായി പറയണം.” അവർ വാക്കു തന്നു. ഞാനാണ് ആ പേരുകൾ വെളിപ്പെടുത്തിയതെന്ന്

പുറത്താരും അറിയില്ല.... കടലാസിൽ ഒപ്പിട്ടു കഴിഞ്ഞാൽ ഉടനെ പുറത്തേക്കു പോകാം. എന്തെങ്കിലും ഒന്ന് തീർച്ചയാക്കേണ്ടിയിരിക്കുന്നു. “ഇല്ല. ഞാൻ ഒപ്പിടുന്നില്ല.” പക്ഷേ അന്നു രാത്രി മുഴുവൻ ഞാൻ കരഞ്ഞു. എന്റെ അമ്മ ആശുപത്രിയിലാണ്. സ്വന്തം അമ്മയോടുള്ള സ്നേഹം.... അതിന്റെ പേരിൽ ഒരു കുലദ്രോഹിയാവുക എളുപ്പമാണ്. അതിനകത്ത് ഇനിയൊരു മാസം തടവുകാരിയായി കഴിയുക? അതിനുള്ള മനക്കരുത്ത് എനിക്കുണ്ടായിരുന്നുവോ? പറയാൻ വയ്യ. അവർ എന്നെ പരിഹസിച്ചു. എന്താണ് സംഭവിക്കാൻ പോകുന്നത്, സോയാ കോസ്മോഡിമീയൻ സാക്യ?*

തമാശ പറഞ്ഞു ചിരിക്കുന്ന ആ ചെറുപ്പക്കാരായ പൊലീസുകാർ. എനിക്കു ഭയം തോന്നി. ഞങ്ങളെല്ലാവരും ഒരേ കടകളിലാണ് പോയിരുന്നത്. ഒരേ ചായക്കടകളിലാണ് ഇരുന്നിരുന്നത്. ഒരുമിച്ച് മെട്രോയിൽ സഞ്ചരിച്ചിരുന്നു. എല്ലായിടത്തും ഞങ്ങൾ ഒരുമിച്ചായിരുന്നു. ഒരു സാധാരണ ദിവസം... ഞങ്ങളും അവരും തമ്മിൽ ഒരു വ്യത്യാസവുമില്ല... ഒരതിർത്തി രേഖകളുമില്ല. ഇന്ന് എന്താണ് അവരെ വ്യത്യസ്തരാക്കുന്നത്? നന്മയും കാരുണ്യവുമുള്ള ഒരു ലോകത്തിലാണ് അതുവരേയും ഞാൻ ജീവിച്ചിരുന്നത്. ആ ലോകം പൊടുന്നനെ ഇല്ലാതായി. ഇനി അതൊരിക്കലും ഉണ്ടാവുകയില്ല.

അങ്ങനെ ഒരു മാസം തികച്ചും ഞാൻ ജയിലിൽ കഴിഞ്ഞു. ആ ദിവസങ്ങളിൽ ഒരിക്കൽപോലും ഞാൻ കണ്ണാടിയിൽ നോക്കുകയുണ്ടായില്ല. എന്റെ പഴ്സിൽ ഒരു ചെറിയ കണ്ണാടിയുണ്ടായിരുന്നു. പക്ഷേ ആദ്യത്തെ പരിശോധനയ്ക്കു ശേഷം എന്റെ സാധനങ്ങൾ പലതും കാണാതായിരുന്നു. എന്റെ പഴ്സും അതിലുണ്ടായിരുന്ന പണവും പിന്നെ ഞാൻ കണ്ടിട്ടില്ല. എനിക്കെപ്പോഴും ദാഹമായിരുന്നു. കഠിനമായ ദാഹം. ആഹാരത്തിനോടൊപ്പം മാത്രമേ അവർ കുടിക്കാനായി എന്തെങ്കിലും തന്നിരുന്നുള്ളൂ. വെള്ളം ചോദിച്ചാൽ എപ്പോഴും ഒരേ ഉത്തരം. “കക്കൂസിനകത്ത് വെള്ളമുണ്ട്, കുടിച്ചോളൂ...” കൂടെ ഒരു ചിരിയും. ഞങ്ങളുടെ മുമ്പിൽ നിന്ന് യഥേഷ്ടം ഫാന്റ കുടിക്കാൻ അവർക്ക് മടിയുണ്ടായിരുന്നില്ല. ഒരിക്കലും ഇനി വേണ്ടത്ര വെള്ളം കുടിക്കാൻ കിട്ടിയില്ലെങ്കിലോ എന്ന ആധിയായിരുന്നു എന്റെ മനസ്സിൽ. പുറത്തു കടന്നാലുടനെ ഫ്രിഡ്ജു നിറച്ച് മിനറൽ വാട്ടർ വാങ്ങിവെക്കും, ഇഷ്ടം പോലെ കുടിക്കും.... ഞാൻ വിചാരിച്ചു. ഞങ്ങളെല്ലാവരും കുളിക്കാതേയും കഴുകാതേയും വല്ലാതെ നാറാൻ തുടങ്ങിയിരുന്നു. അതിനൊന്നുമുള്ള സൗകര്യം അവിടെയുണ്ടായിരുന്നില്ല. ഒരാളുടെ കൈയിൽ ഒരു ചെറിയ കുപ്പി അത്തറുണ്ടായിരുന്നു. അത് എല്ലാവരും കൈമാറി കുറേശ്ശെ പുരട്ടി. അത് മണത്തു നോക്കുക തന്നെ ഒരു സുഖമായിരുന്നു. അതേ സമയം ഞങ്ങളുടെ കൂട്ടുകാർ അങ്ങു ദൂരെ

* സോയാ കോസ്മോഡിമീയൻ സാക്യ - അവർ മഹായുദ്ധകാലത്തെ അതിധീരയായ ഒരു സോവിയറ്റ് ഒളിപ്പോരാളിയായിരുന്നു.

ലൈബ്രറിയിലിരുന്ന് പ്രബന്ധങ്ങൾ തയ്യാറാക്കുകയായിരുന്നു.... പരീക്ഷ കളെഴുതുകയായിരുന്നു.

എന്തുകൊണ്ടോ ഞാൻ നിസ്സാര കാര്യങ്ങൾ ഓർമ്മിച്ചുകൊണ്ടിരുന്നു. പുതിയൊരു ഉടുപ്പു വാങ്ങിയിരുന്നു. അതിടാൻ അവസരം കിട്ടും മുമ്പേ.... (അവൾ ചിരിച്ചു) ഒരു കാര്യം എനിക്കു ബോദ്ധ്യമായി. സന്തോഷം ലഭി ക്കാൻ വലിയ കാര്യങ്ങളൊന്നും വേണ്ട. ഒരു കഷണം സോപ്പോ ഒരു പഞ്ചാരക്കട്ടയോ തന്നെ ധാരാളം. ജയിലിലെ ഞങ്ങളുടെ അറയ്ക്കു 32 ചതുരശ്രമീറ്ററായിരുന്നു വലുപ്പം. അതിൽ അഞ്ചുപേർ എന്നായിരുന്നു കണക്ക്. എന്നാൽ ഇപ്പോൾ ഞങ്ങൾ 17 പേരായിരുന്നു അതിനകത്തു കഴിഞ്ഞിരുന്നത്. ജീവിതം മുഴുവൻ രണ്ടു ചതുരശ്രമീറ്ററിൽ ഒതുക്കാൻ ഓരോരുത്തരും പരിശീലിക്കേണ്ടിയിരുന്നു. രാത്രി നേരങ്ങൾ വിശേഷിച്ചും ബുദ്ധിമുട്ടുള്ളതായിരുന്നു. വേണ്ടത്ര ശുദ്ധവായു കിട്ടാതെ പലപ്പോഴും ഞങ്ങൾക്ക് വിമ്മിട്ടം അനുഭവപ്പെടുമായിരുന്നു. വളരെ നേരത്തേക്ക് ഉറ ങ്ങാനാവാതെ വെറുതെ കിടക്കും. ചിലപ്പോൾ എഴുന്നേറ്റിരുന്ന് വർത്ത മാനം പറയും. ആദ്യത്തെ ഏതാനും ദിവസം രാഷ്ട്രീയമാണ് ഞങ്ങൾ ചർച്ച ചെയ്തത്. അതിനു ശേഷം പ്രണയത്തെ കുറിച്ചുമാത്രമായി ഞങ്ങ ളുടെ സംസാരം.

തടവറയ്ക്കുള്ളിലെ സംഭാഷണങ്ങൾ

'അവർ ചെയ്യുന്നതെല്ലാം സ്വന്തം ഇഷ്ടപ്രകാരമാണ് എന്നു വിശ്വസിക്കാൻ നിങ്ങൾ ആഗ്രഹിക്കുന്നില്ല, അല്ലേ?'

തിരക്കഥ എപ്പോഴും ഒന്നുതന്നെ. സംഗതികൾ മാത്രം വട്ടംചുറ്റി ക്കൊണ്ടിരിക്കും. ജനങ്ങൾ ഒരുപറ്റം മാനുകളാണ്. ഗവൺമെന്റ് ഒരു പെൺസിംഹവും. കൂട്ടത്തിൽ നിന്നും ഒരു മാനിനെ തിരഞ്ഞെടുത്ത് അതിനെ അവൾ കൊന്നുതിന്നുന്നു. മറ്റു മാനുകൾ എന്തെങ്കിലുമൊക്കെ അയവിറക്കിക്കൊണ്ട് ഇടം കണ്ണുകൊണ്ട് ആ കാഴ്ച നോക്കിനില്ക്കുന്നു. ഒരുപക്ഷേ ഇതിലൊന്നിനെ കൂടി അവൾ കൊന്നുതിന്നെന്നിരിക്കാം. വയറു നിറഞ്ഞ് സിംഹം സ്ഥലം വിട്ടാൽ ശേഷിച്ച മാനുകൾ നെടു വീർപ്പിട്ടു കൊണ്ടു പറയും. "അത് ഞാനായിരുന്നില്ലല്ലോ...... ഭാഗ്യം... എനിക്ക് കുറെനാൾ കൂടി ജീവിക്കാം."

മ്യൂസിയത്തിൽ പോയപ്പോൾ വിപ്ലവത്തെ കുറിച്ചുള്ള കാര്യങ്ങൾ വിശദമായി മനസ്സിലാക്കാൻ എനിക്കു താത്പര്യം തോന്നി. എന്റെ മനസ്സ് സ്വതവേ പ്രണയമയമാണ്. മുത്തശ്ശിക്കഥകളിലെ രാജകുമാരിയായി ഞാൻ എന്നെത്തന്നെ സങ്കല്പിച്ചിരുന്നു. അന്ന് ആരും എന്നെ മൈതാനത്തി ലേക്കു ചെല്ലാൻ വിളിച്ചില്ല. ഞാൻ തനിയെ ഇറങ്ങിപ്പോരുകയായിരുന്നു. ജനങ്ങൾ ഒരു വിപ്ലവത്തെ സൃഷ്ടിക്കുന്നത് എങ്ങനെയാണെന് നേരിൽ കാണണമെന്നു തോന്നി. അതിനാണ് എനിക്ക് മർദ്ദനമേറ്റത്. തലയിലും വൃക്കകളിലും കഠിനമായ പ്രഹരമേറ്റു. പുറത്തുവന്നവരിലേറെയും

ചെറുപ്പക്കാരായിരുന്നു. അതുകൊണ്ടാകാം അവർ "കുട്ടികളുടെ വിപ്ലവം" എന്ന് അതിനെ വിശേഷിപ്പിച്ചത്. അവർ അങ്ങനെയാണ് ഇപ്പോൾ പറയുന്നത്.

അച്ഛനമ്മമാർ വീട്ടിനകത്ത് ഇരുന്നതേയുള്ളൂ. മക്കൾ സമരത്തിനിറങ്ങിയതിനെക്കുറിച്ച് സംസാരിച്ച് അവർ അടുക്കളയിലിരുന്നു. അവർക്കു പേടിയും പരിഭ്രമവുമുണ്ടായിരുന്നു. എന്നാൽ ഞങ്ങൾക്ക് സോവിയറ്റ് കാലത്തിന്റെ ഓർമ്മകളൊന്നുമില്ലല്ലോ. കമ്മ്യൂണിസ്റ്റുകാരെക്കുറിച്ച് ഞങ്ങൾക്ക് പുസ്തകത്തിൽ വായിച്ച അറിവേയുള്ളൂ. അതുകൊണ്ടായിരിക്കും മുതിർന്നവരുടെ ഭയം ഞങ്ങളെ ബാധിക്കാതിരുന്നത്. മിൻസ്കിലെ ജനസംഖ്യ രണ്ടുകോടിയോളം വരും. അതിൽ നിന്ന് എത്രപേർ അന്ന് ആ മൈതാനത്തിലുണ്ടായിരുന്നു? ഏറി വന്നാൽ ഒരു മുപ്പതിനായിരം പേർ. അതിലും എത്രയോ അധികംപേർ സ്വന്തം ബാൽക്കണികളിൽ നിന്ന് ഞങ്ങളെ നോക്കുന്നുണ്ടായിരുന്നു. പലരും കൊമ്പും കുഴലും വിളിച്ച് ഞങ്ങളെ പ്രോത്സാഹിപ്പിച്ചുകൊണ്ടിരുന്നു. "ശ്രമിച്ചോളൂ കുട്ടികളേ.... നിങ്ങൾ വിജയിക്കും." എപ്പോഴും ടി.വി.യുടെ മുമ്പിലിരുന്ന് കാഴ്ചകൾ കണ്ട് ബിയർ കുടിക്കുന്നവരുടെ എണ്ണമായിരിക്കുമല്ലോ കൂടുതൽ. ഭൂരിപക്ഷം ജനങ്ങളും അത്തരക്കാരാണ്. തെരുവിലേക്കിറങ്ങുന്നത്, ഞങ്ങളെപ്പോലെ വിദ്യാഭ്യാസം നേടിയ സാഹസികരായ ചെറുപ്പക്കാരായിരിക്കുന്നിടത്തോളം കാലം. അത് ശരിയായൊരു വിപ്ലവമായിരിക്കയില്ല.

ഇതെല്ലാം ചേർത്തുപിടിക്കുന്നത് ഭയമെന്ന വികാരമാണെന്നാണോ നിങ്ങൾ വിചാരിക്കുന്നത്? പൊലീസുകാരും അവരുടെ കൈയിലെ ദണ്ഡും? നിങ്ങൾക്കു തെറ്റി. വേട്ടക്കാരനും ഇരയ്ക്കും ഇടയിൽ ഒരു കരാറുണ്ട്. അതൊരു നിശ്ശബ്ദ ഉടമ്പടിയാണ്. കമ്മ്യൂണിസ്റ്റ് വാഴ്ചയുടെ ബാക്കിപത്രം. അത് വായയാൽ പ്രകടമാക്കാത്ത വലിയ ഒരു കരാറാണ്. ജനങ്ങൾ എല്ലാം മനസ്സിലാക്കുന്നു. പക്ഷേ അവർ ശബ്ദിക്കുന്നില്ല. അതിനു പകരം അവർക്കു വേണ്ടത് മാന്യമായ വേതനമാണ്. ഒരിക്കൽ ഉപയോഗിച്ച ഒരു ഓഡി കാറു വാങ്ങാനുള്ള തുകയെങ്കിലും അവർക്കു വേണം. ടർക്കിയിലേക്ക് ഒരു ഒഴിവുകാലയാത്രയ്ക്കു പോകാൻ സാധിക്കണം. സാധാരണ ജനങ്ങളോട് ജനാധിപത്യത്തേയും മനുഷ്യാവകാശത്തേയും കുറിച്ച് സംസാരിച്ചു നോക്കൂ. പ്രാചീന ഗ്രീക്കു ഭാഷയാണ് നിങ്ങൾ സംസാരിക്കുന്നതെന്ന മട്ടിൽ അവർ മിഴിച്ചിരിക്കും. സോവിയറ്റ് കാലം അനുഭവിച്ചറിഞ്ഞവർ ഉടനെ പറയാൻ തുടങ്ങും. "ഞങ്ങളുടെ മകൾ കരുതിയത് വാഴപ്പഴം മോസ്കോയിൽ ഉണ്ടാകുന്നുവെന്നാണ്. ചുറ്റും നോക്കൂ..... ഒരു നൂറുതരം സലാമി കാണാം. ഇതിലും വലിയ സ്വാതന്ത്ര്യമാണ് നമുക്കു വേണ്ടത്?" ഇപ്പോഴും ധാരാളം പേർ ആഗ്രഹിക്കുന്നത്, പഴയ സോവിയറ്റ് യൂണിയനിലേക്കു തിരിച്ചുപോകാനാണ്. പക്ഷേ ടൺ കണക്കിന് സലാമി കിട്ടണം എന്നുമാത്രം.

യാദൃച്ഛികമായാണ് ഞാൻ അവിടെ വന്നുപെട്ടത്. വെറുതെ ഒരു രസം എന്നു കരുതി കൂട്ടുകാരുമൊത്ത് അന്ന് ഞാൻ ആ മൈതാനത്തിലേക്കു

പോയി. എവിടെനോക്കിയാലും ബലൂണുകളും പോസ്റ്ററുകളും. അതിനു നടുവിൽ എന്താണ് നടക്കുന്നതെന്നറിയാൻ കൗതുകം തോന്നി. സത്യം പറയാം. കൂടെയുണ്ടായിരുന്ന ഒരു യുവാവിനോട് എനിക്കിത്തിരി പ്രണയം തോന്നിയിരുന്നു. വാസ്തവത്തിൽ പ്രത്യേകിച്ചൊരു താത്പര്യവുമില്ലാത്ത വെറുമൊരു കാഴ്ചക്കാരിയായിരുന്നു ഞാൻ. കുറെക്കാലമായി രാഷ്ട്രീയകാര്യങ്ങളെ കുറിച്ചൊന്നും ഞാൻ ചിന്തിക്കാറില്ലായിരുന്നു. നന്മയും തിന്മയും തമ്മിലുള്ള പോരാട്ടം. എനിക്കു വല്ലാതെ മടുത്തിരുന്നു.

ഞങ്ങളെ വണ്ടിയിൽ കയറ്റി ഏതോ പട്ടാള ബാരക്കുകളിലേക്ക് ഓടിച്ചു കൊണ്ടുപോയി. ചുമരിനഭിമുഖമായി നിന്ന് ഞങ്ങൾ രാത്രി മുഴുവൻ കഴിച്ചുകൂട്ടി. രാവിലെ ഒരു കല്പന, "എല്ലാവരും മുട്ടുകുത്തി ഇരിക്കണം." ഞങ്ങൾ മുട്ടുകുത്തി ഇരുന്നു. "എഴുന്നേറ്റ് കൈകൾ ഉയർത്തിപ്പിടിക്കണം." അതു കഴിഞ്ഞപ്പോൾ അടുത്ത കല്പന. കൈകൾ രണ്ടും തലയിൽ ചേർത്തുവെച്ചു നൂറുതവണ കുന്തിച്ചിരിക്കുകയും നില്ക്കുകയും വേണം. അതിനുശേഷമായിരുന്നു ഒറ്റക്കാലിൽ നില്ക്കൽ. എന്താണവർ ചെയ്തിരുന്നത്?എന്തിനുവേണ്ടിയായിരുന്നു? ആരോടു ചോദിക്കാൻ?

ചോദിച്ചാലും അവർക്കു ഉത്തരമുണ്ടാകുമായിരുന്നില്ല. ആരോ അവർക്ക് അനുവാദം കൊടുത്തു. ഞങ്ങളെ പീഡിപ്പിച്ചു കൊണ്ട് അവർ സ്വന്തം ആജ്ഞാശക്തി ആസ്വദിച്ചു. പെൺകുട്ടികളിൽ കുറെപേർക്ക് ബോധക്കേടുണ്ടായി. ചിലർക്ക് ഛർദ്ദി. ആദ്യത്തെ തവണം ചോദ്യം ചെയ്യാൻ കൊണ്ടുവന്നു നിർത്തിയപ്പോൾ ഞാൻ ഓഫീസറുടെ മുഖത്തു നോക്കി ചിരിച്ചു. ഒടുവിൽ അയാൾ എന്റെ നേരെ കയർത്തു. 'നിന്റെ ശരീരത്തിലെ ഓരോ ദ്വാരത്തിൽ കൂടിയും നിന്നെ ഞാൻ ഭോഗിക്കും.... കേൾക്കുന്നുണ്ടോ പൊട്ടിപ്പെണ്ണേ, എന്നിട്ടും കൊടുംകുറ്റവാളികളുടെ തടവറയിലേക്കു നിന്നേയും തള്ളിയിടും." ഞാൻ ബോൾഷിനിറ്റ്സിൻ കൃതികൾ വായിച്ചിട്ടില്ല. ആ ഓഫീസർമാരും വായിച്ചിരിക്കാനിടയില്ല. എന്നാലും അതിലെന്താണ് എഴുതിയിരിക്കുന്നതെന്ന് ഞങ്ങൾ എല്ലാവർക്കും അറിയാമായിരുന്നു.

എന്നെ ചോദ്യം ചെയ്തത് സാമാന്യം പഠിപ്പുള്ള ഒരാളായിരുന്നു. ഞാൻ പഠിക്കുന്ന കോളേജിൽ നിന്നു തന്നെയാണ് അയാളും ബിരുദം നേടിയിരുന്നത്. ഒരേതരം പുസ്തകങ്ങളാണ് ഞങ്ങൾ രണ്ടുപേരും ഇഷ്ടപ്പെടുന്നതെന്നും ഇടയിൽ മനസ്സിലായി. അക്കൂട്ടത്തിൽ ഉംബെർട്ടോ, ഇക്കോ....

അയാൾ എന്നോട് വളരെ ആത്മാർത്ഥമായി ചോദിച്ചു, " എന്നെ കുഴക്കാനായി നിങ്ങൾ എന്തിന് എന്റെ മുമ്പിൽവന്നുപെട്ടു? അഴിമതിക്കാരായ ഉദ്യോഗസ്ഥന്മാരുമായാണ് ഞാൻ സാധാരണ ഇടപെടാറ്. ഒരു നിലയ്ക്ക് അത് നല്ലതാണ്. സ്വന്തം സ്ഥാനം എവിടെയാണെന്ന് മനസ്സിൽ തീർച്ചയുണ്ടാവും. എന്നാൽ നിങ്ങളെപ്പോലെയുള്ളവർ മുമ്പിൽ വരുമ്പോൾ...." വളരെ മടിയോടുകൂടിയാണ് അയാൾ തന്റെ കടമ നിർവഹിച്ചത്. അയാൾ

സ്വയം ലജ്ജിക്കുന്നുവെന്നു തോന്നി. എന്നാലും അയാൾ തനിക്കു ചെയ്യാനുള്ളതുമായി മുമ്പോട്ടുപോയി. ഇതുപോലെയുള്ളവർ ആയിരക്കണക്കിനുണ്ടാകും. ഓഫീസർമാർ, ജഡ്ജിമാർ, രഹസ്യപൊലീസുകാർ.... ചിലർ മർദ്ദനം നടത്തുന്നു. വേറെ ചിലർ പത്രമാദ്ധ്യമങ്ങളിൽ നുണകൾ പരത്തുന്നു. വേറൊരു കൂട്ടർ ജനങ്ങളെ തടവിലെടുത്ത് ശിക്ഷ വിധിക്കുന്നു. ഒരു “സ്റ്റാലിൻ യന്ത്രം” പ്രവർത്തിപ്പിച്ചു തുടങ്ങാൻ അത്രയ്ക്കൊന്നും മിനക്കെടേണ്ടതില്ല.

ഞങ്ങളുടെ കുടുംബത്തിൽ പഴയൊരു നോട്ടുപുസ്തകം സൂക്ഷിച്ചുവെച്ചിട്ടുണ്ട്. എന്റെ അപ്പൂപ്പൻ തന്റെ ജീവിതകഥ മക്കളും പേരമക്കളും അറിയാനായി അതിൽ എഴുതിവെച്ചിരിക്കുന്നു. സ്റ്റാലിന്റെ ഭരണകാലത്ത് തനിക്കു നേരിടേണ്ടിവന്ന ദുരനുഭവങ്ങൾ അദ്ദേഹം അതിൽ വിസ്തരിച്ചിട്ടുണ്ട്. തടവിലാക്കപ്പെട്ടു. കഠിനമർദ്ദനങ്ങൾക്കിരയായി. അവർ അദ്ദേഹത്തിന്റെ മുഖത്ത് വാതക “മാസ്ക്” ഘടിപ്പിക്കും, ഓക്സിജന്റെ പ്രവാഹം നിർത്തലാക്കും. അല്ലെങ്കിൽ നഗ്നനാക്കി മലദ്വാരത്തിലൂടെ ഇരുമ്പു ദണ്ഡോ വാതിൽപിടിയോ തള്ളിക്കയറ്റും. ഞാൻ ഒമ്പതാം ക്ലാസ്സിൽ പഠിക്കുമ്പോഴാണ് അമ്മ എനിക്ക് ഈ പുസ്തകം വായിക്കാൻ തന്നത്. “ഇതെല്ലാം അറിഞ്ഞിരിക്കണം. നിനക്കതിനുള്ള പ്രായമായിരിക്കുന്നു.”

എനിക്കറിയാം, അവർ പഴയതുപോലെ തടങ്കൽക്യാമ്പുകൾ തുടങ്ങുകയാണെങ്കിൽ, അതിൽ ജോലിക്കാരും കാവൽക്കാരുമായി ചേരാൻ ഞങ്ങൾ ധാരാളംപേർ തയ്യാറാവും, ടൺ കണക്കിനാളുകൾ. അന്നത്തെയാളുകളിൽ ഒരാളെ ഞാൻ ഇപ്പോഴും ഓർക്കുന്നു. കണ്ണിലേക്കു നോക്കുമ്പോൾ തികച്ചും ഒരു സാധാരണക്കാരൻ. എന്നാൽ വായുടെ കോണുകളിൽ എപ്പോഴും നുര കാണാം. ഉറക്കത്തിൽ നടക്കുന്നവരെപോലെയാണ് അവർ പെരുമാറിയിരുന്നത്. ഏതോ പ്രത്യേകിച്ചൊരു ബോധാവസ്ഥയിലെന്നപോലെ ഇടത്തോട്ടും വലത്തോട്ടും മാറിമാറി ചാഞ്ഞുകൊണ്ടിരിക്കും. ഒരാൾ ബോധംകെട്ട് നിലത്തുവീണു. അയാളുമേൽ ഒരു പരിചയെടുത്തുവെച്ച് ചിലർ അതിൽ കയറി ചുവടുകൾ വെച്ചു. ബുദ്ധിയും ബോധവുമില്ലാത്ത കൂട്ടർ. രണ്ടുമീറ്റർ ഉയരം. എൺപത്തിയഞ്ചോ നൂറോ കിലോ ഭാരം. അവർക്കൊക്കെ സർക്കാർ നല്ല ആഹാരം കൊടുക്കുന്നുണ്ട്. അവർ ശരിക്കും ഒരു പ്രത്യേകം വിഭാഗം തന്നെയാണ്. സമരങ്ങളും അക്രമങ്ങളും അടിച്ചമർത്താൻ പ്രത്യേകമായി നിയോഗിക്കപ്പെട്ടവർ. “ഭീകരനായ ഇവാന്റെ” കാലത്തെ രഹസ്യപൊലീസുകാരായ “ഒപ്റിച്ച്നിക്കുക”* കളെപോലുള്ളവർ. അത് പതിനാറാം നൂറ്റാണ്ടായിരുന്നുവെന്നു മാത്രം. അവർ സ്വന്തം ഇഷ്ടപ്രകാരമാണ് പീഡനങ്ങൾ നടത്തുന്നതെന്ന് വിശ്വസിക്കാൻ നിങ്ങളുടെ മനസ്സ് മടിക്കുന്നു. അങ്ങനെയുള്ള തോന്നൽതന്നെ നിങ്ങൾ തട്ടിമാറ്റുന്നു. അവസാനത്തെ ശക്തിയും

* രഹസ്യപൊലീസ് സംഘടനയെ സഹായിക്കുന്ന 16-ാം നൂറ്റാണ്ടിലെ റഷ്യൻ രഹസ്യ പൊലീസ് ഓഫീസർ

ഉപയോഗിച്ച് നിങ്ങൾ ചെറുത്തു നില്ക്കുന്നു. അവർക്കാഹാരം വേണം. താൻ പഠിച്ച സ്കൂളും ഈ പട്ടാളക്യാമ്പും അതല്ലാതെ അവർ മറ്റൊന്നും കണ്ടിട്ടില്ല. ഇന്ന് ഒരു കോളേജ് പ്രൊഫസറേക്കാളും അധികം ശമ്പളം അവർ കൈപറ്റുന്നു. അതിനു ശേഷം എപ്പോഴും അയാൾ പറയും, ഒന്നിനെക്കുറിച്ചും ഒരു വിവരവുമില്ലായിരുന്നു. അവിടെ നടന്നതൊന്നു മായും തനിക്കു ബന്ധമില്ല. ഇന്നും അങ്ങനെ ഒരായിരം ന്യായങ്ങൾ അവർക്ക് നിരത്താനുണ്ടാകും. "എന്റെ കുടുംബത്തിനെ ആരു തീറ്റി പ്പോറ്റും?" "ഞാൻ പ്രതിജ്ഞ ചെയ്തിട്ടുണ്ട്" "കല്പന അനുസരിക്കാ തിരിക്കാൻ എനിക്കാവില്ലായിരുന്നു, ആഗ്രഹിച്ചാൽ തന്നേയും." ഇതെല്ലാം എല്ലാവരും ചെയ്യുന്ന കാര്യങ്ങളാണ്. കുറെപേരെങ്കിലും തീർച്ചയായും.

എനിക്ക് ഇരുപതുവയസ്സേ ആയിട്ടുള്ളൂ. ഇനി ഞാൻ എങ്ങനെയാണ് ജീവിക്കേണ്ടത്? ഇവിടെ നിന്നിറങ്ങി പുറത്തേക്കു ചെന്നാൽ കണ്ണുയർത്തി നോക്കാൻ തന്നെ ഞാൻ ഭയക്കും....അതാണെന്റെ പേടി....

> "പുറത്ത് ഒരു വിപ്ലവം നടന്നുകൊണ്ടിരിക്കുന്നു. എന്നാൽ ഇവിടെ ജയിലിനകത്ത് ഇപ്പോഴും സോവിയറ്റ് ഭരണമാണ്."

ഒരു രാത്രിയാണ് അവർ ഞങ്ങളെ ജയിലിൽ നിന്നും മോചിപ്പിച്ചത്. സുഹൃത്തുക്കളും പത്രക്കാരും മറ്റു പലരും ജയിൽകവാടത്തിനു പുറത്തു ഞങ്ങളെ കാത്തുനിന്നിരുന്നു. എന്നാൽ ജയിലധികൃതർ ഞങ്ങളെ ഒരു പൊലീസ് വാഹനത്തിൽ കയറ്റി. കുറെ ദൂരെ നഗരത്തിന്റെ അതിർത്തി പ്രദേശത്തെവിടേയോ ഇറക്കിവിട്ടു. അവർ എന്നെ ഇറക്കിയത് കല്ലും പാറകളും കൂട്ടിയിട്ട ഒരിടത്തായിരുന്നു. ഏതോ നിർമ്മാണപ്രവർത്തനം നടക്കുന്ന സ്ഥലം. ഷബാനിക്കടുത്ത്, എവിടെയോ ആണെന്നു തോന്നി. വാസ്തവത്തിൽ എനിക്കും ഭയം തോന്നിയ ചുറ്റുപാട്. ഇനിയെന്തു ചെയ്യണമെന്നറിയാതെ ഞാൻ പകച്ചുനിന്നു. പിന്നെ വിളക്കുകൾ കത്തു ന്നിടത്തേക്കു നടക്കാൻ തുടങ്ങി. കൈയിൽ ചില്ലി കാശില്ല. ഫോണാ ണെങ്കിൽ "എന്നേ ചത്തുപോയി." പഴ്സിൽ ആകെയുണ്ടായിരുന്നത് ഒരു ബില്ലുമാത്രം. ജയിലിൽ ഞങ്ങളെ താമസിപ്പിച്ചതിനും ഭക്ഷണം നല്കി യതിനും ഞങ്ങൾ അവിടെ തിരിച്ചടക്കേണ്ട തുകയ്ക്കുള്ള ബില്ലാണ്. കോളേജു പഠനത്തിനായി സർക്കാർ എനിക്ക് ഒരു മാസം നല്കുന്ന സഹായധനം മുഴുവൻ ജയിലധികൃതർക്ക് കൊടുക്കേണ്ടി വരും. എങ്ങനെയാണത് തിരിച്ചടയ്ക്കുക എന്ന് രൂപമില്ല. അമ്മയും ഞാനും അത്രയ്ക്കും അരിഷ്ടിച്ചാണ് കഴിഞ്ഞുകൂടുന്നത്. ഞാൻ ആറാം ക്ലാസ്സിൽ പഠിക്കുമ്പോൾ എന്റെ അച്ഛൻ മരിച്ചു. അന്നെനിക്കു പന്ത്രണ്ടു വയസ്സാ യിരുന്നു. എന്റെ രണ്ടാനച്ഛൻ കിട്ടുന്ന ശമ്പളം മുഴുവൻ മദ്യപിച്ചും പാർട്ടി കൾ നടത്തിയും ഒരു തുട്ടു ബാക്കിവെക്കാതെ ചിലവാക്കും. മുഴുത്ത കുടിനാണ്. എനിക്ക് അങ്ങേയറ്റം വെറുപ്പാണ്. എന്റെ അമ്മയുടേയും എന്റേയും ജീവിതം അയാൾ തീർത്തും നശിപ്പിച്ചു. എങ്ങനെയെങ്കിലും കുറച്ചു പണം സമ്പാദിക്കാൻ ഞാൻ എപ്പോഴും ശ്രമിച്ചു കൊണ്ടിരിക്കും.

പരസ്യങ്ങളും ലഘുലേഖകളും ഓരോ വീട്ടിലേയും തപാൽപെട്ടിയിൽ കൊണ്ടുചെന്നിടും. വേനൽക്കാലമായാൽ പഴവും ഐസ്ക്രീമും വില്ക്കുന്ന കടകളിൽ സഹായിക്കാൻ നില്ക്കും. ഇങ്ങനെയുള്ള ആലോചനകളുമായാണ് അന്നു ഞാൻ നടന്നത്.

വഴിയിൽ ആരേയും കാണാനില്ല. അലഞ്ഞു നടക്കുന്ന ചില തെരുവു പട്ടികൾ മാത്രമുണ്ട്. പെട്ടെന്ന് ഒരു ടാക്സി അരികിൽ വന്നുനിന്നു. എനിക്ക് സമാധാനമായി. ഞാൻ അതിൽ കയറി ഇരുന്ന് ഡ്രൈവറോടു പറഞ്ഞു "എന്നെ എന്റെ കോളേജ് ഹോസ്റ്റലിൽ കൊണ്ടുചെന്നാക്കണം. ടാക്സി കൂലിക്ക് എന്റെ കൈയിൽ പണമില്ല." എന്നെ കണ്ടപ്പോഴേ അയാൾക്കു കാര്യം മനസ്സിലായിരിക്കണം. "ഓ.... നിങ്ങൾ ആ ഡിസംബർ പ്രകടനക്കാരിൽ ഒരാളാണ് അല്ലേ? കയറിക്കോളൂ... ഇങ്ങനെയൊരാളെ ഇപ്പോൾത്തന്നെ ഞാനവരുടെ വീട്ടിലെത്തിച്ചതേയുള്ളൂ." ഞങ്ങളുടെ പ്രകടനവും അറസ്റ്റും നടന്നത് ഡിസംബറിലാണെന്ന് അയാൾ ഓർമ്മപ്പെടുത്തി. "ഈ പാതിരാത്രിക്ക് നിങ്ങളെ ഇറക്കിവിട്ടത്.... ഇതെന്തു ന്യായം?" ആ യാത്രയിൽ മുഴുവൻ അയാൾ എന്നെ ഉപദേശിച്ചുകൊണ്ടിരുന്നു. സാമാന്യബുദ്ധി ഉണ്ടാവേണ്ടതിനെക്കുറിച്ച്.

"ഇതെല്ലാം ശുദ്ധവിവരക്കേടാണ്....വെറും കാളച്ചാണം.....1991ൽ ഞാനും മോസ്കോയിൽ ഒരു വിദ്യാർത്ഥിയായിരുന്നു. ഞാനും പല പ്രകടനങ്ങളിലും പങ്കെടുത്തിട്ടുണ്ട്. അന്ന്, നിങ്ങളോടൊപ്പമുള്ളതിനേക്കാൾ ആളുകൾ ഞങ്ങളുടെ പക്ഷത്തുണ്ടായിരുന്നു. ഒടുവിൽ ഞങ്ങൾതന്നെയാണ് ജയിച്ചത്. ഞങ്ങൾ സ്വപ്നം കണ്ടിരുന്നു. എല്ലാവരും സ്വന്തമായി ബിസിനസ്സു തുടങ്ങും.... എല്ലാവരും പണക്കാരാകും. എന്നിട്ട് എന്തു സംഭവിച്ചു എന്നാണ് വിചാരം? കമ്മ്യൂണിസ്റ്റുകാർ അധികാരത്തിലിരുന്നപ്പോൾ ഞാൻ ഒരു എൻജിനീയറായിരുന്നു. ഇപ്പോഴോ? ഒരു ടാക്സി ഡ്രൈവർ. തന്തയ്ക്കു പിറക്കാത്ത കുറെപേരെ ഞങ്ങൾ ആട്ടിയിറക്കി. പകരം കയറി വന്നതോ....അതുപോലെത്തന്നെ തന്തയ്ക്കു പിറക്കാത്തവർ. കറുപ്പായാലും ചാരനിറമായാലും ഓറഞ്ചായാലും.. എല്ലാം ഒരേ തരം തന്നെ. നമ്മുടെ രാജ്യം അങ്ങനെയാണ്. അധികാരം കിട്ടേണ്ട താമസം എല്ലാവരും അഴിമതിക്കാരാകും. ഞാൻ യാഥാർത്ഥ്യബോധമുള്ള കൂട്ടത്തിലാണ്. ഞാനും എന്റെ കുടുംബവും. അതിൽ മാത്രമേ എനിക്കു വിശ്വാസമുള്ളൂ. ഏറ്റവും ആധുനികരായ മണ്ടന്മാർ ഏറ്റവും ആധുനികമായ വിപ്ലവമുണ്ടാക്കാൻ ശ്രമിക്കുന്നു, ഞാൻ ഒന്നും ശ്രദ്ധിക്കാറില്ല. എന്റെ ജോലിയിൽ മാത്രം മനസ്സിരുത്തുന്നു. ഈ മാസം കുറച്ചധികം പണം സമ്പാദിക്കണം. എന്റെ രണ്ടു പെൺമക്കൾക്കും പുതിയ കോട്ടുകൾ വാങ്ങണം. അടുത്ത മാസം ഭാര്യക്ക് പുതിയ ബൂട്ടുകൾ. നിങ്ങൾ സുന്ദരിയായ ഒരു യുവതിയല്ലേ? നല്ലൊരു ചെറുപ്പക്കാരനെ കണ്ടുപിടിച്ച് വിവാഹം കഴിക്കൂ.... സന്തോഷത്തോടെ കുടുംബജീവിതം നയിക്കൂ....."

ഞങ്ങൾ നഗരത്തിലെത്തി. പാട്ട്....പൊട്ടിച്ചിരികൾ... ആലിംഗനം ചെയ്തും ചുംബിച്ചും നടന്നു നീങ്ങുന്ന ഇണകൾ. നഗരം അതിന്റെ

പതിവു ജീവിതവുമായി മുന്നോട്ട് പോകുന്നു. ഞങ്ങൾ കുറച്ചുപേരുടെ അഭാവം നഗരജീവിതത്തെ ഒരുതരത്തിലും ബാധിച്ചിട്ടില്ല.

എന്റെ കാമുകനെ കാണാനും സംസാരിക്കാനും മനസ്സ് തിരക്കു കൂട്ടി. കഴിഞ്ഞ മൂന്നുവർഷമായി ഞങ്ങൾ ഒരുമിച്ചാണ്. ഭാവിയെക്കുറിച്ച് ഞങ്ങൾ പദ്ധതികൾ പലതും മെനയാൻ തുടങ്ങിയിരുന്നു. പ്രകടനത്തിൽ താനും പങ്കെടുക്കുമെന്ന് അയാൾ തീർച്ച പറഞ്ഞിരുന്നു. പക്ഷേ അവിടെയൊന്നും ഞാൻ അയാളെ കാണുകയുണ്ടായില്ല. എന്തുകൊണ്ടാണയാൾ വരാതിരുന്നത്? അതു കേൾക്കാനായിരുന്നു എനിക്ക് ആകാംക്ഷ. ചെകുത്താനെ കുറിച്ചു പറയുമ്പോഴേക്കും അവൻ മുമ്പിലെത്തുമെന്നല്ലേ ചൊല്ല്.... അതുപോലെത്തന്നെ. ഞാൻ ഹോസ്റ്റലിലെത്തിയതും അയാൾ പ്രത്യക്ഷപ്പെട്ടു. എന്റെ കൂട്ടുകാരികൾ അയാളെ തനിയെവിട്ട് മുറിയിൽ നിന്നും പുറത്തേക്കുപോയി. അയാളുടെ ഭാഗത്തു നിന്ന് ഏതുതരത്തിലുള്ള ന്യായീകരണമാണ് ഞാൻ പ്രതീക്ഷിക്കുന്നത്? അറിഞ്ഞുകൂടാ. എന്തായാലും അത് അർത്ഥമില്ലാത്തതായിരുന്നു. ഞാൻ വലിയൊരു മണ്ടിയാണെന്നാണ് അയാൾ പറഞ്ഞത്. "ശുദ്ധയായ വിപ്ലവകാരിക്ക്" ഏറ്റവും യോജിച്ച ഉദാഹരണം. അയാൾ എനിക്ക് മുന്നറിയിപ്പു നല്കിയിരിക്കുന്നത് എന്തേ മറക്കാൻ? അവനവന്റെ നിയന്ത്രണത്തിലല്ലാത്ത കാര്യങ്ങളിൽ കയറിപ്പിടിച്ച് ആവേശം കൊള്ളുന്ന വിവരംകെട്ട പെണ്ണായാണ് അയാൾ എന്നെ കണ്ടത്... അങ്ങനെ ശകാരങ്ങളും കുറ്റപ്പെടുത്തലുകളും തുടർന്നുപോയി.

നമ്മൾ അന്യർക്കുവേണ്ടി ജീവിക്കണം എന്നു വിചാരിക്കുന്നവർ ഒരുപാടുപേരുണ്ട്. പക്ഷേ അയാൾക്ക് ആ ചിന്ത അപരിചിതമായിരുന്നു. പ്രക്ഷോഭങ്ങളിലും പങ്കെടുത്ത് തെരുവിൽ മരിച്ചുവീഴാൻ അയാൾ ആഗ്രഹിക്കുന്നില്ല. ധാരാളം പണം സമ്പാദിക്കണം. നീന്തൽക്കുളമുള്ള വീടു വാങ്ങണം. പരോപകാരത്തിലൊന്നും അയാൾക്കു താത്പര്യമുണ്ടായിരുന്നില്ല. സ്വന്തം തൊഴിൽ, ബിസിനസ്സ് കെട്ടിപ്പടുക്കുന്നതിലായിരുന്നു അയാളുടെ ശ്രദ്ധ. ചിരിച്ചുകൊണ്ട് ജീവിക്കാനാവണം. ഈ കാലത്ത് അവസരങ്ങൾ വേണ്ടത്രയുണ്ട്. ആലോചിച്ചാൽ തന്നെ തല ചുറ്റും. ലോകമെമ്പാടും സഞ്ചരിക്കാം. വിസ്മയകരമായ കടൽയാത്രകൾ നടത്താം. വേണമെന്നു തോന്നുന്നുണ്ടെങ്കിൽ ഒരു കൊട്ടാരം തന്നെ വിലയ്ക്കു വാങ്ങാം. അതിനൊക്കെ ഭീമമായ പണച്ചിലവുണ്ടെന്നു മാത്രം. ഭക്ഷണശാലയിൽ ചെന്ന് ആന ഇറച്ചിയും ആമ സൂപ്പും ആവശ്യപ്പെടാം. കൊടുക്കാൻ കൈയിൽ പണമുണ്ടോ, എന്തും നിങ്ങൾക്കാവശ്യപ്പെടാം. കുറച്ചൊന്നും പോര...വലിയ തുക തന്നെ. എന്റെ ഫിസിക്സ് അദ്ധ്യാപകൻ പറയാറുണ്ടായിരുന്നു, "പ്രിയപ്പെട്ട വിദ്യാർത്ഥികളെ, ഒരു കാര്യം ഓർമ്മ വേണം. പണം എല്ലാ പ്രശ്നങ്ങളും പരിഹരിക്കുന്നു. വിഭിന്നമായ സമവാക്യങ്ങളെപോലും...." അതേ അതു തന്നെയാണ് ദൃഢമായ സത്യം. അപ്പോൾ ആദർശങ്ങളുടെ സ്ഥാനം? അങ്ങനെ ഒന്നില്ല എന്നാണോ? ഒരു പക്ഷേ അതിനെക്കുറിച്ച് നിങ്ങൾക്ക് വല്ലതും അറിയുമായിരിക്കും. എന്തായാലും നിങ്ങൾ ഒരെഴുത്തുകാരിയാണല്ലോ? (മൗനം)

യൂണിവേഴ്സിറ്റിയിൽ ജനറൽ അസംബ്ലി കൂടിയപ്പോൾ അവരെന്നെ പുറത്താക്കി. എല്ലാവരും കൈ ഉയർത്തി "ശരി" പറഞ്ഞു. എനിക്കേറ്റവും പ്രിയപ്പെട്ട, എന്റെ വൃദ്ധനായ പ്രൊഫസർമാത്രം ഒഴിഞ്ഞു നിന്നു. അതിനു ശേഷം അവർ അദ്ദേഹത്തെ ഒരു ആംബുലൻസിൽ കയറ്റി കൊണ്ടു പോയി. ആരും ശ്രദ്ധിക്കുന്നില്ലെന്ന് ഉറപ്പുവരുത്തിയതിനു ശേഷം എന്റെ കൂട്ടുകാർ എന്നെ ആശ്വസിപ്പിച്ചു. "ഞങ്ങളോട് ദേഷ്യം തോന്നരുത്. ഡീൻ ഭീഷണിപ്പെടുത്തി, നിനക്കെതിരായി വോട്ടു ചെയ്തില്ലെങ്കിൽ ഞങ്ങളെ ഹോസ്റ്റലിൽ നിന്നും പുറത്താക്കുമെന്ന്." എന്റെ കൂട്ടുകാർ ധീരവനിതകൾ തന്നെ!

ഞാൻ വീട്ടിലേക്കു പോകാൻ ടിക്കറ്റു വാങ്ങി. നഗരത്തിലാവുമ്പോൾ എന്റെ ഗ്രാമത്തെ കുറിച്ചോർത്ത് ഞാൻ വ്യസനിക്കുന്നു. വാസ്തവത്തിൽ ഏതു ഗ്രാമത്തെ ഓർത്താണ് എനിക്കു നഷ്ടബോധം തോന്നുന്നത്? കുട്ടിക്കാലത്ത് ഞാൻ വളർന്ന ഗ്രാമത്തെ കുറിച്ചായിരിക്കും അധികവും സങ്കടം. അച്ഛൻ എന്നെ കൈപിടിച്ചു കൂടെ നടത്താറുള്ള ഗ്രാമം. തേൻ നിറഞ്ഞു തൂങ്ങുന്ന തേനീച്ചക്കൂടുകൾ. അച്ഛൻ ആ ചട്ടകൾ സൂക്ഷിച്ച് അടർത്തിയെടുക്കുന്നത് വിസ്മയത്തോടെ ഞാൻ നോക്കിനില്ക്കും. ആദ്യം അച്ഛൻ കൂടുകൾക്കു പുക കൊടുക്കും. അതോടെ തേനീച്ചകളൊക്കെ പറന്നു പോകും. നമ്മളെ കുത്തിനോവിക്കുമെന്ന് ഇനി പേടിക്കണ്ട. കുട്ടിക്കാലത്ത്..... അതൊരു തമാശയായിരുന്നു. എന്റെ വിചാരം തേനീച്ചകൾ ചെറിയ പക്ഷികളാണ് എന്നായിരുന്നു. (അവർ തെല്ലുനേരം മിണ്ടാതിരുന്നു.)

ഇപ്പോഴും ഗ്രാമത്തിലെ ജീവിതം എനിക്കിഷ്ടമാണോ? ഗ്രാമത്തിൽ എപ്പോഴും ജീവിതം പഴയതുപോലെതന്നെയാണ്. പറമ്പിൽ നിന്നും ഉരുളക്കിഴങ്ങ് കുഴിച്ചെടുക്കുന്നു. മുട്ടുകുത്തി പച്ചക്കറിത്തടങ്ങൾക്കിടിൽ ഇഴയുന്നു. വാറ്റുചാരായമുണ്ടാക്കുന്നു. നേരമിരുട്ടിക്കഴിഞ്ഞാൽ സ്വബോധമുള്ള ഒരു പുരുഷനുമുണ്ടാവില്ല ഗ്രാമത്തിൽ. എല്ലാവരും എല്ലാ ദിവസവും മതിയാവോളം മദ്യപിക്കും. അവർ ലുക്കാഷെൻകോക്ക് വോട്ടു ചെയ്യും. പൊയ്പ്പോയ സോവിയറ്റ് യൂണിയനെ ഓർത്ത് പരിതപിക്കും. അജയ്യമായ സോവിയറ്റ് സൈനിക ശക്തി, ബസ്സിൽ എന്റെ അടുത്തിരുന്നിരുന്നത് ഞങ്ങളുടെ തന്നെ അയൽക്കാരിൽ ഒരാളായിരുന്നു. അപ്പോഴേ മദ്യം തലയ്ക്കു പിടിച്ചിരുന്നു. സംസാരിച്ചതു മുഴുവൻ രാഷ്ട്രീയം. "ജനാധിപത്യവാദികൾ എന്നു പറയുന്ന മന്ദബുദ്ധികൾ. ഓരോന്നിന്റേയും മുഖം ഞാൻ തന്നെ അടിച്ചു പരത്തും. അവസരം കിട്ടിയാൽ അവർ നിങ്ങളെ എളുപ്പത്തിൽ വിട്ടയച്ചു. ഞാൻ ദൈവത്തിന്റെ പേരിൽ പറയുന്നു... അവരെയെല്ലാം വെടിവെച്ചു കൊല്ലേണ്ടതാണ്...അതിനെക്കുറിച്ച് ഞാൻ രണ്ടാമതൊന്നു ചിന്തിക്കില്ല. ഇതിനൊക്കെ പുറകിലുള്ളത് അമേരിക്കയാണ്.... പണം കൊടുത്ത് സഹായിക്കുന്നതും അവരു തന്നെ. ഹിലാരി ക്ലിന്റൺ... പക്ഷേ നമ്മളും കരുത്തുറ്റ ഒരു ജനതയാണ്. പെരിസ്ട്രോയിക്കയെ അതിജീവിച്ചില്ലേ? അതുപോലെ ഈ ഒരു വിപ്ലവത്തേയും നമ്മൾ

മറികടക്കും. വിവരമുള്ള ഒരാൾ എന്നോടു പറയുകയുണ്ടായി, ജൂതന്മാരാണ് ഇതിനു പിന്നിൽ കളിക്കുന്നതെന്ന്." ബസ്സിലുള്ളവരെല്ലാം അയാളെ പിൻതാങ്ങി. "സ്ഥിതി ഇപ്പോഴത്തേക്കാൾ മോശമാകുമെന്നു പറയാൻ വയ്യ, എല്ലാ ദിവസവും ടി.വി. യിൽ കാണുന്നതെന്താ? ഓരോയിടത്തും ബോംബേറും വെടിവെപ്പും."

അങ്ങനെ ഞാൻ വീട്ടിലെത്തി. ഞാൻ വാതിൽ തുറന്നു. അമ്മ അടുക്കളിയിലായിരുന്നു. ഡാലിയയുടെ കിഴങ്ങുകൾ ഉരച്ചു കഴുകുന്നു. വളരെ മൃദുവും ലോലവുമാണ് ആ കിഴങ്ങുകൾ. മഞ്ഞുവീണ് മരവിച്ചിരിക്കുന്നു. ചില ഭാഗങ്ങൾ അളിഞ്ഞിരിക്കുന്നു കഠിനമായ തണുപ്പ്. ഞാൻ അമ്മയോടു തൊട്ടിരുന്നു. കുട്ടിക്കാലത്തു ചെയ്യാറുള്ളതുപോലെ അമ്മയെ ഡാലിയ കിഴങ്ങുകൾ വൃത്തിയാക്കാനായി സഹായിക്കാൻ തുടങ്ങി. "എന്താണ് തലസ്ഥാനനഗരത്തിൽ സംഭവിച്ചുകൊണ്ടിരിക്കുന്നത്?"അമ്മ എന്നോട് ആദ്യം ചോദിച്ചത് അതാണ്. "ടി.വി.യിൽ അവർ ഒരു ജനസമുദ്രം തന്നെ സർക്കാരിനെതിരായി പ്രതിഷേധ പ്രകടനം നടത്തുന്നത്, എന്റെ ദൈവമേ! യുദ്ധം പൊട്ടിപ്പുറപ്പെടുമെന്ന് ആശങ്ക തോന്നി. ഇവിടെയുള്ള ചിലരുടെ മക്കൾ പ്രത്യേകം പൊലീസ് സേനയിലുണ്ട്. അക്രമങ്ങൾ അടിച്ചമർത്താൻ വിശേഷിച്ച് പരിശീലനം നേടിയവർ. വേറെ ചിലരുടെ മക്കൾ വിദ്യാർത്ഥികളാണ്. മൈതാനത്തിൽ നിന്ന് ബഹളം വെക്കുന്നവരുടെ കൂട്ടത്തിൽ. പത്രങ്ങൾ അവരെ ഭീകരന്മാരും കൊള്ളക്കാരുമായാണ് വിശേഷിപ്പിക്കുന്നത്. പത്രത്തിൽ കാണുന്നതാണ് ഇവിടെയുള്ളവർ വിശ്വസിക്കുന്നത്. അവിടെ ശരിക്കും വിപ്ലവം നടക്കുകയാണോ? നമ്മൾ സോവിയറ്റ് ഭരണത്തിനു കീഴിലാണോ ഇപ്പോഴും? വീടിനുള്ളിൽ ആകപ്പാടെ അസുഖകരമായൊരു ഗന്ധം.

ഗ്രാമത്തിലെ നാട്ടുവർത്തമാനങ്ങളൊക്കെ ഞാൻ കേട്ടു. സാധാരണ വേഷത്തിൽ വന്ന രണ്ടു പൊലീസുകാർ യുർക്കാ ഷേഡിനെ പിടിച്ചു കൊണ്ടു പോയി. അയാളൊരു കൃഷിക്കാരനായിരുന്നു. 1937ൽ എന്റെ മുത്തച്ഛനെ ഇറക്കി കൊണ്ടുപോയതുപോലെ. ഓർക്കാപ്പുറത്ത് പാതിരായ്ക്ക് അവർ അയാളുടെ വീടാകെ താറുമാറാക്കി. കംപ്യൂട്ടർ കൈയടക്കി. ആശുപത്രിയിൽ നഴ്സായിരുന്ന അന്യയെ ജോലിയിൽ നിന്നും പിരിച്ചുവിട്ടു. കാരണം, അവർ മിൻസ്കിൽ പോയി പ്രകടനക്കാരോടൊപ്പം ചേർന്നു. മാത്രമല്ല, ഒരെതിർപാർട്ടിയിൽ അംഗവുമായി. അവർക്കു ചെറിയൊരു മകളുണ്ട്. ഭർത്താവാണെങ്കിൽ കള്ളുകുടിച്ച് കുഞ്ഞിനെ ഉപദ്രവിക്കുന്നു. അന്യക്കും കിട്ടും പൊതിരെ തല്ല്. "വലിയൊരു എതിർപാർട്ടിക്കാരി വന്നിരിക്കുന്നു." ശകാരിക്കാൻ ഒരു കാരണം കൂടി. പ്രത്യേകം പൊലീസ് സേനയിൽ ചേർന്ന ചെറുപ്പക്കാരുടെ അമ്മമാർ ഓരോ വീട്ടിലും കയറിയിറങ്ങി മേനി പറയുന്നു. അവരുടെ മകൾക്കു കിട്ടിയ വലിയ "ബോണസ്സ്"നെക്കുറിച്ച്. എന്തെല്ലാം പുതിയ സാധനങ്ങളാണ് മക്കൾ വീട്ടിലേക്കു വാങ്ങിക്കൊണ്ടു വന്നതെന്ന് എണ്ണിപ്പറയുന്നു. (മൗനം) ഗ്രാമത്തിൽ ആളുകൾ പൊതുവെ രണ്ടു വിഭാഗമായി

തിരിഞ്ഞിരിക്കുന്നു. ഞാൻ ക്ലബ്ബിൽ ഡാൻസിനു പോയിരുന്നു. ആരും കൂടെ നൃത്തം ചെയ്യാൻ എന്നെ ക്ഷണിക്കുന്നില്ല. അവർക്കേ പേടി. ഞാനൊരു തീവ്രവാദിയാണെന്ന്.

> ഒരു വർഷം കഴിഞ്ഞ്, മിൻസ്ക് മോസ്കോ ട്രെയിനിൽ വെച്ച് ഞാൻ വീണ്ടും അവളെ കണ്ടുമുട്ടി. രാത്രിയായിരുന്നു. മറ്റു യാത്രക്കാരൊക്കെ നല്ല ഉറക്കം. ഞങ്ങൾ രണ്ടുപേരും കുറെ നേരം സംസാരിച്ചിരുന്നു.

"വീണ്ടും അത് ചുകപ്പായേക്കാം."

ഇപ്പോൾ ഞാൻ മോസ്കോയിൽ ഒരു വിദ്യാർത്ഥിയാണ്. കൂട്ടുകാരും ഞാനും പല പ്രതിഷേധ പ്രകടനങ്ങളിലും പങ്കെടുക്കാറുണ്ട്. ഒരു പ്രശ്ന വുമില്ല. അവിടെ കാണാറുള്ള ആളുകളുടെ മുഖങ്ങൾ എനിക്കിഷ്ടമാണ്. അന്ന് മിൻസ്കിലെ ചത്വരത്തിൽ പോയപ്പോൾ കണ്ടു ആളുകളുടെ മുഖം ഓർമ്മ വരുന്നു. അന്ന് എന്റെ സ്വന്തം നഗരത്തേയോ, നാട്ടു കാരേയോ ഞാൻ തിരിച്ചറിഞ്ഞില്ല. അവരെല്ലാവരും വ്യത്യസ്തരാണെന്നു തോന്നി. വേറെത്തന്നെ ആളുകൾ.. ഇന്ന് ഞാൻ വല്ലാതെ ഓർക്കുന്നു എന്റെ നാടിനെ.....

ബെലാറസ്സിലേക്കുള്ള വണ്ടിയിൽ എനിക്കൊരിക്കലും ഉറങ്ങാനായില്ല. പകുതി ഉണർന്നും പകുതി മയങ്ങിയും നേരം കഴിക്കും. ചിലപ്പോൾ ഞാൻ ജയിലിലാണെന്നു തോന്നും. ചിലപ്പോൾ ഹോസ്റ്റലിലാണെന്ന്. എല്ലാം ഒന്നൊന്നായി ഓർമ്മകളിലേക്കു തിരിച്ചു വരുന്നു. പുരുഷന്മാർ.... സ്ത്രീകൾ... അവരുടെ ശബ്ദങ്ങൾ.

"അവർ എന്റെ കാലുകൾ വലിച്ചു നീട്ടി, തലയുടെ മുകളിൽ കയറ്റി വെച്ചു. "അവർ വൃക്കകളുടെ സ്ഥാനത്ത് ഒരു കഷണം കടലാസു വെച്ചു. അടിയുടെ അടയാളം പതിയാതിരിക്കാൻ. അവർ എന്നെ ഒരു പ്ലാസ്റ്റിക് കുപ്പികൊണ്ട് അടിക്കാൻ തുടങ്ങി."

അയാൾ എന്റെ തലയിൽ ഒരു പ്ലാസ്റ്റിക് സഞ്ചിയോ വാതക മുഖംമൂടിയോ ഇടും. ശേഷം കാര്യങ്ങൾ അറിയാമല്ലോ. സ്വാഭാവികമായും എന്റെ ബോധം നഷ്ടപ്പെടും. ഒന്നു രണ്ടു മിനിറ്റിനകത്ത്. പിന്നെ അയാൾ.... അയാൾക്ക് വീട്ടിൽ ഭാര്യയും കുഞ്ഞുങ്ങളുമുണ്ട്. അയാൾ നല്ലൊരു ഭർത്താവാണ്. ...നല്ലൊരു അച്ഛനും..."

"അവർ എന്നെ തല്ലിക്കൊണ്ടേയിരുന്നു. ബൂട്ടുകളും ഷൂസുകളുമിട്ട് നിർത്താതെ ചവിട്ടി."

നിങ്ങൾ വിചാരിക്കുന്നത് പാരച്യൂട്ടിലിറങ്ങാനും ഹെലികോപ്റ്ററു കളിൽ നിന്ന് ചാടി രക്ഷപ്പെടാനും മാത്രമാണ് അവരെ പരിശീലിപ്പിക്കു ന്നത് എന്നാണോ? അല്ല, സ്റ്റാലിന്റെ കാലത്തേ അതേ പാഠപുസ്തക ങ്ങൾ തന്നെയാണ് ഇപ്പോഴും അവരെ പഠിപ്പിക്കുന്നത്.

സ്കൂളിൽ പഠിക്കുന്ന കാലത്ത് അവർ ഞങ്ങളോടു പറഞ്ഞിരുന്നു, ബ്യൂനിൻന്റേയും ടോൾസ്റ്റോയിയുടേയും പുസ്തകങ്ങൾ വായിക്കണം. അവ ജനങ്ങളെ രക്ഷിക്കും." എന്തുകൊണ്ടാണ് ആ പുസ്തകങ്ങളിലെ അറിവിന് പ്രചാരം സിദ്ധിക്കാതിരുന്നത്? അതിനുപകരം കൈമാറ്റം ചെയ്യപ്പെട്ടത് മലദ്വാരത്തിൽ കുത്തിക്കയറ്റാനുള്ള വാതിൽപ്പിടികളും തലമൂടാനുള്ള പ്ലാസ്റ്റിക് ഉറകളുമായിരുന്നല്ലോ? ഈ ചോദ്യങ്ങളൊക്കെ ആരോടു ചോദിക്കാൻ?

ഇരട്ടിയോ മൂന്നരട്ടിയോ ശമ്പളം കൂടിയാൽ അവർ ചെയ്യാൻ പോകുന്നത് നാട്ടുകാരെ നേരെ ചെന്ന് വെടിവെച്ചു വീഴ്ത്തുകയായിരിക്കും. അതാണെന്റെ പേടി.

പട്ടാളത്തിലായിരുന്നപ്പോഴാണ് ഞാൻ മനസ്സിലാക്കിയത്, എനിക്ക് തോക്കുകളോടുള്ള ഇഷ്ടം. ഞാൻ ഒരു പ്രൊഫസറുടെ മകനാണ്. പുസ്തകങ്ങളുടെ ഇടയിലാണ് ഞാൻ വളർന്നത്. എന്നാലും എനിക്കൊരു തോക്കു വേണം. മനോഹരമായ ഒരു സാധനമാണ് തോക്ക്. നൂറ്റാണ്ടുകളായി മാറിയും മറിച്ചും പരിഷ്കരിച്ചും തോക്കിനെ മനുഷ്യന്റെ കൈകൾക്ക് ഏറ്റവും ഇണങ്ങുന്ന വിധത്തിലാക്കിയിരിക്കുന്നു. കൈയിലെടുത്തു പിടിക്കാൻ തന്നെ എന്തു സുഖം! തോക്കിന്റെ ഭാഗങ്ങൾ അഴിച്ചു മാറ്റാനും തുടച്ചു വൃത്തിയാക്കാനും എനിക്ക് വളരെ ഇഷ്ടമാണ്. അതിനെണ്ണയിടുക... മണത്തു നോക്കുക.... എല്ലാം സുഖമുള്ള കാര്യങ്ങൾ തന്നെ.

"നിങ്ങൾക്കു തോന്നുന്നുണ്ടോ ഒരു വിപ്ലവം ഉണ്ടാകുമെന്ന്?"

"മഞ്ഞിൽ വീണു കിടക്കുന്ന നായക്കാട്ടത്തിന്റെ നിറമാണ് ഓറഞ്ച്. ഏതു നിമിഷവും അത് ചുകപ്പായി മാറിയേക്കാം."

"ഞങ്ങൾ വരികയായി."

ഒരു സാധാരണക്കാരിയുടെ കുറിപ്പുകളിൽ നിന്ന്

എന്താണിത്ര ഓർക്കാനുള്ളത്? മറ്റുള്ളവർ ജീവിക്കുന്നതുപോലെത്തന്നെ ഞാനും ജീവിക്കുന്നു. പെരിസ്ട്രോയിക്ക... ഗോർബച്ചേവ്... പോസ്റ്റ് മിസ്ട്രസ്സ് വാതിൽ തുറന്നു. "നിങ്ങൾ കേട്ടോ, കമ്മ്യൂണിസ്റ്റുകാരൊക്കെ പുറത്തായി."

"എന്ത് ? എന്താണ് പറഞ്ഞത്?"

"അവർ പാർട്ടി അടച്ചുപൂട്ടി. ഒരൊറ്റ വെടിപോലും പൊട്ടിയില്ല. ഒന്നും ഉണ്ടായില്ല." ഈ കാലത്ത് അവർ പറയുന്നത്, ഒരു കാലത്ത് നമുക്ക് ഒരു ഊക്കൻ കോട്ടയുണ്ടായിരുന്നു. പിന്നീട് അതൊക്കെ നഷ്ടപ്പെട്ടു എന്നാണ്. പക്ഷേ യഥാർത്ഥത്തിൽ എനിക്ക് എന്താണ് നഷ്ടപ്പെട്ടത്? എക്കാലത്തും ഞാൻ ഈ ചെറിയ വീട്ടിൽ തന്നെയാണ് താമസിച്ചിട്ടു ള്ളത്. കാര്യമായ സൗകര്യങ്ങളൊന്നുമില്ലാതെ. പൈപ്പു വെള്ളമില്ല, ഗ്യാസില്ല. മര്യാദയ്ക്കൊരു കുളിമുറിയും കക്കൂസും ഇല്ല. ഇന്നും അങ്ങനെയൊക്കെ തന്നെ. ജീവിതം മുഴുവൻ ആത്മാർത്ഥതയോടെ അധ്വാനിച്ചു. എല്ലുമുറിയുന്ന പണി... എടുത്തെടുത്ത് അത് ശീലമായി. കിട്ടിയതോ? ഏതാനും കോപ്പെക്കുകൾ. ആഹാരമെന്നു പറയാൻ എന്നും ഉരുളക്കിഴങ്ങും മാക്രോണിയുമായിരുന്നു. ഇന്നും അതുതന്നെയാണ് എന്റെ ഭക്ഷണം. പഴയകാലത്തെ സോവിയറ്റ് തുകൽ കോട്ടും ധരിച്ചാണ് ഞാൻ ഇപ്പോഴും നടക്കുന്നത്. ഇവിടത്തെ മഞ്ഞും തണുപ്പും നിങ്ങൾ കാണേണ്ടതാണ്.

ഓർമ്മയിലുള്ള ഏറ്റവും സന്തോഷകരമായ സംഗതി എന്റെ വിവാഹമാണ്. ഞങ്ങൾ കടുത്ത പ്രണയത്തിലായിരുന്നു. വിവാഹ രജിസ്റ്റർ കച്ചേരിയിൽ നിന്നും വീട്ടിലേക്കു നടന്നുവന്നത്.... ഓർത്തു പോകുന്നു. നിറയെ ലൈലാക്കുകൾ പൂത്തുനിന്നിരുന്നു. അവയുടെ ചില്ലകളിൽ രാപ്പാടികൾ പാടിക്കൊണ്ടിരുന്നു എന്നു പറഞ്ഞാൽ നിങ്ങൾ വിശ്വസിക്കുമോ? ശരിക്കും അതങ്ങനെയായിരുന്നു. ഏതാനും വർഷങ്ങൾ ഞങ്ങൾ സന്തോഷത്തോടെ കഴിഞ്ഞു. ഞങ്ങൾക്കൊരു പെൺകുഞ്ഞും ഉണ്ടായി. ക്രമേണ വാസിക് കുടിക്കാൻ തുടങ്ങി. അവസാനം വോഡ്ക

ആ ജീവനെടുത്തു. ചെറുപ്പമായിരുന്നു. നാല്പത്തിരണ്ടു വയസ്സ്. അതിനു ശേഷം ഞാൻ ഒറ്റയ്ക്കാണ് താമസം. മകൾ മുതിർന്നു. വിവാഹം കഴിച്ചു. വേറെ താമസമായി.

തണുപ്പുകാലത്ത് കഠിനമായി മഞ്ഞു പെയ്യും. ഗ്രാമം മുഴുവൻ മഞ്ഞു മൂടിക്കിടക്കും. വീടുകളും കാറുകളും മഞ്ഞിനടിയിലാകും. ചിലപ്പോൾ ആഴ്ചകളോളം ബസ്സുകൾ ഓടുകയില്ല. തലസ്ഥാന നഗരത്തിൽ എന്തു നടക്കുന്നു എന്ന് ഞങ്ങൾ അറിയുകയില്ല. മോസ്കോ ജീവിതം ഒരു ചലച്ചിത്രമെന്നപോലെ ഞങ്ങൾ ടി.വി.യിൽ കാണും. പുടിനെക്കുറിച്ചും അല്ലാപുഗച്ചേവയെക്കുറിച്ചും ഞാൻ കേട്ടിട്ടുണ്ട്. മറ്റുള്ളവരെക്കുറിച്ചൊന്നും എനിക്ക് അറിഞ്ഞുകൂടാ. അവിടെ നടക്കുന്ന ജാഥകളും പ്രകടനങ്ങളും ഒന്നിനെക്കുറിച്ചും എനിക്ക് രൂപമില്ല. ഇവിടെ ഞങ്ങൾ പഴയകാലത്ത് ജീവിച്ചിരുന്നതുപോലെത്തന്നെ ഇപ്പോഴും ജീവിക്കുന്നു. സോഷ്യലിസമാണോ? മുതലാളിത്തമാണോ? ആരാണ് വെളുപ്പ്? ആരാണ് ചുകപ്പ്? ഞങ്ങളെ സംബന്ധിച്ചിടത്തോളം ഒരു വ്യത്യാസവുമില്ല. വസന്തകാലം വരെ എങ്ങനെയെങ്കിലും കഴിച്ചു കൂട്ടണം. അതിൽ മാത്രമാണ് ശ്രദ്ധ. ഉരുളക്കിഴങ്ങ് നടേണ്ട സമയം. (നീണ്ട നിശ്ശബ്ദത)

എനിക്ക് അറുപത് വയസ്സായി. ഞാൻ പള്ളിയിൽ പോകാറില്ല. എന്നാലും സംസാരിക്കാൻ ആരെയെങ്കിലും കിട്ടിയെങ്കിൽ എന്ന് തോന്നാറുണ്ട്. വല്ലതും മിണ്ടാനും പറയാനും ഒരാൾ. വയസ്സാകാൻ എനിക്ക് ഒട്ടും ആഗ്രഹമില്ല. മരിക്കാനുള്ള സമയം ആകുമ്പോൾ.... വലിയ കഷ്ടം തന്നെ. ആലോചിക്കാൻ വയ്യ. എന്റെ ലൈലാക്ക് മരങ്ങൾ കണ്ടിട്ടുണ്ടോ? രാത്രി ഞാൻ പുറത്തിറങ്ങി അതും നോക്കി നിക്കും. ഇരുട്ടിൽ അവ തിളങ്ങും. ആ കാഴ്ചയും ആസ്വദിച്ച് ഞാൻ ഏറെ നേരം അവിടെ നില്ക്കും.

ദാ.... ഞാൻ നിങ്ങൾക്ക് ഒരു പൂങ്കുല പറിച്ചുതരാം.

■

www.ingramcontent.com/pod-product-compliance
Ingram Content Group UK Ltd.
Pitfield, Milton Keynes, MK11 3LW, UK
UKHW042059021026
15589UKWH00001B/70

9 789387 331075